આધુનિક
અંગ્રેજી-ગુજરાતી કોશ

A MODERN
ENGLISH-GUJARATI
DICTIONARY

પાંડુરંગ ગણેશ દેશપાંડે

Pandurang Ganesh Deshpande

OXFORD
UNIVERSITY PRESS

OXFORD
UNIVERSITY PRESS

Oxford University Press is a department of the University of Oxford.
It furthers the University's objective of excellence in research, scholarship,
and education by publishing worldwide. Oxford is a registered trademark of
Oxford University Press in the UK and in certain other countries

Published in India by
Oxford University Press
YMCA Library Building, 1 Jai Singh Road, New Delhi 110001, India

First published by Sardar Patel University 1970
Reprinted by Oxford University Press 1982

ISBN-13: 978-0-19-561140-3
ISBN-10: 0-19-561140-3

40th impression October 2012

Printed in India by Yash Printographics, Noida

પ્રસ્તાવના

સરદાર પટેલ યુનિવર્સિટી દ્વારા ૧૯૭૦માં પ્રસિદ્ધ થયેલા મારા **અંગ્રેજી-ગુજરાતી કોશનું** આ પુનર્મુદ્રણ છે. પુનર્મુદ્રણનો લાભ લઈ જે કેટલીક ભૂલો પ્રથમ મુદ્રણમાં રહેલી જોવામાં આવી તે સુધારી લેવામાં આવી છે.

કોશના નામમાં ફેરફાર કરવામાં આવ્યો છે તેનું કારણ એ કે આ કોશ પ્રસિદ્ધ થયા પછી મેં બીજા બે અંગ્રેજી-ગુજરાતી કોશ તૈયાર કર્યા છે: એક નાનો **અંગ્રેજી-ગુજરાતી વિનીત કોશ** ગયે વરસે ગુજરાત યુનિવર્સિટી દ્વારા પ્રકાશિત થયો તે અને બીજો **અંગ્રેજી-ગુજરાતી બૃહત કોશ** (જે હાલ મુદ્રણમાં છે), એજ યુનિવર્સિટી દ્વારા પ્રકાશિત થવાનો છે તે તેથી આ કોશને નોખું નામ આપવાની જરૂર પડી.

આ કોશ અન્ય સંસ્થા દ્વારા પ્રકાશિત કરવાની સરદાર પટેલ યુનિવર્સિટીએ સંમતિ આપી તે બદલ હું તેનો આભારી છું. ઑક્સફર્ડ યુનિવર્સિટી પ્રેસે તે લેવાની તૈયારી બતાવી તે બદલ તેની પણ આભારી છું.

શિક્ષણ અને સાહિત્યના ક્ષેત્રમાં આ કોશને સારો એવો આવકાર મળ્યો તેથી ધન્યતા અનુભવું છું. છેલ્લા બે સવા બે વરસથી કોશ અપ્રાપ્ય હતો અને અનેક લોકોની તે માટે સતત માગણી આવ્યા કરતી તેથી પુનર્મુદ્રણ કરવાનું જ શક્ય બન્યું છે. સંકલ્પિત સુધારા વધારા માટે અવકાશ ન રહ્યો તેનું દુઃખ થાય છે. તે માટે બે વરસ વધુ કાઢવાનું ઉચિત ન લાગ્યું.

હિંદની શાળા મહાશાળાઓ માટે તૈયાર થયેલો એક અંગ્રેજી કોશ (*The New Method English Dictionary*), ઇંગ્લન્ડની શાળાઓ માટે તૈયાર થયેલો એક કોશ (*The Oxford School Dictionary*), તેમ જ વિદ્યાર્થીઓ અને ગ્રંથાલય, આકાશવાણી તથા અંગ્રેજી છાપાંના જિજ્ઞાસુ વાચકો તથા શ્રોતાઓની રોજિંદા ગરજ સારવાના ઉદ્દેશથી સી. કે. ઑગ્ડનની દેખરેખ નીચે રચાયેલો એક કોશ (*The General Basic English Dictionary*) – આ ત્રણ કોશો પ્રસ્તુત કોશમાં સમાવી લેવામાં આવ્યા છે. તે ઉપરાંત, તેમાં બીજા પણ કેટલાય શબ્દો, રૂઢિપ્રયોગો અને અર્થો ઉમેરવામાં આવ્યા છે. શબ્દો તથા રૂઢિપ્રયોગોના અર્થો સ્પષ્ટ અને ચોક્કસપણે આપવા માટે કેટલાક પ્રમાણભૂત અંગ્રેજી, અંગ્રેજી-ગુજરાતી, અંગ્રેજી-મરાઠી, તથા ક્યાંક અંગ્રેજી-હિન્દી કોશોની પણ મદદ લેવામાં આવી છે. આ બધા કોશકારોનો લેખક ઋણી છે.

કોશ વાપરનારને અર્થબોધ બરાબર થાય તે માટે શબ્દોની વ્યાખ્યાઓ, સમજૂતી અને સંદર્ભ સાથે પર્યાયો આપવાનો બનતો પ્રયત્ન કર્યો છે. તેથી આ કોશ આપણી શાળા મહાશાળાઓ (કૉલેજો)ના વિદ્યાર્થીઓ તેમ જ સામાન્ય જિજ્ઞાસુ વાચકની ગરજ સંતોષશે એવી અપેક્ષા છે.

કોશમાં આપેલા શબ્દો તથા રૂઢિપ્રયોગોની કુલ સંખ્યા ૩૫૦૦૦ની આસપાસ થાય છે. તેમાં લગભગ છઠ્ઠા ભાગની સંખ્યા રૂઢિપ્રયોગોની છે.

શબ્દોના ઉચ્ચારો તથા સ્વરાઘાત મુખ્યત્વે *The Concise Oxford Dictionary of Current English* (પાંચમી આવૃત્તિ) અનુસાર આપ્યા છે. જ્યાં તેનાથી ભિન્ન પ્રચલિત ઉચ્ચારોને બીજા કોઈ પ્રમાણભૂત કોશનો આધાર મળ્યો છે ત્યાં તે પણ વિકલ્પ તરીકે આપ્યા છે. તેમ કરવામાં *Everyman's English Pronouncing Dictionary* નો મોટે ભાગે ઉપયોગ કર્યો છે.

૩, પ્રજ્ઞા સોસાયટી, — પાં. ગ. દેશપાંડે
અમદાવાદ–૩૮૦ ૦૦૯
તા. ૧૮–૧૨–૧૯૮૧

અનુક્રમણિકા

કોશ વાપરનારાઓ માટે સૂચનાઓ

મૂળ શબ્દ કાળાં બીબાંમાં છાપ્યો છે. એકથી વધુ પદવાળા શબ્દોમાં સ્વરાઘાત ત્યાં જ (') ચિહ્નથી દર્શાવ્યો છે. (દા.ત. aban'don). તે પછી કૌંસમાં શબ્દનો ઉચ્ચાર ગુજરાતી લિપિમાં આપ્યો છે. તે પછી શબ્દનું વ્યાકરણ આપ્યું છે. નામની બાબતમાં જ્યાં તેનું બહુવચન બનાવવામાં કોઈ વિશેષતા હોય ત્યાં તે બહુવચન, અને ક્રિયાપદની બાબતમાં જ્યાં તેના ભૂતકાળનું કે ભૂતકૃદન્તનું રૂપ વિશિષ્ટ પ્રકારે થતું હોય ત્યાં તે કૌંસમાં આપ્યું છે. તે પછી શબ્દનો અર્થ કે અર્થો આપ્યા છે. સમાનાર્થક પર્યાય હોય ત્યાં અલ્પવિરામ મૂક્યાં છે; જ્યાં અર્થભેદ હોય ત્યાં અર્ધવિરામ મૂક્યાં છે. એક જ શબ્દ નામ, વિશેષણ કે ક્રિયાપદને રૂપે વપરાતો હોય ત્યાં પૂર્ણવિરામ પછી વ્યાકરણભેદની શરૂઆત કરી છે. ઘણે ઠેકાણે મૂળ શબ્દમાંથી જુદી જુદી પ્રક્રિયાથી બનેલા બીજા શબ્દો તે મૂળ શબ્દના પેટામાં આપ્યા છે.

રૂઢિપ્રયોગો તેના મહત્ત્વના અંગભૂત શબ્દો નીચે આપ્યા છે અને ત્રાંસાં (ઇટૅલિક) બીબાંમાં છાપ્યા છે. મૂળ શબ્દ ફરી આપવાને બદલે તેને ઠેકાણે માત્ર કડી-ડૅશ (~) મૂક્યો છે. આમ કરવાથી જગ્યાનો બચાવ થવા ઉપરાંત તે ખોળવાનું વધુ સરળ બનશે એવી અપેક્ષા છે.

ઉચ્ચારો અંગે

ઉચ્ચાર આપવામાં બને તેટલી ચોકસાઈ કરી છે. તેમ છતાં ગુજરાતી લિપિમાં અંગ્રેજીના બધા ઉચ્ચારો આપવા મુશ્કેલ છે. તેથી તેમ કરવામાં કેટલાક વધારાના સંકેતોનો ઉપયોગ કર્યો છે. 'એ'ના હ્રસ્વ અને દીર્ઘ એવા બે ઉચ્ચારો અંગ્રેજીમાં વારંવાર આવે છે. આપણી સંસ્કૃતોદ્ભવ ભાષાઓમાં સામાન્યપણે 'એ'નો દીર્ઘ ઉચ્ચાર કરવા તરફ વધુ વલણ છે. તેથી આ કોશમાં દીર્ઘ ઉચ્ચાર માટે કોઈ ચિહ્ન વાપર્યું નથી. જ્યાં હ્રસ્વ ઉચ્ચાર કરવાનો છે ત્યાં એ ઉપર (') એવું ચિહ્ન કર્યું છે. સામાન્યતઃ આવો ઉચ્ચાર 'e'નો થાય છે. એટલે get, pet, ઇ. શબ્દોનો ઉચ્ચાર ગે'ટ, પે'ટ એમ બતાવ્યો છે. ગુજરાતીમાં 'એટલે કે', 'કેટલે આવ્યું', ઇ.માં શરૂઆતના એ અને કે નો જેવો ઉચ્ચાર થાય છે તેવો ઉચ્ચાર અહીં કરવો. આ સિવાય બીજું કોઈ ખાસ ચિહ્ન વાપર્યું નથી.

શબ્દની છેવટના અક્ષરનો હલન્ત ઉચ્ચાર જ કરવો. માત્ર જ્યાં મૂળ શબ્દને અન્તે *a* હોય ત્યાં તેનો સંસ્કૃત અક્ષરની જેમ પૂર્ણ ઉચ્ચાર કરવો. દા. ત. flora (ફ્લોર,-રા), fauna (ફૉન, -ના), ઇ.

કોશમાં વપરાયેલા સંક્ષેપોની સમજ

અ૦	અવ્યય.	ના૦	નામ.
અ૦ ક્રિ૦	અકર્મક ક્રિયાપદ.	ન્યાય.	ન્યાયશાસ્ત્ર.
અ૦ વ૦	અનેકવચન.	પદા., પદાર્થ.	પદાર્થવિજ્ઞાન.
આદર.	આદરસૂચક.	પ્રાણી.	પ્રાણીશાસ્ત્ર.
ઇ.	ઇત્યાદિ.	પું૦	પુલ્લિંગી.
ઇતિ.	ઇતિહાસ	પ્રા.	પ્રાચીન.
ઉ., ઉદા.	ઉદાહરણાર્થે.	બીજગ.	બીજગણિત.
ઉ૦ ક્રિ૦	ઉભયવિધ ક્રિયાપદ.	બ૦ વ૦	બહુવચન.
	(અકર્મક અને સકર્મક).	ભૂ૦ કા૦	ભૂતકાળ.
ઉભ૦ અ૦	ઉભયાન્વયી અવ્યય.	ભૂ૦ કૃ૦	ભૂત કૃદન્ત.
ઉદ્ગાર૦	ઉદ્ગારવાચક અવ્યય.	મનોવિશ્લે.	મનોવિશ્લેષણશાસ્ત્ર.
ઉપસ.	ઉપસર્ગ.	રસા.	રસાયનશાસ્ત્ર.
એ૦ વ૦	એકવચન.	લા.	લાક્ષણિક.
ઐતિ.	ઐતિહાસિક.	વાત.	વાતચીતમાં.
કવિ.	કવિતામાં.	વાસ્તુ.	વાસ્તુશાસ્ત્ર.
ક્રિ૦	ક્રિયાપદ.	વિ૦	વિશેષણ.
ક્રિ૦ વિ૦	ક્રિયાવિશેષણ.	વિ. બો.	વિશિષ્ટ બોલી.
ખ.	ખગોળ.	વ્યાક.	વ્યાકરણ.
ગ.	ગણિત.	સ૦ ક્રિ૦	સકર્મક ક્રિયાપદ.
જીવ.	જીવવિજ્ઞાન.	સર્વ૦, સર્વના૦	સર્વનામ.
તત્ત્વ.	તત્ત્વજ્ઞાન.	સં.	સંગીત.
તર્ક.	તર્કશાસ્ત્ર.	સ્ત્રી૦	સ્ત્રીલિંગી.
ન૦	નપુંસકલિંગી.	સ્થા.	સ્થાપત્ય.

A

A, a (એ), ના૰ (બ૰ વ૰ As, A's). અંગ્રેજી વર્ણમાળાનો પહેલો અક્ષર; [દલીલમાં] પહેલી માની લીધેલી વ્યક્તિ કે દાખલો; [બી.ગ.] પહેલી જ્ઞાત રકમ–સંખ્યા; [યુરો. સં.] 'સી મેજર' સપ્તકનો છઠ્ઠો સૂર.

A 1 (એ વન), વિ૰ પહેલા વર્ગ–દરજ્જા–નું, સર્વોત્તમ, શ્રેષ્ઠ.

a, an (અ, અન્; ભાર બતાવવા, એ, ઍન્), વિ૰ એક, અનેકમાંથી કોઈ પણ એક; એ જ (*all of a size*); જણ માટે–દીઠ (*two rupees a man*). એકવચની નામ પહેલાં વપરાતું અનિશ્ચિત ઉપપદ; વ્યંજન કે વ્યંજન જેવા ઉચ્ચારથી શરૂ થતા શબ્દ પહેલાં *a* અને સ્વરથી અથવા સ્વર જેવા ઉચ્ચારથી શરૂ થતા શબ્દ પહેલાં *an* વપરાય છે. દા. ત. *a man, a European; an ox, an hour.*

a–, મૂળમાં અવ્યય, હવે સામાન્યપણે ઉપસર્ગ તરીકે 'માં', 'પર', ઇ. ના અર્થમાં વપરાય છે: *abed, afoot*, ઇ. કૃદન્ત સાથે '–ની ક્રિયામાં', 'ક્રિયા કરતું'ના અર્થમાં વપરાય છે: *a-hunting, a-building*, ઇ.

a–, વિના કે નકારસૂચક ઉપસર્ગ તરીકે. દા. ત. [*amoral*.

A.B. = able-bodied seaman, કુશળ–હોશિયાર–ખારવો.

aback' (અબૅક), ક્રિ૰ વિ૰ પાછળ, પાછલી બાજુએ. *taken* ~, આશ્ચર્યચકિત; મૂંઝાયેલું; નાહિંમત થયેલું.

ab'acus (ઍબકસ), ના૰ (બ૰વ૰ abaci ઍબસાઈ). તારમાં પરોવેલા મણકાવાળું સંખ્યા ગણવાનું સાધન, મણકાની ઘોડી; [સ્થા.] થાંભલાનો ઉપલો ચપટો ભાગ.

abaft' (અબાફ્ટ), ક્રિ૰ વિ૰ વહાણના પાછલા ભાગ–ડબૂસા–તરફ. ના૰ અ૰ ડબૂસા નજીક–તરફ; પાછલી બાજુએ.

aban'don (અબૅન્ડન), સ૰ ક્રિ૰ છોડી દેવું, પડતું મૂકવું; -નો ત્યાગ કરવો. ~ *oneself to*, (લાગણી, વિકાર ઇ.)ને પૂરેપૂરા વશ થવું. ના૰ સ્વૈરપણું, સ્વચ્છંદ; બેપરવાઈ, બેફિકરાઈ. **aban'doned**, વિ૰ તજાયેલું; સ્વૈરાચારી, નીતિભ્રષ્ટ, દુરાચરણી. **aban'donment** (અબૅન્ડન્મન્ટ), ના૰ છોડી દેવું તે, ત્યાગ; ત્યક્તાવસ્થા; સ્વૈરપણું, ઉચ્છૃંખલપણું.

abase' (અબેસ), સ૰ ક્રિ૰ નીચે ઉતારવું; અપમાનિત કરવું, હલકું પાડવું. **abase'ment,** ના૰ ઉતારી પાડવું તે, માનભંગ.

abash' (અબૅશ), સ૰ ક્રિ૰ નીચું જોવડાવવું, શરમાવવું; મૂંઝવણમાં નાખવું. **abashed'** (અબૅશ્ડ,–શ્ટ), વિ૰ અસ્વસ્થ અને શરમિંદું થયેલું, મૂંઝાયેલું.

abate' (અબેટ), ઉ૰ ક્રિ૰ ઓછું કરવું–થવું, ઘટવું, ઘટાડવું; [કા.] બંધ કરવું, રદ કરવું. **abate'ment** (અબેટ્મન્ટ), ના૰ ઓછું કરવું–થવું–તે, ઘટાડો; વળતર. [કતલ–ખાનું.

a'battoir (ઍબટ્વાર), ના૰ જાહેર કસાઈ–

Abb'a (ઍબા), ના૰ પિતા (વિ.ક. પરમેશ્વરને સંબોધવામાં).

abb'ess (ઍબિસ), ના૰ સંન્યાસિનીઓના–સાધ્વીઓના–મઠની પ્રમુખ, મહંતાણી (મહંતપત્ની નહિ).

abb'ey (ઍબિ), ના૰ સંન્યાસીઓ કે સંન્યાસિનીઓની રહેવાની જગ્યા, મઠ; મઠનું દેવળ.

abb'ot (ઍબટ), ના૰ મઠાધ્યક્ષ, મઠાધિપતિ.

abbrev'iate (અબ્રીવિએટ), સ૰ક્રિ૰ ટૂંકું–સંક્ષિપ્ત–કરવું. **abbrevia'tion** (અબ્રીવિએશન), ના૰ સંક્ષેપ કરવો તે; સંક્ષેપ; (શબ્દનું) સંક્ષિપ્ત રૂપ.

A B C (એબીસી), ના૰ મૂળાક્ષર, વર્ણમાળા; કક્કો; કોઈ વિષયનાં મૂળ કે પ્રારંભિક તત્ત્વો.

ab'dicate (ઍબ્ડિકેટ), ઉ૰ ક્રિ૰ (પદ, હોદ્દો, ગાદી ઇ.) છોડી દેવું, -નો ત્યાગ કરવો.

abdica'tion, ના૰ છોડી દેવું તે, ત્યાગ.

abdom'en (ઍબ્ડોમિન,–મે'ન), ના૰ પેટ, ઉદર. **abdom'inal** (ઍબ્ડૉમિનલ), વિ૰ પેટનું, પેટને લગતું.

abduct' (અબ્ડક્ટ), સ૰ ક્રિ૰ માણસને ગેરકાયદે, બહુધા જબરદસ્તીથી, ઉઠાવી જવું, અપહરણ કરવું; ફોસલાવીને કે જબરદસ્તીથી કાઢી–લઈ–જવું (વિ. ક. સ્ત્રીને કે

સગીરને). **abduc'tion** (અબ્ડક્શન), ના૦ ગેરકાયદે ઉઠાવી જવું તે, અપહરણ. **abduc'tor,** ના૦ ગેરકાયદે ઉઠાવી જનાર.

abeam' (અબીમ), ક્રિ૦ વિ૦ વહાણની હરોળમાં; વહાણની બાજુએ બરાબર કાટખૂણે–સામે.

abed' (અબે'ડ), ક્રિ૦ વિ૦ પથારીમાં.

aberra'tion (ઍબરેશન), ના૦ સીધા માર્ગથી દૂર જવું તે, ઉન્માર્ગગમન; પોતાના વર્ગની વ્યક્તિથી જુદા પડવું તે; [ખ.] કોઈ તારાના દેખાતા અને વાસ્તવિક સ્થાન વચ્ચેનો તફાવત. ~ *of the mind*, ચિત્તભ્રમ. **aberr'ant** (અબે'રન્ટ), વિ૦ નીતિના કે સત્યના રસ્તેથી વેગળું જતું, ઉન્માર્ગગામી.

abet' (અબે'ટ), સ૦ક્રિ૦ (ભૂ.કા. abetted). દુષ્કૃત્યમાં–ગુનામાં–સાથ કે ઉત્તેજન આપવું, ઉશ્કેરવું. **abett'or** (અબે'ટર), ના૦ ગુનામાં સાથીદાર.

abey'ance (અબેયન્સ), ના૦ મુલતવી–મોકૂફ–રહેવું, બંધ રહેવું, તાત્કાલિક અમલમાં ન હોવું તે (*in* ~).

abhor' (અબ્હૉર), સ૦ ક્રિ૦ (ભૂ. કા. abhorred). -નો તિરસ્કાર કરવો, -ને વિષે નફરત રાખવી. **abho'rrence** (અબ્હૉરન્સ), ના૦ ત્રાસ, તિરસ્કાર, નફરત; જેને વિષે તિરસ્કાર હોય તે વસ્તુ. **abho'rrent,** વિ૦ત્રાસ–તિરસ્કાર–છૂટે એવું,ઘૃણાસ્પદ.

abide' (અબાઇડ), ઉ૦ ક્રિ૦ (ભૂ. કા. અને ભૂ. કૃ. abode; abided પણ). રહેવું, વસવું; રાહ જોવી; ટકી રહેવું; ખમવું, સહન કરવું. ~ *by an agreement*, કરારનું પાલન કરવું. **abid'ing** (અબાઇડિંગ),વિ૦ કાયમી, ટકી રહે તેવું.

ab'igail (ઍબિગેલ), ના૦ દાસી, ચાકરડી.

abil'ity (અબિલિટિ), ના૦ કાર્યશક્તિ; સામર્થ્ય; હોશિયારી, બાહોશી; લાયકાત; (બ૦વ૦) માનસિક શક્તિઓ.

ab initio (ઍબ્ ઇનિશિઓ), ક્રિ૦ વિ૦ શરૂઆતથી, નવેસર.

ab'ject (ઍબ્જે'ક્ટ), વિ૦ અભાગી, પામર, અધમ, નિંદ્ય, નીચ; ગરીબ. *in ~ poverty*, અતિદરિદ્રી–કંગાલ–(હાલતમાં). **ab'jectness,** ના૦ અધમપણું; મજબૂરી, લાચારી; ગુલામી.

abjure' (અબ્જુઅર), સ૦ ક્રિ૦ સોગન લઈને છોડી દેવું. **abjura'tion** (ઍબ્જુરેશન), ના૦ પ્રતિજ્ઞાપૂર્વક છોડી દેવું તે–કરેલો ત્યાગ.

ab'lative (ઍબ્લટિવ), ના૦ અને વિ૦ પાંચમી વિભક્તિ–પંચમી–(નું).

ab'laut (ઍબ્લાઉટ), ના૦ શબ્દનાં રૂપોમાં સ્વરનું પરિવર્તન (દા.ત. sing, sang, sung).

ablaze' (અબ્લેઝ),ક્રિ૦વિ૦ અને વિ૦ બળતું, સળગેલું; દીપતું, ચળકતું.

a'ble (એબલ), વિ૦ (abler, ablest). લાયક; હોશિયાર; સમર્થ, શક્તિમાન. **able-bodied,** વિ૦ જોરાવર, મજબૂત; (ખારવા અંગે) કુશળ, હોશિયાર. **a'bly,** ક્રિ૦ વિ૦ સમર્થપણે, બાહોશીથી.

ablu'tion (અબ્લૂશન), ના૦ સ્નાન (વિ. ક. ધાર્મિક વિધિ તરીકે), વજૂ.

ab'negate (ઍબ્નગેટ),સ૦ક્રિ૦ છોડી દેવું, -નો ત્યાગ કરવો; જતું કરવું. **abnega'tion** (ઍબ્નિગેશન), ના૦ ત્યાગ; ભોગ (આપવો તે).

abnorm'al (અબ્નૉર્મલ, ઍ–), વિ૦ અસામાન્ય; અનિયમિત; અકુદરતી, અસ્વાભાવિક. **abnorm'ally,** ક્રિ૦વિ૦ અસામાન્યપણે. **abnormal'ity** (ઍબ્નર્મૅલિટિ, –નૉ–), ના૦ અનિયમિત–ગેરશિસ્ત–પણું. **abnorm'ity,** ના૦ ભયંકર વસ્તુ.

aboard' (અબોર્ડ), ક્રિ૦ વિ૦ અને ના૦ અ૦ વહાણ કે આગગાડીમાં – પર; બાજુમાં–એ.

abode' (અબોડ), ના૦ રહેઠાણ, ઘર.

abode, abide.નો ભૂ.કા. તથા ભૂ.કૃ.

abol'ish (અબૉલિશ), સ૦ક્રિ૦ રદ કરવું, નાશ કરવો, કાઢી નાંખવું. **aboli'tion** (ઍબલિશન), ના૦ રદ–નાબૂદ–કરવું તે, નાશ. **aboli'tionist** (ઍબલિશનિસ્ટ), ના૦ ગુલામી ઇ.ની પ્રથાનો વિરોધ કરનારો.

abom'inable (અબૉમિનબલ), વિ૦ તિરસ્કાર–ધિક્કાર–કરવા જેવું; અતિ ખરાબ. **abom'inate** (અબૉમિનેટ), સ૦ક્રિ૦ -નો ધિક્કાર–તિરસ્કાર–કરવો. **abomina'tion** (અબૉમિનેશન), ના૦ ધિક્કાર, તિરસ્કાર;

કંટાળો ઉપજાવે એવી – ધૃણાસ્પદ – વસ્તુ – ટેવ.

abori'ginal (ઍબરિજિનલ), વિ૦ દેશમાં મૂળથી રહેનારું; આદિવાસીઓનું. ના૦ એવું માણસ કે વનસ્પતિ; આદિવાસી.

abori'gines (ઍબરિજિનીઝ઼), ના૦બ૦વ૦ દેશના મૂળ રહેવાસીઓ, આદિવાસીઓ.

abort' (અબૉર્ટ), અ૦ક્રિ૦ ગર્ભપાત થવો, -ને અધૂરે જવું. **abor'tion** (અબૉર્શન), ના૦ ગર્ભપાત; વિકૃત આકારવાળું પ્રાણી. **abor-t'ive** (અબૉર્ટિવ), વિ૦ કવખતનું; નિષ્ફળ, અપયશસ્વી.

abound' (અબાઉન્ડ), અ૦ ક્રિ૦ પુષ્કળ કે વિપુલ હોવું. ~ *in, with*, -ની વિપુલતાવાળું હોવું, -થી સમૃદ્ધ હોવું.

about' (અબાઉટ), ક્રિ૦ વિ૦ બધી બાજુએ, ચોમેર, જ્યાં ત્યાં; આમ તેમ; જુદી દિશામાં; લગભગ, આશરે; ક્યાંક નજીકમાં. ના૦ અ૦ -ની આસપાસ – ફરતે; પાસે, નજીક; વિષે, સંબંધે. *just ~ enough*, તદ્દન પૂરતું. *~ turn*, [લશ્કર અંગે] ફરીને પાછલી બાજુએ જુઓ, અર્ધું ચક્કર ફરો. *bring ~*, સાધવું, બર લાવવું, પાર પાડવું. *come ~*, બનવું, થવું, બની આવવું. *be ~ to do*, -ની તૈયારીમાં હોવું. *set ~ to do*, કરવા માંડવું.

above' (અબવ), ક્રિ૦ વિ૦ ઊંચી જગ્યાએ, ઊંચે, ઉપર; માથા ઉપર, ઉપર; નદીની ઉપરની દિશામાં–મૂળ તરફ; આકાશમાં, સ્વર્ગમાં; (અગાઉ આવી ગયેલા લખાણને ઉદ્દેશીને) ઉપર; -થી વધારે. ના૦ અ૦ ઉપર, માથે, માથા પર; ઉપર, -ની બહાર નીકળતું; [ઇતિહાસમાં] અમુક કાળથી પૂર્વે – પહેલાં; -થી ઉપર – વધુ. *~ all*, સૌથી વધારે મહત્ત્વનું; ક્રિ૦વિ૦ મુખ્યત્વે, વિશેષે કરીને. *~ reproach, suspicion*, નિંદાથી, શંકાથી, પર. *be ~ one*, -ની સમજ બહાર હોવું, -થી સમજાય નહિ એવું હોવું. *be ~ oneself*, પોતાની હોશિયારીથી સંતુષ્ટ અને મગરૂર હોવું. *keep one's head ~ water*, સુરક્ષિત હોવું, પોતાની જાતને સાચવવી.

above'-board, ક્રિ૦ વિ૦ ખુલ્લી રીતે, કપટ વિના; વાજબી રીતે.

abracadab'ra (ઍબ્રકડૅબ્રા), ના૦ યહૂદી લોકોની ગુપ્ત વિદ્યાનો એક મંત્ર, જાદુનો મંત્ર.

abrade' (અબ્રેડ), સ૦ ક્રિ૦ (–dable). ઘસવું, ઘસી નાંખવું; ચામડી ઇ.ને છોલીને ઈજા પહોંચાડવી.

abra'sion (અબ્રેઝન), ના૦ ચામડી ઇ.ને ઘસી– છોલી–નાંખવી; ઘસાયેલી – છોલાયેલી – જગ્યા. **abra'sive** (અબ્રેસ઼િવ), વિ૦ ઘસી – છોલી – નાંખનારું. ના૦ ઘસી નાંખનારી – ઘસવાની – વસ્તુ.

abreast' (અબ્રે'સ્ટ), ક્રિ૦ વિ૦ એક દિશામાં ને એક સપાટી પર મોઢું કરેલું, સાથે સાથે, ખાંધે ખાંધ. *~ of the times*, દુનિયામાં શું ચાલી રહ્યું છે તેની અદ્યતન માહિતી ધરાવનાર.

abridge' (અબ્રિજ), સ૦ક્રિ૦ ટૂંકાવવું, સંક્ષેપ કરવો (વાર્તા, ચોપડી ઇ.નો); પર કાપ મૂકવો. **abridge'ment**, ના૦ સંક્ષેપ, સાર; ટૂંકું રૂપ.

abroad' (અબ્રૉડ), ક્રિ૦વિ૦ ચોતરફ, ચોમેર; ઘરની બહાર, ખુલ્લામાં; દેશની બહાર, પરદેશમાં; દરિયાપાર. *rumour is ~*, અફવા બધે ફેલાઈ છે.

ab'rogate (ઍબ્રગેટ), સ૦ક્રિ૦(–gable), (કાયદો, રૂઢિ ઇ.) રદ કરવું; કાઢી નાંખવું. **abroga'tion**, ના૦ રદ કરવું તે.

abrupt' (અબ્રપ્ટ), વિ૦ એકાએક થયેલું, ઓચિંતું; ઉતાવળિયું; ઊભું, ઊભા – સીધા – ચઢાવવાળું. **abrupt'ness**, ના૦ ઊભાપણું, સીધો ચઢાવ; ઉતાવળ.

[ફોલ્લો.

ab'scess (ઍબ્સે'સ), ના૦ પરુ ભરેલું ગૂમડું-

abscond' (અબ્સ્કૉન્ડ), અ૦ ક્રિ૦ છાનુંમાનું નાસી જવું, છટકી જવું; કાયદાથી બચવા નાસતા ભાગતા ફરવું. **abscon'der**, ના૦ નાસભાગ કરતો ફરનાર, ફરારી.

ab'sence (ઍબ્સન્સ), ના૦ ગેરહાજર હોવું તે, ગેરહાજરી; ન હોવું તે, અભાવ. *in the ~ of*, -ની ગેરહાજરીમાં; -ને અભાવે.

ab'sent (ઍબ્સન્ટ), વિ૦ ગેરહાજર; અવિદ્યમાન. **~-minded**, વિ૦ શૂન્યમનસ્ક, ગાફેલ. **absent'** (અબ્સે'ન્ટ), સ૦ ક્રિ૦ (*~ oneself*) દૂર રહેવું, ગેરહાજર રહેવું (ઇરાદાપૂર્વક). **absentee'** (ઍબ્સન્ટી), ના૦ પોતાની જમીન કે ઘરવાડીથી દૂર રહેનાર ઘરધણી કે જમીનદાર. **absentee'ism**

(ઍબ્સન્ટીઇઝ્મ), ના૦ પોતાની જમીન કે ઘરવાડીથી દૂર રહી તેનો ભોગવટો કરવાની પદ્ધતિ; યોગ્ય કારણ વિના કામ પરથી ગેરહાજર રહેવાની મજૂરોની ટેવ. **ab'sently,** ક્રિ૦ વિ૦ બેધ્યાનપણે, વ્યગ્ર ચિત્તથી.

ab'sinth(e) (ઍબ્સિન્થ), ના૦ એક કડવી ઔષધિ – વનસ્પતિ; તેમાંથી બનાવેલો દારૂ.

ab'solute (ઍબ્સલૂટ, -સ્યૂટ), વિ૦ સંપૂર્ણ, પૂરેપૂરું, આખું; નિરંકુશ, અમર્યાદ; સ્વેચ્છાધીન, આપ અખત્યાર; શુદ્ધ, કેવળ. **ab'solutely,** ક્રિ૦વિ૦ કેવળ, સંપૂર્ણપણે. **ab'solutism,** ના૦ નિરંકુશ સત્તાવાદ.

absolu'tion (ઍબ્સલૂશન, – લ્યૂ –), ના૦ ગુનો કે પાપમાંથી મુક્તિ; ક્ષમા.

absolve' (અબ્ઝૉલ્વ – સૉ –), સ૦ ક્રિ૦ દોષ, પાપ, ગુનો, ઇ.માંથી મુક્ત (જાહેર) કરવું, છોડી દેવું, નિરપરાધી ઠરાવવું.

absorb' (અબ્સૉર્બ), સ૦ક્રિ૦ શોષવું, ચૂસવું, પી જવું; લક્ષ કે ધ્યાન પૂરેપૂરું ખેંચવું. *absorbed in,* – માં ગરકાવ – તલ્લીન. **absorb'ent** (અબ્સૉર્બન્ટ), વિ૦ શોષી – ચૂસી – લેનારું, શોષક; ના૦ શોષક પદાર્થ. **absorb'ing,** વિ૦ ઘણું જ રસિક.

absorp'tion (અબ્સૉર્પ્શન), ના૦ શોષી લેવું તે, શોષણ; ખાનપાનનાં દ્રવ્ય આત્મસાત્ કરી શરીર બાંધવું તે; વિલીન – તલ્લીન – થવું, નિમગ્નતા; સમાસ (કરવો તે).

abstain' (અબ્સ્ટેન), અ૦ક્રિ૦ -થી દૂર રહેવું (વિ. ક. મદ્યથી), વર્જવું (~ *from*). **abstain'er,** ના૦ માદક પેયો કે પદાર્થોથી દૂર રહેનાર.

abste'mious (અબ્સ્ટીમિઅસ), વિ૦ ખાનપાનમાં સંયમવાળું, મિતાહારી.

absten'tion (અબ્સ્ટે'ન્શન), ના૦ (સુખચેનથી) દૂર રહેવું તે; મત ન આપવો તે.

ab'stinence (ઍબ્સ્ટિનન્સ), ના૦ સુખચેનથી દૂર રહેવું તે, સંયમપાલન; ખાવાપીવામાં નિયમિતતા. *total ~*, સદંતર મદિરાત્યાગ. **ab'stinent,** વિ૦ સંયમી.

ab'stract (ઍબ્સ્ટ્રૅક્ટ), વિ૦ અમૂર્ત, ભાવવાચક; તાત્ત્વિક; ગહન, સમજવું મુશ્કેલ. ~ *noun,* ભાવવાચક નામ. ના૦ સંક્ષેપ, સાર; [નામું] તારણ. *in the~*, તત્ત્વતઃ (વિચાર કરતાં). **abstract'** (અબ્સ્ટ્રૅક્ટ), સ૦ક્રિ૦ -માંથી કાઢી લેવું; -નો પૃથક્ વિચાર કરવો; સંક્ષેપ કરવો. **abstract'ed,** વિ૦ ધ્યાન ન આપતું, શૂન્યમનસ્ક, અન્યમનસ્ક. **abstrac'tion** (અબ્સ્ટ્રૅક્શન), ના૦ જુદું પાડવું; કોઈ વસ્તુને તેના ગુણો, રૂપ ઇ. થી જુદી પાડી તેનો તત્ત્વતઃ વિચાર કરવો; બેધ્યાનપણું, શૂન્યમનસ્કતા; કેવળ કલ્પેલી વસ્તુ.

abstruse' (અબ્સ્ટ્રૂસ), વિ૦ ગૂઢ, ગહન; સમજવું મુશ્કેલ, દુર્બોધ.

absurd' (અબ્સર્ડ), વિ૦ બેવકૂફીભરેલું, વિચાર – વિવેક – વિનાનું, વાહિયાત, હાસ્યાસ્પદ. **absurd'ity,** ના૦ અવિવેક, મૂર્ખતા, બેવકૂફી; બેવકૂફીભરેલું કૃત્ય કે વચન.

abun'dance (અબન્ડન્સ), ના૦ વિપુલતા, રેલમછેલ. **abun'dant,** વિ૦ વિપુલ, ભરપૂર. *~in,* -થી સમૃદ્ધ.

abuse' (અબ્યૂઝ), સ૦ક્રિ૦ દુરુપયોગ કરવો, ખોટા કામમાં વાપરવું; નિંદા કરવી, ગાળ દેવી. ના૦ (અબ્યૂસ), દુરુપયોગ; ગાળ, નિંદા; દુરાચાર, બદી. **abu'sive** (અબ્યૂસિવ), વિ૦ નિંદાથી – ગાળથી – ભરેલું.

abut' (અબટ), ઉ૦ક્રિ૦ (ભૂ.કા. abutted). -ની સીમા – છેડા – પર આવેલું હોવું, અડવું, અડેલું હોવું(*against, on*). **abut'ment,** ના૦ [સ્થા.] કમાનની બન્ને બાજુએ રચેલા ટેકા કે પુસ્તામાંનો એક; ટેકો, છેડાનો પુસ્તો.

abyss', abysm' (અબિસ, અબિઝ્મ), ના૦ જેનું તળિયું ન દેખાતું હોય એવો અતિ ઊંડો ખાડો – ખીણ; ધરતીનું પેટાળ, પાતાળ. **abys'mal** (અબિઝ્મલ), વિ૦ અતિ ઊંડું; અગાધ (વિ. ક. લાક્ષણિક અર્થમાં, દા. ત. ~ *ignorance,* ઘોર અજ્ઞાન).

a/c = account, ખાતું, હિસાબ.

aca'cia (અકેશા), ના૦ જેમાંથી ગુંદર ઝરે છે એવાં વૃક્ષ; ગુંદર.

academ'ic (ઍકડે'મિક), વિ૦ (પ્લેટોની) પાઠશાળાનું; પંડિતાઈ–વિદ્વત્તા–વાળું; તાત્ત્વિક, કેવળ તાર્કિક ચર્ચાનું, અવહેવારુ. **academ'ical** (ઍકડે'મિકલ), વિ૦ મહાવિદ્યાલય કે

વિદ્યાપીઠનું – ને લગતું. **acad'emi'cian** (અકેડમિશન), ના૦ અકાદમીનો, વિ. ક. રૉયલ અકૅડમીનો, સભ્ય.

acad'emy (અકૅડમિ), ના૦ પ્રાચીન ગ્રીસની પ્લેટોની પાઠશાળા (A~); શાળા, મહાવિદ્યાલય કે વિદ્યાપીઠ; વિદ્યા, કલા ઇ. ના ઉપાસકોનું – તદ્દવિદોનું – મંડળ; કોઈ ખાસ વિદ્યા કે કળાના શિક્ષણની સંસ્થા.

acan'thus (અકૅન્થસ), ના૦ અણીવાળાં પાંદડાંવાળો એક છોડ, વિ.ક. ગ્રીક સ્થાપત્યમાં તેની અનુકૃતિ.

accede' (અક્સીડ, ઍ–), અ૦ ક્રિ૦ (*to* સાથે) સંમત થવું, માન્ય કરવું; અધિકાર – હોદ્દા – ગાદી – પર આવવું.

accel'erate (અકસે'લરેટ), ઉ૦ ક્રિ૦ (–rable), -ની ગતિ – વેગ – વધારવો; વધારે શીઘ્ર ગતિ પકડવી; જલદી થાય તેમ કરવું. **accelera'tion**, ના૦ વધુ શીઘ્ર બનાવવું –થવું તે; અમુક અવધિમાં થતો વેગનો વધારો.

accel'erator (અકસે'લરેટર), ના૦ વાહન – યંત્ર (વિ. ક. મોટર)–ની ગતિ કે વેગ વધારવા ઘટાડવા માટેની યાંત્રિક રચના – કળ.

ac'cent (ઍક્સન્ટ), ના૦ શબ્દના કોઈ અક્ષર પર મુકાતો ભાર કે જોર; બોલવાની કે ઉચ્ચારની ઢબ; અક્ષર પર ભાર મૂકવાની નિશાની, સ્વરાઘાત ચિહ્ન "'". **accent'** (અક્સે'ન્ટ), સ૦ ક્રિ૦ સ્વર કે શબ્દ પર ભાર દઈને ઉચ્ચાર કરવો – વાંચવું; ભાર દેવો. **accen'tuate** (અક્સે'ન્ચુએટ), સ૦ ક્રિ૦ સ્વર પર ભાર દઈને ઉચ્ચાર કરવો; [લા.] -નું મહત્ત્વ ભાર દઈને બતાવવું; વધારે પડતું મહત્ત્વ આપવું. **accentua'tion**, ના૦

accept' (અકસે'પ્ટ), ઉ૦ ક્રિ૦ લેવું, સ્વીકારવું; માન્ય – કબૂલ–કરવું, સ્વીકારવું; -માં વિશ્વાસ રાખવો. **accep'table** (અકસે'પ્ટબલ), વિ૦ સ્વીકારવા યોગ્ય; સ્વાગતાર્હ, સંતોષકારક. **accep'tance** (અકસે'પ્ટન્સ), ના૦ ભેટ, પૈસા ઇ. સ્વીકારવા સંમત થવું તે-સંમતિ; પસંદગી; અંગીકાર, સ્વીકાર; કબૂલાત, કબૂલાત પામેલી હૂંડી; વિશ્વાસ. **accepta'tion** (ઍક્સે'પ્ટેશન), ના૦ શબ્દનો રૂઢ કે સામાન્ય અર્થ.

ac'cess (ઍકસે'સ), ના૦ પહોંચવાનો – આવવાજવાનો – માર્ગ; એ માર્ગનો હક; અમુક જગ્યાએ આગમન; ઉમેરો, વધારો; માંદગી, લાગણી, ઇ.નો હુમલો, આવેશ, ઊભરો. *give ~ to*, -માં પ્રવેશ આપવો – આવવા દેવું.

access'ary (અકસે'સરિ, ઍક્સિસરિ), ના૦ ગુના ઇ. માં સાથી.

access'ible (અકસે'સિબલ), વિ૦ પાસે જઈ શકાય એવું, સુગમ્ય; જેને સહેજે (પાસે જઈને) મળી શકાય એવું. **accessibil'ity**, ના૦ સુગમ્યતા.

access'ion (અકસે'શન) ના૦ પદ, હોદ્દા કે ગાદી પર આવવું તે, રાજ્યારોહણ; ઉમેરો, વધારો.

access'ory (અકસે'સરિ), વિ૦ અને ના૦ વધારાની – ઉમેરેલી – (વસ્તુ), વધારાની ઉપયોગી (વસ્તુ).

ac'cidence (ઍક્સિડન્સ), ના૦ વિભક્તિઓ કે રૂપાખ્યાનવાળો વ્યાકરણનો ભાગ; કોઈ વિષયનાં મૂળતત્ત્વો.

ac'cident (ઍક્સિડન્ટ), ના૦ અચાનક બનતો બનાવ, અકસ્માત; હોનારત, અપઘાત; આવશ્યક અથવા મહત્ત્વનું નહિ એવું કંઈક – વસ્તુનું અંગ કે ગુણ, ઇ. **acciden'tal** (ઍક્સિડે'ન્ટલ), વિ૦ આકસ્મિક, અચાનક બનેલું. ના૦ [સં.] સ્વરલેખનમાં વપરાતું એક ચિહ્ન.

acclaim' (અક્લેમ), સ૦ ક્રિ૦ મોટેથી કે ઉત્સાહપૂર્વક–હર્ષનાદ સાથે–વધાવવું; ત્રાતા કે વિજેતા તરીકે આવકાર આપવો. **accla-ma'tion** (ઍક્લમેશન), ના૦ આનંદના પોકારોથી સ્વાગત કરવું–સંમતિ આપવી – તે.

acclim'atize (અક્લાઇમટાઇઝ઼), સ૦ ક્રિ૦ પ્રાણી, વનસ્પતિ, ઇ.ને નવા મુલકના હવા-પાણીને અનુકૂળ બનાવવું. *~ oneself*, એ રીતે ટેવાઈ જવું. **acclimatiza'tion**, ના૦.

accliv'ity (અક્લિવિટિ), ના૦ ચડતો ઢાળ, ટેકરીની બાજુ.

accolade' (ઍકલેડ,–લાડ), ના૦ (તલવારની ચપટી બાજુ ખભા પર મૂકી) ઉમરાવ કે સરદારની પદવી આપવાની વિધિ

accomm'odate (અકૉમડેટ), સ૦ ક્રિ૦ વસ્તુને અનુકૂળ કે યોગ્ય બનાવવી; પૂરું પાડવું, (પૈસા વગેરે) ઉછીનું આપવું; રહેવાની સગવડ

કરી આપવી; સમાધાન કરાવવું, (ઝઘડો) પતાવવું. **accomm'odating,** વિ૰ સગવડ સાચવનારું; પરગજુ, ઉપકારક. **accommoda'tion,** ના૰ રહેવાની સગવડ; પૈસા, ઇ.ની મદદ; સમાધાન, સમજૂતી.

accom'paniment (અકંપનિમન્ટ), ના૰ સાથે રહેનારી કોઈ પણ વસ્તુ; [સં.] સાથ, સાથ આપનાર વાજિંત્ર. **accom'panist** (અકંપનિસ્ટ), ના૰ સાથ દેનાર વ્યક્તિ

accom'pany (અકંપનિ), સ૰ ક્રિ૰ સાથે જવું–આવવું, વળાવવું; તે જ વખતે બનવું; [સં.] સાથ કરવો.

accom'plice (અકૉમ્પ્લિસ), ના૰ ગુનામાં સાથ આપનાર, મળતિયો, સાગરીત.

accom'plish (અકૉમ્પ્લિશ, અક–), સ૰ ક્રિ૰ કરવું, પૂર્ણ કરવું; કળા, ઇ.માં પૂર્ણતા મેળવવી. **accom'plished,** વિ૰ સિદ્ધહસ્ત, કુશળ; ગુણી. **accom'plishment,** ના૰ સાધવું તે, સિદ્ધિ; (બ૰વ૰) સંપાદન કરેલાં ગુણ, જ્ઞાન, કળા, ઇ.

accord' (અકૉર્ડ), ઉ૰ ક્રિ૰ –ની સાથે મેળ ખાવો–હોવો; માન્ય કરવું, કબૂલ રાખવું; આપવું. ના૰ મેળ; સંમતિ, માન્યતા. *of one's own* ~, સ્વેચ્છાથી, પોતાની મેળે. **accor'dance,** ના૰ એકમત, મેળ; મળતાપણું, સરખાપણું. *in* ~ *with*, પ્રમાણે, મુજબ. **accord'ant,** વિ૰ મેળવાળું, –ને મળતું, –ને અનુસરતું; સંવાદી; અનુકૂળ.

accord'ing (અકૉર્ડિંગ્), ક્રિ૰વિ૰ ~ *as*, –ના પ્રમાણમાં (બદલાતું); ~ *to*, મુજબ, પ્રમાણે. [માટે.

accord'ingly, ક્રિ૰વિ૰ તદનુસાર; તેથી,

accord'ion (અકૉર્ડિયન), ના૰ સંગીતનું એક વાદ્ય, વાજું.

accost' (અકૉસ્ટ), સ૰ ક્રિ૰ –ની પાસે જઈને સંબોધવું–પૂછવું; પ્રથમ વાત શરૂ કરવી.

account' (અકાઉન્ટ), ઉ૰ ક્રિ૰ પૈસાનો હિસાબ આપવો. ~ *for*, –નો જવાબ–ખુલાસો–આપવો; [મૃગયામાં] મારી નાંખવું. ના૰ હિસાબ; વર્ણન, હેવાલ; (બ૰વ૰) લેણદેણનો હિસાબ. *of no* ~, મહત્ત્વ–દમ–વગરનું. *on* ~, ઉધાર, શાખ ઉપર; ખાતાની રકમ પેટે. *on* ~ *of*, –ને કારણે. *take into* ~, –નો વિચાર કરવો–ખ્યાલ રાખવો, ગણતરીમાં લેવું.

accoun'table (અકાઉન્ટબલ), વિ૰ જવાબદાર, હિસાબ આપવા બંધાયેલું; સમજૂતી–ખુલાસો–આપી શકાય એવું. **accountabil'ity,** ના૰.

accoun'tant (અકાઉન્ટન્ટ), ના૰ હિસાબનીસ, મહેતો. **accoun'tancy,** ના૰ હિસાબનીસનો ધંધો; હિસાબ રાખવાની વિદ્યા, નામું.

accou'tre (અકૂટર), સ૰ ક્રિ૰ સજ્જ કરવું, હથિયારબંધ કરવું. **accout'rements** (અકૂટરૂમન્ટ્સ), ના૰ બ૰વ૰ સાજ, લશ્કરી સાજસામાન.

accred'it (અક્રેડિટ), સ૰ ક્રિ૰ –ને માટે વિશ્વાસ–પત–મેળવવી; વિશ્વાસપત્ર આપીને એલચી તરીકે કોઈ દરબારે મોકલવું. **accred'ited** (અક્રેડિટિડ), વિ૰ અધિકૃત રીતે –અધિકાર સોંપીને–માન્ય કરેલું, અધિકૃત.

accre'tion (અક્રીશન), ના૰ વિકાસને લીધે થયેલી વૃદ્ધિ; વૃદ્ધિ, ઉમેરો; ઉમેરાયેલું દ્રવ્ય.

accrue' (અક્રૂ), અ૰ ક્રિ૰ (નફો, વ્યાજ) મળવું, ઊપજવું; ઉમેરો થવો, વધવું.

accum'ulate (અક્યૂમ્યુલેટ), ઉ૰ક્રિ૰ થોડું થોડું કરીને સંગ્રહ–ઢગલો–કરવો–થવો; –ની સંખ્યા–જથ્થો–વધવો–થવો. **accumula'tion,** ના૰ સંગ્રહ–સંચય (કરવો–થવો તે). **accum'ulative,** વિ૰ સંગ્રહ કરવાની વૃત્તિવાળું; ભેગા થવાથી નિષ્પન્ન થતું.

accum'ulator (અક્યૂમ્યુલેટર), ના૰ વીજળી સંઘરવાનું સાધન–યંત્ર.

acc'urate (ઍક્યુરિટ), વિ૰ ચોક્કસ, બરાબર, ખરેખરું; ભૂલ વિનાનું; ભૂલ વિના કરનારું. **acc'uracy,** (ઍક્યુરસિ), ના૰ ચોકસાઈ, બારીકી.

accurs'ed (અકર્સિડ), **accurst'** (અકર્સ્ટ), વિ૰ શાપિત, દુર્દૈવી; નિંદ્ય, તિરસ્કારને પાત્ર.

accusa'tion (ઍક્યુઝ઼ેશન), ના૰ તહોમત, આરોપ.

accus'ative (અક્યૂઝ઼ટિવ), વિ૰ અને ના૰ બીજી વિભક્તિ–દ્વિતીયા–(નું).

accuse' (અક્યૂઝ઼), સ૦ક્રિ. આરોપ કરવો, તહોમત મૂકવું; દોષારોપણ કરવું. **accu'ser**, ના૦ આરોપ મૂકનાર. *the accused*, આરોપી, તહોમતદાર.

accus'tom (અકસ્ટમ), સ૦ક્રિ૦ -ની ટેવ-મહાવરો-પાડવો (~ a person *to*). **accus'tomed**, વિ૦ ટેવાયેલું; હંમેશનું.

ace (એસ), ના૦ [પત્તાની રમતમાં] એક્કો; [જુગારમાં] પાસા પરનું પૈડું; કોઈ કળામાં એક્કો, ઉસ્તાદ; કુશળ કસાયેલો વિમાની; રજ, લેશ. *within an ~ of (death, etc.)*, (મરવા ઇ.)ની અણી પર, લગભગ.

acerb'ity (અસર્બિટિ), ના૦ ખટાશ, કડવાશ; [લા.] આકરાપણું, કડવાશ, મિજાજ (બોલવું, ઇ.માં).

ace'tic (અસીટિક, -સે'-) વિ૦ વિનિગર-સરકા-ને લગતું, સરકાના તેજાબનું, ખાટું.

acet'ylene (અસે'ટિલીન), ના૦ સફેદ જ્યોતથી બળતો એક વર્ણહીન વાયુ (ગૅસ).

ache (એક), અ૦ક્રિ૦ સતત લાંબુ દરદ-વેદના-થવી. ના૦ એવું દરદ, વેદના, દુખાવો.

achieve' (અચીવ), સ૦ક્રિ૦ પૂરું કરવું, પાર પાડવું; મેળવવું, પ્રાપ્ત કરવું. **achieve'ment**, ના૦ પ્રાપ્તિ, સિદ્ધિ.

achromat'ic ઍક્રૉમૅટિક), વિ૦ રંગવિનાનું, વર્ણહીન.

a'cid (ઍસિડ), વિ૦ ખાટું, તીખા સ્વાદવાળું; ખરાબ મિજાજવાળું, બોલવામાં કરડું. ના૦ ખાટું દ્રવ્ય; [રસા.] તેજાબ. *~ test*, તેજાબ વાપરીને કરેલી કસોટી-પરીક્ષા; [લા.] અગ્નિ-પરીક્ષા, ભારે કસોટી. **acid'ity** (અસિડિટિ), ના૦ ખટાશ.

acidos'is (ઍસિડૉસિસ), ના૦ (મધુમેહ, ઇ.માં) લોહીમાં ખટાશ પેદા થવાની વિકૃતિ.

acid'ulate (અસિડયુલેટ), સ૦ક્રિ૦ ખટાશ પર આણવું. **acid'ulated**, વિ૦ સહેજ ખટાશ પર આણેલું. *~ drops*, સહેજ ખટાશ ઉમેરેલા સાકરના-ખાંડના-ગાંગડા. **acid'ulous** (અસિડયુલસ), વિ૦ સહેજ ખાટું, ખટાશ પડતું.

acknowl'edge (અક્નૉલિજ), સ૦ ક્રિ૦ (-geable). કબૂલ-માન્ય-કરવું; (કાગળ, ઇ.ની) પહોંચ સ્વીકારવી; (કોઈની મોટાઈ, ઇ.) સ્વીકારવું, માન્ય કરવું; કશાક માટેની જવાબદારી સ્વીકારવી. **acknowl'edg(e)ment**, ના૦ સ્વીકાર; માન્યતા; પહોંચ; કૃતજ્ઞતા બતાવવા આપેલી ભેટ-પુરસ્કાર.

ac'me (ઍક્મિ), ના૦ શિખર, ટોચ; પરાકાષ્ઠા, પૂર્ણતા.

ac'ne (ઍક્નિ), ના૦ ચામડીનો એક રોગ, ફોલ્લી (વિ. ક. મોઢા પરની), ખીલ.

ac'olyte (ઍકલાઈટ), ના૦ દેવળના પાદરીનો મદદનીશ કે પરિચારક.

ac'onite (ઍકનાઇટ), ના૦ વછનાગ કે તેનું ઝેર.

ac'orn (એકૉર્ન), ના૦ ઓક ઝાડનું ફળ; તેનું બીજ.

acous'tic (અકૂસ્ટિક, અકાઉ-), વિ૦ શ્રવણેન્દ્રિય કે સાંભળવા અંગેનું. **acous'tics** (અકૂસ્ટિક્સ), ના૦ ધ્વનિશાસ્ત્ર; (બ૦વ૦) અવાજ સંભળાવા અંગેની મકાનની યોગ્યતા.

acquaint' (અક્વેન્ટ), સ૦ ક્રિ૦ -ને જાણ કરવી, ખબર આપવી, માહિતગાર કરવું. *~ oneself with*, જાણવું, શીખવું, -ને વિષે માહિતગાર થવું. **acquain'tance** (અક્વેન્ટન્સ), ના૦ ઓળખાણ, પરિચય; જાણકારી, માહિતગારી; ઓળખીતી વ્યક્તિ.

acquiesce' (ઍક્વિએ'સ), અ૦ક્રિ૦ કબૂલ-માન્ય-કરવું, (~ *in*) -નો સ્વીકાર કરવો. **acquies'cence**, ના૦ માન્ય કરવું તે, સંમતિ. **acquies'cent**, વિ૦.

acquire' (અક્વાયર), સ૦ ક્રિ૦ મેળવવું, પ્રાપ્ત કરવું; -ને મળવું. **acquire'ment**, ના૦ પ્રાપ્ત કરેલી વિદ્યા-શક્તિ-વસ્તુ.

acquisi'tion (ઍક્વિઝ઼િશન), ના૦ મેળવવું તે, સંપાદન; મળવું તે, પ્રાપ્તિ; પ્રાપ્ત કરેલી વસ્તુ; ઉપયોગી ઉમેરો. **acquis'itive** (અક્વિઝ઼િટિવ), વિ૦ મેળવવાની ઇચ્છાવાળું, સંગ્રહેચ્છુ, પરિગ્રહી.

acquit' (અક્વિટ), સ૦ ક્રિ૦ નિર્દોષ જાહેર કરવું, નિર્દોષ જાહેર કરીને છોડી મૂકવું; (ઋણ) ચૂકવવું; (સ્વ૦ક્રિ૦) *~ oneself (well or ill)*, પોતાનો ભાગ ભજવવો. **acquitt'al** (અક્વિટલ), ના૦ નિર્દોષ ઠરાવવું-આરોપમાંથી મુક્ત કરવું-છોડી મૂકવું-તે; નિર્દોષ છુટકારો. **acquitt'ance**, ના૦ દેવું ચૂકવવું તે; ઋણમુક્તિ.

a'cre (એકર), ના૦ જમીનનું માપ-૪૮૪૦ ચો.વાર.-૪૦૪૬ચો.મીટર; (બ૦વ૦) જમીન,

ખેતરો. **a'creage** (ઍકરિજ), ના૦ કુલ એકર, જમીનનું ક્ષેત્ર–વિસ્તાર.

ac'rid (ઍક્રિડ), વિ૦ તીખું તમતમતું, તીખું અને કડવું, ખાટું; સ્વભાવે આકરું; બોલવામાં નિર્દય–કઠોર. **acrid'ity** (અક્રિડિટિ), ના૦ તીખાશ, સખતાઈ.

ac'rimony (ઍક્રિમનિ), ના૦ તીખાશ, કડવાશ; આકરાપણું, કરડાપણું, કઠોરપણું. **acrimon'ious**, વિ૦ તીખું, કટુ, કઠોર.

ac'robat (ઍક્રબૅટ), ના૦ સાહસ અને ચપળતાથી કસરતના દાવ કરનાર, દોરડા પર ચાલનાર, બજાણિયો. **acrobat'ic**, વિ૦ **acrobat'ics**, ના૦ બ૦ વ૦ દોરડા પર ચાલવું, ઇ. જેવા કસરતના દાવ.

acrop'olis (અક્રૉપલિસ), ના૦ ગ્રીક નગરનો કિલ્લો અથવા ઊંચાણવાળો ભાગ (વિ. ક. ઍથેન્સનો).

across' (અક્રૉસ), ના૦ અ૦ અને ક્રિ૦ વિ૦ એક બાજુ–કાંઠા–થી બીજી બાજુ–કાંઠા–સુધી; બીજી બાજુએ, પેલી પાર; આડું. *come* ~, -નો ભેટો થવો, -ના સંસર્ગમાં આવવું. *get* ~ (a person), -ની સાથે ઝઘડવું.

acros'tic (અક્રૉસ્ટિક), ના૦ જેના પહેલા અને છેલ્લા અક્ષરોના અમુક શબ્દો બને છે એવી કવિતા, બહિર્લાપિકા; એકની નીચે બીજો એમ શબ્દો લખવાથી તેના અક્ષરોના બીજા શબ્દો બને એવા શબ્દો ખોળી કાઢવાની રમત.

act (ઍક્ટ), ના૦ કૃત્ય, કામ; ક્રિયા; કાયદો; (નાટકનો) અંક. *in the* ~ *of*, કોઈ ક્રિયા કરતાં. ~ *of God*, આસમાની આફત ઇ. ~ *of grace*, મહેરબાનીની દાખલ કરેલું કામ. ઉ૦ક્રિ૦ નાટક ભજવવું; નાટકમાં કોઈ પાત્રનો ભાગ ભજવવો; નાટક–ઢોંગ–કરવું; કરવું; કામ કરવું, ચાલવું (યંત્રનું); વર્તન કરવું, વર્તવું; કશાક ઉપર પરિણામ ઉપજાવવું–અસર પાડવી. ~ *the part of*, -ની ફરજ બજાવવી, તરીકે કામ કરવું–સેવા બજાવવી. ~ *up to one's reputation*, લોકો અપેક્ષા રાખે–આબરૂને બટ્ટો ન લાગે–તેવું વર્તન કરવું. ~ *upon advice*, સલાહ પ્રમાણે વર્તવું. **acting**, વિ૦ બીજાની વતી કામ કરનારું, કામચલાઉ. ના૦ અભિનય.

ac'tion (ઍક્શન), ના૦ હલનચલન, ક્રિયા; અસર, પરિણામ; કૃત્ય, કામ; ફરિયાદ, મુકદ્દમો; લડાઈ. *take* ~, પગલાં લેવાં. *out of* ~, કામ કરી કે વાપરી ન શકાય એવું. **ac'tionable** (ઍક્શનબલ), વિ૦ કોર્ટમાં ફરિયાદ માંડી શકાય એવું.

ac'tive (ઍક્ટિવ), વિ૦ કામ કરતું, ક્રિયાશીલ; ચપળ, ચંચળ; ઉત્સાહી; ગતિશીલ; [વ્યાક૦] (પ્રયોગ) કર્તરિ.

activ'ity (ઍક્ટિવિટિ), ના૦ ઉદ્યોગ, પ્રવૃત્તિ.

ac'tor (ઍક્ટર), ના૦ નટ. **ac'tress** (ઍક્ટ્રિસ), ના૦ નટી.

ac'tual (ઍક્ચુઅલ), વિ૦ વાસ્તવિક, ખરું; વર્તમાન, ચાલુ. **actual'ity** (ઍક્ચુઍલિટિ), ના૦ વાસ્તવિક સ્થિતિ, વાસ્તવિકતા. **ac'tually** (ઍક્ચુઅલિ), ક્રિ૦વિ૦ ખરેખર, વસ્તુતઃ; (વિચિત્ર લાગે) છતાં–તોપણ.

ac'tuary (ઍક્ચુઅરિ), ના૦ વીમા કંપનીઓનો હિસાબ ગણનાર–ગણતરી કરનાર–તજ્જ્ઞ; વીમા અંગે મૃત્યુ પ્રમાણ, ઇ. માહિતી જાણનાર તજ્જ્ઞ. **actuar'ial** (–એરિઅલ), વિ૦.

ac'tuate (ઍક્ચુએટ), સ૦ક્રિ૦ (–uable). ગતિ આપવી, ચલાવવું; (વ્યક્તિને) પ્રેરવું.

acum'en (અક્યૂમે'ન), ના૦ તીક્ષ્ણ–કુશાગ્ર–બુદ્ધિ; ભેદક દૃષ્ટિ.

acute' (અક્યૂટ), વિ૦ તીક્ષ્ણ, ભેદક; (રોગ) તીવ્ર, ઉગ્ર, ગંભીર; (ઇંદ્રિય) તીક્ષ્ણ, નાજુક; (ખૂણો) કાટખૂણાથી–૯૦°થી–નાનો, સાંકડો; ~ *accent*, આ ચિહ્ન ('). **acute'ness**, ના૦ તીવ્રતા, ઇ. **acu'ity** (અક્યૂઇટિ), ના૦ તીક્ષ્ણતા, તીવ્રતા.

A.D., Anno Domini (ઍનો ડૉમિનિ) નું સંક્ષિપ્ત રૂપ.

ad (ઍડ), ના૦ [વાતચીતમાં] advertisement (જાહેરાત)નો સંક્ષેપ.

ad'age (ઍડિજ), ના૦ કહેવત, કહેણી.

adagio (અડાજ્યો, –જિઓ), વિ૦ ધીમા તાલમાં ગવાતું.

Ad'am (ઍડમ), ના૦ (ખ્રિસ્તી ધર્મશાસ્ત્ર પ્રમાણે) દુનિયામાં અવતરેલો પહેલો માનવી–પુરુષ, બાવા આદમ. ~*'s apple*, ગળાનો ટેકરા જેવો ઊપસી આવતો ભાગ,

હેંડિયો, કંઠમણિ.

ad'amant (ઍડમન્ટ), ના૰ ભેદી ન શકાય એવી અત્યંત કઠણ વસ્તુ, વજ્ર, ઘણો જ કઠણ પથ્થર. વિ૰ વજ્ર જેવું કઠણ; [લા.] દૃઢ, અણનમ. **adaman'tine** (ઍડમૅન્ટાઇન), વિ૰ વજ્ર સરખું (કઠણ).

adapt' (અડૅપ્ટ), સ૰ ક્રિ૰ અનુકૂળ કરવું, બંધ બેસતું કરવું; ફેરફાર કરવો. **adaptabil'ity** (અડૅપ્ટબિલિટિ), ના૰ બંધબેસતું થવાની યોગ્યતા–ક્ષમતા. **adapta'tion**, ના૰ યોગ્ય – લાયક – કરવું તે; [સાહિત્ય] કોઈ રચનાનો અમુક વર્ગ માટે કરેલો સંક્ષેપ કે રૂપાંતર. **adap'table**, વિ૰ અનુકૂલ કરી શકાય એવું. **adap'ter**, ના૰ જુદા જુદા કદની વસ્તુઓ જોડવાનું સાધન – ભાગ.

add (ઍડ), ઉ૰ ક્રિ૰ ઉમેરવું, મેળવવું; સરવાળો કરવો; વધારવું (~*to*).

adden'dum (અડૅન્ડમ), ના૰ (ઉમેરવાનો) વધારો.

add'er (ઍડર), ના૰ એક નાનો ઝેરી સાપ.

addict' (અડિક્ટ), સ૰ ક્રિ૰ પૂંઠે લાગવું, -ની ટેવ–લત–માં પડવું. **add'ict** (ઍડિક્ટ), ના૰ બંધાણી, વ્યસની. **addic'tion** (અડિક્શન), ના૰ વ્યસન. **addic'ted** (અડિક્ટિડ), વિ૰ ~ *to*, -ની લતમાં પડેલું – ટેવવાળું.

add'ition (અડિશન), ના૰ ઉમેરવું તે, સરવાળો; ઉમેરો, વધારો. *in* ~, વધારામાં. **addi'tional** (અડિશનલ), વિ૰ વધારાનું.

ad'dle (ઍડલ), વિ૰ (ઈંડું) સડેલું, કહોવાયેલું; (વિચાર) અસ્પષ્ટ, મૂર્ખામીભર્યું. સ૰ક્રિ૰ ગોટાળામાં નાખવું; કહોવડાવવું. **ad'dled**, વિ૰ કહોવાયેલું. **addle-head**, ના૰ બુદ્ધિહીન – ઠોઠ – માણસ, સ્પષ્ટતાથી વિચાર ન કરી શકે એવો માણસ.

address' (અડ્રે'સ), સ૰ક્રિ૰ -ને સંબોધીને બોલવું – લખવું – ભાષણ કરવું; સરનામું લખવું; અરજ કરવી. ~ *oneself to a task*, કામ ઉપાડવું, કામમાં મંડી પડવું. ના૰ ભાષણ, વ્યાખ્યાન; માનપત્ર; સરનામું, ઠેકાણું; કુશળતા; બોલવા કરવાની શૈલી; (બ૰વ૰) અનુનય. *pay one's ~es to* (a lady), -ના પ્રેમની યાચના કરવી, પર પ્રેમ કરવો.

addressee' (ઍડ્રે'સી), ના૰ જેને નામે કાગળ લખ્યો હોય – કાગળનું સરનામું હોય – તે.

adduce' (અડ્યૂસ), સ૰ ક્રિ૰ પુરાવા કે દાખલા તરીકે ટાંકવું, હાજર કરવું, કારણ તરીકે આપવું. **adduc'ible** (અડ્યૂસિબલ), વિ૰ પુરાવા કે કારણ તરીકે રજૂ કરી શકાય એવું.

ad'enoids (ઍડિનૉઇડ્ઝ), ના૰ નાકની પાછળ ગળાની પાસે આવેલી પોચી ગ્રંથિ (જે ઘણી વાર શ્વસનક્રિયામાં અંતરાય કરે છે.)

adept' (અડે'પ્ટ), વિ૰ નિપુણ, પાવરધું. ના૰ એવું માણસ.

ad'equate (ઍડિક્વિટ,–ક્વટ), વિ૰ ખપપૂરતું, જોઈએ તેટલું, પર્યાપ્ત. **ad'equacy** (ઍડિક્વસિ), ના૰ પર્યાપ્તતા.

adhere' (અડ્હિઅર), અ૰ક્રિ૰ -ને વળગી–ચોંટી – રહેવું, -ના પક્ષના કે મતના હોવું. **adher'ence** (અડ્હીરન્સ, – ડ્હિઅ –), ના૰ વળગી રહેવું તે. **adherent,** ના૰ અનુયાયી, હિમાયતી. વિ૰ ચોંટનારું.

adhe'sion (અડ્હીઝન), ના૰ ચોંટી – વળગી – રહેવું તે; ગંઠાઈ જવું તે. **adhe'sive** (અડ્હીસિવ), વિ૰ ચોંટી રહે [એવું, ચીકણું.

ad hoc (ઍડ્ હૉક), વિ૰ આ હેતુસર રચાયેલું, ખાસ.

adieu' (અડ્યૂ), ઉદ્ગાર૰ વિદાયવેળાની સલામ, રામરામ. ના૰ સલામ, રામરામ.

ad infinitum (ઍડ્ ઇન્ફિનાઇટમ), ક્રિ૰ વિ૰ અને વિ૰ અંત વિના; અનંત કાળ સુધી.

ad interim (ઍડ્ ઇન્ટરિમ), ક્રિ૰વિ૰ અને વિ૰ વચગાળાના સમય માટે(નું), હાલ તુરત માટે(નું).

ad'ipose (ઍડિપોઝ), વિ૰ ચરબીવાળું–નું

ad'it (ઍડિટ), ના૰ ખાણમાં ઊતરવાનો આડો રસ્તો.

adja'cent (અડ્જેસન્ટ), વિ૰ પાસેનું, નજીકનું, જોડેનું. **adja'cency,** ના૰ સંનિધિ, સાન્નિધ્ય.

adj'ective (ઍડ્જિક્ટિવ), ના૰ વિશેષણ.

adjectiv'al (ઍડ્જિક્ટાઇવલ), વિ૰ વિશેષણાત્મક, વિશેષણરૂપ.

adjoin' (અડ્જૉઇન), ઉ૰ક્રિ૰ -ની પાસે–

નજીક – હોવું, -ની સાથે જોડાયેલું હોવું.

adjourn' (અજર્ન, અડ્જર્ન), ઉ૦ ક્રિ૦ મોકૂફ – મુલતવી – રાખવું; થોડા વખત માટે બંધ રાખવું; સભાની જગ્યા બદલવી. **adjourn'ment**, ના૦ મોકૂફી, મુલતવી રાખવું તે.

adjudge' (અડ્જજ), સ૦ક્રિ૦(–geable). ચુકાદો આપવો, ફેંસલો કરવો; ન્યાય તોળીને મિલકત અપાવવી – સજા કરવી, ઇ.

adjud'icate (અજ્યૂડિકેટ, અડ્જ્યૂ –), ઉ૦ ક્રિ૦ દાવાનો તટસ્થપણે નિકાલ કરવો. **adjudica'tion**, ના૦ ઠરાવ, ચુકાદો. **adjud'icator**, ના૦ તપાસ કરી ચુકાદો આપનાર, લવાદ.

adj'unct (ઍડ્જંક્ટ), ના૦ સાથે જોડાયેલી ગૌણ વસ્તુ, આનુષંગિક ગુણ કે વસ્તુ; [વ્યાક.] વિશેષ્ય કે વિધેયના અર્થમાં વધારો કરનાર શબ્દ.

adjure' (અજૂર, અડ્જુઅર), સ૦ક્રિ૦ આગ્રહપૂર્વક કે ગંભીરતાથી વિનંતી કરવી – માગવું. **adjura'tion**, (ઍજુરેશન), ના૦ સોગન (દેવા તે).

adjust' (અજસ્ટ, અડ્–), સ૦ક્રિ૦ વ્યવસ્થિત કરવું, ગોઠવવું; બંધબેસતું કરવું. **adjust'able**, વિ૦ બંધબેસતું કરી શકાય એવું. **adjust'ment**, ના૦ બંદોબસ્ત, ગોઠવણ; યંત્ર કે ઓજારને બંધબેસતું કરવા માટેનો ભાગ.

adj'utant (ઍજુટન્ટ), ના૦ લશ્કરના ઉપલા અધિકારીને મદદ કરનાર અમલદાર; સારસ પક્ષી (~ *bird*). ~ *general*, સેનાપતિને મદદ કરનાર અમલદાર.

ad libitum (ઍડ્ લિબિટમ), ક્રિ૦ વિ૦ (સંક્ષેપ *ad lib*). યથેચ્છ, જોઈએ તેટલું.

admin'ister (અડ્મિનિસ્ટર), ઉ૦ ક્રિ૦ (–strable). દેખરેખ રાખવી; -નો વહીવટ કરવો; રાજ્ય કરવું; (ન્યાય, દવા, ઇ.) આપવું. **administra'tion**, (–સ્ટ્રેશન), ના૦ દેખરેખ, વ્યવસ્થા; રાજ્યનો કારભાર – વહીવટ; પ્રધાનમંડળ, સરકાર. **admin'istrative**, વિ૦ વહીવટ અંગેનું, વહીવટી. **admin'istrator**, ના૦ વ્યવસ્થાપક; કારભારી; સગીર, ઇ.ની મિલકતનો વહીવટ કરનાર.

ad'mirable (ઍડ્મિરબલ), વિ૦ વખાણવા લાયક, પ્રશંસાપાત્ર, પ્રશસ્ય; ઉત્તમ.

ad'miral (ઍડ્મિરલ), ના૦ નૌકાસૈન્યનો વડો, દરિયાઈ સેનાપતિ. *Red*, *White*, *A*~, ના૦ એક જાતનું પતંગિયું.

ad'miralty (ઍડ્મિરલ્ટિ), ના૦ નૌકાસૈન્ય પર દેખરેખ રાખનારું મંડળ કે બોર્ડ; ઍડમિરલ – મુખ્ય સેનાપતિ – નો હોદ્દો; વેપારી વહાણોને લગતા મુકદ્દમાનું કામ ચલાવનાર ન્યાયાલય.

admire' (અડ્માયર), સ૦ક્રિ૦ જોઈને તાજુબ થવું, વખાણવું; ખૂબ ચાહવું. **ad'mirably** (ઍડ્મિરબ્લિ, –મ–), ક્રિ૦વિ૦ ઘણી સારી રીતે. **admira'tion** (ઍડ્મિરેશન, –મ–), ના૦ આનંદાશ્ચર્ય, વિસ્મય; પ્રેમ, ચાહ.

admiss'ible (અડ્મિસિબલ), વિ૦ કબૂલ કરી શકાય એવું; ગ્રાહ્ય; મંજૂર કરી શકાય એવું; દાખલ કરી શકાય એવું.

admi'ssion (અડ્મિશન), ના૦ દાખલ કરવું – થવું – તે, પ્રવેશ; પ્રવેશ ફી; કબૂલાત, સ્વીકાર.

admit' (અડ્મિટ), ઉ૦ ક્રિ૦ (ભૂ૦ કા૦ admitted). દાખલ થવા દેવું – કરવું; કબૂલ – માન્ય – કરવું. ~ *of*, -ને માટે અવકાશ હોવો. **admitt'ance** (અડ્મિટન્સ), ના૦ દાખલ થવાનો હક; પ્રવેશ. **admitt'edly**, ક્રિ૦વિ૦ કબૂલ – માન્ય – (કર્યા પરથી).

admix' (અડ્મિક્સ), ઉ૦ક્રિ૦ -ની સાથે મેળવવું, -માં ભળવું (*with*). **admix'ture** (અડ્મિક્સ્ચર), ના૦ મિશ્રણ કરવું તે; ભેગ, મિશ્રણ; એકની સાથે મેળવેલી બીજી વસ્તુ.

admon'ish (અડ્મૉનિશ), સ૦ ક્રિ૦ ચેતવણી – સૂચના – ઉપદેશ – આપવો; ઠપકો આપવો, કાન ઉઘાડવા. **admon'ishment**, ના૦ સલાહ, બોધ; ઠપકો.

admoni'tion (ઍડ્મનિશન), ના૦ સલાહ ઇ. આપવું તે; તાકીદ; ઠપકો. **admon'itory** (અડ્મૉ–) વિ૦ શિખામણનું; કાન ઉઘાડનારું.

ado' (અડૂ), ના૦ ધમાલ, ધાંધલ, ગરબડ.

adob'e (અડોબિ), ના૦ તડકે સૂકવેલી ઈંટ; એવી ઈંટોનું ચણેલું મકાન.

adoles'cent (ઍડલે'સન્ટ), વિ૦ ચડતી

વયનું, બાલ્યાવસ્થામાંથી યુવાવસ્થામાં પ્રવેશતું, તરુણ. ના૦ એ ઉંમરનો છોકરો કે છોકરી. **adoles'cence,** ના૦ ચડતી વય, જુવાની, પૌગંડાવસ્થા.

Ado'nis (અડૉનિસ), ના૦ [ગ્રીકપુરાણ] વીનસનો જેના પર પ્રેમ હતો તે સુંદર તરુણ; ખૂબ દેખાવડો યુવાન.

adopt' (અડૉપ્ટ), સ૦ક્રિ૦ દત્તક તરીકે લેવું; અપનાવવું; પસંદ કરવું, ગ્રહણ કરવું. **adop'tion,** ના૦ દત્તકવિધાન; ગ્રહણ. **adop'tive,** વિ૦ દત્તક (લીધેલું).

ador'able (અડૉરબલ), વિ૦ અતિ મોહક; પ્રેમ કરવા યોગ્ય; પૂજ્ય, ભક્તિપાત્ર.

adora'tion (ઍડરેશન), ના૦ ભક્તિ; પૂજા.

adore' (અડૉર, –ડોઅ –), સ૦ક્રિ૦ અતિશય ચાહવું; (દેવની જેમ) પૂજવું. **ador'er** ના૦ અતિશય ચાહનારો; ભક્ત, ઉપાસક.

adorn' (અડૉર્ન), સ૦ક્રિ૦ સુશોભિત–સુંદર–કરવું, શણગારવું. **adorn'ment,** ના૦ શણગારવું તે; શણગાર, ભૂષણ, શોભા.

adre'nal (અડ્રીનલ), વિ૦ મૂત્રપિંડ પાસેનું. ~ *glands,* મૂત્રપિંડ પાસેની ગ્રંથિઓ જેમાંથી પેદા થતા રસથી રક્તવાહિનીઓ સજ્જડ બની રૂંધાય છે અને તેથી ચામડી સફેદ થાય છે. **adren'alin** (અડ્રીનલિન), ના૦ એ ગ્રંથિઓમાંથી પેદા થતો – નીકળતો – રસ.

adrift' (અડ્રિફ્ટ), ક્રિ૦વિ૦ ગમે તેમ તરતું, ઘસડાતું, રામભરોસે. *turn* ~, ઘરમાંથી કે નોકરીમાંથી રુખસદ આપવી. [હોશિયાર

adroit' (અડ્રૉઈટ), વિ૦ ચપળ; કુશળ,

ad'ulate (ઍડ્યુલેટ), સ૦ક્રિ૦ હલકી રીતે ખુશામત કરવી, મસ્કો મારવો. **adula'tion,** ના૦ ખુશામત, હાજી હા. **ad'ulatory** (–લેટરિ), વિ૦ ખુશામતવાળું.

adult' (અડલ્ટ અથવા ઍડલ્ટ, વિ. ક. નામમાં). વિ૦ અને ના૦ પુખ્ત ઉંમરનું (માણસ).

adul'terate (અડલ્ટરેટ), સ૦ ક્રિ૦ (-rable) હલકી વસ્તુનું મિશ્રણ કરીને બગાડવું, ભેગવાળું કરવું. વિ૦ (અડલ્ટરિટ), ખોટું, ભેગવાળું. **adultera'tion,** ના૦ મિશ્રણ કરવું તે, ભેગ, મિશ્રણ. **adul'terant** (અડલ્ટરન્ટ), વિ૦ અને ના૦ ભેગ કરવામાં વપરાતી (વસ્તુ).

adul'terer (અડલ્ટરર), ના૦ વ્યભિચારી પુરુષ. **adul'teress** (અડલ્ટરિસ), ના૦ વ્યભિચારી સ્ત્રી, જારિણી. **adul'terous,** વિ૦ વ્યભિચારના દોષવાળું; બેકાયદેસર.

adul'tery (અડલ્ટરિ), ના૦ પરપુરુષ કે પરસ્ત્રી સાથે સંભોગ, વ્યભિચાર.

ad'umbrate (ઍડમ્બ્રેટ, અ–), સ૦ ક્રિ૦ (–table) સામાન્ય–આછો – ખ્યાલ આપવો, રૂપરેખા આપવી. **adumbra'tion,** ના૦ આછો ખ્યાલ (આપવો તે), રૂપરેખા.

ad valorem (ઍડવલૉરે'મ), ક્રિ૦ વિ૦ (કર વગેરે) માલની કિંમતના પ્રમાણમાં.

advance' (અડ્વાન્સ), ઉ૦ક્રિ૦ (–ceable). આગળ મૂકવું – વધવું; આગળ વધવામાં મદદ કરવી, ઊંચી પદવીએ ચડાવવું; ઉછીનું આપવું, બાનું આપવું; નિયત વખત પહેલાં આપવું; પ્રગતિ કરવી, આગળ વધવું; (કિંમત, ભાવ) વધારવું. ના૦ આગળ વધવું તે, પ્રગતિ; પ્રગતિ, સુધારો; કિંમતનો વધારો – તેજી; બાનું; કરજ (લોન). *in* ~ *of,* –ની આગળ, –ને મોખરે *make* ~*s,* મિત્રતા કે પ્રેમ સંપાદન કરવાનો પ્રયત્ન કરવો. **advanced',** (અડ્વાન્સ્ટ) વિ૦ આગળ વધેલું; આખરી – પાછળની – સ્થિતિનું; નવું, હજી પ્રચલિત નહિ એવું. ~ *ideas,* પોતાના સમયથી આગળ વધેલા – પ્રગતિશીલ – વિચારો. **advance'ment,** ના૦ આગળ વધવું તે, પ્રગતિ, ઉન્નતિ.

advan'tage (અડ્વાન્ટિજ), ના૦ વધારે મજબૂત સ્થિતિ; લાભ, ફાયદો; અનુકૂળ વાત – પરિસ્થિતિ. *to gain an* ~ *over,* -પર સરસાઈ મેળવવી. *take* ~ *of,* -નો (ગેર) લાભ લેવો; છેતરવું. *have the* ~ *of,* -થી વધારે સારી સ્થિતિમાં હોવું.

advanta'geous (ઍડ્વન્ટેજસ), વિ૦ લાભદાયક, ઉપકારક.

advent (ઍડ્વન્ટ) ના૦ આવવું તે, આગમન; ઈશુનું આગમન; *A*~, નાતાલ પહેલાંના ચોથા રવિવારથી નાતાલ સુધીનો કાળ.

adventi'tious (ઍડ્વન્ટિશસ), વિ૦ આકસ્મિક, આગંતુક; બાહ્ય; વધારાનું.

adven'ture (અડવે'ન્ચર), ના૦ જોખમકારક કે સાહસિક કામ; જોખમ, ભય; રોમાંચક

અનુભવ. ઉ૰ ક્રિ૰ જોખમ ખેડવું. **adven'turer** (અડ્વે'ન્ચરર), ના૰ સાહસ કર્મ કરનારો; સટ્ટો ખેલનારો; ખેલાડી, ધૂર્ત, શઠ. **adven'turess** (અડ્વે'ન્ચરિસ), ના૰ સાહસિક અને અપ્રમાણિક જીવન જીવનાર સ્ત્રી. **adven'turous** (અડ્વે'ન્ચરસ), વિ૰ સાહસિક; અવિચારી; સાહસ ખેડવા આતુર; જોખમવાળું. **adven'turesome**, વિ૰ સાહસપ્રિય, સાહસિક; જોખમવાળું.

ad'verb (ઍડ્વર્બ), ના૰ [વ્યાક.] ક્રિયાવિશેષણ. **adverb'ial** (અડ્વર્બિઅલ). વિ૰ ક્રિયાવિશેષણને લગતું–ના સ્વરૂપનું.

ad'versary (ઍડ્વર્સરિ), ના૰ સામાવાળો, પ્રતિસ્પર્ધી, દુશ્મન. **ad'verse** (ઍડવર્સ), વિ૰ સામું, ઊલટું; પ્રતિકૂળ, વિરોધી. **advers'ity** (અડ્વર્સિટિ), ના૰ આપત્તિ, સંકટ, દુર્દૈવ.

advert' (અડ્વર્ટ), અ૰ ક્રિ૰ (~*to*) -નો ઉલ્લેખ કરવો, વિષે કહેવું.

ad'vertise (ઍડ્વર્ટાઈઝ઼), ઉ૰ ક્રિ૰ જાહેર કરવું, જાહેરાત આપવી. **advert'isement** (ઍડ્વર્ટિઝ઼્મન્ટ), ના૰ જાહેરખબર, જાહેરાત.

advice' (અડ્વાઇસ), ના૰ સલાહ, શિખામણ; માહિતી, ખબર.

advis'able (અડ્વાઇઝ઼બલ), વિ૰ ડહાપણભરેલું; યોગ્ય; કરવા જેવું. **advisabil'ity** (અડ્વાઇઝ઼બિલિટિ), ના૰ યોગ્યતા, ઇષ્ટતા.

advise' (અડ્વાઇઝ઼), ઉ૰ક્રિ૰ ઉપદેશ–સલાહ–આપવી; ખબર આપવી, જણાવવું. **advis'er**, ના૰ સલાહકાર, માર્ગદર્શક.

advised' (અડ્વાઇઝ઼ડ), વિ૰ વિચારપૂર્વક–હેતુપૂર્વક (કરેલું). **advis'edly** (અડ્વાઇઝ઼િડ્લિ), ક્રિ૰વિ૰ વિચારપૂર્વક, જાણીજોઈને. **advis'ory**, વિ૰ સલાહકાર.

ad'vocacy (ઍડ્વકસિ), ના૰ સમર્થનમાં બોલવું તે, હિમાયત, વકીલાત.

advocate (ઍડ્વકિટ), ના૰ બીજાનો પક્ષ લઈને બોલનાર, વકીલ, સમર્થન કરનાર. સ૰ ક્રિ૰ (ઍડ્વકેટ), સ૰ ક્રિ૰ કોઈને માટે બોલવું; -ની હિમાયત–વકીલાત–કરવી.

advows'on (અડ્વાઉઝ઼ન), ના૰ પાદરીની ખાલી પડેલી જગ્યા પર નવો પાદરી નીમવાનો હક.

adze (ઍડ્ઝ઼), ના૰(લાકડું છોલવાનો) વાંસલો.

ae'gis (ઈજિસ), ના૰ ગ્રીક દેવ ઝ્યૂસ કે તેની પુત્રી અથીનાની ઢાલ; રક્ષણ. *under the ~ of*, -ના આશ્રય હેઠળ.

Aeol'ian (ઈઓલિઅન), વિ૰ ગ્રીક પુરાણના વાયુદેવતા ઈઓલસનું. ~ *harp*, પવનમાં મૂકતાં સંગીતના સૂર કાઢનારી વીણા.

ae'on, e'on (ઈઅન), ના૰ યુગ, અનંત કાળ.

a'erate (એઅરેટ), સ૰ક્રિ૰ -માં હવા કે વાયુ (ગૅસ) ભેળવવો; કાર્બોનિક ઍસિડ વાયુ સાથે મેળવવું. *aerated water*, ગૅસ મેળવેલું પાણી–પીણું. **aera'tion**, ના૰વાયુ સાથે મેળવવું તે.

aer'ial (એ'અરિઅલ), વિ૰ હવાનું; હવા જેવું સૂક્ષ્મ; કાલ્પનિક, અપાર્થિવ. ના૰ રેડિયો કે બિનતારી સંદેશાનાં મોજાં ઝીલવા માટેનો તાર, 'એરિયલ'.

a'erie, a'ery (એ'રિ), **eyrie, eyry**, (આઇરિ), ના૰ ખૂબ ઊંચે –પર્વતની ટોચે– આવેલું મકાન; ઝાડની ટોચે અથવા પર્વતની ટોચે આવેલો પક્ષીનો માળો; ગરુડ કે ગીધનું બચ્ચું.

aero-(એઅર'–રો–), (સંયોગી રૂપ) હવા. (બીજા શબ્દો સાથે) હવા-વિમાનવિદ્યા-નું-ને લગતું

aerobat'ics (એ'અરબૅટિક્સ), ના૰બ૰વ૰ વિમાન વિદ્યાનાં–ચલાવવા અંગેનાં–કૌશલ્યવાળાં કામો.

a'erodrome(એ'અરડ્રોમ,–રો–), **air'drome** (એ'અર્ડ્રોમ), ના૰ વિમાનના ઊડવા ઊતરવાની જગ્યા, વિમાન મથક, તેની કચેરી.

a'erodynam'ics (એ'અરડાઇનમિક્સ), ના૰ ગતિશીલ હવા કે વાયુઓને લગતું (પદાર્થવિજ્ઞાન) શાસ્ત્ર.

a'erolite (એ'અરલાઇટ), **a'erolith** (એ'અરલિથ), ના૰ ખરેલો તારો, ઉલ્કાપાષાણ.

a'eronaut (એ'અરનૉટ), ના૰ વિમાનમાં બેસી આકાશ – અવકાશ –માં ફરનાર; વૈમાનિક. **aeronaut'ics**, ના૰ વિમાનને લગતી વિદ્યા કે શાસ્ત્ર. **aeronaut'ic(al)**, વિ૰ વિમાનવિદ્યાને લગતું.

a'eroplane (એ'અરપ્લેન) ના૰ વિમાન, હવાઈ જહાજ.

Aeol'ian (ઈઓલિઅમ), વિ૦ ગ્રીક પુરાણના
વાયુદેવતા ઈઓલસનું. ~ *harp*, પવનમાં
મૂકતાં સંગીતના સૂર કાઢનારી વીણા.

ae'on, e'on (ઈઅન), ના૦ યુગ, અનંત કાળ.

a'erate (એઅરેટ), સ૦ક્રિ૦ -માં હવા કે વાયુ
(ગૅસ) ભેળવવો; કાર્બોનિક ઍસિડ વાયુ સાથે
મેળવવું. *aerated water*, ગૅસ મેળવેલું પાણી-
પીણું. **aera'tion**, ના૦ વાયુ સાથે મેળવવું તે.

aer'ial (એ'અરિઅલ), વિ૦ હવાનું; હવા જેવું
સૂક્ષ્મ; કાલ્પનિક, અપાર્થિવ. ના૦ રેડિયો કે
બિનતારી સંદેશાનાં મોજાં ઝીલવા માટેનો તાર,
'એરિયલ'.

a'erie, a'ery (એ'રિ), **eyrie, eyry**,
(આઇરિ), ના૦ ખૂબ ઊંચે -પર્વતની ટોચે-
આવેલું મકાન; ઝાડની ટોચે અથવા પર્વતની
ટોચે આવેલો પક્ષીનો માળો; ગરુડ કે
ગીધનું બચ્ચું.

aero- (એઅર'-રો-), (સંયોગી રૂપ) હવા.
(બીજાશબ્દો સાથે) હવા-વિમાનવિદ્યા-નું-ને
લગતું

aerobat'ics (એ'અરબૅટિક્સ), ના૦ખ૦વ૦
વિમાન વિદ્યાનાં-ચલાવવા અંગેનાં-કૌશલ્ય-
વાળાં કામો.

a'erodrome(એ'અરડ્રોમ,-રો-), **air'-
drome**(એ'અર્ડ્રોમ),ના૦ વિમાનના ઊડવા
ઊતરવાની જગ્યા, વિમાન મથક, તેની કચેરી.

a'erodynam'ics (એ'અરડાઇનૅમિક્સ),
ના૦ ગતિશીલ હવા કે વાયુઓને લગતું
(પદાર્થવિજ્ઞાન) શાસ્ત્ર.

a'erolite (એ'અરલાઇટ), **a'erolith**
(એ'અરલિથ),ના૦ ખરેલો તારો,ઉલ્કાપાષાણ.

a'eronaut (એ'અરનૉટ), ના૦ વિમાનમાં
બેસી આકાશ-અવકાશ-માં ફરનાર;
વૈમાનિક. **aeronaut'ics**, ના૦ વિમાનને
લગતી વિદ્યા કે શાસ્ત્ર. **aeronaut'ic(al)**,
વિ૦ વિમાનવિદ્યાને લગતું.

a'eroplane (એ'અર્પ્લેન) ના૦ વિમાન,
હવાઈ જહાજ.

aerostat'ics(એ'અરસ્ટૅટિક્સ), ના૰ સ્થિર હવા કે વાયુઓને લગતું (પદાર્થવિજ્ઞાન) શાસ્ત્ર.

a'ery (એ'અરિ), વિ૰ હવાને લગતું, હવાઈ

aes'thete (ઈસ્થીટ), ના૰ સૌંદર્યનો ઉપાસક; સૌંદર્ય અને કળા વિષે પ્રેમ હોવાનો દાવો-ઢોંગ-કરનાર. **aesthet'ic** (ઈસ્થૅ'ટિક); વિ૰ સૌંદર્યની કદર કરવાને લગતું; કળામાં સુરુચિ ધરાવતું. **aesthet'icism** (ઇસ્થૅ'ટિસિઝ્મ), ના૰ સૌંદર્યના અધ્યયનનો શોખ. **aesthet'ics** (ઈસ્થૅ'ટિક્સ), ના૰ સૌંદર્યમીમાંસા, રસશાસ્ત્ર.

aeth'er (ઈથર), જુઓ ether.

aetiol'ogy (ઈટિઑલજિ), ના૰ વસ્તુની ઉત્પત્તિનું કે કારણનું શાસ્ત્ર, કારણમીમાંસા.

afar' (અફાર), ક્રિ૰વિ૰ દૂર, આઘે.

aff'able (ઍફબલ), વિ૰ મળતાવડું, મિલનસાર; સભ્ય. **affabil'ity** (ઍફબિલિટિ), ના૰ મિલનસારપણું, સૌજન્ય.

affair' (અફે'અર), ના૰ કામ, બાબત; ભાંજગડ, ખટલો; (બ૰ વ૰) રોજિંદા વહેવાર-કામકાજ. *have an ~ with*, -ની સાથે પ્રેમ-કિસ્સો થવો.

affect' (અફે'ક્ટ), સ૰ ક્રિ૰ -ની ઉપર અસર પાડવી-ઉપજાવવી; મન પિગળાવવું; ઢોંગ કરવો; ચાહવું, પ્રેમ કરવો. **affecta'tion** (ઍફિક્ટેશન), ના૰ કૃત્રિમપણું; દેખાવ, ડોળ, દંભ. **affec'ted** (અફે'કિટડ), વિ૰ કૃત્રિમ-(તાવાળું); દાંભિક, ઢોંગી; જેની લાગણી પર અસર થઈ છે એવું. **affec'ting**, વિ૰ અસરકારક; મનોવેધક.

affec'tion (અફે'કશન), ના૰ પ્રેમ, પ્રીતિ; માંદગી. **affec'tionate** (અફે'કશનિટ), વિ૰ પ્રેમાળ, પ્રેમવાળું.

affi'ance (અફાયન્સ), સ૰ક્રિ૰ લગ્ન કરવાનું -લગ્ન વખતે-વચન આપવું. ના૰ વેવિશાળ, વિવાહ; લગ્ન વખતે આપેલું વચન-કરેલી પ્રતિજ્ઞા.

affida'vit (ઍફિડેવિટ), ના૰ સોગન લઈને કરેલો લેખ, પ્રતિજ્ઞાલેખ, સોગનનામું.

affil'iate (અફિલિએટ), સ૰ક્રિ૰ પુત્ર તરીકે ગ્રહણ કરવું; શાખા તરીકે જોડી લેવું-જોડવું. **affilia'tion**, ના૰ કોઈ મંડળ કે સંસ્થામાં બીજી સંસ્થાને કે વ્યક્તિને દાખલ કરી લેવું-જોડી લેવું-તે; એવું જોડાણ.

affin'ity (અફિનિટિ), ના૰ સંબંધ, સગપણ; એક કુટુંબના હોવું તે; સામ્ય, સાદૃશ્ય, મળતાપણું; [રસા.] આકર્ષણ, સ્નેહાકર્ષણ; મૈત્રી.

affirm' (અફર્મ), ઉ૰ક્રિ૰ ખાતરીપૂર્વક કહેવું-બોલવું; પ્રતિજ્ઞાપૂર્વક કહેવું. **affirma'tion** (ઍફર્મેશન), ના૰ ખાતરીપૂર્વક કહેવું તે, નિશ્ચયપૂર્વક કરેલું વિધાન; સોગન લેવા વાંધો હોય એવા માણસનું નિવેદન. **affirm'ative** (અફર્મેટિવ), વિ૰ હા કહેનારું, હકારાત્મક. ના૰ 'હા' નો જવાબ, અસ્તિપક્ષ. *answer in the ~*, 'હા' કહેવું.

affix' (અફિક્સ), સ૰ ક્રિ૰ લગાડવું, જોડવું; (ટિકિટ, ઇ.) ચોઢવું. **aff'ix** (ઍફિક્સ), ના૰ [વ્યાક.] ઉપસર્ગ કે પ્રત્યય. **affix'ture** (અફિક્સ્ચર), ના૰ જોડવું તે, જોડાણ.

afflict' (અફ્લિક્ટ), સ૰ક્રિ૰ -ને દુઃખ આપવું (માનસિક કે શારીરિક). **afflic'tion**, ના૰ દરદ, વેદના; દુઃખ, આપત્તિ.

aff'luence (ઍફ્લુઅન્સ), ના૰ વિપુલતા, સંપત્તિ, સમૃદ્ધિ. **aff'luent**, વિ૰ વિપુલ(તાવાળું), સમૃદ્ધ.

aff'luent, ના૰ એક નદીને મળતી બીજી [નદી, ઉપનદી.

afford' (અફૉર્ડ), સ૰ ક્રિ૰ -ની પાસે ખરચ કરી શકાય એટલાં સાધન, સમય, પૈસો, ઇ. હોવાં, -ને પરવડવું, પાલવવું; -માંથી ઊપજવું-પેદા થવું; પૂરું પાડવું.

affo'rest (અફૉરિસ્ટ), સ૰ ક્રિ૰ ઝાડ રોપીને વન બનાવવું. **afforesta'tion**, ના૰ એ ક્રિયા.

affray' (અફ્રે), ના૰ (જાહેર સ્થળમાં) બખેડો, ઝઘડો, મારામારી, લડાઈ.

affright' (અફ્રાઇટ), સ૰ ક્રિ૰ બિવડાવવું, ભડકાવવું. ના૰ ભય, ધ્રાસકો.

affront' (અફ્રન્ટ), સ૰ ક્રિ૰ ખુલ્લી રીતે અપમાન કરવું, મોં પર અપશબ્દ બોલવા; સામનો કરવો. **aff'ront** (ઍફ્રન્ટ), ના૰ અપમાન; મોઢા પર અપ્રતિષ્ઠા.

afield' (અફીલ્ડ), ક્રિ૰વિ૰ ખેતરમાં, ખેતરે; યુદ્ધક્ષેત્ર પર; ઘરથી ખૂબ દૂર, આઘે.

afire' (અફાયર), ક્રિ૰વિ૰ સળગતું, બળતું.

aflame' (અફ્લેમ), ક્રિ૰ વિ૰ અને વિ૰

ભડકે બળતું; પ્રજ્વલિત, દીપતું.

afloat' (અફ્લોટ), ક્રિ૰વિ૰ તરતું; દરિયા પર, વહાણ પર; (અફવા, ઇ.) ઊડતું, ફેલાતું; (ધંધો, ઇ.) શરૂ કરેલું.

afoot' (અફૂટ), ક્રિ૰વિ૰ પગે ચાલીને, ચાલતાં; ચાલુ, કરાતું; યોજાતું, યોજાઈ રહેલું.

afore' (અફોર), ક્રિ૰વિ૰ [નૌકા.] સામે, આગળ. નામ૰ અ૰ -ની આગળ-સામે. **afore'said**, વિ૰ આગળ જણાવેલું, પૂર્વોક્ત. **afore'thought**, વિ૰ આગળથી વિચારેલું; વિચાર કરીને-બુદ્ધિપૂર્વક-કરેલું. **afore'time**, ક્રિ૰ વિ૰ જૂના વખતમાં, અગાઉ, પહેલાં.

a fortiori (એ ફૉર્ટિઑરાઇ), ક્રિ૰વિ૰ વધુ સબળ કારણસર, વિશેષે કરીને, સુતરામ, *a fortiori* [બીકણ.

afraid' (અફ્રેડ), વિ૰ બીધેલું, ભયભીત;

afresh' (અફ્રે'શ), ક્રિ૰વિ૰ ફરીથી, નવેસર.

Afrikaans' (ઍફ્રિકાન્સ,-ઝ઼), ના૰ દક્ષિણ આફ્રિકાના ડચ-બોઅર-લોકોની બોલી.

Afrikan'der (ઍફ્રિકૅન્ડર), ના૰ દક્ષિણ આફ્રિકાના યુરોપી વતની; વસાહત કરીને રહેલો યુરોપી માબાપનો દ. આફ્રિકાનો વતની.

aft (આફ્ટ), ક્રિ૰વિ૰ વહાણના પાછલા ભાગમાં-ભાગ પાસે-તરફ. *fore and* ~, નાળથી ડબૂસા લગી, એક છેડેથી બીજા છેડા સુધી.

af'ter (આફ્ટર), ક્રિ૰વિ૰ પાછળથી (સમયનું સૂચક); પાછળ (સ્થળ સૂચક); પછી (ક્રમનું સૂચક). નામ૰ અ૰ પાછળ; -ની પછીથી; -ને અનુસાર. વિ૰ મછીનું, પાછળનું. *look* ~, -ની સંભાળ લેવી. *ask* ~, -ના ખબર પૂછવા. ~ *all*, છેવટે તો. ~ *a manner, fashion*, બહુ સારું નહિ એવું, ઠીક. ~ *one's kind*, પોતાના સ્વભાવ-જાતિ-અનુસાર.

af'terdamp (આફ્ટરડૅમ્પ), ના૰ ખાણમાં સ્ફોટ થયા પછી રહેતો ઝેરી વાયુ-ગૅસ.

af'terglow (આફ્ટરગ્લો), ના૰ સૂર્યાસ્ત પછી (પશ્ચિમમાં) દેખાતો પ્રકાશ.

af'termath (આફ્ટરમૅથ), ના૰ બીજી કાપણીનું ઘાસ; [લા.] કોઈ (વિ. ક. અનિષ્ટ) બનાવનાં પરિણામો.

afternoon' (આફ્ટરનૂન), ના૰ પાછલો પહોર, અપરાહ્ણ.

af'terthought (આફ્ટરથૉટ), ના૰ પાછળથી સૂઝેલો વિચાર; પશ્ચિમબુદ્ધિ.

af'terwards (આફ્ટરવર્ડ્ઝ઼), ક્રિ૰વિ૰ પછીથી, પછી.

again' (અગેન), ક્રિ૰વિ૰ ફરીથી, ફરી વાર; વળી. ~ *and* ~, વારંવાર.

against' (અગેન્સ્ટ), નામ૰ અ૰ અને ક્રિ૰ વિ૰ -ની વિરુદ્ધ, ઊલટું; ઉપર; સામું, સામેથી; સામે બદલામાં; -ને સારુ, -નો વિચાર કરીને; -ને માટે તૈયાર થવાના હેતુથી. *run up* ~, ઓચિંતો ભેટો થવો.

agape' (અગેપ), ક્રિ૰વિ૰ (આશ્ચર્ય, આશા, ઇ.ને લીધે) મોઢું વકાસીને-પહોળું કરીને.

ag'ate (ઍગિટ, -ગ-), ના૰ અકીકનો પથ્થર, ગોમેદ.

age (એજ), ના૰ ઉંમર, વય; અવસ્થા (વિ. ક. વૃદ્ધાવસ્થા); યુગ, જમાનો; આયુષ્ય, આવરદા. *come of* ~, ઉંમરમાં આવવું, લાયક ઉંમરનું થવું. ઉ૰ ક્રિ૰ (-geable), ઘરડા થવું; ઘરડું બનાવવું.

aged (એજ્ડ), વિ૰ -ની વયનું. **a'ged** (એજિડ), વિ૰ ઘરડું. **age'less** (એજ્લિસ), વિ૰ ઘરડું ન થાય એવું, અજર. **age'-long**, વિ૰ ચિરકાળ ટકનારું-ચાલનારું, લાંબા વખતથી ચાલતું.

a'gency (એજન્સિ), ના૰ કૃત્ય, કર્તૃત્વ; સાધન; એજન્ટ(ગુમાસ્તા)ની કચેરી, વેપારની પેઢી.

agen'da (અજેન્ડા), ના૰ બ૰વ૰ સભામાં કરવાના કામની યાદી, કાર્યપત્રિકા.

a'gent (એજન્ટ), ના૰ કામ કરનાર, કર્તા; પેઢીનો મુનીમ, કારભારી; આડતિયો; પ્રતિનિધિ, એજન્ટ; જુદા જુદા પદાર્થો પર અસર ઉપજાવનાર કુદરતી બળ કે શક્તિ.

agent provocateur (આઝાં પ્રૉવૉકાટર), ના૰ કાયદામાં સપડાવવા માટે ગુનો કરવા લલચાવનાર કે પ્રેરનાર માણસ.

agglom'erate (અગ્લૉમરેટ), ઉ૰ ક્રિ૰ (-rable). ઢગલો કરવો, ગમે તેમ ગોળો વાળવો; ગોળો થઈ જવો. ~ *rock*, બીજા

aerostat'ics(એ'અરસ્ટૅટિક્સ), ના૦ સ્થિર હવા કે વાયુઓને લગતું (પદાર્થવિજ્ઞાન) શાસ્ત્ર.
a'ery (એ'અરિ), વિ૦ હવાને લગતું, હવાઈ
aes'thete (ઈસ્થીટ), ના૦ સૌંદર્યનો ઉપાસક; સૌંદર્ય અને કળા વિષે પ્રેમ હોવાનો દાવો-ઢોંગ-કરનાર. **aesthet'ic** (ઈસ્થે'ટિક); વિ૦ સૌંદર્યની કદર કરવાને લગતું; કળામાં સુરુચિ ધરાવતું. **aesthet'icism** (ઇસ્થે'ટિસિઝ્મ), ના૦ સૌંદર્યના અધ્યયનનો શોખ. **aesthet'ics** (ઈસ્થે'ટિક્સ), ના૦ સૌંદર્યમીમાંસા, રસશાસ્ત્ર.
aeth'er (ઈથર), જુઓ ether.
aetiol'ogy (ઈટિઑલજિ), ના૦ વસ્તુની ઉત્પત્તિનું કે કારણનું શાસ્ત્ર, કારણમીમાંસા.
afar' (અફાર), ક્રિ૦વિ૦ દૂર, આઘે.
aff'able (ઍફબલ), વિ૦ મળતાવડું, મિલનસાર; સભ્ય. **affabil'ity** (ઍફબિલિટિ), ના૦ મિલનસારપણું, સૌજન્ય.
affair' (અફે'અર), ના૦ કામ, બાબત; ભાંજગડ, ખટલો; (બ૦ વ૦) રોજિંદા વહેવાર-કામકાજ. *have an ~ with*, -ની સાથે પ્રેમ-કિસ્સો થવો.
affect' (અફે'ક્ટ), સ૦ ક્રિ૦ -ની ઉપર અસર પાડવી-ઉપજાવવી; મન પિગળાવવું; ઢોંગ કરવો; ચાહવું, પ્રેમ કરવો. **affecta'tion** (ઍફિક્ટેશન), ના૦ કૃત્રિમપણું; દેખાવ, ડોળ, દંભ. **affec'ted** (અફે'ક્ટિડ), વિ૦ કૃત્રિમ(તાવાળું); દાંભિક, ઢોંગી; જેની લાગણી પર અસર થઈ છે એવું. **affec'ting**, વિ૦ અસરકારક; મનોવેધક.
affec'tion (અફે'ક્શન), ના૦ પ્રેમ, પ્રીતિ; માંદગી. **affec'tionate** (અફે'ક્શનિટ), વિ૦ પ્રેમાળ, પ્રેમવાળું.
affi'ance (અફાયન્સ), સ૦ક્રિ૦ લગ્ન કરવાનું -લગ્ન વખતે-વચન આપવું. ના૦ વેવિશાળ, વિવાહ; લગ્ન વખતે આપેલું વચન-કરેલી પ્રતિજ્ઞા.
affida'vit (ઍફિડેવિટ), ના૦ સોગન લઈને કરેલો લેખ, પ્રતિજ્ઞાલેખ, સોગનનામું.
affil'iate (અફિલિએટ), સ૦ક્રિ૦ પુત્ર તરીકે ગ્રહણ કરવું; શાખા તરીકે જોડી લેવું-જોડવું. **affilia'tion**, ના૦ કોઈ મંડળ કે સંસ્થામાં બીજી સંસ્થાને કે વ્યક્તિને દાખલ કરી લેવું-જોડી લેવું-તે; એવું જોડાણ.
affin'ity (અફિનિટિ), ના૦ સંબંધ, સગપણ; એક કુટુંબના હોવું તે; સામ્ય, સાદૃશ્ય, મળતાપણું; [રસા.] આકર્ષણ, સ્નેહાકર્ષણ; મૈત્રી.
affirm' (અફર્મ), ઉ૦ક્રિ૦ ખાતરીપૂર્વક કહેવું-બોલવું; પ્રતિજ્ઞાપૂર્વક કહેવું. **affirma'tion** (ઍફર્મેશન), ના૦ ખાતરીપૂર્વક કહેવું તે, નિશ્ચયપૂર્વક કરેલું વિધાન; સોગન લેવા વાંધો હોય એવા માણસનું નિવેદન. **affirm'ative** (અફર્મેટિવ), વિ૦ હા કહેનારું, હકારાત્મક. ના૦ 'હા' નો જવાબ, અસ્તિપક્ષ. *answer in the ~*, 'હા' કહેવું.
affix' (અફિક્સ), સ૦ ક્રિ૦ લગાડવું, જોડવું; (ટિકિટ, ઇ.) ચોઢવું. **aff'ix** (ઍફિક્સ), ના૦ [વ્યાક.] ઉપસર્ગ કે પ્રત્યય. **affix'ture** (અફિક્સ્ચર), ના૦ જોડવું તે, જોડાણ.
afflict' (અફ્લિક્ટ), સ૦ક્રિ૦ -ને દુઃખ આપવું (માનસિક કે શારીરિક). **afflic'tion**, ના૦ દરદ, વેદના; દુઃખ, આપત્તિ.
aff'luence (ઍફ્લુઅન્સ), ના૦ વિપુલતા, સંપત્તિ, સમૃદ્ધિ. **aff'luent**, વિ૦ વિપુલ(તાવાળું), સમૃદ્ધ.
aff'luent, ના૦ એક નદીને મળતી બીજી [નદી, ઉપનદી.
afford' (અફૉર્ડ), સ૦ ક્રિ૦ -ની પાસે ખરચ કરી શકાય એટલાં સાધન, સમય, પૈસો, ઇ. હોવાં, -ને પરવડવું, પાલવવું; -માંથી ઊપજવું-પેદા થવું; પૂરું પાડવું.
affo'rest (અફૉરિસ્ટ), સ૦ ક્રિ૦ ઝાડ રોપીને વન બનાવવું. **afforesta'tion**, ના૦ એ ક્રિયા.
affray' (અફ્રે), ના૦ (જાહેર સ્થળમાં) બખેડો, ઝઘડો, મારામારી, લડાઈ.
affright' (અફ્રાઇટ), સ૦ ક્રિ૦ બિવડાવવું, ભડકાવવું. ના૦ ભય, ધ્રાસ્કો.
affront' (અફ્રન્ટ), સ૦ ક્રિ૦ ખુલ્લી રીતે અપમાન કરવું, મોં પર અપશબ્દ બોલવા; સામનો કરવો. **aff'ront** (ઍફ્રન્ટ), ના૦ અપમાન; મોઢા પર અપ્રતિષ્ઠા.
afield' (અફીલ્ડ), ક્રિ૦વિ૦ ખેતરમાં, ખેતરે; યુદ્ધક્ષેત્ર પર; ઘરથી ખૂબ દૂર, આઘે.
afire' (અફાયર), ક્રિ૦વિ૦ સળગતું, બળતું.
aflame' (અફ્લેમ), ક્રિ૦ વિ૦ અને વિ૦

ભડકે બળતું; પ્રજ્વલિત, દીપતું.

afloat' (અફ્લોટ), ક્રિ૰વિ૰ તરતું; દરિયા પર, વહાણ પર; (અફવા, ઇ.) ઊડતું, ફેલાતું; (ધંધો, ઇ.) શરૂ કરેલું.

afoot' (અફૂટ), ક્રિ૰વિ૰ પગે ચાલીને, ચાલતાં; ચાલુ, કરાતું; યોજાતું, યોજાઈ રહેલું.

afore' (અફોર), ક્રિ૰વિ૰ [નૌકા.] સામે, આગળ. નામ૰ અ૰ -ની આગળ-સામે. **afore'said**, વિ૰ આગળ જણાવેલું, પૂર્વોક્ત. **afore'thought**, વિ૰ આગળથી વિચારેલું; વિચાર કરીને-બુદ્ધિપૂર્વક-કરેલું. **afore'time**, ક્રિ૰ વિ૰ જૂના વખતમાં, અગાઉ, પહેલાં.

a fortiori (એ ફૉર્ટિઑરાઇ), ક્રિ૰વિ૰ વધુ સબળ કારણસર, વિશેષે કરીને, સુતરામ, *a fortiori* [બીકણ.

afraid' (અફ્રેડ), વિ૰ બીધેલું, ભયભીત;

afresh' (અફ્રે'શ), ક્રિ૰વિ૰ ફરીથી, નવેસર.

Afrikaans' (ઍફ્રિકાન્સ,-ઝ઼), ના૰ દક્ષિણ આફ્રિકાના ડચ-બોઅર-લોકોની બોલી.

Afrikan'der (ઍફ્રિકૅન્ડર), ના૰ દક્ષિણ આફ્રિકાના યુરોપી વતની; વસાહત કરીને રહેલો યુરોપી માબાપનો દ. આફ્રિકાનો વતની.

aft (આફ્ટ), ક્રિ૰વિ૰ વહાણના પાછલા ભાગમાં-ભાગ પાસે-તરફ. *fore and* ~, નાળથી ડબૂસા લગી, એક છેડેથી બીજા છેડા સુધી.

af'ter (આફ્ટર), ક્રિ૰વિ૰ પાછળથી (સમયનું સૂચક); પાછળ (સ્થળ સૂચક); પછી (ક્રમનું સૂચક). નામ૰ અ૰ પાછળ; -ની પછીથી; -ને અનુસાર. વિ૰ મછીનું, પાછળનું. *look* ~, -ની સંભાળ લેવી. *ask* ~, -ના ખબર પૂછવા. ~ *all*, છેવટે તો. ~ *a manner, fashion*, બહુ સારું નહિ એવું, ઠીક. ~ *one's kind*, પોતાના સ્વભાવ-જાતિ-અનુસાર.

af'terdamp (આફ્ટર્ડૅમ્પ), ના૰ ખાણમાં સ્ફોટ થયા પછી રહેતો ઝેરી વાયુ-ગૅસ.

af'terglow (આફ્ટર્ગ્લો), ના૰ સૂર્યાસ્ત પછી (પશ્ચિમમાં) દેખાતો પ્રકાશ.

af'termath (આફ્ટર્મૅથ), ના૰ બીજી કાપણીનું ઘાસ; [લા.] કોઈ (વિ. ક. અનિષ્ટ) બનાવનાં પરિણામો.

afternoon' (આફ્ટર્નૂન), ના૰ પાછલો પહોર, અપરાહ્ણ.

af'terthought (આફ્ટર્થૉટ), ના૰ પાછળથી સૂઝેલો વિચાર; પશ્ચિમબુદ્ધિ.

af'terwards (આફ્ટર્વર્ડ્ઝ઼), ક્રિ૰વિ૰ પછીથી, પછી.

again' (અગેન), ક્રિ૰વિ૰ ફરીથી, ફરી વાર; વળી. ~ *and* ~, વારંવાર.

against' (અગેન્સ્ટ), નામ૰ અ૰ અને ક્રિ૰ વિ૰ -ની વિરુદ્ધ, ઊલટું; ઉપર; સામું, સામેથી; સામે બદલામાં; -ને સારુ, -નો વિચાર કરીને; -ને માટે તૈયાર થવાના હેતુથી. *run up* ~, ઓચિંતો ભેટો થવો.

agape' (અગેપ), ક્રિ૰વિ૰ (આશ્ચર્ય, આશા, ઇ.ને લીધે) મોઢું વકાસીને-પહોળું કરીને.

ag'ate (ઍગિટ, -ગ-), ના૰ અકીકનો પથ્થર, ગોમેદ.

age (એજ), ના૰ ઉંમર, વય; અવસ્થા (વિ. ક. વૃદ્ધાવસ્થા); યુગ, જમાનો; આયુષ્ય, આવરદા. *come of* ~, ઉંમરમાં આવવું, લાયક ઉંમરનું થવું. ઉ૰ ક્રિ૰ (-geable), ઘરડા થવું; ઘરડું બનાવવું.

aged (એજ્ડ), વિ૰ -ની વયનું. **a'ged** (એજિડ), વિ૰ ઘરડું. **age'less** (એજ્લિસ), વિ૰ ઘરડું ન થાય એવું, અજર. **age'-long**, વિ૰ ચિરકાળ ટકનારું-ચાલનારું, લાંબા વખતથી ચાલતું.

a'gency (એજન્સિ), ના૰ કૃત્ય, કર્તૃત્વ; સાધન; એજન્ટ(ગુમાસ્તા)ની કચેરી, વેપારની પેઢી.

agen'da (અજેન્ડા), ના૰ બ૰વ૰ સભામાં કરવાના કામની યાદી, કાર્યપત્રિકા.

a'gent (એજન્ટ), ના૰ કામ કરનાર, કર્તા; પેઢીનો મુનીમ, કારભારી; આડતિયો; પ્રતિનિધિ, એજન્ટ; જુદા જુદા પદાર્થો પર અસર ઉપજાવનાર કુદરતી બળ કે શક્તિ.

agent provocateur (આઝ઼ાં પ્રૉવૉકાટર), ના૰ કાયદામાં સપડાવવા માટે ગુનો કરવા લલચાવનાર કે પ્રેરનાર માણસ.

agglom'erate (અગ્લૉમરેટ), ઉ૰ ક્રિ૰ (-rable). ઢગલો કરવો, ગમે તેમ ગોળો વાળવો; ગોળો થઈ જવો. ~ *rock*, બીજા

ખડકના કકડા ઓગળીને બનેલો ખડક. **agglomera'tion,** ના૦.

agglut'inate (અગ્લૂટિનેટ) ઉ૦ ક્રિ૦ (–nable). સાથે ચોંટાડવું, સરેસથી ચોંટાડવું; સાથે ચોંટી જવું; -નો સરેસ બનવો; શબ્દો જોડીને મિશ્ર શબ્દો બનાવવા. વિ૦ સાથે ચોંટેલું (agglutinated પણ).

agglut'inative, (–નેટિવ) વિ૦ (ભાષા અંગે) જેમાં જુદા જુદા શબ્દોને જોડીને નવા શબ્દો બનાવવામાં આવતા હોય છે એવું.

agg'randize (ઍગ્રૅન્ડાઇઝ઼), સ૦ક્રિ૦ કદ, સત્તા કે હોદ્દામાં વધારો કરવો. **aggran'dizement** (અગ્રૅન્ડિઝ઼્મન્ટ), ના૦ સત્તા, ઇ.માં વધારો (કરવો તે).

agg'ravate (ઍગ્રવેટ), સ૦ક્રિ૦(–vable). ભારે–વધારે–કરવું; વધારે ખરાબ કરવું–બગાડવું; ગુસ્સે કરવું, ખીજવવું. **aggrava'tion,** ના૦ ગુસ્સે કરનાર વસ્તુ.

agg'regate (ઍગ્રિગિટ), ના૦ કુલ–એકંદર–રકમ; કુલ જથ્થો. *in the* ~, એકંદરે (જોતાં). વિ૦ એકઠું કરેલું, એકંદર. ઉ૦ ક્રિ૦ (ઍગ્રિગેટ), એકઠું–ભેગું–કરવું, -નો ઢગલો કરવો; એકઠું થવું.

aggress'ion (અગ્રે'શન), ના૦ કોઈ પણ ઉશ્કેરણી વિના કરેલો હુમલો, પહેલો હુમલો, આક્રમણ. **aggress'ive,** વિ૦ હુમલાનું; હુમલો કરવાની વૃત્તિવાળું, હુમલાખોર. *to take the* ~, હુમલામાં પહેલ કરવી. **aggress'or,** ના૦ પહેલો હુમલો–આક્રમણ–કરનાર, લડાઈ શરૂ કરનાર.

aggrieved' (અગ્રીવ્ડ), વિ૦ પીડિત, દુઃખી; જેને અન્યાય થયો હોય કે ફરિયાદ કરવાપણું હોય એવું.

aghast' (અગાસ્ટ), વિ૦ ભયભીત; આશ્ચર્યચકિત, હેબતાઈ ગયેલું.

a'gile (ઍજાઇલ), વિ૦ ચપળ, ચંચળ, ચાલાક. **agil'ity** (અજિલિટિ), ના૦ ચપળતા, ચાલાકી.

a'gitate (ઍજિટેટ), ઉ૦ ક્રિ૦ (–table). આમતેમ હલાવવું; પ્રક્ષુબ્ધ કરવું, ખળભળાવવું; -ને વિષે વાદ–ચર્ચા–કરવી; પ્રજામત ક્ષુબ્ધ કરવો, ચળવળ કરવી. **agitated,** વિ૦ પ્રક્ષુબ્ધ. **agita'tion** (ઍજિટેશન), ના૦ ચળવળ.

a'gitator (ઍજિટેટર), ના૦ ચળવળિયો.

aglow' (અગ્લો), ક્રિ૦વિ૦ અને વિધેયા૦ વિ૦ ચળકતું; ગરમ થયેલું; પ્રક્ષુબ્ધ.

agnos'tic (અગ્નૉસ્ટિક), ના૦ અજ્ઞેયવાદી. **agnos'ticism** (અગ્નૉ'સ્ટિસિઝ઼્મ), ના૦ અજ્ઞેયવાદ.

ago (અગો), ક્રિ૦વિ૦ (અમુક વખત) પૂર્વે.

agog' (અગૉગ), ક્રિ૦ વિ૦ આતુર, ઉત્સુક, તલપી રહેલું.

ag'onize (ઍગનાઇઝ઼), ઉ૦ક્રિ૦ અતિશય દુઃખ દેવું, રિબાવવું; અતિ દુઃખ થવું, રિબાવું; કષ્ટાવું; તડફડિયાં મારવાં; મરણિયા થઈને ઝૂઝવું. **ag'onizing,** વિ૦ અતિ પીડા કે દુઃખ દેનારું.

ag'ony (ઍગનિ), ના૦ તીવ્ર પીડા, વેદના, વ્યથા; તડફડિયાં. ~ *column*, સગાંવહાલાં અંગે માહિતી મેળવવા માટે જાહેર વિનંતીવાળું છાપાનું કૉલમ

agrar'ian (અગ્રેરિઅન), વિ૦ જમીન કે ખેતીને લગતું.

agree' (અગ્રી), અ૦ક્રિ૦ -ને સંમતિ આપવી, માન્ય કરવું (*to*); -ને માફક આવવું (*with*); -ની સાથે મેળ હોવો.

agree'able, (અગ્રીઅબલ), વિ૦ મનને ગમતું, મનપસંદ (*to*); અનુકૂળ, સદ્ભાવવાળું; (હવાપાણી, ઇ.) અનુકૂળ, માફક. ~*to*, સંમત (થવા તૈયાર); પ્રમાણે, અનુસાર.

agree'ment (અગ્રીમન્ટ), ના૦ માન્ય કરવું તે, કબૂલાત, કરારનામું; મેળ.

ag'riculture (ઍગ્રિકલ્ચર), ના૦ ખેતી, કૃષિવિદ્યા, **agricul'tural** (ઍગ્રિકલ્ચરલ), વિ૦ ખેતીનું -ને લગતું. **agricul'turist,** ના૦ ખેતી કરનાર, ખેડૂત.

agron'omy (અગ્રાનમિ), ના૦ ખેતીવાડી; ગામડાનું અર્થશાસ્ત્ર.

aground' (અગ્રાઉન્ડ), ક્રિ૦વિ૦ (વહાણ અંગે) ભરાઈ ગયેલું.

ag'ue (એગ્યૂ), ના૦ તાવ, ટાઢિયો તાવ, ધ્રુજારી, ટાઢ. **ag'ued** (એગ્યુડ), **ag'uish** (એગ્યુઇશ), વિ૦ ટાઢિયો તાવ આવ્યો હોય એવું.

ah (આ), ઉદ્ગાર૦ આશ્ચર્ય, આનંદ કે દુઃખનો ઉદ્ગાર.

aha (આહા), ઉદ્ગાર૦ આશ્ચર્ય કે આનંદનો ઉદ્ગાર.

ahead' (અહે'ડ), ક્રિ૦ વિ૦ બીજાઓથી આગળ; આગળ. [ખોંખારો.

ahem' (અહે'મ), ઉદ્ગાર૦ ધ્યાન ખેંચવા માટે

ahoy' (અહોઇ), ઉદ્ગાર૦ [નૌકા૦] ઓ, અરે (સંબોધન કે બોલાવવા અંગે).

aid (એડ), ના૦ મદદ, સહાય. સ૦ક્રિ૦ મદદ કરવી. *first* ~, ઘવાયેલ માણસને દાક્તરના આવતાં સુધી કરવાનો ઉપચાર, પ્રાથમિક ઉપચાર.

aid'e-de-camp (એ ડ કૉં), ના૦ (બ૦ વ૦ *aides-de-camp*). લશ્કરના સેનાપતિ કે ઊંચા હોદ્દાવાળા અમલદારને મદદ કરનાર; નકીબ.

aig'rette (એગ્રે'ટ), ના૦ વાળ, પીંછાં કે ફૂલનો ગુચ્છો – કલગી; ઝવેરાતની કલગી.

ail (એલ), ઉ૦ ક્રિ૦ ત્રાસ આપવો, દુઃખ દેવું; માંદા હોવું. **ail'ing,** વિ૦ માંદુ. **ail'ment,** ના૦ માંદગી.

aim (એમ), ઉ૦ ક્રિ૦ (અસ્ત્ર, ફટકો, ઇ.) તાકવું, નિશાન તાકવું (*at*); અસ્ત્ર ફેંકવું, ફટકો મારવો (*at*); ઉદ્દેશ રાખવો. *take* ~, બંદૂક ઇ. તાકવું. ના૦ તાકવું તે; નેમ, નિશાન, લક્ષ્ય; ઉદ્દેશ. **aim'less,** વિ૦ હેતુ કે લક્ષ્ય વિનાનું.

ain't (એન્ટ), am not, is not, are not.

air (એ'અર), ના૦ હવા, વાયુ, પવન; વાતાવરણ; સંગીતનો સૂર – રાગ; દેખાવ; હાવભાવ; (બ૦ વ૦) ડોળ, ચાળા. *on the* ~, રેડિયો પર (સંભળાતું). *in the* ~, અમલમાં મૂકવા માટે તૈયાર નહિ એવું, અદ્ધર, અનિશ્ચિત; ચોમેર ફેલાયેલું. *take the* ~, ખુલ્લામાં ફરવા જવું. *hot* ~, મગરૂરીનું અથવા નકામું બોલવું. *tread on* ~, ઉત્સાહ અને આનંદમાં હોવું. *castles in the* ~, હવાઈ કિલ્લા, શેખચલ્લીનાં સ્વપ્નાં. *put on* ~*s*, મિજાજથી વર્તવું, ડોળ કરવો. ~*s and graces*, મૂર્ખામીભર્યા કૃત્રિમ ચાળા – હાવભાવ.

air, સ૦ ક્રિ૦ હવામાં મૂકવું; સૂકવવા મૂકવું; પ્રદર્શન કરવું, બતાવતા ફરવું; જાહેર કરવું, વ્યક્ત કરવું. ~ *one's opinions*, પોતાના વિચારો કહેવા.

airborne (એ'અર્બોર્ન), વિ૦ વિમાનમાં લવાતું – લઈ જવાતું; ઊડતું.

air-brake, ના૦ હવાથી લગાડવામાં આવતી અટકણ – બ્રેક.

air-condi'tioning, ના૦ કોઈ જગ્યાએ ગરમી અને ભેજને કે ઠંડકને અમુક મર્યાદામાં રાખવાની વ્યવસ્થા, વાતાનુકૂલન.

air'craft (એ'અર્ક્રાફ્ટ), ના૦ હવાઈ જહાજો અને (અથવા) વિમાનો. **aircraft-carrier,** ના૦ વિમાનોને લઈ જનારું અને તે માટે મથક તરીકે ઉપયોગમાં આવતું વહાણ. **aircraft'man,** ના૦ શાહી હવાઈ દળનો માણસ. **air-cushion,** ના૦ હવા ભરેલું ઉશીકું કે તકિયો.

air'drome, ના૦ જુઓ **aerodrome.**

Aire'dale (એ'અર્ડેલ), ના૦ કદાવર શિકારી કૂતરાની એક જાત.

air force (એ'અર્ ફોર્સ), ના૦ લશ્કરી વિમાનોની સંખ્યા – બળ, હવાઈ દળ.

air'-gun (એ'અર્ ગન), ના૦ હવાના દાબથી ફોડાતી બંદૂક.

air'ily, ક્રિ૦ વિ૦ ઉછાંછળાપણે.

airing (એ'અરિંગ), ના૦ હવામાં સારી પેઠે સુકવી દેવું તે.

air'less (એ'અર્લિસ), વિ૦ હવાવિનાનું, નિર્વાત; ગૂંગળામણ કરનારું.

air'line, ના૦ માલ અને ઉતારુઓને લાવવા લઈ જવાનું કામ કરનાર વિમાનોની કંપની.

air'-liner, ના૦ ઉતારુઓને લઈ જનારું વિમાન.

air-lock, ના૦ નળમાં પ્રવાહીને વહેતું અટકાવી દેનારી થોડીક હવા; હવાને લીધે નળ વહેતો બંધ થવો તે.

air'-mail, ના૦ વિમાન દ્વારા જતી ટપાલ; ટપાલ લઈ જનારું વિમાન.

air'man (એ'અર્મન), ના૦ વૈમાનિક, વિમાન ચલાવનાર. [હવાઈ જહાજ.

air'plane (એ'અર્પ્લેન), ના૦ વિમાન,

air'-pocket (–પૉકિટ), ના૦ હવાના ઓછા દબાણવાળી જગ્યા, જેને લીધે વિમાન એકદમ જરા નીચે ઊતરી પડે છે.

air'port (એ'અર્પૉર્ટ), ના૦ હવાઈ જહાજોનો અડ્ડો.
air-pump, ના૦ હવા ભરવાકાઢવાનો પંપ.
air raid, ના૦ હવાઈ હુમલો, લશ્કરી વિમાનોનો હુમલો. ~ *warden*, હવાઈ હુમલા વખતે શહેરના અમુક ભાગની દેખરેખ રાખનાર અધિકારી. [પંખો.
air'screw, (-સ્ક્રૂ), ના૦ વિમાન ચલાવવાનો
air'ship, ના૦ વિમાન, હવાઈ જહાજ.
air'-tight (-ટાઇટ), વિ૦ જેમાં હવા પણ આવજા ન કરી શકે એવું, વાયુપ્રતિબંધક, હવાબંધ.
air'way (-વે), ના૦ ખાણ, ઇ. માં હવાની અવરજવરનો માર્ગ; વિમાનનો નિયમિત અવરજવરનો માર્ગ.
air'worthy (-વર્ધિ), વિ૦ (વિમાન) ઊડવા કે પ્રવાસ કરવા માટે લાયક. **air'-worthiness**, ના૦ એવી લાયકાત.
air'y (એ'અરિ), વિ૦ હવાવાળું, હવાનું, હવારૂપ; હલકું; અપાર્થિવ; આનંદી.
aisle (આઇલ), ના૦ ચર્ચ-દેવળ-ની બે બાજુઓમાંની એક; ઉપાસકોની બેસવાની જગ્યાઓ વચ્ચેનો રસ્તો.
aitch'bone, (એચ્બોન), ના૦ જનાવરના પાછલા ભાગનું હાડકું; તે પરનું માંસ.
ajar' (અજાર), ક્રિ૦ વિ૦ (બારણું, ઇ.) જરાક ઉઘાડું, અધખોલું.
akim'bo (અકિમ્બો), ક્રિ૦ વિ૦ કેડે હાથ ટેકવીને-દઇને (જેમાં કોણીઓ બહારની બાજુએ હોય છે).
akin' (અકિન), વિ૦ સગું, સગપણવાળું; સરખું, મળતું (~ *to*).
al'abaster (ઍલબાસ્ટર), ના૦ સંગેમરમરના જેવો એક જાતનો સફેદ અને સુંવાળો પથ્થર. વિ૦ એ પથ્થરનું.
à la carte (આ લા કાર્ટ), ક્રિ૦વિ૦ ભોજનની વાનીના પત્રક અનુસાર (એક એક કરીને).
alack' (અલૅક), ઉદ્૦ અ૦ દુઃખ કે નવાઈ વ્યક્ત કરતું. દા. ત., હાય હાય! તોબા તોબા! [ઊલટ; શીઘ્રતા, તત્પરતા.
alac'rity (અલૅક્રિટિ), ના૦ ઉત્સાહ, હોંશ,
à la mode (આ લા મોડ), ક્રિ૦ વિ૦ અને વિ૦ છેલ્લામાં છેલ્લી ફૅશન કે શૈલીનું-મુજબ.
alarm' (અલાર્મ), ના૦ શસ્ત્રસજ્જ થવા માટેની હાકલ કે હુકમ; ભયની ચેતવણી-સૂચના; ભીતિ, ભય, ધાસ્તી. સ૦ ક્રિ૦ ભયની સૂચના-ચેતવણી-આપવી; બિવડાવવું; અસ્વસ્થ કરવું. ~**-clock**, ના૦ ઘંટડીવાળું ઘડિયાળ.
alarmed, વિ૦ ભયગ્રસ્ત. **alarm'ing**, વિ૦ ભયજનક. **alarm'ist** (અલાર્મિસ્ટ), ના૦ ભય છે એમ વારે ઘડીએ બોલનાર, ભય (ની અફવા) ફેલાવનાર.
ala'rum (અલૅરમ), ના૦ જુઓ alarm.
alas' (અલાસ), ઉદ્૦ અ૦ દુઃખસૂચક: અફસોસ! અરેરે! [ઝભ્ભો-જામો.
alb (ઍલ્બ), ના૦ ધર્મોપદેશકનો સફેદ
al'batross (ઍલ્બટ્રૉસ), ના૦ એક રાક્ષસી કદનું દરિયાઈ પક્ષી.
albe'it (ઑલ્બીટ), ઉભ૦ અ૦ જોકે, યદ્યપિ.
al'bert (ઍલ્બર્ટ), ના૦ એક જાતનો ઘડિયાળનો અછોડો (*A~ chain* પણ).
albi'no (ઍલ્બીનો), ના૦ (બ૦ વ૦-ઝ). સફેદ વાળ અને ચામડી તથા આછી રાતી આંખોવાળું-કોલું-માણસ અથવા ઢોર.
al'bum (ઍલ્બમ), ના૦ સ્વાક્ષરી, ફોટો, ટિકિટો, ઇ. સંઘરવાનું પુસ્તક. *picture-~*, ચિત્રમંજૂષા, ચિત્રસંપુટ.
album'en (ઍલ્બ્યૂમિન), ના૦ ઈંડાનો સફેદ ચીકણો પદાર્થ, જે બીજાં પ્રાણીઓમાં તથા વનસ્પતિમાં પણ હોય છે.
al'chemy (ઍલ્કમિ), ના૦ હલકી ધાતુનું કે લોઢાનું સોનું બનાવવાની રાસાયનિક વિદ્યા, કીમિયો, રસાયન. **al'chemist** (ઍલ્કમિસ્ટ), ના૦ કીમિયાગર.
al'cohol (ઍલ્કહૉલ), ના૦ મદ્યાર્ક, દારૂનો શુદ્ધ અર્ક; માદક દારૂ. **alcohol'ic** (ઍલ્કહૉલિક), વિ૦ દારૂના અર્કવાળું-ને લગતું. ના૦ દારૂડિયો, મદ્યપી. **al'coholism**, ના૦ દારૂની અસર; દારૂની લત.
Alcoran' (ઍલ્કરાન), ના૦ કુરાને શરીફ.
al'cove (ઍલ્કોવ), ના૦ ઓરડાની દીવાલમાંની કમાનવાળી કે બગીચામાંની એકાંત બેઠક. [એક ઝાડ.
al'der (ઑલ્ડર), ના૦ દેવદાર ઇ. ની જાતનું

al'derman (ઑલ્ડરમન), નાο ગામનો કારભાર ચલાવનાર મંડળીનો સભ્ય; નગરાધ્યક્ષ કે મેયરથી ઊતરતા પદનો અધિકારી.
ale (એલ), નાο ફણગાવેલા અનાજમાંથી બનાવેલો દારૂ.
alem'bic (અલે'મ્બિક), નાο દારૂ ગાળવાનું કે પ્રવાહીને શુદ્ધ કરવાનું સાધન.
alert' (અલર્ટ), વિο જાગરૂક, સાવધ; ચપળ, ચકોર. નાο હવાઈ હુમલાની ચેતવણી. *on the* ~, જાગરૂક, સાવધ.
Alexan'drine (ઍલિક્ઝૅન્ડ્રિન, –ગ્–), ત્રિο (વૃત્ત) લઘુ ને ગુરુ દ્વિઅક્ષરયુક્ત (આયમ્બિક) છ પદવાળું. નાο એ વૃત્ત.
alfal'fa (ઍલ્ફૅલ્ફા), નાο 'લ્યૂસર્ન' ઘાસ.
alfres'co (ઍલ્ફ્રે'સ્કો), ક્રિο વિο અને વિο ખુલ્લી હવામાં, ખુલ્લામાં.
al'ga (ઍલ્ગા), નાο (બο વο algae ઍલ્જી). દરિયાઈ ઘાસ.
al'gebra (ઍલજિબ્રા), નાο બીજગણિત, અક્ષરગણિત. **algebra'ic(al)** (ઍલ્જિબ્રેઇક(લ)), વિο બીજગણિતનું–ને લગતું.
al'ias (ઍલિઍસ), નાο ઉપનામ, ઉર્ફેવાળું નામ. ક્રિο વિο ઉર્ફે.
al'ibi (ઍલિબાઇ), નાο (બο વο alibis). બીજે સ્થળે હોવું તે–ઉપસ્થિતિ; કોઈ ઘટના બની ત્યારે બીજે સ્થળે હોવાની દલીલ–સબબ.
al'ien (એલિઅન), વિο પરદેશી, પારકું; વિચિત્ર. નાο પરદેશી–પારકા દેશનું–માણસ.
al'ienable, વિο બીજાને આપી શકાય એવું.
al'ienate (એલિઅનેટ), સο ક્રિο (હક, જમીન) બીજાને આપવું, પારકું બનાવવું; -નું મન ઉતારી નાંખવું, સ્નેહ તોડવો. **aliena'tion,** નાο બીજાને આપવું–સોંપવું–તે; મનઉતારો.
al'ienist (એલિઅનિસ્ટ), નાο માનસિક રોગનો–ગાંડાનો–દાક્તર–વૈદ્ય.
alight' (અલાઇટ), અο ક્રિο -પરથી નીચે ઊતરવું, ઊતરી પડવું; (પક્ષી અંગે) નીચે આવવું, નીચે આવીને બેસવું. ક્રિο [વિο] સળગતું, પ્રદીપ્ત.
align' (અલાઇન), **aline',** ઉο ક્રિο એક લીટીમાં કે હારમાં મૂકવું–લાવવું; એક કતારમાં ગોઠવાવું–આવવું; -ની સાથે જોડાવું, -ના પક્ષમાં જવું. **align'ment,** નાο એક હારમાં ગોઠવાવું તે; જોડાણ.
alike' (અલાઇક), વિο એકસરખું, સમાન. ક્રિο વિο સરખી રીતે, એકસરખું.
al'iment (ઍલિમન્ટ), નાο અન્ન, ખોરાક; [લા.] માનસિક ખોરાક. **alimen'tary** (ઍલિમે'ન્ટરિ), વિο પોષક; પોષણ કે ખોરાક અંગેનું; પચન અંગેનું. ~ *canal,* જે વાટે મોઢાથી ગુદા સુધી અન્ન પસાર થાય છે તે અન્નનળી. **alimenta'tion** (–મન્ટે–), નાο ખોરાક વડે શરીર બાંધવું–બંધાવું–તે; પોષણ.
al'imony (ઍલિમનિ), નાο પોષણ, ખોરાકી; ત્યક્તાને આપવામાં આવતી પોશાકી–ખોરાકી–અન્નવસ્ત્ર.
alive' (અલાઇવ), વિο જીવતું, સજીવ; વિચાર, કલ્પના, ગ્રહણ કરવાની શક્તિવાળું; ચપળ, ચાલાક. ~ *to,* પ્રત્યે સભાન. ~ *with,* (વિ. ક. જીવો)થી ભરપૂર.
al'kali (ઍલ્કલિ), નાο પાણીમાં ઓગળી જતો ખાર, ક્ષાર (જે તેજાબને મારી નાખે છે.) **al'kaline** (ઍલ્કલાઇન), વિο ક્ષારના ગુણધર્મવાળું.
al'kaloid (ઍલ્કલૉઇડ), નાο વનસ્પતિમાંથી નીકળતું ક્ષારના જેવું અતિ ઝેરી દ્રવ્ય, જે વિ. ક. ઊંઘ લાવવા માટે દવામાં વપરાય છે.
all (ઑલ), વિο આખું, સમગ્ર, તમામ, કુલ. સર્વનાο સઘળા, બધા; દરેક જણ. નાο દરેક જણ કે વસ્તુ. ક્રિοવિο પૂરેપૂરું, સંપૂર્ણપણે. *for* ~ *that,* તેમ છતાં. *for good and* ~, સદાને માટે. *once (and) for* ~, એક જ વખત, ફરી નહિ, છેવટનું. *after* ~, બધી રીતે વિચાર કરતાં, સરવાળે. ~ *at once,* એકાએક. ~ *in* ~, સર્વસ્વ, અતિપ્રિય. *not at* ~, કોઈ પણ રીતે નહિ. ~ *but lost,* લગભગ નષ્ટ. ~ *one,* એકનું એક, સરખું જ. ~ *over,* આખી સપાટી પર; પૂરેપૂરું ખલાસ. *on* ~ *fours,* ઘૂંટણિયે

પડીને હાથના ટેકાથી ચાલતું; પૂરેપૂરું મળતું. ~ *the same*, બધું સરખું જ; તેમ છતાં. ~ *there*, જેનું ભેજું ઠેકાણે છે એવું.

Al'lah (ઍલા), ના૦ અલ્લા, પરમેશ્વર.

allay' (અલે), સ૦ક્રિ૦ દબાવી દેવું; શાંત કરવું, ઠંડું પાડવું; મટાડવું.

allege' (અલે'જ), સ૦ ક્રિ૦ (-geable). જણાવવું; દલીલ કે કારણ દાખલ કહેવું. **allega'tion** (ઍલિગેશન), ના૦ ખાતરીપૂર્વક કહેવું તે (વિ. ક. સાબિત ન થયેલું); તકરાર, ફરિયાદ; આક્ષેપ.

alle'giance (અલીજન્સ), ના૦ પ્રજાની રાજા કે સરકાર પ્રત્યેની ફરજ, પ્રજાધર્મ, રાજનિષ્ઠા; વફાદારી.

all'egory (ઍલિગરિ), ના૦ દૃષ્ટાન્તરૂપ કથા, રૂપક. **allego'ric(al)** (ઍલિગૉરિક(લ)), વિ૦ રૂપકાત્મક. **all'egorize,** ઉ૦ ક્રિ૦ રૂપકનું રૂપ આપવું, દૃષ્ટાંત આપીને સમજાવવું. [દ્રુત ગતિથી; આનંદી.

alle'gro (ઍલેગ્રો), ક્રિ૦ વિ૦ અને વિ૦

allelu'ia (ઍલિલૂયા), ના૦ ઈશસ્તવનનું ગીત, સ્તોત્ર.

aller'gic (અલર્જિક), વિ૦ (*to* સાથે) અમુક ખોરાક, ઇ.ની જેના પર ઊલટી અસર થાય છે એવું; પ્રતિકૂળ પ્રતિક્રિયાવાળું; વાયડું.

all'ergy (ઍલર્જિ), ના૦ અતિસંવેદનશીલતાને લીધે અમુક ખોરાક કે વસ્તુની માઠી અસર (થવાનો સ્વભાવ); આળાપણું.

allev'iate (અલીવિએટ), સ૦ ક્રિ૦ (-iable). હલકું કરવું, નરમ પાડવું; ઓછું કરવું, શમાવવું. **allevia'tion,** ના૦ હલકું-ઓછું-કરવું તે; શમન. **alleviator,** ના૦ શમન કરનાર. **allev'iatory,** વિ૦ શામક.

all'ey (ઍલિ), ના૦ સાંકડી ગલી-શેરી; લખોટા,લગ્ગો; 'સ્કિટલ્સ'ની-નવ ખૂંટીની-રમત માટે આંતરેલી જગ્યા. *blind* ~, આગળ જઈ જેમાંથી બહાર ન નીકળી શકાય એવી ગલી.

All Fools' Day, એપ્રિલની ૧લી તારીખ.

All Hall'ows (ઑલહૅલોઝ), ના૦ બધા સંતોનો દિવસ, ૧લી નવેંબર.

alli'ance (અલાયન્સ), ના૦ સગપણ, લગ્નસંબંધ; (રાષ્ટ્રો વચ્ચે) મૈત્રી-જોડાણ.

allies (ઍલાઇઝ઼), ના૦ (allyનું બ. વ.) વિ. ક. મિત્રરાજ્યો. [સુસવાટ.

all'igator (ઍલિગેટર), ના૦ મગર,

allitera'tion (ઍલિટરેશન), ના૦ વર્ણસગાઈ, અનુપ્રાસ. **allit'erate** (અલિટરેટ), અ૦ ક્રિ૦ એક જ અક્ષરથી શરૂ થતા શબ્દો વાપરવા, અનુપ્રાસ સાધવો. **allit'erative** (-રટિવ), વિ૦ અનુપ્રાસવાળું.

all'ocate (ઍલકેટ), સ૦ ક્રિ૦ વિશિષ્ટ વ્યક્તિ કે કાર્ય માટે જુદું કાઢી મૂકવું; -ને તેનો યોગ્ય હિસ્સો કે કામ આપવું. **alloca'tion,** ના૦ વહેંચણી, ગોઠવણ.

allot' (અલૉટ), સ૦ ક્રિ૦ ચિઠ્ઠી નાંખી વહેંચવું; વિભાગ પાડી વહેંચવું; ઠરાવી આપવું. **allot'ment,** ના૦ ભાગ, હિસ્સો; ખેતી માટે સાંથે કાઢી આપેલો જમીનનો નાનો ટુકડો; ઠરાવી આપવું તે; ઠરાવી આપેલ જમીન, મકાન ઇ.

allow' (અલાઉ), ઉ૦ ક્રિ૦ દાખલ કરવું; માન્ય-કબૂલ-કરવું; પરવાનગી-રજા-આપવી; અમુક મુદતે મર્યાદિત રકમ આપવી; બાદ કરવું, મજરે-કાપી-આપવું. ~ *for*, ગણતરીમાં લેવું;-નો વિચાર કરવો. **allow'able** (અલાવબલ), વિ૦ મંજૂર કરી શકાય એવું. **allow'ance** (અલાવન્સ), ના૦ દરમાયો, પગાર; ભથ્થું; લવાજમ, જિવાઈ; વળતર, ઘટાડો, છૂટ; માફી. *make* ~ *for*, -નો વિચાર કરી દરગુજર કરવું.

alloy' (અલૉઈ), સ૦ ક્રિ૦ ધાતુને ભેગવાળી કરવી-ભેગ કરીને હલકી કરવી. **al'loy** (અલૉઈ, ઍ-), ના૦ સોના વગેરે સાથે હલકા ધાતુનું મિશ્રણ; મિશ્રધાતુ; ભેગ.

all right, ક્રિ૦ વિ૦ સારી હાલતમાં; બહુ સારું.

all'-round, વિ૦ બધી વાતમાં નિપુણ.

All Saints' Day, ૧લી નવેંબર.

All Souls' Day, બધા મૃત ધર્માત્માઓ માટે પ્રાર્થનાનો દિવસ, ૨જી નવેંબર.

all'spice (ઑલ્સ્પાઇસ), ના૦ મસાલા તરીકે વપરાતું એક ફળ, જમૈકા પીપર.

allude' (અલૂડ, -લ્યૂ-), અ૦ ક્રિ૦ (*to* સાથે) આડકતરી રીતે ઉલ્લેખ કરવો; -નું

સૂચન કરવું.

allure' (અલ્યૂર, અલ્યુઅર), સ૦ ક્રિ૦ (-rable). લલચાવવું, મનહરણ કરવું, વશ કરવું. **allure'ment**, ના૦ પ્રલોભન, લાલચ.

allu'sion(અલૂઝન, અલ્યૂ-), ના૦આડકતરો - અછડતો - ઉલ્લેખ; ઉલ્લેખ, સૂચન. **allusive**, વિ૦ -ના ઉલ્લેખવાળું (*to* સાથે).

alluv'ial (અલૂવિઅલ, અલ્યૂ-), વિ૦ કાંપવાળું - ને લગતું.

alluv'ion (અલૂવિઅન, અલ્યૂ-), ના૦ નદી કે દરિયાને કિનારે પાણીના પ્રવાહથી ઘસડાઈ આવેલી રેતી, કાદવ ઇ.થી બનેલી - કાંપની - જમીન; રેલને કારણે બનેલું ભાઠું.

alluv'ium (અલૂવિઅમ, અલ્યૂ-), ના૦ (બ૦ વ૦ alluviums, alluvia). કાંપ.

ally' (અલાઈ, ઍ-), સ૦ક્રિ૦ ખાસ કારણસર જોડાવું. **all'y** (ઍ-), ના૦ બીજા સાથે જોડાયેલ વ્યક્તિ, રાજ્ય ઇ., મિત્ર, મિત્રરાજ્ય.

Alma Ma'ter (ઍલ્મા મેટર), ના૦ પોતાની શાળા - યુનિવર્સિટી - વિદ્યાપીઠ, માતૃ (વિદ્યા) સંસ્થા. [પંચાંગ.

al'manac(k) (ઑલ્મનૅક), ના૦ વાર્ષિક

almi'ghty (ઑલ્માઇટિ), વિ૦ સર્વશક્તિમાન; *the A~*, સર્વશક્તિમાન ઈશ્વર.

alm'ond (આમંડ), ના૦ બદામ; બદામડી (વૃક્ષ). [અલમારી.

almir'ah (અલ્માઇરા), ના૦ કબાટ,

alm'oner (આમનર, ઍલ્મ-), ના૦ ગરીબોને પૈસા વગેરેની મદદ - ભિક્ષા - આપનાર અધિકારી, દાનાધ્યક્ષ; ઇસ્પિતાલમાં સમાજસેવાનું કામ કરનાર અધિકારી.

al'most (ઑલ્મોસ્ટ), ક્રિ૦વિ૦ ઘણું કરીને, લગભગ.

alms (આમ્ઝ્), ના૦ ભિક્ષા, દાન. *~-house*, અન્નસત્ર, સદાવ્રત, ધર્મશાળા.

al'oe (ઍલો), ના૦ કુંવાર(પાઠું).

aloft' (અલૉફ્ટ), ક્રિ૦વિ૦ ઉપર, ઊંચે; [નૌકા.] ડોલ ઉપર.

alone' (અલોન), વિ૦ એકલું, સાથ વગરનું, એકાકી. ક્રિ૦વિ૦ માત્ર, ફક્ત. *let ~*, રહેવા દેવું, ન છેડવું.

along' (અલૉંગ), નામ૦અ૦ એક છેડેથી બીજા છેડા સુધી ઉપર થઈ ને, પડખે પડખે. ક્રિ૦ વિ૦આગળ. *all ~*, બધો વખત. *~with*, -ની સોબતમાં - સાથે. **along'side**, ક્રિ૦વિ૦ (*of*) -ની બાજુએ અડીને - પડખે થઈ ને.

aloof' (અલૂફ), ક્રિ૦ વિ૦ દૂર, આઘે, વેગળે. **aloof'ness**, ના૦ વેગળાપણું; બેપરવાઈ.

alope'cia (ઍલોપીશિઆ), ના૦ [વૈદક] વાળ ખરી જવાનો રોગ, ઉંદરી, તાલ, ટાલ.

aloud' (અલાઉડ), ક્રિ૦ વિ૦ મોટેથી, તાણીને, મોટે સાદે.

alp (ઍલ્પ), ના૦ પર્વતનું શિખર; (સ્વિટ્ઝરલૅન્ડમાં) ડુંગરના ઢાળ પરની ચરવાની જગ્યા. *the Alps*, આલ્પ્સ પર્વત.

alpac'a (ઍલ્પૅકા), ના૦ લાંબા વાળવાળું દ. અમેરિકાનું ઘેટા જેવું એક જાનવર; તેના ઊનનું બનેલું કાપડ, 'આલપાકા'.

al'penstock (ઍલ્પન્સ્ટૉક), ના૦ ડુંગર ઇ.પર ચડવા માટે નીચે કડું - લોઢાની અણી - જડેલી ડાંગ - લાંબી લાકડી.

al'pha (ઍલ્ફા), ના૦ ગ્રીક વર્ણમાળાનો પહેલો અક્ષર, 'આલ્ફા'. *A~ and Omega*, (ઓમિગા) આદિ અને અંત; આખી વસ્તુ.

al'phabet (ઍલ્ફબિટ, -બે'ટ), ના૦ મૂળાક્ષરો, કક્કો, વર્ણમાળા. **alphabetic(al)** (-બેટિક(લ)), વિ૦ મૂળાક્ષરોનું - અંગેનું; મૂળાક્ષર પ્રમાણે - કક્કાવાર - (ગોઠવેલું).

Al'pine (ઍલ્પાઈન), વિ૦ વિ. ક. આલ્પ્સ પર્વતનું - ને લગતું; ઘણું ઊંચું. **Al'pinist**, ના૦ (આલ્પ્સ) પર્વત પર ચઢનાર; પર્વતારોહણ કરનાર.

alread'y (ઑલ્રેડિ), ક્રિ૦ વિ૦ પહેલેથી, અગાઉથી, ક્યારનું.

Alsa'tian (ઍલ્સેશન), ના૦ કૂતરાની એક જાત.

al'so (ઑલ્સો), ક્રિ૦ વિ૦ પણ, સુધ્ધાં.

al'tar (ઑલ્ટર), ના૦ નૈવેદ - ભોગ - બલિ - આપવાની વેદી, યજ્ઞવેદી, સ્થંડિલ, કુંડ; દેવળને છેડેનું ટેબલ. *lead* (a woman) *to the ~*, -ની સાથે લગ્ન કરવું.

al'tar-piece, ના૦ વેદી પાછળનું ચિત્ર કે મૂર્તિ.

al'ter (ઑલ્ટર), ઉ૦ ક્રિ૦ બદલવું, -માં ફેરફાર કરવો; બદલાવું, -માં ફેરફાર થવો. **altera'tion**, ના૦ ફેરફાર (કરવો – થવો – તે).

al'tercate (ઑલ્ટર્કેટ, ઍ –), અ૦ ક્રિ૦ બોલાબોલી કરવી, ઝઘડવું. **alterca'tion**, ના૦ બોલાબોલી, તકરાર.

alter ego (ઍલ્ટર્ એ'ગો), પોતાનો બીજો આત્મા, બહિરાત્મા; ગાઢ મિત્ર, જાની દોસ્ત.

altern'ate (ઑલ્ટર્નિટ), વિ૦ (બે જાતની વસ્તુઓમાં) એક પછી એક–વારાફરતી – થતું. ~ *angle*, એકાન્તરકોણ, યુગ્મકોણ. **altern'ately**, ક્રિ૦ વિ૦ એક પછી એક, વારાફરતી.

al'ternate (ઑલ્ટર્નેટ), ઉ૦ ક્રિ૦ (બે જાતની વસ્તુઓમાંથી) વારાફરતી – એક પછી એક – કરવું – ગોઠવવું, એકની પછી બીજું એમ થવું. *alternating current*, [વીજળી] નિયમિતપણે દિશા બદલનારો વિદ્યુત પ્રવાહ. **alterna'tion**, ના૦ વારાફરતી આવવું તે, અદલાબદલી.

alter'native (ઑલ્ટર્નટિવ), વિ૦ બે વસ્તુમાંથી કોઈ એકની પસંદગી – વિકલ્પ – આપતું, એકબીજાને વ્યાવર્તક. ના૦ બે (કે વધુ) વસ્તુઓમાંથી પસંદ કરવાની છૂટ, વિકલ્પ.

[યદ્યપિ.

although' (ઑલ્ધો), ઉભ૦ અ૦ જોકે,

altim'eter (ઍલ્ટિમિટર), ના૦ દરિયાની સપાટીથી ઊંચાઈ બતાવનારું યંત્ર.

al'titude (ઍલ્ટિટ્યૂડ), ના૦ ઊંચાઈ; સમુદ્રની સપાટીથી ઊંચાઈ; (બ૦ વ૦) ઊંચું સ્થાન – પ્રદેશ.

al'to (ઍલ્ટો), ના૦ પુરુષનો ઊંચામાં ઊંચો સ્વર – અવાજ અથવા સ્ત્રીનો તે જ સપાટીનો સ્વર – અવાજ.

altogeth'er (ઑલ્ટગેધર), ક્રિ૦વિ૦ સર્વથા, સંપૂર્ણપણે; એકંદરે, સરવાળે.

al'truism (ઍલ્ટ્રુઇઝ્મ), ના૦ પરોપકારવૃત્તિ, નિસ્વાર્થપણું. **al'truist**, ના૦ પરોપકારી માણસ. **altruis'tic**, વિ૦ પરોપકારી.

al'um (ઍલમ), ના૦ ફટકડી.

alumin'ium (ઍલ્યુમિનિઅમ), **alum'inum** (અલ્યુમિનમ), ના૦ એ નામની સફેદ હલકી ધાતુ.

alum'nus (અલમ્નસ), ના૦ (બ૦વ૦ alumni). શાળા કે યુનિવર્સિટીનો વિદ્યાર્થી. **alumna** (અલમ્ના), ના૦ (બ. વ. alumnae). – વિદ્યાર્થિની

al'ways (ઑલ્વેઝ્, –વિ–), ક્રિ૦ વિ૦ હંમેશા, નિરંતર, હરવખત.

a.m., ante meridiem નું સંક્ષિપ્ત રૂપ.

am (ઍમ), to be ક્રિયાપદનું વર્તમાનકાળનું પહેલા પુરુષનું એકવચન, (હું) છું.

amain' (અમેન), ક્રિ૦ વિ૦ જોરથી; ખૂબ વેગથી – ઉતાવળથી.

amal'gam (અમૅલ્ગમ), ના૦ પારા સાથે બીજી ધાતુનું મિશ્રણ; મિશ્રણ.

amal'gamate (અમૅલ્ગમેટ), ઉ૦ ક્રિ૦ મિશ્રણ કરવું, મેળવવું; જોડવું; એકત્ર કરવું. **amalgama'tion**, ના૦મિશ્રણ(કરવું તે).

amanuen'sis (અમૅન્યૂએ'ન્સિસ), ના૦ (બ૦ વ૦ –ses). લહિયો, ગણેશજી, કોઈ લખાવે તે પરથી લખનાર.

am'aranth (ઍમરૅન્થ), ના૦ કવિસંકેત અનુસાર કદી ન કરમાતું એક ફૂલ; જાંબુડો રંગ.

amaryll'is (ઍમરિલિસ), ના૦ એક ફૂલઝાડ.

amass' (અમૅસ), સ૦ ક્રિ૦ એકઠું કરવું, (ધન, ઇ. નો) સંચય – સંગ્રહ – કરવો.

am'ateur (ઍમચુઅર, ઍમટર), ના૦ કોઈ વિદ્યા કે કળાની શોખ (ની વસ્તુ) તરીકે – ધંધા તરીકે નહિ – ઉપાસના કરનાર, શોખી. **amateur'ish** (ઍમચુઅરિશ, – ટરિશ), વિ૦ શોખની ખાતર કરનારની ઢબવાળું; અભ્યાસ અને કુશળતાની ખામી દાખવનારું. **amateur'ism**, ના૦

am'atory (ઍમટરિ), વિ૦ લૈંગિક પ્રેમ કે કામને લગતું; કામોદ્દીપક.

amaze' (અમેઝ્), સ૦ ક્રિ૦ આશ્ચર્યચકિત કરવું, દંગ – છક – કરી નાંખવું. **ama'zing** વિ૦ દંગ કરે એવું. **amaze'ment**, ના૦ વિસ્મય, અચંબો.

Am'azon (ઍમઝન), ના૦ સ્ત્રી યોદ્ધા,

લડાયક બહાદુર સ્ત્રી; મર્દાની ટેવો ને માનસ-વાળી કદાવર સ્ત્રી. **Amazon'ian** (ઍમઝો-નિઅન), વિ૰

ambass'ador (ઍમ્બૅસડર), ના૰ એક રાજા કે રાજ્યની તરફથી બીજાની પાસે મોકલવામાં આવતો એલચી; એલચી, વકીલ. **ambassador'ial** (ઍમ્બૅસડૉરિઅલ), વિ૰એલચીનું–ને લગતું. **ambass'adress** (ઍમ્બૅસડ્રિસ), ના૰ સ્ત્રી એલચી; એલચીની સ્ત્રી.

am'ber (ઍમ્બર), ના૰ કેરબો, તૃણમણિ.

am'bergris (ઍમ્બર્ગ્રીસ), ના૰ અમ્બર; વહેલ માછલી – મગરમચ્છ – ના પેટમાંથી નીકળતો ચીકણો સુગંધી પદાર્થ.

ambidex't(e)rous (ઍમ્બિડેક્સ્ટ્રસ), વિ૰ બન્ને હાથે કામ કરી શકનારું, સવ્ય-સાચી. **ambidex'ter**, ના૰ બંને હાથે કામ કરી શકનાર. **ambidexte'rity**, ના૰ સવ્યસાચિત્વ.

am'bient (ઍમ્બિઅન્ટ), વિ૰ આસપાસનું, ફરતે આવેલું.

ambigu'ity (ઍમ્બિગ્યૂઇટિ), ના૰ દ્વિઅર્થી-પણું; અર્થનું સંદિગ્ધપણું.

ambig'uous (ઍમ્બિગ્યુઅસ), વિ૰ બે અર્થવાળું; સંદિગ્ધ, અસ્પષ્ટ.

am'bit (ઍમ્બિટ), ના૰ ઘેરાવો, પરિસર; હદ, મર્યાદા; ક્ષેત્ર, વિસ્તાર.

ambi'tion (અમ્બિશન), ના૰ મોટાઈ મેળવવાની ઇચ્છા, મહત્ત્વાકાંક્ષા; જેની આકાંક્ષા હોય તે વસ્તુ (રાજ્ય, સંપત્તિ ઇ.). **ambi'tious** (ઍમ્બિશસ), વિ૰ મહત્ત્વાકાંક્ષી.

am'ble (ઍમ્બલ), અ૰ ક્રિ૰ રવાલ ચાલે –ધીમી ચાલે–ચાલવું. ના૰ રવાલ ચાલ, ધીમી ચાલ.

ambro'sia (ઍમ્બ્રોઝિઆ, –ઝ્યા), ના૰ દેવોનું અન્ન, અમૃત. **ambro'sial**, વિ૰

a(u)m'bry (ઍમ્બ્રિ, ઑ–), ના૰ દેવળ – ચર્ચ – ની ભીંતમાંનું વાસણ મૂકવાનું કબાટ.

am'bulance (ઍમ્બ્યુલન્સ), ના૰ માંદા કે ઘાયલને લઈ જવાનું વાહન; લશ્કરની સાથે ફરનારું – જંગમ – દવાખાનું.

am'bulatory (ઍમ્બ્યુલટરિ, –લે–), વિ૰ ફરવાનું – માટેનું; ખસેડી શકાય એવું. ના૰ (–લ–) ફરવાની જગ્યા; આચ્છાદિત માર્ગ.

ambuscade' (ઍમ્બસ્કેડ), **am'bush** (ઍમ્બુશ), ના૰ છાપો મારવાને ઇરાદે લશ્કરની સંતાઈ રહેવાની જગ્યા–ક્રિયા; આવી રીતે સંતાઈ રહેલું લશ્કર. ઉ૰ક્રિ૰ છાપો મારવા સંતાઈ – ભરાઈ – રહેવું; – સંતાડીને મૂકવું.

amel'iorate (અમીલિઅરેટ), ઉ૰ ક્રિ૰ (–rable). સુધારવું; સુધરવું. **ameliora'tion**, ના૰ એ ક્રિયા. [તથાસ્તુ.

amen' (આમે'ન, એ–), ઉદ્ગાર૰ આમીન,

ame'nable (અમીનબલ), વિ૰ સહેલા-ઈથી કાબૂમાં રાખી – વશ કરી – શકાય એવું, માને એવું(*to* સાથે). **amenabil'ity**, ના૰

amend' (અમે'ન્ડ), ઉ૰ ક્રિ૰ ખરાબ ચાલ છોડી દેવી, સારા થવું; સારું બનાવવું; (ઠરાવ, દસ્તાવેજ ઇ. માં) સુધારો કરવો; ભૂલ સુધારવી. **amend'ment**, ના૰ સુધારો, દુરસ્તી.

amends' (અમે'ન્ડ્ઝ), ના૰ નુકસાન ભરપાઈ. *make* ~, નુકસાન ભરી આપવું.

amen'ity (અમીનિટિ, – મે' –), ના૰ રમણીયતા, શોભા; મનોરંજકપણું; ભલાઈ, સુજનતા; અનુકૂળતા; (બ૰ વ૰) સારી રીતભાત; સુખસગવડ. [સજા કરવી.

amerce' (અમર્સ), સ૰ ક્રિ૰ દંડ કરવો;

Ame'rican (અમે'રિકન), વિ૰ અમેરિકા કે સંયુક્ત રાજ્યોનું – ને લગતું. ના૰ અમે-રિકાનો – વિ. ક. સંયુક્ત રાજ્યોનો – વતની. ~ *cloth*, ચામડા જેવું દેખાતું ખાસ બના-વટનું કાપડ. **Ame'ricanism**, ના૰ અમેરિકામાં ખાસ વપરાતો શબ્દ કે રૂઢિપ્રયોગ.

am'ethyst (ઍમિથિસ્ટ), ના૰ જાંબુડા રંગનું એક રત્ન, ચાકૂત.

am'iable (ઍમિઅબલ), વિ૰ મિત્રતાવાળું, ભલું; પ્યાર કરવા જેવું. **amiabil'ity**, ના૰ ભલાઈ, મળતાવડાપણું.

am'icable (ઍમિકબલ), વિ૰ મિત્રતાવાળું– ભરેલું, સુલેહસંપવાળું. **amicabil'ity**, ના૰ મિત્રાચારી, મિલનસારપણું. **am'icably**, ક્રિ૰ વિ૰ ઘરમેળે, સલાહસંપથી.

amid' (અમિડ), નામ૰ અ૰ -ની વચ્ચે, વચ્ચમાં. **amid'ships**, વહાણની વચ્ચે.

amidst' (અમિડ્સ્ટ), નામ૦ અ૦ વચ્ચે.

amiss' (અમિસ), ક્રિ૦ વિ૦ અને વિ૦ ખોટી – અયોગ્ય – ખરાબ – (રીતે). *take* (thing) **~**, ખોટું માનવું – લગાડવું; ઊલટો અર્થ લેવો. [ચારી; સુલેહસંપ.

am'ity (ઍમિટિ), ના૦ દોસ્તી, મિત્રા-

am'meter (ઍમિટર), ના૦ વીજળીનો પ્રવાહ માપવાનું યંત્ર.

ammon'ia (અમોનિયા), ના૦ નવસાર, નવસાગર, ઍમોનિયા ગૅસ. **ammon'iac**, વિ૦ અમોનિયાના ગુણધર્મવાળું, અમોનિયાનું. **ammon'iated** (–નિએટિડ), વિ૦ નવસાર – અમોનિયા – ભેળવેલું.

amm'onite (ઍમનાઇટ), ના૦ અતિ પ્રાચીન કાળમાં થઈ ગયેલી એક જાતની માછલી; તેની છીપનો બનેલો ગોળ વળેલા શીંગડા જેવો પથ્થર.

ammon'ium (અમોનિયમ), ના૦ અમોનિયા ક્ષારોનો માની લીધેલો પાયો – મૂળદ્રવ્ય, કોઈ તેજાબ કે પાણી સાથે ભેળવેલો અમોનિયા વાયુ; કપડાં સાફ કરવા માટે વપરાતું એક પ્રવાહી.

ammuni'tion (ઍમ્યુનિશન), ના૦ દારૂગોળો ઇ. લશ્કરી સરંજામ. **~** *boots, bread, hat*, લશ્કરી સિપાઈને અપાતાં બૂટ, રોટી, ટોપી, ઇ. [સ્મૃતિનાશ.

amnes'ia (ઍમનીસિઆ, –ઝ઼િ–), ના૦

am'nesty (ઍમ્નિસ્ટિ), ના૦ બધા (વિ. ક. રાજદ્વારી) કેદીઓને છોડી મૂકવા તે, સાર્વત્રિક માફી.

amoeb'a (અમીબા), ના૦ (બ૦ વ૦ amoebae, amoebas). સતત આકાર બદલતો ઇન્દ્રિય વિનાનો અતિસૂક્ષ્મ જંતુ; પાણીમાં મળી આવતો તદ્દન પ્રાથમિક અવસ્થાનો જીવ.

amok' (અમૉક), જુઓ amuck.

among'(અમંગ),**amongst** (અમંગ્સ્ટ), નામ૦ અ૦ -ની વચમાં – વચ્ચે; -ના સમૂહ કે જૂથમાં.

amo'ral (ઍમૉરલ), વિ૦ નીતિના ક્ષેત્રની બહારનું; નીતિઅનીતિની ભાવના વિનાનું, નીતિ-નિરપેક્ષ.

am'orous (ઍમરસ), વિ૦ પ્રેમનું, પ્રેમી; ઇશ્કી, કામી; કામોદ્દીપક. **~** *of*, -ના પ્રેમમાં.

amorp'hic (અમૉર્ફિક), **amorph'ous** (અમૉર્ફસ), વિ૦ ચોક્કસ આકાર વિનાનું; અનિયમિત, અવ્યવસ્થિત.

amount' (અમાઉન્ટ), અ૦ ક્રિ૦ (*to* સાથે) -નો સરવાળો થવો; -ની બરોબર હોવું; -નો સાર હોવો. ના૦ સરવાળો; સાર, અર્થ; રકમ, સંખ્યા, જથો.

amour' (અમૂર), ના૦ (બહુધા ગુપ્ત) પ્રેમ-સંબંધ, પ્રણયકિસ્સો.

amour propre (ઍમૂર પ્રૉપર), ના૦ સ્વમાન; અહંપ્રેમ, અહંમન્યતા.

am'pere (ઍમ્પે'અર, ઍમ્પિ –), ના૦ વીજળીનો પ્રવાહ માપવાનો એકમ. **amperage** (ઍમ્પિઅરિજ), ના૦ ઍમ્પેઅરમાં વીજળીનું માપ.

ampersand' (ઍમ્પર્સૅન્ડ), ના૦ '&' (અને) નું ચિહ્ન.

amphib'ian (ઍમ્ફિબિઅન), વિ૦ અને ના૦ જમીન અને પાણી બન્નેમાં રહેતું (પ્રાણી); પાણી અને જમીન બંને પરથી ઊડી અને ઊતરી શકે એવું (વિ. ક. લશ્કરી) વિમાન.

amphib'ious (ઍમ્ફિબિઅસ), વિ૦ જમીન અને પાણી બંને પર રહેનારું, જળ-સ્થળચર, ઉભચર.

am'phitheatre (ઍમ્ફિથીઅટર,–થિ–), ના૦ મોટી (અર્ધ કે લંબ) ગોળાકાર નાટકશાળા – રંગભૂમિ; [લા.] કુસ્તી કે યુદ્ધની જગ્યા.

am'ple (ઍમ્પલ), વિ૦ મોટું, પહોળું, વિશાળ; વિપુલ, ભરપૂર; તદ્દન પૂરતું.

amplifica'tion (ઍમ્પ્લિફિકેશન), ના૦ મોટું કરવું, -ની વૃદ્ધિ કરવી; વિદ્યુતપ્રવાહનું જોર વધારવું. **am'plifier** (ઍમ્પ્લિફાયર), ના૦ અવાજને મોટું કરનારું વીજળીનું યંત્ર.

am'plify (ઍમ્પ્લિફાઇ), ઉ૦ ક્રિ૦ વધારવું, મોટું કરવું; -માં વિગત વધારવી, વિસ્તારીને કહેવું.

am'plitude (ઍમ્પ્લિટ્યૂડ), ના૦ કદ; વિશાળતા, વિસ્તાર; વિપુલતા; [ખ.] અગ્રાંશ, દિગંશ.

am'ply (ઍમ્પ્લિ), ક્રિ૦ વિ૦ પૂરતી રીતે.
am'putate (ઍમ્પ્યુટેટ), સ૦ ક્રિ૦ (–utable). અવયવ કાપી નાખવો; કાપી નાખવું. **amputa'tion**, ના૦ અંગછેદન.
amuck' (અમક) **amok** (અમૉક), ક્રિ૦ વિ૦ *run* ~, ગાંડા થઈને જેને તેને મારવા દોડવું, વીફરવું, કાબૂ બહાર જઈને હિંસાનાં કૃત્યો કરવાં. [માદળિયું, તાવીજ.
am'ulet (ઍમ્યુલિટ), ના૦ મંતરેલું
amuse' (અમ્યૂઝ઼), સ૦ ક્રિ૦ (—sable). મનરંજન કરવું, રમૂજ પમાડવી. **amuse'ment**, ના૦ મનરંજન, ગંમત, વિનોદ.
amusing, વિ૦ રમૂજી.
an (ઍન), જુઓ a.
an ઉભ૦ અ૦ [પ્રા.] જો.
ana (એના), ના૦ કોઈ વ્યક્તિના બોલ, પ્રસંગો ઇ. દા. ત. *Gandhiana*, ગાંધીજીનું તથા તેમને વિષેનું સાહિત્ય.
anabap'tist (ઍનબૅપ્ટિસ્ટ), ના૦ ફરીથી (ખ્રિસ્તી) ધર્મદીક્ષાનો સંસ્કાર કરાવનાર – બાપ્તિસ્મા આપનાર.
anab'olism (અનૅબલિઝ઼મ), ના૦ [જીવ.] શરીરના પોષણની પ્રક્રિયા, સંઘટન કે ચય પ્રક્રિયા.
anach'ronism (અનૅક્રનિઝ઼મ), ના૦ કાલવિપર્યાસ – વ્યુત્ક્રમ, અમુક કાળ સાથે મેળ ન ખાવો તે. **anachronis'tic**, વિ૦ કાલવિપર્યાસવાળું.
anacon'da (ઍનકૉન્ડા), ના૦ સિલોનનો એક મોટો સર્પ; દ. અમેરિકાનો આશરે ૨૫ ફૂટ લાંબો અજગર.
anaem'ia (અનીમિઆ), ના૦ રુધિરાભાવ; પાંડુરોગ. **anaem'ic**, વિ૦ પાંડુરોગ (નાં લક્ષણ) વાળું.
anaesthes'ia (અનીસ્થીસિઆ, – ઝ઼િ –), ના૦ (રોગ, દવા ઇ.થી ઉપજાવેલી) બેભાન અવસ્થા. **anaesthet'ic** (ઍનીસ્થે'ટિક), વિ૦ અને ના૦ બેભાન બનાવનાર (પદાર્થ કે દવા). **anaes'thetist** (અનીસ્થટિસ્ટ), ના૦ બેભાન બનાવવાની દવા આપનાર દાક્તર. **anaes'thetize** (અનીસ્થટાઇઝ઼), સ૦ક્રિ૦ બેભાન બનાવવું.

an'agram (ઍનગ્રૅમ), ના૦ એક શબ્દના અક્ષરોનો ક્રમ બદલીને બનાવેલો બીજો શબ્દ.
an'al (એનલ), વિ૦ ગુદા અંગેનું – પાસેનું.
analges'ia (ઍનૅલ્જીસિઆ, – ઝ઼િ –), ના૦ દરદની વેદનાનો અભાવ, બધિરતા.
analogous (અનૅલગસ), વિ૦ સરખું, મળતું, સદૃશ. [સરખી – વસ્તુ.
an'alogue (ઍનલૉગ), ના૦ મળતી –
anal'ogy (અનૅલજિ), ના૦ કેટલીક બાબતોમાં સામ્ય, સરખાપણું; સરખી વસ્તુઓ પરથી કરવામાં આવતી દલીલ; દૃષ્ટાંત.
an'alyse (ઍનલાઇઝ઼), સ૦ ક્રિ૦ ઝીણવટથી તપાસવું; -નાં ઘટક – મૂળ – તત્ત્વો શોધવાં; [વ્યાક.] પૃથક્કરણ કરવું.
anal'ysis (અનૅલિસિસ), ના૦ (બ૦વ૦ analyses). મૂળ કે ઘટક તત્ત્વો જુદાં પાડવાં તે, પૃથક્કરણ.
an'alyst (ઍનલિસ્ટ), ના૦ (વિ. ક. રાસાયનિક) પૃથકકરણ કરવામાં કુશળ વ્યક્તિ.
analyt'ic (ઍનલિટિક), વિ૦ પૃથક્કરણનું – અંગેનું. **analyt'ical**, વિ૦ પૃથક્કરણ પદ્ધતિએ કરેલું; પૃથક્કરણ કરનારૂં.
Anani'as (ઍનનાયસ), ના૦ ખોટું બોલનાર.
an'apaest (ઍનપીસ્ટ), ના૦ બે લઘુ ને એક ગુરુ માત્રાવાળો (વૃત્તનો) પાદ.
anarch'ic(al) (અનાર્કિક, – કલ), વિ૦ અંધાધૂંધીવાળું, અરાજક. **an'archism** (ઍનર્કિઝ઼મ), ના૦ અરાજ્યવાદ. **an'archist** (ઍનર્કિસ્ટ), ના૦ અરાજ્યવાદી; રાજ્યમાં બંડ ફિતૂર કરાવનાર.
an'archy (ઍનર્કિ), ના૦ સરકાર કે રાજ્યતંત્રનો અભાવ; અવ્યવસ્થા, અરાજક.
anath'ema (અનૅથિમા), ના૦ શાપ, બદદુવા; શાપિત વસ્તુ કે વ્યક્તિ. **anath'ematize** (અનૅથિમટાઇઝ઼), સ૦ ક્રિ૦ શાપ દેવો.
anatom'ical (ઍનટૉમિકલ), વિ૦ શરીરરચના સંબંધી – ને લગતું. **anat'omist** (અનૅટમિસ્ટ), ના૦ શરીરરચનાશાસ્ત્રજ્ઞ; શરીરછેદનકર્તા.
anat'omy (અનૅટમિ), ના૦ શરીરરચના-

શાસ્ત્ર; શવવિચ્છેદન; [લૌ.] અસ્થિપંજર.

an'cestor (ઍન્સિસ્ટર), નાο પૂર્વજ, આદિપુરુષ; (બο વο) બાપદાદાઓ, વડવાઓ. **ances'tral** (ઍન્સે'સ્ટ્રલ), વિο પૂર્વજોનું; પૂર્વજો પાસેથી વારસામાં મળેલું. **an'cestry** (ઍન્સિસ્ટ્રિ), નાο કુળ, વંશ; બાપદાદાઓ.

anc'hor (ઍંકર), નાο લંગર, નાંગર; આધાર. ઉο ક્રિο લંગરવાર કરવું, નાંગરવું; સ્થિર-દૃઢ-કરવું. *cast* ~, લંગર નાંખવું; *weigh* ~, લંગર ઉપાડવું.

anc'horage (ઍંકરિજ), નાο નાંગરવાની જગ્યા, લંગરવાડો; આધાર, આશ્રય.

anc'horet (ઍંકરિટ), **anc'horite** (ઍંકરાઇટ), નાο વૈરાગી, બાવો; યતિ, તપસ્વી.

ancho'vy (ઍન્ચોવિ, -ચો-), નાο એક જાતની તીખા સ્વાદવાળી માછલી.

an'cient (એન્શન્ટ), વિο પ્રાચીન કાળનું, અતિ જૂનું. નાο (બο વο) પ્રાચીન કાળના સુધરેલા લોકો-રાષ્ટ્રો. ~ *lights*, [કા.] મકાન બાંધીને જેનું અજવાળું બંધ ન કરી શકાય એવી બારી.

an'cillary (ઍન્સિલરિ), વિο તાબાનું, હાથ નીચેનું; ગૌણ, સહાયકારક.

and (ઍન્ડ), ઉભο અο અને.

andan'te (ઍનડૅન્ટિ), ક્રિο વિο [સં.] ધીરે ધીરે, અવકાશે.

an'diron (ઍનડાયર્ન), નાο સગડીમાં બળતાં લાકડાંને આધાર તરીકે વપરાતો લોઢાનો કઠેરો-સળિયાનો આધાર.

an'ecdote (ઍનિક્ડોટ), નાο છૂટક પ્રસંગનું બયાન; કોઈ ખાનગી બનાવની ટૂંકી વાર્તા, કહાણી. **an'ecdotage**, નાο છૂટક વાતો; [ગંમતમાં] વાચાળતાવાળું ઘડપણ.

anem'ia, નાο જુઓ anaemia.

anem'one (અને'મનિ), નાο જંગલનું તારાના આકારનું એક સફેદ ફૂલ. *sea* ~, એવા ફૂલ જેવું દરિયામાં રહેતું પ્રાણી.

anent' (અને'ન્ટ), નામο અο -ને વિશે, સંબંધી.

an'eroid (ઍનરોઈડ), વિο પ્રવાહીને ન વાપરનારું. ~ *barometer*, હવા કાઢી લીધેલ પેટીના ઢાંકણા પર થતી અસર પરથી હવાનું દબાણ માપવાનું યંત્ર, બૅરૉમીટર.

anesthetic (ઍનિસ્થે'ટિક), વિο જુઓ anaesthetic.

anew' (અન્યૂ), ક્રિο વિο ફરીથી, નવેસર.

a'ngel (ઍંજલ), નાο દેવદૂત, ફિરસ્તો; પરોપકારી ભલો માણસ; સુંદર ને નિષ્પાપ પ્રાણી. **angel'ic** (ઍંજે'લિક), વિο

angel'ica (ઍંજે'લિકા), નાο રાંધવામાં અને દવામાં વપરાતી એક ખુશબોદાર વનસ્પતિ-છોડ.

an'gelus (ઍંજિલસ), નાο સવારે, બપોરે અને સાંજે ઘંટ વાગવાની સાથે થતી ઈશુના અવતાર અંગેની પ્રાર્થના; એ સમય બતાવવા થતો ઘંટ.

ang'er (ઍંગર), નાο ગુસ્સો, ક્રોધ; નારાજગી. સο ક્રિο ગુસ્સે કરવું.

angin'a (ઍંજાઈના), નાο ગળાનો સોજો, ગંડમાળ, કંઠમાળ. ~ *pectoris* (-પે'ક્ટરિસ). નાο હૃદયની રોગી અવસ્થામાં અતિશ્રમને કારણે છાતીમાં ઊપડતું દરદ.

ang'le (ઍંગલ), નાο ખૂણો, કોણ (બે લીટી વચ્ચેનો); (બે દીવાલ વચ્ચેનો) ખૂણો; ઢાળ-ઢોળાવ-ની માત્રા; [લા.] દૃષ્ટિકોણ.

ang'le, અο ક્રિο ગલ વતી માછલાં પકડવાં. ~ *for*, કોઈની પાસેથી કશુંક મેળવવા ફાંફાં મારવાં. **ang'ler** (ઍંગલર), નાο (ગલ વતી) માછલાં પકડનાર.

Ang'lican (ઍંગ્લિકન), વિο સુધરેલા ઇગ્લૅન્ડના ચર્ચનું -ને લગતું. નાο એ ચર્ચનો અનુયાયી-સદસ્ય. **Ang'licanism**, નાο ઇગ્લૅન્ડની રહેણીકરણી, સંસ્થાઓ ઇ. વિષે પ્રીતિ.

Ang'licism (ઍંગ્લિસિઝ્મ), નાο અંગ્રેજી રૂઢિ (પ્રયોગ); અંગ્રેજ રાજનીતિના સિદ્ધાંતો. **Ang'licize**, સο ક્રિο અંગ્રેજી કરવું, બોલચાલ ઇ.માં અંગ્રેજ જેવું બનાવવું.

Anglo-(ઍંગ્લો-), (બીજા શબ્દ સાથે) અંગ્રેજી-.

Anglo-In'dian (ઍંગ્લો-ઇંડિયન), વિο અને નાο જન્મે બ્રિટિશ પણ હિન્દમાં લાંબો વખત રહેલું (માણસ); અંગ્રેજ અને હિન્દીની

સંકર–મિશ્ર–પ્રજા.

Angloman'ia (ઍંગ્લોમેનિઆ), ના० ઇંગ્લન્ડ અને અંગ્રેજોની રહેણીકરણીનો અતિ પ્રેમ; તેમનું અનુકરણ કરવાનું ગાંડપણ.

Anglophob'ia (ઍંગ્લોફોબિઆ), ના० ઇંગ્લન્ડ કે અંગ્રેજોની બીક–ભડક–તિરસ્કાર.

Anglo-Sax'on (-સૅક્સન), વિ० નૉર્મન વિજય પહેલાંના અંગ્રેજોનું. ના० એવું માણસ; એ વખતની જૂની અંગ્રેજી ભાષા.

angol'a, angor'a (ઍંગોલા,–રા), ના० અંગોરાનું ઘેટું; તેના ઊનનું કપડું; લાંબા વાળવાળું અંગોરા ઘેટું–બિલાડી–સસલું.

Angor'a (ઍંગોરા), ના० તુર્કસ્તાનની રાજધાની (હવે 'અંકારા' કહેવાય છે).

angostur'a (ઍંગોસ્ટ્યુઅરા), ના० દ. અમેરિકાના એક ઝાડની છાલ, જે દવામાં અને પીણામાં વપરાય છે.

ang'ry (ઍંગ્રિ), વિ० ગુસ્સે થયેલું, કોપાયમાન; ક્રોધનું સૂચક, ક્રોધી; (જખમ ઇ.) સોજા–દરદ–વાળું.

ang'uish (ઍંગ્વિશ), ના० તીવ્ર શારીરિક કે માનસિક દરદ કે વેદના–દુઃખ.

ang'ular (ઍંગ્યુલર), વિ० ખૂણાવાળું; અનેક તીક્ષ્ણ કે ધારવાળા ખૂણા–કોર–વાળું; વક્ર, તકરારી.

an'iline (ઍનિલાઇન,–લીન), ના० રંગો બનાવવાનું એક પાયાનું રાસાયનિક દ્રવ્ય, કોલટાર કે ડામરની બનાવટ.

animadver'sion (ઍનિમ્‌ઍડવર્શન), ના० ટીકા, નિંદા. **animadvert'** (ઍનિમડ્વર્ટ), સ० ક્રિ० -ની ટીકા–નિંદા–કરવી.

an'imal (ઍનિમલ), ના० પ્રાણી; માનવેતર પ્રાણી. વિ० પ્રાણીનું–ને લગતું; દેહને કે ઇન્દ્રિયો અથવા તેના વિષયોને લગતું (દા. ત. ~ *desires, pleasures*); હલકું. **an'imalism**, ના० ઇન્દ્રિયસુખમાં મગ્ન રહેવું તે. **animal'ity** (ઍનિમૅલિટિ), ના० (માણસમાં રહેલી) પશુવૃત્તિ; પશુસૃષ્ટિ. **animal'cule** (ઍનિમૅલ્‌ક્યૂલ), ના० અતિ-સૂક્ષ્મ જીવ કે પ્રાણી.

an'imate (ઍનિમેટ), સ० ક્રિ० -માં પ્રાણ પૂરવો; સજીવ બનાવવું; ઉલ્લસિત, જોમવાળું કે રસિક બનાવવું. વિ० (ઍનિમિટ), જીવતું, સજીવ; ચૈતન્યવાળું. ~*d talk*, ખૂબ ઉત્સાહ, રમૂજ અને હોશિયારીવાળી વાતચીત. **anima'tion**, ના० ઉત્સાહ, ઉલ્લાસ; પાણી, તેજ.

an'imism (ઍનિમિઝ્મ), ના० નિર્જીવ પદાર્થો અને કુદરતનાં બળોમાં આત્માનું આરોપણ કરવું તે; એમ કરનાર વિચારપ્રણાલી –વાદ, જીવવાદ.

animos'ity (ઍનિમૉસિટિ), ના० વેર, વેરભાવ, શત્રુવટ; ઉગ્ર તિરસ્કાર.

an'imus (ઍનિમસ), ના० દ્વેષ, અંટસ, અદાવત; તીવ્ર અણગમો; ઇરાદો, પ્રેરણા.

an'ise (ઍનિસ), ના० સુવાનો છોડ, અનીસુનો છોડ. **an'iseed** (ઍનિસીડ), ના० સુવા, અનીસુનાં બીજ.

ankle (ઍંકલ), ના० પગની ઘૂંટી. **ank'let** (ઍંક્લિટ), ના० ઝાંઝર, નૂપુર; ઘૂંટી માટે આધાર.

ann'a (ઍના), ના० આનો (રૂપિયાનો [૧૬ મો ભાગ).

ann'alist (ઍનલિસ્ટ), ના० વર્ષાનુક્રમે વૃત્તાંત લખનાર.

ann'als (ઍનલ્ઝ), ના० બ० વ० સાલવાર બખર; ઇતિહાસ; ઐતિહાસિક દસ્તાવેજ–લખાણ.

anneal' (અનીલ), સ० ક્રિ० કાચ, લોઢું ઇ.ને મજબૂત બનાવવા માટે તપાવીને ધીમે ધીમે ઠંડું પાડવું, એવી રીતે પાણી ચડાવવું; પાણી ચડાવવું–પાવું.

annex' (અનૅ'ક્સ), સ० ક્રિ० -માં ઉમેરવું; -ને (પરિશિષ્ટ કે પુરવણી તરીકે) જોડવું; પોતાના મુલકમાં સામેલ કરી લેવું; ખાલસા કરવું. **annexa'tion**, ના० જોડાણ, સંયોગ. **annex(e)'** (ઍને'ક્સ), ના० પુરવણી તરીકે બાંધેલું કે વધારાનું મકાન; દસ્તાવેજની પુરવણી કે પરિશિષ્ટ.

anni'hilate (અનાઇઇલેટ), સ० ક્રિ० (–lable). જડમૂળથી–સદંતર–નાશ કરવો. **annihila'tion**, ના० ઉચ્છેદ, સદંતર નાશ.

annivers'ary (ઍનિવર્સરિ), ના० વાર્ષિક દિવસ, વાર્ષિક દિવસની ઉજવણી, સંવત્સરી.

~ *of birth*, જન્મગાંઠ, વરસગાંઠ, જયંતી. ~ *of death*, મૃત્યુતિથિ, પુણ્યતિથિ.

Ann'o Dom'ini (ઍનો ડૉમિનાઇ), આપણા પ્રભુ (ઈશુ) ના વરસમાં, ઈસ્વીસનમાં. (સંક્ષેપ A.D.)

ann'otate (ઍનટેટ), ઉ૦ ક્રિ૦ લેખક કે તેના ગ્રંથ પર ટિપ્પણ લખવું, વિવરણ લખવું, નોંધો ઉમેરવી. **annota'tion**, ના૦ ટિપ્પણ. **ann'otator**, ના૦ ટિપ્પણ લખનાર.

announce' (અનાઉન્સ), સ૦ ક્રિ૦ જાહેર કરવું, કોઈના આગમન ઇ.ની ખબર – સૂચના – આપવી. **announ'cement**, ના૦ વિ. ક. જાહેર નિવેદન, જાહેરાત.

announ'cer (અનાઉન્સર), ના૦ જાહેર કરનાર; (વિ. ક. આકાશવાણી કે રેડિયોનો) કાર્યક્રમ જાહેર કરનાર અમલદાર.

annoy' (અનૉઇ), સ૦ ક્રિ૦ ત્રાસ આપવો, પજવવું; સંતાપવું. **annoy'ance** (અનૉયન્સ), ના૦ પજવણી, ત્રાસ; કંટાળો; ત્રાસદાયક વસ્તુ.

ann'ual (ઍન્યુઅલ), વિ૦ વાર્ષિક, વરસે વરસે થતું – આવતું. ના૦ એક વરસ જીવનારો છોડ; વાર્ષિક (પુસ્તક).

annu'ity (અન્યૂઇટિ), ના૦ વર્ષાસન, સાલિયાણું; દર વરસે ચોક્કસ રકમ મળે એવી રીતે વ્યાજે આપેલી કે રોકેલી રકમ – ઉતારેલો વીમો. **annu'itant**, ના૦ વર્ષાસન ખાનાર.

annul' (અનલ), સ૦ ક્રિ૦ રદ કરવું, દૂર કરવું; બેકાયદેસર જાહેર કરવું.

ann'ular (ઍન્યુલર), વિ૦ વલયાકાર, કંકણાકૃતિ, વીંટીના આકારનું.

annun'ciate (અનન્શિએટ), સ૦ ક્રિ૦ (–iable). જાહેર કરવું. **annuncia'tion**, (–સિ–), ના૦ જાહેરાત. *A*~, ઈશુના અવતારની કુમારી મેરીને આપેલી ખબર; ખબર આપ્યાનો વરસનો એ દિવસ – પર્વ.

an'ode (ઍનોડ), ના૦ વિદ્યુતકોષના જે છેડા – ધ્રુવ – માંથી વીજળીનો પ્રવાહ આવે છે તે, ધન ધ્રુવ.

an'odyne (ઍનડાઇન), વિ૦ દુઃખ કે દરદ નરમ પાડનારું; શામક. ના૦ દુઃખ–દરદ–હળવું કરનાર દવા કે ઘટના.

anoint' (અનૉઇન્ટ), સ૦ ક્રિ૦ –ના પર તેલ ચોપડવું – રેડવું; તેલ ઘસવું; તેલ રેડીને અભિષેક કરવો (બાપ્તિસ્મા, રાજ્યારોહણ ઇ. વખતે). **anoint'ed**, વિ૦ તેલ રેડીને અભિષેક કરેલું, અભિષિક્ત.

anom'alous (અનૉમલસ), વિ૦ અનિયમિત, રીતથી ઊલટું; વિલક્ષણ, અસાધારણ.

anom'aly (અનૉમલિ), ના૦ નિયમવિરુદ્ધતા, વિલક્ષણ ઘટના કે વસ્તુ; દેખીતી ભૂલ.

anon' (અનૉન), ક્રિ૦ વિ૦ જલદી, તરત, અબી હાલ. *ever and* ~, વારે ઘડીએ, વારંવાર.

anon., anonymous નો સંક્ષેપ.

anon'ymous (અનૉનિમસ), વિ૦ નામ વિનાનું, નનામું; અજ્ઞાત લેખકનું, લેખકના નામ વિનાનું.

anoph'eles (અનૉફલીઝ઼), ના૦ વિ. ક. મલેરિયાના મચ્છર.

anoth'er (અનધર), સર્વના૦ બીજું. વિ૦ વધારાનું, બીજું; જુદું.

an'swer (આન્સર), ઉ૦ ક્રિ૦ –નો જવાબ આપવો – લખવો; ખંડન કરવું, રદિયો આપવો; કામમાં આવવું, ગરજ સારવી. ~ *the door*, ઘંટડી ઇ. સાંભળીને કોણ આવ્યું છે તે જોવું. ~ *back*, સામો જવાબ આપવો. ~ *for*, –ને માટે જવાબદાર હોવું – સજા ભોગવવી. ~ *the purpose*, કામમાં આવવું; ગરજ સારવી. ~ *to*, –ને બંધબેસતું આવવું – મળતું આવવું. ના૦ જવાબ, ઉત્તર; રદિયો, ખંડન. **an'swerable** (આન્સરબલ), વિ૦ જવાબદાર, જોખમેદાર.

ant (ઍન્ટ), ના૦ કીડી. *white* ~, ઊધઈ. *black* ~, મંકોડો. *red* ~, ધીમેલ. ~-*eater*, ના૦ કીડીઓ પર જીવનાર પ્રાણી. ~*heap*, ~*hill*, ના૦ કીડીનું દર – રાફડો.

antag'onism (ઍન્ટૅગનિઝ઼મ), ના૦ વિરોધ, દુશ્મનાવટ. **antag'onist**, ના૦ વિરોધી, દુશ્મન; પ્રતિસ્પર્ધી, હરીફ. **antagonis'tic** વિ૦ વિરોધી, દુશ્મનાવટવાળું. **antag'onize, -ise** (ઍન્ટૅગનાઇઝ઼), સ૦ ક્રિ૦ –માં દુશ્મનાવટ પેદા કરવી, –ને શત્રુ બનાવવો.

antarc'tic (ઍન્ટાર્કટિક), વિ૦ દક્ષિણ

ધ્રુવ પ્રદેશનું. ના૦ દ. ધ્રુવ પ્રદેશ. *A~ Pole*, દક્ષિણ ધ્રુવ.

anteced'ent (ઍન્ટિસીડન્ટ), વિ૦ -ની પહેલાંનું, પૂર્વગામી – વર્તી. ના૦ આગળની વાત, વસ્તુ કે ઘટના; (બ૦ વ૦) વ્યક્તિનો આગળનો ઇતિહાસ – માહિતી, પૂર્વેતિહાસ.

an'techamber (ઍન્ટિચેમ્બર), ના૦ દીવાનખાનાની આગળનો ઓરડો; મોટા ઓરડામાં જેમાંથી જવાય તે નાનો ઓરડો; બહારના માણસને બેસવા માટેની ઓરડી.

an'tedate (ઍન્ટિડેટ), સ૦ ક્રિ૦ વાસ્તવિક તારીખ પહેલાંની તારીખ નાંખવી – લખવી; અમુક સમય કે ઘટનાની પહેલાં થવું.

antediluv'ian (ઍન્ટિડિલૂવિઅન), વિ૦ જલપ્રલય પહેલાંનું, નોહાના વખત પહેલાંનું; જૂની ઘરેડનું, જુનવાણી. [કાળિયાર.

an'telope (ઍન્ટિલોપ), ના૦ હરણ, મૃગ,

ante meridiem (ઍન્ટિમિરિડિઅમ, – મેરિડિઍમ), ક્રિ૦ વિ૦ મધ્યાહ્ન – બપોર – પહેલાં, રાતના બાર ને બપોરના બાર વચ્ચે. (સંક્ષેપ a. m.) [પહેલાંનું.

antena'tal (ઍન્ટિનેટલ), વિ૦ જન્મ

antenn'a (ઍન્ટે'ના), ના૦ (બ૦ વ૦ antennae). નાના જીવજંતુના મોઢા આગળના નિમાળા જે વડે તેઓ ફંફોળતા જાય છે, જીવજંતુની મૂછ; [બિનતારી સંદેશા] વીજળીનાં મોજાં ગ્રહણ કરનાર કે લઈ જનાર તાર, 'ઍરિઅલ'

antepenul'timate (ઍન્ટિપિનલ્ટિમિટ, – પે' –), વિ૦ ઉપાન્ત્યની પહેલાંનું, છેલ્લેથી ત્રીજું.

anter'ior (ઍન્ટીરિઅર), વિ૦ (*to* સાથે) -ની પહેલાંનું, વધુ આગળનું.

an'te-room (ઍન્ટિરૂમ), ના૦ મોટા ઓરડામાં કે દીવાનખાનામાં જેમાંથી પ્રવેશ કરી શકાય તે નાની ઓરડી; બહારના માણસને બેસવા માટેની ઓરડી.

an'them (ઍન્થમ), ના૦ સ્તુતિ કે જયનું ગીત, સ્તોત્ર. *national ~*, રાષ્ટ્રગીત.

an'ther (ઍન્થર), ના૦ [વનસ્પ.] ફૂલમાંની પુંકેસર પરની પરાગની કોથળી, પરાગધર.

anthol'ogy (ઍન્થૉલજિ), ના૦ વીણેલાં કાવ્યો કે ફકરાનો સંગ્રહ, સાહિત્યસંગ્રહ. **anthol'ogist**, ના૦ એવો સંગ્રહ કરનાર.

an'thracite (ઍન્થ્રસાઇટ), ના૦ બહુ જ કઠણ કોલસાની એક જાત.

an'thrax (ઍન્થ્રેક્સ), ના૦ ઘેટાં ને ઢોરને થતો એક રોગ (તેનો ચેપ ક્યારેક માણસને લાગે છે); મોટું ગૂમડું.

anthropocen'tric (ઍન્થ્રપસે'ન્ટ્રિક), વિ૦ માણસને કેન્દ્રમાં રાખનારું, માનવકેન્દ્રી.

an'thropoid (ઍન્થ્રપૉઇડ), વિ૦ માણસના જેવું, માનવસદૃશ. ~ *ape*, માણસના જેવો એક મોટો વાંદરો.

anthropol'ogy (ઍન્થ્રપૉલજિ), ના૦ એક પ્રાણી તરીકે માનવનું અધ્યયન, માનવશાસ્ત્ર. **anthropolo'gical** (ઍન્થ્રોપલૉજિકલ), વિ૦ માનવશાસ્ત્રીય, માનવશાસ્ત્રને લગતું. **anthropol'ogist** (ઍન્થ્રપૉલજિસ્ટ), ના૦ માનવશાસ્ત્રી.

anthropomorph'ic (ઍન્થ્રોપમૉર્ફિક), વિ૦ માનવના ગુણનું આરોપણ કરનારું; માણસના જેવું.

anthropomorph'ous (–મૉર્ફસ), વિ૦ ઈશ્વરને કે કુદરતી બળોને માનવના રૂપમાં કલ્પનારું; માનવના રૂપનું.

anthropo'phagy (ઍન્થ્રપૉફજાઇ), ના૦ બ૦ વ૦ નરમાંસભક્ષકો.

anti-air'craft (ઍન્ટિએ'રક્રાફ્ટ), વિ૦ (તોપ ઇ.) શત્રુપક્ષનાં વિમાનોનો સામનો કરનાર – ને તોડી પાડનાર.

antibiot'ic (ઍન્ટિબાયૉટિક), વિ૦ બૅક્ટીરિયા જેવા જંતુઓનો નાશ કરનારું, જીવનાશક. ના૦ એવો પદાર્થ – દવા.

an'tibody (ઍન્ટિબૉડિ), ના૦ [શરીરવ્યા.] બહારથી આવતા રોગના જંતુઓનો – રોગનો – સામનો કરનારાં લોહીમાંનાં તત્ત્વો.

an'tic (ઍન્ટિક), ના૦ (બ૦ વ૦) કઢંગા – બેડોળ – ચાળા, વિદૂષકવેડા. વિ૦ મશ્કરીભરેલું, વિચિત્ર, બેડોળ.

antichris'tian (ઍન્ટિક્રિસ્ટિઅન), વિ૦ ખ્રિસ્તીઓ કે ખ્રિસ્તી ધર્મથી વિરુદ્ધ.

anti'cipate (ઍન્ટિસિપેટ), સ૦ ક્રિ૦ (– pable). બીજો કરે કે બોલે તે પહેલાં

બોલવું કે કરવું; નિયત વખત પહેલાં કરી નાંખવું; યોગ્ય વખત પહેલાં લઈ લેવું; અપેક્ષા રાખવી – કરવી; બીજો શું કરે છે તે જાણી લઈ તે રોકવા માટે તૈયારી કરવી – પગલું ભરી દેવું. **anticipa'tion,** ના૦ અગાઉથી કરી નાંખવું તે, ઇ.; પૂર્વજ્ઞાન; પૂર્વભોગ.

an'ticlimax (ઍન્ટિક્લાઇમૅક્સ), ના૦ ટોચ પરથી તદ્દન નીચે આવવું, કોઈ મોટી વાત કરીને તેનો ઉપસંહાર કે અંત તદ્દન નજીવી વાતમાં થતો હોય તેવું વાક્ય કે ભાષણ, પ્રતિસારાલંકાર. [પ્રતિચક્રવાત.

anticyc'lone (ઍન્ટિસાઇક્લોન) ના૦

an'tidote (ઍન્ટિડોટ), ના૦ ઝેર ઉતારવાનું ઔષધ, રોગનાશક દવા.

antimacass'ar (ઍન્ટિમકૅસર), ના૦ ખુરશી ઇ.ની પીઠ પરનો ગલેફ.

antimony (ઍન્ટિમનિ), ના૦ સુરમાની ધાતુ; સુરમો, અંજન.

an'timony (ઍન્ટિનમિ), ના૦ બે સાચા કે સાચા લાગતા કાયદા કે સિદ્ધાંતો વચ્ચેનો વિરોધ.

antip'athy (ઍન્ટિપથિ), ના૦ અણગમો, તિરસ્કાર; દ્વેષ; હાડવેર. **antipathet'ic** (ઍન્ટિપથે'ટિક), વિ૦ વિરોધી સ્વભાવ કે વલણવાળું.

antip'odes (ઍન્ટિપડીઝ઼), ના૦ બ૦ વ૦ ગોળા પરની તદ્દન સામસામી આવેલી જગ્યાઓ, આપણી બરાબર સામેની બાજુનો પ્રદેશ. (એ૦ વ૦ ઍન્ટિપોડ).

antiquar'ian (ઍન્ટિક્વેરિઅન), વિ૦ પ્રાચીન કાળ (ની વસ્તુઓ) સંબંધી, પુરાતત્ત્વ વિદ્યાનું – ને લગતું. ના૦ પુરાતત્ત્વનો અભ્યાસી. **an'tiquary** (ઍન્ટિક્વરિ), ના૦ પ્રાચીન કાળની વસ્તુઓનો અભ્યાસી – સંગ્રહ કરનાર.

an'tiquated (ઍન્ટિક્વેટિડ), વિ૦ જૂનું, પુરાણું; કાલગ્રસ્ત, (આજે) નકામું.

antique' (ઍન્ટીક), વિ૦ જૂના જમાનાનું, પ્રાચીન; જુનવાણી, જરીપુરાણું. ના૦ પ્રાચીન કાળનો અવશેષ, વિ. ક. કળાની વસ્તુ.

anti'quity (ઍન્ટિક્વિટિ), ના૦ જૂનો જમાનો, પ્રાચીન કાળ; (બ૦ વ૦) પ્રાચીન લોકોના રીતરિવાજ, ઇ.; (બ.વ.) પ્રાચીન કાળના અવશેષો. [એક જાતનો છોડ.

antirrhin'um (ઍન્ટિરાઈનમ), ના૦

anti-Sem'ite (ઍન્ટિસીમાઈટ, –સે'–) વિ૦ અને ના૦ યહૂદીઓનો વિરોધી – શત્રુ. **anti-Semit'ic** (ઍન્ટિસિમિટિક), ના૦ યહૂદીઓનો વિરોધ કરનારું. **anti-Semitism,** ના૦ યહૂદીવિરોધ.

antisep'tic (ઍન્ટિસે'પ્ટિક), વિ૦ કહોવાણ અટકાવે એવું. ના૦ કહોવાણ કે પરુ પેદા કરનાર જંતુઓને મારી નાખનારો પદાર્થ, જંતુનાશક દવા.

antiso'cial (ઍન્ટિસોશલ), વિ૦ સમાજ-વિરોધી, અસામાજિક.

antith'esis (ઍન્ટિથિસિસ), ના૦ (બ૦ વ૦ antitheses), વિરોધ. પ્રતિપક્ષતા; સીધો વિરોધ; તદ્દન વિરોધી વાત. **anti-thet'ical,** વિ૦ બે ભિન્ન કે વિરોધી તત્ત્વોનું બનેલું; ભિન્ન, વિરોધી.

antitox'in (ઍન્ટિટૉક્સિન), ના૦ રોગ – વિષ – પ્રતિબંધક રસી; લોહીમાં રહેલા વિષને મારી નાંખનારું તત્ત્વ

ant'ler (ઍન્ટ્લર), ના૦ સાબરની શીંગોટી, સાબરશીંગું. [વાળો શબ્દ.

an'tonym (ઍન્ટનિમ), ના૦ વિરોધી અર્થ-

an'us (એનસ), ના૦ ગુદા, મળદ્વાર.

an'vil (ઍન્વિલ) ના૦ એરણ.

anxi'ety (ઍંગ્ઝાયટિ), ના૦ અસ્વસ્થતા, ઉત્કંઠા; ચિંતા, કાળજી; આતુરતા. **anxious** (ઍંક્શસ), વિ૦ અસ્વસ્થ, આતુર, ઉત્સુક; ચિંતાતુર, ફિકરમંદ; ચિંતાજનક.

an'y (એ'નિ), વિ૦ એક, કોઈ એક, દરેક; કોઈ પણ; જરા, થોડું. સર્વના૦ એક, કોઈ. ક્રિ૦ વિ૦ જરા પણ, લગીરે. **an'ybody** (એ'નિબડિ), **an'yone,** ના૦ કોઈ પણ વ્યક્તિ. **an'yhow** (એ'નિહાઉ), ક્રિ૦ વિ૦ કોઈ પણ રીતે, ગમેતેમ કરીને. **an'ything** (એ'નિથિંગ), ના૦ કોઈ પણ વસ્તુ, કંઈ પણ, જરા પણ. **an'yway,** ક્રિ૦ વિ૦ ગમેતેમ કરીને. **an'ywhere,** ક્રિ૦ વિ૦ કોઈ પણ ઠેકાણે, ક્યાંય.

An'zac (ઍન્ઝ઼ૅક), ના૦ (બ૦ વ૦) પહેલા વિશ્વયુદ્ધમાં ઑસ્ટ્રેલિયા અને ન્યૂઝીલૅન્ડની

લશ્કરી પલટણ (આદ્યાક્ષર પરથી); (એ૦વ૦) એ પલટણનો માણસ.

a'orist (એઅરિસ્ટ), ના૦ ગ્રીક, સંસ્કૃત ઇ.માં એક (હ્યસ્તન) ભૂતકાળ.

aort'a (એઑર્ટા), ના૦ હૃદયની ડાબી બાજુથી નીકળતી ધોરી નસ. [સત્વર.

apace' (અપેસ), ક્રિ૦ વિ૦ જલદી, ઝડપથી,

apache' (અપાશ), ના૦ (પૅરિસનો) ડાકુ, લુટારો, વાટમારુ; *A~* (અપૅચિ), ઉ. અમેરિકાની એક આદિવાસી જાતિનું નામ.

ap(p)'anage (ઍપનિજ), ના૦ તાબાનો મુલક; ગરાસ; નિયમિત પગાર કે વેતન ઉપરાંત પદ કે હોદ્દાની સાથે મળતી બીજી આગંતુક કમાણી; પોતાના જન્મ કે પદની રૂએ સ્વાભાવિક હક તરીકે લેવામાં આવતી વસ્તુ.

apart' (અપાર્ટ), ક્રિ૦ વિ૦ એક કોરે, અલગ; સ્વતંત્રપણે. *~ from that*, એ વાત છોડી દઈએ તોપણ, એ સિવાય પણ. *set ~*, -ને માટે જુદું કાઢી મૂકવું. *joking ~*, મશ્કરી જવા દઈએ તોયે.

apart'ment (અપાર્ટમન્ટ), ના૦ ઓરડી, ખંડ; [અમે.] અનેક ઓરડાવાળી રહેવાની જગ્યા. *women's ~*, જનાનખાનું, અન્તઃપુર.

apathet'ic (ઍપથેટિક), વિ૦ ઉદાસીન, બેદરકાર, બેપરવા. **ap'athy** (ઍપથિ), ના૦ ઉદાસીનતા, બેપરવાઈ; ભાવનાશૂન્યતા.

ape (એપ), ના૦ પૂંછડી વિનાનું વાંદરા જેવું એક મોટું પ્રાણી; વાંદરું; બીજાની નકલ કરનાર. સ૦ ક્રિ૦ નકલ કરવી, ચાળા પાડવા. **ape'ry** (એપરિ), ના૦ ચાળા પાડવા તે; વાંદરા રાખવાની જગ્યા – ઘર.

ape'rient (અપેરિઅન્ટ, – અપી –), વિ૦ અને ના૦ સારક – પેટ લાવે તેવું-(ઔષધ –દવા).

ape'ritif (અપેરિટિવ), ના૦ ભૂખ ઉઘાડે તેવું – ક્ષુધોદ્દીપક – એક કડવાશપડતું પીણું; સારક દવા. [નાકું.

ap'erture (ઍપર્ચર), ના૦ કાણું, બાકોરું,

ap'ex (એપેક્સ), ના૦ (બ૦ વ૦ apices, apexes). અણી; ટોચ; (ત્રિકોણનું) શિખર. **ap'ical** (એપિકલ), વિ૦ ટોચનું – પર

aphas'ia (અફેઝિયા, –ઝ્યા), ના૦ મગજના દર્દને લીધે વાચા બંધ થવી તે, વાગ્ભ્રંશ – નાશ.

aphel'ion (અફીલિઅન), ના૦ [ખ.] ગ્રહની કક્ષા માંનું સૂર્યથી દૂરમાં દૂરનું બિંદુ, સૂર્યોચ્ચ.

aph'is (એફિસ, એ–), ના૦ (બ૦ વ૦ aphides, એફિડીસ) છોડ પરની જૂ, 'કીડીની ગાય'. [કહેવત.

aph'orism (ઍફરિઝ્મ), ના૦ સૂત્ર, વચન,

ap'iarist (એપિઅરિસ્ટ), ના૦ મધમાખી પાળનારો. **ap'iary** (એપિઅરિ), ના૦ મધુમક્ષિકાગૃહ. **ap'iculture**, ના૦ મધુમક્ષિકાપાલન – સંવર્ધન.

apiece' (અપીસ), ક્રિ૦ વિ૦ દરેકને, માથાદીઠ; વસ્તુદીઠ.

ap'ish (એપિશ), વિ૦ વાંદરાનું – ના જેવું; નકલી, ચંચળ.

aplomb (અપ્લૉમ, આપ્લોં), ના૦ અક્કડપણું; આત્મવિશ્વાસ; માનસિક સ્વસ્થતા.

apoc'alypse (અપૉકલિપ્સ), ના૦ પ્રગટીકરણ, સાક્ષાત્કાર (વિ. ક. સંત જૉનને પૅટમૉસ ટાપુ પર થયેલો). *the A~*, બાઇબલનું છેલ્લું પુસ્તક. **apocalyp'tic** (અપૉકલિપ્ટિક), વિ૦

apoc'rypha (અપૉક્રિફા), ના૦ જૂના કરારનાં કેટલાંક પુસ્તકો જેને અસલ કે સાચાં માનવામાં નથી આવતાં. **apoc'ryphal**, વિ૦ જેનું પ્રામાણ્ય શંકાવાળું છે એવું, શંકા પડતું; બનાવટી.

ap'ogee (ઍપજી), ના૦ [ખ.] ગ્રહ કે ઉપગ્રહની કક્ષામાંનું પૃથ્વીથી આઘામાં આઘું બિંદુ, ભૂમ્યુચ્ચ; દૂરમાં દૂરનું સ્થાન; ઊંચામાં ઊંચું બિંદુ.

Apoll'o (અપૉલો), ના૦ ગ્રીક લોકોનો સૂર્ય દેવતા; સૂર્ય; અતિશય દેખાવડો માણસ.

Apoll'yon (અપૉલ્યન), ના૦ શયતાન.

apologet'ic (અપૉલજેટિક), વિ૦ દોષ કે કશુંક કરી ન શકવા બદલ દુઃખ વ્યક્ત કરનારું – માફી માગનારું; સમર્થન કે બચાવ કરનારું. **apologet'ics**, ના૦ બ૦ વ૦ અમુક સિદ્ધાંતના સમર્થનમાં કરેલી દલીલ. **apol'ogist** ના૦ કશાકના સમર્થનમાં દલીલ કરનાર.

apol'ogize (અપૉલજાઇઝ઼), સ૦ ક્રિ૦ 'ભૂલ થઈ' એમ કહી માફી માગવી, આજીજી કરવી.

apol'ogy (અપૉલજિ), ના० ગુનાનો ખેદપૂર્વક સ્વીકાર, ભૂલ સ્વીકારી માફી માગવી તે; બચાવ; ખુલાસો. ~ *for*, નામનું,-નો અધૂરો-ખોટો - અવેજ - બદલો.

ap'othegm, apoph- (ઍપ(ફ)થે'મ), ના० ટૂંકો ને ટચ બોલ, સૂત્ર.

apolplec'tic (ઍપપ્લે'ક્ટિક), વિ० રક્તજ મૂર્છાનો રોગ થયો હોય એવું. **ap'oplexy** (ઍપપ્લે'ક્સિ), ના० મગજની નસ ફાટી જવાથી બેભાન થઈને નિશ્ચેષ્ટ પડવાનું દર્દ-રોગ; રક્તજ મૂર્છા, સંન્યાસરોગ.

aposiopes'is (ઍપસાયપીસિસ), ના० (બ० વ० -ses). શ્રોતાઓ પર અમુક અસર પાડવા માટે બોલતાં બોલતાં અટકી જવું તે.

apos'tasy (અપૉસ્ટસિ), ના० સ્વધર્મ-મત-પક્ષ-ત્યાગ; ધર્મપતન. **apos'tate** (અપૉસ્ટેટ), ના० સ્વધર્મ તજનાર; ભ્રષ્ટ, પતિત.

a posterior'i (એ પૉસ્ટેરિઑરાઇ), વિ० અને ક્રિ० વિ० (તર્ક, દલીલ) કાર્ય-પરિણામ -પરથી કારણ તરફ.

apos'tle (અપૉસલ), ના० અમુક કાર્ય કરવા કે તેનો પુરસ્કાર કરવા મોકલેલો દૂત; *A*~, ખ્રિસ્તના બાર શિષ્યોમાંનો એક; કોઈ સુધારાનો પુરસ્કર્તા, દૂત.

apostol'ic (ઍપસ્ટૉલિક) વિ० ખ્રિસ્તના બાર શિષ્યો કે સંદેશવાહકોનું; પોપનું.

apos'trophe (અપૉસ્ટ્રફિ), ના० ભાષણ કે કાવ્યમાં કોઈ વિશિષ્ટ મૃત અથવા ગેરહાજર વ્યક્તિ કે વસ્તુને ઉદ્દેશીને કરેલું સંબોધન-નિવેદન; બાદ કરેલા અક્ષર માટેનું ચિહ્ન ('); ષષ્ઠીના પ્રત્યયનું ચિહ્ન ('). એ ઉપરથી **apos'trophize** (અપૉસ્ટ્રફાઇઝ઼), ઉ० ક્રિ० ઉપર મુજબ સંબોધન કરવું.

apoth'ecary (અપૉથિકરિ), ના० ઔષધ તૈયાર કરીને વેચવાવાળો, દવાવાળો.

apotheos'is (અપૉથિઓસિસ), ના० (બ० વ० apotheoses). દેવ બનાવવું તે, દેવીકરણ; સંતની પદવી આપવી તે; દેવ જેવો બનાવેલો - પરમોચ્ચ - આદર્શ.

appal' (અપૉલ), સ० ક્રિ० બિવડાવવું, ભયભીત કરવું, ત્રાસી જાય તેમ કરવું. **appall'ing,** વિ० ભયજનક, આઘાત પહોંચાડનારું; સાવ ખરાબ.

apparat'us (ઍપરેટસ), ના० (બ० વ० -es). વૈજ્ઞાનિક કે બીજાં કામ - પ્રયોગો - માટેનાં ઉપકરણો - સાધનો.

appa'rel (અપૅરલ), સ० ક્રિ० કપડાં પહેરાવવાં, શણગારવું. ના० વસ્ત્ર, કપડાં.

appar'ent (અપેરન્ટ,અપૅ-), વિ० દેખીતું; દેખાતું; સ્પષ્ટ, ઉઘાડું. *heir* ~, નજીકમાં નજીકનો વારસ, રાજાનો પાટવી કુંવર, યુવરાજ.

appa'rently, ક્રિ० વિ० એમ દેખાય છે કે, દેખાય છે તે પરથી, દેખાતી રીતે.

appari'tion (ઍપરિશન), ના० અચાનક કે ન સમજી શકાય એવી રીતે દેખાતી વસ્તુ, ભૂત, પ્રેત ઇ.; આભાસ, છાયા.

appeal' (અપીલ), ઉ० ક્રિ० આજીજીભરી વિનંતી કરવી; ઉપલી કોર્ટ કે અદાલતને અરજી કરવી; -ને આકર્ષક લાગવું (*to*). ના० ઉપલી કોર્ટને કરેલી અરજી, 'અપીલ'; મદદ માટે અરજ - જાહેર વિનંતી. **appealing,** વિ० હૃદયદ્રાવક, દયાપાત્ર; આકર્ષક.

appear' (અપિઅર), અ० ક્રિ० દેખાવું, નજરે પડવું; એકદમ પ્રગટ થવું; હાજર થવું; દેખાવું, લાગવું; પ્રગટ - પ્રસિદ્ધ - થવું, બહાર પડવું.

appear'ance (અપિઅરન્સ), ના० દેખાવું-હાજર થવું-તે; ઉપરનો દેખાવ, ભાસ; બહારનો દેખાવ, ડોળ (વિ. ક. બ० વ० માં).

appease' (અપીઝ઼), સ० ક્રિ० (-able). શાંત પાડવું, -નું સમાધાન કરવું; [રાજ.] સુલેહ શાંતિ ટકાવવા માટે આક્રમકને સવલતો કે લાંચ આપી મનાવવાનો પ્રયત્ન કરવો. **appease'-ment**, ના०

appell'ant (અપે'લન્ટ), વિ० અપીલનું -ને લગતું; અપીલ ચલાવનારું. ના० ઉપલી અદાલતને અપીલ કરનાર.

appell'ate (અપે'લિટ), વિ० (ન્યાયાલય અંગે) અપીલોનું કામ ચલાવનારું, જેને અપીલ કરવામાં આવે તે. ~ *court*, એવી અદાલત.

appella'tion (ઍપલેશન), ના० નામ, સંજ્ઞા; પદવી.

append' (અપેન્ડ), સ० ક્રિ० (*to* સાથે) ઉમેરવું, જોડવું (વિ. ક. પુરવણી દાખલ).

append'age (અપે'ન્ડિજ), ના૦ જોડેલી વસ્તુ, ઉમેરો.

appendicit'is (અપે'ન્ડિસાઇટિસ), ના૦ આંત્રપુચ્છનો દાહ – સોજો – વિકાર.

appen'dix (અપે'ન્ડિક્સ), ના૦ (બ૦વ૦ appendices, appendixes). પુસ્તકને કે દસ્તાવેજને છેડે કરેલો વધારો, પરિશિષ્ટ, પુરવણી; [શરીરરચના.] આંત્રપુચ્છ, 'સીકમ'-માંથી નીકળતી એક સાંકડી નળી.

appertain' (ઍપર્ટેન), અ૦ક્રિ૦ (*to* સાથે) કુદરતી રીતે અથવા માલિકીનું હોવું; -ની જોડે સંબંધ રાખવો – હોવો.

app'etite (ઍપિટાઇટ), ના૦ ઇચ્છા, વાસના, તૃષ્ણા; ભૂખ. **app'etizing**, વિ૦ મોહક, લલચાવનારું; ભૂખ ઉઘાડનારું, પ્રદીપક. **app'etizer**, ના૦ ક્ષુધાપ્રદીપક વસ્તુ – વાની – દવા.

applaud' (અપ્લૉડ), ઉ૦ ક્રિ૦ તાળીઓ કે બૂમો પાડીને માન્યતા દર્શાવવી; વાહવાહ – સ્તુતિ – કરવી.

applause' (અપ્લૉઝ઼), ના૦ તાળીઓ પાડીને માન્યતા દર્શાવવી – વધાવી લેવું તે; માન્યતા; વાહવાહ – સ્તુતિ – (કરવી તે).

ap'ple (ઍપલ), ના૦ એક ફળ, સફરજન. ~ *of the eye*, આંખની કીકી, બહુ જ વહાલી વસ્તુ. *upset one's ~-cart*, કોઈની યોજનાઓ – મનસૂબા – ઊંધા વાળવા – બગાડવા. ~ *of discord*, ટંટાનું મૂળ, કલહબીજ.

apple-pie (ઍપલ્ પાઈ), ના૦ ઉપર નીચે 'પેસ્ટ્રી' (શેકેલો લોટ, ઇ.) મૂકીને બાફેલા સફરજન (ઍપલ)ની વાની. *in ~ order*, સંપૂર્ણપણે વ્યવસ્થિત.

appli'ance (અપ્લાયન્સ), ના૦ સાધન, ઓજાર; કળ.

app'licable (ઍપ્લિકબલ), વિ૦ લાગુ પડે તેવું, યોગ્ય, લાયક; બંધ બેસતું.

app'licant (ઍપ્લિકન્ટ), ના૦ લગાડનાર; નોકરી ઇ. માટે અરજી કરનાર, ઉમેદવાર.

applica'tion (ઍપ્લિકેશન), ના૦ ઉપર મૂકવું – લગાડવું – તે; (નિયમ, ઇ.નો) પ્રયોગ; લગાડેલી વસ્તુ; વિનંતી, અરજી; ખંત, ઉદ્યમ.

appli'qué (ઍપ્લીકે), ના૦ એક પદાર્થ-માંથી આકૃતિઓ વગેરે કાપીને બીજા પદાર્થને લગાડીને કરેલું શણગાર કામ (વિ. ક. કપડામાં).

apply' (અપ્લાઈ), ઉ૦ ક્રિ૦ (*to*) -ની પાસે મૂકવું, લગાડવું, ચોપડવું; લાગુ કરવું – પાડવું; (*for*) અરજી – વિનંતી – કરવી. ~ *oneself to*, -ની પાછળ મંડી પડવું – મંડ્યા રહેવું.

appoint' (અપૉઇન્ટ), સ૦ ક્રિ૦ નક્કી કરવું, નીમવું; (સમય, સ્થળ, ઇ.) ઠરાવવું; નિમણૂક કરવી; હુકમ કરવો, નિર્ણય આપવો. *well ~ed*, બધી જરૂરી વસ્તુઓથી સંપન્ન.

appoint'ment, ના૦ નિયત કરેલી મુલાકાત, વાયદો, સમય, સંકેત; નિમણૂક; જગ્યા, નોકરી, હોદ્દો; (બ૦ વ૦) સાધન-સામગ્રી, ઘરવખરીના ને શણગારની ચીજો.

appor'tion (અપૉર્શન), સ૦ ક્રિ૦ -ના ભાગ પાડવા; ભાગ પાડી વહેંચી આપવા; કોઈને તેના ભાગરૂપે આપવું.

app'osite (ઍપઝ઼િટ), વિ૦ યોગ્ય (રીતે પસંદ કરેલું – યોજેલું), બંધ બેસતું; મુદ્દાસરનું. **apposi'tion** (ઍપઝ઼િશન), ના૦ પાસે મૂકવું તે, સાંનિધ્ય; [વ્યાક.] સમાનાધિકરણ, અભેદ સંબંધ.

appraise' (અપ્રેઝ઼), સ૦ ક્રિ૦ -નું મૂલ્ય – કિંમત – નક્કી કરવી, મૂલવવું; અડસટ્ટો કરવો. **apprai'sal** ના૦ મુલવણી, મૂલ્યાંકન.

appre'ciable (અપ્રીશબલ, – શિઅ –). વિ૦ જોઈ – જાણી – શકાય – દેખાય – એટલું; ઠીક પ્રમાણમાં, ઠીકઠીક.

appre'ciate (અપ્રીશિએટ), ઉ૦ ક્રિ૦ કદર – બૂજ – જાણવી, યોગ્ય મુલવણી કરવી; -ની ખૂબ કિંમત આંકવી – કિંમત વધારવી; -ની કિંમત વધવી; સમજવું, જાણવું. **apprecia'tion** (અપ્રીસિએશન, –શિ–), ના૦ મુલવણી, મૂલ્યાંકન; કદર, બૂજ; સમાલોચના; કિંમતમાં વધારો (થવો તે). **appre'ciative**, વિ૦ કદરબૂજ કરે એવું, કદરદાન; ગુણજ્ઞ.

apprehend' (ઍપ્રિહે'ન્ડ), સ૦ ક્રિ૦ પકડવું, ગિરફતાર કરવું; સમજવું, મનમાં ધારવું; -નો ડર હોવો – અંદેશો લાગવો.

apprehen'sion (ઍપ્રિહે'ન્શન), ના૦

ધરપકડ, ગિરફતારી; સમજણ, આકલન; ભય, ડર. [વાળું, અસ્વસ્થ.

apprehen'sive વિ૰ અંદેશા કે ધાસ્તી-

appren'tice (અપ્રે'ન્ટિસ), ના૰ ધંધો કે ઉદ્યોગ શીખનાર, ઉમેદવાર, શાગિર્દ. સ૰ ક્રિ૰ કરાર કરીને ધંધો શીખવા મૂકવું-રાખવું. **appren'ticeship,** ના૰ ઉમેદ-વારી; તેની અવધિ.

apprise' (અપ્રાઇઝ઼), સ૰ ક્રિ૰ ખબર આપવી, જાણ કરવી, જણાવવું; ચેતવણી આપવી.

approach' (અપ્રોચ), ઉ૰ ક્રિ૰ -ની પાસે જવું-આવવું-પહોંચવું; લગભગ-ખૂબ-મળતું આવવું; [વેપાર] સોદા, ઇ. માટે વાત કરવી. ના૰ (પાસે જવાનો) રસ્તો; પાસે જવું તે; લગભગ મળતાપણું.

approba'tion (ઍપ્રબેશન), ના૰ સંતોષપૂર્વક માન્ય કરવું તે, માન્યતા; પસંદગી; સારો અભિપ્રાય.

approp'riate (અપ્રોપ્રિઅટ), વિ૰ યોગ્ય, ઉચિત; બંધ બેસતું, સમર્પક.

approp'riate (અપ્રોપ્રિએટ), સ૰ ક્રિ૰ -નો કબજો લેવો, પોતાનું કરવું, પચાવી પાડવું; અમુક હેતુ માટે બાજુએ કાઢી મૂકવું. **appropria'tion,** ના૰ પોતાને માટે લઈ લેવું (અને ખાઈ જવું) તે; કોઈ ખાસ વ્યક્તિ કે કામ માટે જુદું રાખી-કાઢી-મૂકવું તે.

approv'al (અપ્રૂવલ), ના૰ મંજૂરી, માન્યતા; પસંદગી. *on* ~, પસંદ ન પડે તો પાછું મોકલી શકાય એવું, જાંગડ.

approve' (અપ્રૂવ), ઉ૰ ક્રિ૰ 'સારુ છે' એમ કહેવું, પસંદ કરવું; માન્ય કરવું, બહાલ રાખવું. **approv'ed,** વિ૰ માન્ય, સ્વીકૃત. **approv'er,** ના૰ પસંદ કરનાર; માફીનો સાક્ષીદાર.

approx'imate (અપ્રૉક્સિમિટ), વિ૰ ઘણું નજીકનું; ઘણું મળતું; લગભગ બરાબર.

approx'imate (અપ્રૉક્સિમેટ), ઉ૰ક્રિ૰ પાસે આવવું-લાવવું (ગુણ, સંખ્યા ઇ.ની બાબતમાં); -ની સાથે મળતું કરવું-હોવું. **approxima'tion,** ના૰ બારીક અડસટ્ટો.

appurt'enance (અપર્ટિનન્સ), ના૰ તાબાની-અંગભૂત-વસ્તુ; વળગણ; (બ૰ વ૰) સાધનસામગ્રી.

ap'ricot (ઍપ્રિકૉટ), ના૰ જરદાળુ.

Ap'ril (એપ્રિલ), ના૰ એપ્રિલ માસ. ~ *fool,* એપ્રિલની પહેલી તારીખે જેને બનાવ-વામાં આવ્યો હોય તે.

a prior'i (એ પ્રાયૉરાઇ), ક્રિ૰ વિ૰ અને વિ૰ (દલીલ) કારણ પરથી કાર્ય (બતાવનારું), સામાન્યથી વિશેષ; (તર્ક) અનુભવપૂર્વ, અનુ-ભવનિરપેક્ષ.

a'pron (એપ્રન), ના૰ કપડાં બગડે નહિ તે માટે આગળના ભાગમાં ઉપરથી પહેરાતું કપડું; [રંગભૂ.] પડદાની આગળ પ્રવેશો ભજવી શકાય એવી રંગભૂમિની આગળ પડતી પટ્ટી. *tied to the* ~ *strings of* (mother wife etc.), (માતા કે પત્ની)ના કહ્યામાં વધારે પડતો રહેનારો.

apropos' (ઍપ્રપો), ક્રિ. વિ૰ મુદ્દાસર; -ની બાબતમાં; યોગ્ય વખતે. વિ૰ પ્રસંગોપાત્ત, યોગ્ય. ~ *of,* (જેની ઉપર-અગાઉ-વાત કરી ગયા તે) ને અંગે.

apse (ઍપ્સ), ના૰ દેવળનો પૂર્વ તરફનો અર્ધગોળાકાર છેડો, કમાનવાળો અર્ધગોળાકાર ગોખલો.

apt (ઍપ્ટ), વિ૰ લાગુ પડતું, સમર્પક, યોગ્ય; હોશિયાર; -ની વૃત્તિવાળું, -શીલ (દા. ત., પતનશીલ) (*to*).

apt'ly ક્રિ૰વિ૰, સમર્પકપણે. **apt'ness,** ના૰ સમર્પકતા.

ap'titude (ઍપ્ટિટ્યૂડ), ના૰ યોગ્યતા, સ્વાભાવિક વલણ (*for*); કુશળતા, પાત્રતા.

aquamarine' (ઍક્વમરીન), ના૰ વાદળી લીલા રંગનું એક રત્ન; તેનો વાદળી લીલો રંગ.

aquar'ium (અક્વેરિઅમ), ના૰ (બ૰વ૰ -iums, -ia). પાણીમાં થતી વનસ્પતિ કે પ્રાણીઓ રાખવાનું કૃત્રિમ તળાવ કે હોજ; એવા હોજવાળો બગીચો.

aquat'ic (અક્વૅટિક), વિ૰ પાણીને લગતું; પાણીમાં કે પાણી પાસે રહેતું, પાણીમાં ઊછ-રતું-થતું.

a'quatint (ઍક્વટિન્ટ), ના૦ તેજાબથી તાંબા પર કરેલું કોતરકામ.

a'queduct (ઍક્વિડક્ટ), ના૦ પાણીનો નળ–નહેર (વિ. ક. ઊંચા બાંધકામવાળી).

a'queous (ઍક્વિઅસ), વિ૦ પાણીનું, પાણીવાળું.

a'quiline (ઍક્વિલાઇન,–લિન), વિ૦ ગરુડનું–ના (–ની ચાંચના) જેવું, વાંકું. ~*nose*, પોપટિયા નાક.

A'rab (ઍરબ), વિ૦ અને ના૦ અરબસ્તાન–નો (વતની). *street* ~, ઘરબાર વગરનું–અનાથ–બાળક.

arabesque' (ઍરબે'સ્ક), ના૦ ભૌમિતિક આકૃતિઓ, વેલપાંદડાં, ઇત્યાદિના શણગાર–વાળી ચિત્રકળાની શૈલી; નૃત્યની એક ભંગિ.

Arab'ian (ઍરબિઅન), વિ૦ અરબસ્તાનનું. ના૦ આરબ.

A'rabic (ઍરબિક), વિ૦ અરબસ્તાનનું. ના૦ અરબી ભાષા. ~ *numerals*, ૧, ૨, ૩, ૪, ઇત્યાદિ સંખ્યાના આંકડા (મૂળ હિન્દે શોધેલા, પણ આરબોએ તેનો યુરોપમાં ફેલાવો કર્યો તેથી તે ત્યાં–અને હવે બધે જ–અરબી આંકડા તરીકે ઓળખાય છે.)

a'rable (ઍરબલ), વિ૦ અને ના૦ ખેતી માટે લાયક–ખેડી શકાય એવી–(જમીન).

Arama'ic (ઍરમેઇક), વિ૦ સીરિયામાં ને તેની આસપાસ વપરાતી જૂની ભાષાઓનું.

arb'iter (આર્બિટર), ના૦ મધ્યસ્થ, પંચ, લવાદ; નિર્ણય કરવાની અનિયંત્રિત સત્તા ધરાવનાર.

arb'itrage (આર્બિટ્રિજ), ના૦ એકના એક શેરો કે રોખા, ઇ. નફો મેળવવા જુદાં જુદાં બજારોમાં એકી વખતે વેચવાલેવાનો ધંધો.

arbit'rament (આર્બિટ્રમન્ટ), ના૦ પંચ–લવાદ–દ્વારા ન્યાયનિવેડો કરવો તે; અધિકૃત ફેંસલો – નિવેડો.

arb'itrary (આર્બિટ્રરિ), વિ૦ મરજીમાં આવે તેવું. ફાવે તેમ કરેલું; આપખુદ; અન્યાયી; જુલમી; [કા.] મુનસફીનું–પર છોડેલું.

arb'itrate (આર્બિટ્રેટ), ઉ૦ક્રિ૦ (-trable). પંચ તરીકે નિવેડો કરવો, લવાદી–પંચાત–કરવી.

arbitra'tion (આર્બિટ્રેશન), ના૦ લવાદો દ્વારા ફેંસલો કરવો તે; લવાદી, પંચાયત.

arb'itrator, ના૦ લવાદ, પંચ.

arbor'eal (આર્બોરિઅલ), વિ૦ વૃક્ષનું–ને લગતું; વૃક્ષમાં રહેનારું.

arb'our (આર્બર), ના૦ વૃક્ષવેલીથી ઢંકાયેલો રસ્તો કે બેઠક; લતાકુંજ, માંડવો.

arb'utus (આર્બ્યૂટસ), ના૦ એક બારમાસી છોડ; [અમે.] એક ખુશબોદાર ફૂલઝાડ.

arc (આર્ક), ના૦ વર્તુળના પરિઘનો ભાગ, વૃત્તખંડ, ચાપ; [વીજળી] કાર્બનના બે નોખા ધ્રુવો કે છેડા વચ્ચે બનતો પ્રકાશનો પુલ. ~*-lamp*, ~*-light*, જેમાં વીજળીનો પ્રવાહ જ્વાળા કે શિખાનું રૂપ ધારણ કરીને પસાર થાય છે એવો ખૂબ પ્રકાશવાળો દીવો, ચાપદીવો.

arcade' (આર્કેડ) ના૦ બન્ને બાજુએ દુકાનોવાળો કમાનદાર છાપરાવાળો રસ્તો; કમાનોની હાર.

Arc'ady (આર્કડિ), **Arcad'ia** (આર્કેડિઆ), ના૦ સુખી અને સંતોષી એવા સાદા ગ્રામજીવનના પ્રતીકસમું સ્થળ. [રહસ્ય.

arcan'um (આર્કેનમ), (બ૦ વ૦ –na).

arch (આર્ચ), ના૦ કમાન, મહેરાબ; વળાંક; પગના તળિયાનો વળાંકવાળો ભાગ–કમાન, લાંક. ઉ૦ ક્રિ૦ કમાન કરવી–વાળવી–થવી –વળવી. **arch'way**, કમાનવાળું પ્રવેશદ્વાર –રસ્તો; કમાન.

arch, વિ૦ ધૂર્ત, લુચ્ચું.

arch–, ઉપસર્ગ. મુખ્ય, પ્રધાન.

archaeol'ogy (આર્કિઑલજિ), ના૦ પ્રાગૈતિહાસિક કે પ્રાચીન કાળની કળા, સ્થાપત્ય, ઇ. અવશેષોને લગતી વિદ્યા, પુરાતત્ત્વ–વિદ્યા. **archaeolo'gical** (આર્કિઅલૉજિકલ), વિ૦ પુરાતત્ત્વ વિદ્યાનું–ને લગતું.

archaeol'ogist (આર્કિઑલજિસ્ટ), ના૦ પુરાતત્ત્વ વિદ્યાનો જાણકાર–સંશોધક, પુરાતત્ત્વવિદ.

archa'ic (આર્કેઇક), વિ૦ જૂનું કે પ્રાચીન (વિ. ક. પ્રચારમાં રહી નથી એવી ભાષા અંગે), આર્ષ. **archa'ism**, ના૦ એવા શબ્દનો કે તેના રૂપનો ઉપયોગ–પ્રયોગ, આર્ષ પ્રયોગ.

arch'angel (આર્કે'જલ), ના૦ શ્રેષ્ઠ દેવદૂત, વડો – મુખ્ય–ફિરસ્તો.

arch'bish'op (આર્ચબિશપ), ના૦ ખ્રિસ્તી ધર્મસંસ્થાનો એક ઊંચો અધિકારી, વડો પાદરી – બિશપ.

arch'deac'on (આર્ચ્ડીકન), ના૦ બિશપથી ઊતરતી કોટીનો ધર્માધિકારી, વડાપાદરીનો મદદનીશ. [ના સમ્રાટનો પુત્ર.

arch'duke (આર્ચ્ડ્યૂક), ના૦ ઑસ્ટ્રિયા-

arch'er (આર્ચર), ના૦ તીરકામઠાવાળો, બાણાવળી. **arch'ery,** ના૦ તીરંદાજી, ધનુર્વિદ્યા; બાણાવળી દળ.

arch'etype (આર્કિટાઇપ), ના૦ પહેલો– અસલ – નમૂનો.

archipel'ago (આર્કિપે'લગો), ના૦ ઘણા ટાપુઓવાળો સમુદ્ર; નાના ટાપુઓનું જૂથ, દ્વીપપુંજ.

arch'itect (આર્કિટે'ક્ટ), ના૦ બાંધકામનું સ્વરૂપ, નકશા તૈયાર કરનાર ને તે કામ પર દેખરેખ રાખનાર, સ્થપતિ.

arch'itecture (આર્કિટે'ક્ચર), ના૦ ઇમારતો બાંધવાનો હુન્નર – કળા, સ્થાપત્ય; શિલ્પ – બાંધણી –(ની શૈલી). **architec'tural,** વિ૦ બાંધણી – રચના – વિષેનું; સ્થાપત્યકળા અંગેનું.

arch'itrave (આર્કિટ્રેવ), ના૦ થાંભલાને જોડીને તેના ઉપર રચાયેલો મકાનનો ભાગ.

arch'ives (આર્કાઇવ્ઝ), ના૦ બ૦ વ૦ જાહેરના કે સરકારના દસ્તાવેજો – દફતર; એવા દસ્તાવેજો રાખવાની જગ્યા, દફતરખાનું. **arch'ivist** (આર્કિવિસ્ટ), ના૦ દફતરખાતાનો ઉપરી – રક્ષક, દફતરી.

Arc'tic (આર્ક્ટિક), વિ૦ ઉત્તર ધ્રુવ કે તેની આસપાસના પ્રદેશનું. ના૦ ઉત્તર ધ્રુવપ્રદેશ. *A~Circle,* પૃથ્વીનું ઉત્તર વૃત્ત, ૬૬° ૩૨' ઉ. અક્ષાંશની રેખા – વર્તુલ.

ard'ent (આર્ડન્ટ), વિ૦ ધગધગતું, અતિઉષ્ણ; લાગણીભર્યું; આતુર, ઉત્સુક. **ard'ency,** ના૦ આતુરતા, ઇ. [ગરમી.

ard'our (આર્ડર), ના૦ ઉત્સાહ, હોંશ;

ard'uous (આર્ડ્યુઅસ), વિ૦ સીધા ચઢાણવાળું, ઊભું; મુશ્કેલ, ભારે મહેનતનું.

are (એર), ના૦ મેટ્રિક પદ્ધતિ અનુસાર ક્ષેત્રમાપનનો એકમ, સો ચોરસ મીટર.

are, જુઓ be.

ar'ea (એરિઆ), ના૦ (જમીનનો) વિસ્તાર; [ભૂમિતિ] ક્ષેત્રફળ; પ્રદેશ, મુલક; ક્ષેત્ર; ઘરનું નીચાણવાળું આંગણું.

aren'a (અરીના), ના૦ વર્તુળાકાર રંગભૂમિનો વચલો ભાગ, અખાડો, અગ્ગડ; યુદ્ધની જગ્યા; કાર્યક્ષેત્ર. [ના૦ એ રંગ.

ar'gent (આર્જન્ટ), વિ૦ ચાંદીના રંગનું.

ar'gil (આર્જિલ), ના૦ કુંભારની માટી.

ar'gon (આર્ગન), ના૦ એક વાયુ, ગૅસ.

ar'gosy (આર્ગસિ), ના૦ (કીમતી માલથી ભરેલું) મોટું વેપારી વહાણ.

ar'got (આર્ગો), ના૦ ચોરોની બોલી.

ar'gue (આરગ્યૂ), ઉ૦ ક્રિ૦ દલીલ– ચર્ચા– કરવી, સાબિત કરવા મથવું; -નું સૂચક ચિહ્ન હોવું.

ar'gument (આર્ગ્યુમન્ટ), ના૦ કારણ, પ્રમાણ, દલીલ; વાદવિવાદ, ચર્ચા; પુસ્તકના વિષયનો સાર; સંભવિત બનાવનું સૂચક ચિહ્ન. **argumenta'tion,** ના૦ વાદવિવાદ, ચર્ચા. **argumen'tative** (આર્ગ્યુમે'ન્ટટિવ), વિ૦ દલીલયુક્ત, પ્રમાણથી ભરેલું; દલીલબાજ. [એક કાલ્પનિક માણસ.

Ar'gus (આર્ગસ), ના૦ સો આંખવાળો

ar'ia (આરિઆ, એ–), ના૦ [સં.] વાદ્ય કે ગાનાર માટેની એક ત્રણ ભાગવાળી સંગીતરચના.

-ar'ian (–એરિઅન), પ્રત્યય. અમુક વસ્તુમાં માનનાર (દા. ત. unitarian, ઈશ્વરની એકતામાં માનનાર).

a'rid (એરિડ), વિ૦ સૂકું, વરસાદ વિનાનું; સુકાઈ ગયેલું; નીરસ અથવા નકામું (વાત વગેરે). **arid'ity** (અરિડિટિ), ના૦ શુષ્કતા. [યોગ્ય રીતે.

aright' (અરાઇટ), ક્રિ૦ વિ૦ બરાબર,

arise' (અરાઇઝ), અ૦ ક્રિ૦ (ભૂ૦ કા૦ arose; ભૂ૦ કૃ૦ arisen). દેખાવું, પ્રગટ થવું; ઊભા થવું; ઊંચે ચડવું, ઊગવું, -માંથી ઉત્પન્ન થવું (~from).

aristoc'racy (ઍરિસ્ટૉક્રસિ), ના૦ ઉમરાવોનું રાજ્ય, ઉમરાવશાહી; ઉમરાવો ને

સરદારો (નો વર્ગ); બુદ્ધિ, કળા, ઇ.ના શ્રેષ્ઠ પ્રતિનિધિઓ. **a'ristocrat** (ઍરિસ્ટક્રૅટ), ના૦ ઉમરાવ (વર્ગનો માણસ). **aristocrat'ic** (ઍરિસ્ટક્રૅટિક), વિ૦ ઉમરાવોનું; અમીરી, ભવ્ય.

arith'metic (અરિથ્‌મિટિક), ના૦ અંકગણિત; ગણના, ગણતરી. **arithmet'ical** (ઍરિથમે'ટિકલ), વિ૦ ગણિતનું – અંગેનું. *~ progression*, ના૦ ગણિતશ્રેઢી. **arithmeti'cian** (અરિથ્‌મિટિશન), ના૦ ગણિતજ્ઞ, ગણિતી.

ark (આર્ક), ના૦ એક જાતની પેટી; છાપરાવાળું વહાણ. *Noah's ~* (નોઆઝ્ ~), પ્રલય વખતે નોઆ જેમાં પ્રાણીઓ સાથે બેસીને બચી ગયો તે વહાણ.

arm (આર્મ), ના૦ હાથ, ભુજ, બાહુ; બાંય; (ખુરશીનો) હાથો; શાખા, ફાંટો. *~ in ~*, હાથમાં હાથ ઘાલીને. *with open ~s*, ભાવપૂર્વક, દિલથી. *keep at ~'s length*, -ને દૂર રાખવું, -નો સંપર્ક ટાળવો. *child in ~s*, તદ્દન નાનું બાળક. **arm'pit**, ના૦ બગલ, કાખ. **arm'chair**, ના૦ હાથાવાળી ખુરશી, આરામખુરશી.

arm, ના૦ (બહુધા બ૦ વ૦ માં) શસ્ત્ર, શસ્ત્રો; શસ્ત્રાસ્ત્રો; ઝંડા કે ઢાલ પર કોતરેલાં વંશ, કુળ ઇ.નાં સૂચક ચિહ્નો. ઉ૦ ક્રિ૦ શસ્ત્રાસ્ત્રોથી સજ્જ કરવું; લડાઈ માટે તૈયારી કરવી; (સાધનો, ઇ.) પૂરું પાડવું – થી સજ્જ કરવું. *bear ~s*, લશ્કરમાં હોવું – જોડાવું. *small ~s*, બંદૂક, પિસ્તોલ ઇ. નાનાં શસ્ત્રો. *take up ~s (against)*, -ની સામે શસ્ત્રો ઉપાડવાં. *lay down ~s*, શસ્ત્રો હેઠે મૂકવાં. *up in ~s against*, –ની સામે તીવ્ર ફરિયાદ કરનારું – કરતું; લડવા સજ્જ; બળવો કરી ઊઠેલું. *coat of ~s*, ઢાલ કે ઝંડા પર કોતરેલાં ઉચ્ચ કુળ કે ખાનદાનનાં સૂચક ચિહ્નો.

armad'a (આર્મેડા), ના૦ આરમાર, લડાયક નૌકાઓનો કાફલો. *the (Invincible) A~*, ૧૫૮૮માં સ્પેને ઇંગ્લંડ પર મોકલેલું આરમાર.

armadill'o (આર્મડિલો), ના૦ (બ૦વ૦ –s). દ. અમે.નું હાડકાના કવચ – બખતર– વાળું એક પ્રાણી.

Armagedd'on (આર્મગે'ડન), ના૦ રાષ્ટ્રો રાષ્ટ્રો વચ્ચેનો મહાન વિગ્રહ; તેનું રણક્ષેત્ર.

arm'ament (આર્મમન્ટ), ના૦ લડાઈની સામગ્રી, યુદ્ધ સરંજામ; (લડાઈ માટે તૈયાર થયેલી) સશસ્ત્ર સેના; યુદ્ધ માટે શસ્ત્રસજ્જ કરવું – થવું – તે.

arm'ature (આર્મચર, –ટ્યુઅર), ના૦ શસ્ત્રો; બખતર, કવચ; ડાઇનેમોનો (ગોળ ગોળ ફરતો) મુખ્ય ભાગ.

arm'istice (આર્મિસ્ટિસ), ના૦ યુદ્ધવિરામ, યુદ્ધની મોકૂફી; તાત્કાલિક – કાચી – સુલેહ. *A~ Day*, નવેમ્બરની ૧૧ મી તારીખ, જે દિવસે ૧૯૧૮માં પહેલા વિશ્વયુદ્ધનો અંત આવ્યો; તેનો ઉજવણીનો દિવસ.

arm'let (આર્મ્‌લિટ), ના૦ કડું, બાજુબંધ.

armor'ial (આર્મોરિઅલ), વિ૦ બખતર કે ધ્વજ પર અંકાતાં ખાનદાનનાં નિશાનોનું –ને અંગેનું. **arm'ory** (આર્મરિ), ના૦ ઉમરાવોની વંશાવળી, ઇ. રાખવાની વિદ્યા.

arm'our (આર્મર), ના૦ બખતર, ચિલખત, કવચ; વહાણ ઇ. પર જડેલું ધાતુનું પતરું.

arm'ourer (આર્મરર), ના૦ શસ્ત્રાસ્ત્રો ઘડનાર – બનાવનાર – ને સમાં કરનાર; શસ્ત્રસરંજામ જેના તાબામાં હોય છે તે અમલદાર, શસ્ત્રાસ્ત્રપાલ. [શસ્ત્રાસ્ત્રોનો ભંડાર.

arm'oury (આર્મરિ), ના૦ શસ્ત્રાગાર;

arm'y (આર્મિ), ના૦ સૈન્ય, લશ્કર, (વિ. ક. ખુશ્કી); મોટી સંખ્યા, લશ્કર, ટોળું; વ્યવસ્થિત – સંગઠિત – દળ. *Salvation A~*, મુક્તિફોજ. *standing ~*, ખડી ફોજ.

arn'ica (આર્નિકા), ના૦ સોળ, ઉઝરડા ઇ. પર ચોપડવાની દવા.

arom'a (અરોમા), ના૦ મીઠી સુગંધ, ખુશબો, સુવાસ. **aromat'ic** (ઍરમૅટિક), વિ૦ ખુશબોદાર, મસાલા જેવી સુગંધવાળું.

arose (અરોઝ્), ariseનો ભૂ૦ કા૦.

around' (અરાઉન્ડ), ક્રિ૦ વિ૦ દરેક – બધી – બાજુએ, ચોતરફ. નામ૦ અ૦ -ની દરેક બાજુએ, આસપાસ; લગભગ.

arouse' (અરાઉઝ઼), સ૦ ક્રિ૦ જગાડવું, ઉઠાડવું; ઉશ્કેરવું; પ્રવૃત્ત કરવું.
arpe'ggio (આર્પે'જો, -જિઓ), ના૦ (બ૦ વ૦-s). એક પછી એક (મોટે ભાગે ચઢતા) સૂર ઝપાટામાં વગાડવા તે; એવી રીતે વગાડેલા સૂર. [પ્રકારની એક બંદૂક.
ar'quebus (આર્ક્વિબસ), ના૦ જૂના
a'rrack (ઍરેક, અરૅક), ના૦ નાળિયેરી, ગોળ કે ચોખામાંથી બનાવેલો દારૂ (મૂળ તાડી માટે આ શબ્દ વપરાતો હતો).
arraign' (અરેન), ઉ૦ ક્રિ૦ -ની ઉપર આરોપ કરવો; -નો દોષ કાઢવો, વાંધો ઉઠાવવો; કેદીને અદાલતમાં બોલાવવો; (અપરાધી પાસે) જાહેરમાં જવાબ માગવો. **arraign'ment**, ના૦ જાહેર આરોપ-ટીકા - (કરવી તે).
arrange' (અરેન્જ), ઉ૦ ક્રિ૦ વ્યવસ્થિત ગોઠવવું, રચવું; યોજનાઓ ઘડવી, (અગાઉથી) વ્યવસ્થા કરવી; [સં.] વાદ્ય, ઇ. માટે બેસાડવું. **arrange'ment**, ના૦ ગોઠવણી, રચના, ગોઠવણ, વ્યવસ્થા; પતાવટ, નિકાલ; [સં.]. -ને અનુકૂળ બનાવવું તે; (બ૦ વ૦) વ્યવસ્થા, યોજનાઓ. [પાકું, હડહડતું.
a'rrant (ઍરન્ટ), વિ૦ નામીચું, નામચીન;
a'rras (ઍરસ), ના૦ ભરતકામ કરેલા હાથવણાટના કાપડનો દીવાલ પર લટકતો પડદો.
array' (અરે), સ૦ ક્રિ૦ પોશાક પહેરાવવો, શણગારવું, સજાવવું; હારદોર ઊભા કરવું -ગોઠવવું. ના૦ પોશાક; લશ્કરની વ્યૂહરચના; ભવ્ય દેખાવ.
arrear' (અરિઅર), ના૦ (બ૦ વ૦) બાકી દેણાં; બાકી રહેલું-પાછળ પડી ગયેલું કામ. *in ~s*, બાકી રહેલું, પાછળ પડી ગયેલું.
arrest' (અરે'સ્ટ), સ૦ ક્રિ૦ રોકવું; કાયદાની રૂએ પકડવું; (ધ્યાન ઇ.) ખેંચવું. ના૦ રોકવું-બંધ કરવું-તે; ધરપકડ, ગિરફતારી. *be under ~*, ગિરફતાર હોવું. **arresting**, વિ૦ આકર્ષક, ચિત્તાકર્ષક.
arrière-pensée (ઍરિએર-પાંસે), ના૦ મનમાં રાખેલો ઉદ્દેશ-પાપ-શરત, ઇ.
arriv'al (અરાઇવલ), ના૦ મુકામે આવી પહોંચવું તે, આગમન; નવો આવી પહોંચેલો માણસ કે વસ્તુ.
arrive' (અરાઇવ), અ૦ ક્રિ૦ (ઉદ્દિષ્ટ સ્થાને) આવી પહોંચવું, આવવું; (ધ્યેય, ઉદ્દેશ, *at* સાથે) મેળવવું, પ્રાપ્ત કરવું, પહોંચવું; સફળતા-ખ્યાતિ-પ્રાપ્ત કરવી.
a'rrogance (ઍરગન્સ), ના૦ અભિમાન, મગરૂરી, તોર. **a'rrogant**, વિ૦ અહંકારી, ઘમંડી, તોરી.
a'rrogate (ઍરગેટ), સ૦ ક્રિ૦ (-gable). ગેરવાજબી દાવો કરવો (*~ to oneself* a thing); ડોળ ઘાલવો.
a'rrow (ઍરો), ના૦ બાણ, તીર; તીરના આકારનું ચિહ્ન, ટાંકણી કે ઘરેણું, *broad ~*, સરકારી માલિકીની વસ્તુ ઉપરની બાણ જેવી નિશાની.
a'rrowroot, (ઍરોરૂટ), ના૦ જેમાંથી આરારૂટ નામનો પોષક સ્ટાર્ચ તૈયાર કરવામાં આવે છે તે છોડ; આરારૂટ, તવખીર.
ars'enal (આર્સનલ), ના૦ દારૂગોળો અને શસ્ત્રાસ્ત્રો બનાવવાનું તથા સંગ્રહ કરવાનું સરકારી કારખાનું કે મથક, શસ્ત્રાગાર.
ars'enic (આર્સનિક), ના૦ [રસા૦] અર્ધધાતુના સ્વરૂપનું એક મૂળ તત્ત્વ - દ્રવ્ય; સોમલ, એક ભયંકર ઝેર (*white~*).
ars'on (આર્સન), ના૦ કોઈની ઘર વગેરે મિલકત બાળી નાંખવી-આગ લગાડવી-તે.
art (આર્ટ), to be નું બીજા પુરુષ એક વચનનું વર્તમાન કાળનું રૂપ.
art, ના૦ કૌશલ્ય, હસ્તકૌશલ્ય; હુન્નર, કસબ; ચાલાકી, હોશિયારી; કપટ, પેચ; કારીગરી; લલિતકળા. (બ૦ વ૦) યુનિવર્સિટીમાં અભ્યાસાતી વિજ્ઞાન સિવાયની સાહિત્યશાખાઓ-વિદ્યાઓ. *fine ~s*, ચિત્ર, સંગીત, શિલ્પ. ઇ. લલિતકલાઓ.
arter'ial (આર્ટીરિઅલ), વિ૦ ધોરી નસનું-ને અંગેનું; ધોરી નસ કે ધમની જેવું. *~ road, railway, etc.*, મહત્ત્વનો ધોરી રસ્તો, રેલવે, ઇ.
art'ery (આર્ટરિ), ના૦ લોહીને હૃદયમાંથી શરીરના બીજા ભાગોમાં પહોંચાડનાર નલિકા-ધમની; મુખ્ય રસ્તો.
arte'sian well (આર્ટીઝ઼ન વેલ, -ઝ્યન-),

ના૦ પાતાળકૂવેા, જેમાંથી પાણી પેાતાની મેળે ઉપર ઊડે છે. [કાવતરાબાજ.

art'ful (આર્ટ્ફુલ), વિ૰ લુચ્ચું, ચાલાક,

arthrit'is (આર્થ્રાઇટિસ), ના૦ સાંધાનેા સેાજો, સંધિવા, સંધિદાહ, નજલેા. **arthrit'ic** (આર્થ્રિટિક), વિ૰ સંધિવાનું – ને લગતું.

art'ichoke (આર્ટિચેાક), ના૦ એક ખાદ્ય વનસ્પતિ; *Jerusalem ~*, જેનાં મૂળ ખાઈ શકાય એવી સૂર્યમુખીના જેવી એક વનસ્પતિ.

arti'cle (આર્ટિકલ), ના૦ લેખ; (કરાર, ઇ. ની) કલમ, રકમ, બાબત; ચીજ, વસ્તુ; [વ્યાક.] નામની પહેલાં વપરાતું ઉપપદ, a, an અથવા the; સ્વીકૃત માન્યતાઓમાંની કોઈ એક. સ૦ ક્રિ૦ શરત કરીને ઉમેદવાર તરીકે રાખવું. *definite ~*, નિયમિત કે નિશ્ચિત ઉપપદ, *the*. *indefinite ~*, અનિયમિત ઉપપદ, *a, an*. *leading ~*, અગ્રલેખ.

artic'ulate (આર્ટિક્યુલિટ), વિ૰ સાંધાઓવાળું, સંધિયુક્ત; સ્પષ્ટપણે જુદું પાડી શકાય એવું, સ્પષ્ટ, સાફ; સ્પષ્ટ વાચાશક્તિવાળું – બોલી શકે એવું. **artic'ulate** (આર્ટિક્યુલેટ), ઉ૰ ક્રિ૰ (–lable). સાથે જોડવું; સ્પષ્ટ ભાગોમાં જુદું પાડવું; સ્પષ્ટપણે અને ચેાખ્ખું બેાલવું. **articula'tion**, ના૦ સાંધવું તે; સાંધેા, સંધિ; બેાલવાની ક્રિયા; સ્પષ્ટ બેાલવું તે.

art'ifice (આર્ટિફિસ), ના૦ યુક્તિ, હિકમત; કૌશલ્ય. **artif'icer** (આર્ટિફિસર), ના૦ (સારેા) કારીગર.

artifi'cial (આર્ટિફિશલ), વિ૰ હાથનું બનાવેલું, કૃત્રિમ; બનાવટી, ખેાટું (અસલ નહિ). **artificial'ity** (આર્ટિફિશિઍલિટિ), ના૦ કૃત્રિમતા; કૃત્રિમ વર્તન કે દેખાવ; [લા.] અસ્વાભાવિકતા, ઢાેંગ.

artill'ery (આર્ટિલરિ), ના૦ તેાપખાનું; લશ્કરના તેાપખાનાનેા વિભાગ.

artisan' (આર્ટિઝ઼ન), ના૦ કારીગર; યાંત્રિક; હાથકારીગરીનું કામ કરનારેા.

art'ist (આર્ટિસ્ટ), ના૦ કલાકાર (વિ. ક. લલિત કલાકાર ને તેમાંય ચિત્રકાર); શિલ્પી, કુશળ કારીગર. **artiste'** (આર્ટીસ્ટ), ના૦ સંગીત, નૃત્ય, ઇ. કળા પર જીવનાર. **artis'tic**, વિ૰ લલિત કળાનું – ને અંગેનું; કલાત્મક, સુંદર; સુરુચિવાળું. **art'istry** (આર્ટિસ્ટ્રિ), ના૦ કલાકૌશલ્ય, શિલ્પચાતુરી; કલાભિરુચિ.

art'less (આર્ટ્લિસ), વિ૰ વિ. ક. સાદું અને સ્વાભાવિક, ભેાળું, નિર્વ્યાજ; કલાહીન, અણઘડ. **art'lessness**, ના૦ નિષ્કપટતા.

ar'um (એરમ, એ'અરમ), ના૦ એક છેાડ. *~ lily*, સફેદ એરમનેા છેાડ.

Ar'yan (આર્યન, એરિઅન), વિ૰ સંસ્કૃત, ફારસી, ગ્રીક, લૅટિન, કેલ્ટિક, ઇ. આર્ય-હિન્દી-યુરેાપી – ભાષાઓનું – ને લગતું. ના૦ હિન્દી-યુરેાપી ભાષા; તે બેાલનાર જાતિ (નેા માણસ).

as (ઍઝ઼, અઝ઼), ક્રિ૰ વિ૰ અને ઉભ૰ અ૰ સરખું, બરાબર, જેવું...તેવું; જ્યારે, જે વખતે; કેમ કે, તેથી, માટે; તરીકે; જોકે. સંબંધક સર્વ૰ જે...તે. *as for, as to*, -ની બાબતમાં, – ને વિષે પૂછતા હેા તેા. *as if, as it were*, જાણે કે, કેમ જાણે. *as good as*, -ની બરાબર, સરખું. *as long as*, જ્યાં સુધી, એ શરતે કે.

asafoet'ida (ઍસફીટિડા), ના૦ હિંગ; હિંગનું ઝાડ.

asbes'tos (ઍઝ઼બે'સ્ટૅાસ), ના૦ રેસાવાળું ખનિજ દ્રવ્ય; તેમાંથી બનાવેલેા ન બળે એવેા પદાર્થ.

ascend' (અસે'ન્ડ), ઉ૰ ક્રિ૰ ચડવું, ઉપર જવું – આવવું; ઊગવું, ઉદય પામવું; ઉપર બેસવું (ગાદી, ઇ. પર); ચડાવવાળું હેાવું.

ascen'dancy, -ency (અસે'ન્ડન્સિ), ના૦ (*over*) સત્તા, વર્ચસ્વ.

ascen'dant, -ent (અસે'ન્ડન્ટ), વિ૰ (ઉપર) ચડતું, ઉદય પામતું. *in the ~*, વર્ચસ્વવાળું, આધિપત્ય ભેાગવનારું, ચડતું; [ખ.] ખસ્વસ્તિક તરફ ચઢતું; [ફલ જ્યેા.] ઉચ્ચગામી.

ascen'sion (અસે'ન્શન), ના૦ ઉપર જવું – ચડવું – તે; આરેાહણ (વિ. ક. ઈશુનું સ્વર્ગારેાહણ). *A~ Day*, ઈશુના સ્વર્ગારેાહણ પર્વનેા પવિત્ર ગુરુવાર.

ascent' (અસે'ન્ટ), ના૦ ઉપર ચડવું તે, આરેાહણ; ચડાવ, ચડાણ. *~ and descent*,

ચડઊતર, ચડતીપડતી, આરોહઅવરોહ.

ascertain′ (ઍસર્ટેન), સ૰ ક્રિ૰ ખાતરીપૂર્વક જાણવું; ખાતરી કરવી. **ascertain′able**, વિ૰ ખાતરી કરી શકાય એવું.

ascet′ic (અસે′ટિક), વિ૰ સંયમી, તપસ્વી, વિરક્ત. ના૰ યતિ, જોગી. **ascet′icism** (અસે′ટિસિઝ઼મ), ના૰ વૈરાગ્ય, સંન્યાસ.

ascribe′ (અસ્ક્રાઇબ), સ૰ ક્રિ૰ (*to* સાથે) -નું છે એમ માનવું-કહેવું; -નું કારણ છે એમ બતાવવું; -નું આરોપણ કરવું. **ascrip′tion**, ના૰

asep′tic (અસે′પ્ટિક, એ-), વિ૰ રોગ કે કહોવાણના બીજથી મુક્ત, જંતુમુક્ત. ના૰ જંતુમુક્ત પદાર્થ. **asep′sis**, ના૰ જંતુમુક્તતા – રહિતતા.

ash (ઍશ), ના૰ જંગલનું એક ઝાડ; એનું લાકડું. ~-*key*, ના૰ ઍશનું બી.

ash, ના૰ રાખ, ભસ્મ; (બ૰ વ૰) શરીર બળી ગયા પછી રહેલા અવશેષ, ચિતાભસ્મ, ફૂલ.

Ash Wednesday, 'લેન્ટ' પર્વના ઉપવાસનો પહેલો દિવસ – બુધવાર.

ashamed′ (અશેમ્ડ), વિ૰ શરમાયેલું, લજ્જિત. ~ *of* (વર્તનથી), ~ *for you* (કોઈ વ્યક્તિને કારણે).

ash′en (ઍશન), વિ૰ રાખના રંગનું, ફીકું.

ash′lar (ઍશ્લર), ના૰ ચોરસ પથ્થર; ચોરસ પથ્થરનું બાંધકામ.

ashore′ (અશોર, અશોઅર), ક્રિ૰ વિ૰ દરિયાકિનારા પર – તરફ, દરિયાકિનારે.

ash′y (ઍશિ), વિ૰ રાખનું, રાખ જેવું; ફીકું.

A′sian (એશન), **Asiat′ic** (ઍશિઍટિક), વિ૰ એશિયાનું. ના૰ એશિયાનો વતની.

aside′ (અસાઇડ), ક્રિ૰ વિ૰ એક બાજુએ – તરફ, એક કોરે; દૂર; [નાટકમાં] જનાંતિકે. *lay* ~, હવે કામ નથી એમ સમજી કોરે મૂકી દેવું. *set* ~, ઉપયોગ માટે રાખી મૂકવું. *set* ~ a judgement, ચુકાદો રદ કરવો. ના૰ સ્વગત ભાષણ; આડકતરો પ્રયત્ન.

as′inine (ઍસિનાઇન઼), વિ૰ ગધેડા જેવું, ગધેડાનું; અક્કલ વિનાનું.

ask (આસ્ક), ઉ૰ ક્રિ૰ (સવાલ, ઇ.) પૂછવું; (કશાક માટે) વિનંતી કરવી, માગવું (*for*); (ભોજન, ઇ૰ માટે) બોલાવવું (*to* dinner, etc). ~ *after*, -ની ખબરઅંતર પૂછવી. ~ *for trouble*, ~ *for it*, (કશુંક કરીને) પીડા વહોરી લેવી.

askance′ (અસ્કાન્સ, અસ્કૅ-), **askant′**, ક્રિ૰ વિ૰ આડું, તિરકસ, ગર્ભિત ભાવથી. *look* ~ *at*, શંકાની નજરે અથવા તિરસ્કારપૂર્વક જોવું.

askew′ (અસ્ક્યૂ), ક્રિ૰ વિ૰ અને વિ૰ તિરકસપણે, તીરછી નજરે, ત્રાંસું; આડું, વાંકું.

aslant′ (અસ્લાન્ટ, અસ્લૅ-), ક્રિ૰ વિ૰ અને નામ૰ અ૰ તિરકસ, ઢળતું, વાંકું.

asleep′ (અસ્લીપ), ક્રિ૰ વિ૰ અને વિધેયા૰ વિ૰ ઊંઘી ગયેલું, સૂતેલું, નિદ્રાવશ; જડ.

asp (ઍસ્પ), ના૰ એક નાનો ઝેરી સાપ.

aspa′ragus (અસ્પૅરગસ), ના૰ જેની કૂંપળો ખવાય છે એવો એક છોડ, શતાવરી.

as′pect (ઍસ્પે′ક્ટ), ના૰ મોઢા પરનો ભાવ; દેખાવ; જોવાની ઢબ; જે તરફ મોઢું હોય તે દિશા; પાસું, બાજુ.

a′spen (ઍસ્પન), ના૰ 'પૉપ્લર'ના જાતનું એક ઝાડ, જેનાં પાંદડાં હંમેશાં હાલતાં હોય છે.

aspe′rity (ઍસ્પે′રિટિ), ના૰ કર્કશ-કઠોરતા, ખટાશ, તીખાશ; (બ૰ વ૰) ચાગવડો.

asperse′ (અસ્પર્સ), સ૰ ક્રિ૰ -ની નિંદા કરવી, -ને એબ લગાડવી; -ની ઉપર આળ ચડાવવું. **asper′sion** (ઍસ્પર્શન), ના૰ નિંદા, અપવાદ; આળ. *cast* ~*s on*, કોઈની નિંદા કરવી – ઉપર આળ ચડાવવું.

as′phalt (ઍસ્ફૅલ્ટ), ના૰ એક જાતનો ડામર (જેવો લીસો કઠણ પદાર્થ); ડામર, રેતી, ઇ.નું સડકો માટે બનાવાતું મિશ્રણ.

asphyx′ia (ઍસ્ફિક્સિઆ), ના૰ ગૂંગળામણ, શ્વાસાવરોધ. **asphyx′iate** (અસ્ફિક્સિએટ), સ૰ ક્રિ૰ ગૂંગળાવવું, ગૂંગળાવીને મારી નાખવું. **asphyxia′tion** ના૰ એ ક્રિયા.

as′pic (ઍસ્પિક), ના૰ જેલી જેવી એક [સ્વાદિષ્ટ વાની.

aspidis′tra (ઍસ્પિડિસ્ટ્રા), ના૰ પહોળાં અણિયાળાં પાંદડાંવાળો એક છોડ (શોભા

માટે ઘરમાં રખાય છે).

as'pirant (ઍસ્પિરન્ટ, અસ્પાઇ-), વિ૦ અને નાo ઇચ્છા-આકાંક્ષા-રાખનાર, ઉમેદવાર.

as'pirate (ઍસ્પિરિટ), નાo મહાપ્રાણ 'હ'નો ધ્વનિ, હ સાથે ભળેલું વ્યંજન (ખ, ઘ, ઇ.). વિ૦ મહાપ્રાણ. સ૦ ક્રિ૦ (ઍસ્પિરેટ), 'હ' સાથે ઉચ્ચાર કરવો; પંપ વતી હવા-વાયુ -બહાર કાઢવો.

aspira'tion (ઍસ્પિરેશન), નાo શ્વાસ લેવો તે; ઇચ્છા, આકાંક્ષા, મહત્ત્વાકાંક્ષા. **aspire'** (અસ્પાયર), અ૦ ક્રિ૦ (ઊંચા પદ માટે) તીવ્ર-ઉત્કટ-ઇચ્છા રાખવી-સેવવી; મોટી આશા-આકાંક્ષા-સેવવી; ઊંચે ચડવું.

as'pirin (ઍસ્પિરિન), નાo શરદી, તાવ, અને વિ. ક. માથાનું દરદ ઓછું કરવાની દવા.

ass (ઍસ), નાo ગધેડું; બેવકૂફ, મૂર્ખ.

ass'agai (ઍસગાઇ), **ass'egai** (ઍસિગાઇ), નાo (દક્ષિણ આફ્રિકાની જાતિઓનો) નક્કર લાકડાનો પાતળો ભાલો.

assail' (અસેલ), સ૦ ક્રિ૦ -ની ઉપર હુમલો કરવો. **assail'able**, વિ૦ હુમલો કરી શકાય એવું. **assail'ant**, નાo હુમલો કરનાર.

assass'in (અસૅસિન), નાo મારો, ખૂની. **assass'inate** (અસૅસિનેટ), સ૦ ક્રિ૦ દગો દઈને મારી નાખવું-ખૂન કરવું (વિ.ક. રાજકીય કારણસર.) **assassina'tion** (અસૅસિનેશન), નાo ખૂન, કપટપૂર્વક મારી નાખવું તે. **assass'inator** (અસૅસિનેટર), નાo ખૂન કરનાર, ખૂની, હત્યારો.

assault' (અસૉલ્ટ), નાo ઓચિંતો હુમલો, હલ્લો; ગેરકાયદે શારીરિક હુમલો; (સ્ત્રી પર) બળાત્કાર. સ૦ ક્રિ૦ -ની ઉપર હુમલો-ચડાઈ-કરવી.

assay' (અસે), સ૦ ક્રિ૦ નાણાંની કે ધાતુની પારખ-કસોટી-કરવી; કસોટી કરવી; પ્રયત્ન કરવો. નાo નાણાંની કે ધાતુની પારખ-કસોટી; કસોટી; પ્રયત્ન.

assem'blage (અસૅમ્બ્લિજ), નાo માણસોનો જમાવ-મેળાવો; સંગ્રહ; યંત્ર, ઇ.ના ભાગ એકત્ર જોડીને તે ઊભું-તૈયાર -કરવું તે.

assem'ble (અસૅમ્બલ), ઉ૦ ક્રિ૦ એકઠું-ભેગું-કરવું-થવું; સભા ભરવી, લોકોને એક ઠેકાણે ભેગા કરવા; યંત્ર કે બીજી વસ્તુના ભાગ જોડવા.

assem'bly (અસૅમ્બ્લિ), નાo વિશિષ્ટ ઉદ્દેશથી એકઠા મળેલા લોકોનું મંડળ-સભા; યંત્ર કે તેના ભાગ એકત્ર જોડવા તે.

assent' (અસૅન્ટ), અ૦ ક્રિ૦ કબૂલ કરવું, માન્ય રાખવું; 'હા' કહેવી, ઇચ્છાને અધીન થવું. નાo સંમતિ, માન્યતા; સ્વીકાર.

assert' (અસર્ટ), સ૦ ક્રિ૦ નિશ્ચયપૂર્વક ગંભીરતાથી કહેવું-જાહેર કરવું, પ્રતિપાદન કરવું; હકો અંગે પોતાનો દાવો રજૂ કરવો. ~ *oneself*, પોતાના હક ને સ્વતંત્રતાનો આગ્રહ રાખવો. **asser'tion** (અસર્શન), નાo હકનો આગ્રહ, દાવો; નિશ્ચયપૂર્વક કથન. **assert'ive** (અસર્ટિવ), વિ૦ આગ્રહી, પોતાનો કક્કો ખરો કરનારું.

assess' (અસૅસ), સ૦ ક્રિ૦ કિંમત કાઢવી -નક્કી કરવી; દંડ, કર, ઇ.ની રકમ નક્કી કરવી, -ની આંકણી-આકારણી-કરવી; -નો ફાળો નક્કી કરવો. **assess'ment**, નાo કિંમત નક્કી કરવી તે; નક્કી કરેલી કિંમત; કરવેરાની આંકણી, આકારણી, જમાબંધી. **assess'or** (અસૅસર), નાo મૅજિસ્ટ્રેટ કે ન્યાયાધીશને મદદ કરનાર-સલાહ આપવા બેસનાર; કરવેરા માટે મિલકતની કિંમત આંકનાર, કરવેરાની આકારણી કરનાર.

ass'ets (ઍસેટ્સ), નાo બ૦ વ૦ વ્યક્તિ કે કંપનીની બધી મિલકત, માલમતા; દેવાં અને વારસોને આપવા માટે પૂરતી એવી નાદાર કે મૈયતની મિલકત; (એક વ૦) કોઈ પણ માલકીની વસ્તુ; કીમતી વસ્તુ-મૂડી.

assev'erate (અસેવરેટ), સ૦ ક્રિ૦ (-rable). ગંભીરપણે-પ્રતિજ્ઞાપૂર્વક-જાહેર કરવું.

assidu'ity (ઍસિડ્યૂઇટિ), નાo બારીકાઈથી-સતત-ધ્યાન આપવું તે, ખંત.

assid'uous (અસિડ્યુઅસ), વિ૦ મંડ્યું રહેનારું, ખંતીલું; ખંતથી કરેલું.

assign' (અસાઇન), સ૦ ક્રિ૦ નીમી આપવું, નીમવું; ભાગ પાડીને આપવું. વહેંચી

આપવું; આપી દેવું, સોંપવું; કોઈ બનાવ, ઇ.નું કારણ બતાવવું – આપવું.

assigna'tion (ઍસિગ્નેશન), ના૦ અમુક વખતે ને સ્થળે મળવાનો (પ્રેમિકોનો) સંકેત; ભાગ વહેંચી આપવા તે; કાયદેસર ફેરબદલી.

assign'ment (અસાઇનમન્ટ), ના૦ કોઈને માટે કશુંક જુદું કાઢી મૂકવું તે; લેખથી કોઈને મિલકતનો હક સોંપવો તે; એવી સોંપણીનો લેખ; સોંપેલું – નીમી આપેલું – કામ – અભ્યાસ.

assim'ilate (અસિમિલેટ), ઉ૦ ક્રિ૦ (–lable). -ના જેવું બનાવવું – બનવું – થવું; આત્મસાત્ કરવું – થવું, પચાવવું – પચવું. **assimila'tion**, ના૦ આત્મસાત્ કરવાની ક્રિયા; પાચન, પચન.

assist' (અસિસ્ટ), ઉ૦ ક્રિ૦ મદદ – સહાય – કરવી; -માં ભાગ લેવો (*~in*); -માં હાજર રહેવું (*~at*). **assis'tance**, ના૦ મદદ, સહાય.

assis'tant (અસિસ્ટન્ટ), વિ૦ મદદ કરનારું, સહાયક. ના૦ મદદ કરનાર, મદદનીશ, સહાયક; હાથ નીચેનો માણસ.

assize' (અસાઇઝ઼), ના૦ (બહુધા બ૦ વ૦ માં; અસાઇઝ઼િઝ઼). દીવાની કે ફોજદારી મુકદ્દમા ચલાવનારી ફરતા ન્યાયાધીશો કે ન્યાયાલયોની સામયિક બેઠકો.

asso'ciate (અસોશિએટ), ઉ૦ ક્રિ૦ જોડવું; કોઈ હેતુસર કોઈની સાથે જોડાવું; (વિચારમાં) સંબંધ બાંધવો – જોડવું. ના૦ (અસોશિઅટ), ભાગીદાર, સાથી, સોબતી. વિ૦ જોડાયેલું, સંયુક્ત; (કોઈ મંડળનો સભ્ય) મર્યાદિત હકો, ઇ. ધરાવનાર.

associa'tion (અસોસિએશન), ના૦ સંગત – સોબત – કરવી તે, સંયોગ; સંગ, સોબત; સભા, મંડળી; મનમાં વિચારોને સાથે જોડવું તે, એવો જોડેલો વિચાર. ~ *of ideas*, વિચાર-ભાવ – સાહચર્ય. ~ *football*, ગોલરક્ષક સિવાય જેમાં બીજો કોઈ ફૂટબૉલને હાથ વતી ન અડી શકે એવી ફૂટબૉલની રમત.

ass'onance (ઍસનન્સ), ના૦ બે અક્ષરો વચ્ચે ધ્વનિનું સામ્ય; કેવળ સ્વરસામ્ય – સ્વરોનો મેળ. **ass'onant**, વિ૦ સ્વરસામ્ય-યુક્ત.

assort (અસૉર્ટ), ઉ૦ ક્રિ૦ વર્ગ પાડવા; વર્ગવાર ગોઠવવું; ના૦ વર્ગના હોવું, -ની સાથે મેળ ખાવો (*with*). **assort'ed**, વિ૦ વીણી કાઢેલું, વર્ગવાર ગોઠવેલું; જુદી જુદી જાતનું. **assort'ment**, ના૦ એક કે અનેક પ્રકારની ચીજોનો જાતવાર કરેલો જથ્થો.

assuage' (અસ્વેજ), સ૦ ક્રિ૦ શમાવવું, હળવું કરવું, શાંત પાડવું; (તરસ) છિપાવવું. **assuage'ment**, ના૦ શાંત પાડવું તે, ઉપશમન.

assume' (અસ્યૂમ), સ૦ ક્રિ૦ (–mable). પોતાને માથે – પોતાના હાથમાં – લેવું; માની લેવું, ગૃહીત કરવું; વેષ લેવો, ડોળ કરવો. **assum'ing**, વિ૦ પોતાના હક કરતાં વધારે સત્તા હાથમાં લેનાર; અહંકારી.

assump'tion (અસમ્પ્શન), ના૦ પોતાને માથે લેવું તે, ઇ.; માનીપણું, અહંકાર; માની લીધેલી વાત; (*A~*) ઈશુની માતાના મૃત્યુ પછી તેનું સદેહે સ્વર્ગમાં આરોહણ; તેના માનમાં ઉજાણી.

assur'ance (અશૂરન્સ, અશુઅ –), ના૦ ખાતરીપૂર્વકનું કહેવું – કથન; ખાતરી; આત્મવિશ્વાસ; ઉદ્ધતાઈ; વીમો (વિ. ક. જિંદગીનો); વિધિસરની બાંયધરી.

assure' (અશૂર, અશુઅ –), સ૦ ક્રિ૦ સુરક્ષિત અને નિશ્ચિત કરવું; ખાતરીપૂર્વક કહેવું; ખાતરી આપવી; વીમો ઉતારવો. **assured**, વિ૦ નિશ્ચિત, ખાતરીપૂર્વકનું; આત્મવિશ્વાસવાળું. **assur'edly**, ક્રિ૦ વિ૦ ખાતરીથી અલબત્ત.

as'ter (ઍસ્ટર), ના૦ ભડકદાર રંગવાળા ફૂલનો એક છોડ.

as'terisk (ઍસ્ટરિસ્ક), ના૦ (નિશાની કરવાની) ફૂદડી(*)

astern' (અસ્ટર્ન), ક્રિ૦ વિ૦ વહાણના ડબૂસામાં – તરફ – પાછળ; પાછળ દૂર.

asth'ma (ઍસ્મા), ના૦ દમનો રોગ, દમ, હાંફ. **asthmat'ic** (ઍસ્મૅટિક), વિ૦ દમના રોગવાળું, દમિયલ. ના૦ દમનો રોગી.

astig'matism (અસ્ટિગ્મટિઝ઼્મ), ના૦ આંખ કે લેન્સનો – દૃક્કાચનો – રચનાગત દોષ – ખામી, જેથી પ્રકાશનાં કિરણો એક કેન્દ્ર-

માંથી નથી આવતાં ને સ્પષ્ટ દેખાતું નથી.

astir' (અસ્ટર), ક્રિ૦ વિ૦ અને વિધેયા૦ વિ૦ હાલતુંચાલતું, ગતિમાન; જાગેલું, જાગીને ઊઠેલું; અસ્વસ્થ, પ્રક્ષુબ્ધ.

aston'ish (અસ્ટૉનિશ), સ૦ ક્રિ૦ વિસ્મિત – ચકિત – કરવું. **aston'ishment**, ના૦ આશ્ચર્ય, નવાઈ. **aston'ishing**, વિ૦ આશ્ચર્યકારક.

astound' (અસ્ટાઉન્ડ), સ૦ ક્રિ૦ વિસ્મિત–દંગ–કરવું; ભયચકિત કરવું.

astrakhan' (ઍસ્ટ્રકૅન), ના૦ રશિયામાં આવેલ ઍસ્ટ્રકૅનના ઘેટાનું (રુવાંટી જેવું) ઊન; એનું કાપડ.

as'tral (ઍસ્ટ્રલ), વિ૦ તારાઓનું–ને લગતું; અપાર્થિવ.

astray' (અસ્ટ્રે), ક્રિ૦ વિ૦ અવળે રસ્તે, આડે માર્ગે; ગેરવલ્લે.

astride' (અસ્ટ્રાઇડ), ક્રિ૦ વિ૦ અને ના૦ અ૦ બન્ને તરફ અક્કેકો પગ મૂકીને, પહોળા પગ કરીને.

astrin'gent (અસ્ટ્રિન્જન્ટ), વિ૦ તૂરું; બંધક, સ્તંભક; સંકોચક, નસને કે સ્નાયુને સંકોચાવી દે એવું; કડુ, કઠોર. ના૦ સ્તંભક-લોહીને વહેતું રોકનાર–દવા.

astrol'ogy (અસ્ટ્રૉલજિ), ના૦ ગ્રહદશા, મુહૂર્ત, ઇ. જોવાની વિદ્યા, ફલજ્યોતિષ (શાસ્ત્ર). **astrolo'gical**, (ઍસ્ટ્રલૉજિકલ), વિ૦ **astrol'oger**, ના૦ જ્યોતિષી, જોશી, દૈવજ્ઞ.

astro'nomy (અસ્ટ્રૉનમિ), ના૦ ખગોળ-(શાસ્ત્ર), જ્યોતિષ(શાસ્ત્ર). **astron'omer**, ના૦ ખગોળશાસ્ત્રી. **astronom'ical** (ઍસ્ટ્રનૉમિકલ), વિ૦ ખગોળનું – ને લગતું; [લા.] અત્યંત મોટું.

astute' (અસ્ટ્યૂટ), વિ૦ બાહોશ; ધૂર્ત, પાકું.

asun'der (અસન્ડર), ક્રિ૦ વિ૦ છૂટું, વેગળું; કકડેકકડા.

asyl'um (અસાઇલમ), ના૦ પવિત્ર જગ્યા; આશ્રયસ્થાન, આશ્રય, આશરો; અનાથગૃહ–આશ્રમ; પાંજરાપોળ. *lunatic* ~, ગાંડાની ઇસ્પિતાલ.

asymmet'rical (ઍસિમે'ટ્રિકલ), વિ૦ જેની બે બાજુ સરખી નથી એવું, વિષમ-પ્રમાણ.

asymm'etry (અસિમિટ્રિ, ઍસિમટ્રિ), ના૦ અસમપ્રમાણતા.

at (ઍટ), ના૦ અ૦ (સ્થિતિસૂચક) પાસે, આગળ; (ગતિ.) ઉપર, તરફ, સામું; (સ્થળ-કાળ.) માં, એ; -ના -થી, ડરથી; -ને કારણે. ~ *all*, જરા પણ. ~ *any rate*, ~ *all events*, ગમે તેમ હોય તોપણ. ~ *first*, શરૂઆતમાં. ~ *large* છૂટું, મુક્ત. ~ *least*, ઓછામાં ઓછું. ~ *last*, છેવટે, આખરે. ~ *most*, વધુમાં વધુ. ~ *one*, સંમત. ~ *once*, એકી વખતે; સાથે સાથે; તરત. ~ *present*, અત્યારે. ~ *right angles (to)*, કાટખૂણે. ~ *stake*, ગુમાવવાના જોખમમાં. ~ *that*, અને વળી. ~ *times*, કયારેક, કોઈ કોઈ વખત.

ate (એટ), eat નો ભૂ૦ કા૦

at'avism (ઍટવિઝ્મ), ના૦ માબાપથી પહેલાંના પૂર્વજોની સાથે સરખાપણું (દેખાવું તે), એ પૂર્વજોના ગુણો કે વિકારોનું પુનરાવર્તન.

atelier (ઍટેલિયે), ના૦ કલાકારનું કલા-ભવન, 'સ્ટુડિયો'.

ath'eism (એથિઇઝમ), ના૦ ઈશ્વરના હોવા વિષે અશ્રદ્ધા, નાસ્તિકતા. **ath'eist**, ના૦ નાસ્તિક. **atheis'tic**, વિ૦ નાસ્તિક.

athirst' (અથર્સ્ટ), વિ૦ તરસ્યું, તૃષાર્ત; અત્યંત આતુર.

ath'lete (ઍથ્લીટ), ના૦ વ્યાયામના ખેલમાં હરીફાઈ કરનાર; પહેલવાન.

athlet'ic (ઍથ્લે'ટિક), વિ૦ પહેલવાનનું –ને લગતું, વ્યાયામનું; બળવાન, તાકાતવાળું. **athlet'ics**, ના૦ બ૦ વ૦ મલ્લવિદ્યા, વ્યાયામની રમતો.

at-home' (અટ્હોમ), ના૦ સ્વાગતનો મેળાવડો, ચાપાણી સાથેનો મેળાવડો.

athwart' (અથ્વૉર્ટ), ક્રિ૦ વિ૦ અને ના૦ અ૦ આડું, ત્રાંસું; આરપાર; ઊલટી રીતે.

at'las (ઍટલસ), ના૦ (ભૂગોળની) નકશાપોથી.

at'mosphere (ઍટ્મસ્ફિઅર), ના૦ વાતાવરણ, વાયુમંડળ; હવા; માનસિક કે નૈતિક પરિસ્થિતિ; તેની મન પર છાપ. **atmosphe'ric(al)** (ઍટમસ્ફે'રિક, – લ), વિ૦ વાતાવરણનું–સંબંધી. **atmosphe'rics**, ના૦ બ૦ વ૦ ટેલિફોન અથવા બિનતારી

સંદેશા ઝીલવામાં અંતરાય ઊભો કરનાર આકાશમાં કે હવામાં થતી વીજળીની ગરબડ.

atoll' (અટૉલ, ઍટૉલ), ના૦ ખાડી ફરતો પરવાળાનો ટેકરો.

at'om (ઍટમ), ના૦ અણુ, પરમાણુ, કણ; અતિસૂક્ષ્મ પદાર્થ; [પદાર્થ.] ઋણ વિદ્યુતથી ભારેલા ઇલેક્ટ્રૉન જેની આસપાસ ફરે છે તે ધન-વિદ્યુતથી ભારેલા કેન્દ્ર વાળો અણુ. **atom'ic** (અટૉમિક), વિ૦ અણુ–પરમાણુ–નું–સંબંધી; પરમાણુના વીજળીથી ભારેલા કેન્દ્રસ્થ અંશ કે બીજના સ્ફોટને લીધે થતું–સ્ફોટનો ઉપયોગ કરનારું. ~ *bomb*, અણુબૉમ્બ. ~ *energy*, યુરેનિયમના અથવા હાઇડ્રોજનના અણુઓના વિઘટન અથવા એકીકરણને પરિણામે પેદા થતી શક્તિ, અણુશક્તિ. ~ *weight*, અણુભાર.

atone' (અટોન), અ૦ક્રિ૦ નુકસાન ભરી આપવું (*for*); પ્રાયશ્ચિત્ત કરવું. **atone'ment**, ના૦ પ્રાયશ્ચિત્ત, માનવજાતિના પાપનું ઈશુએ પોતાના મૃત્યુથી કરેલું નિવારણ; પાપનિવારણ; નુકસાન ભરપાઈ (કરવું તે).

atrabil'ious (ઍટ્રબિલ્યસ, એ–), વિ૦ અશુભદર્શી; ખિન્ન, ગમગીન; ચીડિયું.

atro'cious (અટ્રોશસ), વિ૦ ભયાનક, દુષ્ટ, અતિક્રૂર; ઘૃણાસ્પદ. **atro'city** (અટ્રૉસિટિ), ના૦ અતિ દુષ્ટ કર્મ, મહાપાપ; કેર, અત્યાચાર.

at'rophy (ઍટ્રફિ), ના૦ શરીરનું ગળવું – કોઈ અંગનું નકામું થવું – તે; કાંસા રોગ, શરીરશોષણ. ઉ૦ ક્રિ૦ શરીરના કોઈ ભાગને સૂકવી નાખવું – ક્ષીણ કરવું; સુકાઈ જવું, ક્ષીણ થવું,

at'ropine (ઍટ્રપાઇન, ઍટ્રોપીન), ના૦ ભોંયરીંગણી કે કાંટારીંગણીનું ઝેર; જેનાથી હૃદય વધારે ઝડપથી ધબકવા માંડે છે, મોઢું સુકાઈ જાય છે અને આંખની કીકીઓ મોટી થાય છે એવી ઝેરી દવા.

attach' (અટેચ), ઉ૦ ક્રિ૦ બાંધવું, જોડવું, ચોંટાડવું; પ્રીતિબદ્ધ – મૈત્રીબદ્ધ – કરવું; આરોપણ કરવું; જપ્ત કરવું. **attached**, વિ૦ વિ. ક. ~*to*માં. **attach'ment**, ના૦ બંધન, પ્રીતિ; જપ્તી, ટાંચ; બાંધવું તે.

attaché (અટૅશે) ના૦ એલચીના મંડળ સાથે – દૂતાવાસ સાથે – જોડાયેલી વ્યક્તિ. ~ *case*, કાગળપત્ર રાખવાની નાની પેટી – થેલી – પાકીટ.

attack' (અટૅક), સ૦ ક્રિ૦ ઉપર તૂટી પડવું, હુમલો કરવો. ના૦ હુમલો, ચડાઈ, આક્રમણ.

attain' (અટેન), ઉ૦ ક્રિ૦ -ને પહોંચવું; સંપાદન – પ્રાપ્ત – કરવું. **attain'able**, વિ૦ પ્રાપ્ય, સાધ્ય.

attain'der (અટેંડર), ના૦ બહારવટું કે મૃત્યુદંડને પરિણામે કાયદેસરના અને દીવાની હકોથી વંચિત થવું તે, એવી સજા. **attaint**, સ૦ ક્રિ૦ એવી સજા કરવી.

attain'ment (અટેન્મન્ટ), ના૦ પ્રાપ્ત કરવું તે, પ્રાપ્તિ; પ્રાપ્ત કરેલા ગુણ – સિદ્ધિ (વિ. ક. બ૦ વ૦ માં).

att'ar (ઍટર), ના૦ અત્તર

attempt' (અટૅમ્પ્ટ), સ૦ ક્રિ૦ પ્રયત્ન કરવો; (શત્રુ, કિલ્લો, ઇ.) કાબૂમાં લેવાનો – જીતવાનો – પ્રયત્ન કરવો. ~ *the life of*, -નો જીવ લેવાનો પ્રયત્ન કરવો. ના૦ પ્રયત્ન; શિખાઉ માણસે કરેલી વસ્તુ. ~ *on life*, જીવ લેવાનો પ્રયત્ન. *vain* ~*s*, મિથ્યા પ્રયત્ન, ફાંફાં.

attend' (અટૅન્ડ), ઉ૦ ક્રિ૦ -ની તરફ ધ્યાન આપવું, ધ્યાનપૂર્વક સાંભળવું; -માં હાજર રહેવું (*at*); સાથે જવું, સેવા કરવી (*upon*); -ની સંભાળ લેવી. **atten'dance**, ના૦ હાજરી, હાજર રહેવું તે; સેવા; હાજર રહેલાની સંખ્યા, હાજરી. **atten'dant** વિ૦ સાથે રહેનારું–જનારું. ના૦ અનુચર, સેવક, સાથી.

atten'tion (અટૅન્શન), ના૦ ધ્યાન, લક્ષ; કાળજી; વિચારણા; (બ૦ વ૦) અનુનય, પ્રિયારાધન; (બ૦ વ૦) આદરપૂર્વક ખિદમત. *stand at* ~, [લશ્કરી કવાયત] હોશિયાર! **atten'tive**, વિ૦ ધ્યાન દેનારું, સાવધાન.

atten'uate (અટૅન્યુએટ), સ૦ ક્રિ૦ (–uable). બારીક – પાતળું – બનાવવું, ઓછું કરવું; નબળું બનાવવું. વિ૦ (–ન્યુઇટ), પાતળું.

attest' (અટૅસ્ટ), સ૦ ક્રિ૦ સાક્ષી પૂરવી; પુરવાર કરવું; -થી સિદ્ધ કરવું – થવું. **attesta'tion** (ઍટિસ્ટેશન), ના૦ સહી કરીને

કે પ્રતિજ્ઞા દ્વારા બહાલી આપવી તે; સાક્ષી.

Att'ic (ઍટિક), વિ૦ ઍથેન્સનું, ઍટિકાનું.

att'ic, ના૦ સૌથી ઉપલા માળ પરની ઓરડી, માળિયું, કાતરિયું. [કપડાં (પહેરવાં).

attire' (અટાયર), ના૦ અને ઉ૦ ક્રિ૦

att'itude (ઍટિટ્યૂડ), ના૦ શરીર કે અંગની સ્થિતિ, પેંતરો; સ્થિર મત, વલણ; દૃષ્ટિબિંદુ. *strike an ~*, -નો આવિર્ભાવ–અભિનય–કરવો. **attitud'inize** (ઍટિટ્યૂડિનાઇઝ઼), અ૦ ક્રિ૦ જુદા જુદા ભાવ વ્યક્ત કરવાનો અભ્યાસ કરવો, ડોળ કરવો.

attorn'ey (અટર્નિ) ના૦ વકીલ; મુખત્યાર, મુનીમ. *A~ General*, સરકારી વકીલ. *power of ~*, મુખત્યારનામું.

attract' (અટ્રૅક્ટ), સ૦ ક્રિ૦ ખેંચવું, આકર્ષણ કરવું; મન હરવું, મોહ પમાડવું. **attrac'tion** ના૦ આકર્ષણ, મોહકતા; આકર્ષક વસ્તુ. **attrac'tive**, વિ૦ આકર્ષક, મોહક, મનોહર.

attrib'ute (અટ્રિબ્યૂટ), સ૦ક્રિ૦ (*~to*) -નું છે એમ ઠરાવવું, પર આરોપણ કરવું; -નું કારણ સમજવું-બતાવવું. ના૦ (att'-ઍટ્રિ-), ગુણ, ધર્મ, લાક્ષણિક ગુણ. **attrib'utive** (અટ્રિબ્યુટિવ), વિ૦ ધર્મવાચક; [વ્યાક.] ગુણવાચક. **attribu'tion** (ઍટ્રિબ્યૂ-), ના૦ આરોપણ કરવું તે; આરોપિત ગુણ, ઇ.; સોંપેલી સત્તા અથવા કાર્ય.

attri'tion (અટ્રિશન), ના૦ ઘસાઈ જવું તે, ઘસારો; એક બીજા સાથે ઘસાવું તે.

attune' (અટ્યૂન), સ૦ ક્રિ૦ સ્વર–રાગ–મેળવવો; એકરાગ કરવું, મેળમાં આણવું.

aub'urn (ઑબર્ન), વિ૦ સોનેરી (બહુધા વાળ માટે), રતાશપડતું.

auc'tion (ઑક્શન), ના૦ લિલામ, હરાજી. સ૦ ક્રિ૦ હરાજી કરવી. *~ bridge*, બ્રિજ (પત્તાની એક રમત) નો એક પ્રકાર. **auctioneer'**, ના૦ લિલામ કરનાર.

auda'cious (ઑડેશસ), વિ૦ હિંમતવાળું, સાહસિક; બેઅદબ, નિર્લજ્જ. **auda'city** (ઑડૅસિટિ), ના૦ સાહસ; ધૃષ્ટતા.

aud'ible (ઑડિબલ), વિ૦ સાંભળી શકાય એવું. **audibil'ity**, ના૦ સંભળાવાની શકયતા. [મુલાકાત; શ્રોતૃમંડળ.

aud'ience (ઑડિઅન્સ), ના૦ શ્રવણ;

aud'it (ઑડિટ), ના૦ (યોગ્ય અધિકારી દ્વારા) હિસાબની તપાસણી; તપાસ. સ૦ ક્રિ૦ હિસાબ તપાસવો.

audi'tion (ઑડિશન), ના૦ શ્રવણ; શ્રવણશક્તિ; ગાયક તરીકે નિમણૂક માટે પરીક્ષાર્થે ઉમેદવારનું સંગીત સાંભળવું તે.

aud'itor (ઑડિટર), ના૦ હિસાબ તપાસનીસ; સાંભળનાર, શ્રોતા.

auditor'ium (ઑડિટૉરિઅમ), ના૦ શ્રોતાઓ–પ્રેક્ષકો–ને બેસવાની જગ્યા; નાટયસભા–ગૃહ. [શ્રવણ શક્તિ–અંગેનું.

aud'itory (ઑડિટરિ), વિ૦ સાંભળવા–

au fait (ઓ ફે), વિ૦ જાણકાર; દીક્ષિત. *put a person ~ with*, -ને બધી માહિતી આપી જાણકાર બનાવવું.

Auge'an (ઑજીઅન), વિ૦ ઑજીઅસના તબેલા જેવું વિશાળ અને ગંદું; ગંદું.

aug'er (ઑગર), ના૦ શારડી, ગિરમીટ.

aught (ઑટ), ના૦ કંઈ, કંઈ પણ (વસ્તુ).

augment' (ઑગ્મેન્ટ), ઉ૦ ક્રિ૦ વધારવું; વધવું. ના૦ (–મન્ટ), ઉમેરો, વૃદ્ધિ, **augmenta'tion** (ઑગ્મન્ટેશન), ના૦ વૃદ્ધિ–ઉમેરો (કરવો – થવો – તે).

aug'ur (ઑગર), ના૦ શકુન જોઈ ને ભવિષ્ય કહેનાર, દૈવજ્ઞ. ઉ૦ ક્રિ૦ ભાવિનું સૂચક હોવું; શકુન પરથી ભવિષ્ય ભાખવું. **aug'ury** (ઑગરિ), ના૦ શકુન; ભવિષ્યની આગાહી–સૂચન.

august' (ઑગસ્ટ), વિ૦ ભવ્ય; પૂજનીય.

Aug'ust, ના૦ ઑગસ્ટસ સીઝરના નામ પરથી નામ પાડેલો ખ્રિસ્તી પંચાંગનો આઠમો–ઑગસ્ટ – મહિનો. [ચાઈ પક્ષી.

auk (ઑક), ના૦ ઉત્તર તરફનું એક દરિ-

auld lang syne (ઑલ્ડ લૅંગ સાઇન), "જૂના પસાર થયેલા દિવસો", ૩૧ મી ડિસેમ્બરની મધ્યરાત્રીએ સાલ આખરનું ને વર્ષારંભનું ગીત.

aunt (આન્ટ), ના૦ ફોઈ, કાકી, માસી, મામી. *A~ Sally*, રમતમાં જેના પર લાકડીઓ ફેંકવામાં આવે છે એ લાકડાનું

બનાવેલું સ્ત્રીનું માથું.

au pair (ઓ પે'અર), અરસપરસ સેવાના બદલામાં; રહેવાખાવાની સગવડના બદલામાં, ખાધા બદલે.

aur'a (ઑરા), ના૦ કોઈ વસ્તુ કે શરીરમાંથી નીકળતી સૂક્ષ્મ હવા–સુવાસ.

aur'al (ઑરલ), વિ૦ કાનનું.

aur'eate (ઑરિઅટ), વિ૦ સોનાનું; સોનાના રંગનું; ચળકતું.

aur'eole (આરિઓલ), ના૦ કોઈ મહાન વ્યક્તિ કે અવતારના માથા ફરતે કલ્પેલું પ્રભાવલય.

au revoir (ઑ રવ્વાર), [ફ્રેં૦] ફરી મળીએ [ત્યાં સુધી, આવજો.

aur'icle (ઑરિકલ), ના૦ કાન, કર્ણ; કાનની ભૂંગળી; હૃદયની ઉપરની બે બાજુમાંથી એક, કર્ણિકા. **auric'ular**, વિ૦ કાન કે હૃદયની કર્ણિકા અંગેનું; કાનમાં કહેલું.

auric'ula (ઑરિક્યુલા), ના૦ ગોકર્ણ ફૂલનો છોડ.

aurif'erous (ઑરિફરસ), વિ૦ (ડુંગર, ઇ.) જેમાંથી સોનું નીકળતું હોય એવું.

auror'a (ઑરૉરા), ના૦ ઉષા, પ્રાતઃકાળ. ~ *boreal'is* (–બોરિએલિસ), ઉત્તર ધ્રુવ પાસેનો અરુણપ્રકાશ, સુમેરુજ્યોતિ. ~ *austral'is* (–ઑસ્ટ્રૅલિસ), દ૦ ધ્રુવ પાસેનો અરુણપ્રકાશ.

ausculta'tion (ઑસ્કલ્ટેશન), ના૦ શરીરની અંદરના અવાજ સાંભળવા તે.

aus'pice (ઑસ્પિસ), ના૦ શકુન, શુભશકુન; (બ૦ વ૦) કૃપા, આશ્રય. *under the ~s of*, -ની કૃપા અને મદદથી, -ના આશ્રય હેઠળ.

auspi'cious (ઑસ્પિશસ), વિ૦ સારા શકુનવાળું; શુભ, મંગળ; અનુકૂળ.

austere' (ઑસ્ટિઅર), વિ૦ સખત, કઠોર, કડક; તદ્દન સાદું, તપસ્વી. **auste'rity** (ઑસ્ટૅરિટિ), ના૦ આકરાપણું, કરડાપણું; (બહુધા બ૦ વ૦ માં) દેહદમન, તપશ્ચર્યા. વિ૦ તરીકે પણ વપરાય છે.

aus'tral (ઑસ્ટ્રલ), વિ૦ દક્ષિણનું.

authen'tic (ઑથે'ન્ટિક), વિ૦ વિશ્વાસપાત્ર; અસલ; પ્રમાણભૂત. **authenti'city**, ના૦ ખરાપણું; પ્રમાણભૂતતા, પ્રામાણ્ય.

authen'ticate (ઑથે'ન્ટિકેટ), સ૦ ક્રિ૦ (–cable). -ની સત્યતા–પ્રમાણભૂતપણું.–પુરવાર કરવું, -નું લેખકપણું પ્રસ્થાપિત કરવું.

auth'or (ઑથર), ના૦ ઉત્પાદક, કર્તા; પુસ્તક, ઇ.નો લેખક. **auth'oress** (ઑથરિસ), ના૦ લેખિકા. **auth'orship**, ના૦ ગ્રંથકર્તૃત્વ.

autho'ritative (ઑથૉરિટેટિવ), વિ૦ સત્તા––અધિકાર–વાળું; પ્રમાણભૂત. **autho'rity** (ઑથૉરિટિ), ના૦ સત્તા, અધિકાર; સત્તાધારી–અધિકારી–વ્યક્તિ કે મંડળ; પ્રમાણભૂત ગ્રંથ કે લેખક, કોઈ વિષયનો (પ્રમાણભૂત) તજ્જ્ઞ; પુરાવો, આધાર.

auth'orize (ઑથરાઇઝ઼), સ૦ ક્રિ૦ સત્તા કે અધિકાર આપવો; મંજૂર કરવું; રજા આપવી. **authoriza'tion**, ના૦ અધિકાર આપવો તે; અધિકારપત્ર.

autobiog'raphy (ઑટબાયૉગ્રફિ), ના૦ આત્મચરિત્ર. **autobiog'rapher** (ઑટબાયૉગ્રફર), ના૦ આત્મચરિત્ર લખનાર.

autobiograph'ic(al) (ઑટબાયગ્રૅફિક, –કલ), વિ૦ આત્મચરિત્રાત્મક.

autoc'racy (ઑટૉક્રસિ), ના૦ અનિર્બંધ–નિરંકુશ–રાજ્યસત્તા; એવી સત્તાવાળું રાજ્ય –રાજ્યતંત્ર. **aut'ocrat** (ઑટક્રૅટ), ના૦ આપખુદ–નિરંકુશ–સત્તાધારી રાજા. **autocrat'ic** (ઑટક્રૅટિક), વિ૦ એકહથ્થુ રાજ્યસત્તાવાળું, સુલતાની.

aut'ocycle (ઑટસાઇકલ), ના૦ તેલથી ચાલતી 'મોટર'(યંત્ર)વાળી સાઇકલ.

auto-da-fé (ઑટ-ડા-ફે), ના૦ રોમન કૅથલિક ન્યાયાલયનો સજાનો હુકમ.

aut'ograph (ઑટગ્રાફ), ના૦ પોતાના હાથનું લખાણ, વિ. ક. હસ્તાક્ષર, સહી.

autogyr'o (ઑટોજાયરો), ના૦ સીધું ઊતરી કે ઊડી શકે એવું વિમાન.

automat'ic (ઑટમૅટિક), વિ૦ પોતાની મેળે ચાલતું; યાંત્રિક; સ્વાધીનગતિક; બુદ્ધિ કે વિચાર વિના કરેલું–થતું. ના૦ નાની યાંત્રિક બંદૂક.

automa'tion (ઑટમેશન), ના૦ જેતું

ચાલક બળ દેખાતું નથી એવું યંત્ર; યાંત્રિક-પણે કામ કરનાર માણસ ઇ.; માણસનું કામ બચાવવા માટે યંત્રોનો ઉપયોગ; એકબીજા સાથે સંકળાયેલી અનેક યાંત્રિક ક્રિયાઓ દ્વારા કરવામાં આવતું ઔદ્યોગિક ઉત્પાદન.

autom'atism (ઑટૉમટિઝમ), ના૦ યાંત્રિકપણે કામ કરવું તે.

autom'aton (ઑટૉમટન), ના૦ (બ૦ વ૦ –s, automata). સ્વયંચાલિત યંત્ર; યંત્રની જેમ વર્તતો માણસ.

automobile'(ઑટમબીલ),ના૦મોટરગાડી.

auton'omy (ઑટૉનમિ), ના૦ સ્વરાજ્યની સત્તા, રાજ્યની સ્વતંત્રતા–સ્વાયત્તતા (વિ. ક. અન્તર્ગત રાજ્યકારભારની). **auton'omous** (–નમસ), વિ૦ સ્વતંત્ર, સ્વયંશાસિત.

autop'sy (ઑટૉપ્સિ), ના૦ જાતતપાસ; મરણનું કારણ શોધવા માટે કરાતી દાકતરી શવપરીક્ષા.

aut'umn (ઑટમ) ના૦ પાનખર ઋતુ, શરદ ઋતુ (ઑગસ્ટથી ઑક્ટોબર ૩ માસ). **autum'nal** (ઑટમ્નલ), વિ૦ શરદ ઋતુનું –ને લગતું.

auxil'iary (ઑગ્ઝિલિઅરિ), વિ૦ મદદ કરનારું, સહાયક, ગૌણ. ના૦ મદદ કરનાર. ~ *verb*, સહાયક ક્રિયાપદ.

avail' (અવેલ), ઉ૦ ક્રિ૦ કામનું–ઉપયોગી–હોવું; મદદ કરવી; ફાયદો કરવો. ના૦ ઉપયોગ, કામ; લાભ. ~ *oneself of*, -નો લાભ લેવો. **avail'able** વિ૦ કામમાં આવે– મળી શકે–એવું, ઉપલબ્ધ.

av'alanche (ઍવલાન્શ), ના૦ પહાડ પરથી એકદમ વેગથી બરફ, રેતી, માટી, ઇ. નો મોટો જથો નીચે ધસી પડવો તે, (હિમ) પ્રપાત.

av'arice (ઍવરિસ). ના૦ લોભ, લોભીપણું, લાલસા. **avari'cious** (–રાસ), વિ૦ લોભી; કંજૂસ. [બંધ કરો, સબૂર.

avast' (અવાસ્ટ), ઉદ્ગાર૦ [નૌકા.] થોભો,

avaunt' (અવૉન્ટ), ઉદ્ગાર૦ જતો રહે, ચાલ્યો જા.

a've (એવિ), ઉદ્ગાર૦ ભલે આવ્યા, પધારો, રામરામ. *A~ Maria*, મેરીની પ્રાર્થનાનું ગીત, સ્તોત્ર.

avenge' (અવે'ન્જ), સ૦ ક્રિ૦ (–geable). -નું વેર લેવું, બદલો લેવો.

av'enue (ઍવિન્યૂ), ના૦ પહોંચવાનો રસ્તો; બેઉ બાજુ વૃક્ષોની હારવાળો રસ્તો, વીથિ.

aver' (ઍવર, અ–), સ૦ ક્રિ૦ ખાતરીપૂર્વક બોલવું – કહેવું.

av'erage (ઍવરિજ), વિ૦ સામાન્ય કોટિનું; મધ્યમ(સરનું); સરેરાશ. ના૦ સામાન્ય ધોરણ; સરેરાશ; મધ્યમ પ્રમાણ. *on an ~*, સરેરાશ (ગણતાં). સ૦ ક્રિ૦ સરેરાશ કાઢવી; સરાસરી ધોરણે પહોંચવું.

averse' (અવર્સ), વિ૦ નાખુશ, અનિચ્છાવાળું; પ્રતિકૂળ, વિરુદ્ધ (*to, from*). **aver'sion** (અવર્શન), ના૦ અણગમો, અભાવ; અનિચ્છા, વિરોધ; ન ગમતી – પ્રતિકૂળ – વસ્તુ કે વ્યક્તિ.

avert' (અવર્ટ), સ૦ ક્રિ૦ (– tible, – table). દૂર કરવું – રાખવું; અટકાવવું, ટાળવું (સંકટ, ઇ.).

av'iary (એવિઅરિ), ના૦ પક્ષીઓને રાખવાનું મોટું પાંજરું કે મકાન, પક્ષીશાળા – સંગ્રહાલય.

avia'tion (એવિએશન), ના૦ હવાથી વધુ વજનવાળાં વિમાન ચલાવવાની વિદ્યા. **av'iator** (એવિએટર), ના૦ વૈમાનિક.

av'id (ઍવિડ), વિ૦ લોભી; આતુર, ઉત્સુક. **avid'ity** (અવિડિટિ), ના૦ લોભ; આતુરતા.

avoca'tion (ઍવકેશન, – વો –), ના૦ ધંધો, વ્યવસાય; હંમેશનો – નિયત–ગૌણ–ધંધો.

avoid' (અવૉઇડ), સ૦ ક્રિ૦ ટાળવું, -થી દૂર રહેવું–ભાગવું. **avoid'ance**, ના૦ ટાળવું તે.

avoirdupois' (ઍવડર્યુપૉઇઝ઼, – ડ –), ના૦ વજન કે તોલ (કરવા)ની એક પદ્ધતિ, જેમાં ૭૦૦૦ ગ્રેનનો ૧૬ ઔંસનો પાઉન્ડ હોય છે. *too much ~*, અતિ જાડું–ચરબીવાળું.

avouch' (અવાઉચ), સ૦ ક્રિ૦ બાંયધરી–ખાતરી–આપવી; નિશ્ચયપૂર્વક કહેવું, કબૂલ કરવું.

avow' (અવાઉ), સ૦ ક્રિ૦ કબૂલ કરવું; ખુલ્લી રીતે કહેવું, જાહેર કરવું. **avow'al** (અવાવલ), ના૦ જાહેરમાં કહેવું તે, ખુલ્લો સ્વીકાર – એકરાર. **avow'edly** (અવા-

વિડ્લિ), ક્રિ૦ વિ૦ ખુલ્લી રીતે.

avun'cular (અવંક્યુલર), વિ૦ કાકાનું–મામાનું–ને લગતું.

await' (અવેટ), સ૦ ક્રિ૦ -ની રાહ જોવી; (ખાણું, સ્વાગત, ઇ.) ને માટે તૈયાર હોવું.

awake' (અવેક), ઉ૦ ક્રિ૦ (ભૂ૦ કા૦ awoke; ભૂ૦ કૃ૦ awoke, awaked). જાગવું, ઊઠવું; જગાડવું, ઉઠાડવું; કામ કરવા પ્રવૃત્ત થવું–કરવું. વિધેયા૦ વિ૦ જાગ્રત, જાગતું; સાવધ.

awak'en (અવેકન), ઉ૦ ક્રિ૦ જગાડવું, જાગ્રત કરવું. **awakening**, ના૦ જાગૃતિ.

award' (અવૉર્ડ), સ૦ ક્રિ૦ લવાદી કરીને ચુકાદો–નિવેડો–આપવો; આપવું. ના૦ લવાદનો નિવેડો–ચુકાદો; લવાદે અપાવેલી વસ્તુ.

aware' (અવેર, અવે'અર), વિ૦ જાણતું, જ્ઞાન–ભાન–વાળું; માહિતગાર; સાવધ, સાવચેત. **aware'ness**, ના૦ જ્ઞાન, ભાન.

awash' (અવૉશ), વિધેયા૦ વિ૦ મોજાંથી ધોવાયેલું.

away' (અવે), ક્રિ૦ વિ૦ દૂર, આઘે; ગેરહાજર. *explain* ~, ઉડાવી દેવું. *fall* ~, છોડી દેવું. *far and* ~ *the worst*, અતિ ખરાબ. *make* ~ *with*, ખતમ કરવું, નાશ કરવો. *pass* ~, મરણ પામવું. *throw* ~, ફેંકી દેવું. *work* ~, સતત કામ કર્યા જ કરવું. *right* ~, *straight* ~, એકદમ.

awe (ઑ), ના૦ આદરયુક્ત ભય, ધાક. સ૦ ક્રિ૦ ધાક બેસાડવો. **awe'some**, વિ૦ ભયાનક, દારુણ. **awe'struck,** ભયભીત–ચકિત.

aw'ful (ઑફુલ), વિ૦ ભયંકર; ગંભીર ને પ્રભાવી; વાતમાં અતિ(શય)ના અર્થમાં પણ વપરાય છે, દા. ત. awfully good, bad, ઇ. [સુધી, થોડા વખત.

awhile' (અવાઇલ), ક્રિ૦ વિ૦ થોડા વખત

awk'ward (ઑકવર્ડ), વિ૦ અનાડી, અણઘડ; કસુતર, કઠણ; બેઢબ, કઢંગું; ત્રાસદાયક.

awl (ઑલ), ના૦ મોચીનો સોયો, આરી.

awn'ing (ઑનિંગ), ના૦ ચંદરવો, છત; તાપને રોકવા માટે બારીબારણાં પરનો પડદો.

awoke (અવોક), awake નો ભૂ૦ કા૦

awry' (અરાઇ), ક્રિ૦ વિ૦ અને વિ૦ સીધું નહિ, વક્ર, કુટિલ; અનુચિત.

ax(e) (ઍક્સ), ના૦ કુહાડો–ડી. ~ *to grind*, અંગત સ્વાર્થ.

ax'ial, જુઓ axis.

axi'lla (ઍક્સિલા), ના૦ બગલ.

ax'iom (ઍક્સિઅમ), ના૦ સ્વયંસિદ્ધ તત્ત્વ, પ્રસ્થાપિત વચન, સૂત્ર, સિદ્ધાન્ત. **axiomat'ic** (ઍક્સિઅમૅટિક), વિ૦ સ્વતઃસિદ્ધ; સૂત્રમય.

ax'is (ઍક્સિસ), ના૦ (બ૦ વ૦ axes). જેને લીધે કોઈ વસ્તુ પોતાની આસપાસ ફરે છે તે કલ્પિત રેષા, ધરી; [રાજ.] બે કે વધુ દેશો વચ્ચે મિત્રાચારીની સંધિ, જે બીજા સમાન દૃષ્ટિવાળા દેશોને એકત્ર થવા માટે કેન્દ્રરૂપ બને. *the A*~, જર્મની અને ઇટલી વચ્ચેનું સંધિ-જોડાણ, જેમાં જાપાન પણ પાછળથી ભળ્યું. **ax'ial** (ઍક્સિઅલ), વિ૦ ધરીનું, ધરીની આસપાસ આવેલું.

a'xle (ઍક્સલ), ના૦ જેની આસપાસ ચાક ફરે છે તે દાંડો, આંક, આંસ, અક્ષ, ધરી, **axle-tree**, ના૦ ગાડીનાં બે પૈડાંને જોડનાર દાંડો, આંક, આંસ

ay (આઇ), ઉદ્ગાર૦ હા. ના૦ (બ૦ વ૦ ayes). હકારાત્મક–અસ્તિપક્ષે–જવાબ; (બ૦ વ૦) તરફેણમાં મત આપનારાઓ.

ayah (આયા), ના૦ આયા, ધાવ; શેઠાણીની ચાકરડી.

aye (એ), ક્રિ૦ વિ૦ હંમેશાં, નિત્ય.

azal'ea (અઝેલિઆ), ના૦ જાતજાતનાં રંગીન ફૂલવાળો ઝાંખરા જેવો છોડ.

Az'tec (ઍઝ્ટૅક), વિ૦ અને ના૦ મેક્સિકોનો મૂળ વતની.

a'zure (ઍઝર, ઍઝ્યર), ના૦ વાદળી–આસમાની–રંગ; નિરભ્ર વાદળી આકાશ; નીલમ. વિ૦ વાદળી (રંગનું).

B

B, b (બી), અંગ્રેજી વર્ણમાળાનો બીજો અક્ષર; [યુરો. સં.] 'સી મેજર' સપ્તકનો સાતમો સૂર

B. A. જુઓ Bachelor of Arts.

baa (બા), ના૦ ઘેટાંબકરાંનો શબ્દ, બે બેં. અ૦ ક્રિ૦ 'બેં બેં' અવાજ કરવો.

Ba'al (બેઅલ), ના૦ (બ૦ વ૦ Ba'alim). ફિનિશન લોકોનો દેવ; ખોટો દેવ, મૂર્તિ.

bab'ble (બૅબલ), ઉ૦ ક્રિ૦ બાળકની જેમ અસ્પષ્ટ–તોતડું – બોલવું; બબડવું, બકબક કરવું; છાની વાત કહી દેવી; (પાણીના પ્રવાહ અંગે) ખળખળ અવાજ કરવો. ના૦ બકવાટ, લવારો; ખળખળાટ. **bab'bler,** ના૦ બકબક કરનાર; ખાનગી વાત કહી દેનાર.

babe (બેબ), ના૦ નાનું બાળક, બચ્ચું; અનુભવ વિનાનું માણસ.

ba'bel (બેબલ), ના૦ (*B~*) શિનારનો મિનારો; અવ્યવસ્થા – ધાંધલ –(ની જગ્યા); ધુમરાણ, ગરબડ.

baboon' (બબૂન), ના૦ દ. એશિયા ને આફ્રિકાનું કૂતરાના જેવા મોંવાળું એક મોટું વાંદરું.

ba'bu (બાબૂ), ના૦ બાબુ.

bab'y (બેબિ), ના૦ નાનું બાળક, બચ્ચું; બાલિશ વ્યક્તિ; કોઈ પણ જાતની નાના કદની વસ્તુ, દા.ત. *~ car.* **bab'yhood,** ના૦ બાળપણ. **bab'yish,** વિ૦ બાલિશ.

Bab'ylon (બૅબિલન), ના૦ ખાલ્ડિયાની રાજધાની; કોઈ પણ દુર્વર્તનવાળું શહેર.

bacc'ara(t) (બૅકરા(ટ)), ના૦ પૈસા મૂકીને રમવાની પત્તાંની એક રમત.

Bacchanal'ia (બૅકનેલિઆ), ના૦ બ૦ વ૦ મદ્યદેવતા બૅકસનો તહેવાર; મદ્ય-પાન સાથે રંગરાગ – ભોગવિલાસ.

Bacc'hus (બૅકસ), ના૦ ગ્રીક લોકોનો મદ્યનો દેવતા.

bach'elor (બૅચલર), ના૦ કુંવારો, વાંઢો; યુનિવર્સિટીની પહેલી–'વિશારદ'–પદવી મેળવનાર (*B~ of Arts, Science,* ઇ.). *~'s button,* બોરિયા જેવું એક ફૂલ. **bach'elorhood,** અપરિણીત અવસ્થા, કૌમાર્ય.

bacill'us (બસિલસ), ના૦ (બ૦ વ૦ bacilli). સેન્દ્રિય દ્રવ્યમાં કોહવણ પેદા કરનારો સળી કે યષ્ટિકા જેવો વનસ્પતિના રૂપનો અતિ સૂક્ષ્મ જંતુ.

back (બૅક), ના૦ કોઈ પણ વસ્તુનો પાછળનો ભાગ; પોઠ, પૂંઠ, વાંસો; છરી, ઇ. ની બૂઠી બાજુ. વિ૦ પાછળનું, પાછળ આવેલું; અગાઉના સમયનું, દૂરનું; અંદરનું – ના ભાગનું; યોગ્ય સમય પછી – મોડું – કરેલું – આપેલું. ક્રિ૦ વિ૦ પાછળ, પાછલી બાજુએ; ભૂતકાળમાં; પહેલાંની જગ્યાએ, પાછું; દૂર. *go ~ on one's word,* વચનભંગ કરવો. *keep ~,* ગુપ્ત રાખવું. *pay ~,* દેણાં પૈસા ચૂકવવા, બદલો વાળવો. ઉ૦ ક્રિ૦ ચડવું, ઉપર બેસવું; -ની પૂંઠે રહેવું, ટેકો આપવો; હોડ બકવી; પાછળ હટાવવું – હઠવું. *~ down,* પોતાનો દાવો છોડી દેવો. *~ out (of),* નીકળી જવું; છટકી જવું. *~ up,* ટેકો આપવો. *~ a bill,* પહેલો બિલવાળો માણસ પૈસા ન આપે તો હું આપીશ એવું તેની પાછળ સહી કરીને બંધાવું – એવી બાંયધરી આપવી. *~ a horse,* શરતમાં ઘોડા પર પૈસા મૂકવા.

back'bite (બૅક્બાઇટ), સ૦ ક્રિ૦ પીઠ પાછળ નિંદા કરવી, ચુગલી કરવી. **back'biter,** ના૦ ચુગલીખોર.

back'bone (બૅક્બોન), ના૦ કરોડ, બરડાનું હાડકું; ચારિત્ર્યબળ, દૃઢતા.

back'door (બૅકડૉર, – ડોર), ના૦ ઘરનું પાછલું બારણું. વિ૦ છૂપું, ગુપ્ત, ઘાલમેલિયું

back'er (બૅકર). ના૦ ટેકો આપનાર; હોડ બકનાર.

back'fire (બૅકફાયર), ના૦ ઍંજિનનો ગૅસ વધારે પડતો જલદી સળગી ઊઠે ત્યારે મોટરગાડીના સિલિંડરમાં થતો મોટો અવાજ.

backgamm'on (બૅક્ગૅમન), ના૦ એક

જાતની સોગઠાંની કે જુગટાની રમત.
back'ground (બૅક્ગ્રાઉન્ડ), ના૦ પાર્શ્વ-ભૂમિ; જેની ઉપર મુખ્ય આકૃતિં, ઇ. દોરી હોય તે ચિત્રનો પાછળનો ભાગ; નિવૃત્ત જીવન, એકાંતવાસ; માણસનું સાંસ્કૃતિક જ્ઞાન, અનુભવ, કેળવણી, ઇ. (પશ્ચાદ્)ભૂમિકા.
back'hand (બૅક્હૅન્ડ), **back'hand-ed**, વિ૦ હાથની પાછલી બાજુએથી આપેલું; અપ્રત્યક્ષ, આડકતરું. ~ *compliment*, સ્તુતિ કે નિંદા બન્ને અર્થમાં ઘટાવી શકાય એવું કથન, વ્યાજસ્તુતિ. **back'hander** ના૦ અપ્રત્યક્ષ ફટકો; આડકતરો હુમલો.
back'ing (બૅકિંગ), ના૦ પીઠબળ; પીઠ-બળ આપનારા.
back'side, ના૦ પાછલો ભાગ; થાપો.
backslide' (બૅક્સ્લાઇડ), સ૦ ક્રિ૦ ફરી પતન પામવું, ભૂલમાં – પાપમાં – ફરી પડવું. ના૦ બેસણી, જેની ઉપર માણસ બેસે છે. **back-slid'er**, ના૦ સાચા ધર્મથી કે સદ્વર્તનથી પરાવૃત્ત થનાર, આડે માર્ગે જનાર.
back'stairs (બૅક્સ્ટેર્સ), ના૦ બ૦ વ૦ પાછલો દાદરો. **back'stair**, વિ૦ ગુપ્ત કે છાનું.
back'stitch (બૅકસ્ટિચ), સ૦ ક્રિ૦ એક-બીજા પર આવે એવા ટાંકા મારવા. ના૦ એવો ટાંકો.
back'ward (બૅક્વર્ડ), વિ૦ બીજાની બરાબર નહિ એવું, પછાત; મંદબુદ્ધિ. **back'-ward(s)**, ક્રિ૦ વિ૦ પાછળ (ની બાજુએ). **back'wardness** ના૦ પછાતપણું.
backwash (બૅકવૉશ), ના૦ મોજાની પાછી વળતી ગતિ.
back'water (બૅક્વૉટર), ના૦ નદીની બાજુએ તેના જ પ્રવાહથી ભેગું થયેલું સ્થિર પાણી; ખાડી(નું પાણી); જ્યાં પ્રગતિ નથી એવી જગ્યા કે સ્થિતિ. *live in a* ~, એક ખૂણામાં રહેવું, જ્યાં નવા વિચાર કે વિદ્વાન લોકો સાથે ભેટો જ ન થાય.
back'woods (બૅક્વુડ્ઝ), ના૦ બ૦ વ૦ દૂર આવેલી જંગલની સાફ કર્યા વિનાની ભૂમિ. **back'woodsman**, ના૦ ત્યાં વસાહત કરનાર.
bac'on (બેકન), ના૦ મીઠુંમસાલો પાયેલું ડુક્કરનું (પીઠનું અને વાંસાનું) માંસ.
bacter'ium (બૅક્ટીરિઅમ), ના૦ (બ૦ વ૦ bacteria). હવા, પાણી, જમીન, તેમજ પ્રાણીઓનાં વિઘટન પામતાં શરીરમાં તથા વનસ્પતિમાં રહેલા યષ્ટિકા–સળી–ના આકારના જીવાણુંઓ. **bacteriol'ogy** (બૅક્ટીરિ-ઑલજિ), ના૦ સૂક્ષ્મજંતુશાસ્ત્ર. **bacteriol'-ogist**, ના૦ સૂક્ષ્મજંતુશાસ્ત્રી.
bad (બૅડ), વિ૦ (worse, worst). નકામું, હલકું, દુષ્ટ; ખરાબ, ભૂરું; રખડેલ, વંઠેલ; બગડેલું, કોહી ગયેલું; નુકસાનકારક; દુઃખ-દાયક; માંદું, પીડાતું; (નાણું) ખોટું; ભૂલોથી ભરેલું. go ~, (ખોરાક) બગડવું.
bad, bade, bid નો ભૂ૦ કા૦
badge (બૅજ), ના૦ ચિહ્ન, નિશાની, બિલ્લો. ઇ.
badg'er (બૅજર), ના૦ જમીનમાં દર કરીને રહેનારું જાડા ને ટૂંકા પગવાળું એક પ્રાણી. સ૦ ક્રિ૦ પૂઠે લાગવું; ત્રાસ આપવો, જીવ લેવો. [ટાળટીખળ.
badinage (બૅડિનાઝ), ના૦ મશ્કરી, ઠઠ્ઠા,
bad'ly (બૅડ્લિ), ક્રિ૦ વિ૦ નિષ્ફળ રીતે; અતિશય તાકીદથી, ઉત્કટપણે.
bad'minton (બૅડ્મિન્ટન). ના૦ 'બૅડ-મિન્ટન' રમત.
baf'fle (બૅફલ), સ૦ ક્રિ૦ વ્યર્થ–નિષ્ફળ–કરવું; હરાવવું; ગૂંચવવું; મુશ્કેલ બનાવવું. **baf'fling** વિ૦ મૂંઝવણમાં – મુશ્કેલીમાં – નાંખનારું.
bag (બૅગ), ના૦ થેલી, કોથળી; શિકારીએ કરેલો દિવસનો કુલ શિકાર; (બ૦ વ૦) સૂંથણું, લેંઘો, ઇ. ઉ૦ ક્રિ૦ (ભૂ૦ કા૦ bagged). કોથળીમાં મૂકવું–ભરવું; લેવું, કબજે કરવું; ચોરવું; થેલીની જેમ ઊપસી આવવું–ફુલાવું; ઢીલું હોય તેમ લટકવું; શિકાર કરવો. ~ *of bones*, સુકલકડી માણસ. *whole* ~ *of tricks*, બધી યુક્તિઓ; બધી જરૂરી ચીજો. *let the cat out of the* ~, છૂપી વાત કહી દેવી. *clear out* ~ *and baggage*, બિસ્તરા-પોટલાં સાથે જતા રહેવું. **bagg'y** (બૅગિ), વિ૦ ઢીલું, લટકતું.
bagatelle' (બૅગટે'લ), ના૦ નજીવી વાત;

બિલિયર્ડના જેવી એક નાનીશી રમત.

bagg'age (બૅગિજ), ના૰ પ્રવાસનો સામાન, પોટલાં; હલકો લશ્કરી સરંજામ; ઉદ્ધત છોકરી–સ્ત્રી.

bag'man (બૅગ્મન), ના૰ [કા૰ગ્ર૰] ફેરિયો.

bag'pipe(s) (બૅગ્પાઇપ, -પ્સ), ના૰ કોથળી જેવા ભાગમાં મોઢાથી હવા ભરીને વગાડાતું એક વાદ્ય, મરઘો. **bag'piper**, ના૰ એ વાદ્ય વગાડનાર.

bah (બા), ઉદ્‌ગાર૰ નફરતનો સૂચક.

bail (બેલ), ના૰ હાજર જામીનગીરી, જામીનગીરી; જામીન રહેનાર. *go ~ for*, -ની સત્યતા વિષે ખાતરી–બાંયધરી–આપવી. *I'll go ~ that*, મારી ખાતરી છે કે. સ૰ ક્રિ૰ (*out* સાથે) કોઈને માટે જામીન રહીને તેને છોડાવવું; જામીન લઈને છોડવું.

bail ના૰ [ક્રિકેટ] સ્ટંપ પરની આડી ગિલ્લી જેવી દાંડી.

bail, bale, સ૰ ક્રિ૰ ડોલો વતી હોડી, ઇ.-માંથી પાણી ઉલેચવું. *~out*, બહાર નીકળવું, વિ. ક. વિમાન હવામાં હોય ત્યારે તેમાંથી. **bail'er**, ના૰ પાણી ઉલેચવાનું સાધન, ઉલેચણો.

bail'ey (બેલી), ના૰ કિલ્લાની અંદરનું આંગણું. *Old B~*, લંડનની એક ફોજદારી અદાલત–ન્યાયાલય.

bail'ie (બેલી), ના૰ સ્કૉટલૅન્ડની સુધરાઈના (મ્યુનિસિપલ) મૅજિસ્ટ્રેટની સંજ્ઞા.

bail'iff (બેલિફ), ના૰ કોર્ટના નાજરના હાથ નીચેનો કામદાર, બજાવણી કામદાર; જમીનદારની મિલકતની દેખરેખ રાખનાર અમલદાર; ઘરનું કામકાજ જોનાર માણસ.

bairn (બેર્ન), ના૰ [સ્કૉ.] બાળક, અપત્ય.

bait (બેટ), ઉ૰ ક્રિ૰ પાછળ કૂતરા દોડાવીને પ્રાણીઓને હેરાન કરવું; કટાક્ષમય બોલ બોલીને માણસને પજવવું; ગલે ભક્ષ્ય ભેરવવું; (પ્રવાસમાં) ઘોડાને ખાણ આપવું; લલચાવવું. ના૰ શિકારને લલચાવવા મુકાતું ખાજ; લાલચ, પ્રલોભન; ઘોડાનાં દાણોપાણી. **ground-bait**, માછલીઓને લલચાવવા પાણીમાં નાંખેલું ખાવાનું.

baize (બેઝ), ના૰ ટેબલ, ઇ. પર પાથરવાનું એક જાતનું ઊનનું જાડું કપડું.

bake (બેક), ઉ૰ ક્રિ૰ (--kable). (રોટી ઇ.) શેકવું; ગરમી વડે–સૂકવીને–કઠણ કરવું; શેકાવું. **bake'house**, ના૰ રોટી, ઇ. બનાવવાની જગ્યા, ભઠિયારખાનું. **bak'er** (બેકર), ના૰ ભઠિયારો. *~'s dozen*, તેર. **ba'kery** (બેકરિ), ના૰ ભઠિયારખાનું; ભઠિયારાનો ધંધો, ભઠિયારું.

bak'elite (બેકલાઇટ), ના૰ રાળ કે પ્લાસ્ટિક જેવો કૃત્રિમ પદાર્થ.

bak'sheesh (બૅક્શીશ), ના૰ બક્ષિસ.

balalaik'a (બૅલલાઇકા), ના૰ સ્લાવ દેશોમાં પ્રચલિત 'ગિટાર' જેવું એક વાદ્ય.

bal'ance (બૅલન્સ), ના૰ ત્રાજવું, કાંટો; ઘડિયાળની ગતિનું નિયમન કરનારું ચક્ર, ઇ.; સમતુલા, સમતોલપણું; [નામું] બાકી, સિલક; બાકી. *keep one's ~*, સ્વસ્થ –સ્થિર–રહેવું. *lose one's ~*, ચિત્તની સ્થિરતા ગુમાવવી, અસ્વસ્થ થવું, ઉશ્કેરાવું. *trembling in the ~*, અનિર્ણીત; નિર્ણય થવાની અણી પર. ઉ૰ ક્રિ૰ (–ceable). વજન કરવું; સ્થિર કરવું–થવું; હિસાબ-સરખો કરવો. *~ an account*, જમા ઉધાર બાજુઓનો સરવાળો કરી તેમાંનો તફાવત બતાવવો. *debit ~*, બૅંકનાં દેણાં. *strike a ~*, સરવૈયું કાઢવું.

bal'ance-sheet, ના૰ સરવૈયું.

bal'cony (બૅલ્કનિ), ના૰ ગોખ, ઝરૂખો, કઠેરો; છજું; નાટકશાળાની ઉપરની બેઠકો.

bald (બોલ્ડ), વિ૰ ટાલ પડેલું–વાળું; વાળ પીછાં, ઇ. વિનાનું; ઉઘાડું; દરિદ્રી દેખાવવાળું; કંટાળાભર્યું; અતિ અલ્પ. *speak ~ly*, સ્પષ્ટપણે–કઠોરપણે–બોલવું. *go for (at) it ~-headed*, આદુ ખાઈને પાછળ મંડવું. [ટાલિયો માણસ.

bald'head, bald'pate (-પેટ), ના૰,

bal'derdash (બૉલ્ડરડૅશ), ના૰ અર્થહીન બોલવું તે, બકબક; ગંદી–અશ્લીલ–ભાષા.

bal'dric (બૉલ્ડ્રિક), ના૰ તલવાર, બ્યૂગલ, ઇ. માટેનો (ખભે ભેરવવાનો) પટો.

bale (બેલ), ના૰ સંકટ, આફત. **bale'ful**, વિ૰ ખરાબ, દ્વેષથી ભરેલું, વિધ્વંસ કરનારું.

bale, ના૰ ગાંસડી (માલસામાનની).
bale, સ૰ ક્રિ૰ જુઓ bail.
balk, baulk (બૉક), ના૰ ભારટિયો, પાટલો; વિઘ્ન, અંતરાય; ચાસની કે ખેતરો વચ્ચેની ખેડ્યા વિનાની જમીનનો પટો. ઉ૰ ક્રિ૰ અટકાવવું; નાહિંમત–નિરુત્સાહ–કરવું; ભડકાવવું; ભડકવું; એકદમ અટકી જવું.
ball (બૉલ), ના૰ દડો (રમવાનો); તોપ, બંદૂક, ઇ.નો ગોળો–ગોળી. *have the ~ at one's feet,* સફળ થવાનો સારો સંભવ–તક–હોવી. *keep the ~ rolling,* (બોલવાનું, ઇ.) ચાલુ રાખવું.
ball, ના૰ નૃત્યનો જલસો, નૃત્ય, નાચ. *open the ~,* આરંભ કરવો, કામની શરૂઆત કરવી. **ball-room,** ના૰ નૃત્યખંડ.
ball'ad (બૅલડ), ના૰ કથાકાવ્ય, પવાડો; સાદું ગીત. **ball'adry** (બૅલડ્રિ), ના૰ કથાકાવ્યો, પવાડાઓ.
ballade' (બલાડ), ના૰ કાવ્યનો એક પ્રકાર.
ball'ast (બૅલસ્ટ), ના૰ વહાણ સ્થિર રહે તેટલા માટે તેના તળિયામાં મૂકવામાં આવતા વજનદાર પદાર્થ, નીરમ, નેહાવ; રેલવેના પાટા નીચેના પથરાના ગાંગડા–કપચી, બાલાસ. સ૰ ક્રિ૰ માંહે નીરમ–પથરા–નાંખીને સ્થિર કરવું.
ball-bearings (બૉલ-બૅ'અરિંગ્ઝ઼), ના૰ ઘર્ષણ ઓછું થાય ને દાંડો (આંસ, ધરી, વગેરે) વધારે સહેલાઈથી ફરે તે માટે તેની આસપાસ મૂકવામાં આવતી ધાતુની ગોળીઓ.
ballerin'a (બૅલરીના), ના૰ નાચનાર છોકરી–સ્ત્રી, નર્તિકા.
ball'et (બૅલે), ના૰ અનેક કળાકારોનું સમૂહ નૃત્ય, જેમાં કોઈ વાર્તા કે વિષય રજૂ કરવામાં આવે છે.
ballis'tics (બલિસ્ટિક્સ), ના૰ બ૰ વ૰ ગોળી ગોળા છોડવા અંગેનું શાસ્ત્ર, અસ્ત્રવિદ્યા.
balloon' (બલૂન), ના૰ હવામાં ઊંચે ઊડે એવી હવા ભરેલી કોથળી, ગુબ્બારો; 'બલૂન' વિમાન; પોલી અથવા ફૂલેલી વસ્તુ. *~ barrage,* હવાઈ હુમલા રોકવા માટે શહેર, ઇ. પર રાખેલાં બલૂનો.
ball'ot (બૅલટ), ના૰ ગુપ્ત મત આપવા માટે વપરાતો ગોળો, ટિકિટ કે કાગળ, મતપત્ર (*~-paper* પણ); ગુપ્ત મતદાન; ચિઠ્ઠી નાંખવી–ઉપાડવી–તે. અ૰ક્રિ૰ ચિઠ્ઠી નાંખી મત આપવો; ચિઠ્ઠી ઉપાડવી. *~-box,* ના૰ મતપેટી.
ball'yrag (બૅલિરૅગ), ઉ૰ ક્રિ૰ ઠેકડી ઉડાડવી; ધિંગામસ્તી કરવી; ગુસ્સે થઈને વઢવું.
balm (બામ), ના૰ એક ખુશબોદાર છોડનો રસ; એ છોડ; મલમ, ઊટણું; શામક દવા–વસ્તુ.
balm'y (બામિ), વિ૰ બામનું–ના જેવું; સૌમ્ય, સુગંધી; વેદના શાંત કરનારું; મૂર્ખામી-ભરેલું.
bal'sam (બૉલ્સમ), ના૰ બામ; એક જાતનો લેપ–મલમ–ઊટણું; એક ફૂલઝાડ.
bal'uster (બૅલસ્ટર), ના૰ જમરૂખના આકારનો ઠીંગણો સ્તંભ–થાંભલો; કઠેરાની થાંભલી; (બ૰વ૰) કઠેરો અને થાંભલીઓ. **balustrade'** (બૅલસ્ટ્રેડ), ના૰ કઠેરો, થાંભલીઓની હાર.
bamboo' (બૅમ્બૂ), ના૰ વાંસ.
bamboo'zle (બૅમ્બૂઝ઼લ), સ૰ ક્રિ૰ ગૂંચવવું, ઘાલમેલ કરવી, છેતરવું;–ને બનાવી જવું.
ban (બૅન), સ૰ ક્રિ૰ મનાઈ કરવી, રોકવું. ના૰ મનાઈ, અટકાવ; બહિષ્કાર; શાપ.
ba'nal (બેનલ, બૅ–), વિ૰ તદ્દન સામાન્ય કોટિનું, નીરસ. **banal'ity** (બનૅલિટિ), ના૰ રોજની–સામાન્ય–નજીવી–વસ્તુ.
bana'na (બનાના), ના૰ કેળું; કેળ (નું ઝાડ.)
band (બૅન્ડ), ના૰ (બાંધવા માટેનો) પટો, પાટો; લોઢું, રબર, ઇ.નો પટો; ચક્રોને જોડનારો (ચામડાનો) પટો; વાજાંવાળાઓની મંડળી; જૂથ, મંડળ, ટોળી; વાજું, બૅંડ; રંગનો પટ્ટો. ઉ૰ ક્રિ૰ મંડળી બનાવવી; પટો ચડાવવો. **banded,** વિ૰ નિયમિત અંતરે પટાથી અંકિત–પટાવાળું; **જૂથબંધ. band'-saw,** ના૰ ચક્રો પર ફરતી પટા જેવી કરવત. **bands'man,** ના૰ વાજાંવાળો, વાજાંની મંડળીનો માણસ.
ban'dage (બૅંડિજ), ના૰ જખમ, ઇ. પર બાંધવાનો પાટો. સ૰ ક્રિ૰ પાટો બાંધવો.
bandann'a, -an'a (બૅન્ડૅના), ના૰ સફેદ કે પીળાં ટપકાંવાળો રેશમી હાથરૂમાલ–ગળે બાંધવાનો રૂમાલ.
band'box (બૅન્ડબૉક્સ), ના૰ સીવણનાં

સાધનોની પેટી–ડબ્બો; ટોપી મૂકવાની હલકી પેટી.

bandeau' (બૅન્ડો), નાo (બo વo band-eaux). સ્ત્રીના માથા ફરતે બાંધવાની – વાળ બાંધવાની – ફીત કે પટ્ટી.

ban'dicoot (બૅન્ડિકૂટ), નાo કોળ, ઘૂસ; ઑસ્ટ્રેલિયાના કાંગારુ જેવું એક જંતુભક્ષી પ્રાણી.

ban'dit (**બૅન્ડિટ**), **નાo** (**બo વo** ban'-dits, bandit'ti). **લુટારો, ધાડપાડુ; બહારવટિયો.**

bandoleer' (બૅન્ડલીર, બૅન્ડો–), **ban-dolier'** (–લિઅર), નાo કારતૂસ રાખવાનો ખભે ભેરવવાનો (ચામડાનો) પટો.

band'stand (બૅન્ડ્સ્ટૅન્ડ), નાo વાજાં-વાળાની મંડળીને ઊભા રહેવાનો ચોતરો.

ban'dy (બૅન્ડિ), સo ક્રિo અહીંથી તહીં અને તહીંથી અહીં–આમતેમ–ફેંકવું; આપવું ને લેવું; ટપાટપી કરવી (~ *words*). ~ *about,* ફેલાવવું. નાo હૉકીની રમત કે લાકડી. વિo ફલ્લા પગવાળું, ફેંચરું (~-*legged*).

bane (બેન), નાo ઝેર; વિનાશ, વિનાશનું કારણ. **bane'ful,** વિo વિનાશક; ઝેરી.

bang (બૅંગ), ઉo ક્રિo પછાડવું, પછાડીને બંધ કરવું; ફટકા જેવો કે સ્ફોટના જેવો અવાજ કરવો; પછાડવું, ઠોકવું. નાo સપાટો, ઝપાટો; મોટો અવાજ. ક્રિo વિo અને ઉદ્ગારo [સંભાo] તદ્દન, બરાબર; ધડ દઈને (*with a* ~). *go* ~, (બંદૂક, ઇ.) ફૂટવું, -નો ધડાકો થવો.

bangle (બૅંગલ), નાo બંગડી, કંકણ.

ban'ian, ban'yan (બૅનિઅન, બૅન્યન), નાo બદન, બનિયન; વડનું ઝાડ (~ *tree*).

ban'ish (બૅનિશ), સo ક્રિo દેશનિકાલ – હદપાર – કરવું; હાંકી મૂકવું – કાઢવું (પોતાના મનમાંથી કે સામેથી). **ban'ishment,** નાo દેશનિકાલ કરવું તે; દેશવટો.

bani'ster (બૅનિસ્ટર), નાo દાદરા, ઇ.નો કઠેરો. [સતારના જેવું એક વાદ્ય.

ban'jo (બૅંજો), નાo (બo વo –s, -es).

bank (બૅંક), નાo સપાટ માથાવાળો માટીનો ટેકરો; બાંધ, પુસ્તો; નદી, ઇ.નો કાંઠો, તીર, તટ; કોર; કરાડ. ~*s of seats,* એકની પાછળ બીજી એમ ચઢતી બેઠકોની હારો. સo ક્રિo પાળ–બંધ–બાંધવો; (વિમાન અંગે) એક બાજુ–પાંખિયું–ઊંચું રાખીને ઊડવું. ~ *up,* દેવતા ધીમે ધીમે બળતો રહે તે માટે તેના પર રાખ, ઇ.નો ઢગલો કરવો – થવો.

bank, નાo શરાફી પેઢી, બૅંક; શરાફી પેઢીના ભાગીદારો. સo ક્રિo બૅંકમાં પૈસા મૂકવા. ~ *on,* -ની ઉપર ભરોસો–આધાર – રાખવો.

bank'er (બૅંકર), નાo બૅંકનો ભાગીદાર, સંચાલક કે માલિક; શાહુકાર, નાણાવટી.

bank'ing, નાo બૅંક ચલાવવાનો – શરાફનો – ધંધો, નાણાવટું.

bank'-note (બૅંક-નોટ), નાo બૅંકે કાઢેલી–બૅંકમાં વટાવી રોકડ મેળવી શકાય એવી–નોટ.

bank'rupt (બૅંક્રપ્ટ), વિo દેવાળિયું, નાદાર; પરવારી ગયેલું. ~*in,* -થી તદ્દન વિનાનું. નાo દેવાળિયો. સo ક્રિo દેવાળિયું બનાવવું.

bank'ruptcy (બૅંક્રપ્ટ્સિ), નાo દેવાળું, નાદારી. [ધ્વજ, ઝંડો.

bann'er (બૅનર), નાo (દેશ, રાજા, ઇ.નો)

bann'ock (બૅનક), નાo [સ્કૉ.] ઓટના લોટની ગોળ ચપટી રોટી.

banns (બૅન્સ), નાo બo વo ચર્ચ (દેવળ)માં થતી ભાવિ લગ્નની જાહેરાત (જે ત્રણ વાર વાંચવામાં આવે છે).

ban'quet (બૅંક્વિટ), નાo ખાણું, મિજ-બાની; ભાષણો સાથેનો ભોજન સમારંભ. ઉo ક્રિo ઉજાણી આપવી–કરવી.

ban'shee (બૅન્શી), નાo જેનો રડવાનો અવાજ ઘરમાં થનાર મરણનો સૂચક હોય છે એવું ભૂત – પિશાચ.

bant (બૅન્ટ), અo ક્રિo પાતળા થવાનો પ્રયત્ન કરવો (વિ. ક. ખોરાક ઘટાડીને).

ban'tam (બૅન્ટમ), નાo એક જાતની મરઘી, જેનો મરઘો બહુ લઢકણો હોય છે.

ban'ter (બૅન્ટર), નાo મશ્કરી, ઠઠ્ઠા. ઉo ક્રિo -ની ઠેકડી કરવી; મશ્કરી કરવી.

Ban'tu' (બૅન્ટૂ, બા–), નાo (બo વo એ જ). આફ્રિકાના હબસી લોકો; તેમની ભાષાઓ.

banyan, જુઓ banian.

ba'obab (બેઓબૅબ), નાo ખૂબ જાડા થડ-વાળું આફ્રિકાનું એક ઝાડ.

bap'tism (બૅપ્ટિઝ્મ), ના૦ ખ્રિસ્તી ધર્મમાં દાખલ કરવાનો એક સંસ્કાર, જેમાં પાણી છાંટીને અથવા પાણીમાં બોળીને શુદ્ધિ કરવામાં આવે છે, 'બાપ્તિસ્મા'ની વિધિ. **baptis'mal** (બૅપ્ટિઝ્મલ), વિ૦ બાપ્તિસ્માનું – ને અંગેનું.

Bap'tist (બૅપ્ટિસ્ટ), ના૦ બાપ્તિસ્માનો સંસ્કાર – વિધિ – કરાવનાર; બાળદીક્ષાનો વિરોધ કરનાર. **bap'tistry**, ના૦ બાપ્તિસ્મા જ્યાં અપાય છે તે દેવળનો ભાગ.

bapti'ze,-i'se (બૅપ્ટાઇઝ્), સ૦ક્રિ૦ (-zable). બાપ્તિસ્મા આપવો; ખ્રિસ્તી બનાવવું; નામ પાડવું.

bar (બાર), ના૦ લાકડાનો કે ધાતુનો દાંડો –સળિયો; આડી, ગજ, આગળો; આડ, નડતર, વિઘ્ન; ભાઠું (*harbour* ~); આરોપીનું પાંજરું; અદાલતમાં વકીલબૅરિસ્ટરોની બેસવાની જગ્યા – કઠેરો; બૅરિસ્ટરો, વકીલમંડળ (*the* ~); વકીલાતનો ધંધો; દારૂ કે ખાવાપીવાની વસ્તુઓ ઘરાકોને અપાય છે તે જગ્યા; પદક કે ચાંદની નીચે વિશેષ યોગ્યતા દર્શાવનારી ચાંદીની પટ્ટી; [સં.] ચીજના સમયની દૃષ્ટિથી સરખા ભાગ પાડનારી ઊભી લીટી; કપડાં, ઇ. પર કરેલી લાંબી નિશાની. *be called to the ~, go to the ~*, બૅરિસ્ટર થવું. સ૦ ક્રિ૦ (ભૂ૦કા૦ barred). આડ દેવી; અંદર આવતાં કે બહાર જતાં અટકાવવું, રોકવું; વાંધો ઉઠાવવો; બાતલ કરવું. *time-~red*, વિ૦ [કા.] મુદત બહાર ગયેલું. **barr'ing**, ના૦ અ૦ સિવાય, બાદ કરતાં.

barb (બાર્બ), ના૦ આંકડો, આંકડી; ગલ (માછલાં પકડવાનો). સ૦ ક્રિ૦ કાંટા કે આંકડાવાળું કરવું. *~ed wire*, વાડ માટે સામાન્યપણે વપરાતો કાંટાવાળો તાર. *~ed words*, કઠોર વચન.

barbar'ian (બાર્બેરિઅન), વિ૦ અણસુધરેલું, જંગલી, સંસ્કાર વિનાનું; અનાર્ય. ના૦ એવું માણસ.

barba'ric (બાર્બૅરિક), વિ૦ અણઘડ; અસંસ્કારી; ક્રૂર.

barb'arism (બાર્બરિઝ્મ), ના૦ જંગલી–અનાડી – પણું; અશુદ્ધ – અસંસ્કારી – ભાષણ.

barba'rity (બાર્બૅરિટિ), ના૦ જંગલી ક્રૂરતા; એવી ક્રૂરતાવાળું કૃત્ય.

barb'arous (બાર્બરસ), વિ૦ અણસુધરેલું; જંગલી, ક્રૂર.

barb'ecue (બાર્બિક્યૂ), ના૦ દેવતા પર કશુંક મૂકીને શેકવા માટે કે ધુમાડો દેવા માટે વપરાતી જાળી કે ચોકઠાવાળી બાજઠ; એના પર મૂકીને શેકેલો આખો ડુક્કર કે બળદ; [અમે.] આવી રીતે શેકેલા પ્રાણીનું ઘરની બહાર લીધેલું મહાભોજન. સ૦ ક્રિ૦ આખું ને આખું શેકવું – ભૂંજવું.

barb'el (બાર્બલ), ના૦ મીઠા પાણીમાં રહેતી એક જાતની માછલી.

barb'er (બાર્બર), ના૦ હજામ, વાળંદ, નાઈ.

barb'er(r)y (બાર્બરિ), ના૦ પીળાં ફૂલવાળું એક ફૂલઝાડ; તેનું રાતા રંગનું બોર જેવું ફળ.

barb'ican (બાર્બિકન), ના૦ શહેર કે કિલ્લાના રક્ષણ માટેનો બહારનો બુરજવાળો દરવાજો. [સના ખલાસીઓનું ગીત.

barc'arole,-olle (બાર્કરોલ), ના૦ વેનિ-

bard (બાર્ડ), ના૦ ભાટ, ચારણ (વિક. સેલ્ટિક જાતિનો); કવિ. **bard'ic**, વિ. (સેલ્ટિક) ભાટ – ચારણ –નું.

bare (બે'અર), વિ૦ વસ્ત્રવિહીન, ઉઘાડું, નાગું; ખુલ્લું, બોડું; અલંકાર વિનાનું; સાદું, લૂખું; બહુ જ ઓછું; માત્ર, એકલું. *pick a bone ~*, હાડકા ઉપરનું બધું માંસ કાઢી લેવું. *lay ~*, ખુલ્લું કરવું, ઉઘાડું કરી બતાવવું. *~'back(ed)*, વિ૦ જીન વિનાનું. ક્રિ૦ વિ૦ (ઘોડા પર) જીન મૂક્યા વિના. *~'faced* (બે'અર્ ફેસ્ટ), વિ૦ નિર્લજ્જ, ઉદ્ધત. *~'footed* (–ફુટેડ), વિ૦ અને ક્રિ૦વિ૦ પગરખાં વિનાનું, ઉઘાડા પગવાળું; ઉઘાડે – અડવાણે – પગે. *~'-headed*, વિ૦ અને ક્રિ૦ વિ૦ ટોપી, ઇ. પહેર્યા વિનાનું, ઉઘાડા માથાવાળું; ઉઘાડે માથે.

bare, સ૦ ક્રિ૦ આવરણ – ઢાંકણ – દૂર કરવું, ઉઘાડું પાડવું.

bar'ely (બે'અર્લિ), ક્રિ૦ વિ૦ કેવળ, માત્ર ભાગ્યે જ. *~ enough*, માંડ ખપપૂરતું.

barg'ain (બાર્ગિન), ના૦ વેચાણનો કરાર, બોલી, સોદો; સસ્તો સોદો – ખરીદી; તેમાં મળેલી વસ્તુ. અ૦ ક્રિ૦ સોદો ઠરાવવો;

સોદા અંગે રકઝક કરવી. *into the* ~, સુધ્ધાં, પણ, સાથે. ~ *for*, -ની અપેક્ષા રાખવી. *more than one* ~*ed for*, અચાનક આવી પડેલી (વિ. ક. અનિષ્ટ) વસ્તુ.

barge (બાર્જ), ના૦ સપાટ તળિયાવાળી નૌકા–હોડી; ક્રીડાનૌકા. અ૦ ક્રિ૦ કૂદકો મારવો; **અફળાવું (~ *into*). ~ *-pole*, ના૦ હોડીને** દોરવાનો વાંસ. **bargee'** (બાર્જી), ના૦ નૌકા ચલાવનાર માછી–ખલાસી.

ba'ritone (બૅરિટોન) વિ૦ મધ્યસ્થાનના સ્વર અને ષડ્જ (ખરજ) વચ્ચેનું. ના૦ એવો અવાજ કે અવાજવાળો ગવૈયો.

bar'ium (બેરિયમ), ના૦ એક સફેદ ધાતુ-મૂળ તત્ત્વ, બેરિયમ.

bark (બાર્ક), ના૦ ઝાડની છાલ. સ૦ ક્રિ૦ છાલ ઉતારવી–ઉખાડવી; છોલવું; ઉપર છાલ નાખવી. ~ *one's shins*, પગના નળા પરની ચામડી ઉખાડી નાંખવી.

bark, barque (બાર્ક), ના૦ ત્રણ, ચાર કે પાંચ ડોળકાઠીવાળું વહાણ; [કાવ્યમાં] નાવ, હોડી.

bark, ઉ૦ ક્રિ૦ ભસવું; નિરર્થક નિંદા કરવી; શોરબકોર કરવો; ઉધરસ ખાવી. ના૦ કૂતરાનું ભસવું; ઘોંઘાટ; તોપનો ધડાકો–અવાજ; ઉધરસ (ખાવી તે). ~ *at*, -ને ગાળો દેવી.

barl'ey (બાર્લિ), ના૦ (બ૦વ૦ barleys). જવ; જવનો છોડ. ~*-water*, માંદાને અપાતું જવનું–જવ ઉકાળેલું–પાણી. *pearl* ~, જવના (નાના ગોળ વાટેલા) દાણા.

barm (બાર્મ), ના૦ બીર વગેરે દારૂ પરનું ફીણ, ખમીર. **barm'y**, વિ૦ ફીણવાળું; ચસકેલું, ગાંડું.

bar'man (બાર્મન), **bar'maid** (બાર્મેડ), ના૦ દારૂની કે નાસ્તાની દુકાનનો ચાકર કે ચાકરડી. [કોઠાર; ખળીમાંનું છાપરું.

barn (બાર્ન), ના૦ દાણા ભરવાનું ઘર,

barn'acle (બાર્નકલ), ના૦ (બહુધા બ૦ વ૦ માં) નાળ મારતી વખતે ઘોડો હાલે નહિ તે માટે તેના નાક પર મુકાતો ચીમટો–સાંડસી.

barn'acle, ના૦ ઉત્તર ધ્રુવ તરફનો એક જાતનો હંસ; વહાણને તળિયે અથવા ખડકે ચોંટી રહેલી છીપ, ઇ.; ચોંટી રહેનાર માણસ, ગુંદરિયો. [ગામડી નાચ.

barn'-dance (બાર્ન-ડાન્સ), ના૦ એક

barn'-door (બાર્ન-ડોર, ડૉ–), વિ૦ (મરઘું, બતક, ઇ.) સામાન્ય, ઘરઆંગણે ઉછરેલું.

barom'eter (બરૉમિટર), ના૦ હવાનું દબાણ માપવાનું (અને તેમ કરીને હવામાનનો વર્તારો કરવાનું) યંત્ર. **baromet'ric(al)** (બૅરમે'ટ્રિક (લ)), વિ૦ વાયુભારમાપક યંત્રનું –ને લગતું; હવામાન (ના દબાણ) નું –ને લગતું.

ba'ron (બૅરન), ના૦ લશ્કરી સેવાના બદલામાં રાજા પાસેથી જમીન ધરાવનાર સરદાર, ઉમરાવ; સૌથી ઊતરતી કોટિની ઉમરાવની એક પદવી. **ba'ronage**, ના૦ ઉમરાવ વર્ગ, **ba'roness** (બૅરનિસ), ના૦ ઉમરાવની સ્ત્રી; ઉમરાવની પદવી ધારણ કરનાર સ્ત્રી.

ba'ronet (બૅરનિટ), ના૦ 'બૅરન'થી ઊતરતી કોટિનો અને 'નાઇટ'થી ઉપલી કોટિનો ઉમરાવ, બૅરોનેટ. **ba'ronetcy** (બૅરનિટ્સિ), ના૦ બૅરોનેટની પદવી–પદ.

baron'ial (બરોનિઅલ), વિ૦ બૅરનનું –ને ઉચિત–છાજે એવું, અમીરી.

ba'rony (બૅરનિ), ના૦ 'બૅરન' ઉમરાવની પદવી કે જાગીર; આઇરિશ કાઉન્ટીનો વિભાગ.

baroque' (બરોક), વિ૦ વિચિત્ર, બેડોળ, કઢંગું; લહેરી, તાલતંત્ર વિનાનું. ના૦ અતિ શણગારવાળી સ્થાપત્યની શૈલી.

barouche' (બરૂશ), ના૦ ચાર બેઠકવાળી ચાર પૈડાંવાળી ઘોડાગાડી, ચારટ.

barque, જુઓ bark.

ba'rrack (બૅરક), ના૦ (બહુધા બ૦ વ૦ માં) લશ્કરી સિપાઈઓને રહેવાનું લાંબું મકાન –નો; તદ્દન સાદું અને ખાસ સોઈ સગવડ વિનાનું મકાન–નો, બરાક–કો. સ૦ ક્રિ૦ બરાકમાં પૂરવું; હુરિયો કરવો–બોલાવવો, મશ્કરી કરવી.

barr'age (બારિજ), ના૦ નદી પર બાંધેલો બંધ; [લશ્ક.] (બૅરાઝ), એક ઠેકાણે સતત કરેલો તોપમારો; ગોળીગોળાનો વરસાદ (પડદા જેવો દેખાતો).

ba'rrel (બૅરલ), ના૦ (વિ. ક. લાકડાનું) પીપ; પીપભર; બંદૂકની નળી, નળી. સ૦ ક્રિ૦ પીપમાં

ભરવું. ~ *-organ* (બૅરલ્‌ઑર્ગન) ના૰ ખીંટીઓ – ખૂંટીઓ – ઠોકેલા પીપવાળું એક વાદ્ય.

ba'rren (બૅરન), વિ૰ ફળ–છોકરું–બચ્ચું ન થાય તેવું, વાંઝિયું; (જમીન) ખરાબાનું; નિરુપયોગી, શુષ્ક, ખાલી, નકામું. **ba'rrenness,** ના૰

barricade' (બૅરિકેડ), ના૰ શત્રુની સામે કરેલો આડ, માટી, લાકડાં, ઇ. નો કોટ–આડ; આડ, અડચણ. સ૰ ક્રિ૰ આડ કે કોટ બનાવવો; – બનાવીને શત્રુને રોકવું–શત્રુ સામે રક્ષણ કરવું; અટકાવવું.

ba'rrier (બૅરિઅર), ના૰ બીજાને પસાર થતાં–આવતાં–રોકવા માટે કરેલી વાડ – ઊભો કરેલો કઠેરો; વિઘ્ન, અંતરાય, દૂર રાખનાર વસ્તુ.

ba'rrister (બૅરિસ્ટર), ના૰ (વિ. ક. ઉપલી) અદાલતોમાં કામ ચલાવનાર સનદી વકીલ, બૅરિસ્ટર(~*-at-law*).

ba'rrow (બૅરો), ના૰ ટેકરો; પ્રાગૈતિહાસિક કાળની કબરોવાળો માટીનો ટેકરો.

ba'rrow, ના૰ બે પૈડાંવાળી હાથગાડી (*wheel* ~).

bart'er (બાર્ટર), ઉ૰ ક્રિ૰ નાણાને બદલે સાટે વેચવું–લેવું, વિનિમય કરવો. ના૰ અદલાબદલા વડે થતો વેપાર, સાટું, વિનિમય.

ba'rytone (બૅરિટોન), જુઓ baritone.

bas'al (બેસલ), વિ૰ પાયાનું, પાયારૂપ, [આધારભૂત; મૂળભૂત.

bas'alt (બૅસૉલ્ટ, બસૉલ્ટ, બઝૉલ્ટ), ના૰ લાવાનો બનેલો એક જાતનો કાળો કે લીલો કકણ પથ્થર.

base (બેસ), વિ૰ હલકું, નીચુ, નીચ, અધમ; હલકા કુળનું; સ્વાર્થી. ~ *-born,* હલકા કુળનું; રાંડના પેટનું, હરામજાદું. ~ *coin,* હલકી ધાતુનું નાણું. ~*metals,* કીમતી ધાતુઓ સિવાયની ધાતુઓ. **base'ness,** ના૰ અધમપણું. ઇ.

base, ના૰ નીચલો ભાગ, તળિયું; પાયો; આધાર; સિદ્ધાંત; શરત, ઇ.માં નીકળવાની જગ્યા; લશ્કરની પાછળનું સ્થળ કે થાણું જ્યાં તેને માટે કોઠાર, દવાખાનું, ઇ..ની બધી જોગવાઈ કરેલી હોય છે; [રસા.] ઍસિડ કે તેજાબ સાથે ભળીને તેનો ક્ષાર બનાવનાર પદાર્થ, ભસ્મ. [ભૂમિતિ] આકૃતિની આધાર રેખા.. સ૰ ક્રિ૰ ઉપર સ્થાપવું–રચવું, સ્થાપન કરવું (~ *on*).

base'ball (બેસ્‌બૉલ), ના૰ એક અમેરિકન રમત; તેમાં વપરાતો દડો. [નિરાધાર.

base'less (બેસ્‌લિસ), વિ૰ પાયા વિનાનું,

base'ment (બેસ્‌મન્ટ), ના૰ મકાનનો તદ્દન–સૌથી–નીચેનો ભાગ; ભોંયતળિયું, ભોંયરું.

bash (બૅશ), સ૰ ક્રિ૰ ખૂબ જોરથી મારવું–પછાડવું. ના૰ સખત ફટકો. [બહું, નરમ.

bash'ful (બૅશ્‌ફુલ), વિ૰ શરમાળ; ગરી-

bas'ic (બેસિક), વિ૰ પાયાનું–રૂપ; મૂળભૂત, આધારભૂત. *B~ English,* અંગ્રેજી ભાષાનું એક આંતરરાષ્ટ્રીય રૂપ, પાયાનું અંગ્રેજી.

bas'il (બૅઝ્રિલ), ના૰ એક ખુશબોદાર છોડ.

basil'ica (બસિલિકા, બઝ્રિ–), ના૰ બે બાજુએ થાંભલાની હાર અને છેવટે કમાન ને ઘૂમટવાળા ઓટલાવાળો મોટો લંબચોરસ ઓરડો, દીવાનખાનું; એવી જાતનું આંગ્રેજું ખ્રિસ્તી દેવળ – ચર્ચ.

bas'ilisk (બૅઝ્રિલિસ્ક), ના૰ કેવળ નજર કે ઉચ્છ્‌વાસ નાંખીને મારી નાખનાર એક કાલ્પનિક સર્પ.

bas'in (બેસિન), ના૰ પાણી રાખવાનું – હાથ ધોવાનું – તગારું – કૂંડી; કુંડ, તળાવ; નદીની ખીણ – કાંઠો – તટપ્રદેશ.

bas'is (બેસિસ), ના૰ (બ૰ વ૰ bases). પાયો, મુખ્ય આધાર; મુખ્ય તત્ત્વ કે સિદ્ધાંત; મિશ્રણનું મુખ્ય દ્રવ્ય, જેમાં બીજી વસ્તુઓ મેળવવામાં આવે છે. [ખાવો; સુખી હોવું.

bask (બાસ્ક), અ૰ ક્રિ૰ તડકે બેસવું, તડકો

bas'ket (બાસ્કિટ), ના૰ ટોપલી, છાબડી; ટોપલો; ટોપલાભર. **bas'ketful,** ના૰ ટોપલાભર, ટોપલો. **bas'ketry, basketwork,** ના૰ ટોપલીઓ બનાવવાનો ધંધો – કળા; ટોપલી, ઇ. માલ.

basque (બૅસ્ક), ના૰ સ્ત્રીની 'બૉડિસ'-ચોળી -ની કેડ નીચેની ઝાલર.

bas-relief (બસ્‌-રિલીફ), ના૰ પથ્થર, ઇ-માં કરેલું ઊપસેલી કોતરણીનું શિલ્પકામ.

bass (બૅસ), ના૰ લીંબુડીની આંતરછાલ.

bass (બૅસ), ના૦ એક જાતની માછલી.
bass, વિ૦ નીચા સૂરવાળું, ગંભીર અવાજ-વાળું. ના૦ એવો અવાજ, ષડ્જ–ખરજ–સૂર; એવા અવાજવાળો ગાયક.
Bass (બૅસ), ના૦ બીર દારૂની એક જાત.
bassinet' (બૅસિનેટ), ના૦ બાળકને સુવ-ડાવવાનો નેતરનો મોટો ટોપલો; ઘોડિયું અથવા બાબાગાડી. [સૂરથી ગાનાર.
bass'o (બૅસો), વિ૦ અને ના૦ નીચા
bassoon' (બસૂન), ના૦ એક પ્રકારનું લાકડાનું સુષિર વાદ્ય–વાંસળી.
bast (બૅસ્ટ), ના૦ દોરડાં બનાવવામાં વપરાતી કેટલાંક ઝાડની છાલ; લીંબુડીની આંતર છાલ.
bas'tard (બૅસ્ટર્ડ), વિ૦ જારજ, છિનાળના પેટનું, વ્યભિચારમાંથી જન્મેલું; બનાવટી, કૃત્રિમ; અનધિકૃત; સામાન્ય જાતનું નહિ એવું, સંકર. ના૦ લોંડીજાયો, દાસીપુત્ર, ઇ.
baste (બેસ્ટ), સ૦ ક્રિ૦ કામચલાઉ ટાંકા મારીને સીવવું, દોરાટવું, ટેભા મારવા.
baste, સ૦ ક્રિ૦ માંસ પર ચરબી રેડીને તળવું–સાંતળવું; મારવું, બૂધાથી ઝૂડવું.
bastille' (બૅસ્ટીલ), ના૦ કિલ્લો; જેલ, તુરંગ; *B*~, ૧૭૮૯માં ફ્રેંચ રાજ્યક્રાંતિ વખતે પાડી નાંખવામાં આવેલી પૅરિસની કિલ્લા જેવી તુરંગ.
bastinad'o (બૅસ્ટિનેડો), ના૦ (બ૦ વ૦ –es). પગના તળિયા પર કે કૂલા પર સોટી વતી મારેલો માર, કૂંદાપાક. સ૦ ક્રિ૦ એવી રીતે મારવું.
bas'tion (બૅશન), ના૦ કિલ્લાની આગળ-નો પંચકોણી બુરજ. [વાગોળ.
bat (બૅટ), ના૦ ચામાચીડિયું, વડવાગોળ,
bat, ના૦ ક્રિકેટમાં દડાને મારવા માટેનું હાથા કે દાંડાવાળું પાટિયું, બૅટ; તે વતી રમનાર, 'બૅટ્સમન'. ઉ૦ ક્રિ૦ (ભૂ૦ કા૦ batted). બૅટ વતી રમવું; રમવાનો દાવ (બૅટિંગ) લેવો. *off one's own* ~, કોઈના કહ્યા વિના, જાતે. *to go full* ~, ખૂબ વેગથી. **bats'man** (બૅટ્સ્મન), ના૦ બૅટ વતી રમનાર.
batch (બૅચ), ના૦ (એક જ જાતની વસ્તુ-ઓનો) સમૂહ, જૂથ; ટુકડી; રોટલી–રોટી–દવા–નો ઘાણ.
bate (બેટ), ઉ૦ ક્રિ૦ (–table). કમી કરવું–થવું; રોકવું; બાદ કરવું; વેગ કે જોર ઓછો કરવો–થવો; મંદ પડવું. *with* ~*d breath*, (ભય, ઇ. ને લીધે) શ્વાસ રોકીને, અધ્ધર શ્વાસે. [ગુસ્સે થવું.
bate, ના૦ ગુસ્સો, ક્રોધ. *get into a* ~,
bath (બાથ), ના૦ (બ૦ વ૦ baths બાધ્ઝ઼). નાહવું તે, સ્નાન; નાહવાની ઓરડી, નાવણિયું, સ્નાનગૃહ; નાહવાનું ટબ, પીપ, ઇ.; (બ૦ વ૦) નાહવાની જગ્યા. ઉ૦ ક્રિ૦ સ્નાન કરવું–કરાવવું; નાહવું, નવડાવવું. ~*-room*, ના૦ નાહવાની ઓરડી, સ્નાનગૃહ. *sun-*~, ના૦ તડકામાં બેસવું તે, સૂર્યસ્નાન. **B~chair** (બાથ્-ચે'અર), ના૦ દરદીની ત્રણ પૈડાંવાળી ખુરશી.
bathe (બેધ), ઉ૦ ક્રિ૦ નાહવું, સ્નાન કરવું; નવરાવવું, સ્નાન કરાવવું; પલાળવું; વ્યાપી દેવું; દરિયે તરવા જવું. ના૦ સ્નાન (વિ.ક. દરિયા કે નદીમાં). ~*d in sunshine*, ઉપર તડકો ફેલાયો છે એવું. **bath'er**, ના૦ સ્નાન કરનાર. **bath'ing-machine**, ના૦ દરિયામાં સ્નાન કરવા માટે કપડાં ઉતારવા પહેરવા માટેની જંગમ ઓરડી–ઝૂંપડી.
bath'os (બેથૉસ, બા–), ના૦ ઊંચા કે ઉદાત્ત વિષય પરથી તદ્દન હલકી કોટિના વિષય પર ઊતરી પડવું તે; કઢંગાથી થતો હાસ્યરસ; અતિ કે કૃત્રિમ કરુણ.
batiste' (બટીસ્ટ, બૅ–), ના૦ એક જાતનું કપાસનું કે શણનું ઝીણું કપડું.
bat'man (બૅટ્મન), ના૦ લશ્કરી અમલ-દારનો કે વૉરન્ટ કાઢનાર અમલદારનો નોકર.
bat'-money (બૅટ્મનિ), ના૦ યુદ્ધ ઉપર હોય ત્યારે લશ્કરના માણસને અપાતો ખાસ પગાર–ભથ્થું.
bat'on (બૅટન), ના૦ લાકડી, દંડૂકો (વિ. ક. પોલીસનો); [સં.] તાલ બતાવવા માટેની સંગીતમંડળીના સંચાલકની લાકડી; લશ્કરી ઊંચા હોદ્દાનું સૂચક ચિહ્ન.
batta (બૅટા), ના૦ ભથ્થું, વધારાનો પગાર.
battal'ion (બટૅલ્યન), ના૦ આશરે

૧૦૦૦ માણસની પલટણ; લશ્કરની ટુકડી. *God is for the big ~s,* સમરથકો નહીં દોષ ગુસાઈં.

batt'en (બૅટન), ના૰ લાકડાનું સાંકડું પાટિયું -પટી-ચીપ (વિ. ક. વહાણના ભંડકના બારણા પર તાડપત્રી બરાબર બેસાડવા માટે વપરાતી); પાટિયું, ચીપ. સ૰ ક્રિ૰ ચીપો કે પટીઓ વડે જોડવું-બંધ કરવું. ~ *down the hatches,* તૂતક પરથી ભંડકમાં જવાનાં દ્વારો પાટિયાં વડે બરાબર બંધ કરવાં.

batt'en, ઉ૰ ક્રિ૰ અકરાંતિયાની જેમ ખાવું, -ખાઈને પુષ્ટ થવું; ખૂબ ખવડાવવું-ખવડાવીને પુષ્ટ કરવું.

batt'er (બૅટર), ઉ૰ ક્રિ૰ ઝૂડવું, મારવું; ઠોકી ઠોકીને ભાંગી-તોડી-નાંખવું; (તોપ, ઇ.નો) સતત મારો ચલાવવો. ના૰ રાંધવામાં પ્રવાહી સાથે ભેળવવા માટે વાટેલી માંસ, મીઠું, ઈંડાં, ઇ. વસ્તુઓ. ~*ing-ram,* ના૰ કોટ, દીવાલ કે બારણાં તોડી પાડવા માટે વપરાતું જૂના વખતનું એક યંત્ર-સાધન.

batt'ery (બૅટરિ), ના૰ [કા.] કોઈ વ્યક્તિને માર મારવો અથવા તે માટે તેના કપડાં પકડવાં તે; (મોરચા પર ગોઠવેલું) તોપખાનું, જેમાં તે અંગેના માણસ, ઘોડા, ઇ. પણ આવી જાય. તોપો ગોઠવવા માટેનો ઓટલો-મોરચો; વીજળી સંઘરવા માટેની પેટી-બૅટરી, વિદ્યુતઘટ.

bat'tle (બૅટલ), ના૰ યુદ્ધ, લડાઈ (વિ. ક. બે લશ્કરો વચ્ચેની); કોઈ પણ લડાઈ. અ૰ ક્રિ૰-ની સાથે-સામે-ઝૂઝવું, લડવું, યુદ્ધ કરવું. *pitched ~,* આગળથી બરાબર ગોઠવાયેલા બે પક્ષો વચ્ચેનું યુદ્ધ.

bat'tle-array (-અરે), ના૰ સૈન્યની રચના-ગોઠવણી, યુદ્ધનો વ્યૂહ.

bat'tle-axe, ના૰ પરશુ, ફરસી.

bat'tle-cry, ના૰ સૈનિકોને ઉત્તેજન આપવા માટેનો પોકાર-ઘોષણા, રણનાદ.

bat'tledore (બૅટલ્ડોર), ના૰ કપડાં ધોવાનો ધોકો; બૅડમિંટનની રમતનું, ફૂલ ઇ. રમવાનું પાટિયું. ~ *and shuttlecock,* એક રમત.

bat'tlefield (બૅટલ્ફીલ્ડ), ના૰ રણક્ષેત્ર.

bat'tlement (બૅટલ્મન્ટ), ના૰ (બહુધા બ૰ વ૰માં) જંગીવાળી-કાંગરાવાળી-ભીંત; કોટ.

bat'tle royal (બૅટલ્ રૉયલ), ના૰ જેમાં ઘણા કે જે હોય તે બધા જોડાય કે લડે એવું યુદ્ધ, ઘનઘોર યુદ્ધ. [વહાણ, યુદ્ધનૌકા.

bat'tleship (બૅટલ્શિપ), ના૰ લડાયક

bau'ble (બૉબલ), ના૰ સુંદર દેખાતી તકલાદી વસ્તુ; વિદૂષકની લાકડી (જેના પર લંબકર્ણનું માથું કોતરવામાં આવતું).

baulk (બૉક), ઉ૰ ક્રિ૰ જુઓ balk.

baw'bee (બૉબી), ના૰ [સ્કૉટ.] અડધી પેની. [વેશ્યાવડું.

bawdry (બૉડ્રિ), ના૰ ગંદી-બીભત્સ-વાત;

bawd'y (બૉડિ), વિ૰ (વાતચીત, ઇ.) ગંદું, બીભત્સ. [પાડવી.

bawl (બૉલ), ઉ૰ ક્રિ૰ તાણીને બોલવું, રાડ

bay (બે), ના૰ ઘેરાં લીલાં પાંદડાંનું તોરણ-જય તોરણ; (બ૰ વ૰) વિજયી વીર કે કવિની એ પાંદડાંની વિજયમાળા. ~*berry,* ના૰ વેસ્ટ ઈંડીઝ ટાપુઓનું એક ઝાડ, મેંદી. ~ *rum,* વાળ માટે સુગંધી પ્રવાહી દ્રવ્ય.

bay, ના૰ ઉપસાગર, અખાત; ખીણ. **~-*salt*** વડાગરું મીઠું.

bay, ના૰ બે થાંભલા કે બુરજો વચ્ચેનો દીવાલનો ભાગ; ઝરૂખો. ~ *window,* ના૰ ઝરૂખાબારી, દીવાલની બહાર આગળ પડતી બારી.

bay, ના૰ મોટા કૂતરાનું ભસવું, શિકારી કૂતરાઓનું ભસવું. અ૰ ક્રિ૰ ભસવું. *be, stand at ~,* મરણિયા થઈને લડવા તૈયાર થવું, સામું થવું. *bring to ~,* મરણિયું થઈને પોતાની જાન માટે પ્રાણી લડવા આવે તેમ કરવું. *hold, keep at ~,* હુમલો કરનારાઓને દૂર રાખવા.

bay, વિ૰ (વિ. ક. ઘોડાના રંગ અંગે) રાતું ભૂરું, બદામી. ના૰ એ રંગનો ઘોડો.

bay'onet (બેયનિટ), ના૰ બંદૂકની નળી પર બેસાડાતું ભાલા જેવું હથિયાર, બેયોનેટ, સંગીન. સ૰ ક્રિ૰ બેયોનેટ વતી ભોંકવું.

bazaar' (બઝ઼ાર), ના૰ બજાર; મીનાબજાર, ફાળો વગેરે ભેગું કરવા ગોઠવેલું બજાર.

be (બિ, બી.), અ૦ ક્રિ૦ (વર્તમાન નિશ્ચાયાર્થ એક વ૦ am, art, is; બ૦ વ૦ are; વર્ત૦ કૃ૦ being; ભૂ૦ કૃ૦ been; ભૂ૦ કા૦ એક વ૦ was, બ૦ વ૦ were. દ્વિ૦ પુ૦ એક વ૦ wast). હોવું, અસ્તિત્વ ધરાવવું; થવું, જીવવું, રહેવું; ચાલુ રહેવું; આવવું, જવું; અમુક સ્થિતિ કે ગુણવાળું હોવું-બનવું-થવું. સહાયકારક ક્રિયાપદ તરીકે વપરાય છે. *be-all*, સર્વસ્વ, સારસર્વસ્વ. *may-be*, **કદાચ; શક્યતા.** *would-be*, ઉમેદવાર, આશાસ્પદ, ભાવિ.

beach (બીચ), ના૦ દરિયા કિનારો (રેતી કે કાંકરાવાળો). સ૦ ક્રિ૦ કિનારે ચઢાવવું, કિનારે બાંધવું.

beach'-comber (-કોમર), ના૦ કિનારા પર ધસી આવતું મોટું મોજું; દરિયાકિનારે રખડીને જીવજંતુ ભેગાં કરનાર; વહાણમાંથી ફેંકી દીધેલો - દરિયાકિનારે ઘસડાઈ આવેલો-માલ ભેગો કરનાર.

beac'on (બીકન), ના૦ દૂરથી દેખી શકાય એવી ઊંચી ટેકરી અથવા વસ્તુ; સૂચના આપનારી વસ્તુ; સૂચના આપવા સારુ ટેકરી વગેરે પર સળગાવેલી હોળી; દીવાદાંડી; માર્ગ-સૂચક-દર્શક-વ્યક્તિ, વસ્તુ કે ઘટના.

bead (બીડ), ના૦ માળાનો મણકો, કીડિયું; કાચનો મણકો; મણકાનો હાર. સ૦ ક્રિ૦ મણકા-કીડિયાં-થી શણગારવું; મણકા પરોવવા-નો હાર બનાવવો. *tell one's ~s*, માળા ફેરવવી, પ્રાર્થના કરવી. **beads'man**, ના૦ બીજાને માટે પ્રાર્થના કરીને જીવનાર-ગુજરાન ચલાવનાર.

bead'ing (બીડિંગ), ના૦ બાંધકામમાં મણકાના હાર જેવી કરેલી રચના-ઘાટ.

bea'dle (બીડલ), ના૦ પાઠશાળા, દેવળ કે અદાલતનો ચોપદાર, છડીદાર.

bead'y (બીડિ), વિ૦ (આંખો અંગે) નાનું; મણકા જેવું ગોળ અને તેજસ્વી.

bea'gle (બીગલ), ના૦ નાનો શિકારી કૂતરો; જાસૂસ; બેલીફ. **beagling**, ના૦ કૂતરાની મદદથી શિકાર કરવો તે.

beak (બીક), ના૦ (પક્ષીની) ચાંચ; ચાંચ જેવું અણિયાળું નાક; યુદ્ધનૌકાનો આગળનો અણિયાળો ભાગ; નાળચું, ટોટી; [વિ. બો.] શાળામાસ્તર; મૅજિસ્ટ્રેટ.

beak'er (બીકર), ના૦ પાણી પીવાનો મોટો પ્યાલો; પ્રયોગશાળામાં વપરાતો કાચનો પ્યાલો જેની કોરે હોડ જેવો આકાર હોય છે, 'બીકર'; દારૂ પીવાની પ્યાલી.

beam (બીમ), ના૦ ભારટિયો, પાટડો, મોભ; (ત્રાજવાની) દાંડી, (વણકરની સાળનો) તોર; (પ્રકાશનું) કિરણ; (ગાડીનો) ધોરિયો, ઊધ; (મોઢાનો) આનંદી દેખાવ-ભાવ, પ્રસન્ન મુખમુદ્રા; વહાણનો પહોળામાં પહોળો ભાગ. ઉ૦ ક્રિ૦ પ્રકાશવું, ચકચકવું; -ની તરફ પ્રસન્નતાથી જોવું-હસવું (~*at*). *broad in the ~*, (વહાણ કે માણસ અંગે) પહોળું, જાડું. *on one's ~-ends*, **નિર્ધન અને અસહાય;** (વહાણ અંગે) એક બાજુએ વળી ગયેલું, ડૂબવાની તૈયારીમાં; જોખમમાં.

bean (બીન), ના૦ વાલ, ઇ. કઠોળનું સામાન્ય નામ; શિંગ; કૉફી કે બીજા છોડનો દાણો. *full of ~s*, [વાત.] ખૂબ ચપળ, ચેતનવંતું. *give one ~s*, [વિ. બો.] વઢવું, સજા કરવી. *old ~*, મા કે બાપને માટે વપરાતો સંબોધનનો શબ્દ. *French ~s*, એક જાતની શિંગો.

bean'-feast, bean'o, ના૦ ઉજાણી.

bear (બે'અર), ના૦ રીંછ; અણઘડ-અસંસ્કારી-માણસ; મંદી ખાનાર વેપારી. *Great B~*, [ખ.] સપ્તર્ષિમંડળ. *Little B~*, ધ્રુવ મત્સ્ય. ઉ૦ ક્રિ૦ *~ the market*, કિંમત ઘટાડવા માટે વેચાણ ચાલુ રાખવું અને પછી વેચેલા માલ કરતાં વધારે માલ ઓછી કિંમતે ખરીદ કરવો. *~'garden*, ના૦ કોઈ પણ જાતની વ્યવસ્થા વિનાની ઘોંઘાટવાળી જગ્યા, 'મચ્છીબજાર'. *~'skin*, ના૦ રીંછના ચામડાની બનાવેલી ઊંચી દીવાલવાળી લશ્કરી ટોપી.

bear ક્રિ૦ (ભૂ૦ કા૦ bore, જૂનો bare; ભૂ૦ કૃ૦ born, borne). ઊંચકીને લઈ જવું, વહન કરવું; -ના શરીર પર હોવું, -ના કબજામાં હોવું, ધરાવવું; ધારણ કરવું; -માંથી સલામત પસાર થવું; (કષ્ટ, ઇ.) સહન કરવું; સહન કરવું, નભાવવું, સહી-સાંખી-લેવું; જન્મ આપવો; પેદા કરવું, **પેદાશ આપવી;** (ઇનામ, ઇ.) જીતવું (~*away*) *~ arms*, લશ્કરમાં જોડાયેલું હોવું. *~ the* *marks of*, બતાવવું. ~ *a grudge against*, -ને વિષે દ્વેષ–દુશ્મનાવટ–રાખવી. ~ *a hand*, મદદ કરવી. ~ *in mind*, યાદ–ધ્યાનમાં–રાખવું. ~(*one*) *company*, -ની સાથે જવું. ~ *oneself* (*like*), -ની જેમ વર્તવું. ~ *out what was said*, -ના ખરાપણાનો પુરાવો–પુષ્ટિ–આપવી. ~ *the brunt*, પહેલો અને સૌથી સખત હુમલો સહન કરવો. ~ *up*, ટકી રહેવું, ન હારવું. ~ *up against*, દુ:ખ સહન કરવામાં હિંમત બતાવવી. ~ *witness*, સાક્ષી આપવી. ~ *with*, -ની સાથે ખામોશીથી વર્તવું; ધીરજ રાખવી. ~ *down*, પરાભવ કરવો, ઉથલાવી પાડવું; ~ *down on*, ઉપર તૂટી પડવું, તરાપ મારવી. ~ *upon*, પ્રસ્તુત હોવું; લાગુ પડવું. **bear'able** (બે'અરબલ), વિ૰ સહન થાય એવું, સહ્ય.

beard (બિઅર્ડ), ના૰ દાઢી; (ઘાસ, ઇ. નાં) સુખળાં, કુસળાં. સ૰ ક્રિ૰ ખુલ્લો સામનો કરવો, સામું થવું; -ની દાઢી ઝાલવી – તાણવી (~ *the lion in his den*).

bear'er (બે'અરર), ના૰ લઈ જનાર–લાવનાર; ડાઘુ, ખાંધિયો; ખેપિયો; ચેકનો દેખાડ કરનાર; ધારણ કરનાર; ખાનસામો; પાલખી ઊંચકનાર, ભોઈ; (ઝાડ) ફળ આપનાર.

bear'ing (બે'અરિંગ), ના૰ વર્તન, ચાલ, ખત્રાસ; સંબંધ, લેવાદેવા; પાસું; દિશા; (બ૰ વ૰) (સાપેક્ષ) સ્થિતિ; (બ૰ વ૰) યંત્રનું ઘર્ષણ સહન કરનારા ભાગ (*ball-~s*); સહન કરવું તે, સહનશક્તિ (*past all* ~, સહનશક્તિની પાર, અસહ્ય). *take ~s*, વહાણ ક્યાં છે તે ખોળી કાઢવું. *lose one's ~s*, પોતે ક્યાં છે તેનું ભાન ગુમાવવું – ન જાણવું. *balls and ~s*, યંત્રમાં દાંડાની આસપાસ ગોઠવેલી ગોળીઓ – છરા, જેથી કરીને ઘર્ષણ ઓછું થઈને દાંડો વધુ સહેલાઈથી ફરી શકે છે. *armorial ~s*, અમુક વ્યક્તિ કે કુટુંબનાં ઢાલ ઉપર ચીતરેલાં ચિહ્નો.

beast (બીસ્ટ), ના૰ પ્રાણી, પશુ, ચોપગું જાનવર; પશુ જેવો માણસ, નરપશુ; અણગમતો માણસ. ~*s of burden*, ઘોડો, ગધેડો, ઇ. ભારવાહક પ્રાણીઓ. ~*s of prey*, વાઘ, વરુ, ઇ. હિંસ્ર પ્રાણીઓ.

beast'ly (બીસ્ટ્લિ), વિ૰ ગંદું, નફરત પેદા કરનારું; ત્રાસદાયક. ક્રિ૰ વિ૰ અતિશય. ~ *hard*, અતિ કઠિન.

beat (બીટ), ઉ૰ ક્રિ૰ (ભૂ૰ કા૰ beat; ભૂ૰ કૃ૰ beaten). વાર વાર મારવું; ચાબુક કે સોટી વતી મારવું – ફટકારવું; હરાવવું, જીતવું; -થી ચડી જવું; (વરસાદ, ઇ.) જોરથી તૂટી પડવું (*on*); (હૃદયનું નિયમિતપણે) ધડક ધડક થવું, ધબકારા મારવા; ફીણવું; ખાંડવું, ઘૂંદવું, વાટવું; હાથ કે લાકડી વતી તાલ આપવો (~ *time*). ના૰ (બ૰વ૰) (હૃદયનું) નિયમિત હલનચલન – ધબકારા; (નગારાનો) માર, ઠેકો; (બેંડવાળાની લાકડીની) હાલચાલ. તાલ; (પોલીસની) નિયમિત ગસ્ત – ચક્કર – ફેરો, રોન. ~ *it*! [અમે. બોલી] જતો રહે! ~ *up an egg*, સંપૂર્ણપણે મિશ્રણ કરવું. *this* ~*s me*, મારા ગજા ઉપરવટનું છે. ~ *about the bush*, મુદ્દાસર ન બોલતાં આડુંઅવળું ટાહેલું કરવું, ગલ્લાંતલ્લાં કરવાં. ~ *the air*, હવાતિયાં મારવાં, નાહક ફાંફાં મારવાં. ~ *about*, નાસી જવા માટે આમતેમ – ચારે ગમ – દોડાદોડ કરવી. ~ *a retreat*, પાછા હઠવું; ખસી જવું.

beat'en (**track**), વિ૰ જેના પર ખૂબ આવજા થતી હોય એવો – રૂઢ – (માર્ગ).

beat'er (બીટર), ના૰ બુમરાણ કરી શિકારને સપડાવનાર; ફેંકવા – ખાંડવા –નું હથિયાર.

beatif'ic (બીઅટિફિક) વિ૰ ધન્ય, સુખી.

beat'ify (બિઍટિફાઈ), સ૰ ક્રિ૰ સુખી કરવું.

beat'ing, ના૰ માર (મારવો તે); ફીણવું તે.

beat'itude (બિઍટિટ્યૂડ), ના૰ પરમ સુખ–આનંદ, મોક્ષ (પ્રાપ્તિ)· (બ૰ વ૰) ઈશુના ગિરિપ્રવચન (મેથ્યુ પ. ૩–૧૧)માંનાં પરમસુખ અંગેનાં વચનો.

beau (બો), ના૰ (બ૰ વ૰ beaux, બોઝ઼). અક્કડબાજ – ફાંકડો – પુરુષ, લાલો; આશક, પ્રેમી. ~ *ideal* (– આઇડીઅલ), ના૰ પૂર્ણતાની કલ્પના – ભાવના, આદર્શ.

beaut'eous (બ્યૂટિઅસ), વિ૰ સુંદર, રૂપાળું.

beaut'iful (બ્યૂટિફુલ), વિ૰ ઇન્દ્રિયોને આહ્‌લાદક; સુંદર, સોહામણું, ઇ.; ઉત્તમ, સરસ.

beaut'ify (બ્યૂટિફાઈ), સ૰ ક્રિ૰ સુંદર–સુશો-

ભિત–કરવું, શણગારવું. **beaut'ifier** (બ્યૂટિફાયર), ના૦ સુશોભિત કરનાર વસ્તુ; શણગારનાર વ્યક્તિ.

beaut'y (બ્યૂટિ), ના૦ સુંદરતા, સૌંદર્ય, લાવણ્ય; ખૂબી; લીલા, ઠાઠ; સુંદર માણસ (વિ. ક. સ્ત્રી) કે વસ્તુ. ~ *parlour*, સ્ત્રીનું પ્રસાધન કરનારી સંસ્થા–દુકાન. ~ *sleep*, પૂર્વરાત્રિની ઊંઘ. ~*-spot*, ના૦ ઉઠાવ માટે કરવામાં આવતી કાળી ટીલી, ચાંલ્લો; સુંદર દેખાવ–સ્થળ.

beav'er (બીવર), ના૦ પાણીમાં તેમ જ જમીન પર રહેનારું કીમતી રૂવાંવાળું એક પ્રાણી; એ પ્રાણીનાં રૂવાં; તેની ટોપી. (વિ. બો.) દાઢીવાળો માણસ.

beav'er, ના૦ ટોપ કે શિરસ્ત્રાણનો આગળ-નો નીચલો ભાગ.

becalm' (બિકામ), સ૦ ક્રિ૦ પવનને અભાવે વહાણને ચાલતું બંધ રાખવું; શાંત પાડવું, સ્થિર કરવું. ~*ed*, વિ૦ (વહાણ અંગે) હંકારવા માટે પવન નથી એવું.

became' (બિકેમ), becomeનો ભૂ૦કા૦

because' (બિકૉઝ઼), ક્રિ૦ વિ૦ -ને કારણે–લીધે (~ *of*). ઉભ૦ અ૦ કારણ કે, કેમ કે.

bechance' (બિચાન્સ), અ૦ ક્રિ૦ થવું, બનવું.

beck (બે'ક), ના૦ અણસારો, ઇશારો. *be at* person's ~ *and call*, કોઈના તાબામાં કે આજ્ઞામાં હોવું. ઉ૦ ક્રિ૦ [કાવ્યમાં] ઇશારો કરવો, સાન કરી બોલાવવું.

beck, ના૦ વહેળો, ઝરણું, ગિરિનદી.

beck'on (બે'કન), ઉ૦ ક્રિ૦ ઇશારો કરવો –કરીને બોલાવવું.

becloud' (બિક્લાઉડ), સ૦ ક્રિ૦ વાદળાંથી ઘેરવું; ઝાંખું પાડવું; -થી ઢંકાઈ જવું.

become' (બિકમ), ઉ૦ ક્રિ૦ (ભૂ૦ કા૦ became; ભૂ૦ કૃ૦ become). થવું; બનવા માંડવું; સારું દેખાવું, શોભવું.

becom'ing (બિકમિંગ), વિ૦ શોભે–છાજે–એવું, યોગ્ય. ~*ly*, ક્રિ૦ વિ૦ યોગ્ય રીતે, શોભે એવી રીતે.

bed (બે'ડ), ના૦ પથારી, બિછાનું, શય્યા, ખાટલો; ક્યારો–રી; નદીનું પાત્ર; નદીનું–દરિયાનું–તળિયું; યંત્રના આધાર માટે બનાવેલી પાકી બેઠક, આધાર. ~ *of roses*, સુખશય્યા. ~*-clothes*, ના૦ ચાદરો. ~***fellow***, ના૦ પથારીમાં સાથે સૂનાર, શય્યાસાથી, સાથી. સ૦ ક્રિ૦ (ભૂ૦ કૃ૦ bedded). -ને માટે પથારી કરવી; ક્યારામાં રોપવું.

bedab'ble (બિડૅબલ), સ૦ ક્રિ૦ -ની ઉપર પાણી, લોહી, ઇ.ના છાંટા ઉડાડવા.

bedaub' (બિડૉબ), સ૦ ક્રિ૦ (કશાક પર) રંગ વગેરે ચોપડવો. [બિસ્રો; પાથરણું.

bedd'ing (બે'ડિંગ), ના૦ પથારી, શય્યા,

bedeck' (બિડે'ક), સ૦ ક્રિ૦ શણગારવું, સુશોભિત કરવું.

bedev'il (બિડે'વિલ), સ૦ ક્રિ૦ (ભૂ૦ કા૦ bedevilled). -ની સાથે રાક્ષસની જેમ–ક્રૂરતાથી – વર્તવું; મોહિત કરવું, વશ કરવું; વળગવું; ગૂંચવી નાંખવું. **bedev'ilment**, ના૦ ભૂતનો વળગાડ; માણસને ગાંડો બનાવી દે એવી પીડા; ગરબડગોટાળો.

bedew' (બિડ્યૂ), સ૦ ક્રિ૦ ઓસ – ઝાકળ –થી ભીનું કરવું, ભીનું થવું; છાંટવું.

bedim' (બિડિમ), સ૦ ક્રિ૦ (આંખ, મન) ઝાંખું કરવું.

bediz'en (બિડિઝ઼ન, બિડાઇ–), સ૦ ક્રિ૦ ભપકાબંધ પહેરવેશ કરવો, સજાવવું.

bed'lam (બે'ડ્લમ), ના૦ ગાંડાની ઇસ્પિતાલ; અવ્યવસ્થા અને ઘોંઘાટવાળી જગ્યા; ઘોંઘાટ, અવ્યવસ્થા. **bed'lamite** (બેડલમાઇટ), ના૦ ગાંડો. [એ જ). આરબ; જિપ્સી.

Bed'ouin' (બે'ડુઇન,–ઈન), ના૦ (બ૦વ૦

bedrag'gle (બિડ્રૅગલ), સ૦ ક્રિ૦ (કપડાં, ઇ.) ઘસડીને કે ઢસડીને ભીનું કરવું. **bedrag'gled**, વિ૦ વાળ અને કપડાં અસ્તવ્યસ્ત થયાં હોય એવું.

bed'ridden (બે'ડ્રિડન), વિ૦ ખાટલાવશ (માંદગી કે નબળાઈને કારણે).

bed'rock (બે'ડ્રૉક), ના૦ ઉપરના થર નીચેનો નક્કર–પાકો–ખડક; [લા૦] તળિયું, પાયો; કોઈ સિદ્ધાંતનાં અંતિમ–આધારભૂત–તત્ત્વો. *get down to* ~, સાચી હકીકત ને તથ્ય સુધી પહોચવું. [શયનગૃહ.

bed'room (બે'ડ્રૂમ), ના૦ સૂવાનો ઓરડો,

bed'spread (બે'ડ્સ્પ્રે'ડ), ના૦ પથારી પર દિવસે પાથરવામાં આવતી ચાદર (વિ.ક. શોભા માટે).

bed'stead (બે'ડ્સ્ટે'ડ), ના૦ ખાટલો, પલંગ.

bed'straw (બે'ડ્સ્ટ્રૉ), ના૦ એક જાતની વનસ્પતિ.

bee (બી), ના૦ મધમાખી; ઉદ્યમી માણસ; સાથે કામ કે મનોરંજન કરવા મળેલી સહકારી-મંડળી – સભા. *have a ~ in one's bonnet,* મનમાં કોઈ ને કોઈ ગાંડો વિચાર – તુક્કો – સંઘરવો.

beech (બીચ), ના૦ એક જાતનું ઝાડ; તેનું લાકડું. **beech'mast**, ના૦ બીચનું ફળ. **beech'en** (બીચન), વિ૦ બીચનું.

bee-eater, ના૦ એક પક્ષી.

beef (બીફ), ના૦ ગોમાંસ; (માણસનો) સ્નાયુ. *put ~ into,* -માં જોર વાપરવું – દાખલ કરવું. **beef'eater,** ના૦ રાજાનો અંગરક્ષક; (બ૦વ૦ બીફઈટર્ઝ઼), પ્રાચીન કાળનો વેષ ધારણ કરનાર ટાવર ઑફ લંડનનો પહેરેગીર.

beef'steak, ના૦ ગોમાંસનો જાડો ટુકડો. **~ tea,** ના૦ ગોમાંસનો સેરવો. **beef'y** (બીફિ), વિ૦ મજબૂત (સ્નાયુવાળું), નક્કર.

bee'hive (બીહાઇવ), ના૦ મધપૂડો.

bee-line (બીલાઇન), ના૦ બે સ્થળ વચ્ચેની સીધી લીટી.

been (બીન), be નું ભૂ૦ કૃ૦

beer (બીર, બિઅર), ના૦ 'બીર' દારૂ (અનાજમાંથી બનાવવામાં આવે છે); કેટલાંક મૂળિયાંમાંથી બનાવવામાં આવતાં પીણાં – દારૂ. *think no small ~ of,* **-નું ખૂબ** મહત્ત્વ માનવું. **beer'y**, વિ૦ બીરની અસર દાખવતું – ગંધવાળું.

bees'wax (બીઝ઼વૅક્સ), ના૦ મીણ. સ૦ ક્રિ૦ તે વતી પૉલિશ કરવું – ઓપ આપવો.

beet (બીટ), ના૦ લાલ અથવા સફેદ રંગનો ગળ્યા સ્વાદનો એક કંદ, 'બીટ'. **beet'root,** ના૦ બીટનો કંદ. **sugar-beet** ના૦ બીટ-માંથી બનેલી ખાંડ.

beetle (બીટલ), ના૦ વાંદો; ટૂંકી દૃષ્ટિવાળો માણસ; સમાજની રૂઢિઓ વગેરે ફગાવી દઈને આઝાદપણે વર્તનાર, 'બીટલ'.

bee'tle, ના૦ મોગરી, ગદા.

bee'tle, વિ૦ આગળ પડતું, ઝઝૂમી રહેલું; ખરબચડું, બરછટ. અ૦ ક્રિ૦ આગળ નીકળી પડવું, ઝઝૂમી રહેવું. *~-browed,* વિ૦ આગળ પડતી – ઊપસેલી – ભમ્મર – કપાળ – વાળું.

befall' (બિફૉલ), ઉ૦ ક્રિ૦ (ભૂ૦ કા૦ befell; ભૂ૦કૃ૦ befallen). **થવું, બનવું;** -ની ઉપર આવી પડવું, વીતવું.

befit' (બિફિટ), સ૦ ક્રિ૦ (ભૂ૦ કા૦ befitted). -ને યોગ્ય – લાયક – હોવું – છાજવું; -ને માટે બંધનકારક હોવું. **befitting**, વિ૦ યોગ્ય.

befog' (બિફૉગ), સ૦ ક્રિ૦ (ભૂ૦ કા૦ befogged). ધુમ્મસથી ઢાંકી દેવું; [લા.] અસ્પષ્ટ બનાવવું, મૂંઝવણમાં નાંખવું.

befool' (બિફૂલ), સ૦ ક્રિ૦ મૂરખ બનાવવું; છેતરવું, ભૂલથાપ દેવી.

before' (બિફોર), ક્રિ૦ વિ૦ આગળ; સામે; અગાઉ, ક્યારનું. નામ૦ અ૦ -ની સામે – હાજરીમાં; -થી પહેલાં; -ને લીધે; -ના જોર આગળ. ઉભ૦ અ૦ એના કરતાં; તેની પહેલાં.

before'hand (બિફોરહૅન્ડ), ક્રિ૦ વિ૦ અગાઉથી, પહેલેથી. [ડાઘ લગાડવો.

befoul' (બિફાઉલ), સ૦ ક્રિ૦ ગંદું બનાવવું,

befriend' (બિફ્રે'ન્ડ), સ૦ ક્રિ૦ -ની સાથે મિત્રતા કરવી, મદદ કરવી.

beg (બે'ગ), ઉ૦ ક્રિ૦ (ભૂ૦ કા૦ begged). ભીખ માગવી; ભીખ માગીને જીવવું; માગવું; આજીજી કરવી; (રજા, મહેરબાની માટે) વિનંતી કરવી. *~ the question,* જે વસ્તુ સિદ્ધ કરવાની હોય તે જ સ્વીકારીને ચાલવું – તર્ક કરવો, સાધ્યાભ્યુપગમ દોષ કરવો. *~ someone's pardon,* કોઈની માફી માગવી; ફરી બોલવા વિનંતી કરવી. *go begging, abegging,* (વસ્તુ, જગ્યા, ઇ. માટે) સ્વીકારનાર ન મળવો, કોઈ ને જરૂર ન હોવી.

began (બિગૅન), begin નો ભૂ૦ કા૦

beget' (બિગે'ટ), સ૦ ક્રિ૦ (ભૂ૦ કા૦ begot, જૂનો ભૂ૦ કા૦ begat; ભૂ૦ કૃ૦ begotten). પેદા કરવું, જન્મ આપવો, જનમાવવું, ઉત્પન્ન કરવું.

begg'ar (બે'ગર), ના૦ માગનાર, ભિખારી, યાચક; સાવ ગરીબ–અકિંચન–માણસ. સ૦ ક્રિ૦ ભિખારી –ભીખ માગતું– કરી નાંખવું; -થી ચડી જવું, -ને ચૂપ કરી દેવું. ~ *description*, અવર્ણનીય હોવું. **begg'arly**, વિ૦ ગરીબ, કંગાલ; હલકું, નીચ. **begg'ary** (બે'ગરિ), ના૦ અતિદરિદ્રતા, કંગાલિયત.

begin' (બિગિન), ઉ૦ ક્રિ૦ (ભૂ૦ કા૦ began; ભૂ૦ કૃ૦ begun). શરૂ કરવું, -નો આરંભ કરવો; આરંભ થવો, શરૂ થવું; કરવા માંડવું, શરૂ કરવામા પહેલ કરવી. *to ~ with*, પહેલી વાત એ કે–. **beginn'er**, ના૦ આરંભ કરનાર; શિખાઉ માણસ, નવો નિશાળિયો. **beginn'ing**, ના૦ આરંભ, શરૂઆત; શરૂઆતનો કાળ; મૂળ, આદિકારણ. *without ~*, અનાદિ.

begone' (બિગૉન), ઉદ્ગાર૦ ચાલ્યો જા, નીકળ, મોં કાળું કર.

begon'ia (બિગોનિઆ), ના૦ પાંખડી વિનાના ફૂલ અને સુશોભિત પાંદડાંવાળો છોડ.

begot, begott'en, beget ના ભૂ૦ કા૦ તથા ભૂ૦ કૃ૦

begrime' (બિગ્રાઇમ), સ૦ક્રિ૦ (–mable). ખરડવું, ઉપર કાદવ ચોપડવો – લેપવો.

begrudge' (બિગ્રજ), સ૦ ક્રિ૦ અદેખાઈ કરવી, અસંતોષ – નારાજગી – દેખાડવી – લાગવી; અનિચ્છાથી આપવું; આપવા તૈયાર ન હોવું.

beguile' (બિગાઇલ), સ૦ ક્રિ૦ (– lable). ભ્રમમાં નાંખવું, છેતરવું; મોહિત – ખુશ – કરવું, મોજથી વખત પસાર કરાવવો. **beguile'-ment**, ના૦ છેતરપિંડી; પાશ, જાળ; રમત-ગમત, ઇ. વખત કાઢવાનું સાધન, 'કાલક્ષેપમ્'.

beg'um (બીગમ), ના૦ બેગમ.

begun' (બિગન), begin નું ભૂ૦ કૃ૦

behalf' (બિહાફ), ના૦ હિત, લાભ; પક્ષ, તરફ. *in, on, ~ of*, -ની વતી, -ને મદદ કરવા સારુ.

behave' (બિહેવ), અ૦ ક્રિ૦ અને સ્વ૦ ક્રિ૦ વર્તવું, વર્તન કરવું; સારી રીતે – યોગ્ય – વર્તન કરવું(~ *oneself*). **well-behaved'**, સારી રીતભાત – વર્તણૂક – વાળું, વિનયી.

behav'iour (બિહેવ્યર), ના૦ આચરણ, વર્તણૂક, ચાલચલગત; રીતભાત.

behav'iourism (બિહેવ્યરિઝ઼મ), ના૦ વિશિષ્ટ ભૌતિક કે માનસિક ઉત્તેજના થતાં તેના જવાબમાં માણસની થતી પ્રતિક્રિયાઓ જોઈને તેનું વર્તન કે આચરણ તપાસવાની માનસશાસ્ત્રીય પદ્ધતિ.

behead' (બિહે'ડ), સ૦ ક્રિ૦ શિરચ્છેદ કરવો, ગરદન મારવું. [તથા ભૂ૦ કૃ૦

beheld (બિહે'લ્ડ), behold ના ભૂ૦ કા૦

behest' (બિહે'સ્ટ), ના૦ હુકમ, આજ્ઞા.

behind' (બિહાઇન્ડ), ક્રિ૦ વિ૦ અને નામ૦ અ૦ પાછળ (ટેકા તરીકે); પાછળના ભાગમાં – બાજુએ; પાછળ પડેલું – મોડું; બાકી રહેલું. ના૦ પાછલી બાજુ.

behind'hand (બિહાઇન્ડહૅન્ડ), વિ૦ અને ક્રિ૦ વિ૦ બહુ મોડું (પડેલું); પાછળ પડી ગયેલું, બાકી રહેલું.

behold' (બિહોલ્ડ), સ૦ ક્રિ૦ નજરે જોવું; [આજ્ઞાર્થે] જુઓ, ધ્યાન આપો.

behol'den (બિહોલ્ડન), વિ૦ આભારી, ઉપકૃત, ઓશિંગણ.

behoof' (બિહૂફ), ના૦ ઉપયોગ, લાભ. *on your ~*, તમને મદદ કરવા માટે.

behove (બિહોવ), **behoove** (બિહૂવ), સ૦ ક્રિ૦ (*it* સાથે અકર્તૃક વાક્યરચનામાં જ વપરાય છે.) -ને માટે અગત્યનું હોવું, -ની ફરજ હોવી; -ને છાજવું – યોગ્ય હોવું.

beige (બેઝ઼), ના૦ રંગ્યા અને ધોયા વિનાનું ઊનનું કાપડ; એનો રંગ. વિ૦ એ રંગનું.

be'ing (બીઇંગ), ના૦ હોવું તે, અસ્તિત્વ, હસ્તી; હસ્તી ધરાવનાર; જીવ, જંતુ, પ્રાણી, વ્યક્તિ. *the Supreme B~*, પરમેશ્વર. *come into ~*, પેદા થવું, અસ્તિત્વમાં આવવું.

bejew'elled (બિજૂઅલ્ડ), વિ૦ રત્નજડિત.

belab'our (બિલેબર), સ૦ ક્રિ૦ સારી પેઠે મારવું, ઝૂડવું, ઠોકવું, ટીપવું.

belat'ed (બિલેટિડ), વિ૦ મોડું થઈ ગયેલું; પાછળ રહી ગયેલું; – ને અંધારું થઈ ગયેલું. *~ efforts*, સમયસર નહિ એવા પ્રયત્નો.

belaud' (બિલૉડ), સ૦ ક્રિ૦, -નાં ખૂબ વખાણ કરવાં.

belay' (બિલે), સ૰ ક્રિ૰ (ભૂ૰ કા૰ belayed). ખીંટી, ઇ. ફરતું દોરડું તાણીને બાંધવું. *~there!* [નૌકા.] થોભો, બસ કરો. *~ing pin,* દોરડું બાંધવા માટેની ખીંટી – ખૂંટી – ખીલો.

belch (બે'લ્ચ), સ૰ ક્રિ૰ ઓડકાર ખાવો; (તોપ, જ્વાળામુખી, ઇ. અંગે) આગ, ધુમાડો, ઇ. જોરથી બહાર કાઢવું – ફેંકવું. ના૰ ઓડકાર, ઉદ્ગાર; તોપનો ધડાકો.

bel'dam (બે'લ્ડમ), **beldame** (બે'લ્ડેમ), ના૰ ડોસી, વૃદ્ધ સ્ત્રી; બદસૂરત સ્ત્રી; વંતરી.

beleag'uer (બિલીગર), સ૰ ક્રિ૰ ઘેરો ઘાલવો; ચોમેરથી હુમલો કરવો.

bel'fry (બે'લ્ફ્રિ), ના૰ ઘંટાઘર, ઘંટવાળું ટાવર – મિનારો; (દેવળના) મિનારામાંની ઘંટની જગ્યા.

belie' (બિલાઇ), સ૰ ક્રિ૰ ખોટું પાડવું, ખોટું છે એમ બતાવી આપવું; ખોટો ખ્યાલ આપવો, ખોટી રજૂઆત કરવી; અમલમાં મૂકવામાં ચૂકવું – નિષ્ફળ જવું.

belief' (બિલીફ), ના૰ વિશ્વાસ, શ્રદ્ધા; સાચું છે એમ માનવું તે; શ્રદ્ધાનો વિષય; મત, અભિપ્રાય, માન્યતા; ધર્મ, પંથ. *to the best of one's ~,* -ના સાચા મત પ્રમાણે.

believe' (બિલીવ), ઉ૰ ક્રિ૰ (-vable). સાચું માનવું; પર વિશ્વાસ રાખવો; માનવું, ધારવું. *~ in,* -માં, પર, વિશ્વાસ રાખવો.

believ'er (બિલીવર), ના૰ વિશ્વાસ રાખનાર; (અમુક પંથ કે ધર્મમાં) માનનાર; આસ્તિક.

belike' (બિલાઇક), ક્રિ૰ વિ૰ [પ્રા.] કદાચ, ઘણું કરીને.

belit'tle (બિલિટલ), સ૰ ક્રિ૰ નાનું દેખાય તેમ કરવું; હલકું પાડવું, ઉતારી પાડવું.

bell (બે'લ), ના૰ ઘંટ, ઘંટા, ઘંટડી; ઘૂઘરો – રી; ઘંટના આકારની વસ્તુ. *one to eight ~s,* વહાણ પરના પહેરાના અર્ધા અર્ધા કલાકના ગાળા. સ૰ ક્રિ૰ -ને ઘંટ બાંધવો. *cap and ~s,* વિદૂષકનો વેષ. *passing-~,* મરણ પછી વગાડાતો ઘંટ. *~-boy,* [અમે.] હોટેલનો નોકર. *~ the cat,* ઘણા જોરાવર માણસ સાથે બાથ ભીડવી. *~-metal,* કાંસું, જસત ને કલાઈની મિશ્રધાતુ. *~-pull,* ઘરની ઘંટડી વગાડવાની દોરી. *~-weth'er* (બે'લ-વે'ધર), જેના ગળામાં ઘંટડી બાંધવામાં આવે છે તે ઘેટાંનું આગેવાન ઘેટું.

belladonn'a (બે'લડૉના), ના૰ [વનસ્પ૰] રાતાં ફૂલ અને કાળાં બોર જેવાં ફળવાળો એક ઝેરી છોડ, બેલાડોના; તેમાંથી બનતી દવા.

belle (બે'લ), ના૰ રૂપાળી – ફાંકડી – નાર, સુંદરી, રંભા; સૌંદર્યની રાણી.

belles-lettres (બે'લ્લે'ટર), ના૰ શુદ્ધ સાહિત્યિક લખાણો.

bell-hop (બે'લ્‌-હૉપ), ના૰ [અમે.] હોટલનો નોકર – છોકરો; પટાવાળો.

bell'icose (બે'લિકોસ), વિ૰ લઢકણું, ઝઘડાળુ; લડાયક.

belli'gerent (બે'લિજરન્ટ), વિ૰ યુદ્ધ – લડાઈ – ચલાવનારું; યુદ્ધમાં રોકાયેલું, યુદ્ધારૂઢ. ના૰ યુદ્ધ કરનાર રાષ્ટ્ર, પક્ષ કે વ્યક્તિ. **belli'gerency** (બે'લિજરન્સિ), ના૰ યુદ્ધારૂઢ હોવાની સ્થિતિ.

bell'man (બે'લ્મન), ના૰ નગરને ખબર આપવા માટે ઘંટ વગાડનાર – દાંડી પીટનાર.

bell'ow (બે'લો), ઉ૰ ક્રિ૰ આખલાની જેમ આરડવું – ગરજવું; (દરિયાએ) ઘૂ ઘૂ કરવું; (પવનના) સુસવાટા થવા; દરદથી બૂમો – ચીસો – પાડવી. ના૰ ગર્જના, ઘુઘવાટો, આરડ.

bello'ws (બે'લોઝ઼), ના૰ બ૰ વ૰ ધમણ; કૅમેરાનો ફુલાવી શકાય એવો ભાગ.

bell-weth'er (બે'લવે'ધર), ના૰, જુઓ bellમાં.

bell'y (બે'લિ), ના૰ પેટ, ઉદર; કોઈ વસ્તુનો ઊપસી આવેલો – આગળ પડતો – ભાગ. ઉ૰ ક્રિ૰ બહાર ઊપસી આવવું, ફૂલવું, ઊપસવું. *~-god,* અકરાંતિયો, લાડુભટ.

belong' (બિલૉંગ), અ૰ ક્રિ૰ (*to* સાથે) -નું હોવું, -ની માલિકીની હોવું; -ની સાથે જોડાયેલું હોવું; -નું વતની હોવું. **belong'ings** (બિલૉંગિંગ્ઝ઼), ના૰ બ૰ વ૰ (કોઈની) મિલકત – માલમતા – પરિવાર.

belov'ed (બિલવિડ), વિ૰ અતિપ્રિય. ના૰ પ્રિય વ્યક્તિ; પ્રિયા, પ્રેયસી; [સંબોધનમાં] હે પ્રિયે! (*my ~!*). **beloved'** (બિલવ્ડ), ભૂ૰ કૃ૰ પ્રેમ કરાયેલું, પ્રિય.

below' (બિલો), ક્રિ૰ વિ૰ નીચે; જમીન-

ધરતી–પર; નીચેના હોદ્દા–પદ–પર; (ચોપડીમાં) હવે પછી, નીચે, આગળ. નામ૦ અ૦ (પદ, રકમ, ઇ. માં)-ની નીચે, -થી નીચી કક્ષાનું; -ને ન છાજે તેવું, અનુચિત. *hit ~ the belt*, ગેરવાજબી રીતે લડવું, અધર્મ યુદ્ધ કરવું.

belt (બે'લ્ટ), ના૦ ચામડા, ઇ. નો પટો, કમરપટો, કટિબંધ; યંત્રનાં ચક્રોને જોડનારો ગોળ – છેડા વિનાનો – પટો; કશાકની ફરતો રંગ, ઝાડ, ઇ.નો પટો–પ્રદેશ. સ૦ ક્રિ૦ પટો બાંધવો; -ની ચારે કોર વીંટળાઈ જવું, ઘેરી લેવું; પટા વતી મારવું, ફટકારવું; [વિ. બો.] ઝડપથી દોડવું. *hit below the ~*, below માં જુઓ. [ના ડાઘા પાડવા.

bemire' (બિમાયર), સ૦ ક્રિ૦ કાદવ, ઇ.-

bemoan' (બિમોન), સ૦ ક્રિ૦ -ને માટે રડવું –શોક કરવો.

bemuse' (બિમ્યૂઝ઼), સ૦ ક્રિ૦ ચિંતામાં નાખવું; કશું સૂઝે નહિ એવું–જડ– બનાવવું. દા. ત. *~ with wine.*

bench (બે'ચ). ના૦ બાંકડો, લાંબી પાટલી; ન્યાયાધીશ કે મૅજિસ્ટ્રેટનું આસન; ન્યાયાધીશોનું મંડળ; ન્યાયાલય, અદાલત; સુથાર વગેરેનું કામ કરવાનું ટેબલ. *back-~er*, ના૦ પાછલી પાટલી પર બેસનાર સંસદ સભ્ય.

bend (બેંડ), ઉ૦ ક્રિ૦ (ભૂ૦ કા૦ અને ભૂ૦ કૃ૦ bent). વાંકું કરવું–થવું, વાળવું, વળવું; અમુક દિશામાં વાળવું – ફેરવવું; (માથું) **નમાવવું, નમવું, તાબે કરવું-થવું.** *~ one's energies*, -માં બધી યે શક્તિઓ વાપરવી. ના૦ કશાકનો વળેલો ભાગ; વળાંક, વળણ, વાંક.

beneath (બિનીથ), ક્રિ૦ વિ૦ અને નામ૦ અ૦ નીચે, તળે, હેઠળ; ઊતરતું, નીચું; -ને ન છાજતું (*~ one*).

ben'edick (બે'નિડિક), ના૦ નવપરિણીત માણસ, વિ. ક. ચાડીને લાંબો સમય અપરિણીત રહ્યો હોય તે.

benedic'tion (બે'નિડિક્શન), ના૦ સ્વસ્તિવાચન; આશીર્વાદ, દુવા. **benedictory** (બે'નિડિક્ટરિ), વિ૦ આશીર્વાદનું, આશીર્વાદાત્મક.

benefac'tion (બે'નિફૅક્શન), ના૦ ઉપકાર – કલ્યાણ – કરવું તે; ઉપકાર; ધર્માદાન.

ben'efactor (બે'નિફૅક્ટર), ના૦ મદદ કરનાર; દાતા, દાન કરનાર. **ben'efactress** (બે'નિફૅક્ટ્રિસ), ના૦ સ્ત્રી૦

ben'efice (બે'નિફિસ), ના૦ દેવળ(ચર્ચ)ના વ્યવસ્થાપક (વિકાર કે રેક્ટર)ને મળતી વૃત્તિ, દેવસ્થાન અંગેની પૂજારીને મળતી મિલકત કે આજીવિકા.

benef'icent (બિને'ફિસન્ટ), વિ૦ પરોપકારી, દયાળુ, ભલું. **benef'icence** ના૦ પરોપકાર, દયા, કૃપા (નું કામ).

benefi'cial બે'નિફિશલ), વિ૦ લાભકારક, ઉપયોગી. **benefi'cially**, ક્રિ૦ વિ૦.

benefi'ciary (બે'નિફિશરિ), ના૦ કોઈના મરણ પછી તેની મિલકતમાંથી હિસ્સો પામનાર; નિર્વાહસાધન ધરાવનાર; લાભ મેળવનાર; [કા.] હિતાધિકારી.

ben'efit (બે'નિફિટ), ના૦ ફાયદો, લાભ; નફો; ઊપજની રકમ અમુક વ્યક્તિ કે સંસ્થાને આપવાના હેતુથી ભજવવામાં આવતું નાટક, ઇ.(*~ performance*). ઉ૦ ક્રિ૦ કોઈનું ભલું કરવું; લાભ લેવો; -નો ફાયદો થવો.

benev'olent (બિને'વલન્ટ), વિ૦ ભલું કરવાની ઇચ્છા–વૃત્તિ–વાળું, પરોપકારી, દયાળુ. **benev'olence**, ના૦ ભલું કરવાની વૃત્તિ, પરોપકારિતા; પરોપકાર, દાનધર્મ, સખાવત.

Bengal'i (બેંગૉલિ), વિ૦ બંગાળનું. ના૦ બંગાળનો વતની કે તેની ભાષા.

benight'ed (બિનાઇટિડ), વિ૦ ચાલતાં ચાલતાં રાત પડી હોય એવું; બૌદ્ધિક કે નૈતિક અંધકારમાં સપડાયેલું; અજ્ઞાનગ્રસ્ત.

benign' (બિનાઇન), વિ૦ કૃપાળુ, માયાળુ; શુભ, મંગળ, હિતકારક; (માંદગી, ઇ.) હળવું, સખત નહિ એવું. **benig'nancy** (બિનિગ્નન્સિ), **benig'nity**(બિનિગ્નિટિ), ના૦ દયાળુપણું, દયા, કૃપા, ઉપકાર.

benig'nant (બિનિગ્નન્ટ), વિ૦ માયાળુ, દયાળુ; હિતકારક, શુભ; (રોગ, ઇ.) હળવું, સૌમ્ય.

ben'ison (બે'નિઝ઼ન) ના૦ આશિષ, દુવા.

Benj'amin (બેં'જમિન), ના૦ સૌથી નાનું–કનિષ્ઠ – બાળક; ખાસ માનીતું – વહાલું–બાળક.

bent (બે'ન્ટ), ના૦ દાભ, દર્ભ, ઇ. સખત

ડીંટાવાળા ઘાસના પ્રકાર.

bent, ના૦ વલણ, વૃત્તિ, ઝોક.

bent, bend નો ભૂ૦ કા૦ તથા ભૂ૦ કૃ૦

Ben'thamism (બે'ન્ટમિઝ્મ), ના૦ "વધારેમાં વધારે લોકોનું વધારેમાં વધારે સુખ"-નો જેરેમી બેન્ટમનો નીતિ વિષયક સિદ્ધાંત.

benumb' (બિનમ), સ૦ ક્રિ૦ જડ – સૂનું – જૂઠું – બહેરું કરવું; સંવેદન-અક્ષમ – સંવેદન-શૂન્ય – શક્તિહીન – બનાવવું.

ben'zene(બે'ન્ઝીન), ના૦ ડામર (કોલટાર)-માંથી કાઢવામાં આવતો એક ખુશબોદાર પ્રવાહી પદાર્થ; લોબાનનું તેલ.

ben'zine(બે'ન્ઝીન), ના૦ ખનિજ તેલોમાંથી કાઢેલા દ્રવ હાઇડ્રોકાર્બનોનું મિશ્રણ, જે તેલ, ઇ.ના ડાઘા કાઢવામાં વપરાય છે.

ben'zol (બે'ન્ઝોલ), **ben'zole**(બેન્ઝોલ), ના૦ = benzene.

bequeath' (બિક્વીધ), સ૦ ક્રિ૦ મૃત્યુપત્ર કરીને કોઈને માટે કંઈ મૂકી જવું; પાછળથી આવનારને (વિ. ક. વારસામાં) આપવું.

bequest' (બિક્વે'સ્ટ), ના૦ વારસો, વસિયત; મૃત્યુપત્ર દ્વારા આપેલ મિલકત.

berate' (બિરેટ), સ૦ ક્રિ૦ ઠપકો આપવો, ઝાટકવું.

Berb'er (બર્બર), ના૦ ઉત્તર આફ્રિકાના બર્બરી, ઇ. મુલકમાં રહેનાર એક પ્રજા.

bereave' (બિરીવ), સ૦ ક્રિ૦ (ભૂ૦ કા૦ અને ભૂ૦ કૃ૦ bereaved અથવા bereft). છીનવી લેવું, વિનાનું – રહિત – કરવું; સગાં, સ્ત્રી, ઇ. વિનાનું કરવું; વેરાન કરવું. **bereave'd** (બિરીવ્ડ), વિ૦ જેનું કોઈ સગું મરી ગયું છે એવું. **bereave'ment**, ના૦ (મૃત્યુને લીધે) વિયોગ. [વિહોણું, વિનાનું.

bereft (બિરે'ફ્ટ), વિ૦ સાવ નિરાધાર;

beret (બે'રે,), ના૦ (બૅસ્ક લોકોમાં વપરાતી) ઊનની ગોળ ચપટી ટોપી.

berg (બર્ગ), ના૦ બરફનો પહાડ; [દ. આફ્રિકા] પહાડ, પર્વત.

be'riberi (બે'રિબે'રિ), ના૦ અમુક પ્રજીવક તત્ત્વોને અભાવે, વિ. ક. ચોખા પૉલિશ કરીને વાપરવાથી, થતો રોગ, બેરીબેરી.

be'rry (બે'રિ), ના૦ ઠળિયા વિનાનું કોઈ પણ નાનું રસવાળું ફળ, ટેટો; [વનસ્પ.] ગરમાં બિયાં હોય એવું ફળ. **be'rried**, વિ૦

bers'erk(er) (બર્સર્ક, –કર), ના૦ ઝનૂનથી લડનાર નૉર્સ (નૉર્વેજિયન) યોદ્ધો. *go berserk*, એકદમ બેકાબૂ થઈને મારામારી પર આવવું. ~ *rage*, જંગલી ને બેકાબૂ ગુસ્સો.

berth (બર્થ), ના૦ વહાણ લંગરવાની કે ઊભું કરવાની જગ્યા; વહાણમાંના માણસોનો રહેવા જમવાનો ઓરડો; (રેલગાડીમાં) સૂવાની જગ્યા–પાટિયું–બાંકડો; જગ્યા, નોકરી. સ૦ક્રિ૦ લંગરવાની – સૂવાની – જગ્યા આપવી. *give* a person *a wide* ~, તેનાથી વેગળા રહેવું *get a good* ~, સારી નોકરી મેળવવી.

be'ryl (બે'રિલ), ના૦ એક જાતનું રત્ન, નીલમ, પીરોજ, ઇ.

beseech' (બિસીચ), સ૦ ક્રિ૦ (ભૂ૦ કા૦ અને ભૂ૦ કૃ૦ besought). આજીજી કરવી, કાલાવાલા કરવા; કરગરીને માગવું. **beseech'ingly**, ક્રિ૦ વિ૦ આજીજીપૂર્વક, કાલાવાલા કરીને. [હોવું; સારું દેખાવું.

beseem' (બિસીમ), સ૦ ક્રિ૦ યોગ્ય–લાયક–

beset' (બિસે'ટ), સ૦ ક્રિ૦ (ભૂ૦ કા૦ અને ભૂ૦ કૃ૦ beset). ઘેરી લેવું, ઘેરો ઘાલવો; હુમલો કરવો. ~*ting sin*, -ની સાથે વળગેલું – સતત લલચાવનારું – પાપ.

beshrew' (બિશ્રૂ), સ૦ક્રિ૦ (એનું, મારું, ઇ.) સત્યાનાશ થાઓ એમ કહેવું, શાપ દેવો.

beside' (બિસાઇડ), નામ૦ અ૦ નજીક પાસે, બાજુમાં; -ની સરખામણીમાં. ~ *the point*, અપ્રસ્તુત. *be* ~ *oneself*, આવેશમાં આવી ભાન ભૂલવું – ગુમાવવું.

besides' (બિસાઇડ્ઝ), નામ૦અ૦ વધારામાં, ઉપરાંત. ક્રિ૦ વિ૦ પણ, સુધ્ધાં.

besiege' (બિસીજ), સ૦ ક્રિ૦ ઘેરો ઘાલવો; -ની આસપાસ ટોળે વળવું – ઘેરાઈ જવું; સતત વિનંતીઓ અને માગણીઓ કરવી.

besmear' (બિસ્મિઅર), સ૦ ક્રિ૦ લપેડવું, ખરડવું, ડાઘ પાડવો.

besmirch' (બિસ્મર્ચ), સ૦ ક્રિ૦ બગાડવું, ડાઘો પાડવો; ગંદું કરવું; બેરંગ કરવું,

be'som (બીઝ઼મ, બે'–), ના૦ લાંબા હાથ-વાળો ઝાડુ–સાવરણો.
besot' (બિસૉટ), સ૦ ક્રિ૦ ગાંડું–સુસ્ત–મંદ-જડ–બનાવવું. **besotted** (બિસૉટિડ), વિ૦ કેફ, પ્રેમ, ઇ.ને લીધે છકી ગયેલું; ગાંડું.
besought' (બિસૉટ), beseech નો ભૂ૦ કા૦ તથા ભૂ૦ કૃ૦.
bespang'le (બિસ્પૅંગલ), સ૦ ક્રિ૦ ચાંલ્લા, ટપકીઓ, વગેરે ચોડી શણગારવું. *the star-~d sky*, તારાજડિત આકાશ.
bespatt'er (બિસ્પૅટર), સ૦ ક્રિ૦ (પાણી, કાદવ, ઇ.) છાંટવું, -થી ખરડવું; નિંદા કરવી.
bespeak' (બિસ્પીક), સ૦ ક્રિ૦ (ભૂ૦ કા૦ bespoke, ભૂ૦ કૃ૦ bespoken). અગાઉથી નક્કી કરી મૂકવું–રાખી આવવું; માલ માટે ઑર્ડર આપવો, માલ મંગાવવો; -નું સૂચક હોવું, બતાવવું, સૂચવવું. **bespoke** વિ૦ સૂચના–ઑર્ડર–પ્રમાણે બનાવેલું. *~-boot maker*, સૂચના કે ઑર્ડર પ્રમાણે–ખાસ–જોડા બનાવનાર.
besprinkle (બિસ્પ્રિંકલ) સ૦ ક્રિ૦ ઉપર છાંટવું–રેડવું–સીંચવું.
best (બે'સ્ટ), વિ૦ અને ક્રિ૦ વિ૦ (good, well, નું 'તમ'રૂપ). શ્રેષ્ઠ, સર્વોત્તમ. ક્રિ૦ વિ૦ સારામાં સારી રીતે, સૌથી વધુ કુશળતાથી. સ૦ ક્રિ૦ (વાતચીત, ઇ. માં) –પર સરસાઈ કરવી, -થી ચડી જવું, હરાવવું. *have the ~ of it*, દલીલ, ઇ. માં જીતવું. *make the ~ of*, -થી સંતોષ માનવો. *the ~ man*, (લગ્ન વખતે) વરનો સમર્થક–તેની પડખે ઊભો રહેનાર, અણવર. *do one's ~*, પોતાનાથી બનતું કરવું. *at ~*, બહુ (બહુ) તો. *do it for the ~*, સારી દાનતથી–યોગ્ય સમજીને–કરવું. *~--seller*, ધૂમ ખપતી ચોપડી. *put* one's *~ foot forward*, પુરજોસથી આગળ વધવું.
bestead' (બિસ્ટે'ડ), ઉ૦ ક્રિ૦ મદદ કરવી. -નો ઉપયોગ–લાભ–થવો.
bes'tial (બે'સ્ટિઅલ, બે'સ્ટચલ), વિ૦ પશુનું–ને અંગેનું; પાશવી, જંગલી; કામુક; અનૈતિક; નીચ. **bestial'ity** (બે'સ્ટિઍલિટિ), ના૦ પશુના જેવું વર્તન–ગુણ, પશુતા, હેવાનિયત.
bestir' (બિસ્ટર), કર્તૃવા૦ ક્રિ૦ (*~ oneself*) જાગ્રત–સાવધ–ક્રિયાશીલ–થવું.
bestow' (બિસ્ટો), સ૦ ક્રિ૦ આપવું, બક્ષિસ આપવું (*upon* સાથે); મૂકવું (વિ.ક. થાપણ અનામત તરીકે). **bestow'al** (બિસ્ટોઅલ), ના૦ (ભેટ ઇ.) આપવું તે; દાન, અર્પણ.
bestrew' (બિસ્ટ્રૂ), સ૦ ક્રિ૦ (ભૂ૦ કા૦ bestrewed; ભૂ૦ કૃ૦ bestrewn). વેરવું, નાંખવું.
bestride' (બિસ્ટ્રાઇડ), સ૦ ક્રિ૦ (ભૂ૦ કા૦ bestrode, ભૂ૦ કૃ૦ bestridden, bestrid, bestrode). બન્ને તરફ એક એક પગ કરીને બેસવું–ઊભા રહેવું, ઘોડો પલાણીને બેસવું; ઓળંગી જવું.
bet (બે'ટ), ઉ૦ ક્રિ૦ (ભૂ૦ કા૦ bet, betted). શરત–હોડ–કરવી–બકવી. ના૦ શરત, હોડ; શરતમાં મૂકેલી વસ્તુ. *to ~* one's *bottom dollar or shirt on*, પોતાનું સર્વસ્વ હોડમાં મૂકવું; -ની પૂરેપૂરી ખાતરી હોવી. *you ~*, તમે ખાતરી રાખજો.
betake' (બિટેક), કર્તૃવા૦ ક્રિ૦ (ભૂ૦ કા૦ betook; ભૂ૦ કૃ૦ betaken). કોઈ સાધન કે માર્ગ અખત્યાર કરવો–લેવો; કોઈ સ્થળ કે વ્યક્તિ પાસે જવું; –માં મન ચોંટાડવું–લગાડવું (*~ oneself to*).
bet'el (બીટલ), ના૦ નાગરવેલ, પાનનો વેલો. *~-leaf*, (ખાવાનું) પાન. *~-nut*, સોપારી.
bête noire (બેટન્વાર), ના૦ પોતાને જેને વિષે ખૂબ નફરત હોય એવી વસ્તુ કે વ્યક્તિ.
beth'el (બે'થલ), ના૦ પવિત્ર સ્થળ, તીર્થ-સ્થાન; પૂજાની જગ્યા, દેવળ.
bethink' (બિથિંક), કર્તૃવા૦ ક્રિ૦ (ભૂ૦ કા૦ તથા ભૂ૦ કૃ૦ bethought). વિચાર કરવો; સંભારવું, યાદ કરવું (*~ oneself*).
betide' (બિટાઇડ), ઉ૦ ક્રિ૦ -થવું, -નું થવું, પર આવી પડવું, -ને વીતવું. *woe ~ you*, તારા પર આફત ઊતરો.
betimes' (બિટાઇમ્સ), ક્રિ૦ વિ૦ વખતસર, સવેળા; યોગ્ય–ખરે–વખતે; જલદી, શીઘ્ર.
beto'ken (બિટોકન), સ૦ ક્રિ૦ -ની નિશાની હોવી, સૂચવવું, -પરથી જણાવું–દેખાવું.
betook, betake નો ભૂ૦ કા૦
betray' (બિટ્રે), સ૦ ક્રિ૦ દગાથી કે વિશ્વાસ-

ઘાતથી બતાવી દેવું – સોંપી દેવું – હવાલે કરવું; દગો દેવો; બેવફા થવું; ઇચ્છા વિના આપો-આપ ઉઘાડું પડવું, -થી જણાઈ આવવું. **betray'al** (બિટ્રેઅલ), ના૦ વિશ્વાસ-ઘાત, દગો.

betroth' (બિટ્રોધ), સ૦ ક્રિ૦ વિવાહ – વાક્-નિશ્ચય – સગાઈ–કરવી. **betroth'al** (બિટ્રો-ધલ), ના૦ વિવાહ, સગાઈ. **betroth'ed**, વિ૦ અને ના૦ જેની સગાઈ થઈ હોય તે (વ્યક્તિ), (વાગ્) દત્તા.

bett'er (બે'ટર), વિ૦ (good, well, નું 'તર' રૂપ). વધારે સારું – ભલું, ચડિયાતું, સરસ. ક્રિ૦ વિ૦ વધારે સારી રીતે, વધુ ઊંચી માત્રામાં. ના૦ ઉપરી, વડીલ; પોતાનાથી વધુ કાબેલ માણસ. ઉ૦ ક્રિ૦ સુધારવું; ચડી જવું; વધારે સારી વસ્તુ તૈયાર કરવી. *one's ~ half*, પત્ની (કે પતિ). *for ~ for worse*, ભલાં બૂરાં કોઈ પણ પરિણામો આવે તે સ્વીકારીને, ગમે તે થાય તોપણ. *be ~ than one's word*, કબૂલ કર્યા કરતાં પણ વધુ કરવું. *get the ~ of*, હરાવવું; (ચાલાકી વાપરી) છેતરવું. *think ~ of*, વિચાર – મનસૂબો – બદલવો. *~ off*, વધુ પૈસાદાર.

bett'erment (બે'ટરૂમન્ટ), ના૦ સુધારો, કિંમત કે ગુણમાં સુધારો – વધારો.

between' (બિટ્વીન), નામ૦ અ૦ (બે કે વધુ) ની વચ્ચે – વચમાં (સ્થળ, કાળ બન્નેની); અમુક સ્થાનથી અમુક સ્થાન સુધી; -ની વચ્ચે ભાગ પાડીને; (કરાર, ઇ.) બે વ્યક્તિઓની વચ્ચે. ક્રિ૦વિ૦ (બે કે વધુ સ્થળો)ની વચ્ચે. *~whiles*, ક્રિ૦ વિ૦ વચગાળાના સમયોમાં, વચગાળામાં. *~ ourselves*, *~ you and me*, આપણે બે જ જાણીએ, કોઈને કહેવાનું નહિ.

between'-maid, ના૦ બીજા બેને મદદ કરનાર નોકરડી. [ક્રિ૦ વિ૦ વચ્ચે.

betwixt' (બિટ્વિક્સ્ટ) નામ૦ અ૦ અને

bev'el (બે'વલ), ના૦ સુથાર અને કડિયાનું ખૂણા બનાવવાનું ઓજાર; ફરસીના જેવી ઢાળવાળી કોર અથવા સપાટી (*~ edge*). વિ૦ ઢાળવાળી કોરવાળું. ઉ૦ ક્રિ૦ ઢાળ પડતી કોરવાળું બનાવવું, ઢાળવાળું બનાવવું – બનવું. *~ gear*. બે ત્રાંસા દાંતાવાળાં ચક્રોની રચના, જેમાં એક આંસની ગતિ બીજા આંસને આપી શકાય છે. *~ wheels*, ત્રાંસા દાંતાવાળાં ચક્રો. [કોઈ પણ પીણું, પેય.

bev'erage (બે'વરિજ), ના૦ પીવાનો દારૂ;

bev'y (બે'વિ), ના૦ ટોળું, મંડળી, જૂથ (વિ.ક. સ્ત્રીઓ ને પ્રાણીઓની માદાઓનું).

bewail' (બિવેલ), ઉ૦ ક્રિ૦ -ને સારુ શોક કરવો – રડવું – કલ્પાન્ત કરવું.

beware' (બિવેર,–વે'અર), ઉ૦ ક્રિ૦ ધ્યાન આપવું, કાળજી રાખવી; -થી સાવધ રહેવું – થવું; -થી દૂર રહેવું (*~ of*).

bewil'der (બિવિલ્ડર), સ૦ ક્રિ૦ ગૂંચ-વણમાં નાખવું, મૂંઝવવું; ગભરાવવું, વ્યાકુળ – વ્યગ્ર – કરવું. **bewil'derment**, ના૦ ગભરાટ, અકળામણ, વ્યાકુળતા.

bewitch' (બિવિચ), સ૦ક્રિ૦ જાદુ–કામણ–કરવું, નજરબંધી કરવી; મોહિત કરવું; ખૂબ આનંદ આપવો. **bewitch'ment**, ના૦ મો-હિત કરવું તે; વશીકરણ, કામણ. **bewitch'-ing**, વિ૦ ખૂબ સુંદર – મનોહર; કામણગારું.

bewray' (બિરે), સ૦ ક્રિ૦ [પ્રા.] (ખાસ હેતુ રાખ્યા વિના) બતાવવું, જાહેર કરવું, ઉઘાડું પાડવું. [સૂબો.

bey (બે), ના૦ તુર્કસ્તાનના પરગણાનો હાકેમ,

beyond' (બિયૉન્ડ), ક્રિ૦ વિ૦ પેલી પાર – તરફ; આગળ, અગાડી (અંતરે); સિવાય. નામ૦ અ૦ -ની પેલી પાર; -થી વધારે – અધિક. *~ one*, -ની શક્તિની બહાર, -ના ગજા ઉપરાંત. ના૦ પરલોક (*the B~*), અજ્ઞાત. *the back of ~*, પહોંચવી મુશ્કેલ એવી બધાથી દૂર આવેલી જગ્યા.

bez'el (બે'ઝ્લ), ના૦ ફરસી, ઇ.ની ઢાળવાળી કોર; હીરાની પહેલ; (વીંટી વગેરેમાં) રત્ન જડવા માટે કરેલું ખાનું – ઘર.

bezique' (બિઝીક), ના૦ પત્તાંની એક રમત, બિઝીકની રમત.

biann'ual (બાઇએન્યુઅલ), વિ૦ વરસમાં બેવાર – બે વરસે એક વાર – નીકળતું – થતું.

bi'as (બાયસ), ના૦ ['બાઉલ્સ' (લાકડાના દડા)ની રમત] ત્રાંસા આકારને લીધે કે એક બાજુમાં સીસું ભરવાને લીધે થતો તેનો ત્રાંસો માર્ગ કે ગતિ; વલણ, ઝોક; પૂર્વગ્રહ. *on the*

~ [સીવણકામ] ત્રાંસું, તાણાને કતરાતું. સ૦ ક્રિ૦ (bias, biass), -ને વિશિષ્ટ વલણ – ઝોક – દિશા – આપવી; અયોગ્ય રીતે અસર કરવી; પૂર્વગ્રહ પેદા કરવો.

bib (બિબ), ઉ૦ ક્રિ૦ (ભૂ૦ કા૦ bibbed). ઘણું અથવા વારંવાર પીવું; વારે વારે દારૂ ઢીંચવો. ના૦ લાળિયું, હોજિયું. **bib'ber,** ના૦ વારે વારે (દારૂ) પીનાર.

Bi'ble(બાઇબલ), ના૦ ખ્રિસ્તી ધર્મપુસ્તક, જેમાં જૂના ને નવા કરારનો સમાવેશ થાય છે, બાઇબલ; ધર્મગ્રંથ. **bib'lical**(બિબ્લિકલ), વિ૦ બાઇબલનું – ને લગતું.

bibliog'raphy (બિબ્લિઑગ્રફિ), ના૦ ગ્રંથો, તેમની આવૃત્તિઓ, ઇ.નો ઇતિહાસ, ગ્રંથવર્ણન; કોઈ પણ લેખક કે વિષયનાં પુસ્તકોની સૂચિ. **bibliog'rapher** (–ગ્રફર), ના૦ ગ્રંથવર્ણન લખનાર; ગ્રંથસૂચિ બનાવનાર. **bibliograph'ic(al)** (બિબ્લિઅ-ગ્રૅફિક(લ)), વિ૦ ગ્રંથસૂચિને લગતું.

bib'liophil(e)(બિબ્લિઅફિલ, –ફાઇલ), ના૦ ગ્રંથ(સંગ્રહ)પ્રેમી.

bib'ulous (બિબ્યુલસ),વિ૦ દારૂ પીવાની લતવાળું.

bicarb'onate (બાઇકાર્બનિટ), ના૦ બેવડા પ્રમાણમાં તેજાબ – ઍસિડ – વાળો કાર્બોનેટ.

bicent'enary (બાઇસે'ન્ટિનરિ),વિ૦ બસો વરસનું – ને લગતું. ના૦ બસોમી વરસગાંઠ, જન્મતિથિ કે તેની ઉજવણી, દ્વિશતાબ્દી.

bi'ceps(બાઇસે'પ્સ), ના૦ (bicepses). બે માથાં કે મૂળવાળો સ્નાયુ, દ્વિશિરઃસ્નાયુ, વિ. ક. બાહુને વાળનારો ભુજાના ઉપલા ભાગનો.

bick'er(બિકર),અ૦ ક્રિ૦ ઝઘડવું, કજિયો – કંકાસ – કરવો; શોરબકોર કરવો. **bick'ering,** ના૦ કજિયો, કંકાસ.

bi'cycle (બાઇસિકલ), ના૦ બાઇસિકલ, સાઇકલ, દ્વિચક્રી. અ૦ક્રિ૦ સાઇકલ પર બેસવું. **bi'cyclist** (–સિ–), ના૦ સાઇકલ પર બેસનાર, સાઇકલ સવાર.

bid (બિડ), ઉ૦ ક્રિ૦ (ભૂ૦ કા૦ bad, bade, bid; ભૂ૦ કૃ૦ bidden, bid). હુકમ – આજ્ઞા – કરવી; નોતરવું, આમંત્રણ આપવું (~ *to a feast*); કિંમત આપવા તૈયાર થવું, માગણી કરવી; (વિરોધ, ઇ.) જાહેર કરવું. ના૦ લિલામમાં માગણી; માગણી કરનારે આપવા કરેલી કિંમત; આમંત્રણ. ~ *fair to do,* કરશે એમ ચોક્કસ બતાવવું. ~ *farewell, welcome,* આદરપૂર્વક વળાવવું, સ્વાગત કરવું.

bidd'able (બિડબલ), વિ૦ આજ્ઞાધારક.

bidd'ing (બિડિંગ), ના૦ હુકમ, આજ્ઞા; (લિલામમાં) માગણી; આમંત્રણ.

bide (બાઇડ), ઉ૦ ક્રિ૦ (ભૂ૦ કા૦ bode, bided; ભૂ૦ કૃ૦ bided). રહેવું, રાહ જોવી. ~one's *time* યોગ્ય તકની રાહ જોવી.

bienn'ial (બાયે'નિઅલ), વિ૦ બે વરસ ટકનારું; બબ્બે વરસે થનારું, દ્વિવાર્ષિક. ના૦ બે વરસ રહેતી વનસ્પતિ.

bier (બિઅર, બીર), ના૦ ઠાઠડી, નનામી, મડદાગાડી, શબવાહિકા; [લા.] કબર.

biff (બિફ), ના૦ [વિ. બો.] ફટકો મારવો.

bifoc'al (બાઇફોકલ), વિ. (ચશ્માં અંગે વિ. ક.) દૂર અને નજીક જોવાના કાચવાળું.

bi'furcate (બાઇફર્કેટ), ઉ૦ ક્રિ૦ -ની બે શાખા પાડવી – પડવી; બે શાખામાં ફંટાવું, બે ફાંટા ફૂટવા. વિ૦ (–ફર્કિટ) બે શાખા – પાંખો – વાળું. **bifurca'tion,** ના૦

big (બિગ), વિ૦ મોટું, સ્થૂળ, જાડું; પુખ્ત (ઉંમરનું); મહત્ત્વનું, (માણસ) મોટું; ગર્ભવાળું. ~ *bug,* મહત્ત્વનો – મોટો – માણસ. ~ *stick,* બળનો દેખાવ. ~ *pot, wig,* બડા આદમી, મોટા માણસ.

big'amy (બિગમિ), ના૦ એક જ વખતે બે વર કે વહુ રાખવાં તે, દ્વિપતિ–પત્ની–ત્વ, દ્વિપત્ની – પતિ – ની પ્રથા. **bigamist,** (બિગમિસ્ટ), ના૦ બે પત્નીવાળો પુરુષ કે બે પતિવાળી સ્ત્રી. **big'amous** (બિગમસ), વિ૦ (લગ્ન અંગે) દ્વિપત્ની–પતિ–પ્રતિબંધક કાયદાનો ભંગ કરનારું; જેમાં બે પતિ કે પત્ની થતી હોય એવું.

bight (બાઇટ), ના૦ દોરડાનો ફાંસો; દરિયા-કિનારો, નદી ઇ.નો વળાંક; અખાત.

big'ot (બિગટ), ના૦ કોઈ ધર્મ કે સંપ્રદાયનો ઝનૂની – અવિચારી – અનુયાયી, ધર્માંધ – મતાંધ – માણસ. **big'oted** (બિગટિડ), વિ૦ધર્માંધ, દુરાગ્રહી. **big'otry** (બિગટ્રિ),

નાο સ્વમતાગ્રહ, મતાંધતા; ધર્માંધતા.

bijou (બીઝૂ), નાο (બο વο bijoux). રત્ન, મણિ, ફૅન્સી વસ્તુ. વિο નાનકડું અને સુંદર (*a ~ residence*). [સાઇકલ.

bike (બાઇક), નાο [વિ. બો.] બાઇસિકલ,

bilat'eral (બાઇલૅટરલ), વિο બે બાજુ કે પક્ષનું–વાળું–સાથેનું–વચ્ચેનું.

bil'berry (બિલ્બરિ), નાο એક છોડ; તેનું ઘેરા ભૂરા રંગનું ફળ.

bile (બાઇલ), નાο પિત્ત, પિત્તરસ; પિત્ત-પ્રકોપ; ચીડિયાપણું, કડવાશ.

bilge (બિલ્જ), નાο વહાણના તળિયાનો પહોળામાં પહોળો ને સપાટમાં સપાટ ભાગ; ત્યાં ભરાતો મેલ–કચરો, ગંદવાડ; [વાત.] અક્કલ વગરની વાત. **bilge-water**, નાο તળિયામાં ભરાયેલું ગંદું પાણી.

biling'ual (બાઇલિંગ્વલ), વિο બે ભાષાનું –વાળું; બે ભાષા બોલનારું, દ્વિભાષી.

bil'ious (બિલ્યસ), વિο પિત્તનું, પિત્ત-પ્રકોપવાળું; ચીડિયું, તામસી. **bil'iousness**, નાο પિત્ત પ્રકૃતિ, તામસીપણું.

bilk (બિલ્ક), સο ક્રિο પૈસા ચૂકવવાનું ટાળવું, છેતરવું, હાથતાળી આપવી.

bill (બિલ), નાο દાતરડું; પક્ષીની ચાંચ; સાંકડી ટેકરી. સο ક્રિο વહાલમાં ચાંચે ચાંચ મેળવવી. ~ *and coo*, પક્ષીની જેમ એક-બીજાને પંપાળવું–ભેટવું–વહાલ કરવું.

bill, નાο કાયદાનો ખરડો, બિલ; વેચેલા માલની કે કરેલા કામની કિંમતની યાદી, ભરતિયું, આંકડો; જાહેરાતનું લખાણ–ભીંત-પત્ર; હૂંડી; [અમે.] ચલણી નોટ. સο ક્રિο (કોઈ કાર્યક્રમમાં ભાગ લેશે એમ) જાહેર કરવું. *foot the~*, બિલ ચૂકવવું. ~ *of exchange*, પરદેશજોગી હૂંડી. ~*of health*, વહાણ પરના માણસોની તબિયતનો રિપોર્ટ–આરોગ્યનું સર્ટિફિકેટ. (દા.ત.*give a clean ~of health*). ~ *of lading*, વહાણ પર ચડાવેલા માલની યાદી–ભરતિયું. ~ *of fare*, પિરસણ–ખાવા-ની વાનીઓ–ની યાદી. ~*board*, **નાο જાહે**-રાત ચોડવાનું પાટિયું, ~*-poster*, ~*-sticker*, જાહેરાત ચોડનાર માણસ.

bill'et (બિલિટ), નાο સિપાઈને જમવા રહેવાની સગવડ–ઉતારો આપવાનો હુકમ; સિપાઈઓનો ઉતારો; નિમણૂક, નોકરી, જગ્યા. સο ક્રિο (કોઈ વ્યક્તિને ઘેર કે ગામમાં) સિપાઈ-ઓને ઉતારો કરાવવો–આપવો.

bill'et, નાο બળતણનું જાડું લાકડું; ધાતુની નાની પટ્ટી.

billet-doux' (બિલિડૂ), નાο પ્રેમપત્ર.

bill'-hook (બિલ્હુક), નાο દાતરડું.

billi'ards (બિલ્યર્ડ્ઝ), નાο લખોટા અને ડંડાથી મેજ પર રમાતી રમત, બિલિયર્ડની રમત. **bill'iard-marker** નાο બિલિ-યર્ડના દાવનો હિસાબ રાખનારો.

bill'ingsgate (બિલિંગ્ઝગેટ), નાο ગાળ, ગલીચ ગાળાગાળી; *B~*, લંડનનો એક ભાગ –મચ્છીબજાર.

bill'ion (બિલ્યન), નાο એક લાખ કરોડ, (૧૦૦૦૦૦૦૦૦૦૦૦૦),મહાપદ્મ; [અમેરિકા-માં] સો કરોડ, અબજ.

bill'ow (બિલો), નાο મોટું મોજું કે છોળ. અο ક્રિο મોટાં મોજાં આવવાં–ની જેમ ઊછળવું. **bill'owy**, વિο મોટાં મોજાંવાળું.

bill'y (બિલિ), નાο પ્રવાસમાં કીટલી તરીકે વપરાતો ટિનનો ડબો–વાસણ.

bill'y-goat(બિલિ-ગોટ), નાο બકરો(નર).

bil'tong (બિલ્ટૉંગ), નાο [દ. આફ્રિકામાં] તડકે સૂકવેલું માંસ–માંસના કકડા.

bimet'allism (બાઇમે'ટલિઝ્મ), નાο સોનું અને ચાંદી બેઉ ધાતુઓની કિંમતનું પ્રમાણ નક્કી કરીને તે ચલણ તરીકે વાપર-વાની પદ્ધતિ, દ્વિચલણ પદ્ધતિ.

bin (બિન), નાο ડબ્બો, પીપ, ટોપલી, ઇ.પાત્ર. *dust-~*, નાο કચરાની ટોપલી–પેટી.

bind (બાઇન્ડ), ઉο ક્રિο (ભૂο કાο અને ભૂ. કૃ. bound). બાંધવું, સાથે બાંધી દેવું; સાથે–એકત્ર–બાંધી રાખવું; ફરજિયાત કરવું –હોવું; ચોપડી બાંધવી; (માટી, બરફ, ઇ.)નો ગઠ્ઠો બનવો; શરતો દ્વારા કરારથી બાંધી દેવું. ~ *oneself to*, વચનથી બંધાવું. ~ *over*, હાજર રહેવા, શાંતિ જાળવવા, જામીન લઈને બાંધી લેવું. ~ *up*, જખમ, ઇ. પર પાટો બાંધવો.

bind'er (બાઇન્ડર), નાο ચોપડીઓ

હથિયાર, શારડી. સ૦ક્રિ૦ -ના મોઢામાં લગામ નાંખવી; રોકવું; કાબૂમાં લેવું. *do one's ~*, પોતાનો ફાળો – સેવા – આપવી. *for a ~*, થોડા વખત માટે. *give a ~ of one's mind*, સ્પષ્ટોક્તિ કરવી, ઠપકારવું. *~ by ~*, ધીમે ધીમે, થોડું થોડું કરીને. *take the ~ between one's teeth*, કાબૂ બહાર જવું. *come to ~s*, ટુકડે ટુકડા થઈ જવું.

bit, bite નો ભૂ૦ કા૦.

bitch (બિચ), ના૦ કૂતરી, કોલી, વરુની માદા; કૂતરી (સ્ત્રી માટે ગાળ).

bite (બાઇટ), ઉ૦ ક્રિ૦ (ભૂ૦કા૦ bit; ભૂ૦ કૃ૦ bitten, bit. –table). કરડવું, બચકું ભરવું; અંદર પેસવું; પકડવું; ચચરવું – બળવું; છેતરવું. ના૦ કરડવું તે; કરડવાથી થયેલી ઈજા –ઘા; કોળિયો; પકડવું–વળગી પડવું–તે; ધુતારો, ઠગ. *~ the dust*, ધૂળ ફાકવી, હણાવું. *~ one's thumb at*, કોઈનો અનાદર કરવો. *~ one's lips*, ઓઠ કરડવા, ગુસ્સો કાબૂમાં રાખવો. *~ off more than one can chew*, ગજા ઉપરાંતનું કામ માથે લેવું.

bi'ter (બાઇટર), ના૦ છેતરનાર. *the ~ bit*, હાથનાં કર્યાં હૈયે વાગ્યાં.

bi'ting (બાઇટિંગ), વિ૦ તીક્ષ્ણ, સખત, કરડું, ઝાટકો લાગે એવું, ઉપરોધિક.

bitt'er (બિટર), વિ૦ કડવું, તીખું; દુ:ખદ, કઠોર; (ટાઢ) કડકડતું. ના૦ કડવાશ, કઠોરતા; (બ૦ વ૦) કડવી ઔષધિનું પાચક પેય.

bitt'ern (બિટર્ન), ના૦ ભેજવાળી જગ્યામાં રહેનારું બગલાની જાતનું એક પક્ષી.

bit'umen (બિટ્યુમિન, –મે'ન), ના૦ એક જ્વાળાગ્રાહી ખનિજ પદાર્થ; શિલાજિત; રાળ; ડામર. **bitu'minous** (બિટ્યૂમિનસ), વિ૦.

bi'valve (બાઇવૅલ્વ), વિ૦ અને ના૦ બે વાલ્વ – ઢાંકણાં – વાળું; (માછલી) બેવડી છીપવાળું.

biv'ouac (બિવુઍક), ના૦ (તંબૂ ઇ. વિના) મેદાનમાં –ખુલ્લામાં – નાંખેલો પડાવ – છાવણી. અ૦ક્રિ૦ આવી રીતે પડાવ નાંખવો.

bi-week'ly વિ૦ અને ના૦ અઠવાડિયામાં બે વાર અથવા બે અઠવાડિયે એક વાર થતું – નીકળતું –(છાપું, ઇ.).

bizarre' (બિઝાર), વિ૦ ઓર તરેહનું, વિચિત્ર, લહેરી, મિશ્ર શૈલીવાળું.

blab (બ્લૅબ), ઉ૦ક્રિ૦ (ભૂ૦ કા૦ blabbed). બકવું, લવારો કરવો; છાની વાત અવિચારથી ફોડવી – કહી દેવી.

black (બ્લૅક), વિ૦ કાળું, શ્યામ; કાળી ચામડીવાળું; અંધારાયેલું, ગમગીન; ખરાબ, દુષ્ટ. *be in one's ~ books*, -ના રોષને પાત્ર હોવું. *~ and blue*, મારને લીધે કાળી ભૂરી ચામડીવાળું. *look ~*, ક્રોધે ભરાવું. ના૦ કાળો રંગ; કાળો ડાઘ; શોક–સૂતક–નાં કાળાં વસ્ત્ર; હબસી. સ૦ક્રિ૦ કાળું બનાવવું; કાળું પૉલિશ કરવું. *~ out*, સ૦ક્રિ૦ ભૂંસી નાખવું; ઉપરથી કે બહારથી જરાય પ્રકાશ ન દેખાય એવી રીતે બારીઓ, ઇ.ને ઢાંકી દેવું. ના૦ એવી રીતે ઢાંકી દેવું – અંધારપટ કરવો – તે.

black'amoor (બ્લૅકમૂર), ના૦ કાળો આદમી, હબસી.

black art, ના૦ મેલી વિદ્યા, જાદુ.

black'ball (બ્લૅકબૉલ), સ૦ ક્રિ૦ કોઈ કલબ કે મંડળીમાં મત આપતી વખતે કાળી ગોળી નાંખી ઉમેદવારના વિરોધમાં મત આપવો.

black-bee'tle (બ્લૅકબીટલ), ના૦ વંદો.

black'berry (બ્લૅકબરિ), ના૦ એક જાતનું ઝાંખરા પર થતું ફળ; એ ફળવાળું ઝાંખરુ.

black'bird, ના૦ યુરોપનું એક ગાનારું પક્ષી; હબસી. [વપરાતું કાળું પાટિયું.

black'board (બ્લૅકબોર્ડ), ના૦ શાળામાં

black'cock (બ્લૅકકૉક), ના૦ કાળા બતક-ના જાતિના 'ગ્રાઉઝ' પક્ષીનો નર.

Black Death (બ્લૅક ડે'થ), ના૦ ઈ. સ. ૧૩૪૯ની આસપાસ યુરોપમાં ફેલાયેલો એક જીવલેણ રોગ (પ્લેગ). [થવું; -નું બૂરું બોલવું.

black'en (બ્લૅકન), ઉ૦ ક્રિ૦ કાળું કરવું–

blackguard (બ્લગાર્ડ), ના૦ હરામખોર, બદમાશ. સ૦ ક્રિ૦ ગંદી ગાળો બોલવી–દેવી.

black-head (બ્લૅક-હે'ડ), ના૦ ચામડી પરનો સોજો, જેનો ઉપરનો ભાગ સામાન્યત: કાળો હોય છે અને તેથી ચામડીનાં છિદ્રો બંધ થાય છે, ફોલ્લી, ખીલ.

black'ing (બ્લૅકિંગ), ના૦ કાળા જોડા માટેનું (કાળું) પૉલિશ.

બાંધનાર; પૂળા બાંધવાનું યંત્ર.

bind'ing (બાઇન્ડિંગ), ના૦ ચોપડીનું વેષ્ટન – કવર; બાંધણી; પાટો. વિ૦ બંધનકારક, ફરજિયાત; ફરજિયાત કરનારું.

bind'weed (બાઇન્ડ્વીડ), ના૦ એક જાતનો વેલો જે બીજા છોડ ફરતે ફરી વળીને તેને નુકસાન કરે છે. (દા. ત. અમરવેલ)

binn'acle (બિનકલ), ના૦ વહાણમાં તૂતક પર હોકાયંત્ર રાખવાની (કાચની) પેટી.

binoc'ular (બિનૉક્યુલર, બાઇ –), વિ૦ બે આંખ માટેનું. ના૦ (બહુધા બ૦ વ૦માં) બે આંખે જોવાનું દૂરબીન.

binom'ial (બાઇનૉમિઅલ), વિ૦ બે નામ કે સંજ્ઞા વાપરનારું; [બીજગ.] દ્વિપદી. ના૦ [બીજગ.]+અને – ચિહ્નથી જોડેલાં બે પદવાળી રકમ, ઇ. ~ *theorem*, દ્વિપદ સિદ્ધાન્ત.

biochem'istry (બાયકે'મિસ્ટ્રિ), ના૦ જીવતા – સેન્દ્રિય – પદાર્થોનું રસાયન.

biog'raphy (બાયૉગ્રફિ), ના૦ (લિખિત) જીવનચરિત્ર, ચરિત્ર. **biog'rapher** (બાયૉગ્રફર), ના૦ ચરિત્રલેખક. **biograph'ical** (બાયગ્રૅફિકલ), વિ૦ જન્મવૃત્તાંત સંબંધી, જીવનની હકીકતને લગતું.

biol'ogy (બાયૉલજિ), ના૦ જીવવિદ્યા–વિજ્ઞાન, જેમાં વનસ્પતિ અને પ્રાણીઓના ભૌતિક જીવનનો સમાવેશ થાય છે. **biolo'gical** (બાયલૉજિકલ), વિ૦ જીવવિદ્યાનું – ને લગતું. **biol'ogist** (બાયૉલજિસ્ટ), ના૦ જીવવિજ્ઞાનશાસ્ત્રી. [બેપગું પ્રાણી.

bi'ped (બાઇપે'ડ), વિ૦ બેપગું, દ્વિપાદ. ના૦

bi'plane (બાઇપ્લેન), ના૦ એક ઉપર બીજી એમ બે પાંખવાળું વિમાન.

birch (બર્ચ), ના૦ સુંવાળી છાલવાળું જંગલનું એક ઝાડ, ભૂર્જ; તેનું લાકડું; છોકરાંને મારવા માટેની તેની ડાળીઓની ઝૂડી (~-rod). સ૦ક્રિ૦ બર્ચની સોટીથી ફટકારવું.

bird (બર્ડ), ના૦ પક્ષી, પંખી; [વિ. બો.] છોકરી. *dear old* ~, જૂનો દોસ્ત, ગોઠિયો. ~ *of prey*, હિંસ્ર પક્ષી. ~ *of passage*, ઋતુ પ્રમાણે રહેઠાણ બદલનાર પક્ષી; વારેવારે સ્થાન – નોકરી – બદલનાર માણસ – પ્રવાસી. ~*-lime*, પક્ષીઓને પકડવા માટે વપરાતો એક ચીકણો પદાર્થ. ~*-seed*, ના૦ પક્ષીને ખવડાવાતા દાણા. ~*-catcher*, પારધી, વાઘરી. ~ *in the hand*, પોતાના હાથમાંની – માં આવેલી – વસ્તુ, ધ્રુવ વસ્તુ. ~*'s-eye*, નાનાં ચળકતાં ફૂલોવાળો એક છોડ. ~*'s-eye view*, વિહંગાવલોકન, ઉપરટપકે નજર. ~*s of a feather*, સમાનશીલ લોકો. *give* (one) *the* ~, -નો હુરિયો બોલાવવો.

birth (બર્થ), ના૦ જન્મ આપવો તે, જનન, પ્રસવ; જન્મ, ઉદ્‌ભવ, પ્રસૂતિ, વિયાવું તે; મૂળ, આરંભ; વંશ, ખાનદાન, (વિ. ક. ઉચ્ચ) કુળ. *give* ~ *to*, જણવું, -ને જન્મ આપવો. ~*-control*, ના૦ (મુખ્યત્વે કૃત્રિમ સાધન દ્વારા) સંતતિનિયમન. ~*day*, ના૦ જન્મદિવસ, વરસગાંઠ. ~*-mark*, ના૦ શરીર પરની જન્મની નિશાની, લાખું. ~*-place*, ના૦ જન્મસ્થાન, વતન. ~*-rate*, ના૦ (વસ્તીના હજારે વરસમાં થતા) જન્મનું પ્રમાણ. ~ *right*, ના૦ જન્મસિદ્ધ હક. [વાર.

bis (બિસ), ક્રિ૦ વિ૦ બેવાર, બમણું; ફરી

bis'cuit (બિસ્કિટ), ના૦ બિસ્કિટ, ચપટી ને પોચી રોટી; ઓપ આપતા પહેલાંનાં શેકેલાં કપ, રકાબી, ઇ.

bisect' (બાઇસે'ક્ટ), સ૦ક્રિ૦ બે (સરખા) ભાગ પાડવા, દુભાગવું. **bisec'tion** (બાઇસે'ક્શન), ના૦ દ્વિધાછેદ, દુભાગવું તે. **bisec'tor** (બાઇસે'ક્ટર), ના૦ બે (સરખા) ભાગ પાડનાર લીટી.

bish'op (બિશપ), ના૦ ખ્રિસ્તી દેવળ કે ચર્ચનો અધિકારી, 'બિશપ'; (શેતરંજમાં) ઊંટ. **bish'opric** [બિશપ્રિક], ના૦ બિશપનો હોદ્દો – અધિકારક્ષેત્ર – તાબાની જગ્યા.

bis'muth (બિઝ્‌મથ), ના૦ લાલાશપડતું એક રાસાયણિક મૂળ દ્રવ્ય, બિસ્મથ (પેટની ગરબડ શમાવવા માટે દવામાં વપરાય છે).

bis'on (બાઇસન), ના૦ જંગલી ગાય કે બળદ.

bissex'tile (બિસે'ક્સટાઇલ), વિ૦ અને ના૦ જે વરસે ફેબ્રુઆરી માસમાં ૨૯ દિવસ હોય છે તે (વરસ), 'લીપ' વર્ષ.

bit (બિટ), ના૦ કટકો, ટુકડો; જરાક જથ્થો; બચકું, કોળિયો; લગામનું ચોકડું; [લા.] કાબૂ; રંધા વગેરેનું પાનું; કાણું પાડવાનું

black'jack (બ્લૅકજૅક), ના૦ દારૂ ભરવાની ચામડાની કોથળી – પ્યાલો, કુપ્પો; મારવાનું એક ટૂંકું હથિયાર; ચાંચિયાનો ઝંડો.

black-lead' (બ્લૅકલે'ડ), સ૦ ક્રિ૦ સીસાપેનની ધાતુથી પૉલિશ કરવું. ના૦ સીસાપેનની ધાતુ.

black'leg (બ્લૅકલે'ગ), ના૦ કારખાના, ઇ.ના બીજા મજૂરો હડતાળ પર હોય ત્યારે કામ કરનાર.

black list (બ્લૅકલિસ્ટ), ના૦ સજાપાત્ર અથવા શંકાપાત્ર લોકોની યાદી **black'-list** સ૦ક્રિ૦ કાળી યાદીમાં દાખલ કરવું.

black'mail (બ્લૅકમેલ), સ૦ક્રિ૦ (રહસ્ય ફોડવાની, ઇ.) ધમકી આપી પૈસા કઢાવવા. ના૦ એવી રીતે કઢાવેલા પૈસા; ચોર ચોરી ન કરે તે માટે અપાતા પૈસા; વોળગરાસ.

black mar'ket (બ્લૅક્ માર્કિટ). ના૦ કાળું બજાર; જેના પર અંકુશ હોય અથવા જેની અછત હોય એવી વસ્તુઓનો ગેરકાયદે – ચોરીછૂપીથી – થતો વેપાર.

Black Rod (બ્લૅક્ રૉડ), ના૦ ઉમરાવની સભાનો મુખ્ય દ્વારપાળ – ચોપદાર.

black sheep (બ્લૅક્શીપ), ના૦ બદમાશ, લુચ્ચો; નકામો માણસ.

black'-shirt (બ્લૅકશર્ટ), ના૦ ફાસિસ્ટ.

black'smith (બ્લૅકસ્મિથ), ના૦ લુહાર.

black'thorn (બ્લૅકથૉર્ન), ના૦ સફેદ ફૂલ અને બોર જેવડાં કાળાં ફળવાળું ઝાંખરું.

bladd'er (બ્લૅડર), ના૦ પ્રવાહી રાખવાની કોથળી; મૂત્રાશય. *gall ~*, પિત્તાશય.

blade (બ્લેડ), ના૦ ઘાસનું પાતરું, પાન; કોદાળી, હલેસું, ઇ. નો ચપટો ભાગ; ચપ્પુ, ઇ.નું પાનું; અસ્ત્રાનું પાનું; તલવાર; [શરીરરચ.] ખભાનું ચપટું હાડકું; ચપળ મોજીલો – હિંમત બહાદુર – માણસ.

blah (બ્લા), ના૦ [અમે. વિ. બો.] મૂર્ખામી ભરેલું લખાણ કે વાતચીત, વિ. ક. કોઈ વસ્તુ વેચવા માટે તેનાં કરેલાં અતિવખાણ.

blain (બ્લેન), ના૦ ફોલ્લો, ગૂમડું. *chil'~s*, ટાઢને લીધે ચામડી ફાટવી તે.

blame (બ્લેમ), સ૦ક્રિ૦ (–mable). –નો દોષ–વાંક–કાઢવો; ઠપકો આપવો. ના૦ ઠપકો; નિન્દા, દોષારોપ; અપરાધ, ગુનો. *be to ~ (for)*, (માટે) ઠપકાપાત્ર – જવાબદાર – હોવું.

blam(e)able, વિ૦ ઠપકાપાત્ર.

blame'less (બ્લેમ્લિસ), વિ૦ વાંકવિનાનું, નિર્દોષ, નિષ્પાપ.

blame'worthy (બ્લેમ્વર્ધિ), વિ૦ ઠપકાપાત્ર.

blanch (બ્લાન્ચ, –ન્શ), ઉ૦ ક્રિ૦ સફેદ કરવું; સફેદ–ફીકું–પડવું.

blancmange' (બ્લમાંઝ, – મૉં –), ના૦ એક જાતની સફેદ જેલી – ખાદ્ય વાની; દૂધ, ખાંડ, લોટ અને જિલેટિનની બનેલી વાની.

bland (બ્લૅન્ડ), વિ૦ સૌમ્ય, વિનયી, નમ્ર; (દવા) શામક; (ખોરાક) સાદું અને મસાલા વિનાનું. ફિક્કું (*~ diet*). *~ly*, ક્રિ૦ વિ૦ નમ્રતાથી, સૌમ્યપણે.

blan'dishment (બ્લૅન્ડિશ્મન્ટ), ના૦ લાડ, ખુશામત; ચાળા, નખરાં (મોહિત કરવા માટેનાં).

blank (બ્લૅંક), વિ૦ કશા લખાણ વગરનું, કોરું; રસ – ભાવ – વિનાનું; ખાલી; ઉદાસ, મૂંઝાયેલું. ના૦ કશો મજકૂર લખવા માટે રાખેલી કોરી જગ્યા. *fire ~*, ગોળી વિનાની પાઉડરવાળી બંદૂક ફોડવી. *draw a ~*, નિષ્ફળ જવું. *~ verse*, પ્રાસ વગરનું પદ્ય.

blanket (બ્લૅંકિટ), ના૦ ધાબળો, કામળો, બનૂસ. સ૦ ક્રિ૦ કામળો ઓઢાડવો, કામળાથી ઢાંકવું; ગૂંગળાવવું; (નિંદા, ઇ.) શાંત પાડવું. *wet ~*, બીજાનો ઉત્સાહ, વાતચીત ઇ. ઠંડાં પાડી દેનાર માણસ. *a ~ code*, બધી બાતતોને લાગુ કરાતા નિયમોનો સંગ્રહ.

blank'ly, ક્રિ૦ વિ૦ કોઈ પણ ભાવ દર્શાવ્યા વિના; સાફ, ધસીને.

blare (બ્લેર, બ્લે'અર) ઉ૦ ક્રિ૦ તાણીને વગાડવું – બોલવું; તુરી કે શિંગાનો અવાજ કરવો. ના૦ રણશિંગાનો – તૂરીનો – અવાજ.

blarn'ey (બ્લાર્નિ), ના૦ મીઠી વાણી, ખુશામત. ઉ૦ ક્રિ૦ ખુશામત કરીને મન વાળવું, ખૂબ મીઠું મીઠું બોલવું.

blasé (બ્લાઝે), વિ૦ મોજમજાથી કંટાળેલું – ઓચાઈ ગયેલું.

blaspheme' (બ્લૅસ્ફીમ), ઉ૦ ક્રિ. (–mable). પવિત્ર વસ્તુ કે ઈશ્વરની નિંદા

કરવી, ભૂંડું બોલવું; અનાદર થાય તેમ બોલવું. **blas'phemous** (બ્લેસ્ફિમસ), વિ૰ ઈશ્વરની નિંદાથી ભરેલું. **blas'phemy** (બ્લૅસ્ફિમિ), ના૰ નિંદા, બેમર્યાદ–અનાદર સૂચક–બોલવું તે.

blast (બ્લાસ્ટ), ના૰ પવનનો સપાટો–ઝપાટો; સુષિર વાદ્યનો અવાજ; સળો, કરમાઈ જવું તે; ધડાકો, સ્ફોટ; સ્ફોટમાંથી બહાર ફેલાતું ભારે દબાણવાળું પવનનું મોજું. સ૰ ક્રિ૰ સુરંગના સ્ફોટ દ્વારા ઉડાડી દેવું; પાયમાલ કરવું; કરમાવી નાંખવું, -થી ચીમળાઈને મરી જવું. ~-*furnace*, ના૰ ખૂબ દાબથી યંત્ર વડે ગરમ હવા અંદર પૂરી જેમાં ઉષ્ણતા વધારવામાં આવે છે એવી ભઠ્ઠી, 'બ્લાસ્ટ ફર્નેસ'. ~*ing powder*, ખડકો તોડવા માટે વપરાતો ગનપાઉડર જેવો પદાર્થ, સુરંગનો દારૂ.

bla'tant (બ્લેટન્ટ), વિ૰ આરડતું, બરાડતું; બૂમો પાડતું; (જૂઠાણું,ઇ.) હડહડતું.

blather (બ્લૅધર), અ૰ ક્રિ૰ જુઓ blether.

blaze (બ્લેઝ઼), ના૰ ભડકો, જ્વાળા; ક્રોધ, ઇ. વિકારનો ભડકો; ઝળહળતો પ્રકાશ–રોશની. *go to*~*s*, નીકળ, ચાલ્યો જા. અ૰ ક્રિ૰ ભડકે બળવું; વિકાર–ઉત્તેજના–થી બળવું; ક્રોધનો ઊભરો કાઢવો.

blaze, ના૰ રસ્તો દર્શાવવા માટે ઝાડની છાલ કાપીને કરેલી નિશાની; ઘોડાના કપાળ પરનો સફેદ ચાંલ્લો. સ૰ ક્રિ૰ છાલ કાપીને ઝાડ પર નિશાની કરવી. ~ *a trail*, પાછળ આવનારને રસ્તો બતાવવા માટે ઝાડ પર નિશાની કરવી. [સમાચાર ફેલાવવા.

blaze, સ૰ ક્રિ૰ (તૂરી, ઇ.થી) જાહેર કરવું;

blaz'er (બ્લેઝ઼ર), ના૰ રમતગમત વખતે પહેરવાનું રંગીન જાકીટ–કોટ.

blaz'ing (બ્લેઝ઼િંગ), વિ૰ ચળકતું, ઝગમગતું. ~ *star*, પૂંછડિયો તારો, ધૂમકેતુ.

blaz'on (બ્લેઝ઼ન), ના૰ કુળનાં ચિહ્નો જેના પર બતાવ્યાં હોય એવી ઢાલ. સ૰ ક્રિ૰ કુળનાં ચિહ્નો વર્ણવવાં કે રંગવાં; જાહેર કરવું; શોભાવવું.

bleach (બ્લીચ), ઉ૰ ક્રિ૰ સફેદ કરવું –થવું; -નો રંગ ઉડાડી દેવો–ઊડી જવો.

bleak (બ્લીક), વિ૰ રંગ કે ભાવ વિનાનું; ઉઘાડું, ખુલ્લું; વેરાન; ઠંડું.

blear (બ્લીર, બ્લિઅર), વિ૰ આંખે ઝાંખ વળી હોય એવું, છારીવાળું; ઝાંખી દૃષ્ટિવાળું. સ૰ ક્રિ૰ (આંખને) ઝાંખી બનાવવી. **bleary**, વિ૰ લાંબું, ધૂંધળું.

bleat (બ્લીટ), અ૰ ક્રિ૰ (ઘેટાંબકરાંની જેમ) બેંબેં કરવું; લવરી–બકબક–કરવી. ના૰ ઘેટાંબકરાંનું બેંબેં બોલવું.

bleed (બ્લીડ), ઉ૰ ક્રિ. (ભૂ૰કા૰ bled). -માંથી લોહી વહેવું – નીકળવું; શરીરમાંથી લોહી કાઢવું; લોહીલોહાણ થઈ જવું; [લા.] જબરદસ્તીથી પૈસા કઢાવવા.

blem'ish (બ્લે'મિશ), સ૰ ક્રિ૰ સુંદર વસ્તુમાં ખોડખામી પેદા કરવી; બગાડવું; (આબરૂને) બટ્ટો લગાડવો. ના૰ ખોડ, ખામી; કલંક, અપકીર્તિ. [હઠવું; ધ્રૂજવું.

blench (બ્લેન્ચ), અ૰ ક્રિ૰ ભડકીને પાછું

blend (બ્લે'ન્ડ), ઉ૰ ક્રિ૰ (ભૂ૰ કૃ૰ blended, blent). મિશ્ર–ભેળસેળ–કરવું, એક કરવું; મિશ્ર થવું, એક થઈ જવું. ના૰ મિશ્રણ, મેળવણી.

bless (બ્લે'સ), સ૰ ક્રિ૰(ભૂ૰ કા૰ તથા ભૂ૰ કૃ૰ blessed, blest). પવિત્ર બનાવવું; અમુક હેતુ માટે સમર્પિત કરવું; પ્રભુની સ્તુતિ કરવી; ઈશ્વરની દુવા કહેવી, આશીર્વાદ આપવો; સુખી કરવું. ~ *me !* ~ *my soul!* આશ્ચર્યદર્શક ઉદ્ગાર તરીકે વપરાય છે. ~ *one's stars*, પોતાના પુરુષાર્થને લીધે નહિ પણ સદ્ભાગ્યને લીધે છે તેનું ભાન રાખવું. *not a penny to* ~ *oneself with*, અતિગરીબ, સાવ અકિંચન.

bless'ed, **blest** (બ્લે'સિડ, બ્લે'સ્ટ), વિ૰ પવિત્ર બનાવેલું, સમર્પિત; ધન્ય, ભાગ્યવાન–શાળી; સ્વર્ગમાં ગયેલું; મહામૂલું; [વિનોદ] બલા–આફત–રૂપ. *the whole* ~ *lot*, બધા જ. *a state of single blessedness*, અપરિણીત દશા.

bless'ing (બ્લે'સિંગ), ના૰ આશિષ, દુવા; વરદાન, પ્રસાદ, બક્ષિસ. ~ *in disguise*, પ્રચ્છન્ન આશિષ–બક્ષિસ, છૂપું વરદાન.

bleth'er (બ્લે'ધર), **blath'er** (બ્લૅ–),

સ૦ ક્રિ૦ અને ના૦ અર્થહીન – વાહિયાત – વાત (કરવી), બકવાટ (કરવો.)

blew, blow નો ભૂ૦ કા૦

blight (બ્લાઇટ), ના૦ ઝાડને થતો રોગ, એક સળો; કોઈ પણ ગૂઢ વિનાશક અસર નિપજાવનાર વસ્તુ. સ૦ ક્રિ૦ કરમાવી દેવું, ચીમળાવી નાંખવું; નિષ્ફળ કરવું. *cast a ~ on*, -ના સુખચેનનો નાશ કરવો. *~ed hopes*, ધૂળભેગી-થયેલી આશાઓ. **blight'er**, ના૦ [વિ. બો.] ત્રાસ આપનાર અનિષ્ટ વ્યક્તિ.

Blight'y (બ્લાઇટિ), ના૦ [વિ. બો.] ઇંગ્લન્ડ પાછા ફરવાની ફરજ પાડે એવો યુદ્ધમાં થયેલો જખમ; ઇંગ્લન્ડ (લશ્કરી બોલીમાં ઇંગ્લન્ડથી દૂર હોય ત્યારે વપરાતો શબ્દ). [આશ્ચર્ય વ્યક્ત કરવા વપરાય છે.

blimey (બ્લાઇમિ), ઉદ્ગાર૦ [ગ્રામ્ય]

blind (બ્લાઇન્ડ) વિ૦ દૃષ્ટિહીન, આંધળું; અણસમજુ, બુદ્ધિહીન; અવિચારી, અવિવેકી, આંધળું. સ૦ ક્રિ૦ દૃષ્ટિહીન–આંધળું–બનાવવું; જડ કે બુદ્ધિહીન બનાવવું. ના૦ અંતરપટ, ચક, પડદો; દૃષ્ટિમાં અંતરાય, અંધારી; આંખે પાટા બાંધવા તે; ઓઠું. *~ alley*, સૂંસરા માર્ગ–રસ્તા–વિનાની ગલી. *~ drunk*, *~ to the world*, દારૂ પીને બેહોશ (થયેલું). *~ turning*, મુશ્કેલીથી જોઈ શકાય એવો (રસ્તાનો) વળાંક.

blind'fold (બ્લાઇન્ડફોલ્ડ), વિ૦ આંખે પાટા બાંધેલું. સ૦ ક્રિ૦ આંખે પાટા બાંધવા –બાંધીને ન દેખતું કરવું.

blind'ly, ક્રિ૦ વિ૦ આંધળાની જેમ, આંખ મીંચીને; જાણ્યાવિચાર્યા વિના.

blind'-man's-buff, ના૦ આંધળી ખિસકોલી, ડાહીનો ઘોડો.

blindness (બ્લાઇન્ડનિસ), ના૦ અંધાપો, અંધત્વ; અજ્ઞાન, અવિવેક.

blink (બ્લિંક). ઉ૦ ક્રિ૦ આંખ વતી પલકારા મારવા; દીવાનું ટમટમ પ્રકાશવું; આંખમીંચામણાં કરવાં, જોયું ન જોયું કરવું; સાચી વસ્તુ જોવાનું ટાળવું–ના પાડવી. (*~ the facts*). ના૦ આંખનો પલકારો; ઝાંખી, કટાક્ષ.

blink'ers (બ્લિંકર્સ,-ઝ઼્), ના૦ બ૦ વ૦ ઘોડાની અંધારી, ડાબલા.

blink'ing, વિ૦ [વિ. બો.] ખરાબ; ભાર મૂકવા માટે પણ વપરાય છે: દા.ત. *no ~ use*, જરાય ઉપયોગ નહિ.

bliss (બ્લિસ), ના૦ આનંદ, પરમસુખ, સ્વર્ગસુખ. **bliss'ful**, વિ૦ પરમસુખમય.

blis'ter (બ્લિસ્ટર), ના૦ ફોલ્લો, ફોફલો; ફોલ્લો ઉઠાવવા મારેલી આગળી – મલમની પટી, પલાસ્તર. ઉ૦ ક્રિ૦ ફોલ્લો ઊઠવો – ઉઠાડવો, પલાસ્તર મારવું.

blithe (બ્લાઇધ), વિ૦ આનંદી, ઉલ્લાસી, મોજીલું. **blithe'some**, વિ૦ મોજીલું, આનંદી.

blitz (બ્લિટ્ઝ઼્), ના૦ ઉગ્ર ને વિનાશક હુમલો, વિ. ક. વિમાન દ્વારા કરેલો. **blitz'-krieg** (બ્લિટ્ઝ઼્ક્રીગ), ના૦ શીઘ્ર વિજય મેળવવા માટે કરેલો સખત ઝડપી હલ્લો, વીજળીવેગી વિગ્રહ.

blizz'ard (બ્લિઝ઼ર્ડ), ના૦ હિમવર્ષા સાથેનું સખત વાવાઝોડું.

bloat (બ્લોટ), ઉ૦ ક્રિ૦ ફુલાવવું, ઉપસાવવું; ફુલાવું, ગર્વથી ફુલાઈ જવું; 'હેરિંગ' માછલીને મીઠું પાઈ ધુમાડો દેવો. **bloated**, વિ૦ ફુલાઈ ગયેલું; અતિ જાડું – ચરબીવાળું. **bloat'-er**, ના૦ આથેલી હેરિંગ માછલી.

blob (બ્લૉબ), ના૦ ટીપું; કશાકનો નાનો ગોળો; રંગનો ડાઘો.

bloc (બ્લૉક), ના૦ ખાસ ઉદ્દેશ પાર પાડવા માટે બનેલો પક્ષો કે રાષ્ટ્રોનો સંઘ.

block (બ્લૉક), ના૦ લાકડાનો ટોલકો, ઢીમસું, ઢીમચું; પથ્થરનો ચીરો, શિલા; ઝાડનું થડ; પાઘડી બાંધવાનું લાકડું – માથું; છાપવા માટે કોરેલો લાકડાનો કે ધાતુનો કકડો, 'બ્લૉક'; વિઘ્ન, નડતર; કઠણ હૃદયનો – જડ બુદ્ધિવાળો – માણસ; (શહેરમાં) મકાનોનું જૂથ; રસ્તામાં કોઈ નડતરને લીધે રોકાયેલી ગાડીઓ – વાહનો – ઇ.નો સમૂહ. સ૦ ક્રિ૦ વિઘ્ન નાંખવું, રોકવું; ઢીમચા કે માથા પર ટોપી કે પાઘડી બાંધવી. *a chip of the old ~*, માતપિતાના જેવું જ–માબાપ પર પડેલું–બાળક. *go to the ~*, શિરચ્છેદ માટે તૈયાર

થઈને જવું. ~ *in, out,* આછી રૂપરેખા – નકશો – દોરવો – ચીતરવો. ~ *letters,* મોટા (કૅપિટલ) અક્ષરો. ~ *and tackle,* વજનદાર વસ્તુઓ ઉપાડવા કે ઉપર ચડાવવા માટે ગરેડીઓ અને દોરડાની ગોઠવણ.

blockade' (બ્લૉકેડ), ના૦ શત્રુસૈન્યથી કોઈ સ્થાનનું ઘેરાઈ જવું તે; ઘેરો ઘાલવો તે, નાકાબંધી. સ૦ક્રિ૦ કોઈ સ્થળને ઘેરી લઈ તેનો બહારનો સંબંધ તોડવો, નાકાબંધી કરવી. *raise a ~,* નાકાબંધી – ઘેરો – ઉઠાવવો. *run a ~,* ઘેરો ઘાલનાર લશ્કરમાંથી પસાર થવું.

blockage, ના૦ વિઘ્ન, નડતર.

block'head (બ્લૉક્હે'ડ), ના૦ બુડથલ – અબૂઝ – માણસ.

block'house (–હાઉસ), ના૦ બીજાં મકાનોથી અલગ બાંધેલો (લાકડાનો) કિલ્લો; [લશ્કર.] મારાવાળું લાકડાનું મકાન.

bloke (બ્લોક), ના૦ [વિ. બો.] માણસ, શખસ; ગામડિયો.

blond, blonde (બ્લૉન્ડ), ના૦ સોનેરી વાળવાળી ગોરી સ્ત્રી કે પુરુષ. વિ૦ ગૌરવર્ણ, સુંદર.

blood (બ્લડ), ના૦ લોહી, રક્ત; રક્તપાત, જીવહત્યા; વંશ, જાતિ; સગપણ, લોહીનો સંબંધ; ફૅશનવાળો માણસ, લાલો; ખાનદાન, કુળ. સ૦ ક્રિ૦ શિકારી કૂતરાને લોહીનો પ્રથમ સ્વાદ કરાવવો; કોઈને કશાકનો નવો અનુભવ કરાવવો. *in cold ~,* ઠંડે પેટે. *of good ~,* સારા કુળનું. ~ *horse,* જેનાં માતપિતા વિશેષ જાતનાં હતાં એવો ઘોડો. *make bad ~ between,* દુશ્મનાવટ – ખટરાગ – પેદા કરવો. ***more than flesh and ~ can stand,*** **અસહ્ય.** ***one's flesh*** *and ~,* પોતાના કુળનાં, સગાંસંબંધીઓ. *blue-~ed,* મોટા ખાનદાનનું.

blood-curdling, વિ૦ લોહી ઠરી જાય એવું, ભયંકર.

blood'hound (બ્લડ્હાઉન્ડ), ના૦ ગંધ પરથી ભાળ કાઢનાર મોટો કૂતરો; [લા.] છૂપી પોલીસનો સિપાઈ.

blood'less (બ્લડ્લિસ), વિ૦ લોહી વિનાનું; લોહી વહેવડાવ્યા વિનાનું; લાગણી વિનાનું; નિર્જીવ, દમ વગરનું.

blood'-money (બ્લડ્મનિ), ના૦ ખૂનના ખટલામાં આરોપીને મોતની સજા થાય તે માટે જુબાની આપવા બદલ માફીના સાક્ષીદારને આપવામાં આવતા પૈસા – બક્ષિસ.

blood'shed (બ્લડ્શે'ડ), ના૦ લોહી વહેવહેવડાવવું તે, ખૂનરેજી, કાપાકાપી.

blood'shot (બ્લડ્શૉટ), વિ૦ (આંખ) લોહીથી ભરેલી, રાતીચોળ.

blood'stone ના૦ ઝીણાં રાતાં ટપકાંવાળો ઘેરા લીલા રંગનો મણિ – રત્ન.

blood-sucker (બ્લડ્સકર), ના૦ જળો; નિર્દયપણે પૈસા કઢાવનાર.

blood'thirsty (બ્લડ્થર્સ્ટિ), વિ૦ લોહીતરસ્યું, ઘાતકી, ખૂની.

blood'-vessel (બ્લડ્વે'સલ), ના૦ રક્તવાહિની, નસ, શિરા, રગ.

blood'y (બ્લડિ), વિ૦ લોહીથી ખરડાયેલું; ખૂનરેજીવાળું; ઘાતકી, ક્રૂર, દુષ્ટ; [અશિષ્ટ બો.] મૂઓ.

bloom (બ્લૂમ), ના૦ ફૂલ, મોર, ખીલેલી કળી; બહાર, ભરજોબન; તાજગી. અ૦ ક્રિ૦ મોર આવવો, ફૂલ આવવાં; જોબનમાં આવવું; ખૂબસૂરતી ખીલી નીકળવી. **~ing,** વિ૦.

bloom'er (બ્લૂમર), ના૦ મૂર્ખામી, ભૂલ.

bloom'ers (બ્લૂમર્ઝ઼), ના૦ બ૦ વ૦ સાઇકલ ઇ. પર બેસવાનો પાયજામા અને કુડતાવાળો સ્ત્રીનો પહેરવેશ.

bloss'om (બ્લૉસમ), ના૦ ફૂલ; મોર, (ઝાડ પર બેઠેલાં) ફૂલો. અ૦ ક્રિ૦ મોર આવવો, ફૂલ આવવાં; પાંગરવું.

blot (બ્લૉટ), ના૦ શાહી ઇ.નો ડાઘો; એબ, કલંક, દૂષણ. સ૦ ક્રિ૦ (ભૂ૦ કા૦ blotted). ડાઘો પાડવો; એબ–કલંક–લગાડવું; શાહીચૂસથી કોરું કરવું. ~ *out,* ભૂંસી નાંખવું, -નો નાશ કરવો. *~ted out with mist,* દેખાય નહિ એવી રીતે ધૂમસથી ઢંકાયેલું. *~ting paper,* શાહીચૂસ (કાગળ). **blott'er,** ના૦ શાહીચૂસનું પૅડ.

blotch (બ્લૉચ), ના૦ ચામડી પરનો સોજો, ગૂમડું; શાહી, ઇ.નો ડાઘો, ધાબું.

blouse (બ્લાઉઝ઼), ના૦ કારીગરનું ઉપરનું ઢીલું કપડું; સ્ત્રીનો કમર સુધીનો કબજો,

'બ્લાઉઝ'.

blow (બ્લો), ઉ૦ ક્રિ૦ (ભૂ૦ કા૦ blew બ્લૂ; ભૂ૦ કૃ૦ blown). ફૂંકવું, વા નાંખવો; ફૂંક મારવી; વાવું, ફૂંકાવું; વસડી જવું, -થી ઘસડાઈ જવું; ફૂંકીને પરપોટા કરવા – કાચને આકાર આપવો; વગાડવું (વાંસળી ઇ.); (માખી અંગે) ઈંડાં મૂકવાં; ફુલાવવું; (વીજળીના ફ્યૂઝનું) વધારે પડતા ભારથી ઓગળી જવું. ના૦ ફૂંકવું તે; ચોખ્ખી હવાની લહેર. *~ the nose,* નાક સાફ કરવું. *~ out a lamp,* ફૂંક મારીને દીવો હોલવવો. *~ out one's brains,* કોઈના માથામાં ગોળી મારીને અંત આણવો. *~ up,* હવા ભરીને ફુલાવવું; સુરંગ, ઇ. વડે ઉડાડી મૂકવું. *~ hot and cold,* ઢચુપચુ કરવું, વારે વારે વિચાર ફેરવ્યા કરવો. *I'll be ~ed if,* હું કરું...તો મારું સત્યાનાશ જાઓ; કદી નહિ કરું.

blow, અ૦ ક્રિ૦ -ને ફૂલ બેસવાં. ના૦ બહાર, મોર.

blow, ના૦ મુક્કો, ઠોંસો; ધોલ, ટપલો; સપાટો, ફટકો; આપત્તિ, આઘાત, ધક્કો. *come to ~s,* મારામારી પર આવવું.

blower (બ્લોઅર), ના૦ ફૂંકણી, ધમણ.

blow'fly (બ્લોફ્લાઇ), ના૦ માંસમાં રહેનારી માખી.

blown (બ્લોન), વિ૦ (blowનું ભૂ૦કૃ૦) દમ ચડી ગયેલું, હાંફી ગયેલું. [ભૂંગળી.

blow'pipe (બ્લો-પાઇપ), ના૦ ફૂંકણી,

blow'y (બ્લોઇ), વિ૦ પવનવાળું –નું.

blowzed' (બ્લાઉઝ્ડ), વિ૦ ભરેલા લાલ મોંવાળું; અવ્યવસ્થિત. **blowz'y** (બ્લાઉઝિ), વિ૦ (સ્ત્રી) અવ્યવસ્થિતપણે કપડાં પહેરેલ; ગંદું દેખાતું. [ચરબી.

blubb'er (બ્લબર), ના૦ વહેલ ઇ.માછલીની

blubb'er, ઉ૦ ક્રિ૦ રડતાં રડતાં – ડૂસકાં ખાતાં – બોલવું. ના૦ રડવું તે, રુદન.

bludg'eon (બ્લજન), ના૦ દંડૂકો, ડંડો (વિ. ક. પોલીસનો). સ૦ ક્રિ૦ દંડા વતી મારવું.

blue (બ્લૂ), વિ૦ આસમાની કે ભૂરા રંગનું, વાદળિયા; દુ:ખી. ના૦ ભૂરો–વાદળી–રંગ; ગળી; આકાશ; દરિયો; હરીફાઈની રમતોમાં યુનિવર્સિટીના પ્રતિનિધિને આપવામાં આવતો પટો; (બ૦ વ૦) ગમગીની; (નાટ્યગીત) ખેદસૂચક શબ્દોવાળું. સ૦ ક્રિ૦ વાદળી રંગ આપવો, ગળી કરવી; (પૈસા) વેડફી નાખવું. *look ~,* ખિન્ન દેખાવું. *till all is ~,* લાંબા વખત સુધી. *once in a ~ moon,* જવલ્લે જ (થતું). *Oxford, Cambridge, ~,* ઑક્સફર્ડ કે કેમ્બ્રિજ યુનિ૦ વતી રમત રમનાર. *a bolt from the ~,* અણધારેલી – આસમાની – આફત. *out of the ~,* તદ્દન અચાનક – આશ્ચર્યકારક રીતે; (આફત) આસમાની. *get the ~s,* ખિન્ન થવું.

Blue'beard (બ્લૂબિઅર્ડ), ના૦ એક પછી એક કરેલી અનેક પત્નીઓનો પતિ.

blue'bell, ના૦ એક જાતનો ફૂલછોડ.

blue'-book, ના૦ સરકાર દ્વારા પ્રકાશિત અહેવાલ વગેરે. [રહેનાર માખી.

blue'bottle, ના૦ માંસ કે મીઠાઈમાં

blue gum (બ્લૂગમ), ના૦ યુકેલિપ્ટસની એક જાત. [નૌકાસૈન્યનો ખલાસી.

blue'jacket (બ્લૂજૅકિટ), ના૦ ખારવો;

Blue Peter (બ્લૂ પીટર), ના૦ વહાણ હંકારતાં પહેલાં ચડાવવામાં આવતો સફેદ ચોરસવાળો ભૂરો ધ્વજ.

blue'print (બ્લૂપ્રિન્ટ), ના૦ કોઈ કામની યોજનાનો નકશો – યોજના.

blue ribbon–રિબન), ના૦ ગાર્ટરની ફીત; કોઈ પણ ક્ષેત્રમાં મોટામાં મોટું માન (-riband પણ).

blue'stocking (બ્લૂ-સ્ટૉકિંગ), ના૦ વિદ્યા કે સાહિત્યરસિકતાનો ડોળ ઘાલનારી – પંડિતંમન્યા – સ્ત્રી; પંડિતા.

bluff (બ્લફ), વિ૦ (દરિયાકિનારો, વહાણ, ઇ. અંગે) જેનો આગળનો ભાગ ઊભો અને પહોળો છે એવું; તોછડું પણ નિખાલસ, ખરા દિલનું. ના૦ ઊભી કરાડ કે કિનારો; પોલી ધમકી. ઉ૦ ક્રિ૦ પોલી ધમકી આપવી; આડંબર કરીને છેતરવું. *call* person's *~,* કોઈની પોલ ઉઘાડી પાડવી.

blun'der (બ્લન્ડર), ના૦ બેદરકારીથી થયેલી – મૂર્ખામીભરેલી – ભૂલ. અ૦ ક્રિ૦ આંધળાની જેમ ચાલવું; મોટી ભૂલ કરવી, ગોથું ખાવું. *~ upon,* અકસ્માત મળવું–

પ્રાપ્ત થવું, [લા.] -ની સાથે અથડાવું.

blun'derbuss (બ્લન્ડરબસ), ના૦ ઘણી ગોળીઓ સામટી છોડી શકાય એવી મોટા મોઢાવાળી ટૂંકી બંદૂક.

blunt (બ્લન્ટ), વિ૦ બૂઠું, ધાર કે અણી વિનાનું; આખાબોલું, તોછડું; જાડી અક્કલનું, લાગણી વિનાનું. સ૦ ક્રિ૦ બૂઠું કરવું; રીઢું બનાવવું. **blunt'ness**, ના૦ આખાબોલાપણું, તોછડાઈ.

blur (બ્લર), ના૦ ડાઘો; અસ્પષ્ટતા, ઝાંખાપણું. ઉ૦ ક્રિ૦ (ભૂ૦ કા૦ blurred). ડાઘો પાડવો; ઝાંખું કરવું. **blurred**, વિ૦ અસ્પષ્ટ.

blurb (બ્લર્બ), ના૦ ચોપડીના પૂંઠા-વેષ્ટનના અંદરના ભાગ-પર છાપવામાં આવતી પ્રકાશકની ભલામણ - પ્રશસ્તિ - વાળી જાહેરાત.

blurt (બ્લર્ટ), સ૦ ક્રિ૦ (*out* સાથે) વગર વિચારે - ઉતાવળથી - બોલી નાખવું - ભરડી નાખવું; ખાનગી વાત કહી દેવી.

blush (બ્લશ), અ૦ ક્રિ૦ શરમ - આનંદ - નવાઈ - થી મોં લાલ થઈ જવું, શરમાવું. ના૦ શરમનો શેરડો; લાલી, રતાશ. *at the first* ~, પહેલી વાર જોતાં જ. *spare my ~es*, મારી હાજરીમાં મારી સ્તુતિ મા કરો - કરીને મને શરમાવો નહિ.

blus'ter (બ્લસ્ટર), અ૦ ક્રિ૦ (પવનનું) ખૂબ જોરથી ફૂંકાવું - સુસવાટા મારવા; (માણસનું) બડાઈ હાંકી બીજાને દબડાવવું. ના૦ સુસવાટો; બડાઈ.

bo'a (બોઆ), ના૦ એક ઝેર વિનાનો મોટો સાપ; સ્ત્રીનું ગળા ફરતે વીંટવાનું રુવાંટીવાળું વેષ્ટન - ગળપટો. ~ *constrictor* (-કન્સ્ટ્રિક્ટર), અજગર. [ખસી કર્યા વિનાનો ડુક્કર.

boar (બોર, બોઅર), ના૦ ભૂંડ, સૂવર;

board (બોર્ડ), ના૦ લાકડાનું પાટિયું; પાટિયા જેવી સપાટ વસ્તુ; પુસ્તક બાંધવા માટેનું પૂઠું - બોર્ડ; રોજનું ભોજન - જમવાનું; ટેબલ (વિ. ક. ભોજનનું); ધારાસભાના કે સમિતિના સભ્યો; (બ૦ વ૦) રંગભૂમિ - મંચ. ઉ૦ ક્રિ૦ ઉપર પાટિયાં બેસાડવાં - જડવાં; ચોક્કસ દરથી ખાવાનું પૂરું પાડવું - જમાડવું; પૈસા આપીને જમવું; વહાણ-ગાડી-પર ચઢવું. *groaning* ~, અનેક વાનગીના ભારથી વળી જતું ભોજનનું ટેબલ. *above* ~, ઉઘાડું, ખુલ્લું; શંકાતીત. ~ *and lodging*, જમવા રહેવાની સગવડ. *School B*~, શાળાઓનું નિયામક મંડળ. *on* ~, વહાણ, વિમાન કે ગાડી પર-માં. *go by the* ~, વહાણ પરથી ઘસડાઈ જવું - પડી જવું; કાયમનું નષ્ટ થવું, નિષ્ફળ જવું. ~ *up*, પાટિયા વડે (બારી, ઇ.) ઢાંકી દેવું. ~ *out*, ઘર બહાર જમવું. ~ *with*, -ની સાથે જમવું. ~*-wages*, નોકરને જમવાનું આપવાને બદલે અપાતી રોજી, પેટિયું. *tread the* ~*s*, નટ થવું; નૃત્ય કરવું.

board'er (બોર્ડર), ના૦ પૈસા આપીને (રહેનાર અને) જમનાર; છાત્રાલયમાં રહી ભણનાર વિદ્યાર્થી.

board'ing, ના૦ પાટિયાં ઊભાં કરવાં તે; - કરીને બનાવેલી વાડ. ~ *-house*, ના૦ વીશી. ~ *-school*, ના૦ છાત્રાલયવાળું વિદ્યાલય.

board-school, ના૦ અગાઉ સ્કૂલબોર્ડ દ્વારા ચલાવવામાં આવતી નિશાળ.

boast (બોસ્ટ), ના૦ બડાઈ, શેખી; અભિમાન કરવા જેવી વસ્તુ - વાત. ઉ૦ ક્રિ૦ બડાઈ હાંકવી, શેખી કરવી; આત્મસ્તુતિ કરવી; જેનું અભિમાન થાય એવી વસ્તુના માલિક હોવું.

boast'ful, વિ૦ શેખીખોર.

boat (બોટ), ના૦ હોડી, નાવ, મછવો, નૌકા; જહાજ; નૌકાના આકારની વસ્તુ - પાત્ર. અ૦ ક્રિ૦ હોડીમાં બેસી હંકારવું, - હલેસાં મારવાં, - જવું, વિ. ક. સહેલગાહ માટે. *all in the same* ~, સમાન - સરખા - જોખમમાં, એક જ સ્થિતિમાં. *burn one's* ~*s*, ચાહોમ કરીને ઝુકાવવું, કેસરિયાં કરવાં.

boat'er (બોટર), ના૦ ઘાસની બનેલી સખત સાહેબી ટોપી.

boat'-hook (બોટ્હુક), ના૦ હૂક કે આંકડાવાળો લાંબો વાંસ. [રાખવાનું છાપરું.

boat'-house (બોટ-હાઉસ), ના૦ હોડીઓ

boating, ના૦ નૌકાવિહાર; હોડી ચલાવવાની કસરત - ક્રિયા.

boat'man (બોટ્મન), ના૦ હોડીવાળો ખલાસી; હોડીઓ ભાડે આપનારો.

boat'-race (બોટ્રેસ), ના૦ હોડી ચલા-

વવાની હરીફાઈ, નાવસ્પર્ધા.

boa'tswain (બોસન), ના૦ સઢ, દોરડાં, ઇ. જેના તાબામાં હોય છે તે વહાણનો અધિકારી, વહાણનો ટંડેલ.

bob (બૉબ), ના૦ લોલક, ઇ. પરનું વજન; સ્ત્રીના ટૂંકા કાપેલા વાળ; ઘોડાની કાપીને ટૂંકી બનાવેલી પૂંછડી; ઘૂંટણિયે વળીને કરેલું નમન. ઉ૦ ક્રિ૦ (ભૂ૦ કા૦ bobbed). ડોલવું, લટકવું, ઝોલાં ખાવાં; વાંકા વળીને નમન કરવું; વાળ કાપીને ટૂંકા કરવા.

bob, ના૦ [વિ. બો.] શિલિંગ.

bobb'in (બૉબિન), ના૦ દોરો કે સૂતર વીંટવાની ભૂંગળી, ફિરકી, ફરકડી, બૉબિન, રીલ.

bobb'y (બૉબિ), ના૦ [વિ. બો.] પોલીસ-નો સિપાઈ.

bob'olink (બૉબલિંક), ના૦ ઉત્તર અમેરિકાનું એક નાનકડું ગાનારુ પક્ષી.

bob'-sled (બૉબ્‌સ્લે'ડ), **bob'-sleigh** (બૉબ્‌સ્લે), ના૦ લોઢા કે લાકડાની પટ્ટીઓ ઉપર ચાલનારી સાથે જોડેલી બે ગાડીઓ.

bob'tail (બૉબ્ટેલ), ના૦ કાપીને ટૂંકી બનાવેલી પૂંછડી; એવી પૂંછડીવાળો ઘોડો કે કૂતરો. **bob'tailed**, વિ૦.

bode (બોડ), ઉ૦ ક્રિ૦ (વિ. ક. અનિષ્ટની) આગાહી કરવી, અગાઉથી સૂચવવું; ઉપરથી દેખાવું – જણાવું. ~ *ill, well*, શુભ કે અશુભનું સૂચક હોવું. **bode'ful** વિ૦ અનિષ્ટસૂચક, અપશુકનવાળું.

bod'ice (બૉડિસ), ના૦ ચોળી, 'બૉડિસ'.

bod'iless (બૉડિલિસ), વિ૦ અશરીરી; અવાસ્તવિક, કાલ્પનિક.

bod'ily (બૉડિલિ), વિ૦ શરીરનું, શારીરિક. ક્રિ૦ વિ૦ પ્રત્યક્ષ, જાતે; આખુંને આખું, તમામ.

bod'kin (બૉડ્કિન), ના૦ મોટી સોય, સોયો; વાળ બાંધવાની કે સ્થિર રાખવાની 'પિન'; નેફામાં નાડી પરોવવા માટેની સળી.

bod'y (બૉડિ), ના૦, શરીર, દેહ, કાયા; ધડ; ચોળી; માણસ; વસ્તુઓ કે માણસોનો જથો – જૂથ – મંડળ; કોઈ દ્રવ્ય કે પદાર્થનો એકમ, વસ્તુ; સાર, સત્ત્વ; ઇન્દ્રિયગોચર વસ્તુ; કોઈ વસ્તુનો મુખ્ય કે કેન્દ્રનો ભાગ; (ગાડીની) સાટી; ઉગ્ર સ્વાદ. ~ *politic*, એક સરકારના તાબાનો સમાજ, રાષ્ટ્ર. *wine of good* ~, કડક દારૂ. *heavenly bodies*, તારા, નક્ષત્રો ઇ.

bod'y-guard, ના૦ અંગરક્ષક, પરિજન, રસાલો.

Bo'er (બોઅર), ના૦ [મૂળ] ખેડૂત; વલંદાના વંશનો દ. આફ્રિકાનો વતની. વિ૦ બોઅર લોકોનું.

bog (બૉગ), ના૦ ભેજવાળી પોચી જમીન, ઘાસવાળું કળણ. સ૦ ક્રિ૦ (ભૂ૦ કા૦ bogged). કળણમાં ડુબાડવું, કાદવમાં નાંખવું.

bog'ey (બોગિ), ના૦ ભૂત, પિચાશ; હાઉ, બાવો. જુઓ bogy.

bog'ey, Colonel Bogey, ના૦ સારા ગૉલ્ફ રમનારાએ કરવાના દાવ.

bog'gle (બૉગલ), અ૦ ક્રિ૦ (*at* સાથે) ભયથી ભડકવું; ખંચાવું; તોતડું બોલવું; ફાંફાં મારવાં; આનાકાની કરવી.

bogg'y (બૉગિ), વિ૦ ભેજવાળું, પગ કળી જાય એવું; પોચું ઘાસવાળું.

bog'ie (બોગિ), ના૦ રેલવેનો નાનાં પૈડાં-વાળો ડબ્બો; ઍંજિન કે ડબા નીચેની ચાર કે છ પૈડાંવાળી સાટી.

bo'gle (બોગલ), ના૦ બાઉ, હાઉ; ચાડિયો.

bo'gus (બોગસ), વિ૦ ખોટું, બનાવટી; ઢોંગી, દંભી.

bog'y, bog'ey (બોગિ), ના૦ ભૂત, પિશાચ; હાઉ, બાવો.

Bohem'ian (બોહીમિઅન), વિ૦ સામાજિક રૂઢિઓ ન માનનારું, સ્વૈર વર્તનવાળું. ના૦ એવો માણસ, વિ. ક. કળાકાર કે લેખક.

boil (બૉઇલ), ના૦ ગૂમડું, ગોડ.

boil, ઉ૦ ક્રિ૦ ઊકળવું, કકડવું; ઉકાળવું, ઊકળે તેમ કરવું; બાફવું, રાંધવું, ઉકાળવું. ના૦ ઉકાળે એવી ગરમી. *make one's blood* ~, ખૂબ ગુસ્સે કરવું. ~ *down*, ઉકાળીને થોડું – જાડું – કરવું; ટૂંકું કરવું.

boil'er (બૉઇલર), ના૦ ઉકાળવા માટેનું, વિ. ક. ઍંજિનમાં વરાળ બનાવવા માટેનું, વાસણ, બૉઇલર; ચરુ, દેગ; કપડાં બાફવાનું વાસણ.

boil'ing, ના૦ ઉકાળીને–બાફીને–તૈયાર કરેલું ખાવાનું. *the whole* ~, [ગ્રામ્ય] બધો જથ્થો. ~ *-point*, પાણી ઇ. પદાર્થ ઊકળવા માંડે એટલી

ઉષ્ણતાનો અંશ, ક્વથનાંક, ઊકળબિંદુ.

bois'terous (બૉઇસ્ટરસ), વિ૰ જોરદાર, જબરું; ઉગ્ર, તોફાની; બૂમાબૂમ કરીને ગેલ કરતું, ઘોંઘાટ કરતું.

bold (બોલ્ડ), વિ૰ હિંમત–છાતી–વાળું; આત્મવિશ્વાસવાળું; સાહસિક; ધીટ; ઉદ્ધત, વિવેકહીન; જુસ્સાવાળું; નિશ્ચિત–સ્પષ્ટ–આકૃતિવાળું. *make ~*, હિંમત કરવી, છૂટ લેવી. **bold'ly**, ક્રિ૰ વિ૰ હિંમતભેર. **bold'-ness**, ના૰ હિંમત, છાતી, ઇ. વિશેષણ પરથી ફલિત.

bole (બોલ), ના૰ થડ.

boler'o (બલેરો, બો–), ના૰ (બ૰ વ૰ –સ્). સ્પૅનિશ નૃત્ય; (બૉ'લરો) બાંયવાળું કે બાંય વિનાનું સ્ત્રીનું ટૂંકું અને ઢીલું જાકીટ.

boll (બૉલ), ના૰ (કપાસનું) જીંડવું, કાલું; ફળ, સીંગ.

boll'ard (બૉલર્ડ), ના૰ દોરડું બાંધવા માટેનો વહાણ પરનો કે ડક્કા પરનો થાંભલો.

bolo'gna (બલોન્યા), ના૰ માંસના નાના કકડાનો ધૂઘરો.

bolon'ey (બલોનિ), ના૰ [વિ. બો.] અર્થ–અક્કલ–વગરની વાત, મૂર્ખામી.

Bol'shevik (બૉલ્શિવિક), ના૰ રશિયાનો સામ્યવાદી; ક્રાંતિકારી–વાદી. **Bol'shevism**, ના૰ ઉગ્ર સમાજવાદ, સામ્યવાદ. **Bol'shevist**, ના૰ ઉગ્ર સમાજવાદી.

bol'ster (બોલ્સ્ટર), ના૰ લાંબું ઉશીકું–તકિયો – ગાદલું; ઉશીકા જેવું પૅડ (યંત્રમાં વચ્ચે મુકાતું). ઉ૰ ક્રિ૰ (*up* સાથે) તકિયાનો આધાર આપવો; આધાર–ટેકો – આપવો.

bolt (બોલ્ટ), ના૰ (ટૂંકું અને ભારે) બાણ, તીર; વીજળીનો ઝબૂકો–કડાકો; અશનિ; માથાવાળો મોટો ખીલો; આગળો, આડ; એકાએક નાસી છૂટવું તે, પલાયન. ઉ૰ ક્રિ૰ એકાએક નાસી છૂટવું, ભાગી જવું; ચાવ્યા વિના ગળી જવું; ખીલાથી–આગળાથી–બંધ કરવું; અકાળે દાણા બેસવા. *~ upright*, ક્રિ૰ વિ૰ તદ્દન ટટાર. *~ from the blue*, અણધારી – વાત; ભારે આશ્ચર્ય.

bomb (બૉમ); ના૰ હાથે ફેંકવાનો કે તોપ, અથવા બંદૂકમાંથી ફોડવાનો સ્ફોટક દ્રવ્યોથી ભરેલો ગોળો, બૉમ્બ. ઉ૰ ક્રિ૰ બૉમ્બ વડે હુમલો કરવો, -ઉપર બૉમ્બ ફેંકવો. **bomb-shell**, ના૰ તોપનો ગોળો; ભારે આઘાતજનક વસ્તુ.

bombard' (બૉમ્બાર્ડ), સ૰ ક્રિ૰ ઉપર છરાનો –ગોળાનો–મારો ચલાવવો; [લા.] ગાળોનો વરસાદ વરસાવવો. **bombard'ment**, ના૰ બૉમ્બમારો, તોપમારો.

bombardier' (બૉમ્બર્ડિઅર, બ–), ના૰ સાર્જન્ટથી ઊતરતી પદવીનો તોપખાનાનો બિનસનદી અધિકારી, ગોલંદાજ.

bom'bast (બૉમ્બસ્ટ), ના૰ મોટા મોટા શબ્દોવાળી ઝાઝા અર્થ વગરની વાત; ખાલી મોટાઈનું ભાષણ. **bombas'tic** (બમ્બૅસ્ટિક), વિ૰ આડંબરી. [સિપાઈ કે વિમાન.

bom'ber (બૉમર), ના૰ બૉમ્બ ફેંકનાર

bomb'-proof (બૉમ્-પ્રૂફ), વિ૰ (આશ્રયસ્થાન) બૉમ્બ સામે ટકી શકે એવું.

bon'a fid'e (બોનફાઇડિ), વિ૰ ખરા દિલનું, ખરું. ક્રિ૰ વિ૰ ખરા દિલથી, ખરી રીતે.

bon'a fid'es (બોન ફાઇડીસ), ના૰ પ્રામાણિક હેતુ, શુભ દાનત, સચ્ચાઈ.

bonan'za (બનૅન્ઝ઼ા, બૉ–), ના૰ વિપુલ સમૃદ્ધિ–સંપત્તિ; ખૂબ નફો કરાવનાર ખાણ, ઇ.; ભારે મોટું સદ્ભાગ્ય. [રમકડાં.

bon-bon (બૉન્બૉન), ના૰ મીઠાઈ; ખાંડનાં

bond (બૉન્ડ), ના૰ બાંધનાર કે જોડનાર વસ્તુ, બંધન, બંધ, આંધણ; આંધવાનું દોરડું, ઇ.; બંધનકારક કરાર, કરાર; ગીરોખત, પૈસા આપવાનો કરાર–દસ્તાવેજ; જામીન; (બ૰વ૰) બેડીઓ. સ૰ક્રિ૰ માલ જકાતખાતાની વખારમાં અનામત મૂકવો–ગીરો મૂકવો; **bonded**, વિ૰ વિ. ક. ગીરોખતથી સુરક્ષિત. *~ warehouse*, ધણી જકાત ન આપે ત્યાં સુધી માલ રાખવામાં આવે છે તે–જકાત – કસ્ટમ ખાતાની વખાર.

bond, વિ૰ ગુલામ, બદ્ધ. **bond'man, bond'maid**, ના૰ દાસ, દાસી. **bond'-servant**, ના૰ ગુલામ, બંદો; દાસી, ગુલામડી; સર્ફ, દાસ, ઇ. **bond'service**, ના૰ ગુલામી, દાસ્ય. [દાસ્ય; કેદ; બંધન.

bon'dage (બૉન્ડિજ). ના૰ ગુલામગીરી,

bond'slave (બૉન્ડ્સ્લેવ), ના૰ ગુલામ,

બંદો.

bone (બોન), ના૦ હાડકું, અસ્થિ; હાથીદાંત કે હાડકાની વસ્તુ; જૂગટાનો પાસો. સ૦ ક્રિ૦ હાડકાં કાઢી લેવાં – નાખવાં; ચોરી કરવી. ~ *of contention,* ઝઘડાનું કારણ–વિષય. *have a ~ to pick with somebody,* -ની સામે ફરિયાદ કરવાપણું હોવું. *make no ~s about,* કરતાં ડર કે શંકા ન થવી, ખંચકાવું નહિ. *~-dry,* વિ૦ તદ્દન કોરું.

bo'ner (બોનર), ના૦ [અમે. વિ. બો.] નિશાળના છોકરાએ કરેલી મૂર્ખામીભરી હાસ્યાસ્પદ ભૂલ.

bone'-setter (બોનસેટર), ના૦ હાડવૈદ.

bon'fire (બૉનફાયર) ના૦ આનંદ કે વિજયની સૂચક હોળી, હોળી. [મિજાજ, આનંદીપણું.

bonhomie (બૉનમી,–નૉ–), ના૦ ખુશ-

bon mot (બૉં મો), ના૦ (બ૦ વ૦ bons mots). વિનોદી – હાસ્યજનક – માર્મિક – વાક્ય, વિનોદ.

bonne (બૉન), ના૦ આયા, ચાકરડી.

bonne bouche (–બૂશ), ના૦ ગળ્યો કોળિયો, સુગ્રાસ.

bonn'et (બૉનિટ), ના૦ સ્ત્રીની બહાર પહેરવાની કોર વિનાની ટોપી; સ્કૉટિશ ટોપી; મોટરગાડીના ઍંજિનનું મજાગરાવાળું ઢાંકણું. *have a bee in one's ~,* મનમાં સતત કોઈ ગાંડો બનાવી દે એવો વિચાર કે તરંગ હોવો.

bonn'y (બૉનિ), વિ૦ તંદુરસ્ત અને રૂપાળું, સુંદર, ખૂબસૂરત.

bon'us (બોનસ), ના૦ પગાર ઉપરાંત અપાતું ઇનામ – સુખડી; વ્યાજ કે ભરણા ઉપરાંત નફામાંથી ભાગીદારોને આપવામાં આવતા પૈસા.

bon vivant (બૉં વીવાં), ના૦ ખોરાકમાં વરણાગી કરનારો, સ્વાદિયો; ખાઉધરો.

bon'y (બોનિ), વિ૦ મોટાં હાડકાંવાળું; મજબૂત, જોરાવર; સુકલકડી.

boo (બૂ), ઉદ્ગાર૦ તિરસ્કારવાચક ઉદ્ગાર, બૂ! હડે! ના૦ 'બૂ' નો અવાજ. સ૦ ક્રિ૦ ઉતારી પાડવું; હુરિયો બોલાવવો.

boob'y (બૂબિ), ના૦ મૂર્ખ, ઠોઠ, ઢ. ~ *prize,* હરીફાઈમાં છેવટના ઉમેદવારને અપાતું ઇનામ. ~ *trap,* ના૦ પ્રથમ આવનારના માથા પર પડે એવી રીતે બારણામાં ગોઠવેલી વસ્તુઓ; મૂર્ખામીભરી ચેષ્ટા –કરામત; [લશ્કરી.] આપોઆપ મરણ નીપજે એવી રીતે ગોઠવેલો બૉમ્બ કે સુરંગ.

book (બુક), ના૦ ચોપડી, પુસ્તક, ગ્રંથ; સાહિત્યકૃતિ; બાઇબલ, ઇ. મોટા ગ્રંથનો ભાગ, વિભાગ, પર્વ, કાંડ, ઇ.; (બ૦વ૦) હિસાબનો ચોપડો; હિસાબ; બાઇબલ (*the ~*); સંગીત-નાટિકાનાં ગીતોની ચોપડી. સ૦ ક્રિ૦ ચોપડીમાં કે યાદીમાં નોંધવું; બેઠક, જગ્યા કે ટિકિટ આગળથી મેળવી લેવી; ટિકિટ ખરીદવી. *bring* person *to ~,* સજા કરવી; હિસાબ લેવો–માગવો. *be in good or bad ~s of,* કોઈની કૃપામાં–મરજીમાં–કે ઇતરાજીમાં હોવું. *suit one's ~,* પોતાના ઉદ્દેશના મેળમાં હોવું.

book'binder, ના૦ પુસ્તકો બાંધનાર, જિલ્દબંધ. **book'binding,** ના૦ પુસ્તકો બાંધવાનો કસબ, જિલ્દબંધી. [–કબાટ.

book'case, ના૦ ચોપડીઓ માટેનો ઘોડો

booking-clerk, ના૦ ટિકિટ આપનાર કારકુન. **booking-office,** ના૦ ટિકિટ ઑફિસ.

book'ie, ના૦ જુઓ bookmaker.

book'ish (બુકિશ), વિ૦ પુસ્તક પંડિત, પુસ્તકિયો. [લખનાર.

book'-keeper, ના૦ હિસાબનીસ, નામું

book'-keeping, ના૦ હિસાબ લખવાનું શાસ્ત્ર, નામું. [પુસ્તિકા.

book'let (બુક્'લિટ), ના૦ નાનકડી ચોપડી,

book'maker (બુક્મેકર), ના૦ ધંધાદારી ચોપડી લખનાર; શરતનું જૂગટું રમનારો.

book'mark, ના૦ ચોપડીમાં નિશાની માટે મૂકવાની જાડા કાગળની પટ્ટી કે દોરી.

book'-plate, ના૦ ચોપડીમાં ચોડવાની ધણીના નામની કોઈ સુશોભિત આકૃતિવાળી કાપલી.

book'-post, ના૦ ચોપડીઓ, ઇ. ઓછા દરે મોકલવાની ટપાલની વ્યવસ્થા, બુકપોસ્ટ.

book'-rest, ના૦ ખુલ્લી ચોપડી મૂકવા માટેની ઘોડી.

book'seller (બુકસે'લર), ના૰ પુસ્તક વિક્રેતા. **book'selling,** ના૰ પુસ્તક વેચવાનો ધંધો.

book'shop (બુકશૉપ), **book'stall** (બુકસ્ટૉલ), ના૰ ચોપડીની દુકાન.

book'work (બુકવર્ક), ના૰ પ્રયોગ કે અનુભવ વિનાનો કેવળ પુસ્તકિયા અભ્યાસ.

book'worm (બુકવર્મ), ના૰ પુસ્તકમાં થતો કીડો, કંસારી, ઇ.; જબરો વાચનાર, ગ્રંથકીટ [લા.].

boom (બૂમ), ના૰ એક છેડે ડોળકાઠી સાથે બાંધેલી સઢ ફેલાવવા માટેની સઢની નીચેની કાઠી; બંદર કે નદીના મુખ આગળ વહાણોને આવતાં રોકવા માટે નાંખેલી મજબૂત સાંકળ અથવા કાઠીની આડ–વાંસ.

boom, ના૰ ગંભીર ગર્જના, ઘુઘવાટો; [વેપાર] ઘણી તેજી, ભાવ વધવાથી પડતો તડાકો. ઉ૰ ક્રિ૰ ગંભીર ગર્જના કરવી, ઘૂઘવવું; -ની ખૂબ માગણી હોવી; લોકોમાં એકદમ પ્રિય થવું; જાહેરાત આપીને ખૂબ માગ ઊભી કરવી. ~ *a person,* વખાણ કરીને પ્રસિદ્ધ કરવું. **booming,** વિ૰ સુસવાટા–ઘુઘવાટા–કરતું; ધમધોકાર.

boom'erang (બૂમરૅંગ), ના૰ ફેંકનાર પાસે પાછું આવતું કોરેલા લાકડાનું અર્ધચક્ર જેવું ઑસ્ટ્રેલિયાનું એક અસ્ત્ર; [લા.] વક્તાની પોતા પર પાછી ફરતી દલીલ.

boon (બૂન), ના૰ વિનંતી, માગેલી વસ્તુ, વર; બક્ષિસ, પ્રસાદ; વરદાન.

boon, વિ૰ ઉદાર, દાનશીલ; આનંદી, ખુશમિજાજ (દા.ત. ~ companion). [રિંચો.

boor (બૂર), ના૰ અસંસ્કારી માણસ, ગમાર,

boost (બૂસ્ટ), સ૰ ક્રિ૰ ધક્કો મારીને ઉપર ચઢાવવું, આગળ ઠેલવું; વખાણ–જાહેરાત–કરીને આગળ–ઉપર–આણવું–વેચાણ વધારવું. ના૰ ખૂબ વખાણ–જાહેરાત–કરીને પ્રતિષ્ઠા–ખ્યાતિ–મૂલ્ય–વધારવું તે.

boot (બૂટ), ના૰ ફાયદો, લાભ. અ૰ ક્રિ૰ -થી લાભ થવો, લાભ આપવો. *to* ~, લાભમાં, વધારામાં.

boot, ના૰ બૂટ, જોડો; ગાડી કે ડબ્બામાં સામાન મૂકવાની જગ્યા–પેટી. *the* ~ *is on the other foot,* હવે દોષ કે જવાબદારી બીજાને શિરે જાય છે. *get the* ~, નોકરી ગુમાવવી, રુખસદ મળવી. *have one's heart in one's* ~ *s*, ભયભીત થવું, ડરવું; નિરાશ થવું. સ૰ ક્રિ૰ લાત મારવી.

boot'ed (બૂટિડ), વિ૰ બૂટ પહેરેલું. [બૂટ.

bootee' (બૂટી), ના૰ સ્ત્રીઓના કે બાળકોના

booth (બૂધ), ના૰ મેળામાં ઊભી કરેલી કામચલાઉ દુકાન; માંડવો. *drinking* ~, દારૂતાડીનો માંડવો. *polling*-~, મતદાન માટે ઊભો કરેલો માંડવો.

boot'jack (બૂટજૅક), ના૰ બૂટ ઉતારવાનું સાધન–ચમચો. [દોરી.

boot'lace (બૂટલેસ), ના૰ બૂટ–જોડા–ની

boot'legger (બૂટલે'ગર), ના૰ બંધી હોવા છતાં ચોરીછૂપીથી દારૂ વેચનાર–લાવનાર–બનાવનાર. **boot'legging,** ના૰ ચોરીછૂપીથી દારૂ બનાવવા વેચવાનો ધંધો.

boot'less (બૂટલિસ), વિ૰ લાભ વગરનું, મિથ્યા, ફોકટ.

boots (બૂટ્સ) ના૰ હોટેલમાં બૂટ પૉલિશ તથા બીજું પરચૂરણ કામ કરનાર ચાકર.

boot'-trees (બૂટ-ટ્રીઝ઼), ના૰ બ૰ વ૰ જોડાનો આકાર પાકો કરવા તેની અંદર ઠોકવાનું લાકડાનું બીબું, કાલબૂત.

boot'y (બૂટિ), ના૰ લડાઈમાં કે ધાડમાં મળેલી લૂંટ; સહિયારી પ્રાપ્તિ.

booze (બૂઝ઼), અ૰ ક્રિ૰ દારૂ પીને ઉન્મત્ત થવું–ભાન ભૂલવું, છાકટા બનવું. ના૰ મદિરાપાન; દારૂ. **booz'y,** વિ૰ પીધેલ; પીવાની લતવાળું.

bo-peep' (બોપીપ), ના૰ હું તને જોઉં છું એવા અર્થનો પોકાર; કશાકની આડમાં સંતાઈ ને છતા થવાની બાળક સાથેની રમત.

bora'cic (બરૅસિક), વિ૰ બોરૅક્સ–ટંકણખાર–નું. ~*acid,* જખમો પર તથા ખોરાક બગડી ન જાય તે માટે વપરાતો એક ક્ષાર.

bor'ax (બોરૅક્સ), ના૰ ટંકણખાર, ખડિયો ખાર; કાચ બનાવવામાં તથા વાસણ સાંધવામાં વપરાતો ક્ષાર.

bord'er (બૉર્ડર), ના૰ બાજુ, કોર, હદ; સરહદ; કોઈ વસ્તુની ફરતી શોભા કે મજબૂતી

માટેની પટી, કિનાર, કોર. ઉ૦ ક્રિ૦ કોર મૂકવી; -ની કોર – હદ – હોવી; -ની પાસે આવેલું હોવું, શેઢા પર હોવું; અડવું, મળવું; -ને ઘણું મળતું આવવું. ~ *on, upon,* -ને મળતું હોવું, -ની લગોલગ હોવું. ~*land,* ના૦ સરહદનો પ્રદેશ; રસ વિષયની તદ્દન નજીક આવે એવી કોઈ પણ વસ્તુ – વિષય; તકરારી – વાદગ્રસ્ત – વિષય – પ્રદેશ.

bord'erer (બૉર્ડરર), ના૦ (વિ. ક. ઇંગ્લંડ અને સ્કૉટલન્ડની) સરહદ પર રહેનાર માણસ.

bore (બોર, બોઅર), bearનો ભૂ૦ કા૦

bore, ઉ૦ ક્રિ૦ (– rable). વીંધવું, કાણું પાડવું (વિ. ક. શારડીથી); કોરી – કોતરી – ખાવું; -માં કાણું પાડવું. ના૦ કાણું, વેહ; બંદૂકની નળી – મોં; તેનું અંદરનું માપ.

bore, ના૦ કંટાળો ઉપજાવનાર – માથું પકવનાર–માણસ, ખેન; નીરસ વાત. સ૦ ક્રિ૦ થકવવું, કંટાળો ઉપજાવવો.

bore, ના૦ નદીના મુખમાં ધૂસી જતું બહુ ઊંચું ભરતીનું મોજું.

Bor'eas(બોરિઍસ),ના૦ ઉત્તરનો ઠંડો પવન.

bore'dom(બોર્ડમ),ના૦કંટાળો(આવવો તે)

bo'ric (બૉરિક), વિ૦ ટંકણખાર (બોરૅક્સ) વાળું –ને લગતું. ~ *acid,* જંતુ પ્રતિબંધક કે કોહાણ રોકનારી એક દવા.

born (બૉર્ન), (bear (જન્મ આપવો) નું ભૂ૦ કૃ૦) વિ૦ જન્મજાત, જન્મથી.

borne (બૉર્ન), bear (ઉપાડી જવું) નું ભૂ૦ કૃ૦

bo'rough (બર), ના૦ મ્યુનિસિપાલિટી અને બીજા અધિકારો ધરાવતું શહેર કે શહેરનો ભાગ.

bo'rrow (બૉરો), ઉ૦ ક્રિ૦ ઉછીનું લેવું; વાપરવા લેવું; દેવું કરવું, વ્યાજે લેવું; બીજાના લખાણ, ઇ. ની તફડંચી કરવી.

Bor'stal (બૉર્સ્ટલ), વિ૦ જુવાન ગુનેગારોને વિશેષ પ્રકારે તાલીમ આપવા માટે કેદમાં રાખવાનું (મૂળ કેન્ટ પરગણામાં આવેલું એ નામનું) કેદખાનું. ~ *system,* બૉર્સ્ટલ તુરંગમાં ચાલતી પદ્ધતિ.

borzoi (બૉર્ઝોઇ), ના૦ એક રશિયન શિકારી કૂતરાની જાત. [ચાત – વાત.

bosh (બૉશ), ના૦ મૂર્ખામીવાળી – વાહિ-

bos'ky (બૉસ્કિ), વિ૦ ઝાડીવાળું, ઝાંખરાંવાળું.

bo'som (બુઝમ), ના૦ છાતી, વક્ષઃસ્થળ; હૃદય; છાતી અને બાહુ વચ્ચે આંતરેલી જગ્યા, આલિંગન; તળાવ, ઇ.ની સપાટી. ~ *friend,* જાની દોસ્ત.

boss (બૉસ), ના૦ પકડવા માટે ઉપયોગનો બહાર પડતો ગઠ્ઠો, મોગરો; ઊપસી આવેલો ભાગ.

boss, ના૦ ઉપલો અમલદાર, શેઠ, ધણી; વ્યવસ્થાપક; રાજકીય સંસ્થાનો સંચાલક–ઉપરી. સ૦ ક્રિ૦ વ્યવસ્થા કરવી; શેઠાઈ કરવી. **boss'y,** વિ૦ શેઠાઈ કરનારું.

botan'ic(al) (બટૅનિક, – લ), વિ૦ વનસ્પતિશાસ્ત્રનું – ને લગતું. [શાસ્ત્રી.

bot'anist (બૉટનિસ્ટ), ના૦ વનસ્પતિ-

bot'anize (બૉટનાઇઝ), અ૦ ક્રિ૦ વનસ્પતિનો અભ્યાસ કરવો – સંશોધન કરવું.

bot'any (બૉટનિ), ના૦ વનસ્પતિશાસ્ત્ર – વિજ્ઞાન.

botch (બૉચ), ના૦ થીંગડું (દેવા જેવું કામ), ગરબડ. સ૦ ક્રિ૦ ખરાબ રીતે – અવ્યવસ્થિતપણે – કામ કરવું, ગોટા કરવો; થીંગડું દેવું. [સર્વના૦ બન્ને જણ.

both (બોથ), વિ૦ બન્ને, બેઉ (જણ);

both'er (બૉધર), ઉ૦ ક્રિ૦ ત્રાસ આપવો, હેરાન કરવું, માથું પકવવું; તસ્દી લેવી, માથાકૂટ કરવી. ના૦ કડાકૂટ, લપ, સંતાપ; ચિન્તા. ઉદ્ગાર૦ શી બલા! [દાયક, કડાકૂટિયું.

both'ersome (બૉધરસમ), વિ૦ ત્રાસ-

both'y (બૉથિ), ના૦ [સ્કૉટ.] નાની ઝૂંપડી; એક ઓરડીવાળું રહેઠાણ.

bo'-tree (બો–ટ્રી), ના૦ બોધિવૃક્ષ.

bot'tle (બૉટલ), ના૦ બાટલી, શીશી, કુપ્પી. સ૦ ક્રિ૦ શીશીમાં ભરવું – મૂકવું; શીશીમાં ઉતારવું, પકડવું. ~ *up one's anger,* ક્રોધને સંયમપૂર્વક રોકવું – છુપાવી રાખવું.

bot'tle-green, વિ૦ ઘેરા લીલા રંગનું.

bot'tle-neck, ના૦ જ્યાં અનેક પહોળા રસ્તા ભેગા થાય છે તે સાંકડી જગ્યા; પેદા થતા માલનો એકસરખો પ્રવાહ ચાલુ રહેવામાં અંતરાયરૂપ થતી કોઈ પણ વસ્તુ.

bott'om (બૉટમ), ના૦ તદ્દન નીચલો ભાગ,

તળિયું; પાયો, આધાર; સરોવર, ઇ.નું તળિયું; (ટેબલ વગેરેની) નીચેની બાજુ; ફૂલા, બેસણી. સ૦ ક્રિ૦ -ને તળિયે પહોંચવું. *go, get, to the ~ of*, -ના મૂળ (સ્વરૂપ) સુધી જવું; - માં ડૂબી જવું. વિ૦ તદ્દન નીચલું.

bott'omless, વિ૦ તળિયા વગરનું; અગાધ. [ઓરડો; કેદખાના.

boudoir (બૂડ્વાર), ના૦ શેઠાણીનો અંગત

bou'gainvillae'a (બૂગનવિલિઆ, બો–), ના૦ ઉષ્ણ પ્રદેશમાં થતો મોટાં ફૂલવાળો વેલો.

bough (બાઉ), ના૦ ઝાડની ડાળ, શાખા.

bought (બૉટ), buyનો ભૂ૦ કા૦ અને ભૂ૦ કૃ૦. [સિરવો; કુલાવેલી ગડી.

bouillon (બૂલ્યોં), ના૦ માંસની કઢી,

boul'der (બોલ્ડર), ના૦ છૂટો ખડક; પાણીથી ઘસાઈ ગયેલો મોટો (ગોળ) પથ્થર.

boulevard (બૂલ્વાર,-વાર્ડ), ના૦ વૃક્ષની હરોળવાળો પહોળો રસ્તો, વીથિ.

bounce (બાઉન્સ), ઉ૦ ક્રિ૦ જમીન પર પછડાયા પછી ઊછળવું; (માણસ અંગે) કૂદકો મારવો; બડાઈ – પતરાજી – કરવી; ભારે ધમાલ સાથે બૂમાબૂમ કરી આમતેમ ફરવું, ધમપછાડા મારવા; હડસેલવું; (હૂંડી અંગે) ખાતામાં પૈસા પૂરતા ન હોવાથી પાછી મોકલાવી. ના૦ ઉછાળો, કૂદકો; આત્મવિશ્વાસ, ખાતરી; પતરાજી, શેખી; ધક્કો, હડસેલો.

bounc'ing વિ૦ નીરોગી અને જોમથી થનગનતું, તાકાતવાળું.

bound (બાઉન્ડ), ના૦ (બહુધા બ૦ વ૦માં) હદ, સીમા, સરહદ. સ૦ ક્રિ૦-ની હદ હોવી; હદ બાંધવી, અટકાવવું; હદ બહાર ન જવા દેવું; કાબૂમાં રાખવું. **~'less,** અનંત, બેહદ, નિઃસીમ.

bound, અ૦ ક્રિ૦ જમીન કે ભીંત પરથી ઊછળવું; કૂદવું, છલંગ મારવી. ના૦ ઊછળવું તે (દડાનું); ઠેકડો, છલંગ. *by leaps and ~s,* (આગળ વધવું) કૂદકે ને ભૂસકે.

bound (bind નો ભૂ૦ કા૦), *~ up with,* -ની સાથે સંકળાયેલું. *~ for,* (વહાણ, ઇ.) અમુક જગ્યા તરફ જવા તૈયાર – જતું. *~ to win,* નક્કી જીતે એવું.

boun'dary (બાઉન્ડરિ), ના૦ ખેતર, દેશ, મેદાન, ઇ.ની હદ – સીમા; હદનું નિશાન, ખૂંટ. [ક્રિકેટ] મેદાનની હદ સુધી દડો મારવો તે.

boun'den (બાઉન્ડન), વિ૦ (વિ. ક. નૈતિક દૃષ્ટિથી) બંધનકારક, ફરજિયાત.

boun'der (બાઉન્ડર), ના૦ અસંસ્કારી – અણઘડ – ખરાબ રીતભાતનો – માણસ.

boun'teous (બાઉન્ટિઅસ), વિ૦ ઉદાર, દાનશૂર; વિપુલ.

boun'tiful, વિ૦ ઉદાર; વિપુલ, પૂરતું.

boun'ty (બાઉન્ટિ), ના૦ ઔદાર્ય, સખાવત, દાનશીલતા; દાન; રાજ્ય તરફથી કોઈ વસ્તુ કે માલ પેદા કરવા, ઇ. માટે ઉત્તેજનાર્થ અપાતી મદદ. દા. ત. *~ on corn.* [ખુશબો.

bouquet' (બુકે), ના૦ કલગી, ગોટો; દારૂની

bourgeois (બૂર્ઝ્વા), વિ૦ અને ના૦ સરદાર કે ઉમરાવ અને મજૂર વચ્ચેના – મધ્યમ – વર્ગનો (માણસ); એશઆરામપરસ્ત ને સંકુચિત દૃષ્ટિવાળો (માણસ).

bourn, bourne (બૂર્ન, બુઅર્ન), ના૦ સીમા, હદ; ધારેલું – નિર્દિષ્ટ – સ્થાન.

bourn (બૂર્ન) ના૦ નાનો વહેળો.

bourse (બૂર્સ), ના૦ પરદેશી નાણા બજાર (વિ. ક. પૅરિસનું).

bout (બાઉટ), ના૦ વારો, પાળી; કુસ્તી. હરીફાઈની રમત; મદ્યપાનની ઉજાણી.

bov'ine (બોવાઇન), વિ૦ ગાય કે બળદનું – ને લગતું; મંદ, જડ.

Bovril (બૉવ્રિલ), ના૦ માંસનો – વિ. ક. ગોમાંસનો – અર્ક. (અમુક કંપનીની બનાવટ).

bow (બો), ના૦ કામઠું, ધનુષ્ય; તંતુવાદ્ય વગાડવાનો ગજ, ઘંઘોડી; એક કે બે ફાંસાવાળી સરક ગાંઠ; એવી રીતે બાંધેલી ફીત–રિબન. *have two strings to one's ~,* કોઈ હેતુ પાર પાડવા માટે બેવડી જોગવાઈ રાખવી. *draw the long ~,* અતિશયોક્તિ કરવી.

bow (બાઉ), ઉ૦ ક્રિ૦ નમવું, નમસ્કાર કરવા, -ની આગળ ઘૂંટણિયે પડવું; નમાવવું, વાંકું વાળવું; પ્રણામાર્થે અથવા સંમતિ સૂચવવા ડોકું હલાવવું. *~ down to,* દંડવત્ પ્રણામ કરવા. ના૦ નમન, નમસ્કાર, પ્રણામ.

bow, ના૦ [નૌકા.] વહાણનો આગળનો

ભાગ, મોરો.

bowd'lerize, -ise (બાઉડ્‌લરાઇઝ્), સ૦ ક્રિ૦ (યુવાન વાચકો માટે) અયોગ્ય એવો ભાગ ચોપડીમાંથી કાઢી નાંખવો.

bow'el (બાવિલ, બાવ્-), ના૦ (બ૦ વ૦) આંતરડાં, અંદરનો ભાગ; અન્નનળી; પેટની નીચેનો ભાગ, આંતરડું; દયા (ની લાગણીઓ), કરુણા.

bower (બાવર), ના૦ [કાવ્યમાં] રહેઠાણ; બાઈસાહેબની ઓરડી; લતાગૃહ, કુંજ, ગ્રીષ્મભવન.

bow'ery (બાવરિ), ના૦ ખેતરવાડી ને તે પરનાં બધાં મકાનો. *the B~*, અપકૃત્યો માટે એક વખત જાણીતો ન્યૂયૉર્કનો એક લાંબો પહોળો રસ્તો.

bow'ie-knife (બોઈ-), ના૦ (અમેરિકામાં વપરાતી) શિકારીની લાંબી છરી.

bowl (બોલ), ના૦ પવાલું, વાટકો, ચલાણું, તાંસળું; ચલમનો પવાલા જેવો ભાગ; ચમચાનું ખામણું. *the ~*, ઉજાણી, આનંદ.

bowl, ના૦ એક બાજુએ વજન મૂકીને બનાવેલો લાકડાનો મોટો દડો, જેથી તે વળાંકમાં જ ફર્યા કરે; (બ૦ વ૦) એવા દડાઓ વતી હરિયાળી પર રમાતી રમત (બોલ્ઝ્). ઉ૦ ક્રિ૦ 'બોલ્ઝ્'ની રમત રમવી; ગબડવું; એક સરખી ઝડપથી જવું; [ક્રિકેટ] દડો ફેંકવો—નાંખવો; દડો ફેંકીને બૅટ્સ્‌મનને બાદ કરવો. *~ over*, બાદ કરવું; [લા.] અસહાય બનાવવું.

bow-legged વિ૦ ફલ્લા પગવાળું, ફેંચરું.

bowl'er (બોલર), ના૦ [ક્રિકેટ] દડો નાખનાર, ગોલંદાજ; 'બોલ્ઝ્'ની રમત રમનાર.

bowl'er, ના૦ બનાતની અક્કડ ટોપી (મરદની).

bow'line, (બોલાઇન), ના૦ સઢના છેડાથી વહાણના આગલા ભાગ સુધી જતું દોરડું; એક વિશિષ્ટ પ્રકારની લપસી ન જાય એવી ગાંઠ (*~-knot* પણ).

bowl'ing-alley, ના૦ 'સ્કિટલ્સ્'ની રમત માટે આંતરેલી લાંબી જગ્યા. [મેદાન.

bowl'ing-green, ના૦ બોલ્ઝ્‌ની રમતનું

bow'man (બોમન), ના૦ (બ૦વ૦–men) તીરંદાજ, બાણાવળી.

bow'shot (બોશૉટ), ના૦ ધનુષ્ય વતી ફેંકેલું તીર પહોંચે તેટલું અંતર.

bow'sprit (બોસ્પ્રિટ), ના૦ વહાણના આગલા ભાગથી આગળ વધતો વાંસ–સોટો, ધોર, નાળદંડ.

bow'-win'dow' (બોવિન્ડો), ના૦ ભીંતની બહાર પડતી અર્ધવર્તુળાકાર બારી, ગવાક્ષ; [વિ. બો.] જાડા માણસની દૂંદ.

bow-wow (બાઉ–વાઉ), ના૦[બાલભાષામાં] કૂતરાનું ભસવું.

box (બૉક્સ), ના૦ બારે માસ લીલું રહેતું એક નાનું ઝાડ, ઝાંખરું; તેનું લાકડું; પેટી, દાબડો; ગાડી હાંકનારની બેસવાની જગ્યા; નાટકશાળામાં બેસવાનું નોખું ખાનું–ઓરડી; ચોકિયાત કે ગારદીને ઊભા રહેવાની જગ્યા. સ૦ક્રિ૦ પેટીમાં મૂકવું. *Christmas ~*, નાતાલ વખતે અપાતી ભેટ. *~ the compass*, [નૌકા.] હોકાયંત્રની બધી દિશાઓ ક્રમશઃ કહી જવી; [લા.] ફરી ફરીને હતા ત્યાં ને ત્યાં આવી પહોંચવું.

box, ના૦ મુક્કો, ઠોંસો, ધોલ. ઉ૦ ક્રિ૦ ધોલ–તમાચો–મારવો; મુક્કાબાજી કરવી (મોંજાં–ગ્લવ–પહેરીને કે તે વિના).

box'er, ના૦ મુક્કામુક્કીનું યુદ્ધ–મુષ્ટિયુદ્ધ–કરનાર; લડાઈ–ટંટો–કરનાર.

box'ing (બૉક્સિંગ), ના૦ મુક્કામુક્કીનું યુદ્ધ, મુષ્ટિયુદ્ધ. *B~-day*, ભેટની પેટીઓ આપવાનો નાતાલ પછીનો રવિવાર સિવાયનો પહેલો દિવસ.

box'-office, ના૦ નાટકની ટિકિટો વેચવાની નાટકશાળાની જગ્યા.

box'-pleat, ના૦ ઊલટીસૂલટી ચપટી.

box'wood, ના૦ બૉક્સ ઝાડનું લાકડું.

boy (બૉઇ, બૉય), ના૦ છોકરો, જુવાનિયો; પુત્ર; ચાકર, છોકરો (વિ. ક. દેશીઓમાંનો). *~ scouts*, બાલવીર ચમૂ, બૉયસ્કાઉટ, આરોગ્ય અને ચારિત્ર્ય ખીલવવા માટેનું એક મંડળ. *~s' brigade*, બાલચમૂ, બૉયસ્કાઉટને મળતી એક સંસ્થા.

boy'cott (બૉઇકૉટ), સ૦ ક્રિ૦ -ની સાથે સંબંધ ન રાખવો, -નો બહિષ્કાર કરવો. ના૦ બહિષ્કાર, વ્યવહારબંધી–ત્યાગ. [નાનપણ.

boy'hood (બૉઇહુડ), ના૦ બાલપણ,

boy'ish (બૉઇશ), વિ૦ છોકરાઓનું – ને લગતું; છોકરવાદ, નાદાન; ઉલ્લાસવાળું, આનંદી.
brace (બ્રેસ), સ૦ ક્રિ૦ (– ceable). સખત – જકડીને – બાંધવું; મજબૂત કરવું; તાણવું, તંગ કરવું. (તબલા ઇ.ના પટા તંગ કરી) ચઢાવવું. ના૦ બંધન, પટો, દોરી, (બ૦ વ૦) પાટલૂનને ઉપર ખેંચી રાખવાના પટા; (બાંધકામમાં) તીર, ટેકો. ~ *oneself up* (for a task), (કોઈ કામ માટે) કમર કસવી – સજ્જ થવું. ~ *and bit*, એક જાતની શારડી.
brace, ના૦ *a ~ of*, - ની જોડ – જોડી, બે.
brace'let (બ્રેસ્લિટ), ના૦ બંગડી, કંકણ, કડું, તોડો, ઇ.
bracing, વિ૦ (હવા, ઇ.) કૌવત – શક્તિ – [જોમ – આપનારું.
brack'en (બ્રૅકન), ના૦ ઘાસના મેદાન પર ઊગતી ફર્ન વનસ્પતિ.
brack'et (બ્રૅકિટ), ના૦ દીવાલમાંથી બહાર પડતો કશાકને ટેકો – આધાર – આપનારો ભાગ; છાજલી, ઇ.ની નીચે લાકડા કે લોઢાનો કાટખૂણાવાળો આધાર; કૌંસ ( ), [ ], ઇ. સ૦ ક્રિ૦ ખૂણાવાળા આધારનો ટેકો આપવો; કૌંસમાં મૂકવું; તુલ્યગુણવાળાં નામોને એકત્ર – સાથે – મૂકવાં.
brack'ish (બ્રૅકિશ), વિ૦ (પાણી) ખારાશપડતું, થોડું ખારું.
brad (બ્રૅડ), ના૦ નાની, ચપટી, અણિયાળી [ખીલી – ચૂંક.
brad'awl (બ્રૅડૉલ), ના૦ (ચામડામાં) કાણાં પાડવાનું એક નાનું ઓજાર, સોયો.
Brad'shaw (બ્રૅડ્શૉ), ના૦ દેશની બધી રેલવેઓનું એકત્ર સમયપત્રક.
brae (બ્રે), ના૦ [સ્કૉ.] સીધા ચઢાણવાળો કિનારો; ડુંગરનો ઢાળ – બાજુ.
brag (બ્રૅગ), ઉ૦ ક્રિ૦ બડાઈ હાંકવી – મારવી; - નું અભિમાન લેવું – કરવું. ના૦ બડાઈ, શેખી.
braggado'cio (બ્રૅગડોશિઓ), ના૦ બડાઈ, શેખી; બડાઈખોર માણસ, ફૂલણજી.
bragg'art (બ્રૅગર્ટ), ના૦ બડાઈખોર માણસ.
Brahm'a (બ્રામ,), ના૦ બ્રહ્મ, પરમાત્મા.
brah'min (બ્રામિન), ના૦ બ્રાહ્મણ.
brahm'inism (બ્રામિનિઝ્મ), ના૦ બ્રાહ્મણધર્મ, હિંદુધર્મ.
braid (બ્રેડ), ના૦ ગૂંથેલા વાળ, વેણી. રેશમ, સૂતર, ઇ.નો ગૂંથેલો દોરો – નાડી. સ૦ ક્રિ૦ ગૂંથવું, વણવું, વેણી ગૂંથવી.
Braille (બ્રેલ), ના૦ આંધળાઓ માટે ઉપસાવેલા અક્ષરની છપાઈ, અંધલિપિ.
brain (બ્રેન), ના૦ મગજ, ભેજું, માથું; ભાન – જ્ઞાન – વિચાર – નું કેન્દ્ર; બુદ્ધિશક્તિ. *blow out one's ~s*, માથામાં ગોળી મારી હત્યા કરવી. *cudgel, rack, one's ~s*, માથું ખંજવાળવું, ખૂબ વિચાર કરવો. *pick one's ~s*, કોઈના જ્ઞાનનો ઉપયોગ કરવો. *have something on the ~*, કોઈ વિચાર, ઇ. વળગેલું હોવું. સ૦ ક્રિ૦ ખોપરી તોડી નાંખવી – નાંખીને ભેજું બહાર કાઢવું.
brain-fag, ના૦ માનસિક થાક.
brain'less, વિ૦ બુદ્ધિહીન, મૂર્ખ.
brains' trust, ના૦ સરકાર નિયુક્ત તજ્જ્ઞોનું સલાહકાર મંડળ.
brain'-washing, ના૦ ભેજાનું શુદ્ધીકરણ.
brainwave (બ્રેન્વેવ), ના૦ એકાએક સૂઝેલો સુંદર વિચાર – થયેલું સ્ફુરણ.
brain'y (બ્રેનિ), વિ૦ હોશિયાર, તીક્ષ્ણ – શોધક – બુદ્ધિવાળું.
braise (બ્રેઝ઼), સ૦ ક્રિ૦ (શાકભાજી સાથે સૂવરનું માંસ) ધીમે તાપે સીઝવવું – રાંધવું.
brake (બ્રેક), ના૦ કાંટાનું જાળું, ઝાડી.
brake, ના૦ જુઓ bracken.
brake (બ્રેક), ના૦ ગાડી, વાહન કે તેના પૈડાની ગતિ રોકવાનું સાધન, અટકણ, ગતિરોધક, 'બ્રેક'; રેલગાડીનો બ્રેકવાળો – ગાર્ડનો – ડબો; ચાર પૈડાંની ગાડી. સ૦ ક્રિ૦ બ્રેક – અટકણ – લગાડવું – મારવું. **brake'sman**, ના૦ ગાડીની બ્રેકો – અટકણો – ની દેખરેખ રાખનાર. [ડબો.
brake-van (– વૅન), ના૦ બ્રેકવાળો ગાર્ડનો
bram'ble (બ્રૅમ્બલ), ના૦ કરમદાના જેવી જાળી – ઝાંખરું; કાંટાળો છોડ – ઝાંખરું.
bram'bling (બ્રૅમ્બ્લિંગ), ના૦ ડુંગરામાં રહેતું એક નાનું પક્ષી.
bran (બ્રૅન), ના૦ ભૂસું કુશકી, થૂલું.
branch (બ્રાન્ચ), ના૦ ડાળ, ડાળી, શાખા; શાખા, પાંખિ , ફાંટો; ભાગ, અંગ, શાખા, પેટા વિભાગ. અ૦ ક્રિ૦ ડાળી – શાખા – ફૂટવી,

ફંટાવું, વિભાગ પડવા. ~ *out*, વિ. ક. અનેક નવા ઉદ્યોગો – ધંધા – શરૂ કરવા; ખૂબ પૈસા ખર્ચ કરવા. **branched**, વિ૰ ઘણી ડાળીઓ-વાળું, ઘટાવાળું. **branch'y**, વિ૰ જે શાખાઓ ફૂટે છે એવું.

brand (બ્રૅન્ડ), ના૰ બળતું – સળગતું – લાકડું – કીટિયું; મશાલ; ડામ, મુદ્રા; લાંછન, કલંક; [કાવ્ય] તલવાર; માલની વિશિષ્ટ જાત. ~ *from the burning*, પોતાની ભૂલ જોનાર; મત–ધર્મ–પરિવર્તન–કરેલો. સ૰ ક્રિ૰ ડામવું, ડામ દેવો; સ્મૃતિ પર અંકિત કરવું; ટીલી – કલંક – લગાડવું; વગોવવું, *snatch a ~ from the burning*, કોઈને ભારે સંકટમાંથી બચાવવું. ~-*new*, વિ૰ કોરું, નવુંનક્કોર.

bran'dish (બ્રૅન્ડિશ), સ૰ ક્રિ૰ (તલવાર, ઇ.) આમતેમ ફેરવવું, વીંઝવું, -થી પટા ખેલવા.

bran'dy (બ્રૅન્ડિ), ના૰ એક જાતનો કડક દારૂ.

brass (બ્રાસ), ના૰ પિત્તળ (ની ધાતુ); પૈસા, દોઢિયાં; પિત્તળની બનાવેલી વસ્તુઓ; મૃત્યુ પામેલાની સ્મૃતિમાં ચર્ચમાં મૂકેલી પિત્તળની તકતી. [લા.] ઉદ્ધતાઈ, તોછડાપણું. ~ *hat*, લશ્કરનો મોટા હોદ્દાવાળો અધિકારી, ~ *tacks*, [વિ. બો.] પ્રત્યક્ષ કામ, કામની વીગત. *the* ~ અથવા ~*es*, વાજાંની મંડળીનાં પિત્તળનાં વાદ્યો.

brassard' (બ્રૅસાર્ડ), ના૰ બાહુત્રાણ, બખ્તર; બાહુ પરનો પટો – બિલ્લો.

brassière (બ્રૅસ્યૅર), ના૰ સ્ત્રીનો ઉર:પ્રદેશ ઢાંકતી કાંચળી – કમખો.

brass'y (બ્રાસિ), વિ૰ પિત્તળના જેવા રંગ, અવાજ કે સ્વાદવાળું; તોછડું, ઉદ્ધત. ના૰ ગોલ્ફની રમતની એક લાકડી. [ચેલૈ.

brat (બ્રૅટ), ના૰ [તિરસ્કારવા.] છોકરું,

brava'do (બ્રવાડો), ના૰ (બ૰ વ૰ -s, -es). બહાદુરીનો દેખાવ; ડંફાસ, શેખી.

brave (બ્રેવ), વિ૰ શૂર, હિંમતવાળું; નિર્ભય; રોફ – ભભકા – દાર, સુંદર; ઉમદા. ના૰ રેડ ઇન્ડિયન યોદ્ધો. સ૰ ક્રિ૰ સામનો કરવો, -ની સામા છાતી ચલાવવી, ટક્કર ઝીલવી.

brav'ery (બ્રેવરિ), ના૰ બહાદુરી, શૌર્ય, ભપકો, વૈભવ, શોભા.

bra'vo (બ્રાવો), ના૰ (બ૰ વ૰ -s, -es). ખૂની (ભાડૂતી), મારો; સંમતિ કે પસંદગીસૂચક બોલ. ઉદ્ગાર૰ સરસ! વાહવાહ!

brawl (બ્રૉલ), ના૰ કજિયો, ટંટો, તડાતડી. અ૰ ક્રિ૰ કજિયો – કંકાસ – બખેડો – કરવો; (વહેળા અંગે) ખળખળ અવાજ કરવો.

brawn (બ્રૉન), ના૰ સ્નાયુ; [લા.] શારીરિક શક્તિ; સૂવરના માથાનું આથેલું માંસ.

brawn'y, વિ૰ મજબૂત સ્નાયુવાળું, જોરાવર, બળવાન.

bray (બ્રે), ના૰ ગધેડાનું ભૂંકવું; તુરાઈ કે શિંગાનો અવાજ; ખોખરો જાડો અવાજ. ઉ૰ ક્રિ૰ (ગધેડાએ) ભૂંકવું; ખોખરે ઘાંટે બોલવું.

bray, સ૰ ક્રિ૰ ખાંડવું; ખાંડણી દસ્તાથી કૂટવું.

braze (બ્રેઝ), સ૰ ક્રિ૰ પિત્તળના જેવો રંગ આપવો; રેણ કરવું.

bra'zen (બ્રેઝ઼ન), વિ૰ પિત્તળનું બનાવેલું; પિત્તળના જેવું; બેશરમ, નફટ. સ૰ ક્રિ૰ નિર્લજ્જ બનાવવું. ~*out*, નિર્લજ્જપણે સામા થઇને વર્તવું. ~-*faced*, વિ૰ બેશરમ, નિર્લજ્જ.

bra'zier (બ્રેઝર) ના૰ કંસારો. [તાવડી.

bra'zier, ના૰ દેવતા રાખવાની પેણી કે

brazil' (બ્રઝિલ), ના૰ દ. અમેરિકામાં થતું લાલ રંગનું સખત લાકડું.

brazil'-nut, ના૰ બ્રાઝિલના ઝાડનું ત્રણ ખૂણાવાળું ફળ – વાળી બદામ.

breach (બ્રીચ), ના૰ નિયમ, વચન, ઇ.-નો ભંગ; ઝઘડો, સંબંધ તૂટવો તે; તડ, ચીર, ફાટ, ગાબડું (વિ. ક. હુમલાખોરોએ પાડેલું). સ૰ ક્રિ૰ કિલ્લાની દીવાલ કે કોટમાં ગાબડું પાડવું. ~ *of faith*, વિશ્વાસઘાત. ~ *of the peace*, શાંતિભંગ, હુલ્લડ, મારામારી. ~ *of promise*, વચનભંગ. *stand in the* ~, મુખ્ય મારો સહન કરવો.

bread (બ્રે'ડ), ના૰ રોટી, રોટલી – લો; આજીવિકા, રોટલો; સામાન્ય ખોરાક, રોટલો. *break ~ with*, -ની સાથે જમવું. *know which side one's ~ is buttered*, પોતાનું હિત શામાં–ક્યાં–છે તે જાણવું. *one's daily ~* (~ *and butter*), રોજની આજીવિકા.

bread-fruit (બ્રે'ડ્ફ્રૂટ), ના૰ પ્રશાંત મહા-સાગરના ટાપુઓમાં રોટીના જેવું દેખાતું ને

તેના જેવા સ્વાદવાળું એક ઝાડનું ફળ.

bread-winner ના૦ કુટુંબનું ભરણ-પોષણ કરનાર વ્યક્તિ, કળા, ધંધો, ઇ.

breadth (બ્રેડ્થ), ના૦ પહોળાઈ, (કાપડનો) પનો; (મન, દૃષ્ટિ, ઇ. નું) મોટાપણું, ઉદારતા; સહિષ્ણુતા.

break (બ્રેક), ઉ૦ ક્રિ૦ (ભૂ૦ કા૦ broke; ભૂ૦ કૃ૦ broken). ભાંગી નાંખવું, ફોડવું; ભાંગી–તૂટી–ફાટી–જવું, જુદા પડવું; (કાયદા, કરાર, નો) ભંગ કરવો; મુસાફરી દરમ્યાન વચ્ચે રોકાવું–મુકામ કરવો; કચડી નાખવું, દબાવી દેવું; નરમઘેંશ કરી નાખવું; દેવાળું કાઢવું; દેવાળિયા બનાવવું; [ક્રિકેટ] દડો જમીન પર પડ્યા પછી તેની દિશા બદલાવી; જોર ઓછું કરવું; (અવાજનું) ફાટવું; લાગણીને લીધે બદલાઈ જવું. ના૦ બાકોરું, ગાબડું; ખંડ; વિરામ (નો ગાળો); (દડા અંગે) જમીનને અડ્યા પછી દિશા બદલવી તે; બિલિયર્ડની રમતમાં એક વારામાં મેળવેલા માર્ક. ~ *the back of a task*, કોઈ કામનો સૌથી વધુ કઠણ ભાગ કરવો–પાર પાડવો. ~ *the ice*, આરંભ કરવો; (સંકોચ કે શરમ તજીને) વાતની શરૂઆત કરવી. ~ *one's spirit*, કાબૂમાં આણવો. ~ *a horse*, ઘોડાને પલોટવો. ~ *a record*, વિક્રમ તોડવો. ~ *down*, આગળ કામ કરવા, બોલવા, અસમર્થ થવું; અતિશ્રમથી માંદા પડવું; (યંત્ર ઇ.) અટકી પડવું; અમુક ઠેકાણે લાગુ ન પડવું, ખોટું જણાવું; ભાંગી પડવું. ~ *in*, પળોટવું. ~ *in(to)*, એકાએક જબરદસ્તીથી (ઘરમાં) દાખલ થવું; ~ *of day*, મળસકું, પરોઢ. ~ *off*, (સંબંધ) એકદમ બંધ કરવો–તોડવો. ~ *out*, (રોગ, યુદ્ધ, ઇ.) ફાટી નીકળવું. ~ *up*, વિખેરી નાંખવું, સભા ઇ. વિસર્જન કરવું–થવું. ~ *with*, -ની સાથે બગડવું–અણબનાવ થવો–સંબંધ તોડવો. ~ *(person) of*, (કરવાના) માર્ગમાંથી ખસેડવું. ~ *the bank*, બધું ભંડોળ ખુટાડી દેવું. ~ *the news*, સૌ પહેલાં ખબર આપવી.

break, ના૦ ઘોડાને પળોટવા માટે વપરાતી [ગાડીની ફ્રેમ–ચોકઠું.

break'able (બ્રેકબલ), વિ૦ ભાંગે–ફૂટે–એવું. ના૦ બ૦ વ૦ એવી વસ્તુઓ.

break'age (બ્રેકિજ), ના૦ ભાંગવું–તૂટવું તે, ભંગાણ; મજરે આપવાની ફૂટ–તૂટ.

break'down (બ્રેક્ડાઉન), ના૦ ભાંગી પડવું, ખોટકી પડવું, ધબી જવું તે; તબિયત લથડી જવી. *a nervous* ~, ચિંતા કે અતિશ્રમથી થતી માનસિક વિકૃતિ.

break'er (બ્રેકર), ના૦ કિનારા કે ખડક પર અફળાતું મોટું મોજું

break'fast (બ્રે'ક્ફાસ્ટ), ના૦ સવારનો નાસ્તો, શિરામણ. ઉ૦ ક્રિ૦ નાસ્તો કરવો–કરાવવો.

break'neck (બ્રેક્ને'ક), વિ૦ (ગતિ, રસ્તો, ઇ.) જોખમકારક, ખતરનાક; બને એટલું શીઘ્ર.

break'water (બ્રેક્વૉટર), ના૦ મોજાંનું જોર ઓછું કરવા માટે બાંધેલી દીવાલ, બાંધ, પુસ્તો.

bream (બ્રીમ), ના૦ મીઠા પાણીની એક [માછલી.

breast (બ્રે'સ્ટ), ના૦ છાતી, વક્ષ:સ્થલ; સ્તન, થાન; હૃદય, હૈયું. સ૦ ક્રિ૦ સામી છાતી ધરવી, સામનો કરવો. *troubled* ~, ચિંતાતુર મન. *make a clean* ~ *of*, પોતાના બધા ગુના–ભૂલો–કહી દેવી–કબૂલ કરવી.

breast'bone (બ્રે'સ્ટ્બોન), ના૦ છાતીનું હાડકું.

breast'plate (બ્રે'સ્ટ્પ્લેટ), ના૦ છાતીનું [બખતર–કવચ.

breast'work (બ્રે'સ્ટ્વર્ક), ના૦ છાતી જેટલી ઊંચી દીવાલનો કામચલાઉ કોટ.

breath (બ્રે'થ), ના૦ શ્વાસ, દમ; શ્વાસોચ્છ્વાસ; પવનની હળવી લહેર; ધીમેથી બોલેલો શબ્દ, સૂચન. *out of* ~, હાંફતું, હાંફ ચડેલું. *take* ~, થોભવું, વિસામો લેવો, દમ ખાવો. *under, below, one's* ~, બહુ ધીમે અવાજે, સ્વગત. *with bated* ~, અધ્ધર શ્વાસે. *take one's* ~ *away*, આશ્ચર્યચકિત કરવું, છક કરવું, સ્તંભિત કરવું.

breathe (બ્રીધ), ઉ૦ ક્રિ૦ (-thable). શ્વાસ લેવો ને કાઢવો, શ્વાસોચ્છ્વાસ કરવો; જીવવું; ધીમે રહીને–બોલવું. ~ *again, freely*, નિરાંત અનુભવવી, ભયમાંથી મુક્ત થવું. ~ *one's last*, ગુજરી જવું.

breath'er (બ્રીધર), ના૦ કસરતનો ટૂંકો ગાળો; ખુલ્લામાં ફરવા જવું તે; આરામ માટે

થોડો વખત થોભવું તે, વિસામો.

breath'less (બ્રેથ્'લિસ), વિ૦ હાંફતું; પવનની હાલચાલ વિનાનું; સ્તબ્ધ થઈ ગયેલું. **breath'lessly**, ક્રિ૦ વિ૦ હાંફતાં હાંફતાં.

bred (બ્રે'ડ), breed નો ભૂ૦કા૦ તથા ભૂ૦કૃ૦

breech (બ્રીચ), ના૦ કશાકનો પાછલો ભાગ, પૂઠ; બંદૂક કે તોપનો કૂંદો. સ૦ક્રિ૦ નાના છોકરાને જાંઘિયો પહેરાવવો.

breeches (બ્રિચિઝ્,–સ), ના૦ બ૦ વ૦ ઘૂંટણ નીચે તંગ બેસતી સુરવાળ, ચોરણો. *wear the ~*, (પત્નીએ) ધણીને વશ કરી લેવો – માથે છાણાં થાપવાં. *~-buoy*, જે પહેરીને પાણી પર તરતા રહી શકાય એવો જાંઘિયો. **breeching**, ના૦ ઘોડાનાં ઠાઠાં ફરતો ચામડાનો પટો.

breed (બ્રીડ) ઉ૦ ક્રિ૦ (ભૂ૦ કા૦ ને ભૂ૦ કૃ૦ bred). સંતાન ઉત્પન્ન – પેદા – કરવું; ગર્ભ ધારણ કરવો, -ને જન્મ આપવો; (ઢોર, ઇ.) ઉછેરવું; તાલીમ આપવી, ભણાવવું. ના૦ વંશ, કુળ, ઓલાદ; સંતાન, ઓલાદ; પેઢી ઉતાર ઊતરી આવેલા ગુણોવાળું કુટુંબ. *cross-~*, જુદી જુદી ઓલાદના નરમાદાથી બચ્ચું પેદા કરવું. *~ trouble*, તોફાન મચાવવું, મુશ્કેલી ઊભી કરવી. **breed'er**, ના૦ પ્રાણીઓ પાળીને ઉછેરનાર. **breed'ing**, ના૦ તાલીમ, કેળવણી; ઉછેર; સારી રીતભાત.

breeze (બ્રીઝ્), ના૦ પવનની લહેર, હળવો પવન; [વિ. બો.] નાનકડો કજિયો – ઝઘડો.

breez'y, વિ૦ તાજગીભર્યું, આનંદી, ખુશમિજાજ; હવાદાર. [મશીનગન – બંદૂક.

Bren-gun (બ્રે'ન્ગન), ના૦ હલકા વજનની

brent (બ્રે'ન્ટ), **brent-goose** (–ગૂઝ્), ના૦ જંગલી હંસોની નાનામાં નાની જાત.

breth'ren, brother નું બ૦ વ૦

breve (બ્રીવ), ના૦ સમ્રાટ કે પોપનું આજ્ઞાપત્ર; [યુરો. સં.] દીર્ઘતમ સ્વર; લઘુ સ્વરનું ચિહ્ન (˘)

brev'et (બ્રે'વિટ) ના૦ પગાર વધાર્યા વિના લશ્કરમાં ઉપરનું પદ આપતો સરકારી – હુકમ. *~ rank*, ના૦ તે પદના ખાસ પગાર વગરનું પદ.

brev'iary (બ્રીવિઅરિ), ના૦ રોમન કૅથલિક સંપ્રદાયના પાદરીના આહ્નિકની ચોપડી – નિત્યકર્મની પોથી, પ્રાર્થનાપોથી.

brev'ity (બ્રે'વિટિ), ના૦ ટૂંકાણ, સંક્ષેપ.

brew (બ્રૂ), ઉ૦ ક્રિ૦ જવનો દારૂ બનાવવો – ગાળવો; પંચ (એક દારૂ), ચા, ઇ. બનાવવું; ઘાટ ઘડવો – રચવો; બનાવટી તૈયાર કરવું. ના૦ એક ઘાણમાં તૈયાર કરેલો દારૂ; ગાળેલો દારૂ.

brew'er (બ્રૂઅર), ના૦ દારૂ ગાળનાર, ફડિયો કલાલ. [ભઠ્ઠી, ફડ.

brew'ery (બ્રૂઅરિ), ના૦ દારૂ ગાળવાની

bri'ar (બ્રાયર), ના૦ જુઓ brier.

bribe (બ્રાઇબ), ના૦ લાંચ, રુશવત, પાનસોપારી. ઉ૦ ક્રિ૦ -ને લાંચ આપવી; લાંચ આપીને ફોડવું. **brib'ery** (બ્રાઇબરિ), ના૦ લાંચરુશવત (ની બદી), રુશવતખોરી.

bric'-à-brac (બ્રિક્-અ-બ્રૅક), ના૦ ઘરવખરીની વિરલ કલાત્મક વસ્તુઓ.

brick (બ્રિક), ના૦ ઈંટ, ચોરસું; ઈંટના આકારની રોટી – ચોરસું, ઇ.; [વિ. બો.] ભલો મનગમતો માણસ. *drop a ~*, સ૦ ક્રિ૦ ગફલત – અવિચારી કામ – કરવું. *make ~s without straw*, આવશ્યક સાધનો કે પૈસા વિના કામ કરવું.

brick'bat (બ્રિકબૅટ), ના૦ રોડું, ઈંટાળો (વિ. ક. મારવા માટે ફેંકવામાં આવતો).

brick-field, (બ્રિકફીલ્ડ), ના૦ ઈંટવાડો.

brick'-kiln (બ્રિક્કિલ્ન), ના૦ ઈંટ પકવવાનો ભઠ્ઠો, નિભાડો.

brick'layer (બ્રિકલેયર), ના૦ કડિયો.

brick'work, ના૦ ઈંટોનું બાંધેલું મકાન, ઇ.

brick'yard (બ્રિક્યાર્ડ), ના૦ ઈંટવાડો.

brid'al (બ્રાઇડલ), ના૦ લગ્નસમારંભ કે તે નિમિત્તે ઉજાણી – મિજબાની. વિ૦ વધૂ કે લગ્નનું – ને લગતું.

bride (બ્રાઇડ), ના૦ તાજી પરણેલી કે પરણનાર વધૂ, નવવધૂ, કન્યા. [વરરાજા.

bride'groom (બ્રાઇડગ્રૂમ), ના૦ વર,

brides'maid (બ્રાઇડ્ઝ્મેડ), ના૦ લગ્નમાં વધૂ સાથે રહેનાર તેની અપરિણીત સાહેલી, માંડવિયણ. **brides'man**, ના૦ જાનૈયો, માંડવિયો (વરપક્ષનો), અણવર.

bridge (બ્રિજ), ના૦ પુલ; નાકની દાંડી;

વાઘની ખીંટી, ઘોડી; [નૌકા.] અમલદાર માટે વહાણની વચ્ચે બનાવેલો ઊંચો ઓટલો; વાયોલિનના તાર નીચેની ઘોડી, જેની ઉપર અડીને તે તાણેલા હોય છે. સ૦ ક્રિ૦ ઉપર પુલ બાંધવો; પુલની જેમ જોડવું.

bridge, ના૦ પત્તાની એક રમત. *auction, contract* ~, ના૦ બ્રિજની રમતના બે પ્રકાર.

bridge-head (બ્રિજહે'ડ), ના૦ નદી કે નાળાની પાર શ૰ પક્ષની બાજુએ માંડેલો મોરચો કે પડાવ.

bri'dle (બ્રાઇડલ), ના૦ લગામ, રાશ; અંકુશ, દાબ. ઉ૦ ક્રિ૦ લગામ ઘાલવી – પહેરાવવી; કાબૂમાં લેવું – રાખવું; (રોષ કે અપમાન વ્યક્ત કરવા) અક્કડ પણેમાથું ઊંચુ કરવું – રાખવું (~ *up*).

bri'dle-path, ના૦ ઘોડાવાટ.

brief (બ્રીફ), વિ૦ ટૂંકા સમય માટેનું; ટૂંકું, સંક્ષિપ્ત. ના૦ બૅરિસ્ટરના ઉપયોગ માટે સૉલિસિટરે તૈયાર કરેલી નોંધો – ખટલાની હકીકત; બૅરિસ્ટરને અપાતું કામ. સ૦ ક્રિ૦ બૅરિસ્ટરને ખટલાની માહિતી આપવી; તેને કામમાં રોકવો; વિમાનીને હુમલા અંગે સૂચનાઓ આપવી. ~**less**, વિ૦ (બૅરિસ્ટર) જેને કશું કામ મળ્યું કે મળતું નથી એવું.

brier, **briar** (બ્રાયર), ના૦ જંગલી ગુલાબનો છોડ, એક ઝાંખરું; તેનું મૂળિયું; તેની બનાવેલી ચલમ (નો વાટકો). [વહાણ.

brig (બ્રિગ), ના૦ બે ડોળકૂવા–કાઠી–વાળું

brigade' (બ્રિગેડ), ના૦ લશ્કરની એક મોટી ટુકડી (લગભગ ૫૦૦૦ સિપાઈઓની); લશ્કરની ઢબે રચાયેલું મંડળ (દા. ત. *Boys' B*~).

brigadier' (બ્રિગડિઅર), ના૦ લશ્કરી દળ – બ્રિગેડ – નો નાયક – વડો.

brig'and (બ્રિગન્ડ), ના૦ લુટારુની ટોળીનો માણસ, લુટારુ, વાટપાડુ. **brig'andage** ના૦ ચોરી, લૂંટફાટ. [કૂવાવાળું વહાણ.

brig'antine (બ્રિગન્ટીન), ના૦ બે ડોળ-

bright (બ્રાઇટ), વિ૦ ચળકતું, તેજસ્વી; આનંદી, ખુશમિજાજ; હોશિયાર, તીક્ષ્ણ બુદ્ધિવાળું. [કરવું – થવું, ઇ.

bright'en (બ્રાઇટન), ઉ૦ ક્રિ૦ ઉલ્લસિત

Bright's disease (બ્રાઇટ્સ્ ડિઝીઝ્), ના૦ મૂત્રાશયનો એક રોગ. [માછલી.

brill (બ્રિલ), ના૦ એક ચપટી દરિયાઈ

brilliant (બ્રિલ્યન્ટ), વિ૦ ચળકતું, તેજસ્વી; પ્રખ્યાત; બહુ હોશિયાર. ના૦ ઊંચી જાતનો પાણીદાર હીરો. **brill'iance**, ના૦ ચળકાટ, તેજ, ભભક.

brill'iantine (બ્રિલ્યન્ટીન), ના૦ વાળને ચળકતા કરવાનું પ્રસાધનદ્રવ્ય.

brim (બ્રિમ), ના૦ વાસણ, ઇ.ની મોઢાની કોર, કાનો, કિનાર; ટોપીની આગળ પડતી કોર. ઉ૦ ક્રિ૦ (ભૂ૦ કા૦ brimmed). કાંઠા સુધી – છલોછલ – ભરવું – ભરાવું, ટંકોટંક ભરવું–ભરાવું. ~ *over*, કાંઠા પરથી છલકાઈ જવું. **brimful**, વિ૦ કાંઠા સુધી ભરાયેલું.

brim'stone (બ્રિમ્સ્ટન), ના૦ ગંધક; નરકના અગ્નિમાં બળતું ઈંધણ.

brindle(d) (બ્રિન્ડલ્,–લ્ડ), વિ૦ બીજા રંગની છાંટવાળું, કાબરચીતરું.

brine (બ્રાઇન), ના૦ ખારું પાણી; દરિયો.

bring (બ્રિંગ), સ૦ ક્રિ૦ (ભૂ૦ કા૦ ને ભૂ૦ કૃ૦ brought, બ્રૉટ). લાવવું, આણવું, લઈ આવવું; હાથમાં લાવવું; દોરી લાવવું; રજૂ કરવું (દલીલ ઇ.). ~ *about*, સાધવું, કરાવવું. ~ *forth*, પેદા કરવું, જન્મ આપવો. ~ *home* (a fault, etc.) *to*, -ની ખાતરી કરાવવી, -ને ગળે ઉતારવું. ~ *off*, સફળ પાર ઉતારવું; બચાવવું. ~ *on*, માંદગી, ઇ. લાવવું; ચર્ચા નોતરવી. ~ *out*, સ્પષ્ટ કરવું. ~ *a person to do*, -ની પાસે કરાવવું. ~ *round*, ભાન પર લાવવું; ઠેકાણે આણવું. ~ *to bear*, લાગુ કરવું. ~ *to pass*, કરાવવું, થાય તેમ કરવું. ~ *up*, ઉછેરીને મોટું કરવું; કોર્ટમાં દાવો માંડવો; ચર્ચામાં દલીલ – મુદ્દો – ઊભો કરવો.

brink (બ્રિંક), ના૦ ધાર, કોર, કરાડ; ઊભા ડુંગરની અથવા ખીણની ધાર–કરાડ.

brin'y (બ્રાઇનિ), વિ૦ દરિયાનું; ખારું. ના૦ [વિ. બો.] દરિયો (*the* ~).

briquette' (બ્રિકે'ટ), ના૦ બાળવા માટે કોલસીને દાબીને બનાવેલી ઈંટ.

brisk (બ્રિસ્ક), વિ૦ ચપળ, તેજ; આનંદી;

(ધંધો) તેજીવાળું, ધમધોકાર; (ઝેર) તેજ, જલદ. [વરની છાતી, – છાતીનું માંસ.

brisk'et (બ્રિસ્કિટ), નાο પ્રાણી કે જાન-

bristle (બ્રિસલ), નાο જાડો, બરછટ, ટૂંકો વાળ; દાઢીના ટૂંકા વાળ – ખૂંપરા. ઉο ક્રિο (વાળ) ઊભા કરવા – થવા; મિજાજ – પાણી – દેખાડવું; સંકટો, ઇ.થી ભરેલું હોવું (~ *with*).

Britann'ia (બ્રિટૅન્યા), નાο ગ્રેટ બ્રિટન (ચેતન વ્યક્તિ તરીકે કલ્પેલ).

Britann'ic (બ્રિટૅનિક), વિο ગ્રેટ બ્રિટનનું.

Brit'ish (બ્રિટિશ), વિο પ્રાચીન બ્રિટન લોકોનું, ગ્રેટ બ્રિટનનું.

Brit'on (બ્રિટન), નાο રોમન લોકો આવ્યા ત્યારે દક્ષિણ ઇંગ્લંડમાં વસતી એક જાતિ; ગ્રેટ બ્રિટનનો વતની.

brit'tle (બ્રિટલ), વિο સહેલાઈથી ભાંગી જાય એવું, બરડ, ભંગુર, તકલાદી.

broach (બ્રોચ), નાο માંસ, ઇ. શેકવાનો સળિયો; શારડીનું પાનું. સο ક્રિο પીપમાં સીક ભોંકીને કાણું પાડવું; આવી રીતે કાણું પાડીને લેવા માંડવું, વાપરવા માંડવું; ચર્ચા માટે રજૂ કરવું.

broad (બ્રૉડ), વિο પહોળું, ચોડું; વિશાળ, વિસ્તીર્ણ; ઉદાર, સહિષ્ણુ, વ્યાપક દૃષ્ટિવાળું; સર્વસામાન્ય, ધોરી; (વિનોદ) હલકું; (બોલવાની લઢણ) દેશના અમુક ભાગનું વિશિષ્ટ. નાο નદીને પહોળી કરવાથી બનેલો પાણીનો વિસ્તાર; પીક. *as ~ as it is long*, જેની બેઉ બાજુને વિષે ઘણું કહી શકાય એવું. ~ *arrow*, સરકારી માલિકીની વસ્તુ પર તેમ જ (અગાઉ ઇંગ્લંડમાં) કેદીના કપડા પરની પહોળા બાણવાળી નિશાની. ~ *hint*, જોરદાર સૂચના. *in ~ daylight*, ધોળે દિવસે.

broad'cast (બ્રૉડકાસ્ટ), વિο (બી) છૂટે હાથે વેરેલું; રેડિયો દ્વારા પ્રસારિત. ક્રિવિο છૂટે હાથે. ઉο ક્રિο (ભૂο કાο broadcast(ed)); ભૂο કૃο broadcast). છૂટે હાથે વેરવું – વેરીને રોપવું; -નો બહોળો ફેલાવો – પ્રસાર – કરવો; રેડિયો પરથી સમાચાર, સંગીત, ઇ. સંભળાવવું; તેને માટે બોલવું, ગાવું, ઇ. નાο રેડિયો પરથી મોકલેલા સમાચાર, ઇ.; રેડિયો પ્રસારણ.

broad'cloth (બ્રૉડ્ક્લૉથ), નાο બેવડા પનાનું કાળા રંગનું સુંદર ઊની કપડું, બનાત.

broad'en (બ્રૉડન), ઉο ક્રિο પહોળું – વિસ્તૃત – થવું – કરવું.

broad'sheet (બ્રૉડ્શીટ), નાο સમાચાર આપનાર એક બાજુએ છાપેલો મોટો કાગળ.

broad'side (બ્રૉડ્સાઇડ), નાο વહાણની બાજુ; વહાણની એક બાજુ પરની બધી તોપો; તે બધીનો એકી વખત ચલાવેલો મારો.

broad'sword (બ્રૉડ્સૉર્ડ), નાο પહોળા અને સીધા પાનાવાળી તલવાર. [-દિશામાં.

broad'ways, ક્રિοવિο પહોળાઈની બાજુથી

brocade' (બ્રકેડ, બ્રૉ –), નાο જરીબુટ્ટી-વાળું – ભરતકામવાળું – (રેશમી) કપડું. **brocad'ed**, વિο જરીબુટ્ટીનું કામ કરેલું.

broc'coli (બ્રૉકલિ), નાο ફૂલગોબીની એક ખડતલ જાત. [ચોપાનિયું.

brochure' (બ્રૉશૂર), નાο નાની પુસ્તિકા,

brock (બ્રૉક) નાο ફેરિયો; ગંધાતો માણસ.

brogue (બ્રોગ), નાο કેળવ્યા વિનાના ચામડાનો જોડો; આયર્લંડ કે સ્કૉટલન્ડના માણસના ઉચ્ચારની ઢબ – થડકો.

broil (બ્રૉઇલ), નાο કજિયો, ટંટો; કોલાહલ, ધમાચકડી.

broil, ઉο ક્રિο દેવતા કે તાવી પર શેકવું; ખૂબ તપાવવું – તપવું. નાο શેકેલું માંસ.

broke (બ્રોક), break નો ભૂο કાο ~, *stony* ~, વિο નિર્ધન; નાદાર.

brok'en (બ્રોકન), વિο કકડા – ચૂરેચૂરા – થયેલું; પાયમાલ થયેલું; અશક્ત, નબળું; નાસિ-પાસ થયેલું. ~ *reed*, નબળો માણસ; ભરોસો રાખી ન શકાય એવો માણસ. ~ *down* ખરાબ દશામાં; કામ કરવા અસમર્થ. ~ *English*, ભાંગી તૂટી અંગ્રેજી (ભાષા). ~ *-hearted*, વિο ભગ્નહૃદય, દુઃખથી નિરાશ થયેલું.

brok'enly (બ્રોકન્લિ), ક્રિο વિο અવાર-નવાર જોસમાં આવીને; વચ્ચે વચ્ચે બંધ થઈ ને.

broker (બ્રોકર), નાο દલાલ, આડતિયો; ઘરવખરીનો જૂનો સામાન વેચવાવાળો.

brok'erage (બ્રોકરિજ), નાο દલાલી.

brok'ing, નાο દલાલનો ધંધો, દલાલું.

brom'ide (બ્રોમાઇડ), નાο એક શામક

દ્રવ્ય, બ્રોમાઇનનો પોટૅશિયમ સાથેનો સમાસ.

brom'ine (બ્રોમિન,–માઇન), ના૦ (રસા.) (આયોડિનને મળતું) એક પ્રવાહી મૂળ દ્રવ્ય.

bron'chial (બ્રૉંકિઅલ), વિ૦ શ્વાસનળી અને તેની શાખાઓનું – ને લગતું; કંઠમાંથી નીકળતી નળીઓનું. ~ *mucous membrane*, શ્વાસનળીની અંદરની ત્વચા.

bronchit'is (બ્રૉંકાઇટિસ), ના૦ શ્વાસનળી – કંઠનળી –ની અંદરની ત્વચાનો સોજો – દાહ.

bron'co (બ્રૉંકો), ના૦ (બ૦ વ૦ –s) કૅલિફૉર્નિયાનો (અર્ધ) જંગલી – જેની માણસની ભડક લગભગ ગઈ છે એવો – ઘોડો.

bronze (બ્રૉંઝ), ના૦ તાંબું અને કલાઈની મિશ્ર ધાતુ, 'બ્રૉંઝ'; એ ધાતુની બનાવેલી કલાત્મક કૃતિ; તેનો કાળો ભૂરો રંગ. વિ૦ બ્રૉંઝનું બનેલું –ના રંગનું. ઉ૦ ક્રિ૦ બ્રૉંઝનો ઢોળ ચઢાવવો; ભૂરું કરવું – થવું. **bronzed**, વિ૦ સૂર્યના તાપને લીધે કાળું પડેલું – કાળી પડેલી ચામડીવાળું.

brooch (બ્રોચ), ના૦ ઘરેણા જેવી સલામત પિન, આંકડા કે ટાંકણીવાળું ઘરેણું.

brood (બ્રૂડ), ના૦ એક વેતરનાં બચ્ચાં, વેતર; [તિરસ્કારમાં] પ્રજા, ઓલાદ; ટોળકી, ટોળું. અ૦ ક્રિ૦ ઈંડાં સેવવાં, ઉપર બેસવું; ગંભીર ચિંતન કરવું; ફિકરમાં હોવું. ~ *on*, *over*, મનમાં ઘોળ્યા કરવું. **brood'y**, વિ૦ ઉપર બેસવાની કે ઈંડા સેવવાની ઇચ્છાવાળી.

brook (બ્રૂક), સ૦ ક્રિ૦ ખમવું, સહન કરવું; સાંખવું, ચલાવી લેવું; -ને અવકાશ હોવો.

brook, ના૦ વહેળો, નાળું. **brook'let** (બ્રૂક્લિટ), ના૦ નાનકડું નાળું, વહેળિયું.

broom (બ્રૂમ), ના૦ પીળાં ફૂલવાળો એક છોડ – કાંટાળું ઝાંખરું; સાવરણી, ઝાડુ. સ૦ ક્રિ૦ ઝાડુ વતી સાફ કરવું. *a new ~ sweeps clean*, નવો અમલદાર અનેક બદીઓ દૂર કરવા આતુર હોય છે. [હાથો – વાંસ.

broom'stick (બ્રૂમ્સ્ટિક), ના૦ ઝાડુનો

broth (બ્રૉથ), ના૦ માંસની કઢી, સેરવો.

broth'el (બ્રૉથલ), ના૦ વેશ્યાનું ઘર, છિનાળવાડો.

broth'er (બ્રધર), (બ૦ વ૦ brothers; brethren, બ્રેધ્રિન). ના૦ સગો ભાઈ, બંધુ; બરોબરિયો; એક જ સંપ્રદાયનો અનુયાયી; (બ૦વ૦ brethren) ધર્મબંધુ; વ્યવસાયબંધુ; (બ૦ વ૦) સગાંવહાલાં. *half-~*, સાવકો ભાઈ.

brother'hood (બ્રધરૂહુડ), ના૦ બંધુત્વ, ભાઈચારો; સહકાર્યકર્તાઓ, એક જ જાતના – ધંધાના – માણસો, બિરાદરી.

broth'er-in-law (બ્રધર-ઇન-લૉ), ના૦ જેઠ; દિયેર; સાળો; બનેવી.

broth'erly (બ્રધર્લિ), વિ૦ ભાઈનું, ભાઈના જેવું; માયાળુ. **brotherliness**, ના૦ બંધુત્વ; માયાળુપણું.

brough'am (બ્રૂઅમ, બ્રૂમ), ના૦ બંધ બારણાંની ચાર પૈડાંની ઘોડાની કે વીજળીથી ચાલતી ગાડી. [ભૂ૦ કૃ૦

brought (બ્રૉટ), bring નો ભૂ૦ કા૦ ને

brow (બ્રાઉ), ના૦ ભમ્મર, ભવું, ભ્રૂકુટી (સામાન્યપણે *eye ~*); ભમ્મર પરના વાળ; કપાળ, ભાલ; ટેકરીની ધાર, છેડો; ઊંચાણ, ટેકરો.

brow'beat (બ્રાઉ બીટ), સ૦ ક્રિ૦ ડોળા કાઢી – ભવાં ચઢાવી – બોલવું; – દબાવવું, – દબડાવવું.

brown (બ્રાઉન), વિ૦ કથ્થઈ, ભૂરું, તપખીરિયા રંગનું, ઘઉંવર્ણું. ના૦ ભૂરો – તપખીરિયો – રંગ. ઉ૦ ક્રિ૦ ભૂરા – તપખીરિયા – રંગનું કરવું – થવું. ~ *bread*, વણ ચાળેલા – ભૂસા સાથેના – લોટની રોટી. ~ *study*, ના૦ દિવાસ્વપ્ન, તલ્લીન અવસ્થા. *do ~*, ચાલાકી કરીને છેતરવું.

brown'ie (બ્રાઉનિ), ના૦ રાતે ગુપ્તપણે આવીને ઘરમાં કામ કરી જનાર લાંબા વાળવાળી પરી – ભૂત; ગર્લ ગાઇડ (બાલિકા ચમૂ)ની છોકરી (૮ થી ૧૧ વરસની).

browse (બ્રાઉઝ), ઉ૦ ક્રિ૦ નાની કૂંપળો કે પાંદડાં ખાવાં, ચરવું; મોજ ખાતર આમતેમ વાંચવું. [રીંછ.

Bruin (બ્રૂઇન), ના૦ રીંછ માટે વપરાતું નામ;

bruise (બ્રૂઝ), ઉ૦ ક્રિ૦ છૂંદવું, ટીપવું, ઝૂડવું; સોળ ઊઠે તેમ મારવું; સોળ – ઉઝરડા – પાડવા. ના૦ છૂંદાવું – કચરાવું – તે; સોળ, ઉઝરડો

bruis'er, ના૦ ઠોંસાબાજીની લડાઈમાં લડનાર, મુષ્ટિયુદ્ધમાં લડનાર.

bruit (બ્રૂટ), સ૦ ક્રિ૦ [પ્રા.] કોઈ વાતનો ફેલાવો કરવો, અફવા ઉડાડવી (વિ. ક. ~

it abroad). ના૦ અફવા. [સ્રી.
brunette' (બ્રૂને'ટ), ના૦ શામળી–ઘઉંવર્ણી–
brunt (બ્રન્ટ), ના૦ હુમલાનું જોર; આઘાત; ધક્કો; પહેલો ઝપાટો–આંચકો.
brush (બ્રશ), ના૦ પીંછી, કૂચડો, બ્રશ; શિયાળની (ગુચ્છાવાળી) પૂંછડી; ઝપાઝપી, છમકલું; ઝાડી, ઝડવાં. ઉ૦ ક્રિ૦ બ્રશ–પીંછી–મારવી, બ્રશ વતી સાફ કરવું; જતાં જતાં અડીને પસાર થવું (*by, against,* સાથે). ~ *aside*, ધ્યાન ન આપવું, કોરે મૂકવું. ~ *up*, સાફ કરવું; (યાદશક્તિ, ઇ.) તાજું કરવું. ~ *past a person*, ધક્કો મારીને ચાલ્યા જવું.
brush'wood ના૦ ઝાડી, ઝાંખરાં.
brush'work, ના૦ ચિત્ર ચીતરવામાં પીંછીનો ઉપયોગ, ચિત્રકામ. [અસભ્ય.
brusque (બ્રસ્ક, બ્રુસ્ક), વિ૦ તોછડું,
Bru'ssels sprouts(બ્રસ઼લ્ઝ઼-સ્પ્રાઉટ્સ), ના૦ એક જાતની કોબીની કળીઓ.
brut'al (બ્રૂટલ), વિ૦ પશુનું–ને શોભે એવું, પાશવી; અસભ્ય, અસંસ્કારી; જંગલી; અતિ ક્રૂર.
brutal'ity (બ્રૂટૅલિટિ), ના૦ ક્રૂરતા.
brut'alize (બ્રૂટલાઇઝ઼), સ૦ક્રિ૦ માણસાઈનો નાશ કરવો; પશુ જેવું નિર્દય–ક્રૂર–બનાવવું.
brute (બ્રૂટ), વિ૦ બુદ્ધિશક્તિ વિનાનું; મૂર્ખ; વિષયી; ક્રૂર, પશુ જેવું. ના૦ માનવેતર–માણસથી નીચી કોટિનું–પ્રાણી; મોટું અથવા બિહામણું પ્રાણી; હલકી કોટિનો–સંસ્કારહીન–માણસ, માણસમાં રહેલી પશુવૃત્તિ; [વાત.] ન ગમતો માણસ. **brut'ish**, વિ૦ [વેલો.
bry'ony (બ્રાયનિ), ના૦ વાડ પર ચઢતો
bub'ble (બબલ), ના૦ પરપોટો; ભંગુર વસ્તુ; તરંગી–અવહેવારુ–યોજના, સાહસ; ખોટો–ખોટ્ટાઈવાળો–વેપાર. સ૦ક્રિ૦ પરપોટા ઊઠવા–થવા; ખળખળ અવાજ કરવો–વહેવું; (ઉત્સાહથી) ઊભરાઈ જવું; (ક્રોધથી) સમસમી જવું. *prick the* ~, ભ્રમ ભાંગવો, ઢોંગ ઉઘાડો પાડવો.
bub'bly (બબ્લિ), વિ૦ પરપોટાવાળું; ખળખળ વહેતું. ના૦ શૅમ્પેન દારૂ.
bubon'ic (બ્યુબૉનિક), વિ૦ (પ્લેગ, ઇ. રોગ) બગલમાં કે જાંઘના સાંધામાં ગાંઠ સાથેનું.
buccaneer' (બકનિઅર), ના૦ દરિયા પર લૂંટફાટ કરનાર, ચાંચિયો. **buccaneer'ing**, વિ૦ દરિયા પર લૂંટ ચલાવનારું. ના૦ ચાંચિયાની જેમ ફરવું તે; ચાંચિયાગીરી.
buck (બક), ના૦ કાળિયાર, હરણ, બકરો, ઘેટો, સસલો, ઉંદર (નર); ફાંકડો; અક્કડબાજ પુરુષ; [અમે.] ડૉલર. અ૦ ક્રિ૦ (ઘોડા અંગે) ચારે પગે ઊભો કૂદકો–ઉછાળો–મારવો. ~ *up*, ઉતાવળ કરવી; ઉત્સાહપૂર્વક કામ કરવું; હિંમત રાખવી.
bucked, વિ૦ બહુ સંતુષ્ટ–રાજી.
buck'et (બકિટ), ના૦ બાલદી, ડોલ, પોહરો, કોસ; પિસ્તોલ, ચાબુક વગેરે રાખવાની ખોળી. *kick the* ~, મરી જવું. **bucket'ful**, ના૦ ડોલ ભરાય તેટલું, ડોલ.
buck'et, ઉ૦ ક્રિ૦ ઘોડાને ખૂબ જોરમાં દોડાવવો, અતિ વેગથી જવું; ઉતાવળથી હલેસાં મારવાં–હોડી ચલાવવી.
bucket-shop, ના૦ શૅરોમાં સટ્ટો ખેલવાની જગ્યા, શૅરોનું સટ્ટાબજાર.
buck-horn, ના૦ સાબરશિંગું.
buck'le (બકલ), ના૦ આંકડો, આંકડી, બકલ. ઉ૦ ક્રિ૦ આંકડી–કડી–ભેરવવી, બકલ વડે બાંધવું, દબાણ નીચે વળી–ચગદાઈ–જવું–ચગદી નાંખવું. ~ *to*, ઉત્સાહભેર કામે મંડી જવું. [ઢાલ; [લા.] સંરક્ષક; સંરક્ષણ.
buck'ler (બક્લર), ના૦ એક નાની ગોળ
buck'ram (બક્રમ), ના૦ ખેળ, ગુંદર વગેરે ચોપડીને કડક બનાવેલું કપડું કે શણિયું.
buck'shot (બક્શૉટ), ના૦ બંદૂકની મોટી ખરબચડી ગોળી, છરા.
buck'skin (બક્સ્કિન), ના૦ હરણ, બકરી, ઇ. નું કેળવેલું સુંવાળું ચામડું, મૃગચર્મ.
buck'-tooth (બક્ટૂથ), ના૦ આગળ આવેલો દાંત.
buck'wheat (બક્વીટ), ના૦ અમેરિકામાં પ્રાણીઓને ખવડાવવામાં આવતું એક જાતનું અનાજ; એનો છોડ.
bucol'ic (બ્યુકૉલિક), વિ૦ ગોપલોકોનું–ને લગતું, ગામડિયું. ના૦ (બહુધા બ૦વ૦માં). ગોપકાવ્ય, ગ્રામજીવનનું કાવ્ય.
bud (બડ), ના૦ અંકુર, પીલો, ફણગો; કળી; (ગાઢા પરિચયના સૂચક સંબોધનાર્થે) ભાઈ! ઉ૦ ક્રિ૦ -ને અંકુર ફૂટવો–કળી

બેસવી, વધવા માંડવું. *nip in the* ~, શરૂઆતમાં જ ડામી દેવું. **budding,** વિ૦ ખીલતું, વિકાસ પામતું; આશાસ્પદ.

Buddh'a (બુડા), ના૦ બુદ્ધ.

Budd'hism (બુડિઝ્મ), ના૦ બૌદ્ધ ધર્મ. **Budd'hist,** ના૦ અને વિ૦ બૌદ્ધ.

budd'leia (બડ્લિઆ), ના૦ પીળાં ફૂલવાળો છોડ.

budge (બજ), ઉ૦ ક્રિ૦ (-geable). જરા પણ ખસવું-હાલવું-ચસવું; ખસેડવું, હલાવવું, ઇ.

budg'erigar (બજરિગાર), ના૦ ઑસ્ટ્રે- [લિયાનું એક પ્રેમી પંખી.

budg'et (બજિટ), ના૦ કાગળ વગેરેનું બંડલ -પોટલું; ભેગા થયેલા સમાચાર; નાણાપ્રધાન કે મંત્રીએ લોકસભા કે ધારાસભામાં રજૂ કરેલું રાષ્ટ્રનાં આવક ને ખર્ચનું અંદાજપત્ર; આય-વ્યયનું અંદાજપત્ર. અ૦ ક્રિ૦ (~ *for*) -ને માટે અંદાજપત્રમાં જોગવાઈ કરવી.

bud'mash (બડ્માશ), ના૦ બદમાશ.

buff (બફ), ના૦ ગાય કે ભેંસનું મખમલ જેવું પીળા રંગનું કેળવેલું મજબૂત ચામડું; એનો ઝાંખો પીળો રંગ. વિ૦ એ રંગનું. સ૦ ક્રિ૦ પીળા રંગનું પૉલિશ કરવું. *strip to the* ~, બધાં કપડાં ઉતારી લેવાં.

buff'alo (બફલો), ના૦ (બ૦વ૦ -es) ભેંસ, પાડો, ડોબું.

buff'er (બફર), ના૦ બે ભારે વસ્તુઓ એકબીજીની પાસે આવતાં તેમને આંચકો કે ધક્કો ન લાગે અથવા તે હળવો થાય તે માટે યોજવામાં આવતો સ્પ્રિંગ, તકિયા કે પાટડાવાળો ઢેકો-ડફરો; મોટરની આગળ ને પાછળ બેસાડવામાં આવતા આડા દાંડા. ~ *state,* યુદ્ધમાં ઊતરે એવાં બે બળવાન રાષ્ટ્રો વચ્ચેનું તટસ્થ નાનું રાષ્ટ્ર જેને લીધે એ રાષ્ટ્રોની એક-બીજા સાથે અથડામણ મુશ્કેલ બને; હોળીનું નાળિયેર. *old* ~, [વિ.બો.] મૂરખ ડોસલો.

buff'et (બફિટ), ના૦ મુક્કો, ઠોંસો; સપાટો, ફટકો (પવન, દુર્દૈવ, ઇ. નો). ઉ૦ ક્રિ૦ મુક્કા-ફટકા-મારવા; -ની સાથે ઝઘડવું-બાથ ભીડવી. ~ *about,* મારીને આમથી તેમ ફેંકવું.

buff'et, ના૦ દીવાલની અંદરનું પ્યાલા રકાબી રાખવાનું કબાટ.

buffet (બુફે), ના૦ ચાપાણી કે નાસ્તાની દુકાન (વિ. ક. ગાડીમાંની); જ્યાં ઊભા ઊભા ખાઈ શકાય એવી વ્યવસ્થાવાળી ઓરડી કે ટેબલ; એવી વ્યવસ્થાવાળું ભોજન. ~ *car,* ના૦ ચાપાણી, ભોજન, ઇ.નો ડબો.

buffoon' (બફૂન), ના૦ નાટકનો વિદૂષક, રંગલો, મશ્કરો. અ૦ ક્રિ૦ વિદૂષકનો ભાગ ભજવવો.

buffoon'ery (બફૂનરિ), ના૦ વિદૂષકવેડા.

bug (બગ), ના૦ માકણ; જીવડું. *big* ~, ના૦ [વિ.બો.]. મોટો માણસ, શિષ્ટ.

bug'aboo (બગબૂ), **bug'bear** (બગ-બે'અર), ના૦ હાઉ, બાઉ.

bu'gg'y (બગિ), ના૦ બગી, ઘોડાગાડી.

bu'gle (બ્યૂગલ), ના૦ ભૂરાં ફૂલવાળા વેલાની એક જાત.

bu'gle ના૦ (બ૦વ૦) કપડા પર સીવેલા [કાચના લાંબા મણકા.

bu'gle, ના૦ રણશિંગું, તુરાઈ, બ્યૂગલ. ઉ૦ક્રિ૦ રણશિંગું ફૂંકવું-વગાડવું-ફૂંકીને બોલાવવું; રણશિંગું વાગવું.

bug'ler (બ્યૂગ્લર), ના૦ રણશિંગું વગાડનાર.

buhl (બૂલ), વિ૦ (લાકડું ઇ.) જેમાં ધાતુ, કચકડું, ઇ.ની આકૃતિઓ બેસાડી-જડી-છે એવું.

build (બિલ્ડ), ઉ૦ક્રિ૦ (ભૂ૦ કા૦ અને ભૂ૦કૃ૦ built). બાંધવું, ચણવું, ઊભું કરવું; ધીમે ધીમે રચવું-મજબૂત બનાવવું (~*up*); ઉપર મદાર બાંધવો (~ *on*). ના૦ બંધારણ, બાંધો, બનાવટ. ~ *castles in the air,* હવાઈ કિલ્લા રચવા. ~ *upon,* -ની ઉપર આધાર-વિશ્વાસ રાખવો.

buil'der (બિલ્ડર), ના૦ ઘર, ઇ.નો કંત્રાટ લેનાર-બાંધનાર; રચનાર; ઘડવૈયો.

buil'ding (બિલ્ડિંગ), ના૦ બાંધવું તે; બાંધણી; મકાન, ઇમારત.

built-up, વિ૦ જેમાં બધે મકાનો બંધાયાં [છે એવું.

bulb (બલ્બ), ના૦ કેટલાક છોડોનું કાંદા-કંદ-જેવું મૂળ; ગાંઠ, ગઠ્ઠો; વીજળીના દીવાનો ગોળો; નળાકાર વસ્તુની છેડેનો ગોળ ઊપસેલો ભાગ.

bul'bous (બલ્બસ), વિ૦ ગોળાના આકારનું; ગોળા-ગઠ્ઠા-વાળું.

bul'bul (બુલબુલ), ના૦ પૂર્વનું એક ગાનારું [પક્ષી; બુલબુલ.

bulge (બલ્જ), ના૦ આગળ ઊપસી આવેલો ભાગ, સોજો. અ૦ક્રિ૦ આગળ ઊપસી આવવું; સંખ્યા કે કદમાં તાત્કાલિક વધારો થવો; ફૂટી–ફાટી–જાય એટલું ભરાવું.

bulk (બલ્ક), ના૦ વહાણના તળિયામાં ભરેલો માલ; કોઈ જથ્થાનો મુખ્ય–મોટો–ભાગ; કદ; જથ્થો. અ૦ક્રિ૦ (~ *large or small*) (મોટા કે નાના) કદ–મહત્ત્વ–નું દેખાવું–થવું. *sell in* ~, મોટા જથ્થામાં વેચવું. *the* ~ *of*, મોટા ભાગનું.

bulk'head (બલ્કહે'ડ), ના૦ વહાણમાં–ના તળિયામાં–કેબિનો વચ્ચે અથવા જુદાં જુદાં ખાનાં વચ્ચેના ઊભા આંતરા–પડદા–પૈકી કોઈ એક.

bulk'y (બલ્કિ) વિ૦ કદાવર, સ્થૂળ; તેથી સહેલાઈથી હેરવીફેરવી ન શકાય એવું.

bull (બુલ), ના૦ પોપનું આજ્ઞાપત્ર.

bull, ના૦ સાંઢ;ગોધો;પાડો; હાથી; માછલી, વહેલ, ઇ.નો(નર); (શૅરોમાં) તેજી કરી ભાવ ચઢાવનાર. *take the* ~ *by the horns*, નીડરપણે મુસીબતોનો સામનો કરવો. ~ *in a china shop*, અવિચારીપણે–ફાવે તેમ–વર્તનાર–નાશ કરનાર–માણસ. *John B*~, અંગ્રેજ. ઉ૦ ક્રિ૦ (શૅરોમાં) તેજી કરી ભાવ ચડાવવો.

bull, ના૦ મૂર્ખાઈભર્યું–હસવા જેવું – બોલવું તે, અસંબદ્ધપ્રલાપ (અતિસંક્ષેપને કારણે).

bull'dog (બુલ્ડૉગ), ના૦ મોટા મોઢાવાળો બહાદુર ને ચીવટવાળો કૂતરો;ચીવટવાળો અને બહાદુર માણસ.

bull'dozer (બુલ્ડોઝ઼ર), ના૦ ખાડા-ટેકરાવાળી જમીન સપાટ કરવામાં વપરાતું આગળ લોખંડના મજબૂત પાનાવાળું હળ–યાંત્રિક ઓજાર–'કેટરપિલર ટ્રૅક્ટર'.

bull'et (બુલિટ), ના૦ પિસ્તોલ, બંદૂક કે મશીનગનની ગોળી.

bull'etin (બુલિટિન), ના૦ સત્તાવાર લખેલો કે છાપેલો હેવાલ; અનિયતકાલિક સમાચારપત્ર.

bull'fight (બુલ્ફાઈટ), ના૦ ઘોડેસવારો સાથે આખલાને લડાવવો તે–આખલાની સાઠમારી.

bull'finch (બુલ્ફિંચ), ના૦ એક સુંદર [પીંછાંવાળું ગાનારું પક્ષી.

bull'frog (બુલ્ફ્રૉગ), ના૦ એક મોટો દેડકો.

bull'ion (બુલ્યન), ના૦ સોનારૂપાની લગડી–ગઠ્ઠો; નગદી; સોનાચાંદીના તારના ગૂંથેલા દોરાની ઝાલર.

bull'neck (બુલ્નેક), વિ૦ બહુ જાડી [ગરદનવાળું.

bull'ock (બુલક), ના૦ (ખસી કરેલો) બળદ

bull's-eye (બુલ્ઝ઼-આઇ), ના૦ લક્ષ્ય-નિશાન–ના મધ્યમાંનું વર્તુળ; એક મીઠાઈ.

bull'-terrier (બુલ્–ટે'રિઅર), ના૦ બુલડૉગ અને ટેરિયર કૂતરાની મિશ્ર–સંકર–ઓલાદ.

bull'y (બુલિ), ના૦ ભાડૂતી ગુંડો; તોફાની, ધાંધલિયો માણસ, ગુંડો; શાળામાં છોકરાઓને દબડાવનારો વિદ્યાર્થી; ડબ્બામાં બંધ કરેલું મીઠું પાયેલું ગોમાંસ (~-*beef* પણ). ઉ૦ ક્રિ૦ ગુંડાગીરી કરવી; ધમકાવવું, દબડાવવું. ~ *off*, સલામી સાથે હૉકીની રમત શરૂ કરવી.

bul'rush (બુલ્રશ), ના૦ ગુંદરડાની જાતનું વિલાયતમાં થતું ઘાસ.

bul'wark (બુલ્વર્ક), ના૦ બુરજ, કોટ; રક્ષણનું સાધન; રક્ષક વ્યક્તિ કે સિદ્ધાંત; તૂતકથી ઉપરની વહાણની બાજુ.

bum (બમ), ના૦ [વિ. બો.] ફૂલા. [અમે.]પૈસા કે ખાવાનું માગનાર ભિખારી. [ભમરી, ભમરો.

bum'ble-bee (બમ્બલ્-બી), ના૦ મોટી

bum'boat (બમ્બોટ), ના૦ વહાણ માટે ખોરાક, ઇ.નો તાજો પુરવઠો લઈ જનાર હોડી.

bump (બમ્પ), ના૦ એકબીજા સાથે અથડાવું તે, ટક્કર; તેથી આવેલો સોજો, ઢીમણું, ઢેકો; વાહનનો આંચકો–ધક્કો; (દડાનું) પછડાઈને ઊછળવું તે, ઉછાળો. ઉ૦ ક્રિ૦ પછડાવું, ટકરાવું, અફળાવું; (દડાનું) પછડાઈને ઊછળવું. ક્રિ૦વિ૦ ઊછળીને, એકદમ.

bum'per (બમ્પર), ના૦ (દારૂથી) છલોછલ ભરેલો પ્યાલો; સોળ આની–ધૂમ–પાક; રમતની દોડની સંખ્યા, ઇ.; ઉચ્ચાંક; ટક્કરથી થતું નુકસાન રોકવા માટે મોટરની આગળ અને પાછળ બેસાડેલા સળિયા–દાંડા–માંથી એક.

bum'pkin (બમ્પ્કિન), ના૦ ગામડિયો, ગમાર, રોંચો.

bump'tious (બમ્પ્શસ), વિ૦ આપબડાઈ-

ખોર, અભિમાની, ગર્વિષ્ઠ; 'આગે બઢો'ની વૃત્તિ-વાળો; પોતાની વાતનો અતિઆગ્રહ રાખનાર.

bump'y (બમ્પિ), વિ૦ ખાડાટેકરાવાળું; (ને તેથી) આંચકાવાળું.

bun (બન), ના૦ પોચી ગોળ નાનકડી ડબલ રોટી, પાંઉ; ગોળ રોટીના આકારનો અંબોડો. *take the* ~, જીતવું.

bunch (બંચ), ના૦ ઝૂમખું, ભારો, લૂમ; ટોળું; ઝૂડી. ઉ૦ ક્રિ૦ ઝૂમખામાં ગોઠવવું; ઝૂડી બાંધવી; એકબીજાની સાથે ભેગા થવું-વળગી જવું.

bun'chy (બંચિ), વિ૦ ઝૂમખાના રૂપનું, ઝૂમખું બનાવતું.

bun'combe, જુઓ bunkum

bund (બંડ), ના૦ બંધ, બંધારો, પુસ્તો; બાંધનો રસ્તો.

bun'dle (બંડલ), ના૦ ગાંસડી, પોટલું, બંડલ; ઝૂડો, ભારી. ઉ૦ ક્રિ૦ ગાંસડી-પોટલું-બાંધવું; ગમેતેમ એકત્ર બાંધવું; કાઢી મૂકવું; એકાએક પોટલાં બાંધી જતા રહેવું-મોકલી દેવું.

bung (બંગ), ના૦ પીપનો દાટો, બૂચ; પીપનું મોં. સ૦ ક્રિ૦ દાટો મારવો, બંધ કરવું; (પથ્થર, ઇ.) ફેંકવું **bung-hole**, ના૦ પીપ ભરવાનું કાણું-મોં. **bunged up**, (નાક, આંખ, ઇ.) શરદી, ઠોંસો, સોજો, ઇ. ને લીધે બંધ થયેલું.

bunga'low (બંગલો), ના૦ એક માળનું [બેઠું મકાન, બંગલો.

bungle (બંગલ), ઉ૦ ક્રિ૦ બેડોળ-ખોટી રીતે-કરવું, ગરબડ સરબડ કરવી, લોચો વાળવો; કામમાં ન ફાવવું. ના૦ ઢંગધડા વિનાનું કામ, ગોટાળો.

bun'ion (બન્યન), ના૦ પગ(ના અંગૂઠા) [પરનો સોજો.

bunk (બંક), ના૦ સૂવાનું પાટિયું (વિ. ક. ભીંતે ચોડેલું). અ૦ ક્રિ૦ આવા પાટિયા પર સૂઈ જવું; [વિ. બો.] નાસી જવું. (*do a* ~ પણ); (bunkumનું ટૂંકું રૂપ). વાહિયાત-મૂર્ખામીભરી-વાત; મોટી મોટી પણ પોકળ વાતો.

bunk'er (બંકર), ના૦ વહાણમાં કોલસા રાખવાનો પટારો, કોઠાર; ગૉલ્ફના મેદાનમાં (રમતને વધુ અઘરી બનાવવા માટેનો રેતી)નો ખાડો-નીચાણવાળી જગ્યા; હવાઈ હલ્લા વખતે આશ્રય લેવાનું ભોંયરું.

bun'kum, bun'combe (બંકમ), ના૦ વાહિયાત વાત, અર્થહીન બોલવું; જૂઠાણું (બીજાને ખુશ કરવા માટેનું).

bunn'y (બનિ), ના૦ [બાળભાષામાં] [સસલું.

Bun'sen burn'er (બન્સન બર્નર, બુ-), ના૦ હવા અને ગૅસ સાથે બાળવાનું પ્રો. બન્સેને શોધેલું બર્નર-મોઢિયું (સ્ટવ, ઇ. નું).

bun'ting (બન્ટિંગ), ના૦ એક નાનું પક્ષી; નાનારંગી-રંગબેરંગી-વાવટા-પતાકા; તેનું કપડું.

buoy (બૉઈ), ના૦ વહાણવટીઓને ખડક વગેરેનું જોખમ બતાવવા માટે લંગર સાથે બાંધેલું તરતું નિશાન, બોયું; ડૂબતા માણસને બચાવવા માટે પાણી પર મૂકેલી તરતી રિંગ-કડું. સ૦ક્રિ૦ તરતું રાખવું; પાણીની સપાટી પર આણવું. (માણસને, તેની હિંમતને) ટકાવી રાખવું.

buoy'ancy (બૉયન્સિ), ના૦ તરતા રહેવાની શક્તિ; ઉમંગ, ઉત્સાહ.

buoy'ant (બૉયન્ટ), વિ૦ તરવાની શક્તિ-વાળું ·સ્થિતિસ્થાપક, ચપળ; આનંદી, ઉમંગી.

bur, burr (બર), વિ૦ [વનસ્પતિ.] કાંટાળા કોટલા-પડ-છોડા-વાળું. ના૦એનો છોડ; ઝોડની જેમ વળગનાર-ગુંદરિયો-માણસ.

Burb'erry(બરબરિ), ના૦ પાણી જેને ન ભેદી શકે એવું કાપડ; એનો બનાવેલો કોટ, ઇ.

burd'en (બર્ડન), ના૦ બોજો, ભાર; દુઃખ, કર્તવ્ય, ઇ.નો ભાર, કષ્ટ; વહાણમાં લઈ જવાના માલનું વજન-તેની મર્યાદા; કવિતાની ફરી ફરી ગાવાની કડી-ટેક; ભાર, જવાબદારી. સ૦ક્રિ૦ ઉપર ભાર લાદવો-અતિશય બોજો મૂકવો.

burd'ensome (બર્ડનસમ), વિ૦ ભારરૂપ; કષ્ટદાયક, થકવી દેનારું.

burd'ock (બર્ડૉક), ના૦ કાંટાળાં ફૂલ અને ગુચ્છાદાર પાંદડાંવાળો એક છોડ.

bu'reau (બ્યૂરો), ના૦ (બ૦વ૦ bureaux બ્યૂરોઝ઼). ના૦ લખવાનું મેજ; સરકારી કચેરી-કાર્યાલય.

bureau'cracy (બ્યુરોક્રસિ), ના૦ અમલ-દારો દ્વારા રાજ્યસંચાલન; અમલદાર-નોકર-શાહી. **bu'reaucrat** (બ્યુરક્રૅટ), ના૦ કેવળ નિયમોને અધીન રહીને કોઈ જાતનો વિવેક કર્યા વગર કામ કરનાર સાંકડા મનવાળો

અધિકારી; પોતાનામાં બધી સત્તા કેન્દ્રિત કરવા માગતો અમલદાર; નોકરશાહી પદ્ધતિ (ની કાર્ય-ક્ષમતા)માં માનનાર. **bureaucrat'ic** (બ્યુરક્રૅટિક), વિ૰ નોકરશાહી માનસવાળું; નોકરશાહીને લગતું. [માપના આંકાવાળી નળી.

burette' (બ્યુરે'ટ), ના૰ પ્રવાહીને માપવાની

bur'gee (બર્જી), ના૰ અણીવાળી પતાકા.

bur'geon (બર્જન), ના૰ કળી, ફણગો, અંકુર. અ૰ક્રિ૰ અંકુર–કળી–ફૂટવી; વધવા માંડવું.

bur'gess (બર્જિસ), ના૰ સ્થાનિક સ્વરાજ-વાળા શહેરનો સ્વતંત્ર નાગરિક, નાગરિક.

burgh (બર, બર્ગ), ના૰ સ્કૉટલન્ડનું પટો–સનદ – ધરાવનારું શહેર.

burg'her (બર્ગર), ના૰ નાગરિક.

burg'lar (બર્ગ્લર), ના૰ રાત્રે ઘર ફોડનારો–ખાતર પાડનારો–ચોર, ઘરફોડુ. **burg'lary**, ના૰ રાતને વખતે ઘર ફોડવું–ખાતર પાડવું – તે. [પાડવું અથવા ચોરી કરવી.

burg'le (બર્ગલ), ઉ૰ક્રિ૰ ઘરમાં ખાતર

burg'omaster (બર્ગમાસ્ટર), ના૰ હોલન્ડ કે બેલ્જિયમના શહેરનો નગરપતિ – મેયર. [બર્ગન્ડીનો દારૂ.

burg'undy (બર્ગન્ડિ), ના૰ ફ્રાન્સમાં આવેલ

bu'rial (બેરિઅલ), ના૰ દાટવું તે, દફન; અન્ત્યવિધિ; ભૂમિદાહ સંસ્કાર.

burin (બ્યૂરિન), ના૰ તાંબા પર કોતરકામ કરવાનું ઓજાર. [જાડું કાપડ.

burl'ap (બર્લૅપ), ના૰ કંતાનની જાતનું

burlesque' (બર્લે'સ્ક), વિ૰ મનોરંજનાર્થ –હસાવવા માટે – નકલ કરનારું, હાસ્યજનક ટોળ કરનારું. ના૰ કોઈ સાહિત્યની કે નાટ્યની કૃતિની હાસ્યજનક નકલ, વિડંબન. સ૰ક્રિ૰ હસવું આવે એવી રીતે નકલ કરવી.

burl'y (બર્લિ), વિ૰ મજબૂત બાંધાનું; કદાવર, જાડું. [વહેળો.

burn (બર્ન), ના. [સ્કૉ.] નાનકડી નદી,

burn, ઉ૰ક્રિ૰ (ભૂ૰કા૰ અને ભૂ૰કૃ૰ burnt, burned). બાળવું, બળવું, ભડકે બળવું–બાળવું; ધીમે ધીમે બળવું – બાળવું; બળવું, દાઝવું, દઝાડવું; અતિશય ગરમી લાગવી; ક્રોધ વગેરેથી બળવું; (ઈંટો, ઇ.) શેકવું, પકવવું. ના૰ બળવાથી પડેલો ડાઘ–ઘા, ડામ. ~ *itself out*, બળીને ખાખ થવું. ~ *candle at both ends*, રાતે મોડા સૂવું ને સવારે વહેલા ઊઠવું; બધી શક્તિ એક સામટી વાપરી નાખવી. ~ *one's boats*, પાછા ફરવાનો માર્ગ રાખ્યા વિના કોઈ કામમાં યા હોમ કરીને પડવું – ઝંપલાવવું. ~ *one's fingers*, બીજાના કામમાં માથું મારીને – અવિચાર કરીને – હેરાન થવું. ~ *in, into*, ન ભૂંસાય એવી રીતે ઠસાવવું. ~*ing question*, બહુ ચર્ચાતો–ગંભીર – સળગતો – પ્રશ્ન.

burn'er (બર્નર), ના૰ બાળનારું; દીવા કે સ્ટવનું મોઢિયું, બર્નર.

burn'ish (બર્નિશ), ઉ૰ક્રિ૰ ઘસીને ચળકતું કરવું – ઓપવું, ઝલે આપવી; ચળકતું થવું.

burnous(e)' (બર્નૂઝ઼,–સ), ના૰ આરબનો લાંબો ખૂલતો ડગલો.

burnt, burnનો ભૂ૰ કા૰

burr (બર), ના૰ ગુરૂરૂર્ અવાજ; 'ર'કાર પર જોર દઈને કરેલો અવાજ; ચંદ્રની આસ-પાસનું નિહારિકાના જેવું વલય. જુઓ bur.

bu'rrow (બરો), ના૰ બિલ, દર, રાફડો, બોડ. ઉ૰ક્રિ૰ દર કે બિલ ખોદવું; દર, ઇ. પાડીને તેમાં ભરાઈ રહેવું; ખોદવું; ખોદી કાઢવું, બહાર પ્રકાશમાં આણવું.

burs'ar (બર્સર), ના૰ કૉલેજ કે યુનિ-વર્સિટીનો ખજાનચી – જમાદાર. **burs'ary** (બર્સરિ), ના૰ ખજાનચીનું પદ; ગરીબ વિદ્યાર્થીને અપાતી મદદ, છાત્રવૃત્તિ.

burst (બર્સ્ટ), ઉ૰ક્રિ૰ જોરથી ફાટવું–ફૂટવું – બહાર નીકળવું; જોરથી હુમલો કરવો – ધસી જવું; ચૂરેચૂરા કરી નાખવા. ના૰ એકદમ જોરથી ફાટવું તે, સ્ફોટ; ભડાકો, ધડાકો; દદૂડો, ધાર. - ~*ing with*, -થી ભરેલું – ઊભ-રાતું–ફાટ ફાટ થતું. ~ *out*, એકદમ બોલી પડવું.

bu'ry (બેરિ), સ૰ક્રિ૰ મડદાને દાટવું, દફન કરવું; દાટવું, સંતાડવું, વિસારે મૂકવું; મડદાને દાટતી વખતે પ્રાર્થના કરવી. ~ *the hatchet*, વેરઝેર ભૂલી જવાં. ~ *oneself somewhere*, સમાજથી દૂર એકાંત સ્થળે જઈને રહેવું.

bus (બસ), ના૰ (omnibus નું સંક્ષિપ્ત રૂપ). ભાડે ફરતી અનેક માણસો બેસે એવી

મોટર ગાડી; [વિ. બો.] મોટર ગાડી, વિમાન, ઇ. સ૦ ક્રિ૦ બસમાં બેસીને જવું. *miss the* ~, તક ગુમાવવી.

bus'by (બઝ્બિ), ના૦ ઊંચી કિનારની રૂવાં – ફર – વાળી ટોપી જે સિપાઈઓ વાપરે છે.

bush (બુશ), ના૦ નાનું ઝાડ, ઝાડવું; [ઑસ્ટ્રે., દ. આફ્રિકા] ઝાડીવાળો જંગલનો પ્રદેશ.

bush, ના૦ એકબીજા સાથે ઘસાતા યંત્રના બે ભાગ વચ્ચે મુકાતું નરમ ધાતુનું પતરું. સ૦ ક્રિ૦ એવું પતરું મૂકવું.

bush'el (બુશલ), ના૦ અનાજ માપવાનું એક માપ – ૩૬·૩ લિટરનું. *hide one's light under a* ~, પોતાની હોશિયારીની બીજાને ખબર ન પડવા દેવી.

bush'man (બુશ્મન), ના૦ દ.આફ્રિકાની આદિવાસી – મૂળ વતની – જાતિનો માણસ.

bush'-ranger(બુશ્રેંજર), ના૦ જંગલમાં વસતો ઑસ્ટ્રેલિયાનો લૂટારુ – બહારવટિયો.

bush'y (બુશિ), વિ૦ ઝાડવાં – ઝાંખરાં – જેવું – વાળું; (વાળ, ઇ.) ગાઢ, ઘાડું.

bu'siness(બિઝ્નિસ), ના૦ કામ, ધંધો; વ્યવસાય; વેપાર, ધંધો; કામ, કામકાજ; કામ, ફરજ; [રંગભૂમિ] (નટનો) અભિનય, અંગવિક્ષેપ. **bu'siness-like** (-લાઇક), વિ૦ વ્યવસ્થિત; વ્યાવહારિક; ઢીલ કે વિલંબ વિનાનું.

bu'sinessman, ના૦ ધંધો કરનાર, વેપારી.

busk (બસ્ક), ના૦ ચોળીને અક્કડ બનાવવા માટે વપરાતી લોઢાની કે વહેલ માછલીના હાડકાની પટ્ટી. [અભિનય કરનાર.

bus'ker (બસ્કર), ના૦ રસ્તામાં ગાનાર ને

bus'kin (બસ્કિન), ના૦ ઘૂંટણથી થોડોક નીચે સુધી આવતો જોડો – બૂટ; પ્રાચીન શોકાન્ત નાટકના નટનો જોડો; શોકાન્ત નાટક.

bust (બસ્ટ), ના૦ પેટથી ઉપલા ભાગનું માણસનું પૂતળું – બાવલું – ચિત્ર, શરીરનો ઉત્તરાર્ધ; છાતી કે વક્ષઃસ્થળ (વિ. ક. સ્ત્રીનું).

bust, ના૦ [ગ્રામ્ય] સ્ફોટ; ફાડી – ફોડી – નાંખવું તે. *be* ~, *go*~, નિષ્ફળ જવું, -નો રકાસ થવો. [દોડતું એક મોટું પક્ષી.

bus'tard (બસ્ટર્ડ), ના૦ ખૂબ વેગથી

bu'stle (બસલ), અ૦ ક્રિ૦ ધામધૂમ – ગરબડ – કરવી, ઉતાવળ કરવી. ના૦ ધાંધલ, ગરબડ; સ્ત્રીના ચણિયા – ઘાઘરા – ના પાછળના ઉપલા ભાગમાં અંદરથી ભરેલી રૂ વગેરેની પૂરણી.

bus'y (બિઝિ), વિ૦ એકાગ્રતાથી કામ કરતું, કામમાં ગૂંથાયેલું – કામમાં રોકાયેલું (*in, with, at* સાથે; અવ્યય વગર પણ, દા. ત. ~ *packing*); ઉદ્યમી, ધંધારોજ-ગારવાળું; માથું મારનાર, ઘાલમેલિયું. સ૦ ક્રિ૦ કામમાં રોકાવું (~ *oneself with, about, doing*). **busy-body,** ના૦ બીજાના કામમાં માથું મારનારો, ખટપટિયો.

but (બટ), ક્રિ૦ વિ૦ કેવળ, ફક્ત. નામ૦ અ૦ સિવાય, સિવાય કે, વિના. ઉભ૦ અ૦ નહિ તો, છતાં, પણ, પરંતુ, તોપણ. *cannot* ~ *do*, કર્યા સિવાય છૂટકો ન હોવો. ~ *for*, એવું ન હોત તો. *all* ~, લગભગ.

butch'er (બુચર), ના૦ ખાટકી, કસાઈ; માંસ વેચવાવાળો; ઘાતકી ક્રૂર માણસ, કસાઈ. સ૦ ક્રિ૦ નાહક અથવા ક્રૂરપણે માણસોની કતલ કરવી.

butch'ery (બુચરિ), ના૦ કસાઈનો ધંધો; અકારણ અથવા ક્રૂરપણે કરેલી કતલ.

but'ler (બટલર), ના૦ ભોજનગૃહ અને દારૂના હવાલામાં હોય તે મુખ્ય ચાકર, બટલર. [(૧૦૮થી ૧૪૦ ગૅલનનું).

butt' (બટ), ના૦ પીપ; દારૂનું મોટું પીપ

butt, ના૦ શસ્ત્ર કે ઓજારની જાડી બાજુ, ઠૂંઠો; ઝાડનું થડ.

butt, ના૦ નિશાનની પાછળનો ટેકરો; (બ૦વ૦) બંદૂકની ગોળીની મર્યાદા – પહોંચ; (બ૦વ૦) નિશાનબાજીનું મેદાન; ઉપહાસપાત્ર વસ્તુ કે માણસ.

butt, ઉ૦ ક્રિ૦ માથા વતી ઠેલવું, ટક્કર મારવી – લેવી. ~ *in*, વગર બોલાવ્યે ઘૂસી જવું – આવી પડવું.

butter, (બટર), ના૦ માખણ, નવનીત, મસ્કો; ખુશામત. સ૦ ક્રિ૦ રોટી પર માખણ ચોપડવું; મસ્કો લગાડવો, ખુશામત કરવી. ~*-fingered*, વિ૦ વસ્તુઓને હાથમાંથી લપસી જવા દેનાર. ~*-fingers*, ના૦ એવું માણસ.

butt'ercup (બટરકપ), ના૰ પીળાં ફૂલવાળો એક છોડ.
butt'erfly (બટરફ્લાઇ), ના૰ પતંગિયું; ફૂલફટાકિયો, છેલ; ચંચળ માણસ.
butt'ermilk (બટરમિલ્ક), ના૰ છાશ.
butt'erscotch (બટરસ્કૉચ), ના૰ એક જાતની મીઠાઈ–ટૉફી.
butt'erwort (બટરવર્ટ), ના૰ આછા જાંબુડા રંગનો–રંગનાં ફૂલવાળો–કળણમાં થતો એક છોડ.
buttery (બટરિ), ના૰ કૉલેજ વગેરેમાં ખાવાપીવાની વસ્તુઓ રાખવાની જગ્યા. વિ૰ માખણ જેવું, લીસું.
butt'ock (બટક), ના૰ ફૂલો, ઢગરું; જનાવરનો પાછલો ભાગ; (બ૰વ૰) બેસણી, ફૂલા.
butt'on (બટન), ના૰ બોરિયું, બુટાન; અણઊઘડેલી ફૂલની કળી; કોઈ ચીજને પકડવા માટે તેને જડેલો બટન જેવો હાથો–ગઠ્ઠો; વીજળીનો પ્રવાહ ચાલુ કરવા કે બંધ કરવાની કળ–બટન; (બ૰વ૰–ઝ) હોટેલમાં કે મોટા ઘરમાં કામ કરનારો ગણવેશધારી છોકરો. ઉ૰ ક્રિ૰ બોરિયાં ઘાલવાં–ભેરવવાં. *~hook*, ના૰ બોરિયાં પરોવવાનો આંકડો.
butt'onhole ના૰ બોરિયાનું નાકું, ગાજ; તેમાં પહેરવાનું ફૂલ. સ૰ ક્રિ૰ બટન પકડીને ધ્યાન ખેંચવું–રોકવું.
butt'ress (બટ્રિસ), ના૰ ટેકો, પુસ્તો; ભીંતને બાંધેલો આધાર; ટેકો, આધાર. સ૰ ક્રિ૰ ટેકો આપવો, મજબૂત બનાવવું. [દેખાવડું.
bux'om (બક્સમ), વિ૰ ભરેલું, પુષ્ટ અને
buy (બાઇ), સ૰ક્રિ૰ (ભૂ૰કા૰ bought, બૉટ). વેચાતું લેવું, ખરીદવું; વહોરવું; લાંચ આપીને મેળવવું–(કોઈ ને) વશ કરવું. *~ off*, પૈસા આપીને છુટકારો મેળવવો–છૂટવું, લાંચ આપીને મન મનાવવું. *~ up*, બધો માલ–જથ્થો–ખરીદી લેવો. *~ out*, માલિક પાસેથી તેનો ધંધો ખરીદી લેવો. **buy'er** (બાયર), ના૰ ખરીદ કરનાર, દુકાન માટે માલ પસંદ કરીને ખરીદ કરનાર મુનીમ.
buzz (બઝ), ના૰ ગુંજારવ; ગણગણાટ. અ૰ ક્રિ૰ ગુંજારવ–ગણગણાટ–કરવો. *~ along*, ઉતાવળથી આગળ ખસવું.
buzz'ard (બઝર્ડ), ના૰ એક જાતનું ગીધ કે શકરો–બાજપક્ષી; મૂર્ખ, શંખ.
buzz'er (બઝર), ના૰ વરાળથી વાગતી સીટી; સંદેશા આપવાનું વીજળીનું સાધન.
by (બાઇ), ક્રિ૰વિ૰ પાસે, નજદીક, બાજુમાં; રાખી મૂકેલું; પાસે–પર–થઈને. નામ૰ અ૰ પાસે, બાજુમાં; ઉપરથી, પર થઈને; થી, થકી, વડે; વાટે, માર્ગે, દ્વારા; -થી મોડું નહિ એવી રીતે; -ના સમ ખાઈને. *~ day, night*, દિવસે, રાતે. *~ oneself*, પોતે એકલાએ, બીજાની મદદ વગર. [જતાં, પછી.
by and by, ક્રિ૰વિ૰ ધીમે ધીમે, વખત
bye (બાઇ), ના૰ [ક્રિકેટ] દડાને બૅટથી માર્યા વિના મળતી દોડ–રન; કોઈ રમતમાં જોડીઓ કે ચોકડીઓ પડી ગયા પછી બાકી રહેલો ભિલ્લુ–જેને માથે દાન આવે છે તે.
bye-bye, ઉદ્‌ગાર૰ (વિદાય વખતે) રામરામ. ના૰ [બાળભાષામાં] ઊંઘ, સૂઈ જવું તે, પથારી.
by'-election (બાઇ-ઇલેકશન), ના૰ નિયત અવધિ પૂરી થયા પહેલાં ખાલી પડેલી જગ્યા માટે થતી ચૂંટણી, પેટાચૂંટણી.
by'gone (બાઇગૉન), વિ૰ પસાર થયેલું, અતીત, ભૂતકાળનું. ના૰ (બ૰વ૰) ભૂતકાળ; ભૂતકાળનાં પાપો–દુષ્કૃત્યો–અપરાધો. [રસ્તો.
by'-lane (બાઇલેન), ના૰ બાજુનો આડો
by(e)'-law, ના૰ સ્થાનિક સંસ્થા, ઇ. એ બનાવેલો નિયમ.
by'pass (બાઇપાસ), ના૰ બે સ્થળ વચ્ચે શહેર વગેરે ટાળવા માટે કરેલો નવો રસ્તો. સ૰ ક્રિ૰ રાહદારીને બીજી દિશામાં વાળવું; -ની ઉપેક્ષા કરવી, -ને ટાળવું.
by'path (બાઇપાથ), **by'-road**, ના૰ આડો રસ્તો, આડવાટ, ગલી કૂંચી.
by'-play (બાઇ-પ્લે), ના૰ રંગભૂમિ પર ગૌણ પાત્રોનું મૂક કામ.
by-product (બાઇ-પ્રૉડક્ટ), ના૰ કો એક વસ્તુ બનાવતાં સહેજે બનતી બીજી વસ્તુ, પેટા પેદાશ, આડપેદાશ. [વાની જગ્યા.
byre (બાયર), ના૰ કોઢ, ગાયને બાંધ-
by'-road (બાઇ-રોડ), ના૰ આડરસ્તો.
by'stander (બાઇસ્ટૅન્ડર), ના૰ પાસે

ઊભેલો માણસ; તમાશગીર, પ્રેક્ષક.

by the by, ક્રિ૦ વિ૦ સહેજે યાદ આવ્યાથી, જતાં જતાં.

by'way (બાઇ-વે), ના૦ આડરસ્તો; કોઈ વિષયનો ઓછો જાણીતો ભાગ.

by'word (બાઇવર્ડ), ના૦ પરિચિત કહેણી, કહેવત; કશાક – કોઈ અવગુણ – માટે જાણીતી થયેલી વ્યક્તિ, જગ્યા કે વસ્તુ; મશ્કરીનો વિષય.

Byzan'tine (બિઝૅન્ટાઇન્, બાઇ-), વિ૦ બાઇઝૅન્ટિયમ કે કૉન્સ્ટન્ટિનોપલનું – સંબંધી; પૂર્વ રોમન સામ્રાજ્યમાં વિકસેલી સ્થાપત્ય-કળા – શૈલી – નું.

C

C,c. (સી), ના૦ અંગ્રેજી વર્ણમાળાનો ત્રીજો અક્ષર; રોમન અંક તરીકે સોની સંખ્યા, ૧૦૦; [યુરો.સં.] 'સી મેજર' સપ્તકનો પહેલો સૂર; [દલીલ] ત્રીજી માની લીધેલી વ્યક્તિ – વસ્તુ; [બી. ગ.] ત્રીજી જ્ઞાત સંખ્યા, *a*.

cab (કૅબ), ના૦ છત્રી કે છતવાળી ચાર પૈડાંવાળી ભાડાની ઘોડાગાડી. એંજિનમાં ડ્રાઇવરને ઊભા રહેવાની જગ્યા. ~*man*, ના૦ ભાડાની ગાડીનો હાંકનાર. ~-*rank*, ~-*stand*, ના૦ ભાડાની ગાડીઓ ઊભી રહેવાની જગ્યા – અડ્ડો.

cabal' (કબૅલ), ના૦ તરખટ, કાવતરું, કારસ્તાન; [રાજ્ય.] ગુપ્ત રાજકીય ટોળકી, ચંડાળ-ચોકડી. અ૦ ક્રિ૦ (ભૂ૦ કા૦ caballed). ગુપ્ત ટોળકીમાં જોડાવું, કાવતરું કરવું.

cab(b)'ala (કૅબલા, કબા-), ના૦ યહૂદી લોકોની ગૂઢ મંત્રવિદ્યા, ઇ.

cabalis'tic signs (કૅબલિસ્ટિક સાઇનઝ઼), ના૦ જાદુઈ અથવા ગુપ્ત લેખ.

cab'aret (કૅબરે), ના૦ ફ્રેંચ દારૂનું પીઠું; રેસ્ટોરાં (વીશી) માં ભોજન વખતે ચાલતો નૃત્ય, સંગીત, ઇ. રંજનાત્મક કાર્યક્રમ; એવી વીશી.

cabb'age (કૅબિજ), ના૦ કોબી (શાક).

cabb'y (કૅબિ), ના૦ ભાડાની ગાડીવાળો.

cab'er (કેબર), ના૦ (સ્કૉટિશ લોકોની રમતમાં વપરાતું) પાઇન ઝાડનું થડ.

cab'in (કૅબિન), ના૦ લાકડાનું નાનું મકાન, ઝૂંપડી; વહાણ, ઇ. પરની નાની ઓરડી.

cab'inet (કૅબિનિટ), ના૦ નાની અંગત ઓરડી; છાજલી કે ખાનાંવાળું કબાટ; [રાજ્ય.] પ્રધાન – મંત્રી – મંડળ; મંત્રીઓ કે પ્રધાનોની બેસવાની જગ્યા.

cab'inet-maker (કૅબિનિટ-મેકર), ના૦ કુશળ સુથાર, વિ. ક. ફર્નિચર બનાવનાર; પ્રધાનમંડળ બનાવનાર પક્ષનો નેતા કે મુખ્ય મંત્રી.

cab'inet-photograph, ના૦ ૫.૫"×૪" [માપનો ફોટોગ્રાફ.

ca'ble (કેબલ), ના૦ શણ કે તારનું જાડું મજબૂત દોરડું; લંગરનું દોરડું કે સાંકળ; દરિયા તળે (સંદેશા માટે) નાખેલું તારનું દોરડું; તે દ્વારા મોકલાતો સંદેશો, દરિયાઈ તાર; (માપ) ૨૦૦ વાર. ઉ૦ ક્રિ૦ 'કેબલ' કરવો; દરિયાઈ તાર કરવો. **ca'blegram** (કેબલગ્રૅમ), ના૦ દરિયાઈ તાર.

caboose' (કબૂસ), ના૦ વહાણના તૂતક પરનું રસોડું; [અમે.] ગાર્ડનો ડબો.

cabriolet' (કૅબ્રિઅલે, – ઓલે), ના૦ એક જાતની ઘોડાગાડી – મોટર ગાડી.

caca'o (કકેઓ), ના૦ કોકો ને ચૉકલેટ જેમાંથી મળે છે તે ઝાડ કે તેનું બી.

cache (કૅશ, – ચ), ના૦ માલ સરંજામ ગુપ્ત રાખવાની જગ્યા, ગુપ્ત ભંડાર – ખજાનો. સ૦ ક્રિ૦ ગુપ્ત જગ્યામાં સંઘરી રાખવું.

cach'et (કૅશે, – ચે), ના૦ સિક્કો, મુદ્રા; (વૈદક) દવાની ટોટી – માદળિયું.

cachinna'tion (કૅકિનેશન), ના૦ મોટેથી [હસવું તે, અટ્ટહાસ્ય.

cach'ou (કૅશૂ), ના૦ મોઢા – શ્વાસ – ની (બીડી, ઇ. ની) દુર્ગંધ દૂર કરવા માટેની ગોળી.

cac'kle (કૅકલ), ના૦ અને અ૦ ક્રિ૦ મરઘી કે હંસીનું બોલવું; હી હી કરીને હસવું; બકવાટ – લવારો – (કરવો).

cacoph'onous (કકૉફનસ), વિ૰ બેસૂરું, કર્કશ. [કર્કશ–અવાજ.
cacoph'ony (કેકૉફનિ), ના૰ કઠોર–
cac'tus (કેક્ટસ), ના૰ થેાર, થુવેર.
cad (કેડ), ના૰ હલકો–અસંસ્કારી–માણસ.
cadas'tral survey (કડેસ્ટ્રલ સર્વે), ના૰ મહેસૂલની આકારણી માટે માલિકી બતાવી હોય એવો જમીનનો નકશો તૈયાર કરવો તે; –તે માટેની જમીનની મોજણી.
cadav'erous (કડેવરસ), વિ૰ મડદા જેવું; અત્યન્ત ફીકાશવાળું.
cadd'ie (કેડિ), ના૰ ગૉલ્ફ રમનારનો અનુચર–ચાકર (લાકડીઓની થેલી ઉપાડનાર).
cadd'is, cadd'ice (કેડિસ), ના૰ એક જાતની માખીની ઇયળ, જે માછલી પકડવા માટે આમષ તરીકે વપરાય છે. [નીચ.
cadd'ish (કેડિશ), વિ૰ અસંસ્કારી; હલકટ,
cadd'y (કેડિ), ના૰ ચા રાખવાની નાની પેટી–ડબ્બો.
cad'ence (કેડન્સ), ના૰ અવાજની ચડઊતર; વાકચનો છેડો આવતાં ઘાંટો નીચે ઊતરવો તે, સ્વરપાત; [સં.] તાલ, લય.
cadet' (કડે'ટ), ના૰ નાનો પુત્ર; લશ્કર, નૌકા કે વિમાન વિદ્યાની કૉલેજનો વિદ્યાર્થી. **cadet corps** (–કૉર), ના૰ પ્રાથમિક લશ્કરી તાલીમ લેનાર શાળાકૉલેજના વિદ્યાર્થીઓનું જૂથ.
cadge (કૅજ), ઉ૰ક્રિ૰ (-geable). ભીખ માગીને મેળવવું, ભીખ માગવી.
cadg'er (કૅજર), ના૰ ફેરિયો; ભીખ માગનાર; બીજા પર જીવનાર. [કાજી.
cad'i (કાડિ), ના૰ અરબી કે તુર્કી ન્યાયાધીશ,
cad'mium (કૅડ્મિઅમ), ના૰ કલાઈ જેવી એક ધાતુ.
ca'dre (કાડર), ના૰ ચોક ; યોજના; [લશ્કર] ગમે ત્યારે વિસ્તારી શકાય એવો લશ્કરનો એક કાયમી વિભાગ.
caec'um (સીકમ), ના૰ [શરીરરચ.] મોટા આંતરડાનો શરૂનો ભાગ; એક છેડો જેનો બંધ હોય એવી કોઈ પણ નળી; 'સીકમ'.
Caes'ar (સીઝ઼ર), ના૰ રોમન સમ્રાટ.
caesur'a (સિઝ઼્યૂરા), ના૰ કવિતાની લીટીમાં કુદરતી વિરામસ્થાન, યતિ.
cafe' (કૅફે), ના૰ કૉફીની દુકાન, રેસ્ટોરાં.
cafeter'ia (કૅફિટીરિઆ), ના૰ ઘરાકો જ્યાં પોતાની મેળે વસ્તુઓ લે એવી નાસ્તાપાણીની દુકાન. [એક વિશિષ્ટ રાસાયનિક દ્રવ્ય.
caff'eine (કૅફી'ન), ના૰ કૉફી ને ચામાંનું
caf'tan (કૅફ્ટન), ના૰ પેટ ફરતા પટાવાળો ઝભ્ભો–કફની.
cage (કેજ), ના૰ પાંજરું, પિંજરું; તુરંગ; ખાણમાં ઊતરવા માટેનું લિફ્ટ–ડબ્બો. સ૰ક્રિ૰ પાંજરામાં પૂરવું–ઘાલવું; કેદ કરવું.
cairn (કેર્ન), ના૰ સ્મારક તરીકે અણઘડ પથ્થરનો પિરામિડ જેવો ટેકરો. [રત્ન–મણિ.
cairngorm' (કેર્નગૉર્મ), ના૰ પીળા રંગનું
caiss'on (કેસન), ના૰ પાણી નીચે પાયો નાખતી વખતે માણસોને કામ કરવા માટેની પાણી ન પેસી શકે એવી લોઢાની પેટી; દારૂગોળાની પૈડાંવાળી પેટી–પટારો. [હરામખોર.
cait'iff (કેટિફ), ના૰ બાયલો, કાયર;
cajole' (કજોલ), સ૰ક્રિ૰ (-lable). ખુશામતથી કે કપટથી–ફોસલાવી–શાંત પાડવું, મન મનાવવું, ફોસલાવવું. **cajol'ery** (કજોલરિ), ના૰ પટામણું, ફોસલામણી; ખુશામત.
cake (કેક), ના૰ નાની ચપટી રોટી; દરાખ, ઇ. નાખીને બનાવેલી નાનખટાઈ જેવી ગળી રોટી; ચકતી, ચોસલું. ઉ૰ક્રિ૰ બંધાઈ જવું, ચકતું બંધાવું–બનવું–બનાવવું. *oil* ~, ના૰ ખોળ.
cal'abash (કૅલબૅશ), ના૰ એક જાતનું કોળું, તેનું ઝાડ; એ કોળાના કવચનું બનેલું પાત્ર, કમંડલુ; એ કવચની ચલમ.
calam'itous (કલૅમિટસ), વિ૰ ભારે આપત્તિવાળું; દુઃખગ્રસ્ત–થી ભરેલું. [સંકટ.
calam'ity (કલૅમિટિ), ના૰ આફત, ભારે
calcar'eous (કૅલ્કૅરિઅસ), વિ૰ કળીચૂનાવાળું, ચૂનાના પથ્થરવાળું.
calceolar'ia (કૅલ્સિઅલેરિઆ), ના૰ સપાટ જોડા–સ્લિપર–ના આકારનાં ફળવાળો છોડ.
calcif'erous (કૅલ્સિફરસ), વિ૰ ચૂનો જેમાંથી બને–મળે–એવું.
cal'cify (કૅલ્સિફાઇ), ઉ૰ક્રિ૰ (-fiable).

-નો ચૂનો બનાવવો – બનવો; -નો પથ્થર બનાવવો – બનવો. **calcifica'tion**, ના૦ એ ક્રિયા.

cal'cine (કૅલ્સિન, –સાઇ–), ઉ૦ ક્રિ૦ (–nable). બાળીને ભૂકો કરી નાંખવો, બળીને ભસ્મ – ખાખ – થઈ જવું; -નો કળીચૂનો બનાવવો – બનવો.

cal'cium (કૅલ્સિઅમ), ના૦ ચૂનાના પાયા-રૂપ એક પીળી ધાતુ – રાસાયનિક મૂળ દ્રવ્ય.

cal'culable, વિ૦ ગણી શકાય એવું.

cal'culate (કૅલ્ક્યુલેટ), ઉ૦ક્રિ૦ (-lable). ગણિત – ગણતરી – કરવી; ચોક્કસ ગણતરી કરીને શોધી કાઢવું; હેતુપૂર્વક યોજના કરવી; [અમે.] ધારવું, માનવું.

cal'culated, વિ૦ અગાઉથી યોજેલું, વિચાર કરીને કરેલું; ઇરાદાપૂર્વકનું. **cal'culating** વિ૦ ગણતરીબાજ, હિસાબ ગણીને કામ કરનારો. **calcula'tion**, ના૦ હિસાબ, ગણતરી; ગણિત; વર્તારો. **cal'culator**, ના૦ (ક્રિ. ના અર્થો ઉપરાંત) ગણિત કે હિસાબ કરવાનાં કોષ્ટકો – યંત્ર.

cal'culus (કૅલ્ક્યુલસ), ના૦ (બ૦વ૦-li). શરીરમાં પથરી બાઝવી તે, પથરી; [ગ.] શૂન્યલબ્ધિ, કલન. *differential* ~, ચલન-કલન. *integral* ~, ચલરાશિ કલન.

cal'dron (કૅલ્ડ્રન), ના૦ જુઓ cauldron.

Caledon'ian (કૅલિડોનિઅન), વિ૦ અને ના૦ (વિ. ક. પ્રાચીન) સ્કૉટલન્ડનો (વતની).

cal'endar (કૅલિન્ડર), ના૦ પંચાંગ, ટીપણું; કાલગણનાપદ્ધતિ; કાલક્રમવાર નોંધ–કોષ્ટક –યાદી; મહિનો, વાર, તહેવાર, તારીખ, તિથિ ઇ. કોષ્ટકના રૂપમાં આપનારું પત્રક, કૅલેન્ડર; માહિતીપત્રક. સ૦ ક્રિ૦ પંચાંગમાં નોંધવું; યાદીમાં દાખલ કરવું; દસ્તાવેજો ગોઠવીને તેમની વર્ગવાર સૂચિ બનાવવી.

cal'ender (કૅલિન્ડર), ના૦ કાપડ કે કાગળને સુંવાળો બનાવવા માટેનો રોલર-સંચો. સ૦ ક્રિ૦ રોલર-સંચામાંથી પસાર કરવું; ઘૂંટીને સફાઈ – ઝલે – આણવી.

calf (કાફ), ના૦ (બ૦વ૦ calves). ગાય, ભેંસ, હરણ, ઇ.નું વાછરડું, પાડું, ઇ.; તેનું ચામડું; મૂર્ખ – નાદાન – માણસ. *in, with*, ~ (પશુમાદા) ગાભણી. ~*-love*, બાલિશ પ્રેમ-કિસ્સો. ~*skin*, વાછરડાનું ચામડું. *golden* ~, ધનદેવતા તરીકે પૂજાતી એરને સ્થાપેલી સુવર્ણવત્સની મૂર્તિ; સર્વશક્તિમાન પૈસો.

calf, ના૦ પગની પિંડી – ગોટલો.

cal'ibrate (કૅલિબ્રેટ), સ૦ક્રિ૦ -ની શક્તિ–બુદ્ધિ–નું માપ કાઢવું; બંદૂકની નળીના વ્યાસ-નું માપ કાઢવું; માપ (વાનું સાધન) બરાબર છે કે નહિ તે તપાસવું.

cal'ibre (કૅલિબર), ના૦ બંદૂક, તોપ કે તેની નળીનો અંદરનો વ્યાસ – ગર્ભસૂત્ર; માન-સિક કે બૌદ્ધિક શક્તિ – સામર્થ્ય; મહત્ત્વ; ચારિત્ર્ય(બળ).

cal'ico (કૅલિકો), ના૦ (બ૦વ૦–es) સુતરાઉ કાપડ, વિ. ક. સાદું અને સસ્તું સફેદ કાપડ.

cal'iph, cal'if (કૅલિફ), ના૦ મહંમદ પેગ-બરનો અનુગામી, ખલીફા, ઇસ્લામી ધર્મ ને પ્રજાનો વડો. **cal'iphate** (કૅલિફિટ, -ફેટ), ના૦ ખિલાફત.

calisthen'ics, જુઓ callisthenics.

calk (કૉક), ના૦ લપસી ન જવાય તે માટે જોડાને તળિયે કે ઘોડાના નાળે મારેલી ખીલી.

call (કૉલ), ઉ૦ક્રિ૦ મોટેથી બૂમ પાડવી – હાક મારવી; બોલાવવું; -ને મળવા કે મુલાકાતે જવું; નામ કહેવું – પાડવું; કહેવું; જગાડવું, ઉઠાડવું. ~ *forth*, (ફરિયાદ, ઇ.)નું કારણ હોવું; માહિતી, ઇ. કઢાવવું. ~ *at* (a place), થોભવું, થોડો વખત રોકાવું. ~ *attention to*, -ની તરફ ધ્યાન ખેંચવું. ~ *for*, માગવું, -ને માટે હુકમ આપવો; -ને માટે આવશ્યક હોવું. ~ *off*, પાછું બોલાવવું, બંધ કરવું. ~ *on*, -ને મળવા જવું; કશુંક કરવા માટે વિનંતી કરવી. ~ *out*, મોટેથી બૂમ પાડવી. ~ *into being*, ઉત્પન્ન કરવું. ~ *in question*, -ને અંગે શંકા – વાંધો – ઉઠાવવો. ~ *to account*, -નો જવાબ માગવો. ~ *to order*, આડો ફાટતો હોય તેને રીતસર બોલવા કહેવું; યોગ્ય રીતે વર્તવા કહેવું. ~ *to the bar*, -ને બૅરિસ્ટર બનાવવો. ~ *to witness*, સાક્ષી આપવા બોલાવવું. ~ (a person) *names*, -ને ગાળો દેવી. ~ *a spade a spade*, સ્પષ્ટોક્તિ કરવી

કાણાને કાણો કહેવો. ~ person *over the coals,* -ને સખત ઠપકો આપવો. ~ *up,* લશ્કરમાં જોડાવા હાકલ કરવી; -ને ફોન કરવો.

call, ના૦ બૂમ; પક્ષીનો વિશિષ્ટ અવાજ; બ્યૂગલ, ઇ. વગાડીને બોલાવવું તે; બોલાવવું તે, આમંત્રણ; ટૂંકી મુલાકાત (માટે જવું તે); કંપનીના ભાગીદારો પાસે ન ભરેલી મૂડીના હપ્તા – પૈસા – ની માગણી; માગણી. *close* ~, સંકટમાં સપડાતાં સપડાતાં બચી જવું તે. *have no* ~ *to,* -ની ગરજ ન હોવી. *roll-* ~, હાજરીપત્રક. *at, within* ~, સેવા માટે હાજર – તત્પર. ~*-boy,* નટોને રંગભૂમિ પર આવવા બોલાવનાર છોકરો. [માણસ.

call'er (કૉલર), ના૦ મળવા આવનાર

call'er, વિ૦ [સ્કૉ.] (માછલી, હવા ઇ.) તાજું.

call'ing (કૉલિંગ), ના૦ ધંધો, વ્યવસાય.

callig'raphy (કલિગ્રફિ), ના૦ સુંદર – સારા – અક્ષર; સુલેખન (વિદ્યા).

call'ipers (કૅલિપર્ઝ઼), ના૦બ૦વ૦ ગોળી, નળી, ઇત્યાદિનો વ્યાસ માપવાનો કંપાસ, કર્કટ(ક).

callisthen'ics (કૅલિસ્થે'નિક્સ), ના૦ બ૦વ૦ શક્તિ અને સુડોળપણું કેળવવાનો એક વ્યાયામ પ્રકાર – કસરતના દાવ.

callos'ity (કલૉસિટિ), ના૦ ચામડીનું અંતિ જાડી અને કઠણ હોવાપણું; આંટણ (પડી ગયેલો કઠણ ભાગ).

call'ous (કૅલસ), વિ૦ કઠણ – કઠોર – બનેલું; ગંઠાઈ ગયેલું, આંટણ પડેલું; લાગણી વિનાનું, રીઢું, ઉદાસીન, નિર્દય. **call'ousness,** ના૦ ઉદાસીનતા; રીઢાપણું. **call(o)us,** ના૦ કઠણ થયેલી ચામડી, આંટણ.

call'ow (કૅલો), વિ૦ પાંખ ફૂટ્યા વિનાનું; કાચું; બિનઅનુભવી.

calm (કામ), વિ૦ શાંત, અક્ષુબ્ધ, સ્વસ્થ; પવન વિનાનું, નિર્વાત. ઉ૦ક્રિ૦ શાંત પાડવું – પડવું; સાંત્વન કરવું. ના૦ શાંતિ, સ્વસ્થતા.

cal'omel (કૅલમે'લ), ના૦ જુલાબની એક દવા.

cal'orie (કૅલરિ), ના૦ ઉષ્ણતા (માપવા)નો એકમ, વિ. ક. ખોરાકનું મૂલ્ય આંકવામાં વપરાતો. **calorim'eter** (કૅલરિમિટર), ના૦ ઉષ્ણતા માપવાનું સાધન.

cal'umet (કૅલ્યુમિટ), ના૦ અમેરિકન ઇંડિયનની ચલમ, વિ.ક. શાંતિના પ્રતીક તરીકે.

calum'niate (કલમ્નિએટ, કૅ–), સ૦ક્રિ૦ (–iable). નિંદા કરવી, બદગોઈ કરવી; -ની ઉપર ખોટું આળ મૂકવું. **calum'niator,** ના૦ નિંદક. **calumnia'tion,** ના૦ નિંદા, બદગોઈ. [ભરેલું; નિંદા કરનારું.

calum'nious (કલમ્નિઅસ), વિ૦ નિંદાથી

cal'umny (કૅલમ્નિ), ના૦ નિંદા, બદગોઈ; ખોટું આળ.

cal'vary (કૅલ્વરિ), ના૦ (*C* ~) ઈશુના ક્રૂસારોહણનું સ્થળ; ક્રૂસારોહણનું – ક્રૂસવાળું – ચિત્ર – પ્રતિમા. [વિયાવું, જણવું.

calve (કાવ), અ૦ક્રિ૦ (ગાય, ભેંસ, ઇ.નું)

cal'yx (કૅલિક્સ, કૅ–), ના૦(બ૦વ૦ calyces, calyxes). ફૂલનું ડીંટું – વજ, પુષ્પકોશ – વેષ્ટન.

cam (કૅમ), વર્તુળ ગતિને સીધી ગતિમાં ફેરવવાનો યંત્રનો ભાગ – ચક્રનો આગળ પડતો ભાગ – ઠેસી. [બિરાદરી.

camara'derie (કૅમરાડરી), ના૦ બંધુભાવ,

cam'ber (કૅમ્બર), ના૦ રસ્તો, તૂતક, ઇ.ની ઉપર ઊપસી આવેલી ગોળાઈ, ઈષદ્બહિર્ગોલત્વ. સ૦ ક્રિ૦ એવી ગોળાઈવાળું બનાવવું.

Cam'brian (કૅમ્બ્રિઅન), વિ૦ અને ના૦ વેલ્સનું (વતની); [ભૂસ્તર.] પ્રથમ ભૂસ્તર યુગના ખડકોનું – સંબંધી.

cam'bric (કૅમ્બ્રિક), ના૦ શણનું ઝીણું કપડું.

came, come નો ભૂ૦ કા૦

cam'el (કૅમલ), ના૦ ઊંટ, સાંઢણી. **cam'elry,** ના૦ ઊંટદળ.

camell'ia (કમીલિઆ, -મે' -), ના૦ બારે-માસ લીલો રહેતો ચીનજાપાનનો એક છોડ.

camel'opard (કમે'લપાર્ડ, કૅ –), ના૦ [વિરલ] જિરાફ; તાડ જેવી ઊંચી બેડોળ સ્ત્રી.

cam'eo (કૅમિઓ), ના૦ (-s). ગોમેદ, ઇ. પથ્થરમાં કોતરી કાઢેલું – ઉપસાવેલું – ચિત્ર.

cam'era (કૅમરા), ના૦ છાયાચિત્ર – ફોટો – પાડવાનું સાધન, કૅમેરા; ન્યાયાધીશની ખાનગી ઓરડી. *in* ~, ખાનગીમાં, ખુલ્લી

અદાલતમાં નહિ.

cami-knick'ers (કૅમિ-નિકર્સ), ના० બ० વ० સ્ત્રીનાં અંદર પહેરવાનાં કપડાં (કાંચળી કે ચોળી અને ચડ્ડી બંન્ને એકમાં).

cam'ion (કૅમિઅન), ના० ચાર પૈડાંની સપાટ નીચી ઘોડાગાડી કે મોટરગાડી.

cam'isole (કૅમિસોલ), ના० ચોળી, કાંચળી, 'બૉડિસ'. [વપરાતી એક ખુશબોદાર વનસ્પતિ.

cam'omile, ch- (કૅમમાઇલ), ના० દવામાં

cam'ouflage (કૅમુફ્લાઝ), ના० જુદા જુદા રંગ છાંટીને તોપો, વહાણો, હવાઈ અડ્ડાઓના આકારને અસ્પષ્ટ બનાવી તેમનું રૂપાંતર કરવું તે; લોકોને ઊંધે રસ્તે વાળવાનું સાધન. સ० ક્રિ० આવી રીતે કોઈ વસ્તુ સંતાડવી.

camp (કૅમ્પ), ના० લશ્કર – ઘરબાર વિનાના લોકો – ની છાવણી – પડાવ; પડાવ, છાવણી, મુકામ; પડાવ નાંખીને પડેલું લશ્કર. ઉ० ક્રિ० છાવણી નાંખીને રહેવું; પડાવ નાખવો. *in the same ~*, એક જ પક્ષના કે મત ધરાવનાર. *~-bed, ~-chair, ~--stool*, ના० સંકેલી લઈ શકાય એવો ખાટલો ખુરશી, સ્ટૂલ, ઇ. *~-follower*, લશ્કરી છાવણી સાથે સાથે ફરનાર બિનલશ્કરી માણસ.

campaign' (કૅમ્પેન), ના० લશ્કરી સવારી–ચડાઈ – મોહીમ; (ચૂંટણી, ઇ.નો) સંગ્રામ, જંગ; કોઈ કાર્યની સંગઠિત યોજના – આંદોલન (દા.ત. રાજકારણમાં). સ० ક્રિ० સંગ્રામ કે ચડાઈમાં કામ કરવું.

campanil'e (કૅમ્પનીલિ), ના० ઘંટવાળો મિનારો, ઘંટાઘર. [ફૂલવાળો છોડ.

campan'ula (કૅમ્પૅન્યુલા), ના० ઘંટાકાર

cam'phor (કૅમ્ફર), ના० કપૂર. **cam'-phorate** (કૅમ્ફરેટ), સ० ક્રિ० -માં કપૂર ભરવું, કપૂરવાળું કરવું. [ફૂલઝાડ.

cam'pion (કૅમ્પિઅન), ના० એક જંગલી

cam'pus (કૅમ્પસ), ના० શાળા, કૉલેજની ને તેની આસપાસની જમીન – ભૂમિ; લશ્કરી કવાયતના ખેલો માટેનું મેદાન.

can (કૅન), ના० પ્રવાહી રાખવા માટે ધાતુનો ડબ્બો, બરણી, પાત્ર, ઇ. સ० ક્રિ० ખાદ્ય પદાર્થો લાંબા વખત ટકે તે માટે ડબામાં બંધ કરવા. *~ned food*, ડબ્બામાં ભરી રાખેલો ખોરાક. *~ned music*, ફરી રજૂ કરવા માટે રેકર્ડ કરેલું – ચૂડી કે થાળી(પ્લેટ)માં ઉતારેલું – સંગીત.

can, સહા० ક્રિ० (બીજો પુ. એક વ० canst, ભૂ० કા० could). શક્તિમાન હોવું, શકવું; કરવાનો અધિકાર હોવો; કરવાને રજા હોવી; કરવાની વૃત્તિ – ઇચ્છા – હોવી.

Canad'ian (કનેડિઅન), વિ० અને ના० કૅનડાનું (વતની).

canal' (કનૅલ), ના० વનસ્પતિ કે પ્રાણીના શરીરમાંની અન્ન, પાણી, હવા, ઇ.ની નળી; પાણીનો કાંસ, નહેર. **can'alize** (કૅનલાઇઝ઼), સ० ક્રિ० -ની નહેર બનાવવી; [લા.] ઇષ્ટ દિશામાં વાળવું. [અફવા, ગપ, ગપગોળો.

canard' (કનાર્ડ), ના० પાયા વગરની વાત,

canar'y (કનેરિ), ના० પીળાં પીછાંવાળું એક ગાનારું પક્ષી; એ પક્ષીનો રંગ; કૅનરી ટાપુનો દારૂ. વિ० પીળું દ્રમ્મક.

can'can ના० એક જાતનું ઉત્તાન નૃત્ય, જેમાં પગ ખૂબ ઊંચે સુધી ઉછાળવામાં આવે છે.

can'cel (કૅન્સલ), ઉ० ક્રિ० (cancelled). છેકી નાંખવું; ભૂંસી નાખવું; રદ કરવું; એક હુકમ રદ કરી બીજો આપવો; અસર મારી નાંખવી; [ગ.] અવયવ છેકી નાંખવો – કમી કરવો. **cancella'tion** (કૅન્સલેશન), ના० રદ કરવું તે.

can'cer (કૅન્સર), ના० કરચલો, કર્ક; [ખ.] કર્કરાશિ; સખત ગાંઠ – ગૂમડું, કર્કરોગ, કૅન્સર; [લા.] બગાડ, કોહી જવું તે. *Tropic of C~*, કર્કવૃત્ત. **can'cerous**, વિ० નાસૂર – વિદ્રધિ – વાળું.

candelab'rum (કૅન્ડિલાબ્રમ, – લે –), ના० (બ० વ० candelabra). મોટું શાખાવાળું શમાદાન, ઝુમ્મર; બીણબત્તીની શમેઈ, વાલશેટ. [નિખાલસ.

can'did (કૅન્ડિડ), વિ० સ્પષ્ટવક્તા; નિષ્કપટ,

can'didate (કૅન્ડિડિટ), ના० કોઈ પદ, હોદ્દો, નોકરી મેળવવાની ઇચ્છાવાળો, ઉમેદવાર; પરીક્ષાર્થી.

can'didature (કૅન્ડિડેચર), ના० ઉમેદવારી.

can'died (કૅન્ડીડ), વિ० ખાંડમાં ઉકાળેલું,

ખાંડ પાયેલું.

can'dle (કૅન્ડલ), ના૦ મીણબત્તી; પ્રકાશ માપવાના એકમ તરીકે મીણબત્તી. *not fit to hold a ~ to,* તેની બરાબરી ન કરી શકે એવું. *not worth the ~,* જેમાં પૂરતું વળતર નથી એવું. *burn the ~ at both ends,* જુઓ burnમાં. *~-power,* ના૦ પ્રકાશ માપવાનો એકમ. *~stick* (-સ્ટિક), ના૦ મીણબત્તીનું ઘર, શમાદાન, વાલશેટ.

Can'dlemas (કૅન્ડલ્મસ), ના૦ કુમારી મેરીની શુદ્ધિનું પર્વ-ઉત્સવ (૨જી ફેબ્રુઆરીને દિવસે).

can'dour (કૅન્ડર), ના૦ નિખાલસતા, નિષ્કપટપણું, ખુલ્લા દિલનું હોવું તે.

can'dy (કૅન્ડિ), ના૦ સાકર; એક મીઠાઈ; [અમે.] મીઠાઈ. સ૦ ક્રિ૦ ખાંડની ચાસણીમાં નાંખવું, મુરબ્બો બનાવવો.

can'dytuft (કૅન્ડિટફ્ટ), ના૦ સફેદ, ગુલાબી કે જાંબુડા ફૂલવાળો એક છોડ.

cane (કેન), ના૦ વાંસ, નેતર, શેલડી, ઇ.નો છોડ; નેતર, સોટી, લાકડી (ફરવાની તેમ જ માર મારવાની). સ૦ ક્રિ૦ સોટીવતી મારવું-ફટકારવું; ખુરશી, ઇ.માં નેતર ભરવું.

can'ine (કેનાઇન, કે -,), વિ૦ કૂતરાનું -ના જેવું. *~ teeth,* (દાંત) રાક્ષીઓ, રાક્ષસીઓ.

can'ister (કૅનિસ્ટર), ના૦ ડબ્બો, ખોખું, પેટી, ઇ.

cank'er (કૅંકર), ના૦ મોઢામાં પડતું ચાંદું-ચાંદી; ઝાડમાં થતો સળો; ઘોડાને પગે થતો એક રોગ; ચાંદી, રોગ, હૃદ્રોગ, વિનાશક કીડો. સ૦ ક્રિ૦ ખાઈ જવું, બગાડવું, ખરાબ કરવું.

cann'a (કૅના), ના૦ ખૂલતાં પીળાં, લાલ, કે નારંગી ફૂલ અને સુંદર પાંદડાંવાળો છોડ.

cann'ibal (કૅનિબલ), ના૦ નરમાંસભક્ષી -ખાનારો-માણસ, સ્વજાતિમાંસભક્ષક પ્રાણી. વિ૦ નરમાંસ-સ્વજાતિમાંસ-ભક્ષી. **cann'ibalism,** ના૦ નરમાંસ-સ્વજાતિમાંસ-ભક્ષણ (ની પ્રથા). **cannibalis'tic,** વિ૦ એવી પ્રથાવાળું.

cann'on (કૅનન), ના૦ તોપ, મોટી બંદૂક; [બિલિયર્ડ] રમનારે દંડા વતી વારાફરતી બે દડાને મારવા તે. અ૦ ક્રિ૦ સતત તોપનો મારો ચલાવવો,-તોપ ફોડવી; [બિલિયર્ડમાં) 'કૅનન' કરવી; અથડામણમાં આવવું. *~-ball,* ના૦ તોપનો ગોળો.

cannonade' (કૅનનેડ), ના૦ અવિરત તોપમારો. ઉ૦ ક્રિ૦ સતત તોપમારો ચલાવવો, -ચલાવી ઉડાવી દેવું.

cannot, જુઓ can.

cann'y (કૅનિ), વિ૦ ધૂર્ત, વ્યવહારજ્ઞ; શાંત, ધીમું; સમજુ, ડાહ્યું. *ca' ~,* અ૦ ક્રિ૦ સાવધ રહેવું, ધીમે ચાલવું; ઉત્પાદન ઓછું કરવા માટે ધીમું કામ કરવું.

canoe' (કનૂ), ના૦ નાની હોડી, હોડકું. અ૦ ક્રિ૦ (canoeing). હોડીમાં બેસીને જવું. *paddle one's own ~,* એકલાએ-કોઈની મદદ વિના-કામ કરવું. **canoe'ist,** ના૦ કુશળ હોડી ચલાવનાર.

can'on (કૅનન), ના૦ ખ્રિસ્તી ધર્મસંઘ-ચર્ચ-નો ફતવો-ઠરાવ; નિયમ, સિદ્ધાન્ત; કચેરી; દેવળનો અધિકારી; ખ્રિસ્તી ધર્મસંઘ (ચર્ચ)ની જેને માન્યતા છે એવા બાઇબલનાં પુસ્તકોની યાદી.

canon, જુઓ canyon.

canon'ical (કનૉનિકલ), વિ૦ ખ્રિસ્તી ધર્મશાસ્ત્ર પ્રમાણે નક્કી કરેલું-માં કહેલું; માન્ય, અધિકૃત, પ્રમાણભૂત. ના૦ બ૦ વ૦ પાદરીનો નિયત કરેલો પોશાક.

can'onize (કૅનનાઇઝ઼), સ૦ ક્રિ૦ સંતોની શ્રેણીમાં દાખલ કરવું; સંત તરીકે ગણના કરવી; પ્રમાણભૂત ધર્મશાસ્ત્રના ભાગ તરીકે સ્વીકારવું. **canoniza'tion,** ના૦ એ ક્રિયા.

can'opy (કૅનપિ), ના૦ ચંદરવો, છત; છાપરા જેવો આગળ પડતો ભાગ; માથા પરનું છત્ર, આકાશ. સ૦ ક્રિ૦ ચંદરવો બાંધવો.

cant (કૅન્ટ), ના૦ ત્રાંસી કે ઢાળવાળી બાજુ કે સપાટી; જરાક ઉલટાવી-ઊંધું વાળી-દે એવો ધક્કો. ઉ૦ ક્રિ૦ ત્રાંસું કે ઢળતું કરવું-હોવું.

cant, ના૦ કોઈ વિશિષ્ટ સંપ્રદાય, જૂથ કે મંડળની પ્રચલિત-રૂઢ-ભાષા-બોલી; નીતિ કે ધર્મના ઢોંગી શબ્દો; ઢોંગ. અ૦ ક્રિ૦ અતિ ચાંપીને બોલવું; -બોલીને ઢોંગ કરવો.

can't (કાન્ટ) = cannot.

can'taloup (કૅન્ટલૂપ), ના૦ એક જાતનું મોટું તરબૂચ–ટેટી. [બુદ્ધિનું, ઝઘડાળુ.

cantank'erous (કૅન્ટૅંકરસ), વિ૦ વક્ર

canta'ta (કૅન્ટાટા), ના૦ સંગીતનો એક પ્રકાર; સંગીતનાટિકા.

canteen (કૅન્ટીન), ના૦ છાવણી કે બરાકોમાં ઘરસંસારની વસ્તુઓ કે દારૂની દુકાન; સિપાઈનો નાસ્તાનો ડબો કે પાણીની બાટલી; કાર્યાલય કે કારખાના પાસેની નાસ્તાપાણીની દુકાન; રસોઈ કે પિરસણનાં વાસણોની પેટી.

can'ter (કૅન્ટર), ના૦ (ઘોડાની) મીઠી છારતક (ચાલ). ઉ૦ ક્રિ૦ એ ચાલે ચાલવું – ચલાવવું. *win in a ~*, તદ્દન સહેલાઈથી જીતવું.

Can'terbury bell (કૅન્ટરબરિ બે'લ), ઘંટડીના આકારનાં સફેદ કે ભૂરાં ફૂલવાળો છોડ.

can'ticle (કૅન્ટિકલ), ના૦ પ્રાર્થનાગીત, ભજન.

can'tilever (કૅન્ટિલીવર), ના૦ છજા કે બાલ્કનીને ટેકો આપવા માટે ભીંતમાંથી આગળ પડતો બ્રૅકેટ કે કમાનવાળો કાટખૂણો. *~ bridge*, થાંભલાને બેસાડેલા બબ્બે બ્રૅકેટ પર ગર્ડર નાખીને બનાવેલો પુલ.

can'to (કૅન્ટો), ના૦ (*-s*). લાંબા કાવ્યનો વિભાગ, સર્ગ, પર્વ, કાંડ, ઇ.

can'ton (કૅન્ટન, કૅન્ટૉન), ના૦ દેશનો વિભાગ; સ્વિસ સંઘરાજ્યનું કોઈ પણ એક રાજ્ય; પરગણું, મહાલ. **canton'ment** (કૅન્ટૂન્‌મન્ટ, કૅન્ટૉન્–), ના૦ લશ્કરની ઊતરવાની જગ્યા; લશ્કરની કાયમી છાવણી, કૅમ્પ.

can'vas (કૅન્વસ), ના૦ કંતાનનું લૂગડું, કંતાન, ટાટ; (વિ. ક. તૈલચિત્ર માટે) જાડું મજબૂત કાપડ; (તૈલ) ચિત્ર; સઢ.

can'vass (કૅન્વસ), ઉ૦ ક્રિ૦ બારીક તપાસ કરવી; ચર્ચા – વાટાઘાટ–કરવી; મત મેળવવા જવું – ફરવું; પદવી – પદ – મેળવવા કોશિશ કરવી. ના૦ મત માગવા ફરવું તે; વાદવિવાદ.

can'yon, canon (કૅન્યન), ના૦ (નદી કે વહેળો જેમાં થઈને વહેતો હોય એવી) – બંને બાજુ કરાડોવાળી – ઊંડી ખીણ.

cap (કૅપ), ના૦ ટોપી; કુદરતી કે ખાસ બનાવેલું ટોપી જેવું આચ્છાદન, ઢાંકણું; ખોળી; ટોચ, શિખર; સ્ફોટક દારૂ ભરેલી પિસ્તોલની કાગળની કે ધાતુની ટોટી; તોપની વાડકી. સ૦ ક્રિ૦ (ભૂ૦ કા૦, ભૂ૦ કૃ૦ capped). ટોપી પહેરાવવી; -ને પદવી આપવી; [રમત.] પ્રાતિનિધિક મંડળ (ટીમ) માટે પસંદ કરવું; ટોચે ખોળી લગાડવી; બોલવા કરવામાં ચડી જવું. *~ and bells*, વિદૂષકનાં ચિહ્નો. *~ and gown*, યુનિવર્સિટીનો પોશાક. *set one's ~ at*, પોતાને પરણવા માટે અનુનય કરતો થાય તે માટે કોઈ પુરુષનું પોતાની તરફ ધ્યાન ખેંચવાનો પ્રયત્ન કરવો. *a feather in one's ~*, મગરૂર થવા જેવી વસ્તુ. *~ a joke*, ચઢિયાતી વાત – ગંમત – કરવી.

capabil'ity (કેપબિલિટિ), ના૦ શક્તિ, સામર્થ્ય; યોગ્યતા, ક્ષમતા, મગદૂર.

cap'able (કેપબલ) વિ૦ સમર્થ, શક્તિશાળી, બુદ્ધિશાળી; -ની શક્તિ – લાયકાત – ધરાવનાર; એટલો દુષ્ટ (*of*).

capa'cious (કપેશસ), વિ૦ મોટું, મોકળાશવાળું, અનેક વસ્તુઓનો સમાસ થાય એવું.

capacitate (કપૅસિટેટ), સ૦ક્રિ૦ સમર્થ – લાયક – કાર્યક્ષમ – બનાવવું.

capa'city (કપૅસિટિ), ના૦ મવડાવવાની – સમાવવાની – પાત્રતા કે જગ્યા; ધારણ – ગ્રહણ – શક્તિ· યોગ્યતા, સત્તા, અધિકાર; ઘનફળ; હોદ્દો, પદવી; કાર્ય. *in the ~ of*, અમુક તરીકે – દાખલ. [નખશિખ.

cap-à-pie (કૅપપી), વિ૦ માથાથી પગ સુધી,

capa'rison (કપૅરિઝ઼ન), ના૦ ઘોડા, ઇ.ની પીઠ પર નાખવાની ઝૂલ, ઘાસિયો; ઉમદા પોશાક. સ૦ ક્રિ૦ -ની ઉપર સાજ નાંખવો, સજાવવું; ભારે લૂગડાં પહેરાવવાં.

cape (કેપ), ના૦ બાંય વિનાનો ડગલો–ઝભ્ભો.

cape, ના૦ ભૂશિર, ભૂશાલાકા.

cap'er (કેપર), ના૦ છલાંગ, કૂદકો, નાચવું તે. અ૦ ક્રિ૦ ઠેકડા મારવા, નાચવું. *cut ~s*, નાચતા ફરવું.

cap'er, ના૦ એક જાતનું ઝાંખરું – ઝાડ; એ ઝાડની આથેલી કળી. *~-sauce*, કેપર કળીનું અથાણું, ઇ., એક સ્વાદોત્તેજક વાની.

capercaill'ie, capercail'zie (કૅપર્‌કેલ્યિ, કૅપર્‌કેલ્ઝિ), ના૦ મરઘા બતકની જાતનું સૌથી મોટા કદનું પક્ષી.

capill'ary (કૅપિલરિ, કૅ-), વિ૦ વાળનું, વાળના જેવું. ના૦ સૂક્ષ્મ રક્તવાહિની, બારીક નળી. ~ *attraction*, વાળના જેવી બારીક નળીમાંથી પાણી ઉપર ખેંચવું તે, કેશાકર્ષણ.

cap'ital (કૅપિટલ), વિ૦ મુખ્ય, શ્રેષ્ઠ, સૌથી મહત્ત્વનું; મોત નિપજાવનારું, જીવલેણ; મોતની સજાને પાત્ર, શિરચ્છેદ કરવા લાયક; (અક્ષર) મોટું. ના૦ મુખ્ય શહેર, રાજધાની; મોટો-કૅપિટલ-અક્ષર; મૂડી, પૂંજી; ભંડોળ, ભેગું થયેલું ધન; થાંભલાની મથોટી, સ્તંભશીર્ષ; મૂડીદાર વર્ગ. ~ *punishment*, મોતની સજા. *make ~ out of*, -નો લાભ લેવો.

cap'italism (કૅપિટલિઝ્મ), ના૦ મૂડીદારો-ની માલ પેદા કરવાની-ઉત્પાદનની-વ્યવસ્થા; વેપારઉદ્યોગમાં મૂડીદારોનું વર્ચસ્વ, મૂડીવાદ.

cap'italist (કૅપિટલિસ્ટ), ના૦ મૂડીદાર; ઉત્પાદન માટે મૂડી વાપરનારો મૂડીવાળો; પૈસાદાર માણસ.

cap'italize (કૅપિટલાઇઝ઼), સ૦ક્રિ૦ મૂડી તરીકે વાપરવું-ઉપયોગમાં લેવું; મૂડીના રૂપમાં ફેરવવું; મોટા અક્ષર કરવા.

capita'tion (કૅપિટેશન), ના૦ માથાવાર ગણતરી; માથાદીઠ વેરો-મુંડકાવેરો-(લેવો તે).

Cap'itol (કૅપિટલ), ના૦ [અમે.] મહત્ત્વના જાહેર મકાનને અપાતું નામ (દા. ત. વૉશિંગ્ટનમાંના રાજભવનને)-સરકાર વાડો; કૅપિટલ, રોમમાં આવેલું જ્યુપિટર (ધાવાપતિ)નું મંદિર.

capit'ulate (કપિટ્યુલેટ, કે-), અ૦ક્રિ૦ (અમુક શરતોએ) શરણે જવું.

capitula'tion (કપિટ્યુલેશન), ના૦ વિષયોનાં મથાળાં ગણાવવાં; (અમુક શરતોએ) તાબે થવું તે; તેનું કરારનામું.

cap'on (કેપન), ના૦ ખસી કરેલો કૂકડો (કદાવર ને પુષ્ટ થાય તેટલા માટે).

caprice' (કપ્રીસ), ના૦ વિચાર કે વર્તનમાં એકદમ ફેરફાર થવો તે, તરંગ, લહેર; સ્વચ્છંદ; તરંગીપણાની કલાકૃતિ. **capri'cious** (કપ્રિશસ), વિ૦ તરંગી, સ્વચ્છંદી; ઠેકાણા વગરનું, અસ્થિર, ચલ. [*Tropic of* ~, મકરવૃત્ત.

Cap'ricorn (કૅપ્રિકૉર્ન), ના૦ મકર(રાશિ).

cap'sicum (કૅપ્સિકમ), ના૦ મરચાનો છોડ; મરચું.

capsize' (કૅપ્સાઇઝ઼), ઉ૦ક્રિ૦ (હોડી, ઇ.-અંગે) ઊંધું વળવું-વાળવું, ઉથલાવી દેવું, ઊથલી જવું.

cap'stan (કૅપ્સ્ટન), ના૦ દોરડું કે જાડો તાર, ઇ. વીંટવાનું રેંટ જેવું ગોળ ગોળ ફરતું પીપ.

cap'sule (કૅપ્સ્યૂલ), ના૦ બીજની સીંગ, ફળી; કડવી કે ન ભાવતી દવા લેવા-ગળી જવા-માટે વપરાતું 'જિલેટીન'નું માદળિયું-ટોટી.

cap'tain (કૅપ્ટિન), ના૦ પલટણ કે ટુકડીનો નાયક, સરદાર, કપ્તાન; વહાણનો ટંડેલ; લશ્કર કે આરમારનો અમલદાર. સ૦ક્રિ૦ કપ્તાન તરીકે કામ કરવું. [હોદ્દો, પદ; નાયકપણું, સરદારી.

cap'taincy (કૅપ્ટિન્સિ), ના૦ નાયકનો

cap'tion (કૅપ્શન), ના૦ પ્રકરણ, લેખ, ઇ. નું મથાળું; [કા.] દસ્તાવેજ પર લખેલું કે તેની સાથે જોડેલું પ્રમાણપત્ર; ચિત્રપટમાં અપાતો સમજૂતીનો લેખ.

cap'tious (કૅપ્શસ), વિ૦ દોષ-ભૂલો-કાઢવા આતુર, ખોતરણાં કાઢનારું, છિદ્રાન્વેષી, કાકદૃષ્ટિ.

cap'tivate (કૅપ્ટિવેટ), સ૦ક્રિ૦ (-vable). (પોતાના સૌંદર્ય, ખૂબસૂરતી કે કોઈ ગુણથી) ચિત્ત હરી લેવું-મોહિત કરવું. **cap'tivating**, વિ૦ આકર્ષક, મોહક; મનોહર. **captiva'tion**, ના૦ આકર્ષણ (કરવું તે).

captive (કૅપ્ટિવ), વિ૦ કેદમાં લીધેલું-પડેલું, કેદી. ના૦ કેદી, બંધનમાં પડેલું માણસ કે પ્રાણી. **captiv'ity** (કૅપ્ટિવિટિ), ના૦ કેદ, બંધન. [લેનાર. **captress**, ના૦ સ્ત્રી૦

cap'tor (કૅપ્ટર), ના૦ કેદ પકડનાર; લૂંટી

cap'ture (કૅપ્ચર), ના૦ પકડવું-કબજામાં લેવું-તે; કિલ્લો, ઇ.ને સર કરવું તે; પકડાયેલ વ્યક્તિ કે પ્રાણી. સ૦ક્રિ૦ ગિરફતાર કરવું, કેદમાં લેવું; શિકાર પકડવો; સર કરવું.

car (કાર), ના૦ ગાડી; મોટર ગાડી, ટ્રામ ગાડી; [અમે.] રેલવેનો ડબ્બો; વિમાનનો મુસાફરોનો બેસવાનો ભાગ.

carafe' (કરાફ), ના૦ ભોજનના ટેબલ પર પાણી રાખવાની બાટલી.

ca'ramel (કૅરમે'લ), ના૦ સ્પિરિટ, ઇ.ને રંગવા માટે વપરાતી બાળેલી-બળેલી-ખાંડ; ચીકી કે ટૉફી જેવી એક મીઠાઈ.

ca'rapace (કૅરપેસ), ના૦ કાચબા, કરચલા, ઇ. નું કવચ.

ca'rat (કૅરટ), ના૦ મોતી, ઝવેરાત, તોલવાનું ૩.૨ ગ્રેનનું વજન; સોનાની શુદ્ધતા–ચોખ્ખાઈ–માપવાનું એક માપ (ચોખ્ખું સોનું ૨૪ કૅરટનું ગણાય છે).

ca'ravan (કૅરવૅન), ના૦ વેપારીઓનો કાફ-લો, વણજાર, સાર્થ; જાત્રાળુઓનો સંઘ; આચ્છાદન કે છત્રીવાળી ગાડી; પૈડાંવાળું (જંગમ) ઘર.

caravan'serai (કૅરવૅન્‌સરાઇ), ના૦ સરાઈ, ધર્મશાળા, મુસાફરખાનું.

caraway (કૅરવે), ના૦ અજમાનો છોડ; અજમો; અજમાવાળી એક મીઠાઈ.

carb'ide (કાર્બાઇડ), ના૦ કાર્બન ને બીજી કોઈ ધાતુનો સંયુક્ત પદાર્થ; કૅલ્શિયમનો કાર્બાઇડ પાણી સાથે ભળતાં બનતો ગૅસ, જે દીવા પેટવવાના કામમાં આવે છે.

carb'ine (કાર્બાઇન), **ca'ra–** (કૅર–), ના૦ એક જાતની નાની ટૂંકી બંદૂક.

carbohyd'rate (કાર્બોહાઇડ્રિટ,–ડ્રેટ), ના૦ હાઇડ્રોજન અને ઑક્સિજન (પ્રાણવાયુ)ની સાથે કાર્બનનું મિશ્રણ કરીને બનાવેલો પદાર્થ; સ્ટાર્ચ, ખાંડ, ઇ. ઉષ્ણતા આપનાર ખોરાકનાં દ્રવ્યો.

carbol'ic acid (કાર્બોલિક ઍસિડ), ના૦ પરુ થતું રોકનારો ને જંતુનાશક એક પદાર્થ.

carb'on (કાર્બન), ના૦ હીરો, ગ્રૅફાઇટ, કોલસો, ઇ.ના રૂપમાં અથવા સંયુક્ત પદાર્થોમાં મળતું 'કાર્બન' નામનું એક મૂળ દ્રવ્ય–તત્ત્વ; વીજળીનો પ્રકાશ કરવામાં વપરાતી કોલસાની પેન્સિલ–સળી, શલાકા; કાર્બન ચોપડેલા કાગળથી કરેલી નકલ(~ *copy*). ~ *paper*, લખાણની નકલો કરવા માટે વપરાતો કાર્બન ચોપડેલો પાતળો કાગળ. **carbon'ic** (કાર્બોનિક), વિ૦ કાર્બનવાળું. ~ *acid* (*gas*), કાર્બન બળતાં પેદા થતો ગૅસ.

carb'onate (કાર્બનિટ), ના૦ કાર્બોનિક ઍસિડનો ખાર.

carbonif'erous (કાર્બનિફરસ), વિ૦ કોલસો પેદા કરનારું–આપનારું. ~ *strata*, [ભૂસ્તર.] કોલસાવાળો થર.

carb'onize (કાર્બનાઇઝ઼), સ૦ ક્રિ૦ (-zable). કાર્બનનું રૂપ આપવું, કાર્બનમાં ફેરવવું; –નો કોલસો બનાવવો.

carb'oy (કાર્બોઇ), ના૦ વાંસ, ઇ.ની પટ્ટીના વેષ્ટનવાળો કાચનો મોટો ગોળ બાટલો.

carb'uncle (કાર્બંકલ), ના૦ માણેક, લાલ; ઝેરી ગૂમડું, ગાંઠ, પાઠું.

carburett'or, carburett'er (કાર્બ્યુ-રેટર, કાર્બ–), ના૦ મોટરના ઍંજિનમાં હવા અને પેટ્રોલની વરાળનું મિશ્રણ કરવાનું યંત્ર.

carc'ass, carc'ase (કાર્કસ, કાર્કિઝ઼), ના૦ જાનવરનું (કે ઘૃણા બતાવવા માણસનું) મડદું, શબ, લાશ; હાડપિંજર, ખોખું; માટીનો નશ્વર દેહ.

card (કાર્ડ), ના૦ દાંતાવાળું ઓજાર, પંજેટી; કાંસકો–ફી; પીંજવાનું ઓજાર. સ૦ ક્રિ૦ ઓળવું; પંજેટવું; પીંજવું.

card, ના૦ જાડો કાગળ, પૂઠાનો કાગળ; પ્રવેશ માટેની ટિકિટ–પરવાનાચિઠ્ઠી, આમં-ત્રણ પત્રિકા; પોતાના નામની ચિઠ્ઠી, લેબલ; ગંજીફાનાં બાવન પત્તાંમાંનું એક; [વિ. બો.] વિચિત્ર–વિક્ષિપ્ત–વ્યક્તિ (*queer*-~); (બ૦ વ૦) પત્તાંની રમત. *on the* ~*s*, શક્ય, સંભવિત. *put (all) one's* ~*s on the table*, પોતાની યોજનાઓ–મનસૂબા–જાહેર કરવા.

card'amom (કાર્ડમમ), ના૦ એલચીનું ઝાડ; એલચી.

card'board (કાર્ડબોર્ડ), ના૦ પેટીઓ, ખોખાં, ઇ. બનાવવા માટેનો જાડો કાગળ, પૂઠાનો કાગળ.

card' index (કાર્ડ ઇન્ડેક્સ), ના૦ દરેક રકમ કે બાબત નોખા કાર્ડ પર લખેલી હોય એવી કાર્ડોની સૂચિ. સ૦ ક્રિ૦ એવી સૂચિ બનાવવી.

card'iac (કાર્ડિઍક), વિ૦ હૃદયનું–ને લગતું. ના૦ હૃદયને ઉત્તેજિત કરનારી દવા, ઉત્તેજક પેય. ~ *symptoms*, હૃદયરોગ–વિકાર–નાં લક્ષણો.

card'igan (કાર્ડિગન), ના૦ ઊનનું ગૂંથેલું જાકીટ કે કેડ સુધીનો કોટ.

card'inal (કાર્ડિનલ), વિ૦ મુખ્ય, ઘણું મહત્ત્વનું; પાયાનું, મૂળભૂત; ઘેરા કસુંબી રંગનું, લાલચટક. ના૦ રોમન કૅથલિક ચર્ચ (ધર્મ-સંઘ)નો હોદ્દેદાર; મુખ્ય–મૂળ–રંગ કે સંખ્યા: ~*numbers*, ૧(એક), ૨(બે), ૩(ત્રણ), ઇ.મૂળ

અંક. ~ *points*, ઉત્તર, દક્ષિણ, પૂર્વ, પશ્ચિમ એ ચાર મુખ્ય દિશાઓ. ~ *signs*, મેષ, તુલા, કર્ક ને મકર એ ચાર મુખ્ય રાશિઓ.

card'-sharper (કાર્ડશાર્પર), ના૦ પત્તાંની રમતમાં ચાલાકી – લુચ્ચાઈ – કરનારો, – તેમ કરીને જીવનારો.

care (કેર, કે'અર), ના૦ ચિંતા, ફિકર, કાળજી; હવાલો, દેખરેખ, સંભાળ; સોંપેલું–માથે આવેલું – કામ; દુગ્ધા, જંજાળ, કાળજી. *take* ~, સાવધ રહેવું. *take* ~ *of*, -ની સંભાળ લેવી. ઉ૦ ક્રિ૦ કાળજી લેવી, -ની તરફ ધ્યાન આપવું; -માં રસ લેવો. ~ *for*, -ની સંભાળ લેવી. ~ *to do*, કરવાની ઇચ્છા–પરવા–હોવી. *I don't*, ~, મને (એની) પડી નથી. ~ *a rap*, *straw*, *etc*. -ને જરાય પડી હોવી – પરવા હોવી.

careen' (કરીન), ઉ૦ ક્રિ૦ સાફ કરવા કે સમારવા માટે વહાણને એક બાજુ પર વાળવું–આડું કરવું; એક બાજુ પર વળવું – વાળવું; (વાહન અંગે) ફાવે તેમ દોડવું.

career' (કરિઅર), ના૦ શીઘ્ર ગતિ, દોડ; જીવનનો પ્રવાહ, કારકિર્દી; આજીવિકા મેળવવાની રીત – પદ્ધતિ – માર્ગ. અ૦ક્રિ૦ ફાવે તેમ વેગથી– ઝપાટાભેર –જવું. **career'ist**, ના૦ કોઈ પણ રીતે આગળ વધવાની ઇચ્છાવાળો.

care'free, વિ૦ નચિંત, બેફિકર.

care'ful (કે'અરફુલ), વિ૦ કાળજી – ફિકર – વાળું, ખંતીલું, ચાનક રાખનારું; સાવધાન, જાગરૂક; મહેનતુ; કાળજીપૂર્વક કરેલું.

care'less (કે'અરલિસ), વિ૦ નફિકરું; કાળજી – સંભાળ – ન રાખે એવું, પ્રમાદી, ગાફેલ; ચોકસાઈ વિનાનું; અવિચારી.

caress' (કરે'સ), ના૦ લાડ લડાવવાં – લાડથી પંપાળવું –તે; ચુંબન. સ૦ ક્રિ૦ લાડ લડાવવાં, પંપાળવું; ચુંબન લેવું.

ca'ret (કૅરેટ, કે–), ના૦ કંઈક રહી ગયાનું ચિહ્ન (ʌ), કાકપત્ર, કાકપદું.

care'taker (કેરટેકર, કે'અર–), ના૦ માલિકની ગેરહાજરીમાં ઘર, ઇ.ની સંભાળ રાખનાર માણસ. ~ *government*, રાજીનામું આપ્યા પછી નવું પ્રધાનમંડળ રચાય ને કબજો લે ત્યાં સુધી વહીવટ કરનારું જૂનું પ્રધાનમંડળ.

care'worn (કે'અરવૉર્ન), વિ૦ ચિંતાથી ક્ષીણ થયેલું, ચિંતાગ્રસ્ત. [વહાણમાં ભરેલો માલ.

car'go (કાર્ગો), ના૦ (–es) વહાણનું ભરત,

caribou', cariboo' (કૅરિબૂ), ના૦ ઉ. અમેરિકાનું 'રેન્ડિયર' પ્રાણી.

caricature' (કૅરિકચર,– ચુઅર), ના૦ કોઈ વ્યક્તિ કે વસ્તુના વિશેષ ગુણોનો ઉપહાસ કરતું ચિત્ર – ચિતાર, -ની વિકૃત રજૂઆત, ઠઠ્ઠાચિત્ર. સ૦ ક્રિ૦ હાસ્યજનક – વિકૃત – રજૂઆત કરવી – વર્ણન કરવું. **caricatur'ist**, ના૦ વિકૃત–હાસ્યજનક – ચિત્રો દોરનાર, ઠઠ્ઠા ચિત્રકાર. [સડો.

car'ies (કૅરીઝ઼), ના૦ હાડકાનો કે દાતનો

ca'rillon (કૅરિલ્યન, ક–), ના૦ ઘંટાનાદ; ઘંટાની મદદથી વગાડાતું ગીત.

cark'ing (કાર્કિંગ), વિ૦ (હંમેશ કાળજીની સાથે) ~ *care*, ત્રાસદાયક–ભારે – કાળજી.

carm'ine (કાર્મિન, કાર્માઇન), ના૦ કિરમજી રંગ. વિ૦ કિરમજી રંગનું.

carn'age (કાનજ), ના૦ કત્લેઆમ, સંહાર, (વિ. ક. માણસોની) કાપાકાપી.

carn'al (કાર્નલ), વિ૦ શરીર કે ઇંદ્રિયોને અંગેનું; વિષયોનું – વાળું, કામવાસનાનું; દુન્યવી. **carnal'ity** (કાર્નૅલિટિ), ના૦ વિષયાસક્તિ.

carna'tion (કાર્નેશન), ના૦ માંસનો – આછો ગુલાબી – રંગ; ગુલનાર – ગુલેઅનાર – ફૂલ. [cornelian.

carnel'ian (કાર્નીલિઅન), ના૦ જુઓ

carn'ival (કાર્નિવલ), ના૦ 'લેન્ટ' પર્વની પહેલાંનું આખું કે અડધું અઠવાડિયું; તે દિવસોમાં થતો ઉત્સવ ને સમારંભ; મદ્યપાન ને રંગરાગવાળી જાફત; મેળો.

carniv'ora (કાર્નિવરા), ના૦ બ૦ વ૦ સસ્તન માંસાહારી પ્રાણીઓનો વર્ગ.

carn'ivore (કાર્નિવોર), ના૦ માંસભક્ષક પ્રાણી કે વનસ્પતિ. **carniv'orous** (કાર્નિવરસ), વિ૦ માંસભક્ષક, ક્રવ્યાદ.

ca'rol (કૅરલ), ના૦ આનંદગીત; નાતાલનું પ્રાર્થનાગીત, સ્તોત્ર. અ૦ ક્રિ૦ એવું ગીત ગાવું.

carouse' (કરાઉઝ઼), ના૦ મદિરાપાનનો ઉત્સવ; યથેચ્છ દારૂ ઢીંચીને કરવાની જાફત. અ૦ ક્રિ૦ આનંદમાં સારી પેઠે દારૂ ઢીંચવો.

carp (કાર્પ), ના૦ તળાવમાં થતી માછલી.

carp, અ૦ક્રિ૦ બબડવું; છિદ્ર – ખોટા દોષ – કાઢવા. **carping,** વિ૦ ખોતરણાં કાઢનારું, કેવળ દોષ કાઢનારું, દોષૈકદૃષ્ટિ.

carp'enter (કાર્પેન્ટર, કાર્પિ-), ના૦ સુથાર. અ૦ ક્રિ૦ સુથારીનું કામ કરવું. **carp'entry,** ના૦ સુથારકામ, સુથારી.

carp'et (કાર્પિટ), ના૦ શેતરંજી, જાજમ, ગાલીચો, ઇ.; હરિયાળું – ઘાસવાળું – મેદાન, હરિયાળી. *on the ~*, જેની ચર્ચા ચાલતી હોય એવું, ચર્ચાધીન. સ૦ ક્રિ૦ (શેતરંજી, ઇ.) પાથરવું, બિછાવવું. [માટેની થેલી, ઝોયણો.

carp'et-bag (કાર્પિટબૅગ), ના૦ પ્રવાસ

carpet-knight (કાર્પિટનાઇટ્), ના૦ કોઈ પણ શૂરાતન કે પુરુષાર્થ વિનાનો માત્ર દીવાનખાનું શોભાવનારો શખસ, ઘરમાં શૂરો.

ca'rriage (કૅરિજ), ના૦ (માલ, ઇ.) લઈ જવું – લાવવું – તે, એક ઠેકાણેથી બીજે ઠેકાણે લઈ જવું તે; તેની મજૂરી, ભાડું, ખેંચામણ; ચાલવાની–વર્તવાની–ઢબ, રીત; વાહન, ચાર પૈડાંની ઘોડાગાડી; રેલનો ડબ્બો. *~ forward,* મુસાફરી પૂરી થયે ભાડું આપવાની બોલીવાળું. *~ and pair,* બે ઘોડાની ગાડી.

ca'rrier (કૅરિઅર), ના૦ સામાન ઉપાડનાર હેલકરી, વૈતરો; સાઇકલ, ઇ.ની પાછળની સામાન માટેની લોખંડી ફ્રેમ; રોગના જંતુનું વાહક – ચેપ લગાડનારું (પોતે તેનો ભોગ થયા વિના) – પ્રાણી, ઇ. *public, private, ~,* (ભાડે ફરવું) સાર્વજનિક, ખાનગી, વાહન.

ca'rrion (કૅરિઅન), ના૦ કોહેલું કે મુડદાલ માંસ, મરેલા પ્રાણીનું માંસ; ગંદવાડ. *~-crow,* ના૦ તે પર જીવનારો કાગડો.

ca'rrot (કૅરટ), ના૦ ગાજર. **carrots,** ના૦ બ૦ વ૦ લાલ વાળ; (એક વ૦ તરીકે) લાલ વાળવાળો માણસ.

ca'rry (કૅરિ), ઉ૦ ક્રિ૦ (-iable) (કોઈ પણ રીતે) એક ઠેકાણેથી બીજે ઠેકાણે લઈ જવું – વહન કરી જવું; ભાર, ઇ. સહન કરવો; ધારણ કરવું, પાસે રાખવું; (મુદ્દા, ઠરાવ, ઇ. અંગે) સંમતિ મેળવવી. *~ all before one,* બધાને હઠાવીને – બધી મુશ્કેલીઓને વટાવીને – યશસ્વી થવું. *~ coals to Newcastle,* લુહારવાડે સોય લઈ જવી. *~ forward,* [હિસાબમાં] સરવાળો પછીના પાના પર લઈ જવો. *~ it off,* -માંથી સહીસલામત પસાર થવું. *~ oneself well, ill,* સુંદર રીતે, કઢંગી રીતે, હલનચલન કરવું. *~ one's point,* પોતાનો મુદ્દો કોઈને ગળે ઉતરાવવો – ઉતરાવવામાં સફળ થવું. *~ on,* આગળ ચાલુ રાખવું; (ધંધો) ચલાવવો; મૂર્ખામીભર્યું કે હિંસક વર્તન ચાલુ રાખવું; પ્રેમસંબંધ ચાલુ રાખવો. *~ out,* -નો અમલ કરવો, અમલમાં મૂકવું. *~ the day,* યશસ્વી થવું. *~ through,* (મુશ્કેલીમાંથી) પાર ઉતારવું; પૂરું કરવું.

cart (કાર્ટ), ના૦ ગાડી, ગાડલું, ખટારો (વિ. ક., ભારનો); (એક) ઘોડાની ગાડી. *put the ~ before the horse,* ઊલટા ક્રમમાં કામ કરવું. ઉ૦ ક્રિ૦ ગાડામાં લઈ જવું. **cart'age** (કાર્ટિજ), ના૦ ગાડામાં લઈ જવું તે; તેનું ભાડું, તણામણ. **cart'er** (કા'ર), ના૦ ગાડી હાંકનારો, ગાડીવાળો. **cart-wheel,** ના૦ ગાડીનું પૈડું; આડી ગુલાંટ. **cart-wright,** ના૦ ગાડાં બનાવનાર, ગાડાંગર સુથાર.

carte blanche (કાર્ટ બ્લાંશ), ના૦ કોરે કાગળે મતું, ફાવે તેમ કરવાનો પરવાનો – અધિકારપત્ર.

cart'el (કાર્ટલ, કાર્ટે'લ) ના૦ (વસ્તુઓનું ઉત્પાદન, વેચાણ, કિંમત, ઇ.પર પોતાનો કાબૂ રહે તે માટે બનાવેલો) કારખાનાંવાળાઓનો સંઘ.

cart'ilage (કાર્ટિલિજ), ના૦ કોમળ અસ્થિ, કૂર્ચા. **cartila'ginous** (કર્ટિલૅજિનસ), વિ૦ કૂર્ચાનું – જેવું.

cartog'raphy (કાર્ટોગ્રફિ), ના૦ નકશા દોરવા(ની કળા). **cartog'rapher** (કાર્ટોગ્રફર), ના૦ નકશા દોરનાર – તૈયાર કરનાર.

cart'on (કાર્ટન), ના૦ કાર્ડબોર્ડની પેટી – ખોખું; નિશાનની તદ્દન અંદરનું વર્તુળ.

cartoon' (કાર્ટૂન), ના૦ પ્રચલિત વિષયને અંગે હાસ્યજનક ચિત્ર, વિડંબન ચિત્ર; ચીતરવા, ઇ. માટે કાર્ડ પર દોરેલી આકૃતિ. સ૦ ક્રિ૦ વિડંબનચિત્ર દોરવું. **cartoon'ist;** ના૦ વિડંબન ચિત્ર દોરનાર, ઠઠ્ઠાચિત્રકાર.

cart'ridge (કાર્ટ્રિજ), ના૦ બંદૂકમાંથી છોડવાનો ટોટો, કારતૂસ. *blank ~,* દારૂ કે

ગોળી વિનાની કારતૂસ. ~*-bell*, ના૦ કારતૂસ ભરવાની સૂચના આપનારો ઘંટ. ~*-paper*, ના૦ જાડો કાગળ, જેનાં પરબીડિયાં પણ બને.

carve (કાર્વ), ઉ૦ ક્રિ૦ કોતરવું, ખોદવું; નકશીકામ કરવું; કોતરકામ કરવું; ભોજનના ટેબલ પર માંસ, રોટી, ઇ. કાપીને કરચો કરવી. ~ *out*, -માંથી કકડો કાપી લેવો-કાઢવો, તલવારને જોરે મેળવવું.

carv'er (કાર્વર), ના૦ કોતરનાર, નકશીકામ કરનાર, ઇ.; માંસ કાપવાની છરી; (બ૦ વ૦) છરી ને કાંટો. **carving**, ના૦ લાકડું, ઇ. પર કરેલું કોતરકામ.

caryat'id (કૅરિઍટિડ), ના૦ થાંભલા તરીકે બતાવેલી સ્ત્રીની આકૃતિ-પ્રતિમા.

cascade' (કાસ્કેડ), ના૦ પાણીનો (નાનો) ધોધ, જલપ્રપાત.

case (કેસ), ના૦ દાખલો, બનાવ, કિસ્સો; વસ્તુસ્થિતિ, પરિસ્થિતિ; દશા; [કા.] ખટલો, મુકદ્દમો, કેસ; પક્ષકારનું કહેવું-દલીલ; [વ્યાક.] વિભક્તિ; પ્રકરણ, વિષય; [વૈદક] રોગ કે રોગીનો દાખલો; સારવાર નીચેનો રોગી. *in* ~, જો, એમ હોય તો. *in* ~ *of*, એમ થાય તો. *in the* ~ *of*, -ની બાબતમાં. *make out one's* ~, પોતાની બાજુ-વાત-સિદ્ધ કરવી. *in that* ~, જો એમ હોય તો. *in any* ~, ગમે તે થાય તોપણ, ગમે તે સંજોગોમાં. ~*-law*, ના૦ અગાઉના મુકદ્દમા ને તેના ચુકાદા પર રચાયેલો કાયદો.

case, ના૦ પેટી, કબાટ, ખોખું, ટોપલો, મ્યાન, ડબી, ઇ.; આવરણ, ખોળ, ઇ. સ૦ ક્રિ૦ (-sable). પેટી, ઇ.માં મૂકવું-ભરવું-બંધ કરવું. ~*-bottle*, પેટીમાં બીજી બાટલીઓ જોડે મૂકી શકાય એવી ચાર ખૂણાવાળી બાટલી.

case'-harden (કેસ્હાર્ડન), સ૦ ક્રિ૦ ઉપરની કે બહારની બાજુ મજબૂત બનાવવી; રીઢું-બેપરવા-લાગણી વિનાનું-બનાવવું.

cas'ein (કેસીન), ના૦ માખણ અને પાણી કાઢી લીધા પછી રહેતો દૂધનો ભાગ, પનીરમાં રહેલું પ્રોટીન દ્રવ્ય.

case'ment (કેસ્મન્ટ, કેઝ્-), ના૦ બારણાની જેમ ઉઘડી શકે એવી મિજાગરાવાળી બારી કે બારીનું ચોકઠું.

cash (કૅશ), ના૦ (એક વ૦ માં જ વપરાય છે) રોકડ, રોકડ-નગદ-નાણું. સ૦ ક્રિ૦ વટાવવું, વટાવી નાણાં આપવાં-લેવાં. ~ *on delivery*, માલ સોંપાતાં જ પૈસા આપવાના. *out of* ~, પૈસા પાસે રહ્યા નથી એવું. ~*-book*, રોકડમેળનો ચોપડો, રોકડમેળ. *pay* ~, ~ *down*, માલ મળતાંવેંત પૈસા ચૂકવવા. ~ *register*, પૈસા ચૂકવતી વખતે આપોઆપ તેની નોંધ થાય એવું યંત્ર.

cashew (કૅશૂ), ના૦ કાજુનું ઝાડ કે ફળ.

cashier (કૅશિઅર), ના૦ બૅંક, કચેરી, ભંડાર, ઇ. માં રોકડનું કામ કરનાર, ખજાનચી, શરાફ.

cashier, સ૦ ક્રિ૦ (લશ્કરી અમલદારને) કોઈ ગુના માટે નોકરી પરથી દૂર કરવું-હઠાવવું.

cash'mere (કૅશ્મીર), ના૦ (~ *shawl* પણ) કાશ્મીરી શાલ.

cas'ing (કેસિંગ), ના૦ કવચ, આવરણ; ખોખું; તેનું દ્રવ્ય-સામગ્રી.

casi'no (કસીનો), ના૦ (-os). સાર્વજનિક સંગીતગૃહ-નૃત્યગૃહ-જુગારનો અડ્ડો; પૈસા લગાડી રમવાની પત્તાંની એક રમત.

cask (કાસ્ક), ના૦ લાકડાનું પીપ (વિ. ક. દારૂનું).

cas'ket (કાસ્કિટ), ના૦ ઝવેરાત રાખવાની પેટી-ડબો; માનપત્રનો કરંડિયો-પેટી; શબ મૂકવાની મૂલ્યવાન પેટી.

casque (કાસ્ક), ના૦ ધાતુની (લશ્કરી) ટોપી-શિરસ્ત્રાણ.

cassa'va (કસાવા), ના૦ વેસ્ટ ઇંડીઝમાં થતો એક છોડ.

cass'erole (કૅસરોલ), ના૦ રાંધવાપીરસવાનું વાસણ.

ca'ssia (કૅસિઆ, કૅશા), ના૦ તજ-દાલચીની-ની એક જાત.

ca'ssock (કૅસક), ના૦ પાદરીઓનો કે લશ્કરી લોકોનો પહેરવાનો એક લાંબો ચપસીને બેસતો ઝભ્ભો-કુડતું.

cass'owary (કૅસવરિ, -વેઅરિ), ના૦ શાહમૃગની જાતનું એક પક્ષી.

cast (કાસ્ટ), સ૦ ક્રિ૦ (cast). (હવામાં કે જમીન પર) જોરથી ફેંકવું-નાંખવું; ફેંકી દેવું, નાંખી દેવું; (બીજ) વાવવું, વેરવું; ફેંકવું, પાડવું, હરાવવું; (પ્રાણીઓ અંગે) નાંખી

દેવું, પાડવું; (મત) આપવું; બીબામાં ઢાળવું-ઘાટ પાડવો; (નટોને) ભૂમિકાઓ નીમી આપવી. ~ *about for*, કશાકની શોધમાં આમતેમ ફાંફાં મારવાં. ~ *in one's teeth*, -ને માટે ઠપકો આપવો-દોષ કાઢવો. ~ *down*, ખિન્ન, નાહિમ્મત. ~ *in one's lot with*, -ની સાથે પાનાં પાડવાં. ~ *off*, ઉતારી નાંખવું (કપડાં, ખોળ, ઇ); કશો સંબંધ ન રાખવો. ~ *up*, સરવાળો કરવો.

cast, ના૦ અસ્ત્ર, ફાંસો, જાળ, લબક, માછલી પકડવાની આંકડી, લંગર, ઇ. ફેંકવું-નાંખવું-પાથરવું-તે; બીબામાં પાડવું-ઢાળવું-તે; આકાર, મુદ્રા; બીબું, મૂસ; બીબામાં ઢાળેલો ઘાટ,-વસ્તુ; થોડી ત્રાંસી નજર, બાડાપણું; નાટકની ભૂમિકાઓ લેનાર જુદા જુદા નટો-પાત્રો, નટમંડળ; (મુખ) મુદ્રા, (મનો)રચના.

cas'tanet (કૅસ્ટનૅ'ટ), ના૦ (બહુધા બ૦ વ૦માં) નાચતી વખતે તાલબદ્ધ અવાજ થાય એવાં લાકડા કે હાથીદાંતનાં હાથે વગાડવાનાં કરતાલ જેવાં ઉપકરણો; કરતાલ.

cast'away (કાસ્ટવે), ના૦ નાંખી દીધેલી-ફેંકી દીધેલી-વસ્તુ; જહાજ ભાંગી જવાથી કોઈ સ્થળે ફેંકાયેલો માણસ; વંઠી ગયેલો માણસ.

caste (કાસ્ટ), ના૦ જાત, જ્ઞાતિ, ન્યાત; જ્ઞાતિસંસ્થા. *lose* ~, જ્ઞાતિ ગુમાવવી, સામાજિક દરજ્જામાં ઊતરી જવું; વટલાઈ જવું.

cas'tellated (કૅસ્ટલેટિડ), વિ૦ કિલ્લાના જેવું; કિલેબંધીવાળું; કોટની ભીંતમાં કાંગરાવાળું.

cas'tigate (કૅસ્ટિગેટ), સ૦ ક્રિ૦ (-gable). ફટકા મારવા, સજા કરવી; સખત ટીકા કરવી,-ને ઉધડો લેવો. **castiga'tion**, ના૦.

cast'ing (કાસ્ટિંગ), ના૦ ફેંકવું તે; બીબામાં ઢાળેલી વસ્તુ. ~*-vote*, બે પક્ષે સરખા મત પડે ત્યારે પ્રમુખ પોતાનો નિર્ણાયક મત આપે તે, 'તુલસીપત્ર'.

cast iron (કાસ્ટ આયર્ન), ના૦ ગાળીને-બીબામાં રેડીને-બનાવેલું લોઢું. **cast-iron**, વિ૦ ઢાળેલા લોઢાનું, ભરતલ; કઠણ, વળે નહિ તેવું; જેમાં ફેરફાર ન થાય એવું.

castle (કાસલ, કે-), કિલ્લો, ગઢ; મજબૂત કોટવાળું મકાન; વાડો; [શેતરંજ] હાથી(નું મહોરું). ~*s in the air*. હવાઈ કિલ્લા, શેખચલ્લીના મનસૂબા.

cas'tor, cas'ter (કાસ્ટર), ના૦ (જમવાના ટેબલ પર મુકાતી) મીઠું, મરી, ખાંડ વગેરે ભરવાની ઉપર કાણાંવાળી શીશી; (બ૦ વ૦) એવી શીશીઓ મૂકવાનું ખાનું. ~ *sugar*, સફેદ ઝીણી દળેલી ખાંડ.

castors (કાસ્ટર્ઝ઼), ના૦ બ૦ વ૦ ટેબલ ખુરશી ઇ. સહેલાઈથી ખસેડી શકાય તે માટે તેના પાયામાં જડેલાં પૈડાં.

cas'tor oil, ના૦ એરંડિયું, દિવેલ. **castor plant**, ના૦ એરંડો, દિવેલી.

castrate' (કૅસ્ટ્રેટ), સ૦ ક્રિ૦ -ની ખસી કરવી, અંડ કાપવા, નામર્દ બનાવવું.

casual (કૅઝ઼ુઅલ, કૅઝ્યુઅલ), વિ૦ આકસ્મિક, અણધાર્યું, ઓચિંતું, નૈમિત્તિક; અનિયમિત; બેદરકાર; બેજવાબદાર, જેના પર ભરોસો ન રાખી શકાય એવું.

cas'ualty (કૅઝ઼ુઅલ્ટિ, કૅઝ્યુ-), ના૦ અણધાર્યો બનાવ, અકસ્માત; (બ૦ વ૦) યુદ્ધમાં કે અકસ્માતમાં થયેલી નુકસાની, પ્રાણહાનિ કે જખમી થયેલ માણસો; (એક૦ વ૦) જખમી થયેલ કે મરી ગયેલ માણસ. ~**-ward**, અકસ્માત થયેલા દરદીઓને દાખલ કરવાનો ઇસ્પિતાલનો વિભાગ.

casuarin'a (કૅસ્યુઅરીના,-રાઇના), ના૦ [સરુનું ઝાડ.

cas'uist (કૅઝ઼ુઇસ્ટ, કૅઝ્યુ-), ના૦ પરસ્પરવિરોધી નીતિનિયમોનો વિષય બનેલ વિશિષ્ટ ઘટનાઓની તપાસ અને ચર્ચા કરી તેનો વિવેક કરનાર; શબ્દચ્છલ કરનાર, વિતંડાવાદી.

casuis'try, ના૦ કાર્યાકાર્ય વિવેક-વિચાર; વિતંડાવાદ, દલીલબાજી.

casus belli (કેસસ્ બે'લાઇ), ના૦ (જેથી યુદ્ધનો બચાવ થઈ શકે એવું) યુદ્ધનું કારણ; ઝઘડાનું કારણ.

cat (કૅટ), ના૦ બિલાડી-ડો; બિલાડીની જાતનું-વર્ગનું-પ્રાણી; અંટસ રાખનારી-ખારીલી-સ્ત્રી; નવસાટો કોરડો. ~ *burglar*, મોરીના નળ, ઇ. ઉપર થઈને ઘરમાં પેસનાર ચોર. ~*-o'-nine tails*, ફટકા મારવામાં વપરાતો નવસાટો કોરડો. ~*'s cradle*, દોરી વતી રમવાની બાળકોની એક રમત

~'s paw, હોળીનું નાળિયેર, હાથો. *let the ~ out of the bag*, ખાનગી વાત કહી દેવી. *rain ~s and dogs*, મુશળધાર કે ધોધમાર વરસાદ વરસવો. *wait and see which way the ~ jumps*, કશું કરતા પહેલાં લોકમતનું વલણ કેવું છે તે જોવું. *cult of the jumping ~*, લોકમત જાહેર થાય નહિ ત્યાં સુધી પોતાનો અભિપ્રાય જાહેર ન કરવાની નીતિ – સંપ્રદાય. *lead a ~- and-dog life*, કજિયાખોર જીવન જીવવું. *bell the ~*, બળિયાની સાથે બાથ ભીડવી.

catab'olism, ના૦જુઓ katabolism.

cat'aclysm (કૅટક્લિસ્મ,–ઝ્મ),ના૦પ્રલય, મહાપ્રલય; રાજકીય કે સામાજિક મહાક્રાન્તિ–ઉત્પાત. **cataclys'mic**, વિ૰.

cat'acomb (કૅટકોમ), ના૦ મડદાં દાટવાની ભોંય તળેની ગુફા – લાંબું ભોંયરું.

cat'afalque (કૅટફૅલ્ક), ના૦ અંત્યવિધિ વખતે શબ કે શબપેટી જોઈ શકાય એવી રીતે મૂકવાનો શણગારેલો ઓટલો કે મંચ; ઉઘાડી મડદાગાડી.

cat'alepsy (કૅટલૅપ્સિ), ના૦ વારે વારે બેભાન થઈ શરીર જડ થવાનો એક જાતનો મૂર્છા રોગ. **catalep'tic**, વિ૰ એવા રોગવાળું.

cat'alogue (કૅટલૉગ), ના૦ નિશ્ચિત ક્રમ અનુસાર વ્યવસ્થિતપણે તૈયાર કરેલી સૂચિ–યાદી – પત્રક – ચોપડો. સ૦ ક્રિ૰ -નું પત્રક કરવું, નોંધવું.

catal'ysis(કટૅલિસિસ),ના૦[રસા.] પોતાનામાં કોઈ પણ ફેરફાર ન થવા દેતાં બીજા પદાર્થમાં રાસાયણિક પરિવર્તન કરાવનાર દ્રવ્યની અસર, યોગવાહી ક્રિયા. **cat'alyst**, (કૅટલિસ્ટ), ના૦ એવું પરિવર્તન કરાવનાર દ્રવ્ય – પદાર્થ. **catalyt'ic**, વિ૰ ના૦ – પરિવર્તનને લગતું; – પરિવર્તન કરનારું, યોગવાહી.

catamaran' (કૅટમરૅન), ના૦ લાકડાનાં બે ઢીમચાં કે હોડીઓને જોડીને બનાવેલો તરાપો – હોડી; કજિયાખોર સ્ત્રી.

cat'apult (કૅટપુલ્ટ), ના૦ યુદ્ધમાં પથરા વગેરે ફેંકવાનું પ્રાચીન કાળનું તોપ જેવું યંત્ર; ગોળી, પથ્થર, ઇ. મારવાનું છોકરાંનું ગોફણ જેવું ઓજાર, (Y ના આકારની) ગોફણ; વહાણના તૂતક પરથી વિમાનને સીધું ઉડાડવાની યાંત્રિક યોજના. સ૦ ક્રિ૰ ગોફણમાંથી ફેંક્યું હોય તેવી રીતે જોરથી ફેંકવું.

cat'aract (કૅટરૅક્ટ), ના૦ પાણીનો ઊભો ધોધ; ધોધમાર વરસાદ; આંખનો મોતિયો – પડળ.

catarrh' (કટાર), ના૦ સળેખમ; માથામાં શરદી.

catas'trophe (કટૅસ્ટ્રફિ), ના૦ નાટકના અંતમાં ઘટનાઓનું વલણ – ઘટના; ભારે ઉત્પાત, મહા આપત્તિ; વિનાશક અણધારી આપત્તિ. **catastroph'ic** (કૅટસ્ટ્રૉફિક), વિ૰.

cat'call (કૅટ્કૉલ), ના૦ (વિ. ક. નાટકમાં પ્રેક્ષકો તરફથી થતો) સિસોટીના જેવો કર્કશ અવાજ, સિસોટીઓ બોલાવવી તે.

catch (કૅચ), ઉ૦ક્રિ૰ (caught). પકડવું, ઝાલવું; ઝીલવું, પકડી લેવું; (આગળ જતાને) પકડી પાડવું; કેદ પકડવું; -નો ચેપ લાગવો; -માં ભરાવું – સપડાવું; ગ્રહણ – આકલન – કરવું; મન હરવું; યુક્તિથી કોઈની પાસે ગુપ્ત વાત કહેવડાવવી; કશુંક કરતાં અચાનક પકડી પાડવું;-ને ફટકો મારવો. ના૦પકડવું–પકડી લેવું –ઝીલવું -તે; પકડાયેલ કે પકડવા યોગ્ય વસ્તુ કે વ્યક્તિ; પકડેલી માછલીનો જથ્થો; કોઈ ને પકડી પાડવાની કે સપડાવવાની યુક્તિ, પ્રશ્ન, ઇ.; તાળું બંધ રહે તે માટેની ઠેસી, ઇ.; બારીનો આંકડો; કોઈ પણ વસ્તુ પકડવાનો હાથો – પકડ; [ક્રિકેટ] દડો ઝીલવો તે, દડો ઝીલવાની તક; ચાલાકીભર્યો પ્રશ્ન; સંગીત – ગાયન – નો એક ફેરો. *~ at*, -ની ઉપર ઝડપ મારવા જવું. *~ at straw*, વલખાં મરવાં, વેવલાં વીણવાં. *~ cold*, -ને શરદી થવી. *~ fire*, -ને આગ લાગવી. *~ hold of*, પકડવું. *~ it*, લેતો જા, માર ખા. *~ on*, સમજવું, -નું આકલન થવું; મન હરી લેવું, -ને ખૂબ ગમી જવું; (ગીત) ઉપાડવું. *~ one's breath*, હાંફવું. *~ person's eye*, -નું ધ્યાન ખેંચવું. *~ up with*, ચાલવા – દોડવામાં – પકડી પાડવું, -ની હરોળમાં આવી જવું. [આકર્ષક, મનોહર.

catch'ing (કૅચિંગ), વિ૰ ઊડતું, ચેપી;

catch'ment (કૅચ્મન્ટ), ના૦ જેમાં વરસાદ પડીને નદીમાં જાય છે તે (તે નદીનો) પ્રદેશ – કાંઠો.

catch'penny (કૅચ્પે'નિ), વિ૦ કેવળ પૈસા મેળવવા બનાવેલું; તકલાદી.

catch'word (કૅચ્વર્ડ), ના૦ [રાજ.] લોકોનું ધ્યાન ખેંચવા વપરાતો પોકારનો શબ્દ; રંગભૂમિ પર પ્રવેશતા પાત્રનો પહેલો બોલ.

catch'y (કૅચિ), વિ૦ સહેજે પકડી શકાય એવું (સંગીતનો સૂર, ઇ.); આકર્ષક.

cate'chism (કૅટિકિઝ્મ), ના૦ સવાલ-જવાબની પદ્ધતિથી અપાતું શિક્ષણ; (એક નિયત) પ્રશ્નમાલિકા; *the C~*, ખ્રિસ્તી ધર્મનાં તત્ત્વો શીખવવા માટેનું સવાલજવાબનું પુસ્તક. **cat'echist** (કૅટિકિસ્ટ), ના૦ સવાલજવાબની પદ્ધતિથી શીખવનારો.

cat'echize(કૅટિકાઇઝ઼), સ૦ ક્રિ૦ (-zable). સવાલજવાબની પદ્ધતિથી શીખવવું, -ને પ્રશ્નો પૂછવા.

catego'rical (કૅટિગૉરિકલ), વિ૦ સ્પષ્ટ, નિશ્ચયાત્મક, સાફ; સંપૂર્ણ; કોઈ પણ શરત વિનાનું (વાત, કથન), નિરપવાદ. *~ imperative*, ના૦ [નીતિ] અંતરાત્માનો નિશ્ચયાત્મક હુકમ–આજ્ઞા.

cat'egory (કૅટિગરિ), ના૦ જાત, કોટિ, પંક્તિ; [ન્યાય.] પદાર્થ, સ્થિતિ.

cat'er (કેટર), અ૦ ક્રિ૦ ખાવાપીવાનું પૂરું પાડવું; મનોરંજન, ઇ. પૂરું પાડવું (*for* સાથે). *~ to*, -ની ઇચ્છા ને રુચિથી દોરાવું. **cat'erer** (કેટરર), ના૦ ખોરાક, ઇ. પૂરો પાડનારો, મોદી.

cat'eran (કૅટરન), ના૦ સ્કૉ. હાઈલૅન્ડનો યોદ્ધો-લુટારો; ઢોરચોરી કરનાર.

cat'erpillar (કૅટરપિલર), ના૦ કીડો, ઇયળ; અતિલોભી–હિંસક–માણસ; [યંત્ર.] ટ્રૅક્ટર, ટૅંક વગેરેનાં પૈડાં ફરતી પોલાદના જુદા જુદા પટા-કકડા–જોડીને બનાવેલી સાંકળ (જેથી ગમે તેવી ખાડાટેકરાવાળી જમીન પર જઈ શકાય).

cat'erwaul (કૅટરવૉલ), અ૦ ક્રિ૦ બિલાડીના જેવો અવાજ કરવો–લડવું.

cat'fish, ના૦ એક જાતની માછલી.

cat'gut (કૅટગટ), ના૦ પશુઓનાં આંતરડાંની બનાવેલી તાંત–વાજિંત્રનો તાર.

cathars'is (કથાર્સિસ), ના૦ [વૈદક] મલવિસર્જન, જુલાબ, વિરેચન; નાટક, કલા, ઇ. વડે ભાવનાના આવેગને માર્ગ આપવો તે, ચિત્તશુદ્ધિ.

cathart'ic (કથાર્ટિક), ના૦ રેચ–જુલાબની દવા. વિ૦ રેચક, જુલાબ આણે એવું.

cathe'dral (કથીડ્રલ), ના૦ બિશપના પરગણાનું મુખ્ય દેવળ. વિ૦ મુખ્ય દેવળ સંબંધી.

Cath'erine-wheel (કૅથરિન-વીલ, –રાઇન–), ના૦ ચક્કર ચક્કર ફરતું દારૂખાનું, ચકરડી. [કાઢવાની નળી, મૂત્રશલાકા.

cath'eter (કૅથિટર), ના૦ [વૈદક] પેશાબ

cath'ode (કૅથોડ), ના૦ વીજળીના પ્રવાહનો ઋણ છેડો–ધ્રુવ.

cath'olic(કૅથલિક, કા-), વિ૦ બધે જોવામાં આવતું, સાર્વત્રિક; બધાને સ્વીકારતું; ઉદાર દિલનું, મોટા મનવાળું; બધા ખ્રિસ્તીઓને–રોમન કૅથલિક પંથના બધાને–સમાવી લેનારું; રોમના ચર્ચ–ધર્મસંઘ–નું. ના૦ કૅથલિક ચર્ચ (ધર્મ સંઘ) નો–વિ. ક. રોમન કૅથલિક ચર્ચનો–અનુયાયી. **cathol'icism** (કથૉલિસિઝ્મ), ના૦ રોમન કૅથલિક ચર્ચના ધર્મમતનું ઉદારપણું. **catholi'city** (કૅથલિસિટિ), ના૦ ઉદારતા; સાર્વત્રિકતા.

cat'kin (કૅટ્કિન), ના૦ વિલો, ઇ. નું લટકતું ફૂલ. [દાર છોડ.

cat'mint(કૅટ્મિન્ટ), **cat'nip**, (કૅટ્નિપ) ખુશબોદાર છોડ. ના૦ લીલા ઘેરા રંગનાં ફૂલોવાળો એક ઝાડ.

cat'sup (કૅટ્સપ), **ket'chup** (કેચપ), ના૦ માંસ પર મૂકવાની ચટણી, ઇ.

cat'tle (કૅટલ), ના૦ ઢોર (વિ. ક. ગાય ને બળદ), ચોપગાં પ્રાણી; હીન કોટિનાં માણસો, પશુઓ. [પ્રજાનો માણસ, યુરોપિયન.

Cauca'sian (કૉકેશન,–ઝ઼િયન), ના૦ ગોરી

cauc'us (કૉકસ), ના૦ (ચૂંટણીઝુંબેશ, પક્ષની નીતિ ઠરાવવી, ઇ. માટેની) રાજકીય પક્ષસંગઠનની સમિતિ–મંડળ.

caud'al (કૉડલ), વિ૦ પૂંછડીનું–ના જેવું.

caught (કૉટ), catchનો ભૂ૦ કા૦ અને ભૂ૦ કૃ૦

caul (કૉલ), ના૦ જન્મવખતે કેટલાંક

બાળકના માથાફરતું અન્તસ્ત્વચાનું આવરણ; ગર્ભનું વેષ્ટન, ઓર.
caul'dron, (કૉલ્ડ્રન), **cal-** (કૅ-), ના૦ કઢાઈ, કટાહ; ઉકાળવાનું મોટું વાસણ.
caul'iflower (કૉલિફ્લાવર), ના૦ ફૂલ-ગોબી. [ડામર વડે વહાણના સાંધા પૂરવા.
caulk (કૉક), સ૦ક્રિ૦ દોરડાના કૂચા અને
caus'al (કૉઝ઼લ), વિ૦ કાર્યકારણ સંબંધી; કારણદર્શક, સાધક, પ્રયોજક. ના૦ [વ્યાક.] પ્રયોજક-પ્રેરક-ભેદ.
causal'ity (કૉઝ઼ેલિટિ), ના૦ કારણત્વ, કાર્યસાધકત્વ; કાર્યકારણની પ્રક્રિયા.
causa'tion (કૉઝ઼ેશન), ના૦ ઉત્પાદન કરવું તે; કારણમાંથી કાર્યની ઉત્પત્તિ - પ્રગતિ; કાર્યકારણ સંબંધ(નો સિદ્ધાન્ત).
cause (કૉઝ઼), ના૦ કારણ; હેતુ, ઉદ્દેશ; [કા.] મુકદ્દમો, દાવો; પક્ષ કે બાજુ; કોઈ વિશિષ્ટ હેતુવાળી પ્રવૃત્તિ કે આંદોલન. ~ *of action*, વાદનું મૂળ, મુકદ્દમાનું કારણ. *First C~*, આદિકારણ, પરમાત્મા. *make common ~ with*, અમુક હેતુસર એક થવું. સ૦ક્રિ૦ (-sable). ઉત્પન્ન - પેદા - કરવું; અસર કરવી.
cause'less, વિ૦ અકારણ, કારણ વિનાનું.
cause'way (કૉઝ઼્વે), **caus'ey** (કૉઝ઼િ), ના૦ ભેજવાળી જમીન પરનો ઊંચો રસ્તો, બાંધ, પુલ.
caus'tic (કૉસ્ટિક), વિ૦ ધીમે ધીમે ખાઈ જનારું - ઘસી નાંખનારું; બાળી નાંખનારું, દાહક; આકરું, કરડું, મર્મભેદી.
caut'erize (કૉટરાઇઝ઼), સ૦ ક્રિ૦ ડામવું, -ની ઉપર ડામ દેવો, બાળી નાખવું; રીઢું બનાવવું. **cauteriza'tion**, ના૦ ડામ દેવો તે, ઇ. **caut'ery** (કૉટરિ), ના૦ ડામ દેવો કે બાળવું તે; ડામ દેવાનું ઓજાર, ડામણું.
cau'tion (કૉશન), ના૦ સાવધાની, સાવચેતી; ચેતવણી, તાકીદ; વિચિત્ર હાસ્યાસ્પદ માણસ. સ૦ ક્રિ૦ સાવધ - ખબરદાર - રહેવા કહેવું, (ઠપકા સાથે) ચેતવણી આપવી. **cau'tionary** (કૉશનરિ), વિ૦ ચેતવણીના સ્વરૂપનું, સાવધાનીનું.
cau'tious (કૉશસ), વિ૦ સાવધ, સાવધાન; સાવચેત અગમચેતીવાળું.
cavalcade' (કૅવલ્કેડ), ના૦ ઘોડેસવારોની પલટણ; પાયગાની સવારી - સરઘસ.
cavalier' (કૅવલિઅર), ના૦ ઘોડેસવાર; ફાંકડો, બાંકેરાવ; (પ્રતિષ્ઠિત) બાનુનો સંરક્ષક - વળાવિયો; ઇંગ્લન્ડમાં ૧૭મા સૈકાનો રાજાના પક્ષનો માણસ; દરબારી માણસ. વિ૦ અવિવેકી, તોછડું; મિજાજી, પતરાજીખોર.
cav'alry (કૅવલ્રિ), ના૦ ઘોડાં; હયદળ.
cave (કેવ), ના૦ (ભોંયમાં કે ડુંગરામાં) ગુફા, કોતર, વિવર; [રાજ.] કોઈ પ્રશ્ન પર પક્ષના અમુક ભાગનું અલગ પડવું તે. ઉ૦ ક્રિ૦ કોતર - ગુફા - તૈયાર કરવી. ~ *in*, ઢળી જવું, પડવું; નમતું આપવું. ~*-dweller*, ~*-man*, ગુફામાં રહેનાર પ્રાથમિક દશાનો માનવી.
cav'e (કેવિ), ઉદ્‌ગાર૦ ખબરદાર! (કોઈક આવી રહ્યું છે.)
cav'eat (કેવિઍટ, કૅ-), ના૦ [કા.] મુકદ્દમાનું કામ કે ચુકાદો મોકૂફ રાખવાની દરખાસ્ત; ચેતવણી, તાકીદ, સૂચના, નોટિસ.
cav'ern (કૅવર્ન), ના૦ ગુફા, ભોંયરું.
caviar(e)' (કૅવિઆર), ના૦ માછલીનાં આથેલાં ઈંડાં, ઈંડાંનું અથાણું. ~ *to the general*, સામાન્ય માણસની રુચિ માટે વધુ પડતું નાજુક (કશુંક), ભેંસ આગળ ભાગવત.
cav'il (કૅવિલ), અ૦ ક્રિ૦ (ભૂ૦ કા૦ cavilled). (નિષ્કારણ - ખોટા) વાંધો ઉઠાવવો, દોષ કાઢવો, (*at*, *about*, સાથે). ના૦ એવો વાંધો, દોષારોપણ, ખોતરણું. [ખામણું.
cav'ity (કૅવિટિ), ના૦ પોલાણ, ખાડો,
cavort' (કવૉર્ટ), અ૦ ક્રિ૦ કૂદકા મારવા, નાચવું.
caw (કૉ), ના૦ કાગડાનો 'કા' 'કા' અવાજ. અ૦ ક્રિ૦ 'કા' 'કા' કરવું. [મરચું(?).
cayenne' (કેએ'ન), ના૦ લાલ તીખું મરી,
cease (સીસ), ઉ૦ ક્રિ૦ કરવાનું છોડી દેવું (~ *from*), બંધ કરવું; બંધ પડવું, અટકવું; મરી જવું. ના૦ *without* ~, થોભ્યા વિના.
cease'less (સીસ્લિસ), વિ૦ અટક્યા વિનાનું, નિરંતર, અખંડ.
ced'ar (સીડર), ના૦ દેવદારની જાતનું એક ઝાડ, ગન્ધતરુ; તેનું લાકડું.
cede (સીડ), સ૦ ક્રિ૦ (-dable). છોડી

દેવું, આપી દેવું; (બીજા રાજ્યને) સોંપી દેવું–સ્વાધીન કરવું. **ceded,** વિ૦

cedill'a (સિડિલા), ના૦ 'c' (સી)નો સકાર જેવો ઉચ્ચાર બતાવનારું ચિહ્ન.

ceil'ing (સીલિંગ), ના૦ છાપરાની અંદરની બાજુ; છાપરાને જડેલી છત; (વસ્તુ, મજૂરી, કિંમત, ઇ.ની) ચરમ સીમા.

cel'andine (સે'લન્ડાઇન), ના૦ વસંત ઋતુમાં થતાં પીળાં ફૂલોની એક જાત.

celanese' (સે'લનીસ), ના૦ એક જાતનું બનાવટી રેશમ.

cel'ebrant (સે'લિબ્રન્ટ), ના૦ 'યુકરિસ્ટ' કે 'માસ' – 'પ્રભુભોજન'– નો જાહેર વિધિ કરનાર પુરોહિત; પુરોહિત.

cel'ebrate (સે'લિબ્રેટ), ઉ૦ ક્રિ૦ (-brable). -ની સ્તુતિ – સ્તવન કરવું; વિધિપૂર્વક ગંભીરતાથી ઊજવવું; ઉત્સવ, તહેવાર, ઇ. ઊજવવો; પ્રસિદ્ધ – જાણીતું – કરવું; સન્માન કરવું. **celebrat'ed** (સે'લિબ્રેટિડ), વિ૦ પ્રખ્યાત, પંકાયેલું. **celebra'tion,** ના૦ (સમારંભ, ઇ. ની) ઉજવણી.

celeb'rity (સિલે'બ્રિટિ,), ના૦ ખ્યાતિ, નામ; પ્રખ્યાત માણસ. [ઝડપીપણું.

cele'rity (સિલે'રિટિ), ના૦ ઝડપ, વેગ;

cel'ery (સે'લરિ), ના૦ કચુંબર કે શાક માટે વપરાતો એક છોડ.

celes'tial (સિલે'શિઅલ, -સ્ચલ), વિ૦ આકાશનું; સ્વર્ગનું, સ્વર્ગીય, દિવ્ય; ચીનનું.

cel'ibacy (સે'લિબસિ), ના૦ કુંવારા રહેવું તે, બ્રહ્મચર્ય.

cel'ibate (સે'લિબિટ), વિ૦ અપરિણીત, કુંવારો. ના૦ કુંવારી (રહેવા માગનાર) વ્યક્તિ, બ્રહ્મચારી.

cell (સે'લ), ના૦ નાનકડી ઝૂંપડી, પર્ણકુટી, નાની ઓરડી – ગુફા; મઢી; મધપૂડો, ઇ.નું ઝીણું કાણું – ખાનું; [જીવ.] કોષ; ક્રાન્તિકારી પ્રવૃત્તિઓનું મધ્યવર્તી થાણું – મથક; વીજળી સંઘરવાની કે પેદા કરવાની ધાતુની પટ્ટીઓ અને ઍસિડવાળી ડબી.

cell'ar (સે'લર), ના૦ ભોંયરું; દારૂ, કોલસા, ઇ. રાખવાનો ભોંયરાનો ઓરડો. **cell'arage,** ના૦ ભોંયરામાં જેટલી જગ્યા હોય તે.

cell'arer, ના૦ દારૂ અને ખોરાકનો રાખનાર (વિ. ક. ચર્ચમાં). [વગાડનાર.

cell'ist, 'c- (ચે'લિસ્ટ), ના૦ 'ચેલો' વાદ્ય

cell'o, 'c- (ચે'લો), ના૦ ચાર તારવાળું એક તંતુવાદ્ય. violoncello નું સંક્ષિપ્ત રૂપ.

cell'ophane (સે'લફેન, -લો-), ના૦ સેલ્યુલોસનો બનેલો કઠણ અને પારદર્શક પદાર્થ; ખાવાની વસ્તુઓનું પડીકું બાંધવાનો એક જાતનો કાગળ.

cell'ular (સે'લ્યુલર), વિ૦ નાના નાના ઓરડા – ખાનાં – વાળું; છિદ્રોવાળું, છિદ્રાળુ; કોષોવાળું -નું બનેલું. [ઓરડી, ઇ.

cell'ule (સે'લ્યૂલ), ના૦ બહુ નાની

cell'uloid (સે'લ્યુલૉઇડ), ના૦ સેલ્યુલોસનો બનાવેલો મજબૂત અને લવચીક પદાર્થ, એક જાતનું 'પ્લાસ્ટિક'.

cell'ullose (સે'લ્યુલોસ), ના૦ વનસ્પતિની રચના જેના પર નભે છે તે મૂળભૂત દ્રવ્ય – કાષ્ઠક, જેમાંથી કાગળ, બનાવટી રેશમ, ઇ. બનાવાય છે.

Celt, Kelt (કે'લ્ટ), ના૦ કેલ્ટ માણસ, (બ૦વ૦) કેલ્ટ લોકો (પ્રાચીન ગૉલ લોકોને મળતી પ્રજાના). **Cel'tic** (કેલ્ટિક), વિ૦ કેલ્ટ લોકોનું. ના૦ તેમની ભાષા.

cement' (સિમે'ન્ટ), ના૦ માટી ને ચૂનાની બનાવટ, સિમેન્ટ; પદાર્થોને એકબીજા સાથે ચોઢનાર દ્રવ્ય – ગુંદર, સરેસ, સિમેન્ટ; સાથે બાંધનારી વસ્તુ. સ૦ ક્રિ૦ સિમેન્ટ લગાડવો; -થી જોડવું; એકબીજા સાથે દૃઢપણે જોડવું; દૃઢ – મજબૂત – બનાવવું.

cem'etery (સે'મિટરિ, -ટ્રિ), ના૦ સ્મશાન, કબ્રસ્તાન, (પારસીઓનું) દખમું.

cen'otaph (સે'નટાફ, -નો-), ના૦ જેને બીજે ઠેકાણે દાટ્યો હોય તેના સ્મારક રૂપે બનાવેલી ખાલી કબર, સમાધિ, ઇ.

cen'ser (સે'ન્સર), ના૦ ધૂપદાની, ધૂપિયું.

cen'sor (સે'ન્સર), ના૦ નાગરિકોનું નોંધણીપત્રક રાખીને તેમના જાહેર વર્તન પર દેખરેખ રાખનાર પ્રાચીન રોમનો એક અમલદાર; નાટકો, ચોપડીઓ, ઇ. તપાસીને તેમાંનો અનિષ્ટ ભાગ કઢાવી નાંખનાર અમલદાર; [મનોવિશ્લેષણ] સુપ્ત મનમાં રહેલી

વસ્તુને જાગ્રત મનમાં જતાં અટકાવનાર શક્તિ; બીજા પર કાજીપણું કરનાર. સ૦ ક્રિ૦ નાટક, ફિલ્મ, ઇ. ને તપાસવું – તપાસીને તેનું નિયંત્રણ કરવું, ઇ. **cen'sorship,** ના૦ આચાર – વિચાર – નિયંત્રણ.

censor'ious (સે'ન્સૉરિઅસ, – સો –). વિ૦ બીજાના કાજી થનારું; દોષ કાઢનારું – કાઢવામાં નિપુણ.

cen'sure (સે'ન્શર), ના૦ અને સ૦ ક્રિ૦ નિંદા, ઠપકો, દોષ, ઇ. કરવું – આપવું – કાઢવું.

cen'sus (સે'ન્સસ), ના૦ વસ્તીગણતરી, ખાનાશુમારી.

cent (સે'ન્ટ), ના૦ સૈકું, સેંકડો, શતક; સેન્ટ, ડૉલરનો સોમો ભાગ. *per* ~, સેંકડે.

cen'taur (સે'ન્ટૉર), ના૦ અરધો નર અને અરધો અશ્વ એવું એક પૌરાણિક પ્રાણી, નરાશ્વ.

centenar'ian (સે'ન્ટિનેરિઅન), વિ૦ અને ના૦ સો વરસની ઉંમરનું (માણસ).

centen'ary (સે'ન્ટીનરી, –ટિ–), વિ૦ સો વરસનું. ના૦ સો વરસનો ગાળો, સૈકું; શતાબ્દી; શતાબ્દીની ઉજવણી, સોમી વરસગાંઠ. **centenn'ial** (સે'ન્ટે'નિઅલ), વિ૦ અને ના૦ સો વરસનું; શતાબ્દી (નું).

cen'tigrade (સે'ન્ટિગ્રેડ), વિ૦ (ઉષ્ણતામાપક યંત્ર) સો અંશવાળું, –ના માપનું (એમાં ઊકળબિંદુ ૧૦૦° અને થીજાંક ૦° હોય છે).

cen'tigramme (સે'ન્ટિગ્રૅમ), ના૦ ગ્રામનો સોમો ભાગ (·૧૫૪ ગ્રેન).

cen'tilitre (સે'ન્ટિલીટર), ના૦ લિટરનો સોમો ભાગ (·૦૧૭૬૧ પિંટ).

cen'timetre (સે'ન્ટિમીટર), ના૦ મીટરનો સોમો ભાગ (·૩૯૩૭ ઇંચ).

cen'tipede (સે'ન્ટિપીડ), ના૦ કાનખજૂરો કે તેના જેવું ઘણા પગવાળું પ્રાણી.

cen'tral (સે'ન્ટ્રલ), વિ૦ મધ્યબિન્દુ – કેન્દ્ર–નું – સંબંધી;–માંનું – માંથી નીકળનારું; પ્રમુખ, મુખ્ય; નિયમન કરનારું; આગળ પડતું. **cen'trally,** ક્રિ૦ વિ૦.

cen'tralize (સે'ન્ટ્રલાઇઝ઼), ઉ૦ ક્રિ૦ (-zable). એક કેન્દ્રમાં ભેગું કરવું – થવું; એક કેન્દ્રતળે સત્તા આણવી – રાખવી, રાજ્યમાં એકહથ્થુ સત્તા સ્થાપવી. **centraliza'tion** ના૦ સત્તા, ઇ.નું કેન્દ્રીકરણ.

cen'tre (સે'ન્ટર), ના૦ મધ્યબિન્દુ કે ભાગ, ગર્ભ, કેન્દ્ર, મધ્ય; વર્તુળનું મધ્યબિન્દુ; વેપાર, ઇ.નું વડું–મોટું–મથક; મુખ્ય વસ્તુ કે વ્યક્તિ. ~ *of gravity*, ગુરુત્વમધ્યબિન્દુ. ~ *forward*, [ફૂટબૉલ, ઇ.માં] પહેલી હરોળની મધ્યમાંનો રમનાર. વિ૦ કેન્દ્રનું–માંનું. ઉ૦ ક્રિ૦ (-tr(e)ing, -trable). એક કેન્દ્રમાં –બિન્દુ પર–ભેગા થવું, મધ્યમાં મૂકવું; -ના રસ, ઇ.નું કેન્દ્ર હોવું (~ *in, round*); -નું મધ્યબિન્દુ શોધી કાઢવું. [સાધન – ઓજાર.

cen'tre-bit, ના૦ કાણું, વેહ, પાડવાનું

cen'tre-board (સે'ન્ટરબોર્ડ), ના૦ હોડીને આડી જતી રોકવા માટે તેના તળિયામાંથી નીચે ઉતારેલું પાટિયું; એ પાટિયાવાળી સપાટ તળિયાવાળી હોડી.

cen'tre-piece, ના૦ સજાવટની મધ્યમાં રાખવાની સુંદર વસ્તુ.

centr(e)ing, ના૦ કમાન, ઘૂમટ, ધાબું, ઇત્યાદિ બનાવતી વખતે તેના આધાર માટે કરવામાં આવતી રચના.

centrif'ugal (સે'ન્ટ્રિફ્યૂગલ), વિ૦ કેન્દ્રથી દૂર ઊડતું – જતું, કેન્દ્રાપગામી, કેન્દ્રત્યાગી. ~ *force* ના૦ જેને લીધે કેન્દ્રની આસપાસ ફરતા પદાર્થ દૂર ઊડી જવા કરે છે, તે – કેન્દ્રાપગામી–બળ.

centrip'etal (સે'ન્ટ્રિપિટલ), વિ૦ મધ્ય કે કેન્દ્ર તરફ જનારું, કેન્દ્રગામી. [શતપટ.

cen'tuple (સે'ન્ટચુપલ), વિ૦ સોગણું,

centur'ion (સે'ન્ટચૂરિઅન, – ટયુઅરિ –), ના૦ (રોમન લશ્કરમાં) સોનો સરદાર.

cen'tury (સેન્ચુરિ, – ન્ચ –), ના૦ સો વરસ, શતાબ્દી; સૈકું, શતક; [રોમન ઇતિ.] સોની પલટણ; [ક્રિકેટ] સો દોડ – રન.

ceram'ic (સિરૅમિક), વિ૦ કુંભારકામ – કળા–અંગેનું. **ceram'ics,** ના૦ કુંભારકામ, માટીકામ (ની કળા).

Cerb'erus (સર્બરસ), ના૦ [ગ્રીક પુરાણમાં] હેડ્ઝ અથવા પાતાળ કે નરકનો ત્રણ માથાંવાળો દ્વારરક્ષક કૂતરો.

cer'eal (સીરિઅલ), વિ૦ ખાદ્ય-ખાવાના -અનાજનું. ના૦ (બહુધા બ૦ વ૦ માં) ખાવાના દાણા, અનાજ.

cerebell'um (સે'રિબે'લમ), ના૦ પાછ-ળનું કે નાનું મગજ.

ce'rebral (સે'રિબ્રલ), વિ૦ મગજનું – ને લગતું.

cerebra'tion (સે'રિબ્રેશન), ના૦ મગ-જનું ચાલવું – કામ કરવું – તે; ચિંતન, વિચાર.

ce'rebrum (સે'રિબ્રમ), ના૦ મુખ્ય મગજ, મહામસ્તિષ્ક નાના મગજની આગળનું કે ઉપરનું મગજ.

cere'ment (સીરૂમન્ટ, સે'રિ–), ના૦ કફન.

ceremon'ial (સે'રિમોનિયલ), વિ૦ વિધિ – કર્મ – ક્રિયા – નું – વિશેનું; ઔપચારિક; ગંભીર, અક્કડ. ના૦ ધાર્મિક વિધિઓનું તંત્ર, સંસ્કારપદ્ધતિ, વિધિ; સામાજિક – લૌકિક – આચાર, શિષ્ટાચાર.

ceremon'ious (સે'રિમોનિઅસ). વિ૦ ઔપચારિક, શિષ્ટાચારનું; આચારપાલનમાં ઝીણવટ રાખનારું, શિષ્ટાચારપ્રિય.

ce'remony (સે'રમનિ), ના૦ ધાર્મિક વિધિ; વિધિ, આચાર, શિષ્ટાચાર, વિવેક; ભવ્ય સમારંભ. *stand upon* ~, શિષ્ટાચારનો આગ્રહ રાખવો; અંતર રાખવું – રાખીને વર્તવું. *Master of Ceremonies,* રાજ્યના કે જાહેર પ્રસંગે યોગ્ય વિધિઓ પળાય તેનું ધ્યાન રાખનાર અમલદાર.

ceris'e (સરીસ,–ઝ઼), ના૦ ખૂલતો ચોખ્ખો લાલ રંગ. વિ૦ એ રંગનું.

cert'ain (સર્ટન, – ટિન), વિ૦ નિશ્ચિત, ખાતરીપૂર્વકનું, અચૂક; નિઃસંદેહ, નિર્વિવાદ; કોઈ એક, અમુક; થોડુંક, કંઈક (વિશેષ કે વધુ નહિ). *for* ~, બેશક, ચોક્કસ.

cert'ainly (સર્ટનલિ), ક્રિ૦ વિ૦ ખાતરી-પૂર્વક, ચોક્કસ; બેશક, અલબત્ત.

cert'ainty (સર્ટન્ટિ), ના૦ પૂરેપૂરી ખાતરી; નિશ્ચિત વસ્તુ – વાત.

certif'icate (સર્ટિફિકિટ), ના૦ પ્રમાણ-પત્ર, દાખલો, સર્ટિફિકેટ. સ૦ ક્રિ૦ (–કેટ) પ્રમાણપત્ર આપવું, દાખલા વડે પરવાનો આપવો.

cert'ify (સર્ટિફાઇ), સ૦ ક્રિ૦ લિખિત પ્રતિજ્ઞા કરવી – પ્રતિજ્ઞાપૂર્વક કહેવું; રીતસર જાહેર કરવું (હોદ્દાની રૂએ), પ્રમાણપત્ર આપવું, ખાતરી આપવી.

cert'itude (સર્ટિટ્યૂડ), ના૦ ખાતરી, નિશ્ચિતપણું.

cerul'ean (સરૂલિઅન, સિ–), વિ૦ ઘેરા વાદળી રંગનું, આસમાની.

cess (સેસ), ના૦ કર, વેરો.

cessa'tion (સે'સેશન), ના૦ અટકવું – બંધ પડવું – તે, વિરામ.

ce'ssion (સે'શન), ના૦ આપી દેવું–હવાલે કરવું – પારકાને સ્વાધીન કરવું – તે (હક, મિલકત, વિ. ક. મુલક).

cess'pit, (સે'સ્પિટ), ના૦ ઉકરડો. **cess-pool** (સેસ્પૂલ), ના૦ ખાળકૂવો, દટ્ટણકૂવો.

ceta'cean (સીટિશન), વિ૦ વહેલ વગેરે દરિયાઈ સસ્તન પ્રાણીનું. ના૦ એ વર્ગનું પ્રાણી.

chafe (ચેફ), ઉ૦ ક્રિ૦ ચામડીને ઘસીને ઉષ્ણતા આપવી; ઘસીને આળું કરવું, ઘસવાથી આળું થવું; ચીડવવું, ચિડાવું, અકળાવું, ગુસ્સે થવું. ના૦ ઘસાઈને ચામડી ફાટેલી જગ્યા, ચાંદું; સંતાપ.

chaf'er (ચેફર), ના૦ વાંદાની જાતનો એક કીડો.

chaff (ચાફ), ના૦ છાલાં, કુશકી, ફોતરાં; કાપેલો ચારો કે ઘાસ, કુટ્ટી; કચરો, નકામી વસ્તુ. [પજવવું. ના૦ ઠઠ્ઠા, મશ્કરી.

chaff, સ૦ ક્રિ૦ મશ્કરી કરવી, ટાળ કરીને

chaff'er (ચેફર), સ૦ ક્રિ૦ રકઝક કરવી; સોદો કરવો. ના૦ સોદો – રકઝક – કરવી તે.

chaff'inch (ચેફિંચ), ના૦ બ્રિટનનું એક નાનું પક્ષી.

chaf'ing-dish (ચેફિંગ-ડિશ), ના૦ ટેબલ પર ખોરાક રાંધવા–ગરમ રાખવા–માટે નીચે દીવાવાળી થાળી – પાત્ર.

chagrin (શગ્રીન, શૅગ્રિન), ના૦ તીવ્ર નિરાશા; રીસ, ચીડ, મનમાં દાઝે બળવું તે. સ૦ ક્રિ૦ પજવવું, ચીડવવું; અપમાન કરવું; નાઉમેદ કરવું.

chain (ચેન), ના૦ સાંકળ, સેર, અછોડો;

એકબીજી સાથે જોડાયેલી કોઈ ઘટનાઓ કે બનાવોની માળા – પરંપરા; હાર, માળા; ૬૬ ફૂટની મોજણીદારની સાંકળ; (બ૦ વ૦) બેડીઓ; કેદ, ગુલામી. *~-rule*, ગણિતની સાંકળી રીત. *~-smoker*, એક સિગારેટના બળતા ઠૂંઠા વડે બીજી સળગાવનાર, એક પછી એક સતત બીડી પીનાર. સ૦ ક્રિ૦ સાંકળથી બાંધવું; બેડી પહેરાવવી, ઇ.

chain-ar'mour, ના૦ કડીઓ જોડીને બનાવેલું બખતર.

chain-stores, ના૦ બ૦ વ૦ એક જ પેઢી– [કંપની – ની દુકાનો.

chair (ચે'અર), ના૦ ખુરશી; હોદ્દાનું આસન, હોદ્દો; અધ્યાપકનું પદ – પીઠ; અધ્યક્ષપદ, અધ્યક્ષ, પ્રમુખ. સ૦ ક્રિ૦ ખુરશી પર બેસાડવું – બેસાડીને લઈ જવું. *take a ~* ખુરશી પર બેસવું. *take the ~*, અધ્યક્ષપદે બેસવું.

chair'man, ના૦ પ્રમુખ, અધ્યક્ષ. **chair-woman**, ના૦ સ્ત્રી.

chaise (શેઝ઼), ના૦ ફરવા જવાની ચાર પૈડાંની ઘોડાગાડી, બગી કે રથ.

chalced'ony (કેલ્સે'ડનિ), ના૦ કાચમણિની જાતનું રત્ન.

chald'ron (ચૉલ્ડ્રન્) ના૦ ૩૬ બુશેલનું [કોલસાનું માપ; ઢગ.

chal'et (શૅલે), ના૦ સ્વિસ ખેડૂતની લાકડાની ઝૂંપડી.

chal'ice (ચૅલિસ), ના૦ 'પ્રભુભોજન' વખતે વપરાતો દારૂનો ઊંચો પ્યાલો; પ્યાલો.

chalk (ચૉક), ના૦ સફેદો, ચાક, ખડી; ચિત્રશલાકા કે રંગીન પેન બનાવવા માટેનો રંગીન ચાક જેવો પદાર્થ. સ૦ ક્રિ૦ ચાક કે ખડી વતી ઘસવું – લખવું – દોરવું. *better by a long ~*, ઘણું ચડિયાતું – વધારે સારું. *~ out*, યોજના – નકશો – તૈયાર કરવો. *~ up*, આંકડા લખી નાંખવા – ટપકાવવા. **chalk'y** (ચૉકિ), વિ૦ ચાકથી ભરપૂર; ચાક જેવું; ચાકના પથ્થરવાળું.

chall'enge (ચૅલિંજ, ચૅલંઝ્), ના૦ યુદ્ધ કે દ્વન્દ્વ માટે આહ્વાન – પડકાર; (ચોકિયાતનું) ટોકવું, પડકારવું, પડકાર; શક્તિની કસોટી કરે એવી પરિસ્થિતિ. સ૦ ક્રિ૦ (–geable). આહ્વાન કરવું, પડકારવું; વાંધો ઉઠાવવો; નાકબૂલ કરવું; સામા થવું.

chamber (ચેમ્બર), ના૦ એકાંત – સૂવાની – ઓરડી; પિસ્તોલ ઇ.માં કારતૂસ મૂકવાની પોલી જગ્યા; પ્રાણી કે વનસ્પતિની અંદરની પોલી જગ્યા; ન્યાયાધીશ કે વકીલની કોટડી – ઓરડી; કાયદો કે નિયમો બનાવનાર મંડળ; (બ૦ વ૦) વકીલ, ઇ.ની રહેવાની કે કચેરીની ઓરડીઓ. *~-pot*, રાતે પેશાબ, ઇ. માટે ખાટલા નીચે રખાતું વાસણ. *C~ of Commerce*, વેપારી મંડળ.

cham'berlain (ચેમ્બરલિન, –લન), ના૦ રાજા કે ઉમરાવને ત્યાં ઘરની દેખરેખ રાખનાર અધિકારી; કોઠીવાળો, ખજાનચી; કંચુકી.

cham'ber-maid (ચેમ્બરમેડ), ના૦ વીશીમાં કામ કરનાર નોકરડી; શેઠાણીની અંગત સેવા કરનારી દાસી, સૈરન્ધ્રી.

chamel'eon (કમીલિઅન), ના૦ સરડો, કાચંડો; વારે વારે મત બદલનાર.

chamois (શૅમ્વા), ના૦ બકરાના કદનું ગિરિહરણ; (શૅમિ) શામવાના અથવા ઘેટાના ચામડામાંથી કેળવીને બનાવેલું સુંવાળું ચામડું.

champ (ચૅમ્પ), ઉ૦ ક્રિ૦ બચડબચડ – બરડબરડ – ચાવવું; દાંત વતી લગામને કરડયા કરવું. ના૦ બચડબચડ ચાવવાનો અવાજ.

champagne' (શૅમ્પેન), ના૦ એક જાતનો ચળકતો મોંઘો દારૂ.

cham'paign (ચૅમ્પેન), ના૦ ખુલ્લું [મેદાન – મુલક.

cham'pion (ચૅમ્પિઅન), ના૦ બીજાને માટે લડનાર, હિમાયત કરનાર; બધા હરીફોને હરાવનાર મલ્લ અથવા ખેલાડી. વિ૦ પ્રથમ કોટિનું. સ૦ ક્રિ૦ -ની હિમાયત કરવી, -ને પુષ્ટિ આપવી.

cham'pionship (ચૅમ્પિઅનશિપ), ના૦ કોઈ રમતમાં સર્વોપરિતા – સર્વવિજેતૃત્વ; હિમાયત, ઉપરાણું.

chance (ચાન્સ), ના૦ દૈવયોગ, જોગ; દૈવ; આકસ્મિક ઘટના – બનાવ; તક; સંભાવના, સંભવ. *an off ~*, ઓછો સંભવ – શકયતા. *by ~*, આકસ્મિક રીતે. *on the ~ of*, -ની આશાએ. *take one's ~*, જે મળે – આવી પડે – તેનો સ્વીકાર કરવા તૈયાર હોવું. વિ૦ આકસ્મિક, દૈવયોગે બનેલું – મળેલું. ઉ૦ ક્રિ૦ દૈવજોગે બનવું, આવી પડવું; જોખમમાં નાંખવું. *~ upon*, ઓચિંતાં જડવું – મળવું.

chan'cel (ચાન્સલ), ના૰ ખ્રિસ્તી દેવળનો (કઠેડાથી જુદો પાડેલો) પૂર્વ તરફનો ભાગ.

chan'cellery (ચાન્સલરિ), ના૰ ચાન્સેલરનો હોદ્દો, મકાન કચેરી, ઇ.

chan'cellor (ચાન્સલર), ના૰ રાજ્ય, ન્યાયાલય, ઇ.ના અધિકારીઓ માટે વપરાય છે; વિદ્યાપીઠ કે યુનિવર્સિટીનો કુલપતિ–ચાન્સેલર; *Lord C~*, ઇંગ્લન્ડનો સૌથી વડો ન્યાયાધીશ. *C~ of the Exchequer*, ઇંગ્લંડનો નાણામંત્રી.

chan'cery (ચાન્સરિ), ના૰ મુખ્ય ન્યાયાધીશનું ન્યાયાલય, સદર અદાલત; હાઈકોર્ટનો એક વિભાગ; રાજ્યનું દફતરખાનું. [શ્રિત.

chan'cy (ચાન્સિ), વિ૰ જોખમવાળું; અનિ-

chandelier' (શૅન્ડલિઅર), ના૰ દીવાનું–મીણબત્તીનું–ઝાડ, ઝુમ્મર.

chand'ler (ચાન્ડલર), ના૰ તેલ, રંગ, મીણબત્તી, અનાજ, ઇ.નો વેપાર કરનાર–વેચનાર; *corn-~*, કણિયો. *ship's ~*, વહાણમાં જોઈતી વસ્તુઓ વેચનારો.

change (ચેન્જ), ના૰ ફેરફાર, ફેર; અદલાબદલી; પરચૂરણ, ખુરદો; બદલવા માટેનાં કપડાં; (કિંમત ચૂકવ્યા પછી) બાકી રહેતા પૈસા; (બ૰ વ૰) ઘંટ વગાડવાની પદ્ધતિઓ. ઉ૰ ક્રિ૰ બદલવું, બદલાઈ જવું; -ની જગ્યાએ બીજાને મૂકવો; અદલાબદલી કરવી; પરચૂરણ આપવું–લેવું; કપડાં બદલવાં. *~ hands*, એકના કબજામાંથી બીજાના કબજામાં જવું (મિલકત, ઇ.). *~ of clothes*, બદલવા માટે કપડાંની જોડી. *~ one's mind*, વિચાર બદલવો.

change'able (ચેન્જબલ), વિ૰ અનિયમિત, અસ્થિર, ચંચળ.

change'ling (ચેન્જલિંગ), ના૰ એકને બદલે ચોરીછૂપીથી મૂકેલું બીજું બાળક; બદલામાં મૂકેલી વસ્તુ; ચંચળ પ્રકૃતિનો માણસ.

chann'el (ચૅનલ), ના૰ પાણીનો માર્ગ; નાળું, વહેળો, ઇ.; નીક, કાંસ; ખાડી; ખાંચ; સાધન, માર્ગ. સ૰ ક્રિ૰ (channelled). ખાંચ પાડવી; નીકો, ઇ. કાઢવી; અમુક માર્ગે–દિશામાં–વાળવું.

chant (ચાન્ટ), ના૰ મંદ ગતિનું ગીત; મંત્રઘોષ; ગાતાં ગાતાં બોલવું તે. ઉ૰ ક્રિ૰ ગાવું, ગાન કરવું; ગાતાં ગાતાં બોલવું.

chan'ter (ચાન્ટર), ના૰ મંત્ર ભણનાર પુરોહિત–પાદરી; ગાનાર.

chan'ticleer (ચાન્ટિક્લિઅર), ના૰ (પાળેલો) કૂકડો, મરઘડો.

chan'try (ચાન્ટ્રિ), ના૰ મરણ પામેલા (વિ. ક. સંસ્થાપક) માટે પ્રાર્થના કરવા કે મંત્રો ભણવા માટે અપાતી દક્ષિણા.

chan'ty (ચાન્ટિ), **shan'ty** (શાન્ટિ), ના૰ લંગર કે બીજી કોઈ ભારે વસ્તુ ઉપાડતી વખતે ગાવાનું ખલાસીઓનું ગીત.

cha'os (કેઑસ), ના૰ મહાભૂતોની અપંચીકૃત સ્થિતિ; ધાંધલ, ધમાલ, અંધાધૂંધી, સંપૂર્ણ અવ્યવસ્થા; સૃષ્ટિ પહેલાંની પ્રકૃતિની અમૂર્ત સ્થિતિ. [વિનાનું, અસ્તવ્યસ્ત.

chaot'ic (કેઑટિક), વિ૰ સદંતર વ્યવસ્થા

chap (ચૅપ), ના૰ (વિ. બો.) શખસ, છોકરો; બુઢ્ઢો.

chap, **chop**, ના૰ (બ૰ વ૰). (વિ. ક. પશુનાં) જડબાં, ગાલ; ડુક્કરના માંસનો ગાલનો ભાગ; ચામડીમાં–જમીનમાં–ફાટ, ચીરો, ઇ. ઉ૰ ક્રિ૰ (chapped). ફાડવું, ફાટવું ચિરાડો પાડવી–પડવી. **chapped**, વિ૰ (ચામડી અંગે) ઠંડીને લીધે ફાટેલું અને ખરબચડું.

chap'-book (ચૅપ્બુક), ના૰ વાર્તાઓ, પવાડાઓ, ઇ.ની નાની ચોપડી.

chap'el (ચૅપલ), ના૰ ખાનગી ઘર કે સંસ્થાનું પૂજા કે સેવા કરવાનું સ્થાન, દેવઘર; ખ્રિસ્તી દેવળનો વેદી સાથેનો એક નાનકડો ભાગ.

chap'eron (શૅપરોન, -રન, શે-), ના૰ સામાજિક સમારંભો કે પ્રસંગો વખતે કુંવારી છોકરી પર દેખરેખ રાખનાર પરણેલી કે પ્રૌઢ સ્ત્રી; પ્રતિષ્ઠિત સ્ત્રી. સ૰ ક્રિ૰ કુંવારી છોકરી પર દેખરેખ રાખવા તેની સાથે જવું. **chap'eronage**, ના૰ પ્રૌઢ સ્ત્રીની દેખરેખ–સંભાળ.

chap'lain (ચૅપ્લિન), ના૰ કોઈ સંસ્થા, વહાણ કે લશ્કરની પલટણનો પાદરી; ચૅપલનો પાદરી. **chap'laincy** (ચૅપ્લિન્સિ), ના૰ 'ચૅપ્લિન' નો હોદ્દો.

chap'let (ચૅપ્લિટ), ના૰ ફૂલ, પાંદડાં, મોતી, ઇ. નો માથે પહેરવાનો ગજરો; મણકાની માળા; જપવાની માળા.

chap'ter (ચૅપ્ટર), ના૦ પુસ્તકનું પ્રકરણ, અધ્યાય, ઇ.; ખ્રિસ્તી દેવળના કે ધર્મસંઘના સભ્યો, મઠવાસીઓ; તેમની સભા. **chap'ter-house,** ના૦ ધર્મસંઘના સભ્યોની મળવાની જગ્યા.

char (ચાર), ઉ૦ ક્રિ૦ (charred). બાળીને કોલસો બનાવવો; દેવતા પર શેકીને કાળું કરવું – બળીને કાળું થવું.

char, અ૦ ક્રિ૦ છૂટક – ઉધ્ધડ – કામ કરવું; ઘરકામ કરવું. ના૦ એકાદું ઉધ્ધડ કામ; (બ૦ વ૦) ઘરનાં પરચૂરણ કામો; [વાત.] કામવાળી (~*woman* પણ).

char-a-banc (શૅરબૅંગ), ના૦ (બ૦ વ૦ chars-a-bancs), **charabanc** (બ૦ વ૦ charabancs), ના૦ આગળની દિશામાં બેઠકનાં મોઢાંવાળી મોટર બસ જેવી એક લાંબી ગાડી – મોટરગાડી.

character (કૅરિક્ટર, કૅર –), ના૦ વિશિષ્ટ લક્ષણ – ચિહ્ન; (બ૦ વ૦) અક્ષરો કે આંકડા, અક્ષર; ચારિત્ર્ય; નીતિધૈર્ય, ચારિત્ર્યબળ, પ્રતિષ્ઠા, આબરૂ; નવલકથા કે નાટક, ઇ.માંનું પાત્ર; કોઈની ચાલચલગત વિષે પ્રમાણપત્ર; (વર્તનવહેવારમાં) બીજાઓથી જુદી પડતી વ્યક્તિ.

characteris'tic (કૅરક્ટરિસ્ટિક), વિ૦ વિશેષ ગુણ બતાવનારું, વિશિષ્ટ; લાક્ષણિક. ના૦ વિશિષ્ટ ગુણ – લક્ષણ, ખાસિયત, ખૂબી.

cha'racterize (કૅરક્ટરાઇઝ઼), સ૦ ક્રિ૦ (–zable). લક્ષણ કે ગુણ કહેવાં–વર્ણવવાં; (ચિકિત્સાપૂર્વક) પાત્રવર્ણન કરવું; -નું ખાસ લક્ષણ હોવું. **characteriza'tion,** ના૦ (નાટક, ઇ.નું) પાત્રાલેખન.

charade' (શરાડ), ના૦ શબ્દસમસ્યા, ઉખાણું, જેમાં શબ્દના એક એક ભાગનું અભિનયથી સૂચન કરવામાં આવે છે ને તે પરથી કયો શબ્દ હોઈ શકે તે ઓળખવાનું હોય છે. (દા. ત. car, pet=carpet)

char'coal (ચારૂકોલ), ના૦ લાકડાનો કોલસો; એક પ્રકારનો કાર્બન. [char.

chare (ચેર), ના૦ અને અ૦ ક્રિ૦ જુઓ

charge (ચાર્જ), ના૦ ભાર; બંદૂક, બૅટરી, ઇ. માં ભરવાનો દારૂ, વીજળીનો પ્રવાહ, ઇ. -નો જથ્થો; માગેલી કિંમત; સોંપેલું કામ; હવાલે સોંપેલી વસ્તુ કે માણસ, હવાલો; પાલકત્વ, કબજો; આરોપ, તહોમત; હુમલો, ધસારો. *give* person *in* ~, પોલીસને હવાલે કરવું. *in* ~ *of,* -ના કબજામાં. ઉ૦ ક્રિ૦ (બંદૂક, ઇ. માં) બાર ભરવો; વીજળી પૂરવી; ભરવું; કામ સોંપવું; ગંભીરતાથી આદેશ આપવો, દાબીને કહેવું; આરોપ મૂકવો; -ની કિંમત માગવી; વેગથી હુમલો – ધસારો–કરવો, તૂટી પડવું. ~ *person with,* -ની સામે આરોપ કરવો; કશુંક કરવાનું સોંપવું.

charge'able (ચાર્જેબલ), વિ૦ તહોમત મૂકી શકાય એવું, આરોપપાત્ર; -ની પાસે ખર્ચ–કિંમત – માગી શકાય એવું; -ના ખાતામાં ઉધારી શકાય એવું. [રાજનો ગૌણ કક્ષાનો એલચી.

chargé (d'affaires) (શાર્ઝે દ ફેર), ના૦

char'ger (ચાર્જર), ના૦ ક્રિયા૦ ના અર્થોમાં; લશ્કરી અમલદારનો ઘોડો; મોટી સપાટ થાળી, ટાટ. [આરોપપત્ર.

charge-sheet, ના૦ તહોમતનામું,

cha'riot (ચૅરિઅટ), રથ, ચાર પૈડાંની ભવ્ય ગાડી; યુદ્ધરથ. **charioteer** (ચૅરિઅટિઅર), ના૦ રથ હાંકનાર, સારથિ.

cha'ritable (ચૅરિટબલ), વિ૦ સખી, દાતા, દાનધર્મી; (દવાખાનું ઇ.) ધર્માદા; ઉદાર – મોટા –મનનું (વિ. ક. કોઈને વિષે મત બાંધવામાં).

cha'rity (ચૅરિટિ), ના૦ માણસજાતને વિષે પ્રેમ (ખ્રિસ્તી ધર્મમાં કહેલા ત્રણ ગુણો પૈકી); (પારકા વિષે મત બાંધવામાં) ઉદારતા; માયાળુપણું; ભિક્ષા આપવી તે, દાનધર્મ; સખાવત; અનાથ, ઇ. ને મદદ કરનારી ધર્માદા સંસ્થા. ~*-boy,* ~*-girl,* ધર્માદા સંસ્થા દ્વારા જેનો ઉછેર થયો હોય એવો છોકરો કે છોકરી.

charivar'i (શારિવારિ), ના૦ ધમાલ, ગરબડ, બૂમબરાડા.

charl'atan (શાર્લટન), ના૦ પોતાને મોઢે પોતાની હોશિયારી – જ્ઞાન – ની બડાઈ હાંકનારો; ઢોંગી; ઊંટવૈદ, નીમહકીમ.

Charles'ton (ચાર્લ્ટન, ચાર્લ્સ્ટ–), ના૦ એક અમેરિકન નૃત્ય.

charl'ock (ચાર્લક), ના૦ રાઈનો છોડ.

charm (ચાર્મ), ના૦ મંત્ર, મંત્રાક્ષર; મંતરેલું

તાવીજ, માદળિયું; મોહકતા, આકર્ષકતા; (બ૦ વ૦) સૌંદર્ય. સ૦ ક્રિ૦ મંત્રબળે વશ કરવું-રાખવું; મોહિત કરવું, મોહ પમાડવું; આનંદ આપવો. *a ~ed life*, જાણે મંત્રબળે સુરક્ષિત હોય એવું જીવન. **charm'er** (ચાર્મર), ના૦ ક્રિયા૦ ના અર્થોમાં; (વિ. ક. મશ્કરીમાં) સુંદર સ્ત્રી, મોહિની. **charming**, વિ૦ મોહક; સુંદર.

charn'el-house (ચાર્નલ્-હાઉસ,), ના૦ હાડકાં કે મડદાં જ્યાં ખડકવામાં આવતાં હોય એવું મકાન કે ભોંયરું.

chart (ચાર્ટ), ના૦ (વહાણવટીઓ માટેનો) દરિયાઈ નકશો; નકશો, પટ; કોઠાવાર, ખાતાવાર અથવા આકૃતિઓ સાથે માહિતી આપનારું પત્રક. સ૦ ક્રિ૦ -નો નકશો બનાવવો.

chart'er (ચાર્ટર), ના૦ રાજા કે રાજ્ય તરફથી અપાયેલો લેખિત અધિકારપત્ર, સનદ; ખાસ હક; દસ્તાવેજ, ખતપત્ર. સ૦ ક્રિ૦ સનદ આપવી; ખાસ કરાર કરી વહાણ, વિમાન, ઇ. ભાડે રાખવું-આપવું. *~-party*, ના૦ વહાણનો માલિક અને વેપારી વચ્ચેનો વહાણના ઉપયોગ અને માલ અંગે કરાર.

chart'ered (ચાર્ટર્ડ), વિ૦ સનદ વડે રક્ષિત-અપાયેલું. *~accountant*, ના૦ ઇન્સ્ટિટ્યૂટ ઑફ અકાઉન્ટન્ટ્સની પરીક્ષા પસાર કરીને તેનો સભ્ય થયેલ વ્યક્તિ.

chart'ist (ચાર્ટિસ્ટ), ના૦ ઇંગ્લન્ડમાં ૧૮૩૭-૪૮ દરમ્યાન લોકોના હકોની સનદ માટે ચાલેલી ચળવળનો અનુયાયી-માં ભાગ લેનાર. **chart'ism**, ના૦ એ ચળવળના સિદ્ધાન્તો.

char'woman (ચાર્વૂમન), ના૦ કલાક કે દિવસના હિસાબે ઘરકામ માટે રોકેલી કામવાળી, છૂટક મજૂરણ.

char'y (ચેરિ, ચે'અરિ), વિ૦ સાવધાન, ફિકરમંદ; (શ્રેય-સાબાશી-આપવામાં) કરકસરિયું (*~ of*).

chase (ચેસ), સ૦ ક્રિ૦ ધાતુ પર નકશી કોતરવી-આકૃતિ ઉપસાવવી.

chase, સ૦ ક્રિ૦ -ની પાછળ પડવું, -નો પીછો-પૂઠ-પકડવી; પકડી પાડવાનો પ્રયત્ન કરવો; -નો શિકાર કરવો. ના૦ પાછળ પડવું તે, પીછો; શિકાર, મૃગયા.

chase, ના૦ ગોઠવેલાં બીબાં-કંપોઝ કરેલા ટાઇપ-રાખવા માટેની લોઢાની ફ્રેમ.

cha'sm (કૅઝ઼મ), ના૦ ઊંડી ફાટ-ચીરો, ખાઈ; (ભાવના, વિચાર, ઇ.માં) મોટો તફાવત.

chassis (શૅસી), ના૦ (બ૦ વ૦ એ જ) ગાડી, મોટર ઇ.ના ઉપરના ભાગ-સાટી-ને આધારભૂત એવાં પૈડાં તથા માંચડો-ઘોડી.

chaste (ચેસ્ટ), વિ૦ શુદ્ધ આચરણવાળું, સદ્ગુણી; (સ્ત્રી) સતી, સાધ્વી; (રુચિ, શૈલી, ઇ.માં) નિર્દોષ, સંયમી; (વાણીમાં) સંસ્કારી, શુદ્ધ. **chaste'ness**, ના૦ શુદ્ધતા; પાતિવ્રત્ય.

cha'sten (ચેસન), સ૦ ક્રિ૦ સજા-શાસન-કરીને સુધારવું-શિસ્ત પાળતું કરવું, પાંશરું સીધું-કરવું; શુદ્ધ કરવું; નમ્ર બનાવવું.

chastise' (ચૅસ્ટાઇઝ઼), સ૦ ક્રિ૦ સજા કરવી, માર દેવો-મારવો. **chas'tisement** (ચૅસ્ટિઝ઼્મન્ટ), ના. સજા, શિક્ષા, નસિયત.

chas'tity (ચૅસ્ટિટિ), ના૦ શુદ્ધતા, પાવિત્ર્ય; સતીપણું, પાતિવ્રત્ય; બ્રહ્મચર્ય.

chas'uble (ચૅઝ઼્યુબલ), ના૦ પાદરીનો બાંય વિનાનો ઝભ્ભો.

chat (ચૅટ), અ૦ ક્રિ૦ (chatted). છૂટથી વાતો કરવી, તડાકા-ગપ્પાં-મારવાં. ના૦ તડાકા, ગપાટા, અમથી વાતો; એક જાતનું પક્ષી.

château (શાટો, શૅ-), ના૦ (બ૦ વ૦ châteaux). ફ્રેંચ ઉમરાવનો ગામડામાંનો બંગલો-હવેલી.

chat'elaine (શૅટલેન), ના૦ સ્ત્રીના કમરપટાએ જોડેલો ચાવીઓ, ઘડિયાળ, ઇ. લટકાવવા માટેનો આંકડો; ઘરની ધણિયાણી, ગૃહસ્વામિની, શેઠાણી.

chatt'el (ચૅટલ), ના૦ (બહુધા બ૦ વ૦માં) જંગમ મિલકત. *household ~*, ઘરવખરી.

chatt'er (ચૅટર), અ૦ ક્રિ૦ ઉતાવળથી, સતત, નજીવી બાબત વિષે, વિચાર કર્યા વગર, બોલવું-બકવાટ કરવો; ટાઢ, ઇ.થી દાંત કકડાવવા. ના૦ બકવાટ, લવરી, ઇ.; નકામી-અર્થહીન-વાત. **chatt'erbox** (ચૅટર્બૉક્સ), ના૦ ખૂબ બકબક કરનારું બાળક; વાતોડિયું માણસ.

chatt'y (ચૅટિ), વિ૦ વાતોડિયું, બોલકણું.

chauffeur' (શોફર), ના૦ મોટરનો ડ્રાઇવર–હાંકનાર. તે પરથી **chauffeuse** (શોફર્ઝ઼), ના૦ મોટર હાંકનારી સ્ત્રી.

chauv'inism (શોવિનિઝ઼મ), ના૦ લડાયક–આક્રમક–દેશાભિમાન, આંધળું કટ્ટર સ્વદેશાભિમાન. **chauv'inist,** ના૦ આંધળો કટ્ટર સ્વદેશાભિમાની.

cheap (ચીપ), વિ૦ સસ્તું, સોંઘું, હલકી કિંમતનું; સુલભ, સહેજે મળે એવું; હલકું, નકામું. *hold* ~, હલકું લેખવું, -નો અનાદર કરવો. ક્રિ૦ વિ૦ સસ્તે ભાવે.

cheap'en (ચીપન), સ૦ક્રિ૦ કિંમત ઉતારી દેવી, મૂલ્ય ઘટાડવું, સસ્તે ભાવે મૂકી દેવું.

Cheap Jack, ના૦ જૂનો સસ્તો માલ વેચનાર ફેરિયો.

cheat (ચીટ), ઉ૦ ક્રિ૦ છેતરવું, છળકપટથી મેળવવું. ~ *person (out) of*, -ને છેતરીને લેવું. ના૦ દગો, છેતરપિંડી; તે કરનાર ઠગ, ધુતારો; રમતમાં ખોટ્ટાઈ કરનારો.

check (ચે'ક), ઉદ્‌ગાર૦ શેતરંજમાં રાજાને શેહ આપ્યાનું જાહેર કરવા માટે વપરાય છે. ના૦ રાજાને શેહ; એકદમ અટકાવવું તે, અટકાવ, પ્રતિબંધ, અવરોધ; અટકવું તે, વિરામ; અંકુશ, દાબ; બરાબર છે કે નહિ તે મેળવી જોવાનું – તપાસવાનું – સાધન; કાપડ; પહોંચ, માલિકીનો દાખલો; હૂંડી, ચેક. ઉ૦ ક્રિ૦ [શેતરંજમાં] શેહ આપવી; અટકાવવું, રોકવું; કાબૂમાં રાખવું; બરાબર છે કે નહિ તે તપાસવું, મેળવી જોવું; -નો દોષ કાઢવો, -ને ઠપકો આપવો.

check'ed, વિ૦ (કપડું, ઇ.) ચોકડાવાળું.

check'er (ચે'કર), જુઓ chequer.

check'ers (ચે'કર્ઝ઼), ના૦ બ૦ વ૦ કાંકરીદાવ જેવી એક રમત.

check'mate (ચે'કમેટ), ના૦ [શેતરંજમાં] શેહમાત, માત; આખરી–પૂરેપૂરી–હાર. સ૦ ક્રિ૦ માત કરવી; -નું ફાવવા ન દેવું, હરાવવું.

cheek (ચીક), ના૦ ગાલ, કપોલ; નફટાઈ, નિર્લજ્જપણું; (બ૦ વ૦માં) પકડ કે સીગરાની બાજુઓ (જડબાં). *have the* ~ *to*, -ની ધૃષ્ટતા કરવી. ~ *by jowl*, તદ્દન નજીક –પાસે પાસે, અડોઅડ કપોલ. **cheek'y** (ચીકિ), વિ૦ ઉદ્ધત, નફટ, નિર્લજ્જ.

cheep (ચીપ), ના૦ પક્ષીના બચ્ચાનો તીણો અવાજ. અ૦ ક્રિ૦ એવો અવાજ કરવો.

cheer (ચિઅર), ના૦ મનઃસ્થિતિ, મિજાજ; ખુશમિજાજ, ખુશાલી; ખોરાક; ખુશાલીનો પોકાર, હર્ષનાદ, જયજયકાર. *of good* ~, સુખી. ઉ૦ ક્રિ૦ ખુશ–રાજી–કરવું; ઉત્સાહ–ઉત્તેજન–આપવું; સાબાશી આપવી. ~ *up*, હિંમત આપવી – પકડવી, આનંદિત કરવું – થવું.

cheer'ful, વિ૦ આનંદી, ખુશમિજાજ.

cheerio (ચીરિઓ), ઉદ્‌ગાર૦ મજામાં ને! રામરામ!

cheer'less, વિ૦ ઉદાસ, ખિન્ન.

cheer'y (ચિઅરિ), વિ૦ આનંદી, ઉમંગવાળું.

cheese (ચીઝ઼), ના૦ પનીર, (શિખંડ માટેનો) મસ્કો; એની કેક અથવા લાડુ.

cheese-cloth, ના૦ બહુ ઝીણું કપડું.

cheese'monger (–મંગર), ના૦ પનીર, માખણ, ઇ. વેચવાવાળો.

cheese'-paring (ચીઝ઼-પે'અરિંગ), વિ૦ કંજૂસ, મખ્ખીચૂસ; હલકટ.

cheet'ah (ચીતા), ના૦ ચિત્તો.

chef (શે'ફ), ના૦ વડો રસોઇયો.

chef-d'oeuvre (**શેડર્વ્ર**), ના૦ લેખક કે કલાકારની શ્રેષ્ઠ કૃતિ.

chem'ical (કે'મિકલ) વિ૦ રસાયનશાસ્ત્રનું –ને લગતું–વડે બનેલું, રાસાયનિક. ના૦ રાસાયનિક પ્રક્રિયામાં વપરાતી વસ્તુ–દ્વારા નિર્માણ થયેલી વસ્તુ; રાસાયનિક દ્રવ્ય.

chemise' (શિમીઝ઼), ના૦ સ્ત્રીઓનું અંદર પહેરવાનું વસ્ત્ર, બદન.

chem'ist (કે'મિસ્ટ), ના૦ રસાયનશાસ્ત્રી; રાસાયનિક પદાર્થો–વિ. ક. દવાઓ – વેચવા વાળો, દવાવાળો. [શાસ્ત્ર–વિદ્યા.

chem'istry (કે'મિસ્ટ્રિ), ના૦ રસાયન-

chenille' (શિનીલ, શ–), ના૦ પોશાક અને ફર્નિચરને શોભાવવાની મખમલની ફૂમતાવાળી પટી – દોરી.

cheque, check (ચે'ક), ના૦ નાણાં મેળવવાનો રુક્કો, હૂંડી, ચેક. *bearer* ~, **શાહજોગ હૂંડી.** *blank* ~, **કોરો ચેક.** *crossed* ~, ખાતા જોગ હૂંડી (જે કોઈના ખાતામાં જમા કરી શકાય). *order* ~, **નામ-**

જોગ હૂંડી.

che'quer, check'er (ચે'કર), ના૰ (બહુધા બ૰વ૰માં) ચોરસ આકૃતિવાળી અથવા એકાંતરે રંગીન પટાવાળી ભાત. સ૰ ક્રિ૰ ચોકડીની ભાતવાળું બનાવવું, વિવિધતા-વાળું–ધૂપછાંવવાળું–કરવું. **che'quered,** વિ૰ વિવિધરંગી ચોકડીવાળું–ચોકડીઓ છાપેલું, વિવિધતાવાળું, તડકાછાંયડાવાળું (જીવન, કારકિર્દી, ઇ. દા.ત. ~ *career*).

Cheq'uers (ચે'કર્સ), ના૰ ઇંગ્લંડના વડા પ્રધાનનું ગામડાનું રહેઠાણ.

che'rish (ચે'રિશ), સ૰ ક્રિ૰ -ની ઉપર હેત–માયા–દેખાડવી, હેતથી લાલનપાલન કરવું; મનમાં–હૃદયમાં–સંઘરવું.

cheroot' (શરૂટ,શિ–), ના૰ ચિરૂટ, તમાકુના પાદડાંની બીડી, જેના બન્ને છેડા ખુલ્લા હોય છે.

che'rry (ચે'રિ), ના૰ એક જાતનું ઠળિયા-વાળું ફળ, ચેરી; એ ફળવાળું ઝાડ; તેનું લાકડું; સ્વચ્છ અને ખૂલતો લાલ રંગ. વિ૰ ચેરીના રંગનું, લાલચોળ, રાતું. ~*-pie*, ના૰ જાંબુડા રંગનાં ફૂલવાળો એક છોડ.

che'rub (ચે'રબ), ના૰ (બ૰વ૰ cherubs, cherubim). દેવદૂત, એક પ્રકારનો ફિરસ્તો; સુંદર બાળક. **cheru'bic** (ચરૂ-બિક), વિ૰ દેવદૂત કે સુંદર બાળકના જેવું, ખૂબસૂરત.

chess (ચે'સ), ના૰ શેતરંજ (ના રમત).
chess'-board, ના૰ શેતરંજનો પટ.
chess'-men,ના૰બ.વ.શેતરજનાં મહોરાં.

chest (ચે'સ્ટ), ના૰ મજબૂત પેટી, પટારો; તિજોરી; છાતી. ~ *of drawers,* ખાનાંવાળું કબાટ કે પેટી.

ches'terfield (ચે'સ્ટરફીલ્ડ), ના૰ બેસ-વાનો કોચ; એક જાતનો ડગલો–ઓવરકોટ.

chest'nut(ચે'સ્નટ), ના૰ એક જાતનું ઝાડ;તેનું ચળકતું બદામી ફળ; ચળકતો બદામી રંગ; બદામી રંગનો ઘોડો; વાસી ટુચકો. વિ૰ ચેસનટના રંગનું, ચળકતું બદામી.

cheval'-glass(શિવૅલ્ગ્લાસ, શ–), ના૰બે થાંભલી વચ્ચે જડેલો લટકતો ઊંચો અરીસો.

chevalier' (શે'વલિઅર), ના૰ સરદારોના અમુક વર્ગનો માણસ, સરદાર; ઘોડેસવાર.

chev'iot (ચેવિઅટ, ચી–), ના૰ ચેવિઅટ ડુંગરાનાં ઘેટાંનું ઊન; તે ઊનનું કાપડ.

chev'ron (શે'વ્રન), ના૰ સવળા કે ઊંધા 'વી' (V અથવા Λ)ના આકારની વાળેલી પટ્ટી (સ્થાપત્યમાં કે ઢાલ પર કુળના ચિહ્ન તરીકે); લશ્કરી અમલદારના પદની સૂચક નિશાની તરીકે ગણવેશની બાંય પર વપરાતી ફીતની પટ્ટી(ઓ).

chev'y (ચે'વિ), chi(v)v'y (ચિવિ),ના૰ એક મેદાની રમત. ઉ૰ ક્રિ૰ પાછળ પડવું, પાછળ પડીને ભગાડી મૂકવું.

chew (ચૂ), ઉ૰ ક્રિ૰ ચાવવું; મનમાં ઘોળવું–ઘોળ્યા કરવું. ના૰ ચાવવું તે, ચર્વણ;તમાકુની ફાકી. ~ *the cud,* વાગોળવું; ધ્યાન ધરવું.

chiaroscur'o(ક્યારસ્કૂરો,–ક્યૂરો,),ના૰ ચિત્રમાં છાયાપ્રકાશ (નું દિગ્દર્શન); કુદરતમાં છાયા પ્રકાશની અસર; છાયા પ્રકાશવાળી રૂપરેખા–રેખાચિત્ર.

chic (શિક); ના૰ કૌશલ્ય; શૈલી. વિ૰ ફૅશનબલ, અદ્યતન શૈલીનું કે ફૅશનવાળું,સુંદર

chican'ery (શિકેનરિ), ના૰ પ્રપંચ, કાય-દાના યુક્તિપ્રપંચ; છળકપટ.

chick (ચિક), ના૰ મરઘીની જાતના પક્ષીનું બચ્ચું, પીલું;બાળક, બચ્ચું. *the* ~*s,* કુટુંબનાં બચ્ચાં. **chick'abiddy** (ચિકબિડિ), ના૰ બેટા, બચુ, ઇ. બાળક માટે વહાલનો શબ્દ.

chick'en (ચિકન), ના૰ મરઘીનું બચ્ચું, મરઘું; તેનું માંસ; બાળક. *count* one's ~*s before they are hatched,* ભેંસ ભાગોળે, છાશ છાગોળે ને ઘેર ધમાધમ.
chick'en-hearted (ચિકન્હાર્ટિડ), વિ૰ ડરપોક, બાયલું. **chick'en-pox** (ચિકન્-પૉક્સ), ના૰ અછબડા

chick'ling (ચિક્લિંગ), ના૰ ચાર માટે કરવામાં આવતું એક કઠોળ. [નાનો છોડ.

chick'-weed (ચિક્વીડ), ના૰ એક

chic'ory (ચિકરિ), ના૰ વાદળી ફૂલવાળો એક છોડ, જેનાં બિયાં દળીને કૉફી સાથે અથવા તેને બદલે વપરાય છે.

chide (ચાઇડ), ઉ૰ક્રિ૰ (ભૂ૰કા૰ chid; ભૂ૰ કૃ૰ chidden, chid). ઠપકો આપવો, વઢવું.

chief (ચીફ), ના૦ નાયક, રાજા; જાતિ, જમાત કે ન્યાતનો વડો; [વાત.] સંસ્થાનો – ખાતાનો – ઉપરી. વિ૦ સૌથી વધુ મહત્ત્વનું, મુખ્ય. [સૌથી પહેલું; મોટે ભાગે.

chief'ly (ચીફ્લિ), ક્રિ૦ વિ૦ મુખ્યત્વે કરીને;

chief'tain (ચીફ્ટિન), ના૦ લશ્કરી ટુકડીનો સરદાર; જમાત, કોમ કે ટોળી (વિ. ક. લુટારુઓની)નો આગેવાન – નાયક.

chiff'-chaff (ચિફ્-ચૅફ), ના૦ એક ગાનારું પક્ષી.

chiffon (શિફન), ના૦ ઝીણું પારદર્શક રેશમી કપડું, ઝીણું જાળીદાર કાપડ; (બ૦ વ૦) સ્ત્રીઓનાં લૂગડાંની ફીત, ઝાલર, ઇ. શણગાર.

chiffonier' (શિફનિઅર), ના૦ દીવાનખાનામાં નાની નાની વસ્તુઓ મૂકવાનું સહેલાઈથી ખસેડી શકાય એવું બેઠું કબાટ; [અમે.] ખાનાંવાળું ઊંચું કબાટ.

chignon' (શિનૉન, શે'ન્યૉન), ના૦ અંબોડો (વિ. ક. વાળમાં કડું કે રિંગ જેવી કોઈ વસ્તુ ગોઠવીને તે પર વાળેલો).

chil'blain (ચિલ્બ્લેન), ના૦ ટાઢથી હાથપગની ચામડીનું ફાટવું.

child (ચાઇલ્ડ), ના૦ (બ૦ વ૦ children). બાળક, છોકરું; અપત્ય, ફરજંદ; પેદા કરેલી – નિર્મિત – વસ્તુ. *with* ~, સગર્ભા, ભારેવાઈ. ~*'s play*, રમતવાત. [પ્રસવ.

child'bed, child'birth, ના૦ સુવાવડ,

child'hood (ચાઇલ્ડહુડ), ના૦ બચપણ, બાલ્યાવસ્થા, નાનપણ.

child'ish (ચાઇલ્ડિશ), વિ૦ બાલિશ, છોકરવાદ, નાદાન. [નિખાલસ – સરળ.

child'like, વિ૦ બાળક જેવું નિર્દોષ –

chill (ચિલ), ના૦ ઠંડી, ટાઢ; ધ્રુજારી, ટાઢ; શરદી; નાઉમેદી. વિ૦ ટાઢું, ધ્રુજારી આણે એવું, હૂંફ કે ગરમી વિનાનું; નાઉમેદ. ઉ૦ક્રિ૦ ઠંડું કરવું – થવું; નાઉમેદ કરવું – થવું. [ભૂકી.

chill'i (ચિલિ), ના૦ સૂકું મરચું; મરચાની

chill'y (ચિલિ), વિ૦ ઠંડું, ટાઢું હિમ; હૂંફ – હૂંફાળી લાગણી – વગરનું; ઉદાસીન. **chill'iness**, ના૦ ઠંડી, શૈત્ય; ઉદાસીનતા.

chime (ચાઇમ), ના૦ ઘંટડીઓનો મધુર અવાજ; એક રાગની ઘંટાવાલ; એક રાગ, તાલ. ઉ૦ ક્રિ૦ ઘંટ વગાડવો; એક રાગે વાગવું; ઘંટ વગાડીને કેટલા વાગ્યા તે બતાવવું; -ની સાથે મેળ ખાવો – એકરાગ થવું – હોવું. ~*in*, બીજું કોઈ વાત કરતું હોય ત્યારે વચમાં બોલવું.

chimer'a (કિમીરા, કાઇમિઅરા), **chimaera** (કાઇમિઅરા), ના૦ માથું સિંહનું, નીચેનો ભાગ બકરાનો ને સાપની પૂંછડીવાળો મોઢામાંથી જ્વાળા નીકળતો ગ્રીક લોકોનો એક કલ્પિત રાક્ષસ, હાઉ; વૃથા તરંગ – કલ્પના. **chime'rical** (કિમે'રિકલ), વિ૦ કલ્પિત; ખોટું, ખાલી.

chim'ney (ચિમ્નિ), ના૦ ધુમાડિયું; દીવાની કાચની નળી, ચીમની; જે પર થઈને ઉપર જઈ શકાય એવી પહાડની બાજુમાંની સાંકડી ફાટ – ખીણ.

chim'ney-piece, ના૦ ચૂલા ફરતી નકશીદાર લાકડાની કે પથ્થરની રચના; ચૂલા પરની છાજલી.

chim'ney-pot (ચિમ્નિ-પૉટ), ના૦ ધુમાડિયાની ટોચ ઉપરની નળી.

chim'ney-stack, ના૦ ધુમાડિયાની નળીઓનું એકત્ર ચણતર.

chimpanzee' (ચિમ્પૅન્ઝી), ના૦ એક જાતનો માણસ જેવો વાંદરો, આફ્રિકાનો એપ વાનર.

chin (ચિન), ના૦ હડપચી, ટાચું, હનુવટી.

china (ચાઇના), ના૦ ચિનાઈ માટીનાં વાસણ; ચીની માટી; *C*~, ચીન દેશ. વિ૦ ચિનાઈ માટીનું (બનાવેલું).

chinchill'a (ચિન્ચિલા), ના૦ અમેરિકાનું ઉંદર જેવું એક નાનું પ્રાણી; તેની રુવાંટી – ચામડી.

chine (ચાઇન), ના૦ કરોડ, પૃષ્ઠવંશ; ટેકરાની ધાર; પીઠ; તે ભાગમાંથી કાપેલું માંસ.

Chinese' (ચાઇનીઝ઼), વિ૦ ચીનનું. ના૦ (બ૦ વ૦ એ જ) ચીનના લોકો કે તેમની ભાષા. ~ *lantern*, રંગીન કાગળનું ગડી વાળી શકાય એવું ફાનસ – દીવો.

chink (ચિંક), ના૦ (કાચનાં વાસણ, પૈસા, ઇ. નો) ખણખણાટ, ખડખડાટ; તરડ, ચીર; [વિ. બો.] પૈસા. ઉ૦ક્રિ૦ ખણખણવું (પૈસાનું), તરડવું, તરડાવું, ફાટવું ફાડવું.

Chink, ના૦ ચીનો.

chintz (ચિંટ્સ્), ના૦ છાપેલું સુતરાઉ કાપડ, છીંટ.

chip (ચિપ), ઉ૦ ક્રિ૦, નાનાં નાનાં છોડિયાં – કકડા–કરવા, ઉપરથી છોડિયાં ઊખડી જવાં; [વાત.] મશ્કરી કરવી. ના૦ છોડિયું, નાનો કકડો; છોલાયેલી જગ્યા; (બ૦ વ૦) [વાત.] બટાકાની (તળેલી) કાતરી. *a ~ of the old block*, -નો જ વંશજ; બાપ તેવા બેટા, વડ તેવા ટેટા. *~ in*, બીજાની વાતમાં એકદમ ટપકી પડવું.

chip'muck, chip'munk (ચિપ્મક, ચિપ્મંક), ના૦ ઉ. અમેરિકાની ખિસકોલી.

chirop'ody (કિરૉપડિ), ના૦ હાથ, પગ, નખ, ઇ. નો ઉપચાર. **chirop'odist**, ના૦ એ ઉપચાર કરનાર.

chiroprac'tor (કાઇરપ્રૅક્ટર), ના૦ કરોડને બરાબર ગોઠવી કરીને શારીરિક રોગો મટાડનાર.

chirp (ચર્પ) ના૦ ચકલીનું–ની જેમ–ચકચક–ચીંચીં–કરવું તે. અ૦ ક્રિ૦ ચીં ચીં કરવું. **chirp'y** (ચાપ), વિ૦ આનંદી, હસમુખું.

chi'rrup (ચિરપ), ના૦ ચીંચીં કે ચકચક અવાજ. અ૦ ક્રિ૦ એવો અવાજ કરવો. **chi'rrupy**, વિ૦ ચીં ચીં કરનારું; સુખી, આનંદી.

chis'el (ચિઝ્લ), ના૦ (સુથારની) ફરશી, ટાંકણું. સ૦ ક્રિ૦ (ફરશી વતી) કાપવું, છોલવું, ટાંકવું, મઠારવું; [વિ. બો.] છેતરવું; કાયદાની ખામીનો લાભ લઈ ને ખોટી રીતે પૈસા મેળવવા. *the ~*, શિલ્પીનું ટાંકણું; શિલ્પકળા.

chit (ચિટ), ના૦ ચિઠ્ઠી.

chit, ના૦ નાનું બાળક; [તિરસ્કારમાં] છોકરી (*~ of a girl*). [વાતો, ગપસપ.

chit-chat (ચિટ્ચૅટ), ના૦ ઠંડા પહોરની

chiv'alrous (શિવલ્રસ), વિ૦ વીરને છાજે તેવું, સમ્માનવાળું; દાક્ષિણ્યવાળું (વિ. ક. સ્ત્રીઓ પ્રત્યે); નિઃસ્વાર્થ; અતિ ઉત્સાહી, અડવા જેવું.

chiv'alry (શિવલ્રિ), ના૦ [પ્રા.] ઘોડેસવારો, હયદળ; મધ્યયુગીન સરદારોની સંસ્થા–જીવનપદ્ધતિ; આદર્શ સરદાર–વીર–ના ગુણો; સ્ત્રીદાક્ષિણ્ય, સ્ત્રીસેવાની લગન.

chive, cive (ચાઇવ, સાઇવ), ના૦ એક વનસ્પતિ, નાની ડુંગળીની એક જાત.

chi(v)vy, જુઓ chevy.

chlor'ide (ક્લોરાઇડ), ના૦ [રસા.] ક્લોરિનનો સમાસ; ઊજળું કે સફેદ કરી દેનાર પદાર્થ.

chlor'ine (ક્લૉરિન,–રી–), ના૦ ધાતુ નહિ એવું એક મૂળ દ્રવ્ય; લીલાશ પડતો, પીળો દુર્ગંધવાળો ભારે વાયુ–ગૅસ.

chlor'oform (ક્લૉરફૉર્મ), ના૦ બેશુદ્ધિ–ઘેન–લાવવાની દવા, જે સૂંઘવાથી માણસ બેભાન બને છે એવું એક પ્રવાહી દ્રવ્ય, ક્લૉરોફૉર્મ. સ૦ ક્રિ૦ ક્લૉરોફૉર્મ આપીને બેભાન બનાવવું.

chloromy'cetin (ક્લૉરમાઇસિટિન), ના૦ ટાઈફૉઇડનો તાવ, ઇ.માં અપાતી એક દવા.

chlor'ophyll (ક્લૉરફિલ), ના૦ વનસ્પતિમાં ને પાંદડાંમાં રહેલું લીલા રંગનું દ્રવ્ય.

chock (ચૉક), ના૦ લાકડાનો મોટો કકડો; અટકણ, ફાચર. સ૦ ક્રિ૦ ફાચર વડે મજબૂત–દૃઢ–કરવું. [વિ. બો.] **chock-a-block, chock-full**, વિ૦ ઠાંસેલું, ઠાંસીને ભરેલું.

choc'olate (ચૉકલિટ), ના૦ કોકોનાં બી દળીને તેની બનાવેલી ચકતી કે લોંદો; તેનું બનાવેલું પીણું; ઘેરો બદામી રંગ; (બ૦ વ૦) ચૉકલેટ નાંખીને બનાવેલી મીઠાઈઓ. *~ cream*, ચૉકલેટ ને મલાઈની એક મીઠાઈ. વિ૦ ચૉકલેટના રંગનું, ઘેરુ બદામી.

choice (ચૉઇસ), ના૦ પસંદ કરવું તે, પસંદગી; વીણી કાઢવું તે; જેમાંથી પસંદ કરી શકાય એવી વિવિધતા; પસંદ કરેલી વસ્તુ, પસંદગી; પસંદગીની છૂટ; કશાકનો શ્રેષ્ઠ અંશ. વિ૦ શ્રેષ્ઠ ગુણવાળું, ચૂંટી કાઢેલું; તોફા, ઉમદા, *Hobson's ~*, પસંદગી માટે અવકાશ ન હોવો તે.

choir (ક્વાયર), ના૦ વિ. ક. દેવળના ગાયકોનું જૂથ–મંડળી; તેમની દેવળમાં બેસવાની જગ્યા; નાચનારાઓની મંડળી. ઉ૦ ક્રિ૦ એક સાથે–એક રાગથી–ગાવું.

choke (ચોક), ઉ૦ ક્રિ૦ (–able). શ્વાસ રૂંધવો–બંધ કરવો, ગૂંગળાવવું; રસ્તો બંધ કરવો, રોકવું, પૂરી રાખવું; શ્વાસ ધાવો, ગૂંગળાવું; અંતરસ જવું; મોટરના એંજિનમાં

હવા ઓછી આવવી–આવવાનું બંધ થવું; પુરાઈ જવું, બંધ થવું. ના૦ ગૂંગળામણ (થવી તે). ~ *off*, પ્રયત્ન કરવાનું છોડાવવું.

choker (ચોકર), ના૦ ઊંચો કૉલર; ગળામાં તંગ બેસતો હાર.

chol'er (કૉલર), ના૦ પિત્ત; ક્રોધ, ગુસ્સો. **chol'eric** (કૉલરિક), વિ૦ ચીઢિયું, તામસી, ક્રોધી.

chol'era (કૉલરા), ના૦ કોગળિયું, મહામારી, કૉલેરા.

choose (ચૂઝ઼), ઉ૦ક્રિ૦ (ભૂ૦કા૦ chose; ભૂ૦કૃ૦ chosen;–sable). પસંદ કરવું, ચૂંટવું; વિકલ્પોમાંથી પસંદગી કરવી; -ની મરજી હોવી, -નો નિર્ણય કરવો.

chop (ચૉપ), ઉ૦ ક્રિ૦ કુહાડા વતી કકડા કરવા, કાપવું; નાના નાના કકડા કરવા. ના૦ ઘા; કાપેલો ટુકડો (માંસ, ઇ. નો). ~ *and change*, સતત પરિવર્તન પામતું; વારંવાર વિચાર બદલવો.

chop, ના૦ જુઓ chap

chop-house, ના૦ મુખ્યત્વે માંસના ટુકડા રાંધનાર સસ્તી હોટેલ કે વીશી.

chopp'er (ચૉપર), ના૦ મોટા પાનાવાળી નાની કુહાડી, કુટ્ટી કાપવાની – ટુકડા કરવાની – કુહાડી.

chopp'y (ચૉપિ), વિ૦ (પવન, દરિયો, ઇ.) પ્રક્ષુબ્ધ, ખળભળેલું.

chops, ના૦ પ્રાણીનું મોઢું. *lick one's* ~, જીભ વતી હોઠ ચાટવા; ખાવાની ઇચ્છા બતાવવી, ખાવામાં આનંદ બતાવવો.

chop'sticks (ચૉપ્સ્ટિક્સ), ના૦ ચીની લોકો કોળિયો મોઢામાં મૂકવા માટે જે સળીઓ વાપરે છે તે (બહુધા હાથીદાંતની હોય છે).

chor'al (કૉરલ), વિ૦ ગાયક મંડળીનું-મંડળીએ ગાયેલું, બધાએ સાથે ગાયેલું. **chor-al(e)** (કૉરાલ), ના૦ સાદું સમૂહ ગીત.

chord (કૉર્ડ), ના૦ તંતુવાદ્યનો તાર–તાંત; હૃદયનો તાર; [ભૂમિતિ] ચાપકર્ણ, જ્યા.

chord, ના૦ [સં.] ગત, સ્વરમેળ.

chore (ચોર, ચૉર), ના૦ ઘરનું કે ખેતર પરનું પરચૂરણ કામ. જુઓ chare.

choreo'grapher (કરિઑગ્રફર, કૉ-), ના૦ સામૂહિક નૃત્યનાટિકાનો સંયોજક–નિર્દેશક.

choreog'raphy (કરિઑગ્રફિ, કૉ–), ના૦ નૃત્યનાટિકા સંયોજનની કળા.

chor'ic (કૉરિક), વિ૦ ગ્રીક નાટકોમાં થતા 'કોરસ'નું–'કોરસ'ના જેવું.

cho'rister (કૉરિસ્ટર), ના૦ સંગીત ભજનમંડળીમાંનો એક.

chor'tle (ચૉર્ટલ), અ૦ ક્રિ૦ ગાલ દાબીને હસવું, હરખમાં મનમાં હસવું. ના૦ તેનો અવાજ.

chor'us (કૉરસ), ના૦ ધાર્મિક સમારંભ અને નાટકોમાં ગાનારા અને નાચનારાઓની ટુકડી, ગાયક મંડળ – ઘણા લોકોએ – સાથે ગાવાનું ગીત કે બોલવાનું વચન; ગીતની ટેક, ઝીલવાની ટૂક. સ૦ ક્રિ૦ બધાએ સાથે મળીને ગાવું કે બોલવું.

chose, chosen, જુઓ choose.

chough (ચફ), ના૦ રાતા પગવાળો કાગડો.

chow (ચાઉ), ના૦ [લશ્કરી] ખોરાક; ચીની ઓલાદનો કૂતરો.

Christ (ક્રાઇસ્ટ), ના૦ યહૂદી લોકોની ભવિષ્યવાણીમાં કહેલો પરમેશ્વરે મોકલેલો લોકોનો ઉદ્ધાર કરનાર દૂત; ઈશુ ખ્રિસ્ત.

chri'sten (ક્રિસન), સ૦ ક્રિ૦ 'બાપ્તિસ્મા' નામનો સંસ્કાર કરીને ખ્રિસ્તી ધર્મમાં દાખલ કરવું; નામ પાડવું. **chri'stening**, ના૦ બાપ્તિસ્માનો સંસ્કાર કરવો તે, ખ્રિસ્તી બનાવવાનો વિધિ.

Chri'stendom (ક્રિસનડમ), ના૦ સમસ્ત ખ્રિસ્તી લોકો કે દેશો.

Christian (ક્રિસ્ટયન, –સ્ચન), વિ૦ ખ્રિસ્તનું કે તેના ધર્મનું; તે ધર્મ પાળનારું; ભલું, દયાળુ; સુધરેલું, સંસ્કારી. ના૦ ખ્રિસ્તી ધર્મનો અનુયાયી, ખ્રિસ્તી. ~ *era*, ખ્રિસ્તના જન્મથી ગણાતો કાળ, ઈસવી સન. ~ *name*, બાપ્તિસ્મા વખતે પાડવામાં આવતું નામ. ~ *Science*, દવાદારૂ વિના ખ્રિસ્તી ધર્મ પરની શ્રદ્ધા વડે દરદીનો રોગ મટાડવાની ઉપચારપદ્ધતિ.

Christian'ity (ક્રિસ્ટિઍનિટિ), ના૦ ખ્રિસ્તી ધર્મ – ગુણ – ચારિત્ર્ય.

Christ'mas (ક્રિસ્મસ), ના૦ ઈશુ ખ્રિસ્તની જન્મતિથિનો દિવસ, ૨૫ મી ડિસેમ્બર, નાતાલ (~ day). ~*-box* નાતાલને દિવસે ટપાલી, વેપારી, ઇ. ને અપાતા પૈસા. ~ *eve*, નાતાલ પહેલાંનો દિવસ. ~*-tree*, જેના પર નાતાલની ભેટની વસ્તુઓ, મીણબત્તીઓ ટાંગવામાં આવે

છે તે ઝાડ.

chromat'ic (ક્રમૅટિક, ક્રો-), વિ૦ રંગનું, રંગથી ભરપૂર. ~ *scale*, નામ૦ [સં.].દ્વિશ્રુતિક સ્વરોનો ગ્રામ. **chromat'ics** નામ૦ રંગોનું શાસ્ત્ર.

chrome (ક્રોમ), નામ૦ ક્રોમિયમ ધાતુના મિશ્રણમાંથી – સમાસમાંથી – તૈયાર કરેલો રંગ.

chrom'ium (ક્રોમિઅમ), નામ૦ એક સફેદ ધાતુરૂપ મૂળ તત્ત્વ.

chron'ic (ક્રૉનિક), વિ૦ (રોગ, ઇ.) સતત હાજર અથવા વારેવારે થતું, લાંબા વખતનું, દીર્ઘકાલીન; સ્થાયી; લાંબા વખતથી રોગવાળું. ~ *disease*, જે રોગે ઘર કર્યું હોય તેવો રોગ, ચરી ગયેલો રોગ, **chron'ically**, ક્રિ૦ વિ૦.

chron'icle (ક્રૉનિકલ), નામ૦ કાલક્રમાનુસાર બનાવોની યાદી – ઘટનાવલિ, ઇતિહાસ, તવારીખ. સ૦ ક્રિ૦ તવારીખમાં કે ડાયરીમાં નોંધવું; બયાન કરવું, ઇતિહાસ આપવો. **chron'icler** (ક્રૉનિક્લર), નામ૦નોંધનાર; યથાક્રમ ઇતિહાસ લખનાર.

chronolo'gical (ક્રૉનલૉજિકલ), વિ૦ કાલક્રમાનુસારી.

chronol'ogy (ક્રનૉલજિ), નામ૦ કાલક્રમાનુસાર ઘટનાવલિ, સાલવારી; ઘટનાઓનો કાળ નક્કી કરવાની વિદ્યા.

chronom'eter (ક્રનૉમિટર), નામ૦ કાળ માપવાનું સૂક્ષ્મ અને ચોક્કસ યંત્ર, સૂક્ષ્મકાલદર્શક યંત્ર – ઘડિયાળ.

chrys'alis (ક્રિસલિસ), નામ૦ જંતુનું ઇયળ અને પતંગિયા વચ્ચેની સ્થિતિ(નું સ્વરૂપ), કોશવાસી કીડો, કોશેટો; [લા.] સંક્રમણાવસ્થા.

chrysan'themum (ક્રિસૅન્થિમમ), નામ૦ [વનસ્પ.] પાનખર ઋતુમાં જેને ફૂલ બેસે છે એવો એક જાપાની છોડ.

chub (ચબ), નામ૦ મીઠા પાણીમાં થતી એક [જાડી માછલી.

chubb'y (ચબિ), વિ૦ ગોળમટોળ ચહેરાવાળું; હૃષ્ટપુષ્ટ, ભરેલું.

chuck (ચક), સ૦ ક્રિ૦ હડપચી નીચે હળવેથી હડસેલો – આંચકો – મારવો; ફેંકવું, દાવે તેમ નાખી દેવું. નામ૦ એ ક્રિયા. ~ *away*, ફેંકી દેવું. ~ *it*, [આજ્ઞાર્થ] છોડી દે, બંધ કર. ~ *up* (*one's job*), છોડી દેવું. ~ *out*, સભા કે થિયેટરમાંથી હાંકી કાઢવું. **chucker-out**, નામ૦ સભા, નાટક, ઇ.માંથી હાંકી કાઢનાર.

chuck, નામ૦ સંઘાડાની પકડ. સ૦ ક્રિ૦ પકડમાં બેસાડવું.

chuck, ઉદ્ગાર૦ (મરઘીનાં બચ્ચાંને બોલાવવા અથવા ઘોડાને ઉત્સાહ આપવા માટે) બચ્ચા, પ્યારા, બેટા, ઇ. અ૦ ક્રિ૦ દાબીને હસવાનો અવાજ કરવો.

chuc'kle (ચકલ), નામ૦ અને અ૦ક્રિ૦ હરખથી મનમાં હસવું; મરઘીનું બકબક કરીને બચ્ચાંને બોલાવવું. **chuc'kle-head** (ચકલ્‌હે'ડ), નામ૦ ઠોઠ, બુડથલ, ઠ. **chuc'kle-headed** (-હે'ડિડ), વિ.

chukk'er, chukk'a (ચકર, ચકા) નામ૦ પોલોની રમતનો એક ગાળો–ભાગ.

chum (ચમ), નામ૦ એક ઓરડીમાં સાથે રહેનાર સોબતી; લંગોટિયો મિત્ર. ~ *up* (*with*), અ૦ક્રિ૦. -ની સાથે ગાઢ મિત્રતા કરવી.

chump (ચમ્પ), નામ૦ લાકડાનું ઢીમચું. જાડો કકડો; મૂર્ખ, ઢઠ્ઠો. ~ *chop*, ઘેટાની બાજુમાંથી કાપેલો કકડો. *off one's* ~ ખસેલ ભેજાવાળું, ચસકેલ.

chunk (ચંક), નામ૦ કાપેલો કે ભાંગી ગયેલો ગઠ્ઠો; મોટો કકડો – ટુકડો.

church (ચર્ચ), નામ૦ ખ્રિસ્તી દેવળ–મન્દિર; *the C~*, ખ્રિસ્તી ધર્મસંઘ; ખ્રિસ્તી ધર્મના સમસ્ત લોકો; બધા પાદરીઓ, પાદરીવર્ગ; પાદરીનો વ્યવસાય; ખ્રિસ્તી ધર્મની અનેક શાખાઓમાંની કોઈ પણ એક. *go into the C~*, પાદરી બનવું.

church'ward'en (– વૉર્ડન), નામ૦ દેવળના સલાહકાર મંડળમાંનો એક, 'પૅરિશ'ની વ્યવસ્થામાં જનતાનો પ્રતિનિધિ; માટીની લાંબી ચલમ.

church'yard (ચર્ચ્યાર્ડ), નામ૦ ચર્ચ કે દેવળની આસપાસનું ચોગાન; સ્મશાનભૂમિ, કબ્રસ્તાન.

churl (ચર્લ), નામ૦ જંગલી, ગમાર, રોંચો, ગામડિયો; કંજૂસ, મખ્ખીચૂસ. **churl'ish**, વિ૦ ગમાર, જંગલી.

churn (ચર્ન), નામ૦ વલોણાની ગોળી;

માખણ કાઢવાનું યંત્ર, રવઈ. ઉ૦ ક્રિ૦ વલોવવું. વલોવીને માખણ ઉતારવું; હલાવી નાખવું. ~-*dash(er)*, ~-*staff*, ના૦ રવઈ, વલોણાનો વાંસ. ~-*rope*, નેતરું.

chute (શૂટ), ના૦ વસ્તુને નીચલી સપાટી પર લઈ જવા માટેનું સરકતું – ઢાળવાળું પાટિયું; ઢાળ પરથી વહેતો પાણીનો શાંત પ્રવાહ.

chut'ney (ચટ્નિ), ના૦ ચટણી.

cicad'a (સિકેડા). **cica'la** (સિકાલા), ના૦ તીડ. [ટ્રિસ), ના૦ ચાઠું, ચાંદું, ચકામું.

cicat'rix, cicatrice (સિકેટ્રિક્સ, સિક-

ciceron'e (ચિચરોનિ), ના૦ (બ૦વ૦–oni, -ની). કોઈ સ્થળનો માહિતગાર ભોમિયો.

cid'er (સાઇડર), ના૦ સેવ, સફરજન, ઇ. ફળનો રસ અથવા તેનો દારૂ. ~-*press*, સેવ, ઇ.નો રસ કાઢવાનું સાધન.

cigar' (સિગાર), ના૦ સિગાર, બીડી.

cigarette' (સિગરેટ), ના૦ તમાકુના ભૂકાની કાગળની બીડી, સિગરેટ.

cil'ia (સિલિઆ), ના૦ બ૦ વ૦ આંખની પાંપણો, ઝાડનાં પાંદડાં કે જીવડાની પાંખની કોર પરની ઝીણી રુવાંટી.

cinch (સિંચ), ના૦ (જીનનો) તંગ; મજબૂત પકડ; ચોક્કસ થવાની જ એવી નિશ્ચિત વાત. અ૦ ક્રિ૦ કસીને બાંધવું.

cinchon'a (સિંકોના), ના૦ એક ઝાડ, જેની છાલમાંથી ક્વિનીન બનાવવામાં આવે છે.

cinc'ture (સિંક્ચર), ના૦ કમરબંધ – પટો; ઘેર, ઘેરાવો.

cin'der (સિંડર), ના૦ બળેલો કોલસો, અંગારો; કચરો; (બ૦ વ૦ સિંડર્ઝ) ખાખ, રાખ.

Cinderell'a (સિંડરેલા), ના૦ જેના ગુણ કે રૂપ માન્યતા પામ્યાં નથી એવી વ્યક્તિ. ~ *dance* અથવા ~, બારને ટકોરે પૂરો થતો નાચ. [ચિત્રનો કેમેરા.

cin'e-camera (સિનિકેમરા), ના૦ ચલ-

cin'ema (સિનિમા), ના૦ સિનેમા – ચલચિત્રપટ–નું થિયેટર; ચલચિત્ર(પટ). *the*~, ચલચિત્રો.

cinemat'ograph (સિનિમૅટગ્રાફ), ના૦ ચલચિત્રપટ બનાવવાનું કે બતાવવાનું યંત્ર, સિનેમા.

cin'e-project'or (સિનિ-પ્રજેક્ટર), ના૦ સિનેમેટગ્રાફનાં ચિત્રો પડદા પર પાડી મોટાં કરીને જોવાનું યંત્ર.

cinerar'ia (સિનરેરિઆ), ના૦ રાખોડી રંગની રુવાંટીવાળાં પાંદડાંવાળાં ફૂલઝાડ.

cin'erary (સિનરરિ), વિ૦ રાખનું – ને લગતું વિ. ક., અગ્નિસંસ્કાર પછી રહેલા અવશેષ જેમાં રાખવામાં આવે છે તે પાત્ર કે કુંભમાંની રાખને લગતું. (~ *urn*)

Cingalese', Cinhalese' (સિંગલીઝ્ સિંહ-), વિ૦ સિલોનનું, હવે શ્રીલંકાનું. ના૦ શ્રીલંકાનો વતની કે ભાષા.

cinn'abar (સિનબાર), ના૦ હિંગળોક, સિંદૂર, જેમાંથી પારો બને છે તે દ્રવ્ય; તેમાંથી મળતો ચળકતો લાલ રંગ.

cinn'amon (સિનમન), ના૦ તજ, દાલચીની; એનું ઝાડ; બદામી રંગ. વિ૦ દાલચીનીના રંગનું. [પાંદડાંવાળો છોડ.

cinq(ue)'foil (સિંક્ફૉઇલ), ના૦ પંચદલ

Cinque Ports (સિંક્પૉર્ટ્સ), ના૦ ઇંગ્લંડના અગ્નિખૂણાનાં કેટલાંક (મૂળ પાંચ જ) બંદરો.

ciph'er, cy-, (સાઇફર), ના૦ [ગ.] શૂન્ય, મીંડું (૦); ૧ થી ૯ સુધીની કોઈ પણ સંખ્યા; ગુપ્ત લિપિ – લખાણ; તેની કૂંચી; દમ વગરનો માણસ. ઉ૦ ક્રિ૦ દાખલા ગણવા; ગુપ્ત લિપિમાં લખવું.

Cir'ce (સર્સિ), ના૦ મન હરણ કરનાર – કામણગારી – સ્ત્રી, મોહિની. **Circe'an**, વિ૦

cir'cle (સર્કલ), વર્તુળ, ગોળ, ચક્કર; ઘેરો; કોઈ પણ ગોળ મેદાન, ચક્કર; કડું; મંડળ, ટોળું, સમૂહ; ઘટમાળ; થિયેટરમાં ઊંચી જગ્યાની બેઠકો. *vicious* ~, અન્યોન્યાશ્રયી બાબતોનું વિષચક્ર. ઉ૦ ક્રિ૦ ગોળ ગોળ–ચક્રાકાર – ફરવું; ઘેરવું.

cir'clet (સર્કિલટ), ના૦ નાનકડું વર્તુળ; ઘરેણા તરીકે વપરાતો સોનાનો રત્નજડિત ગોળ પટો, દામણી.

circ'uit (સર્કિટ), ના૦ ગોળ અથવા વાંકોચૂકો ફેરાવાવાળો રસ્તો; કશાકની ફરતો રસ્તો; ફરવાનું ચક્કર – પ્રદેશ; ન્યાયાધીશનું જિલ્લામાં કોર્ટો ભરવા માટે ફરવું; તેનો જિલ્લો – પ્રદેશ; [વીજળી] પ્રવાહનો માર્ગ.

short ~, વીજળીના પ્રવાહનું ખોટું જોડાણ.

circu'itous (સકર્યૂઇટસ), વિ૦ ફેરાવાવાળું, આડુંઅવળું, આડકતરું.

circ'ular (સકર્યુલર), વિ૦ ગોળ, ગોળાકાર; ચક્રાકાર ફરતું; [ન્યાય.] અન્યોન્યાશ્રયી. ના૦ પરિપત્ર, સક્યુંલર, (~ *letter*). **circ'ularize** (–રાઇઝ઼), સ૦ ક્રિ૦ –ને પરિપત્ર મોકલવો, પરિપત્રિત કરવું.

circ'ulate (સકર્યુલેટ), ઉ૦ ક્રિ૦ વ્યક્તિઓમાં કે સ્થાનોમાં ફરવું – ફેરવવું; ચલણમાં મૂકવું; ચક્રમાં – ગોળાકાર – ફરવું. *circulating library*, જેમાંથી વાચકો વારા પ્રમાણે પુસ્તકો લે છે એવું ફરતું ગ્રંથાલય.

circula'tion (સકર્યુલેશન), ના૦ ફરી ફરીને એક જગ્યાએ આવવું તે, પરિભ્રમણ; એક જણ પાસેથી બીજા પાસે જવું તે; રુધિરાભિસરણ(~ *of blood*); છાપાંની ખપત – ખપતી નકલોની સંખ્યા; પ્રસાર, ફેલાવો.

circ'umcise (સર્કમ્સાઇઝ઼), સ૦ ક્રિ૦ (-sable). સુન્નત કરવી; -ને મુસલમાન બનાવવું; શુદ્ધ કરવું. **circumci'sion**, ના૦ સેમિટિક તેમ જ મુસલમાન લોકોનો સુન્નતનો વિધિ, સુન્નત.

circum'ference (સર્કમ્ફરન્સ), ના૦ ફરતો ઘેર, ઘેરાવો; વર્તુળનો પરિઘ, પરિધિ.

circ'umflex (સર્કમ્ફ્લે'ક્સ), ના૦ વિશિષ્ટ ઉચ્ચાર સૂચવવા સ્વર પર મુકાતું ચિહ્ન (^ અથવા ˜)

circumlocu'tion (સર્કમલક્યૂશન), ના૦ ગોળ ગોળ બોલવું તે, મુખ્ય મુદ્દો ટાળીને લાંબું લાંબું બોલવું તે; ઉડાઉ ભાષણ.

circumnav'igate (સર્કમ્નૅવિગેટ), સ૦ ક્રિ૦ (-gable). -ની ફરતે વહાણમાં પ્રદક્ષિણા કરવી.

circ'umscribe (સર્કમ્સ્ક્રાઇબ), સ૦ ક્રિ૦ (–bable). -ની આસપાસ રેખા દોરવી, સીમા આંકવી – ઠરાવવી; સીમા બાંધીને મર્યાદિત કરવું; બંધ કરવું, પૂરી દેવું.

circumscrip'tion (સર્કમ્સ્ક્રિપ્શન), ના૦ મર્યાદા મૂકવી તે; મર્યાદા, હદ; નાણા કે સિક્કાની ફરતેનું લખાણ.

circ'umspect (સર્કમ્સ્પે'ક્ટ) વિ૦ જાગરૂક, સાવધાન; દૂરંદેશીવાળું. **circumspec'tion**, ના૦ સાવધાની, દૂરંદેશી.

circ'umstance (સર્કમ્સ્ટન્સ), ના૦(બ૦ વ૦) સ્થળ, કાળ, બીના, ઇ.ને લગતી ચોતરફની સ્થિતિ, પરિસ્થિતિ, સંજોગો; માણસની સાંપત્તિક સ્થિતિ; (એક વ૦) વીગત, ઘટના. *in, under, the* ~*s*, આવી પરિસ્થિતિ છે ત્યારે – પરિસ્થિતિમાં, આવા સંજોગોમાં. **circ'umstanced** (–સ્ટ), વિ૦ (અમુક) સ્થિતિમાં આવેલું – મૂકેલું – મુકાયેલું.

circumstan'tial (સર્કમ્સ્ટૅન્શલ), વિ૦ આસપાસની હકીકતનું – પરિસ્થિતિનું – ને લગતું; બારીક તપસીલવાર. ~ *evidence*, આજુબાજુની ઘટનાઓનો પુરાવો, સંજોગોનો – સાંયોગિક – પુરાવો.

circumvent' (સર્કમ્વે'ન્ટ), સ૦ ક્રિ૦ -ની આસપાસ ફરી વળવું, ઘેરી લેવું; યુક્તિ કે છળકપટથી કોઈની સામે ફાવી જવું, છેતરવું, છક્કડ ખવડાવવી.

circ'us (સર્કસ), ના૦ કુસ્તી, કસરત, ઘોડો ફેરવવો, ઇ. માટેની ગોળ જગ્યા, અગડ, અખાડો; હાથી, ઘોડા, સિંહ, ઇ.ના ખેલ કરનારાઓનો આખો સાજ, સરકસ; શહેરમાંનું મોટું ખુલ્લું ગોળ મેદાન, જ્યાં અનેક રસ્તા આવી મળે છે.

cirrus (સિરસ), ના૦ (બ૦ વ૦ cirri, સિરાઇ). ઊન કે વાળની લટની જેમ ઊડતું હોય એવું વાદળું, બહુ ઊંચું સફેદ વાદળું.

cis'tern (સિસ્ટર્ન), ના૦ પાણીની ટાંકી – હોજ – કુંડ.

cit'adel (સિટડલ), ના૦ શહેરના સંરક્ષણ માટેનો ગઢ – કિલ્લો (તેની અંદર કે બહાર બાંધેલો).

cite (સાઇટ), સ૦ ક્રિ૦ અધિકારથી – સત્તાથી – બોલાવવું, હાજર થવા ફરમાવવું; દાખલા તરીકે ટાંકવું; પુરાવા તરીકે – સમર્થનમાં – ઉતારો આપવો. **cita'tion** (સાઇટેશન), ના૦ હાજર થવાનો હુકમ, સમન; અવતરણ, ઉતારો; સિપાઈ કે ટુકડીના અધિકારી તરફથી રીતસરની ભલામણ–તારીફ; ખાસ ઉલ્લેખ–નોંધ; ઓળખાણ; પ્રશસ્તિ.

cith'ern (સિથર્ન), **citt'ern** (સિટર્ન),

ના૦ સતાર જેવું એક તંતુવાદ્ય.

cit'izen (સિટિઝ઼ન), ના૦ નગરવાસી, નાગરિક; નાગરિક તરીકે હક ધરાવનાર વ્યક્તિ; રાષ્ટ્ર કે રાજ્યનો વતની. **cit'izenship**, ના૦ નાગરિકત્વ.

cit'ron (સિટ્રન), ના૦ લીંબુ, સંતરું કે તેની જાતનું ફળ કે ઝાડ. **citrous** (સિટ્રસ), વિ૦ લીંબુ, સંતરું, ઇ.નું –ને લગતું.

cit'y (સિટિ), ના૦ શહેર, નગર, પુરી. *the C~*, લંડનનો વેપારઉદ્યોગવાળો ભાગ.

civ'et (સિવિટ), ના૦ જબાદ્દી બિલાડી; તેની કસ્તૂરી.

civ'ic (સિવિક), વિ૦ નાગરિકત્વનું –ને લગતું. **civ'ics**, ના૦ નાગરિકશાસ્ત્ર, નાગરિકનાં કર્તવ્યોના સિદ્ધાન્તો.

civ'il (સિવિલ), વિ૦ નાગરિકનું –ને લગતું; શહેરી, સભ્ય, સંસ્કારી; બિનલશ્કરી, મુલકી, (કાયદો, અદાલત, ઇ.) દીવાની. *C~ List*, બ્રિટનના રાજા ને તેના કુટુંબને સરકાર તરફથી અપાતી રકમ. *~ marriage*, ધાર્મિક વિધિ સિવાયનું લગ્ન. *C~ Service*, રાજ્યકારભારની બધી બિનલશ્કરી શાખાઓ; સનદી નોકર મંડળ. *~ war*, એક રાજ્યના લોકોમાં માંહોમાંહેની લડાઈ, આંતરવિગ્રહ, યાદવાસ્થળી.

civil'ian (સિવિલ્યન), વિ૦ લશ્કરી કે ધાર્મિક પંથ અંગેનું નહિ એવું. ના૦ એવો માણસ; સનદી નોકર; લશ્કર કે નૌકાસૈન્યમાં નહિ એવો સરકારી અમલદાર.

civil'ity (સિવિલિટિ), ના૦ સભ્યતા, વિવેક, સૌજન્ય; (બ૦ વ૦) સૌજન્યવાળાં કામ–વર્તન.

civiliza'tion (સિવિલિઝ઼ેશન), ના૦ સુધારવું તે, ઇ.; સુધરેલી સ્થિતિ, સભ્યતા, સંસ્કૃતિ; બધા સુધરેલા દેશો.

civ'ilize,-ise (સિવિલાઇઝ઼), સ૦ ક્રિ૦ (–zable). જંગલી દશામાંથી બહાર આણવું, સુધારવું, સંસ્કારી બનાવવું. **civ'ilized**, વિ૦ સુધરેલું, શિષ્ટ, સંસ્કારી.

clack (ક્લૅક), ના૦ બે પાટિયાં એકબીજા સાથે અથડાય તેવો અવાજ, ધડાક–કડાક–અવાજ. [ભૂ૦ કૃ૦

clad (ક્લૅડ), clotheનો ભૂ૦ કા૦ તથા

claim (ક્લેમ), સ૦ ક્રિ૦ હક કરીને – હકથી –માગવું; -નો દાવો કરવો, પોતાની માલિકીનું છે એમ કહેવું; ખાતરીપૂર્વક કહેવું; (વસ્તુઓ અંગે) -ની જરૂર હોવી; (ધ્યાન, ઇ.) -નો હક હોવો. ના૦ હકની માગણી; હક, દાવો; નક્કી કરી આપેલો જમીનનો ટુકડો. *lay ~ to*, -ના ઉપર હક કરવો. **claim'ant**, ના૦ દાવો કરનાર, ઇ.

clairvoy'ance (ક્લેરવૉયન્સ, ક્લે'અર–), ના૦ દૃષ્ટિબહાર હોય એવી વસ્તુ મનથી – મનશ્ચક્ષુથી–જોવાની અલૌકિક શક્તિ, અતીન્દ્રિય દૃષ્ટિ; ઊંડી પારગામી દૃષ્ટિ. **clairvoy'ant**, વિ૦ અતીન્દ્રિયદર્શી. ના૦ અતીન્દ્રિયદ્રષ્ટા.

clam (ક્લૅમ), ના૦ છીપવાળી એક ખાદ્ય માછલી. [આગ્રહી; તાકીદનું.

clam'ant (ક્લેમન્ટ), વિ૦ અવાજ કરનારું,

clam'ber (ક્લૅમ્બર), અ૦ ક્રિ૦ હાથની મદદથી – હાથપગ ટેકવીને – અથવા મુશ્કેલીથી ચડવું. [અને ચીકણું.

clamm'y (ક્લૅમિ), વિ૦ ઠંડું, ભેજવાળું

clam'our (ક્લૅમર), ના૦ બુમાટો, પોકાર; દાદ મેળવવા માટેની બૂમાબૂમ – પોકાર. અ૦ ક્રિ૦ બૂમ પાડવી; બૂમ પાડીને ફરિયાદ કરવી – માગણી કરવી. **clam'orous** (ક્લૅમરસ), વિ૦ બુમાટો – પોકાર – કરનારું, ફિસાદી.

clamp (ક્લૅમ્પ), ના૦ ચાપડો, પટો, લાફો. સ૦ ક્રિ૦ પટાથી સજ્જડ – મજબૂત – બનાવવું. અ૦ ક્રિ૦ ધબધબ–ભારે પગે– ચાલવું.

clan (ક્લૅન), ના૦ કુળ, ગોત્ર, એક પૂર્વજના વંશજો; જમાત, ટોળી. **clann'ish**, વિ૦ પોતાના જૂથ કે કુળનું વિશેષ અભિમાન રાખનારું; એક જૂથમાં રહેનારું; કેવળ પોતાની જમાતનો વિચાર કરનારું.

clandes'tine (ક્લૅન્ડે'સ્ટિન), વિ૦ છૂપું, ગુપ્ત; ચોરીનું, ઘાલમેલનું.

clang (ક્લૅંગ), ના૦ ધાતુની વસ્તુઓના અથડાવાથી થતો અવાજ, ખણખણાટ. અ૦ક્રિ૦ એવો અવાજ – ખણખણાટ – કરવો.

clang'our (ક્લૅંગર), ના૦ સતત ખણખણાટ થવો તે.

clank (ક્લૅંક), ના૦ સાંકળ કે બેડીનો ખણખણ અવાજ. ઉ૦ ક્રિ૦ એવો અવાજ કરવો–થવો.

clap (ક્લૅપ), ઉ૦ ક્રિ૦ તાળી પાડવી, –પાડીને સંમતિ બતાવવી; પાંખ ફફડાવવી; ઝટ દઈને મૂકી દેવું; ગેરકાયદે કેદમાં ઘોસી દેવું. *~on,* જલદી અથવા જોરથી પહેરવું. *~ eyes on,* પર નજર પડવી. *~ on the back,* પીઠ થાબડવી. ના૦ વીજળીનો કડાકો; તાળીઓનો ગડગડાટ. **clap'board,** ના૦ એક છેડે જાડું ને બીજે છેડે પાતળું એવું પાટિયું.

cla'pper (ક્લૅપર), ના૦ ઘંટડીનું લોલક; પક્ષીઓને ઉડાડવા માટે કરેલો અવાજ; તાળીઓ જેવો અવાજ કરનારું લાકડાનું ઓજાર.

clap'trap (ક્લૅપ્ટ્રૅપ), ના૦ વાહવા મેળવવા માટે વાપરેલી ભાષા – કરેલાં કામ. વિ૦ દેખાવ માટે કરેલું.

claque (ક્લાક, ક્લૅ-), ના૦ થિયેટર વગેરે ઠેકાણે પૈસા લઈને વાહવાહની તાળીઓ પાડનાર. [વાળાં બીબાં–ટાઇપ.

cla'rendon (ક્લૅરન્ડન), ના૦ જાડાં અક્ષર-

cla'ret (ક્લૅરટ), ના૦ બોર્ડો (ફ્રાન્સ)માં બનતો એક જાતનો ઘેરો લાલ દારૂ; ઘેરો લાલ રંગ; [વિ. બો.] લોહી.

cla'rify (ક્લૅરિફાઇ), ઉ૦ ક્રિ૦ (મન, દૃષ્ટિ, વિષય, ઇ.ને) સાફ – સ્પષ્ટ – બનાવવું; શુદ્ધ બનાવવું; પારદર્શક – સ્વચ્છ – બનવું. *clarified butter,* ઘી.

cla'ri(o)net (ક્લૅરિ(અ)ને'ટ) ના૦ કાણાં અને સૂરનાં ચ્રવાળું લાકડાનું – બરુનું – વાદ્ય. **clarinett'ist,** ના૦ એ વાદ્ય વગાડનાર.

cla'rion (ક્લૅરિઅન), ના૦ ભૂંગળી જેવું એક વાદ્ય – વાજું, તુરાઈ, તૂરી; કાર્ય કરવા માટે પ્રોત્સાહક હાકલ (*~call*); ભેરીનાદ. વિ૦ સ્પષ્ટ, મોટા અવાજનું, લાગણી ઉશ્કેરનારું.

clarionet' ના૦ જુઓ clarinet.

cla'rity (ક્લૅરિટિ), ના૦ સ્પષ્ટતા.

clash (ક્લૅશ), ના૦ ઝાંઝ કે કરતાલના જેવો અવાજ; અથડામણ, વિરોધ; (રંગ, ઇ.નો) અમેળ. ઉ૦ ક્રિ૦ સામસામું અથડાવું, ઝઘડો કરવો; -થી વિરુદ્ધ હોવું.

clasp (ક્લાસ્પ), ના૦ વસ્તુઓને એકબીજી સાથે જોડવાનું સાધન, ચાપડો, બકલ, હૂક, ઇ.; બાહુ કે હાથની પકડ; આલિંગન, બાથ; હસ્તાંદોલન; ચાંદ કે બિલ્લાની ફીત સાથે જોડેલી ચાંદીની પટ્ટી. સ૦ ક્રિ૦ ચાપડા કે હૂક વતી જોડવું – બાંધવું; પકડવું; ભેટવું, બાઝવું. *~-knife,* ના૦ હાથામાં પાનું વળે એવી છરી કે ચપ્પુ.

class (ક્લાસ), ના૦ વર્ગ, વર્ણ; જાતિ, જાતિસંસ્થા; (નિશાળનો) વર્ગ; વિશિષ્ટ ગુણવાળો સમુદાય. (પરીક્ષાને પરિણામે) ગુણ પ્રમાણે મળતો વર્ગ, ક્લાસ, શ્રેણી; પ્રાણીઓ કે વનસ્પતિનો વર્ગ. સ૦ ક્રિ૦ -ને અમુક વર્ગમાં મૂકવું. *~-conscious,* સમાજમાં પોતાના વર્ગ વિષે વિશેષ સભાન.

class'ic (ક્લૅસિક), વિ૦ પહેલા વર્ગનું, શ્રેષ્ઠ કોટિનું; પ્રાચીન ગ્રીસ કે રોમના સાહિત્ય અને કળાનું – અંગેનું; માન્ય, નીવડેલું, માન્યતા પામેલું; સાદું અને સુમેળવાળી શૈલીનું. *~ example,* સામાન્યપણે અપાતો દાખલો. ના૦ ઉત્તમ કોટિનો કળાકાર કે ગ્રંથકાર; પ્રાચીન ગ્રીક કે લૅટિન લેખક; સાહિત્ય કે કલાની શ્રેષ્ઠ કૃતિ. **class'ics,** ના૦ બ૦ વ૦ પ્રાચીન ગ્રીક ને લૅટિન અથવા સંસ્કૃત, ઇ. ભાષાના ગ્રંથો; તેમનો અભ્યાસ.

class'ical (ક્લૅસિકલ), વિ૦ માન્યતા પામેલા કે પ્રમાણભૂત ગ્રીક અને લૅટિન લેખકોનું; (કેળવણી, ઇ.) એમના ગ્રંથો પર રચાયેલું; સાદું, સમતુલા ને સંયમવાળું; પ્રાચીન ગ્રીક ને રોમન સમયનું. *~ style,* સંયમપ્રધાન શૈલી. **class'icism,** ના૦ પ્રાચીન ગ્રીસરોમની વિદ્યા, સંસ્કૃતિ ને શિક્ષણ વિષે પ્રેમ; કશુંક કરવાની કે કહેવાની પ્રાચીન ગ્રીક કે રોમન પદ્ધતિ–રૂઢિ.

class'ify (ક્લૅસિફાઇ), સ૦ ક્રિ૦ -ના વર્ગો પાડવા, વર્ગીકરણ કરવું, પ્રતબંધી કરવી. **classifica'tion,** ના૦ વર્ગીકરણ, પ્રતબંધી; વર્ગીકરણપદ્ધતિ. **class'ificatory,** વિ૦ વર્ગીકરણનું –ને લગતું.

clatt'er (ક્લૅટર), ના૦ ખણખણ, ખણખણાટ, ખડખડાટ; ઘોંઘાટ. અ૦ ક્રિ૦ ખણખણાટ – ઘોંઘાટ – કરવો, ખડખડાટ સાથે પડવું.

clause (ક્લૉઝ), ના૦ વાક્ય, ઉપવાક્ય કે વાક્યનો અંશ; તહનામું, કાયદો કે કરારની કલમ – પેટા કલમ.

claustrophob'ia (ક્લૉસ્ટ્રફોબિઆ), ના૦ (રોગી મનનો સૂચક) બંધિયાર જગ્યાનો

લાગતો ડર.

clave, cleaveનો ભૂ૦ કા૦

clav'ichord (ક્લૅવિકૉર્ડ), ના૦ પિયાનોની પહેલાંનું – પૂર્વગામી – સૂરપટ્ટીઓવાળું તંતુવાદ્ય. [હાંસડી.

clav'icle (ક્લૅવિકલ), ના૦ હાંસડીનું હાડકું,

claw (ક્લૉ), ના૦ પશુ કે પંખીના નહોર, પંજો; બેડોળ, કુરૂપ હાથ; નખી. ઉ૦ ક્રિ૦ નહોર વતી ઉઝરડવું – ફાડવું; પંજા વતી પકડવું.

clay (ક્લે); ઈંટો, વાસણ, ઇ. બનાવવાની ચીકણી માટી, માટી; માનવ શરીર(ની માટી). **clay'ey** (ક્લેઇ), વિ૦ માટીનું – વાળું.

clay'more (ક્લેમોર, -મૉ-), વિ૦ બે ધારવાળી જૂના વખતની સ્કૉટિશ તલવાર.

clean (ક્લીન), વિ૦ નિર્મળ, ચોખ્ખું, સ્વચ્છ; ડાઘ વિનાનું, નિષ્કલંક; નિષ્પાપ, નીરોગી; પૂર્ણ; કુશળતાવાળું. ક્રિ૦વિ૦ પૂર્ણપણે, સાવ. સ૦ ક્રિ૦ ચોખ્ખું – નિર્મળ – કરવું, ઇ. *make a ~ breast of*, હૃદય ખોલીને બધા દોષ – કુકર્મ – કહી દેવાં. *~ out*, ખાલી કરવું; -ના પૈસા છીનવી લેવા. *~ up*, વ્યવસ્થિત કરવું, ગોઠવવું. *show a ~ pair of heels*, નાસી જવું. *~-limbed*, વિ૦ સુડોળ, ઘાટીલું. *~-cut* સુરેખ આકૃતિવાળું. **clean'ly** (ક્લીન્લિ), ક્રિ૦ વિ૦ સફાઈપૂર્વક, સફાઈથી.

clean'ly (ક્લે'ન્લિ), વિ૦ ચોખ્ખું, ચોખ્ખાઈ તરફ ધ્યાન આપનારુ. **clean'liness**, ના૦ ચોખ્ખાઈ, સ્વચ્છતા, શૌચ. [કરવું.

cleanse (ક્લેન્ઝ઼), સ૦ક્રિ૦ સ્વચ્છ–ચોખ્ખું–

clear (ક્લિઅર), વિ૦ પારદર્શક, સ્વચ્છ, ચોખ્ખું; સાફ, સ્પષ્ટ, ઉઘાડું, સમજાય–સંભળાય –એવું; ખુલ્લું, નિર્વિઘ્ન; (માર્ગ, ઇ.) મોકળું, નડતર વિનાનું; (આકાશ) વાદળાં વિનાનું, નિરભ્ર; પૂરું, સંપૂર્ણ; સ્પષ્ટ રેખાઓવાળું, સુરેખ; સ્પષ્ટ, શંકારહિત; (ત્રાસથી) મુક્ત; (અવાજ) સ્પષ્ટપણે સંભળાતું, ચોખ્ખું. ઉ૦ ક્રિ૦ ચોખ્ખું–સ્વચ્છ–કરવું–થવું; વિઘ્ન કે હરકત દૂર કરવી; નિર્દોષ છે એમ બતાવવું; ખરચ જતાં ચોખ્ખો નફો કાઢવો; વેચી નાખવું; (કૂદવામાં) સ્પર્શ કર્યા વિના ઓળંગી જવું; (વાદળાંનું) વેરાઈ જવું. *keep ~ of*, સલામતી જળવાય એટલું દૂર રહેવું. *my car just ~ed the other car*, મારી ગાડી પેલી ગાડી સાથે અથડાતાં જરાકમાં બચી ગઈ. *~ one's costs*, ખર્ચ કર્યું હોય એટલું મેળવવું. *~ a ship*, બંદરમાંથી હંકારતા પહેલાં બધી વિધિઓ પાર પાડવી. *~ away*, ઉપાડી જવું. *~ off (work)*, પૂરું કરી નાંખવું; અધૂરું રાખીને જતા રહેવું. *~ out*, જતા રહેવું; ખાલી કરવું. *~ one out completely*, તેના બધા પૈસા વાપરી નાંખવા. *~ up*, બધું બરાબર ગોઠવી દેવું – વ્યવસ્થિત કરવું; ખુલાસો કરવો; આકાશનું ખુલ્લું – ચોખ્ખું – થવું. *~-cut*, સુરેખ, ચોક્કસ.

clear'ance (ક્લિઅરન્સ), ના૦ હરકતનું નિવારણ (કરવું તે); ન જોઈતો વધારાનો જૂનો માલ કાઢી નાંખવો – વેચી દેવો – તે; જમીન સાફ કરવા માટે ઝાડ કાપી નાંખવાં તે; વહાણ હંકારી જવાની પરવાનગી–દાખલો; હૂંડીનાં નાણાં ચૂકવવાં તે.

clear'ing (ક્લિઅરિંગ), ના૦ જંગલમાં ઝાડ કાપીને સાફ કરેલી જમીન. *~ house*, ચેકો અને હૂંડીઓનો જમાઉધાર હિસાબ ચોખ્ખો કરી ચૂકવવામાં આવે છે એવી બૅંકોની પેઢી, હવાલા બૅંક.

clear'ly (ક્લિઅર્લિ), ક્રિ૦ વિ૦ હા, અલબત્ત, દેખીતી રીતે જ.

clear'-sight'ed, વિ૦ દેખતું, બારીક નજરનું – વાળું; વિવેકી, ડાહ્યું.

cleat (ક્લીટ), ના૦ દોરડું વીંટવા માટે કશાકમાં બેસાડેલો લાકડાનો કે લોઢાનો દાંડો; કશાકને સજ્જડ બેસાડવા માટેની ફાચર.

cleav'age (ક્લીવિજ), ના૦ તડ, ફાટ, ચિરાડ, (પડવી તે); ફાટવાના વલણની દિશા.

cleave (ક્લીવ), ઉ૦ ક્રિ૦ (ભૂ૦ કા૦ clove, cleft; ભૂ૦ કૃ૦ cloven, cleft). ફાડવું, ચીરવું; ફાડી નાંખવું, ચીરી નાંખવું; (પાણી, હવા, ઇ.)ની આરપાર થઈ ને નીકળી જવું.

cleave (ક્લીવ), અ૦ ક્રિ૦ (ભૂ૦ કા૦ cleaved, clave; ભૂ૦ કૃ૦ cleaved). -ને વફાદાર રહેવું – વળગી રહેવું; ચોંટવું.

cleav'er (ક્લીવર), ના૦ કસાઈનો છરો.

clef (ક્લે'ફ), ના૦ સૂર બતાવનાર ચિહ્ન.

cleft (ક્લે'ફ્ટ), ના૦ ફાટ, તરડ, ચિરાડ.

cleft (cleaveનો ભૂ૰કા૰ તથા ભૂ૰કૃ૰),વિ૰ ફાટવાળું, વિદીર્ણ.
cleg (ક્લે'ગ), ના૰ બગાઈ.
clem'atis (ક્લે'મટિસ), ના૰ સુંદર ફૂલવાળો એક વેલો. [સૌમ્યતા; ક્ષમા, દયા.
clem'ency (ક્લે'મન્સિ), ના૰ મૃદુતા,
clem'ent (ક્લે'મન્ટ), વિ૰ મૃદુ, સૌમ્ય; દયાળુ.
clench (ક્લે'ન્ચ્), **clinch** (ક્લિન્ચ), સ૰ ક્રિ૰ ખીલો આરપાર ગયા પછી તેની અણી વાળી દેવી, ચરી દેવું; મજબૂતપણે બંધ કરવું–પકડવું; છેવટની દલીલથી પાકું–કાયમ –કરવું; જોરથી મુઠ્ઠી વાળવી (~ *fist*); દાંત ભીડવા (~ *teeth*). **clen'cher, clin'cher,** ના૰ નિર્ણાયક દલીલ–મુદ્દો.
clere'story (ક્લિઅર્સ્ટોરિ), ના૰ દેવળની બાજુઓ પરના છાપરાંથી ઉપરનો સભામંડપની દીવાલનો બારીઓવાળો ભાગ.
cler'gy (ક્લર્જિ), ના૰ ખ્રિસ્તી ધર્મોપદેશકોનું–પાદરીઓનું–મંડળ–સમૂહ. **clergy'man,** ના૰ ખ્રિસ્તી ધર્મોપદેશક, પાદરી.
cler'ic (ક્લે'રિક), ના૰ પાદરી. વિ૰ [પ્રા.] પાદરીનું.
cle'rical (ક્લે'રિકલ), વિ૰ પાદરી–ધર્મોપદેશક–નું; કારકુન કે મહેતાનું–એ કરેલું. ના૰ બ૰ વ૰ પાદરીનો પોશાક.
clerk (ક્લાર્ક, ક્લર્ક), ના૰ નકલ કરનાર કે હિસાબ લખનાર મહેતો, કારકુન; ધર્મોપદેશક, પાદરી; લેખક, લહિયો. ~ *of the works,* બાંધકામના સામાનની દેખરેખ રાખનાર. [ચતુર, બુદ્ધિમાન.
clev'er (ક્લે'વર), ના૰ કુશળ; હોશિયાર,
clew (ક્લૂ), ના૰ દોરાનું પિલ્લું–દડી; સઢનો નીચેનો છેડો. સ૰ ક્રિ૰ સઢ સંકેલવો.
cliché (ક્લીશે), ના૰ ચવાઈ ગયેલી કહેણી, શબ્દ, વિચાર, ઇ.
click (ક્લિક), ના૰ ટકટક, કટકટ, અવાજ. અ૰ ક્રિ૰ ટકટક અવાજ કરવો; [વિ. બો.] પોતાનો હેતુ પાર પાડવો.
cli'ent (ક્લાયન્ટ), ના૰ વકીલ કે ઇતર ધંધાદારીને રોકનાર–અસીલ; ઘરાક.
cli'entele (ક્લાયન્ટીલ), ના૰ અસીલો, ઘરાકો, આશ્રયદાતાઓ; (કોઈના) આશ્રિતો, અનુયાયીઓ.
cliff (ક્લિફ), ના૰ ઊંચો–ઊભો–ખડક; કરાડ (વિ. ક. દરિયાના કાંઠા પરની).
climac'teric (ક્લાઇમૅક્ટરિક, -ટ'-) વિ૰ અણીના સમયનું; કટોકટીનું. ના૰ શરીરબંધારણમાં મોટો ફેરફાર થાય છે તે સમય; અણીનો સમય, કટોકટી.
clim'ate (ક્લાઇમિટ), ના૰ અમુક સ્થળની આબોહવા, હવાપાણી; અમુક પ્રકારનાં હવાપાણીવાળો પ્રદેશ–જગ્યા; [લા.] અમુક સમયનું કે સમાજનું વલણ. **climat'ic,** વિ૰ આબોહવાને લગતું.
clim'ax (ક્લાઇમૅક્સ), ના૰ ઉત્તરોત્તર વૃદ્ધિ, ચડતી કમાન; ટોચ, પરાકાષ્ઠા; સારાલંકાર.
climb (ક્લાઇમ), ઉ૰ ક્રિ૰–ઉપર ચડવું, જવું; સમાજમાં પ્રતિષ્ઠાની જગ્યા પર જવું. ના૰ ચડવું તે; જેના પર ચડવાનું હોય તે ટેકરી, ઇ. ~ *down,* ઉ૰ ક્રિ૰ નીચે ઊતરવું; પાછા હઠવું; શરણે જવું. **climber,** ના૰ વેલો.
clime (ક્લાઇમ), ના૰ [કાવ્ય] દેશ, પ્રદેશ.
clinch (ક્લિંચ), જુઓ clench.
cling (ક્લિંગ), અ૰ક્રિ૰ (ભૂ૰ કા૰ clung). (~ *to*) પકડી રાખવું; વળગી–ચોંટી–રહેવું.
clin'ic (ક્લિનિક), ના૰ રુગ્ણાલયમાં દરદીઓની પડખે વૈદકી કે શસ્ત્રક્રિયા શીખવવી તે; એવી રીતે શીખવવાનો વર્ગ; ઔષધાલય, રુગ્ણાલય.
clin'ical (ક્લિનિકલ), વિ૰ [વૈદક] માંદાની પથારીનું, –પથારી પાસેનું. ~ *thermometer,* દરદીનો તાવ માપવાનું થરમૉમિટર.
clink (ક્લિંક), ના૰ વાસણ, ઇ.ના અથડાવાથી થતો અવાજ, ખખડાટ, ખણખણાટ; ઘંટનો અવાજ. ઉ૰ ક્રિ૰ ખખડાટ કરવો–થવો.
clink'er (ક્લિંકર), ના૰ બહુ સખત ઈંટ; ગરમીને લીધે અનેક ઈંટોનો બાઝેલો ગઠ્ઠો.
clin'ker-built (ક્લિંકર-બિલ્ટ), વિ૰ (હોડી અંગે) એક પર બીજા પાટિયાનો ભાગ આવે એવી રીતે ગોઠવીને બાંધેલું; વાંકા વાળી દીધેલા ખીલાથી પાકું કરેલું.
clip (ક્લિપ), સ૰ ક્રિ૰ મજબૂત પકડવું–પકડી રાખવું. ના૰ વસ્તુઓને સાથે પકડી

રાખવાનું સાધન—પકડ, ક્લિપ.

clip, સ૦ ક્રિ૦ કાતર કે સંચા વડે કાપવું; (વાળ, ઊન. ઇ.) કાપીને ટૂંકું—સરખું—કરવું; -નો છેડો—કોર—કાપવી; (શબ્દ કે અક્ષરના) અધૂરા ઉચ્ચાર કરવા. ના૦ વાળ કે ઊન કાતરવું તે; એક વાર કાતરેલા ઊનનો જથો.

clipp'er (ક્લિપર), ના૦ કાપવા—કાતરવા—નો—સંચો, કાતર (બહુધા બ૦ વ૦ માં); ઝડપથી ચાલનાર—દોડનાર; જેનો આગળનો ભાગ તળિયાથી બહાર નીકળેલો છે એવું વહાણ; સારામાં સારો નમૂનો.

clipp'ing (ક્લિપિંગ), ના૦ કાપેલો કટકો; છાપાની કાપલી. વિ૦ [વિ. બો.] પ્રથમ કોટિનું.

clique (ક્લીક), ના૦ ટોળી, ટોળકી; ચંડાળ-ચોકડી.

cloak (ક્લોક), ના૦ બધાં લૂગડાં ઉપરથી પહેરવાનો બાંય વિનાનો ઝભ્ભો; ખૂલતો ડગલો, કફની; ઓઢું, બહાનું; ઢાંકવાનું સાધન. સ૦ ક્રિ૦ ડગલો પહેરવો; ઢાંકવું, છુપાવવું.

cloak'-room (ક્લોકરૂમ), ના૦ થોડા વખત માટે પ્રવાસનો સરસામાન મૂકવાની ઓરડી.

clock (ક્લૉક), ના૦ ઘડિયાળ (વિ. ક. ભીંતે ટાંગવાનું); મોજાંની બાજુઓ પર ભરેલી—છાપેલી—શોભાવાળી આકૃતિ. **clock'wise,** ઘડિયાળના કાંટાની જેમ, ડાબી બાજુ તરફથી જમણી બાજુ તરફ જનારું. **clock'-work** (ક્લૉકવર્ક), ના૦ ઘડિયાળના જેવી યંત્રરચના. *like* ~, નિયમિતપણે, આપોઆપ. વિ૦ યંત્રના જેવું; નિયમિત.

clod (ક્લૉડ), ના૦ માટીનું ઢેકું—ગઠ્ઠો; માટીની કાયા, સ્થૂળ દેહ; મંદબુદ્ધિ. **clod'hop-per** (ક્લૉડહૉપર), ના૦ જાડો, ગમાર, મૂર્ખ; અણઘડ માણસ.

clog (ક્લૉગ), ના૦ હલનચલન ધીમું કે બંધ કરવા માટે પગે કે ગળામાં બાંધેલું ડળું—ડેરો; અડચણ, અટકાવ; લાકડાના તળિયાવાળો જોડો, ખડાઉ, ચાખડી. ઉ૦ક્રિ૦ ડળું બાંધવું; નડતર—હરકત—રૂપ થવું; ગઠ્ઠા બાઝવાથી ચોંટી જવું—બંધ પડવું. **clogg'y**, વિ૦ ચોંટી જનારું.

clois'ter (ક્લૉઇસ્ટર), ના૦ મઠ, અખાડો; ધર્માભ્યાસ માટે એકાંત ઓરડી; મઠ, વિદ્યાલય કે દેવળનો મંડપ કે આચ્છાદનવાળો માર્ગ. સ૦ ક્રિ૦ મઠમાં પૂરી દેવું. **cloistered** (ક્લૉઇસ્ટર્ડ), વિ૦ એકાંતવાળું; (સમાજથી) જુદું પાડેલું—પડેલું.

close (ક્લોસ), વિ૦ બંધ, બંધ કરેલું; સજ્જડ બંધ કરેલું—બાંધેલું; ગૂંગળાવનારું; અકળાવનારું; કૃપણ, કંજૂસ; પાસેનું; ગુપ્ત, છાનું; (મિત્ર ઇ.) નજીકનું અને પ્રિય; (દલીલ) સવિસ્તર; (હરીફાઈ) જેમાં બધા ઉમેદવારો લગભગ સરખા ઊતરે એવું; કટોકટીનું. ~ *shave*, તદ્દન ઘસીને કરેલી હજામત. *at* ~ *quarters*, તદ્દન પાસે. ~ *season*, જ્યારે અમુક પ્રાણીની હિંસા ન થાય એવી ઋતુ—કાળ. ક્રિ૦ વિ૦ પાસેપાસે, ખીચોખીચ; બારીકાઈથી, કશું રહી ન જાય એ રીતે કરેલું (ભાષાંતર, ઇ.). ના૦ આંતરેલી—બંધ—જગ્યા, એવું આંગણું—વાડો—મેદાન; સાંકડો માર્ગ. **close-fisted**, વિ૦ કૃપણ, મખ્ખીચૂસ.

close (ક્લોઝ), ઉ૦ ક્રિ૦ બંધ કરવું, વાસવું; બંધ થવું, બંધ થયેલું જાહેર થવું; પૂરું કરવું; પાસે જવું—આવવું; -નો અંત આણવો—આવવો. ~ *in*, (હુમલા, ઇ. માં) ચોમેરથી આગળ ધસવું, ઘેરી લેવું. ~ *with*, -ની સાથે ઝઘડો પતાવવો; કબૂલ રાખવું; માન્ય કરવું. ~ *up*, પાસે પાસે આવી જવું. ના૦ આખર, અંત, સામનો, બાથ ભીડવી તે.

closed, વિ૦ અમુક વ્યક્તિઓમાં મર્યાદિત.

clos'et (ક્લોઝિટ), ના૦ નાની કે ખાનગી ઓરડી; કબાટ; પાયખાનું (*water*-~).

clos'eted, વિ૦ ઓરડીમાં પુરાયેલું; ખાનગી વાતચીત કે મસલતમાં રોકાયેલું.

closing (ક્લોઝિંગ), વિ૦ છેવટનું, આખરનું. ના૦ અંત, છેડો.

clo'sure (ક્લોઝર), ના૦ બંધ કરવું તે; બંધ સ્થિતિ; ચર્ચા બંધ કરવી તે; વધુ ચર્ચા કર્યા વિના મત લેવાનો નિર્ણય.

clot (ક્લૉટ), ના૦ લોહી, ઇ. નો ગંઠાઈ ગયેલો ગાંઠો, ગાંઠ, ગઠ્ઠો. ઉ૦ ક્રિ૦ ગંઠાઈ—બંધાઈ—જવું, થીજી જવું, -ના ગાંઠા બાઝવા.

cloth (ક્લૉથ), ના૦ કાપડ, કપડું; ટેબલનું આચ્છાદન; પાદરીઓ (*the* ~); કપડાંથી વ્યક્ત થતો વ્યવસાય. *American* ~, પાણી

અંદર દાખલ ન થાય એવું રોગાન ચોપડેલું કાપડ, મીણિયું. *lay the ~*, ભોજન માટે ટેબલ તૈયાર કરવું.

clothe (ક્લોધ), સ૦ ક્રિ૦ (ભૂ૦ કા૦ clothed, clad). લૂગડાં પહેરાવવાં; લૂગડાં આપવાં–પૂરાં પાડવાં; કપડાવતી હોય એમ ઢાંકવું.

clothes (ક્લોધ્ઝ્), ના૦ બ૦વ૦ પહેરવાનાં લૂગડાં, લૂગડાં. *bed-~*, પથારીની ચાદર, ઇ. *~-bag*, ના૦ મેલાં કપડાં માટેની થેલી. *~-basket*, ના૦ ધોબીને ધોવા આપવાનાં કે ત્યાંથી પાછાં આવેલાં કપડાંની ટોપલી. *~-horse*, ના૦ કપડાં સૂકવવાની ઘોડી. *~-line*, ના૦ ધોયેલાં કપડાં સૂકવવાની દોરી. *~-peg, -pin*, દોરી પરથી કપડાં ખસે નહિ તે માટેની પકડ–પિન. [વનાર; કપડાં વેચનાર, કાપડિયો.

cloth'ier (ક્લોધિઅર), ના૦ કપડાં બના-

cloth'ing (ક્લોધિંગ), ના૦ કપડાં, લૂગડાં.

cloud (ક્લાઉડ), ના૦ વાદળું, વાદળી; ધૂળ કે ધુમાડાનો ગોટો; અંધકાર; અનિષ્ટસૂચક દેખાવ; શંકાનું વાદળું. *in the ~s*, પોતાના વિચારમાં તલ્લીન; દિવાસ્વપ્ન જોતું. *under a ~*, શંકિત, શંકાગ્રસ્ત. ઉ૦ક્રિ૦ વાદળાંથી ઢાંકી નાંખવું – છવાઈ જવું; ઉદાસીનતા, સંકટ, ઇ.થી ઘેરવું–ઘેરાઈજવું. *~ over*, વાદળાંથી છવાઈ જવું.

cloud'berry, ના૦ ડુંગરોમાં થતાં કરમદાં જેવાં ફળ; તેનું ઝાડ.

cloud'burst, ના૦ ધોધમાર વરસાદ.

cloud'-rack, ના૦ વેરવિખેર થયેલાં વાદળાં.

cloud'y (ક્લાઉડી), વિ૦ વાદળાંથી ઘેરાયેલું, અસ્પષ્ટ; ઉદાસ, શોકાતુર.

clout (ક્લાઉટ), સ૦ ક્રિ૦ (કપડાં કે જોડાને) થીગડું મારવું; ફટકો – થપ્પડ – મારવી. ના૦ કપડું; તૈયાર સીવેલું કપડું; થપ્પડ, તમાચો; જોડાને તળિયે જડેલી લોઢાની પટ્ટી – એડી.

clove (ક્લોવ), ના૦ લવિંગ, લવિંગનું ઝાડ; (લસણના દડાની) કળી.

clove, cloven, જુઓ cleave.

clove-hitch (ક્લોવહિચ), ના૦ દોરડાને વાંસ, ઇ. સાથે સજ્જડ બાંધવાની એક જાતની ગાંઠ.

cloven hoof (ક્લોવન્ હૂફ), ગાય, બકરી, ઇ.ની બે ફાટવાળી ખરી; શેતાનની નિશાની.

clo'ver (ક્લોવર), ના૦ ત્રિદલ પાંદડાંવાળું ખુશબોદાર ફૂલવાળું ઘાસ. *in ~*, એશઆરામમાં.

clown (ક્લાઉન), ના૦ ગમાર, ગામડિયો; (નાટક કે સરકસમાં) વિદૂષક, મશ્કરો, રંગલો.

clown'ish, વિ૦ ગામડિયું, વિદૂષકને છાજે તેવું.

cloy (ક્લૉઇ), સ૦ ક્રિ૦ ધરાઈ – ઓચાઈ – જાય તેમ કરવું, ઓચાવી નાંખવું.

club (ક્લબ), ના૦ ડંગોરો, ગદા; [વ્યાયામ] મગદળ; [ગોલ્ફ] લાકડી; સમાન હેતુસર ભેગી થનાર મંડળી; તેમની મળવાની જગ્યા; [ગંજીફામાં, બ૦ વ૦] કુલેવર, કુલ્લી. ઉ૦ ક્રિ૦ ડંગોરા વતી મારવું; સાથે મળીને કામ કરવું. *~-foot*, જાડો બેડોળ પગ. *~-law*, ડંગોરિયો કાયદો, ધોકાપંથ.

cluck (ક્લક), ના૦ (સેવતી વેળા) મરઘીનું બોલવું. અ૦ ક્રિ૦ (મરઘીનું) બોલવું, પોતાનાં બચ્ચાંને બોલાવવું.

clue (ક્લૂ), ના૦ તપાસ, શોધ, ઇ. માં દોરનારી વસ્તુ – બીના; (પ્રશ્નના જવાબ માટેની) ચાવી; વાર્તાનું સૂત્ર.

clump (ક્લમ્પ), ના૦ ઝાડી, ઝાંખરાં; ગાંગડો, પિંડો. ઉ૦ક્રિ૦ ઝૂમખામાં એકત્ર રોપવું; ભારે પગે – ભાર દઈને – ચાલવું.

clums'iness (ક્લમ્ઝિનિસ), ના૦ અણઘડપણું; કુનેહ કે શોભાનો અભાવ.

clums'y (ક્લમ્ઝિ), વિ૦ બેડોળ, કઢંગું: અનાડી; કુનેહ વિનાનું, આવડત વિનાનું.

clung, cling નો ભૂ૦ કા૦ અને ભૂ૦ કૃ૦

clus'ter (ક્લસ્ટર), ના૦ ફળ, ફૂલ, ઇ. નું ઝૂમખું, ગુચ્છ, (કેળાંની) લૂમ; ટોળું, ઝુંડ. ઉ૦ ક્રિ૦ ઝૂમખું બનાવવું – બનવું; ટોળેટોળાં ભેગા થવું.

clutch (ક્લચ), ઉ૦ ક્રિ૦ આતુરતાથી પકડવું; જોરથી પકડવું. *~ at*, (હાથ લંબાવીને) પકડવા મથવું. ના૦ મજબૂત પકડ, પકડ, કબજો; યંત્રના જુદા જુદા ભાગ જોડવાનું કે અલગ કરવાનું સાધન – યોજના (યંત્ર ચાલુ કરવા કે બંધ કરવા માટે); (બ૦ વ૦) પકડ, પંજો.

clutch, ના૦ મરઘીનાં એક વખતે મૂકેલાં કે ફાટેલાં ઈંડાં; મરઘીના બચ્ચાં.

clutt'er (ક્લટર), ના૰ અસ્તવ્યસ્ત દશા, ગંદી હાલત; ઘોંઘાટ. ઉ૰ ક્રિ૰ ધાંધલ મચાવવી; વસ્તુઓ અસ્તવ્યસ્ત કરી નાંખવી.

Co.(કો), ના૰ company (કંપની)નું તેમ જ county (કાઉન્ટિ)નું ટૂંકું રૂપ.

coach (કોચ), ના૰ ચાર પૈડાંની ઢાંકેલી ગાડી, રથ; રેલવેનો ડબો; રમત કે પરીક્ષા માટે શીખવનાર માસ્તર – ઉસ્તાદ. ઉ૰ ક્રિ૰ ભાડાની ગાડીમાં જવું–પ્રવાસ કરવો; સૂચનાઓ આપવી, શીખવવું. *~-box*, ના૰ ગાડીવાનની બેસવાની જગ્યા. *~-house*, ના૰ ગાડી રાખવાની જગ્યા; તબેલો.

coachman (કોચ્મન), ના૰ ગાડીવાન.

coag'ulate (કોઍગ્યુલેટ), ઉ૰ ક્રિ૰ (lable). પ્રવાહીને ઘટ્ટ બનાવવું, જમાવવું, જામી જાય તેમ કરવું, થીજવવું; ઘટ્ટ બનવું, જામી જવું, ઇ.; આખરવું. **coagula'tion**, ના૰ ઘટ્ટ થવું – જામવું – તે.

coal (કોલ), ના૰ (ખાણનો) કોલસો, કોયલો; કોલસાનો ટુકડો. ઉ૰ ક્રિ૰ -માં કોલસા ભરવા, કોલસા લેવા. *carry ~s to Newcastle* લુહારવાડે સોય વેચવા જવું, ઇ.; ખાલી મહેનત કરવી. *call, haul, over the ~s*, ગુના માટે ઠપકારવું – વઢવું. *heap ~s of fire on someone's head*, અપકારને બદલે ઉપકાર કરવો–કરીને (કોઈને) પશ્ચાત્તાપદગ્ધ કરવું. *~-heaver*, ના૰ કોલસો ઉપાડનાર *~-hole*, ના૰ કોલસા રાખવાની જગ્યા.

coalesce' (કોઅલે'સ), અ૰ ક્રિ૰ જોડાવું, સાથે મળીને એક – એકજૂથ – બનવું.

coal'field (કોલ્ફીલ્ડ), ના૰ કોલસા જ્યાંથી મળે તે પ્રદેશ.

coali'tion (કોઅલિશન), ના૰ મળીને એક થવું તે, જોડાણ; જુદા જુદા રાજકીય પક્ષોનું તાત્કાલિક જોડાણ – એક થવું તે; સંયુક્ત – મિશ્ર – મંત્રીમંડળ **coali'tionist**, ના૰ સંયુક્ત મંત્રીમંડળનો પુરસ્કર્તા.

coal'mine (કોલ્માઇન), **coal'pit** (કોલ્પિટ્), ના૰ કોલસાની ખાણ.

coal'-scuttle (કોલ્સ્કટલ), ના૰ (ચૂલા પાસે) કોલસા મૂકવાની પેટી, ખોખું, ઇ.

coarse (કોર્સ, કો-). વિ૰ સામાન્ય (કોટિનું); ખરબચડું, બરછટ; નાજુકાઈ – સૂક્ષ્મતા – વિનાનું; અણઘડ, ગ્રામ્ય; (ભાષા) અશિષ્ટ, ગંદું. **coarse-grained**, વિ૰ ઘડતર અને લાગણીમાં નાજુકાઈ વિનાનું. **coarse'ness**, ના૰ સ્થૂળતા; અસભ્યતા, તોછડાઈ.

coar'sen (કોર્સન), ઉ૰ ક્રિ૰ નાજુકાઈ વિનાનું – અસભ્ય – રીઢું – બનાવવું – થવું.

coast (કોસ્ટ), ના૰ દરિયાકિનારો – કાંઠો, સાગરતટ. અ૰ ક્રિ૰ કિનારે કિનારે વહાણ હંકારવું; સ્લેજ પર – અથવા પગ કે પેડલ હલાવ્યા વિના સાઇકલ પર – ટેકરી પરથી નીચે ઊતરવું. **coast'guard** (કોસ્ટગાર્ડ), ના૰ દરિયાકાંઠાની પોલીસ. [કે હદ.

coast'line, ના૰ દરિયાકિનારાનો આકાર

coast'wise(કોસ્ટવાઇઝ઼), વિ૰ અને ક્રિ૰ વિ૰ દરિયાને કાંઠે કાંઠે.

coat (કોટ), ના૰ બાંયવાળો ડગલો–ડગલું, કોટ; આવરણ, વેષ્ટન, પ્રાણીના વાળ, રુવાંટી, ઇ.; પડ, થર, વેષ્ટન; (રંગનો) હાથ. સ૰ ક્રિ૰ રંગ, ધૂળ, ઇ. થી ઢાંકવું, રંગનો હાથ દેવો. *dust one's ~*, -ને માર મારવો -ની ઝાટકણી કાઢવી. *turn one's ~*, બીજા–સામા – પક્ષમાં ભળી જવું, પક્ષત્યાગ કરવો. *~ of arms*, વિશિષ્ટ કુળની કે વિશિષ્ટ વ્યક્તિઓની ઢાલ ઉપર તેના સૂચક ચિહ્ન તરીકે ચીતરેલી આકૃતિઓ. **coating** (કોટિંગ), ના૰ રંગ, ઇ. નો લેપ – થર – હાથ; કોટનું કાપડ.

coatee, ના૰ બહુ ટૂંકો કોટ.

coax (કોક્સ), સ૰ ક્રિ૰ મીઠી મીઠી વાત કરીને સમજાવવું, મનાવવું, પટાવવું, ફોસલાવવું; જોર કર્યા વિના. (વસ્તુને) ધીમે ધીમે ગોઠવવી.

cob (કૉબ), ના૰ એક જાતનું ટટ્ટુ – બટ; હંસ (નર) (*~swan* પણ); એક ફળ (**~-nut**); મકાઈનું કણસલું; કરોળિયો; કોલસાનો ગોળ ગઠ્ઠો.

cob'alt (કોબૉલ્ટ), ના૰ નિકલ જેવી એક ધાતુ; એ ધાતુમાંથી બનાવેલો ઘેરો ભૂરો રંગ.

cob'ble (કૉબલ), ના૰ (બ૰ વ૰) ભોંય કે રસ્તો બનાવવામાં વપરાતી ગોળ કાંકરી (*~-stones* પણ); એના કદના કોલસા. સ૰ ક્રિ૰ જેમ તેમ થીંગડાં મારવાં; વિ. ક. જોડા સમા

કરવા.

cobb'ler (કૉબ્લર), ના૦ જોડાને થીંગડાં મારનાર; અણઘડ કારીગર.

cob'le (કૉબલ), ના૦ માછીમારની માછલાં પકડવાની હોડી.

cob'ra (કૉબ્રા), ના૦ નાગ.

cob'web (કૉબવે'બ), ના૦ કરોળિયાની જાળી, જાળું; નજીવી વાત; ગૂંચ.

coc'a-col'a (કોકાકોલા), ના૦ સોડા લેમન જેવું એક પીણું.

cocaine' (કોકેન), ના૦ શરીરના વિશિષ્ટ અંગને બધિર બનાવનાર– કોકામાંથી બનાવેલી – દવા.

coch'ineal (કૉચિનીલ), ના૦ (થોર પર થતાં) કેટલાંક જીવડાં સૂકવીને તેમાંથી કાઢવામાં આવતો કિરમજી રંગ; એ જીવડાંનાં મડદાં.

cock (કૉક), ના૦ કૂકડો, મરઘો; પક્ષીનો નર; બંદૂકનો ઘોડો; નળ, ચકલી; નાયક, આગેવાન. *at half, full,* ~, (બંદૂક અંગે) ફોડવાની અર્ધી કે પૂરેપૂરી તૈયારીમાં. ઉ૦ક્રિ૦ કૂતરાએ (કાન, પૂંછડી) ઊંચું અથવા સીધું કરવું; (ટોપી, ઇ.) ત્રાંસું મૂકવું; બંદૂકનો ઘોડો ઊંચો કરવો. ~*-a-doodle-doo* ના૦ મરઘા–કૂકડા–નો અવાજ, કૂકડે કૂક; (બાળભાષામાં) કૂકડો. ~ *-and-bull story,* માની ન શકાય એવી વાત, ગપ્પું. ~*-a-hoop,* વિ૦ અતિ આનંદિત, ઉત્સાહિત, પ્રસન્ન. ~*-crow,* ના૦ વિ.ક. પરોઢ. ~ *of the walk,* કોઈ પણ મંડળમાં હાકેમી ભોગવનાર–પ્રભાવી–માણસ.

cock, ના૦ ઘાસનો શંકુ આકારનો નાનો ઢગલો – ગંજી. સ૦ક્રિ૦ ઘાસની ગંજી બનાવવી.

cockade' (કકેડ, કૉ–), ના૦ ટોપી પરનું છોગું – ફૂમતું – કલગી. [કાકાકૌઆ.

cockatoo' (કૉકટૂ), ના૦ કલગીવાળો પોપટ,

cock'atrice (કૉકટ્રાઇસ, –ટ્રિસ), ના૦ કેવળ દૃષ્ટિથી નાશ કરનારો કાલ્પનિક સર્પ; અમે.-ની એક નાની ગરોળી. [બાંધેલી બોટ – હોડી.

cock'boat, ના૦ નાના વહાણની પાછળ

cock'chafer (કૉક્ચેફર), ના૦ ચેસ્નટ-ના રંગનો, મોટેથી ગણગણ અવાજ કરતો ભમરો.

cocked hat (કૉક્ટ્હૅટ), ના૦ આગળ પાછળ અને ઉપર આણીવાળી કોર વગરની ટોપી.

cock'er (કૉકર), ના૦ 'સ્પૅનિયલ' કૂતરાની ઓલાદ.

cock'erel (કૉકરલ), ના૦ નાનો કૂકડો.

cock'-eyed (કૉક્-આઇડ), વિ૦ બાડું, ત્રાંસી નજરવાળું; ત્રાંસું (બેસાડેલું).

coc'kle (કૉકલ), ના૦ અનાજમાં ને વિ. ક. ઘઉંમાં ઊગતો એક ફૂલછોડ.

coc'kle, ના૦ બે છીપવાળી એક ખાદ્ય માછલી; તેનું કવચ – છીપ. *warm the*~*s of the heart,* કોઈને સુખી કે સંતુષ્ટ કરવું.

coc'kle, ના૦ કરચલી. ઉ૦ ક્રિ૦ સંકોચાઈને કરચલી વળવી, કરચલી વાળવી.

cock'ney (કૉક્નિ), ના૦ લંડનનો રહેવાસી; લંડનની અંગ્રેજી ભાષા. વિ૦ લંડનના વતનીઓનું.

cock'pit (કૉક્પિટ), ના૦ મરઘાં લડાવવાની જગ્યા – અખાડો; જ્યાં અનેક લડાઈઓ થઈ હોય એવું મેદાન, પાણીપત; વિમાનમાં વૈમાનિકની બેસવાની જગ્યા; યુદ્ધ વખતે હૉસ્પિટલ માટે વપરાતી મનવારના તૂતક પરની જગ્યા.

cock'roach (કૉક્રોચ), ના૦ વંદો, વાંદો.

cocks'comb, coxcomb (કૉક્સ્કોમ), ના૦ કૂકડાની કલગી, માંજર; લાલો, વરણાગિયો.

cock-shy (કૉક્શાઇ), ના૦ કોઈ લક્ષ્ય કે નિશાન, જેની પર કશુંક ફેંકવાનું હોય; લક્ષ્ય પર ફેંકવું તે.

cock-sure' (કૉક્શૂર, –શુઅર), વિ૦ પૂરે-પૂરી ખાતરીવાળું – નિશ્ચિત; આત્મવિશ્વાસવાળું; સ્વમતાભિમાની.

cock'tail (કૉક્ટેલ), ના૦ ખાંડ અને તૂરો રસ ભેળવેલું મદ્ય; સમાજમાં પ્રતિષ્ઠા પામેલ લેભાગુ માણસ. [ગર્વિષ્ઠ.

cock'y (કૉકિ), વિ૦ અતિઅભિમાનવાળું,

coc'o(a) (કોકો), ના૦ (બ૦ વ૦ –s), નાળિયેરી. **coco(a)nut,** ના૦ નાળિયેર. ~ *matting,* કાથીનું પાથરણું – ચટાઈ. ~ *milk,* નાળિયેરનું પાણી. [કોકોનું પીણું.

co'coa (કોકો), ના૦ કોકોની ભૂકી–પાઉડર;

cocoon' (કકૂન), ના૦ કીડાનો કોશેટો.

cod (કૉડ), ના૦ એક મોટી ખાદ્ય માછલી, જેમાંથી 'કૉડલિવર ઑઇલ' કાઢવામાં આવે છે.

cod'dle (કૉડલ), સ૦ ક્રિ૦ માંદું ગણીને તેની સાથે વર્તવું, પંપાળવું, રીઝવવું. ના૦ જાતને કે બીજાને પંપાળનારો.

code (કોડ), ના૦ કાયદાઓનો વ્યવસ્થિત સંગ્રહ–સંહિતા; નિયમોનો સંગ્રહ; ગુપ્તતા કે સંક્ષેપ માટે વપરાતાં ચિહ્નો, સાંકેતિક લિપિ; કોઈ સમાજ કે વર્ગના આચાર કે નીતિના સિદ્ધાંતો, આચારસંહિતા (~ *of honour*). સ૦ ક્રિ૦ સાંકેતિક લિપિમાં મૂકવું.

cod'ex (કોડૅક્સ, કો-), ના૦ (બ૦વ૦ cod-ices). પ્રાચીન હસ્તલિખિત ગ્રંથ (વિ. ક. બાઇબલ કે બીજા શિષ્ટ સાહિત્યનો).

codg'er (કૉજર), ના૦ [વાત.] વિચિત્ર માણસ; કંજૂસ હલકટ માણસ.

cod'icil (કૉડિસિલ), ના૦ મૃત્યુપત્રનો ઉમેરો–પુરવણી–સુધારો; પુરવણી મૃત્યુપત્ર.

cod'ify (કૉડિફાઇ), સ૦ ક્રિ૦ કાયદાનો વ્યવસ્થિત સંગ્રહ કે સંહિતા બનાવવી. **codifica'tion**, ના૦ સંહિતા (બનાવવી તે).

cod'ling (કૉડ્લિંગ), ના૦ સફરજન જેવું એક નાનું ફળ; કૉડ માછલીનું બચ્ચું.

co-educa'tion (કો-એ'ડ્યુકેશન, -જુ-), ના૦ છોકરા છોકરીઓનું સાથે શિક્ષણ, સહ-શિક્ષણ. **co-educa'tional**, વિ૦ સહ-શિક્ષણનું–આપનારું.

coeffi'cient (કોઇફિશન્ટ), ના૦ સહાયક કારણ, વસ્તુ કે વ્યક્તિ; [બીજ.] ગુણક (આંકડો કે અક્ષર), ઉપગુણ.

coerce' (કોઅર્સ), સ૦ ક્રિ૦ (–ceable). જબરદસ્તી કરવી; ફરજ પાડવી, સખ્તીથી કરાવવું. **coer'cive** (કોઅર્સિવ), વિ૦ સખ્તીનું. **coer'cion** (કોઅર્શન), ના૦ જબરદસ્તી; જબરદસ્તીથી ચાલતો રાજ્ય-કારભાર.

coe'val (કોઈવલ), વિ૦ એક જ સમય, કાલખંડ કે ઉમરનું, સમકાલીન; એક જ અવધિવાળું.

coexis't (કોઇગ્ઝિસ્ટ), અ૦ ક્રિ૦ એકી વખતે–સાથે–અસ્તિત્વ ધરાવવું, સહવર્તમાન હોવું, **coexis'tence** ના૦ સહઅસ્તિત્વ, એકી સાથે વિદ્યમાન હોવું તે; (જુદી જુદી જાતની રાજ્યપદ્ધતિઓવાળી પ્રજાઓને અંગે) એકબીજા પ્રત્યે ઉદારતાપૂર્વક–સહિષ્ણુતા રાખીને –રહેવું તે. **coexis'tent**, વિ૦

coexten'sive (કો-ઇક્સ્ટૅન્સિવ), વિ૦ સમવ્યાપ્તિવાળું, સરખી અવધિવાળું.

coff'ee (કૉફી), ના૦ બુંદદાણાનો છોડ; બુંદદાણા; તેની ભૂકી; તેનો ઉકાળો કે કાવો, કૉફી. [ખજાનો, ભંડોળ.

coff'er (કૉફર), ના૦ પેટી, પટારો; (બ૦ વ૦)

coff'in (કૉફિન), ના૦ શબ મૂકવાની પેટી, કફન. સ૦ ક્રિ૦ દાટવા માટે પેટીમાં મૂકવું.

cog (કૉગ), ના૦ પૈડા કે ચક્રના ઘેરા પરનો દાંતો. સ૦ ક્રિ૦ પટાવવું, છેતરવું. ~*-wheel*, યંત્રના એક ભાગમાંથી બીજાને ગતિ આપનારું દાંતાવાળું ચક્ર.

co'gency (કોજન્સિ), ના૦ બળ, જોર.

co'gent (કોજન્ટ), વિ૦ (દલીલ, ઇ.) જોરદાર, સબળ; ખાતરી કરાવનારું.

co'gitate (કૉજિટેટ), ઉ૦ ક્રિ૦ ઊંડો વિચાર કરવો, મનન–ચિંતન–કરવું, મનમાં ઘોળવું. **cogita'tion**, ના૦ મનન–ચિંતન–(કરવું તે). **co'gitative** (કૉજિટેટિવ), વિ૦. [(દારૂ).

cognac (કોન્યૅક, કૉન્જૅક), ના૦ ફ્રેંચ બ્રાન્ડી

cog'nate (કૉગ્નેટ), વિ૦ એક જ મૂળનું–માંથી જન્મેલું; એક જ ગોત્રનું, સજાતીય; સગું. ના૦ સગું (વિ. ક. માના પક્ષ તરફથી); એક મૂળમાંથી નીકળેલો શબ્દ (~ *word*).

cogni'tion (કૉગ્નિશન), ના૦ બોધ, ઇન્દ્રિય દ્વારા પ્રત્યક્ષ જ્ઞાન (-ની પ્રક્રિયા); જ્ઞાન, જ્ઞાનશક્તિ, અભિજ્ઞા, કલ્પના. **cog'nitive**, વિ૦. જ્ઞાન (ની પ્રક્રિયા)નું –ને લગતું.

cog'nizance (કૉગ્નિઝ઼ન્સ, કૉનિ–), ના૦ -નું જ્ઞાન કે માહિતી હોવી તે; ઇનસાફની રાહે ધ્યાનમાં લેવું તે. *take* ~ *of*, -ની તરફ ધ્યાન આપવું, નજરમાંથી ન જવા દેવું. **cog'nizant**, વિ૦ માહિતગાર, વાકેફ; અભિજ્ઞાયુક્ત.

cognom'en (કૉગ્નોમે'ન), ના૦ આડનામ, ઉપનામ, અટક.

cohere' (કોહિઅર), અ૦ક્રિ૦ સાથે વળગીને–જોડાયેલું–રહેવું; સુસંગત–સુસંબદ્ધ–હોવું. **coher'ence** (કોહીરન્સ), ના૦ સાથે વળગી રહેલું તે; સુસંગતપણું, મેળ, સંગતિ. **coher'ent**, વિ૦ સાથે રહેલું; સુસંગત,

બંધબેસતું.

cohe'sion (કહીઝન, કો-), ના૦ સાથે વળગી રહેવું–જોડાવું–તે, સંયોગ; સ્નેહાકર્ષણ; સંઘાત. **cohes'ive** (–સિવ), વિ૦ પદાર્થના અણુઓને જોડનારું.

co'hort (કોહૉર્ટ), ના૦ રોમન લશ્કરી પલટણના દસમા ભાગની ટુકડી; સૈનિકોની ટુકડી; (બ૦વ૦) લશ્કર.

coif (કૉઇફ), ના૦ (સ્ત્રીઓની) કાનટોપી. *coiffeur* (ક્વાફર), ના૦ (વિ. ક. સ્ત્રીઓના) વાળ કાપનાર. *coiffure* (ક્વાફ્યુઅર), ના૦ વાળ કાપવાની પદ્ધતિ, કેશરચના.

coign (કૉઇન), ના૦ ~ *of vantage*, જ્યાંથી દૃશ્ય જોઈ શકાય એવી જગ્યા.

coil (કૉઇલ), ઉ૦ ક્રિ૦ વીંટવું, વીંટાવું; વીંટીને પિલ્લું – પૈડું – કરવું, વ ટો કરવો. ના૦ વીંટો, પિલ્લું; વીંટાનું એક કડું; [વીજળી] વીજળીનો પ્રવાહ લઈ જવા માટેનો ચક્રાકાર તાર.

coin (કૉઇન), ના૦ નાણું; સિક્કો. ઉ૦ ક્રિ૦ નાણાં – સિક્કા – પાડવા; બનાવવું, જોડી કાઢવું; (નવો શબ્દ) બનાવવો. ~ *money*, ઝપાટામાં પૈસા મેળવવા. *pay a man in his own* ~, જેવાની સાથે તેવા થવું. **coin'er**, ના૦ નાણાં (વિ. ક. ખોટા સિક્કા) પાડનાર.

coin'age (કૉઇનિજ), ના૦ નાણાં પાડવાં તે; પ્રચલિત નાણાપદ્ધતિ, નાણાં; નવો બનાવેલો શબ્દ.

coincide' (કોઇન્સાઇડ), અ૦ ક્રિ૦ એકી સાથે – વખતે – બનવું; એકબીજા પર બરાબર બેસતું આવવું; એક જ કદ–રૂપ –નું હોવું; -ની સાથે મત મળતો હોવો.

coin'cidence (કોઇન્સિડન્સ), ના૦ અકસ્માત્ એકી સાથે બનવું તે, સંયોગ, યોગાયોગ. **coin'cident**, વિ૦ એકી વખતે થતું; મળતું. **coinciden'tal**, વિ૦.

coir (કૉયર), ના૦ કાથી; કાથીનાં દોરડાં.

coke (કોક), ના૦ ખનિજ કોલસાને બાળીને બનાવેલો કોયલો, કોક. [વાળો પ્રદેશ–ઘાટ.

col (કૉલ), ના૦ બે પહાડો વચ્ચેનો નીચાણ-

col'ander, **cull'ender** (કલંડર), ના૦ કાણાં પાડીને બનાવેલી પતરાની ગળણી–ચાળણી.

cold (કોલ્ડ), વિ૦ ઠંડું, ટાઢું, શીતળ; ટાઢ ચડેલું; (ટાઢ) કડકડતું; પોતાનો ભાવ કે લાગણી વ્યક્ત ન કરનારું, ઉદાસીન; ઉત્સાહ – લાગણી – વિનાનું. ના૦ ટાઢ, ઠંડી; સળેખમ, શરદી. *in* ~ *blood*, ઠંડે પેટે, ઉશ્કેરાટ વિના. ~-*-blooded*, વિ૦ ઠંડા લોહીવાળું; ઉદાસીન; ક્રૂર. ~ *cream*, ચામડીને મુલાયમ બનાવવા માટે ઘસવાનો લેપ–મલમ. ~ *feet*, ભીતિ, ડર. *give person the* ~ *shoulder*, કોઈની તરફ બેદરકારીથી વર્તવું. ~ *war*, રાષ્ટ્ર રાષ્ટ્ર વચ્ચેનાં દુશ્મનાવટભર્યાં સંબંધો ને વર્તન. *throw* ~ *water on*, નિરુત્સાહ કરવું; ટાઢું પાણી રેડવું. **cold'ness**, પ્રીતિનો અભાવ, ઉદાસીનતા. [શૂળ, ચૂં ક.

col'ic (કૉલિક), ના૦ પેટનો દુખાવો, પેટ-

coli'tis (કલાઇટિસ), ના૦ મોટા આંતરડાની અન્તસ્ત્વચાનો દાહ – સોજો.

collab'orate (કલૅબરેટ), અ૦ ક્રિ૦ બીજાની સાથે મળીને કામ કરવું; દગો દઈને શત્રુ સાથે કામ – સહકાર – કરવો. **collabora'tion**, ના૦ સહકાર, સાથ. **collab'orator**, ના૦ સહકારી, સાથી.

collap'sable (કલૅપ્સબલ), **collap-sible** (–સિ–), વિ૦ (બારણું, ઇ.) ઢાળી શકાય એવું, સંકેલી – સંકોચી – શકાય એવું.

collapse' (કલૅપ્સ), ના૦ ગબડી પડવું – તૂટી પડવું –તે; -નો ઢગલો વળી જવો; બેસી – ધબી – જવું તે; શક્તિપાત, ધૈર્યપાત. અ૦ક્રિ૦ બેસી જવું, ધબી જવું, ઢળી પડવું.

coll'ar (કૉલર), ના૦ (કોટ, પહેરણની) ગળાપટી, (છૂટી) ગળાપટી, કૉલર; (કૂતરા, ઇ.નો) ગળે બાંધેલો પટો. સ૦ ક્રિ૦ ગળે પટો બાંધવો; ગળપટે પકડવું; પકડવું; કેદ કરવું; [વિ. બો.] ચોરી કરવી, પડાવી લેવું.

coll'ar-bone, ના૦ હાસડીનું હાડકું, હાંસડી.

collaret(te') (કૉલરે'ટ), ના૦ ફીત, કોર, રુવાંટી, ઇ.નો સ્ત્રીઓનો ગળેબંધ – ગળાપટી – કૉલર.

collate' (કલેટ, કૉ–), સ૦ ક્રિ૦ (-table). ઝીણવટથી સરખાવવું, પાઠો મેળવી જોવા.

collat'eral (કલૅટરલ, કૉ–), વિ૦ એક બીજાની પડખેનું; ગૌણ પરંતુ એક જ મૂળ-

માંથી ઊતરી આવેલું; એક વંશના પણ જુદી જુદી શાખાના. ના૦ જુદી શાખાનું સગું. ~ *security,* પોતાના વચન કે કબૂલાત ઉપરાંતની દેવા માટે આપેલી જમીનગીરી.

colla'tion (કલેશન), ના૦ (સામાન્યતઃ ઠંડો) અલ્પાહાર, હાજરી.

coll'eague (કૉલીગ), ના૦ કોઈ એક પ્રવૃત્તિમાં સહકાર્યકર્તા, સહકારી, સાથી.

coll'ect (કૉલિક્ટ), ના૦ નાનકડી પ્રાર્થના.

collect' (કલે'ક્ટ), ઉ૦ ક્રિ૦ ભેગું કરવું, ભેગા થવું; એકઠું કરવું–થવું; (ફાળો, ઇ.) ભેગું કરવું, વસૂલ કરવું; (સંગ્રહ માટે) -ના નમૂના ભેગા કરવા. ~ *oneself,* સ્વસ્થ–શાંત–થવું. **collect'ed,** વિ૦ સ્વસ્થ, શાંત.

collec'tion (કલે'ક્શન), ના૦ ભેગું કરવું તે: ટીપ, ઇ.માં ભેગાં કરેલાં નાણાં, ફાળાની રકમ, ઉઘરાણું; સંચય, સંગ્રહ.

collec'tive (કલે'ક્ટિવ), વિ૦ સમૂહને લગતું, સમૂહ દ્વારા કરાયેલું; સાથે મળીને બધાનું, સહિયારું. ~ *noun,* [વ્યાક.] સમૂહવાચક નામ.

collectivism, ના૦ બધી મિલકતની માલિકી રાષ્ટ્રની હોય એવું રાજ્યતંત્ર; સમૂહવાદ.

collec'tor (કલે'ક્ટર), ના૦ ભેગું–એકઠું–જમા–કરનારો; જુદી જુદી જાતના નમૂના, અજાયબ ચીજો, લેણું, મહેસૂલ, ઇ. ભેગું કરનારો; જિલ્લાનો વડો અધિકારી, કલેક્ટર.

colleen' (કૉલીન), ના૦ આયર્લેન્ડની ગામડાની છોકરી.

coll'ege (કૉલિજ), ના૦ યુનિવર્સિટીનું અંગભૂત વિદ્વાનોનું મંડળ; મહાવિદ્યાલય, કૉલેજ; તેનું મકાન. *C~ of Cardinals,* પોપને મદદ કરનાર ૭૦ જણની સભા. **colle'gian** (કલીજિઅન), ના૦ કૉલેજનો સભ્ય–વિદ્યાર્થી. **colle'giate** (કલીજિઅટ), વિ૦ મહાવિદ્યાલયનું –ને લગતું.

collide' (કલાઇડ), અ૦ ક્રિ૦ (*with*) સામસામું અથડાવું, એકબીજાની સાથે ટકરાવું.

coll'ie, coll'y (કૉલિ), ના૦ સ્કૉટલૅન્ડનો ભરવાડનો કૂતરો.

coll'ier (કૉલ્યર), ના૦ કોલસાની ખાણનો મજૂર; કોલસા લઈ જનારું વહાણ; તે પરનો ખલાસી.

coll'iery (કૉલ્યરિ), ના૦ કોલસાની ખાણ.

colli'sion (કલિઝન), ના૦ એકબીજા સાથે અથડાવું તે, અથડામણ; સામસામી ટક્કર; ઘસો.

colloca'tion (કૉલકેશન, કૉલો–), ના૦ અમુક સ્થળે મૂકવું તે; વ્યવસ્થિતપણે ગોઠવવું તે; વર્ગો પાડવા તે; વિ. ક. શબ્દોનો સમૂહ કે વર્ગ.

coll'oid (કૉલૉઇડ), ના૦ ઈંડાની સફેદી જેવા ચીકણા પદાર્થોમાંનો કોઈ પણ એક.

coll'op (કૉલપ), ના૦ માંસનો ટુકડો.

collo'quial (કલોક્વિઅલ), વિ૦ સામાન્ય–રોજની–વાતચીતનું–ની ભાષાનું; શિષ્ટ સાહિત્યમાં ન વપરાતું. **colloq'uialism** (કલોક્વિઅલિઝમ), ના૦ રોજની વાતચીતમાં વપરાતો શબ્દ કે રૂઢિપ્રયોગ.

coll'oquy (કૉલક્વિ), ના૦ વાતચીત, સંભાષણ, સંવાદ.

collu'sion (કલૂઝન), ના૦ ઉપર ઉપરથી વિરોધી દેખાતા પક્ષો વચ્ચેનો એકો; દગો, સંતલસ. **collus'ive** (કલૂસિવ), વિ૦ છળકપટનું, સંતલસી.

colly'rium (કલિરિઅમ), ના૦ આંખનું [અંજન, કાજળ.

col'on (કોલન), ના૦ મોટા આંતરડાનો મોટો–નીચલો–ભાગ, મોટું આંતરડું.

col'on, ના૦ એક વિરામચિહ્ન(:), મહાવિરામ.

colonel (કર્નલ), ના૦ લગભગ હજાર લશ્કરી સિપાઈઓનો ઉપરી અમલદાર, મેજરથી ઉપરનો અધિકારી.

colon'ial (કલોનિઅલ), વિ૦ કૉલોની કે વસાહતનું–સંબંધી. ના૦ વસાહતનો વતની.

colon'ialism, ના૦ વસાહતવાદ.

col'onist (કૉલનિસ્ટ), ના૦ વસાહતનો સંસ્થાપક; ત્યાં રહેનાર વસાહતી. **col'onize** (કૉલનાઇઝ), ઉ૦ ક્રિ૦ વસાહત કરવી. વસાહતમાં જઈને રહેવું–જોડાવું. **coloniza'tion** (કૉલનાઇઝેશન), ના૦.

colonnade' (કૉલનેડ), ના૦ થાંભલાની હાર (બહુધા કમાનવાળી), સ્તંભાવલિ; વૃક્ષોની હાર.

col'ony (કૉલનિ), ના૦ નવા મુલકમાં જઈને કરેલી વસાહત; વસાહત કરેલો મુલક, વસાહત;

પરદેશીઓનો કે વિશિષ્ટ ધંધાના લોકોનો સમૂહ કે નિવાસ.

col'ophon (કૉલફન), ના૦ જૂના ગ્રંથોમાં, છેવટે અપાતી ગ્રંથનું નામ, સમય, ઇ. માહિતી, જે હવે શરૂઆતમાં આપવામાં આવે છે.

Colora'do bee'tle (કૉલરાડો બીટલ), ના૦ બટાકાને નુકસાન કરનાર કાળા પટાવાળો પીળો ભમરો – રી.

colo(u)ra'tion (કલરેશન), ના૦ વસ્તુનો રંગ – રંગની રચના; રંગ દેવો તે.

coloss'al (કલૉસલ), વિ૦ રાક્ષસી; પ્રચંડ, કદાવર; કલૉસસના જેવું.

coloss'us (કલૉસસ), ના૦ (બ૦ વ૦ *-i, uses*) ભારે મોટા – રાક્ષસી – કદનું પૂતળું; રાક્ષસી કદનો માણસ; શક્તિનું મૂર્ત સ્વરૂપ.

colour (કલર), ના૦ રંગ, વર્ણ; ધોળા સિવાયનો રંગ; રંગવાનો પદાર્થ, રંગ; (બ૦ વ૦) પલટણ, વહાણ, ઇ.નો વાવટો; દેખાવ, બહાનું; ચહેરાની કુદરતી લાલાશ. ઉ૦ ક્રિ૦ –ને રંગ આપવો, રંગવું; રંગાવું; શરમાવું; સાચું લાગે તેવું રૂપ આપવું. *a high ~*, ખૂબ લાલ ચહેરો. *change ~*, ફી઼ પડવું. *come off with flying ~s*, વિજયી થવું. *local ~*, સ્થાનિક વિશિષ્ટતાઓ(નું વર્ણન). *nail* one's *~s to the mast*, તાબે થવાનો ઇનકાર કરવો.

col'ourable, વિ૦ ઉપરથી ઠીક દેખાય એવું, સત્યના આભાસવાળું; બનાવટી.

col'our-blind વિ૦ કેટલાક રંગ પારખવાની શક્તિ વિનાનું, વર્ણાન્ધ.

col'oured, વિ૦ હબસી, હબસી મૂળ–વંશનું; (પ્રજા અંગે) ગોરી નહિ એવી.

col'ourful (કલરફુલ), વિ૦ રંગવાળું, રંગીન; રંગબેરંગી; ઉઠાવદાર.

col'ouring (કલરિંગ), ના૦ કલાકારની રંગરચના – યોજના; વસ્તુનો રંગ કે રંગો.

col'ourist (કલરિસ્ટ), ના૦ રંગ યોજવામાં કુશળ ચિત્રકાર.

col'ourless (કલરલિસ), વિ૦ ઝાંખું, ફીકું; કોઈ વિશિષ્ટ ગુણો વિનાનું; નીરસ; ઉદાસીન.

colour-sergeant, ના૦ [લશ્કર] ધ્વજનો રક્ષક.

colt (કોલ્ટ), ના૦ વછેરો; અનુભવ વિનાનો [યુવાન માણસ.

colts'foot (કોલ્ટ્સફુટ), ના૦ મોટાં પાન અને પીળાં ફૂલવાળું ઘાસ.

col'umbine (કૉલમ્બાઇન), ના૦ નાજુક લટકતાં ઝૂમખાંમાં થતાં ફૂલોવાળું એક ફૂલઝાડ.

col'umn (કૉલમ), ના૦ ગોળ થાંભલો, સ્તંભ; [લા.] આધાર; સ્તંભાકાર વસ્તુ; છાપાની કટાર, ખાનું, કૉલમ; સિપાહીઓની હારબંધ ટુકડી; આંકડાની ઊભી હાર. *fifth ~*, સ્વદેશને દગો દઈને (સામા લડતા) શત્રુને મદદ કરનાર જૂથ. **colum'nar** (કલમ્નર), વિ૦ સ્તંભના આકારનું. **colum'nist** (કૉલમ્નિસ્ટ), ના૦ છાપામાં વિવિધ વિષય નિયમિત કટાર લખનાર.

com'a (કોમા), ના૦, મૂર્છા, ઘેન; બેશુદ્ધિ, ગ્લાનિ. **com'atose** (કોમટોસ), વિ૦ ઘેન – સુસ્તી – વાળું.

comb (કોમ), ના૦ વાળ હોળવાની કાંસકી – કો; ફણી; દાંતાવાળું ઓજાર કે યંત્રનો ભાગ; કૂકડાની લાલ કલગી – માંજર; મધપૂડો. સ૦ ક્રિ૦ (વાળ) હોળવું; (વાળ, ઊન, ઇ.) હોળીને સાફ કરવું; ઝીણવટથી તપાસ કરવી. *~ out*, જૂથ, ઇ.માંથી અનિષ્ટ તત્ત્વો વીણી કાઢવાં. *cut the ~ of*, -ને અપમાનિત કરવું.

com'bat (કમ્બટ, કૉ–), ના૦ લડાઈ, યુદ્ધ, ટક્કર, દ્વન્દ્વ(યુદ્ધ). ઉ૦ ક્રિ૦ લડવું, ઝઘડવું, -ની સામે ટક્કર ઝીલવી.

com'batant (કમ્બટન્ટ, કૉ–), વિ૦ લડનારું, યુધ્યમાન. ના૦ લડનારો, યોદ્ધો.

com'bative (કમ્બટિવ, કૉ–) વિ૦ લડકણું, કજિયાખોર, ઝઘડાળુ.

combe (કૂમ), ના૦ જુઓ coomb.

combina'tion (કૉમ્બિનેશન), ના૦ એકઠું – ભેગું – કરવું – થવું તે, જોડાવું તે; જોડાણ, સંયોગ; એકત્ર થયેલી વ્યક્તિઓ કે વસ્તુઓનો સમૂહ – જૂથ; સાથે મળીને કરેલું કામ – યુદ્ધનો હુમલો; (બ૦ વ૦) ગળાથી પગ સુધી અંદરથી પહેરવાનું એકત્ર સીવેલું કપડું.

combine' (કમ્બાઇન), ઉ૦ ક્રિ૦ ભેગું – એકત્ર – કરવું, જોડવું; એકત્ર થવું, જોડાવું; સહકાર કરવો. ના૦ વેપારી પેઢીઓનું સંગઠન – જોડાણ.

combus'tible (કમ્બસ્ટિબલ), વિ૦ બળે એવું, સળગી ઊઠે એવું, જ્વાળાગ્રાહી. ના૦ એવો

પદાર્થ.

combus'tion (કમ્બશન), ના૦ બળવું-સળગી ઊઠવું-તે, પ્રાણવાયુ સાથે મિશ્રણ કરવાની પ્રક્રિયા; આગથી નાશ.

come (કમ), અ૦ ક્રિ૦ (ભૂ૦ કા૦ came; ભૂ૦ કૃ૦ come). આવવું; પાસે આવવું; આવી પહોંચવું; થવું, બનવું;-માંથી ઊતરવું. ~ *about*, થવું, બનવું. ~ *across*, અચાનક મળવું, ભેટો થવો. ~ *before*,-ની નજરમાં આવવું. ~ *by*, પામવું, મળવું. ~ *down*, જૂના વખતથી ચાલ્યું આવવું. ~ *down on one*, ઠપકો આપવો, સજા કરવી. ~ *easy, natural*, અનાયાસે, સ્વાભાવિકપણે, કરી શકવું, ~ *forward*, મદદ આપવાનું કહેવું. ~ *from*, -નું હોવું (કુટુંબ કે સ્થળ). ~ *home to*, -ને તદ્દન સ્પષ્ટ હોવું, બરાબર સમજાવું. ~ *in handy, useful*, ઉપયોગી (પુરવાર) થવું. ~ *into* (money), કોક પાસેથી વારસામાં મળવું. ~ *of*, -ના વંશમાં-કુળમાં-પેદા થવું. ~ *off*, બનવું,-નું ઇષ્ટપરિણામ નીપજવું. ~ *on*, આવવું, બેસવું (ફળ.ઇ.નું). ~ *out*, પ્રસિદ્ધ થવું; હડતાળ પર જવું; (છોકરીનું) પહેલી વાર બહાર પડવું-સમાજમાં દાખલ થવું. ~ *to*, ભાન પર આવવું; -નો સરવાળો થવો. ~ *round*, ભાનમાં આવવું; ઠેકાણે આવવું. ~ *up*, ઊગી નીકળવું (છોડ, ઇ.); ચર્ચાનો વિષય બનવું. ~ *up to*, -ની બરોબરીએ આવવું, સરખું હોવું. ~ *up with*, -ની હરોળમાં આવવું; -ને પકડી પાડવું. ~*of age*, ઉંમરલાયક થવું. ~ *to a head*, પાકવું; કટોકટી પર આવવું; છેવટની અણી પર આવવું. ~*to blows*, મારામારી પર આવવું. ~ *to life*, જીવતું થવું; ભાનમાં આવવું. ~ *to terms*, -ની સાથે સંધિ-કરાર-કરવો, સમાધાન કરવું; શરણે જવું. ~ *true*, સાચું પડવું. ~ *into play*, અસર થવા માંડવી. ~ *into use*, -નો ઉપયોગ શરૂ થવો.

comed'ian (કમીડિઅન), ના૦ હાસ્યરસનું-સુખાન્ત-નાટક ભજવનાર નટ-નટી; એવું નાટક રચનાર, પ્રહસનકર્તા. **comedienne'** (કમીડિએ'ન, કમે'-), ના૦ નટી.

com'edy (કૉમિડિ), ના૦ હાસ્યરસપ્રધાન-સુખાન્ત-નાટક; આનંદપરિણામી ઘટના.

come'ly (કમ્લિ), વિ૦ દેખાવે રૂપાળું, સુંદર, સુઘડ. **come'liness**, ના૦ સુઘડતા.

comes'tibles (કમે'સ્ટિબલ્સ), ના૦ બ૦ વ૦ ખાવાનું, ખાદ્ય પદાર્થો. [ધૂમકેતુ.

com'et (કૉમિટ), ના૦ પૂંછડિયો તારો,

com'fit (કમ્ફિટ), ના૦ તકરિયા કાજુ, ઇ. જેવી એક મીઠાઈ.

com fort (કમ્ફર્ટ), ના૦ (મુશ્કેલીમાં) દિલાસો, ધીરજ, આશ્વાસન; આરામ, સુખચેન; (બ૦વ૦) આરામ આપનારી વસ્તુઓ, સુખસગવડો. સ૦ ક્રિ૦ દિલાસો-ધીરજ-આપવી; સુખ-સમાધાન-આપવું.

com'fortable (કમ્ફર્ટબલ), વિ૦ તન અને મનથી સ્વસ્થ, આરામમાં; આરામ-સુખ-આપે એવું.

com'forter (કમ્ફર્ટર), ના૦ સુખચેન, આશ્વાસન, હિંમત, ઇ. આપનાર; (*the C*~) પવિત્ર આત્મા (*Holy Ghost*); ઊનનો ગળપટો; બાળકને ચૂસવા અપાતી રબરની ટોટી.

com'fortless (કમ્ફર્ટલિસ), વિ૦ સુખચેન વગરનું; શોકગ્રસ્ત, ઉદાસ.

com'fy (કમ્ફિ), વિ૦ સ્વસ્થ, આરામભર્યું.

com'ic (કૉમિક), વિ૦ હાસ્યરસપ્રધાન નાટકનું -ના જેવું; હસવા જેવું; હાસ્યજનક. ના૦ હાસ્યરસ ઉપજાવનાર; વિદૂષક; વિનોદી છાપું-ચિત્રવાર્તા. ~ *strip*, છાપામાં આવતાં વિનોદી વાર્તાનાં ચિત્રોની પટ્ટી.

com'ical (કૉમિકલ), વિ૦ હાસ્યોત્પાદક; વિચિત્ર, ચમત્કારી; વિચિત્ર. **comical'ity** (કૉમિકૅલિટિ), ના૦.

Com'inform (કૉમિનફૉર્મ), ના૦ અગાઉ કૉમિન્ટર્ન સંસ્થા જે પ્રચારકામ કરતી તે કરવા ૧૯૪૭માં સ્થપાયેલ આંતર રાષ્ટ્રીય સામ્યવાદી સંગઠન સંસ્થા.

Com'intern (કૉમિન્ટર્ન), ના૦ ત્રીજી સામ્યવાદી આંતરરાષ્ટ્રીય પરિષદ.

com'ity (કૉમિટિ), ના૦ સદ્ભાવયુક્ત વર્તન. ~ *of nations*, રાષ્ટ્રો વચ્ચેનો અરસપરસ સંમાન ને ઉદારતાનો ભાવ.

comm'a (કૉમા), ના૦ એક વિરામચિહ્ન, અલ્પવિરામ (,).

command' (કમાન્ડ), ઉ૦ ક્રિ૦ હુકમ કરવો, આજ્ઞા આપવી; ઉપર હકૂમત ચલાવવી; તાબામાં – કાબૂમાં – રાખવું – હોવું; જરૂર પડયે ઉપલબ્ધ હોવું; ઉપરથી નીચે જોવું. ના૦ હુકમ, આજ્ઞા; સત્તા, અધિકાર, કાબૂ; સરદારી; (ભાષા, ઇ.) પર પ્રભુત્વ, -માં નિપુણતા; સરદાર કે સેનાપતિના હાથ નીચેનું લશ્કર કે પ્રદેશ; *in ~ of*, -ના કાબૂમાં, -ની ઉપર હકૂમત ધરાવનાર. *~ performance*, રાજાની કે સરકારની આજ્ઞાથી ભજવેલું નાટક, ઇ.

commandant' (કૉમન્ડૅન્ટ), ના૦ લશ્કર-નો સરદાર, ઉપરી અમલદાર; કિલ્લેદાર.

commandeer' (કૉમન્ડિઅર), સ૦ક્રિ૦ લશ્કરી કામ માટે કબજે લેવું.

comman'der (કમાન્ડર), ના૦ નાયક, સરદાર, સેનાપતિ; નૌકા સૈન્યનો અધિકારી (કપ્તાનથી નીચેનો). *C~-in-Chief*, સર-સેનાપતિ.

comman'ding, વિ૦ ઉપર સત્તા કે હકૂમત ધરાવનાર; અધિકાર ભોગવનારું; પ્રભાવી; શ્રેષ્ઠ ગુણ ધરાવનારું. **command'ment** (કમાન્ડમન્ટ). ના૦ ઈશ્વરી આજ્ઞા; હુકમ, આજ્ઞા. *the ten ~s*, બાઇબલમાં કહેલી હજરત મૂસાની દસ આજ્ઞાઓ.

comman'do (કમાન્ડો), ના૦ (-s). એક સરદારી કે હુકૂમત નીચેનું લશ્કર; ખાસ કામ માટે તાલીમ આપેલા ચુનંદા સિપાઈઓ (નું લશ્કર).

comme il faut (કૉમ્ ઇલ્ ફો), વિ૦ જેવું હોવું જોઈએ તેવું, યોગ્ય, શિષ્ટાચારસંમત.

commem'orate (કમે'મરેટ), સ૦ક્રિ૦ (-rable). ભાષણ, લખાણ કે કોઈ સમારંભ દ્વારા ઉજવણી કરવી (યાદગીરી રાખવા માટે); -નું સ્મારક કરવું – થવું. **commemora'tion** (કમે'મરેશન), ના૦ સ્મારક સમારંભ-મહોત્સવ. **commem'orative**, વિ૦ સ્મારક, યાદગીરીનું.

commence' (કમેન્સ), ઉ૦ ક્રિ૦ શરૂ કરવું – થવું. **commence'ment**, ના૦ શરૂઆત, આરંભ; પદવીદાન સમારંભ.

commend' (કમે'ન્ડ), સ૦ ક્રિ૦ સોંપવું, હવાલે કરવું; ભલામણ કરવી; સ્તુતિ કરવી. *~ thing to person's care*, -ને હવાલે સોંપવું. **commend'able** (કમે'ન્ડબલ), વિ૦ સ્તુતિને પાત્ર. **commenda'tion** (કૉમિન્ડેશન), ના૦ સ્તુતિ, વખાણ; ભલામણ.

commen'surable (કમે'ન્શરબલ), વિ૦ જેનું એક જ ધોરણ કે માપથી માપ થઈ શકે એવું; સમપરિમાણ; સમવિભાજ્ય.

commen'surate (કમે'ન્શરિટ), વિ૦ એક જ માપનું; સરખા વિસ્તાર – અવધિ – પ્રમાણ – કદ – વાળું.

comm'ent (કૉમે'ન્ટ), ના૦ સ્પષ્ટીકરણ, સમજૂતી; મત, શેરો; ટીકા, ગુણદોષનું વિવેચન. અ૦ ક્રિ૦ -ની ઉપર ટિપ્પણ – ભાષ્ય – લખવું, ટીકા કરવી, અભિપ્રાય આપવો.

comm'entary (કૉમન્ટરિ), ના૦ ટીકા, ભાષ્ય; સમજૂતી આપનારી નોંધો; રમત, ઇ.નું ચાલુ વર્ણન – વિવેચન. **comm'entator** (કૉમિન્ટેટર), ના૦ ટીકા કે ભાષ્ય લખનાર – કરનાર; રમત વગેરેનું ચાલુ વર્ણન કરનાર.

commerce (કૉમર્સ), ના૦ મોટા પ્રમાણ પર માલની લેવડદેવડ, વેપાર; વહેવાર. *have ~ with*, -ની સાથે વેપાર કે ઇતર વહેવાર કરવો – હોવો.

commer'cial (કમર્શલ), વિ૦ વેપારનું – ને લગતું, વેપાર કરનારું, વેપારી. ના૦ [ગ્રામ્ય] વેપારીનો ફરતો પ્રતિનિધિ – દલાલ (*~ traveller*). **commer'cialism**, ના૦ કેવળ વેપારી દૃષ્ટિ. **commer'cialize**, સ૦ક્રિ૦ પૈસા કમાવાનું [સાધન બનાવવું.

commina'tion (કૉમિનેશન), ના૦ ધમકી, શાપ; ઈશ્વરનો કોપ ઊતરશે એવી બીક બતાવવી તે. **comm'inatory** (કૉમિનટરિ), વિ૦ વેરની બીક બતાવનારું – ધમકી આપનારું.

commin'gle (કમિંગલ્), ઉ૦ ક્રિ૦ એકઠું [– મિશ્ર – કરવું – થવું.

commis'erate (કમિઝ઼રેટ), સ૦ ક્રિ૦ (-rable). -ને માટે દયા આવવી – બતાવવી (બહુધા *with* સાથે) **commisera'tion** (કમિઝ઼રેશન), ના૦ દયા, કરુણા, દાઝ, દિલાસો.

commis'erative વિ૦ દયાળુ.

commissar' (કૉમિસાર), ના૦ સોવિયેટ

રશિયાના સરકારી ખાતાનો વડો.

commissar'iat (કૉમિસેરિઍટ), ના૦ ખોરાક અને બીજી વસ્તુઓ (વિ. ક. લશ્કરને) પૂરી પાડનારું ખાતું.

comm'issary (કૉમિસરિ), ના૦ જેને ઉપરીએ પોતાની વતી સત્તા આપી હોય તે, ડેપ્યુટી, પ્રતિનિધિ; [લશ્કર] મોદીખાનાનો-ખોરાકી ખાતાનો-વડો અધિકારી.

commis'sion (કમિશન), ના૦ (વિ. ક. દોષ, અપરાધ, ઇ.) કરવું તે; હુકમ, આજ્ઞા; સોંપવું-ભાળવણી કરવી તે; સોંપેલું કામ, સોંપણી; તપાસ ઇ. કરવા માટે ખાસ નીમેલું મંડળ-પંચ-આયોગ; લશ્કર કે આરમારમાં હોદ્દાની જગ્યાનો નિમણૂકપત્ર; આડત, દલાલી. સ૦ ક્રિ૦ અધિકાર-સનદ-આપીને નીમવું; કોઈ વિશેષ કામ કરવાની સત્તા આપવી. *Royal C~*, કોઈ બાબતની તપાસ કરીને અહેવાલ રજૂ કરવા ખાસ અધિકારવાળી રાજાએ નીમેલી સમિતિ-આયોગ.

commissionaire' (કમિશનેર), ના૦ દરવાન, ઇ. તરીકે નિમાયેલ નિવૃત્ત લશ્કરી સિપાઈ.

commi'ssioner (કમિશનર), ના૦ સરકારે નીમેલ આયોગનો સભ્ય; સરકારી ખાતાનો કે પ્રાન્તનો વડો અધિકારી, કમિશનર.

commit' (કમિટ), સ૦ ક્રિ૦ (committed). સોંપવું, હવાલે કરવું (*~to*); સુપરત કરી દેવું; કરવું (વિ. ક. ભૂલ, ગુનો, ઇ.); -નું દોષી હોવું; પ્રતિજ્ઞાપૂર્વક માથે લેવું, બંધાવું, સંકળાઈ જવું. *~ to prison*, કેદમાં નાંખવું. *~ oneself to an action*, કોઈ કામ કરવા બંધાઈ જવું. *~ to memory*, મોઢે કરવું. *~ to writing*, લખી નાંખવું, લેખબદ્ધ કરવું.

commit'ment, ના૦ માથે લીધેલી જવાબદારી (નું કામ); જવાબદારી માથે લેવી તે.

committ'al (કમિટલ), ના૦ કેદમાં નાખવું તે; (અમુક કામ કરવા માટે) જાતે બંધાઈ જવું તે.

committ'ee (કમિટિ), ના૦ સરકારે કે બીજી કોઈ સંસ્થાએ કોઈ વાતનો વિચાર કરવા કે તેની વ્યવસ્થા કરવા નીમેલ મંડળ-સમિતિ.

commode' (કમોડ), ના૦ ખાનાંવાળી પેટી; પાયખાના માટે વપરાતી સ્ટૂલ કે પેટી જેવી બેઠક, કમોડ.

commod'ious (કમોડિઅસ), વિ૦ પૂરતી જગ્યા-મોકળાશ-વાળું, મોટું.

commod'ity (કમૉડિટિ), ના૦ રોજના ઉપયોગની વસ્તુ; વેપારની જણસ.

comm'odore (કૉમડોર), ના૦ વહાણના કાફલાનો સરદાર; વિમાનીઓનો કપ્તાન; *Air C~*, રાષ્ટ્રીય વિમાનદળનો અમલદાર.

comm'on (કૉમન), વિ૦ સર્વેને લગતું, સામાન્ય, સાર્વજનિક, બધાનું; સામાન્ય, સાદી કોટિનું; મામૂલી, હલકી કોટિનું; ગ્રામ્ય; અતિશય પરિચિત, હંમેશનું; સામાન્ય-નર અને નારી-જાતિનું. *in ~*, બધા વચ્ચેનું, સહિયારું. *in ~ with*, બધાની જેમ-સાથે. *~ gender*, સામાન્ય જાતિ. *~ law*, ભૂતકાળની પરંપરા પર રચાયેલો ઇંગ્લંડના કાયદાનો અમુક અંશ. *~ noun*, સામાન્યનામ. *~ sense*, વ્યાવહારિક જ્ઞાન, અક્કલ, સામાન્ય વિવેક. *~ time*, [સં.] દ્વિતાલ કે ચોતાલ.

comm'on, ના૦ આખી જમાતની સામાન્ય માલિકીની જમીન; ખુલ્લી વેરાન જમીન, ગોચર.

comm'onalty (કૉમનલ્ટિ), ના૦ આમ જનતા, સામાન્ય લોકો.

comm'oner (કૉમનર), ના૦ ઉમરાવથી ઊતરતી કોટિનો-દરજ્જાનો-માણસ, સામાન્ય (વર્ગનો) માણસ.

comm'only (કૉમન્લિ), ક્રિ૦ વિ૦ સામાન્યપણે; બહુધા, ઘણી વાર.

comm'onplace (કૉમન્પ્લેસ), ના૦ રોજ કાન પર આવતી-બોલાતી-વાત; સામાન્ય-જાણીતી-ચવાઈ ગયેલી-વાત. વિ૦ નવીનતા-વિશેષતા-વિનાનું.

comm'ons (કૉમન્ઝ્), ના૦ બ૦ વ૦ આમ જનતા; ખોરાક; (*the C~*) પાર્લમેન્ટની નીચલી સભા, આમસભા, લોકસભા.

comm'onwealth (કૉમનવે'લ્થ), ના૦ પ્રજા સમસ્ત, સમગ્ર જનતા; પ્રજાસત્તાક રાજ્ય; (મૂળ બ્રિટિશ સામ્રાજ્યનાં અંગભૂત એવાં) રાષ્ટ્રોનું મંડળ (*British C~*).

commo'tion (કમોશન), ના૦ ખળભળાટ, પ્રક્ષોભ; તોફાન, ઉત્પાત.

comm'unal (કૉમ્યુનલ), વિ૦ પરગણાનું –ને લગતું; બધાના ઉપયોગનું; [હિન્દમાં] કોમનું, કોમી, જાતિનિષ્ઠ. **comm'unalism** (–નલિઝ્મ), ના૦ પરગણાં જેવી સ્થાનિક સંસ્થાઓ દ્વારા રાજ્ય ચલાવવાની પદ્ધતિ; [હિન્દમાં] કોમવાદ.

comm'une (કૉમ્યૂન), ના૦ રાજ્યકારભાર માટે પાડેલો પ્રાદેશિક વિભાગ, પરગણું.

commune' (કમ્યૂન, કૉ–), સ૦ ક્રિ૦ -ની સાથે હળીમળીને વહેવાર – વાતચીત – કરવી– એકતાની ભાવના હોવી.

commun'icant (કમ્યૂનિકન્ટ), ના૦ [ખ્રિસ્તી ધર્મ] પ્રભુભોજનમાં ભાગ લેનાર; બાતમી આપનાર.

commun'icate (કમ્યૂનિકેટ), ઉ૦ ક્રિ૦ (-cable). બાતમી, માહિતી, ઇ. આપવું; -ની સાથે સંસર્ગ – વહેવાર – રાખવો; (ઓરડીઓનું) સમાન બારણું હોવું; પ્રભુભોજનમાં ભાગ લેવો.

communica'tion (કમ્યુનિકેશન). ના૦ બાતમી આપવી કે તેની આપલે કરવી તે; આપેલી બાતમી, ખબર અંતર; બે સ્થળ વચ્ચે સંબંધ – વાહનવહેવાર. *~cord*, આગગાડીના ડબ્બામાં સંકટ વખતે ખેંચવાની સાંકળ.

commun'icative (કમ્યુનિકેટિવ), વિ૦ માહિતી વગેરે આપવા – વાતચીત કરવા–સદાય તૈયાર, વાતોડિયું.

commun'ion (કમ્યૂન્યન), ના૦ એક બીજાના વિચાર ને લાગણીઓમાં ભાગ લેવો તે; ધાર્મિક જૂથ; બિરાદરી, ભાઈચારો; પ્રભુભોજનનો સમારંભ કરવો કે તેમાં ભાગ લેવો તે.

commu'niqué (કમ્યૂનિકે), ના૦ કોઈ બનાવ અંગે સરકારી યાદી – નિવેદન.

comm'unism (કૉમ્યુનિઝ્મ, કૉમ્યૂ-), ના૦ મિલકતની સામાજિક માલિકી હોય અને બધી આર્થિક પ્રવૃત્તિ પર સરકારનો કાબૂ હોય, એવી સમાજરચના (નો સિદ્ધાન્ત), સામ્યવાદ. **comm'unist**, ના૦ સામ્યવાદી.

commun'ity (કમ્યૂનિટિ), ના૦ એક પ્રદેશ કે સ્થાનમાં રહેનારા લોકો; સરખા હક – હિતસંબંધવાળી જમાત કે કોમ; એક જ ધર્મ, ધંધો, ઇ. વાળા લોકો, બિરાદરી; સામ્ય; સંયુક્ત માલિકી.

commuta'tion (કૉમ્યુટેશન), ના૦ અદલાબદલી–રૂપાંતર– ભારે સજાને બદલે હલકી સજા–(કરવી તે); *~ ticket*, સીઝન ટિકિટ.

comm'utator (કૉમ્યુટેટર), ના૦ વીજળીના પ્રવાહની દિશા બદલવાનું યંત્ર.

commute' (કમ્યૂટ), ઉ૦ ક્રિ૦ (–table). અદલાબદલી કરવી, એકને સાટે બીજું આપવું; ઘટાડવું; [અમે.] રેલવેની માસિક ટિકિટ – 'કમ્યુટેશન' ટિકિટ – વાપરવી. **commut'er**, ના૦ કામધંધા અંગે દરરોજ લોકલ ગાડીમાં આવજા કરનાર.

com'pact (કૉમ્પૅક્ટ), ના૦ કરાવ, બોલી, [કરાર.

compact' (કમ્પૅક્ટ), વિ૦ વ્યવસ્થિત ગોઠવેલું – બાંધેલું; ઘટ્ટ, ગાઢું; સુસંબદ્ધ; સંક્ષિપ્ત. સ૦ ક્રિ૦ સંક્ષિપ્ત કરવું; સજ્જડ જોડી દેવું.

com'pact (કૉમ્પૅક્ટ), ના૦ ચહેરા માટે પાઉડર (પીટી?), ગાલ માટે રંગ, ઇ. પ્રસાધન સામગ્રી મૂકવાનો નાનો ડબો – પેટી.

compan'ion (કમ્પૅન્યન), ના૦ સોબતી, સાથી; ભાગીદાર, જોડીદાર; પૈસા આપીને મદદ કરવા ને સાથે રહેવા રોકેલી સ્ત્રી; એક વસ્તુ સાથે બંધ બેસતી – મેળ ખાનારી–બીજી વસ્તુ; ઉમરાવોના વર્ગોમાંનો તદ્દન નીચલો વર્ગ. સ૦ ક્રિ૦ -ના જોડીદાર હોવું; -ની સાથે ફરવું. [મળતાવડું, મિલનસાર.

compan'ionable (કમ્પૅન્યનબલ), વિ૦

compan'ionship, ના૦ સોબત, સંગત, સાથ. [ભાગમાં ઊતરવાનો રસ્તો – દાદરો.

companion-way, ના૦ વહાણના નીચેના

com'pany (કમ્પનિ), ના૦ સોબત, સંગાથ, સંગ; ભેગી થયેલી મંડળી, મંડળ; મહેમાનો, મિજલસ; નાટકમંડળી; વેપારી પેઢી, કંપની; લશ્કરી ટુકડી. *in ~*, સાથે સાથે. *in ~ with*, -ની સાથે. *keep ~*, એકબીજાના પ્રેમી હોવું. *keep good, bad, ~*, સારી કે ખરાબ સોબત રાખવી. *part ~ with*, -ની વિદાય લેવી, -થી છૂટા પડવું. [વવા જેવું – લાયક.

compa'rable (કૉમ્પરબલ), વિ૦ સરખા-

compa'rative (કમ્પૅરટિવ), વિ૦ તુલના કે સરખામણીની દૃષ્ટિથી જોનારું, તુલનાત્મક, આપેક્ષ; [વ્યાક.] અધિકતા–ન્યૂનતા – દર્શક.

'તર' ભાવ સૂચક.

compare' (કમ્પેર,–પે'અર), ઉ૦ ક્રિ૦ સરખાવવું, મુકાબલો કરવો, મેળવી જોવું; -ની સાથે સરખાવી શકાય એવું હોવું. ના૦ તુલના, સરખામણી (ફક્ત *beyond* ~, અતુલનીય, માં). ~ *notes*, કોઈ વિષય અંગે પોતાના અભિપ્રાય કે અનુભવ મેળવી જોવા. ~ *well*, *etc. with*, સરખામણીમાં સારું દેખાવું.

compa'rison (કમ્પૅરિસન), ના૦ સરખામણી કરવી તે; સરખામણી, તુલના.

compart'ment (કમ્પાર્ટ્‌મન્ટ), ના૦ ભાગ, ખંડ, વિભાગ, ખાનું.

com'pass (કમ્પસ), ના૦ ક્ષેત્ર, વિસ્તાર; સીમા, મર્યાદા; પરિધિ, ઘેર; હોકાયંત્ર; (બ૦વ૦. કમ્પસિઝ઼) વર્તુળ કાઢવાનું સાધન, કર્કટ, કંપાસ, સ૦ ક્રિ૦ ફરતો આંટો મારવો: ઘેરી–આંતરી–લેવું; સાધવું, પાર પાડવું.

compa'ssion (કમ્પૅશન), ના૦ દયા, કરુણા. **compa'ssionate** (કમ્પૅશનિટ), વિ૦ દયાળુ, કરુણાવાળું.

compat'ible (કમ્પૅટિબલ), વિ૦ અવિરુદ્ધ, -ની સાથે સુસંગત–મેળ ખાતું. **compatibil'ity** (કમ્પૅટિબિલિટિ), ના૦ અવિરોધ, સુસંગતપણું, મેળ. [દેશભાઈ.

compat'riot (કમ્પૅટ્રિઅટ), ના૦ દેશબંધુ,

compeer' (કમ્પિઅર, કૉ–), ના૦ બરાબરિયો, જોડિયો; સાથી, સોબતી.

compel' (કમ્પે'લ), સ૦ ક્રિ૦ બળાત્કારથી–જબરદસ્તીથી–કરાવવું; ફરજ પાડવી.

compen'dious (કમ્પે'ન્ડિઅસ), વિ૦ ટૂંકું, સંક્ષિપ્ત, પણ વીગતવાળું.

compen'dium (કમ્પે'ન્ડિઅમ), ના૦ (બ૦વ૦ compendiums, compendia). સંક્ષેપ, સાર.

com'pensate (કૉમ્પિન્સેટ, –મ્પ–), ઉ૦ ક્રિ૦ (–sable). -નો બદલો આપવો–મળવો; નુકસાન આપવું–ભરી આપવું.

compensa'tion' (કમ્પિન્સેશન, કૉ–), ના૦ બદલો, અવેજ; નુકસાન ભરપાઈ, નુકસાની. [ભરપાઈ કરનારું.

compensa'tory (કૉમ્પેન્સટરિ), વિ૦

compete' (કમ્પીટ), અ૦ ક્રિ૦ સ્પર્ધા કે હરીફાઈ કરવી.

com'petence (કૉમ્પિટન્સ), **com'petency** (–ટન્સિ), ના૦ (કાયદા પ્રમાણે) યોગ્યતા, લાયકાત, અધિકાર; સામર્થ્ય; પૂરતાં સાધન હોવાં તે, સંપન્નતા.

com'petent (કૉમ્પિટન્ટ), વિ૦ આવશ્યક લાયકાતવાળું, યોગ્ય, લાયક; [કા.] સત્તા, અધિકાર કે યોગ્યતાવાળું; કાબેલ, સમર્થ.

competi'tion (કૉમ્પિટિશન), ના૦ હરીફાઈ, સ્પર્ધા. **compet'itive** (કમ્પે'ટિટિવ), વિ૦ (પરીક્ષા, ઇ.) સ્પર્ધાત્મક; સ્પર્ધા–હરીફાઈ–કરનારું. **compet'itor** (કમ્પે'ટિટર), ના૦ હરીફ, પ્રતિસ્પર્ધી.

compile (કમ્પાઇલ), સ૦ ક્રિ૦ હકીકત, ઉતારા, ઇ. એકઠું કરવું, સંગ્રહ–સંકલન–કરવું. **compila'tion** (કૉમ્પિલેશન), ના૦ સંગ્રહ–સંકલન–(કરવું તે); સંગ્રહ (ગ્રંથ).

compla'cence (કમ્પ્લેસન્સ), **compla'cency** (–સન્સિ), ના૦ આત્મસંતોષ, સમાધાન, તૃપ્તિ. **compla'cent'** (કમ્પ્લેસન્ટ), વિ૦ આત્મસંતોષી.

complain' (કમ્પ્લેન), અ૦ક્રિ૦ અસંતોષ વ્યક્ત કરવો, રોદણાં રોવાં; દોષ–વાંક–કાઢવો; ફરિયાદ કરવી. ~ *of*, દરદ, ઇ.ની ફરિયાદ કરવી. **complain'ant**, ના૦ [કા.] વાદી, ફરિયાદી.

complaint' (કમ્પ્લેન્ટ), ના૦ રોદણાં રોવાં તે, કકળાટ; ફરિયાદ; દરદ, રોગ.

complais'ant (કમ્પ્લેઝ઼ન્ટ, કૉમ્પ્લ–), વિ૦ પરગજુ, ભલું; સભ્ય, બોલવેચાલવે મીઠું.

com'plement (કૉમ્પ્લિમન્ટ), ના૦ ખૂટતું જેથી પૂરું થાય તે, પૂરણ; જોઈએ તેટલું (વસ્તુઓ, માણસો, ઇ.); [ભૂમિતિ] લઘુકોણ અને કાટખૂણા વચ્ચેનું અંતર–પૂરણ, કોટિકોણ.

complement' (કૉમ્પ્લિમે'ન્ટ), સ૦ક્રિ૦ ખૂટતું પૂરું કરવું, -નું પૂરક બનવું. **complement'ary**, વિ૦ ખૂટતું પૂરું કરનારું, પૂરક. ~ *angles*, બન્ને મળીને એક કાટખૂણો બનાવનારા અરસપરસ પૂરક ખૂણા. ~ *colours*, જે બે રંગોનું મિશ્રણ કરવાથી સફેદ રંગ થાય તે (વિ. ક. પીળો ને ભૂરો)

રંગો, પૂરક રંગો.

complete′ (કમ્પ્લીટ), વિ૰ સંપૂર્ણ, સકલ, પૂરેપૂરું; આખું, બધું; પૂરું-સમાપ્ત-થયેલું. સ૰ ક્રિ૰ સંપૂર્ણ બનાવવું; પૂરું-સમાપ્ત-કરવું.

comple′tion (કમ્પ્લીશન), ના૰ પૂરું કરવું-થવું-તે, સમાપ્તિ; પરિપૂર્ણતા-સિદ્ધતા.

com′plex (કૉમ્પ્લે'ક્સ), વિ૰ અનેક અંગો-ભાગો-નું-વાળું; ગૂંચવણભરેલું, જટિલ. *~sentence*, મિશ્ર વાક્ય. **complex′ity** (કમ્પ્લે'ક્સિટિ), ના૰ જટિલતા, ગૂંચવાડો, અનેક ભાગવાળી-ગૂંચવણ ભરેલી-વસ્તુ; [માનસ.] મનમાં બંધાયેલી ગાંઠ-ગ્રંથિ-ગંડ.

comple′xion (કમ્પ્લે'કશન), ના૰ કુદરતી વર્ણ, રંગ; ચામડીનો રંગ, અંગકાંતિ; ચહેરાનો વર્ણ, ચહેરો; દેખાવ, સ્વભાવ; ડોળ, રૂપ. *put a different ~ on*, વસ્તુ જુદી દેખાય તેમ કરવું.

compli′ance (કમ્પ્લાયન્સ), ના૰ હુકમ કે વિનંતી પ્રમાણે વર્તવું તે; સંમતિ, શરણાગતિ. *in ~ with*, (ઇચ્છા, હુકમ, ઇ.) મુજબ, પ્રમાણે. **compli′ant**, વિ૰ માની લે એવું; વાળ્યું વળે એવું; વશ થાય એવું.

com′plicate (કૉમ્પ્લિકેટ), સ૰ ક્રિ૰ (-cable). બીજાની સાથે ભેળવી દેવું; ગૂંચવવું, ગૂંચવી નાખવું; મુશ્કેલ બનાવવું. **com′plicated**, વિ૰ ગૂંચવણભરેલું, ઉકેલવું મુશ્કેલ, વિકટ. **complica′tion**, ના૰ ગૂંચવણ, ગૂંચવાડો; જટિલ-વિકટ-પરિસ્થિતિ.

compli′city (કમ્પ્લિસિટિ), ના૰ ગુનામાં સામેલપણું-અંગ-હાથ-ભાગીદારી.

com′pliment (કૉમ્પ્લિમન્ટ), ના૰ સ્તુતિ, પ્રશંસા; સાબાશી, મુબારકબાદી; (બ૰ વ૰) અભિવાદન, નમસ્કાર.

compliment′ (-મેન્ટ), સ૰ ક્રિ૰ સાબાશી આપવી; વખાણ-ખુશામત-કરવી; સલામ કહેવા. **complimen′tary**, વિ૰ સ્તુતિ-સાબાશી-વાળું; ભેટ તરીકે આપેલું.

comply′ (કમ્પ્લાઇ), અ૰ ક્રિ૰ વિનંતી-ઇચ્છા-ને અધીન થવું; કબૂલ થવું, માન્ય કરવું.

compon′ent (કમ્પોનન્ટ), વિ૰ અંગ-અંશ-ભૂત, ઘટક. ના૰ (*~ part* પણ) અંગ (ભૂત ભાગ), ઘટક, અવયવ.

comport′ (કમ્પૉર્ટ), ઉ૰ ક્રિ૰ પોતાના પદને અનુરૂપ વર્તવું, છાજે તેમ વર્તવું. *~ with*, -ની સાથે મેળમાં હોવું, મળતું આવવું.

compose′ (કમ્પોઝ઼), ઉ૰ ક્રિ૰ ભેગા કરીને બનાવવું, -નું બનવું, મળીને નિષ્પન્ન થવું; (કવિતા ઇ.) રચવું, બનાવવું; શોધી કાઢવું; સાથે મૂકવું, જોડાવું; સ્વસ્થ-શાંત કરવું-થવું; [મુદ્રણ] બીબાં ગોઠવવાં, 'કમ્પોઝ' કરવું.

compo′sed, વિ૰ સ્વસ્થ, શાંત.

compos′er, ના૰ (વિ... ગીત, કવિતા, ઇ.) બનાવનાર, રચના...

com′posite (કૉમ્પઝ઼િટ,-ઝ઼ાઇટ), વિ૰ જુદા જુદા ભાગો કે દ્રવ્યોનું બનેલું; સંયુક્ત, મિશ્ર. ના૰ જુદાં જુદાં મૂળતત્ત્વોની બનેલી વસ્તુ. *~ carriage*, જુદા જુદા વર્ગનાં ખાનાંવાળો રેલવેનો ડબો.

composi′tion (કૉમ્પઝ઼િશન), ના૰ એકત્ર કરીને બનાવવું તે; રચના કરવી તે; રચેલી વસ્તુ, રચના; મિશ્રણ, મેળવણી; સાહિત્યિક રચના, નિબંધ; વાક્યરચના, લેખન; દેવું ચૂકવવા બદલ સમજૂતી, તોડ. *make a ~*, ઓછુંવત્તું કરી દેવાની પતવણી કરવી.

compos′itor (કમ્પૉઝ઼િટર), ના૰ છાપખાનામાં બીબાં ગોઠવનાર, કંપોઝીટર.

compos (mentis) (કૉમ્પૉસ મે'ન્ટિસ), વિ૰ સાબૂત મનવાળું, અક્કલહોશિયારીવાળું.

com′post (કૉમ્પૉસ્ટ), ના૰ [ખેતી] છાણ, કચરો, માટી, ઇ.નું મિશ્ર ખાતર; મિશ્રણ. સ૰ ક્રિ૰ એવું ખાતર બનાવવું-પૂરવું.

compo′sure (કમ્પોઝ઼ર), ના૰ સ્વસ્થતા, શાંતતા. [રાખેલાં ફળ, ફળનો મુરબ્બો.

com′pote (કૉમ્પોટ), ના૰ ચાસણીમાં

compound′ (કમ્પાઉન્ડ), ઉ૰ ક્રિ૰ મેળવવું; મેળવીને એક નવો પદાર્થ બનાવવો; (દેવું, ઇ.) બાંધછોડ કરીને પતવવું; તડજોડ કરવી. *~ a felony*, અંગત કારણસર ફરિયાદ કરવાનું માંડી વાળવું; ગેરકાયદે કામમાં મદદ કરવી. **compound′er**, ના૰ દવાઓનું મિશ્રણ તૈયાર કરનાર, કંપાઉન્ડર.

com′pound (કૉમ્પાઉન્ડ), વિ૰ અનેક ભાગો-દ્રવ્યો-નું બનેલું, સંયુક્ત; મિશ્ર; સમાહિત. *~ interest*, ચક્રવૃદ્ધિ વ્યાજ. ના૰

મિશ્રણ; સમાસ.

com'pound, ના૦ ઘરની ફરતું આંગણું, વાડો.

comprehend' (કૉમ્પ્રિહે'ન્ડ), સ૦ ક્રિ૦ -નો સમાવેશ–સમાસ–કરવો; સમજવું, -નું આકલન કરવું; બધાનો વિચાર કરવો.

comprehen'sible (કૉમ્પ્રિહે'ન્સિબલ), વિ૦ ધ્યાનમાં ઊતરે–સમજી શકાય–એવું, બુદ્ધિગ્રાહ્ય. **comprehen'sion** (–હે'ન્શન), ના૦ આકલન (કરવું તે); આકલન શક્તિ, સમજ.

comprehen'sive (–હે'ન્સિવ), વિ૦ ઘણાનો સમાવેશ કરનારું, વ્યાપક, સર્વગ્રાહી.

compress' (કમ્પ્રે'સ), સ૦ ક્રિ૦ (-ible). દાબવું, દાબીને થોડામાં લાવવું; -નો સાર કાઢવો.

com'press (કૉમ્પ્રે'સ), ના૦ નસ, ઇ.ને દબાવવા માટેની ગાદી; સોજાવાળા ભાગ પર બાંધેલી ભીની પટ્ટી–પોતું.

comprise' (કમ્પ્રાઇઝ઼), સ૦ ક્રિ૦ -નો સમાવેશ કરવો–થવો, -માં સમાવું; -નું બનેલું હોવું.

com'promise (કૉમ્પ્રમાઇઝ઼), ના૦ તડજોડ, સમાધાન, ખાનગી રાહે ફેંસલો. ઉ૦ ક્રિ૦ સમજૂતી–તડજોડ–કરી પતાવવું; પોતાની જાતને કે બીજાને જોખમમાં–શંકાભરી પરિસ્થિતિમાં–નાંખવું; છૂટછાટ આપવી.

comptroll'er (કન્ટ્રોલર), ના૦ હિસાબ તપાસનાર સરકારી અમલદાર.

compul'sion (કમ્પલ્શન), ના૦ જબરદસ્તી, બળાત્કાર. **compul'sory** (કમ્પલ્સરિ), વિ૦ જબરદસ્તીથી કરાવેલું–કરાવાતું; ફરજિયાત, અનિવાર્યપણે આવશ્યક.

compunc'tion (કમ્પંક્શન), ના૦ અનુચિત કામ કરતાં થતો જીવનો બળાપો, ખેદ, ખટકો, આંચકો, મનસ્તાપ.

compute' (કમ્પ્યૂટ), સ૦ ક્રિ૦ હિસાબ–ગણતરી–કરી નક્કી કરવું, ગણવું, હિસાબ કાઢવો, અટસટ્ટો કાઢવો. **computa'tion** (કૉમ્પ્યુટેશન), ના૦ ગણતરી, હિસાબ; અડસટ્ટો. **comput'er**, ના૦ વીજળીથી ચાલતું ગણતરી કરવાનું યંત્ર.

comrade (કૉમ્રિડ, કમ્રિડ), ના૦ સોબતી, સાથી, ગોઠિયો; બિરાદર, ભાઈ. *~-in-arms*, લડવામાં સાથી. **com'radeship**, ના૦ બિરાદરી, ભાઈચારો.

con (કૉન), સ૦ ક્રિ૦ ~ *(over)*, અભ્યાસ કરવો, પાઠ કરવો, શીખવું.

con'ation (કનેશન, કો–), ના૦ [તત્ત્વ.] સંકલ્પશક્તિ(ની પ્રેરણા). **con'ative** (કૉનટિવ), વિ૦ સંકલ્પશક્તિ(ની પ્રેરણા)ને લગતું.

concatena'tion (કંકૅટિનેશન), ના૦ ઘટના, વિચાર, ઇ.ની માલિકા–સાંકળ.

concat'enate, સ૦ ક્રિ૦ સાંકળની કડીઓની જેમ સાથે જોડવું.

conc'ave (કૉન્કેવ), વિ૦ અન્તર્ગોળ, ગગનાકાર. **concav'ity** (કંકૅવિટિ), ના૦.

conceal' (કન્સીલ), સ૦ ક્રિ૦ છુપાવવું, સંતાડવું; છાનું–ગુપ્ત–રાખવું. **concealment**, ના૦ છુપાવવું તે; ગુપ્તતા.

concede' (કન્સીડ), સ૦ ક્રિ૦ માન્ય રાખવું, કબૂલ કરવું; આપવું, બક્ષવું.

conceit' (કન્સીટ), ના૦ અહંકાર, ગર્વ; વિચિત્ર કલ્પના; ઉત્પ્રેક્ષા (અલંકાર). *out of ~ with*, -થી નારાજ. **conceit'ed** (કન્સીટિડ), વિ૦ અહંકારી, ગર્વિષ્ઠ.

conceive' (કન્સીવ), ઉ૦ ક્રિ૦ (-vable). -ને પેટે ગર્ભ રહેવો, સગર્ભા થવું; (જાનવર અંગે) ગાભણા થવું; મનમાં કલ્પના કરવી, ખ્યાલ બાંધવો. **concei'vable**, વિ૦ કલ્પી શકાય એવું.

con'centrate (કૉન્સન્ટ્રેટ), ઉ૦ ક્રિ૦ (-trable). એક કેન્દ્રમાં ભેગું કરવું–આવવું; કશાકમાં એકાગ્રચિત્ત થવું; [રસા.]. પ્રવાહીને ઉકાળીને ઘટ્ટ બનાવીને તેની શક્તિ–તીવ્રતા–વધારવી. **concentra'tion**, ના૦ એકાગ્ર કરવું–થવું–તે; એકાગ્રતા. *~ camp*, રાજકીય કેદીઓને એકત્ર રાખવાની જગ્યા–છાવણી.

concentric (કન્સે'ન્ટ્રિક), વિ૦ એક–સમાન–કેન્દ્ર કે મધ્યબિંદુવાળું, સમકેન્દ્ર.

con'cept (કૉન્સે'પ્ટ), ના૦ વિચાર, કલ્પના, સામાન્ય ખ્યાલ.

concep'tion (કન્સે'પ્શન), ના૦ -ને પેટે રહેવું તે, ગર્ભધારણ, ગર્ભ; કલ્પના, વિચાર.

concern' (કન્સર્ન), સ૦ ક્રિ૦ -ની સાથે સંબંધ હોવો, -ને લાગવુંવળગવું; -ને મહત્ત્વનું હોવું; -ના હિત કે અહિતનું હોવું; પ્રસ્તુત હોવું; -માં રસ લેવો (~ *with*); -ની કાળજી કરવી

(~ about). ના૦ લેવાદેવા, સંબંધ; જેની સાથે લેવાદેવા હોય તે વાત; ફિકર, કાળજ ધંધો, સાહસ, પેઢી, ઇ. **concern'ed** (કન્સર્ડ), વિ૦ ચિન્તાગ્રસ્ત, અસ્વસ્થ ~ *in*, -માં ભાગ-રસ-ધરાવનાર. **concern'ing**, નામ૦ અ૦ સંબંધે, વિષે, -ને અંગે.

con'cert (કૉન્સર્ટ), ના૦ એકમત, સંપ; સંગીતનો જલસો. *done in* ~, બધા મળીને સાથે કરેલું.

concert' (કન્સર્ટ), સ૦ ક્રિ૦ એકવિચાર થઈ યોજના કરવી, ગોઠવવું, અગાઉથી ગોઠવી રાખવું. **concerted**, વિ૦ બધાએ સાથે મળીને યોજેલું – કરેલું.

concerti'na (કૉન્સર્ટીના), ના૦ બે ધમણવાળી વાજાની હાથપેટી.

conce'ssion (કન્સે'શન), ના૦ છૂટછાટ આપવી તે, છૂટછાટ; વિશેષ અધિકાર, ઇજારો; માફી. [શંખમાં રહેતી માછલી.

conch (કૉંક), ના૦ શંખ, છીપ; છીપ કે **concil'iate** (કન્સિલિએટ), સ૦ ક્રિ૦ શાંત કરવું, મનાવવું; પ્રસન્ન કરવું, મન જીતી લેવું, સુલેહ કરવી. **concilia'tion**, ના૦ વિરોધી પક્ષ વચ્ચે સમજૂતી કરાવવી – મેળ સાધવો-તે. **concil'iator**, ના૦ સમજૂતી કરાવનાર. **concil'iatory**, (કન્સિલ્યટરિ), વિ૦ મન જીતી લે એવું, સમાધાન કરાવનાર.

concise' (કન્સાઇસ), વિ૦ ટૂંક, સંક્ષિપ્ત. **concise'ness**, ના૦ ટૂંકાણ, સંક્ષેપ.

conc'lave (કૉંક્લેવ), ના૦ પોપની ચૂંટણી કરવા માટે કાર્ડિનલોની એકત્ર થવાની જગ્યા; ખાનગી – ગુપ્ત – સભા.

conclude' (કન્ક્લૂડ), ઉ૦ક્રિ૦ પૂરું-સમાપ્ત-કરવું-થવું, -નો ઉપસંહાર કરવો; અનુમાન કરવું, સમજવું; નક્કી કરવું, ઠરાવવું.

conclu'sion (કન્ક્લૂઝન), ના૦ અંત, આખર, સમાપ્ત; આખરી પરિણામ; નિષ્કર્ષ; અનુમાન; આખરનો મત, સિદ્ધાન્ત, ઠરાવ. *try* ~*s with*, -ની સાથે ટક્કર ઝીલવી. *in* ~, સારાંશમાં, ટૂંકમાં. **conclu'sive** (કન્ક્લૂસિવ), વિ૦ (દલીલ) ખાતરી કરનારું, નિર્ણયાત્મક.

concoct' (કૉંકૉક્ટ), સ૦ક્રિ૦ અનેક વસ્તુઓ ભેળવીને બનાવવું; નવી કાઢવું; બનાવટ કરવું,

ઊભું કરવું. **concoc'tion** (કંકૉક્શન), ના૦ બનાવટ; ખોટી વાત; મિશ્રણ.

concom'itant (કંકૉમિટન્ટ), વિ૦ સાથે રહેનારું, સહચારી, આનુષંગિક. ના૦ (મોટે ભાગે બ૦વ૦ માં) સાથેની આનુષંગિક વસ્તુઓ – ઘટનાઓ.

conc'ord (કૉંકૉર્ડ), ના૦ મેળ, એકરાગ; મળતાપણું; ગોઠતાપણું; [વ્યાક.] શબ્દો વચ્ચે પુરુષ, જાતિ, વચન ઇ. નો મેળ – અન્વય. **concor'dance** (કંકૉર્ડન્સ), ના૦ એકરાગ, મેળ; કોઈ ગ્રંથના પદો કે શબ્દોની વર્ણાનુક્રમ સૂચિ. **concor'dant** વિ૦ -ની સાથે મેળવાળું, એકરાગ.

concord'at (કંકૉર્ડૅટ), ના૦ (ખ્રિસ્તી) ધર્મપીઠ અને રાજ્ય વચ્ચેનો કરાર.

conc'ourse (કૉંકૉર્સ), ના૦ મોટી સંખ્યામાં ભેગા થવું તે; ટોળું, સમુદાય (પોતાની મેળે ભેગા થયેલા).

conc'rete (કૉંક્રીટ), વિ૦ વાસ્તવિક, પ્રત્યક્ષ દેખાતું, મૂર્ત, સાકાર [વ્યાક.] પદાર્થવાચક. ના૦ કપચી, સિમેન્ટ, ચૂનો, ઇ. નું મિશ્રણ, કાંક્રેટ. *re-inforced* ~, લોઢાના સળિયા નાંખીને મજબૂત બનાવેલું કાંક્રેટ. ઉ૦ ક્રિ૦ (કંક્રીટ) ઘટ્ટ થવું, જમવું; (કૉં-) કાંક્રેટ કરવું.

con'cubine (કૉંક્યુબાઇન), ના૦ રખાત, રાંડ. **concubinage** (કંક્યૂબિનિજ), ના૦ રખાત થઈને રહેવું તે; રખાત પ્રથા; રખાતપણું.

concup'iscence (કંક્યૂપિસન્સ). ના૦ વિષયવાસના, કામીપણું; દુન્યવી સંપત્તિને વિષે રાગ.

concur' (કંકર), અ૦ ક્રિ૦ સાથે થવું-બનવું; 'હા' કહેવું, સંમત થવું. **concu'rrence** (કંકરન્સ), ના૦ એકમત થવું તે; સંમતિ, અનુમતિ. **concu'rrent** (કંકરન્ટ), વિ૦ એકસાથે થનારું, સમવર્તી; (સગ, ઇ.) સાથે ચાલતું; સાથે ભોગવવાનું; સંમત.

concu'ssion (કંકશન), ના૦ સખત ધક્કા, આઘાત; [શસ્ત્રવૈદક] સખત ઘાઘાતથી માથાને મગજને – થયેલી ઈજા; તેથી આવેલી મૂર્છા.

condemn' (કંડે'મ), સ૦ ક્રિ૦ દૂષણ દેવું, વખોડવું; ઠપકો આપવો; -ની વિ-

ચુકાદો આપવો, ગુનેગાર ઠરાવવું; (ઘર, ઇ.) નકામું છે, (રોગ) અસાધ્ય છે, એમ કહેવું-ઠરાવવું; **condemna'tion** (કૉન્ડિમ્નેશન), ના૦ નિંદા; ગુનેગાર ઠરાવવું તે; સજા ફરમાવવી તે; શિક્ષાનું કારણ.

condense' (કંડે'ન્સ), ઉ૦ક્રિ૦ ટૂંકું અથવા નાનું બનાવવું; બાળીને ઘટ્ટ કરવું; દબાવવું; વરાળ કે વાયુનું પ્રવાહીમાં રૂપાંતર કરવું-પામવું. **condensa'tion**, ના૦.

conden'ser (કંડે'ન્સર), ના૦ વરાળનું પાણી બનાવવાનું સાધન-યંત્ર; વીજળી સંઘરવાનું સાધન; પ્રકાશને ભેગો કરીને તેનું કિરણ બનાવવાનો ગોળ કાચ.

condescend' (કૉન્ડિસે'ન્ડ), અ૦ ક્રિ૦ મોટાઈ-માન-મૂકીને આચરણ કરવું; મહેરબાની દાખલ (કામ) કરવું; મુરબ્બીવટ કરવી. **condescending**, વિ૦.

condescen'sion (કૉન્ડિસે'ન્શન), ના૦ મોટાઈ મૂકીને વર્તવું તે; મહેરબાની, મોટાનો વિનય.

condign' (કન્ડાઇન), વિ૦ પૂરતું, યથાયોગ્ય; (સજા) ગુનાના પ્રમાણમાં યથાયોગ્ય.

con'diment (કૉન્ડિમન્ટ), ના૦ મસાલો, ગરમ મસાલો.

condi'tion (કંડિશન), ના૦ ગુણ, ધર્મ; અવસ્થા; શરત, બોલી; (બ૦ વ૦) પરિસ્થિતિ; સાંપત્તિક સ્થિતિ; પદવી, દરજ્જો. *in* ~, સારી હાલતમાં. *on* ~ *that*, જો, એ શરતે કે. સ૦ ક્રિ૦ શરત કરવી; -ની ઉપર અસર ઉપજાવવી; ઇચ્છિત સ્થિતિમાં આણવું.

condi'tional, વિ૦ અમુક વાત પર આધાર રાખનારું, શરતી. ~ *clause*, શરત બતાવનારું વાક્ય-કલમ. ~ *mood*, ના૦ [વ્યાક.] સંકેતાર્થ.

condole' (કન્ડોલ), અ૦ ક્રિ૦ દુઃખમાં સહાનુભૂતિ બતાવવી, દિલાસો આપવો (~ *with*). **condol'ence**, ના૦ દિલાસો આપવો તે, દિલાસો.

condone (કન્ડોન), સ૦ ક્રિ૦ માફ કરવું, -નું દરગુજર કરવું, જવા દેવું, **condona'tion** (કૉન્ડનેશન), ના૦ માફી, દરગુજર.

con'dor (કૉન્ડર), ના૦ દ. અમેરિકાનું એક મોટા કદનું ગીધપક્ષી.

conduce' (કન્ડ્યૂસ), સ૦ ક્રિ૦ -નું કારણ બનવું, અમુક પરિણામ ઉપજાવવું (*to* સાથે).

conduc'ive, વિ૦ (~ *to*) કારણભૂત, અમુક પરિણામ ઉપજાવનારું, સાધક.

con'duct (કૉન્ડક્ટ), ના૦ વર્તણૂક, આચરણ; વહીવટ, વ્યવસ્થા, સંચાલન.

conduct' (કન્ડક્ટ), ઉ૦ ક્રિ૦ દોરી જવું, સાથે લઈ જવું; વ્યવસ્થા-સંચાલન-કરવું, ચલાવવું; વર્તવું, આચરણ કરવું; (પદાર્થ અંગે; ગરમી, વીજળી, ઇ.)ને લઈ જવું, વહી જવું.

conduc'tion (કન્ડક્શન), ના૦ ગરમી, પાણી, ઇ. લઈ જવું તે, વહન.

conduc'tor (કન્ડક્ટર), ના૦ સમૂહ સંગીત-વાદ્યવૃંદ-નો સંચાલક; ઉતારુઓની દેખભાળ રાખનાર અધિકારી, કન્ડક્ટર; (વીજળી, ગરમી, ઇ.) લઈ જનાર-ની વાહક વસ્તુ.

conductress, ના૦ સ્ત્રી૦.

con'duit (કન્ડિટ, કૉ-), ના૦ નળ, નીક, [નહેર.

cone (કોન), ના૦ શંકુ, શંકુના આકારની વસ્તુ; દેવદાર કે ચીડના ઝાડનું ફળ.

confab'ulate (કન્ફૅબ્યુલેટ), અ૦ ક્રિ૦ વાતચીત કરવી, ગપ્પાં મારવાં. **confabula'tion**, ના૦ ગપ્પાં, વાતચીત.

confec'tion (કન્ફે'ક્શન), ના૦ મીઠાઈ; પહેરવાનું એક તૈયાર વસ્ત્ર.

confec'tioner (કન્ફે'ક્શનર), ના૦ સુખડિયો, કંદોઈ, હલવાઈ. **confec'tionery**, ના૦ મીઠાઈ; મીઠાઈ બનાવવાની જગ્યા.

confed'eracy (કન્ફે'ડરસિ), ના૦ સંઘ, સાથે જોડાયેલાં રાજ્યો કે વ્યક્તિઓનો સંઘ; કાવતરું.

confed'erate (કન્ફે'ડરિટ), વિ૦ સાથે જોડાયેલ. ના૦ સાથી, મિત્ર; મળતિયો. (-રેટ), ઉ૦ ક્રિ૦ -ની સાથે એકો કરવો-થવો; -નો સંઘ કરવો-બનવો

confedera'tion (કન્ફે'ડરેશન), ના૦ સમાન પરરાષ્ટ્રીય ધોરણ કે વિદેશનીતિ માટે સ્વતંત્ર રાજ્યોનો કાયમી સંઘ-નું સાથે જોડાણ.

confer (કૉન્ફર), [લૅટિન] આજ્ઞાર્થનું રૂપ. સરખાવો. (સંક્ષેપ cf).

confer' (કન્ફર), ઉ૦ ક્રિ૦ (પદવી ઇ.)

આપવું, બક્ષવું (*upon*); સલાહમસલત કરવી, સલાહ લેવી (*with*). **con'ference** (કૉન્ફરન્સ), ના૦ સલાહમસલત માટે સભા, સંમેલન; વિચારોની આપલે, વિચારવિનિમય. **confer'ment**, ના૦ પદવી, ખિતાબ, ઇ. બક્ષવું તે, -નું અર્પણ-એનાયત.

confess' (કન્ફે'સ), ઉ૦ ક્રિ૦ (વાંક, દોષ, ઇ.) કબૂલ કરવું, માનવું; અંગીકાર-સ્વીકાર-કરવું; પાદરી આગળ પાપનો એકરાર કરવો; (પાદરીએ) પાપનો એકરાર સાંભળવો.

confessedly, ક્રિ૦વિ૦ કબૂલ કર્યા પ્રમાણે.

confe'ssion (કન્ફે'શન), ના૦ ગુનો કબૂલ કરવો તે, કબૂલાત; પાદરી આગળ પાપનો એકરાર; પોતાના સિદ્ધાન્તોનું જાહેર નિવેદન.

confe'ssional, વિ૦ કબૂલાત, ઇ. સંબંધી. ના૦ પાપનો એકરાર સાંભળવાની પાદરીની ઓરડી-આસન.

confess'or (કન્ફે'સર), ના૦ પોતાનો ધાર્મિક મત નીડરપણે જાહેર કરનાર-કબૂલ કરનાર; પાપનો એકરાર સાંભળનાર પાદરી.

confett'i (કન્ફે'ટિ), ના૦ બ૦ વ૦ લગ્ન-સમારંભ કે મોટા ઉત્સવ વખતે વરવધૂ ઉપર કે એકબીજાની સામે ફેંકવામાં આવતા રંગીન કાગળના ગોળ કકડા કે મીઠાઈની વસ્તુઓ.

confidant' (કૉન્ફિડૅન્ટ), ના૦ (સ્ત્રી૦ confidante). જેને ખાનગી વાત કહી શકાય એવો -વિશ્રબ્ધ-મિત્ર; રહસ્યમિત્ર.

confide' (કન્ફાઇડ), ઉ૦ ક્રિ૦ પર ભરોસો રાખવો; છાની વાત કહેવી; સોંપવું, -ને ભરોસે રાખવું. **confiding'**, વિ૦ બીજામાં ભરોસો રાખનારું; અશંકાશીલ, ભોળું; વિશ્રંભી.

con'fidence (કૉન્ફિડન્સ), ના૦ પાકો વિશ્વાસ, ભરોસો; આત્મવિશ્વાસ; (કહેલી) છાની વાત. *in ~*, છાની વાત સમજીને. *~ trick*, ભરોસો ઉપજાવી છેતરવાની યુક્તિ.

con'fident, વિ૦ પાકો ભરોસો-આત્મ-વિશ્વાસ-રાખનારું; ખાતરીવાળું; ધૃષ્ટતાવાળું.

confidential (કૉન્ફિડૅ'ન્શલ), વિ૦ છાનું, છાનું રાખવા જેવું, ખાનગી; વિશ્વાસુ, ભરોસાદાર.

configura'tion (કન્ફિગ્યુરેશન), ના૦ આકૃતિ, રૂપરેખા; વસ્તુનું સ્વરૂપ.

confine' (કન્ફાઇન), સ૦ ક્રિ૦ મર્યાદામાં રાખવું; કેદમાં પૂરવું, કેદ કરવું; બંધીમાં રાખવું. *be ~d*, સુવાવડમાં-ખાટલે-હોવું.

con'fine, (કૉન્ફાઇન), ના૦ હદ, સીમા; (બ૦ વ૦) સરહદ, પરિસર.

confine'ment, ના૦ બંધીમાં હોવું-મૂકવું-તે; કેદ, બંધી; સુવાવડ.

confirm' (કન્ફર્મ), સ૦ ક્રિ૦ દૃઢ કરવું, પુષ્ટિ આપવી; મંજૂર કરવું, બહાલી આપવી, પાકું કરવું; બાપ્તિસ્મા પછીનો પાકો સંસ્કાર કરવો. *~ed bachelor*, નૈષ્ઠિક બ્રહ્મચારી.

confirmation (કૉન્ફર્મેશન), ના૦ પુષ્ટિ આપનાર બીના, લખાણ, ઇ.; વધારાનો પુરાવો; બાપ્તિસ્મા વખતે પોતાની વતી કરેલી પ્રતિજ્ઞાઓ પોતે પાકી કરવાનો સંસ્કાર.

confirm'ative (કન્ફર્મેટિવ), **confir-m'atory**, વિ૦ પુષ્ટિ આપનારું, પોષક.

con'fiscate (કૉન્ફિસ્કેટ), સ૦ ક્રિ૦ (-able). દંડ તરીકે સરકાર દાખલ કરવું, જપ્ત કરવું; સત્તાની રૂએ લઈ લેવું. **confisca'tion**, ના૦ જપ્ત કરવું તે, જપ્તી.

conflagra'tion (કૉન્ફ્લગ્રેશન), ના૦ મોટી આગ, લાય; મોટો વિગ્રહ (ફાટી નીકળવો તે).

con'flict (કૉનફ્લિક્ટ), ના૦ સામસામા જોરથી અથડાવું તે; સંઘર્ષ, વિરોધ, યુદ્ધ.

conflict' (કનફ્લિક્ટ), અ૦ ક્રિ૦ સામસામા અથડાવું; વિરોધી-વિસંગત-હોવું; લડવું.

conflicting, વિ૦ વિરોધી; વિસંગત.

con'fluent (કૉન્ફ્લુઅન્ટ), વિ૦ સાથે વહેનારું, એકમાં ભેગું થનારું. ના૦ બીજી નદીમાં મળનારી નદી, ઇ. **con'fluence**, ના૦ સંગમ; જમાવ, ટોળું, ભીડ.

conform' (કનફૉર્મ), ઉ૦ ક્રિ૦ -ના જેવું કરવું-થવું; નિયમ કે રૂઢિને અનુસરવું; પાળવું, માનવું. **conform'able**, વિ૦ -ને યોગ્ય બનાવેલું-અનુસરતું. **conforma'tion** (કૉન્ફર્મેશન), ના૦ વસ્તુની રચના-બનાવટ-આકાર. **conform'ist** (કન્ફૉર્મિસ્ટ), ના૦ ઇંગ્લન્ડના સ્થાપિત ધર્મમતમાં માનનાર, -નો અનુવર્તી. **conform'ity** (કન્ફૉર્મિટિ), ના૦ સરખાપણું, સાદૃશ્ય; મેળ; પાલન, માનવું તે. *in ~ with*, -ને અનુસાર.

confound' (કન્ફાઉન્ડ), સ૦ ક્રિ૦ ભેળવી દેવું, ભેળસેળ કરવી; ગૂંચવવું, ગોટાળામાં નાંખવું, ચકિત કરવું, ગભરાવવું; નિરાશ–નિષ્ફળ – કરવું; ફાવવા ન દેવું; હરાવવું. *~ed long time*, [ચીડમાં] ઘણો લાંબો સમય.

confratern'ity (કૉન્ફ્રટર્નિટિ), ના૦ ખાસ હેતુસર ભેગા થયેલાઓનું જૂથ, બિરાદરી; ટોળી.

confrere (કૉન્ફ્રે'અર), ના૦ વ્યવસાયબંધુ.

confront' (કન્ફ્રન્ટ), સ૦ ક્રિ૦ સામસામા લાવવું – ઊભા કરવું; સામે ઊભવું; -નો સામનો કરવો. **confronta'tion**, ના૦ સામનો.

confuse' (કન્ફ્યૂઝ઼), સ૦ ક્રિ૦ અવ્યવસ્થિત કરવું; ગૂંચવી નાંખવું; ભેળસેળ કરી નાંખવું.

confu'sion (કન્ફ્યૂઝ઼ન), ના૦ ગરબડ, ગોટાળો; ગૂંચવાડો; અવ્યવસ્થા, કોલાહલ, ધમાચકડી.

confute' (કન્ફ્યૂટ), સ૦ ક્રિ૦ (દલીલથી) ખોટું પાડવું – ખોટું પુરવાર કરવું; ખંડન કરવું. **confuta'tion** (કૉન્–), ના૦ ખોટું પાડવું તે; ખંડન, રદિયો.

congé (કૉંઝે), ના૦ વિદાયની સલામ; રજા આપવી તે, બરતરફી. *to take one's ~*, વિદાય લેવી – ની સલામ કરવી.

congeal' (કંજીલ), ઉ૦ ક્રિ૦ ઠારવું, ઠરી જવું; જમાવવું; ટાઢું પડવાથી ઘટ્ટ બનવું; જામી જવું (લોહી, ઇ.નું)

congen'ial (કંજીનિઅલ), વિ૦ પોતાનાં સ્વભાવ, પ્રકૃતિ કે રુચિને માફક આવતું, અનુકૂલ, માફક; સરખા સ્વભાવનું, સમાનશીલ. **congenial'ity** (કંજીનિઍલિટિ), ના૦

congen'ital (કંજે'નિટલ), વિ૦ જન્મનું-સાથેનું, સહજ.

cong'er (કૉંગર), ના૦ દરિયાની મોટી [બામ માછલી.

conge'ries (કંજે'રીઝ઼), ના૦ (બ૦ વ૦ એ જ). જૂથ, જમાવ; ઢગલો.

conges'ted (કંજે'સ્ટિડ), વિ૦ અતિ ખીચોખીચ ભરેલું; (નસો અંગે, લોહીથી) હદ ઉપરાંત ભરાઈ ગયેલું; (શહેરનો લત્તો, પ્રદેશ, ઇ.) અતિ ગીચ વસ્તીવાળું.

conges'tion (કંજે'શન), ના૦ શરીરના કોઈ ભાગમાં લોહીનું ભરાવું; અતિ ગીચ વસ્તી, રાહદારી, ઇ.

conglom'erate (કંગ્લૉમરિટ), ના૦ અનેક કંકરના બાઝી જવાથી બનેલો પથ્થર; અનેક વસ્તુઓ ભેગી મળીને બનેલો ગોળો, (–મરેટ), ઉ૦ ક્રિ૦ ભેગું કરીને દડો – ગોળો – બનાવવો. **conglomera'tion**, ના૦ મિશ્રણ, ગોળો, સમુદાય.

congrat'ulate (કંગ્રૅટ્યુલેટ, –ચુ–), સ૦ ક્રિ૦ અભિનંદન – મુબારકબાદી – આપવી; (કોઈ પ્રસંગ નિમિત્તે) આનંદ વ્યક્ત કરવો.

congratula'tion, ના૦ (બહુધા બ૦ વ૦ માં) અભિનંદન – મુબારકબાદી – (આપવી તે).

congrat'ulatory, વિ૦ અભિનંદનાત્મક.

cong'regate (કૉંગ્રિગેટ), ઉ૦ ક્રિ૦ એકઠું કરવું – થવું; -નો જમાવ ભેગો થવો – કરવો.

congrega'tion (કૉંગ્રિગેશન), ના૦ લોકોનું એકત્ર થવું; (વિ. ક. ઉપાસના માટે દેવળમાં) એકત્ર થયેલો જમાવ, સમુદાય.

Congrega'tionalism (કૉંગ્રિગેશનલિઝ઼મ), ના૦ જેમાં સ્થાનિક મંડળો કે મંદિરો સ્વયંશાસિત હોય છે એવી પદ્ધતિ (વાળો પંથ). **Congrega'tionalist**, ના૦ એ પદ્ધતિનો હિમાયતી – પંથનો અનુયાયી.

cong'ress (કૉંગ્રિસ – ગ્રે' –), ના૦ ચર્ચા, યોજના, ઇ. કરવા માટે મળેલા પ્રતિનિધિઓની સભા; (અમેરિકાનાં) સંયુક્ત રાજ્યોની પાર્લમેન્ટ, કૉંગ્રેસ; હિન્દની રાષ્ટ્રીય મહાસભા. **congre'ssional**, વિ૦ કૉંગ્રેસનું.

cong'ruence (કૉંગ્રુઅન્સ), ના૦ **congru'ity** (કૉંગ્રૂઇટિ), ના૦ મેળ, મળતાપણું, એકરાગ (પણું), સંગતિ. **cong'ruent**, **cong'ruous** (કૉંગ્રુઅસ), વિ૦ મળતું, સુસંગત, એકરાગવાળું, એકરૂપ.

con'ic(al) (કૉનિક(લ)), વિ૦ શંકુનું –ના આકારનું.

con'ifer (કૉનિફર), વિ૦ શંકુના આકારનાં ફળવાળું ઝાડ. **conif'erous**, વિ૦ એવાં ફળ આપનારું.

conjec'tural (કંજે'ક્ચરલ), વિ૦ અટકળનું, અનુમાન કરેલું; કાલ્પનિક.

conjec'ture, ના૦ અટકળ, અનુમાન; અટકળબાજી. ઉ૦ ક્રિ૦ (–rable). અટકળ – કલ્પના – કરવી.

conjoin' (કન્જોઇન), ઉ૦ ક્રિ૦ જોડવું, જોડીને

એક કરવું; સંધાઈને એક થવું. **conjoint'**, વિ૰ જોડેલું, સંયુક્ત, ભેગું.

con'jugal (કૉન્જુગલ), વિ૰ લગ્નનું-સંબંધી; પતિપત્ની(ના સંબંધ)નું.

con'jugate (કૉન્જુગેટ), ઉ૰ક્રિ૰ ક્રિયાપદનાં ભેદ, અર્થ, કાળ, વચન, પુરુષનાં રૂપો બનાવવાં, રૂપાખ્યાન કરવું; (ક્રિયાપદ)નાં એવાં રૂપ થવાં; [જીવ.] મળીને એક થવું. ના૰ (-ગિટ), એક ધાતુનો શબ્દ. **conjuga'tion**, ના૰ રૂપાખ્યાન.

conjunc'tion (કંજંકશન), ના૰ જોડાણ, સંયોગ; [વ્યાક.] ઉભયાન્વયી અવ્યય. *in~ with*, -ની સાથે - જોડે.

conjunctiv'a (કંજંકટાઇવા), ના૰ આંખના ડોળા અને પોપચાને જોડનારી અંતરત્વચા.

conjunctivit'is (કંજંકિટવાઇટિસ), ના૰ એ અન્તરત્વચાનો સોજો. [જોડનારું, સંયોજક.

conjunc'tive (કંજંકિટવ), વિ૰ બે વાનાંને

conjunc'ture (કંજંકચર), ના૰ અમુક સમયે વિદ્યમાન પરિસ્થિતિ; પ્રસંગ, અણીનો સમય.

conjura'tion (કૉન્જુરેશન), ના૰ ગંભીરપણે કરેલી વિનંતી - આજીજી; જાદુ, નજરબંધી.

conjure' (કંજૂર) ઉ૰ ક્રિ૰ કશુંક કરવા ગંભીરતાથી - આણ દઈને - વિનંતી કરવી; (કંજર) (ભૂતપ્રેતને) આણ દઈને બોલાવવું -આવાહન કરવું; હાથચાલાકીની કરામત - નજરબંધી - કરવી, જાદુમંતર કરવું. *~up*, પ્રત્યક્ષ મંત્રતંત્રથી ખડું કરવું. *conjuring tricks*, જાદુગરની કરામતો.

con'jurer, con'juror (કંજરર), ના૰ નજરબંધી કરનાર, જાદુગર, ગારુડી.

connect (કનેક્ટ), ઉ૰ ક્રિ૰ જોડવું, સાંધવું; -ની સાથે સંબંધ જોડવો. **connected**, વિ૰ જોડાયેલું; સુસંબદ્ધ.

connec'tion, conne'xion (કનેકશન), ના૰ જોડવું તે, જોડાણ; સાંધો; સંબંધ (કાગળપત્રનો કે બીજી જાતનો); સગપણ, સગાઈ; (બ૰ વ૰) સગાંસંબંધીઓ, લાગવગવાળા મિત્રો, ઇ.; પ્રવાસ દરમ્યાન એક ગાડીમાંથી બીજીમાં જવાની સમયની અનુકૂળતા, જોડાણ.

conning-tower (કૉનિંગ ટાવર), ના૰ મનવાર પરની ગોળીબારથી સુરક્ષિત એવી સુકાનીની ઓરડી. [સંમતિ; આંખમીંચામણાં.

conniv'ance (કનાઇવન્સ), ના૰ મૂક

connive' (કનાઇવ), અ૰ ક્રિ૰ (ગુનો, ગેરવર્તન, ઇ. બાબત) આંખમીંચામણાં કરવાં, આંખ આડા કાન કરવા (*at* સાથે).

connoisseur' (કૉનસર, કૉનિ-), ના૰ કલા અને સૌંદર્યની વસ્તુઓનો પરીક્ષક, મર્મજ્ઞ.

connote' (કનોટ), સ૰ક્રિ૰ મૂળ અર્થ ઉપરાંત વધુનું સૂચન કરવું; લક્ષણથી સૂચવવું; -નો અર્થ હોવો. **connota'tion** (કૉનટેશન), ના૰ મૂળ અર્થ ઉપરાંત બીજો અર્થ; સૂચિત અર્થ; અર્થની વ્યાપ્તિ. [વૈવાહિક.

connub'ial (કન્યૂબિઅલ), વિ૰ લગ્નનું,

con'quer (કૉંકર), ઉ૰ ક્રિ૰ -નો પરાભવ કરવો; જીતવું, પર જય-કાબૂ-મેળવવો; મેળવવું.

con'queror, ના૰ જય મેળવનાર, વિજેતા.

con'quest (કૉંક્વિસ્ટ), ના૰ જીતવું તે, જીત, વિજય, ફતેહ; જીતેલી વસ્તુ, પ્રદેશ, ઇ.; જેનો પ્રેમ જીત્યો હોય એવી વ્યક્તિ; કોઈનો પ્રેમ જીતવો તે.

consanguin'eous (કૉન્સૅંગ્વિનિઅસ), વિ૰ એક જ કુટુંબ કે લોહીનું, સપિંડ. **consanguini'ty**, ના૰ સપિંડતા.

con'science (કૉન્શન્સ), ના૰ સદસદ્‌વિવેકબુદ્ધિ; મનોદેવતા, અંતરાત્મા. *~ clause*, જેમની પર કાયદાની અસર થતી હોય તેમની ધાર્મિક માન્યતા ન દુભાય તે માટે કાયદામાં કરેલી જોગવાઈવાળી કલમ. *~ money*, કોઈની જબરદસ્તીથી નહિ, પરંતુ પોતાના અંતરાત્માને સંતોષવા આપેલા પૈસા. *have on one's ~*. -ની બાબતમાં ખોટું કર્યાની લાગણી હોવી, ખટક્યા કરવું.

conscien'tious (કૉન્શિએ'ન્શસ), વિ૰ પોતાના અંતરાત્માનું કહેવું સાંભળનાર, કર્તવ્યની લાગણીને વશ રહેનાર, શુદ્ધ દાનતવાળું. *~ objector*, અમુક કાયદો કે હુકમતનું પાલન ન કરવા માટે પોતાની સદસદ્‌વિવેકબુદ્ધિનું - ધાર્મિક માન્યતાનું-કારણ બતાવનાર.

con'scious (કૉન્શસ), વિ૰ ભાન - ચેતન - વાળું; વાકેફ, માહિતગાર. **con'sciousness** (કૉન્શસ્નિસ), ના૰ ચેતના, ભાન, શુદ્ધિ; નિરપેક્ષ જ્ઞાન.

con'script (કૉન્‌સ્ક્રિપ્ટ), ના૦ લશ્કરમાં કે બીજા જાહેર સેવાના કામમાં જેની ફરજિયાત ભરતી કરી હોય તે. **conscript'** (કન્‌સ્ક્રિપ્ટ), સ૦ ક્રિ૦ એવી ફરજિયાત ભરતી કરવી. **conscrip'tion** (કન્‌સ્ક્રિપ્શન), ના૦ એવી ફરજિયાત ભરતી (કરવી તે).

con'secrate (કૉન્સિક્રેટ), સ૦ ક્રિ૦ પવિત્ર બનાવવું; દેવ, ધર્મ કે પવિત્ર કાર્યને અર્થે અર્પણ કરવું–જુદું રાખવું. **consecra'tion**, ના૦ એવી રીતે અર્પણ કરવું તે.

consec'utive (કન્સે'ક્યુટિવ), વિ૦ લગોલગ એક પછી એક – અનુક્રમે – આવતું.

consen'sus (કન્સે'ન્સસ), ના૦ લાગતાવળગતા બધાના અભિપ્રાયોનું મળતાપણું, સર્વસામાન્ય અભિપ્રાય (~ *of opinion*).

consent' (કન્સે'ન્ટ), અ૦ ક્રિ૦ સંમત થવું, એકમત થવું; રજા – મંજૂરી – આપવી; તૈયાર – રાજી–હોવું. ના૦ સંમતિ; મંજૂરી, રજા.

con'sequence (કૉન્સિક્વન્સ), ના૦ પરિણામ; મહત્ત્વ; વજન; સામાજિક પ્રતિષ્ઠા–મોભો. *in ~ of*, -ને પરિણામે. *of no ~*, નજીવું, બિનમહત્ત્વનું. *take the ~s*, -નાં પરિણામ ભોગવવાં. **con'sequent** વિ૦ પરિણામ તરીકે નીપજતું, -ને લીધે થતું. **con'sequently** (કૉન્સિક્વન્ટ્‌લિ), ક્રિ૦ વિ૦ પરિણામે, તેથી કરીને, એટલા માટે.

consequen'tial (કૉન્સિક્વે'ન્શલ), વિ૦ પરિણામ તરીકે નીપજતું, ફલિત થતું, આનુષંગિક; અહંમન્ય, મોટમવાળું.

conserv'ancy (કન્સર્‌વન્સિ), ના૦ બંદર, નદી, ઇ. પર દેખરેખ રાખનારું મંડળ; (જંગલ, ઇ. નું) સરકાર દ્વારા થતું સંરક્ષણ.

conserva'tion (કૉન્સર્‌વેશન), ના૦ સાચવવું તે, સાચવણી; ટકાવી રાખવું તે; સંરક્ષણ, બચાવ. *~of energy*, શક્તિનો બચાવ–સંઘરો; શક્તિની અક્ષયતા – અખંડત્વ.

conserv'ative (કન્સર્વેટિવ), વિ૦ હોય તેને ટકાવી રાખવાની વૃત્તિવાળું, ફેરફાર કે પરિવર્તનનું વિરોધી; સંરક્ષક; રૂઢિચુસ્ત; (અડસટ્ટો, ઇ.) મધ્યમસરનું. ના૦ 'કૉન્સર્વેટિવ' પક્ષનો સભાસદ. **conserv'atism** (કન્સર્વેટિઝ્‌મ), ના૦ ચાલુ રૂઢિને વળગી રહેવાની વિચારસરણી–વૃત્તિ, સંરક્ષણવાદ–વૃત્તિ. [વનાર, સંરક્ષક.

con'servator (કૉન્સર્‌વેટર), ના૦ સાચ-

conserv'atory (કન્સર્વેટરિ), ના૦ નાના છોડ ઉછેરવા માટેની વાડી – કાચનું મકાન, ઘરુવાડી; કળા કે સંગીતની શાળા.

conserve' (કન્સર્વ), સ૦ ક્રિ૦ સાબૂત–ટકાવી–રાખવું; સંરક્ષણ કરવું; વિકૃતિ કે બગાડથી બચાવી રાખવું. ના૦ મુરબ્બો, અથાણું, ઇ.

consid'er (કન્સિડર), ઉ૦ ક્રિ૦ વિચારવું; કાળજીપૂર્વક વિચાર કરવો, અનુકૂળ પ્રતિકૂળ બાબતોની ચર્ચા કરવી; માનવું; ગણવું; -નો સામનો કરવો; ધ્યાનમાં લેવું; કોઈને માઠું લાગે તેનો – તેની લાગણીનો – વિચાર કરવો.

consid'erable (કન્સિડરબલ), વિ૦ મહત્ત્વનું, જાણીતું, પ્રતિષ્ઠિત; સારી પેઠે, ઘણું; વિચાર કરવા યોગ્ય.

consid'erate (કન્સિડરિટ), વિ૦ બીજાનો – વિચાર કરનાર; વિચારશીલ, વિવેકી.

considera'tion (કન્સિડરેશન), ના૦ વિચાર કરવો તે; ગંભીર વિચારણા; વિચાર કરવા જેવી બાબત; મોબદલો, અવેજ; બીજાની લાગણીનો વિચાર. *in~ of*, -ના બદલામાં; -ના કારણસર. *under ~*, વિચારાધીન.

consid'ering (કન્સિડરિંગ), નામ૦ અ૦ -નો વિચાર કરતાં.

consign' (કન્સાઇન), સ૦ ક્રિ૦ હવાલે કરવું, સોંપવું; લઈ જવા માટે માલ સોંપવો; – વેચવા સારુ આડતિયાને મોકલવો – રવાના કરવો – આપવો. **consignee'**, ના૦ જેને માલ રવાના કર્યો હોય તે. **consign'ment** (કન્સાઇન્મન્ટ), ના૦ માલ મોકલવો તે; મોકલેલો માલ. [હોવું (*of*); -માં રહેલું હોવું (*~in*).

consist' (કન્સિસ્ટ), અ૦ ક્રિ૦ -નું બનેલું

consis'tence (કન્સિસ્ટન્સ), **consist'ency** (કન્સિસ્ટન્સિ), ના૦ પ્રવાહીની ઘટ્ટતા – ઘનતા, દૃઢતા, સ્થિરતા; (-cy) સુસંગતપણું, મેળ; એકવાક્યતા. **consis'tent**, વિ૦ અવિરોધી; મળતું, બેસતું, સુસંગત; એક જ સિદ્ધાન્ત, ઇ.ને દૃઢપણે વળગી રહેનારું.

consola'tion (કૉન્સલેશન), ના૦ મનનું સમાધાન; સાન્ત્વન, દિલાસો, ધીરજ, આશ્વાસન.

consol'atory (કન્સૉલટરિ), વિ૰ આશ્વાસન – દિલાસો – આપનારું.

console' (કન્સોલ), સ૰ ક્રિ૰ આશ્વાસન–દિલાસો–આપવો, મનનું સમાધાન કરવું, ધીરજ આપવી. **consol'able,** વિ૰.

con'sole (કૉન્સોલ), ના૰ છાજલી, ઇ.ના આધાર માટે ભીંતે ચોડાતો કાટખૂણિયો આધાર; બ્રૅકેટ.

consolidate (કન્સૉલિડેટ), ઉ૰ ક્રિ૰ (-dable). ઘટ્ટ – કઠણ – દૃઢ કરવું – થવું; મજબૂત બનાવવું – થવું; જુદી જુદી વસ્તુઓ ભેગી કરી એક બનાવવું. **consolida'tion,** ના૰ એ ક્રિયા.

consols' (કન્સૉલ્ઝ઼), ના૰ બ૰ વ૰ ઈ. સ. ૧૭૫૧માં બ્રિટિશ સરકારે બધાં પરચૂરણ દેવાં એકત્ર કરી તેને એકસરખા વ્યાજવાળા એક રાષ્ટ્રીય દેવાનું સ્વરૂપ આપ્યું તે સંયુક્ત દેવું.

consommé (કન્સૉમે), ના૰ શાકભાજી અને માંસનો શુદ્ધ – ઉકાળો – રસો.

con'sonance (કૉન્સનન્સ), ના૰ સ્વરોનો મેળ, એકરાગ; મેળ. *in ~ with,* પ્રમાણે, અનુસરીને. **con'sonant** વિ૰ મળતું, મેળવાળું; સુસંગત. ના૰ [વ્યાક.] વ્યંજન.

con'sort (કૉન્સૉર્ટ), ના૰ ભાગિયો કે ભાગિયણ, ધણી કે ધણિયાણી; બીજા વહાણના રક્ષણ નીચે હંકારનારું વહાણ. *Prince C~*, રાજ્ય કરનાર રાણીનો વર.

consort' (કન્સૉર્ટ), અ૰ ક્રિ૰ -ની સાથે સોબત – સંગત – કરવી; -ની સાથે મેળમાં હોવું (*with*).

consor'tium (કન્સૉર્શિઅમ), ના૰ એક સમાન હેતુ પાર પાડવા માટે તાત્કાલિક સહકારી સંગઠન.

conspec'tus (કન્સ્પે'ક્ટસ), ના૰ સામાન્ય રૂપ – કલ્પના; આખા વિષયનો ટૂંકો સાર; રૂપરેખા.

conspic'uous (કન્સ્પિક્યુઅસ), વિ૰ ઊડીને આંખે વળગે એવું, સહેજે નજરે પડતું, સ્પષ્ટ; જાણીતું, પ્રસિદ્ધ.

conspi'racy (કન્સ્પિરસિ), ના૰ કાવતરું; એકો, સંતલસ. **conspi'rator** (કન્સ્પિરટર), ના૰ કાવતરું કરનાર, તરકટ રચનાર.

conspire' (કન્સ્પાયર), અ૰ ક્રિ૰ (ખૂન, રાજદ્રોહ, ઇ. ગેરકાયદે કામ માટે) મનસૂબો – મસલત – કરવી, કાવતરું – તરકટ – કરવું; એક થઈને – એકઠા મળીને – કંઈક કરવું.

con'stable (કન્સ્ટબલ), ના૰ રાજવાડાનો – રાજમહેલનો – એક મોટો અધિકારી; (સાર્જન્ટથી ઊતરતો) પોલીસનો સિપાઈ. **consta-b'ulary** (કન્સ્ટૅબ્યુલરિ), ના૰ પોલીસ દળ; બધી પોલીસ. વિ૰ પોલીસનું – સંબંધી.

con'stancy (કૉન્સ્ટન્સિ), ના૰ દૃઢતા, સ્થિરતા, અવિચળતા; વફાદારી, નિષ્ઠા.

con'stant (કૉન્સ્ટન્ટ), વિ૰ અવિચળ, સ્થાયી; વફાદાર, નિષ્ઠાવાળું; દૃઢનિશ્ચયી. ના૰ [ગ.] જેમાં ફેરફાર ન થાય એવી સંખ્યા. **con'stantly,** ક્રિ૰ વિ૰ સતત, હમેશા; વારંવાર. [ઝૂમખું, નક્ષત્ર, રાશિ.

constella'tion (કૉન્સ્ટલેશન), ના૰ તારાનું

consterna'tion (કૉન્સ્ટર્નેશન), ના૰ બાવરાપણું, બેબાકળાપણું, વ્યાકુળતા; અતિશય ત્રાસ, ગભરાટ.

con'stipate (કૉન્સ્ટિપેટ), સ૰ ક્રિ૰ મલાવરોધ કરવો. **constipated,** વિ૰ કબજિયતવાળું. **constipa'tion.** (કૉન્સ્ટિપેશન), ના૰ મલાવરોધ, કબજિયત, બંધકોષ.

constit'uency (કન્સ્ટિટ્યુઅન્સિ), ના૰ પ્રતિનિધિને ચૂંટનાર મતદાર મંડળ; મતદાર વિભાગ; ધંધાના કે દુકાનના ઘરાક.

consti'tuent (કન્સ્ટિટ્યુઅન્ટ), વિ૰ ઘટક, અંગભૂત, અવયવભૂત; ચૂંટી કાઢનારું, નિમણૂક કરનારું; રાજ્યબંધારણ ઘડવાની કે તેમાં ફેરફાર કરવાની સત્તાવાળું. *~ assembly,* ઘટનાપરિષદ, બંધારણસભા. ના૰ અંગ, અવયવ, ઘટક; મતદાર (સંઘનો સભ્ય).

con'stitute (કૉન્સ્ટિટ્યૂટ), સ૰ ક્રિ૰ નીમવું; મળીને બનાવવું – થવું; રચવું, સ્થાપવું; -નું આવશ્યક અંગ કે ઘટક બનવું – હોવું.

constitu'tion (કૉન્સ્ટિટ્યૂશન), ના૰ ઊભું કરવું – રચવું – તે; શરીરનું બંધારણ – ઘડતર; પ્રકૃતિ, તબિયત; રાજ્યનું બંધારણ; વસ્તુનું ઘડતર – રચના.

constitu'tional (કૉન્સ્ટિટ્યૂશનલ), વિ૰ શરીરના બંધારણનું – ને લગતું, સ્વભાવ – પ્રકૃતિ – નું – માં રહેલું; રાજ્યના બંધારણને અનુરૂપ થાય એવું; બંધારણનું – ના સ્વરૂપનું.

ના૦ વ્યાયામ માટે ફરવા જવું તે. **consti-tu'tionalism,** ના૦ બંધારણવાદ.

constrain' (કન્સ્ટ્રેન), સ૦ ક્રિ૦ જબરાઈથી કરાવવું, ફરજ પાડવી; બળથી અટકાવવું; નિગ્રહમાં રાખવું. **constrain'ed,** વિ૦ (વર્તન, અવાજ, ઇ.) દબાણથી કે પરાણે કરેલું, સ્વાભાવિક ન.હ એવું. **constraint'** (કન્સ્ટ્રેન્ટ), ના૦ બળજબરી, જબરદસ્તી; નિગ્રહ, દબાણ; બંધન, બળજબરીથી–ગેરકાયદે–પૂરી રાખવું તે; સંકોચ.

constrict' (કન્સ્ટ્રિક્ટ), ઉ૦ ક્રિ૦ દાબવું, સંકોચવું,-નો સંકોચ કરવો–થવો.**constric'-tion,** ના૦ સંકોચ.

constric'tor (કન્સ્ટ્રિક્ટર), ના૦ અજગર.

construct' (કન્સ્ટ્રક્ટ), સ૦ ક્રિ૦ બાંધવું, ચણવું, ઊભું કરવું; રચવું, યોજવું; જોડવું, જોડીને તૈયાર કરવું. **construc'tion** (કન્સ્ટ્રક્શન), ના૦બાંધવું–રચવું–તે; બાંધેલી–રચેલી – વસ્તુ; રચના, બનાવટ; [વ્યાક.] વાક્યરચના; અન્વયાર્થ, અર્થ. **constru-ctional,** વિ૦ રચના કે બનાવટ અંગેનું.

construc'tive (કન્સ્ટ્રક્ટિવ), વિ૦ રચના – બંધારણ – માટે અનુકૂળ, રચનાત્મક, વિધાયક.

con'strue (કૉન્સ્ટ્રૂ, કન્–), ઉ૦ ક્રિ૦ અન્વય કરવો; અર્થ કરવો; અક્ષરે અક્ષરનું ભાષાંતર કરવું; વ્યાકરણની દૃષ્ટિથી સાથે (સંબંધ) જોડવું.

con'sul (કૉન્સલ), ના૦ પ્રાચીન રોમનો ચૂંટી કાઢેલો ન્યાયાધીશ અથવા સરકારી અધિકારી; રાજ્યનો પરદેશમાં રહેનાર વકીલ–એલચી–પ્રતિનિધિ. **con'sular** (કૉન્સ્યુલર), વિ૦ પરરાષ્ટ્રીય વકીલ–એલચી–નું–ને અંગેનું. **con'sulate** (કૉન્સ્યુલિટ,), ના૦ પરરાષ્ટ્રીય એલચીની કચેરી – રહેઠાણ; 'કૉન્સલ'નો હોદ્દો–પદ.

consult' (કન્સલ્ટ), ઉ૦ ક્રિ૦ -ની સલાહ લેવી–અભિપ્રાય પૂછવો, -ની સાથે મસલત કરવી; (પુસ્તક)માં શોધ – તપાસ – કરવી; (લાગણી, હિત, ઇ.) નો ખ્યાલ રાખવો. **consulta'tion** (કન્સલ્ટેશન), ના૦ સલાહ, સલાહમસલત; મંત્રણા કરવી તે. **consul'tative** (કન્સલ્ટટિવ), વિ૦ સલાહમસલત કરનારું, સલાહ આપનારું.

consul'tant (કન્સલ્ટન્ટ), ના૦ બીજાની સલાહ લેનારો; ફી લઈને બીજાને સલાહ આપનાર દાક્તર, ઇજનેર, ઇ.

consume' (કન્સ્યૂમ), ઉ૦ ક્રિ૦(-mable). નાશ કરવો, બાળી નાંખવું; વાપરી નાંખવું; ખાઈ કે પી જવું;ધીમે ધીમે ખવાઈ જવું – નાશ પામવું; ખપી જવું, ખલાસ થવું. ~*d with*, -થી ભરેલું.

consumer (કન્સ્યૂમર), ના૦ માલ કે વસ્તુ વાપરનાર, ખાનાર, ઘરાક. ~ *goods*, માણસની રોજની વપરાશની વસ્તુઓ.

consumm'ate (કન્સમિટ), વિ૦ સંપૂર્ણ, પરિપૂર્ણ; (કળાકાર, ઇ.) સિદ્ધહસ્ત; પાકો.

con'summate (કૉન્સમેટ), સ૦ ક્રિ૦ પૂરું – પરિપૂર્ણ – કરવું; સિદ્ધ કરવું, સાધવું; છેવટનો હાથ દેવો.~ *marriage*, સંભોગ દ્વારા લગ્નની પરિપૂર્તિ કરવી. **consumma'-tion** (કૉન્સમેશન), ના૦ પરિપૂર્ણ કરવું તે; પરિપૂર્તિ; અંત, આખર.

consump'tion (કન્સમ્પ્શન), ના૦ વાપર, વપરાશ;ખપત;ક્ષય,ક્ષયરોગ.**consump'-tive,** વિ૦ નાશ કરનારું; ક્ષયરોગવાળું. ના૦ ક્ષયરોગી.

con'tact (કૉન્ટૅક્ટ), ના૦ સ્પર્શ; સ્પર્શસ્થાન; સંપર્ક, સંબંધ; વીજળીના બે તાર જ્યાં જોડાય છે તે જગ્યા. સ૦ ક્રિ૦ -ને સ્પર્શ કરવો; -ની સાથે સંપર્ક સાધવો.

conta'gion (કન્ટેજન), ના૦ સ્પર્શ – સંસર્ગ –થી રોગનું ઊડવું – લાગવું; ચેપ, ચેપી હવા; ઝેરી પવન, માઠી અસર. **conta'gious** (કન્ટેજસ), વિ૦ સ્પર્શજન્ય, ચેપી, સાંસર્ગિક.

contain' (કન્ટેન), સ૦ ક્રિ૦ -માં હોવું, અંદર હોવું; સમાવેશ કરવો; મનડાવવું; (મન) કાબૂમાં – વશ – રાખવું. **contain'er,** ના૦ પાત્ર.

contam'inate (કન્ટૅમિનેટ), સ૦ ક્રિ૦ (-nable). મલિન કરવું, બગાડવું; ઉપર માઠી અસર કરવી; ચેપ લગાડવો. **con-tamina'tion,** ના૦ ડાઘ, લાંછન; વટાળ, ભ્રષ્ટતા; ચેપ.

contemn' (કન્ટે'મ), સ૦ ક્રિ૦ ધિક્કારવું, -નો તિરસ્કાર કરવો; તુચ્છ-હલકું-ગણવું.

con'template (કૉન્ટમ્પ્લેટ), સ૦ ક્રિ૦ તાકીને જોવું; ચોતરફથી તપાસી જોવું; ધ્યાન કરવું; ધારવું, (કરવાનો) ઇરાદો-વિચાર-રાખવો; -ની અપેક્ષા રાખવી. **contempla'tion**, ના૦ વિચાર કરવો તે; ધ્યાન, મનન, વિચાર; સમાધિ, ધ્યાનમગ્ન સ્થિતિ. **con'templative** (કૉન્ટમ્પ્લેટિવ, કન્ટેમ્પ્લટિવ), વિ૦ વિચાર-ચિંતન-શીલ.

contemporan'eous (કન્ટે'મ્પરેનિઅસ), વિ૦ એક જ વખતનું, એકી વખતે હસ્તી ધરાવનારું-થનારું, સમકાલીન, સહવર્તમાન.

contem'porary (કન્ટે'મ્પરરિ), વિ૦ ચાલુ સમયનું-કાળનું; એક સમયનું, સમકાલીન. ના૦ સમકાલીન વ્યક્તિ અથવા છાપું.

contempt' (કન્ટેમ્પ્ટ), ના૦ તિરસ્કાર; અનાદર; કાયદાથી પ્રસ્થાપિત સત્તાની અવજ્ઞા. *~ of court*, કોરટનું અપમાન, ન્યાયાલયના કાયદાની અવજ્ઞા-ભંગ. **contemptible**, વિ૦ તિરસ્કારપાત્ર; તુચ્છ, હલકું. **contemp'tuous** (કન્ટે'મ્પ્ચુઅસ), વિ૦ તિરસ્કાર કે અપમાનભર્યું, નિન્દાત્મક; તોછડાઈભર્યું.

contend' (કન્ટે'ન્ડ), ઉ૦ ક્રિ૦ પ્રયત્ન-કોશિશ-કરવી; સામસામી હોંસાતોંસી કરવી; બરોબરી કરવી; ઝઘડવું; સામનો કરવો.

content' (કન્ટેન્ટ), વિ૦ સંતુષ્ટ, રાજી, ખુશી. સ૦ ક્રિ૦ સંતુષ્ટ કરવું; -ની માગણી સંતોષવી. ના૦ સંતોષ; (ઉચ્ચાર, કૉન્ટેન્ટ પણ) પાત્રમાં રહી શકે એટલો જથ્થો; (બ૦ વ૦) અંદર રહેલી વસ્તુઓ; (પુસ્તકની) અનુક્રમણિકા. **conten'ted** (-ટિડ), વિ૦ સંતુષ્ટ, સુખી, સમાધાનવાળું. **content'ment**, ના૦ સંતોષ, સુખ, આનંદ.

conten'tion (કન્ટે'ન્શન), ના૦ કોઈના વિરોધમાં કે દલીલમાં કહેલી વાત; ઝઘડો, કજિયો, વિવાદ; તકરારનો વિષય-મુદ્દો; દાવો; કથન. *bone of ~*, ઝઘડાનું મૂળ-બીજ. **conten'tious** (કન્ટે'ન્શસ), વિ૦ તકરારી, કજિયાખોર, દલીલબાજ.

contest' (કન્ટે'સ્ટ), સ૦ ક્રિ૦ -ને વિષે તકરાર કરવી-વાંધો ઉઠાવવો; ટક્કર ઝીલવી; -ને માટે હરીફાઈ કરવી-લડવું. **contes'tant**, ના૦ તકરાર-વિવાદ-હરીફાઈ-કરનાર. [સામનો; હરીફાઈ.

con'test (કૉન્ટે'સ્ટ), ના૦ તકરાર, ઝઘડો;

con'text (કૉન્ટે'ક્સ્ટ), ના૦ શ... કે લખાણનો આગળપાછળનો ભાગ, સંદર્ભ, પૂર્વાપર સંબંધ.

contigu'ity (કૉન્ટિગ્યૂઇટિ), ના૦ નજીક-પાસે-હોવાપણું, સંલગ્નતા; સ્પર્શ, સં...

contig'uous (કન્ટિગ્યુઅસ), વિ૦ અડકતું, લગતનું; પાસેનું, પડોશનું, જોડેનું.

con'tinence (કૉન્ટિનન્સ), ના૦ કામનાઓને-વિ. ક. કામવિકારને-કાબૂમાં રાખવો તે, સંયમ, બ્રહ્મચર્ય. **con'tinent**, વિ૦ સંયમી, બ્રહ્મચારી.

con'tinent, ના૦ પૃથ્વીના મુખ્ય વિભાગોમાંનો એક, ખંડ. *the C~*, યુરોપ ખંડ.

continen'tal, (કૉન્ટિને'ન્ટલ), વિ૦ ખંડનું-ને લગતું; ખંડનાં વિશેષ લક્ષણવાળું.

contin'gency (કન્ટિન્જન્સિ), ના૦ આકસ્મિક-અનિશ્ચિત-ઘટના, આગંતુક ઘટના; શક્યતા; અનિશ્ચિતપણું. **contin'gent**, વિ૦ સંભાવ્ય; આકસ્મિક, આગંતુક; શરતી; નૈમિત્તિક. ના૦ ભાગે પડતો ફાળો-હિસ્સો; લશ્કરની સાથે જોડાવા મોકલેલી ટુકડી.

contin'ual (કન્ટિન્યુઅલ), વિ૦ સતત ચાલુ, વારંવાર થતું, વારંવારનું.

contin'uance (કન્ટિન્યુઅન્સ), ના૦ જારી-કાયમ-ટકી-રહેવું તે; નભવું-નભાવવું-તે; રહેવાનું ચાલુ રાખવું તે; ચાલુ રહે તે અવધિ.

continua'tion (કન્ટિન્યુએશન), ના૦ ચાલુ રાખવું-ફરી શરૂ કરવું-તે; વધારો, પુરવણી; કશાકની પાછળ આવતી વસ્તુ.

contin'ue (કન્ટિન્યૂ), ઉ૦ ક્રિ૦ (-uable). જારી-ચાલુ-રહેવું-રાખવું; ફરી હાથમાં લેવું-શરૂ કરવું; જીવતા રહેવું, ટકી રહેવું; -નો આગળનો ભાગ હોવો. **continu'ity** (કન્ટિન્યૂઇટિ), ના૦ સાતત્ય, અખંડતા.

contin'uous (કન્ટિન્યુઅસ), વિ૦ અખંડ; અવિચ્છિન્ન, સતત, સળંગ.

contin'uum (કન્ટિન્યુઅમ), ના૦ અખંડ પ્રવાહ; અખંડ દ્રવ્ય, કાળ, ઇ.

contort (કન્ટૉર્ટ), સ૦ ક્રિ૦ આમળવું, મરડવું, આમળીને વિકૃત બનાવવું. **contor'tion**, ના૦ આમળવું તે; આમળો, વળ. **contor'tionist**, ના૦ શરીરને ગમે તેમ મરડ-મચડ-નાર મલ્લ.

con'tour (કૉન્ટૂર,), ના૦ કોઈ મૂર્તિ, પહાડ, દરિયાકિનારો, ઇ.ની આકૃતિ બતાવનાર રેખા. ~ *map*, પ્રદેશના જુદા જુદા ભાગની સપાટી, ઊંચાઈ, રેખાઓ વડે બતાવનાર નકશો.

con'traband (કૉન્ટ્રબૅન્ડ), ના૦ ગેર-કાયદે-દાણચોરી કરીને-આયાત કે નિકાસ કરેલો માલ; કાયદાથી બંધ કરેલો વેપાર-વહેવાર, દાણચોરી. **con'trabandist**, ના૦ દાણચોરી કરીને માલ લાવનાર.

contracep'tive (કૉન્ટ્રસે'પ્ટિવ), વિ૦ અને ના૦ ગર્ભ નિરોધક (દવા કે સાધન).

con'tract (કૉન્ટ્રૅક્ટ,), ના૦ કરાર, બોલી; વેપારધંધાનો કરાર; ઇજારો, કંત્રાટ. ~ *bridge*, પત્તાંની એક રમત.

contract' (કન્ટ્રૅક્ટ), ઉ૦ ક્રિ૦ કરાર કરવો, બોલી કરવી; સંકોચવું, સંકોચાવું, નાનું થવું; ટૂંકું-સંક્ષિપ્ત-કરવું; (ભમર) ચડાવવું; વળગવું, -થી (રોગ, ઇ.) થવું; (દેવું) કરવું; (ટેવ) પાડવું. [ચાઈ શકે એવું; સંકોચકારક.

contrac'tile (કન્ટ્રૅક્ટાઇલ), વિ૦ સંકો-

contrac'tion (કન્ટ્રૅક્શન), ના૦ ખેંચાઈ જવું-સંકોચ પામવું-તે, સંકોચ; સંક્ષિપ્ત શબ્દ.

contrac'tor (કન્ટ્રૅક્ટર), ના૦ કરાર કરનાર, ઠેકેદાર; બાંધકામ કરનાર, બાંધનાર.

contradict' (કૉન્ટ્રડિક્ટ), સ૦ ક્રિ૦ -ની ના પાડવી, ઇનકાર કરવો; -નો વિરોધ કરવો; -થી ઊલટું-વિરુદ્ધ-હોવું.

contradic'tion (કૉન્ટ્રડિક્શન), ના૦ ઇન્કાર, વિરોધ; રદિયો; વિસંગતિ.

contradic'tory, વિ૦ ઊલટું, વિપરીત; ઇનકાર કરનારું; પરસ્પરવિરોધી, વિસંગત.

contradistinc'tion (કૉન્ટ્રડિસ્ટિંક્શન), ના૦ ઊલટા ગુણવાળું-ઊલટું-હોવું તે, ભિન્નતા, વિરુદ્ધતા.

contradisting'uish (કૉન્ટ્રડિસ્ટિંગ્વિશ), સ૦ ક્રિ૦ સરખામણી કરીને ભિન્નતા કે વિરોધ બતાવવો.

contral'to (કન્ટ્રૅલ્ટો, કન્ટ્રા-), ના૦ (બ૦ વ૦ -os). સ્ત્રીનો સૌથી નીચેનો સ્વર; એવા અવાજવાળી ગાયિકા.

contrap'tion (કન્ટ્રૅપ્શન), ના૦ કોઈ પણ વિચિત્ર દેખાતું યંત્ર; કામચલાઉ ઓજાર.

con'trariwise (કૉન્ટ્રરિવાઇઝ઼, કન્ટ્રૅરિ-), ક્રિ૦ વિ૦ એથી ઊલટું, બીજી બાજુએ; ઊલટી રીતે-દિશામાં.

con'trary (કૉન્ટ્રરિ), વિ૦ ઊલટું, વિરુદ્ધ, વિપરીત; પ્રતિકૂળ. ના૦ *the* ~, કશાકથી વિરુદ્ધ બાબત. *on the* ~, એથી ઊલટું. *to the* ~, ઊલટું, વિરુદ્ધ. (કન્ટ્રૅરિ) વિ૦ વિપરીત, વક્ર, વાંકું; મનસ્વી, પોતાનો કક્કો ખરો કરનારું. **contrar'iness** (કન્ટ્રૅરિનિસ), ના૦ મનસ્વીપણું, વક્રતા.

con'trast (કૉન્ટ્રાસ્ટ), ના૦ તુલના કરવાથી દેખાતો ભેદ, ભિન્નતા, તફાવત; તદ્દન ભિન્ન (ગુણવાળી) વસ્તુ.

contrast' (કન્ટ્રાસ્ટ), ઉ૦ ક્રિ૦ ઊલટા-વિરોધી-ગુણ બતાવી મુકાબલો કરવો; મુકાબલે ઊલટું-અતિ ભિન્ન-દેખાવું.

contravene' (કૉન્ટ્રવીન), સ૦ ક્રિ૦ -નું ઉલ્લંઘન-ભંગ-કરવો; -નો વિરોધ કરવો. **contraven'tion**, ના૦ ઉલ્લંઘન, ભંગ; વિરોધ. [અડચણ, વિઘ્ન, અંતરાય; આફત.

contretemps (કૉન્ટ્રટાં), ના૦ અણધારી

contrib'ute (કન્ટ્રિબ્યૂટ), ઉ૦ ક્રિ૦ સહિયારા કે સાર્વજનિક ભંડોળમાં-ફાળામાં-પોતાનો હિસ્સો આપવો; ભાગે પડતી મદદ કરવી; (સામયિક, ઇ. માં લેખ) આપવું.

contribu'tion (કૉન્ટ્રિબ્યૂશન), ના૦ જાહેર નિધિમાં ફાળો-રકમ-આપવી તે; એવી રીતે આપેલી રકમ-ફાળો; લવાજમ; કોઈ પણ કામમાં આપેલી મદદ.

contrib'utor (કન્ટ્રિબ્યુટર), ના૦ છાપું, માસિક, ઇ. માં લેખ લખનાર. **contrib'utory**, વિ૦ કોઈ કાર્ય કે ફાળામાં મદદ કરનારું; સહાયકારક.

con'trite (કૉન્ટ્રાઇટ), વિ૦ કરેલા દુષ્કર્મ માટે અતિશય શોક-પસ્તાવો-કરનારું. **contri'tion** (કન્ટ્રિશન), ના૦ પસ્તાવો.

contriv'ance (કન્ટ્રાઇવન્સ), ના૦ યુક્તિ,

હિકમત, કરામત; કળ, યંત્ર; શોધક બુદ્ધિ.

contrive' (કન્ટ્રાઇવ), ઉ૦ ક્રિ૦ યોજવું, શોધી કાઢવું; યોજના કરવી, મનમાં ગોઠવવું, રચવું; હિકમત–યુક્તિ–થી બનાવવું.

control' (કન્ટ્રોલ), ના૦ પ્રભુત્વ; અંકુશ, કાબૂ, દાબ; દેખરેખ; વેગ કે 'ગીઅર' ને કાબૂમાં રાખવાની કળ; 'માધ્યમ' દ્વારા વાત કરનાર પ્રેતાત્મા; હિસાબ કે પ્રયોગનો પડતાળો જોવા માટેની નોંધવહી. *self-~*, આત્મસંયમ. સ૦ ક્રિ૦ અંકુશ–દાબ–માં રાખવું, નિયમન કરવું; રાજ્ય કરવું; તાળો મેળવીને તપાસવું.

controver'sial (કૉન્ટ્રવર્શલ), વિ૦ વિવાદ કે તકરારનું, વિવાદાસ્પદ, તકરારી; વિવાદ કરનારું. **controver'sialist,** (–શલિસ્ટ), ના૦ વિવાદ–તકરાર–કરનાર.

con'troversy (કૉન્ટ્રવર્સિ), ના૦ તકરાર, વાદ, ચર્ચા.

con'trovert (કૉન્ટ્રવર્ટ), સ૦ ક્રિ૦ -ને વિષે તકરાર–વિવાદ–ઉઠાવવો; ઇનકાર કરવો, -નો સામે રદિયો આપવો–ખંડન કરવું.

contuma'cious (કૉન્ટ્યુમેશસ), વિ૦ ઉપરીને તાબે ન રહેનારું, આજ્ઞાભંગ કરનારું, શિરજોર. **con'tumacy** (કૉન્ટ્યુમસિ), ના૦ હઠપૂર્વક આજ્ઞાભંગ; કોર્ટના કાયદાનો જાણીબૂઝીનો કરેલો તિરસ્કાર.

con'tumely (કૉન્ટ્યુમિલિ), ના૦ અપમાનકારક ભાષા કે વર્તન; તિરસ્કાર, અપમાન.

contuse' (કન્ટ્યૂઝ઼), સ૦ ક્રિ૦ કચરવું, ખાંડવું; સોળ પાડવા. **contu'sion** (કન્ટ્યૂઝ઼ન), ના૦ ઉઝરડો, સોળ, કચરાવું તે.

conun'drum (કનનડ્રમ), ના૦ કોયડો, સમસ્યા; સમજવી મુશ્કેલ એવી વસ્તુ કે વ્યક્તિ.

conven'ience (કન્વીનિઅન્સ), ના૦ સોઈ, સગવડ; ઉપયોગની વસ્તુ; સુખચેન; મુતરડી કે પાયખાનું. *at your ~*, તમારી સગવડે. *a marriage of ~*, પ્રેમનું નહિ પણ બીજાં કારણોસરનું લગ્ન; સુખ સગવડની વસ્તુ. *make a ~ of a person*, પોતાને અનુકૂળ આવે તેમ કોઈનો (બહુધા ગેર) ઉપયોગ કરવો.

conven'ient (કન્વીનિઅન્ટ), વિ૦ અનુકૂળ, સગવડભરેલું; ફાવતું; સમયસરનું.

con'vent (કૉન્વન્ટ), ના૦ (ખ્રિસ્તી) મઠ, વિહાર (વિ. ક. સાધ્વીઓનો); સાધ્વીઓનું મંડળ.

conven'ticle (કન્વે'ન્ટિકલ), ના૦ (વિ. ક. પ્રસ્થાપિત ધર્મથી જુદા પડનારાઓની) ગુપ્ત ધાર્મિક સભા; તેનું સ્થાન; ચર્ચ ઑફ઼ ઇંગ્લન્ડના નહિ એવા લોકોનું પ્રાર્થનાનું નાનું મકાન.

conven'tion (કન્વે'ન્શન), ના૦ સભા, સંમેલન; સંકેત, રૂઢિ; કોલકરાર; પ્રસ્થાપિત પ્રણાલિકા. **conven'tional**, વિ૦ રૂઢિ પ્રમાણેનું, પરંપરાગત, પરંપરાને અનુસરનારું (કળા, ઇ.); સહજસ્ફૂર્ત નહિ એવું; કેવળ આચારપાલન પૂરતું–માટે કરેલું. **conventional'ity** (કન્વે'ન્શનૅલિટિ), ના૦

converge' (કન્વર્જ), અ૦ ક્રિ૦ એક કેન્દ્ર કે બિન્દુ તરફ઼ વાળવું–વળવું–લઈ જવું–આવવું; પાસે પાસે આવતા જવુ. **convergence,** ના૦ એક બિન્દુ કે કેન્દ્ર તરફ઼ વલણ,–માં મળવું તે, એકકેન્દ્રાભિસરણ, સંપાત. **conver'gent,** વિ૦ એકકેન્દ્રાભિસારી.

con'versant (કૉન્વર્સન્ટ), વિ૦ (*~ with*) (વિષયનો) સારો પરિચય ધરાવનારું, માહિતગાર, વાકેફ઼.

conversa'tion (કૉન્વર્સેશન, કન્–), ના૦ વાતચીત, સંભાષણ. **conversa'tional,** વિ૦ વાતચીત કે સંભાષણનું–સંબંધી; વાતચીતમાં વપરાતું (શબ્દ, ઇ.). **conversa'tionalist,** ના૦ વાતચીત કરવામાં કુશળ.

conversazion'e (કૉન્વર્સૅટ્સિઓનિ), ના૦ (બ૦ વ૦ – nes, ni, ની) વાર્તાલાપ, સાહિત્ય, સંગીત, ઇ. વિષે વાત કરવાનો મેળાવડો – સભા.

converse' (કન્વર્સ), અ૦ ક્રિ૦ સંભાષણ–વાતચીત–કરવી. (કૉન્વર્સ), ના૦ વાતચીત.

con'verse (કૉન્વર્સ), વિ૦ ઊલટું કરેલું, ઉલટાવેલું. ના૦ બરાબર ઊલટો સિદ્ધાન્ત; [ન્યાય૦] વ્યુત્ક્રમપદ.

conver'sion (કન્વર્શન), ના૦ પરિવર્તન;

સ્થિત્યંતર, રૂપાંતર; એક જાતના શેરોનું બીજી જાતના શેરોમાં રૂપાંતર; હૃદયપરિવર્તન, સન્માર્ગગ્રહણ; ધર્મપરિવર્તન.

convert' (કન્વર્ટ), સ૦ ક્રિ૦ બદલવું, પરિવર્તન કરવું; -નું મત-ધર્મ-પરિવર્તન કરવું; સન્માર્ગે ચડાવવું; રૂપાંતર કરવું. -માં ફેરવવું.

con'vert (કૉન્વર્ટ), ના૦ એક ધર્મ છોડી બીજામાં જનાર-વટલાયેલ-માણસ.

con'vex (કૉન્વેક્સ), વિ૦ બહારની બાજુએ ઊપસેલું-ગોળ, બહિર્ગોળ. ~ *mirror*, બહિર્ગોળ અરીસો. **convex'ity,** ના૦ બહિર્ગોળ સપાટી.

convey' (કન્વે), સ૦ ક્રિ૦ એક ઠેકાણેથી બીજે ઠેકાણે લઈ જવું-વહન કરવું; -ને જ્ઞાન, સમાચાર, ઇ૦ આપવું; મીલ્કતને નામે ચડાવવું; પહોંચાડવું; આપવું; -નો આશય-અર્થ-હોવો.

convey'ance (કન્વેયન્સ), ના૦ લઈ જવું તે; વાહન, ગાડી; મિલ્કત પારકે નામે ચડાવવાનો દસ્તાવેજ, વેચાણખત.

convey'ancing (કન્વેયન્સિંગ), ના૦ વેચાણખત, વગેરે દસ્તાવેજો તૈયાર કરવાનું કામ.

convict' (કન્વિક્ટ), સ૦ ક્રિ૦ ગુનેગાર પુરવાર કરવું, અપરાધી જાહેર કરવું, (કોઈને) પાપ કે ભૂલની ખાતરી કરી આપવી.

con'vict (કૉન્વિક્ટ), ના૦ સજા પામેલો કેદી-ગુનેગાર; અપરાધ કરેલો માણસ.

convic'tion (કન્વિક્શન), ના૦ ગુનેગાર ઠરાવવું-જાહેર કરવું-તે, ગુનેગાર હોવાનો ચુકાદો; પાકી ખાતરી; સ્થિર નિષ્ઠા.

convince' (કન્વિન્સ), સ૦ ક્રિ૦ ખાતરી કરી આપવી, દૃઢપણે ગળે ઉતારવું. **convinc'ing** વિ૦ ખાતરીલાયક-કરાવનારું.

conviv'ial (કન્વિવિઅલ), વિ૦ મિજબાની-ઉજાણી-નું-સંબંધી; મોજીલું; ખાવાપીવાનું શોખીન. **convivial'ity,** ના૦ મોજીલો સ્વભાવ.

convoca'tion (કૉન્વકેશન), ના૦ ભેગા કરવું,-એકત્ર બોલાવવું-તે; સભા, મેળાવડો; પદવીદાન સમારંભ. [વવું, સભા બોલાવવી.

convoke' (કન્વોક), સ૦ ક્રિ૦ એકત્ર બોલા-

con'volute(d) (કૉન્વલૂટ,-ટિડ), વિ૦ પેચ-ચક્ર-ના જેવા આંટાવાળું, મરડાયેલું. **convolu'tion** (કૉન્વલૂશન-લ્યૂ-), ના૦ આંટો, પેચ, વળનો એક ફેરો. ~*s* (*of the brain*), કરચલીઓ, પડો.

convol'vulus (કન્વૉલ્વ્યુલસ), ના૦ એક વેલો.

convoy' (કન્વૉઇ), સ૦ ક્રિ૦ રખવાળું કરવા જોડે જવું; રખવાળું-વળાવું-કરીને લઈ જવું; વળાવવું, મૂકી આવવું. **con'voy** (કૉનવૉઈ), ના૦ રખવાળુ કરવા સાથે જનાર વહાણ, ઇ.; રખવાળા સાથે જનારાં વહાણો કે ગાડાંનો કાફલો.

convulse' (કન્વલ્સ), સ૦ ક્રિ૦ ખૂબ જોરથી હલાવવું; એકદમ જોરથી વાંકુંચૂકું ખેંચવું-તાણવું. **convul'sion** (કન્વલ્શન), ના૦ હાથપગનું તણાવું-ખેંચાવું; તાણ, આંકડી; ઉત્પાત, તોફાન; (બ૦ વ૦) ખૂબ ખડખડાટ હસવું તે. **convul'sive** (-સિવ), વિ૦ તાણ-આંકડી-આણે એવું; ઉત્પાત કરે એવું; થરથરાટવાળું.

con'y, con'ey (કોન), ના૦ એક જાતનું સસલું; તેની રુવાંટી(વાળી ચામડી).

coo (કૂ), ના૦ હળવો ગણગણ અવાજ; કબૂતરના જેવો ધીમો સૌમ્ય અવાજ. ઉ૦ ક્રિ૦ એવો અવાજ કરવો; પ્રેમથી બોલવું. *bill and* ~, પ્રણય-પ્રીત-કરવી.

cook (કુક), ઉ૦ ક્રિ૦ રાંધવું, રસોઈ કરવી; રંધાવું; ખોટું-બનાવટી-કરવું, ઊભું કરવું. ના૦ રસોઇયો. ~ *a person's goose*, કોઈના મનોરથ-યોજનાઓ-ને ધૂળભેગી કરવી; તેને મારી નાંખવો. **cook'er** (કુકર), ના૦ વરાળથી રાંધવાનું સાધન-વાસણ, કૂકર; ચૂલો; રાંધવા માટે સારું એવું ફળ. **cook'ery** (કુકરિ), ના૦ રાંધણકળા, પાકશાસ્ત્ર. **cook'-shop,** ના૦ હોટેલ, વીશી (વિ. ક. સસ્તી).

cook'ie, cook'y (કુકિ), ના૦ સાદી ગોળ રોટી; નાની ચપટી કેક-બિસ્કિટ(ગળી).

cool (કૂલ), વિ૦ માફકસર ઠંડું, શીતળ; અક્ષુબ્ધ, સ્વસ્થ, શાંત; નિરુત્સાહ, લાગણીની ઉત્કટતા વિનાનું; ઠંડે પેટે કામ કરનારું; ધીટ, બેપરવા. *the* ~, ઠંડી જગ્યા, ઠંડો પહોર. ~ *customer*, સાહસિક (ખરાબ અર્થમાં).

ઉ૦ ક્રિ૦ ઠંડું પાડવું, ઠંડું થવું. ~ *one's heels*, રાહ જોતાં ઊભા રહેવું(પડવું). **cool'ly**, ક્રિ૦ વિ૦ શાંતપણે.

cool'ie,-ly (કૂલિ), ના૦ મજૂર, વેતરો.

coomb (કૂમ), ના૦ ખીણ, કોતર.

coon (કૂન), ના૦ [અમે.] હબસી; જાડી પૂંછડીવાળું એક અમે. પ્રાણી.

coop (કૂપ), ના૦ મરઘાં વગેરેનું સળિયાવાળું પાંજરું, ખડો; (દારૂનું) પીપ. સ૦ ક્રિ૦ પાંજરામાં પૂરવું; નાની જગ્યામાં ગોંધવું (~*up*).

coop'er (કૂપર), ના૦ પીપ, ડોલ, ઇ. બનાવનાર–સમું કરનાર. સ૦ ક્રિ૦ પીપ, ડોલ, ઇ. સમું કરવું.

co-op'erate (કો-ઑપરેટ), અ૦ ક્રિ૦ સહકાર કરવો, સાથે કામ કરવું (સમાન ઉદ્દેશથી). **co-opera'tion** (કોઑપરેશન), ના૦ સહકાર, સાથ. **co-op'erator**, ના૦ સહકાર કરનારો. **co-op'erative** (કોઑ-પરેટિવ), વિ૦ પરસ્પર સહાય કરનાર, સહકારી. ના૦ સહકારી મંડળી. ~ *society*, સહકારી મંડળી. ~ *store*, સહકારી ભંડાર.

co-opt' (કો-ઑપ્ટ), સ૦ ક્રિ૦ સભ્ય કે સાથી તરીકે પસંદ કરવું – લેવું. **co-op'tion**, ના૦.

co-ord'inate (કોઑર્ડિનિટ), વિ૦ સરખા પદ કે દરજ્જાનું; સરખા મહત્ત્વનું. ના૦ (બ૦ વ૦) [ગ.] ભુજયુગ્મ; પ્રતિષ્ઠાપકો. સ૦ ક્રિ૦ (-નેટ), (ભાગો કે અંગોને) તેમના યોગ્ય સંબંધમાં ગોઠવવું, એકબીજા સાથે મળીને કામ કરતા કરવું. *co-ordinating conjunction*, [વ્યાક.] એક જ કોટિના શબ્દો કે શબ્દસમૂહોને જોડનારું ઉભ૦ અવ્યય. **co-ordina'tion**, ના૦ જુદાં જુદાં અંગો કે ભાગોને પરસ્પરાનુકૂલ કરવા તે. [ખતક.

coot (કૂટ), ના૦ એક જાતનું જલચર પક્ષી;

cop (કૉપ), સ૦ ક્રિ૦ પકડવું, અપરાધીને પકડવું. ના૦ પોલીસનો સિપાઈ. ~ *it*, લેતો જા ('સજા ગ્રહણ કર' એ અર્થમાં). **copp'er**, ના૦ પોલીસનો સિપાઈ.

cope (કોપ), ના૦ ખૂલતો લાંબો ડગલો; ભીંતની પાળી – મથોટી; ઇમારતનો ટોચનો પથ્થર (~-*stone*). સ૦ ક્રિ૦ ટોચ પરનો પથ્થર મૂકવો; ભીંતની પાળી બાંધવી.

cope, અ૦ ક્રિ૦ (*with* સાથે જ) કામ કરવું, કરવા સમર્થ થવું;–નો સામનો કરવો; પહોંચી વળવું; ની તરફ ધ્યાન આપવું, વ્યવસ્થિત રાખવું. [રૂબલનો સોમો ભાગ.

cop'eck (કોપે'ક), ના૦ એક રશિયન નાણું,

cop'ing (કોપિંગ), ના૦ ભીંતની મથોટી–પાળી. ~-*stone*, ના૦ ટોચનો પથ્થર; કળશ, પૂર્ણતા છેડો, અંત. [વિપુલતાવાળું; મનમાન્યું.

copious (કોપિઅસ), ના૦ વિપુલ, પુષ્કળ;

copp'er (કૉપર), ના૦ તાંબું; તાંબાનું નાણું; તાંબાનો મોટો દેગ; કપડાં ધોવાનું–બાફવાનું–વાસણ. સ૦ક્રિ૦ તાંબા(ના પતરા)થી મઢવું. *sulphate of* ~, મોરથૂથુ.

copp'eras (કૉપરસ), ના૦ લોહ અને ગંધકના સંયોગથી થતો લીલા રંગનો એક રાસાયણિક પદાર્થ.

copp'erhead, ના૦ [અમે.] એક ઝેરી સાપ.

copp'erplate (કૉપરપ્લેટ), ના૦ અક્ષર કોરેલું – કોરવાનું – તાંબાનું પતરું; તે વડે છાપેલું લખાણ; તામ્રપટ–પત્ર; (લખાણ, અક્ષર) સરસ, સુઘડ (~ *writing*) [એક પક્ષી.

copp'er-smith (કૉપર્‌સ્મિથ), ના૦ કંસારો;

copp'ery, વિ૦ તાંબાના રંગનું.

copp'ice (કૉપિસ); **copse** (કૉપ્સ), ના૦ ઝાડી (અમુક ગાળે કાપવા માટે ઉછેરેલી).

cop'ra (કોપ્રા), ના૦ કોપરું.

copse (કૉપ્સ), ના૦ જુઓ coppice.

cop'ula (કૉપ્યુલા), ના૦ [શરીરરચ.] અસ્થિબંધન; જોડનાર હાડકું, કૂર્ચા કે બીજું બંધન; [વ્યાક.] ઉદ્દેશ્ય ને વિધેયને જોડનાર શબ્દ, સંયોજક. [અંગસંગ – કરવો.

cop'ulate (કૉપ્યુલેટ), અ૦ ક્રિ૦ સંભોગ–

cop'ulative, વિ૦ સંયોજક, ઉભયાન્વયી.

cop'y (કૉપિ), ના૦ નકલ, પ્રતિકૃતિ; અનુકરણ; (ચોપડી, ઇ.ની) પ્રત, નકલ; નકલ – અનુકરણ – કરવા માટેનો નમૂનો; છાપવા માટે તૈયાર કરેલું લખાણ. ઉ૦ ક્રિ૦ -ની નકલ કરવી; અનુકરણ કરવું; પરીક્ષામાં બીજાના લખાણમાંથી ઉતારવું – ચોરી કરવી.

cop'y-book (કૉપિબુક), ના૦ અક્ષર સુધારવા નમૂનો જોઈને લખવાની–કિત્તાની–ચોપડી.

cop'yist (કૉપિઇસ્ટ), ના૦ નકલ કરનાર લહિયો.

cop'yright (કૉપિરાઇટ), ના૦ ગ્રંથસ્વામિત્વ (નો હક). વિ૦ ગ્રંથસ્વામિત્વના અધિકારથી સુરક્ષિત. સ૦ ક્રિ૦ ગ્રંથસ્વામિત્વનો અધિકાર મેળવવો.

coquet(te)' (કકે'ટ, કૉ-), અ૦ ક્રિ૦ (આશકને) ઉપરની પ્રીતિ દેખાડવી, લટકો કરવો, નખરાં કરવાં. [હાવભાવ, નખરાંબાજી.

co'quetry (કૉકિટ્રિ), ના૦ લટકચાળા,

coquette' (કકે'ટ), ના૦ (આશકની) પ્રીતિ સાથે રમત કરનાર સ્ત્રી, નખરાંખોર સ્ત્રી; નાચણ. [કરનારી, લટકાળી; મોહિની.

coquett'ish (કકે'ટિશ), વિ૦ હાવભાવ

co'racle (કૉરકલ), ના૦ ચામડાથી – જલાભેદ્ય દ્રવ્યથી – મઢેલી નેતરની (ગૂંથેલી) હોડી.

co'ral (કૉરલ), ના૦ પરવાળું, પ્રવાળ; પરવાળાનો લાલ રંગ. વિ૦ પરવાળાના (લાલ) રંગનું. ~ *island*, પરવાળાનો ટાપુ. [નું – ના જેવું.

co'ralline (કૉરલાઇન, –લિન), વિ૦ પરવાળા

corb'el (કૉર્બલ), ના૦ [સ્થા.] વજનદાર વસ્તુને આધાર આપવા માટે ભીંતમાં બેસાડેલી પથ્થર અથવા લાકડાની આગળ પડતી ઘોડી.

cord (કૉર્ડ), ના૦ પાતળું દોરડું કે જાડી દોરી, નાડી; (શરીરની) નાડી, નસ; ફાડેલાં લાકડાંનું એક માપ (૧૨૮ ઘન ફૂટ); દોરિયું. સ૦ ક્રિ૦ દોરી વતી બાંધવું. ~*ed cloth*, દોરિયું.

cord'age (કૉર્ડિજ), ના૦ બધાં દોરડાં, વરેડાં; વહાણનું સૈડણ – દોરદોરડાં.

cord'ial (કૉર્ડિઅલ), વિ૦ ખરા દિલનું – ભાવનું, હાર્દિક, હેતવાળું; ઉત્તેજક, હોશ આણે એવું. ના૦ ઉત્તેજક પેય – દવા. **cordial'ity** (કૉર્ડિઍલિટિ), ના૦ ખરો ભાવ, દિલોજાની, હેત. [એવું સ્ફોટક દ્રવ્ય, બંદૂકનો દારૂ.

cord'ite (કૉર્ડાઇટ), ના૦ ધુમાડો ન નીકળે

cord'on (કૉર્ડન), ના૦ લશ્કરી થાણાંની હાર; પોલીસ વગેરેની હાર કે ઘેરો; શોભા માટેની – પદની સૂચક – નાડી – ફીત.

cor'duroy (કૉર્ડરૉઇ, કૉડર્યુ–), ના૦ બરછટ દોરવાનું સુતરાઉ કાપડ; તેનું પાટલૂન.

core (કૉર, કૉઅર), ના૦ કશાકનો તદ્દન અંદરનો ભાગ, ગર્ભ,; (ફળનો) માવો, ગર, અંદરનો બિયાંવાળો ભાગ; મર્મ, હાર્દ, રહસ્ય. સ૦ ક્રિ૦ કશાકનો ગર્ભ – ગર – કાઢવો.

co-respon'dent (કો-રિસ્પૉન્ડન્ટ), ના૦ સહપ્રતિવાદી, સામેલ પ્રતિવાદી (વિ. ક. લગ્નવિચ્છેદના ખટલામાં).

Corin'thian (કરિન્થિઅન), વિ૦ ગ્રીક સ્થાપત્યના ત્રણ પ્રકારોમાંથી સૌથી શણગારવાળા કૉરિન્થના પ્રકારનું.

cork (કૉર્ક), ના૦ બૂચના ઝાડની ઉપરની છાલ (જેના બૂચ બને છે); બૂચ, બૂચનો દાટો, ડટ્ટો; બૂચનું ઝાડ. સ૦ ક્રિ૦ બૂચ મારી બંધ કરવું, દાટો દેવો. **cork'age** (કૉર્કિજ), ના૦ ઘરાકની બહારની આણેલી દારૂની બાટલીઓ ખોલવાનું વીશીવાળાનું મહેનતાણું. ~*ed wine*, લાંબો વખત બંધ રાખવાથી સ્વાદમાં બગડેલો દારૂ.

cork'screw (–સ્ક્રૂ), ના૦ બૂચ કાઢવાનું પેચવાળું–સ્ક્રૂ જેવું–સાધન.

corm'orant (કૉર્મરન્ટ), ના૦ એક જાતનું ખાઉધરું દરિયાઈ પક્ષી (જેનો માછલાં પકડવા માટે ચીનાઓ ઉપયોગ કરે છે).

corn (કૉર્ન), ના૦ અનાજનો દાણો – કણ; ધાન, અનાજ, વિ. ક. ઘઉં; [અમે.] મકાઈ. સ૦ ક્રિ૦ મીઠામાં આથવું. ~-*bread*, ના૦ મકાઈની રોટી. ~-*chandler*, ના૦ કણિયો, મોદી. ~-*cob*, ના૦ મકાઈના કણસલાનો વચલો નક્કર ભાગ; તેની બનાવેલી ચલમ.

corn, ના૦ પગના આંગળા ઉપરનું આંટણ– જોડાનો જખમ. *tread on a person's* ~*s*, કોઈની લાગણીઓ દૂભવવી.

corn'crake (કૉર્નક્રેક), ના૦ એક પક્ષી.

corn'ea (કૉર્નિઆ), ના૦ આંખ ઉપરનો પારદર્શક પડદો, ડોળો. [ના૦ અકીક.

cornel'ian, car- (કૉર્નીલિઅન, કા–),

corn'er (કૉર્નર), ના૦ ખૂણો, કોણ; રસ્તાનો વળાંક; નાનકડી આડ જગ્યા, ખૂણો. *turn the* ~, જોખમમાંથી બહાર પડવું (વિ. ક. માંદગીમાં). સ૦ ક્રિ૦ હઠાવીને ખૂણામાં આંતરવું; કોઈ ચીજનો બધો જથો એક જૂથે ખરીદીને કાબૂમાં રાખવો. **cornered**, વિ૦ ખૂણામાં ધકેલાયેલું.

corner-stone, ના૦ બે ભીંતોનો ખૂણો થાય ત્યાં આગળનો પથ્થર; ઇમારતનો મુખ્ય પાયાનો પથ્થર; પાયો.

corn'et (કૉર્નિટ), ના૦ મોઢે વગાડવાનું પિત્તળનું વાજું, કરનાઈ; હયદળમાં નીચલી કક્ષાનો અધિકારી – નિશાનદાર; શંકુના આકારનું પડીકું.

corn'flour, corn'starch, ના૦ મકાઈ કે ચોખાનો લોટ.

corn'flower ના૦ એક ભૂરા રંગનું ફૂલ.

corn'ice (કૉર્નિસ), ના૦ છતની નીચે ઓરડીની દીવાલે બાંધેલી – ચણેલી – કાંગરી, 'કાર્નિસ', કાંગરી; કરાડને છેડે આગળ પડતો બરફનો જથ્થો.

corn'-meal, ના૦ મકાઈ નો લોટ.

corn'-pone, ના૦ [અમે.] મકાઈની રોટી.

cornucop'ia (કૉર્ન્યુકોપિઆ), ના૦ અખૂટ ભંડારનું – અક્ષય – શીંગડું, અક્ષયપાત્ર.

coroll'a (કરોલા), ના૦ [વનસ્પ.] ફૂલની પાંખડીઓનું બનેલું અંદરનું વેષ્ટન, ફૂલમણિ.

coroll'ary (કરોલરિ), ના૦ સિદ્ધ કરેલા સિદ્ધાંત– પ્રમેય – પરથી તરત નીકળતો – ફલિત થતો–બીજો સિદ્ધાંત, ઉપસિદ્ધાંત.

coron'a (કરોના), ના૦ ચંદ્ર કે સૂર્યનું તેજોવલય.

co'ronach (કૉરનેક –ખ), ના૦ મરણ પછી ગાવાનું સ્કૉટિશ શોકગીત, મરશિયો, રાજિયો.

co'ronal (કૉરનલ), ના૦ માથા ફરતે પહેરવાનું સોનાનું કે ઝવેરાતનું ઘરેણું, દામણી; ગજરો, હાર.

co'ronary (કૉરનરિ), વિ૦ મુગટના જેવું. ~ *arteries*, હૃદયને લોહી પૂરું પાડનારી ધમનીઓ. ~ *thrombosis*, તે ધમનીઓમાં લોહીનું ગંઠાઈ જવું.

corona'tion (કૉરનેશન), ના૦ રાજ્યાભિષેક(ની વિધિ), તાજપોશી.

co'roner (કૉરનર), ના૦ મૃત્યુનું કારણ જાણવા કે નક્કી કરવા માટે શબને અંગે તપાસ ચલાવનાર અમલદાર.

co'ronet (કૉરનિટ), ના૦ ઉમરાવ કે તેની પત્નીનો પહેરવાનો નાનો મુગટ; મુગટ.

corp'oral (કૉર્પરલ), ના૦ સાર્જન્ટથી ઊતરતી કોટિનો બિનસનદી લશ્કરી અમલદાર; નાયક.

corp'oral, વિ૦ શરીરનું –ને લગતું. ~ *punishment*, શારીરિક શિક્ષા; ફટકાની સજા.

corp'orate (કૉર્પરિટ), વિ૦ અનેક ઘટકો કે વ્યક્તિઓનું મળીને બનેલું (વિ. ક. સરકારી કાયદાથી કે સનદથી).

corpora'tion (કૉર્પરેશન), ના૦ જુદી જુદી વ્યક્તિઓનું બનેલું એક માણસની પેઠે કામ કરવાનો અખત્યાર હોય એવું મંડળ–કંપની; [વાત.] ફાંદ, દૂંદ. *municipal* ~, વિશેષ અધિકાર ધરાવતી મોટા શહેરની સુધરાઈ.

corpor'eal (કૉર્પૉરિઅલ), વિ૦ દેહ કે શરીરવાળું–નું; પાર્થિવ; સ્થૂળ, પ્રગટ.

corps (કોર), ના૦ (બ૦ વ૦ એ જ, કોર્ઝ઼). લશ્કરી ટુકડી; (સ્વયંસેવકો, ઇ.નું) સંગઠિત દળ; નાચનારાઓની મંડળી.

corpse (કૉર્પ્સ), ના૦ મડદું, પ્રેત, લાશ. ~ *bearer*, ખાંધિયો.

corp'ulence (કૉર્પ્યુલન્સ), ના૦ જાડાભોલપણું, દોંગાપણું. **corp'ulent**, વિ૦ જાડુંભોલ, અતિસ્થૂળ.

cor'pus (કૉર્પસ), ના૦ લખાણો કે કાયદાનો સંગ્રહ; પિંડ, દેહ.

corp'uscle (કૉર્પસલ), **corpuscule** (કૉર્પસ્ક્યૂલ), ના૦ અતિસૂક્ષ્મ પદાર્થ; કણ, અણુ, વિ. ક. લોહીનો રાતો કે સફેદ કણ. **corpus'cular** (કૉર્પસ્ક્યુલર), વિ૦ રજકણ કે અણુઓનું–ને લગતું.

corral' (કરેલ, કૉરાલ), ના૦ [અમે.] જાનવરો માટેનો વાડો; જંગલી ઢોરને પકડવાનો વાડો. સ૦ ક્રિ૦ વાડામાં બંધ કરવું.

correct' (કરે'ક્ટ), વિ૦ ખરું, બરાબર; સાચું; ચોક્કસ; યોગ્ય. સ૦ ક્રિ૦ સુધારવું, દુરસ્ત કરવું; ભૂલો બતાવવી; (ભૂલ, દોષ, માટે). ઠપકો આપવો, સજા કરવી. **correc'tion** (કરે'ક્શન), ના૦ સુધારો, શુદ્ધીકરણ; સજા, શાસન; ભૂલ સુધારવી તે. *house of* ~, હલકી સજા વાસ્તેનું બંદીખાનું. **correc'titude** (કરે'ક્ટિટ્યૂડ), ના૦ યોગ્ય વર્તન.

correc'tive (કરે'ક્ટિવ), વિ૦ સુધારો કરે–મટાડે–એવું. ના૦ સુધારો કરનારું પગલું કે દવા, સુધારણા. **correc'tor** (કરે'ક્ટર), ના૦ સુધારનાર.

co'rrelate (કૉરિલેટ), ના૦ એકબીજા સાથે સંબંધ ધરાવનાર બે વસ્તુમાંથી એક – શબ્દ, વિચાર ઇ. ઉ૦ક્રિ૦ અરસપરસ સંબંધ હોવો–જોડવો–બતાવવો. **correla'tion** (-લેશન), ના૦ અરસપરસ સંબંધ, અનુબંધ. **correl'ative** (કરે'લટિવ), વિ૦ અને ના૦ એક બીજા સાથે સંબંધ ધરાવનારું–સંકળાયેલું.

correspond' (કૉરિસ્પૉન્ડ), અ૦ ક્રિ૦ -નો અરસપરસ મેળ હોવો, મળતું હોવું (*to*); કાગળપત્રનો વહેવાર રાખવો – ચલાવવો (*with*). **correspon'dence** (કૉરિસ્પૉન્ડન્સ), ના૦ અરસપરસ મળતાપણું, મેળ; સાદૃશ્ય; પત્રવહેવાર; (સામસામા લખેલા) કાગળપત્ર. **correspon'dent**, વિ૦ મળતું, સરખું. ના૦ કોઈ વ્યક્તિને કે છાપાને કાગળ લખનાર, ખબરપત્રી. *newspaper* ~, છાપાનો ખબરપત્રી, ચર્ચાપત્ર લખનાર.

co'rridor (કૉરિડૉર), ના૦ મકાનની અંદરનો જુદી જુદી સ્વતંત્ર ઓરડીઓમાં જવાનો રસ્તો – રસ્તાવાળી પરસાળ, છૂટપરસાળ, ગૅલરી; જમીનની સાંકડી પટી. ~ *train*, એક ડબામાંથી બીજા ડબામાં જવાના રસ્તાવાળી ગાડી.

corrigen'dum (કૉરિજેન્ડમ), ના૦ (બ૦ વ૦ – genda). સુધારવાની ભૂલ, શુદ્ધિપત્ર.

co'rrigible (કૉરિજિબલ), વિ૦ (ખોડ, ખામી, વ્યક્તિ, ઇ.) સુધારી શકાય – સુધરી શકે – એવું; સજાને પાત્ર.

corrob'orate (કરૉબરેટ), સ૦ ક્રિ૦ (-rable). ટેકો – પુષ્ટિ – આપવી; કાયમ – પાકું – કરવું. **corrobora'tion** (કરૉબરેશન), ના૦ પુષ્ટિ, ટેકો; પુષ્ટિ આપનાર વાત. **corrob'orative** (– રટિવ), વિ૦ પુષ્ટિ આપે તેવું.

corrode' (કરોડ), ઉ૦ ક્રિ૦ ધીમે ધીમે ખાઈ જવું–ઘસી નાંખવું; ખવાઈ જવું, ઘસાઈ જવું.

corro'sion (કરોઝન), ના૦ ધીમે ધીમે ખાઈ–ખવાઈ – જવું તે; સળો. **corro'sive**, વિ૦ સળો કરે તેવું, ખાઈ જનારું. ના૦ ખાઈ જનાર દ્રવ્ય.

co'rrugate (કૉરુગેટ), ઉ૦ક્રિ૦ (–gable). વાટા – સળ – પાડવા; સંકોચાઈને કરચલી પડવી – વળવી. ~*d iron sheets*, છાપરાં માટે વાટા પાડેલાં લોઢાનાં પતરાં. **corruga'tion**, ના૦ વાટા (પાડવા તે).

corrupt' (કરપ્ટ), વિ૦ કોહેલું, બગડેલું; દુષ્ટ, ભ્રષ્ટ, પતિત; લાંચિયું; (હસ્તલિખિત) ભૂલો કે ફેરફારવાળું. ઉ૦ ક્રિ૦ ભ્રષ્ટ કરવું, બગાડવું; લાંચ આપવા, ફોડવું; સડી જવું, કોહવું. **corrup'tible**, વિ૦ લાંચને વશ થાય એવું.

corrup'tion (કરપ્શન), ના૦ સડો, બગાડ; ભ્રષ્ટતા, નીતિભ્રષ્ટતા; લાંચરુશવત. (શબ્દ, ઇ. નું) બગડેલું રૂપ, અપભ્રંશ. [કાંચળી.

cors'age (કૉર્સાઝ, – સિજ), ના૦ ચોળી,

cors'air (કૉર્સેર), ના૦ ખાનગી સશસ્ત્ર વહાણ, ચાંચિયાઓનું વહાણ; ચાંચિયો.

cor'set (કૉર્સિટ), ના૦ કાંચળી, ચોળી, ઉરસ્ત્રાણ; આકૃતિ સુડોળ દેખાય તે માટે પહેરવેશ નીચે વાપરવામાં આવતા ટેકા.

cors'let, corselet (કૉર્સલિટ), ના૦ ધડ ઢાંકનાર બખ્તર; તંગ કબજો, ચોળી

cortège (કૉર્ટેઝ,કૉ–), ના૦ પરિવાર મંડળ; સરઘસ(વિ.ક. સ્મશાને જનારાઓનું), પ્રેતયાત્રા.

cort'ex (કૉર્ટેક્સ), ના૦ (બ૦ વ૦ --tices). છાલ; બહારનું આવરણ, કવચ; મગજનો બહારનો ભૂખરો ભાગ. **cort'ical**, વિ૦ બહારના આવરણનું.

co'ruscate (કૉરસ્કેટ), અ૦ ક્રિ૦ ઝબકવું, ઝળકવું; ચળકવું. **corusca'tion**, ના૦ ચળકાટ; (બુદ્ધિનો) ચમકારો. [પદ્ધતિ).

corvee (કૉર્વે), ના૦ વેઠ – બેગાર – (ની

corvette' (કૉર્વે'ટ), ના૦ ઝપાટામાં જતું નાનું વળાવાનું વહાણ.

co'sine (કોસાઈન), ના૦ [ત્રિકોણ.] કોટિજ્યા, અમુક ખૂણાના કોટિકોણની જ્યા.

cosmet'ic (કૉઝ્મે'ટિક), વિ૦ શરીરસૌંદર્ય વધારનારું, રૂપવર્ધક. ના૦ વાળ, ચામડી કે ચહેરાની સફાઈ કે રૂપ વધારનાર અંગરાગ, લેપ, ઊટણું, પીઠી, ઇ. સૌંદર્ય પ્રસાધન.

cos'mic (કૉઝ્મિક,), વિ૦ વિશ્વનું–સંબંધી; રાગ કે મેળવાળું, ~ *rays*, પૃથ્વીના વાતાવરણની બહારથી ચોમેરથી આવતાં શક્તિશાળી ને ભેદક કિરણો.

cosmog'raphy (કૉઝ્મૉગ્રફિ), ના૦ પૃથ્વીનું કે વિશ્વનું વર્ણન કરવું અથવા તેનો નકશો દોરવો તે.

cosmol'ogy (કૉઝ્મૉલજિ), ના૦ વિશ્વ-વિદ્યા; વિશ્વરચના વિશેની ઉપપત્તિ.

cosmopol'itan (કૉઝ્મપૉલિટન), વિ૦ જગતના બધા મુલકો કે દેશોનું, સર્વદેશી; રાષ્ટ્રીય પૂર્વગ્રહોથી– તેની વિશિષ્ટ મર્યાદાઓથી – મુક્ત. ~ *city*, બધા દેશોના લોકો જેમાં રહેતા હોય એવું – પચરંગી વસ્તીવાળું – શહેર. ના૦ વિશ્વનાગરિક. **cosmopol'itanism** (કૉઝ્મપૉલિટનિઝ્મ), ના૦.

cos'mos (કૉઝ્મૉસ), ના૦ કોઈ નિયમ કે વ્યવસ્થાવાળું વિશ્વ; વ્યવસ્થિત તંત્ર.

Coss'ack (કૉસૅક), ના૦ રશિયાઈ તુર્કસ્તાનનો આદમી (સારા ઘોડેસવાર તરીકે જાણીતો): (બ૦ વ૦) લૈંઘો. [લડાવવાં.

coss'et (કૉસિટ), સ૦ ક્રિ૦ પંપાળવું, લાડ

cost (કૉસ્ટ), સ૦ ક્રિ૦ -ની કિંમત પડવી -ને બેસવું – લાગવું – પડવું; -ને માટે ત્યાગ કરવો પડવો; (વાણિજ્ય) શી કિંમત પડશે તેનો હિસાબ કાઢવો. ના૦ વસ્તુ માટે આપવી પડતી કિંમત; પડતર કે મૂળ કિંમત; ખરચ, લાગત; [કા.] દાવાનું ખરચ (બ૦વ૦માં). *at* ~, મૂળ કિંમતે, પડતર કિંમતે. *at all* ~*s*, ગમે તે ભોગે.

cos'ter, cos'termonger (કૉસ્ટર, કૉસ્ટર્મંગર), ના૦ ફળ, માછલી, ઇ. વેચનાર ફેરિયો. [જિયાત – વાળું; ચિંગૂસ.

cos'tive (કૉસ્ટિવ), વિ૦ બંધકોશ–કબ-

cost'ly (કૉસ્ટ્લિ), વિ૦ ભારે કિંમતવાળું, બહુ કીમતી; ખરચાળ. **cost'liness**, ના૦.

cost'ume (કૉસ્ટ્યૂમ), ના૦ વેશ, પહેરવેશ; ખાસ પહેરવેશ; ઉપરથી પહેરવાનાં – બહારનાં – કપડાં; એક જ કાપડનાં બનેલાં જાકીટ અને પહેરણ. **costum'ier,–m'er,** (કૉસ્ટ્યૂમિઅર,–મર) ના૦ કપડાં બનાવનાર કે વેચનાર (વિ. ક. સ્ત્રીઓનાં).

cos'y, coz'y (કોઝિ), વિ૦ આરામભર્યું હૂંફાળું. ના૦ *tea* -~ (ચા, ઇ. ઠંડી ન પડે તે માટે વપરાતી) કીટલીની બનાતની ટોપી.

cot (કૉટ), ના૦ ઝૂંપડી, મઢૂલી; નાનકડું આશ્રયસ્થાન.

cot, ના૦ બાળકનું ઘોડિયું; પલંગડી.

cotan'gent (કોટૅન્જન્ટ), ના૦ [ત્રિકોણ.] કોટિસ્પર્શક.

cote (કોટ), ના૦ પક્ષી કે પ્રાણીનું આશ્રયસ્થાન, ખડો, વાડો, ખાનું; નેસડો.

cot'erie (કોટરિ), ના૦ મંડળ, સમાન રસ ધરાવનારું મિત્રમંડળ, વિદ્વન્મંડળ.

cotill'ion, cotill'on (કટિલ્યન), ના૦ એક પ્રકારનું નૃત્ય; તે માટેની સંગીતરચના.

cott'age (કૉટિજ), ના૦ નાનકડું ઘર (વિ. ક. ગામડાનું), ઝૂંપડું, બંગલી. ~*loaf*, એક પર એક ચોંઢેલી એવી બે પાંઉની રોટી. **cott'ager** (કૉટિજર), ના૦ ઝૂંપડીમાં રહેનાર (મજૂર).

cott'ar (કૉટર), ના૦ ખેતર પર ઝૂંપડીમાં રહેનાર સ્કૉટિશ ખેડૂત – મજૂર.

cotter (કૉટર), ના૦ વિ. ક. યંત્રના ભાગ સજ્જડ બેસાડવા માટે વપરાતી ફાટવાળી ખીલી – લો (જે પાછળથી વાળવામાં આવે છે).

cott'on (કૉટન), ના૦ કપાસનો છોડ; કપાસ, રૂ; સૂતર; સુતરાઉ કાપડ. અ૦ ક્રિ૦ -ની સાથે મેળ ખાવો; કોઈ વસ્તુ કે વ્યક્તિ પ્રત્યે અનુરાગી હોવું. ~ *on* (*to*), -થી રાજી હોવું. ~--*cake*, કપાસિયાનો ખોળ. ~ *seed*, કપાસિયા. ~ *waste*, યંત્રો, ઇ. સાફ કરવા માટે વપરાતા નકામા સૂતરના ડૂચા. ~ *wool*, પીંજેલું રૂ.

cotyled'on (કૉટિલીડન), ના૦ [વનસ્પ.] બીજપત્ર, દાળ.

couch (કાઉચ), ના૦ નીચો ખાટલો કે ખુરશી, અઢેલીને બેસવાનો કે સૂવાનો બાંકડો; આરામની જગ્યા. ઉ૦ ક્રિ૦ આરામ માટે આડા પડવું; (શિકારી અંગે) હુમલો કરવા માટે ભાલો, ઇ. સાથે સજ્જ રહેવું; (પ્રાણી) હુમલો કરવા છુપાઈ ને પડ્યા રહેવું. (જવાબ, અર્થ, ઇ.) શબ્દબદ્ધ કરવું, વ્યક્ત કરવું; વાંકું વળી જવું, નમવું. [પણ.)

couch, ના૦ એક જાતનું ઘાસ. (~-*grass*

couch'ant (કાઉચન્ટ), વિ૦ માથું ઊંચું કરીને સૂતું – પડી રહેલું.

coug'ar (કૂગર,–ગાર), ના૦ [અમે.] બિલાડી જેવું મોટા કદનું એક પ્રાણી.

cough (કૉફ), ના૦ ઉધરસ, ખાંસી, શ્વાસ;

શરદી. ઉ૦ ક્રિ૦ ઉધરસ ખાવી–આવવી, ગળફો કાઢવો–પાડવો. ~ *up*, ભસી પડવું (કહી દેવું); પૈસા, ઇ. આપી દેવું. *whooping* ~, ઉટાટિયું, મોટી ઉધરસ. *dry short* ~, ઠાંસો.

could (કુડ), can નો ભૂ૦ કા૦

couloir (કૂલ્વાર), ના૦ પહાડની બાજુમાંની ઊભી–સીધા ચડાણવાળી–ખીણ.

coul'ter, col- (કોલ્ટર), ના૦ હળની કોશ, તેનો અણિયાળો ભાગ.

coun'cil (કાઉન્સિલ), ના૦ સલાહમસલત કે વિચારવિનિમય માટેની મંડળી, મંત્રીસભા–મંડળ. *executive* ~, કાર્યવાહક સભા. *legislative* ~, ધારાસભા. **coun'cillor** (–લર), ના૦ કાઉન્સિલ કે સભાનો સભ્ય.

coun'sel (કાઉન્સલ), ના૦ સલાહમસલત; સલાહ, અભિપ્રાય; (કાયદાની) સલાહ આપનાર વકીલ–બૅરિસ્ટર. સ૦ ક્રિ૦ સલાહ આપવી. *keep one's own* ~, પોતાના મનની વાત કોઈને ન કહેવી–ગુપ્ત રાખવી. *a ~ of perfection*, અમલ ન કરી શકાય એવી રૂપાળી લાગતી સલાહ–યોજના. *take ~ with, together*, -ની સલાહ લેવી, -ની સાથે મસલત કરવી.

coun'sellor (કાઉન્સે'લર), ના૦ સલાહ આપનાર, મંત્રી, વકીલ, બૅરિસ્ટર.

count (કાઉન્ટ), ઉ૦ ક્રિ૦ ગણવું; એક પછી એક સંખ્યા બોલી જવી; ગણતરીમાં લેવું, ગણવું; ગણવું, લેખવું, માનવું; મહત્વનું હોવું; [રમતમાં] -ની બરાબર હોવું. ના૦ ગણતરી, હિસાબ; સંખ્યા; મુદ્દો; રકમ, બાબત; (સૂતરનો) આંક; મૂલ્ય, મહત્વ; કુલ રકમ. *keep* ~, સંખ્યાનો ખ્યાલ–ગણતરી–રાખવી. ~ *on*, -ની પર ભરોસો–આધાર–રાખવો. *be ~ed out*, [મુષ્ટિયુદ્ધમાં] મુક્કાથી નીચે પડ્યા પછી દસ સેકંડમાં ઊભા ન થઈ શકવું, –ને તેથી હારેલા જાહેર થવું.

count, ના૦ યુરોપના દેશોમાં વપરાતી અમીરની એક પદવી; અમીર, કાઉન્ટ.

count'enance (કાઉન્ટિનન્સ), ના૦ ચહેરા પરનો ભાવ, મુખમુદ્રા; ચર્યા, સિકલ; ટેકો, સંમતિ. સ૦ ક્રિ૦ મંજૂરી–સંમતિ–આપવી, ટેકો–પુષ્ટિ–આપવી. *keep one's* ~, સ્વસ્થતા જાળવવી, મનનો ભાવ જણાવા ન દેવો. *put out of* ~, ઝંખવાણું પાડવું, ગભરાવવું.

coun'ter (કાઉન્ટર), ના૦ પત્તાં, વગેરેની રમતમાં દાવના માર્ક ગણવા માટે વપરાતું ગોળ ચક્ર કે કાંટાવાળું પત્તું; દુકાન કે બૅંકમાં જ્યાં પૈસાની લેવડદેવડ થાય છે તે ટેબલ, ગલ્લો. ~*-jumper*, [અનાદર સૂચક] દુકાન કે ભંડારમાં કામ કરનાર.

coun'ter, વિ૦ સામું, વિરુદ્ધ, ઊલટું, ક્રિ૦ વિ૦ સામી બાજુથી, સામેથી. ઉ૦ ક્રિ૦ વિરોધ કરવો, સામનો કરવો; જવાબ આપવો; મુક્કાને બદલે મુક્કો મારવો.

counteract' (કાઉન્ટરૅક્ટ), સ૦ ક્રિ૦ પ્રતિકાર કરવો; અટકાવવું, ખાળવું; સામેથી હલ્લો કરીને રોકવું–હરાવવું; નિવારણ કરવું.

coun'ter-attack, ઉ૦ક્રિ૦ સામો–વળતો–હુમલો કરવો. ના૦ સામો–વળતો–હુમલો.

coun'ter-attrac'tion (-અટ્રૅક્શન), ના૦ ઊલટા વલણવાળું–પ્રતિસ્પર્ધી– આકર્ષણ.

coun'terbal'ance (કાઉન્ટર્બૅલન્સ), ના૦ સામી બાજુનું સરખું વજન, સમતોલ. સ૦ ક્રિ૦ સામું સરખું વજન મૂકવું, સમતોલ કરવું; -નો અવેજ–ખંગ–વાળવો, -નો પ્રતિકાર કરવો.

coun'terblast (કાઉન્ટર્બ્લાસ્ટ), ના૦ વિરોધીને જોરદાર જવાબ.

coun'tercharge (કાઉન્ટર્ચાર્જ), ના૦ સામો આરોપ–હલ્લો, ઇ. સ૦ ક્રિ૦ તે કરવો.

coun'ter-claim, (કાઉન્ટર્ક્લેમ), ના૦ વાદી સામે પ્રતિવાદીએ કરેલો દાવો, સામો દાવો.

coun'terfeit (કાઉન્ટર્ફીટ), વિ૦ નકલી; અસલ નહિ, બનાવટી, કૃત્રિમ; (નાણું, ઇ.) ખોટું. ના૦ બનાવટી વસ્તુ, વિ. ક. નાણું. સ૦ ક્રિ૦ નકલ કરવી, બનાવટી કરવું.

coun'terfoil (કાઉન્ટર્ફૉઇલ), ના૦ પહોંચ, ચેક, ઇ.નું સામું અરધિયું–પાંખિયું, સ્થળપ્રત.

counter-i'rritant (કાઉન્ટર્ઇરિટન્ટ), ના૦ અંદરનું દરદ ઓછું કરવા માટે ઉપરથી પીડા કરે એવી દવા–દા. ત. વીંછી કરડ્યો હોય ત્યારે આંખમાં નખાતી દવા.

countermand' (કાઉન્ટર્માન્ડ), સ૦ ક્રિ૦

આપેલો હુકમ રદ કરવો. નાo અગાઉનો હુકમ રદ કરતો બીજો હુકમ, ઊલટ હુકમ.

coun'termarch (–માર્ચ), નાo ઊલટી દિશામાં કૂચ. સoક્રિo પાછી કૂચ કરવી, પાછું વાળવું.

coun'termine (કાઉન્ટરમાઇન), નાo ઘેરો ઘાલનારની સુરંગ ઉડાડી દેવા માટે ગોઠવેલી સુરંગ, સામી સુરંગ; સામી યુક્તિ. ઉo ક્રિo સામી સુરંગ ગોઠવવી; સામો પેચ – દાવ – લડાવવો. [પલંગપોશ, ચાદર.

coun'terpane (કાઉન્ટરપિન,–પેન), નાo

coun'terpart (કાઉન્ટરપાર્ટ), નાo બીજીને તદ્દન મળતી આવનાર – સરખી – વસ્તુ; જોડ, જોડી, પ્રતિરૂપ; સામું અડધિયું – પાંખિયું.

conn'terplot (કાઉન્ટરપ્લૉટ), નાo એક કાવતરાને નિષ્ફળ કરવા માટે કરેલું સામું કાવતરું. સo ક્રિo સામું કાવતરું કરવું.

coun'terpoint (કાઉન્ટરપૉઇન્ટ), નાo એક સૂરને સાથ આપવા માટે યોજેલો બીજો સૂર; એવા સૂરવાળું સંગીત રચવાની કળા.

coun'terpoise (કાઉન્ટરપૉઇઝ઼), નાo સામું સરખું – સમતોલ – વજન; સાટું, અવેજ. સo ક્રિo સામું સરખું વજન મૂકવું; -ની બરાબર ઊતરવું; -નો પ્રતિકાર કરવો; સાટું વાળવું. **coun'terpoised**, વિo બન્ને બાજુએ સરખા વજનવાળું, સમતોલ.

coun'tersign (કાઉન્ટરસાઇન), નાo (સંત્રીના પડકારના જવાબમાં ઓળખાણ માટે બોલવાનો) વરદીનો – સંકેતનો – શબ્દ. સo ક્રિo સંમતિદર્શક સહી કરવી. **countersignature**, (–સિગ્નેચર) નાo બહાલીની સહી.

countersink' (–સિંક), સoક્રિo ખીલાનું કે સ્ક્રૂનું માથું અંદર જઈ સપાટી બરાબર આવે તે માટે છેદના મોઢાને પહોળું બનાવવું.

coun'tess (કાઉન્ટિસ), નાo કાઉન્ટ કે અમીરની પત્ની – વિધવા; અમીર કે ઉમરાવનો ખિતાબ ધરાવનાર સ્ત્રી.

coun'ting-house (કાઉન્ટિંગ્ હાઉસ), નાo જમાખર્ચ – હિસાબ – રાખવાનો ઓરડો કે ઇમારત; પેઢી. [અગણિત.

count'less (કાઉન્ટ્લિસ), વિo અસંખ્ય,

coun'trified (કન્ટ્રિફાઇડ), વિo ગામડા (ના પ્રદેશ) જેવું; નાગર રીતરિવાજ વિનાનું.

coun'try (કન્ટ્રિ), નાo પ્રદેશ, મુલક; દેશ, રાષ્ટ્ર; જન્મભૂમિ; આસપાસનો પ્રદેશ, સીમ; ગામડાનો પ્રદેશ. વિo ગામડાનું, ગ્રામીણ; ગ્રામ્ય, અસભ્ય; અણઘડ, ટાપટીપ વિનાનું, 'કન્ટ્રી'. ~ *dance*, ગ્રામીણ – લોક – નૃત્ય. ~ *house*, પરગણામાં – ગામડામાં – આવેલ મહેલ – હવેલી. [દેશ – સ્વદેશ – બંધુ.

coun'tryman (કન્ટ્રિમન), નાo ગામડિયો;

coun'tryside (કન્ટ્રિસાઇડ), નાo ગામડાંવાળો – શહેરથી દૂરનો – પ્રદેશ.

coun'ty (કાઉન્ટિ), નાo પરગણું, તાલુકો, મહાલ (વિ. ક. ગ્રેટ બ્રિટનનો પ્રાદેશિક વિભાગ); *the* ~, પરગણાનાં જૂનાં ખાનદાન કુટુંબોનો સમાજ.

coun'ty council, નાo પરગણાનો વહેવાર ચલાવનાર પંચાયત જેવું મંડળ.

coup (કૂ), નાo (સત્તા પડાવવા માટે) સફળ ચાલ – ફટકો. ~ *d'état* (કૂ ડે'ટા), રાજ્યતંત્રમાં હિંસક કે ગેરકાયદે ફેરફાર (કરવો તે). ~ *de grâce* (કૂ ડં ગ્રાસ), નાo આખરી ફટકો.

coupé (કૂપે), નાo બે જણ માટેની ચાર પૈડાની બંધ ગાડી; રેલવેના ડબાનું એક બાજુ પાટિયા (બેઠકો) વાળું ખાનું.

cou'ple (કપલ), નાo બે શિકારી કૂતરાંને બાંધવાની દોરી; વરકન્યાનું કે પતિપત્નીનું જોડું; જોડી, યુગલ, બે. ઉo ક્રિo જોડવું, સાંધવું; જોડી બનાવવી – બનવી; પરણાવવું. [દુહો.

coup'let (કપ્લિટ), નાo બે લીટીનો શ્લોક,

coup'ling (કપ્લિંગ), નાo યંત્રના ભાગોને – રેલવેના બે ડબાને – જોડનારી કડી – સાંકળ.

coup'on (કૂપન), નાo વ્યાજ, દૂધ ઇ. વસ્તુ બદલામાં લેવાની ટિકિટ કે ચિઠ્ઠી, કૂપન.

cou'rage (કરિજ), નાo બહાદુરી, હિંમત, છાતી, બેધડકપણું. *Dutch* ~, કડક દારૂ પીવાથી પેદા થતી નીડરતાની લાગણી. **coura'geous** (કરેજસ), વિo બહાદુર, નીડર.

cou'rier (કૂરિઅર), નાo જાસૂસ, ખેપિયો, કાસદ; પ્રવાસીઓની સાથે ફરી તેમની વ્યવસ્થા કરનાર માણસ – ચાકર.

course (કોર્સ, કૉર્સ-), નાo આગળ જવું –

પથવું – તે, ગમન, ગતિ (સ્થળ ને કાળ બન્નેને લાગુ); વહેણ, પ્રવાહ, ઓઘ; શરત કે હરીફાઈની દોડ; શરતનું મેદાન; વ્યાખ્યાન, પાઠ, ઇ.ની માળા; કાર્યની દિશા, કાર્યક્રમ; ઘટનાક્રમ; અભ્યાસક્રમ; ચણતરમાં ઈંટોનો એક થર; ભોજનનું એક એક વાનીનું પિરસણ; (સ્ત્રીઓનું) માસિક (*monthly* ~). ઉ૦ક્રિ૦ (શિકાર, ઇ. ની) પાછળ પડવું; દોડવું; (પાણીનું) વહેવું. *the ~ of life,* જીવન (પ્રવાહ). *in ~ of,* -ની પ્રક્રિયામાં, બનવામાં. *in the ~ of,* દરમ્યાન. *in due ~,* યથાકાળે, યોગ્ય વખતે. *of ~,* અવશ્ય, અલબત્ત. *as a matter of ~,* સહજ, સ્વાભાવિકપણે, આપોઆપ. *race ~,* ઘોડદોડ.

cours'er (કોર્સર,), ના૦ શરતનો ઘોડો.

court (કોર્ટ), ના૦ વંડો, વાડો, આંગણું; વંડા ફરતે બાંધેલાં મકાન, વંડો; ટેનિસ, ઇ. રમત માટેનું મેદાન, ટેનિસ – બૅડમિંટન – કોર્ટ; રાજમહેલ, રાજવાડો; દરબાર; ન્યાયાધીશ, ન્યાયાધીશો (ની મંડળી); ન્યાયમંદિર, ન્યાયાધીશી, અદાલત; પ્રદર્શન, સંગ્રહાલય, ઇ. નો વિભાગ; રાજા ને તેનો દરબાર; સમસ્ત દરબારીઓ; સંવનન. સ૦ ક્રિ૦ -ની કૃપા મેળવવાનો પ્રયત્ન કરવો, -ની ખુશામત કરવી; પરણવા માટે સ્ત્રીનો પ્રેમ મેળવવાનો પ્રયત્ન કરવો; (આપત્તિ, ઇ.) વહોરવું – વહોરી લેવું. *out of ~,* હદ ઓળંગવાથી બાદ થયેલું; વિચાર કરવા અપાત્ર. *pay ~ to,* -ની ખુશામત કરવી; -નો પ્રેમ જીતવા પ્રયત્ન કરવો.

cou'rt-card, ના૦ રાજા, રાણી કે ગુલામનું પત્તું. [નમ્ર, સભ્ય, સારી રીતભાતવાળું.

court'eous (કર્ટિઅસ, કો–), વિ૦ વિનયી,

courtesan', courtezan' (કોર્ટિઝૅન, કો-) ના૦ ગણિકા, વેશ્યા (ઉપલી કોટિ કે દરજ્જાની).

court'esy (કોર્ટિસિ, ક –), ના૦ સભ્યતા, વિવેક; સૌજન્ય, મહેરબાની. [દરબારી.

court'ier (કોર્ટિઅર), ના૦ રાજદ્વારી માણસ,

court'ly (કોર્ટ્લિ), વિ૦ દરબારી; સંસ્કારી રીતભાતવાળું; શિષ્ટાચારવાળું; ખુશામતિયું. **court'liness,** ના૦. [લશ્કરી અદાલત.

court martial (કોર્ટમાર્શલ), ના૦

court-martial, સ૦ક્રિ૦ લશ્કરી અદાલત દ્વારા કામ ચલાવવું.

court plaster (કોર્ટ્ પ્લાસ્ટર), ના૦ જખમ પર ચોડવાનો ખાસ તૈયાર કરેલો મલમ, તે મલમવાળું રેશમી કાપડ.

court'ship (કોર્ટશિપ), ના૦ મહેરબાની કે પ્રેમ મેળવવાનો પ્રયત્ન કરવો તે, અનુનય, સંવનન; તેનો કાળ – અવધિ. [ચોગાન.

court'yard (કોર્ટયાર્ડ), ના૦ આંગણું,

cous'in (કઝ્ન), ના૦ કાકા, મામા, ફોઈ કે માસીનું સંતાન. *second ~,* માતપિતાના કાકા, મામા, ફોઈ કે માસીના સંતાનનું બાળક. **cous'inly** વિ૦ સગાનું –ને શોભે એવું.

cove (કોવ), ના૦ નાનો અખાત, ખાડી; એકાંત ખૂણો. *a queer ~,* વિચિત્ર માણસ.

co'venant (કવિનન્ટ, કવ –), ના૦ સોદો, બોલી; કરાર (પૂરી ગંભીરતાથી કરેલો); કરારપત્ર, સનદ. ઉ૦ ક્રિ૦ -ની સાથે કરાર કરવો. **covenanted,** વિ૦ લિખિત કરારવાળું, સનદી. **co'venanter** (કવિનન્ટર), ના૦ કરાર – બોલી – કરનાર (વિ.ક. સ્કૉટલન્ડમાં ઈ. સ. ૧૬૩૮માં કે ૧૬૪૩માં કરેલો ઠરાવ પાળનાર).

Cov'entry (કૉવન્ટ્રિ, ક–), ના૦ ઇંગ્લન્ડના એક કસબાનું નામ. *send one to ~,* -નો બહિષ્કાર કરવો, -નાં હુક્કાપાણી બંધ કરવાં.

co'ver (કવર), સ૦ક્રિ૦ એક સપાટી પર બીજી પાથરવી, ઢાંકવું, ઢાંકી દેવું; વીંટવું, -ને ગલેફ ચડાવવો, મઢવું, આચ્છાદન કરવું, રક્ષણ – બચાવ – કરવો; (ઈંડાં, ઇ.) સેવવું; ખરચ આપવા માટે પૂરતું હોવું; છાપા માટે અહેવાલ મોકલવો; -ને અંદર સમાવી લેવું; વીમો ઉતારીને સુરક્ષિત કરવું; (અંતર) કાપવું, વટાવવું; -ની સામે બંદૂક તાકવી. ના૦ ઢાંકણું, આચ્છાદન, આવરણ; આડ, પડદો; આશ્રય, રક્ષણ; શિકારની ભરાઈ રહેવાની જગ્યા – ઝાડી; ઓઢું; (ચોપડીનું) પૂઠું; પરબીડિયું; ટેબલ પર જમવા માટે જણ દીઠ મૂકેલી થાળી, રૂમાલ, ઇ. *under ~ of,* -ના ઓઠા નીચે. *break ~,* સંતાવાની જગ્યામાંથી બહાર પડવું. *take ~,* આશ્રય લેવો.

co'verlet (કવરલિટ), ના૦ ચાદર, પલંગ-

પોશ; ઝૂલ (ઘોડાની). [સંતાડેલું.
co'vert (કવર્ટ), વિ૰ ઢાંકેલું, છૂપું, ગુપ્ત,
co'vert (કવર્ટ, કવર), ના૰ આશ્રય, ઓઠું, આડ; સંતાવાની–ભરાઈ જવાની–ઝાડી.
co'vet (કવિટ), સ૰ક્રિ૰ મેળવવાની ઇચ્છા –લાલસા – રાખવી, અતિલોભ કરવો. **co'vetous** (કવિટસ), વિ૰ અતિલોભી, લાલચુ.
co'vey (કવિ), ના૰ તેતર પક્ષીઓનું ટોળું (વિ. ક. સાથે ઊડતાં, અથવા એક વેતરનાં બચ્ચાંનું); કુટુંબ, મંડળ, જૂથ.
cow (કાઉ), ના૰ (બ૰વ૰ cows; જૂનું, kine). ગાય; હાથી, વહેલ, ઇ.ની માદા–હાથણી, ઇ. *~-catcher*, ગાય, ઇ.ને પાટા પરથી દૂર ધકેલી દેવાની રેલવેના ઍંજિન આગળની જાળી. [-ના ટાંટિયા ભાંગવા.
cow, સ૰ક્રિ૰ બિવડાવવું, દબાવવું, દમ દેવો;
cow'ard (કાવર્ડ). ના૰ ડરપોક – બીકણ–માણસ, બાયલો, બીકણ બિલાડી. **cow'ardice** (કાવર્ડિસ), ના૰ કાયરતા, ડરપોકપણું, **cowardly**, વિ૰ કાયર; હલકટ.
cow'boy, cow-puncher ના૰ [અમે.] ઢોર ચારનાર, ગોવાળ.
cow'er (કાવર), અ૰ક્રિ૰ બીક કે ટાઢને લીધે પગ, ઘૂંટણ વાળીને બેસવું, ટૂંટિયાં વાળવાં; શરમને લીધે માથું નીચું ઘાલવું.
cow'herd (કાઉહર્ડ), ના૰ ગોવાળિયો.
cow-hide, ના૰ ગાયનું કાચું ચામડું; તેનો ચાબુક – કોરડો.
cowl (કાઉલ), ના૰ ખ્રિસ્તી સાધુ કે જોગીની ટોપી, –ટોપીસાથેનો ઝભ્ભો; ટોપીના આકારનું ધુમાડિયા પરનું ઢાંકણું; યંત્ર ઉપરનું ધાતુનું ઢાંકણું.
cow-pox (કાઉપૉક્સ), ના૰ ગાયના આંચળનો એક રોગ (જેમાંથી બળિયા ટાંકવાની રસી બનાવાય છે); બળિયા.
cowr'ie, cowry (કાઉરિ), ના૰ કોડી.
cow'slip (કાઉસ્લિપ), ના૰ ગોચરમાં થતો પીળાં ફૂલવાળો છોડ; એનું ફૂલ.
cox (કૉક્સ), ના૰ સુકાની (વિ. ક. શરતની હોડીનો). ઉ૰ક્રિ૰ સુકાનીનું કામ કરવું.
cox'comb (કૉક્સ્કોમ) ના૰ ફાંકડો, વરણાગિયો; રંગલાની કૂકડાની કલગી જેવી ટોપી.
coxswain, cockswain (કૉક્સ્વેન, કૉક્સન), ના૰ વહાણની હોડીનો સુકાની.
coy (કોઇ), વિ૰ નમ્ર, શરમાળ, (સામાન્યતઃ છોકરી માટે); પુરુષોનું ધ્યાન પોતાની તરફ ખેંચવા શરમાળ હોવાનો ઢોંગ કરનાર.
coy'ote (કાયોટ, ક્યોટિ), ના૰ ઉત્તર અમેરિકામાં જોવામાં આવતો વરુ – વરુ જેવો જંગલી કૂતરો. [ફોસલાવવું, પટાવવું.
co'zen (કઝન), ઉ૰ક્રિ૰ છેતરવું, ઠગવું;
coz'y, જુઓ cosy.
crab (ક્રૅબ), ના૰ કરચલો; [ખ.] કર્ક રાશિ. ઉ૰ક્રિ૰ ઉતારી પાડવું, હલકું ગણવું, નિંદા કરવી; -નાં છોડાં કાઢવાં. *catch a~*, ખોટી રીતે હલેસાં મારતાં તે ભરાઈ જવાં.
crab'-apple (ક્રૅબ-ઍપલ), ના૰ ખેતરમાં કે જંગલમાં થતું સફરજન(નું ઝાડ).
crabb'ed (ક્રૅબિડ). વિ૰ ચીડિયું, રિસાળ, ખાટું; વક્ર, વાંકું; (હસ્તાક્ષર) બેડોળ અને દુર્બોધ. **crabb'y** (ક્રૅબિ), વિ૰ ઉપરનામાંથી પહેલા બે અર્થ. [વાળું એક જંગલી ઝાડ.
crab'-tree, ના૰ અતિ ખાટાં ફળ (ઍપલ)-
crack (ક્રૅક), ના૰ કડાકો, ભડાકો, (બંદૂક, ચાબુક, ઇ.નો) કડકડ અવાજ; ફટકો, સડાકો ફાટ – તડ – ચીરો (પડવો તે), ફાટવું તે; ભાંગીને કકડા થવા; ચસકેલ માણસ. ઉ૰ ક્રિ૰ ચાબુક ઇ.નો સડાકો કરવો – થવો; તરાડ – ચીરો – પાડવો – પડવો, ચિરાડ પડવી, ફાટવું; અવાજ ફાટવો; (બદામ, અખરોટ, ઇ.) ભાંગવું, ફોડવું. વિ૰ પ્રસિદ્ધ, જાણીતું; શ્રેષ્ઠ કોટિનું. ક્રિ૰વિ૰ તીવ્રપણે, સડાક દઈ ને. *~ of doom*, કયામતના દિવસનો કડાકો. કયામતનો દિવસ. *in a ~*, ક્ષણવારમાં. *~ jokes*, મશ્કરી કરવી. *~ up* (a person), -ની સ્તુતિ–વખાણ – કરવાં. *~ up*, માંદા પડવું (વિ.ક. અતિશ્રમને લીધે); ઘડપણ દાખવવું; સળો દેખાવો. *~ on the head*, સખત ફટકો. *~ player*, બહુ સારું રમનાર. **cracked, crack-brained**, વિ૰ ચસકેલ, મૂર્ખ.
crack'er (ક્રૅકર), ના૰ ફટાકો, ટેટો; પાતળી કકરી બિસ્કિટ, ખારી બિસ્કિટ; સૂડી. **Christmas ~**, ભેટની વસ્તુઓ ભરેલી કાગળની ભૂંગળી.

crac'kle (ક્રૅકલ), ના૦ તડતડ અવાજ. અ૦ ક્રિ૦ તડતડવું.
crack'ling (ક્રૅક્લિંગ), ના૦ તડતડાટ, તણતણાટ; શેકેલા ડુક્કરના માંસની કકરી ચામડી. વિ૦ તડતડતું. [ઘરફોડુ.
cracks'man (ક્રૅક્સ્મન), ના૦ ધાડપાડુ,
cra'dle (ક્રેડલ), ના૦ પારણું, ઘોડિયું, ઝોળી; ઉત્પત્તિ અને ઉછેરનું પહેલું સ્થાન, જન્મસ્થાન; પારણા જેવું ચોકઠું-સાધન; સોનું ધોવાની ટોપલી. સ૦ ક્રિ૦ ઘોડિયામાં મૂકવું, હીંચોળવું; -નું જન્મસ્થાન હોવું.
craft (ક્રાફ્ટ), ના૦ કૌશલ્ય, કસબ; કપટ, દાવપેચ; કળા, ચતુરાઈ, હુન્નર.
craft, ના૦ (બ૦ વ૦ એ જ). હોડી, વહાણ.
crafts'man (ક્રાફ્ટ્સ્મન), ના૦ કારીગર, શિલ્પી. **crafts'manship**,ના૦કારીગરી.
craft'y (ક્રાફ્ટિ), વિ૦ (વ્યક્તિ) કપટી, દાવપેચી; (કામ) કપટભર્યું, કાવાદાવાવાળું.
crag (ક્રૅગ), ના૦ ઊભી ભેખડ-ખડક, કરાડ. **cragg'y**, વિ૦ ખડકો-ખાડાખૈયા-વાળું.
crags'man (ક્રૅગ્ઝ્મન), ના૦ ખડક કે કરાડ પર ચડનારો.
cram (ક્રૅમ), ઉ૦ ક્રિ૦ ઠાંસીને-દાબીને-ખીચોખીચ-ભરવું; ઠાંસીને ખવડાવવું; પરીક્ષા માટે ગોખણપટ્ટી કરવી-ભેજામાં ઠાંસીને વિગત ભરવી. ના૦ ટોળું; ગોખણપટ્ટી; જૂઠાણું. **cramm'er**, ના૦ ગોખણપટ્ટી કરનારો; પરીક્ષા માટે મુદ્દાની બાબતો ગોખાવનારો.
cramp (ક્રૅમ્પ), ના૦ ટાઢ કે શ્રમને કારણે હાથપગ ખેંચાવા - ગોટલા ચડવા-તે; તાણ, આંકડી; ચાપડો, ચાપ. સ૦ક્રિ૦ દબાવી-ચાંપી-રાખવું; મજબૂત પકડી રાખવું. **cramped**, વિ૦ બહુ જ સાંકડી જગ્યામાં પૂરેલું; (અક્ષર) બહુ જ નાના અથવા ગીચ.
cram'pons (ક્રૅમ્પન્ઝ્), ના૦ બ૦ વ૦ બરફ પર ચડવા માટે બૂટે મારેલી અણિયાળા ખીલાવાળી લોઢાની પટ્ટીઓ.
cran (ક્રૅન), ના૦ ૩૭.૫ ગૅલનનું એક માપ.
cran'berry (ક્રૅનબરિ), ના૦ કરમદા જેવું એક લાલ ફળ; તેનું ઝાડ-ઝાંખરું.
crane (ક્રેન), ના૦ બગલું, સારસ; ભારે વજનની ચીજો ઊંચકવાનો સાંચો, ચારી,ઊંટડો; પીપમાંથી દારૂ કાઢવાની વાંકી નળી-બકનળી. ઉ૦ ક્રિ૦ ડોક લાંબી કરવી; ચારીથી ભાર ખસેડવો. [વર્ગનો એક જંતુ.
crane-fly, ના૦ ઘરમાખી, મચ્છર, ઇ.
cran'ium (ક્રેનિઅમ), ના૦ (બ૦ વ૦ crania). મગજની ફરતું હાડકાનું કવચ, ખોપરી, કપાળ. **cran'ial** (ક્રેનિઅલ), વિ૦ એ કવચનું-સબંધી.
crank (ક્રૅન્ક), ના૦ યંત્રની ધરી અથવા પૈડું ફેરવવા માટેનો (તેને કાટખૂણે બેસાડેલો) હાથો-દાંડો; તરંગી ભાષણ, વાહિયાત કલ્પના; ડોસો; ચક્રમ, ઘેલું લાગેલો. સ૦ ક્રિ૦ હાથો ફેરવીને (ઍંજિનને) ચાલુ કરવું (~-*handle*). **crank'y**, વિ૦ માંદલું; અસ્થિર, ઢીલું; તરંગી, લહેરી; વિચિત્ર.
crann'y (ક્રૅનિ), ના૦ તરાડ, ચીર, ફાટ; બાકું, કાણું. **crann'ied** (ક્રૅનિડ), વિ૦.
crape (ક્રેપ), ના૦શોક વખતે પહેરવાનું કાળું રેશમનું કે જાળીદાર દોરિયાનું સુતરાઉ કાપડ.
crap'ulent (ક્રૅપ્યુલન્ટ), વિ૦ અતિભોજન કે અતિપાનને લીધે માંદા જેવું લાગતું-માંદું. **crap'ulous**, વિ૦.
crash (ક્રૅશ), ના૦ જોરથી નીચે પડવું તે; તેનો અવાજ; સખત ફટકો કે તેનો અવાજ; મોટો કડકડ અવાજ; એકદમ તૂટી પડવું-બેસી જવું-તે. અ૦ ક્રિ૦ કડડડ થઈ ને એકદમ પડી જવું; કકડભૂસ કરીને તૂટી પડવું. ~ *into*, -ની સાથે જોરથી અથડાવું. ક્રિ૦ વિ૦ કકડભૂસ, ધડાક દઈ ને (*with a* ~). [કાપડ.
crash, ના૦ સુતરાઉ કે શણનું ખરબચડું
crass (ક્રૅસ), વિ૦ જડ, મૂર્ખ; ઝીણવટ કે નાજુકાઈ વિનાનું; જાડા ખરબચડા પોતવાળું; તદ્દન, પૂરેપૂરું. **crass'itude** (ક્રૅસિટ્યૂડ), ના૦ જડતા, મૂર્ખામી.
crate (ક્રેટ), ના૦ કાચનાં કે ચિનાઈ વાસણ ભરવાનો કરંડિયો, ટોપલો કે પટ્ટીઓની કે સળિયાની બનેલી પેટી-ખોખું.
cra'ter (ક્રેટર), ના૦ જ્વાળામુખી પર્વતનું મુખ; પ્યાલાના આકારનો ખાડો.
cravat' (ક્રવૅટ), ના૦ ગળે બાંધવાનો રૂમાલ, ગળપટો; જૂની ઢબની નેકટાઈ.
crave (ક્રેવ), ઉ૦ ક્રિ૦ માટે તલપવું-વલ-

ખવું; કાલાવાલા – આજીજી – કરીને માગવું.

crav'en (ક્રેવન), વિ૦ નામર્દ, બાયલું; નીચ, હલકું. ના૦ બાયલો, નામર્દ, બીકણ ખિલાડી.

crav'ing, ના૦ તીવ્ર ઇચ્છા, અતિ ઉત્કંઠા, ભારે તલપ, લાલસા.

crawl (ક્રૉલ), અ૦ ક્રિ૦ પેટે – ભાંખોડિયે – ચાલવું, હાથપગ વતી – ઘૂંટણ ટેકવીને – ચાલવું; ધીમે ધીમે ખસવું; સળવળવું; સળવળતાં પ્રાણીઓથી ભરાયેલું હોવું. ના૦ સળવળવું તે; ધીમે ચાલવું – ખસવું – તે; તરવાનો એક ઝડપી પ્રકાર. **crawl'er,** ના૦ પેટે ચાલતું પ્રાણી – ઇયળ, ઇ.

cray'fish (ક્રેફિશ), **craw-** (ક્રૉ-), ના૦ મીઠા પાણીમાં રહેનારી કાચબા જેવી કવચવાળી એક ખાદ્ય માછલી.

cray'on (ક્રેયન), ના૦ રંગીન ચાકનો ટુકડો, ચિત્રશલાકા; તે વતી દોરેલું ચિત્ર. સ૦ ક્રિ૦ શલાકા વતી ડોળિયું કાઢવું – ચિત્ર દોરવું.

craze (ક્રેઝ઼), સ૦ ક્રિ૦ ગાંડું – ઘેલું – બનાવવું. ના૦ ગાંડપણ, ઘેલછા; તીવ્ર ઇચ્છા, લાલસા.

cra'zy (ક્રેઝ઼િ), વિ૦ કમજોર, હાલતું; તરાડોવાળું; અસ્થિર, ચંચલ; ગાંડું, ગાંડા જેવું; અતિ આતુર. ~ *pavement,* જુદા જુદા આકારના ને કદના પથ્થરની બનેલી ફરસબંધી.

creak (ક્રીક), ના૦ ઊંજ્યું નહિ હોય ત્યારે બારણાનો કે મજાગરાનો થતો ચૂં ચૂં અવાજ; કડક ચામડાનો અવાજ. અ૦ ક્રિ૦ ચમચમ – ચરચર – ચૂં ચૂં – અવાજ કરવો.

cream (ક્રીમ), ના૦ દૂધ પરની મલાઈ, તર; કોઈ પણ વસ્તુનો સર્વોત્તમ ભાગ, સારતત્ત્વ; મલાઈની બનેલી મીઠાઈ; પીળાશ પડતો સફેદ રંગ. ઉ૦ ક્રિ૦ મલાઈ કાઢી લેવી; તર આવવી. *cold* ~, ત્વચા માટે કાંતિવર્ધક લેપ. ~*-laid paper,* મલાઈના રંગનો સુંવાળો કાગળ. **cream'ery** (ક્રીમરિ), ના૦ માખણ બનાવવાનું કારખાનું; દૂધ, મલાઈ, ઇ. ની દુકાન. **cream'y,** વિ૦ મલાઈવાળું.

crease (ક્રીસ), ના૦ (કાગળ વગેરે) વાળવાથી પડેલો સળ – કાપો; કરચલી; [ક્રિકેટ] બૉલર તથા બૅટ્સ્મન માટે મર્યાદા બતાવનારી લીટી. ઉ૦ ક્રિ૦ સળ પાડવો; કરચલીઓ પડવી.

create' (ક્રિએટ), સ૦ ક્રિ૦ નિર્માણ કર-

સરજવું, પેદા કરવું; -ને પદવીવાળું કરવું, બનાવવું. **creati've** (ક્રિએટિવ), વિ૦ ઉત્પાદક, સર્જનાત્મક.

crea'tion (ક્રિએશન), ના૦ ઉત્પન્ન – નિર્માણ – કરવું તે, નિર્મિતિ; પેદા કરેલી વસ્તુ, નિર્મિતિ; જગત, અખિલ સૃષ્ટિ; માણસની બુદ્ધિ વડે નિર્માણ થયેલી વસ્તુ.

crea'tor (ક્રિએટર), ના૦ પેદા કરનાર. *the C~*, સરજનહાર, બ્રહ્મદેવ. **creat'ress** (ક્રિએટ્રિસ), ના૦ સ્ત્રી.

crea'ture (ક્રીચર), ના૦ પ્રાણી, જીવ; (વિ. ક. મનુષ્યેતર); માણસ; પામર જીવ; કોઈનો આશ્રિત – હથિયાર – ખુશામતિયો. ~ *comforts,* દેહને સુખસગવડ આપનારી વસ્તુઓ. [જગ્યા, ઘોડિયાઘર.

creche (ક્રેશ), ના૦ બાળકોને સાચવવાની

cred'ence (ક્રીડન્સ), ના૦ વિશ્વાસ.

creden'tials (ક્રિડે'નશલ્ઝ઼, – શિઅલ્સ), ના૦ બ૦ વ૦ પરરાજ્યમાં મોકલેલા વકીલને આપેલું પ્રમાણપત્ર – ભલામણપત્ર – મુખત્યારનામું – ઓળખપત્ર.

cred'ible (ક્રે'ડિબલ), વિ૦ વિશ્વાસ રાખી શકાય – માની શકાય – એવું, વિશ્વાસપાત્ર. **credibil'ity** (ક્રે'ડિબિલિટિ), વિશ્વાસપાત્રતા, વિશ્વાસ; પ્રામાણ્ય.

credit (ક્રે'ડિટ), ના૦ ભરોસો, વિશ્વાસ; પ્રતિષ્ઠા, આબરૂ; સાખ, પત; પોતાને નામે બૅંકમાં જમા હોય તે રકમ; જમા પાસું; (કોઈ કામ કર્યાનું) શ્રેય. સ૦ ક્રિ૦ વિશ્વાસ કરવો; જમે કરવું. *do ~ to,* માન્યતા કે પ્રતિષ્ઠા મળે એવું હોવું. *on ~,* ઉધાર, પાછળથી પૈસા આપવાની શરતે. ~ (person) *with,* માં (અમુક ગુણ, ઇ.) છે એમ માનવું.

cred'itable (ક્રે'ડિટબલ), વિ૦ પ્રશંસાપાત્ર, વખાણ કરવા જેવું; શોભાસ્પદ.

cred'itor (ક્રે'ડિટર), ના૦ ધીરનાર, લેણદાર, માગનાર.

cred'o (ક્રીડો), ના૦ માન્યતા, સિદ્ધાન્ત.

credul'ity (ક્રિડ્યૂલિટિ), ના૦ ચિકિત્સા વિના તરત વિશ્વાસ રાખનારો સ્વભાવ, ભોળપણ. **cred'ulous** (ક્રે'ડ્યુલસ), વિ૦ તરત માની લેનારું, ભોળું.

creed (ક્રીડ),નાο ખ્રિસ્તી ધર્મસિદ્ધાન્તોનો ટૂંકો સાર; કોઈ પણ વિષય બાબત મત અથવા સિદ્ધાન્ત; ધર્મ, પંથ; માન્યતા.

creek (ક્રીક), નાο [અમે.] નાની નદી, વહેળો; [ઇંગ્લન્ડ] નાની ખાડી.

creel (ક્રીલ), નાο માછલી રાખવાનો ટોપલો.

creep (ક્રીપ), અο ક્રિο (ભૂοકાο crept). પેટે ચાલવું, ભાંખોડિયે ચાલવું; ધી ધીને પગલું ભરવું; ચૂપકીથી ચાલવું – ખસવું; ભયથી થથરવું, ધ્રૂજવું; વેલાની પેઠે ચડવું – પ્રસરવું; સળવળવું. *make one's flesh* ~, ભયભીત કરવું. નાο (બοવο) ધ્રુજારી, થથરાટ, થરેરાટ.

creep'er (ક્રીપર), નાο વેલો, વેલ.

creep'y (ક્રીપિ), વિο ધ્રુજારી કે નફરત પેદા કરનારું, રૂવાં ઊભાં કરનારું.

cremate' (ક્રિમેટ), સο ક્રિο બાળવું, બાળીને ભસ્મ કરવું; અગ્નિદાહ – સંસ્કાર–કરવો. **crema'tion** નાο દાહ, દહન, અગ્નિદાહ–સંસ્કાર.

cremator'ium (ક્રે'મટૉરિઅમ), નાο (બο વο -s, -ia). અગ્નિદાહ કરવાની જગ્યા, સ્મશાન.

cren'el(l)ated (ક્રે'નલેટિડ), વિοબંદૂકમાંથી ગોળીઓ મારવા માટે બાકોરાવાળી ભીંતવાળું.

Cre'ole (ક્રીઓલ), નાο વેસ્ટ ઇંડીઝ, મૉરિશિયસ વગેરે ઠેકાણે વસાહત કરીને રહેલા યુરોપિયન અથવા હબસીનો વંશજ. વિο એવા વંશમાં જન્મેલું.

cre'osote (ક્રીઅસોટ), નાο (કોહવાણ કે પરુ થતું અટકાવનારું) ડામરમાંથી તૈયાર થતું તેલ જેવું એક પ્રવાહી દ્રવ્ય.

crêpe (ક્રેપ), નાο એક જાતનું કાળું કાપડ (શોક માટે વપરાતા કાપડથી જુદી જાતનું) કે કાગળ જેમાં અનેક નાની નાની કરચલીઓ હોય છે. ~ *de Chine* (ક્રેપ્ ડ શીન), નાο ચળકતું અને મજબૂત રેશમનું કાળું કાપડ. ~ *rubber*, જોડાના તળિયા માટે વપરાતું મજબૂત ને ટકાઉ રબર.

crep'itate (ક્રે'પિટેટ), અο ક્રિο તડતડવું, તડાક દઈને ફાટવું. [ભૂο કૃο.

crept (ક્રે'પ્ટ), creep નો ભૂο કાο અને

crepus'cular (ક્રિપસ્કયુલર), વિο સંધ્યા સમયનું; ઝાંખું.

crescen'do (ક્રેશે'ન્ડો, ક્રિ–), નાο, વિο, ક્રિο વિο ધીમે ધીમે ચડતા સૂરથી, વધુ ને વધુ મોટેથી (ગવાયેલું સંગીત).

cres'cent (ક્રે'સન્ટ), નાο અજવાળિયાના નવચન્દ્રની કળા, બીજનો ચન્દ્ર; મુસલમાનોનું ધ્વજચિહ્ન; ઇસ્લામ; ઘરોની અર્ધચન્દ્રાકાર હાર. વિο બીજની ચન્દ્રકળાના આકારનું; (ચન્દ્ર) વૃદ્ધિ પામતું.

cress (ક્રે'સ), નાο એક જાતની તીખી ભાજી.

crest (ક્રે'સ્ટ), નાο કૂકડા, ઇ. ની કલગી, ગાજર; ટોપ કે શિરસ્ત્રાણ પરનું પીંછાંનું છોગું – તાજ; ઢાળ કે ઊંચાણની ટોચ, શિખર; ઢાલ પરનું વંશનું ચિહ્ન. સο ક્રિο છોગું – કલગી – તાજ – મૂકવો – પહેરાવવો; ટોચે – શિખર પર – પહોંચવું.

crest'fallen (ક્રે'સ્ટ–ફૉલન), વિο નાઉમેદ, નિરાશ, ખિન્ન; તોર – દમ – ઊતરેલું.

cret'in (ક્રીટિન, ક્રે'–), નાο કદરૂપો બુદ્ધિહીન માણસ. **cret'inism**, નાο કદરૂપતા અને મૂર્ખતા કે ગાંડપણનું મિશ્રણ જેમાં હોય છે એવી એક વિકૃતિ. **cret'inous**, વિο કદરૂપું અને ગાંડું.

cret'onne (ક્રે'ટૉન, ક્રિ–), નાο ઝલેહ ચડાવ્યા વિનાનું રંગીન છાપવાળું સુતરાઉ કાપડ, છીંટ.

crevasse' (ક્રિવૅસ), નાο હિમનદીના બરફમાં પડેલી ઊંડી ખાઈ – ખીણ.

crev'ice (ક્રે'વિસ), નાο તરાડ, ચીર, ફાટ.

crew (ક્રૂ), નાο વહાણ પરના ખલાસીઓ (ની ટોળી); જૂથ, ટોળું.

crew, crow નો ભૂο કાο

crew'el (ક્રૂઇલ), નાο બુટ્ટાદાર પડદા કે ભરતકામ માટે વપરાતો પાતળો રેશમી દોરો કે કાંતેલું ઊન. ~*-work*, નાο પાતળા ઊની કે સુતરાઉ કાપડ પર કરેલું ભરતકામ.

crib (ક્રિબ), નાο ઢોરની ગભાણ, ચારો નાખવાની જગ્યા; કઠેડાવાળી ખાટલી, ઘોડિયું; વિદ્યાર્થીઓના ઉપયોગ (વિ. ક. દુરુપયોગ?) માટે કરેલું શબ્દેશબ્દનું ભાષાંતર; લેખકનો ઉલ્લેખ કર્યા વિના તેના લખાણમાંથી

લીધેલા વિચાર કે કથન; નાનકડી ઓરડી; ઝૂંપડી; ઈશુના જન્મનું ચિત્રણ કરતી આકૃતિઓ. ઉ૦ ક્રિ૦ સાંકડી જગ્યામાં ગોંધવું; બીજાના લખાણમાંથી ચોરી કરવી (પરીક્ષા, ઇ. માં).

cribb'age (ક્રિબિજ), ના૦ પત્તાંની એક રમત, જેમાં દાવની કે હાથની ગણતરી માટે કાણાવાળું પાટિયું ને ખીંટી હોય છે.

crick (ક્રિક), ના૦ ચસક, કળતર, વા(જેમાં ગરદન કે પીઠના સ્નાયુઓ એકદમ અક્કડ બને છે). સં૦ ક્રિ૦ -માં કળતર કરવું.

crick'et (ક્રિકિટ), ના૦ એક જીવડું, રાતકીડો.

crick'et, ના૦ ગેડીદડાના જેવી એક રમત, બૉલબૅટ, ક્રિકેટ. *not* ~, [વાત.] ન્યાયી વર્તનના નિયમોનું ઉલ્લંઘન-ભંગ-કરનારું.
crick'eter (ક્રિકિટર), ના૦ ક્રિકેટ રમનાર.

cried (ક્રાઇડ), cry ના ભૂ૦ કા૦

cri'er (ક્રાયર), ના૦ બૂમ મારનાર; અદાલત, ઇ.માં નામ પોકારનાર; દાંડી પીટનાર; બાંગ પોકારનાર, બાંગી.

crime (ક્રાઇમ), ના૦ કાયદાથી સજાપાત્ર કૃત્ય, અપરાધ, ગુનો; કુકર્મ, દુષ્કર્મ; અધર્મ, પાપ. *capital* ~, દેહાંત દંડને પાત્ર ગુનો.

crim'inal (ક્રિમિનલ), વિ૦ કાયદાથી વિરુદ્ધ; ગુનાઇત, અપરાધી; ગુનાનું-ને લગતું; ફોજદારી. ના૦ ગુનેગાર, અપરાધી. ~ *law*, ફોજદારી કાયદો.

criminol'ogy (ક્રિમિનોલજિ), ના૦ ગુનાનું શાસ્ત્ર, અપરાધચિકિત્સા-શાસ્ત્ર.

crimp (ક્રિમ્પ), સ૦ ક્રિ૦ નાની નાની ગડીઓ કરવી-કરચલીઓ પાડવી, સળ-વાટા-પાડવા; વાળને વાંકડિયા બનાવવા.

crimp, ના૦ માણસોને પકડીને કે ફોસલાવીને તેમને જબરદસ્તીથી કે યુક્તિપ્રયુક્તિથી સિપાઈનું કે ખારવાનું કામ કરવા માટે મૂકી દેનાર; ફોસલાવનાર, ફસાવનાર. સ૦ ક્રિ૦ આવી રીતે ફસાવવું-ફોસલાવવું

crim'son (ક્રિમ્ઝ્ન), વિ૦ ઘેરા લાલ રંગનું, કિરમજી (રંગનું). ના૦ કિરમજી રંગ, કિરમજિયો. ઉ૦ક્રિ૦ કિરમજી રંગવું; કિરમજી થવું.

cringe (ક્રિંજ), અ૦ ક્રિ૦ બીને ટૂંટિયાં વાળવાં, સંકોચાવું; પગે પડીને ખુશામત-પળશી-કરવી. ના૦ ખુશામત.

crinkle (ક્રિંકલ), ઉ૦ ક્રિ૦ કરચલીઓ-સળ-પાડવા; કરચલીઓ વળવી. ના૦ કરચલી, સળ. **crink'ly**, વિ૦ કરચલીવાળું, વાંકડિયું.

crin'oline (ક્રિનલિન,-લીન), ના૦ ઘંટનો આકાર ટકાવી રાખવા માટે તારના કડાવાળો અંદરથી પહેરવાનો ઘાઘરો.

crip'ple (ક્રિપલ), ના૦ લંગડો, પાંગળો, લૂલો. સ૦ ક્રિ૦ લંગડું-પાંગળું-કરવું, જોર તોડી નાંખવું; હાથપગ ભાંગી નાંખવા.

cris'is (ક્રાઇસિસ), ના૦ (બ૦ વ૦ crises). અણીનો-બારીક-સમય; ભારે સંકટનો કાળ, કટોકટી; સંક્રમણકાળ.

crisp (ક્રિસ્પ), વિ૦ કડક પણ ભાંગી જાય તેવું, કકરું; તાજું; કૌવત આપનારું; શીઘ્રગતિવાળું; (વાળ) ગૂંચળાં વળેલું. ઉ૦ ક્રિ૦ દબાવીને નાની ગડીઓ પાડવી; બરડ થવું કે બનાવવું.

criss'-cross (ક્રિસ્ક્રૉસ), ના૦ અરસપરસ કાપતી-કાપીને પસાર થતી-લીટીઓ. વિ૦ એકબીજીને કાપીને જુદી જુદી દિશામાં જતી લીટીઓવાળું. ક્રિ૦ વિ૦ એકબીજાને કાપીને. ઉ૦ ક્રિ૦ એકબીજાને કાપીને જવું.

criter'ion (ક્રાઇટીરિઅન), ના૦ (બ૦ વ૦ criteria). ગુણદોષ પારખવાની કસોટી-માપવાનું સાધન, માનદંડ.

crit'ic (ક્રિટિક), ના૦ પરીક્ષક, સમાલોચક; કળા કે સાહિત્યની કૃતિનું વિવેચન કરનાર, વિવેચક; દોષ કાઢનાર, ટીકા કરનાર, નિંદક.

crit'ical (ક્રિટિકલ), વિ૦ ટીકા કરનારું, નિન્દક, દોષ કાઢનારું; ગુણદોષનો વિચાર કરનારું; બારીક સમયનું; ગંભીર, જોખમથી ભરેલું.

crit'icism (ક્રિટિસિઝ્મ), ના૦ (ગુણદોષ) વિવેચન, ટીકા, નિંદા; વિવેચનશાસ્ત્ર-કળા.

crit'icize (ક્રિટિસાઇઝ઼), ઉ૦ ક્રિ૦ -ના ગુણદોષનું વિવેચન કરવું; -ની ખોડખાંપણ કાઢવી-ટીકા કરવી

critique' (ક્રિટીક), ના૦ સાહિત્યની કે કળાની કૃતિનું વિવેચન, સમીક્ષા; વિવેચનકળા.

croak (ક્રોક), ના૦ દેડકાનો કે જંગલી કાગડાનો કે તેના જેવો ખોખરો અવાજ; ગણગણાટ, બકબક. અ૦ ક્રિ૦ ભારે ધીમે સાદે ગળામાં બોલવું, આરડવું; રોદણાં રોવાં;

અશુભ વાણી બોલવી; સ૦ ક્રિ૦ મારી નાંખવું. **croaker**, ના૦ રોદણાં રોનાર; અશુભનો પેગંબર.

cro'chet (ક્રોશિ), ના૦ હૂકવાળા સોયા વડે કરેલું ગૂંથણ (નું કામ કે વસ્તુ). ઉ૦ ક્રિ૦ (ભૂ૦ કા૦ crocheted, ક્રોશિડ). હૂકવાળા સોયા વડે ગૂંથવું – ગૂંથણકામ કરવું.

crock (ક્રૉક), ના૦ માટીનું વાસણ અથવા બરણી; વાસણ; થાકી ગયેલો માણસ કે ઘોડો. અ૦ ક્રિ૦ (~ *up*), ભાંગી પડવું, થાકી જવું, માંદા પડવું. સ૦ ક્રિ૦ અસમર્થ – પાંગળું – બનાવવું. **crock'ery** (ક્રૉકરિ), ના૦ ચિનાઈ માટીનાં વાસણ.

croc'odile (ક્રૉકડાઇલ), ના૦ સુસર, મગર; મગરનું ચામડું; [વાત.] ઢોંગી શત્રુ. ~ *tears*, ખોટાં – જૂઠાં – આંસુ.

croc'us (ક્રોકસ), ના૦ પીળાં, જાંબુડાં અને સફેદ ફૂલોનો ગાંઠમાંથી ઊગતો નાનો છોડ.

Croes'us (ક્રીસસ), ના૦ પૈસાદાર માણસ (લીડિયા દેશના એ નામના રાજા પરથી).

croft (ક્રૉફ્ટ), ના૦ ઘરની પાસેનું વાડબંધ ખેતર, વાડી. **croft'er**, ના૦ નાનું ખેતર કે વાડી સાંથે લેનાર.

crom'lech (ક્રૉમલે'ક–ખ), ના૦ બે ઊભા પથ્થર પર એક આડો લાંબો સપાટ પથ્થર મૂકીને બનાવેલી પ્રાગૈતિહાસિક રચના–ઇમારત; મોટા મોટા પથ્થરની બનાવેલી કબર.

crone (ક્રોન), ના૦ લેવાઈ – ચીમળાઈ – ગયેલી – વાંકી વળેલી – ડોસી, ડોકરી.

cron'y (ક્રોનિ), ના૦ રાતદહાડાનો જૂનો સમાનશીલ ગોઠિયો – સોબતી.

crook (ક્રુક), ના૦ વાંક, વળણ; હૂક કે કડીવાળી – છેડે વાંકવાળી – ભરવાડની કે બિશપની લાકડી કે ડાંગ; હૂક, કડી; [અમે.] ઠગ, ધુતારો; ગુનેગાર. ઉ૦ ક્રિ૦ વાંકું વાળવું, છેડે વાળીને કડી જેવું બનાવવું. *by hook or by* ~, ગમે તે ઉપાયે, આશે કે ત્રાસે.

crook'ed (ક્રુકિડ), વિ૦ વાંકું વળેલું; વાળેલું, મરડેલું; આડું, કુટિલ, અપ્રમાણિક. (ક્રુક્ટ), વિ૦ હૂક જેવા – વળેલા – હાથાવાળું. **crook'edness**, ના૦ કુટિલતા.

croon (ક્રૂન), ઉ૦ ક્રિ૦ ધીમે ધીમે ગણ- ગણવું, ધીમે અવાજે એકનું એક ગાવું. ના૦ એવી રીતે ગાયેલું ગાયન. **croon'er**, ના૦ રેડિયો પર કંટાળો આપે એવું ગાનાર.

crop (ક્રૉપ), ના૦ પક્ષીના ગળામાં બહાર નીકળેલું અન્નાશય હોય છે તે; પાક, ફાલ, પેદાશ; એક વખતનું ઉત્પાદન; ઊભો પાક, તૂલ; વાળ કાપવા તે. *neck and* ~, સમસ્ત, બધું. *autumn* ~, ચોમાસુ પાક, ખરીફ. *winter* ~, શિયાળુ પાક, રબી. *summer* ~, ઉનાળાનો પાક, હરી. ઉ૦ ક્રિ૦ કાપી નાખવું, (વાળ, ઇ.) ઉપરઉપરથી કાપવું; ટોચ આગળથી કાપી નાંખવું, લણવું; (ઘાસ, ઇ.) ખાઈ જવું; વાવવું, રોપવું; (પાક) નીપજવો, નીપજવું. ~ *up*, ઓચિંતું દેખા દેવું – ઊભું થવું. [હાથાવાળો ચાબુક; ચાબુકનો હાથો.

crop, ના૦ ઘોડેસવાર પાસે રહેતો નાના

cropp'er (ક્રૉપર), ના૦ ઊંધે માથે પડી જવું તે; પતન. *come a* ~, ઘોડા ઇ. પરથી પડી જવું, તદ્દન નિષ્ફળ જવું.

cro'quet (ક્રોકે,–કિ), ના૦ હથોડા જેવી લાકડીઓ અને લાકડાના દડાથી હરિયાળી પર રમવાની એક રમત. ઉ૦ ક્રિ૦ પોતાના દડાને મારીને તે વતી બીજાના દડાને દૂર મારી હઠાવવો.

croquette (ક્રકે'ટ), ના૦ ચોખા, બટાટા કે માંસને ચરબીમાં તળીને તેમાં મસાલો નાખીને બનાવેલો લાડુ. [(૧,૦૦,૦૦,૦૦૦).

crore (ક્રૉર), ના૦ કરોડ, કોટિ,

cro'sier, cro'zier, (ક્રોઝ્યર), ના૦ બિશપનો દંડ – આંકડીવાળી લાકડી.

cross (ક્રૉસ), ના૦ એક આડું એક ઊભું અથવા એક પર એક બે ત્રાંસાં લાકડાનો બનાવેલો ઊભો દાટેલો વધસ્તંભ, ક્રૂસ; ખ્રિસ્તી ધર્મનું એ આકારનું ચિહ્ન; ખ્રિસ્તી ધર્મ; પરીક્ષા, કસોટી, તાવણી; એકબીજાને છેદી જનાર બે લીટી; કોઈનું ખાસ દુઃખ કે પીડા; ક્રૂસના આકારની વસ્તુ; શૂરાતન માટે અપાતો ક્રૂસના આકારનો ચન્દ્રક; ઓલાદનું મિશ્રણ–સંકર; વર્ણસંકર, મિશ્ર ઓલાદ; બીજી બે કે વધારે વસ્તુઓના મિશ્ર ગુણોવાળી (*a* ~ *between*).

cross, ઉ૦ ક્રિ૦ આડું – ત્રાંસું – મૂકવું; કશાક

પર ક્રૂસની નિશાની કરવી – ચોકડી મૂકવી; છેકવું, ઉપર છેકો મૂકવો; (રસ્તો, દરિયો, ઇ.) માંથી પસાર થવું, ઓળંગવું; એકબીજા પાસેથી પસાર થવું; વિઘ્ન નાંખવું, આડે આવવું, થવા ન દેવું; ઓલાદનો સંકર કરવો. ~ *a cheque*, બૅંક દ્વારા ખાતામાં પૈસા જમા કરવાનું સૂચન કરવા ચેક પર બે ત્રાંસી લીટી દોરવી. ~*off*, *out*, છેકી નાંખવું. ~ *one's mind*, મનમાં આવવું.

cross, વિ૰ આડું, વાંકું, ત્રાંસું; એક બાજુથી બીજી બાજુ સુધી પહોંચતું; વિરોધી, એકબીજાને કાપતું; ચીડિયું. ~ *one's t's*, બહુ ચોક્કસ હોવું – ચોકસાઈ કરવી. ~ *off*, ~ *out*, શબ્દ પર છેકો મૂકીને રદ કરવો. ~ *heading*, પાનાની બાજુમાં આપેલું મથાળું. ~ *reference*, વધુ માહિતી માટે પુસ્તકના એક ભાગમાં બીજા ભાગનો કરેલો ઉલ્લેખ. ~-*section*, ત્રાંસો–આડો–છેદ; પૂરેપૂરો લાક્ષણિક – પ્રાતિનિધિક – નમૂનો.

cross'belt (ક્રૉસ્‌બે'લ્ટ), ના૰ એક ખભેથી બીજી બાજુ કેડ સુધી આવતો (કારતૂસ, ઇ. માટેનો) પટો.

cross'bill, ના૰ જેની ઉપરની ને નીચેની ચાંચ બંધ કર્યા પછી એક બીજી પર ત્રાંસી આવી જાય છે એવું પક્ષી.

cross'-bones, ના૰ બ૰ વ૰ (જાનનું જોખમ સૂચવવા) ત્રાંસી ચોકડીની જેમ મૂકેલાં બાહુનાં કે સાથળનાં હાડકાં (નું ચિત્ર).

cross'-bow, ના૰ બંદૂકના આકારના લાકડાના કકડા પર આડું ગોઠવેલું–બેસાડેલું–ધનુષ્ય.

cross'-bred, વિ૰ અને ના૰ જુદી જુદી જાતના કે વંશના સંકરથી પેદા થયેલું (માણસ, પ્રાણી કે વનસ્પતિ).

cross'-country, વિ૰ મોટો રસ્તો મૂકીને વગડામાં કે ખેતરોમાં થઈ ને જતું – પસાર થતું.

cross'-cut, વિ૰ ત્રાંસું કે એક કોરથી બીજી કોર સુધી આરપાર કાપવા માટેનું. ના૰ બે ધોરી રસ્તાને જોડનાર નજીકનો આડ રસ્તો.

crosse (ક્રૉસ), ના૰ ઉ. અમેરિકાની લાક્રૉસ નામની દડાની રમતમાં વપરાતી લાંબા હાથાવાળી જાળી (રૅકેટ).

cross-exam'ine (ક્રૉસ-ઇગ્ઝૅમિન), સ૰ ક્રિ૰ ઊલટ તપાસ કરવી, પુરાવો તોડી પાડવા માટે સાક્ષીને ઊલટપાલટ પ્રશ્નો પૂછવા. **cross-examina'tion**, ના૰ ઊલટતપાસ.

cross'-eyed, વિ૰ બાડું.

cross'-grained (ક્રૉસ-ગ્રેન્ડ), વિ૰ (લાકડું) આડાઅવળા રેસાવાળું; વાંકું, કુટિલ; જક્કી, જિદ્દી.

cross'ing (ક્રૉસિંગ), ના૰ રેલવે કે રસ્તો ઓળંગવાની જગ્યા; લીટીઓ, રસ્તાઓ ઇ. જ્યાં એકબીજાને કાપે છે તે જગ્યા.

cross'-patch (ક્રૉસ્‌પૅચ), ના૰ ચીડિયું, હઠીલું કે મિજાજી (વિ. ક. બાળક કે સ્ત્રી).

cross purposes (ક્રૉસ પર્પસિઝ઼), ના૰ બ૰ વ૰ એકબીજાથી ઊલટા કે વિરોધી મનસૂબા કે યોજનાઓ. *be at* ~, એકબીજાના ઉદ્દેશને અંગે (ખાસ ઉદ્દેશ વિના) વિરુદ્ધ વર્તન કરવું, આંધળે બહેરું કુટાવું.

cross-ques'tion (ક્રૉસ્‌ક્વે'સ્ચન), સ૰ ક્રિ૰ ઊલટતપાસ કરવી, વધુ માહિતી મેળવવા માટે અથવા તેની ચોકસાઈ કે સચ્ચાઈ તપાસવા માટે પ્રશ્નો પૂછવા. ના૰ ઊલટ તપાસમાં પૂછેલો પ્રશ્ન, સામો પ્રશ્ન.

cross'road (ક્રૉસ્‌–રોડ), ના૰ એક રસ્તાને કાપીને જતો બીજો રસ્તો; (બ૰વ૰) જ્યાં બે રસ્તા મળે છે તે જગ્યા; વળવાની જગ્યા.

cross'-stitch (–સ્ટિચ) ના૰ ભરતનો ટાંકો, ચોકડી ટાંકો.

cross'wise (ક્રૉસ્‌વાઇઝ઼), ક્રિ૰ વિ૰ આડું, ત્રાંસું; ક્રૂસની જેમ.

cross'word (ક્રૉસ્‌વર્ડ), ના૰ આપેલી ચાવીઓ કે સૂચના અનુસાર જેમાં એકબીજાને કાપી જતા ઊભા અને આડા શબ્દો ભરવાના હોય એવો કોયડો. ~ *puzzle*, શબ્દવ્યૂહ.

crotch (ક્રૉચ), ના૰ જ્યાંથી બે પાંખાં – શાખાઓ–ફૂટતી હોય – થતી હોય – તે જગ્યા, ફાંટો.

crotch'et (ક્રૉચિટ), ના૰ સંગીતનો એક અતિ હ્રસ્વ સૂર; તરંગ, લહેર. **crotch'ety** (ક્રૉચિટિ), વિ૰ તરંગી, લહેરી, આપમતિયું.

crouch (ક્રાઉચ), અ૰ ક્રિ૰ (બીકને લીધે

અથવા કૂદકો મારવા માટે) નમવું, નીચે વળવું; દબાઈ ને બેસવું; ખુશામત કરવી.

croup (ક્રૂપ), ના૦ બાળકોમાં થતો ગળાનો (ઉગ્ર ખાંસીવાળો) એક રોગ.

croup(e), ના૦ વિ. ક. ઘોડાની પીઠનો પાછળનો ભાગ; (બ૦ વ૦) ઘોડાનાં ઢગરાં.

croup'ier (ક્રૂપિઅર), ના૦ જૂગટાનાં પત્તાં પર નજર રાખનાર તથા હોડના પૈસા ભેગા કરનાર.

crow (ક્રો), અ૦ ક્રિ૦ (ભૂ૦કા૦ crowed, જૂનું રૂપ crew). કૂકડા જેવું બોલવું, કૂકડે કૂક કરવું; આનંદિત થવું; બડાઈ હાંકવી. ના૦ કૂકડે કૂક, કૂકડાનું બોલવું; કાગડો.

crow(-bar) (–બાર), ના૦ કોશ, પરાઈ.

crow'foot (ક્રોફુટ), ના૦ એક ફૂલછોડ–ઝાડ.

crow's-foot (ક્રોઝ્‌ફુટ), ના૦ આંખના કાન તરફના ખૂણા પાસેની કરચલી. **crow's-nest** (ક્રોઝ્‌-ને'સ્ટ), ના૦ દરિયા પર નજર રાખનાર માણસ માટે વહાણની ડોળકાઠી પર બેસવાની પેટી કે પીપ.

crowd (ક્રાઉડ), ના૦ ટોળું, સમુદાય; ભીડ, ગિરદી; નીચલી કક્ષાના લોકો; આમજનતા. ઉ૦ ક્રિ૦ ખીચોખીચ ભરવું, ભીડ કરવી; ટોળે વળવું–વળી આવવું; અંદર પરાણે દાખલ થવું. **crowded**, વિ૦ ખીચોખીચ ભરેલું.

crown (ક્રાઉન), ના૦ માથા ફરતો પહેરવાનો હાર – ગજરો; રાજાનો મુગટ, તાજ; રાજસત્તા; રાણી કે રાજા, બાદશાહ; પાંચ શિલિંગનું એક રૂપાનું નાણું, 'ક્રાઉન'; ઉપરનો ભાગ, ટોચ, શિખર, માથું; માથાની કે ટોપીની ટોચ; દાંતનો આગળ દેખાતો ભાગ; કાગળનું ૧૫"×૨૦"નું કદ. *the C~*, રાજા કે તેની સત્તા. સ૦ ક્રિ૦ મુગટ – તાજ – પહેરાવવો, રાજ્યાભિષેક કરવો; -નો મુખ્ય અલંકાર હોવો, પરિપૂર્ણ – સિદ્ધ – કરવું. *C~ colony*, રાજાની સીધી સત્તા નીચેની વસાહત.

cru'cial (ક્રૂશલ), વિ૦ કસોટી કરે એવું; નિર્ણાયક, આખરી; [શરીરરચ૦] છેદીને જતું, ત્રાંસું, આડું. *~moment*, નિર્ણય કરવો જ પડે એવી ક્ષણ. [કુલ્લી, મૂસ.

cru'cible (ક્રૂસિબલ), ના૦ ધાતુ ગાળવાની

cru'cifix (ક્રૂસિફિક્સ), ના૦ ખ્રિસ્તની મૂર્તિ સાથેનો ક્રૂસ, ક્રૂસ પરની ખ્રિસ્તની મૂર્તિ.

crucifi'xion (ક્રૂસિફિક્શન), ના૦ ક્રૂસ પર ખીલા જડીને માણસને મારી નાખવો તે; ઈશુનું ક્રૂસારોહણ.

cru'cify (ક્રૂસિફાઇ), સ૦ક્રિ૦ ક્રૂસ પર જડીને – ખીલા ઠોકીને – મારી નાંખવું; દેહદમન કરવું; સજા કરવી.

crude (ક્રૂડ), વિ૦ કુદરતી અથવા અપક્વ દશાનું, કાચું; અસંસ્કારી, અસંસ્કૃત; અણઘડ; અસભ્ય, તોછડું, અવિનયી.

crude'ness (ક્રૂડ્‌નિસ), **cru'dity** (ક્રૂડિટિ), ના૦ કાચાપણું, અણઘડપણું.

cru'el (ક્રૂઇલ, ક્રૂઅલ), વિ૦ કઠોર હૃદયનું, નિષ્ઠુર; ક્રૂર, નિર્દય; અતિ દુઃખદાયક.

cru'elty (ક્રૂઇલ્ટિ), ના૦ ક્રૂરતા, નિર્દયતા; ક્રૂર – ઘાતકી – કામ; બીજાને દુઃખ દેવામાં આનંદ.

cru'et (ક્રૂઇટ), ના૦ સરકો, મસાલો, ઇ. ભરીને જમવાના ટેબલ પર વાપરવાની નાની શીશી; શીશીઓ મૂકવાની ઘોડી (*~ stand*).

cruise (ક્રૂઝ્‌), અ૦ક્રિ૦ દરિયામાં પર્યટન કરવું – આમતેમ ફરવા જવું; વ્યવહાર – આર્થિક – દૃષ્ટિથી નુકસાન ન થાય એવી ગતિથી વિમાન ચલાવવું. ના૦ દરિયાઈ સફર.

cruis'er (ક્રૂઝર), ના૦ શીઘ્રગામી લશ્કરી વહાણ; દરિયાઈ સફર માટેનું વહાણ.

crumb (ક્રમ), ના૦ નાનો ટુકડો (વિ.ક. રોટીનો); રોટીનો અંદરનો પોચો ભાગ. સ૦ ક્રિ૦ (માંસ, ઇ.ના) નાના નાના કકડાથી ઢાંકી દેવું; નાના કકડા – ભૂકો – કરવો. **crumb'y** (ક્રમિ), વિ૦ કકડાવાળું, વેરાયેલા ભૂકાવાળું.

crum'ble (ક્રમ્બલ), ઉ૦ ક્રિ૦ નાની નાની કરચો કે ચૂરો કરવો; નાના નાના કકડા કે ભૂકો થવો; કકડેકકડા થઈ ખરી પડવું – જવું. ના૦ રોટીના કકડા – ભૂકો – અને ફળની બનાવેલી વાની (*apple ~*).

crum'pet (ક્રમ્પિટ), ના૦ માખણ સાથે ખવાતી પોચી ગરમ કેક જેવી રોટી; (વિ. બો.) માથું.

crum'ple (ક્રમ્પલ), ઉ૦ક્રિ૦ ચોળી નાંખવું, કરચલી પાડવી; કરચલી વળવી, ચોળાવું; ભાંગી પડવું (*~ up*).

crunch (ક્રન્ચ), ના૦ કઠણ પદાર્થ દાંતે

ચાવતાં કે કાંકરી પર ચાલતાં થતો અવાજ. ઉ૰ક્રિ૰ ભચડ ભચડ અવાજ કરતાં ચાવવું; કાંકરી પર અવાજ કરતાં ચાલવું.

crupp'er (ક્રપર), ના૰ ઘોડાની પૂંછડીની નીચેથી પસાર થતો જીનનો પટો; ઘોડાનાં ઢગરાં.

crusade' (ક્રૂસેડ), ના૰ [ઇતિ.] પૅલેસ્ટાઈન-ની પવિત્ર ભૂમિ મુસલમાનોના કબજામાંથી પાછી મેળવવા માટે યુરોપનાં ખ્રિસ્તી રાષ્ટ્રોએ કરેલો વિગ્રહ; ધર્મયુદ્ધ, જેહાદ; કોઈ પણ (જાહેર) અનિષ્ટનો સામનો કરવા ચલાવેલી ઝુંબેશ. અ૰ક્રિ૰ એવી ચળવળ કે યુદ્ધ કરવું કે તેમાં ભાગ લેવો. **crusad'er**, ના૰ એવી ઝુંબેશ ચલાવનાર યોદ્ધો. [વાસણ.

cruse (ક્રૂસ), ના૰ માટીની બરણી–નાનું

crush (ક્રશ), સ૰ ક્રિ૰ કચરવું, છૂંદવું, ચગદવું; પીલવું, વાટવું; દબાવી દેવું, જમીન-દોસ્ત કરવું. ના૰ લોકોની ભારે ઠઠ–ભીડ; મહેમાનોની ભારે ગિરદી; અથડાઅથડી.

crust (ક્રસ્ટ), ના૰ રોટીનો પોપડો; પોપડાનો કટકો; ઉપરનું કઠણ પડ, કવચ; ભૂપૃષ્ઠ; બાટલીને તળિયે બાઝેલો દારૂનો થર. ઉ૰ક્રિ૰ ઉપર પોપડો બાઝવો.

crusta'cean (ક્રસ્ટેશન), ના૰ કવચવાળું પ્રાણી (દા.ત. કાચબો, કરચલો, ઇ.)

crus'ty (ક્રસ્ટિ), વિ૰ સખત પોપડાવાળું; ચીડિયું. [ઘોડી; આધાર, ટેકો.

crutch (ક્રચ), ના૰ લંગડાની લાકડી, કાખ-

crux (ક્રક્સ), ના૰ સૌથી મહત્ત્વનો મુદ્દો, મુશ્કેલ બાબત–સવાલ; કોયડો.

cry (ક્રાઇ), ઉ૰ક્રિ૰ બૂમ કે રાડ પાડવી, ચીસ પાડવી, શોરબકોર કરવો; (દરદને લીધે) પોક મૂકવી; રડવું, શોક કરવો. ~ *off*, સોદામાંથી ખસી જવું; કામ છોડી દેવું. ના૰ દુ:ખ, દર્દ, ભીતિ, આનંદ, ઇ.ની મોટેથી બૂમ – પોકાર; હર્ષનાદ; રોકકળ, વિલાપ, આક્રંદ; મદદ માટે પોકાર–રાવ–ધા. *a far* ~, બહુ લાંબી (દૂરની) વાત. *hue and* ~, બૂમબરાડા પાડી પીછો પકડવો તે; જાહેર ચળવળ. *in full* ~, (કૂતરા અંગે) શિકારની પાછળ પડીને ખૂબ શોરબકોર કરી મૂકનાર. *battle*-~, *war*-~, લડાઈનો પોકાર યુદ્ધનાદ. [વાતમાં–રડનારો, રોતલ.

cry-baby, ના૰ નજીવા કારણસર–વાત

cry'ing, વિ૰ (અનિષ્ટ, ઇ. અંગે) ભારે મોટું, હડહડતું; તરત ઉપાય કે દાદ માગનારું.

crypt (ક્રિપ્ટ), ના૰ જમીન નીચેનું ભોંયરું, ગુફા; ખ્રિસ્તી દેવળ નીચે મડદાં દાટવાનું ભોંયરું. [દુર્બોધ.

cryp'tic (ક્રિપ્ટિક), વિ૰ ગૂઢાર્થવાળું; ગૂઢ,

cryp'togram (ક્રિપ્ટગ્રૅમ,-પ્ટો-), ના૰ ગૂઢ કે સાંકેતિક લિપિવાળું લખાણ.

crys'tal (ક્રિસ્ટલ), ના૰ પાસાંવાળો પદાર્થ, પાસો; બરફ કે કાચ જેવો પારદર્શક ખનિજ પદાર્થ; ખૂબ પારદર્શક કાચ; સ્વચ્છ કાચનાં વાસણો; બિલોર, સ્ફટિક, બિલોરી કાચ; કણોનો બાઝેલો અમુક આકૃતિવાળો ગાંગડો. ~-*gazing*, ભવિષ્ય જાણવા માટે બિલોરી કાચના ગોળામાં જોવું તે. વિ૰ સ્ફટિકનું કે સ્ફટિક જેવું સ્વચ્છ. **crys'talline** (ક્રિસ્ટલિન, –લાઇન), વિ૰ સ્ફટિકનું–ના જેવું (સ્વચ્છ); પાસાદાર.

crys'tallize (ક્રિસ્ટલાઇઝ), ઉ૰ ક્રિ૰ -ને પાસાવાળું બનાવવું, -ના પાસા બંધાવા; ચોક્કસ સ્વરૂપ – આકાર – આપવો, (વિચારો, ઇ.)ને સ્પષ્ટ ને ચોક્કસ –મૂર્ત –સ્વરૂપ આપવું–આવવું. **crystalliza'tion** (ક્રિસ્ટલાઇઝેશન), ના૰ ગાંગડા – પાસા – બાંધવા અથવા બંધાવા તે; પાસવણી. *water of* ~, કેટલાક સ્ફટિકોમાં હોય છે તે પાણી, સ્ફટિકજળ, પાસાજળ.

cub (કબ), ના૰ શિયાળ, સિંહ, રીંછ, ઇ. જંગલી જાનવરનું બચ્ચું; અસંસ્કારી કે જંગલી બાળક. ઉ૰ ક્રિ૰ (સિંહ, શિયાળ, ઇ. અંગે) વિયાવું. **cubbing**, ના૰ શિયાળ, ઇ.નાં બચ્ચાંનો શિકાર કરવો.

cube (ક્યૂબ), ના૰ ઘન, ઘનાકૃતિ; કોઈ સંખ્યાને તેના વર્ગથી ગુણવાથી થતો ગુણાકાર, ઘન. સ૰ ક્રિ૰ સંખ્યાનો ઘન કરવો. ~ *root*, ઘનમૂળ. **cub'ic** (ક્યૂબિક), વિ૰ ઘન, ઘનાકૃતિ; લંબાઈ, પહોળાઈ, જાડાઈ, એમ ત્રણ પરિમાણવાળું. ~ *art*, જેમાં ઘનભૂમિતિની આકૃતિઓ જ વપરાય છે એવી ઘનાત્મક કળા.

cub'ical (ક્યૂબિકલ), વિ૰ ઘનના આકારનું.

cub'icle (ક્યૂબિકલ), ના૰ આરામ લેવાની અથવા અભ્યાસની નાની ઓરડી.

cub'ism (ક્યૂબિઝ્મ), ના૦ ઘન ભૂમિતિની આકૃતિઓ દ્વારા વસ્તુઓનાં ચિત્રો દોરવાની ચિત્રકળાની શૈલી. **cub'ist** (ક્યૂબિસ્ટ), ના૦ એ શૈલીનો પુરસ્કર્તા. [(ભરતરનો).

cub'it (ક્યૂબિટ), ના૦ ૧૮"નું માપ; હાથ

cu'ckoo (કુકૂ), ના૦ કોયલ, કોકિલા; તેનો ટહુકો. વિ૦ [અમે.] ચસકેલું.

cuc'umber (ક્યૂકમ્બર), ના૦ કાકડી, ખીરું; ચીભડું; તેનો વેલો.

cud (કડ), ના૦ અધકચરો ચાવેલો ખોરાક, વાગોળ; તમાકુની એક ફાકી. *chew the ~*, વાગોળવું, વિચાર કર્યા કરવો.

cud'dle (કડલ), ઉ૦ ક્રિ૦ આલિંગન દેવું, ભેટવું; લાડ લડાવવાં, પંપાળવું; -ની પાસે વળગીને સૂવું. ના૦ ગાઢ આલિંગન. **cud'dlesome, cud'dly,** વિ૦ લાડ લડાવનારું; ભેટવા લલચાવનારું.

cud'gel (કજલ), ના૦ ટૂંકો અને જાડો દંડો, દંડૂકો, ડફણું, ડંગોરો. સ૦ક્રિ૦ દંડાથી મારવું -ઝૂડવું. *take up the ~s for*, -નો આવેશપૂર્વક બચાવ-રક્ષણ-કરવું. *~one's brains*, માથું ખંજવાળવું; કઠણ પ્રશ્નનો જવાબ મેળવવા માટે ખૂબ માથાકૂટ કરવી.

cue (ક્યૂ), ના૦ નાટકના આગળના નટના છેલ્લા બોલ (જે પરથી પછીના નટને સૂચન મળે છે); ઇશારો, સૂચન; બિલિયર્ડમાં દડાને મારવાની-ધકેલવાની-લાંબી લાકડી.

cuff (કફ),સ૦ક્રિ૦ ધોલ-લપડાક-તમાચો-મારવો. ના૦ ધોલ, થાપટ; કાંડા ફરતે બાંધેલો કાપડનો પટો; કોટ ને પહેરણની બાંયને છેડે વાળેલો ભાગ-પટ્ટી, કફ.

cuirass' (ક્વિરૅસ), ના૦ ગળાથી કેડ લગીનું બખ્તર; સ્ત્રીની બાંય વિનાની કાંચળી. **cuirassier** (ક્વિરસીર, ક્યૂર-), ના૦ ગળાથી કેડ લગીના બખ્તરવાળો ઘોડેસવાર. [-ઢબ.

cuisine' (ક્વિઝીન), ના૦ રસોઈની પદ્ધતિ

cul'-de-sac' (કુલ ડ સૅક), ના૦ આરપાર જવાના રસ્તા વિનાની ગલી; જેમાંથી બહાર નીકળવાનો માર્ગ ન હોય એવી મુશ્કેલ પરિસ્થિતિ.

cul'inary (ક્યૂલિનરિ, કલિ-), વિ૦ રસોડા કે રસોઈનું-અંગેનું; રાંધવાલાયક.

cull (કલ), સ૦ ક્રિ૦ (ફૂલ, ઇ.) વીણવું, ચૂંટી કાઢવું; તારવવું, પસંદ કરવું.

cull'ender, (કલન્ડર), ના૦ જુઓ colander.

cul'minate (કલ્મિનેટ), અ૦ ક્રિ૦ ઊંચામાં ઊંચી જગ્યાએ-ટોચે-પહોંચવું, -ની પરિસીમા થવી. **culmina'tion.** ના૦ પરિસીમા, પરાકાષ્ઠા; છેડો, અંત. [ઇત.

cul'pable (કલ્પબલ), વિ૦ દોષપાત્ર, ગુના-

cul'prit (કલ્પ્રિટ), ના૦ દોષી, અપરાધી, ગુનેગાર; અદાલતમાં હાજર કરેલો કેદી.

cult (કલ્ટ), ના૦ ધાર્મિક પૂજાની પદ્ધતિ-તંત્ર, (કોઈ વસ્તુ કે વ્યક્તિ વિષે) ભક્તિ; ધાર્મિક સંપ્રદાય. *make a ~ of*, -નો ધર્મ કે સંપ્રદાય બનાવવો.

cul'tivate (કલ્ટિવેટ), સ૦ ક્રિ૦ (-vable). (જમીન) ખેડવું; -માં પાક કરવો; -ની ખેતી કરવી; સુધારવું, વિકસાવવું; સંવર્ધન કરવું, કેળવવું. **cul'tivable,** વિ૦ ખેડી શકાય એવું. **cul'tivated,** વિ૦ ખેડેલું; સુધરેલું, સંસ્કારી. **cultiva'tion,** ના૦ ખેડવું તે, ખેડાણ; ખેતી, ખેતીવાડી; સુધારો. **cul'tivator,** ના૦ ખેડનાર, ખેડૂત; હળ.

culture (કલ્ચર), ના૦ ખેડાણ; સુધારો; (મધમાખી, માછલી, ઇ. નો) કૃત્રિમ ઉછેર -સંવર્ધન; આવી રીતે ઉછેરેલા જંતુઓ-બૅક્ટીરિયા; સંસ્કૃતિ; સંસ્કારિતા; વિશિષ્ટ ગુણ કે વિદ્યાની કેળવણી. **cul'tural,** વિ૦ સાંસ્કૃતિક, ઇ. **cul'tured,** વિ૦ સુધરેલું, સંસ્કારી.

cul'vert (કલ્વર્ટ), ના૦ રસ્તો, નહેર, ઇ. ની નીચેનું ગરનાળું-મોરી.

cum'ber (કમ્બર), સ૦ક્રિ૦ ભારે મારવું, -માં અડચણ કરવી, નડવું. **cum'bersome, cum'brous** (કમ્બર્સમ, કમ્બ્રસ), વિ૦ ભારે મારે એવું, અડચણ કરે એવું, અતિ ભારે.

cumm'erbund (કમરબૅન્ડ), ના૦ કમરપટો.

cum'ulative (ક્યૂમ્યુલેટિવ, -લ-,), વિ૦ ઉત્તરોત્તર ઉમેરો થઈને વધતું-વધેલું; અનેક બાબતોનો સરવાળો-સમાવેશ-થઈને બનેલું. *~ evidence*, વધતો જતો ને તેથી વધુ સબળ બનતો પુરાવો. *~ index*, વધતા જતા ભાગોને સમાવનારી સૂચિ. *~ voting*, પોતાના બધ

મત એક જ ઉમેદવારને આપી શકાય એવી મતદાન પદ્ધતિ.

cum'ulus (ક્યૂમ્યુલસ), ના૦ (બ૦ વ૦ -li). એક પર એક એવાં આડાં વાદળાંનો જથો – ઢગલો; ઢગલો.

cun'eiform (ક્યૂનિઇફૉર્મ), વિ૦ ફાચર કે શંકુના આકારનું. ના૦ પ્રાચીન ઈરાન, ઍસીરિયા તરફની શંકુલિપિ, શરાગ્રલિપિ.

cunn'ing (કનિંગ), વિ૦ ચતુર, હોશિયાર; ચાલાક, લુચ્ચું. ના૦ કુશળતા, નિપુણતા; પક્કાઈ, લુચ્ચાઈ; કપટ; [અમે.] સુંદર, મનોહર.

cup (કપ), ના૦ પાણી, ચા, ઇ. પીવાનો પ્યાલો; પ્યાલો; વાટકો; રમતમાં જીતનારને આપવામાં આવતું સોના ચાંદીનું 'કપ'ના આકારનું પાત્ર; દારૂ, ફળનો રસ, ઇ.ના મિશ્રણનું પીણું. *a bitter* ~, કડવો ઘૂંટડો; અનિવાર્ય આપત્તિ. સ૦ ક્રિ૦ [શસ્ત્રવૈદક] રૂમડી મૂકવી, વહેતર મૂકવાં; પ્યાલાનો આકાર આપવો.

cupboard (કબર્ડ), ના૦ ખાનાંવાળું – છાજલીવાળું – કબાટ. ~ *love*, કબાટમાંથી મીઠાઈ કે ખાવાનું મેળવવા માટે બાળક કે પ્રાણી દ્વારા કરાતો પ્રેમનો દેખાવ.

Cup'id (ક્યૂપિડ), ના૦ રોમન લોકોનો કામ દેવતા, મદન; સુંદર છોકરો. ~*'s bow*, ઉપરનો હોઠ(-ની ઉપલી કોર).

cupid'ity (ક્યુપિડિટિ), ના૦ અતિકામના, લાલસા, લોભ, તૃષ્ણા. [છત.

cup'ola (ક્યૂપલા), ના૦ ઘુમ્મટ; ઘુમ્મટની

cup'reous (ક્યૂપ્રિઅસ), **cup'ric** (ક્યૂપ્રિક), વિ૦ તાંબાનું, તાંબા જેવું. [માણસ.

cur (કર), ના૦ હલકી જાતનું કૂતરું; હલકટ

cur'acy (ક્યૂરસિ), ના૦ ક્યૂરિટ અથવા મદદનીશ પાદરીની જગ્યા – કામ.

curar'e (ક્યૂરારિ), ના૦ ગુંદર જેવો કડવો ઝેરી પદાર્થ (જે ઇંડિયન લોકો બાણને લગાડે છે).

cur'ate (ક્યૂરિટ), ના૦ ખ્રિસ્તી દેવળનો વ્યવસ્થાપક પાદરી, 'વિકર'નો મદદનીશ.

cur'ative (ક્યૂરટિવ), વિ૦ રોગ મટાડનારું, રોગહર. ના૦ રોગ મટાડનાર દવા – ઉપચાર.

curat'or (ક્યૂરેટર, ક્યુઅ-), ના૦ સાચવનાર, સંભાળનાર (વિ. ક. ગ્રંથાલય કે સંગ્રહાલયનો), ગ્રંથપાલ, વસ્તુપાલ.

curb (કર્બ), ના૦ જેરકડી, કડી, લગામ; અંકુશ, દાબ. સ૦ ક્રિ૦ ઘોડાને લગામ પહેરાવવી; કાબૂમાં – અંકુશમાં – રાખવું.

curb, curb'stone, ના૦ રસ્તાથી પગથીને જુદી પાડવા માટે બાંધેલી – કરેલી – પથ્થરની હાર – કોર.

curd (કર્ડ), ના૦ દહીંમાંનો જાડો ભાગ, ચક્કો; (બ૦ વ૦) દહીં. **curd'y**, વિ૦ દહીં જેવું.

cur'dle (કર્ડલ), ઉ૦ ક્રિ૦ જમાવવું, મેળવવું; જામવું, આખરી જવું. ~ *the blood*, ભયથી લોહી થિજાવી દેવું, ભયભીત કરવું.

cure (ક્યૂર, ક્યુઅર), ના૦ ઉપાય, ઇલાજ; માણસના આત્માની સંભાળ લેવાનું કામ; સ૦ ક્રિ૦ રોગ મટાડવો; સાજું કરવું, નીરોગી બનાવવું; માંસ વગેરે સૂકવી, મીઠું પાઈ, રાખી મૂકવું; (ચામડું) કેળવવું. *be given a* ~, ચર્ચ કે ખ્રિસ્તી દેવળનો કબજો સોંપવો.

cure (ક્યૂરે), ના૦ પરગણાનો પાદરી.

curf'ew (કર્ફ્યૂ), ના૦ [ઇતિ.] સાંજે દેવતા હોલવવા માટે થતો ઘંટ; [લશ્કરી કા.] અમુક સમય પછી બહાર નીકળવાની બંધી, સંચારબંધી (નો હુકમ).

cur'io (ક્યૂરિઓ), ના૦ (બ૦ વ૦ -os). કળાકસબની અનોખી વસ્તુ.

curios'ity (ક્યૂરિઑસિટિ), ના૦ જાણવાની ઇચ્છા, જિજ્ઞાસા; કુતૂહલ, પારકી વાત જાણવાની ઉત્કંઠા; નવાઈની કે વિરલ વસ્તુ.

cur'ious (ક્યૂરિઅસ), વિ૦ જિજ્ઞાસુ, જાણવાની ઇચ્છાવાળું; (બીજાના કામમાં) અતિ કુતૂહલવાળું; વિચિત્ર, નવાઈ પમાડે એવું.

curl (કર્લ), ઉ૦ ક્રિ૦ વાંકું વાળવું, વાંકડિયું કરવું; ગોળાકાર ગતિમાં આગળ વધવું – ચડવું; બરફ પર ગોળ ચપટા પથ્થર વતી અમુક નિશાન પર મારવાની રમત રમવી. ~ *up*, ગૂંછળું વળી જવું – વાળી દેવું – વળીને સૂવું; એકદમ પડી – ઘબી – જવું; કચરી – દબાવી – દેવું. ના૦ (વાંકડિયા) વાળની લટ, ગુચ્છો, વાંકડી. ~*ing-irons*, ~*ing-tongs*, ના૦ વાળને વાંકડિયા બનાવવાનું સાધન – ચીપિયા.

curl'ew (કર્લ્યૂ), ના૦ ભેજવાળી જગ્યામાં રહેનારું બગલા જેવું એક પક્ષી.

curl'ing (કર્લિંગ), ના૦ મોટા ગોળ ચપટા પથ્થરો વતી બરફ પર રમાતી એક સ્કૉટિશ રમત.
curl'y (કર્લિ), વિ૦ ગુચ્છાવાળું, વાંકડિયું.
curmudg'eon (કર્મજન), ના૦ ચિંગૂસ અને ચીડિયું માણસ, મખ્ખીચૂસ (વિ. ક. ડોસો).
cu'rrant (કરન્ટ), ના૦ સૂકી (કાળી) [દ્રાક્ષ, મુનક્કા; એ ફળનો વેલો.
cu'rrency (કરન્સિ), ના૦ પ્રસાર, ચલણ; ચલણની અવધિ; ચલણી નાણું, ચલણ.
cu'rrent (કરન્ટ), વિ૦ ચાલુ, પ્રચલિત; ચલણમાં વપરાતું; (કાળ) વર્તમાન, ચાલુ. ના૦ (હવા, પાણી, ઇ.નો) પ્રવાહ, ઓઘ, વહેણ; પાણીનો વહેળો; સામાન્ય ઓઘ, પ્રવાહ, વલણ.
curric'ulum (કરિક્યુલમ), ના૦ (બ૦ વ૦ curricula). નિયત કરેલો અભ્યાસક્રમ.
cu'rrier (કરિઅર), ના૦ ચામડું કેળવનાર ચમાર.
cu'rry (કરિ), ના૦ માછલી, સૂકી દ્રાક્ષ તથા મરીમસાલો નાખીને બનાવેલી ચોખાની વાની – કઢી–પાતળભાજી. સ૦ ક્રિ૦ તે બનાવવી.
cu'rry, સ૦ ક્રિ૦ (ઘોડાને) ખરેરો કરવો, માલિશ કરવું; કેળવેલા ચામડાને સજાવવું. ~ *favour with*, ખુશામત કરીને – ખિદમત કરીને – કોઈની પ્રીતિ સંપાદન કરવી. **curry-comb**, ના૦ ખરેરો.
curse (કર્સ), ના૦ શાપ, બદદુવા; મોટી આપદા, ઉપાધિ, ભારે અનિષ્ટ. ઉ૦ ક્રિ૦ -ને શાપ દેવો; -ને માથે સંકટ નાંખવું; સમ ખાવા. **curs'ed** (કર્સિડ), વિ૦ શાપ પામેલું, શાપિત; કમબખ્ત, તિરસ્કૃત.
curs'ive (કર્સિવ), વિ૦ (લખાણ) ચાલુ હાથનું – હસ્તાક્ષરનું – (જેમાં અક્ષરો એક બીજા સાથે જોડાઈ જાય છે). ના૦ એવું લખાણ.
curs'ory (કર્સરિ), વિ૦ (વાચન, ઇ.) ઉતાવળિયું, ઉપર ટપકેનું, ઉપરઉપરનું; વિગત તરફ ધ્યાન આપ્યા વિનાનું.
curt (કર્ટ), વિ૦ ટૂંકું ને તોછડું, અતિ-સંક્ષિપ્ત – ટૂંકું. **curt'ness** ના૦ તોછડાઈ.
curtail' (કર્ટેલ), સ૦ ક્રિ૦ કાપી નાંખવું, કાતરવું; ટૂંકું – સંક્ષિપ્ત – કરવું; કમી – ઓછું – કરવું. **curtail'ment**, ના૦ કાપકૂપ, સંક્ષેપ.
cur'tain (કર્ટન), ના૦ પડદો, ચક; (નાટકનો) પડદો. *the ~ rises*, નાટક શરૂ થાય છે. ~ *lecture*, એકાંતમાં હોય ત્યારે સ્ત્રીએ પતિને આપેલો ઠપકો કે શિખામણ; કાન્તોપદેશ. ~*-raiser*, મુખ્ય નાટક પહેલાં ભજવવામાં આવતી ટૂંકી નાટિકા. સ૦ ક્રિ૦ ઉપર પડદો નાંખવો, ઢાંકી દેવું.
curt'sy, curt'sey (કર્ટ્સિ), ના૦ ઘૂંટણિયે વળીને સ્ત્રીએ કરવાની સલામ. અ૦ ક્રિ૦ એવી રીતે સલામ કરવી (*make a ~*).
curv'ature (કર્વેચર), ના૦ વળાંક, વળેલો ભાગ.
curve (કર્વ), ના૦ વળાંક; (જેનો કોઈ પણ ભાગ સીધો નથી એવી) વાંકી લીટી; વર્તુળનો ભાગ; ચોરસો આંકેલા કાગળ પર ગતિ, કિંમત, ઇ.માં ફેરફાર બતાવનારી લીટી. ઉ૦ક્રિ૦ વાળવું, વાંકું વાળવું; વાંકું વળવું.
curvet' (કર્વેટ, કર્વિટ), ના૦ ઘોડો પહેલાં આગલા પગ ઊંચા કરી પછી ઝટકા સાથે પાછલા પગ ઉપાડી કૂદકો મારે તે, છલંગ, ગેલમાં મારેલો કૂદકો. અ૦ ક્રિ૦ એવી રીતે કૂદકો મારવો.
cushion (કુશન), ના૦ ઉશીકું, તકિયો; ગાદી; ધક્કો કે આઘાત ઓછો કરવા માટેની ગાદી જેવી કોઈ પણ પોચી કે લવચીક વસ્તુ. સ૦ક્રિ૦ -ની ઉપર ગદેલું કરાવવું; તકરારો, ઇ. ચુપચાપ દબાવી દેવું.
cusp (કસ્પ), ના૦ બે વાંકી લીટી જ્યાં મળે તે બિંદુ; ટોચ, શિખર; [વનસ્પ.] પાંદડાની અણી(વાળું અગ્ર).
cus'pidor (કસ્પિડૉર), ના૦ થૂંકદાની.
cuss (કસ), ના૦ શાપ; માણસ, શખસ (બહુધા અનાદર સૂચવવા). **cuss'edness** (કસિડ્નિસ), ના૦ વક્રતા, આડાપણું.
cus'tard (કસ્ટર્ડ), ના૦ દૂધ, ખાંડ, ઈંડાંની ખીર – રબડી. ~*-apple*, ના૦ સીતાફળ.
custod'ian (કસ્ટોડિઅન), ના૦ રખેવાળ, સંરક્ષક; જાહેર મકાનો – ઇમારતો – સાચવનાર.
cus'tody (કસ્ટડિ), ના૦ સંભાળ, હવાલો; કબજો, કાયદેસરનો જાપતો; કેદ. *take into ~*, ગિરફતાર કરવું, કેદ કરવું.
cus'tom (કસ્ટમ), ના૦ ચાલ, વહીવટ,

રિવાજ; દેશરિવાજ; ઘરાકી, ખરીદદારી; (બ૦વ૦) આયાત કે નિકાસ માલ પર જકાત, દાણ; આ જકાતનો વહીવટ કરતું સરકારી ખાતું. ~*-house*, બંદર પર જ્યાં જકાત લેવાતી હોય તે કચેરી, માંડવી, ફુરજો. **cus'tomary** (કસ્ટમરિ), વિ૦ પ્રણાલિકાગત, રૂઢ.

cus'tomer (કસ્ટમર), ના૦ ખરીદનાર, ઘરાક; આસામી; વિચિત્ર માણસ, ઘરાક.

cut (કટ), ઉ૦ક્રિ૦ (ભૂ૦કા૦ cut). કાપવું, વાઢવું, કાપો પાડવો; કાપી કાઢવું; -ની આરપાર જવું; -માંથી પસાર થવું; કોઈનું મન દૂભવવું; વેતરવું; (કાતર વતી) કાતરવું, (વાળ, ઇ.) કાપીને ટૂંકું કરવું, કાપવું; -થી કપાવું; ટાળવું, જોડે વાત ન કરવી; [પત્તામાં] કાપવું, ઉપાડવું; (કિંમત) ઘટાડવું; (લખાણ, ઇ.) ટૂંકું કરવું, કાપવું. ~ *across*, સીધું – સોંસરું – જવું. ~ *down*, કાપી નાંખવું; (માણસને) ઝંખવાણું પાડવું; (દલીલ, ઇ.) તોડી પાડવું. ~ *in*, ઓચિંતો પ્રવેશ કરવો. ~ *off*, કાપી નાંખવું, કાપીને જુદું કરવું; જોડે સંબંધ બંધ કરવો; વચ્ચે આવી અમુક ઠેકાણે જવા ન દેવું; વારસાથી વંચિત કરવું. ~ *out*, વચ્ચેથી કાપી નાંખવું; કોતરીને ડોળ કરવું – કાઢવું; યોજવું, ઘડી કાઢવું. ~ *up*, કાપીને કરચો કરવી; નુકસાન – હાનિ – પહોંચાડવી. ~ *up rough*, ગુસ્સે થવું, રોષ વ્યક્ત કરવો. ~ *no ice*, -નું કશું પરિણામ ન થવું. ~ *both ways*, બન્ને પક્ષે સરખી અસર કરવી – લાગુ પડવું. ~ *and dried* (plan), તૈયાર, કશા ફેરફાર માટે અવકાશ વિનાનું. ~ *one's coat according to one's cloth*, પોતાના ગજા પ્રમાણે યોજનાઓ ઘડવી. ~ *out for*, સારી રીતે બંધ બેસતું – અનુકૂળ. ~ *a class*, વર્ગમાંથી ગાપચી મારવી. ~ *a person*, ~ *him dead*, -નો સંબંધ – ઓળખાણ – છોડી દેવું, ઓળખવાની ના પાડવી. ~ *a tooth*, -ને દાંત આવવો – ફૂટવો. ~ *a ball*, [ક્રિકેટ] દડો ત્રાંસી દિશામાં જાય એવી રીતે તેને આડી બૅટ વતી મારવો. ~ *off with a shilling*, પુત્ર, ઇ.ને વારસામાં કશું ન રાખવું. ~ *one out*, (પ્રેમ જીતવામાં) કોઈને પરાજિત કરવું – કરીને પોતે સફળ થવું. *very* ~ *up at*, -થી ખિન્ન, ઘણું દુ:ખી.

cut, ના૦ કાપ, કાપો, છેદ; ઘા, જખમ; (ક્રિકેટના દડાનો) ત્રાંસો ફટકો; કાપકૂપ, ઘટાડો; ચોપડી, ઇ. માંથી કાપેલો ભાગ; કાપવાની ઢબ; માંસનો કટકો; [પત્તામાં] કાપણી, કાપવાનો વારો; (કોટ, ઇ. નો) કાપ, વેતરણ. *a* ~ *above* one, કોઈના કરતાં એક અંશ કે પદ ઉપર. ~ *and thrust*, હાથોહાથની મારામારી. *short* ~, વચમાંથી જવાનો નજીકનો – ટૂંકો રસ્તો. *draw* ~*s*, ચિઠ્ઠીઓ ઉપાડવી – નાંખવી.

cute (ક્યૂટ), વિ૦ [અમે.] પૈસા કમાવામાં હોશિયાર; તીક્ષ્ણ બુદ્ધિવાળું; હોશિયાર, ધૂર્ત; આકર્ષક.

cut'icle (ક્યૂટિકલ), ના૦ બહારની ચામડી, ત્વચા; [વનસ્પ.] ઝાડની ઉપલી છાલ.

cut'lass (કટ્લસ), ના૦ ધારવાળી પહોળી વાંકી તરવાર, સમશેર (વિ. ક. ખારવાઓની).

cut'ler (કટ્લર), ના૦ છરી, કાતર, ચપ્પુ, ઇ.નો બનાવનાર – વેપાર કરનાર, સરાણિયો.

cut'lery (કટ્લરિ), ના૦ છરી, કાતર, ચપ્પુ, ઇ. માલ; તે વેચવા બનાવવાનો ધંધો.

cut'let (કટ્લિટ), ના૦ પ્રાણીના ગરદનના માંસનો કકડો; રોટીના ભૂકાના પડમાં તળેલા માંસના ટુકડાની વાની; એવી જ માંસને બદલે બટાકાની વાની.

cutt'er (કટર), ના૦ કાપનાર માણસ કે વસ્તુ; કપડાં વેતરનાર દરજી; એક પ્રકારની હોડી; આગળનો દાંત.

cut'throat, ના૦ પૈસા લઈને ખૂન કરનાર, મારો; ગળાકાપુ. વિ૦ (હરીફાઈ) જીવલેણ, જીવસટોસટની.

cutt'ing (કટિંગ), ના૦ (ક્રિયાપદના અર્થોમાં, ઉપરાંત) રેલરસ્તા માટે ખોદી કાઢેલી ઊંચાણવાળી જમીન; ખોદીને કરેલું કામ, ખોદાણ, 'કટિંગ'; છાપાની કાપી લીધેલી કાપેલી. વિ૦ (શબ્દો, ઇ.) ઝાટકો લાગે એવું, વેધક, તીક્ષ્ણ.

cut'tle (કટલ), ના૦ (બહુધા ~*-fish*). હુમલો થતાં મોઢામાંથી કાળો પ્રવાહી પદાર્થ ફેંકનારી એક જાતની માછલી – છીપવાળું પ્રાણી.

cutt'y (કટિ), ના૦ ટૂંકી ચલમ.

cy'anide (સાયનાઇડ), ના૦ સાયૅનજેન વાયુનો ક્ષાર. [જ્વાલાગ્રાહી વાયુ-ગૅસ.

cyan'ogen (સાયૅનજિન,-જન), ના૦ એક

cyc'lamen (સિક્લમે'ન,-મન), ના૦ કરમજી ને સફેદ ફૂલવાળો એક કંદવાળો છોડ.

cy'cle (સાઇકલ), ના૦ અમુક સરખા અવધિ પછી ફરી ફરી થતી ઘટનાઓનો ક્રમ, ઘટનાચક્ર; એ પુનરાવર્તનનો કાળ; યુગ; કાળચક્ર; સાઇકલ, દ્વિચક્રી; એક વ્યક્તિ કે ઘટના વિશે વાર્તાઓ કે આખ્યાયિકાઓ (ની માળા). અ૦ક્રિ૦ અમુક સમય પછી ફરી ફરી ક્રમશઃ આવવું; સાઇકલ પર બેસવું. *in* ~, ચક્રાકારમાં.

cyc'lic(al) (સાઇક્લિક (લ)), વિ૦ ચક્રાકારમાં ભમતું-પુનરાવર્તન પામતું.

cyc'list (સાઇક્લિસ્ટ), ના૦ સાઇકલ પર બેસનાર, સાઇકલસવાર. [ચક્રવાત.

cy'clone (સાઇક્લોન), ના૦ વંટોળિયો,

cyclop(a)ed'ia (સાઇક્લપીડિઆ,-ક્લો-), ના૦ જ્ઞાનકોશ. = encyclopaedia.

cyc'lostyle (સાઇક્લસ્ટાઇલ), ના૦ દાંતાવાળા નાના ચક્રવાળી કલમથી લખીને એવા કાપેલા કાગળ પરથી નકલો છાપવાનું સાધન. સ૦ક્રિ૦ તે રીતે લખી નકલ કાઢવી.

cyd'er cid'er, (સાઇડર), ઍપલમાંથી બનાવવામાં આવતો સૌમ્ય દારૂ.

cyg'net (સિગ્નિટ), ના૦ હંસનું બચ્ચું.

cyl'inder (સિલિંડર), ના૦ ભૂંગળા કે નળના આકારની કોઈ પણ (નક્કર કે પોલી) વસ્તુ, ભૂંગળું; નળાકાર; ઍંજિનનાં પૈડાંને ફેરવનાર સળિયાને આગળ ધકેલનાર વરાળ કે બીજો કોઈ વાયુ જેમાં હોય છે તે ગોળ પોલી પેટી. **cylin'drical** (સિલિન્ડ્રિકલ), વિ૦ ભૂંગળા જેવું – ના આકારનું. [કાંસી.

cym'bal (સિંબલ), ના૦ ઝાંઝ, કરતાલ,

cyn'ic (સિનિક), ના૦ ઉપહાસ કરીને કેવળ દોષ કાઢનાર -વક્રદૃષ્ટિ- માણસ; માનવજાતની ભલાઈ વિષે શંકાશીલ ને દુનિયા વિષે તિરસ્કારની દૃષ્ટિવાળો માણસ. **cyn'ical** (સિનિકલ), વિ૦ માણસની ભલાઈ કે શુભ દાનત વિષે શંકાશીલ; જિંદગીની આનંદદાયક વસ્તુઓનો તિરસ્કાર કરનારું; વાંકું, વક્ર માનસનું; નિંદક.

cyn'icism (સિનિસિઝ્મ), ના૦ માણસની ભલાઈ વિષે શંકા રાખવાની વૃત્તિ, અશ્રદ્ધા.

cyn'osure (સિનશૂર, સાઇન -), ના૦ માર્ગદર્શક તારો; ધ્રુવતારો; બધાના આકર્ષણનું કેન્દ્ર.

cyph'er, ciphe'r (સાઇફર), ના૦ મીંડું (૦); કશા મહત્ત્વ વિનાનું માણસ; ગૂઢલિપિ – લેખ. [લીલાં પાંદડાંવાળું ઝાડ, સરૂનું ઝાડ.

cyp'ress (સાઇપ્રસ, - પ્રિસ), ના૦ ઘેરાં

cyst (સિસ્ટ), ના૦ [જીવ.] શરીરમાં રોગની રસીથી અથવા મૂળ બીજથી ભરેલી કોથળી, ફોલ્લો; મૂત્રાશય.

czar, tsar, tzar (ઝાર), ના૦ રાજા કે શાહેનશાહ; રશિયાના શાહેનશાહનો ખિતાબ (૧૯૧૮ પહેલાં). **czarina** (ઝરીના), **czarit'sa, tsaritsa, tzaritsa** (ઝરિત્સા), ના૦ ઝારપત્ની. **czarevitch** (ઝારવિચ), ના૦ ઝારનો (જ્યેષ્ઠ) પુત્ર.

D

D, d (ડી), ના૦ અંગ્રેજી વર્ણમાળાનો ચોથો અક્ષર; (D) પાંચસોની સંખ્યા માટે વપરાતો અક્ષર, ૫૦૦. [યુરો. સં.] 'સી મેજર' સપ્તકનો બીજો સૂર.

dab (ડૅબ), ઉ૦ક્રિ૦ ધીમે હાથે દબાવવું-ટપલી મારવી, ભીના કપડા કે વાદળી વતી દબાવવું; થાબડવું; હળવે હાથે થોડો થોડો રંગ ચોપડવો. ના૦ ધીમી લપડાક-થપ્પડ; રંગનો લપેડો.

dab, ના૦ એક જાતની ચપટી માછલી.

dab'ble (ડૅબલ), ઉ૦ક્રિ૦ કાદવ – પાણી–માં હાથપગ હલાવવા – પછાડવા; જરા જરા પલાળવું – ભીંજવવું; -થી ખરડાવું; ઉપલક કામ કરવું; માથું મારવું – ઘાલવું. **dabbler**, ના૦ ઉપલકિયો; નકામું માથું મારનાર.

dab'chick (ડૅબ્ચિક), ના૦ નાના કદનું એક જળચર પ્રાણી.

dace (ડેસ), ના૦ મીઠા પાણીમાં રહેતી એક સફેદ નાની માછલી. [એક જર્મન કૂતરું.

dachs'hund(ડાક્સહુન્ટ), ના૦ ટૂંકા પગવાળું

dacoit' (ડકૉઇટ),ના૦ સશસ્ત્ર લુટારુ, ધાડપાડુ. **dacoit'y** (ડકૉઇટિ), ના૦ ધાડ, ડાકાટી,

dac'tyl (ડૅક્ટિલ), ના૦ [પિંગળ] પહેલો અક્ષર ગુરુ ને પછીના બે લઘુ અક્ષરવાળો ગણ, ભગણ (¯˘˘).

dactyliog'raphy (ડૅક્ટિલૉગ્રફિ), ના૦ આંગળાંની છાપ પારખવાની વિદ્યા.

dad, daddy (ડૅડ, ડૅડિ), ના૦ [વાત.] પિતા (વિ. ક. સંબોધન તરીકે).

daddy-long-legs (ડૅડિલૉંગ્લેગ્ઝ઼), ના૦ લાંબા પગવાળો કરોળિયા જેવો જંતુ.

dad'o (ડેડો), ના૦ રંગ વગેરેથી જુદો પાડેલો ભીંતનો નીચલો ભાગ; બેસણી, કુંભી.

daff'odil (ડૅફડિલ), ના૦ આછા પીળા રંગનું એક ફૂલ; એ ફૂલનો છોડ.

daft (ડાફ્ટ), વિ૦ મૂર્ખ; ગાંડું; જંગલી.

dagg'er (ડૅગર), ના૦ ખંજર, કટારી, છરો; કટારીનું ચિહ્ન. *look ~s at*, -ની પ્રત્યે તિરસ્કાર બતાવવો.

dag'o (ડેગો), ના૦ (બ૦ વ૦ -*s*, -*es*). [અમે. અશિષ્ટ] સ્પેન, પોર્ટુગાલ કે ઇટલીનો કાળો આદમી.

dague'rreotype (ડગેરટાઇપ, ડગેરો-), ના૦ ફોટો પાડવાની જૂની પદ્ધતિ; એ પદ્ધતિથી પાડેલી છબી. [નાઈલ નદી પર ફરતું નૌકાઘર.

dahabee'yah,-iah (ડાહબીયા), ના૦

dahl'ia, (ડેલિઆ), ના૦ બગીચામાં થતો એક છોડ.

dail'y (ડેલિ), ક્રિ૦વિ૦ રોજ, દરરોજ. વિ૦ રોજનું, નિત્યનું; દિવસનું; રોજ કરાતું-થતું - પ્રસિદ્ધ કરવામાં આવતું. ના૦ દૈનિક (છાપું).

dain'ty (ડેન્ટિ), વિ૦ ભાવે એવું; સ્વાદિષ્ટ; સુઘડ ને સુંદર; નાજુક ને સુંદર; વિશિષ્ટ, ખાસ; અતિચોક્કસ, ચીકણું. ના૦ ભાવે એવી વાની, મિષ્ટાન્ન. **dain'tiness**, ના૦

dairy (ડેરિ), ના૦ દૂધ, ઇ. ગોરસ રાખવાની જગ્યા, ગોરસગૃહ; ગોશાળા, ડેરી; દૂધ ને તેની બનાવટોની દુકાન. **dair'ymaid**, ના૦ ના૦ ગોશાળામાં કામ કરનાર સ્ત્રી, ગોવાલણ. **dair'yman**, ના૦ ગોવાળ, દૂધવાળો.

dais (ડેસ), ના૦ ઊંચો ઓટલો (વિ.ક. ઓરડાને છેડે ટેબલ રાખવાનો); મંચ, વ્યાસપીઠ.

dais'y (ડેઝ઼િ), ના૦ વચ્ચે પીળું ને ફરતે સફેદ એવું એક જાતનું ફૂલ. **daisy-chain**, ના૦ ડેઝી ફૂલોનો ગૂંથેલો હાર.

dale (ડેલ), ના૦ ખીણ. **dales'man** (ડેલ્સ્મન), ના૦ (ઉ. ઇંગ્લન્ડની) ખીણોમાં રહેનારો.

dall'y (ડૅલિ), અ૦ ક્રિ૦ મોજ કરવી, આળસ-પ્રમાદ-ઢીલ-માં વખત કાઢવો, વિલાસ કે વિષયક્રીડા કરવી. *~ with*, -ની સાથે રમવું,- પ્રેમની રમત કરવી. **dall'iance** (ડૅલિઅન્સ), ના૦ વિલાસ, કામક્રીડા; પ્રેમની રમત; ઢીલ.

Dalma'tian (ડૅલ્મેશન), ના૦ કાળાં ટપકાંવાળું એક સફેદ કૂતરું.

dam (ડૅમ), ના૦ પાણીનો પ્રવાહ રોકનાર પાળ, બંધ, પુસ્તો. સ૦ ક્રિ૦ પાળ બાંધીને પ્રવાહ રોકવો, બંધ બાંધવો.

dam, ના૦ માતા (બહુધા પશુની). *the devil and his ~*, પાપી - દુષ્ટ - બળો.

dam'age (ડૅમિજ), ના૦ નુકસાન, ઈજા, હાનિ, બગાડ; (બ૦ વ૦) નુકસાનનો બદલો, નુકસાની. સ૦ ક્રિ૦ -ને નુકસાન પહોંચાડવું-ઈજા કરવી; આબરૂ બગાડવી (દા.ત. *a damaging confession*).

damascene'(ડૅમસીન),**damaskeen'** (-સ્કીન), સ૦ ક્રિ૦ બીજી ધાતુની વસ્તુને સોનું કે ચાંદી જડીને સુશોભિત કરવું. વિ૦ દમાસ્કસનું. ના૦ એક જાતની દ્રાક્ષ.

dam'ask (ડૅમસ્ક), ના૦ શણ કે રેશમનું બુટ્ટાદાર કાપડ; દમાસ્કસના ગુલાબનો રંગ; ઘેરો લાલ રંગ. વિ૦ શણ કે રેશમના બુટ્ટાદાર કાપડનું બનેલું; ગુલાબના રંગનું. *~ rose*, લાલ ગુલાબની એક જાત. સ૦ ક્રિ૦ કાપડ પર ફૂલ - બુટ્ટા - પાડવા.

dame (ડેમ), ના૦ પ્રૌઢ સ્ત્રી, ઉમરાવકુળની બાઈ, બાનુ; O. B. E. પદવી ધારણ કરનાર સ્ત્રીના નામ સાથે વપરાય છે. *~-school*, પ્રૌઢ સ્ત્રીએ ચલાવેલી નાનકડી ખાનગી શાળા.

damn (ડૅમ), ઉ૦ ક્રિ૦ શિક્ષાપાત્ર - દોષી - ઠરાવવું; નરકમાં નાંખવું, નરકયાતનાની સજા

કરવી; સજા કરવી, નિંદા કરવી, શાપ દેવો. ઉદ્ગાર૦ કશાકને વિષે ગુસ્સો વ્યક્ત કરવા વપરાય છે. **dam'nable** (ડૅમ્નબલ), વિ૦ ધિક્કારવા યોગ્ય, નરકમાં પડવા જેવું, અતિ હીન – દુષ્ટ. **damn'ation**, ના૦ સદાને માટે નરકયાતનાની સજા, દુર્ગતિ. **damned**, વિ. દુષ્ટ, પાજી, ઇ.

Dam'ocles (ડૅમક્લીઝ઼), ના૦ *sword of* ~, સુખના વખતમાં માથે ઝઝૂમતી આપત્તિ–લટકતી તલવાર.

damp (ડૅમ્પ), ના૦ ભીનાશ, ભેજ, ઠંડી ભેજવાળી હવા; ઉત્સાહભંગ; (બ૦ વ૦) (કૂવા – ખાડા – માંથી મારતી) ઊબ, ઉબાટ. વિ૦ હવાયેલું, ભેજ-વાળું. સ૦ ક્રિ૦ ભીનું–હવાયેલું–કરવું; ઉત્સાહભંગ કરવો, નરમ – ધીમું–પાડવું. ~ *(-proof) course*, ભેજ ઉપર ન ચડે એટલા માટે ભીંતમાં સ્લેટ, ઇ.નો દીધેલો થર. *fire*~, કોલસાની ખાણમાંથી નીકળતો ઝેરી વાયુ. ~ *down*, (દિવતાને) મંદ કરવું; (અવાજ ને) ધીમું–કરવું.

dam'per (ડૅમ્પર), ના૦ ચૂલા કે ભઠ્ઠીમાં આવતી હવાને રોકનાર બારણું – પતરું; નાહિંમત કરનાર માણસ કે વસ્તુ; લાકડાંના અંગાર – ભાસટ – ભૂંગરેટ – માં શેકેલી બાટી.

dam'sel (ડૅમ્ઝ઼લ), ના૦ અપરિણીત જુવાન સ્ત્રી, છોકરી. [રંગનું આલુ; તેનું ઝાડ.

dam'son (ડૅમ્ઝ઼ન), ના૦ ઘેરા જાંબુડા

dance (ડાન્સ), ઉ૦ ક્રિ૦ નાચવું, નૃત્ય કરવું; આમતેમ કૂદકા મારવા; આનંદથી કૂદવું; નચાવવું. ના૦ નૃત્ય, નાચ; નૃત્યને માટે ભેગી થયેલી મંડળી. *lead* person *a* ~, કોઈને હેરાન કરવું, પોતાની પાછળ ઠેકઠેકાણે દોડાવવું. ~ *to one's tune*, -ના કહ્યા પ્રમાણે વર્તવું, -ના નચાવ્યા નાચવું. ~ *attendance upon*, -ની ખિદમત –ખુશામત–કરવી. [જાહેરમાં નૃત્ય કરનાર.

dan'cer (ડાન્સર), ના૦ નાચનારો, વિ. ક.

dan'delion (ડૅન્ડિલાયન), ના૦ પીળાં ફૂલવાળો એક જંગલી છોડ.

dan'dle (ડૅન્ડલ), સ૦ ક્રિ૦ બાળકને હાથ – ખોળા–માં મૂકી ઉછાળવું – ઉછાળીને રમાડવું, લાડ કરવાં.

dan'druff (ડૅન્ડ્રફ), **dan'driff** (ડૅન્ડ્રિફ), ના૦ માથાની ચામડીનો એક રોગ, ખોડો.

dan'dy (ડૅન્ડિ), ના૦ ફક્કડ, ટાપટીપિયો, વરણાગિયો, ફૂલફટાક.

Dane (ડેન), ના૦ ડેન્માર્કનો વતની; [ઇતિ.] ઇંગ્લન્ડની ઉત્તર તરફથી આક્રમણ કરનાર. *(Great)* ~, એક મોટા કદનો કૂતરો.

dan'ger (ડેન્જર), ના૦ જોખમ, ભય, ધાસ્તી; આપત્તિ, સંકટ. **dan'gerous** (ડેન્જરસ), વિ૦ જોખમભરેલું, નુકસાન-કારક, ભયાનક.

dang'le (ડૅન્ગલ઼), ઉ૦ ક્રિ૦ લટકવું, ઝૂલતું રહેવું; -ની આસપાસ ભમ્યા કરવું, પાછળ પાછળ ફરવું (માશૂક કે પ્રેમી તરીકે); અનિશ્ચિત – લટકતું – રાખવું. **dang'ler**, ના૦ (વિ. ક. સ્ત્રીની) પાછળ પાછળ ફરનાર.

Dan'ish (ડેનિશ), વિ૦ ડેન્માર્ક કે ડેન લોકોનું. ના૦ ડેન લોકોની ભાષા.

dank (ડૅન્ક), વિ૦ ભેજવાળું અને ઠંડું; આરોગ્યને હાનિકારક.

danseuse (ડાન્સઝ઼), ના૦ નર્તિકા, નાચ-નારી; વિ. ક. નૃત્યનાટિકાની નટી.

daph'ne (ડૅફ્નિ), ના૦ એક ફૂલઝાડ.

dapp'er (ડૅપર), વિ૦ વ્યવસ્થિત પોશાક-વાળું; ચોક્કસ, હોશિયાર, ચાલાક.

dap'ple (ડૅપલ), સ૦ ક્રિ૦ કાબરચીતરું – ફૂંડાળાંફૂંડાળાંવાળું – કરવું. ના૦ ધાબું, ચામઠું ~*-grey*, ક્રિ૦ વિ૦ (ઘોડો), કાળા ટપકાં કે ફૂંડાળાંવાળું અને ભૂખરા રંગનું. **dappled** વિ૦ કાબરચીતરું, ટપકાંવાળું.

Darb'y and Joan (ડાર્બિ ઍન્ડ જોન), ના૦ ઘરડાં અને પ્રેમાળ પતિપત્ની (નું યુગલ).

dare (ડેર, ડે'અર), સ૦ ક્રિ૦ સાહસ – હિંમત – કરવી; (અમુક કરવા માટે) -ની હિંમત કે ધૃષ્ટતા હોવી; સામનો કરવો, પડકારવું; મહેણું મારીને કશુંક કરવા પ્રેરવું, ચડસે ચડાવવું. ના૦ ભારે હિંમત – છાતીનું – કામ; પડકાર. ~*'devil*, વિ૦ અને ના૦ કોઈ પણ સંકટથી ડરે નહિ એવું – સાહસી – (માણસ).

dar'ing (ડે'અરિંગ), વિ૦ બહાદુર, છાતી-વાળું, નિર્ભય. ના૦ હિંમત, છાતી, સાહસ, ધૃષ્ટતા.

dark (ડાર્ક), વિ૦ અજવાળા વિનાનું, અંધારું, અંધારાવાળું; કાળું, શામળું; ગમગીન; છાનું, ગુપ્ત, ગૂઢ; ખરાબ; બદામી – તપખીરિયા–રંગનું;

(રંગ) ઘેરું. *D~ Ages*, યુરોપનો મધ્ય યુગનો કાળ, અંધાર યુગ (ઈ. સ. ૩૯૫ થી ઈ. સ. ૧૦૦૦ સુધી). *D~ Continent*, આફ્રિકા ખંડ. *the ~*, સાંજનો સમય. *~side of things*, વસ્તુઓની દોષવાળી –નબળી– બાજુ. ના૦ અંધારું; અજ્ઞાન; કાળો રંગ. **dark'en** (ડાર્કન), ઉ૦ ક્રિ૦ અંધારું કરવું –થવું; ડાઘ કે એબ લગાડવી.

dark'ling (ડાર્કલિંગ), વિ૦ ઝાંખું, ગમગીન. ક્રિ૦ વિ૦ અંધારામાં.

darkness (ડાર્કનિસ), ના૦ કાળાશ, કૃષ્ણતા; પ્રકાશનો અભાવ, અંધારું, અંધકાર. *Prince of D~*, શેતાન.

darky, darkey (ડાર્કિ), ના૦ [વાત.] કાળી ચામડીવાળો માણસ, હબસી.

darl'ing (ડાર્લિંગ), ના૦ અને વિ૦ વહાલું–અતિપ્રિય – પ્યારું–(માણસ કે પ્રાણી); પ્રિય, પ્રિયા, ઇ. (વિ. ક. સંબોધનમાં).

darn (ડાર્ન), સ૦ ક્રિ૦ રફૂ કરવું, તુણવું. ના૦ રફૂ કરેલો ભાગ, – કાણું. *~it* ! ઉદ્ગાર૦ (ક્રોધનો) નાંખ ખાડામાં, ઇ. [ઊગતું ખડ.

darn'el (ડાર્નલ), ના૦ અનાજ કે મકાઈમાં

darn'ing, ના૦ રફૂ કરવાનાં કપડાં.

dart (ડાર્ટ), ના૦ (હાથે ફેંકાતો) ભાલો, બરછી; બાણ, તીર; એકદમ તીરની જેમ જવું તે; (બ૦ વ૦) એક બેઠી રમત. ઉ૦ક્રિ૦ (અસ્ત્ર) ફેંકવું, મારવું; તીરની પેઠે આવવું –પડવું; ખૂબ વેગથી દોડવું–ફેંકવું; એકદમ દોડી જવું.

Darwin'ian (ડાર્વિનિઅન), વિ૦ ડાર્વિનનું; ડાર્વિનના ઉત્ક્રાંતિવાદમાં માનનારું, ડાર્વિનના સિદ્ધાન્તને અનુસરતું.

dash (ડૅશ), ઉ૦ ક્રિ૦ અફળાય તેમ જોરથી ફેંકવું, અફાળવું, પટકવું, પછાડવું; અફળાવું, પછડાવું; ભૂકેભૂકા કરવા; તોડી પાડવું, ધૂળધાણી કરવું (આશા, યોજના, ઇ. ને); -થી સ્વાદિષ્ટ કે સુવાસિત કરવું; (પત્ર, ઇ.) ઘસડી કાઢવું. ના૦ પટકવું તે; અફળાવું–અથડાવું–તે, ટક્કર; ઘસારો; ભેળ, પાસ, છાંટ; ઘસારો કરવાની શક્તિ, હિંમત; ચપળતા; વિરામચિહ્નોમાં વપરાતી આડી લીટી, રેખા, ડૅશ (–). *cut a ~*, સુંદર દેખાવ કરવો. ઉદ્ગાર૦ મૂંઝવણ વ્યક્ત કરનારો. *~board*, કાદવ, પાણી, ઇ. થી બચવા માટે ગાડીના આગળના ભાગમાં જડેલું પાટિયું; મોટરની આગળની બેઠક અને ઍંજિન વચ્ચેનું યંત્રોની કળો ગોઠવેલું પાટિયું.

dash'ing, વિ૦ હિંમતવાળું, ભીડે એવું; (કૃત્ય) જુસ્સો ભરેલું; દેખાવ – ઠાઠ – વાળું.

das'tard (ડૅસ્ટર્ડ), ના૦ બીકણ; નામર્દ; અધમ, નીચ. **das'tardly**, વિ. નામર્દપણાનું, બાયલાને શોભે એવું; હિચકારું.

data (ડેટા), datumનું બ૦ વ૦

date (ડેટ), ના૦ ખજૂર; ખજૂરી. *dried ~*, ખારેક.

date, ના૦ તારીખ, દહાડો, તિથિ, ઇ; કોઈ બનાવનો કાળ; [વાત.] નિયત સમય; કાળ, અવધિ; [અમે.] વિ.ક. સામી જાતિની વ્યક્તિ સાથે ગોઠવેલી મુલાકાત, સંકેત. *out of ~*, ચલણમાંથી નીકળી ગયેલું, કાલગ્રસ્ત. *make a~*, [વિ. બો.] અમુક વખતે મળવાનું નક્કી કરવું. *up-to-~*, વિ૦ અદ્યતન, આધુનિક. ઉ૦ક્રિ૦ તારીખ–મિતિ –નાંખવી–લખવી; વખત ગણવો; -ની નક્કી તારીખ કહેવી, તારીખ નક્કી કરવી; (અમુક વખતથી) અસ્તિત્વમાં હોવું. [વિભક્તિ, ચતુર્થી, સંપ્રદાન.

dat'ive (ડેટિવ), ના૦ [વ્યાક.] ચોથી

da'tum (ડેટમ), ના૦ (બ૦ વ૦ data). મુદ્દાની વાત, આધાર; અનુમાનના પાયા તરીકે માની લીધેલી કે જાણેલી–જ્ઞાત–વસ્તુ – હકીકત.

daub (ડૉબ), ઉ૦ ક્રિ૦ લીંપવું; લપેડવું, લપેડા મારવા, ગમે તેમ રંગોના ડબકા પાડવા. ના૦ લીંપણ; લપેડા, ડબકા; ગમે તેમ રંગના ડબકા પાડ્યા હોય એવું ચિત્ર. **daub'er, daub'ster**, ના૦ રંગોના લપેડા મારનાર.

daught'er (ડૉટર), ના૦ દીકરી, દુહિતા; અમુક કુળ કે વંશની કન્યા. *~-in-law*, પુત્રવધૂ, વહુ.

daunt (ડૉન્ટ), સ૦ ક્રિ૦ નાહિંમત કરવું; બિવડાવવું, ગભરાવવું. *nothing ~ed*, જરાય ડર્યા વિના, બેધડક. **daunt'less**, વિ૦ નીડર, છાતીવાળું; દબાય–ડરે–નહિ એવું; દૃઢ નિશ્ચયવાળું

dauph'in (ડૉફિન), ના૦ ફ્રાન્સના રાજાનો જ્યેષ્ઠ પુત્ર, પાટવી કુંવર. **dauph-**

iness, ના૦ તેની પત્ની.

dav'enport (ડૅવનપૉર્ટ), ના૦ લેખન સાહિત્ય રાખવા માટે ખાનાંવાળું લખવાનું મેજ.

dav'it (ડૅવિટ, ડે–), ના૦ વહાણની બાજુમાં રાખવામાં આવતો (લંગર, હોડી, ઇ. ઉપાડવા માટેનો) ઊંટડો – સંચો – ચારી.

Dav'y (lamp) (ડેવિ–), ના૦ ખાણમાં વપરાતો ગૅસ સળગી ન ઊઠે એવો સલામત દીવો.

Dav'y Jone's's lock'er (ડેવિ જોનુઝિઝ્ લૉકર), ના૦ સાગર, જલસમાધિ.

daw (ડૉ), ના૦ એક જાતનો નાના કદનો કાગડો. [વખત બગાડવો; રખડવું.

daw'dle (ડૉડલ), અ૦ ક્રિ૦ આળસમાં

dawn (ડૉન), ના૦ અરુણોદય, પ્રભાત, પરોઢ, ઉષ:કાળ, ઉષા; પહેલવહેલું દેખાવા માંડવું તે; આરંભ. *goddess of ~*, ઉષા (દેવી). અ૦ ક્રિ૦ ઊગવા માંડવું, પોહ ફાટવો; દેખાવા માંડવું; -નો આરંભ થવો. *~ on one*, -ના મનમાં પ્રકાશ પડવો, -ને સમજાવું.

day (ડે), ના૦ દિવસ, દહાડો; ૨૪ કલાકનો સમય, અહોરાત્ર; (બ૦વ૦) કાળ, જમાનો. *this ~ week*, આવતા અઠવાડિયાના આજના જ દિવસે. *every dog has his ~*, દરેકને પોતાના સુખના દહાડા હોય છે જ. *~s of grace*, છૂટના દહાડા, મહેતલ. *the other ~*, પેલે દિવસે, થોડા જ દિવસ પર. *break of ~*, પરોઢિયું, મળસકું. *carry, win, the ~*, વિજયી થવું. *fallen on evil ~s*, આપદ્ગ્રસ્ત, ખરાબ દહાડા આવેલું.

day book, ના૦ રોજમેળ, રોજનામું.

day'break ના૦ સૂર્યોદય, મળસકું.

day-dream, ના૦ દિવાસ્વપ્ન, શેખચલ્લીના તરંગો. અ૦ ક્રિ૦ -ને દિવાસ્વપ્ન આવવું, દિવાસ્વપ્નમાં જોવું.

day'light (ડેલાઇટ), ના૦ સૂર્યપ્રકાશ, દિવસનો પ્રકાશ; જાહેરાત, પ્રસિદ્ધિ. *~ saving*, વીજળી, પ્રકાશ ઇ. બચાવવા માટે –કામ કરવા વધારે લાંબો દિવસ મળે તે માટે –ઉનાળામાં ઘડિયાળો એક કલાક પાછી ખસેડવી તે. [ઉષ:કાળ.

day'-spring (ડેસ્પ્રિંગ), ના૦ પ્રભાત.

daze (ડેઝ્), સ૦ ક્રિ૦ આશ્ચર્યચકિત – છક કરવું, બેહોશ – બધિર – કરવું. ના૦ આશ્ચર્યચકિત થવું તે; વ્યગ્રતા, બાવરાપણું.

daz'zle (ડૅઝ્લ), સ૦ ક્રિ૦ (તેજથી) આંજી નાંખવું –આંધળું કરવું; આશ્ચર્યચકિત કરવું. ના૦ આંખ આંજી નાંખે એવો પ્રકાશ, ઝળહળાટ.

deac'on (ડીકન), ના૦ એપિસ્કોપલ ખ્રિસ્તી ધર્મ-સંપ્રદાયનો ત્રીજી કક્ષાનો ધર્માધિકારી – પાદરી, 'ડીકન'; [પ્રૅસ્બિટેરિયન, ઇ.માં] પોતાના દેવળના ક્ષેત્રના લોકોનાં ઐહિક કામોનું ધ્યાન રાખનાર. **deac'oness,** ના૦ ધર્માદા કામો માટે નીમેલ સ્ત્રી પાદરી; 'ડીકન'ની પત્ની.

dead (ડૅ'ડ), વિ૦ મૂએલું, મરી ગયેલું, મૃત; નિર્જીવ, પ્રાણવિનાનું; મંદ, જોશ વિનાનું; નિષ્ક્રિય, નિશ્ચેષ્ટ; વહેવાર – વપરાશ – માંથી નીકળી ગયેલું; બહુ જ શાંત. ના૦ *the ~*, મરી ગયેલા માણસો. ક્રિ૦ વિ૦ પૂરેપૂરું, તદ્દન; ગાઢ (નિદ્રામાં). *~ of night*, મધ્યરાત્રિ, રાતનો સૂનકાર સમય. *make a ~ set at*, કોઈની તરફ સીધા ચાલી જવું. *~ shot*, અચૂક નેમ(તાકનાર). **dead'-alive** વિ૦ દમ વિનાનું; કંટાળો ઉપજાવનારું. **dead-beat,** વિ૦ તદ્દન થાકી ગયેલું. **dead centre,** બરાબર વચ્ચેનું બિંદુ. **dead heat,** શરતમાં હરીફોની તદ્દન બરાબરી. **dead letter,** અમલમાંથી નીકળી ગયેલો કાયદો; જેનો ધણી મળતો નથી એવો પત્ર. **dead'lock,** જ્યાં આગળ વધવું કે પાછા ફરવું – ઉકેલ કરવો – અશક્ય બને છે એવી સ્થિતિ, મડાગાંઠ.

dead stock (ડૅ'ડ્સ્ટૉક), ના૦ જેમાંથી કશી પ્રાપ્તિ કરી શકાય નહિ એવું ભંડોળ, વેચાય નહિ એવો માલ.

dead'en (ડૅ'ડન), ઉ૦ ક્રિ૦ નબળું – કમજોર – કરવું; શક્તિ – ચેતના – લાગણી – વિનાનું કરવું – થવું; (લાગણી, ઇ.) બૂઠું કરવું; (ગતિ, ઇ.) ધીમું – નરમ પાડવું.

dead'ly (ડૅ'ડ્લિ), વિ૦ જીવલેણ, પ્રાણઘાતક; (દુશ્મન) કટ્ટો; કારી, કારમું; ઉગ્ર, તીવ્ર; અતિશય. **dead'liness,** ના૦ પ્રાણઘાતકતા.

deaf (ડૅ'ફ), વિ૦ મંદ શ્રવણશક્તિવાળું;

બહેરું; છેક સૂનકાર; ઉપર ધ્યાન ન આપે એવું. **deaf'en,** સ૦ ક્રિ૦ બહેરું કરવું, ઘોંઘાટ કરીને સંભળાય નહિ તેમ કરવું.

deaf mute, ના૦ મૂગો ને બહેરો માણસ.

deal (ડીલ), ના૦ દેવદારનું – ફર કે પાઇનનું– લાકડું કે તેનું પાટિયું.

deal, ઉ૦ક્રિ૦ (ભૂ૦કા૦ dealt, ડેલ્ટ) વહેંચી આપવું; -માંથી ભાગ કાઢી આપવો; -ની સાથે વહેવાર – ધંધો – કરવો (~*with*); (પાનાં ઇ.) એક પછી એક ક્રમશઃ આપવું. ~*a blow,* ફટકો મારવો. ~ *in,* -નો વેપાર કરવો. ~*with,* -ની તરફ ધ્યાન આપવું, હાથ પર લેવું. ના૦ ભાગ, હિસ્સો; કેટલુંક; જથ્થો; પત્તાંની વહેંચણી; સોદો. *a great, good,* ~, મોટો જથ્થો, ઘણું. *square* ~, ન્યાયી વર્તન, ઇનસાફ.

deal'er (ડીલર), ના૦ [પાનાંની રમતમાં] પાનાં વહેચનારો; વેપાર કરનારો.

deal'ing (ડીલિંગ), ના૦ વહેંચણી; (બ૦વ૦) લેવડદેવડ, સંબંધ; વર્તણૂક, વહેવાર. *double* ~, કપટભર્યો વહેવાર.

dean (ડીન), ના૦ પરગણાના મુખ્ય (ખ્રિસ્તી) દેવળનો ઉપરી; કૉલેજ કે મહાવિદ્યાલયની ભૂમિ પર રહેનારો 'ફેલો'; યુનિવર્સિટીની કોઈ વિદ્યાશાખાનો વડો, વિદ્યાનિધિ, 'ડીન'. **dean'ery** (ડીનરિ), ના૦ 'ડીન'નો હોદ્દો, રહેઠાણ કે કચેરી.

dear (ડિઅર), વિ૦ વહાલું, પ્રિય; મોઘું, ભારે કિંમતનું, મોંઘેરું, કીમતી. ના૦ પિયુ, પ્રિયા. ક્રિ૦વિ૦ ભારે કિંમતે. ઉદ્ગાર૦ આશ્ચર્ય, દુઃખ, વ્યક્ત કરવા વપરાય છે.

dearth (ડર્થ), ના૦ ખોરાકની મોંઘવારી અને અછત; તંગી, કમી, ન્યૂનતા; દુકાળ.

death (ડૅથ), ના૦ મોત, મરણ, મૃત્યુ; જીવનનો અંત; નાશ, લોપ. *put to*~, મારી નાંખવું. **death-duties,** ના૦બ૦વ૦ વારસના કબજામાં મિલકત જતા પહેલાં લેવાતો કર, મૃત્યુવેરો. **death-rattle,** ના૦ મરણ વખતનો ઘરઘર અવાજ. **death-warrant,** ના૦ કેદીને ફાંસી આપવાનો હુકમ. **death-watch,** ના૦ લાકડામાં કાણાં પાડનાર કીડો. **deathless,** વિ૦ મરે નહિ એવું, અમર.

death'ly, વિ૦ અને ક્રિ૦ વિ૦ મડદા જેવું ફીકું; શાંત, નિશ્ચેષ્ટ.

débâcle (ડિબાકલ, ડૅ–), ના૦ સાવ ભાંગી પડવું, એકાએક વિનાશ થવો, ખેદાન-મેદાન થઈ જવું, તે.

debar' (ડિબાર), સ૦ક્રિ૦ રોકવું, પ્રતિબંધ કરવો; પ્રવેશ ન આપવો.

debark' (ડિબાર્ક), અ૦ક્રિ૦ વહાણમાંથી કિનારા પર ઊતરવું.

debase' (ડિબેસ), સ૦ ક્રિ૦ (-sable). ચારિત્ર્ય, ગુણ કે કિંમત ઘટાડવી; નાણામાં હલકી ધાતુનો ભેગ કરવો. **debase'ment,** ના૦ કિંમત ઘટાડવી તે. **debas'ing,** વિ૦ હલકું પાડનારું, બગાડનારું.

debat'able (ડિબેટબલ), વિ૦ વાદગ્રસ્ત, તકરારી.

debate' (ડિબેટ), ઉ૦ક્રિ૦ -ની દલીલ – ચર્ચા – કરવી; -નો વિરોધ – તકરાર – કરવી; પોતાના મનમાં વિચાર કરવો. ના૦ વાદ, તકરાર, ચર્ચા (વિ.ક. જાહેર). **deba'ter,** ના૦ વાદવિવાદ કરનાર. *debating society,* ચર્ચા કરવાનો અભ્યાસ થાય તે માટેનું મંડળ.

debauch' (ડિબૉચ), સ૦ક્રિ૦ આડે રસ્તે – અવળે માર્ગે – લઈ જવું – ચડાવવું; બગાડવું, ભ્રષ્ટ કરવું; (સ્ત્રીને) ફોસલાવવું, મન ચળાવવું; ચેનબાજીમાં ડૂબી જવું. ના૦ ચેનબાજી; ઇશ્કબાજી, રંડીબાજી. **debauchee'** (ડિબૉશી, ડે–), ના૦ દુર્વ્યસની માણસ; છાકટો, રંડીબાજ. **debauch'ery** (ડિબૉચરિ), ના૦ વિલાસ, ચેનબાજી; રંડીબાજી.

deben'ture (ડિબે'ન્ચર), ના૦ લેણાની વ્યાજુ ચિઠ્ઠી – કબૂલાતનામું; પરત જકાતનો હુકમ, વળતર ચિઠ્ઠી.

debil'itate (ડિબિલિટેડ), સ૦ક્રિ૦ (શરીરને) નબળું – કમજોર – બનાવવું. **debil'ity** (ડિબિલિટી), ના૦ નબળાઈ, કમજોરી.

deb'it (ડૅબિટ), ના૦ નામે ઉધાર લખેલી રકમ, ધીરેલી રકમ; ખરચની – ઉધાર – બાજુ. સ૦ક્રિ૦ -ને નામે ઉધારવું, ખરચ પાડવું.

debonair (ડૅબનેર,), વિ૦ આનંદી, ખુશમિજાજ; મોકળા મનવાળું.

debouch' (ડિબાઉશ, ડિબૂ–), સ૦ ક્રિ૦ ખીણ, જંગલ ઇ.માંથી મેદાન – ખુલ્લા પ્રદેશ – માં આવવું, – માંથી બહાર નીકળવું. **debouch'ment,** ના૦ ખુલ્લામાં – મેદાનમાં – આવવું તે.

deb'ris (ડૅ'બ્રી), નાｏ વેરાયેલો ભંગાર – કાટમાળ.

debt (ડૅ'ટ), નાｏ ઋણ, દેવું; (ચૂકવવાનું) ઋણ, ફરજ. *bad ~*, ડૂબતું લેણું. **deb'tor** (ડેટર), નાｏ દેવાદાર, ઋણી; બીજાના ઉપકારમાં સપડાયેલો માણસ.

début (ડૅ'બૂ), નાｏ સમાજમાં પ્રથમ દેખા દેવું તે; નાટકમાં નટ તરીકે પ્રથમ દેખાવું તે. **débutant** (ડેબુટાં), નાｏ એવો નટ (પુરુષ). **débutante** (ડેબુટાંટ), નાｏ એવી નટી. [દાયકો.

dec'ade (ડૅ'કેડ), નાｏ દશક, દસકો;

dec'adence (ડૅ'કડન્સ), નાｏ પડતી, ક્ષય; ઊતરતી દશા (કળા, રાષ્ટ્ર, ઇ. ની). **dec'adent**, વિｏ ઊતરતું જતું, પતન કે ક્ષય પામતું. નાｏ અવનતિને રસ્તે ચડેલો માણસ – કળાકાર – લેખક; અતિશયોક્તિવાળી કે ગૂઢ શૈલીનો ડોળ કરનાર.

dec'agon (ડૅ'કગન), નાｏ દશકોણ.

dec'alogue (ડૅ'કલૉગ,), બાઇબલમાં કહેલી દશ આજ્ઞાઓ.

dec'ametre (ડૅ'કમીટર), નાｏ દસ મીટર.

decamp' (ડિકૅમ્પ), અｏક્રિｏ છાવણી ઉઠાવવી; કૂચ કરવી; છાનામાના જતા રહેવું, નાસી – છટકી – જવું.

decant' (ડિકૅન્ટ), સｏક્રિｏ એક વાસણમાંથી બીજામાં નિતારીને રેડવું, નિતારવું, રેડવું. **decan'ter**, નાｏ દારૂનો બૂચવાળો બાટલો, ઝારી, ચંબૂ, ઇ. (વિ. ક. ભોજનના ટેબલ પર મૂકવાનો).

decap'itate (ડિકૅપિટેટ), સｏક્રિｏ માથું – ડોકું – કાપવું, શિરચ્છેદ કરવો. **decapita'tion,** નાｏ શિરચ્છેદ.

decarbonize (ડીકાર્બનાઇઝ઼), સｏક્રિｏ વિ. ક. મોટરગાડીના એંજિનમાં અંદરથી બાઝેલો કાર્બન કાઢી નાંખવો.

decay' (ડિકે), ઉｏક્રિｏ સડવું, કોહવું, ના ઘટક ભાગ જુદા પડવા; નબળા પડવું, ક્ષીણ થવું; અવનતિમાં આવવું. નાｏ પડતી, પતન, ક્ષય; તંદુરસ્તી બગાડવી તે; કોહવું તે, સડો.

decease' (ડિસીસ), નાｏ મૃત્યુ, મોત. અｏ ક્રિｏ મરી જવું, દેહ છોડવો, પાછા થવું.

deceased, વિｏ મરણ પામેલું, મૃત, મરહૂમ, સદ્ગત. *the ~*, નાｏ મરનાર, મૈયત.

deceit' (ડિસીટ), નાｏ છેતરપિંડી, લુચ્ચાઈ; કપટ, પ્રપંચ. **deceit'ful,** વિｏ કપટી, દગાબાજ, ધૂર્ત, લુચ્ચાઈભર્યું.

deceive' (ડિસીવ), સｏ ક્રિｏ ભૂલમાં નાંખવું; છેતરવું; નિરાશ કરવું. [મહિનો.

Decem'ber (ડિસેમ્બર), નાｏ ડિસેમ્બર

de'cency (ડીસન્સિ), નાｏ યોગ્ય – શિષ્ટ – વર્તન, ઔચિત્ય; મર્યાદા, લજ્જા. **de'cent** (ડીસન્ટ), વિｏ શોભે એવું, શિષ્ટ; અશ્લીલ કે નિર્લજ્જ ન હોય એવું; પ્રતિષ્ઠિત, આબરૂદાર; ભલું, માયાળુ (*~to*).

decen'tralize (ડીસે'ન્ટ્રલાઇઝ઼), સｏક્રિｏ સ્થાનિક કે નાના ઘટકોને–શાખાઓને–વધારે સ્વતંત્રતા આપવી, વિકેન્દ્રીકરણ કરવું.

decep'tion (ડિસે'પ્શન), નાｏ છેતરવું–છેતરાવું–તે; છેતરપિંડી; કપટ, દગો; ઢોંગ; મોહ, ભ્રમ. **decep'tive,** વિｏ છેતરે એવું, ભૂલમાં નાંખે એવું, ભ્રામક.

decide' (ડિસાઇડ), ઉｏ ક્રિｏ નિવેડો – ફેંસલો – કરવો; નક્કી કરવું; નિર્ણય કરવો – આપવો. **decid'ed** (ડિસાઇડિડ) વિｏ નિશ્ચિત; દૃઢ, નિર્વિવાદ; નિર્ણીત. **decid'edly**, ક્રિｏ વિｏ નક્કી, બેશક, નિર્વિવાદપણે.

decid'uous (ડિસિડ્યુઅસ), વિｏ [વનસ્પｏ] દર વરસે જેનાં પાંદડાં ખરે છે એવું; (પાંદડાં, દાંત, ઇ.) અમુક ગાળા પછી ખરી જનારું.

de'cimal (ડૅ'સિમલ), વિｏ દશાંશ, દશગુણિત; દશાંશનું, જેમાં દસગણી કિંમત વધતી અથવા ઘટતી જાય એવું. નાｏ દશાંશ અપૂર્ણાંક (*~ fraction* પણ). *~ coinage*, દશાંશ પદ્ધતિનું ચલણ. *~ system*, તોલ, માપ, ચલણની દશાંશ–મેટ્રિક–પદ્ધતિ.

de'cimate (ડૅ'સિમેટ), સｏ ક્રિｏ દસમા ભાગને મારી નાંખવા, મોટા ભાગનો નાશ કરવો; દેશના મોટા ભાગને ઉજ્જડ – વેરાન– કરી દેવો. **decima'tion,** નાｏ દસમા કે મોટા ભાગનો નાશ કે વિધ્વંસ; -ને ઉજ્જડ – વેરાન – કરવો તે. [દસમો ભાગ (૩.૯૩૭").

de'cimetre (ડૅ'સિમીટર), નાｏ મીટરનો

deciph'er (ડિસાઇફર), સｏ ક્રિｏ (લખાણ)

ઉકેલવું–બંધ બેસાડીને વાંચવું, ગૂઢ કે સાંકેતિક ભાષાનો અર્થ કરવો. **deciph'erable** (ડિસાઇફરબલ), વિ૦ ઉકેલી શકાય એવું, ઇ.

decision (ડિસિઝન), ના૦ નિકાલ, ફડચો; નિર્ણય; દૃઢતા; (ન્યાયાધીશનો) ઠરાવ, નિવેડો; નિર્ણય કરવાની શક્તિ. **decis'ive** (ડિસાઇસિવ), વિ૦ નિકાલ આણે એવું, નિર્ણાયક; નિશ્ચયાત્મક. ~ *battle*, નિર્ણાયક–પરિણામકારક–યુદ્ધ.

deck (ડૅ'ક), ના૦ વહાણનું તૂતક, 'ડેક'. **deck-chair,** ના૦ વાળી–ગડી કરી–શકાય એવી કંતાનની બેઠકવાળી ખુરશી. **deck-hand,** ના૦ તૂતક પર કામ કરનાર નોકર. [તૂતકનાં પાટિયાં જડવાં.

deck, સ૦ ક્રિ૦ શણગારવું, સુશોભિત કરવું;

deck, ના૦ રમવાનાં પત્તાંની થોક–ચોડ.

declaim' (ડિક્લેમ), ઉ૦ક્રિ૦(સભા આગળ) મોટે સાદે ભાષણ કરવું, આવેશપૂર્વક બોલવું **declama'tion** (ડેક્લમેશન), ના૦ છટાદાર–આવેશવાળું–ભાષણ. **declam'atory** (ડિક્લૅમટરિ), વિ૦ આવેશયુક્ત ભાષણવાળું.

declara'tion (ડૅ'ક્લરેશન), ના૦ જાહેર કરવું તે, જાહેરાત; જાહેરનામું; એકરાર, પ્રતિજ્ઞા, નિવેદન. **decla'ratory** (ડિક્લૅરટરિ), વિ૦.

declare' (ડિક્લેર), ઉ૦ ક્રિ૦ જણાવવું, જાહેર કરવું; ખાતરીપૂર્વક–પ્રતિજ્ઞાપૂર્વક–કહેવું; (જકાત ખાતામાં માલ બાબત) પૂરેપૂરી હકીકત જણાવવી. ~ *oneself*, પોતે કોણ છે, શું છે, ઇત્યાદિની સ્પષ્ટતા કરવી.

declen'sion (ડિક્લે'ન્શન), ના૦ નેકીથી ચળવું તે, પતન; ઊતરતો ઢાળ, ઢોળાવ; [વ્યા.ક.] વિભક્તિ રૂપાખ્યાન.

decline' (ડિક્લાઇન), ઉ૦ ક્રિ૦ નીચે ઢળતા–ઊતરતા–જવું; નીચું નમવું, વાંકું વળવું; ઓછું થતા–ઓસરતા–ક્ષીણ થતા–બગડતા–જવું; ના પાડવી, સ્વીકાર ન કરવો; વિભક્તિનું રૂપાખ્યાન કરવું. ના૦ શક્તિનો ક્ષય, નબળું પડવું તે; ઘટાડો, ક્ષય; ક્ષયરોગ; મંદી; પડતી; અસ્તકાળ.

decliv'ity (ડિક્લિવિટિ), ના૦ ઢોળાવ.

declutch' (ડીક્લચ), અ૦ ક્રિ૦ પકડમાંથી છૂટું કરવું; ઍંજિન ચાલુ રહે પરંતુ મોટર સ્થિર ઊભી રહે તે માટે મોટરની 'ક્લચ' ઢીલી કરવી (ક્લચ=પૈડાંને ફેરવનાર દાંડા સાથે ઍંજિનને જોડનારો મોટરનો ભાગ).

decoc'tion (ડિકૉક્શન), ના૦ ઉકાળો, ક્વાથ; અર્ક કાઢવા માટે ઉકાળવું તે.

decode' (ડીકોડ), સ૦ ક્રિ૦ સાંકેતિક લિપિનું લખાણ ઉકેલવું–પ્રચલિત ભાષામાં ફેરવવું.

décolleté (ડેકોલ્ટે), વિ૦ [સ્ત્રી. ~*e* ઉચ્ચાર એ જ]. (વસ્ત્ર અંગે) નીચા ગળાવાળું; (વિ. ક. સ્ત્રી અંગે) એવું વસ્ત્ર પહેરેલું.

decompose' (ડીકમ્પોઝ઼), ઉ૦ ક્રિ૦ પદાર્થનાં ઘટક તત્ત્વો જુદાં પાડવાં–પડવાં; સડવું, કોહવું; પૃથક્કરણ કરવું. **decomposi'tion** (ડીકૉમ્પઝ઼િશન), ના૦ પૃથક્કરણ, વિઘટન, ઇ.

decontam'inate (ડીકન્ટૅમિનેટ), સ૦ ક્રિ૦ મલિનતા ધોઈ કાઢવી, ઝેરી હવાની અસરમાંથી મુક્ત કરવું; વટાળ દૂર કરવો, શુદ્ધ કરવું. **decontamina'tion,** ના૦

decontrol' (ડીકન્ટ્રોલ), સ૦ ક્રિ૦ સરકારી બંધી અથવા નિયંત્રણમાંથી મુક્ત–છૂટું–કરવું.

dec'orate (ડૅ'કરેટ), સ૦ ક્રિ૦ (-rable). શણગારવું, સુશોભિત કરવું; સુંદર બનાવવું; ચાંદ, ઇ.થી અલંકૃત કરવું. **decora'tion,** ના૦ શણગારવું તે; શણગાર, શોભા, અલંકાર; ચાંદ, બિલ્લો, ઇ. માનચિહ્ન; (બ૦વ૦) ઉત્સવ પ્રસંગે બંધાતી ધજાઓ, ઇ.નાં તોરણો. **dec'orative** (ડૅ'કરેટિવ), વિ૦ શણગારે એવું.

dec'orator (ડૅ'કરેટર), ના૦ ઘરોને રંગીને કાગળ ચોડનાર–સુશોભિત કરનાર–વેપારી.

decor'ous (ડૅ'કરસ, ડિકોરસ), વિ૦ સારું દેખાતું; મોભાવાળું–પ્રતિષ્ઠિત–અને સુયોગ્ય. **decor'um** (ડિકોરમ, -ડિકો-), ના૦ યથાયોગ્ય વર્તણૂક; શિષ્ટાચાર; ઔચિત્ય.

decoy' (ડિકૉઇ), ના૦ જંગલી બતક, ઇ. પકડવા માટે જાળ પાથરેલી જગ્યા–તળાવ; બીજાને લલચાવવા–ફસાવવા–માટે યોજેલું પક્ષી પ્રાણી, ઇ.; લાલચ, પ્રલોભન. સ૦ ક્રિ૦ લલચાવવું, ફસાવવું, ફાંદામાં લેવું.

decrease' (ડિક્રીસ), ઉ૦ ક્રિ૦ ઓછું થવું, ઘટવું, ઓસરવું; ઓછું કરવું, ઘટાડવું. ના૦ (ડીક્રીસ), ઓછું થવું–કરવું–તે; ઘટાડો. ક્ષય.

decree' (ડિક્રી), ના૦ આજ્ઞા, હુકમ, ઠરાવ;

હુકમનામું, ફેંસલો; ભવિષ્ય વિષે નિર્મિત વાત, નિર્માણ. સ૦ ક્રિ૦ -ને વિષે આજ્ઞા – ઠરાવ- કરવો: હુકમનામું કરવું.

decrep'it (ડિક્રે'પિટ), વિ૦ જરાજીર્ણ, જર્જરીભૂત; અશક્ત, ક્ષીણ. **decrep'itude** (–ટ્યૂડ), ના૦ જરાજીર્ણાવસ્થા, અશક્તપણું.

decry' (ડિક્રાઇ), સ૦ ક્રિ૦ વખોડવું, નિંદવું, હલકું પાડવું.

dedi'ca'te (ડૅ'ડિકેટ), સ૦ ક્રિ૦ (-cable). કોઈ સારા કે પવિત્ર કાર્ય માટે –ઈશ્વરસેવાને– અર્પણ કરવું, કોઈ વિશિષ્ટ હેતુમાં લગાડવું; (પુસ્તક, ઇ. કોઈ ને) અર્પણ કરવું. **de-dica'tion** (ડૅ'ડિકેશન), ના૦ અર્પણ; નિવેદન; ગ્રંથાર્પણ, અર્પણપત્રિકા. **ded'ic-atory,** વિ૦ અર્પણનું – કરવું; અર્પણ માટેનું.

deduce' (ડિડયૂસ), સ૦ ક્રિ૦ (-cible). અનુમાન કરવું – કાઢવું, હકીકત પરથી સિદ્ધાન્ત કાઢવો – તારવવો.

deduct' (ડિડક્ટ), સ૦ ક્રિ૦ બાદ કરવું; કાઢી લેવું; કાપી આપવું. **deduc'tion** (ડિડક્શન), ના૦ બાદ કરવું તે; બાદ કરેલી રકમ, કપાત, ઘટ; તારવેલું અનુમાન, નિગમન. **deduc'tive,** વિ૦ અનુમાન કાઢવાની રીતનું, નિગમનને લગતું.

deed (ડીડ), ના૦ કામ, કૃત્ય; મોટા પરાક્રમનું કે હોશિયારીનું કામ; સાચી – વાસ્તવિક–વાત, સત્ય; ખત, દસ્તાવેજ; લિખિત કરારનામું.

deem (ડીમ), સ૦ ક્રિ૦ ધારવું; માનવું, ગણવું; અમુક અભિપ્રાયનું હોવું.

deep (ડીપ), વિ૦ જમીનમાં નીચે અથવા સપાટી પર ખૂબ અંદર, ઊંડું; ગંભીર, ગહન, ગાઢ; હાર્દિક, સાચા દિલનું; (રંગ) ગાઢું, ઘેરું; (અવાજ) નીચા સપ્તકનું, મન્દ્ર; (માણસ) ઊંડું, પાકું. ના૦ (*the* ~) દરિયો; ખાઈ, ખાડો; ખીણ. ક્રિ૦ વિ૦ ખૂબ ઊંડે – અંદર. ~-*-laid,* વિ૦ પાકું, ગુપ્તપણે યોજાયેલું (કાવતરું, ઇ.). ~*-seated,* વિ૦ ઊંડે ઘર કરીને રહેલું. **deep'en** (ડીપન), ઉ૦ ક્રિ૦ ઊંડું કરવું – થવું, ઇ.

deer (ડિઅર), ના૦ હરણ, મૃગ, સાબર. **deer'stalker,** મૃગયા કરનાર, વ્યાધ; એક જાતની ટોપી.

deface' (ડિફેસ), સ૦ ક્રિ૦ સૂરત–સિકલ– બગાડવી; બેડોળ – કદરૂપું – કરવું; વંચાય નહિ એવું કરવું; છેકી નાખવું, રદ કરવું. **deface'-ment,** ના૦ છેકી નાખવું – રદ કરવું –તે.

def'alcate (ડીફલ્કેટ), અ૦ ક્રિ૦ પોતાને હવાલે સોંપેલી મિલકતમાંથી ઉચાપત કરવી, અફરાતફર કરવી. **defalca'tion,** ના૦ અફરાતફર, ઘાલમેલ; પૈસાની બાબતમાં વિશ્વાસભંગ; ઉચાપત કરવી તે – કરેલી રકમ.

defame' (ડિફેમ), સ૦ક્રિ૦ -નું ભૂરું બોલવું– બદનામી કરવી; -ની ઉપર અપવાદ મૂકવો; આબરૂ લેવી. **defama'tion** (ડીફમેશન, ડૅ'-) ના૦ આબરૂ નુકસાની (કરવી તે). **defam'-atory** (ડિફેમટરિ), વિ૦ આબરૂને નુકસાન પહોંચાડે એવું, બદનક્ષીભર્યું.

default' (ડિફૉલ્ટ), ના૦ કર્તવ્ય કરવામાં કસૂર – નિષ્ફળતા; ગફલત, કસૂર; ન હોવું તે, અભાવ. *in ~ of,* જો આવું ન બને તો. *a judgment by ~,* પ્રતિવાદી ગેરહાજર રહી બચાવ ન કરી શકે એવી સ્થિતિમાં વાદીતરફી આપેલો ચુકાદો. સ૦ ક્રિ૦ હાજર રહેવામાં, પૈસા આપવામાં – કસૂર કરવી–ચૂકવું, જવાબ-દારી પાર પાડવામાં નિષ્ફળ જવું. **default'er,** ના૦ હાજર રહેવામાં કસૂર કરનાર, ઇ.

defeat' (ડિફીટ), સ૦ ક્રિ૦ હરાવવું, -નો પરાજય કરવો, જીતવું; -નું ચાલવા ન દેવું, નિષ્ફળ જાય તેમ કરવું. ના૦ હાર, પરાજય; મનોભંગ થવો તે. **defeat'ism** (ડિફીટિઝ્મ), ના૦ હારનો સ્વીકાર કરવાની વૃત્તિ કે વર્તન, હારણવૃત્તિ. **defeat'ist,** વિ૦ અને ના૦ હારણવૃત્તિવાળું (માણસ).

defect' (ડિફે'ક્ટ), ના૦ ખોડ, ખામી, દોષ; (કશાકની) ઊણપ, ન્યૂનતા. **defec-tion** (ડિફેક્શન), ના૦ પોતાના નેતા – ઉદ્દિષ્ટ ધ્યેય – કાર્ય –નો ત્યાગ; ફિતૂર, તોફાન. **defec'tive,** વિ૦ અપૂર્ણ; ખોડ – ખામી-વાળું; [વ્યાક.] જેનાં પૂરાં રૂપો નથી એવું.

defence (ડિફે'ન્સ), ના૦ હુમલાનો પ્રતિ-કાર; બચાવ, સંરક્ષણ; [લશ્કર.] કિલ્લેબંધી; બચાવનું સાધન, બચાવ; આશ્રય, રક્ષણ; [કા.] પ્રતિવાદીનો જવાબ-પક્ષ. **defence'-less** વિ૦ બચાવનાં હથિયાર – સાધન –

વિનાનું, આશ્રય કે રક્ષણ વિનાનું.

defend' (ડિફે'ન્ડ), ઉ૦ ક્રિ૦ હુમલો વારવો, હુમલાનો પ્રતિકાર કરવો; રક્ષણ કરવું; પ્રતિવાદી તરફથી કામ કરવું; (દલીલ, ઇ.માં) -નો પક્ષ લેવો. **defen'dant,** ના૦ પ્રતિવાદી (દીવાનીમાં); આરોપી (ફોજદારીમાં). **defen'der,** ના૦ રક્ષક, ત્રાતા.

defen'sible (ડિફે'ન્સિબલ), વિ૦ રક્ષણ-બચાવ-થઈ શકે એવું; સમર્થન કરી શકાય એવું. **defen'sive** (ડિફે'ન્સિવ), વિ૦ રક્ષણોપયોગી, રક્ષણ કરનારું; આત્મસંરક્ષણ માટે કરેલું (~*war*); પોતાનાં કામોનો નાહક બચાવ કરવાની વૃત્તિવાળું. ના૦ સ્વસંરક્ષણ(ની સ્થિતિ–નીતિ).

defer' (ડિફર), અ૦ ક્રિ૦ મુલતવી રાખવું, ઢીલ કરવી; **defer'ment,** ના૦ મુલતવી રાખવું તે, મોકૂફી.

defer' અ૦ક્રિ૦ બીજાનું–ના વિચારનું–માન–મુરવ્વત–રાખવી, નમવું. **def'erence** (ડે'ફરન્સ), ના૦ માન રાખવું તે, આદર, અદબ, મર્યાદા. *in ~ to,* -ની સત્તાને માન આપીને. **deferen'tial** (ડે'ફરે'ન્શલ), વિ૦ માન–અદબ–વાળું, મર્યાદાશીલ.

defi'ance (ડિફાયન્સ), ના૦ યુદ્ધનું આહ્વાન, પડકાર; ખુલ્લી અવજ્ઞા, અવગણના. **defi'ant,** વિ૦ તુચ્છ ગણનારું, અવજ્ઞા કરનારું; લડવાને તત્પર, બાંયો ચડાવીને ઊભેલું, બળવાખોર.

defi'ciency (ડિફિશન્સિ), ના૦ ઓછું–કમી–હોવું તે, ખોટ–અભાવ; ખામી, ન્યૂનતા-(ની માત્રા). ~ *disease,* શરીરમાં કે ખોરાકમાં કોઈ આવશ્યક તત્ત્વની ખોટને લીધે થતો રોગ. **defi'cient** (ડિફિશન્ટ), વિ૦ અપૂરતું, ઓછું, અધૂરું, અપૂર્ણ (~ *in*).

deficit (ડીફિસિટ, ડે'–), ના૦ ખોટ, ઘટ, ખાધ; ખૂટતી રકમ.

defile' (ડિફાઇલ), અ૦ ક્રિ૦ કતારમાં–હારબંધ–કૂચ કરવી. **de'file** (ડીફાઇલ) ના૦ સાંકડો રસ્તો, ઘાટ, ખીણ.

defile', સ૦ક્રિ૦ ગંદું–ભ્રષ્ટ–અપવિત્ર–કરવું, અભડાવવું; એબ–લાંછન–લગાડવું, બગાડવું. **defile'ment,** ના૦ ભ્રષ્ટ–અપવિત્ર–કરવું તે; પાતિવ્રત્યભંગ.

define' (ડિફાઇન), સ૦ ક્રિ૦ -ની હદ–મર્યાદા–બાંધવી; સ્પષ્ટપણે બતાવવું, બરાબર નક્કી કરવું; -નો અર્થ નક્કી કહેવો, -ની વ્યાખ્યા કરવી. **def'inite** (ડે'ફિનિટ), વિ૦ સ્પષ્ટ; ચોક્કસ, નક્કી; સ્પષ્ટ કે ચોક્કસ મર્યાદાઓવાળું. **defini'tion** (ડે'ફિનિશન), ના૦ શબ્દ કે પદની વ્યાખ્યા (કરવી તે); સ્પષ્ટ રૂપરેખા. **defin'itive** (ડિફિનિટિવ), વિ૦ મર્યાદા બાંધી નક્કી કરનારું; ફેરફાર માટે અવકાશ વિનાનું; અંતિમ, છેલ્લું.

deflate' (ડિફ્લેટ), સ૦ ક્રિ૦ બલૂન, ઇ.માંથી હવા કાઢી નાંખવી; ચલણનો ફુગાવો ઓછો કરવો. **defla'tion,** ના૦ એ ક્રિયા.

deflect' (ડિફ્લે'ક્ટ), ઉ૦ ક્રિ૦ બાજુએ–આડે માર્ગે–વાળવું; આડુંઅવળું જવું. **deflexion, –ec'tion,** ના૦ વાંક, વલણ; સન્માર્ગચ્યુતિ; [ગ.] વિક્ષેપ.

defo'rest (ડિફૉરિસ્ટ), સ૦ ક્રિ૦ દેશનાં જંગલોનો નાશ કરવો.

deform' (ડિફૉર્મ), સ૦ ક્રિ૦ કદરૂપું બનાવવું, બગાડવું, બેડોળ કરવું. **defor'med,** વિ૦ વિકૃત, કદરૂપું, બેડોળ. **deform'ity,** ના૦ કદરૂપાપણું; વ્યંગ, ખોડ; એબ; વિકૃતિ.

defraud' (ડિફ્રૉડ), સ૦ ક્રિ૦ છેતરવું, ધૂતવું.

defray' (ડિફ્રે), સ૦ ક્રિ૦ પૈસા આપવા, ખર્ચ આપવું–ખમવું–ચૂકવવું (~*expenses*).

deft (ડે'ફ્ટ), વિ૦ કુશળ, કસબી, હોશિયાર.

defunct' (ડિફંક્ટ), વિ૦ મરી ગયેલું, મૃત; નષ્ટ; ચલણમાંથી નીકળી ગયેલું.

defy' (ડિફાઇ), સ૦ ક્રિ૦ પડકારવું, આહ્વાન કરવું; ખુલ્લી રીતે સામા થવું; (વસ્તુઓ અંગે) ભારે મુશ્કેલ બનાવવું; પોતાની ઉપર અસર ન થવા દેવી. ~ *person to do,* કશુંક કરવા પડકારવું.

degen'eracy (ડિજે'નરસિ), ના૦ નબળી દશા; અવનતિ, પતિત દશા.

degen'erate (ડિજે'નરિટ), વિ૦ પોતાના વિશિષ્ટ ગુણો ખોઈ બેઠેલું, બગડેલું, ઊતરતી દશાને પામેલું, ભ્રષ્ટ. ના૦ એવું માણસ, વનસ્પતિ, ઇ. અ૦ ક્રિ૦ (ડિજેનરેટ), ઊતરતી દશાએ પહોંચવું, બગડવું, ભ્રષ્ટ થવું. **degenera'tion** (–રેશન), ના૦ ભ્રષ્ટ થવું તે, પતિત દશા.

degrada'tion (ડે'ગ્રડેશન), ના૦ માનભંગ,

અવનતિ; અવનતિકારક વસ્તુ.

degrade' (ડિગ્રેડ), સ૰ ક્રિ૰ નીચે ઉતારવું, હલકી પદવીએ નાંખવું; હલકું પાડવું, -ની પ્રતિષ્ઠા – ગૌરવ – ઓછું કરવું. **degrad'ing** (ડિગ્રેડિંગ), વિ૰ હલકું પાડનારું.

degree' (ડિગ્રી), ના૰ પ્રમાણ, માત્રા, જથો; (વર્તુળ, ઇ.નો) અંશ, ભાગ; માપનો એકમ; વિદ્યાની પદવી, ઉપાધિ; પાયરી, પગથિયું; દરજ્જો, પદ. *by ~s* ધીમે ધીમે.

de'ify (ડીઇફાઇ), સ૰ક્રિ૰ -ને દેવ બનાવવો, દેવ જેવું માનવું, પૂજવું. **deifica'tion,** ના૰ દેવ બનાવવું તે, દેવીકરણ.

deign (ડેન), ઉ૰ ક્રિ૰ મહેરબાની – કૃપા – કરવી; મહેરબાની દાખલ કરવું; યોગ્ય માનવું.

de'ism (ડીઇઝમ), ના૰ ઈશ્વર છે પણ કોઈ ધર્મ ઈશ્વરપ્રણીત નથી એવી માન્યતા, કેવલેશ્વરવાદ. **de'ist** (ડીઇસ્ટ), ના૰ કેવલેશ્વરવાદી.

de'ity (ડીઇટિ), ના૰ દેવત્વ, દેવપણું; દેવ, દેવતા; *the D~,* પરમેશ્વર.

deject' (ડિજે'ક્ટ), સ૰ ક્રિ૰ નિરાશ–ખિન્ન–નાઉમેદ – કરવું. **dejec'ted** (ડિજે'ક્ટિડ), વિ૰ ખિન્ન, નાઉમેદ. **dejec'tion,** ના૰ ખિન્નતા, વિષાદ, ગ્લાનિ; ઉત્સાહભંગ.

delay' (ડિલે), ઉ૰ ક્રિ૰ ઢીલ કરવી, વિલંબ કરવો; મુલતવી રાખવું; રોકવું, ખોટી કરવું. ના૰ ઢીલ, વિલંબ; રોકાણ, ખોટી.

delec'table (ડિલે'ક્ટબલ), વિ૰ આનંદદાયક, સુખકારક; (ખોરાક) રુચિકર, સ્વાદિષ્ટ. **delecta'tion** (ડીલે'ક્ટેશન) ના૰ સુખ, આનંદ.

del'egate (ડે'લિગેટ), સ૰ ક્રિ૰ સભા, ઇ.માં પ્રતિનિધિ તરીકે મોકલવું; પ્રતિનિધિ તરીકે સત્તા – અખત્યાર – આપવો. ના૰ (ડેલિગિટ) પ્રતિનિધિ, મુખત્યાર, વકીલ. **delega'tion** (ડે'લિગેશન), ના૰ પ્રતિનિધિને સત્તા આપવી તે; પ્રતિનિધિમંડળ.

delete' (ડિલીટ), સ૰ ક્રિ૰ (શબ્દ, ફકરો, ઇ.) છેકી નાંખવું, રદ કરવું, કાઢી નાંખવું. **dele'tion** (ડિલીશન), ના૰ કાઢી નાંખવું તે; કાઢી નાંખેલી વસ્તુ.

deleter'ious (ડે'લિટીરિઅસ), વિ૰ (શરીર કે મનને) નુકસાન કરે એવું – હાનિકારક.

delf (t) (ડેલ્ફ, ડેલ્ફ્ટ), ના૰ ધોળું રોગાન ચડાવેલાં (વિ. ક. ડેલ્ફનાં) માટીનાં વાસણ.

delib'erate (ડિલિબરેટ), ઉ૰ક્રિ૰ મન સાથે વિચાર કરવો; સારાસાર વિચાર કરવો, વિચારી જોવું; સલાહ લેવી, મસલત કરવી. વિ૰ (–રિટ), પૂરેપૂરું વિચારેલું, વિચારપૂર્વક – હેતુપૂર્વક – કરેલું; નિરાંતે કરેલું, ઉતાવળ કર્યા વિનાનું. **delibera'tion** ના૰ વિચાર કરવો તે; કાળજીપૂર્વક કરેલો વિચાર; સલાહ – મસલત; (બ૰ વ૰) અનુકૂળ પ્રતિકૂળ ચર્ચા. **delib'erative** (ડિલિબરટિવ), વિ૰ (મંડળ, ઇ.) વિચાર કરનારું.

del'icacy (ડે'લિકસિ), ના૰ નાજુકાઈ, કોમળતા (પોત, લાગણી કે વર્તનમાં); લાલિત્ય, માધુર્ય; બારીક વિચાર; બીજાની લાગણીનો વિચાર; સ્વાદિષ્ટ વાની.

del'icate (ડે'લિકિટ), વિ૰ ઝીણું, પાતળું, બારીક; નાજુક, કોમળ; નાજુક તબિયતનું, સુકુમાર; બીજાની લાગણીનો વિચાર કરનારું, વિવેકભર્યું; લાગણીવાળું; સુંદર, સોહામણું; કાળજીપૂર્વક વાપરવાનું.

deli'cious (ડિલિશસ), વિ૰ ખૂબ આનંદદાયક, આહ્લાદક; સ્વાદિષ્ટ; ખુશબોદાર; મજેદાર.

delight' (ડિલાઇટ), ઉ૰ ક્રિ૰ ખુશ કરવું – થવું, આનંદ આપવો – પામવું. ના૰ ઉત્કટ આનંદ, હરખ; સંતોષની વાત, આનંદદાયક વસ્તુ. **delight'ful, delight'some** (કાવ્યમાં), વિ૰ આનંદદાયક, મજાનું.

delimit (ડિલિમિટ), સ૰ ક્રિ૰ મર્યાદાઓ કે પ્રાદેશિક હદ નક્કી કરવી – ઠરાવવી – આંકવી.

delin'eate (ડિલિનિએટ), સ૰ ક્રિ૰ (-neable). રેખાકૃતિ – ચિત્ર – કાઢવું; વર્ણન કરવું. **delinea'tion,** ના૰ રેખાકૃતિ, ચિત્ર; વર્ણન.

delin'quency (ડિલિંક્વન્સિ), ના૰ કર્તવ્યની ઉપેક્ષા; પ્રમાદ, કસૂર, અપરાધ; દુષ્કર્મ.

delin'quent, વિ૰ અને ના૰ કર્તવ્યની ઉપેક્ષા કરનાર કે ગુનો કરનાર, અપરાધી.

deli'rious (ડિલિરિઅસ), વિ૰ સંનિપાત થયેલું – પર ગયેલું; (તાવ, ઇ.થી) લવારા પર ચડેલું; અતિ ક્ષુબ્ધ. **deli'rium** (–અમ), ના૰ બકવાટ, લવારો; અતિ ક્ષોભ; ચિત્તભ્રમ. *~ tremens,* અતિ મદિરાપાનથી થયેલો

ચિત્તભ્રમ.

deliv'er (ડિલિવર), સ૦ક્રિ૦ બચાવવું, છોડાવવું; ઉદ્ધાર કરવો; બીજાને હવાલે–સ્વાધીન કરવું, સોંપવું; કાગળ, ઇ. વહેંચવું, પહોંચાડવું; ક્રિકેટનો દડો, ઇ. ફેંકવું; (ભાષણ, ઇ.) આપવું; પ્રસવ કરાવવો. *be ~ed of*, -ને જન્મ આપવો – પ્રસવ થવો. **deliv'erance**, ના૦ બચાવ, છુટકારો, મુક્તિ; જૂરીએ આપેલો નિશ્ચિત અભિપ્રાય, ચુકાદો. **deliv'ery** (ડિલિવરિ), ના૦ ટપાલના કાગળ, માલ વગેરેની વહેંચણી; બોલવું, બોલવાની શૈલી; દડો ફેંકવો – ફેંકવાની ઢબ; પ્રસવ, પ્રસૂતિ. [વાળી ખીણ.

dell (ડે'લ), ના૦ બે પહાડ વચ્ચેની જંગલ-

Del'phian (ડે'લ્ફિઅન), **Del'phic** (ડે'લ્ફિક), વિ૦ ડેલ્ફીના પ્રશ્નદેવતાનું કે તેની ભવિષ્યવાણીનું, ગૂઢ; દ્વિઅર્થી. [જાતનો છોડ.

delphin'ium (ડે'લ્ફિનિઅમ), ના૦ એક

del'ta (ડે'લ્ટા), ના૦ ગ્રીક વર્ણમાળાનો ચોથો અક્ષર – ડેલ્ટા; નદીના મુખ આગળ તેની શાખાઓ પડી જઈ તેની વચ્ચે કાંપથી બનેલી ત્રિકોણાકાર જમીન, મુખત્રિકોણ, 'ડેલ્ટા', સ્રોતોન્તર. [બનાવવું, ભોળવવું.

delude' (ડિલૂડ, ડિલ્યૂડ,), સ૦ક્રિ૦ છેતરવું,

del'uge (ડેલ્યુજ,-લ્યૂજ), ના૦ રેલ, પૂર; ભારે આફત, પ્રલય; શબ્દો, ઇ.નો મારો; *the D~*, નોવાનો પ્રલય. સ૦ ક્રિ૦ ડુબાવવું, જળબંબાકાર કરી મૂકવું. [જાતનું.

de luxe (ડ લુક્સ), વિ૦ સુંદર, વિશેષ સારી

delu'sion (ડિલૂઝન, ડિલ્યૂ-), ના૦ ભ્રમ, ભ્રમણા; મોહ. **delus'ive** (–સિવ), વિ૦ છેતરે એવું, ભ્રામક, ખોટી આશા બતાવનારું.

delve (ડે'લ્વ), ઉ૦ક્રિ૦ ખોદવું; કોઈ બાબતમાં ઊંડા ઊતરવું, ઊંડી શોધખોળ કરવી.

dem'agogue (ડે'મગૉગ), ના૦ (રાજકીય) ચળવળિયો; ખોટું બોલતાં અચકાય નહિ એવો વક્તા–ભાષણિયો. **dem'agogy**, ના૦.

demand' (ડિમાન્ડ), ના૦ હકની માગણી, દાવો; માગેલી વસ્તુ, માગણી; ખપ, ખપત, માગ. સ૦ ક્રિ૦ માગણી કરવી, અધિકારપૂર્વક માગવું; -ને માટે આવશ્યકતા – જરૂર – હોવી. *be in~*, -ની માગ – ખપત – હોવી.

de'marcate (ડીમાર્કેટ), સ૦ ક્રિ૦ હદ – સીમા – મુકરર કરવી. **demarca'tion** (–શન), ના૦ હદ – સીમા – મુકરર કરવી તે; નક્કી કરેલી હદ.

demean' (ડિમીન), સ૦ક્રિ૦ અપ્રતિષ્ઠિત કરવું, નીચું પાડવું; સ્વમાન ન હોય એવી રીતે વર્તવું.

demean', કર્તૃવા૦ ક્રિ૦ *~oneself*, વર્તવું, ચાલવું. **demean'our** (ડિમીનર), ના૦ વર્તન; ચાલ.

demen'ted (ડિમે'ન્ટિડ), વિ૦ ચસકેલું, ભાન ભૂલેલું, ગાંડું. **dementia** (ડિમેન્શા, –શિઆ), ના૦ મનની નબળાઈ ને લીધે આવેલું ગાંડપણ, બુદ્ધિભ્રંશ, ચિત્તભ્રમ. [પાપ; અપરાધ.

deme'rit (ડીમે'રિટ), ના૦ અવગુણ, દોષ,

demesne' (ડિમીન,-મેન), ના૦ માલિકીની ને પ્રત્યક્ષ ભોગવટા હેઠળની મિલકત – જમીનજુમલો.

dem'igod (ડે'મિગૉડ), ના૦ દેવ જેવો – દેવકલ્પ – માણસ; અંશતઃ દૈવી વ્યક્તિ.

dem'ijohn (ડે'મિજૉન), ના૦ નેતર ગૂંથેલો મોટો બાટલો.

demise' (ડિમાઇઝ઼), ના૦ મૃત્યુ, મરણ. સ૦ક્રિ૦ (મરતાં) જમીનજુમલો, પૈસો, ઇ. વારસામાં આપવું.

dem'iscmiquav'er (ડે'મિસે'મિક્વેવર), ના૦ (સં.) સ્વર – સૂર – નો ૬૪ મો ભાગ.

demob'ilize (ડિમોબિલાઇઝ઼, ડી-), સ૦ક્રિ૦ લશ્કરમાંથી માણસોને છૂટા કરવા, લશ્કર વિખેરી નાખવું.

democ'racy (ડિમૉક્રસિ), ના૦ જ્યાં રાજ્યસત્તા પ્રજાના પ્રતિનિધિઓના હાથમાં હોય છે એવું રાજ્યતંત્ર કે રાજ્ય, લોકશાહી. **dem'ocrat** (ડે'મક્રૅટ; ડે'મો-), ના૦ લોકશાહીમાં માનનાર, તેનો પુરસ્કર્તા. **democrat'ic** (ડે'મક્રૅટિક઼), વિ૦ લોકશાહી રાજ્યતંત્રવાળું – ને લગતું; લોકશાહીનું હિમાયતી.

demol'ish (ડિમૉલિશ), સ૦ ક્રિ૦ પાડી નાંખવું, જમીનદોસ્ત કરવું; વિધ્વંસ – નાશ – કરવો; ખાઈ જવું, હોઇયાં કરવું. **demoli'tion** (ડેમલિશન, ડિમૉ–), ના૦ તોડી પાડવું – પાડી નાંખવું – તે, ઇ.

dem'on (ડીમન), ના૦ રક્ષક દેવતા; ભૂત, પિશાચ; રાક્ષસ; ક્રૂર – દુષ્ટ – માણસ.

demon'iac (ડિમોનિઍક),વિ૦ અને નામ૦ ભૂત ભરાયેલું – વળગેલું – (માણસ); ભૂતનું – જેવું. **demoni'acal** (ડીમનાયકલ), વિ૦ આસુરી, રાક્ષસી; ક્રૂર, ઘાતકી.

dem'onstrate (ડૅ'મન્સ્ટ્રેટ), ઉ૦ ક્રિ૦ (-rable). બતાવવું, દર્શાવવું; સિદ્ધ કરવું, પ્રત્યક્ષ દાખલો આપીને કે પ્રયોગ કરીને બતાવવું – સમજાવવું;-ના અસ્તિત્વનો પુરાવો હોવું; લોકમત કે લાગણી નક્કી કરવા માટેના સભા સરઘસમાં ભાગ લેવો; તેમ કરીને જાહેર પ્રશ્નની લાગણી વ્યક્ત કરવી. **demonstra'tion** (ડૅ'મન્સ્ટ્રેશન), નામ૦ લાગણી ઇ. નો દેખાવ; ચોખ્ખો પુરાવો; પ્રયોગ દ્વારા સમજૂતી – ખુલાસો – રજૂઆત; સભા સરઘસ, ઇ. દ્વારા મતપ્રદર્શન. **demon'strative** (ડિમૉન્સ્ટ્રટિવ), વિ૦ સ્પષ્ટ બતાવી આપે એવું; નિર્ણાયક, નિશ્ચયાત્મક; લાગણી, પ્રેમ, બતાવવા ઉત્સુક; [વ્યાક.] (સર્વનામ, ઇ.) દર્શક.

dem'onstrator(ડૅ'મન્સ્ટ્રેટર),નામ૦પ્રયોગશાળામાં વિદ્યાર્થીઓને મદદ કરનાર અધ્યાપક, અધ્યાપકનો મદદનીશ.

demo'ralize (ડિમૉરલાઇઝ઼), સ૦ ક્રિ૦ કોઈનું ચારિત્ર્ય શિથિલ – ભ્રષ્ટ – કરવું, લશ્કર, ઇ. ની શિસ્ત, હિંમત, એકતા, શિથિલ કરવી. **demoraliza'tion**, નામ૦.

demote' (ડિમોટ), સ૦ ક્રિ૦ [વાત.] નીચલી પાયરી પર – નીચલા વર્ગમાં – ઉતારવું.

demur' (ડિમર), અ૦ ક્રિ૦ મુશ્કેલીઓ આગળ ધરવી, વાંધો ઉઠાવવો; રોકવું, ખોટી કરવું; (શંકાને લીધે) અટકવું, ખંચાવું, નામ૦ વાંધા ઉઠાવવા તે; હરકત, વાંધો.

demure' (ડિમ્યૂર, – મ્યુઅર), વિ૦ શાંત, ઠાવકું; નખરાંખોર, શરમાળ.

demu'rrage (ડિમરિજ) નામ૦ માલ ચડાવવા ઉતારવામાં કે લઈ જવામાં થયેલી ઢીલ બદલ વહાણના ધણીને કે રેલવેને આપવા પડતા પૈસા, ડામરેજ

demu'rrer (ડિમરર), નામ૦ [કા.] સામાવાળાના મુદ્દા અંગે વાંધો, કાયદાની તકરાર.

demy' (ડિમાઈ), નામ૦ કાગળનું એક કદ. ૧૭.૫"×૨૨.૫" છાપવાનો, ૧૫.૫"×૨૦" લખવાનો.

den (ડૅ'ન) નામ૦ હિંસ્ર પશુની ગુફા, બોડ; છુપાઈ રહેવાની જગ્યા; ખાનગી ઓરડી; ગુનેગારોનો અડ્ડો – અખાડો.

dena'tionalize (ડિનૅશનલાઇઝ઼), સ૦ક્રિ૦ રાષ્ટ્રને તેની પ્રતિષ્ઠા કે ખાસ લક્ષણોથી રહિત બનાવવું; (વ્યક્તિને) રાષ્ટ્રીયતા વિનાનું કરવું.

dena'ture (ડિનેચર), સ૦ ક્રિ૦ વસ્તુના રૂપ અથવા ગુણમાં ફેરફાર કરવો; આલ્કોહૉલને અપેય બનાવવો (દા.ત. denatured spirit).

deng'ue (ડૅ'ગે, – ગિ),નામ૦ ટૂંટિયું, ઉટાટિયું.

deni'al (ડિનાયલ), નામ૦ નકાર, અસ્વીકાર, ઇનકાર; રદિયો, પ્રતિષેધ. *self*-~, સ્વાર્થત્યાગ.

den'igrate (ડીનિગ્રેટ), સ૦ ક્રિ૦ કાળું કરવું; -ને બદનામ કરવું.

den'im (ડૅ'નિમ), નામ૦ પાંસળીઓ દેખાય એવું કે સળીવાળું સુતરાઉ કાપડ. [રહેવાસી.

den'izen (ડૅ'નિઝ઼ન), નામ૦ (અમુક સ્થાનનો)

denom'inate (ડિનૉમિનેટ), સ૦ ક્રિ૦ (-nable). -ને વિશિષ્ટ નામ કે સંજ્ઞા આપવી; અમુક તરીકે વર્ણન કરવું.

denomina'tion (ડિનૉમિનેશન), નામ૦ નામકરણ; નામ, સંજ્ઞા, પદવી; વર્ગ, પ્રકાર; ચલણનાં જુદી જુદી કિંમતનાં નાણાં; ધાર્મિક પંથ, સંપ્રદાય. **denomina'tional**, વિ૦ કોઈ વિશિષ્ટ ધર્મ કે સંપ્રદાયનું, સાંપ્રદાયિક.

denom'inator (ડિનૉમિનેટર), નામ૦ [ગ.] અપૂર્ણાંકમાંની છેદની રકમ, છેદ.

denote' (ડિનોટ), સ૦ ક્રિ૦ જણાવવું, સૂચવવું, -નું ચિહ્ન હોવું. **denota'tion** (ડીનટેશન), નામ૦ સૂચક ચિહ્ન, લક્ષણ; શબ્દનો પ્રાથમિક – મૂળ – અર્થ, અભિધા; શબ્દની વ્યાપ્તિ; [ન્યાય.] વ્યક્તિનિર્દેશ.

denoue'ment (ડેનૂમાં), નામ૦ ગાંઠ ઉકેલવી તે; નાટક કે વાર્તાના રહસ્યનો ખુલાસો – ઉકેલ; વાર્તા કે નાટકનું અંતિમ પરિણામ (જ્યારે બધાં રહસ્યો ખૂલે છે).

denounce (ડિનાઉન્સ), સ૦ ક્રિ૦ દોષી જાહેર કરવું; -ની સખત ટીકા – નિન્દા – કરવી; (વિ.ક. રાષ્ટ્રો વચ્ચેના) કરારનો અંત આણવો.

dense (ડૅ'ન્સ), વિ૦ જાડું, ઘાડું, ઘન; (વસ્તી, ઇ.) ગીચ; ઘાડું, જાડું; મૂર્ખ, જડ, ઠોઠિયું. **den'sity**, વિ૦ ઘાડાપણું, ઘનતા;

(વસ્તીની) ગીચતા; જડતા, મૂર્ખતા.

dent (ડૅન્ટ), ના૦ ફટકો, આઘાત વગેરેથી પડેલો કાપો, ટચકો, ખાંચ, ગોબો. સ૦ ક્રિ૦ ગોબો પાડવો, ઇ.

den'tal (ડૅન્ટલ), વિ૦ દાંતનું – સંબંધી; દાંતના વૈદકનું; (વર્ણ કે ધ્વનિ) દન્ત્ય, દંતી. ના૦ દન્ત્ય ધ્વનિ, ઉચ્ચાર કે વર્ણ, દન્ત્યાક્ષર.

den'tine (ડૅન્ટાઇન), ના૦ દાંત જેના બનેલા હોય છે તે હાડકા જેવું સફેદ દ્રવ્ય.

den'tifrice (ડૅન્ટિફ્રિસ), ના૦ દંતમંજન.

den'tist (ડૅન્ટિસ્ટ), ના૦ દન્તવૈદ્ય, દાંત બનાવનાર, સાફ કરનાર, ઇ. **den'tistry** (ડૅન્ટિસ્ટ્રિ), ના૦ દાંતનું વૈદું, દંતવિદ્યા.

denti'tion (ડૅન્ટિશન), ના૦ દાંત આવવા – ઊગવા–તે; દાંતની વિશિષ્ટ રચના.

den'ture (ડૅન્ચર), ના૦ દાંતનું ચોકઠું (બહુધા કૃત્રિમ), ખોટા દાંત.

denuda'tion (ડીન્યુડેશન), ના૦ આચ્છાદન કે આવરણ દૂર કરવું – નગ્ન કરવું, –તે; [ભૂસ્તર.] જંગલો કે માટીનું પડ નષ્ટ થવું તે.

denude' (ડિન્યૂડ), સ૦ ક્રિ૦ ઉઘાડું કરવું, નગ્ન કરવું, કપડાં ઉતારવાં, આચ્છાદન કાઢી લેવું.

denuncia'tion (ડિનન્સિએશન), ના૦ જાહેર ધમકી અથવા આરોપ, બદનામી; ધિક્કાર ફિટકાર. **denun'ciatory** (ડિનન્શટરિ), વિ૦ ધમકી દેતું, આરોપ મૂકતું; નિન્દાત્મક.

deny' (ડિનાઇ), સ૦ ક્રિ૦ ખોટું છે એમ કહેવું; -ની ના પાડવી, આપવાની ના કહેવી; -નો ઇનકાર કરવો, -નાકબૂલ કરવું. *~oneself* મન મારવું.

deo'dorant (ડીઓડરન્ટ), વિ૦ અને ના૦ દુર્ગંધ દૂર કરનાર (પ્રવાહી કે ભૂકી). **deod'-erize** (ડીઓડરાઇઝ, ડીઓ –), સ૦ક્રિ૦ ગંધ વિનાનું કરવું, વાસ ઉડાવી દેવી; શુદ્ધ કરવું.

depart' (ડિપાર્ટ), ઉ૦ ક્રિ૦ જવું, નીકળી જવું; કોઈ સ્થળેથી રવાના થવું, નીકળવું; મરી જવું; -થી જુદા પડવું, ફંટાવું. **depart'ed,** વિ૦ ગત, નષ્ટ, મૃત. **depar'ture** (ડિપાર્ચર), ના૦ પ્રયાણ; નવા માર્ગનો આરંભ (*a new ~*); મરણ.

depart'ment (ડિપાર્ટમેન્ટ), ના૦ (સરકાર, શાળા, ધંધો, ઇ.નો) ભાગ; શાખા, ખાતું. *~ store*, બધી જાતનો માલ વેચનાર દુકાન કે ભંડાર. **departmen'tal** (ડિપાર્ટમેન્ટલ), વિ૦ ખાતાનું – ને લગતું.

depend' (ડિપેન્ડ), અ૦ ક્રિ૦ લટકવું, ટાંગેલું હોવું; અધીન કે વળગેલું હોવું; વિશ્વાસ – આધાર – રાખવો. *~ upon it*, આજ્ઞા૦ એની ખાતરી રાખજે કે. *that ~s*, એનો જવાબ સંજોગો પર આધાર રાખે છે.

depen'dable (ડિપેન્ડબલ), વિ૦ આધાર રાખી શકાય એવું, વિશ્વાસપાત્ર, ખાતરીલાયક.

depen'dant,-ent (ડિપેન્ડન્ટ), ના૦ નિર્વાહ માટે બીજા પર આધાર રાખનાર, આશ્રિત; પરિવારનો માણસ, નોકર.

depen'dence (ડિપેન્ડન્સ), ના૦ અધીનતા; પરાધીનતા, પરવશતા; ભરોસો; આધાર.

depen'dency (ડિપેન્ડન્સિ), ના૦ બીજાને આધારે કે તાબે રહેલી વસ્તુ, અંગ; તાબાનો મુલક; એક દેશના તાબામાંનો બીજો દેશ.

depen'dent (ડિપેન્ડન્ટ), વિ૦ (*on*) -ની ઉપર આધાર રાખનારું; તાબાનું, અધીન; -ની હકૂમત નીચેનું; [વ્યાક.] ગૌણ.

depict' (ડિપિક્ટ), સ૦ક્રિ૦ -નું ચિત્ર આપવું, ચીતરવું; વર્ણન કરવું, નિરૂપવું. [કરવા તે.

depila'tion (ડૅપિલેશન), ના૦ વાળ દૂર

depil'atory (ડિપિલટરિ), વિ૦ વાળ કાઢી નાંખનારું – નાંખવાના કામમાં ઉપયોગી. ના૦ એવી દવા કે દ્રવ્ય.

deplete' (ડિપ્લીટ), સ૦ ક્રિ૦ (જથ્થો, સંગ્રહ) વાપરી નાખવું; ખાલી કરવું, ખુટાડવું.

deple'tion (–શન), ના૦ એ ક્રિયા.

deplor'able (ડિપ્લોરબલ), વિ૦ દિલગીર થવા જેવું, શોચનીય. **deplore'** (ડિપ્લોર), સ૦ ક્રિ૦ -ને માટે રોવું; -નો શોક–દુ:ખ–કરવું.

deploy' (ડિપ્લૉઇ), ઉ૦ ક્રિ૦ એકની પાછળ એક ગોઠવેલી સૈનિકોની હારોને એક કતારમાં ગોઠવવું, ભોગવ્યૂહનો દંડવ્યૂહ કરવો; ફેલાવવું.

deploy'ment, ના૦ ફેલાવવું તે.

depon'ent (ડિપોનન્ટ), વિ૦ અને ના૦ (ક્રિયાપદ અંગે) સહભેદના રૂપનું પણ મૂળભેદના અર્થવાળું; અદાલતમાં સોગંદ લઈને પ્રતિજ્ઞા પર એકરાર લખાવનાર – જુબાની આપનાર – સાક્ષી.

depop'ulate (ડિપૉપ્યુલેટ, ડી-), સ૰ ક્રિ૰ -ની વસ્તી છેક ઓછી કરવી; ઉજ્જડ - વેરાન - બનાવવું. **depopula'tion** ના૰ એ ક્રિયા.

deport' (ડિપૉર્ટ), સ૰ ક્રિ૰ દેશપાર કરવું, -ને દેશવટો આપવો; પરદેશીને એને દેશ પાછા રવાના કરવું. કર્તૃવા૰ ક્રિ૰ (~ *oneself*) અમુક ઢબે વર્તવું - ચાલવું. **deporta'tion,** ના૰ દેશનિકાલ, દેશવટો. **deport'ment,** ના૰ વર્તણૂક; ચાલવા આચરવાની ઢબ.

depose' (ડિપોઝ઼), ઉ૰ ક્રિ૰ હોદ્દા કે ગાદી પરથી દૂર કરવું - ઉતારી મૂકવું, પદભ્રષ્ટ કરવું; સોગન લઈને જુબાની આપવી.

depos'it (ડિપૉઝ઼િટ), ના૰ સુરક્ષિત રાખવા માટે પેઢી, ઇ.માં મૂકેલી વસ્તુ કે રકમ; ન્યાસ, નિક્ષેપ; બાનું; તળિયે જામેલો કાદવ કે થર. સ૰ ક્રિ૰ કશાકમાં કે ઉપર મૂકવું; અનામત કે થાપણ તરીકે મૂકવું, રાખવા માટે સોંપવું - હવાલે કરવું; કરાર પૂરો કરવાની ખાતરી દાખલ (રકમ) મૂકવી-ભરવી. **depos'itary** (ડિપૉઝ઼િટરિ), ના૰ જેની પાસે ન્યાસ મૂક્યો હોય તે, નિક્ષેપી.

deposi'tion (ડિપઝ઼િશન), ના૰ ક્રૂસ પરથી ઈશુને નીચે ઉતારવાની ક્રિયા (*D*~); પદભ્રષ્ટ કરવું તે; સોગંદ પર આપેલી જુબાની, સાક્ષી. [અનામત મૂકનાર.

depos'itor (ડિપૉઝ઼િટર), ના૰ પૈસા, ઇ.

depos'itory (-ટરિ), ના૰ નિધિ, ભંડાર.

dep'ot (ડૅ'પો), ના૰ વખાર, ભંડાર; [લશ્કર.] ભંડારની જગ્યા; ટુકડીનું મથક; [અમે.] (ડીપો), રેલવે સ્ટેશન.

de'prave (ડિપ્રેવ), સ૰ ક્રિ૰ નીતિભ્રષ્ટ કરવું, અવળે રસ્તે ચડાવવું. **depra'ved,** વિ૰ નીતિભ્રષ્ટ, દુરાચારી. **deprav'ity** (-વિટિ), ના૰ નીતિભ્રષ્ટતા, દુષ્ટતા.

dep'recate (ડૅ'પ્રિકેટ), સ૰ ક્રિ૰ (-cable). અમુક વાત ન થઈ હોત - ન કરાય - તો સારું એમ કહેવું; સામી દલીલ કરવી, નાપસંદગી બતાવવી; વખોડી કાઢવું. **depreca'tion** (ડૅ'પ્રિકેશન), ના૰ નાપસંદગી; ખેદ. **dep'-recatory,** વિ૰ નાપસંદગી બતાવનારું, ઇ.

depre'ciate (ડિપ્રીશિએટ), ઉ૰ ક્રિ૰ (-ciable). હલકું પાડવું, વખોડવું; -ની કિંમત- નાણાની ખરીદશક્તિ - ઘટાડવી - ઘટવી. **deprecia'tion,** ના૰ કિંમત ઓછી કરવી - થવી - તે; ઘસારો; અપ્રતિષ્ઠા. **depre'-ciatory** (-શટરિ), વિ૰ કિંમત - પ્રતિષ્ઠા - ઓછી કરનારું.

depreda'tion (ડૅ'પ્રિડેશન), ના૰ લૂંટ- લૂંટફાટ-(કરવી તે); (બ૰ વ૰) લૂંટફાટ, તે માટે હુમલા, દરોડા; તારાજ કરવું તે. **de-p'redator,** ના૰ લુટારો, તારાજ કરનાર.

depress' (ડિપ્રે'સ), સ૰ ક્રિ૰ (કિંમત, ઇ.) નીચું કરવું, ઉતારવું; નબળું પાડવું, મંદ કરવું; નિરુત્સાહ કરવું, ભાંગી નાખવું, ખિન્ન કરવું; નમાવવું. ~*ed classes,* દલિત વર્ગો, હરિજનો, ઇ. **depre'ssion** (ડિપ્રે'શન), નીચાણ- વાળી જગ્યા, ખાડો; ઉત્સાહભંગ, ઉદાસી; મંદી.

deprive' (ડિપ્રાઇવ), સ૰ ક્રિ૰ (~ person, thing, *of*) -વિનાનું કરવું, પાસેથી લઈ - હરી - લેવું. **depriva'tion** (ડૅ'પ્રિ- વેશન, ડીપ્રાઇ-), ના૰ હાનિ, ખોટ, નુકસાન. ~ *of office,* પદચ્યુતિ.

depth (ડૅ'પ્થ), ના૰ ઊંડાઈ, ઊંડાણ, લંબાણ (આગળની બાજુથી પાછળ); ઊંડી જગ્યા, ખાઈ; ઊંડાણ, ગંભીરતા; પ્રૌઢતા; (રંગ, ઇ.નું) ગાઢાપણું; મધ્ય ભાગ (~ *of winter,* ઇ.). *be out of one's* ~, ઊભા ન રહી શકાય એટલા ઊંડા પાણીમાં હોવું; અમુક વિષય સમજવા અસમર્થ હોવું. *in the* ~ *of despair,* બધી આશા ખોઈ બેઠેલું. ~ *charge,* પાણીની નીચે પાણબૂડી (સબ- મરીન) પર નાખવાનો બૉંબ.

deputa'tion (ડૅ'પ્યુટેશન), ના૰ પ્રતિનિધિ તરીકે નિમણૂક કરવી તે; પ્રતિનિધિમંડળ.

depute' (ડિપ્યૂટ), સ૰ ક્રિ૰ -ને કામ કે અધિકાર સોંપવો, મુખત્યાર કે પ્રતિનિધિ નીમવું. **dep'utize** (ડૅ'પ્યુટાઇઝ઼), અ૰ ક્રિ૰ -ને માટે મુખત્યાર તરીકે કામ કરવું. **dep'uty** (ડૅ'પ્યુટિ), ના૰ -ની વતી કામ કરવા નીમેલું માણસ; નાયબ, મુખત્યાર; ડિપુટી (~*inspector*).

derail' (ડિરેલ), સ૰ ક્રિ૰ (ગાડી, ઇ.ને) પાટા પરથી નીચે ઉતારવી; - નીચે ઊતરવું. **derail'ment,** ના૰.

derange' (ડિરે'ન્જ), સ૦ ક્રિ૦ અવ્યવસ્થિત–અસ્તવ્યસ્ત–બનાવવું; ગોટાળામાં નાખવું, બગાડવું. **derang'ed,** વિ૦ ચસકી ગયેલા મગજવાળું, ગાંડું. **derange'ment,** ના૦ ગરબડ; અવ્યવસ્થા; બગાડ, વિકાર; ગાંડાપણું, ચિત્તભ્રમ.

derate' (ડીરેટ), સ૦ ક્રિ૦ કરવેરાનો ભાર [ઓછો–હળવો–કરવો.

Der'by (ડાર્બિ), ના૦ ઇંગ્લન્ડમાં ઇપ્સમમાં થતી ઘોડાની શરતો (*the D~*). ~ (ડર્બિ) (*hat*), એક જાતની સાહેબી ટોપી.

de'relict (ડે'રિલિક્ટ), વિ૦ અને ના૦ છોડી દીધેલું. ધણી વિનાનું – નધણિયાતું – (વિ. ક. દરિયા પરનું વહાણ). **derelic'tion** (ડે'રિલિક્શન), ના૦ કર્તવ્યમાં કસૂર, પ્રમાદ, કર્તવ્યચ્યુતિ (*~ of duty*)

deride' (ડિરાઇડ), સ૦ ક્રિ૦ હસી કાઢવું, ઉપહાસ કરવો. **deri'sion** (ડિરિઝન), ના૦ મશ્કરી, ઉપહાસ; ઉપહાસનું પાત્ર. **deris'ive** (ડિરાઇસિવ), **deri'sory** (-સરિ), વિ૦ ઉપહાસ કરનારું. (*-sory*), હાસ્યાસ્પદ.

deriva'tion (ડે'રિવેશન), ના૦ કયા મૂળ પરથી નીકળે છે તે બતાવવું તે, મૂળ ખોળી કાઢવું તે; વ્યુત્પત્તિ. **deriv'ative** (ડિરિવટિવ), વિ૦ અને ના૦ કોઈ મૂળમાંથી નીકળેલું, સાધિત (વિ. ક. શબ્દ, પદાર્થ).

derive' (ડિરાઇવ), ઉ૦ક્રિ૦ (કોઈ મૂળમાંથી) મેળવવું – કાઢવું – મળવું; -નું મૂળ કે વ્યુત્પત્તિ બતાવવી – કાઢવી; -માંથી નીકળવું.

dermatol'ogy (ડર્મેટૉલજિ), ના૦ ચામડી તથા તેના રોગોની મીમાંસા, ત્વચાશાસ્ત્ર.

dernier cri (ડર્ન્યે ક્રી), છેલ્લામાં છેલ્લી નવી (ફૅશનની) વસ્તુ.

de'rogate (ડે'રગેટ, ડે'રો-), સ૦ક્રિ૦ -માં ઘટાડો કરવો; કિંમત ઓછી કરવી; હલકું પાડવું, વખોડવું. **derog'atory** (ડિરૉગટરિ), વિ૦ હીણપત લગાડનારું, અપમાનજનક, વખોડણીનું.

de'rrick (ડે'રિક), ના૦ ભારે વસ્તુઓ ખસેડવાનું કે ઉપર ચડાવવાનું એક યંત્ર (જેમાં પારણા જેવા બાજઠ પર વસ્તુ મૂકીને દોરડા વતી તેને ઉપર ચડાવવામાં આવે છે).

derv'ish (ડર્વિશ), ના૦ ફકીર, દરવેશ.

descant' (ડિસ્કૅન્ટ), અ૦ ક્રિ૦ (*upon* સાથે) ઉત્સાહપૂર્વક લંબાણથી બોલવું, પ્રશંસા કરવી.

des'cant (ડે'સ્કન્ટ), ના૦ સૂર, ગીત; [સં.] ગીતને અવાજનો સાથ; કોઈ વિષય ઉપર લંબાણવાળું ભાષણ.

descend' (ડિસે'ન્ડ), ઉ૦ ક્રિ૦ નીચે જવું, ઊતરવું; નીચે ઢાળવાળું હોવું; હુમલો કરવો, એકદમ તૂટી પડવું (*~ upon*); -ના વંશ કે કુળમાં ઊતરી આવવું; (મિલકત, ગુણ, ઇ.) વંશમાં ઊતરી આવવું. **descen'dant** (-ડન્ટ), ના૦ વંશમાં જન્મેલું માણસ, વંશજ.

descent' (ડિસે'ન્ટ), ના૦ ઢોળાવ, ઢાળ, ઉતાર; ઊતરી આવવું તે; કુળ, વંશ: અચાનક હલ્લો.

describe' (ડિસ્ક્રાઇબ), સ૦ ક્રિ૦ વર્ણવવું, શબ્દચિત્ર આપવું – કાઢવું – દોરવું. **description** (ડિસ્ક્રિપ્શન), ના૦ બયાન, વર્ણન, શબ્દચિત્ર; તરેહ, પ્રકાર. **descrip'tive,** વિ૦ વર્ણન આપનારું, વર્ણનાત્મક, આબેહૂબ ચિત્ર રજૂ કરનારું.

descry' (ડિસ્ક્રાઇ), સ૦ ક્રિ૦ દૂરથી જોવું–ઓળખવું; શોધી કાઢવું.

des'ecrate (ડે'સિક્રેટ), સ૦ ક્રિ૦ (-crable). અપવિત્ર – નાપાક – બનાવવું, ભ્રષ્ટ કરવું, -નો ખરાબ – અપવિત્ર – કામમાં ઉપયોગ કરવો. **desecra'tion,** ના૦ એમ કરવું તે.

desert' (ડિઝ઼ર્ટ), ના૦ (બહુધા બ૦ વ૦ માં), લાયકાત પ્રમાણેનો સારો કે ખરાબ બદલો, યોગ્ય બદલો; બક્ષિસ.

des'ert (ડે'ઝ઼ર્ટ), વિ૦ વસ્તી વિનાનું, વેરાન; ઉજ્જડ. ના૦ ઉજ્જડ – વેરાન – મુલક, રણ.

desert' (ડિઝ઼ર્ટ), ઉ૦ ક્રિ૦ તજી દેવું, -નો ત્યાગ કરવો; છોડીને જતા રહેવું; નાસી જવું (વિ. ક. લશ્કરમાંથી); બેવફાઈ કરવી. **desert'er** (ડિઝ઼ર્ટર), ના૦ પોતાની ફરજ કે કાર્યને છોડી દેનાર – દગો દેનાર. **deser'tion** (ડિઝ઼ર્શન), ના૦ છોડી દેવું તે, ત્યાગ; ત્યક્તાવસ્થા, નિરાધારપણું.

deserve' (ડિઝ઼ર્વ), ઉ૦ ક્રિ૦ -ને લાયક – પાત્ર – હોવું – થવું; -ને માટે યોગ્ય હોવું, -ને ઘટવું. **deserv'edly** (ડિઝ઼ર્વિડ્લિ), ક્રિ૦ વિ૦ લાયકાત પ્રમાણે, વાજબી રીતે, યથાયોગ્ય. **deserv'ing** (ડિઝ઼ર્વિંગ), વિ૦ લાયક,

યોગ્ય, લાયકાતવાળું, ગુણવાન.

déshabillé (ડે'ઝ઼ાબીયે, ડે'ઝ઼બીલ), ના૦ –પૂરો પોશાક ન પહેરેલું – અવ્યવસ્થિતપણે કપડાં પહેરેલું – હોવું તે.

des'iccate (ડે'સિકેટ), સ૦ ક્રિ૦ સૂકવવું, સૂકવીને કોરું કરવું. **desicca'tion**, ના૦.

desiderat'um (ડિસિડરેટમ, ડિઝ઼િ–), ના૦ (બ૦ વ૦ –ta). ઇષ્ટ – આવશ્યક – વસ્તુ.

design' (ડિઝ઼ાઇન), સ૦ ક્રિ૦ -નો આકાર–નકશો – કાઢવો; -નો વિચાર – મનસૂબો–કરવો; યોજના કરવી. ના૦ હેતુ, મનસૂબો, ઇરાદો; નકશો, ઘાટ; યોજના; નકશી, ભાત. *have ~s on*, -ની ઉપર હુમલો કરવાનો કે લેવાનો ઇરાદો હોવો.

des'ignate (ડે'ઝ઼િગ્નેટ), સ૦ ક્રિ૦ (-nable) -નું નામ પાડવું, તરીકે વર્ણન કરવું; ઓળખાવવું; -ની નિમણૂક કરવી, નીમવું. વિ૦ (ડે'સિગ્નિટ, નામ પછી વપરાતું), જેની નિમણૂક થઈ છે પણ જેણે હોદ્દો સંભાળ્યો નથી એવું, નીમેલું, નિયોજિત. **designa'tion** (ડે'ઝ઼િગ્નેશન), ના૦ યોજના, નિમણૂક (કરવી તે); નામ, સંજ્ઞા, પદ.

design'edly (ડિઝ઼ાઇનિડ્લિ), ક્રિ૦ વિ૦ જાણી જોઈને, ઇરાદાપૂર્વક, યોજનાપૂર્વક.

design'er (ડિઝ઼ાઇનર), ના૦ નકશા કે નકશીવાળી આકૃતિઓ કરનાર; કાવતરાખોર.

design'ing, વિ૦ કાવતરાબાજ; દગાબાજ.

desir'able (ડિઝ઼ાઇરબલ), વિ૦ ઇચ્છવા જોગ, ઇષ્ટ; સુખદાયક. **desirabil'ity** (ડિઝ઼ાઇરબિલિટિ), ના૦ ઇષ્ટતા.

desire' (ડિઝ઼ાયર), ના૦ ઇચ્છા, અભિલાષા, વાસના, કામના; અરજ, વિનંતી. સ૦ ક્રિ૦ ઇચ્છા કરવી, ઇચ્છવું; -ને માટે ઉત્કંઠા રાખવી, માગવું; વિનંતી કરવી, કહેવું. **desir'ous** (ડિઝ઼ાયરસ), વિ૦ ઇચ્છા રાખનારું, અભિલાષી,

desist' (ડિઝ઼િસ્ટ, ડિસિ–), અ૦ ક્રિ૦ અટકવું, બંધ પડવું, પાછા હઠવું. [વાળું મેજ, ઢાળિયું.

desk (ડે'સ્ક), ના૦ લખવાવાંચવાનું ઢાળ-

des'olate (ડે'સલિટ,), વિ૦ ઉપેક્ષિત, જેના તરફ કોઈ ધ્યાન નથી આપતું એવું; ઉદાસ; સૂનું, એકલું; ઉજ્જડ, વેરાન; ઉદ્ધ્વસ્ત, પાયમાલ. **des'olate** (ડેસલેટ), સ૦ ક્રિ૦ ઉજ્જડ – વેરાન – કરી મૂકવું; તારાજ કરવું.

desola'tion, ના૦ વેરાન કરવું તે, પાયમાલી, વિધ્વંસ, તારાજી.

despair' (ડિસ્પેર, ડિસ્પે'અર), અ૦ ક્રિ૦ આશા છોડવી, નિરાશ – નાસીપાસ – થવું. ના૦ નિરાશા, આશાભંગ; વિષાદ.

despatch, જુઓ dispatch.

despera'do (ડે'સ્પરાડો, –રેડો), ના૦ (બ૦ વ૦ -oes). ગમે તેવું અઘોર કૃત્ય કરવા તૈયાર થનાર માણસ, આતતાયી.

des'perate (ડે'સ્પરિટ), વિ૦ આશા મૂકી દીધેલું, જીવ પર આવેલું, મરણિયું; આશા મૂકવા જેવું, નાઇલાજ, અસાધ્ય; અવિચારી.

despera'tion, ના૦ નિરાશા; અવિચારીપણું; મરણિયાપણું.

des'picable (ડે'સ્પિકબલ), વિ૦ તિરસ્કારને પાત્ર, નિંદ્ય; નીચ, છેક હલકું.

despise' (ડિસ્પાઇઝ઼), સ૦ ક્રિ૦ હલકું–તુચ્છ – ગણવું; ધિક્કારવું, તિરસ્કાર કરવો.

despite (ડિસ્પાઇટ), ના૦ ઈર્ષ્યા, દ્વેષ; ક્રોધ, ચીડ; ડંખ. નામ૦ અ૦ છતાં, -ને ન ગણકારતાં.

despite'ful, વિ૦ દ્વેષી, ડંખીલું, ક્રોધી.

despoil' (ડિસ્પૉઇલ), સ૦ ક્રિ૦ લૂંટવું, લૂંટી–હરી – લેવું; નાગું કરવું; ઉજ્જડ – વેરાન – કરવું.

despolia'tion (ડિસ્પોલિએશન), ના૦ લૂંટી લેવું તે, લૂંટ.

despond' (ડિસ્પૉન્ડ), અ૦ ક્રિ૦ આશા કે હિંમત છોડવી – ગુમાવવી, નાઉમેદ – ખિન્ન–થવું. **despond'ency** (ડિસ્પૉન્ડન્સિ), ના૦ વિષાદ, મનોભંગ, ઉદાસી. **despon'dent**, વિ૦ નાહિંમત, નિરાશ, ઉદાસ.

des'pot (ડે'સ્પટ), ના૦ નિરંકુશ–જુલમી–આપખુદ – હાકેમ કે રાજા. **despot'ic** (ડિ'સ્પૉટિક), વિ૦ નિરંકુશ, આપખુદ; જુલમી.

des'potism (ડે'સ્પટિઝ઼મ), ના૦ આપખુદ જુલમી વર્તણૂક, અનિયંત્રિત જુલમી રાજ્યસત્તા, આપખુદ રાજ્યતંત્ર.

dessert' (ડિઝ઼ર્ટ), ના૦ ભોજનની આખરે પીરસાતાં ફળ, મીઠાઈ, ખીર, ઇ.

destina'tion (ડે'સ્ટિનેશન), ના૦ વસ્તુ કે માણસ જ્યાં જવાના હોય તે જગ્યા, નિર્દિષ્ટ – ઉદ્દિષ્ટ – સ્થાન, મુકામ, મંઝિલ.

des'tine (ડૅ'સ્ટિન), સ૰ક્રિ૰ આગળથી નક્કી કરવું, -નું ભવિષ્ય બાંધવું; નીમી મૂકવું. **des'tined**, વિ૰ આગળથી ઠરાવેલું, ઈશ્વર-નિર્મિત-નિયોજિત.

des'tiny (ડૅસ્ટિનિ), ના૰ દૈવ, ભવિતવ્યતા, નિયતિ; વિધિલિખિત; જેને માટે નિર્માણ થયું હોય તે, ઉદ્દિષ્ટ.

des'titute (ડૅ'સ્ટિટ્યૂટ), વિ૰ (અન્ન, વસ્ત્ર, આધાર, ઇ.) વિનાનું-હીન (*~of*); છેક ગરીબ, નિરાધાર. **destitu'tion**, ના૰ કંગાલિયત, અતિ દારિદ્ય; અનાથપણું; રહિતપણું, અભાવ.

destroy' (ડિસ્ટ્રૉઇ), સ૰ક્રિ૰ ભાંગી-તોડી-પાડી-નાખવું; નાશ કરવો, મારી નાંખવું. **destroy'er** (ડિસ્ટ્રૉયર), ના૰ નાશ કરનાર; શત્રુના કાફલા પર ટૉર્પિડો નાંખનાર અને સ્વપક્ષના કાફલાનું શત્રુથી રક્ષણ કરનાર યુદ્ધનૌકા, વિનાશિકા.

destruc'tible(ડિસ્ટ્રક્ટિબલ), વિ૰ નાશ કરી શકાય એવું, નાશવંત. **destruc'tion** ના૰ નાશ કરવો તે, વિનાશ, પાયમાલી. **destruc'tive** વિ૰ નાશ કરે એવું, વિનાશક; (ટીકા, ઇ.) ખંડનાત્મક, છોડાં કાઢે એવું.

des'uetude (ડૅ'સ્વિટ્યૂડ, ડિ-), ના૰ ઉપયોગ- વહીવટ-અમલ-બંધ હોવો તે-હોવાની સ્થિતિ.

des'ultory (ડૅ'સલ્ટરિ), વિ૰ એક વિષય પરથી બીજા પર અને ત્યાંથી ત્રીજા પર જતું, રસળતું; અવ્યવસ્થિત, બેતાલ, ધોરણ વગરનું.

detach' (ડિટૅચ), સ૰ક્રિ૰ છોડીને અલગ કરવું, છૂટું-જુદું-પાડવું. **detach'ed**,વિ૰ છૂટું-વિખૂટું-પડેલું, છૂટું; અનાસક્ત, તટસ્થ. **detach'ment**, ના૰ છૂટાપણું;અનાસક્તિ, વૈરાગ્ય; લશ્કરની છૂટી ટુકડી.

det'ail (ડીટેલ), ના૰ છૂટી બાબત કે વિગત, (બ૰વ૰) કોઈ એક વાતની વિગત કે તફસીલ; કોઈ બાબતનો કલમવાર વિચાર કરવો તે; ખાસ કામ માટે મોકલેલી (સિપાઈ-ઓની) ટુકડી. **detail'** (ડિ-), સ૰ ક્રિ૰ વિગતવાર-સવિસ્તર-જણાવવું; [લશ્કર.] કોઈ ખાસ કામ પર મોકલવું. **~ed**, વિ૰વિગતવાળું, સવિસ્તર.

detain' (ડિટેન), સ૰ ક્રિ૰ અટકાયતમાં-જપ્તામાં-રાખવું; જવા ન દેવું; ખોટી કરવું.

detect' (ડિટૅ'ક્ટ), સ૰ક્રિ૰ શોધી કાઢવું, (વિ.ક. ગુનેગારનો) પત્તો લગાડવો. **detec'tion**(ડિટૅક્શન),ના૰શોધી કાઢવું તે.

detec'tive (ડિટૅ'ક્ટિવ), વિ૰ (છૂપી રીતે) ભાળ કાઢવામાં રોકાયેલું, ભાળ કાઢનારું. ના૰ છૂપી પોલીસનો માણસ.

detec'tor (ડિટૅ'ક્ટર), ના૰ કોઈ દ્રવ્ય કે વસ્તુની હાજરી શોધી કાઢવાનું સાધન-યંત્ર; રેડિયોનો એક ભાગ.

deten'tion (ડિટૅન્શન), ના૰ રોકવું-ખોટી કરવું -તે; કેદ, નજરકેદ; ફરજિયાત રોકાણ-ખોટી.

détenu (ડૅ'ટનૂ), ના૰ અટકાયતી કેદી.

deter' (ડિટર), સ૰ ક્રિ૰ બીક બતાવીને-સજા, ઇ.થી-પાછા હઠાવવું, અટકાવવું, ખાળવું.

deter'gent (ડિટર્જન્ટ), વિ૰ મેલ કાઢે-સાફ કરે-એવું. ના૰ એવો પદાર્થ.

deter'iorate (ડિટીરિઅરેટ,), ઉ૰ ક્રિ૰ (-rable). બગાડવું, ખરાબ કરવું; બગડવું, ઊતરી જવું. **deteriora'tion'**, ના૰ બગાડવું-બગડવું-તે; વિકૃતિ.

determ'inate (ડિટર્મિનિટ), વિ૰ નિશ્ચિત મર્યાદાઓવાળું, મર્યાદિત;સ્પષ્ટ.**determina'tion** (-નેશન), ના૰ દૃઢનિશ્ચયીપણું; દૃઢ નિશ્ચય; નિર્ધાર; નિરાકરણ; **determ'ine** (ડિટર્મિન), ઉ૰ક્રિ૰ નક્કી કરવું, ચોકસાઈપૂર્વક નક્કી કરવું; નિર્ણય-ફેંસલો-કરવો; નિશ્ચય-સંકલ્પ-કરવો; મર્યાદિત કરવું; -નું કારણ થવું. **determ'ined**, વિ૰ કૃતનિશ્ચય, દૃઢનિશ્ચયી. **determ'inism**, ના૰ નિયતિવાદ.

dete'rrent (ડિટૅ'રન્ટ), વિ૰ ભય બતાવી રોકનારું, પ્રતિબંધક. ના૰ પ્રતિબંધક સજા, ઇ.; નાહિંમત કરનારી વાત.

detest' (ડિટૅ'સ્ટ), સ૰ક્રિ૰ -નો તિરસ્કાર કરવો; -ની ઉપર તિરસ્કાર-નફરત-છૂટવી. **detest'able**, વિ૰ ધિક્કારવા યોગ્ય, તિરસ્કરણીય. **detesta'tion** (ડીટૅ'સ્ટેશન, ડે-), ના૰ ધિક્કાર, તિરસ્કાર, નફરત.

dethrone' (ડિથ્રોન), સ૰ક્રિ૰ ગાદી પરથી ઉઠાડી મૂકવું, રાજ્યભ્રષ્ટ કરવું. **dethrone'-**

ment, ના૦ ગાદી પરથી ઉઠાડી મૂકવું તે.

det'onate (ડૅ'ટનેટ, ડી –), ઉ૦ ક્રિ૦ ભડાકા સાથે સ્ફોટ થવો – કરવો – ફોડવું – ફાટવું. **detona'tion** (ડૅ'ટનેશન), ના૦ સ્ફોટ, ભડાકો. **det'onator** (ડૅ'ટનેટર), ના૦ ભડાકો કરવાનું સાધન, ટોટી.

detour' (ડિટૂર, ડેટુઅર), ના૦ વાંકો – ફેરવાળો – રસ્તો; ચકરાવો, ફેરો; સીધો રસ્તો છોડીને આડેઅવળે રસ્તે જવું તે.

detract' (ડિટ્રૅક્ટ), ઉ૦ક્રિ૦ (~ *from*) ઓછું કરવું, ઘટાડવું; મૂલ્ય ઘટાડવું; હીણપત લગાડવી; નિંદા કરવી, વખોડવું. **detrac'tion,** ના૦ હીણપત, નિંદા, વગોવણી; ગુણાપકર્ષણ. **detrac'tor,** ના૦ નિંદા કરનાર, નિંદક, ઉતારી પાડનાર.

detrain' (ડિટ્રેન,), ઉ૦ક્રિ૦ ગાડીમાંથી નીચે ઊતરવું; (વિ. ક. લશ્કર) ઉતારવું.

det'riment (ડૅ'ટ્રિમન્ટ), ના૦ ઈજા, હાનિ, નુકસાન. **detrimen'tal** (ડૅ'ટ્રિમેન્ટલ), વિ૦ અપાય–હાનિ–નુકસાન – કારક.

detrit'us (ડિટ્રાઇટસ), ના૦ હવા, પાણી, બરફ, ઇ. ને લીધે પહાડની બાજુ પરથી નીચે ઘસડાઈ આવેલા પથ્થર, કાંકરા, રેતી, ઇ.

de trop (ડ ટ્રો), વિ૦ અણગમતું; રસ્તામાં આવતું, વિઘ્નરૂપ; આગંતુક.

deuce (ડયૂસ), ના૦ [પત્તાં કે જુગટામાં] દુગ્ગો, દૂરી; [ટેનિસ] બન્ને પક્ષે ૪૦–૪૦ના દાવ.

deuce, ના૦ પ્લેગ, પીડા; તોફાન, કરતૂત; શેતાન. *the* ~! ઉદ્‌ગાર૦ આશ્ચર્યનો. *play the* ~ (*with*), બગાડવું, -નું સત્યાનાશ કરવું. ~*of a,* ~*d* **(ડયૂસિડ),** કશુંક કહેવામાં જોર આણવા માટે વપરાય છે. દા. ત. ~ *of a lot,* ઘણા, અતિ.

dev'astate (ડૅ'વસ્ટેટ), સ૦ક્રિ૦ (-stable). ખરાબ–પાયમાલ – વેરાન – કરવું. **devasta'tion,** ના૦ ખરાબી, પાયમાલી.

devel'op (ડિવે'લપ), ઉ૦ક્રિ૦ ખુલ્લું કરવું, બતાવવું, મોટું થવું, પરિપક્વ થવું, વિકસવું; મોટું કરવું, વિકસાવવું; [ફોટો.] પ્લેટ કે ફિલ્મ પર ચિત્ર દેખાય તેમ તેના પર પ્રક્રિયા કરવી. **devel'opment** (ડવે'લપમન્ટ), ના૦ મોટું થવું તે, વિકાસ; ઉત્ક્રાન્તિ, વિકાસ, પ્રગતિ; (બ૦વ૦) નવી ઘટના(ઓ), નવાજૂની.

dev'iate (ડીવિએટ), અ૦ક્રિ૦ આડું ફંટાવું, સીધો માર્ગ મૂકીને આડું જવું; નિયત માર્ગથી ચળવું; ભૂલવું. **devia'tion,** ના૦ આડે રસ્તે ફંટાવું – ચળવું – તે; ભૂલ, ચૂક.

device' (ડિવાઇસ), ના૦ યુક્તિ, હિકમત, કળ; વ્યૂહ, દાવપેચ; નકશી, ચિત્ર; નિશાન, ચિહ્ન; યોજના.

dev'il (ડૅ'વિલ), ના૦ ભૂત, પિશાચ, રાક્ષસ; શેતાન(*the D*~); દુષ્ટ કે ક્રૂર માણસ; લેખક કે વકીલનો વૈતરું કરનાર સહાયક; (વિનોદમાં) માણસ, શખસ. *a* ~ *of a fellow,* કાબેલ અને પોતાનું ફોડી લે એવો જુસ્સાવાળો માણસ. *between the* ~ *and the deep sea,* ભારે વિમાસણમાં, સૂડી વચ્ચે સોપારી જેવું. *give the* ~ *his due,* ખરાબ જણને પણ ન્યાય આપવો, –ની સાથે યોગ્ય વર્તન કરવું. *go to the* ~, કાળું કર, તારું સત્યાનાશ થાઓ. *play the* ~ *with,* -નું સત્યાનાશ કરવું; -ને ભારે નુકસાન પહોંચાડવું. *be the very* ~, બહુ જ મુશ્કેલ કે પીડા કરનારું હોવું. ~ *a one,* એકે નહિ. ~*-may-care,* બેફામ, 'કુછ પરવા નહિ'ની વૃત્તિવાળું. *printer's* ~, છાપખાનામાં દાખલ થયેલો નવો ઉમેદવાર – બેપિયાનું કામ કરનાર; છાપભૂલ. ~*'s bones,* જુગટાના પાસા. ~*'s books,* પત્તાં, ગંજીફો. અ૦ક્રિ૦ લેખક કે વકીલ માટે ખૂબ વૈતરું કરવું; ખૂબ મરચાં મસાલા નાંખી રાંધવું. **dev'ilish** (ડૅ'વિલિશ), વિ૦ શેતાન જેવું, અતિ દુષ્ટ; ઘણું મોટું, ભારે. **dev'ilment, dev'ilry** (ડૅ'વિલ્રિ), ના૦ મેલી વિદ્યા, જાદુ; બેફામ સાહસિકતા; શેતાનિયત.

dev'ious (ડીવિઅસ), વિ૦ વાંકુંચૂકું; આડકતરું; અવળું, અવળે રસ્તે ચાલનારું.

devise' (ડિવાઇઝ઼), સ૦ક્રિ૦ યોજવું; યુક્તિ લડાવવી; [કા.] વસિયતનામું કરીને આપવું.

devit'alize (ડીવાઇટલાઇઝ઼), સ૦ક્રિ૦ નિર્બળ – નિષ્પ્રાણ – નિર્જીવ – બનાવવું, નબળું પાડવું.

devoid' (ડિવૉઇડ), વિ૦ વિનાનું, હીન, ખાલી (~ *of*).

devolu'tion (ડીવલૂશન), ના૦ અનેક ફેરફારો કે પરિવર્તનો પામીને નીચે ઊતરવું

તે, આક્રાન્તિ (ઉત્ક્રાન્તિથી ઊલટી); પાર્લમેન્ટ દ્વારા સમિતિઓ, ઇ.ને કામ કે સત્તાની સોંપણી.

devolve' (ડિવૉલ્વ), ઉ૦ક્રિ૦ (કામ કે ફરજ) બીજાને માથે નાંખવું – બીજાનું પોતાને માથે આવી પડવું; વારસામાં પ્રાપ્ત થવું.

devote' (ડિવોટ), સ૦ક્રિ૦ અર્પણ – સમર્પણ – કરવું; પૂરેપૂરું સોંપી દેવું – લગાડવું, -માં વાપરવું. **devot'ed** (ડિવોટિડ), વિ૦ એકનિષ્ઠ, ભાવિક. **devotee'** (ડે'વટી), ના૦ ચુસ્ત અનુયાયી; ભક્ત. **devo'tion** (ડિવોશન), ના૦ સ્વાર્પણ; એકનિષ્ઠા, અનન્યભાવ; ભક્તિ; (બ૦વ૦) પૂજાઅર્ચા, ઉપાસના. **devo'tional**, વિ૦ ઈશ્વરભક્તિ-ઉપાસના-નું-સંબંધી.

devour' (ડિવાઉર, ડિવાવર), સ૦ ક્રિ૦ ખાઈ જવું; ગળચી જવું, આખું ને આખું ખાઈ જવું – હોઇયાં કરવું; ફાડી ખાવું; આંખ કાન વડે ઉત્સુકતાપૂર્વક પી જવું; ઝપાટામાં વાંચી નાંખવું; (આગની જ્વાળાઓ અંગે) -નો નાશ કરવો. [હાર્દિક, સાચી લાગણીવાળું.

devout' (ડિવાઉટ), વિ૦ ભાવિક, ધાર્મિક;

dew (ડ્યૂ), ના૦ ઓસ, ઝાકળ; ઝાકળ, આંસુ કે પરસેવાનાં ચળકતાં ટીપાં. ઉ૦ ક્રિ૦ ઝાકળ બનવું કે ઝાકળના રૂપમાં પડવું; [કાવ્યમાં] ભીંજવવું, ભીનું થવું, **dew-pond**, ના૦ ટેકરી પરનું છીછરું તળાવ (હવામાં રહેલો ભેજ દ્રવરૂપ પામીને બનેલું).

dew'lap (ડ્યૂલૅપ), ના૦ ગાયગોધાની ગળા નીચેની ગબગબ, ધાબળો, ગોદડી, કામળી.

dew'y (ડ્યૂઇ), વિ૦ઝાકળવાળું, ઝાકળથી ભીનું.

dexte'rity (ડે'ક્સ્ટે'રિટિ), ના૦ કુશળતા, કૌશલ્ય; દક્ષતા. **dex't(e)rous** (ડે'ક્સ્ટ્રસ, ડે'ક્સ્ટરસ), વિ૦ કુશળ, હસ્તકૌશલ્યવાળું, હોશિયાર, ચતુર.

dhob'i (ડોબિ), ના૦ ધોબી.

d(h)ow (ડાઉ), ના૦ આરબોનું વહાણ (વિ. ક. ગુલામોના વેપારમાં વપરાતું).

diabet'es (ડાયબીટીઝ઼), ના૦ મીઠી પેશાબનો રોગ, મધુમેહ. **diabet'ic** (-બીટિક, -બે'-), વિ૦ અને ના૦ મધુમેહના રોગવાળું (માણસ).

diabol'ic(al) (ડાયબૉલિક, (લ)), વિ૦ શેતાનનું, શેતાની; મહાદુષ્ટ કે ક્રૂર, રાક્ષસી.

di'adem (ડાયડે'મ), ના૦ રાજાનો શિરબંધ, મુગટ; રાજત્વ, રાજસત્તા.

diaer'esis (ડાયીરિસિસ), ના૦ (બ૦વ૦ -eses). સ્વરનો સ્વતંત્ર ઉચ્ચાર થાય છે તે બતાવનારું તે પર કરાતું ચિહ્ન (¨).

diagnose' (ડાયગ્નોઝ઼), સ૦ ક્રિ૦ દરદીનાં લક્ષણો પરથી રોગનું નિદાન કરવું. **diagnos'is** (ડાયગ્નોસિસ), ના૦ (બ૦ વ૦ -oses). લક્ષણો પરથી રોગનિદાન, પરીક્ષા.

diag'onal (ડાયૅગનલ), વિ૦ સામસામા ખૂણા જોડનારું, ત્રાંસું. ના૦ એવી સીધી લીટી; [ભૂમિતિ] કર્ણરેખા, કર્ણ; ત્રાંસી લીટી.

di'agram (ડાયગ્રૅમ), ના૦ [ભૂમિતિ] કોઈ સિદ્ધાન્ત પુરવાર કરવા માટે કાઢેલી આકૃતિ.

di'al (ડાયલ), ના૦ છાયા પરથી વખત માપવાનું યંત્ર, છાયાયંત્ર, શંકુયંત્ર; ઘડિયાળનો ચંદો; ટેલિફોનની આંકડાવાળી તકતી. સ૦ક્રિ૦ છાયાયંત્ર વડે માપવું; ટેલિફોન કરવો.

di'alect (ડાયલે'ક્ટ), ના૦ કોઈ પ્રદેશ કે વર્ગની વિશિષ્ટ ભાષા – બોલી, ઉપભાષા.

dialec'tic (ડાયલે'ક્ટિક), ના૦ (બહુધા બ૦ વ૦ માં) વાદવિવાદ કે દલીલ કરવાની કળા; ચર્ચા કરીને સત્ય તપાસવું તે; તાર્કિક ચર્ચા; [આધુનિક તત્ત્વ.] (એ૦વ૦ માં) તાત્ત્વિક વિરોધો અને તેના નિરાકરણ કે સમન્વયની મીમાંસા **dialectical materialism**, સમાજનો વિકાસ જડ બળો દ્વારા થાય છે એ કાર્લ માર્ક્સનો સિદ્ધાન્ત, તે એવી રીતે કે સમાજની એક પ્રકારની વ્યવસ્થામાંથી તેનાથી વિરોધી વ્યવસ્થા પેદા થાય છે અને આગળ જતાં તેમાંથી તેની પણ વિરોધી નવી વ્યવસ્થા પેદા થાય છે એ પ્રક્રિયા; વિરોધ-વિકાસવાદ, સ્થિતિ-વિરોધ-સમન્વય વાદ.

di'alogue (ડાયલૉગ), ના૦ સંવાદ, સંભાષણ; પ્રશ્નોત્તર રૂપ લખાણ.

diam'eter (ડાયૅમિટર), ના૦ કોઈ પણ વસ્તુ કે આકૃતિના (વિ. ક. વર્તુળના) મધ્યબિંદુમાંથી પસાર થઈને બન્ને બાજુએ મળતી સીધી લીટી, વ્યાસ, ગર્ભસૂત્ર; જાડાઈ. **diamet'rical** (ડાયમે'ટ્રિકલ), વિ૦ વ્યાસનું, વ્યાસ પર થઈને જતું; બરાબર (સામું).

di'amond (ડાયમંડ), ના૦ હીરો; હીરાના

પાસા જેવી આકૃતિ; [પત્તામાં] ચોકડીનું પાનું; [ભૂમિતિ] સમબાજુ વિષમકોણ; ~*cut*~, એકબીજાને છેતરે–એક બીજાના મોઢામાં થૂંકે–એવાં (માણસો), સરખે સરખા. ~ *wedding*, લગ્નની સાઠમી વરસગાંઠ. *black*~, કોલસો. *rough* ~, વર્તનમાં કઠોર પણ મૃદુ અન્તઃકરણવાળું માણસ.

diapas'on (ડાયપેઝ઼ન), ના૦ 'ઑર્ગન' નામના સંગીત વાદ્યનો એક ભાગ; સંગીતનો અચાનક થયેલો ભવ્ય આવિષ્કાર; સ્વરસપ્તક.

di'aper (ડાયપર), ના૦ શણનું ચોકડીવાળું ઝીણું કાપડ; તેનો રૂમાલ; બાળકનો રૂમાલ, લંગોટ, બાળોતિયું; જાળીદાર નકશીવાળું કસબનું કામ.

diaph'anous (ડાયૅફનસ), વિ૦ (વિ. ક. કાપડ) પારદર્શક; સ્વચ્છ.

di'aphragm (ડાયફ્રૅમ), ના૦ છાતી ને પેઢુ વચ્ચેનો પડદો, પાતળો પડદો; યંત્રની અંદરનો પડદો, કાણાંવાળી કંપનશીલ ગોળ તકતી.

di'archy, dy'archy (ડાયાર્કિ), ના૦ દ્વિદલ –દ્વિમુખી–રાજ્યપદ્ધતિ. [લખનાર–રાખનાર.

di'arist (ડાયરિસ્ટ), ના૦ ડાયરી કે વાસરી

diarrhoe'a (ડાયરીઆ), ના૦ અતિસાર, હગામણ. *chronic* ~, સંગ્રહણી.

di'ary (ડાયરિ), ના૦ રોજનીશી, વાસરી.

di'athermy(ડાયથર્મિ), ના૦ વીજળીનો શેક.

di'atom (ડાયટૉમ), ના૦ [વનસ્પ.] પાણીમાં થતી એકકોશવાળી અતિ ઝીણી વનસ્પતિ.

di'atribe (ડાયટ્રાઇબ), ના૦ સખત અને કડવી ટીકા, નિંદા; એવી ટીકાવાળું ભાષણ.

dib'ble (ડિબલ), ના૦ છોડ રોપવા માટે ખાડા કરવાનું ઓજાર. સ૦ ક્રિ૦ તે વતી રોપવું.

dice (ડાઇસ), ના૦ (dieનું બ૦વ૦) જૂગટાના પાસા. સ૦ ક્રિ૦ પાસા વડે જૂગટું રમવું; રાંધવા માટે કાપીને ચોરસ ભાગ કરવા. **dice-box**, ના૦ પાસા ફેંકવાની ડબી.

dichot'omy (ડિકૉટમિ), ના૦ બે ભાગ – પેટા વિભાગ – પડવા –પાડવા–તે.

dick'y (ડિકિ), ના૦ નાનું પક્ષી, પક્ષીનું બચ્ચું (~-*bird*) ; પહેરણની માત્ર દેખાવની છાતી; વાહનની પાછળની નોકરની બેઠક. [વનસ્પતિ.

dicotyled'on (ડાઇકૉટિલીડન), ના૦ દ્વિદલ

dic'taphone (ડિકટફોન), ના૦ બોલેલું નોંધીને ફરી રજૂ કરનારું યંત્ર.

dictate' (ડિકટેટ), ઉ૦ક્રિ૦ લખાવવું, બોલીને લખાવવું; ઉપરી તરીકે હુકમ કરવો–ફરમાવવું; સૂચવવું, પ્રેરવું. **dic'tate**, ના૦ (બહુધા બ૦ વ૦ માં; વિ. ક. અંતરાત્માની) આજ્ઞા, હુકમ, પ્રેરણા. **dicta'tion** (ડિકટેશન), ના૦ લખાવવું તે, શ્રુતલેખન; આજ્ઞા, હુકમ.

dictat'or (ડિકટેટર), ના૦ નિરંકુશ રાજા, સરમુખત્યાર, સર્વસત્તાધીશ. **dictator'ial** (ડિકટટૉરિઅલ), વિ૦ નિરંકુશ, જહાંગીરી, આપખુદ; તોરવાળું, તોરી દિમાગનું. **dictat'orship**, ના૦ સરમુખત્યારી, સરમુખત્યારશાહી. [દગી ને ઉપયોગ, શબ્દયોજના, શૈલી.

dic'tion (ડિકશન), ના૦ શબ્દોની પસં-

dic'tionary(ડિકશનરિ), ના૦ (શબ્દ)કોશ.

dic'tograph (ડિકટગ્રાફ), ના૦ બહુ ધીમેથી બોલેલું સંભળાવી શકે એવું યંત્ર.

dic'tum (ડિકટમ), ના૦ (બ૦ વ૦ dicta). વચન, ઉક્તિ; સૂત્ર; કહેવત.

did (ડિડ્), do નો ભૂતકાળ.

didac'tic (ડિડૅકિટક, ડાઇ–), વિ૦ બોધ આપનારું, શિખામણ આપવા યોજેલું, ઉપદેશાત્મક. **didac'tics**, ના૦ બોધ કે કેળવણી આપવાની કળા કે શાસ્ત્ર; શિક્ષણશાસ્ત્ર.

didst (ડિડ્સ્ટ્), doના ભૂ૦ કા૦ નું દ્વિ૦ પુ૦નું એક વ૦

die (ડાઇ), ના૦ (બ૦વ૦ dice) જૂગટા, ઇ. માં વપરાતો પાસો; રોટી, માંસ, ઇ. નો કાપેલો ચોરસ કકડો; (બ. વ.) જૂગટું, દ્યૂત. (બ૦ વ૦ dies) સિક્કો, નાણું, ઇ. પાડવાનું બીબું; સળિયાને આંટા પાડવાનું ઓજાર.

die, અ૦ ક્રિ૦ (વર્ત૦ કૃ૦ dying). મરવું, મરી જવું; -નો અંત આવવો; શમવું; કરમાઈ જવું. **die-hard**, ના૦ આખર સુધી સામનો કરનાર–કટ્ટર–માણસ. વિ૦ એકાંતિક, પૂરેપૂરું. *be dying for*, -ને માટે ખૂબ આતુર હોવું.

dies'el engine (ડીઝ઼લ એ'ન્જિન), ના૦ ભારે ખનિજ તેલ પર ચાલતું ઍંજિન.

di'et (ડાયટ), ના૦ (ડેન્માર્ક, ઇ. દેશની) રાજ્યસભા, પાર્લમેન્ટ; સભા, મહાસભા.

di'et, ના૦ ખોરાક, ખાનપાન; નિયુક્ત ...લો ખોરાક; પથ્ય, પરહેજી. સ૦ ક્રિ૦ અમુક

નિયત કરેલ ખોરાક પર રાખવું – રહેવું; ખવડાવવું, **dietet'ic** (ડાયિટે'ટિક, ડાય–), વિ૦ આહારનું કે તેને લગતું. **dietet'ics,** ના૦ આહારશાસ્ત્ર – મીમાંસા. **dieti'tian** (ડાયિટિશન, ડાય–), ના૦ આહારશાસ્ત્રી.

diff'er (ડિફર), અ૦ ક્રિ૦ -થી ભિન્ન હોવું – જુદા પડવું; ભિન્ન વિચારના હોવું; વાંધો પડવો, મન ઊંચાં હોવાં–થવાં. **diff'erence** (ડિફરન્સ), ના૦ જુદાપણું, તફાવત, ભેદ; મતભેદ; વાંધો, તકરાર; બાકી, શેષ. **diff'erent**, વિ૦ જુદું, નિરાળું, ભિન્ન; જુદી જુદી જાતનું, વિવિધ.

differen'tia (ડિફરે'ન્શિઆ), ના૦ (બ૦ વ૦–ae). ભેદદર્શક – વ્યાવર્તક – લક્ષણ.

differen'tial (ડિફરે'ન્શલ), વિ૦ પરિસ્થિતિ પ્રમાણે પરિવર્તન પામતું – બદલાતું; જુદું, વિશેષ (પ્રકારનું). *~calculus*,[ગ.] શૂન્યલબ્ધિ, ચલન–કલન. *~ gear* (ગિઅર), વળાંક લેતી વખતે મોટરનાં પાછળનાં પૈડાં ભિન્ન ગતિથી ચાલી શકે તેટલા માટેની યાંત્રિક રચના – પાછલાં પૈડાં વચ્ચે ગોઠવેલી ગોળ પેટી જેવું યંત્ર – કળ – હોય છે તે.

differen'tiate (ડિફરે'ન્શિએટ), ઉ૦ ક્રિ૦ (-able). ભેદ પાડવો – કરવો; જુદું પડવું; -ની વચ્ચે ભેદ હોવો; વિશિષ્ટ કરવું, વિશિષ્ટ ધર્મ, ગુણ, ઇ.ની વૃદ્ધિ–વિકાસ–કરવો. **differentia'tion,** ના૦ વિશેષીકરણ – ભવન, વ્યાવર્તન.

diff'icult (ડિફિકલ્ટ), વિ૦ અઘરું, કઠણ, મુશ્કેલ (કરવા, સમજવા કે કામ લેવા માટે); વળે – માને – નહિ એવું; ત્રાસદાયક, મૂંઝવણમાં નાખનારું. **diff'iculty**, ના૦ મુશ્કેલી, મુસીબત; અડચણ, વિઘ્ન, વાંધો; અઘરાપણું.

diff'idence (ડિફિડન્સ), ના૦ આત્મવિશ્વાસનો અભાવ; અપ્રત્યય, શંકા; સંકોચ; શરમાળપણું. **diff'ident,** વિ૦ આત્મવિશ્વાસ વિનાનું, ઇ.

diffract' (ડિફ્રૅક્ટ), સ૦ ક્રિ૦ પ્રકાશના કિરણને ભાંગીને તેના ઘેરા અને આછા પટા–રંગપટ – જુદા કરવા – પાડવા, -નું અપભવન થવું. **diffrac'tion,** ના૦ અપભવન.

diffuse' (ડિફ્યૂઝ઼), ઉ૦ ક્રિ૦ ચોમેર ફેલાય તેમ કરવું, પ્રસારવું, ફેલાવવું; ધીમે ધીમે એક બીજામાં ભેળવવું – ભળવું. વિ૦(–સ), પ્રસરેલું, વિસ્તૃત; વીખરેલું, પાંખું; શબ્દવિસ્તારવાળું; સુઘટિત નહિ એવું. **diffu'sion** (ડિફ્યૂઝ઼ન), ના૦ વિસ્તાર, ફેલાવો. **diffus'ive** (ડિફ્યૂઝ઼િવ), વિ૦ પ્રસરે એવું, પ્રસરણશીલ; પ્રકાશ આપનારું–ફેલાવનારું; ખુશમિજાજ, મિલનસાર.

dig, (ડિગ), ઉ૦ ક્રિ૦ (ભૂ૦ કા૦ dug). ગોડવું, ખોદવું, ખોદી કાઢવું; ખાડો કરવો; ભોંકવું; સંશોધન કરવું, ખૂબ અભ્યાસ કરવો. ના૦ ખોદવું તે; કોપરિયું, ગોદો; -ની વિરુદ્ધ ટીકા – ટકોર(*~ at*). *give one a ~*, ધ્યાન ખેંચવા માટે કોપરિયું મારવું; ટોણો મારવો.

digest' (ડિજે'સ્ટ), ઉ૦ ક્રિ૦ મનન કરવું; મનમાં ગોઠવવું; પચાવવું, હજમ કરવું; પચવું, હજમ થવું; સંક્ષિપ્ત કરવું. **di'gest** (ડાઇજે'સ્ટ), ના૦ વ્યવસ્થિત સંગ્રહ, સારસંચય. **diges'tible** (ડિજે'સ્ટિબલ), વિ૦ પચે એવું, સુપચ્ય. **diges'tion** (ડિજે'શન), ના૦ પાચન –પચન–ક્રિયા; પાચનશક્તિ, પચનેન્દ્રિય. **diges'tive** (ડિજે'સ્ટિવ), વિ૦ પચાવે તેવું, પાચક. ના૦ પાચક પદાર્થ કે દવા.

digg'er (ડિગર), ના૦ કોદાળીથી ખોદનાર; સોનાની ખાણમાં ખોદનારો.

diggings, digs, ના૦ બ૦ વ૦ કોઈના ઘરમાં રહેવાની જગ્યા; સોનાની ખાણ.

di'git (ડિજિટ), ના૦ ૦થી ૯ સુધીનો કોઈ પણ આંક કે આંકડો; હાથની કે પગની આંગળી; [માપ] અંગુલ; [ખ.] સૂર્ય – ચંદ્ર–ના વ્યાસનો બારમો ભાગ.

digita'lin (ડિજિટેલિન), ના૦ નીચેની દવા

digital'is (ડિજિટેલિસ), ના૦ હૃદયના ધબકારા મંદ કરનારી દવા; એ જેમાંથી બનાવવામાં આવે છે તે વનસ્પતિ (foxglove મ. રાનહવરી).

dig'nify (ડિગ્નિફાઇ), સ૦ ક્રિ૦ મોટાઈ – પ્રતિષ્ઠા – ગૌરવ – આપવું, પ્રતિષ્ઠિત કરવું. **dig'nified**, વિ૦ ગૌરવભર્યું, ભવ્ય. **dig'nitary** (ડિગ્નિટરિ), ના૦ ઊંચી પદવી – હોદ્દો – ધરાવનાર (વિ. ક. ધર્માધિકારી).

dig'nity (ડિગ્નિટિ), ના૦ સાચી લાયકાત, શ્રેષ્ઠતા; પ્રતિષ્ઠા, પદવી, ગૌરવ; ભવ્યતા;

સંયમી ને શાંત–ગૌરવભર્યું–વર્તન. *beneath one's ~*, પ્રતિષ્ઠાને ન છાજે એવું.

digress' (ડાઇગ્રે'સ, ડિ–), અ૦ ક્રિ૦ મુખ્ય રસ્તો છોડી આડા ફંટાવું; વિષયાંતર કરવું. **digre'ssion** ના૦ આડકથા; વિષયાંતર.

dike, dyke (ડાઇક), ના૦ પાળ, બાંધ, પુસ્તો; ખાઈ, પાણીનો નિકાલ કરવાનો માર્ગ, નીક. સ૦ ક્રિ૦ પાણી ખાળવા માટે ભીંત કે પાળ બાંધવી; ખાઈ ખોદી પાણીનો નિકાલ કરવો.

dilapida'tion (ડિલૅપિડેશન), ના૦ નાદુરસ્ત હોવું તે, ભાંગતૂટ; ખરાબી, પાયમાલી; [કા.] ઘરને વપરાશથી થયેલા નુકસાન–ઘસારા–માટે આપવાના પૈસા. **dilap'idated** (–ટિડ), વિ૦ ભાંગી–તૂટી–પડેલું, ખંડિયેર હાલતમાં; નાદુરસ્ત થયેલું.

dilate' (ડાઇલેટ), ઉ૦ ક્રિ૦ તાણીને પહોળું–મોટું–કરવું, ફુલાવવું, ફેલાવવું; ફેલાવું, પસરવું; લંબાણ કરવું, વિસ્તારથી બોલવું કે લખવું (*~on*). **dilata'tion** (ડિલટેશન), **dila'tion**, ના૦ ફુલાવું તે; વિસ્તાર, લંબાણ.

dil'atory (ડિલટરિ), વિ૦ ઢીલ–વાર–કરનારું; ઢીલું, મંદ; વાર લાગે એવું.

dilemm'a (ડિલે'મા, ડાઇ–), ના૦ બેઉ બાજુએથી પેચમાં નાખનારી દલીલ–પ્રસંગ, દુગ્ધા, પેચ, આંટી; ધર્મસંકટ.

dilettan'te (ડિલિટૅન્ટિ), ના૦ (બ૦ વ૦ dilettanti). વિદ્યાકળાનો શોખીન; શોખને ખાતર કરનારો; ઉપરચોટિયા જ્ઞાનવાળો, ઉપરચોટિયો. વિ૦ શોખીન; ઉપરચોટિયું, નજીવું.

dil'igence (ડિલિજન્સ), ના૦ ઉદ્યમશીલતા, ખંત. **dil'igent**, વિ૦ ઉદ્યમી, મહેનતુ; કર્તવ્યતત્પર.

dill (ડિલ), ના૦ સુવાનો છોડ.

dill'y-dally (ડિલિડૅલિ), અ૦ ક્રિ૦ વખત બગાડવો, ઢીલ કર્યા કરવી, ઢચુપચુ હોવું.

dilute' (ડાઇલ્યૂટ, ડિ–), સ૦ ક્રિ૦ પાણી રેડીને પાતળું–મોળું–ફીકું–બનાવવું; મોળું બનાવવું. વિ૦ (–લૂટ પણ) મોળું–ફીકું–બનાવેલું; કમજોર. **dilu'tion** (ડિલૂશન), ના૦

dim (ડિમ), વિ૦ ઝાંખું, અસ્પષ્ટ; નિસ્તેજ, કાળાશ પડતું; નબળું, મંદ. ઉ૦ ક્રિ૦ નિસ્તેજ–ઝાંખું–કરવું–થવું.

dime (ડાઇમ), ના૦ [અમે.] ૧૦ સેન્ટનું [એક ચાંદીનું નાણું.

dimen'sion (ડિમે'ન્શન, ડાઇ–), ના૦ લંબાઈ, પહોળાઈ કે ઊંડાઈમાંથી કોઈ પણ એક પરિમાણ, પરિમાણ; (બ૦ વ૦) વિસ્તાર, કદ. *fourth ~*, ઉપલા ત્રણ ઉપર અસર કરનારું ચોથું પરિમાણ–કાળ.

dimin'ish (ડિમિનિશ), ઉ૦ ક્રિ૦ ઓછું કરવું–થવું, ઘટાડવું, ઘટવું.

dimin'uen'do (ડિમિન્યુએ'ન્ડો), ક્રિ૦ વિ૦ [સં.] ધીરે ધીરે અવાજ ધીમો થતો જાય એવી રીતે. [કરવું–થવું–તે; ઘટાડો.

diminu'tion (ડિમિન્યૂશન), ના૦ ઓછું

dimin'utive (ડિમિન્યુટિવ), વિ૦ [વ્યાક૦] લઘુતા–અલ્પતા–વાચક; નાના કદનું, અતિ નાનું, ઝીણું. ના૦ લઘુતાવાચક શબ્દ.

dim'ity (ડિમિટિ), ના૦ શયનગૃહ માટેના પડદાનું કાપડ (પટા અને ચિત્રવિચિત્ર આકૃતિઓવાળું).

dim'ple (ડિમ્પલ), ના૦ (ગાલ કે હડપચીપરનો વિ. ક.) નાનો ખાડો; ખાડો; નાનું મોજું, લહેર. અ૦ ક્રિ૦ એવા ખાડા હોવા–પાડવા.

din (ડિન), ના૦ કાન ફૂટી જાય એવો અવાજ, ધડાકો; શોરબકોર. સ૦ ક્રિ૦ કાન બહેરા થાય એવી રીતે એક જ વાત સતત કાનમાં કહ્યા કરવી (*into*); ઢોલ વગાડીને કહેવું–સંભળાવવું.

dine (ડાઇન), ઉ૦ ક્રિ૦ જમવું, ભોજન કરવું; જમાડવું, ભોજન આપવું. *~ out*, બહાર જમવા જવું. **din'er**, ના૦ જમનાર; આગગાડીનો જમવાનો ડબો; [અમે.] રસ્તાની બાજુમાં આવેલી ઝૂંપડી–વીશી.

ding'-dong (ડિંગ્ડૉંગ), ક્રિ૦ વિ૦ બે ઘંટડીઓ એક પછી એક વાગતી હોય એવી રીતે (ઘંટ વગાડીને). ના૦ વારાફરતી વાગતી બે ઘંટડીઓનો અવાજ. [જાતની નાની હોડી.

dinghy, dingey (ડિંગિ), ના૦ એક

dingle (ડિંગલ), ના૦ ઝાડીવાળી ઊંડી ખીણ.

ding'o (ડિંગો), ના૦ (બ૦ વ૦ –es). ઑસ્ટ્રેલિયાનો એક જંગલી કૂતરો.

din'gy (ડિંજિ), વિ૦ મેલું; કાળા–ભૂરા–રંગનું; ગંદું દેખાતું. **din'giness**, ના૦ ગંદાપણું.

dinn'er (ડિનર), ના૦ દિવસનું મુખ્ય ભોજન

(મોટે ભાગે સાંજે લેવાતું); ભોજન, જમણ; મિજબાની, ખાણું. ~-*jacket*, ના૦ ભોજન વખતે પહેરવાનો ટૂંકો કાળો કોટ. ~-*wagon*, ના૦ અન્નસામગ્રી રાખવાનું પાયામાં પૈડાં જડેલું ટેબલ-મોટો તાટ.

din'osaur (ડાઇનસૉર,-સૉર),ના૦પ્રાચીન-કાળમાં થઈ ગયેલું સર્પની જાતનું એક કદાવર પ્રાણી.

dint (ડિન્ટ),ના૦ ફટકો, ઠોકો; ખાડો, ગોબો; દાંતો. સ૦ ક્રિ૦ ગોબો પાડવો. *by ~ of*, -ને જોરે - લીધે.

dio'cesan (ડાયોસિઝ્ન, -સસન), વિ૦ બિશપના વિષય-પંથક-ને લગતું. **di'ocese** (ડાયસે'સ, - સીસ), ના૦ બિશપની સત્તા-નીચેનો મુલક, તેનો વિષય - પંથક.

dip (ડિપ), ઉ૦ ક્રિ૦ બોળવું, ઝબોળવું; બોળી કાઢવું; ડૂબકી મારવી - મારીને બહાર નીકળવું; ઉપરઉપરથી વાંચવું (~ *into book*); ડોયાથી થોડુંક પાણી લેવું; (કશાકમાં) ઝંપલાવવું - પડવું; (ધ્વજ) થોડા વખત માટે નીચે ઉતારવો; (જમીનનો સ્તર) નીચે ઢળવું, ઢાળવાળું હોવું. ના૦ બોળવું તે; ડૂબકી; ઢાળ, ઉતાર, ઢોળાવ; ડૂબકી મારવી તે, વિ. ક. સમુદ્રસ્નાન; નાહવાનું કે ડૂબકી મારવાનું પાણી.

diphther'ia (ડિફ્થીરિઆ), ના૦ ગળાના સોજાનો એક ભયંકર ચેપી રોગ (જેમાં ગળામાં જાળી બંધાઈને સોજો આવે છે અને તેથી શ્વાસનળી બંધ થતાં રોગી મરી જાય છે).

diph'thong (ડિફ્થૉંગ), ના૦ સંયુક્ત સ્વર; એક ધ્વનિના ઘટક એવા બે સ્વરો (ઉદા. oe.)

diplom'a (ડિપ્લોમા), ના૦ (વિશિષ્ટ લાયકાત કે આવડતનું) પ્રમાણપત્ર, સર્ટિફિકેટ.

diplom'acy (ડિપ્લોમસિ), ના૦ મુત્સદ્દી-ગીરી, રાજદૂતની કાર્યકુશળતા - કુનેહ; આંતર-રાષ્ટ્રીય સંબંધો કે કરારો કરવામાં કુશળતા.

dip'lomat(ડિપ્લમૅટ), **diploma'tist** (ડિપ્લોમટિસ્ટ), ના૦ રાજદૂતનું કામ કરનાર; વાટાઘાટો કરવામાં બાહોશ માણસ. **diplomatic** (ડિપ્લમૅટિક), વિ૦ રાજદોત્યનું -ને લગતું; રાજદોત્ય કરવામાં કુશળ; કુનેહ-બાજ, યુક્તિબાજ.

dipp'er (ડિપર), ના૦ પાણીમાં બોળનાર; કડછી કે ડોયો. *the D~*, [ખ.] સપ્તર્ષિમંડળ.

dipsoman'ia (ડિપ્સમેનિઆ, ડિપ્સો -), ના૦ દારૂની સતત ઝંખના - લત - હોવી તે. **dipsoman'iac** (- મેનિઍક), ના૦ દારૂની સતત ઝંખના - લત - વાળો.

dip'tych (ડિપ્ટિક), ના૦ સામસામા વાળી શકાય એવાં બે પૂંઠાં કે પાટિયાં પર દોરેલું - ચીતરેલું - ચિત્ર.

dire (ડાયર), વિ૦ ભયંકર, દારુણ, ભયાનક.

direct' (ડાઇરે'ક્ટ, ડિ -), વિ૦ સીધું, સરળ; કશાની - કોઈની - દરમ્યાનગીરી વિનાનું; નિખાલસ, સ્પષ્ટ; સાક્ષાત્, પ્રત્યક્ષ. ક્રિ૦ વિ૦ સીધે રસ્તે, સીધું, કોઈની દરમ્યાનગીરી વિના. સ૦ ક્રિ૦ સરનામું કરવું; -નો માર્ગ બતાવવો; હુકમ કરવો; નિયમન કરવું; અમુક દિશામાં કે જગ્યા તરફ વાળવું. **direc'tion**, ના૦ સરનામું, પત્તો; હુકમ, આજ્ઞા; સૂચના; માર્ગદર્શન; માર્ગ, દિશા; ઉદ્દેશ. **direc'tive**, વિ૦ માર્ગદર્શક. સૂચના કે આદેશ આપનારું. ના૦ સૂચના, આદેશ. **direct'ly**, ક્રિ૦ વિ૦ તરતોતરત, એકદમ; પ્રત્યક્ષ રીતે, સીધેસીધું.

direc'tor (ડિરે'ક્ટર), ના૦ (સ્ત્રી૦ directress, -rix). (કોઈ સંસ્થા, વેપારીમંડળ, ઇ.નો) વ્યવસ્થાપક, સંચાલક, નિયામક; તેના વ્યવસ્થાપક મંડળનો માણસ. **direc'torate** (ડિરેક્ટરેટ), ના૦ કંપની, ઇ.નું સંચાલક મંડળ, નિયામકમંડળ; નિયામકની જગ્યા - હોદ્દો.

direc'tory (ડિરે'ક્ટરિ), ના૦ શહેરના રહેવાસીઓ, ધંધાદારીઓ ઇ.નાં સરનામાં તથા બીજી માહિતી કક્કાવાર આપનાર ગ્રંથ; માર્ગદર્શિકા.

dire'ful (ડાયરફુલ), વિ૦ ભયંકર, ભયાનક, [દારુણ.

dirge (ડર્જ), ના૦ (અન્ત્યસંસ્કાર વખતનું) શોકનું ગીત, રાજિયો.

di'rigible (ડિરિજિબલ), વિ૦ અને ના૦ વિશિષ્ટ દિશામાં વાળી કે ચલાવી શકાય એવું (બલૂન કે વિમાન).

dirk (ડર્ક), ના૦ એક જાતની કટાર.

dirt (ડર્ટ), ના૦ કાદવ, કીચડ, મેલ; માટી, જમીન; (તિરસ્કારના અર્થમાં) ગંદવાડ; ગંદી ભાષા. *eat ~*, અપમાન વગેરે સહન કરવું. *~-cheap*, વિ૦ બહુ જ સસ્તું. *~ road*

માટીનો કાચો રસ્તો. **dirt'y** (ડર્ટિ), વિ૦ બગડેલું, ગંદું; મેલું, ગંદવાડભરેલું; અશ્લીલ; હલકું, નીચ. ~ *work*, નીચ – અધમ – કામ, ગુનો. *the* ~ *work*, કોઈ પણ કામનો સૌથી મુશ્કેલ ભાગ. સ૦ ક્રિ૦ બગાડવું, મેલું કરવું, ઇ.

disabil'ity (ડિસબિલિટિ), ના૦ અશક્તિ, અક્ષમતા; નાલાયકી, અપાત્રતા; અસમર્થ – અપાત્ર – બનાવનાર વાત.

disa'ble (ડિસેબલ), સ૦ ક્રિ૦ નિર્બળ કે શક્તિહીન બનાવવું; નાલાયક – અપાત્ર – બનાવવું; કામ કરવા કે હલનચલન કરવા અસમર્થ કરવું, વિકલાંગ – જખમી – બનાવવું. **disa'blement,** ના૦

disabuse' (ડિસબ્યૂઝ઼), સ૦ક્રિ૦ -ની ભૂલ – ભ્રમ – ભ્રાન્તિ – દૂર કરવી, ભ્રમનિરાસ કરવો.

disaccord' (ડિસકૉર્ડ), ના૦ અમેળ, અણબનાવ. અ૦ ક્રિ૦ -ની સાથે મેળ ન હોવો – ખાવો.

disadvan'tage (ડિસડ્વાન્ટિજ), ના૦ પ્રતિકૂળ વાત કે પરિસ્થિતિ; નુકસાન, ગેરફાયદો. **disad'vanta'geous** (ડિસૅડ્વન્ટેજસ), વિ૦ હાનિકારક, પ્રતિકૂળ; હલકું પાડે એવું.

disaffect' (ડિસફેક્ટ), સ૦ ક્રિ૦ અસંતુષ્ટ કરવું. **disaffec'ted,** વિ૦ અસંતુષ્ટ; બેદિલ, નારાજ; બેવફા, દ્રોહી (વિ. ક. રાજદ્રોહી). **disaffec'tion,** ના૦ અસંતોષ; અપ્રીતિ, અભાવ; બેવફાદારી, દ્રોહ.

disagree' (ડિસગ્રી), અ૦ ક્રિ૦ જુદા પડવું, મતભેદ હોવો; અણબનાવ – ઝઘડો – કરવો; (હવા, ખોરાક) માફક ન આવવું. **disagree'able** (-ગ્રિઅબલ), વિ૦ ન ગમે એવું, નાપસંદ; અપ્રિય; ઝઘડાળુ.

disagree'ment, ના૦ જુદાપણું; મતભેદ, અમેળ; અણબનાવ, વિરોધ.

disallow' (ડિસલાઉ), સ૦ ક્રિ૦ નામંજૂર કરવું, કાઢી નાખવું; મનાઈ કરવી.

disappear' (ડિસપીઅર), અ૦ ક્રિ૦ દેખાતું બંધ થવું, અદૃશ્ય થવું; જતા રહેવું, નષ્ટ થવું. **disappear'ance,** ના૦ અદૃશ્ય થવું તે.

disappoint' (ડિસપૉઇન્ટ), સ૦ ક્રિ૦ આશા કે અપેક્ષાઓ પૂર્ણ કરવામાં ચૂકવું; આશાભંગ કરવો, નિરાશ કરવું. **disappoint'ed,** વિ૦ નાઉમેદ, નિરાશ. **disappoint'ment,** ના૦ નિરાશા, મનોભંગ; નાઉમેદીનું કારણ.

disapproba'tion (ડિસૅપ્રબેશન), ના૦ નાપસંદગી.

disapprove' (ડિસપ્રૂવ), ઉ૦ ક્રિ૦ નાપસંદ કરવું, નાપસંદ છે એમ કહેવું; પ્રતિકૂળ મત આપવો; -માં ખોડ – દોષ – કાઢવો. **disapproval,** ના૦ નાપસંદગી; નામંજૂરી; અણગમો, નાખુશી.

disarm' (ડિસાર્મ), ઉ૦ક્રિ૦ -નાં હથિયાર લઈ લેવાં, નિઃશસ્ત્ર બનાવવું; શસ્ત્રાસ્ત્રોનો ત્યાગ કરવો – માં કાપકૂપ કરવી; -ની શંકા કે શત્રુતા શાંત પાડવી; **disarm'ament,** ના૦ યુદ્ધ સરંજામ ઓછો કરવો તે; નિઃશસ્ત્રીકરણ.

disarrange' (ડિસરેન્જ), સ૦ ક્રિ૦ અવ્યવસ્થિત – અસ્તવ્યસ્ત – કરવું, ફેંદવું. **disarrange'ment,** ના૦.

disarray' (ડિસરે), ના૦ અવ્યવસ્થા; ગૂંચવાડો, ગોટાળો. સ૦ક્રિ૦ અવ્યવસ્થિત કરવું.

disas'ter (ડિઝ઼ાસ્ટર), ના૦ એકાએક આવેલું સંકટ, ભારે અનર્થ. **disas'trous** (ડિઝ઼ાસ્ટ્રસ), વિ૦ આફતભરેલું, ભારે અનર્થવાળું.

disavow' (ડિસવાઉ), સ૦ ક્રિ૦ નાકબૂલ કરવું, ઇનકાર કરવો; કશી લેવાદેવા કે ખબર નથી એમ કહેવું. **disavow'al** (ડિસવાવલ), ના૦ ઇનકાર.

disband' (ડિસ્બૅન્ડ), ઉ૦ ક્રિ૦ લશ્કર વિખેરી નાંખવું; વિખેરાઈ જવું. **disband'ment,** ના૦ વિખેરી નાંખવું તે, વિસર્જન.

disbar' (ડિસ્બાર), સ૦ ક્રિ૦ બૅરિસ્ટરની સનદ પાછી લઈ લેવી – રદ કરવી.

disbelieve' (ડિસ્બિલીવ), ઉ૦ ક્રિ૦ સાચું ન માનવું, વિશ્વાસ ન રાખવો, ન માનવું. **disbelief'** ના૦ અવિશ્વાસ, અશ્રદ્ધા; નાસ્તિકતા.

disburden (ડિસ્બર્ડન), સ૦ ક્રિ૦ બોજો – ભાર – ઉતારવો; હૈયું ખાલી કરવું; મનને શાંત કરવું. અ૦ ક્રિ૦ મનને નિરાંત વળવી.

disburse' (ડિસ્બર્સ), ઉ૦ ક્રિ૦ પૈસા આપી દેવા – ચૂકવવા; ખરચ અદા કરવું. **disburse'ment,** ના૦ ખરચ અદા કરવું તે; ચૂકવેલું ખરચ.

disc (ડિસ્ક), જુઓ disk.

discard' (ડિસ્કાર્ડ), ઉ૦ ક્રિ૦ ફેંકી દેવું, કાઢી નાંખવું; કોરે મૂકી દેવું.

discern' (ડિસર્ન, ડિઝ઼ર્ન), ઉ૦ ક્રિ૦ ઓળખવું, પારખવું; સ્પષ્ટપણે જોવું; (બુદ્ધિ વડે) પકડી પાડવું, સમજવું. **discern'ible,** વિ૦ આંખે દેખાય એવું, ઇ. **discern'ing,** વિ૦ દેખતું, બારીક નજરવાળું; વિવેકી.

discern'ment, ના૦ જોવા – સમજવા – ની શક્તિ, વિવેક, સમજણ, તીવ્ર બુદ્ધિ.

discharge' (ડિસ્ચાર્જ), ઉ૦ ક્રિ૦ -માંથી ભાર – માલ – ઉતારવો, ખાલી કરવું; કાઢી મૂકવું, રુખસદ આપવી; છોડી દેવું, મુક્ત કરવું; (તીર, ઇ.) છોડવું, મારવું; (બંદૂક, ઇ.) ફોડવું, છોડવું; (ફરજ, ઇ.) અદા કરવું, બજાવવું; -થી – માંથી – મુક્ત થવું; વહેવા દેવું, વહેવું. ના૦ ક્રિયા પરથી ફલિત અર્થો; છૂટકો, છુટકારો; ગૂમડા, ઇ. માંથી નીકળેલું પરુ, લોહી, વગેરે.

disci'ple (ડિસાઇપલ), ના૦ અનુયાયી; શિષ્ય, ચેલો, અન્તેવાસી; *the* ~*s*, ઈશુ ખ્રિસ્તના બાર શિષ્યો – અનુયાયીઓ.

disciplinar'ian (ડિસિપ્લિનેરિઅન), ના૦ કડક શિસ્ત રાખનારો, નિયમ પાલન કરાવનારો. **dis'ciplinary** (ડિસિપ્લિનરિ), વિ૦ શિસ્તનું – સંબંધી; શિસ્તને પોષક.

dis'cipline (ડિસિપ્લિન), ના૦ (ચારિત્ર્ય કેળવનાર સાધન તરીકે) અભ્યાસનો વિષય; તાલીમ; નિયમમાં રહેવું તે, નિયમન, શિસ્ત; નિયમ. સ૦ ક્રિ૦ શીખવવું, કેળવવું; નિયમમાં – કબજામાં – રહેતાં શીખવવું; સજા કરવી. **disciplined,** વિ૦ શિસ્તવાળું; તાલીમ પામેલું, શિસ્તબદ્ધ.

disclaim' (ડિસ્ક્લેમ), સ૦ ક્રિ૦ હક – દાવો – નથી એમ ઠોકીને કહેવું, ઇનકાર કરવો; દાવો કે હક જતો કરવો; કબૂલ ન કરવું – રાખવું. **disclaim'er,** ના૦ જાહેર ઇનકાર, અસ્વીકાર; [કા.] દાવો જતો કરવો તે, ત્યાગ.

disclose' (ડિસ્ક્લોઝ઼), સ૦ ક્રિ૦ ઉઘાડું કરવું–પાડવું; પ્રગટ કરવું. **disclo'sure** (ડિસ્ક્લોઝર), ના૦ ઉઘાડું પાડવું – પ્રગટ કરી દેવું – તે; ઉઘાડી પાડેલી વાત.

discol'our (ડિસ્કલર), ઉ૦ ક્રિ૦ રંગ વિનાનું કરવું – થવું, કુદરતી અથવા યોગ્ય રંગ બદલવો – બગાડવો; ડાઘો પાડવો – પડવો. **discolo(u)ra'tion,** ના૦.

discom'fit (ડિસ્કમ્ફિટ), સ૦ ક્રિ૦ -ની યોજના, ઇ. તોડી પાડવી; હરાવવું, હઠાવી – મારી – કાઢવું; મૂંઝવણમાં નાંખવું; ન ચાલે તેમ કરવું. **discom'fiture,** ના૦ હાર, પરાજય; હાથ હેઠા પડવા તે.

discom'fort (ડિસ્કમ્ફર્ટ), ના૦ શારીરિક કે માનસિક તકલીફ કે અસ્વસ્થતા, હેરાનગતિ, અસુખ. સ૦ ક્રિ૦ અસ્વસ્થ કરવું.

discompose' (ડિસ્કમ્પોઝ઼), સ૦ ક્રિ૦ અશાંત – અસ્વસ્થ–વ્યગ્ર – કરવું. **discompo'sure,** ના૦ અસ્વસ્થતા, અકળામણ.

disconcert' (ડિસ્કન્સર્ટ), સ૦ ક્રિ૦ (યોજના, ઇ.) બગાડવું, ઊંધું વાળવું; (તેમ કરીને) મૂંઝવણમાં નાખવું, અસ્વસ્થ કરી મૂકવું. **disconcert'ment,** ના૦.

disconnect' (ડિસ્કને'ક્ટ), સ૦ ક્રિ૦ -નું જોડાણ – સંબંધ – તોડી નાખવો; જુદું પાડવું, અલગ કરવું. **disconnect'ed,** વિ૦ અસંબદ્ધ; સુસંગત નહિ એવું. **disconnec'tion, -xion** (ડિસ્કને'ક્શન), ના૦ જુદા – વિખૂટા – કરવું – પડવું – તે; વિખૂટાપણું.

discon'solate (ડિસ્કૉન્સલિટ), વિ૦ ખિન્ન, ઉદાસ, દુઃખી; વિમનસ્ક.

discontent' (ડિસ્કન્ટે'ન્ટ), ના૦ અસંતોષ; નારાજી, બેદિલી; ફરિયાદ. **discontent'ed,** વિ૦ અસંતુષ્ટ.

discontin'ue (ડિસ્કન્ટિન્યૂ), સ૦ ક્રિ૦ અટકાવી દેવું, બંધ પાડવું; પડતું મૂકવું; ચાલુ ન રાખવું, લેવાનું બંધ કરવું; તોડવું. **discontin'uance,** ના૦ બંધ પાડવું–અટકાવી દેવું–તે; બંધ પડવું તે; મોકૂફી. **disconti-nu'ity,** ના૦ તહકૂબી; ભંગ; ખંડિતપણું. **discontin'uous,** વિ૦ અવારનવાર થતું, સાતત્ય વિનાનું; ખંડવાળું (સ્થળ કે કાળમાં).

dis'cord (ડિસ્કૉર્ડ), ના૦ અમેળ, કુસંપ; કર્કશતા, બેસૂરાપણું; વિસંવાદિતા; ઝઘડો. **discord'ant,** વિ૦ વિસંવાદી; બેસૂરું, કર્કશ; વિપરીત, વિરુદ્ધ. **discord'ance,** ના૦ વિરોધ, વિસંવાદ, બેરાગ.

dis'count (ડિસ્કાઉન્ટ), ના૦ વળતર, કપાત,

છૂટ; મુદતને અંગે કાપી લીધેલું હૂંડીનાં નાણાંનું વ્યાજ; બાદ કરવાના ટકા (અતિશયોક્તિભરી વાતમાંથી). *at a* ~, સરભરથી ઓછે ભાવે; જેના ભાવ નીચા ગયા છે એવું. **discount'**, સ૰ ક્રિ૰ ચાલુ કિંમતે (પૂરી કિંમતથી ઓછે) નાણાં આપવાં – હૂંડી લેવી – વેચવી; અતિશયોક્તિ માટે છૂટ મૂકવી – ટકા બાદ કરવા; હિસાબ – ગણતરી – માંથી પડતું મૂકવું.

discount'enance (ડિસ્કાઉન્ટિનન્સ), સ૰ ક્રિ૰ શરમાવવું; નાપસંદ કરવું; નાઉમેદ કરવું; ટેકો ન આપવો; કોઠું ન આપવું.

discou'rage (ડિસ્કરિજ,-રેજ), સ૰ ક્રિ૰ નાહિંમત – નાઉમેદ – કરવું, ઉત્તેજન ન આપવું; -ને હરકત કરવી. **discou'ragement**, ના૰ નાહિંમત કરવું તે; હરકત, ભારે મુશ્કેલી.

dis'course (ડિસ્કોર્સ), ના૰ વ્યાખ્યાન, પ્રવચન; સંવાદ, સંભાષણ. **discourse'** (ડિસ્કોર્સ), અ૰ ક્રિ૰ વ્યાખ્યાન આપવું; વિવેચન કરવું; સંભાષણ કરવું.

discourteous (ડિસ્કર્ટિઅસ,-કો-), વિ૰ અસભ્ય, તોછડું; અપમાનકારક. **discour'tesy** (ડિસ્કર્ટિસિ,-કો-), ના૰ અસભ્યતા, તોછડાઈ, અવિવેક, અપમાન.

disco'ver (ડિસ્કવર), સ૰ ક્રિ૰ શોધી કાઢવું, શોધ કરવી; બહાર પાડવું, જાહેર કરવું; ઓચિંતું મળી આવવું. **disco'verer**, ના૰ શોધી કાઢનાર, શોધક. **disco'very**, ના૰ શોધી કાઢવું તે, શોધ; શોધી કાઢેલી વસ્તુ, શોધ.

discred'it (ડિ'સ્ક્રે'ડિટ), સ૰ક્રિ૰ ન માનવું, ઉપર વિશ્વાસ ન રાખવો; -ને નામોશી લગાડવી, અપજશ આપવો. ના૰ નામોશી, અપજશ; અપતીજ. **discred'itable**, વિ૰ ભરોસો ન રાખવા જેવું; નામોશી ભરેલું.

discreet' (ડિસ્ક્રીટ), વિ૰ ડહાપણભર્યું, વિવેકપૂર્વક કરેલું; ચોકસાઈથી ચાલનારું, સાવધ, વિવેકી.

discrep'ancy (ડિસ્ક્રે'પન્સિ), ના૰ ફરક, જુદાપણું, તફાવત, અંતર; વિરોધ, વિસંગતિ. **dis'crepant** (-ક્રિપન્ટ,-ક્રે-), વિ૰ જુદું, ભિન્ન; વિસંગત, ઊલટું. [નોખું, સ્વતંત્ર.

dis'crete (ડિસ્ક્રીટ), વિ૰ [વિરલ] જુદું,

discre'tion (ડિસ્ક્રે'શન), ના૰ ડહાપણ, દાનાઈ; સારાસારવિવેક; યોગ્ય લાગે તેમ કરવાની છૂટ, મુનસફી. *age of* ~, કાયદા પ્રમાણે સજ્ઞાન – સમજણની – વય. **discre'tionary**, વિ૰ વિવેક–મુનસફી–ઉપર રાખેલું.

discrim'inate (ડિસ્ક્રિમિનેટ), ઉ૰ ક્રિ૰ (-nable). જુદું પાડવું; ભેદ-તફાવત–જોવો–સમજવો; -માં ભેદ કરવો – ગણવો; વિવેક કરવો. ~ *against*, -ની સામે પક્ષપાત કરવો, -ને અન્યાય કરવો. **discrim'inating**, વિ૰ ભલાબૂરાનો ભેદ પારખનારું, વિવેકી. **discrimina'tion**, ના૰ ભેદ કરવો–જોવો –તે; વિવેક(શક્તિ); સાપત્નભાવ(~*against*,).

discurs'ive (ડિસ્કર્સિવ), વિ૰ રસળતું, વિષયાંતર કરનારું, અનેક વિષયોને આવરી લેતું.

dis'cus (ડિસ્કસ), ના૰ વ્યાયામની કસરતોમાં ફેંકવામાં આવતું ભારે ચક્ર; ચક્ર, બિંબ.

discuss' (ડિસ્કસ), સ૰ક્રિ૰ કોઈ બાબતનો વિચાર કરવો – વિષે ચર્ચા કરવી; તપાસી જોવું. **discu'ssion**, ના૰ વાદવિવાદ, ચર્ચા.

disdain' (ડિસ્ડેન), સ૰ક્રિ૰ ધિક્કારવું; તુચ્છ – હલકું – ગણવું, અવગણના કરવી. ~ *to, doing*, (કરવું, ઇ.) પોતાને શોભે નહિ એમ માનવું. ના૰ અવગણના; ધિક્કાર, તિરસ્કાર.

disease' (ડિઝીઝ), ના૰ મંદવાડ, રોગ, વ્યાધિ. **diseased'**, વિ૰ રોગી, માંદું; રોગિષ્ઠ.

disembark' (ડિસિમ્બાર્ક,ડિસે-), ઉ૰ક્રિ૰ વહાણ પરથી કિનારે ઊતરવું – ઉતારી મૂકવું. **disembarka'tion** ના૰.

disemba'rrass (ડિસિમ્બૅરસ), સ૰ક્રિ૰ મૂંઝવણ – વિમાસણ – ગોટાળામાંથી છોડાવવું. **disemba'rrassment**, ના૰.

disembod'iment (ડિસિમ્બૉડિમન્ટ, ડિસૅ-), ના૰ શરીરવિહોણું કરવું તે; અશરીરી અવસ્થા. **disembod'y** (ડિસિમ્બૉડિ), સ૰ક્રિ૰ શરીરમાંથી છૂટું પાડવું, શરીર વિનાનું કરવું, (લશ્કરી પલટણને) વિખેરી નાખવું.

disembow'el (ડિસિમ્બાવિલ), સ૰ક્રિ૰ દેહમાંથી આંતરડાં કાપી કાઢવાં, ચીરી નાખવું.

disenchant' (ડિસિન્ચાન્ટ), સ૰ ક્રિ૰ મોહ, જાદુ કે મંત્રની અસરમાંથી મુક્ત કરવું. ભ્રમનિરાસ કરવો. **disenchant'ment**,

ના૦ ભ્રમનિવારણ – નિરાસ.
disencum'ber (ડિસિન્કમ્બર), સ૦ ક્રિ૦ બોજામાંથી મુક્ત કરવું, –નો બોજો ઉતારવો.
disengage' (ડિસિંગેજ), ઉ૦ક્રિ૦ છૂટું પાડવું, છોડવવું; ઢીલું કરવું; જુદા થવું – પડવું; શત્રુ સાથે ચાલતું યુદ્ધ બંધ કરવું. **disengaged'**, વિ૦ ફુરસદ પામેલું, નવરું; ખાલી, મોકળું, છૂટું. **disengagement**, ના૦.
disentang'le (ડિસિન્ટૅંગલ), સ૦ક્રિ૦ ગૂંચ ઉકેલવી, ઉકેલવું; ગોટાળો દૂર કરવો; બહાર કાઢવું, છોડવવું. **disentang'lement**, ના૦
disestab'lish (ડિસિસ્ટૅબ્લિશ), સ૦ક્રિ૦ સંસ્થાને તોડી નાંખવી; ચર્ચ કે ધર્મપીઠનો રાજ્ય સાથેનો સંબંધ તોડી નાંખવો. **disestab'lishment**, ના૦.
disfav'our (ડિસ્ફેવર), ના૦ અરુચિ, અણગમો; નાપસંદગી; અવકૃપા, ઇતરાજી; અવકૃપાનું કામ. સ૦ ક્રિ૦ અવકૃપા કરવી; -ની ઇતરાજી હોવી.
disfig'ure (ડિસ્ફિગર), સ૦ક્રિ૦ બેડોળ– વિરૂપ – કરવું, બગાડવું; લાંછન લગાડવું. **disfig'urement**, ના૦ લાંછન, ખોડ; બગાડનારી વસ્તુ.
disfran'chise (ડિસ્ફ્રૅન્ચાઇઝ઼), સ૦ક્રિ૦ મતાધિકારથી વંચિત કરવું, મત આપવાનો અધિકાર લઈ લેવો. **disfran'chisement**, (–ચિઝ઼્મન્ટ) ના૦.
disfrock' (ડિસ્ફ્રૉક), સ૦ક્રિ૦ પાદરી કે ધર્મગુરુનો હોદ્દો – પદવી – છીનવી લેવી.
disgorge' (ડિસ્ગૉર્જ), ઉ૦ક્રિ૦ ઓકાવવું, ઓકવું; (ચોરેલી વસ્તુઓ, ઇ.) આપી દેવું – કઢાવવું; (નદી, ઇ. અંગે) ખીણમાંથી બહાર પડવું – નીકળવું.
disgrace' (ડિસ્ગ્રેસ), ના૦ અપકીર્તિ, અપમાન, ફજેતી; ગેરમરજી, ઇતરાજી; પતન, પડતી. સ૦ક્રિ૦ -ની ઉપરથી મહેરબાની ઉતારી નાંખવી; -ની બેઆબરૂ – ફજેતી – કરવી, –ને કલંક લગાડવું. **disgrace'ful**, વિ૦ નામોશીભરેલું, શરમજનક; આઘાતજનક.
disgrun'tled (ડિસ્ગ્રન્ટલ્ડ), વિ૦ અસંતુષ્ટ, અસંતોષી; હંમેશ બડબડ કરનારું, ચીડિયું.
disguise' (ડિસ્ગાઇઝ઼), સ૦ક્રિ૦ વેષ પલટવો, ઓળખાય નહિ તેમ કરવું, કપટવેષ લેવો; ઢાંકવું, છુપાવવું. ના૦ વેષપલટો, વેષાંતર; છદ્મી ભાષા. *blessing in ~*, ઇષ્ટાપત્તિ.
disgust' (ડિસ્ગસ્ટ), ના૦ સૂગ, નફરત, ઘૃણા, કંટાળો, ચીઢ. સ૦ક્રિ૦ કંટાળો ઉપજાવવો, સૂગ ચડાવવી.
dish (ડિશ), ના૦ તાસક, રકાબી; થાળી, થાળ, ભોજનપાત્ર; ભોજનની વાની. સ૦ક્રિ૦ પીરસવું; આકર્ષક રીતે ગોઠવવું – રજૂ કરવું (*~ up*); નિષ્ફળ કરવું, હરાવવું.
dishabille' (ડિસબીલ), ના૦ અવ્યવસ્થિત પોશાકવાળી સ્થિતિ, અધૂરો પોશાક પહેરેલા હોવું તે. [કુસંપ; ઝઘડો.
disharm'ony (ડિસ્હાર્મનિ), ના૦ અમેળ,
disheart'en (ડિસહાર્ટન), સ૦ક્રિ૦ નાહિંમત કરવું, -નો મનોભંગ કરવો, -ની હોંશ ભાંગી નાખવી.
dishev'elled (ડિશે'વલ્ડ), વિ૦ છૂટા – અવ્યવસ્થિત – કપડાં કે વાળવાળું; (વાળ) છૂટા, વીખરાયેલા, નહિ હોળેલા, ગૂંચાયેલા.
dishon'est (ડિસૉનિસ્ટ, –ને'સ્ટ), વિ૦ અપ્રામાણિક, લુચ્ચું, કપટી; દંભી, ઢોંગી. **dishon'esty** (ડિસૉનિસ્ટિ, -ને'સ્ટિ), ના૦ અપ્રામાણિકપણું, લુચ્ચાઈ, કપટ.
dishon'our (ડિસઑનર), સ૦ ક્રિ૦ -નું અપમાન કરવું; -ની આબરૂ લેવી, -ને બટ્ટો લગાડવો; -ની લાજ લૂંટવી; (હૂંડી, ઇ. નો) શિકાર ન કરવો, નકારવું. ના૦ બેઆબરૂ, માનભંગ. **dishon'ourable** (ડિસઑનરબલ), વિ૦ શરમભરેલું; નીચ, અધમ.
disillu'sion (ડિસિલૂઝ઼ન), સ૦ ક્રિ૦ ભ્રમ– મોહ–દૂર કરવો, આંખ ઉઘાડવી. **disillu'sionment**, ના૦ મોહ – ભ્રમ–નિરાસ.
disinclina'tion (ડિસિન્ક્લિનેશન), ના૦ મનનું વલણ ન હોવું તે, નામરજી. **disincline'** (ડિસિન્ક્લાઇન), સ૦ ક્રિ૦ -નું મન ઉઠાડવું – પાછું હઠાવવું.
disinfect' (ડિસિન્ફે'ક્ટ), સ૦ક્રિ૦ લાગેલો ચેપ કાઢવો, શુદ્ધ કરવું. **disinfec'tant**, વિ૦ અને ના૦ ચેપ દૂર કરવાના ગુણવાળું– જંતુનાશક–(પદાર્થ–દવા). **disinfec'tion**, ના૦ રોગબીજરહિત કરવું તે, શુદ્ધીકરણ.

disingen'uous (ડિસિંજે'ન્યુઅસ), વિ૰ મનમાં કપટ કે મેલ રાખીને કરેલું, પાપબુદ્ધિનું; નિખાલસ નહિ એવું.

disinhe'rit (ડિસિન્‌હેરિટ), સ૰ ક્રિ૰ -નો વારસાહક લઈ લેવો.

disin'tegrate (ડિસિન્ટિગ્રેટ), ઉ૰ ક્રિ૰ (-rable). ભાગ કે ઘટક તત્ત્વો જુદાં પાડવાં -પડવાં; કુદરતને બળે ધીમે ધીમે ચૂરો-કકડા-થઈ જવા. **disintegra'tion** ના૰ ઘટક તત્ત્વોનું જુદા પડવું, ચૂરો થઈ જવો, વિઘટન.

disinter' (ડિસિન્ટર), સ૰ક્રિ૰ દાટેલું ખોદી કાઢવું, કબરમાંથી બહાર કાઢવું; શોધી કાઢવું.

disin'terested (ડિસિન્ટરિસ્ટિડ), વિ૰ સ્વાર્થ કે પક્ષપાત વિનાનું, નિઃસ્વાર્થ, નિષ્કામ.

disjoin' (ડિસ્‌જોઇન), સ૰ ક્રિ૰ જુદું -છૂટું - પાડવું, -નો સંબંધ તોડવો.

disjoint' (ડિસ્‌જોઇન્ટ), સ૰ ક્રિ૰ સાંધામાંથી છૂટું પાડવું, મોચવવું; સાંધા છૂટા પાડવા. **disjoin'ted** (ડિસ્‌જોઇન્ટિડ), વિ૰ સાંધામાંથી છૂટું પડેલું, અરસપરસ સંબંધ વિનાનું; (ભાષણ, ઇ.) અસંબદ્ધ.

disjunc'tion (ડિસ્જંક્શન), ના૰ છૂટું પાડવું - પડવું - તે; વિયોગ. **disjunc'tive,** વિ૰ છૂટું પાડનારું, વિયોગકારી; [વ્યાક.] વિરુદ્ધાર્થ વાકયયોગી, પક્ષાંતરબોધક; વૈકલ્પિક.

disk, disc (ડિસ્ક), ના૰ પાતળો ચપટો ગોળ પદાર્થ, ચકતું, ચક્ર; બિંબ.

dislike' (ડિસ્લાઇક), સ૰ક્રિ૰ નાપસંદ કરવું, -ને ન ગમવું. ના૰અણગમો, નાપસંદગી, અરુચિ.

dis'locate (ડિસ્લકેટ, -લો-), સ૰ ક્રિ૰ (હાડકું) સાંધામાંથી ઉતારવું, સ્થાનભ્રષ્ટ કરવું; [યંત્ર.] અવ્યવસ્થિત કરવું. **disloca'tion,** ના૰ અસ્થિભ્રંશ; અવ્યવસ્થા.

dislodge' (ડિસ્લૉજ), સ૰ ક્રિ૰ (કોઈને તેના) સ્થાનમાંથી ખસેડવું, ભરાયુ હોય ત્યાંથી બહાર કાઢવું. **dislodg(e)'ment,** ના૰.

disloy'al (ડિસ્લૉયલ), વિ૰ બેઈમાન, બેવફા; નિમકહરામ; રાજદ્રોહી. **disloy'alty,** ના૰ બેવફાઈ; રાજદ્રોહ; નિમકહરામી.

dis'mal (ડિઝ્‌મલ), વિ૰ ઉદાસ, ભેંકાર લાગે એવું, સૂનકાર, ભયાનક.

disman'tle (ડિસ્મૅન્ટલ), સ૰ ક્રિ૰ સંરક્ષણની સાધનસામગ્રી કાઢી લેવી; ઘરનાં રાચ, વહાણના સઢ, કિલ્લાની તોપો, ઇ. રક્ષણનાં સાધન કાઢી લેવાં - તોડી પાડવાં; તોડી પાડવું; આચ્છાદન કાઢી લેવું.

dismast' (ડિસ્માસ્ટ), સ૰ ક્રિ૰ (વહાણના) ડોળકૂવા ઉતારી લેવા - તોડી પાડવા.

dismay' (ડિસ્મે), ના૰ ભડક, દહેશત, હબક, બેબાકળાપણું; હિંમત ખોવી તે. સ૰ ક્રિ૰ ગાત્ર ઢીલાં કરી નાંખવાં; ભડકાવવું; નિરાશ કરવું.

dismem'ber (ડિસ્મે'મ્બર), સ૰ ક્રિ૰ -નાં અંગ - અવયવો - છૂટા પાડી નાખવા, ભાગલા પાડી નાખવા, તોડી - છિન્નભિન્ન કરી - નાંખવું. **dismem'berment,** ના૰ ભાગલા પાડવા તે; અંગવિચ્છેદ.

dismiss' (ડિસ્મિસ), સ૰ ક્રિ૰ બરખાસ્ત કરવું; કાઢી મૂકવું, -ને રુખસદ - રજા - આપવી; નામંજૂર કરવું, રદ કરવું; મનમાંથી કાઢી નાખવું; [ક્રિકેટ] રમનારને બાદ કરવો. ના૰ કવાયત પછી ટુકડીને રજા આપવી તે. **dismiss'al,** ના૰ રુખસદ, બરતરફી; વિસર્જન.

dismount' (ડિસ્માઉન્ટ), ઉ૰ ક્રિ૰ નીચે ઊતરવું; ઘોડા પરથી નીચે ઉતારવું; (તોપ, ઇ.ને) ગાડા પરથી ઉતારી દેવું.

disobed'ience (ડિસબીડિયન્સ), ના૰ હુકમ ન માનવો તે, આજ્ઞાભંગ; કાનૂનભંગ; સામા થવું - બળવો કરવો - તે. **disobe-d'ient,** વિ૰ કહ્યું ન કરનારું, આજ્ઞા ન માનનારું; બળવાખોર. **disobey'** (ડિસબે), ઉ૰ક્રિ૰ હુકમનો અનાદર - ભંગ - કરવો.

disoblige' (ડિસબ્લાઇજ), સ૰ ક્રિ૰ -ની સગવડ કે ઇચ્છાનો વિચાર ન કરવો, -ની ઇચ્છાથી ઊલટું કરવું; દૂભવવું; અપકાર કરવો. **disobli'ging,** વિ૰ કોઈની સગવડ કે ઇચ્છાનો વિચાર ન કરનારું; (કામ) કોઈની મરજીથી ઊલટું; અપકારી.

disord'er (ડિસૉર્ડર), ના૰ અવ્યવસ્થા, ગરબડ; હુલ્લડ, તોફાન, ઉત્પાત; વિકૃતિ, બગાડ, માંદગી. સ૰ ક્રિ૰ અવ્યવસ્થિત કરવું; બગાડવું, -માં વિકૃતિ ઉત્પન્ન કરવી **~ed,** વિ૰ અવ્યવસ્થિત, અસ્તવ્યસ્ત; **disord'erly,** વિ૰ અવ્યવસ્થિત, અસ્તવ્યસ્ત; તોફાની, બખેડાખોર; વંઠી ગયેલું.

disorg'anize (ડિસૉર્ગનાઇઝ઼), સ૦ ક્રિ૦ -નું બંધારણ – તંત્ર – વ્યવસ્થા – તોડી નાંખવી; અવ્યવસ્થામાં લાવી મૂકવું. **disorganiza'tion** (ડિસૉર્ગનિઝ઼ેશન), ના૦ અવ્યવસ્થા.

disown' (ડિસોન), સ૦ ક્રિ૦ નાકબૂલ કરવું, ઇનકાર કરવો; માન્ય ન રાખવું, પોતાનું નથી એમ કહેવું; -ની પ્રત્યે વફાદારીનો ત્યાગ કરવો.

dispa'rage (ડિસ્પૅરિજ), સ૦ ક્રિ૦ -ની નિંદા કરવી, -નું ઘસાતું બોલવું; -ને હલકું ગણવું–ઉતારીપાડવું. **dispa'ragement** (-પૅરિજ-), ના૦ નિંદા; નામોશી, શરમ, હીણપત.

dis'parate (ડિસ્પરિટ), વિ૦ સાવ જુદું – ભિન્ન; વિષમ. **dispa'rity** (ડિસ્પૅરિટિ), ના૦ અસમાનતા, વિષમતા; તફાવત, ફેર.

dispa'ssionate (ડિસ્પૅશનિટ,–નેટ), વિ૦ ઠંડા મિજાજનું, શાંત; નિષ્પક્ષપાત.

dispatch', despatch' (ડિસ્પૅચ), સ૦ ક્રિ૦ કોઈ સ્થળે કે હેતુસર મોકલવું – રવાના કરવું; મારી નાંખવું; ત્વરાથી પૂરું કરવું – પતાવવું. ના૦ રવાના કરવું તે, રવાનગી; કામનો ઝડપી નિકાલ, ઝડપ; સરકારી સંદેશો – ખરીતો. *mention in ~es*, લડાઈના વર્ણનમાં ખાસ બહાદુરી બતાવ્યા બદલ ઉલ્લેખ (કરવો). *with ~*, ઝડપથી અને સારી રીતે.

dispel' (ડિસ્પે'લ), સ૦ ક્રિ૦ ઉડાડી દેવું; દૂર ફેંકવું – કરવું; મટાડવું.

dispen'sable (ડિસ્પે'ન્સબલ), વિ૦ જેના સિવાય ચલાવી શકાય એવું, અનિવાર્ય નહિ એવું.

dispen'sary (ડિસ્પે'ન્સરિ), ના૦ (વિ. ક. ધર્માદા) દવાખાનું, ઔષધાલય; દવાવાળાની દુકાન.

dispensa'tion (ડિસ્પે'ન્સેશન), ના૦ વહેંચી આપવું તે, વહેંચણી; ઈશ્વરકૃત મનાતી વિશિષ્ટ વ્યવસ્થા – સુખદુ:ખ વિનિયોગ; માણસને સજામાંથી મુક્તિ આપનારી ચર્ચ, ઇ.ની આજ્ઞા; છૂટ, માફી; વ્યવસ્થા, વિધાન, રચના.

dispense' (ડિસ્પે'ન્સ), ઉ૦ ક્રિ૦ વહેંચી આપવું, આપવું; [કા.] બજાવવું, અમલમાં આણવું; દવા તૈયાર કરી આપવી; છૂટ – માફી – આપવી. *~ with*, વિના ચલાવવું; -ને રજા આપવી. **dispen'ser** (ડિસ્પે'ન્સર), ના૦ વહેંચી આપનાર, આપનાર; દવા તૈયાર કરીને આપનાર, કંપાઉન્ડર; ચાલુ કરનાર, પ્રવર્તક.

dispers'al (ડિસ્પર્સલ), ના૦ બરખાસ્ત કરવું તે, વિસર્જન; વિખેરી નાંખવું તે. **disperse'** (ડિસ્પર્સ), ઉ૦ ક્રિ૦ વિખેરી નાંખવું; છૂટું પાડવું; વિખેરાઈ જવું, છૂટા પડવું. **disper'sion**, ના૦ વિખેરી – વેરી – નાખવું તે; વેરવિખેર થવું તે.

dispi'rit (ડિસ્પિરિટ), સ૦ ક્રિ૦ -નું જોમ – ઉત્સાહ – ભાંગી નાખવો; નાઉમેદ – ખિન્ન – બનાવવું.

displace' (ડિસ્પ્લેસ), સ૦ ક્રિ૦ તેના સ્થાનેથી ખસેડવું; કામ પરથી દૂર કરવું; -ની જગ્યાએ મૂકવું, -ની જગ્યા લેવી. **displace'ment**, ના૦ કાઢી નાંખવું–ખસેડવું–તે; પ્રવાહીમાં ડૂબેલી કે તરતી વસ્તુ જેટલું પ્રવાહી ખસેડે તેટલું પ્રવાહી કે તેનું વજન.

display' (ડિસ્પ્લે), સ૦ ક્રિ૦ બતાવવું, પ્રગટ કરવું; પ્રદર્શન કરવું; ડોળ કે અભિમાનથી બતાવવું. ના૦ બતાવવું તે; દેખાવ; પ્રદર્શન; દેખાડો, ભભકો, ઠાઠ.

displease' (ડિસ્પ્લીઝ઼), સ૦ ક્રિ૦ માઠું લગાડવું; નાખુશ – નારાજ – કરવું. **displea'sure** (ડિસ્પ્લે'ઝ઼ર), ના૦ નાખુશી, નારાજગી; ઇતરાજી, રોષ, ત્રાસ, સંતાપ; નાપસંદગી.

disport' (ડિસ્પૉર્ટ), સ્વા૦ ક્રિ૦ *~oneself*, નાચવુંકૂદવું, મોજ કરવી.

dispo'sable (ડિસ્પોઝ઼બલ), વિ૦ વિના ચલાવી શકાય એવું; આપી – વાપરી – નિકાલ કરી – શકાય એવું; ઉપલબ્ધ, હાજર.

dispos'al (ડિસ્પોઝ઼લ), ના૦ નિકાલ કરવો તે, નિકાલ; આપી દેવું તે; વેચાણ (દ્વારા નિકાલ); કાબૂ, નિયમન; વ્યવસ્થા, યોજના. *at one's ~*, કામ કે ઉપયોગ માટે ગમે ત્યારે હાજર, ઉપલબ્ધ.

dispose' (ડિસ્પોઝ઼), ઉ૦ ક્રિ૦ ગોઠવવું, માંડવું; -નું મન વાળવું, રાજી કરવું; (*~of*), વહેંચી આપવું, આપી – વેચી – દેવું; નિકાલ કરવો; ખલાસ કરવું; (શત્રુને) હાંકી કાઢવું. *well, ill, ~d*, અનુકૂલ કે પ્રતિકૂલ વલણવાળું.

disposi'tion (ડિસ્પઝ઼િશન), ના૦ વ્યવસ્થા, ગોઠવણી, રચના; સ્વભાવ, પ્રકૃતિ, વલણ.

dispossess' (ડિસ્પઝે઼'સ), સ૦ ક્રિ૦ મિલકત,

ઇ. કબજામાંથી લઈ લેવું; ઘર, ઇ.માંથી કાઢી મૂકવું; ભૂતબાધા–વળગાડ–દૂર કરવો. ~ *one's mind of*, મનમાંથી કાઢી મૂકવું. **dispossess'ion**, ના૦ -વિનાનું કરવું – થવું – તે, -નાં ઘરબાર લૂંટાવાં તે.

dispraise' (ડિસ્પ્રેઝ્), સ૦ ક્રિ૦ વખોડવું, નિંદા કરવી. ના૦ નિંદા, દોષારોપણ.

disproof' (ડિસ્પ્રૂફ), ના૦ ખોટું છે એમ પુરવાર કરવું તે, ખંડન, રદિયો; નાસાબિતી.

dispropor'tion (ડિસ્પ્રપૉર્શન, – પો –), ના૦ પ્રમાણનો – પ્રમાણબદ્ધતાનો – અભાવ, વિષમ પ્રમાણ; બેડોળપણું. **dispropor'tionate** (ડિસ્પ્રપૉર્શનિટ, – પો –), વિ૦ પ્રમાણસર નહિ એવું, જોઈએ તે કરતાં વધુ મોટું કે વધુ નાનું, અસમાન, વિષમ.

disprove' (ડિસ્પ્રૂવ), સ૦ ક્રિ૦ ખોટું છે એમ સાબિત કરવું, -નું ખંડન કરવું.

dis'putable (ડિસ્પ્યુટબલ), વિ૦ વાંધો લેવાય એવું, વિવાદ્ય. **dis'putant**, ના૦ ચર્ચા કે દલીલમાં ભાગ લેનાર. **disputa'tion** (ડિસ્પ્યુટેશન), ના૦ વાદવિવાદ; તકરાર; ચર્ચા, દલીલ; સંવાદ. **disputa'tious** (ડિસ્પ્યુટેશસ), વાદવિવાદ પ્રિય, તકરારી, દલીલબાજ.

dispute' (ડિસ્પ્યૂટ), ઉ૦ ક્રિ૦ દલીલ કરવી, વાદવિવાદ કરવો; તકરાર કરવી, ઝઘડવું; સામનો કરવો, વિરોધ કરવો; અમુક વાત ખોટી છે એમ કહેવું. ના૦ વાદવિવાદ, ચર્ચા; ઝઘડો, તકરાર; મતભેદ.

disqualifica'tion (ડિસ્ક્વૉલિફિકેશન), ના૦ અપાત્ર કરવું – ઠરાવવું – તે; અપાત્રત્વ, નાલાયકી; નાલાયક હોવાનું – થવાનું – કારણ.

disqual'ify (ડિસ્ક્વૉલિફાઇ), સ૦ ક્રિ૦ (નિયમોની રૂએ, કોઈ સ્થાન કે પદ માટે) નાલાયક – અપાત્ર – કરવું – ઠરાવવું.

disqui'et (ડિસ્કવાયટ), ના૦ અશાંતિ, અસ્વસ્થતા; ચિંતા, ઉચાટ. સ૦ ક્રિ૦ અસ્વસ્થ કરવું, ચિંતામાં નાંખવું. **disqui'etude** (ડિસ્કવાયટ્યૂડ), ના૦ અશાંતિ, અસ્વસ્થતા.

disquisi'tion (ડિસ્કિવિઝિશન), ના૦ કોઈ વિષયનું વિગતવાર વિવેચન કે નિરૂપણ; કોઈ વિષય ઉપર પ્રબંધ.

disregard' (ડિસ્રિગાર્ડ), સ૦ ક્રિ૦ -ની અવગણના – ઉપેક્ષા–કરવી. ના૦ ઉપેક્ષા, બેદરકારી; અનાદર.

disrepair' (ડિસ્રિપેર), ના૦ બિસ્માર હાલત, ભાંગ્યુંતૂટ્યું હોવાની હાલત.

disrep'utable (ડિસ્રે'પ્યુટબલ), વિ૦ આબરૂ વિનાનું, અપ્રતિષ્ઠિત, નીચ; (કામ) નીચું, હલકું. [અપકીર્તિ; ખરાબ આબરૂ.

disrepute' (ડિસ્રિપ્યૂટ), ના૦ બદનામી,

disrespect' (ડિસ્રિસ્પે'ક્ટ), ના૦ અનાદર.

disrobe' (ડિસ્રોબ), ઉ૦ક્રિ૦ ઝભ્ભો કે કપડાં ઉતારવાં – લઈ લેવાં.

disrupt' (ડિસ્રપ્ટ), સ૦ક્રિ૦ ભાંગવું, ચૂરેચૂરા કરવા; ફાટ પાડવી, જબરદસ્તીથી જુદું પાડવું, **disrup'tion** (–રપ્શન), ના૦ ચીરો, ફાટ; ફૂટ, ભંગાણ. **disrup'tive** (–પ્ટિવ), વિ૦ ફાટ પાડનારું, જુદું પાડનારું, વિધ્વંસક.

dissatisfac'tion (ડિસ્સૅટિસ્ફૅક્શન), ના૦ અસંતોષ, અસમાધાન. **dissat'isfy** (ડિસ્સૅટિસ્ફાઇ), સ૦ક્રિ૦ નાખુશ – અસંતુષ્ટ – કરવું; સંતોષ ન આપી શકવો.

dissect' (ડિસે'ક્ટ), સ૦ ક્રિ૦ કાપીને કકડા કરવા, વિચ્છેદન કરવું; અંદરની રચના, ઇ. જોવા માટે પ્રાણીઓને કે વનસ્પતિને ચીરવાં, મડદાં ચીરવાં; વિગતવાર આલોચના કરવી – પરીક્ષણ કરવું. **dissec'tion**, ના૦ શવચ્છેદન; સૂક્ષ્મ પરીક્ષણ.

dissem'ble (ડિસે'મ્બલ), ઉ૦ ક્રિ૦ (ઉદ્દેશ, લાગણી, ઇ.) છુપાવવું; ઢોંગ કરવો.

dissem'inate (ડિસે'મિનેટ), સ૦ ક્રિ૦ (વિચાર, ઇ. ને) બિયાંની જેમ વેરવું, ફેલાવવું, -નો પ્રસાર કરવો. **dissemina'tion**, ના૦ ફેલાવો – પ્રસાર – (કરવો તે).

dissen'sion (ડિસે'ન્શન), ના૦ કુસંપ, અમેળ; ઝઘડો, કજિયો; (બ૦ વ૦) મતભેદને લીધે ઝઘડા. **dissent'** (ડિસે'ન્ટ), અ૦ક્રિ૦ (વિચાર કે અભિપ્રાયમાં) જુદા પડવું; અસંમત થવું (*from*); ઝઘડવું. ના૦ મતભેદ, અસંમતિ; વિરુદ્ધ મત. **dissen'ter**, ના૦ ભિન્ન મત ધરાવનાર; દેશના સ્થાપિત ધર્મથી (ચર્ચથી) જુદો પાડનાર. **dissen'tient** (ડિસે'ન્શન્ટ), વિ૦ અને ના૦ બહુમતીથી–

મતમાં–જુદું પડનાર (માણસ).
disserta'tion (ડિસર્ટેશન), ના૦ વિસ્તૃત વિવેચન–વિવરણ; પ્રબંધ.
disserv'ice (ડિસ્‌સર્વિસ), ના૦ કુસેવા; માઠું, બૂરું, અહિત.
dissev'er (ડિસે'વર), ઉ૦ ક્રિ૦ જુદું પાડવું –પડવું, ભાગ પાડવા – પડવા.
diss'ident (ડિસિડન્ટ), વિ૦ ભિન્ન મતવાળું, વિરોધી. ના૦ એવું માણસ.
dissim'ilar (ડિસિમિલર), વિ૦ સરખું નહિ એવું, વિસદૃશ, ભિન્ન. **dissimila'rity** (–લૅરિટિ), ના૦ જુદાપણું, અસમાનતા; ભિન્નતા; તફાવત.
dissim'ulate (ડિસિમ્યુલેટ), ઉ૦ ક્રિ૦ (-lable).ના૦ઢોંગ કરવો,કપટ કરવું;અસલ રૂપ ઢાંકવું. **dissimula'tion**, ના૦ ઢોંગ, કપટ.
diss'ipate (ડિસિપેટ), ઉ૦ ક્રિ૦ વેરી–વિખેરી–નાંખવું; (પૈસા, વખત) વેડફી–ઉડાડી–નાખવું, ગુમાવવું; વ્યસન–ચેનબાજી –માં રહેવું. **diss'ipated**, વિ૦ ઉડાઉ; વંઠી ગયેલું; બદફેલીમાં પડી ગયેલું. **dissipa'tion**, ના૦ ઉડાડી–વેડફી–નાંખવું તે; ઊડી–વેરાઈ–જવું તે; બદફેલી, દુરાચરણ; સ્વૈર જીવન(થી પૈસા ને શરીર બગાડવું તે).
disso'ciate (ડિસોશિએટ), સ૦ ક્રિ૦ (-ciable). જુદું–વિખૂટું–પાડવું–કરવું, -ની સાથે સોબત કે સંબંધ તોડી નાંખવો કે તેનો ઇનકાર કરવો; જુદું છે એમ સમજવું. **dissocia'tion**, ના૦.
diss'oluble (ડિસલ્યુબલ, ડિસૉલ્યુ-), વિ૦ ઓગળે–ઓગાળી શકાય–એવું, દ્રવણશીલ; (કરાર, ઇ.) તોડી શકાય–રદ કરી શકાય–એવું; (ગાંઠ) છોડી શકાય એવું.
diss'olute (ડિસલૂટ), વિ૦ લંપટ, કામી; દુરાચરણી, બદફેલ.
dissolu'tion (ડિસલૂશન), ના૦ વિઘટન; નાશ, મરણ; (લગ્ન, ઇ.)નું બંધન તોડવું, રદ કરવું; (ધારાસભા, ઇ.) બરખાસ્ત કરવી તે.
dissolve' (ડિઝૉલ્વ), ઉ૦ ક્રિ૦ ઘટક તત્ત્વોને જુદાં પાડવાં; પ્રવાહી બનાવવું–બનવું; ઓગાળવું–ઓગળવું; વિખેરી નાંખવું, બરખાસ્ત કરવું; -નો અંત આણવો; લોપ પામવું. *~d in tears*, ચોધાર આંસુ સારતું, આંસુની નદી વહેવડાવતું.
diss'onant (ડિસનન્ટ), વિ૦ બેસૂર, બેરાગ, વિસંવાદી; કર્કશ. **diss'onance**, ના૦ બેસૂરપણું, કર્કશતા, વિસંવાદિતા.
dissuade' (ડિસ્વેડ), સ૦ ક્રિ૦ ન કરવા સમજાવવું, -થી મન વાળવું, પરાવૃત્ત કરવું, વારવું. **dissua'sion** (ડિસ્વેઝ઼ન), ના૦ પરાવૃત્ત કરવું તે, ઇ. **dissuas'ive** (ડિસ્વેસ઼િવ), વિ૦ પરાવૃત્ત કરનારું, ન કરવા મન વાળનારું, પાછું વાળનારું.
dis'taff (ડિસ્ટાફ), ના૦ ઊન કે શણ કાંતવા માટેની ફાટવાળી લાકડી; કાંતવાની ત્રાક. *on the ~ side*, વંશ કે કુટુંબની સ્ત્રી શાખામાં; માતા તરફથી.
dis'tance (ડિસ્ટન્સ), ના૦ છેટું, અંતર; બે બિન્દુ કે જગ્યા વચ્ચેનું અંતર, લંબાઈ; અતડાપણું, આઘા રહેવું તે; દૂરનું બિંદુ–જગ્યા; અદબ, મર્યાદા, યોગ્ય અંતર. *keep one's ~*, અતિ પરિચય ટાળવો, અતિ પાસે ન જવું. સ૦ ક્રિ૦ પાછળ પાડવું, -થી ઘણું આગળ નીકળી જવું. **dis'tant**, વિ૦ છેટું, વેગળું, દૂર(આવેલું); અમુક અંતર પર આવેલું, દૂર; અતડું (~ *in manner*).
distaste' (ડિસ્ટેસ્ટ), ના૦ અરુચિ, અણગમો. **distaste'ful**, વિ૦ ન ભાવે એવું, બેસ્વાદ; ન ગમતું, માઠું લાગે એવું.
distem'per (ડિસ્ટે'મ્પર), ના૦ વ્યાધિ, વિકાર; કૂતરાનો એક રોગ; મકાનને લગાડાતો એક રંગ. સ૦ ક્રિ૦ એ રંગથી રંગવું.
distend' (ડિસ્ટે'ન્ડ), ઉ૦ ક્રિ૦ ફુલાવવું, તાણીને મોટું કરવું; અંદરના દબાણથી ફૂલવું. **disten'sion**, ના૦ ફુલાવવું તે; ફુલાવો.
distil' (ડિસ્ટિલ), ઉ૦ ક્રિ૦ ટપકવું, -નાં ટપકાં પડવાં; ઝમવું; ટપકે તેમ કરવું; પાણીની વરાળ કરીને તે ઠારીને શુદ્ધ કરવું, ઊર્ધ્વપાતન કરવું; આસવવું, ગરમી આપીને અર્ક કાઢવો, દારૂ ગાળવો. **distilla'tion**, ના૦ ઊર્ધ્વપાતન (કરવું તે); શોધનક્રિયા; આસવ, અર્ક. **distill'er**, ના૦ દારૂ ગાળનાર, કલાલ. **distill'ery**, ના૦ દારૂ ગાળવાની ભઠ્ઠી આસવ કે અર્ક કાઢવાનું કારખાનું.

distinct' (ડિસ્ટિંક્ટ), વિ૦ નોખું, જુદું, અલગ; સ્પષ્ટ, સહેજે જોઈ શકાય એવું; અચૂક, સ્પષ્ટ.

distinc'tion (ડિસ્ટિંકશન), ના૦ જુદાપણું, ફેર, તફાવત; સંમાનસૂચક ખાસ પદ, પદવી; વ્યક્તિત્વ, વ્યક્તિગત ખાસિયત, નામ, કીર્તિ; શ્રેષ્ઠતા. **distinc'tive**, વિ૦ જુદું પાડનારું; લાક્ષ- [ણિક, વિશેષ લક્ષણનું સૂચક.

disting'uish (ડિસ્ટિંગ્વિશ), ઉ૦ ક્રિ૦ જુદું પાડવું, ઓળખાવવું; સ્પષ્ટપણે જોવું, ઓળખવું; વચ્ચે ભેદ કરવો; -નું લક્ષણ બાંધવું – હોવું; પ્રસિદ્ધિ – શ્રેષ્ઠતા – આપવી – પામવું. ~ *oneself*, (સારી રીતે કામ, ઇ. કરીને) નામના મેળવવી. **disting'uished**, વિ૦ નામાંકિત, પ્રખ્યાત; પ્રતિષ્ઠિત.

distort' (ડિસ્ટૉર્ટ), સ૦ ક્રિ૦ આકૃતિ બગાડવી, અવળું – વાંકું – કરી નાંખવું; વિકૃત કરવું; અર્થનો અનર્થ કરવો. **distor'tion**, ના૦ વિકૃતિ; અર્થનો અનર્થ.

distract' (ડિસ્ટ્રૅક્ટ), સ૦ ક્રિ૦ વાળવું, આડું લઈ જવું; ધ્યાન (પ્રસ્તુત વિષયથી) દૂર ખેંચી જવું, જુદી જુદી દિશામાં ખેંચી જવું; ગૂંચવણમાં–ગભરાટમાં – નાંખવું. **distrac'ted,** વિ૦ વ્યગ્ર. વ્યાકુળ; ચસકેલું, દીવાનું. **distrac'tion,** વિ૦ વિક્ષેપ, ખલેલ; ગરબડ, અવ્યવસ્થા; ચિત્તક્ષોભ, વ્યગ્રતા; મનરંજન. **distrac'ting,** વિ૦ ચિત્તવિક્ષેપક–સંક્ષોભક.

distrain' (ડિસ્ટ્રેન), અ૦ ક્રિ૦ માગણા બદલ માલ જપ્ત કરવો – કબજામાં લેવો. **distraint'**, ના૦ માગણા બદલ માલની જપ્તી (કરવી તે).

distrait (ડિસ્ટ્રે), વિ૦ બેધ્યાન, અન્યમનસ્ક.

distraught (ડિસ્ટ્રૉટ), વિ૦ દુઃખથી વિહ્વળ, બાવરું.

distress' (ડિસ્ટ્રેસ), ના૦ દુઃખ, પીડા, વેદના; દુર્દશા, કંગાળ હાલત, ક્ષીણ અવસ્થા; ભય, જોખમ, સંકટ; [કા.] જપ્તી. સ૦ ક્રિ૦ દુઃખ–પીડા – કષ્ટ – આપવું; ચિંતા કરાવવી; દુઃખી કરવું. ~-*warrant*, ના૦ જપ્તી વારંટ, જપ્તીનો હુકમ.

distrib'ute (ડિસ્ટ્રિબ્યૂટ), સ૦ ક્રિ૦ વહેંચવું, વહેંચી આપવું; -ના ભાગ – વર્ગ – પાડવા; [મુદ્રણ] અલગ કરીને દરેક બીબું તેના યોગ્ય ખાનામાં મૂકવું. **distribu'tion,** ના૦ વહેંચણી; વિભાગ – વર્ગ–પાડવા તે. **distrib'utive,** વિ૦ વહેંચણીનું – ને લગતું; વહેંચણી કરનારું; [વ્યાક.] વિયોજક.

dis'trict (ડિસ્ટ્રિક્ટ), ના૦ પ્રદેશ, વિભાગ; જિલ્લો. ~ *visitor*, ચર્ચને અંગે ગરીબોમાં ફરી કામ કરનાર માણસ – સેવક.

distrust' (ડિસ્ટ્રસ્ટ), ના૦ અવિશ્વાસ; શંકા, વહેમ. સ૦ક્રિ૦ અવિશ્વાસ કરવો.

disturb' (ડિસ્ટર્બ), સ૦ ક્રિ૦ શાંતિ કે આરામમાં ખલેલ પહોંચાડવી; અસ્વસ્થ – વ્યગ્ર – કરવું; અવ્યવસ્થિત કરવું; શાંતિભંગ કરવો, તોફાન મચાવવું; સામાન્ય કે સ્વાભાવિક સ્થિતિ બદલવી. **disturb'ance,** ના૦ તોફાન, હુલ્લડ; અશાંતિ, ગરબડ; [કા.] પજવણી.

disun'ion (ડિસ્યૂન્યન), ના૦ જુદાઈ, જુદા પડવું તે; કુસંપ, ફૂટ; અણબનાવ, ઝઘડો. **disunite'** (ડિસ્યુનાઇટ), ઉ૦ ક્રિ૦ જુદા પાડવું – પડવું; ભાગલા પાડવા – પડવા; -નો સંબંધ તોડવો.

disuse' (ડિસ્યૂઝ઼) સ૦ ક્રિ૦ વાપરવાનું બંધ કરવું, ઉપયોગમાંથી કાઢી નાંખવું. **~ed,** વિ૦ વપરાશમાં નહિ એવું, અવાવરું. **disuse'** (ડિસ્યૂસ), ના૦ અવાવર; બિનવહીવટ; ઉપયોગમાંથી કાઢી નાંખવું તે.

ditch (ડિચ), ના૦ ખાઈ; ખોદેલી ખાડી, નીક; પાણીનો નિકાલ કરવા માટે ચેહેરણ–ચરનીક. ઉ૦ ક્રિ૦ ખાઈઓ ખોદવી – સમી કરવી; ખાઈઓ ખોદીને પાણીનો નિકાલ કરવો; ખાડામાં – મુશ્કેલીમાં – પાડવું કે પડવા દેવું. *die in the last* ~, છેવટ સુધી લડવું.

dith'er (ડિધર), અ૦ ક્રિ૦ કાંપવું, ધ્રૂજવું; ઢચુપચુ કરવું.

dith'yramb (ડિથિરૅમ), ના૦ બાકસ દેવતાના માનમાં આવેશયુક્ત રંગીલું સમૂહગીત.

ditto (ડિટો), ના૦ (સંક્ષેપ do). એ જ; કોઈ શબ્દ કે શબ્દસમૂહની પુનરાવૃત્તિ, તેનું ચિહ્ન („)

ditt'y (ડિટિ), ના૦ સાદું નાનકડું ગીત.

diurn'al (ડાયર્નલ), વિ૦ દિવસનું; એક દિવસમાં થતું, દૈનિક; રોજનું.

divan' (ડિવૅન), ના૦ મંત્રીમંડળ કે મંત્રી

મંડળનો ઓરડો (વિ. ક. તુર્કસ્તાનના સુલતાનોનું); દીવાનખાનું; ઓરડાની દીવાલે ગોઠવવાની બાકડાની બેઠક, કોચ.

dive (ડાઇવ), અ૦ ક્રિ૦ ડૂબકી મારવી–ખાવી; પાણીમાં ભૂસકો મારવો; ઊંડી તપાસ કરવી; (વિમાન, પાણબૂડી, ઇ.) એકદમ સીધું નીચે ઊતરવું. ના૦ ડૂબકી, બૂડકી; હલકી કોટિની સસ્તી વીશી; ગુંડાઓનો–દુરાચારીઓનો–અડ્ડો. **di'ver** (ડાઇવર), ના૦ પાણીમાં ડૂબકી મારનાર–ઊંડે ઊતરનાર.

diverge' (ડાઇવર્જ, ડિ–), અ૦ ક્રિ૦ જુદી જુદી દિશામાં જવું–ફંટાવું; મુખ્ય રસ્તો છોડીને જવું. **diver'gence**, ના૦ દૂર દૂર જવું તે, જુદા પડવું તે, અપસરણ. **diver'gent**, વિ૦ દૂર દૂર જતું, ફંટાતું, જુદું.

div'ers (ડાઇવર્ઝ઼), વિ૦ એક કરતાં વધુ, કેટલાંએક, પરચૂરણ.

diverse' (ડાઇવર્સ, ડિ–), વિ૦ જુદી જુદી જાતનું, વિવિધ. **divers'ify** (ડાઇવર્સિફાઇ, ડિ–), સ૦ ક્રિ૦ જુદી જુદી જાતનું બનાવવું; –માં વિવિધતા આણવી.

diver'sion (ડાઇવર્શન, ડિ–), ના૦ મનોરંજન, વિનોદ; ગંમત, વખત ગાળવાનું સાધન, કાલક્ષેપમ્; મન બીજે વાળવું તે; આડો ફંટાતો–કાઢેલો–રસ્તો. [વિવિધતા, વૈવિધ્ય.

divers'ity (ડાઇવર્સિટિ, ડિ–), ના૦

divert' (ડાઇવર્ટ, ડિ–), સ૦ ક્રિ૦ બીજી દિશામાં વાળવું, આડું લઈ જવું; પરાવૃત્ત કરવું, પાછું કાઢવું; –નું ધ્યાન દૂર ખેંચવું; –નું મનોરંજન કરવું; ખુશ કરવું. **diver'ting**, વિ૦ મનોરંજક, રમૂજી.

divest' (ડાઇવે'સ્ટ, ડિ–), સ૦ ક્રિ૦ વિનાનું–રહિત–કરવું, ઉઘાડું કરવું (~ person *of* clothing, etc.)

divide' (ડિવાઇડ), ઉ૦ ક્રિ૦ ભાગ પાડવા–પડવા; કાપી નાખવું, તોડવું, જુદું પાડવું; વહેંચી આપવું–લેવું, ભાગ–હિસ્સા–પાડવા; ભાગલા પાડવા, કુસંપ કરાવવો; [ગ.] ભાગવું.

div'idend (ડિવિડન્ડ), ના૦ જેને ભાગવાનું હોય તે રકમ, ભાજ્ય; ભાગ કે શૅરના વ્યાજની કે નફાના હિસ્સાની રકમ, ડિવિડન્ડ.

divi'der (ડિવાઇડર), ના૦ ભાગ પાડનાર; ભાજક; (બ૦ વ૦) માપવાનો કે ભાગ પાડવાનો કંપાસ, વિભાજક.

divina'tion (ડિવિનેશન), ના૦ અદ્ભુત કે દેવતાઈ ઉપાય વડે અજ્ઞાત કે ભવિષ્યની વસ્તુ જાણવી–કહેવી–તે; ભાવિની સૂચના.

divine' (ડિવાઇન), ઉ૦ ક્રિ૦ સહજસ્ફૂર્તિ, પ્રેરણા કે જાદુ, ઇ. વડે જાણવું; ભાવિ કહેવું, આગાહી કરવી. **diviner** ના૦ જાદુઈ લાકડીથી અજ્ઞાત વસ્તુ ક્યાં છે તે બતાવનાર માણસ, ભવિષ્ય ભાખનાર. **divi'ning-rod**, ના૦ જમીનમાં પાણી, ખનિજસંપત્તિ અથવા ખજાનો ક્યાં છે તે બતાવનાર–ખોળવા માટે વપરાતી–જાદુઈ લાકડી.

divine, વિ૦ ઈશ્વરનું, ઈશ્વરી, દૈવી; સુંદર, સ્વર્ગીય; પવિત્ર. ના૦ ધર્મગુરુ, પાદરી, ધર્મશાસ્ત્રનો જાણકાર. **divin'ity** (ડિવિનિટિ), ના૦ દેવ; પરમેશ્વર; દેવતાવિજ્ઞાન, ધર્મશાસ્ત્ર.

divis'ible (ડિવિઝિબલ), વિ૦ ભાગી શકાય–ભાગ પાડી શકાય–એવું; (ગ.) વિભાજ્ય.

divi'sion (ડિવિઝન), ના૦ જુદું પાડવું–પડવું–તે; –ના ભાગ પાડવા–પડવા–તે; વહેંચણી; ખંડ, અંશ, ભાગ; [ગ.] ભાગાકાર; અમેળ, ફૂટ, વિરોધ; [લશ્કર] ૨૦,૦૦૦ માણસનો લશ્કરનો વિભાગ; પ્રાંત, પ્રદેશ. ~ *of labour*, [અર્થ.] શ્રમવિભાગ (નો સિદ્ધાન્ત). **divi'sional**, વિ૦ ભાગ–પ્રાન્ત–નું–ને લગતું.

divis'or (ડિવાઇઝ઼ર), ના૦ [ગ.] ભાજ્યને (શેષ ન રહે એવી રીતે) ભાગનાર રકમ, ભાજક.

divorce' (ડિવૉર્સ, ડિવો–), ના૦ લગ્નવિચ્છેદ, ફારગતી, છૂટાછેડા; વિચ્છેદ, છૂટા પાડવું તે. સ૦ ક્રિ૦ છૂટાછેડા આપવા; છૂટા પાડવું. **divorcee'** (ડાઇવૉર્સી, ડિવૉ–) ના૦ છૂટાછેડા લીધેલી વ્યક્તિ. [ઢેકું, ઢેફું.

div'ot (ડિવટ), ના૦ ઘાસનાં મૂળિયાં સાથેનું

divulge' (ડિવલ્જ), સ૦ ક્રિ૦ (છૂપી વાત) ઉઘાડું પાડવું–કહી દેવું; જાહેર કરવું.

dix'y (ડિક્સિ), ના૦ (ચા, ઇ. બનાવવાનું) લોઢાનું મોટું વાસણ, દેગ.

dizz'y (ડિઝ઼િ), વિ૦ ફેર–ચક્કર–તમ્મર–આવતું, ભમેલું; ફેર–ચક્કર–આણે એવું;

ઘણું ઊંચું–ઊંડું (ભમ્મરવાળું); અસ્થિર.

do, doh (ડો), ના૦ [સં.] સપ્તકનો પહેલો સ્વર.

do (ડૂ), ઉ૦ ક્રિ૦ (ભૂ૦ કા૦ did, ભૂ૦કૃ૦ done; તૃ૦ પુ૦ એક વ૦ વર્તમાન, does). કરવું; -માં રોકાયેલા હોવું; ઉકેલવું; બનાવવું, કરવું; ચાલવું, આગળ વધવું; અંત આણવો, ખલાસ કરવું; અનુકૂળ હોવું, -થી કામ સરવું; પૂરતું હોવું; રાંધવું; (સ્થાન અંગે) ત્યાંનાં બધાં પ્રેક્ષણીય સ્થળો જોવાં; સહાયક ક્રિયાપદ તરીકે ક્રિયાપદની સાથે, પ્રશ્ન પૂછવામાં, નકારાર્થી વાક્ય બનાવવામાં, ભાર વ્યક્ત કરવા, પ્રાર્થનામાં, ઇ. ઠેકાણે વપરાય છે. ~ *away with*, દૂર કરવું, નાશ કરવો, રદ કરવું. ~ *badly*, *well*, ખરાબ, સારું, ચાલતું હોવું. ~ *credit to*, પ્રતિષ્ઠામાં વધારો કરનારું હોવું. ~ *for*, [વાત.] મારી નાંખવું, પાયમાલ કરવું; અમુકની વતી મકાન, ઇ.ની કાળજી લેવી. ~ *oneself well*, દરેક જાતની સુખસગવડ ભોગવવી. ~ *out*, સાફસૂફ કરીને સુઘડ બનાવવું. ~ (person) *out of*, -ની પાસેથી યુક્તિથી કે ચાલાકીથી કશુંક લેવું. ~ *up*, ઠીકઠાક કરીને રૂપાળું બનાવવું, શણગારવું. ~ *with*, સહન કરવું; -થી ચલાવવું. *have to* ~ *with*, -ની સાથે સંબંધ–લેવાદેવા–હોવી. ~ *(meat, etc.) well*, લાંબો વખત રાંધવું. **doings**, ના૦ બ૦ વ૦ કામ, કરતૂતો, બનાવ.

do (ડૂ), ના૦ યુક્તિ, બનાવટ, છેતરપિંડી; સહેલ, મેળાવડો. *a big* ~, મોટી ઉજાણી, મજા, ઇ.

do'cile (ડોસાઇલ, ડો–), વિ૦ શીખઉંચું શીખે એવું, કાબૂમાં લેવાય એવું, કહ્યાગરું; ગરીબ, સાલસ. **docil'ity** (ડસિલિટિ), ના૦ આજ્ઞાધારકપણું; ગરીબાઈ, સાલસાઈ.

dock (ડૉક), ના૦ એક જાતની મોટાં પાંદડાંવાળી વનસ્પતિ (ઇંગ્લન્ડમાં રસ્તાની બાજુએ ઊગતી).

dock, સ૦ ક્રિ૦ કાપવું, કાપીને ટૂંકું બનાવવું; કાપી નાંખવું; (અપાતી રકમ) પહેલાં કરતાં ઓછી કરવી–ઘટાડવી. ના૦ પૂછડીનું ઠૂંઠું.

dock, ના૦ વહાણની ઊભા રહેવાની જગ્યા, ગોદી. *dry* ~, વહાણ બાંધવા કે તેનું સમારકામ કરવા માટેની કોરી ગોદી. ઉ૦ ક્રિ૦ ગોદીમાં દાખલ કરવું, ગોદીમાં આવવું; ગોદીમાં સમારકામ માટે મૂકવું. **dock'-yard**, ના૦ વહાણ બાંધવાની કે તેનું સમારકામ કરવાની જગ્યા, નૌકાનિર્માણસ્થાન.

dock' ના૦ અદાલતમાં તહોમતદાર કે સાક્ષીદારને ઊભા રહેવાનું પાંજરું.

dock'er (ડૉકર), ના૦ ગોદી કામદાર–મજૂર.

dock'et (ડૉકિટ), ના૦ કાગળ કે દસ્તાવેજો પર તેનો વિષય કે બાબત બતાવનારી નોંધ કે શેરો; કરવાનાં કામોની યાદી, ટાંચણ; અછતવાળો કે નિયંત્રણવાળો માલ ખરીદવાનો પરવાનો. સ૦ ક્રિ૦ દસ્તાવેજ, ઇ.માં શું છે તે બતાવવું – બતાવવા શેરો મારવો.

doc'tor (ડૉક્ટર), ના૦ ડૉક્ટર, વૈદ્ય; કોઈ પણ વિદ્યામાં વિશ્વવિદ્યાલયની ઊંચામાં ઊંચી પદવી ધરાવનાર–મેળવનાર, પંડિત. સ૦ક્રિ૦ ડૉક્ટર કે પંડિતની ઉપાધિ આપવી; ઔષધોપચાર કરવો; સમું કરવું, સાંધવું; (હિસાબ) બનાવટ કરવી; (ખોરાક)માં ભેગ કરવો. **doc'toral**, વિ૦ ડૉક્ટરનું – ને લગતું. **doc'torate**, ના૦ 'ડૉક્ટર'ની પદવી.

doctrinaire' (ડૉક્ટ્રિનેર), વિ૦ સૈદ્ધાન્તિક અને અવહેવારુ. ના૦ પરિસ્થિતિ કે વહેવારનો વિચાર કર્યા વિના સિદ્ધાન્તોનો અમલ કરવા માગનાર, સૈદ્ધાન્તિક પંડિત, વેદાન્તી; વેદિયો.

doctrin'al (ડૉક્ટ્રાઇનલ, ડૉક્ટ્રિ–), વિ૦ સિદ્ધાંતનું – ને લગતું, સૈદ્ધાન્તિક.

doc'trine (ડૉક્ટ્રિન), ના૦ બોધ, ઉપદેશ; માન્યતાઓ; ધર્મ, રાજનીતિ, ઇ. ને લગતી માન્યતાઓ –સિદ્ધાંતો.

doc'ument (ડૉક્યુમન્ટ), ના૦ પ્રમાણભૂત લેખ, દસ્તાવેજ; ખત, પત્ર. **document'**, (–મે'ન્ટ) સ૦ક્રિ૦ લેખનો આધાર આપવો, લેખ દ્વારા સિદ્ધ કરવું; દસ્તાવેજ આપવો. **documen'tary** (–મેન્ટરિ), વિ૦ દસ્તાવેજી, લિખિત; (સિનેમાચિત્ર) પ્રત્યક્ષ ઘટના પર રચેલું. ના૦ પ્રાણીશાસ્ત્ર, પુરાતત્ત્વ, ઇ. વિષેનું સમજૂતી સાથેનું સિનેમાનું ચિત્ર.

documenta'tion (–મે'ન્ટે–), ના૦ દસ્તાવેજી પુરાવાનો ઉપયોગ (કરવો તે),

લેખ કે ગ્રંથમાં દસ્તાવેજી પુરાવો રજૂ કરવો તે.

dodd'er (ડૉડર), અ૦ક્રિ૦ ઘડપણને લીધે કાંપવું – લથડવું, લકવાથી ધ્રૂજવું.

dodge (ડૉજ), ના૦ એકદમ બાજુએ ખસી જવું તે; યુક્તિ, દાવપેચ, છટકબારી. ઉ૦ક્રિ૦ એકદમ બાજુએ ખસી જવું, -જઈને ટાળવું, છટકી જવું, ઉડાવવું. **dodg'er,** ના૦ દાવપેચ રમનારો – કપટી – માણસ.

do'do (ડૉડો), ના૦ પ્રાચીન કાળનું એક મોટા કદવાળું પક્ષી.

doe (ડો), ના૦ હરણી, સસલી, સાબરની માદા.

doer (ડૂઅર), ના૦ કરનાર, કર્તા.

does (ડઝ઼), do ના વર્ત૦ કા૦નું તૃ૦પુ૦ એક વ૦.

doff (ડૉફ), સ૦ક્રિ૦ (ટોપી, ઇ.) ઉતારવું, [કાઢવું; ફેંકી દેવું.

dog (ડૉગ), ના૦ કૂતરું, શ્વાન; કૂતરો; નકામો – નાલાયક – વિલાસી – માણસ; ચાલાક કે નસીબદાર માણસ; (બ૦ વ૦) સગડી કે છીણીના પાયા; (સંબોધનમાં) તું નાલાયક – હલકટ – માણસ. સ૦ ક્રિ૦ -ની પૂઠ પકડીને ચાલવું, -નો કેડો પકડવો. *gay* ~, મોજશોખનો રસિયો. ~ *Latin*, ખરાબ, ઢંગધડા વિનાનું લૅટિન (ભાષા). *lead a* ~*'s life*, અનેક આપદાઓ ને વિટંબણાઓ સહન કરવી. *go to the* ~*s*, નખ્ખોદ વળવું, સત્યાનાશ થવો. ~ *in the manger*, ગભાણનો કૂતરો, ન ખાય પોતે ન ખાવા દે બીજાને. *let sleeping* ~*s lie*, પીડા ઊભી કરે એવી વસ્તુને ન છેડવી. **dog-box,** ના૦ કૂતરાનો ડબો. **dog'cart,** ના૦ બે પૈડાં ને એક ઘોડાવાળી ગાડી. **dog-days** ના૦ બ૦ વ૦ વરસની સૌથી વધુ ગરમીની મોસમ; વ્યાધનો તારો સૂર્યની સાથે ઊગીને આથમે છે તે દિવસો.

dog-eared, વિ૦ (પુસ્તક અંગે) જેનાં પાનાં ખૂણા વળીને વાંકાં કે મેલાં થયાં છે એવું.

dog-tired, વિ૦ સાવ થાકી ગયેલું, થાકીને લોથ થયેલું.

doge (ડોજ), ના૦ પ્રાચીન વેનિસ કે જિનોવાનો મુખ્ય મૅજિસ્ટ્રેટ (જેને કશી સાચી સત્તા ન હતી). [આગ્રહી, કેડો ન છોડે એવું.

dogg'ed (ડૉગિડ), વિ૦ હઠીલું, બહુ

dogg'erel (ડૉગરલ), ના૦ તાલ માત્રા વિનાની – ઠેકાણા વગરની – કવિતા.

dogma (ડૉગ્મ,-મા), ના૦ (બ૦વ૦ dogmas, dogmata). સિદ્ધાન્ત, માન્યતા (વિ. ક. ધાર્મિક); (જે સ્વીકારીને જ ચાલવાનું હોય, જેની સામે દલીલ કરવાપણું ન હોય, એવી રીતે રજૂ થતી) માન્યતાઓ, સિદ્ધાન્તો, અનુશાસન.

dogmat'ic (ડૉગ્મૅટિક). વિ૦ કાયદો – નિયમ – કરી આપનારું, પ્રસ્થાપિત મત વિષેનું; ચોક્કસ, સૈદ્ધાન્તિક; દુરાગ્રહ ભરેલું, હઠીલું; દુરાગ્રહી. **dog'matism** (ડૉગ્મટિઝ઼મ), ના૦ સ્વમતાગ્રહ, દુરાગ્રહ, હઠવાદ. **dog'matize** (ડૉગ્મટાઇઝ઼), અ૦ક્રિ૦ સિદ્ધાન્ત તરીકે કહેવું, આગ્રહપૂર્વક – હઠથી – પ્રતિપાદન કરવું.

dog'rose (ડૉગ્રોઝ઼), ના૦ વાડમાં થતું એક જાતનું જંગલી ગુલાબ.

dog-star (ડૉગ્સ્ટાર), ના૦ [ખ.] વ્યાધ (નો તારો), લુબ્ધક. [રાક્ષસી.

dog'-tooth (ડૉગ્ટૂથ), ના૦ શૂળિયો દાંત,

dog-watch (ડૉગ્વૉચ), ના૦ [નૌકા.] બે કલાકનો ટૂંકો પ્રહર–પહેરો ભરવાનો સમય.

doil'y, doyl'ey (ડૉઇલિ), ના૦ કીટલી, પ્યાલો, ઇ. પર ઢાંકવાનો ઝાલર કે ફીતવાળો નાનો રૂમાલ. [નાણું.

doit (ડૉઇટ), ના૦ [પ્રા.] નજીવી રકમ કે

dol'drums (ડૉલ્ડ્રમ્ઝ઼), ના૦ બ૦ વ૦ (*the*~) ઉદાસી, ખિન્નતા; શાંતતા અને હળવા અસ્થિર પવનવાળો વિષુવવૃત્ત પાસેનો દરિયાઈ પ્રદેશ (જ્યાં સ્થિર પવનને અભાવે વહાણો આગળ વધી શકતાં નથી.)

dole (ડોલ), ના૦ દાન, ભિક્ષા (વિ. ક. નક્કી કરેલા – મર્યાદિત – પ્રમાણની); રાજ તરફથી બેકારને અપાતી મદદ. સ૦ ક્રિ૦ (અન્ન, પૈસા, ઇ.) મૂઠી મૂઠી આપવું, વહેંચવું.

dole'ful (ડોલ્ફુલ), વિ૦ શોકાતુર, ઉદાસ, ગમગીન.

doll (ડૉલ), ના૦ ઢીંગલી, પૂતળી; સુંદર કમઅક્કલ સ્ત્રી કે છોકરી. ઉ૦ ક્રિ૦ ~*up*, સરસ કપડાં પહેરીને – પહેરાવીને – ઠાઠ કરવો.

doll'ar (ડૉલર), ના૦ અમેરિકા, કૅનેડા, ઇ. દેશોમાં ચાલતું નાણું, અમે. ડૉલર (હાલ સાડા સાત રૂપિયા). [કનો લોંદો.

dollop (ડૉલપ), ના૦ ખોરાકનો કે કશા-

dol'men (ડૉલ્મે'ન), ના૰ બે ઊભા થાંભલા પર ચપટો સપાટ પથ્થર મૂકીને બનાવેલી પ્રાગૈતિહાસિક સ્મારક રચના – ઇમારત.
dol'omite (ડૉલમાઇટ), ના૰ ચૂનો અને મૅગ્નેશિયાનો બનેલો પથ્થર – ખડક.
dol'orous (ડૉલરસ), વિ૰ દુઃખદ, ખેદકારક; શોકભર્યું. **dol'our** (ડૉલર), ના૰ [કાવ્યમાં] દુઃખ, શોક.
dol'phin (ડૉલ્ફિન), ના૰ વહેલની જાતનું એક દરિયાઈ પ્રાણી – માછલું; શિશુમાર.
dolt (ડોલ્ટ), ના૰ ઠોઠ, મૂર્ખ.
domain' (ડમેન), ના૰ જાગીર, જમીન; મુલક, રાજ્ય, રાજ્યના તાબાનો મુલક; (અધિકાર, વિચાર કે જ્ઞાનનું) ક્ષેત્ર – પ્રદેશ; રાજ્યાધિકાર, સત્તા.
dome (ડોમ), ના૰ ઘૂમટ; હવેલી, ભવ્ય મહેલ – મકાન. **domed**, વિ૰ ઘૂમટવાળું.
Domes'day (Book) (ડૂમ્સ્ડે (બુક)), ના૰ ઈ. સ. ૧૦૮૬માં ઇંગ્લન્ડમાં કરેલી જમીન નોંધણીનું પત્રક.
domes'tic (ડમે'સ્ટિક), વિ૰ ઘરનું; કુટુંબનું – સંબંધી, કાૈટુંબિક; સ્વદેશનું -ને લગતું; ઘરમાં બનાવેલું, ઘરગથ્થુ; (પ્રાણી) ઘરમાં રાખેલું, પાળેલું; ઘરમોહ્યું, ઘરકૂકડિયું. ના૰ ઘરકામ કરનાર નોકર.
domes'ticate (ડમે'સ્ટિકેટ), સ૰ ક્રિ૰ ઘરમાં – માણસમાં – રહેવાની ટેવ પાડવી, હેળવવું, પાળવું; વનસ્પતિને ભૂમિને અનુકૂળ બનાવવી. **domestica'ted,** વિ૰ ગૃહજીવનપ્રિય. **domestica'tion**, ના૰.
domesti'city (ડોમિસ્ટિસિટિ, ડૌ-), ના૰ ઘરગથ્થુપણું; ઘરનું વાતાવરણ, ગૃહજીવન.
dom'icile (ડૉમિસાઇલ, – સિલ), ના૰ રહેઠાણ, ઘર; [કા.] કાયમ રહેવાની જગ્યા, વતન, કાયમ નિવાસ.
dom'inant (ડૉમિનન્ટ), વિ૰ સત્તા ચલાવનારું, સત્તાધિષ્ઠિત બહુ જ પ્રભાવવાળું, શ્રેષ્ઠ; પ્રમુખ. ના૰ [સં.] કોઈ પણ સપ્તકનો પાંચમો સૂર. **dom'inance** ના૰ સર્વોપરિતા, પ્રાબલ્ય, વર્ચસ્વ, દોર.
dom'inate (ડૉમિનેટ), ઉ૰ ક્રિ૰ -ની ઉપર વર્ચસ્વ – ઉપરીપણું – ચલાવવું – ધરાવવું, પ્રબળ હોવું; સૌથી વધુ મહત્ત્વનું હોવું; -થી ઉપર ચડવું; (સ્થળ) કશાકની ઉપર આવેલું હોવું. **domina'tion**, ના૰ આધિપત્ય, સત્તા, વર્ચસ્વ.
domineer' (ડૉમિનિઅર), અ૰ ક્રિ૰ મગરૂરીથી હકૂમત ચલાવવી, -ની ઉપર સાહેબી કરવી (*~over*). [માસ્તર, મહેતાજી.
dom'inie (ડૉમિનિ), ના૰ [સ્કૉટ.] શાળા
domin'ion (ડમિન્યન), ના૰ આધિપત્ય, પ્રભુત્વ; સત્તા, વર્ચસ્વ; તાબાનો મુલક, રાજ્ય.
dom'ino (ડૉમિનો), ના૰ (બ૰ વ૰ –es). એક જાતનો મુખવટાવાળો બુરખો; (બ૰ વ૰) સોગઠાંના જેવી એક બાજી; એ બાજીનું સોગઠું.
don (ડૉન), ઉ૰ ક્રિ૰ પહેરવું, ઘાલવું.
don, ના૰ સ્પૅનિશ સદ્‌ગૃહસ્થ (વિ. ક. નામની પૂર્વે વપરાય છે. દા.ત. *D~Quixote*); મહાવિદ્યાલય કે વિશ્વવિદ્યાલયનો શિક્ષક.
donate (ડનેટ, ડો-), સ૰ ક્રિ૰ આપવું, દાનમાં આપવું, કોઈ ખાસ કાર્ય માટે આપવું. **dona'tion** (ડનેશન), ના૰ દાન આપવું તે; દાન, દેણગી; સંસ્થાને કે ફાળામાં આપેલી રકમ. [થાકેલું.
done (ડન), doનું ભૂ૰ કૃ૰. *~ up*, બહુ જ
don'jon (ડૉન્જૉન, ડ–), ના૰ કિલ્લાનો મોટો બુરજ – મિનારો.
donk'ey (ડૉંકિ), ના૰ ગધેડો; મૂર્ખ માણસ. *~-engine*, ના૰ વરાળ પર ચાલતું નાનું યંત્ર.
donn'a (ડૉના), ના૰ બાનુ (ઇટાલી, સ્પેન ને પોર્ટુગલમાં વપરાય છે).
don'or (ડોનર), ના૰ આપનાર; દાતા, સખાવત કરનાર.
don't = do not
doo'dle (ડૂડલ), અ૰ ક્રિ૰ અને ના૰ બેધ્યાનપણે કાગળ પર કશુંક ચીતરવું.
doom (ડૂમ), ના૰ નિયતિ, દૈવ, નસીબ; વિનાશ, સર્વનાશ; અંત, મૃત્યુ. સ૰ ક્રિ૰ -ને સજા ફટકારવી; -ને માટે નિર્માણ કરવું (બહુધા અનિષ્ટ વસ્તુ). **doomed**, વિ૰ સજા પામેલું. **dooms'day** (ડૂમ્સ્ડે), ના૰ કયામતનો દિવસ; અંતિમ ન્યાયનો દિવસ.
door (ડોર, ડોઅર), ના૰ દ્વાર, બારણું, દરવાજો; કમાડ, બારણું; પ્રવેશ. *next~*,

પાસેના–બાજુના–ઘરમાં. *out of ~s*, ખુલ્લી હવામાં, ખુલ્લામાં; બહાર. *lay at the ~s of*, -ની ઉપર આરોપણ કરવું, -નો દોષ કાઢવો; -ને જવાબદાર ગણવું. *~-keeper*, ના૦ દરવાન, દ્વારપાળ. **door'way**, ના૦ પ્રવેશ, પ્રવેશદ્વાર.

dope (ડોપ), ના૦ રાબ જેવું ઘાટું પ્રવાહી; ઊંજવા માટેનું જાડું તેલ; એક જાતનું વાર્નિશ; ઘેન લાવનાર ઔષધિ – દવા; શરતના ઘોડાના ભૂતકાળ વિષેના ખબર કે જાણકારી. ઉ૦ ક્રિ૦ ઘેનની દવા આપવી – લેવી.

Dorc'as (ડૉર્કસ), ના૦ ગરીબોને માટે કપડાં તૈયાર કરનાર – કરવા માટે મળેલી – બહેનોની સભા.

Do'ric (ડૉરિક), ના૦ પ્રાચીન ગ્રીક લોકોની એક બોલી; કોઈ પણ સામાન્ય બોલી. વિ૦ પ્રાચીન ગ્રીસના ડૉરિસ પ્રાન્તનું કે ત્યાંના લોકોનું; જૂના ગ્રીક સ્થાપત્યનું.

dorm'ant (ડૉર્મન્ટ), વિ૦ ઊંઘતું, સુપ્ત; બહાર નહિ પડેલું, દબાઈ રહેલું. **dorm'ancy**, ના૦ સુપ્તાવસ્થા.

dorm'er (ડૉર્મર), **dorm'er-window**, ના૦ ઢાળ પડતા છાપરામાંની ઊભી બારી.

dorm'itory (ડૉર્મિટરિ), ના૦ અનેક માણસોને એકત્ર સૂવાનો ઓરડો (વિ. ક. વિદ્યાર્થીઓના છાત્રાલયમાં કે મઠમાં); સામૂહિક શયનગૃહ.

dorm'ouse (ડૉર્માઉસ), ના૦ (બ૦ વ૦ dormice). એક જાતનો ખેતરમાં રહેતો ઉંદર.

dors'al (ડૉર્સલ), વિ૦ પીઠનું, પીઠ પરનું.

dor'y (ડૉરિ), ના૦ એક દરિયાઈ ખાદ્ય માછલી; સપાટ તળિયાની હોડી.

dose (ડોસ), ના૦ એક વખત લેવાની દવા(નું પ્રમાણ); કડવો ઘૂંટડો. સ૦ ક્રિ૦ દવા આપવી; -નો ભોગ કરવો. **dos'age** (ડોસિજ), ના૦ દવા આપવી તે; એક વખત લેવાની દવાની માત્રા – પ્રમાણ.

doss (ડૉસ), ના૦ રાતવાસાના મકાનમાં મળતી પથારી. અ૦ ક્રિ૦ એવા મકાનમાં સૂઈ રહેવું. *~-house*, ના૦ રાત્રે સૂવાની સસ્તી સગવડ મળે એવું મકાન.

doss'ier (ડૉસિઅર, ડૉસ્યે), ના૦ કોઈના પૂર્વજીવનની કે કોઈ ઘટનાની માહિતી આપનારા દસ્તાવેજો. [એક વ૦.

dost (ડસ્ટ), do ના વર્તમાન કાળનું દ્વિ૦પુ૦નું

dot (ડૉટ), ના૦ ટપકું, બિંદુ, મીંડું; ઝીણી વસ્તુ. *on the ~*, બરાબર વખતસર, નીમેલે વખતે. સ૦ ક્રિ૦ ઉપર ટપકાં મૂકવાં; અહીંતહીં મૂકવું. *~ him one*, એક ફટકો લગાવવો – મારવો. [છે તે ધન.

dot ના૦ લગ્ન વખતે સ્ત્રી પોતાની સાથે લાવે

dot'age (ડૉટિજ), ના૦ વૃદ્ધાવસ્થા (જ્યારે શરીર અને મન નબળાં પડે છે). **dot'ard** (ડૉટર્ડ), ના૦ અતિ ઘરડો (મૂર્ખ) માણસ.

dote (ડોટ), અ૦ ક્રિ૦ નબળા મનનું કે મૂર્ખ થવું; *~ upon*, -ની પાછળ ગાંડા હોવું.

doth (ડથ), do નું વર્તમાન કા૦નું ત્રીજા પુ૦નું એક વ૦ (જૂનું રૂપ, હવે કવિતામાં જ વપરાય છે). [તેમાં બાકી રહેલી તમાકુ.

dot'tle (ડૉટલ), ના૦ ચલમ પીધા પછી

dotty (ડૉટિ), વિ૦ ટપકાંવાળું; નબળા મનવાળું, ગાંડા જેવું, ગાંડું.

dou'ble (ડબલ), વિ૦ બમણું, બેવડું, દ્વિગુણ; બમણા જથ્થાનું કે તીવ્રતાવાળું; બે સરખી વસ્તુઓનું કે ભાગોનું બનેલું; બે માણસો માટેનું; બે પ્રકારનું, કપટી. *~(bed)room*, બે જણ માટેની. *~ entry*, [નામું] જેમાં દરેક બાબતની બે ઠેકાણે નોંધ થાય છે એવી નામાની પદ્ધતિ. ક્રિ૦ વિ૦ બમણું; બબ્બેની જોડીમાં, જોડીજોડી. ના૦ એકના જેવી જ આબેહૂબ બીજી વ્યક્તિ, પ્રતિવ્યક્તિ – વસ્તુ; બેવડી રકમ; [લશ્કર] બમણા વેગની કૂચ; બબ્બેની જોડી વચ્ચે રમાતી રમત. *at the ~*, (લશ્કરી કૂચ) બેવડી ઝડપવાળું; દોડતું. ઉ૦ ક્રિ૦ બેવડું – બમણું – કરવું – થવું; ગડી કરવી, વાળવું; (મુઠ્ઠી) વાળવું; બમણા વેગથી કૂચ કરવી; દોડવું; એકદમ (પાછા) વળવું. *~ up*, ગડી વાળવી, કેડમાંથી વળી જવું; એક જણ માટેના સૂવાના ઓરડામાં બેને મૂકવા. *~ back*, પાછળ નમવું; પાછળ દોડવું.

double-bass (ડબલ્‌બેસ), ના૦ વાયોલિનની જાતનું એક મોટામાં મોટું તંતુવાદ્ય.

double-cross' (ડબલ્‌-ક્રૉસ), સ૦ ક્રિ૦

છેતરવું, દગો દેવો, બન્ને પક્ષોને છેતરવું.

double-deal'er, ના૦ અપ્રામાણિક માણસ. **double-dealing,** વિ૦ અપ્રામાણિક. ના૦ અપ્રામાણિકતા. [સમજી શકાય એવી ભાષા.

double Dutch (ડબલ્ ડચ), ના૦ ન

dou'ble-dy'ed (ડબલ્ડાઇડ), વિ૦ (બદ-માશ, ઇ.) પાકું, પૂરેપૂરું.

dou'ble-edg'ed (ડબલ-એ'જ્ડ), વિ૦ (હથિયાર, દલીલ, ઇ.) બેધારી, વાપરનાર તથા તેનો સામાવાળો બન્નેને કાપનાર-ઈજા કરનાર.

double entendre (ડૂબલ્ આંટાંડર), દ્વિઅર્થી વચન (ઉચ્ચારવાં તે).

dou'ble-fa'ced (ડબલ્ફેસ્ટ), ના૦ ઢોંગી, દગાબાજ; મોઢે મિત્ર પણ પાછળ શત્રુ, મુખમાં રામ બગલમાં છૂરી રાખનાર.

dou'ble-quick (ડબલ-ક્વિક), ક્રિ૦ વિ૦ ખૂબ ઉતાવળથી.

doub'let (ડબ્લિટ), ના૦ ચપોચપ બેસતું વસ્ત્ર-કપડું, બનિયન; એક જ વ્યુત્પત્તિવાળા પણ જુદા અર્થવાળા બે શબ્દોમાંનો એક.

doubloon' (ડબ્લૂન), ના૦ એક પાઉંડ કિંમતનું સ્પેનનું જૂનું સોનાનું નાણું.

doubt (ડાઉટ), ના૦ શંકા, સંદેહ, સંશય; વહેમ, દહેશત; અંદેશો; અનિશ્ચય. *no ~*, જરૂર, ચોક્કસ. *without ~*, નિ:સંશય. ઉ૦ ક્રિ૦ -માં અવિશ્વાસ હોવો-કરવો-થવો, -ને વિષે શંકા કરવી-થવી; -ને વિષે દહેશત લાગવી; -ને વિષે વાંધો ઉઠાવવો.

doubtful, વિ૦ શંકાસ્પદ; અનિશ્ચિત; અનિર્ણીત; શંકાશીલ. **doubt'less,** વિ૦ શંકા વિનાનું, નિ:સંદેહ. ક્રિ૦વિ૦ બેશક, નક્કી, કબૂલ.

douche (ડૂશ), ના૦ પાણીની ધાર-દદૂડો; શરીર ઉપર કે અંદર શુદ્ધિ માટે પાણીની ધાર છોડવી તે; તે માટેનું સાધન. ઉ૦ ક્રિ૦ પાણીની ધાર આપવી-લેવી.

dough (ડો), ના૦ ગૂંદેલી કણક-લોટ; [અમે.] પૈસા. *~ nut,* ના૦ ચરબીમાં રાંધેલી ગોળ નાની રોટી-કેક. **dough'y** (ડોઇ), વિ૦ ગૂંદેલી કણક જેવું, પોચું.

dought'y (ડાઉટિ), વિ૦ બળવાન; બહાદુર, જવાંમર્દ. [સખત, કઠોર.

dour (ડૂર), વિ૦ [સ્કૉ.] જક્કી, મમતવાળું;

dove (ડવ), ના૦ કબૂતર; શાંતિ અને નિષ્પાપતાનું પ્રતીક; પવિત્ર આત્મા (*Holy Ghost*-ખ્રિસ્તી ધર્મની ત્રિમૂર્તિમાંની એક). *~-colour,* ના૦ રાખોડી રંગ. **dove'-cot(e)** (ડવ્કૉટ), ના૦ કબૂતરખાનું, કબૂતરનો ખડો.

dove'tail (ડવ્ટેલ), ના૦ [સુથારી] સાલ-પાસળાં કાઢી કાંધો મેળવવો તે; એક જાતનો સાંધો (જેમાં સાલ ને ખાંચા કબૂતરની ફેલાયેલી પાંખના આકારના હોઈ સામસામા એકબીજામાં બરાબર બેસી જાય છે). ઉ૦ ક્રિ૦ સજ્જડ સાલપાસળાં બેસાડવાં-બેસવાં;(વિચાર, રસની બાબતો, ઇ.) એકબીજા સાથે બરાબર બંધ બેસતી થવી.

dow'ager (ડાવજર), ના૦ મૈયત ધણીની મિલકત કે પદવી પ્રાપ્ત કરનાર સ્ત્રી; ઉમરાવની કે સરદારની વિધવાનો ખિતાબ.

dowd'y (ડાઉડિ), વિ૦ અને ના૦ (સ્ત્રી અંગે) અવ્યવસ્થિત-મેલાં-કપડાં પહેરેલું, ફૂવડ; (પોશાક) ઢંગધડા વિનાનું, મેલું, જીર્ણ દેખાતું.

dow'er (ડાવર), ના૦ પતિની મિલકતમાંથી તેની વિધવાને તેની જિંદગી સુધી મળતો હિસ્સો, વિધવાંશ;[લા.] કુદરતી દેણગી અથવા બુદ્ધિશક્તિ. સ૦ ક્રિ૦ પહેરામણીમાં આપવું; બુદ્ધિશક્તિની બક્ષિસ આપવી.

down (ડાઉન), ના૦ ઊંચાણવાળી ખુલ્લી જમીન; (બ૦ વ૦) દક્ષિણ ઇગ્લંડના ચાકના ડુંગરો; ઘાસવાળી નીચી ટેકરીઓ.

down, ના૦ ટૂંકા અને બારીક સુંવાળા વાળ-રુવાંટી-પીછાં; ધોયેલી કામળી પરનું પૂમ.

down, ક્રિ૦ વિ૦ ઉપરથી નીચે; પૂર્વકાળથી પછીના કાળ તરફ; નીચે, જમીન પર; (નદી) મુખ તરફ; કાગળ પર, લખાણમાં. વિ૦ [રેલવે] મુખ્ય મથક તરફથી જનાર-આવનાર; નીચે તરફ જતું. ના૦ અ૦ પર થઈ ને, વચ્ચે થઈ ને, નીચે-નીચેની દિશામાં, નીચેના ભાગ તરફ. સ૦ ક્રિ૦ [વાત.] નીચે પાડવું-ફેંકવું-ગબડાવવું; હરાવવું. *do ~*, છેતરવું. *be ~ on, upon,* -ને ઠપકો આપવો. *be, have, a ~ on,* -ને વિષે ખાસ અણગમો હોવો. *be ~ with,* માંદગીથી પથારીમાં પડવું-રહેવું. *be sent ~*, ખરાબ વર્તણૂક માટે યુનિ-

વર્સિટીમાંથી રુખસદ મળવી. *boil, cut, etc.* ~, ઉકાળીને, કાપીને, નાનું, ઓછું કરવું. ~ *tools,* હથિયાર–ઓજાર–હેઠે મૂકવાં, કામ બંધ કરવું. *ups and* ~*s* ચડતી પડતી. *be* ~ *for a speech,* વક્તાઓની યાદીમાં નામ નોંધાયેલું હોવું. ~ *and out,* (માણસ) પૈસા, નોકરી કે આશા વિનાનું. *money(amount)* ~, માલ લેતી વખતે આપેલા બધા કે થોડા પૈસા.

down'cast, વિ૦ (દૃષ્ટિ, આંખ) નીચે જોતું; (વ્યક્તિ) ખિન્ન, દુઃખી.

down'fall (ડાઉન્ફૉલ), ના૦ પડતી, અવનતિ; વિનાશ, પાયમાલી; મુસળધાર–ધોધમાર–વરસાદ, ધોધ.

down'-hearted (ડાઉન્-હાર્ટિડ), વિ૦ નિરુત્સાહ, ખિન્ન, હતાશ.

down'hill (ડાઉન્હિલ), ના૦ ઉતાર, ઢોળાવ. વિ૦ નીચે ઊતરતું, ઢોળાવવાળું.

Down'ing Street (ડાઉનિંગ સ્ટ્રીટ), ના૦ મહત્ત્વની સરકારી (વિ.ક. વડા પ્રધાનની) કચેરીઓવાળી લંડનની શેરી.

down'pour (ડાઉન્પોર, –પૉ–), ના૦ ધોધમાર વરસાદ.

down'right (ડાઉન્રાઇટ), વિ૦ સીધું અને સ્પષ્ટ; સાફ, ચોખ્ખું; નિખાલસ, સરળ; બૂઠું; તદ્દન, પૂરેપૂરું. ક્રિ૦ વિ૦ તદ્દન, પૂરેપૂરું.

downstairs' (ડાઉનસ્ટેર્સ), ના૦ ઘરનો નીચલો માળ, ભોંયતળિયું. વિ૦ ભોંયતળિયાનું. ક્રિ૦ વિ૦ ભોંયતળિયે.

down'trodden (ડાઉન્ટ્રૉડન), વિ૦ નીચે દબાયેલું, પદદલિત, દલિત; કચડાયેલું, જેની તરફ ન્યાયી વર્તન નથી કરવામાં આવતું એવું.

down'ward (ડાઉન્વર્ડ), વિ૦ નીચેનું, નીચે જતું–લઈ જનારું. ક્રિ૦વિ૦ નીચે. **downwards,** ક્રિ૦ વિ૦ નીચે, નીચેની દિશા તરફ.

down'y (ડાઉનિ), વિ૦ પીછાં કે રુવાંટીવાળું; [વિ. બો.] હોશિયાર, લુચ્ચું.

dowr'y (ડાઉરિ), ના૦ પહેરામણી, વાંકડો, પરઠણ, ઇ.; લગ્ન વખતે સ્ત્રીએ સાથે આણેલું ધન; કુદરતની દેણગી, બુદ્ધિશક્તિ.

dowse, douse (ડાઉસ), ઉ૦ ક્રિ૦ -ની ઉપર પાણી રેડવું, પાણીમાં બોળવું; (દીવો, ઇ.) હોલવી નાંખવું; (–ઝ઼) પાણી ઇત્યાદિ જોવા માટે જાદુઈ લાકડીથી ઠોકી જોવું. **dows'er** (ડાઉઝ઼ર), ના૦ જાદુઈ લાકડી વાપરનારો; પાણીકળો. **dows'ing-rod** (ડાઉઝ઼િંગરૉડ), ના૦ ભૂમિગત ખનિજ પદાર્થ તથા પાણી શોધવા માટે વપરાતી (બે પાંખિયાંવાળી) જાદુઈ લાકડી.

doxol'ogy (ડૉક્સૉલજિ), ના૦ પરમેશ્વરનું સ્તવનગીત, સ્તોત્ર.

doyen (ડૉઇયન, ડ્વાઇયેન), ના૦ કોઈ મંડળનો જ્યેષ્ઠ કે વડીલ સભ્ય–માણસ.

doze (ડોઝ઼), અ૦ક્રિ૦ ઝોકું ખાવું, ઊંઘના ઘેનમાં હોવું. ના૦ ઝોકું, સુસ્તી, અલ્પનિદ્રા.

do'zen (ડઝ઼ન), ના૦ બારનો જુમલો, ડઝન. *a baker's* ~, તેર.

drab (ડ્રૅબ), વિ૦ કોરા–વગર ધોયેલા–લૂગડાના –ભૂખરા– રંગનું; કંટાળો ઉપજાવે એવું, એકસરખું; નીરસ. ના૦ ભૂખરો મલિન રંગ.

drab, ના૦ ફૂવડ સ્ત્રી; કુલટા, વેશ્યા.

drachm (ડ્રૅમ), ના૦ પ્રવાહીનું એક માપ (દવાવાળાનો ૧/૮ ઔંસ; સામાન્ય માપનો ૧/૧૬ ઔંસ).

drach'ma (ડ્રૅક્મા), ના૦ (બ૦ વ૦ drachmas, drachmae). એક ગ્રીક નાણું.

draff (ડ્રાફ), ના૦ તળિયાનો કચરો, નીચલો ગાળ.

draft (ડ્રાફ્ટ), ના૦ લશ્કરના વિભાગમાંથી ખાસ ફરજ બજાવવા મોકલેલી સિપાઈઓની ટુકડી, કુમક; દર્શની હૂંડી, ડ્રાફ્ટ; ખરડો, મુસદ્દો; કરવાના કામની કાચી યોજના–રૂપરેખા. સ૦ ક્રિ૦ કુમક માટે લશ્કરને જોડાવા ટુકડી મોકલવી; મુસદ્દો ઘડવો; નકશો દોરવો.

drafts'man (ડ્રાફ્ટ્સ્મન), ના૦ ખરડો તૈયાર કરનાર; નકશો–રૂપરેખા–દોરનાર.

drag (ડ્રૅગ), ઉ૦ ક્રિ૦ ઘસડવું, ઘસડીને ખેંચવું–લઈ જવું; ઘસડાવું, ધીમા ધીમા લથડતા ચાલવું; (નાટક, ઇ.) રસ વગર જેમ તેમ ભજવાયા કરવું. ~ *the lake, river, etc.,* મડદું વગેરે કાઢવા માટે ઠેઠ તળિયા સુધી જાળ નાંખીને ઘસડવી. ના૦ ડફણું, ડેરો, ઊંગટ; દખલ, અટકણ; રગશિયા ગતિ; એક જાતની કળબ; ખિલાડી, જાળ, ઇ. ~ *on the party,* મિત્રમંડળને મોજ માણવામાં અંતરાય રૂપ થનાર વ્યક્તિ.

drag'gle (ડ્રૅગલ), ઉ૦ ક્રિ૦ ઘસડીને ખરડવું–લપેડવું, રગદોળવું; રગદોળાવું; પાછળ

પાછળ ઘસડાવું. **drag'gled,** વિ૦ ખરડાયેલું.

drag'oman (ડ્રૅગમન), ના૦ દુભાષિયો, પરદેશીઓની ભાષા બોલનાર ભોમિયો.

drag'on (ડ્રૅગન), ના૦ શ્વાસ વાટે જ્વાળા કાઢનાર રાક્ષસ, સાપ કે સરડા જેવું પાંખવાળું એક કલ્પિત પ્રાણી; ચોકીદાર, રક્ષક; જાગરૂક માણસ. *the old D~*, શેતાન.

drag'on-fly (ડ્રૅગન્ફ્લાઇ), ના૦ જાળી જેવી પાંખોની બે જોડવાળી લાંબા આકારની એક માખી.

dragoon' (ડ્રગૂન), ના૦ હયદળનો માણસ, બરકંદાજ, ઘોડેસવાર. સ૦ક્રિ૦ મારી હોકીને – જબરદસ્તીથી – નમાવવું, વશ કરવું.

drain (ડ્રેન), ઉ૦ ક્રિ૦ મોરી, ગટર, નળ નાંખીને પાણી, ઇ.નો નિકાલ કરવો; આવી રીતે જમીનને કોરી કરવી; (પ્રવાહી) વહેવું; નિઃશેષ ખાલી કરવું – થઈ જવું; સૂકું – શુષ્ક – થઈ જવું; શક્તિ, ધન, ઇ. ધીમે ધીમે લઈ જવું – શોષવું. ના૦ પાણી, મળ, ઇત્યાદિ લઈ જવાનો નળ, મોરી, ગટર, ઇ.; લોહી, પૈસો, ઇ.નું સતત વહી – ખેંચાઈ – જવું તે, શોષણ. **drain'age** (ડ્રેનિજ), ના૦ પાણી, મળ, ઇ.નો નિકાલ કરવો તે; એવો નિકાલ કરવા માટે મોરીઓ, ગટર, ઇ.ની વ્યવસ્થા; ગટરકામ; ગટર વાટે જતું પાણી, મળ, ઇ.

drake (ડ્રેક), ના૦ બતકનો નર. [દારૂનો ઘૂંટડો.

dram (ડ્રૅમ), ના૦ ડ્રામ (વજન); જલદ

dra'ma (ડ્રામા), ના૦ નાટક; નાટ્યકળા; નાટ્યમય ઘટનાપરંપરા. **dramati'c** (ડ્રમૅટિક), વિ૦ નાટકનું – ને લગતું – ના જેવું, નાટકી; નાટકમાં થતા પ્રસંગની જેમ અચાનક અને નવાઈ પમાડે એવી રીતે થતું. **dram'atist** (ડ્રૅમટિસ્ટ), ના૦ નાટકકાર, નાટક લખનાર. **dram'atize** (ડ્રૅમટાઇઝ઼), સ૦ ક્રિ૦ નાટકના રૂપમાં રચવું – રજૂ કરવું; -ને વિષે નાટકીય બનવું. **dramatiza'tion** (ડ્રૅમટાઇઝ઼ેશન), ના૦ નાટકનું રૂપ આપવું તે; નાટકરૂપે રજૂઆત.

dram'atis person'ae (ડ્રૅમટિસ પરસોની), ના૦બ૦વ૦ નાટકનાં પાત્રો (ની યાદી).

drank (ડ્રૅંક), drink નો ભૂ૦કા૦

drape (ડ્રેપ), સ૦ક્રિ૦ કપડા, ઇ.થી ઢાંકવું – શણગારવું; સુંદર ગડીઓ વાળી ગોઠવવું. **draped,** વિ૦ વસ્ત્રવિભૂષિત, કપડાં પહેરેલું. **drap'er** (ડ્રેપર), ના૦ કાપડનો વેપારી, કાપડિયો. **drap'ery** (ડ્રેપરિ), ના૦ કાપડિયાનો માલ (કાપડ, ઇ.); -નો ધંધો; પડદા; બાવલાનો કે ચિત્રનો પહેરવેશ.

dras'tic (ડ્રૅસ્ટિક), વિ૦ આકરું, કડક, સખત; અસર – પરિણામ – કારક.

draught (ડ્રાફ્ટ), ના૦ ખેંચવું – તાણવું – તે; જાળ ખેંચવી તે; એક વખત જાળ ખેંચીને પકડેલાં માછલાં, એક જાળ માછલાં; એક વખતનું પાન (પીવું તે); દવાનો ઘૂંટડો; વહાણની બૂડ, તરતું વહાણ પાણીમાં જેટલું ઊતરે તે માત્રા; પવનનો પ્રવાહ – લહેર; કાચી નકલ, મુસદ્દો; કામનો નકશો – રૂપરેખાનું ચિત્ર; (બ૦ વ૦) દરેક બાજુએ બાર સોગઠાંની એક રમત. વિ૦ (ઘોડો, ઇ.) ભાર ખેંચનારું, ભારવાહક. ~ *beer*, પીપમાંથી કાઢેલો દારૂ. **draught'y,** વિ૦ પવનના પ્રવાહમાં સપડાયેલું.

draughts'man, ના૦ (બ૦ વ૦ draughtsmen). આલેખન કરનાર, રેખાકૃતિ, નકશો, ઇ. દોરનાર; ડ્રાફ્ટ્સની રમતની એક સોગઠી. **draughts'manship,** ના૦.

draw (ડ્રૉ), ના૦ નાટક, ઇ. આકર્ષક વસ્તુ; ખેંચાણ, આકર્ષણ; ચિઠ્ઠીઓ કાઢવી તે, કાઢેલી ચિઠ્ઠી; બરોબરીની – અધૂરી – અનિર્ણીત – રમત, કુસ્તી, ઇ.; બરોબરી, અનિર્ણય.

draw, ઉ૦ ક્રિ૦ (ભૂ૦ કા૦ drew, ભૂ૦કૃ૦ drawn). ખેંચવું, ઘસડવું, ખેંચીને લઈ જવું; ખેંચીને લાંબું કરવું; ખેંચવું, આકર્ષણ કરવું; સાર – અનુમાન – કાઢવું – તારવવું; ખેંચી કાઢવું, બહાર ખેંચવું; લોભાવવું, લલચાવવું; તાણવું, ફેલાવવું; રેખાકૃતિ – ચિત્ર – કાઢવું; રમત અધૂરી રાખવી; ચિઠ્ઠી નાખીને લેવું; (શ્વાસ) લેવો; (બાતમી) કઢાવવી; (પગાર) લેવો; (લોહી) કાઢવું; વાસણ, ભંડાર કે કોઠારમાંથી કાઢવું – લેવું; (વહાણ અંગે) તરતું રહેવા માટે અમુક માત્રામાં ઊંડા પાણીની જરૂર હોવી; ચેક કે હૂંડી લખીને પૈસા ઉપાડવા – લેવા; સરખામણી, ઇ. કરવી; રાંધતાં પહેલાં મરઘાનાં આંતરડાં ઇ. બહાર કાઢવાં; રોગિષ્ઠ

ભાગમાંનું ઝેર અમુક ઠેકાણે એકત્રિત થાય તેમ કરવું; (રમતગમતમાં બાજુઓ) સરખે-સરખી ઊતરવી; (ચાની પત્તી અંગે) રંગ ને રુચિ ઊતરવી. ~ *back*, પીછેહઠ કરવી; છેલ્લી ઘડીએ ખચકાવું. ~ *in*, લલચાવવું; (દિવસો અંગે) ટૂંકા થવા.~ *the line at*, (-થી વધુ) કરવાની ના પાડવી. ~ *the long bow*, અતિશયોક્તિ કરવી, ખોટું બોલવું. ~ *on*, -ની પાસે જવું, -ની ઉપર આધાર રાખવો. ~ *oneself up*, ટટ્ટાર ઊભા થવું. ~ *out*, વિશ્વાસ પેદા કરીને બોલવાને ઉત્તેજન આપવું; ખૂબ લાંબું કરવું - ચલાવવું. ~ *up*, વિગતવાર હકીકત - અહેવાલ - યોજના -તૈયાર કરવી; લશ્કરી વ્યૂહમાં ગોઠવાઈ જવું; (ગાડી, ઇ.) થંભી જવું, ઊભા રહેવું.

draw'back (ડ્રૉબૅક), ના૦ ખોડ, ખામી, નડતર; જકાત પરતનાં નાણાં, વળતર.

draw'bridge, ના૦ ઊંચકી લેવાય અથવા બાજુએ ખેંચી લેવાય એવો મિજાગરાંવાળો પુલ.

draw'er (ડ્રૉઅર), ના૦ ખેંચનાર, ઇ.; હૂંડી લખનાર ધણી; પેટી, ટેબલ, ઇ.નું ખેંચવાનું ખાનું; (બ૦ વ૦) અંદરથી પહેરવાનો લેંઘો.

draw'ing (ડ્રૉઇંગ), ના૦ ખેંચવું તે, ઇ.; (પેન્સિલ વતી દોરેલું) ચિત્ર, આલેખ; રેખાચિત્ર; આલેખનકળા, ડ્રૉઇંગ; ઉપાડ; સોરટી.

draw'ing-room, ના૦ બેઠકનો ઓરડો, દીવાનખાનું.

drawl (ડ્રૉલ), ઉ૦ક્રિ૦ અને ના૦ સુસ્તપણે ધીમે ધીમે બોલવું, ચીપી ચીપીને બોલવું.

drawn (ડ્રૉન), (draw નું ભૂ૦કૃ૦). વિ૦ (ચહેરો) થાકી ગયેલું; અસ્વસ્થ દેખાતું.

draw'-well (ડ્રૉ-વેલ), ના૦ દોરડું ને બાલદીવાળો (ઊંડો) કૂવો.

dray (ડ્રે), ના૦ ભારે બોજો ભરવાનું ચાર પૈડાંવાળું નીચું ગાડું (વિ. ક. દારૂનાં પીપ માટે વપરાતું).

dread (ડ્રે'ડ), ઉ૦ક્રિ૦ -ની દહેશત હોવી, ધાસ્તી રાખવી, -નો અતિશય ભય લાગવો. ના૦ ભીતિ, દહેશત, ધાસ્તી; ધાક. વિ૦ ભયંકર, બિહામણું (~*ed* પણ). **dread'ful**, વિ૦ ભયંકર; ઘોર, દારુણ; ત્રાસદાયક.

dread'nought (ડ્રે'ડનૉટ), ના૦ આ સૈકાની શરૂઆતની એક બળવાન યુદ્ધનૌકા; કશાથી પણ ન બીનારો, અકુતોભય.

dream (ડ્રીમ), ના૦ સ્વપ્નું; કલ્પનાવિહાર -સૃષ્ટિ; મનોરાજ્ય; સુંદર મનોહર વસ્તુ કે વ્યક્તિ. ઉ૦ક્રિ૦ (ભૂ૦કા૦ dreamt અથવા dreamed). સ્વપ્નું આવવું, સ્વપ્નમાં જોવું; શેખચલ્લી જેવા વિચાર કરવા, મનમાં ચોક પૂરવા. **dream'y** (ડ્રીમિ), વિ૦ સ્વપ્નાળુ, સ્વપ્નશીલ; સ્વપ્નવત્, અસ્પષ્ટ.

drear'y (ડ્રિઅરિ), **drear'**(ડ્રિઅર), વિ૦ સૂનકાર, ઉદાસ; નીરસ.

dredge (ડ્રે'જ), ના૦ નદી વગેરેને તળિયે જામેલો કાદવ, કચરો કાઢવાનો સંચો; દરિયાના તળેની માછલી પકડવાની જાળ - સાધન. સ૦ક્રિ૦ આવા સંચા વડે નદી સાફ કરવી - માછલાં પકડવાં. **dredg'er** (ડ્રે'જર), ના૦ ઉપર કહેલો સંચો - સંચાવાળી હોડી.

dredge, સ૦ક્રિ૦ -ની ઉપર લોટ ભભરાવવો - છાંટવો. **dredg'er**, ના૦ લોટ, ભૂકી, ખાંડ, ઇ. છાંટવાની કાણાંવાળી ડબી.

dregs (ડ્રેગ્ઝ઼), ના૦બ૦વ૦ તળિયે જામતો કચરો, કાદવ, ગાળ, રગડો, ઇ.; અવશેષ.

drench (ડ્રે'ન્ચ), સ૦ક્રિ૦ (પશુને દવા, ઇ.) જબરદસ્તીથી પાવું; પલાળી - ભીંજવી - નાંખવું, તરબોળ કરવું; દારૂ પાઈને ચકચૂર કરવું. ના૦ પશુ-પ્રાણી -ને આપવાની (એક વખતની) દવા.

dress (ડ્રે'સ), ઉ૦ ક્રિ૦ કપડાં પહેરાવવાં-પહેરવાં; સુશોભિત કરવું, શણગારવું; ખોરાક તૈયાર કરવો - રાંધવો; જખમને મલમપટ્ટા કરવા - ધોઈને ઓસડ લગાડવું; ચામડાને કેળવવું; વાળ હોળવા; [લશ્કર] સીધી કતારમાં ગોઠવવું. ના૦ પોશાક, કપડાં (વિ. ક. લોકોને દેખાતાં, ઉપરથી પહેરવાનાં). ~ *down*, સખત ઠપકો આપવો; માર મારવો. ~*up*, બનીઠનીને તૈયાર થવું; પ્રદર્શન માટે શણગારવું. *full* ~, તહેવારનાં-સમારંભ માટેનાં-કપડાં. ~ *circle*, નાટકશાળાની પહેલી ગેલરી. ~ *rehearsal*, પોશાકની - રંગીન - તાલીમ. ~ *suit*, નાટક, નાચ, ઇ. વખતે પહેરવાનો પોશાક.

dress'er (ડ્રે'સર), ના૦ પોશાક કરનાર–કરાવનાર; રસોડામાંનું છાજલીઓવાળું કબાટ; દાક્તરને પાટાપિંડીમાં મદદ કરનાર.

dress'ing, ના૦ જખમને મલમપટ્ટી કરવાની સામગ્રી; ખાતર; મસાલો, પૂરણ; ઠપકો, માર. ~ *gown*, ઘરમાં પહેરવાનો ઢીલો ઝભ્ભો.

dress'y (ડ્રે'સિ), વિ૦ (છેલ્લામાં છેલ્લી ઢબનાં) કપડાંનો શોખીન; (કપડાં) રુઆબદાર.

drew (ડ્રૂ), draw નો ભૂ૦ કા૦.

drib'ble (ડ્રિબલ), ઉ૦ ક્રિ૦ ટપકવું, ટપકવા દેવું, ટપકે તેમ કરવું, ટીપાં પાડવાં; મોઢામાંથી લાળ ગળવી – ચૂવી; [ફૂટબૉલમાં] ફરી ફરી ઠોકર મારીને દડાને આગળ લઈ જવો. ના૦ ટપકવું તે; ટીપે ટીપે વહેતો પદાર્થ. **drib(b)'let** (ડ્રિબ્લિટ), ના૦ ટીપું; બહુ જ થોડું પરિમાણ.

dried (ડ્રાઇડ), dry નો ભૂ૦ કા૦.

drift (ડ્રિફ્ટ), ના૦ પ્રવાહથી તણાવું–ઘસડાવું–તે; બોલનારના કે લખનારના વક્તવ્યનો આશય–ઝોક; પવનને લઈને ભેગો થયેલ બરફ, રેતી, ઇ.નો ઢગલો; પાણીથી ઘસડાઈ આવેલો કચરો, માટી, ઇ.નો જથ્થો; કોઈ ચોક્કસ ઉદ્દેશ વિના તણાવું તે; નિષ્ક્રિયતા, જડતા. ઉ૦ ક્રિ૦ પ્રવાહથી ઘસડાવું – તણાવું; પવન, પાણી, ઇ.થી ઢગલો થવો – કરવો; કોઈ હેતુ વિના જવું – તણાવું – જીવવું. **drift-net**, ના૦ માછલાં પકડવાની જાળ. **drift-wood**, ના૦ પાણી કે પવનથી કિનારા પર તણાઈ આવેલાં લાકડાં. **snow-drift**, ના૦ પવનને લીધે થયેલો બરફનો ટેકરો.

drift'er (ડ્રિફ્ટર), ના૦ માછલાં પકડવાની જાળવાળી હોડી.

drill (ડ્રિલ), ના૦ વેહ કે કાણું પાડવાનું ઓજાર કે યંત્ર, શારડી; કવાયત, ડ્રિલ. ઉ૦ ક્રિ૦ શારડીથી કાણું પાડવું; કવાયત કરવી – કરાવવી.

drill, ના૦ દાણા વાવવાનું ઓજાર, તરફ; ચાસ. સ૦ ક્રિ૦ ચાસમાં હારબંધ વાવવું – ઓરવું.

drill, ના૦ એક જાતનું સળીવાળું જાડું કપડું.

drink (ડ્રિંક), ઉ૦ ક્રિ૦ (ભૂ૦ કા૦ drank, ભૂ૦ કૃ૦ drunk, drunken). પીવું, પાન કરવું; દારૂ ઢીંચવો; કોઈ પણ પીણું લેવું. ના૦ પીવાનો પદાર્થ, પેય, પીણું; પીવાની ક્રિયા, પાન; દારૂ. ~ *in*, વિચાર કરવો, આનંદથી સાંભળવું. *take to* ~, દારૂની લત–વ્યસન–માં પડવું, ખૂબ દારૂ પીવા માંડવો. ~ *to*, કોઈનું નામ દઈને તે લાંબું જીવે, તંદુરસ્ત રહે, એવી ઇચ્છા વ્યક્ત કરી દારૂ પીવો. **drinkable**, વિ૦ પીવા યોગ્ય, પેય.

drip (ડ્રિપ), ઉ૦ ક્રિ૦ ટીપાં પડવાં – પાડવાં, ટપકવું. ના૦ ટપકતું ટીપું કે ટીપાં; ટપક ટપક કરવું તે. **dripp'ing** (ડ્રિપિંગ), ના૦ શેકેલા માંસમાંથી ઓગળેલી ચરબી. ~ *of eaves*, નેવાં, નેવાણી.

drive (ડ્રાઇવ), ઉ૦ ક્રિ૦ (ભૂ૦ કા૦ drove, ભૂ૦ કૃ૦ driven). હાંકવું, ચલાવવું; ઘોડા, ગાડી, મોટર, ઇ. હાંકવું – ચલાવવું; (વરાળ, વીજળી) યંત્ર ચલાવવું; હડસેલી – હાંકી – લઈ જવું; હાંકી કાઢવું, નસાડી મૂકવું; વાહનમાં બેસીને જવું – બેસાડીને લઈ જવું; ફરજ પાડવી. ~ *a bargain*, સોદો કરવો. ~ *at*, મનમાં ઉદ્દેશ રાખીને બોલવું. ના૦ વાહનમાં બેસીને ફરવા જવું, વાહનની સહેલ; વાહન ચલાવવાનો રસ્તો; [ક્રિકેટ] ઊંચે ઊછળે નહિ એવી રીતે દડો મારવો તે; કોઈ કાર્યને આગળ ધપાવવા માટે મોટા પાયા પર પ્રવૃત્તિ – ઝુંબેશ; કામ કરવાની શક્તિ; ઘરના ઝાંપા સુધીનો રસ્તો.

driv'el (ડ્રિવલ), અ૦ ક્રિ૦ લાળ પાડવી–પડવી; અર્થહીન વાત – બકબક – કરવી. ના૦ લાળ; લવારો, બકવાટ.

dri'ver (ડ્રાઇવર), ના૦ વાહન હાંકનાર, ગાડીવાન, સારથિ; (હાથીનો) મહાવત; (ઊંટનો) સારવાન; મોટર, ઇ.નો ડ્રાઇવર; દડાને મારવાની (ગૉલ્ફની) લાકડી; બીજાઓ પાસેથી સખતાઈથી કામ લેનાર.

driz'zle (ડ્રિઝ્લ), અ૦ ક્રિ૦ ઝરમર ઝરમર વરસવું – પડવું, ફરફર આવવી. ના૦ ઝરમર ઝરમર વરસાદ, ફરફર.

droll (ડ્રોલ), વિ૦ ગમ્મતનું, મજાનું; હસાવનારું; વિચિત્ર. ના૦ મશ્કરો, વિદૂષક. **droll'ery** (ડ્રોલરિ), ના૦ મશ્કરી, ટીખળ.

drom'edary (ડ્રૉમિડરિ, ડ્ર–), ના૦ (સવારી માટેનું) ઊંટ, સાંઢણી.

drone (ડ્રોન), ના૦ મધમાખીનો નર, કામ ન કરનાર મધમાખી; આળસુ, ફોગટખાઉ; ગણગણાટ; 'બૅગપાઇપ' (એક સુષિરવાદ્ય)ની

નીચલા સ્વરની નળી. ઉ૦ ક્રિ૦ ગણગણ કરવું; રાગડો કાઢીને બોલવું; આળસુ બેસી રહેવું.

droop (ડ્રૂપ), ઉ૦ ક્રિ૦ નમી પડવું, વાંકા વળી જવું; નરમ-લૂલું-પડવું; હિંમત હારવી, નાહિંમત થવું. ના૦ ઝુકાવ; ગ્લાનિ; નિરુત્સાહ.

drop (ડ્રૉપ), ના૦ ટીપું, ટપકું, બિન્દુ, છાંટો; લીંબુનો રસ, ઇ.ની ગળી ટીકડી-ગોળી; પડવું તે, પતન; પતનનું-બે સ્તર વચ્ચેનું-અંતર. ઉ૦ ક્રિ૦ ટીપાં પાડવાં-પડવાં; પડવા દેવું, પાડવું, નાંખવું; છોડી દેવું, પડતું મૂકવું; નીચે પડવું-ઊતરવું; જમીન પર પડવું-ઢળી પડવું; ગાડીમાં લઈ જઈને ઉતારવું-મૂકવું. ~ *behind*, પાછળ રહી જવું. ~ *a brick*, મંડળીમાં હોય ત્યારે કશુંક બહુ મૂર્ખામીભર્યું બોલવું અથવા કરવું. ~ *money*, પૈસા ગુમાવવા. ~ *in*, સહેજે ડોકિયું કરવું-મળવા જવું-આવવું. ~ *off*, સૂઈ જવું. ~ *on*, -ને દોષ દેવો, ઠપકો આપવો. [પાડવાની કાચની નળી.

dropper (ડ્રૉપર), ના૦ પ્રવાહીનાં ટીપાં

dropp'ings (ડ્રૉપિંગ્ઝ઼), ના૦ બ૦ વ૦ જાનવર કે પક્ષીની છાણ, હગાર, ઇ.

drop'sy (ડ્રૉપ્સિ), ના૦ પેટમાં કે રગોમાં પાણીનો ભરાવ; જલંદર રોગ. **drop'sical**, વિ૦ જલંદર-જલોદર-રોગવાળું.

dros'ky, drosh'ky (ડ્રૉસ્કિ,-શ્કિ), ના૦ ચાર પૈડાંવાળી જર્મન કે રશિયન ગાડી.

dross (ડ્રૉસ), ના૦ ગાળેલી ધાતુનો મળ-કીટો; અશુદ્ધ ભાગ-વસ્તુ, કચરો; ભેગ. **dro-ss'y**, વિ૦ અશુદ્ધ, ભેગવાળું; કાડીનું.

drought (ડ્રાઉટ), **drouth** (ડ્રાઉથ, કાવ્યમાં), ના૦ તરસ, તૃષ્ણા; વરસાદ પાણીનો તોટો, અનાવૃષ્ટિ, સૂકો કાળ.

drove (ડ્રોવ), drive નો ભૂ૦ કા૦

drove, ના૦ ઢોરનું ટોળું-જૂથ-ધણ-હેડ; માણસોનું ટોળું. **drov'er**, ના૦ બજારમાં ઢોર હાંકી જનાર; ઢોરનો વેપાર કરનાર.

drown (ડ્રાઉન), ઉ૦ ક્રિ૦ ડુબાડી દેવું-ડુબાડવું, ડુબાડીને મારી નાંખવું; ડૂબવું, ડૂબીને મરી જવું; (અવાજ, ઇ.ને) ડુબાવી દેવું, ન સંભળાય તેમ કરવું.

drowse (ડ્રાઉઝ઼), અ૦ ક્રિ૦ અર્ધ નિદ્રામાં-તન્દ્રામાં-સુસ્તીમાં-હોવું. **drow'sy**, વિ૦ ઊંઘરટિયું, ઝોકાં ખાતું; સુસ્ત; ઊંઘણશી, મંદ.

drub (ડ્રબ), સ૦ ક્રિ૦ લાકડી વતી મારવું, બૂધે મારવું; ઝૂડવું, ધીબવું. **drubb'ing**, ના૦ લાકડી વતી મારવું તે, માર.

drudge (ડ્રજ), અ૦ ક્રિ૦ કંટાળાભર્યું મહેનતનું કામ કરવું; ગધ્ધાવૈતરું-મજૂરી-કરવી. ના૦ વૈતરો, મજૂર; ગુલામ. **drudg'-ery** (ડ્રજરિ), ના૦ ગધ્ધાવૈતરું, મજૂરી; વેઠ; કંટાળાભર્યું કામ.

drug (ડ્રગ), ના૦ ઔષધિ; ઓસડનો પદાર્થ; ઘેનની દવા; ન વેચાવાથી-માગને અભાવે-પડી રહેલો માલ (~ *on the market*). સ૦ ક્રિ૦ અતિશય દવાઓ આપવી; કેફી વસ્તુ આપી બેશુદ્ધ કરવું; દવા આપવી-લેવી; ખોરાક કે પીણામાં દવા નાંખવી. **drugg'ist**, ના૦ દવા વેચનાર, દવાવાળો.

drugg'et (ડ્રગિટ), ના૦ ભોંય પર પાથરવાનું ઊનનું જાડું પાથરણું, શેતરંજી. [પાદરી.

Dru'id (ડ્રુઇડ), ના૦ પ્રાચીન ગૉલ કે બ્રિટનનો

drum (ડ્રમ), ના૦ પડઘમ, ઢોલ, નગારું; ઢોલના જેવો અવાજ; કાનનો પડદો; ઢોલના આકારનું પીપ, ઇ. વસ્તુ; યંત્રમાંનો પોલો 'રોલર'. ઉ૦ક્રિ૦ નગારું વગાડવું; સતત ઠોકવું; ટકોરા મારવા; (પક્ષીઓ, ઇ. અંગે) પાંખ ફફડાવીને મોટો અવાજ કરવો. ~ *a thing into one's head*, વારેવારે કહીને તેને યાદ રખાવવું. ~ *out*, નગારું વગાડીને કાઢી મૂકવું. *by beat of* ~, ઢોલ પીટીને. **drumm'er** (ડ્રમર), ના૦ પડઘમ વગાડનાર, પડઘમચી, નગારચી; [અમે.] માલની વરદી (ઑર્ડર) માટે વેપારીઓ પાસે જનાર માણસ.

drum maj'or (ડ્રમ્‌મેજર), ના૦ લશ્કરી બૅન્ડનો નાયક.

drum'stick (ડ્રમ્‌સ્ટિક), ના૦ નગારું વગાડવાની લાકડી, દાંડી; બતકના પગનો રાંધેલો નીચલો સાંધો-ભાગ; સરગવાની સીંગ.

drunk (ડ્રંક), (drinkનું ભૂ૦ કૃ૦). વિ૦ પીધેલ, છાકટું; પીને મસ્ત બનેલું. ના૦ પીધેલ માણસ; મદિરાપાનની ઉજાણી. **drunk'ard** (ડ્રંકર્ડ), ના૦ દારૂડિયો. **drunk'en**, વિ૦ પીવાની લતવાળું, છાકટું; કેફમાં કરાયેલું.

drupe (ડ્રૂપ), ના૦ [વનસ્પ.] કોઈ પણ

ઠળિયાવાળું ફળ.

dry (ડ્રાઇ), વિ૦ કોરું, ભેજ વિનાનું, સૂકું; વરસાદ વિનાનું; શુષ્ક, નીરસ; લાગણી–સહાનુભૂતિ–વિનાનું; (ગાય, ઇ.) વસૂકી ગયેલું; મદિરા (પાન) વિનાનું; દારૂબંધીવાળું. *~ bread*, (માખણ વિનાની) લૂખી રોટી. ઉ૦ ક્રિ૦ સૂકવવું, સુકાવું. *~-clean*, પાણી ન વાપરતાં પેટ્રોલ, સ્પિરિટ, ઇ. વડે સાફ કરવું. *~-cleaner*, એવી રીતે સાફ કરનાર. *~-dock*, વહાણના સમારકામ, ઇ. માટેની કોરી ગોદી. *~ goods*, [અમે.] દુકાનમાં વેચાતો કાપડ, દોરા, બટન, વગેરે માલ. *~rot*, સળવું તે, સળો; નૈતિક કે સામાજિક પતન. *~ up*, સુકાઈ જવું. *~ up*, આજ્ઞાર્થે. ચૂપ, મોઢું બંધ કર! **drily**, **dryly**, ક્રિ૦વિ૦.

dry'ad (ડ્રાયૅડ, –ચડ), નામ૦ વન–વૃક્ષ–દેવતા.

dry'salter (ડ્રાઇ-સૉલ્ટર), ના૦ ડબામાં બંધ કરેલી ખોરાકની ચીજો, ઔષધિઓ, તેલ, ઇ. વેચનાર.

dry'shod (ડ્રાઇશૉડ), વિ૦ કોરા પગવાળું, પગ પલાળ્યા વિનાનું.

D.T.(s) (ડીટીઝ), જુઓ delirium tremens.

du'al (ડ્યૂઅલ), વિ૦ બે પ્રકારનું; જોડીનું; બેવડું. **du'alism**, ના૦ દ્વૈત; દ્વૈતમત; દ્વૈતવાદ.

dub (ડબ), સ૦ક્રિ૦ ખભે તલવાર અડાડીને 'નાઇટ' કે સરદારનો ખિતાબ આપવો; કોઈને પદવી કે ઉપાધિ આપવી; શણગારવું; ચલચિત્રની પટ્ટીમાં અવાજ કે સંગીત દાખલ કરવું; (પોતાનો મત વ્યક્ત થાય એવી રીતે કોઈનું) નામ પાડવું. ના૦ [અમે.] મૂર્ખ; ખાબોચિયું.

dubb'in(g) (ડબિન્, ડબિંગ), ના૦ ચામડાને લીસું–નરમ–અને જલાભેદ્ય બનાવવા માટે વપરાતી ચરબી કે તેલ.

dubi'ety (ડ્યુબાયિટિ, ડ્યૂબાયટિ), ના૦ શંકા, સંદેહ; શંકાસ્પદ બાબત.

dub'ious (ડ્યૂબિઅસ), વિ૦ શંકાસ્પદ; [અનિશ્ચિત.

du'cal (ડ્યૂકલ), વિ૦ ડ્યૂક (અમીર)નું–ને લગતું.

duc'at (ડકટ), ના૦ નવ શિલિંગ કિંમતનું ઇટાલીનું એક જૂનું સોનાનું નાણું.

Duce (ડૂચે), ના૦ [ઇટા.] નેતા, નાયક.

duch'ess (ડચિસ), ના૦ ડ્યૂકની પત્ની કે વિધવા. **duch'y** (ડચિ), ના૦ ડ્યૂકની સત્તા હેઠળનો મુલક.

duck (ડક), ના૦ બતક ઇ. પાણી પર તરતું પક્ષી (વિ. ક. ખોરાક માટે પળાતું); પ્યારું(વિ. ક. સંબોધનમાં); [ક્રિકેટ] (*~'s egg* પણ) રમનારની દોડની ૦ સંખ્યા. *like water off a ~'s back*, કોઈ પણ અસર કે પરિણામ વિનાનું. *take to something like a ~ to water*, સહજપણે અને સહેલાઈથી કરવું–શીખવું. *~s and drakes*, પાણીમાં ઊછળતી જાય એવી રીતે કાતરડી ફેંકવાની રમત. *play ~s and drakes with one's money*, કાંકરાની જેમ પૈસા ઉડાવી દેવા. *lame ~*, દેવાળિયો માણસ. **duck'ling** (ડક્લિંગ), ના૦ બતકનું બચ્ચું.

duck, ઉ૦ ક્રિ૦ ડૂબકી મારવી; પાણીમાં ડુબાડવું, ઝબકોળી કાઢવું; ફટકો, ઇ. ટાળવા માટે નીચે નમી જવું. **ducking**, ના૦ ડુબાડીને ભીનું કરવું–પલાળવું–તે.

duck, ના૦ એક જાતનું વજનદાર સુતરાઉ કે શણનું કાપડ; (બ૦ વ૦) તેના લેંઘા.

duck-board (ડક્બોર્ડ), ના૦ કાદવવાળી જમીન ઓળંગવા માટે મૂકેલું સાંકડું પાટિયું.

duck'weed (ડક્વીડ), ના૦ પાણીમાં થતી એક વનસ્પતિ.

duck'y (ડકિ), ના૦ વહાલી બચુ (પારણાંની).

duct (ડક્ટ), ના૦ નળ, નળી; [શરીરરચ૦] અન્નરસ, પિત્ત, ઇ. વહી જનારી નલિકા; રગ, શિરા, નસ, ઇ. **ductless**, વિ૦

duc'tile (ડક્ટાઇલ, –ક્ટિલ), વિ૦ તાર ખેંચાય એવું, તનનીય; કહ્યાગરું, આજ્ઞાધારક.

dud (ડડ્), ના૦ નકામું માણસ કે વસ્તુ; [ગ્રામ્ય.] (બ૦વ૦) લૂગડાં, ચીંથરાં.

dude (ડ્યૂડ), ના૦ [અમે.] છેલ, વરણાગિયો, સારાં સારાં કપડાંનો શોખીન.

dudg'eon (ડજન), ના૦ ક્રોધ, ગુસ્સો, રોષ. *in high ~*, ખૂબ ગુસ્સે થયેલું.

due (ડ્યૂ), વિ૦ યોગ્ય, ઘટે એવું, પૂરતું, જોઈએ એવું; (દેવું કે કરજ તરીકે) ચૂકવવાનું; –ને લીધે થયેલું (*~to*); યોગ્ય અધિકાર ધરાવનારું; (અમુક વખતે) અપેક્ષિત–થનારું–

ચૂકવવાનું. *in ~ course*, યોગ્ય વખતે, વખત જતાં. ક્રિ૦ વિ૦ બરાબર, ચોક્કસપણે; યથાયોગ્ય. ના૦ યોગ્ય હિસ્સો–ભાગ; માણસનો અધિકાર, હક્ક; સામાન્યપણે નક્કી કરેલી કરવેરાની કે ફીની રકમ.

du'el (ડ્યૂઇલ,–અ–), ના૦ બે જણનું યુદ્ધ, દ્વન્દ્વ (યુદ્ધ); દ્વિપક્ષી વિગ્રહ. અ૦ક્રિ૦ દ્વન્દ્વયુદ્ધ કરવું. **du'ellist** (–લિસ્ટ), ના૦ દ્વન્દ્વયુદ્ધ કરનારો.

duenn'a (ડ્યુએ'ના), ના૦ છોકરાંને તથા જુવાન છોકરીઓને કેળવવા માટે રાખેલી શિક્ષિકા, બાળશિક્ષિકા, પાલક સ્ત્રી.

duet' (ડ્યુએ'ટ), ના૦ બે જણે ગાવાનું કે બે વાદ્ય પર વગાડવાનું ગીત, યુગલગીત.

duff'el, duff'le (ડફલ) ના૦ ઊનનું જાડું કપડું. [વામાં ઢ.

duff'er (ડફર), ના૦ મૂર્ખ માણસ; ભણ-

dug (ડગ), dig નો ભૂ૦કા૦ તથા ભૂ૦કૃ૦.

dug (ડગ), ના૦ આંચળ, ડીંટડી (વિ. ક. પશુની).

dug'ong (ડૂગૉંગ), ના૦ એક વનસ્પત્યાહારી કદાવર દરિયાઈ સસ્તન પ્રાણી. 'sea-cow' પણ કહેવાય છે.

dug'-out, ના૦ ખંદકોમાં લશ્કરને રહેવા માટેનું ભોંયરું–આશ્રયસ્થાન; ઝાડના થડને કોરીને બનાવેલી હોડી; યુદ્ધમાં કામ કરવા માટે ફરી બોલાવવામાં આવેલો બહુ જ જૂનો–વૃદ્ધ–લશ્કરી અમલદાર.

duke (ડ્યૂક), ના૦ ઇંગ્લન્ડનો ઊંચામાં ઊંચી પદવીનો ઉમરાવ; નાના રાજ્યનો સ્વતંત્ર રાજા. **duke'dom**, ના૦ ડ્યૂકના તાબાનો મુલક; ડ્યૂકની પદવી–હોદ્દો.

dul'cet (ડલ્સિટ), વિ૦ મીઠું, મધુર, સુસ્વર.

dul'cimer (ડલ્સિમર), ના૦ સંગીતનું એક જૂનું વાજિંત્ર (જેમાંથી પિયાનો વિકાસ પામ્યો છે), આશરે ૫૦ તારનું ધાતુની સળી વડે વગાડાતું ત્રિકોણાકાર વાદ્ય.

dull (ડલ), વિ૦ મંદબુદ્ધિ, જડ; કંટાળો ઉપજાવનારું, નીરસ; ચળકતું નહિ એવું, ઝાંખું; ઉદાસ, નિરુત્સાહ; સુસ્ત, ધીમું. ઉ૦ક્રિ૦ ધીમું પાડવું–પડવું; મંદ કરવું–થવું; બૂઠું કરવું–થવું. **dull'ard** (ડલર્ડ), ના૦ મંદ-બુદ્ધિ માણસ, શંખ.

du'ly (ડ્યૂલિ), ક્રિ૦ વિ૦ યોગ્ય રીતે, યથાયોગ્ય; યથાકાળે; પૂરતું હોય એવી રીતે.

dumb (ડમ), વિ૦ વાચા વિનાનું; મૂગું, ગૂંગું; (કાર્ય, સેવા, ઇ.) મૂક, બોલ્યા વગરનું; [વાત.] મંદ બુદ્ધિવાળું, મૂર્ખ. *~ show*, મૂક અભિનયવાળો ખેલ. [મગદળ; [અમે.] મૂર્ખ.

dumb-bell (ડમ્બે'લ), ના૦ વિલાયતી

dumbfound' (ડમ્ફાઉન્ડ), સ૦ ક્રિ૦ અવાક–છક–કરવું; મૂંઝવવું; ભોંઠું પાડવું.

dumb-waiter (ડમ્વેટર), ના૦ ભોજનગૃહમાં ગોળગોળ ફરતો છાજલીવાળો (જેથી ખાનસામાનું કામ સરે એવો) ઘોડો; [અમે.] એક ઓરડામાંથી અથવા રસોડામાંથી બીજા ઓરડામાં ખોરાક આપવા માટેનાં વચલી ભીંતમાંનાં બે બારણાં.

dum'dum (bullet) (ડમ્ડમ્ (બુલિટ)), ના૦ એક ખાસ જાતની બંદૂકની ગોળી (જે લક્ષ્યને વીંધીને અંદર ફેલાય છે).

dumm'y (ડમિ), ના૦ છેતરવા માટે બનાવેલી–બનાવટી–વસ્તુ; કેવળ હથિયાર–હાથા–જેવો માણસ, બાવલું; જડ–મૂર્ખ–માણસ; પત્તાંની રમતમાં સામે રમનારો નિષ્ક્રિય સાથી (જેનાં પત્તાં ખુલ્લાં રાખી તેનો સાથી તે રમે છે); [બ્રિજમાં] હાથ ખોલનારનો ભાગીદાર–સાથી; નાના બાળકના મોઢામાં ચૂસવા માટે અપાતી રબરની ટોટી. વિ૦ બનાવટી, ખોટું.

dump (ડમ્પ), સ૦ ક્રિ૦ કચરો નાંખવો–ઠાલવવો, કચરાનો ઢગલો કરવો; ધબ દઈને–પછાડીને–નાંખવું; દેશનો માલ ઓછી કિંમતે વેચીને પરદેશનાં બજારો ભરવાં; વધારાની વસ્તી પરદેશમાં વસાહત કરવા માટે ઉતારવી. ના૦ કચરાનો ઢગલો, ઉકરડો; [લશ્કર] મોર્ચા પર દારૂગોળાનો કામચલાઉ ડેપો–ભંડાર; 'ધબ' જેવો અવાજ; (બ૦ વ૦) ઉદાસી, વિષણ્ણતા. *be in the ~s*, હતાશ અને ખિન્ન થવું.

dump'ling (ડમ્પ્લિંગ), ના૦ બાફેલા ઢોકળા જેવી એક વાની; ખીરું.

dum'py (ડમ્પિ), વિ૦ ઠીંગણું અને જાડું, બટકું, ઠબ્બલ, ડબ્બલ. [રંગનું. ના૦ એ રંગ.

dun (ડન), વિ૦ ગધેડા કે ઉંદરના જેવા ભૂખરા

dun, ના૦ સખત તગાદો કરનાર શાહુકાર,

ઘરાણું ઘાલી બેસનાર; ઉઘરાણી, તગાદો. સ૦ ક્રિ૦ માગણાની સખત ઉઘરાણી કરવી, તગાદો કરવો.

dunce (ડન્સ), ના૦ ઠોઠ વિદ્યાર્થી, ઢઠ્ઠો, શંખ.

dun'derhead (ડન્ડરહે'ડ), ના૦ મૂર્ખો, ઠોઠ, પથ્થર. **dunder-headed**, વિ૦ સાવ મૂર્ખ, ઠોઠ.

dune (ડ્યૂન), ના૦ દરિયાના કિનારા પર પવનથી એકઠો થતો રેતીનો ઢગલો–ટેકરો.

dung (ડંગ), ના૦ વિષ્ટા, નરક; (ઢોર, ઘોડો, ઇ.નું) છાણ, લાદ, લીંડી, અઘાર; ખાતર. સ૦ ક્રિ૦ ખાતર નાંખવું–પૂરવું. **dung'hill**, ના૦ ઉકરડો.

dung'aree (ડંગરી, ડંગ્રી), ના૦ એક જાતનું જાડું કપડું; (બ૦ વ૦) તેનો સૌથી ઉપર પહેરવાનો પોશાક.

dungeon (ડંજન), ના૦ ભોંયરાનું બંદીખાનું, અંધારકોટડી; [મૂળમાં] કેદીઓ માટેનો કિલ્લાનો મોટો બુરજ.

dunnage (ડનિજ), ના૦ વહાણ દરિયામાં ઝોલા ખાવા માંડે ત્યારે તેમાંનો માલ આમતેમ હાલે–ખસે–નહિ તે માટે ગોઠવેલા લાકડાના કકડા, થાંભલા, ઇ.

duoden'um (ડ્યુઅડીનમ), ના૦ [શરીરરચ૦] પેટ કે હોજરી પાસેનો નાના આંતરડાનો ૧૨" લાંબો ભાગ. **duoden'al**, વિ૦ એ આંતરડાનું–ને લગતું.

du'ologue (ડ્યૂઅલૉગ), ના૦ બે જણ વચ્ચેનું સંભાષણ, સંવાદ.

dupe (ડ્યૂપ), સ૦ ક્રિ૦ ભોળવવું, છેતરવું, ઠગવું. ના૦ ભોળવાયેલું–ભોળું–માણસ.

[illegible]ıp'lex (ડ્યૂપ્લેક્સ), વિ૦ બે ભાગનું–ભાગ[illegible]ળું. [અમે.] ઉપરના માળનું એક અને નીચેના [illegible]ાળનું એક એમ બે ઘરવાળી ઇમારત–મકાન.

dup'licate (ડ્યૂપ્લિકિટ), વિ૦ બેવડું, બેગણું; બે સરખા ભાગવાળું; બરાબર તે જ જાતનું બીજું. ના૦ બીજી પ્રત–નકલ; (હૂંડીની) પેંઠ. *in* ~, બીજી નકલ સાથે. સ૦ ક્રિ૦ (ડ્યુપ્લિકેટ), બેવડું કરવું, –ની નકલો કરવી. **duplica'tion**, ના૦ બેવડું–બમણું–કરવું તે; નકલો કરવી તે. **dup'licator** (ડ્યૂપ્લિકેટર), ના૦ નકલો કરવાનું સાધન–યંત્ર.

dupli'city (ડ્યુપ્લિસિટિ), ના૦ દોરંગીપણું, કપટભાવ, મકરબાજી.

dur'able (ડ્યૂરબલ), વિ૦ લાંબું ટકે એવું, ટકાઉ. **durabil'ity** (ડ્યૂરબિલિટિ), ના૦ ટકાઉપણું.

dur'ance (ડ્યૂરન્સ), ના૦ કેદ, પરહેજ.

dura'tion (ડ્યૂરેશન), ના૦ ટકવું તે, ટકાવ; મુદત, અવધિ.

durb'ar (ડરબાર), ના૦ દરબાર, 'લેવી'.

dur'ess(e) (ડ્યૂરિસ, –રે'–), ના૦ કેદ, પરહેજ; જુલમ, જબરદસ્તી, ધમકી. *under* ~, ઇચ્છા વિરુદ્ધ, પરાણે. [લગી, દરમિયાન.

dur'ing (ડ્યૂરિંગ), ના૦ અ૦ માં, તેવામાં,

durst (ડર્સ્ટ), dare નો ભૂ૦ કા૦

dusk (ડસ્ક), ના૦ સાંજે પ્રકાશ જતો હોય તે વખત, સંધ્યાનો અંધારાનો સમય; અસ્પષ્ટતા, કાળાશ પડતો રંગ. **dusk'y**, વિ૦ ઝાંખું, ધૂંધળું; કાળાશ પડતું; કાળી ચામડીવાળું.

dust (ડસ્ટ), ના૦ ધૂળ, ગરદ; માટી; રજ, ભૂકી, ચૂર્ણ. ઉ૦ ક્રિ૦ –ની ઉપર ભૂકી (પાઉડર) છાંટવી–ભભરાવવી; ધૂળ ખંખેરવી–ખંખેરીને સાફ કરવું. *bite the* ~, ધૂળ ચાટવી–ફાકવી; મરણ પામવું. *throw* ~ *in one's eyes*, –ની આંખમાં ધૂળ નાખવી, –ને છેતરવું. *shake the* ~ *off one's feet*, ગુસ્સામાં ને ગુસ્સામાં જતા રહેવું. **dustbin**, ના૦ કચરાપેટી. **dus'ter** (ડસ્ટર), ના૦ વસ્તુઓ સાફ કરવાનું લૂગડું–રાછ. **dust'man**, ના૦ ઝાડુવાળો. **dus't-pan** (ડસ્ટપૅન), ના૦ કચરો ભેગો કરવાની સૂપડી. **dus'ty** (ડસ્ટિ), વિ૦ ધૂળથી ઢંકાયેલું–ભરાયેલું; ધૂળમય.

Dutch (ડચ), વિ૦ હૉલન્ડનું, ત્યાંના લોકોનું કે તેમની ભાષાનું. ના૦ ડચ ભાષા. **Dutch'-man** (ડચ્મન), ના૦ [વાત.] હૉલન્ડ કે જર્મનીનો વતની.

dut'eous (ડ્યૂટિઅસ), વિ૦ [વિ.ક. કાવ્યમાં] કર્તવ્યતત્પર, આજ્ઞાધારક.

dut'iable (ટ્યૂટિઅબલ), વિ૦ જકાત લેવા લાયક, જકાતી. [કર્તવ્યનિષ્ઠ.

dut'iful (ડ્યૂટિફુલ), વિ૦ આજ્ઞાધારક;

du'ty (ટ્યૂટિ), ના૦ કર્તવ્ય, ફરજ; ધર્મ, સ્વધર્મ; કામ, કાર્ય, ફરજ; વસ્તુ કે લેવડદેવડ

પર લેવાતો કર, જકાત, લાગો, ઇ. *do ~ for,* -ને બદલે કામ કરવું – ફરજ બજાવવી.

D. V. (ડીવી), *Deo volente.*

dwarf (ડ્વાર્ફ),ના૦ઠીંગણું માણસ, વામનજી; નાના કદનું – પૂરો વિકાસ ન પામેલું – માણસ. સ૦ ક્રિ૦ ઠીંગરાવી દેવું, વિકાસ રૂંધવો; પડછે નાનું દેખાય તેમ કરવું. **dwarf'ish,** વિ૦ ઠીંગણું, વામનજી જેવું.

dwell (ડવેલ), અ૦ક્રિ૦ (ભૂ૦કા૦ dwelt). રહેવું, વસવું. *~ on,* વિગતવાર – લંબાણથી – લખવું કે બોલવું; -ની ઉપર ધ્યાન – ચિત્ત – સ્થિર રાખવું. **dwell'ing,** ના૦ રહેઠાણ, મકાન.

dwindle (ડ્વિન્ડલ), અ૦ક્રિ૦ નાનું – ક્ષીણ – થવું; ઓછું થવું, ઘટવું; લઘુતાને પામવું, મહત્ત્વ ગુમાવવું.

dye (ડાઇ), સ૦ક્રિ૦ (ભૂ૦કા૦ dyed, વર્ત૦ કૃ૦ dyeing). રંગવું, -ને રંગ દેવો. ના૦ રંગેલો રંગ; રંગ; રંગવાનું દ્રવ્ય, રંગ. *of the deepest ~,* (બદમાશ, ઇ.) પાકો. **dy'er** (ડાયર), ના૦ રંગનાર, રંગરેજ.

dy'ing (ડાઇંગ), વિ૦ મરનારું, મરણ પામતું; મોત વખતનું, મરતાં મરતાં કરેલું (*~ declaration*); (વરસ) પૂરું થતું.

dynam'ic (ડાઇનૅમિક), વિ૦ ક્રિયાશીલ; ગતિશીલ, ગતિશક્તિવાળું, પ્રેરકશક્તિવાળું; સબળ, જોમવાળું. ના૦ પ્રેરક શક્તિ. **dynam'ics,** ના૦ બ૦ વ૦ (એકવચનની જેમ વપરાય છે) ગતિશાસ્ત્ર, ચલપદાર્થશાસ્ત્ર.

dyn'amite (ડાઇનમાઇટ), ના૦ નાઇટ્રોગ્લિસરીનમાંથી બનતો એક ભારે સ્ફોટક પદાર્થ, સુરંગ, 'ડાયનમાઇટ'. સ૦ક્રિ૦ સુરંગ મૂકીને ફોડવું – ભૂકો કરવો.

dyn'amo (ડાઇનમો), ના૦ (બ૦વ૦ -s), યાંત્રિક શક્તિનું વીજળિક શક્તિમાં – વીજળીમાં – રૂપાંતર કરનારું યંત્ર.

dynas't (ડાઇનસ્ટ, ડિનસ્ટ), ના૦ રાજા, રાજવંશનો માણસ – વંશજ. **dyn'asty** (ડિનસ્ટિ), ના૦ રાજવંશ, વંશ. **dynas'tic** (ડિનૅસ્ટિક, ડાઇ-), વિ૦ રાજવંશનું – ને લગતું.

dyne (ડાઇન), ના૦ [પદાર્થ.] શક્તિના માપનો એક એકમ. [આમ.

dys'entery (ડિસન્ટરિ,-ટ્રિ), ના૦ મરડો,

dyspep'sia (ડિસ્પેપ્સિઆ), ના૦ અગ્નિમાંદ્ય, અજીર્ણ, અપચો. **dyspep'tic,** વિ૦ જેને અજીર્ણ થયું હોય એવું. ના૦ એવો રોગી.

E

E, e (ઈ), ના૦ અંગ્રેજી વર્ણમાળાનો પાંચમો અક્ષર; [સં.] 'સી મેજર' સપ્તકનો ત્રીજો સ્વર.

each (ઈચ), વિ૦ અને સર્વ૦ બે કે વધારેમાંથી દરેક (જણ); અકેક.

eag'er (ઈગર), વિ૦ આતુર, ઉત્સુક; અધીરું. **eag'erness,** ના૦ આતુરતા, ઇ.

ea'gle (ઈગલ), ના૦ ગરુડ પક્ષી, પક્ષીરાજ; ધ્વજ પર ગરુડનું ચિહ્ન. *~-eyed,* વિ૦ તીક્ષ્ણ નજરવાળું, તાર્ક્ષ્યદૃષ્ટિ. **eag'let** (ઈગ્લિટ), ના૦ ગરુડનું બચ્ચું.

ear (ઇઅર), ના૦ કાન, કર્ણ; શ્રવણેન્દ્રિય; કાનના આકારની વસ્તુ (વિ.ક. કૂજા, ઇ.નો કાન – હાથો); અવાજની કદર કરવાની શક્તિ, કાન (*~ for music*). *give ~ to,* -ને ધ્યાન દઈને સાંભળવું. *be all ~s,* સાંભળવા માટે ઉત્સુક. *set persons by the ~s,* લડાવી મારવું. **ear-drum,** ના૦ કાનનો પડદો.

ear, ના૦ ડૂંડું, કણસલું. અ૦ ક્રિ૦ કણસલાં આવવાં – બેસવાં.

earl (અર્લ), ના૦ માર્ક્વિસથી ઊતરતી કોટિનો ઉમરાવ, અર્લ. **earl'dom** (અર્લ્ડમ), ના૦ અર્લની પદવી અથવા પ્રદેશ – જાગીર.

earl'y (અર્લિ), વિ૦ અને ક્રિ૦વિ૦ વહેલું, જલદી; વખતસર; વખત થવા અગાઉ, બીજાઓથી વહેલું. *at an ~ date,* થોડા જ દિવસમાં.

ear'mark (ઇઅર-માર્ક), ના૦ ઘેટા વગેરેના કાન પરની ધણીની નિશાની; માલિકીની નિશાની. સ૦ ક્રિ૦ આવી રીતે ઘેટાં

વગેરે પર નિશાની કરવી; (ફાળો–નિધિ, ઇ.) કોઈ ખાસ કાર્ય માટે અંકિત કરવું.
earn (અર્ન), સ૰ક્રિ૰ કામ કે ગુણ માટે બદલો મેળવવો, કમાવું, ઉપાર્જન કરવું; -ને માટે લાયક હોવું.
earn'est (અર્નિસ્ટ), વિ૰ ગંભીર, ખરા દિલનું; આતુર, ઉત્સાહી. *in* ~, ખરા દિલથી, ગંભીરપણે. **earn'est**, ના૰ ખરાપણું, સાચો ભાવ; કશુંક કરવાનું વચન; બાનું; ભાવિની નિશાની, પગરણ, પૂર્વચિહ્ન. [કમાયેલું ધન.
earn'ings (અર્નિંગ્ઝ઼), ના૰બ૰વ૰ કમાણી,
ear-phone (ઇઅર-ફોન), ના૰ બિનતારનો કે ટેલિફોનનો સંદેશો લેવા માથા પર મૂકીને સાંભળવાનું ટેલિફોનનું રિસીવર.
ear-ring (ઇઅર-રિંગ), ના૰ એરિંગ, કુંડળ, બાલી, કર્ણફૂલ, ઇ.
ear'shot (ઇઅર્શૉટ), ના૰ સાંભળી શકાય એટલું અંતર–છેટું.
earth (અર્થ), ના૰ પૃથ્વી, ધરતી; જમીન, ભૂમિ; માટી, મટોડી; કોરી જમીન; શિયાળ, ઇ.નું દર; જગત, સૃષ્ટિ, ભૂલોક; (વીજળી) વિદ્યુત મંડળ–વર્તુળ–પૂરું થવા માટેનું માધ્યમ–જમીન; વિદ્યુતવાહકને ધરતી સાથે જોડવાનો પાણી કે જમીનમાં મૂકેલો સળિયો, ઇ. ઉ૰ક્રિ૰ માટીથી ઢાંકવું; જમીનમાં સંતાડવું–સંતાવું; વીજળીવાહકને જમીન સાથે જોડી દેવું. *how on* ~? કઈ રીતે શક્ય હોવું, ઇ. *move heaven and* ~, આકાશપાતાળ એક કરવાં, ભારે જહેમત ઉઠાવવી. *come back to* ~, કલ્પનાતરંગ છોડી દેવા, વસ્તુસ્થિતિનો વિચાર કરવો. *run to* ~, પીછો પકડીને શિકાર કે પ્રાણીને દરમાં પેસવાની ફરજ પાડવી.
earth'-bound, વિ૰ દુન્યવી વસ્તુઓમાં રસ લેનારું, જીવનની ઊંચી વસ્તુઓની પરવા ન કરનારું.
earth'en (અર્થન), વિ૰ માટીનું, મૃણ્મય. **earth'enware** (અર્થન્વેર), ના૰ શેકેલી માટી; શેકેલી માટીનાં વાસણ.
earth'ly (અર્થલિ), વિ૰ પૃથ્વીનું, ભૂલોકનું, પાર્થિવ; સંસારી, દુન્યવી. *(of) no* ~ *use*, સાવ નકામું. [કંપ, ભૂકંપ; ઉત્પાત.
earth'quake (અર્થ્ક્વેક), ના૰ ધરતી-
earth'work (અર્થ્વર્ક), ના૰ રક્ષણ ને કિલ્લેબંધી માટે કરેલો માટીનો લાંબો ટેકરો–પુસ્તો–પાળ; માટીનું ખોદકામ–ખોદાણ.
earth'worm (અર્થ્વર્મ), ના૰ અળસિયું.
earth'y (અર્થિ), વિ૰ માટીનું, માટી જેવું; [લા.] સાવ સ્થૂળ.
ear'-trumpet (ઇઅર્-ટ્રમ્પિટ), ના૰ (અંશત.) બહેરાંનું કાનમાં મૂકીને સાંભળવાનું ભૂંગળું.
ear'wig (ઇઅર્-વિગ), ના૰ (જૂની માન્યતા અનુસાર) કાનમાં પેસીને મગજ સુધી જનાર ભમરી જેવો કીડો; કાનખજૂરો (?).
ease (ઈઝ઼), ના૰ ચેન, આરામ, રાહત; જંપ, નિરાંત; અનાયાસ, છૂટ; શાંતિ; સ્વસ્થતા; સગવડ, સહેલાઈ. ઉ૰ક્રિ૰ આરામ આપવો, ચેન પાડવું, ચિંતા મટાડવી; દરદ મટાડવું–ઓછું કરવું; નરમ પાડવું; (દોરડું, પકડ, ઇ.) ઢીલું કરવું; [મશ્કરીમાં] (કોઈના) પૈસા લઈ લેવા. ~ *a coat*, કોટને મોટો બનાવવો. *at* ~, સ્વસ્થ. *ill at* ~, અસ્વસ્થ, સચિન્ત. **ease'ful** (ઇઝ઼્ફુલ), વિ૰ શાંત, આરામવાળું. [માટેની ઘોડી–આધાર.
eas'el (ઈઝ઼લ), ના૰ ચિત્ર, પાટિયું, ઇ. મૂકવા
east (ઈસ્ટ), ના૰ પૂર્વ, પૂર્વ–ઉગમણી–દિશા; પૂર્વના દેશો–મુલક. વિ૰ પૂર્વનું, પૂર્વમાંથી આવતું, પૂર્વ તરફનું. ક્રિ૰વિ૰ પૂર્વમાં, પૂર્વ તરફ. *Middle E*~, તુર્કી, મિસર, ઇ. દેશો. *Far E*~, ચીન, જાપાન, ઇ. દેશો (યુરોપની દૃષ્ટિથી). [તહેવાર.
Easter (ઈસ્ટર), ના૰ ઈશુના પુનરુત્થાનનો
eas'terly (ઈસ્ટર્લિ), વિ૰ અને ક્રિ૰વિ૰ ના૰ પૂર્વમાંથી આવતું; પૂર્વ દિશામાં–તરફ.
east'ern (ઈસ્ટર્ન), વિ૰ પૂર્વનું, પૂર્વ તરફનું.
east'ward(s) (ઈસ્ટ્વર્ડ્(ઝ઼)), વિ૰ અને ક્રિ૰વિ૰ પૂર્વ તરફ.
eas'y (ઈઝ઼િ), વિ૰ સુખરૂપ, સ્વસ્થ, સુખી, આરામભર્યું; સુગમ, સહેલું, સરળ; સુલભ; અનૌપચારિક; વશ થાય એવું, માન્ય કરે એવું. ક્રિ૰વિ૰ સૌમ્યતાથી; શાંતિપૂર્વક, નિરાંતે. *take it* ~, આરામથી–નિરાંતે–કરવું, ઇ. *in* ~ *circumstances*, પૈસે ટકે સુખી. **eas'y-chair**, ના૰ આરામખુરશી. **eas'y-going**, વિ૰ આરામપ્રિય; આળસુ; ધાંધલ

કે ચિંતા ન કરે એવું. **eas'ily**, ક્રિ૦ વિ૦ સહેલાઈથી. **eas'iness**, ના૦ સહેલાઈ, સરળતા, ઇ.

eat (ઈટ), ઉ૦ ક્રિ૦ (ભૂ૦ કા૦ ate, ભૂ૦ કૃ૦ eaten). ખાવું, ચાવીને ગળી જવું, ભક્ષણ કરવું; ખાઈ-ખવાઈ-જવું; ખાઈ જવું, ખલાસ કરવું; નાશ કરવો. ~ *away*, ખોતરી ખાવું, ખાઈ જવું, નાશ કરવો. ~ *one's heart out*, જીવ બાળવો, મનમાં બળ્યા કરવું. ~ *one's words*, બોલીને ફરી જવું, થૂંકેલું ચાટવું. ~ *into*, ખાઈ જવું, નાશ કરવો ~ *one's head off*, (ઘોડાને માટે) તેની કિંમત કરતાં તેને ખવડાવવાનું વધારે મોંઘું પડવું. ~ *one's terms or dinners*, બૅરિસ્ટર થવા માટે અભ્યાસ કરવો -સત્ર ભરવાં. **eat'ables**, ના૦ બ૦ વ૦ ખાદ્ય પદાર્થો, ખોરાક. **eat'ing-house**, ના૦ વીશી.

eau-de-Cologne (ઓ-ડ-કલોન), ના૦ કલોન શહેરમાં બનતું સુગંધી પાણી, કોલન વૉટર.

eaves (ઈવ્ઝ઼), ના૦ બ૦ વ૦ છાપરાની પાંખો, નેવાં. **eaves'drop**, (ઈવ્ઝ઼ડ્રૉપ), અ૦ ક્રિ૦ નેવાં નીચે ઊભા રહીને બીજાના ઘરની ખાનગી વાત સાંભળવી; બીજાની ખાનગી વાત ચોરીને સાંભળવી. **eaves'-dropper**, ના૦ ખાનગી વાત ચોરીને સાંભળનાર. **eaves'dropping**, ના૦-સાંભળવી તે.

ebb (એ'બ), ના૦ ઓટ, ઉતાર, વળતાં પાણી (~-*tide*); પડતી (દશા). અ૦ ક્રિ૦ ઓટ થવી, પડતી દશા બેસવી-હોવી.

eb'ony (એ'બનિ), ના૦ અબનૂસ, અબનૂસનું લાકડું. વિ૦ અબનૂસના લાકડાનું -ના જેવું કાળું. **eb'on**, વિ૦ [કાવ્યમાં].

ebull'ient (ઇબલિઅન્ટ), વિ૦ ઊકળતું; ઊભરાતું. **ebull'ience, ebulli'tion** (એ'બલિશન), ના૦ ઊકળવું તે; જોશ, ઊભરો; (વહાલનો) ઉમળકો, (ક્રોધનો) આવેશ, ઇ.

eccen'tric (ઇકસે'ન્ટ્રિક), વિ૦ (વર્તુળો) જેનું મધ્યબિંદુ એક નથી એવાં, વિષમકેન્દ્ર (~ *orbit*, ઇ.); (ગતિ) વર્તુળાકાર નહીં એવું; (વર્તન) વિચિત્ર, અનિયમિત; (વ્યક્તિ) લહેરી, ચક્રમ. ના૦ ચક્રમ, ગાંડિયો. **eccentri'city** (એ'ક્સન્ટ્રિસિટિ), ના૦ વિચિત્ર વર્તન, વિલક્ષણતા; વિષમ કેન્દ્રતા.

ecclesias'tic (ઇકલીઝ઼િઍસ્ટિક), ના૦ ખ્રિસ્તી ધર્મોપદેશક, પાદરી. **ecclesias'-tical**, વિ૦ (ખ્રિસ્તી)ધર્મનું કે ધર્મોપદેશકનું -સંબંધી.

ec'ho (એ'કો), ના૦ (બ૦ વ૦-es). પ્રતિધ્વનિ, પડઘો; હા એ હા ભણવી તે; હા એ હા ભણનાર; અનુકરણ, નકલ; ઉ૦ ક્રિ૦ પડઘો પાડવો-પડવો, પ્રતિધ્વનિ થવો-ઊઠવો, ગાજી ઊઠવું; નકલ કરવી.

éclair (એક્લેર, એક્લે'અર), ના૦ મલાઈ નાંખીને બનાવેલી અને ઠારેલી આંગળીના આકારની કેક. [વાહવા; પ્રતિષ્ઠા.

éclat (એ'ક્લા), ના૦ ઝળહળતી ફતેહ,

eclec'tic (ઇકલે'ક્ટિક, એ'-), વિ૦ જુદી જુદી વિચારપ્રણાલીઓમાંથી સારુ લાગે તે ગ્રહણ કરનારું; સારગ્રાહી; ઉદારવૃત્તિવાળું. ના૦ એવો માણસ.

eclipse' (ઇક્લિપ્સ), ના૦ (સૂર્ય કે ચંદ્રનું) ગ્રહણ; તેજ-કાન્તિ-ક્ષય. સ૦ ક્રિ૦ ગ્રસવું; તેજ-કાન્તિ-નો ક્ષય કરવો; ફીકું-ઝાંખું-પાડવું; -થી ટપી જવું. *total* ~, ખગ્રાસ ગ્રહણ.

eclip'tic (ઇક્લિપ્ટિક), વિ૦ ગ્રહણનું-સંબંધી. ના૦ [ખ.] ક્રાંતિવૃત્ત, અયનવૃત્ત.

ecology ((ઈકૉલજિ), ના૦ જીવવિજ્ઞાનની એક શાખા, જેમાં જીવોની ટેવો, જીવનપદ્ધતિઓ અને પરિસ્થિતિની સાથે તેમના સંબંધની ચર્ચા હોય છે.

econom'ic (ઈકનૉમિક), વિ૦ અર્થશાસ્ત્રને લગતું; વહેવારની દૃષ્ટિવાળું; કરકસરવાળું, ખરચ કાઢતું. **econom'ics**, ના૦ બ૦ વ૦ (એક વ૦ ક્રિયાપદ સાથે) સંપત્તિશાસ્ત્ર, અર્થશાસ્ત્ર. **econom'ical** વિ૦ કરકસર કરનારું, મિતવ્યયી; અર્થશાસ્ત્રનું. **econ'om-ist** (ઇકૉનમિસ્ટ), ના૦ કરકસર કરનાર-મિતવ્યયી-માણસ; અર્થશાસ્ત્ર પર ગ્રંથ લખનાર, અર્થશાસ્ત્રી. **econ'omize** (ઇકૉનમાઇઝ઼), ઉ૦ ક્રિ૦ કરકસર કરવી, જાળવીને વાપરવું, ખરચ ટાળવું, ખર્ચમાં કાપ મૂકવો.

econ'omy (ઇકૉનમિ), ના૦ ઘર, ધંધો કે

રાજ્યની સંપત્તિ અને તેનાં ખાતાંની વ્યવસ્થા–વહીવટ – કારભાર; કરકસર, મિતવ્યય. *political ~*, અર્થ(વ્યવહાર) શાસ્ત્ર.

ec'stasy (એ'ક્સ્ટસિ), ના૦ અત્યાનન્દ, પરમાનન્દ; તન્મયાવસ્થા, તલ્લીનતા; ભાવાવેશ; કાવ્યોન્માદ. **ecstat'ic** (ઇક્સ્ટૅટિક), વિ૦ ભાવોન્માદવાળું; અત્યાનંદનું – માં લીન.

ec'zema (એ'ક્ઝિમા), ના૦ ચામડીનો એક રોગ, ખરજવું.

eddy (એ'ડિ), ના૦ ભમર, વમળ; વંટોળ, વંટોળિયો. ઉ૦ ક્રિ૦ વમળની જેમ ભમાવવું – ભમવું. [થતો સફેદ ફૂલવાળો એક છોડ.

edelweiss (એડલ્વાઇસ), ના૦ આલ્પ્સમાં

Ed'en (ઈડન),ના૦ સૃષ્ટિઉત્પત્તિ સમયે આદમ અને ઈવનું રહેઠાણ; સ્વર્ગનો બગીચો; આનંદ કે સુખનું સ્થાન – સ્થિતિ.

edge (એ'જ), ના૦ ધારવાળી બાજુ, ધાર; તીક્ષ્ણતા, તીવ્રતા, કરડાશ; હદ, સીમા; કોર, કિનારો. *put an ~ on*, ધાર દેવી, તીક્ષ્ણ બનાવવું. *be on ~*, સહેજમાં ખિજાઈ જવું – ઉશ્કેરાવું. *set (sb's) teeth on ~*, દાંત ખટવી નાંખવા; ખીજવવું, ચીડવવું. *take the ~ off*, તીવ્રતા કે શક્તિ કમી કરવી. ઉ૦ ક્રિ૦ ધાર કાઢવી; કોર – કિનારી – મૂકવી – હોવી; ઉશ્કેરવું; કતરાતા – ત્રાંસા – આગળ વધવું.

edge'ways, edge'wise (એ'જ્વેઝ઼, એજ્વાઇઝ઼), ક્રિ૦ વિ૦ ધાર આગળ – ઉપર – કરીને, પાસું આગળ કરી; ધારેધારે. *can't get a word in ~*, બોલવાની તક જ મળતી નથી.

edg'ing (એ'જિંગ), ના૦ કોર, કિનારી.

ed'ible (એ'ડિબલ), વિ૦ ખાવાલાયક, ખાદ્ય. ના૦ (સામાન્યતઃ બ૦ વ૦ માં) ખાદ્ય વસ્તુ.

ed'ict (ઈડિક્ટ), ના૦ સરકાર કે રાજાની આજ્ઞા (દા.ત. *~s of Ashoka*). [મોટું)મકાન.

ed'ifice (એ'ડિફિસ), ના૦ ઇમારત, (વિ. ક.

ed'ify (એ'ડિફાઈ), સ૦ ક્રિ૦ શિક્ષા – તાલીમ – આપવી; સુધારવું (નૈતિક દૃષ્ટિથી). **edification**, ના૦ સુધારો કરવો તે; શિક્ષા, બોધ, સદ્ગુણસંવર્ધન.

ed'it (એ'ડિટ), સ૦ ક્રિ૦ પુસ્તક, છાપું, ઇ. પ્રકાશન માટે તૈયાર કરવું, સંપાદન કરવું. **edi'tion** (ઇડિશન), ના૦ સંપાદન કરવું તે; આવૃત્તિ; આવૃત્તિની બધી નકલો. *~ de luxe* (–ડ લુક્સ), ના૦ ખાસ આકર્ષક આવૃત્તિ. **ed'itor** (એ'ડિટર), ના૦ (ગ્રંથનો) સંપાદક; (છાપા, ઇ.નો) તંત્રી, અધિપતિ. **ed'itress** (એ'ડિટ્રિસ), ના૦ સંપાદિકા. **editor'ial** (એ'ડિટોરિઅલ, –ટો–), વિ૦ સંપાદકનું, સંપાદકીય. ના૦ સંપાદકનો લેખ. [નાર, વિદ્યાર્થી.

ed'ucand (એ'ડ્યુકૅન્ડ), ના૦ કેળવણી પામ-

ed'ucate (એ'ડ્યુકેટ), સ૦ક્રિ૦ (-cable). કેળવણી આપવી, કેળવવું; તાલીમ આપવી; શક્તિઓનો વિકાસ થાય તેમ કરવું; ભણાવવું. **educated**, વિ૦ કેળવણી પામેલું. **educa'tion**, ના૦ કેળવણી, આખું શિક્ષણ. **educa'tional**, વિ૦ કેળવણીનું – સંબંધી. **educa'tionalist** (એડ્યુકેશનલિસ્ટ), **educa'tionist** (એ'ડ્યુકેશનિસ્ટ), ના૦ કેળવણીનો પુરસ્કર્તા; કેળવણીકાર, શિક્ષણ-શાસ્ત્રી. **ed'ucative**, (–કેટિવ) વિ૦ કેળવણી આપે તેવું, સંસ્કારક. **ed'ucator**, ના૦ કેળવણી આપનાર, કેળવનાર.

educe' (ઇડ્યૂસ), સ૦ક્રિ૦ (સુપ્તશક્તિ, ઇ.) બહાર કાઢવું, વિકસિત કરવું; અનુમાન કરવું.

eel (ઈલ), ના૦ (સાપના જેવી) બામ માછલી.

e'en (ઈન), ક્રિ૦વિ૦ [કાવ્યમાં] even માટે.

e'er (એર), ક્રિ૦વિ૦ [કાવ્યમાં] ever માટે.

eer'ie, eer'y (ઈરિ, ઇઅરિ), વિ૦ વિચિત્ર, અજબ; બિહામણું; વહેમી, બીકણ.

efface' (ઇફેસ), સ૦ ક્રિ૦ ભૂસી નાંખવું, ભૂસવું; છેકી નાખવું; -થી તદ્દન ચઢી જવું; ઢાંકી દેવું. કર્તૃ૦ ક્રિ૦ શૂન્યવત્ બનવું (*~ oneself*). **efface'ment**, ના૦ ભૂસી નાંખવું તે. *self-~*, ના૦ આત્મવિલોપન.

effect' (ઇફે'ક્ટ), ના૦ અસર, પરિણામ અસર, છાપ; સામાન્ય દેખાવ; (બ૦ વ૦) મિલકત, માલમતા. સ૦ ક્રિ૦ કરવું, ઉત્પન્ન કરવું, સાધવું, પાર પાડવું. *give ~ to*, અમલી બનાવવું. *take ~*, અમલી બનવું, અમલમાં આવવું. *in ~*, વસ્તુતઃ, ખરું જોતાં; પરિણામે. *for ~*, છાપ પાડવા માટે. *to the ~ that*, આવા અર્થનું – મતલબનું – કે.

effec'tive (ઇફે'ક્ટિવ), વિ૦ અસરકારક, પરિણામકારક; અમલી, કાર્યસાધક; કામ કરી

શકે એવું, કાર્યક્ષમ; પ્રત્યક્ષ ચાલુ–વર્તમાન; ધ્યાન ખેંચે એવું, આકર્ષક.

effec'tual (ઇફે'ક્ટયુઅલ,–ચુઅલ), વિ૦ ધાર્યો ઉદ્દેશ પાર પાડનારું, સાર્થક; અસરકારક.

effect'uate (ઇફે'ક્ટયુએટ,–ચુએટ), સ૦ ક્રિ૦ સાધવું, પાર પાડવું.

effem'inate (ઇફે'મિનિટ), વિ૦ બાયલું, સ્ત્રૈણ; વિષયલંપટ. **effem'inacy**, ના૦ બાયલાપણું, નામર્દાઈ; લંપટતા. [તુર્કી પદવી.

effen'di (એ'ફે'ન્ડિ), ના૦ એક માનદર્શક

eff'erent (એ'ફરન્ટ), વિ૦ [શરીરવ્યા૦] (જ્ઞાનતંતુ) મગજમાંથી બહાર લઈ જનાર, બહિર્ગામી.

effervesce' (એ'ફર્વે'સ), અ૦ ક્રિ૦ ઊભરાવું, ઊભરો આવવો; ઉપર પરપોટા–ફીણ–આવવું. **efferves'cence**, ના૦ ઊભરો, જોસ. **efferves'cent**, વિ૦ ઊભરાતું, ખદખદતું. [ગયેલું; નબળું, શક્તિહીન; નિષ્ફળ.

effete' (એ'ફીટ, ઇ–), વિ૦ જીર્ણ, ખખડી

effica'cious (એ'ફિકેશસ), વિ૦ ઇષ્ટ પરિણામ ઉપજાવનારું, કાર્યસાધક, ગુણકારક. **eff'icacy** (એ'ફિકસિ), ના૦ ગુણ–અસર–કારકતા.

effi'cient (એ'ફિશન્ટ, ઇ–), વિ૦ કાર્યસાધક, કાર્યક્ષમ, કાર્યદક્ષ, પરિણામદાયક; સમર્થ. **effi'ciency** (એ'ફિશન્સિ), ના૦ કાર્યક્ષમતા, કાર્યદક્ષતા; [પદાર્થ.] કાર્યસાધકતા.

eff'igy (એ'ફિજિ), ના૦ પ્રતિમા, છબી, પૂતળું; નાણા પર ઉપસાવેલ મુખવટો–મુદ્રા. *burn in* ~, -નું પૂતળું–પ્રતિમા–બનાવી તેને બાળી નાખવી.

effloresce' (એ'ફલરે'સ,–ફ્લો–) સ૦ક્રિ૦ પ્રફુલ્લ થવું, ખીલવું; પદાર્થો પર ભૂકો ચડવો, ફૂગ વળવી; કોબા પર ખાર ફૂટી નીકળવો. **effloresc'ence** (એ'ફલરે'સન્સ,), ના૦ ફૂલ આવવાની મોસમ; આંબો, આંબલી ઇ.નો મોર; ઓરી, અછબડા, ફૂટવા તે. **efflores'cent** વિ૦.

eff'luence (એ'ફ્લુઅન્સ), ના૦ (પ્રકાશ, વીજળીનો પ્રવાહ, ઇ.) બહાર વહેવું તે, પ્રવાહ; વહેતી વસ્તુ, સ્રાવ. **eff'luent**, વિ૦ બહાર વહેતું. ના૦ કોઈ મોટી નદી કે સરોવરમાંથી નીકળેલી નદી, નદીનો ફાંટો.

effluv'ium (એ'ફ્લૂવિઅમ, ઇ–), ના૦ (બ૦ વ૦–via) ગંધ, વાસ, બદબો.

eff'ort (એ'ફર્ટ), ના૦ શ્રમ, આયાસ, મહેનત; પ્રયત્ન. [નિર્લજ્જતા, નફટાઈ.

effron'tery (એ'ફ્રન્ટરિ, ઇ–), ના૦ ઉદ્ધતાઈ,

efful'gence (એ'ફલ્જન્સ, ઇ–), ના૦ અતિશય પ્રકાશ, ચળકાટ. **efful'gent**, વિ૦ તેજસ્વી, ચળકતું, દેદીપ્યમાન.

effuse' (એ'ફ્યૂઝ, ઇ–), સ૦ક્રિ૦ (પાણી, હવા, પ્રકાશ, ઇ.) બહાર ફેંકવું, વહેવડાવવું. **effu'sion** (એ'ફ્યૂઝન, ઇ–), ના૦ ઊભરો, પ્રવાહ, સ્રાવ; શબ્દો, કાવ્ય, ઇ.નો ઊભરો–ધોધ. **effus'ive**, વિ૦ સ્નેહ કે લાગણીનો ઊભરો બતાવનારું; વહેતું, ઊભરાતું.

egalitar'ian (ઇગૅલિટૅરિઅન), વિ૦ અને ના૦ સર્વસમતાવાદી.

egg (એ'ગ), ના૦ ઈંડું, અંડ, અંડબીજ. *bad* ~, નકામો–હલકટ–માણસ. *good* ~, ઉમદા–સરસ–માણસ. *put all one's* ~*s in one basket*, એક જ સાહસમાં બધું રોકાણ કરવું, એક જ કંપનીમાં બધા પૈસા રોકવા. સ૦ક્રિ૦ (કશુંક કરવા માટે) ઉત્તેજન–ઉત્સાહ–આપવો; ચડાવવું (~person *on*). [દૂધવાળું પીણું.

egg-nog (એ'ગ્નૉગ), ના૦ ઈંડાં મેળવેલું

eg'lantine (એ'ગ્લન્ટિન, –ટાઇન), ના૦ સુગંધી પાનાંવાળું જંગલી ગુલાબ. [પ્રત્યગાત્મા.

eg'o (એ'ગો), ના૦ હું, પોતે; [તત્ત્વ.] વિષયી, **eg'oism** (એ'ગોઇઝ્મ), ના૦ હુંપદ, અહંકાર; આપસ્વાર્થીપણું. **eg'oist** (એ'ગોઇસ્ટ), ના૦ અહંકારી–આપસ્વાર્થી–માણસ.

eg'otism (એ'ગટિઝ્મ), ના૦ મમત, અહંકાર; આપવડાઈ; આપમતલબીપણું. **eg'otist** (એ'ગટિસ્ટ), ના૦ આપવડાઇ કરનાર. **egotis'tic(al)**, વિ૦ 'હું'પદવાળું, આપવડાઈ કરનારું.

egre'gious (ઇગ્રીજસ), વિ૦ (મૂર્ખ, ઇ. ખરાબ અર્થમાં) અટૂલ, નામચીન.

eg'ress (ઇગ્રે'સ), ના૦ બહાર જવાનો રસ્તો–રસ્તાનો હક; બહાર જવું તે; [ખ.] (ગ્રહણનો) મોક્ષ.

eg'ret (ઈગ્રિટ, એ'–), ના૦ બગલાની એક

જાત; [વનસ્પ.] રુવાંટી, નિમાળા.

Egyp'tian (ઇજિપ્શન), વિ૦ ઇજિપ્ત કે મિસરનું. ના૦ મિસરનો વતની; જિપ્સી.

Egyptol'ogy (ઇજિપ્ટૉલજિ), ના૦ મિસરના પુરાતત્ત્વની વિદ્યા.

eid'er (આઇડર), ના૦ છાતી પર રુવાંટીવાળું ઉત્તર ધ્રુવ પ્રદેશનું મોટા કદનું કાળા ને ધોળા રંગવાળું બતક (~*duck* પણ). **eid'er-down**, ના૦ એ બતકનાં છાતીનાં પીછાં; એ પીછાં ભરીને બનાવેલું ગોદડું.

eight (એટ), ના૦ આઠ (૮). **eighth** (એટ્થ), વિ૦ અને ના૦ આઠમું(-મો ભાગ).

eighteen' (એટીન), ના૦ અઢાર (૧૮). **eighteen'th**, વિ૦ અને ના૦ અઢારમું.

eight'y (એટિ), ના૦ ઍંશી (૮૦). **eight'ieth**, વિ૦ અને ના૦ ઍંશીમું (-મો ભાગ).

eikon (આઇકૉન), ના૦ જુઓ icon.

eistedd'fod (એસ્ટૅ'ધવડ), ના૦ વેલ્સના ચારણોની મહાસભા.

ei'ther (આઇધર, ઈધર), વિ૦ અને સર્વં૦ બેમાંથી કોઈ પણ એક; આ અથવા તે; બેમાંથી દરેક. ક્રિ૦વિ૦ અને ઉભ૦અ૦ કાં તો...(અથવા).

ejac'ulate (ઇજૅક્યુલેટ), ઉ૦ક્રિ૦ એકદમ બોલવું, ઉદ્ગાર કાઢવો; શરીરમાંથી પ્રવાહીને જોરથી બહાર ફેંકવું; ધાર ઊડવી. **ejacula'tion**, ના૦ ઉદ્ગાર; ઉત્સેક; વીર્યોત્સેક.

eject' (ઇજે'ક્ટ) સ૦ક્રિ૦ બહાર ફેંકવું-કાઢવું; કાઢી મૂકવું; કબજો મુકાવવો-લેવો; તીરની પેઠે ફેંકવું. **ejec'tion**, ના૦ કાઢી મૂકવું તે; ઉત્ક્ષેપ. **eject'ment**, ના૦ બહાર કાઢી મૂકવું તે; [કા.] ગણોતિયા કે ભાડૂત પાસે કબજો મુકાવવો તે-મુકાવવાની ફરિયાદ.

eke (ઇક), સ૦ક્રિ૦ (*out* સાથે) ખૂટતી વસ્તુઓ પૂરી પાડવી, જે કંઈ પાસે હોય તેને લાંબો વખત ચલાવવું; ગુજરાન ચલાવવું.

eke, ક્રિ૦વિ૦ [પ્રા.] પણ, સુધ્ધાં.

elaborate (ઇલૅબરિટ), વિ૦ ઝીણવટથી કાળજીપૂર્વક તૈયાર કરેલું, મહેનત કરીને કરેલું, શ્રમસાધિત; અનેક ભાગવાળું, જટિલ. સ૦ક્રિ૦ (ઇલૅબરેટ) ઝીણવટથી કરવું, વિગતવાર-પ્રયત્નપૂર્વક-બનાવવું. **elabora'tion** (ઇલૅબરેશન), ના૦ પ્રયત્નપૂર્વક-ઝીણવટથી-કરવું તે; એવી રીતે કરેલી વસ્તુ. [ચૈતન્ય.

élan (એલાં), ના૦ ઉલ્લાસ; પાણીદારપણું,

el'and (ઈલન્ડ), ના૦ દ.આફ્રિકાનું એક મોટું હરણ. [પસાર થવું, વહી જવું, વીતવું.

elapse' (ઇલૅપ્સ), અ૦ક્રિ૦ (સમય અંગે)

elas'tic (ઇલૅસ્ટિક,ઇલા-), વિ૦સ્થિતિસ્થાપક, લવચીક; અનુકૂલનક્ષમ; (પગલું, ચાલ, અંગે) કમાન જેવું; ઉલ્લાસી વૃત્તિનું; અનાગ્રહી. ના૦ લવચીક-સ્થિતિસ્થાપક-દોરી-પટો. **elasti'-city** (ઇલૅસ્ટિસિટિ, એ'-), ના૦ લવચીકપણું, સ્થિતિસ્થાપકતા,

elate' (ઇલેટ) સ૦ક્રિ૦ ઉત્તેજિત-પ્રફુલ્લ-કરવું; ફુલાવવું; ચડાવવું. **elated**, વિ૦ [પ્રા.] ઉત્તેજિત, આનંદિત **ela'tion** (ઇલેશન), ના૦ ઉત્તેજના, પ્રફુલ્લતા; મગરૂરી.

el'bow (એ'લ્બો), ના૦ કોણી, કોપરિયું; કોણી જેવો વળાંક. સ૦ક્રિ૦ કોણીથી ધકેલવું, હડસેલવું; ધકેલીને માગ કરવો-આગળ વધવું (~ *one's way*). *out at* ~*s*, ચીંથરેહાલ સ્થિતિમાં, કંગાલ દેખાતું. ~*-grease*, સતત ઘસવું-પૉલિશ કરવું; સખત શ્રમનું કામ. ~*-room*, ના૦ હાલચાલ કરવા માટે જગ્યા, મોકળાશ, છૂટ.

el'der (એ'લ્ડર), ના૦ એક સફેદ ફૂલવાળું ઝાડ.

el'der, વિ૦ વધારે મોટી ઉંમરનું, મોટું, વડું. ના૦ મોટી ઉંમરનું-પ્રૌઢ-માણસ; બેમાંથી વધારે મોટી ઉંમરનું માણસ; કેટલાંક ખ્રિસ્તી દેવળોમાંનો બુઝુર્ગ અધિકારી. *one's* ~*s*, પોતાનાથી મોટી ઉંમરનાં માણસો, વડીલો.

el'derly, વિ૦ પ્રૌઢ, ઉત્તર વયનું; ઘરડું થવા આવેલું. **el'dest** (એ'લ્ડિસ્ટ), વિ૦ પ્રથમ (જન્મેલું), જ્યેષ્ઠ; (કુટુંબમાં) સૌથી મોટી ઉંમરનું. [-s). કલ્પિત સુવર્ણભૂમિ.

El Dorado (એ'લ્ડરાડો), ના૦ (બ૦ વ૦

el'dritch (એ'લ્ડ્રિચ), વિ૦ [સ્કૉ.] ભયાનક, વિકરાળ, કમકમાટી ઉપજાવે એવું.

elect' (ઇલે'ક્ટ), સ૦ક્રિ૦ પસંદ કરવું; વીણી કાઢવું; મત આપીને ચૂંટી કાઢવું. વિ૦ પસંદ કરેલું, ચૂંટી કાઢેલું; પસંદ કરીને કોઈ અધિકાર પર નીમેલું (પણ જેણે તે અધિકાર હજી હાથમાં લીધો નથી એવું). *the* ~, પસંદ કરેલ-વિ. ક. ઈશ્વરનું અનુગૃહીત-(માણસ).

elec'tion (ઇલેક્શન), ના૦ પસંદગી; ચૂંટણી. *by-~*, પેટા ચૂંટણી. *general ~*, આખા દેશની સામાન્ય ચૂંટણી.
electioneer' (ઇલેક્શનિઅર), અ૦ ક્રિ૦ ચૂંટણીના કામમાં ઉદ્યોગ કરવો, કોઈ ઉમેદવાર માટે પ્રચાર શરૂ કરવો.
elec'tive (ઇલે'ક્ટિવ), વિ૦ ચૂંટણી દ્વારા થતું-કરાતું-ને આધીન; ચૂંટણી કરવાની સત્તાવાળું.
elect'or (ઇલે'ક્ટર) ના૦ ચૂંટનાર, ચૂંટવાનો હક ધરાવનાર, મતદાર. **elec'toral**, વિ૦ મતદારોનું - સંબંધી. **elec'torate** (-રિટ), ના૦ મતદારમંડળ.
elec'tric (ઇલે'ક્ટ્રિક), વિ૦ વીજળીનું; વીજળીવાળું, વીજળી ભરેલું; વીજળી પેદા કરનારું; વીજળીથી ચાલતું. **elec'trical**, વિ૦ વીજળી અંગેનું - સંબંધી. **electri'cian** (-શન), ના૦ વિદ્યુતશાસ્ત્રી, વીજળીના સંચા ચલાવનાર.
elec'trify (ઇલે'ક્ટ્રિફાઇ), સ૦ ક્રિ૦ વીજળીથી ભરવું; વીજળી પહોંચાડવી; (રેલવે, ટ્રામ, ઇ. ને) વીજળીની શક્તિથી ચાલતું કરવું; ચકિત-ઉત્તેજિત - કરવું. **electrifica'tion**, ના૦.
electri'city (ઇલેક્ટ્રિસિટિ), ના૦ વીજળી, વિદ્યુત; વીજળીની વિદ્યા.
elec'trocute (ઇલે'ક્ટ્રક્યૂટ), સ૦ ક્રિ૦ વીજળી દ્વારા મૃત્યુ નિપજાવવું. **electrocu'tion**, ના૦ એવી રીતે મૃત્યુ નિપજાવવું તે.
elec'trode (ઇલે'ક્ટ્રોડ) ના૦ વીજ-ધ્રુવ.
electrol'ysis (ઇલે'ક્ટ્રૉલિસિસ), ના૦ વીજળીની મદદથી પદાર્થોનાં ઘટક તત્ત્વોનું વિઘટન, વીજ-દ્રાવણનું પૃથક્કરણ.
elec'tromag'netism (ઇલે'ક્ટ્રમૅગ્નિટિઝ્મ, -ટ્રોમૅગ્ન-), ના૦ વીજળીના પ્રવાહની મદદથી લોહચુંબકત્વ તૈયાર કરવું તે, વિદ્યુત ચુંબકશાસ્ત્ર.
elec'tron (ઇલે'ક્ટ્રૉન), ના૦ [પદાર્થ., રસા.] ઋણ વિદ્યુતનો અવિભાજ્ય એકમ અને પદાર્થનો મૂળભૂત - પાયાનો -એક ઘટક, ઋણ વીજાણુ; વિદ્યુત પરમાણુ. **electron'ic** (એ'લે'ક્ટ્રૉનિક), વિ૦ ઋણ વીજાણુનું -ને લગતું. ના૦ બ૦ વ૦ ઋણ વીજાણુઓને લગતું શાસ્ત્ર.
elec'troplate (ઇલેક્ટ્રપ્લેટ), સ૦ ક્રિ૦ વિદ્યુત વિઘટન દ્વારા ધાતુ પર ચાંદી, ઇ.નો ઢોળ ચડાવવો. ના૦ આવી રીતે ઢોળ ચડાવેલાં વાસણ, ઇ. માલ.
eleemos'ynary (એ'લિઈમૉસિનરિ), વિ૦ ભિક્ષાનું, ભિક્ષા પર નભનારું; ધર્માદા.
el'egance (એ'લિગન્સ), ના૦ લાલિત્ય, સૌંદર્ય; સુરુચિ, સંસ્કારિતા. **el'egant**, વિ૦ લલિત, સુંદર; સુરુચિવાળું; રસિક, રસીલું.
elegi'ac (એ'લિજાયૅક, -ચક) વિ૦ શોકથી ભરેલું; શોકગીતને અનુરૂપ. ના૦ બ૦ વ૦ શોકગીતો.
el'egy (એ'લિજિ), ના૦ વિલાપગીત, શોકગીત, રાજિયો.
el'ement (એ'લિમન્ટ), ના૦ મૂળતત્ત્વ, તત્ત્વ; ઘટક તત્ત્વ - અંશ; પંચમહાભૂતોમાંનું કોઈ પણ એક; (બ૦વ૦) વિ.ક. હવા, આબોહવા; *the four ~s*, પૃથ્વી, પાણી, અગ્નિ ને વાયુ એ ચાર મહાભૂતો; (બ૦વ૦) વિદ્યા કે કળાનાં મૂળ - પ્રાથમિક - તત્ત્વો. *an ~ of*, (કશાક)નો થોડોક અંશ. *be in one's ~*, પોતાની સ્વાભાવિક કે અનુકૂળ મનોદશામાં હોવું, ખુશમિજાજ હોવું.
elemen'tal (એ'લિમે'ન્ટલ), વિ૦ કુદરતનાં બળોનું - બળોના જેવું, પ્રચંડ; આવશ્યક, મૂળભૂત.
elemen'tary (એ'લિમે'ન્ટરિ), વિ૦ પ્રાથમિક, પ્રારંભિક; [રસા.] પૃથક્કરણ ન કરી શકાય એવું. *~ education*, પ્રાથમિક કેળવણી.
el'ephant (એ'લિફન્ટ), ના૦ હાથી, ગજ. *white ~*, ધોળો હાથી, બહુ મોંઘી પણ નકામી વસ્તુ. **elephan'tine** (એ'લિફૅન્ટાઇન), વિ૦ હાથીઓનું - ના જેવું; અતિ મોટા કદવાળું, બેડોળ.
elephanti'asis (એ'લિફૅન્ટાયસિસ), ના૦ પગે રસ ઊતરવાથી પગ સૂજીને હાથીના પગ જેવા થાય છે તે રોગ, મુસલપાદ, હાથીપગો.
el'evate (એ'લિવેટ), સ૦ ક્રિ૦ ઊંચે ચડાવવું, ચડાવવું; ઊંચી પાયરીએ ચડાવવું; (મનને) ઉન્નત કરવું. **el'evated**, વિ૦ ઉન્નત, ઉદાત્ત, સુંદર. **eleva'tion** (એ'લિવેશન), ના૦ ઊંચે ચડાવવું તે, ઉન્નતિ; ભવ્યતા, મહત્તા, ઉદાત્તતા; દરિયાની સપાટીથી ઊંચાઈ; ટેકરી, ઊંચાણ; ઘરની એક બાજુ બતાવનારો નકશો - પ્લાન.
el'evator (એ'લિવેટર), ના૦ ઊંચે ચડાવ-

નાર; માલ ઉપર ચડાવવાનું યંત્ર; અનાજનો કોઠાર; ઉપલે માળે જવાનું પાંજરા જેવું સાધન, લિફ્ટ.

elev'en (ઇલે'વન), ના૰ અગિયાર (૧૧); ક્રિકેટની રમતમાં એક બાજુના અગિયાર ખેલાડીઓ. **elev'enth,** વિ૰ અને ના૰ અગિયારમું (-મો હિસ્સો).

elf (એ'લ્ફ), ના૰ નાનકડી પરી; વેંતિયું માણસ; ભૂત, પિશાચ. *~-locks,* કોઈ રમતિયાળ, અટકચાળી, પરીએ બનાવ્યા હોય એવા વાંકડિયા વાળ. **el'fin** (એલ્ફિન), વિ૰ ભૂત-પિશાચ-નું-ને લગતું. ના૰ ઠિંગુજી; બાળક. **elfish, elvish,** વિ૰.

eli'cit (ઇલિસિટ), સ૰ક્રિ૰ બહાર કાઢવું; (પ્રશ્નો પૂછીને) બાતમી, જવાબ, ઇ. કઢાવવું.

elide' (ઇલાઇડ), સ૰ ક્રિ૰ (અક્ષર, ઇ.) ઉચ્ચાર કરતાં, બોલતાં કે લખતાં છોડી દેવું.

el'igible (એ'લિજિબલ), ના૰ પસંદ કરવા માટે-ચૂંટાવા માટે-યોગ્ય-લાયક; ઇષ્ટ, યોગ્ય. **eligibil'ity,** ના૰ યોગ્યતા, પાત્રતા (વિ.ક. ચૂંટણીમાં ચૂંટાવા માટે).

elim'inate (ઇલિમિનેટ), સ૰ ક્રિ૰ કાઢી નાંખવું, દૂર કરવું; બહાર કાઢવું; ફેંકવું; બાજુએ મૂકી દેવું; [બીજ.] સમીકરણમાંથી કોઈ પદ ઊડી જાય તેમ કરવું. **elimina'tion,** ના૰ ઉડાડવું તે, ઇ.; અપનયન.

eli'sion (ઇલિઝન), ના૰ ઉચ્ચાર કરતી વખતે સ્વર કે અક્ષરને છોડી દેવું તે; લોપ.

élite (એ'લીટ), ના૰ સારામાં સારો અંશ; સમાજના ચુનંદા સંસ્કારી-લોકો (*the ~*).

elix'ir (ઇલિક્સર), ના૰ બીજી ધાતુનું સોનું અથવા માણસને અમર બનાવવા માટે કીમિયાગરે તૈયાર કરેલું રસાયન, અમૃત; અદ્ભુત-રામબાણ-ઇલાજ.

elk (એ'લ્ક), ના૰ એક જાતનું મોટું સાબર.

ell (એ'લ), ના૰ ૪૫ ઇંચનું એક જૂનું માપ.

ellipse' (ઇલિપ્સ), ના૰ લંબગોળ આકૃતિ, અંડાકૃતિ, દીર્ઘવર્તુળ, દીર્ઘવૃત્ત.

ellip'sis (ઇલિપ્સિસ), ના૰ (બ૰ વ૰ ellipses). [વ્યાક.] અધ્યાહાર, પદશૂન્યતા-ન્યૂનતા. **ellip'tic(al),** વિ૰ જેમાં કંઈ અધ્યાહાર હોય એવું, ન્યૂનપદ; દીર્ઘવર્તુળાકાર.

elm (એ'લ્મ), ના૰ ખરબચડા ને બેવડા દાંતાવાળાં પાંદડાંવાળું એક ઝાડ.

elocu'tion (ઈલકયૂશન, એ'-) ના૰ વક્તૃત્વ, વાક્પટુતા; જાહેર ભાષણ કરવાની કળા. **elocu'tionist,** ના૰ વક્તા; વક્તૃત્વશિક્ષક.

elo'gium (ઇલોજિઅમ), ના૰ પ્રશસ્તિ, વખાણ; કબર પર લખેલું મરનાર વિષેનું લખાણ.

el'ongate (ઈલૉંગેટ), સ૰ ક્રિ૰ લંબાવવું, લાંબું કરવું. વિ૰ (ઈલૉંગટ), લાંબું, ધીમે ધીમે પાતળું થતું, પાતળું. **elonga'tion,** ના૰ લાંબું થવું તે; છેટે જવું તે; (લીટી, ઇ. નો) લંબાવેલો ભાગ; [ખ.] સૂર્ય ને ગ્રહ વચ્ચેનું અંતર.

elope' (ઇલોપ), અ૰ ક્રિ૰ (સ્ત્રી માટે) ઘરમાંથી યાર કે પ્રેમિકની સાથે (વિ.ક. લગ્ન કરવા માટે) નાસી જવું; નાસી જવું. **elope'ment,** ના૰ યાર સાથે પલાયન.

el'oquence (એ'લકવન્સ, એલો-), ના૰ અસ્ખલિત, જોરદાર અને સ્પષ્ટતાવાળું ભાષણ; વક્તૃત્વ, વાક્પાટવ, **el'oquent,** વિ૰વાક્પટુ; (ભાષણ) છટાદાર.

else (એ'લ્સ), ક્રિ૰ વિ૰ વળી, બીજું; -ને બદલે; નહિ તો, અન્યથા. વિ૰ અને સર્વ ના૰ બીજું, અન્ય. **else'where,** ક્રિ૰ વિ૰ બીજે ઠેકાણે, અન્યત્ર, બીજે ક્યાંક.

elu'cidate (ઇલૂસિડેટ, ઇલ્યૂ-), સ૰ ક્રિ૰ ઉઘાડું-ખુલ્લું-સમજ પડે એવું-કરવું, સમજાવવું. **elucida'tion** (-ડેશન) ના૰ ઉઘાડું-સ્પષ્ટ-કરવું તે, સ્પષ્ટીકરણ, ખુલાસો.

elude' (ઈલૂડ,-લ્યૂ-), સ૰ ક્રિ૰ યુક્તિ કરીને નાસી જવું-છટકી જવું; ટાળવું; -નો તાગ-પત્તો-ન લાગવા દેવો. **elu'sion** (-ઝન), ના૰ છટકી જવું તે, પલાયન; યુક્તિ. **elusive** (-ઝ઼િવ) વિ૰ ચોરે-ચુકાવે-એવું, છટકી જાય-પકડાય નહિ-એવું; ઉડાવી દેનારું; ઠગાઈ ભરેલું.**elu'sory**(-ઝ઼રિ),વિ૰.

Elys'ium(ઇલિઝ઼િઅમ),ના૰ [ગ્રીક પુરાણ] મરી ગયા પછી પુણ્યવાન લોકોનું વસતિ સ્થાન, સ્વર્ગ. **Elys'ian,** વિ૰ સ્વર્ગનું, સ્વર્ગીય; પરમાનંદદાયક.

em (એ'મ), ના૰ એમ અક્ષર (**M, m**); [મુદ્રણ] એક લીટીમાં છાપવાના મજકૂરના માપનો એકમ.

ema'ciate (ઇમૅશિએટ, ઇમે-), ઉ૦ ક્રિ૦ પાતળું-કૃશ-બનાવવું, ગળી-ગળાઈ-જવું, હાડકાં કાઢવાં; (જમીનને) કસવિનાની બનાવવી. **emacia'tion**, ના૦ સુકાઈ જવું તે, શરીર-શોષ-કૃશત્વ.

em'anate (એ'મનેટ), અ૦ ક્રિ૦ (અમુક સ્થાન કે કારણમાંથી) નીકળવું, નીસરવું, ઉત્પન્ન થવું. **emana'tion** ના૦ અમુક મૂળમાંથી નીકળેલી-પેદા થયેલી-વસ્તુ.

eman'cipate (ઇમૅન્સિપેટ), સ૦ ક્રિ૦ (કાયદો, સમાજ, ઇ.ના) બંધનમાંથી મુક્ત કરવું, છોડાવવું. **eman'cipated**, વિ૦ સંકુચિતપણું કે લોકમતની પકડમાંથી મુક્ત, ઉદાર. **emancipa'tion**, ના૦ ગુલામગીરીમાંથી છુટકારો; મોક્ષ, મુક્તિ.

emas'culate (ઇમૅસ્કયુલેટ), સ૦ ક્રિ૦ ખસી કરવી, નપુંસક બનાવવું; કમજોર-નબળું-બાયલું-બનાવવું. વિ૦ (-લિટ), ખસી-નામર્દ-કરેલું. **emascula'tion**, ના૦ પૌરુષહીન બનાવવું તે.

embalm' (ઇમ્બામ, એ'-), સ૦ ક્રિ૦ મડદાને મસાલા વડે ટકાવી રાખવું, મમી કરવી; વિસ્મૃતિથી બચાવવું; સુવાસિત કરવું.

embank' (ઇમ્બૅંક, એ'-), સ૦ ક્રિ૦ બંધ, પુસ્તો, ઇ. વડે રોકવું-બંધ કરવું, બંધ બાંધવો. **embank'ment**, ના૦ બંધ, પાળ, પુસ્તો.

embarg'o (ઇમ્બાર્ગો, એ'-), ના૦ (બ૦વ૦ -es). બંદરમાં પ્રવેશ કરવાની કે તે છોડવાની વહાણને મનાઈ (હુકમ), મનાઈ હુકમ; (વેપાર) બંધી, પ્રતિબંધ. સ૦ક્રિ૦ (વહાણ, વેપાર, ઇ.ને) મનાઈ કરવી.

embark' (ઇમ્બાર્ક, એ'-), ઉ૦ક્રિ૦ વહાણમાં ચડવું-ચડાવવું. ~*in*, *upon*, સાહસનું કામ ઉપાડવું. **embarka'tion**(એ'-), ના૦ વહાણ પર ચડવું-માલ ચડાવવો-તે.

emba'rrass (ઇમ્બૅરસ, એ'-), સ૦ક્રિ૦ (દેવું, ઇ.) ન ચૂકવવું, પૈસાની ભીડમાં મૂકવું; ગૂંચવણમા નાંખવું, ગૂંચવવું; શરમાવવું. **emba'rrassment,** ના૦ ગૂંચવણ, મૂંઝવણ; નાણાની ભીડ, તંગી. **embarrassed**, વિ૦ કિંવકર્તવ્યમૂઢ, મૂંઝાયેલું; દેવાના બોજાવાળું.

em'bassy (એ'મ્બસિ), ના૦ એલચીની કામગીરી, કચેરી કે રહેઠાણ; બીજા રાજ્યના રાજદરબારમાં મોકલેલા પ્રતિનિધિઓ.

embat'tle (ઇમ્બૅટલ), સ૦ ક્રિ૦ લડાઈના વ્યૂહમાં ગોઠવવું; કોટ, ઇ. રક્ષક સાધનોથી સુસજ્જ બનાવવું.

embed', **imbed'** (ઇમ્બેડ), સ૦ક્રિ૦ કોઈ એક વસ્તુને બીજીમાં બેસાડવી, -ની અંદર પૂરી દેવી.

embell'ish (ઇમ્બેલિશ), સ૦ક્રિ૦ સુશોભિત કરવું, શણગારવું; કાલ્પનિક ઉમેરા કરી સજાવવું. **embell'ishment**, ના૦ સજાવટ, શણગાર, શોભા, મીઠુંમરચું (ભભરાવવું તે).

em'ber (એ'મ્બર), ના૦ (બહુધા બ૦વ૦માં) રાખમાંનો ઝીણો અંગાર, ચિનગારી.

embez'zle (ઇમ્બેઝલ, એ'-), સ૦ક્રિ૦ ઉચાપત કરી જવું, ખાઈ જવું, પચાવી પડવું. **embez'zlement**, ના૦ ઉચાપત (કરી જવું તે).

embitt'er (ઇમ્બિટર, એ'-), સ૦ક્રિ૦ કડવું કરવું, -માં કડવાશ પેદા કરવી; વધારે તીવ્ર-ઉગ્ર-બનાવવું. **embitt'erment**, ના૦ કડવાશ, કટુતા.

emblaz'on (ઇમ્બ્લેઝ઼ન, એ'-) સ૦ ક્રિ૦ (ઢાલને) કુળનાં લાક્ષણિક ચિત્રો કે મુદ્રાઓથી શણગારવું.

em'blem (એ'મ્બ્લિમ, એ'મ્બ્લમ), ના૦ નિશાની, ચિહ્ન, પ્રતીક. સ૦ ક્રિ૦ નિશાની કે પ્રતીક દ્વારા દર્શાવવું. **emblemat'ic(al)** (-મૅટિક(લ)), વિ૦ સૂચક, લાક્ષણિક, વ્યંજક.

embod'y (ઇમ્બૉડિ, એ'-), સ૦ ક્રિ૦ (આત્મા, ઇ. ને) દેહધારી-દેહવાળું-કરવું, મૂર્તસ્વરૂપ આપવું; -માં સમાવિષ્ટ કરવું, એકત્ર સંગ્રહ કરવો. **embod'iment**, ના૦ મૂર્તિમાન કરવું તે;, મૂર્તસ્વરૂપ, મૂર્તિ, સંગ્રહ, ઇ.

embol'den (ઇમ્બોલ્ડન, એ'-), સ૦ ક્રિ૦ હિંમત આપવી, છાતીવાળું કરવું, નિર્ભય કરવું.

em'bolism (એ'મ્બલિઝ઼મ), ના૦ લોહી ગંઠાવાથી નસમાં લોહીનું વહેવું અટકવું તે (વિ. ક. લકવાના કારણ તરીકે).

embonpoint (આંબોંપ્વૅં), ના૦ પુષ્ટતા, સ્થૂળતા (વિ. ક. સ્ત્રીઓની કેડની આસપાસની).

embos'om (ઇમ્બુઝ઼મ), સ૦ ક્રિ૦ છાતી સરસું ચાંપવું, આલિંગન દેવું. ભૂ૦ કૃ૦ વિ૦

(ઝાડ, ડુંગરા, ઇ.) થી ચોમેર ઘેરાયેલું.

emboss' (ઇમ્બૉસ,એ'-), સ૰ક્રિ૰ કોતરીને અથવા બીબા વડે ઉપર ઊપસી આવે એવી આકૃતિ પાડવી; આકૃતિ ઉપસાવવી.

embow'er (ઇમ્બાવર), સ૰ક્રિ૰ -ની ઉપર લતામંડપ કરવો; લતાકુંજનો આશ્રય લેવો.

embrace' (ઇમ્બ્રેસ), સ૰ક્રિ૰ બાથમાં લેવું, ભેટવું, આલિંગન કરવું; ઘેરવું, ઘેરી લેવું; સ્વીકાર-અંગીકાર-કરવો, સમાવવું. ના૰ આલિંગન.

embra'sure (ઇમ્બ્રેઝર, એ'મ્બ્રઝૂર), ના૰ તોપને સારુ કોટમાં પાડેલું બાકું, કાંગરો; બારી કે બારણાની બાજુની ભીંતિનો ગોખલા જેવો કતરાતો ભાગ.

embroca'tion (એ'મ્બ્રકેશન), ના૰ ડિલે -ઈજાવાળા ભાગને - ચોળવાનું પ્રવાહી ઓસડ.

embroid'er (ઇમ્બ્રૉઇડર, એ'-), સ૰ ક્રિ૰ ભરત કરવું, કસીદો કાઢવો; નકશી પાડીને સુશોભિત કરવું; (વાર્તામાં) કાલ્પનિક વીગત ભરીને સમૃદ્ધ - વધુ રસિક - બનાવવું. **embroid'ery**, ના૰ ભરતકામ, કસીદો.

embroi'l (ઇમ્બ્રૉઇલ, એ'-), સ૰ ક્રિ૰ ગોટાળામાં - ગૂંચવણમાં - મુશ્કેલીમાં - નાંખવું; લડાઈમાં સંડોવવું, લડાવવું. **embroil'ment**, ના૰ ગોટાળો; ઝઘડામાં સંડોવાવું તે.

em'bryo (એ'મ્બ્રિઓ), ના૰ (બ૰વ૰-s). ગર્ભ, મૂળાંકુર. *in ~*, અવિકસિત, ગર્ભરૂપે. **embryon'ic** (એ'મ્બ્રિઑનિક), વિ૰ વિકાસની તદ્દન પ્રારંભિક કક્ષાનું, ગર્ભાવસ્થાનું.

emend' (ઇમે'ન્ડ), સ૰ક્રિ૰ ભૂલ સુધારવી, સુધારો કરવો; મૂળ પાઠમાં(અનધિકૃત) સુધારો કરવો. **emenda'tion**, ના૰ ભૂલ સુધારવી તે; સુધારો (વિ. ક. અનધિકૃત).

em'erald (એ'મરલ્ડ), ના૰ લીલા રંગનું રત્ન, લીલમ; લીલમનો રંગ. *E~Isle*, ના૰ આયર (આયર્લૅન્ડ).

emerge' (ઇમર્જ), અ૰ ક્રિ૰ -માંથી નીકળવું, બહાર આવવું; દેખા દેવું, દેખાવું; -નો ઉદય થવો; (તપાસને પરિણામે) પ્રકાશમાં-જાણમાં - આવવું. **emer'gence**, ના૰ બહાર આવવું તે, ઇ. **emer'gent,** વિ૰ બહાર આવતું, નીકળતું; અગત્યનું આકસ્મિક.

emer'gency (ઇમર્જન્સિ), ના૰ તાત્કાલિક ઉપાય કરવો જોઈએ એવો અગત્યનો આકસ્મિક પ્રસંગ; અણધાર્યો પ્રસંગ; કટોકટી.

eme'ritus (ઇમે'રિટસ), વિ૰ (અધ્યાપક, ઇ. અંગે) સન્માપૂર્વક નોકરીમાંથી નિવૃત્ત, નિવૃત્ત.

emer'sion (ઇમર્શન), ના૰ બહાર નીકળવું-ઉપર આવવું-તે; [ખ.] ગ્રહણ પછી ફરી દેખાવું.

em'ery (એ'મરિ), ના૰ ધાતુ ઇ.ને ઘસીને ચળકતી બનાવવાની એક ભૂકી, કુરંજનો ભૂકો. *~-cloth, ~-paper*, કુરંજનો ભૂકો છાંટેલું કાપડ, કાગળ, પાલીસનો કાગળ. *~-wheel*, ચાકુ, છરી, ઇ.ને ધાર કાઢવાનો ચાક.

emet'ic (ઇમે'ટિક), વિ૰ અને ના૰ ઊલટી કરાવે એવી - વાંતિકારક - (દવા).

em'igrant (એ'મિગ્રન્ટ), વિ૰ અને ના૰ સ્વદેશ છોડીને પરદેશ વસવાટ કરવા જનાર (માણસ).

em'igrate (એ'મિગ્રેટ), અ૰ક્રિ૰ સ્વદેશ છોડી પરદેશમાં વસવા જવું. **emigra'tion**, ના૰ પરદેશમાં વસવા જવું તે -વસવાટ.

em'inence (એ'મિનન્સ), ના૰ પ્રતિષ્ઠા, ખ્યાતિ; મોટાઈ, શ્રેષ્ઠતા; ઊંચાણ, ટેકરો. **em'inent** વિ૰ પ્રતિષ્ઠિત, સુવિખ્યાત; શ્રેષ્ઠ; ઊંચું. **em'inently**, ક્રિ૰ વિ૰ બહુ જ સારી રીતે, સુયોગ્યપણે.

emir' (એ'મીર), ના૰ અરબ રાજા કે સૂબો; [મહંમદનો વંશજ.

em'issary (એ'મિસરિ); ના૰ કોઈ ખાસ કામ (બહુધા ખરાબ કે છાનું) સર મોકલેલો માણસ; ગુપ્ત દૂત, જાસૂસ.

emi'ssion (ઇમિશન), ના૰ બહાર કાઢી નાંખવું તે; બહાર કાઢી નાંખેલી વસ્તુ, સ્રાવ.

emit' (ઇમિટ,એ'-), સ૰ક્રિ૰ (પ્રકાશ, પ્રવાહી, અવાજ, ઇ.) કાઢવું, મોકલવું, સ્રાવવું.

emoll'ient (ઇમૉલ્યન્ટ), વિ૰ (ચામડી, ઇ.ને) નરમ - હળવું - કરનારું. ના૰ એવો મલમ - ચોપડવાની દવા.

emol'ument (ઇમૉલ્યુમન્ટ), ના૰ (બહુધા બ૰ વ૰ માં) મળતર, પ્રાપ્તિ; વેતન, પગાર.

emo'tion (ઇમોશન), ના૰ મનોવિકાર, મનોભાવ; ભાવ; ક્ષોભ, ઉદ્વેગ, સંતાપ. **emo'tional**, વિ૰ ભાવનાવશ; લાગણીવાળું; મનોવિકાર - ભાવ - નું - સંબંધી. **emot'ive** (ઇમોટિવ), વિ૰ ભાવોદ્દીપક; ભાવોનું.

empan'el, im-(ઇમ્પૅનલ, એ'-), સ૰ક્રિ૰ (જ્યૂરીનાં કે પંચનાં માણસોનાં) નામોની યાદી બનાવવી, – નામ યાદીમાં દાખલ કરવાં.

em'pathy (એ'મ્પથિ), ના૰ કોઈ વ્યક્તિ કે વસ્તુ સાથે તાદાત્મ્ય સાધવું તે; તાદાત્મ્ય (સાધવા દ્વારા તેનું જ્ઞાન મેળવવું તે).

em'peror (એ'મ્પરર), ના૰ શાહેનશાહ, સમ્રાટ, રાજાધિરાજ.

em'phasis (એ'મ્ફસિસ), ના૰ શબ્દ કે વિચાર પર ખાસ હેતુસર મૂકેલો ભાર; બોલવાનો જુસ્સો; કોઈ મુદ્દા પર મૂકેલો ભાર, –ને આપેલું મહત્ત્વ. **em'phasize** (એ'મ્ફસાઇઝ઼), સ૰ક્રિ૰ -ની ઉપર ભાર મૂકવો. **emphat'ic** (ઇમ્ફૅટિક), વિ૰ જોર – ભાર – વાળું, ભાર દઈને બોલેલું; (શબ્દો) જેના પર ભાર મૂકવામાં આવ્યો હોય તે.

em'pire (એ'મ્પાયર), ના૰ સામ્રાજ્ય, મોટું – ચક્રવર્તી– રાજ્ય; બાદશાહી, બાદશાહની હકૂમત

empi'ric (al) (ઇ'મ્પિરિક (લ), એ'–), વિ૰ સિદ્ધાન્ત કે શાસ્ત્ર પર નહિ, પણ નિરીક્ષણ ને પ્રયોગ પર રચેલું – આધાર રાખનારું; અનુભવ – પ્રયોગ– મૂલક. **empi'ricism,** ના૰ શાસ્ત્ર જાણ્યા વગર માત્ર અનુભવ પર આધાર રાખવાની પદ્ધતિ, અનુભવવાદ. **empi'ricist,** ના૰ એમાં માનનાર; ઊંટવૈદ, નીમહકીમ.

emplace'ment (ઇમ્પ્લેસ્‌મન્ટ), ના૰ અમુક સ્થિતિમાં હોવું તે, વ્યવસ્થિતપણે ગોઠવવું તે; તોપ ગોઠવવાનો ઓટલો.

employ' (ઇમ્પ્લૉઇ, એ'-), સ૰ક્રિ૰ (વસ્તુ, વખત, શક્તિ, ઇ.) કામમાં લેવું, વાપરવું; ચાકરી પર–કામ પર–રાખવું; રોકાયેલું રાખવું. ના૰ કામ, ચાકરી. *in the ~ of,* -ને ત્યાં નોકરીમાં. **employee'** (એ'મ્પ્લૉઈ), ના૰ કામ પર રાખેલો માણસ, નોકર. **employ'er** (ઇમ્પ્લૉયર), ના૰ નોકરીએ રાખનાર, શેઠ. **employ'ment,** ના૰ કામ, રોજગાર, ધંધો. [વેપારનું મથક, બજાર; દુકાન.

empor'ium (એ'મ્પૉરિઅમ, ઇ–), ના૰

empow'er (ઇમ્પાવર, એ'-), સ૰ ક્રિ૰ (કશુંક કરવા) -ને સત્તા – અધિકાર –પરવાનો– આપવો; સમર્થ કરવું.

em'press (એ'મ્પ્રિસ, –પ્રે'સ), ના૰ સમ્રાટની પત્ની; સમ્રાજ્ઞી, મહારાણી.

emp'ty (એ'મ્પ્ટિ), વિ૰ ખાલી, ઠાલું; વ્યર્થ, પોકળ, ખાલી, અમથું; અર્થહીન; [વાત.] ભૂખ્યું. ઉ૰ ક્રિ૰ ઠાલવવું, ખાલી કરવું; ખાલી થવું; (નદી, ઇ.)માં પડવું, -ને મળવું. **emp'tiness,** ના૰.

empyre'an (એ'મ્પિરીઅન, એ'મ્પાઇરિઅન), ના૰ સાતમું સ્વર્ગ; આકાશ; અગ્નિલોક. વિ૰ એ લોકનું, સ્વર્ગીય; આકાશનું. **empy'real,** (–રિઅલ), વિ૰ દેવલોકનું, સ્વર્ગીય.

em'u (ઈમ્યૂ), ના૰ ઑસ્ટ્રેલિયાનું એક છ ફૂટ ઊંચું દોડતું પક્ષી.

em'ulate (એ'મ્યુલેટ), સ૰ ક્રિ૰ -ની બરોબરી કે સરસાઈ કરવા મથવું; અનુકરણ કરવું. **emula'tion,** ના૰ બરોબરી – સરસાઈ– (કરવી તે); સરસાસરસી; અનુકરણ. **em'ulative,** વિ૰ **em'ulous** (એ'મ્યુલસ), વિ૰ કીર્તિ–નામના –ની ઇચ્છાવાળું; અનુકરણશીલ; સ્પર્ધાથી પ્રેરિત.

emul'sify (ઇમલ્સિફાઇ), સ૰ ક્રિ૰ પાણી કે દૂધ અને સ્નિગ્ધ પદાર્થનું મિશ્રણ કરવું. **emul'sion** (ઇમલ્શન), ના૰ સ્નિગ્ધ પદાર્થના કણ જેમાં તરતા દેખાય એવું દૂધવાળું કે દૂધના જેવું ઓસડ – દવા, નરમ પ્રવાહી દવા, અવલેહ. [એક માપ, 'એમ'નું અર્ધું.

en (એ'ન), ના૰ [મુદ્રણ] લીટીની પહોળાઈનું

ena'ble (ઇનેબલ), સ૰ ક્રિ૰ શક્તિમાન – સમર્થ – કરવું; -ને અધિકાર આપવો; કરવા માટે સાધનો પૂરાં પાડવાં.

enact' (ઇનૅક્ટ), સ૰ ક્રિ૰ ઠરાવ – કાયદો– કરવો; (ભૂમિકા) ભજવવી. **enact'ment,** ના૰ કાયદો – ઠરાવ – (પસાર કરવો તે).

enam'el (ઇનૅમલ), ના૰ કાચના જેવો એક પદાર્થ, મીનો; ધાતુ પર ચડાવવામાં આવતું કાચના જેવું પડ; દાંત ઉપરની લીસી કઠણ સફેદ પોપડી; ઇનૅમલ પર ચીતરેલું ચિત્ર. સ૰ ક્રિ૰ (ભૂ૰કા૰ enamelled). મીનો ચડાવવો, ઇનૅમલ વતી નકશીકામ કરવું.

enam'our (ઇનૅમર), સ૰ ક્રિ૰ આશક બનાવવું, મોહિત કરવું, પ્રેમમાં સપડાવવું. *be*

~*ed of*, -ના પ્રેમમાં હોવું; -થી મોહિત થવું.

encage' (ઇન્કેજ), સ૦ ક્રિ૦ પાંજરામાં પૂરવું.

encamp' (ઇન્કૅમ્પ), ઉ૦ ક્રિ૦ છાવણી કરવી, પડાવ નાંખવો; ડેરા - તંબૂ - તાણવા; ઉતારો કરવો. **encamp'ment**, ના૦ ડેરા તાણવા તે; પડાવ, છાવણી; ઉતારો.

encase' (ઇન્કેસ), સ૦ ક્રિ૦ પેટીમાં મૂકવું; -માં પૂરવું. **encase'ment**, ના૦.

enchain' (ઇન્ચેન), સ૦ ક્રિ૦ સાંકળથી બાંધવું; બેડી પહેરાવવી.

enchant' (ઇન્ચાન્ટ), સ૦ક્રિ૦ મંતર મારવો, વશીકરણ કરવું; મોહિત કરવું. **enchant'ed**, વિ૦ મંતરેલું; મોહિત. **enchant'ment**, ના૦ જાદુ, મેલી વિદ્યા, મોહિની. **enchant'ress**, ના૦ જાદુ જાણનાર સ્ત્રી; અતિ રૂપવાન સ્ત્રી, મોહિની.

encir'cle (ઇન્સર્કલ), સ૦ ક્રિ૦ ઘેરવું, ઘેરી લેવું, વીંટળાઈ વળવું.

enclose' (ઇન્ક્લોઝ઼), સ૦ ક્રિ૦ ફરતી વાડ બાંધવી, ઘેરી લેવું; આંતરીને બંધ કરવું; બંધ કરવું, પરબીડિયામાં બંધ કરવું; **enclo'sure** (ઇન્ક્લોઝર), ના૦ આંતરી લેવું તે; વાડ વડે આંતરેલી - વાડની અંદરની - જમીન; (કાગળ સાથે) બીડેલી વસ્તુ.

encom'ium (એ'ન્કોમિઅમ), ના૦ અતિમાત્રામાં કરેલી પ્રશંસા, વખાણ, સ્તુતિ.

encom'pass (ઇન્કમ્પસ, એ'-), સ૦ ક્રિ૦ ચોતરફથી ઘેરી લેવું; -નો સમાવેશ કરવો.

encore' (ઑંકોર), ઉદ્ગાર૦ ફરી વાર! વન્સ મોર. ના૦ ફરી ગાયેલું ગીત, ઇ. સ૦ ક્રિ૦ ફરી વાર ગાવા સૂચવવું

encoun'ter (ઇન્કાઉન્ટર), સ૦ ક્રિ૦ અચાનક ભેટો થવો; સામસામા આવી જવું, લડવું. ના૦ ભેટો; મુકાબલો, યુદ્ધ.

encou'rage (ઇન્કરિજ, એ-), સ૦ ક્રિ૦ હિંમત- ધૈર્ય - ઉત્તેજન આપવું; પ્રેરવું, ઉશ્કેરવું; મદદ કરવી. **encou'ragement**, ના૦ હિંમત-ટેકો - મદદ-ઉત્તેજન-(આપવું તે).

encroach' (ઇન્ક્રોચ, એ'-), અ૦ ક્રિ૦ બીજાની મિલકત, મુલક, અધિકાર, ઇ. પર તરાપ મારવી - અતિક્રમણ કરવું - દબાણ કરવું; ઘૂસવું, પગપેસારો કરવો. **encroach'ment**, ના૦ અતિક્રમણ; પગપેસારો; દબાણ.

encrust' (ઇન્ક્રસ્ટ), ઉ૦ ક્રિ૦ થર કે પોપડાથી ઢાંકી દેવું; પોપડો બનવો - બાઝવો; ચાંદીનું પતરું, ઝવેરાત ઇ.થી મઢવું, ઢાંકવું.

encum'ber (ઇન્કમ્બર), સ૦ક્રિ૦ બોજા-ભાર-થી અડચણ કરવી; (જગ્યા) આચર કૂચરથી ભરી દેવું; -ની ઉપર કરજનો બોજો નાંખવો. **encum'brance**, ના૦ બોજો, ભાર; લફરું, અડચણ, પીડા; કરજ, ગીરોનો બોજો. *without* ~, છોકરાં (ના લફરા) વિનાનું, અનપત્ય.

encyc'lic(al) (ઇન્સાઇક્લિક, -સિક્લિક, (-કલ)), વિ૦ (પત્ર, ઇ.) ઘણાને-ઘણી જગ્યાએ-મોકલવાનું. ના૦ પોપનો પરિપત્ર.

encyclop(a)ed'ia (ઇન્સાઇક્લપીડિઆ, એ'-), ના૦ (બ૦ વ૦ -s). સર્વવિદ્યાસંગ્રહ-કોશ, જ્ઞાનકોશ. **encyclop(a)ed'ic**, વિ૦ જ્ઞાનમાત્રને આવરી લેનારું; કોઈ ખાસ વિષયને સમગ્રપણે આવરી લેનારું.

end (એ'ન્ડ), ના૦ સીમા, મર્યાદા; અંત, છેડો; છેવટ, સમાપ્તિ; મૃત્યુ, વિનાશ; પરિણામ, ફળ, છેવટ; હેતુ, ઉદ્દેશ; બાકી રહેલો ટુકડો ઉ૦ ક્રિ૦ -નો અંત લાવવો - આવવો; સમાપ્ત-પૂરું-કરવું - થવું. *at a loose* ~, ખાસ કરવાનું નથી એવું. *make an* ~ *of*, -નો નાશ કરવો. *make both* ~*s meet*, મળતી આવકમ નભાવવું, બે પાસાં મેળવવાં. *at the* ~ *of one's tether*, વધુ જાણવા કરવા અસમર્થ. *at one's wit's* ~, મૂંઝવણમાં પડેલું, કિંકર્તવ્યમૂઢ. *odd and* ~*s*, નાના નાના નકામા કકડા. *get hold of the wrong* ~ *of the stick*, કશાક વિષે ઊંધી કે ખોટી કલ્પના થવી. *on* ~, સીધું, ટટાર; સતત. *put an* ~ *to*, બંધ કરવું; નાબૂદ કરવું, -નો અંત આણવો. ~ *in smoke*, નિષ્ફળ જવું. [ભય - જોખમ - માં નાંખવું.

endan'ger (ઇન્ડેંજર, એ'-), સ૦ ક્રિ૦

endear' (ઇન્ડિઅર), સ૦ક્રિ૦ પ્રિય - વહાલું - કરવું. **endear'ment**, ના૦ જેથી પ્યારું લાગે તે; પ્યાર, હેત, લાડ.

endeav'our (ઇન્ડે'વર), ઉ૦ ક્રિ૦ (કશુંક કરવા, કશાકની પાછળ) મથવું, પ્રયત્ન કરવો. ના૦ પ્રયત્ન, કોશિશ, મહેનત.

endem'ic (ઇન્ડે'મિક), વિ૦ કોઈ વિશિષ્ટ

લોકોમાં – દેશમાં – નિયમિતપણે ચાલતું – પ્રચલિત. ના૦ એવો રોગ; વિશિષ્ટ જગ્યામાં ને મોસમમાં થતો રોગ.

end'ing, ના૦ શબ્દ કે વાર્તાનો પાછળનો ભાગ, અન્ત્યાક્ષર; કવિતા, વાર્તા, ઇ.નો અંત – છેડો; છેડો, અંત.

en'dive (એ'ન્ડિવ), ના૦ કચુંબરમાં વપરાતો એક કડવો છોડ, ચિકોરીનો એક પ્રકાર.

end'less, વિ૦ અનન્ત, અપાર; નિરંતર સતત; ઉદ્દેશ – મતલબ – વિનાનું, નકામું; છેડા વિનાનું (*~chain*).

en'docrine (**gland**) (એ'ન્ડક્રાઇન, એ'ન્ડો–(ગ્લૅન્ડ)), ના૦ અન્તઃસ્રાવી ગ્રંથિ.

endorse' (ઇન્ડૉર્સ), સ૦ ક્રિ૦ હૂંડી, ચેક વગેરેની પાછળ પોતાની સહી કરવી – મતું મારવું, શેરો કરવો; સહી કરીને શિકારવું, માન્ય – મંજૂર – કરવું. **endorse'ment,** ના૦ સ્વીકાર, કબૂલાત કે સંમતિદર્શક શેરો–સહી.

endow' (ઇન્ડાઉ), સ૦ ક્રિ૦ કાયમની આવક આપવી; નાણાંની નિમણૂક કરી આપવી; સત્તા, ગુણ, ઇ.થી યુક્ત કરવું. *well ~ed by nature,* જન્મથી હોશિયાર, સુંદર, ઇ. **endow'ment,** ના૦ આપેલી મિલકત, નિમણૂક, વર્ષાસન; ઈશ્વરી બક્ષિસ, દેણગી, ગુણ, શક્તિ. *religious ~,* ધર્માદાન.

endue' (ઇન્ડ્યૂ), સ૦ ક્રિ૦ કપડાં પહેરાવવાં; (સત્તા, ગુણ, ઇ.)થી સંપન્ન કરવું; આપવું.

endur'ance (ઇન્ડ્યૂરન્સ), ના૦ સહનશક્તિ, ધીરજ; ટકવું તે, ટકાવ. **endure'** (ઇન્ડ્યૂર, – ડ્યુઅર), ઉ૦ ક્રિ૦ સહન કરવું, ખમવું (દુઃખ, વેદના, ઇ.); સાંખવું, સહન કરવું; ચાલુ રહેવું, ટકવું.

end'ways, end'wise, ક્રિ૦ વિ૦ છેડો સામે અથવા ઉપર હોય એવી રીતે; એક છેડેથી બીજા છેડા સુધી.

en'ema (એ'નિમા, ઇનીમા), ના૦ ગુદા વાટે મારવામાં આવતી પિચકારી, બસ્તિ; પિચકારી (સાધન).

en'emy (એ'નિમિ), ના૦ શત્રુ, દુશ્મન, વેરી; સામાવાળો; શત્રુનું લશ્કર કે આરમાર; શત્રુરાષ્ટ્ર. વિ૦ શત્રુનું – ની માલિકીનું. *deadly ~,* કટ્ટો દુશ્મન.

energet'ic (એ'નર્જે'ટિક), વિ૦ મહેનતુ, ઉત્સાહી; જબરું, જોરાવર, જુસ્સાવાળું; (કામ) મહેનતનું. **en'ergize** (એ'નર્જાઇઝ઼), સ૦ ક્રિ૦ -માં ચૈતન્ય – ઉત્સાહ – રેડવો – પ્રેરવો; શક્તિમાન કરવું. **en'ergy** (એ'નર્જિ), ના૦ બળ, શક્તિ; ઉત્સાહ, જોમ, જુસ્સો; ઉદ્યમ, મહેનત. [પદાર્થ.] કાર્યશક્તિ; (બ૦ વ૦) શક્તિઓ. *conservation of ~,* શક્તિની અખંડતા, શક્તિનું પ્રકૃતિનિત્યત્વ.

en'ervate (એ'નર્વેટ), સ૦ ક્રિ૦ નિર્બળ – શક્તિહીન – નિર્વીર્ય – કરવું; **enervation** ના૦ નિર્બળ કરવું તે; શક્તિક્ષય.

en famille (આં ફમીયે), ક્રિ૦ વિ૦ ઘેર, પોતાના કુટુંબમાં – ની વચ્ચે.

enfant terrible (આંફાં ટેરીબલ), ના૦ મૂંઝવણમાં નાંખે એવા વિચિત્ર સવાલ પૂછનાર અથવા સાંભળેલું બધું બોલી જનાર બાળક.

enfee'ble (ઇન્ફીબલ), સ૦ ક્રિ૦ નબળું – કમજોર – કરવું. **enfee'blement,** ના૦ નબળું બનાવવું તે; અશક્તિ, નબળાઈ.

enfilade' (એ'ન્ફિલેડ), ના૦ એક છેડાથી બીજા છેડા સુધી શત્રુના માણસોની કે કિલ્લેબંધીની કતારને સાફ કરી દેનાર તોપમારો. સ૦ ક્રિ૦ એવી રીતે તોપમારો કરવો.

enfold' (ઇન્ફોલ્ડ), સ૦ ક્રિ૦ વીંટવું, લપેટવું; બાથમાં લેવું, ભેટવું, આલિંગન દેવું (*~ in one's arms*); ગડી પાડવી.

enforce' (ઇન્ફૉર્સ), સ૦ ક્રિ૦ આગ્રહપૂર્વક – સ્પષ્ટપણે – કહ્યા કે કર્યા કરવું; જબરદસ્તીથી – પરાણે – કરાવવું, અમલ કરાવવો; અમલમાં લાવવું, ચલાવવું; હુકમ પળાવવો. **enforce'ment,** ના૦ અમલ બજવણી.

enfran'chise (ઇન્ફ્રૅન્ચાઇઝ઼, એ'–), સ૦ ક્રિ૦ છૂટું કરવું, મુક્ત કરવું; મત આપવાનો હક આપવો. **enfran'chisement,** ના૦.

engage' (ઇંગેજ), ઉ૦ ક્રિ૦ કરાર કે વચનથી બાંધી લેવું, કરાર – બોલી – કરાવવી; અગાઉથી રોકી – રાખી – લેવું – કહી રાખવું; કામ પર રાખવું, કામે લગાડવું; જોડે લડાઈ આપવી, લડવું; (વખત કે ધ્યાન) રોકવું; (યંત્રનો ભાગ) –ની સાથે જોડાવું-સંબંધ બાંધવો – જોડાણ કરવું (*with*); -માં ભાગ લેવો (*in*). **engaged,**

વિ૦ વચનબદ્ધ, જેનું વેવિશાળ થયું છે એવું; રોકાયેલું. **engaging**, વિ૦ મોહક, આકર્ષક. **engage'ment**, ના૦ શરત, કરાર, બોલી; કામધંધો, ઉદ્યોગ; લગ્ન કરવાના કરારથી બદ્ધ હોવું તે, વિવાહ, વાઙ્નિશ્ચય; મળવાનો કે સાથે જવાનો સમય – વચન; લડાઈ.

engen'der (ઇન્જે'ન્ડર), સ૦ ક્રિ૦ પેદા કરવું, ઉત્પન્ન કરવું, બનાવવું, -નું કારણ બનવું.

en'gine (એ'ન્જિન), ના૦ યંત્ર, સંચો; અનેક ભાગોની બનેલી યાંત્રિક રચનાવાળું સાધન; આગગાડી, મોટર, ઇ. નું વરાળ કે તેલથી ચાલતું ઍંજિન; સાધન, હથિયાર, ઓજાર. ~ *-driver*, ના૦ વિ.ક. આગગાડીના ઍંજિનનો ડ્રાઇવર. ~*-turning*, ધાતુ પર યંત્ર વડે નકશીકામ કરવાની કળા.

engineer' (એ'ન્જિનિઅર), ના૦ લશ્કર કે જાહેર જનતાના ઉપયોગ માટે પુલ, રસ્તા, ઇ.નાં બાંધકામો યોજનાર – કરનાર; શિલ્પ – વાસ્તુ – વિદ્યા વિશારદ; યંત્રશાસ્ત્રવિશારદ; એન્જિન બનાવનાર; ઇજનેર. ઉ૦ ક્રિ૦ ઇજનેર તરીકે માથે લઈને બંધાવવું, વ્યવસ્થા કરવી; [વાત.] યુક્તિ – પેચ – અજમાવવા. **engineer'ing**, ના૦ વિ. ક. ઇજનેરનું કામ કે શાસ્ત્ર.

Eng'lish (ઇંગ્લિશ), વિ૦ ઇંગ્લન્ડનું. ના૦ અંગ્રેજી(ભાષા); *the E*~, અંગ્રેજ લોકો.

engorge' (ઇન્ગૉર્જ), સ૦ ક્રિ૦ હોઇયાં કરવું, અકરાંતિયાની જેમ ખાવું. ~*ed with blood*, લોહીથી ભરેલું – સૂજેલું.

engraft' (ઇન્ગ્રાફ્ટ), સ૦ ક્રિ૦ એક ઝાડની ડાળી કાપીને બીજામાં મેળવી દેવી, કલમ કરવી; બેસાડવું, દૃઢ કરવું; -ની સાથે જોડી દેવું, અંદર સમાવિષ્ટ કરવું.

engrain' (ઇન્ગ્રેન), સ૦ ક્રિ૦ બરાબર ઠસાવી દેવું, હાડમાં ઉતારવું; પાકો રંગ દેવો.

engrave' (ઇન્ગ્રેવ), સ૦ ક્રિ૦ કોતરવું, ખોદવું, નકશી પાડવી; ધાતુ, પથ્થર, ઇ. પર આકૃતિ કોતરવી (છાપવા માટે); મન પર ઠસાવવું. **engrav'ing**, ના૦ કોતરેલી સપાટી – પતરા – પરથી લીધેલી છાપ; નકશી કામ.

engross' (ઇન્ગ્રોસ), સ૦ ક્રિ૦ વાતચીતમાં પોતે જ એકલાએ વાત કરવી; બધું ધ્યાન અને સમય લેવો – રોકવો; -માં ગરક – લીન – એકતાન – કરવું; મોટા અને સારા અક્ષરે અથવા કાયદાની ભાષામાં લખવું. **engro-ss'ing**, વિ૦ ગરક – લીન – કરે એવું, ભારે રસિક, મનોરંજક.

engulf' (ઇન્ગલ્ફ), સ૦ ક્રિ૦ ગળી જવું, ઘેરી લેવું (બહુધા સહ્યભેદમાં વપરાય છે).

enhance' (ઇન્હાન્સ,-હૅન્સ), સ૦ ક્રિ૦ મૂલ્ય, માત્રા, ઇ. વધારવું, ચડાવવું; વધારે તીવ્ર – ઉગ્ર – બનાવવું; અતિશયોક્તિ કરવી. **enhancement**, ના૦ વધારો.

enig'ma (ઇનિગ્મ, -મા, એ'-), ના૦ કોયડો, ફૂટાર્થ વાક્ય, સમસ્યા; ગૂઢ માણસ – વસ્તુ – કામ. **enigmat'ic(al)**, વિ૦ કોયડા – ઉખાણા – જેવું – રૂપ, ગૂઢ, ભેદવાળું.

enjoin' (ઇન્જોઇન), સ૦ ક્રિ૦ હુકમ આપવો, ફરમાવવું; અમુક કામ કરવાની આજ્ઞા કરવી; [કા.] બંધ કરવાની તાકીદ આપવી.

enjoy' (ઇન્જોઇ), સ૦ ક્રિ૦ -થી ખુશ થવું – આનંદ ઊપજવો; ભોગવવું, -નો ભોગવટો કરવો; (ખાસ અધિકાર, ઇ.) ધરાવવું. ~ *oneself*, લહેર – મજા – કરવી. **enjoy'able**, વિ૦ ઉપભોગ કરવા જેવું; આનંદદાયક, સુખકર. **enjoy'ment**, ના૦ સુખ, આનંદ, મોજ; ઉપભોગ, ભોગવટો.

enkin'dle (ઇન્કિન્ડલ), સ૦ ક્રિ૦ સળગાવવું, ચેતવવું. [સખત રીતે બાંધવું.

enlace' (ઇન્લેસ), સ૦ ક્રિ૦ વીંટવું, ગૂંથવું;

enlarge' (ઇન્લાર્જ), ઉ૦ ક્રિ૦ મોટું બનાવવું, વધારવું, ફેલાવવું; વધવું, ફેલાવું; કોઈ વિષય પર લંબાણથી વિવેચન – ભાષણ – કરવું (~ *upon*); -થી પ્રફુલ્લિત થવું. **enlarge'-ment**, ના૦ મોટું કરવું તે; નાની છબી પરથી બનાવેલી મોટી નકલ.

enlight'en (ઇન્લાઇટન), સ૦ ક્રિ૦ (કશાક) પર પ્રકાશ પાડવો, (કોઈને) પ્રકાશ – જ્ઞાન – આપવું; બોધ આપવો, સમજાવવું; વહેમ, ખોટી માન્યતા, ઇ.માંથી છોડાવવું. **en-light'ened**, વિ૦ પ્રબુદ્ધ, સંસ્કારસંપન્ન. **enlight'enment** ના૦ પ્રકાશિત કરવું તે; પ્રબોધન, પ્રકાશન; જ્ઞાન, બોધિ.

enlist' (ઇન્લિસ્ટ), ઉ૦ ક્રિ૦ નોંધવું, સેવા માટે

યાદીમાં દાખલ કરવું; લશ્કરી નોકરીમાં દાખલ કરવું – થવું; -ની મદદ – આધાર – મેળવવો; તરફેણમાં લેવું. **enlist'ment** ના૦.

enliv'en (ઇન્લાઇવન), સ૦ ક્રિ૦ સજીવન કરવું, -માં જીવ ઘાલવો; ઉત્સાહ – જુસ્સો – આપવો; આનંદિત – પ્રસન્ન – કરવું.

en masse (આં મૅસ્ – માસ), ક્રિ૦ વિ૦ બધા મળી – સાથે; એકત્ર જથ્થામાં.

enmesh' (ઇન્મે'શ), સ૦ ક્રિ૦ જાળમાં પકડવું; ગૂંચવવું. [દ્વેષ, વિખવાદ.

en'mity (એ'ન્મિટિ), ના૦ વેર, શત્રુતા;

enno'ble (ઇનોબલ), સ૦ ક્રિ૦ (કોઈને) અમીર કરવો, ઉમરાવની પદવી આપવી; ઉમદા – ઉન્નત – કરવું. **enno'blement**, ના૦.

ennui (ઑન્વી), ના૦ કંટાળો, ખિન્નતા, ગ્લાનિ.

enorm'ity (ઇનૉર્મિટિ), ના૦ રાક્ષસીપણું, પારાવાર દુષ્ટતા, ગજબ; મહાપાતક; ગંજાવરપણું, પ્રચંડતા. [પ્રચંડ.

enorm'ous (ઇનૉર્મસ), વિ૦ બેહદ મોટું,

enough' (ઇનફ), વિ૦ પૂરતું, જોઈએ તેટલું. ના૦ જેટલું જોઈએ તેટલું. ક્રિ૦ વિ૦ જોઈએ તેટલું. ઉદ્ગાર૦ બસ!

enounce' (ઇનાઉન્સ), સ૦ ક્રિ૦ (શબ્દોનો) ઉચ્ચાર કરવો; નિશ્ચિત કથન કરવું. [જતાં.

en passant (આં પાસાં), ક્રિ૦ વિ૦ જતાં

enquire, enquiry, જુઓ inquire, inquiry. [ખીજવવું.

enrage' (ઇન્રેજ), સ૦ ક્રિ૦ ગુસ્સે કરવું,

enrap'ture (ઇન્રૅપ્ચર), સ૦ ક્રિ૦ અત્યંત ખુશ કરવું, અત્યાનંદ પમાડવો.

enrich' (ઇન્રિચ), સ૦ ક્રિ૦ ધનવાન – તાલેવંત – કરવું; સમૃદ્ધ – ફળદ્રુપ – બનાવવું; સરસ – સુશોભિત – કરવું. **enrich'ment**, ના૦ સમૃદ્ધ કરવું તે; વૃદ્ધિ.

enrol', enroll' (ઇન્રોલ, એ'-), સ૦ ક્રિ૦ (ભૂ૦ કા૦ enrolled). પત્રક કે યાદીમાં નામ નોંધવું; મંડળ, ઇ. નો સભ્ય બનાવવું; [કા.] નોંધ કરવી, દસ્તાવેજ નોંધાવવો. **enrol'ment**, ના૦. [ઠેકાણે જતાં (~ *to*).

en route (આં રૂટ), રસ્તામાં, અમુક

ensconce' (ઇન્સ્કૉન્સ), સ૦ ક્રિ૦ આરામવાળી – સુરક્ષિત – ગુપ્ત – જગ્યામાં આશરો લઈને બેસી જવું (~ *oneself*).

ensemble (આંસાંબલ), ના૦ એકંદરે પરિણામ; સામાન્યપણે જોતાં વસ્તુનું રૂપ.

enshrine' (ઇન્શ્રાઇન), સ૦ ક્રિ૦ મંદિરમાં રાખવું – પૂરવું; જતન કરી રાખવું, સંઘરવું; -ને માટે મંદિર બનવું. [લપેટી – વીંટી – દેવું, ઢાંકવું.

enshroud' (ઇન્શ્રાઉડ), સ૦ ક્રિ૦ કપડામાં

en'sign (એ'ન્સાઇન), ના૦ નિશાન, ચિહ્ન લક્ષણ; વાવટો, ઝંડો (વિ. ક. જહાજ પરનો); [લશ્કર.] છેક નીચલી પાયરીનો કમિશન – સનદ – વાળો પાયદળનો લશ્કરી અધિકારી.

en'silage (એ'ન્સિલિજ), ના૦ હવાબંધ ખાડા – 'સાયલો' – માં સંઘરી રાખેલી લીલી ચાર.

enslave' (ઇન્સ્લેવ), સ૦ ક્રિ૦ (કોઈને) ગુલામ – દાસ – બનાવવું. **enslave'ment**, ના૦. [ફાંસામાં પકડવું – ફસાવવું.

ensnare' (ઇન્સ્નેર). સ૦ ક્રિ૦ જાળ કે

ensue' (ઇન્સ્યૂ), ઉ૦ ક્રિ૦ પાછળથી થવું – આવવું; -માંથી નીપજવું; -નું પરિણામ થવું.

ensure (ઇન્શૂર, ઇન્શુઅર), સ૦ ક્રિ૦ સુરક્ષિત – નિશ્ચિત – કરવું; (થશે, મળશે, તેની) ખાતરી કરવી; વીમો ઉતરાવવો.

entail' (ઇન્ટેલ), સ૦ ક્રિ૦ સ્થાવર મિલકતનો વારસો નક્કી કરી આપવો કે જેથી પાછળથી તે મરજી મુજબ ગમે તેને ન આપી શકાય – જાય; વંશપરંપરા ચાલે તેમ કરી આપવું; અનિવાર્ય – આવશ્યક – બનાવવું, -માં રહેલું હોવું. ના૦ ઉપર પ્રમાણે કરેલી વ્યવસ્થા; વંશપરંપરા કરી આપેલી કે ઉપર જણાવ્યા પ્રમાણે વારસો નક્કી કરી આપેલી મિલકત.

entang'le (ઇન્ટૅંગલ), સ૦ ક્રિ૦ જાળમાં પકડવું, પેચમાં – ફાંદામાં – સપડાવવું; મૂંઝવણમાં નાખવું, ગૂંચવવું; (કોઈને) મુશ્કેલીમાં નાખવું. **entang'lement** ના૦ ગૂંચવણ, ગૂંચવાડો; [લશ્કર] શત્રુને રોકવા માટે બનાવેલી કાંટાળી વાડ; જંજાળ (*worldly* ~).

entel'echy (ઇટેલકિ), ના૦ સિદ્ધિ, સાક્ષાત્કાર.

entente (**cordiale**) (ઑંટૉંટ (કૉર્ડિઆલ), આંટાં-), ના૦ બે કે વધુ રાજ્યો વચ્ચે મિત્રતાના કરાર.

en'ter (એ'ન્ટર), ઉ૦ ક્રિ૦ અંદર આવવું –

જવું, દાખલ થવું; -માં દાખલ થવું, -ના સભ્ય બનવું;– ચોપડામાં પત્રકમાં – નોંધવું – દાખલ કરવું; (હરીફાઈ, ઇ. માટે) નામ નોંધાવવું– આપવું. ~ *into*-ના અંગભૂત થવું;-માં ભાગ લેવો; (કરાર) કરવો; (વિગતવાર) ચર્ચા શરૂ કરવી. ~ *into the spirit of*, -ના ભાવ સાથે તન્મય થવું. ~ *upon* (*a new life*), નવું જીવન શરૂ કરવું. ~ *a protest*, વાંધો નોંધાવવો.

ente'ric (એ'ન્ટે'રિક, ઇ–), વિ૦ આંતરડાનું. નાο ટાઇફૉઇડ, ઇ. આંતરડાનો તાવ.

en'terprise (એ'ન્ટરપ્રાઇઝ઼), ના૦ સાહસ, જોખમભરેલું કામ; હિંમત, સાહસ, સાહસિક વૃત્તિ; મુશ્કેલ કામ. **en'terprising**, વિ૦ સાહસિક, હિંમતવાન.

entertain' (એ'ન્ટરટેન), સ૦ ક્રિ૦ પરોણાગત – આગતાસ્વાગતા – કરવી, મિજબાની આપવી; મનરંજન કરવું; સ્વાગત કરવું; ધ્યાનમાં લેવું, ઉપર વિચાર કરવો; મનમાં રાખવું – સંઘરવું. **entertain'ing**, વિ૦ મનોરંજક, ગમતી. **entertain'ment**, ના૦ પરોણાગત, આદરસત્કાર; ઉજાણી, મિજબાની; જલસો, નાટક, ઇ. મનોરંજક કાર્યક્રમ; આનંદ, ગંમત, રમૂજ; જાહેર ભજવણી.

enthral' (ઇન્થ્રૉલ, એ'–), સ૦ ક્રિ૦ ગુલામ બનાવવું (બહુધા લા. અર્થમાં); મુગ્ધ કરવું, મન હરી લેવું. **enthralling**, વિ૦ અત્યંત રસિક, મુગ્ધ કરનારું. **enthral'ment**, ના૦.

enthrone' (ઇન્થ્રોન, એ'–), સ૦ક્રિ૦ (રાજા, બિશપ, ઇ.ને) ગાદી પર બેસાડવું; -ને રાજા બનાવવો. ~*ed in one's heart*, હૈયે વસેલું, હૃદયસિંહાસને બિરાજતું. **enthrone'-ment**, ના૦.

enthuse' (ઇન્થ્યૂઝ઼), ઉ૦ ક્રિ૦ ખૂબ ઉત્સાહ બતાવવો; ઉત્સાહથી ભરી દેવું.

enthu'siasm (ઇન્થ્યૂઝ઼િઍઝ઼મ, એ'–), ના૦ ઉત્સાહ, આવેશ; હોંશ, અતિ અનુરાગ. **enthu'siast** (ઇન્થ્યૂઝ઼િઍસ્ટ, એ'–) ના૦ અતિ ઉત્સાહી માણસ. **enthusias'-tic** વિ૦ ઉત્સાહી, અત્યુત્સુક, હોંશીલું.

entice' (ઇન્ટાઇસ, એ'–), સ૦ ક્રિ૦ (કશુંક કરવા) લલચાવવું; લોભાવવું; મોહ લગાડવો; ફોસલાવવું. **entice'ment**, ના૦ લલચાવવું તે; લોભ, લાલચ. **enticing**, વિ૦ લલચાવનારું, આકર્ષક.

entire' (ઇન્ટાયર, એ'–), વિ૦ આખું, બધું; અખંડ સળંગ; સઘળું, તમામ; સંપૂર્ણ. ના૦ બીર જેવું એક પીણું. **entire'ly** ક્રિ૦વિ૦ પૂરેપૂરું, તદ્દન. **entire'ty** (ઇન્ટાયર્ટિ), ના૦ પૂર્ણતા, અખિલાઈ (*in its* ~); એકંદર સરવાળો.

enti'tle (ઇન્ટાઇટલ,એ'–), સ૦ ક્રિ૦ પુસ્તક લેખ, ઇ.ને મથાળું – નામ – આપવું; (પરિસ્થિતિ, ગુણ, ઇ. અંગે) અધિકાર – અખત્યાર – આપવો; -ને પદવી આપવી.

en'tity (એ'ન્ટિટિ), ના૦ અસ્તિત્વ, હોવાપણું; અસ્તિત્વ ધરાવનાર વસ્તુ.

entomb' (ઇન્ટૂમ, એ'–), સ૦ ક્રિ૦ કબરમાં મૂકવું, દાટવું, દફનાવવું.

entomol'ogy (એ'ન્ટમૉલજિ,એ'ન્ટો–), ના૦ જીવજંતુશાસ્ત્ર, જીવડાંની વિદ્યા. **entomolo'gical** (એ'ન્ટમલૉજિકલ), વિ૦ જીવજંતુવિદ્યાનું–અંગેનું. **entomol'ogist** (એ'ન્ટમૉલજિસ્ટ) ના૦ જીવજંતુશાસ્ત્રી.

entourage' (આંટૂરાઝ), ના૦ મિત્ર, નોકરચાકર, ઇ. પરિવાર; પરિસર, પરિસ્થિતિ.

entr'acte (આંટ્રાક્ટ, ઑન્ટ્રૅક્ટ), ના૦ નાટકના બે અંકો વચ્ચેની અવધિ; તે દરમ્યાન ભજવાતું નૃત્ય, સંગીત, ઇ.

en'trails (એ'ન્ટ્રેલ્ઝ઼), ના૦બ૦વ૦ આંતરડાં; અંદરના ભાગો, પેટું, (ધરતીનું) પેટાળ.

entrain' (ઇન્ટ્રેન, એ'–), ઉ૦ ક્રિ૦ ગાડીમાં ચડવું – બેસવું; લશ્કરને ગાડીમાં ચડાવવું.

entramm'el (ઇન્ટ્રૅમલ, એ'–), સ૦ ક્રિ૦ જાળમાં બાંધી દેવું,– ફસાવવું.

entrance' (ઇન્ટ્રાન્સ), સ૦ ક્રિ૦ અત્યાનંદ પમાડવો; આનંદથી બેહોશ કરવું; મૂર્છિત કરવું.

en'trance (એ'ન્ટ્રન્સ), ના૦ અંદર દાખલ થવું તે, પ્રવેશ; બારણું, દરવાજો, પ્રવેશમાર્ગ; પ્રવેશ કરવાનો હક. ~ *fee*, દાખલ થવાની ફી – શુલ્ક.

en'trant, ના૦ (ધંધો, શરત, ઇ.માં) પ્રવેશ [કરનાર, દાખલ થનાર.

entrap' (ઇન્ટ્રૅપ, એ'–), સ૦ ક્રિ૦ પાંજરામાં–ફાંસામાં – પકડવું; પેચમાં – ફાંદામાં – ફસાવવું.

entreat' (ઇન્ટ્રીટ, એ'–), સ૦ ક્રિ૦ આજીજી કરીને માગવું, વિનંતી – અરજ – કરવી; કાલાવાલા

કરવા. **entreat'y**, ના૦ આજીજી, વિનવણી.

entrée (ઑન્ટ્રે), ના૦ (ઘરમાં) દાખલ થવાનો હક – ખાસ અધિકાર; એક માંસાહારી વાની.

entrench' (ઇન્ટ્રેન્ચ, એ'–), સ૦ ક્રિ૦ રક્ષણ માટે આસપાસ ખાઈ ખોદવી, આસપાસ ખાઈ ખોદીને રક્ષણ કરવું; (પોતાનું) સ્થાન કે આસન દૃઢ કરવું (~ *oneself*).

entre nous (ઑન્ટ્રનૂ), ક્રિ૦ વિ૦ અને ના૦ આપણા બે વચ્ચે (ની ખાનગી વાત).

entrepreneur' (આંટ્રપ્રનર), ના૦ વેપારી સાહસનો કર્તાહર્તા, તેનું જોખમ ખેડનાર અને કાબૂ ધરાવનાર; નાટક અને જલસા ગોઠવનાર.

entrust' (ઇન્ટ્રસ્ટ, એ'–), સ૦ ક્રિ૦ -ને સોંપવું, -ને ભરોસે – હવાલે – મૂકવું – રાખવું.

en'try (એ'ન્ટ્રિ), ના૦ પ્રવેશ, દાખલ થવું તે; દાખલ થવાનો હક; ચોપડા, ઇ. માં કરેલી નોંધ; શરત માટેના ઉમેદવારોની યાદીમાં નામ.

entwine' (ઇન્ટ્વાઇન, એ'–), સ૦ક્રિ૦ વીંટાળવું; વળ દેવો, ગૂંથવું; વેલાની જેમ ફરતે વધ્યે જવું; આલિંગન દેવું.

enum'erate (ઇન્યૂમરેટ, એ'–), સ૦ ક્રિ૦ ગણવું; એક પછી એક ગણીને કહેવું; -ની યાદી આપવી. **enumera'tion**, ના૦ ગણવું તે, ગણતરી, ગણના.

enun'ciate (ઇનનશિએટ), સ૦ક્રિ૦ સિદ્ધાન્ત, ઇ. સ્પષ્ટપણે કહેવો, પ્રતિજ્ઞા કરવી; જાહેર કરવું; ઉચ્ચાર કરવો. **enuncia'tion**, ના૦ બોલવું – ઉચ્ચારવું – તે; જાહેરાત; [ભૂમિતિ] પ્રતિજ્ઞા.

envel'op (ઇન્વે'લપ), સ૦ક્રિ૦ વીંટવું, લપેટવું; ઢાંકવું; ઘેરી લેવું. **envel'opment**, ના૦.

en'velope (એ'ન્વલોપ, ઑન્વ --), ના૦ પરબીડિયું, પાકીટ, કવર; વેષ્ટન, આચ્છાદન.

enven'om (ઇન્વે'નમ, એ'–), સ૦ ક્રિ૦ ઝેરી બનાવવું, -માં ઝેર ઘાલવું; (હથિયારને) ઝેર પાવું; ઝેરીલું બનાવવું.

en'viable (એ'ન્વિઅબલ), વિ૦ અદેખાઈ પેદા કરે – થાય – એવું; ઘણું જ સારું. **en'vious** (એ'ન્વિઅસ), વિ૦ અદેખું, ઈર્ષ્યાળુ, દ્વેષી, ખારીલું.

envir'on (ઇન્વાઇરન્, એ'–) સ૦ક્રિ૦ -ની ચારે તરફ હોવું, ઘેરવું. **envir'onment** (ઇન્વાઇરનમન્ટ, એ'–), ના૦ આસપાસનો પ્રદેશ – વસ્તુઓ – સ્થિતિ, પરિસ્થિતિ. **envir'ons** (ઇન્વાઇરન્ઝ, એ'ન્વિ–), ના૦ બ૦ વ૦ શહેરની આસપાસનો પ્રદેશ, પરાં; આસપાસની જગ્યા, પરિસર.

envis'age (ઇન્વિઝિજ, એ'–) સ૦ ક્રિ૦ -ની સામું જોવું; -નો સામનો કરવો; -ની કલ્પના કરવી, મનમાં ચિત્ર દોરવું.

en'voy (એ'ન્વૉઇ), ના૦ દૂત; રાજદૂત, એલચી, વકીલ, પ્રતિનિધિ ('અમ્બૅસડર'થી ઊતરતી પાયરીનો).

en'vy (એ'ન્વિ), ના૦ અદેખાઈ, ઈર્ષ્યા, મત્સર; અદેખાઈ થાય એવી વસ્તુ, વ્યક્તિ, ઇ. સ૦ ક્રિ૦ -ની અદેખાઈ કરવી, બીજાનું હોય તેની ઇચ્છા રાખવી; બીજાનું સારું ન જોઈ શકવું.

enwrap' (ઇન્રૅપ, એ'–), સ૦ ક્રિ૦ વીંટવું, લપેટવું.

ep'aulet(te) (એ'પલેટ, – એ'પો–), ના૦ ઇંગ્લન્ડના નૌકાસૈન્યના અમલદારના ગણવેશનો ખભા પરનો પટો – ફીત – ગુચ્છો.

ephem'era (ઇફે'મરા), ના૦ (બ૦ વ૦ ephemeras). માત્ર એક દિવસની આવરદાવાળો કીડો; ક્ષણજીવી – ક્ષણભંગુર – વસ્તુ. **ephem'eral** (ઇફે'મરલ, ઇફી –), વિ૦ માત્ર એક દિવસ જીવનારું; ક્ષણિક, નશ્વર.

ep'ic (એ'પિક), વિ૦ વીરરસાત્મક; રાષ્ટ્રના ઇતિહાસ કે વીરના ચરિત્ર સંબંધીનું. ના૦ વીરરસનું કાવ્ય, મહાકાવ્ય.

ep'icure (એ'પિક્યૂર), ના૦ ખાવાપીવાનો શોખી. **epicure'an** (–રિઅન), વિ૦ અને ના૦ પ્રાચીન ઍથેન્સના ફિલસૂફ એપિક્યુરસનું; વિષયભોગમાં રાચનાર, ભોગી.

epidem'ic (એ'પિડેમિક), વિ૦ (રોગ, ઘેલછા, ઇ.) અમુક સમય સુધી બધા લોકોને લાગુ પડતું – લોકોમાં ફેલાતું. ના૦ એવો રોગ; રોગચાળો.

epider'mis (એ'પિડર્મિસ), ના૦ બહારની ચામડી – ત્વચા; [વનસ્પ.] બહારની છાલ, બાહ્યચર્મ.

ep'igram (એ'પિગ્રૅમ), ના૦ ટૂંકી મનોરંજક કવિતા; ટુચકો, ટૂંકામાં કહેલો ખૂબીવાળો વિચાર. **epigrammat'ic** (એ'પિ-

ગ્રમૅટિક), વિ૦.

ep'igraph (એ'પ્રિગ્રાફ઼), ના૦ પથ્થર, સિક્કો. ઇ. પર કોતરેલો લેખ, ઉત્કીર્ણ લેખ. **epig'raphy** (એ'પિગ્રફિ), ના૦ ઉત્કીર્ણ લેખો-વાંચવા ઉકેલવા-નું શાસ્ત્ર.

ep'ilepsy (એ'પિલે'પ્સિ), ના૦ ફેફરું, અપસ્માર. **epilep'tic**, વિ૦ ફેફરાના રોગવાળું. ના૦ ફેફરાનો રોગી.

ep'ilogue (એ'પિલૉગ), ના૦ પુસ્તકનો ઉપસંહાર; નાટકનું છેવટનું ભાષણ, ભરત વાક્ય.

epiph'any (એ'પિફનિ), ના૦ મેજાઈ ને ખ્રિસ્તનું દર્શન; એ દર્શનનું પર્વ (જાનેવારી ૬).

epis'copacy (ઇપિસ્કપસિ), ના૦ બિશપો દ્વારા ચાલતો ખ્રિસ્તી ધર્મસંઘનો કારભાર; બિશપો. **epis'copal**, વિ૦ બિશપોનું, બિશપો દ્વારા સંચાલિત. **episcopal'ian** (એ'પિસ્કપેલિઅન), વિ૦ અને ના૦ બિશપોના કારભારનું હિમાયતી; બિશપ સંચાલિત ધર્મ-સંઘનો સભ્ય.

ep'isode (એ'પિસોડ), ના૦ પ્રાસંગિક કથા, ઉપાખ્યાન, આડવાત, વિષયાંતર; બિનમહત્ત્વનો-ગૌણ – પ્રસંગ, ઘટના. **episod'ic(al)** (એપિસૉડિક(લ)), વિ૦ ઉપકથાનું, ઉપકથારૂપ.

epis'tle (ઇપિસલ, એ'–), ના૦ ઈશુ ખ્રિસ્તના શિષ્યનો પત્ર; પત્ર; કાવ્યના રૂપમાં પત્ર, ઇ. **epis'tolary** (ઇપિસ્ટલરિ, એ'–), વિ૦ પત્રોનું, પત્ર રૂપ; પત્રો દ્વારા ચાલતું.

ep'itaph (એ'પિટાફ઼), ના૦ કબર (ના પથ્થર) પર કોતરેલો લેખ.

ep'ithet (એ'પિથે'ટ), ના૦ વિશેષણ; નામ.

epit'ome (એ'પિટમિ), ના૦ (પુસ્તક, ઇ.નો) સંક્ષેપ, સાર. **epit'omize** (એપિટ-માઇઝ઼), સ૦ ક્રિ૦ સંક્ષેપ કરવો, ટૂંકું કરવું.

ep'och (એ'પૉક, ઈ–), ના૦ (ઇતિહાસ, જીવન, ઇ. માં) નવા જમાનાનો – યુગનો-આરંભ; જમાનો, યુગ. ~-*making*, વિ૦ બહુ જ–ઐતિહાસિક–મહત્ત્વનું; યુગપ્રવર્તક, શકવર્તી.

eq'uable (ઈક્વબલ, એ'–), વિ૦ એકસરખું, સમાન; સપાટ; માફકસરનું, સમધાત, સમશીતોષ્ણ; સહેજે ક્ષુબ્ધ ન થાય એવું. **equabil'ity**, ના૦.

e'qual (ઈક્વલ), વિ૦ (સંખ્યા, કદ, મૂલ્ય, ઇ.માં) સરખું, સમાન, તુલ્ય; એકબીજાને યોગ્ય થાય એવું – અનુરૂપ. ના૦ બરોબરિયો, સરખા દરજ્જાનો માણસ. સ૦ ક્રિ૦ -ની બરોબરી કરવી, -ના સરખું – બરોબરિયું – હોવું. ~*to one's work*, પોતાનું કામ કરવા સમર્થ – કરી શકે એવું. ~ *to the occasion*, (કોઈ પણ) પ્રસંગનો સામનો કરી શકે એવું. **equal'ity** (ઇક્વૉલિટિ), ના૦ સરખાપણું, બરાબરી, સમાનતા. **e'qualize** (ઈક્વલાઇઝ઼), સ૦ ક્રિ૦ સરખું – સમાન – કરવું.

equanim'ity (ઈક્વનિમિટિ, એ'–), ના૦ મનની શાંતિ – સમતા, સ્વસ્થતા, સમતોલપણું.

equate' (ઇક્વેટ), સ૦ ક્રિ૦ સરખું છે એમ કહેવું – બતાવવું; સરખું ગણવું. **equa'tion**, ના૦ સરખું કરવું તે; [ગ.] સમીકરણ.

equat'or (ઇક્વેટર), ના૦ ભૂમધ્યરેખા, વિષુવવૃત્ત. **equator'ial** (ઈક્વટૉરિઅલ), વિ૦ વિષુવવૃત્તનું – સંબંધી – પાસેનું.

e'querry (એ'ક્વરિ, ઇક્વે'રિ), ના૦ રાજાની અશ્વશાળાનો અધિકારી, ઘોડારનો કારભારી; બ્રિટિશ રાજાના રાજવાડાનો અધિકારી.

eques'trian (ઇક્વે'સ્ટ્રિઅન), વિ૦ અશ્વારોહણનું–સંબંધી. ના૦ ઘોડા પર બેસનાર, ઘોડેસવાર; રાવત. ~ *statue*, ઘોડા પર બેઠેલું પૂતળું.

equiang'ular (ઈક્વિઍંગ્યુલર), વિ૦ સરખા ખૂણાવાળું, સમકોણ.

equidis'tant (ઈક્વિડિસ્ટન્ટ), વિ૦ સરખા અંતરવાળું, સરખે અંતરે આવેલું, સમાનાંતર.

equilat'eral (ઈક્વિલૅટરલ), વિ૦ સરખી બાજુઓવાળું, સમભુજ.

equilib'rium (ઈક્વિલિબ્રિઅમ), ના૦ સમતોલપણું, સમતુલા; વિ. ક. મનની સમતા.

e'quine (ઈક્વાઇન, એ'–), વિ૦ ઘોડાનું–જેવું.

equinoc'tial (ઈક્વિનૉક્શલ, એ'–), વિ૦ વિષુવનું – સંબંધી; વિષુવરેખાનું – પાસેનું–પાસે થતું. ના૦ વિષુવરેખા, સંપાતરેખા.

e'quinox (ઈક્વિનૉક્સ, એ'–), ના૦ વિષુવ-કાળ, સૂર્ય જ્યારે વિષુવવૃત્તને ઓળંગે છે ને દિવસ અને રાત સરખાં હોય છે તે સમય. *autumnal* ~, શરતસંપાત, તુલાવિષુવ. *vernal* ~, વસંતસંપાત, મેષવિષુવ.

equip' (ઇક્વિપ), સ૦ ક્રિ૦ જરૂરી વસ્તુઓ

પૂરી પાડવી – સાથે આપવી; તૈયાર – સજ્જ – કરવું; પ્રવાસની તૈયારી કરવી. **e'quipage** (એ'ક્વિપિજ), ના૦ ગાડી, ઘોડા અને ચાકરો, રસાલો; કોઈ પણ વ્યવસાય માટેનો સાજસરંજામ. **equip'ment,** ના૦ જરૂરી સામાન, સાજસરંજામ; સિપાઈની સાજસામગ્રી; તૈયારી.

e'quipoise (ઈક્વિપોઇઝ઼, એ'–), ના૦ સમતોલપણું, સમતા; સમભાર, ધડો.

e'quitable (એ'ક્વિટબલ), વિ૦ વાજબી, રાસ્ત; ન્યાયી, ન્યાય્ય.

equita'tion (એ'ક્વિટેશન), ના૦ [બહુધા વિનોદમાં] ઘોડે બેસવું તે, અશ્વારોહણકળા.

e'quity (એ'ક્વિટિ), ના૦ વાજબીપણું, શુદ્ધ–સમ–ન્યાય; કાયદાના પૂરક ન્યાયના સિદ્ધાન્તો.

equiv'alent (ઇક્વિવલન્ટ), વિ૦ વજન–કિંમત–શક્તિ–માં સરખું; સમાનાર્થ. ના૦ સમાનાર્થ શબ્દ, પર્યાય; સરખો માલ, અવેજ.

equiv'ocal (ઇક્વિવકલ), વિ૦ બે અર્થવાળું, દ્વિ-અર્થી; અનિશ્ચિત, સંશયવાળું, સંદિગ્ધ. **equiv'ocate** (ઇક્વિવકેટ), અ૦ ક્રિ૦ બે અર્થ થાય એવું (હેતુપૂર્વક) બોલવું, ઉડાવવું. **equivoca'tion,** ના૦ દ્વિઅર્થી બોલવું તે.

er'a (ઈરા), ના૦ અમુક ઘટના કે સમયથી શરૂ થતો સંવત્સર, શક, સંવત, સન; કાળ, યુગ.

erad'icate (ઇરૅડિકેટ), સ૦ ક્રિ૦ જડમૂળથી ઉખેડી નાંખવું, નિર્મૂળ – નાબૂદ – કરવું. **erad-ica'tion,** ના૦ ઉન્મૂલન, ઉચ્છેદ, નાશ.

erase' (ઇરેઝ઼), સ૦ ક્રિ૦ ઘસી નાંખવું–કાઢવું, ભૂંસી નાખવું. **era'ser** (ઇરેઝ઼ર), ના૦ ભૂંસી નાંખનારું, રબર ઇ. **era'sure** (ઇરેઝ઼ર), ના૦ ભૂંસી નાંખવું તે; ભૂંસી નાંખેલો શબ્દ. [[કાવ્યમાં] અગાઉ, પૂર્વે, પહેલાં.

ere (એર, એ'અર), ના૦ અ૦ અને ઉભ૦ અ૦

erect' (ઇરે'ક્ટ), વિ૦ સીધું, ટટાર, ઊભું; ઊંચું–ઊભું – કરેલું. સ૦ ક્રિ૦ ઊભું કરવું; બાંધવું, ઊભું કરવું. **erec'tile** (ઇરે'ક્ટાઇલ), વિ૦ ટટાર – ઊભું–કરી શકાય એવું (દા. ત. કૂતરાની પીઠ પરના વાળ). **erec'tion** (ઇરે'ક્શન), ના૦ ઊભું કરવું–બાંધવું–તે; ઇમારત; સ્થાપના.

erg'o (અર્ગો), ક્રિ૦ વિ૦ એટલા માટે, તેથી.

E'rin (એ'રિન), ના૦ આયર્લન્ડનું પ્રાચીન નામ.

erm'ine (અર્મિન), ના૦ નોળિયાની જાતનું એક પ્રાણી; તેની ચામડી; તેની રુવાંટી (ન્યાયાધીશોના ઝભ્ભામાં પાવિત્ર્યના ચિહ્ન તરીકે એ વપરાય છે).

erode' (ઇરોડ), સ૦ ક્રિ૦ ધીમે ધીમે નાશ કરવો; ઘસી – ધોઈ – નાખવું; બાળી નાંખવું. **ero'sion** (ઇરોઝ઼ન), ના૦ ખવાઈ – ઘસાઈ–જવું તે; માટીનું ધોવાણ. **eros'ive,** વિ૦ ઘસી – ધોઈ – નાખનારું. [શૃંગારિક.

erot'ic (એ'રૉટિક), વિ૦ પ્રેમનું – સંબંધી;

err (અર), અ૦ ક્રિ૦ ભૂલ – પાપ – ખોટું – કરવું. [કહેણ; ખેપિયાને સોંપેલું કામ.

e'rrand (એ'રંડ), ના૦ ખેપ, ટાંપું; સંદેશ,

e'rrant (એ'રન્ટ), વિ૦ સાહસની શોધમાં ભટકતું – રખડતું; ભૂલ–ચૂક – કરનારું; ઉન્માર્ગગામી; પાપ કરનારું. *knight* ~, સાહસની શોધમાં રખડનાર સરદાર. **e'rrantry,** ના૦ એવા સરદારનું વર્તન; એવું સરદારપણું.

errat'ic (એરૅટિક), વિ૦ અસ્થિર, ચંચળ, લહેરી; અનિશ્ચિત, અનિયમિત ગતિ–મત–વાળું. **errat'um** (એ'રેટમ, ઇ–), ના૦ (બ૦ વ૦ errata). છાપવા, ઇ.માં ભૂલ; (બ૦વ૦) ભૂલોની યાદી, શુદ્ધિપત્ર. [ભરેલું, ખોટું.

erron'eous (એ'રોનિઅસ, ઇ–), વિ૦ ભૂલ-

e'rror (એ'રર), ના૦ ભૂલ, ચૂક; દોષ, વાંક, કસૂર; ખોટો મત.

erst (અર્સ્ટ), **erst'while** (–વાઇલ), ક્રિ૦ વિ૦ અગાઉ, પૂર્વે, જૂના વખતમાં.

eructa'tion (ઈરક્ટેશન), ના૦ ઓડકાર.

e'rudite (એ'રુડાઇટ), વિ૦ વિદ્વાન, વિદ્યાસંપન્ન; બહુશ્રુત; વિદ્વત્તાભરેલું. **erudi'tion** (એ'રુડિશન), ના૦ વિદ્વત્તા; (પુસ્તકિયા) પાંડિત્ય.

erupt' (ઇરપ્ટ), અ૦ ક્રિ૦ (દાંત અંગે) પેઢું કે અવાળુ છેદીને બહાર નીકળવું; (જ્વાળામુખી) ફાટવું; ફોલ્લા – ગૂમડાં – નીકળવાં. **erup'tion,** ના૦ (જ્વાળામુખી, ક્રોધ, ઇ. અંગે) ફાટી નીકળવું તે; ગૂમડાં, ફોલ્લા, અળાઈ. **erup'tive,** વિ૦ (જ્વાળામુખીના) ફાટવાનું – ફાટવાથી થયેલું.

erysip'elas (એ'રિસિપિલસ), ના૦ (તાવ સાથે થતો) ચામડીનો એક રોગ, રતવા.

escalade' (એ'સ્કલેડ), ના૦ નિસરણી(ઓ) વડે દીવાલ પર ચડવું – ઓળંગવું – તે.

es'calator (એ'સ્કલેટર), ના૦ જંગમ સીડી–નિસરણી, યંત્રથી ચાલતી ઉપર ઊભેલા માણસને ઉપર ચડાવતી ખસતી સીડી.

escapade' (એ'સ્કપેડ), ના૦ બંધનમાંથી છૂટવું તે; ભાગી જવું તે; પલાયન; અડપલું, અટકચાળું; ઘોડાનો ઉછાળો.

escape' (ઇસ્કેપ, એ'–), ઉ૦ક્રિ૦ બંધનમાંથી છટકી–નાસી–જવું; બચી જવું, ઊગરી જવું; ટાળવું; (શબ્દ) અજાણતાં મોઢામાંથી નીકળી જવું; ધ્યાન–નજર–માંથી રહી જવું; બહાર નીકળી જવું; ચૂવું. ના૦ નાસી જવું તે, પલાયન; ચૂવું તે; નાસવા–ઊગરવા–નો માર્ગ.

escape'ment (ઇસ્કેપ્‌મન્ટ, એ'–), ના૦ જેને લીધે ટિકટિક અવાજ થાય છે અને ઘડિયાળ વખતસર ચાલે છે તે ઘડિયાળનો ભાગ, ગતિનિયામક યંત્ર–કળ; બહાર પડવાનો માર્ગ.

escap'ism (ઇસ્કેપિઝ્મ, એ'–), ના૦ જીવનની ખરાખરી–ત્રિવિધ તાપ–માંથી બચવા માટેનો માર્ગ ખોળવો તે, પલાયનવૃત્તિ. **escap'ist**, વિ૦ અને ના૦ એવો(રાહતનો) માર્ગ ખોળનારું (માણસ).

escarp'ment (ઇસ્કાર્પ્‌મન્ટ, એ'–), ના૦ દીવાલ કે કોટની નીચેનો કે તદ્દન પાસેનો સીધા ચડાણવાળો ઊભો ભાગ; સીધા–ઊભા–ચડાણવાળો કિનારો.

escheat' (ઇસ્ચીટ, એ'–), ના૦ વંશ જવાથી કે વારસ ન હોવાથી અથવા સજા તરીકે મિલકતનું સરકારજમા–ખાલસા–થવું તે; એવી રીતે ખાલસા થયેલી મિલકત. ઉ૦ ક્રિ૦ ઉપરનાં કારણોસર ખાલસા કરવું–થવું.

eschew' (ઇસ્ચૂ, એ'–), સ૦ ક્રિ૦ ટાળવું, -થી દૂર રહેવું; -નો ત્યાગ કરવો, વર્જવું.

es'cort (એ'સ્કૉર્ટ), ના૦ રક્ષણ માટે સાથે જનાર સશસ્ત્ર ટુકડી કે વહાણ, વળાવો; રક્ષણ, વળાવું, રખોપું; સ૦ ક્રિ૦ (ઇ–), વળાવું કરવું, વળાવવું. [વાળું લખવાનું મેજ.

es'critoire (એ'સ્ક્રિટ્‌વાર), ના૦ ખાનાં-

escutch'eon (ઇસ્કચન, એ'-), ના૦કુળનાં સૂચક પ્રતીકો કાઢેલાં હોય એવી ઢાલ. *blot on one's ~*, પોતાની આબરૂને કલંક–બટ્ટો.

Es'kimo (એ'સ્કિમો), ના૦ (બ૦ વ૦ -es). ઉત્તર ધ્રુવપ્રદેશમાં વસતી એક જાતિ.

esote'ric (એ'સટે'રિક), વિ૦ ખાસ દીક્ષા લીધેલા લોકો (નું મંડળ) જ સમજી શકે એવું; ગૂઢ, ગુપ્ત, ગુહ્ય; (શિષ્યો) દીક્ષિત.

espal'ier (ઇસ્પેલિઅર), ના૦ ફળઝાડની ડાળીઓને સ્થિર રાખવા માટેનું જાળીવાળું ચોકઠું–જાફરી; એવી રીતે ગોઠવેલ વેલો, ઇ.

espart'o (એ'સ્પાર્ટો), ના૦ કાગળ બનાવવાના કામમાં આવતું એક જાતનું ઘાસ.

espe'cial (ઇસ્પેશલ), વિ૦ મુખ્ય; વિશેષ, ખાસ. **espe'cially**, ક્રિ૦ વિ૦ ખાસ કરીને, મુખ્યત્વે. [આંતરરાષ્ટ્રીય ભાષા.

Esperan'to (એ'સ્પરૅન્ટો), ના૦એક કૃત્રિમ

espi'al (ઇસ્પાયલ), ના૦ (ગુપ્તપણે) નજર રાખવી તે, જાસૂસી. **es'pionage** (એસ્પિઅનિજ, –અનાઝ), ના૦ જાસૂસી; જાસૂસોનો ઉપયોગ.

esplanade' (એ'સ્પ્લનેડ), ના૦ સપાટ મેદાન (વિ. ક. દરિયા પાસેનું, સહેલ કે કસરતનું), કિલ્લાની આગળનું મેદાન.

espous'al (ઇસ્પાઉઝ઼લ), ના૦ લગ્નનો કરાર, વિવાહ; લગ્ન; કોઈ કાર્ય કે પક્ષની સાથે કાયમનું જોડાવું તે; તેનો પુરસ્કાર. **espouse'**, સ૦ ક્રિ૦ લગ્ન કરવું, પરણવું; પરણાવવું; (સિદ્ધાન્ત, કાર્ય ઇ.)ની તરફેણ કરવી, અપનાવવું.

esprit de corps (એ'સ્પ્રી ડ કૉર), પોતાના સંઘ કે મંડળ પ્રત્યેની વફાદારી–તેની પ્રતિષ્ઠાની દરકાર; (તેની સાથે) ઐકયભાવના.

espy' (ઇસ્પાઈ, એ'–), સ૦ ક્રિ૦ દૂરથી એકાએક જોવું–નજરે પડવું, નિહાળવું.

Esquimau (એ'સ્કિમો), જુઓ Eskimo.

esquire' (ઇસ્કવાયર, એ'–), ના૦ (સંક્ષે. Esq.). શિષ્ટાચાર ખાતર સદ્‌ગૃહસ્થના નામ પછી મુકાતો શબ્દ; [પ્રા.] 'નાઇટ'થી ઊતરતા દરજ્જાનો માણસ, 'સ્કવાયર'.

ess'ay (એ'સે), ના૦ સાહિત્યનો એક પ્રકાર, નિબંધ; પ્રયત્ન, કોશિશ. **essay'**, સ૦ક્રિ૦ પ્રયત્ન કરવો; અજમાવી જોવું. **ess'ayist**, ના૦ નિબંધકાર.

ess'ence (એ'સન્સ), ના૦ સત્ત્વાંશ, તત્ત્વાંશ, મૂળ પ્રકૃતિ; અનિવાર્ય ગુણ કે તત્ત્વ, સાર; અર્ક, સત્ત્વ; અત્તર, સુગંધ.

essen'tial (ઇસે'ન્શલ), વિ૦ અત્યાવશ્યક,

અનિવાર્યપણે જરૂરી; મૂળ પ્રકૃતિનું, તાત્ત્વિક. **essen'tially** (–શલિ), વિ૦ સ્વભાવે, મૂળે; ખાસ કરીને, અવશ્ય.

estab'lish (ઇસ્ટૅબ્લિશ, એ'–), સ૦ ક્રિ૦ (રાજ્ય, પેઢી, ઇ.) સ્થાપવું, સ્થાપન કરવું; સ્પષ્ટ – દૃઢ – કરવું; ધંધા, ઇ. માં સ્થિર થવું – જામવું; સિદ્ધ – સાબિત – કરવું; ચર્ચના અમુક સંપ્રદાયને કાયદાથી રાષ્ટ્રનો અધિકૃત ધર્મ બનાવવો; (કોઈને) પ્રતિષ્ઠિત કરવું. **estab'lishment**, ના૦ સ્થાપન કરવું તે, સ્થાપના; કાર્યાલય કે સંસ્થાનો સેવક વર્ગ; જાહેર સંસ્થા, વેપારી પેઢી, કારખાનું; ઘરકુટુંબ, ખટલો; જાહેર હેતુસર રાખેલા માણસો – લશ્કર.

estaminet (એ'સ્ટૅમિને), ના૦ દારૂ, કૉફી, ઇ. ની નાનકડી ફ્રેંચ દુકાન.

estate' (ઇસ્ટેટ, એ –), ના૦ સ્થાવર મિલકત; માલમતા; ગામડામાં ખેતીવાડી ઇ. મિલકત; સંપત્તિ; સાંપત્તિક સ્થિતિ; રાજ્યના વર્ગોમાંથી એક વર્ગના માણસો. *real* ~, સ્થાવર મિલકત. *personal* ~, જંગમ મિલકત. *fourth* ~, પત્રકારો, છાપાંવાળા. ~ *agent*, ગામડાની મિલકતનો વ્યવસ્થાપક; મકાન ને જમીનની ખરીદ વેચાણનો ધંધો કરનાર દલાલ.

esteem' (ઇસ્ટીમ, એ'–), સ૦ ક્રિ૦ બહુ કીમતી ગણવું; -ને વિષે ઊંચો અભિપ્રાય ધરાવવો; લેખવું. ના૦ અનુકૂળ મત, પ્રીતિ, માન, સન્માન. **es'timable** (એ'સ્ટિમબલ), વિ૦ સંમાનનીય, પ્રતિષ્ઠિત.

es'timate (એ'સ્ટિમિટ), ના૦ (રકમ, મૂલ્ય, ઇ. અંગે) આશરો, અડસટ્ટો, મૂલ્યાંકન; અમુક કામ માટે ઠેકેદારે કહેલો ખર્ચનો અંદાજ. સ૦ ક્રિ૦ (–મેટ), -નો અંદાજ બાંધવો, -ની કિંમત આંકવી. **estima'tion**, ના૦ ગણતરી, અડસટ્ટો; મત, અભિપ્રાય; માન, પ્રીતિ.

estrange' (ઇસ્ટ્રેંજ, એ'–), સ૦ક્રિ૦ [લા.] એક વ્યક્તિને બીજીથી દૂર કરવી, બે વ્યક્તિઓ વચ્ચે અણબનાવ પેદા કરવો, મન ઊંચાં કરવાં. **enstrange'ment**, ના૦ જુદાઈ, અણરાગ, ઊંચું મન. [મુખ આગળની ખાડી.

es'tuary(એ'સ્ટ્યુઅરિ, એ'સ્ચુ-), ના૦ નદીના

et cet'era (એ'ટ્ સે'ટરા, ઇટ્ સેટ્રા), ના૦ (બ૦વ૦ -s; સંક્ષે. etc.). અને બીજાં, ઇત્યાદિ.

etch (એ'ચ), સ૦ ક્રિ૦ ધાતુના પતરા પર તેજાબ વતી આકૃતિ કોતરી કાઢવી; સોય વતી (ચિત્ર, ઇ.) કોતરી કાઢવું. **etch'ing**, ના૦ કોતરેલા પત્રા પરથી છાપેલી આકૃતિ; ચિત્ર-વિલેખન કલા.

etern'al (ઇટર્નલ), વિ૦ આદિઅંતરહિત, સનાતન; અવિનાશી, શાશ્વત, નિત્ય; હરરોજનું, હંમેશનું. *the E*~, પરમેશ્વર. *the* ~ *triangle*, બે પુરુષ અને એક સ્ત્રી અથવા બે સ્ત્રીઓ અને એક પુરુષના પ્રેમની ઘટનાનો સનાતન ત્રિકોણ, પ્રેમત્રિકોણ. **etern'ity** ના૦ અનંત કાળ, શાશ્વતી; મરણોત્તર જીવન,

eth'er (ઈથર), ના૦ શુભ્ર – નિરભ્ર – આકાશ; વાદળાંની ઉપરનું આકાશ; પ્રકાશનાં મોજાં જેમાં થઈને જાય છે તે આકાશમાં સર્વત્ર વ્યાપેલો એક સૂક્ષ્મ ને લવચીક પદાર્થ; વાયુરૂપે ઊડી જતો એક પ્રકારનો તેજાબ, 'ઈથર', બેભાન બનાવવાની દવા.

ether'eal, -ial (ઈથીરિઅલ), વિ૦ 'ઈથર'નું બનેલું, –ના જેવું; આકાશનું, આકાશી; સૂક્ષ્મ; સ્વર્ગીય, દિવ્ય.

eth'ic(al) (એ'થિક(લ)), વિ૦ નીતિનું, નૈતિક; નીતિશાસ્ત્રનું – ને લગતું. **eth'ics**, ના૦બ૦વ૦ નીતિ, નીતિશાસ્ત્ર; નીતિ – સદાચાર – ના નિયમો.

Ethiop'ian (ઈથિઓપિઅન), વિ૦ અને ના૦ ઇથિયોપિયા કે ઍબિસીનિયાનું (વતની).

eth'nic(al) (એ'થ્નિક(લ)), વિ૦ કોઈ જાતિ કે વંશાનું – સંબંધી. **ethnol'ogy** (એ'થ્નૉલજિ), ના૦ નૃવંશવિદ્યા, માનવજાતિઓ કે વંશો અને તેમનાં લક્ષણોનું શાસ્ત્ર.

etiquette' (એ'ટિકે'ટ), ના૦ સભ્યતાની રીતભાત, શિષ્ટાચાર.

Et'on (ઈટન), ના૦ ઇંગ્લંડની એક બહુ જૂની નિશાળ. ~ *collar*, કોટના કૉલરની બહાર આવતો શર્ટનો પહોળો સફેદ કૉલર. ~ *crop*, સ્ત્રીના છોકરાના જેવા જ કાપીને ટૂંકા કરેલા વાળ. ~ *jacket*, માત્ર કેડ સુધી પહોંચતો ટૂંકો કોટ.

etymol'ogy (એ'ટિમૉલજિ), ના૦ શબ્દ-સિદ્ધિવિદ્યા, વ્યુત્પત્તિશાસ્ત્ર; વ્યુત્પત્તિ.

eucalyp'tus (યૂકલિપ્ટસ,), ના૦ 'યુકલિપ્ટસ' ઝાડ; ~ *oil*, એ ઝાડનું જંતુવિનાશક તેલ (જે શરદી, ઇ. માં સૂંઘવામાં આવે છે).

Eu'charist (યૂકરિસ્ટ), ના૦ ખ્રિસ્તી મંદિરમાં થતો પ્રભુભોજનનો ધાર્મિક વિધિ; તે વખતે લેવાતાં રોટી અને મદ્ય. [રિકન રમત.

eu'chre (યૂકર), ના૦ પત્તાંની એક અમે-

Eu'clid (યૂક્લિડ), ના૦ અલેકઝાન્ડ્રિયાનો એક ગણિતશાસ્ત્રી; તેણે લખેલ ભૂમિતિનું પુસ્તક; ભૂમિતિ.

eugen'ic (યૂજે'નિક), વિ૰ તંદુરસ્ત સંતતિ પેદા કરવા સંબંધી – માં ઉપકારક. **eugen'ics**, ના૦બ૦વ૦ સુપ્રજનનશાસ્ત્ર.

eul'ogize (યૂલજાઇઝ઼), સ૦ ક્રિ૦ ખૂબ વખાણ કરવાં, પ્રશંસા કરવી. **eul'ogy** (યૂલજિ), ના૦ પ્રશંસા, વખાણ.

eun'uch (યૂનક), ના૦ ષંઢ, નપુંસક, હીજડો, કંચુકી; ખસી કરેલો માણસ.

euph'emism (યૂફિમિઝ઼મ), ના૦ અણગમતી વસ્તુ કહેવા માટે આકરા કે કટુ શબ્દોને બદલે સૌમ્ય કે મીઠા શબ્દો વાપરવા તે; એવા સૌમ્ય રોચક શબ્દો. **euphemis'tic**, વિ૦

euphon'ium (યૂફોનિઅમ), ના૦ પિત્તળનું એક વાદ્ય – શિંગું.

euph'ony (યૂફનિ), ના૦ મધુર અવાજ; સ્વરમાધુર્ય. **euphon'ious** (યુફોનિઅસ), વિ૦ (સ્વર, અવાજ) મધુર, કોમળ.

euph'uism (યૂફ્યુઇઝ઼મ, –ફ્યૂ–), ના૦ લેખનની કૃત્રિમ કે ડોળવાળી શૈલી.

Eurasian (યૂરેશન, –ઝન), વિ૦ અને ના૦ યુરોપિયન અને એશિયનના સંકરનું (સંતાન).

eurek'a (યૂરીકા), આનંદ ઉદ્ગાર૦ તે મને જડયું – મળી ગયું – છે.

eurhyth'mics (યૂરિથ્મિક્સ), ના૦બ૦વ૦ સંગીતની સાથે કરવામાં આવતી શરીરની સુડોળ હલનચલનની ક્રિયા, સંગીત કસરત.

Europe'an (યૂરપીઅન), વિ૦ અને ના૦ યુરોપનું (–નો વતની), યુરોપિયન.

euthanas'ia (યૂથનેઝ઼િઆ, –સિઆ), ના૦ શાંતિપૂર્વકનું સહજ મરણ (નિપજાવવું તે).

evac'uate (ઇવૅક્યુએટ), સ૦ ક્રિ૦ (-uable). ખાલી કરવું; (મળત્યાગ કરીને) પેટ ખાલી કરવું; છોડી જવું, ત્યાગ કરવો; (લશ્કરને) જોખમકારક સ્થળમાંથી બીજે ખસેડવું, ખાલી કરાવવું. **evacua'tion**, ના૦ ખાલી કરવું – છોડી જવું – તે; મલોત્સર્ગ, ઝાડો. **evacuee'** (ઇવૅક્યુઇ), ના૦ જેને પોતાનું (સંકટગ્રસ્ત) સ્થળ છોડાવ્યું હોય એવું – નિર્વાસિત – માણસ. વિ૦ એવાનું.

evade' (ઇવેડ), સ૦ ક્રિ૦ -થી બચી–છટકી–જવું; ટાળવું; (પ્રશ્ન) ઉડાવી દેવું, ઉડાવવું; કાયદાનો પ્રત્યક્ષ ભંગ કર્યા વિના છાની રીતે તેનું પરિણામ ટાળવું, કાયદામાંથી છટકી જવું.

eval'uate (ઇવૅલ્યુએટ), સ૦ ક્રિ૦ -ની સંખ્યા કે રકમ શોધી કાઢવી; -નું મૂલ્ય આંકવું – કિંમત કરવી. **evalua'tion**, ના૦ મૂલ્યાંકન. [ક્ષણિક, ક્ષણભંગુર, ફાની.

evanes'cent (એ'વને'સન્ટ, ઈ–), વિ૦

evan'gel (ઇવૅન્જલ), ના૦ શુભવાર્તા; બાઇબલની ચાર શુભવાર્તામાંની કોઈ પણ એક; કોઈ રાજકીય સિદ્ધાન્ત અથવા વિચારપ્રણાલી. **evangel'ic(al)** (–જેલિક(લ)), વિ૦. બાઇબલની શુભવાર્તાના ઉપદેશનું – ને અનુસરતું.

evan'gelism (ઇવૅન્જલિઝ઼મ), ના૦ સુવાર્તાનો – ખ્રિસ્તી ધર્મનો – ઉપદેશ (કરવો તે). **evan'gelist** (–જલિસ્ટ), ના૦ ચાર શુભ વાર્તામાંથી કોઈ એકનો લેખક; શુભવાર્તાનો ઉપદેશ કરનાર; ધર્મપ્રચારક ખ્રિસ્તી. **evan'gelize**, સ૦ ક્રિ૦ ખ્રિસ્તી ધર્મનો ઉપદેશ કરવો; ખ્રિસ્તી બનાવવું.

evap'orate (ઇવૅપરેટ), ઉ૦ક્રિ૦ પ્રવાહીનું વરાળમાં રૂપાંતર થવું – કરવું, -ની વરાળ થવી – કરવી; વરાળ થઈ ને ઊડી જવું; અદૃશ્ય થવું; કોઈ પદાર્થમાંથી પાણી કાઢી નાંખવું. **evapora'tion** (ઇવૅપરેશન), ના૦ વરાળ કરવી – થવી – તે; બાષ્પીકરણ – ભવન.

eva'sion (ઇવેઝ઼ન), ના૦ ચૂકવવું –ઉડાવવું–તે ઉડાઉ જવાબ; બહાનું, અખાડા. **evas'ive** (ઇવેસ઼િવ), વિ૦ ચૂકવે – ઉડાવે – એવું; (જવાબ, ઇ.) ઉડાઉ, દ્વિઅર્થી; હાથમાં આવવું મુશ્કેલ; અપ્રામાણિક.

eve (ઈવ), ના૦ સાંજ, સંધ્યાકાળ; ઉત્સવ ઇ.ની આગલી સાંજ કે દિવસ. *on the ~ of*, -ને આગલે દિવસે – સાંજે; -ની તૈયારીને વખતે.

Eve, ના૦ દુનિયાની પ્રથમ સ્ત્રી, આદમની પત્ની. *daughter of* ~, સ્ત્રી. [સમીસાંજ.
e'ven (ઈવન), ના૦ [કવિતામાં] સાંજ,
e'ven, વિ૦ સપાટ, ખાડાટેકરા વિનાનું; સરખું, સમાન; શાંત, સમભાવી; સરખી કિંમતનું; (ગતિ, ઇ. અંગે) એક સરખું, નિયમિત; બેકી રકમથી ભાગી શકાય એવું, બેકી, સમ. ~*-tempered*, ગ્રટ, ગુસ્સે ન થનારું, શાંત સ્વભાવનું. *get* ~ *with*, -નો બદલો લેવો. સ૦ ક્રિ૦ સરખું-સમાન-કરવું. **e'venness**, ના૦.
e'ven, ક્રિ૦ વિ૦ નહિ ઓછું નહિ વધુ, જોઈએ, તેટલું; પણ; તેમ જ, સુધ્ધાં. ~ *as*, બરાબર તે જ રીતે – વખતે. *even if*, જોકે, યદ્યપિ. ~ *so*, તદ્દન બરાબર – સાચું; એમ છે તોપણ.
eve'ning (ઈવનિંગ), ના૦ સાંજ. [પ્રાર્થના
e'vensong, ના૦ ઇગ્લંડના ચર્ચની સાયં-
event' (ઇવે'ન્ટ), ના૦ બનાવ, ઘટના; મહત્ત્વનો પ્રસંગ; પરિણામ, છેવટ; રમત ગમતના કાર્યક્રમમાંથી કોઈ એક બાબત. *in the* ~ *of*, જો એમ થાય – કરે – તો. *quite an* ~, મહત્ત્વનો બનાવ. *at all* ~*s*, ગમે તેમ થાય – હોય – તોપણ. **event'ful**, વિ૦ ઘણા મહત્ત્વના બનાવોવાળું, ઘણી ઊથલપાથલવાળું.
e'ventide (ઈવન્ટાઇડ), ના૦ સમી સાંજ.
even'tual (ઇવે'ન્ટયુઅલ), વિ૦ અમુક સંજોગોમાં થનારું, ઉત્પન્ન થનારું; છેવટનું, આખરનું. **eventual'ity** (ઇવે'ન્ટયુઍલિટિ), ના૦ સંભાવ્ય ઘટના – પરિણામ. **even'tuate**, અ૦ ક્રિ૦ -નું પરિણામ આવવું; [અમે.] થવું, બનવું.
ever (એ'વર), ક્રિ૦ વિ૦ હંમેશ, નિત્ય, સર્વદા, નિરંતર; કોઈ પણ વેળા – સંજોગોમાં. ~ *and anon*, વખતોવખત. *for* ~, ~*more*, હમેશને માટે, સતત. ~ *so*, [વાત.] ઘણું, અતિ.
ev'ergreen (એ'વરગ્રીન), વિ૦ અને ના૦ બારેમાસ લીલી રહેતી વનસ્પતિ, બારમાસી.
everlas'ting (એ'વરલાસ્ટિંગ), વિ૦ હંમેશ ટકનારું, સનાતન. ના૦ અનંત કાળ, આનન્ત્ય.
ev'ery (એ'વ્રિ), વિ૦ દરેક; એક એક ગણતાં બધાં. ~ *three days*, દર ત્રણ દિવસે – ત્રીજે દિવસે. ~ *now and again*, વખતોવખત, વારંવાર. **ev'erybody** (-બડિ), સર્વના૦ દરેક જણ. **ev'eryday**, વિ૦ દરરોજ નું, રોજ બનતું, હંમેશનું, સામાન્ય. **ev'eryone** (એ'વ્રિવન), સર્વના૦ દરેક જણ. **ev'erything** (-થિંગ), સર્વના૦ બધી વસ્તુઓ, સર્વસ્વ. **ev'erywhere** (-વ્હે'અર), ક્રિ૦ વિ૦ દરેક જગ્યાએ, સર્વત્ર.
evict' (ઇવિક્ટ), સ૦ ક્રિ૦ ઘર, જમીન, પરથી ભાડૂત કે ખેડૂતને કાયદાની રૂએ કાઢવો, કબજો છોડવવો. **evic'tion** (ઇવિકશન), ના૦ કબજો છોડવવો તે.
ev'idence (એ'વિડન્સ), ના૦ સ્પષ્ટપણું; સૂચન, નિશાની; પ્રમાણ, પુરાવો. *in* ~, સ્પષ્ટ, સહેજે દેખાય તેવું. સ૦ ક્રિ૦ સૂચવવું; સ્પષ્ટ સાબિત કરવું – દેખાડવું. **ev'ident**, વિ૦ સ્પષ્ટ, ખુલ્લું, ઉઘાડું; જાહેર, દેખીતું.
ev'il (ઈવલ, -વિલ), વિ૦ ખરાબ; નુકસાનકારક; પાપી, દુષ્ટ; અનિષ્ટ. *the E* ~ *One*, શેતાન. ~ *eye*, કુદૃષ્ટિ, ખરાબ નજર; એવી નજરવાળો માણસ. ના૦ ખરાબ વસ્તુ, અનિષ્ટ; પાપ, બદી; નુકસાન. **evil-doer**, પાપી.
evince' (ઇવિન્સ), સ૦ ક્રિ૦ સ્પષ્ટ બતાવવું, દેખાડવું (લાગણી ગુણ, ઇ.).
evis'cerate (ઇવિસરેટ), સ૦ ક્રિ૦ આંતરડાં બહાર કાઢવાં; સત્ત્વહીન બનાવવું.
evoca'tion (એ'વકેશન, ઈ–), ના૦ બોલાવવું – બૂમ પાડવી –તે; (ભાવના, સ્મૃતિ ઇ.) જાગ્રત કરવું તે. **evoke'** (ઇવોક), સ૦ ક્રિ૦ ભાવ જગાડવો; બોલાવવું; (જવાબ, ઇ.) કઢાવવું; -થી નીકળવું; જાગ્રત કરવું.
evolu'tion (ઈવલૂશન, એ'–), ના૦ ઊઘડવું– ખીલવું–તે; યથાકાળે પ્રગટ થવું–બહાર આવવું–તે; વિકાસ; [જીવ.] પ્રાથમિક સ્વરૂપમાંથી પ્રાણીનું ઊંચી કક્ષાના પ્રાણીમાં – માનવમાં – પરિવર્તન પામવું તે, વિકાસ, ઉત્ક્રાન્તિ. [નૃત્ય] પોતાની આસપાસ ચક્કર મારવું – ખાવું – તે; [લશ્કર] લશ્કર કે વહાણોની વ્યૂહરચના. **evolu'tionary**, વિ૦ વિકાસનું – સંબંધી, ઇ.
evolve' (ઇવૉલ્વ). ઉ૦ ક્રિ૦ ઉકેલી – ખોલી– કાઢવું, ઉઘાડવું; ઊઘડવું, ખીલવું, ખૂલવું; કુદરતી પ્રક્રિયાથી વિકસિત કરવું–થવું, ઉત્ક્રમવું; (વિચાર, કલ્પના, ઇ. ને) પરિપક્વ કરવું.

ewe (યૂ), ના૦ મેઢી, ઘેટી.
ew'er (યૂઅર), ના૦ ચંબૂ, કૂજો.
exa'cerbate (એ'ક્સેસર્બેટ), સ૦ ક્રિ૦ ખીજવવું, ગુસ્સે કરવું; વેદના – રોગનું જોર – વધારવું. **exacerba'tion**, ના૦ એ ક્રિયા.
exact' (ઇગ્ઝૅક્ટ), વિ૦ ચોક્કસ; બરોબર; (નિયમ, ઇ.) કડક. સ૦ક્રિ૦ અધિકારથી લેવું – માગવું; (જોરજુલમથી) કઢાવવું; (હુકમનું પાલન) કરાવવું. **exac'ting**, વિ૦ બહુ મહેનત ને કાળજીનું; સખત કામ કરાવનારું; ભૂલચૂક ચલાવી ન લેનારું; સખત, જુલમી. **exac'tion** (ઇગ્ઝૅક્શન), ના૦ જબરદસ્તીની – ગેરકાયદે – માગણી; બળજબરીથી કઢાવેલા પૈસા – કર – ખંડણી. **exac'titude** (ઇગ્ઝૅક્ટિટ્યૂડ), ના૦ ચોકસાઈ. **exact'ly**, ક્રિ૦ વિ૦ બરાબર, તદ્દન સાચું, તમે કહો છો તેવું જ, હું પણ એમ જ કહું છું.
exa'ggerate (ઇગ્ઝૅજરેટ,એ'–), સ૦ ક્રિ૦ મોટું કરીને કહેવું; મીઠુંમરચું ઉમેરીને–વધારીને – બોલવું – કહેવું; અતિશયોક્તિ કરવી, રજનું ગજ કરવું. ~ *an illness* (*an evil*), (માંદગી, ઇ.) વધારવું. **exaggera'tion**, ના૦ અતિશયોક્તિ.
exalt' (ઇગ્ઝૉલ્ટ, એ'–), સ૦ ક્રિ૦ ઊંચી પદવીએ હોદ્દા પર – ચડાવવું; સ્તુતિ કરવી. **exal'ted**, વિ૦ ઊંચા પદનું, ઉમદા. **exalta'tion**, ના૦ ઊંચે પદે ચડાવવું તે; મોટી પદવી, માનવૃદ્ધિ; અત્યાનંદ, હર્ષાવેશ.
examination (ઇગ્ઝૅમિનેશન), ના૦ બારીક તપાસ (કરવી તે); પરીક્ષા, કસોટી. (સંક્ષેપ exam.). *cross-*~, ઊલટ તપાસ (વિ. ક. કોર્ટમાં).
exam'ine (ઇગ્ઝૅમિન), ઉ૦ ક્રિ૦ તપાસ–ચોકસી – કરવી, બારીકાઈથી જોવું, તપાસવું; -ને સવાલ પૂછવા, પરીક્ષા લેવી; (કોર્ટમાં) સાહેદોને સવાલ પૂછવા. **examinee'** (ઇગ્ઝૅમિની), ના૦ પરીક્ષાર્થી, પરીક્ષાનો ઉમેદવાર. **exam'iner**, ના૦ પરીક્ષક.
exam'ple (ઇગ્ઝામ્પલ, એ'-), ના૦ દૃષ્ટાંત, દાખલો, ઉદાહરણ; નમૂનો, વાનગી; [ગ.] દાખલો. *set an* ~, કરી દેખાડવું; દાખલો આપવો. *make an* ~ *of*, સજા કરવી, જેથી બીજા એવું ન કરે; દાખલો બેસાડવો.
exas'perate (ઇગ્ઝૅસ્પરેટ,– ઝા –), સ૦ક્રિ૦ ચીડવવું; ખૂબ ગુસ્સે કરવું; (દરદ, ઇ.) વધારવું. **exaspera'tion** ના૦.
ex'cavate (એ'ક્સ્કવેટ), સ૦ ક્રિ૦ ખોદવું, ખોદીને પોલું – ખાડો – કરવો; (પ્રાચીન ઇમારત, ઇ.) ખોદીને ખુલ્લું કરવું. **excava'tion** (–વેશન), ના૦ ખોદવું તે, ખોદકામ; ખોદવાને પરિણામે મળી આવતી વસ્તુ, વિ. ક. પુરાતત્ત્વને લગતી જગ્યા. **ex'cavator**, ના૦ ખોદનાર, ખોદકામ કરનાર.
exceed' (ઇક્સીડ, એ'–), ઉ૦ ક્રિ૦ હદ વટાવી જવું, -થી આગળ જવું; -ના કરતાં ચડિયાતું–અધિક – થવું – હોવું; સૌથી ચડી જવું. **exceed'ing**, વિ૦ ઘણું, બહુ, અતિશય. **exceed'ingly**, ક્રિ૦ વિ૦ અતિશય, અત્યંત.
excel' (ઇક્સે'લ, એ'–), ઉ૦ ક્રિ૦ -ના કરતાં વધારે સારું – ચડિયાતું – થવું – હોવું, સૌથી ચડી જવું; -માં બહુ કુશલ હોવું. **ex'cellence** (એ'ક્સલન્સ), ના૦ શ્રેષ્ઠતા, ઉત્કૃષ્ટપણું, સરસાઈ; ઉત્તમ ગુણ, ખૂબી. **ex'cellency** (એ'ક્સલન્સિ), ના૦ એલચી, ગવર્નર, ઇ. મોટા અમલદારો માટે તથા તેમની પત્ની માટે વપરાતો ખિતાબ; શ્રેષ્ઠતા, સરસાઈ, ઇ. **ex'cellent**, વિ૦ ઘણું સારું, શ્રેષ્ઠ, ઉત્તમ.
excel'sior (ઇક્સે'લસિઅર,–ઑર), ઉદ્ગાર૦ ઉપર, હજી ઉપર, હજી વધારે સારું (જીવનસૂત્ર કે ધ્યાનમંત્ર તરીકે).
except' (ઇક્સે'પ્ટ, એ'–), ઉ૦ ક્રિ૦ સામાન્ય કથન – નિયમ–માંથી બાદ કરવું, અપવાદ કરવો; તકરાર લેવી, વાંધો ઉઠાવવો. ના૦ અ૦ બાદ કરતાં, સિવાય (*excepting* પણ). ઉભ૦ અ૦ જો નહિ તો. **excep'tion**, ના૦ અપવાદ; હરકત, વાંધો. *take* ~ *to*, અસંમત થવું, વાંધો ઉઠાવવો. **excep'tionable**, વિ૦ વાંધો કાઢવા લાયક, વાંધા ભરેલું. **excep'tional**, વિ૦ અપવાદરૂપ; અસાધારણ, વિરલ.
excerpt' (ઇક્સર્પ્ટ, એ'–), ના૦ પુસ્તક, ઇ.માંથી અલગ કાઢેલો લેખ, ઉતારો. સ૦ ક્રિ૦ (ઇ–) ઉતારો કાઢવો, અવતરણ કરવું.
excess' (ઇક્સે'સ, એ'–), ના૦ અધિકતા,

અતિશયતા; વધારો, વધારાનો ભાગ; અતિરેક, અત્યાચાર; (બ૦વ૦) ખાવાપીવામાં અતિરેક, અત્યાચાર. ~*baggage* [અમે.], *luggage*, ટિકિટમાં મફત લઈ જવાય તે સામાન બાદ કરતાં વધારાનો સામાન; તેનું ભાડું. **excess'-ive**, વિ૦ અતિશય, બેહદ, બેસુમાર.

exchange' (ઇક્સ્ચેન્જ), ના૦ એક આપીને બીજું લેવું તે, અદલાબદલી; વિનિમય; બદલામાં આપેલી વસ્તુ, બદલો; વેપારીઓ, નાણાવટીઓ, ઇ. એકઠા થવાની જગ્યા, નાણાવટ; ટેલિફોનનું મધ્યવર્તી–જોડાણનું–મથક; એક પ્રકારનાં નાણાંની તેટલી જ કિંમતનાં સ્વદેશનાં કે પરદેશનાં નાણાં સાથે અદલાબદલી; ~ *on bills*, હૂંડિયામણ. સ૦ક્રિ૦ એક આપીને બીજું લેવું, અદલબદલ કરવી, બદલામાં પાછું લેવું.

excheq'uer (ઇક્સ્ચે'કર, એ'–), ના૦ જમાબંધી કચેરી, નાણાખાતું; સરકારી તિજોરી, જામદારખાનું; ખાનગી વ્યક્તિના પૈસા–ભંડોળ. *Chancellor of the E~*, નાણામંત્રી.

excise' (ઇક્સાઇઝ઼, એ'–), ના૦ દેશમાં થતા માલ પર કર, જકાત, દાણ; (દારૂ, ઇ. પર) આબકારી જકાત. **excise'man**, ના૦ જકાતદાર.

excise', સ૦ ક્રિ૦ કાપી નાખવું – કાઢવું; છેદવું, કાપ મૂકવો. **exci'sion** (ઇક્સિઝ઼ન), ના૦ કાપી નાંખવું તે, કાપો.

excit'able, (ઇક્સાઇટબલ), વિ૦ જલદી ચિડાય–તપે–ઉશ્કેરાય–એવું, શીઘ્રકોપી.

excita'tion (એ'ક્સિટેશન), ના૦ ઉશ્કેરણી; ઉદ્દીપન.

excite' (ઇક્સાઇટ), સ૦ ક્રિ૦ ઉશ્કેરવું; જગાડવું, જાગ્રત કરવું;-ને ગતિ આપવી; ખીજવવું; (વીજળી, ચુંબકત્વ) કોઈ પદાર્થમાં કાર્યશક્તિ પેદા કરવી. **excite'ment**, ના૦ જાગ્રત કરવું તે, ઇ.; ઉશ્કેરણી, આવેશ; ખળભળાટ, પ્રક્ષોભ.

exclaim' (ઇક્સ્ક્લેમ, એ'–), ઉ૦ક્રિ૦ અચાનક બૂમ પાડવી (વિ. ક. ક્રોધમાં કે નવાઈથી), બોલી ઊઠવું, ઉદ્ગાર કાઢવો. **exclama'-tion** (એ'ક્સ્ક્લમેશન), ના૦ ઉદ્ગાર; બૂમ–બૂમાટો–(પાડવો) તે; [વ્યાક.] ઉદ્ગારવાચક અવ્યય; ઉદ્ગાર ચિહ્ન (!) (~ *mark*). **exclam'atory** (ઇક્સ્ક્લૅમટરિ), વિ૦ ઉદ્ગારવાચક.

exclude' (ઇક્સ્ક્લૂડ), સ૦ ક્રિ૦ બહાર રાખવું – કાઢવું, સમાવેશ ન કરવો, બાકાત રાખવું; અશક્ય કરવું, ન થવા દેવું; ગણતરીમાં ન આવવા દેવું. **exclu'sion** (ઇક્સ્ક્લૂઝ઼ન), ના૦ બહાર કાઢી નાંખવું–રાખવું–તે. **exclus'-ive** (ઇક્સ્ક્લૂસિવ), વિ૦ (બીજાને સહેજે) દાખલ ન કરનારું; પ્રતિબંધક; એકલાનું જ–ખાસ, વિશિષ્ટ; વીણી કાઢેલું; (કામ, રસનો વિષય, ઇ.) એ એક જ, કેવળ. ~ *of*, સિવાય, વગર. ~ *price*, અમુક વસ્તુઓ બાદ કરતાં.

exco'gitate (એ'ક્સ્કોજિટેટ), સ૦ ક્રિ૦ વિચાર કરીને શોધી કાઢવું, મનમાં યોજવું.

excommun'icate (એ'ક્સ્કમ્યૂનિકેટ), સ૦ ક્રિ૦ ખ્રિસ્તી ધર્મસંઘમાંથી કાઢી મૂકવું, -નો બહિષ્કાર કરવો; ન્યાતબહાર મૂકવું. **excommunica'tion**, ના૦ ધર્મબહિષ્કાર; બહિષ્કાર; ન્યાત બહાર મૂકવું તે.

exco'riate (એ'ક્સ્કૉરિએટ, ઇ–), સ૦ક્રિ૦ છાલ કે ચામડી ઘસી–છોલી–કાઢવી, છોલવું.

ex'crement (એ'ક્સ્ક્રિમન્ટ), = excreta.

excres'cence (ઇક્સ્ક્રે'સન્સ, એ'–), ના૦ શરીર પર અથવા ઝાડ પર જે ફાલતુ ગાંઠ થઈ આવે છે તે; વરસોળી, રસોળી, મસો, ઇ. **excres'cent**, વિ૦ ફાલતુ, નકામું.

excrete' (એ'ક્સ્ક્રીટ), સ૦ ક્રિ૦ (શરીર, ઇ. માંથી) કાઢી નાંખવું, બહાર કાઢવું, મળ વિસર્જન કરવો. **excre'tion**, ના૦ મળવિસર્જન, મળત્યાગ; મળમૂત્ર. **excret'a** (એ'ક્સ્ક્રીટા), ના૦ મળમૂત્ર, વિષ્ટા; (પશુનું) છાણ; (પક્ષીની) અઘાર.

excru'ciate (ઇક્સ્ક્રૂશિએટ, એ'–), સ૦ક્રિ૦ અતિ–તીવ્ર–વેદના આપવી, રિબાવવું, અસહ્ય વેદના થાય તેમ કરવું. **excru'ciating**, વિ૦ (દરદ, ઇ.) તીવ્ર, અસહ્ય. **excruci-a'tion**, ના૦.

ex'culpate (એ'ક્સ્કલ્પેટ), સ૦ક્રિ૦ (table), દોષમુક્ત કરવું, આરોપમાંથી મુક્ત કરવું, નિર્દોષ જાહેર કરવું. ~*oneself*, પોતાના માથા પરથી દોષ કાઢી નાંખવો. **exculpa'tion**, ના૦ દોષમુક્તિ–વિમોચન.

excur'sion (ઇક્સ્કર્શન), ના૦ મોજને

સારુ સફર – પ્રવાસ, સહેલ, પર્યટન. **excur'sionist**, ના૰ પ્રવાસી ટુકડીનો સભ્ય.
excuse' (ઇક્સ્ક્યૂઝ઼), સ૰ ક્રિ૰ (કારણો આપીને) -નો દોષ – અપરાધ–ઓછો બતાવવો – બતાવવાનો પ્રયત્ન કરવો; માફ કરવું, દરગુજર કરવું; ફરજ વગેરેમાંથી મુક્તિ આપવી. ના૰ (–સ) માફી માગવી તે; માફી; સબબ, બહાનું. **excus'able**, વિ૰ (વ્યક્તિ તેમ જ ભૂલ) માફીને પાત્ર, દરગુજર કરવા લાયક.
ex'ecrable (એ'ક્સિક્રબલ), વિ૰ બહુ જ ખરાબ, અતિનિંદ્ય–દુષ્ટ, શાપ આપવા યોગ્ય.
ex'ecrate (એ'ક્સિક્રેટ), ઉ૰ક્રિ૰ ધિક્કારવું, ફિટકારવું; શાપ–બદદુવા–દેવી. **execra'tion**, ના૰ ધિક્કાર; શાપ–બદદુવા– (આપવી તે).
exec'utant (ઇગ્ઝે'ક્યુટન્ટ), ના૰ યોજનાનો અમલ કરનાર; ગાયનવાદન–સંગીત–કરનાર.
ex'ecute (એ'ક્સિક્યૂટ), સ૰ક્રિ૰ અમલમાં મૂકવું, -નો અમલ કરવો; બજાવવું, (પૂર્ણ) કરવું; હુકમનામું, ઇ. ની બજાવણી કરવી; દેહાંત દંડ કરવો, ફાંસી દેવી. **execu'tion**, ના૰ અમલબજાવણી; દેહાન્ત દંડ–સજા; કલાકૃતિમાં–ગાયનવાદનમાં–કુશળતા. **execu'tioner**, ના૰ ફાંસી દેનાર, જલ્લાદ.
exec'utive (ઇગ્ઝે'ક્યુટિવ), વિ૰ અમલ–બજાવણી–કરનારું; કારોબારી, વહીવટી. ના૰ સરકારનું અમલ બજાવણી કરનારું ખાતું; ધંધા, ઇ. નો વ્યવસ્થાપક–સંચાલક.
exec'utor (–ક્યુટર, એ'ક્સિ-), ના૰ મૃત્યુપત્રને અમલમાં મૂકવા માટે મરનારે નીમેલો માણસ, મૃત્યુપત્રનો વહીવટ કરનાર. **exec'utrix**, (–ટ્રિક્સ) ના૰ (બ૰વ૰ -trices). એવી સ્ત્રી.
exeges'is (એ'ક્સિજીસિસ), ના૰ વિ. ક. બાઇબલનો અર્થ કરવો તે; સમજૂતી, વિવરણ.
exeget'ic(al) (એ'ક્સિજે'ટિક(લ)), વિ૰ ટીકારૂપ, અર્થપ્રકાશક. **exeget'ist**, ના૰ ટીકાકાર, ભાષ્યકાર.
exem'plar (ઇગ્ઝે'મ્પ્લર), ના૰ નમૂનો, દાખલો. **exem'plary**, વિ૰ નમૂનો–દાખલો–લેવા યોગ્ય, અનુકરણ કરવા યોગ્ય; (સજા, ઇ.) ધાક બેસાડે એવું, ગુનો કરતાં અટકાવે એવું.
exemp'lify (ઇગ્ઝે'મ્પ્લિફાઇ), સ૰ ક્રિ૰ -નો દાખલો–ઉદાહરણ–આપવું, ઉદાહરણ આપીને બતાવવું; -નો દાખલો હોવું.
exempt' (ઇગ્ઝે'મ્પ્ટ,–મ્ટ), વિ૰ (રોગ, કરવેરા, કામ, ઇ.)થી મુક્ત. સ૰ ક્રિ૰ મુક્ત કરવું, માફી આપવી. **exemp'tion**, ના૰ મુક્તિ, માફી; પરીક્ષામાં કોઈ વિષયમાં મુક્તિ.
ex'ercise (એ'ક્સરૂસાઇઝ઼), ના૰ (ઇન્દ્રિયો, બુદ્ધિ, હક) ચલાવવું–દોડાવવું–વાપરવું–તે; અભ્યાસ, મહાવરો; કસરત, વ્યાયામ; અભ્યાસ માટેનો પાઠ; સોંપેલું કામ. ઉ૰ ક્રિ૰ ચલાવવું, વાપરવું, -નો ઉપયોગ કરવો; કસરત કરવી–કરાવવી; ચિંતામાં પાડવું, મૂંઝવવું.
exert' (ઇગ્ઝ઼ર્ટ), સ૰ક્રિ૰ (બળ, જોર, ઇ.) ચલાવવું, વાપરવું, કામમાં લેવું. ~ *oneself*, પ્રયત્ન–મહેનત–કરવી, મથવું. **exer'tion**, ના૰ મથવું તે; મહેનત, પરિશ્રમ.
exeunt (એ'ક્સિઅન્ટ), [નાટકમાંની સૂચના] "તેઓ બહાર જાય છે."
exhala'tion (એ'ક્સલેશન,–ગ્ઝ઼લે–), ના૰ શ્વાસ બહાર કાઢવો તે, ઉચ્છ્વાસ; બહાર કાઢેલી હવા, વરાળ. **exhale** (ઇંક્સેલ, ઇગ્ઝ઼ેલ, એ'–), ઉ૰ક્રિ૰ શ્વાસ કાઢવો–છોડવો; વાયુ કે વરાળના રૂપમાં બહાર કાઢવું–નીકળવું.
exhaust' (ઇગ્ઝૉસ્ટ), સ૰ ક્રિ૰ બધું વાપરી નાખવું; પૂરું–ખલાસ–કરવું; ખાલી કરવું; થકવી નાંખવું, હંફાવવું; બલહીન કરવું. ના૰ એન્જિનના ભૂંગળામાંથી વાપરેલી વરાળ અથવા ગૅસ બહાર કાઢવા–નીકળવા–માટેનો રસ્તો–નળી; ઓરડીમાંથી વરાળ કે હવા બહાર કાઢવાનો પંખો–નળી. **exhaus'tion** (ઇગ્ઝૉશન), ના૰ પૂરેપૂરો થાક. **exhaus'tive**, વિ૰ ખલાસ કરે એવું; વ્યાપક, સંપૂર્ણ.
exhib'it (ઇગ્ઝિબિટ), સ૰ ક્રિ૰ નજર આગળ ધરવું, જાહેરમાં બતાવવું, -નું પ્રદર્શન કરવું; -નાં ચિહ્નો દાખવવાં; અધિકારી આગળ વિચાર કરવા માટે રજૂ કરવું. ના૰ પ્રદર્શનમાં મૂકેલી વસ્તુ; પુરાવામાં રજૂ કરેલી વસ્તુ.
exhibi'tion (એ'ક્સિબિશન), ના૰ જાહેરમાં બતાવવું તે, પ્રદર્શન; વિદ્યાર્થીને અપાતી નિમણૂક, શિષ્યવૃત્તિ; જાહેર ખેલ–તમાસો. *make an ~ of oneself*, મન પરનો કાબૂ ગુમાવીને પોતાની મૂર્ખતાનું પ્રદર્શન કરવું.

exhib'itor (ઇગ્ઝિબિટર), ના૦ પ્રદર્શનમાં વસ્તુઓ મૂકનાર માણસ.

exhil'arate (ઇગ્ઝિલરેટ, એ'-), સ૦ ક્રિ૦ ઉલ્લસિત – આનંદિત – પ્રફુલ્લ – કરવું. **exhilara'tion,** ના૦ આનંદ, ઉલ્લાસ, હર્ષ.

exhort' (ઇગ્ઝૉર્ટ), સ૦ ક્રિ૦ સાચા દિલથી સલાહ આપવી; (કામ કરવા, ઇ.) પ્રેરણા–ઉત્સાહ – આપવો. **exhorta'tion** (એ'ક્સૉર્ટેશન), ના૦ બોધ, ઉપદેશ, પ્રોત્સાહન.

exhume' (એ'ક્સ્યૂમ, ઇગ્ઝ્યૂમ), સ૦ ક્રિ૦ (દાટેલું મડદું) બહાર કાઢવું, ખોદી કાઢવું. **exhuma'tion,** ના૦ (દાટેલું) ખોદી કાઢવું તે.

ex'igence (એ'ક્સિજન્સ), **-cy** (-જન્સિ), ના૦ અડીની વેળ, તાણ, તંગી, જરૂરિયાત; ભીડની વેળા, સંકટ. **ex'igent,** વિ૦ તાકીદનું, જરૂરનું.

exig'uous (એ'ક્સિગ્યુઅસ, એ'ગ્ઝિ-), વિ૦ નાનું, બારીક; અલ્પ, થોડું.

ex'ile (એ'ક્સાઇલ, એ'ગ્ઝા-), ના૦ દેશનિકાલ, દેશવટો; લાંબા વખત સુધી પરદેશમાં રહેઠાણ; દેશપાર કરેલું માણસ. સ૦ ક્રિ૦ દેશમાંથી કાઢી મૂકવું, દેશનિકાલ કરવું.

exist' (ઇગ્ઝિસ્ટ, એ'-), અ૦ ક્રિ૦ હોવું, હયાત – મોજૂદ – છતમાં – હોવું; જીવતું હોવું, જીવવું, ટકવું. **exis'tence** (-સ્ટન્સ), ના૦ હોવું તે, અસ્તિત્વ, હયાતી; ભાવ, સ્થિતિ; જીવવાની રીત – પદ્ધતિ; સમગ્ર વસ્તુજાત. **existent,** વિ૦ જીવતું, હયાત, વિદ્યમાન.

existen'tialism (એ'ગ્ઝિસ્ટેન્શલિઝ્મ), ના૦ અસ્તિત્વવાદ.

ex'it (એ'ક્સિટ), ના૦ બહાર જવાનો માર્ગ; નીકળી જવું તે, પ્રસ્થાન; મંચ પરથી પાત્રનું જતા રહેવું તે; મોત, મરણ.

exit અ૦ ક્રિ૦ (બ૦વ૦માં *exeunt*). [નાટકની સૂચના], બહાર જાય છે.

ex-lib'ris (એ'ક્સ્-લાઇબ્રિસ), ના૦ પુસ્તકના માલિકના નામની કાપલી, 'બુકપ્લેટ'.

ex'odus (એ'ક્સડસ), ના૦ મોટી સંખ્યામાં નીકળી જવું તે, પ્રસ્થાન, હિજરત; યહૂદીઓનું મિસર છોડી જવું.

ex officio (એ'ક્સ ઑફિશિઓ), વિ૦ અને ક્રિ૦વિ૦ હોદ્દાની રૂએ, અધિકાર પરત્વે

exog'amy (એ'ક્સૉગમિ), ના૦ ગોત્રાંતર વિવાહ, બહિર્લગ્નપ્રથા; પોતાની જમાત કે જ્ઞાતિની બહાર લગ્ન કરવાની પ્રથા.

exon'erate (ઇગ્ઝૉનરેટ), સ૦ ક્રિ૦ દોષમુક્ત કરવું, નિર્દોષ ઠરાવવું; ફરજમાંથી મુક્ત કરવું. **exonera'tion,** ના૦.

exorb'itant (ઇગ્ઝૉર્બિટન્ટ, એ'-), વિ૦ (કિંમત, ફી, ઇ.) અતિશય, ઘણું જ, બેહદ. **exorb'itance,** ના૦ અતિશયતા.

ex'orcize (એ'ક્સૉર્સાઇઝ), સ૦ ક્રિ૦ ભૂત–પિશાચ – કાઢવું – ઉતારવું; ભૂત – પિશાચ –થી મુક્ત કરવું, ઝાડઝપટ કરવી, ઊજણી નાખવી.

exord'ium (એ'ક્સૉર્ડિઅમ), ના૦ (બ૦વ૦ exordiums, exordia). ચોપડીનો કે પ્રવચનનો પ્રાસ્તાવિક ભાગ – પ્રસ્તાવના.

exot'ic (ઇગ્ઝૉટિક, એ'-), વિ૦ પરદેશી, વિલાયતી. ના૦ વિલાયતી ઝાડ, છોડ, શબ્દ, ઇ.

expand' (ઇક્સ્પૅન્ડ), ઉ૦ ક્રિ૦ ફેલાવવું, પ્રસારવું; વિકસિત કરવું, ખીલવવું; મોટું કરવું, વધારવું; ફેલાવું; વિકસવું; મોટું થવું, વધવું; પ્રફુલ્લિત કરવું – થવું, સંકોચ છોડી દેવો. **expanse'** (ઇક્સ્પૅન્સ), ના૦ મોટો વિસ્તાર, વિશાળ ક્ષેત્ર. **expan'sion** (ઇક્સ્પૅન્શન), ના૦ ફેલાવવું – વિસ્તારવું –તે, વિસ્તાર, ફેલાવો, વૃદ્ધિ; ખીલવું – ફૂલવું – તે; ખેંચી તાણીને કરેલો અર્થ, એવા અર્થમાં વાપરેલા શબ્દો. **expan'sive,** વિ૦ વિસ્તારવાળું, વિસ્તૃત; (પરિણામ, ઇ.) દૂરગામી; આનંદી, મોજીલું; નિઃસંકોચપણે બોલનારું.

ex parte (એ'ક્સ્ પાર્ટિ), વિ૦ અને ક્રિ૦ વિ૦ એક તરફનું – તરફી, એકપક્ષી.

expat'iate (ઇક્સ્પેશિએટ), સ૦ ક્રિ૦ કશાક વિષે વિસ્તારથી લખવું કે બોલવું.

expat'riate (ઇક્સ્પેટ્રિએટ, એ'-, -પે-), સ૦ ક્રિ૦ દેશનિકાલ – હદપાર – કરવું; સ્વદેશત્યાગ કરવો, પરદેશ વસવા જવું. ના૦ (-ટ્રિઅટ) દેશનિકાલ કરાયેલો માણસ, ઇ.

expect' (ઇક્સ્પેક્ટ), સ૦ક્રિ૦ -ની અપેક્ષા– નક્કી ધારણા – રાખવી, ધારવું; -ની રાહ–વાટ – જોવીઃ -ની ઉપર ગણતરી રાખવી. **expec'tancy,** ના૦ આશા, ધારણા, અપેક્ષા; વાટ જોવી તે, માર્ગપ્રતીક્ષા; અપેક્ષિત

વસ્તુ, અપેક્ષા. **expec'tant**, વિ૦ આશા –અપેક્ષા – રાખનારું, વાટ જોતું; (સ્ત્રી) સગર્ભા. ના૦ નોકરીનો ઉમેદવાર; અપેક્ષા રાખનાર. ~ *woman*, સગર્ભા સ્ત્રી. **expecta'tion** (એ'ક્સ્પે'ક્ટેશન), ના૦ શકયતા, સંભવ; અપેક્ષા, અપેક્ષિત વસ્તુ; (બ૦વ૦) વારસો, ઇ. મળવાની અપેક્ષા – શકયતા.

expec'torate (ઇક્સ્પે'કટરેટ, એ'–), ઉ૦ ક્રિ૦ ગળફો – કાઢવો – નાંખવો, ખંખારવું, થૂંકવું.

exped'ient (ઇક્સ્પીડિઅન્ટ, એ'–), વિ૦ પ્રસંગોચિત, સલાહભર્યું; ઉપયોગી, જેથી તાત્કાલિક કાર્ય પાર પડે એવું; ડહાપણભર્યું; સગવડિયું. ના૦ યુક્તિ, ઉપાય, તરકીબ. **exped'ience, –cy**, ના૦ સાચું કે બરોબર હોય તેના કરતાં ઉપયોગી ને કામનું હોય એવો વિચાર, પ્રાસંગિક– તાત્કાલિક –ઉપયોગિતા.

ex'pedite (એ'ક્સ્પિડાઇટ), સ૦ ક્રિ૦ જલદી થાય તેમ કરવું, -ની ગતિ વધારવી, તાકીદથી કરવું – મોકલવું.

expedi'tion (એ'ક્સ્પિડિશન, ઇ–), ના૦ ઉતાવળ, ત્વરા, ઝડપ; સંશોધન, ઇ. કોઈ વિશિષ્ટ હેતુસર કરેલો પ્રવાસ – સફર; સવારી, ચડાઈ.

expedi'tious (એ'ક્સ્પિડિશસ), વિ૦ ઉતાવળું, ઝડપી; તાકીદનું, ઝડપથી કરેલું.

expel' (ઇક્સ્પે'લ), સ૦ ક્રિ૦ બહાર કાઢવું; (નિશાળ, ઇ. માંથી) કાઢી મૂકવું.

expend' (ઇક્સ્પે'ન્ડ), સ૦ ક્રિ૦ ખર્ચ કરવું, વાપરી નાંખવું, ખલાસ કરવું. **expen'diture** (ઇક્સ્પે'ન્ડિચર), ના૦ ખરચ કરવું તે; ખરચ થયેલી રકમ, ખરચ.

expense' (ઇક્સ્પે'ન્સ), ના૦ કિંમત, ખર્ચ; (બ૦વ૦) ખર્ચ, રોકાણ. **expen'sive**, વિ૦ મોઘું, ભારે કિંમતનું; ખર્ચાળ.

exper'ience (ઇક્સ્પીરિઅન્સ), ના૦ જાત-તપાસ કે સંપર્કથી પ્રાપ્ત થતું જ્ઞાન; અનુભવ (પ્રાપ્ત જ્ઞાન); અનુભવ કરાવનાર ઘટના – પ્રસંગ. સ૦ ક્રિ૦ અનુભવ લેવો, અનુભવવું; ભોગવવું, સહન કરવું; શીખવું. **exper'ienced**, વિ૦ અનુભવી, ઘડાયેલું, કસાયેલું; જાણકાર.

expe'riment (ઇક્સ્પે'રિમન્ટ), ના૦ અજમાએશ, પરીક્ષા; અખતરો, પ્રયોગ. સ૦ ક્રિ૦ (–મેન્ટ) અજમાયેશ – પ્રયોગ – કરવો. **experimen'tal** (–મેન્ટલ), વિ૦ અખતરા –પ્રયોગ – દાખલ કરેલું, પ્રાયોગિક; પ્રયોગ– અનુભવ – પર આધારેલું.

ex'pert (ઇક્સ્પર્ટ, એ'–), વિ૦ કુશળ, નિપુણ; પાકી આવડતવાળું, નિષ્ણાત, તજ્જ્ઞ. **ex'pert** (એ'ક્સ્પર્ટ), ના૦ વિશેષ પ્રકારની આવડત, કુશળતા કે જ્ઞાનવાળો, તજ્જ્ઞ, તદ્‌વિદ.

ex'piate (એ'ક્સ્પિએટ), સ૦ ક્રિ૦ પ્રાયશ્ચિત્ત કરવું, પ્રાયશ્ચિત્ત કરીને ધોવું – નિવારણ કરવું; ભરપાઈ કરવી. **expia'tion**, ના૦ પ્રાયશ્ચિત્ત કરી ધોવું તે, પ્રાયશ્ચિત્ત.

expire' (ઇક્સ્પાયર), ઉ૦ ક્રિ૦ શ્વાસ છોડવો – કાઢવો; મરી જવું; પૂરું થવું; -નો અંત આવવો. **expir'y** (ઈક્સ્પાયરિ), ના૦ અન્ત; મૃત્યુ.

explain (ઇક્સ્પ્લેન) સ૦ ક્રિ૦ -નો અર્થ સ્પષ્ટ રીતે કહેવો, સમજાવવું; ખુલાસો આપવો, વિગતવાર કહેવું; કારણ બતાવવું. ~*oneself*, પોતાના હેતુ ને વર્તનનો ખુલાસો કરવો. **explana'tion**, (એ'ક્સ્પ્લનેશન), ના૦ સમજાવવું તે, સમજૂતી, ભાષ્ય; ખુલાસો. **explan'atory** (ઈક્સ્પ્લૅનટરિ), વિ૦ સમજૂતી આપનારું, અર્થ સ્પષ્ટ કરનારું; ખુલાસારૂપ.

ex'pletive (એ'ક્સ્પ્લિટિવ, ઈક્સ્પ્લી–), ના૦ ખાસ અર્થ વિનાનો શપથ, ઉદ્‌ગાર, ઇ. વિ૦ (શબ્દ) વાક્ય પૂરું કરવા માટેનું – વધારાનું.

ex'plicable (એ'ક્સ્પ્લિકબલ', ઇ–) વિ૦ સમજાવી–ખુલાસો આપી – શકાય એવું. **ex'plicatory** (–કેટરિ), વિ૦ ખુલાસો – સમજૂતી–આપનારું. [કહેલું; સાફ, સ્પષ્ટ, નિશ્ચિત.

expli'cit (ઇક્સ્પ્લિસિટ), વિ૦ સ્પષ્ટપણે

explode' (ઇક્સ્પ્લોડ), ઉ૦ ક્રિ૦ ધડાકા-સાથે ફોડવું – ફૂટવું, ઉડાડી દેવું – ઊડી જવું; વખોડી કાઢવું; ઉઘાડું પાડવું. ~ *with rage*, એકદમ તપી જવું.

ex'ploit' (એ'ક્સ્પ્લૉઇટ), ના૦ મહત્કૃત્ય, પરાક્રમ. **exploit'** (ઇક્સ-) સ૦ ક્રિ૦ (ખાણ, ઇ.) ચલાવવું, ઉપયોગમાં લેવું; સ્વાર્થ માટે ઉપયોગ કરવો; -નો (ગેર)લાભ લેવો; શોષણ કરવું. **exploita'tion**, ના૦ (ગેર) લાભ લેવો તે; શોષણ.

explore' (ઇક્સ્પ્લોર), સ૦ ક્રિ૦ દેશમાં

ચોમેર ફરીને શોધવું–તપાસ કરવી; શોધવું; (જખમને) તપાસવું. **exploration,** (એ'ક્સ્પ્લરે–), ના૦ શોધવું તે, તપાસ. **explor'atory** (ઇક્સ્પ્લોરટરિ), વિ૦ શોધ કરવાનું–ને અંગેનું; પ્રાથમિક; તાત્કાલિક, કામચલાઉ. **explor'er,** ના૦ નવા પ્રદેશોની શોધખોળ કરનાર, સંશોધક.

explo'sion (ઇક્સ્પ્લોઝન), ના૦ ધડાકા સાથે ઉડાવી દેવું–ફૂટવું–તે; સ્ફોટ, ધડાકો, બાર. **explos'ive** (–સિવ), વિ૦ ભડાકા સાથે ફોડે–ફાટે–એવું, સ્ફોટક. ના૦ (બંદૂકનો દારૂ, ઇ.) સ્ફોટક પદાર્થ.

expon'ent (ઇક્સ્પોનન્ટ, એ'–), ના૦ ટીકાકાર, ભાષ્યકાર; અમુક વિચારસરણી, કલા, ઇ.નો પ્રતિનિધિ–પ્રતિપાદક; [બીજ.] ઘાતચિહ્ન.

export' (ઇક્સ્પોર્ટ), સ૦ ક્રિ૦ માલ પરદેશ મોકલવો–નિકાસ કરવો. **ex'port** (એ'-), ના૦ દેશાવર મોકલાતો માલ; (બ૰વ૦) નિકાસ થતો કુલ માલ. **exporta'tion** (એ'–), ના૦ દેશાવર માલ મોકલવો તે.

expose' (ઇક્સ્પોઝ઼), સ૦ ક્રિ૦ ખુલ્લું–ઉઘાડું–કરવું; પ્રદર્શન કે વેચાણ માટે મૂકવું; જોખમમાં નાંખવું, ઈજા પહોંચે એવી રીતે રાખવું; (પોકળ, ઇ.) ઉઘાડું પાડવું, ફજેત કરવું; ફોટોની ફિલ્મ પર પ્રકાશ પડવા દેવો.

exposé (એક્સ્પોઝ઼ે), ના૦ હકીકતનું બયાન; (દુષ્કૃત્ય, ઇ.) ઉઘાડું પાડવું તે.

exposi'tion (એ'ક્સ્પઝ઼િશન), ના૦ સ્પષ્ટીકરણ, વિવરણ, ભાષ્ય; માલનું પ્રદર્શન (કરવું તે); તેમાં મૂકેલો માલ.

expos'itor (ઇક્સ્પોઝ઼િટર), ના૦ ભાષ્યકાર.

expos'itory, વિ૦ સમજૂતી આપનારું.

expos'tulate (ઇક્સ્પૉસ્ટ્યુલેટ), અ૦ ક્રિ૦ ભૂલ બાબત મિત્રને નાતે સમજાવવું, અવળા માર્ગેથી વાળવાનો પ્રયત્ન કરવો; શિખામણ દેવી; કાન ઉઘાડવા, ઠપકો આપવો.

expo'sure (ઇક્સ્પોઝર, એ'–), ના૦ ખુલ્લું–ઉઘાડું–કરવું–પાડવું–પડવું–થવું–તે; પડદો–મુખવટો–કાઢી નાંખવો તે; [ફોટો.] પ્લેટ કે ફિલ્મને પ્રકાશમાં મૂકવી તે; એવી રીતે મૂકવાની અવધિ. *die of* ~, ખુલ્લામાં કે ઠંડીમાં પડી રહેવાથી મરી જવું.

expound' (ઇક્સ્પાઉન્ડ), સ૦ ક્રિ૦ સ્પષ્ટ રીતે સમજાવવું, વિવરણ કરવું.

express' (ઇક્સ્પ્રેસ), સ૦ ક્રિ૦ શબ્દો કે ચિહ્નો દ્વારા વ્યક્ત કરવું; કહેવું, બોલવું; દર્શાવવું; નિચોવવું, નિચોવી કાઢવું; લવાજમ ભરીને, ખાસ ગાડી કે ખેપિયા સાથે, મોકલવું. વિ૦ ચોક્કસ–સ્પષ્ટપણે–કહેલું; ખાસ ઉદ્દેશ માટે કરેલું–યોજેલું, ઇ.; (ગાડી) ખાસ વેગવાળું. ક્રિ૦ વિ૦ વેગથી, ખાસ ટપાલથી. ના૦ ખાસ વેગવાળી ગાડી–ખેપિયો–બંદૂક. ~*delivery,* ના૦ ટપાલ ઝડપથી પહોંચતી કરવાની ખાસ વ્યવસ્થા.

expre'ssion (ઇક્સ્પ્રે'શન), ના૦ વ્યક્ત કરવું તે, અભિવ્યક્તિ; શબ્દપ્રયોગ, વાક્ય, ઇ.; મોઢાનો ભાવ, મુખચર્યા–મુદ્રા; ઉચ્ચારણની ઢબ–શૈલી; [કળા] મોઢાનો ભાવ વ્યક્ત કરવાની હથોટી; [સં.] ભાવ. **express'ive,** વિ૦ દર્શક, સૂચક, બોધક; જુસ્સા ભરેલું; અર્થપૂર્ણ.

exprop'riate (એ'ક્સ્પ્રોપ્રિએટ), સ૦ ક્રિ૦ લઈ લેવું; માલિકી ઝૂંટવી લેવી; (કશું વળતર આપ્યા વિના) મિલકત ઝૂંટવી લેવી. **expropria'tion** (એ'–,ઇ–), ના૦ સ્વામિત્વહરણ; સંપત્તિહરણ.

expul'sion (ઇક્સ્પલ્શન), ના૦ (નિશાળ, ઇ. માંથી) કાઢી મૂકવું તે.

expunge' (ઇક્સ્પંજ), સ૦ ક્રિ૦ (શબ્દો, ઇ.) ભૂંસી નાંખવું, રદ કરવું.

ex'purgate (એ'ક્સ્પર્ગેટ), સ૦ ક્રિ૦ ચોપડીમાંથી વાંધાભરેલો ભાગ કાઢી નાંખવો; શુદ્ધ કરવું.

ex'quisite (એ'ક્સ્ક્વિઝ઼િટ), વિ૦ ઉમદા, ઉત્કૃષ્ટ, ખૂબ સુંદર ને નાજુક; (લાગણી) સૂક્ષ્મ; (વેદના) તીવ્ર. ના૦ કપડાંનો અતિશોખી, વરણાગિયો. **ex'quisitely,** ક્રિ૦ વિ૦ બહુ સુંદર રીતે; અતિશય.

exscind' (ઇક્સિન્ડ), સ૦ ક્રિ૦ કાપી કાઢવું.

ex-serv'ice (એ'ક્સ્-સર્વિસ), વિ૦ લશ્કરી નોકરીમાંથી નિવૃત્ત થયેલું, લશ્કરમાં કામ કરેલું.

ex'tant (એ'ક્સ્ટન્ટ, ઇક્સ્ટૅન્ટ), વિ૦ ચાલુ, વિદ્યમાન, મોજૂદ.

extem'pore (ઇક્સ્ટે'મ્પરિ, એ'–), વિ૦ અને ક્રિ૦ વિ૦ આગળથી તૈયારી કર્યા વિનાનું, તત્કાળ

કરેલું. **extemporan'eous**(-રેનિઅસ), **extem'porary** (-રરિ), વિ૰પૂર્વ તૈયારી વિનાનું. **extem'porize** (-રાઇઝ઼), ઉ૰ ક્રિ૰ પૂર્વતૈયારી વિના બોલવું, શીઘ્ર ભાષણ આપવું-કવિતા કરવી, ઇ. **extemporiza'tion**, ના૰ પૂર્વતૈયારી વિના ભાષણ કરવું તે, - કરેલું ભાષણ, ઇ.

extend' (ઇક્સ્ટે'ન્ડ), ઉ૰ક્રિ૰ ફેલાવવું, પ્રસારવું; વધારે મોટું, લાંબું, પહોળું, કરવું; (જમીન, ઇ.) પ્રસરેલું હોવું; હાથ લાંબો કરીને પહોંચવું; લંબાવવું; (આવકાર, આશ્રય) આપવો; (ઘોડો, ઇ.ને) પુરજોશમાં દોડાવવું. **exten'sion**, ના૰ ખેંચવું - તાણવું - તે, ઇ. ક્રિયાપદના અર્થોમાં; વિસ્તાર, ક્ષેત્ર; વધારો, વધારાનો ભાગ; વધારી આપેલી મુદત; [વ્યાક.] કર્તા કે વિધેયના અર્થમાં વધારો કરનાર શબ્દ. *University* ~, અથવા ~ *course*, યુનિવર્સિટીમાં ન રહેનારા વિદ્યાર્થીઓને માટે યુનિવર્સિટીના શિક્ષણ અને પરીક્ષા માટે જોગવાઈ. **exten'sive**, વિ૰ મોટું, વિશાળ, વિસ્તૃત. ~ *repairs*, મોટા પાયા પરનું મહત્ત્વનું સમારકામ.

extent' (ઇક્સ્ટે'ન્ટ), ના૰ ક્ષેત્ર, વિસ્તાર; વિસ્તીર્ણ જગ્યા; હદ, સીમા; કદ; માત્રા.

exten'uate (ઇક્સ્ટે'ન્યુએટ), સ૰ક્રિ૰ નબળું કરવું; ગુનાનું ગાંભીર્ય ઘટાડવું; તે માટે બહાનું કાઢવું. **extenua'tion**, ના૰ ગુનો ઓછો જણાય એવું કારણ(બતાવવું તે).

exter'ior(ઇક્સ્ટીરિઅર,એ'-), વિ૰ બહારનું - થી આવનારું. ના૰ બહારનો ઘાટ - રૂપ-ભાગ.

exterm'inate(ઇક્સ્ટર્મિનેટ,એ'-), સ૰ક્રિ૰ સંપૂર્ણ નાશ કરવો, જડમૂળથી ઉખેડી નાખવું. **extermina'tion**, ના૰ સમૂળ નાશ, ઉચ્છેદ - નિર્મૂલન - (કરવું તે).

extern'al (ઇક્સ્ટર્નલ, એ'-), વિ૰ બહારનું, બહારથી આવનારું; પરદેશી. **extern'als**, ના૰ બ૰ વ૰ બહારનો દેખાવ; બાહ્ય - ગૌણ - બાબતો. **extern'alize** સ૰ક્રિ૰ બાહ્ય રૂપ આપવું, -નું આરોપણ કરવું.

extinct' (ઇક્સ્ટિંક્ટ), વિ૰ (દિવતા, ઇ.) હોલવાઈ ગયેલું; (જ્વાળામુખી) ઠંડું પડેલું; (જીવન, ઇ.) નાશ પામેલું; હવે જેની હસ્તી નથી રહી એવું, લુપ્ત; નિર્વંશ. **extinc'tion** (ઇક્સ્ટિંક્શન), ના૰ વિનાશ, લોપ.

exting'uish (ઇક્સ્ટિંગ્વિશ), સ૰ ક્રિ૰ હોલવી નાંખવું, બૂઝવવું; ઝાંખું પાડવું, નિસ્તેજ કરવું; નાશ કરવો. **exting'uisher**, ના૰ મીણબત્તી હોલવવાનું શંકુના આકારનું વાસણ. *fire* ~, આગ હોલવવાનું સાધન.

ex'tirpate (એ'ક્સ્ટર્પેટ), સ૰ ક્રિ૰ સમૂળ નાશ કરવો, જડમૂળથી ઉખેડી નાખવું. **extirpa'tion**, ના૰ સમુચ્છેદ, સમૂળગો નાશ.

extol' (ઇક્સ્ટોલ), સ૰ક્રિ૰ -નાં ખૂબ વખાણ કરવાં - ગુણ ગાવા.

extort' (ઇક્સ્ટોર્ટ), સ૰ક્રિ૰ જબરદસ્તીથી, ધાકધમકીથી કે આજીજી કરીને લેવું - કઢાવવું, પરાણે કઢાવવું. **extor'tion**(-ટૉર્શન), ના૰ જબરદસ્તીથી પૈસા, ઇ. કઢાવવું તે; એવી રીતે કઢાવેલા પૈસા. **extor'tionate** (ઇક્સ્ટૉર્શનિટ), વિ૰ જબરદસ્તીથી પૈસા કઢાવનારું; જુલમી; (કિંમત, ઇ.) અતિશય ભારે.

ex'tra (એ'ક્સ્ટ્રા), વિ૰ વધારાનું, વધારે; -થી વધારે મોટું. ના૰ વધારાની વસ્તુ; જેને માટે અલગ - વધારાના - પૈસા આપવા પડે એવી વસ્તુ. ક્રિ૰વિ૰સામાન્ય-હંમેશના-કરતાં વધારે.

extract' (ઇક્સ્ટ્રેક્ટ), સ૰ ક્રિ૰ બહાર કાઢવું. ખેંચી કાઢવું (દાંત, ઇ.); તેજાબ-અર્ક - કાઢવો; (પૈસા, ઇ.) મેળવવું-કઢાવવું; ઉતારો કરવો. **ex'tract** (એ'-), ના૰ અર્ક, સત્ત્વ; ઉતારો. **extrac'tion** (ઇક્સ્ટ્રેક્શન), ના૰ કાઢવું તે; વંશ, કુળ, ઓલાદ.

ex'tradite (એ'ક્સ્ટ્રડાઇટ), સ૰ ક્રિ૰ [કા.] પરદેશ ભાગી આવેલા ગુનેગારને તેના પોતાના દેશમાં પાછો મોકલવો - સોંપવો. **extradi'tion**(એ'ક્સ્ટ્રડિશન), ના૰પરદેશી ભાગેડુ ગુનેગારને યોગ્ય અધિકારીને સોંપી દેવો તે.

extramur'al (એ'ક્સ્ટ્રામ્યૂરલ), વિ૰ (પ્રવૃત્તિ, ઇ.) શાળાની ચાર દીવાલોની બહારનું, અભ્યાસેતર.

extran'eous (ઇક્સ્ટ્રેનિઅસ), વિ૰ જુદી જાતિનું, વિજાતીય; પ્રસ્તુત વિષયની બહારનું, અપ્રસ્તુત; બાહ્ય, બહારનું.

extraord'inary (ઇક્સ્ટ્રૉર્ડિનરિ, ઇ'ક્સ્ટ્રઑ-, એ'-), વિ૰ અસામાન્ય, અસાધારણ;

વિલક્ષણ; આશ્ચર્યજનક; લોકોત્તર; અપવાદરૂપ.

extrav'agance (ઇક્સ્ટ્રૅવગન્સ), ના૦ અતિખર્ચાળપણું, ઉડાઉપણું; અતિ ખરચ; મૂર્ખામીભર્યું કથન કે કામ. **extrav'agant,** વિ૦ બેસુમાર, હદ બહારનું; સ્વૈર, મૂર્ખતાવાળું; (કિંમત, ઇ.) અતિ ભારે, અતિશય; ઉડાઉ, ખરચાળ; (ખર્ચ) નિરર્થક, નકામું.

extravagan'za (ઇક્સ્ટ્રૅવગૅન્ઝ઼ા, એ'–), ના૦ વિચિત્ર–ઉટપટાંગ–કલ્પનાવાળી નાટ્ય, સંગીત કે સાહિત્યની કૃતિ, ભાષા કે વર્તન.

extreme' (ઇક્સ્ટ્રીમ), વિ૦ અણી પર–છેડે–આવેલું, છેડાનું; કેન્દ્રથી બહુ દૂરનું; અતિશય, અતિમાત્રાનું; એકાંતિક; ઉગ્ર, જહાલ. ના૦ છેવટની માત્રા કે પગલું; એકાન્તિકતા; (બ૦ વ૦) આદિ અને અંત (બે છેડા). **extreme'ly,** ક્રિ૦ વિ૦ ઘણું જ, અત્યંત. **extrem'ist,** ના૦ એકાન્તિક–બહુ ઉગ્ર–વિચાર ધરાવનાર, જહાલ. **extrem'ity,** ના૦ છેડો, અણી, ટોચ; પરાકાષ્ઠા; અતિશય અડચણ, તંગી; (બ૦ વ૦) હાથપગ; આત્યંતિક પગલાં.

ex'tricate (એ'ક્સ્ટ્રિકેટ), સ૦ક્રિ૦ ગૂંચમાંથી કાઢવું, મુશ્કેલીમાંથી છોડાવવું; ગૂંચ ઉકેલવી. **extrica'tion,** ના૦ બહાર કાઢવું તે.

extrin'sic (એ'ક્સ્ટ્રિન્સિક), વિ૦ બાહ્ય; અંગભૂત નહિ એવું; અનાવશ્યક, ગૌણ.

ex'trovert (એ'ક્સ્ટ્રવર્ટ, –ટ્રો–), ના૦ [માનસ.] આત્મપરીક્ષણ ન કરવાવાળો, બહાર દૃષ્ટિ રાખનારો, બહિર્મુખ.

extrude' (ઇક્સ્ટ્રૂડ), ઉ૦ ક્રિ૦ બહાર ધકેલવું – ધકેલાવું. **extru'sion** (ઇક્સ્ટ્રૂઝ઼ન), ના૦ નિષ્કાસન, બહાર કાઢવું તે.

exub'erant (ઇગ્ઝ઼્યૂબરન્ટ, –ઝ઼ૂ–), વિ૦ ઊભરાતું, વિપુલ, પુષ્કળ; આનંદથી ઊભરાતું; (ભાષા, ઇ. અંગે) આડંબરી, અતિ આલંકારિક. **exub'erance,** ના૦ વિપુલતા, રેલમછેલ; સમૃદ્ધિ, આબાદી.

exude' (ઇગ્ઝ઼્યૂડ), ઉ૦ ક્રિ૦ શરીરમાંથી – ઝાડમાંથી – ઝરવું, ભેજ બહાર કાઢવો.

exult' (ઇગ્ઝ઼લ્ટ), અ૦ ક્રિ૦ અતિ આનંદ પામવું–થવો; વિજયના આનંદથી કૂદવું; વિજયથી ઉલ્લસિત થવું. **exult'ant,** વિ૦ વિજયથી આનંદિત. **exulta'tion** (એ'ક્સલ્ટેશન), ના૦ આનંદોલ્લાસ, પરમાનંદ; વિજયાનંદ.

eye (આઇ), ના૦ આંખ, નેત્ર, નયન, ડોળો; આંખની કીકીની આસપાસનું કૂંડાળું; આંખ જેવી કોઈ વસ્તુ; કાણું, છિદ્ર, નાકું; દોરડાનો ફાંસો; બટાટા, ઇ.ને અંકુર ફૂટે તે જગ્યા, આંખ; આંકડો ભેરવવાની કડી; નજર, દૃષ્ટિ; નજર, દેખરેખ. *~ for beauty,* સૌંદર્ય પારખવાની શક્તિ – નજર. *have an ~ for,* -ની કદર બૂજવી; સારુનરસું પારખતાં આવડવું. *up to the ~s in one's work,* કામમાં ડૂબેલું, બહુ જ રોકાયેલું. *keep an ~ on,* -પર નજર રાખવી. *have an ~ to,* મેળવવાની ઇચ્છા રાખવી. *see ~ to ~ (with),* બધી બાબતોમાં એકમત થવું–હોવું. *make a person open his ~s,* આશ્ચર્યચકિત કરવું. *do one in the ~.* છેતરવું, ઠગવું. *make ~s at,* સકામ દૃષ્ટિથી જોવું, આંખ મારવી. *sheep's ~s,* કામીજનના કટાક્ષ. *oh my ~!* આશ્ચર્યનો ઉદ્ગાર. *open one's ~s to,* -નું ભાન કરાવવું. *all my ~,* મૂર્ખામી, અક્કલ વિનાની વાત. *apple of one's ~,* ખાસ વહાલી વસ્તુ કે વ્યક્તિ, આંખની કીકી. સ૦ ક્રિ૦ જોવું, નજર રાખવી, બારીકાઈથી જોવું, શંકાની – ગુસ્સાની – નજરે જોવું.

eye'ball, ના૦ આંખનો ડોળો.

eye'brow (આઇબ્રાઉ), ના૦ ભમ્મર, ભવું.

eye'glass (આઇગ્લાસ), ના૦ (બ૦ વ૦) ચશ્માં, ઉપનેત્ર.

eye'lash (આઇલૅશ), ના૦ પાંપણ.

eye'let (આઇલિટ), ના૦ કપડું, સઢ, ઇ.માં ધાતુની કડીવાળું કાણું, નાકું, વેહ.

eye'lid (આઇલિડ), ના૦ આંખનું પોપચું.

eye-opener (આઇ-ઓપનર), ના૦ ભ્રમ દૂર કરનારી – ચકિત કરનારી – ઘટના.

eye'sight (આઇસાઇટ), ના૦ દૃષ્ટિ, નજર; જોવાની શક્તિ.

eye'sore (આઇસોર), ના૦ આંખને ખૂંચે – કંટાળો ઊપજે – એવી ચીજ, નેત્રકંટક, આંખની કણી.

eye'-tooth (આઇટૂથ), ના૦ આંખની પાસેનો અણીદાર શૂળિયો દાંત, રાક્ષી.

eye'wash (આઇવૉશ), ના૦ આંખ ધોવાની

દવા; ધતિંગ; છેતરપિંડી.

eye'witness (આઈવિટ્નિસ), ના૦ નજરે જોનાર, સાક્ષી.

ey'rie (આઇરિ), જુઓ aerie.

F

F, f (એફ઼),ના૦અંગ્રેજી વર્ણમાળાનો છઠ્ઠો અક્ષર; [યુરો. સં.] 'સી મેજર' સપ્તકનો ચોથો સૂર.

Fab'ian(ફેબિઅન),વિ૰ સાવધાની અને સબૂરી દ્વારા સામાવાળાને કે શત્રુને થકવનારું; ધીરજથી મંડયું રહેનારું. ~ *Society*, આવી નીતિવાળા સમાજવાદીઓનું એક મંડળ.

fa'ble (ફેબલ), ના૦ કાલ્પનિક વાર્તા, કથા; પંચતંત્ર જેવી બોધકથા (વિ. ક. પ્રાણીઓની). **fabled**, વિ૦ લોકવાર્તામાં કહેલું – આવતું.

fab'ric (ફૅબ્રિક),ના૦ મકાન, ઇમારત; ઘાટ, [રચના; વણેલું કાપડ; વણાટ.

fab'ricate (ફૅબ્રિકેટ), સ૦ ક્રિ૦ બાંધવું, રચવું; ખોટું ઊભું કરવું, બનાવટી કરવું.

fab'ulous (ફૅબ્યુલસ), વિ૦ કાલ્પનિક કથાના સ્વરૂપનું, કાલ્પનિક; અવિશ્વસનીય, ન મનાય એવું; મૂર્ખામી ભરેલું; અતિ મોટું, કદાવર, ઇ.

facade' (ફસાડ), ના૦મકાનનો રસ્તા તરફનો – આગળનો – ભાગ – દેખાવ.

face (ફેસ), ના૦ મોં, મોઢું, ચહેરો; મુખમુદ્રા, મોઢા પરનો ભાવ; દેખાવ; બાહ્ય સ્વરૂપ; ઘન વસ્તુની કોઈ પણ બાજુ; સપાટી; ઘડિયાળનો ચંદો; [લા.] છાતી, ધીટપણું, નફટાઈ. ઉ૦ ક્રિ૦ સામે – સન્મુખ – ઊભા રહેવું, -ની સામે મોઢું કરવું; હિંમતપૂર્વક સામી છાતીએ મળવું; વેઠવા – સહન કરવા – તૈયાર હોવું; સામા થવું, સામનો કરવો; (દર્શની બાજુને) કશાકથી શણગારવું – મઢવું; [લશ્કર૦] અમુક દિશામાં વળવું – વાળવું. ~ *to* ~, સામસામું, મોઢામોઢ, રૂબરૂ. *have the* ~ *to say*, કહેવાની હિંમત–ધૃષ્ટતા – નફટાઈ– કરવી. *in the* ~ *of danger*, આપત્તિ આવી પડી હોય ત્યારે તેને ન ગણકારતાં. *on the* ~ *of it*, બહારથી જોતાં પણ. *fly in the* ~ *of good fortune*, લક્ષ્મી ચાંદલો કરવા આવી હોય ત્યારે મોઢું ધોવા જવું; -ની અવજ્ઞા કરવી. *put a brave* ~ *on*, ડર લાગતો નથી એમ બતાવવું – ઢોંગ કરવો. *make or pull a* ~, મોઢું વાંકુંચૂકું કરવું. *save one's* ~, ખુલ્લી રીતે અપમાન થતું ટાળવું, આબરૂ સાચવવી. *set one's* ~ *against*, -નો વિરોધ કરવો. ~ *the music*, પરિણામ ભોગવવા તૈયાર રહેવું. ~ *card*, રાજા, રાણી કે ગુલામનું પત્તુ. ~ *value* ના૦ ઉપર લખેલી – દર્શની – કિંમત. [વિ. ક. હીરાનો પહેલ.

fa'cet (ફૅસિટ, –સે'–), ના૦ બાજુ, પાસું;

face'tious (ફસીશસ), વિ૦ ટીખળ–ટોળ–થી ભરેલું; બટકબોલું, વિનોદી.

fa'cial (ફેશલ), વિ૦ ચહેરાનું, મોઢાનું – સંબંધી. ના૦ ચહેરાનું માલિશ.

fa'cile (ફૅસાઇલ, ફૅસિ–), વિ૦ સહેલું, સુગમ, સરળ; નરમ, સાલસ (સ્વભાવવાળું), સહેલાઈથી કરનારું; કહેલું કરવા તત્પર; (લખાણ) વગર મહેનતે અને ઝડપથી લખાયેલું, લીસી કલમનું.

facile princeps (ફૅસિલિ પ્રિન્સેપ્સ), સહેજે પહેલું (આવનારું).

facil'itate (ફસિલિટેટ, ફૅ–), સ૦ ક્રિ૦ સહેલું – સરળ – બનાવવું, આગળ વધવામાં મદદ કરવી, સરળતા કરી આપવી.

facil'ity (ફસિલિટિ), ના૦ સહેલાઈ, સરળતા; હથોટી, કુશળતા; રુચિ, વલણ; (બ૰વ૰) સગવડ, તક; બોલવા, ઇ. માં પટુતા.

fa'cing (ફેસિંગ), ના૦ બીજા દ્રવ્યનું પડ – થર – લેપ; કોલર, કફ, જાકીટ, ઇ. પર ચોડેલા જુદા રંગના ટુકડા; કોઈ દિશામાં વળવું તે.

facsim'ile (ફૅક્સિમિલિ), ના૦ વિ. ક. હસ્તાક્ષર, મુદ્રણ, ઇ. ની આબેહૂબ નકલ.

fact (ફૅક્ટ), ના૦ બનેલી વાત, ઘટના, બનાવ; સાચી વાત, હકીકત; વસ્તુસ્થિતિ. *in (point of)* ~, ખરું જુઓ તો, વાસ્તવિકપણે. *as a matter of* ~, ખરું કહીએ તો.

fac'tion (ફૅક્શન), ના૦ પક્ષની અંદરની

તોફાની દગાબાજ ટોળી; સ્વાર્થી પક્ષભાવના-(નું જોર), કુસંપ; પક્ષાપક્ષી. **fac'tious** (ફૅક્શસ્), વિ૦ પક્ષાપક્ષીનું-સંબંધી; પક્ષાપક્ષીમાં પડે તેવું; કલહખોર, તોફાની.

facti'tious (ફૅક્ટિશસ), વિ૦ ઊભું કરેલું, કૃત્રિમ, બનાવટી; અસ્વાભાવિક.

fac'titive (ફૅક્ટિટિવ), વિ૦ કારક, ઉત્પાદક, સાધક; [વ્યાક.] ફલ-પરિણામ-દ્યોતક. ~ *verb*, એવું-દ્વિકર્મક-ક્રિયાપદ (દા. ત. make, call, think, ઇ.)

fac'tor (ફૅક્ટર), ના૦ મુનીમ, આડતિયો, દલાલ; [સ્કૉ.] મિલકત કે જમીનનો વહીવટ કરનાર-દેખરેખ રાખનાર; [ગ.] ગુણ્ય-ગુણક-પદ, અવયવ, ભાગ; કારણીભૂત વાત-ઘટના, કારણ.

fac'tory (ફૅક્ટરિ), ના૦ પરદેશી વેપારી મંડળીની કોઠી-વખાર; કારખાનું; શિલ્પશાળા.

factot'um (ફૅક્ટોટમ), ના૦ બધું-આવે તે-કામ કરવાવાળો નોકર. [વાસ્તવિક.

fac'tual (ફક્ચુઅલ),વિ૦ હકીકતનું-સંબંધી;

fac'ultative (ફૅકલ્ટટિવ), વિ૦ ઐચ્છિક, વૈકલ્પિક.

fac'ulty (ફૅકલ્ટિ), ના૦ અમુક કાર્ય કે પ્રવૃત્તિ માટે ખાસ યોગ્યતા-વૃત્તિ-રુચિ-આવડત; કાર્યનિપુણતા; શરીર, ઇન્દ્રિય કે મનની શક્તિ; યુનિવર્સિટીની વિદ્યાની શાખા-મંદિર; એ શાખાના સભ્યો કે તજ્જ્ઞો; યુનિવર્સિટીના શિક્ષકો.

fad (ફૅડ), ના૦ લહેર, છંદ, લત, ઘેલું. **fadd'ist** (ફૅડિસ્ટ), ના૦ લહેરી-ઘેલું વળગેલો-માણસ. **fadd'ish, fadd'y,** વિ૦ ખાનપાન અંગે જાતજાતનાં ઘેલાંવાળું.

fade (ફેડ), ઉ૦ ક્રિ૦ કરમાવું, ચીમળાવું, સુકાઈ જવું; -નો રંગ ઊડી જવો, નિસ્તેજ થવું; ફીકું-નબળું-ઝાંખું-પડવું; ધીમે ધીમે હ્રાસ થવું-નાશ પામવું; કરમાવવું, ઝાંખું પાડવું, ઇ. **fade'less,** વિ૦ કરમાઈ ન જનારું.

faeces (ફીસીઝ઼), ના૦બ૦વ૦ મળ, વિષ્ટા.

fag (ફૅગ), ઉ૦ક્રિ૦ (ભૂ૦કા૦ fagged). ભારે વૈતરું-સખત મજૂરી-કરવી-કરાવવી; થાકી જવું, થકવી નાંખવું; (શાળામાં) બીજા પાસે કામ કરાવવું, બીજા માટે કામ કરવું. ના૦ વૈતરું, ન ગમતું (મહેનતનું) કામ; (શાળામાં) મોટા વિદ્યાર્થી માટે વૈતરું કરનારો નાનો વિદ્યાર્થી, વૈતરો, વેઠિયો; સિગારેટ. ~-*end*, કશાકનો છેક છેવટનો-બાકી રહેલો-ભાગ (બહુધા નકામો ને ઘસાઈ ગયેલો).

fagg'ot (ફૅગટ), ના૦બળતણ માટેના લાકડાની ભારી-ઝૂડી; લોઢાના સળિયાનો ભારો.

Fahr'enheit (ફારન્હાઇટ, ફૅ-), વિ૦ (સંક્ષેપ, **F.**)~ *thermometer*, ઉષ્ણતામાપક યંત્ર જેમાં પાણીનો થીજબિન્દુ ૩૨° પર અને ઊકળબિન્દુ ૨૧૨° પર હોય છે.

fail (ફેલ), ઉ૦ ક્રિ૦ ખૂટવું, ઘટવું; ભાંગી પડવું, ખોટકી જવું; નિષ્ફળ જવું, વ્યર્થ જવું, નાપાસ થવું; ચૂકવું, ભૂલવું; આશાભંગ કરવો, નિરાશ કરવું; દેવાળું કાઢવું-ફૂંકવું; ન ફાવવું; નબળું પડવું. *without* ~, અચૂક, નિશ્ચિતપણે. **fail'ing**, ના૦ ઊણપ, ખોટ, ખામી, દોષ, છિદ્ર; વ્યસન (~*for*). **fail'ure** (ફેલ્યર), ના૦ ભાંગી પડવું-ખોટકી જવું-તે; નિષ્ફળતા; દેવાળું; અપજશવાળો માણસ કે વસ્તુ.

fain (ફેન), વિધેયા૦ વિ૦ ખુશી, રાજી, આનંદી; ક્રિ૦ વિ૦ ખુશીથી, આનંદપૂર્વક.

faint (ફેન્ટ), વિ૦ અશક્ત, નબળું; બેશુદ્ધ થવા જેવું, હોંશ કે ઉત્સાહ વગરનું; ઝાંખું; ઓળખાય-ન-ઓળખાય એવું; બીકણ, કાયર; (અવાજ) ધીમું, ન સંભળાય એવું. ના૦ બેભાન અવસ્થા, મૂર્છા. ઉ૦ ક્રિ૦ નબળું પડવું, હિંમત હારવી; બેશુદ્ધ થવું. **faint-hearted**, વિ૦ બીકણ,

fair (ફેર, ફૅ'અર), વિ૦ સુંદર, ખૂબસૂરત, દેખાવડું; ગોરું, ગૌર વર્ણનું; ન્યાયી, વાજબી; નિષ્પક્ષ; ચાલે એવું, ઠીક, મધ્યમ; અનુકૂળ; સારું, (લખાણ) સારા અક્ષરવાળું, પાકું; (હવા) સ્વચ્છ, સારી. ક્રિ૦ વિ૦ વાજબી રીતે, પ્રામાણિકપણે; સભ્યપણે. *the* ~ *sex*, સ્ત્રીઓ, સ્ત્રીજાતિ. *one's* ~ *name*, આબરૂ, પ્રતિષ્ઠા. ~ *play*, ન્યાય્ય વહેવાર, યોગ્ય વર્તન. ~ *and square*, ન્યાય્ય અને યોગ્ય-બરોબર; પ્રામાણિકપણે. **fair'ness**, ના૦ ન્યાય, વાજબીપણું.

fair, ના૦ મેળો; મેળાનો બજાર, હાટ. *a day after the* ~, ઘડી વીતી ગયા પછી, મોડું. **fairing** ના૦મેળામાં ખરીદેલી ભેટની વસ્તુ.

fair'ly, ક્રિ૰ વિ૰ તદ્દન, છેક; સુગમ પડે એવી રીતે; સાફ; ઠીકઠીક. [પણે બોલનારું.

fair-spoken (ફેર્‌સ્પોકન), વિ૰ સભ્ય-

fair'way (ફેર્‌વે), ના૰ જેમાંથી વહાણ હંકારી શકાય એવો નદીનો ભાગ–જળમાર્ગ; ગૉલ્ફના મેદાનમાં બે ખાડા વચ્ચેની સપાટ જમીન.

fair'y (ફેરિ), ના૰ જાદુઈ શક્તિ ધરાવતું નાનકડું દૈવી પ્રાણી; પરી, વનદેવતા, અપ્સરા, યક્ષિણી, ઇ.; મોહમાં નાખે એવી સ્ત્રી, મોહિની. વિ૰ પરીનું–સંબંધીનું; પરી જેવું સુંદર–નાજુક; કાલ્પનિક. **fair'yland,** પરીઓનો દેશ. **fairy-tale**, પરીકથા, અદ્ભુત ઘટના, ઇ. ની વાત.

fait accompli (ફેટ આકૉંપ્લી), ના૰ સિદ્ધ થઈ ચૂકેલી–કરી નાખેલી – વસ્તુ, જેને અંગે ચર્ચાને અવકાશ નથી હોતો.

faith (ફેથ), ના૰ વિશ્વાસ, ભરોસો; ધર્મ કે ઈશ્વર વિશે શ્રદ્ધા; ધર્મ, પંથ; નિષ્ઠા, વફાદારી. *in good ~*, શુદ્ધ બુદ્ધિથી–દાનતથી, પ્રામાણિકપણે. *keep ~*, વચન પાળવું, વફાદાર રહેવું.

faith'ful (ફેથ્‌ફુલ), વિ૰ વફાદાર, નિષ્ઠાવાળું; અચળ શ્રદ્ધાવાળું; સાચું, ઈમાનદાર, સત્યવાદી; (સ્ત્રી) સાધ્વી, પતિવ્રતા. *the ~*, સાચા ધર્મમાં વિશ્વાસ રાખનારા (વિ. ક. મુસલમાનો). **faith'fully,** ક્રિ૰ વિ૰ પ્રામાણિકપણે. *yours ~*, ઔપચારિક પત્રને અંતે કરાતું લખાણ–તમારો વિશ્વાસુ.

faith-healing, ના૰ માણસની (વિ. ક. ધાર્મિક) શ્રદ્ધાનો ઉપયોગ કરીને તેને રોગમુક્ત કરવાની પદ્ધતિ.

faithless, વિ૰ બેવફા; દગાબાજ, વિશ્વાસઘાતક; ખોટું, અસત્ય; (પત્ની) વ્યભિચારિણી.

fake (ફેક), સ૰ ક્રિ૰ રૂપાળું દેખાય એવું બનાવવું, નકલી વસ્તુ બનાવવી, બનાવટ કરવી. ના૰ બનાવટ કરવી તે; બનાવટી વસ્તુ; ઢોંગી માણસ.

fakir' (ફકીર), ના૰ ફકીર.

fal'chion (ફૉલ્ચન,–શન), ના૰ એક જાતની ટૂંકી, વાંકી અને પહોળી તલવાર.

falcon (ફૉકન,–લ્કન), ના૰ બાજપક્ષી, શકરો. **falc'oner** (ફૉકનર), ના૰ બાજને પાળીને શિકાર કરતાં શીખવનાર. **falc'onry** (ફૉકન્રિ), ના૰ બાજની મદદથી શિકાર કરવો તે; બાજને પાળીને કેળવવો તે.

falderal' (ફૅલ્ડરૅલ), ના૰ હલકી કિંમતની તકલાદી વસ્તુ, નજીવી વસ્તુ.

fall (ફૉલ), અ૰ ક્રિ૰ (ભૂ કા. fell, ભૂ૰કૃ૰ fallen). ઉપરથી નીચે પડવું; નીચે ઊતરવું–આવવું; ખરવું, ખરી પડવું; (કિંમત) ઊતરવું, ઓછું થવું; ઊંચું પદ કે આસન ગુમાવવું; નીચે ઢળવું–નમવું, નીચા સ્તર પર આવવું; નીચે ઢળી પડવું, ઢગલો થઈને પડવું, એકદમ બેસી જવું, ધબી જવું; પાપમાં ડૂબી જવું, પાપ કરવું; થવું, બનવું; મંદ પડવું, ઘટી જવું, ઓટ થવી; પડતી થવી; લાલચને વશ થવું; હારવું, પરાજિત થવું; રણમાં પડવું–મરણ પામવું; (શહેર, કિલ્લો, ઇ.) પડવું, શત્રુના હાથમાં જવું. ના૰ પડવું તે, પતન; પડતી ખરાબી; અપકીર્તિ, અપ્રતિષ્ઠા; (બ૰ વ૰) ધોધ, જલપ્રપાત; [અમે.] પાનખર ઋતુ; વરસાદ કે બરફનું પડવું, તેનો જથ્થો. *~ back*, પાછા હઠવું; ચૂકવું, પાલન ન કરવું. *~ back upon*, વિ. ક. મુશ્કેલીને વખતે વાપરવું, -નો આશરો લેવો. *~ for*, આકર્ષાવું, મુગ્ધ થવું; -ના પ્રેમમાં પડવું. *~ in*, મળતું આવવું, અનુસરવું; એક કતારમાં આવી જવું. *~ in with*, -ની સાથે સંમત થવું. *~ off*, ઓછું થવું; વધુ ખરાબ થવું, બગડવું. *~ on*, -ની ઉપર તૂટી પડવું–હુમલો કરવો. *~ on a certain day*, અમુક દિવસે હોવું –થવું. *~ out*, -ની વચ્ચે ઝઘડો–અણબનાવ થવો; કતારમાંથી બહાર જવું; થવું, બનવું. *~ short*, પૂરતું ન થવું, ઓછું પડવું. *~ through*, પડી ભાંગવું, નિષ્ફળ જવું. *~ to*, કરવાનું શરૂ કરવું. *~ on one's feet*, સંકટમાંથી બચી જવું; ભાગ્યવાન થવું.

falla'cious (ફલેશસ), વિ૰ ભ્રામક, મિથ્યા, હેત્વાભાસવાળું. **fall'acy** (ફૅલસિ), ના૰ હેત્વાભાસ; પોકળ–મિથ્યા–ભ્રામક–દલીલ; ખોટું પ્રમાણ. *popular ~*, અનેક લોકો માનતા હોય પણ વસ્તુતઃ ખોટી વાત.

fal-lal (ફૅલ્‌લૅલ), ના૰ ભપકાદાર કપડું; શોભાની તકલાદી વસ્તુ.

fallen (ફૉલન), fallનું ભૂ૰ કૃ૰ *the ~*, લડાઈમાં મરણ પામેલાઓ.

fall'ible (ફૅલિબલ), વિ૰ ભૂલને પાત્ર, ભૂલમાં પડે એવું. **fallibil'ity,** ના૰ ભૂલમાં પડવાનો ગુણ – સંભવ.

fall'ow (ફૅલો), વિ૰ અને ના૰ (જમીન) હળ ફેરવેલી પણ જેમાં પાક ન કર્યો હોય એવી, અણવાવેલી, પડતર. *lie*~, આરામ લેવો.

fall'ow, વિ૰ ઝાંખા રાતા પીળા રંગનું. ~ *deer,* રાતા હરણથી નાનું હરણ.

false (ફૉલ્સ), વિ૰ ખોટું, અસત્ય; છેતરે એવું, ખોટું બોલનારું; કપટી, દગાબાજ; બેવફા; બનાવટી, કૃત્રિમ. *play someone* ~, -ને દગો દેવો – છેતરવું. *sail under* ~ *colours,* લોકોને છેતરવા ખોટો દેખાવ કરવો.

false'hood (ફાલ્સ્‌હુડ), **fals'ity** (ફૅાલ્સિટિ), ના૰ જૂઠાણું; ખોટાઈ; ખોટું બોલવું તે, અસત્ય.

falsett'o (ફાલ્સે'ટો), ના૰ પોતાના સ્વાભાવિક સ્વર કરતાં વધારે ઊંચો સ્વર, અતિતાર સ્વર.

fal'sify (ફાલ્સિફાઇ), સ૰ ક્રિ૰ કપટથી (દસ્તાવેજ ઇ.માં) ફેરફાર કરવો; ખોટી રીતે રજૂ કરવું, વિકૃત કરવું; ખોટું પાડવું, આશાભંગ કરવો. **falsifica'tion,** ના૰ ખોટું પાડવું તે, ઇ.

fal'ter (ફૉલ્ટર), અ૰ ક્રિ૰ ડગમગવું, લથડવું, અચકાતું ચાલવું; અચકાતાં – તોતડું – બોલવું; ખંચાવું; ડગમગવું, હિંમત હારવી.

fame (ફેમ), ના૰ લોકવાયકા, અફવા; પ્રતિષ્ઠા, આબરૂ; કીર્તિ, નામના. *ill* ~, અપકીર્તિ. **famed,** વિ૰ પ્રખ્યાત, પંકાયેલું.

famil'iar (ફમિલ્યર), વિ૰ સારી પેઠે જાણીતું, પરિચિત; સામાન્ય, રોજનું; છૂટથી વર્તનારું; ગાઢ મિત્રતાવાળું, ઘરવટવાળું; આમન્યા ન જાળવનારું. ~ *with,* -નું સારું જ્ઞાન ધરાવનારું. ના૰ નિકટનો મિત્ર – સાથી.

familia'rity, (ફમિલિઍરિટિ), ના૰ (અતિ)પરિચય, ઘરોબો. **famil'iarize** (ફમિલ્યરાઇઝ); સ૰ક્રિ૰પરિચિત–વાકેફ–કરવું; જાણીતું કરવું; ટેવ પાડવી (~ *oneself with*).

fam'ily (ફૅમિલિ), ના૰ કુટુંબ, કબીલો; ઘરખટલો, ઘરનાં બધાં માણસો; માબાપ ને તેમનાં છોકરાં; પોતાનાં છોકરાં, વસ્તાર; એક પૂર્વજના વંશજો, કુળ, ઘરાણું; એક કુટુંબની જેમ એકત્ર રહેનારાઓ; વંશ, ઓલાદ, કુળ; [વનસ્પ.] વર્ગ, જાત, જાતિ. ~ *tree,* વંશવૃક્ષ, વંશાવળી.

fam'ine (ફૅમિન), ના૰ દુકાળ, દુર્ભિક્ષ, ભારે અછત; ભૂખમરો.

fam'ish (ફૅમિશ), ઉ૰ ક્રિ૰ ભૂખે પીડવું–પીડાવું, ખાવાપીવાના સાંસા પાડવા – પડવા. **famished,** વિ૰.

fam'ous (ફેમસ), વિ૰ પ્રખ્યાત, જાણીતું; [વાત.] બહુ સારું, ઉત્કૃષ્ટ.

fan (ફૅન), ના૰ અનાજ ઝાટકવાનો – ઊપણવાનો – સંચો, સૂપડું; પંખો, વીંઝણો. સ૰ ક્રિ૰ ઊપણવું, ઝાટકવું; પંખો નાંખવો, પર હવા નાંખવી – વાવી; ઉત્તેજિત કરવું, ચેતાવવું, સળી કરવી. ~*-light,* ના૰ બારણાની ઉપર પંખા જેવી બારી (બહુધા અર્ધગોળાકાર). ~*-tail,* ના૰ એક જાતનું કબૂતર. ~ *vaulting,* ના૰ કમાનવાળા ઘુંમટની – છાપરાની – એક વિશિષ્ટ રચના.

fan, ના૰ સિનેમા, ફૂટબૉલ, ઇ.નો ભક્ત-રસિયો. દા. ત. *film*~.

fanat'ic (ફનૅટિક), વિ૰ અતિ અને ગાંડા ઉત્સાહવાળું, ઝનૂની (વિ. ક. ધર્મની બાબતમાં). ના૰ ઝનૂની – ધર્માંધ – માણસ. **fanat'ical,** વિ૰ ઝનૂની. **fanat'icism,** ના૰ ગાંડો જુસ્સો, ઝનૂન, ધર્માંધતા.

fan'cier (ફૅન્સિઅર), ના૰ કોઈ પ્રાણીઓ કે વસ્તુઓના ગુણદોષ પારખનારો; મનોરંજન કે વેચાણ માટે તેવાં પ્રાણી રાખવાવાળો.

fan'ciful (ફૅન્સિફુલ), વિ૰ કાલ્પનિક; વિલક્ષણ, વિચિત્ર; તરંગી, શેખચલ્લી જેવું.

fan'cy (ફૅન્સિ), ના૰ કલ્પના, કલ્પનાશક્તિ; કલ્પનાચિત્ર, કલ્પના; લહેર, તરંગ; શોખ, અભિરુચિ; ભ્રમ, મોહ. વિ૰ શણગારનું, શોભાનું; અલંકારવાળું, સાદું નહિ એવું; લહેરી, સ્વચ્છંદી; (કિંમત ઇ.) અતિશય – ભારે. *take a* ~ *to,* -ને ખૂબ ગમવું. ~ *oneself,* પોતાને વિષે ઘણો ઊંચો ખ્યાલ રાખવો – અભિમાન ધરાવવું. ~ *dress,* જૂની ઢબનો – વિચિત્ર – વેષાંતરનો – પોશાક. સ૰ ક્રિ૰ કલ્પના કરવી, ધારવું; -ને બહુ ગમવું – પસંદ પડવું.

fan'cy-free', વિ૦ પ્રેમમાં ન પડેલું – ન પડવા ચાહનારું.

fancy-work(–વર્ક), ના૦ ભરતગૂંથણ, ઇ.

fane (ફેન), ના૦ [કાવ્યમાં] મંદિર, દેવળ.

fan'fare (ફૅન્ફેર), ના૦ તુરાઈ અને શિંગાના અવાજો; ભેરીરવ. **fanfaronade'** (ફૅનફૅરનેડ), ના૦ બડાઈ, બડાશ; ભેરીરવ.

fang (ફૅંગ), ના૦ મોટો અણીવાળો શૂળિયો દાંત; સાપનો ઝેરનો દાંત. [એક ચીની રમત.

fan'-tan (ફૅન્ટૅન્),ના૦ પૈસા મૂકીને રમાતી

fantasia (ફૅન્ટઝ઼ીઆ, ફૅન્ટાઝ઼િઆ), ના૦ [સં.] કલ્પનાપ્રધાન – સ્વૈર – ગીત રચના.

fantas'tic (ફૅન્ટૅસ્ટિક), વિ૦ કાલ્પનિક; ઉટપટાંગ, વિચિત્ર કલ્પનાવાળું; લહેરી, અપ્તરંગી; વિલક્ષણ, એાડનું ચોડ. **fantas'tically**, ક્રિ૦ વિ૦.

fan'tasy, ph–, (ફૅન્ટસિ, –ઝ઼િ), ના૦ સ્વૈર-ઉટપટાંગ-કલ્પના; સંગીત કે સાહિત્યની સ્વૈર રચના.

far (ફાર), ક્રિ૦ વિ૦ (farther, farthest; further, furthest). દૂર, આઘે, ઘણે અંતરે; ખૂબ આગળ–દૂર સુધી; ઘણું, વધારે. વિ૦ દૂરનું, આઘેનું; દૂરનું, કલ્પનામાં પણ ન આવે એવું. *be ~ gone*, ગંભીર હાલતમાં – ઘણું માંદું – હોવું; દેવામાં ડૂબેલું હોવું, ઇ. ના૦ મોટું અંતર કે જથ્થો. *as, (in) so, ~ as*, જેટલી... તેટલી હદ સુધી – તેટલે અંશે. *~ away*, ક્રિ૦ વિ૦ ખૂબ દૂર. *~ and away*, ઘણું, અતિશય. *a ~ cry*, ઘણી દૂરની વાત. *go ~*, સારું ચાલવું, પ્રગતિ કરવી, સફળ થવું. *few and ~ between*, વિરલ. *how ~*, કેટલે દૂર, ક્યાં સુધી. **far-fetch'ed** (ફારફૅ'ચ્ડ), વિ૦ તાણીતૂશીને – મરડીમચડીને – ગમે તેમ કરીને – બેસાડેલું, ક્લિષ્ટ, અસ્વાભાવિક. **far-reaching**, વિ૦ દૂરગામી (પરિણામવાળું). **far-seeing**, વિ૦ દૂર સુધી જોનારું. **far-sight'ed**(ફાર્સાઇટિડ), વિ૦ દીર્ઘ – દૂર – દૃષ્ટિવાળું, લાંબી નજરવાળું, દૂરઅંદેશ. **far-away, far-off**, વિ૦ (વિ. ક. દૃષ્ટિ અંગે) ક્યાંય કેન્દ્રિત ન થયેલું, શૂન્ય.

farce (ફાર્સ), ના૦ હાસ્યરસનું નાટક, પ્રહસન; મૂર્ખામીભરેલી નિરર્થક પ્રવૃત્તિ; ઠેકડી, ફારસ. **far'cical**(ફાર્સિકલ), વિ૦ ફારસનું – જેવું; હાસ્યજનક.

fard'el (ફાર્ડલ), ના૦ [પ્રા.] પોટલું. બોજો.

fare (ફેર, ફે'અર), ના૦ વાહનનું ભાડું; વાહનમાં જનાર સવારી; ખેરાક, અન્ન. અ૦ ક્રિ૦ થવું, બનવું; (સારું, ખરાબ) ચાલવું; જમવું, ભોજન પામવું; મુસાફરી કરવી. *~ forth*, [કાવ્યમાં] ઊપડવું, નીકળી પડવું. *bill of ~*, વીશીમાં ખાવાની વાનીઓની યાદી. **farewell'** (–વેલ), ઉદ્‌ગાર૦ વિદાય વેળાના રામરામ, આવજો. ના૦ વિદાયના રામરામ–સલામ.

farin'a (ફરાઇના), ના૦ અનાજ, મેવો, કંદ, ઇ. નો લોટ – ભૂકો, સ્ટાર્ચ. **farina'ceous** (ફૅરિનેશસ), વિ૦ લોટના જેવું, લોટનું બનેલું; લોટવાળું, 'સ્ટાર્ચ'વાળું.

farm (ફાર્મ), ના૦ ખેતર, એક ગણોતિયાએ કે માલિકે ખેડેલી જમીન; ખેતર પર રહેવાનું મકાન. ઉ૦ ક્રિ૦ ખેડવું, ખેતી કરવી; -નો ઇજારો આપવો – લેવો; ગણોતે આપવું, સાંથવું; પૈસા લઈને (વિ. ક. બાળકોને) સાચવવું. *~ out work*, બીજાઓને કરવા માટે વહેંચી આપવું. *~ (out) taxes*, અમુક રકમ લઈને કર ઉઘરાવવાનો ઇજારો આપવો. **farm'er** (ફાર્મર), ના૦ ખેડૂત, ખેતી કરનારો; ગણોતિયો.

farm-house, ના૦ ખેતર પરનું મકાન.

farm'ing, ના૦ ખેતી કરવી તે; ખેતી, કૃષિ.

farm'stead (ફાર્મસ્ટે'ડ), ના૦ મકાનો સાથેનું ખેતર. **farmyard'** (ફાર્મયાર્ડ), ના૦ ખેતર પરના ઘરનું આંગણું – ચોગાન,

farra'go (ફરાગો, ફરે –), ના૦ (બ૦ વ૦ –s). ભેળ, ખીચડો; મૂર્ખામીભરી વાતો ને વિચારોનો ખીચડો.

fa'rrier (ફૅરિઅર), ના૦ ઘોડાને નાળ જડનારો, નાળબંધ; અશ્વવૈદ, શિલોતરી. અ૦ ક્રિ૦ નાળબંધનો – અશ્વવૈદનો – ધંધો કરવો.

fa'rriery (ફૅરિઅરિ), ના૦ નાળબંધનો ધંધો; ઘોડાનું વૈદું.

fa'rrow (ફૅરો), ના૦ ડુક્કરનું વિયાવું તે; વેતર. ઉ૦ ક્રિ૦ (ડુક્કર અંગે) વિયાવું.

farth'er (ફાર્ધર), ક્રિ૦ વિ૦ વધારે દૂર,

વધારે લાંબું; વળી, વધારે, બીજું (અથવા further). વિ૰ વધારે દૂરનું – આગળ ગયેલું; (અથવા further) વધારેનું, વળી બીજું. **farthermost,** વિ૰ સૌથી દૂરનું. **far'th'est** (અથવા furthest), ક્રિ૰ વિ૰ સૌથી દૂર, દૂરમાં દૂર. વિ૰ સૌથી દૂરનું.

farth'ing (ફાર્ધિંગ), ના૰ એક પૈસાની કિંમતનું એક નાણું; [લા.] કોડી, દમડી.

farth'ingale (ફાર્ધિંગેલ), ના૰ [ઇતિ.] વહેલ માછલીના હાડકાની અથવા લાકડાની કડી (રિંગ)વાળો ઘાઘરો (પેટિકોટ); એ હાડકાનું કડું.

fas'ces (ફૅસીઝ઼), ના૰ બ૰ વ૰ રોમન મૅજિસ્ટ્રેટ આગળ ફેરવવામાં આવતી કુહાડી અને સળિયાની ભારી; સત્તા કે અધિકારનું ચિહ્ન.

fas'cinate (ફૅસિનેટ), સ૰ ક્રિ૰ મંતર મારવો, મંત્રમુગ્ધ કરવું; મુગ્ધ – મોહિત – વશ – કરવું, મોહિની લગાડવી; નજર કે દૃષ્ટિક્ષેપ વડે સ્થિર કે જડ બનાવવું. **fascina'tion,** ના૰ મોહ પમાડવું તે; મોહન, મોહિની, કામણ, વશીકરણ; આકર્ષણ. **fas'cinator,** ના૰ કામણગારો.

Fas'cism (ફૅશિઝ઼મ, ફૅસિ –), **fasci'smo** (ફ઼શીઝ઼્મો), ના૰ ઇટાલીની સામ્યવાદ-વિરોધી રાષ્ટ્રીય પ્રવૃત્તિની મુસોલિનીપ્રણીત પદ્ધતિ – સંગઠન; તેના જેવી અન્યત્ર પ્રવૃત્તિ. **fasc'ist** (ફૅશિસ્ટ, ફૅસિ –), ના૰ એ સંગઠનનો પુરસ્કાર કરનાર (મંડળનો સભ્ય).

fa'shion (ફૅશન), ના૰ આકાર, શૈલી, રીત; પહેરવેશની પ્રચલિત પદ્ધતિ, ફૅશન; ઉપલા વર્ગના–ભદ્ર–લોકો. *after a ~*, કેટલેક અંશે, થોડુંઘણું. *after the ~ of*, -ના જેવું. સ૰ ક્રિ૰ આકાર આપવો, ઘડવું. **fa'shionable** (ફૅશનબલ), વિ૰ પ્રચલિત તરેહનું; વરણાગિયું, ટાપટીપિયું; સભ્ય, વિવેકી. **fa'shion-plate** (ફૅશનપ્લેટ), ના૰ જુદી જુદી જાતના પોશાકની રીત – ફૅશન – બતાવનારું ચિત્ર.

fast (ફાસ્ટ), અ૰ ક્રિ૰ ઉપવાસ કરવો, લાંઘવું (વિ. ક. ધાર્મિક વ્રત અંગે). ના૰ ઉપવાસ, લાંઘણ; ઉપવાસનો વખત – દિવસ, મહિનો, ઇ.

fast, વિ૰ દૃઢ, અચળ; સજ્જડ, સખત, મજબૂત; સ્થિર, ડગે નહિ એવું; ઝડપી, વેગવાળું; (ઘડિયાળ) આગળ જનારું; (મિત્રતા) ગાઢ, પાકું; (રંગ) પાકું; (જીવન) વિલાસપ્રિય, મોજીલું; મૂર્ખ અને બદચાલનું. *~ asleep*, ગાઢ નિદ્રામાં. *hold ~*, મજબૂત પકડવું. *play ~ and loose (with)*, ઢંગધડા વગરનું વર્તન કરવું. *the ~ set*, મોજમજાથી રહેનારા ને ઉડાઉ લોકો (નું મંડળ). *lead a ~ life*, ચેનબાજી કરવી. ક્રિ૰ વિ૰ દૃઢપણે, મજબૂત, સજ્જડ; વેગથી, ઝડપથી.

fast'en (ફાસન) ઉ૰ ક્રિ૰ બાંધવું, સજ્જડ કરવું – થવું; જડવું, બેસાડવું; બંધ કરવું, -ને આગળો દેવો. *~ (up)on*, -ને પકડવું. **fa'stener** (ફાસ્નર), ના૰ પકડ, બંધ. **fa'stening,** ના૰ બાંધવાનું સાધન, બંધ, પકડ.

fastid'ious (ફૅસ્ટિડિઅસ), વિ૰ મુશ્કેલીથી ખુશ થનારું; સહેજે કંટાળે એવું; ચીકણું, ચાંપલું, અતિચોકસાઈવાળું, દુરારાધ્ય.

fa'stness (ફાસ્ટ્નિસ), ના૰ દૃઢતા, સ્થિરતા; ઝડપ; (ડુંગરોમાં આવેલો) કિલ્લો, ગઢ.

fat (ફૅટ), વિ૰ પુષ્ટ, લઠ્ઠ; કતલ માટે પુષ્ટ બનાવેલું; ચરબી – તેલ – ચીકાશ – વાળું; ફળદ્રુપ, સમૃદ્ધ; જાડું, (પગાર, ઇ.) મોટું. ના૰ ચરબી, કશાકનો જાડો – માંસલ – ભાગ. ઉ૰ ક્રિ૰ (વિ.ક. કતલ માટે) પુષ્ટ બનાવવું. *~-head*, મૂર્ખ માણસ. *a ~ lot (you care)*, જરાય નહિ. *live on the ~ of the land*, ખૂબ એશઆરામમાં રહેવું. *the ~ is in the fire*, થોડા જ વખતમાં આફત આવવાની છે.

fat'al (ફેટલ), વિ૰ દૈવનિર્મિત, દૈવે નક્કી કરેલું; મહત્ત્વનું, નિર્ણાયક; વિનાશકારક, જીવલેણ, ભયંકર, પ્રાણઘાતક.

fat'alism (ફેટલિઝ઼મ), ના૰ દૈવવાદ, નિયતિવાદ; પ્રારબ્ધવશતા. **fat'alist** (ફેટલિસ્ટ), ના૰ દૈવવાદી. **fatalis'tic,** વિ૰ દૈવવાદી (ના જેવું).

fatal'ity (ફટૅલિટિ), ના૰ આપત્તિ, આફત; પ્રાણઘાતક અકસ્માત, મરણ; દૈવની સર્વોપરિતા, દૈવ; નિયતિ.

fate (ફેટ), ના૰ ભાગ્ય, દૈવ, નસીબ; અદૃષ્ટ; નિયતિ; મૃત્યુ, વિનાશ, અંત. **fa'ted** વિ૰ નસીબમાં લખેલું, નિર્માણ, સર્જિત. **fate'ful** (ફેટ્ફુલ), વિ૰ દૈવનિર્મિત, નિયત;

ભાવિનું સૂચક; નિર્ણાયક, અત્યંત મહત્ત્વનું; ઘાતક, વિનાશક.

fa'ther (ફાધર), ના૦ બાપ, પિતા; દત્તક પિતા; પૂર્વજ; પાદરી, ધર્મગુરુ; માનાર્થ પદવી; (બ૦વ૦) બાપદાદા; આગેવાનો; નગરપાલકો. *Our, the, F~*, ઈશ્વર. સ૦ ક્રિ૦ -ના બાપ થવું, નિર્માણ – પેદા – કરવું; શરૂ કરવું. ~ (offspring, idea, etc.) *upon*, -નો જનક છે એમ બતાવવું, -નું જનકત્વ ઓઢાડવું. *~-in-law*, ના૦ સસરો, શ્વશુર. **fat'herhood** (ફાધરહુડ), ના૦ પિતૃત્વ. **fa'therland** (ફાધરલૅન્ડ), ના૦ પિતૃભૂમિ, સ્વદેશ. **fa'therly,** વિ૦ પિતૃતુલ્ય, બાપના જેવું.

fath'om (ફૅધમ), ના૦ છ ફૂટનું એક માપ, વામ. સ૦ક્રિ૦ દોરડા વડે ઊંડાણ માપવું–તપાસવું; તાગ કાઢવો, પાર પામવો, આકલન કરવું; સાચો અર્થ – આશય – શો છે તે શોધી કાઢવું. **fath'omless,** વિ૦ અતિ ઊંડું, અગાધ.

fatigue' (ફટીગ), ના૦ થાક; થકવે એવું કામ, કષ્ટ; (લશ્કરમાં) સફાઈ, રસોઈ, વાસણ માંજવાં, ઇ. કામ (*~duty*). સ૦ક્રિ૦ થકવવું, થકવી નાંખવું, અડદાળો કાઢવો. **fati'guing,** વિ૦ થકવી નાખનારું.

fat'ling (ફૅટ્લિંગ), ના૦ (કતલ માટે) ખવડાવીને પુષ્ટ બનાવેલું જનાવરનું નાનું બચ્ચું.

fatt'en (ફૅટન), ઉ૦ ક્રિ૦ જાડું – માંસલ – કરવું – થવું; (જમીનને) ફળદ્રુપ બનાવવું. **fatt'y** (ફૅટિ), વિ૦ ચીકણું; ચરબી વધેલું, ચરબીવાળું. ના૦ જાડું – પુષ્ટ – બાળક; [સંબોધનમાં] લઠ્ઠમ્!

fatu'ity (ફૅટ્યૂઇટિ), ના૦ જડબુદ્ધિ, મૂર્ખતા, મૂઢતા. **fat'uous** (ફૅટ્યૂઅસ), વિ૦ ઠોઠ, અક્કલ વગરનું, મૂર્ખ. [નળની ચકલી.

fau'cet (ફૉસિટ), ના૦ પીપ, ઇ.ની ચકલી,

fault (ફૉલ્ટ), ના૦ ભૂલ, ચૂક, ખોડ, ખામી; દોષ, વાંક, દુષ્કૃત્ય; [ભૂસ્તર.] ચાલુ સ્તરમાં ભંગ; [સં.] સ્વરચ્યુતિ. *kind to a ~*, અતિમાયાળુ–ભલું. *be at ~*, કિંકર્તવ્યમૂઢ થવું, મૂંઝાઈ જવું. *find ~ with*, -નો દોષ કાઢવો; નાપસંદ કરવું; -ની ફરિયાદ કરવી. **fault-finder,** ના૦ કેવળ – નાહક – દોષ કાઢનારો. **faul'tless,** વિ૦ નિર્દોષ; ખોડખામી વિનાનું. **faul'ty,** વિ૦ સદોષ, ખોડખામીવાળું; દોષી, તકસીરવાર.

faun (ફૉન), ના૦ માણસનું શરીર અને બકરાના પગ અને શિંગડાંવાળી પ્રાચીન રોમની વનદેવતા – ગ્રામદેવતા.

faun'a (ફૉના), ના૦ (બ૦ વ૦ faunas, faunae). કોઈ એક પ્રદેશના કે કાળનાં પ્રાણીઓ – પ્રાણીસૃષ્ટિ.

faux pas (ફો પા), ના૦ સરતચૂકથી થયેલી ભૂલ, અવિચારી કૃત્ય કે બોલવું; (વિ. ક. સ્ત્રીની) આબરૂને જોખમમાં નાખે એવું કામ – વર્તન.

fav'our (ફેવર), ના૦ સદ્ભાવ, માયા, મહેરબાની; પસંદગી, સંમતિ, માન્યતા; પક્ષપાત; ભેટ, બક્ષિસ; કૃપાપત્ર, કાગળ; ફીતનું ગુલાબના જેવું ફૂલ. સ૦ ક્રિ૦ મહેરબાની – કૃપા – કરવી – રાખવી; -ની તરફ પક્ષપાત કરવો – ખાસ મરજી બતાવવી; સંમતિ – ટેકો – આપવો; -ના મોં કે આકૃતિમાં મળતા આવવું. *curry ~*, ખુશામત કરીને વહાલા થવા જવું. *in ~ of*, -ને અનુકૂળ, -ના હિતમાં. *without fear or ~*, ડર કે પક્ષપાત વગર. *~with* (something), કશુંક આપવું, ઉપકાર કરવો.

fav'ourable (ફેવરબલ), વિ૦ અનુકૂળ, સદ્ભાવવાળું, મૈત્રીભર્યું; સંમતિદર્શક; શુભ, આશાજનક; મદદકર્તા. [~, સુડોળ, મનોહર.

fav'oured, વિ૦ *ill-~*, કુરૂપ, બેડોળ. *well-*

fav'ourite (ફેવરિટ, ફેવ્–), વિ૦ માનીતું, ઘણું વહાલું, લાડકું. ના૦ ઘણો જ વહાલો–માનીતો–માણસ, મૂછનો બાલ. **favou'ritism,** ના૦ વહાલાનો પક્ષપાત કરવો તે, પક્ષપાત.

fawn (ફૉન), ના૦ હરણનું એક વરસનું બચ્ચું, હરણ; ઝાંખો પીળાશપડતો બદામી રંગ. વિ૦ હરણના રંગનું.

fawn, અ૦ ક્રિ૦ સાથે ગેલ કરવા; ચાટવું, ચૂમવું, પંપાળવું; હાજી હા – ખુશામત – કરવી.

fay (ફે), ના૦ [કાવ્યમાં] પરી.

fe'alty (ફીઅલ્ટિ), ના૦ ઠાકોર પ્રત્યે તેના માંડલિક કે જાગીરદારની વફાદારી; સ્વામીનિષ્ઠા, વફાદારી.

fear (ફિઅર), ના૦ બીક, ભય; ધાસ્તી, ધાક; ચિંતા, ફિકર; ભયનું કારણ. ઉ૦ ક્રિ૦ (-થી) બીવું,

ડરવું; ચિંતા કરવી; અચકાવું; (ઈશ્વર)ને નમવું – પૂજ્ય ગણવું. **fear'ful,** વિ૦ ભયંકર, ભયાનક; બીધેલું, બીકણ. **fear'less,** વિ૦ નિર્ભય, નીડર, બહાદુર. **fear'some** (ફિઅર્સમ), વિ૦ ભયંકર, બિહામણું.

feas'ible (ફીઝિબલ), વિ૦ કરી શકાય એવું, શક્ય, સાધ્ય; સગવડભર્યું. **feasibil'ity,** ના૦ શક્યતા, સાધ્યતા.

feast (ફીસ્ટ), ના૦ વાર્ષિક પર્વ – ઉત્સવ, તહેવાર; મિજબાની, મહાભોજન, ઉજાણી; ઉજવણી. ઉ૦ ક્રિ૦ મિજબાની આપવી, ઉજાણી કરવી; આનંદ લેવો – માણવો; સારી પેઠે ઝાપટવું – ખાવું (*~upon*). *~ one's eyes on,* જોઈને આનંદ પામવું.

feat (ફીટ), ના૦ પૌરુષ – બહાદુરી –નું કામ, પરાક્રમ; હાથચાલાકીનું – હોશિયારીનું – કામ.

feath'er (ફે'ધર), ના૦ પીછું, વાળનું ઝૂમખું; ઊભાં હલેસાં મારવાં તે; પીછાં, પર. ઉ૦ ક્રિ૦ પીછાં ઘાલવાં–બાંધવાં; શણગારવું; ઊભાં હલેસાં મારવાં. વિ૦ પીછાનું બનેલું. *birds of a~,* એક જ જાતના કે સ્વભાવના લોકો, સમાનશીલવ્યસન. *a ~ in the cap,* માન, છોગું, કલગી. *in high* or *full ~,* આનંદમાં, મોજમાં. *~ one's nest,* પૈસાદર થવું, પોતાનું ઘર ભરવું. *show the white ~,* બાયલાપણું બતાવવું, કાયરની જેમ વર્તવું. *fur and ~,* શિકાર અને ખોરાક માટે મારવામાં આવતાં પ્રાણીઓ અને પક્ષીઓ. **feather-brain,** ના૦ મૂર્ખ માણસ. **feathering,** ના૦ પક્ષીનાં પીછાં; પીછાં જેવી રચના. **feather-weight** (ફે'ધરવેટ), ના૦ સાવ હલકી વસ્તુ કે માણસ; ઓછામાં ઓછા વજનવાળો મુષ્ટિયુદ્ધનો ઉમેદવાર. **feath'ery** (ફે'ધરિ), વિ૦ પીંછાંથી ઢંકાયેલું, પીંછાં જેવું.

fea'ture (ફીચર), ના૦ (બહુધા બ૦ વ૦ માં) ચહેરાનો –મોઢાનો–ભાગ–અંગ અથવા ભાગો–અંગો; સિકલ, આકૃતિ; કોઈ પણ વસ્તુનું વિશિષ્ટ લક્ષણ – મુખ્ય ભાગ; છાપાનો વિશિષ્ટ પ્રકારનો વિભાગ. સ૦ ક્રિ૦ -નું વિશિષ્ટ – આકર્ષક–અંગ હોવું; -નું ચિત્ર દોરવું; -નો ખાસ દેખાવ કરવો; મહત્ત્વનો અંશ સિનેમાના પડદા પર બતાવવો (જાહેરાત માટે). **fea'tureless,** વિ૦ આકર્ષક – વિશિષ્ટ– લક્ષણ વિનાનું; નીરસ.

feb'rile (ફીબ્રાઇલ), વિ૦ તાવનું–સંબંધી.

February (ફે'બ્રુઅરિ), ના૦ ફેબ્રુઆરીનો મહિનો. [નિરર્થક; વ્યર્થ; બેદરકાર.

feck'less (ફે'ક્લિસ), વિ૦ નબળું; નિષ્ફળ,

fec'und (ફીકન્ડ, ફે'–), વિ૦ ફળદ્રૂપ, ઘણો વસ્તાર થાય એવું; બહુ ફળ આપનારું. **fec'undate** (ફીકન્ડેટ, ફે'–), સ૦ ક્રિ૦ ફળયુક્ત કરવું, ગર્ભાધાન કરવું. **fecun'dity** (ફિકન્ડિટિ), ના૦ બહુફલદાયકત્વ, બહુ પ્રજોત્પાદન શક્તિ. [*~ up,* થાકેલું અને કંટાળેલું.

fed (ફે'ડ), feed નો ભૂ૦ કા૦ તથા ભૂ૦ કૃ૦

fed'eral (ફે'ડરલ), વિ૦ (રાજ્યો અંગે) સંયુક્ત, પરંતુ અંતર્ગત બાબતોમાં સ્વતંત્ર, સમવાયી. **fed'erate** (ફે'ડરેટ), ઉ૦ ક્રિ૦ સમાન ઉદ્દેશ માટે–સંઘરાજ્યમાં–એકત્ર જોડાવું–થવું. વિ૦ (ફે'ડરિટ) સંઘરાજ્ય – સંયુક્તરાજ્ય – માં એકત્ર થયેલું. **federa'tion** (ફે'ડરેશન), ના૦ અન્તર્ગત બાબતોમાં સ્વતંત્રતા ભોગવનારાં જુદાં જુદાં રાજ્યોનું સમવાયતંત્ર–રાજ્યોનો સંઘ.

fee (ફી), ના૦ સરકારી અમલદાર કે ધંધાદારી માણસને તેના કામને માટે અપાતા પૈસા, દસ્તૂરી, લવાજમ, ફી; શાળાની ફી, શુલ્ક. સ૦ ક્રિ૦ લવાજમ – ફી – આપવી; ફી આપીને કામ પર રાખવું; લાંચ આપવી.

fee'ble (ફીબલ), વિ૦ અશક્ત, નબળું; (અવાજ) ધીમું; ખખડી ગયેલું, જીર્ણ થયેલું; જોમ અથવા બુદ્ધિ વિનાનું. **feeble-minded,** વિ૦ નબળા મનનું, જન્મતઃ અલ્પબુદ્ધિનું.

feed (ફીડ), ઉ૦ ક્રિ૦ (ભૂ૦ કા૦ fed). ખવડાવવું; ખાવું; પુષ્ટ કરવું; ખાવાનું, આવશ્યક વસ્તુઓ, ઇ. પૂરું પાડવું; -ના ખાવા માટે પૂરતું હોવું. ના૦ ખાવાનું, ભોજન; ચંદી, ચારો, નીરણ; ચરો, ગોચર; સંચામાં માલ નાખનારું સાધન–નળી. ઇ. **feede'r** (ફીડર), ના૦ બાળકનું હોજિયું; બાળકને દૂધ પાવાની બાટલી; મોટી નદીમાં પડનારી નાની નદી, નદીની શાખા. **feed-pipe,** ના૦ પાણી ને કાચો માલ યંત્રમાં પહોંચાડનારી નળી.

feel (ફીલ), ઉ૦ ક્રિ૦ (ભૂ૦ કા૦ felt). સ્પર્શ કરવો, અડવું, અડકી જોવું; સ્પર્શ દ્વારા

જાણવું; અનુભવવું; અનુભવ થવો, લાગવું; -ને લાગવું, દુઃખ થવું; -ને માટે દયા આવવી – ઊપજવી. ના० સ્પર્શ કરવો તે, સ્પર્શ. ~ *like doing, etc.*, કરવા, ઇ.ની ઇચ્છા થવી. ~ *the pulse of*, -ની નાડ – તાર – જોવો. ~ *one's way*, સાવચેતીથી ચાલવું, ફાંફાં મારવાં. ~ *in one's bones*, રગેરગમાં ખાતરી હોવી.

feel'er (ફીલર), ના० કેટલાંક પ્રાણીઓની સ્પર્શની ઇન્દ્રિય – મૂછો; બીજાનું મન જોવા કરેલી વાત – સૂચન.

feel'ing, ના० સ્પર્શથી લાગવું તે; સ્પર્શ, સ્પર્શેન્દ્રિય; સ્પર્શજ્ઞાન; સંવેદના; લાગણી, ભાવ; ખાતરી; બીજાને માટેની લાગણી, દયા; (બ० વ०) દુઃખ, ક્રોધ, ઇ. ભાવો, ચિત્તવૃત્તિઓ. વિ० લાગણીવશ, લાગણીવાળું, દયાળુ; સાચા દિલનું, હૃદયપૂર્વકનું.

feet (ફીટ), foot નું બ० વ०.

feign (ફેન), ઉ० ક્રિ० ઢોંગ કરવો; બનાવટ કરવી; બહાનું કાઢવું.

feint (ફેન્ટ), ના० સામાને છેતરવા માટે કરેલો ખોટો હુમલો – મારેલો ફટકો; ઢોંગ. અ० ક્રિ० કૃતક હુમલો કરવો.

fel(d)'spar (ફે'લ્ડસ્પાર, ફેલ્સ્પાર), ના० પાસાવાળો સફેદ કે રતાશ પડતો ખનિજ પદાર્થ.

feli'citate (ફિલિસિટેટ, ફે–), સ० ક્રિ० અભિનંદન આપવું, ખુશી બતાવવી. **felicita'tion**, ના० (બહુધા બ० વ०માં) અભિનંદન, મુબારકબાદી. **feli'citous**, વિ० (બોલ, ઇ.) સમર્પક, જોઈએ તેવું, તદ્દન યોગ્ય; ખુશ, આનંદી. **feli'city** (–સિટિ), ના० પરમ સુખ, પરમાનન્દ; યોગ્ય – સમર્પક – વાક્ય કે ઉક્તિ.

fel'ine (ફીલાઇન), વિ० બિલાડીનું – ના જેવું.

fell (ફે'લ), fall નો ભૂ० કા०

fell, ના० વાળ કે રુવાંટી સાથેનું પ્રાણીનું ચામડું; ઘાટા અને ગૂંચવાળા વાળ, ઊન, ઇ., જટા.

fell, ના० (નામમાં વપરાતો શબ્દ) પર્વત; ઊંચાણ પરનો વેરાન પ્રદેશ – ઘાસવાળું મેદાન.

fell, વિ० ભયાનક; ક્રૂર, પ્રાણઘાતક.

fell, સ० ક્રિ० ફટકો મારીને નીચે પાડવું; (ઝાડ) કાપી નાંખવું, તોડી પાડવું, સીવી નાંખવું.

fell'ah (ફે'લા), ના० (બ० વ० fellaheen, fellahs). મિસરનો કે સીરિયાનો ખેડૂત–ખેતર પર કામ કરનારો મજૂર.

fello'e (ફે'લિ,–લો), **fell'y** (ફે'લિ), ના० પૈડાની બહારની કોર – પૂઠિયું – પાછોટિયું.

fell'ow (ફે'લો), ના० સાથી, સોબતી; જોડ, જોડીદાર; એક જ જાતનું બીજું, સમોવડિયો; પોતાના ક્ષેત્રમાં સંશોધન ઇ. વિશેષ કામ કરવા માટે યુનિવર્સિટીમાં અપાતું પદ; યુનિ., વિદ્યાપીઠ કે કોઈ વિદ્વદ્મંડળનો સભ્ય; [વાત.] માણસ, આદમી; નીચ માણસ. વિ० એક જ વર્ગનું; -ની સાથે કામ કરતું. *one's* ~*s*, પોતાનું મંડળ–જૂથ; બીજા માણસો. *old*~, કોઈ પણ ઉંમરના મિત્ર માટે સંબોધન. *our* ~ *creatures*, માનવ પ્રાણીઓ. *the* ~ *of this boot*, આની જોડ. ~-*traveller*, સહપ્રવાસી; સામ્યવાદી પક્ષની સામાન્ય નીતિરીતિ સાથે સહાનુભૂતિ ધરાવનાર માણસ.

fellow-feel'ing, ના०સહાનુભૂતિ, સમભાવ.

fell'owship (ફે'લોશિપ), ના० સોબત, સંગત; મિત્રતા, દોસ્તી; સાથીઓનું મંડળ કે કંપની; છાત્રવૃત્તિ ધરાવનાર અનુસ્નાતક વિદ્યાર્થીનું પદ, 'ફેલો'ની જગ્યા, 'ફેલોશિપ'.

felo de se (ફે'લો ડિ સી), ના० આત્મહત્યા કરનાર.

fel'on (ફે'લન), ના० ગુનેગાર, અપરાધી (વિ. ક. દેહાન્ત દંડને પાત્ર), આતતાયી. વિ० [કાવ્યમાં] ક્રૂર, દુષ્ટ. **fel'ony**, ના० (દેહાન્ત દંડને પાત્ર, ખૂન, ધાડ, ઇ.) ઘોર અપરાધ. **felon'ious** (ફિલોનિઅસ), વિ० ગુનેગાર, મહા અપરાધ કરનાર.

fel'on, ના० નહિયું પાકવું તે.

felt (ફે'લ્ટ), ના० ઊન પાથરી દબાવી તેનું બનાવેલું કપડું, બનાત. વિ० ફેલ્ટનું (બનાવેલું).

felt, feelનો ભૂ० કા०.

fem'ale (ફીમેલ), ના० સ્ત્રી, ઓરત; માદા. વિ० સ્ત્રી – નારીજાતિ – નું; [વનસ્પ०] ફળ આપનારું (છોડ, ઝાડ, ઇ.); માદાનું.

fem'inine (ફે'મિનિન), વિ० સ્ત્રીનું, સ્ત્રીઓનું, સ્ત્રીના જેવું; [વ્યાક.] નારી જાતિનું, સ્ત્રીલિંગનું; બાયલું, નામર્દ. **feminin'ity** (ફે'મિનિનિટિ), ના० સ્ત્રીત્વ. **fem'inism** (ફે'મિનિઝ્મ), ના० નારીનો પ્રભાવ; સ્ત્રીના (વિ. ક. રાજકીય) સમાન હકોની હિમાયત કે

માન્યતા. **fem'inist** ના૦ એવી હિમાયત કરનાર.

fem'oral (ફે'મરલ), વિ૦ જાંઘનું.

fem'ur (ફીમર), ના૦ (બ૦ વ૦ femurs, femora) જાંઘનું હાડકું. [કળણ, દલદલ.

fen (ફે'ન), ના૦ ભેજ અને ઘાસવાળી જગ્યા,

fence (ફે'ન્સ), ના૦ ખેતર, વાડી, ઇ. ફરતી વાડ; તલવારના પટા ખેલવાની કળા; ચોરીનો માલ રાખનારો. *sit on the* ~, તટસ્થ રહેવું. ઉ૦ ક્રિ૦ ફરતી વાડ કરવી, બચાવ કરવો; તલવારના પટા ખેલવા, – ખેલવાની કસરત કરવી; ચાલાકીથી ચૂકવવું – ટાળવું; ચોરીના માલનો વેપાર કરવો. **fencing,** ના૦ પટા ખેલવા તે; વાડ, આંતરો; વાડ કરવાનાં સાધન.

fend (ફે'ન્ડ), ઉ૦ ક્રિ૦ (~ *off*) રોકવું, ખાળવું; રક્ષણ કરવું. ~ *for,* ઉપજીવિકા મેળવવી, -ની સંભાળ લેવી.

fender (ફે'ન્ડર), ના૦ કશાકને દૂર રાખવા-ખાળવા-માટે રાખવામાં આવતું સાધન; દેવતા નીચે ન પડે તે માટે સગડી ફરતે હોય છે તે કઠેરો.

Fen'ian (ફીનિઅન), વિ૦ અને ના૦ બ્રિટનની સત્તામાંથી આયર્લૅન્ડને છોડાવવા માટેની આઇરિશ-અમેરિકન સોસાઇટીનું (-નો સભ્ય).

fe'nnel (ફે'નલ), ના૦ પીળાં સુગંધી, ફૂલવાળી એક વનસ્પતિ.

ferm'ent (ફર્મે'ન્ટ), ના૦ આથો; આથવાનું ખીરું, ખમીર; ક્ષોભ, ગભરાટ, હુલ્લડ. ઉ૦ ક્રિ૦ ખટાશ દ્વારા ચડાવવું- ફુલાવવું; ખટાશ ચડવાથી ફીણ સાથે ઊભરાવું – ઊભરો આવવો; ક્ષોભમાં-ગભરાટમાં-નાંખવું-પડવું. ~ *trouble,* અશાંતિ પેદા કરવી. *in a* ~, ક્ષુબ્ધ, અશાન્ત. **fermenta'tion,** ના૦ ખાટું થઈને ફીણ સાથે ચડવું – ફૂલવું – તે; કણકમાં ખમીર નાખવાથી ગરમી ને ઊભરા સાથે આથો ચડવો-ચડાવવો –તે; ક્ષોભ, ખળભળાટ.

fern (ફર્ન), ના૦ ભીની જગ્યામાં પેદા થતી એક વનસ્પતિ, 'ફર્ન' (તેને ફૂલ હોતાં નથી અને બી તેનાં પાંદડાંના પાછલા ભાગ પર થાય છે). **fern'ery,** ના૦ ફર્નનો બગીચો.

fero'cious (ફરોશસ), વિ૦ ભયંકર, વિકરાળ; ક્રૂર, હિંસ્ર. **fero'city** (ફરૉસિટિ), ના૦ વિકરાળપણું, ક્રૂરતા, ઘાતકીપણું.

fe'rret (ફે'રિટ), ના૦ સસલાં, ઉંદર, ઇ.ને ભગાડવા કે મારવા માટે પાળવામાં આવતું નોળિયા કે બિલાડી જેવું પ્રાણી, 'પોલકૅટ'. ઉ૦ ક્રિ૦ નોળિયાની મદદથી શિકાર કરવો-હાંકી કાઢવું; ઉપર તળે કરીને તપાસવું-તપાસીને ખોળી કાઢવું (*out*).

fe'rric (ફે'રિક), **fe'rrous** (ફે'રસ), વિ૦ લોઢાનું, લોઢાવાળું, લોઢાને લગતું.

fe'rrule (ફે'રૂલ), **fe'rrel** (ફે'રલ), ના૦ લાકડીની છેડે બેસાડેલી ધાતુની ખોળી – કડી.

fe'rry (ફે'રિ), ઉ૦ ક્રિ૦ હોડી – પનાઈ – માં જવું – લઈ જવું – પાર લઈ જવું; હોડી ચલાવવી. ના૦ હોડી, પનાઈ, મછવો; હોડી, ઇ. જાય છે તે જગ્યા, ઘાટ, ઓવારો. **fe'rryman** ના૦ હોડીવાળો.

fert'ile (ફર્ટાઈલ, ફર્ટિલ), વિ૦ (જમીન, ઇ.) ફળદ્રુપ, આબાદ; ઉત્પાદનક્ષમ; (ભેજું) શોધક, યોજક, ચતુર, કલ્પક. **fertil'ity** (ફર્ટિલિટિ), ના૦ ફળદ્રુપતા; શોધક બુદ્ધિ, કલ્પકતા. **fert'ilize** (ફર્ટિલાઇઝ઼), સ૦ ક્રિ૦ [કૃષિ] ફળદ્રુપ બનાવવું, વધારે પાક આપે તેમ કરવું; [વનસ્પ.] પરાગકણ નાંખવા – નાખીને ઉત્પન્ન કરવું; ગર્ભાધાન કરવું. **fertiliza'tion,** ના૦ પરાગાધાન-ગર્ભાધાન-(કરવું તે). **fert'ilizer,** ના૦ ફળદ્રુપ – ફળવંતું-કરનાર; ખાતર.

fe'rule (ફે'રૂલ), ના૦ છોકરાને મારવાની શિક્ષકની પટ્ટી, આંકણી.

ferv'ent (ફર્વન્ટ), વિ૦ ગરમ, લાલચોળ, ચળકતું; (લાગણી) આતુર, તીવ્ર; આગ્રહભર્યું. **ferv'ency** (ફર્વન્સિ), ના૦ આતુરતા, હોંશ, આસ્થા, ભાવ. **ferv'our** (ફર્વર), ના૦ ઉત્સાહ, જુસ્સો, ઉત્કટતા. **fer'vid** (ફર્વિડ), વિ૦ ઉત્તપ્ત, પ્રદીપ્ત, ઉત્સાહભર્યું, આતુર.

fes'tal (ફે'સ્ટલ), વિ૦ ઉજાણી – મિજબાની-નું – અંગેનું; આનંદી, ઉલ્લાસવાળું.

fest'er (ફે'સ્ટર), અ૦ ક્રિ૦ સોજો આવીને પાકવું – પરુ થવું; કોહવું; (પેટમાં) બળ્યા કરવું. ના૦ જેમાંથી પરુ નીકળ્યા કરતું હોય એવો ફોલ્લો; શલ્ય.

fes'tival (ફે'સ્ટિવલ), ના૦ તહેવાર, પર્વ, ઉત્સવ; મોજમજા કરવી તે; ઉજવણી; કલાકાર,

ઇ.નું કૌશલ્ય તપાસવા માટેનો કાર્યક્રમ.

fes'tive (ફે'સ્ટિવ), વિ૰ આનંદી; શુભ, માંગલિક. **festiv'ity** ના૰ આનંદપ્રમોદ, હર્ષ, ઉત્સાહ; તહેવાર કે પર્વની ઉજાણી.

festoon' (ફે'સ્ટૂન), ના૰ ફૂલ, પાંદડાં, ફીતો, રિબનો, ઇ. નું તોરણ, તોરણ. સ૰ ક્રિ૰ તોરણ બાંધવાં; તોરણ બાંધીને શણગારવું.

fetch (ફે'ચ), ઉ૰ ક્રિ૰ જઈને લાવવું, લઈ આવવું; ઉપર – બહાર – આવે તેમ કરવું, -નું ઊપજવું – આવવું. ~ *a blow*, ફટકો લગાવવો – મારવો. ~ *a sigh*, નિસાસો નાંખવો. **fetch'ing**, વિ૰ આકર્ષક, મનોહર.

fête (ફેટ), ના૰ પર્વણી; ઉજાણી, મિજબાની; મેળાવડો. સ૰ ક્રિ૰ -નું સન્માન કરવું, માનમાં જમણ આપવું. [ગંધાતું, વાસ મારતું.

fet'id (ફે'ટિડ, ફી–), **foet'id** (ફી–), વિ૰

fet'ish, fet'ich(e) (ફે'ટિશ, ફી–), ના૰ જેમાં કશુંક જાદુઈ તત્ત્વ છે એમ માનીને જેની જંગલી કે પ્રાથમિક દશાના માણસો પૂજા કરે છે તે પથ્થર, ઝાડ, ઇ. (મુખ્યત્વે જડ–અચેતન) વસ્તુ; દેવક, દેવતા; બુદ્ધિની કસોટી પર ન ટકનારો સિદ્ધાન્ત; અતિ મહત્ત્વ આપેલી વસ્તુ.

fet'lock (ફે'ટ્લૉક), ના૰ ઘોડાની ઘૂંટી; તે પર ઊગતું વાળનું ઝૂમખું.

fett'er (ફે'ટર), ના૰ પગે બાંધવાની સાંકળ, શૃંખલા, બેડી; બંધન; અંકુશ, દાબ. સ૰ ક્રિ૰ બેડી ઘાલવી, પગે સાંકળ બાંધવી; કેદમાં નાંખવું.

fet'tle (ફે'ટલ), ના૰ સ્થિતિ, હાલત; સજાવટ, ટાપટીપ. *in fine* ~, સુખી–તંદુરસ્ત–હાલતમાં.

feu (ફ્યૂ), ના૰ અમુક ચોક્કસ ભાડે મકાન બાંધવા માટે જમીનનો કાયમી પટો.

feud (ફ્યૂડ), ના૰ બે કુટુંબો કે જમાતો વચ્ચે કાયમી વેર – હાડવેર – ઝઘડો–કલહ.

feud, ના૰ નોકરી બજાવવાના બદલામાં આપેલી જમીન–જાગીર – ગરાસ,–સરંજામ. **feud'al** (ફ્યૂડલ), વિ૰ એવી જાગીરનું – સંબંધી. ~ *system*, સરંજામશાહી – પટાવતી – પદ્ધતિ.

fev'er (ફીવર), ના૰ જ્વર, તાવ; જુસ્સો, ક્ષોભ, ઉકળાટ. સ૰ ક્રિ૰ તાવમાં નાંખવું; સંતપ્ત – ક્ષુબ્ધ – કરવું. **fev'ered**, વિ૰ [લા.] ક્ષુબ્ધ, અશાંત. **fev'erish**, વિ૰ તાવનાં લક્ષણોવાળું, થોડા તાવવાળું; અસ્વસ્થ, ચંચળ, ઢંગધડા વિનાનું.

few (ફ્યૂ), વિ૰ થોડાં, ઘણાં નહિ; થોડાંક જ, નહિ જેવાં. ના૰ થોડા લોકો – વસ્તુઓ, થોડાં. *a* ~, થોડાં, થોડાંક. *a good* ~, ઠીક ઠીક સંખ્યા. *every* ~ *days*, વારંવાર.

fey (ફે), વિ૰ અવ્યવસ્થિતચિત્ત; મરણોન્મુખ.

fez (ફે'ઝ઼), ના૰ ફૂમતાવાળી તુર્કી ટોપી.

fiancé (ફીઆંસે), ના૰ જેની સાથે સગાઈ – વાઙ્નિશ્ચય – થયો હોય તે પુરુષ.

fiancee, ના૰ વાગ્દત્ત વધૂ.

fias'co (ફિઍસ્કો), ના૰ (બ૰ વ૰ -s). નિષ્ફળતા; ફજેતી, રકાસ.

fi'at (ફાયટ, ફાયૅટ), વિ૰ હુકમ, આજ્ઞા, ફતવો; અધિકારપત્ર (આપવું તે).

fib (ફિબ), ના૰ નજીવું જૂઠાણું, ગપ. અ૰ ક્રિ૰ ગપ મારવી, ખોટું બોલવું. **fib'ber** (ફિબર), **fib'ster** (ફિબ્સ્ટર), ના૰ ગપ્પીદાસ.

fi'bre (ફાઇબર), ના૰ તંતુ, નસ, શિરા; રેસો, તાર, તંતુ; તંતુઓનો બનેલો પદાર્થ; ચારિત્ર્ય. *of coarse, delicate,* ~, કઠણ, નાજુક, મનનું. **fib'rous** (ફાઇબ્રસ), વિ૰ તંતુઓ – રેસા – વાળું. **fib'roid** (ફાઇબ્રૉઇડ), ના૰ તંતુ કે રેસાના જેવું કે તેનું બનેલું. ના૰ તંતુઓ કે રેસાની શરીરમાં – ગર્ભમાં – બનેલી ગાંઠ.

fib'ula (ફિબ્યુલા), ના૰ (બ૰ વ૰ -s, fibulae). ઘૂંટણથી ઘૂંટી સુધીનાં બે હાડકાંમાંનું બહારની બાજુનું નાનું હાડકું; ચાપડો.

fi'chu (ફિશૂ), ના૰ ગરદન અને ખભા પર ઓઢવાની સ્ત્રીઓની ત્રિકોણાકૃતિ શાલ; દુપટ્ટો.

fic'kle (ફિકલ), વિ૰ અસ્થિર, ચંચળ, ઠેકાણા વગરનું; નબળા ચારિત્ર્યનું – મનનું.

fic'tion (ફિકશન), ના૰ ઉપજાવી કાઢેલી વાત, શોધ, બનાવટ; કાલ્પનિક વાર્તા, નવલકથા (સાહિત્ય); [કા.] માની લીધેલી વાત. **ficti'tious** (ફિક્ટિશસ), વિ૰ કૃત્રિમ, બનાવટી; કલ્પિત, ખોટું; નામનું; (નામ, ભૂમિકા) ધારણ કરેલું.

fid'dle (ફિડલ), ના૰ સારંગી જેવું એક વાદ્ય, વાયોલિન; તોફાન વખતે વહાણમાં જમવાના ટેબલ પરની વસ્તુઓ સ્થિર રહે તે માટેનું સાધન. ઉ૰ ક્રિ૰ ફિડલ વગાડવી; નકામું

ભમ્યા કરવું – ચાળા કરવા; આળસમાં વખત બગાડવો; છેતરવું, ઠગવું. *with a face as long as a ~*, ગમગીન ચહેરા – મુખમુદ્રા-વાળું. *play second ~ to*, -થી ગૌણ ભાગ ભજવવો – ગૌણ સ્થાન લેવું. *fit as a ~*, પૂરે-પૂરું તંદુરસ્ત. **fiddle-de-dee'** (ફિડલ્–ડી -ડી), ના૦ મૂર્ખામી. **fiddler**, ના૦ ફિડલ વગાડનારો (વિ.ક. અણઘડ ભાડૂતી માટે). **fid-d'ling**, વિ૦ નજીવું, ક્ષુદ્ર. **fid'dlestick** (–સ્ટિક), ના૦ ફિડલ કે સારંગીનો ગજ; (બ૦ વ૦) અક્કલ વગરની વાત; કેવું વહિયાત!

fidel'ity (ફિડે'લિટિ, ફાઇ–), ના૦ વફા-દારી, નિષ્ઠા, ઈમાનદારી; મૂળને બરાબર અનુ-સરવું તે, ચોકસાઈ; સત્યનિષ્ઠા.

fidg'et (ફિજિટ), ના૦ અસ્વસ્થપણું, અજંપો, રઘવાટ; અજંપો કરનાર વ્યક્તિ. ઉ૦ક્રિ૦ અસ્વસ્થ કરવું – થવું; ચિંતા કરવી, અસ્વસ્થપણે–રઘવાયા રઘવાયા – (આમતેમ) ફરવું. **fidg'ety**, વિ૦ બેચેન, રઘવાયું, અજંપાવાળું.

fidu'ciary (ફાઇડ્યૂશરિ, ફિડ્યૂશિઅરિ), વિ૦ દઢ, એક યકીનવાળું; વિશ્વસ્ત કે ટ્રસ્ટીને નાતે (સાચવવા) લીધેલું; (કાગળના ચલણ અંગે) જેનું મૂલ્ય લોકોના વિશ્વાસને લીધે છે, નહિ કે તેના બદલામાં સોનું લઈ શકાય તેથી. ના૦ વિશ્વસ્ત, ટ્રસ્ટી.

fie (ફાઇ), ઉદ્‌ગાર. છિટ્! છિટ્! ધિક્કાર હો!

fief (ફીફ), ના૦ જુઓ feud.

field (ફીલ્ડ), ના૦ ખેતર; ઘાસનું મેદાન; ખુલ્લી જમીન, મેદાન; કોલસા, તેલ, ઇ. જેવો કોઈ ખનિજ પદાર્થ વિપુલ હોય એવો પ્રદેશ – ક્ષેત્ર; રણક્ષેત્ર, રણાંગણ; રમતનું મેદાન; કાર્ય-ક્ષેત્ર–પ્રદેશ; આધારભૂત–પાર્શ્વ–ભૂમિ; જ્ઞાનની શાખા. ઉ૦ ક્રિ૦ (ક્રિકેટ, ઇ. માં) દડાને રોકીને પાછો આપવો, ઇ., ક્ષેત્રપાલન કરવું. *beat the ~*, બીજા બધાને હરાવીને જીત મેળવવી. *hold the ~ (against)*, સામે ટકી રહેવું. *take the ~*, રણમાં – લડાઈમાં ઊતરવું. **field--book**, ના૦ મોજણીની નોંધની ચોપડી. **field-day**, ના૦ લશ્કરી દાવપેચની કવાયતનો દિવસ; મહત્ત્વનો પ્રસંગ, મહાન અવસર; ગામ-ડાની સફર; [અમે.] રમતગમતનો દિવસ. **field-glass**, ના૦ બે આંખે જોવાનું દૂરબીન. **field-gun, field-piece**, ના૦ ગાડા પર – ઘોડી પર – મુકાતી–ચડાવવામાં આવતી–તોપ. **Field Marshal** (– માર્શલ), ના૦ લશ્કરમાં ઊંચામાં ઊંચો હોદ્દો ધરાવનાર, અમલદાર. **fielder**, ના૦ [ક્રિકેટ, ઇ. માં] ક્ષેત્રપાલ. **field-sports**, ના૦ શિકાર, તીરંદાજી, ઇ. રમતો. **field'-work** (-વર્ક), ના૦ કામચલાઉ કિલ્લેબંધી; જગ્યા પર જઈને કરેલી તપાસ–કામ.

fiend (ફીન્ડ), ના૦ શેતાન, ભૂત; અતિદુષ્ટ–ક્રૂર – માણસ, રાક્ષસ. **fiend'ish**, વિ૦ અતિદુષ્ટ, ક્રૂર, રાક્ષસી.

fierce (ફિઅર્સ), વિ૦ ક્રૂર, વિકરાળ; જંગલી, હિંસ્ર; આવેશવાળું, આતુર; તીવ્ર, ઉગ્ર.

fier'y (ફાયરિ), વિ૦ અગ્નિનું, અગ્નિમય, અગ્નિની જ્વાળાવાળું; સળગાવતું, આગ લગાડતું; દેદીપ્યમાન, ચળકતું, તેજસ્વી; આતુર; ગરમ મિજાજનું, સહેજમાં ગુસ્સે થનારું; તામસી, ક્રોધી.

fife (ફાઇફ), ના૦ પાવો, મોરલી, વાંસળી. અ૦ ક્રિ૦ પાવો વગાડવો. **fif'er**, ના૦ પાવો વગાડનાર.

fif'teen (ફિફ્ટીન), વિ૦ અને ના૦ પંદર (૧૫). **fifteen'th** (ફિફ્ટીન્થ), વિ૦ અને ના૦ પંદરમું; પંદરમો અંશ.

fifth (ફિફ્થ), વિ૦ અને ના૦ પાંચમું, પંચમ; પંચમાંશ. *~ column*, પાંચમી કતાર, પંચમ સ્તંભ; દેશદ્રોહી – દુશ્મનને મદદ કરનાર – માણસોનું જૂથ. જુઓ columnમાં.

fif'ty (ફિફ્ટિ), વિ૦ અને ના૦ પચાસ (૫૦). **fif'tieth** (ફિફ્ટિએ'થ), વિ૦ અને ના૦ પચાસમું; પચાસમો અંશ. [દમડીની ચીજ.

fig (ફિગ), ના૦ અંજીર; અંજીરનું ઝાડ;

fight (ફાઇટ), ઉ૦ ક્રિ૦ (ભૂ૦ કા૦ fought). સામનો કરવો; લડવું, યુદ્ધ કરવું; હરાવવાનો પ્રયત્ન કરવો; લડાવવું, -ની લડાઈ કરાવવી. ના૦ લડાઈ, યુદ્ધ; ઝઘડો, મારામારી; લડાયક – નમતું ન આપવાની – વૃત્તિ. *~ out a thing, ~ it out*, લડીને નિકાલ આણવો. *~ shy of*, -થી આઘા રહેવું, ટાળવું. *free ~*, છૂટા હાથની મારામારી. **fight'er** (ફાઇટર), ના૦ કેવળ બૉમ્બ ફેંકનારું નહિ, પણ હવાઈ યુદ્ધમાં પ્રત્યક્ષ લડનારું વિમાન.

fig'ment (ફિગ્મન્ટ), ના૦ બનાવટી-જોડી કાઢેલી-કાલ્પનિક વાત; કલ્પનાનો તુક્કો-(~ *of the imagination*).

figura'tion (ફિગ્યુરેશન, ફિગ-), ના૦ આકાર-ઘાટ-આપવો તે; આકાર, આકૃતિ, ઘાટ.

fig'urative (ફિગ્યુરટિવ, ફિગ-), વિ૦ શાબ્દિક કે અક્ષરાર્થનું નહિ એવું; આલંકારિક, લાક્ષણિક; રૂપકાત્મક, અલંકારપ્રચુર.

fig'ure (ફિગર), ના૦ બાહ્ય આકાર, ઘાટ; સૂચક ચિહ્ન, નિશાની, નમૂનો; આકૃતિ, પ્રતિમા; નકશો, ચિત્ર, આકૃતિ; પૂતળું; અંક, આંકડો (સંખ્યાસૂચક); શરીરાકૃતિ; નૃત્યમાં વિશિષ્ટ પદવિન્યાસ; મહત્ત્વની-પ્રસિદ્ધ-વ્યક્તિ; કિંમત. ઉ૦ ક્રિ૦ કલ્પના કરવી; આકૃતિ, ચિત્ર, ઇ. દ્વારા રજૂ કરવું, -વડે શણગારવું; ગણવું, હિસાબ કરવો; [ગ.] દાખલો ગણવો; દર્શન દેવાં, દેખાવું; નામ-નામના-મેળવવી; [અમે.] વિચાર કરવો, અનુમાન કરવું. *cut a* ~, છાપ-પ્રભાવ-પાડવો. *cut a poor* ~, મૂર્ખ દેખાવું. ~ *in a play*, નાટકમાં ભાગ ભજવવો. ~ *out*, હિસાબ કાઢવો, -કરવો. ~ *of speech*, અલંકાર. **fig'urehead**, વહાણના આગલા ભાગ-નાળ-પર કોતરેલી માણસની આકૃતિ; નામનો-ખરી સત્તા વિનાનો-વડો, શોભાનો ગાંઠિયો. **figurine'** (ફિગ્યુરીન), ના૦ નાનકડી મૂર્તિ-પ્રતિમા.

fil'ament (ફિલમન્ટ), ના૦ તંતુ, તાર, રેસો, કેસર, નસ; [વનસ્પ.] સ્ત્રીકેસરના આધારભૂત પુંકેસરની દાંડી; વીજળીના દીવાની અંદરનો તાર-તંતુ.

fil'bert (ફિલ્બર્ટ), ના૦ બદામ જેવું કવચ-[વાળું 'હેઝલ'નું ફળ.

filch (ફિલ્ચ), સ૦ ક્રિ૦ (નજીવી વસ્તુઓ) ચોરવું, ચોરી કરવી; પડાવી લેવું.

file (ફાઇલ), ના૦ કાનસ, રેતડી. સ૦ ક્રિ૦ કાનસ વતી ઘસવું-ઘસીને સુંવાળું કરવું-સાફ કરવું-કાપી કાઢવું. **fil'ings** ના૦ કાનસ વતી ઘસ્યાથી પડેલો ભૂકો-ચૂરો

file, ના૦ કાગળપત્ર નિયમસર ગોઠવી પરોવી મૂકવાની દોરી-તાર, માળખું; કાગળિયાં મૂકવાની નાનકડી પેટી; આવી રીતે ગોઠવેલાં કાગળિયાં; માસિક, ઇ.ની ક્રમસર અંકોની માળા કે તેનું બાંધેલું પુસ્તક; [લશ્કર] એકની પાછળ બીજો એમ ઊભેલા સિપાઈઓની હાર; વસ્તુઓ કે માણસોની હાર-કતાર. ઉ૦ ક્રિ૦ એકની પાછળ એક એમ હારબંધ કૂચ કરવી; ફાઇલમાં કાગળ મૂકવા; દફતરે રાખવું -દાખલ કરવું. *single* ~, એકની પાછળ એક એવી (રીતે ચાલનાર) માણસોની હાર. *rank and* ~, કૉર્પોરલો અને સિપાઈઓ (કમિશન કે વૉરન્ટવાળા અમલદારો સિવાયના); નેતાઓ સિવાયના બીજા બધા લોકો.

fil'ial (ફિલિઅલ), વિ૦ દીકરા કે દીકરીનું-ને છાજે તેવું; દીકરા કે દીકરી તરફનું. ~ *piety*, પુત્રધર્મ, પુત્રીધર્મ.

fil'ibeg (ફિલિબેગ), ના૦ [સ્કૉ.] કેડથી ઘૂંટણ સુધીનો સ્કૉટિશ હાઈલૅન્ડરનો ઘાઘરો.

fil'ibuster (ફિલિબસ્ટર), ના૦ પોતાના સ્વાર્થ માટે પરદેશી રાજ્ય સાથે અનધિકૃતપણે યુદ્ધ કરનાર; ચાંચિયો; બોલી બોલીને વખત ખુટાડી પાર્લમેન્ટમાં રજૂ થયેલો ખરડો પસાર થતો અટકાવનાર, કાયદાને ખોળંબે ચડાવનાર.

fil'igree, fil'agree (ફિલિગ્રી, ફિલગ્રી), ના૦ નાજુક જરીનું કામ, સોનાચાંદીના તારનું નકશીકામ.

filings, જુઓ fileમાં

fill (ફિલ), ઉ૦ ક્રિ૦ ભરવું,-માં ભરવું; ભરાવું, ભરાઈ જવું; આખી જગ્યા ભરી દેવી-રોકી પાડવી; આખી જગ્યામાં-ચોમેર-ફેલાઈ જવું; નિમણૂક કરીને ખાલી જગ્યા પૂરવી; સંતુષ્ટ-તૃપ્ત-કરવું; -નો હોદ્દો ભોગવવો, -ના હોદ્દા પર હોવું. ના૦ પેટ ભરાય-સંતોષ થાય-તેટલું (*one's*~). ~ *in*, ખૂટતી વસ્તુ-ખાલી જગ્યા-ભરીને પૂરું કરવું. ~ *the bill*, જરૂરી વસ્તુઓ પૂરી પાડવી, ગરજ પાર પાડવી. ~ *out*, ફૂલવું, ઊપસી આવવું, જાડા થવું. ~ *up*, સંપૂર્ણપણે ભરી દેવું; પત્રક (ફૉર્મ) ઠેકઠેકાણે જરૂરી માહિતી ભરીને પૂરું કરવું.

fill'et (ફિલિટ), ના૦ માથા ફરતી પહેરવામાં આવતી ફીત કે પાટી જેવું ઘરેણું, બંધી, દામણી; વાળ બાંધવા માટેની ફીત, પાટી, દોરો; હાડકા વિનાનો માંસનો કે માછલીનો પાતળો કકડો; પૃષ્ઠ ભાગમાંથી કાપેલું માંસ. સ૦ ક્રિ૦ ફીત વતી બાંધવું, ફરતી ફીત વીંટાળવી; માછલીની ચીરીઓ કરવી.

fill'ip (ફિલિપ), ના૦ ટકોરો, ટપલી, ચપટી; પ્રેરણા, ઉત્તેજન; નજીવી વસ્તુ. ઉ૦ ક્રિ૦ ટકોરો – ચપટી – વગાડવી; ઉત્તેજન – પ્રેરણા – આપવી (*give a ~ to*). [છોકરી.

fill'y (ફિલિ), ના૦ વછેરી, ટટવાણી; છકેલી

film (ફિલ્મ) ના૦ પાતળી ચામડી, પોપડી, પડદો; [ફોટો.] પતરા કે કાગળ પર ચોપડવામાં આવતો સરેસનો થર, સરેસની પટ્ટી કે પ્લેટ; સિનેમામાં વપરાતો સેલ્યુલૉઇડનો વીંટો (રોલ); સિનેમાનું ચિત્ર; છારી, પડળ; જાળું; ઝીણો તંતુ, રેસો. ઉ૦ ક્રિ૦ છારી–પાતળી ત્વચા–થી ઢાંકવું – ઢંકાવું; સિનેમાનાં ચિત્રો પાડવાં – ઉતારવાં. ~ *star*, સિનેમાનો જાણીતો નટ. અથવા નટી. **fil'my** (ફિલ્મિ), વિ૦ તાંતણા – તાર – રેસાનું – ના જેવું; છારી–પડળ–વાળું.

fil'ter (ફિલ્ટર), ના૦ પ્રવાહીને ગાળીને શુદ્ધ કરવાનું સાધન, ગળણું –ણી, 'ફિલ્ટર'. ઉ૦ ક્રિ૦ (filtrate પણ) (પ્રવાહીને) 'ફિલ્ટર'માંથી પસાર કરવું, ગાળવું, શુદ્ધ કરવું; નીતરવું, ટપકવું. **filtrate** (ફિલ્ટ્રેટ), ના૦ ગાળેલું પ્રવાહી–દારૂ. **filtra'tion**, ના૦ નિતારવું–ગાળવું–તે; ગળાયેલો પ્રવાહી પદાર્થ.

filth (ફિલ્થ), ના૦ મેલ, કચરો; ગંદવાડ; અશ્લીલતા, ભ્રષ્ટતા. **fil'thy** (ફિલ્થિ), વિ૦ મેલું, ગંદું; ગલીચ, અશ્લીલ.

fin (ફિન), ના૦ (બ૦ વ૦ ફિન્ઝ) માછલાં વગેરે જળચર પ્રાણી જેની મદદથી પાણીમાં ફરે છે તે પાંખ જેવા તેમના અવયવ–હાથ.

fin'al (ફાઇનલ), વિ૦ છેવટે આવતું, છેવટનું, અંતિમ; નિર્ણાયક. ના૦ આખરી પરીક્ષા; કસોટીનો સામનો (બહુધા બ૦ વ૦માં). **final'ity** (ફાઇનૅલિટિ), ના૦ છેવટનું – આખરી કાર્ય; અંત; અંતિમતા, નિર્ણયાત્મકતા. **fin'ally** (ફાઇનલિ), ક્રિ૦વિ૦ છેવટે, છેવટનું.

fina'le (ફિનાલિ), ના૦ નાટક કે સંગીત-રચનાનો આખરી ભાગ, આખરી ગત; અંત.

finance' (ફિનૅન્સ, ફાઇ –), ના૦ રાજ્યનાં – સાર્વજનિક – નાણાંની વ્યવસ્થા કરવી તે; તેનાં આવકખર્ચનું શાસ્ત્ર; (બ૦ વ૦) રાજ્ય, કંપની કે વ્યક્તિનાં દ્રવ્યગત સાધનો; આવક. ઉ૦ ક્રિ૦ પૈસા પૂરા પાડવા નાણાં પૂરાં કરી ચલાવવું. **finan'cial** (ફિનૅન્શલ, ફાઇ–) વિ૦ રાજ્યના મહેસૂલ – આયવ્યય – નું – સંબંધી, નાણાકીય. **finan'cier** (ફિનૅન્સિઅર, ફાઇ–, –સર), ના૦ નાણાંના વહેવારમાં તજ્જ્ઞ; મૂડીવાળો. [પક્ષી.

finch (ફિંચ), ના૦ એક જાતનું નાનું ગાનારું

find (ફાઇન્ડ), સ૦ ક્રિ૦ (ભૂ૦કા૦ found). મળવું, જડવું, મળી આવવું, નજરે પડવું; ખોવાયેલું જડવું; ખોળી – શોધી – કાઢવું; જાતે જોઈને – તપાસીને – ખાતરી કરવી, નક્કી કરવું; (પૈસા, ઇ.) આપવું, પૂરું પાડવું; [કા.] ગુનેગાર કે ગુના વિષે નિવેડો આપવો. ના૦ ખજાનાની શોધ; શોધેલો ખજાનો, હાથ આવેલી મૂલ્યવાન વસ્તુ. ~ *favour (with)*, -ની માન્યતા મળવી. ~ *oneself*, પોતાની શક્તિઓ, ઇ.નું ભાન થવું – ખોળી કાઢવું. ~ *one's feet*, પગભર થવું. ~ person out, કોઈનાં ખરાબ કરતૂતો, દુર્ગુણ, ઇ. શોધી કાઢવું. **finding**, ના૦ જૂરીનો ફેંસલો – નિર્ણય – ચુકાદો. **well found**, આવશ્યક વસ્તુઓથી યુક્ત.

fine (ફાઇન), ના૦ દંડ; વિશિષ્ટ અધિકાર કે સવલત માટે આપેલી રકમ. સ૦ક્રિ૦ દંડ કરવો.

fine, ના૦ *in ~*, ટૂંકમાં, સારાંશ.

fine, વિ૦ ઊંચી જાતનું; નાજુક, બારીક, સૂક્ષ્મ; શુદ્ધ (કરેલું); પાતળું, ઝીણું, તીક્ષ્ણ; સુંદર, ખૂબસૂરત; ભવ્ય; તેજસ્વી, ચળકતું; ચકોર, ચાલાક; દેખાવ કરનારું; (હવામાન) સુંદર, વરસાદ પાણી વિનાનું. ~ *arts*, લલિત કળાઓ (સંગીત, ચિત્ર, નૃત્ય, શિલ્પ, ઇ.). ઉ૦ ક્રિ૦ વધારે પાતળું કે તીક્ષ્ણ બનાવવું – બનવું. **fin'ery** (ફાઇનરિ), ના૦ સુંદર કપડાં, ઘરેણાં, ઇ.; ભભક, ચળકાટ.

finesse' (ફિનૅસ), ના૦ કુશળતા, કુનેહ; ચાલાકી, યુક્તિ; સૂક્ષ્મ વિવેક. ઉ૦ક્રિ૦ ચાલાકી–યુક્તિ – વાપરવી, યુક્તિથી કામ પાર પાડવું.

fing'er (ફિંગર), ના૦ આંગળી, આંગળું; આંગળ (માપ); આંગળીની જેમ વાપરી શકાય એવી વસ્તુ. સ૦ ક્રિ૦ આંગળી વતી અડકવું – સ્પર્શ કરવો – પકડવું – આમતેમ ફેરવવું; છેડવું, અડકવું; ક્યાં આંગળાં વાપરી શકાય તે બતાવવા સંગીતની ચીજ પર નિશાનીઓ કરવી. *have a ~ in the pie*, -માં ભાગ હોવો, -માં સામેલ હોવું. *lay a ~ on*, ઈજા કરવી *have at one's ~-tips*, *~ -ends*,

-ના નખમાં હોવું, -માં નિષ્ણાત હોવું, વિષે બધી વસ્તુઓ મોઢે-આંગળીને ટેરવે-હોવી. *turn, twist, person round one's ~*, આંગળીને ટેરવે નચાવવું. *little ~*, ટચલી આંગળી. *middle ~*, વચલી આંગળી, મધ્યમા. *ring ~*, અનામિકા. *fore ~*, તર્જની. **fing'ered,** વિ૦ આંગળાં કેમ વાપરવાં તે માટે નિશાનીઓ કરેલું; આંગળીઓવાળું-**light-fingered,** વિ૦ ચોરટું. **finger-bowl,** ના૦ (ભોજન વખતે) આંગળાં બોળીને ધોવાનો પ્યાલો. **finger-plate,** ના૦ આંગળાંની નિશાનીઓ – ડાઘા – ન પડે તે માટે બારણા પર ચોડેલું પિત્તળનું પતરું. **finger-post,** ના૦ આંગળીની નિશાનીવાળો માર્ગ-દર્શક થાંભલો. **fingerprint,** ના૦ આંગળાં-ની છાપ (વિ. ક. ગુનેગારને ઓળખવા માટે લેવાતી). **finger-stall,** ના૦ આંગળીના રક્ષણ માટેનું સાધન; [સીવણ] અંગૂઠી.

fing'ering, ના૦ વાદ્ય વગાડવામાં કુશળતા-પૂર્વક આંગળીઓ ચલાવવી તે; મોજાં માટેનું ઊન.

fin'ial (ફિનિઅલ), ના૦ મકાનના છાપરાની ટોચે શણગાર માટે કરેલી રચના.

fin'ical (ફિનિકલ), **fin'ickin** (ફિનિકિન), **fin'ick'ing** (ફિનિકિંગ), **fin'icky** (ફિનિકિ), વિ૦ નજીવી વસ્તુઓ – બાબતો – વિષે વધારે પડતું ધ્યાન રાખનારું, વરણાગિયું, ફક્કડ; (વસ્તુ) અનેક અંગઉપાંગોવાળું, ત્રાસદાયક ને વાપરવું મુશ્કેલ, અટપટું.

fin'is (ફાઇનિસ), ના૦ (ચોપડીને અંતે) સમાપ્ત; છેવટ, અંત.

fin'ish (ફિનિશ), ઉ૦ ક્રિ૦ પૂરું – સમાપ્ત – કરવું – થવું; -નો છેડો–અંત–આણવો–આવવો; સર્વાંગસંપૂર્ણ કરવું, છેલ્લો હાથ દેવો; પૂરું કરવું, મારી નાંખવું. ના૦ છેવટ, અંત; છેવટનો હાથ; છેલ્લી સફાઈ; પરિપૂર્ણ – ખોડખામી વિનાનું–હોવું તે; સફાઈદાર વર્તન; ઉઠાવ, દેખાવ.

fin'ite (ફાઇનાઇટ), વિ૦ મર્યાદાવાળું, મર્યાદિત, સાન્ત; [વ્યાક.] વચન અને પુરુષથી મર્યાદિત.

Finn (ફિન), ના૦ ફિનલન્ડનો વતની. **Finnish,** વિ૦ અને ના૦ ફિનલન્ડના લોકોનું (-ની ભાષા).

finn'an (ફિનન), ના૦ ~ *haddock* (પણ). ધુમાડી આપીને સૂકવેલી હેડૉક (દરિયાઈ) માછલી.

finny (ફિનિ), વિ૦ (માછલી અંગે) પાંખ (જેવાં અંગો)વાળું, -પાંખના જેવું; માછલાંથી ભરપૂર.

fiord, fjord, (ફ્યૉર્ડ), ના૦ ટેકરીઓ વચ્ચેનો દરિયાનો અખાત.

fir (ફર), ના૦ શંકુ આકારના ફળવાળું સોય જેવાં પાંદડાંવાળું એક ઝાડ; તેનું લાકડું.

fire (ફાયર), ના૦ દેવતા, અગ્નિ; તાપણી; દેવતા, વસતેવ; આગ, લાય; તેજ, પ્રકાશ; જુસ્સો, તેજ, આવેશ; જ્વાળા; ઉત્સાહ, આગ; ગોળીબાર, તોપમારો. *on ~*, બળતું, પ્રક્ષુબ્ધ (દશામાં), અતિ ઉત્સુક. *under ~*, ગોળી-બારમાં કે તોપમારામાં રહેલું. *set ~ to*, સળગાવી દેવું, આગ ચાંપવી. *set the Thames on ~*, મહા પરાક્રમ કરવું. ઉ૦ ક્રિ૦ સળગાવવું, પેટવવું; આગ લગાડવી, સળગાવવું; આગ લાગવી, સળગવું; ગરમ થવું, જોસમાં આવવું; ઉશ્કેરાવું; (માટીનાં વાસણ) શેકવું, પકવવું; (બંદૂક, ઇ. ફોડવું; નોકરી પરથી કમી કરવું. *~ away*, (ભાષણ, ઇ.) શરૂ કરવું, આગળ વધવું. *~ up*, એકદમ ગરમ થવું – ક્રોધથી ઊકળી જવું.

fire'-alarm, ના૦ આગની સૂચના–ચેતવણી.

fire'arm (–આર્મ), ના૦ બંદૂક, પિસ્તોલ ઇ.

fire'brand (–બ્રૅન્ડ), ના૦ લાકડાનો બળતો કકડો, ખોરિયું; આગ ચાંપનાર, કજિયો સળગાવનાર; હિંસક માર્ગે સરકારના તંત્રમાં ફેરફાર – ક્રાન્તિ – કરવા માટે લોકોને ઉશ્કેરનાર.

fire'-brigade, ના૦ આગ હોલવનાર બંબા-વાળાની ટુકડી, બંબાવાળા.

fire'-cracker, ના૦ ફટાકો.

fire'damp (–ડૅમ્પ), ના૦ ઝટ સળગી ઊઠે એવો કોલસાની ખાણમાં પેદા થતો વાયુ – ગૅસ.

fire'dog (–ડૉગ), ના૦ દેવતામાં નાખેલાં લાકડાં ટેકવવાનો ચૂલાનો કઠેરો – આધાર.

fire'-eater (–ઈટર), ના૦ દેવતા ખાઈ બતાવનાર જાદુગર; ક્રોધી ઝઘડાળુ માણસ.

fire'-engine, ના૦ આગ હોલવવાનો બંબો.

fire'-escape (–ઇસ્કેપ), ના૦ બળતા મકાન-માંથી નીકળી જવાની લાંબી સીડી, ઘરની બહાર મૂકેલી લોઢાની નિસરણી.

fire'-fly (–ફ્લાઈ), ના૦ આગિયો, ખદ્યોત.

fire'-irons (–આયર્ન્સ), ના૦ દેવતા ખોરવાનો ચીપિયો.

fire'man (–મન), ના૦ આગનો બંબાવાળો; [એંજિનનો કોલસાવાળો.

fire'place (–પ્લેસ), ના૦ સગડી, ચૂલો.

fireproof (–પ્રૂફ), ના૦ આગથી બળે નહિ એવું, અદાહ્ય.

fire'side (–સાઇડ), ના૦ ચૂલા ફરતી જગ્યા.

fire-trap (–ટ્રેપ), ના૦ આગના સંજોગોમાં અતિ ભયંકર જગ્યા–બહાર નીકળી જવાના રસ્તા વગરનું મકાન, ઇ.

firework (–વર્ક),ના૦ દારૂખાનું, આતશબાજી; બુદ્ધિની ચમક, પ્રતિભા, ઇ. નું પ્રદર્શન (કરનારી વાતચીત, ઇ.).

fir'ing (ફાયરિંગ), ના૦ બળતણ; ગોળીબાર, તોપમારો. [પીપ; ૮ કે ૯ ગૅલનનું એક માપ.

firk'in (ફર્કિન), ના૦ (માખણ, ઇ. નું) નાનું

firm (ફર્મ), ના૦ વેપારી પેઢી, દુકાન; ધંધો કરનારા ભાગીદારો.

firm (ફર્મ), વિ૦ કઠણ, મજબૂત, ઘટ્ટ; દૃઢ, ડગે નહિ એવું, અડગ; સ્વીકાર્યા–હા પાડચા–પછી રદ ન કરી શકાય એવું (માગું, માગ, ઇ.). ક્રિ૦વિ૦ દૃઢતાથી.

firm'ament (ફર્મમન્ટ), ના૦ આકાશ, ગગન, અંતરાળ; આકાશનો ગુંબજ–ઘુમ્મટ.

first (ફર્સ્ટ), વિ૦ પહેલું, સૌથી પહેલું–આગળનું (સમય, સ્થાન, ક્રમ, હોદ્દો, ઇ.માં); શ્રેષ્ઠ, ઉત્કૃષ્ટ, પ્રથમ કોટિનું. ના૦ યુનિવર્સિટીમાં ઑનર્સ સાથે પહેલો વર્ગ; તે મેળવનાર; પ્રદર્શન, ઇ. માં પહેલું ઇનામ. ક્રિ૦ વિ૦ પહેલું, બીજા બધા કરતાં પહેલું; પહેલી વાર; માગ મૂકું–જવા દઉં–તે પહેલાં. *at ~*, શરૂઆતમાં. *from the ~*, શરૂઆતથી, પ્રથમથી. *I will come ~thing*, સવારમાં વહેલું, બીજું કશું કરતા પહેલાં. *I'll see him hanged ~*, તે કહે છે તે હું કદી કરવાનો નથી. *the F~ Cause*, આદિ કારણ, પરમેશ્વર. *at ~ sight*, પ્રથમ દર્શને. **first-aid**, ના૦ ઈજા પામેલાની તાત્કાલિક સારવાર, પ્રાથમિક ઉપચાર. **first-class**, વિ૦ સારામાં સારી જાતનું. **first cost**, વસ્તુ તૈયાર કરવામાં આવતું ખર્ચ, પડતર કિંમત. **first floor**, [અમે.] ભોંયતળિયું; [ઇંગ્લંડ] પહેલો માળ. **first fruits**, ઋતુનાં શરૂઆતનાં ફળ, ઇ.; પ્રભુને અર્પણ કરાતો મોસમનો પહેલો ફાલ; પરિશ્રમ કે ઉદ્યોગનું પહેલું ફળ. **first-hand**, (માહિતી, ઇ.) પ્રત્યક્ષ, બીજાની દરમિયાનગીરી વગરનું. **first-rate**, સારામાં સારી જાતનું. **first'ly**, ક્રિ૦ વિ૦ પહેલું. [ખાડી.

firth, (ફર્થ), **frith** (ફ્રિથ), ના૦ અખાત;

fis'cal (ફિસ્કલ), વિ૦ રાજ્યની તિજોરી–મહેસૂલ–નું–સંબંધી. ના૦ [ઇતિ.] (કેટલાક દેશોમાં) કાયદાનો અધિકારી.

fish (ફિશ), ના૦ માછલી, મત્સ્ય; [વાત. *cool*, *queer*, ઇ. ની સાથે] અમુક પ્રકારનું માણસ, ચક્રમ. *a ~out of water*, બેચેન–મૂંઝવણમાં પડેલું–માણસ. *a poor ~*, મૂર્ખ, નકામો માણસ. *have other ~to fry*, બીજાં–વધારે મહત્ત્વનાં–કામ કરવાનાં હોવાં. *a pretty kettle of ~*, ખરાબ ધંધો, મુશ્કેલ વાત–બાબત. *cry stinking ~*, પોતાની જાતને ઉતારી પાડવું. ઉ૦ ક્રિ૦ માછલાં પકડવાનો પ્રયત્ન–પ્રવૃત્તિ–કરવી; ચાલાકીથી બાતમી કઢાવવાનો પ્રયત્ન કરવો; માછલાં પકડવાં; શોધવું; પકડીને બહાર કાઢવું. *~ in troubled waters*, અંધાધૂંધીમાંથી સ્વાર્થ સાધવાનો પ્રયત્ન કરવો. *~ for compliments*, પોતાની નિંદા કરીને બીજા પાસેથી સ્તુતિના શબ્દો કઢાવવા. **fish'er(man)** (ફિશર(મન)), ના૦ માછલાં પકડનાર–પકડવાનો ધંધો કરનાર–માણસ, માછીમાર. **fish'ery** (ફિશરિ), ના૦ માછીનો ધંધો; માછલાં પકડવાની જગ્યા–ક્ષેત્ર.

fish-hook, (ફિશ-હુક), ના૦ માછલાં પકડવાની આંકડી–ગલ.

fishing-line, ના૦ માછલાં પકડવાની દોરી.

fishing-rod, ના૦ માછલાં પકડવાનો ગલ ને દોરી જેને બાંધેલી હોય છે તે લાકડી.

fishmonger (ફિશ્‌મંગર), ના૦ માછલાં વેચનાર. [પાટાને જોડનાર પટી.

fish-plate (ફિશ્‌ પ્લેટ), ના૦ રેલના બે

fish-pond (ફિશ્‌ પૉંડ), ના૦ માછલાંનું તળાવ–કુંડ; [મજાકમાં] દરિયો.

fish-slice, (–સ્લાઇસ), ના૦ ભોજન વખતે માછલીના કકડા કરવાની છરી; માછલી રાંધતી વખતે વાપરવાનો તાવેથો.

fish'wife (–વાઇફ઼), ના૦ માછલાં વેચનારી.
fish'y (ફ઼િશિ), વિ૦ માછલાનું; વિપુલ માછલાં-વાળું; માછલાંના જેવું; સંશયાસ્પદ, અપ્રામાણિક.
fi'ssion (ફ઼િશન), ના૦ [જીવ.] પ્રજોત્પાદનની એક રીત તરીકે પેશીના બે ભાગલા પડવા તે; કોઈ વસ્તુને ફોડી તેના જુદા જુદા ઘટક અલગ કરવા; અણુબીજકનું ફાટવું.
fi'ssure (ફ઼િશર), ના૦ તડ, ફાટ, ચીરો.
fist (ફ઼િસ્ટ), ના૦ મુઠ્ઠી, મુષ્ટિ; (મારવા માટે) મુક્કી –મુક્કો. **close-fisted, tight-fisted,** ચિંગૂસ, દમડી પણ ન છોડનારો. **fis'ticuffs** (ફ઼િસ્ટિકફ઼્સ), ના૦ બ૦ વ૦ મુષ્ટિયુદ્ધ, મુક્કાબાજી.
fis'tula (ફ઼િસ્ટ્યુલા, ફ઼િસ્ચુ–), ના૦ કેટલાંક પ્રાણીઓમાં હોય છે તે નળી જેવા અવયવ; સાંકડા મોઢાવાળો નળી જેવો ઊંડો વ્રણ, નાસૂર, ભગંદર.
fit (ફ઼િટ), ના૦ આંકડી, ફેફરું; રક્તજ મૂર્ચ્છા, બેભાન થવું તે; લકવો, અપસ્માર કે વાયુનો હુમલો; આવેશ, આવેગ (દા. ત. *a ~ of anger*). *by ~s (and starts)*, રહી રહીને, લહેર આવે તેમ.
fit, વિ૦ લાયક, યોગ્ય, ઉચિત; યોગ્ય, શોભે એવું; બરાબર, યોગ્ય; યોગ્ય, પાત્ર; તૈયાર, સજ્જ; તન્દુરસ્ત; સમર્થ, કાર્યક્ષમ. *~ to drop*, બહુ જ થાકી –કંટાળી – ગયેલું. *laughed ~ to burst*, પેટ પકડીને હસ્યો, બેસુમાર હસ્યો. *think ~ (to)*, -ને યોગ્ય લાગવું; નિર્ણય કરવો. *feel, be, as ~ as a fiddle*, સરસ તબિયત હોવી. ઉ૦ ક્રિ૦ યોગ્ય કદ અને આકારનું હોવું –કરવું, બંધ બેસતું હોવું –કરવું; -ની સાથે મેળ ખાવો; યોગ્ય – ઉપયોગી – થાય એવું કરવું; સજ્જ કરવું, તૈયારી કરી આપવી; પૂરું પાડવું, -થી યુક્ત કરવું. *~ in*, -ને માટે અનુકૂળ હોવું, -ની સાથે બંધબેસતું હોવું. *~ out*, બધી જરૂરી વસ્તુઓથી સજ્જ કરવું. *~ (a place) with*, -થી સુસજ્જ કરવું. *~ up*, ઉપયોગ માટે તૈયાર કરવું. ના૦ કપડાનું બંધબેસતું આવવું તે. [રહીને થનારું.
fit'ful (ફ઼િટ્ફુલ), વિ૦ ચંચળ, લહેરી, રહી
fit'ment (ફ઼િટ્મન્ટ), ના૦ ઉપકરણ, રાચરચીલાની કોઈ વસ્તુ.
fit'ness (ફ઼િટ્નિસ), ના૦ લાયકાત, પાત્રતા; ઔચિત્ય. *in the ~ of things*, યોગ્ય, ઉચિત.
fitt'er (ફ઼િટર), ના૦ યંત્રના જુદા જુદા ભાગ – સાંધા – જોડનારો, 'ફ઼િટર'.
fitt'ing (ફ઼િટિંગ), ના૦ (બહુધા બ૦ વ૦ માં) જોડવાની – જોડેલી – અમુક ઠેકાણે બેસાડેલી – વસ્તુઓ–સાધનો–ફર્નિચર. વિ૦ યોગ્ય, ઉચિત, શોભાસ્પદ.
fittest (ફ઼િટ્'સ્ટ), વિ૦ સૌથી વધુ લાયક– યોગ્ય – કાર્યક્ષમ. *survival of the ~*, જે પ્રાણીઓ આસપાસની પરિસ્થિતિને અનુકૂળ થઈને રહી શકતાં હોય તે જીવે છે અને પ્રજાવૃદ્ધિ કરે છે, બીજાં મરી જાય છે ને નષ્ટ થાય છે એ વૈજ્ઞાનિક –જીવવિજ્ઞાનનો – સિદ્ધાન્ત, યોગ્યતાનો નિર્વાહ–ટકાવ.
five (ફ઼ાઇવ), વિ૦ અને ના૦ પાંચ (૫), પંચ. *~-year plan*, રશિયાની આર્થિક વિકાસની પંચવર્ષીય યોજના (પહેલી યોજના શરૂ ૧૯૨૮માં); હિંદની એવી જ યોજના (પહેલી યોજના શરૂ ૧૯૫૧માં). [નોટ.
fiv'er (ફ઼ાઇવર), ના૦ પાંચ પાઉન્ડ કે રૂપિયાની
fives (ફ઼ાઇવ્ઝ઼), ના૦ હાથ કે બૅટથી રમાતી એક દડાની રમત.
fix (ફ઼િક્સ), ઉ૦ ક્રિ૦ બેસાડવું, જડવું; જોડવું; (આંખ, ધ્યાન) કોઈ સ્થાન પર સ્થિર – કેન્દ્રિત – કરવું; ધ્યાન ખેંચીને સ્થિર કરવું; નક્કી કરવું, ઠરાવવું; કૅમેરાથી લીધેલું ચિત્ર પાકું – સ્થાયી – કરવું (જેથી પ્રકાશની એના પર અસર ન થાય); એ જ તે (વસ્તુ કે માણસ) છે એમ ઠરાવવું, ઓળખવું; સજા કરવી; [અમે.] સમું કરવું. ના૦ [વાત.] મૂંઝવણ, મુશ્કેલી, ધર્મસંકટ, પેચ. *~ up*, ગોઠવવું, નક્કી કરવું; [વાત.] -ને માટે વ્યવસ્થા – સગવડ – કરવી. *~ up a quarrel*, ઝઘડો પતાવવો.
fixa'tion (ફ઼િક્સેશન), ના૦ સ્થિર – દૃઢ – કરવું તે; વાયુ (ગૅસ) અને ઘન પદાર્થને એકત્ર કરવાની ક્રિયા; [મનોવિશ્લે.] અટકી ગયેલો માનસિક વિકાસ; કોઈના પર અતિ અનુરાગ કેન્દ્રિત થવો તે. [કરનારું (રાસાયનિક દ્રવ્ય).
fix'ative, વિ૦ અને ના૦ રંગને પાકો
fixed, વિ૦ અચળ, સ્થિર; નિયત (કરેલું).
fix'edly (ફ઼િક્સિડ્લિ), ક્રિ૦વિ૦ ધ્યાનપૂર્વક, એકચિત્ત થઈને; એકીટસે.

fix'ity (ફિક્સિટિ), ના૦ સ્થિરતા, નિશ્ચિતિ. **fix'ture** (ફિક્સ્ચર), ના૦ દૃઢ – સ્થિર કરેલી – વસ્તુ; (બ૦ વ૦) ઘરનાં ભંડારિયાં, તાકાં, હાટડાં, ઇ. જડેલી વસ્તુઓ; ક્રિકેટ મૅચ, શરત, ઇ૦ની નક્કી કરેલી તારીખ. *I am a ~ here*, હું આ જગ્યા છોડવાનો નથી.

fizz (ફિઝ્), અ૦ ક્રિ૦ છમકારો થવો, છમ દઈને બોલવું; નિષ્ફળ થવું; કંઈ ન વળવું. ના૦ સાપના સુસવાટા જેવો અવાજ; શૅમ્પેન દારૂ.

fizz'le (ફિઝ઼લ), અ૦ ક્રિ૦ ઉતાવળથી થૂંક ઊડે તેમ (ધીમા અવાજે) બોલવું; દેવતા પર પાણી પડે તેવો અવાજ કરવો. ના૦ એવો અવાજ, ફૂંફાડા – સુસવાટા – નો અવાજ; ભવાડો, નિષ્ફળતા. *~ out*, ભવાડો – રકાસ – થવો.

fjord, ના૦ જુઓ fiord.

flabb'ergast (ફ્લૅબર્ગાસ્ટ) સ૦ ક્રિ૦ નવાઈથી સ્તંભિત કરવું, મૂંઝવણમાં નાખવું.

flabb'y (ફ્લૅબિ), વિ૦ (ચામડી, ઇ.) અતિ નરમ, પોચું, ઢીલું, લબડે એવું; નબળું, ઢીલું, અશક્ત. **flabb'iness**, ના૦.

flac'cid (ફ્લૅક્સિડ્), વિ૦ = flabby.

flag (ફ્લૅગ), ના૦ પાણી નજીક થતી એક જાતની વનસ્પતિ.

flag, ના૦ (*~stone* પણ). ફરસબંધી કરવા માટેનો ચપટો પથ્થર – લાદી. સ૦ ક્રિ૦ ચપટા પથ્થરથી ફરસ કરવી, લાદી જડવી.

flag, ના૦ વાવટો, નિશાન, ધ્વજ, ધજા. *the black ~*, ચાંચિયાગીરીનું ચિહ્ન; બળિયા થયાની જૂના વખતની સૂચક નિશાની. *the red ~*, ભયની સૂચનાનો લાલ વાવટો; પડકાર કે સામે થવાનો સૂચક ઝંડો; સામ્યવાદીઓનો લાલ વાવટો. *the white ~*, શરણે જવાની નિશાની, સંધિનો વાવટો. સ૦ ક્રિ૦ વાવટા – ઝંડા – ની નિશાની વતી ખબર આપવી – વાત કરવી. **flag-day**, ના૦ નાના વાવટા આપીને કોઈ કાર્ય માટે ફાળો ઉઘરાવવાનો દિવસ. **flag'ship**, ના૦ જેના પર નૌકાદળનો અધિપતિ હોય તે વહાણ. **flag'staff**, ના૦ વાવટાની કાઠી, ધ્વજસ્તંભ.

flag, અ૦ ક્રિ૦ ઝૂલી – લબડી – પડવું; ઢીલું પડવું, નમવું; નાહિંમત – નાઉમેદ – થવું; નબળું પડવું; થાકી જવું.

flagell'ant (ફ્લજે'લન્ટ, ફ્લૅજિ–), વિ૦ અને ના૦ પોતાની જાતને ચાબખા મારનાર (વિ. ક. ધાર્મિક વિધિ તરીકે); ચાબખા મારનાર. **fla'gellate** (ફ્લૅજલેટ, ફ્લૅજિ–), સ૦ ક્રિ૦ ચાબખા – ફટકા – મારવા. **flagella'tion**, ના૦ ચાબખે મારવું તે, ચાબખાનો માર.

flageolet' (ફ્લૅજલે'ટ, –જો–), ના૦ સિસોટી જેવી એક નાની છ કાણાંવાળી વાંસળી.

flagi'tious (ફ્લજિશસ), વિ૦ (વ્યક્તિ) અતિદુષ્ટ, મહાપાપી; (કૃત્ય) ઘોર, કમકમાટી ઉપજાવે એવું.

flag'on (ફ્લૅગન), ના૦ દારૂ ભરવાનું કોર ને ઢાંકણાવાળું પાત્ર, ચંબૂ, ઝારી.

flag'rant (ફ્લેગ્રન્ટ), વિ૦ નામચીન, અતિદુષ્ટ; શરમભર્યું, નામોશીભરેલું; હડહડતું, ઉઘાડું.

flagstone, ના૦ જુઓ flagમાં.

flail (ફ્લેલ), ના૦ અનાજનાં કણસલાં ઝૂડવાની મોગરી, ઝૂડિયું.

flair (ફ્લેર, ફ્લે'અર), ના૦ કોઈ વસ્તુ વિષે કુદરતી રુચિ – ભાવ – વલણ; કોઈ વસ્તુ કરવાની કુદરતી શક્તિ – આવડત.

flake (ફ્લેક) ના૦ બરફનો પોચો કકડો; પાતળો કકડો; થડ, પડ; ચિનગારી, તણખો. ઉ૦ ક્રિ૦ –નાં પડ થવાં – પડ થઈને પડવાં; –નાં પડ ઉખેડવાં. **flak'y** (ફ્લેકિ), વિ૦.

flam'beau (ફ્લૅમ્બો), ના૦ (બ૦ વ૦ –s, -x). સળગાવેલી મશાલ, મોટો કાકડો.

flamboy'ant (ફ્લૅમ્બૉયન્ટ, – બો –), વિ૦ વિવિધ રંગોથી ભરપૂર; ભભકાદાર, ખૂબ શણગારેલું. ના૦ લાલ ભડક રંગનાં ફૂલ.

flame (ફ્લેમ), ના૦ અગ્નિજ્વાળા, ભડકો; જ્યોત; ગુસ્સો, આવેશ (વિ. ક. પ્રેમનો); પ્રિય, પ્રિયા, આશક અથવા માશૂક. અ૦ ક્રિ૦ –માંથી જ્વાળા નીકળવી, ભડકો થવો; ચળકવું, પ્રકાશવું; એકદમ ક્રોધ ચડવો; ક્રોધાવેશમાં આવવું. *in ~s*, બળતું.

flam'ing, વિ૦ અતિ ગરમ, લાલચોળ; બળતું, ભડકાવાળું; જુસ્સાવાળું, આવેશયુક્ત.

flaming'o (ફ્લમિંગો), ના૦ (બ૦ વ૦ –es). લાંબા પગ ને લાંબી ડોકવાળું લાલ રંગનાં પીંછાંવાળું પક્ષી, સુરખાબ, રાજહંસ(?).

flan (ફ્લૅન), ના૦ મુરબ્બો, ઇ. જેના પર પાથર્યો હોય એવી મીઠાઈ.

flange (ફ્લૅંજ), ના૦ આગળ પડતી–બહારની–ચપટી કોર; પૈડું પાટા પરથી ખસી ન જાય તેટલા માટે બનાવેલી તેની કોર.

flank (ફ્લૅંક), ના૦ પાંસળીઓ અને થાપા વચ્ચેનો શરીરનો ભાગ, કેડ, કૂખ; મકાન, પહાડ, ઇ.ની બાજુ; લશ્કરની બાજુ; પાસું, પડખું. સ૦ ક્રિ૦ પડખા તરફ–બાજુએ–હોવું; બાજુનું રક્ષણ કરવું–ને મજબૂત બનાવવું; બાજુ પર હુમલો કરવો; -ની બાજુબાજુએ પસાર થવું.

flann'el (ફ્લૅનલ), ના૦ ઊનનું એક જાતનું કપડું, ફલાલીન; (બ૦વ૦) રમતના મેદાન પર પહેરવાના સફેદ ફલાલીનના પાયજામા; અંદરથી પહેરવાનાં ફલાલીનનાં કપડાં. વિ૦ ફલાલીનનું (બનાવેલું). **flannelette'** (ફ્લૅનલે'ટ), ના૦ ફલાલીન જેવું સુતરાઉ કાપડ, નકલી ફલાલીન.

flap (ફ્લૅપ), ઉ૦ ક્રિ૦ પંખા વગેરે જેવી પહોળી વસ્તુથી મારવું–ઉડાડવું; પાંખ વતી ફટકો મારવો, પાંખ ફફડાવવી, ફડફડ થવું; (લાંબો કાન, ઇ૦) ફફડાવવું. ના૦ હળવો ફટકો; એક બાજુથી જડેલી હોય એવી ચપટી પહોળી વસ્તુ (દા. ત. ખિસ્સાનું ઢાંકણું); લબડતી હોય એવી વસ્તુ–ઝૂલ; ફફડાટ, ફડફડાટ.

flap'jack (ફ્લૅપજૅક), ના૦ [અમે.] ચરબીમાં રાંધેલી પાતળી ચપટી કેક; મોઢે ચોળવાનો પાઉડર રાખવાની ચપટી ડબી.

flapp'er (ફ્લૅપર), ના૦ માખીઓ મારવાનું ચપટું સાધન; સોળ વરસની જુવાન છોકરી.

flare (ફ્લૅર), અ૦ ક્રિ૦ એકદમ સળગી ઊઠવું, ભડકો થવો; દીપવું, ચળકવું; (ઘાઘરા અંગે) ઉપરથી નીચે ધીમે ધીમે વધારે પહોળા થતા જવું–બહાર ફેલાવું. ના૦ ભભૂકતી જ્યોત, ભડકો; લક્ષ્ય પર પ્રકાશ પાડવા માટે વિમાનમાંથી નીચે ફેંકવામાં આવતો તરત સળગી ઊઠે એવો ગોળો; એ પ્રકાશ; ઘાઘરાનું ધીમે ધીમે પહોળા થવું તે. *~ up*, એકદમ સળગી ઊઠવું; ક્રોધાવેશમાં આવી જવું. *~-up*, એકદમ થયેલો ભડકો–સળગેલો ઝઘડો.

flaring, વિ૦ ભડકે બળતું, ભભકાદાર, ઇ.

flash (ફ્લૅશ), ઉ૦ક્રિ૦ એકાએક ભભકી ઊઠવું–ભભકવું–તણખા ઊડવા; ચળકાટ મારવો, ચળકવું; એકદમ દેખા દેવું–બનવું; એકાએક મનમાં આવવું; વેગથી પસાર થવું; (સમાચાર, ઇ.) પળવારમાં મોકલવું; (પાણી) અફાળવું, પછાડવું. ના૦ તેજનો ઝબકારો, ચળકાટ, ચમકારો; પલક, ક્ષણ; એકાએક આવેલો ઊભરો–ઉમળકો; દેખાવ, ભભકો; બુદ્ધિનો ચમકારો, એકદમ સ્ફુરેલો વિચાર. વિ૦ ભભકાવાળું અને ગ્રામ્ય; બનાવટ, નકલી. *~ a message*, ચળકતા દીવાની મદદથી સંદેશો આપવો. *a ~ in the pan*, જોરદાર શરૂઆત કરીને પડી ભાંગવું તે. *in a ~*, પળવારમાં, એકદમ. **flash'light** (–લાઇટ), સાંકેતિક સૂચના આપવા માટે, રાત્રે ફોટો પાડવા માટે અથવા દીવાદાંડીમાં વપરાતો ચળકાટ મારતો પ્રકાશ; વીજળીની ટૉર્ચ; પ્રકાશસ્તંભ. **flash'y**, વિ૦ ભભકાવાળું, ચળકતું; તકલાદી, નકલી.

flask (ફ્લાસ્ક), ના૦ ખિસ્સામાં મૂકવાની ને બહુધા ચામડાની ખોળવાળી ધાતુ કે કાચની નાની ચપટી બાટલી; તેલ કે દારૂની સાંકડા–નાના–મોઢાવાળી બાટલી.

flat (ફ્લૅટ), વિ૦ સપાટ, સરખું, ખાડા-ટેકરા વિનાનું; સુંવાળું; સમાન, એકસરખું; નીરસ, ફીકું; (પીણું) જેમાંથી હવા સ્વાદ જતો રહ્યો–ઊડી ગયો–હોય એવું નિર્જીવ, દમ વિનાનું; આડું–ભોંય બરાબર પડેલું; [સં.] ખોખરું, બેસી ગયેલા અવાજ-વાળું. ક્રિ૦ વિ૦ ચોખ્ખું, સ્પષ્ટપણે. ના૦ સપાટ જમીન, મેદાન; (નદીનું) ભાઠું; [સં.] કહેલા સ્વરની નીચેનો સૂર; એક માળ પર એક વ્યક્તિ કે કુટુંબ માટેની રહેવાની જગ્યા–ઓરડીઓ, 'ફ્લૅટ'. *fall ~*, ધારી અસર ઉપજાવવામાં નિષ્ફળ જવું, -નો કશો પ્રભાવ ન પડવો. *and that's ~*, અને આ મારા મતમાં હવે ફેરફાર નહિ થાય. *~ denial, etc.*, સ્પષ્ટ ઇનકાર–રદિયો. *~ rate*, બધે સરખો લાગુ પડતો એક દર. *river ~*, નદીનું ભાઠું. **flat-footed**, વિ૦ જેનાં પગનાં તળિયાં કમાન-વાળાં નથી એવું, લાંક વગરના પગવાળું. **flat-iron** (ફ્લૅટ આયર્ન), ના૦ શણિયું, ઇ. માટેની ઈસ્ત્રી. **flatly**, ક્રિ૦ વિ૦ ચોખ્ખું,

સ્પષ્ટપણે.

flatt'en (ફ્લૅટન), ઉ૦ ક્રિ૦ સપાટ કરવું-થવું; જમીનદોસ્ત કરવું. *~ out*, વિમાનને જમીનની સમાંતર લાવવું.

flatt'er (ફ્લૅટર), સ૦ ક્રિ૦ અતિ વખાણ કરવાં; ખુશામત કરવી, હાજી હા કરવી, તેમ કરી ખુશ કરવું; આળપંપાળ કરવી; (છબી, ચિત્રકાર, અંગે) રૂપ હોય તે કરતાં વધારે સારું બનાવવું. *~oneself,* મનમાં ફુલાવું, અભિમાન રાખવું. **flatt'erer,** ના૦ ખુશામતિયો, હાજી હા કરનાર. **flatt'ery** (ફ્લૅટરિ), ના૦ખુશામત, ખોટાં વખાણ.

flat'ulence (ફ્લૅટ્યુલન્સ), ના૦ પેટમાં વાયુ-વાત-હોવો તે; વાત,વાતુલપણું. **flat'ulent,** વિ૦ વા, વાયુ કે વાતવાળું, ફૂલેલું; બડાઈખોર, દાંભિક.

flaunt (ફ્લૉન્ટ), ઉ૦ ક્રિ૦રોફ-મગરૂરી-થી હલાવવું-ફરવું; રોફ-મારવો, બનીઠની-ફક્કડ થઈ ને-ફરવું; ભપકો કરી દેખાડવું.

flaut'ist ના૦ વાંસળી-પાવો-વગાડનારો.

flav'our (ફ્લેવર), ના૦ વિશિષ્ટ પ્રકારનો સ્વાદ કે સુગંધ; સુગંધયુક્ત સ્વાદ, લહેજત; ગંધ, ખાસ ગુણ, અસર. સ૦ ક્રિ૦ સ્વાદ-સુગંધ-આપવી-દેવી,સ્વાદિષ્ટ બનાવવું;(રસોઈમાં) મસાલો-મીઠુંમરચું-નાંખવું. **fla'vouring,** ના૦ સ્વાદિષ્ટ બનાવવા માટે વપરાતો મસાલો, ઇ.; સૌમ્ય પણ વિશિષ્ટ પ્રકારનો સ્વાદ.

flaw (ફ્લૉ), ના૦ ફાટ, ચીરો; એબ, દોષ, ખોડ, ખામી, ઊણપ, ન્યૂનતા. ઉ૦ ક્રિ૦ તરડાવું, ફાટવું; નુકસાન-ઈજા-પહોંચાડવી. **flaw'less,** વિ૦ ખોડખામી વિનાનું, નિર્દોષ.

flax (ફ્લૅક્સ), ના૦ શણ (અળસી, ઇ.)નો છોડ, શણ; શણ (રેસા). **flax'en**(ફ્લૅક્સન), વિ૦ શણનું;(વાળ) આછું પીળું, પીળાશ પડતું.

flay (ફ્લે), સ૦ ક્રિ૦ (જીવતા કે મરેલાની) ચામડી ઉતારવી-છોલી કાઢવી; છોલવું; સખત ટીકા કરવી.

flea (ફ્લી), ના૦ ચાંચડ; નાનું ને તિરસ્કરણીય પ્રાણી-માણસ. **flea-bite,** ના૦ ચાંચડનો ડંખ; સાવ નજીવી વાત.

fleck (ફ્લે'ક), ના૦ ચામડી પર પડેલો ડાઘો, ટપકું; રંગ કે પ્રકાશનો પટો; રજકણ. સ૦ ક્રિ૦ ડાઘા પાડવા, ચિત્રવિચિત્ર બનાવવું. **flecker** (ફ્લે'કર), સ૦ ક્રિ૦ રંગબેરંગી બનાવવું, ટપકા કે પટા પાડવા. [તિ; વળેલો ભાગ; વાંક, વળ.

flec'tion (ફ્લે'કશન), ના૦ વળવું-વાળવું-

fled (ફ્લે'ડ), fleeનો ભૂ૦ કા૦

fledge (ફ્લે'જ), સ૦ ક્રિ૦ પીછાં, પાંખ કે રુવાંટી ઊગવી-થી યુક્ત કરવું. **fled'ged** (ફ્લે'જ્ડ),વિ૦ પીંછાંવાળું-ઊગેલું. *a newly-~ doctor,* તાજો જ દાક્તરી કરવાનો પરવાનો મળેલો ડૉક્ટર. *full-~,* જેને પૂરેપૂરો અધિકાર મળ્યો છે એવું; પૂરેપૂરો વિકાસ પામેલું-લાયકાતવાળું. **fledg(e)'ling** (ફ્લેજ્‌લિંગ), ના૦ તરતની પાંખ આવેલું પક્ષીનું બચ્ચું;[લા.] બાળક; બિનઅનુભવી માણસ.

flee (ફ્લી), ઉ૦ ક્રિ૦ (ભૂ૦ કા૦ fled). નાસવું, નાસી જવું; અલોપ થવું; (ભય, ઇ.)-થી દૂર ભાગી જવું; ટાળવું.

fleece (ફ્લીસ), ના૦ ઘેટાનું ઊન (કાતર્યા પહેલાંનું કે કાતરેલું); ઊન જેવી કોઈ પણ સુંવાળી વસ્તુ. સ૦ ક્રિ૦ ઊન કાતરવું-ઉતારવું; (કોઈનું ધન) લૂંટી-નિચોવી-લેવું, છેતરીને ચોરી લેવું. **flee'cy** (ફ્લીસિ), વિ૦ ઊનથી ઢંકાયેલું-ભરેલું; ઊન જેવું સુંવાળું.

fleet (ફ્લીટ), ના૦ લશ્કરી વહાણોનો કાફલો, આરમાર; સાથે જનારાં વહાણોનો કાફલો. વિ૦ ચપળ, ઝડપી. સ૦ ક્રિ૦ (સમય, ઇ.) ઝડપથી પસાર થઈ જવું-સરકી જવું. **fleet'-footed,** વિ૦ખૂબ ઝડપથી દોડનારું, ચપળ. **fleet'ing,** વિ૦ પળવારમાં જતું રહેનારું, ક્ષણિક.

Fleet Street (ફ્લીટ સ્ટ્રીટ), ના૦ મોટા ભાગનાં છાપાં જ્યાં છપાય છે તે લંડનની શેરી; લંડનનાં છાપાં; છાપાં.

Flem'ing (ફ્લે'મિંગ),ના૦ ફ્લૅન્ડર્સનો વતની.

Flem'ish (ફ્લે'મિશ), વિ૦ ફ્લૅન્ડર્સનું. ના૦ ફ્લૅન્ડર્સની ભાષા, ફ્લેમિશ.

flesh (ફ્લે'શ), ના૦ માંસ; માંસ, ગોસ, માટી; નજીકનાં સગાં, સગાંસંબંધીઓ; માનવજાત; દેહ, શરીર. *one's own ~ and blood,* પોતાના કુટુંબનાં માણસો. *the ~,* દૈહિક વાસનાઓ, દેહભાવ. *appear in the ~,* સાક્ષાત્ હાજર થવું. *put on ~,* જાડું થવું.

lose ~, સુકાઈ જવું. *have one's pound of* ~, કાયદાથી મંજૂર પરંતુ અઘટિત માગણી કરવી. *go the way of all* ~, મરણ પામવું. *proud* ~, જખમની આસપાસની કઠણ અને રાતી ચામડી. **flesh-pots**, ના૦ બ૦ વ૦ ખરચાળ જીવન, સારો ખોરાક અને સુખ-સગવડો.

flesh, સ૦ ક્રિ૦ શિકારી કૂતરાને માંસનો સ્વાદ ચખાડવો – માંસ આપી ઉત્તેજિત કરવો. **flesh'er**, ના૦ કસાઈ, ખાટકી. **fleshings**, ના૦ બ૦ વ૦ રંગભૂમિ પર પહેરવામાં આવતાં માંસ કે ચામડીના રંગનાં તંગ કપડાં. **flesh-ly'**, વિ૦ દુન્યવી; વિષયોને લગતું, વૈષયિક. **fleshy**, વિ૦ માંસલ, પુષ્ટ; (ફળ) માવા – ગર – વાળું.

fleur-de-lis (ફ્લર ડ લી), ના૦ (બ૦ વ૦ fleurs-). 'આઇરિસ' ફૂલ; ફ્રાન્સનું રાજ-ચિહ્ન.

flew (ફ્લૂ), flyનો ભૂ૦ કા૦

flex (ફ્લે'ક્સ), ના૦ વીજળીની બત્તી માટે વપરાતો સહેજે વાળી શકાય એવો ઢાંકેલો તાર. સ૦ ક્રિ૦ વાંકું વાળવું, વાળવું (વિ. ક. હાથ). **flex'ible** (ફ્લે'ક્સિબલ), વિ૦ સહેલાઈથી વાળી શકાય – વાળ્યું વળે – એવું; લવચીક; કેળવી – શીખવી – શકાય એવું, સાલસ. **flexi-bil'ity**, ના૦ લવચીકપણું, મૃદુતા. **flex'or**, ના૦ સાંધાને કે અવયવને વાળનાર સ્નાયુ.

flibbertigibb'et (ફ્લિબર્ટિજિબિટ), ના૦ ચંચળ સ્વભાવનો માણસ, ગપ્પીદાસ.

flick (ફ્લિક), ના૦ ચાબુક, વાધરી, ધૂળ-ઝાપટિયું, ઇ.નો હળવો ઝપાટો – સડાકો; ટકોરો; (બ૦ વ૦) ચલચિત્ર, સિનેમા. સ૦ ક્રિ૦ સડાકો મારવો; (ચાબુક, રાછ, વતી) ઝાપટવું.

flick'er (ફ્લિકર), અ૦ ક્રિ૦ (જ્વાળા કે જ્યોતિનું) ઝંપાવું, હાલવું; ધ્રૂજવું, ફફડવું. ના૦ ધ્રૂજતું અજવાળું – જ્યોત; ધ્રુજારી, અસ્થિર ગતિ.

fli'er (ફ્લાયર), ના૦ ઊડનારુ પક્ષી; વિમાની.

flight (ફ્લાઇટ), ના૦ હવામાં ઊડવું તે, ઉડાણ; વિમાનમાં ઊડવું તે; ઊડીને વટાવેલું અંતર; વિમાનનું ઉડાણ; ઊડતાં પક્ષીઓ કે જંતુ-ઓનું ટોળું – ધાડું; વખતનું શીઘ્ર પસાર થવું; (નિસરણીનાં પગથિયાંની) હાર; બાણવૃષ્ટિ. ~ *of stairs*, દાદર, સીડી, નિસરણી. **flight-lieutenant** (–લેફ્ટનન્ટ), ના૦ 'સ્ક્વૉડ્રન લીડર'થી ઊતરતી કોટિનો શાહી હવાઈ દળનો અમલદાર.

flight, ના૦ નાસી જવું તે, નાસાનાસ, પલાયન. *put to* ~, ભગાડી મૂકવું. *take to* ~, નાસી જવું. **flight'y** (ફ્લાઇટિ), વિ૦ ચંચળ, અસ્થિર; જેનો વિશ્વાસ ન રાખી શકાય એવું.

flim'sy (ફ્લિમ્ઝ઼િ), વિ૦ બારીક, પાતળું; નબળું, અશક્ત; નજીવું, દમ વગરનું; તકલાદી; [અમે.] છાપાના ખબરપત્રી વગેરે વાપરે છે તે પાતળો કાગળ. [જવું, ડગવું.

flinch (ફ્લિંચ), અ૦ ક્રિ૦ પાછા ફરવું, હઠી

flinders (ફ્લિન્ડર્ઝ઼), ના૦ બ૦ વ૦ નાના નાના કકડા. *broken into* ~, ચૂરેચૂરા થયેલું.

fling (ફ્લિંગ), ઉ૦ ક્રિ૦ (ભૂ૦ કા૦ flung). ધસવું; ક્રોધથી કે વેગથી જવું; ફેંકવું, જોરથી – ઉતાવળથી – નાંખવું. ~ *one's clothes on*, ઝટપટ કપડાં પહેરવાં. ~ *out of doors*, એકદમ જોરથી, ગુસ્સામાં, જતા રહેવું. ~ *one-self into a thing*, -માં ઝંપલાવવું, ખૂબ લગનથી ઉપાડવું. ના૦ ફેંકવું – નાંખવું – તે; ઠપકો, મહેણું, કટાક્ષ (નું વેણ); હાઇલૅન્ડરનો આવેશયુક્ત નાચ. *be in full* ~, (નાચ, ઇ.) પુરજોસમાં હોવું.

flint (ફ્લિન્ટ), ના૦ ચકમકનો પથ્થર; ચક-મક કે વજ્ર જેવી કઠણ વસ્તુ. **flint-lock**, ના૦ ચકમકથી ફોડવામાં આવતી જૂના પ્રકા-રની બંદૂક. **flint'y**, વિ૦ ચકમક જેવું (કઠણ).

flip (ફ્લિપ), ના૦ ઝટકો, આંચકો; ટપલી. ઉ૦ ક્રિ૦ ટકોરો–ચાબુકનો સાટકો–મારવો.

flipp'ant (ફ્લિપન્ટ), વિ૦ છછોરું, છોકર-વાદ, ગાંભીર્ય વિનાનું; આદર વિનાનું; લાંબી જીભનું. **flipp'ancy** (ફ્લિપન્સિ), ના૦ છોકરવાદપણું, નાદાની.

flipp'er (ફ્લિપર), ના૦ કાચબા, ઇ.નો, તરવામાં વપરાતો અવયવ – અંગ.

flirt (ફ્લર્ટ), ઉ૦ ક્રિ૦ ઝાટકો – આંચકો – મારવો, ઝાટકો મારી હલાવવું; ચાળા – નખરાં – કરવાં; પ્રેમ કરવાનો ડોળ કરવો. ના૦ આંચકો; મોજ ખાતર પુરુષને પોતાના પર પ્રેમ કરવા ઉત્તેજન આપનાર છોકરી; પ્રેમ

કરવાનો ડોળ કરનાર પુરુષ કે સ્ત્રી. **flirta'tion,** ના૦ નખરાંબાજી; પ્રણયચેષ્ટા. **flirta'tious** (ફ્લર્ટેશસ), વિ૦ નખરાં કરનારું; પ્રેમ કરવાની રમત કરનારું.

flit (ફ્લિટ્), અ૦ ક્રિ૦ નીકળી જવું; સ્થળાંતર કરવું, રહેવાની જગ્યા બદલવી; હળવે રહીને અથવા ઝડપથી આમતેમ ઊડવું – પસાર થવું. ના૦ સ્થળાંતર, મકાન બદલવું તે. *do a moonlight ~,* દેવું આપવાનું ટાળવા માટે ઘરમાંથી છાનામાના જતા રહેવું.

flitch (ફ્લિચ), ના૦ મીઠું દઈને સૂકવેલું ડુક્કરનું પાસાનું માંસ.

flivv'er (ફ્લિવર), ના૦ [અમે.] (ફોર્ડ, ઇ. ની) સસ્તી મોટર ગાડી.

float (ફ્લોટ), ઉ૦ ક્રિ૦ (પાણી, ઇ. પ્રવાહી પર) તરવું, તરતા રહેવું; (હવામાં) તરવું, ઊડવું; (વેપારી કંપની, યોજના, ઇ.) શરૂ કરવું; (અફવા, વાત) ચોમેર ફેલાવવું. ના૦ પાણીની સપાટી પર તરનારી વસ્તુ; મછવો, તરાપો; માછીની જાળને છેડે બાંધેલું બૂચનું કડું (જેથી તે ડૂબી ન જાય); બેઠા ઘાટનું પહોળું સપાટ ગાડું; સરઘસમાં રંગમંચ તરીકે વપરાતું તરાપા જેવું સપાટ વાહન–મોટર ગાડી. **flo(a)ta'tion** (ફ્લોટેશન, ફ્લ–), ના૦ કોઈ યોજના કે કંપની શરૂ કરવી તે.

flock (ફ્લૉક), ના૦ ઊન, રૂ, ઇ.નો ગુચ્છ; (બ૦ વ૦) ગાદીગાદલાં, ઇ. ભરવા માટેનું નકામું ઊન, ચીથરાં, ઇ.

flock, ના૦ માણસોનો સમુદાય–ટોળું; ઘેટાં વગેરે પ્રાણીઓનું જૂથ–ટોળું; ધર્મગુરુનો કે પાદરીનો ધર્મસમાજ, સમૈયો. અ૦ ક્રિ૦ એકઠા થવું; ટોળે વળવું, ટોળેટોળાં એકઠા થવું. *flower of the ~,* કુટુંબમાંનું સૌથી સારું છોકરું.

floe (ફ્લો), ના૦ તરતા બરફનો મોટો થર.

flog (ફ્લૉગ), સ૦ ક્રિ૦ લાકડી કે ચાબુક વતી મારવું–ફટકારવું, ફટકા મારવા; માછલાં પકડવાની દોરી વારંવાર પાણી પર ફેંકવી. *~ oneself on,* થાક લાગ્યો હોય ત્યારે પરાણે જવું–આગળ ચાલવું. *~ a dead horse,* નકામી મહેનત કરવી. **flogg'ing,** ના૦ ફટકા મારવા તે; ફટકાની સજા.

flood (ફ્લડ), ના૦ પૂર, રેલ; ભરતી, જુવાળ; ધોધમાર વૃષ્ટિ; વિપુલતા, રેલમછેલ. *the F~,* હજરત નોવાના વખતનો જલપ્રલય. ઉ૦ ક્રિ૦ -થી જળમય –જળબંબોળ– કરવું – થવું; ખૂબ મોટી સંખ્યામાં–જથ્થામાં–દાખલ થવું. **flood'gate,** ના૦ પાણી પસાર થવા દેવાનો કે રોકવાનો દરવાજો; ખુલ્લો રસ્તો. **flood'light** (–લાઇટ), સ૦ ક્રિ૦ ચોમેરથી કૃત્રિમ પ્રકાશ નાખીને મકાનની બહારની બાજુને પ્રકાશમય બનાવવી. **flood-lighting,** ના૦.

flood-tide (–ટાઇડ), ના૦ મોટી ભરતી, જુવાળ.

floor (ફ્લોર, ફ્લૉર), ના૦ (ઘરમાંની) ભોંય; માળ, મજલો; (દરિયો, ગુફા, ઇ. નું) તળિયું; સપાટ જમીન; પૃષ્ઠ ભાગ; એક સપાટી–માળ –પરની બધી ઓરડીઓ. સ૦ ક્રિ૦ ભોંય કરવી; પાટિયાં જડવાં, ફરસબંધી કરવી; નીચે પાડવું, ભોંયભેગું કરવું; નિરુત્તર કરવું, બોલતું બંધ કરવું, હરાવવું. *he has the ~,* હવે તેનો બોલવાનો વારો છે. *first ~,* ભોંય તળિયાની ઉપરનો પહેલો માળ; [અમે.] ભોંયતળિયું. **floor-cloth,** ના૦ પોતું (ફરસ ધોવાનું). **flooring,** ના૦ ભોંયને માટે પાટિયાં, ઇ. સામાન; ભોંય, ફરસ. **floor-walker** (–વૉકર), ના૦ મોટા ભંડારમાં દેખરેખ રાખનાર કે ઘરાકને માર્ગદર્શન કરનાર માણસ.

flop (ફ્લૉપ), ઉ૦ ક્રિ૦ ભારે પગથી આમ તેમ ચાલવું; કઢંગી રીતે બેસવું; ફાવે તેમ પડવા દેવું–નાખવું; ધબ દઈને પડવું. ના૦ પડવાનો 'ધબ' અવાજ. ક્રિ૦ વિ૦ (*with a ~*), ધબ દઈને. *the play was a ~,* ખેલ સાવ નિષ્ફળ નીવડ્યો. **flop-eared,** વિ૦ (કૂતરું, ઇ.) મોટા લબડતા કાનવાળું. **flopp'y,** વિ૦ લબડતું.

flora (ફ્લોર,–રા, ફ્લૉ–), ના૦ (બ૦ વ૦ florae, floras). કોઈ વિશિષ્ટ પ્રદેશ કે કાળની વનસ્પતિઓ. *~ and fauna,* વનસ્પતિઓ ને પ્રાણીઓ. [ફૂલોનું–સંબંધી.

flor'al (ફ્લોરલ), વિ૦ વનસ્પતિનું–સંબંધી;

flores'cence (ફ્લરે'સન્સ, ફ્લૉ–), ફૂલોનો બહાર, મોર; મોરની મોસમ; ચડતીનો કાળ. **flores'cent,** વિ૦ ફૂલોના બહારવાળું.

flor'et (ફ્લૉરિટ), ના૦ [વનસ્પ.] એક સંયુક્ત

ફૂલના અંગરૂપ નાનકડું ફૂલ; નાનકડું ફૂલ.

flo'rid (ફ્લૉરિડ), વિ૰ ફૂલોથી ભરેલું, ફૂલોવાળું; અલંકારપ્રચુર; ભપકાવાળું; લાલીલાલ, સુરખીદાર. ~ *speech*, અતિ અલંકારયુક્ત–આડંબરવાળું–ભાષણ, પુષ્પિત વાણી.

flor'in (ફ્લૉરિન), નાબે શિલિંગનું એક અંગ્રેજી નાણું; પરદેશનું એક સોનાનું કે ચાંદીનું નાણું.

flor'ist (ફ્લૉરિસ્ટ), ના૰ ફૂલ ઉછેરનાર–વેચનાર–માળી; પુષ્પસંવર્ધન (વિદ્યા)નો અભ્યાસી.

floss (ફ્લૉસ), ના૰ રેશમના કીડાના કોશેટાની ઉપરનું ખરબચડું જાડું રેશમ; રેશમના નાના રેસા. **floss'y**, વિ૰.

flota'tion, જુઓ float.

flotil'la (ફ્લટિલ, –લા, ફ્લો–), ના૰ નાનકડું આરમાર; નાની હોડીઓનો કાફલો.

flot'sam (ફ્લૉટ્સમ), ના૰ ભાંગી ગયેલા વહાણનો તરતો કાટમાળ. ~ *and jetsam*, પાણી ઉપર તરતો, પાણીમાં ડૂબેલો કે કિનારા પર ફેંકાયેલો માલ.

flounce (ફ્લાઉન્સ), અ૰ ક્રિ૰ અસ્વસ્થપણે અથવા આવેશથી ચાલવું; શરીર–હાથપગ–પછાડવા; તરફડિયાં મારવાં. ના૰ આંચકો, હાથપગ પછાડવા તે.

flounce, ના૰ ઝાલર, ચીણવાળી પટ્ટી, ઝૂલ. સ૰ ક્રિ૰ ઝાલર–ઝૂલ–લગાડવી.

floun'der (ફ્લાઉન્ડર), ના૰ એક નાની ચપટી માછલી.

floun'der, અ૰ ક્રિ૰ તરફડિયાં મારવાં ને ડૂબી જવું; ભૂલો કરવી; ભૂલો કરતાં કરતાં ગાડું ગબડાવવું–આગળ વધવું; બોલવામાં ગોટાળો થઈ જવો ને મૂર્ખાઈભરેલું બોલવું.

flour (ફ્લોર, ફ્લાઉર), ના૰ લોટ, આટો; ઝીણો ભૂકો, પાઉડર. સ૰ ક્રિ૰ દળીને લોટ કરવો; પર લોટ કે પાઉડર છાંટવો. **flour'y**, વિ૰.

flou'rish (ફ્લરિશ), ઉ૰ ક્રિ૰ ફાલવું, પાંગરવું; -ની ચડતી થવી, સમૃદ્ધ થવું, પુરબહારમાં હોવું; (તલવાર, ઇ.) આમ તેમ ફેરવવું, વીંઝવું, પટા ખેલવા. ના૰ અક્ષરનાં લાંબાં લાંબાં પાંખડાં–ફાંકાં; તલવાર ઇ., ના પટા; શિંગાતુરાઈનો ઘોષ.

flout (ફ્લાઉટ), ઉ૰ ક્રિ૰ તરછોડવું, અપમાન–અનાદર–કરવો; ધિક્કારવું; ઉપહાસ કરવો.

flow (ફ્લો), અ૰ ક્રિ૰ વહેવું, -નો પ્રવાહ ચાલવો; (સહજપણે) વહી નીકળવું; (વાળ, પોશાક, ઇ.) લાંબું અને ઝૂલતું હોવું. ના૰ પ્રવાહ, ઓઘ; ભરતી, જુવાળ; રેલછેલ, છોળ; વહી જતું પ્રવાહી (તેનું પ્રમાણ).

flower (ફ્લાવર), ના૰ ફૂલ, પુષ્પ, મોર; સપુષ્પ વનસ્પતિ; ઉત્તમ–સારામાં સારો–ભાગ; સમૂહમાંની સારામાં સારી વ્યક્તિ કે વસ્તુ. અ૰ક્રિ૰ -ને મોર–ફૂલ–આવવાં, ખીલવું, ફૂલવું. *the ~ of life*, ભરજુવાની, જ્યારે બધી શક્તિઓ પુરજોસમાં હોય તે કાળ. *~s of speech*, આલંકારિક ભાષા. *in~*, ફૂલો બેઠાં હોય એવું. **flow'eret**, ના૰ નાનકડું ફૂલ. **flower-pot**, ના૰ ફૂલદાની. **flow'ery** (ફ્લાવરિ), વિ૰ ફૂલોથી ભરપૂર; (ભાષા) અલંકારપ્રચુર.

flown (ફ્લોન), flyનું ભૂ૰ કૃ૰

flu(e) (ફ્લૂ), ના૰ સળેખમ સાથેનો એક જાતનો તાવ, 'ઇન્ફ્લુએન્ઝા'.

fluc'tuate (ફ્લક્ચુએટ), અ૰ ક્રિ૰ મોજાંની જેમ ઉપર નીચે થવું, ઝોલા ખાવા; વારે વારે બદલાયા કરવું; વધઘટ થયા કરવી. **fluctua'tion**, ના૰ ચઢઉતર, વધઘટ, અસ્થિરતા.

flue (ફ્લૂ), ના૰ ધુમાડિયામાંથી ધુમાડો જવાનો રસ્તો; બૉઇલર, ઇ.ને ઉષ્ણતા પહોંચાડનાર પાઇપ–નળી. [છૂટા કકડા.

flue, ના૰ આમ તેમ પડેલા ઊન, સૂતર, ઇ.નાં

flu'ency (ફ્લૂઅન્સિ), ના૰ વાક્પટુતા, અસ્ખલિત વક્તૃત્વ. **flu'ent**, વિ૰ સહજ રીતે વહેતું; અસ્ખલિતપણે છટાબંધ બોલનારું

fluff (ફ્લફ), ના૰કામળા ઇ. પરની (સુંવાળી) રુવાંટી, પરામ. સ૰ક્રિ૰ (ઉશીકું, વાળ, ઇ.ને) રુવાંટી જેવું પોચું ને સુંવાળું બનાવવું; [નાટકમાં] પોતાની ભૂમિકામાં ભૂલ કરવી. **~out**, હલાવીને કાઢી નાખવું, ખંખેરી નાંખવું.

flu'id (ફ્લૂઇડ), વિ૰ વહેતું, પ્રવાહી; ઘટ્ટ કે સ્થિર નહિ એવું. ના૰ વહેતો–પ્રવાહી–પદાર્થ, પ્રવાહી. [ત્રિકોણ અણી.

fluke (ફ્લૂક), ના૰ લંગરનો દાંતો, ભાલાની

fluke, ના૰ દૈવયોગ(થી થયલો સારો તડાકો), સવળો પાસો.

fluke, ના૦ ઘેટાના કલેજામાંનો કૃમિ–કરમ; એક ચપટી માછલી; વહેલ માછલીની ચપટી પૂંછડી.

flumm'ery (ફ્લમરિ), ના૦ દૂધ, લોટ, ફળ, ઇ.ની એક ગળી વાની; ઠાલાં વખાણ; નિરર્થક–મૂર્ખામીભરી–વાતો.

flumm'ox (ફ્લમક્સ), સ૦ ક્રિ૦ ચકિત–અવાક–કરવું, મૂંઝવવું.

flung (ફ્લંગ), flingનો ભૂ૦ કા૦ ને ભૂ૦કૃ૦.

flunk'ey (ફ્લંકિ), ના૦ હજૂરિયો, ખવાસ, ખુશામતિયો.

fluores'cence (ફ્લૂરે'સન્સ), ના૦ (અમુક જાતનાં કિરણો પડતાં) કેટલાક પદાર્થોમાંથી બહાર પડતો રંગીન પ્રકાશ–ચળકાટ; ઓછી તરંગ-લંબાઈવાળાં (અદૃશ્ય) પ્રકાશ-કિરણોને આત્મસાત કરીને વધારે તરંગ લંબાઈ-વાળાં (દૃશ્ય) પ્રકાશકિરણોને બહાર ફેંકવાનો ગુણ–શક્તિ. **fluores'cent**, વિ૦.

flu'rry (ફ્લરિ), ના૦ ધાંધલ, ગરબડ; ક્ષોભ; પવનનો ઝપાટો, વરસાદ કે બરફની વૃષ્ટિ. સ૦ક્રિ૦ ધાંધલ કરવું; ક્ષુબ્ધ કરવું, મૂંઝવવું.

flush (ફ્લશ), ઉ૦ ક્રિ૦ બહાર ધસી–નીકળી–આવવું; (લોહી) એકદમ ચડી આવવું, લાલચોળ થઈ જવું; પાણી વહેવડાવીને–ખળકાવીને–ધોઈ કાઢવું–સાફ કરવું. ના૦ પાણીનો એકદમ ધસારો; આવેશ, ઉમળકો, ઊભરો; શરમના શેરડા–લાલી; તાજગી, જોમ, ઉત્સાહ; એકના હાથમાં એક જ રંગનાં બધાં પત્તાં (આવવાં). [સમું, એક સપાટીમાં.

flush, વિ૦ ભરેલું, ઊભરાતું; વિપુલ; સરખું,

flus'ter (ફ્લસ્ટર), ઉ૦ક્રિ૦ મૂંઝવવું, મૂંઝાઈ જવું, ધાંધલ થવી ના૦ મૂંઝવણ, ક્ષોભ, ધાંધલ.

flute (ફ્લૂટ), ના૦ વાંસળી, પાવો, મોરલી; થાંભલામાં ઉપરથી નીચે પાડેલી ખાંચ, સ્તંભ-રેખા. ઉ૦ક્રિ૦ વાંસળી–સિસોટી–વગાડવી; -માં ખાંચો પાડવી. **flut'ing** ના૦ થાંભલા પર ઉપરથી નીચે કોતરેલી રેખાઓ. **flut'ist, flauti'st** (ફ્લૉટિસ્ટ), ના૦ પાવો વગાડ-નારો.

flutt'er (ફ્લટર), ઉ૦ ક્રિ૦ પાંખો ફફડાવવી; ધાંધલ કરવી, ગભરાટમાં આમ તેમ ફરવું–દોડાદોડ કરવી; પ્રક્ષુબ્ધ કરવું; ફફડવું, ધ્રૂજતાં ધ્રૂજતાં નીચે ઊતરવું; ગભરાવું, ના૦ ફફડાટ, પ્રક્ષોભ, ગભરાટ, ધાંધલ.

flut'y (ફ્લૂટિ), વિ૦ પાવાના અવાજ જેવું, મૃદુ–કોમળ–અને સ્પષ્ટ અવાજવાળું.

fluv'ial (ફ્લૂવિઅલ), વિ૦ નદીનું, નદીમાં મળી આવતું.

flux (ફ્લક્સ), ના૦ વહેવું તે, પ્રવાહ; ભરતી, જુવાળ; સતત બદલાયા કરવું તે, સતત પરિવર્તન(શીલતા), ગતિ(શીલતા); ધાતુઓને ઓગાળવામાં વપરાતો ખાર. ઉ૦ ક્રિ૦ ધાતુ, ઇ.ને ઓગાળવું, ઓગળવું; વહેવું, વહેવડાવવું.

fly (ફ્લાઇ), ના૦ માખી, મક્ષિકા; ઘરમાખી; કેટલીક માખીઓને લીધે વનસ્પતિમાં થતો એક રોગ. *a ~ in the ointment*, દૂધમાં મીઠું; ખોડ, ખામી. *a ~ on the wheel*, શકટ નીચેનો શ્વાન. *break ~ on the wheel*, કીડી ઉપર કટક ચડાવવું. **fly-blown**, વિ૦ કલંકિત; કીડા પડેલું, સડેલું; માખીનાં ઈંડાં–આસન–થી ભરેલું. **fly-catcher**, ના૦ એક પક્ષી. **fly-paper** ના૦ માખીઓનો ઉપદ્રવ દૂર કરવા વપરાતો ગુંદરવાળો કાગળ.

fly, ઉ૦ ક્રિ૦ (ભૂ૦કા૦ flew; ભૂ૦ કૃ૦ flown). ઊડવું, હવામાં ઊડવું; વિમાનમાં બેસીને ઊડવું–જવું; વિમાન ચલાવવું; ઉતાવળ કરવી, ધસી જવું; (ધ્વજ)ફરકાવવો–ઊડતો રાખવો; નાસી જવું. ના૦ ઊડવું તે; એક ઘોડાની (ભાડાની) ગાડી; ભોરિયાના ગાજ ઢાંકવાની પટ્ટી; તંબૂના પ્રવેશ આગળનો પડદો; વાયુ-ગતિદર્શક યંત્રનું પાનું–જીભ. *as the crow flies*, તદ્દન સીધી લીટીમાં. *~ high*, મહત્ત્વા-કાંક્ષી હોવું. *let ~ (at)*, છોડવું, ફેંકવું, મારવું; -નો ઊધડો લેવો. *~ at*, ઉપર તૂટી પડવું. *~ into a passion, rage, etc.*, એકદમ આવેશમાં આવવું (ક્રોધ, આનંદ, ઇ.ના). *return with flying colours*, જીત મેળવીને આવવું. *~ in the face of*, ખુલ્લી રીતે સામું થવું. *~ open, to bits, etc.*, એકદમ જોરથી હુમલો કરવો. *~ off at a tangent*, એકદમ વિષયાંતર કરવું–અપ્રસ્તુત વાત શરૂ કરવી. **fly-away**, વિ૦ (કપડાં અંગે) ખૂલતાં અને ઢીલાં. **fly-boat**, ચપટા તળિયાવાળી મોટી હોડી. **fly-buttons**, (-બટન્ઝ),

પાટલૂનનાં આગળનાં બટન. **fly-leaf**, ચોપડીની શરૂઆતમાંનું કે છેડાનું કોરું પાનું. **fly-wheel**, યંત્રની ગતિ સમતોલ રાખનાર ભારે કોરવાળું ચક્ર, ગતિચક્ર.

fly, વિ૰ ઝડપી, હોશિયાર; જાગ્રત.

flying, વિ૰અને ના૰ ઊડતું, ઊડવું તે, ઇ.~ *boat* વિમાન અને હોડી બન્નેનું કામ આપનાર જહાજ. ~*bomb*, હવામાં મારવાની ટૉર્પીડો, દારૂગોળાથી ભરેલું વિમાની વિનાનું કેવળ હવાની મદદથી ચાલતું વિમાન. ~*buttress*, ગૉથિક સ્થાપત્યના મકાનની બહારની દીવાલને આપેલો કમાનદાર ટેકો. ~*fish*, હવામાં કૂદકા મારી શકે એવી માછલી. ~*fox*, ફળ ખાનારું વાગોળ. *F~Officer*, વિમાની દળનો એક અમલદાર. ~ *visit*, ઊડતી–ટૂંકી–મુલાકાત.

foal (ફોલ), ના૰ (ઘોડાનો) વછેરો–રી; (ગધેડાનું) ખોલકું.*with,in*, ~, (ઘોડી) સબર, ગાભણી. અ૰ક્રિ૰ (ઘોડી ગધેડીનું) વિયાવું.

foam (ફોમ), ના૰ ફીણ, ફીણના ગોટા. અ૰ ક્રિ૰ ઉપર ફીણ આવવું–વળવું; મોઢે ફીણ આવવું; ખૂબ ગરમીને લીધે ચામડી પર ફીણ વળવું. ~ *at the mouth*, ખૂબ ગુસ્સે થવું. **foam'y** (ફોમિ), વિ૰ ફીણવાળું.

fob (ફૉબ), ના૰ ઘડિયાળ વગેરે મૂકવાનું પાટલૂનનું નાનું ગજવું; ઘડિયાળનો અછોડો–ફીતની પટ્ટી.

fob, સ૰ ક્રિ૰ છેતરવું, બનાવવું; કપટ કરીને ગળે વળગાડવું, માથે મારવું (~*thing off on person*). [આવેલું–ભેગું કરેલું.

foc'al (ફોકલ), વિ૰ કેન્દ્રનું, કેન્દ્રમાં–મધ્યમાં

fo'c's'le (ફોક્સલ), ના૰જુઓ forecastle.

foc'us (ફોકસ), ના૰ (બ૰ વ૰ foci, ફોસાઇ; focuses). પ્રકાશનાં કિરણ જ્યાં મળે છે તે બિન્દુ–કેન્દ્ર, નાભિ; કિરણસંપાતસ્થાન; દૂરબીનના કાચ વતી પ્રતિમા સ્પષ્ટ દેખાય તે માટે જ્યાં પદાર્થ હોવો જોઈએ તે સ્થાન–બિન્દુ; (લીટીઓ, વૃત્તિઓ, ઇ.નું) મિલનબિન્દુ.*in*~, (આંખ, કેમેરા, ઇ. અંગે) સ્પષ્ટ ચિત્ર મળે એવી રીતે ગોઠવેલું. ઉ૰ ક્રિ૰ સ્પષ્ટ પ્રતિમા દેખાય તે માટે દૂરબીન કે આંખને ગોઠવવું; કેન્દ્રિત કરવું; એક કેન્દ્રમાં લાવવું–આવવું.

fodd'er (ફૉડર), ના૰ સૂકું ઘાસ–ચાર. સ૰ ક્રિ૰ ઢોરને ચારો નીરવો.

foe (ફો), ના૰ શત્રુ, દુશ્મન; સામાવાળો.

foet'id, fet'id (ફીટિડ), વિ૰ ગંધ મારતું, વાસ મારતું. [માંનું બચ્ચું–બાળક.

foet'us, fet'us (ફીટસ), ના૰ ગર્ભ, ગર્ભ-

fog (ફૉગ), ના૰ ધુમ્મસ, ધુમર; [ફોટો.] વ્યક્તીકૃત પટ (પ્લેટ) પર ધુમ્મસ જેવું આવરણ. *in a* ~, મનમાં સ્પષ્ટ કલ્પના વિનાનું. **be fogged**, સ્પષ્ટ કલ્પના ન હોવી. **fog-horn**, ધુમ્મસમાં વહાણોને ભયની સૂચના આપવા માટેનું શિંગું. સ૰ ક્રિ૰ ધુમ્મસથી ઢાંકી દેવું–ઝાંખું કરવું; મૂંઝવવું. **fogg'y** (ફૉગિ), વિ૰ ધુમ્મસ-વાળું, કાળું, અંધારું; અસ્પષ્ટ; ગૂંચવણભરેલું.

fog'y, fog'ey (ફોગિ), ના૰ જૂનવાણી માણસ (*old* ~).

foi'ble (ફૉઇબલ), ના૰ (નજીવો) દોષ, ખોડ, ખામી, છિદ્ર.

foil (ફૉઇલ), ના૰ ધાતુનું પાતળું પતરું, વરખ(નું પાનું); આરસીની કલાઈ; વીંટીના હીરા નીચે જડવામાં આવતું પતરું, ડાંક; પ્રભા-વર્ધક વસ્તુ. સ૰ ક્રિ૰ ભિન્ન કે વિરોધી ગુણ-વાળી વસ્તુ સાથે મૂકી દીપે એમ કરવું. *use one as a* ~, પોતાની હોશિયારી બતાવવા કોઈની મૂર્ખામીનો ઉપયોગ કરવો.

foil, સ૰ક્રિ૰ ચાલવા–વળવા–ન દેવું, હરાવવું: પાછા હઠાવવું, નિવારવું, ચુકાવવું; શિકારી કૂતરા શિકારની ગંધ ચૂકે તેમ કરવું.

foil, ના૰પટા ખેલવામાં વપરાતી બુઠ્ઠી તલવાર, જેની અણી આગળ બટન જેવું કશુંક હોય છે.

foist (ફૉઇસ્ટ), સ૰ ક્રિ૰ ચોરીથી અથવા અધિકાર વિના ઘુસાડી દેવું–ઉમેરવું; સાચીને બદલે ખોટી વસ્તુ પધરાવવી (~*on, upon*).

fold (ફોલ્ડ), ના૰ ઘેટાંનો વાડો–નેસડો–ટોળું; ધર્મના અનુયાયીઓનું મંડળ. સ૰ ક્રિ૰ ઘેટાંને વાડામાં પૂરવાં.

fold, ઉ૰ ક્રિ૰ વાળવું, ગડી વાળવી; વળવું; વાળી શકાય એવું હોવું; (હાથ) જોડવું; લપેટવું, વીંટવું, ઢાંકવું; ભેટવું, આલિંગન આપવું. ના૰ વાળવું તે; વાળેલો ભાગ, ગડી; સાપ, ઇ.નો આમળો. **fold'er**, ના૰ છૂટા કાગળ રાખ-વાની કોથળી–વાળેલો જાડો કાગળ; વાળેલો

પરિપત્ર-માહિતીપત્રક; વાળવાનું ચપ્પુ, ફળ, ઇ.

fold'erol (ફૉલ્ડરૉલ), નાο જૂનાં ગીતો ગાવામાં આવતો અર્થહીન-નકામો-શબ્દ.

fol'iage (ફોલિઇજ), નાο પાંદડાં, પાલો; [કળામાં] ચીતરેલાં-કોતરેલાં-પાંદડાં, ફૂલ, વેલ, ઇ.

fol'iate (ફોલિઍટ), વિο પાંદડા જેવું -વાળું.

fol'io (ફોલિઓ), નાο (બο વο -s). એક વાર વાળેલો કાગળ (જેથી પૃષ્ઠસંખ્યા ૪ થાય); [મુદ્રણ] મોટામાં મોટા કદનાં પાનાંનું પુસ્તક; નકલ કરવા વગેરે માટે લખાણની શબ્દ સંખ્યા ગણવાનો ૭૨ કે ૯૦ શબ્દોનો એકમ.

folk (ફોક), નાο (પ્રાο) રાષ્ટ્ર, પ્રજા; (બοવο) લોકો. *one's ~s*, પોતાના કુટુંબનાં માણસો તથા સગાંસંબંધીઓ. **folk-dance** નાο પ્રાચીન લોકનૃત્ય. **folklore**, નાο લોકસાહિત્ય, લોકકથા, ઇ.(ની વિદ્યા); કોઈ પ્રજા કે લોકની પરંપરાગત માન્યતાઓ, વાર્તાકથાઓ, ઇ.

foll'icle (ફૉલિકલ), નાο નાની કોથળી અથવા કોશ; જેમાંથી વાળ ઊગે છે તે છિદ્ર; [વનસ્પ.] બીજની કોથળી.

foll'ow (ફૉલો), ઉο ક્રિο -ની પાછળ જવું-આવવું-ચાલવું, અનુસરવું; -ની પાછળ પડવું; માર્ગદર્શક ભોમિયા તરીકે કે નેતા તરીકે સ્વીકારવું, -ના અનુયાયી હોવું; -નું પરિણામ હોવું, -માંથી ફલિત થવું; સમજવું, આકલન કરવું, -ની સાથે સંમત થવું. *as ~s*, નીચે (આપ્યા) પ્રમાણે. *~out*, સૂચના અનુસાર, હેતુ લક્ષમાં રાખીને, ચાલવું. *~ up*, સ્થિરપણે અને ચીવટથી પાછળ પડવું; છેડો આણવો, પૂરું કરવું. *~ the sea*, દરિયો ખેડવા જવું; ખલાસી થવું. **foll'ower** (ફૉલોઅર), નાο અનુયાયી, શિષ્ય; આશ્રયદાતા; કામવાળીનો આશક. **foll'owing**, નાο અનુયાયીઓ. વિο હવે પછી આવતું, નિમ્નલિખિત.

foll'y (ફૉલિ), નાο મૂર્ખામી, બેવકૂફી; મૂર્ખતાભરી કલ્પના-કૃત્ય-આચરણ.

foment' (ફમે'ન્ટ, ફો-), સο ક્રિο દવા નાંખીને ગરમ પાણીથી શેકવું-ધોવું, ઝારવું; ઉત્તેજન આપવું, પ્રેરવું, ઉશ્કેરવું. *~ trouble*, પીડા ઊભી કરવી. **fomenta'tion** (ફો-), નાο શેક કરવો-ઝારવું-તે, શેક; ઉશ્કેરણી, ઉઠાવણી.

fond (ફૉન્ડ), વિο હેતાળ, માયાળુ; અતિ પ્રેમ કરનારું, -ની પાછળ ઘેલું; મૂર્ખ, મૂર્ખતાભરી આશા કે વિશ્વાસવાળું. *be ~ of*, -ને ચાહવું. **fondness**, નાο ભોળી માયા; શોખ.

fon'dant (ફૉન્ડન્ટ), નાο એક પોચી મીઠાઈ.

fon'dle (ફૉન્ડલ), સο ક્રિο લાડ લડાવવાં, પંપાળવું. [વાસણ-પાત્ર.

font (ફૉન્ટ), નાο બાપ્તિસ્માના પાણીનું

font, જુઓ fount.

food (ફૂડ), નાο અન્ન, ખોરાક, ખાદ્ય વસ્તુઓ; પોષણ. *~ for thought*, વિચારણીય બાબત. **foodstuff**, નાο બο વο ખોરાકની ચીજો. [દૂધમાં કરેલું મિશ્રણ.

fool (ફૂલ), નાο ફળ રાંધીને તેના માવાનું

fool, નાο મૂર્ખ માણસ, ડહાપણ કે અક્કલ વિનાનું માણસ; ભોળો, બાઘો; મશ્કરો, વિદૂષક. ઉο ક્રિο ગાંડા-મૂર્ખા-ની જેમ વર્તવું, ગાંડાં કાઢવાં; મશ્કરી કરવી; બનાવવું, છેતરવું; બેવકૂફ બનાવવું. *king's ~*, વિદૂષક, રાજાનો મશ્કરો (મિત્ર). *~ away one's time*, વખત બગાડવો. *~ with a gun*, કોઈને ઈજા ન થાય એવી રીતે બંદૂક સાથે રમત કરવી. *make a ~ of*, ચાલાકી કરીને છેતરવું, બનાવવું. *~'s paradise*, ભ્રામક સુખ. *go on a ~'s errand*, મિથ્યા પ્રવૃત્તિ આદરવી. *All F~s' Day*, પહેલી એપ્રિલનો-એપ્રિલફૂલનો-દિવસ. *April ~*, બનાવવા માટેની ખોટી વાતો પર વિશ્વાસ રાખનાર. **fool'ery** (ફૂલરિ), નાο મૂર્ખામી, બેવકૂફી, મૂર્ખાની જેમ વર્તવું તે; મૂર્ખામીની વાત-કામ. **fool'hardy** (-હાર્ડિ), વિο અવિચારી જોખમ ખેડનાર, અતિસાહસિક. **fool'ish**, વિο મૂર્ખ, કમઅક્કલ, મૂઢ; અવિચારી; બેવકૂફી ભરેલું; હાસ્યાસ્પદ. **foolproof** (-પ્રૂફ), વિο જેમાં કોઈ પણ માણસ ભૂલ ન કરી શકે એવું સાદું, સહેલું, અને સરળ.

fool'scap (ફૂલ્સ્કેપ), નાο ૧૫"-૧૭"× ૧૨"-૧૩.૫"ના કદનો લખવાનો કે છાપવાનો કાગળ; જૂના વખતની ઘંટડીઓ જડેલી મશ્કરાની ટોપી; કાગળ બનાવતી વખતે તેમાં પાડેલું એવું નિશાન.

foot (ફુટ), નાο (બο વο feet). પગ,

ચરણ; પગ, પાયો; પગ, પગલું; પાયદળ; -નીચલો ભાગ, તળિયું; તળેટી; ૧૨ ઇંચનું માપ, ફૂટ, ફૂટપટ્ટી; વૃત્તનો ગણ. સ૦ ક્રિ૦ (બિલ) આપવું, ચૂકવવું; (મોજાને) નવો પગ બેસાડવો. *set* (a plan) *on* ~, શરૂ – ચાલુ – કરવું. *stand on one's own feet,* પોતાના પગ પર ઊભા રહેવું, સ્વાવલંબી થવું. *carry one off his feet,* અતિ ઉત્સાહી બનાવવું (વિ. ક. સહ્યભેદમાં વપરાય છે). *fall on one's feet,* અચાનક સદ્ભાગ્ય પ્રાપ્ત થવું. *keep one's feet,* અડગ ઊભા રહેવું. *on*~, પગે ચાલતાં; ચાલુ. *put* one's ~ *down,* દૃઢતાથી વર્તવું, મના કરવી, રોકવું. *put* one's ~ *in it,* અવિવેકી વર્તન કરવું, મોટી ભૂલ કરવી. ~*-and-mouth disease,* ના૦ ગાય, ભેંસ, ઇ. ને થતો તાવ જેવો એક ગંભીર રોગ. **foot'ball,** ના૦ પગથી ઠોકર મારીને રમવાનો દડો, ફૂટબૉલ; ફૂટબૉલની રમત. **foot'board,** ના૦ ટેકા માટે પગ તળેનું ત્રાંસું પાટિયું; વાહનમાં ચડવા માટે પગ મૂકવાનું પાટિયું. **foot'fall,** ના૦ પગલાંનો અવાજ. **footer,** ના૦ ફૂટબૉલની રમત. **foot'hills** (–હિલ્ઝ), ના૦ બ૦ વ૦ ઊંચા પર્વતની તળેટીમાંની નાની–નીચી–ટેકરીઓ. **foot'hold** (–હોલ્ડ), ના૦ પગ મૂકવા માટેનો આધાર; ઊભા રહેવા માટેની જગ્યા. **foot'lights,** ના૦ બ૦ વ૦ રંગભૂમિની સામેના પ્રેક્ષકની બાજુથી ઢાંકેલા નીચલા દીવા. **foot'man,** ના૦ ગણવેશધારી નોકર, સિપાઈ. **foot'note,** ના૦ પુસ્તક ઇ.માં આપેલી પાદટીપ. **foot'pad** (ફુટ્પૅડ), ના૦ (રસ્તામાં હુમલો કરનાર) લુટારો. **foot'path,** ના૦ પગથી. **foot'print** (–પ્રિન્ટ), ના૦ પાદચિહ્ન, પગલું. **foot'step** (ફુટ્સ્ટેપ), ના૦ પગલાનો અવાજ; પગલું. **foot'stool,** (–સ્ટૂલ), ના૦ પગ મૂકવાનો બાજઠ, પાદપીઠ.

foot'ing (ફુટિંગ), ના૦ પગ મૂકવાનો પાકો આધાર; સલામત – સ્થિર – જગ્યા – આસન; (બીજાની તુલનામાં) સાપેક્ષ સ્થિતિ, હાલત; મૈત્રી કે પરિચય (ની માત્રા). *get a* ~ *in a group,* મંડળમાં એક સભ્ય તરીકે સ્વીકાર થવો. *on a war* ~, લડાઈને ખ્યાલમાં રાખીને યોજેલું. [નકામું; મૂર્ખામીભર્યું.

foot'ling (ફૂટ્લિંગ), વિ૦ નજીવું અને

foo'zle (ફૂઝ્લ), ઉ૦ ક્રિ૦ (વિ. ક. ગોલ્ફની રમતમાં) દડાને બરાબર મારવામાં નિષ્ફળ જવું; લોચાં વાળવો, કામ બગાડવું.

fop (ફૉપ), ના૦ લાલો, વરણાગિયો, છેલછબીલો. **fopp'ery** (ફૉપરિ), ના૦ છેલાઈ, ફાંકડાઈ, વરણાગી. **foppish** (ફૉપિશ), વિ૦ ફાંકડું, અક્કડબાજ, વરણાગિયું.

for (ફર, ફૉર), ના૦ અ૦ -ના પ્રતિનિધિ તરીકે, ને માટે; -ની જગ્યાએ, -ને બદલે, બદલામાં; -ના ટેકામાં; -ના હિતમાં – લાભમાં, -ને માટે; -ને કારણે – લીધે; -ના હેતુ – ઉદ્દેશ – થી; મળે તે માટે, મેળવવા; અમુક ઠેકાણે જવા માટે; લાગેવળગે છે ત્યાં સુધી (~ *my part*). ~*all that,* તેમ છતાં, છતાં. ~ *all the world like,* બધી રીતે – સંપૂર્ણપણે – સરખું. ~ *the most part,* મુખ્યત્વે (કરીને), મોટે ભાગે. ઉભ૦ અ૦ કારણ કે, કેમ કે.

fo'rage (ફૉરિજ), ના૦ ઘોડા કે ઢોર માટે ઘાસ, ચારો, દાણો, ઇ. ~ *cap,* વર્દીમાં ન હોય ત્યારે (સિપાઈની) પહેરવાની ટોપી. ઉ૦ ક્રિ૦ કોઈ મુલકમાં ફરી વળીને જબરદસ્તીથી ઘાસ-દાણો કઢાવવો – ઉઘરાવવો; ઘાસ દાણો પૂરો પાડવો; ઉપર તળે ઉથલાવીને શોધ કરવી.

forasmuch' as (ફૉરઝ઼મચ્ અઝ઼), ઉભ૦ અ૦ તેથી કરીને, તે માટે.

fo'ray (ફૉરે), ના૦ ખોરાક, ઢોર, ઇ. માટે હુમલો–ચડાઈ; ધાડ. અ૦ ક્રિ૦ હુમલો કરવો, ઇ.

forbad(e) (ફરબૅડ), forbid નો ભૂ૦કા૦

forbear, (ફૉરબૅર, –બે'અર, ફ–), ના૦ (બહુધા બ૦ વ૦ માં) પૂર્વજ, વડવો, ઘરડો.

forbear', ઉ૦ક્રિ૦ (ભૂ૦ કા૦ forbore, ભૂ૦ કૃ૦ forborne). થોભવું, ઊભા રહેવું; અમુક કરવાનું ટાળવું; ધીરજ રાખવી. **forbear'ance,** ના૦ ખામોસ, ધીરજ; સહનશીલતા. **forbear'ing,** વિ૦ ધીરજવાળું, સહનશીલ.

forbid' (ફર્બિડ), સ૦ ક્રિ૦ (ભૂ૦ કા૦ forbad(e), ભૂ૦ કૃ૦ forbidden). ન કરવાની આજ્ઞા–હુકમ–આપવો, બંધી કરવી;

ન થવા–કરવા–દેવું, રોકવું. *God* ~, ન કરે નારાયણ! **forbidd'ing** (ફર્‌બિડિંગ), વિ૰ કંટાળો–ચીડ–આવે એવું, ત્રાસદાયક, ગમે નહિ એવું; નિરુત્સાહક.

forbore (ફર્‌બોર), forbear નો ભૂ૰ કા૰.

force (ફૉર્સ, ફો –), ના૰ જોર, બળ, શક્તિ (શારીરિક કે માનસિક); જોર, જબરદસ્તી; લશ્કરી તાકાત, બળ; (બ૰ વ૰) લશ્કર; [કા.] અમલ; સત્તા; મગદૂર, પ્રભાવ; [દલીલમાં] વજૂદ, દમ, અસરકારકતા. *by* ~ *of*, -ની મદદથી, -ને કારણે. *in* ~, મોટી સંખ્યામાં; અમલમાં, ચાલુ. સ૰ ક્રિ૰ ફરજ પાડવી; જબરદસ્તીથી કરાવવું; હરાવવું, બળ કરી જીતવું; (શબ્દનો) પરાણે અર્થ કાઢવો, તાણવું; કૃત્રિમ રીતે પકવવું; હાંકવું, આગળ ધકેલવું; જોર કરી બેસાડવું; તોડી નાંખીને ઉઘાડવું. ~ *of an expression*, શબ્દોનો –વાકચનો–અર્થ. *turn out in*~, મોટી સંખ્યામાં બહાર પડવું. *the police* ~,(આખું) પોલીસ દળ. *our* ~*s*, લશ્કર, આરમાર ને વિમાનદળ. ~ *plants*, જલદી–વખત પહેલાં–ફળ આપે તેમ કરવું. ~ *one's hand*, અનિચ્છાએ અમુક નીતિ અખત્યાર કરવાની–ન કરવું હોય ત્યારે કરવાની–ફરજ પાડવી. ~ *the pace*, પોતે ઝડપથી ચાલીને(બીજાને) તેમ કરવાની ફરજ પાડવી. **forced** (ફૉર્સ્ડ), વિ૰ તાણીતૂશીને – મારીમચડીને–કરેલું, કૃત્રિમ, અસ્વાભાવિક. ~*d march*,(ખાસ કારણસર) ઝડપથી કરેલી કૂચ.

force'ful (ફૉર્સ્‌ફુલ), વિ૰ જુસ્સાવાળું, મજબૂત; જબરદસ્તીથી કરેલું; ખાતરી કરાવનારું.

force'meat (–મીટ), ના૰ મસાલો વગેરે નાંખીને તૈયાર કરેલા માંસના કકડાનું પૂરણ.

for'ceps (ફૉર્સે'પ્સ), ના૰ (બ૰ વ૰ એ જ). શસ્ત્રવૈદ્યનો ચીપિયો.

for'cible (ફૉર્સિ'બલ,), વિ૰ સબળ, જબરું; જબરદસ્તીથી કરેલું; અસરકારક, દમવાળું.

ford (ફૉર્ડ), ના૰ નદી ચાલીને પાર કરી શકાય તે જગ્યા, ઉતાર, તીર્થ; પ્રવાહ, નાળું. સ૰ક્રિ૰ નદીમાં ચાલીને પાર જવું. **ford'-able**, વિ૰ ચાલીને જવાય–પાર કરી શકાય–ઓળંગી શકાય–એવું.

fore (ફોર), ક્રિ૰વિ૰ આગળ. વિ૰ આગળ–મોખરે–આવેલું. ના૰ આગળનો ભાગ (વિ. ક. વહાણનો). ~ *and aft*, આગળ અને પાછળ, વહાણના આગળના ભાગથી પાછળના ભાગ સુધી.

fore'arm (ફોર્‌આર્મ), ના૰ કોણીથી પહોંચા–આંગળીનાં ટેરવાં–સુધીનો હાથનો ભાગ.

forearm' (ફૉરાર્મ),સ૰ ક્રિ૰ અગાઉથી શસ્ત્ર-સજ્જ–તૈયાર–થવું. *forewarned is* ~*ed*, અગાઉથી ચેતવું તે શસ્ત્ર સજવા બરોબર છે.

forebear (ફોર્‌બે'ર), જુઓ forbear.

forebode' (ફરબોડ), સ૰ ક્રિ૰ ભવિષ્ય ભાખવું; સૂચિત કરવું; -ની સૂચના હોવી; થનાર વસ્તુની આગળથી ખબર પડવી. **forebod'ing**, ના૰ ભાવિનું સૂચન, અશુભ-શંકા, અપશુકન.

forecast' (ફોરકાસ્ટ), સ૰ ક્રિ૰ (ભૂ૰ કા૰ forecast અથવા forecasted). ભવિષ્યની આગાહી કરવી, અગાઉથી અનુમાન કરવું. **forecast**, ના૰ પૂર્વયોજના, દૂરંદેશિતા; વર્તારો, વિ. ક. હવામાનનો (*weather* ~).

forecastle, fo'c's'le (ફોક્‌સલ), ના૰ વહાણના આગલા ભાગનું ઊંચી સપાટીવાળું નાનું તૂતક; વેપારી જહાજનો તૂતક નીચેનો ખલાસીઓને રહેવાનો આગળનો ભાગ.

foreclose' (ફોર્‌ક્લોઝ઼), ઉ૰ ક્રિ૰ અટ-કાવવું, બંધ કરવું; [કા.] દેવાની રકમ ન ચૂકવવાને કારણે ગીરો મૂકેલી મિલકત છોડ-વવાનો હક રદ કરવો. **foreclo'sure** (ફોર્‌ક્લોઝર), ના૰ ગીરો છોડવવાનો હક્ક નષ્ટ કરવો તે.

fore'doom (ફોર્‌ડૂમ) સ૰ક્રિ૰ -નું નસીબ આગળથી–નક્કી કરવું, આગળથી સજા–માઠું પરિણામ–નક્કી કરવું;~*ed to failure*,શરૂઆ-તથી નિષ્ફળ જવાની ખાતરીવાળું–ને સરજયેલું.

fore'father (ફોર્‌ફાધર), ના૰ પૂર્વજ; [વિરલ] મૂળ પુરુષ; (બ૰ વ૰) બાપદાદાઓ.

fore'finger (ફોર્‌ફિંગર), ના૰ અંગૂઠા પાસેની આંગળી, તર્જની.

fore'foot (ફોર્‌ફુટ), ના૰ (બ૰ વ૰ fore-feet). ચોપગા પ્રાણીનો આગળનો પગ.

fore'front (ફોર્‌ફ્રન્ટ), ના૰ સૌથી આગળનો ભાગ.

fore'gather (–ગૅધર), સ૦ ક્રિ૦ સાથે ભેગું કરવું.

forego (ફોર્ગો), ઉ૦ ક્રિ૦ વિના ચલાવવું; છોડી દેવું, જતું કરવું; -થી આગળ–પહેલાં–જવું. **foregoing**, વિ૦ ઉપર–અગાઉ–આવેલું–કહેલું, ઇ. *foregone conclusion*, અગાઉ નક્કી થઈ ચૂકેલું–જોઈ શકાય એવું–પરિણામ.

fore'ground (ફોર્ગ્રાઉન્ડ), ના૦ ચિત્રનો આગળનો–જોનારની નજર પાસેનો–ભાગ; સૌથી મોખરેની જગ્યા.

fore'hand (ફોર્હૅન્ડ), વિ૦ (ટેનિસમાં ફટકો) આગળ હાથ લંબાવીને મારેલું.

forehead (ફૉરિડ), ના૦ કપાળ, લલાટ; ધીટપણું, હિંમત.

fo'reign (ફૉરિન), વિ૦ બીજા–પારકા–દેશનું, પારકું; વિચિત્ર, અપ્રસ્તુત. *~matter*, બાહ્ય–ભિન્ન–વસ્તુ. *F~ Office*, સરકારનું વિદેશખાતું. **fo'reigner** (ફૉરિનર), ના૦ પરદેશી માણસ, પરદેશથી આયાત કરેલું પ્રાણી.

forejudge' (ફૉર્જજ), સ૦ ક્રિ૦ હકીકત–પુરાવો–સાંભળ્યા પહેલાં ફેંસલો કરવો–અભિપ્રાય નક્કી કરવો.

foreknow' (ફોર્નો), સ૦ ક્રિ૦ (ભૂ૦ કા૦ foreknew, ભૂ૦ કૃ૦ foreknown). અગાઉથી જાણવું. **foreknowl'edge** (–નૉલિજ), ના૦ પૂર્વજ્ઞાન.

fore'land (ફોર્લૅન્ડ), ના૦ ભૂશિર, શૈલાન્તરીપ, ઊંચી–ઉન્નત–ભૂશિર.

fore'leg (ફોર્લેગ), ના૦ જાનવરનો આગળનો પગ.

fore'lock (ફોર્લૉક), ના૦ કપાળ પરનો વાળનો ગુચ્છો–લટ. *seize time by the ~*, આવેલી તક ઝડપી લેવી–જવા ન દેવી.

fore'man (ફોર્મન), **fore'woman** (ફોર્વુમન), ના૦ બીજા કારીગરો પર દેખરેખ રાખનાર વડો કારીગર, મુકાદમ; પંચની સભાનો–જૂરીનો–આગેવાન, સરપંચ.

fore'mast (ફોર્માસ્ટ), ના૦ વહાણની આગળની ડોલકાઠી.

fore'most (ફોર્મોસ્ટ, –મસ્ટ), વિ૦ સૌથી આગળનું, મોખરાનું, પહેલું; મુખ્ય, ઉત્તમ, આગેવાન. ક્રિ૦ વિ૦ સૌથી પ્રથમ, ઇ.

fore'noon (ફોર્નૂન), ના૦ બપોર પહેલાંનો સમય, પૂર્વાહ્ન.

forensic (ફરેન્સિક, ફેં–) વિ૦ અદાલતો–કોર્ટો–જાહેર ચર્ચા–નું, –માં વપરાતું, –ના કામનું; વક્તૃત્વવાળું.

foreordain (ફોર્ઑર્ડેન), સ૦ ક્રિ૦ (ઈશ્વર, ઇ. અંગે) અગાઉથી નક્કી–નિર્માણ–કરી રાખવું, અગાઉથી યોજી રાખવું. **foreordina'tion** (ફોર્ઑર્ડિનેશન) ના૦ પૂર્વયોજના, પૂર્વનિયતિ.

forerunn'er (ફોર્રનર), ના૦ આગળથી મોકલેલ દૂત, અગ્રદૂત, અગ્રેસર; સૂચક ચિહ્ન, શુકન.

foresail (ફોરસલ,–સેલ), ના૦ આગળની [ડોલકાઠી પરનો મુખ્ય સઢ.

foresee' (ફોર્સી), સ૦ ક્રિ૦ (ભૂ૦ કા૦ foresaw, ભૂ૦ કૃ૦ foreseen). અગાઉથી જોવું, ભવિષ્યમાં શું થશે તે આગળથી જોવું.

foresha'dow (ફોર્શૅડો), સ૦ ક્રિ૦ -નું પૂર્વચિહ્ન–નિશાની–હોવી, ભાવિ છે એમ લાગવું.

fore'shore (–શોર), ના૦ ભરતીની ને ઓટની [મર્યાદા વચ્ચેનો કિનારો.

foreshort'en (ફોર્શૉર્ટન), સ૦ ક્રિ૦ અંતરને કારણે નાની દેખાતી વસ્તુને યથાર્થ-દર્શનના નિયમ પ્રમાણે તેવી જ બતાવવી–ચીતરવી.

fore'sight (ફોર્સાઇટ,). ના૦ આગળથી જોવું–જાણવું–તે; દૂરદૃષ્ટિ, અગમચેતી.

fo'rest (ફૉરિસ્ટ), ના૦ જંગલ, વન, અરણ્ય. સ૦ ક્રિ૦ -નું વન બનાવવું, -માં ઝાડ રોપવાં.

forestall' (ફોર્સ્ટૉલ), સ૦ ક્રિ૦ કોઈ કરે તેને રોકવા માટે અગાઉથી પોતે કરી નાંખવું, બીજાની પહેલાં કરીને તેને ફાવવા ન દેવું; પાણી પહેલાં પાળ બાંધવી; નિયોજિત સમય પહેલાં કરી નાંખવું.

fo'rester (ફૉરિસ્ટર), ના૦ જંગલની દેખરેખ કરનાર અમલદાર; વનવાસી.

fo'restry (ફૉરિસ્ટ્રિ), ના૦ વનસંવર્ધનવિદ્યા.

fore'taste (ફોર્ટેસ્ટ), ના૦ સુખદુખનો અગાઉથી અંશતઃ અનુભવ (લેવો તે), પૂર્વાનુભવ, વાનગી–નમૂનો–ચાખવો તે. **foretaste'** સ૦ ક્રિ૦ પૂર્વાનુભવ લેવો, વાનગી ચાખવી.

foretell' (ફોર્ટે'લ), સ૦ ક્રિ૦ (ભૂ૦ કા૦ foretold). ભવિષ્ય ભાખવું, વર્તારો કાઢવો.

forethought (ફોર્થૉટ), ના૦ અગાઉથી કરેલો વિચાર, દૂરંદેશો, પૂર્વ વિચાર – યોજના; પાકો વિચાર – ઇરાદો. [અનંત કાળ પર્યંત.

forev'er (ફરે'વર, ફૉ–), ક્રિ૦વિ૦ હંમેશા,

forewarn' (ફોર્વૉર્ન), સ૦ ક્રિ૦ અગાઉથી સૂચના – ચેતવણી – આપવી.

fore'word (ફોર્વર્ડ), ના૦ પ્રસ્તાવના, ઉપોદ્ઘાત, પુરોવચન (વિ. ક. પુસ્તકના લેખક સિવાય બીજા કોઈનું લખેલું).

forf'eit (ફૉર્ફિટ), વિ૦ (ગુના કે દોષને કારણે) ગુમાવેલું – ગુમાવવાનું. ના૦ ગુના કે અપરાધને કારણે જપ્ત કરેલી મિલકત; દંડ, સજા. સ૦ ક્રિ૦ સજા તરીકે અથવા રમતના નિયમ અનુસાર આપવું પડવું – ખોવું – ગુમાવવું. **forf'eiture** (ફૉર્ફિચર), ના૦ ગુનાને કારણે મિલકત જપ્ત થવી તે; જપ્ત થયેલો માલ.

forfend' (ફૉર્ફે'ન્ડ), સ૦ ક્રિ૦ વારવું, ટાળવું, નિવારણ કરવું. *God~*, ન કરે નારાયણ! [ભેગું – થવું, એકત્ર મળવું.

forgath'er (ફૉર્ગૅધર), અ૦ ક્રિ૦ એકત્ર–

forgave (ફર્ગેવ), forgiveનો ભૂ૦ કા૦

forge (ફૉર્જ), અ૦ ક્રિ૦ ધીમે ધીમે– મુશ્કેલીથી – આગળ વધવું (~ *ahead*).

forge, ના૦ લુહારનું કારખાનું – ભઠ્ઠી, દુકાન, કોઢ, લુહારખાનું. ઉ૦ ક્રિ૦ ભઠ્ઠીમાં તપાવીને હથોડા વતી ટીપીને ઘડવું; જોડી કાઢવું; છેતરવા માટે ખોટું બનાવવું, બનાવટી કરવું.

for'gery (ફૉર્જરિ), ના૦ બનાવટી (નાણું, દસ્તાવેજ, ઇ.) કરવું તે; બનાવટી – ખોટો – દસ્તાવેજ, સહી, ઇ.

forget' (ફર્ગે'ટ), ઉ૦ ક્રિ૦ (ભૂ૦ કા૦ forgot, ભૂ૦કૃ૦ forgotten). ભૂલી જવું, વીસરવું; ઉપેક્ષા કરવી; મનમાંથી કાઢી નાખવું. *~oneself*, ભાન ભૂલી જવું – ભૂલીને અણઘટતું કરવું. **forget'ful,** વિ૦ ભુલકણું, વીસરભોળું, ભૂલી જવાની ટેવવાળું.

forget'-me-not, ના૦ વાદળી રંગનાં ફૂલનો એક છોડ; તેનું ફૂલ.

forgive' (ફર્ગિવ), સ૦ ક્રિ૦ (ભૂ૦ કા૦ forgave, ભૂ૦ કૃ૦ forgiven). માફ કરવું. ક્ષમા કરવી (ગુનો, ગુનેગારને); (દેવું) જતું કરવું, માફ કરવું. **forgive'ness,** ના૦ ક્ષમા, ક્ષમાશીલતા. **forgiv'ing,** વિ૦ ક્ષમાશીલ, દયાળુ.

forgo' (ફર્ગો), સ૦ ક્રિ૦ (ભૂ૦ કા૦ forwent, ભૂ૦કૃ૦ forgone). વિના ચલાવવું, જતું કરવું; છોડી દેવું. [ભૂ૦ કૃ૦

forgotten (ફર્ગૉટન), વિ૦ forget નું

fork (ફૉર્ક), ના૦ ખોદવામાં ઉપયોગી પંજેટી, સળકું, કાંટો; ખાવા માટે વપરાતો કાંટો; જ્યાં બે રસ્તા કે શાખાઓ મળે છે કે ફંટાય છે તે જગ્યા. ઉ૦ ક્રિ૦ ફંટાવું, ફાંટા ફૂટવા, શાખાઓ પડવી; પંજેટી વડે ખોદવું. *~out*, આપી દેવું; પૈસા આપવા.

forlorn' (ફર્લૉર્ન), વિ૦ મરણિયું; છોડી દીધેલું; એકલું, અનાથ; દયાજનક સ્થિતિવાળું. *~hope*, નજીવી આશા; મરણિયો પ્રયત્ન; મરણિયા – કેસરિયાં કરનાર – ટુકડી.

form (ફૉર્મ), ના૦ આકાર, ઘાટ, આકૃતિ; રૂપ, રચના; રૂપ, સૌંદર્ય; વીગત ભરવા માટે કોરી જગ્યાવાળું પત્રક, ફારમ; પત્રક, નમૂનો; જાત, પ્રકાર; પદ્ધતિ; નિયમ કે રૂઢિ અનુસાર વર્તન, આચાર; સાહિત્યિક કૃતિની રચના અને શૈલી: બાંકડો, પાટલી: (નિશાળનો) વર્ગ, ધોરણ; યોગ્ય – કાર્યક્ષમ – સ્થિતિ – અવસ્થા (ઘોડો, બેસનાર, ઇ.ની). ઉ૦ક્રિ૦ -ને આકાર – ઘાટ – આપવો; ઘડવું, બનાવવું; ગોઠવવું, રચવું આકાર લેવો; [વ્યાક.] રૂપ બનાવવું; હોવું, -ના ભાગ હોવું. *good~*, સારી અભિરુચિ અને રીતભાત. *matter of~*, શિષ્ટાચારની વાત, ઔપચારિક વસ્તુ.

form'al (ફૉર્મલ), વિ૦ ઔપચારિક; બધી જ વાતમાં યથાવિધિ ચાલનારું, ચોક્કસ, અક્કડ; બાહ્ય આકારને લગતું. **formal'ity** (ફૉર્મૅલિટિ), ના૦ ઔપચારિક વિધિ – ક્રિયા, શિષ્ટાચાર; કેવળ નિયમ જાળવવા કરેલો પણ વસ્તુતઃ અનાવશ્યક વિધિ (*mere~*). **form'alize,** સ૦ક્રિ૦ -ને ચોક્કસ કાયદેસર સ્વરૂપ – આકાર – આપવો. **formaliza'tion** ના૦.

form'aline (ફૉર્મલિન), ના૦ વાસ કે

ગંધ દૂર કરનારું અને જખમ ધોવાનું એક પ્રવાહી–દવા.

form'at (ફૉર્મૅટ, ફૉર્મા),ના૰ચોપડીનું કદ ને આકાર.

forma'tion (ફૉર્મેશન), ના૰ બનાવવું–રચના કરવી–તે, રચના, બનાવટ; બનેલી વસ્તુ; જુદા જુદા ભાગોની ગોઠવણી–રચના, વ્યૂહરચના. **form'ative** (ફૉર્મેટિવ), વિ૰ બનાવવામાં કામનું, (ઉપસર્ગ, પ્રત્યય, ઇ.) શબ્દો બનાવવામાં વપરાતું; આકાર ને રૂપ આપનારું, ઘડનારું; (કાળ, ઇ.) ઘડતરનું.

form'er (ફૉર્મર), વિ૰ ભૂતકાળનું; અગાઉનું, આગળનું; પહેલું, પૂર્વોક્ત. સર્વ૰ પૂર્વોક્ત–પહેલાં કહેલ–વ્યક્તિ, વિષય કે બીના. **form'erly**, ક્રિ૰ વિ૰ અગાઉના વખતમાં, પૂર્વે.

form'ic (ફૉર્મિક), વિ૰ *~acid*, [રસા.] કીડીઓમાંથી નીકળતા પ્રવાહીમાં મળી આવતું એક અમ્લ, પિપીલિકામ્લ.

form'idable (ફૉર્મિડબલ), વિ૰ ભયાનક, બિહામણું; ભારે મોટું–મુશ્કેલ; દુર્લંઘ્ય.

form'ula (ફૉર્મ્યુલ,-લા),ના૰(બ૰વ૰ formulae, formulas) શબ્દો કે ચિહ્નોની નિશ્ચિત રચના, વ્યાખ્યા, મંત્ર; સૂત્ર; નિશ્ચિત નિયમ; (દવાનો) નુસખો; [ગ.]હિસાબ કરવાની સંજ્ઞાઓ કે પદોમાં ગોઠવેલી ટૂંકી રીત, સૂત્ર.

form'ulate (ફૉર્મ્યુલેટ), સ૰ ક્રિ૰ વ્યવસ્થિતપણે અને સ્પષ્ટપણે વ્યક્ત કરવું–રજૂ કરવું; નુસખા કે સૂત્રોના રૂપમાં મૂકવું. **formula'tion**, ના૰.

fornica'tion (ફૉર્નિકેશન), ના૰ અપરિણીત સ્ત્રીપુરુષનો દેહસંબંધ, કુંવારી સાથે પરિણીત પુરુષનો દેહસંબંધ.

forsake' (ફર્‌સેક), ઉ૰ ક્રિ૰. (ભૂ૰ કા૰ forsook, ભૂ૰ કૃ૰ forsaken). છોડી દેવું, -નો ત્યાગ કરવો; છોડીને જતા રહેવું.

forsooth' (ફર્‌સૂથ), ક્રિ૰ વિ૰ ખરેખર, સાચે જ, બેશક.

forswear' (ફર્‌સ્વેર,–સ્વે'અર), સ૰ ક્રિ૰ (ભૂ૰કા૰ forswore, ભૂ૰કૃ૰ forsworn). કરવા–વાપરવા–નો સમ ખાઈને ત્યાગ કરવો, છોડી દેવું; *~ oneself*, ખોટા સમ ખાવા. **forsworn**, વિ૰ જેણે ખોટા સમ ખાધા છે એવું.

fort (ફૉર્ટ), ના૰ કિલ્લો, ગઢ; કિલ્લેબંધીવાળી જગ્યા.

fort'e (ફૉર્ટિ), વિ૰ અને ક્રિ૰ વિ૰ [સં.] ઊંચે અવાજે, મોટેથી.

forte (ફૉર્ટ), ના૰ માણસની કોઈ વિશેષ આવડત–ગુણ–શક્તિ.

forth (ફૉર્થ) ક્રિ૰ વિ૰ આગળ, બહાર; દેખાય એવી રીતે; પ્રકાશમાં; ઘર બહાર. *and so ~*, ઇત્યાદિ, વગેરે. **forth'coming** (–કમિંગ), વિ૰ થોડા જ સમયમાં આવનારું–બહાર પડનારું, આગામી; ઉદાર, મિલનસાર. *be ~*, (મદદ, ઇ.) જોઈએ ત્યારે ઉપલબ્ધ – મળતું. **forth'right** (–રાઇટ); વિ૰ સ્પષ્ટપણે કહેનારું, નિખાલસ; પ્રામાણિક. **forth'with** (–વિથ), ક્રિ૰ વિ૰ એકદમ, તત્કાળ.

fortifica'tion (ફૉર્ટિફિકેશન), ના૰ કિલ્લા–કોટબંધી, ઇ. રક્ષણનાં કામ (કરવાં તે); (બ૰ વ૰) કિલ્લાકોટબંધી.

forti'fy (ફૉર્ટિફાઇ), ઉ૰ ક્રિ૰ (કિલ્લા, કોટ, બુરજ, ઇ. બાંધીને) મજબૂત બનાવવું.

fortiss'imo (ફૉર્ટિસિમો), વિ૰ અને ક્રિ૰ વિ૰ [સં.] બહુ મોટેથી.

forti'tude (ફૉર્ટિટ્યૂડ), ના૰ હિંમત, ધૈર્ય; સહનશક્તિ.

fort'night (ફૉર્ટનાઇટ), ના૰ પખવાડિયું, પક્ષ. **fort'nightly**, ક્રિ૰ વિ૰ પંદર દિવસમાં એક વાર. વિ૰પંદર દિવસમાં એક વાર નીકળતું, પાક્ષિક. ના૰ પાક્ષિક (પત્ર).

fort'ress (ફૉર્ટ્રિસ્), ના૰ લશ્કરી કિલ્લો, ગઢ, મોટો કિલ્લો.

fortu'itous (ફૉટર્યુઇટસ), વિ૰ દૈવયોગે બનતું, આકસ્મિક.

fort'unate (ફૉટર્યુનિટ), વિ૰ નસીબદાર, ભાગ્યશાળી; સમૃદ્ધ; શુભ.

fort'une (ફૉર્ચુન,–ટર્યુન), ના૰ અકસ્માત, આકસ્મિક ઘટના; દૈવ, પ્રારબ્ધ, નસીબ; સદ્‌ભાગ્ય; સમૃદ્ધિ, સંપત્તિ; કર્મ, નસીબમાં લખ્યું હોય તે. *make a ~*, ખૂબ પૈસા કમાવા–મેળવવા. *a soldier of ~*, પૈસા ખાતર ગમે તેને માટે લડનાર સિપાઈ. *tell ~s*, કોઈનું ભવિષ્ય કહેવું. **fortune-hunter**, ના૰ પૈસાદાર પતિ કે પત્નીની શોધમાં પડેલું માણસ. **fortune-teller**, ના૰ નસીબમાં લખેલું–

ભવિષ્ય – કહેનાર, દૈવજ્ઞ.

fort'y (ફૉર્ટિ), વિ૦ અને નાο ચાળીસ (૪૦). **forti'eth** (ફૉર્ટિઇથ), વિ૦ અને નાο ચાળીસમું; ચાળીસમો હિસ્સો.

for'um (ફોરમ, ફૉ–), નાο [પ્રા.] રોમનું ચૌક; જાહેર ચર્ચાનું સ્થાન; ન્યાયની અદાલત.

for'ward (ફૉર્વર્ડ), વિ૦ આગળના ભાગનું; આગળ, મોઢા તરફ; ખૂબ આગળ વધેલું; ઝડપી, ત્વરાથી કરનારું; વધારે પડતી છૂટ લેનારું; આગેબદ્દુ; અવિનયી. ક્રિ૦ વિ૦ ભવિષ્યમાં – તરફ; મોખરે, અગાડી તરફ; આગળ. *look ~ to*, આતુરતાથી રાહ જોવી. સ૦ ક્રિ૦ આગળ જવા – વધવા – મદદ કરવી, ઉપર ચડાવવું; (કાગળ, ઇ.) આગળ રવાના કરવું. *carriage ~*, માલની રવાનગીનું ખર્ચ લેનારને માથે. નાο ફૂટબૉલ, ઇ.માં પહેલી હરોળનો રમનાર. **for'wardness**, નાοઅવિનય; આગેબદ્દુપણું. **for'wards** (-ર્ઝ઼) ક્રિοવિο આગળ.

fosse (ફૉસ), નાο ખાઈ, ચર (વિ. ક. કિલ્લા ફરતી).

foss'il (ફૉસિલ), નાοધરતીના સ્તરમાં મળી આવતો વનસ્પતિ કે પ્રાણીનો પથ્થર થઈ ગયેલો અવશેષ, અશ્મિલ. વિ૦ એ અવશેષના જેવું; સાવ જુનવાણી; (વ્યક્તિ) વિકાસ-અક્ષમ. *an old ~*, પોતાના જૂના વિચારોને વળગી રહેનારો ડોસો. **foss'ilize** (–લાઇઝ઼), ઉ૦ક્રિ૦ અશ્મિલ – પથ્થર જેવું જડ – બનાવવું બનવું.

fos'ter (ફૉસ્ટર), સ૦ ક્રિ૦ પાળવું, ઉછેરવું, પોષણ કરવું; (લાગણી, ઇ.) સંઘરવું; ઉત્તેજન આપવું. નાο અન્ન. *~-brother, ~-sister*, દૂધભાઈ, દૂધબહેન. *~-mother*, ધાવ, આયા. *~-father*, પાલક પિતા. [ભૂο કૃο

fought (ફૉટ), fight નો ભૂο કાο અને

foul (ફાઉલ), વિ૦ ચીતરી ચડે એવું, ઘૃણા ઉપજાવનારું; ગંદું, મેલું, વાસ મારતું; અન્યાયી, ગેરવાજબી; (હવામાન) વરસાદ અને વાવાઝોડાવાળું; છળકપટભર્યું; (રમતગમતમાં) નિયમવિરુદ્ધ, અંચઈવાળું. નાο હોડી ચલાવવી, ઘોડાની શરત, ઇ.માં ટક્કર, અંચઈ, નિયમ બાહ્ય ફટકો, ઇ. ઉ૦ ક્રિ૦ ગંદું કરવું – થવું; ગૂંચ ઊભી કરવી – થવી; -ની સાથે અથડાવું; લંગરની સાંકળ – દોરડું–કશાકમાં ભેરવવું. *~ play*, અંચઈવાળી રમત; દગો, વિશ્વાસઘાત; ખૂનનો ગુનો. *fall ~ of*, ઉપર હુમલો કરવો, -ની સાથે ઝઘડવું. [કાપડ.

foul'ard (ફૂલાર), નાο સુંવાળું, રેશમી

found (ફાઉન્ડ), find નો ભૂο કાο તથા ભૂο કૃο

found, ઉ૦ ક્રિ૦ સ્થાપન કરવું; (મકાન, ઇ. નો) પાયો નાંખવો; -નું કારણ બનવું; -ના આધાર પર રચવું – બાંધવું; દવાખાનું, શાળા, ઇ. ના મકાન ને સંચાલન માટે દાન કરવું. **founda'tion** (ફાઉન્ડેશન), નાο સ્થાપના; મૂળ પાયો, આધાર; આધાર; કોઈ સંસ્થા કે મંડળનો જથ્થુ નિભાવ થાય તે માટે આપેલું દાન (તેમાં આપેલા પૈસા); મકાનનો સૌથી નીચેનો ભાગ. **foundation-stone**, નાο બાંધકામનો પાયાનો પથ્થર. **found'er** (ફાઉન્ડર), નાο (સ્ત્રીο foundress). સંસ્થાપક.

found, સο ક્રિ૦ ધાતુ ઓગાળીને મૂસમાં રેડીને વિશિષ્ટ આકાર આપવો, બીબું પાડવું–ઢાળવું. **founder**, નાο બીબાં પાડનાર–ઓતનાર. **foun'dry** (ફાઉન્ડ્રિ), નાο ધાતુ, કાચ, ઓગાળીને તેનાં બીબાં પાડવાનું–વાસણ બનાવવાનું – કારખાનું.

found'er (ફાઉન્ડર), ઉ૦ક્રિ૦ (વહાણ અંગે) પાણી ભરાઈને ડૂબી જવું, તળિયે બેસવું; ડુબાડી દેવું; (મકાન, માટી, ઇ.) ઢળી પડવું, પડી જવું; (ઘોડા અંગે) લંગડા થવું, દોડવા અસમર્થ થવું, પડી જવું.

found'ling (ફાઉન્ડલિંગ), નાο અજાણ્યાં માબાપનું–માબાપે તજી દીધેલું–અનાથ–બાળક.

fount (ફાઉન્ટ), નાο ઝરો, ફુવારો; ઉગમ, મૂળ.

fount (ફાઉન્ટ, ફૉન્ટ), નાο [મુદ્રણ] એક જ કદનાં અને મરોડનાં છાપવાનાં બીબાંનો સંચ.

foun'tain (ફાઉન્ટિન), નાο પાણીનો ઝરો; કારંજ, ફુવારો; હોજ; મૂળ, ઉગમસ્થાન. *~-pen*, ફાઉન્ટન પેન. **foun'tain-head**, નાο નદીનું ઉગમસ્થાન, મૂળ; મૂળકારણ; મથક.

four (ફોર, ફૉર), વિ૦ અને નાο ચાર (૪). *carriage and ~*, ચાર ઘોડાની ગાડી-બગી. *on all ~s*, હાથ પગ મૂકીને, ચારપગાની જેમ.

four-in-hand, ના૦ ચાર ઘોડાની ગાડી. **four-poster,** ના૦ ચાર ઊંચી થાંભલીવાળો છપ્પર પલંગ. **four'some,** ના૦ બે જોડીએ રમવાની રમત (ગૉલ્ફનો પ્રકાર). **four-square,** વિ૦ ચોરસ આકારનું, મજબૂત પાયાવાળું, દૃઢ, સ્થિર. **four-wheel'er,** ના૦ ચાર પૈડાંની ઘોડાગાડી.

fourteen (ફોર્ટીન), વિ૦ અને ના૦ ચૌદ (૧૪). [ભાગનું, ચોથો (ભાગ).

fourth (ફોર્થ), વિ૦ અને ના૦ ચોથું; ચોથા

fowl (ફાઉલ), ના૦ [પ્રા.] પક્ષી; મરઘું, બતક, ઇ. (ઈંડાં, માંસ, ઇ. માટે પાળવામાં આવતું) પક્ષી; પક્ષીનું માંસ. અ૦ ક્રિ૦ પક્ષીના શિકારે જવું. **fowl'er** (ફાઉલર), ના૦ પક્ષી પકડનાર કે મારનાર, પારધી, વાઘરી. **fowling-piece,** ના૦ પક્ષીના શિકાર માટેની નાનકડી બંદૂક.

fox (ફૉક્સ), ના૦ કોલું, શિયાળ; ખંધો – લુચ્ચો – માણસ. ઉ૦ ક્રિ૦ લુચ્ચાઈ કરવી. **flying-fox,** ના૦ ફળ ખાનારું વનવાગોળ. **fox-glove** (ફૉક્સ્ગ્લવ), ના૦ જાંબુડાં અને સફેદ ફૂલવાળું એક ઝાડ; તેનું ફૂલ. **fox'-hound,** ના૦ શિયાળના શિકાર માટેનો કેળવેલો કૂતરો. **fox-terrier** (ફૉક્સ્ ટેરિઅર), ના૦ ટૂંકા વાળવાળું પાળેલું નાનું સફેદ કૂતરું. **fox'trot,** ના૦ એક પ્રકારનું અમેરિકન નૃત્ય.

fox'y (ફૉકિસ), વિ૦ શિયાળ જેવું; લુચ્ચું.

foyer (ફ્વાયે), ના૦ હોટેલ કે નાટકશાળામાં આરામના સમયમાં બેસવાનો પ્રેક્ષકો માટેનો ઓરડો. [કજિયો, ટંટો, તોફાન.

fra'cas (ફ્રેકા), ના૦ (બ૦ વ૦ એ જ).

frac'tion (ફ્રૅકશન), ના૦ અપૂર્ણાંક; કકડો, અંશ, લેશ. *common or vulgar* ~, વ્યવહારી અપૂર્ણાંક. *decimal* ~, દશાંશ અપૂર્ણાંક. *proper* ~, સમ અપૂર્ણાંક. *improper* ~, વિષમ અપૂર્ણાંક. **fractional,** વિ૦ અપૂર્ણાંકનું – વાળું. [લડકણું; બેકાબૂ.

frac'tious (ફ્રૅકશસ), વિ૦ કજિયાખોર,

frac'ture (ફ્રૅક્ચર), ના૦ ભાંગી જવું તે, ભંગ, વિ. ક. હાડકા કે કૂર્ચાનો. *compound* ~ ચામડીને ઈજા સાથેનો અસ્થિ – કૂર્ચા – ભંગ *simple* ~, ના૦ ચામડીને ઈજા વિનાનો. સ૦ ક્રિ૦ ભાંગી જવું, ચીરો – ફાટ – પડવી.

fra'gile (ફ્રૅજાઇલ), વિ૦ સહેજમાં ભાંગી જાય એવું; ભંગુર; નબળું, નાજુક. **fragil'ity** (ફ્રજિલિટિ), ના૦ ભંગુરતા, તકલાદીપણું.

frag'ment (ફ્રૅગ્મન્ટ), ના૦ તૂટેલો ભાગ; ટુકડો; અપૂરો – અપૂર્ણ – ભાગ, અધૂરો ગ્રંથ, કલાકૃતિ, ઇ.; અવશેષ. **frag'mentary** (–ટરિ), કકડાઓનું બનેલું, ખંડિત, અપૂર્ણ.

fragmenta'tion, ના૦ જમીનના નાના નાના ટુકડા પાડવા–પડવા–તે.

frag'rance (ફ્રેગ્રન્સ), ના૦ સુવાસ, સુગંધ, સોડમ. **frag'rant,** વિ૦ ખુશબોદાર.

frail (ફ્રેલ), વિ૦ દુર્બળ, નાજુક; સહેજે કુમાર્ગે ચડે એવું, નબળા ચારિત્ર્યવાળું.

frail'ty, ના૦ નબળાઈ, દુર્બલતા; મનોદૌર્બલ્ય, પ્રમાદ, દોષ.

frame (ફ્રેમ), ઉ૦ ક્રિ૦ આકાર આપવો–લેવો; રચવું, બાંધવું; મનમાં ગોઠવવું, યોજવું; ચોકઠામાં બેસાડવું – જડવું; ચોકડા તરીકે કામ આવવું, -નું ચોકઠું બનવું; શબ્દોનો સ્પષ્ટ ઉચ્ચાર કરવો; જોડી કાઢવું. ના૦ રચના, બાંધણી; ઘર, ઇ.નું ખોખું – ચોકઠું; ચિત્ર, ઇ. નું ચોકઠું – ફ્રેમ; માંચડો, ઘડમાંચી; શરીરનો બાંધો – કાઠું. શરીર; કાચના ઢાંકણાવાળી કૂંડા જેવી પેટી (જેમાં ફૂલ જલદી ઉગાડી શકાય). ~ *of mind,* મનઃસ્થિતિ; મનોવૃત્તિ. ~ *a person,* તેણે કશું દુષ્કૃત્ય કર્યું છે એમ જણાય તેમ કરવું. ~ *well,* ભણવામાં કે કંઈ કરવામાં સારી શરૂઆત કરવી. **frame-up,** ના૦ કાવતરું. **frame'work** (ફ્રેમ્વર્ક), ના૦ આધારભૂત ચોકઠું, ખોખું, માળખું.

franc (ફ્રૅંક), ના૦ આશરે દોઢ રૂપિયાની કિંમતનું ફ્રેંચ કે સ્વિસ નાણું.

fran'chise (ફ્રૅંચાઇઝ઼), ના૦ મતાધિકાર (વિ. ક. સંસદ કે ધારાસભા માટેના ઉમેદવારોને મત આપવાનો); રાજાએ કે સરકારે બક્ષેલો કોઈ વિશેષ હક; નાગરિકતા.

Francis'can (ફ્રૅન્સિસ્કન), વિ૦ અને ના૦ સંત ફ્રાન્સિસના સંપ્રદાયનો (સાધુ).

frank (ફ્રૅંક), વિ૦ મનમાં હોય તે સ્પષ્ટ કહેનારું, નિખાલસ, ખુલ્લા દિલનું; સાફ, ખુલ્લું.

frank'ness, ના૦ નિખાલસપણું, ઋજુતા.

frank, સ૦ ક્રિ૦ હોદ્દાના કે સરકારના વિશિષ્ટ અધિકારની રૂએ ટિકિટ વિના ટપાલ દ્વારા કાગળ રવાના કરવો, –ટિકિટ વિના જાય તે માટે સહી કરવી. ના૦ એવી સહી.

frank'incense (ફ્રૅંકિન્સે'ન્સ), ના૦ ધૂપ માટે વપરાતો લોબાન, ધૂપ.

frank'lin (ફ્રૅંક્લિન), ના૦ ઉમરાવ વર્ગનો નહિ એવો જમીનદાર, રૈયતવારી ખેડૂત.

fran'tic (ફ્રૅન્ટિક), વિ૦ આનંદ, દુઃખ, ભીતિ, ઇ.થી અતિશય ક્ષોભ પામેલું, બેબાકળું, ગાંડું; અતિ આવેશવાળું. **fran'tically,** ક્રિ૦ વિ૦ અતિ આવેશથી, ગાંડાની જેમ.

fratern'al (ફ્રટર્નલ), વિ૦ભાઈનું – ના જેવું. **fratern'ity** (ફ્રટર્નિટિ), ના૦ બંધુભાવ, ભ્રાતૃત્વ, ભાઈચારો; એક જ ધર્મસંપ્રદાય કે વ્યવસાયના માણસો: મંડળ, સમાજ; [અમે.] એક જ છાત્રાલય કે નિવાસમાં રહેતા ગુપ્ત સંકેતવાળા જુવાનોનું મંડળ, ગુપ્તમંડળ. **frat'ernize** (ફ્રૅટર્નાઇઝ઼), સ૦ ક્રિ૦ -ની સાથે ભ્રાતૃભાવ કેળવવો – મિત્રતા કરવી. **fraterniza'tion,** ના૦.

frat'ricide (ફ્રૅટ્રિસાઇડ, ફ્રે –), ના૦ ભ્રાતૃહત્યા; ભ્રાતૃ (ભગિની) હત્યા કરનાર, ભ્રાતૃઘાતી.

frau (ફ્રાઉ), ના૦ [જર્મન] (પત્ની કે વિધવા માટે) 'મિસિઝ઼', શ્રીમતી; જર્મન સ્ત્રી. *frau'lein* (ફ્રૉઇલાઇન), ના૦ કુમારી, 'મિસ્'.

fraud (ફ્રૉડ), ના૦ કપટ, દગો, પ્રપંચ, ઠગાઈ; અપેક્ષાભંગ – નિરાશા – કરનાર માણસ કે વસ્તુ; ઢોંગી માણસ. **fraud'ulence** (ફ્રૉડ્યુલન્સ), ના૦ કપટીપણું, ઠગબાજી. **fraud'ulent,** વિ૦ કપટી, દગાબાજ; કપટભરેલું; અપ્રામાણિક.

fraught (ફ્રૉટ), વિ૦ -થી ભરેલું – ભરપૂર; ભયાવહ (~ *with danger*).

fray (ફ્રે), ના૦ લડાઈ, યુદ્ધ; ?, બખેડો.

fray, ઉ૦ ક્રિ૦ ઘસી નાંખવું; કોર તરફના રેસા છૂટા થવા, કોરનો ભાગ ફાટી જવો.

fraz'zle (ફ્રૅઝ઼લ), અ૦ ક્રિ૦ ઘસાઈને ફાટી જવું, -ના ચીંથરાં થવાં. *beat one to a* ~, [અમે.] મારી મારીને છૂંદો કરવો, ખૂબ માર મારવો. *worn to a* ~, થાકીને લોથ થયેલું. ના૦ જીર્ણશીર્ણ – લોથપોથ – હાલત.

freak (ફ્રીક), ના૦ અદ્ભુત – વિચિત્ર – ઘટના, વસ્તુ કે માણસ, અપૂર્વતા; તરંગ, લહેર, તુક્કો; વિચિત્ર કલ્પના; રાક્ષસ, અકુદરતી રીતે એકદમ મોટી થયેલી વસ્તુ, માણસ, ઇ.**freak'ish** વિ૦ લહેરી, મનમોજી, તરંગી, વિચિત્ર.

freck'le (ફ્રેકલ), ના૦ ચામડી પર સૂર્યના તાપથી પડેલું આછા બદામી રંગનું ટપકું–ડાઘો. ઉ૦ ક્રિ૦ એવા ટપકાં પાડવાં – પડવાં.

free (ફ્રી), વિ૦ છૂટું, મુક્ત, મોકળું; મુક્ત, સ્વતંત્ર, મુખત્યાર; કામ – નોકરી - પરથી છૂટું કરાયેલું; (ભાષાંતર) અક્ષરશઃ નહિ એવું; ખુલ્લા દિલનું; વિના મૂલ્ય, મફત;(માર્ગ) ખુલ્લું, અંતરાય વિનાનું; (દેશ)સ્વતંત્ર, લોકશાહી સરકારવાળું; (વ્યક્તિ) કામ વિનાનું, નવરું; (સમય) ખાલી, નવરાશવાળું. સ૦ક્રિ૦ (ભૂ૦કા૦ freed). છૂટું –મુક્ત – કરવું, બંધનમાંથી છોડી દેવું; સ્વતંત્ર કરવું; ગૂંચ કાઢવી – ઉકેલવી. ~ *from,* (ભૂલ ઇ.) વિનાનું. ~ *with,* ઉદારતાથી (કશુંક) આપનારું. *give* (person) *a* ~ *hand,* તેને યોગ્ય લાગે તેમ કરવાની છૂટ આપવી. *make* (person) ~ *of,* -ને છૂટથી ઉપયોગ કરવા દેવો.*make* ~ *with,* અતિ છૂટ લેવી. ~ *speech,* ભાષણસ્વાતંત્ર્ય. *a* ~ *fight,* બધા એકબીજા સાથે લડતા હોય એવું યુદ્ધ, મારામારી. ~ *and easy,* મળતાવડું, મિલનસાર ~ *love,* વિવાહનિરપેક્ષ સ્ત્રીપુરુષ સંબંધ, સ્વૈરાચાર. ~ *trade,* (જકાત, સંરક્ષણ, ઇ.ના નિયંત્રણથી)મુક્ત-ખુલ્લો-વેપાર. ~ *wheel,* પાવડી–પેડલ–ચલાવવાનું બંધ હોય ત્યારે પણ ફરી શકતું બાઇસિકલનું ગતિચક્ર, 'ફ્રીવીલ'. ~ *will,* સ્વેચ્છા મુજબ વર્તવાની શક્તિ, ઇચ્છાસ્વાતંત્ર્ય; આપખુશી. **free-hand,** વિ૦ (ડ્રૉઇંગ) સાધન વગર કેવળ હાથે કરેલું. **freehanded,** વિ૦ છૂટા હાથનું.ઉદાર. **freelance,** વિ૦ અને ના૦ કોઈ પક્ષ કે સંસ્થા સાથે ન જોડાયેલ પત્રકાર કે રાજકારણી પુરુષ. **freely,** ક્રિ૦ વિ૦ કશા નિર્બંધ વિના, છૂટથી.

free'booter (ફ્રીબૂટર), ના૦ લુટારો ચાંચિયા; લૂંટ-ચોરી-કરવા માટે લડનાર સિપાઇ.

free'dom (ફ્રીડમ), ના૦છૂટાપણું, સ્વતંત્રતા;

સ્વયંનિર્ણયની સત્તા, સ્વાતંત્ર્ય; નિખાલસપણું, સ્પષ્ટવક્તાપણું; અયોગ્યછૂટ, અમર્યાદા; મોકળાશ અનૌપચારિકતા; અનિર્બંધઉપયોગકરવાની છૂટ.

free'hold (ફ્રીહોલ્ડ), ના૦ કોઈ પણ નિર્બંધ વિનાની મિલકત, વતન, જાગીર.

free'man (ફ્રીમન), ના૦ ગુલામ કે સર્ફ નહિ એવો માણસ; કોઈ નગરના નાગરિકત્વનો હક ધરાવનાર; બધા રાજકીય હકો ધરાવનાર.

free'mason (ફ્રીમેસન), ના૦ ગુપ્ત વિધિ-વિધાન અને સંકેતોવાળા એક મંડળ–બિરાદરી–નો સભ્ય. **freemas'onry**, ના૦ ફ્રીમેસનોની સંસ્થા અને પદ્ધતિ; સરખા લોકોની ગુપ્ત સંતલસ.

freethinker (ફ્રીથિંકર), ના૦ કોઈ ધર્મ-ગ્રંથ કે ધાર્મિક સંપ્રદાયનું પ્રમાણ ન માનનાર બુદ્ધિવાદી; પ્રત્યક્ષ પ્રમાણવાદી. [એક ફૂલછોડ.

frees'ia (ફ્રીઝિઆ), ના૦ મધુર સુગંધવાળો

freeze (ફ્રીઝ), ઉ૦ ક્રિ૦ (ભૂ૦ કા૦ froze, ભૂ૦ કૃ૦ frozen). ઠરી – થીજી – જવું, થીજવું; ઠરી – થીજી – જાય તેમ કરવું; બરફ બનાવવો–બનવો; હિમને કારણે કઠણ – કડક – થવું; બહુ જ ઠંડું થવું – ઠંડી લાગવી; બગડે નહિ તેટલા માટે ઠંડું કરવું; (પ્રાણીઓ કે સિપાઈ અંગે) કોઈ જુએ નહિ એટલા માટે એકદમ સ્થિર થઈ જવું; મિલકત, અનાજ, નાણાંની લેવડદેવડ બંધ કરવી–રોકવી. ~ *on to*, સજ્જડ પકડી રાખવું, પકડીને વળગી રહેવું. ~ *out*, સ્પર્ધા કે બહિષ્કાર વડે ધંધો, મંડળ, ઇ.માંથી બહાર કાઢવું. **freezing-point**, ના૦ થીજ બિંદુ.

freight (ફ્રેટ), ના૦ વહાણમાં ભરેલો માલ, ભરત; માલ લઈ જવાનું ભાડું – નૂર; વહાણનું ભાડું. સ૦ ક્રિ૦ વહાણમાં માલ ભરવો. ~ *train*, [અમે.] માલગાડી. **freighter** (ફ્રેટર), ના૦ માલ લઈ જનાર વહાણ કે હવાઈ જહાજ.

French (ફ્રે'ન્ચ), વિ૦ ફ્રાન્સનું કે તેના લોકોનું. ના૦ ફ્રેંચ ભાષા. *the* ~, ફ્રેંચ લોકો. ~ *bean*, એક જાતનું કઠોળ, ફણસી. *take* ~ *leave*, રજા વિના જતા રહેવું – કોઈ કામ કરવું. ~ *window*, કાચની તકતીઓવાળી વાળી શકાય – ગડી કરી શકાય – એવી લાંબી બારી અથવા બારણું.

fren'zy (ફ્રે'ન્ઝિ), ના૦ જુસ્સો, ઝનૂન; ઉન્માદ, ગાંડપણ; ચિત્તભ્રમ. **fren'zied**, વિ૦ ઉન્મત્ત – ગાંડું – બનેલું, ઝનૂન – આવેશ – માં આવેલું.

fre'quency (ફ્રીક્વન્સિ) વિ૦ વારે વારે થવું તે, પૌનઃપુન્ય, આવર્તન; [પદાર્થ.] અમુક અવધિમાં થતાં કોઈ ઘટનાના આવર્તનોની સંખ્યા; ધ્વનિ તરંગોના કંપનનો દર.

fre'quent (ફ્રીક્વન્ટ), વિ૦ વારંવાર થતું; સામાન્ય; રોજનું, હંમેશનું; સંખ્યાબંધ.

frequent' (ફ્રિક્વે'ન્ટ), સ૦ ક્રિ૦ વારંવાર – હંમેશ – જવું આવવું.

fres'co (ફ્રે'સ્કો), ના૦ તાજી છો કે મુલમ્મા પર રંગીન ચિત્રો કાઢવાં તે – કાઢવાની પદ્ધતિ; ભિત્તિચિત્ર.

fresh (ફ્રે'શ), વિ૦ નવું, નવીન; જાુદું; નવું બનાવેલું; તાજું, વાસી કે કરમાયેલું નહિ એવું; (પાણી) ખારું નહિ, મીઠું; તાજગી – સ્ફૂર્તિ – બળ – આપનારું; તરતનું આવેલું – થયેલું; જોમ-દાર, કાર્યક્ષમ; નહિ થાકેલું; [અમે.] બાનુઓ પ્રત્યે પૂરતા આદરની ભાવના વિનાનું. ~ *complexion*, તાજો ને સુરખીદાર ચહેરો. ક્રિ૦ વિ૦ નવેસર. **fresh'en** (ફ્રે'શન), તાજું બનાવવું – થવું, તાજગી આપવી; ઝડપી થવું, ઉતાવળ કરવી. **fresh'er, fresh'man** (ફ્રે'શમન), ના૦ યુનિવર્સિટીના પહેલા વર્ષનો વિદ્યાર્થી.

fresh'et (ફ્રે'શિટ), ના૦ બરફ ઓગળીને કે ભારે વરસાદથી નદીમાં એકદમ આવેલી રેલ; દરિયામાં જતો મીઠા પાણીનો પ્રવાહ.

fret (ફ્રે'ટ), ના૦ કેટલાંક સંગીત વાદ્યોના અંગુલિફલક ઉપરની લાકડાની પટ્ટી.

fret, ના૦ બહુધા કાટખૂણે મળતી સીધી લીટીઓની બનેલી નકશી. સ૦ ક્રિ૦ ઊભી આડી લીટીઓની નકશી વડે શણગારવું, ચિત્ર-વિચિત્ર બનાવવું, કોતરકામ વડે સુશોભિત કરવું. **fret-saw**, ના૦ લાકડાનું પાતળું પાટિયું કાપીને નકશીદાર આકૃતિ બનાવવાની આરી. **fret'work**, ના૦ લાકડાનું પાટિયું એવી રીતે કોતરીને કરેલું નકશીકામ.

fret, ઉ૦ ક્રિ૦ ઘસી નાખવું, ધીમે ધીમે ખાઈ જવું – જઈને જીર્ણ કરવું; ચીડવવું, ખીજવવું, પજવવું, અસ્વસ્થ બનાવવું; ચિડાવું, ખિજાવું, ઊકળી રહેવું, દુઃખી થવું. ~ *and fume*,

ચિડાવું, ધૂંધવાવું. **fret'ful,** વિ૦ રિસાળ, ચીડિયું; બબડતું, રોદણાં રડ્યા કરતું.

Freudian (ફ્રૉઇડિઅન), વિ૦ સિગમંડ ફ્રૉઇડનું કે તેની મનોવિશ્લેષણ પદ્ધતિનું –ને લગતું. ના૦ તેનો અનુયાયી.

fri'able (ફ્રાયબલ), વિ૦ સહેલાઈથી ભાંગી જાય – ભૂકો થઈ જાય – એવું.

fri'ar (ફ્રાયર), ના૦ કેટલાક ખ્રિસ્તી ધાર્મિક સંપ્રદાયનો ભિક્ષુ – સાધુ. **fri'ary** (ફ્રાયરિ), ના૦ એવા સાધુઓનો કે સાધ્વીઓનો મઠ – સંઘ.

fricassee' (ફ્રિકસી), ના૦ ચટણી, ઇ. જોડે પીરસાતા તળેલા કે રાંધેલા માંસના કકડા. સ૦ ક્રિ૦ એવી રીતે માંસની વાની બનાવવી.

fric'ative (ફ્રિકટિવ), વિ૦અને ના૦ (ફ, ધ, ઇ. વ્યંજન) મોઢાની સાંકડી જગ્યામાંથી પસાર થતા શ્વાસના ઘર્ષણથી બોલાતું.

fric'tion (ફ્રિક્શન), ના૦ બે વસ્તુઓનું સાથે ઘસાવું તે, ઘર્ષણ; મતભેદ, સંઘર્ષ, ઝઘડો.

Fri'd'ay (ફ્રાઇડિ), ના૦ શુક્રવાર. *Good F~*, ઈસ્ટરના પર્વ પહેલાંનો શુક્રવાર, 'ગુડ ફ્રાઇડે'.

fried (ફ્રાઇડ), વિ૦ fry નો ભૂ૦ કા૦

friend (ફ્રે'ન્ડ), ના૦ મિત્ર, દોસ્ત, સ્નેહી, હિતચિંતક; સહાયક, એક જ પક્ષનો માણસ; (બ૦ વ૦) સગાંવહાલાં; (બ૦ વ૦) (*F~s*) ક્વેકર પંથના લોકો. *boy ~*, *girl ~*, પ્રિયતમ, પ્રેયસી. *make ~s with*, -ની સાથે દોસ્તી કરવી. **friend'ly,** વિ૦ મિત્ર જેવું, માયાળુ, મિત્રતાવાળું. **friend'ship** (ફ્રેન્ડશિપ), ના૦ મિત્રતા, દોસ્તી, મૈત્રી, સખ્ય.

frieze (ફ્રીઝ઼), ના૦ દીવાલ પર કરેલી નકશીકામવાળી પટી – પટો.

frieze, ના૦ એક જાતનું ઊનનું જાડું કાપડ.

frig, fri(d)ge (ફ્રિજ), ના૦ [વાત.] refrigeratorનું ટૂંકું રૂપ. ખાવાપીવાની વસ્તુઓ ઠંડી અને તાજી રાખવાનું કબાટ.

frig'ate (ફ્રિગિટ), ના૦ એક જાતની યુદ્ધનૌકા; મોટું વળાવાનું વહાણ.

fright (ફ્રાઇટ), ના૦ ફાળ, ધ્રાસકો, ભડક; બિહામણો કદાવર માણસ. સ૦ ક્રિ૦ ડરાવવું, ભડકાવવું. **fright'en** (ફ્રાઇટન), સ૦ ક્રિ૦ બિવડાવવું, હબકાવવું, ધ્રાસકો–ફાળ – પાડવી.

frightened, વિ૦ બીધેલું. **fright'ful** (ફ્રાઇટ્ફુલ), વિ૦ ભયાનક, ડરામણું, વિકરાળ; બેડોળ, કદરૂપું; ભયંકર મોટું, પ્રચંડ. **fright'fully,** ક્રિ૦ વિ૦ અતિશય, અત્યંત. **fright'fulness,** ના૦ અત્યાચાર; ડરાવવા માટે કરેલી ક્રૂરતા.

fri'gid (ફ્રિજિડ), વિ૦ ઠંડું, ટાઢું; અક્કડ; ઉત્સાહને મારી નાખે એવું, ઠંડું પાડનારું; હૂંફ કે લાગણી વિનાનું. ~ *zone*, શીત કટિબંધ. **frigid'ity,** ના૦. શીતળતા; ઉદાસીનતા.

frill (ફ્રિલ), ના૦ વસ્ત્રનો છેડો – અંચલ, ઝાલર; પક્ષી કે પ્રાણીના શરીર પરનું પીંછાં કે વાળનું ઝાળ–ઝૂમખું. **frilled,** વિ૦ **frill'ing,** ના૦ ઝાલર બનાવવા માટેનું કાપડ.

fringe (ફ્રિંજ), ના૦ કોર, ઝાલર, વસ્ત્રના છેડા પરની છૂટા રેસાવાળી પટી; કપાળ પરના ટૂંકા વાળ, બાબરી; હદ, સરહદનો પ્રદેશ. સ૦ ક્રિ૦ કોર – ઝાલર -થી સુશોભિત કરવું; -ની કોર કે ઝાલર હોવી.

fripp'ery (ફ્રિપરિ), ના૦ દેખાવનાં ભભકાદાર વસ્ત્રો, ઘરેણાં, ઇ., ખોટો ડોળ; તકલાદી–તુચ્છ–નાખી દેવાની–વસ્તુઓ.

frisk (ફ્રિસ્ક), અ૦ ક્રિ૦ કૂદવું, નાચવું, ગેલ કરવું. **frisk'y,** વિ૦ આનંદી, મોજીલું.

frith (ફ્રિથ), જુઓ firth.

fritt'er (ફ્રિટર), ના૦ ડુક્કરની ચરબીમાં તળેલા માંસના ટુકડા (બહુધા ફળના કકડા સાથે).

fritt'er, સ૦ ક્રિ૦ કાપીને કે ભાંગીને નાના નાના કકડા કરવા. ~*away*, (પૈસા, વખત) થોડું થોડું કરીને બધું વેડફી નાંખવું – ગુમાવવું.

friv'ol (ફ્રિવલ), ઉ૦ ક્રિ૦ વખત બગાડવો, નાદાનપણે વર્તવું. ~ *away*, (સમય, ઇ.) બગાડી નાંખવો.

friv'olous (ફ્રિવલસ), વિ૦ હલકું, નજીવું, માલ વગરનું; નઠામું, વ્યર્થ; મૂર્ખામી ભરેલું; મોજીલું, છીછરું. **frivol'ity** (ફ્રિવૉલિટિ), ના૦ હલકાપણું, નાદાનપણું, છીછરાપણું.

frizz (ફ્રિઝ઼), **friz,** સ૦ ક્રિ૦ વાળને વાંકડિયા બનાવવા, ગૂંચળું – કરચલી – વાળવી. ના૦ વાંકડિયા – કરચલીવાળા – વાળ.

friz'zle (ફ્રિઝ઼લ), ઉ૦ ક્રિ૦ ગરમી આપીને વાળને વાંકડિયા બનાવવા; તડતડ અવાજ સાથે

શેકવું, રોટીના ટોસ્ટ બનાવવા.

fro (ફ્રો), ક્રિ૦ વિ૦ દૂર. *to and ~*, અહીંથી ત્યાં ને ત્યાંથી અહીં, આમતેમ.

frock (ફ્રૉક), ના૦ સાધુ કે ભિક્ષુકનો ઝભ્ભો; સ્ત્રી કે બાળકનું એક વસ્ત્ર, 'ફ્રૉક'. *un~ a priest*, પાદરી તરીકે કામ કરવાનો અધિકાર લઈ લેવો. **frock-coat**, ના૦ પુરુષનો વિલાયતી અંગરખો.

frog (ફ્રૉગ), ના૦ દેડકો, મંડૂક. *a ~ in his throat*, ગળામાં કંઈક અસુખ થવું જેથી બોલવામાં મુશ્કેલી લાગવી. *to ~('s)-march*, માથું નીચે રાખી હાથ પગ પકડીને લઈ જવું, ટાંગાટોળી કરવી.

frog, ના૦ ઘોડાના પગની સૂમ પરનું આંટણ.

frog, ના૦ તલવાર લટકાવવા માટે કમર પટાને જડેલો આંકડો, ઇ.; રેલવેના સાંધા આગળ પાટા નીચે મૂકવામાં આવતી ખાંચાવાળી લોઢાની બેઠક; શોભા માટે બટન પરોવવા બનાવેલો દોરીનો ગાળો–ગાજ.

frol'ic (ફ્રૉલિક), અ૦ક્રિ૦ કૂદકારા–ઠેકડા–મારવા, ગેલ કરવું. ના૦ અડપલું; મોજ કરવી તે. **frol'icsome** (ફ્રૉલિક્સમ), વિ૦ રમતિયાળ, લહેરી.

from (ફ્રૉમ, ફ્રમ), ના૦ અ૦ -માંથી, થી, થકી; -ને કારણે – લીધે; -થી અંતરે; (કાળ) ત્યારથી, તે વખતથી; (સ્થળ) ત્યાંથી, તે ઠેકાણેથી.

frond (ફ્રૉન્ડ), ના૦ ફર્ન, ઇ.નો પાંદડા જેવો ભાગ, જેના ઉપર બિયાં પેદા થાય છે.

front (ફ્રન્ટ), ના૦ સૌથી આગળનો ભાગ; આગળની – મોખરાની – બાજુ, (ઘરનો) રવેશ; મોઢું, મુખ, ચહેરો; લશ્કરનો આગળનો – પ્રત્યક્ષ લડનારો – ભાગ; મોખરાની–મહત્ત્વની–જગ્યા. વિ૦–મોખરાનું, મોખરે આવેલું. ઉ૦ ક્રિ૦ સામે જોવું; સામું થવું; સામનો કરવો; -ની સામે ઊભા રહેવું. *in ~ of*, -ની આગળ–સામે. *come to the ~*, પ્રખ્યાત થવું, આગળ આવવું. *sea-~*, દરિયાને કાંઠે કાંઠે જતો રસ્તો. *go to the ~*, મોખરા પર લડતા લશ્કરમાં જોડાવું. *put on a bold ~*, પોતાને ડર નથી લાગતો એવો દેખાવ–ડોળ–કરવો. *~ benches*, સંસદ કે ધારાસભામાં પ્રધાનો માટેની બેઠકો.

front'age (ફ્રન્ટિજ), ના૦ ઇમારતનો આગળનો – દર્શની – ભાગ, રવેશ; રસ્તો અથવા પાણીની કિનારે આવેલી જમીન – જગ્યા.

fron'tal (ફ્રન્ટલ), વિ૦ કપાળનું; મોખરાનું. *~ attack*, સીધો – સામેથી – કરેલો હુમલો. ના૦ વેદીના આગલા ભાગની છત; ઘરનો રવેશ.

fron'tier (ફ્રન્ટિઅર, ફ્રૉ–), ના૦ દેશની સીમા, સરહદ, સીમા પ્રદેશ. વિ૦ સરહદ પરનું – પારનું.

fron'tispiece (ફ્રન્ટિસ્પીસ), ના૦ [સ્થા.] ઇમારતનો મોખરાનો ભાગ; ગ્રંથની આગળ મૂકેલું ચિત્ર, મુખચિત્ર.

frost (ફ્રૉસ્ટ) ના૦ ઠરી – ગંઠાઈ – જવું તે; ઠરી ગયેલું ઝાકળ, હિમ; નિષ્ફળતા, રકાસ. સ૦ ક્રિ૦ હિમથી બગાડ કરવો; કોઈ વસ્તુ પર હિમ જેવું કંઈક ચડાવવું; કેક પર સફેદ ખાંડ પાથરવી; કાચની પારદર્શકતા દૂર કરવા તેની સપાટી રેતિયા કાગળ જેવી કરવી. **frost-bite**, ના૦ ઝાકળ કે હિમને લીધે ચામડીને સોજા આવવા – ચામડી ફાટવી – તે. **frost-bitten**, વિ૦ ઠંડીથી ચામડી ફાટી હોય એવું; હિમથી બળી ગયેલું. **frosting**, ના૦ ઈંડું, પાણી, ઇ. મિશ્રિત ખાંડ.

froth (ફ્રૉથ), ના૦ ફીણ; મેલ, કીટું; નકામી બકબક. ઉ૦ ક્રિ૦ -ની ઉપર ફીણ આવવું – ચડે તેમ કરવું; માલ વગરની બકબક કરવી. **froth'y**, વિ૦ ફીણવાળું – થી ભરેલું; નકામું, ખાલી. [હઠીલું, જિદ્દી; એકાબૂ.

fro'ward (ફ્રોવર્ડ), વિ૦ આડું, કુટિલ;

frown (ફ્રાઉન), ઉ૦ ક્રિ૦ ભવાં ચડાવવાં, ડોળા કાઢવા; નાખુશી બતાવવી; ડોળા કાઢી દબાવી દેવું. ના૦ ડોળા કાઢવા તે, ગુસ્સો બતાવવો તે; નાખુશી – તિરસ્કાર – યુક્ત મુદ્રા. *~ on*, -ની વિરુદ્ધ હોવું. [રાયેલી ગરમ હવા.

frowst (ફ્રાઉસ્ટ), ના૦ ઓરડીમાંની વપ-

frowz'y (ફ્રાઉઝ઼િ) વિ૦ વાસ મારતું, બંધિયાર હવાવાળું; ગંદું, મેલું, ફૂવડ.

froze (ફ્રોઝ઼), **frozen** (ફ્રોઝ઼ન), freeze નો ભૂ૦ કા૦ અને ભૂ૦ કૃ૦.

fruc'tify (ફ્રક્ટિફાઇ). ઉ૦ ક્રિ૦ -ને ફળ બેસવાં; ફળવાળું બનાવવું–થવું; સગર્ભા કરવું.

frug'al (ફ્રૂગલ), વિ૦ કરકસરિયું, મિતવ્યયી;

પૈસા, ખોરાક, ઇ.માં બગાડ ન થાય તે જોનારું. *~ meal,* સસ્તું, કરકસરિયું, ભોજન. **frugal'ity** (ફ્રૂગૅલિટિ), ના૦ કરકસર.

fruit (ફ્રૂટ), ના૦ ફળ, મેવો, બીજ, ધાન્ય; ખાવામાં આવતું મીઠું ફળ; પાક, પેદાશ; (કાર્યનું) પરિણામ, ફળ; સંતાન, છોકરાં (*the ~ of the body*). *~s of the earth,* વનસ્પતિની બધી પેદાશ. અ૦ ક્રિ૦ (ઝાડને) ફળ બેસવાં. **fruit'erer** (ફ્રૂટરર), ના૦ ફળ વેચનાર, મેવાવાળો. **fruit'ful** (ફ્રૂટ્ફુલ), વિ૦ સફળ; પુષ્કળ ફળ આપનારું; ફળદ્રૂપ, અવંધ્ય. **fruit'less** (ફ્રૂટ્લિસ), વિ૦ નિષ્ફળ; વ્યર્થ, નકામું. **fruit'y,** વિ૦ ફળ જેવું; તીવ્ર ગંધ કે સ્વાદવાળું.

frui'tion (ફ્રૂઇશન), ના૦ ઇષ્ટ(ફળ) પ્રાપ્તિ, સાફલ્ય; ફલોપભોગ. *come to ~,* સફળ – યશસ્વી – થવું.

[ફ્રૂવડ – સ્ત્રી.

frump (ફ્રમ્પ), ના૦ અવ્યવસ્થિત – ગંદી–

frus'trate' (ફ્રસ્ટ્રેટ), સ૦ ક્રિ૦ તોડી–ભાંગી – પાડવું; નિષ્ફળ – વ્યર્થ – બનાવવું; નિરાશ – નાઉમેદ – કરવું. **frustra'tion,** ના૦ નિષ્ફળતા, વ્યર્થતા; આશાભંગ, હતાશા.

fry (ફ્રાઇ), ના૦ માછલી, ઇ.નું નાનું બચ્ચું – બચ્ચાં; *a small ~,* સાવ નાનું – નજીવું – પ્રાણી – માણસ.

fry, ઉ૦ ક્રિ૦ તેલ, ઘી, ચરબીમાં તળવું. ના૦ તળેલી વસ્તુ(ઓ). **frying-pan,** ના૦ પેણી, કડાઈ, તાવડી. *out of the ~ into the fire,* ઓલામાંથી ચૂલામાં.

fuchsia (ફ્યૂશ,–શા), ના૦ નીચે નમતાં – લટકતાં – ફૂલોવાળું એક ઝાંખરું.

fud'dle (ફડલ), ઉ૦ ક્રિ૦ દારૂ ઢીંચવો; કેફ ચડવો; દારૂ પાઈને છાકટું બનાવવું. **fuddled,** વિ૦ પીધેલ, છાકટું.

fudge (ફજ), ના૦ એક જાતની પોચી ટૉફી – મીઠાઈ; વાહિયાત વાત. ઉદ્ગાર૦ છટ્! વાહિયાત વાત.

fu'el (ફ્યૂઇલ, -અલ), ના૦ બળતણ, ઈંધણ (કોલસા, લાકડાં, તેલ, ઇ.). સ૦ ક્રિ૦ દેવતામાં બળતણ નાંખવું; (વહાણ, હવાઈ જહાજ, ઇ.) બળતણ આપવું – લેવું. *add ~ to fire,* બળતામાં ઘી હોમવું.

fug (ફગ), ના૦ તાજી નહિ એવી ગરમ હવા. *~indoors,* ગરમ ઓરડામાં આખો વખત બેસી રહેવું. **fugg'y** (ફગિ), વિ૦ ગરમ હવાવાળું.

fu'gitive (ફ્યૂજિટિવ), વિ૦ નાસી જનારું, ભાગેડુ; ઝટ પસાર થનારું, ઊડી જનારું; ક્ષણિક; ના૦ નાસી જનાર (સજા કે જોખમ ટાળવા); શરણાર્થી. [રચના; સ્મૃતિભ્રંશનો એક પ્રકાર.

fugue (ફ્યૂગ) ના૦ એક પ્રકારની સંગીત

ful'crum (ફલ્ક્રમ), ના૦ (બ૦ વ૦ fulcra). [યંત્ર.] ઉચ્ચાલનની નીચે મૂકેલો ટેકો – આધાર, આધારબિંદુ.

fulfil' (ફુલ્ફિલ), સ૦ ક્રિ૦ -નો અમલ કરવો, પાર પાડવું; કરવું, અદા કરવું (ફરજ); પૂર્ણ કરવું; મતલબ પાર પાડવી – સાધવી. **fulfil'ment** ના૦ સિદ્ધિ, પૂર્તિ, પૂર્ણતા.

ful'gent (ફલ્જન્ટ), વિ૦ ચળકતું, તેજસ્વી.

full (ફુલ), વિ૦ (પાત્ર, ઇ.) ભરેલું, છલોછલ, પૂર્ણ; ખીચોખીચ ભરાયેલું; વિપુલ જથ્થા– સંખ્યા – વાળું; પૂરતું; (પ્રકાશ, રંગ, ઇ.) તીવ્ર, ઘેરું. ક્રિ૦ વિ૦ પૂરેપૂરું, સંપૂર્ણપણે, તદ્દન. *go ~ tilt,* પૂરા વેગ – જોર – થી જવું. *at ~ speed,* બને તેટલી ઝડપથી – ગતિથી. *~ face,* સામેથી જોયેલો – પૂર્ણ – ચહેરો. *~ figure,* હૃષ્ટપુષ્ટ દેહ – આકૃતિ. *run ~ tilt into somebody,* દોડતાં દોડતાં કોઈની સાથે ખૂબ જોરથી અથડાવું. *~ dress,* સમારંભ વખતે પહેરવાનો – પૂરો – પોશાક, પાંચે પોશાક. *~ of,* કોઈ વિષયમાં ઓતપ્રોત – લીન. *to the ~,* પૂરેપૂરું, તદ્દન. *in ~ swing,* ધમધોકાર (ચાલતું). **full stop,** ના૦ પૂર્ણવિરામ (.).

full, સ૦ ક્રિ૦ (કપડું) સાફ કરીને જાડું બનાવવું – કુંદી કરવી. **fuller,** ના૦ કુંદી કરનાર. *~'s earth,* લૂગડાં ધોવાના કે કુંદી કરવાના કામમાં આવતી મટોડી. [હૃષ્ટપુષ્ટ; શુદ્ધ લોહીનું–વંશનું.

full-blooded, વિ૦ સશક્ત અને નીરોગી.

full-blown, વિ૦ (ફૂલ) પૂર્ણ વિકસિત.

full'ness, (ફુલ્નિસ), ના૦ પૂર્ણતા, પરિપૂર્ણતા; રંગ, અવાજ, ઇ.ની સમૃદ્ધિ.

full'y (ફુલિ), ક્રિ૦ વિ૦ સંપૂર્ણપણે, તદ્દન.

ful'mar (ફુલ્મર), ના૦ એક જાતનુ

દરિયાઈ પક્ષી

ful'minate (ફલ્મિનેટ), ઉ૦ક્રિ૦ વીજળીની જેમ ચમકારો મારવો; સ્ફોટ–ધડાકો–થવો–કરવો; ગર્જના કરવી; ઠપકો–ધમકી–આપવી. ના૦ એક ભારે સ્ફોટક પદાર્થ.

fulness, જુઓ fullness

ful'some (ફુલ્સમ), વિ૦ (પ્રશંસા, ખુશામત, ઇ.) અતિશય, કંટાળો ઉપજાવે એટલું.

fum'ble (ફમ્બલ) ઉ૦ ક્રિ૦ અણઘડની પેઠે કંઈ કરવા જવું; ફાંફાં મારવાં; ફંફોસવું; તોતડું બોલવું. ના૦ ગોટાળિયો પ્રયત્ન. **fum'bler** ના૦ ગોટાળિયો; તોતડું બોલનારો.

fume (ફ્યૂમ), ના૦ નાકમાં બળે એવો ધુમાડો; કશાકમાંથી નીકળતો વાયુ, ગૅસ; ક્રોધાવેશ, આવેશ. ઉ૦ ક્રિ૦ ધુમાડી બહાર કાઢવી; ધુમાડાના ડાઘા પાડવા; (ઓક, ઇ.ને) ધુમાડાથી કાળું બનાવવું; કોપવું, તપી જવું.

fum'igate (ફ્યૂમિગેટ), સ૦ ક્રિ૦ (ચેપ ન લાગે તે માટે અથવા શુદ્ધ કરવા માટે) ધૂણી–ધુમાડી–દેવી–લગાડવી; ધૂપ દેવો. **fumiga'tion** ના૦ ધૂણી દેવી તે.

fun (ફન) ના૦ રમત, રમતગમત; વિનોદ, ઠઠ્ઠામશ્કરી. *poke ~ at*, -ની ઠેકડી ઉડાવવી–મશ્કરી કરવી.

func'tion (ફંક્શન), ના૦ કામ, કાર્ય, ધર્મ; ફરજ, કર્તવ્ય, હોદ્દાની રૂએ કરવાનું કામ; ધાર્મિક–સામાજિક–જાહેર સમારંભ; [ગ.] ફલ, બીજી કોઈ રકમની બદલાતી કિંમત પર જેની કિંમતનો આધાર હોય તે રકમ. અ૦ ક્રિ૦ કામ કરવું, ફરજ બજાવવી, વર્તવું. **func'tional**, વિ૦ (રોગ) શરીરની રચનાને નહિ પણ વ્યાપારને લગતું,–તે પર અસર કરનારું; (સ્થાપત્ય, ઇ.), વ્યવહાર કે ઉપયોગનો હેતુ પાર પાડનારું. **func'tionary**(–નરિ), ના૦ અધિકારી, કામદાર.

fund (ફન્ડ), ના૦ કાયમી નિધિ, ભંડોળ, થાપણ; પૈસા, મૂડી, પુરવઠો.

fundamen'tal (ફન્ડમે'ન્ટલ), વિ૦ મૂળ પાયાનું, મૂળને લગતું; પાયાનું, પ્રાથમિક; અગત્યનું, સૌથી મહત્ત્વનું. ના૦ મૂળભૂત તત્ત્વ–સિદ્ધાન્ત–નિયમ; પાયાની વાત.

fun'eral (ફ્યૂનરલ), ના૦ મડદાને દાટવાની કે બાળવાની ક્રિયા, પ્રેતસંસ્કાર; પ્રેતયાત્રા; અન્ત્યવિધિ વખતની પ્રાર્થનાવિધિ. વિ૦ ઉત્તરક્રિયાનું–ને લગતું. *~ pile*, ચિતા, ચેહ. **funer'eal** (ફ્યૂનીરિઅલ), વિ૦ ઉત્તરક્રિયાનું–ના જેવું; ગંભીર અને ઉદાસ.

fung'us (ફંગસ), ના૦ (fungi, ફંજાઇ; funguses). [વનસ્પ.] ફૂગ; ફૂતરા–બિલાડીનો ટોપ; ખમીર; [શરીરવિકૃતિ.] વાદળી જેવી વરસોળી, ગાંઠ; **fung'oid**, વિ૦ ફૂગના જેવું. **fung'ous**, વિ૦ ફૂગનું–ના જેવું.

funic'ular (ફ્યુનિક્યુલર), વિ૦ દોરડાનું કે તારનું; તેના તાર કે રેસાનું. *~ railway*, દોરડા કે જાડા તારને આધારે ચાલતી રેલવે.

funk (ફંક), ના૦ ડર, ગભરાટ; બાયલો, ડરપોક માણસ. ઉ૦ ક્રિ૦ ગભરાટને કારણે કરી ન શકવું, ડરવું, ડરાવવું. *a blue ~*, મહાન ભય. **funk'y**, વિ૦.

funn'el (ફનલ), ના૦ ઍંજિન કે આગબોટનું ધુમાડિયું; ગળણી, નાળચું.

funn'y (ફનિ), વિ૦ મજાનું, રમૂજી; વિલક્ષણ, ચમત્કારી, *~ bone*, ના૦ કોણીનું હાડકું.

fur (ફર), ના૦ કેટલાંક પ્રાણીઓના સુંવાળા સુંદર વાળ, રૂવાં, પશમ; રૂવાંવાળી ચામડી; રુંવાટીનો ગળપટો; જીભ પરની ઊલ–છારી; વાસણને તળિયે જામતો પોપડો; (બ૦ વ૦) રૂવાંવાળી ચામડીનાં કપડાં. *make the ~ fly*, ઝઘડો કરીને લડવું. *~ and feather*, રૂવાં ને પીછાંવાળાં પ્રાણીઓ. સ૦ ક્રિ૦ રૂવાં વતી શણગારવું. **fu'rrier** (ફરિઅર), ના૦ ફરનો વેપારી–કારીગર.

furb'elow (ફર્બિલો) ના૦ (ચણિયાની નીચે જોડેલી) ચીપવાળી કિનાર, ઝાલર; *frills and ~s*, કપડાં પરનો ઝાલર, ઇ. (બિનજરૂરી) શણગાર.

furb'ish (ફર્બિશ), સ૦ ક્રિ૦ ઘસીને ચળકતું કરવું, ઉજાળવું, પૉલિશ કરવું (*~ up*).

fur'ious (ફ્યૂરિઅસ), વિ૦ ખૂબ જોરથી જતું, પ્રચંડ, જબરું; ગુસ્સામાં આવેલું, ખિજાયેલું, અતિક્રુદ્ધ, ધૂંઆંપૂંઆં થયેલું.

furl (ફર્લ), ઉ૦ક્રિ૦ (સઢ અંગે) વીંટવું, સંકેલવું; ગડી–વીંટો–કરવો; વીંટાવું, વીંટળાવું.

furl'ong (ફર્લોંગ), ના૦ માઈલનો આઠમો ભાગ, ફર્લાંગ.

furl'ough (ફર્લો), ના૦ કામ પરથી લાંબી મુદતની રજા, વિ. ક. અમલદારોને મળતી.

furn'ace (ફર્નિસ), ના૦ ધાતુ ગાળવાની ભઠ્ઠી, ભઠ્ઠી; અતિ ગરમ જગ્યા; મકાનને ગરમ કરવાનો ચૂલો; કપરી કસોટી.

furn'ish (ફર્નિશ), સ૦ ક્રિ૦ પૂરું પાડવું, જોઈતી વસ્તુ આપવી; -થી સજ્જ કરવું; (ઘરને) સામાન સરંજામ મૂકીને તૈયાર રાખવું.

furn'iture (ફર્નિચર), ના૦ ઘરનું રાચરચીલું, ફર્નિચર.

furor'e (ફ્યુરોરિ), ના૦ ભારે ધમાલ, ગાંડો ઉત્સાહ; ક્રોધાવેશ; ગાંડપણ.

fu'rrier (ફરિઅર), ના૦ જુઓ fur.

fu'rrow (ફરો), ના૦ ચાસ; ખોભણ, ખાંચ; કરચલી; ચીલો. સ૦ ક્રિ૦ ચાસ પાડવા, ખેડવું; કરચલીઓ – ખાંચા – પાડવા.

furr'y (ફરિ), વિ૦ રુવાંટીવાળું.

furth'er (ફર્ધર), ક્રિ૦ વિ૦ વધારે દૂર – આઘે; વધુમાં, વધારામાં. વિ૦ વધારે દૂરનું; વધારાનું. સ૦ ક્રિ૦ વધારવું, પ્રગતિ – વિકાસ – થાય તેમ કરવું; મદદ આપવી. **furth'erance** (ફર્ધરન્સ), ના૦ પ્રગતિ, બઢતી; મદદ. **furth'ermore**, ક્રિ૦ વિ૦ વળી, વધારામાં. **furth'ermost**, વિ૦ સૌથી દૂરનું – આઘું. **furth'est** (ફર્ધેસ્ટ), વિ૦ અને ક્રિ૦ વિ૦ સૌથી છેટે – દૂર (આવેલું).

furt'ive (ફર્ટિવ), વિ૦ ચોરીથી – ગુપ્તપણે – કરેલું, ચોરીનું; ચોર (ના જેવું), લુચ્ચું.

fur'y (ફ્યુરિ), ના૦ (પવન, ઇ.નો) ઝપાટો; ઉન્માદ, પ્રકોપ; ગુસ્સો, આવેશ, ક્રોધ, ઝનૂન; ઉગ્ર સ્ત્રી, ચંડી. **Furies**, ના૦ બ૦ વ૦ વેર લેનારી સર્પકેશા ગ્રીક દેવતાઓ. [ઝાંખરું.

furze (ફર્ઝ), ના૦ પીળાં ફૂલવાળું કાંટાળું

fuse (ફ્યૂઝ઼), ઉ૦ ક્રિ૦ અતિ ઉષ્ણતાને લીધે ઓગળવું; ઉષ્ણતા આપીને ઓગાળવું; ઓગાળીને એક કરવું – જોડવું. ના૦ સુરંગ વગેરે સળગાવવા માટેની દારૂ ભરેલી નળી – વાટ – પાલેતો; [વીજળી] વીજળીના પ્રવાહમાં (સર્કિટમાં) મૂકેલો સહેલાઈથી ઓગળી જાય એવો (અને પ્રવાહ વધારે પડતો થાય તો ઓગળી જનારો) તાર, ફ્યૂઝ. **fus'ible**, વિ૦ ઓગળે એવું, દ્રાવ્ય.

fus'elage (ફ્યૂઝ઼િલિજ, –લાઝ), ના૦ વિમાનની કાંઠલાના આકારની સાટી.

fus'el oil (ફ્યૂઝ઼લ ઑઇલ), ના૦ કડક દારૂમાં મળી આવતું એક ઝેર; અનેક જાતના મદ્યાર્કોનું એક મિશ્રણ, જે બળતણ તરીકે વપરાય છે.

fus'il (ફ્યૂઝ઼િલ), ના૦ (ચકમકની) નાની બંદૂક.

fusilade' (ફ્યૂઝ઼િલેડ), ના૦ સતત ને ઝડપી ગોળીબાર – તોપમારો.

fusilier' (ફ્યૂઝ઼િલિઅર), ના૦ ચકમકની બંદૂકવાળો કોઈ જૂની પલટણનો સિપાઈ.

fu'sion (ફ્યૂઝ઼ન), ના૦ ગાળવું – રસરૂપ કરવું – તે; મિશ્રણ, એકીકરણ. **fu'sionist**, ના૦ જુદા જુદા પક્ષોને એકત્ર કરીને સરકાર રચવા માગનાર.

fuss (ફસ), ના૦ ધાંધલ, ગરબડ, ખાલી ધામધૂમ. ઉ૦ ક્રિ૦ ધાંધલ – ગરબડ – કરવી, ચિન્તા કરવી; અસ્વસ્થ થવું; નજીવી વસ્તુને વધારે પડતું મહત્ત્વ આપવું. **fuss'y** (ફસિ), વિ૦ ધાંધલિયું, ખાલી ધમાલ કરનારું.

fus'tian (ફસ્ટિઅન), ના૦ જાડું સુતરાઉ કાપડ; ઠાલી આડંબરી ભાષા. વિ૦ જાડા સુતરાઉ કપડાનું; આડંબરી, મોટા મોટા અર્થહીન શબ્દોવાળું.

fus'ty (ફસ્ટિ), વિ૦ વાસી અને ગંધાતું, ઊબડ, ફુગાઈ ગયેલું; જૂનું, પુરાણું.

fut'ile (ફ્યૂટાઇલ), વિ૦ નકામું, નિરુપયોગી, વ્યર્થ, ખાલી. **futil'ity** (ફ્યૂટિલિટિ, ફ્યુ–), ના૦ વ્યર્થતા, નિરુપયોગિતા.

fu'ture (ફ્યૂચર) વિ૦ હવે પછી આવનારું – થનારું, ભાવિ, ભવિષ્યનું. ના૦ ભવિષ્ય કાળ, ભવિષ્ય, ભાવિ; ઉજ્જ્વળ ભવિષ્ય; ભવિતવ્યતા; [વ્યાક.] ભવિષ્યકાળ; (બ૦વ૦) વાયદાનો માલ, વાયદો; વાયદાના માલની સૂચના – ઑર્ડર. *deal in ~s*, વધારે ભાવે વેચવાની આશાએ પાક કે બીજો માલ તૈયાર થાય તે પહેલાં ખરીદી લેવો.

fu'turism (ફ્યૂચરિઝ઼મ), ના૦ વીસમા સૈકાની શરૂઆતમાં જૂની પરંપરાથી સાવ જુદો પડેલો એક કલાસંપ્રદાય.

fu'turist (-રિસ્ટ), ના૰ વર્તમાનકાળના લોકો જેના વિચારો નથી સ્વીકારતા પણ ભવિષ્યના સ્વીકારશે એવી આશા રાખનારો; નવમતવાદનો હિમાયતી; આશાવાદી; ભવિષ્યવાદી. **futur'ity** (ફ્યુચુરિટિ), ના૰ ભવિષ્યકાળ; ભાવી બનાવો કે સ્થિતિ; પારલૌકિક જીવન, સાંપરાય.

fuzz (ફઝ), ના૰ ઝીણા ઝીણા ઊડી જતા કણ; વાળનાં ગૂંચળાં. **fuzz'y** (ફઝિ), વિ૰ ધૂળથી ઢંકાયેલું; (વાળ) વાંકડિયા; અસ્પષ્ટ.

G

G, g (જી), ના૰ અંગ્રેજી વર્ણમાળાનો સાતમો અક્ષર, [યુરો. સં.] 'સી મેજર' સપ્તકનો પાંચમો સ્વર, પંચમ.

gab (ગૅબ), ના૰ બકવાટ, લવારો, જલ્પના. *the gift of the*~, વક્તૃત્વશક્તિ; વાચાળતા.

gab'ble (ગૅબલ), સ૰ ક્રિ૰ બકબક કરવી, વગર સમજ્યે ઉતાવળું બોલવું. ના૰ અસ્પષ્ટ અને ઉતાવળું બોલવું તે, બકબક.

gab'erdine (ગૅબર્‌ડીન), ના૰ ઘટ્ટ વણાટનું ઝીણું કપડું; યહૂદીઓનો ઉપરથી પહેરવાનો ખૂલતો ઝભ્ભો - કફની.

ga'ble (ગેબલ), ના૰ છેલ્લા માળની કિનારી પરનો ત્રિકોણ આકારનો કરાનો ભાગ, ત્રિકોણ આકારનું કાતરિયું.

gab'y (ગેબિ), ના૰ ભોળો, મૂર્ખ, ઠઠ્ઠો.

gad (ગૅડ), અ૰ ક્રિ૰ બેચેન થઈને ભટકવું, રઝળવું. (*up*)*on the* ~, રખડતું, રઝળતું. **gad'about** (ગૅડબાઉટ), ના૰ ભટકેલ, રખડેલ; ઘેર કામ કરવાને બદલે ઘેર ઘેર ફરનાર સ્ત્રી.

gad(d)i (ગડિ), ના૰ (રાજાની) ગાદી.

gad'-fly (ગૅડ્‌ફ્લાઇ), ના૰ બગાઈ, ડાંસ; ત્રાસદાયક માણસ.

gadg'et (ગૅજિટ), ના૰ યંત્રમાંની નાની ચાંપ, કળ, ઇ., યુક્તિવાળું નાનકડું યંત્ર, કળ, ઇ.

Gael (ગેલ), ના૰ સ્કૉટલન્ડના હાઈલૅન્ડનો કે આયર્લૅન્ડનો 'સેલ્ટ' કે 'કેલ્ટ' માણસ. **Gael'ic** (ગેલિક, ગૅ-), વિ૰ ગેલ લોકોનું. ના૰ તેમની ગેલિક ભાષા.

gaff (ગૅફ), ના૰ માછલી પકડવાની આંકડી કે હૂકવાળી લાકડી; કેટલીક જાતના સઢની ઉપરની બાજુ પરનો વાંસ. સ૰ ક્રિ૰ ગલવતી માછલાં પકડવા. *blow the*~, છાની વાત કહેવી.

gaff'er (ગૅફર), ના૰ (ગામડાનો) ઘરડો માણસ, ડોસો; ટોળીનો મુકાદમ - નાયક.

gag (ગૅગ), ના૰ (મોઢું ઉઘાડું રહે અને બોલી ન શકાય તે માટે) મોંએ મારેલો ડૂચો; નાટકના પાત્રે પોતાના ભાષણમાં ઘુસાડી દીધેલા શબ્દો. ઉ૰ ક્રિ૰ મોડે ડૂચો દેવો, જબરદસ્તીથી મોઢું બંધ કરવું; (નટ અંગે) નાટક ભજવતી વખતે પોતાના ભાષણમાં શબ્દો ઘુસાડવા. [ચસકેલ (વિ. ક. ઘડપણને લીધે).

gag'a (ગૅગ, ગા-,-ગા), વિ૰ સાવ મૂરખ,

gage (ગેજ), ના૰ તારણ - સાન - આડમાં મૂકેલી કોઈ જણસ; બાંયધરી, ખાતરી; આહ્વાન, પડકાર. સ૰ ક્રિ૰ બંધનમાં - આડમાં - હોડમાં - મૂકવું. *throw down the* ~, લડવા માટે આહ્વાન આપવું - પડકારવું.

gai'ety (ગેઇટિ), ના૰ આનંદ, વિનોદ, મોજ, મોજીપણું; ભભકો, આડંબર.

gaily (ગેલિ), ક્રિ૰ વિ૰ આનંદ - મોજ - થી. ~ *dressed*, ભભકાદાર રંગનાં કપડાં પહેરેલું.

gain (ગેન), ઉ૰ ક્રિ૰ (ઇષ્ટ વસ્તુ, નફો, ઇ.) મેળવવું, પ્રાપ્ત કરવું; -થી લાભ થવો; જીતવું, -માં જીત મેળવવી; પહોંચવું; કમાવું. ~ *ground*, આગળ વધવું, સફળ થવું. ~ (*up*) *on* (a runner), -ને પકડી પાડવું, -ની પાસે પહોંચી જવું. ~ *time*, વખત બચાવવો; બહાનું કાઢી કે ઢીલ કરી વખત મેળવવો. ~ *the upper hand*, -ની ઉપર સત્તા મેળવવી, વિજયી થવું. ના૰ નફો, લાભ; મેળવેલી વસ્તુ. **gain'ful** (ગેનફુલ), વિ૰ કમાણી કરાવનારું, લાભદાયક.

gainsay' (ગેન્સે), સ૰ ક્રિ૰ (ભૂ૰ કા૰ gainsaid). -નો ઇનકાર કરવો, ના પાડવી; રદિયો આપવો, ઊલટું કહેવું.

gait (ગેટ), ના૰ ચાલવાની ઢબ, ચાલ, હીંડછા.

gait'er (ગેટર), ના૰ ઘૂંટણથી ઘૂંટી સુધીના પગ માટેનો ચામડાનો પટો - જોડો - કપડાનો લાંબો પાટો.

gal'a (ગેલ,ગાલ, -લા), ના૰ આનંદ-મોજનો પ્રસંગ, આનંદોત્સવ. *~ night,* ખાસ મનોરંજક કાર્યક્રમવાળી રાત (થિયેટર, હોટેલ, ઇ૰ મનોરંજનનાં સ્થળોમાં).

gal'antine (ગેલન્ટીન), ના૰ હાડકાં કાઢીને મસાલો ભરીને ઉકાળેલું ઠંડું પીરસાતું સફેદ માંસ.

gal'axy (ગેલક્સિ), ના૰ [ખ.] આકાશગંગા; બુદ્ધિમાન પુરુષો, સુંદર સ્ત્રીઓ, ઇ. નું મંડળ.

gale (ગેલ), ના૰ પવનની જોરદાર લહેર-સપાટો; તોફાન.

gall (ગૉલ), ના૰ કલેજામાંથી ઝરતો પિત્તરસ; કડવો પદાર્થ, કડવાશ; સખતાઈ, દ્વેષ, ઝેર; નિર્લજ્જ સાહસ, ધૃષ્ટતા. **gall-bladder,** ના૰ પિત્તાશય. **gall-stone,** ના૰ પિત્તાશયની કોથળીમાં બાઝેલો કાંકરો - પથરી. *a ~ ing fire,* શત્રુ તરફનો બહુ જ ઘાતક તોપમારો.

gall, ના૰ ઘસાવાથી ચામડી છોલાય તે; સોજો, ચાંદું, ફોલ્લો; વ્યથિત મન - લાગણી. સ૰ ક્રિ૰ ઘસવું, છોલવું; મન, લાગણી, ઇ. દૂભવવું, ખીજવવું, ચીડવવું.

gall, ના૰ કીડાઓને લીધે ઝાડ પર થતી [ગાંઠ, ઇ૰

gallant (ગૅલન્ટ), વિ૰ બહાદુર, શૂર; સુંદર, ભવ્ય; (ગલૅન્ટ), સ્ત્રીઓની સેવામાં તત્પર, દાક્ષિણ્યવાળું. ના૰ ફૅશનવાળો - ફાંકડો - પુરુષ; શૂરો, મરદ; (ગલૅન્ટ પણ) સ્ત્રી દક્ષ પુરુષ, રમણ, વલ્લભ. **gall'antry** (ગૅલન્ટ્રિ), ના૰ બહાદુરી, શૌર્ય; સ્ત્રીદાક્ષિણ્ય.

gall'eon (ગૅલિઅન), ના૰ સ્પૅનિશ યુદ્ધનૌકા, વેપારી જહાજ.

gall'ery (ગૅલરિ), ના૰ લાંબી ને સાંકડી છૂટી પરસાળ; બે સ્તંભાવલિ વચ્ચેની ગલી; ઓસરી, ઓટલો; ઇમારતની અંદરનો જવાઆવવાનો રસ્તો; છજું, ઝરૂખો; કલાત્મક વસ્તુઓનું પ્રદર્શન કરવાનો ઓરડો - મકાન; નાટકશાળાનો છેક ઉપરનો ભાગ, 'બાલ્કની'; ત્યાં બેઠેલા પ્રેક્ષકો. *play to the ~,* પ્રેક્ષકોને, વિ.ક. હલકી કોટિના લોકોને, ખુશ કરવા બોલવું, ગ્રામ્ય વિનોદ કરવો, ઇ.

gall'ey (ગૅલિ), ના૰ નાનું સપાટ વહાણ, જે બહુધા ગુલામો કે કેદીઓ હલેસાં મારીને ચલાવતા; હલેસાં મારીને ચલાવવાની મોટી હોડી; વહાણ પરનું રસોડું; ગોઠવેલાં બીબાં મૂકવા માટેનો પતરાનો લાંબો તકતો-સાંચો-'ટ્રે'. *~ proof,* બીબાં ગોઠવ્યા પછી ફરી તપાસવા માટે છાપેલો લાંબો કાગળ. *~-slave,* 'ગૅલિ' વહાણ પર હલેસાં મારનાર ગુલામ.

Gall'ic (ગૅલિક), વિ૰ ગૉલ લોકોનું; ફ્રેંચ. **Gall'icism** (ગૅલિસિઝ્મ), ના૰ બોલવા કહેવાની ફ્રેંચ પદ્ધતિ - પ્રયોગ.

gall'ipot (ગૅલિપૉટ), ના૰ માટીનું લાખોટિલું [વાસણ.

gallivant' (ગૅલિવૅન્ટ), અ૰ ક્રિ૰ (બેચેન થઈને) આમ તેમ રખડવું.

gall'on (ગૅલન), ના૰ અનાજ, પ્રવાહી, ઇ.નું ૨૭૭.૨૫ ઘન ઇંચનું એક માપ (આશરે દસ રતલ કે ૪.૫ લિટર પાણી માય એવડું).

galloon' (ગલૂન), ના૰ રેશમ, સોના કે ચાંદીના તારની ઘટ્ટ વણેલી સાંકડી ફીત, ગોફ.

gallo'p (ગૅલપ), ના૰ ઘોડાની ભરદોડ, ઠેકડાબંધ દોડ, છાતરક. ઉ૰ ક્રિ૰ છલંગો મારતાં દોડવું - દોડાવવું; ખૂબ ઝપાટામાં વાંચવું-કવિતા ગાવી-આગળ વધવું. *~ ing consumption,* એકદમ વધતો જતો ક્ષયરોગ, ક્ષયનો એક પ્રકાર.

gall'ows (ગૅલોઝ), ના૰ બ૰ વ૰ ફાંસી આપવાની ઘોડી-માંચડો, વધસ્તંભ, વધસ્થાન; ફાંસીની-મોતની-સજા. *~ bird,* ફાંસીની સજાને પાત્ર માણસ. *~ tree,* ફાંસીનો માંચડો.

gall-stone, gall જુઓ.

gal'op (ગૅલપ), ના૰ એક જાતનો ઝડપી, આનંદી નાચ. [વિપુલ પ્રમાણમાં.

galore' (ગલોર, ગલૉ-), ક્રિ૰ વિ૰ મબલક,

galosh, golosh (ગલૉશ), ના૰ જોડા કે પગ ન પલળે તે માટે બૂટની ઉપરથી પહેરવાના રબરના ઊંચા બૂટ-જોડા.

galvan'ic (ગૅલ્વૅનિક), વિ૰ રાસાયનિક પ્રક્રિયાથી પેદા કરેલી વીજળીનું-સંબંધી; (હસવું, ઇ.) આકસ્મિક અને પરાણે કરેલું.

gal'vanism (ગૅલ્વનિઝ્મ), ના૰ રાસાય-

નિક પ્રક્રિયાથી પેદા કરાતી – થતી – વીજળી – વિદ્યુત; –તેનો વૈદકીય ઉપયોગ. **gal'vanize** (ગૅલ્વનાઇઝ઼્), સ૦ ક્રિ૦ વીજળીની અસર લગાડવી, વીજળીથી જાગ્રત – સંચાલિત – કરવું; વીજળીની મદદથી ધાતુને ઓપ – પડ – ચડાવવું (ઝિંક ઑક્સાઇડમાં બોળીને). ~ *into action*, જાણે વીજળીનો ધક્કો આપીને એકદમ ચાલુ કરવું – કામ કરતું કરવું.

gambade' (ગૅમ્બેડ), **gambad'o** (ગૅમ્બેડો), ના૦ (બ૦ વ૦ –s, –es). ના૦ ઘોડાનો કૂદકો – છલાંગ – ઉછાળો; નાસી જવું તે.

gam'bit (ગૅમ્બિટ), ના૦ [શેતરંજ] આગળ દાવમાં લાભ મેળવવા માટે શરૂઆતમાં પોતાનું પ્યાદું મારવા આપવાની પહેલી ચાલ; વહેવાર કે દાવપેચમાં પહેલી ચાલ.

gam'ble (ગૅમ્બલ), અ૦ ક્રિ૦ દ્યૂત – જૂગટું – જુગાર – રમવો; હોડમાં મૂકીને રમવું; ભારે સાહસ – જોખમ – ખેડવું. ના૦ જુગાર; સાહસ, જોખમકારક કામ. **gamb'ler**, ના૦ જુગારી; ખેલાડી. **gamb'ling**, ના૦ જુગાર, જૂગટું.

gamboge (ગૅમ્બૂઝ઼્), ના૦ પીળા રંગ માટે વાપરવામાં આવતો ગુંદર જેવો પદાર્થ, એક પીળો રંગ.

gam'bol (ગૅમ્બલ), ના૦ કૂદકો, ઠેકડો, ગેલ. અ૦ ક્રિ૦ ગેલમાં – આનંદમાં – કૂદવું, નાચવું.

game (ગેમ), ના૦ રમતગમત, ખેલ; (રમત પૂરી કરવા માટે જોઈતા) હાથ, દાવ, ઇ.; હરીફાઈની રમત; બાજી, રમત; ઠઠ્ઠા, મશ્કરી; દાવપેચ, છળકપટ; ખાવા માટે કે ક્રીડા – મૃગયા – માટે મારવામાં આવતાં પ્રાણીઓ; શિકાર. વિ૦ ઝટ નમતું ન આપનારું; હિંમતવાળું, શૂર; કરવા તૈયાર. અ૦ ક્રિ૦ રમવું, ખેલવું, જૂગટું રમવું. *make ~ of*, –ની ઠેકડી કરવી. *fair ~*, કોઈ પ્રત્યવાય વિના પાછળ પડવા કે હુમલો કરવા યોગ્ય. *play the ~*, પ્રામાણિકપણે, નિયમ પ્રમાણે, વર્તવું. *have the ~ in one's hand*, વિજયની ખાતરી હોવી. *a ~ person*, જુસ્સાદાર લડાયક વૃત્તિવાળું – માણસ. *the ~ is up*, યોજના નિષ્ફળ ગઈ છે. *~ for anything*, ગમે તે કરવા તૈયાર – ઉત્સુક. *die ~*, છેવટ લગી સામનો કરીને મરવું. *~cock*, ના૦ લડાવવાને માટે પાળેલો કૂકડો. *~keeper*, ના૦ શિકારનાં પ્રાણીઓને સાચવનાર.

game, વિ૦ (પગ, ઇ.) પંગુ, પાંગળું, લૂલું.

game'some (–સમ), વિ૦ આનંદી, રંગીલું.

game'ster (ગેમ્સ્ટર), ના૦ જુગારી.

gamin (ગૅમૅં), ના૦ રસ્તે રખડતું ચીંથરેહાલ અનાથ છોકરું, રખડેલ છોકરો.

gamm'er (ગૅમર), ના૦ ડોસી, ડોકરી.

gamm'on (ગૅમન), ઉ૦ ક્રિ૦ 'બ્લૅક ગૅમન' કે પાસાની રમતમાં હરાવવું; મીઠી મીઠી વાતો કરવી, એમ કરીને છેતરવું. ના૦ નિરર્થક બોલવું તે; છેતરપિંડી, ધતિંગ.

gamm'on, ના૦ ડુક્કરના કૂલાના કે જાંઘના માંસની આથીને કરેલી સુકવણી.

gamp (ગૅમ્પ), ના૦ છત્રી વિ.ક. મોટી બેડોળ.

gam'ut (ગૅમટ), ના૦ [સં.] સ્વરસપ્તક, સારીગમ, અવાજની મર્યાદા; આખી મર્યાદા – ક્ષેત્ર.

gan'der (ગૅંડર), ના૦ હંસ (નર); મૂર્ખ, બડફો.

gang (ગૅંગ), ના૦ મજૂરો, ગુલામો કે કેદીઓની ટોળી; સારા કે નરસા (વિ. ક. નરસા) કામ માટે ભેગી થયેલી ટોળકી, સોનેરી ટોળી; મિત્રમંડળ.

gang'er (ગૅંગર), ના૦ ટોળીનો નાયક, જમાદાર, મુકાદમ.

gang'lion (ગૅંગ્લિઅન), ના૦ (બ૦ વ૦ ganglia). મજ્જાતંતુઓ; જ્યાં બધા મજ્જાતંતુઓ મળે છે તે કેન્દ્ર; જ્યાંથી બધું કાર્ય ચાલે છે તે કેન્દ્ર – મથક; શરીરે થયેલો ફોલ્લો – ગાંઠ (વિ. ક. પરુવાળી).

gang-plank (ગૅંગ્પ્લૅંક), **gang-board**, ના૦ [અમે.] વહાણ ને કિનારા વચ્ચેનો પાટિયાનો જંગમ પુલ, વહાણ પર ચડવાની નિસરણી.

gang'rene (ગૅંગ્રીન), ના૦ શરીરના ભાગનું કોહી જવું (પૂરતા લોહીના અભાવે અથવા જખમ ઇ૦ ને લીધે), જીવતાં પ્રાણીના માંસમાં કહોવાણ, સડો. **gangr'enous** (ગૅંગ્રિનસ), વિ૦ કહોવાણ કે સડાવાળું.

gang'ster (ગૅંગ્સ્ટર), ના૦ તોફાન કે ગુનો કરનાર ટોળીનો માણસ; ધાડપાડુ, લુટારો, ઇ૦.

gang'way (ગૅંગ્વે), ના૦ વહાણથી કિનારા સુધીનો જંગમ પુલ – સીડી; [illegible]

વચ્ચેનો જવા-આવવાનો રસ્તો. [દરિયાઈ પક્ષી.

gann'et (ગૅનિટ), ના૦ બતકના જેવું એક

gaol, jail (જેલ), ના૦ તુરંગ, કેદખાનું. સ૦ ક્રિ૦ કેદમાં પૂરવું. *~'bird,* ના૦ વારંવાર કેદમાં જનાર માણસ, પાકો ગુનેગાર. **gaol'er** (જેલર), ના૦ કેદખાનાનો અધિકારી, દરોગો.

gap (ગૅપ), ના૦ દીવાલ કે વાડમાંનું ગાબડું, બાકું, છીંડું; (સમયનો) ખાલી ગાળો – અંતર, તૂટ; ઊંડી ખીણ; મોટું અંતર, તફાવત (મત, લાગણી, ઇ૦ માં). *fill in the ~,* ખાલી જગ્યા પૂરવી.

gape (ગેપ), સ૦ ક્રિ૦ મોં પહોળું કરવું – ફાડવું; મોં વકાસીને બેસી રહેવું; તાકીને જોવું; ઉઘાડવું, ઉઘાડેલું પહોળું હોવું; બગાસું ખાવું. *make people ~,* લોકોને આશ્ચર્યચકિત કરવું. *the ~s,* મરઘાં બતકાંનો એક રોગ જેમાં મોઢું વકાસેલું એક ખાસ લક્ષણ હોય છે; બગાસાની ફાટ. *~ at,* -ની તરફ મોઢું વકાસીને જોયા કરવું.

ga'rage (ગૅરિજ, ગરાઝ), ના૦ મોટરગાડીઓ રાખવાનું મકાન – છાપરું; મોટરો સમી કરવાની જગ્યા – કારખાનું. સ૦ક્રિ૦ ગરાજમાં મૂકવું.

garb (ગાર્બ) ના૦ વસ્ત્ર, લૂગડાં, વેશ, પહેરવેશ; કોઈ દેશ કે વર્ગનો વિશિષ્ટ પોશાક; પહેરવાની ઢબ; બહારનો દેખાવ. *in the ~ of,* -ના જેવો પોશાક કરેલું; -ના વેષમાં. સ૦ક્રિ૦ કપડાં પહેરાવવાં – પહેરવાં.

garb'age (ગાર્બિજ), ના૦ એંઠવાડ; પ્રાણીઓનાં આંતરડાં, શાકભાજીની છાલ, ઇ. કચરો.

gar'ble (ગાર્બલ), સ૦ ક્રિ૦ ખોટો – અવળો – અર્થ કરવો; હકીકતને વિકૃત સ્વરૂપમાં રજૂ કરવી; (ખરાબ દાનતથી) વીણી કાઢવું – અયોગ્ય પસંદગી કરવી; પુસ્તકમાં ફેરફાર કરીને તેની કિંમત ખતમ કરવી – તેને નકામું બનાવવું.

gard'en (ગાર્ડન), ના૦ બાગ, બગીચો; વાડી; વિશેષ ફળદ્રુપ પ્રદેશ; (બ૦ વ૦) જાહેર બાગ. અ૦ ક્રિ૦ બગીચો – વાડી – બનાવવી. **gard'ener** (ગાર્ડનર), ના૦ માળી, બાગવાન. [પીળાં સુગંધી ફૂલવાળો છોડ.

garde'nia (ગાર્ડીનિઆ), ના૦ સફેદ કે

gargan'tuan (ગાર્ગૅન્ટ્યુઅન), વિ૦ કદાવર, પ્રચંડ, રાક્ષસી, ભવ્ય.

gar'gle (ગાર્ગલ), ઉ૦ ક્રિ૦ મોં તથા ગળું ધોવા માટે પાણી મોંમાં રાખી ગગળાવવું, કોગળો કરવો. ના૦ કોગળા કરવાનું પાણી કે દવા.

garg'oyle (ગાર્ગોઇલ), ના૦ પાણી, વગેરે બહાર લઈ જવા માટે ગાય કે બીજા કોઈ પ્રાણીના મોઢાવાળો માર્ગ, ગોમુખ, ઇ.

gar'ish (ગૅરિશ), વિ૦ ખૂબ ચળકતું, આંજી નાખે એવું; ભભકાવાળું, દેખાડો કરનારું.

garl'and (ગાર્લન્ડ), ના૦ ફૂલ – પાંદડાં – પીંછાં -નો હાર, માળા. સ૦ ક્રિ૦ માળા – હાર – પહેરાવવો; વિજયનો મુગટ પહેરાવવો.

gar'lic (ગાર્લિક), ના૦ લસણ.

garm'ent (ગાર્મન્ટ), ના૦ પોશાકનું કોઈ પણ વસ્ત્ર, લૂગડું; (બ૦ વ૦) કપડાં, લૂગડાં.

garn'er (ગાર્નર), ના૦ અનાજનો કોઠાર – ભંડાર. સ૦ ક્રિ૦ ભેગું કરવું, સંઘરવું.

garn'et (ગાર્નિટ), ના૦ કાચના જેવો એક લાલ રંગનો ખનિજ પદાર્થ, લાલ, માણેક.

garn'ish (ગાર્નિશ), સ૦ ક્રિ૦ સુશોભિત કરવું, શણગારવું (વિ. ક. ભોજનની થાળી); [કા૦] તાકીદ–નોટિસ – આપવી. ના૦ શણગારવાનાં સાધન; શણગાર, શોભા, સાજ. **garnishee'** (ગાર્નિશી), ના૦ જેને શાહુકારોનું દેવું છે એવા માણસને પૈસા કે માલ ન આપવાનો હુકમ કરવો તે; એવી તાકીદ જેને મળી હોય તે માણસ.

garn'iture (ગાર્નિચર), ના૦ આભૂષણ, શણગાર, સાજ; પોશાક. [માળિયું, કાતરિયું.

ga'rret (ગૅરિટ), ના૦ છાપરાની નીચેનું

ga'rrison (ગૅરિસન), ના૦ શહેરમાં કે કિલ્લામાં રક્ષણાર્થે રાખેલું લશ્કર. સ૦ ક્રિ૦ રક્ષણાર્થે લશ્કર મૂકવું; રક્ષક સૈન્ય તરીકે કબજો લેવો.

gar(r)o'tte (ગરોટ), ના૦ (દેહાંત દંડ કરવા) ગૂંગળાવી મારી નાંખવું તે; તેમ કરવાનું સાધન, ફાંસીનો માંચડો; ગળે ફાંસો દઈને લૂંટી લેવું તે. સ૦ક્રિ૦ ગળે ફાંસો દઈને મારી નાંખવું.

garrul'ity (ગરૂલિટિ), ના૦ વાચાળતા, બહુબોલાપણું. **ga'rrulous** (ગૅરુલસ), વિ૦ વાતોડિયું, [illegible]

gart'er (ગાર્ટર), ના૦ મોજાં બાંધવાનો બંધ, મોજાબંધ; ઇંગ્લન્ડના અમીર કે સરદાર-ની સૌથી ઊંચી પદવી–'નાઇટ ઑફ ધ ગાર્ટર'.

gas (ગૅસ), ના૦ વાયુરૂપ પદાર્થ, કોલસામાંથી કાઢેલો વાયુ, ગૅસ; [વાત.] ગૅસોલીન, પેટ્રોલ; ખાલી – ડાલી – વાતો, બકબક; વાત, વા. ઉ૦ ક્રિ૦ ખાલી વાતો કરવી; બડાઈ હાંકવી; શત્રુ પર ઝેરી વાયુ છોડવો. *step on the~*, વેગ – ગતિ – આપવી – વધારવી. **coal-gas**, બંધ વાસણમાં કોલસા તપાવીને કાઢેલો ગૅસ. **gas-bag**, ના૦ ખાલી ગપ્પાં મારનારો. **gas-fire**, ના૦ બળતણ તરીકે ગૅસ વપરાતો હોય તે ચૂલો. **gas-fitter**, ના૦ ગૅસના નળ કે નળીઓ મૂકનાર કે સમી કરનાર કારીગર – ફિટર. **gas-mask** (–માસ્ક), ના૦ ઝેરી વાયુ કે ગૅસથી રક્ષણ કરવાની ટોપી–ટોપ. **gas-meter** (–મીટર), ના૦ કેટલો ગૅસ વપરાયો છે તે બતાવનાર યંત્ર – મીટર, **gas-ring**, ના૦ ગૅસના ચૂલાનું મોઢિયું – જાળીદાર કડું.

gas'eous (ગૅસિઅસ, ગેઝિ–, ગૅ–), વિ૦ ગૅસ-વાયુ-નું, વાયુરૂપ.

gash (ગૅશ), ના૦ લાંબો અને ઊંડો ઘા – જખમ. સ૦ ક્રિ૦ એવો ઘા કે જખમ કરવો.

gas'ket (ગૅસ્કિટ), ના૦ ઍંજિનના પિસ્ટનને કે નળના સાંધાને સજ્જડ કરવા માટેનું રબરનું ઢાંકણું કે કડું; સંકેલેલો સઢ કાઠી સાથે બાંધવાનું દોરડું – દોરી.

gas'olene, gas'oline (ગૅસલીન, ગૅસો–) ના૦ શુદ્ધ કરેલું પેટ્રોલ, ગૅસોલીન.

gasom'eter (ગસૉમિટર, ગૅ–), ના૦ [રસા.] ગૅસ રાખવાનું પાત્ર; નળ કે નળીઓ વાટે મોકલી શકાય તે માટે સંઘરેલા ગૅસની ટાંકી.

gasp (ગાસ્પ), અ૦ ક્રિ૦ મોં ફાડીને શ્વાસ લેવાનો પ્રયત્ન કરવો, હાંફવું. ના૦ દમ, શ્વાસ, મોં ફાડીને શ્વાસ લેવાનો પ્રયત્ન. *at one's last ~*, છેલ્લો શ્વાસ ચાલતો હોય એવું, મરણોન્મુખ. **gasp'er**, ના૦ [બોલી] સસ્તી– હલકી જાતની–સિગારેટ કે બીડી.

gas'tric (ગૅસ્ટ્રિક), વિ૦ પેટ – હોજરી – નું–સંબંધી. **gastrit'is** (ગૅસ્ટ્રાઇટિસ), ના૦ પેટ કે હોજરીનું એક દરદ. **gastro-n'omy** (ગૅસ્ટ્રૉનમિ), ના૦ સારું ખાન-પાન કરવાની વિદ્યા, સુભોજનવિદ્યા, આહાર-શાસ્ત્ર.**gastronom'ical** (ગૅસ્ટ્રનૉમિકલ), વિ૦ સુભોજનકલાનું–સંબંધી.

gate (ગેટ), ના૦ દરવાજો, દરવાજાનું બારણું, ઝાંપો, ફાટક; મનોરંજન કાર્યક્રમ જોવા આવનારાઓની કુલ સંખ્યા; તેમની પાસેથી મળેલી રકમ. **gate-crash**, ઉ૦ ક્રિ૦ આમંત્રણ વિના દાખલ થવું.**gate-crasher**, ના૦ અનાહૂત મહેમાન. **gateway**, ના૦ ઝાંપાવાળો પ્રવેશ, પ્રવેશદ્વાર.

gath'er (ગૅધર), ઉ૦ક્રિ૦ એકત્ર – ભેગું – કરવું; એકઠું–ભેગું થવું; ચૂંટવું, વીણવું; ગડી કરીને સંકેલી લેવું; પરુ ભરાઈ ને સોજો આવવો,-માં પરુ ભરાવું; -માં ભરાવું; અનુમાન કરવું, તારવવું, કાને આવ્યા પરથી સમજવું–જાણવું. *~oneself together*, ભય વખતે સ્વસ્થ રહીને પોતાની શક્તિ – બુદ્ધિ–વાપરવી. *~ way*, (વહાણ અંગે) ઊપડવું. *be ~ed to one's fathers*, મરવું. **gath'ering**, ના૦ સંમેલન, સભા, મેળાવડો; ફોલ્લો, ગૂમડું (પરુવાળું).

gauche (ગોશ), વિ૦ સભામાં અણઘડપણે વર્તનારું, સભાભીરુ; અનાડી, કુનેહ વિનાનં.

gaud (ગૉડ), ના૦ સસ્તું–તકલાદી–ઘરેણું. **gaud'y** વિ૦ ભભકાવાળું, તકલાદી અને નકામું.

gauge (ગેજ), ના૦ પ્રમાણભૂત – નક્કી કરેલું – માપ; કદ; રેલરસ્તાના પાટા વચ્ચેનું અંતર માપવાનું કે કસ કાઢવાનું સાધન, માપક, યંત્ર; કસોટી, (કરવાનું સાધન) સ૦ ક્રિ૦ કદ, શક્તિ કે કિંમત જોવી, ચોક્કસ માપ લેવું–કરવું, માપવું, માપ કે પરિમાણો જોવાં. *broad, metre, or narrow ~*(રેલવે) ૫૬.૫" કરતાં વધારે અંતરવાળા પાટાવાળી, મીટરના અંતરવાળા પાટાવાળી અને તેથી સાંકડી રેલવે.

Gaul (ગૉલ), ના૦ પ્રાચીન ગૉલનો વતની **Gaul'ish**, વિ૦ ગૉલ લોકોનું. ના૦ ગૉલિશ ભાષા. [માંદલું દેખાતું, ફીકું

gaunt (ગૉન્ટ), વિ૦ પાતળું, સુકલકડી

gaunt'let (ગૉન્ટ્લિટ), ના૦ [ઇતિ.] લોઢાન કે ચામડાનું હાથનું મોટું મોજું, હસ્તત્રાણ

પહોળા અને લાંબા કાંડાવાળું મોજું. *throw down the* ~, પડકાર આપવો, બીડું ફેંકવું. *take up the* ~, પડકાર ઝીલવો, બીડું ઝડપવું. *run the*~, સજા તરીકે લાકડીઓ કે કોરડા વતી મારનાર માણસોની બે હારો વચ્ચેથી પસાર થવું; ટીકા સહન કરવી.

gauze (ગૉઝ઼), ના૦ જાળીદાર ઝીણું પારદર્શક કપડું, જાળી, ગળણી. **gauz'y**, વિ૦ જાળીદાર.

gave, give નો ભૂ૦ કા૦.

gavel (ગૅવલ), ના૦ હરાજી કરનારનો –સભાના પ્રમુખનો – ન્યાયાધીશનો – હથોડો – મોગરી.

gavotte' (ગવૉટ), ના૦ એક ધીમું નૃત્ય; એ માટેની સંગીત રચના.

gawk (ગૉક), ના૦ શરમાળ ને સંકોચશીલ માણસ; અતિ અણઘડ માણસ; ઊંચો તાડ જેવો જુવાનિયો. **gawk'y** (ગૉકિ), વિ૦ શરમાળ, અનાડી, બેઢંગું.

gay (ગે), વિ૦ આનંદી, ખીલેલું, મોજી; (રંગ) ભભકાદાર, ભડક, ચળકતું; લંપટ, બદફેલ.

gaze (ગેઝ઼), અ૦ક્રિ૦ એકીટશે – તાકીને–જોવું, ટકટક જોઈ રહેવું. ના૦ સ્થિર – સ્તબ્ધ – દૃષ્ટિ.

gazelle' (ગઝ઼ે'લ), ના૦ સુંદર આંખોવાળું નાનું રૂપાળું હરણું.

gazette' (ગઝ઼ે'ટ), ના૦ [ઇતિ.] વૃત્ત – વર્તમાન – પત્ર; સરકારી વૃત્તપત્ર – આજ્ઞાપત્ર. સ૦ ક્રિ૦ ગૅઝ઼ેટમાં – સરકારી આજ્ઞાપત્રમાં – જાહેર કરવું. **gazetteer'** (ગૅઝ઼િટીઅર,–ઝ઼ે'–), ના૦ સરકારી માહિતીપત્રક; રાજ્યમાં આવેલાં સ્થળોનું વર્ણન આપનાર કોશ, ભૌગોલિક કોશ.

gear (ગીઅર), ના૦ હથિયારો, સાધનો, યંત્રો; દોરડાં ગરગડીઓ; દાંતાવાળાં પૈડાં–ચક્રો; સાથે કામ કરતાં ચક્રો ને ઉચ્ચાલનોનો સંચ; સરસામાન, સરંજામ; ઍન્જિનને મોટરના પૈડા સાથે જોડનાર મશીન (યંત્ર)ની અંદર સાથે કામ કરનારાં દાંતાવાળાં ચક્રો, ગિયર. ઉ૦ ક્રિ૦, ઘોડા, ઇ. ને જીન વગેરેથી સજાવવું; યંત્ર – યંત્રના ભાગ – જોડવા; આવશ્યક યાંત્રિક સાધનોથી યુક્ત કરવું; મોટરને ગિયરમાં મૂકવી. *all one's worldly* ~, બધી ઐહિક સંપત્તિ. *be out of* ~, છૂટું પડી જવું, બરાબર કામ ન કરવું – ન ચાલવું. ~*-box*, ~*-case*, યંત્રના ગિયરની પેટી. ~*- wheel*, દાંતાવાળા પૈડાની ગતિ આંકને આપનારું ચક્ર, ગતિચક્ર.

gee (ગી, જી), ઉદ્ગાર૦ [અમે.] આશ્ચર્યનો ઉદ્ગાર. **gee-up**, (ઘોડાને ઉદ્દેશીને) ઉતાવળો ચાલની! **gee-gee**, ના૦ ઘોડા માટેનો બાળકનો શબ્દ.

geese, gooseનું બ૦ વ૦

geezer (ગીઝ઼ર), ના૦ *old*~, ડોસો, બુઢ્ઢો.

Gehenna (ગિહેના), ના૦ નરક; દુઃખ, વેદના ને ત્રાસવાળું સ્થાન.

gei'sha (ગેશા), ના૦ જાપાની નાચનારી ગાનારી છોકરી.

gel'atin(e) (જે'લટિન, -ટીન), ના૦ હાડકાં, ચામડી, ઇ. ઉકાળીને બનાવેલો પારદર્શક અને કોઈ વિશિષ્ટ સ્વાદ વિનાનો પદાર્થ, મુરબ્બાનો પાયો; સરેસ. **gelat'inous** (જિલૅટિનસ), વિ૦ સરેસનું – ના જેવું, મુરબ્બા જેવું, ચીકણું.

geld (ગે'લ્ડ), સ૦ ક્રિ૦ પ્રજનનશક્તિવિહીન કરવું, ખસી કરવું. **geld'ing**, ના૦ ખસી કરેલો ઘોડો, ઇ. પદાર્થ.

gel'ignite (ગે'લિગ્નાઇટ), ના૦એક સ્ફોટક

gem (જે'મ), ના૦ રત્ન, મણિ; ખૂબ સુંદર અને/અથવા કીમતી વસ્તુ, રત્ન. સ૦ ક્રિ૦ રત્નથી સુશોભિત કરવું.

Gem'ini (જૅમિનિ), ના૦ [ખ.] મિથુન રાશિ.

gendarme (ઝ઼ોંડાર્મ), ના૦ પોલીસનું કામ કરનાર ફ્રેંચ લશ્કરી સિપાઈ, સશસ્ત્ર પોલીસ.

gen'der (જે'ન્ડર), ના૦ [વ્યાક.] શબ્દની જાતિ–લિંગ. *masculine*, *feminine*, *neuter*, ~, નર, નારી, નાન્યતર, જાતિ.

geneal'ogy (જીનિઍલજિ, જે'–), ના૦ વંશાવળી, પેઢીનામું; વંશચિકિત્સા; વનસ્પતિ કે પ્રાણીનો ઉત્પત્તિક્રમ. **genealo'gical** (જીનિઅલૉજિકલ, જે'–), વિ૦ વંશાવળીનું – સંબંધી; પેઢી ઉતાર. ~ *tree*, વંશવૃક્ષ–વેલ, વંશાવળી. **geneal'ogist** (–ઍલજિસ્ટ), ના૦ વંશાવળીઓનો અભ્યાસી.

gen'eral (જે'નરલ), વિ૦ ઘણાને લાગુ પડે એવું, સામાન્ય, સાધારણ; બધાનું – વિષેનું; વિશિષ્ટ, આંશિક કે મર્યાદિત નહિ એવું; રૂઢ, પ્રચલિત; અસ્પષ્ટ, મોઘમ, અચોક્કસ. ~ *practitioner*, બધી જાતનાં દરદોની ચિકિત્સા કરનાર ડાક્તર. ના૦ લશ્કરી અમલદાર; સેનાપતિ; હરકામી નોકર (~ *servant*).

generaliss'imo (જે'નરલિસિમો), ના૦ ખુશકી સૈન્ય, આરમાર અને હવાઈ દળનો અથવા અનેક સેનાઓનો ઉપરી – સરસેનાપતિ.

general'ity (જે'નરૅલિટિ), ના૦ સામાન્ય કથન–વાત; વ્યાપકતા; મોટા ભાગના લોકો, ઇ.

gen'eralize (જે'નરલાઇઝ઼), ઉ૦ક્રિ૦ વિશેષ પ્રતિજ્ઞાને સામાન્ય રૂપ આપવું, મોટા સામાન્ય નિયમ નીચે લાવવું; બહોળા અર્થમાં વાપરવું, ઘણાને લાગુ પાડવું; મોઘમ વાત કરવી, ગોળ ગોળ વિધાન કરવું. **generaliza'tion,** ના૦ હકીકત પરથી કરેલું સર્વસામાન્ય વિધાન – કથન.

gen'erally (જે'નરલિ), ક્રિ૦ વિ૦ સામાન્ય રીતે – પણે, ઘણુંખરું, બહુધા, મોટે ભાગે.

gen'eralship (જે'નરલ્‌શિપ), ના૦ સેનાપતિનો હોદ્દો; યુદ્ધકૌશલ્ય, સેનાપત્ય; કુનેહવાળું સંચાલન.

gen'erate (જે'નરેટ), સ૦ ક્રિ૦ પેદા – નિર્માણ – કરવું, -ને જન્મ આપવો; થાય તેમ કરવું, બનાવવું. **gen'erator** (જે'નરેટર), ના૦ પેદા – નિર્માણ – કરનાર; વરાળ, વીજળી, ઇ. પેદા કરનારું યંત્ર – સાધન.

genera'tion (જે'નરેશન), ના૦ ઉત્પન્ન – પેદા–કરવું તે, ઉત્પાદન; ઉત્પન્ન–પેદા – થવું તે, ઉત્પત્તિ; પેઢી, આશરે ત્રીસ વરસનો ગાળો; કોઈ પણ પેઢીના બધા લોકો.

gen'erative, (–રેટિવ, –ર–) વિ૦ પોતાની જાતને પેદા કરનારું, જનન કરનારું; ઉત્પાદક.

gene'ric (જિને'રિક), વિ૦ એક આખી જાતિ કે વર્ગને લાગુ પડે એવું; સામાન્ય, સમગ્રજાતીય, વિશિષ્ટ નહિ એવું.

generos'ity (જે'નરૉસિટિ), ના૦ ઉદારતા, મનની મોટાઈ; દાતૃત્વ. **gen'erous** (જે'નરસ), વિ૦ ઉદાર, દાનશીલ; હલકું કે નીચ નહિ એવું; ઉદાર, મોટા મનનું; વિપુલ, (આહાર) પેટ ભરીને.

gen'esis (જે'નિસિસ), ના૦ ઉત્પત્તિ; ઉત્પત્તિ-સ્થાન – કારણ, મૂળ; બાઇબલના જૂના કરારનું સૃષ્ટિની ઉત્પત્તિને લગતું પહેલું પુસ્તક (*G*~).

genet'ic (જિને'ટિક), વિ૦ ઉત્પત્તિ–મૂળ–નું–સંબંધી, જનનશાસ્ત્રનું. **genet'ics,** ના૦ બ૦ [illegible] વિકારોનું–

પરિવર્તનોનું – શાસ્ત્ર; સુપ્રજનનશાસ્ત્ર.

gen'ial (જીનિઅલ), વિ૦ સૌમ્ય, માયાળુ, હૂંફાળું; આનંદી; મિલનસાર; (હવામાન) ગરમ, વિકાસને ઉપકારક. **genial'ity** (જીનિઍલિટિ), ના૦ મિલનસારપણું.

gen'ie (જીનિ), ના૦ (બ૦ વ૦ બહુધા genii, જીનિઆઇ). ભૂત, પિશાચ, રાક્ષસ.

gen'ital (જે'નિટલ), વિ૦ પ્રાણીઓના જનનનું કે જનનેન્દ્રિયનું – સંબંધી. ના૦ બ૦ વ૦ જનનેન્દ્રિય (વિ. ક. પુરુષની).

gen'itive (જે'નિટિવ), વિ૦ મૂળ, ઉત્પત્તિ કે માલિકીનું દર્શક. ના૦ [વ્યાક.] છઠ્ઠી વિભક્તિ.

gen'ius (જીનિઅસ), ના૦ (બ૦ વ૦ geniuses, genii). માણસ, સ્થળ, ઇ. માં વસતો રક્ષક દેવતા; વિશિષ્ટ પ્રકારની કે વિલક્ષણ બુદ્ધિ, પ્રતિભા, અલૌકિક બુદ્ધિ; પ્રતિભાવાન માણસ; વિશિષ્ટ કે ખાસ ગુણ–લક્ષણ.

gen'ocide (જેનસાઇડ), ના૦ આખી કોમની હત્યા. [પ્રકાર; પ્રકાર, જાત.

genre (ઝાંર), ના૦ કળાની એક શૈલી–

gent (જે'ન્ટ), ના૦ [ગ્રામ્ય] સદ્‌ગૃહસ્થ.

genteel' (જે'ન્ટીલ), વિ૦ અતિ સભ્ય, અતિ નમ્ર; ખાનદાનીનું – નો ડોળ કરનારું.

gen'tian (જે'ન્શન, –શિઅન), ના૦ ડુંગરાળ પ્રદેશમાં થતું એક ફૂલઝાડ, જેનાં ફૂલ બહુધા ભૂરાં હોય છે અને જેમાંથી એક કડવી દવા બનાવવામાં આવે છે.

gen'ti'le (જે'ન્ટાઇલ), વિ૦ અને ના૦ યહૂદી નહિ એવો (માણસ); (યહૂદીઓની દૃષ્ટિથી) અનાર્ય, જંગલી (માણસ). **gentil'ity** (જે'ન્ટિલિટિ), ના૦ કુલીનતા, ખાનદાની; સંસ્કારી રીતભાત, સભ્યતા.

gen'tle (જે'ન્ટલ), વિ૦ સારા કુળમાં જન્મેલું, કુલીન; સૌમ્ય, શાંત, માયાળુ; ગરીબ, સાલસ, હળવું, નરમ. ~ *slope,* આછો ઢોળાવ. **gentlefolk**(**s**), ના૦ બ૦ વ૦ સારા કુળના–કુલીન – લોકો. [ભિરવેલી ઇયળ કે કીડો.

gen'tle, ના૦ માછલી પકડવા માટે ગલમાં

gen'tleman (જે'ન્ટલ્મન), ના૦ (બ૦ વ૦ gentlemen). દાક્ષિણ્યવાળો ખાનદાન માણસ, કુલીન ગૃહસ્થ, પ્રતિષ્ઠિત માણસ, સદ્‌ગૃહસ્થ; [illegible]

~ *of fortune*, કોઈ પણ શેઠની નોકરી કરવા તૈયાર સિપાઈ. ~-*in-waiting*, રાજાના પરિવારમાં વિશેષ દરજ્જાવાળો માણસ. **gen'tlemanly**, વિ૰ સદ્‌ગૃહસ્થની જેમ વર્તન કરનારું–દેખાતું, સદ્‌ગૃહસ્થને છાજે એવું.

gen'tleness (જે'ન્ટલનિસ), ના૰ માયાળુપણું, સૌમ્યતા; અહિંસકપણું.

gen'tlewoman (જે'ન્ટલવુમન), ના૰ (બ૰ વ૰ gentlewomen). સારા કુળમાં જન્મેલી કે ખાનદાન સ્ત્રી, બાનુ, સન્નારી.

gen'tly (જે'ન્ટ્‌લિ), ક્રિ૰ વિ૰ સૌમ્યપણે, માયાળુપણે; હળવે રહીને, શાંતિથી, ધીમેથી.

gen'try (જે'ન્ટ્રિ), ના૰ સરદારો કે ઉમરાવોથી ઊતરતી કોટિના માણસો, મધ્યમ વર્ગના લોકો, સદ્‌ગૃહસ્થો. *light-fingered* ~, ચોરો, તસ્કરો.

gen'uflect, (જે'ન્યુફ્લે'ક્ટ), અ૰ ક્રિ૰ ઘૂંટણ વાળવી, ઘૂંટણિયે પડવું (વિ૰ ક૰ પૂજામાં). **genufle'xion** (જે'ન્યુફ્લે'ક્શન), ના૰ (માનની લાગણી દર્શાવવા) ઘૂંટણિયે પડવું તે.

gen'uine (જે'ન્યુઇન), વિ૰ શુદ્ધ વંશ કે લોહીનું; બનાવટી કે ખોટું નહિ એવું, અસલ, સાચું.

gen'us (જીનસ), ના૰ (બ૰ વ૰ genera, જેનરા). [વનસ્પ. અને પ્રાણી.] જેમાં અનેક જાતો હોય એવા સમાન લક્ષણોવાળાં પ્રાણીઓ કે વનસ્પતિઓનો વર્ગ – સમૂહ; જાતિ, વર્ગ.

geocen'tric (જીઅસે'ન્ટ્રિક, જીઓ–), વિ૰ ભૂકેન્દ્રીય, પૃથ્વી જેનું કેન્દ્ર છે એવું; પૃથ્વીના મધ્યબિંદુથી માપેલું – જોયેલું.

geog'raphy (જિઑગ્રફિ), ના૰ ભૂવર્ણન, ભૂગોળ; કોઈ સ્થળની રચના કે લક્ષણો. **geograph'ical** (જીઅગ્રૅફિકલ), વિ૰ ભૂગોળનું – સંબંધી, ભૌગોલિક. **geog'rapher** (જિઑગ્રફર), ના૰ ભૂગોળશાસ્ત્રી.

geol'ogy (જિઑલજિ), ના૰ ભૂસ્તર ભૂગર્ભ – ભૂરચના – વિદ્યા – શાસ્ત્ર, ભૂસ્તરશાસ્ત્રીને ઉપયોગી થાય એવી કોઈ સ્થળ વિષે માહિતી – વિગત. **geolo'gical** (જીઅલૉજિકલ), વિ૰ ભૂસ્તરવિદ્યાનું – સંબંધી; ભૂસ્તર- કે ભૂગર્ભ વિષેનું. **geol'ogist** (જિઑલજિસ્ટ), ના૰ ભૂસ્તરશાસ્ત્રી. **geol'ogize** (જિઑલજાઇઝ઼), અ૰ ક્રિ૰ ભૂરચનાશાસ્ત્રની દૃષ્ટિથી જુદાં જુદાં સ્થળો તપાસવાં, નમૂના ભેગા કરવા અને તેને અંગે અભિપ્રાય આપવો.

geom'etry (જિઑમિટ્રિ), ના૰ રેખાગણિત, ભૂમિતિ (શાસ્ત્ર). **geomet'ric(al)** (જીઅમે'ટ્રિક(લ)), વિ૰ ભૂમિતિનું – અનુસાર. ~*progression*, ભૂમિતિશ્રેઢી. **geom'eter** (જિઑમિટર), **geometri'cian**, (જીઅમિટ્રિશન), ના૰ રેખાગણિતનો જાણકાર, ભૂમિતિજ્ઞ. [રેશમી કપડું.

georgette' (જૉર્જે'ટ), ના૰ બહુ ઝીણું

Geor'gian (જૉર્જિ'અન), વિ૰ પહેલાથી ચોથા અને પાંચમા ને છઠ્ઠા જ્યૉર્જના કાળનું.

Geor'gic (જૉર્જિક), ના૰ વર્જિલના 'જૉર્જિક' નામના ખેતીવિષયક કાવ્યનું કોઈ પણ પુસ્તક.

gera'nium (જરેનિઅમ, જિ–) ના૰ બગલાની ચાંચ જેવાં ફળવાળી એક જંગલી વનસ્પતિ–છોડ; સુગંધી પાંદડાં અને ભડક રંગનાં ફૂલોવાળો બગીચામાં ઉછેરાતો છોડ.

germ (જર્મ), ના૰ મૂળ, ઉગમ, બીજ; અંકુર, ફણગો; સૂક્ષ્મ જીવ, તદ્દન પ્રાથમિક અવસ્થાનો જીવ; જંતુ(વિ. ક. રોગ પેદા કરનાર).

germ'an (જર્મન), વિ૰ એક જ માતપિતા કે દાદાદાદીનું, સગું.

Germ'an (જર્મન), વિ૰ જર્મનીનું, તેના લોકોનું, તેની ભાષાનું. ના૰ જર્મનીનો વતની; જર્મન ભાષા. ~ *measles*, ઓરી જેવો એક ચેપી રોગ. [ધરાવનારું, પ્રસ્તુત; ઘટતું.

germane' (જર્મેન), વિ૰ વિષય સાથે સંબંધ

germ'icide (જર્મિસાઇડ), વિ૰ અને ના૰ જન્તુવિનાશક – જંતુઘ્ન – (દ્રવ્ય).

germ'inal (જર્મિનલ), વિ૰ જંતુનું–ના સ્વરૂપનું; વિકાસની તદ્દન શરૂઆતની દશાનું.

germ'inate (જર્મિનેટ), ઉ૰ ક્રિ૰ અંકુર-ફણગો–ફૂટવો – આવવો, ઊગવું; ઉગાડવું, પેદા કરવું. **germina'ti'on** (જર્મિનેશન), ના૰ ઊગી નીકળવું તે, અંકુરોદ્‌ભવ.

gerryman'der (ગે'રિમૅન્ડર), સ૰ ક્રિ૰ અમુક પક્ષ કે વર્ગના લાભ માટે મતદારમંડળ કે વિભાગની રચનામાં ને ચૂંટણીમાં ઘાલમેલ કરવી. ના૰ આવી ઘાલમેલ.

ge'rund (જે'રન્ડ), ના૰ [વ્યાક.] ધાતુસાધિત નામ, કૃદન્ત. **gerun'dive** (જર-

ન્ડિવ), વિ૦ સાધુસાધિત નામ-કૃદન્ત નામ-નું. ના૦ તે પરથી બનેલું વિશેષણ.

gesta'tion (જે'સ્ટેશન), ના૦ ગર્ભાધાનથી પ્રસવ સુધી ગર્ભને ધારણ કરવો તે, ગર્ભ-ધારણ; ગર્ભકાળ.

gestic'ulate (જે'સ્ટિક્યુલેટ, જ-), ઉ૦ક્રિ૦ બોલતી વખતે કે તેને બદલે હાવભાવ, ચાળા કે ચેષ્ટાઓ કરવી. **gesticula'tion**, ના૦ હાવભાવ, ચાળા, અંગવિક્ષેપ. **gestic'ulative** (-લેટિવ), **gesti'culatory** (-લેટરિ), વિ૦ હાવભાવનું-ના સ્વરૂપનું.

ges'ture (જે'સ્ચર), ના૦ હાવભાવ, ચાળા; નિશાની, સંકેત; અર્થસૂચક પગલું કે કામ (બીજાની પ્રતિક્રિયા જોવા માટે કે તેને સૂચવવા માટે ભરેલું કે કરેલું).

get (ગે'ટ), ઉ૦ ક્રિ૦ (ભૂ૦ કા૦ **got**, ભૂ૦ કૃ૦ **got** અને **gotten**). મેળવવું, સંપાદન કરવું, પ્રાપ્ત કરવું; જીતવું, મેળવવું; જઈને લાવવું, આણવું; મળવું, પ્રાપ્ત થવું; (રોગ, ચેપ, ઇ.) થવું, લાગવું, વળગવું; થવું; પહોંચવું; (મુદ્દો, અર્થ, ઇ.) સમજવું. *~ one's own back*, પોતાને ઈજા કરનારને સજા કરવી-નું વેર વાળવું. *~ ready*, તૈયાર થવું; તૈયાર કરવું. *~ to bed*, સૂઈ જવું; સુવડાવવું, પથારીમાં મૂકવું. *can you ~ him to come*, તમે તેને આવવા મનાવી શકશો-તે આવે તેમ કરી શકશો? *the lawyer got him off*, તેણે કશો ગુનો કર્યો નથી એમ પુરવાર કરીને તેને છોડાવ્યો. *~ about*, ફેલાવું, પ્રસરવું, લોકોના કાને પહોંચી જવું. *~ across*, -ની લોકો પર ઇષ્ટ અસર થવી. *~ along (with)*, -ની સાથે ઠીક ચાલવું. *~ a move on*, ઉતાવળ કરવી. *~ at*, લાંચ આપવી, મન વશ કરવું. *~ away with it*, પોતાના પ્રયત્નમાં સફળ થવું; અનિષ્ટ પરિણામમાંથી બચી જવું. *~ by heart*, મોઢે કરવું. *~ nowhere*, કશું પરિણામ ન ઉપજાવી શકવું, ન ફાવવું. *~ off*, સજા થવામાંથી છૂટવું. *~ up*, ઊભા થવું; તૈયાર થવું; પથારીમાંથી ઊઠવું; (પવન) જોરથી ફૂંકાવા માંડવું. *~ up a play*, નટોને તાલીમ આપી કરીને નાટક તૈયાર કરવું-બેસાડવું. *~ up a shirt*, ધોયેલા-બોળી કાઢેલા-શર્ટ કે પહેરણને ઈસ્ત્રી વગેરે કરાવી પહેરવા માટે તૈયાર કરવું. *~ up steam*, ઍન્જિન કામ કરે તેટલી વરાળ પેદા કરવી. *I don't ~ you*, હું તમને સમજી શકતો નથી. *~ round (a person)*, ખુશ કરીને વશ કરવું, મન જીતવું. *~ over (the loss of a friend, etc.)*, દુ:ખ ભૂલી જવું, પાર કરવું, -માંથી સલામત બહાર પડવું. *~ left*, *~ left behind*, બીજાઓથી પાછળ પડી જવું. *~ along with you*, જતો રહે, તારું મોઢું કાળું કર.

get-at-able (ગે'ટ્ઍટબલ), વિ૦ જેની પાસે સહેલાઈથી જઈ શકાય એવું, મળી શકાય એવું, સુગમ્ય.

get-up (ગેટપ) ના૦ બહારની રચના-દેખાવ, બહિરંગ, પુસ્તકની સજાવટ.

gew'-gaw (ગ્યૂગૉ), ના૦ ભભકાવાળુ તકલાદી રમકડું-ઘરેણું.

geyser (ગેઝ઼ર, ગાઇ-), ના૦ ગરમ પાણીનો ફુવારા જેવો ઝરો; (ગીઝ઼ર) પાણી ગરમ કરવાનું યાંત્રિક સાધન.

[મડદા જેવું, ધોળું ફક.

ghast'ly (ગાસ્ટ્લિ), વિ૦ બિહામણું, વિકરાળ;

gherk'in (ગર્કિન), ના૦ મીઠું પાઈને સુકવણી કે અથાણું કરવાની કુમળી કાકડી.

ghett'o (ગે'ટો), ના૦ (બ૦ વ૦ -s), શહેરમાં યહૂદી લોકોના વસવાટનો લત્તો, યહૂદીવાડો.

ghost (ગોસ્ટ), ના૦ ભૂત, પિશાચ; મૃતાત્મા; આત્મા, જીવાત્મા; છાયા, આભાસ; લેશ, જરાતરા, જરાસરખું; કોઈ જાણીતા માણસ માટે તેને નામે પુસ્તક લખનાર. *Holy G~*, પવિત્ર આત્મા (ખ્રિસ્તી ત્રિમૂર્તિમાંનો એક). *give up the~*, પ્રાણત્યાગ કરવો. **ghost'ly**, વિ૦ ભૂતપિશાચનું-સંબંધી; આત્મા વિષેનું, અશરીરી; આભાસાત્મક.

ghoul (ગૂલ), ના૦ પ્રેતભક્ષી પિશાચ, વેતાળ; રાક્ષસી કામો કરવામાં રાચનાર. **ghoul'ish**, વિ૦ પિશાચ જેવું.

gi'ant (જાયન્ટ), ના૦ રાક્ષસ, દૈત્ય; રાક્ષસ જેવો અસામાન્ય કદ, ઊંચાઈ કે શક્તિવાળો માણસ. વિ૦ કદાવર.

gib (ગિબ, જિ-), ના૦ ખીલો, ફાચર.

gibb'er (ગિબર), સ૦ ક્રિ૦ ઉતાવળું અને

અસ્પષ્ટપણે બોલવું, બકબક કરવી. **gibb'erish**, ના૦ અર્થહીન બકવાટ.

gibb'et (ગિબિટ), ના૦ ફાંસી દેવાનો થાંભલો, વધસ્તંભ; ફાંસી દેવાયેલાને લટકાવી રાખવાનો હાથવાળો થાંભલો. સ૦ ક્રિ૦ ફાંસીએ લટકાવવું, જાહેર રીતે લટકાવી રાખવું; દોષ ઉઘાડા પાડી બદનામ કરવું. [વાંદરો, ગિબન.

gibb'on (ગિબન), ના૦ લાંબા હાથવાળો

gibe, jibe (જાઇબ), ઉ૦ક્રિ૦ કટાક્ષ કરવો, મહેણું મારવું; ઉપહાસ કરવો. ના૦ મહેણું, કટાક્ષ.

gib'lets (જિબલિટ્સ), ના૦ રાંધતા પહેલાં મારેલાં મરઘાં કે પક્ષીઓમાંથી કાઢી લેવાતાં યકૃત, કલેજું, ઇ. ભાગો.

gidd'y (ગિડિ), વિ૦ ફેર-ચક્કર-આવેલું; ફેર-ચક્કર-તમ્મર-આવે એવું; ચંચળ, ઠેકાણા વગરનું. **gidd'iness**, ના૦ ફેર, ચક્કર, તમ્મર.

gift (ગિફ્ટ), ના૦ આપેલી વસ્તુ, ભેટ; ઇનામ; દાન, દેણગી; શક્તિ; અદ્ભુત-ઈશ્વરી-બક્ષિસ. સ૦ ક્રિ૦ દેણગી આપવી; વસ્તુઓ ભેટ આપવી. *~of the gab*, વકતૃત્વની દેણગી. **gifted**, વિ૦ અમુક નૈસર્ગિક શક્તિવાળું, બુદ્ધિશાળી.

gig (ગિગ), ના૦ બે પૈડાંની હલકી ફૂલ ગાડી, બગી; હલેસાં મારવાની હલકી હોડી, વિ. ક. શરત માટેની. [ગંજાવર.

gigan'tic (જાઇગૅન્ટિક), વિ૦ પ્રચંડ, રાક્ષસી,

gig'gle (ગિગલ), અ૦ ક્રિ૦ ખીખી-હીહી-કરીને હસવું, કૃત્રિમ હસવું. ના૦ એવી રીતે હસવું તે, એવું હાસ્ય. [સાથ આપનાર પુરુષ.

gig'olo (જિગલો), ના૦ પૈસા લઈને નૃત્યમાં

gild (ગિલ્ડ), સ૦ ક્રિ૦ સોનાનો ઢોળ ચડાવવો; સોનાનો રંગ આપવો; ઓપવું, સુશોભિત કરવું. *~ the pill*, કડવી ટીકડી પર ખાંડનું પડ ચડાવવું; અપ્રિય વાતને રોચક લાગે તેમ કરવું. *~ the lily*, મોરનાં ઈંડાં ચીતરવાં. *~ed youth*, પૈસેટકે સુખી જુવાન. **gilding**, ના૦ રસવું તે, ઢોળ, ઓપ.

gild, જુઓ guild.

gill (ગિલ), ના૦ (બહુધા બ૦ વ૦ માં) કેટલાંક જળચર પ્રાણીઓની શ્વાસેન્દ્રિય, ચૂઈ; માણસના કાન ને જડબાં નીચેનો માંસલ ભાગ.

gill, ના૦ ગિરિનદી, પહાડો પરથી વહેતો ધોધ-પ્રવાહ; જંગલવાળી ઊંડી ખીણ. [માપ.

gill (જિલ), ના૦ અર્ધા (ક્યાંક પા) પિંટનું

Gill, ના૦ છોકરી (એ નામ પરથી); તરુણી, પ્રેયસી. [શિકારીનો અનુચર-સેવક.

gill'ie (ગિલિ), ના૦ સ્કૉટિશ સરદાર કે

gill'yflower (જિલિફ્લાવર), ના૦ લવિંગની સુવાસનું આછા ગુલાબી રંગનું એક ફૂલ.

gilt (ગિલ્ટ), વિ૦ સોનાનો ઢોળ દીધેલું; સોનેરી રંગે રંગેલું. ના૦ સોનેરી ઢોળ ચડાવવા માટેનું દ્રવ્ય. *~-edged securities*, ઉત્તમ-બહુ જ સલામત-જામીનગીરીઓ.

gim'crack (જિમ્ક્રૅક), વિ૦ ભભકાદાર, તકલાદી, નજીવું. ના૦ એવું રમકડું-ઘરેણું.

gim'let (ગિમલિટ), ના૦ શારડી, ગિરમિટ.

gin (જિન), ના૦ એક જાતનો કડક દારૂ-પેય.

gin, ના૦ જાળ, ફાંસો, પાંજરું; કપાસ લોઢવાનો સંચો-ચરખો, જિન; ભારે વસ્તુઓ ઉપાડવાનો ઊંટડો. સ૦ ક્રિ૦ ફાંદામાં-જાળમાં-પકડવું; ચરખા-સંચા-વડે કપાસ લોઢવો.

gin'ger (જિંજર), ના૦ આદુ, સૂંઠ; જોમ, પાણી, હિંમત; આછો લાલાશ પડતો પીળો રંગ. *~ beer, ~ pop*, આદુના રસવાળું પેય. સ૦ ક્રિ૦ પ્રેરણા-ઉત્તેજન-આપવું, ચેતવવું. *~up*, ઉત્તેજિત કરવું, ચેતનવંતું બનાવવું. **gingerade'** (જિંજરેડ), **gingerale'**, ના૦ આદુ કે સૂંઠનો રસ નાખી સ્વાદિષ્ટ બનાવેલું પીણું. **gin'gerbread**, ના૦ સૂંઠ અને ગોળ નાંખીને બનાવેલી ગળી રોટી-કેક. *take the gilt off the ~*, ભ્રમ દૂર કરવો.

gin'gerly (જિંજર્લિ), ક્રિ૦ વિ૦ સંભાળીને, જાળવીને, સફાઈથી. વિ૦ અવાજ, ઘોંઘાટ કે પોતાની જાતને અથવા બીજાને ઈજા ટાળનારું.

gin'gernut (જિંજરનટ), ના૦ આદુ કે સૂંઠ નાંખીને બનાવેલી સખત બિસ્કિટ-સુખડી.

gingh'am (ગિંગમ), ના૦ સુતરાઉ કે શણનું છાપેલું કપડું. [માણસ, જિપ્સી.

gip'sy, (જિપ્સિ), ના૦ ભટકતી ટોળીનો

giraffe' (જિરાફ, -રૅ-), ના૦ ઊંટના જેવી લાંબી ડોકવાળું એક પ્રાણી, જિરાફ.

gird (ગર્ડ), સ૦ ક્રિ૦ (ભૂ૦ કા૦ girded, girt). કમરપટો બાંધવો; તલવાર, ઇ. પટા સાથે મજબૂત બાંધવી; વીંટાઈ-ઘેરી-વળવું.

~ *up one's loins, ~oneself*, લડવા વગેરે માટે તૈયાર થવું-કમર કસવી.
gird, અ૦ ક્રિ૦ (~ *at*) મશ્કરી કરવી, ઠપકો આપવો; મહેણું મારવું. ના૦ મશ્કરી, ઠેકડી; મહેણું, ઠપકો.
girder (ગર્ડર), ના૦ લોઢા કે પોલાદનો ભારટિયો – પાટડો, ગર્ડર; પીઢિયાંને આધાર આપનાર ભારટિયો.
gir'dle (ગર્ડલ), ના૦ કેડે – કમરે – બાંધવાનો પટો, કમરબંધ; ફરતો બંધ, વેષ્ટન. સ૦ ક્રિ૦ પટા વતી કમર બાંધવી, વીંટી લેવું.
girdle, ના૦ એક પ્રકારનો તવો.
girl (ગર્લ), ના૦ છોકરી, કન્યા; પુત્રી, કન્યા; અપરિણીત કન્યા, યુવતી; ચાકરડી, કામવાળી. ~ *guides*, બાલવીરો જેવી છોકરીઓની સંસ્થા.
girt, gird નો ભૂ૦ કા૦
girth (ગર્થ), ના૦ ઘોડાના જીનનો પટો, તંગ; ઘેર, ઘેરાવો. સ૦ ક્રિ૦ તંગ બાંધવો, જીન કસવું.
gist (જિસ્ટ), ના૦ સાર, મુદ્દાની વાત, નિષ્કર્ષ.
give (ગિવ), ઉ૦ ક્રિ૦ (ભૂ૦ કા૦ gave, ભૂ૦ કૃ૦ given). આપવું, આપી દેવું; મફત આપવું; દાન કરવું; આપવું, પહોંચાડવું; (વચન) આપવું; અર્પણ કરવું; આગળ ધરવું, આપવાનું કહેવું-ની તૈયારી બતાવવી; (કેળવણી) આપવું; ધબી જવું, તૂટી જવું; સંકોચાવું; નમતું આપવું, મચક આપવી. ~ *and take*, આપલે, વિચારવિનિમય, તડજોડ. ~ *away*, આપી દેવું; ત્યાગ કરવો; દગો દેવો; છતું કરવું, ઉઘાડું પાડવું. ~ *in*, સોંપી દેવું; હાર સ્વીકારવી. ~ *out*, વહેંચી આપવું; જાહેર કરવું; -નો અંત આવવો, ખલાસ થવું. ~ *over*, સોંપી દેવું; -થી તદ્દન દૂર રહેવું; અટકવું. ~ *up*, છોડી દેવું, -નો ત્યાગ કરવો; સારું થવાની આશા છોડી દેવી; કશાકથી હાર્યાનો સ્વીકાર કરવો. ~ *a hand*, મદદ કરવી. ~ *ear*, ધ્યાન દઈને સાંભળવું. ~ *in charge*, પોલીસને હવાલે કરવું. *I ~ you joy of it*, મને આશા છે કે તમને મજા પડશે (પણ નહિ પડે એવી શંકા છે). ~ *way to tears*, અશ્રુને છૂટથી આવવા દેવાં. ~ *way*, વશ – તાબે – થવું, નમવું; ભાંગી જવું. ~ *upon, on* (*the door ~s upon the street*, બારણું રસ્તા પર ખૂલે છે).
give, ના૦ દબાણને વશ થવું તે; લવચીકપણું.
given (ગિવન), giveનું ભૂ૦ કૃ૦. વિ૦ આપેલું, કહેલું, નક્કી કરેલું કે બેઉ પક્ષે સ્વીકારેલું. ~ *that* એમ માનીએ તો. ~ *to* (*stealing etc.*), (ચોરી, ઇ. કરવા)ની ટેવવાળું. [ચાવવાનો કોઠો.
gizzard (ગિઝર્ડ), ના૦ પક્ષીની છાતીમાંનો
glace (ગ્લાસે), વિ૦ (ચામડું, ઇ.) સુંવાળું, પૉલિશ કરેલું; (ફળ) ખાંડ નાંખેલું – ભભરાવેલું.
gla'cial (ગ્લેસિઅલ, ગ્લૅશિ-, ગ્લેશલ), વિ૦ બરફનું-વાળું; હિમનદીનું-સંબંધી. ~ *epooh, era*, હિમપ્રલયનો યુગ. **gla'ciated** (ગ્લેસિએટિડ, ગ્લૅ-, -શિ –), વિ૦ બરફ – હિમનદી –ની અસરવાળું; બરફના થર-પડ-થી ઢંકાયેલું. **glacia'tion** (ગ્લેસિએશન), ના૦.
gla'cier (ગ્લૅસિઅર), ના૦ બહુ ધીમે ધીમે ખસતો બરફનો મોટો જથો, હિમનદી.
glad (ગ્લૅડ), વિ૦ રાજી, ખુશ, સંતુષ્ટ; આનંદી, હર્ષવાળું. *the ~ eye*, કામાસક્ત નજર.
glad'den (ગ્લૅડન), સ૦ ક્રિ૦ ખુશ – સંતુષ્ટ – આનંદિત-કરવું.
glade (ગ્લેડ), ના૦ વનમાં છૂટી – ખુલ્લી – જગ્યા; ઝાડીમાંનો રસ્તો.
glad'iator (ગ્લૅડિએટર), ના૦ પ્રાચીન રોમના તમાશામાં જીવને સાટે કુસ્તી કે યુદ્ધ કરનાર ખાસ તાલીમ પામેલો પહેલવાન. **gladiator'ial** (ગ્લૅડિઅટૉરિઅલ), વિ૦.
glad'iolus (ગ્લૅડિઓલસ), ના૦ (બ૦ વ૦ -es, gladioli). તલવારના આકારનાં પાંદડાં ને ચળકતાં ફૂલોવાળું એક ઝાડ-છોડ. [પ્રસન્ન.
gladsome (ગ્લૅડ્સમ), વિ૦ આનંદી, ખુશ.
Glad'stone (ગ્લૅડ્સ્ટન), ના૦ ઇંગ્લન્ડનો એક મુત્સદ્દી. *g~ (bag)*, (પ્રવાસમાં) કપડાં, ઇ. રાખવાની ચામડાની પેટી – પાકીટ.
glair (ગ્લેર), ના૦ ઈંડાનો ધોળો ગર, સફેદી.
glam'our (ગ્લૅમર), ના૦ જાદુ, મોહની; મોહક સૌંદર્ય, મોહકતા, ભ્રાન્તિ. **glam'orous** (ગ્લૅમરસ), વિ૦ મોહક, ભ્રાન્તિ ઉપજાવે એવું.
glance (ગ્લાન્સ), ઉ૦ ક્રિ૦ (શસ્ત્ર, ઇ. અંગે) વસ્તુની બાજુમાં થઈ ને – વસ્તુને આછો સ્પર્શ કરીને – પસાર થવું; સહેજ ઉતાવળી નજર

નાંખવી, ત્રાંસો કટાક્ષ નાંખવો; ઝળકવું, ચમકારો મારવો. ના૦ ઉતાવળો કતરાતો – ત્રાંસો – ફટકો; દૃષ્ટિક્ષેપ, કટાક્ષ; ચળકાટ, ચમકારો.

gland (ગ્લૅન્ડ), ના૦ શરીરમાંની રસની નાની કોથળી, માંસગ્રન્થિ, પિંડ, ગ્રંથિ (જેમાંથી ઝરતો રસ લોહીમાં ભળીને શરીર પર જાતજાતની અસરો ઉપજાવે છે.) *adrenal* ~, મૂત્રપિંડ પાસેની બે ગ્રંથિઓમાંની કોઈ પણ એક – એ ગ્રંથિ ભયનાં ચિહ્નો ને લાગણીઓ પેદા કરે છે. *pituitary* ~, શરીરની વૃદ્ધિ પર અસર કરનારી એક ગ્રંથિ. **glan'dular** (ગ્લૅન્ડયુલર), વિ૦ ગ્રંથિનું – જેવું, ગ્રંથિમય.

glanders (ગ્લૅન્ડર્ઝ઼), ના૦ ઘોડાનો એક ચેપી રોગ (જેમાં જડબા નીચે સોજો હોય છે ને નાક વહ્યા કરે છે).

glare (ગ્લેર, ગ્લે'અર), અ૦ ક્રિ૦ ઝગમગવું, આંખને આંજી નાંખે એવી રીતે ચળકવું; ઉગ્ર અથવા સ્થિર દૃષ્ટિથી – ક્રોધી નજરે – જોવું. ના૦ આંખને આંજી નાખે એવો પ્રકાશ, તેજ, ચળકાટ; ઝગઝગાટ; ઉગ્ર દૃષ્ટિ. **glar'ing**, વિ૦ ચોખ્ખું, સ્પષ્ટ, ઉઘાડું; ભડક, ચળકતું. ~ *colours*, ખૂબ ચળકતા – ભડક – રંગો. ~ *mistake*, ઊડીને આંખે વળગે એવી ભૂલ.

glass (ગ્લાસ), ના૦ કાચ, કાચ જેવો (પારદર્શક, ચળકતો, કઠણ અને ભંગુર) પદાર્થ; પાણી પીવાનો કાચનો પ્યાલો; અરીસો, દર્પણ; (બ૦ વ૦) ચશ્માં; હવાનું દબાણ અને દરિયાની સપાટીથી ઊંચાઈ જોવાનું સાધન, બૅરોમીટર; દૂરબીન; કાચનો સામાન. **looking-glass**, અરીસો. **spy-glass**, દૂરદર્શક કાચ, દૂરબીન. **glass'-blower**, ના૦ ફૂંકીને કાચની વસ્તુઓ તૈયાર કરનારો. **glasshouse**, ના૦ છોડ ઉછેરવાનું કાચનું ઘર. **glass-paper**, ના૦ પૉલિશ કરવાનો કાચની ભૂકીવાળો કાગળ, રેતિયો કાગળ. **glass'y** (ગ્લાસિ), વિ૦ કાચ જેવું; (આંખ) સ્થિર, જડ; (પાણી) સ્વચ્છ, પારદર્શક.

glaucom'a (ગ્લૉકોમ, –મા), ના૦ જેમાં ડોળા પર તાણ પડે છે ને દૃષ્ટિ ધીમે ધીમે ઝાંખી થાય છે એવું આંખનું દરદ.

glaze (ગ્લેઝ઼), ઉ૦ ક્રિ૦ મકાનમાં કાચ કે કાચની બારીઓ જડવી; બારીઓમાં કાચ જડવા; માટીના વાસણને ઝલે દેવી; ઓપ દેવો; (આંખ) કાચ જેવું સ્થિર, જડ, બની જવું; આંખે પડળ આવવાં. ના૦ ઓપ આપવા માટેનો પદાર્થ; ઓપ, ઝલે. **gla'zier** (ગ્લેઝ઼ર, ગ્લેઝ઼િઅર), ના૦ બારી, ઇ.માં કાચ બેસાડનાર – જડનાર.

gleam (ગ્લીમ), ના૦ અજવાળાની નાની સેર, કિરણ; ક્ષણિક ચળકાટ, ચમકારો (દા.ત. ~ *of humour, hope*). અ૦ ક્રિ૦ -માંથી કિરણ નીકળવાં; પ્રકાશવું.

glean (ગ્લીન), ઉ૦ ક્રિ૦ કાપણી કે લણણી પછી રહી ગયેલાં કે નીચે પડેલાં કણસલાં ભેગાં કરવાં; કણકણ ભેગું કરવું; (હકીકત, ઇ.) એકએક કરીને ભેગું કરવું. **glean'er**, ના૦ એવી રીતે ભેગું કરનાર. **gleanings**, ના૦ બ૦ વ૦ વીણીને ભેગો કરેલો સંગ્રહ – કણિકાઓ. [[કાવ્ય] ખેતર, જમીન.

glebe (ગ્લીબ), ના૦ દેવસ્થાનની જમીન;

glee (ગ્લી), ના૦ ત્રણ કે વધારે ગાનારાઓએ ગાવાનું ગીત; હરખ, આનંદ. **glee'ful**, વિ૦ આનંદી, મોજી.

glen (ગ્લે'ન), ના૦ સાંકડી ઊંડી ખીણ, ખો.

glenga'rry (ગ્લે'ન્ગૅરિ), ના૦ હાઈલૅન્ડના લોકોની એક જાતની ટોપી.

glib (ગ્લિબ), વિ૦ વાચાળ, લપલપ કરનારું; ખરાખોટાની પરવા વિના ફાવે તેમ બોલનારું. (સપાટી, ઇ.) લીસું.

glide (ગ્લાઇડ), ઉ૦ ક્રિ૦ ધીમે ધીમે ચાલવું – વહેવું, લીસી જમીન પર કે આકાશમાં હળવે રહીને પસાર થવું; ઍંજિન વિના ઊડવું; સરકી જવું; [સં.] થોભ્યા વિના એક સ્વરમાંથી બીજામાં જવું. **gli'der**, ના૦ ઍંજિન વિનાનું વિમાન.

glim (ગ્લિમ), ના૦ દીવો, મીણબત્તી. *douse the* ~, દીવો ઘેર કરવો.

glimm'er (ગ્લિમર), અ૦ ક્રિ૦ ઝાંખું ને રહી રહીને પ્રકાશવું, ઝાંખુ બળવું. ના૦ ઝાંખું – અસ્થિર – તેજ – પ્રકાશ – કિરણ.

glimpse (ગ્લિમ્પ્સ), ના૦ ક્ષણિક દર્શન, ઝાંખી. ઉ૦ ક્રિ૦ ક્ષણિક – અંશતઃ – દર્શન કરવું – થવું.

glint (ગ્લિન્ટ), ઉ૦ ક્રિ૦ ચમકવું, ચમકારો –

ચળકાટ–મારવો. ના૦ ચળકાટ, ચમકારો.

glissade' (ગ્લિસાડ,–સેડ), ના૦ બરફના ઊંચા ઊભા ટેકરા પરથી નીચે પગે ઘસડાઈને લપસી આવવું તે. અ૦ ક્રિ૦ એવી રીતે લપસવું.

glis'ten (ગ્લિસન), અ૦ ક્રિ૦ ચળકવું, ચકચકવું, પ્રકાશવું. ના૦ ચળકાટ, ચકચકાટ.

glitt'er (ગ્લિટર), અ૦ક્રિ૦ ચળકવું, ચળકાટ મારવો. ના૦ ચળકાટ, ભભક, પ્રકાશ.

gloam'ing (ગ્લોમિંગ), ના૦ સંધ્યાકાળનું ઝળઝળું; પાછલો પહોર, ઊતરતી અવસ્થા.

gloat (ગ્લોટ), અ૦ ક્રિ૦ ટકટક જોયા કરવું (વિ. ક. કામી નજર, અતિ લોભ કે દુષ્ટ ભાવથી); મનમાં સંતોષપૂર્વક વાગોળ્યા કરવું, ફુલાવું.

glob'al (ગ્લોબલ), વિ૦ સમગ્ર પૃથ્વીનું; બધાને આવરી લેતું, વિશ્વવ્યાપક.

globe (ગ્લોબ), ના૦ ગોળો, ઘનવર્તુળ; પૃથ્વીના નકશાવાળો ગોળો; પૃથ્વી, ધરતી; ગ્રહ, તારો; કાચનું ગોળ વાસણ; ગોળાકાર દીવો–ઢાંકણું. **globe-trotter** (ગ્લોબ્‌ટ્રૉટર), ના૦ જગતપ્રવાસી.

glob'ular (ગ્લૉબ્યુલર), વિ૦ ગોળ, ગોળાકાર; [શરીરરચ.] નાના નાના ગોળાકાર કણોનું બનેલું. [પાણીનું ટીપું; (દવાની) ગોળી.

glob'ule (ગ્લૉબ્યૂલ), ના૦ ગોળાકાર કણ,

gloom (ગ્લૂમ), ના૦ અંધકાર; ખિન્નતા, ગ્લાનિ. ઉ૦ ક્રિ૦ ખિન્ન–ઉદાસ–દેખાવું–થવું–કરવું. **gloom'y** (ગ્લૂમિ), વિ૦ અંધારાવાળું; ખિન્ન, ઉદાસ; સૂનકાર. **gloom'ily**, ક્રિ૦ વિ૦ ઉદાસપણે, ખિન્નતાથી.

glori'fy (ગ્લૉરિફાઇ, ગ્લો–), સ૦ક્રિ૦ કીર્તિવાળું કરવું; -ની સ્તુતિ–કીર્તન–ગાવાં; સુશોભિત કરવું. **glorifica'tion**, ના૦ -નાં કીર્તન–ગીત–ગાવાં તે; કીર્તિ.

glor'ious (ગ્લૉરિઅસ, ગ્લો–), વિ૦ સ્તુત્ય, વખાણવાલાયક; શ્રેષ્ઠ કોટિનું; સુંદર, દિવ્ય; કીર્તિપ્રદ. *have a ~ time*, સરસ વખત પસાર કરવો. *make a ~ mess of*, સાવ અવ્યવસ્થિત કરી નાંખવું, ભારે ગોટાળો કરવો.

glor'y (ગ્લૉરિ, ગ્લો–), ના૦ કીર્તિ, ખ્યાતિ; તેજ, પ્રકાશ; પ્રભામંડળ; મહિમા, ઐશ્વર્ય; દિવ્ય–સ્વર્ગીય–આનંદ. અ૦ ક્રિ૦ -નું ગર્વ–અભિમાન–લેવું–મળવું; હરખાવું, આનંદ પામવું. *go to ~*, મરણ પામવું. *send to ~*, મારી નાંખવું. *be in* one's *~*, મસ્તીમાં–સમૃદ્ધિ કે ચડતીની પરાકાષ્ઠાએ–હોવું. *Old G~*, અમેરિકાનો ધ્વજ. **glory-hole**, ના૦ નાનકડું ભંડારિયું, પરચૂરણ કે નકામી વસ્તુઓ રાખવાનો ઓરડો–ખાનું.

gloss (ગ્લૉસ), ના૦ ચળકાટ; ઉપરની સફાઈ ને તેજી, ઓપ; ભ્રામક–મોહક–બહિરંગ. સ૦ ક્રિ૦ ઉપરની ઝલે આપવી, ઓપ આપવો; મોહક બનાવવું. *~ over*, છાવરવું, સારું દેખાડવું. **gloss'y**, વિ૦ ચળકતું.

gloss, ના૦ ટીપ, નોંધ; ટીકા, ભાષ્ય; ઉપર ઉપરથી સારો લાગે એવો–ગોઠવી બેસાડેલો–અર્થ. ઉ૦ ક્રિ૦ સમજૂતી આપવી; ટીકા કરવી. **gloss'ary** (ગ્લૉસરિ), ના૦ કઠણ કે વિશેષ અર્થવાળા શબ્દોનો કોશ; પારિભાષિક કોશ.

glott'is (ગ્લૉટિસ) ના૦ શ્વાસનળીનું ઉપરની બાજુનું ધ્વનિજનક રજ્જુઓ વચ્ચેનું કાણું. **glott'al** (ગ્લૉટલ), વિ૦ તેનું–સંબંધી.

glove (ગ્લવ), ના૦ (ચામડું, ઊન, સૂતર, ઇ. નું) હાથમોજું (વિ. ક. મુષ્ટિયુદ્ધમાં વપરાતું). *be hand in ~ (with)*, -ની સાથે ગાઢ મૈત્રી હોવી. *handle without ~s*, -ની સાથે આદર વિના સખતાઈથી વર્તવું. *throw down the ~*, યુદ્ધ માટે આહ્વાન આપવું, પડકારવું. સ૦ ક્રિ૦ મોજાં પહેરવાં.

glo'ver (ગ્લવર) ના૦ હાથમોજાં બનાવનારો.

glow (ગ્લો), અ૦ ક્રિ૦ ધગધગ બળવું, તપવું; લાલચોળ થવું; તંદુરસ્તીની ઉષ્મા લાગવી–લાલાશ દેખાવી; -ને મોંએ શેરડા પડવા; તપી જવું, ગુસ્સાથી ગરમ થવું (*~ with anger*). ના૦ ધગધગતો તાપ; જોમ, જુસ્સો; ઉમળકો, ઊભરો; તંદુરસ્તીની ઉષ્મા–લાલાશ–સુરખી. **glowing**, વિ૦ ચળકતું; ધગધગતું; જોસવાળું. **glow-worm**, ના૦ આગિયો, ખદ્યોત.

glower (ગ્લાવર, ગ્લાઉર), અ૦ ક્રિ૦ આંખો–ડોળા–કાઢી–ગુસ્સે થઈને–જોવું.

gloze (ગ્લોઝ઼), ઉ૦ ક્રિ૦ સમજાવવું, પટાવવું; મીઠું મીઠું બોલવું, ખુશામત કરવી.

glu'cose (ગ્લૂકોસ), ના૦ ફલશર્કરા, ગ્લુકોઝ.

glue (ગ્લૂ), ના૦ સરેસ, ગુંદર. સ૦ક્રિ૦ સરેસ,

ગુંદર, ઇ.થી ચોંટાડવું. **glue'y** (ગ્લૂઇ), વિ૰ ગુંદરવાળું, ચીકણું, ચોંટે એવું. [રીસે ચડેલું.

glum (ગ્લમ), વિ૰ગમગીન, ખિન્ન; નાખુશ,

glut (ગ્લટ), સ૰ ક્રિ૰ ધરાઈ–ઓચાઈ – જાય તેટલું ખવડાવવું, એકદમ હોઇયાં કરી જવું; (બજારમાં માલ ઇ.) ખૂબ ભરી દેવું (~*the market*). ના૰ રેલછેલ, અતિવિપુલતા; ભરાવો.

glu'ten (ગ્લૂટિન), ના૰ ચીકણો પદાર્થ–દ્રવ્ય. **glu'tinous** વિ૰ ચીકણું, ચોંટી જાય એવું.

glutt'on (ગ્લટન), ના૰ અકરાંતિયો; વરુના જેવી ભૂખવાળો. **glutt'onous**, વિ૰ અકરાંતિયું, ખાઉધરું. **glutt'ony** (ગ્લટનિ), ના૰ અકરાંતિયાપણું.

gly'cerine (ગ્લિસરિન), ના૰ તેલો અને ચરબીમાંથી કાઢેલો મીઠો ને ચીકણો પદાર્થ, ગ્લિસરીન. [વાંકુંચૂકું.

gnarled (નાર્લ્ડ), વિ૰ ગાંઠોવાળું, ખરબચડું,

gnash (નૅશ), ઉ૰ ક્રિ૰ (દાંત) પીસવા–કરડવા – કકડાવવા.

gnat (નૅટ), ના૰ મચ્છર, ડાંસ, મગતરું; નજીવી વાત. *strain at a* ~, નજીવી બાબતમાં (કાર્યાકાર્યનો) અતિ વિચાર કરવો.

gnaw (નૉ), ઉ૰ ક્રિ૰ (ભૂ૰ કૃ૰ gnawed, gnawn). થોડું થોડું કરીને કરડવું–કરડી ખાવું; ખવાઈ જાય તેમ કરવું; (દરદ, ઇ.) લાંબા વખતથી પીડતું હોવું.

gnome (નોમ), ના૰ ઠિંગુજી, વામન; ભૂમિગત ખજાનાનો રક્ષક દેવતા, રાક્ષસ, ઇ. **gnom'ish**, વિ૰ ઠિંગુજી, વામન મૂર્તિ જેવું.

gnu (ન્યૂ), ના૰ આફ્રિકાનું હરણ–સાબર.

go (ગો), અ૰ ક્રિ૰ (ભૂ૰ કા૰ went, ભૂ૰ કૃ૰ gone). જવું, ચાલવું, પ્રવાસ કરવો; આગળ વધવું, ખસવું; (યંત્ર) ચાલુ સ્થિતિમાં હોવું; (સમય) પસાર થવું, –નો અંત આવવો; થવું, રૂપાંતર પામવું; બેસી જવું; તૂટી જવું; મરણ પામવું; સુધી ફેલાવું – ફેલાયેલું હોવું; પહોંચવું; (પૈસા) કશાકમાં વપરાવું; (ઘંટ) વાગવું. *be* ~*ing to*, -નો ઇરાદો હોવો. ~*about*, હરવું ફરવું; પાછળ વળગવું – મંડવું; કરવા માટે પગલાં લેવાં. ~ *after*, -ની શોધમાં જવું. ~*at*, ઝનૂનથી ઉપાડવું. ~*by*, -થી દોરાવું–ચાલવું. ~*back on*, (વચન) પાછું ખેંચવું, પાલન ન કરવું. ~*down*, ડૂબી જવું; (પવન, મોજાં) પડી જવું, શાંત થવું; પસંદ પડવું. ~*dry*, દારૂબંધી કરવી. ~ *in for*, પસંદ કરવું, મેળવવા પ્રયત્ન કરવો, હરીફાઈમાં ભાગ લેવો; (કામ વગેરે) લઈ લેવું. ~ *on*, ચાલુ રાખવું. ~ *out*, (દીવો) હોલવાઈ જવું. ~*over*, કાળજીપૂર્વક વાંચી જવું; ફરી તપાસી – વિચારી – જોવું; સ્વપક્ષ છોડીને સામા પક્ષમાં જવું. ~*round*, બધા માટે પૂરતું હોવું. ~ *to*, જાઓ જાઓ; ચાલ્યો જા. ~*to the bar*, બૅરિસ્ટર થવું. ~ *to sea*, ખલાસી થવું. ~*to the country*, સાર્વજનિક ચૂંટણીઓ કરી લોકમત જાણવો. ~*black in the face* (with anger), ગુસ્સાથી રાતાપીળા થવું. ~*to pieces*, મન ને શરીરથી માંદા પડી જવું – ભાંગી જવું; ચારિત્ર્યભ્રષ્ટ થવું. ~ *for*, -ની ઉપર હુમલો કરવો, -ની ટીકા કરવી – ઝાટકણી કાઢવી. ~ *for a price*, અમુક કિંમતે વેચાવું. ~ *for nothing*, વ્યર્થ જવું, કશી અસર ન થવી. ~*with a person in what he says*, તે કહે તેની સાથે મળતા થવું. ~*with*, -ની સાથે મેળ ખાવો; -ની સોબત રાખવી. *it* ~*es without saying*, વગર કહ્યે સમજાય એમ છે કે, કહેવાની જરૂર નથી કે. *that won't* ~ *down with me*, હું કબૂલ નહિ કરું, હું માનું નહિ. *the play went round well*, નાટક બધા લોકોને ગમ્યું. ~ *about the right way*, યોગ્ય રીતે કામ શરૂ કરવું. ~ *in for music*, સંગીતને વખત આપવો. *he will* ~ *you one better*, તમે આપો છો તે કરતાં તે વધુ આપશે. *oh*, ~*on* !, ~ *along with you*, મૂરખ મા થા. *it's no* ~, એ નહિ ચાલે, એ શક્ય નથી. ~*back on a person*, મદદ કરવાનું કબૂલ કરીને ન કરવી – ફરી જવું.

go, ના૰ ગતિ; કાર્યશક્તિ, મનોબળ. *have a* ~ *at* (something), જોવું, કરવાનો પ્રયત્ન કરવો. *be on the* ~, સતત ફરવું – રોકાયેલું – રહેવું. *give one the go-by*, સારો સંબંધ ન હોવાથી મળવાનું ટાળવું. **go-ahead**, વિ૰ આગેબઢુ, સાહસિક. **go-between**, ના૰ મધ્યસ્થ, દલાલ; દૂતી. **go-cart**, ના૰, ચાલણગાડી, બાબાગાડી. **go-getter**, ના૰

આગેબદ્ધ, સાહસિક માણસ.

goad (ગોડ), ના૦ પરોણી–ણો, ઘોંચપરોણો; (હાથી માટેનો) અંકુશ; મહેણું, ઇ. ઉશ્કેરનારી વસ્તુ. સ૦ ક્રિ૦ પરોણી – આર – ઘોંચવી – મારવી; ઘોંચપરોણો કરવો; ઉશ્કેરવું; પજવવું.

goal (ગોલ), ના૦ નીકળવાનું કે પહોંચવાનું સ્થાન; લક્ષ્ય, સાધ્ય; મંઝિલ, મુકામ, પહોંચવાનું સ્થાન; [ફૂટબૉલ] બન્ને છેડે રોપેલા થાંભલા, જેમાં થઈને દડો પસાર કરવાનો હોય છે, ગોલ; આવી રીતે દડો પસાર કરી મેળવેલો દાવ, ગોલ. **goal-keeper**, ના૦ ગોલરક્ષક, લક્ષ્યપાલ.

goat (ગોટ), ના૦ બકરો–રી–રું; મેષ રાશિ (*G~*). *play the giddy ~*, મૂર્ખાની –ઉન્મત્તની – જેમ વર્તવું. *separate the sheep from the ~s*, સારા ખરાબને જુદા પાડવા. *this gets my ~*, આથી મને ગુસ્સો આવે છે. **goatee** (ગોટી), ના૦ બકરાની દાઢીના જેવી દાઢી. **goatherd** (ગોટ્હર્ડ), ના૦ મેષપાલ, ભરવાડ.

gob (ગૉબ), ના૦ થૂંક, ગળફો; કોઈ સુંવાળી ને ભીની વસ્તુનો મોટો કકડો; કોળિયો; મોઢું; [અમે.] યુદ્ધનૌકા પરનો ખલાસી. *~-stopper*, મીઠાઈનો મોટો કકડો.

gob'ble (ગૉબલ), ઉ૦ ક્રિ૦ ઉતાવળે ઉતાવળે– મોટે મોટે કોળિયે–લુશલુશ–ખાઈ જવું. **gob-b'ler**, ના૦

gob'ble, અ૦ ક્રિ૦ બતકની જેમ ગળામાં બોલવું–અવાજ કરવો. **gobb'ler**, ના૦'ટર્કી' કૂકડો. [પ્યાલો; બેઠકવાળો ઊંચો પ્યાલો.

gob'let (ગૉબ્લિટ), ના૦ ધાતુ કે કાચનો

gob'lin (ગૉબ્લિન),ના૦ ભૂત, પિશાચ, જિન.

god (ગૉડ), ના૦ (*G~*) ઈશ્વર, પરમાત્મા, સરજનહાર; દેવતા, દેવ; દેવ, પ્રભુ, (કટાક્ષમાં); દેવમૂર્તિ, પ્રતિમા. *the ~s*, નાટકશાળાની મોંઘામાં મોંઘી ને સસ્તામાં સસ્તી બેઠકો કે તેમાં બેસનારાઓ. *G~ forbid*, ન કરે નારાયણ. **godchild, god-daughter, god-son**, ના૦ ધર્મપિતાનું બાપ્તિસ્મા લીધેલું બાળક, ધર્મપુત્રી, ધર્મપુત્ર. **godfather**, ના૦ ધર્મપિતા, બાપ્તિસ્મા વખતે બાળક વતી તેના હિતચિંતક તરીકે પ્રતિજ્ઞા લેનાર માણસ. **godmother**, ના૦ ધર્મમાતા.

godd'ess (ગૉડિસ), ના૦ દેવી.

god'fearing (ગૉડ્ફિઅરિંગ),વિ૦ ઈશ્વરથી ડરીને ચાલનારું, ધર્મનિષ્ઠ, પાપભીરુ.

god'forsaken (ગૉડ્ફર્સેકન),વિ૦ (સ્થળ) ભયાનક, સૂનકાર, સુખ અને આનંદ વિનાનું.

god'head (ગૉડ્હેડ), ના૦ ઈશ્વરત્વ, દેવત્વ; પરમેશ્વર; દેવ, દેવી. [પાપી.

god'less (ગૉડ્લિસ), વિ૦ નાસ્તિક; દુષ્ટ,

god'like (ગૉડ્લાઇક), વિ૦ ઈશ્વરના જેવું; અલૌકિક, દિવ્ય. [ભક્તિવાળું.

god'ly (ગૉડ્લિ), વિ૦ પવિત્ર, ધર્મનિષ્ઠ,

godown' (ગોડાઉન), ના૦ વખાર, ગોદામ.

god'send (ગૉડ્સેન્ડ), ના૦ અણધાર્યો લાભ, ઈશ્વરકૃપા.

gof(f)'er (ગોફર, ગૉ–) સ૦ ક્રિ૦ ગરમ ઈસ્ત્રી વડે કરચલીઓ – નાની ગડીઓ – ચીપો – પાડવી. ના૦ ચીપો પાડવાની ઈસ્ત્રી.

gog'gle (ગૉગલ), ઉ૦ ક્રિ૦ આંખો આમતેમ ફેરવવી, ટગરટગર જોવું; (આંખો અંગે) ગરગર ફરવી, ઊપસેલી હોવી. વિ૦ (આંખો) ઊપસેલું, આગળ પડતું. ના૦ બ૦ વ૦ પ્રકાશ કે ધૂળથી આંખનું રક્ષણ કરવાનાં ચશ્માં.

go'ing (ગોઇંગ), ના૦ પ્રગતિ; પ્રસ્થાન, પ્રયાણ; ચાલવાની જગ્યા, ઘોડદોડ, ઇ.ની સ્થિતિ; વિ૦ ચાલુ, કામ કરતું. *a ~ concern*, સારી રીતે – ધમધોકાર – ચાલતી પેઢી, દુકાન, ઇ. **goings-on**, ના૦ બ૦ વ૦ વર્તન, બનાવો; કરતૂતો.

goi'tre (ગૉઇટર), ના૦ હૈડિયા પાસેની એક (થાઇરૉઇડ) ગ્રંથિની અસ્વાભાવિક વૃદ્ધિનો રોગ.

gold (ગોલ્ડ), ના૦ સુવર્ણ, સોનું; સોનાનો રંગ; સોનાનું નાણું; પૈસો, ધન. વિ૦ સોનાનું, સોનેરી. **gold-digger**, ના૦ ધરતીના પેટાળમાં સોનું ખોળનાર; પુરુષો પાસેથી પૈસા કઢાવનાર સ્ત્રી. **gold-dust** ના૦ સોનાની રજ. **gold'finch**, (–ફિંચ) ના૦ પાંખો પર પીળાં ટપકાંવાળું એક ગાનારું પક્ષી. **gold'field**, ના૦ સોનું જ્યાંથી મળતું હોય તે પ્રદેશ.

go'lden (ગોલ્ડન),વિ૦ સોનાનું, સોનેરી; કીમતી, મહામૂલું. *~age*, કળા, સાહિત્ય, ઇ.નો સુવર્ણયુગ. *worship the ~ calf*, કેવળ ધન

મેળવવાનો જ વિચાર કરવો. ~ *mean*, સુવર્ણ મધ્ય, મધ્યમમાર્ગ. ~ *rod*, અણિયાળી સળીઓ જેવાં પીળાં ફૂલોવાળો છોડ; એનું ફૂલ. ~ *rule*, 'આત્મનઃ પ્રતિકૂલાનિ પરેષાં ન સમાચરેત્' એ સર્વશ્રેષ્ઠ નિયમ; સોનેરી નિયમ. ~ *syrup*, ખાંડની ચાસણીવાળો એક ગાઢો પદાર્થ, 'સુધારસ'. ~ *wedding*, વિ૰ લગ્નની પચાસમી વરસગાંઠ – સુવર્ણ મહોત્સવ.

gold'fish (ગોલ્ડફિશ), ના૰ શોભા માટે રખાતી ચીની લાલ માછલી. [પતરું, – વરખ.

gold-foil, gold-leaf ના૰ સોનાનું પાતળું

gold-rush, ના૰ સોનાની ખાણ(વાળા પ્રદેશ) તરફ ભારે ધસારો.

goldsmith (ગોલ્ડ્સ્મિથ), ના૰ સોના-રૂપાનાં ઘરેણાં, ઇ. બનાવનાર, સુવર્ણકાર, સોની.

golf (ગૉલ્ફ, ગૉફ), ના૰ ધાતુના કે લાકડાના ગઠ્ઠાવાળી લાકડીઓ ને દડાની રમત, ગૉલ્ફની રમત. **golf-club**, ના૰ ગૉલ્ફ રમવાની લાકડી. **golf-course, golf-links**, ના૰ ગૉલ્ફ રમવાનું મેદાન. **go'lfer** (ગૉલ્ફર), ના૰ ગૉલ્ફ રમનાર.

goll'iwog (ગૉલિવૉગ), ના૰ એક બેડોળ કદાવર ઢીંગલી.

golosh (ગલૉશ), ના૰ જુઓ galosh.

gon'dola (ગૉન્ડલા, –ન્ડોલા), ના૰ વેનીસની નહેરોમાં વપરાતી હલકી – ચપટા તળિયાની – હોડી; હવાઈ જહાજમાંની બેસવાની ગાડીનો ભાગ. **gondolier'** (–લિઅર), ના૰ 'ગૉન્ડલા' હોડી ચલાવનાર ખલાસી – હોડીવાળો.

gone (ગૉન), go નું ભૂ૰ કૃ૰. વિ૰ ગયેલું; નષ્ટ, પાયમાલ થયેલું. ~ *on*, -ની સાથે પ્રેમમાં પડેલું. [નો મોગરીથી વગાડવાનો ઘંટ.

gong (ગૉંગ), ના૰ ચપટી થાળીના આકાર-

good (ગુડ), વિ૰ સારું, બેશ, રૂડું; સંતોષ-કારક; લાયક; અનુકૂળ; સારી વર્તણૂકવાળું, સદાચારી; ભલું, માયાળુ; માફક આવે એવું; પૂરતું; પુષ્કળ, વિપુલ; ઓછામાં ઓછું (*a* ~ 50 *pounds*). ના૰ સારી વસ્તુ; ઉપયોગ, લાભ, ફાયદો, હિત, ભલું; (બ૰ વ૰) માલ, સામાન, જંગમ માલ; (બ૰વ૰) સાધન-સંપત્તિ. *as* ~ *as*, લગભગ, -ની બરાબર, -ના જેવું જ. ~ *for*, -ની ઉપર સારી અસર કરે એવું; પૈસા ચૂકવવા કે આપવા સમર્થ. ~ *gracious*, આશ્ચર્ય વ્યક્ત કરવા વપરાય છે. *in* ~ *time*, યોગ્ય સમયે. ~ *morning*, સવારે મળતાં તેમ જ વિદાય લેતાં વપરાય છે: નમસ્કાર, જય જય, ઇ. ~ *night*, સાંજે વિદાય લેતાં વપરાય છે. ~ *sense*, જાડી વહેવારબુદ્ધિ. ~ *scolding*, સખત ઠપકો. ~ *deal*, ઘણું. ~-*for nothing*, વિ૰ નકામું, દમ વગરનું. ના૰ નકામો માણસ. ~- *looking*, વિ૰ ખૂબસૂરત. ~-*natured*, વિ૰ ભલું, માયાળુ. ~*people*, પરીઓ. *G* ~ *Friday*, ઈશુ ખ્રિસ્તના મરણને અંગેનું એક પર્વ. *no* ~, નકામું. *for* ~, સદાને માટે, કાયમનું.

good-bye' (ગુડ્બાઇ), ઉદ્ગાર૰ અને ના૰ રામ રામ (વિદાય વેળાએ), આવજો.

good-fellowship, ના૰ મિત્રાચારી, બિરાદરી; મિલનસારપણું.

good'ly, વિ૰ સુંદર, દેખાવડું; મોટું.

good'ness (ગુડ્નિસ), ના૰ સદ્ગુણ; શ્રેષ્ઠત્વ; ભલાઈ, માયાળુપણું. ઉદ્ગાર૰ આશ્ચર્ય વ્યક્ત કરવા વપરાય છે. [ધણિયાણી, ગૃહિણી.

good'wife (ગુડ્વાઇફ), ના૰ [પ્રા.] ઘરની

goodwill' (ગુડ્વિલ), ના૰ શુભેચ્છા, સદ્-ભાવ; ધંધાની કે દુકાનની ઘરાકી, નામ, પ્રતિષ્ઠા.

good'y (ગુડિ), ના૰ એક મીઠાઈ; ડોસી. વિ૰ (*good'y-good'y* પણ), રૂઢ આચારનું; ભલું પણ નબળું. [ફેંકેલો દડો.

goog'ly (ગૂગ્લિ), ના૰ [ક્રિકેટ] વિશિષ્ટ રીતે

goose (ગૂસ), ના૰ (બ૰વ૰ geese ગીસ). બતક અને રાજહંસની વચલી કોટિનું પક્ષી, હંસ; હંસની માદા; મૂર્ખ – બેવકૂફ – માણસ; દરજીની ઈસ્ત્રી (*a tailor's* ~). *cook person's* ~, જુઓ cookમાં. *all his geese are swans*, પોતાનાં બધાં બાળકો કે મિત્રો અદ્ભુત છે એમ તે માને છે. *can't say boo to a* ~, દરેક બાબતથી ડરે છે. **goose-flesh, goose-skin**, ટાઢ કે ડરથી શરીર પર ઊભાં થતાં રૂવાં. **goose-step**, લશ્કરમાં ભરતી કરેલા લોકોની સમતુલાની કવાયત, અક્કડ ચાલ.

goose'berry (ગૂઝ્બરિ), ના૰ એક કાંટાળું ઝાંખરું; તેનું ફળ; બે પ્રેમીઓ સાથે તેમના

રક્ષક તરીકે ફરતો ત્રીજો માણસ. *play the ~,* બે પ્રેમીઓની સોબતમાં અંતરાયરૂપ થવું.

gopher, જુઓ gofer. [જેવું એક પ્રાણી.

gopher (ગોફર), ના૦ ઉ૦ અમેરિકાનું ઉંદર

Gord'ian (ગૉર્ડિયન), વિ૦ ગૉર્ડિયસનું, ગૉર્ડિયસે બાંધેલું. *cut the ~ knot,* કોઈ મુશ્કેલીનો દૃઢતાથી કે બળ વાપરીને નિકાલ કરવો.

gore (ગોર, ગૉર), ના૦ જખમમાંથી નીકળેલું ગંઠાઈ ગયેલું લોહી; લોહી, રુધિર.

gore, ના૦ અંગરખા વગેરેની કળી. સ૦ ક્રિ૦ કળી-બગલપટ્ટી-લગાડવી-ચોડવી; શિંગડું ભોંકવું; ભોંકવુ.

gorge (ગૉર્જ), ના૦ ગળું, ગળાની નળી; બે ડુંગર કે પર્વતો વચ્ચેની સાંકડી ખીણ-નેળ-કોતર. one's ~ *rises at,* -ને કંટાળો આવે છે-નફરત થાય છે.

gorge, ઉ૦ ક્રિ૦ ગળી જવું, હોદ્યાં કરી જવું; ગળા સુધી ખાવું, ઓચાઈ જાય તેમ કરવું. ના૦ ગળા સુધી ખાવું તે, આકંઠ ભોજન.

gor'geous (ગૉર્જિઅસ), વિ૦ ભડક રંગોવાળું; ભવ્ય, ખૂબ સુંદર. [કવચ, કંઠત્રાણ.

gor'get (ગૉર્જિટ), ના૦ ગળાનું બખતર-

gorg'on (ગૉર્ગન), ના૦ [ગ્રીક પુરાણ] જેની નજર પડતાં જ જોનાર પથ્થર થઈ જતો તે ત્રણ સર્પકેશા રાક્ષસીઓમાંની એક; ભયંકર ને બેડોળ સ્ત્રી. [પ્રકારનું પૌષ્ટિક પનીર-'ચીઝ઼'.

Gorgonzo'la (ગૉર્ગન્ઝ઼ોલા), ના૦ એક

gorill'a (ગરિલ,-લા), ના૦ માણસના જેવું એક જાતનું વિકરાળ, ક્રૂર, કદાવર પૂંછડી વિનાનું વાંદરું.

gorm'and (ગૉર્મન્ડ), ના૦ અકરાંતિયો, ખાઉધરો. **gorm'andize**, સ૦ક્રિ૦ અકરાંતિયાની જેમ ખાવું, અતિ આહાર કરવો. **gorm'andizer**, ના૦ અતિ આહાર કરનારો, વૃકોદર.

gorse (ગૉર્સ), ના૦ પીળાં ફૂલવાળો કાંટાળો છોડ. [લોહીલુહાણ.

gor'y (ગૉરિ), વિ૦ લોહીથી ખરડાયેલું,

gos'hawk (ગૉસ્હૉક), ના૦ ટૂંકી પાંખોવાળું મોટા કદનું બાજ પક્ષી.

gos'ling (ગૉઝ્લિંગ), ના૦ હંસનું બચ્ચું.

gospel (ગૉસ્પલ), ના૦ ઈશુએ કહેલા શુભ સમાચાર; ઈશુના જીવનનાં ચાર વૃત્તાન્તોમાંનું એક, સુવાર્તા; ઈશુનો ઉપદેશ; ખ્રિસ્તી ધર્મ. ~ *truth,* નિર્વિવાદ સત્ય. **gos'peller**, ના૦ દેવળમાં શુભ વર્તમાન વાંચનાર.

goss'amer (ગૉસમર), ના૦ કરોળિયાનું જાળું; તેનો તંતુ; તદ્દન નાજુક વસ્તુ. વિ૦ કરોળિયાના જાળા જેવું, નાજુક; નજીવું.

goss'ip (ગૉસિપ), ના૦ નકામી વાત, ગપસપ; કૂથલી; કૂથલીખોર-વાતોડિયું-માણસ; ગપ્પીદાસ. અ૦ ક્રિ૦ નકામી વાતો-કૂથલી-કરવી. **goss'ipy**, વિ૦ ગપ્પાના સ્વરૂપનું; કૂથલીભર્યું.

got (ગૉટ), getનો ભૂ૦ કા૦ તથા ભૂ૦ કૃ૦.

Goth (ગૉથ), ના૦ ઈ.સ. ૪૧૦માં રોમ પર ચડાઈ કરનાર જર્મેનિક જાતિનો માણસ.

Goth'ic (ગૉથિક), વિ૦ [સ્થા.] અણીદાર કમાનોની શૈલીવાળું; જંગલી, કઢંગું; [મુદ્રણ] (બીબાં) જર્મન. ના૦ ગૉથિક ભાષા, સ્થાપત્ય, બીબાં.

gouge (ગાઉજ, ગૂજ), ના૦ ભૂંગળીની ફાડ જેવી-અંતર્ગોળ-ફરસી-વીંધણું. સ૦ ક્રિ૦ એવી ફરસીથી ખોભણ પાડવી; ફરસી વતી બહાર કાઢવું; અંગૂઠા (ના નખ)વતી આંખ બહાર ખેંચી કાઢવી.

gourd (ગોર્ડ, ગૂર્ડ), ના૦ તૂમડું, કોળું, દૂધી; પાત્ર તરીકે વપરાતું સુકાઈ ગયેલું તૂમડું.

gourm'and (ગૂર્મન્ડ), ના૦ અકરાંતિયો, સ્વાદિષ્ટ વાનીઓનો ભોગી. વિ૦ અકરાંતિયું, ખાઉધરું.

gour'met (ગૂર્મે), ના૦ દારૂનો અથવા ભોજનની વાનીઓનો રસિયો-રસજ્ઞ-દરદી.

gout (ગાઉટ), ના૦ સંધિવા, વિ. ક. અંગૂઠાનો; લોહીનું ટીપું-છાંટો. **gout'y** (ગાઉટિ), વિ૦ સંધિવાવાળું.

go'vern (ગવર્ન), ઉ૦ ક્રિ૦ ઉપર રાજ કરવું-સત્તા ચલાવવી; રાજની નીતિ તથા કારભાર ચલાવવો; કાબૂમાં-કબજામાં-રાખવું. **go'vernance**, ના૦ રાજ્યકારભાર ચલાવવો તે; હકૂમત, સત્તા.

go'verness (ગવર્નિસ), ના૦ સ્ત્રી-શિક્ષિકા, વિ. ક. ખાનગી રાહે ઘરમાં બાળકોને તથા જુવાન છોકરીઓને શીખવનારી. **governess-car(t)**, ના૦ બે પૈડાંની હલકી ગાડી.

go'vernment (ગવર્ન્મન્ટ), ના૦ રાજ્ય-

કારભાર ચલાવનાર મંડળ, મંત્રીમંડળ, શાસન, સરકાર; રાજ્યસત્તા, રાજ્ય. **governmen'tal** (–મે'ન્ટલ), વિ૦ સરકારનું – ને લગતું.

go'vernor (ગવર્નર), ના૦ રાજ્ય કરનાર; પ્રાન્ત કે શહેરનો સૂબો – હાકેમ, રાજ્યપાલ; કોઈ સંસ્થાના નિયામકમંડળનો સભ્ય; શેઠ, પિતા; [યંત્ર.] વરાળ, ગૅસ, ગતિ, ઇ. પર કાબૂ રાખનારી કળ—યંત્ર. *G ~ General*, વસાહતોમાં રાજાનો પ્રતિનિધિ, ગવર્નર જનરલ.

gown (ગાઉન), ના૦ સ્ત્રીનું સૌથી ઉપર પહેરવાનું વસ્ત્ર, ગાઉન; ઉપર પહેરવાનો લાંબો ખૂલતો ઝભ્ભો – કફની; (ન્યાયાધીશ, પાદરી, ઇ. પહેરે છે તે) ગાઉન.

grab (ગ્રૅબ), ઉ૦ ક્રિ૦ એકદમ–અતિલોભથી–પકડવું; પચાવી પાડવું; આંચકી લેવું. ના૦ એકદમ પકડવું – આંચકી લેવું – તે, આંચકાઆંચકી કરવી તે.

grace (ગ્રેસ), ના૦ મોહકતા, મોહિની; ભલાઈ, સદ્ભાવ; શોભા, અલંકાર; હસ્તગત કરેલી વિદ્યા, ઇ., સિદ્ધિ; મહેરબાની, કૃપા; ઈશ્વરની દયા–કૃપા; મહેતલ, સવલત; ભોજન સમયે ઈશ્વરનો પાડ માનવાની પ્રાર્થના; હાવભાવની – ચાલવાની – સુંદર ઢબ; સૌન્દર્ય; (બ૦ વ૦) પ્રાચીન ગ્રીસની ત્રણ કલ્પિત અપ્સરાઓ – દેવીઓ; ડચૂક કે આર્ચબિશપ માટે વપરાતો ખિતાબ (*Your G ~*). સ૦ ક્રિ૦ શોભાવવું, દીપાવવું; શણગારવું; માન આપવું. *with a good ~*, રાજી હોય તેમ, ખુશીથી. *be in one's good ~s*, -ની કૃપામાં–મહેરબાનીમાં– હોવું. *act of ~*, મહેરબાની દાખલ કરેલી વસ્તુ. *days of ~*, છૂટના દિવસ, મહેતલ. *a state of ~*, પ્રભુનું કહેલું કરતો હોય એવી સ્થિતિ. *this year of ~*, ઈશુના જન્મ પછીનું આ ...મું વરસ. **grace'ful**, વિ૦ મોહક, આકર્ષક, સુંદર. **grace'less**, વિ૦ કશી નાજુકાઈ વિનાનું બેશરમ; પતિત, ભ્રષ્ટ.

gra'cious (ગ્રેશસ), વિ૦ મનોહર, ખૂબસૂરત; માયાળુ, દયાળુ; મહેરબાન (વિ.ક. પોતાનાથી નીચી કોટિના લોકો પ્રત્યે).

gradate' (ગ્રડેટ), ઉ૦ ક્રિ૦ રંગની એક છટામાંથી બીજીમાં ધીમે ધીમે પસાર થવું–કરવું; ક્રમવાર રચના – ગોઠવણી – કરવી. **grada'tion** (ગ્રડેશન), ના૦ પદ, ગુણ કે માત્રાના ક્રમમાં ગોઠવણી (કરવી તે); વર્ગ; અનુક્રમ; તબક્કો.

grade (ગ્રેડ), ના૦ (પદવી, ગુણ, ઇ. અનુસાર ઠરેલી ક્રમવાર રચનામાં) દરજ્જો – પાયરી; [અમે.] ચડાવ કે ઉતાર, ઢાળ; એક જ દરજ્જાનું જૂથ. સ૦ ક્રિ૦ કદ, ગુણ, ઇ. અનુસાર ક્રમ પ્રમાણે ગોઠવવું; વર્ગ પાડવા; બીજી જાત સાથે ભેળવીને દરજ્જો બદલવો; રસ્તાનો ઢોળાવ વધારે સહેલો ને સરળ બનાવવો. *on the up ~*, પ્રગતિ કરવું; ઉપર ચડવું.

grad'ient (ગ્રેડિઅન્ટ), ના૦ રસ્તો કે રેલવેમાં રખાતો ઢાળ – ચડઊતર; તેની માત્રા.

grad'ual (ગ્રૅડચુઅલ, –જુ–), વિ૦ ધીમે ધીમે – ડગલે ડગલે – થતું – ચડતું કે ઊતરતું; ક્રમાનુસાર.

grad'uate (ગ્રૅડચુએટ, ગ્રૅજુ–), ઉ૦ ક્રિ૦ અંશોની નિશાનીઓ કરવી–આંકવી; વિદ્યાપીઠ, ઇ.ની પદવી લેવી; [અમે.] નિશાળમાંથી પસાર થવું; ક્રમાનુસાર ગોઠવવું. (ગ્રૅજ્યુઇટ), ના૦ યુનિવર્સિટીની પ્રથમ પદવી ધરાવનાર, સ્નાતક. **gradua'tion**, ના૦ વિદ્યાપીઠ, ઇ.ની પદવી લેવી તે.

graft (ગ્રાફ્ટ), ના૦ ઝાડમાં કરેલી કલમ–ખીંટી; એક ઠેકાણેથી કાઢીને બીજે ઠેકાણે લગાડેલું પેશીજાલ – પેશીઓ – ચામડી. સ૦ ક્રિ૦ કલમ કરવી, ખીંટી મારવી.

graft, ના૦ સરકારી અથવા મ્યુનિસિપલ વહેવારમાંથી વિ. ક. ગેરવાજબી નફો (મેળવવાની રીતિનીતિઓ). અ૦ ક્રિ૦ એવી રીતે નફો કાઢવો.

grail (ગ્રેલ), ના૦ અંતિમ ભોજન વખતે [ઈશુએ વાપરેલ થાળ – તાટ.

grain (ગ્રેન), ના૦ અનાજનો દાણો, કણ; ઘઉં વગેરે દાણા, અનાજ; રેતી, ઇ.નો કણ, રજ; ચામડી, લાકડું કે પથ્થરનું પોત; લાકડા, ઇ.માં રેસાની રચના; એક વજન (.૦૬૪૮ ગ્રામ). સ૦ ક્રિ૦ લાકડા(ના રેસા)ની જેમ દેખાય એવી રીતે રંગવું;– નાના નાના કણ–દાણા – પડવા કે થવા. *against the ~*, સ્વભાવને પ્રતિકૂળ – અણગમતું. *take a thing with a ~ of salt*, અતિશયોક્તિ છે એમ માનવું, અમુક ટકા બાદ કરવા. **grain'ing**, ના૦

રેસા, ઇ.નો આભાસ થાય એવી રીતે કિરમજી રંગે રંગવું તે.

gram (ગ્રૅમ), ના૦ ચણા.

gram, જુઓ gramme.

gramm'alogue (ગ્રૅમલૉગ), ના૦ [લઘુ-લિપિ] એક જ ચિહ્ન વડે બતાવાતો શબ્દ; એવું ચિહ્ન.

gramm'ar (ગ્રૅમર), ના૦ વ્યાકરણ (શાસ્ત્ર); શબ્દોનો સમર્પક ઉપયોગ; કોઈ કળા કે શાસ્ત્રના પ્રાથમિક નિયમો. ~ *school*, મધ્યમ વર્ગના લોકોનાં છોકરાં માટેની શાળા, જેમાં અગાઉ લૅટિન શીખવતા. **grammar'ian** (ગ્રમેરિઅન), ના૦ વ્યાકરણશાસ્ત્રી, વૈયાકરણ. **grammat'ical** (ગ્રમૅટિકલ), વિ૦ વ્યાકરણનું–સંબંધી; વ્યાકરણના નિયમ પ્રમાણેનું, વ્યાકરણશુદ્ધ.

gramme, gram (ગ્રૅમ), ના૦ મેટ્રિક પદ્ધતિનું એક વજન, ગ્રામ (૧૫.૪૩૨ટ્રૉય ગ્રેન).

gram'ophone (ગ્રૅમફોન), ના૦ ગ્રામો-ફોન, ફોનોગ્રાફ, ચૂડીઓ કે થાળીઓ દ્વારા સંગીત, ભાષણ, ઇ. ફરી રજૂ કરનારું યંત્ર.

gram'pus (ગ્રૅમ્પસ), ના૦ એક મોટી માછલી – મચ્છ (જે માથાના છિદ્રમાંથી પાણી બહાર ઉડાડે છે).

gran'ary (ગ્રૅનરિ), ના૦ અનાજનો કોઠાર.

grand (ગ્રૅન્ડ), વિ૦ ભવ્ય, મહાન; વૈભવ-વાળું; સુંદર, શ્રેષ્ઠ, સરસ; મુખ્ય, ઘણું મહ-ત્ત્વનું; ઉદાત્ત, ઉચ્ચ; વિશાળ; શ્રેષ્ઠ પદનું કે કોટિનું; ઉત્તમ. ~*clock*, લોલકથી ચાલતું લાકડાની ઊંચી પેટીવાળું ઘડિયાળ. ~ *piano*, આડા તારવાળો ત્રણ પાયાવાળો મોટો પિયાનો. **grand'child**, દીકરા કે દીકરીનું બાળક. **grand'-daughter**, દીકરા કે દીકરીની દીકરી. **grand'father**, દાદા, આજા. **grandmother**, દાદી, આજી. **grandparent**, દાદા, દાદી, આજા, આજી. **grand'son**, પૌત્ર, દૌહિત્ર.

Grand Duke (ગ્રૅન્ડ ડયૂક), ના૦ કેટલાક નાના દેશોના રાજાનો ખિતાબ; ઝારનો પુત્ર.

grandee' (ગ્રૅન્ડી), ના૦ સ્પેન, પોર્ટુગાલ, ઇ. દેશોનો ઊંચી પદવી ધરાવનાર અમીર – ઉમરાવ; સરદાર.

gran'deur (ગ્રૅન્ડયર, ગ્રૅન્જર), ના૦ ઊંચો હોદ્દો–પદવી; ભવ્યતા, પ્રતાપ, મોટાઈ, શ્રેષ્ઠતા.

grandil'oquent (ગ્રૅન્ડિલકવન્ટ, –લો–), વિ૦ બોલવાલખવામાં મોટા મોટા શબ્દોવાળું –શબ્દો વાપરનારું, શબ્દાડંબરી. **grandil'-oquence**, ના૦ શબ્દાડંબર.

gran'diose (ગ્રૅન્ડિઓસ), વિ૦ મોટાઈ–ભવ્યતા –ની છાપ પાડનારું–છાપ પાડવાના ઉદ્દેશવાળું; મોટા પાયા પર રચેલું–યોજેલું, ભવ્ય.

grand'-stand (ગ્રૅન્ડ્સ્ટૅન્ડ), ના૦ સર્કસ વગેરે જોવા માટે એક ઉપર બીજી બેઠકોની – બાંકડાની – હાર(વાળી બેસવાની રચના).

grange (ગ્રેંજ), ના૦ ખળીમાંનું છાપરું; ગોઠાણ, કોઠાર, ઇ. સહિતનું ગામડામાં બાંધેલું ઘર.

gran'ite (ગ્રૅનિટ), ના૦ એક જાતનો કઠણ પથ્થર, અડદિયો પથ્થર. [વાળેલી બેવડી ગાંઠ.

grann'y (ગ્રૅનિ), ના૦ દાદીમા, નાનીમા; ઊંધી

grant (ગ્રાન્ટ), સ૦ ક્રિ૦ આપવું; રજા – મંજૂરી – આપવી; કબૂલ – માન્ય – કરવું. ના૦ જુઓ ક્રિયા.; આપેલી વસ્તુ, દાન; મદદ તરીકે મંજૂર કરેલી રકમ, અનુદાન (~ *in-aid*). *take for ~ed*, માની લેવું, ધારવું ગૃહીત કરવું.

gran'ular (ગ્રૅન્યુલર), વિ૦ દાણાદાર-વાળું.

gran'ulate (ગ્રૅન્યુલેટ), ઉ૦ ક્રિ૦ દાણો – દાણા – પાડવા–પડવા. **granula'tion**, ના૦ દાણા પાડવા – પડવા તે; આંખમાં ખીલ પડવા તે, ખીલ. **gran'ule** (ગ્રૅન્યૂલ), ના૦ નાનો દાણો – કણ.

grape (ગ્રેપ), ના૦ દ્રાક્ષ. *sour ~s*, પોતાને ન મળી શકે એવી વસ્તુને ઉતારી પાડવી તે–એવી ઉતારી પાડેલી વસ્તુ. **grape-fruit**, મોટી નારંગી જેવું ઝૂમખામાં થતું ફળ. **grape-shot**, કોથળીમાં બાંધીને તોપમાં મારવા સારુ ભરેલા છરા.

graph (ગ્રૅફ, ગ્રાફ), ના૦ (વિ. ક. બદલતી જતી) વસ્તુઓનો અરસપરસ સંબંધ બતાવતો આલેખ, ગ્રાફ.

graph'ic (ગ્રૅફિક), વિ૦ લેખન, આલેખન કે ચિત્રકળાનું; તાદૃશ–આબેહૂબ–વર્ણનવાળું. ~ *arts*, આલેખ, ચિત્ર ને મુદ્રણ–કળાઓ.

graph'ite (ગ્રૅફાઇટ), ના૦ પેન્સિલમાં વપ-

રાતું કાળું સીસું. [ગલ, બિલાડી.

grap'nel (ગ્રૅપ્‌નલ), ના૦ એક નાનું લંગર,

grap'ple (ગ્રૅપલ), ના૦ પકડવાનું સાધન; લંગર, બિલાડી; (પહેલવાનની) પકડ; સજ્જડ બાથ ભીડવી તે. ઉ૦ ક્રિ૦ પકડવું, હાથમાં મજબૂત પકડવું; ભીડવું, સજ્જડ બાથ ભીડવી. ~ *with*, કોઈ મુશ્કેલ કામ કરવાનો પ્રયત્ન કરવો; -ની સાથે કુસ્તી કરવી. **grappling-iron**, શત્રુના વહાણને પકડવા માટે બિલાડીના પંજા જેવું લોઢાનું હથિયાર.

grasp (ગ્રાસ્પ), ઉ૦ ક્રિ૦ મજબૂત પકડવું -પકડી રાખવું; લોભિયાની જેમ ઝડપી લેવું; સમજવું, આકલન કરવું. ~ *at*, પકડવા જવું, પકડવાનો પ્રયત્ન કરવો; ખુશીથી લેવું. ના૦ સજ્જડ પકડ, પકડ, કબજો; આકલન શક્તિ (ની પહોંચ); (કોઈ વિષયનું) પ્રભુત્વ. **grasp-ing**, વિ૦ ઝૂંટવી લે એવું, લોભિયું.

grass (ગ્રાસ), ના૦ ઘાસ, ખડ, ચારો; ગોચર. *go to* ~, આરામ કરવો, બેકાર થવું. *not let ~ grow under one's feet*, ઢીલ કર્યા વિના કામ કરવું - શરૂ કરી દેવું. સ૦ ક્રિ૦ ઘાસ રોપવું. **grass'hopper** (ગ્રાસ્‌હૉપર), ના૦ તીડ, તીતીઘોડો, કંસારી. **grass-widow**, ના૦ જેનો પતિ એની પાસે હાજર નથી એવી સ્ત્રી; પ્રોષિતભર્તૃકા(?). **grass'y**, વિ૦ ઘાસવાળું.

grate (ગ્રેટ), ના૦ સગડી માટેની લોઢાની જાળી કે જાળીનો કઠેરો; સગડી, ભઠ્ઠી.

grate, ઉ૦ ક્રિ૦ ખરર ખરર ઘસવું; છીણી, ઇ. પર ઘસીને છીણ કરવું; - કર્ણકટુ કઠોર - અવાજ થાય તેમ કરવું - અવાજ થવો; ચીડવવું, ચિડાવું. **grat'er**, ના૦ છીણી.

grat'eful, વિ૦ કૃતજ્ઞ, ઋણી; સંતોષજનક; આનંદ આપનારું.

grat'ify (ગ્રૅટિફાઇ), સ૦ક્રિ૦ સંતુષ્ટ કરવું, રાજી કરવું; માગેલી - ઇચ્છિત - વસ્તુ આપવી, ઇચ્છા પૂરી કરવી; આનંદ આપવો - પમાડવો. **gratifica'tion**, ના૦ જુઓ ક્રિયા.; સંતોષ, તૃપ્તિ; બદલો, ઇનામ, લાંચ રુશવત (*illegal* ~).

gra'ting (ગ્રેટિંગ), ના૦ સળિયાની કે ગજિયાની જાળી, જાળીનો કઠેડો. [મૂલ્ય, મફત.

grat'is (ગ્રેટિસ), ક્રિ૦ વિ૦ અને વિ૦ વિના-

grat'itude (ગ્રૅટિટ્યૂડ), ના૦ કૃતજ્ઞતા - આભાર-(માનવો તે), નિમકહલાલી.

gratu'itous (ગ્રૅટ્યૂઇટસ, ગ્રૅચૂ-), વિ૦ મફત આપેલું-કરેલું; ફોગટ, વણમાગ્યું; અનાવશ્યક, નાહક.

gratu'ity (ગ્રૅચ્યૂઇટિ), ના૦ સેવાના બદલામાં આપેલી બક્ષિસ; ચેરી મેરી, પાનસોપારી.

gravam'en (ગ્રવેમે'ન, -મન), ના૦ ફરિયાદ - આરોપ -નું મુખ્ય કારણ - મુદ્દો.

grave (ગ્રેવ), ના૦ ઘોર, કબર. ~ *clothes*, મડદાને વીંટેલાં વસ્ત્રો, કફન. **grave'stone**, ના૦ કબર પર મૃત વ્યક્તિની યાદગીરી વાસ્તે ઊભો કરેલો પથ્થર, પાળિયો. **grave'yard**, ના૦ કબ્રસ્તાન.

grave, સ૦ ક્રિ૦ (ભૂ૦ કા૦ graved; ભૂ૦કૃ૦ graven, graved). કોતરવું, કોરવું; ન ભૂંસાય એવી રીતે લખવું.

grave, વિ૦ ગંભીર, ચિંતાજનક; મહત્ત્વનું, અગત્યનું; ગૌરવવાળું, ગાંભીર્યયુક્ત; (સ્વર) નીચું, મંદ.

grav'el (ગ્રૅવલ), ના૦ નાના પથ્થર ને જાડી રેતી, કાંકરા; (રોગની) પથરી, અશ્મરી. સ૦ ક્રિ૦ ઉપર કાંકરા કે જાડી રેતી પાથરવી; મૂંઝવવું.

grav'en (ગ્રેવન), graveનું ભૂ૦ કૃ૦.

grav'itate (ગ્રૅવિટેટ), અ૦ ક્રિ૦ કેન્દ્ર તરફ -ની દિશામાં - ખસવું અથવા વલણ હોવું; -ની તરફ ખેંચાવું; ગુરુત્વાકર્ષણથી ખેંચાવું - તળિયે જઈ બેસવું. **gravita'tion**, ના૦ ગુરુત્વાકર્ષણ.

grav'ity (ગ્રૅવિટિ), ના૦ ગાંભીર્ય; મહત્ત્વ; વજન, ભાર; પૃથ્વીના કેન્દ્ર તરફ ખેંચાવું તે, ગુરુત્વાકર્ષણ. *centre of* ~, ગુરુત્વમધ્યબિંદુ. *specific* ~, (પદાર્થનું એટલા જ કદના પાણી કે હવાની સરખામણીમાં) વિશિષ્ટ ગુરુત્વ-ઘનત્વ.

grav'y (ગ્રેવિ), ના૦ રંધાતા માંસમાંથી બહાર પડતા રસો; રાંધેલા માંસનો રસો.

gray (ગ્રે), જુઓ grey.

gray'ling (ગ્રેલિંગ), ના૦ (નદીમાં થતી સફેદ રંગની) એક જાતની માછલી.

graze (ગ્રેઝ઼), ઉ૦ ક્રિ૦ જરા અડીને-ઘસડાઈને-ચાટીને જવું; જતાં જતાં જરાક અડવું. ના૦ ઉઝરડો.

graze, ઉ૦ ક્રિ૦ ચરવું; ચારવું; ઢોર ચારવા (લઈ જવું). **gra'zier** (ગ્રેઝ઼િઅર), ના૦ ઢોર ચારનારો; ઢોર ચારીને ઉછેરનાર, ગોવાળ. **graz'ing**, ના૦ ગોચર.

grease (ગ્રીસ), ના૦ મરેલા પ્રાણીની ગરમ કરીને ઓગાળેલી ચરબી; ચરબીવાળો કે તેલવાળો પદાર્થ–અંશ. સ૦ ક્રિ૦ (ગ્રીઝ઼), -ની ઉપર ચરબી–તેલ – લગાડવું, ઊંજવું; લાંચ આપવી (*~ the palm*). **greas'y** (ગ્રીઝ઼િ), વિ૦ ચરબીવાળું, ચરબીથી ખરડાયેલું; ચીકણું, લીસું; વર્તનમાં અતિ લીસું.

great (ગ્રેટ), વિ૦ મોટું, કદાવર, વિશાળ; મહાન, ગૌરવવાળું; મહત્ત્વનું; મુખ્ય; અલૌકિક યોગ્યતા–બુદ્ધિ–વાળું. *be ~ on a subject*, -માં ઘણો રસ હોવો, -નું વિશાળ જ્ઞાન હોવું. **greatcoat'**, ના૦ ઉપરથી પહેરવાનો ડગલો, ઓવરકોટ. **great-grandfather**, ના૦ વડદાદો, પ્રપિતામહ, આજાના પિતા, ઇ. **great-grandson**, ના૦ પ્રપૌત્ર, દીકરીનો પૌત્ર, ઇ. **great'ness**, ના૦ મોટાઈ, મહત્તા.

great'ly (ગ્રેટ્લિ), ક્રિ૦ વિ૦ ઘણું, બહુ.

greave (ગ્રીવ), ના૦ પગનું બખતર–કવચ.

grebe (ગ્રીબ), ના૦ પાણીમાં ડૂબકી મારનારું એક પક્ષી.

Gre'cian (ગ્રીશન), વિ૦ ગ્રીસનું. ના૦ પ્રાચીન ગ્રીક ભાષાનો તજ્જ્ઞ.

greed (ગ્રીડ), ના૦ દ્રવ્યલોભ; અતિક્ષુધા; અતિતૃષ્ણા–લાલસા. **greed'y**, વિં૦ લોભી; ખાઉધરો, અકરાંતિયો. **greed'ily**, ક્રિ૦વિ૦ અતિલોભથી.

Greek (ગ્રીક), ના૦ ગ્રીસનો વતની; ગ્રીસની ભાષા. વિ૦ ગ્રીસનું કે તેની પ્રજાનું.

green (ગ્રીન), વિ૦ લીલા રંગનું, લીલું; (ફળ, ઇ.) કાચું; બિનઅનુભવી; (લાકડું) લીલું; તાજું; લીલોતરીવાળું. ના૦ લીલો રંગ; લીલોતરીવાળું મેદાન; ઘાસવાળી જમીન; (બ૦ વ૦) શાકભાજી. *a village ~*, ગામનું ગોચર. **green'ish**, વિ૦ લીલાશ પડતું. **green'ness**, ના૦ લીલાશ.

green-back (ગ્રીનબૅક), ના૦ અમેરિકાની ચલણી નોટ.

green'ery (ગ્રીનરિ), ના૦ વનસ્પતિ, હરિયાળી, લીલોતરી.

green'finch (ગ્રીન્ફિંચ), ના૦ લીલી ને સોનેરી પાંખોવાળું એક નાનું પક્ષી.

green'fly (ગ્રીન્ફ્લાઇ), ના૦ વનસ્પતિ પરની જૂ – જીવાત.

green'gage (ગ્રીન્ગેજ), ના૦ એક ગોળ અને સ્વાદિષ્ટ આલુ.

green'grocer (ગ્રીન્ગ્રોસર), ના૦ ફળ ને શાકભાજી વેચનાર, કાછિયો.

green'horn (ગ્રીનહૉર્ન), ના૦ બિનઅનુભવી જુવાન, મૂર્ખો, બેવકૂફ, ભોળો ભા.

green'house (ગ્રીન્હાઉસ), ના૦ નાજુક છોડ ઉછેરવાનું કાચનું મકાન.

green-room (ગ્રીન્રૂમ), ના૦ નાટકશાળામાં નટોની આરામ લેવાની – સજાવટ કરવાની – જગ્યા, નેપથ્ય.

green'sward (ગ્રીન્સ્વર્ડ), ના૦ ટૂંકા ઘાસવાળી જમીન, ટર્ફ.

green'wood (ગ્રીન્વુડ), ના૦ વસંત કે ગ્રીષ્મ ઋતુની વનશ્રી, હરિયાળી, લીલોતરીવાળો વનનો પ્રદેશ.

greet (ગ્રીટ), સ૦ક્રિ૦ મળતાં સલામ–નમસ્કાર–કરવા; આવકાર આપવો; આંખે જોવું – પડવું, કાને સાંભળવું – આવવું. *~ with*, (શબ્દ, તાલીઓ, ઇ.)થી વધાવવું. **greet'ing**, ના૦ અભિવાદન, સલામ, રામ રામ.

greet, અ૦ક્રિ૦ [સ્કૉટ.] રડવું.

gregar'ious (ગ્રિગૅરિઅસ), વિ૦ ટોળા કે જૂથમાં રહેનારું, જૂથવૃત્તિ; સંગતિપ્રિય, સમાજપ્રિય.

grenade' (ગ્રિનેડ, ગ્ર–), હાથે ફેંકવાનો અથવા બંદૂક વતી મારવાનો સ્ફોટક દારૂથી ભરેલો લોઢાનો ગોળો, હાથબૉમ્બ. **grenadier'** (ગ્રેનડિઅર), ના૦ હાથબૉમ્બ ફેંકનાર સૈનિક; (બ૦ વ૦) રાજમહેલના રક્ષણ માટે કરેલી પહેલી પાયદળ ટુકડી – પલટણ (*G~ Guards*).

grew (ગ્રૂ); grow નો ભૂ૦ કા૦.

grey, gray (ગ્રે), વિ૦ રાખ કે સીસાના રંગનું, ભૂખરું, કાબરું; વાદળાંથી ઘેરાયેલું, ઉત્સાહ વિનાનું; (વાળ) ધોળું થતું; ધોળા વાળવાળું. ના૦ ભૂખરો રંગ; ભૂખરા રંગનો ઘોડો. *~ matter*, મગજના કાર્યકારી ભાગનું દ્રવ્ય. *~ eminence*, રહસ્યમંત્રી, વિ.ક. અનૌપચારિક રીતે સત્તા વાપરનારો. *~ friar*, સંત ફ્રાન્સિસના પંથનો સાધુ. **grey'beard**,

નામ૦ ઘરડો માણસ, ડોસો; એક જાતની લીલ.
grey'hound (ગ્રેહાઉન્ડ), નામ૦ પાતળો ને ચપળ શિકારી કૂતરો.
grey'lag (ગ્રેલૅગ), નામ૦ ભૂખરા રંગનો હંસ.
grid (ગ્રિડ), નામ૦ શેકવાભૂંજવાનું સળિયાવાળું – જાળીવાળું – પાત્ર; રેલવે, વીજળીના તાર, ઇ. ની આખા પ્રદેશમાં પાથરેલી જાળ.
grid'dle (ગ્રિડલ), નામ૦ રોટલી શેકવાની તાવડી, તવો.
grid' iron (ગ્રિડ્આયર્ન), નામ૦ શેકવા – ભૂંજવા–માટેની જાળી(વાળું સાધન); ગોદીમાં વહાણના આધાર માટે વપરાતું ચોકઠું (આ અર્થમાં grid પણ).
grief (ગ્રીફ), નામ૦ શોક, ખેદ; બળાપો, પશ્ચાત્તાપ; દુઃખનું કારણ. *come to* ~, -નું દુઃખદ પરિણામ આવવું. **grief-stricken**, વિ૦ દુઃખિત, શોકગ્રસ્ત.
griev'ance (ગ્રીવન્સ), નામ૦ ફરિયાદનું સાચું કે કાલ્પનિક કારણ; દુઃખ; ફરિયાદ.
grieve (ગ્રીવ), ઉ૦ ક્રિ૦ ભારે દુઃખ આપવું, દુભાવવું; દુઃખ – ખેદ – થવો; -નો શોક કરવો.
griev'ous (ગ્રીવસ), વિ૦ શોક–દુઃખ–ખેદકારક; ગંભીર, ઘોર; હડહડતું, તિરસ્કારપાત્ર.
griff'in (ગ્રિફિન), **griffon, gryph'on** (ગ્રિફન), નામ૦ ગરુડનાં માથું અને પાંખ અને સિંહના શરીરવાળું એક કાલ્પનિક પ્રાણી.
grill (ગ્રિલ), નામ૦ શેકવા ભૂંજવાની જાળી; જાળી પર શેકેલી ખાદ્ય વસ્તુઓ; આવી રીતે ભૂંજેલી વસ્તુઓ પીરસાતી હોય એવી વીશી. ઉ૦ ક્રિ૦ જાળી પર શેકવું; તાપથી રિબાવવું; સખતાઈથી પ્રશ્નો પૂછવા. **grill-room**, જાળી પર શેકેલી ખાવાની વસ્તુઓ મળતી હોય એવી વીશી – વીશીમાંની ઓરડી.
grill, grille (ગ્રિલ), નામ૦ બારણામાં બેસાડેલું જાળીદાર ચોકઠું, જાળીનો પડદો.
grilse (ગ્રિલ્સ), નામ૦ 'સામન' માછલીનું બચ્ચું.
grim (ગ્રિમ), વિ૦ કડક, કરડું, ક્રૂર; ઉગ્ર, બિહામણું; ઉદાસ, ખિન્ન; પીડાદાયક.
grimace' (ગ્રિમેસ), નામ૦ તિરસ્કાર કે મશ્કરીમાં કરેલું વાંકુંચૂકું મોં, મોંનો ચાળો. અ૦ ક્રિ૦ મોં મચકોડવું, ચાળાચસ્કા કરવા.
grimal'kin (ગ્રિમૉલ્કિન, ગ્રિમૅ–), નામ૦ ઘરડી બિલાડી; દુષ્ટ ડોશી; ડાકણ.
grime (ગ્રાઇમ), નામ૦ ચામડી પર બાઝેલો મેલ; બાઝેલો મેલ–કચરો. **grim'y** (ગ્રાઇમિ) વિ૦ મેલું, મેલ બાઝેલું. **grim'iness**, નામ૦
grin (ગ્રિન), અ૦ ક્રિ૦ વેદનામાં કે હસવામાં દાંત કાઢવા, દાંતિયાં કરવાં. નામ૦ દાંત કાઢવા–પીસવા – તે, દાંતિયાં.
grind (ગ્રાઇન્ડ), ઉ૦ક્રિ૦ (ભૂ૦કા૦ ground). દળવું, વાટવું; ઘસીને ધાર ચડાવવી; ખૂબ મહેનત કરવી, કસીને અભ્યાસ કરવો; ખરર અવાજ થાય એવી રીતે ઘસવું; (દાંત) પીસવા. નામ૦ કંટાળાભરેલું સખત કામ; દળવું, ઇ. ક્રિયા.
grin'der (ગ્રાઇન્ડર) નામ૦ દળવાની ઘંટી; દળનાર માણસ; ધાર ચડાવનાર માણસ, સરાણિયો; દાઢ. **organ-gri'nder**, હાથો ફેરવીને ઑર્ગન વાજું વગાડનારો.
grind'stone (ગ્રાઇન્ડ્સ્ટોન), નામ૦ સરાણ. *keep* person's *nose to the* ~, પરાણે ખૂબ મહેનત કરાવવી, રગડવું.
grip (ગ્રિપ), નામ૦ મજબૂત પકડ; કોઈ વિષયનું પૂર્ણ આકલન – પ્રભુત્વ; પકડવાનો હાથો; કાબૂ; [અમે.] પ્રવાસની થેલી. **gripp'ing**, વિ૦ (વાર્તા) ખૂબ રસિક.
gripe (ગ્રાઇપ), સ૦ ક્રિ૦ સજ્જડ પકડવું, જોરથી પકડી રાખવું; પેટમાં ચૂંક આણવી. નામ૦ પકડ; કાબૂ, (~ *s*) પેટમાં ચૂંક – આંકડી.
grippe (ગ્રિપ), નામ૦ ઇન્ફ્લ્યુએંઝા તાવ.
gris'ly (ગ્રિઝ્લિ), વિ૦ બિહામણું, વિકરાળ; ન ગમતું, ઘૃણાસ્પદ.
grist (ગ્રિસ્ટ), નામ૦ દળવાનું અનાજ, દળણું. *bring ~ to the mill*, નફો – લાભ – કરાવી આપવો, લાભનું હોવું. *all is ~ that comes to his mill*, જે કંઈ મળે તે વસ્તુનો તે ઉપયોગ કરે છે, તેને બધું જ ખપે છે.
gri'stle (ગ્રિસલ), નામ૦ કૂર્ચા, અસ્થિકૂર્ચા (વિ. ક. માંસમાં). **gri'stly**, વિ૦ કૂર્ચાવાળું.
grit (ગ્રિટ), નામ૦ રેતીના કણ; હિંમત, ધીરજ, ટકાવ. ઉ૦ ક્રિ૦ કરકરો અવાજ કરવો; દાંત પીસવા – કચકચાવવા. **gritt'y**, વિ૦ રેતીના કણ – કાંકરી – વાળું; દઢતાવાળું.
grizzle (ગ્રિઝ્લ), અ૦ ક્રિ૦, બબડતાં બબડતાં

રડયા કરવું; બબડવું; ડસકાં ખાઈને રડવું.

griz'zled (ગ્રિઝ્લ્ડ), વિ૰ ધોળા વાળવાળું.

grizz'ly (ગ્રિઝ્લિ), વિ૰ રાખોડી રંગનું; ધોળા વાળવાળું. ના૰ એક જાતનું અમેરિકાનું વિકરાળ કદાવર રીંછ (~ *bear*).

groan (ગ્રોન), ઉ૰ ક્રિ૰ પીડા – વેદના–નો ધીમો સાદ કરવો, કણવું, કણસવું; પીડાવું. ના૰ દુઃખ – વેદના – નો ધીમો – બેઠો – સાદ. ~ *under a heavy burden*, અતિભારથી પીડાવું. [કિંમતનું ચાંદીનું નાણું; નજીવી રકમ.

groat (ગ્રોટ), ના૰ ચાર પેન્સ (૨૫ પૈસા).

groats (ગ્રોટ્સ), ના૰ બ૰ વ૰ છડેલું (અને ભરડેલું) અનાજ (વિ. ક. ઓટ).

gro'cer (ગ્રોસર), ના૰ ચા, ખાંડ, મસાલો, ઇ. વેચનાર, ગાંધી, કરિયાણાની દુકાન રાખનાર. **gro'cery**, ના૰ કરિયાણાની–ગાંધીની –દુકાન; કરિયાણું; ગાંધીનો ધંધો.

grog (ગ્રૉગ), ના૰ પાણી ભેળવેલો દારૂનો અર્ક (પીવા માટે). **grog'-blossom**, અતિ મદ્યપાનને લીધે ચહેરા પર ઊઠતી લાલ ફોલ્લીઓ. **grogg'y**, વિ૰ પીધેલ; અસ્થિર, લથડિયાં ખાતું.

groin (ગ્રૉઇન), ના૰ પેટ ને જાંઘ વચ્ચેનો શરીરનો બેઠેલો ભાગ; જંઘામૂળ; [સ્થા.] ઘુમ્મટ કે મહેરાબોના એકબીજાને કાપવાથી થતો ખૂણો.

groom (ગ્રૂમ), ના૰ ઘોડાની માવજત કરનાર, રાવત; (પરણનાર) વર. સ૰ ક્રિ૰ માવજત કરવી – સંભાળવું; ઘોડાને ખરેરો કરવો, ઇ. **well-groomed**, વિ૰ વ્યવસ્થિત પોશાક કરેલો ને વાળ હોળેલો. **grooms'man** (ગ્રૂમ્સ્મન), ના૰ લગ્ન વખતે હાજર રહેનાર વરનો મિત્ર, અણવર.

groove (ગ્રૂવ), ના૰ ખાંચો, ખોભણ; ચીલો, ઘરેડ. સ૰ ક્રિ૰ ખાંચો–ખોભણ – ચાસ – પાડવો.

grope (ગ્રોપ), અ૰ ક્રિ૰ અંધારામાં હાથ લાંબા કરી શોધવું, ફંફોસવું; ફાંફાં મારીને શોધવું.

gross (ગ્રોસ), વિ૰ અતિશય ફાલેલું, વધી ગયેલું; અતિપુષ્ટ; ઉઘાડું, હડહડતું; કુલ, બધું, (આવક નફો) ખર્ચ બાદ કર્યા વિનાનું; જાડું, નાજુકાઈ વિનાનું, સ્થૂળ; હલકું, અશ્લીલ. ના૰ બાર ડઝન (૧૪૪ નંગ).

grot (ગ્રૉટ), જુઓ grotto.

grotesque' (ગ્રટે'સ્ક, ગ્રો–), ના૰ શૃંગારકલા–લલિતકલામાં–વિલક્ષણ પ્રાણીઓ, માણસો ને વનસ્પતિ ચીતરવામાં આવે છે તે પદ્ધતિ–શૈલી; કદરૂપી–કઢંગી–હાસ્યજનક–આકૃતિ, ઇ. વિ૰ તરેહવાર, વિલક્ષણ, વિકૃત; મૂર્ખતાભરેલું.

grott'o (ગ્રૉટો), ના૰ (બ૰ વ૰ -es). મનોહર ચિત્રમય – નાનકડી – ગુફા (બહુધા) કૃત્રિમ) [રડવાં.

grouch (ગ્રાઉચ), અ૰ ક્રિ૰ બબડવું, રોદણાં

ground (ગ્રાઉન્ડ), grind નો ભૂ૰ કા૰ તથા ભૂ૰ કૃ૰ ~*glass*, ઘસીને અપારદર્શક બનાવેલો – દૂધિયો – કાચ.

ground, ના૰ જમીન, ભોંય, ધરતીની સપાટી; પાણીનું કે દરિયાનું તળિયું; જમીન; નીચેનો ભાગ; ચિત્રકળા ઇ. માટેની ભોંય–ભૂમિ; ઉદ્દેશ, હેતુ, કારણ, મુદ્દો; તળિયાનો મેલ, કચરો; ઘરનું આંગણું; (બ૰ વ૰) મકાનની આસપાસનો બગીચો, ભૂમિ, ઇ.; મેદાન (વિ. ક. રમતનું). ઉ૰ ક્રિ૰ જમીન પર મૂકવું અથવા બેસાડવું; પાયા ઇ. પર રચવું – સ્થાપન કરવું; મૂળતત્ત્વ પાકાં શીખવવાં; (વહાણનું) ભોંયમાં ચોંટી – લાધી – જવું. *break* ~, પ્રારંભ કરવો, પ્રવૃત્તિ શરૂ કરવી. *gain* ~, આગળ વધવું, ફાવતા જવું. *lose* ~, પાછા હઠવું, મેળવેલો લાભ ગુમાવવો. *shift one's* ~, દલીલ ઇ.માં ભૂમિકા બદલવી. *suit person down to the* ~, -ને માટે તદ્દન યોગ્ય – અનુકૂળ – હોવું. [તળિયે નાંખેલું ખાદ્ય.

ground'-bait, ના૰ માછલીને આકર્ષવા માટે

ground floor, ના૰ ભોંયતળિયું, હેઠળનો માળ. [સિદ્ધાન્તોનો અભ્યાસ.

ground'ing, ના૰ કોઈ વિષયના મૂળભૂત

ground'less, વિ૰ આધાર કે પાયા વિનાનું; નિષ્કારણ, કારણ વિનાનું.

ground'ling, ના૰ વેલો; હલકી અભિરુચિવાળો વાચક કે પ્રેક્ષક.

ground'-nut, ના૰ ભોંયસિંગ, મગફળી.

ground'-plan, ના૰ ભોંયતળિયાનો નકશો–પ્લાન. [જમીનનું – ભાડું.

ground-rent, ના૰ મકાનની ભોંયનું –

ground'sel (ગ્રાઉન્ડસલ), ના૰ એક જાતનું ઘાસ, ખડ.

ground'(s)man (ગ્રાઉન્ડ્(સ્)મન), ના૦ ક્રિકેટ, ઇ. ના મેદાનનો રખેવાળ.

ground staff ના૦ વિમાન સાથે જેને ઊડવાનું હોતું નથી એવા વિમાનઅડ્ડાના યાંત્રિકો – કામ કરનારા લોકો.

ground swell (–સ્વેલ), ના૦વાવંટોળ કે ધરતીકંપને લીધે દરિયામાં આવેલો ઉછાળો – ઉછળેલાં મોટાં મોજાં.

ground'work (–વર્ક), ના૦પાયો, મંડાણ; ચિત્ર, ઇ. માટેની ભૂમિકા.

group (ગ્રૂપ), ના૦ સમુદાય, ટોળું, જૂથ; એક વર્ગના માણસો કે વસ્તુઓનો સમુદાય. ઉ૦ ક્રિ૦ એક સમુદાય કે વર્ગ બનાવવો; વર્ગીકરણ કરવું. **group-captain**, ના૦ વિમાનદળનો એક અધિકારી.

grouse (ગ્રાઉસ), ના૦(બ૦ વ૦ એ જ), એક જાતનું પક્ષી.

grouse, અ૦ક્રિ૦ બબડવું, ફરિયાદ કરવી.

grout (ગ્રાઉટ), ઉ૦ ક્રિ૦ (ડુક્કર અંગે) સૂંઢ – નાક – વતી જમીન ખોદવી.

grove (ગ્રોવ), ના૦ વૃક્ષરાજિ, ઝાડની ઘટા, ઉપવન.

grovel (ગ્રૉવલ), અ૦ ક્રિ૦(કોઈની આગળ) ઊંધા પડવું–નીચા–હલકા–થવું.**grov'eller**, ના૦ કાદવ કે ધૂળમાં આળોટનાર.

grow (ગ્રો), ઉ૦ ક્રિ૦ (ભૂ૦ કા૦ grew, ભૂ૦ કૃ૦ grown). વધવું, મોટું થવું, ઊછરવું; વધવું, વધતા જવું,મોટું થવું;(વનસ્પતિ, ઇ.) પાકવું, થવું; પકવવું, પેદા કરવું, -ની ખેતી કરવી; ઉછેરવું; ધીમે ધીમે થવું – થતા જવું. *~up*, મોટા થવું, વિકાસ પામવું. (*idea,etc.*) *~s on one*, -ને વધારે આકૃષ્ટ કરે છે, -માં વધારે ઊંડે ઊતરે છે.

growl (ગ્રાઉલ), ના૦ ઘૂરકવું તે; બડબડાટ, ફરિયાદ. ઉ૦ ક્રિ૦ ઘૂરકવું, ચિડાઈને બડબડવું. **growl'er**, ના૦ બડબડાટ કરનાર, ઘૂરકનાર; ચાર પૈડાંની ઘોડાગાડી – બગી.

grown (ગ્રોન), growનું ભૂ૦ કૃ૦. **grown-up**, વિ૦અને ના૦ ઉંમરે પહોંચેલ (સ્ત્રી કે પુરુષ).

growth (ગ્રોથ), ના૦ વધવું તે, વૃદ્ધિ; ઊપજ, પેદાશ; [શરીરવિકૃતિ.] રોગની વૃદ્ધિ, સોજો.

groyne, groin (ગ્રૉઇન), ના૦ દરિયાના પાણીથી કિનારો ધોવાઈ ન જાય તે માટે બાંધેલો પુસ્તો.

grub (ગ્રબ), ઉ૦ક્રિ૦ ખોદવું, ગોડવું; મહેનત – વૈતરું – કરવું; ઉપરતળે કરીને શોધવું; મૂળિયાંથી ઉખાડવું; ખાવાનું આપવું. *~ along*, રોજ ને રોજ વૈતરું કરીને ગુજરાન ચલાવવું. *~ up*, જમીનમાંથી ખોદી કાઢવું. ના૦ એક પ્રકારનો કીડો, ઇયળ; ગંદો માણસ; ખોરાક, અન્ન. **grubb'y**, વિ૦ મેલું, ગંદું.

grudge (ગ્રજ), સ૦ ક્રિ૦ આપવા કે કરવા દેવા નાખુશ હોવું; અદેખાઈ કરવી, દ્વેષ કરવો. ના૦ ઈર્ષ્યા, દ્વેષ; વેર, અંટસ. *bear, owe*, person *a ~*, -ની સામે વેર હોવું.

gru'el (ગ્રૂઇલ), ના૦ લોટની રાબ–કાંજી, ઇ. (વિ. ક. દૂધમાં બનાવેલી).**gruelling**, વિ૦અસહ્ય;થકવી નાંખનારું. ના૦ સખત સજા.

grue'some (ગ્રૂસમ), વિ૦ ભયંકર, બિહામણું; કંટાળો ઉપજાવે એવું. [તોરી, તોછડું.

gruff (ગ્રફ), વિ૦ કઠોર, કર્કશ (અવાજવાળું);

grum'ble (ગ્રમ્બલ), ના૦ ધીમો ગણગણાટ, ફરિયાદ, બડબડવું તે. ઉ૦ ક્રિ૦ બડબડવું, રોદણાં રડીને બોલવું; ફરિયાદ કરવી. **grum'bler**, ના૦ રોદણાં રડનાર.

grum'py (ગ્રમ્પિ), વિ૦ ખરાબ સ્વભાવનું, ચીડિયું; તોરી.

grunt (ગ્રન્ટ), ના૦ ભૂંડનું બોલવું – ડરકવું. ઉ૦ ક્રિ૦ ભૂંડના જેવું બોલવું, ડરકવું; અસંતોષ વ્યક્ત કરવો.

gua'no (ગ્વાનો), ના૦ દરિયાઈ પક્ષીઓની હગાર (નું ખાતર, જે પેરુની આસપાસના ટાપુઓ પર મળે છે).

guarantee' (ગૅરન્ટી), ના૦ જામીન આપનાર, હામીદાર; જામીન, બાંયધરી; શરતોનું બરાબર પાલન થશે તે માટે જામીન તરીકે આપેલી વસ્તુ, જામીનગીરી; જેને જામીનગીરી આપી હોય તે. સ૦ ક્રિ૦ -ને માટે જામીન થવું; ખાતરી આપવી; વચનથી બંધાવું; સુરક્ષિત કરવું. **guarantor'** (ગૅરન્ટર), ના૦ જામીન આપનાર. **gua'ranty** (ગૅરન્ટિ), ના૦ બાંયધરી; સલામતીનું વચન – ખાતરી.

guard (ગાર્ડ), ના૦ ચોકી, પહેરો; રખેવાળ,

પહેરેગીર; રક્ષક; સંત્રી; આગગાડીની દેખરેખ રાખનાર, ગાર્ડ; અકસ્માત કે ઈજાથી બચવા માટેનું સાધન – યુક્તિ; રક્ષણ માટે મૂકેલી સિપાઈઓની ટુકડી; (બ૦ વ૦) ખાનગી સિપાઈઓ; સાવધાનતા; રક્ષણ કે તૈયારી માટે પેંતરો. ઉ૦ક્રિ૦ દેખરેખ રાખવી; સંરક્ષણ કરવું, બચાવ કરવો; સંભાળવું; સાવચેતીનાં પગલાં લેવાં. **fire-guard**, છોકરાઓને દેવતાથી બચાવવા માટેનો તેની ફરતો કઠેરો – જાળી. *be on one's ~*, સાવધ-ખબરદાર-રહેવું. *a ~ed answer*, સાવધાનીવાળો જવાબ. **guardroom**, ના૦ લશ્કરી પહેરેગીર કે કેદીઓ માટેની ઓરડી. **guards'man** ના૦ સંરક્ષક ટુકડીનો સિપાઈ.

guardian (ગાર્ડિઅન), ના૦ રક્ષક, સંભાળનાર; પાલક, વાલી. **guard'ianship**, ના૦ વાલીપણું.

guava (ગ્વાવ), ના૦ જામફળ; જામફળી.

gubernator'ial (ગ્યુબર્નટૉરિઅલ), વિ૦ ગવર્નરનું – ને લગતું.

gudg'eon (ગજન), ના૦ મીઠા પાણીની એક નાની માંછલી; જેમાં પરોવેલું ચક્કર ફરતું હોય તે ખીલો, (ઘંટીનો) ખીલડો.

guel'der rose (ગેલ્ડર્ રોઝ઼), ના૦ સફેદ ફૂલોના ગુચ્છાવાળો એક છોડ.

guerd'on (ગર્ડન), ના૦ બક્ષિસ, બદલો.

guer(r)ill'a (ગરિલ, –લા), ના૦ વ્યવસ્થિત રચાયેલા લશ્કરના નહિ એવાં નાનાં નાનાં જૂથોએ ચલાવેલું નિયમ વગરનું યુદ્ધ, વાનરયુદ્ધ; એવું યુદ્ધ ચલાવનાર માણસ.

guess (ગે'સ), ઉ૦ ક્રિ૦ અંદાજ – આશરાથી કહેવું; શક્ય માનવું, અટકળ કરવી, ધારવું. ના૦ આશરો, અંદાજ; અટકળ, કલ્પના. *I ~*, [અમે.]મને લાગે છે. **guess'-work**, ના૦ અટકળ (બાંધવી તે).

guest (ગે'સ્ટ), ના૦ પરોણો, મહેમાન, અતિથિ; વીશીમાં ઊતરેલો પ્રવાસી.

guffaw' (ગફૉ), ના૦ ખડખડાટ હસવું તે, અટ્ટહાસ્ય. અ૦ ક્રિ૦ ખડખડાટ હસવું.

guid'ance (ગાઇડન્સ), ના૦ માર્ગદર્શન, દોરવણી.

guide (ગાઇડ), ના૦ રસ્તો બતાવનારો, ભોમિયો; માર્ગોપદેશક, સલાહકાર; માર્ગદર્શક સિદ્ધાન્ત – ધોરણ; કોઈ સ્થળની માહિતી આપનારું પુસ્તક; કોઈ વિષયની માર્ગોપદેશિકા, પાઠ્યપુસ્તકનો અર્થ, ઇ. સમજૂતી આપનારું પુસ્તક; અમુક દિશામાં યંત્ર ચાલુ રહે તે માટેની રચના કે કળ. સ૦ ક્રિ૦ રસ્તો બતાવવો, દોરવું, દિશાસૂચન કરવું. **guide-post**, ના૦ રસ્તો બતાવનાર નિશાનીવાળો – આડા હાથવાળો – થાંભલો.

guild, gild (ગિલ્ડ), ના૦ અન્યોન્યસહાયક કે એક સમાન ઉદ્દેશથી કામ કરનાર મંડળી; કોઈ પણ ધંધાનું મહાજન. **guild'-hall**, ના૦ (જૂના વખતમાં) મહાજનનું મળવાનું સ્થાન; નગરભવન, 'ટાઉનહૉલ', સંથાગાર.

guilder (ગિલ્ડર), ના૦ આશરે સવા રૂપિયાની કિંમતનું એક ડચ નાણું.

guile (ગાઇલ), ના૦ ચાલાકી; દગો, કપટ. **guile'ful**, વિ૦ કપટી, કાવાદાવાવાળું. **guile'less** વિ૦ નિષ્કપટ, નિખાલસ.

guille'mot (ગિલિમૉટ), ના૦ એક દરિયાઈ પક્ષી.

guillotine' (ગિલટીન), ના૦ માથું કાપી નાખવાનું – શિરચ્છેદ કરવાનું – યંત્ર; ધારાસભા ઇ.માં રજૂ થયેલા ખરડા પરની ચર્ચા અમુક વખતે બંધ કરવાની યોજના – પદ્ધતિ. સ૦ ક્રિ૦ માથું કાપી નાખવું; (ખરાડા પરની) ચર્ચા બંધ કરવી.

guilt (ગિલ્ટ), ના૦ સાપરાધતા; ગુનો, અપરાધ, વાંક, પાપ. **guilt'less** વિ૦ નિરપરાધ, નિર્દોષ, નિષ્પાપ; -નું જ્ઞાન ન ધરાવનારું. **guil'ty** (ગિલ્ટિ), વિ૦ ગુનેગાર, દોષી.

guinea (ગિનિ), ના૦ ૨૧ શિલિંગનું સોનાનું એક નાણું, ગીની. **gui'nea-fowl**, ના૦ બતકની જાતનું એક પક્ષી. **gui'nea-pig**, ના૦ સસલા જેવું એક નાનું પાલતુ પ્રાણી; નજીવી સેવા માટે ગીની લેનાર માણસ; વૈદ્યકીય પ્રયોગ માટે વપરાતો માણસ.

guise (ગાઇઝ઼), ના૦ વર્તન; પહેરવેશ (ની શૈલી); વેશ, ડોળ, ઢોંગ.

guitar' (ગિટાર), ના૦ છ તારવાળી વીણા – સતાર.

gulch (ગલ્ચ), ના૦ [અમે.] ખીણ (વિ.

ક. સોનાના થરવાળી). [નાણું.

gul'den (ગૂલ્ડન), ના૦ ચાંદીનું એક ડચ

gulf (ગલ્ફ), ના૦ અખાત, ઉપસાગર; ઊંડો ખાડો – ખાઈ; મહદન્તર; વમળ, ભમરો. અ૦ ક્રિ૦ ઘેરી લેવું; ગળી જવું. *G~ Stream*, મેક્સિકોના અખાતથી નીકળીને બ્રિટિશ ટાપુઓ તરફ વહેતો મહાસાગરનો ગરમ પાણીનો પ્રવાહ.

gull (ગલ), ના૦ બહુધા દરિયા કિનારે જોવામાં આવતું લાંબી પાંખોવાળું એક પક્ષી.

gull, ના૦ ભોળો ભા, મૂરખ, બેવકૂફ. સ૦ ક્રિ૦ છેતરવું, ઠગવું, બનાવવું; **gull'ible** (ગલિબલ), વિ૦ સહેજમાં છેતરાય એવું, અતિભોળું. **gullibil'ity**, ના૦ અતિભોળાપણું.

gull'et (ગલિટ), ના૦ ગળું; અન્નનળી, ઘાંટી.

gull'y (ગલિ), ના૦ ખીણ; નાળું; મોરી, ગટર.

gulp (ગલ્પ), ઉ૦ ક્રિ૦ ગલ લઈને ગળી જવું, હોઇયાં કરી જવું, ઉતાવળમાં ને મોટા જથામાં ગળી જવું; હાંફવું, શ્વાસ લેવા માટે ફાંફાં મારવાં. ના૦ મોઢું ભરીને કોળિયો; ગળી જવું તે.

gum (ગમ), ના૦ દાંતનો પારો – પીઢિયું – અવાળુ. **gum'-boil**, ના૦ અવાળુમાં પડેલી ચાંદી – ફોલ્લો.

gum, ના૦ ગુંદર, ગોંદ; એક મીઠાઈ; (બ૦વ૦) રબરના જોડા (*~'boots*). સ૦ ક્રિ૦ ગુંદર લગાડવો, ગુંદર વતી ચોંટાડવું. *be up a ~ tree*, મુશ્કેલીમાં હોવું. **chewing-gum**, ના૦ મોઢામાં રાખી વાગોળ્યા કરવાનો ગળ્યો લાગતો ગુંદર જેવો પદાર્થ. **gum-drop** (ગમ-ડ્રૉપ), ના૦ એક જાતની મીઠી ગોળી.

gumm'y (ગમિ), વિ૦ ચોંટી જાય એવું, ચીકણું.

gump'tion (ગમ્પ્શન, ગમ્શન), ના૦ [વાત.] સાદી સમજ, સારાસારવિવેક, વહેવારુ બુદ્ધિ.

gun (ગન), ના૦ બંદૂક; તોપ. *blow great ~s*, [નૌકા.] (પવનનો) સુસવાટો આવવો. *stick to one's ~s*, ઉગ્ર ચર્ચા, ઇ.માં પોતાના મતને વળગી રહેવું. [લશ્કરી વહાણ.

gun'boat (ગન્બોટ), ના૦ ભારે તોપોવાળું

gun'-carr'iage, ના૦ તોપની ગાડી.

gun'-cotton, ના૦ દારૂ જેવો શીઘ્ર જ્વાળાગ્રાહી પદાર્થ, (સુરંગ ફોડવા માટે) નાઇટ્રિક ઍસિડમાં બોળેલું રૂ. [ધાડપાડુ.

gunman, ના૦ [અમે.] સશસ્ત્ર લુટારુ –

gun'-metal (ગન્મે'ટલ), ના૦ તાંબા અને કલાઈ અથવા જસતની મિશ્ર ધાતુ (અગાઉ તોપ બનાવવા માટે વપરાતી).

gunnel, જુઓ gunwale.

gunn'er (ગનર), ના૦ તોપચી, ગોલંદાજ; [નૌકા.] દારૂખાનું, બૅટરી જેના તાબામાં હોય છે તે અધિકારી.

gunn'ery (ગનરિ), ના૦ મોટી તોપો ચલાવવાની આવડત; મોટી તોપોનો મારો, ગોલંદાજી.

gunn'y (ગનિ), ના૦ ગૂણપાટ, શણ; ગૂણપાટનો થેલો, ગૂણ.

gun'powder (–પાઉડર), ના૦ બંદૂકનો દારૂ.

gun'room, ના૦ વહાણમાં તોપચી કે નીચલા અમલદારો માટેનો ઓરડો.

gun-running (–રનિંગ), ના૦ દેશમાં બંદૂકો, ઇ. સ્ફોટક શસ્ત્રો ગેરકાયદે દાખલ કરવાં તે. [ગોળીનો – ટપ્પો.

gun'shot (–શૉટ), ના૦ બંદૂકનો – ની

gun'smith (–સ્મિથ), ના૦ પિસ્તોલ, બંદૂક વગેરે બનાવનાર (લુહાર).

gun'wale, **gunn'el**, (ગનલ) ના૦ વહાણ કે હોડીની બાજુની ઉપલી કોર.

gur'gle (ગર્ગલ), ના૦ ખળખળ – કોગળા જેવો – અવાજ. ઉ૦ ક્રિ૦ ખળખળ અવાજ – કોગળો – કરવો.

Gurkh'a (ગૂર્ક, –ર્કા), ના૦ ગુરખો.

gu'ru (ગૂરૂ), ના૦ ગુરુ.

gush (ગશ), ના૦ ખળખળ કરીને એકદમ બહાર નીકળવું તે, ખળકો; ધસારો, ધોધ; વિપુલ વાક્પ્રવાહ. ઉ૦ ક્રિ૦ ખળખળ કરીને બહાર નીકળવું, ધસારો કરવો. *a ~ing person*, પોતાનામાં હોય તેથી વધારે ભાવના છૂટથી વ્યક્ત કરનાર (વિ. ક. સ્ત્રી). **gusher**, ના૦ જેમાંથી ફુવારાની જેમ તેલ ઉપર આવતું હોય એવો તેલનો કૂવો.

guss'et (ગસિટ), ના૦ કપડામાં જોડાતી કળી, બગલ; મજબૂતી કે ટેકા માટે વપરાતો લોઢાનો કાટખૂણાવાળો આધાર, બ્રૅકેટ.

gust (ગસ્ટ), ના૦ પવનનો અચાનક ઝપાટો;

વરસાદનું તૂટી પડવું; લાગણીનો ઊભરો.
gus'ty, વિ૦
gust, નાο સ્વાદ, લહેજત. **gusta'tion** (ગસ્ટેશન), નાο સ્વાદ લેવો તે.
gus'tatory (ગસ્ટટરિ), વિ૦ સ્વાદને લગતું.
gus'to (ગસ્ટો), નાο સ્વાદ; ઉત્સાહ, આનંદ.
gut (ગટ), નાο(બ૦વ૦) ઉદર, જઠર, આંતરડાં; વાદ્ય, પીંજણ, ઇ. માટે વપરાતી આંતરડાની બનાવેલી તાંત; પાણીનો વહેળો; (બ૦ વ૦) હિંમત, ચારિત્ર્ય, તાકાત. ઉ૦ ક્રિ૦ આંતરડાં બહાર કાઢવાં; ઘરની અંદર જડેલી વસ્તુઓ કાઢી નાખવી, -નો નાશ કરવો.
gutta-perch'a (ગટપર્ચ, -ર્ચા), નાο એક જાતનો ગુંદર, 'ગટાપર્ચા' રબર.
gutt'er (ગટર), નાο નીક, મોરી; ગટર; નેવાં નીચેની છીછરી પરનાળ; ખાંચો. ઉ૦ક્રિ૦ ચાસ પાડવા, લાંબી નીક - પોલ -કરવી; (મીણબત્તી) ઓગળી જવું (ખાંચો પડીને).
gutt'ural (ગટરલ), વિ૦ ગળા કે કંઠનું, કંઠસ્થાનીય. નાο કંઠસ્થાનીય વર્ણ-અક્ષર.
guttersnipe (ગટર્સ્નાઇપ), નાο રસ્તામાં રખડતો ગંદો ને ગરીબ છોકરો-છોકરી.
guy (ગાઇ), નાο બૂને ઊભો રાખવા, ઇ. માટેનું દોરડું કે સાંકળ. સ૦ ક્રિ૦ દોરડા કે સાંકળ વતી બાંધવું.
guy, નાο નવેંબર ૫મીએ ગાઇ ફૉક્સની બાળવામાં આવતી પ્રતિમા; બેઢબ-વિચિત્ર પોશાક ધારણ કરેલો-માણસ; [અમે.] છોકરો, માણસ. સ૦ ક્રિ૦ ઠેકડી-મશ્કરી-કરવી; નાસી જવું.
guz'zle (ગઝ્લ), ઉ૦ક્રિ૦ અકરાંતિયાની જેમ ખાવુંપીવું, ઠાંસવું, ઢીંચવું. **guzz'ler**, નાο.
gybe, jibe (જાઇબ), ઉ૦ક્રિ૦ (હોડી, સઢ, અંગે) બીજી-સામી-બાજુએ ઝુકાવવું-ઝૂકવું.
gymkha'na (જિમ્કાન,-ના), નાο વ્યાયામ, કુસ્તી, ઇ. રમતોનો જાહેર કાર્યક્રમ; વ્યાયામશાળા, જિમખાનું.
gymna'sium (જિમ્નેઝ઼િઅમ), નાο (બ૦ વ૦ gymnasiums, gymnasia). વ્યાયામશાળા, અખાડો; (જિમનાઝ઼િઉમ) જર્મની, હૉલંડ, ઇ.ની હાઈસ્કૂલ.
gym'nast (જિમ્નૅસ્ટ), નાο વ્યાયામમાં કુશળ માણસ, મલ્લ, પહેલવાન; ઉસ્તાદ.
gymnas'tic, વિ૦ વ્યાયામ-કસરત-નું -ને લગતું. **gymnas'tics**, નાο બ૦ વ૦ શરીરને દૃઢ ને સુડોળ બનાવવાનો વ્યાયામ.
gynaecol'ogy (ગાઇનીકૉલજિ, જાઇ-), નાο સ્ત્રીરોગચિકિત્સા-વિજ્ઞાન. **gynaecol'ogist**, નાο સ્ત્રીરોગચિકિત્સક.
gyp (જિપ), નાο કેંબ્રિજ યુનિવર્સિટીમાં કૉલેજનો નોકર. *give* one ~, સજા કરવી; સખત હાર આપવી; દુઃખ દેવું.
gyp, સ૦ક્રિ૦ છેતરવું. નાο છેતરનાર, ઠગ.
gyp'sum (જિપ્સમ), નાο ચૉક જેવો એક ખનિજ પદાર્થ, જેમાંથી પ્લાસ્ટર ઑફ પૅરિસ તૈયાર કરવામાં આવે છે; ચિરોડી.
gypsy, જુઓ gipsy.
gyrate' (જાઇરેટ), અ૦ ક્રિ૦ મધ્યબિન્દુની આસપાસ ગોળ-વર્તુળાકાર-ફરવું. **gyra'tion**, નાο
gyr'oscope (જાઇરસ્કોપ), નાο પોતાની આસપાસ ગોળ ગોળ ફરતા પદાર્થોનું ભ્રમણ બતાવનારું યંત્ર,-ભ્રમણદર્શક (યંત્ર).
gyve (જાઇવ), નાο (બહુધા બ૦ વ૦માં) બેડી, પગની કે હાથની. સ૦ક્રિ૦ બેડી પહેરાવવી.

H

H, h (એચ્), નાο (બ૦ વ૦ Hs, H's). અંગ્રેજી વર્ણમાળાનો આઠમો અક્ષર. [સૂચક.
ha (હા), ઉદ્ગાર૦ આશ્ચર્ય, આનંદ, શંકા, ઇ.નો
hab'eas corp'us (હેબિઅસ્ કૉર્પસ), નાο અટકાયતમાં રાખેલા માણસને ન્યાયાધીશ સામે પ્રત્યક્ષ હાજર કરવાની આજ્ઞા, વિ. ક. તેની અટકાયત કાયદેસર છે કે નહિ તેની તપાસ કરવા માટે.
hab'erdasher (હૅબર્ડૅશર), નાο સોયદોરો, બટન, ફીત, કાંસકી, ઇ. વસ્તુ વેચનારો,

કાપડિયો. **hab'erdashery**, ના૦ સોય-દોરો, બટન, ઇ. માલ; તેનો ભંડાર.

habil'iment (હબિલિમન્ટ, હૅ-), ના૦(બ૦ વ૦માં) અમુક પ્રસંગ માટેનાં કે દરજ્જાનાં સૂચક કપડાં, પોશાક.

hab'it (હૅબિટ), ના૦ મહાવરો, ટેવ; પ્રકૃતિ, સ્વભાવ; વિશિષ્ટ પોશાક; સ્ત્રીનો ઘોડે બેસવાનો પોશાક (*riding* ~). સ૦ક્રિ૦ લૂગડાં પહેરાવવાં.

hab'itable (હૅબિટબલ), વિ૦ રહેવાને-વસવાટને-લાયક. **hab'itat** (હૅબિટૅટ), ના૦ પ્રાણી કે વનસ્પતિનું કુદરતી નિવાસસ્થાન-ઘર. **habita'tion** (હૅબિટેશન), ના૦ વાસ, નિવાસ; નિવાસસ્થાન.

habit'ual (હબિટ્યુઅલ), વિ૦ રિવાજ પ્રમાણેનું, હંમેશાનું; અમુક ટેવવાળું. **habit'-uate** (હબિટ્યુએટ), સ૦ ક્રિ૦ અમુક વસ્તુ કે ક્રિયાની ટેવ પાડવી. **hab'itude** (હૅબિ-ટ્યૂડ), ના૦ પ્રકૃતિ, ઘડતર; રિવાજ; વલણ; ટેવ.

hack (હૅક), ના૦ જખમ, ઈજા (વિ. ક. ઠોકર મારવાથી થયેલ); કોદાળી, તીકમ. ઉ૦ ક્રિ૦ ઘા કરવા, ઉપર કાપા મૂકવા; લાત મારવી. ~*ing cough* (હૅકિંગ કૉફ), કોરી ઉધરસ. **hack-saw**, ના૦ ધાતુ કાપવાની સાંકડી કરવત.

hack, ના૦ ભાડૂતી ઘોડો; સામાન્ય સવારી-નો ઘોડો; વૈતરો; ભાડૂતી લેખક.

hac'kle (હૅકલ), ના૦ શણ સાફ કરવાનું દાંતાવાળું ઓજાર, પંજેટી; પાળેલા કૂકડા ઇ.ની ગરદન પરનાં લાંબાં પીંછાં. [કરવા.

hac'kle, સ૦ક્રિ૦ કાપા પાડવા; -ના કકડા

hack'ney (હૅક્નિ), ના૦ સવારીનો ઘોડો; વૈતરો, વેઠિયો. વિ૦ ભાડાનું, ભાડૂતી. ~-*car-riage*, ભાડાની ગાડી. સ૦ ક્રિ૦ પદોડવું, રગડવું; ભાડૂતી ગાડીમાં લઈ જવું. **hack-neyed**, વિ૦ અતિ સામાન્ય, ખૂબ ચવાયેલું.

had (હૅડ), haveનો ભૂ૦ કા૦ તથા ભૂ૦ કૃ૦. *you* ~ *better do it*, તમે કરો તો સારુ (એવી મારી સલાહ છે.) *be* ~ *up*, ન્યાયાધીશ આગળ ઊભા-હાજર-કરાવું. *you've been* ~, તમે છેતરાયા છો.

had'dock (હૅડક), ના૦ કૉડને મળતી એક માછલી.

Had'es (હેડીઝ઼), ના૦ [ગ્રીક પુરાણ] મૃતા-ત્માઓનો લોક, પ્રેતલોક, પાતાળ.

h(æ)emoglob'in (હીમગ્લોબિન, હીમો-), ના૦ લોહીના લાલ કણનું લાલ રંગનું દ્રવ્ય, રક્તરંજક દ્રવ્ય (જે દ્વારા પ્રાણવાયુ શરીરના બધા ભાગોમાં પહોંચે છે).

haemopt'ysis (હીમૉપ્ટિસિસ), ના૦ ખાંસી વાટે-ગળફામાં-લોહી પડવું.

haemorrhage, hem- (હૅ'મરિજ), ના૦ રક્તસ્રાવ. [બ૦વ૦ અર્શ, હરસ મસા.

h(a)em'orrhoids, (હેમરૉઇડ્ઝ઼), ના૦

haft (હાફ્ટ), ના૦ છરી, ઇ.નો હાથો, મૂઠ.

hag (હૅગ), ના૦ ઘરડી બદશિકલ સ્ત્રી, ડાકણ.

hagg'ard (હૅગર્ડ), વિ૦ ઝરડાઈ ગયેલું, આંખમાં ખાડા પડેલું.

hagg'is (હૅગિસ), ના૦ ઘેટાનું હૃદય, ફેફસાં અને કલેજાનું, ઇ. ની એક વાની.

hag'gle (હૅગલ), ના૦ અને અ૦ ક્રિ૦ કિંમત બાબત રકઝક-ખેંચાખેંચ-(કરવી).

ha ha (હા હા), ઉદ્ગાર૦ હાસ્યસૂચક 'હા હા.' [એવી નીચાણમાં રચેલી ભીંત.

ha-ha (હા હા), ના૦ બાગ ફરતે ન દેખાય

hail (હેલ), ના૦ કરા; (કરા, ઇ.ની) વૃષ્ટિ. ઉ૦ ક્રિ૦ કરા પડવા-વરસવા; કરાના જેવો (કરાકનો) મારો કરવો.

hail, ઉદ્ગાર૦ (સ્વાગતનો) નમસ્કાર, જય જય, સ્વસ્તિ. ઉ૦ ક્રિ૦ નમસ્કાર કરવો; બોલા-વવું, હાક મારવી; (અમુક સ્થાન)થી આવવું આવેલું હોવું (~ *from*). ~-*fellow-well-met*, સૌ પ્રત્યે મિત્રતા રાખનાર તથા તેમને મળવાથી ખુશ થનાર, જગન્મિત્ર.

hair (હેર, હે'અર), ના૦ વાળ, કેશ; વાળ જેવી વસ્તુ. *lose one's* ~, ગુસ્સે થવું. *keep one's* ~ *on*, ગુસ્સે ન થતાં શાંત રહેવું. *make one's* ~ *stand on end*, આશ્ચર્યચકિત-ભયભીત-કરવું. *not to turn a* ~, રૂંવાડું ન ફરકવા દેવું, સ્વસ્થ રહેવું. **hair'-breadth, hair's breadth**, ના૦ બહુ જ ઓછું અંતર. **hair-dresser**, ના૦ વાળ કાપી તેને યોગ્ય વળાંક આપનાર, કેશ-

રચના કરનાર, વાળંદ. **hair'y**, વિ૦ વાળવાળું, લોમશ. **hair-splitting**, ના૦ દૂધમાંથી પોરા કાઢવા તે. **hairspring**, ના૦ ઘડિયાળની એક બહુ જ ઝીણી – નાજુક – કમાન. [માછલી.

hake (હેક), ના૦ કૉડના જેવી એક દરિયાઈ

hakeem', hakim' (હકીમ), ના૦ હકીમ, (યુનાની પદ્ધતિનો) વૈદ. [ન્યાયાધીશ.

ha'kim (હાકિમ), મુસ્લિમ રાજ્યકર્તા અથવા

hal'berd (હૅલ્બર્ડ), ના૦ ફરસીનો ભાલો, ફરસી ને ભાલાનું કામ દેતું હથિયાર. **halberdier'**, ના૦એ હથિયારથી સજ્જ માણસ.

hal'cyon (હૅલ્સિઅન), ના૦ દરિયાને શાંત પાડનારું એક કાલ્પનિક પક્ષી. વિ૦ શાંત, સુખી. ~ *days*, સુખશાંતિના દિવસો.

hale (હેલ), વિ૦ નીરોગી, તંદુરસ્ત, શરીરે ઘરકટ, સબધું.

hale, સ૦ ક્રિ૦ પરાણે – જોરથી – ખેંચવું.

half (હાફ), ના૦ (બ૦ વ૦ halves). અર્ધો ભાગ, અર્ધ. વિ૦ અર્ધું. ક્રિ૦ વિ૦ અર્ધું; અંશતઃ, અધૂરું. *better* ~, પત્ની. *do a thing by halves*, અર્ધું પર્ધું – અવ્યવસ્થિતપણે – કરવું. *go halves*, (કોઈની સાથે) કશાકનો સરખો ભાગ લેવો. ~ *past two*, અઢી વાગ્યાનો સમય. *not* ~ *angry*, બહુ જ ગુસ્સે થયેલું. *not* ~ *bad*, તદ્દન સારું. **half-baked**, વિ૦ અર્ધદગ્ધ, પૂરતા અનુભવ વિનાનું; મૂર્ખ; રાશી. **half-blood**, વિ૦ સાવકું, સાવકાં માબાપનું. **half-breed**, મિશ્ર-વર્ણસંકરવાળી–ઓલાદ. **half-brother**, ના૦ સાવકો ભાઈ. **half-caste**, ના૦ વર્ણસંકર, 'હાફકાસ્ટ'. **half-crown**, **half-a-crown**, ના૦ અઢી શિલિંગનું એક રૂપાનું નાણું. **half-hearted**, વિ૦ ઉત્સાહ કે હિંમત વિનાનું, અધકચરું. **half-holiday**, ના૦ અર્ધા દિવસની રજા. **half-mast**, (વાવટો) કોઈ મરી ગયેલાના માનમાં અર્ધી કાઠીએ ચડાવેલું. **halfpenny** (હેપ્નિ), ના૦ (બ૦ વ૦ half pennies). ત્રણ પૈસાની કિંમતનું એક વિલાયતી નાણું. **half-seas-ov'er**, પીધેલ – છાકટો. **half-tone**, 'હાફ ટોન', જેમાં મૂળનાં છાયાપ્રકાશ નાનાં અને મોટાં ટપકાં દ્વારા બતાવવામાં આવે છે એવા બીબા(બ્લૉક) પરથી છાપેલું ચિત્ર. **half-way**, ક્રિ૦ વિ૦ અર્ધે રસ્તે જઈને. **half-witt'ed**, વિ૦ કમ અક્કલ, બેવકૂફ.

hal'ibut (હૅલિબટ), ના૦ એક નાની ચપટી ખાદ્ય માછલી. [વાળો શ્વાસ.

halitos'is (હૅલિટોસિસ), ના૦અતિ દુર્ગંધ-

hall (હૉલ), ના૦ સાર્વજનિક કામ માટેનો મોટો ઓરડો, 'હૉલ'; મોટા ઓરડા સાથેનું મકાન; દીવાનખાનું; ઘરના પ્રવેશદ્વાર આગળની જગ્યા; જમીનદારનું રહેઠાણનું મકાન; સભાગૃહ; ભોજનગૃહ (*dining*~).

hallelu'jah (હૅલિલૂયા), ના૦ સ્તવનગીત, સ્તોત્ર, 'જિહોવાનો જયજયકાર હો'.

hall'iard (હૅલિઅર્ડ), જુઓ halyard.

hallmark, ના૦ સોના, ચાંદી, ઇ.નો કસ કે જાત બતાવનારો સિક્કો; માન્યતાની અધિકૃત છાપ. સ૦ ક્રિ૦ એવી છાપ મારવી.

hallo' (હલો), ઉદ્ગાર૦ ધ્યાન ખેંચવા કે નવાઈ વ્યક્ત કરવા વપરાય છે. ના૦ અને અ૦ ક્રિ૦.

halloo' (હલૂ), ઉદ્ગાર૦ શિકાર પાછળ દોડવા કૂતરાંને ઉશ્કેરવા, ધ્યાન ખેંચવા કે નવાઈ બતાવવા વપરાય છે; એ! અલ્યા! ઉ૦ ક્રિ૦ લલકારવું; સાદ – બૂમ – પાડવી; હુલેહુલે કરીને કૂતરાંને શિકાર પાછળ ઉશ્કેરવું, છુછકારવું.

hall'ow (હૅલો), સ૦ક્રિ૦ પવિત્ર કરવું; પવિત્ર તરીકે માનવું – માન આપવું, પૂજવું.

hallucina'tion (હલૂસિનેશન), ના૦ ભ્રમ, દૃષ્ટિભ્રમ, ભાસ થવો તે.

hal'ma (હૅલ્મ,–મા), ના૦ ૨૫૬ ખાનાંના પટ પર રમાતી એક બેઠી રમત.

hal'o (હેલો), ના૦ (બ૦ વ૦ haloes) સૂર્ય-ચન્દ્રની આસપાસ ચળકતું ચક્કર થાય છે તે, પ્રભામંડળ; સંત, ઇ.ના માથા ફરતું તેજનું કૂંડાળું, પ્રભાવલય. સ૦ ક્રિ૦ તેજોવલયથી ઘેરવું.

halt (હૉલ્ટ), ના૦ મુકામ, પડાવ; થોભવાની જગ્યા; થોભવું તે. ઉ૦ ક્રિ૦ ઊભા રહેવું, થોભવું; રોકવું, ઊભું રાખવું.

halt, વિ૦ લંગડું, પાંગળું. અ૦ ક્રિ૦ લંગડાવું, ખોડાવું; આંચકો ખાવો, આનાકાની કરવી; દુવિધામાં પડવું. ~*ing speech*, અનિશ્ચયાત્મક

ભાષણ.

hal'ter (હૉલ્ટર), ના૦ ઘોડા કે ઢોરો માટેનું ફાંસાવાળું દોરડું કે પટો, મોરડી, રાશ; ફાંસી દેવાનું દોરડું.

halve (હાવ), સ૦ ક્રિ૦ -ના બે સરખા ભાગ કરવા; જથ્થો કે પ્રમાણ અર્ધું – અડધો અડધ – કરી નાખવું.

hal'yard, hall'iard (હૅલ્યર્ડ, હૅલિઅર્ડ), ના૦ [નૌકા.] ઝંડા કે સઢને ચડાવવા-ઉતારવાનું દોરડું.

ham (હૅમ), ના૦ જાંઘની પાછલી બાજુ; મીઠું મસાલો દઈને સૂકવેલી ડુક્કરની જાંઘ.

hamadry'ad (હૅમડ્રાયેડ, હૅમડ્રાયડ), ના૦ (વૃક્ષવાસી) વનદેવતા; હિન્દનો મહાનાગ.

ham'let (હૅમ્લિટ), ના૦ નાનકડું ગામડું.

hamm'er (હૅમર) ના૦ હથોડો, મોગરી, ઘણ. *come under the* ~, હરાજીમાં મુકાવું – વેચાવું. *go at a thing* ~ *and tongs*, પૂરા જોસથી – બધું બળ વાપરીને – શોરબકોર કરીને – લડવું – કામ કરવું. ઉ૦ ક્રિ૦ હથોડી વતી ટીપવું – ઠોકવું. ~ *away at something*, તનતોડ મહેનત કરીને સતત મંડ્યા રહેવું. ~ *out*, કોઈ સવાલની સતત પાછળ પડીને તેનો ઉકેલ આણવો.

hamm'ock (હૅમક), ના૦ કંતાનની કે જાળીની [ઝૂલતી પથારી, ઝોળી.

ham'per (હૅમ્પર), ના૦ ઢાંકણાવાળો ટોપલો – કરંડિયો. [આડખીલી – અંતરાય – નાંખવો.

hamper, સ૦ ક્રિ૦ અટકાવવું, રોકવું; -માં

ham'ster (હૅમ્સ્ટર), ના૦ મોટા ઉંદર કે કોળ જેવું એક પ્રાણી.

ham'string (હૅમ્સ્ટ્રિંગ), ના૦ ઘૂંટણની પાછળની – તળિયાની – જાંઘની નસ કે રગ – કૂર્ચા; [જાનવરોમાં] પાછલા પગના ઘૂંટણની પાછળનો જાડો સ્નાયુ. સ૦ ક્રિ૦ (ભૂ૦ કા૦ hamstrung). આ નસ – કૂર્ચા – સ્નાયુ – કાપીને પાંગળું લૂલું – બનાવવું.

hand (હૅન્ડ), ના૦ હાથ, હસ્ત; કારખાનાનો મજૂર; હસ્તાક્ષર, લખવાની શૈલી; ઘડિયાળનો કાંટો; પત્તાં રમનારને આપેલાં પાનાં, દાવ; ઊંચાઈ માપવાનો ૪"નો એકમ, મૂઠ. સ૦ ક્રિ૦ હાથ વતી આપવું; આગળ પહોંચાડવું. *an old* ~ *at*, -માં અનુભવી – પાવરધો. *at* ~, પાસે જ, તરતમાં થનારું; હાથવગું. *in* ~, (કામ) હાથમાં લીધેલું, ચાલુ; ઉપયોગ માટે સંઘરેલું. *live from* ~ *to mouth*, ગરીબ સ્થિતિમાં – જેમ તેમ કરીને – ગુજરાન ચલાવવું. *take one in* ~, -ને કાબૂમાં લેવું. *bird in the* ~, પ્રત્યક્ષ હાથમાં આવેલી વસ્તુ. *in the* ~*s of*, -ના કબજામાં – કાબૂ હેઠળ. *win* ~*s down*, સહેલાઈથી જીતવું. ~*s up!* તાબે થવાની સૂચના તરીકે 'હાથ ઊંચા કરો'નો હુકમ. *keep one's* ~ *in*, અભ્યાસ ચાલુ રાખીને વિદ્યા કે હોશિયારી ટકાવી રાખવી. *ask for a lady's* ~, લગ્ન કરવાની માગણી કરવી. *force somebody's* ~, કોઈની પાસે પરાણે કરાવવું. *lay* ~*s on*, હુમલો કરવો; ઝૂંટવી લેવું. *get out of* ~, કાબૂ બહાર જવું. *get the upper* ~ *of*, જીતવું, પર કાબૂ મેળવવો. *get work off one's* ~*s*, કામ પૂરું કરવું. *give one's* ~ *to*, લગ્ન કરવાનું વચન આપવું. ~ *of cards*, એક દાવમાં એક રમનારને અપાતાં પત્તાં. ~ *to* ~, લગોલગ – પાસે પાસે – આવી જઈને. *on all* ~*s*, બધી રીતે – બાજુએથી. *on the other* ~, (કોઈ સવાલની) બીજી બાજુથી, બીજે પક્ષે. *set one's* ~ *to a printed paper*, તેના પર પોતાનું નામ લખવું – સહી કરવી. *to* ~, નજીક, તૈયાર. *with a heavy* ~, સખતાઈથી. *high-*~*ed*, અભિમાની અને પોતાની ઇચ્છા મુજબ કામ પાર પડાવનાર, મનસ્વી. *heavy-*~*ed*, જોઈએ તે કરતાં વધુ બળ વાપરનાર; ભારે હાથવાળું, અણઘડ. *a cool* ~, સાહસી અને નિર્લજ્જ. *all* ~*s* (on a ship), બધા ખલાસીઓ. **hand'-bag**, ના૦ પૈસા વગેરે રાખવા માટેનું સ્ત્રીનું પાકીટ. **hand'bill**, ના૦ હસ્તપત્રિકા, જાહેરાતની પત્રિકા. **hand'book** ના૦ માર્ગદર્શક નાનો ગ્રંથ, સામાન્ય માહિતી ને નોંધોની નાનકડી ચોપડી. **hand'cuff**, ના૦ (બ૦ વ૦) હાથબેડી. સ૦ ક્રિ૦ હાથબેડી પહેરાવવી.

hand'ful (હૅન્ડફુલ), ના૦ (બ૦ વ૦ hand-fuls). મુઠ્ઠીભર, મુઠ્ઠી; થોડાંક, ગણ્યાંગાંઠ્યાં; [વાત.] ત્રાસદાયક માણસ અથવા કામ.

han'dicap (હૅન્ડિકૅપ), ના૦ જેમાં વધારે

શક્તિશાળી ઉમેદવારોને કે હરીફોને કેટલીક કપરી શરતો મૂકીને જીતવાની બાબતમાં બીજાઓની સાથે સરખી કક્ષાએ મૂકવામાં આવે છે એવી શરત-રમત-સ્પર્ધા; ઉમેદવાર ઉપર મૂકેલી વજનની કે બીજી કોઈ વધારાની શરત; વધારાનો બોજો; મુશ્કેલી, નડતર, અંતરાય. સ૦ ક્રિ૦ (ભૂ૦ કા૦ handicapped). કોઈ શરત કે મુશ્કેલી મૂકવી – લાદવી; પરિસ્થિતિને વધુ મુશ્કેલ બનાવવી.

hand(i)craft (હૅન્ડિક્રાફ્ટ, હૅન્ડ-), ના૦ હાથની ક્રિયા, હસ્તકૌશલ્ય, હાથઉદ્યોગ.

handiwork (હૅન્ડિવર્ક), ના૦ હાથ વડે કરેલી કે કોઈ વ્યક્તિની કરામતથી બનેલી વસ્તુ કે કામ; કરામત, કારીગરી.

handkerchief (હૅંગ્કર્ચિફ), ના૦ હાથ-રૂમાલ, ગળે વીંટવાનો રૂમાલ.

han'dle (હૅન્ડલ), ના૦ (કોઈ વસ્તુને હાથે) પકડવાનો ભાગ, હાથો, દાંડો, મૂઠ, ઇ.; કોઈની વિરુદ્ધમાં વાપરી શકાય એવી બીના. *have a ~ to one's name*, ઉમરાવ, ઇ.ની પદવી-ઉપાધિ-મળવી. *give a ~ to*, કોઈને કંઈ બોલવા જેવું કરવું – વખત – પ્રસંગ – આપવો. સ૦ ક્રિ૦ હાથ વતી સ્પર્શ કરવો – અડવું; (સાધન, ઇ.) વાપરવું; વિચારમાં – હાથમાં – લેવું; ઉકેલવું; -ના ઉપર કાબૂ હોવો; -ની સાથે કશું કરવાપણું હોવું.

hand'maid (હૅન્ડ્મેડ), **hand'maiden** (–મેડન), ના૦ ચાકરડી, કામવાળી.

hand'rail (હૅન્ડ્રેલ), ના૦ દાદરા પર ચડતી વખતે આધાર લેવા માટેનો કઠેરો.

han(d)sel (હૅન્સલ), ના૦ નવા વરસની કે કોઈ નવી બઢતી વગેરે મળે તે વખતની ભેટ. સ૦ ક્રિ૦ નવા વરસની ભેટ આપવી; કશુંક કરવામાં પહેલ કરવી.

hand'some (હૅન્સમ્), વિ૦ ખૂબસૂરત, દેખાવડું; ઉદાર; વિપુલ.

hand'writing (હૅન્ડરાઇટિંગ), ના૦ હાથનું લખાણ; હસ્તાક્ષર, અક્ષર.

han'dy (હૅન્ડિ), વિ૦ હાથે લેવાય એવું, હાથવગું, સુલભ; હસ્તપટુ, કસબી; (ઓજાર) સહેલાઈથી વાપરી શકાય એવું. **han'diness**, ના૦ સુલભતા, ઇ.

han'dyman (હૅન્ડિમૅન), ના૦ કોઈ પણ જાતનું કામ હાથે કરી શકનાર માણસ; ઘરમાં પરચૂરણ સમારકામ કરનાર.

hang (હૅંગ), ઉ૦ ક્રિ૦ (ભૂ૦ કા૦ hung, અમુક અર્થમાં hanged). ઉપરથી લટકવું – લટકાવવું, ટાંગવું, ખીલે લટકાવવું; -ની ઉપર આધાર રાખવો – અવલંબીને રહેવું (*~upon*); (ભૂ૦ કા૦ hanged) ફાંસીએ લટકાવવું – દેવું; ભીંતે કાગળ ચોડવો. ના૦ જે રીતે વસ્તુ લટકતી હોય તે રીત. *~ one's head (from shame)* શરમના માર્યા નીચું જોવું. *oh, ~ it all!* (ક્રોધ વ્યક્ત કરવા વપરાય છે.) મરવા દો એને! *~ back*, કામ કરતાં ખચકાવું, પાછા હઠવું; ઢીલ કરવી. *~ fire*, (બંદૂક, ઇ. અંગે) ફૂટવામાં વિલંબ કરવો. *not care a ~*, -ની કશી પરવા ન કરવી. *get the ~ of*, કેવી રીતે થાય છે તેનો સ્પષ્ટ ખ્યાલ આવવો; -નું આકલન કરવું, સમજવું. *let it go ~*, તેની કશી ફિકર નહિ. *~ in the balance*, પરિણામ અનિશ્ચિત હોવું. *~ on*, આધાર – વિશ્વાસ – રાખવો, -ને ચોંટી – વળગી રહેવું; -ની આતુરતાથી રાહ જોવી. *~ together*, એક બીજાને ટેકો આપવો; (વાર્તા) એના જુદા જુદા ભાગ વચ્ચે મેળ હોવો, પ્રતીતિકર લાગવી. *~ about, ~ around*, કશું કર્યા વિના પડખે – નિકટ – રહ્યા કરવું. *~ on to a thing*, -ને મજબૂત પકડી રાખવું – વળગી રહેવું. *be hung up*, ઢીલ થવી, મોડું થવું. *~ out*, બારી, ઇ.માંથી લટકાવવું; રહેવું. *~ over*, ઉપર નમેલું હોવું.

hang'ar (હૅંગર), ના૦ વિમાન – હવાઈ જહાજ – રાખવાની જગ્યા, વિમાનનો તબેલો.

hangdog વિ૦ અને ના૦ હલકટ – નફફટ – પાજી – (માણસ).

han'ger (હૅંગર), ના૦ જેના પર વસ્તુ લટકે છે – ટાંગવામાં આવે છે – તે ખીંટી, ઇ., 'હૅંગર'. **hang'ings** (હૅંગિંગ્ઝ), ના૦ બ૦ વ૦ ભીંતે લટકાવવાના નકશીદાર પડદા, ઇ.

hanger-on ના૦ બીજા પર આધાર રાખનાર માણસ, આશ્રિત; સ્વાર્થને ખાતર બીજાની સાથે જોડાનાર માણસ.

hang'man (હૅંગ્મન), ના૦ ફાંસી દેનાર, [જલ્લાદ, ચાંડાળ.

hang'nail (હૅંગ્નેલ), ના૦ (agnailનું અપભ્રંશ રૂપ). આંગળીના નખ પાસેની ચામડી

તે, આરોગ્ય, તંદુરસ્તી; તબિયત. *drink person's ~*, ફલાણો સુખી થાય એમ કહીને દારૂની પ્યાલી પીવી. **health'ful**, વિ૦ આરોગ્યવર્ધક; નીરોગી. **healthy** (હે'લ્થિ), વિ૦ નીરોગી, તંદુરસ્ત; આરોગ્યકારક – વર્ધક.

heap (હીપ), ના૦ ઢગલો, ગંજ. સ૦ ક્રિ૦ -નો ઢગ – ઢગલો – કરવો, ખડકવું; બોજો –ભાર – લાદવો. *~s of times*, વારંવાર.

hear (હિઅર), ઉ૦ ક્રિં૦ (ભૂ૦ કા૦ heard હર્ડ). સાંભળવું; કાને ધરવું, મન પર લેવું; -ની સુનાવણી કરવી, રજૂઆત પર લેવું; જાણવું, -ને ખબર થવી. ~! ~! બરાબર છે; સાંભળો! સાંભળો! **hear'er**, ના૦ સાંભળનાર, શ્રોતા. **hear'ing**, ના૦ સાંભળવું તે, શ્રવણ; શ્રવણ શક્તિ; (કોર્ટમાં) સુનાવણી, રજૂઆત.

heark'en (હાર્કન), અ૦ ક્રિ૦ (કાન દઈને) સાંભળવું.

hear'say (હિઅર્સે), ના૦ મોઢામોઢ ચાલી આવેલી વાત, અફવા, લોકવાયકા.

hearse (હર્સ), ના૦ મડદાગાડી, શબવાહિની.

heart (હાર્ટ), ના૦ હૃદય, રક્તાશય, અન્તઃકરણ; મન, દિલ, આત્મા; હિંમત, હૈયું, છાતી; મહત્ત્વનો – ગર્ભનો – ભાગ, ગર્ભ; લાગણીઓનું સ્થાન; હૃદયના આકારની વસ્તુ; [પત્તાંમાં] લાલનું પત્તું. *at ~*, અંતરમાં, અંદરખાને. *by ~*, મોઢે કરેલું, જિહ્વાગ્રે. *take thing to ~*, -ના મન પર બહુ અસર પડવી, મનમાં લેવું, હૈયે ધરી રાખવું. *eat one's ~ out*, અતિશય દુઃખી થવું–ઝૂરવું. *have one's ~ in the right place*, -ની સારી – શુભ – દાનત હોવી, -માં દયાભાવ હોવો. *have a ~!* દયા કરો! *an affair of the ~*, પ્રેમનો કિસ્સો. *have one's ~ in one's mouth, boots*, ભયભીત થવું, ભયચકિત થવું. *have the ~ to*, (કરવા, ઇ.) જેટલું કઠોર થવું. *lose ~*, નાહિંમત થવું, નાસીપાસ થવું, નિરાશ થવું; વ્યર્થતા લાગવી. *lose one's ~ (to)*, -ના પ્રેમમાં પડવું. *take ~*, હિંમત રાખવી. *wear one's ~ on one's sleeve*, લાગણીઓ વ્યક્ત – જાહેર – કરવી – નું પ્રદર્શન કરવું. *change of ~*, હૃદયપલટો, હૃદયપરિવર્તન. *after one's own ~*, બરાબર પોતાને ગમે તેવું જ. *~-to-~ talk*, નિખાલસપણે કરેલી–ખુલ્લા દિલની–વાતચીત.

heart'ache (હાર્ટેક), ના૦ માનસિક વેદના, મનોવ્યથા; અતૃપ્ત વાસના.

heart'beat (–બીટ), ના૦ હૃદયનો ધબકારો.

heart'-break, ના૦ હૈયું ફાટી જાય તેવું દુઃખ, ભારે દુઃખ. **heart-broken**, વિ૦ ભગ્નહૃદય, હતાશ.

heartburn (-બર્ન), ના૦ છાતીમાં બળતરા (થવી તે), અમ્લપિત્ત.

heart'-burning, ના૦ દાઝ, હૈયાબળાપો.

heart'en (હાર્ટન), ઉ૦ ક્રિ૦ હિંમત–ધીરજ– આપવી; પ્રોત્સાહન આપવું.

heart'felt (–ફે'લ્ટ), વિ૦ ખરા દિલનું.

heart-free (–ફ્રી), વિ૦ કોઈની સાથે પ્રેમમાં ન પડેલું.

hearth (હાર્થ), ના૦ જ્યાં સગડી કે ચૂલો રખાય છે તે જગ્યા; [લા.] ગૃહજીવન–સંસાર.

hearthstone, ના૦ ચૂલા નીચેનો સપાટ પથ્થર; ચૂલાને ચોપડવાનો સફેદ ભૂકો–પાઉડર.

heart'ily (હાર્ટિલિ), ક્રિ૦ વિ૦ ઉત્સાહપૂર્વક, ઊલટથી; સારી પેઠે, ખૂબ.

heartless (–લિસ), વિ૦ લાગણી વિનાનું; કઠોર, નિર્દય.

heart'-rending (–રે'ન્ડિંગ), વિ૦ હૃદયભેદક, કાળજું વીંધી નાખે એવું.

heart-searching (–સર્ચિંગ), ના૦ અંતરખોજ, આત્મનિરીક્ષણ.

heart's'-ease (હાર્ટ્સ઼ઈઝ઼), ના૦ એક ફૂલઝાડ.

heart'sick (–સિક), વિ૦ ખિન્ન, ગમગીન, કંટાળેલું.

heart-strings (–સ્ટ્રિંગ્ઝ઼), ના૦ બ૦ વ૦ હૃદયની ઊંડામાં ઊંડી લાગણીઓ, હૃદયવીણાના તાર. *pull at one's ~*, તે તાર છેડવા.

heart-whole (–હોલ), વિ૦ કોઈની સાથે પ્રેમમાં ન પડેલું.

heart'y (હાર્ટિ), વિ૦ ખરા ભાવવાળું; ઉત્સાહી; આનંદી, ખુશમિજાજ; (ભોજન) ભરપૂર, પેટપૂર; મજબૂત, તંદુરસ્ત.

heat (હીટ), ના૦ ઉષ્ણતા, ગરમી, ઉષ્મા; ગરમાવો, ગરમાટ, ગરમ હવા; ગરમીની અતિ માત્રા; ક્રોધ, તપી જવું તે; છેલ્લી હરીફાઈમાં ભાગ લેવા માટે તે પહેલાં થતી સ્પર્ધા;

haz'y (હેઝ઼િ), વિ૰ ધુમ્મસવાળું, ઝાંખું; સંદિગ્ધ. **haz'iness**, ના૰ સંદિગ્ધપણું, અસ્પષ્ટતા.

haze, સ૰ ક્રિ૰ [નૌકા.] વધારે પડતું કામ આપીને પજવવું; દબડાવવું; [અમે.] નિશાળના નવા છોકરાને પજવવું–હેરાન કરવું.

haz'el (હેઝ઼લ), ના૰ એક વિલાયતી ઝાડ (જેની બદામો ખવાય છે); રતાશ પડતો તપખીરિયો રંગ (વિ. ક. આંખનો).

he (હી), સર્વં૰ (બ૰ વ૰ they) ત્રીજો પુરુષ, નરજાતિ, એકવચન. વિ૰ નર.

head (હે'ડ), ના૰ માથું, ડોકું, મસ્તક; ભેજું, મન; સરદાર, નેતા, રાજા, મુખ્ય માણસ; ઉત્તમાંગ, શ્રેષ્ઠ અંગ – ભાગ, ઇ.; શિખર, મુખ્ય સ્થાન; (હાર, કતાર, ઇ.નો) આગળનો ભાગ; ઊંચી ભૂશિર, શૈલાન્તરીપ; નદીનું મૂળ; ભાષણ કે નિબંધનો વિભાગ, પ્રકરણ; આખરી તબક્કો, પરિસીમા; (જાનવરો કે પ્રાણીનાં) શીંગડાં, પૂછડાં; મૂર્તિ, વ્યક્તિ (*per head*માં) પાનાનું મથાળું. *work one's ~ off*, ખૂબ સખત કામ કરવું. *eat one's ~ off*, કામ ન કરતાં ખૂબ ખાવું. *~ over ears in*, (પ્રેમ, કરજ, ઇ.માં) પૂરેપૂરું ડૂબેલું, ગળાબૂડ. *turn ~ over heels*, ગુલાંટ ખાવી. *cannot make ~ or tail of*, -ની કશી સમજ ન પડવી. *give one his ~*, છૂટથી કરવા કે જવા દેવું (ઘોડા કે માણસ અંગે). *put (our, your, etc.) ~s together*, એક બીજાની સલાહ લેવી–સાથે વિચારવું. *above, over, one's ~*, -ની સમજશક્તિથી પર. *off one's ~*, ગાંડું, ચસકેલું. *lose one's ~*, માથું ગુમાવવું – કપાઈ જવું; અસ્વસ્થ થઈને વિચાર ન કરી શકવો. *keep one's ~*, સ્વસ્થચિત્ત રહેવું, માથું ઠેકાણે રાખવું. *turn one's ~*, -ને અભિમાની બનાવીને અક્કલ વગરનું બનાવી દેવું. *~ on glass of beer*, દારૂના પ્યાલા ઉપરનું ફીણ. *come to a ~*, -ની હદ આવવી, જ્યારે કશુંક કરવું અનિવાર્ય બને છે એવો વખત આવવો. ઉ૰ ક્રિ૰ દોરવું, દિશા બતાવવી; પ્રમુખ– આગેવાન–થવું; આગળ વધવું; (ફૂટબૉલને) માથા વતી મારવું. ~ (a person) *off*, -ની સામે જઈને પાછું કાઢવું, હાંકી મૂકવું. *~ straight for*, -ની તરફ સીધા જવું.

head'ache (હે'ડેક), ના૰ માથાનું દરદ; ત્રાસદાયક સવાલ.

head'-dress (– 'સ), ના૰ ટોપી, પાઘડી, ઇ. શિરોભૂષણ.

head'er (હે'ડર), ના૰ માથું આગળ કરીને પાણીમાં મારેલો કૂદકો – ડૂબકી.

headgear, ના૰ ટોપી, પાઘડી, ઇ. શિરોભૂષણ.

headi'ng (હે'ડિંગ), ના૰ લેખ ઇ.નું મથાળું.

head'land (હે'ડ્લૅન્ડ), ના૰ ભૂશિર; (ખેતરનો) શેઢો.

head'light, ના૰ મોટરના આગળના મોટા દીવા.

head'long (હે'ડ્લૉંગ), વિ૰ એકદમ – ઉતાવળથી કરેલું, વગર વિચાર્યું. ક્રિ૰ વિ૰ વગર વિચાર્યે આગળ માથું કરીને, નીચું ઘાલીને.

head'man (–મન), ના૰ મુખી, આગેવાન.

head'master (–માસ્ટર), **head'-mistress** (–મિસ્ટ્રિસ), ના૰ મુખ્ય શિક્ષક, મુખ્ય શિક્ષિકા.

head'phone (–ફોન) ના૰ સાંભળનારને માથે બેસાડી શકાય એવું ટેલિફોનનું રિસીવર –સાંભળવાનું યંત્ર.

head'piece (–પીસ) ના૰ શિરસ્ત્રાણ, ટોપ.

headquart'ers (–ક્વાર્ટર્સ), ના૰ બ૰ વ૰ કામ કરવાનું મથક, અમલદારનું સ્થાનક, રહેવાની મુખ્ય જગ્યા; મુખ્ય મથક.

heads'man (હે'ડ્ઝ઼્મન), ના૰ માથું કાપી નાખનાર, જલ્લાદ.

head'stall (–સ્ટૉલ), ના૰ શિરદામણી; ઘોડાના ચોકડા (હાર્નિસ)નો માથાનો ભાગ.

head'stone (–સ્ટોન), ના૰ કબરના માથા તરફ ઊભો કરેલો પથ્થર.

head'strong (–સ્ટ્રૉંગ), વિ૰ માથાનું ફરેલ, જક્કી, મનસ્વી.

head'way (–વે), ના૰ પ્રગતિ; બારણામાંથી જનારના માથા પર રહેતી ખાલી જગ્યા.

heady (હે'ડિ), વિ૰ જક્કી; અવિચારી, ઉદ્ધત; (દારૂ) જલદ, કડક.

heal (હીલ), ઉ૰ ક્રિ૰ મટાડવું, રૂઝવવું, સાજું કરવું; મટવું, -ને રૂઝ આવવી. **heal'er** ના૰ સારું કરનાર, મટાડનાર.

health (હે'લ્થ), ના૰ સાજા–સારા હોવું

ફાટી જવી તે, નહિયું પાકવું તે, નચ્છર.

hangover (હૅંગ્ઓવર), ના૦ અતિ સુરાપાન કે વિલાસ કર્યા પછી બીજે દિવસે લાગતી માંદગી – થતી માંદા જેવી લાગણી, સુસ્તી.

hank (હૅંક), ના૦ સૂતરની કે ઊનની આંટી; [નૌકા.] વાંસને દોરડું બાંધવા લોઢાની કડી.

hank'er (હૅંકર), અ૦ ક્રિ૦ અતિ તીવ્ર ઇચ્છા કરવી, તરસવું, વલખાં મારવાં (~ *after, for*). **hankering**, ના૦ અતિ તૃષ્ણા, વલખા મારવાં તે, તીવ્ર ઇચ્છા.

hanky (હૅંકિ), ના૦ બાલભાષામાં હાથરૂમાલ (handkerchief) માટે વપરાતો શબ્દ.

hank'y-pank'y (હૅંકિપૅંકિ), ના૦ જાદુ, હાથચાલાકી; છેતરપિંડી.

han'som (cab) (હૅન્સમ), ના૦ બે પૈડાંની ઘોડાગાડી – બગી (જેમાં ગાડીવાન માટે પાછળ બેઠક હોય છે).

hap (હૅપ), ના૦ તક; નસીબજોગ, દૈવયોગ. અ૦ ક્રિ૦ બનવું, થવું.

haphaz'ard (હૅપ્હૅઝર્ડ), ના૦ દૈવયોગ, જોગ. વિ૦ સહેજે – ખાસ યોજના વિના – કરેલું – થયેલું, આકસ્મિક. ક્રિ૦વિ૦ ફાવે તેમ, ઊડઝૂડ, કોઈ યોજના વિના. [નસીબ, અકર્મી.

hap'less (હૅપ્લિસ), વિ૦ દુર્દૈવી, કમ-

hap'ly (હૅપ્લિ), ક્રિ૦ વિ૦ દૈવયોગે, સંજોગવશાત્; કદાચ.

ha'p'orth (હેપર્થ), ના૦ (half-pennyworth). બે પેન્સની કિંમતનો માલ.

happ'en (હૅપન), અ૦ ક્રિ૦ થવું, બનવું; આવી પડવું; ભોગજોગે વીતવું. ~ *on* (person, thing), આકસ્મિક રીતે મળવું – મળી આવવું. ~ *to do etc.* અકસ્માત કરવું, ઇ.. **happ'ening**, ના૦ બનાવ, ઘટના.

happ'y (હૅપિ), વિ૦ ભાગ્યવાન, નસીબદાર; સંતુષ્ટ, સુખી, ખુશ; (શબ્દ ઇ.) યોગ્ય, સમર્પક; આબાદ; (ઘટના) સુખદ. ~-*go-lucky* વિ૦ સ્વચ્છંદી, નચિન્ત સ્વભાવનું.

happ'ily, ક્રિ૦ વિ૦ સારે નસીબે, સુદૈવે કરીને; ખુશીથી; સુખમાં, આનંદમાં.

happ'iness, ના૦ સુખ, કલ્યાણ, આનંદ.

haraki'ri (હારકિરિ), ના૦ તલવાર વતી પેટ ચીરી નાખીને કરેલી આત્મહત્યા (આ પ્રથા જપાનમાં છે.)

harangue' (હરૅંગ), ના૦ મોટેથી કરેલું આવેશયુક્ત ભાષણ. ઉ૦ ક્રિ૦ જોરદાર ભાષણ કરવું.

ha'rass (હૅરસ), સ૦ ક્રિ૦ ત્રાસ આપવો, સતાવવું, પજવવું; અકળાવવું, વારે વારે હુમલો કરી પજવવું.

harb'inger (હાર્બિંજર), ના૦ કોઈના આગમનની આગાહી – સૂચના – કરનાર, અગ્રદૂત; પૂર્વચિહ્ન.

harb'our (હાર્બર), ના૦ બંદર, બારું; આશ્રયસ્થાન. ઉ૦ ક્રિ૦ બંદરમાં મુકામ કરવો; -ને આશ્રય આપવો; (ક્રોધ, ઇ. લાગણીઓ) સંઘરવું. **harb'ourage** (હાર્બરિજ), ના૦ આશ્રય, આશ્રયસ્થાન.

hard (હાર્ડ), વિ૦ કઠણ, દબાય નહિ એવું, સખત; ઉગ્ર, કડક; ક્રૂર, કઠોર; તીવ્ર, અસહ્ય; અઘરું, દુષ્કર, મુશ્કેલ; (પ્રયત્ન) તનતોડ; (અવાજ) કઠોર, કર્કશ; [વ્યાક.] (વ્યંજન) અઘોષ, કઠોર; (પાણી) ભારે; (દારૂ) કડક. ક્રિ૦ વિ૦ તનતોડ મહેનત કરીને, જોસ – જોરથી; મુશ્કેલીથી. ~ *and fast* (*rule*), કડક, નિરપવાદ. ~ *by*, બહુ નજીક. ~ *on*, -ની પ્રત્યે કઠોર – નિર્દય. *run* person ~, -નો પીછો પકડવો. ~ *upon*, બહુ નજીક; લગભગ. ~ *put to it*, ભારે મુશ્કેલીમાં પડેલું. ~ *of hearing*, બહેરું. *go* ~ *with*, -ને માટે ત્રાસદાયક – નુકસાનકારક – થવું. ~ *bargain*, જેમાં બહુ ઓછો કસ હોય એવો સોદો. ~ *up*, પાસે પૈસા ન હોય એવી – મૂંઝવણની – સ્થિતિમાં. ~ *cash*, રોકડ – નગદ – નાણું. ~ *prices*, બહુ ઊંચી ગયેલી કિંમતો. ~ *labour*, સખત મજૂરી (ની કેદ). ~ *lines*, ~ *luck*, દુર્દૈવ. **hard-bitten** (-બિટન), વિ૦ મનસ્વી, લડાઈમાં અણનમ, કટ્ટર. **hard-boiled**, વિ૦ ઈંડાની જેમ બફાઈને નક્કર બનેલું; રીઢું, લાગણીવિનાનું. **hard-head'ed** વિ૦ લાગણીવેડાથી અસ્પૃષ્ટ; વહેવારકુશળ; વ્યાવહારિક સમજવાળું. **hard-hearted**, (હાર્ડહાર્ટિડ), વિ૦ લાગણી વિનાનું, કઠોર, નિર્દય, પાષાણહૃદય.

hard'en (હાર્ડન), ઉ૦ ક્રિ૦ કઠણ–સખત–મજબૂત – કરવું – થવું; રીઢું કરવું – થવું.
hard'ihood (હાર્ડિહુડ), ના૦ નીડરપણું, છાતી; ધૃષ્ટતા.
hard'ly (હાર્ડ્લિ), ક્રિ૦ વિ૦ મુશ્કેલીથી; ભાગ્યે જ; સખતાઈથી, કઠોરપણે.
hard-mouthed, વિ૦ (ઘોડા અંગે) સહેલાઈથી કાબૂમાં ન રાખી શકાય એવું; કઠોર ભાષા વાપરનારું.
hard-pressed, વિ૦ ભારે મુશ્કેલીમાં – નાણાંભીડમાં – મુકાયેલું; શત્રુથી ઘેરાયેલું ને લગભગ પરાભૂત થયેલું.
hard'ship (હાર્ડશિપ). ના૦ કઠણ પરિસ્થિતિ; મુશ્કેલી, દુઃખ, કષ્ટ; અન્યાય, જુલમ.
hard tack (હાર્ડટૅક), ના૦ સિપાઈઓ, શિકારીઓ, ઇ. માટે બનાવવામાં આવતી કઠણ રોટી – બિસ્કિટ.
hard'ware (હાર્ડ્વેર, -વે'અર), ના૦ લોઢું, વગેરે ધાતુનો સામાન.
hard'y (હાર્ડિ), વિ૦ છાતી–હિંમત–વાળું; ખડતલ, મજબૂત, કસાયેલું.
hare (હે'અર), ના૦ સસલું. ~*and hounds*, સસલા કૂતરાની રમત, જેમાં છોકરાની બે ટુકડીમાંથી એક કાગળના ટુકડા વેરતી જંગલમાં જાય છે ને બીજી તેની પાછળ પડે. **hare'bell** (હેર્બેલ), ના૦ ઘંટડીના આકારનું એક ભૂરા રંગનું ફૂલ. **hare-brained** વિ૦ અસ્થિર મગજનું, ચંચળ, અવિચારી, મૂર્ખ.
hare'lip (હેર્લિપ), ના૦ સસલાના જેવો ફાટેલો ઉપલો હોઠ.
har'em (હેરમ), ના૦ જનાનખાનું, અન્તઃપુર.
ha'ricot (હૅરિકો), ના૦ બકરાના માંસનો મસાલેદાર રસો. ~*bean*, ના૦ એક જાતની સીંગ, ફણસી (?).
hark (હાર્ક), અ૦ ક્રિ૦ સાંભળવું. ઉદ્ગાર૦ સાંભળો! ~ *back*, અગાઉના વિષય પર – ખોવાયેલી ગંધની શોધમાં – પાછા આવવું.
harl'equin (હાર્લિકિવન), ના૦ [જૂના ઇટાલિયન મૂકનાટ્યમાં] તરકટિયો, વિદૂષક, મશ્કરો; મૂર્ખો; વિદૂષકનો સપ્તરંગી પોશાક.
harlequinade' (–નેડ), ના૦ જેમાં વિદૂષક મુખ્ય ભાગ ભજવતો હોય છે તે મૂકનાટ્યનો ભાગ.
harl'ot (હાર્લટ), ના૦ વેશ્યા, કસબણ.
harm (હાર્મ), ના૦ અને સ૦ ક્રિ૦ ઈજા નુકસાન (કરવું). **harm'ful**, વિ૦ હાનિકારક. **harm'less**, વિ૦ નિર્દોષ, નુકસાન ન કરે એવું, નિરુપદ્રવી.
harmon'ic (હાર્મોનિક), વિ૦ મેળમાં, મેળવાળું; [સં.] સંવાદી સૂરવાળું, મધુર.
harmon'ica (હાર્મોનિકા), ના૦ કાચોનું અથવા ધાતુ ને કાચની પટ્ટીઓનું બનેલું એક વાદ્ય; મોઢે વગાડવાનું એક વાજું.
harmon'ious (હાર્મોનિઅસ), વિ૦ સુમેળ કે સંપવાળું; સુસ્વર, મધુર.
harmon'ium (હાર્મોનિઅમ), ના૦ હાથે વગાડવાનું વાજું, પેટી, હાર્મોનિયમ.
harm'onize (હાર્મનાઇઝ઼), ઉ૦ ક્રિ૦ -માં સુમેળ કરવો, સુમેળમાં હોવું; સૂર મેળવવા–જમાવવા.
harm'ony (હાર્મનિ), ના૦ મેળ; સૂરમેળાપ, એકરાગ; સંપ, બનાવ; મધુરસ્વર–સંવાદિતા.
harn'ess (હાર્નિસ), ના૦ ગાડીમાં જોડવાના ઘોડાનો સાજ, જોતર. સ૦ ક્રિ૦ ઘોડા, ઇ.ને જોતરવું; (કુદરતનાં બળ ઇ.)ને કામમાં લેવું – જોડવું. *die in* ~, નિયત કામ કરતાં કરતાં મરી જવું.
harp (હાર્પ), ના૦ વીણા જેવું એક તંતુવાદ્ય. સ૦ ક્રિ૦ હાર્પ – વીણા – વગાડવી; તેનું તે ગાયા–ગોખ્યા – કરવું (~ *on the same string* પણ). **harp'ist**, ના૦ વીણા વગાડનારો, સારંગીવાળો.
harpoon' (હાર્પૂન), ના૦ વહેલ માછલીને મારવાનો લાંબો કાંટાળો ભાલો. સ૦ ક્રિ૦ એવા ભાલા વતી મારવું – પકડવું.
harp'sichord (હાર્પ્સિકૉર્ડ), ના૦ 'હાર્પ'ના જેવું જૂના વખતનું એક તંતુવાદ્ય.
harp'y (હાર્પિ), ના૦ [પુરા. ગ્રીક અને લૅ.] સ્ત્રીનું મુખ અને શરીર અને પક્ષીની પાંખો અને પંજાવાળું એક ક્રૂર ખાઉધરું પ્રાણી–રાક્ષસ; ખાઉધરુ – લોભી – પૈસા કઢાવનાર – માણસ (વિ. ક. સ્ત્રી); ખરાબ ચાલની ઓરત.
ha'rridan (હૅરિડન), ના૦ ડોસી, ડાકણ; કર્કશા; ઘરડી વેશ્યા.

ha'rrier (હૅરિઅર), ના૦ સસલાનો શિકાર કરવામાં વપરાતો કૂતરો; લાંબી દોડ દોડનારો.

ha'rrow (હૅરો), ના૦ કળબ, રાંપડી. સ૦ ક્રિ૦ કળબ ફેરવવી; કળવણી કાઢવી; ફાડી નાંખવું; લાગણી દૂભવવી. ~ *the feelings (of)*, લાગણીઓ દૂભવવી. **harrowing**, ભારે પીડાદાયક. [સતાવવું, પજવવું.

ha'rry (હૅરિ), સ૦ ક્રિ૦ લૂંટવું, વેરાન કરવું;

harsh (હાર્શ), વિ૦ સખત; નિર્દય, કઠોર; (અવાજ) કર્કશ, કાન ફોડી નાંખે એવું; નાજુકાઈ વિનાનું.

hart (હાર્ટ), ના૦ હરણ–સાબર–નો નર. **harts'horn**, ના૦ સાબરના શીંગડામાંથી મળતું દ્રવ્ય, નવસાર.

hart(e)beest (હાર્ટિબીસ્ટ,–ર્ટ–), ના૦ આફ્રિકાનું એક જાતનું હરણ–સાબર.

har'um-scar'um (હેરમ-સ્કેરમ), વિ૦ અને ના૦ ઠેકાણા વગરનું–અવિચારી–મનસ્વી–સ્વચ્છંદી–(માણસ).

harv'est (હાર્વિસ્ટ), ના૦ કાપણી–લણણી–નો સમય, અનાજની મોસમ; ખેતીનો માલ–તૂલ, પાક; કાર્યનું કે મહેનતનું ફળ. સ૦ ક્રિ૦ કાપણી–લણણી–કરવી. ~ *home*, પાક લીધા પછીનો ઉત્સવ. **harv'ester**, ના૦ કાપણી કરનાર; કાપવાનું યંત્ર; એક ડંખવાળું નાનું જીવડું. [એ૦ વ૦.

has (હૅઝ્), haveનું વર્ત૦કાળનું ત્રીજા પુરુષનું

hash (હૅશ), સ૦ ક્રિ૦ માંસના નાના નાના કકડા કરવા, કચુંબર કરવી. ના૦ કચુંબર, વિ. ક. રાંધેલા માંસની તરકારી; વિવિધ વસ્તુઓનું મિશ્રણ. *make a ~ of it*, કામ ખરાબ કરવું–બગાડવું. *settle* person's ~, એવી રીતે નિકાલ આણવો કે જેથી તે ફરી ત્રાસ નહિ દે.

hash'ish, hasheesh (હૅશિશ, હૅશીશ), ના૦ ભાંગના છોડનાં સૂકાં–ઉપરનાં–પાંદડાં.

hasp (હાસ્પ), ના૦ ચપડાસ, સાંકળ, આંકડી. સ૦ ક્રિ૦ આંકડી દેવી, વાસવું.

hass'ock (હૅસક), ના૦ (પ્રાર્થનામાં) ઘૂંટણિયે પડતી વખતે ઘૂંટણ નીચે મૂકવાનું નાનું ઉશીકું અથવા પગ મૂકવાની સાદડી.

hast (હૅસ્ટ), haveના વર્ત૦ કાળનું દ્વિ૦ પુ૦નુ એ૦વ૦.

haste (હેસ્ટ), ના... ઉતાવળ કરવી. અ૦ ક્રિ૦ ઉ...

ha'sten (હેસન), ઉ૦ ક્રિ૦ ઉતાવળ કરવી, ઉતાવળા ચાલવું–જવું; ઉતાવળ કરાવવી.

has'ty (હેસ્ટિ), વિ૦ ઉતાવળું, ત્વરાથી કરેલું; અવિચારી, ઉતાવળું; ઉતાવળિયું; ઝટ તપી જનારું, ક્રોધી. **has'tiness**, ના૦ ઉતાવળાપણું.

hat (હૅટ), ના૦ટોપી, વિ. ક. સાહેબ લોકોની. *bad* ~, ખરાબ જન. *pass the* ~, પૈસા માટે યાચના કરવી, થાળી ફેરવવી, ફાળો ઉઘરાવવો. *high* ~, અભિમાની, ગર્વિષ્ઠ વ્યક્તિ. *talk through one's* ~, બડાઈ હાંકવી; સાવ મૂર્ખાઈભરેલી વાત કરવી. *my* ~! આશ્ચર્યનો ઉદ્ગાર. ~*trick*, ક્રિકેટમાં લાગલાગટ ત્રણ દડા વડે ત્રણ જણને બાદ કરવાની કરામત; એક પછી એક ત્રણ વિજયની સિદ્ધિ.

hatch (હૅચ), ઉ૦ ક્રિ૦ ઈંડામાંથી બચ્ચાંને બહાર કાઢવું, ઈંડાને સેવવું; કાવતરું કરવું, ઘાટ રચવો. ના૦ ઈંડાંનું સેવન (કરવું તે); એક વારના સેવનથી નીકળેલાં ઈંડાં.

hatch, ના૦ બારણાના પાડેલા બે ભાગમાંનો નીચલો ભાગ; ભીંત, બારણું, ઇ.માંથી પસાર થવાની નાની ખિડકી–બારી; નીચે ઊતરવાના માર્ગનું ઢાંકણું, બારણું. **hatch'way**, તૂતકમાંથી વહાણના ભંડકમાં ઊતરવાનું દ્વાર–જાળી–ખિડકી.

hatch, સ૦ ક્રિ૦ ચિત્ર, ઇ. પર બારીક સમાંતર લીટીઓ દોરવી (વિ. ક. છાયા બતાવવા માટે); (શણગાર માટે) પથ્થર પર રેષાઓ કોતરવી.

hatch'ery (હૅચરિ), ના૦ માછલી કે મરઘીનાં ઈંડાં સેવવાની જગ્યા.

hatch'et (હૅચિટ), ના૦ હલકી ને નાના હાથાંવાળી કુહાડી. *bury the* ~, વેરઝેર ભૂલી જવાં. **hatchet-faced** (હૅચિટ્-ફેસ્ટ), વિ૦ પાતળા ને લાંબા ચહેરાવાળું.

hate (હેટ), સ૦ ક્રિ૦ -ને કોઈને વિષે તીવ્ર અણગમો હોવો, ધિક્કારવું. ના૦ દ્વેષ, વેર, ચીડ.

hate'ful (હેટ્ફુલ), વિ૦ દ્વેષ ઉપજાવે એવું, દ્વેષપાત્ર; ચીડ ચડે–ઝાંઝ છૂટે–એવું.

hat'red (હેટ્રિડ), ના૦ તીવ્ર અણગમો; દ્વેષભાવ, વેર.

…ુ વર્તમાન કાળનું ત્રી૦ …પુ૦

hatt'er (હૅટર), ના૦ ટોપીઓ બનાવનાર કે વેચનાર. [બખતર.

haub'erk (હૉબર્ક), ના૦ લોખંડની કડીઓનું

haught'y (હૉટિ), વિ૦ અભિમાની, ગર્વિષ્ઠ; પ્રૌઢ. **haught'iness**, ના૦ તોરીપણું, ગર્વ.

haul (હૉલ), ઉ૦ ક્રિ૦ જોરથી–જબરદસ્તીથી–ખેંચવું–ઘસડવું; (પવનનું) બદલાવું–ફરવું. ના૦ ખેંચવું તે; ખેંચીને થયેલી પ્રાપ્તિ (દા. ત. જાળ ખેંચવાથી માછીને થયેલી). ~ *over the coals* ઠપકો આપવો, ઝાટકણી કાઢવી. **haul'age** (હૉલિજ), ના૦ ગાડાં વગેરેમાં માલ લઈ જવો તે; એ લઈ જવાનું ખર્ચ–ભાડું. **haul'ier** (હૉલિઅર), ના૦ ગાડામાં માલ લઈ જનારો, ગાડાવાળો. [ઇ.નાં ડાંખળાં.

ha(u)lm (હૉમ, હામ), ના૦ વાલ, વટાણા,

haunch (હૉંચ, હાંચ), ના૦ કમર, કેડ, નિતંબ; હરણનાં પગ ને કેડ(નું માંસ).

haunt (હૉન્ટ), સ૦ ક્રિ૦ -માં વારંવાર આવજા કરવી–જવાની ટેવ હોવી; મનમાં વારંવાર આવ્યા કરવું. ના૦ વારંવાર આવવાની જગ્યા, અડ્ડો, અખાડો. **haunted**, વિ૦ ભૂતના સંચારવાળું.

haut'boy (હોબૉઈ, ઓ–), **ob'oe** (ઓબો), ના૦ પીપી, શરણાઈ.

hauteur (ઓટર,) ના૦ મગરૂરી, દમામ, તોર, મિજાજ.

have (હૅવ), ઉ૦ ક્રિ૦ તથા સહા૦ ક્રિ૦ (ભૂ૦ કા૦ had). -ની પાસે–હાથમાં–કબજામાં–હોવું, રાખવું; -ને (દરદ, ઇ.) હોવું–થયેલું હોવું; -માં હોવું; (ચર્ચા ઇ.) માં ભાગ લેવો; (વસ્તુ, ઇ.) કરાવવું; લેવું, પ્રાપ્ત કરવું; (કંઈ કરવાની) જરૂર હોવી, ફરજ પડવી; ભોગવવું, સહન કરવું; બીજા પાસે કરાવવું (~ *the work done*); -ને જન્મ આપવો; (ખોરાક) લેવો; (કશુંક કરવાનું કે જોવાનું) સામે ઊભું હોવું. ~ *a matter out*, ચર્ચા કરીને અથવા લડીને પ્રશ્નનો નિકાલ આણવો. ~ *to do with*, -ની સાથે સંબંધ હોવો. ~ *at* a person, ઉપર હુમલો કરવો. ~ *a baby*, બાળકને જન્મ આપવો. ~ *a good mind to* (do, etc.), કરવા, ઇ.ની ઉત્કટ ઇચ્છા થવી. ~ (*got*) *to*, -ને ફરજ પડવી. ~ *a person*, કોઈને છેતરવું. ~ *a* person *up*, કોર્ટમાં લઈ જવું. *he has had it*, એને એવો માર મળ્યો છે કે તે મરવાનો. *be had*, છેતરાવું.

ha'ven (હેવન), ના૦ બારું, બંદર; આશ્રયસ્થાન. [સામાન રાખવાનો કોથળો.

hav'ersack (હૅવર્સૅક), ના૦ સિપાઈનો

hav'oc (હૅવક), ના૦ ઘાણ, પાયમાલી, ભારે નુકસાન. *cry* ~, (દેશ)નો ઘાણ કાઢી નાંખવાની હાકલ કરવી.

haw (હૉ), ના૦ હૉથૉર્નનું ફળ–બોર.

haw, ના૦ બોલતાં આગળ શું કહેવું તે ન સૂઝતાં માણસ જે ઉદ્ગાર કાઢે છે તે.

hawk (હૉક), ના૦ બાજ પક્ષી. ઉ૦ ક્રિ૦ બાજ પક્ષીની મદદથી શિકાર કરવો. **hawk-eyed**, વિ૦ તીક્ષ્ણ દ્દષ્ટિવાળું, તાર્ક્ષ્યદૃષ્ટિ.

hawk, ઉ૦ ક્રિ૦ 'ખા...ક' કરવું,–કરીને ગળું સાફ કરવું. [**er**, ના૦ ફેરિયો.

hawk, સ૦ ક્રિ૦ ફેરી કરીને વેચવું. **hawk'**-

hawse (હૉઝ઼), ના૦ સાંકળો અને દોરડાં માટે કાણાં પાડયાં હોય છે તે વહાણનો આગળનો ભાગ. **haws'er** (હૉઝ઼ર), ના૦ મોટું દોરડું અથવા લોઢાનો જાડો તાર.

haw'thorn (હૉથૉર્ન), ના૦ બોર જેવા લાલ રંગનાં ફળવાળો એક કાંટાળો છોડ.

hay (હે), ના૦ કાપણી કરીને સૂકવેલું ઘાસ–ચાર. *make* ~ *of*, ગરબડમાં નાંખવું. *make* ~ *while the sun shines*, મળેલી તકનો લાભ લઈ લેવો. **hay'cock**, ના૦ ઘાસનું કૂંદવું–ગંજી. **hay fever**, ફૂલોના પરાગ કે ધૂળથી આવતી ઉધરસ ને તાવ. **hay'rick** (હેરિક), ના૦ ઘાસનું લાંબું ને લાંબું કૂંદવું. **hay'stack**, ના૦ ઘાસની ગંજી.

haz'ard (હૅઝ઼ર્ડ), ના૦ સટ્ટા જેવું કામ, વીમો; સંકટ, જોખમ; જૂગટાનો એક દાવ. સ૦ ક્રિ૦ જોખમમાં નાંખવું, જોખમ વહોરવું; સાહસ કરવું. **haz'ardous**, વિ૦ જોખમભરેલું.

haze (હેઝ઼), ના૦ ધુમ્મસ; સંદિગ્ધપણું. સ૦ ક્રિ૦ ધુમ્મસવાળું–અસ્પષ્ટ–સંદિગ્ધ–કરવું.

(જાનવરોનો) ઉન્માદ, કામપ્રકોપ, મસ્તી. **heat-spot**, ના૦ દાહ સાથે શરીર પર થતી લાલ ફોલ્લી, અળાઈ. **heat-wave**, ના૦ ગરમીનું મોજું, ગરમ હવા.

heat, ઉ૦ ક્રિ૦ ગરમ કરવું – થવું. **heat'edly**, ક્રિ૦ વિ૦ તપી જઈને, ગુસ્સાથી.

heath (હીથ), ના૦ વેરાન સપાટ જમીન; એક જાતનું ઝાંખરું. **heath-cock**, ના૦ બતકની જાતનો નર.

heath'en (હીધન), વિ૦ અને ના૦ ખ્રિસ્તી, યહૂદી કે મુસલમાન નહિ એવું (માણસ); (એ ધર્મોની દૃષ્ટિથી) જંગલી – અણઘડ – અસંસ્કારી (માણસ). **heath'enish**, વિ૦ જંગલી, અસંસ્કારી; મૂર્તિપૂજક. **heath'endom**, ના૦ દુનિયાનો 'હીધન' લોકોનો મુલક; 'હીધન'ત્વ.

hea'ther (હે'ધર), ના૦ એક જાતનું ઝાંખરું. *take to the* ~, બહારવટે નીકળવું. **hea'thery**, વિ૦. **heather-mixture**, ના૦ (એ ઝાંખરા જેવા) મિશ્ર રંગનું ગરમ કપડું.

heave (હીવ), ઉ૦ ક્રિ૦ (ભૂ૦ કા૦ heaved, નૌકા.માં hove પણ). ઊંચકવું, ઉપાડવું, ઊંચું કરવું; મુશ્કેલીથી નિસાસો મૂકવો – કથણાવું; [નૌકા.] દોરડા વતી ખેંચવું, દોરડું ખેંચવું; ઉપસાવવું; ઊપસવું, ઊછળવું; મોજાંની જેમ ઊંચું થવું. ~ *in sight*, દેખાવા માંડવું. ~ *to*, (વહાણ અંગે) વહાણને ફેરવીને ઊભું કરવું. ~ *a sigh*, ઊંડો નિશ્વાસ – નિસાસો – મૂકવો. ના૦ ઊંચું આવવું – ઊંચકાવું – તે; નિસાસો; હાંફ.

hea'ven (હે'વન), ના૦ આકાશ; દેવલોક, સ્વર્ગ; આનંદનું સ્થાન. *H*~, પરમેશ્વર. *the* ~*s*, આકાશ. **hea'venly**, વિ૦ આકાશનું – સંબંધી, સ્વર્ગનું, સ્વર્ગીય, દિવ્ય; ઘણું સુંદર.

hea'vily (હે'વિલિ), ક્રિ૦ વિ૦ ખૂબ જોરથી, ભારે દુઃખથી, મહાકષ્ટથી; ખિન્નતાપૂર્વક.

hea'vy (હે'વિ), વિ૦ ખૂબ વજનદાર, ભારે; (પતન, ફટકો) જોરદાર, સખત; વિપુલ, પુષ્કળ; પચવું મુશ્કેલ, ભારે; કંટાળો ઉપજાવે એવું, નીરસ; સુસ્ત, મંદ; ગંભીર; (લીટી) જાડું. ~ *seas*, મોટાં મોજાં. ~-*handed*, જોઈએ તે કરતાં વધુ બળ વાપરનારું. ~ *heart*, દુઃખી – ભારે – હૃદય.

heavy-weight, ના૦ ૧૭૫ રતલ કરતાં વધારે વજનવાળો મુષ્ટિયોદ્ધો.

hec'atomb (હે'કટોમ, -ટૂમ), ના૦ સો બળદનો યાગ, મોટો જાહેર યજ્ઞ.

hec'kle (હે'કલ), સ૦ ક્રિ૦ ઉમેદવારને (વિ. ક. ચૂંટણીમાં ઊભેલા) ખૂબ અગવડભર્યા સવાલ પૂછવા; સવાલ પૂછીને પજવવું.

hec'tic (હે'કિટક), વિ૦ ક્ષય કે એવા બીજા રોગવાળું; ક્ષુબ્ધ; દોડધામવાળું, આવેશવાળું; (ચહેરો) અસ્વાભાવિક લાલ રંગવાળું; ઉત્તેજનાવાળું (~ *time*). ના૦ ક્ષયનો તાવ.

hec'to- (હે'કટો-, હેક્ટ-), (બીજા નામ સાથે સમાસમાં) સો. **hec'togramme** (-ગ્રૅમ), ના૦ સો ગ્રામ(નું વજન) (૩.૫૨ ઔંસ). **hec'tolitre** (-લીટર,), ના૦ સો લિટર(નું માપ) (૩.૫૩૧ ઘનફૂટ). **hec'tometre** (-મીટર), ના૦ સો મીટર (નું માપ) (૩૨૮ ફૂટ).

hec'tor (હે'કટર), ઉ૦ ક્રિ૦ દબડાવવું, દમ દેવો. ના૦ ખૂબ બરાડા પાડી બીજાને દબાવનાર માણસ.

hedge (હે'જ), ના૦ ઝાંખરાં કે નાનાં ઝાડની બનેલી વાડ, વાડ. ઉ૦ ક્રિ૦ (-ની ફરતે) વાડ કરવી; વાડને કાપકૂપ કરીને વ્યવસ્થિત બનાવવી; વાડમાં ભરાઈ જવું; આડકતરા જવાબ આપવા, પોતાની જાતને સંડોવાવા ન દેવી. ~ *a question*, સીધો – સરળ – જવાબ ન આપવો.

hedge'hog (-હૉગ), ના૦ વાડોમાં રહેનારું એક કાંટાવાળું પ્રાણી, શેળો.

hedg'er (હે'જર), ના૦ વાડની કાપકૂપ કરનાર.

hedge'row (-રો), ના૦ વાડનાં ઝાંખરાં (ની હાર).

hedge-sparrow (-સ્પૅરો), ના૦ એક ગાનારું પક્ષી.

hedg'ing (હે'જિંગ), ના૦ એક ધંધાનું જોખમ આવરી લેવા માટે બદલાનો વેપાર કરવો તે.

hedon'ic (હીડૉનિક), વિ૦ સુખનું-સંબંધી.

hed'onism (હીડનિઝ્મ, હીડો-), ના૦ સુખ એ જ અંતિમ કે મુખ્ય સાધ્ય છે એમ કહેનાર વાદ – તત્ત્વપ્રણાલી; સુખવાદ.

heed (હીડ), સ૰ ક્રિ૰ -ની તરફ ધ્યાન આપવું, ધ્યાનમાં લેવું; -ની કાળજી લેવી – પરવા કરવી. ના૰ ધ્યાન, નજર, કાળજી, સંભાળ. **heed'ful**, વિ૰ સાવચેત, સાવધ; સંભાળ લેનારું. **heed'less**, વિ૰ બેધ્યાન, બેદરકાર. [હોંચીહોંચી.

hee'-haw' (હીહૉ), ના૰ ગધેડાનું ભૂંકવું,

heel (હીલ), ના૰ પગની કે જોડાની એડી; મોજાની એડી(નો ભાગ). ઉ૰ ક્રિ૰ એડી ચોડવી – મારવી; એડી વતી મારવું. *kick, one's ~s*, રાહ જોતાં ઊભા રહેવું. *down at ~*, ઘસાઈ ગયેલા જોડા પહેરેલ, ચીંથરેહાલ; (માણસ) ગંદું, બેઢંગું; (જોડા) ઘસાઈ ગયેલી એડીવાળા. *out at ~ = down at ~. come, bring, to ~*, કૂતરાની જેમ હુકમ પાળવો,– પળાવવો. *show a clean pair of ~s, take to one's ~s*, નાસી જવું. *kick up one's ~s*, મોજ કરવી. *under the ~ of*, -ની હકૂમત હેઠળ. **heel'taps**, પ્યાલામાં બાકી રહેલો દારૂ.

heel, ઉ૰ ક્રિ૰ (વહાણ અંગે) પવનના જોરથી કે વજનને લીધે એક બાજુએ નમવું – વાંકું વળવું; એક બાજુએ નમાવવું – વાંકું વાળવું.

hef'ty (હે'ફ્ટિ), વિ૰ મજબૂત, હૃષ્ટપુષ્ટ, કદાવર.

hegem'ony (હીગે'મનિ, હીજે–), ના૰ નેતૃત્વ, સામ્રાજ્ય, વર્ચસ્વ (વિ. ક. રાષ્ટ્રોના સમૂહમાં).

hei'fer (હે'ફર), ના૰ વાછરડી.

heigh (હે), ઉદ્ગાર૰ ધ્યાન ખેંચવા માટે અથવા પ્રશ્નસૂચક તરીકે વપરાય છે. **heigh'-ho** (હેહો), ઉદ્ગાર૰ થાક, કંટાળો, ઇ.નો સૂચક.

height (હાઇટ), ના૰ ઊંચાઈ, ઊંચાણ; પાયાથી ટોચ સુધીનું માપ, ઊંચાઈ; જમીનથી કે દરિયાની સપાટીથી ઊંચાઈ; ટોચ, શિખર; ઊંચી જગ્યા; પુરજોમ, પરાકાષ્ઠા. **height'en** (હાઇટન), સ૰ ક્રિ૰ ઊંચું કરવું; માત્રા વધારવી.

hei'nous (હેનસ), વિ૰ (ગુનો, ઇ.) ઘોર, દારુણ, ઘાતકી.

heir (એર, એ'અર), ના૰ વારસ, દાયાદ. *~ apparent*, નજીકમાં નજીકનો વારસ, અપ્રતિબંધ દાયાદ. *~ presumptive*, વધારે નજીકનો વારસ – સગું – પેદા થાય તો જેનો વારસો જાય તે, સપ્રતિબંધ દાયાદ. **heir'loom** (-લૂમ), ના૰ વારસામાં મળેલી વંશપરંપરા રાખવા જેવી વસ્તુ. **heir'ess**, ના૰ સ્ત્રી૰ વારસ(ણ).

held (હે'લ્ડ), hold નો ભૂ૰ કા૰ તથા ભૂ૰ કૃ૰.

hel'icopter (હે'લિકૉપ્ટર), ના૰ સીધું ઉપર કે નીચે ચડી ઊતરી શકે એવું પૃથ્વીની સપાટીથી સમાંતર આડા પંખાવાળું વિમાન, હેલિકૉપ્ટર.

hel'io (હીલિઓ), ના૰ heliogram, –graphનું સંક્ષિપ્ત રૂપ.

hel'iograph (હીલિઅગ્રાફ, - ઓ –), ના૰ તકતામાં સૂરજનાં કિરણ પાડી તેના પ્રતિબિંબ દ્વારા સંદેશા આપવા તે–આપવાની કળા; એવી રીતે સંદેશા મોકલવાનું સાધન – યંત્ર. સ૰ ક્રિ૰ એવી રીતે સંદેશા મોકલવા.

he'liotrope (હીલિઅટ્રોપ, –ઓ–, હે'–), ના૰ જાંબુડિયા રંગનાં સુગંધી, સૂર્યોન્મુખ ફૂલોવાળો એક છોડ; તેનો જાંબુડિયો રંગ કે સુવાસ.

hel'ium (હીલિઅમ), ના૰ એક બહુ હલકો વર્ણહીન, ગંધહીન વાયુ – ગૅસ.

hell (હે'લ), ના૰ નરક; પ્રેતલોક; અધોગતિ; જુગારનો અડ્ડો (*gambling ~* પણ). *a ~ of a* (noise, time, etc.), ભારે ત્રાસદાયક– નફરત ઉપજાવનાર– (અવાજ, કાળ, ઇ.). ઉદ્ગાર૰ ક્રોધનો સૂચક. *go, ride, ~ for leather*, બને તેટલું જલદી – શીઘ્રગતિથી – જવું. **hell'ish** (હે'લિશ), વિ૰ નરકનું, નરકના જેવું.

Hell'ene (હે'લીન), ના૰ ગ્રીક જાતિ કે વંશનો માણસ (વિ. ક. પ્રાચીન કાળના). **Hellen'ic** (હે'લીનિક), વિ૰ ગ્રીક, ગ્રીસનું.

hello (હે'લો), ઉદ્ગાર૰ જુઓ halo

helm (હે'લ્મ), ના૰ સુકાન, કર્ણ; માર્ગદર્શન; નિયમન, સંચાલન; [કવિતામાં] helmet માટે.

helms'man, ના૰ કર્ણધાર, સુકાની.

hel'met (હે'લ્મિટ), ના૰ શિરસ્ત્રાણ, માથાનું કવચ. [ભૂદાસ, 'સર્ફ'.

hel'ot (હે'લટ), ના૰ સ્પાર્ટાનો ગુલામ,

help (હે'લ્પ), સ૰ ક્રિ૰ (ભૂ૰ કા૰ તથા ભૂ૰ કૃ૰ helped; જૂનું holp, holpen). મદદ – સહાય – કરવી; -નો ઉપાય – ઇલાજ – કરવો; થતું રોકવું – અટકાવવું; (સંકટમાંથી) બચાવવું; પીરસવું. ના૰ મદદ, સહાય; ઇલાજ; [અમે.] મદદનીશ, નોકર. *~ oneself*, જાતે

પીરસી લેવું. **help'ful**, વિ૦ ઉપયોગી, કામનું. **help'ing**, નાં૦ મદદ; પિરસણ. **help'less** વિ૦ અસહાય, લાચાર; પરાધીન. **help'-mate** (-મેટ), **help'meet** (-મીટ), નાં૦ મદદ કરનાર; સાથી (વિ. ક. પતિ કે પત્ની).

hel'ter-skel'ter (હે'લ્ટર-સ્કે'લ્ટર), ક્રિ૦ વિ૦ અતિ ઉતાવળથી, રઘવાયાંરઘવાયાં.

Helve'tian (હિલ્વીશન), વિ૦ અને નાં૦ સ્વિટ્ઝર્લૅન્ડનું (માણસ), સ્વિસ.

hem (હે'મ), નાં૦ કપડાની કોર-કિનાર (વિ. ક. વાળીને ઓટેલી); કિનાર, કિનારી. સ૦ ક્રિ૦ ઓટવું; કોર મૂકવી-સીવવી; ઘેરવું, ઘેરી લેવું. ~ *about, in,* ચારે કોર (ભીંતો ઇ.થી) ઘેરવું.

hem'isphere (હે'મિસ્ફિઅર), નાં૦ અર્ધ-ગોળ, ગોળાર્ધ; પૃથ્વીનો અર્ધભાગ-ગોલાર્ધ.

hem'lock (હે'મ્લૉક), નાં૦ એક ઝેરી વનસ્પતિ, તેમાંથી કાઢેલું ઝેર.

hem'orrhage (હે'મરિજ), જુઓ haem-.

hemp (હે'મ્પ), નાં૦ શણનો છોડ, શણ (જેનાં દોરડાં, ઇ. બનાવવામાં આવે છે). *Indian* ~, ઘેન લાવનાર દવા જેમાંથી તૈયાર કરવામાં આવે છે એવી એક વનસ્પતિ; ગાંજો, ભાંગ. **hem'pen** (હે'મ્પન), વિ૦ શણનું (બનાવેલું).

hem'-stitch (હે'મ્સ્ટિચ), નાં૦ શોભાનો [બખિયો-ઓટણ.

hen (હે'ન), નાં૦ મરઘી, કૂકડી; કોઈ પણ પંખીની માદા. **hen'pecked**, વિ૦ બૈરીનો તાબેદાર, સ્ત્રીવશ.

hen'bane (હે'ન્બેન), નાં૦ એક ઘેન લાવનાર ઝેરી વનસ્પતિ; તેમાંથી કાઢેલું ઝેર, ભાંગ, ગાંજો, ઇ.

hence (હે'ન્સ); ક્રિ૦ વિ૦ અહીંથી; અત્યારથી; આથી, આ કારણે; આને પરિણામે; આના ઉપરથી. **henceforth'** (હે'ન્સ્ફૉર્થ), **hencefor'ward** (હેન્સ્ફૉર્વર્ડ), ક્રિ૦વિ૦ અત્યાર પછી(થી), હવેથી, અતઃપર.

hench'man (હે'ન્ચ્મન), નાં૦ [ઇતિ.] સરદાર-ઉમરાવ-નો અનુચર, નોકર; હજૂરિયો; (રાજકીય) અનુયાયી.

henn'a (હે'ના), નાં૦ ઇજિપ્તમાં થતી મેંદી જેવી વનસ્પતિ, મેંદી; તેમાંથી બનાવાતો રંગ.

hepat'ic (હિપૅટિક), વિ૦ યકૃત-કાળજા-નું, કાળજા માટે સારું.

hep'tagon (હે'પ્ટગન), નાં૦ સપ્તકોણ.

hep'tarchy (હે'પ્ટાર્કિ), નાં૦ સાત રાજાઓનું રાજ્ય; આંગ્લ અને સૅક્સન લોકોના વખતમાં બ્રિટનમાં એકી વખતે સાત-અનેક- રાજ્યો હતાં તે કાળ.

her (હર), સર્વ૦ she ની દ્વિતીયા કે ષષ્ઠી વિભક્તિનું રૂપ. વિ૦ તેનું. વિધેયમાં 'hers' રૂપ થાય છે.

he'rald (હે'રલ્ડ), નાં૦ ભાટ, ચારણ; મહત્ત્વના સમાચાર લોકોને જાહેર કરનાર અમલદાર; ઉમરાવોની ઢાલ પર જે કુળનાં ચિહ્નો હોય છે, તેની નોંધ કરનાર તથા તે સમજાવનાર; આગામી ઘટનાની સૂચના આપનાર વ્યક્તિ-બનાવ-વસ્તુ; અગ્રદૂત, નકીબ; વાર્તાહર, ખેપિયો. સ૦ ક્રિ૦ કોઈના આગમનની ખબર આપવી, -ની છડી-નેકી-પોકારવી. **heral'dic** (હિરૅલ્ડિક), વિ૦ ઇંગ્લંડ, ઇ. દેશના 'હેરલ્ડ' અધિકારીનું-અધિકારીના કામ તથા હુન્નર સંબંધી. **her'aldry** (હે'રલ્ડ્રિ), નાં૦ 'હેરલ્ડ' અધિકારીનું કામ તથા હુન્નર; આયુધો પરનાં વિવિધ ચિહ્નો.

herb (હર્બ), નાં૦ જેનું થડ પોચું હોય ને એક વાર ફૂલ આવ્યા પછી મરી જાય તે છોડ-વનસ્પતિ; જેનાં પાંદડાં દવા તરીકે કે ખાવામાં વપરાતાં હોય એવો છોડ, ઔષધિ, જડીબુટ્ટી. **herba'ceous** (હર્બેશસ). વિ૦ વનસ્પતિનું-સંબંધી, વિપુલ ઔષધિવાળું. ~ *border*, વરસોવરસ આવતાં ફૂલોથી ભરેલો ક્યારો-બગીચાનો ખૂણો.

herb'age (હર્બિજ), નાં૦ વનસ્પતિઓ, ઝાડવાં, ભાજીપાલો; ઘાસચારો.

herb'al (હર્બલ), વિ૦ વનસ્પતિનું-સંબંધી. **her'balist** (હર્બલિસ્ટ), નાં૦ વનસ્પતિ કે ઔષધિનો જાણનાર-વેચનાર.

herbari'um (હર્બેરિઅમ), નાં૦ કાષ્ઠૌષધિ-વનસ્પતિ-નો સંગ્રહ-સંગ્રહાલય.

herbiv'orous (હર્બિવરસ), વિ૦ વનસ્પતિ ખાઈને જીવનાર, શાકાહારી.

Hercu'lean (હર્ક્યૂલિઅન, -લી-), વિ૦ હર્ક્યૂલિસના જેવું જોરાવર; (કામ) ભારે,

મહાકઠણ.

herd (હર્ડ), ના૦ જાનવરોનું ટોળું, જૂથ, ધણ; લોકોનું મોટું ટોળું – સમુદાય; ગોવાળ, ભરવાડ. ઉ૦ ક્રિ૦ ટોળાંબંધ ફરવું – રહેવું; ટોળે વળવું; ધણને હાંકવું; ઘેટાં, ગાયો, ઇ.ની દેખરેખ રાખવી. *the common ~*, આમજનતા. **herds'man** (હર્ડ્ઝ્મન), ના૦ ગોવાળ, રબારી, ભરવાડ.

here (હિઅર), ક્રિ૦ વિ૦ અહીં, આ જગ્યાએ –તરફ; આ ઠેકાણે–તબક્કે; આ લોકમાં, દુનિયામાં. ના૦ આ જગ્યા – સ્થળ. ઉદ્ગાર૦ નવાઈ, ફરિયાદ વ્યક્ત કરવા માટે કે ધ્યાન ખેંચવા માટે વપરાય છે. *~ and there*, જુદે જુદે ઠેકાણે. *~ below*, આ–મર્ત્ય–લોકમાં. *that is neither ~ nor there*, એનો પ્રસ્તુત વિષય સાથે કશો સંબંધ નથી–કશું મહત્ત્વ નથી. *H~'s to you*, આ તમારા માનમાં પીણું લઈએ છીએ. *look ~*, આમ જુઓ. **here'about(s)** (હિઅરબાઉટ્(સ)), ક્રિ૦ વિ૦ આટલામાં, આટલામાં જ ક્યાંક. **hereaf'ter** (હિઅરાફ્ટર), ક્રિ૦ વિ૦ ભવિષ્યમાં, હવે પછી; મૂઆ પછી, પરલોકમાં. ના૦ પરલોક. **hereby'**, ક્રિ૦વિ૦ આથી, આ કારણે. **heretofore'** (હિઅર્ટુફોર), ક્રિ૦ વિ૦ આજ (દિન) સુધી; અગાઉ, પૂર્વે. **hereupon'** (હિઅરપૉન), ક્રિ૦ વિ૦ આની પછી; આને પરિણામે.

hered'itary (હિરે'ડિટરિ), વિ૦ વંશપરંપરાથી વારસામાં મળેલું – મળતું; વારસામાં મળે એવું, વંશપરંપરાગત, જન્મથી મળેલું.

hered'ity (હિરે'ડિટિ), ના૦ વંશપરંપરાગત મળેલા ગુણો; આનુવંશિકતા.

he'resy (હે'રિસિ, –ર–), ના૦ પ્રસ્થાપિત–માન્ય–ધર્મ કે સિદ્ધાન્તથી ઊલટો મત, પાખંડ, પાખંડી મત (વિ.ક. ખ્રિસ્તી ધર્મનો વિરોધી). **he'retic** (હે'રિટિક), ના૦ પાખંડી (માણસ). **heret'ical** (હિરે'ટિકલ), વિ૦ પાખંડી.

her'itable (હે'રિટબલ), વિ૦ (મિલકત) વારસામાં ઊતરે – મળે – એવું; (વ્યક્તિ) વારસામાં મેળવી શકે એવું.

he'ritage (હે'રિટિજ), ના૦ વારસામાં મળેલી – મળવાની – સંપત્તિ, વારસો; વારસામાં મળેલો હિસ્સો.

hermet'ic (હર્મે'ટિક), વિ૦ જેમાં હવા પેસી કે નીકળી ન શકે એવું સજ્જડ બેસતું; કીમિયાનું, રસાયણનું. **hermet'ically**, ક્રિ૦ વિ૦ હવાની આવજા ન થાય એવી રીતે.

herm'it (હર્મિટ), ના૦ એકાંતમાં રહેનાર, યતિ. **herm'itage** (હર્મિટિજ), ના૦ યતિ કે જોગીની ઝૂંપડી, આશ્રમ.

hern'ia (હર્નિઆ), ના૦ [શરીરવિ.] આંતરડું ગોળીમાં ઊતર્યાથી થતું દરદ, અન્તર્ગળ, સારણગાંઠ.

her'o (હીરો, હિઅરો), ના૦ (બ૦વ૦ –es). મહાન અને ઉદાત્ત કામો માટે વખણાતો પુરુષ; શૂરવીર – પરાક્રમી – પુરુષ; કાવ્ય, નાટક કે વાર્તાનું મુખ્ય પાત્ર, નાયક. **hero'ic** (હિરોઇક), વિ૦ વીર કે પરાક્રમી પુરુષનું–ને શોભે એવું; વીરના ગુણોથી યુક્ત, શૂર, પરાક્રમી; વીર પુરુષોને લગતું – ના ચરિત્રનું બયાન કરતું. **hero'ics** (હિરોઇક્સ), ના૦ બ૦ વ૦ આડંબરવાળી શેખીની ભાષા–ભાવ.

he'roine (હે'રોઇન), ના૦ વીર કે પરાક્રમી સ્ત્રી; કાવ્ય, નાટક, ઇ. ની નાયિકા. **he'roism** (હે'રોઇઝ્મ), ના૦ બહાદુરી, શૌર્ય, પરાક્રમ; પરાક્રમનાં કૃત્યો.

he'roin (હે'રોઇન), ના૦ વેદનાની શામક [ઘેન લાવનારી દવા.

he'ron (હે'રન), **hern** (હર્ન, કાવ્યમાં), ના૦ બગલાની એક જાત, ક્રૌંચ. **he'ronry**, ના૦ બગલા જ્યાં પેદા થાય છે તે જગ્યા.

herp'es (હર્પીઝ), ના૦ ચામડીનો એક રોગ, વિસર્પિકા.

Herr (હેર), ના૦ (બ૦ વ૦ Herren). 'મિસ્ટર'નો જર્મન પર્યાય; જર્મન સદ્ગૃહસ્થ.

he'rring (હે'રિંગ), ના૦ એક જાતની ખાવા યોગ્ય નાની માછલી (ઉત્તર આટલાન્ટિક મહાસાગરમાં થતી). *neither fish, flesh nor good red ~*, કોઈ એક વર્ગમાં મૂકી ન શકાય એવી વસ્તુ. *draw a red ~ across the path*, અમુક વિષયથી લોકોનું ધ્યાન બીજે વાળવું – ખેંચવું. **he'rring-bone**, ના૦ હેરિંગ માછલીના હાડકા જેવી રચનાવાળું સીવણ – ટાંકા; પથ્થર કે નળિયાની સર્પાકાર રચના. સ૦ ક્રિ૦ એવી રીતે ટાંકા મારવા – રચના કરવી. **he'rring-pond**, ના૦ ઉત્તર

પીરસી લેવું. **help'ful**, વિ૦ ઉપયોગી, કામનું. **help'ing**, નાં૦ મદદ; પિરસણ. **help'less** વિ૦ અસહાય, લાચાર; પરાધીન. **help'-mate** (-મેટ), **help'meet** (-મીટ), નાં૦ મદદ કરનાર; સાથી (વિ. ક. પતિ કે પત્ની).

hel'ter-skelter (હે'લ્ટર-સ્કે'લ્ટર), ક્રિ૦ વિ૦ અતિ ઉતાવળથી, રઘવાયાંરઘવાયાં.

Helve'tian (હિલ્વીશન), વિ૦ અને નાં૦ સ્વિટ્ઝર્લૅન્ડનું (માણસ), સ્વિસ.

hem (હે'મ), નાં૦ કપડાની કોર-કિનાર (વિ. ક. વાળીને ઓટેલી); કિનાર, કિનારી. સ૦ ક્રિ૦ ઓટવું; કોર મૂકવી-સીવવી; ઘેરવું, ઘેરી લેવું. ~ *about, in,* ચારે કોર (ભીંતો ઇ.થી) ઘેરવું.

hem'isphere (હે'મિસ્ફિઅર), નાં૦ અર્ધ-ગોળ, ગોળાર્ધ; પૃથ્વીનો અર્ધભાગ-ગોલાર્ધ.

hem'lock (હે'મલૉક), નાં૦ એક ઝેરી વન-સ્પતિ, તેમાંથી કાઢેલું ઝેર.

hem'orrhage (હે'મરિજ), જુઓ haem-.

hemp (હે'મ્પ), નાં૦ શણનો છોડ, શણ (જેનાં દોરડાં, ઇ. બનાવવામાં આવે છે). *Indian ~*, ઘેન લાવનાર દવા જેમાંથી તૈયાર કરવામાં આવે છે એવી એક વનસ્પતિ; ગાંજો, ભાંગ. **hem'pen** (હે'મ્પન), વિ૦ શણનું (બનાવેલું). [બખિયો-ઓટણ.

hem'-stitch (હે'મ્સ્ટિચ), નાં૦ શોભાનો

hen (હે'ન), નાં૦ મરઘી, કૂકડી; કોઈ પણ પંખીની માદા. **hen'pecked**, વિ૦ બૈરીનો તાબેદાર, સ્ત્રીવશ.

hen'bane (હે'નબેન), નાં૦ એક ઘેન લાવનાર ઝેરી વનસ્પતિ; તેમાંથી કાઢેલું ઝેર, ભાંગ, ગાંજો, ઇ.

hence (હે'ન્સ); ક્રિ૦ વિ૦ અહીંથી; અત્યારથી; આથી, આ કારણે; આને પરિણામે; આના ઉપરથી. **henceforth'** (હે'ન્સફૉર્થ), **hencefor'ward** (હેન્સ્ફૉર્વર્ડ), ક્રિ૦વિ૦ અત્યાર પછી(થી), હવેથી, અતઃપર.

hench'man (હે'ન્ચ્મન), નાં૦ [ઇતિ.] સરદાર-ઉમરાવ-નો અનુચર, નોકર; હજૂરિયો; (રાજકીય) અનુયાયી.

henn'a (હે'ના), નાં૦ ઇજિપ્તમાં થતી મેંદી જેવી વનસ્પતિ, મેંદી; તેમાંથી બનાવાતો રંગ.

hepat'ic (હિપૅટિક), વિ૦ યકૃત-કાળજા-નું, કાળજા માટે સારું.

hep'tagon (હે'પ્ટગન), નાં૦ સપ્તકોણ.

hep'tarchy (હે'પ્ટાર્કિ), નાં૦ સાત રાજાઓનું રાજ્ય; આંગ્લ અને સૅક્સન લોકોના વખતમાં બ્રિટનમાં એકી વખતે સાત-અનેક-રાજ્યો હતાં તે કાળ.

her (હર), સર્વ૦ she ની દ્વિતીયા કે ષષ્ઠી વિભક્તિનું રૂપ. વિ૦ તેનું. વિધેયમાં 'hers' રૂપ થાય છે.

he'rald (હે'રલ્ડ), નાં૦ ભાટ, ચારણ; મહત્ત્વના સમાચાર લોકોને જાહેર કરનાર અમલદાર; ઉમરાવોની ઢાલ પર જે કુળનાં ચિહ્નો હોય છે, તેની નોંધ કરનાર તથા તે સમજાવનાર; આગામી ઘટનાની સૂચના આપનાર વ્યક્તિ-બનાવ-વસ્તુ; અગ્રદૂત, નકીબ; વાર્તાહર, ખેપિયો. સ૦ ક્રિ૦ કોઈના આગમનની ખબર આપવી, -ની છડી-નેકી-પોકારવી. **heral'dic** (હિરૅલ્ડિક), વિ૦ ઇંગ્લંડ, ઇ. દેશના 'હેરલ્ડ' અધિકારીનું-અધિકારીના કામ તથા હુન્નર સંબંધી. **her'aldry** (હે'રલ્ડ્રિ), નાં૦ 'હેરલ્ડ' અધિકારીનું કામ તથા હુન્નર; આયુધો પરનાં વિવિધ ચિહ્નો.

herb (હર્બ), નાં૦ જેનું થડ પોચું હોય ને એક વાર ફૂલ આવ્યા પછી મરી જાય તે છોડ-વનસ્પતિ; જેનાં પાંદડાં દવા તરીકે કે ખાવામાં વપરાતાં હોય એવો છોડ, ઔષધિ, જડીબુટ્ટી. **herba'ceous** (હર્બેશસ). વિ૦ વનસ્પતિનું-સંબંધી, વિપુલ ઔષધિવાળું. ~ *border*, વરસોવરસ આવતાં ફૂલોથી ભરેલો ક્યારો-બગીચાનો ખૂણો.

herb'age (હર્બિજ), નાં૦ વનસ્પતિઓ, ઝાડવાં, ભાજીપાલો; ઘાસચારો.

herb'al (હર્બલ), વિ૦ વનસ્પતિનું-સંબંધી. **her'balist** (હર્બલિસ્ટ), નાં૦ વનસ્પતિ કે ઔષધિનો જાણનાર-વેચનાર.

herbari'um (હર્બેરિઅમ), નાં૦ કાષ્ઠૌ-ષધિ-વનસ્પતિ-નો સંગ્રહ-સંગ્રહાલય.

herbiv'orous (હર્બિવરસ), વિ૦ વનસ્પતિ ખાઈને જીવનાર, શાકાહારી.

Hercu'lean (હર્ક્યૂલિઅન, -લી-), વિ૦ હર્ક્યૂલિસના જેવું જોરાવર; (કામ) ભારે,

મહાકઠણ.

herd (હર્ડ), ના૦ જાનવરોનું ટોળું, જૂથ, ધણ; લોકોનું મોટું ટોળું – સમુદાય; ગોવાળ, ભરવાડ. ઉ૦ ક્રિ૦ ટોળાંબંધ ફરવું – રહેવું; ટોળે વળવું; ધણને હાંકવું; ઘેટાં, ગાયો, ઇ.ની દેખરેખ રાખવી. *the common ~*, આમજનતા. **herds'man** (હર્ડ્ઝ્‌મન), ના૦ ગોવાળ, રબારી, ભરવાડ.

here (હિઅર), ક્રિ૦ વિ૦ અહીં, આ જગ્યાએ – તરફ; આ ઠેકાણે – તબક્કે; આ લોકમાં, દુનિયામાં. ના૦ આ જગ્યા – સ્થળ. ઉદ્‌ગાર૦ નવાઈ, ફરિયાદ વ્યક્ત કરવા માટે કે ધ્યાન ખેંચવા માટે વપરાય છે. *~ and there*, જુદે જુદે ઠેકાણે. *~ below*, આ–મર્ત્ય–લોકમાં. *that is neither ~ nor there*, એનો પ્રસ્તુત વિષય સાથે કશો સંબંધ નથી–કશું મહત્ત્વ નથી. *H~'s to you*, આ તમારા માનમાં પીણું લઈએ છીએ. *look ~*, આમ જુઓ. **here'about(s)** (હિઅરબાઉટ્(સ)), ક્રિ૦ વિ૦ આટલામાં, આટલામાં જ ક્યાંક. **hereaf'ter** (હિઅરાફ્ટર), ક્રિ૦ વિ૦ ભવિષ્યમાં, હવે પછી; મૂઆ પછી, પરલોકમાં. ના૦ પરલોક. **hereby'**, ક્રિ૦વિ૦ આથી, આ કારણે. **heretofore'** (હિઅર્ટુફોર), ક્રિ૦ વિ૦ આજ (દિન) સુધી; અગાઉ, પૂર્વે. **hereupon'** (હિઅરપૉન), ક્રિ૦ વિ૦ આની પછી; આને પરિણામે.

hered'itary (હિરે'ડિટરિ), વિ૦ વંશપરંપરાથી વારસામાં મળેલું – મળતું; વારસામાં મળે એવું, વંશપરંપરાગત, જન્મથી મળેલું.

hered'ity (હિરે'ડિટિ), ના૦ વંશપરંપરાગત મળેલા ગુણો; આનુવંશિકતા.

he'resy (હે'રિસિ, –ર–), ના૦ પ્રસ્થાપિત–માન્ય–ધર્મ કે સિદ્ધાન્તથી ઊલટો મત, પાખંડ, પાખંડી મત (વિ.ક. ખ્રિસ્તી ધર્મનો વિરોધી). **he'retic** (હે'રિટિક), ના૦ પાખંડી (માણસ). **heret'ical** (હિરે'ટિકલ), વિ૦ પાખંડી.

her'itable (હે'રિટબલ), વિ૦ (મિલકત) વારસામાં ઊતરે – મળે – એવું; (વ્યક્તિ) વારસામાં મેળવી શકે એવું.

he'ritage (હે'રિટિજ), ના૦ વારસામાં મળેલી – મળવાની – સંપત્તિ, વારસો; વારસામાં મળેલો હિસ્સો.

hermet'ic (હર્મે'ટિક), વિ૦ જેમાં હવા પેસી કે નીકળી ન શકે એવું સજ્જડ બેસતું; કીમિયાનું, રસાયણનું. **hermet'ically**, ક્રિ૦ વિ૦ હવાની આવજા ન થાય એવી રીતે.

herm'it (હર્મિટ), ના૦ એકાંતમાં રહેનાર, યતિ. **herm'itage** (હર્મિટિજ), ના૦ યતિ કે જોગીની ઝૂંપડી, આશ્રમ.

hern'ia (હર્નિઆ), ના૦ [શરીરવિ.] આંતરડું ગોળીમાં ઊતર્યાથી થતું દરદ, અન્તર્ગળ, સારણગાંઠ.

her'o (હીરો, હિઅરો), ના૦ (બ૦વ૦ –es). મહાન અને ઉદાત્ત કામો માટે વખણાતો પુરુષ; શૂરવીર – પરાક્રમી – પુરુષ; કાવ્ય, નાટક કે વાર્તાનું મુખ્ય પાત્ર, નાયક. **hero'ic** (હિરોઇક), વિ૦ વીર કે પરાક્રમી પુરુષનું – ને શોભે એવું; વીરના ગુણોથી યુક્ત, શૂર, પરાક્રમી; વીર પુરુષોને લગતું – ના ચરિત્રનું બયાન કરતું. **hero'ics** (હિરોઇક્સ), ના૦ બ૦ વ૦ આડંબરવાળી શેખીની ભાષા–ભાવ. **he'roine** (હે'રોઇન), ના૦ વીર કે પરાક્રમી સ્ત્રી; કાવ્ય, નાટક, ઇ. ની નાયિકા. **he'roism** (હે'રોઇઝ્‌મ), ના૦ બહાદુરી, શૌર્ય, પરાક્રમ; પરાક્રમનાં કૃત્યો.

he'roin (હે'રોઇન), ના૦ વેદનાની શામક [ઘેન લાવનારી દવા.

he'ron (હે'રન), **hern** (હર્ન, કાવ્યમાં), ના૦ બગલાની એક જાત, ક્રૌંચ. **he'ronry**, ના૦ બગલા જ્યાં પેદા થાય છે તે જગ્યા.

herp'es (હર્પીઝ્), ના૦ ચામડીનો એક રોગ, વિસર્પિકા.

Herr (હેર), ના૦ (બ૦ વ૦ Herren). 'મિસ્ટર'નો જર્મન પર્યાય; જર્મન સદ્‌ગૃહસ્થ.

he'rring (હે'રિંગ), ના૦ એક જાતની ખાવા યોગ્ય નાની માછલી (ઉત્તર આટલાન્ટિક મહાસાગરમાં થતી). *neither fish, flesh nor good red ~*, કોઈ એક વર્ગમાં મૂકી ન શકાય એવી વસ્તુ. *draw a red ~ across the path*, અમુક વિષયથી લોકોનું ધ્યાન બીજે વાળવું – ખેંચવું. **he'rring-bone**, ના૦ હેરિંગ માછલીના હાડકા જેવી રચનાવાળું સીવણ – ટાંકા; પથ્થર કે નળિયાની સર્પાકાર રચના. સ૦ ક્રિ૦ એવી રીતે ટાંકા મારવા – રચના કરવી. **he'rring-pond**, ના૦ ઉત્તર

આટલાન્ટિક મહાસાગર. [તેણે પોતે.
herself' (હર્સે'લ્ફ), સર્વ૦ સ્ત્રી૦ તે પોતે;
hes'itancy (હે'ઝિટન્સિ), ના૦ આંચકો ખાવો તે, અનિશ્ચય, દ્વિધા વૃત્તિ; આનાકાની. **hes'itant** (હે'ઝિટન્ટ), વિ૦ હા ના કરનારું, અનિશ્ચયવાળું. **hes'itate** (હેઝિટેટ), અ૦ ક્રિ૦ આંચકો ખાવો, અચકાવું, મનમાં ઢચુપચુ હોવું. **hesita'tion**, ના૦ આંચકો ખાવો તે, આંચકો, દગદગો, આનાકાની.
Hes'perus (હે'સ્પરસ), ના૦ સંધ્યા તારો, શુક્રનો તારો.
he'ssian (હે'શન, હે'સિઅન), વિ૦ (*H*~) (જર્મન શહેર) હેસનું. ના૦ શણનું કપડું, ગૂણપાટ; (બ૦ વ૦) ઊંચા બૂટ.
het'erodox (હે'ટરડૉક્સ), વિ૦ સ્થાપિત કે માન્ય ધર્મમતથી ભિન્ન-વિરુદ્ધ, અવિહિત; વિચિત્ર-અસામાન્ય-મત ધરાવનારું; પાખંડી.
heterogen'eous (હે'ટરજીનિઅસ, -રૅ-) વિ૦ વિવિધ તત્ત્વોનું બનેલું, નાના જાતીય, જુદી જુદી જાત કે પ્રકારોનું.
hew (હ્યૂ), ઉ૦ ક્રિ૦ (ભૂ૦ કા૦ hewed; ભૂ૦ કૃ૦ hewn). (તલવાર કે કુહાડી વતી) કાપવું, ફાડવું, ચીરવું; કોતરી કાઢવું, ઘડવું. **hew'er** (હ્યૂઅર), ના૦ કાપનાર, વાઢનાર, વહેરનાર.
hex'agon (હે'ક્સગન), ના૦ ષટ્કોણ. **hexag'onal** (હે'ક્સૅગનલ), વિ૦ છ કોણવાળું, ષટ્કોણ.
hexam'eter (હે'ક્સૅમિટર), ના૦ છ ગણ-વાળી કાવ્યની લીટી - છંદ.
hey (હે), ઉદ્ગાર૦ આશ્ચર્ય કે પ્રશ્નનો દ્યોતક. ~ *presto* (હે પ્રે'સ્ટો), જાદુઈ કરામત કરતી વખતે બોલવાના શબ્દો.
hey'day (હેડે), ના૦ પુરબહાર, સોળે કળા, જોર, પરાકાષ્ઠા.
hiat'us (હાયેટસ), ના૦ (બ૦ વ૦-es). ખંડ, ભંગ, ગાબડું; બે સ્વર વચ્ચેનો ભંગ-અંતર (દા. ત. co-opt).
hi'bernate (હાઇબર્નેટ), અ૦ ક્રિ૦ (પ્રાણીઓ અંગે) શિયાળો સૂનકારપણામાં-જડતામાં-પસાર કરવો; [લા.] સુસ્ત-નિષ્ક્રિય-રહેવું. **hiberna'tion**, ના૦.
Hibern'ian (હાઇબર્નિઅન), વિ૦ અને ના૦ આયર્લૅન્ડનું (માણસ-વતની).
hiccough' hicc'up (હિકપ), ના૦ હેડકી, અટકડી, વાધણી. ઉ૦ક્રિ૦ હેડકી આવવી; હેડકી સાથે બોલવું.
hic ja'cet (હિક્ જેસે'ટ) = "*here lies*" the body of (in this grave) - કબર પાસેના પથ્થર ઉપર મરનાર વિષેનો કોતરેલો લેખ, મૃત્યુલેખ.
hick'ory (હિકરિ), ના૦ અખરોટની જાતનું ઉ. અમેરિકાનું એક ઝાડ; તેનું લાકડું-લાકડી.
hid, hidden, hide નો ભૂ૦ કા૦ તથા ભૂ૦ કૃ૦
hidal'go (હિડૅલ્ગો), ના૦ (બ૦ વ૦-s). (વિ.ક. ઊંચી પદવી-વાળો) સ્પૅનિશ સદ્ગૃહસ્થ.
hide (હાઇડ), ના૦ કાચું અથવા કેળવેલું ચામડું, ખાલ; [મશ્કરીમાં] માણસની ચામડી. સ૦ ક્રિ૦ ચામડી ઉતારવી; (ચાબુક વતી) ફટકારવું, *save one's own* ~, પોતાની જાતને બચાવવી. **hide-and-seek**, ના૦ ડાહીનો ઘોડો, એક બાળ - રમત. **hide-bound**, વિ૦ [લા.] બહુ જ સાંકડા-સંકુચિત-મનવાળું.
hide, ઉ૦ ક્રિ૦ (ભૂ૦ કા૦ hid, ભૂ૦ કૃ૦ hidden અને hid). સંતાડવું, છુપાવવું, ઢાંકવું; સંતાવું; છાનું-છૂપું-રાખવું. ના૦ જંગલી પ્રાણીઓને જોવા માટે શિકાર વખતે સંતાવાની જગ્યા.
hide, ના૦ એક કુટુંબ ને તેના આશ્રિતો માટે આવશ્યક જમીનનું માપ (૬૦થી ૧૨૦ એકરનું).
hid'eous (હિડિઅસ), વિ૦ બિહામણું, વિકરાળ; નફરત પેદા કરે-ચીતરી ચડે-એવું.
hi'ding (હાઇડિંગ), ના૦ માર (મારવો તે), ફટકારી કાઢવું તે.
hiding, ના૦ વિ. ક. *be in* ~, સંતાઈ રહેવું.
hie (હાઈ), અ૦ ક્રિ૦ અને કર્તૃવા૦ [કાવ્યમાં] જલદી-ઉતાવળથી-જવું, દોડી જવું.
hi'erarchy (હાયરાર્કિ), ના૦ ચડતા ઊતરતા દરજ્જાના ધર્માધિકારીઓવાળી સંસ્થા; એવા માણસોવાળી બીજી કોઈ પણ સંસ્થા; પાદરીઓ દ્વારા રાજ્યનું સંચાલન, પાદરીશાહી.
hi'eroglyph (હાયરગ્લિફ, -રૅ-), ના૦

પ્રાચીન મિસરના લખાણમાં શબ્દ કે ધ્વનિ વ્યક્ત કરવા માટે વપરાતી વસ્તુની આકૃતિ કે ચિત્ર, ચિત્રપલ્લવી–લિપિ. **hieroglyph'ic** (–ગ્લિફિક), વિ૦ ચિત્રલિપિનું–સંબંધી. ના૦ (બ૦ વ૦) ચિત્રલિપિ.

hig'gle (હિગલ), અ૦ ક્રિ૦ ભાવતાલમાં ખેંચતાણ–રકઝક–કરવી.

hig'gledy-pig'gledy (હિગલ્ડિ–પિગ-લ્ડિ), ક્રિ૦ વિ૦ અસ્તવ્યસ્તપણે, રફેદફે. વિ૦ અસ્તવ્યસ્ત.

high (હાઈ), વિ૦ ઊંચું, ઉન્નત; અમુક ઊંચાઈનું; ઊંચી પદવીવાળું કે ગુણવાળું; ઊંચા પ્રકારનું; મહાન; (માંસ) થોડું વાસી–વાસ મારતું; (ધ્વનિ) ઊંચું, તાર; (કિંમત) ભારે, મોઘું; દરિયાની સપાટીથી ખૂબ ઊંચું; (પદ) મહત્ત્વનું, બીજાઓથી ઉપરનું; (પવન) જોરદાર. ના૦ ઊંચી જગ્યા; સ્વર્ગ. ક્રિ૦ વિ૦ તદ્દન–બહુ–ઊંચે; ઉત્કટપણે; ભારે દરથી–કિંમતે. *ride the ~ horse,* અભિમાન કરવું. *It is ~ time to go,* જવાનો વખત ક્યારનો થઈ ગયો છે. *a ~ (old) time, ~ jinks,* મજાનો સમય–વખત. *~ living,* ખૂબ સુખસગવડમાં જીવવું તે. *~ wind,* સખત પવન. *play ~,* હોડમાં ભારે વસ્તુ મૂકીને જુગાર રમવો. *H~ Church,* ઇન્ગ્લન્ડના ચર્ચમાંનું એક જૂથ. *~ colour,* ભડક–ભભકાદાર–રંગ. *~ road,* ધોરી રસ્તો, રાજમાર્ગ. *~ school,* માધ્યમિક શાળા, હાઇસ્કૂલ. *~ seas,* તોફાની દરિયો. *The ~ seas,* (કિનારાથી દૂરનો) ભર દરિયો. *~ tea,* ચા સાથેનું (સામિષ) ભોજન. *~ water,* ભરતીનો જુવાળ.

high'ball (હાઈબૉલ), ના૦ [અમે.] ઊંચા ગ્લાસમાં સોડા અને વિસ્કી(દારૂ)નું મિશ્રણ.

high'-born, વિ૦ ઊંચા કુળમાં જન્મેલું.

high-bred વિ૦ સારા કુટુંબમાં જન્મેલું અને સારી તાલીમ પામેલું.

high'brow (–બ્રાઉ), વિ૦ અને ના૦ ખૂબ પંડિતાઈ કે બુદ્ધિમત્તાનો ડોળ કરનાર; (સંગીત, ઇ.) સામાન્ય લોકોથી સમજવું મુશ્કેલ.

high-falut'in (g) (–ફલૂટિન, –ટિંગ), વિ૦ ભારે મોટા શબ્દોવાળું, પણ વસ્તુતઃ મૂર્ખામીભર્યું.

high-fidelity (–ફિડેલિટિ), વિ૦ (રેડિયો ઇ.) અવાજને યથાર્થપણે રજૂ કરનારું.

high'flown (–ફ્લોન), વિ૦ આડંબરવાળું પણ અર્થહીન, ભભકાદાર.

high-hand'ed, વિ૦ જોરજબરદસ્તીવાળું, જુલમી, તુમાખીભરેલું, આપખુદ. [અભિમાની.

high-hatted, વિ૦ મોટાઈનો ડોળ કરનાર,

High'lander (–લૅન્ડર), ના૦ સ્કૉટલન્ડના ઉચ્ચ પ્રદેશનો વતની, 'હાઈલૅન્ડર'.

high'lands, ના૦ બ૦વ૦ પહાડી–ઊંચાણ-વાળો–પ્રદેશ (વિ. ક. ઉત્તર સ્કૉટલન્ડનો).

high'light, સ૦ક્રિ૦ મોખરે-આગળ-આણવું. ના૦ આગળ પડતું લક્ષણ; ચિત્રનો ચળકતા પ્રકાશવાળો ભાગ.

high'ly (હાઇલિ), ક્રિ૦ વિ૦ ઘણું, બહુ. *speak ~ of,* -નાં વખાણ કરવાં.

high-mind'ed, વિ૦ મોટા–ઉદાર–મનનું, દિલાવર, મહાશય; [પ્રા.] અભિમાની.

high'ness (હાઇનિસ), ના૦ ઊંચાઈ; શાહજાદા, ઊંચા દરજ્જાના માણસો ને હિંદુસ્તાનમાં રાજારજવાડા માટે વપરાતો ઇલકાબ (*His, Her, Your, H~,* etc).

high'-spirited (–સ્પિરિટિડ), વિ૦ ઉચ્ચ–ઉદાત્ત–ભાવનાવાળું; ઉલ્લાસવાળું; ધૈર્યશીલ.

high-strung (–સ્ટ્રંગ), વિ૦ અતિ સુંવાળા મનનું–લાગણીવાળું, સહેજે ક્ષુબ્ધ થનારું, તંગ મગજવાળું.

high'way (–વે), ના૦ જાહેર ધોરી રસ્તો, મુખ્ય રસ્તો. **high'wayman** (–વેમન), ના૦ ધોરી રસ્તે લૂંટનાર, વાટપાડુ–મારુ.

hike (હાઇક), ઉ૦ ક્રિ૦ અને ના૦ ફરવું, રખડવું, વ્યાયામ કે મોજ માટે ખૂબ દૂર સુધી વગડામાં ફરી આવવું. **hik'er** ના૦, એવી રીતે ફરનાર.

hilar'ious (હિલેરિઅસ), વિ૦ આનંદી, રમૂજી, ટોળી. **hila'rity** (હિલેરિટિ), ના૦ ગંમત, રમૂજ.

hill (હિલ), ના૦ ઊંચાણ, ટેકરી, ટેકરો, ડુંગર. **hill'y**, વિ૦ ડુંગર–પહાડ–નું; ડુંગરાળ. **hill'iness** ના૦.

hill'ock (હિલક), ના૦ નાની ટેકરી, ટેકરો.

hilt (હિલ્ટ), ના૦ તલવાર કે કટારનો

હાથો–મૂક. *up to the* ~, પૂરેપૂરું.
him (હિમ), સર્વ૦ he ની દ્વિતીયા વિભક્તિ.
himself', heનું ભારદર્શક અને કર્તૃ–સ્વ–વાચક રૂપ.
hind (હાઇન્ડ), ના૦ હરિણી, સાબરી.
hind, ના૦ ખેતીનો મજૂર, ગામડિયો.
hind, વિ૦ પાછળનું, પાછલા ભાગનું. **hind'er**, (હાઇન્ડર), વિ૦ પાછળનું, પાછલી બાજુનું.
hind'er (હિન્ડર), સ૦ ક્રિ૦ માર્ગમાં આડે આવવું; અટકાવવું, રોકવું, પ્રતિબંધ કરવો.
hind'most (હાઇન્ડમોસ્ટ), વિ૦ તદ્દન–સૌથી–પાછળનું. [ખલેલ, વિઘ્ન; પ્રતિબંધ.
hin'drance (હિન્ડ્રન્સ), ના૦ હરકત,
Hin'di (હિન્દી), વિ૦ (ઉત્તર) હિન્દનું, હિન્દી. ના૦ હિન્દી માણસ કે ભાષા.
Hindu', **Hindoo'** (હિન્દૂ), ના૦ અને વિ૦ હિન્દુ; હિન્દી. **Hin'duism** (હિન્દૂઇઝ઼મ), ના૦ હિન્દુ ધર્મ.
Hindusta'ni (હિન્દુસ્ટાની, –દૂ–), વિ૦ ઉત્તર હિન્દનું, હિન્દુસ્તાનનું. ના૦ હિન્દુસ્તાનનો વતની કે ભાષા, હિન્દુસ્તાની.
hinge (હિંજ), ના૦ બરડવું, મજાગરું; (બ૦વ૦) નરમાદા, કડી આંકડો; મૂળ આધાર. ઉ૦ ક્રિ૦ મજાગરાં, ઇ. જડવાં; -ની ઉપર આધાર રાખવો–ફરવું (*on* સાથે). ~ *upon*, -ની ઉપર આધાર રાખવો. *off its* ~*s* (મન) અસ્તવ્યસ્ત સ્થિતિમાં, ગાંડું, ચસકેલું.
hint (હિન્ટ), ના૦ ઇશારો, સૂચના; ઝાંખી. ઉ૦ ક્રિ૦ (આડકતરી રીતે) સૂચના કરવી. ~ *at*, -ની સૂચના કરવી. *take a* ~, અણસારાથી સમજી જવું. *take a* ~ *from*, પાસેથી સૂચન–વિચાર–લેવો.
hin'terland (હિન્ટરલૅન્ડ), ના૦ દરિયા-કિનારો કે નદીકાંઠાની પાછળનો–દેશની અંદરનો–મુલક–પ્રદેશ; પીઠપ્રદેશ.
hip (હિપ), ના૦ (કેડનું) હાડું, કટિ, કેડ, કૂલો. *have* (person) *on the* ~, -ને માર મારવો –કાબૂમાં લેવો. *smite* ~ *and thigh*, -ના ઉપર પૂરેપૂરો વિજય મેળવવો.
hip, ના૦ (જંગલી) ગુલાબનું ફળ.
hip, ઉદ્ગાર૦ ~, ~, *hurrah*! હે હે, હિપ હિપ હુર્રે! (આનંદનો ઉદ્ગાર).
hipped, વિ૦ ખિન્ન, ઉદાસ.
hipp'odrome (હિપડ્રોમ), ના૦ ઘોડા કે રથોની શરતનું મેદાન, ઘોડદોડ; સરકસ.
hippopot'amus (હિપપૉટમસ), ના૦ (બ૦વ૦ muses, –mi). પાણીમાં રહેતું હાથીની જાતનું આફ્રિકાનું એક કદાવર પ્રાણી, જળઘોડો.
hire (હાયર), ના૦ ભાડું, મજૂરી, મહેનતાણું. *on* ~, ભાડે (આપવાનું). સ૦ ક્રિ૦ ભાડે રાખવું–લાવવું; ભાડે–ગણોતે–સાંથે–આપવું (~ *out*); રોજીએ–પગારે–રાખવું. **hire'ling** (હાયર્લિંગ), ના૦ મજૂરી લઈને કેવળ પૈસા માટે કામ કરનારો, ભાડૂતી (તિરસ્કાર સૂચક). **hire-purchase**, અમુક હપતા આપ્યા પછી વસ્તુ ભાડે રાખનારની માલિકીની બને એવી ખરીદી કરવાની પદ્ધતિ.
hirs'ute (હર્સ્યૂટ,–સૂટ), વિ૦ (આખે ડિલે) વાળવાળું, લોમશ; હોળ્યા કર્યા વિનાનું.
his (હિઝ઼), સર્વ૦ (heનું ષષ્ઠીનું રૂપ). તેનું.
hiss (હિસ), ના૦ છિટકાર, ફિટકાર; સુસવાટ, ફૂંફાડો. ઉ૦ ક્રિ૦ છિટકાર કરવો, નાપસંદગી વ્યક્ત કરવી; સુસવાટ કરવો, ફૂંફાડો મારવો.
hist (હિસ્ટ), ઉદ્ગાર૦ ધ્યાન ખેંચવા, શાંત રહેવા કે કૂતરાને સિસકારવા માટે વપરાય છે.
histol'ogy (હિસ્ટૉલજિ), ના૦ સૂક્ષ્મપિંડ-રચનાશાસ્ત્ર, પેશીશાસ્ત્ર.
histor'ian (હિસ્ટૉરિઅન), ના૦ ઇતિહાસ લખનાર, ઇતિહાસનો તજ્જ્ઞ, ઇતિહાસકાર.
histo'ric (હિસ્ટૉરિક), વિ૦ ઐતિહાસિક, ઇતિહાસપ્રસિદ્ધ, મોટું અને મહત્ત્વનું. ~ *present*, લખાણ અસરકારક થાય તે માટે ભૂતકાળના વર્ણનમાં વાપરેલો વર્તમાનકાળ.
histo'rical (–રિકલ), વિ૦ ઇતિહાસનું, ઐતિહાસિક; ઇતિહાસના જેવું ચોક્કસ; ભૂતકાળનું–માં થઈ ગયેલું.
his'tory (હિસ્ટરિ), ના૦ ભૂતકાળની ઘટનાઓનું બયાન, ઇતિહાસ, તવારીખ; તેનો અભ્યાસ.
histrion'ic (હિસ્ટ્રિઑનિક), વિ૦ નાટક ભજવવાને લગતું, નાટક કે નટનું–ના જેવું; નાટકી, દાંભિક. ના૦ બ૦ વ૦ નાટયને લગતી બાબતો; નાટકી–દાંભિક–ભાષા, ઇ.

hit (હિટ), ઉ૦ક્રિ૦ (ભૂ૦ કા૦ hit). મારવું, ચોટ લગાડવી; અસ્ત્ર ફેંકીને – તાકીને – મારવું; ફટકો મારવા તાકવું, મુઠ્ઠી ઉગામવી; ઓચિંતું મળી આવવું. ના૦ ફટકો, ટકોરો; ટકોર, કટાક્ષ; સફળ પ્રયત્ન, યશ. *make a ~ with*, -ની ઉપર અનુકૂળ છાપ પાડવી. *~ on, upon*, અચાનક મળી આવવું. *~ it off with*, -ની સાથે સારી રીતે ફાવવું. *be hard ~*, ખૂબ નુકસાન થવું, ભારે ફટકો લાગવો. *~ the nail on the head*, બરાબર સાચી વાત કહી દેવી. *~ below the belt*, અંચઈ કરવી, અયોગ્ય રીતે ફટકો મારવો (દા. ત. ગદાયુદ્ધમાં કમરની નીચે ફટકો મારવો).

hitch (હિચ), ઉ૦ ક્રિ૦ આંચકો મારીને ખેંચવું; દોરડાનો ફાંસો નાખી બાંધવું, ફાંસા વતી બંધાવું. ના૦ આંચકો; [નૌકા.] દોરડાનો ફાંસો – ગાળો; નડતર, હરકત. *~ on to*, -ની સાથે બાંધી દેવું. *~ up*, આંચકો મારી ખેંચવું.

hitch-hike (હિચ્હાઇક), અ૦ક્રિ૦ અને ના૦ રસ્તે પસાર થતા વાહનવાળાઓને યાચના કરીને તેમના વાહનમાં બેસીને પ્રવાસ કરવો.

hith'er (હિધર), ક્રિ૦ વિ૦ આ જગ્યા તરફ, આણીગમ; અહીં. *~ and thither*, આમ તેમ, જુદી જુદી દિશામાં. **hitherto'** (–ટૂ), ક્રિ૦ વિ૦ અત્યાર લગી.

hive (હાઇવ), ના૦ મધમાખી માટેનો કૃત્રિમ પૂડો; ભીડ અને ઉદ્યમની જગ્યા; ભીડ, ધમાલ. ઉ૦ ક્રિ૦ (મધમાખી અંગે) પૂડામાં મૂકવું-જવું; હૂંફાળી જગ્યામાં મૂકવું; સંગ્રહ કરવો.

hives (હાઇવ્ઝ઼), ના૦ બ૦ વ૦ ચામડી પર થતી ફોલ્લીઓ; આંતરડાં, ગળું, ઇ.નો સોજો.

ho (હો), ઉદ્ગાર૦ કોઈનું ધ્યાન ખેંચવા, આશ્ચર્ય વ્યક્ત કરવા, વપરાય છે. **ho! ho!**, હો ! હો ! ગમતનો ઉદ્ગાર.

hoar (હોર), વિ૦ધોળું, ભૂખરું; ઘરડું; પળિયેલ, સફેદ. **hoar-frost**, ના૦ અતિ ટાઢથી ઠરી ગયેલો ઓસ – ઝાકળ, હિમ.

hoard (હોર્ડ), ના૦ સંચય, સંઘરો; સંતાડીને રાખી મૂકેલું દ્રવ્ય. ઉ૦ ક્રિ૦ ભરી મૂકવું – રાખવું; દાટી–સંતાડી–મૂકવું; અતિસંગ્રહ કરવો.

hoard'ing (હોર્ડિંગ), ના૦ ઇમારત બંધાતી હોય તે જગ્યાની આસપાસની ઊંચા પાટિયાની વાડ કે દીવાલ, જેના પર જાહેરખબરો ચોઢવામાં આવે છે.

hoarse (હોર્સ, હો–), વિ૦ (અવાજ) ભારે, ખોખરો, બેઠેલો; ખોખરા અવાજવાળું.

hoar'y (હોરિ), વિ૦ વૃદ્ધાવસ્થાને લીધે ધોળું, સફેદ; ધોળા વાળવાળું; અતિ વૃદ્ધ; બુઝુર્ગ માનનીય. **hoariness**, ના૦.

hoax (હોક્સ), સ૦ ક્રિ૦ મજાકમાં છેતરવું–ભમાવવું, બનાવવું. ના૦ મજાકમાં કરેલી છેતરપિંડી, મજાક, બનાવટ.

hob (હૉબ), ના૦ વસ્તુઓ ગરમ રાખવા માટે ચૂલા પાસે કરેલી પતરાની છાજલી.

hob'ble (હૉબલ), ઉ૦ ક્રિ૦ લંગડાવું, ખોડાવું; ઘોડો ફાવે ત્યાં દોડી ન જાય તે માટે તેના પગ બાંધવા. ના૦ લંગડાતી ચાલ; પગે બાંધેલું દોરડું, ડામણ.

hob'bledehoy (હૉબલ્ડિહૉઈ), ના૦ પૌગંડ અવસ્થાનો છોકરો, અવ્યવસ્થિત ને બેફકરો છોકરો. (૧૪થી ૨૧ વરસનો).

hobb'y (હૉબિ), ના૦ [પ્રા.] ટટ્ટુ; પોતાના મુખ્ય વ્યવસાયની બહારની કોઈ મન ગમતી પ્રવૃત્તિ, મનોરંજનનો વિષય, શોખ. *ride a ~ to death*, કેવળ મનોરંજન ખાતર જે વસ્તુ કરાતી હોય તેને વધારે પડતો વખત આપવો. **hobb'y-horse**, ના૦ બાળકોનો લાકડીનો ઘોડો, રમકડાનો ઘોડો.

hob'goblin (હૉબ્ગૉબ્લિન), ના૦ ભૂત, પિશાચ; હાઉ; અટકચાળાં – તોફાન – કરનાર, બાબરો ભૂત.

hob'nail (હૉબ્નેલ), ના૦ જોડાના તળિયામાં મારવાની જાડા માથાવાળી ખીલી.

hob-nob (હૉબ્નૉબ), અ૦ ક્રિ૦ (~ *with*) સાથે (મદિરા) પાન કરવું; ઘરોબાની–દોસ્તીની – વાતો કરવી.

hob'o (હોબો) ના૦ (બ૦ વ૦ –s). [અમે.] પ્રવાસી કારીગર, રખડુ, રખડેલ.

Hob'son's choice (હૉબ્સન્સ ચૉઇસ), લેવા કે છોડવા સિવાય બીજો વિકલ્પ ન હોવો.

hock (હૉક), ના૦ પશુના પાછલા પગના ઘૂંટણનો પાછલો ભાગ – સાંધો.

hock ના૦ સફેદ રંગનો જર્મન દારૂ. [રમત.
hock'ey (હૉકિ), ના૦ ગેડીદડો, હૉકીની
hoc'us (હૉકસ), સ૦ ક્રિ૦ છેતરવું, બનાવવું; દારૂ, ઘેનની દવા, ઇ. પાવું. **hoc'us-poc'us**, ના૦ જાદુ, નજરબંધી, કરતાં વપરાતા અર્થહીન શબ્દો; છેતરપિંડી. ઉ૦ ક્રિ૦ નજરબંધી કરવી, જાદુ કરવું.
hod (હૉડ), ના૦ ચૂનો, ઈંટો, ઇ. લઈ જવા માટેનું દાંડાવાળું તગારું કે લાકડાનું પાત્ર.
hodd'en (હૉડન), ના૦ ઊનનું જાડું-બરછટ-કપડું. [hotchpotch.
hodge-podge (હૉજપૉજ), ના૦ જુઓ
hoe (હો), ના૦ પાવડો, ખરપડી. સ૦ ક્રિ૦ જમીન ગોડવી-પોચી કરવી, પાવડા કે ખરપડી વતી નીંદવું.
hog (હૉગ), ના૦ ડુક્કર, ભૂંડ, સૂવર; ગંદો માણસ; ખાઉધરો-લોભી-માણસ. ઉ૦ ક્રિ૦ ખાવાની વસ્તુ પર તૂટી પડવું. *go the whole* ~, કોઈ વાત સાંગોપાંગ-સંપૂર્ણપણે-પૂરી કરવી. **hogg'ish**, વિ૦ ખાઉધરું, લોભી.
hog'manay (હૉગ્મને), ના૦ [સ્કૉ.] વરસનો છેલ્લો દિવસ; એ દિવસે બાળકો માગે છે તે મીઠાઈ, કેક, ઇ. ભેટ.
hogs'head (હૉગ્ઝ્ હે'ડ), ના૦ મોટું પીપ; ૨૩૯ કે ૨૪૬ લિટરનું (૫૨.૫ કે ૫૪ ગૅલનનું) એક માપ.
hoid'en, hoyd'en (હૉઇડન), ના૦ અસંસ્કારી-રીતભાત વગરની-છોકરી.
hoist (હૉઇસ્ટ), સ૦ ક્રિ૦ (વજન) ઉપર ચડાવવું; ઝંડો ઇ. ચડાવવો-ફરકાવવો. ના૦ ચડાવવાનું યંત્ર-સાધન, લિફ્ટ.
hoist, વિ૦ (hoiseનું ભૂ૦ કૃ૦). ~ *with one's own petard*, પોતે મૂકેલા બૉમ્બથી પોતે જ ઊડી ગયેલું, પોતે ખોદેલા ખાડામાં પડેલું.
hoi'ty-toity' (હૉઇટિ-ટૉઇટિ), વિ૦ ઉદ્ધત અને અવ્યવસ્થિત, જરાજરામાં ઊતરી પડનારું, ચીડિયું. ઉદ્ગાર૦ આશ્ચર્યદર્શક, ઓહો!
hold (હોલ્ડ), ઉ૦ ક્રિ૦ (ભૂ૦ કા૦ held). પકડવું, ઝાલવું, પકડી રાખવું; અમુક સ્થિતિમાં પકડી રાખવું; હુમલાખોરોને કશાકથી દૂર રાખવા; -ના કબજામાં રાખવું-હોવું, માલિકીનું હોવું-રાખવું; -માં સમાવવું-માવું; (ઉત્સવ) કરવો, ઊજવવો; અખંડ-ટકી-રહેવું, ભાંગી ન જવું; માનવું, (મત, ઇ.) ધારણ કરવું; -ને આધાર આપવો, ધારણ કરવું; (સભા, ઇ.) ભરવું; (કિલ્લો, ઇ.) ટકાવી રાખવું, હાથમાંથી જવા ન દેવું; ચાલુ રહેવું; (શ્વાસ) રોકવું, થોભાવવું. ના૦ પકડ, કબજો; વજન, વગ; પકડવાનું સાધન, આધાર; પકડવાનો લાગ; હક, અખત્યાર; કિલ્લો; તુરંગ. ~ *in the hollow of one's hand*, -ની ઉપર પૂરેપૂરો કાબૂ હોવો. ~ *oneself ready*, તૈયાર રહેવું. ~ *water*, (દલીલ, ઇ.) મજબૂત હોવું, ટકવું, સાચું પુરવાર થવું. ~ *a man to his promise*, -ની પાસે વચન પળાવવું, વચન પાળવાની ફરજ પાડવી. ~ *one's peace, one's tongue*, બોલવાનું બંધ કરવું, ચૂપ રહેવું. ~ *by, to*, -ને વળગી રહેવું. ~ *back*, આનાકાની કરવી, પાછા હઠવું; રોકવું, કરતાં અટકાવવું. ~ *off*, આવતાં કે હુમલો કરતાં રોકવું, વારવું. ~ *one's own*, ટકી રહેવું, પરાભૂત ન થવું. ~ *out*, નમતું ન આપવું; (માલ, ઇ.) અમુક કામ માટે પૂરતું થવું-ન ખૂટવું. ~ *over*, રાખી મૂકવું, મુલતવી રાખવું. ~ *up*, રસ્તામાં રોકીને લૂંટી લેવું; થોડા વખત માટે બંધ કરવું. ~ *forth*, વિગતે બોલવું, ભાષણ કરવું. ~ *good*, લાગુ પડવું; અમલમાં ચાલુ હોવું; સાચું હોવું. ~ *with*, માન્ય-પસંદ-કરવું. ~ *hard*! થોભી જાઓ, બંધ કરો!
hold, ના૦ વહાણમાં માલ માટે તૂતક નીચેની જગ્યા, ભોયરું, ભંડક. [વગેરે રાખવાનો થેલો.
hold'-all, ના૦ પ્રવાસ માટે કપડાં, બિસ્તરો
hold'er (હોલ્ડર), ના૦ તાત્પૂરતો માલિક, કબજો ધરાવનાર; પકડવાનું સાધન, હાથો, ઇ.
hold'ing (હોલ્ડિંગ), ના૦ માલિકીની જમીન, શૅરો, ઇ. પૂંજી; જમીનના કબજાનો પ્રકાર; (બ૦વ૦) ધંધામાં રોકેલી કુલ પૂંજી, મિલકત.
hole (હોલ), ના૦ ખાડો, બખોલ, પોલાણ; કાણું, બાકોરું, છિદ્ર; ગબી, ગલ; [ગૉલ્ફમાં] દડાને ગલમાં નાંખવાથી મળતો એક હાથ; રહેવાની કંગાલ જગ્યા; [લા.] દર. ઉ૦ ક્રિ૦ -માં કાણાં પાડવાં; કાણામાં મૂકવું, [ગૉલ્ફ] ગબીમાં દડો નાંખવો. *in a* ~, સંકટમાં,

મુશ્કેલીમાં. *like a rat in a ~*, નાસી જવાની શક્યતા ન હોય એવી જગ્યામાં. *pick ~s in*, -ના દોષ કાઢવા, પ્રતિકૂળ ટીકા કરવી. *~-and-corner* (methods), ગુહ્ય, છાનું, ચોરીનું, ઘાલમેલવાળું.

hol'iday (હૉલિડે) ના૦ રજાનો-તહેવારનો-દિવસ; (બ૦વ૦) લાંબી રજાઓ.

holi'ness (હોલિનિસ), ના૦ પવિત્રતા; (*H*—) પોપ, શંકરાચાર્ય, ઇ. ને માટે વપરાતો ખિતાબ.

holla (હૉલ,-લા), **hello** (હલો), ઉદ્ગાર૦ કશુંક ધ્યાનમાં રાખવાની સૂચના આપવા માટે વપરાય છે. [દેશ, હૉલન્ડ.

Holl'and (હૉલન્ડ), ના૦ યુરોપનો એક

holl'and, ના૦ હૉલન્ડમાં બનેલું શણનું જાડું કપડું. [હૉલન્ડનો દારૂ.

Hollands ના૦ અનાજમાંથી બનેલો

hollo(a)' (હૉલો), ઉદ્ગાર૦ ધ્યાન ખેંચવા અથવા કૂતરાઓને શિકાર પાછળ દોડાવવા વપરાય છે. ઉ૦ક્રિ૦

holl'ow (હૉલો), વિ૦ પોલું, પોલાણવાળું, નક્કર નહિ એવું; ખાલી, જૂઠું, મિથ્યા; (અવાજ) ખોખરો, પોલો. ના૦ પોલી જગ્યા, બખોલ; પોલાણ, ખાડો; ખીણ. ક્રિ૦ વિ૦ પૂરેપૂરું, છેક. સ૦ક્રિ૦ -માં ખાડો કરવો (*~out* પણ). *beat one ~*, પૂરેપૂરું પરાજિત કરવું.

hollow-eyed, વિ૦ ઊંડી ગયેલી આંખોવાળું

holl'y (હૉલિ), ના૦ બોર જેવાં લાલ ફળવાળો એક સદાપર્ણી છોડ.

holly'hock (હૉલિહૉક), ના૦ મોટાં વિવિધરંગી ફૂલવાળું ઊંચું ઝાડ.

holm(e) (હોમ), ના૦ નદીની અંદરનો ટાપુ; ભાઠાની સપાટ જમીન. [ઓકનું ઝાડ.

holm, ના૦ (સામાન્યતઃ *~-oak*). સદાપર્ણી

hol'ocaust (હૉલકૉસ્ટ), ના૦ પૂરેપૂરી બળી ગયેલી આહુતિ; હોમ; સર્વનાશ, વિધ્વંસ.

hol'ograph (હૉલગ્રાફ), ના૦ જેની સહી હોય તેને હાથે લખાયેલો આખો દસ્તાવેજ.

hol'ster (હોલ્સ્ટર), ના૦ પિસ્તોલ રાખવાની ચામડાની કોથળી.

hol'us-bol'us (હોલસ્બોલસ), ક્રિ૦ વિ૦ એકીસાથે, આખું ને આખું.

ho'ly (હોલિ), વિ૦ દેવનું-ને અર્પણ કરેલું, પવિત્ર; શુદ્ધ અને પૂર્ણ, પાપરહિત. *a man in ~ orders*, પાદરી, ધર્મગુરુ. *a ~ terror*, મૂંઝવી નાખનાર જબરો માણસ-બાળક. *H~ Land*, પૅલેસ્ટાઈન. *H~ Week*, ઈસ્ટર પહેલાંનું અઠવાડિયું. *H~ Writ*, બાઇબલ.

hol'ystone (હોલિસ્ટોન), ના૦ તૂતક વગેરેને ઘસીને સાફ કરવાનો ખરબચડો પથ્થર.

hom'age (હૉમિજ), ના૦ [સરંજામશાહી] વફાદારીનો જાહેર એકરાર; અભિનંદન, સત્કાર, સન્માન; અંજલિ.

home (હોમ), ના૦ રહેઠાણ, મકાન; સ્વગૃહ; જન્મભૂમિ, સ્વદેશ; (ગરીબો, વૃદ્ધો કે દરદીઓ માટેનું) આશ્રયસ્થાન-ગૃહ. વિ૦ ઘરનું; ઘેર બનાવેલું, ઘરમાં વપરાતું; સ્વદેશી. ક્રિ૦ વિ૦ પોતાને ઘેર, પોતાના ઘરભણી; સચોટ, આબાદ. અ૦ ક્રિ૦ ઘરનો રસ્તો લેવો, ઘેર પહોંચવું. *at ~*, ઘેર, સ્વગૃહે; સ્વસ્થ; (કોઈ વિષયમાં) પ્રવીણ. *at ~ with*, -ને મળવા તૈયાર. *at-~*, ના૦ નાસ્તો, ઇ.નો મેળાવડો, પાર્ટી. *not at ~*, મળવા આવનારને મળી ન શકે એવું. *drive a nail ~*, ઠોકીને સજ્જડ બેસાડવું. *go ~*, (શબ્દો અંગે) ઠેઠ હૃદયના ઊંડાણ સુધી પહોંચવું. *bring it ~ to him*, તેણે ખોટું કર્યું છે તેની ખાતરી - ભાન - કરાવવું. *H~ Rule*, હોમરૂલ, સ્વરાજ્ય. *~ truth*, કોઈની ઊણપો, ઇ. બતાવનારું કથન, સચોટ વિધાન.

Home Guard (-ગાર્ડ), ના૦ અશાંતિ, હુલ્લડ, ઇ. વખતે વ્યવસ્થા જાળવવા માટે ઊભા કરેલા નાગરિક દળનો માણસ.

home'ly (હોમ્લિ), વિ૦ સાદું, જાડુંપાતળું; બહુ ફૂટડુંયે નહિ ને વરવુંયે નહિ એવું, મધ્યમ રૂપનું; [અમે.] રૂપાળું નહિ એવું; [ઑસ્ટ્રે.] અતિથિસત્કાર કરનારું. *~ speech*, સાદું અને સામાન્ય કોટિનું ભાષણ. *~ fare*, સાદો ખોરાક. [ની શૈલીનું; વીરરસનું.

Home'ric (હમે'રિક), વિ૦ હોમર કવિનું-

home'sick (હોમ્સિક), વિ૦ કુટુંબ કે ઘરના વિરહથી દુઃખી, ઘેર જવા આતુર, હિજરાતું, ઘર માટે ઝૂરતું.

home'spun (હોમ્સ્પન), વિ૦ ઘેર કાંતેલું; સાદું. ના૦ ઘેર કાંતેલા સૂતરનું કાપડ, દેશી કાપડ.

home'stead (હોમ્સ્ટે'ડ), ના૦ આસપાસ જમીન હોય એવું વાડીવાળું ઘર, વાડી.
home'ward(s) (હોમ્વડ્ (ઝ્)), ક્રિ૦વિ૦ ઘર તરફ-ભણી.
hom'icide (હૉમિસાઇડ), ના૦ માનવહિંસા, મનુષ્યવધ; તે કરનાર, ખૂની. **homicid'al** (-ડલ), વિ૦ મનુષ્ય વધનું-સંબંધી.
hom'ily (હૉમિલિ), ના૦ ધાર્મિક પ્રવચન; ઉપદેશાત્મક લાંબું લચ વ્યાખ્યાન. **homilet'ic** (હૉમિલે'ટિક), વિ૦ બોધનું-બોધ આપનારું. ના૦ બ૦વ૦ બોધ આપવાની કળા.
homing (હોમિંગ), ના૦ ઘેર આવવું-જવું-તે. વિ૦ ઘેર આવનારું; (કબૂતર) દૂરથી ઘેર આવવા કેળવેલું. [જાડી રાબ, ભરડકું.
hom'iny (હૉમિનિ), ના૦ મકાઈની સોજીની
homo (હોમો), ના૦ [પ્રાણી.] માણસ. *H~ sapiens*, આધુનિક માનવ.
homoeop'athy (હોમિઑપથિ), ના૦ જે પ્રકારનો વ્યાધિ હોય તેવાં જ લક્ષણો દર્દીમાં ઉપજાવનારી ઉપચાર પદ્ધતિ, સમચિકિત્સા, સામ્યોપચાર, હોમિયોપથી. **hom'oeo path** (હોમિઅપૅથ), **ho'moeopathist** (-આપથિસ્ટ), ના૦ સમચિકિત્સા કરનાર વૈદ. **homoeopath'ic** (હોમિઅપૅથિક), વિ૦ સમચિકિત્સાવાળું-અંગેનું.
homogene'ity (હૉમજિનીઇટિ), ના૦ એકરૂપતા, એકતા; સાધર્મ્ય. **homogen'eous** (હોમજીનિઅસ, -મો-), વિ૦ એક જાતિ કે પ્રકૃતિનું, એક જ પ્રકારના ઘટકોનું બનેલું.
hom'onym (હૉમનિમ), ના૦ સરખાં રૂપ કે જોડણીવાળો પણ ભિન્ન અર્થવાળો શબ્દ.
hone (હોન), ના૦ અસ્રો, ચપ્પુ, ઇ.ને ધાર કાઢવાનો પથ્થર, પથરી, -ગોળાઈવાળો કાચ. સ૦ ક્રિ૦ પથરી પર ઘસીને ધાર કાઢવી.
hon'est (ઑનિસ્ટ), વિ૦ નેક, પ્રામાણિક, ચોરી કે છેતરપિંડી ન કરનારું; સાચું, ચોખ્ખું; યોગ્ય, શુદ્ધ બુદ્ધિથી કરેલું. **hon'esty** (ઑનિસ્ટિ), ના૦ પ્રામાણિકપણું, સચ્ચાઈ, ઈમાનદારી; જાંબુડા રંગનાં ફૂલવાળો છોડ.
ho'ney (હનિ), ના૦ મધ; મીઠાશ, માધુર્ય; વહાલનો શબ્દ (પ્રિયા, પ્રેયસી, ઇ.). **honeyed, honied**, વિ૦ (શબ્દ) મધુર, મીઠાશવાળું.
ho'neycomb (હનિકોમ), ના૦ મધપૂડો, મધુકોશ. **honeycombed**, વિ૦ મધપૂડાની જેમ અનેક છિદ્રોવાળું.
ho'neymoon (હનિમૂન), ના૦ નવપરિણીત દંપતીનો આનંદ માણવાનો કાળ-પહેલો માસ. અ૦ક્રિ૦ એ કાળ માણવો.
ho'neysuckle (હનિસકલ), ના૦ પીળાં સુગંધી ફૂલોવાળો વેલો (ભીંત કે વાડ પર થતો).
honk (હૉંક), ના૦ મોટરના ભૂંગળાનો અવાજ.
honorar'ium (હૉનરૅરિઅમ, ઑ-), ના૦ (બ૦ વ૦ -ums, -ria). પરિશ્રમ કે સેવા બદલ આપેલી ફી કે બક્ષિસ, સન્માનવેતન.
hon'orary (ઑનરરિ), વિ૦ માનાર્થે આપેલું-એનાયત કરેલું; અવેતન. *~ magistrate*, મૅજિસ્ટ્રેટનો હોદ્દો ધારણ કરનાર પણ તેનું રીતસરનું વેતન ન પામનાર.
honorif'ic (ઑનરિફિક), વિ૦ (શબ્દ, પદ, ઇ.) સન્માનદર્શક-સૂચક. ના૦ એવો શબ્દ-પદ.
hon'our (ઑનર), ના૦ પ્રતિષ્ઠા, આબરૂ; બહુમાન, સન્માન; ઔદાર્ય, મોટું મન; પદવી, ઇ. સન્માનસૂચક ચિહ્ન; શોભાવનાર વ્યક્તિ કે વસ્તુ; (બ૦વ૦) પદવી પરીક્ષામાં ઉપલો વર્ગ કે ઉપલા વર્ગમાં સ્થાન. સ૦ ક્રિ૦ -નું સન્માન કરવું, ખૂબ માન આપવું; -ને પદવી, ઇ. એનાયત કરવું; (હૂંડી, ઇ.) શિકારવું, -ના પૈસા ચૂકવવા. *a debt of ~*, ધર્મઋણ. *put a man on his ~*, -ની ઉપર વિશ્વાસ મૂકવો. *maid of ~*, રાણી કે શાહજાદીની સેવા કરનારી જુવાન સ્ત્રી (બાનુ). *birthday ~s*, રાજાના જન્મદિવસે એનાયત કરવામાં આવતાં માનચાંદ-ઇલકાબો. *do ~ to*, -ને સન્માનવું. *do ~ to a meal*, ભોજનને ન્યાય આપવો, પેટ ભરીને જમવું. *do the ~s of the house*, યજમાનપણું કરવું, ગૃહસ્વામીની ફરજો બજાવવી.
hon'ourable (ઑનરબલ), વિ૦ નેક, પ્રામાણિક, ઉદાર, મોટા મનનું; માનનીય, નામદાર, ઇ. (હોદ્દાની રૂએ વપરાતું).
hood (હુડ), ના૦ માથું અને ગરદન ઢાંકે એવી ટોપી-ટોપ; પદવીદાનના ઝભ્ભા પર ચોડેલી પદવીદર્શક ઝાલર કે પટી, 'હુડ'; સાપની ફેણ; ગાડીની છત્રી, ધમણ; [અમે.]

મોટરનો ઍંજિનના ઢાંકણાનો ભાગ. સ० ક્રિ૦ ટોપી પહેરાવવી; ઢાંકવું, સંતાડવું.

hood'wink (હુડ્‌વિંક્), સ० ક્રિ૦ કશાક વિષે ખોટો ખ્યાલ આપવો, છેતરવું, આંખે પાટા બાંધવા. [કરનાર, ગુંડો, મવાલી.

hood'lum (હૂડ્‌લમ), ના० દંગો-ટંટો-

hoo'doo(હૂડૂ),ના०[અમે.]દુર્દૈવ, કમનસીબ.

hoof (હૂફ), ના० (બ० વ० –fs, –ves). ખરી, ક્ષુર. સ० ક્રિ૦ ખરી મારવી – પછાડવી, લાત મારવી; ચાલવું. *show the cloven* ~, ગુણ (વિ. ક. ખરાબ ગુણ) બતાવવો; -નો પરચો આપવો; -નું પોત પ્રકાશવું.

hook (હુક), ના. આંકડો – ડી; કડી, 'હૂક'; દાતરડું. ઉ०ક્રિ૦ આંકડા વતી પકડવું – મજબૂત બાંધી દેવું; ગલ વતી (માછલી, ઇ.) પકડવું. *bill* ~, દાતરડું. ~ *and eye*, કપડાં પહેરવામાં વપરાતી ધાતુની કડીઓ ને આંકડાઓ. *by* ~ *or by crook*, ગમે તેમ કરીને, યેન કેન પ્રકારેણ. *do on one's own* ~, પોતાની હિંમત પર, એકલે હાથે. **hooked** (હુક્‌ટ્), વિ० આંકડીના આકારનું; આંકડી(ઓ)-વાળું.

hook'ah (હુકા), ના० હૂકો.

hook'worm (હુકવર્મ), ના० ગરમ પ્રદેશમા આંતરડામાં થતો એક પાતળો – બારીક – જંતુ-કૃમિ. [મારામારી – કરનારો, મવાલી.

hoo'ligan (હૂલિગન), ના० રસ્તામાં દંગો-

hoop (હૂપ), ના० પીપ, ઇ.ની આસપાસ જડવામાં આવતી લોઢાની પટી, તાર, ઇ.; ખોળી, કડું; (પૈડાની) વાટ, વાટો; 'ક્રોકિ' રમતમાંની લોઢાની કમાન. સ० ક્રિ૦ પટો ચડાવવો – મારવો; ઘેરવું, ફરતે ભેગા થવું.

hoop, ના० મોટેથી ઉધરસ ખાવી તે, તેનો અવાજ. ~*ing cough*, ના० ઉટાંટિયું.

hoop'oe (હૂપૂ), ના० વિવિધ રંગનાં પીંછાં અને મોટી કલગીવાળું એક પક્ષી.

hooray (હુરે), ના० આનંદસૂચક પોકાર.

hoot (હૂટ), ઉ० ક્રિ૦ બૂમો પાડવી (વિ. ક. નાપસંદગી બતાવવા), હુરિયો બોલાવવો; હડધૂત કરવું; (ઘુવડ અંગે) ઘૂ ઘૂ કરવું; (આગગાડી મોટર, ઇ. એ) સીટી–ભૂંગળું–વગાડવું. ના० ઘુવડનું ઘૂ ઘૂ; હડહડ, ધુત્કાર. **hoot'er** (હૂટર), ના० ઍંજિનની સીટી, ભૂંગળું.

hop (હૉપ), ના० બીર દારૂને સ્વાદિષ્ટ બનાવવા વપરાતાં શંકુના આકારનાં કડવાં ફળવાળો એક છોડ; (બ० વ०) તેનાં પાકાં ફળ.

hop, ઉ०ક્રિ૦ એક પગે ચાલવું – ઠેકડો મારવો; (જાનવરો અંગે) ચોપગે કૂદકો મારવો. ના० કૂદકો મારવો – ઘોડી કુદાવવી – તે; નાચ; (વિમાનનો) લાંબા અંતરનો એક ટપ્પો. ~ *it*, જતો રહે. *catch* one *on the* ~, ઓચિંતા પકડી પાડવું. **bellhop**, ના० [અમે.] વીશીમાંનો નોકર. **hop'scotch** (હૉપ્-સ્કૉચ), ના० 'સીડી' કે 'પગથિયાં'ની રમત, 'શેટલો'

hope (હોપ), ના० આશા, ઉમેદ, મુરાદ; વિશ્વાસ, ભરોસો; આશા રાખવાનું કારણ. ઉ० ક્રિ૦ આશા રાખવી, ભરોસો કરવો. *hoping against* ~, આશા રાખવા જરાય કારણ ન હોય ત્યારે પણ આશા રાખવી, **hopeful**, વિ० આશાભર્યું. **hopeless**, વિ० આશાહીન, નિરાશ, નકામું, ખરાબ. ~ *fool*, પૂરેપૂરો – તદ્દન – મૂર્ખ.

hopp'er (હૉપર), ના० 'હૉપ'નાં ફળ વીણનારો.

hopp'er, ના० ઘંટીમાં અનાજ ઓરવાની ઓરણી, ગળણી; સાત સમુંદરની રમત; એક જાતનું જહાજ; તીડ, તીતીઘોડો, કંસારી, ઇ. જન્તુ; ખોડી ખાનાર.

horde (હૉર્ડ), ના० તાર્તર, ઇ. રખડુ જમાતોનું ટોળું; ઝુંડ, ધાડું, ટોળું.

hori'zon (હરાઇઝ઼ન), ના० ક્ષિતિજ; દૃષ્ટિ કે વિચારની પહોંચ – મર્યાદા. **horizon'tal** (હૉરિઝૉન્ટલ), વિ० ક્ષિતિજ (રેખા)ને સમાંતર, આડું (ઊભું નહિ).

hor'mone (હૉર્મોન), ના० [શરીર-વ્યા.] લોહીમાં ભળીને ઇન્દ્રિયોને કાર્યકર કરનારો શરીરની અંદરની ગ્રંથિઓમાંથી ઝરતો રસ, એક પ્રકારનો અન્તઃસ્રાવ.

horn (હૉર્ન), ના० શિંગડું, શૃંગ; શિંગું, રણશિંગું; શીંગડા જેવી ઇન્દ્રિય, પ્રાણી–કીડા–ની મૂછ; મોટરનું ભૂંગળું. *draw in one's* ~ *s*, પાછું હઠવું, પીછેહઠ કરવી. *take the bull by the* ~*s*, કોઈ પણ સવાલનો હિંમત-

મોટરનો ઍંજિનના ઢાંકણાનો ભાગ. સ૦ ક્રિ૦ ટોપી પહેરાવવી; ઢાંકવું, સંતાડવું.

hood'wink (હુડ્વિંક્), સ૦ ક્રિ૦ કશાક વિષે ખોટો ખ્યાલ આપવો, છેતરવું, આંખે પાટા બાંધવા. [કરનાર, ગુંડો, મવાલી.

hood'lum (હૂડ્લમ), ના૦ દંગો-ટંટો-

hoo'doo(હૂડૂ),ના૦[અમે.]દુર્દૈવ, કમનસીબ.

hoof (હૂફ), ના૦ (બ૦ વ૦ – fs, –ves). ખરી, ક્ષુર. સ૦ ક્રિ૦ ખરી મારવી – પછાડવી, લાત મારવી; ચાલવું. *show the cloven* ~, ગુણ (વિ. ક. ખરાબ ગુણ) બતાવવો; -નો પરચો આપવો; -નું પોત પ્રકાશવું.

hook (હુક), ના. આંકડો – ડી; કડી, 'હૂક'; દાતરડું. ઉ૦ક્રિ૦ આંકડા વતી પકડવું – મજબૂત બાંધી દેવું; ગલ વતી (માછલી, ઇ.) પકડવું. *bill* ~, દાતરડું. ~ *and eye*, કપડાં પહેરવામાં વપરાતી ધાતુની કડીઓ ને આંકડાઓ. *by* ~ *or by crook*, ગમે તેમ કરીને, યેન કેન પ્રકારેણ. *do on one's own* ~, પોતાની હિંમત પર, એકલે હાથે. **hooked** (હુકટ્), વિ૦ આંકડીના આકારનું; આંકડી(ઓ)-વાળું.

hook'ah (હુકા), ના૦ હૂકો.

hook'worm (હુકવર્મ), ના૦ ગરમ પ્રદેશમા આંતરડામાં થતો એક પાતળો – બારીક – જંતુ-કૃમિ. [મારામારી – કરનારો, મવાલી.

hoo'ligan (હૂલિગન), ના૦ રસ્તામાં દંગો-

hoop (હૂપ), ના૦ પીપ, ઇ. ની આસપાસ જડવામાં આવતી લોઢાની પટી, તાર, ઇ.; ખોળી, કડું; (પૈડાની) વાટ, વાટો; 'ક્રોકિ' રમતમાંની લોઢાની કમાન. સ૦ ક્રિ૦ પટો ચડાવવો – મારવો; ઘેરવું, ફરતે ભેગા થવું.

hoop, ના૦ મોટેથી ઉધરસ ખાવી તે, તેનો અવાજ. ~*ing cough*, ના૦ ઉટાંટિયું.

hoop'oe (હૂપૂ), ના૦ વિવિધ રંગનાં પીંછાં અને મોટી કલગીવાળું એક પક્ષી.

hooray (હુરે), ના૦ આનંદસૂચક પોકાર.

hoot (હૂટ), ઉ૦ ક્રિ૦ બૂમો પાડવી (વિ. ક. નાપસંદગી બતાવવા), હુરિયો બોલાવવો; હડધૂત કરવું; (ઘુવડ અંગે) ઘૂ ઘૂ કરવું; (આગગાડી મોટર, ઇ. એ) સીટી–ભૂંગળું–વગાડવું. ના૦ ઘુવડનું ઘૂ ઘૂ; હડહડ, ધુત્કાર. **hoot'er** (હૂટર), ના૦ ઍંજિનની સીટી, ભૂંગળું.

hop (હૉપ), ના૦ બીર દારૂને સ્વાદિષ્ટ બનાવવા વપરાતાં શંકુના આકારનાં કડવાં ફળવાળો એક છોડ; (બ૦ વ૦) તેનાં પાકાં ફળ.

hop, ઉ૦ક્રિ૦ એક પગે ચાલવું – ઠેકડો મારવો; (જાનવરો અંગે) ચોપગે કૂદકો મારવો. ના૦ કૂદકો મારવો – ઘોડી કુદાવવી – તે; નાચ; (વિમાનનો) લાંબા અંતરનો એક ટપ્પો. ~ *it*, જતો રહે. *catch* one *on the* ~, ઓચિંતા પકડી પાડવું. **bellhop**, ના૦ [અમે.] વીશીમાંનો નોકર. **hop'scotch** (હૉપ્-સ્કૉચ), ના૦ 'સીડી' કે 'પગથિયાં'ની રમત, 'શેટલો'

hope (હોપ), ના૦ આશા, ઉમેદ, મુરાદ; વિશ્વાસ, ભરોસો; આશા રાખવાનું કારણ. ઉ૦ ક્રિ૦ આશા રાખવી, ભરોસો કરવો. *hoping against* ~, આશા રાખવા જરાય કારણ ન હોય ત્યારે પણ આશા રાખવી, **hopeful**, વિ૦ આશાભર્યું. **hopeless**, વિ૦ આશાહીન, નિરાશ, નકામું, ખરાબ. ~ *fool*, પૂરેપૂરો – તદ્દન – મૂર્ખ.

hopp'er (હૉપર), ના૦ 'હૉપ'નાં ફળ વીણનારો.

hopp'er, ના૦ ઘંટીમાં અનાજ ઓરવાની ઓરણી, ગળણી; સાત સમુંદરની રમત; એક જાતનું જહાજ; તીડ, તીતીઘોડો, કંસારી, ઇ. જન્તુ; ખોડી ખાનાર.

horde (હોર્ડ), ના૦ તાર્તર, ઇ. રખડુ જમાતોનું ટોળું; ઝુંડ, ધાડું, ટોળું.

hori'zon (હરાઇઝ઼ન), ના૦ ક્ષિતિજ; દૃષ્ટિ કે વિચારની પહોંચ – મર્યાદા. **horizon'tal** (હૉરિઝૉન્ટલ), વિ૦ ક્ષિતિજ (રેખા)ને સમાંતર, આડું (ઊભું નહિ).

hor'mone (હૉર્મોન), ના૦ [શરીર-વ્યા.] લોહીમાં ભળીને ઇન્દ્રિયોને કાર્યકર કરનારો શરીરની અંદરની ગ્રંથિઓમાંથી ઝરતો રસ, એક પ્રકારનો અન્તઃસ્રાવ.

horn (હૉર્ન), ના૦ શિંગડું, શૃંગ; શિંગું, રણશિંગું; શીંગડા જેવી ઇન્દ્રિય, પ્રાણી–કીડા–ની મૂછ; મોટરનું ભૂંગળું. *draw in one's* ~ *s*, પાછું હઠવું, પીછેહઠ કરવી. *take the bull by the* ~*s*, કોઈ પણ સવાલનો હિંમત-

home'stead (હોમ્સ્ટે'ડ), ના૦ આસપાસ જમીન હોય એવું વાડીવાળું ઘર, વાડી.
home'ward(s) (હોમ્વર્ડ્ (ઝ્)),ક્રિ૦વિ૦ ઘર તરફ–ભણી.
hom'icide (હૉમિસાઇડ), ના૦ માનવહિંસા, મનુષ્યવધ; તે કરનાર, ખૂની. **homicid'al** (–ડલ), વિ૦ મનુષ્ય વધનું–સંબંધી.
hom'ily (હૉમિલિ), ના૦ ધાર્મિક પ્રવચન; ઉપદેશાત્મક લાંબું લચ વ્યાખ્યાન. **homilet'ic** (હૉમિલે'ટિક), વિ૦ બોધનું–બોધ આપનારું. ના૦ બ૦વ૦ બોધ આપવાની કળા.
homing (હોમિંગ), ના૦ ઘેર આવવું–જવું–તે. વિ૦ ઘેર આવનારું; (કબૂતર) દૂરથી ઘેર આવવા કેળવેલું. [જાડી રાબ, ભરડકું.
hom'iny (હૉમિનિ), ના૦ મકાઈની સોજીની
homo (હોમો), ના૦ [પ્રાણી.] માણસ. *H~ sapiens*, આધુનિક માનવ.
homoeop'athy (હોમિઑપથિ), ના૦ જે પ્રકારનો વ્યાધિ હોય તેવાં જ લક્ષણો દર્દીમાં ઉપજાવનારી ઉપચાર પદ્ધતિ, સમચિકિત્સા, સામ્યોપચાર, હોમિયોપથી. **hom'oeo path**(હોમિઅપૅથ), **ho'moeopathist** (–આપથિસ્ટ),ના૦ સમચિકિત્સા કરનાર વૈદ. **homoeopath'ic** (હોમિઅપૅથિક), વિ૦ સમચિકિત્સાવાળું–અંગેનું.
homogene'ity (હૉમજિનીઇટિ), ના૦ એકરૂપતા, એકતા; સાધર્મ્ય. **homogen'eous** (હોમજીનિઅસ, –મો–),વિ૦ એક જાતિ કે પ્રકૃતિનું, એક જ પ્રકારના ઘટકોનું બનેલું.
hom'onym (હૉમનિમ), ના૦ સરખાં રૂપ કે જોડણીવાળો પણ ભિન્ન અર્થવાળો શબ્દ.
hone (હોન), ના૦ અસ્ત્રો, ચપ્પુ, ઇ.ને ધાર કાઢવાનો પથ્થર, પથરી,–ગોળાઈવાળો કાચ. સ૦ ક્રિ૦ પથરી પર ઘસીને ધાર કાઢવી.
hon'est (ઑનિસ્ટ), વિ૦ નેક, પ્રામાણિક, ચોરી કે છેતરપિંડી ન કરનારું; સાચું, ચોખ્ખું; યોગ્ય, શુદ્ધ બુદ્ધિથી કરેલું. **hon'esty** (ઑનિસ્ટિ), ના૦ પ્રામાણિકપણું, સચ્ચાઈ, ઈમાનદારી; જાંબુડા રંગનાં ફૂલવાળો છોડ.
ho'ney (હનિ), ના૦ મધ; મીઠાશ, માધુર્ય; વહાલનો શબ્દ (પ્રિયા,પ્રેયસી,ઇ.). **honeyed, honied**, વિ૦ (શબ્દ) મધુર, મીઠાશવાળું.
ho'neycomb (હનિકોમ), ના૦ મધપૂડો, મધુકોશ. **honeycombed**, વિ૦ મધપૂડાની જેમ અનેક છિદ્રોવાળું.
ho'neymoon (હનિમૂન), ના૦ નવપરિણીત દંપતીનો આનંદ માણવાનો કાળ–પહેલો માસ. અ૦ક્રિ૦ એ કાળ માણવો.
ho'neysuckle (હનિસકલ), ના૦ પીળાં સુગંધી ફૂલોવાળો વેલો (ભીંત કે વાડ પર થતો).
honk (હૉંક), ના૦ મોટરના ભૂંગળાનો અવાજ.
honorar'ium (હૉનરેરિઅમ, ઑ–), ના૦ (બ૦ વ૦ –ums, –ria). પરિશ્રમ કે સેવા બદલ આપેલી ફી કે બક્ષિસ, સન્માનવેતન.
hon'orary (ઑનરરિ), વિ૦ માનાર્થે આપેલું–એનાયત કરેલું; અવેતન. ~ *magistrate*, મૅજિસ્ટ્રેટનો હોદ્દો ધારણ કરનાર પણ તેનું રીતસરનું વેતન ન પામનાર.
honorif'ic (ઑનરિફિક), વિ૦ (શબ્દ, પદ, ઇ.) સન્માનદર્શક – સૂચક. ના૦ એવો શબ્દ–પદ.
hon'our (ઑનર), ના૦ પ્રતિષ્ઠા, આબરૂ; બહુમાન, સન્માન; ઔદાર્ય, મોટું મન; પદવી, ઇ. સન્માનસૂચક ચિહ્ન; શોભાવનાર વ્યક્તિ કે વસ્તુ; (બ૦વ૦) પદવી પરીક્ષામાં ઉપલો વર્ગ કે ઉપલા વર્ગમાં સ્થાન. સ૦ ક્રિ૦ -નું સન્માન કરવું, ખૂબ માન આપવું; -ને પદવી, ઇ. એનાયત કરવું; (હૂંડી, ઇ.) શિકારવું, -ના પૈસા ચૂકવવા. *a debt of* ~, ધર્મઋણ. *put a man on his*~, -ની ઉપર વિશ્વાસ મૂકવો. *maid of* ~, રાણી કે શાહજાદીની સેવા કરનારી જુવાન સ્ત્રી (બાનુ). *birthday ~s*, રાજાના જન્મદિવસે એનાયત કરવામાં આવતાં માનચાંદ – ઇલકાબો. *do ~ to*, -ને સન્માનવું. *do ~ to a meal*, ભોજનને ન્યાય આપવો, પેટ ભરીને જમવું. *do the ~s of the house*, યજમાનપણું કરવું, ગૃહસ્વામીની ફરજો બજાવવી.
hon'ourable (ઑનરબલ), વિ૦ નેક, પ્રામાણિક, ઉદાર, મોટા મનનું; માનનીય, નામદાર, ઇ. (હોદ્દાની રૂએ વપરાતું).
hood (હુડ), ના૦ માથું અને ગરદન ઢાંકે એવી ટોપી–ટોપ; પદવીદાનના ઝભ્ભા પર ચોડેલી પદવીદર્શક ઝાલર કે પટી, 'હુડ'; સાપની ફેણ; ગાડીની છત્રી, ધમણ; [અમે.]

પૂર્વક – સાહસથી – સામનો કરવો. સ૦ ક્રિ૦ શિંગડાં જોડવાં – લગાડવાં; શિંગડું ભોંકવું.

horn'beam (હૉર્નબીમ), ના૦ વાડના કામમાં આવતું એક ઝાડ.

horn'bill (હૉર્નબિલ), ના૦ ચાંચ પર શિંગડા જેવા ઊપસેલા ભાગવાળું એક પક્ષી.

horn'et (હૉર્નિટ), ના૦ એક જાતની મોટી ડંખવાળી ભમરી, ભમરો. *stir up a ~s' nest,* દુશ્મનોને નાહક છંછેડીને પીડા વહોરવી.

horn'pipe (હૉર્નપાઇપ), ના૦ ખારવાઓનું એક આનંદી નૃત્ય. [નક્કર, કઠણ.

horn'y (હૉર્નિ), વિ૦ શિંગડાનું – ના જેવું;

horol'ogy (હરૉલજિ, હૉ–), ના૦ ઘડિયાળ બનાવવાની કળા; કાલમાપનવિદ્યા.

ho'roscope (હૉરસ્કોપ).ના૦[ખ.] આકાશી ગોળાઓની અમુક વખતે સ્થિતિ; [ફલજ્યો.] જન્માક્ષર, જન્મકુંડલી, પત્રિકા.

ho'rrible (હૉરબલ), **ho'rrid** (હૉરિડ,) વિ૦ ભયંકર, થરથરી – કંપારી – છૂટે એવું; ચીતરી ચડે એવું; આઘાત પહોંચાડનારું.

ho'rrif'ic (હરિફિક), વિ૦ ગભરાવનારું, કમકમાટી ઉપજાવનારું. **ho'rrify** (હૉરિફાઇ), સ૦ ક્રિ૦ થથરાવી નાખવું, કમકમાટી ઉપજાવવી, આઘાત પહોંચાડવો.

ho'rror (હૉરર), ના૦ ચીતરી, કમકમાટી મહાભય;તીવ્ર અણગમો. **horror-stricken, horror-struck**, વિ૦ ભયભીત.

hors de combat (ઑર ડ કૉમ્બા), વિ૦ યુદ્ધક્ષેત્રની બહાર ગયેલું, જખમી; જખમી થવાને કારણે લડવા અસમર્થ.

hors-d' oeuvre (ઑર્ ડ વર), ના૦ ભોજનની શરૂઆતમાં પીરસાતી ખાસ ક્ષુધોત્તેજક – સ્વાદવાળી – વાનીઓ.

horse (હૉર્સ), ના૦ ઘોડો, અશ્વ; કસરતશાળામાંનો કૂદકો મારવા માટેનો લાકડાનો ઘોડો; ઘોડી, ઘડોચી, ડામચિયો; હયદળ. સ૦ ક્રિ૦ ઘોડો (મેળવી) આપવો, ઘોડા પર બેસાડીને લઈ જવું. **~- breaker**, ઘોડાને પળોટીને કેળવનાર, હયસાદી. *~ and foot*, હયદળ અને પાયદળ. *ride the high ~*, ગર્વ કરવો, ગુમાનમાં રહેવું. *dark ~*, અણજાણીતો (અને અચાનક જીતનાર) ઘોડો. *flog a dead ~*, જુઓ flog માં. *put the cart before the ~*, ઊંધા ક્રમથી કામ કરવું. *look a gift -~ in the mouth,* દાનમાં મળેલી વસ્તુમાં દોષ કાઢવો, ધરમની ગાયના દાંત ગણવા. *~ laugh*, ઉત્કટ હાસ્ય, અટ્ટહાસ્ય. *~ sense*, સામાન્ય વહેવારજ્ઞાન, સાદી સમજ. *tell that to the ~ marines*, સાવ વાહિયાત વાત કરો છો. *H~ Guards*, ગારદી–રક્ષકો-નું કામ કરનાર હયદળ.

horseback, ના૦ *on ~*, ઘોડા પર બેસીને.

horse'-box (–બૉક્સ), ના૦ ઘોડા લઈ જવાનો રેલગાડીનો ડબ્બો.

horse-chest'nut (–ચેસ્નટ), ના૦ સફેદ કે ગુલાબી ફૂલોનાં શંકુ-આકાર ઝૂમખાં-(વાળું ઝાડ).

horse'-coper (–કોપર), ના૦ ઘોડાનો વેપાર કરનાર (વિ. ક. અપ્રમાણિક).

horse-fly, ના૦ બગાઈ.

horse'hair (–હે'અર), ના૦ ઘોડાના પૂંછડાના કે ચાળ–કેશવાળી–ના વાળ.

horseman (–મન), ના૦ ઘોડેસવાર.

horse'manship, ના૦ અશ્વારોહણ કળા; ઘોડે બેસવામાં કૌશલ્ય, ઘોડેસવારી.

horse-marines, ના૦ અશ્વારૂઢ ખારવાઓની કાલ્પનિક પલટણ (જેનું અસ્તિત્વ જ હોતું નથી)

horse'play (–પ્લે), ના૦ ધિંગામસ્તી, તોફાન.

horse'power (–પાવર), ના૦ [યંત્ર.] ૫૫૦ પાઉંડ વજન એક સેકંડમાં એક ફૂટ ઊંચે ઉપાડવાની શક્તિ તે એક અશ્વબળ થાય, અશ્વબળ.

horse-ra'dish (–રેડિશ), ના૦ એક ખાદ્ય વનસ્પતિ, તૂરા અને તીખા મૂળવાળું એક ઝાડ – છોડ. [નાળના આકારની વસ્તુ.

hor'seshoe (–શૂ), ના૦ ઘોડાની નાળ;

horse'whip (–વિપ), ના૦ ઘોડાનો ચાબુક, સાટકો. સ૦ ક્રિ૦ સાટકા વતી ફટકારવું.

horse'woman (–વૂમન), ના૦ ઘોડે બેસનાર સ્ત્રી.

hors'y (હૉર્સિ), વિ૦ ઘોડાઓને લગતું; રાવત કે જોકીના જેવું વર્તન કરનારું.

hort'atory (હૉર્ટટરિ, –ટે–), વિ૦ ઉપદેશ કે ઉત્તેજન આપનારું; તાકીદ કે ઠપકો આપનારું.

horti'culture(હૉર્ટિકલ્ચર),ના૦બાગકામ, ઉદ્યાનનિર્માણ કલા, બાગવાની; બાગાયત. **horticul'tural**,વિ૦ બાગ કામ સંબંધીનું. **horticul'turist**, ના૦ બાગકામ કરનાર –નો જાણકાર, બાગવાન.

hosann'a (હોઝ઼ૅન,–ના),ના૦ ઈશ્વરસ્તુતિનો અથવા ઈશ્વરકૃપા માનવાનો શબ્દ.

hose (હોઝ઼), ના૦ ઘૂંટણ સુધીનું મોજું; બંબા, ઇ. ની ટાટની સૂંઢ–નળ–પાઇપ.

ho'sier (હોઝ઼ર),ના૦ મોજાં વગેરે ગૂંથેલી ચીજો વેચનાર. **ho'siery** (હોઝ઼રિ),ના૦ મોજાં વગેરે ગૂંથેલો માલ; એ માલનો વેપાર.

hos'pice (હૉસ્પિસ), ના૦ પ્રવાસીઓ માટેની ધર્મશાળા; અનાથાલય; રુગ્ણાલય.

hos'pitable (હૉસ્પિટબલ), વિ૦ પરોણા-ચાકરી–પરોણાગત–કરનારું. [ઇસ્પિતાલ.

hos'pital (હૉસ્પિટલ), ના૦ રુગ્ણાલય,

hospital'ity (હૉસ્પિટૅલિટિ), ના૦ પરોણા-ચાકરી–ગત, આતિથ્ય.

host (હોસ્ટ), ના૦ અતિથિનો સત્કાર કર-નાર, યજમાન; વીશીનો માલિક, વીશીવાળો; જેની પર બીજું પ્રાણી કે વનસ્પતિ જીવતું હોય એવું પ્રાણી કે વનસ્પતિ.

host, ના૦ મોટું ટોળું, ઝુંડ; લશ્કર, સેના.

host, ના૦ પ્રભુભોજનની પવિત્ર રોટી.

host'age (હૉસ્ટિજ), ના૦ કરેલો કોલ પાળવાની ખાતરીને માટે એક પક્ષે બીજાને સાનમાં આપેલું માણસ કે વસ્તુ, સાન, બાનું, ઓલ.

host'el (હૉસ્ટલ), ના૦ વીશી, પથિકાશ્રમ; છાત્રાલય. **hos'telry**, ના૦ વીશી.

hos'tess (હોસ્ટિસ), ના૦ યજમાનપત્ની, ગૃહસ્વામિની; આતિથ્ય કરનાર સ્ત્રી; વીશીની માલિક સ્ત્રી; હવાઈ જહાજના ઉતારુઓની સુખસગવડ જોનાર સ્ત્રીસેવિકા (*air* ~).

hos'tile (હૉસ્ટાઇલ), વિ૦ શત્રુનું; દુશ્મના-વટવાળું, વિરોધી. **hostil'ity** (હૉસ્ટિલિટિ), ના૦ શત્રુતા, દુશ્મનાવટ, વૈરભાવ; યુદ્ધ, વિગ્રહ; (બ૦વ૦) લડાઈ, લડાઈના હલ્લા.

hos'tler (ઑસ્લર), **os'tler**, ના૦ વીશી-વાળો; વીશીના ઘોડાની સંભાળ રાખનાર (ostler).

hot (હૉટ), વિ૦ ઊનું, ગરમ, ઉષ્ણ; તીખું; ઉત્સાહી, આવેશવાળું; પ્રક્ષુબ્ધ. ~ *air*, અર્થ-હીન બોલવું, બકબક. *give it to him* ~, સારી પેઠે સજા ફટકારો. ~ *on the scent or trail*, જેને ખોળતો હોય તેને શોધી કાઢવાની અણી પર. *get into* ~ *water*, મુશ્કેલીમાં આવી પડવું.

hot'bed, ના૦ છોડ જલદી ઊગે તે માટે ખાતર નાખીને તૈયાર–ગરમ–કરેલો ક્યારો–માંડવો; વિકાસ–વૃદ્ધિ–ને અનુકૂળ જગ્યા (વિ. ક. દુર્ગુણ, ઇ. માટે).

hotch'-potch (હૉચ્પૉચ), ના૦ અનેક વસ્તુઓનું એકત્ર કરેલું મિશ્રણ; ખીચડો.

hotel' (હટૅ'લ, હો-,-ઓ–), ના૦ પ્રવાસીઓની ઊતરવાની જગ્યા, મોટી વીશી; હોટેલ.

hot'foot (હૉટફુટ), વિ૦ અને ક્રિ૦ વિ૦ ખૂબ ઉતાવળવાળું–થી.

hot'head (હૉટ્હે'ડ), ના૦ ગરમ મિજાજ-વાળો – ઉતાવળિયો – માણસ.

hot'house (હૉટ્હાઉસ), ના૦ ઋતુની બહાર અથવા તેના કુદરતી ક્ષેત્રની બહાર વનસ્પતિ ઉછેરવા માટે બાંધેલું (વિ. ક. કાચનું) મકાન. [બટાટા. ઇ. સાથેની માંસની વાની.

hot-pot, ભઠ્ઠીમાં બંધ વાસણમાં રાંધેલી

Hott'entott (હૉટન્ટૉટ્), ના૦ દક્ષિણ આફ્રિકામાં કેપની આસપાસ વસતી એ નામની એક જાતિનું માણસ.

hough, **hock** (હૉક), ના૦ જુઓ hock.

hound (હાઉન્ડ), ના૦ શિકારી કૂતરો. સ૦ ક્રિ૦ -ની પાછળ પડવું, -નો શિકાર કરવો; સિસકારવું, ઉશ્કેરવું.

hour (આવર), ના૦ સાઠ મિનિટનો ગાળો, કલાક; કેટલા વાગ્યા તે સમય; વખત, વેળા; સંધિ, તક; અમુક બનાવનો સમય; મરણવેળા; (બ૦ વ૦) કામ કરવાના કલાક – સમય. *eleventh* ~, છેલ્લી ઘડી. *of the* ~, ચાલુ–વર્તમાન – કાળનું. *in an evil* ~, દુર્ભાગ્ય-વશાત્. *after* ~*s*, *small*~*s*, ઉત્તર રાત્રિનો ૧૨ થી ૩ નો સમય–ગાળો. **hour-glass** (-ગ્લાસ), ના૦ કલાકશીશી, રેતીનું ઘડિયાળ.

hour'i (હૂરિ, હાઉરિ), ના૦ મુસલમાનોના સ્વર્ગની પરી, હૂરી, અપ્સરા; સુંદર સ્ત્રી.

પૂર્વક–સાહસથી–સામનો કરવો. સ૦ ક્રિ૦ શિંગડાં જોડવાં–લગાડવાં; શિંગડું ભોંકવું.

horn'beam (હૉર્નબીમ), ના૦ વાડના કામમાં આવતું એક ઝાડ.

horn'bill (હૉર્નબિલ), ના૦ ચાંચ પર શિંગડા જેવા ઊપસેલા ભાગવાળું એક પક્ષી.

horn'et (હૉર્નિટ), ના૦ એક જાતની મોટી ડંખવાળી ભમરી, ભમરો. *stir up a ~s' nest*, દુશ્મનોને નાહક છંછેડીને પીડા વહોરવી.

horn'pipe (હૉર્નપાઇપ), ના૦ ખારવાઓનું એક આનંદી નૃત્ય. [નક્કર, કઠણ.

horn'y (હૉર્નિ), વિ૦ શિંગડાનું–ના જેવું;

horol'ogy (હરૉલજિ, હૉ–), ના૦ ઘડિયાળ બનાવવાની કળા; કાલમાપનવિદ્યા.

ho'roscope (હૉરસ્કોપ).ના૦[ખ.] આકાશી ગોળાઓની અમુક વખતે સ્થિતિ; [ફલજ્યો.] જન્માક્ષર, જન્મકુંડલી, પત્રિકા.

ho'rrible (હૉરબલ), **ho'rrid** (હૉરિડ,) વિ૦ ભયંકર, થરથરી–કંપારી–છૂટે એવું; ચીતરી ચડે એવું; આઘાત પહોંચાડનારું.

ho'rrif'ic (હરિફિક), વિ૦ ગભરાવનારું, કમકમાટી ઉપજાવનારું. **ho'rrify** (હૉરિફાઇ), સ૦ ક્રિ૦ થથરાવી નાખવું, કમકમાટી ઉપજાવવી, આઘાત પહોંચાડવો.

ho'rror (હૉરર), ના૦ ચીતરી, કમકમાટી મહાભય;તીવ્ર અણગમો. **horror-stricken, horror-struck**, વિ૦ ભયભીત.

hors de combat (ઑર ડ કૉમ્બા), વિ૦ યુદ્ધક્ષેત્રની બહાર ગયેલું, જખમી; જખમી થવાને કારણે લડવા અસમર્થ.

hors-d' oeuvre (ઑર્ ડ વર), ના૦ ભોજનની શરૂઆતમાં પીરસાતી ખાસ ક્ષુધોત્તેજક–સ્વાદવાળી–વાનીઓ.

horse (હૉર્સ), ના૦ ઘોડો, અશ્વ; કસરતશાળામાંનો કૂદકો મારવા માટેનો લાકડાનો ઘોડો; ઘોડી, ઘડોચી, ડામચિયો; હયદળ. સ૦ ક્રિ૦ ઘોડો (મેળવી) આપવો, ઘોડા પર બેસાડીને લઈ જવું. **~-breaker**, ઘોડાને પળોટીને કેળવનાર,હયસાદી. *~ and foot*, હયદળ અને પાયદળ. *ride the high~*,ગર્વ કરવો,ગુમાનમાં રહેવું. *dark ~*,અણજાણીતો (અને અચાનક જીતનાર) ઘોડો. *flog a dead ~*, જુઓ flog માં.*put the cart before the ~*, ઊંધા ક્રમથી કામ કરવું. *look a gift-~ in the mouth*, દાનમાં મળેલી વસ્તુમાં દોષ કાઢવો, ધરમની ગાયના દાંત ગણવા. *~ laugh*, ઉત્કટ હાસ્ય, અટ્ટહાસ્ય. *~ sense*, સામાન્ય વહેવારજ્ઞાન, સાદી સમજ. *tell that to the ~ marines*, સાવ વાહિયાત વાત કરો છો. *H~ Guards*, ગારદી–રક્ષકો-નું કામ કરનાર હયદળ.

horseback, ના૦ *on ~*, ઘોડા પર બેસીને.

horse'-box (–બૉક્સ), ના૦ ઘોડા લઈ જવાનો રેલગાડીનો ડબ્બો.

horse-chest'nut (–ચેસ્નટ), ના૦ સફેદ કે ગુલાબી ફૂલોનાં શંકુ-આકાર ઝૂમખાં-(વાળું ઝાડ).

horse'-coper (–કોપર), ના૦ ઘોડાનો વેપાર કરનાર (વિ. ક. અપ્રમાણિક).

horse-fly, ના૦ બગાઈ.

horse'hair (–હે'અર), ના૦ ઘોડાના પૂછડાના કે યાળ–કેશવાળી–ના વાળ.

horseman (–મન), ના૦ ઘોડેસવાર.

horse'manship,ના૦ અશ્વારોહણ કલા; ઘોડે બેસવામાં કૌશલ્ય, ઘોડેસવારી.

horse-marines, ના૦ અશ્વારૂઢ ખારવાઓની કાલ્પનિક પલટણ (જેનું અસ્તિત્વ જ હોતું નથી)

horse'play(–પ્લે),ના૦ધીંગામસ્તી, તોફાન.

horse'power (–પાવર), ના૦ [યંત્ર.] ૫૫૦ પાઉંડ વજન એક સેકંડમાં એક ફૂટ ઊંચે ઉપાડવાની શક્તિ તે એક અશ્વબળ થાય, અશ્વબળ.

horse-ra'dish (–રૅડિશ), ના૦ એક ખાદ્ય વનસ્પતિ, તૂરા અને તીખા મૂળવાળું એક ઝાડ–છોડ. [નાળના આકારની વસ્તુ.

hor'seshoe (–શૂ), ના૦ ઘોડાની નાળ;

horse'whip (–વિપ), ના૦ ઘોડાનો ચાબુક, સાટકો. સ૦ ક્રિ૦ સાટકા વતી ફટકારવું.

horse'woman (–વૂમન), ના૦ ઘોડે બેસનાર સ્ત્રી.

hors'y (હૉર્સિ), વિ૦ ઘોડાઓને લગતું; રાવત કે જોકીના જેવું વર્તન કરનારું.

hort'atory (હૉર્ટટરિ, –ટે–), વિ૦ ઉપદેશ કે ઉત્તેજન આપનારું; તાકીદ કે ઠપકો આપનારું.

horti'culture(હૉર્ટિકલ્ચર),ના૦બાગકામ, ઉદ્યાનનિર્માણ કલા, બાગવાની; બાગાયત. **horticul'tural**,વિ૦બાગ કામ સંબંધીનું. **horticul'turist**, ના૦ બાગકામ કરનાર –નો જાણકાર, બાગવાન.

hosann'a (હોઝ઼ૅન,–ના),ના૦ ઈશસ્તુતિનો અથવા ઈશ્વરકૃપા માનવાનો શબ્દ.

hose (હોઝ઼), ના૦ ઘૂંટણ સુધીનું મોજું; બંબા, ઇ. ની ટાટની સૂંઢ–નળ–પાઇપ.

ho'sier (હોઝર),ના૦ મોજાં વગેરે ગૂંથેલી ચીજો વેચનાર. **ho'siery** (હોઝરિ),ના૦ મોજાં વગેરે ગૂંથેલો માલ; એ માલનો વેપાર.

hos'pice (હૉસ્પિસ), ના૦ પ્રવાસીઓ માટેની ધર્મશાળા; અનાથાલય; રુગ્ણાલય.

hos'pitable (હૉસ્પિટબલ), વિ૦ પરોણા-ચાકરી–પરોણાગત–કરનારું. [ઇસ્પિતાલ.

hos'pital (હૉસ્પિટલ), ના૦ રુગ્ણાલય,

hospital'ity (હૉસ્પિટૅલિટિ),ના૦ પરોણા-ચાકરી–ગત, આતિથ્ય.

host (હોસ્ટ), ના૦ અતિથિનો સત્કાર કર-નાર, યજમાન; વીશીનો માલિક, વીશીવાળો; જેની પર બીજું પ્રાણી કે વનસ્પતિ જીવતું હોય એવું પ્રાણી કે વનસ્પતિ.

host, ના૦ મોટું ટોળું, ઝુંડ; લશ્કર, સેના.

host, ના૦ પ્રભુભોજનની પવિત્ર રોટી.

host'age (હૉસ્ટિજ), ના૦ કરેલો કોલ પાળવાની ખાતરીને માટે એક પક્ષે બીજાને સાનમાં આપેલું માણસ કે વસ્તુ, સાન, બાનું, ઓલ.

host'el (હૉસ્ટલ), ના૦ વીશી, પથિકાશ્રમ; છાત્રાલય. **hos'telry**, ના૦ વીશી.

hos'tess (હોસ્ટિસ), ના૦ યજમાનપત્ની, ગૃહસ્વામિની; આતિથ્ય કરનાર સ્ત્રી; વીશીની માલિક સ્ત્રી; હવાઈ જહાજના ઉતારુઓની સુખસગવડ જોનાર સ્ત્રીસેવિકા (*air* ~).

hos'tile (હૉસ્ટાઇલ), વિ૦ શત્રુનું; દુશ્મના-વટવાળું,વિરોધી. **hostil'ity** (હૉસ્ટિલિટિ), ના૦ શત્રુતા, દુશ્મનાવટ, વૈરભાવ; યુદ્ધ, વિગ્રહ; (બ૦વ૦) લડાઈ, લડાઈના હલ્લા.

hos'tler (ઑસ્લર), **os'tler**, ના૦ વીશી-વાળો; વીશીના ઘોડાની સંભાળ રાખનાર (ostler).

hot (હૉટ), વિ૦ ઊનું, ગરમ, ઉષ્ણ; તીખું; ઉત્સાહી, આવેશવાળું; પ્રક્ષુબ્ધ. ~ *air*, અર્થ-હીન બોલવું, બકબક. *give it to him* ~, સારી પેઠે સજા ફટકારો. ~ *on the scent or trail*, જેને ખોળતો હોય તેને શોધી કાઢવાની અણી પર. *get into* ~ *water*, મુશ્કેલીમાં આવી પડવું.

hot'bed, ના૦ છોડ જલદી ઊગે તે માટે ખાતર નાખીને તૈયાર–ગરમ–કરેલો ક્યારો–માંડવો; વિકાસ–વૃદ્ધિ–ને અનુકૂળ જગ્યા (વિ. ક. દુર્ગુણ, ઇ. માટે).

hotch'-potch (હૉચ્પૉચ), ના૦ અનેક વસ્તુઓનું એકત્ર કરેલું મિશ્રણ; ખીચડો.

hotel' (હટૅ'લ, હો-,ઓ–), ના૦ પ્રવાસીઓની ઊતરવાની જગ્યા, મોટી વીશી; હોટેલ.

hot'foot (હૉટ્ફુટ), વિ૦ અને ક્રિ૦ વિ૦ ખૂબ ઉતાવળવાળું–થી.

hot'head (હૉટ્હે'ડ), ના૦ ગરમ મિજાજ-વાળો – ઉતાવળિયો – માણસ.

hot'house (હૉટ્હાઉસ), ના૦ ઋતુની બહાર અથવા તેના કુદરતી ક્ષેત્રની બહાર વનસ્પતિ ઉછેરવા માટે બાંધેલું (વિ. ક. કાચનું) મકાન. [બટાટા. ઇ. સાથેની માંસની વાની.

hot-pot, ભઠ્ઠીમાં બંધ વાસણમાં રાંધેલી

Hott'entott (હૉટનટૉટ), ના૦ દક્ષિણ આફ્રિકામાં કેપની આસપાસ વસતી એ નામની એક જાતિનું માણસ.

hough, **hock** (હૉક), ના૦ જુઓ hock.

hound (હાઉન્ડ), ના૦ શિકારી કૂતરો. સ૦ ક્રિ૦ -ની પાછળ પડવું, -નો શિકાર કરવો; સિસકારવું, ઉશ્કેરવું.

hour (આવર), ના૦ સાઠ મિનિટનો ગાળો, કલાક; કેટલા વાગ્યા તે સમય; વખત, વેળા; સંધિ, તક; અમુક બનાવનો સમય; મરણવેળા; (બ૦ વ૦) કામ કરવાના કલાક–સમય. *eleventh* ~, છેલ્લી ઘડી. *of the* ~, ચાલુ–વર્તમાન–કાળનું. *in an evil* ~, દુર્ભાગ્ય-વશાત્. *after* ~*s*, *small*~*s*, ઉત્તર રાત્રિનો ૧૨ થી ૩ નો સમય–ગાળો. **hour-glass** (-ગ્લાસ), ના૦ કલાકશીશી, રેતીનું ઘડિયાળ.

hour'i (હૂરિ, હાઉરિ), ના૦ મુસલમાનોના સ્વર્ગની પરી, હૂરી, અપ્સરા; સુંદર સ્ત્રી.

hour'ly (આવર્લિ), ક્રિ૰ વિ૰ અને વિ૰ કલાકે કલાકે (થતું).

house (હાઉસ), ના૰ (બ૰ વ૰ હાઉઝિઝ઼). ઘર, મકાન, ગૃહ; વેપાર–ઉદ્યોગ–ની પેઢી; વિશિષ્ટ કામ માટે બાંધેલી ઇમારત; સભા, સમાજ, મંડળી; નાટકશાળા અથવા તેના પ્રેક્ષકો; ઘર, ઘરનાં માણસો, કુટુંબ; વંશ; ધારાસભા. ઉ૰ ક્રિ૰ (હાઉઝ઼) ઘરમાં જગ્યા આપવી; ઘરમાં લેવું. *keep* ~, ઘેર રહેવું; ઘર ચલાવવું. ~ *of God*, દેવળ, મંદિર. *upper* ~, ઉમરાવોની સભા. *lower* ~, આમની સભા. *bring down the* ~, શ્રોતાઓને આનંદિત કરીને તેમની પાસે તાળીઓ પડાવવી–પ્રશંસાના ઉદ્ગાર કઢાવવા. *like a* ~ *on fire*, ખૂબ ઉતાવળથી, ઝપાટામાં.

house-agent ના૰ ઘરોનું ખરીદ વેચાણ કરવાનો કે તે ભાડે આપવાનો ધંધો કરનાર.

house'boat, ના૰ ઘરની જેમ રહેવા માટે તૈયાર કરેલી હોડી, નૌકાગૃહ, શિકારો (?).

house'breaker (હાઉસ્બ્રેકર), ના૰ ઘર ફોડનાર, દિવસે ખાતર પાડનાર; નકામાં થઈ ગયેલાં ઘરોને પાડનાર માણસ–અધિકારી.

house'hold (હાઉસ્હોલ્ડ), ના૰ કુટુંબ, ઘરનાં બધાં માણસો. વિ૰ ઘરના વાપરનું, ઘેર ઘેર પ્રચલિત. ~ *word*, ઘેર ઘેર ખૂબ પ્રચલિત કહેણી કે નામ.

house'holder (હાઉસ્હોલ્ડર), ના૰ ઘરનો માલિક, ઘરધણી; ગૃહસ્થાશ્રમી.

house'keeper (હાઇસ્કીપર), ના૰ ઘર ચલાવનાર સ્ત્રી.

house'maid (હાઉસ્મેડ), ના૰ ઘરકામ કરનાર બાઈ, કામવાળી. [ગૃહપતિ.

house'master ના૰ શાળાના છાત્રાલયનો

house-surgeon, ના૰ રુગ્ણાલયમાં સતત હાજર રહેનાર નાનો દાક્તર.

house'-warming, (હાઉસ્વૉર્મિંગ), ના૰ ગૃહપ્રવેશનો ઉજાણી સાથે સમારંભ, વાસ્તુ.

house'wife (હાઉસ્વાઇફ), ના૰ ઘરધણિયાણી, ગૃહિણી; (હઝિફ) સોયદોરો, ઇ. રાખવાની ડબી–પેટી. **house'wifery** (હાઉસ્વિફ્રિ), ના૰ ઘર ચલાવવાનું કામ, ઘરકામ.

house'work, ના૰ રસોઈ, સફાઈ, ઇ. ઘરકામ.

hove, (હોવ), heaveનો ભૂ૰ કા૰.

hov'el (હૉવલ, હ–), ના૰ છાપરું, ઝૂંપડું; ગરીબડું અને ગંદું ઘર, ઘોલકું.

hov'er (હૉવર, હ–), અ૰ ક્રિ૰ (પક્ષી ઇ. અંગે) હવામાં અધ્ધર લટકતા–ઝઝૂમતા–રહેવું, પાંખ પર તોળાઈ રહેવું; રખડવું, ભમ્યા કરવું; કોઈની આસપાસ ભમ્યા કરવું.

how (હાઉ), ક્રિ૰ વિ૰ શી–કેવી–રીતે; કેમ કરીને, કેમ; કેટલું, કેટલે સુધી. *the* ~, કશુંક કેવી રીતે કરાય તે રીત. **howev'er**, ક્રિ૰ વિ૰ ગમે તેવું–તેટલું; કોઈ પણ રીતે; ગમે તેટલી હદ સુધી. ઉભ૰ અ૰ તો પણ, તેમ છતાં.

howd'ah (હાઉડા), ના૰ હાથી પરની બેઠક, અંબાડી.

how'itzer (હાવિટ્ઝર, હ–), ના૰ મોટા મોટા ગોળા ફેંકવાની (ગાડે જડેલી) ટૂંકી તોપ.

howl (હાઉલ), ઉ૰ ક્રિ૰ કૂતરા વગેરેની પેઠે રોવું–રડવું; પોક મૂકીને રોવું, આક્રન્દ કરવું; પવનનો ઘુઘવાટ થવો. ના૰ રુદન. આક્રન્દ; પવનનો ઘુઘવાટ. **howler**, ના૰ બહુ જ હાસ્યાસ્પદ ભૂલ. ~*ing success*, મોટી જીત.

hoyd'en (હોઇડન), ના૰ તોફાની છોકરી, જાડી રીતભાતવાળી–અસંસ્કારી–છોકરી.

hub, (હબ), ના૰ જ્યાં આરાઓ મળે છે તે પૈડાની નાભિ, નાયડી; કેન્દ્ર.

hubb'ub (હબબ), ના૰ મોટો અવાજ, ઘોંઘાટ; કોલાહલ, તોફાન.

hubb'y (હબિ), ના૰ [વાત. પ્યારમાં husbandને બદલે] પતિ, ધણી, વહાલો.

huck'aback (હકબૅક), ના૰ ટુવાલ વગેરે માટે શણનું જાડું–ખરબચડું–કાપડ.

huc'kleberry (હકલ્બરિ), ના૰ ઉત્તર અમેરિકામાં થતું એક ઝાંખરાનું ફળ; એ ઝાંખરું.

huck'ster (હક્સ્ટર), ના૰ ફેરિયો; ભાડૂતી માણસ. અ૰ ક્રિ૰ કિંમત અંગે રકઝક કરવી, સોદો કરવો; નજીવી વસ્તુઓનો વેપાર કરવો.

hud'dle (હડલ), ઉ૰ ક્રિ૰ ગમે તેમ ઢગલો કરવો–ભીડ કરવી; ફાવે તેની સાથે સંતાઈ–છુપાઈ–ભેગા રહેવું. ના૰ અવ્યવસ્થિત ઢગલો; ભીડ, ટોળું.

hue (હ્યૂ), ના૰ રંગ, વર્ણ; છટા.

hue, ના૦ ~ *and cry*, પીછો પકડવા માટે કે હુમલો કરવા માટે બુમાટો, બુમરાણ.

huff (હફ), ઉ૦ક્રિ૦ ખોટું લગાડવું, નારાજ કરવું; નારાજ થવું; -ને ખોટું લાગવું. ના૦ ચિડાવું તે, રીસ, ગુસ્સો. **huff'ish, huff'y**, વિ૦ જેને સહેજે માઠું-ખોટું-લાગે એવું, ચિડકણું.

hug (હગ), સ૦ ક્રિ૦ જોરથી ભેટવું, આલિંગન કરવું, છાતી સરસું ચાંપવું; (વહાણ અંગે; કિનારા) પાસે-નજીક-રહેવું, -ને વળગી રહેવું. ના૦ ગાઢ આલિંગન, ભેટ; (કુસ્તીની) પકડ. ~ *oneself*, ફુલાવું, હરખાવું.

huge (હ્યૂજ), વિ૦ ઘણું મોટું, પ્રચંડ, ગંજાવર. **huge'ly**, ક્રિ૦ વિ૦ ખૂબ, પુષ્કળ.

hugg'er-mugg'er (હગર્-મગર), ના૦ ગુપ્તતા; ગોટાળો. વિ૦ ગુપ્ત, છાનું; ગોટાળિયું, અસ્તવ્યસ્ત. ક્રિ૦વિ૦ ગુપ્તપણે; અવ્યવસ્થિતપણે.

Hug'uenot (હ્યૂગનૉટ, હ, -નો), ના૦ ફ્રેંચ પ્રૉટેસ્ટન્ટ.

hulk (હલ્ક), ના૦ જૂના વહાણનું ખોખું, અડાબીડ-તોતિંગ-વહાણ; કદાવર-જાડિયો-માણસ. **hul'king**, વિ૦ કદાવર, તોતિંગ; બેડોળ.

hull (હલ), ના૦ (ફળ કે દાણાનું) છોડું, છાલ, ફોતરું, આવરણ. સ૦ ક્રિ૦ છોલવું, ભરડીને કે ખાંડીને ફોતરાં કાઢવાં, ભરડવું, ખાંડવું.

hull, ના૦ વહાણની સાટી-કાઠું.

hullabaloo' (હલબલૂ), ના૦ બુમરાણ, કોલાહલ, શોરબકોર.

hullo', -loa (હલો), ઉદ્ગાર૦ આશ્ચર્ય વ્યક્ત કરવા, બોલાવવા કે ટેલિફોન પર બોલતી વખતે વપરાય છે.

hum (હમ), ઉ૦ ક્રિ૦ ગણગણવું, ગુંજવું; હોઠ બંધ કરીને ગાવું. ના૦ ગુંજવું તે, ગુંજન; ગણગણાટ. ~ *and haw*, બોલતી વખતે મુશ્કેલી પડતાં આ શબ્દોના જેવા અવાજ કરવા. *make things* ~, જોશભેર પ્રવૃત્તિ શરૂ કરવી, -ને ચાલના આપવી. ઉદ્ગાર૦ શંકાનો સૂચક. **humm'ing-bird**, ના૦ જેની પાંખોનો ગણગણાટ થાય છે એવું નાનું ભડક રંગવાળું પક્ષી.

hu'man (હ્યૂમન), વિ૦ માનવનું-ને લગતું-ના જેવું; માણસના ગુણોથી યુક્ત; માનવજાતિનું. ~ *being*, માણસ. ~ *kind*, માનવ જાત. ~*ly speaking*, માણસ તરીકે બોલતાં (એટલે તે ભૂલને પાત્ર છે એમ સ્વીકારીને).

humane' (હ્યુમેન), વિ૦ દયાળુ, પરોપકારી; દયા વ્યક્ત કરતું. ~*learning*, માનવ અને જુદી જુદી કલાઓનું-સંસ્કારદાયી-અધ્યયન-અભ્યાસ.

hum'anism (હ્યૂમનિઝ્મ), ના૦ ઈશ્વર કે કુદરત નહિ, પણ માનવ (નું હિત) જ સર્વોપરી છે એમ માનનાર વિચારપ્રણાલી; માનવતાવાદ. **hum'anist** (હ્યૂમનિસ્ટ), ના૦ માનવ-સ્વભાવ અને તેના વહેવારનો અભ્યાસી; માનવતાવાદી.

humanitar'ian (હ્યૂમૅનિટેરિઅન), વિ૦ અને ના૦ માનવબંધુને ચાહનાર, માનવીના હિત તરફ ધ્યાન આપનાર; બીજાનું ભલું કરવા મથનાર, પરગજુ, પરોપકારી, દયાળુ; માનવતાવાદી.

human'ity (હ્યુમૅનિટિ), ના૦ માનવતા, મનુષ્યત્વ; અખિલ માનવજાતિ; પરોપકારિતા, દયાળુતા, કરુણા; (બ૦વ૦) લૅટિન અને ગ્રીક શિષ્ટ ગ્રંથો; સાહિત્ય અને તેની કળા સાથે સંબંધ ધરાવનારી વિદ્યાઓ-વિદ્યાશાખાઓ.

hum'anize (હ્યૂમનાઇઝ્), ઉ૦ ક્રિ૦ મનુષ્ય જેવું કરવું-થવું; દયાળુ-લાગણીવાળું-બનાવવું-થવું.

humble (હમ્બલ, અ-), વિ૦ નમ્ર, વિનયશીલ; ગરીબ, હલકું, નીચું. સ૦ક્રિ૦ નીચું-હલકું-પાડવું; અભિમાન તોડવું, ગર્વ ઉતારવો. *of* ~ *birth*, સામાન્ય કોટિના લોકોમાં જન્મેલું. *eat the* ~ *pie*, ગરીબ થઈને ખમ્યા કરવું, મૂછ નીચી કરવી. [ભ્રમર.

hum'ble-bee (હમ્બલ્ બી), ના૦ ભમરો,

hum'bug (હમ્બગ), ના૦ ધતિંગ, ઢોંગ, છેતરપિંડી; ઢોંગી માણસ, છેતરપિંડી કરનારો; ઠાલી વાતો; એક કડક મીઠાઈ. સ૦ ક્રિ૦ (ભૂ૦ કા૦-gged) છેતરવું, ભમાવવું, બનાવવું.

hum'drum (હમ્ડ્રમ), વિ૦ સામાન્ય કોટિનું, હંમેશનું, કંટાળો ઉપજાવનારું.

hum'erus (હ્યૂમરસ), ના૦ [શરીરરચ.] બાહુનું હાડકું, ભુજાસ્થિ.

hum'id (હ્યૂમિડ), વિ૦ ભેજવાળું; હવાયેલું. **humid'ity** (હ્યુમિડિટિ), ના૦ ભીનાશ, ભેજ; હવામાંનો પાણીનો – ભેજનો – અંશ.

humil'iate (હ્યુમિલિએટ), સ૦ ક્રિ૦ -નું માન – ગર્વ – ઉતારવો, હલકું પાડવું; નીચે જોવડાવવું; નીચે ઉતારવું. **humilia'tion**, ના૦ માનભંગ, તેજોભંગ; નામોશી.

humil'ity (હ્યુમિલિટિ), ના૦ દીનતા, નમ્રતા, નિરભિમાન. [ઊંચાણ.

humm'ock (હમક), ના૦ નાનો ટેકરો,

hum'orist (હ્યૂમરિસ્ટ), વિનોદી લેખક, વક્તા કે નટ.

hum'orous (હ્યૂમરસ), વિ૦ (વ્યક્તિ) રમૂજી, ટોળી, વિનોદી; (લખાણ) રમૂજથી ભરેલું, વિનોદી.

hum'our (હ્યૂમર, યૂ-), ના૦ [વૈદક] શરીરમાંના રસ – ધાતુઓ – કે દોષોમાંથી કોઈ; મનોદશા, મરજી, તબિયત; વિનોદી સ્વભાવ, વિનોદ કરવાની કે માણવાની શક્તિ; હાસ્ય-રસ; આંખની અંદરનું પાણી – રસ. *good, bad, ~ed*, સુખી, માયાળુ; ગુસ્સે થયેલું. સ૦ક્રિ૦ -ની મરજી જાળવવી – લાડ લડાવવાં; -ને અનુકૂલ થવું.

hump (હમ્પ), ના૦ ઢેકો; ખૂંધ (કુદરતી કે ખોડના સ્વરૂપની). સ૦ક્રિ૦ ખૂંધના આકારનું બનાવવું. **hump'back**, ના૦ ખૂંધવાળો વાંસો; ખૂંધું માણસ, ખૂંધો. **hump'-backed**, વિ૦ ખૂંધ નીકળેલું.

humph (હમ્ફ), ઉદ્ગાર૦ અવિશ્વાસ કે અણગમો બતાવવા વપરાય છે. ના૦ તે બતાવવા કરાતો અવાજ.

hum'us (હ્યૂમસ), ના૦ વનસ્પતિ પરની ફૂગ; મરી ગયેલી વનસ્પતિની માટી – ખાતર.

hunch (હંચ), ના૦ ખૂંધ, ઢેકો; જાડો કકડો, ઢીમચું; શંકા, ડર. *have a ~ that*, એવી કલ્પના આવવી કે, વિ. ક. અશુભ ભાવિની શંકા આવવી – આભાસ થવો. **hunch'back**, ના૦ ખૂંધો.

hun'dred (હન્ડ્રડ), ના૦ સો (સંખ્યા ૧૦૦), શત. **hun'dredth** (હંડ્રડ્થ), વિ૦ સોમું. **hun'dredweight** (-વેટ), ના૦ (સંક્ષેપ cwt.). સો રતલ; ૧૧૨ ઍવડર્યપૉઇઝ રતલ (નું વજન).

hung (હંગ), hang નો ભૂ૦કા૦ તથા ભૂ૦કૃ૦.

hunger (હંગર), ના૦ ભૂખ, ક્ષુધા; તીવ્ર ઇચ્છા, તૃષ્ણા, લોભ. ઉ૦ ક્રિ૦ ભૂખ લાગવી, -ને માટે ઇચ્છા કરવી (~ *for*); -નો લોભ રાખવો – હોવો; ~ *strike*, ભૂખહડતાલ, ઉપવાસ; કેદમાંથી છુટકારા માટે કેદીએ આદરેલા ઉપવાસ, (હવે સાર્વત્રિક). અ૦ ક્રિ૦ ભૂખહડતાળ પર ઊતરવું. **hun'gry** (હંગ્રિ), વિ૦ ભૂખ્યું, ક્ષુધાર્ત. [ઢીમચું; ખૂંધ.

hunk (હંક), ના૦ (રોટીનો) મોટો કકડો;

hunk'ers (હંકર્સ, -ર્ઝ઼), ના૦ બ૦વ૦ જાંઘ અને ફૂલા. *sitting down on one's ~*, ઊકડું બેઠેલું.

hunt (હન્ટ), ઉ૦ક્રિ૦ શિકાર કરવો, શિકાર માટે પાછળ પડવું; ગુનેગારની પાછળ પડવું; શોધવું, ખોળવું; ભગાડવું. ના૦ શિકાર, મૃગયા; શોધખોળ; પીછો પકડવો તે; શિકાર કરનારી ટોળી. ~ *down*, સામા થવાની અણી પર લાવવું; -ની પાછળ મંડી પડીને જીવ લેવો. ~ *out*, શોધી કાઢવું. ~ *up*, શોધવું. **hun-ter** (હન્ટર), ના૦ શિકારી, પારધી; શિકારીનો ઘોડો. **hun'tress**, ના૦ (સ્ત્રી) શિકારણ.

hunts'man (હન્ટ્સમન), ના૦ શિકારી, પારધી; શિકારી કૂતરાઓનો રખેવાળ.

hur'dle (હર્ડલ), ના૦ આમથી તેમ ખસેડી શકાય એવું સળિયા કે જાળીવાળું ચોકઠું; શરતમાં કૂદકો મારી જવા માટે આડું મૂકેલું ચોકઠું; અંતરાય, વિઘ્ન. **hurdle-race**, ના૦ માર્ગમાં મૂકેલા અંતરાયો વટાવીને દોડવા કૂદવાની હરીફાઈ, વિઘ્નદોડ. **hurd'-ler**, ના૦ વિઘ્નદોડની – સાન્તરાય – શરતમાં દોડનાર. [ફેરવીને વગાડવાનું એક વાદ્ય.

hurd'y-gurd'y (હર્ડિગર્ડિ), ના૦ હાથો

hurl (હર્લ), સ૦ક્રિ૦ જોરથી પછાડવું – ફેંકવું; જોરથી ફેરવીને મારવું. ના૦ જોરથી ફેંકવું તે, ફેંક, પ્રક્ષેપ. [ભળાટ, ધડાધડી, તોફાન.

hurl'y-burl'y (હર્લિબર્લિ), ના૦ ખળ-

hurrah' (હુરા), **hurray'** (હુરે), ઉદ્ગાર૦ આનંદ કે વિજયનો, હુરા, હુરે! ના૦ હુરા – હુરે – ની બૂમ, જયજયકાર. અ૦ ક્રિ૦ જય બોલાવવી.

hu'rricane (હરિકેન,–કન),ના૦ વાવાઝોડું, ભારે તોફાન. [ઉતાવળથી, દોડાદોડ કરીને.
hu'rriedly (હરિડ્લિ), ક્રિ૦ વિ૦ ઘણી
hu'rry (હરિ), ના૦ અતિ ઉતાવળ, દોડાદોડ, ધાઈ, આતુરતા, ઉત્સુકતા. *in a ~ for, to,* જલદી મેળવવા કે કરવા માટે ઉત્સુક. ઉ૦ક્રિ૦ અતિ ઉતાવળ કરવી, ઉતાવળથી કામ કરવું–હાંકવું; વેગ – ઝડપ – વધારવી. **hu'rry-scu'rry** (હરિ-સ્કરિ), ના૦ ગરબડ, દોડાદોડ, ઉતાવળ, ધાંધલ.
hurt (હર્ટ), ઉ૦ ક્રિ૦ (ભૂ૦ કા૦ તથા ભૂ૦કૃ૦ hurt). ઈજા કરવી, વગાડવું, જખમી કરવું; દુ:ખ દેવું, દુભાવવું; નુકસાન કરવું – પહોંચાડવું; -ને દરદ થવું. ના૦ વાગેલું, ઈજા, જખમ; હાનિ; વ્યથા. **hurt'ful**, વિ૦ હાનિકારક, નુકસાન – ઈજા – કરે એવું.
hur'tle (હર્ટલ), ઉ૦ ક્રિ૦ (અસ્ત્ર, ઇ. અંગે) સુસવાટા કરતા વેગથી જવું, જોરથી ફેંકવું; ધબ દઈને પછડાવું – પછાડવું.
hus'band (હઝ્બન્ડ), ના૦ ધણી, પતિ.
hus'band, સ૦ ક્રિ૦ કરકસર કરવી; [પ્રા.] (જમીન) ખેડવું. **hus'bandman** (-મન), ના૦ ખેતી કરનાર, ખેડૂત. **hus'bandry** (હઝ્બન્ડ્રિ), ના૦ ખેતી, કૃષિ; મિતવ્યય, કરકસર (થી ચલાવવું તે).
hush (હશ), ઉ૦ ક્રિ૦ ચૂપ – છાનું – રાખવું–થવું; દાબી દેવું, ટાપલે ઢાંકવું (*~up*). ના૦ શાંતિ. **hush-money**, ના૦ કોઈ છાની વાત બહાર ન પાડે તે માટે આપેલી લાંચ, મોઢું દાબવા આપેલી રુશવત.
husk (હસ્ક), ના૦ ફળ કે બીજની છાલ–છોતરું, ફોતરાં, ભૂસું. સ૦ ક્રિ૦ -નાં છાલાં – છોતરાં– કાઢવાં. **hus'ky** (હસ્કિ), વિ૦ છોતરાવાળું – જેવું, લૂખું; (અવાજ) ઘોઘરું, બેઠેલું; [અમે.] જોરદાર, સશક્ત, તંદુરસ્ત.
hus'ky ના૦ એસ્કિમોનો કૂતરો.
hussar' (હુઝાર), ના૦ પિસ્તોલ વગેરે હલકા હથિયારવાળો સવાર.
huss'y, huzz'y (હઝિ), ના૦ ઉદ્ધત– અવિનયી–છોકરી; હલકા ચારિત્ર્યવાળી–હલકટ –સ્ત્રી, કુલટા.
hus'tings (હસ્ટિંગ્ઝ), ના૦ પાર્લમેન્ટ માટે ઉમેદવારોની નિમણૂક – પસંદગી – કરવા માટેની જગ્યા – ઓટલો, ઉમેદવારે મતદારો આગળ ભાષણ કરવાની જગ્યા (ઈ. સ. ૧૮૭૨ પૂર્વે).
hu'stle (હસલ), ઉ૦ ક્રિ૦ ધકેલવું, હડસેલો મારવો; ભીડમાં ઘૂસવું, ધક્કાધક્કી થાય તેમ કરવું; ઉતાવળ – ધાંધલ – કરવી. ના૦ ભીડ કરવી – ભીડમાં ઘૂસવું–તે, ધાંધલ. **hustler**, ના૦ ખૂબ ચપળ અને કામ કરાવવામાં કુશળ માણસ. [ચલાઉ લાકડાનું ઘર.
hut (હટ), ના૦ ઝૂંપડી, છાપરી, કુટી; કામ-
hutch (હચ), ના૦ સસલા, ઇ. નાનાં પ્રાણીઓ માટે રહેવાની જગ્યા – ખોરડું.
huzza' (હઝા), ઉદ્ગાર૦ અને ના૦ આનંદ કે સંમતિદર્શક (પોકાર).
hy'acinth (હાયસિંથ), ના૦ વિવિધ રંગનાં (વિ. ક. જાંબૂડાં - ભૂરાં) ઘંટડીના આકારનાં ફૂલો ને કંદવાળા છોડની જાત (વસંત ઋતુમાં થાય છે અને સુગંધી હોય છે).
hyaena (હાઇઈના), જુઓ hyena.
hyb'rid (હાઇબ્રિડ), ના૦ મિશ્ર જાતિની ઓલાદ, વર્ણસંકર પ્રજા. વિ૦ સંકરજ, ભિન્ન જાતીય; ભિન્નભિન્ન ઘટક તત્ત્વોનું બનેલું.
hyd'ra (હાઇડ્રૅ, -ડ્રા), ના૦ [ગ્રીક પુરાણ] અનેક–નવ–માથાંવાળો સર્પ, જે કપાતાં પાછાં ઊગી નીકળતાં; [ખ.] વાસુકી તારાપુંજ.
hydran'gea (હાઇડ્રૅન્જ, –જા, હિ–, –ડ્રૅં–), ના૦ સફેદ, ભૂરાં અને લાલાશ પડતાં ફૂલોનાં ઝૂમખાંવાળો એક જાતનો ફૂલછોડ – ઝાંખરું.
hyd'rant (હાઇડ્રન્ટ), ના૦ બંબાવાળાની સૂંઢ કે નળ જોડી શકાય એવી રચનાવાળો રસ્તામાંનો પાણીનો મુખ્ય નળ; મોટા નળમાંથી પાણી લઈને આગ કે રસ્તા પર તે છાંટવાની નળી કે સૂંઢ.
hyd'rate (હાઇડ્રિટ), ના૦ [રસા.] પાણી અને બીજું (સંયુક્ત કે સાદું) તત્ત્વ મળીને બનેલો સંયુક્ત પદાર્થ; જળપાસા. સ૦ ક્રિ૦ (હાઇડ્રેટ), [રસા.] પાણી સાથે ભેળવી દેવું, સજળું કરવું.
hydraul'ic (હાઇડ્રૉલિક), વિ૦ નળ ઇ. વાટે લઈ જવાતા પાણીનું – ને લગતું; જળશક્તિ વડે ચાલતું. ના૦ બ૦વ૦ નળો વાટે ગતિ આપનાર શક્તિ તરીકે પ્રવાહી પદાર્થો (વિ. ક.

પાણી) લઈ જવાનું શાસ્ત્ર, વ્યાવહારિક જલશાસ્ત્ર, ચલજલશાસ્ત્ર. ~ *ram*, પાણીને ઉપર ચડાવવાનું યંત્ર.

hydro-(હાઇડ્રો-),(બીજા શબ્દની સાથે)પાણી-; પાણીને લગતું-સંબંધી; [રસા.] હાઇડ્રોજન સાથે મિશ્રિત. [સંક્ષેપ.

hyd'ro (હાઇડ્રો), ના૦ hydropath નો

hydrocarb'on (હાઇડ્રૉકાર્બન), ના૦ હાઇડ્રોજન અને કાર્બનનો બનેલો સમાસ.

hydrodynam'ics (હાઇડ્રોડાઇનૅમિક્સ), ના૦ દ્રવ - જલ - ગતિશાસ્ત્ર.

hydroelec'tric, વિ૦જલ-શક્તિની સહાય વડે વીજળી ઉત્પન્ન કરનાર; એને લગતું.

hyd'rogen (હાઇડ્રજિન), ના૦ રંગ, સ્વાદ અને ગંધ રહિત અદૃશ્ય વાયુ, જે પ્રાણવાયુ સાથે ભળતાં પાણી બને છે; સૌથી હલકો ગૅસ-વાયુ. ~ *bomb*, પ્રચંડ શક્તિવાળો બૉમ્બ

hydrom'eter (હાઇડ્રૉમિટર), ના૦ પાણી, ઇ. દ્રવ પદાર્થોનું ઘનત્વ માપવાનું યંત્ર-સાધન, દ્રવગુરુત્વમાપક.

hydropath' (હાઇડ્રૅપથ), ના૦ જલોપચાર કરનાર, જળવૈદ. **hydropath'ic** (હાઇડ્રૅથિક), વિ૦ જલોપચારનું - ને લગતું. ના૦ જલોપચારની સંસ્થા-વાંશી-હૉટેલ. **hydrop'athy** (હાઇડ્રૉપથિ), ના૦ જલોપચાર.

hydrophob'ia (હાઇડ્રફોબિઅ, -આ), ના૦ પાણી વિષે અણગમો - ભીતિ (વિ. ક. હડકાયું કૂતરું કરડયાના લક્ષણ તરીકે); હડકવા.

hyd'roplane (હાઇડ્રપ્લેન), ના૦ પાણી પર ખૂબ ઝડપથી ચાલનારી મોટર બોટ; પાણબૂડીને પાણીની ઉપરનીચે જવા માટે મદદ કરનારી માછલીની પાંખ જેવી યોજના-કળ.

hydrostat'ics (હાઇડ્રસ્ટૅટિક્સ, -ડ્રો-), ના૦ દ્રવ - જલ - સ્થિતિશાસ્ત્ર.

hydrothe'rapy (હાઇડ્રથે'રપિ), ના૦ જલોપચાર, જળચિકિત્સા.

hyen'a, hyaen'a (હાઇઈના), ના૦ કૂતરાના જેવું એક માંસભક્ષી પ્રાણી, તરક્ષ, તરસ.

hy'giene (હાઇજીન),ના૦ આરોગ્ય (સંરક્ષણ)-શાસ્ત્ર, જાહેર સ્વચ્છતાનું શાસ્ત્ર. **hygien'ic** (-જે'નિક),વિ૦ આરોગ્ય અને સ્વાસ્થ્ય વિષયક; આરોગ્યપોષક; રોગના જંતુઓથી મુક્ત.

hygrom'eter (હાઇગ્રૉમિટર), ના૦ હવા અથવા વાયુનો ભેજ માપવાનું યંત્ર.

hygr'oscope (હાઇગ્રસ્કોપ), ના૦ હવાનો ભેજ બતાવનારું - ક્લેદદર્શક - યંત્ર.

Hym'en (હાઇમે'ન), ના૦ વિવાહ કે લગ્નનો દેવતા. **hymene'al** (હાઇમિનીઅલ,-મ-), વિ૦ લગ્નને લગતું - વૈવાહિક.

hym'en, ના૦ [શરીરરચ.] યોનિચ્છદ, યોનિજવનિકા.

hymn (હિમ), ના૦ ઈશસ્તુતિનું પદ્ય, સ્તોત્ર, પ્રાર્થનાગીત. ઉ૦ ક્રિ૦ સ્તોત્ર, ઇ. ગાવું.

hym'nal (હિમ્નલ), વિ૦ સ્તોત્રોનું-સંબંધી. ના૦ સ્તોત્રોનું પુસ્તક, સ્તોત્રમંજરી.

hyperb'ola (હાઇપરબલ,-લા,-બૉ-). ના૦ [ભૂમિતિ] શંકુના પહોળા ખૂણાના છેદથી થયેલી આકૃતિ, અતિપરવલય.

hyperb'ole (હાઇપરબલિ), ના૦ અતિશયોક્તિ; [કાવ્યશાસ્ત્ર] એ નામનો અલંકાર.

hypercrit'ical (-ક્રિટિકલ), વિ૦ વધારે પડતું ટીકાખોર; અતિશય ઝીણું, છિદ્રાન્વેષી.

hypert'rophy (-ટ્રફિ), ના૦ શરીરના કોઈ ભાગનો વધારે પડતો વિકાસ-વૃદ્ધિ-થવી તે, અતિવૃદ્ધિ (નો વિકાર).

hyph'en (હાઇફન), ના૦ બે શબ્દોને જોડનારું કે એકના ભાગ પાડનારું ચિહ્ન (-), સંયોગચિહ્ન, હાઇફન. સ૦ ક્રિ૦ સંયોગચિહ્ન મૂકવું.

hypnos'is (હિપ્નોસિસ), ના૦ (બ૦ વ૦ -oses). વશીકરણ - કૃત્રિમ ઉપાય-વડે આણેલી સુષુપ્તિ, મૂર્છા, ઘેન. **hypnot'ic** (હિપ્નૉટિક), વિ૦ કૃત્રિમ નિદ્રા કે મૂર્છાનું - ને લગતું. ના૦ સહેજે ઘેનમાં પડનાર માણસ; ઘેન કે નિદ્રા લાવનાર દવા.

hyp'notism (હિપ્નટિઝ્મ), ના૦ કૃત્રિમપણે પેદા કરેલી ગાઢ નિદ્રાની અવસ્થા, જ્યારે બહારથી સૂચન મળે તો જ માણસ પ્રવૃત્તિ કરે છે; વશીકરણ (વિદ્યા), મૂર્છનાશાસ્ત્ર. **hyp'notist** (હિપ્નટિસ્ટ), ના૦ વશીકરણ (વિદ્યા) જાણનાર-કરનાર. **hyp'notize** (હિપ્નટાઇઝ), સ૦ ક્રિ૦ -ને નિદ્રા કે બેશુદ્ધિ લાવવી, ભૂરકી નાખી વશ કરવું.

hyp'o (હાઇપો), ના૦ [ફોટો.] કાચ કે

ફિલ્મ પર ઉતારેલા પ્રકાશલેખ કે ફોટોની છાપને કાયમ બનાવવા માટે વપરાતો એક સફેદ ક્ષાર – ભૂકી, તેનું રાસાયણિક (પ્રવાહી) મિશ્રણ (જેમાં તે (કાચ) ધોવામાં આવે છે.)

hypochon'dria (હાઇપકૉન્ડ્રિઅ, –આ, હિ-), નાo તબિયત વિષે નાહક ચિંતા કરવાને લીધે થયેલી મનની ખિન્નાવસ્થા, રોગભ્રમ. **hypochon'driac** (–કૉન્ડ્રિઍક), વિo પોતે માંદો છે એવો ભ્રમ ધરાવનાર. નાo રોગનો ભ્રમ થયેલો માણસ.

hypoc'risy (હિપૉક્રિસિ), નાo દંભ, ઢોંગ, શિષ્ટ થઈને ફરવું તે, પાખંડ. **hyp'ocrite** (હિપક્રિટ), નાo ઢોંગી–દંભી–માણસ. **hypocrit'ical** (હિપ–), વિo ઢોંગી, દંભી.

hypoderm'ic (હિપડર્મિક, હાઇપ–), વિo (દવા, પિચકારી, ઇંજેક્શન) ત્વચાની નીચે આપવાનું. નાo ત્વચા નીચે આપવાની દવાની પિચકારી. ~ *needle*, એ પિચકારીની સોય.

hypot'enuse (હિપૉટિન્યૂઝ, હાઇપૉ-), નાo [ભૂમિતિ] કાટખૂણ ત્રિકોણમાં કાટખૂણાની સામેની બાજુ, કર્ણ.

hypoth'ecate (હાઇપૉથિકેટ, હિપૉ–), સo ક્રિo સાનમાં મૂકવું, વગર કબજે ગીરો મૂકવું, આડમાં લખી આપવું.

hypoth'esis (હિપૉથિસિસ, હાઇપૉ–), નાo (બo વo – theses). માની લીધેલી વાત, કલ્પિતાર્થ; [ભૂમિતિ] પૂર્વ સિદ્ધાન્ત, પક્ષપ્રતિજ્ઞા, **hypothet'ic(al)** (હાઇપથે'ટિક(લ), હિપ–), વિo માની લીધેલું, પૂર્વપક્ષાત્મક.

hyss'op (હિસપ), નાo અગાઉ દવા માટે વપરાતી એક સુગંધી વનસ્પતિ.

hyster'ia (હિસ્ટીરિઆ), નાo વિ. ક. સ્ત્રીઓને થતી વાયુબાધા, વાતોન્માદ, આંકડી, હિસ્ટીરિયા, તાણ, વાઈ. **hyster'ical** (હિસ્ટે'રિકલ), વિo વાતોન્માદ કે ચિત્તભ્રમ થયેલું; અત્યંત લાગણીપ્રધાન. **hyste'rics** (હિસ્ટે'રિક્સ), નાo બo વo વાતોન્માદ(નો ઝટકો), હિસ્ટીરિયા.

I

I, i, (આઈ), અંગ્રેજી વર્ણમાળાનો ૯ મો અક્ષર; રોમન એક (૧)નો આંકડો.

I, સર્વo (બoવo we; દ્વિoએકવo me; દ્વિo બo વo us; ષષ્ઠી એoવo my, mine; ષષ્ઠી બoવo our, ours). પ્રથમ પુરુષનું એoવo

i'amb (આયૅમ્બ) = iambus

iam'bic (આયૅમ્બિક), વિo [પિં.] 'આયૅમ્બસ' ગણવાળું. નાo એ ગણવાળી લીટી.

iam'bus (આયૅમ્બસ), નાo (બoવo–buses, –bi). જેમાં પહેલો અક્ષર લઘુ અને બીજો ગુરુ છે એવો બે અક્ષરવાળો કવિતાના છંદનો ગણ (⏑–).

ib'ex (આઇબે'ક્સ), નાo (બo વo –es). પહાડી બકરાની એક જાત.

ice (આઇસ), નાo બરફ; આઇસક્રીમ; (બo વo) બરફની મીઠી વાનીઓ. સo ક્રિo -માં બરફ નાંખવો, બરફવાળું કરવું; બરફ વતી ઠારવું; ઉપર ખાંડ પાથરવી, ચાસણીનો ઢોળ–પડ – ચડાવવું. *break the* ~, શરૂઆત કરવી, સંકોચ દૂર કરી વાત શરૂ કરવી. *cut no* ~, પ્રભાવ–છાપ–પાડવામાં નિષ્ફળ જવું. *on thin* ~, મુશ્કેલ અથવા જોખમવાળી જગ્યાએ.

ice'berg (આઇસ્બર્ગ), નાo પાણી – વિ. ક. દરિયા – પર તરતો બરફનો ઢગ – ડુંગર.

ice-boat (–બોટ), નાo બરફ પર જવા માટેની નીચે પૈડાની જગ્યાએ પાટિયાં જડેલી હલકી હોડી.

ice-cream' (–ક્રીમ), નાo બરફથી ઠારેલી દૂધની મલાઈ, ઇ., આઇસક્રીમ.

ice'-pack (–પૅક), નાo ધ્રુવ પ્રદેશમાં દરિયામાં તરતા મોટાં મોટાં બરફનાં ગચિયાં ભેગાં મળી બનેલો બરફનો વિસ્તાર; માંદા માણસના માથા પર મુકાતી બરફની થેલી.

ichneum'on (ઇક્ન્યૂમન), નાo મગરનાં ઈંડાં નષ્ટ કરનારું, સાપને મારી નાખનારું, બિલાડી જેવું એક પ્રાણી, નોળિયાની જાતનું એક પ્રાણી. ~ *fly*, બીજા પ્રાણીનાં બચ્ચાંના શરીરમાં ઈંડાં મૂકનારો એક કીડો–જંતુ.

ichthyo- (ઇક્થિઅ-), [સમાસમાં] માછલીને લગતું.

ichthyosaur'us (ઇક્થિઅસૉરસ), ના૦ પ્રાચીન કાળનું (હવે નષ્ટ) મગરના જેવું એક મહાકાય દરિયાઈ પ્રાણી.

i'cicle (આઇસિકલ), ના૦ નીચે પડતું પાણી ઠરી જવાથી બનેલો બરફનો લટકતો લાંબો અણિયાળો ટુકડો.

i'cing (આઇસિંગ), ના૦ કેક વગેરે પર પાથરેલો ચાસણીનો ઢોળ – પડ.

ic'on (આઇકૉન, –કન), ના૦ મૂર્તિ, પ્રતિમા; સાધુસંતનું ધાર્મિક ચિત્ર, પ્રતિમા, ઇ.

icon'oclasm (આઇકૉનક્લૅઝ્મ), ના૦ મૂર્તિખંડન–ભંજન. **icon'oclast** (આઇકૉનક્લૅસ્ટ), ના૦ મૂર્તિભંજક; પ્રચલિત (ખોટી) માન્યતાઓ કે વહેમ, આચાર, ઇ.નું ખંડન કરનાર. [જેવું ટાઢું.

i'cy (આઇસિ), વિ૦ બરફ જેવું – વાળું; હિમ

ide'a (આઇડીઅ, –આ, –ડિ–), ના૦ કલ્પના; વિચાર; યોજના, મનોરથ; અભિપ્રાય.

ide'al (આઇડીઅલ), વિ૦ પરિપૂર્ણ, પૂર્ણ; આદર્શ, શ્રેષ્ઠ; કાલ્પનિક. ના૦ પૂર્ણ – ઉચ્ચતમ – શ્રેષ્ઠ – રૂપ – નમૂનો, આદર્શ; કેવળ કલ્પનામાં કે મનમાં રહેલું પૂર્ણ સ્વરૂપ. **ide'alism** (–લિઝ્મ), ના૦ [કળા, ઇ.માં] પરિપૂર્ણ કે આદર્શના રૂપમાં વસ્તુની રજૂઆત કરવી તે, આદર્શવાદ; દુનિયાનું આપણે કંઈ જાણતા હોઈએ તો તે આપણા મનની કલ્પનાઓ જ છે, અને તે જ કેવળ સત્ય છે, એ મત – વાદ. **ide'alist** (આઇડીઅલિસ્ટ), ના૦ આદર્શ–ધ્યેય–વાદી. **ide'alize** (–લાઇઝ઼), સ૦ ક્રિ૦ -નું આદર્શ રૂપ કલ્પવું, -ને આદર્શ રૂપ આપવું. **idealiza'tion**, ના૦.

idée fixe (ઈડે ફીક્સ), ના૦ મનને સંપૂર્ણપણે ગ્રસી લેનાર વિચાર કે કલ્પના, મનમાંનો સર્વોપરી વિચાર; અમુક એક વિષયને અંગે ગાંડપણ.

idem (ઇડે'મ), ના૦ અને ક્રિ૦ વિ૦ એ જ લેખક, પુસ્તક, ઇ. (માં); (આઇડેમ) એ જ શબ્દ. [અભિન્ન; તદ્દન એના જેવું જ.

iden'tical (આઇડે'ન્ટિકલ), વિ૦ એ જ,

iden'tify (આઇડે'ન્ટિફાઇ), સ૦ક્રિ૦ તે એ જ છે એમ દેખાડવું – માનવું – ઓળખાણ આપી જણાવવું; એક – એકરૂપ – કરવું. ~ *oneself with*, -ની સાથે એકરૂપ થવું – જોડાવું, પૂરેપૂરો ટેકો આપવો. **indentifica'tion**, ના૦ એકરૂપતા સ્થાપન કરવી તે, ઓળખી બતાવવું તે.

iden'tity (આઇડે'ન્ટિટિ), ના૦ ઐકય, એકરૂપતા; તાદાત્મ્ય; વ્યક્તિતા, વ્યક્તિત્વ. ~ *card*, ઓળખપત્ર.

id'eogram (ઇડિઅગ્રૅમ, આઇ–), **id'eograph** (–ગ્રાફ, –ગ્રૅફ), ના૦ લિપિ તરીકે વસ્તુનું ચિત્ર, ચિત્રાક્ષર, ચિત્રલિપિ.

ideol'ogy (આઇડિઑલજિ), ના૦ વિચારશાસ્ત્ર; વિચારસરણી. [એટલે કે (that is).

id est (ઇડ્ એ'સ્ટ), [લે.] (સંક્ષેપ *i. e.*).

id'iocy (ઇડિઅસિ), ના૦ મૂઢતા, મૂર્ખતા, જડતા.

id'iom (ઇડિઅમ), ના૦ કોઈ દેશ કે લોકોની વિશિષ્ટ ભાષા; ભાષાના વિશિષ્ટ રૂઢિપ્રયોગ. **idiomat'ic** (ઇડિઅમૅટિક), વિ૦ ભાષાના રૂઢિપ્રયોગનું – સંબંધી; રોજના વપરાશની – બોલાતી – ભાષાનું.

idiosync'rasy (ઇડિઅસિંક્રસિ), ના૦ કોઈ માણસની વિશિષ્ટ પ્રકૃતિ – સ્વભાવ – લાગણી; ખાસિયત (વિ. ક. વિચિત્રતાવાળી).

id'iot (ઇડિઅટ), ના૦ અતિ દૂબળા મનનો માણસ, જન્મનો મૂઢ. **idiot'ic** (ઇડિઑટિક), વિ૦ તદ્દન મૂરખ, મૂઢ, ગાંડું.

i'dle (આઇડલ), વિ૦ આળસુ, સુસ્ત; નવરું, ખાલી (પડેલું), કામ વિનાનું; નકામું; પાયા વિનાનું. ઉ૦ક્રિ૦ આળસમાં નકામો વખત કાઢવો, આળસુ બનવું. ~ *away one's time*, આળસમાં વખત પસાર કરવો. **i'dleness** (આઇડલ્નિસ), ના૦ આળસ, નિરુદ્યમ.

id'ler (આઇડ્લર), ના૦ આળસુ – નકામું બેસી રહેનાર – માણસ. **id'ly** (આઇડ્લિ), ક્રિ૦ વિ૦ આળસમાં, નકામું.

id'ol (આઇડલ), ના૦ દેવમૂર્તિ, પ્રતિમા; પૂજ્ય વ્યક્તિ – વસ્તુ, દેવ; ખોટો દેવ. **idol'ater** (આઇડૉલટર), ના૦ મૂર્તિમાં વિશ્વાસ રાખનાર, મૂર્તિપૂજક. **idol'atrous** (આઇડૉલટ્રસ), વિ૦ મૂર્તિપૂજાનું – ના સ્વ-

રૂપનું; મૂર્તિપૂજા કરનારું, મૂર્તિપૂજક. **idol′atry** (આઇડૉલટ્રિ), ના૰ મૂર્તિપૂજા, બુતપરસ્તી; અતિપ્રીતિ – ભક્તિ.

id′olize (આઇડલાઇઝ઼), સ૰ક્રિ૰ -ની પૂજા કરવી, -ને દેવ જેવું માનવું; -ની મૂર્તિ બનાવવી.

id′yll, id′yl, (આઇડિલ, ઇ–), ના૰ સાદા કે ગામડાના જીવનનો તાદૃશ ચિતાર આપતું નાનકડું (વાર્તા) કાવ્ય, ગોપકાવ્ય (આ ક્યારેક ગદ્યમાં પણ હોય છે). **idyll′ic** (આઇડિલિક), વિ૰ એવા કાવ્યનું – ના જેવું, ઘણું સુંદર અને આનંદદાયક.

if (ઇફ઼), ઉભ૰ અ૰ જો, અગર; અથવા, કે; જોકે. *as if*, જાણે કે, કેમ જાણે. [ઝૂંપડી.

ig′loo (ઇગ્લૂ), ના૰ એસ્કિમોની બરફની

ig′neous (ઇગ્નિઅસ), વિ૰ અગ્નિનું – જેવું; જ્વાલામુખીની ક્રિયામાંથી પેદા થયેલું. ~ *rocks*, જ્વાળામુખીના રસ – લાવા – માંથી બનેલા ખડક.

ignite′ (ઇગ્નાઇટ), ઉ૰ ક્રિ૰ -ને આગ લગાડવી, સળગાવવું; આગ લાગવી, સળગવું. **igni′tion** (ઇગ્નિશન), ના૰ બાળવું – બળવું – તે, દહન; મોટરના ઍંજિનના સિલિંડરમાં બળતણ સળગવાની શરૂઆત કરનારું યંત્ર.

igno′ble (ઇગ્નોબલ), વિ૰ હલકા – નીચા – કુળનું; નીચું, અધમ.

ignomin′ious (ઇગ્નમિનિઅસ), વિ૰ લજ્જાસ્પદ, નામોશીભરેલું; ક્ષુદ્ર, અપમાનાસ્પદ. **ig′nominy** (ઇગ્નમિનિ), ના૰ અપ્રતિષ્ઠા, બેઆબરૂ, શરમ; શરમજનક વર્તન.

ignoram′us (ઇગ્નરેમસ), ના૰ (બ૰વ૰–es) અજ્ઞાન–મૂર્ખ–માણસ.

ig′norance (ઇગ્નરન્સ), ના૰ અજ્ઞાન, અણજાણપણું. **ig′norant**, વિ૰ અજાણ, અજ્ઞાન; બિનવાકેફ઼; અણપઢ, કેળવાયેલું નહિ એવું.

ignore′ (ઇગ્નોર, –ઑ), સ૰ક્રિ૰ લેખામાં ન લેવું, અવગણના કરવી, સામું ન જોવું; [કા.] ખોટું–પુરાવા વગરનું–છે એમ કહી કાઢી નાંખવું.

igua′na (ઇગ્વાન, – ના), ના૰ દ. અમેરિકામાં જોવામાં આવતું પાટલા ઘો જેવું એક પ્રાણી.

ik′on ના૰ (આઇકન), જુઓ icon.

ilk (ઇલ્ક), ના૰ તેનું તે. *of that* ~, એ જ જાતનું કે નામનું.

ill (ઇલ), વિ૰ (worse worst). માંદું, બીમાર; ખરાબ, દુષ્ટ; હાનિકારક; પ્રતિકૂળ. ના૰ દુષ્ટતા, પાપ; અનિષ્ટ, નુકસાન; (બ૰વ૰) સંકટો, હાડમારીઓ. ક્રિ૰ વિ૰ ખરાબ રીતે; મુશ્કેલીથી. *be taken* ~, માંદા પડવું. *can* ~ *afford*, -ને ભાગ્યે જ પોસાય – પૈસા કાઢી શકે. *it* ~ *becomes him*, એને શોભતું નથી. ~ *turn*, હાનિકારક કામ–કૃત્ય, અપકાર. ~ *blood*, ~ *will*, દ્વેષ, વેર, કલહ. ~ *fame*, અપકીર્તિ, બેઆબરૂ. ~ *usage*, (-ની સાથે કરેલું) ખરાબ વર્તન. *bird of* ~ *omen*, અશુભસૂચક – અપશકુનિયાળ – પક્ષી. *take it* ~, -થી ચિડાવું – ગુસ્સે – નારાજ – થવું. ~ *at ease*, બેચેન, અસ્વસ્થ. [વિચાર્યું.

ill-advised′, વિ૰ ડહાપણ વિનાનું, વગર

ill-affec′ted (– અફે′ક્ટિડ), વિ૰ પ્રતિકૂળ, અણગમાવાળું; શત્રુતાવાળું.

ill-bred (– બ્રે′ડ), વિ૰ અસંસ્કારી, ઉદ્ધત.

ill′-disposed (–ડિસ્પોઝ઼્ડ), વિ૰ પ્રતિકૂળ વલણવાળું, પ્રતિકૂળ; દુષ્ટ બુદ્ધિવાળું.

illeg′al (ઇલીગલ), વિ૰ કાયદાથી વિરુદ્ધ, ગેરકાયદેસર. **illegal′ity** (ઇલિગૅલિટિ), ના૰ ગેરકાયદેસરપણું; ગેરકાયદે વાત–બીના

ille′gible (ઇલે′જિબલ), વિ૰ વાચવું – ઉકેલવું – મુશ્કેલ, દુર્વાચ્ય.

illegit′imate (ઇલિજિટિમિટ), વિ૰ ગેરકાયદે(સરનું), અશાસ્ત્રવિહિત; કાયદેસર વિવાહ વિનાનાં માતપિતાનું, જારજ. ના૰ અનૌરસ સંતાન, દાસીપુત્ર. **illegit′imacy**, ના૰ જારજાવસ્થા.

ill-fat′ed, વિ૰ અભાગિયું, કમનસીબ.

ill′-fav′oured (–ફેવર્ડ), વિ૰ કદરૂપું, બેડોળ; અરોચક; વાંધાભરેલું.

ill-gott′en, વિ૰ કુમાર્ગે મેળવેલું.

illib′eral (ઇલિબરલ), વિ૰ અનુદાર, સાંકડા મનનું, સંકુચિત વૃત્તિવાળું; કંજૂસ.

illi′cit (ઇલિસિટ), વિ૰ ગેરકાયદે; નિષિદ્ધ.

illim′itable (ઇલિમિટબલ), વિ૰ બેહદ, અપાર; ઘણું વિશાળ – મોટું.

illit′eracy (ઇલિટરસિ), ના૰ નિરક્ષરતા, શિક્ષણનો – અક્ષરજ્ઞાનનો – અભાવ.

illit'erate(ઇલિટરિટ), વિ૰ અને ના૰ અભણ, નિરક્ષર, લખતાં વાંચતાં ન જાણનાર (માણસ).

ill-na'tured (–નેચર્ડ), વિ૰ ખરાબ – દુષ્ટ-સ્વભાવનું.

illness (ઇલ્‌નિસ), ના૰ માંદગી, રોગ.

illo'gical (ઇલૉજિકલ), વિ૰ ન્યાયવિરુદ્ધ, તર્કસંગત નહિ એવું; અયુક્ત.

ill-om'ened, વિ૰ અપશુકનિયું, અશુભ.

ill-starred' (–સ્ટાર્ડ), વિ૰ જેના ગ્રહ પ્રતિકૂળ છે એવું, દુર્દૈવી.

ill-tem'pered, વિ૰ દુ:ખી, ઉદાસ; ચીડિયું.

ill-treat' (–ટ્રીટ), સ૰ક્રિ૰ -ની સાથે ખરાબ વર્તન કરવું.

illum'inate (ઇલૂમિનેટ, ઇલ્યૂ–), સ૰ ક્રિ૰ પ્રકાશિત કરવું; ઉપર પ્રકાશ પાડવો; દીવાઓ વડે રોશની કરવી; પુસ્તકને સોનેરી ચળકતા અક્ષરો વડે શણગારવું; પ્રબોધિત કરવું; મનમાં સ્પષ્ટ કરવું; મનને ઉન્નત કરવું. **illumina'tion** (ઇલૂ–, ઇલ્યૂ-), ના૰ પ્રકાશિત કરવું તે; (બ૰ વ૰) રોશની. **illumi'native**, વિ૰ પ્રકાશ પાડનારું; બોધ આપનારું.

illum'ine (ઇલૂમિન, ઇલ્યૂ–), સ૰ ક્રિ૰ -ની ઉપર પ્રકાશ પાડવો, દીવો કરવો; (મનને) ઉન્નત કરવું; સ્પષ્ટ કરવું.

illu'sion (ઇલૂઝન, ઇલ્યૂ–), ના૰ભ્રમ, ભ્રમણા, મોહ; આભાસ; છેતરપિંડી; માયા, અવિદ્યા. **illu'sionist**, ના૰ જાદૂગર; માયાવાદી. **illus'ive, illus'ory** (–સિવ, –સરિ), વિ૰ ભ્રમણામાં નાખનારું; ભ્રામક; છેતરનારું, ઠગારું.

ill'ustrate (ઇલસ્ટ્રેટ), સ૰ક્રિ૰ દાખલા કે આકૃતિ વડે સ્પષ્ટ કરવું – સમજાવવું; ચિત્રોથી શણગારવું – સુશોભિત કરવું. **illustra'tion**, ના૰ દાખલો, ઉદાહરણ; ચિત્ર, આકૃતિ, ઇ. **illus'trative**, (ઇલસ્ટ્રટિવ), વિ૰ સમજૂતી દાખલ આપેલું, દાખલા તરીકે આપેલું, દાખલાનું. **ill'ustrator**, ના૰ પુસ્તક માટે ચિત્રો બનાવનાર, ચિત્રકાર.

illus'trious (ઇલસ્ટ્રિઅસ), વિ૰ પ્રખ્યાત, પ્રસિદ્ધ.

im'age (ઇમિજ), ના૰ પ્રતિમા, પૂતળું, મૂર્તિ; પ્રતિકૃતિ, છબી; ઉપમા, રૂપક; કલ્પના, ભાવચિત્ર. સ૰ક્રિ૰ કલ્પના કરવી, ચિત્ર દોરવું; આબેહૂબ વર્ણન કરવું; (અરીસાએ) પ્રતિબિંબ પાડવું.

im'agery (ઇમિજરિ), ના૰ પૂતળાં, મૂર્તિઓ; આબેહૂબ ચિતાર આપનારા અલંકારો (વાળી ભાષા); કલ્પનાસૃષ્ટિ; દૃષ્ટાન્ત.

ima'ginary (ઇમૅજિનરિ), વિ૰ કાલ્પનિક, કલ્પેલું, વાસ્તવિક નહિ એવું.

imagina'tion (ઇમૅજિનેશન), ના૰ કલ્પનાશક્તિ, કલ્પના, પ્રતિભા; કેવળ કલ્પના, વિચાર, બુટ્ટો. **imag'inative** (ઇમૅજિનટિવ, –ને–) વિ૰ કલ્પનાશક્તિવાળું, કલ્પક, નવી નવી કલ્પના કરનારું; અવહેવારુ કલ્પના કરનારું.

ima'gine (ઇમૅજિન), સ૰ ક્રિ૰ (-ની) કલ્પના કરવી, ધારવું; મનમાં ચિત્ર ઊભું કરવું; ખોટો ખ્યાલ રાખવો.

imam' (ઇમામ), ના૰ ઇમામ.

im'becile (ઇમ્બિસીલ, –સિ –), વિ૰ નબળા મનવાળું, કમઅક્કલ; નબળું, ષંઢ. ના૰ કમઅક્કલ માણસ. **imbecil'ity** (ઇમ્બિસિલિટિ), ના૰ દુર્બળતા, ક્લૈબ્ય, નપુંસકતા.

imbed (ઇમ્બે'ડ), સ૰ક્રિ૰ જુઓ embed.

imbibe' (ઇમ્બાઇબ), સ૰ક્રિ૰ પીવું, ચૂસી લેવું; મનમાં ઉતારવું, આત્મસાત્ કરવું.

imbro'glio (ઇમ્બ્રોલ્યો, –લિઓ), ના૰ અવ્યવસ્થિત ઢગલો, વિચાર અને યોજનાઓનો ગોટાળો (થવાથી પેદા થયેલી મુશ્કેલી).

imbrue' (ઇમ્બ્રૂ), સ૰ક્રિ૰ (પોતાના હાથ, શસ્ત્ર, ઇ. લોહી, ઇ.)થી રંગવું, ડાઘાવાળું – ગંદું – કલંકિત – કરવું.

imbue' (ઇમ્બ્યૂ), સ૰ક્રિ૰ -થી ભરપૂર કરવું, પૂરેપૂરું ભીંજવવું; વ્યાપવું; -થી પ્રેરિત કરવું.

im'itate (ઇમિટેટ), સ૰ ક્રિ૰ અનુસરવું, અનુકરણ કરવું; -ના જેવું હોવું; નકલ કરવી, ચાળા પાડવા. **imita'tion** (ઇમિટેશન), ના૰ અનુકરણ, નકલ. વિ૰ બનાવટી, નકલી. **im'itative** (ઇમિટેટિવ), વિ૰ અનુસરે – અનુકરણ કરે – એવું; બનાવટી, નકલી. **im'itator**, ના૰ અનુકરણ – નકલ – કરનાર.

immac'ulate (ઇમૅક્યુલિટ,), વિ૰ શુદ્ધ, નિષ્કલંક, અનઘ, પવિત્ર; (પોશાક) બહુ જ વ્યવસ્થિત, સફાઈદાર ને ફૅશનબલ. *I~ Conception*, કુમારી મેરીનું મૈથુન પાપવિરહિત – અપૌરુષેય – ગર્ભાધાન.

imm'anent (ઇમનન્ટ), વિ૦ અંદર રહેલું, અન્તર્ભૂત; (ઈશ્વર અંગે) બધામાં રહેલું, વિશ્વવ્યાપી. [અમૂર્ત; નજીવું.

immater'ial(ઇમટીરિઅલ),વિ૦અશરીરી,

immature' (ઇમટચૂર), વિ૦ અપરિપક્વ, કાચું, અપ્રૌઢ. **immatur'ity** (ઇમટચૂરિટિ). નાo અપરિપક્વતા.

immea'surable (ઇમે'ઝરબલ), વિ૦ મપાય નહિ એવું, અમાપ, અપરિમિત; અત્યન્ત, ઘણું.

immed'iate (ઇમીડિઅટ, -જિઅટ),વિ૦ તદ્દન પાસેનું, નજીકનું, પ્રત્યક્ષ; તરતનું, તાકીદનું, ઢીલ વિના થનારું - કરવાનું. **immed'-iately**, ક્રિ૦ વિ૦ તરત, ઢીલ વિના.

immemor'ial (ઇમિમૉરિઅલ, -મો-), વિ૦ પ્રાચીન, સ્મરણાતીત; બહુ જૂનું.

immense' (ઇમે'ન્સ), વિ૦ પ્રચંડ, ઘણું મોટું - સારું. **immense'ly**, ક્રિ૦ વિ૦ ઘણું, અતિશય. **immens'ity** નાo વિશાળતા, પ્રચંડતા, મહત્ત્વ.

immerse' (ઇમર્સ), સ૦ ક્રિ૦ પાણીમાં બોળવું - ડુબાડવું - મૂકવું. *~d in a book*, ચોપડીમાં - વાંચવામાં - તલ્લીન. **immer'-sion** (ઇમર્શન), નાo પાણીમાં ડુબાડવું તે.

imm'igrant (ઇમિગ્રન્ટ), વિ૦ અને નાo કાયમી વસવાટ માટે પરદેશમાંથી - બહારથી - આવેલું (માણસ). **immi'grate** (ઇમિગ્રેટ), અ૦ક્રિ૦ કાયમી વસવાટ માટે બીજા દેશથી આવવું - લાવવું. **immigra'tion**, નાo બીજા દેશથી આવી વસવું તે.

imm'inence (ઇમિનન્સ), નાo નિકટ-વર્તિત્વ (કાળની દૃષ્ટિથી). **imm'inent**, વિ૦ તુરતમાં જ થનારું, નિકટવર્તી; માથે પડતું, પાસે આવી રહેલું, આસન્ન.

immob'ile (ઇમોબાઇલ, -બિલ), વિ૦ ન હલાવી શકાય - ન હાલે - એવું, સ્થિર, અચળ. **immobil'ity** (ઇમબિલિટિ),નાo અચળતા, જડતા. [બેસુમાર.

immod'erate (ઇમૉડરિટ), વિ૦ અતિશય,

immod'est (ઇમૉડિસ્ટ), વિ૦ લાજ કે શરમ વિનાનું, ઉદ્ધત, ધીટ; અશ્લીલ, બીભત્સ. **immod'esty** (ઇમૉડિસ્ટિ), નાo નિર્લજ્જ-પણું, અવિનય; મર્યાદાભંગ.

imm'olate (ઇમલેટ), સ૦ ક્રિ૦ ભોગ-બલિ-આપવો, હોમવું. **immola'tion**, નાo હોમવું તે, બલિદાન.

immo'ral (ઇમૉરલ), વિ૦ અનીતિવાળું, અન્યાય ભર્યું; પાપી, વ્યભિચારી, દુરાચારી. **immorali'ty** (ઇમરૅલિટિ), નાo અનીતિ, દુરાચાર.

immort'al (ઇમૉર્ટલ),વિ૦ અમર, ચિરંજીવ; ચિરકીર્તિવાળું. નાo અમર ખ્યાતિવાળો લેખક; (બ૦વ૦) (પુરાણ સમયના) દેવો. **immortal'ity** (ઇમૉર્ટૅલિટિ), નાo અમરત્વ. **immort'alize** (ઇમૉર્ટલાઇઝ઼), સ૦ ક્રિ૦ અમર બનાવવું, અજરામર કરવું.

immo'vable (ઇમૂવબલ), વિ૦ ખસેડાય નહિ એવું, નિશ્ચળ, સ્થિર; દૃઢ; અડગ, અણનમ; કઠણ હૈયાનું; [કા.] (મિલકત) સ્થાવર.

immune' (ઇમ્યૂન), વિ૦ (કર, રોગનો ચેપ, ઇ.થી) મુક્ત, સુરક્ષિત. **immun'ity** (ઇમ્યૂનિટિ), નાo કર, રોગનો ચેપ ઇ.માંથી મુક્તપણું, સુરક્ષિતપણું. **imm'unize** (ઇમ્યુ-નાઇઝ઼), સ૦ ક્રિ૦ રોગના સંસર્ગથી મુક્ત - સુરક્ષિત - બનાવવું, ચેપ ન લાગે તેમ કરવું.

immure (ઇમ્યૂર, -મ્યુઅ-), સ૦ ક્રિ૦ કેદમાં પૂરવું, ગોંધવું.

immut'able (ઇમ્યૂટબલ), વિ૦ જેમાં ફેરફાર થતો નથી એવું, અવ્યય, અવિકારી. **immutabil'ity**, નાo અવિકારિતા.

imp (ઇમ્પ), નાo શેતાનનું બચ્ચું; નાનો શેતાન, તોફાની છોકરું.

im'pact (ઇમ્પૅક્ટ), નાo અથડાવું તે, ટક્કર; ધક્કો, આઘાત; અસર, પરિણામ. **impact'**, સ૦ ક્રિ૦ સજ્જડ બેસાડવું - દબાવવું

impair' (ઇમ્પેર, -પે'અર) સ૦ક્રિ૦ ઘટાડવું, ઓછું કરવું; નબળું પાડવું; -ને હાનિ પહોંચાડવી. **impair'ment**, નાo ઘટાડો, ઈજા, અપાય.

impale' (ઇમ્પેલ), સ૦ ક્રિ૦ શૂળીએ ચડાવવું, ભાલો ઇ. આરપાર ભોંકવું; અણિયાળી ચીપોની વાડ બનાવવી.

impal'pable (ઇમ્પૅલ્પબલ), વિ૦ સ્પર્શથી માલૂમ ન પડે એવું; મુશ્કેલીથી હાથમાં આવે એવું; દુર્બોધ.

impanel, જુઓ empanel.
impart' (ઇમ્પાર્ટ), સ૦ ક્રિ૦ -નો ભાગ આપવો; ગુણ, જ્ઞાન, ઇ. આપવું.
impar'tial (ઇમ્પાર્શલ), વિ૦ નિષ્પક્ષપાત, યોગ્ય; ન્યાય્ય. **impartial'ity** (ઇમ્પાર્શિઍલિટિ), ના૦ નિષ્પક્ષપાતપણું.
impass'able (ઇમ્પાસબલ), વિ૦ જેની ઉપરથી કે અંદરથી પસાર ન થવાય એવું, દુસ્તર, દુર્ગમ, દુર્લંઘ્ય.
impasse' (ઇમ્પાસ, ઍંપાસ), ના૦ સોંસરા માર્ગ વિનાની ગલી; જેનો ઉપાય દેખાતો નથી એવી મુશ્કેલ પરિસ્થિતિ, કુંઠિતાવસ્થા, મડાગાંઠ.
impass'ible (ઇમ્પૅસિબલ), વિ૦ સંવેદના વિનાનું, સુખદુઃખ લાગે નહિ એવું; અચેતન, જડ.
impa'ssioned (ઇમ્પૅશન્ડ), વિ૦ તીવ્ર લાગણીવાળું, આવેશવાળું, જુસ્સાદાર.
impass'ive (ઇમ્પૅસિવ), વિ૦ લાગણી વિનાનું; શાંત, અક્ષુબ્ધ; સુખદુઃખ લાગે નહિ એવું.
impa'tient (ઇમ્પેશન્ટ), વિ૦ અધીરું, ઉતાવળિયું; સહેજમાં ગુસ્સે થનારું, વલોપાતિયું. **impa'tience**, ના૦ અધીરાઈ, આકુળતા, વલોપાત.
impeach' (ઇમ્પીચ), સ૦ક્રિ૦ પ્રશ્ન-વાંધો-ઉઠાવવો; આરોપ મૂકવો, વિ. ક. રાજદ્રોહનો કે એના જેવો ગંભીર આરોપ મૂકી ન્યાયાધીશ પાસે તપાસ કરાવવી. **impeach'ment**, ના૦ તહોમતનામું; મહાભિયોગ.
impecc'able (ઇમ્પેકબલ), વિ૦ જેનાથી પાપ ન થાય એવું; નિર્દોષ, નિષ્પાપ.
impecun'ious (ઇમ્પિક્યૂનિઅસ), વિ૦ ધનહીન, અકિંચન.
impede' (ઇમ્પીડ), સ૦ ક્રિ૦ અટકાવવું, હરકત કરવી. **imped'iment** (ઇમ્પે'ડિમન્ટ), ના૦ નડતર, વિઘ્ન; બોલવામાં નડતર-તોતડાવું તે; (બ૦ વ૦ **impedimen'ta** (ઇમ્પે'ડિમે'ન્ટા) પણ) વિ. ક. લશ્કર સાથેનો કે પ્રવાસીની સાથેનો સામાન.
impel' (ઇમ્પે'લ), સ૦ ક્રિ૦ આગળ ચલાવવું, ધકેલવું; -ને ફરજ પાડવી.
impend' (ઇમ્પે'ન્ડ), અ૦ ક્રિ૦ (માથે) લટકતું હોવું; બનવાની તૈયારીમાં હોવું, પાસે આવી પહોંચવું (~*over* person). **impen'ding**, વિ૦ આવી પડતું, બનવાની તૈયારીમાં; માથે તોળાઈ રહેલું.
impen'etrable (ઇમ્પે'નિટ્રબલ), વિ૦ જેમાં પ્રવેશ ન કરી શકાય એવું, અભેદ્ય, વજ્ર જેવું કઠણ; ગૂઢ, ગહન.
impen'itent (ઇમ્પે'નિટન્ટ), વિ૦ પશ્ચાત્તાપશૂન્ય; કઠણ હૈયાનું; હઠીલું. **impen'itence**, ના૦ હૈયાનું કઠણપણું; પશ્ચાત્તાપહીનતા.
impe'rative (ઇમ્પે'રટિવ), વિ૦ આજ્ઞા-હુકમ-કરનારું, આજ્ઞાવાચક; કર્યા વિના ન ચાલે એવું, અનિવાર્યપણે આવશ્યક. ના૦. [વ્યાક.] આજ્ઞાર્થ (~*mood*). *categorical* ~, જુઓ categorical.
impercep'tible (ઇમ્પર્સે'પ્ટિબલ), વિ૦ ઇન્દ્રિયગોચર નહિ એવું, અતિસૂક્ષ્મ, અદૃશ્ય; તદ્દન નજીવું.
imperf'ect (ઇમ્પર્ફિક્ટ), વિ૦ અપૂર્ણ, અધૂરું; ખોડવાળું, સદોષ. **imperfec'tion**, (-ફે'કશન), ના૦ અપૂર્ણતા; ન્યૂનતા.
imper'ial (ઇમ્પીરિઅલ), વિ૦ સામ્રાજ્યનું-ને લગતું; સમ્રાટ કે બાદશાહનું, બાદશાહી; ભવ્ય; (કાગળ) ૨૨"×૩૨"ના માપનું. ~ *gallon*, બ્રિટિશ ગૅલન (૨૨૭·૩ ઘન ઇંચ પ્રવાહી). ના૦ નીચલા હોઠ પર રાખેલી નાનીશી દાઢી.
imper'ialism (ઇમ્પીરિઅલિઝ઼મ), ના૦ [સામ્રાજ્યવાદ.
impe'ril (ઇમ્પે'રિલ), સ૦ક્રિ૦ જોખમમાં નાખવું, જોખમાય તેમ કરવું.
imper'ious (ઇમ્પીરિઅસ, ઇમ્પિર્અ-), વિ૦ હુકમ કરનારું, હકૂમત ચલાવનારું; તાકીદનું, અગત્યનું; તોરી, મિજાજી.
imper'ishable (ઇમ્પે'રિશબલ), વિ૦ નાશ ન પામનારું, અવિનાશી.
impers'onal (ઇમ્પર્સનલ), વિ૦ કોઈ વિશિષ્ટ વ્યક્તિના સંબંધ વિનાનું, કોઈ વ્યક્તિને ઉદ્દેશીને નહિ કરેલું-બોલેલું; વ્યક્તિનિરપેક્ષ; બિન અંગત, (વ્યક્તિગત) ભાવનાથી અરંજિત.
impers'onate (ઇમ્પર્સનેટ), સ૦ ક્રિ૦ અમુક માણસ હું જ છું એમ દેખાડવું-કહેવું, -નું રૂપ ધારણ કરવું; -નો ભાગ ભજવવો. **impersona'tion**, ના૦ બીજા કોઈનો વેષ

લેવા અથવા ભાગ ભજવવો તે. **impers'onator** (ઇમ્પર્સનેટર), ના૦ બીજા કોઈનો વેષ લેનાર કે ભૂમિકા ભજવનાર.

impert'inent (ઇમ્પર્ટિનન્ટ), વિ૦ યોગ્ય આદર વિનાનું, ઉદ્ધત, તોછડું, ધીટ; અપ્રસ્તુત **impert'inence**, ના૦ ઉદ્ધતાઈ.

imperturb'able (ઇમ્પર્ટર્બબલ), વિ૦ ક્ષોભ ન પામે એવું, શાંત, સ્વસ્થ. **imperturbabil'ity** ના૦ અક્ષોભ, નિત્યસ્વસ્થતા.

imperv'ious (ઇમ્પર્વિઅસ), વિ૦ જેમાંથી આરપાર જઈ ન શકાય એવું, અભેદ્ય; બીજાની વાત ન સાંભળનાર કે કબૂલ ન કરનાર, જિદ્દી. ~ *to argument*, કોઈની દલીલ ન સાંભળનાર.

impetig'o (ઇમ્પિટાઇગો), ના૦ ચામડીનો એક ચેપી રોગ, જેમાં ચામડી પર નાની નાની ફોલ્લી થાય છે.

impet'uous (ઇમ્પે'ટ્યુઅસ) વિ૦ ભાવનાના આવેગવાળું, ઉતાવળિયું; અવિચારીપણાથી વર્તનારું. **impetuos'ity** (ઇમ્પે'ટ્યુઑસિટિ), ના૦ ભાવનાનો આવેગ, ઉતાવળ.

im'petus (ઇમ્પિટસ), ના૦ (બ૦વ૦ -es). ચાલના આપનારું – પ્રવર્તક – બળ; વેગ, ધક્કો, પ્રેરણા. [પાપ; (માબાપની) અવજ્ઞા.

impi'ety (ઇમ્પાયિટિ – યટિ), ના૦ અધર્મ,

impinge' (ઇમ્પિંજ), ઉ૦ક્રિ૦ કશાકની સાથે અફાળવું–અથડાવું (~ *on*) – અથડાવવું.

im'pious (ઇમ્પિઅસ), વિ૦ ભક્તિહીન, અધાર્મિક, નાસ્તિક, પાપી. [તોફાની.

im'pish (ઇમ્પિશ), વિ૦ શેતાનનું – ના જેવું,

implac'able (ઇમ્પ્લૅકબલ, ઇમ્પ્લે–), વિ૦ શાંત કે પ્રસન્ન કરી ન શકાય એવું. દુરારાધ્ય; (વેરી) કટ્ટું; પાષાણહૃદયી.

implant' (ઇમ્પ્લાન્ટ), સ૦ક્રિ૦ અંદર ઘાલવું–દાખલ કરવું; રોપવું; (મનમાં) ઠસાવવું.

im'plement (ઇમ્પ્લિમન્ટ), ના૦ ઓજાર, હથિયાર, સાધન. **im'plement** (–મેન્ટ), સ૦ ક્રિ૦ -નો અમલ કરવો, અમલમાં મૂકવું; ઉમેરીને પૂરું કરવું.

im'plicate (ઇમ્પ્લિકેટ), સ૦ ક્રિ૦ ગૂંચવવું; સામેલ છે એમ બતાવવું, સંડોવવું, વગોવવું; સૂચવવું. **implica'tion**, ના૦ ગૂંચવણ; ધ્વનિ, ગર્ભિતાર્થ; વગોવણી.

impli'cit (ઇમ્પ્લિસિટ), વિ૦ ગર્ભિત, સૂચિત; શંકા ઉઠાવ્યા સિવાયનું, નિઃશંક, સંપૂર્ણ.

implore' (ઇમ્પ્લોર, –પ્લૉ–), સ૦ ક્રિ૦ કાલાવાલા કરવા, કરગરીને માગવું.

imply' (ઇમ્પ્લાઇ), સ૦ક્રિ૦ સૂચિત –ધ્વનિત– કરવું; -નો અર્થ હોવો. [અવિવેકી, અવિચારી.

impolite' (ઇમ્પલાઇટ), વિ૦ અસભ્ય,

impol'itic (ઇમ્પૉલિટિક), વિ૦ ડહાપણભરેલું નહિ એવું, અવિવેકી, પ્રસંગોચિત નહિ એવું.

impon'derable (ઇમ્પૉન્ડરબલ), વિ૦ વજન કે ભાર વિનાનું; બહુ જ હલકું; ગણતરીમાં ન લઈ શકાય એવું. ના૦ એવી વસ્તુ.

import' (ઇમ્પૉર્ટ), સ૦ ક્રિ૦ પરદેશમાંથી આણવું, આયાત કરવું. **im'port**, ના૦ માલ આયાત કરવો તે; (બ૦ વ૦) પરદેશમાંથી આવતો માલ, આયાત.

import' (ઇમ્પૉર્ટ), સ૦ક્રિ૦ અર્થ સૂચવવો, -નો અર્થ હોવો; ને મહત્ત્વનું હોવું. **im'port**, ના૦ અર્થ, ભાવાર્થ; તાત્પર્ય; મહત્ત્વ.

import'ance, (ઇમ્પૉર્ટન્સ), ના૦ મહત્ત્વ, ગૌરવ; અગત્ય, જરૂરિયાત. **import'ant**, વિ૦ મહત્ત્વનું; અગત્યનું, જરૂરી; ગંભીરતાવાળું.

import'unate (ઇમ્પૉટ્યુનિટ), વિ૦ વારંવાર માગણી કરનારું, આગ્રહ કરનારું; તાકીદનું. **importun'ity** (ઇમ્પૉટ્યૂનિટિ), ના૦ કાલાવાલા, આજીજી; અતિઆગ્રહ. **importune'** (ઇમ્પૉટ્યૂન), સ૦ ક્રિ૦ આગ્રહપૂર્વક અને ફરી ફરી વિનંતી – માગણી – કરવી.

impose' (ઇમ્પોઝ઼), ઉ૦ ક્રિ૦ માથે ભાર – ફરજ – નાખવી – લાદવી; વધારે સારું છે એમ કહી લેવડાવવું, ગળે બાંધવું. ~ *(up)on*, છેતરવું; -નો ગેરલાભ લેવો. **impos'ing**, વિ૦ પ્રભાવી દેખાતું, ભભકાવાળું; અસરકારક, પ્રભાવી.

imposi'tion (ઇમ્પઝ઼િશન), ના૦ કર, વેરો; છેતરપિંડી; સજા દાખલ લખવા આપેલો પાઠ; પૈસાની બેહૂદી માગણી; અપ્રિય ફરજ.

imposs'ible (ઇમ્પૉસિબલ), વિ૦ અશક્ય; અસાધ્ય, અતિ મુશ્કેલ; [વાત.] અસહ્ય, અત્યાચારી. **impossibil'ity**, ના૦ અશક્યતા, અશક્ય વાત.

im'post (ઇમ્પોસ્ટ), ના૦ કર, વેરો; ખંડણી.

impos'tor (ઇમ્પૉસ્ટર), ના૦ ઢોંગી, વેષ કાઢનાર; ધુતારો. **impos'ture** (ઇમ્પૉસ્ચર), ના૦ ઠગાઈ; ઢોંગ, પાખંડ.

im'potent(ઇમ્પટન્ટ, -મ્પો-),વિ૦શક્તિહીન, નબળું; વીર્યહીન, નામર્દ. **im'potence,** ના૦ નબળાઈ; નામર્દાઈ.

impound' (ઇમ્પાઉન્ડ), સ૦ ક્રિ૦ (રખડતા ઢોરને) વાડામાં પૂરવું; (માણસને) ગોંધી રાખવું; (મિલકત) જપત કરવું.

impov'erish (ઇમ્પૉવરિશ), સ૦ ક્રિ૦ ગરીબ–નિર્ધન – બનાવવું;-નું સત્ત્વ–કસ–કાઢી લેવો, નિઃસત્ત્વ કરવું. **impov'erishment,** ના૦.

imprac'ticable (ઇમ્પ્રૅક્ટિકબલ), વિ૦ કરી ન શકાય એવું, અવ્યવહારુ; (રસ્તો, જગ્યા) -માં, ઉપર જઈ ન શકાય એવું; (માણસ) જેની સાથે કામ લેવું મુશ્કેલ એવું; મુશ્કેલ, હઠીલું. **impracticabil'ity,** ના૦ અવ્યવહાર્યતા.

imprac'tical(ઇમ્પ્રૅક્ટિકલ),વિ૦અવહેવારુ.

im'precate (ઇમ્પ્રિકેટ), સ૦ ક્રિ૦ -ને શાપ દેવો, બદદુવા દેવી. **impreca'tion,** ના૦ શાપ, બદદુવા.

impreg'nable (ઇમ્પ્રે'ગ્નબલ), વિ૦ હુમલાથી લઈ ન શકાય એવું, અભેદ્ય, અજેય.

impreg'nate (ઇમ્પ્રે'ગ્નેટ), સ૦ક્રિ૦ સારી પેઠે ભરી દેવું, તરબોળ કરવું; ફળદ્રુપ બનાવવું, સગર્ભા બનાવવું.

impresar'io (ઇમ્પ્રે'સારિઓ), ના૦ (બ૦ વ૦ -s). નાટક, ઇ. રંજનાત્મક કાર્યક્રમનો ગોઠવનાર – વ્યવસ્થાપક – રજૂ કરનાર.

impress' (ઇમ્પ્રે'સ), સ૦ક્રિ૦ લશ્કર, ઇ.માં નોકરી કરવાની ફરજ પાડવી; જાહેર સેવા માટે માલ, ઇ.નો કબજો લેવો.

impress', સ૦ ક્રિ૦ જોરથી છાપ પાડવી–મારવી, મુદ્રાંકિત કરવું; સિક્કો મારવો; (મન પર) ઊંડી અસર પાડવી – કરવી. **im'press,** ના૦ છાપ મારવી તે; છાપ, મુદ્રા, સિક્કો; વિશિષ્ટ લક્ષણ.

impre'ssion (ઇમ્પ્રે'શન), ના૦ છાપ મારવી તે; છાપ, મુદ્રા; મન પર પડેલી છાપ–અસર; ખ્યાલ, માન્યતા; મુદ્રણ; પુસ્તકની એક વખત છાપેલી નકલો. **impress'ible,** વિ૦ (સહેલાઈથી) અસર પડે એવું. **impress'ive,** વિ૦ અસર કરનારું, પ્રભાવી; મનોવેધક; ગંભીર, ભવ્ય.

impre'ssionable (–શનબલ), વિ૦ તરત અસર થાય એવું, શીઘ્ર સંસ્કારગ્રાહી, અસરને પાત્ર.

impre'ssionism (–શનિઝ઼મ), ના૦ વીગતમાં ન ઊતરતાં સામાન્ય અસર કે છાપ પાડવા માટેની લખવાની કે ચિત્રકળાની પદ્ધતિ.

impre'ssionist (–શનિસ્ટ), ના૦ પ્રત્યક્ષ દેખાવ નહિ પણ તેની પોતાના મન પર પડતી અસર ચિત્રમાં ઉતારનાર ચિત્રકાર.

imprimat'ur (ઇમ્પ્રિમેટર), ના૦ છાપવા માટે (સરકારી) પરવાનો; મંજૂરી, પરવાનગી.

imprint' (ઇમ્પ્રિન્ટ), સ૦ક્રિ૦ છાપ મારવી–પાડવી. **im'print,** ના૦ છાપ, સિક્કો; (પુસ્તક પર) પ્રકાશક, મુદ્રક, ઇ.નાં નામ, સ્થળ વગેરે છાપેલી વીગત.

impris'on (ઇમ્પ્રિઝ઼ન), સ૦ ક્રિ૦ કેદમાં નાખવું; ગોંધવું, પૂરી દેવું. **impris'onment,** ના૦ કેદમાં પૂરવું તે; કેદ.

improb'able (ઇમ્પ્રૉબબલ), વિ૦ ઘણું કરીને નહિ બને એવું, અસંભવિત. **improbabil'ity,** ના૦ અસંભાવ્યતા; અસંભવિત વસ્તુ.

impromp'tu (ઇમ્પ્રૉમ્પ્ટ્યૂ), વિ૦ અને ક્રિ૦વિ૦ અગાઉથી વિચાર કે તૈયારી કર્યા વગરનું, તત્ક્ષણ કરેલું, શીઘ્ર. ના૦ પૂર્વતૈયારી વગરની – શીઘ્ર – રચના.

improp'er (ઇમ્પ્રૉપર), વિ૦ અયોગ્ય; ખોટું; અશ્લીલ, અઘટિત. ~ *fraction,* છેદ કરતાં અંશ મોટો હોય એવો – વિષમ – અપૂર્ણાંક.

impropri'ety (ઇમ્પ્રપ્રાયિટિ), ના૦ વ્યાકરણ, રૂઢિપ્રયોગ, ઇ.નો ભંગ; શિષ્ટાચારનો ભંગ; અનુચિતતા, અણઘટતું કૃત્ય.

improve' (ઇમ્પ્રૂવ), ઉ૦ક્રિ૦ સુધારવું, સુધરવું; (તક કે સમયનો) સારો ઉપયોગ કરવો (~ *the occasion*). ~ *upon,* વધુ સારું બનાવવું. **improve'ment,** ના૦ સુધારો; સુધારોવધારો; ચડતી.

improv'ident (ઇમ્પ્રૉવિડન્ટ), વિ૦ દીર્ઘ દૃષ્ટિ વિનાનું, ગાફેલ; ત્રેવડ વિનાનું, ઉડાઉ.

improv'idence, ના૦ અદીર્ઘદૃષ્ટિ, ઇ.
improvise' (ઇમ્પ્રવાઇઝ઼), સ૦ ક્રિ૦ પૂર્વતૈયારી વિના બોલવું – કવન કરવું; પ્રસંગ માટે તૈયારી વિના પૂરું પાડવું – ઊભું કરવું. **improvisa'tion** (ઇમ્પ્રૉવિઝ઼ેશન), ના૦ હાજર હોય તે સાધનોથી – પૂર્વતૈયારી વિના – કરેલી વસ્તુ, ઇ.
imprud'ent (ઇમ્પ્રૂડન્ટ), વિ૦ અવિવેકી; અવિચારી; ડહાપણ વિનાનું. **imprud'ence,** ના૦ અવિચાર; ગફલત.
im'pudent (ઇમ્પ્યૂડન્ટ), વિ૦ તોછડું, ઉદ્ધત, બેઅદબ; નિર્લજ્જ. **impudence,** ના૦ ઉદ્ધતપણું, બેઅદબી.
impugn' (ઇમ્પ્યૂન), સ૦ ક્રિ૦ વાંધો ઉઠાવવો; દૂષણ દેવું; નિષેધ કરવો.
im'pulse (ઇમ્પલ્સ), ના૦ ધક્કો (મારવો તે); આવેગ; વિચાર કર્યા વિના એકદમ કશું કરવાની વૃત્તિ, આવેશ; જુસ્સો. **impul'sion** (ઇમ્પલ્શન), ના૦ આવેગ, જુસ્સો; ધક્કો, ચાલના. **impul'sive,** વિ૦ લાગણીના આવેશથી પ્રવૃત્ત થનારું, મનમોજી, મનસ્વી.
impun'ity (ઇમ્પ્યૂનિટિ), ના૦ નુકસાન કે સજાથી – ની ભીતિથી – મુક્તિ. *with* ~, અનિષ્ટ પરિણામની ભીતિ વિના.
impure' (ઇમ્પ્યૂર, –પ્યુઅ–), વિ૦ મેલું, ગંદું; અપવિત્ર, અશુદ્ધ; ભેગવાળું. **impur'ity** (ઇમ્પ્યૂરિટિ), ના૦ મલિનતા, મેલ, અશુદ્ધિ.
impute' (ઇમ્પ્યૂટ), સ૦ક્રિ૦ -ને (બહુધા દોષ) લગાડવો, -નો આરોપ કરવો. **imputa'tion,** ના૦ દોષારોપણ, આરોપ, આળ.
in (ઇન), નામ૦ અ૦ અને ક્રિ૦ વિ૦ અંદર, માં, માંહે, *be* ~ *with,* -ની સાથે સારો સંબંધ હોવો. ~ *fact,* વસ્તુતઃ ખરેખર જોતાં. ~ *order to, that,* એટલા માટે કે, જેથી. ~ *so far as,* જેટલા પ્રમાણમાં છે... તેટલા પ્રમાણમાં. ~ *that,* કારણ કે. ~ *vain,* વ્યર્થ, ફોગટ. ના૦ (બ૦વ૦) સત્તારૂઢ રાજકીય પક્ષ. *the* ~*s and outs,* (કોઈ બાબતની) અંદર બહારની બધી વિગત. [અસામર્થ્ય.
inabil'ity (ઇનબિલિટિ), ના૦ અશક્તિ,
inaccess'ible (ઇનૅકસે'સિબલ), વિ૦ અગમ્ય, દુર્ગમ; અપ્રાપ્ય, અલભ્ય. **inaccessibil'ity,** ના૦ અગમ્યતા.
inacc'urate (ઇનૅક્યુરિટ), વિ૦ અચોક્કસ, ભૂલચૂકવાળું, અશુદ્ધ, ખોટું. **inacc'uracy** (ઇનૅક્યુરસિ), ના૦ ભૂલ, ચૂક, ચોકસાઈનો અભાવ.
inac'tion (ઇનૅક્શન), ના૦ અનુદ્યમ, નિરુદ્યોગ; આળસ, જડતા. **inac'tive,** વિ૦ નિરુદ્યોગી, નવરું; બંધ. **inactiv'ity,** ના૦ નિરુદ્યોગિતા, નિરુદ્યોગ, નિષ્ક્રિયતા, જડતા.
inad'equate (ઇનૅડિક્વિટ), વિ૦ અપૂરતું, જોઈએ તે કરતાં ઓછું. **inad'equacy** (ઇનૅડિક્વસિ), ના૦ અધૂરાપણું, અપર્યાપ્તતા, અપૂર્ણતા.
inadmiss'ible (ઇનડ્મિસિબલ), વિ૦ કબૂલ ન કરી શકાય એવું, અમાન્ય, અગ્રાહ્ય.
inadvert'ent, (ઇનડ્વર્ટન્ટ), વિ૦ ધ્યાન બહારનું, અસાવધ, ગાફેલ; અજાણતાં કરેલું. **inadvert'ence, inadvert'ency,** ના૦ અસાવધપણું, ગફલત, દુર્લક્ષ.
inal'ienable (ઇનેલિઅનબલ), વિ૦ બીજાને આપી શકાય નહિ એવું, વંશના જ ભોગવટામાં રહે એવું, અવિચ્છેદ્ય.
inane' (ઇનેન), વિ૦ ખાલી, પોકળ; મૂર્ખતાભર્યું, અર્થહીન. **inan'ity** (ઇનૅનિટિ), ના૦ ઠાલાપણું, શૂન્યતા. [અચેતન, જડ.
inan'imate (ઇનૅનિમિટ), વિ૦ નિર્જીવ;
inani'tion (ઇનનિશન), ના૦ ખાલીપણું, શૂન્યતા; પોષણને અભાવે શક્તિક્ષીણતા, દુર્બળતા, નબળાઈ.
inapp'licable (ઇનૅપ્લિકબલ), વિ૦ લાગુ ન કરી શકાય એવું; અપ્રસ્તુત, અનુપયુક્ત.
inapp'osite (ઇનૅપઝિટ), વિ૦ અપ્રસ્તુત, અસ્થાને.
inappre'ciable (ઇનપ્રીશબલ), વિ૦ ગણતરીમાં – ધ્યાનમાં – ન લેવા જેવું, નજીવું, અલ્પ.
inapprop'riate (ઇનપ્રોપ્રિઅટ), વિ૦ સમર્પક – બંધબેસતું – નહિ એવું; અનુપયુક્ત; અનનુકૂળ.
inapt' (ઇનૅપ્ટ), વિ૦ અકુશળ, અણઘડ.
inap'titude (ઇનૅપ્ટિટ્યૂડ), ના૦ અણઘડપણું, અકુશળતા; અયોગ્યતા.

inartic'ulate (ઇનાર્ટિક્યુલિટ), વિ૦ અસ્પષ્ટ, અસ્ફુટ, સ્પષ્ટ બોલી ન શકનારું; મૂગું.
inartis'tic (ઇનાર્ટિસ્ટિક), વિ૦ કળા–કળાકૌશલ્ય–વિનાનું; અણઘડ; સદભિરુચિ વિનાનું. [એમ હોવાથી, જેથી કરીને, તેથી.
inasmuch' (ઇનૅઝ્ મચ), ક્રિ૦ વિ૦ ~*as*,
inatten'tion (ઇનટે'ન્શન), ના૦ દુર્લક્ષ, ઉપેક્ષા. **inatten'tive**, વિ૦ બેધ્યાન, ગાફેલ.
inaud'ible (ઇનૉડિબલ), વિ૦ સંભળાય નહિ એવું, અતિ ધીમું. **inaudibil'ity**, ના૦ અશ્રાવ્યતા.
inaug'urate (ઇનૉગ્યુરેટ), સ૦ ક્રિ૦ -ની વિધિપૂર્વક (હોદ્દા પર) સ્થાપના કરવી; કામ વિધિપૂર્વક શરૂ કરવું, ઉદ્‌ઘાટન કરવું. **inaug'ural** (ઇનૉગ્યુરલ), વિ૦ અને ના૦ સ્થાપના–ઉદ્‌ઘાટન–વખતનું–ને લગતું (ભાષણ). **inaugura'tion**, ના૦ વિધિપૂર્વક પ્રારંભ, ઉદ્‌ઘાટન.
inauspi'cious (ઇનૉસ્પિશસ), વિ૦ અશુભ, અમંગળ; અપશુકનિયું; દુર્દૈવી.
in'born (ઇનબૉર્ન), **in'bred** (ઇનબ્રે'ડ), વિ૦ સહજાત, જન્મસિદ્ધ, સહજ, સ્વાભાવિક, કુદરતી.
in'breeding (ઇનબ્રીડિંગ), ના૦ નજીકના સગામાં પરણીને પ્રજોત્પાદન (કરવાની પદ્ધતિ).
incal'culable (ઇનકૅલ્ક્યુલબલ), વિ૦ ગણાય નહિ એવું, અગણિત, અમાપ; અનિશ્ચિત.
incandes'cent (ઇનકૅન્ડે'સન્ટ), વિ૦ ઉષ્ણતાથી ચળકતું; (પ્રકાશ) ઉષ્ણ થયેલા તારથી પેદા થતું; જ્યોત કે જ્વાળા વિનાનું. **incandes'cence**, ના૦ અતિઉષ્ણતા, અંગાર પ્રકાશ. [જાદુ.
incanta'tion (ઇનકૅન્ટેશન), ના૦ મંત્ર,
incap'able (ઇનકેપબલ), વિ૦ ન કરી શકે એવું, અસમર્થ, અસહાય. **incapabil'ity**, ના૦ અસામર્થ્ય, અશક્તિ.
incapa'citate (ઇનકૅપૅસિટેટ), સ૦ ક્રિ૦ અસમર્થ–નાલાયક–નકામું–બનાવવું. **incapa'city**, ના૦ અશક્તિ; નાલાયકી, અપાત્રતા.
incar'cerate (ઇનકાર્સરેટ), સ૦ ક્રિ૦ કેદમાં પૂરવું. **incarcera'tion**, ના૦ કેદ કરવું તે, કેદ, અટક.
incarn'adine (ઇનકાર્નડાઇન, –ડિન), સ૦ ક્રિ૦ કિરમજી રંગનું કરવું–રંગે રંગવું. વિ૦ કિરમજી રંગનું.
incarn'ate (ઇનકાર્નિટ), વિ૦ દેહધારી, મૂર્તિમાન. સ૦ ક્રિ૦ (ઇનકાર્નેટ), મૂર્તિમંત બનાવવું, -ને મૂર્ત સ્વરૂપ આપવું; અવતાર લેવો.
incarna'tion, ના૦ દેહ ધારણ કરવો–અવતાર લેવો–તે; અવતાર, મૂર્તિ. [અવિચારી.
incau'tious (ઇનકૉશસ), વિ૦ અસાવધાન,
incen'diary (ઇન્સે'ન્ડિઅરિ), વિ૦ દ્વેષબુદ્ધિથી પારકાની મિલકતને આગ લગાડનારું; (બૉમ્બ) આગ લગાડવા માટેનું, જ્વાળાગ્રાહી પદાર્થોથી ભરેલું. ના૦ આગ લગાડનાર; સરકાર સામે લડવા ઉશ્કેરનાર; આગ લગાડનાર–સળગી ઊઠનાર–બૉમ્બ.
incense' (ઇન્સે'ન્સ), સ૦ ક્રિ૦ કોપાયમાન કરવું. **in'cense**, ના૦ ધૂપ, (લોબાન, ઇ.) ધૂપદ્રવ્ય; સ્તુતિ, પ્રશંસા, ખુશામત. સ૦ ક્રિ૦ ધૂપ કરવો–દેવો, ધૂણી દેવી.
incen'tive (ઇન્સે'ન્ટિવ), ના૦ પ્રેરક હેતુ, ઉત્તેજન, પ્રેરણા. વિ૦ પ્રેરણા–ઉત્તેજન–આપનારું. [શરૂઆત.
incep'tion (ઇન્સે'પ્શન), ના૦ આરંભ,
incert'itude (ઇન્સર્ટિટ્યૂડ), ના૦ અનિશ્ચય, અનિશ્ચિતપણું. [વારંવાર થતું; અખંડ.
incess'ant (ઇન્સે'સન્ટ), વિ૦ સતત ચાલતું,
in'cest (ઇન્સે'સ્ટ), ના૦ નજીકના સગા સાથે સંભોગ, અગમ્યગમન. **inces'tuous** (ઇન્સે'સ્ટ્યુઅસ), વિ૦ અગમ્યગમનનું દોષી, અગમ્યગમનના સ્વરૂપનું. [સેન્ટિમીટર
inch (ઇંચ), ના૦ ઇંચ (નું માપ), અઢી
in'choate (ઇન્કોઇટ, –એટ), વિ૦ તાજું જ આરંભેલું, કાચું, અવિકસિત.
in'cidence (ઇન્સિડન્સ), ના૦ અસર, પરિણામ; બોજો, ભાર; અસરની માત્રા; ઉપર પડવું–બેસવું–તે. ~ *of a tax*, કરનો ભાર–ભારણ. **in'cident**, ના૦ અંગભૂત–ગૌણ–ઘટના; બનાવ, ઘટના; પ્રસંગ. વિ૦ અંગભૂત, પ્રસંગોપાત્ત થતું; આવશ્યક પરંતુ ગૌણ. ~ *to*, -ને અંગે થતું, -ને લગતું. ~ *upon*, -ની ઉપર પડતું. **inciden'tal** (ઇન્સિડે'ન્ટલ), વિ૦ આનુષંગિક, ગૌણ; પ્રાસંગિક. **inciden'tally**, ક્રિ૦ વિ૦ પ્રસંગવશાત્.

incin'erate (ઇન્સિનરેટ), સ૦ ક્રિ૦ બાળવું, ભસ્મ કરવું. **incin'erator**, ના૦ નકામો કચરો બાળવા માટેની ભઠ્ઠી.

incip'ient (ઇન્સિપિઅન્ટ), વિ૦ શરૂઆતનું, પ્રારંભિક (કક્ષાનું-દશાનું).

incise' (ઇન્સાઇઝ઼), સ૦ ક્રિ૦ કાપ મૂકવો, કાપવું, કોતરવું. **inci'sion** (ઇન્સિઝ઼ન), ના૦ કાપો, ચીરો (મૂકવો તે). **incis'ive** (ઇન્સાઇસિવ), વિ૦ કાપે એવું, તીક્ષ્ણ; (શબ્દ ઇ.) ભેદક, માર્મિક; સ્પષ્ટ. **incis'or** (ઇન્સાઇઝ઼ર), ના૦ આગળના (છેદક) દાંતમાંનો કોઈ પણ એક.

incite' (ઇન્સાઇટ), સ૦ ક્રિ૦ પ્રેરવું, ઉશ્કેરવું. **incite'ment**, ના૦ પ્રેરણા, ઉશ્કેરણી, શિખવણી.

incivil'ity (ઇન્સિવિલિટિ), ના૦ અસભ્યતા, અવિનય, તોછડાપણું; અસભ્ય-અવિનયી-વર્તન.

inclem'ency (ઇન્ક્લે'મન્સિ), ના૦ ઉગ્રતા, સખતાઈ (વિ. ક. આબોહવાની). **inclem'ent**, વિ૦ (ઋતુ) સખત, ઉગ્ર; (ઠંડી) કડકડતી; (હવા) તોફાની.

inclina'tion (ઇન્ક્લિનેશન), ના૦ ઢોળાવ; ઝોક, વલણ; રુચિ. **incline'** (ઇન્ક્લાઇન), ઉ૦ક્રિ૦ વળવું, નમવું; વાળવું, નમાવવું; મન વળવું-થવું; મન વાળવું. ના૦ ઉતરાણ, ઢોળાવ.

inclose (ઇન્ક્લોઝ઼), જુઓ enclose.

include' (ઇન્ક્લુડ), સ૦ ક્રિ૦ સમાવવું, -નો સમાવેશ કરવો, -માં ગણવું. **inclu'sion** (ઇન્ક્લૂઝ઼ન), ના૦ સમાવેશ કરવો તે, સમાવેશ, અન્તર્ભાવ. **inclu'sive** (ઇન્ક્લૂસિવ), વિ૦ સમાવેશ કરનારું, અંદર સમાવી લેનારું.

incog'nito (ઇન્કૉગ્નિટો), વિ૦ બીજું રૂપ કે વેષ ધારણ કરેલું, ગુપ્ત. ક્રિ૦ વિ૦ ગુપ્તપણે, બીજે વેષ ધારણ કરીને. ના૦ વેષાંતર -ગુપ્ત વેષ-(ધારણ કરેલો માણસ).

incoher'ent (ઇન્કોહીરન્ટ), વિ૦ અસંબદ્ધ, અસંગત, છૂટું. **incoher'ence**, ના૦ અસંગતિ, અસંબદ્ધ વિધાન.

in'combus'tible (ઇન્કમ્બસ્ટિબલ), વિ૦ જલદી બળે નહિ-સળગે નહિ-એવું, અદાહ્ય.

in'come (ઇનકમ), ના૦ આવક, પેદાશ, કમાણી (વિ. ક. વાર્ષિક). **in'coming**, વિ૦ અંદર આવનારું; આવક.

incommen'surable (ઇન્કમે'ન્શરબલ) વિ૦ એકબીજા સાથે સરખામણી ન કરી શકાય એવું; [ગ.] (બે અથવા વધારે સંખ્યાઓ) સામાન્ય ભાજકરહિત-માનદંડરહિત; સરખાવવા માટે અપાત્ર.

incommen'surate (ઇન્કમેન્શરિટ), વિ૦ પ્રમાણ વિનાનું, પ્રમાણમાં ઓછું, અપૂરતું.

incommode' (ઇન્કમોડ), સ૦ ક્રિ૦ -ને ત્રાસ આપવો, અગવડ પાડવી. **incommo'dious** (ઇન્કમોડિઅસ), વિ૦ સોઈસગવડ વિનાનું; અતિ સંકડાશવાળું.

incom'parable (ઇન્કૉમ્પરબલ), વિ૦ અનુપમ, અજોડ, સર્વોત્કૃષ્ટ.

incompat'ible (ઇનકમ્પૅટિબલ), વિ૦ વિરોધી (ગુણોવાળું), અસંગત, વિપરીત. **incompatibil'ity**, ના૦ વિરોધ, અસંગતિ.

incom'petent (ઇનકૉમ્પિટન્ટ), વિ૦ અસમર્થ, અક્ષમ, અયોગ્ય, લાયકાત વિનાનું. **incom'petence** ના૦ અશક્તિ, અયોગ્યતા, નાલાયકી; અક્ષમતા. [અધૂરું.

incomplete' (ઇન્કમ્પ્લીટ), વિ૦ અપૂર્ણ,

incomprehen'sible (ઇનકૉમ્પ્રિહે'ન્સિબલ), વિ૦ સમજી ન શકાય એવું, દુર્બોધ, અગમ્ય.

inconceiv'able (ઇન્કન્સીવબલ), વિ૦ કલ્પી ન શકાય એવું, અકલ્પ્ય, અચિન્ત્ય.

inconclus'ive (ઇન્કન્ક્લૂસિવ), વિ૦ (દલીલ, ઇ.) થી અંત ન આવે એવું, અનિર્ણાયક, અનિશ્ચયાત્મક, ખાતરી ન કરાવે એવું.

incong'ruous (ઇન્કૉંગ્રુઅસ), વિ૦ મેળ વિનાનું, અસંગત; અયુક્ત, વિરુદ્ધ; મૂર્ખતાભર્યું. **incongru'ity** (ઇન્કૉંગ્રૂઇટિ), ના૦ અસંગતિ, વિરોધ.

incon'sequent (ઇન્કૉન્સિકવન્ટ), વિ૦ સ્વાભાવિક ક્રમમાં ન આવનારું; સંબંધ વિનાનું, અપ્રસ્તુત. **incon'sequence**, ના૦ **inconsequen'tial** (-કવે'ન્શલ), વિ૦ કુદરતી ક્રમમાં ન આવતું, અસંબદ્ધ, અપ્રસ્તુત; કશા મહત્ત્વ વિનાનું.

inconsid'erable (ઇન્કન્સિડરબલ), વિ૦ ગણતરીમાં ન લેવા જેવું, અલ્પ, નજીવું.

inconsid'erate (ઇન્કન્સિડરિટ), વિ૦ (વ્યક્તિ) અવિચારી, અવિવેકી; બીજાનો–બીજાની લાગણીનો– વિચાર ન કરનારું; (કામ) વગરવિચાર્યું.

inconsis'tent(ઇન્કન્સિસ્ટન્ટ),વિ૦ અરસપરસ મેળ વગરનું, વિસંગત, વિરોધી. **incon-sis'tency**, ના૦ વિસંગતિ.

inconsol'able (ઇન્કન્સોલબલ), વિ૦ સાંત્વન ન કરાય એવું, અતિ શોકાકુલ.

incon'sonant (ઇન્કૉન્સનન્ટ), વિ૦ મેળ ન ખાનારું, વિરોધી.

inconspic'uous(ઇન્કૉન્સ્પિક્યુઅસ),વિ૦ આંખે ન ચડનારું, વિશેષ ધ્યાન ન ખેંચનારું.

incon'stant (ઇન્કૉન્સ્ટન્ટ), વિ૦ બદલાઈ જનારું; ઠેકાણા વગરનું: ચંચળ, અસ્થિર. **incon'stancy**,ના૦અસ્થિરપણું,ચંચળતા.

incontes'table (ઇન્કન્ટેસ્ટબલ), વિ૦ -જેને વિષે વાંધો કે શંકા ઉઠાવી ન શકાય એવું, નિર્વિવાદ.

incon'tinent (ઇન્કૉન્ટિનન્ટ), વિ૦ (વિ. ક. કામવિકારની બાબતમાં) અસંયમી, વિષયી. **incon'tinence**, ના૦ અસંયમ.

incon'tinently, ક્રિ૦ વિ૦ તરત જ, એકદમ, સત્વર.

incontrovert'ible (ઇન્કૉન્ટ્રવર્ટિબલ), વિ૦ તકરાર ન કરી શકાય એવું, નિર્વિવાદ.

inconven'ient (ઇન્કન્વીનિઅન્ટ), વિ૦ અગવડવાળું, ત્રાસદાયક; કવખતનું. **incon-ven'ience**, ના૦ અગવડ, ત્રાસ. સ૦ ક્રિ૦ -ને અગવડ કરવી.

incorp'orate (ઇન્કૉર્પરેટ), ઉ૦ ક્રિ૦ -માં –સાથે–ભેળવી દેવું, એક કરી દેવું; પોતાનામાં સમાવી દેવું; કાયદેસરનું મંડળ (વિ. ક. વેપારી) બનાવવું. વિ૦ (–રિટ.), -માં સમાવી દીધેલું. **incorpora'tion**, ના૦ ભેળવી–જોડી–દેવું તે.

incorpor'eal(ઇન્કૉર્પોરિઅલ),વિ૦પાર્થિવ, અસ્તિત્વ વિનાનું, અપાર્થિવ, અશરીરી.

incorrect' (ઇન્કરે'ક્ટ), વિ૦ ખોટું, અસત્ય; ભૂલભરેલું, ખોટું; અનુચિત.

inco'rrigible (ઇન્કૉરિજિબલ), વિ૦ સુધરે નહિ એવું; વંઠી ગયેલું, રીઢું.

incorrup'tible(ઇન્કરપ્ટિબલ), વિ૦બગડે કે કોહી ન જાય એવું; પૈસાથી–લાંચથી–વશ ન થાય–ભ્રષ્ટ ન થાય–એવું.

increase' (ઇન્ક્રીસ), ઉ૦ક્રિ૦ વધવું,વધારવું; સંખ્યા, મૂલ્ય, કદ, ઇ. માં વધારો કરવો–થવો. ના૦ વધારો, વૃદ્ધિ.

incred'ible (ઇન્ક્રે'ડિબલ), વિ૦ ન માની શકાય એવું, અવિશ્વસનીય; આશ્ચર્યજનક. **incredibil'ity**, ના૦ અવિશ્વસનીયતા.

incredul'ity (ઇન્ક્રિડ્યૂલિટિ), ના૦ અવિશ્વાસ, શંકાશીલપણું. **incred'ulous** (ઇન્ક્રે'ડ્યુલસ), વિ૦ વિશ્વાસ ન રાખનાર, શંકાશીલ.

in'crement (ઇન્ક્રિમન્ટ),ના૦વૃદ્ધિ, વધારો; નફો. *unearned* ~, સામાન્ય પરિસ્થિતિને કારણે, નહિ કે માલિકના કોઈ કૃત્યથી, જમીન, ઇ.ના મૂલ્યમાં થયેલ વધારો.

incrim'inate(ઇન્ક્રિમિનેટ),સ૦ક્રિ૦ગુનાનો આરોપ–તહોમત–મૂકવું, ગુનામાં–આરોપ-માં–સંડોવવું.

incrusta'tion (ઇનક્રસ્ટેશન), ના૦ ઉપર પોપડો બાઝવો તે; પોપડો, સખત આવરણ.

in'cubate(ઇનક્યુબેટ),ઉ૦ક્રિ૦ ઈંડાં સેવવાં, ઈંડાં પર બેસવું; મનમાં યોજના ઘડવી – ઘોળ્યા કરવું. **incuba'tion**, ના૦ ઈંડાં પર બેસવું તે, સેવન; ચેપનો પરિપાક. **in'cubator** (ઇનક્યુબેટર), ના૦ કૃત્રિમ ગરમી આપી ઈંડાં સેવવાનું યંત્ર, અંડપોષણ યંત્ર; પૂરતા સમય પહેલાં જન્મેલાં બાળકોને યોગ્ય ઉષ્ણતામાં રાખવાની પેટી, ઇ.

in'cubus (ઇન્ક્યુબસ),ના૦(બહુધા અજીર્ણને લીધે આવેલું) ભયંકર સ્વપ્નું–ઓથાર; ત્રસ્ત કરનાર ભૂત–વસ્તુ; જેનો મન પર ખૂબ ભાર લાગતો હોય એવી વ્યક્તિ–વસ્તુ–વિચાર.

in'culcate (ઇન્કલ્કેટ), સ૦ક્રિ૦ વારંવાર મન પર ઠસાવવું, મનમાં ઉતારવું.

in'culpate (ઇન્કલ્પેટ), સ૦ક્રિ૦ આરોપ મૂકવો, ગુનામાં–આરોપમાં–સંડોવવું.

incum'bency (ઇન્કમ્બન્સિ), ના૦ કોઈ પદ, ઇ. પર કામચલાઉ હોવું તે. **incum'-**

-bent (ઇન્કમ્બન્ટ), વિ૰ ઉપર પડેલું-રહેલું, માથે ફરજ તરીકે રહેલું. *be* ~ *on* person, -ને માટે આવશ્યક હોવું, -ની ફરજ હોવી. ના૰ પુરોહિતવૃત્તિનો – દેવસ્થાન વતનનો – ધારણ કરનાર, પદ કે હોદ્દો ધારણ કરનાર.

incur' (ઇન્કર), સ૰ક્રિ૰ -માં પડવું, માથે વહોરી લેવું; (પોતા પર) કોઈના રોષ, ઇ.નું કારણ હોવું.

incur'able (ઇન્ક્યૂરબલ), વિ૰ (રોગ) મટે નહિ એવું, અસાધ્ય; (માણસ) સુધરે નહિ એવું. ના૰ એવો રોગ કે માણસ.

incur'ious (ઇન્ક્યૂરિઅસ), વિ૰ જિજ્ઞાસા વગરનું; બેદરકાર, ઉદાસીન.

incur'sion (ઇન્કર્શન), ના૰ (શત્રુની) ચડાઈ, આક્રમણ; ઓચિંતો હુમલો.

indebt'ed (ઇન્ડે'ટિડ), વિ૰ ઋણી, કરજદાર; ઉપકૃત, આભારી, અહેસાનમંદ. **indebt'edness**, ના૰ દેવાનો બોજો, દેવું.

inde'cent (ઇન્ડીસન્ટ), વિ૰ અયુક્ત, અનુચિત; અસભ્ય; બીભત્સ, ભૂંડું. **inde'cency** (ઇન્ડીસન્સિ), ના૰ અનૌચિત્ય, નિર્લજ્જપણું; બીભત્સ – અસભ્ય – વર્તન.

indeciph'erable (ઇન્ડિસાઇફરબલ), વિ૰ ઓળખી – ઉકેલી – વાંચી – ન શકાય એવું.

indeci'sion (ઇન્ડિસિઝન), ના૰ અનિશ્ચય, સંદેહ, મનમાં ઢચુપચુ હોવું તે. **indecisive** (ઇન્ડિસાઇસિવ), વિ૰ અનિર્ણાયક, ઢચુપચુ, અસ્થિર.

indeclin'able (ઇન્ડિક્લાઇનબલ), વિ૰ [વ્યાક.] જેને જાતિ, વચન અને વિભક્તિ લાગે નહિ એવું, અવ્યય.

indecor'ous (ઇન્ડિકોરસ, ઇન્ડે'કરસ), વિ૰ ન છાજે એવું, અયોગ્ય; સુરુચિને ન છાજતું. [અનુચિત વર્તન.

indecor'um (ઇન્ડિકોરમ), ના૰અસભ્યતા,

indeed' (ઇન્ડીડ), ક્રિ૰ વિ૰ ખરેખર, સાચે જ. ઉદ્ગાર૰ કટાક્ષ, તિરસ્કાર, અવિશ્વાસ ઇ. વ્યક્ત કરવા વપરાય છે.

indefat'igable (ઇન્ડિફૅટિગબલ), વિ૰ થકવી ન શકાય એવું, અથક, અતિપરિશ્રમી.

indefeas'ible (ઇન્ડિફીઝિબલ), વિ૰ (હક, મિલકત, ઇ.) રદ – જપ્ત – ન કરી શકાય એવું.

indefen'sible (ઇન્ડિફે'ન્સિબલ), વિ૰ રક્ષણ કે બચાવ ન કરી શકાય એવું; ગેરવાજબી.

indefin'able (ઇન્ડિફાઇનબલ), વિ૰ જેની વ્યાખ્યા ન કરી શકાય એવું, અનિર્વચનીય; અસ્પષ્ટ.

indef'inite (ઇન્ડે'ફિનિટ), વિ૰ અસ્પષ્ટ, અનિશ્ચિત; અમર્યાદ. ~ *article*, અનિશ્ચિત ઉપપદ (a, an).

indel'ible (ઇન્ડે'લિબલ), વિ૰ ભૂંસી ન શકાય એવું, ચોંટેલું, કાયમનું, વજ્રલેપ.

indel'icate (ઇન્ડે'લિકિટ), વિ૰ નાજુકાઈ વગરનું, અસંસ્કારી; અવિનયી; કુનેહ વગરનું. **indel'icacy**, ના૰ અસભ્યતા, અવિનય, કુનેહનો અભાવ; અસભ્ય વર્તન.

indem'nify (ઇન્ડે'મ્નિફાઇ), સ૰ક્રિ૰ નુકસાનથી બચાવવું, નુકસાન ભરી આપવું, **indem'nity** (ઇન્ડે'મ્નિટિ), ના૰ નુકસાન કે સજા ન થવાની હામી; નુકસાન ભરપાઈ (દાખલ માગેલી રકમ).

indent' (ઇન્ડે'ન્ટ), સ૰ ક્રિ૰ ખાંચ – ખાણ – પાડવી; યાદી લખીને સામાન મંગાવવો; [મુદ્રણ] લીટીના આરંભમાં જગ્યા છોડવી. ના૰ ખાંચો, દાંતો; માલ માટેની યાદી, લિખિત માગણી. **indenta'tion**, ના૰ ખાંચ, દાંતો; સામાનની માગણી (કરવી તે).

inden'ture (ઇન્ડે'ન્ચર), ના૰ (બે પ્રતોવાળું) કરારનામું; (બ૰ વ૰) સહીસિક્કાવાળું લખત પત્ર (વિ. ક. ઉમેદવારને શેઠની નોકરીમાં બાંધી લેનારું). સ૰ ક્રિ૰ એવા કરારનામાથી બાંધવું.

indepen'dence (ઇન્ડિપે'ન્ડન્સ), ના૰ સ્વતંત્રતા; સ્વરાજ્ય; સ્વતંત્ર આવક; સ્વતંત્ર આવકનું – ગુજરાનનું – સાધન. **indepen'dent**, વિ૰ સ્વતંત્ર; બીજા પર આધાર ન રાખનારું, પરાધીન નહિ એવું; આપ'અખત્યાર; કામધંધો કર્યા વિના પોતાનું ગુજરાન ચલાવી શકે એટલી સંપત્તિવાળું. ના૰ કોઈ વિશિષ્ટ પક્ષની નહિ એવી રાજકારણી વ્યક્તિ, સ્વતંત્ર ઉમેદવાર.

indescri'bable (ઇન્ડિસ્ક્રાઇબબલ), વિ૰ અસ્પષ્ટ, મોઘમ; અવર્ણનીય.

indestruc'tible (ઇન્‌ડિસ્ટ્રક્ટિબલ), વિ૰ જેનો નાશ ન કરી શકાય એવું, અવિનાશી.

indeterm'inate (ઇન્‌ડિટર્મિનિટ), વિ૰ અનિશ્ચિત, અસ્પષ્ટ; સ્થળ, કાળ કે અર્થની બાબતમાં ચોક્કસ નહિ એવું. **indetermina'tion**, ના૰ અનિશ્ચય, અસ્થિરતા.

in'dex (ઇન્ડે'ક્સ), ના૰ (બ૰ વ૰ -es, indices). અંગૂઠા પાસેની આંગળી, તર્જની; (~ *finger*); માપ, ઇ. બતાવનારો કાંટો (પુસ્તકની કક્કાવાર) સૂચિ; સૂચક – દર્શક – વસ્તુ; ઘાતચિહ્ન; [અર્થ.] ભાવનો સૂચક આંક (~ *number*).

In'dia (ઇન્ડિઅ',– આ), ના૰ હિન્દુસ્તાન, ભારત. ~ *paper*, એક જાતનો બહુ જ પાતળો છાપવાનો કાગળ. ~ *rubber*, પેન્સિલનું લખાણ ભૂંસનારું રબર.

In'diaman (ઇન્ડિઅમન), ના૰ હિન્દુસ્તાન સાથે વેપાર કરનારું મોટું વહાણ.

In'dian (ઇન્ડિઅન), વિ૰ અને ના૰ હિન્દુસ્તાનનું (માણસ – વતની); અમેરિકન ઇન્ડિયન (નું) (*Red I*~). ~ *club*, મગદળ. ~ *corn*, મકાઈ. ~ *file*, એકવડી કતાર. ~ *ink*, ભૂંસાય નહી એવી કાળી શાહી. ~ *summer*, પાનખર ઋતુની આખરે આવતા રોચક અને ગરમ દિવસો.

in'dicate (ઇન્ડિકેટ), સ૰ ક્રિ૰ દેખાડવું; દર્શાવવું, બતાવવું; સૂચવવું; -નું સૂચક (ચિહ્ન) હોવું. **indica'tion**, ના૰ નિર્દેશ; ચિહ્ન, લક્ષણ. **indic'ative** (ઇન્ડિકટિવ), વિ૰ દર્શાવનારું; સૂચક; [વ્યાક.] કોઈ વસ્તુને હકીકત રૂપે રજૂ કરતું, નિશ્ચયાર્થ (~ *mood*). **in'dicator** (ઇન્ડિકેટર), ના૰ યંત્ર પર વેગ, દબાણ, ઇ. બતાવનાર કાંટો – હાથ.

in'dices (ઇન્ડાઇસિસ), index નું બ૰ વ૰.

indict' (ઇન્ડાઇટ), સ૰ ક્રિ૰ (કોઈ ગુનો કર્યાનો) વિ. ક. કાયદેસર આરોપ કરવો. **indict'able**, વિ૰ અદાલતમાં (ગુના) અંગે – જેની (વ્યક્તિ) ઉપર – કામ ચલાવી શકાય એવું. **indict'ment** (ઇન્ડાઇટમન્ટ), ના૰ રીતસર આરોપ મૂકવો તે; તહોમતનામું.

indiff'erence (ઇન્ડિફરન્સ), ના૰ ઉદાસીનતા, અનાસ્થા, બેપરવાઈ. **indiff'erent**, વિ૰ ઉદાસીન, બેપરવા, બહુ સારુંય નહિ ને ખરાબેય નહિ – બલ્કે કંઈક ખરાબ જ – એવું; બિનમહત્ત્વનું.

in'digence (ઇન્ડિજન્સ), ના૰ અછત, અભાવ; ગરીબાઈ. **in'digent**, વિ૰ ગરીબ, ગરજવાળું. [તળપદું; તે જ ભૂમિનું, કુદરતી.

indi'genous (ઇન્ડિજિનસ), વિ૰ તદ્દેશીય,

indiges'tible (ઇન્ડિજે'સ્ટિબલ), વિ૰ પચે નહિ એવું, ભારે; અજીર્ણકારક. **indiges'tion**(–જેસ્ચન),ના૰અપચો, અજીર્ણ,અગ્નિમાંદ્ય.

indig'nant (ઇન્ડિગ્નન્ટ), વિ૰ ગુસ્સે થયેલું, ક્રુદ્ધ; ચિડાયેલું, પુણ્યપ્રકોપ પામેલું. **indigna'tion**, ના૰ ચીડ, ગુસ્સો, પુણ્યપ્રકોપ.

indig'nity (ઇન્ડિગ્નિટિ), ના૰ અયોગ્ય વર્તન, અનાદર, અપમાન.

in'digo (ઇન્ડિગો), ના૰ ગળી.

indirect' (ઇન્ડરે'ક્ટ, -ડિ-), વિ૰ સીધું નહિ એવું, ફેરાવાળું; આડકતરું; અપ્રત્યક્ષ, પરોક્ષ.

indiscern'ible (ઇન્ડિસર્નિબલ), વિ૰ દેખાય નહિ – જુદું પાડી શકાય નહિ – એવું.

indis'cipline (ઇન્ડિસિપ્લિન),ના૰શિસ્તનો અભાવ, ગેરશિસ્ત.

indiscreet' (ઇન્ડિસ્ક્રીટ), વિ૰ અવિચારી, ડહાપણ વિનાનું. **indiscre'tion** (ઇન્‌ડિસ્ક્રે'શન), ના૰ અવિચાર, અવિવેક; ઉતાવળાપણું, ગફલત; મર્યાદાભંગ.

indiscrim'inate (ઇન્ડિસ્ક્રિમિનિટ), વિ૰ ગોટાળાભરેલું; સારાસારભેદ વિનાનું, તારતમ્યરહિત, અવિવેકી. **indiscrimina'tion**,ના૰ અવિવેક,અવિચાર,તારતમ્યશૂન્યતા.

indispen'sable (ઇન્‌ડિસ્પે'ન્સબલ), વિ૰ જેના વિના ચાલે નહિ એવું, અતિ જરૂરનું, અનિવાર્યપણે આવશ્યક.

indispose' (ઇન્ડિસ્પોઝ), સ૰ ક્રિ૰ મન ફેરવવું; અયોગ્ય અથવા અક્ષમ બનાવવું; તબિયત બગાડવી; અસ્વસ્થ બનાવવું. **indispo'sed**, વિ૰ નારાજ, નાખુશ; કસરાયેલું, સહેજ માંદું. **indisposi'tion** (ઇન્ડિસ્પઝિશન),ના૰ અનિચ્છા, કંટાળો; સહેજ માંદગી.

indis'putable (ઇન્‌ડિસ્પ્યૂટબલ), વિ૰ જેની સામે વાંધો ઉઠાવી ન શકાય એવું, નિર્વિવાદ.

indiss'oluble (ઇંન્ડિસલ્યુબલ, -સૉ-), વિ૰ ઓગળે નહિ એવું; તોડી શકાય નહિ એવું; અભંગ, કાયમ ટકનારું.

indistinct' (ઇંન્ડિસ્ટિંક્ટ), વિ, અસ્પષ્ટ, ઝાંખું; સંમિશ્ર, ગોટાળાવાળું.

indisting'uishable (ઇંન્ડિસ્ટિંગ્વિશબલ), વિ૰ એકબીજાથી જુદું પાડી ન શકાય એવું, ફરક વગરનું, અભિન્ન.

indite' (ઇન્ડાઇટ), સ૰ ક્રિ૰ શબ્દબદ્ધ કરવું, લખવું, રચવું.

individ'ual (ઇંન્ડિવિડ્યુઅલ), વિ૰ એક, અમુક એક, વિશિષ્ટ; વ્યક્તિનું-ગત. ના૰ વ્યક્તિ; આસામી, વ્યષ્ટિ. **individ'ualist** (-લિસ્ટ), ના૰ વ્યક્તિ(સ્વાતંત્ર્ય)વાદી, મનસ્વી. **individ'ualism** (-લિઝમ), ના૰ વ્યક્તિ(સ્વાતંત્ર્ય)વાદ, સમષ્ટિના હકો કરતાં વ્યષ્ટિના હકો વધારે મહત્ત્વના છે એવી વિચારસરણી. **individual'ity** (ઇંન્ડિવિડ્યુઍલિટિ), ના૰ (ખાસ તરી આવતું) વ્યક્તિત્વ; (બ૰ વ૰) વ્યક્તિગત ગમાઅણગમા.

indivis'ible (ઇન્ડિવિઝિબલ); વિ૰ ભાગી ન શકાય એવું, અવિભાજ્ય.

indo'cile (ઇન્ડોસાઇલ, -ડૉસિલ), વિ૰ કહ્યામાં ન રહે એવું, શીખે નહિ એવું, **indocil'ity** (ઇન્ડસિલિટિ), ના૰.

indoc'trinate (ઇંન્ડૉક્ટ્રિનેટ), સ૰ ક્રિ૰ મનમાં કોઈ વિશિષ્ટ (પક્ષના કે વિચારપ્રણાલીના) વિચાર કે મત ભરવા; શીખવવું.

in'dolence (ઇંન્ડલન્સ), ના૰ આળસ, સુસ્તી. **in'dolent**, વિ૰ આળસુ, સુસ્ત, જડ.

indom'itable (ઇન્ડૉમિટબલ), વિ૰ અણનમ; દુર્દાન્ત

in'door (ઇન્ડોર), વિ૰ ઘરમાં કે છાપરા તળે કરવાનું-કરેલું. ~ *games*, ઘરમાં રમવાની-એવી-રમતો. **indoors'** (ઇન્ડૉર્ઝ), ક્રિ૰ વિ૰ ઘરમાં, છાપરાતળે.

indub'itable (ઇન્ડયૂબિટબલ), વિ૰ શંકા વિનાનું, નિશ્ચિત.

induce' (ઇન્ડયૂસ), સ૰ ક્રિ૰ મન વાળવું, લલચાવવું; કરાવવું; [વીજળી] એક તારની આસપાસ વાળેલા પણ તેને ન સ્પર્શતા તારમાં વીજળી વહેતી કરીને તે વચલા તારમાં વીજળી વહેવડાવવી, પ્રેરવું. **induce'ment**, ના૰ આકર્ષણ; લાલચ; પ્રેરક હેતુ, મતલબ.

induct' (ઇન્ડક્ટ), સ૰ ક્રિ૰ હોદ્દા-પદ-પર વિધિપૂર્વક સ્થાપન કરવું; દાખલ કરવું. **induc'tion**, ના૰ વિશેષ વાતો પરથી સામાન્ય નિયમ તારવવો તે, અનુમાન; [વીજળી] વીજળી ભરેલી વસ્તુના સાંનિધ્યથી વીજળી વિનાની વસ્તુને વીજળીયુક્ત કરવું તે, પ્રેરણ. ~ *coil*, પ્રેરણ-ગૂંચળું. **inductive**, વિ૰ આનુમાનિક, ~ *reasoning*, આનુમાનિક, વિશેષ વાત ઉપરથી સામાન્ય સિદ્ધાંત તારવી કાઢનારું તર્કશાસ્ત્ર.

indulge' (ઇન્ડલ્જ), ઉ૰ ક્રિ૰ (પોતાની જાતને કે બીજાને) તૃપ્ત કરવું, વાસનાને આધીન થઈને તૃપ્ત-સંતુષ્ટ-થવું; મનમાં આવે તેમ ભોગ ભોગવવો; છૂટથી મદિરાપાન, ઇ. કરવું. **indul'gence**, ના૰ છૂટથી કરવા દેવું તે; મરજી મુજબ ભોગ ભોગવવા તે, અસંયમ; પાપનું માફીપત્ર. **indul'gent** (ઇંન્ડલ્જન્ટ), વિ૰ લાડ લડાવનારું, કોડ પુરા પાડનારું; છૂટ આપનારું; દયાળુ.

in'durate (ઇન્ડયૂરેટ), ઉ૰ ક્રિ૰ કઠણ-કઠોર-કરવું-થવું; રીઢું બનાવવું-થવું.

indus'trial (ઇંન્ડસ્ટ્રિઅલ), વિ૰ ઉદ્યોગધંધાનું-સંબંધી, ઔદ્યોગિક. **indus'trialism**, ના૰ મોટા પાયા પરના ઉદ્યોગોવાળી સામાજિક પદ્ધતિ, યંત્રોદ્યોગવાદ. **indus'trialist** (ઇન્ડસ્ટ્રિઍલિસ્ટ), ના૰ ઉદ્યોગપતિ, કારખાનદાર. **indus'trious**, વિ૰ ઉદ્યમી, મહેનતુ. **in'dustry** (ઇન્ડસ્ટ્રિ) ના૰ ઉદ્યમીપણું, ઉદ્યમ, મહેનત; ઉદ્યોગ, ધંધો.

indwell'ing (ઇન્ડ્વે'લિંગ), વિ૰ અંદર રહેલું, અન્તઃસ્થ.

ine'briate (ઇનીબ્રિએટ), સ૰ ક્રિ૰ કેફી-છાકટું-મત્ત-કરવું, -થી નશો ચડવો. વિ૰ (ઇનીબ્રિઇટ), પીધેલ, છાકટું. ના૰ દારૂડિયો.

inebri'ety (ઇનિબ્રાયિટિ), ના૰ છાકટાપણું, ઉન્માદ. [નહિ એવું, અખાદ્ય.

ined'ible (ઇને'ડિબલ), વિ૰ ખાવાના કામનું

ineff'able (ઇને'ફબલ), વિ૰ અદ્ભુત, અવર્ણનીય, શબ્દાતીત.

ineffec'tive (ઇનિફે'ક્ટિવ), વિ૰ અસમર્થ,

અક્ષમ; ધારી અસર ન કરનારું; ગુણકારી નહિ એવું; વ્યર્થ, નકામું. [વિનાનું, નિષ્ફળ.
ineffec'tual (ઇનિફે'ક્ટ્યુઅલ),વિ૰પરિણામ
ineffi'cient (ઇનિફિશન્ટ), વિ૰ નિયમસર કામ પાર પાડવા અસમર્થ – અક્ષમ, ઇષ્ટ પરિણામ લાવવામાં નિષ્ફળ. **ineffi'ciency** (ઇનિફિશન્સિ), ના૰ અક્ષમતા, કાર્ય સાધવામાં નિષ્ફળતા – ઢીલ, રેઢિયાળપણું, ઇ.
inel'egant (ઇને'લિગન્ટ), વિ૰ અસંસ્કૃત, અસંસ્કારી; લાલિત્ય વિનાનું, બેઢબ, બેડોળ. **inel'egance**, ના૰અસંસ્કારિતા;બેડોળપણું.
inel'igible (ઇને'લિજિબલ), વિ૰ લાયકાત ન ધરાવનારું, યોગ્યતા વિનાનું.
inept' (ઇને'પ્ટ), વિ૰ અસ્થાને, અયોગ્ય; મૂર્ખતાભર્યું. **inep'titude** ના૰ મૂર્ખતા, બેવકૂફી; યોગ્યતાનો અભાવ.
inequal'ity (ઇનિક્વૉલિટિ), ના૰ અસમાનતા, વિષમતા; ઊંચનીચપણું, ખરબચડાપણું; અનિયમિતપણું.
inerad'icable (ઇનિરેડિકબલ), વિ૰ ભૂંસી ન શકાય એવું, સમૂળ ઉખાડી ન શકાય એવું, અનુચ્છેદ્ય.
inert' (ઇનર્ટ), વિ૰ કાર્ય, ગતિ કે પ્રતિકારની શક્તિ વિનાનું; જડ, અચેતન; સુસ્ત. **iner'tia** (ઇનર્શિઆ,-શા), ના૰ જડતા, અચેતનતા; [પદાર્થ.] બાહ્ય બળની અસર ન થાય ત્યાં સુધી સ્થિર કે ગતિવાળી જે સ્થિતિમાં પદાર્થ હોય તે દશામાં જ રહેવાપણું, જડતા.
ines'timable (ઇને'સ્ટિમબલ), વિ૰ અમાપ, અપરિમેય, બેસુમાર; અણમોલ; અત્યુત્કૃષ્ટ.
inev'itable (ઇને'વિટબલ), વિ૰ ટાળી ન શકાય એવું, અનિવાર્ય; અવશ્યંભાવિ. **inevitabil'ity**, ના૰ અનિવાર્યતા, અવશ્યંભાવિતા.
inexact' (ઇનિગ્ઝૅક્ટ),વિ૰ અચોક્કસ, ભૂલવાળું.
inexhaus'tible (ઇનિગ્ઝૉસ્ટિબલ), વિ૰ અખૂટ, અપાર.
inex'orable (ઇને'ક્સરબલ), વિ૰ કાલાવાલાની જેના પર અસર ન થાય – નમતું ન આપે – એવું, નિર્દય, કઠોર.
inexped'ient (ઇનક્સ્પીડિઅન્ટ, ઇનિક્સ્–), વિ૰ પ્રસંગને અનુચિત, અયુક્ત, બેમુનાસબ.
inexpen'sive (ઇનક્સ્પે'ન્સિવ, ઇને'–). વિ૰ ખરચાળ નહિ એવું, સસ્તું.
inexper'ience (ઇનક્સ્પીરિઅન્સ, ઇનિ–), ના૰ બિનઅનુભવ, અજાણપણું. **inexpe-r'ienced**, વિ૰ બિનઅનુભવી.
inexpert' (ઇનક્સ્પર્ટ, ઇને–), વિ૰ અકુશળ, બિનકસબી.
inex'plicable (ઇને'ક્સ્પ્લિકબલ), વિ૰ સમજાવાય નહિ એવું, ગૂઢ, ગહન.
inexpress'ible (ઇનક્સ્પ્રેસિબલ, ઇનિ–), વિ૰ વ્યક્ત કરી ન શકાય – ન કહેવાય – એવું, અકથ્ય.
inexting'uishable (ઇનક્સ્ટિંગ્વિશબલ, ઇનિ–), વિ૰ હોલવાય નહિ એવું, અશામ્ય.
inex'tricable (ઇને'ક્સ્ટ્રિકબલ), વિ૰ છોડી કે ઉકેલી ન શકાય એવું; જેમાંથી છૂટી – નાસી – ન શકાય એવું.
infall'ible (ઇનફૉલિબલ), વિ૰ ભૂલ ન કરે એવું, અચૂક, નિશ્ચિત. **infallibil'ity**, ના૰ અચૂકપણું.
in'famous (ઇન્ફમસ), વિ૰, બેઆબરૂવાળું; શરમજનક, દુરાચારી. **in'famy** (ઇન્ફમિ), ના૰ અપકીર્તિ, બદનામી; દુરાચરણ.
in'fancy (ઇન્ફન્સિ), ના૰ બાલ્યાવસ્થા, બચપણ. **in'fant**, ના૰ બાળક, છોકરું (૧૭ વરસ નીચેનું).
infa'nta (ઇન્ફૅન્ટા), **infa'nte** (ઇન્ફૅન્ટે), ના૰ સ્પેન કે પોર્ટુગાલના રાજપુત્ર, રાજકન્યા (ગાદીનાં વારસ નહિ એવાં).
infan'ticide (ઇન્ફૅન્ટિસાઇડ), ના૰ બાળહત્યા (નો રિવાજ); તે કરનાર.
in'fantile (ઇન્ફન્ટાઇલ), વિ૰ બાળકનું – બચપણનું – ને શોભે એવું, બાલિશ.
in'fantry (ઇન્ફન્ટ્રિ), ના૰ પાયદળ.
infat'uate (ઇન્ફૅટ્યુએટ), સ૰ ક્રિ૰ મોહિત – મુગ્ધ – કરવું, ગાંડું કરવું. **infatua'tion**, ના૰ મોહ; મૂર્ખાઈ, ગાંડપણ.
infect' (ઇન્ફે'ક્ટ), સ૰ ક્રિ૰ રોગ, ઇ.નો ચેપ લગાડવો; વિ૰ ક. ખરાબ અસર કરવી, ખરાબ કરવું, બગાડવું; **infec'tion**, ના૰ ચેપ લગાડવો તે; ચેપ; ઊડતો – ચેપી

રોગ; પ્રત્યક્ષ ઉદાહરણથી થતી–ફેલાતી–અસર. **infec'tious,** વિ૦ ચેપ લગાડનારું; ચેપથી થતું, સાંસર્ગિક; દેખાદેખીથી જલદી થતું - પ્રસરતું.

infeli'citous (ઇન્ફિલિસિટસ), વિ૦ દુ:ખી, દુર્દૈવી; અનુચિત, અનુપયુક્ત. **infeli'city** નાo દુ:ખ; દુર્દૈવ; અસમંપક ઉક્તિ, ઇ.

infer' (ઇન્ફર), સ૦ક્રિ૦ અનુમાન – તર્ક – કરવો; તારવવું; (બીના, કથન) અર્થ સૂચિત કરવો. **in'ference,** ના૦ અનુમાન (કરવું તે), તર્ક, નિષ્કર્ષ.

infer'ior (ઇન્ફીરિઅર), વિ૦ ઊતરતી કક્ષા–પદવી–નું; હલકી કોટિનું, નબળું. ~ *to*, -થી ઊતરતું. ના૦ ઊતરતી કોટિનું–પદનું– માણસ. **inferio'rity** (ઇન્ફીરિઑરિટિ), ના૦ ઊતરતાપણું, ગૌણતા, હીનતા. ~ *complex*, હીનત્વભાવ – ગ્રંથિ.

infern'al (ઇન્ફર્નલ), વિ૦ નરકનું – સંબંધી; ત્રાસદાયક; ભારે દુષ્ટ; રાક્ષસી. ~ *machine*, કોઈ ઇમારત, ઇ.નો નાશ કરવા માટેનું સ્ફોટક દ્રવ્યોથી ભરેલું યાંત્રિક સાધન.

infern'o (ઇન્ફર્નો), ના૦ પાતાળ; નરક; ભયાનક તાપ કે યાતનાનું સ્થાન.

infert'ile (ઇન્ફર્ટાઇલ), વિ૦ ફળદ્રપ નહિ એવું, વંધ્ય. **infertil'ity** (-ફર્ટિલિટિ), ના૦

infest' (ઇન્ફે'સ્ટ), સ૦ક્રિ૦ (જંતુઓ, રોગો, ચોરો, ઇ. અંગે) (કોઈ સ્થળમાં) વારંવાર આવવું, મોટી સંખ્યામાં આવવું; ઉપદ્રવ કરવો.

in'fidel (ઇન્ફિડલ), ના૦ સાચા – યહૂદીઓ ને મુસલમાનોના–ધર્મમાં ન માનનાર, કાફર. વિ૦ કાફરોનું, અવિશ્વાસી.

infidel'ity (ઇન્ફિડે'લિટિ), ના૦ બેવફાદારી; પતિ કે પત્ની પ્રત્યે બેઈમાની.

infil'trate (ઇન્ફિલ્ટ્રેટ), ઉ૦ક્રિ૦ (પ્રવાહીને) છિદ્રોમાંથી ધીમે ધીમે દાખલ કરવું – કરીને ફેલાવવું; ઝરવું, ઝમવું; ઝમીને બધે ફેલાવું. **in'filtration,** ના૦ પદાર્થનાં છિદ્રોમાં થઈ ને ધીમે ધીમે પેસવું – ઝમવું–તે; એવી રીતે વ્યાપવું – ફેલાવું; (વિ. ક. શત્રુના) પ્રદેશમાં ચોરીછૂપીથી – ગુપ્તપણે – ઘૂસી જવું–ઘૂસી જઈ ને ફેલાવું તે; ઘૂસણખોરી.

in'finite (ઇન્ફિનિટ), વિ૦ અમર્યાદ, અનંત, અત્યંત. *the I~*, પરમેશ્વર. *the~*, અનંત આકાશ (અવકાશ).

infinites'imal (ઇન્ફિનિટે'સિમલ), વિ૦ ઘણુ જ નાનું, અતિસૂક્ષ્મ. ~ *calculus*, [ગ.] કલન (જેમાં ચલનકલન અને ચલરાશિકલન બંનેનો સમાવેશ થાય છે).

infin'itive (ઇન્ફિનિટિવ), ના૦ [વ્યાક.] ક્રિયાપદનું સામાન્ય – મૂળ – રૂપ.

infin'itude (ઇન્ફિનિટ્યૂડ), **infin'ity** (ઇન્ફિનિટિ), ના૦ અનંતપણું, આનન્ત્ય; અનન્ત સંખ્યા, કાળ કે વિસ્તાર; [ગ.] અનંત રકમ (*infinity* : ∞).

infirm' (ઇન્ફર્મ), વિ૦ અશક્ત, કમજોર (વિ. ક. ઘડપણને લીધે); દૃઢતા વિનાનું, નબળા મનનું. **infirm'ity,** ના૦ નબળાઈ; ખોડ, ખામી.

infirm'ary (ઇન્ફર્મરિ), ના૦ રુગ્ણાલય, [ઇસ્પિતાલ.

inflame (ઇન્ફ્લેમ), ઉ૦ ક્રિ૦ સળગાવવું; સળગવું; ઉદ્દીપ્ત કરવું, વધારવું, ઉશ્કેરવું; ચીડવવું, પ્રક્ષુબ્ધ કરવું – થવું. **inflam'mable** (ઇન્ફ્લૅમબલ), વિ૦ સહેજમાં સળગી ઊઠે એવું, જ્વાળાગ્રાહી; સહેજે ઉશ્કેરાય એવું. **inflamma'tion** (ઇન્ફ્લમેશન), ના૦ દાહ; સોજાની સાથે અગન – બળતરા; સોજો. **inflamm'atory** (ઇન્ફ્લૅમટરિ), વિ૦ સળગાવનારું, ઉશ્કેરી મૂકનારું; બંડ – ફિતૂર – કરનારું; [વૈદ.] દાહક, બળતરા કરનારું.

inflate (ઇન્ફ્લેટ), સ૦ક્રિ૦ હવા કે વાયુ ભરીને ફુલાવવું; (ગર્વ ઇ.થી) ફુલાવવું; કૃત્રિમપણે કિંમત વધારવી; કૃત્રિમ ચલણવૃદ્ધિ–ફુગાવો – કરવો. **infla'tion,** ના૦ ભાવનો અતિશય વધારો; ચલણનો ફુગાવો.

inflect' (ઇન્ફ્લે'ક્ટ), સ૦ક્રિ૦ વાંકું વાળવું; [વ્યાક.] વિભક્તિ પ્રત્યય લગાડવા, (નામ, ઇ.નું) રૂપાખ્યાન કરવું; [સં.] સ્વર ઊંચોનીચો કરવો.

inflex'ible (ઇન્ફ્લે'ક્સિબલ), વિ૦ વળે નહિ એવું; અણનમ, અક્કડ; આગ્રહી.

infle'xion, inflec'tion (ઇન્ફ્લે'ક્શન), ના૦ વિભક્તિપ્રત્યય (લગાડવા તે); રૂપાખ્યાન; સ્વર ઊંચોનીચો કરવો તે, સ્વરનો આરોહ-અવરોહ.

inflict' (ઇન્ફ્લિક્ટ), સ૦ક્રિ૦ જખમ, ફટકો,

ઇ. લગાવવું; સજા, દંડ, ઇ. ફટકારવું; લાદવું, ભોગવાવવું. **inflic'tion**, નાo સજા–દુઃખ–ત્રાસ–(દેવો તે).

in'flores'cence (ઇન્ફ્લરે'સન્સ, –ફ્લૉ–) નાo ઝાડ પર ફૂલ બેસવાં તે, ફૂલબહાર; મોર; ઝાડ પર ફૂલ કેવી રીતે બેસે છે તે – તેની રચના, મોરવણ.

influence (ઇન્ફ્લુઅન્સ), નાo એક વ્યક્તિની કે વસ્તુની બીજી પર થતી અસર; વગ, વસીલો; પ્રભાવ; વગવાળું માણસ. સo ક્રિo -ની ઉપર અસર – પ્રભાવ – પાડવો; વગનો ઉપયોગ કરવો. **influen'tial** (ઇન્ફ્લુએ'ન્શલ), વિo વગવાળું, વજનદાર; ચલણવાળું.

influen'za (ઇન્ફ્લુએ'ન્ઝા), નાo એક જાતનો શરદી સાથેનો ચેપી તાવ, ઇન્ફ્લુએન્ઝા, ફ્લૂ.

in'flux (ઇન્ફ્લક્સ), નાo અંદર વહેવું તે; ભરતી, ધસારો.

inform' (ઇન્ફૉર્મ), ઉo ક્રિo વ્યક્તિ, ઇ.ને સચેતન કરવું; કહેવું, જણાવવું; માહિતી આપવી; કોકની વિરુદ્ધ પોલીસમાં ખબર આપવી (~ *against*). **inform'ant** (-મન્ટ), નાo ખબર–બાતમી–આપનાર. **informa'tion** (ઇન્ફ્મે'શન), નાo જ્ઞાન, માહિતી; ખબર, બાતમી. *lay ~ against*, પોલીસને ગુનેગારની બાતમી આપવી. **inform'ative** (ઇન્ફૉર્મેટિવ), વિo માહિતી – બોધ – આપનારું, બોધપ્રદ. **informed'**, વિo ચેતન – જ્ઞાન માહિતી – વાળું; શિક્ષિત. *well-~*, વિવિધ વિષયોનું જ્ઞાન ધરાવનાર, બહુશ્રુત. **inform'er** (ઇન્ફૉર્મર), નાo બાતમી – છૂપી બાતમી – આપનાર; ચાડિયો.

inform'al (ઇન્ફૉર્મલ), વિo ખાસ વિધિસર ન હોય એવું; અનૌપચારિક. **informa'l'ity** (ઇન્ફર્મૅલિટિ), નાo અનૌપચારિકતા.

infra (ઇન્ફ્રા), ક્રિo વિo હવે પછી, આગળ.

infrac'tion (ઇન્ફ્રૅક્શન), નાo (કાયદા, ઇ.નું) ઉલ્લંઘન, ભંગ.

infra-dig., વિo ન છાજતું, પ્રતિષ્ઠા કે મોભાને ન શોભે એવું.

infra-red વિo વર્ણપટ (સ્પેક્ટ્રમ) ના લાલ રંગ પછીનાં –ની ડાબી બાજુનાં – અદૃશ્ય (કિરણો).

infre'quency (ઇન્ફ્રીક્વન્સિ), નાo વિરલતા, જવલ્લે જ થવું તે. **infre'quent**, વિo વારેવારે ન થનારું, વિરલ.

infringe' (ઇન્ફ્રિંજ), સo ક્રિo (કાયદા, ઇ.નું) ઉલ્લંઘન – ભંગ – કરવો. **infringe'ment**, નાo ઉલ્લંઘન – ભંગ – (કરવો તે).

infur'iate (ઇન્ફ્યુરિએટ), સo ક્રિo ક્રોધ ચડાવવો, ગુસ્સે કરવું.

infuse' (ઇન્ફ્યૂઝ), ઉo ક્રિo રેડવું, ઓતવું; મનમાં ઉતારવું – ઠસાવવું; (અર્ક, ઇ. કાઢવા માટે) પલાળવું, બોળી મૂકવું; પલળવું.

infu'sion (ઇન્ફ્યૂઝન), નાo પલાળીને નિચોવેલો રસ; ઉકાળો, ક્વાથ.

infusor'ia (ઇન્ફ્યુસૉરિઆ, –ઝો–), નાo બo વo પ્રાણિજ કે વનસ્પતિજ કોવાતા પદાર્થમાં થતા સૂક્ષ્મ જંતુઓ–કીડા.

in'gathering (ઇનગૅધરિંગ), નાo કાપણી, લણણી; પાક, ફસલ.

ingen'ious (ઇન્જીનિઅસ), વિo શોધક, કલ્પક; કરામતવાળું, યુક્તિથી કરેલું; હોશિયારીભરેલું. **ingenu'ity** (ઇંજિન્યૂઇટિ), નાo શોધકતા, ચતુરાઈ, કરામત.

ingénue (ઍંઝેનુ, –ન્યૂ), નાo સાદી ભોળી છોકરી; તેની ભૂમિકા ભજવનાર નટી.

ingen'uous (ઇજે'ન્યુઅસ), વિo ખુલ્લા દિલનું, નિખાલસ; મુગ્ધ, નિષ્કપટ; ખાનદાન, કુલીન.

ingle (ઇંગલ), નાo સગડીમાં બળતો દેવતા. **ingle-nook**, નાo ધુમાડિયા નીચેનો–ચૂલા પાસેનો – ખૂણો.

inglor'ious (ઇન્ગ્લૉરિઅસ), વિo શરમભરેલું; અપ્રખ્યાત, ખૂણે પડેલું.

ing'ot (ઇંગટ), નાo સોના, ચાંદી કે પોલાદની લગડી – ઈંટ – પાટલો.

ingrained (ઇન્ગ્રેન્ડ) – નામ પહેલાં in'-અન્યત્ર – ed'), વિo ઊંડું જડ ઘાલી બેઠેલું; પાકું.

ingrate' (ઇન્ગ્રેટ), વિo અને નાo કૃતઘ્ન–નિમકહરામ–(માણસ).

ingra'tiate (ઇન્ગ્રેશિએટ), સo ક્રિo (વિ. ક. કર્તૃવાચક)-ની કૃપા – મહેરબાની–સંપાદન કરવી, -નું વહાલું થવું (~ *oneself with*).

ingrat'itude (ઇન્ગ્રૅટિટ્યૂડ), નાo કૃતઘ્નતા, નિમકહરામી.

ingre'dient (ઇન્ગ્રીડિઅન્ટ), નાo મિશ્રણનું

ઘટક દ્રવ્ય, અંશ, ઘટક તત્ત્વ.

in'gress (ઇન્ગ્રે'સ), ના૦ પ્રવેશ; પ્રવેશદ્વાર; પ્રવેશ કરવાનો હક.

inhab'it (ઇન્હૅબિટ), સ૦ ક્રિ૦ -માં રહેવું. **inhab'itant** (ઇન્હૅબિટન્ટ), ના૦ રહેનાર, રહેવાસી, વતની.

inhale' (ઇન્હેલ), ઉ૦ ક્રિ૦ શ્વાસ લેવો, સૂંઘવું. **inhala'tion** (ઇન્હલેશન), ના૦ સૂંઘવું તે.

inharmon'ious (ઇન્હાર્મોનિઅસ), વિ૦ મેળ-એકરાગ-વિનાનું, બેતાલ, બેસૂર.

inhere' (ઇન્હિઅર), અ૦ ક્રિ૦ -માં રહેવું-હોવું, -નું અંગભૂત હોવું-ગુણ હોવું. **inhe-r'ent** (ઇન્હીરન્ટ, -હિઅ-), વિ૦ અંદર રહેલું, મૂળનું, સ્વાભાવિક, અંગભૂત.

inhe'rit (ઇન્હે'રિટ), સ૦ ક્રિ૦ વારસો પામવો, વારસામાં મળવું, માબાપ-પૂર્વજો-પાસેથી મળવું. **inher'itance**, ના૦ વારસામાં મળેલ મિલકત, ગુણ, ઇ., વારસો. **inhe'-ritor** (ઇન્હે'રિટર), ના૦ વારસ.

inhib'it (ઇન્હિબિટ), સ૦ ક્રિ૦ મના કરવું, અટકાવવું, રોકવું. **inhibi'tion**, ના૦ અટ-કાવ, મના, નિષેધ; [મનોવિ.] અમુક આવેગ કે પ્રવૃત્તિ નિષિદ્ધ છે એટલા માટે તેને માર્ગ આપતાં કે તે કરતાં અટકવું તે; દબાવેલી ઇચ્છા-આવેગ.

inhos'pitable (ઇન્હૉસ્પિટબલ), વિ૦ આગતાસ્વાગતા ન કરનારું; આશરો ન આપનારું; પ્રતિકૂળ.

inhum'an (ઇન્હ્યૂમન), વિ૦ અમાનુષ; જંગલી, પાશવી, ક્રૂર. **inhuman'ity** (ઇન્હ્યુમૅનિટિ), ના૦ અમાનુષતા, જંગલીપણું.

inim'ical (ઇનિમિકલ), વિ૦ શત્રુતાવાળું, વેર રાખનારું; નુકસાનકારક, પ્રતિકૂળ.

inim'itable (ઇનિમિટબલ), વિ૦ જેનું અનુકરણ ન કરી શકાય એવું, અનનુકરણીય; શ્રેષ્ઠ કોટિનું, અનુપમ.

ini'quitous (ઇનિક્વિટસ), વિ૦ અન્યાયી; દુષ્ટ. **ini'quity** (ઇનિક્વિટિ), ના૦ હડહડતો અન્યાય; ગેરવાજબીપણું; દુષ્ટતા.

ini'tial (ઇનિશલ), વિ૦ શરૂઆતનું, પ્રારંભિક, પહેલું. ના૦ આદ્ય અક્ષર; (બ૦ વ૦) નામની આદ્યાક્ષરી. સ૦ ક્રિ૦ આદ્યાક્ષરી-ટૂંકી સહી-કરવી.

ini'tiate (ઇનિશિએટ), સ૦ ક્રિ૦ શરૂઆત કરવી, મંડાણ કરવું; (કોઈ મંડળ ઇ.) માં દાખલ કરવું; -ની દીક્ષા આપવી (~ *into*). **initia'tion**, ના૦ દીક્ષા આપી મંડળમાં દાખલ કરવું તે; દીક્ષા.

ini'tiative (ઇનિશ્યટિવ, -શિઅ-), ના૦ આરંભ, પહેલ; આરંભ-પહેલ-કરવાની શક્તિ, સ્વતંત્ર પ્રજ્ઞા; આત્મવિશ્વાસ; દોરવાની શક્તિ. *have the* ~, પહેલી ચાલ કરવાની-આરંભ કરવાની-સત્તા કે શક્તિ હોવી. *take the* ~, પહેલી ચાલ-પહેલ-કરવી. *on one's own* ~, પોતાની મેળે.

inject' (ઇન્જે'ક્ટ), સ૦ ક્રિ૦ પિચકારી વતી અંદર નાખવું-ઘાલવું; -માં દવા કે પ્રવાહી ભરવું. **injec'tion**, ના૦ પિચકારી વતી અંદર ઘાલવું તે-અંદર ઘાલેલી દવા, ઇ., પિચકારી, ઇંજેક્ષન.

injudi'cious (ઇન્જૂડિશસ), વિ૦ અણ-સમજુ, ડહાપણ વિનાનું; અવિવેકી, અવિચારી.

injunc'tion (ઇન્જંક્શન), ના૦ આજ્ઞા, હુકમ, તાકીદ; [કા.] (વિ. ક.) મનાઈ હુકમ.

in'jure (ઇંજર), સ૦ ક્રિ૦ -ને અપકાર-હાનિ-ઈજા-કરવી; વગાડવું, જખમી કરવું. **injur'ious** (ઇંજૂરિઅસ), વિ૦ અપાયકારક, હાનિકારક, ઈજા કરનારું. **injury** (ઇંજરિ), ના૦ ઈજા; અન્યાય; નુકસાન.

injus'tice (ઇન્જસ્ટિસ), ના૦ અન્યાય; ગેરઇનસાફવાળું કૃત્ય, દુષ્કૃત્ય.

ink (ઇંક), ના૦ શાહી. સ૦ ક્રિ૦ શાહીથી નિશાની કરવી, (બીબાં પર) શાહી ચોપડવી. **ink'stand** (ઇંક્સ્ટૅન્ડ), ના૦ શાહીનો ખડિયો; ખડિયો, કલમ, રાખવાની ઘોડી. **ink'y**, વિ૦ શાહીથી ખરડાયેલું, શાહીનું. **ink-pot, inkwell** ના૦ શાહીનો ખડિયો.

ink'ling (ઇંક્લિંગ), ના૦ સૂચના, ઇસારો; જરાક ખબર, શંકા.

in'land (ઇન્લન્ડ, -લૅન્ડ), ના૦ દેશનો અંદરનો ભાગ. વિ૦ સરહદ કે કિનારાથી દૂર (અંદરની બાજુએ) આવેલું. ક્રિ૦ વિ૦ દેશના અંદરના ભાગમાં. ~ *trade*, દેશનો આંતરિક

વેપાર.

in'-law (ઇન-લૉ), ના૦ [વાત.] લગ્ન સંબંધથી સગું. (દા. ત. *mother in-law*, સાસુ, ઇ.)

inlay' (ઇન્લે), સ૦ ક્રિ૦ (ભૂ૦ કા૦ in-laid). અંદર મૂકવું, બેસાડવું, જડવું. **in'lay,** ના૦ જડાઉ કામ.

in'let (ઇન્લિટ), ના૦ નાની ખાડી; અંદર ઘાલેલો કકડો, ઇ., જડેલી વસ્તુ

in'ly (ઇનલિ), ક્રિ૦વિ૦ [કાવ્યમાં] અંદર-ખાનેથી, અંતઃકરણમાંથી.

in'mate (ઇન્મેટ), ના૦ -માં રહેનારો; ઘર, છાત્રાલય, ઇ. સંસ્થામાં રહેનારો. [યાદમાં.

in memoriam (ઇન્મિમૉરિઅમ), -ની

in(ner)most (ઇન(ર્)મોસ્ટ, -મ-), વિ૦ સૌથી અંદરનું; ઊંડામાં ઊંડું.

inn (ઇન) ના૦ રહેવા જમવાની સગવડવાળી વીશી, મુસાફરખાનું. *I~s of Court,* બૅરિસ્ટર થવા માટેની ઇંગ્લંડની ચાર સંસ્થાઓ - મંડળો. **inn'keeper,** ના૦ વીશીવાળો.

innate' (ઇનેટ), વિ૦ જન્મજાત; કુદરતી.

inn'er (ઇનર), વિ૦ અંદરના ભાગનું, અંદરનું. *the ~ man,* માણસનું અન્તઃકરણ - મન - આત્મા; [મશ્કરીમાં] પેટ. **inn'ermost,** વિ૦ = inmost.

inn'ings (ઇનિંગ્ઝ), ના૦ (બ૦ વ૦ એ જ). [ક્રિકેટ, બેઝબૉલ, ઇ.માં] બૅટિંગનો એક દાવ; અંદર - બૅટિંગમાં - રહેવાનો અવધિ; પોતાનું કૌશલ્ય કે સત્તા બતાવવાની સંધિ; સત્તા કે વર્ચસ્વનો ગાળો - અવધિ.

inn'ocent (ઇનસન્ટ, ઇનો -) વિ૦ નિષ્પાપ; નિરપરાધ; નિષ્કપટ; નિરુપદ્રવી; અજ્ઞાન, બિનમાહિતગાર. *~ of,* -ના (જ્ઞાન) વિનાનું. ના૦ સાદો ભોળો માણસ; મૂરખ. **inn'ocence,** ના૦ નિર્દોષપણું, નિરપરાધિતા; નિરુપદ્રવીપણું; સરળતા; અજ્ઞાન.

innoc'uous (ઇનૉક્યુઅસ), વિ૦ અપાય - નુકસાન - ન કરે એવું, નિરુપદ્રવી.

inn'ovate (ઇનવેટ, ઇનો -), અ૦ ક્રિ૦ નવીન વસ્તુ - ચાલ - દાખલ કરવી; ફેરફાર કરવો. **innova'tion** (ઇનવેશન), ના૦ નવીન ચાલ - રીત - ઉપક્રમ; ફેરફાર.

innuen'do (ઇન્યુએ'ન્ડો), ના૦(બ૦વ૦-es). આડી વાત કરીને કરેલી ઇસારત - ટીકા, કટાક્ષ, વક્રોક્તિ. [અગણિત, અસંખ્ય.

innum'erable (ઇન્યૂમરબલ), વિ૦

inoc'ulate (ઇનૉક્યુલેટ), સ૦ ક્રિ૦ વિશિષ્ટ રોગના મોટા હુમલા સામે રક્ષણ આપવા માટે શરીરમાં તે રોગની રસી - ચેપ - ઘાલીને રોગી કરવું; રસી મૂકવી, બળિયા ટંકાવવા. **inocula'tion,** ના૦ કોઈ ચેપી રોગની રસી મૂકવી તે.

inoffen'sive (ઇનફે'ન્સિવ), વિ૦ નિરુપદ્રવી; વાંધાભરેલું નહિ એવું; ગરીબ, સાલસ.

inop'erative (ઇનૉપરટિવ), વિ૦ કામ ન કરનારું, અમલ ન કરનારું; નિષ્ફળ, નિરર્થક.

inopp'ortune (ઇનૉપટર્યૂન), વિ૦ કવેળાનું, કમોસમનું; અપ્રાસંગિક.

inord'inate (ઇનૉર્ડિનિટ, - નટ), વિ૦ અતિશય, અપરિમિત, બેસુમાર; અનિયમિત, અવ્યવસ્થિત.

inorgan'ic (ઇનૉર્ગૅનિક), વિ૦ નિરિન્દ્રિય, નિરવયવ; નિર્જીવ; ખનિજ (ઉત્પત્તિનું). *~ chemistry,* કાર્બન વિનાના ખનિજ પદાર્થોને લગતું રસાયનશાસ્ત્ર.

in'quest (ઇન્ક્વેસ્ટ), ના૦ કાયદેસરની કે અદાલતની તપાસ (મૃત્યુનું કારણ અથવા ભૂમિગત દ્રવ્યનો માલિક કોણ છે તે ઠરાવવા માટે). *coroner's ~.*

inqui'etude (ઇનક્વાયટ્યૂડ), ના૦ (શરીર-ની, મનની) અશાંતિ, બેચેની.

inquire', en- (ઇન્ક્વાયર), ઉ૦ ક્રિ૦ તપાસ કરવી; શોધી કાઢવું; પૂછવું; (કશાક માટે) વિનંતી કરવી. **inquir'y, en -** (ઇન્ક્વાઇરિ), ના૦ તપાસ; પૂછપરછ.

inquisi'tion (ઇન્કિવઝિશન), ના૦ તપાસ, ચોકસી; સરકારી કે અદાલતી તપાસ; (*the I~*) પ્રસ્થાપિત (રોમન કૅથલિક) ધર્મ-થી જુદો મત ધરાવનારાઓને સજા કરવા માટે તેમની કરાતી તપાસ; તે માટે રોમન કૅથલિક ચર્ચની સ્થાપેલી ન્યાયસભા. **inquis'itor,** ના૦ એ ન્યાયસભાનો ન્યાયાધીશ; સરકારી તપાસ કરનાર અધિકારી.

inquis'itive, વિ૦ જિજ્ઞાસુ; પારકાના ઘરની ચકચાર કરનાર -વાતો જાણવા માગનાર.

in'road (ઇન્‌રોડ), ના૦ ચડાઈ, આક્રમણ (પારકી મિલકત પર); ધાડ, *make ~s on*, વાપરી નાખવું. [ધૂસવું – ધસારો કરવો – તે.

in'rush (ઇન્‌રશ), ના૦ જબરજસ્તીથી

insalub'rious (ઇન્‌સલૂબ્રિઅસ), વિ૦ (આબોહવા કે સ્થળ) આરોગ્યને હાનિકારક, રોગી. **insalub'rity**, ના૦ અસ્વાસ્થ્ય-કારકતા. [બેઅક્કલ.

insane' (ઇન્‌સેન), વિ૦ ગાંડું, દીવાનું,

insan'itary (ઇન્‌સૅનિટરિ), વિ૦ આરોગ્ય-ના નિયમોથી વિરુદ્ધ, આરોગ્યને હાનિકારક.

insan'ity (ઇન્‌સૅનિટિ), ના૦ ગાંડપણ.

insa'tiable (ઇન્‌સેશબલ), વિ૦ સંતોષી ન શકાય – સંતોષ ન પામે – એવું; ધરાય નહિ એવું; અતિલોભી. **insa'tiate** (ઇન્‌સેશ્યટ), વિ૦ કદી પણ સંતોષ ન પામનારું, અસંતોષી.

inscribe' (ઇન્‌સ્ક્રાઇબ), સ૦ ક્રિ૦ પથ્થર, ધાતુ, ઇ. પર (વિ. ક. ખોદીને) લખવું; (ભેટ આપવાના પુસ્તક પર ભેટ લેનારનું) નામ લખવું. **inscrip'tion** (ઇન્‌સ્ક્રિપ્શન), ના૦ ઉત્કીર્ણ લેખ, શિલાલેખ.

inscrut'able (ઇન્‌સ્ક્રૂટબલ), વિ૦ સમજાય નહિ એવું, અકળ; ગૂઢ, ગહન.

in'sect (ઇન્‌સે'ક્ટ), ના૦ જીવડું, જંતુ, કીડો; નજીવું માણસ. **insec'ticide** (ઇન્‌સે'ક્ટિસાઇડ), ના૦ જંતુનાશક દ્રવ્ય – દવા. **insectiv'ora** (ઇન્‌સે'ક્ટિવરા), ના૦ બ૦ વ૦ જંતુઓને ખાઈ ને જીવનારાં પ્રાણીઓ. **insectivore**, ના૦ એ૦ વ૦. **insectiv'orous** (–વરસ), વિ૦ જીવજંતુ ખાનારું.

insecure' (ઇન્‌સિક્યૂર, – ક્યુઅર), વિ૦ અસુરક્ષિત, બિનસલામત; (ભૂમિ, બરફ, ઇ.) ધસી જાય–બેસી જાય–એવું. **insecur'ity**, ના૦ બિનસલામતી; અનિશ્ચિતપણું.

insem'inate (ઇન્‌સે'મિનેટ), સ૦ ક્રિ૦ (વિ. ક. પ્રાણીઓ અંગે) બીજારોપણ–ગર્ભાધાન–કરવું.

insen'sate (ઇન્‌સે'ન્સિટ), વિ૦ સંવેદના – લાગણી – વિનાનું, અચેતન, જડ; મૂર્ખ, ગાંડું.

insen'sible (ઇન્‌સે'ન્સિબલ), વિ૦ ઇંદ્રિયોથી ન જણાય એવું, અતિસૂક્ષ્મ; ચેતન કે ભાન વિનાનું; લાગણીઓ વિનાનું. **insensibil'ity**, ના૦ સંવેદનશૂન્યતા. **insen'sibly**, ક્રિ૦ વિ૦ ખબર ન પડે તેવી રીતે.

insen'sitive (ઇન્‌સે'ન્સિટિવ), વિ૦ સંવેદનારહિત; ભાવનાશૂન્ય. [ન પાડી શકાય એવું.

insep'arable (ઇન્‌સે'પરબલ), વિ૦ જુદું

insert' (ઇન્સર્ટ), સ૦ ક્રિ૦ -માં ઘાલવું, ખોસવું, વચ્ચે મૂકવું; -માં સમાવિષ્ટ કરવું, (છાપામાં) છાપવું. **insertion** (ઇન્સર્શન), ના૦ દાખલ કરવું તે; દાખલ કરેલી વસ્તુ.

in'set (ઇન્‌સે'ટ), ના૦ મોટી વસ્તુમાં બેસાડેલી નાની વસ્તુ, મોટા ચિત્રની અંદર છાપેલું નાનું ચિત્ર (ખાસ ધ્યાન દોરવા માટે); વધારાની દાખલ કરેલી વસ્તુ.

in'shore (ઇન્‌શોર), વિ૦ અને ક્રિ૦ વિ૦ કિનારાની પાસે(નું).

in'side (ઇન્‌સાઇડ), ના૦ અંદરની બાજુ – ભાગ; મધ્યભાગ; (inside') ઉદર ને તેની પાસેના ભાગો. વિ૦ અંદરનું. ક્રિ૦ વિ૦ અંદર, અંદરની બાજુએ. નામ૦ અ૦ -ની અંદર.

insid'ious (ઇન્સિડિઅસ), વિ૦ દગાખોર, કાવતરાબાજ; (રોગ, ઇ.) ગુપ્તપણે – ધીમે ધીમે–આગળ વધનારું–કરેલું. **insid'iousness**, ના૦ કપટીપણું.

in'sight (ઇન્‌સાઇટ), ના૦ ઊંડું જ્ઞાન – સમજ – પહોંચ; સૂક્ષ્મદૃષ્ટિ.

insig'nia (ઇન્સિગ્નિઅ,–આ), ના૦ બ૦ વ૦ પદ કે પદવીનાં સૂચક ચિહ્નો (દા.ત. રાજાનાં છત્રચામર).

insignif'icant (ઇન્સિગ્નિફિકન્ટ), વિ૦ બિનમહત્ત્વનું, નજીવું; અર્થહીન, ક્ષુદ્ર. **insignif'icance**, ના૦ અર્થહીનતા; ક્ષુદ્રતા.

insincere' (ઇન્સિન્સિઅર), વિ૦, કપટી, ઢોંગી; ખોટા દિલનું; નિષ્ઠા વગરનું. **insince'rity** (ઇન્સિન્સે'રિટિ), ના૦ ઢોંગ, નિષ્ઠાનો અભાવ.

insin'uate (ઇન્સિન્યુએટ), સ૦ ક્રિ૦ ધીમે રહીને અથવા ચાલાકીથી અંદર પેસાડવું – પેસવું; આડકતરી રીતે ઇશારો કરવો, પ્રચ્છન્નપણે સૂચન – કટાક્ષ – કરવો. **insinua'tion**, ના૦ આડકતરો – પ્રચ્છન્ન – કટાક્ષ.

insip'id (ઇન્સિપિડ), વિ૦ સ્વાદ વિનાનું, મોળું, ફીકું; નીરસ; નિષ્પ્રાણ, દમ વગરનું.

insipid'ity, ના૰ નીરસતા, ઇ.

insist' (ઇન્સિસ્ટ), ઉ૰ ક્રિ૰ -ની ઉપર ભાર દેવો, -નો આગ્રહ રાખવો (*on*); આગ્રહપૂર્વક–હક કરીને–માગવું. **insis'tence, insis'tency**, ના૰ આગ્રહ. **insis'tent**, વિ૰ આગ્રહભર્યું, આગ્રહી.

insobri'ety (ઇન્સબ્રાયિટિ), ના૰ અતિરેક (વિ. ક. દારૂ પીવામાં), છાકટાપણું, નશો.

in'sole (ઇન્સોલ), ના૰ જોડાનું અંદરનું તળિયું.

in'solent (ઇન્સલન્ટ), વિ૰ મગરૂરીભરેલું, ઉદ્ધત; બેમર્યાદ, ફાટેલું; અપમાન કરનારું. **in'solence**, ના૰ ઉદ્ધતાઈ, તોર.

insol'uble (ઇન્સૉલ્યુબલ), વિ૰ ઉકેલી ન શકાય એવું; ઓગળે નહિ એવું, અદ્રાવ્ય.

insol'vent (ઇન્સૉલ્વન્ટ), વિ૰ અને ના૰ દેવું આપી ન શકનાર, નાદાર. **insol'vency**, ના૰ નાદારી, દેવાળું.

insom'nia (ઇન્સૉમ્નિઆ), ના૰ ઊંઘ ન આવવાનો રોગ, અનિદ્રા.

insomuch' (ઇન્સમચ), ક્રિ૰ વિ૰ એટલી હદ – માત્રા – સુધી કે – (~ *as*).

insouciant (એંસૂસ્યાં), વિ૰ બેફિકર, ઉદાસીન, બેદરકાર.

inspan' (ઇન્સ્પૅન), સ૰ક્રિ૰ (બળદ કે ઘોડા) ગાડી–ગાડા–માં જોડવા, ગાડી–ગાડું–જોડવું.

inspect' (ઇન્સ્પૅક્ટ), સ૰ ક્રિ૰ બારીકાઈથી જોવું, તપાસવું (વિ. ક. હોદ્દાની રૂએ). **inspec'tion**, ના૰ તપાસ, નિરીક્ષણ. **inspec'tor**, ના૰ તપાસનીસ, નિરીક્ષક. **inspec'torate** (ઇન્સ્પૅક્ટરિટ, –રટ), ના૰ ઇન્સ્પેક્ટરની કચેરી; ઇન્સ્પેક્ટરોનું જૂથ.

inspire' (ઇન્સ્પાયર), સ૰ ક્રિ૰ શ્વાસ – પ્રાણ – ભરવો; ઉત્તેજન – પ્રેરણા – આપવી; ઉત્સાહિત કરવું; (કવિ, ઇ. માટે) વિચાર–કલ્પના–નું મૂળ હોવું. **inspira'tion** (ઇન્સ્પિરેશન), ના૰ સ્ફૂર્તિ, પ્રેરણા, એકદમ સ્ફુરેલો સુંદર વિચાર – કલ્પના. **inspired**, વિ૰ ઈશ્વરપ્રેરિત; ઉદાત્ત વિચારોવાળું; બીજા કોઈ દ્વારા, વિ. ક. સત્તાધારી દ્વારા, (ગુપ્તપણે) સુઝવાયેલું. ~ *article*, બીજાની પ્રેરણાથી લખાયેલો લેખ.

inspi'rit (ઇન્સ્પિરિટ), સ૰ ક્રિ૰ -માં પ્રાણ પૂરવો, ઉત્તેજન આપવું.

instabil'ity (ઇન્સ્ટબિલિટિ), ના૰ અસ્થિરપણું, ચંચળતા.

install' (ઇન્સ્ટૉલ), સ૰ ક્રિ૰ વિધિપૂર્વક હોદ્દા – ગાદી – પર બેસાડવું – સ્થાપન કરવું - માં મૂકવું – બેસાડવું; વીજળી, ગરમી, ઇ. નાં સાધન ઘરમાં ગોઠવવાં – બેસાડવાં. **installa'tion**, ના૰ સ્થાપના, ઇ.

instal'ment (ઇન્સ્ટૉલમન્ટ), ના૰ દેવાનો હપતો; કોઈ પણ હપતો.

in'stance (ઇન્સ્ટન્સ), ના૰ ઉદાહરણ, દાખલો; વિશિષ્ટ બાબત – પ્રસંગ; વિનંતી, સૂચના. *at the ~ of*, -ની વિનંતી – સૂચના – થી. *in the first ~*, પ્રથમ, પહેલું. સ૰ ક્રિ૰ દાખલા તરીકે આપવું, -નું ઉદાહરણ હોવું.

in'stant (ઇન્સ્ટન્ટ), વિ૰ તાકીદનું; ઉતાવળનું; તરત તૈયાર થતું; ચાલુ માસનું. ના૰ નિશ્ચિત – ચોક્કસ – ક્ષણ, ક્ષણ. **in'stantly**, ક્રિ૰ વિ૰ તે જ ક્ષણે, તરત જ. **instanta'neous** (ઇન્સ્ટન્ટેનિઅસ), વિ૰ ઢીલ વિના–તરત – એક ક્ષણમાં – થતું. **instan'ter** (ઇન્સ્ટૅન્ટર), ક્રિ૰ વિ૰ એકદમ, ઢીલ વિના.

instead' (ઇન્સ્ટૅડ) ક્રિ૰ વિ૰ બદલામાં, બદલે (*of*).

in'step (ઇન્સ્ટેપ), ના૰ આંગળાથી ઘૂંટી સુધીનો પગનો – પગની કમાનનો – ઉપલો ભાગ, પાટલી.

in'stigate (ઇન્સ્ટિગેટ), સ૰ ક્રિ૰ (વિ. ક. દુષ્કૃત્ય) કરવા પ્રેરવું, ઉશ્કેરવું. **instiga'tion**, ના૰ ઉશ્કેરણી, શિખવણી. **in'stigator**, ના૰ ઉશ્કેરનાર, સળી કરનાર.

instil' (ઇન્સ્ટિલ), સ૰ ક્રિ૰ ટીપે ટીપે ભરવું, ધીમે ધીમે (વિચાર, ઇ.) મનમાં ઉતારવું. **instilla'tion**, ના૰ એ ક્રિયા.

in'stinct (ઇન્સ્ટિંક્ટ), ના૰ જન્મજાત વૃત્તિ, સહજબુદ્ધિ; અન્તઃપ્રેરણા; કુદરતી આવડત. વિ૰ (લાગણી, ઇ. થી) ભરેલું. **instinc'tive**, વિ૰ સહજ, સ્વાભાવિક, સહજ પ્રેરણાનું.

in'stitute (ઇન્સ્ટિટ્યૂટ), સ૰ ક્રિ૰ સ્થાપન કરવું; શરૂ કરવું, મંડાણ કરવું; નીમવું. ના૰ (કોઈ જાહેર ઉદ્દેશ પાર પાડવા સ્થાપેલી) સંસ્થા;

સંસ્થાનું મકાન; ધારો, કાયદો; (બ૰ વ૰) કાયદા કે ન્યાયના મૂળભૂત સિદ્ધાંતોનું પુસ્તક – સંહિતા. **institu'tion** (ઇન્સ્ટિટયૂશન), ના૰ સ્થાપવું તે, સ્થાપના; સ્થાપેલી સંસ્થા; પ્રસ્થાપિત રૂઢિ – રિવાજ.

instruct' (ઇન્સ્ટ્રક્ટ), સ૰ક્રિ૰ શીખવવું, બોધ આપવો; ખબર કરવી, માહિતી આપવી; સૂચના – આજ્ઞા – આપવી. **instruc'tion,** ના૰ શીખવવું તે; બોધ; માહિતી, સૂચના, આજ્ઞા (બહુધા ~s). **instruc'tive,** વિ૰ બોધ આપનારું, બોધક; માહિતી આપનારું. **instructor,** ના૰ શિક્ષક, માસ્તર; [વ્યાયામ] ઉસ્તાદ.

in'strument (ઇન્સ્ટ્રુમન્ટ), ના૰ ઓજાર, હથિયાર, સાધન, [સં.] વાદ્ય; [કા.] કશાકને લગતું લિખિત નિવેદન – લેખ. **instrumen'tal** (– મેન્ટલ), વિ૰ સાધન બનેલું, સાધનીભૂત; વાજિંત્રનું, વાદ્યનું–ઉપર વગડાતું. **instrumen'talist,** ના૰વાદ્ય વગાડનાર. **instrumental'ity** (-મેન્ટેલિટિ), ના૰ સાધનત્વ,સાધન. *by the ~ of,* -ની દ્વારા– મારફત.

insubord'inate (ઇન્સબૉર્ડિનિટ), વિ૰ ઉપરીને તાબે ન રહેનારું, આજ્ઞા ન માનનારું, શિરજોર. **insubordina'tion,** ના૰ આજ્ઞાભંગ, શિરજોરી.

insuff'erable (ઇન્સફરબલ), વિ૰ અસહ્ય, દુઃસહ; અતિ અહંકારી, ગર્વિષ્ઠ.

insuffi'cient (ઇન્સફિશન્ટ), વિ૰ જોઈએ તેટલું નહિ,અપૂરતું. **insuffi'ciency,** ના૰ અપૂરતાપણું, અછત.

in'sular (ઇન્સ્યુલર), વિ૰ ટાપુનું – ના જેવું; ટાપુવાસીઓનું–ના જેવું; સાંકડા મનનું. **insula'rity** (-લૅરિટિ), ના૰ પૃથક્ત્વ, જુદાપણું; સંકુચિતપણું, એકલસંગાધાપણું.

in'sulate (ઇન્સ્યુલેટ), સ૰ વિ૰ વેગળું – અલગ – રાખવું – મૂકવું; વીજળી કે ગરમીને વહી જતી રોકવા માટે અવાહક દ્રવ્યોને વચ્ચે મૂકીને વસ્તુને અલગ પાડવી, 'વીજ-રાખવું'. **insula'tion,** ના૰ વિદ્યુતરોધન. **in'sulator,** ના૰ વિદ્યુતરોધક, 'વીજ-રખું'

in'sulin (ઇન્સ્યુલિન), ના૰ પ્રાણીઓની – વિ. ક. ઘેટાંની – પાચક રસસ્રાવી ગ્રંથિઓમાંથી બનાવવામાં આવતી મધુમેહની એક રામબાણ દવા.

in'sult (ઇન્સલ્ટ), ના૰ અપમાન, માનભંગ. **insult',** સ૰ ક્રિ૰ -નું અપમાન – માન-ભંગ – કરવો. [સંકટ, ઇ.) અનુલ્લંઘનીય, દુસ્તર.

insup'erable (ઇન્સ્યૂપરબલ), વિ૰ (મુશ્કેલી,

insupport'able (ઇન્સપૉર્ટબલ, – પો –), વિ૰ અસહ્ય, દુઃસહ; બહુ જ ખરાબ.

insur'ance (ઇન્શ્યૂરન્સ, ઇન્શુઅ –), ના૰ વીમો (ઉતારવો તે); તેને માટે અપાતી રકમ કે હપતો. *~ policy,* વીમાનો કરાર – પૉલિસી. **insure',** સ૰ ક્રિ૰ વીમો ઉતારવો – ઉતરાવવો, કોઈ વાત થશે જ એવી ખાતરી કરવી. [બંડ ઉઠાવનાર, બળવાખોર.

insur'gent (ઇન્સર્જન્ટ), વિ૰ અને ના૰

insurmoun'table (ઇન્સરમાઉન્ટબલ), વિ૰ અલંઘ્નીય, દુસ્તર.

insurrec'tion (ઇન્સરે'ક્શન), ના૰ બળવો, બંડ; હુલ્લડ, દંગો.

insuscep'tible (ઇન્સસે'પ્ટિબલ), વિ૰ -ની ઉપર અસર ન થાય એવું, -ને લાગે નહિ એવું; અગ્રાહક. **insusceptibil'ity,** ના૰ અગ્રાહકતા. [જેમનું તેમ, સાબૂત.

intact' (ઇન્ટૅક્ટ), વિ૰ અસ્પૃષ્ટ; અખંડિત,

intake (ઇન્ટેક), ના૰ પાણી કે હવા જે વાટે લેવાતી હોય તે નળીનો છેડો; લેવામાં આવતી વસ્તુ – ખોરાક, ઇ.

intan'gible (ઇન્ટૅન્જિબલ), વિ૰ જેને સ્પર્શ ન કરી શકાય એવું, ઇંદ્રિયને અગોચર; અતિસૂક્ષ્મ.

in'teger (ઇન્ટિજર), ના૰ [ગ.] પૂર્ણાંક; પૂર્ણ – અખંડ–વસ્તુ. **in'tegral** (ઇન્ટિગ્રલ), વિ૰વસ્તુની પૂર્ણતા માટે આવશ્યક, પૂર્ણ વસ્તુનું; આખું, પૂર્ણ. *~ calculus,* [ગ.]ચલરાશિકલન.

in'tegrate (ઇન્ટિગ્રેટ), સ૰ ક્રિ૰ પૂર્ણ કરવું; ભાગોને એકત્ર કરી પૂર્ણ વસ્તુ બનાવવી. **integra'tion,** ના૰ એકીકરણ.

integ'rity (ઇન્ટે'ગ્રિટિ), ના૰ પૂર્ણતા, અખંડતા; પ્રામાણિકપણું, નેકી, સચ્ચાઈ.

integ'ument (ઇન્ટે'ગ્યુમન્ટ), ના૰ ચામડી, ત્વચા; છાલ, આવરણ.

in'tellect (ઇન્ટિલે'ક્ટ), નાo બુદ્ધિ; સમજશક્તિ. **intellec'tual,** વિo બુદ્ધિમાન–શાળી; બૌદ્ધિક વસ્તુઓમાં રસ ધરાવનારું. નાo બુદ્ધિમાન માણસ. **intellec'tualism** (ઇન્ટિલે'ક્ટ્યુઅલિઝ્મ), નાo બુદ્ધિ (જન્ય-જ્ઞાન) વાદ.

intell'igence (ઇન્ટે'લિજન્સ), નાo બુદ્ધિ, સમજશક્તિ, તીવ્ર ગ્રહણશક્તિ; સમાચાર, બાતમી. ~ *department* (વિ. ક. લશ્કરી હેતુસર) માહિતી મેળવનારું સરકારી ખાતું. **intell'igent,** વિo બુદ્ધિમાન; હોશિયાર.

intellige'ntsia (ઇન્ટે'લિજે'ન્ટ્સિઆ), નાo દેશના સ્વતંત્ર વિચાર ધરાવનારા બુદ્ધિમાન લોકો(નો વર્ગ).

intell'igible (ઇન્ટે'લિજિબલ), વિo સમજાય એવું, (કેવળ) બુદ્ધિગ્રાહ્ય; સ્પષ્ટ.

intem'perance (ઇન્ટે'મ્પરન્સ), નાo અતિરેક; અતિશય દારૂ પીવાનું વ્યસન. **intem'perate** વિo અતિશય, બેહદ; અતિરેકી, અતિભોગી; છાકટો, દારૂડિયો.

intend' (ઇન્ટે'ન્ડ), સo ક્રિo ધારવું; મનસૂબો–ઇરાદો–રાખવો. **inten'ded** (ઇન્ટે'ન્ડિડ), નાo જેની સાથે લગ્ન થવાનાં છે તે વ્યક્તિ, નિયોજિત વર કે વધૂ.

intense' (ઇન્ટે'ન્સ), વિo ભારે, જબરું; તીવ્ર, ઉગ્ર; ઉત્કટ ભાવનાવાળું; અતિ ગંભીર પ્રકૃતિનું. **inten'sify,** ઉo ક્રિo ઉત્કટ–વિવૃદ્ધ–કરવું–થવું. **inten'sity,** નાo ઉત્કટતા, તીવ્રતા.

inten'sive (ઇન્ટે'ન્સિવ), વિo એક જ વિષય પર કેન્દ્રિત, ઊંડાણ સુધી ગયેલું; દીર્ઘોદ્યોગવાળું, કાળજીથી કરેલું; (ખેતી) (થોડી) જમીનમાંથી વધારેમાં વધારે ઉત્પાદન કરનારું.

intent' (ઇન્ટે'ન્ટ), નાo હેતુ, ઉદ્દેશ. *to all ~s and purposes,* લગભગ, એના જેવું જ. વિo નિશ્ચયવાળું; તલ્લીન; આતુર; એકચિત્ત, એકાગ્ર. **inten'tion** (ઇન્ટે'શન), નાo હેતુ, ઉદ્દેશ; મનસૂબો, ઇરાદો; અન્તિમ હેતુ, લક્ષ્ય. *with the first ~,* [વૈદક] (જખમનું રુઝાવું) બીજી કશી વિધિ વિના તત્કાળ. **intentional,** વિo ઇરાદાપૂર્વક કરેલું.

inter' (ઇન્ટર), સo ક્રિo દાટવું, દફનાવવું.

inter alia (ઇંટર એલિઆ), [લૅ.] બીજી વસ્તુઓમાં, એવી જ રીતે.

interact' (ઇન્ટરૅક્ટ), સo ક્રિo એકબીજા પર–અરસપરસ–અસર કરવી. **interac'tion,** નાo અરસપરસ–એકબીજા પર–થતી ક્રિયા–અસર.

interbreed' (ઇન્ટર્બ્રીડ), ઉo ક્રિo મિશ્રજાતીય ઓલાદ–પ્રજા–પેદા કરવી.

intercede' (ઇન્ટર્સીડ), અo ક્રિo દરમ્યાનગીરી કરવી, વચ્ચે પડવું; કોઈને સારુ બે વાત કહેવી.

intercept' (–સે'પ્ટ), સo ક્રિo રસ્તામાં પકડવું–અટકાવવું; અટકાવવું, બંધ કરવું; કોઈની ટપાલ બારોબાર કબજે કરવી–ખોલી જોવી.

interce'ssion (–સે'શન), નાo વચ્ચે પડવું તે; દરમ્યાનગીરી, વિ. ક. પ્રાર્થના દ્વારા.

in'terchange' (–ચેંજ), સo ક્રિo એકબીજાની જગ્યામાં વસ્તુઓ મૂકવી–ફેરવવી. અદલબદલ કરવી; એક પછી એક વારાફરતી આવવું–જવું. **in'terchange,** નાo અદલાબદલી. **interchange'able,** વિo અદલાબદલી કરી શકાય એવું.

intercommun'icate (–કમ્યૂનિકેટ), અo ક્રિo એકબીજાના પ્રદેશમાં છૂટથી આવવા જવાનું હોવું; એકબીજાની સાથે પત્રવહેવાર, ઇ. હોવો. **intercommunication,** નાo **intercommun'ion** (ઇંટર્કમ્યૂન્યન), નાo એકબીજાની સાથે ઘનિષ્ઠ સંબંધ–ઘરોબો, અરસપરસ અસર કે સંબંધ.

in'tercourse (ઇન્ટરકોર્સ, –કૉ–), નાo સામાજિક કે વેપારનો અરસપરસ વહેવાર; સ્ત્રીપુરુષ સંબંધ (*sexual~*).

interdict' (ઇંટર્ડિક્ટ), સo ક્રિo મના કરવી. ન કરવાનો હુકમ કરવો, રોકવું. **in'terdict,** નાo મનાઈહુકમ, પ્રતિબંધ.

in'terest (ઇન્ટરિસ્ટ, ઇન્ટ્રે'સ્ટ), નાo પોતાને જેની સાથે કશી લેવાદેવા છે એવી વસ્તુ; હિતસંબંધ; લાભ, ફાયદો; લેવાદેવા, દરકાર; રસ; વ્યાજ. *compound ~,* ચક્રવૃદ્ધિ વ્યાજ. *simple ~,* સાદું વ્યાજ. *in one's ~ (s),* પોતાના લાભ માટે–હિતમાં–કલ્યાણાર્થે. સoક્રિo (કશાકમાં) રસ–કાળજી–લેતા કરવું; –નું ધ્યાન

ખેંચવું; -માં કેટલીક ભાગ હોવો. **in'terested,** વિ૦ અંગત હિત ધરાવતું, સ્વાર્થી; રસ લેનારું; લાગતુંવળગતું. **in'teresting,** વિ૦ મનોરંજક, રસિક, દિલપસંદ.

interfere' (ઇન્ટર્‌ફિઅર), અ૦ ક્રિ૦ વચ્ચે પડવું – હાથ ઘાલવો; વચ્ચે માથું મારવું; -માં વિઘ્નરૂપ થવું; -ને દખલ કરવી; (કિરણ, ઇ.) સામસામા અથડાવું. ~ *with,* -માં દખલ કરવી. **interfer'ence,** ના૦ વચ્ચે પડવું તે; દખલ; [રેડિયો] બીજાં મથકો – સ્ટેશનોથી આવતા અવાજો.

interfuse' (ઇન્ટર્‌ફ્યૂઝ઼), ઉ૦ ક્રિ૦ એકબીજામાં ભેળવી દેવું – ભળી જવું.

in'terim (ઇન્ટરિમ), ના૦ વચગાળાનો સમય, વચગાળો. વિ૦ વચગાળાનું, તાત્પૂરતું, કામચલાઉ. ક્રિ૦ વિ૦ દરમ્યાન.

inter'ior (ઇન્ટીરિઅર), વિ૦ અંદરનું, અંદર આવેલું. ના૦ (મકાન, દેશ, ઇ.નો) અંદરનો ભાગ.

interject' (ઇન્ટરજે'ક્ટ), સ૦ ક્રિ૦ એકાએક શબ્દ ઉચ્ચારવા, ઉદ્‌ગાર કાઢવો; (બોલતાં) વચ્ચે નાખવું. **interject'ion,** ના૦ [વ્યાક.] ઉદ્‌ગાર, કેવળપ્રયોગી અવ્યય.

interlace' (ઇન્ટર્‌લેસ), ઉ૦ ક્રિ૦ ગૂંથવું; એકસાથે વળ આપવો; બે વસ્તુઓને એકબીજી સાથે ભેળવી દેવી.

interlard' (ઇન્ટર્‌લાર્ડ), સ૦ ક્રિ૦ લખવા બોલવામાં પરદેશી શબ્દો, ઇ. ખૂબ આણવા – વાપરવા (~ talk etc. *with*).

interleave' (ઇન્ટર્‌લીવ), સ૦ ક્રિ૦ પુસ્તકનાં છાપેલાં પાનાં વચ્ચે કોરાં પાનાં મૂકવાં.

interline', સ૦ ક્રિ૦ અસ્તર ઘાલવું.

interlin'ear (ઇન્ટર્‌લિનિઅર), વિ૦ લીટીઓ વચ્ચેનું – વચ્ચે લખેલું – છાપેલું.

interlock' (ઇન્ટર્‌લૉક), ઉ૦ ક્રિ૦ સામસામા અંકોડા ને કડી વતી જોડી દેવું; બાથમાં ભીડવું.

interloc'utor (ઇન્ટરલૉક્યુટર), ના૦ સંવાદ – ચર્ચા – ભાષણ – માં ભાગ લેનાર. **interloc'utory,** વિ૦ ચર્ચાના સ્વરૂપનું; [કા.] (હુકમ) દાવા દરમ્યાન કરેલું – આપેલું.

in'terloper (ઇન્ટર્‌લોપર), ના૦ ઘુસણિયો.

in'terlude (ઇન્ટર્‌લ્યૂડ), ના૦ નાટકના અંકો વચ્ચેનો વિરામનો ગાળો; વિષ્કંભક; તે વખતે ચાલતું સંગીત.

interma'rriage (ઇન્ટર્‌મૅરિજ), ના૦ આંતરજ્ઞાતીય – આંતરજાતીય - વિવાહ. **interma'rry,** અ૦ ક્રિ૦ જુદી જુદી જ્ઞાતિઓ, જાતિઓ, ઇ. વચ્ચે લગ્નસંબંધ કરવો; [અયોક્કસ-પ્રયોગ] પાસે પાસેના સગામાં પરણવું.

intermed'iary (ઇન્ટર્‌મીડિઅરિ), વિ૦ અને ના૦ બે પક્ષો વચ્ચે પડનાર, દરમિયાનગીરી કરનાર.

intermed'iate (ઇંટર્‌મીડિઅટ), વિ૦ અને ના૦ વચ્ચે આવેલું, વચ્ચેનું, દરમિયાનનું.

interm'ent (ઇન્ટર્‌મન્ટ), ના૦ દાટવું તે, દફન.

interme'zzo (ઇંટર્‌મે'ડ્ઝ઼ો, -મે'ટ્સો), ના૦ સંગીતની બે ચીજો વચ્ચેનું નાનકડું ગીત; નાટકના બે અંક વચ્ચે ભજવાતું નાનકડું નાટક.

interm'inable (ઇન્ટર્મિનબલ), વિ૦ કંટાળો આવે એટલું લાંબું: છેડા વગરનું.

intermingle (ઇન્ટર્‌મિંગલ), ઉ૦ ક્રિ૦ ભેળવી દેવું, એકત્ર કરવું – થવું, -માં ભળવું.

intermi'ssion (-મિશન), ના૦ થોડો વખત બંધ રહેવું તે, વિરામ, વિરામનો ગાળો. **intermitt'ent** (-મિટન્ટ), વિ૦ થોડો વખત બંધ થતું, રહી રહીને આવતું, સતત ન ચાલનારું – થનારું. ~ *fever,* આંતરિયો તાવ.

intermix' (-મિક્સ), ઉ૦ ક્રિ૦ મિશ્રણ કરવું, સેળભેળ કરવું – થવું. **intermixture** (-મિક્સ્ચર), ના૦ મેળવણી, મિશ્રણ.

intern' (ઇન્ટર્ન), સ૦ ક્રિ૦ અમુક હદમાં ગોંધી રાખવું, સ્થાનબદ્ધ કરવું, નજરકેદ કરવું. **in'tern,** ના૦ [અમે.] નિશાળમાં જ રહેનારો વિદ્યાર્થી, દરિપતાલમાં જ રહેનાર ઉમેદવાર દાક્તર. **intern'ment,** ના૦ સ્થાનબદ્ધતા, નજરકેદ.

inter'nal (ઇન્ટર્નલ), વિ૦ અંદરનું, ભીતરનું; અંદરની બાજુનું; ઘરની અંદરનું, દેશની અન્તર્ગત બાબતોનું.

interna'tional (ઇન્ટર્‌નૅશનલ), વિ૦ રાષ્ટ્ર રાષ્ટ્ર વચ્ચેનું, આન્તરરાષ્ટ્રીય. ના૦ આન્તરરાષ્ટ્રીય હરીફાઈ; તેમાં ભાગ લેનાર કોઈ દેશનો ઉમેદવાર. *The I~*, દુનિયામાં સમાજવાદનો પ્રચાર કરનારું આંતરરાષ્ટ્રીય

મંડળ. **internat'ionalism** (-નેશ-નલિઝ્મ), ના૦ બધા માણસો ભાઈ ભાઈ છે, દેશ કે જાતિને કારણે તેમને જુદા ન પાડવા કે ગણવા જોઈએ અને તેથી બધાં રાષ્ટ્રોએ એકતા ને સંપથી રહેવું જોઈએ એવો મત, વિશ્વબંધુત્વ. **interna'tionalist,** ના૦ દુનિયાની શાંતિ માટે સારામાં સારો માર્ગ તે આંતરરાષ્ટ્રીય સંગઠન કે સંસ્થા છે એમ માનનાર; આંતરરાષ્ટ્રીય કાયદાનો જાણકાર. **interna'tionalize,** સ૦ ક્રિ૦ આંતરરાષ્ટ્રીય સત્તા કે કાબૂ હેઠળ મૂકવું.

interne'cine (ઇન્ટર્નીસાઇન), વિ૦ એકબીજાનો નાશ કરનારું; સંહાર કરનારું.

interp'ellate (ઇન્ટર્પે'લેટ), સ૦ ક્રિ૦ ખુલાસો માગવા માટે કામમાં વિક્ષેપ કરવો; માહિતી મેળવવા પ્રશ્ન પૂછવો.

in'terplay (ઇન્ટર્પ્લે), ના૦ અરસપરસ થતી અસર, એકબીજા પર થતી ક્રિયા. **interplay',** અ૦ ક્રિ૦.

interp'olate (ઇન્ટર્પલેટ), સ૦ ક્રિ૦ (સમયને અંગે ભ્રમ પેદા કરવા માટે) મૂળ લખાણમાં-ગ્રંથમાં-ન હોય તેવી વાતો ઉમેરવી; વચ્ચે જ અટકાવવું; પ્રક્ષેપ કરવો; વચ્ચે જ એકદમ ઉદ્ગાર કાઢવો. **interpolation,** ના૦ અસલ લખાણમાં ઇતર શબ્દ કે વાક્ય, ઉમેરવું તે; એવી રીતે ઉમેરેલા શબ્દ કે વાક્ય, પ્રક્ષેપ.

interpose' (ઇન્ટરપોઝ઼), ઉ૦ ક્રિ૦-ની વચ્ચે મૂકવું; વચ્ચે આવવું, દરમ્યાનગીરી કરવી; વચ્ચે બોલવું - બોલીને ખલેલ પહોંચાડવી.

interp'ret (ઇન્ટર્પ્રિટ), ઉ૦ ક્રિ૦ -નો અર્થ કરવો - ઘટાવવો, ભાષાંતર કરવું; સમજાવવું; -નો ખુલાસો કરવો; દુભાષિયાનું કામ કરવું; અભિનય દ્વારા ગીત, ભાવ, ઇ. વ્યક્ત કરવું. **interpreta'tion,** ના૦ અર્થ કરવો તે, અર્થઘટન; ભાષાંતર; ખુલાસો. **interp'reter** (ઇન્ટરપ્રિટર), ના૦ અર્થ કરનાર, દુભાષિયો; ગૂઢાર્થ સ્પષ્ટ કરનાર.

interre'gnum (ઇન્ટરે'ગ્નમ), ના૦ (બ૦વ૦ -regna, - nums). બે રાજાઓ વચ્ચેનો-એકના મરણ ને બીજાના અભિષેક વચ્ચેનો - ગાળો; વચલો કાળ.

inte'rrogate (ઇન્ટે'રગેટ,--રો-), સ૦ક્રિ૦ -ને પ્રશ્ન પૂછવો; ઝીણવટથી પ્રશ્નો પૂછીને તપાસ કરવી. **interroga'tion,** ના૦ પ્રશ્નો પૂછવા તે; પ્રશ્ન; પ્રશ્નચિહ્ન. **interrog'ative** (ઇન્ટરૉગ઼ટિવ), વિ૦ પ્રશ્નનું - રૂપ, પ્રશ્નાર્થક. ના૦ [વ્યાક.] પ્રશ્નાર્થક શબ્દ. **inte'rrogator** (ઇન્ટે'રગેટર), ના૦ પ્રશ્ન પૂછનાર. **interrog'atory** (ઇન્ટરૉગટરિ), વિ૦ પ્રશ્નાર્થક .ના૦ પ્રશ્ન, સવાલ; [કા.] આરોપીને પૂછેલો સવાલ કે સવાલો.

interrupt' (ઇન્ટરપ્ટ), સ૦ ક્રિ૦ વચમાં બંધ પાડવું - અટકાવવું; આડે આવવું. **interrup'tion,** ના૦ અટકાવ, હરકત; ખલેલ, ભંગ.

intersect' (ઇન્ટર્સે'ક્ટ), ઉ૦ક્રિ૦ અરસપરસ છેદવું - કાપવું, એકબીજાને છેદીને જવું. **intersec'tion,** ના૦ એકબીજાને કાપવું તે; [ભૂમિતિ] છેદનબિન્દુ; એકબીજાને છેદનારી બે લીટીઓ કે સપાટીઓ જ્યાં મળે છે તે બિંદુ કે રેખા.

intersperse' (ઇન્ટર્સ્પર્સ), સ૦ક્રિ૦ અહીંતહીં નાંખવું, વેરવું (કશાકની અંદર - વચ્ચે.)

interstell'ar (ઇન્ટર્સ્ટે'લર), વિ૦ જુદા જુદા તારાઓ વચ્ચેનું.

inters'tice (ઇન્ટર્સ્ટિસ), ના૦ ફાટ, ચીરો, તડ; વચ્ચેનો ગાળો. **intersti'tial,** (-સ્ટિશલ), વિ૦ ફાટ-ચીરા-નું-માં, વચલા ગાળાને વ્યાપતું.

intertwine' (ઇન્ટર્ટ્વાઇન), ઉ૦ ક્રિ૦ એક બીજાની સાથે વીંટાવું; એકબીજાને વળ દઈને ગૂંથવું; એકબીજા સાથે ગૂંથાવું.

interurban (-અર્બન), શહેરોની વચ્ચે.

in'terval (ઇન્ટર્વલ), ના૦ વચ્ચેનો ગાળો (સ્થળ કે કાળનો); વિ.ક. નાટકના અંકો વચ્ચેનો ગાળો. [સં.] સપ્તકના બે સ્વરો વચ્ચેનું અંતર; વિરામ; ખંડ. *at~s,* અહીંતહીં; અવારનવાર.

intervene' (ઇન્ટર્વીન), અ૦ક્રિ૦ દરમ્યાન-વચગાળામાં - થવું; વચ્ચે આવવું - પડવું; દરમ્યાનગીરી કરવી. **interven'tion** (-વે'ન્શન), ના૦ વચ્ચે આવવું તે; દરમ્યાનગીરી.

in'terview (-વ્યૂ), ના૦ મેળાપ; મુલાકાત (વિ. ક. વાતચીત કે નિવેદન માટે વિધિસર ગોઠવેલી). સ૦ક્રિ૦ -ની (સાથે) મુલાકાત લેવી.

intes'tate (ઇન્ટે'સ્ટિટ), વિ૦ અને ના૦ વસિયતનામું–મૃત્યુપત્ર–કર્યાં સિવાય મરનાર (નું). **intes'tacy,** ના૦ મૃત્યુપત્ર કર્યા વિના મરી જવાની અવસ્થા.

intes'tine (ઇન્ટે'સ્ટિન), વિ૦ અંદરનું, શરીરમાંનું, (યુદ્ધ. ઇ.) માંહોમાંહેનું, આંતરિક. ના૦બ૦વ૦અન્નનળીનો નીચલો ભાગ,આંતરડાં. **intes'tinal** (–સ્ટિનલ), વિ૦ આંતરડાનું.

in'timacy (ઇન્ટિમસિ), ના૦ ગાઢ પરિચય –મિત્રતા, ઘરોબો. **in'timate** (ઇન્ટિમિટ), વિ૦ નિકટનું; અંતરનું; ઘરોબાવાળું; (જ્ઞાન) ઊંડું, વિગતવાર. ના૦ નિકટનો મિત્ર, જાની દોસ્ત.

in'timate (ઇન્ટિમેટ), સ૦ ક્રિ. -ની જાણ કરવી–ખબર આપવી; જણાવવું (વિ૦ ક. આડકતરી રીતે સૂચવેલું);જાહેર કરવું. **intima'tion,** ના૦ ખબર, જાણ; સૂચના.

intim'idate (ઇન્ટિમિડેટ), સ૦ક્રિ૦ બિવડાવવું; ધમકાવવું, દબડાવવું. **intimida'tion,** ના૦ બિવડાવવું તે, ડરામણી, ધમકી.

in'to (ઇન્ટુ), નામ૦ અ૦ અંદર (બહારથી કશાકની અંદર, ગતિસૂચક અર્થમાં).

intol'erable (ઇન્ટૉલરબલ), વિ૦ અસહ્ય, દુઃસહ;અતિશય. **intol'erance,**ના૦ સહન ન કરવું તે, અસહિષ્ણુતા; અનુદારપણું. **intol'erant,** વિ૦ અસહિષ્ણુ, અનુદાર.

intone' (ઇન્ટોન), **in'tonate** (ઇન્ટનેટ), સ૦ક્રિ૦ સંગીતના સૂરમાં બોલી જવું–ગાવું, સૂર કાઢીને ગાવું. **intona'tion** (ઇન્ટનેશન,–ન્ટો–), ના૦ બોલતી વખતે અવાજ ઉપર નીચે કેવી રીતે જાય છે તે પ્રકાર, ઉચ્ચારની ઢબ; સ્વરભેદ–પ્રકાર.

intox'icant (ઇન્ટૉક્સિકન્ટ), વિ૦ અને ના૦ કેફી કે માદક (પદાર્થ). **intox'icate** (–કેટ), સ૦ ક્રિ૦ કેફ ચડાવવો, બેહોશ–મત્ત–બનાવવું. **intoxica'tion,** ના૦ કેફ, નશો, અમલ; ઉન્માદ.

intrac'table (ઇન્ટ્રૅક્ટબલ), વિ૦ વશ ન થાય–શીખે નહિ–એવું; જિદ્દી, હઠીલું.

intramur'al (ઇન્ટ્રમ્યૂરલ), વિ૦ દીવાલોની અંદરનું, (ભણતર, પ્રવૃત્તિ) ઘર, નિશાળ કે વિદ્યાપીઠની અંદરનું–અંદર મૂકેલું–કરેલું.

intran'sigent (ઇન્ટ્રૅન્સિજન્ટ), વિ૦ અને ના૦ [રાજકારણમાં] એકાંતિક મત ધરાવનારું, બાંધછોડ કરવા તૈયાર નહિ એવું; હઠીલું.

intran'sitive (ઇન્ટ્રાન્સિટિવ),વિ૦ [વ્યાક.] (ક્રિયાપદ) કર્મ ન લેનારું, અકર્મક.

intrep'id (ઇન્ટ્રે'પિડ), વિ૦ નિર્ભય; બહાદુર **intrepid'ity,** ના૦ નિર્ભયતા; બહાદુરી, હિંમત.

in'tricate (ઇન્ટ્રિકિટ), વિ૦ ગૂંચવણવાળું; ઉકેલવું–સમજવું–મુશ્કેલ, ક્લિષ્ટ, જટિલ. **in'tricacy,** ના૦ ગૂંચવણ, ક્લિષ્ટતા.

intrigue' (ઇન્ટ્રીગ), ના૦ કાવતરું; ગુપ્ત પ્રેમસંબંધ. ઉ૦ ક્રિ૦ કાવતરું કરવું; છૂપો પ્રેમસંબંધ રાખવો; ગુપ્તપણે વજન પાડવું; ખૂબ રસ–જિજ્ઞાસા–પેદા કરવી.

intrin'sic (ઇન્ટ્રિન્સિક), વિ૦ અન્તર્ગત, આંતરિક; મૂળભૂત, સાચું; આવશ્યક.

introduce' (ઇન્ટ્રડ્યૂસ), સ૦ ક્રિ૦ અંદર લાવવું; પહેલી વાર દાખલ કરવું; આગળ લઈ આવવું, રજૂ કરવું; ઓળખાણ કરાવવી. **introduc'tion,** ના૦ ઓળખાણ કરાવવી તે; પ્રસ્તાવના, ઉપોદ્ઘાત. **introduc'tory,** (-ડક્ટરિ), વિ૦ પરિચય કરાવનારું; પ્રાસ્તાવિક.

introspect' (ઇન્ટ્રસ્પેક્ટ,–ટ્રો–), અ૦ ક્રિ૦ પોતાના વિચાર ને ભાવનાઓને તપાસવું, આત્મનિરીક્ષણ કરવું. **introspec'tion,** ના૦ આત્મનિરીક્ષણ. **introspec'tive,** વિ૦ આત્મનિરીક્ષણ કરનારું, આત્મનિરીક્ષણાત્મક.

in'trovert (ઇન્ટ્રવર્ટ,–ટ્રો–), ના૦ પોતાના મનનો જ વિશેષ વિચાર કરનાર, અન્તર્મુખ માણસ.

intrude' (ઇન્ટ્રૂડ), ઉ૦ક્રિ૦ વગર બોલાવ્યે અંદર જવું; ઘૂસવું. **intrud'er,** ના૦ આગંતુક,ઘુસણિયો. **intru'sion** (ઇન્ટ્રૂઝન), ના૦ વગર બોલાવ્યે જવું–ઘૂસવું–તે, અનધિકાર પ્રવેશ. **intru'sive,** વિ૦ ઘુસણિયું.

intui'tion (ઇન્ટ્યુઇશન), ના૦ તર્કની મદદ વિના થતું જ્ઞાન, પ્રત્યક્ષ જ્ઞાન; અન્તઃસ્ફૂર્તિ, પ્રતિભા. **intu'itive,** વિ૦ અન્તઃસ્ફૂર્તિ કે પ્રતિભાવાળું; તર્ક વિના પોતાની મેળે સમજાયેલું.

in'undate (ઇનન્ડેટ), સ૦ ક્રિ૦ રેલ–પૂર–થી

ડુબાવી દેવું, રેલંછેલ કરવું. **inunda'tion,** ના૦ પૂર, રેલંછેલ.

inure', en – (ઇન્યૂર – ન્યુઅર), ઉ૦ ક્રિ૦ -ની ટેવ – મહાવરો – પાડવો, -થી ટેવાવું.

invade' (ઇન્વેડ), સ૦ક્રિ૦ પારકાની – શત્રુની – હદમાં ઘૂસી – ધસી – જવું; ઉપર હુમલો કરવો.

in'valid (ઇન્વલીડ), વિ૦ જખમ કે માંદગીને લીધે નબળું પડેલું – કામ કરવાને અક્ષમ બનેલું.

invalid' (ઇન્વલીડ), ઉ૦ક્રિ૦ માંદગી કે અશક્તિને કારણે ઘેર મોકલી દેવું – રવાના કરી દેવું; માંદું ને અશક્ત – અક્ષમ – બનવું – બનાવવું. **in'validism,** ના૦ લાંબી માંદગી; અપ્રમાણ(ભૂત)તા.

inval'id (ઇન્વૅલિડ), વિ૦ અપ્રમાણ, રદ, બાતલ; નકામું. **inval'idate,** સ૦ક્રિ૦ (વિ. ક. દલીલ, ઇ.) અપ્રમાણ – રદ – કરવું; નબળું બનાવવું.

inval'uable (ઇન્વૅલ્યુઅબલ), વિ૦ [અમૂલ્ય, ઘણું કીમતી.

invar'iable (ઇન્વેરિઅબલ), વિ૦ બદલાય નહિ એવું; અવિકારી, એકસરખું.

inva'sion (ઇન્વેઝન), ના૦ ચડાઈ, સવારી; આક્રમણ (કરવું તે).

invec'tive (ઇન્વે'ક્ટિવ), ના૦ નિંદા, બદગોઈ; કડક ટીકા; નિંદાત્મક ભાષણ.

inveigh' (ઇનવે), અ૦ ક્રિ૦ સખત ટીકા– નિંદા–કરવી, વખોડવું; શાબ્દિક હુમલો કરવો.

invei'gle (ઇન્વીગલ,–વે–), સ૦ ક્રિ૦ લલચાવવું, ફોસલાવવું, છેતરીને કરાવવું (*into*).

invent' (ઇન્વે'ન્ટ), સ૦ક્રિ૦ કંઈક નવીન યોજી કાઢવું, નવી યુક્તિ – શોધ – કરવી; બનાવટી કરવું, જોડી કાઢવું. **invention,** ના૦ શોધ કરવી તે; શોધેલી વસ્તુ, શોધ; શોધક બુદ્ધિ; બનાવટ. **invent'ive** વિ૦ શોધક, કલ્પક, યોજક. **invent'or,** ના૦ શોધ કરનાર, શોધક.

in'ventory (ઇન્વેન્ટરિ), ના૦ સરસામાન, ઇ.ની વિગતવાર યાદી. સ૦ ક્રિ૦ -ની યાદી કરવી, યાદીમાં નોંધવું.

inverse' (ઇન્વર્સ), વિ૦ ઊલટું, ઊંધું; વ્યસ્ત, વિપરીત; વ્યુત્ક્રમ. ~ *proportion,* [ગ.] વ્યસ્ત પ્રમાણ. **inver'sion** (ઇન્વર્શન), ના૦ ઊંધું કરવું તે; શબ્દોના સ્વાભાવિક ક્રમનો વિપર્યય, વ્યુત્ક્રમ, વ્યત્યાસ.

invert' (ઇન્વર્ટ), સ૦ ક્રિ૦ ઉલટાવવું, ઊંધું વાળવું; ક્રમ ઉલટાવવો. ~*ed commas,* અવતરણ ચિહ્નો (' ' અથવા " ").

invert'ebrate (ઇન્વર્ટિબ્રિટ), વિ૦ કરોડ કે પૃષ્ઠવંશ વિનાનું; નબળા મનનું. ના૦ કરોડ વિનાનું પ્રાણી; ચારિત્ર્યની દૃઢતા– મનોબળ–વિનાનો માણસ.

invest' (ઇન્વે'સ્ટ), ઉ૦ ક્રિ પહેરાવવું, સજાવવું; ગુણ, પદવી, ઇ.થી યુક્ત કરવું; [લશ્કર] ઘેરવું, -ને ઘેરો ઘાલવો; ધંધામાં કે વ્યાજે નાણાં રોકવાં – મૂકવાં. ~ *in* (something valuable), ખરીદવું (વિ. ક. કીમતી વસ્તુ). **invest'ment,** ના૦ ધંધામાં નાણાં રોકવાં તે; – રોકેલાં નાણાં.

inves'tigate (ઇન્વે'સ્ટિગેટ), સ૦ ક્રિ૦ ઝીણવટથી તપાસ – પરીક્ષા–કરવી; શોધ –તપાસ – કરવી. **investiga'tion,** ના૦ શોધ– તપાસ – (કરવી તે).

inves'titure (ઇન્વે'સ્ટિચર), ના૦ કોઈ પદ કે હોદ્દા પર વિધિસર સ્થાપવું તે – સ્થાપના; પદ, અધિકાર કે હોદ્દો વિધિપૂર્વક આપવો તે.

invet'erate (ઇન્વે'ટરિટ), વિ (દરદ, ટેવ, ઇ.) જડ ઘાલી બેઠેલું, લાંબા વખતથી દૃઢ થયેલું; પાકું, કટ્ટ, હઠીલું.

invid'ious (ઇન્વિડિઅસ), વિ૦ (વર્તન, ઇ.) ખરાબ લગાડનારું; (વસ્તુ) દ્વેષ કે ઈર્ષ્યા પેદા કરનારું.

invi'gilate (ઇન્વિજિલેટ), સ૦ ક્રિ૦ પરીક્ષા વખતે વિદ્યાર્થીઓ પર દેખરેખ રાખવી. **invi'gilator,** ના૦ એવી દેખરેખ રાખનાર.

invig'orate (ઇન્વિગરેટ), સ૦ ક્રિ૦ જોર – બળ – આપવું; પ્રાણવાન – તંદુરસ્ત – બનાવવું.

invin'cible (ઇન્વિન્સિબલ) વિ૦ અજેય; ખૂબ બળવાન.

invi'olable (ઇન્વાયલબલ), વિ૦ નાપાક–ભ્રષ્ટ – અપવિત્ર – ન કરાય એવું; તોડાય – ભંગાય – નહિ એવું. **invi'olate,** (-લિટ), વિ૦ અપવિત્ર કે ભ્રષ્ટ ન થયેલું; અખંડિત.

invis'ible (ઇન્વિઝિબલ), વિ૦ અદૃશ્ય. **invisibil'ity,** ના૦ અદૃશ્યતા, કશું દેખાય

નહિ એવી પરિસ્થિતિ.

invite' (ઇન્વાઇટ), સ૦ ક્રિ૦ બોલાવવું, આમંત્રણ આપવું; કશુંક કરવા વિનંતી કરવી, માગવું; આકર્ષિત કરવું, લલચાવવું. **invita'tion,** ના૦ ભોજન, ઇ. માટે આમંત્રણ. **invit'ing,** વિ૦ આકર્ષક, મોહક, લલચાવે એવું.

invoca'tion (ઇન્વકેશન), ના૦ આવાહન, વિનંતી; ઈશ્વરને ઉદ્દેશીને સંબોધન.

in'voice (ઇન્વૉઇસ), ના૦ મોકલેલા માલની કિંમત સાથે નોંધ-યાદી, ભરતિયું. સ૦ ક્રિ૦ માલનું ભરતિયું બનાવવું.

invoke' (ઇન્વોક), સ૦ ક્રિ૦ પ્રાર્થનામાં સંબોધન કરવું, આવાહન કરવું; અજીજીપૂર્વક પ્રાર્થના કરવી-માગવું; (મદદ માટે) ઈશ્વરને પ્રાર્થના કરવી; જાદુથી હાજર થવા ફરજ પાડવી-બોલાવવું.

invol'untary (ઇન્વૉલન્ટરિ), વિ૦ ખાસ ઇચ્છા વિનાનું, યદૃચ્છયા થતું, હેતુપૂર્વક ન કરેલું. **invol'untarily,** ક્રિ૦ વિ૦ યદૃચ્છયા; ખાસ ઇચ્છા વિના.

involve' (ઇન્વૉલ્વ), સ૦ ક્રિ૦ વીંટવું, લપેટવું; ગૂંચળું કરવું; ગૂંચમાં નાંખવું; ગુનો, ઇ. માં સંડોવવું; સૂચવવું, -માં ગર્ભિત હોવું; સમાવવું, સમાવિષ્ટ કરવું. **involved',** વિ૦ ગૂંચવણભરેલું, જટિલ.

invul'nerable (ઇન્વલ્નરબલ), વિ૦ જેને ઈજા થાય નહિ-ઘા લાગે નહિ-જેના પર હુમલો થઈ શકે નહિ-એવું; અભેદ્ય, અજેય. **invulnerabil'ity,** ના૦ અભેદ્યતા, અજેયતા.

in'ward (ઇન્વર્ડ), વિ૦ અંદર (ની બાજુએ) આવેલું, અંદરનું; અંતરનું, મનનું. ના૦ અંતર, મન; (બ૦ વ૦) આંતરડાં. **in'ward(s),** ક્રિ૦ વિ૦ અંદરની બાજુ તરફ, અંદર. **inwardly,** ક્રિ૦ વિ૦ અંદર (ખાને)થી; મનમાં, અંતરમાં. **in'wardness,** ના૦ અન્તઃસ્વભાવ, સાચું રહસ્ય; અન્તર્મુખતા. [ભરતવાળું, ભરીને શણગારેલું.

inwrought' (ઇન્રૉટ), વિ૦ જડેલું. ભરેલું,

i'odine (આયડીન), ના૦ દવામાં વપરાતું ધાતુ નહિ એવું એક તત્ત્વ, આયોડિન.

Ion'ic (આયોનિક), વિ૦ ગ્રીક સ્થાપત્યના ત્રણ પ્રકારમાંથી એકનું, જેમાં થાંભલા ઉપર ઘેટાનાં શીંગડાં જેવી આકૃતિઓ હોય છે.

iot'a (આયોટા), ના૦ ગ્રીક વર્ણમાળાનો 'આઇ' અક્ષર; અણુ, લેશ, રજ.

IOU (આઇ ઓ યૂ), ના૦ I owe you માટે સંક્ષેપ. 'મારે તમને આટલા આપવાના છે', એ મતલબનો દસ્તાવેજ (રકમના નિર્દેશ સાથે).

ipecacuan'ha (ઇપિકેક્યુઍન,-ના), ના૦ જુલાબ કે ઊલટી કરાવવા માટે વપરાતું દ. અમેરિકાની એક વનસ્પતિનું મૂળિયું.

ipso facto (ઇપ્સો ફૅક્ટો), ક્રિ૦ વિ૦ એ જ હકીકતને પરિણામે, એ જ કારણે.

iras'cible (ઇરૅસિબલ, આઇ-), વિ૦ ચીડિયું, ગરમ મિજાજવાળું, ક્રોધી. **irascibil'ity,** ના૦ ચીડિયાપણું, ગરમ મિજાજ.

ire (આયર), ના૦ [કાવ્યમાં] ક્રોધ, ગુસ્સો. **irate'** (આઇરેટ), વિ૦ ક્રોધાવિષ્ટ, ક્રોધી, ગુસ્સે થયેલું.

irides'cent (ઇરિડૅસન્ટ), વિ૦ મેઘધનુષ્યના જેવા રંગોવાળું-રંગો બતાવતું, સપ્તરંગી; સ્થિતિ અનુસાર રંગો બદલનારું. **irides'cence,** ના૦.

irid'ium (આઇરિડિઅમ), ના૦ પ્લૅટિનમના વર્ગની એક બહુ જ નક્કર સફેદ ભારે ધાતુ.

ir'is (આઇરિસ), ના૦ એક વનસ્પતિ અથવા તેનું સુંદર ફૂલ; આંખની કીકીની આસપાસનું રંગીન કૂંડાળું, કનીનિકા મંડળ. **irit'is** (આઇરાઇટિસ), ના૦ એક નેત્રરોગ, કનીનિકાદાહ.

I'rish (આઇરિશ), વિ૦ આયર્લૅન્ડનું. ના૦ આયર્લૅન્ડની ભાષા, આયરિશ; *the* ~, આયરિશ લોકો.

irk (અર્ક), સ૦ ક્રિ૦ થકવી નાંખવું, કંટાળો આપવો, ત્રાસ દેવો. **irk'ing, irk'some,** વિ૦ કંટાળાભરેલું, ત્રાસદાયક.

i'ron (આયર્ન), ના૦ લોઢું, લોહ; લોઢાનાં સાધનો-હથિયારો; ઈસ્ત્રી; ગૉલ્ફ રમવાની લોઢાના ગઠ્ઠાવાળી લાકડી; (બ૦ વ૦) બેડી, હાથકડી. વિ૦ લોઢાનું, લોઢા જેવું; અણનમ, અડગ. સ૦ક્રિ૦ કપડાંને ઈસ્ત્રી કરવી. *strike while the ~ is hot,* આવેલી તક ઝડપી

લેવી. *rule with a rod of ~*, સખતાઈથી રાજ કરવું – કામ લેવું. *a man of ~*, દૃઢ-નિશ્ચયી – કઠોર મનનું – માણસ. *have too many ~s in the fire*, ઘણાં કામ એકી સાથે હાથમાં હોવાં – કરવાનો પ્રયત્ન કરવો. *put a man in ~s*, બેડી પહેરાવવી. **ir'onclad**, વિ૰ લોઢાના પતરાથી મઢેલું. ના૰ એવું લડાયક વહાણ.

iron'ic(al) (આઇરૉનિક(લ)), વિ૰ વક્રોક્તિવાળું, અવળવાણીવાળું.

ir'onmaster (આયર્નમાસ્ટર), ના૰ લોઢું બનાવનાર; લોઢાના કારખાનાનો ધણી.

ir'onmonger (આયર્નમંગર), ના૰લોઢાનો માલ વેચનાર. **ir'onmongery**, ના૰ લોઢાનો માલ; લોઢાનો ધંધો.

ir'on-mould (આયર્નમોલ્ડ), ના૰ શાહી, લોઢાનો કાટ, ઇ.નો કપડાં પર પડેલો ડાઘો.

Ironsides (–સાઇડ્ઝ઼), ના૰ બ૰ વ૰ ખૂબ બહાદુર પુરુષો, (વિ. ક. ક્રૉમવેલના લશ્કરના સિપાઈઓ). [કાચું લોઢું.

ir'on-stone (આયર્નસ્ટોન), ના૰ એક જાતનું

ir'ony (આઇરનિ), ના૰ હોય તેથી ઊલટું બોલવું તે, અવળવાણી, વક્રોક્તિ. *~ of fate* દૈવની વિચિત્ર લીલા – વિડંબના.

irrad'iate (ઇરેડિએટ), સ૰ક્રિ૰ -ની ઉપર પ્રકાશવું – પ્રકાશ પાડવો; પ્રકાશિત કરવું; ચહેરો (આનંદ ઇ.થી) પ્રફુલ્લિત કરવો.

irra'tional (ઇરૅશનલ), વિ૰ બુદ્ધિ કે તર્કથી વિરુદ્ધ, ગેરવાજબી; બુદ્ધિહીન, મૂર્ખામી-ભર્યું. ના૰ [ગ.] કરણી, અમૂલદ.

irreclaim'able (ઇરિક્લેમબલ), વિ૰ પાછું ઠેકાણે ન આણી શકાય એવું, સુધારવું અશક્ય.

irrec'oncilable (ઇરેકન્સાઇલબલ), વિ૰ જેનું સમાધાન ન થાય એવું, દુરારાધ્ય, માને નહિ એવું; એકબીજાની સાથે મેળ ન ખાય એવું, પરસ્પરવિરોધી.

irreco'verable (ઇરિકવરબલ), વિ૰પાછું મેળવી ન શકાય એવું; ઉપાય વિનાનું, નાઇલાજ.

irredeem'able (ઇરિડીમબલ), વિ૰ પાછું મેળવી – છોડાવી – ન શકાય એવું, કાયમનું નાશ પામેલું; આશા ન રાખી શકાય એવું.

irredu'cible (ઇરિડ્યૂસિબલ), વિ૰ ઘટાડી ન શકાય એવું; અમુક સ્થિતિમાં લાવી ન શકાય એવું.

irref'ragable (ઇરૅફ્રગબલ), વિ૰ જેનો રદિયો – જવાબ – આપી ન શકાય એવું, અખંડનીય, લાજવાબ.

irref'utable (ઇરૅફ્યુટબલ), વિ૰ જેનું ખંડન ન કરી શકાય એવું, અખંડનીય, તોડી ન શકાય એવું.

irreg'ular (ઇરૅગ્યુલર), વિ૰નિયમવિરુદ્ધ; ઊંચુંનીચું, અસમ; અવ્યવસ્થિત; [લશ્કર] નિયમિત નોકરીનાં નહિ એવું. **irregula'rity** (ઇરૅગ્યુલૅરિટિ), ના૰ અનિયમિતપણું; નિયમથી વિરુદ્ધ એવી વસ્તુ – કૃત્ય.

irrelevant (ઇરૅલિવન્ટ), વિ૰ લાગુ ન પડે એવું, અપ્રસ્તુત; મુદ્દાસરનું નહિ એવું.

irreli'gion (ઇરિલિજન), ના૰ ધર્મની ઉપેક્ષા, ધર્મ પ્રત્યે અનાદર, અધર્મ. **irreli'gious** (ઇરિલિજસ), વિ૰ અધાર્મિક, ધર્મથી વિરુદ્ધ. [નિરુપાય, અસાધ્ય.

irremed'iable (ઇરિમીડિઅબલ), વિ૰

irremo'vable (ઇરિમૂવબલ), વિ૰ દૂર ન કરી શકાય – ખસેડી ન શકાય – એવું.

irrep'arable (ઇરૅપરબલ), વિ૰ સુધારી–સમારી – ન શકાય એવું; (નુકસાન અંગે) ભરપાઈ ન થાય એવું.

irreplace'able (ઇરિપ્લેસબલ), વિ૰ જેની ખોટ પૂરી ન શકાય એવું, જેને બદલે બીજાને ન મૂકી શકાય એવું.

irrepress'ible (ઇરિપ્રૅસિબલ), વિ૰ દબાય નહિ એવું, કાબૂમાં રાખી ન શકાય એવું, બેફાટ.

irreproach'able (ઇરિપ્રોચબલ), વિ૰ ઠપકો – દૂષણ – ન દેવાય એવું; નિર્દોષ, એબ વિનાનું.

irresis'tible (ઇરિઝ઼િસ્ટબલ,–ઝ઼િટ–), વિ૰ સામા ટકી – અટકાવી – ન શકાય એવું, બળવાન; ખાતરી કરાવનારું; આકર્ષક કે સુંદર; દુર્નિવાર.

irres'olute (ઇરૅઝ઼લૂટ), વિ૰ ઢચુપચુ કરનારું, અસ્થિર, અનિશ્ચિત, ચંચળ પ્રકૃતિનું. **irresolu'tion**, ના૰અનિશ્ચય, ચંચળપ્રકૃતિ.

irrespec'tive (ઇરિસ્પૅક્ટિવ), વિ૰ *~of*

ધ્યાનમાં ન લેતાં, અપેક્ષા ન રાખતાં.

irrespon'sible (ઇરિસ્પૉન્સિબલ, -સિ-), વિ૦ જવાબદારી વિનાનું, બેજવાબદાર, બેપરવા.

irrespon'sive (ઇરિસ્પૉન્સિવ), વિ૦ યોગ્ય જવાબ - પ્રતિસાદ - ન આપનારું.

irretriev'able (ઇરિટ્રીવબલ), વિ૦ પાછું મેળવી ન શકાય એવું, કાયમનું ગુમાવેલું.

irrev'erent (ઇરે'વરન્ટ), વિ૦ આદર વિનાનું; અનાદર કરનારું, અપમાનજનક. **irrev'erence**, ના૦ અનાદર.

irrever'sible (ઇરિવર્સિબલ,-સિ-), વિ૦ ઉલટાવી - ફેરવી - ન શકાય એવું, અફર.

irrev'ocable (ઇરે'વકબલ), વિ૦ પાછું બોલાવી - લઈ - ન શકાય એવું; (નિશ્ચય) બદલી ન શકાય એવું.

i'rrigate (ઇરિગેટ), સ૦ ક્રિ૦ જમીનને પાણી પૂરું પાડવું - પાવું; જખમ પર સતત પાણી - પ્રવાહી - રેડવું. **irriga'tion**, ના૦ નીક - નહેર - વતી જમીનને પાણી પૂરું પાડવું તે; નહેર બંધારાનું બાંધકામ.

i'rritable (ઇરિટબલ), વિ૦ ચીડિયું, શીઘ્રકોપી. **irritabil'ity**, ના૦ ચીડિયાપણું, આળાપણું.

i'rritant (ઇરિટન્ટ), વિ૦ ચીડવનારું, ક્ષોભકારક; લાય-દાહ-પીડા કરે એવું. ના૦ એવો પદાર્થ.

i'rritate (ઇરિટેટ), સ૦ ક્રિ૦ ચીડવવું, ગુસ્સે કરવું; શરીરને વેદના - દરદ - કરાવવું, લાય ઉઠાડવી - સોજો આણવો; અસ્વસ્થ બનાવવું, ક્ષુબ્ધ કરવું; ત્રાસ દેવો. **irrita'tion** (ઇરિટેશન), ના૦ ચીડવવું તે, ઇ.

irrup'tion (ઇરપ્શન), ના૦ (એકાએક કરેલી) ચડાઈ; જોર જબરદસ્તીથી કરેલો પ્રવેશ.

is (ઇઝ઼), beના વ૦કાળના ત્રીજા પુ૦નું એકવચન.

is'inglass (ઇઝિંગ્લાસ), ના૦ માછલીમાંથી કાઢવામાં આવતો એક કાચ જેવો પદાર્થ, જે મુરબ્બામાં વપરાય છે.

Is'lam (ઇઝ્લમ, -લામ), ના૦ મહંમદ પેગંબરનો સ્થાપેલો ધર્મ, ઇસ્લામ; મુસલમાન લોકો - દુનિયા.

isl'and (આઇલન્ડ), ના૦ ટાપુ, બેટ; મોટા પહોળા રસ્તાની વચ્ચે આંતરેલી સલામતીની (ઊંચી) જગ્યા (*safety* ~). **isl'ander**, ના૦ ટાપુ પર રહેનારો.

isle (આઇલ), ના૦ ટાપુ. **isl'et** (આઇલિટ), ના૦ નાનકડો ટાપુ.

is'obar (આઇસબાર, -સો-), ના૦ હવાના સરખા દબાણવાળાં સ્થળોને જોડનારી (નકશા પરની) રેષા.

is'olate (આઇસલેટ), સ૦ક્રિ૦ જુદું અથવા એકલું મૂકવું - પાડવું; [રસા.] કોઈ વિશિષ્ટ દ્રવ્યને તેની સાથે ભળેલા બીજા દ્રવ્યથી જુદું પાડવું. **isola'tion**, ના૦ જુદું પાડવું તે, વિયોજન; અળગાપણું.

isos'celes (આઇસૉસલીઝ઼), વિ૦ [ભૂમિતિ] (ત્રિકોણ અંગે) બે સરખી બાજુઓવાળું, સમદ્વિભુજ.

is'otherm (આઇસથર્મ, -સો-), ના૦ સરખી ઉષ્ણતાવાળાં સ્થાનોને જોડનારી નકશા પરની રેષા.

is'otope (આઇસટોપ), ના૦ [રસા.] મૂળ દ્રવ્ય કે તત્ત્વની રાસાયણિક દૃષ્ટિથી સમાન પરંતુ તેમના ઘટક પરમાણુઓની દૃષ્ટિથી ભિન્ન એવી બે કે વધુ અવસ્થામાંથી કોઈ પણ એક.

Is'rael (ઇઝ્રએલ), ના૦ યહૂદીઓ, યહૂદી પ્રજા.

iss'ue (ઇસ્યૂ), ના૦ બહાર નીકળવું-વહેવું-તે; બહાર નીકળવાનો માર્ગ; પરિણામ, ફળ; છેવટ; સવાલ, વાદનો વિષય - મુદ્દો; સંતતિ; માસિક, ઇ.નો અંક; એકી વખતે છાપેલા તેના અંકો; એકી વખતે બહાર પાડેલી ટિકિટો, નોટો, ઇ.; કાઢવું - આપવું-તે. ઉ૦ ક્રિ૦ બહાર આવવું-જવું-નીકળવું; -માંથી નીપજવું, -નું પરિણામ આવવું; બહાર પાડવું-મોકલવું; પ્રગટ-પ્રસિદ્ધ-કરવું; આપવું. *at* ~, ચર્ચાધીન, વાદગ્રસ્ત. *face the* ~, સવાલ-હકીકત શી છે તે જાણીને શું કરવું ઘટે તેનો વિચાર - સામનો - કરવો. *join* ~ *with*, -ની સાથે વાદમાં ઊતરવું.

isth'mus (ઇસ્થ્મસ, ઇસ્મસ), ના૦ (બ૦ વ૦-es) સંયોગીભૂમિ; [વનસ્પ., શરીર રચના.] બે મોટા ભાગને જોડનાર સાંકડો ભાગ.

it (ઇટ), સર્વના૦ (બ૦ વ૦ they). તે, ઉપર કહેલું, પ્રસ્તુત; પુરુષનિરપેક્ષ ક્રિયાપદ સાથે વપરાય છે.

it, ના૦ આદર્શ; [અમે.] આકર્ષક વ્યક્તિત્વ, કામણગારાપણું.

Ital'ian (ઇટલિઅન, ઇટૅલ્યન), વિ૦ ઇટાલીનું.

નાo ઇટાલીનો વતની કે ભાષા.

ital'ics (ઇટૅલિક્સ), નાo બo વo ત્રાંસા અક્ષરો કે બીબાં. **ital'icize** (ઇટૅલિસાઇઝ઼), સo ક્રિo ત્રાંસા – ઇટૅલિક – બીબાં – માં ગોઠવવું.

itch (ઇચ), નાo ખસ, ખૂજલી; ખજવાળ, ચળ; તીવ્ર ઇચ્છા, ચળવળાટ. અoક્રિo ખજવાળ– ચળ – આવવી.

it'em (આઇટૅમ), નાo બાબત, રકમ, કલમ; બાતમી(ની વિગત). ક્રિoવિo એ જ પ્રમાણે, વળી. **it'emize**, સo ક્રિo કલમવાર નોંધ કરવી – ગણાવવું.

it'erate (ઇટરેટ), સo ક્રિo કહેલું ફરી કહેવું; આરોપ, વાંધો, ઇ. ફરી ફરી કરવો – ઉઠાવવો. **itera'tion**, નાo વારંવાર કહેવું તે, પુનરુક્તિ.

itin'erant (ઇટિનરન્ટ, આઇટિ–), વિo એક ઠેકાણેથી બીજે ઠેકાણે ફરતું – પ્રવાસ કરતું. **itin'erary** (ઇટિનરરિ, આઇટિ–), નાo પ્રવાસનો માર્ગ; પ્રવાસનો વૃત્તાન્ત–નોંધ; પ્રવાસની માહિતીનું પુસ્તક.

its (ઇટ્સ), સર્વo it ની ષષ્ઠી વિભક્તિ. **itself'** (ઇટ્સૅ'લ્ફ), સર્વનાo (બoવo themselves). itનું ભારદર્શક તેમ જ સ્વવાચકરૂપ. *by* ~, પોતાની મેળે, આપોઆપ.

iv'ory (આઇવરિ), નાo હાથીદાંત. ~ *tower*, જીવનના સંઘર્ષથી દૂર એવી શાંત સુરક્ષિત જગ્યા.

iv'y (આઇવિ), નાo ચળકતાં પંચકોણી પાંદડાં-વાળો એક સદાપર્ણી વેલો. **iv'ied** (–વિડ), વિo આઇવીથી ઢંકાયેલું, (વિપુલ) આઇવીવાળું.

J

J, j (જે), અંગ્રેજી વર્ણમાળાનો દસમો અક્ષર.

jab (જૅબ), સo ક્રિo ઘોંચવું, ગોદો મારવો, જોરથી ભોંકવું; કટારી ભોંકવી. નાo અણિયાળા શસ્ત્રનો ઓચિંતો મારેલો ગોદો; મુક્કો.

jabb'er (જૅબર), ઉoક્રિo બકબક–લવારો– કરવો, ખૂબ બોલબોલ કરવું. નાo બકબક, લવારો.

jabot (ઝૅબો), નાo સ્ત્રીઓના પોલકા પરની શોભાની ઝાલર; [અગાઉ] પુરુષના શર્ટની છાતી પરની ઝાલર.

jack (જૅક), નાo પત્તાંનો ગુલામ; ભારે વજન અધ્ધર ઊંચકવા માટેનું યંત્ર–ડુમકલાસ; માંસ શેકવાનો લોઢાનો સળિયો; એક જાતની માછલી; 'બાઉલ્સ'ની રમતમાં તાકીને મારવા મૂકેલો દડો; વહાણ કયા રાષ્ટ્રનું છે તે બતાવનાર ઝંડો; ચામડાનો કુપ્પો. સoક્રિo ડુમકલાસ – જૅક – ની મદદથી ઊંચકવું. *everyman* ~, દરેકજણ, *J* ~ *Ketch* ફાંસીએ લટકાવનારો ચાંડાલ – માતંગ. *before you could say J* ~ *Robinson*, એક ક્ષણમાં, અચાનક. *J* ~ *of all trades*, સબ બંદરકા વેપારી. *J* ~ *in office*, ખાલી ધમાલ કરનાર, મિથ્યાભિમાની અમલદાર. *J* ~ *tar*, ખલાસી. ખારવો.

jack'al (જૅકૉલ), નાo શિયાળ, કોલું.

jack'anapes (જૅકનેપ્સ), નાo [પ્રા.] વાંદરો, માંકડું; અક્કડબાજ માણસ; અવિનયી–તોછડો – છોકરો કે છોકરી.

jack'ass (જૅકૅસ), નાo ગધેડો (નર); મૂરખ, ઠોઠ; એક ઑસ્ટ્રેલિયન પક્ષી. [જોડો.

jack'boot, નાo ઘૂંટણ સુધી આવતો બૂટ–

jack'daw (જૅકડૉ), નાo જંગલી કાગડો.

jack'et (જૅકિટ), નાo ટૂંકો કોટ; સ્ત્રી કે પુરુષનો બાંયવાળો ડગલો; (ચોપડીનું) વેષ્ટન. *dust a person's* ~, -ને માર મારવો, -ની ધૂળ ખંખેરવી.

jack-in-the-box, નાo ઢાંકણું ખસેડવાની સાથે જ પેટીમાં ખડી થનાર આકૃતિવાળું રમકડું.

jack-knife, નoo ખીસામાં રાખવાનું બંધ કરી શકાય એવું મોટું ચપ્પુ.

jack-towel, નાo આડી દાંડી પર મૂકેલો બંને છેડા સીવેલો – છેડા વિનાનો – રૂમાલ – ટુવાલ.

Jacobe'an (જૅકબીયન, જૅકોબિ-), વિo સ્કૉટલન્ડના છઠ્ઠા અને ઇંગ્લન્ડના પહેલા જેમ્સના રાજ્યનું.

Jac'obite (જૅકબાઇટ), નાo દેશવટો પામેલા સ્ટુઅર્ટ રાજાઓનો અનુયાયી – ના પક્ષનો

માણસ.

jade (જેડ), ના૦ થાકી ગયેલું – દમ વિનાનું – ઘોડું; નાદાન – છછોર – છોકરી (ઠપકો આપવા બહુધા); ચારિત્ર્યહીન–ખરાબ – સ્ત્રી. **ja'ded,** વિ૦ થાકી ગયેલું.

jade, ના૦ એક કીમતી રત્ન, મરકત. [કપડું.

Jae'ger (.યેગર), ના૦ એક જાતનું ઊનનું

jag (જેગ), ના૦ કાંગરો, દાંતો. સ૦ક્રિ૦ દાંતા પાડવા, ખાણ પાડવી; આડુંઅવળું કાપવું.

jagg'ed (જેગિડ), વિ૦ ખાંડું, દાંતાવાળું.

jag'uar (જેગ્વર, જેગ્યુઅર), ના૦ અમે-રિકાનું ટપકાંવાળું બિલાડીજેવું એક જંગલી પ્રાણી.

jail (જેલ), જુઓ gaol.

jam (જેમ), ઉ૦ક્રિ૦ બે વસ્તુઓની વચ્ચે દાબવું, ચગદવું; નિચોવવું; ભીડ કરીને રસ્તો રૂંધી નાંખવો; દબાવું, ચગદાવું, જકડાવું, ઇ.; શત્રુપક્ષનો રેડિયો બરાબર ન સંભળાય તે માટે તેમાં અંતરાય ઊભો કરવો. ના૦ નિચો-વવું તે; ભીડ–ગિરદી–(માં ચગદાવું તે).

jam, ના૦ ફળ ને ખાંડની ચાસણીનો મુરબ્બો.

jamb (જેમ), ના૦ બારીબારણાના ચોકઠા-ની – બારસાખની – બાજુ; (બ૦વ૦) પથ્થરના ચણેલા ચૂલાની બાજુઓ.

jamboree' (જેમ્બરી), ના૦ ઉજવણી, આનંદોત્સવ; બાલવીરોનું મહાસંમેલન–મેળો.

jangle (જેંગલ), ના૦ અને ઉ૦ક્રિ૦ કર્કશ અને કઠોર અવાજ, બોલાચાલી, ટપાટપી (કરવી–થવી).

jan'issary, jan'izary (જેનિઝ઼રિ), ના૦ સુલતાનના ખાસ પહેરેગીરોમાંનો એક; તુર્કી સિપાઈ.

jan'itor (જેનિટર), ના૦ દરવાન, દેવડી-વાળો; મકાનની દેખરેખ – સંભાળ – રાખનાર.

Jan'uary (જેન્યુઅરિ)ના૦ જાનેવારી મહિનો.

japan' (જપૅન), ના૦ એક જાતનું રોગાન, વાર્નિશ (મૂળ જાપાનથી આવતું). સ૦ક્રિ૦ એ રોગાનથી રંગવું – કાળું અને ચમકતું કરવું.

Japanese' (જેપનીઝ઼), વિ૦ જાપાનનું. ના૦ જાપાનની ભાષા કે વતની.

jape (જેપ), ના૦ અને અ૦ક્રિ૦ મશ્કરી–ઠઠ્ઠા–(કરવી). [જાપાની શોભાનું ઝાડ.

japon'ica (જપૉનિક, – કા), ના૦ એક

jar (જાર), ઉ૦ક્રિ૦ કર્કશ શબ્દ કરવો–કાઢવો –થવો; બેસૂરું વાગવું–વગાડવું; -ની સાથે ઘર્ષણ થવું; –ની સાથે મતભેદ થવો – મેળ ન ખાવો. ના૦ કર્કશ – કઠોર – બેસૂરો – અવાજ; અણબનાવ, કજિયો; કમકમાટ, ઝણઝણી.

jar, ના૦ બરણી, ઘડો.

jarg'on (જાર્ગન), ના૦ ન સમજાય એવી ગરબડવાળી ભાષા; અર્થ તરફ ધ્યાન આપવાને બદલે અમુક વિષય પર કેવળ પરિભાષા વાપરીને કરેલું સામાન્ય જનને ન સમજાય એવું ભાષણ.

jas'min(e) (જૅસ્મિન), **jass'amin**(e) (જૅ'સમિન), ના૦ જાઈ, જૂઈ, ઇ.

jas'per (જાસ્પર, જે–), ના૦ એક જાતનો રાતો, પીળો કે બદામી મણિ.

jaun'dice (જૉન્ડિસ, જા–), ના૦ કમળો. સ૦ક્રિ૦ -ને કમળો થવો; અસંતોષ ને અદેખાઈથી મન વિકૃત કરવું. **jaun'diced,** વિ૦ કમળો થયો હોય એવું; વિકૃત, ઈર્ષ્યાળુ, વહેમી.

jaunt (જૉન્ટ, જા–), ના૦ મોજની સફર, સહેલ. અ૦ક્રિ૦ સફર–સહેલ – કરવી, ફરવા જવું. **jaunting-car,** ના૦ (આયર્લંન્ડની) બે પૈડાંવાળી હલકી ગાડી.

jaun'ty (જૉન્ટિ, જા –), વિ૦ જીવન અને પોતાની કરણીથી સંતુષ્ટ, સ્વસંતુષ્ટ; રંગીલું.

jav'elin (જેવ્લિન), ના૦ હલકો ભાલો, બરછી.

jaw (જૉ), ના૦ જડબું; ડાચું; બકબક; (બ૦ વ૦) મોઢું. *hold your* ~, ચૂપ બેસો, તમારો ઉપદેશ બંધ કરો. **jaw-bone,** ના૦ જડબાનું હાડકું. **jaw-breaker,** ના૦ ઉચ્ચારતાં મુશ્કેલી પડે એવો – જડબાતોડ શબ્દ. **jaw,** ઉ૦ ક્રિ૦ બકબક કરવી; કંટાળો આવે એવી રીતે બોલવું, ભાષણ ઠોકવું.

jay (જે) ના૦ એક પક્ષી, નીલકંઠ, ચાસ; મૂર્ખ વાતોડિયો. **jay-walker,** ના૦ લાલ લીલી બત્તી જોયા વિના રસ્તો ઓળંગનાર.

jazz (જૅઝ), ના૦ અમેરિકાના હબસીઓનાં સંગીત નાચ; ભડક રંગોનું વિચિત્ર મિશ્રણ. અ૦ક્રિ૦ જેઝ નાચ નાચવો.

jea'lous (જેલસ), વિ૦ પોતાનો હક, પ્રતિષ્ઠા ઇ. સાચવવામાં કાળજી રાખનારું–જાગ-રૂક; અદેખું, ઈર્ષ્યાળુ; વહેમી, સંશયી. **jea'lousy,** ના૦ અદેખાઈ, ઈર્ષ્યા, મત્સર, દ્વેષ;

જાગરૂકતા; વહેમ, શંકા.

jean (જેન, જીન), ના૦ [અમે.] જીનનું સુતરાઉ કાપડ; (બ૦વ૦) મજૂર કે કારીગરનાં ઉપરથી પહેરવાનાં કપડાં.

jeep (જીપ), ના૦ એક જાતની મોટર ગાડી.

jeer (જિઅર), ઉ૦ક્રિ૦ ઠેકડી–મશ્કરી–કરવી (*at*), મહેણું મારવું. ના૦ મશ્કરી; મહેણું.

jeers (જિઅર્ઝ઼), ના૦બ૦વ૦[નૌકા.] વહાણના સઢનાં નીચલાં પરબાણ ચડાવવાઉતારવા માટેનાં ગરગડીદોરડાં.

Jeho'vah (જિહોવ, -વા), ના૦ પરમેશ્વરનું હિબ્રૂ નામ, યહૂદીઓનો પરમેશ્વર.

Je'hu (જીહ્યૂ), ના૦ અત્યંત ઝડપથી–બેફામ–વાહન હાંકનારો; ગાડીવાળો.

jejune' (જિજૂન), વિ૦ જૂજ, ઓછું, અલ્પ; નીરસ, ખાલી; (જમીન), ખરાબાની, ફળદ્રુપ નહિ એવી.

jell'y (જે'લિ), ના૦ ચામડી, હાડકાં, ઇ. ઉકાળીને તેના ઠારેલા રસની વાની; ફળમેવાનો પાક, ચાસણીવાળો ફળનો માવો, મુરબ્બો. **jelly-fish**, ના૦ જેલી–મુરબ્બા–જેવી એક દરિયાઈ માછલી.

jem'adar (જે'મડાર) ના૦ જમાદાર.

jemm'y (જે'મિ), ના૦ ઘરફોડિયાની કોશ–પરાઈ, ખાતરિયું, ગણેશિયો.

jenn'y (જે'નિ), ના૦ કાંતવાનો સંચો, જેમાં એકી વખતે અનેક તાર કંતાય છે (*spinning*-~); વરાળથી ચાલતો ઊંટડો.

jeo'pardize (જે'પર્ડાઇઝ઼), સ૦ક્રિ૦ જોખમમાં નાંખવું. **jeo'pardy** (જે'પર્ડિ), ના૦ જોખમ, ધોખો.

jerbo'a (જર્બોઅ,–આ), ના૦ પાછલા પગ લાંબા હોય એવું ઉંદરની જાતનું કૂદકા મારનારું આફ્રિકાના રણનું એક પ્રાણી.

jeremi'ad (જે'રિમાયડ), ના૦ દુ:ખની કથની, કરમકહાણી; વિલાપ, શોક; આક્રોશ.

jerk (જર્ક), ના૦ આંચકો, ઝટકો; હડસેલો; કૂદકો. ઉ૦ ક્રિ૦ આંચકો મારવો; આંચકા સાથે ખસવું–ફેંકવું, ઝટકો મારીને નાંખવું; માંસની લાંબી ચીરીઓ તડકે સૂકવવી. **jerk'y**, વિ૦. [(બહુધા ચામડાની).

jerk'in (જર્કિન), ના૦ તંગ બદન, બંડી

je'rry-builder (જે'રિ-બિલ્ડર), ના૦ ખરાબ માલ વાપરીને તકલાદી ઘરો બાંધનાર. **je'rry-built**, વિ૦ રાશી માલ વાપરીને ખરાબ રીતે બાંધેલું. [ગૂંથેલું જાકીટ.

jers'ey (જર્ઝિ઼), ના૦ તંગ બેસતું ઊનનું

jess'amine, ના૦ જુઓ jasmine

jest (જે'સ્ટ), ના૦ મશ્કરી, ટોળ; ગમ્મત; ઉપહાસ કે મશ્કરીનો વિષય, રમકડું. અ૦ક્રિ૦ મશ્કરી કરવી, ગમ્મતમાં–મજાકમાં–બોલવું. *a standing* ~, હંમેશનો હાસ્યવિષય. **jes'ter** (જે'સ્ટર), ના૦ મશ્કરો, વિદૂષક, રંગલો; રાજાના દરબારનો મશ્કરો.

Jes'uit (જે'ઝ્યુઇટ), ના૦ 'સોસાયટી ઑફ જીસઝ' સંસ્થાનો સભ્ય; [નિંદાત્મક] લુચ્ચો–કાવતરાબાજ–માણસ. (સરખાવો સ્વામીનારાયણિયો, માનભાવી, ઇ.).

jet (જે'ટ), ના૦ એક કાળો ખનિજ પદાર્થ, કાળો પથ્થર, કાળો અકીક; એનો રંગ; કાળો ચળકતો રંગ. (~*-black* પણ.)

jet, ના૦ પાણી, વરાળ, ઇ.નો જોરથી ઊડતો ફુવારો; સેર, પાતળી ધાર; પાણી બહાર કાઢવા માટેની નળી–સૂંઢ; 'જેટ' વિમાન. ઉ૦ક્રિ૦ ધાર–સેર–કાઢવી–નીકળવી, ફુવારાની જેમ ઊડવું. **jet-propelled**, વિ૦ (હવાઈ જહાજ અંગે) વિમાનની (પાંખની) પાછલી બાજુની નળીઓમાંથી ખૂબ વેગવાળી ગૅસની સેરો પાછલી બાજુએ જોરથી છોડવાને પરિણામે આગળ જવા માટે ગતિ (શક્તિ) મેળવનારુ, એવી રીતે ચલાવાતું.

jet'sam (જે'ટ્સમ), ના૦ વહાણનો ભાર હલકો કરવા માટે દરિયામાં ફેંકી દીધેલો વહેતો વહેતો કિનારે આવી પડેલો માલ.

jett'ison, ના૦ વહાણનો ભાર હલકો કરવા માલ દરિયામાં ફેંકી દેવો તે. સ૦ક્રિ૦ વહાણનો ભાર હલકો કરવા માટે તેમાંનો માલ દરિયામાં ફેંકવો, વામવું.

jett'y (જે'ટિ), ના૦ બારાનું રક્ષણ કરવા બાંધેલો બંધ કે ડક્કો; ડક્કો, ઓવારો.

Jew (જૂ), ના૦ હિબ્રૂ જાતિનો માણસ, યહૂદી, જૂ. **Jewr'y** (જુઅરિ), ના૦ યહૂદી લોકો; ગામનો યહૂદીઓ રહેતા હોય તે ભાગ, યહૂદીવાડો. **Jew'ess** ના૦ યહૂદી સ્ત્રી.

Jew'ish, વિ૰ યહૂદીનું–સંબંધી. **Jew's-harp,** ના૰ મોઢેથી પકડીને વગાડવાનું એક વાજું.

jew'el (જ્યૂઇલ, –અ–), ના૰ રત્ન, મણિ, ઝવેર; રત્નજડિત ઘરેણું, જડાવ; મૂલ્યવાન વસ્તુ –વ્યક્તિ. સ૰ક્રિ૰ ઝવેરાત–ઘરેણાં–પહેરાવવાં; રત્નો જડવાં. **jew'eller** (જ્યૂઇલર, જ્યૂઅ–), ના૰ ઝવેરી, જડિયો. **jew'ellery,** (જ્યૂઇલરિ), **jew'elry** (જ્યૂઅલરિ), ના૰ઝવેરાત.

Jewry (જ્યૂરિ), જુઓ Jewમાં.

Jez'ebel (જે'ઝ઼િબલ), ના૰ છોડી દીધેલી–નફ્ટ–મોઢું રંગનારી–સ્ત્રી.

jib (જિબ), ના૰ વહાણની આગળની બાજુનો એક ત્રિકોણાકૃતિ સઢ. ઉ૰ ક્રિ૰ સઢને વહાણની એક બાજુથી બીજી બાજુએ ખેંચવું; (સઢનું) એકદમ ફરી જવું. **jib-boom,** ના૰ એ સઢનો આધાર.

jib, અ૰ક્રિ૰ (ઘોડા અંગે ને લા. અર્થમાં) – અટકી જવું ને આગળ જવાની ના પાડવી, અડ કરવી, અડી જવું; ભડકવું.

jibe (જાઇબ), જુઓ gibe.

jiff'y (જિફ, જિફિ), ના૰ પળવાર, ઘડીભર. *in a* ~, પળવારમાં.

jig (જિગ), ના૰ એક ઉલ્લાસવાળું ઝડપી નૃત્ય; તે માટેનું સંગીત. ઉ૰ક્રિ૰ 'જિગ'– ઉલ્લાસનું નૃત્ય–કરવું; ઝડપથી ઉપર નીચે જવું આવવું.

jig'saw (જિગ્સૉ), ના૰જાળીવાળી નકશી કાપવાની યાંત્રિક કરવત. ~ *puzzle* (–પઝ઼લ), ના૰ પાટિયા પર ચિત્ર ચોડીને તેના આડાઅવળા કાપેલા ટુકડા (જે જોડીને આખુ ચિત્ર કરવાની રમત બાળકો રમે છે).

j'ilt (જિલ્ટ), ના૰ પોતા પર પ્રેમ કરનારને પ્રથમ ઉત્તેજન આપી પછી તેને હડસેલી દેનાર (વિ. ક. સ્ત્રી). સ૰ ક્રિ૰ સ્નેહ બાંધ્યા પછી (આશકને) છોડી દેવું; -ને દગો દેવો–બેવફા થવું.

jingle (જિંગલ), ના૰ (ચાવી, ઇ.ના લટકતા ઝૂમખાનો) છમછમ, ઝમઝમ, ખણખણ, અવાજ; ધમકાર, રણકો; અનુપ્રાસ. ઉ૰ક્રિ૰ આવો અવાજ કરવો–થવો.

jing'o (જિંગો), ના૰ (બ. વ. –es). યુદ્ધનીતિનો પુરસ્કર્તા, હુમલો કરી લડાઈ કરવાનો હિમાયતી. *by* (*the living*) ~, ઉદ્‌ગાર૰ આશ્ચર્ય કે ઉલ્લાસનો સૂચક. **jingo'-ism,** ના૰ લડાઈ માટે આતુરતા, લડાઈખોરપણું.

jinks (જિંક્સ), ના૰ *high* ~, શોરબકોર [સાથેની રમતગમત, મસ્તી.

jinn (જિન), ના૰ જુઓ genie

jinrick'sha, -rik'isha (જિનરિક્ષા, –રિકિશા), ના૰ જુઓ rickshaw

jitt'ers (જિટર્સ), ના૰ બ૰વ૰ મજ્જાતંતુની અતિ નબળાઈ, ગભરાટ.

jiu-jitsu (જ્યૂ જિત્સૂ), ના૰ જુઓ ju- [jutsu.

job (જૉબ), ના૰ પરચૂરણ–છૂટુંછવાયું–કામ, કામ; નોકરી, નોકરીની જગ્યા; કમાવાનો ધંધો; હલકું કમાઈ ખાવાનું કામ. *a* ~ *lot,* જાત જાતનો પરચૂરણ માલ (સટ્ટો કરવા ખરીદેલો). ઉ૰ ક્રિ૰ છૂટાંછવાયાં–પરચૂરણ–કામ કરવાં; અમુક વખત કે કામ માટે (ઘોડો, ગાડી) ભાડે આપવું; દલાલી કરવી; જાહેર કામમાંથી અનીતિથી સ્વાર્થ સાધવો–નફો કરવો. **jobber,** ના૰ પરચૂરણ કામ કરવાવાળો; વિશ્વાસના સ્થાનનો સ્વાર્થ માટે દુરુપયોગ કરનાર. **jobb'ery** (જૉબરિ), ના૰ સરકારી કે સાર્વજનિક કામમાંથી અપ્રામાણિકપણે નફો કાઢવો તે; અપ્રામાણિક વહેવાર. **job'master,** ઘોડા કે ગાડી ભાડે આપનાર.

job (જૉબ), ઉ૰ક્રિ૰ હળવે રહીને–અચાનક–ભોંકવું; લગામનો આંચકો મારવો. ના૰ લગામનો આંચકો; ઘોંચવું–ભોંકવું–તે.

jock'ey (જૉકિ), ના૰ ઘોડાની શરતોમાં ઘોડા પર બેસનાર, જૉકિ; ઘોડાનો વેપાર કરનાર; ઠગ. સ૰ ક્રિ૰ છેતરવું, ઠગવું.

jocose' (જકોસ), **jocu'lar** (જૉક્યુલર), વિ૰ રમતિયાળ; ઠઠ્ઠાબાજ, મશ્કરું; વિનોદી, ગમતી. **jocula'rity** (જૉક્યુલૅરિટિ), ના૰ વિનોદીપણું, ટીખળ. [ખુશમિજાજ, રમૂજી.

joc'und (જોકંડ, જૉ–), વિ૰ આનંદી,

jog (જૉગ), ઉ૰ક્રિ૰ ધકેલવું, ધક્કો મારવો; ધ્યાન ખેંચવા માટે કોણી વતી અડવું–કોણી મારવી; અસ્થિરપણે આમતેમ ચાલવું; યાદ દેવડાવવું. ~*on, along,* ધીમે ધીમે કષ્ટથી આગળ ચાલ્યા કરવું–વધવું. ના૰ ધક્કો; કોણી મારવી

તે; ધીમી ચાલે ચાલવું તે. ~ a person's *memory*, યાદ દેવડાવવું–દેવડાવવાનો પ્રયત્ન કરવો. **jog-trot**, ના૦ ધીમે ધીમે એક સરખી રીતે ચાલવું તે, (ઘોડાની) રવાલ ચાલ.

joggle (જૉગલ), ઉ૦ ક્રિ૦ આંચકા મારીને આગળપાછળ ખસવું – હાલવું – હલાવવું. ના૦ હળવો હડસેલો – ધક્કો.

John Bull (જૉન્ બુલ), ના૦ અંગ્રેજ પ્રજા કે વ્યક્તિ માટે વપરાતું લાક્ષણિક નામ.

johnn'y (જૉનિ), ના૦ શખસ, માણસ; ટાપટીપ કરનારી આળસુ વ્યક્તિ.

join (જૉઇન), ઉ૦ ક્રિ૦ જોડવું, એકત્ર કરવું, સાંધવું; સાથે થવું, જોડાવું; બીજા સાથે કામમાં જોડાવું–ભાગ લેવો; (સંસ્થા)નો સભ્ય થવું. ~ *battle*, લડવાનું શરૂ કરવું. ના૦ જ્યાં બે વસ્તુઓ મળે છે તે બિંદુ, લીટી કે સપાટી, સાંધો, જોડાણ, જોડ.

join'er (જૉઇનર), ના૦ સુથાર, મિસ્ત્રી (વિ. ક. ફર્નિચર કે બીજું નાજુક કામ કરનાર). **join'ery**, ના૦ સુથારકામ (વિ. ક. ફર્નિચર, ઇ. નું).

joint (જૉઇન્ટ), ના૦ સાંધો; હાડકાંનો સાંધો–સંધિ; મરેલા પ્રાણીના પગ, જાંઘ, ઇ. (ખોરાક માટે). વિ૦ જોડેલું, સંયુક્ત; બે કે વધારે માણસોનું સહિયારું; (કુટુંબ) અવિભક્ત (~ *family*). સ૦ક્રિ૦ સાંધા વતી જોડવું, સાંધવું; જોડાવું; સાંધાની જગ્યાએથી અલગ પાડવું.

join'ture (જૉઇન્ચર), ના૦ [કા.] પરિણીત સ્ત્રીને તેના ધણીના મરણ પછી (પોતાની હયાતી દરમ્યાન) ભોગવટા માટે આપેલી મિલકત, સ્ત્રીધન.

joist (જૉઇસ્ટ), ના૦ જેના પર મેડાનાં પાટિયાં જડવામાં આવે છે તે લાંબું લાકડું, પીઢિયું, પાટડો.

joke (જોક), ના૦ મજાક, મશ્કરી, વિનોદ. ઉ૦ ક્રિ૦ મશ્કરી કરવી, -ને બનાવવું. *it is no* ~, આ કંઈ હસી કાઢવાની વાત નથી–ગંભીર બાબત છે. *practical* ~, (કોઈને) નુકસાન પહોંચે એવી મશ્કરી. **jok'er** (જોકર), ના૦ મશ્કરી કરનાર; રમવાનાં પત્તાંમાંનું એક પત્તું, 'જોકર'.

joll'ify (જૉલિફાઇ), ઉ૦ક્રિ૦ મોજ – આનંદ – કરવો, વિ.ક. નશાબાજી કરવી. **jollifica'tion**, ના૦ મોજમજા (કરવી તે.) [ત્સવ.

joll'ity (જૉલિટિ), ના૦ મોજમજા, આનંદો-

joll'y (જૉલિ), વિ૦ આનંદી; વિનોદી, ગમતી; રંગીલું, મોજમજા કરનારું. ક્રિ૦ વિ૦ ઘણું. સ૦ક્રિ૦ બોલીને મન મનાવવું. ~ a person *along, up*, કશુંક કામ કરાવવા માટે તેને રાજી કરવું – રાખવું, ખુશામત કરવી.

jolly(-boat), ના૦ (વહાણ ઉપર રાખવામાં આવતી) હોડી, મછવો.

jolt (જોલ્ટ), ઉ૦ ક્રિ૦ આંચકો ખવડાવવો – ખાવો; (વાહન) આંચકા ખાતાં ખાતાં જવું – ચાલવું. ના૦ હેલો, આંચકો. **jol'ty**, વિ૦ આંચકાવાળું, આંચકા ખવડાવનારું.

Jon'ah (જોના), ના૦ અપશુકનિયો – દુર્દૈવ આણનાર – માણસ.

jonqu'il (જૉન્ક્વિલ, જ–), ના૦ એક જાતનું ફૂલઝાડ, 'ડૅફોડલ'; ઝાંખો પીળો રંગ.

jor'um (જૉરમ), ના૦ દારૂ પીવાનો મોટો પ્યાલો; પ્યાલામાં ભરેલો દારૂ.

joss (જૉસ), ના૦ ચીની દેવમૂર્તિ. **joss'-house**, ના૦ ચીની મંદિર. **joss-stick**, ના૦ ચીની મંદિરમાં દેવતા આગળ બાળવામાં આવતી ધૂપની સળી – અગરબત્તી.

jo'stle (જૉસલ), ઉ૦ ક્રિ૦ હડસેલવું, ધક્કો મારવો; ટકરાવું (~*against*). ના૦ ધક્કો, હડસેલો; ટક્કર.

jot (જૉટ), ના૦ લવ, લેશ, રજ. *not a* ~, લગીરે નહિ. સ૦ ક્રિ૦ (ટૂંકામાં) લખી લેવું, ટપકાવવું, નોંધવું (~ *down*).

journ'al (જર્નલ), ના૦ રોજબરોજના બનાવોની નોંધ(વાળો ચોપડો), રોજના કામનો ચોપડો; રોજનામું, રોજનીશી; [નામું] આમ-નોંધ; દૈનિક સમાચારપત્ર અથવા બીજું સામયિક; કોઈ યંત્રમાં ફરતી ધરીનો આધાર ઉપર ટકાતો ભાગ. **journa'lese** (જર્નલીઝ઼), ના૦ સમાચારપત્રોમાં જોવામાં આવતું લખાણ કે તેની શૈલી (અચોક્કસ, ઊતરતી કોટિનું સૂચક.)

journ'alism (જર્નલિઝ઼મ), ના૦ પત્રકારનું કામ – ધંધો, પત્રકારિત્વ. **journ'alist** (જર્નલિસ્ટ), ના૦ અખબારનવીસ, પત્રકાર, સામયિકનો લેખક – સંપાદક – વ્યવસ્થાપક.

journ'alize (–લાઇઝ઼), ઉ૦ ક્રિ૦ ચોપડો, રોજનીશી, ઇ.માં નોંધવું.

journ'ey (જર્નિ), ના૦ પ્રવાસ, મુસાફરી;

મજલ, ખેપ. અ૦ ક્રિ૦ મુસાફરી કરવી. **journ'eyman**, ના૦ રોજીવાળો મજૂર; કુશળ-પાકો – કારીગર; કેવળ ભાડૂતી કારીગર.

joust (જૂસ્ટ, જાઉસ્ટ), ના૦ બે સવારોનું ભાલાવતી યુદ્ધ – દ્વન્દ્વયુદ્ધ. અ૦ ક્રિ૦ એવું દ્વન્દ્વ-યુદ્ધ કરવું.

Jove (જોવ), ના૦ એક રોમન દેવતા, જ્યુપિટર.

jov'ial (જોવિઅલ), વિ૦ આનંદી, ઉત્સવપ્રિય.

jowl (જાઉલ), ના૦ જડબાનું હાડકું, જડબું; ગાલ, કપોલ. *cheek by*~, તદ્દન પાસે પાસે, 'અડોઅડકપોલ'.

joy (જોઇ), ના૦ આનંદ, હરખ. ઉ૦ ક્રિ૦ ખુશી થવું, આનંદ પામવો – કરવો – આપવો. **joy'ful**, વિ૦ આનંદી; હરખાયેલું. **joy'ous** (જોયસ), વિ૦ આનંદી, આનંદકારક. **joy-ride**, ના૦ મોટર, ઇ.માં મોજની સફર – લટાર. **joy'stick** (જોઇસ્ટિક), ના૦ વિમાનની ધરતીથી સમાંતર – આડી – ને ઊભી ગતિને કાબૂમાં રાખનાર (હાથાવાળી) ઉચ્ચાલક-કળ.

jub'ilant (જૂબિલન્ટ), વિ૦ આનંદ–આનંદોલ્લાસ–કરનારું.

jub'ilate (જૂબિલેટ), અ૦ ક્રિ૦ હર્ષભરિત થવું, આનંદથી કૂદવું–પોકાર કરવો. **jubila'tion** (જૂ-), ના૦ આનન્દોલ્લાસ; હર્ષપોકાર.

Jubilat'e (જૂબિલેટિ, યૂબિલાટિ), ના૦ ઇગ્લન્ડના ચર્ચની પ્રાર્થનાપોથીનું સોમું પ્રાર્થના-ગીત; જયજયકાર, જયઘોષ.

jub'ilee (જૂબિલી), ના૦ જાહેર આનંદ-ઉત્સવ, વિ. ક. પચાસમો જન્મદિન. *silver*~, રજતમહોત્સવ, ૨૫મે વરસે. *golden*~, સુવર્ણ-મહોત્સવ, ૫૦મે વરસે. *diamond* ~, હીરક-મહોત્સવ, ૬૦મે વરસે.

judas (જૂડસ), ના૦ પોતાના મિત્રોને બેવફા-દગો દેનાર–માણસ; (*J*~) ઈશુનો વિશ્વાસ-ઘાત કરનાર તેનો શિષ્ય જૂડાસ.

judge (જજ), ના૦ ન્યાયાધીશ, મુનસફ; ઝઘડાનો કે હરીફાઈનો ચુકાદો આપવા નીમેલો માણસ, લવાદ; કોઈ પ્રશ્નનો નિર્ણય કે નિકાલ કરનાર. ઉ૦ક્રિ૦ ન્યાય કરવો, ખરાખોટાનો તોલ કરવો; -ને સજા ફરમાવવી; મુકદ્દમો ચલાવવો; ચુકાદો આપવો; મત બાંધવો.

judg(e)'ment, (જજ્મન્ટ), ના૦ ન્યાયાલય –અદાલત–નો ચુકાદો, નિકાલપત્ર; પરમેશ્વરી કોપ, દૈવી આફત; અભિપ્રાય; વિવેકબુદ્ધિ, સમજણ, ડહાપણ.

judicial (જૂડિશલ), વિ૦ ન્યાયાલયનું–દ્વારા કરવાનું, ન્યાયાલયે આપેલું; ન્યાયાધીશનું–ને છાજે એવું; નિષ્પક્ષપાત; (મંડળ, ઇ.) ન્યાય તોળવાની સત્તાવાળું.

judiciary (જૂડિશરિ, – શિઅરિ), ના૦ રાજ્યના તમામ ન્યાયાધીશો; ન્યાયતંત્ર – ખાતું. વિ૦ ન્યાયાલયોનું.

judicious (જૂડિશસ), વિ૦ વિવેક–ડહાપણ-[વાળું, સમજુ; ચતુર.

jug (જગ), ના૦ કૂજો, ચંબુ; [વિનોદમાં] કેદખાનું (*stone*-~). સ૦ ક્રિ૦ ઢાંકણવાળા વાસણમાં માંસ બાફવું – રાંધવું; કેદમાં નાંખવું. **jugg'ed**, વિ૦ બરણીમાં બાફેલું.

Jugg'ernaut (જગર્નોટ), ના૦ પુરીના જગન્નાથની મૂર્તિ; પોતાના માર્ગમાં આવનાર બધાનો સંહાર કરનારી કોઈ પણ મહાન શક્તિ; પોતાના પ્રાણ અર્પણ કરવા કે બીજાના લેવા પ્રેરનાર શ્રદ્ધા – માન્યતા.

jug'gle (જગલ), ઉ૦ ક્રિ૦ નજરબંધી – હાથચાલાકી – કરવી, જાદુનો ખેલ કરવો; કપટ કરવું. ના૦ કપટ; હાથચાલાકી. ~ *out of*, ચાલાકીથી લઈ લેવું. ~ *with facts*, જે વાસ્તવિકપણે સાચું નથી તેને તેવું પુરવાર કરવા માટે આંકડાનો ઉપયોગ કરવો. **jugg'ler**, ના૦ જાદુગર, મદારી; ધુતારો. **jugg'lery**, ના૦ હાથચાલાકી, ગારુડી વિદ્યા.

Jug'oslav (યુગસ્લાવ), વિ૦ અને ના૦ યુગોસ્લાવિયાનું (વતની).

jug'ular (જગ્યુલર, જૂ-), વિ૦ ગરદન-ડોક-ગળા–નું. ના૦ ~ (*vein*), ડોકમાંની નસોમાંથી કોઈ પણ એક.

juice (જૂસ), ના૦ શાકભાજી, ફળ કે માંસનો રસ; [વિ. બોલી] ઍંજિનમાં વપરાતું પેટ્રોલ અથવા વીજળી.

ju-ju (જૂજૂ), ના૦ જાદુ, મંત્ર, તાવીજ (વિ. ક. પશ્ચિમ આફ્રિકામાં પ્રચલિત); તેનાથી થતો પ્રતિબંધ.

ju'jube (જૂજૂબ), ના૦ મીઠાઈનું ચકતું, મુરબ્બા જેવી ચીકણી મીઠાઈ.

ju-jutsu, jiu-jitsu, (જૂજુત્સૂ, જૂજ–)

નાં૦ જાપાની કુસ્તીની કળા કે પદ્ધતિ.

jul'ep (જૂલિપ), નાં૦ મીઠું પીણું (વિ.ક. દવામાં વપરાતું); [અમે.] ઠંડું પીણું (મદ્યાર્ક અને મસાલાવાળું).

July' (જૂલાઈ), નાં૦ જુલાઈ મહિનો (જૂલિયસ સીઝરના નામ પરથી).

jum'ble (જમ્બલ), સં૦ક્રિ૦ ફાવે તેમ – અવ્યવસ્થિતપણે–ભેગું કરી દેવું, લોચો–ગોટો – વાળવો. નાં૦ ગરબડગોટો, લોચો, ઘાલમેલ. ~ *sale*, કોઈ સારા કામ માટે પૈસા મેળવવા સસ્તી પરચૂરણ કે વપરાયેલી જૂની વસ્તુઓનું વેચાણ.

jump (જમ્પ), ઉ૦ ક્રિ૦ કૂદવું, છલંગ મારવી, ઊછળવું; અચાનક ઊઠીને ઊભા થવું;-ની કિંમતમાં એકદમ ઉછાળો આવવો; ઉપરથી કૂદીને જવું; ઉપર ઉપરથી ચોપડી ઝપાટામાં જોઈ જવી. ~ *a claim*, (સોનાની ખાણવાળા અંગે) બીજાની જમીનમાં કામ થતું નથી તેથી તે લઈ લેવી – પડાવવી. ~ *at* (a chance), આતુરતાથી પકડી લેવું. ~ *upon*, ઠપકો આપવો, સજા કરવી. ~ *to conclusions*, પૂરતો વિચાર કર્યા વિના મત બાંધવો. નાં૦ કૂદકો; ભડકીને ઊઠવું – ખસવું – તે; કિંમતમાં ઉછાળો.

jum'per (જમ્પર), નાં૦ ખલાસીનું બહારથી પહેરવાનું ઢીલું કુડતું, સ્ત્રીઓનું માથેથી પહેરવાનું ઢીલું પોલકું. [રચવાયું.

jum'py (જમ્પિ), વિ૦ અસ્વસ્થ, ગભરાયેલું,

junc'tion (જંક્શન), નાં૦ સાંધવું તે, સાંધો; સંગમ; જ્યાં રેલવેની અનેક શાખાઓ મળતી હોય તે સ્ટેશન, જંક્શન.

junc'ture (જંક્ચર), નાં૦ સાંધો, સંયોગ; પરિસ્થિતિનો જોગ; અણીનો સમય, ટાંકણું. *at this* ~, આ વખતે, હાલની પરિસ્થિતિમાં.

June (જૂન), નાં૦ જૂન મહિનો.

jungle (જંગલ), નાં૦ અરણ્ય, વન, જંગલ; અવ્યવસ્થિતપણે ભેગો થયેલો ઢગલો. **jun'gly**, વિ૦ જંગલી, અસંસ્કારી.

jun'ior (જૂનિઅર), વિ૦ બીજા કરતાં નાનું; ઊતરતા પદનું – હોદ્દાનું; પાછળથી આવેલું. નાં૦ એવું માણસ.

jun'iper (જૂનિપર), ન્ના૦ શંકુના આકારનું એક સદાપર્ણી ઝાડ – ઝાંખરું.

junk (જંક), નાં૦ ગોળો, ટુકડો, લોચો; [નૌકા.] મીઠું પાયેલું માંસ; જૂના દોરડાનો કટકો; કચરો, કચરાપટ્ટી.

junk, નાં૦ ચીની સમુદ્રમાં ફરતું ચપટા તળિયાવાળું સઢવાળું વહાણ.

junk'et (જંકિટ), નાં૦ મીઠા દહીંનું પકવાન – વાની; ઉજાણી, મિજબાની. અ૦ ક્રિ૦ ઉજાણી કરવી, વનભોજન કરવું.

Ju'piter (જૂપિટર), નાં૦ [રોમન પુરાણ.] દેવોનો રાજા; સૌથી મોટો ગ્રહ – ગુરુ.

Jurass'ic (જૂરૅસિક), વિ૦ ફ્રાન્સ અને સ્વિટ્ઝર્લૅન્ડ વચ્ચે આવેલા જૂરા પર્વતનું – પર્વત જેટલું પ્રાચીન; મુખ્યત્વે ચૂનાવાળા પથ્થરનું.

jurid'ical (જૂરિડિકલ, જુઅરિ –), વિ૦ ન્યાયાલયના કામનું – ને લગતું; કાયદાનું – ને લગતું.

jurisdic'tion (જૂરિસ્ડિક્શન, જુઆરસ્–), નાં૦ ન્યાયદાનનું કાર્ય – વ્યવસ્થા; કાયદાથી મળેલો અધિકાર – સત્તા; એ અધિકારનું ક્ષેત્ર (મુલક અને વિષયો બન્ને અંગે).

jurisprud'ence (જુરિસ્પ્રુડન્સ), નાં૦ માનવી કાયદાનું શાસ્ત્ર કે ફિલસૂફી; ધર્મ – વ્યવહાર – શાસ્ત્ર; તેમાં નિપુણતા.

jur'ist (જૂરિસ્ટ), નાં૦ કાયદાનો જાણકાર – તજ્જ્ઞ; કાયદાનો લેખક; ધર્મશાસ્ત્રજ્ઞ–વિશારદ.

jur'or (જૂરર), નાં૦ જૂરી કે પંચમાંનો એક જણ, પંચ. **jur'y** (જૂરિ), નાં૦ [કા.] જૂરી, પંચ. *grand* ~, આરોપીને ન્યાયાધીશ આગળ રજૂ કરવા માટે તેની વિરુદ્ધ પૂરતાં કારણો છે કે નહિ તે તપાસનાર પંચ કે જૂરી. **jury-box**, નાં૦ અદાલતમાં જૂરીને બેસવાની આંતરેલી જગ્યા. **jur'yman**, નાં૦ જૂરીનો સભ્ય, પંચ.

jur'y-mast, નાં૦ તૂટી કે ખોવાઈ ગયેલા ડોલની જગ્યાએ ઘાલેલો ડોલ, કામચલાઉ ડોલ.

just (જસ્ટ), વિ૦ ન્યાયી, પ્રામાણિક; યોગ્ય, ઉચિત; બરાબર; નિષ્પક્ષપાત. ક્રિ૦વિ૦ તદ્દન, પૂરેપૂરું; બરાબર; ભાગ્યે જ, મુશ્કેલીથી, ફક્ત; થોડા વખત પર જ.

jus'tice (જસ્ટિસ), નાં૦ ન્યાય, ઇનસાફ; વાજબીપણું; ન્યાયદાન (નું કામ); (વરિષ્ઠ

ન્યાયાલયના) ન્યાયાધીશ, ન્યાયમૂર્તિ. *bring* person *to* ~, ગુના માટે ગુનેગારને સજા કરાવવી.

jus'tify (જસ્ટિફાઇ), સ૰ક્રિ૰ ન્યાય્યતા કે વાજબીપણું બતાવવું – પુરવાર કરવું; સમર્થન – બચાવ – કરવો; -ને માટે પૂરતું કારણ હોવું; [મુદ્રણ] (બીબાં અંગે) બધ બેસતું કરવું. **justi'fiable**, વિ૰ વાજબી – યોગ્ય – પુરવાર કરી શકાય એવું, સમર્થનીય. **justifica'tion**, ના૰ બચાવ, સમર્થન (કરવું તે); વાજબી ઠરાવવું તે; વાજબી કારણ.

jut (જટ), અ૰ક્રિ૰ બહાર પડવું, નીકળવું, આગળ આવવું – પડતું હોવું. ના૰ બહાર નીકળેલો (અણિયાળો) ભાગ.

jute (જ્યૂટ), ના૰ સણ, અંબાડો; ગૂણપાટ માટે વપરાતા એ છોડના રેસા; દોરડું.

Jute, ના૰ ઈ.સ.ના પાંચમા ને છઠ્ઠા સૈકામાં બ્રિટન પર ચડી જનાર લો જર્મન જાતિનો માણસ.

juv'enile (જ્યૂવિનાઇલ), વિ૰ તરુણ, જુવાન. જુવાનોનું – ને માટેનું. ના૰ જુવાન છોકરો – છોકરી. **juvenes'cence** (જ્યૂવને'સન્સ), **juvenil'ity** (જ્યૂવનિલિટિ), ના૰ યૌવન, યુવાવસ્થા, પૌગંડાવસ્થા.

juxtapose' (જક્સ્ટપોઝ઼), સ૰ક્રિ૰ (વસ્તુઓ) એકબીજાની પાસે પાસે મૂકવું. **juxtaposi'tion** (–પઝ઼િશન), ના૰ પાસે પાસે મૂકવું – આવવું – તે, સાન્નિધ્ય.

K

K, k (કે), અંગ્રેજી વર્ણમાળાનો અગિયારમો અક્ષર. [કુટુંબની એક જાતિ.

Kaff'ir (કેફર), ના૰ દક્ષિણ આફ્રિકાની બાંટુ

kai'ser (કાઇઝ઼ર), ના૰ સમ્રાટ, બાદશાહ (વિ. ક. જર્મનીનો કે ઑસ્ટ્રિયાનો, *K*~).

kale, kail (કેલ), ના૰ એક જાતની કોબી. **kail'yard**, ના૰ (ઘર આંગણાની) શાકભાજીની વાડી.

kaleid'oscope (કલાઇડસ્કોપ), ના૰ રંગીન કાચના ટુકડાને કારણે જેમાં આકૃતિઓ બને છે અને ગોળ ફેરવતાં નવી નવી આકૃતિઓ બને છે એવી નળી; સતત બદલાતું રંગોનું – ચળકતી વસ્તુઓનું – દૃશ્ય; બહુરૂપદર્શક. **kaleidoscop'ic** (–સ્કૉપિક), વિ૰ વિ. ક. ઝપાટામાં બદલાતું – પરિવર્તન પામતું.

kan'aka (કૅનક, –કા), ના૰ દક્ષિણ સમુદ્રના ટાપુઓનો, વિ. ક. ક્વીન્સલૅન્ડના શેરડીના બગીચામાં કામ કરેલું હોય એવો, માણસ.

kangaroo' (કૅંગરૂ), ના૰ ઑસ્ટ્રેલિયાનું એક પ્રાણી, કાંગારુ.

ka'olin (કાઅલિન, કે–), ના૰ ચીની માટીની જગ્યાએ વપરાતી સફેદ ઝીણી ચીકણી માટી.

kap'ok (કેપોક, કા–), ના૰ (વિ. ક. ઉશીકામાં ભરવામાં આવતું) શીમળાનું રેશમી–સુંવાળું–રૂ.

karm'a (કાર્મ), ના૰ કર્મ(નો નિયમ–સિદ્ધાન્ત).

kar(r)'oo (કરૂ), ના૰ ઉનાળામાં પાણી વિનાનો દ. આફ્રિકાનો ઉચ્ચ પ્રદેશ.

katab'olism (કટૅબલિઝ઼મ, કટૅબૉ–), ના૰ અપચયપ્રક્રિયા, વિઘટનપ્રક્રિયા, શરીરનો ઘસારો.

kat'ydid (કેટિડિડ), ના૰ એક જાતનો ઝાડનો કીડો. [એસ્કિમોની લાકડાની હોડી.

kay'ak (કાયક), ના૰ ચામડાથી મઢેલી

kedg'eree (કે'જરી), ના૰ બાફેલી માછલી, ચોખા, ઈંડાં, ઇ.ની યુરોપી વાની; દાળ, ચોખા, ડુંગળી, ઈંડાં, ઇ.ની હિંદી વાની.

keel (કીલ), ના૰ પઠાણ, વહાણની તળેનો – પાયાનો-મુખ્ય મોભ, જેના પર વહાણ આખું બંધાય છે. સ૰ક્રિ૰ તળિયું ઉપર લાવવું, વહાણને ઊંધું કરવું. ~ *over*, ઊંધું વાળવું – વળી જવું, ડૂબી જવું.

keen (કીન), વિ૰ તીક્ષ્ણ ધારવાળું કે અણિયાળું; તીક્ષ્ણ; પ્રખર, તીવ્ર; ભેદક, મર્મગ્રાહી; આતુર, ઉત્સુક; (ઠંડી) કડકડતી; (હવા) ઠંડી. ~*on*, -માં ખૂબ રસ ધરાવતું, -ના પ્રેમમાં પડેલું. **keen'ness**, ના૰ તીવ્રતા, ઉત્સુકતા, ઇ.

keep (કીપ), ઉ૰ક્રિ૰ (ભૂ૰કા૰ kept). જવા ન દેવું; રાખવું; સાચવવું, સંભાળવું; (વચન, ઇ.) પાળવું; ઊજવવું; પાલન–રક્ષણ–કરવું; કબજામાં

રાખવું; (ખાનગી વાતની) બીજા કોઈને ખબર ન પડવા દેવી; ભવિષ્ય માટે સાચવી રાખવું; સારી સ્થિતિમાં ટકી રહેવું, ટકવું; (વીશી, ઇ.) નફો કરવા-કમાવા માટે – ચલાવવું; (કરવા, ઇ.નું) ચાલુ રાખવું; (પ્રાણી) પાળવું, રાખવું. ~ *accounts*, હિસાબ રાખવો, નામું લખવું. ~ *at it*, કરવાનું ચાલુ રાખવું, વળગી રહેવું. ~ *back* (news, etc.), સમાચાર, ઇ. ન આપવા, દબાવી રાખવા. ~ *from*, કરતાં કે જતાં રોકવું; -થી છૂટું રાખવું. ~ *cool*, સ્વસ્થ રહેવું, ન ઉશ્કેરાવું, ન મૂંઝાવું. ~ *down*, ~ *under*, પોતાના કાબૂમાં-દાબમાં – રાખવું; દબાવી દેવું. ~ *house*, ઘર ચલાવવું. ~ *in* (a boy), શાળા છૂટી ગયા પછી બેસાડી મૂકવું -ને કામ કરાવવું. ~ *off*, (પ્રશ્ન, ઇ.) ટાળવું. ~ *on*, ચાલુ રાખવું, નમતું ન આપવું. ~ *one's feet*, સ્થિર ઊભા રહેવું, પડવું નહિ. ~ *one's head*, સ્વસ્થ(ચિત્ત) રહેવું, માથું ઠેકાણે રાખવું. ~ *oneself to oneself*, કોઈની સાથે ન ભળવું. ~ *open house*, જે કોઈ આવે તેને આવકારવું-ખાવાપીવા આપવું. ~ *pace with*, -ની સાથે સરખી ઝડપથી ચાલવું. ~ *to*(point, etc.), -ને વળગી રહેવું. ~ *up with*, -ની ગતિથી ચાલવું. ~ *up*, ટકાવી રાખવું; ચાલુ રાખવું; પાલનપોષણ કરવું. ~ *up appearances*, પોતાની ગરીબી કે ખામી જણાવા ન દેવી. ~ *track of*, -ના માર્ગ કે વિકાસ પર નજર રાખવી. ~ *watch*, ચોકી કરવી, નજર રાખવી. **keep'er** ના૦ દેખરેખ રાખનાર, રક્ષક, ઇ. **keep'ing** ના૦ કબજો; કાળજી, દેખરેખ; મેળ. *in* ~ *with*, મેળ ખાતું, અનુરૂપ.

keep, ના૦ સ્થિતિ; પાલનપોષણ, ખોરાકી; ખોરાક. [ઇતિ.] ગઢ, કિલ્લો, બુરજ. *for* ~*s*, [વાત.] સદાને માટે.

keep'sake (કીપ્સેક), ના૦ કોઈએ આપેલી વસ્તુ તેની યાદમાં સાચવી રાખવી, પ્રેમની યાદ; સંભારણું. [ઓછાનું).

keg (કે'ગ), ના૦ નાનું પીપ (૧૦ ગૅલનથી

kelp (કે'લ્પ), ના૦ એક દરિયાઈ વનસ્પતિ – ઘાસ; ખાતર તરીકે વપરાતી તેની રાખ.

kel'pie (કે'લ્પાઇ), ના૦ એક દુષ્ટ જલદેવતા (બહુધા ઘોડાના રૂપવાળી) જે પ્રવાસીઓને ડુબાડી દેવામાં રાચે છે એવી માન્યતા છે.

Kelt (કે'લ્ટ), જુઓ Celt.

ken (કે'ન), ના૦ દૃષ્ટિ કે જ્ઞાનની મર્યાદા-પહોંચ; જાણ, ખબર. સ૦ક્રિ૦ જાણવું; ઓળખવું.

kenn'el (કે'નલ), ના૦ કૂતરાની રહેવાની ઓરડી – ખડો; શિયાળ, ઇ.નું દર–બોડ. ઉ૦ક્રિ૦ (ભૂ૦ કા૦ kenelled). બોડમાં રાખવું–રહેવું.

kept (કે'પ્ટ), keep નો ભૂ૦ કા૦. [પથ્થર.

kerb (કર્બ), ના૦ પગથી કે ફૂટપાથની કોરના

kerch'ief (કર્ચિફ), ના૦ (સ્ત્રીનો) માથું ઢાંકવાનો રૂમાલ; [કાવ્યમાં] હાથરૂમાલ.

kern'el (કર્નલ), ના૦ કવચયુક્ત ફળની અંદરનો ભાગ, મીંજ, માવો; કોપરું; કોઈ વસ્તુનો અંદરનો ભાગ, ગર્ભ; મર્મ, હાર્દ.

ke'rosene, -ine (કે'રસીન), ના૦ ઘાસલેટ, કેરોસીન તેલ. [(રેસાવાળા) ઊનનું જાડું કપડું.

kers'ey (કર્ઝિ), ના૦ સાંકડા પનાનું લાંબા

kes'trel (કે'સ્ટ્રલ), ના૦ એક જાતનું નાનું બાજ પક્ષી. [ફરતું નાનું વહાણ.

ketch (કે'ચ), ના૦ બે ડોલવાળું કિનારે

ketch'up (કે'ચપ), ના૦ ખિલાડીનો ટોપ; ટામેટાં, ઇ.નો રસો અથવા ચટણી.

ket'tle (કે'ટલ), ના૦ નાળચાં ને હાથાવાળી ઝારી – કલશ, કીટલી. *a pretty* ~ *of fish*, ગૂંચવણ ભરી – મુશ્કેલ–પરિસ્થિતિ. **ket'tle-drum** (કે'ટલ્ડ્રમ), ના૦ નગારું, ડંકો.

key (કી), ના૦ ચાવી, કૂંચી; ઉકેલ, ખુલાસો; મૂળભૂત સિદ્ધાન્તોની સમજ આપનારું પુસ્તક; ભાષાંતર; [સં.] એક સૂરના આધાર પર રચેલી સ્વરમાળા; (બ૦વ૦) પિયાનો, ટાઇપરાઇટરની સૂરની કે અક્ષરની કળો–ચાવીઓ; ઘડિયાળની ચાવી; કોઈ યોજનાનો અમલ કરવામાં મહત્ત્વની બીના–બાબત; કોઈ સંગીતની ચીજના આધારરૂપ સપ્તકના અમુક સૂરો; સૂરનું ઘર; વિચાર કે ભાષણનો સામાન્ય સૂર – વલણ. સ૦ ક્રિ૦ (તંબૂરો, પિયાનો, ઇ.નો) સૂર મેળવવો; ઉત્તેજન આપવું, ચાવી ચડાવવી (~*up*), સૂર કે ધોરણ ઊંચે ચડાવવું. ~*ed up*, ચાવીચડાવેલું, ઉત્તેજિત કરેલું.

key'board (કીબોર્ડ), ના૦ (પિયાનો, ટાઇપરાઇટર, ઇ.ની) સૂર કે અક્ષરોના ચાવીઓ-(વાળો ભાગ.)

key'hole (કીહોલ), ના૰ તાળામાં ચાવી ઘાલવાનું કાણું. [સૂર – કલ્પના – વિચાર.

key'note (કીનોટ), ના૰ તાલનું ઘર; પ્રમુખ

key'stone (કીસ્ટોન), ના૰ કમાનનો વચલો પથ્થર; મધ્યવર્તી સિદ્ધાન્ત કે કલ્પના.

khá'ki (કાકિ), વિ૰ ધૂળના રંગનું, આછું પીળું, ખાખી. ના૰ લશ્કરમાં વપરાતું એ રંગનું કપડું.

kham'sin (કૅમ્સિન), ના૰ મિસરમાં માર્ચથી મે સુધી દક્ષિણ તરફથી વહેતો ગરમ પવન.

khan (કૅન, કાન), ના૰ ખાન.

khan, ના૰ ધર્મશાળા, સરાઈ.

khan'sama (કાન્સૅમા), ના૰ ખાનસામો.

Khedive (કિડીવ), ના૰ ઇજિપ્તનો વાઇસ-રૉય – સરસૂબો. [સણિયો, સેવક, ખિદમતગાર.

khidmutgar (કિડ્મટ્ગર), ના૰ પિર-

kib'osh (કાઇબૉશ, કિ–), ના૰ અર્થ વગરની – વાહિયાત – વાત. *put the ~ on*, કશુંક બનવાની આશા છોડી દેવી; બંધ કરવું.

kick (કિક) ઉ૰ ક્રિ૰ લાત – પાટુ – મારવી, લાત મારીને ખસેડવું; વાંધો ઉઠાવવો (*~ at, against*). *~ the bucket*, મરી જવું, રામ રમી જવા. *~ off*, [ફૂટબૉલમાં] આરંભ કરવો. *~ up a dust*, ધૂળ ઉડાડવી, નાહકની ધમાલ મચાવવી. *~ up a row*, વાંધો ઉઠાવવો. *~ up one's heels*, મોજ કરવી. *~ out of a job*, નોકરી પરથી રુખસદ આપવી, લાત મારીને કાઢી મૂકવું. ના૰ લાત, પાટુ; બંદૂકનો પ્રત્યાઘાત – પાછો ધક્કો વાગે છે તે; સામો ફટકો મારવાની – લડવાની – શક્તિ. *get a ~ out of*, -માંથી આનંદ – મજા – મેળવવી.

kick'shaw (કિક્શૉ), ના૰ કોઈ વિચિત્ર તરેહની વાની – ભોજન; રમકડું, નજીવી વસ્તુ.

kid (કિડ), ના૰ બકરીનું બચ્ચું, લવારું; તેનું ચામડું; બાળક; મજાક. ઉ૰ ક્રિ૰ (બકરીએ) જણવું, વિયાવું; બનાવવું. **kid-glove**, વિ૰ અતિ સુંવાળું; રોજનું કામ ટાળનારું.

kid'nap (કિડ્નૅપ), સ૰ ક્રિ૰ (બદલામાં પૈસા કઢાવવા માટે) બાળકની ચોરી કરવી; (માણસને) ગેરકાયદે ઉઠાવી જવું. **kid'-napper**, ના૰.

kid'ney (કિડ્નિ), ના૰ મૂત્રાશય, મૂત્રપિંડ; સ્વભાવ, પ્રકૃતિ. *~ bean*, એક જાતનું કઠોળ, વાલ. *of that ~*, (માણસ, ઇ.) તે જાતનું.

kill (કિલ), ઉ૰ ક્રિ૰ મારી નાંખવું, -નો જીવ લેવો; નાશ કરવો; -નો અંત આણવો; -નું મરણ નિપજાવવું. ના૰ શિકારમાં મારેલાં પ્રાણીઓ; મારી નાંખવું તે. *got up to ~*, સારામાં સારો – છેલ્લામાં છેલ્લી ફૅશનનો – પોશાક પહેરેલું. **killing**, વિ૰ ખૂબ આનંદ – સુખ – દાયક. **killjoy**, ના૰ નિરુત્સાહી – શેતલ – માણસ, શેતી સિકલ, બીજાને આનંદ ન મળવા દેનારું. **kill-time**, ના૰ વખત પસાર કરવાનો ઉદ્યોગ, કાલક્ષેપમ્. વિ૰ વખત પસાર કરવા માટે યોજેલું.

kiln (કિલ્ન, કિલ), ના૰ ભઠ્ઠી, ચૂનાની ભઠ્ઠી; કુંભારની ભઠ્ઠી, નિમાડો.

kil'ogram(me) (કિલગ્રૅમ, કિલો-), ના૰ ના૰ એક હજાર ગ્રામ (૨.૨૦૫ પાઉન્ડ)નું વજન.

kil'ometre (કિલમીટર, કિલો –), ના૰ એક હજાર મીટર (૩૨૮૦.૮૯ ફૂટ)ની લંબાઈ.

kilo'watt (કિલવૉટ, કિલો –), ના૰ એક હજાર વૉટ (વીજળીની શક્તિનો એકમ).

kilt (કિલ્ટ), ના૰ સ્કૉટલૅન્ડ ના પહાડી પ્રદેશના પુરુષનો કેડથી ઘૂંટણ સુધીનો સ્કર્ટ – ઘાઘરો; ઘાઘરો, સ્કર્ટ. સ૰ ક્રિ૰ ઘાઘરો પહેરવો, ચપટીઓ પાડવી.

kimon'o (કિમોનો), ના૰ ટૂંકી ને પહોળી બાંયવાળો કેડે પટાથી બંધાતો જાપાની ઝભ્ભો.

kin, ના૰ વંશ, કુટુંબ; સગાંવહાલાં. વિ૰ એક જ કુટુંબનું, સગપણવાળું; સરખું. *next of ~*, સૌથી નજીકનું સગું.

kind (કાઇન્ડ), ના૰ જાતિ, વર્ગ; પ્રકાર, જાત. *after their ~*, તેમના ચારિત્ર્ય અને સ્વભાવ પ્રકૃતિ અનુસાર. (payment) *in ~*, પેદાશ કે માલના રૂપમાં, રોકડ નહિ. *repay, reply, somebody in ~*, જેવાની સાથે તેવા થવું, બદલો લેવો. વિ૰ ભલું, માયાળુ, પરોપકારી (સ્વભાવનું). *~ regards*, પત્રમાં ભલી લાગણી-શુભેચ્છાઓ – વ્યક્ત કરાય છે તે.

kin'dergarten (કિંડર્ગાર્ટન), ના૰ રમત-ગમત, વસ્તુપાઠ ઇ. દ્વારા બાળકોને કેળવવાની શાળા - પદ્ધતિ, 'બાલોદ્યાન' (શાળા), બાલવાડી.

kin'dle (કિંડલ), ઉ૰ક્રિ૰ (દેવતા) સળગાવવું, ચેતવવું; ઉશ્કેરવું, સળગાવવું; સળગવું, આગ લાગવી; પ્રદીપ્ત થવું, ચળકવું. **kind'ling**, ના૰ દેવતા સળગાવવા માટે લાકડાના નાના કકડા – છોડિયાં, કાકડો.

kind'ly (કાઇન્ડ્લિ), વિ૰ માયાળુ, ભલું; સુખકારક, મજાનું. ક્રિ૰વિ૰ કૃપાળુપણે, મહેરબાની કરીને.

kin'dred (કિન્ડ્રિડ), વિ૰ લોહીના સંબંધવાળું, સગું; સરખું, સજાતીય. ના૰ લોહીનું સગપણ; સગાંવહાલાં.

kine (કાઇન) cowનું બ૰ વ૰ (જૂનું રૂપ).

kinem'a (કિનીમા, કાઇ-), જુઓ cinema.

kinet'ic (કાઇને'ટિક), વિ૰ ગતિનું, ગતિથી થતું, ગતિવિશિષ્ટ. **kinet'ics**, ના૰ પદાર્થોની ગતિ અને તેમના પર અસર કરતાં બળો વચ્ચેના સંબંધોનું શાસ્ત્ર, જડગતિગણિત.

king (કિંગ), ના૰ રાજા, ભૂપ; [શેતરંજમાં] રાજાનું મહોરું; પત્તાંનો રાજા; કોઈ ઉદ્યોગમાં મોટામાં મોટાં સાહસો કરનાર – ઉદ્યોગપતિ. *K~'s Bench,* વિલાયતની સૌથી વડી અદાલત. *K~'s Counsel,* રાજા (સરકાર) તરફથી વકીલાત કરવા નીમેલો વકીલ – બૅરિસ્ટર, *~'s evil,* કંઠમાળનો રોગ. *~-craft,* રાજ્યશાસનકળા, રાજ્યનીતિ. *turn K~'s evidence,* માફીનો સાક્ષીદાર થવું.

king'cup (કિંગ્કપ) ના૰ ભેજવાળી જમીનમાં થતો ગલગોટો.

king'dom (કિંગ્ડમ), ના૰ રાજાની હકૂમત નીચેનો મુલક, રાજ્ય; મુલક, પ્રદેશ. ધરતી પરની વસ્તુઓ જે ત્રણ વિભાગમાં વહેંચાઈ છે તેમાંનો કોઈ પણ એક – પ્રાણી, વનસ્પતિ કે ખનિજ. **kingdom-come**, ના૰ પરલોક, સ્વર્ગલોક.

kingfisher (કિંગ્ફિશર), ના૰ લાંબી ચાંચવાળું ચળકતાં પીંછાંવાળું માછલી ખાનાર પક્ષી.

king'let (કિંગ્લિટ), ના૰ નાનકડો રાજા, રાજક. [રાજવી; અમીરી, ભવ્ય.

king'ly (કિંગ્લિ), વિ૰ રાજાના જેવું,

king'pin (કિંગ્પિન), ના૰ 'નાઇન પિન્સ' કે 'બાઉલ્સ' ની રમતમાંની મુખ્ય ખીલી; સૌથી મહત્ત્વની વ્યક્તિ.

kink (કિંક), ના૰ તાર, સાંકળ કે દોરડામાં પડતી આંટી; માનસિક ગાંઠ – વિકૃતિ. ઉ૰ક્રિ૰ આંટી પાડવી – પડવી.

kins'folk (કિન્સ્ફોક, કિંઝ્–), ના૰ બ૰વ૰ (લોહીના સંબંધવાળાં) સગાં. **kins'man**, ના૰ સગો. **kins'woman**, ના૰ સગી. **kin'ship**, ના૰ લોહીનો સંબંધ, સગપણ; સાદૃશ્ય, સમાનતા.

kiosk' (કિઑસ્ક), ના૰ હલકો ખુલ્લો 'બૂ; છાપાં વેચવાની દુકાન; બૅન્ડસ્ટૅન્ડ.

kipp'er (કિપર), સ૰ક્રિ૰ 'સામન, હેરિંગ', ઇ. માછલીઓને કાપી, મીઠું પાઈ, (ધૂણી આપીને) સૂકવવી. ના૰ એવી રીતે સંસ્કાર કરેલી માછલી.

kirk (કર્ક), ના૰ [સ્કૉટ.] ચર્ચ, દેવળ. *~ se'ssion,* સ્કૉટલૅન્ડના ચર્ચનું સૌથી નીચેનું ન્યાયાલય. [પુરુષનો ટૂંકો ઝભ્ભો.

kirt'le (કર્ટલ), ના૰ સ્ત્રીનો ગાઉન–ઘાઘરો;

kis'met (કિસ્મે'ટ), ના૰ નસીબ, કિસ્મત.

kiss (કિસ), ના૰ ચુંબન, બચી. સ૰ક્રિ૰ બચી – ચુંબન – કરવું; આદરથી હાથ વગેરે ચૂમવું. *~ the dust,* શરણે જવું, ધૂળ ચાટવી; માર્યા જવું.

kit (કિટ), ના૰ સિપાઈનો સામાન ભરવાનો કોથળો (*~-bag*); કોથળામાંનો સામાન; અંગત સામાન, સરસામાન.

kitch'en (કિચિન), ના૰ રસોડું, રસોઈઘર. *~ garden,* ઘર આંગણામાં કરેલી ફળ અને શાકભાજીની વાડી. **kitchen-maid**, ના૰ રસોડામાં કામ કરનારી બાઈ. **kitch'ener** (કિચિનર), ના૰ મોટો ચૂલો (વિ.ક. ભઠ્ઠી સાથેનો, લોઢાનો); મઠના રસોડાનો દેખરેખ રાખનાર, વડો રસોઇયો. [નાનું રસોડું.

kitchenette' (કિચિને'ટ), ના૰ કોઠી સાથેનું

kite (કાઇટ), ના૰ સમડી; પતંગ, કનકવો. *fly a ~,* કનકવો ચગાવવો; લોકમત જાણવા માટે નિવેદન કે જાહેરાત કરવી.

kith (કિથ), ના૰ [પ્રા.] ઓળખીતાં, મિત્રો. *~ and kin,* સગાવહાલાં ને મિત્રો.

kitt'en (કિટન), ના૰ બિલાડીનું બચ્ચું. અ૰ક્રિ૰ (બિલાડી અંગે) વિયાવું. [પક્ષી.

kitt'iwake (કિટિવેક), ના૰ એક દરિયાઈ

kit'tle cat'tle (કિટલ્ કૅટલ), ના૰ બકાલ (વસ્તીના) લોકો, જાનવરો, ઇ.

kitt'y (કિટિ), ના૰ બિલાડીના બચ્ચાનું બાલભાષાનું લાડકું નામ; [પત્તાની રમતમાં] બધાએ મળીને એકઠી કરેલી રકમ, જેને માટે દરેકે રમવાનું હોય. [પૂંછડી વિનાનું એક પક્ષી.

ki'wi (કીવી), ના૰ ન્યૂઝીલન્ડનું પોપટ જેવું

kleptoma'nia (ક્લે'પ્ટમેનિઆ, ક્લે'પ્ટો-), ના૰ ચોરી કરવાનું ગાંડપણ–માનસિક વિકૃતિ. **kleptoman'iac** (-નિઍક), ના૰ એવી વિકૃતિવાળો માણસ.

kloof (ક્લૂફ), ના૰ (દ. આફ્રિકા) ખીણ, દરી.

knack (નૅક), ના૰ કૌશલ્ય, કરામત, હથોટી; યુક્તિ; ટેવ. **knack'y** (નૅકિ), વિ૰ યુક્તિબાજ, કુનેહવાળું; લુચ્ચું.

knack'er (નૅકર), ના૰ નકામા થયેલા ઘોડા કતલ માટે ખરીદનાર; તેમની કતલ કરનાર; કાટમાલ માટે જૂનાં ઘર ખરીદનાર.

knap (નૅપ), સ૰ ક્રિ૰ હથોડીથી પથ્થર ફોડવા.

knap'sack (નૅપ્સૅક), ના૰ પટા વતી પીઠ પર બાંધવાનો સિપાઈ કે પ્રવાસીનો સામાનનો થેલો; ઝોળી.

knave (નેવ), ના૰ લુચ્ચો, હરામખોર, બદમાશ; ગુલામનું પત્તું. **knav'ish** (નેવિશ), વિ૰ લુચ્ચું, હરામખોર, લુચ્ચાઈવાળું. **knav'ery** (નેવરિ), ના૰ લુચ્ચાઈ, ઠગાઈ, હરામખોરી.

knead (નીડ), સ૰ ક્રિ૰ કણક, માટી, ઇ. ગૂંદવું; મેળવવું, ગૂંદવું; માલિશ–મર્દન–કરવું.

knee (ની), ના૰ ઢીંચણ, ઘૂંટણ. *on the ~ s of the gods*, ઈશ્વરને હવાલે, રામભરોસે; અનિશ્ચિત. **knee-breeches**, ના૰ ઢીંચણની જરા નીચે સુધી આવતી ચડ્ડી. **knee'-cap** ના૰ ઢીંચણની કાચલી–ઢાંકણી; ઢીંચણ પર પહેરવાનું મોજું.

kneel (નીલ), અ૰ ક્રિ૰ (ભૂ૰ કા૰ knelt). ઘૂંટણિયે પડવું (વિ. ક. પ્રાર્થના માટે કે આદર બતાવવા).

knell (નૅ'લ), ના૰ મરણ વખતે અથવા શબ લઈને જતી વખતે વાગતો ઘંટ, ઘંટનાદ; વિનાશનું–મૃત્યુનું–પૂર્વચિહ્ન–સૂચક ચિહ્ન.

knelt (નેલ્ટ), kneelનો ભૂ૰ કા૰.

knick'erbockers (નિકર્બૉકર્ઝ), ના૰ બ૰ વ૰ ઢીંચણની નીચે તંગ પટીવાળી ચોરણાજેવી ચડ્ડી. (સંક્ષિપ્ત રૂપ, વાત. માં, knickers).

knick'-knack, nick'-nack (નિક્નૅક), ના૰ ખોરાક, વસ્ત્ર કે ફર્નિચરની હલકી નાજુક વસ્તુ; કેવળ દેખાવની તકલાદી વસ્તુ, રમકડું.

knife (નાઇફ), ના૰ (બ૰ વ૰ knives). છરી–રો; કટાર; કાપવાનું પાનું. *get one's ~ into* (person), છરી વડે હુમલો કરવો. સ૰ ક્રિ૰ (ભૂ૰ કા૰ knifed). છરી કે ચપ્પુ વતી કાપવું, છરી ભોંકવી. *war to the ~*, જીવસટોસટની લડાઈ, ઘનઘોર યુદ્ધ. *before you can say ~*, એકદમ, ક્ષણવારમાં. **knife-board**, ના૰ છરીઓ સાફ કરવાનું પાટિયું. **knife-grinder**, ના૰ છરીચપ્પુને ધાર કાઢનાર ફેરિયો, સરાણિયો. **knife-pleat**, ના૰ એક ઉપર એક આવતી ચપટીઓની રચના. **pen-knife**, ના૰ ચપ્પુ, ચાકુ.

knight (નાઇટ). ના૰ [ઇતિ.] શૂરવીર લશ્કરી યોદ્ધો; સરદારની પદવીએ ચડાવેલો માણસ, 'સર'નો ઇલકાબ ધારણ કરનાર; [શેતરંજમાં] ઘોડાનું મહોરું. સ૰ ક્રિ૰ કોઈને સરદાર બનાવવો–'સર'નો ખિતાબ આપવો. **knight'hood** (નાઇટહુડ), ના૰ સરદારો(નો વર્ગ); 'સર'ની પદવી.

knit (નિટ), ઉ૰ ક્રિ૰ (ભૂ૰ કા૰ knitted અથવા knit). ગૂંથવું, (કપડું) ગૂંથીને તૈયાર કરવું; ભમ્મર ચડાવવી; કરચલી પડવી; એકત્ર કરવું, જોડવું; *~ one's brows*, ભમ્મર ચડાવવી (ઊંડા વિચારમાં અથવા ગુસ્સામાં). **well-knit**, વિ૰ (કપડું, વાર્તા, ઇ.) સારી રીતે ગૂંથેલું. **knitt'ing**, ના૰ ગૂંથાતી–ગૂંથવાની–વસ્તુ; ગૂંથવું તે.

knob (નૉબ), ના૰ બહાર પડતી ગાંઠ–ગઠ્ઠો; મૂઠ, હાથો. **knob'ble** ના૰ નાનો ગઠ્ઠો. **knobb'ly knobb'y**, વિ૰ મૂઠવાળું, ગઠ્ઠાવાળું.

knock (નૉક), ઉ૰ ક્રિ૰ ઠોકવું, સખત ફટકો મારવો; અથડાવું, અફળાવું; ટક્કર મારવી–લાગવી; બારણું ઠોકવું. ના૰ ફટકો, આઘાત; બારણું ઠોકવું તે, ટકોરો. *~ on the head*, -નો અંત આણવો, ફટકો મારી બેભાન બનાવવું–મારી નાંખવું. ~ person's *head off*

સહેલાઈથી હરાવવું. ~ person about, અનેક વાર ફટકા મારવા; -ની સાથે તોછડાઈથી વર્તવું. ~ about, આમતેમ રખડવું-રખડતા ફરવું; સ્વૈર જીવન ગાળવું. ~ against, અચાનક મળવું-ભેટો થવો-ટકરાવું. ~ at the door, બારણું ઠોકવું. ~ down, પાડી નાંખવું. ~ a thing down, વધુમાં વધુ માગણી હોય તે સ્વીકારીને વેચી નાંખવું. ~ off(work), કામ બંધ કરવું; (picture) ઉતાવળમાં પૂરું કરવું. ~out, મારીને બેભાન બનાવવું; હરાવવું. ~together, ઉતાવળથી-કામચલાઉ-તૈયાર કરવું. ~up, ખૂબ થકવવું-થાકવું. **knock'er**, ના૦ બારણું ઠોકવા માટે બારણા સાથે મિજાગરાથી જોડેલું કડું-કડી. [વાંકા ઢીંચણવાળું.

knock-kneed, વિ૦ ચાલતાં અથડાય એવા

knoll (નોલ), ના૦ નાનો ડુંગર, ટેકરો.

knot (નૉટ), ના૦ ગાંઠ, ગ્રંથિ; ગૂંચવાયેલી ગાંઠ, ગૂંચ; રેશમ, ઇ.નું ફૂમતું; લાકડામાં હોય છે તે ગાંઠ; [નૌકા.] વહાણના વેગનું માપ કાઢવાની દોરીની બે ગાંઠો વચ્ચેનું અંતર; દરિયાઈ માઈલ (૬૦૮૦ ફૂટ); માણસોનું કે વસ્તુઓનું નાનકડું જૂથ. ઉ૦ક્રિ૦ ગાંઠ વાળવી; ગાંઠો પાડવી, ગૂંચવવું. **knott'y**, વિ૦ ગાંઠોવાળું; કઠણ; ગૂંચવણભરેલું.

knout (નાઉટ, નૂટ), ના૦ જૂના જમાનામાં રશિયામાં વપરાતો ચાબુક-કોરડો. સ૦ક્રિ૦ કોરડા વતી ફટકારવું.

know (નો), ઉ૦ ક્રિ૦ (ભૂ૦ કા૦ knew; ભૂ૦કૃ૦known). -ની ખબર-માહિતી-હોવી, જાણવું; -નો પરિચય હોવો; ઓળખવું, એ તે જ છે એમ જાણવું; -નું સારું જ્ઞાન હોવું; -ની ખાતરી હોવી; સમજવું. ના૦ in the ~, -ની જાણવાળું, જાણતું. **know'ing**, વિ૦ જાણતું, સમજુ; ચાલાક, ઝટ છેતરાય નહિ એવું. **know'ingly**, ક્રિ૦ વિ૦ સમજીને, જાણીબૂઝીને.

knowledge (નૉલિજ), ના૦ જાણવું તે, જ્ઞાન; જાણેલી વસ્તુ, જ્ઞાન; જ્ઞાનમાત્ર; માહિતી, ખબર. to my~, મને ખબર છે તે પ્રમાણે. **knowl'edgeable** (નૉલિજબલ), વિ૦ બુદ્ધિમાન; બહુશ્રુત.

knu'ckle (નકલ), ના૦ હાથના આંગળાનો સાંધો, વેઢો, આંગળાં વાળવાથી થયેલો પાછળનો ઢેકો-વેઢો; વાછડા, ઇ.નું ઢીંચણ. ઉ૦ ક્રિ૦ આંગળીના ઢેકા વતી મારવું, ઘસવું, ઇ.~down, વશ થવું, તાબે થવું. **knuc'kleduster**, ના૦ આંગળાના ઢેકાના રક્ષણ માટેની ધાતુની ખોળી.

kod'ak (કોડૅક), ના૦ એક જાતનું છાયાચિત્ર-ફોટો-પાડવાનું સાધન, કૅમેરા.

kohl (કોલ), ના૦ આંખે આંજવાનો સૂરમો.

kohlra'bi (કોલ્‌રાબિ), ના૦ એક જાતની કોબી.

kop'eck (કોપે'ક), ના૦ copeck જુઓ.

kop'je (કૉપી), ના૦[દ.આફ્રિકા]નાની ટેકરી

Kor'an (કોરન, કરાન), ના૦ કુરાન.

kosh'er (કોશર, કો-), વિ૦ (ખોરાક કે ખોરાકની દુકાન અંગે) યહૂદીઓના કાયદા પ્રમાણેનું; હલાલ. ના૦ એવી દુકાન કે ખોરાક.

kotow' (કોટાઉ), **kowtow'** (કાઉટાઉ), ના૦ શરણાગતિ કે પૂજ્યભાવ વ્યક્ત કરવા માટે જમીનને માથું અડાડવાનો ચીની રિવાજ. અ૦ક્રિ૦ (~to)-ને એવી રીતે વંદન કરવું.

kraal (ક્રાલ), ના૦ દ. આફ્રિકાનું (ત્યાંના કાળા લોકોનું) ગામડું; જનાવરોનો કે ઘેટાંનો વાડો.

krem'lin (ક્રે'મ્‌લિન), ના૦ રશિયન શહેરમાંનો કિલ્લો, વિ.ક. મૉસ્કોનો ઝારનો રાજમહેલ. the K ~, રશિયાની સરકાર.

kris (ક્રિસ), ના૦ મલાયાની છરી.

Krishna (ક્રિશ્ન), ના૦ કૃષ્ણ.

kron'e (ક્રોન), ના૦ ડેનમાર્ક, ઇ.નું એક ચાંદીનું નાણું. [આબરૂ, શાખ; ખ્યાતિ.

kud'os (ક્યૂડૉસ), ના૦ સ્તુતિ, સન્માન;

Ku-Klux (-Klan)(ક્યૂ-ક્લક્સ(-ક્લૅન)), ના૦ અમેરિકાના આંતરવિગ્રહ પછી દક્ષિણનાં રાજ્યોમાં સ્થપાયેલું નિગ્રોવિરોધી ગુપ્ત મંડળ.

kuk'ri (કૂક્રિ), ના૦ ગુરખાની વજનદાર કટાર, છરી; ફૂકરી. [જાતનો દારૂ.

kumm'el (કુમલ), ના૦ જીરું નાખેલો એક

kur'saal (કૂરઝ઼ાલ), ના૦ (વિ. ક. સમુદ્ર કિનારે) હવા ખાવાને ઠેકાણે પ્રવાસીઓ માટે રહેવાની-મનોરંજનની-જગ્યા, અતિથિગૃહ

L

L, l (એલ), અંગ્રેજી વર્ણમાળાનો બારમો અક્ષર. પચાસ (૫૦) ની સંખ્યાનો રોમન આંકડો (L).

laag'er (લાગર), ના૦ ગાડાંનો વર્તુળાકાર પડાવ, આસપાસ ગાડાં ગોઠવીને કરેલો મુકામ.

lab'el (લેબલ), ના૦ વસ્તુનું નામ, ઇ. માહિતી આપનારી (તેની ઉપર ચોડેલી) ચિઠ્ઠી – કાપલી. સ૦ક્રિ૦ (ભૂ૦ કા૦ labelled). નામ, ઇ. માહિતીવાળી કાપલી ચોડવી; નામ આપવું–પાડવું.

labi'al (લેબિઅલ), વિ૦ ઓઠનું; [ઉચ્ચાર.] ઓષ્ઠસ્થાનીય, ઓષ્ઠ્ય. ના૦ ઓષ્ઠ્ય અક્ષર (પ વર્ગનો).

labo'ratory (લૅબરટરિ, લબૉ–), ના૦ વૈજ્ઞાનિક – શાસ્ત્રીય – પ્રયોગ કરવાની જગ્યા, પ્રયોગશાળા; રાસાયનિક પદાર્થો કે ઔષધિઓ તૈયાર કરવાનું કારખાનું, રસશાળા.

labor'ious (લબૉરિઅસ), વિ૦ ખૂબ મહેનત કરનારું, મહેનતુ; મહેનતનું; મહામહેનતે કરેલું.

lab'our (લેબર), ના૦ (શારીરિક કે માનસિક) શ્રમ, મહેનત; મહેનતનું કામ; પ્રસૂતિવેદના; મજૂરવર્ગ, શ્રમજીવીઓ; [રાજકા.] મજૂરપક્ષ (*L~Party*). ઉ૦ક્રિ૦ મહેનત–મજૂરી–કરવી; તનતોડ પ્રયત્ન કરવો; સવિસ્તર રજૂઆત કરવી; કામમાં મુશ્કેલી આવ્યા કરવી; કષ્ટાવું. *~of love*, ગમે છે તેથી, નહિ કે પૈસા માટે, કરેલું કામ. *hard~*, સશ્રમ કારાવાસ, સખત મજૂરીની કેદ. *~ a point*, -ને વધુ પડતા લંબાણથી કહેવું. *~ under a delusion*, -ની ખોટી કલ્પના – ભ્રમ – હોવો. **laboured**, (કાવ્ય, ઇ.) સાયાસ, મહેનતથી કરેલું, સ્વાભાવિક નહિ એવું, (શ્વાસોશ્વાસ, હાલચાલ, ઇ.) મુશ્કેલીથી થતું. **lab'ourer**, ના૦ મજૂર; વૈતરો.

laburn'um (લબર્નમ), ના૦ લટકતાં પીળાં [ફૂલોનાં ઝૂમખાંવાળું ઝાડ, ગરમાળો.

lab'yrinth (લૅબરિન્થ), ના૦ આડાઅવળા રસ્તાઓનું – વાળું જાળું, ભુલભુલામણી.

lac (લૅક), ના૦ લાખ, લાક્ષા.

lac, lakh (લૅક), ના૦ લાખ, લક્ષ (૧,૦૦,૦૦૦).

lace (લેસ), ના૦ જોડા, ઇ.ની નાડી, દોરી; દોરી, પટ્ટી, ફીત, કોર; કસબની કોર; જાળી. *gold, silver ~*, સોનેરી કે રૂપેરી ફીત. ઉ૦ક્રિ૦ જોડા, ઇ.ના કાણામાં નાડી પરોવીને બાંધવું; -ને કોર – કિનારી – દેવી – ચોડવી; નાડી વતી બાંધવું; દૂધ, બીર, ઇ.માં મદ્યાર્ક નાંખી સ્વાદિષ્ટ બનાવવું. **lac'y** (લેસિ), વિ૦ કોર – ફીત – ના જેવું નાજુક – સુંદર.

la'cerate (લૅસરેટ), સ૦ક્રિ૦ ફાડી નાંખવું, ચીરવું, જખમી કરવું; દુઃખ દેવું, દૂભવવું. **lacera'tion**, ના૦ ફાડી નાંખવું તે, વિદારણ; ચીરો, ફાટ.

lach'rymal, (લૅક્રિમલ), વિ૦ આંસુનું, આંસુ બનાવનારું. *~gland*, જ્યાંથી આંસુ નીકળે છે તે અશ્રુગ્રંથિ – વાહિની. **lach'rymose** (લૅક્રિમોસ), વિ૦ આંસુભર્યું, અશ્રુમય; વાતવાતમાં જેને આંસુ આવે છે એવું.

lack (લૅક), ના૦ ઊણપ, ન્યૂનતા, ખોટ. ઉ૦ક્રિ૦ -ની અછતવાળું હોવું; -ના વિનાનું હોવું; -ની અછત–અભાવ – હોવો. **lack'lustre** (– લસ્ટર), વિ૦ (આંખો) નિસ્તેજ, ઝાંખું.

lackadais'ical (લૅકડેઝિકલ), વિ૦ નબળું પડતું; અતિલાગણીવશ ને નબળું, વેવલું; દમ વિનાનું; સુસ્ત; નાજુક પ્રકૃતિનું.

lack'ey (લૅકિ), ના૦ પાયદળનો સિપાઈ; હજૂરિયો, ખિદમતગાર; ખુશામતિયો; પરોપજીવી.

lacon'ic (લકૉનિક), વિ૦ ટૂંકું, ટૂંકાણમાં [કહેલું; (ભાષા) સૂત્રમય; મિતભાષી.

lac'quer (લૅકર), ના૦ એક જાતનું રોગાન – વાર્નિશ (વિ. ક. લાખ અને મદ્યાર્કનું બનેલું). સ૦ક્રિ૦ એ રોગાનનો હાથ દેવો.

lacrosse' (લાક્રૉસ), ના૦ હૉકીને મળતી એક અમેરિકન દડાની રમત.

lacta'tion (લૅક્ટેશન), ના૦ ધવડાવવું તે; પાનો. **lacteal** (લૅક્ટિઅલ), વિ૦ દૂધનું, દૂધનું વહન કરનારું, અન્નરસવાહક. **lac'tic** (લૅક્ટિક), વિ૦ [રસા.] દૂધનું.

lactom'eter (લૅક્ટૉમિટર), ના૦ દૂધ [તપાસવાનું યંત્ર.

lacun'a (લક્યૂન, – ના), – ના૦ (બ૦ વ૦

–nas, –nae). ખાલી જગ્યા; ખૂટતો ભાગ, ખડ; અંતર, પોલાણ.

lad (લૅડ), ના૦ છોકરો, જુવાનિયો.

ladd'er (લૅડર), ના૦ નિસરણી, સીડી; ઉત્કર્ષનું સાધન; ટાંકા ઊકલી જવાથી મોજામાં પડતો સીડી જેવો ઊભો ગાળો.

ladd'ie (લૅડી), ના૦ =lad.

lade (લેડ), સ૦ ક્રિ૦ (ભૂ૦ કા૦ laded, ભૂ૦ કૃ૦ laden). વહાણમાં માલ ભરવો – ચડાવવો – મોકલવો. **lad'en**, વિ૦ માલથી ભરેલું, ભાર લાદેલું; (પાપ કે દુઃખના) ભારવાળું. **lad'ing**, ના૦ માલ, ભાર. *bill of ~*, માલનું ભરતિયું.

la-di-da' (લા-ડિ-ડા), વિ૦ અને ના૦ મૂર્ખતા, અહંકાર ને અસ્વાભાવિકપણાથી વર્તનાર કે બોલનાર (માણસ).

la'dle (લેડલ), ના૦ કડછી, ડોયો. સ૦ ક્રિ૦ ડોયા વતી કાઢવું.

lad'y (લેડિ), ના૦ ગૃહસ્વામિની, શેઠાણી; કુલીન ખાનદાન બાનુ; સન્નારી; 'લેડી' ખિતાબ (ધારી સ્ત્રી). *Our L~*, ઈશુની જનની કુમારી મેરી. **lady-in-waiting**, ના૦ રાણીના પરિવારમાંની સ્ત્રી.

lad'ybird (લેડિબર્ડ), ના૦ કાળાં અથવા રાતાં બદામી ટપકાંવાળું પાંખવાળું એક જીવડું, ઇદ્રગોપ (?).

Lady Day (લેડિ ડે), ના૦ ફિરસ્તા ગબ્રાઇલે કુમારી મેરીને ઈશુના આગમન વિષે ખબર આપ્યા તે દિવસ (માર્ચ ૨૫).

lady-killer (લેડિ-કિલર), ના૦ સ્ત્રીઓનું મન જીતવાનો – તેમને મોહિત કરવાનો – ધંધો કરનાર.

lad'ylike (લેડિલાઇક), વિ૦ કુલીન સભ્ય સ્ત્રીને છાજે એવું; એવી સ્ત્રીની જેમ વર્તનારું.

Lady's bed-straw ના૦ એક છોડ.

lad'yship (લેડિશિપ), ના૦ 'લેડી' હોવું તે; ખિતાબધારી સ્ત્રીના નામને બદલે માનાર્થે વપરાય છે. દા.ત. her ladyship.

lady's-maid, ના૦ સ્ત્રીનાં શૃંગારસાધનોની વ્યવસ્થા જોનાર દાસી, સૈરંધ્રી. [ગુલાબી ફૂલ.

lad'y-smock (લેડિ-સ્મૉક), ના૦ આછું

lag (લૅગ), અ૦ ક્રિ૦ બહુ ધીમે ચાલવું – જવું; પાછળ પડી જવું. ના૦ વસ્તુ જેટલી ધીમી કે પાછળ પડી ગઈ હોય તે અંતર – અવધિ, વિલંબ.

lagg'ard (લૅગર્ડ), ના૦ સુસ્ત – ધીમો – માણસ, પાછળ પડી જનાર માણસ.

lag, ના૦ કેદમાં જઈ આવેલો માણસ.

la'ger (beer) (લાગર (બીર)), ના૦ બહુ કડક નહિ એવો બીર દારૂ.

lagoon' (લગૂન), ના૦ રેતીના ટેકરાને લીધે દરિયાથી જુદો પડેલો ખારા પાણીનો વિસ્તાર–સરોવર.

laid (લેડ), layનો ભૂ૦ કા૦.

lain (લેન), lieનું ભૂ૦ કૃ૦. [બોડ.

lair (લેર, લે'અર), ના૦ હિંસ્ર પશુની ગુફા –

laird (લે'અર્ડ), ના૦ સ્કૉટિશ જમીનદાર.

laissez-faire (લેસેફેર), ના૦ વ્યક્તિના કે પ્રજાના વહેવારમાં (વિ.ક. વેપાર ઉદ્યોગમાં) સરકારની દખલગીરી ન હોવી તે; સ્વૈર પદ્ધતિ.

la'ity (લેઇટિ), ના૦ પાદરીથી ઇતર લોકો, સંસારી લોકો; ઉજળિયાત ધંધાની બહારના લોકો.

lake (લેક), ના૦ સરોવર, મોટું તળાવ.

lake, ના૦ કિરમજી રંગ, લાખનો રંગ.

la'ma (લામ, –મા), ના૦ તિબેટ કે મંગોલિયાનો બૌદ્ધ સાધુ, લામા.

lama, જુઓ llama.

lamb (લૅમ), ના૦ ઘેટાનું બચ્ચું; તેનું માંસ; નિર્દોષ, વહાલું અથવા નબળું માણસ. અ૦ક્રિ૦ (ઘેટી અંગે) વિયાવું; ઘેટાને પાળવું. **lamb'kin**, ના૦ નાનું ઘેટું, ઘેટાનું બચ્ચું. **lamb'like**, વિ૦ સૌમ્ય, નિરુપદ્રવી, ગરીબ, ભલું.

lam'bent (લૅમ્બન્ટ), વિ૦ (જ્વાળા, જ્યોત, ઇ.) આમતેમ ફરતું, હાલતું; સૌમ્ય પ્રકારાવાળું.

lame (લેમ), વિ૦ લૂલું, લંગડું; ખોડું, પંગુ; (દલીલ, ઇ.) નબળું. સ૦ ક્રિ૦ લંગડું – પંગુ – બનાવવું; અશક્ત – અસમર્થ – કરવું.

lament' (લમે'ન્ટ), ના૦ શોક, રડારડ, વિલાપ; વિલાપગીત, વિલાપિકા (વિ. ક. મરેલાને અંગે). ઉ૦ ક્રિ૦ -ને માટે રોવું, વિલાપ કરવો; દુઃખ થવું.

lam'entable (લૅમિન્ટબલ, લૅમ–), વિ૦ [પ્રા.] દુઃખી; શોચનીય, દુઃખ કરવા જેવું.

lamenta'tion (લૅમિન્ટેશન), ના૦ શોક (કરવો તે).

lam'inate (લૅમિનેટ), ઉ૦ ક્રિ૦ ધાતુના ઝીણા-પાતળા-પતરાથી મઢવું; પાતળાં પતરાં બનાવવાં; દસ્તાવેજને ઝીણા કપડાથી મઢીને મજબૂત બનાવવો.

Lamm'as (લૅમસ), ના૦ નવા પાકના ઉત્સવનો દિવસ - ૧લી ઑગસ્ટ.

lamp (લૅમ્પ), ના૦ દીવો, બત્તી. **lamp'-black**, ના૦ મેશ કે કાજળ(માંથી બનાવેલો રંગ). **lamp'-lighter**, ના૦ રસ્તાની બત્તીઓ પેટવનારો. **lamp'-post**, ના૦ બત્તીનો થાંભલો.

lampoon' (લૅમ્પૂન), ના૦ નિંદાવ્યંજક-કટાક્ષવાળું-લખાણ. સ૦ ક્રિ૦ લખીને સખત ટીકા-નિંદા-કરવી. [જેવી માછલી.

lam'prey (લૅમ્પ્રિ), ના૦ એક જાતની સાપના

lance (લાન્સ), ના૦ ભાલો, વિ.ક. ઘોડેસવારની બરછી. સ૦ ક્રિ૦ ભાલો મારવો-ફેંકવો, ભાલા વતી ભોંકવું. **lance-corporal**, ના૦ સામાન્ય સિપાઈથી ઉપરની બ્રિટિશ લશ્કરની સૌથી નીચી પદવી.

lance, સ૦ક્રિ૦ [શસ્ત્રવૈ.] બેધારા અણિયાળા ચપ્પુ વતી ચીરવું-કાપવું.

la'ncer (લાન્સર), ના૦ ભાલાવાળો સવાર; (બ૦ વ૦) આઠ જણાએ કરવાનું એક જાતનું ચોરસ નૃત્ય. [અણિયાળું શસ્ત્ર.

la'ncet (લાન્સિટ), ના૦ શસ્ત્રવૈદ્યનું બેધારિયું

land (લૅન્ડ), ના૦ ભૂમિ, ધરતી, જમીન; જમીન (ખેતીની); દેશ, રાજ્ય; (બ૦ વ૦) સ્થાવર મિલકત. ઉ૦ક્રિ૦ વહાણ પરથી કિનારા પર કે વિમાનમાંથી જમીન પર ઊતરવું-ઉતારવું; માછલાં પકડવાં. **land'ward** (લૅન્ડ્વર્ડ), વિ૦ જમીન તરફનું-(જતું-આવેલું). **land'-ward(s)**, ક્રિ૦ વિ૦ કિનારા-જમીન-તરફ.

lan'dau (લૅન્ડૉ), ના૦ ચાર પૈડાંવાળી છત્રીવાળી ગાડી.

lan'ded (લૅન્ડિડ), વિ૦ જમીન ધરાવનારું, જમીનવાળું; જમીનનું બનેલું, સ્થાવર (~ *property.*)

lan'ding (લન્ડિંગ), ના૦ વહાણમાંથી ઊતરવાની જગ્યા, ધક્કો; બે દાદરા વચ્ચેની-દાદરાના માથેની-જગ્યા, રમણું.

land'lady (-લેડિ), ના૦ વીશી ચલાવનાર સ્ત્રી; ઘર કે જમીનની માલિક સ્ત્રી (જેને ભાડૂતો કે ગણોતિયાઓ હોય છે).

land'-locked (-લૉક્ડ), વિ૦ ચારે બાજુએ જમીનથી ઘેરાયેલું, ભૂવેષ્ટિત; દરિયા પર જવાના માર્ગ વિનાનું.

land'lord (-લૉર્ડ), ના૦ વીશીવાળો; ઘરનો કે જમીનનો માલિક. **land'lordism**, ના૦ જમીનદારી (પદ્ધતિ); તેની હિમાયત.

land'mark (-માર્ક), ના૦ જમીનની હદની નિશાની; તરત નજરે પડતી વસ્તુ; મહત્ત્વની-સંસ્મરણીય-ઘટના. [એક પક્ષી.

land'rail (-રેલ), ના૦ ખેતરોમાં ફરતું

land'scape (-સ્કેપ, લૅનૂસ્કેપ), ના૦ કુદરતી દેખાવો; તેનું ચિત્ર.

land'slide (-સ્લાઇડ), ના૦ ડુંગરનો ઉપરનો ભાગ-ભેખડ-તૂટી પડવી તે; ચૂંટણીમાં કોઈ પક્ષને પ્રચંડ બહુમતી મળવી તે.

land'slip, ના૦ ભેખડ તૂટી પડવી તે.

landsturm (લાન્ડ્સ્ટૂર્મ), ના૦ (જર્મની, ઇ.માં) ખાસ વિપત્તિને પ્રસંગે લડવા માટે બોલાવવામાં આવતા લશ્કર કે આરમારનો બહારના માણસોનું લશ્કર (૧૯૧૮ પહેલાંના વખતમાં), જેમાં ૬૦ વરસની ઉપરના માણસો કામ કરતા.

lane (લેન), ના૦ બે વાડ વચ્ચેની નાળ; ગલી, શેરી; (બે હાર વચ્ચેનો) સાંકડો રસ્તો.

lang syne (લૅંગ સાઇન), [સ્કૉ.] ક્રિ૦ વિ૦ જૂના વખતમાં. ના૦ જૂનો જમાનો.

lang'uage (લૅંગ્વિજ), ના૦ ભાષા; બોલ, વચન; વાણી; ભાષા-ભાષણ-ની શૈલી; લોકભાષા.

lang'uid (લૅંગ્વિડ), વિ૦ પ્રાણ કે જોમ વિનાનું; લૂલું પડતું; નબળું, સુસ્ત, મંદ; અસ્પષ્ટ.

lang'uish (લૅંગ્વિશ), અ૦ ક્રિ૦ નબળું-નરમ-ઢીલું-પડવું, શક્તિ ગુમાવવી; -ને માટે ઝૂરવું-તલસવું. **langu'ishing**, વિ૦ પ્રેમથી ઝૂરતું.

lang'uor (લૅંગર), ના૦ ગ્લાનિ, થાક; સુસ્તી, જડતા, સૂનકાર. **la'nguorous** (લૅંગરસ), વિ૦ ગ્લાનિવાળું; સુસ્ત, મંદ.

lank (લૅંક), વિ૦ ઊંચું ને સુકલકડી; લાંબું

ને નરમ; લાંબું. **lank'y,** વિ૰ અતિ ઊંચું અને પાતળું, તાડ જેવું; લાંબું.

lan'olin (લૅનલિન,-નો-), ના૰ ઉટવણું બનાવવાના પાયા તરીકે વપરાતી ઘેટાના ઊનની ચરબી.

lan'tern (લૅન્ટર્ન), ના૰ ઘરની બહાર વાપરી શકાય એવો ડબાનો દીવો; ફાનસ; હવા ઉજાસ માટે છાપરામાં રાખેલી કાચની બારી.

lan'yard (લૅન્યર્ડ), ના૰ [નૌકા.] ટૂંકું દોરડું; જેને છેડે ચપ્પુ કે સીટી બાંધેલી હોય એવી ગળા કે ખભા ફરતી બાંધેલી દોરી.

lap (લૅપ), ઉ૰ક્રિ૰ જીભે જીભે પીવું, અકરાંતિયાની જેમ બચ બચ પી જવું; (મોજાં) ચપચપ અવાજ કરવો. ના૰ કિનારા પર થતો મોજાંનો અવાજ.

lap, ના૰ કોટ, પાટલૂન, ઇ.નો ઝૂલતો ઘેરાવાનો ભાગ; કંઈક લેવા માટે છેડો ઉપર કરીને બનાવેલો પાત્રરાનો ખોળો; ખોળો, ઉત્સંગ; શરતના મેદાનનો એક ફેરો; રીલ, ફરકડી, ઇ.ને ફરતો દોરાનો એક આંટો. ઉ૰ક્રિ૰ -ની ગડી વાળવી, સંકેલવું, લપેટવું; એક પર બીજી વસ્તુ થોડી રહે એવી રીતે ગોઠવવું. *~ped in luxury*, ખૂબ આરામમાં ને મોજશોખમાં રહેનારું. **lap'-dog,** ના૰ પાળેલો નાનો કૂતરો.

lapel' (લપેલ), ના૰ કોટની છાતી પરના [ભાગની વાળેલી પટ્ટી, કૉલર.

lap'idary (લૅપિડરિ), ના૰ હીરાને પાસા પાડી તેને પૉલિશ કરનાર–ઓપનાર, હીરા ઘસનાર; ઝવેરી. વિ૰ પથ્થરનું–ને લગતું, હીરા ઘસનારનું–અંગેનું.

lap'is laz'uli (લૅપિસ લૅઝ્યુલાઇ, લે-), [ના૰ નીલમ, નીલમણિ, વૈદૂર્ય.

lapse (લૅપ્સ), ના૰ સ્મૃતિદોષ–સ્ખલન; બોલવામાં–લખવામાં–આચરણમાં – સહેજ ભૂલ–સ્ખલન; અંત આવવો તે, અંત; વખત પસાર થવો તે; ખાલસા કરવું–થવું–તે. અ૰ક્રિ૰ પાછળ પડી જવું; ખરી જવું–પડવું; ઉપયોગને અભાવે નાશ પામવું; (વખતનું) પસાર થવું, વીતી જવું.

lapsus (લૅપ્સસ), ના૰ સ્ખલન. *~ ling'uae* (-લિંગ્વી), વાણીનું સ્ખલન. *~ cal'ami* (કૅલમાઇ), કલમનું સ્ખલન.

lap'wing (લૅપ્‌વિંગ), ના૰ ટીટોડી, ટિટ્ટિભ.

larb'oard (લાર્‌બર્ડ), ના૰ વહાણની ડાબી બાજુ–ડાબું બુડદું–ઓરદું. [(નો ગુનો.)

lar'ceny (લાર્સિનિ,-સં-), ના૰ ચોરી-

larch (લાર્ચ), ના૰ દેવદારની જાતનું ઝાડ; તેનું લાકડું.

lard (લાર્ડ), ના૰ ડુક્કરની ચરબી (રાંધવા તથા દવા માટે તૈયાર કરેલી). સ૰ક્રિ૰ -ની ઉપર ચરબી મૂકવી.

lard'er (લાર્ડર), ના૰ ખોરાકના પદાર્થો રાખવાની ઓરડી કે કબાટ, પાંજરું, સાંતરાની ઓરડી.

large (લાર્જ), વિ૰ મોટું, વિશાળ, વિસ્તીર્ણ; પહોળું, વિસ્તારવાળું; ઉદાર, સંકુચિત નહિ એવું. *at ~*, અટકાયતમાં નાહ એવું, છૂટું; સવિસ્તર. *gentleman at ~*, કામધંધા વિનાનો માણસ. *the world at ~*, બધા લોકો, દુનિયા. **large'ly,** ક્રિ૰વિ૰ મોટે ભાગે, મુખ્યત્વે.

lar'gess(e) (લાર્જિસ,-જે'-), ના૰ (વિ. ક. ઉત્સવ કે ખુશાલીને પ્રસંગે આપેલ) ઉદાર બક્ષિસ–દાન.

larg'o (લાર્ગો), ક્રિ૰વિ૰ અને ના૰ [સં.] મંદ ગતિથી–ધીમા તાલથી–થતું.

la'riat (લૅરિઅટ), ના૰ ઘોડા, ઇ.ને બાંધવાનું દોરડું–પકડવાનો ફાંદો, ફાંદાવાળું દોરડું.

lark (લાર્ક), **lav'erock** (લૅવરૉક), ના૰ એક ગાનારું પક્ષી, ચંડોળ, ભારદ્વાજ, લાવરી.

lark, ના૰ ગંમત, મોજ, વિનોદ; (બ૰ વ૰) ગેલ. *say for a ~*, ગંમતમાં કહેવું. સ૰ક્રિ૰ ગેલ–ગંમત – કરવી.

lark'spur (લાર્ક્‌સ્પર), ના૰ પેંગડાના આકારના પુષ્પકોશવાળું ફૂલઝાડ.

larv'a (લાર્વ,-વાં), ના૰ (બ૰વ૰-vae). ઈંડામાંથી બહાર નીકળ્યા પછીની સ્થિતિમાંનો કીડો, ઇયળ.

la'rynx (લૅરિંક્સ), ના૰ ઘાંટી, કંઠસ્થાન, કંઠનાળ. **laryn'geal** (લરિંજિઅલ), વિ૰ કંઠનાળનું–ને લગતું. **laryngit'is** (લૅરિંજાઇટિસ,-જિટિ-), ના૰ કંઠનાળનો દાહ–સોજો.

Las'car (લૅસ્કર), ના૰ હિંદી ખારવો, પૂર્વ હિંદનો ખલાસી.

lasciv'ious (લસિવિઅસ), વિ૰ કામી, કામાતુર, સ્વૈર; કામોદ્દીપક.

lash (લૅશ), ઉ૦ ક્રિ૦ પૂંછડી કે કોઈ અવયવ ઝાટકવો – ઝાડવો, શસ્ત્ર કે ચાબુક વતી મારવું–ઝાટકવું; જોરથી મારવું; ફટકા મારવા; સખત ટીકા કરવી; સજ્જડ – કસીને – બાંધી દેવું. ના૦ વાધરી, ચાબુક કે સોટીનો ફટકો; સપાટો, ચાબખો; કડક ટીકાનો સપાટો; (બ૦ વ૦) પાંપણો. ~ oneself *into a fury*, ખૂબ ઉશ્કેરાઈ જવું. ~*with the tongue*, ઠપકારવું. ~ *out*, ઓચિંતો ફટકો કે લાત મારવી.

lass (લૅસ), **lass'ie** (લૅસી), ના૦ છોકરી, પોરી; પ્રિયા. [થાક, કંટાળો.

lass'itude (લૅસિટ્યૂડ), ના૦ સુસ્તી, ગ્લાનિ,

lass'o (લૅસો, લસૂ), ના૦ (બ૦ વ૦ –*s*). જાનવરોને પકડવાનો ફાંદો – ફાંદાવાળું (કાચા ચામડાનું) દોરડું. સ૦ ક્રિ૦ ફાંદા વતી પકડવું.

last (લાસ્ટ), ના૦ કાલબૂત. *stick to* one's ~, પોતાના કામને વળગી રહેવું, જે વાતમાં સમજ ન પડે તે (બીજાના) કામમાં માથું ન મારવું.

last, વિ૦ બધાની પછીનું, છેવટનું; તદ્દન તાજેતરનું, થોડા જ દિવસ પરનું; સૌથી ઓછા મહત્ત્વનું, છેલ્લું; ઓછામાં ઓછું સંભવિત. ક્રિ૦ વિ૦ છેલ્લે, છેવટે; છેલ્લાં, ગઈ વેળા; બધાની પછી. ના૦ છેવટ, અંત; છેવટની વ્યક્તિ, વસ્તુ, ઇ. *at* ~, છેવટે, ઘણા લાંબા વખત પછી. *breathe* one's ~, છેલ્લો શ્વાસ લેવો, મરી જવું.

last, અ૦ ક્રિ૦ ચાલવું, ટકવું, નભવું; જીવતું રહેવું; અમુક વખત સુધી પૂરતું હોવું ચાલવું. **last'ing**, વિ૦ ટકાઉ, કાયમનું.

last'ly, ક્રિ૦ વિ૦ છેલ્લે, છેવટે, અંતે.

latch (લૅચ), ના૦ બારણાની ખીંટી, કડી અથવા આગળી; દરવાજે કે બહારને બારણે દેવાનું સ્પ્રિંગવાળું તાળું. સ૦ ક્રિ૦ આગળી દેવી, ખીંટી વડે બંધ કરવું. **latch'key**, ના૦ આગલા બારણાની ચાવી.

latch'et (લૅચિટ), ના૦ [પ્રા.] જોડા (બૂટ) બાંધવાની ચામડાની વાધરી.

late (લેટ), વિ૦ (later, latter; latest, last). યોગ્ય કે નિયત સમય પછીનું, મોડું, મોડું આવેલું – કરેલું; દિવસ, રાત કે કોઈ કાળખંડનો ઘણો ભાગ પસાર થયા પછી; હાલ પરલોકવાસી, મરહૂમ, માજી; તાજેતરનું, થોડા દિવસ પરનું. ક્રિ૦ વિ૦ મોડું; મોડા સુધી. *of* ~, હમણાં હમણાં. **late'ly**, ક્રિ૦ વિ૦ થોડા દિવસ પર, હમણાં હમણાં. ~*r on*, થોડા દિવસ પછી. [વાળો સઢ.

lateen' (લટીન), ના૦ ~*sail*, ત્રણ બાજુ-

lat'ent (લેટન્ટ), વિ૦ છૂપું, પ્રચ્છન્ન; સુપ્ત, અપ્રગટ. [બાજુ તરફથી આવતું કે તરફ જતું.

lat'eral (લૅટરલ), વિ૦ બાજુનું, બાજુ પરનું

lat'est (લેટેસ્ટ, –ટિ–), વિ૦ અને ના૦ છેલ્લામાં છેલ્લું, તાજામાં તાજું.

lat'ex (લેટેક્સ), ના૦ ઝાડમાંથી ઝરતો સફેદ રસ, વિ. ક. રબરના ઝાડમાંથી. [પટી – કકડો.

lath (લાથ), ના૦ લાકડાની લાંબી પાતળી

lathe (લેધ), ના૦ ખરાદીનો સંઘાડો, ખરાદ; કુંભારનો ચાકડો (*potter's* ~).

lath'er (લૅધર, લા–), ના૦ સાબુ ને પાણીનું ફીણ; ઘોડાના શરીર પર વળતો પરસેવો – ફીણ. ઉ૦ ક્રિ૦ ઉપર ફીણ થવું–આઝવું; સાબુનું ફીણ ચોપડવું (વિ. ક. દાઢી પર).

Lat'in (લૅટિન), ના૦ પ્રાચીન રોમની ભાષા. વિ૦ લૅટિનનું–માં; પ્રાચીન રોમ–રોમન પ્રજાનું; લૅટિનના પાયાવાળી ભાષાઓનું; દક્ષિણ યુરોપનાં રાષ્ટ્રોનું.

lat'itude (લૅટિટ્યૂડ), ના૦ કાર્ય કે મતનું સ્વાતંત્ર્ય, છૂટ; અવકાશ; [ભૂગોળ] અક્ષાંશ; વિષુવવૃત્તથી અંતર. **latitudinar'ian**, વિ૦ અને ના૦ ધાર્મિક બાબતને અંગે સ્વતંત્ર મત ધરાવવાના હકનું પુરસ્કર્તા.

latrine' (લટ્રીન), ના૦ સંડાસ.

latt'er (લૅટર), વિ૦ તાજેતરનું, અમુક અવધિ કે સમયના છેવટના ભાગનું; કહેલી બે વસ્તુમાંની પછીની. **latt'erly**, ક્રિ૦ વિ૦ છેલ્લા થોડા દિવસથી; પછીના દિવસોમાં.

latt'ice (લૅટિસ), ના૦ લોઢાની કે લાકડાની ત્રાંસી જોડેલી પટ્ટીઓની (રચનાવાળી) જાળી. ~ *window*, લોઢાનાં ત્રાંસાં ચોકઠાંઓમાં કાચ જડેલી જાળીવાળી બારી. **latt'iced** (લૅટિસ્ટ), વિ૦ એવી જાળીવાળું.

laud (લૉડ), ના૦ સ્તુતિ, વખાણ. સ૦ ક્રિ૦ -ની સ્તુતિ–વખાણ–કરવાં. **laud'able**, વિ૦ વખાણવાલાયક, સ્તુત્ય. **laud'atory**, વિ૦ વખાણ કરનારું, સ્તુતિનું, પ્રશંસાત્મક.

laudanum (લૉડનમ), ના૦ અફીણનો અર્ક,

તેમાંથી બનાવેલી દવા.

laugh (લાફ, –લૅ), ઉ૦ક્રિ૦ હસવું; હસી કાઢવું, ઉપહાસ કરવો; ખુશ થવું. ના૦ હસવું, હાસ્ય. ~ *in* one's *face,* ખુલ્લંખુલ્લા કોઈનો અનાદર કરવો. ~ *in* one's *sleeve,* મનમાં ને મનમાં છાનું હસવું. ~ *at,* -નો ઉપહાસ કરવો, -ની અવગણના કરવી. ~ *on the wrong side of face, mouth,* પોતાની યોજનામાં નિષ્ફળતા મળ્યાથી ખિન્ન થવું. *have the* ~ *on a person,* -ના કરતાં વધારે સફળ થવું ને તેથી તેને હસી કાઢી શકવું. **laugh'able** (લાફ્બલ), વિ૦ હસવું આવે એવું, હાસ્યજનક, રમૂજી. **laughing-gas,** ના૦ હાસ્યોત્પાદક વાયુ, દાંત પાડતી વખતે ઈજાની સંવેદના ન થાય તે માટે અપાતું દવાનું ઇંજેક્ષન. **laugh'ing-stock,** ના૦ બધાનો હાંસીપાત્ર વિષય – વ્યક્તિ; બેવકૂફ માણસ. **laugh'ter** (લાફ્ટર), ના૦ હસવું, હાસ્ય.

launch (લૉંચ, લાંચ), ઉ૦ ક્રિ૦ ફેંકવું, છોડવું, રવાના કરવું; (કોઈ કામ) શરૂ કરવું; વહાણને દરિયામાં સફર પર ઝોકાવવું. ના૦ વહાણને દરિયામાં ઝોકાવવું તે.

launch, ના૦ વરાળ, ઇ. વડે ચલાવવામાં આવતી હોડી, ક્રીડાનૌકા(*steam* ~); મનવાર પરની મોટામાં મોટી હોડી.

laun'der (લૉન્ડર, લા–), સ૦ ક્રિ૦ કપડાં, ઇ. ધોવું. **laun'dress** (લૉન્ડ્રિસ, લા–, –ન્ડ્રે–), ના૦ લૂગડાં ધોનારી, ધોબણ. **laun'dry** (લૉન્ડ્રિ, લા–), ના૦ લૂગડાં ધોવાની જગ્યા – ધોવા આપવાની દુકાન; ધોવાનાં – ધોવાઈને આવેલાં – લૂગડાં.

laur'eate (લૉરિઅટ, –એટ), વિ૦ 'લૉરેલ' (એક ઝાંખરું) ની માળા – વિજયમાળા – જેને પહેરાવવામાં આવી હોય તે, વિજયી. *poet* ~, અથવા ~, રાજ તરફથી સાલિયાણું મેળવનાર કવિ, રાજકવિ.

lau'rel (લૉરલ), ના૦ ચળકતાં અને સુંવાળાં પાંદડાંવાળું એક ઝાડ–ઝાંખરું; વિજેતા કે કવિનું સન્માન કરવા માટે પહેરાવેલ લૉરલનો મુગટ; (બ૦વ૦) કલા, સાહિત્ય, ઇ.માં નામના.

la'va (લાવ, –વા), ના૦ જ્વાળામુખીમાંથી બહાર પડતો પથ્થરનો ગરમ રસ, ઇ., લાવારસ.

lav'atory (લૅવટરિ), ના૦ હાથમોં ધોવાની ઓરડી; સંડાસ ને મુતરડી.

lave (લેવ), સ૦ક્રિ૦ [કાવ્યમાં] ધોવું; ધોતાં ધોતાં વહેવું, -ની ધારે ધારે વહેવું; સ્નાન કરવું.

lav'ender (લૅવિન્ડર), ના૦ એક સુગંધી ફૂલવાળો છોડ; તેના ફૂલોનો રંગ, 'લવૅંડર' રંગ.

lav'erock (લૅવરૉક), ના૦ જુઓ lark.

lav'ish (લૅવિશ), વિ૦ છૂટે હાથે આપનાર, ઉદાર; અતિ ઉદાર; અતિશય, વિપુલ. સ૦ ક્રિ૦ છૂટે હાથે આપવું, ઉડાવવું.

law (લૉ), ના૦ સરકાર, રાજા, સમાજ કે કુદરતનો કાયદો, નિયમ; ધર્મશાસ્ત્ર, વ્યવહારશાસ્ત્ર; ન્યાયની કે અદાલતની વિધિ; કાયદાનો અભ્યાસ; વકીલાતનો ધંધો; કાયદાના તજ્જ્ઞો. *go in for* ~, વકીલ થવું. *go to* ~ *(against),* અદાલતમાં ફરિયાદ માંડવી. *take the* ~ *into* one's *own hands,* પોતાને થયેલા અન્યાયનો જબરદસ્તી કરીને પ્રતિકાર કરવો, કાયદો હાથમાં લેવો. ~ *court,* ન્યાયની અદાલત, કોરટ. **law-abi'ding,** વિ૦ કાયદાનું પાલન કરનાર.

law'ful (લૉફુલ), વિ૦ કાયદેસર, યોગ્ય.

law'less (લૉલિસ), વિ૦ કાયદા વિનાનું; કાયદો ન પાળનારું, બેકાયદે; જંગલી. [કાપડ.

lawn (લૉન), ના૦ એક જાતનું શણનું બારીક

lawn, ના૦ ભોંયસરખા કાપેલા ઘાસવાળી જમીન, હરિયાળી. **lawn-mower** (–મોઅર), ના૦ ભોંયસરખું ઘાસ કાપવાનું યંત્ર. **lawn tennis** (–ટેનિસ), ના૦ ઘાસવાળી કે સખત સપાટ જમીન પર રમાતી ટેનિસની રમત.

law'suit (લૉસ્યૂટ), ના૦ દાવો, મુકદ્દમો.

law'yer (લૉયર), ના૦ વકીલ.

lax (લૅક્સ), વિ૦ શિથિલ, ઢીલું, પોચું; બેદરકાર; કડકાઈ વિનાનું; અસ્પષ્ટ. **lax'ity,** ના૦ ઢીલાપણું; બેદરકારી.

lax'ative (લૅક્સટિવ), વિ૦ કોઠો નરમ કરે એવું, સારક. ના૦ સારક દવા.

lay (લે), lie નો ભૂ૦ કા૦. [પવાડો; ગીત.

lay, ના૦ ભાટચારણનું ગીત, વીરકાવ્ય,

lay, વિ૦ પાદરીઓ નહિ એવા લોકોનું, સામાન્ય જનસમાજનું; ભિન્ન ધંધાવાળાનું,

ઉજળિયાત ધંધાવાળાઓથી ભિન્ન એવા લોકોનું; અતજ્જ્ઞોનું. ~ *brother*, ~ *sister*, મજૂરીના કામમાં રોકેલો પાદરી, સાધ્વી, ઇ.
lay'man, ના૦ પાદરી નહિ એવું માણસ; સંસારી માણસ; વિશિષ્ટ ધંધાની બહારનો માણસ, અતજ્જ્ઞ.

lay, ઉ૦ ક્રિ૦ (ભૂ૦કા૦ laid). (નીચે) મૂકવું, રાખવું; (વજન, ઇ.) લાદવું; ફરમાવવું; શાંત પાડવું, ટાઢું પાડવું; (હકીકત, ઇ.) રજૂ કરવું; સુવડાવવું; ભોજન માટે ટેબલ ગોઠવવું–વાનીઓ મેજ પર મૂકવી; હોડ બકવી, શરત કરવી; ઈંડાં મૂકવાં. ~ *about one*, ચારે કોર ફટકા મારવા. ~ *aside, by*, (money), ભવિષ્યના ઉપયોગ માટે (પૈસા) બાજુએ કાઢી મૂકવું – બચાવવું. ~ *bare*, સ્પષ્ટ કરવું, ખુલ્લું કરી બતાવવું. ~ *by the heels*, કેદ કરવું, પકડીને અટકમાં રાખવું. ~ *down*, શસ્ત્રો, ઇ. નીચે મૂકવું, શરણે જવું; રાજીનામું આપવું. ~ *(it) down that*, એક નિયમ તરીકે કહેવું. ~ *down the law*, અધિકારપૂર્વક કહેવું – અભિપ્રાય આપવો. ~ one's *finger, hands, on*, અચાનક શોધ કરવી–જડવું. ~ *a finger on (anybody)*, -ને ઈજા કરવી. ~ *hands on*, ઝૂંટવી લેવું; હાથવતી હુમલો કરવો. ~ *hold on, of*, -ને પકડવું, પકડમાં લેવું. ~ *in*, સંઘરવું. ~ *oneself out (to)*, કરવાની તસ્દી લેવી. ~ *it at* somebody's *door*, -નો દોષ કાઢવો. ~ *a ghost*, ભૂતને કાયમનું દાટી દેવું–દેખાતું બંધ કરવું. ~ *the dust*, (પાણી છાંટીને) બેસાડી દેવું; શાંત પાડવું; દબાવી દેવું. ~ *the table*, ~ *the cloth*, ભોજન માટે રૂમાલ વગેરે પાથરીને ટેબલ તૈયાર કરવું. ~ *heavy odds that*, જો એમ નહિ બને તો મોટી રકમ આપવાનું કબૂલ કરવું. ~ *low*, પરાસ્ત કરવું. ~ *a person's cheek open*, છરીથી અથવા ફટકો મારીને ચીરી નાંખવું. ~ *money*, હોડ – શરત–બકવી, હોડમાં પૈસા મૂકવા. ~ one's *heart bare*, પોતાની બધી છાની વાતો કહી દેવી. ~ *in stores*, ઘરમાં સંગ્રહ કરી રાખવો, અનાજ વગેરે ભરવું. ~ *trap*, શરૂઆત કરવી. ~ *on (blows)*, મારવું. ~ *it on thick* or *with a trowel*, અતિશય સ્તુતિ કરવી. ~ *a man out*, મારીને બેભાન બનાવવું. ~ *out*, પ્રેતને દફનાવવાની તૈયારી કરવી; કોઈ કામ માટે પૈસા વાપરવા; પ્રદર્શન કરવું; હરાવવું, બેભાન બનાવવું. ~ *out one's money*, કાળજીપૂર્વક ખરચવું. ~ *waste*, વેરાન – ઉજ્જડ – બનાવવું.

lay'er (લેયર), ના૦ પડ, થર; મૂળ ધરે તેટલા માટે જમીનમાં દબાવેલો ફણગો.

layette' (લેએ'ટ), ના૦ નવા જન્મેલા બાળક માટેનાં કપડાં, ઇ.

lay fig'ure (લે ફિગર), ના૦ કપડાં વગેરેની રચના કરવામાં કે બનાવવામાં કળાકાર દ્વારા વપરાતી લાકડાની માનવ આકૃતિ; બિનમહત્ત્વનું માણસ; નવલકથાનું અવાસ્તવિક પાત્ર.

lay'out ના૦ જમીન, ઇ. ના વિનિયોગનો સામાન્ય નકશો. [રોગવાળો ભિખારી.

laz'ar (લૅઝર), ના૦ રક્તપીતિયો, મહા-

lazare't(to) (લૅઝરે'ટ,–ટો), ના૦ (બ૦વ૦–(o)s). રક્તપિત્તવાળા રોગીઓ માટેનું દવાખાનું; ભંડાર, કોઠી (વિ. ક. વહાણના પાછલા ભાગમાં).

laze (લેઝ઼) અ૦ ક્રિ૦ આળસ કરવું, કશું ન કરવું.

laziness, ના૦ આળસ.

laz'y (લેઝ઼િ), વિ૦ આળસુ, સુસ્ત; હાડકાનું ચોર. **lazy-bones**, હાડકાનું હરામી.

lea (લી), ના૦ ઘાસનું મેદાન, ખેતર.

lead (લીડ), ઉ૦ક્રિ૦ (ભૂ૦કા૦ led). આગળ ચાલીને લઈ જવું, દોરવું, રસ્તો બતાવવો; (સેનાપતિ અંગે) લશ્કરની હિલચાલનું સંચાલન કરવું; મન મનાવીને રસ્તો બતાવવો – રસ્તે વાળવું; (અમુક જાતનું જીવન) જીવવું – ગુજારવું; આગળ જવું, પ્રથમ જવું; [પત્તામાં] પ્રથમ રમવું. ના૦ દાખલો; આગેવાની; [પત્તામાં] પહેલી ઊતર (નો હક); કૂતરાને બાંધવાની દોરી; નાટકની મુખ્ય ભૂમિકા; વીજળીનો તાર. ~ *by the nose*, પોતાની ઇચ્છા મુજબ કરાવવું. ~ *to*, -નું અમુક પરિણામ થવું ~ (woman) *to altar*, -ને પરણવું ~ *one a dance*, -ને ખૂબ ત્રાસ આપવો; પોતાની પાછળ પાછળ નચાવવું. ~ (person) *a life*, -નું જીવન કષ્ટમય બનાવવું, -ને સતત પજવવું.

lead (લે'ડ), ના૦ સીસું; પેન્સિલની સીસાની સળી; બંદૂકની ગોળીઓ; પાણીનું ઊંડાણ માપવાનો ખલાસીનો લંબક–મરગ; [મુદ્રણ] લીટીઓ વચ્ચે નાંખવામાં આવતી સીસાની પટ્ટી; (બ૦ વ૦) છાપરે જડવાનાં પતરાં, પતરાંથી મઢેલું છાપરું. સ૦ ક્રિ૦ સીસા વડે ઢાંકવું; સીસું મૂકી ભારે બનાવવું. *swing the ~*, બીજાઓ કામ કરતા હોય ત્યારે પોતે બેસી રહેવું; કામ કરવાનું ટાળવા માટે માંદગીનો ઢોંગ કરવો. **lea'den** (લે'ડન), વિ૦ સીસાનું બનેલું; ભારે, વજનદાર; (આકાશ) ભૂખરા રંગનું; (હાથપગ) થાકેલું. **leads'man**, ના૦ સીસાના લંબકવાળી દોરી પાણીમાં નાંખીને તેનું ઊંડાણ માપનાર ખારવો.

lea'der (લીડર), ના૦ સરદાર, નેતા, લઈ જનાર, દોરનાર; સેનાપતિ; છાપાનો અગ્રલેખ. **leaderette'** (લીડરેટ), ના૦ સંપાદકીય ટૂંકો લેખ–ફકરો. **lea'dership**, ના૦ આગેવાની, નેતૃત્વ.

lea'ding (લીડિંગ), વિ૦ મુખ્ય; સૌથી વધુ મહત્ત્વનું. ના૦ માર્ગદર્શન (કરવું તે). *~ article*, છાપાનો અગ્રલેખ, તંત્રીનો મુખ્ય લેખ. *~ case*, બીજા મુકદ્દમાઓમાં દાખલા તરીકે વપરાતો અદાલતનો ચુકાદો. *~ lady, man*, નાટકમાં નાયિકાની, નાયકની, ભૂમિકા ભજવનાર. *~ question*, જોઈતો જવાબ કઢાવવા માટે પૂછેલો સવાલ, સૂચક સવાલ.

leaf (લીફ), ના૦ (બ૦વ૦ leaves). પાંદડું, પર્ણ, પાન; ચોપડીનું પાનું (જેની બે બાજુઓને પૃષ્ઠ કહે છે); ટેબલનું મિજાગરાવાળું પાટિયું; પાતળું પતરું, વરખ. *in ~*, પાંદડાવાળું. *take a ~ out of someone's book*, કોઈનો દાખલો લઈ તેનું અનુકરણ કરવું. *turn over a new~*, વર્તનમાં ફેરફાર કરવો–સુધારો કરવો. **leaf'age** (લીફિજ), ના૦ પાંદડાં, પાલો. **leaf'let** (લીફ્લિટ), ના૦ નાનું પાંદડું; નાનું છાપેલું પાનું, પત્રિકા. **leaf'y** (લીફિ), વિ૦ પાંદડાંવાળું, પર્ણમય. [અંતર.

league (લીગ), ના૦ આશરે પાંચ કિલોમીટરનું

league, ના૦ અરસપરસ સંરક્ષણ અને મદદ કરવાનો કરાર; અરસપરસ સહાયક સંઘ; સમાન કાર્ય કે ઉદ્દેશ માટેનું મંડળ–સંઘ. *in~ with*, -ની સાથે જોડાયેલું. *L~ of Nations*, પહેલા વિશ્વયુદ્ધ પછી ૧૯૧૯ની વર્સાઈની સંધિની રૂએ સ્થપાયેલો રાષ્ટ્રસંઘ. ઉ૦ ક્રિ૦ સાથે જોડાવું, એકો કરવો.

leak (લીક) ના૦ કાણું, ગાબડું; ચૂવું–ગળવું–તે, ચૂવો. અ૦ ક્રિ૦ (વાસણ, ઇ.) ગળવું, ચૂવું. (વહાણ)માં પાણી ભરાવું. **leak'age** (લીકિજ), ના૦ ગળવું તે; ગળી ગયેલું–ભરાયેલું–પાણી વગેરે; ખાનગી ગુપ્ત–માહિતી બહાર પડી જવી તે. **leak'y** (લીકિ), વિ૦ ગાબડું પડેલું, કાણું; છીછરા પેટનું.

leal (લીલ), વિ૦ વફાદાર, પ્રામાણિક.

lean (લીન), વિ૦ પાતળું, (બહુ) ચરબી વિનાનું, જાડું નહિ એવું. *~ years*, અછત કે દુકાળનાં વર્ષો. ના૦ ચરબી વિનાનું રાતું માંસ. **lean'ness**, ના૦ કૃશતા.

lean, ઉ૦ક્રિ૦ (ભૂ૦ કા૦ leant લેન્ટ અથવા leaned). ઝૂકવું, વાંકા વળવું; અઢેલીને મૂકવું–હોવું; -નો પક્ષપાત કરવો (*~ towards*); -નું–તરફ–વળગી રહેવું, આશ્રય પકડીને રહેવું; વલણ હોવું. *~ upon*, મદદ, ઇ. માટે (કોઈ)ના ઉપર આધાર રાખવો. **lean'-to**, ના૦ મોટા મકાનને અઢેલીને રહેલી છાપરાવાળી ઝૂંપડી. **lean'ing**, ના૦ વલણ, ઝોક, વૃત્તિ; ઢાળ.

leap (લીપ), ઉ૦ ક્રિ૦ (ભૂ૦ કા૦ leapt, લેપ્ટ, અથવા leaped). છલંગ–કૂદકો–મારવો; કૂદી પડવું; ઓળંગવું; કુદાવવું. ના૦ કૂદકો. *a ~ in the dark*, પરિણામનો વિચાર કર્યા વિના અંધારામાં–અજ્ઞાત ક્ષેત્રમાં–ભૂસકો મારવો, આંધળિયાં કરવાં. *by ~s and bounds*, કૂદકે ને ભૂસકે, ખૂબ ઝપાટાથી. **leap-frog**, ના૦ છોકરાંની એક રમત–મિયાંની ઘોડીની રમત. **leap-year**, ના૦ ચારે ભાગી શકાય એવું ખ્રિસ્તી વર્ષ.

learn (લર્ન), ઉ૦ ક્રિ૦ (ભૂ૦કા૦ learnt અથવા -ed, લર્ન્ડ). શીખવું, ભણવું, જ્ઞાન મેળવવું, અભ્યાસ કરવો; જાણવું, -ને જાણ થવી; શોધી કાઢવું. **learn'ed** (લર્નિડ), વિ૦ ખૂબ ભણેલ, વિદ્વાન, પંડિત; વિદ્વત્તા–પંડિતાઈ–વાળું. *~ professions*, વિશેષ ભણતરવાળા ધંધાઓ (વકીલ, દાક્તર, ઇજનેર,

પ્રોફેસર, ઇ.ના). **learn'er**, ના૦ ભણનાર. **learn'ing**, ના૦ ભણતર, જ્ઞાન, વિદ્યા; વિદ્વત્તા, પાંડિત્ય.

lease (લીસ), ના૦ ભાડાચિઠ્ઠી, ભાડાપટો, ગણોતપટો. *a new ~ of life*, તબિયત સુધરવી, ચિંતામુક્ત થવું, ઇ.ને લીધે થયેલો પુનર્જન્મ. સ૦ ક્રિ૦ ભાડે-સાંથે-આપવું-લેવું. **leasehold**, ના૦ ભાડે રાખેલું કે આપેલું મકાન કે જમીન.

leash (લીશ), ના૦ કૂતરાને બાંધવાની ચામડાની દોરી-વાધરી. *hold in~*, કાબૂમાં રાખવું. સ૦ક્રિ૦ દોરીએ-વાધરીએ-બાંધવું; કાબૂમાં રાખવું.

least (લીસ્ટ), વિ૦, ક્રિ૦વિ૦ અને ના૦ નાનામાં નાનું, ઓછામાં ઓછું, જરા પણ. *in the ~*, જરા પણ.

lea'ther (લે'ધર), ના૦ કેળવેલું ચામડું. સ૦ ક્રિ૦ ચામડાથી મઢવું; ફટકારવું. વિ૦ ચામડાનું.**leather-jacket**, ના૦જમીનમાં થતા પાકને ઉપદ્રવ કરનારા એક જાતના કીડા. **leatherette'** (લેધરે'ટ), ના૦ નકલી-બનાવટી-ચામડું, ચામડા જેવું દેખાવા માટે બનાવેલું કાપડ. **lea'thering** (લે'ધરિંગ), ના૦ ફટકાનો માર. **lea'thern**, વિ૦ ચામડાનું બનેલું. **lea'thery**, વિ૦ ચામડા જેવું, ચમ્મડ, ચવડ.

leave (લીવ), ના૦ રજા, પરવાનગી; અનુજ્ઞા; ગેરહાજર રહેવાની રજા; રજા (નો દિવસ), છુટ્ટી. *take French ~*, રજા વિના ગેરહાજર રહેવું, ગાપચી મારવી. *take ~ of*, -ની રજા-વિદાય-લેવી.

leave, ઉ૦ ક્રિ૦ (ભૂ૦ કા૦ left). રહેવા દેવું, રાખવું; પાછળ-વારસામાં-મૂકવું; -થી જતા રહેવું, છોડીને જવું; -થી ઊપડવું; છોડી દેવું; -નો ત્યાગ કરવો; કોઈને સોંપવું-હવાલે કરવું; (જતી વખતે સૂચનાઓ, ઇ.) મૂકી જવું. ~ a person *alone*, -ને ત્રાસ ન આપવો-નિરાંતે રહેવા દેવું. ~ a thing *alone*, -ની સાથે કશો સંબંધ ન રાખવો. ~ *go (of)*, ઉપરની પકડ ઢીલી કરવી. *~off* (કરવાનું) બંધ કરવું, છોડી દેવું. *~ out* (a word), બાદ કરવું, છોડી દેવું.

lea'ven (લે'વન), ના૦ ખીરું, આથવણ, આખરણ; મોણ; કોઈ પણ પરિવર્તન કરાવી તેને ફેલાવનારી વસ્તુ-તત્ત્વ. સ૦ક્રિ૦ મોણનું કામ કરવું.

leav'ings (લીવિંગ્ઝ), ના૦ બ૦વ૦ નકામી હોવાથી છાંડી દીધેલી વસ્તુઓ, કચરો; છાંડયું, એઠું.

lech'erous (લે'ચરસ), વિ૦ લંપટ, કામી, રંડીબાજ.**lech'ery**, ના૦કામીપણું;રંડીબાજી.

lec'tern (લેકટર્ન), ના૦ ચર્ચમાં વાંચવા માટે ચોપડી (વિ. ક. બાઇબલ) મૂકવાનું ઢળતું ટેબલ-મેજ.

lec'ture (લે'કચર), ના૦ વ્યાખ્યાન, પ્રવચન; શિખામણ; ઠપકો. ઉ૦ક્રિ૦ ભાષણ આપવું; શિખામણ-ઠપકો-દેવો. **lec'turer**, ના૦ ભાષણ કરનાર, વ્યાખ્યાતા. **lec'tureship**, (વિરલ), **lec'turership**, ના૦ લેકચરર-વ્યાખ્યાતા-ની જગ્યા-પદ.

led (લે'ડ), leadનો ભૂ૦ કા૦ તથા ભૂ૦ કૃ૦.

ledge (લે'જ), ના૦ સાંકડી અભરાઈ કે પાટિયું; આગળ પડતી કોર. કાંગરી; દરિયા નીચેના પહાડોની કોર.

ledg'er (લે'જર), ના૦ ખાતાવહી

lee (લી), ના૦ પાસેની વસ્તુથી મળતી ઓથ-આશરો; જે બાજુએથી પવન વાતો હોય તેની સામેની બાજુ. *under the ~of*, -ની ઓથે, -ના ઓથમાં.

leech (લીચ), ના૦ જળો; [પ્રા.] વૈદ્ય, દાક્તર.

leek (લીક), ના૦ ડુંગળીની જાતની એક નળાકાર દડાવાળી વનસ્પતિ-શાક.

leer (લિઅર), ના૦ આડી-ત્રાંસી-નજર, કટાક્ષ, કામી-બૂરી-નજર. અ૦ક્રિ૦ કામી-બૂરી-દૃષ્ટિથી જોવું.

lees (લીઝ), ના૦બ૦ વ૦ દારૂ, ઇ.ની બાટલી કે પીપને તળિયે જામેલો થર-કચરો.

lee shore (લીશોર, -શો-), ના૦ જેની પર પવન ફૂંકાય છે તે દરિયાનો કિનારો.

lee'ward (લીવર્ડ, અથવા વિ. ક. નૌકા.માં લ્યૂઅર્ડ), ના૦ (વહાણની) જે બાજુએ પવન ન લાગતો હોય તે બાજુ-દિશા-પ્રદેશ. વિ૦ તે બાજુનું. ક્રિ૦ વિ૦ તે બાજુ તરફ.

lee'way (લીવે), ના૦ જે બાજુએ પવન ન

લાગતો હોય તે બાજુ વહાણનું આડા જવું-તણાવું-તે. *make up* ~, મુશ્કેલીમાં માથાકૂટ કરીને માર્ગ કાઢવો; નકામા ગયેલા વખતનું સાટું વાળવું.

left (લેફ્‌ટ), વિ૰ ડાબું, ડાબી બાજુનું. ના૰ ડાબી બાજુ, ડાબું પાસું. *the* ~, [રાજકારણમાં] ઉદ્દામ કે જહાલપક્ષ, સમાજવાદી પક્ષ. **left-hand'ed**, વિ૰ ડાબેરી, ડાબોડી. ~ *compliment*, ઉપર ઉપરની માન્યતા કે સ્તુતિ પણ વસ્તુતઃ નિંદા.

left, leaveનો ભૂ૰કા૰ અને ભૂ૰ કૃ૰.

leg (લે'ગ), ના૰ ટાંટિયો, પગ; ખુરશી વગેરેનો પાયો-પગ; આધાર; પાયજામાનો પગ(નો ભાગ). *have no* ~ *to stand on*, પુરવાર કરવા માટે એકે આધાર કે કારણ ન આપી શકવું. *pull* someone's ~, -ની મશ્કરી કરવી, -ને બનાવવું. *on* one's *last* ~*s*, મરવાની અણી પર આવેલું, મરણોન્મુખ. *give* a person ~ *up*, મદદ કરવી.

leg'acy (લે'ગસિ), ના૰ મૃત્યુપત્ર દ્વારા આપેલી દેણગી; વારસામાં મળેલી વસ્તુ, વારસો.

leg'al (લીગલ), વિ૰ કાયદેસર, કાયદાનું; વિહિત; કાયદાથી નિયત-ફરજિયાત. ~ *tender*, કાયદેસર ચલણ (જે લેવા માણસ બંધાયેલો હોય છે), ચલણી નાણું. **legal'ity** (લિગૅલિટિ), ના૰ કાયદેસરપણું. **leg'alize** (લીગલાઇઝ઼), સ૰ક્રિ૰ કાયદેસર બનાવવું.

leg'ate (લે'ગિટ), ના૰ પોપનો એલચી-પ્રતિનિધિ (વિ. ક. પરદેશમાં કામ કરવા મોકલેલો); [પ્રા.] એલચી. [વારસો મેળવનાર.

legatee' (લે'ગટી), ના૰ મૃત્યુપત્રની રૂએ

lega'tion (લિગેશન), ના૰ પોતાના દેશ વતી પરદેશમાં કામ કરનાર મુખ્ય વકીલ કે એલચી ને તેની સાથેના માણસો; એલચીનું રહેઠાણ, દૂતાવાસ. [સૂચના] શાંતપણે, ધીમેથી.

lega'to (લિગાટો), ક્રિ૰ વિ૰ [સં. ગાવા અંગે

le'gend (લે'જન્ડ), ના૰ જૂની ચાલતી આવતી કથા, દંતકથા, આખ્યાયિકા; મુદ્રાલેખ; [મુદ્રણ] ચિત્રનું નામ. **le'gendary**, વિ૰ દંતકથામાં પ્રખ્યાત; પ્રખ્યાત; માત્ર દંતકથામાં મળતું, કાલ્પનિક.

le'gerdemain (લે'જર્‌ડિમેન, -ડ-), ના૰ હાથચાલાકી (નું કામ), હસ્તલાઘવ; સુફિયાણી વાત-દલીલ.

legg'ing (લે'ગિંગ), ના૰ (બહુધા બ૰વ૰માં) ઘૂંટીથી ઘૂંટણ સુધીનો પગ ઢાંકવાનું ચામડાનું આચ્છાદન.

legg'y (લેગિ), વિ૰ લાંબા ટાંટિયાવાળું.

leghorn' (લે'ગૉર્ન), ના૰ ટોપી, ઇ. માટે ગૂંથેલું એક જાતનું ઘાસ; તેની ટોપી; મરઘાની એક જાત.

le'gible (લે'જિબલ), વિ૰ સહેલાઈથી ઉકેલી-વાંચી-શકાય એવું, સુવાચ્ય. **legibil'ity** ના૰ સુવાચ્યતા.

le'gion (લીજન), ના૰ પ્રાચીન રોમનું ૩૦૦૦ થી ૬૦૦૦ માણસોનું પાયદળ લશ્કર; લશ્કર, સૈન્ય; ઘણી મોટી સંખ્યા. *British L*~, લશ્કરમાંથી નિવૃત્ત થયેલા બ્રિટનના સૈનિકોનો સંઘ. *foreign* ~, લશ્કરના પરદેશના માણસો. *L*~ *of Honour*, માનાર્થે આપેલી ફ્રેંચ લશ્કરી પદવી. **le'gionary** (લીજનરિ), વિ૰ મોટી સંખ્યા-લીજન-વાળું. ના૰ (રોમન) પાયદળનો સિપાઈ.

le'gislate (લે'જિસ્લેટ), અ૰ક્રિ૰ કાયદા ઘડવા-કરવા. **legisla'tion**, ના૰ કાયદા ઘડવા-કરવા-તે; (રાજ્યે) ઘડેલા કાયદા.

le'gislative (લે'જિસ્લટિવ, -સ્લે-), વિ૰ કાયદા કરનારું. **le'gislator** (લે'જિસ્લેટર), ના૰ કાયદા ઘડનાર; ધારાસભાનો સભ્ય.

le'gislature (લે'જિસ્લેચર), ના૰ રાજ્યના કાયદા ઘડનારું મંડળ, ધારાસભા.

legit'imacy (લિજિટિમસિ), ના૰ કાયદેસરપણું; ઔરસપણું. **legit'imate** (લિજિટિમિટ), વિ૰ કાયદેસર, યોગ્ય; કાયદેસર લગ્ન સંબંધવાળું-થી જન્મેલું, ઔરસ. **legitimate** (લિજિટિમેટ), **legit'imize** (લિજિટિમાઇઝ઼), સ૰ક્રિ૰ ફતવો કાઢીને અથવા કાયદો કરીને કાયદેસર જાહેર કરવું; કાયદેસર પુરવાર કરવું.

legum'inous (લિગ્યૂમિનસ), વિ૰ જેને સીંગો આવે છે એવું, કઠોળનું-ની જાતનું.

leisure (લે'ઝર), ના૰ ફુરસદ, નવરાશ. *at* ~, નવરું; નવરાશે, ઉતાવળ વિના. *at* one's ~, વખત-ફુરસદ-મળે ત્યારે. **leis-**

ured, (લે'ઝર્ડ), વિ૦ ભરપૂર નવરાશવાળું.

lei'surely, વિ૦ ઉતાવળ વિનાનું, નિરાંત-વાળું. ક્રિ૦ વિ૦ નવરાશે, નિરાંતે; વિચારપૂર્વક.

lem'ming (લે'મિંગ), ના૦ ઉત્તર ધ્રુવ પ્રદેશનું ઉંદરની જાતનું એક પ્રાણી.

lem'on (લે'મન), ના૦ લીંબુ; તેનો આછો પીળો રંગ; લીંબોઈ; લીંબુના રસનું પીણું. ~ *squash* (–સ્ક્વૉશ), લીંબુનો રસ અને સોડાવૉટરનું પીણું. **lem'onade** (લેમનેડ), ના૦ લીંબુના રસનું પીણું, શરબત.

lem'ur (લીમર), ના૦ રાતે ફરનારું વાંદરા જેવું માડાગાસ્કરનું એક પ્રાણી.

lend (લે'ન્ડ), સ૦ ક્રિ૦ (ભૂ૦ કા૦ lent). ઉછીનું આપવું, થોડા દિવસ વાપરવા આપવું; વ્યાજે આપવું; ભાડે આપવું; આપવું, બક્ષવું. ~ *an ear*, સાંભળવું, ધ્યાન આપવું. ~ *a hand*, મદદ કરવી. ~ *itself to*, બેસતું આવવું; -ને માટે ઉપયોગી હોવું. ~ *oneself to*, ટેકો આપવો.

length (લે'ંગ્થ), ના૦ લંબાઈ, લંબાણ; અંતર, સમય, વિસ્તાર. *at* ~, લાંબા વખત પછી, આખરે; વિગતવાર. *at full* ~, સંપૂર્ણ વિગત સાથે. *go to all* ~*s*, જે કોઈ ઉપાય લેવાની જરૂર હોય તે બધા લેવા. **lengthen** (લે'ંગ્થન), ઉ૦ ક્રિ૦ લંબાવવું, લાંબું થવું. **length'ways**, **length'wise**, ક્રિ૦ વિ૦ લંબાણમાં, લંબાઈ-માં, લંબાઈની દિશામાં. **leng'thy**, વિ૦ લંબાણવાળું, વધારે પડતું – અતિ – લાંબું; કંટાળો ઉપજાવનારું.

len'ient (લીન્યન્ટ, લીનિઅન્ટ), વિ૦ નરમ, સૌમ્ય; હળવું, હલકું, કડક નહિ એવું. **len'ience, len'iency, len'ity** (લે'નિટિ), ના૦ નરમાશ, સૌમ્યતા; દયાભાવ, કોમળતા.

lens (લે'ન્સ), ના૦ (બ૦ વ૦ – es). એક કે બન્ને બાજુ ગોળ હોય એવો પારદર્શક કાચ; ચશ્માં, દૂરબીન, ઇ.માં વપરાતો કાચ.

lent (લે'ન્ટ), lendનો ભૂ૦ કા૦.

Lent, ના૦ ઈશુ ખ્રિસ્તના પુનરુત્થાન અંગેનો ચાળીસ દિવસનો ઉપવાસ. **Len'ten** (લે'ન્ટન), વિ૦ 'લેન્ટ'ના ઉપવાસનું–દરમ્યાનનું.

len'til (લે'ન્ટિલ), ના૦ મસૂરની દાળ.

Le'o (લીઓ), ના૦ સિંહ રાશિ.

le'onine (લીઅનાઇન), વિ૦ સિંહનું; સિંહના જેવું.

leo'pard (લે'પર્ડ), ના૦ ચિત્તો, ખડિયો વાઘ.

lep'er (લે'પર), ના૦ રક્તપીતિયો, કુષ્ઠરોગી, મહારોગી. **lep'rosy** (લે'પ્રસિ), ના૦ રક્તપિત્ત, કુષ્ઠરોગ. **lep'rous** (લે'પ્રસ), વિ૦ કુષ્ઠરોગવાળું, પતિયું.

lepidop'tera (લે'પિડૉપ્ટરા), ના૦ બ૦ વ૦ ભીંગડાંવાળી ચાર પાંખોવાળા પતંગિયાની જાતના કીડા.

le'prechaun (લે'પ્રકોન, –પ્રિ–), ના૦ એક [આઇરિશ પરી.

lese-majesté (લીઝ્ મૅઝે'સ્ટે), **lese-maj'esty** (લીઝ્-મૅજિસ્ટિ), ના૦ રાજદ્રોહ; હાથ નીચેના માણસોનું બેઅદબ વર્તન – બળવો.

le'sion (લીઝન), ના૦ ઈજા, જખમ; કોઈ ઇન્દ્રિયમાં રોગિષ્ઠ ફેરફાર – પરિવર્તન.

less (લે'સ), વિ૦ (કદ) નાનું, વધારે નાનું; (સંખ્યા) ઓછું, વધારે ઓછું – થોડું; ઓછી રકમ કે જથ્થાવાળું; ઊતરતી પદવી કે માત્રા-વાળું. ના૦ ઓછી સંખ્યા, કદ કે માત્રા. ક્રિ૦વિ૦ ઓછું. નામ૦ અ૦ બાદ, ઓછું.

lessee' (લે'સી), ના૦ ભાડે – પટે – સાંથે – લેનાર, ભાડૂત, ગણોતિયો.

less'en (લે'સન), ઉ૦ ક્રિ૦ ઓછું – કમી – કરવું – થવું, ઘટાડવું, ઘટવું. [ગૌણ, ઊતરતું.

less'er (લે'સર), વિ૦ બીજાથી ઓછું કે નાનું;

less'on (લે'સન), ના૦ દેવળમાં સવાર સાંજ કરાતો બાઇબલનો પાઠ; ભણવાનો પાઠ – ધડો; પાઠની માત્રા–સમય; બોધ લેવા જેવો અનુભવ; દાખલો, ઉદાહરણ. *teach one a* ~, પાઠ શીખવવો, ખો ભુલાવવી.

less'or (લે'સૉર), ના૦ ભાડે–સાંથે–આપનાર.

lest (લે'સ્ટ), ઉભ૦ અ૦ રખેને (આમ થાય), કદાચને (આમ ન થાય), તેટલા માટે.

let (લે'ટ), સ૦ ક્રિ૦ (ભૂ૦ કા૦ let). આડ-ખીલી નાંખવી, અટકાવવું, રોકવું. ના૦ આડ-ખીલી, હરકત.

let, સ૦ અને સહા૦ ક્રિ૦ (ભૂ૦ કા૦ let). રજા આપવી, કરવા દેવું; ભાડે આપવું; આજ્ઞાર્થ સૂચક તરીકે પણ ક્રિયાપદની સાથે વપરાય છે. ~ *alone*, સ૦ ક્રિ૦ -ની વાત છોડી દેવી, પડતું મૂકવું. નામ૦ અ૦ -ને ગણતરીમાંથી બાદ કરતાં.

~ *down*, વચનભંગ કરવો, અપેક્ષિત ટેકો ન આપવો; નીચે છોડવું. ~ *a man down*, દગો દેવો. ~ *one alone*, નિરાંતે બેસી રહેવા દેવું, પજવવું નહિ. ~ *oneself go*, જાત પરનો કાબૂ છોડી દેવો. ~ *loose*, છૂટું–વહેતું–મૂકવું. ~ *off*, (તીર, બંદૂક) છોડવું–મારવું; છોડી દેવું; માફ કરવું. ~ *out*, ભાડે આપવું; છાની વાત કહી દેવી; (ટાંકા કાઢીને) પહોળું કરવું. ~*on*, છાની વાત કહી દેવી. આજ્ઞા૦ ક્રિ૦ ~*us go*, ચાલો આપણે જઈએ. ~ *it be done*, થવા દો.

leth'al (લીથલ), વિ૦ પ્રાણઘાતક, જીવલેણ; મારી નાખનારું–નાખવા માટે કરેલું–યોજેલું.

leth'argy (લે'થર્જિ), ના૦ સુસ્તી, ગાફેલપણું, જડતા. **lethar'gic** (લિથાર્જિક, લે'–), વિ૦ આળસુ, ઊંઘણસી, સુસ્ત, ગાફેલ.

Leth'e (લીથી), ના૦ ભૂતકાળનું વિસ્મરણ કરાવનારી પ્રેતલોકની નદી; ભુલાવો, વિસ્મૃતિ.

lett'er (લે'ટર), ના૦ અક્ષર, વર્ણ; કાગળ, પત્ર; અક્ષરાર્થ; (બ૦ વ૦) સાહિત્ય, વિદ્યા, સાક્ષરનો ધંધો. *a man of ~s*, સાક્ષર, સાહિત્યસેવક. **letter-box**, ના૦ (આવક પત્રો નાખવાની) ટપાલપેટી. **lett'ered**, વિ૦ બહુશ્રુત. **letterhead**, ના૦ મથાળે નામ અને સરનામું છાપેલો કાગળ. **lett'ering**, ના૦ પુસ્તકના પૂંઠા ઇ. પર ખાસ લખેલા કે છાપેલા અક્ષરો. **lett'er-perf'ect**, [રંગભૂમિ] પોતાની ભૂમિકા બરાબર જાણનાર. **lett'erpress**, વિ૦ (ચિત્રો બાદ કરતાં) બીબાં વડે છાપેલો મજકૂર.

lett'uce (લે'ટિસ), ના૦ (વિ. ક. કચુંબર માટે વપરાતી) લેટિસની વનસ્પતિ – ભાજી.

leu'cocyte (લ્યૂકસાઇટ, લ્યૂકો–), ના૦ ઉદકધાતુ અથવા લોહીમાંનો વર્ણહીન – શ્વેત – કણ.

levant' (લિવૅન્ટ), અ૦ ક્રિ૦ દેવું ચૂકવ્યા વિના એકદમ જતા રહેવું – નાસી જવું.

Levant', ના૦ ભૂમધ્ય સમુદ્રના પૂર્વ ભાગનો–તરફનો–પ્રદેશ. **Levan'tine** (–ટિન, લે'–), વિ૦ અને ના૦ લિવૅન્ટનું (માણસ).

lev'ee (લે'વિ), ના૦ કેવળ પુરુષોને બોલાવ્યા હોય એવો રાજા કે તેના પ્રતિનિધિનો દરબાર.

levee (લિવી લે'વિ), ના૦ નદીનું પાણી અંદર આવતું અટકાવવા બાંધેલો બંધ, ધક્કો.

lev'el (લે'વલ), ના૦ સપાટી જાણવાનું સાધન, સાધણ, પાણસળ, લેવલપટી; સરખી ભોંય, સપાટી; સામાજિક કે બૌદ્ધિક ધોરણ – સપાટી – કક્ષા; સપાટ પ્રદેશ; (સમાજમાં) સ્થિતિ, દરજ્જો. વિ૦ ખાડાટેકરા વગરનું, સપાટ; ક્ષિતિજને સમાંતર; સરખી ઊંચાઈવાળું. ઉ૦ક્રિ૦ (ભૂ૦ કા૦ levelled), સરખું, સપાટ કે એક સપાટીવાળું કરવું – થવું; જમીનદોસ્ત કરવું, પાડી નાંખવું; -નું લક્ષ્ય સાધવું, તાકવું. *find* one's ~, પોતાની યોગ્ય જગ્યા ખોળી કાઢવી – જગ્યાએ પહોંચી જવું. *on the* ~, પ્રામાણિક, સચ્ચાઈવાળું; પ્રામાણિકપણે. one's ~ *best*, પોતે કરી શકે તે બધું. **lev'el crossing**, ના૦ રસ્તો અને રેલવે (પુલ વિના) જ્યાં એકબીજાને કાપીને જાય છે તે જગ્યા. **lev'el-headed**, વિ૦ સમતોલ વૃત્તિવાળું. **lev'eller**, ના૦ સામાજિક ઉચ્ચનીચના ભેદ તોડવા માગનાર, સમતાનો હિમાયતી.

lev'er (લીવર), ના૦ ભાર ઊંચકવા – ખસેડવા–ની સાગટી, ઉચ્ચાલક. સ૦ ક્રિ૦ ઉચ્ચાલકની મદદથી ખસેડવું. **lev'erage** (લીવરિજ), ના૦ ઉચ્ચાલન વાપરવાથી થયેલો યાંત્રિક લાભ–મળતી શક્તિ.

lev'eret (લે'વરિટ), ના૦ સસલાનું બચ્ચું.

levi'athan (લિવાયથન), ના૦ દરિયાઈ રાક્ષસ; મોટું, તોતિંગ, વહાણ; તે તે જાતની કોઈ પણ પ્રચંડ કદાવર વસ્તુ–પ્રાણી.

lev'itate (લે'વિટેટ), ઉ૦ ક્રિ૦ (આધ્યાત્મિક શક્તિ કે યોગવિદ્યાની મદદથી) દેહને હવામાં ઊંચે ચડાવવું, – ઊંચે ચડવું – ઊડવું.

Lev'ite (લીવાઇટ), ના૦ યહૂદી મંદિરોમાં પૂજારીનો સહાયક (લેવિની જમાતનો).

lev'ity (લે'વિટિ), ના૦ ગંભીર વસ્તુની ઠેકડી કરવાની વૃત્તિ, અકાળે–અસ્થાને–કરેલો વિનોદ; અવિચાર; ચંચળતા, ગાંભીર્યનો અભાવ.

lev'y (લે'વિ), ના૦ કરવેરો વસૂલ કરવો તે, લશ્કરમાં માણસોને ભરતી કરવાં તે; એવી રીતે ભેગો કરેલો કરવેરો–પૈસો; ભરતી કરેલા માણસોની સંખ્યા. સ૦ ક્રિ૦ (કરવેરો) ફરજિયાત નાખવું–લાદવું–વસૂલ કરવું; લશ્કરમાં માણસોના ભરતી કરવી.

lewd (લ્યૂડ), વિ૦ કામી, લંપટ; અશ્લીલ; નીચ, હલકું. [હલકી યાંત્રિક બંદૂક–તોપ.
Lewis gun (લૂઇસ્ ગન), ના૦ એક પ્રકારની
lexicog'rapher (લે'ક્સિકૉગ્રફર), ના૦ કોશનો કર્તા, કોશકાર. **lexicog'raphy,** ના૦ કોશરચના (શાસ્ત્ર). **lex'icon** (લેક્સિકન), ના૦ શબ્દકોશ, કોશ.
Ley'den jar (લાઇડન જાર), ના૦ લાઇડન બરણી (વીજળી સંઘરવાની). [૫૭૬ મીટર.
li (લી), ના૦ અંતરનું ચીની માપ–૬૩૩ વાર–
liabil'ity (લાયબિલિટિ), ના૦ જવાબદારી, જિમ્મેદારી; ૦શીલતા–ધર્મતા (સમાસમાં);(બ૦ વ૦) દેવું, કરજ, આર્થિક જવાબદારી. **liable** (લાયબલ), વિ૦ કાયદાથી બંધાયેલું; જવાબદાર; -ને અધીન–પાત્ર; કંઈ (ન ઇચ્છવા જેવું) થાય–કરે–એવું.
liais'on (લિએઝ્ન), ના૦ સ્વર પહેલાં કે ફ્રેંચમાં અનુચ્ચારિત એચ્ (*h*) પહેલાં છેલ્લા વ્યંજનનો ઉચ્ચાર કરવો તે; [લશ્કર] સંબંધ, સંપર્ક, દરમિયાનગીરી; પતિપત્ની નહિ એવાં સ્ત્રીપુરુષ વચ્ચેની (અનૈતિક) દોસ્તી.
liane' (લિઆન), **lia'na** (લિઆના), ના૦ ઉષ્ણકટિબંધમાં થતો એક જંગલી વેલો.
li'ar (લાયર), ના૦ જૂઠું બોલનારો.
liba'tion (લાઇબેશન, લિ–), ના૦ દેવતા આગળ રેડેલો–નૈવેદ્યમાં ધરેલો–દારૂ; દેવતાને –યજ્ઞમાં–અર્પણ કરેલી વસ્તુ–આહુતિ, નૈવેદ્ય.
lib'el (લાઇબલ), ના૦ કોઈની આબરૂને હાનિ પહોંચે એવું–બદનક્ષી કરનારું–લખાણ, ચિત્ર, ઇ.; બદનક્ષી. સ૦ ક્રિ૦ (ભૂ૦ કા૦ libelled). કોઈની બદનક્ષી કરવી.
lib'eral (લિબરલ), વિ૦ ઉદાર, છૂટા હાથનું; વિપુલ, ભરપૂર; મોટા મનવાળું, પૂર્વગ્રહ વિનાનું. ના૦ ઉદાર–લિબરલ–પક્ષનો સભ્ય. ~ *education*, મનને ઉદાર–ઉદાત્ત–કરનારી કેળવણી (ધંધા કે ઉદ્યોગની કેળવણીથી ભિન્ન), સંસ્કારની કેળવણી. *L~ Party*, (ઇંગ્લન્ડનો) ઉદારપક્ષ.
liberal'ity (લિબરૅલિટિ), ના૦ ઉદારતા, સખીપણું; મોટું મન, સંકુચિત વિચારથી મુક્તતા.
lib'erate (લિબરેટ), સ૦ ક્રિ૦ મુક્ત કરવું, કેદમાંથી છોડી મૂકવું. **libera'tion,** ના૦ મુક્ત કરવું તે; મુક્તિ, (કેદમાંથી) છુટકારો.
lib'erator (લિબરેટર), ના૦ છોડાવનાર, મુક્તિદાતા.
lib'ertine (લિબર્ટિન, –ટીન, –ટાઇન), ના૦ સ્વૈરાચારી– નિરંકુશ–માણસ, વિષયલંપટ ને વિલાસી માણસ.
lib'erty (લિબર્ટિ), ના૦ સ્વતંત્રતા; પોતાની ઇચ્છા મુજબ વર્તવાની છૂટ; નિરંકુશ હોવું–થવું–તે. *at ~ to (do)*, (કરવાની) છૂટવાળું. *take liberties with*, -ની સાથે વધારે પડતી–અયોગ્ય રીતે–છૂટ લેવી.
libid'inous (લિબિડિનસ), વિ૦ કામી, કામાતુર. **libido** (લિબિડો, –બાઈ–), ના૦ [મનોવિ.] કોઈ વિશિષ્ટ માનવ પ્રવૃત્તિને (વિ. ક. જાતીય) પ્રેરતી વાસના, કામવાસના.
librar'ian (લાઇબ્રેરિઅન) ના૦ ગ્રંથાલયની સંભાળ રાખનાર, ગ્રંથપાલ. **lib'rary** (લાઇબ્રરિ), ના૦ ગ્રંથસંગ્રહ; ગ્રંથાલય, પુસ્તકાલય. *circulating ~*, ફરતું ગ્રંથાલય.
librett'o (લિબ્રે'ટો), ના૦ (બ૦ વ૦ libretti). સંગીતનાટિકાનું ગીત, લાંબું ગીત; તેનું પુસ્તક.
lice (લાઇસ), ના૦ louse નું બ૦ વ૦.
li'cence (લાઇસન્સ), ના૦ રજા, પરવાનગી; સરકારી પરવાનો; સ્વચ્છંદીપણું, સ્વૈરાચાર. *poetic ~*, કવિનું નિરંકુશત્વ–વ્યાકરણ, ન્યાયશાસ્ત્ર, ઇ.ના નિયમોનો ભંગ કરવાની છૂટ.
li'cense (લાયસન્સ), સ૦ ક્રિ૦ રજા–પરવાનગી–પરવાનો–આપવો; અધિકાર આપવો. **licensee',** ના૦ પરવાનો ધરાવનાર.
licen'tiate (લાઇસે'ન્શિઅટ), ના૦ પરીક્ષા લેનાર સંસ્થાનું લાયકાતનું પ્રમાણપત્ર અથવા અધિકારપત્ર ધરાવનાર, પદવી કે સનદવાળો.
licen'tious (લાઇસે'ન્શસ), વિ૦ કામી, લંપટ; અનીતિમાન. **licen'tiousness,** ના૦ સ્વૈરાચાર.
li'chen (લાઇકન), ના૦ પથ્થર કે ઝાડના થડ પર જેનો પોપડો બાઝે છે એવી ફૂલ ન બેસતી વનસ્પતિ, એક જાતની લીલ, પથ્થરફૂલ (?)
lich-gate (લિચગેટ), ના૦ સ્મશાન કે કબ્રસ્તાનનો છાપરાવાળો દરવાજો, જ્યાં પાદરી આવે ત્યાં સુધી શબને રાખવામાં આવે છે.

lick (લિક), સ૦ ક્રિ૦ ચાટવું; ચાટી જવું; ખુશામત કરવી; ચાબુકનો માર મારવો. ના૦ ચાટવું તે; સોટી. ઇ. નો ફટકો – માર. *at a great* ~, ભારે ઝડપથી. ~ *the dust*, યુદ્ધમાં પડવું – મરણ પામવું; -નો પરાભવ થવો. ~ somebody's *boots*, કોઈની ખુશામત કરવી. ~ *into shape*, સુધારવું, કેળવવું. ~ one's *lips*, હોઠ ચાટવા. **licking**, ના૦ માર; હાર.

lic'orice (લિકરિસ), ના૦ જુઓ liquorice.

lid (લિડ), ના૦ (પેટી, ડબો, ઇ. નું) ઢાંકણું; (આંખનું) પોપચું (*eye*~).

lie (લાઇ), ના૦ જૂઠું, અસત્ય. અ૦ ક્રિ૦ (વર્ત. કૃદંત lying). ખોટું બોલવું; છેતરવું. *give the* ~ *to*, જૂઠું પાડવું, જૂઠું છે એમ ઠોકીને કહેવું.

lie, અ૦ ક્રિ૦ (ભૂ૦કા૦ lay, ભૂ૦ કૃ૦ lain). સૂવું; આડા થવું, સૂતેલા હોવું; કશાક ઉપર સૂતેલા – પડેલા – હોવું; પ્રસરેલું – પડેલું – હોવું; [કા.] ટકી શકે એવું હોવું. ના૦ જે રીતે વસ્તુ પડી હોય તે સ્થિતિ, કુદરતી સ્થિતિ. ~ *down*, આડા પડવું. ~ *doggo*, નિશ્ચેષ્ટ – શાંત – પડી રહેવું. ~ *in*, સુવાવડી હોવું, -ને બાળક આવવું. ~ *low*, ચુપચાપ પડ્યા રહેવું. ~ *up*, માંદા – પથારીવશ – હોવું; (જહાજ) ઉપયોગમાં ન હોવું. *let sleeping dogs* ~, ઝઘડાના વિષયો ન છેડવા. ~ *of the land*, જમીનની સ્થિતિ, સર્વસામાન્ય પરિસ્થિતિ. *take it lying down*, અન્યાય, ઇ. સહી લેવું – સામે ન ઝૂઝવું.

lief (લીફ), ક્રિ૦ વિ૦ રાજીખુશીથી, આનંદથી (as ~). **lief'er** (લીફર), ક્રિ૦ વિ૦ વધુ ખુશીથી.

liege (લીજ), વિ૦ (ધણી) સેવાચાકરી–વફાદારી – (મેળવવા) નો અધિકારી; (સેવક) સેવાચાકરી આપવા બંધાયેલ. ના૦ ઉપરી, સ્વામી; પ્રજાજન, નોકર, રૈયત, તાબેદાર. **liege-lord**, ના૦ ધણી, માલિક. **liege-man**, ના૦ ધણીનો તાબેદાર.

li'en (લીઅન), ના૦ દેવું ન ચૂકવાય ત્યાં સુધી વસ્તુ અટકાવી રાખવાનો હક.

lieu (લ્યૂ), ના૦ જગ્યા, ઠેકાણું. *in* ~ *of*, -ને ઠેકાણે – બદલે.

lieuten'ant (લે'ફ્ટે'નન્ટ), ના૦ ઉપરી અધિકારીની ગેરહાજરીમાં તેનું કામ સંભાળનાર અધિકારી, પ્રતિનિધિ; લશ્કરનો કે આરમારનો એક અધિકારી.

life (લાઇફ), ના૦ (બ૦ વ૦ lives). જીવ, પ્રાણ, ચૈતન્ય; જીવો, પ્રાણીઓ અને તેમની પ્રવૃત્તિઓ; જુસ્સો, પ્રાણ, પાણી; જિંદગી, હયાતી; ચરિત્રકથા, જીવનચરિત્ર; જોમ, દમ, રામ.

life'belt (લાઇફ્બે'લ્ટ), ના૦ પાણીમાં તરતું રાખનાર હવા ભરેલું કડું – પટો.

life-blood, ના૦ જીવવા માટે આવશ્યક એવું લોહી; પ્રાણદાયી વસ્તુ.

life'boat, ના૦ તોફાન વખતે વાપરવાની હોડી, ડૂબતા માણસોને કાઢવાની – બચાવવાની – હોડી.

life'buoy (લાઇફ્બૉઇ), ના૦ માણસને પાણીમાં તરતું રાખવાનું સાધન, બોયું, હવા ભરેલું રબરનું કડું, ઇ.

life insur'ance (લાઇફ્ઇન્શ્યૂરન્સ), ના૦ જિંદગીનો વીમો.

life'less, વિ૦ મરી ગયેલું, મૃત; મુડદાલ, દમ વિનાનું.

life'like, વિ૦ જાણે જીવતું હોય તેવું, આબેહૂબ,

life'long, વિ૦ આખી જિંદગી ચાલે – ટકે – એવું.

life-preserver (લાઇફ્પ્રિઝ઼ર્વર), ના૦ (શત્રુને માથા પર મારવા માટે) એક છેડે વજનદાર બનાવેલો ટૂંકો દંડૂકો.

life'time, ના૦ (આખો) જન્મારો–આવરદા.

lift (લિફ્ટ), ઉ૦ ક્રિ૦ ઊંચું કરવું, ઉપાડવું. ઊંચકવું; ઊંચકી લેવું; ઊંચે ચડાવવું; ચોરીથી ઉપાડી જવું, ચોરવું (વિ. ક. ઢોરો); (ધૂમસ) ઊડી જવું. ના૦ ઉપાડવું તે; એક માળથી બીજે માળ ચડાવવાનું કે ઉતારવાનું પારણા જેવું સાધન, 'લિફ્ટ'; ગાડીમાં બેસાડીને લઈ જવું તે (*give a* ~ *to*); મદદ (કરવી તે). *not* ~ *a finger, to*, -ને માટે જરાય પ્રયત્ન ન કરવો. ~ *up* one's *voice*, બૂમ પાડવી.

lig'ament (લિગમન્ટ), ના૦ અસ્થિબંધન, હાડકાંને એકબીજા સાથે બાંધનારી કૂર્ચા.

lig'ature (લિગચર), ના૦ બાંધવાનું સાધન, બંધન. સ૦ક્રિ૦ બંધ વતી બાંધવું, પાટા બાંધવો.

lig'er (લાઇગર), નામ૦ સિંહ અને વાઘણની ઓલાદ.

light (લાઇટ), નામ૦ પ્રકાશ, અજવાળું; દીવો; આંખનું તેજ – ચમક; ઉજાસવાળી બાજુ; [કાવ્ય] દૃષ્ટિ; જ્ઞાન, બુદ્ધિ; દૃષ્ટિકોણ, નજર. વિ૦ ભરપૂર પ્રકાશવાળું; (રંગ) ધોળાશ પડતું, ફીકું. ઉ૦ ક્રિ૦ (ભૂ૦ કા૦ lit, lighted). સળગાવવું, ચેતાવવું; દીવો બતાવવો; સળગવું, સળગવા માંડવું; પ્રફુલ્લિત – પ્રસન્ન – કરવું. *ancient ~s*, [કા.] વહીવટ પ્રમાણે મળતા અજવાળામાં કોઈ નડતર ઊભું કરે તો તે દૂર કરવાનો હક. *bring, come, to ~* છતું કરવું – થવું; જાહેર – પ્રગટ – કરવું – થવું. *high ~s*, ચિત્રનો સૌથી ઊજળો ભાગ. *inner ~*, અન્તર્દૃષ્ટિ.

light, વિ૦ ઓછા વજનવાળું; હળવું, હલકું; સહેલાઈથી ઉપાડી – પચાવી – કરી – શકાય એવું; (ઊંઘ) ઝટ ઊડી જાય એવી, આછી; કોમળ, ચપળ; નજીવું, ક્ષુદ્ર; ચંચળ, અસ્થિર. *~ infantry*, હલકા હથિયારવાળું પાયદળ. ક્રિ૦ વિ૦ પૂરતા કારણ વગર. અ૦ ક્રિ૦ (ભૂ૦કા૦ ને ભૂ૦કૃ૦ lit, lighted). ઓચિંતું મળવું, ઓચિંતો ભેટો થવો (*~ upon*); કિનારે – નીચે – ઊતરવું. **light'-fingered**, વિ૦ હાથચાલાકીવાળું, હાથનું ચોટ્ટું. **light-headed**, વિ૦ ચસકેલું, અવિચારી. **light-heart'ed**, વિ૦ આનંદી, મોજીલું; બેફિકરું. **light'-weight**, નામ૦ ૧૩૫ રતલ કે તેથી ઓછા વજનવાળો મુષ્ટિયોદ્ધો.

light'en (લાઇટન), ઉ૦ ક્રિ૦ વજન – ભાર – ઓછો – હલકો – કરવો – થવો; હલકું – હળવું – કરવું – થવું; ચિંતામુક્ત કરવું.

light'en, ઉ૦ ક્રિ૦ -ની ઉપર પ્રકાશ પાડવો, પ્રકાશિત કરવું; પ્રકાશવું, ચળકવું; (આકાશ, વાદળાં, ઇ. માં) વીજળીના ચમકારા થવા.

light'er (લાઇટર), નામ૦ વહાણ અને કિનારા વચ્ચે સામાન લાવવા લઈ જવા માટેની હોડી; બીડી, ચૂલો, ઇ. પેટાવવાનું સાધન, 'લાઇટર'.

light'house (લાઇટહાઉસ), નામ૦ દીવાદાંડી.

light'ning (લાઇટ્નિંગ), નામ૦ વીજળી, વિદ્યુત; વીજળીનો ચમકારો. *~-conductor, ~-rod*, નામ૦ વીજળીથી ઘર વગેરેને નુકસાન ન થાય તેટલા માટે તેને જમીનમાં ઉતારી દેવા ઊભો કરેલો ધાતુનો તાર કે સળિયો – ગજિયો, વિદ્યુત્સ્તંભ.

lights, નામ૦ બ૦ વ૦ ખોરાક માટે વપરાતાં જનાવરનાં ફેફસાં.

light'ship (-શિપ), નામ૦ બીજાં વહાણોને ચેતવણી આપવા સારુ લંગર નાંખીને પડેલું દીવાવાળું વહાણ.

light'some (-સમ), વિ૦ આનંદી; સુંદર, [ફૂટડું.

lig'neous (લિગ્નિઅસ), વિ૦ (વનસ્પતિ અંગે) કાષ્ઠ જેવું; કાષ્ઠદ્રવ્યવાળું.

lig'nite (લિગ્નાઇટ), નામ૦ લાકડાના બરનો બદામી રંગનો કોલસો.

like (લાઇક), વિ૦ (બીજા) ના જેવું; સરખું, સમાન. નામ૦ અ૦ અને ક્રિ૦ વિ૦ -ની જેમ; -ના જેટલું. *~ anything*, ક્રિ૦વિ૦ ઘણું, ખૂબ જોરથી. *~ mad*, ગાંડાની જેમ, આવેશપૂર્વક. *nothing ~ as good*, -થી ઘણું ઊતરતું. નામ૦ બરોબરીનું; આબેહૂબ એકના જેવું બીજું (માણસ); (બ૦ વ૦) ગમતી વસ્તુઓ, રુચિઓ. સ૦ક્રિ૦ -ને ગમવું – પસંદ પડવું; -ની તરફ આકૃષ્ટ હોવું; પસંદ કરવું, ચાહવું. *feel ~ doing*, કરવાની ઇચ્છા થવી. *it looks ~ raining, etc.*, વરસાદ થશે એવાં ચિહ્નો દેખાય છે. **lik'able**, વિ૦ ગમવા જેવું. **like-minded**, વિ૦ સમાન રુચિ કે અભિપ્રાયવાળું. [સંભવ, જોગ.

like'lihood (લાઇક્લિહુડ), નામ૦ શક્યતા,

like'ly (લાઇક્લિ), વિ૦ સંભવિત, બનવા જેવું; અનુકૂળ, યોગ્ય; આશાસ્પદ. ક્રિ૦ વિ૦ કદાચ, ઘણું કરીને.

lik'en (લાઇકન), સ૦ક્રિ૦ સરખાવવું, સરખામણી કરવી, -ની ઉપમા આપવી.

like'ness (લાઇક્નિસ), નામ૦ મળતાપણું, સાદૃશ્ય; છબી, ચિત્ર.

like'wise (લાઇક્વાઇઝ઼), ક્રિ૦વિ૦ એ જ પ્રમાણે, તેમ જ. ઉભ૦ અ૦ વળી, પણ.

lik'ing (લાઇકિંગ), નામ૦ ગમવું તે; રુચિ, ભાવ; શોખ. *to one's ~*, પોતાની રુચિ અનુસાર, ગમતું, ભાવતું.

lil'ac (લાઇલક), નામ૦ એક ખુશબોદાર ફૂલછોડ; આછો જાંબુડિયો રંગ. વિ૦ એ રંગનું.

Lillipu'tian (લિલિપ્યૂશન), વિ૰ અને નાo લિલિપુટનું, બહુ નાના કદનું - વેંતિયું - (માણસ કે વસ્તુ), ઠિંગુજી.

lilt (લિલ્ટ), ઉ૰ ક્રિ૰ સુસ્વર - લયમાં - ગાવું. નાo સુસ્વર - લયવાળું - ગીત.

lil'y (લિલિ), નાo સુગંધી ફૂલવાળો એક છોડ, 'લિલિ' ફૂલ. *water* ~, કમળ. ~ *of the valley*, નાની ઘંટડી જેવી પાંખડીઓવાળું એક વાસંતિક ફૂલ. ~*'-liv'ered*, વિ૰ બીકણ, ભીરુ.

limb (લિમ), નાo હાથ, પગ, પાંખ, ઇ. અવયવ; ઝાડની મુખ્ય - મોટી - શાખા.

lim'ber (લિમ્બર), નાo તોપની ગાડીનો જુદો કરી શકાય એવો આગળનો ભાગ (જેમાં દારૂ અને ગોળા રાખવામાં આવે છે). સo ક્રિo તોપને તેની ઘોડી પર બેસાડવી. [શીઘ્રવેગી.

lim'ber, વિ૰ વળે એવું, લવચીક; ચપળ,

lim'bo (લિમ્બો), નાo (બo વo -s). સ્વર્ગ અને નરક વચ્ચેનો પ્રદેશ - લોક; અંતરાલ; તુરંગ; વિસ્મૃતિ.

lime (લાઇમ), નાo અમુક જાતના પથ્થર શેકીને બનાવેલો ચૂનો, કળીચૂનો; પક્ષી પકડવા માટે વપરાતો એક ચીકણો પદાર્થ. *quick* ~, કળીચૂનો. *slaked* ~, ફાડેલો ચૂનો. સo ક્રિo ચૂનો ચોપડવો; પક્ષી પકડવા માટે ઝાડની ડાળીએ ગુંદરિયો ચૂનો ચોપડવો; ચૂનાનું ખાતર નાંખવું. **lime'kiln**, નાo ચૂનાની ભઠ્ઠી - ભઠ્ઠો. **lime'light**, નાo ઑક્સિહાઇડ્રોજનની જ્વાળામાં ગરમ કરેલા ચૂનામાંથી નીકળતો તીવ્ર પ્રકાશ; પ્રસિદ્ધિ, ખ્યાતિ. **lime'stone**, નાo, ચૂનાનો પથ્થર.

lime, નાo લીંબુ, ખાટું લીંબું; તેનું ઝાડ, લીંબોઈ; બગીચામાં થતું એક ઝાડ.

li'merick (લિમરિક), નાo પાંચ લીટીની કડીવાળી અર્થહીન હાસ્યોત્પાદક કવિતા.

lim'it (લિમિટ), નાo સીમા, હદ; છેડો, અંત; ઓળંગી ન શકાય એવી મર્યાદા. *it's the* ~, હદ આવી ગઈ. સo ક્રિo મર્યાદિત કરવું, પર મર્યાદા મૂકવી, બાંધી દેવું. **limita'tion**, નાo હદ - મર્યાદા - બાંધવી તે; મર્યાદા; મુદત, અવધિ; ઊણપ, ન્યૂનતા (વિ. ક. બo વoમાં). **lim'ited** (-ટિડ), વિ૰ મર્યાદિત, થોડું, અલ્પ; (મન, ઇ.) સંકુચિત. ~ *company*, મર્યાદિત જવાબદારીવાળી પેઢી - કંપની. ~ *monarchy*, બંધારણથી મર્યાદિત રાજસત્તાવાળું રાજ્યતંત્ર - રાજાશાહી.

limn (લિમ), સo ક્રિo (ચિત્ર) ચીતરવું; વર્ણન કરવું, રંગવું.

lim'ousine (લિમુઝીન, લિમ-), નાo ડ્રાઇવર માટે અલગ જગ્યાવાળી બંધ મોટર ગાડી.

limp (લિમ્પ), અo ક્રિo લંગડાતાં ચાલવું, લંગડાવું; અટકવું. નાo લંગડાતાં ચાલવું તે, લહેક. [ઉત્સાહ - શક્તિ - હીન.

limp, વિ૰ બહુ અક્કડ નહિ એવું, લવચીક;

lim'pet (લિમ્પિટ), નાo ખડકને ચોંટી રહેતા રાંખમાં રહેનાર ગોકળગાય,ઇ.- માછલી.

lim'pid (લિમ્પિડ), વિ૰ સ્વચ્છ, ચોખ્ખું, શુદ્ધ. **limpid'ity**, નાo સ્વચ્છતા, શુદ્ધતા.

linch pin (લિંચ્પિન), નાo પૈડું ખસી ન જાય તે માટે આંસને છેડે પરોવેલો ખીલો, પૈડાની ખીલી.

lin'den (લિન્ડન), નાo લીંબોઈ.

line (લાઇન), નાo દોરી, રસ્સી; (ટેલિફોનનો) તાર; લીટી; હાર, કતાર; ઓળ, પંક્તિ; ચિઠ્ઠી; કુટુંબ, વંશ; રસ્તો, દિશા; સરહદ, હદ; રેખાચિત્ર, રૂપરેખા; લશ્કરની પલટણો; ધંધો, વ્યવસાય; રેલનો પાટો - પાટા; રેલવે કે વાહનવ્યવહારનું બીજું કોઈ તંત્ર; રેલવે કે વહાણની કંપની; માણસના કામની કે વિચારની દિશા; વિષુવવૃત્ત, ભૂમધ્યરેખા (the ~). ઉo ક્રિo લીટીઓ દોરવી, રેખાંકિત કરવું; રસ્તા પર નિયમિત અંતરે માણસો ગોઠવવા - ઊભા રાખવા - ઊભા રહેવું; અસ્તર નાખવું; અસ્તરના કામમાં આવવું. *in* ~ *with*, એક હારમાં, -ની સાથે મેળમાં. ~ *of battle*, યુદ્ધના વ્યૂહમાં ગોઠવાયેલું લશ્કર, વહાણો, ઇ. ~ *up*, એક કતારમાં ઊભા રહેવું. *toe the* ~, હુકમ પાળવો, -ના કાબૂમાં રહેવું. *draw the* ~ *at*, અમુક ઠેકાણે હદ બાંધવી, અમુક હદે વાંધો ઉઠાવવો -રોકવું- ના પાડવી. *read between the* ~*s*, લખાણ, ભાષણ, ઇ.માં ગર્ભિત કે પ્રચ્છન્ન અર્થ ખોળી કાઢવો. *marriage* ~*s*, લગ્નનું પ્રમાણપત્ર - સર્ટિફિકેટ. *come into* ~ *with*,

-ની સાથે મેળમાં આવવું. *ship of the ~*, લડવા માટે તૈયાર યુદ્ધનૌકા. *hard ~s*, અફસોસની – કમનસીબીની – વાત, દુર્દૈવ; મુશ્કેલી.

lin'eage (લિનિઇજ), ના૦ વંશ, વડવાઓ; ઓલાદ. **lin'eal**, (લિનિઅલ), વિ૦ પિતા, પુત્ર, પૌત્ર – એમ સીધી લીટીમાં ઊતરી આવેલું, વંશપરંપરાગત.

lin'eament (લિનિઅમન્ટ), ના૦ (બહુધા બ૦વ૦માં) વિશેષ લક્ષણ (વિ. ક. ચહેરાનું), મોંનો સિક્કો, સિકલ; ઘાટ, રૂપરેખા.

line'man, ના૦ ટેલિફોન, ઇ.ના તારની દેખરેખ રાખનારો.

lin'ear (લિનિઅર), વિ૦ લીટીનું, લીટીઓમાં; સાંકડું અને લાંબું; [ગ.] અવકાશની એક જ દિશામાં માપવાળું, એક પરિમાણવાળું.

lin'en (લિનન), વિ૦ શણનું બનેલું. ના૦ શણનું કાપડ; શણ કે કૅલિકોનાં લૂગડાં ને કપડાં. *wash one's dirty ~ in public*, ઘરની ખાનગી વાતો ચૌટે ચર્ચવી. **linen-draper**, ના૦ શણ, રૂ, ઇ.ના કાપડનો વેપારી, કાપડિયો.

lin'er (લાઇનર), ના૦ ઉતારુઓને લઈ જનારું મોટું વહાણ – આગબોટ.

lines'man (લાઇન્સ્મન), ના૦ રમતના પંચ (અંપાયર)નો મેદાનની હદ પરનો મદદનીશ.

ling (લિંગ), ના૦ એક ખાદ્ય દરિયાઈ માછલી.

ling, ના૦ એક જાતનું ઝાંખરું.

lin'ger (લિંગર), અ૦ ક્રિ૦ ઊભા રહેવું, જતાં વાર લગાડવી; ઢીલ કરવી; (માંદગીમાં) રિબાયા – સડ્યા – કરવું. **ling'ering**, ના૦ (રોગ, માંદગી, ઇ.) લાંબા વખતથી ચાલતું, ચીકણું.

lingerie (લૅંઝરી), ના૦ સ્ત્રીનાં અંદરનાં [વસ્ત્રો; શણનાં કપડાં.

ling'o (લિંગો), ના૦ (બ૦વ૦ –es). [અનાદરસૂચક] પરદેશી ભાષા; વિશિષ્ટ વિષય કે વર્ગમાં પ્રચલિત શબ્દપ્રયોગો.

ling'ua franc'a (લિંગ્વા ફ્રૅંકા), ના૦ ઇટાલિયન, ફ્રેંચ, ગ્રીક, ઇ. ભાષાઓની ખીચડી; જુદા જુદા પ્રદેશો વચ્ચે વપરાતી એક સમાન ભાષા.

ling'ual (લિંગ્વલ), વિ૦ જીભનું – ને લગતું; જીભથી ઉચ્ચારાય એવું; ભાષાનું – સંબંધી.

ling'uist (લિંગ્વિસ્ટ), ના૦ અનેક ભાષાઓ જાણનાર. **linguis'tic**, વિ૦ ભાષાઓના અભ્યાસનું – ને લગતું; ભાષાનું, વાણીનું. **linguis'tics** (લિંગ્વિસ્ટિક્સ), ના૦ બ૦ વ૦ ભાષાશાસ્ત્ર.

lin'iment (લિનિમન્ટ), ના૦ (વિ. ક. સંધિવામાં) ચોળવાનું ઔષધી તેલ, ચોપડવાની – ચોળવાની – દવા.

lin'ing (લાઇનિંગ), ના૦ માંહેથી મઢેલું પડ, અસ્તર. *every cloud has a silver ~*, સંકટ પછી સુખના દિવસ આવે જ છે.

link (લિંક), ના૦ સાંકળની કડી, અંકોડો; મોજણીની સાંકળની કડી; તેનું માપ (૭·૯૨ ઇંચ); જોડનાર વસ્તુ કે વ્યક્તિ, બંધન; પહેરણ-શર્ટ–ની બાંયનાં જોડિયાં બટન. ઉ૦ક્રિ૦ સાંકળવું, જોડવું, જોડી આપવું; જોડાવું.

link, ના૦ મશાલ. **link'man** (-મન), ના૦ મશાલી, મશાલચી.

links (લિંક્સ), ના૦ બ૦ વ૦ ગૉલ્ફની રમતનું મેદાન; જેના પર ઘાસ ઊગ્યું હોય એવો ખાડાટેકરાવાળો રેતાળ દરિયાકિનારો.

linn (લિન), ના૦ [સ્કૉ.] ધોધ, જલપ્રપાત.

linn'et (લિનિટ), ના૦ એક ગાનારું પક્ષી.

lin'ocut (લાઇનકટ, લિ–,–નો–), ના૦ લિનોલિયમ (પછીનો શબ્દ જુઓ) પર કોતરી કાઢેલી આકૃતિ; તે પરથી છાપેલું ચિત્ર કે આકૃતિ.

linol'eum (લિનોલિઅમ), ના૦ (lin'o, લાઇનો, સંક્ષેપ પણ). બૂચના ભૂકા સાથે અળસીના તેલનું રોગાન ચોપડેલું કંતાન – જાડું મજબૂત કાપડ.

lin'otype (લાઇનટાઇપ), ના૦ સીસાના રસમાંથી બીબાંની લીટીઓ જેમાંથી તૈયાર થઈને બહાર પડે છે તે યંત્ર.

lin'seed (લિન્સીડ), ના૦ અળસીનું (તેલી) [બી, અળસી.

lin'sey-wool'sey (લિન્ઝિ-વુલ્ઝિ), ના૦ સુતરાઉ તાણા પર જાડા કે હલકા ઊનનો વાણો વણીને તૈયાર કરેલું કાપડ.

lint (લિન્ટ), ના૦ શણિયાને એક બાજુએ ઘસીને સુંવાળું બનાવેલું કાપડ (જે પાટા બાંધતી વખતે જખમ પર મૂકવામાં આવે છે), લિંટ.

lin'tel (લિન્ટલ), ના૦ બારી કે બારણા પરની ચપટી શિલા કે જાડું પાટિયું, ઓતરંગ;

(આજકાલ આ લોઢાના સળિયા મૂકીને સિમેન્ટ કૉંક્રીટનું બનાવવામાં આવે છે).

li'on (લાયન), ના૦ સિંહ, કેસરી; પરાક્રમી પુરુષ, પ્રસિદ્ધ વ્યક્તિ. *~'s share*, સૌથી મોટો હિસ્સો–ભાગ. **li'oness** (લાયનિસ), ના૦ સિંહણ. **li'onize** (લાયનાઇઝ઼), ઉ૦ ક્રિ૦ કોઈને સિંહ બનાવવો; પ્રસિદ્ધ વ્યક્તિ સમજી તેની સાથે વર્તવું.

lip (લિપ), ના૦ હોઠ; વાસણની કોર, કાનો; ઉદ્ધતાઈ. *smack* one's *~s*, હોઠ બચકારવા, સબડકો મારવો. *none of your ~!* જરા અદબ રાખીને વાત કર, તારી ઉદ્ધતાઈ બંધ કર. **lip-homage**, ના૦ઉપરછલ્લો–દેખાવ પૂરતો – આદર – સન્માન. **lip-service**, ના૦ શાબ્દિક – લૂખી – સહાનુભૂતિ, ઇ. **lip'stick** (–સ્ટિક), ના૦ ઓઠ રંગવાની સળી, ઓષ્ઠરંજનશલાકા.

li'quefy (લિકિવફાઇ), ઉ૦ ક્રિ૦ ઓગાળવું, પ્રવાહી બનાવવું; ઓગળવું, -નો રસ થવો. **liquefac'tion** (–ફૅકશન), ના૦ દ્રવીકરણ–ભવન. [જાતનો કડક ખુશબોદાર દારૂ.

liqueur' (લિકયૂર, – ક્યુઅર), ના૦ એક

li'quid (લિક્વિડ), વિ૦ પાણી કે તેલ જેવું પ્રવાહી; પાણી જેવું સ્વચ્છ; (ધ્વનિ) શુદ્ધ, મીઠું, સુસ્વર; (વિચાર, ઇ.) પાકો ન બંધાયેલ; (પૂંજી) સહેલાઈથી રોકડમાં ફેરવી શકાય એવું (*~ assets*). ના૦ પ્રવાહી – જલરૂપ – પદાર્થ; લ, ર માંથી કોઈ અક્ષર, જે થડકચા વિના બીજા સાથે ભળી જાય છે. **liques'cent** (લિકવે'સન્ટ), વિ૦ દ્રવરૂપ પામતું – પામે એવું, પાતળું થતું – થાય એવું.

li'quidate (લિક્વિડેટ), ઉ૦ ક્રિ૦ દેવું ચૂકવી દેવું–સાફ કરવું; કંપની કે પેઢીનો વહેવાર સંકેલી લેવો – આટોપી લેવો; દબાવી દેવું; કશાકનો ફડચો કરવો – અંત આણવો (હિંસક સાધનો દ્વારા બહુધા). **liquida'tion**, ના૦ સંકેલી લેવું તે; ફડચો, નિકાલ. *go into ~*, ફડચામાં જવું, દેવાળું કાઢવું.

li'quor (લિકર), ના૦ દારૂ, મદ્ય; રસ, પાણી; કશુંક બનાવવામાં વપરાતું કે બનાવતાં પેદા થતું પ્રવાહી.

li'quorice (લિકરિસ), ના૦ દવામાં તેમ જ મીઠાઈમાં વપરાતો એક કાળો પદાર્થ; જેઠીમધ (નો છોડ).

lira (લીરા, લિઅરા), ના૦ (બ૦ વ૦ lire, –રે). ઇટાલી ને તુર્કીનું એક નાણું.

lisle thread (લાઇલથ્રે'ડ), ના૦ સારી પેઠે વળ દીધેલો બારીક દોરો.

lisp (લિસ્પ), ઉ૦ ક્રિ૦ સ, શ, ઝ, સ્પષ્ટપણે બોલી ન શકવું, શ, સ ની જગ્યાએ થ બોલવું. ના૦ બોબડું બોલવું તે, અશુદ્ધ ઉચ્ચારણ.

liss'om(e) (લિસમ), વિ૦ (શરીર) ચપળ, ઝટ વળે એવું.

list (લિસ્ટ), ના૦ યાદી, સૂચિ; (બ૦ વ૦) અખાડા – અગ્ગડ – ની ફરતે બનાવેલી અણિયાળી ચીપોની વાડ – કઠેરો; (બ૦ વ૦) અખાડો, અગ્ગડ, રંગભૂમિ. ઉ૦ ક્રિ૦ અખાડામાં ઊતરવું; યાદીમાં નામ દાખલ કરવું – કરાવવું.

list, ઉ૦ ક્રિ૦ (ભૂ૦કા૦ list અથવા listed). -ને ગમવું, મરજીમાં આવવું, ઇચ્છવું, પસંદ કરવું; (વહાણ કે ભીંત) એક બાજુએ નમવું –ઝૂકવું. ના૦ નમવું તે, ઝુકાવ.

list, ઉ૦ ક્રિ૦ સાંભળવું; (સલાહ, ઉપદેશ) કાને ધરવું–સાંભળવું.

list, ના૦ કાપડની કોર – કિનાર.

li'sten (લિસન), અ૦ ક્રિ૦ સાંભળવું, કાન દેવા, ધ્યાન આપવું; કશુંક સાંભળવાનો પ્રયત્ન કરવો. *~ in*, રેડિયો – આકાશવાણી – પરનું સંગીત, ભાષણ, ઇ. સાંભળવું; ટેલિફોન પરની બીજાઓની વાત સાંભળવી. [જંતુનાશક દવા.

lis'terine (લિસ્ટરિન,–રીન), ના૦ એક

list'less (લિસ્ટલિસ), વિ૦ (વ્યક્તિ) હોંશ વિનાનું, ઉદાસીન; (કામ) મન વગરનું, બેપરવાઈનું.

lit (લિટ), light નો ભૂ૦ કા૦ તથા ભૂ૦ કૃ૦.

lit'any (લિટનિ), ના૦ દેવળમાં કે સરઘસમાં થતી ઈશ્વરની પ્રાર્થનામાં કરવાની માગણીઓ (જેમાં પાદરી અને લોકો વારાફરતી બોલે છે).

litchi' (લીચી), ના૦ હિન્દમાં અને ચીનમાં થતું એક ફળ. [આવડત, અક્ષરજ્ઞાન, સાક્ષરતા.

lit'eracy (લિટરસિ), ના૦ લખવાવાંચવાની

lit'eral (લિટરલ,), વિ૦ અક્ષરે અક્ષરનું, શબ્દે શબ્દનું; બરાબર મૂળ પ્રમાણેનું; શબ્દનો સામાન્ય અર્થ કરનારું.

lit'erary (લિટરરિ), વિ૦ સાહિત્યનું–સંબંધી;

સાહિત્યપ્રેમી, વિદ્વાન; (મંડળ) સાહિત્યપ્રેમી વિદ્વાન લોકોનું.

lit'erate (લિટરેટ), વિ૰ લખવાવાંચવાની આવડતવાળું, ભણેલું. ના૰ એવું માણસ.

lit'erature (લિટરેચર), ના૰ સાહિત્ય, વાઙ્‌મય; સાહિત્યનું ક્ષેત્ર.

lithe (લાઇધ), **lithe'some** (લાઇધ્સમ), વિ૰ સહેજે વળે એવું; ચપળ, ચંચળ.

litho'graph (લિથગ્રાફ, લિથો–), સ૰ ક્રિ૰ શિલા પર કોતરવું–લખવું; –કોતરીને કે લખીને છાપવું; શિલાછાપે છાપવું. ના૰ શિલાછાપ, શિલાછાપે છાપેલું લખાણ. **lithog'rapher** (લિથૉગ્રફર), ના૰ શિલાછાપે છાપનાર. **lithog'raphy** (લિથૉગ્રફિ), ના૰ શિલાછાપ (કળા–વિદ્યા).

lit'igant (લિટિગન્ટ), વિ૰ અને ના૰ અદાલતમાં ફરિયાદ કરનાર; મુકદ્દમાબાજ. **lit'igate** (લિટિગેટ), ઉ૰ ક્રિ૰ કજિયો લડવો, અદાલતમાં દાવો માંડવો. **litiga'tion**, ના૰ મુકદ્દમો – દાવો – લડવો તે; દાવો, કજિયો; કજિયાખોરી.

liti'gious (લિટિજસ), વિ૰ કજિયાખોર, [મુકદ્દમાબાજ.

lit'mus (લિટ્મસ), ના૰ 'લાઇકેન' વનસ્પતિમાંથી નીકળતો એક ભૂરો રંગ જે ઍસિડ સાથે ભળતાં લાલ બને છે. **litmus-paper**, ના૰ રાસાયનિક દ્રવ્યો તપાસવા માટે 'લિટમસ'થી રંગેલો કાગળ.

lit'otes (લાઇટટીઝ઼, લિ–), ના૰ ભાર દેવા માટે કરેલી અલ્પોક્તિ.

litre (લીટર,) ના૰ પ્રવાહી માપવાનું મેટ્રિક પદ્ધતિનું એક માપ (·૧ મીટરનું ઘન, ૧·૭૫ પિંટ).

litt'er (લિટર), ના૰ પાલખી, ડોળી; સ્ટ્રેચર, ખાટલો; ઘોડા, બળદ, ઇ. નું પાથરણું, પથારી; વેરવિખેર – અસ્તવ્યસ્ત – પડેલી વસ્તુઓ; એકી વખતે જણેલાં બચ્ચાં, વેતર. ઉ૰ ક્રિ૰ ઘોડા, ઇ. માટે પાથરણું કરવું; (જગ્યાને) ગંદું –અવ્યવસ્થિત–કરવું; (પ્રાણીઓ અંગે) વિયાવું.

lit'tle (લિટલ), વિ૰ નાનું, ક્ષુદ્ર, અલ્પ; ટૂંકું; જરા, લગાર; ક્ષુદ્ર, નજીવું, હલકું. *a* ~, થોડુંક, જરાક. ના૰ અથવા સર્વ૰ થોડુંક, થોડું (*a* ~). ક્રિ૰ વિ૰ સહેજ, થોડું, નહિ જેવું, જરાય નહિ. *the* ~ *people*, પરીઓ. ~ *by* ~, ધીમે ધીમે, થોડું થોડું કરીને. **littleness**, ના૰ અલ્પતા, ક્ષુદ્રતા, ઇ.

litt'oral (લિટરલ), વિ૰ દરિયાકિનારાનું –પર. ના૰ દરિયાકિનારા પરનો પ્રદેશ.

lit'urgy (લિટર્જિ), ના૰ ખ્રિસ્તી દેવળની જાહેર ઉપાસનાનું કર્મકાંડ, ઉપાસનાની વિધિ. **litur'gical**, વિ૰ જાહેર પ્રાર્થનાનું–સંબંધી.

live (લિવ), ઉ૰ ક્રિ૰ જીવવું, જીવતા હોવું–રહેવું, -માં જીવ હોવો; અમુક રીતે રહેવું–વર્તવું; જીવનનો લહાવો લેવો; ગુજારવું, પસાર કરવું; અમુક સ્થળમાં રહેવું –વાસ કરવો. ~ (*up*)*on* somebody, કોઈની કમાણી પર જીવવું. ~ *by* one's *wits*, ચાલાકી – છેતરપિંડી – કરીને ગુજરાન ચલાવવું. ~ *and let* ~, પોતાને ઠીક લાગે તેમ રહેવું અને બીજાને રહેવા દેવું. ~ *from hand to mouth*, જુઓ hand માં. ~ *down* one's *past*, ભૂતકાળને – ભૂતકાળનાં દુષ્કૃત્યો ને – ભુલાવી દેવાં.

live (લાઇવ), વિ૰ જીવતું, સજીવ; ચેતનવાળું, શક્તિ કે જોમવાળું. ~ *coal*, બળતો અંગારો. ~ *shell*, અણફૂટ્યો બૉમ્બ. ~ *wire*, વીજળીવાળો તાર.

live'lihood (લાઇવ્લિહુડ), ના૰ ગુજરાન, આજીવિકા; તેનું સાધન. [આખો દિવસ.

live'long (લાઇવલૉંગ), વિ૰ *the* ~ *day*,

live'ly (લાઇવ્લિ), વિ૰ જીવન અને ઉત્સાહથી ભરેલું, ચેતનવંતું; આનંદી; જાણે જીવતું હોય એવું, આબેહૂબ. **live'liness**, ના૰ આનંદીપણું.

liv'en (લાઇવન), ઉ૰ ક્રિ૰ ઉલ્લસિત–ઉત્તેજિત – કરવું – થવું (બહુધા ~ *up*).

liv'er (લિવર), ના૰ કાળજું, પિત્તાશય, યકૃત. *white or lily* ~, ડરપોકપણું. **liv'erish**, વિ૰ પિત્તાશયના વિકારથી માંદું. **livery**, વિ૰ પિત્તાશયના વિકારવાળું – રંગનું; ચીડિયું.

liv'ery (લિવરિ), ના૰ કોઈ માણસના નોકરોનો કે મંડળના સભ્યોનો વિશેષ પ્રકારનો પોશાક, ગણવેશ. ~ *stable*, ઘોડા સાચવવાનો અથવા ભાડે આપવાના ઘોડાનો તબેલો.

live'stock, ના૦ ગાય, ભેંસ, ઘોડા, ઇ. પાળેલાં જાનવરો, પશુધન.

liv'id (લિવિડ), વિ૦ ભૂરા ને સીસાના રંગનું (ગુસ્સો, ડર, ઇ.ને કારણે).

liv'ing (લિવિંગ), ના૦ આજીવિકા, વૃત્તિ; (પાદરીના) ગુજરાનનું સાધન.

liv'ing, વિ૦ વિદ્યમાન, હયાત; (ચિત્ર) મૂળને બરાબર મળતું, આબેહૂબ. *~-room*, દિવસે બેસવા ઊઠવાનો – બેઠકનો–ઓરડો. *~wage*, ગુજરાન ચલાવવા માટે પૂરતી મજૂરી – રોજી.

liz'ard (લિઝર્ડ), ના૦ કાચિંડો, સરડો. *house ~*, ઘરોળી, ઘિલોડી.

lla'ma, la'ma (લામા, લ્યા–), ના૦ દ. અમેરિકાનું ઊનવાળું ઊંટના જેવું એક ભારવાહક પ્રાણી.

Lloyd's (લૉઇડ્ઝ઼), ના૦ દરિયા પરનાં વહાણોનો વીમો ઉતારનાર લંડનની એક જાણીતી પેઢી.

lo (લો), ઉદ્ગાર૦ જુઓ! (*~and behold!*).

load (લોડ), ના૦ ભરેલો સામાન, બોજો; ભાર, બોજો; ગાડી, માણસ, ઇ. દ્વારા લઈ જવાતો બોજો,–બોજાનું પ્રમાણ–મર્યાદા; ચિંતા, ઇ.નો મન પર ભાર. *~s of*, -નો મોટો જથો. ઉ૦ ક્રિ૦ વાહનમાં કે વહાણમાં માલ ભરવો – ભાર લાદવો; લાદવું, ઠાંસીને ભરવું; (બંદૂક) ભરવું. *take a ~ off* one's *mind*, મન પરનો ભાર – ચિંતા – દૂર કરવી. *~ed stick*, સીસાના ગઠ્ઠાવાળી લાકડી. **load'-stone, lode'stone** (લોડ્સ્ટોન), ના૦ લોહચુંબક, અયસ્કાન્ત (મણિ). **load'star, lode'star** (લોડ્સ્ટાર), ના૦ ધ્રુવનો તારો; કોઈ માર્ગદર્શક સિદ્ધાન્ત, ઇ.

loaf (લોફ), ના૦ (બ૦ વ૦ loaves). પાંઉ, પાંઉરોટી; શંકુના આકારનો ખાંડનો મોટો ગાંગડો (*sugar-~* પણ).

loaf, અ૦ ક્રિ૦ આળસમાં વખત કાઢવો, રખડવું. **loaf'er**, ના૦ રખડેલ.

loam (લોમ), ના૦ કાંપવાળી–સારી ફળદ્રુપ–જમીન; ઈંટો બનાવવાના કામમાં આવે એવી માટી(વાળી જમીન).

loan (લોન), ના૦ ઉછીની આપેલી વસ્તુ; ઉછીની કે વ્યાજે આપેલી રકમ. સ૦ ક્રિ૦ ઉછીનું કે વ્યાજે આપવું.

loath, loth (લોથ), વિ૦ [વિધેયાત્મક] નાખુશ, નારાજ, નામરજીવાળું.

loathe (લોધ), સ૦ક્રિ૦ -ની ઉપર અભાવ–અરુચિ–હોવી–કંટાળો આવવો, નફરત કરવી. **loath'ing**, ના૦ અભાવ, કંટાળો, નફરત. **loath'some** (લોથસમ, લોધ–), વિ૦ ઘૃણા ઉપજાવે એવું, ચીતરી ચડે – તિરસ્કાર છૂટે – એવું.

lob (લૉબ), ઉ૦ ક્રિ૦ દડો ઝટ દઈને ઊંચે ઉછાળવો – ધીમે રહીને ફેંકવો. ના૦ ટેનિસમાં ખૂબ ઊંચે ઉછાળેલો અથવા ક્રિકેટમાં નીચેથી – નીચે હાથે – ફેંકેલો દડો.

lobb'y (લૉબિ), ના૦ દેવડી, પરસાળ; એક ઓરડામાંથી બીજામાં જવાનો રસ્તો; ધારાસભાના સભ્યો તેમ જ પ્રેક્ષકો જ્યાં ભેગા થઈ શકે તે જગ્યા – ગૅલરી, લૉબી. ઉ૦ ક્રિ૦ સભ્યોનો મત વાળવાનો પ્રયત્ન કરવો – મત માગવો. **lobb'ying**, ના૦ મત માગવા માટે વારંવાર લૉબીમાં જવું તે.

lobe (લોબ), ના૦ કાનના બૂટ – લાળી; બીજી વસ્તુનો એવો જ ભાગ – અવયવ. **lobed** (લોબ્ડ), વિ૦.

lobel'ia (લબીલિઆ), ના૦ બાગમાં થતો એક જાતનો ફૂલછોડ (વિ. ક. વાડમાં થતો).

lob'ster (લૉબ્સ્ટર), ના૦ કાચબાની જાતનું લાંબી પૂંછડીવાળું એક પ્રાણી; તેનું માંસ. **lob-ster-pot**, ના૦ લૉબ્સ્ટર પકડવાની ટોપલી.

loc'al (લોકલ), વિ૦ અમુક જગ્યા કે સ્થાનનું, સ્થાનિક; (વ્યાધિ, દરદ, ઇ.) અમુક ભાગને જ અસર કરતું. *~colour*, વાર્તા વધારે તાદૃશ કે સાચી દેખાય તે માટે તેમાં આપવામાં આવતી સ્થાનિક વીગત.

local'ity (લકૅલિટિ, લો–), ના૦ વિશિષ્ટ સ્થાન, જગ્યા, લત્તો; કોઈ બનાવની જગ્યા.

loc'alize (લોકલાઇઝ઼), સ૦ ક્રિ૦ સ્થાનિક બનાવવું; અમુક પ્રદેશમાં મર્યાદિત કરવું; અમુક સ્થાનનું છે એમ ઓળખવું – ઠરાવવું. **locali-za'tion**, ના૦.

locate' (લકેટ, લો–), ઉ૦ ક્રિ૦ કોઈ જગ્યામાં સ્થાપન કરવું – આવેલું હોવું; -ની ચોક્કસ જગ્યા ખોળી કાઢવી–નક્કી કરવી; કોઈ સ્થળમાં ઘરબાર, ધંધો માંડીને સ્થિર થવું. **loca'tion** (લકેશન, લો–), ના૦ ઠેકાણું, જગ્યા (નક્કી કરવી તે),

(અમુક લોકોનો રહેવાનો) વાડો – વસ્તી.

loc'ative (લૉકટિવ), વિ૦ [વ્યાક.] અધિકરણ કે સ્થળવાચક. નાo સાતમી વિભક્તિ, સપ્તમી.

loch (લૉક), નાo [સ્કૉ.] તળાવ, સરોવર; અખાત.

lock, નાo વાળની લટ–ગુચ્છો; રૂ કે ઊનનો [ગુચ્છો; (બ૦વ૦) માથાના વાળ.

lock, નાo બંધ કરવાની કળ, તાળું; બંદૂકની ચાંપ–કળ; કુસ્તીનો દાવ; હોડીઓ અંદર બહાર લેવાના સરકતા દરવાજાઓ વચ્ચેનો નદી કે નહેરનો ભાગ; યંત્રને બંધ કરવાની કળ. ઉ૦ ક્રિo તાળું દેવું, કળ ફેરવી બંધ કરવું; સજ્જડ બેસી જવું, સપટાઈ જવું; સજ્જડ કરવું, જડી દેવું; રસ્તામાં ભીડને લીધે વાહનો અટકી પડવાં. ~, *stock and barrel*, આખું ને આખું, સંપૂર્ણપણે. ~*out*, કારખાનાનાં બારણાં બંધ કરી મજૂરોને કામ પરથી દૂર રાખવા. ~-*out*, એમ કરવું તે, તાળાબંધી. ~ *up*, ગોંધી રાખવું, કેદમાં પૂરવું. ~-*up*, કાચા કેદીને રાખવાની જગ્યા, કાચું કેદખાનું. ~ *up capital in*, જરૂર પડ્યે પાછી હાથ ન આવે એવી રીતે વેપારમાં પૂંજી–પૈસા – રોકવા.

lock'er (લૉકર), નાo તાળું મારીને પોતાની વસ્તુ રાખવાનું ભંડારિયું – કબાટ – ખાનું.

lock'et (લૉકિટ), નાo સોનાની કે ચાંદીની નાની દાબડી, જેમાં પોતાની પ્રિય વ્યક્તિની છબી, વાળની લટ, ઇ. રાખવામાં આવે છે ને ગળામાં પહેરાય છે; તાવીજ, લૉકેટ.

lock'jaw (લૉકજૉ), નાo ડાચું બિડાઈ–ખેંચાઈ–જવું તે; ધનુર્વાનો એક પ્રકાર.

lock'-keeper, નાo નદી કે નહેરમાં દરવાજા મૂકીને કરેલા કુંડનો – તેના તાળાનો – રક્ષક.

lock'smith (-સ્મિથ), નાo તાળાં [બનાવનાર લુહાર.

locomo'tion (લોકમોશન), નાo એક ઠેકાણેથી બીજે ઠેકાણે જવું તે, હાલચાલ; જવાની શક્તિ. **loc'omotive** (લોકમોટિવ), વિo એક ઠેકાણેથી બીજે ઠેકાણે લઈ જનારું – લઈ જવાની શક્તિવાળું. નાo આગગાડીનું એંજિન, (સ્વયં)ચાલક યંત્ર.

loc'um ten'ens (લોકમ્ ટીનૅન્ઝ઼), નાo પાદરી કે ડૉક્ટરની ગેરહાજરીમાં તેનું કામ કરનાર – અવેજી – મુતાલિક.

loc'us (લોકસ), નાo (બ૦વ૦ loci, લોસાઇ). નક્કી જગ્યા–સ્થાન; [ગ.] બિંદુપથ. ~*standi* (લોકસ્ સ્ટૅન્ડાઇ), નાo કોઈ બાબતમાં વચ્ચે પડવાનો – ભાગ લેવાનો – કોર્ટમાં દાવો કરવાનો કે હાજર રહેવાનો – અધિકાર, માન્ય સ્થાન.

loc'ust (લોકસ્ટ), નાo તીડ, શલભ; એક જાતનું ઝાડ, તેનું ફળ. [ઢબ–શૈલી; રૂઢિપ્રયોગ.

locu'tion (લક્યૂશન, લો–), નાo બોલવાની

lode, load (લોડ), નાo ખડકમાં ખનિજ ધાતુની રેષા – સ્તર. **lode'star**, નાo જુઓ loadstar. **lode'stone**, જુઓ loadstone.

lodge (લૉજ), નાo દરવાનની ઝૂંપડી, નોકરની ઓરડી; ફ્રીમેસન કે બીજા સંપ્રદાયના મંડળની મળવાની જગ્યા; કૉલેજ વગેરે સંસ્થાના ઉપરીની રહેવાની જગ્યા; રહેવાઊતરવાની જગ્યા, વીશી. ઉ૦ ક્રિo સૂવાની જગ્યા આપવી; મહેમાન તરીકે વાસો આપવો; ઊતરવું, મુકામ કરવો; સાચવવા આપવું – મૂકવું; બેસાડવું, લગાડવું; મૂકવું, રાખવું; બીજાના ઘરમાં પૈસા આપીને રહેવું. ~ *a complaint*, ફરિયાદ કરવી – નોંધાવવી. **lodg'er** (લૉજર), નાo બીજાને ત્યાં પૈસા આપીને કે વીશીમાં રહેનાર, ઉતારુ.

lodg(e)ment (લૉજમન્ટ), નાo કબજો લઈને દૃઢ – મજબૂત – કરેલી જગ્યા – સ્થિતિ; લાવતાં લઈ જતાં નીચે પડીને ભેગી થયેલી – કરેલી – વસ્તુઓ.

lodg'ing (લૉજિંગ), નાo ઊતરવાની જગ્યા, ઉતારો, (બહુધા બ૦ વ૦માં); ~ *house*, જ્યાં ઓરડીઓ ભાડે અપાતી હોય એવું મકાન.

loft (લૉફ્ટ), નાo માળિયું, કાતરિયું, તબેલા પરની ઓરડી; દેવળ કે સભામંડપ (હૉલ)ની ગૅલરી–ઝરૂખો; કબૂતરનું ખાનું [–ઉડાડવો.

loft, સ૦ ક્રિo ગોલ્ફના દડાને ઊંચે ઉછાળવો

lof'ty (લૉફ્ટિ), વિo ઘણું ઊંચું; ઉન્નત, ઉચ્ચ, ઉદાત્ત; જાણીતું, પ્રખ્યાત; ખૂબ અભિમાની.

log (લૉગ), નાo લાકડાનું ઢીમચું – મોટો કકડો; ફાડેલું લાકડું (બળતણ માટે). **log-rolling**, નાo અને વિo અરસપરસ મદદ કરવી તે – મદદ કરનારું; 'અહો રૂપમ્ અહો ધ્વનિ' કરવું તે – કરનારું. **log'wood**, નાo [અમે.] જેમાંથી રંગ બનાવવામાં આવે છે એવું

એક ઝાડ.

log, ના૦ વહાણનો વેગ માપવાનું સાધન. **log-book**, ના૦ વહાણના રોજબરોજના બનાવો ને પ્રગતિની નોંધનું પુસ્તક; પ્રગતિ-પુસ્તક.

log'anberry (લોગનબે'રિ), ના૦ બ્લૅકબેરી અને રાસબેરીની કલમ કરવાથી પેદા થતો છોડ કે તેનું ફળ.

log'arithm (લૉગરિથ્મ), ના૦ ઘાતાંક ગણન – ગણિત, માન, 'લાગ્રતમ'.

logg'erhead (લૉગરહે'ડ), ના૦ બૂઘા પારેખ, જડભરત, મૂઢ. *at ~s*, એકબીજા સાથે તકરાર – મારામારી – પર આવેલું, મેળ વગરનું.

logg'ia (લૉજ્યા, લૉજા), ના૦ જેની એક બાજુ ખુલ્લી છે એવી ઓરડી, ઓસરી, પરસાળ.

lo'gic (લૉજિક), ના૦ ન્યાય, ન્યાયશાસ્ત્ર, તર્કશાસ્ત્ર; દલીલ (ની સાંકળ). **lo'gical**, વિ૦ ન્યાયશાસ્ત્ર પ્રમાણેનું, સયુક્તિક; ન્યાયસંગત; તર્કનિપુણ. **logi'cian** (લૉજિશન), ના૦ નૈય્યાયિક, તર્કશાસ્ત્રી.

loin (લૉઇન), ના૦ (બ૦ વ૦) કમર, કટિપ્રદેશ; એમાંથી કાપેલો માંસવાળો ભાગ. *gird up* one's *~s*, (કામ માટે) કેડ કસવી. *fruit of* one's *~s*, પોતાનું પેદા કરેલું – જણ્યું – અપત્ય. **loin-cloth**, ના૦ લંગોટ, પંચિયું.

loit'er (લૉઇટર), અ૦ક્રિ૦ રસ્તામાં રસળતાં ચાલવું, આમ તેમ રખડવું; ઢીલ કરવી.

loll (લૉલ), ઉ૦ક્રિ૦ કશાકને અઢેલીને આળસમાં ઊભા કે બેસી રહેવું; (જીભ) બહાર લબડવી – કાઢવી.

loll'ipop (લૉલિપૉપ), ના૦ એક મીઠાઈ.

London pride (લંડન પ્રાઇડ), ના૦ આલ્પ્સમાં ખડકમાં ઊગતી એક વનસ્પતિ.

lone (લોન), વિ૦ એકલું, અટૂલું; સાથી – પતિ કે પત્ની – વિનાનું; એકાન્ત, નિર્જન; એકલવાયું. **lone'ly**, વિ૦ અવરજવર વિનાનું, એકાન્ત; એકાકી, સાથીવિનાનું. **lone'some**, વિ૦ ભેંકાર, ઉદાસ, સૂનકાર (એકલું પડી જવાથી).

long (લૉંગ), વિ૦ લાંબું, દીર્ઘ (સ્થળ કે કાળ); અમુક – કહેલી – લંબાઈવાળું; લાંબા ટપ્પાવાળું; અતિ લાંબું, કંટાળો ઉપજાવનારું; વાર લગાડનારું, ધીમું. ના૦ લાંબું અંતર કે અવધિ. *before ~*, થોડા જ વખતમાં. *the ~ and the short of it*, એ બધાનું પરિણામ – નિષ્કર્ષ. ક્રિ૦ વિ૦ લાંબો વખત, લાંબા વખત સુધી. *as, so, ~as*, -ની શરતે, શરત એ કે –. *have a ~ arm*, ખૂબ દૂર સુધી પહોંચવાની તાકાત – લાગવગ – ધરાવવી. *make a ~ arm*, હાથ લાંબો કરવો (કશુંક લેવા માટે). *~ face*, ખિન્ન મુદ્રા. *make a ~ nose*, અનાદર કરવાના ઉદ્દેશથી નાક પર હાથ મૂકવો. *have a ~ tongue*, વાચાળ હોવું. *in the ~ run*, આખરે, સરવાળે.

long, અ૦ ક્રિ૦ આતુરતાથી ઇચ્છવું – ઇચ્છા કરવી, તલપવું, તલસવું.

long'-bow (લૉંગ–બો), ના૦ હાથે ખેંચીને તીર ચડાવવાનું કામઠું – ધનુષ્ય. *draw the ~*, અતિશયોક્તિ કરવી, ફાવે તેવાં ગપ્પાં મારવાં.

long cloth (લૉંગ્ક્લૉથ), ના૦ એક જાતનું મજબૂત સુતરાઉ કાપડ, નેનકલાક.

long-drawn(-out), વિ૦ નાહક લાંબો વખત ચાલેલું – લેનારું. [રદ્દા, દીર્ઘાયુષ્ય.

longev'ity (લૉંજે'વિટિ), ના૦ લાંબી આવ-

long'hand (લૉંગહૅન્ડ), ના૦ સામાન્ય રીતે લખાતું લખાણ (લઘુલિપિવાળું નહિ).

long'-head'ed (લૉંગહે'ડિડ), વિ૦ બાહોશ, ચતુર, ડાહ્યું; લાંબા માથાવાળું, દીર્ઘમસ્તિષ્ક.

long'ing (લૉંગિંગ), ના૦ આતુરતા, તીવ્ર ઇચ્છા.

lon'gitude (લૉંજિટ્યૂડ), ના૦ રેખાંશ. **longitu'dinal**, વિ૦ લાંબું, લંબાણે; રેખાંશાનું – સંબંધી, ઊભું (આડું નહિ).

long'-shore (લૉંગ્શોર), વિ૦ દરિયાકિનારે આવેલું – કામ કરતું – વારંવાર જતું. **long'-shoreman**, ના૦ દરિયાને કાંઠે કામ કરનાર, ખારવો, માછી.

long'-sight'ed (–સાઇટિડ), વિ૦ દૂર સુધી જોઈ શકનારું, દીર્ઘદૃષ્ટિવાળું; વિચક્ષણ.

long'-suff'ering (–સફરિંગ), વિ૦ ધીરજવાળું, ખામોશવાળું, ક્ષમાશીલ.

long'-winded, વિ૦ અતિલંબાણવાળું;

કંટાળો ઉપજાવનારું.

long'ways (–વેઝ્), **long'wise** (–વાઇઝ્), ક્રિ૦વિ૦ લંબાઈની બાજુથી, લંબાઈની સમાંતર દિશામાં.

loof'ah (લૂફા), ના૦ ડિલ ઘસવા માટે વપરાતો કોળા જેવા એક ફળનો રેસાવાળો ભાગ.

look (લુક), ઉ૦ક્રિ૦ દૃષ્ટિ – નજર – કરવી, જોવું; તાકીને જોવું; શોધવું, ખોળવું; દેખાવું; અમુક દિશામાં મોઢું ફેરવવું – ફેરવેલું હોવું. ના૦ જોવું તે, નજર; દૃષ્ટિ, અવલોકન; દૃષ્ટિનો ભાવ; શરીરનો દેખાવ, આકૃતિ. ~ *before you leap*, વિચાર કર્યા વિના કશું ન કરવું, દૃષ્ટિપૂતં ન્યસેત્ પાદમ્. ~ *daggers at*, ક્રોધે ભરાઈને જોવું. ~ *a gift-horse in the mouth*, જુઓ horse માં. ~ *blue*, ખિન્ન – દુઃખી – દેખાવું. ~ *after*, -ની કાળજી – સંભાળ – લેવી. ~ *down* (*up*) *on*, -નો તિરસ્કાર કરવો. ~ *for*, જોવા મથવું, ખોળવું. ~ *forward to*, -ની આતુરતાથી રાહ જોવી – આશા રાખવી. ~ *in*, મુલાકાતે જવું – આવવું. ~ *into*, -ની તપાસ કરવી. ~ *on*, જોયા કરવું. ~ *on him as*, તે ફલાણો છે એમ ગણવું. ~ *out*, કાળજી લેવી, સાવધાન રહેવું. ~ *sharp*, ઉતાવળ કરવી. ~ *to*, -ની સંભાળ લેવી, -ની તરફ ધ્યાન આપવું. ~ *up*, મુલાકાત લેવી; સુધરવું; (ચોપડીમાં) જોઈ કાઢવું. *good* ~*s*, રૂપાળી આકૃતિ, સૌન્દર્ય. *a poor* ~, બહુ ઓછો સંભવ. **looker-on**, ના૦ (બ૦વ૦ lookers-on). જોનાર, પ્રેક્ષક. **looking-glass**, ના૦ અરીસો, દર્પણ. **look-out**, ના૦ ચોકી, ચોકીની જગ્યા; ચોકી કરનાર; ચિન્તાનો વિષય; જોગ.

loom (લૂમ), ના૦ વણવાની સાળ.

loom, અ૦ ક્રિ૦ ઝાંખું – અસ્પષ્ટ – દેખાવું; હોય તેના કરતાં મોટું અને ભયાનક (આકૃતિવાળું) દેખાવું.

loon (લૂન), ના૦ [સ્કૉ.] હરામખોર; છોકરો; [મૂર્ખો.

loon, ના૦ ઉત્તર અમેરિકાનું એક જલચર પક્ષી.

loop (લૂપ), ના૦ (દોરડીનો) ગાળો, ફાંસો; આંકડી (ગર્ભધારણ રોકવા માટે વપરાતી). ઉ૦ ક્રિ૦ દોરીનો ફાંસો કરવો; -માં ફાંસા કરવા; ફાંસા વતી બાંધવું. **loop-line**, ના૦ મુખ્ય રસ્તાથી ફંટાઈ ને ફરી તેને મળતી રેલવેની શાખા. ~*the* ~, (વિમાની અંગે) હવામાં ગુલાંટ મારવી, વિમાનને ગુલાંટ ખવડાવવી.

loop'-hole (–હોલ), ના૦ દીવાલમાં બાકું – છીંડું; [લા.] છટકબારી, નાસી જવાનો રસ્તો.

loose (લૂસ), વિ૦ છૂટું, બાંધેલું નહિ એવું, બંધનમુક્ત; બરાબર કે સજ્જડ નહિ બેઠેલું, ઢીલું; અસ્પષ્ટ, અચોક્કસ; કાળજી વગરનું, બેપરવા; સ્વૈરાચારી, અસંયમી, શિથિલ ચારિત્ર્યવાળું. સ૦ ક્રિ૦ છૂટું કરવું, છોડવું, ખોલવું; મુક્ત કરવું, છોડી મૂકવું. *break* ~, કેદમાંથી – બંધન તોડીને – નાસી જવું. *let* ~, બંધનમાંથી છૂટું કરવું – છોડી મૂકવું. *have a screw* ~, ગાંડું હોવું. *play fast and* ~, વિચાર કર્યા વિના – ચંચળતાથી – વર્તવું. *at a* ~ *end*, બેકાર, કામધંધા વગરનું.

loos'en (લૂસન), ઉ૦ક્રિ૦ ઢીલું – શિથિલ – કરવું – થવું; છૂટું કરવું – થવું.

loot (લૂટ), ના૦ લૂંટ; શત્રુનો યુદ્ધમાં લૂંટેલો માલ. ઉ૦ ક્રિ૦ લૂંટવું, લૂંટ તરીકે ઉપાડી જવું.

lop (લૉપ), સ૦ ક્રિ૦ તરાશવું, ડાળવું, છાંટવું; કાપવું; કોઈનું માથું અથવા હાથપગ કાપી નાંખવા.

lop, અ૦ ક્રિ૦ લટકવું, લબડવું. **lop-ear**, ના૦ નીચે લટકતો કાન; એવા કાનવાળું સસલું. **lop-sided**, વિ૦ જેની એક બાજુ નીચે નમી છે એવું, સમતોલ નહિ એવું.

lope (લોપ), ના૦ છલંગ, કૂદકો. અ૦ ક્રિ૦ છલંગ – કૂદકા – મારતાં દોડવું.

loqua'cious (લકવેશસ, લો–), વિ૦ બહુબોલું, વાચાળ. **loqua'city** (લકૅવસિટિ, લો–), ના૦ વાચાળતા.

lo'quat (લોક્વૉટ), ના૦ ચીન જાપાન વગેરે દેશોમાં થતું એક ખાટું પીળું કે લાલ નાનું ફળ, લોકાટ.

lord (લૉર્ડ), ના૦ ધણી, માલિક; રાજા; ધણી, પતિ; નાયક; ઉમરાવ, સરદાર; પરમેશ્વર અથવા ઈશુ ખ્રિસ્ત (*L*~); કેટલીક પદવીઓમાં પ્રથમ પદ તરીકે વપરાય છે. ઉ૦ ક્રિ૦ શેઠ થવું, શેઠાઈ કરવી; દબાવવું. ~ *it over*, કોઈની ઉપર શેઠાઈ કરવી. *House of L*~*s*, ઉમરાવની સભા. *L*~*'s day*, રવિવાર. *L*~*'s prayer*,

'*Our Father*'('અમારા પિતા')થી શરૂ થતી પ્રાર્થના. [અમીર–લૉર્ડ.

lord'ling (લૉર્ડ્લિંગ), ના૦ નાનો – ટોપચી –

lord'ly (લૉર્ડ્લિ), વિ૦ અમીરને છાજે એવું, અમીરી; ભવ્ય; અભિમાની, તોરી, તોછડાઈ-ભરેલું. [પ્રખ્યાત મેદાન.

Lord's (લૉર્ડ્ઝ્), ના૦ લંડનનું ક્રિકેટનું

lord'ship (લૉર્ડશિપ), ના૦ અમીરપણું, અમીરાઈ; લૉર્ડની સત્તા – હકૂમત; લૉર્ડની હકૂમતનો મુલક; લૉર્ડના નામને ઠેકાણે વપરાય છે, જેમ કે *your* ~, મહારાજ, આપ ખુદાવંત.

lore (લોર), ના૦ વિદ્યા, શાસ્ત્ર; હુન્નર; કોઈ વિષયને અંગેની પરંપરાગત કથાઓ અને આખ્યાયિકાઓ.

lorgnette' (લૉર્ન્યે'ટ), ના૦ લાંબી દાંડી સાથે જડેલાં ચશ્માં; નાટકશાળા વગેરે ઠેકાણે વાપરવાનું નાનું દૂરબીન. [વાયું, નિરાધાર.

lorn (લૉર્ન), વિ૦ ભૂલું – એકલું – પડેલું, એકલ-

lo'rry (લૉરિ), ના૦ બાજુના કઠેરા કે દીવાલ વગરની લાંબી નીચી ગાડી (માલ લઈ જવા વપરાતી), ખટારો.

lose (લૂઝ્), ઉ૦ ક્રિ૦ (ભૂ૦કા૦ lost). ખોવું, ગુમાવવું; -થી ખોવાવું – વંચિત થવું; પાસે – કબજામાં – ન રહેવું; તાબામાંથી જવા દેવું – જતું કરવું; હારવું, પરાભવ પામવો; નુકસાન થવું, ખોટ જવી; -ને માટે મોડા પડવું, ચૂકવું. ~*one's head, temper,* મિજાજ ગુમાવવો, ઉત્તેજિત થવું. **los'er** (લૂઝર), ના૦ ગુમાવનાર, હારનાર.

loss (લૉસ), ના૦ ખોવું–ગુમાવવું–તે; હાનિ, નુકસાન, ખોટ. *at a* ~, મૂંઝવણમાં પડેલું.

lost, (lose નો ભૂ૦કા૦ તથા ભૂ૦ કૃ૦). વિ૦ રસ્તો ભૂલેલું; (વહાણ) ડૂબેલું.

lot (લૉટ), ના૦ ચિઠ્ઠી (નિર્ણય કરવાનું નસીબને હવાલે છોડી નાંખવામાં આવતી); ચિઠ્ઠીઓ નાંખવી તે; ચિઠ્ઠી નાખી મળેલી વસ્તુ; ભાગ; નસીબ, દૈવ; નિયત કર્મ; નીમી દીધેલી જમીન; હરાજીમાં વેચવા રાખેલી વસ્તુ – વસ્તુઓનો સટ; કશાકનો સમૂહ કે જથ્થો, મોટો જથ્થો. *a bad* ~, ખરાબ જણ. *cast* ~*s*, ચિઠ્ઠીઓ નાંખવી – ઉપાડવી.

loth (લોથ), જુઓ loath.

lo'tion (લોશન), ના૦ પ્રવાહી દવા (જખમ ધોવાની કે ચામડી ઊજળી ને મુલાયમ કરવાની).

lott'ery (લૉટરિ), ના૦ સોરટી; નસીબની કસોટી; લૉટરી.

lot'us (લોટસ), ના૦ કમળનો રોપો; કમળ, પદ્મ; જે ખાવાથી આનન્દોન્માદ થાય ને બધું ભૂલી જવાય એવી ગ્રીક પુરાણોમાં વર્ણવેલી એક વનસ્પતિ. **lotus-eater**, ના૦ એદી ને વિલાસી માણસ.

loud (લાઉડ), વિ૦ (અવાજ) મોટો, બુલંદ; મોટા–બુલંદ–અવાજવાળું; બૂમબરાડા પાડનારું; (રંગ) ભડક, ચળકતું; (રીતભાત, પહેરવેશ) ભભકાવાળું, આડંબરવાળું. **loudspeaker**, ના૦ અવાજ દૂર સુધી સાંભળી શકાય એવો બનાવનારું – ધ્વનિવર્ધક – પ્રસારક – યંત્ર.

lough (લૉક), ના૦ [આયરમાં] સરોવર, દરિયાનો અખાત.

lounge (લાઉંજ), અ૦ક્રિ૦ અઢેલીને બેસવું, આળસથી પગ લાંબા કરીને બેસવું; આળસ્યા કરવું, નવરા બેસવું – ફરવું. ના૦ આરામથી બેસવાની જગ્યા; એક જાતની ખુરશી કે કોચ; નવરા ફરવું – લટાર મારવી – તે. ~*lizard*, કશા કામધંધા વિનાનો ફૅશનપરસ્ત માણ ભાડું લઈ બાનુઓ સાથે નૃત્ય કરનાર માણસ. ~*suit* (– સ્યૂટ), દિવસે પહેરવાનો પોશાક.

lour, lower (લાવર), અ૦ ક્રિ૦ ભવાં ચડાવવાં, ઉદાસ દેખાવું, ચિડાવું; (આકાશ) કાળું થવું, વાદળાંથી ઘેરાવું.

louse (લાઉસ), ના૦ (બ૦ વ૦ lice). જૂ; ચામજૂ. **lous'y** (લાઉઝિ), વિ૦ જૂઓવાળું; હલકી જાતનું; સૂગ આવે એવું, ગંદું.

lout (લાઉટ), ના૦ જડસુ, રોંચો. **lout'-ish**, વિ૦ બડફા જેવું, અસંસ્કારી.

louver, -vre (લૂવર), ના૦ હવા અંદર આવવા માટે છાપરા પર કરેલી (ધુમાડિયા જેવી) જાળીવાળી રચના; બારીના ચોકઠામાં જડેલાં ઢાળવાળાં આડાં પાટિયાં (જેથી વરસાદ કે વધારે પડતું અજવાળું અંદર ન આવી શકે.)

lo'vable (લવબલ), વિ૦ વહાલું લાગે એવું.

love (લવ), ના૦ વહાલ, હેત, પ્રેમ; અનુરાગ, પ્રણય; પ્રેયસી, પ્રિયતમ; લોભ, મોહ, શોખ ઉ૦ ક્રિ૦ ચાહવું, -ની ઉપર વહાલ હોવું – રાખવું; -ના પ્રેમમાં પડેલું હોવું; બહુ ગમવું; -ની ઉપર

ભક્તિ હોવી. *give one's ~ to*, સપ્રેમ નમસ્કાર કહેવડાવવા. *there is no ~ lost between them*, તેમની વચ્ચે કંઈ પ્રીતિ વરસી જતી નથી. *fall in ~ with*, -ની ઉપર પ્રેમ પેદા થવો; -ના પ્રેમમાં પડવું. *make ~ to*, -ની ઉપર પ્રેમ કરવો. *labour of ~*, પૈસા માટે નહિ પણ કામ ગમે છે તેથી અથવા કોઈ ને વિષે પ્રેમને કારણે કરેલી મહેનત–કામ.

love, ના૦ [ટેનિસ, ઇ. રમતમાં] શૂન્ય.

love'-bird, ના૦ એક જાતનો નાનો પોપટ.

loveless, વિ૦ જેના પર કોઈ પ્રેમ કરતું નથી અથવા જે કોઈ પર પ્રેમ કરતું નથી એવું.

love'lock (–લૉક), ના૦ કપાળ પર લટકતી વાળની લટ.

love'lorn (લવ્‌લૉર્ન), વિ૦ (વિયોગને કારણે) [પ્રેમથી ઝૂરતું.

love'ly (–લિ), વિ૦ રમણીય, સુંદર, મોહક.

love-philtre (– ફિલ્ટર), ના૦ પ્રેમ પેદા કરનાર કલ્પિત જડીબુટ્ટી; પોતાના પ્રેમિક કે પ્રેયસીને વશ કરવા માટે કરેલું કામણ–આપેલું પાન વગેરે.

lo'ver (લવર), ના૦ પ્રેમ કરનાર, આશક, વલ્લભ; ચાહક, ભક્ત; (બ૦વ૦) પ્રેમી યુગલ.

love'sick, વિ૦ પ્રેમપીડિત, કામપીડિત, કામાર્ત, પ્રેમથી ઝૂરતું.

loving (લવિંગ), વિ૦ માયાળુ, પ્રેમાળ, વહાલું.

loving-cup, ના૦ ઉજાણી વખતે ફેરવાતો બે કાન વાળો મદ્યનો મોટો પ્યાલો.

low (લો), વિ૦ નીચું; ઠીંગણું, નીચું; નીચી કોટિનું – પદવીનું; જુસ્સા કે પ્રાણ વિનાનું; નીચ, હલકું; ગ્રામ્ય, હીન; હલકું, ઓછી કિંમતનું; (અવાજ) હળવું, ધીમું; (તબિયત, ઇ.) નબળું. ક્રિ૦ વિ૦ નીચું, હળવે, ધીમે સાદે; નીચાણ તરફ, નીચાણમાં. *in ~ spirits*, ખિન્ન, ગમગીન. *lie ~*, શાંત પડ્યા રહેવું. *be laid ~*, હણાઈ જવું, ધૂળ ભેગા થવું. *~ tide*, ઓટ(નો સમય). **low'-brow**, ના૦ બુદ્ધિમાન કે કલારસિક નહિ એવો–નીચલા થરનો–માણસ. **low-down**, વિ૦ અપ્રામાણિક; હલકટ, અનુદાર. ના૦ *the ~*, કશાકની અંદરની ગુપ્ત હકીકત, રહસ્ય.

low, અ૦ ક્રિ૦ (ગાયનું) બોલવું, બરાડવું; (આખલાનું) ડાંખારવું, ભાંભરવું. ના૦ બોલવું તે; આરડ, ડાંખારો, ભાંભરડો.

lower (લોઅર), ઉ૦ક્રિ૦ નીચે ઉતારવું, નીચે ખેંચવું; નીચું કરવું, નીચે આણવું; નીચે ઊતરવું – પડવું – આવવું. વિ૦ વધારે નીચું – નીચેનું, ઊતરતી કોટિ – પદવી – નું. *~ oneself*, પોતાને ન છાજે તેવી રીતે વર્તવું. *the L~ House*, સામાન્ય જનતાના પ્રતિનિધિઓની સભા, લોકસભા, આમસભા.

lowermost, વિ૦ નીચામાં નીચું, તદ્દન નીચું.

lower (લાવર), જુઓ lour.

low'land (લોલૅન્ડ), ના૦ નીચાણવાળો પ્રદેશ. વિ૦ એવા પ્રદેશનું – માં આવેલું. *~s*, ના૦ સ્કૉટલન્ડનો ઓછો ડુંગરાળ પ્રદેશ.

low'ly (લોલિ), વિ૦ ગરીબ, નીચું, નીચલા સ્તરનું; નમ્ર.

loy'al (લૉયલ), વિ૦ વફાદાર, નિષ્ઠાવાળું; રાજનિષ્ઠ; પ્રજાધર્મનિષ્ઠ; પતિ કે પત્ની પ્રત્યે વફાદાર. **loy'alist** (લૉયલિસ્ટ), ના૦ રાજનિષ્ઠ પ્રજાજન; બંડ, ઇ. વખતે રાજાને વળગી રહેનાર. **loy'alty** (લૉયલ્ટિ), ના૦ નિષ્ઠા, વફાદારી; રાજનિષ્ઠા; ભક્તિ.

loz'enge (લૉઝિંજ), ના૦ હીરાની કે સકરપારાની આકૃતિ, વક્રચતુષ્કોણ; એ આકારનું મીઠાઈનું ચકતું, દવાની ટીકડી, ઇ.

lubb'er (લબર), ના૦ જડસો, અડબંગ; અણઘડ ખારવો. **lubb'erly**, વિ૦ અણઘડ, આવડત વિનાનું. [પેન્સ; પૈસો, ધન.

£.s.d. (એ'લે'સ્ડી), ના૦ પાઉન્ડ, શિલિંગ,

lub'ricant (લૂબ્રિકન્ટ, લ્યૂ–), ના૦ યંત્રો, ઇ.ને ઊંજવાનું દ્રવ્ય, ઊંજણ.

lub'ricate (– કેટ), સ૦ક્રિ૦ તેલ – ચરબી – પૂરવી, ઊંજવું. **lubrica'tion**, ના૦ ઊંજવું તે, ઊંજણ. **lub'ricator**, ના૦ ઊંજનાર; ઊંજણ દ્રવ્ય; ઊંજવાનું સાધન.

lubri'city (લૂબ્રિસિટિ, લ્યૂ–), ના૦ લપસણાપણું, સુંવાળાપણું; વિષયલંપટતા.

lucern(e)', (લૂસર્ન, લ્યૂ–), ના૦ એક જાતનું મેથી જેવું દેખાતું વિલાયતી ઘાસ.

lu'cid (લૂસિડ, લ્યૂ–), વિ૦ સ્પષ્ટ; સ્પષ્ટપણે વ્યક્ત – રજૂ – કરેલું; નિર્મળ, સ્વચ્છ. **lucid'ity** (– ડિટિ), ના૦ સ્પષ્ટતા, અસંદિગ્ધતા.

Lu'cifer (લૂસિફર, લ્યૂ-), ના૰ સવારનો શુક્રનો તારો; શેતાન.

luck (લક), ના૰ નસીબ, ભાગ્ય; સદ્ભાગ્ય. *in~*, ભાગ્યવાન. *out of ~*, દુર્દૈવી. **luck'less**, વિ૰ ભાગ્યહીન, દુર્દૈવી. **lucky**, વિ૰ નસીબદાર, ભાગ્યશાળી; ભાગ્યવશાત્ થયેલું, નહિ કે પ્રયત્નથી; શુભ, મંગલ.

luc'rative (લૂક્રટિવ, લ્યૂ-), વિ૰ ઝાઝા પૈસા મળે એવું, ફાયદાકારક.

lucre (લૂકર, લ્યૂ-), ના૰ પૈસો, નફો (તુચ્છકારમાં). *filthy ~*, આડે માર્ગે મેળવેલો પૈસો; [મજાકમાં] પૈસો.

luc'ubra'tion (લૂક્યુબ્રેશન, લ્યૂ-), ના૰ રાતે જાગીને કરેલો અભ્યાસ - ચિંતન; (બ૰ વ૰) ખૂબ ચિંતન અને વિદ્વત્તાથી ભરપૂર એવું લખાણ.

lu'dicrous (લૂડિક્રસ, લ્યૂ -), વિ૰ મૂર્ખતા- [ભરેલું; હાસ્યજનક, હાસ્યાસ્પદ.

luff (લફ), ઉ૰ ક્રિ૰ વહાણની નાળ પવન તરફ વાળવી. ના૰ વહાણની નાળનો સૌથી પહોળો ભાગ.

lug (લગ), ઉ૰ ક્રિ૰ (કોઈ ભારે વસ્તુને) મહામહેનતે અથવા ખૂબ જોરથી ખેંચવું; જેમ તેમ કરીને ઘસડી જવું. ના૰ જોરથી ખેંચવું તે, સખત આંચકો.

lugg'age (લગિજ), ના૰ પ્રવાસીનો-ઉતારુનો-સામાન -બિસ્તરાપોટલાં. [વહાણ.

lugg'er (લગર), ના૰ ચોરસ સઢવાળું નાનું

lugub'rious (લૂગ્યૂબ્રિઅસ, લ્યૂ-), વિ૰ ખિન્ન, ઉદાસ; દુઃખદિલગીરીવાળું.

luke'warm (લૂકવૉર્મ, લ્યૂ-), વિ૰ સહેજ ગરમ, કોકરવાયું; ઊલટ વિનાનું, ઉદાસીન; ઢીલારાવાળું.

lull (લલ), ઉ૰ ક્રિ૰ શાંત પાડવું, શમન કરવું; હાલરડાં ગાઈને કે થાબડીને ઊંઘ આણી દેવી; શાંત કરવું; (પવનનું) પડી જવું, નરમ-બંધ-પડવું. ના૰ વચ્ચેથી પવનનું પડી જવું - દુઃખનું નરમ પડવું - તે.

lull'aby (લલબાઈ), ના૰ હાલરડું, હાલેરું.

lumbag'o (લંબેગો), ના૰ વાથી કેડ રહી જવાનું દરદ, કટિવા.

lum'bar (લમ્બર), વિ૰ કેડનું, કટિપ્રદેશનું.

lum'ber (લમ્બર), ના૰ નકામી - વપરાશ વિનાની - વસ્તુઓ (નો ઢગલો), અટાલો. ઉ૰ ક્રિ૰ અગવડ થાય એવી રીતે મૂકવું - ભરવું, ઢગલો કરવો; ડાકડમાળ ભરવો; ખૂબ અવાજ સાથે મુશ્કેલીથી ખસવું - ખસેડવું. *~ up* નકામી વસ્તુઓથી ભરી કાઢવું.

lum'ber, સ૰ ક્રિ૰ ઝાડ કાપીને વેચવા માટે લાકડું તૈયાર કરવું. ના૰ લાકડાનાં ઢીમચાં. **lum'berjack**, ના૰ ઝાડ તોડી પાડનારો.

lum'inary (લૂમિનરિ, લ્યૂ-), ના૰ પ્રકાશ નાંખનાર-દેનાર, વિ. ક. સૂર્ય કે ચન્દ્ર; પ્રખર બુદ્ધિ, વિદ્વત્તા, ઇ. માટે જાણીતી વ્યક્તિ.

lum'inous (લૂમિનસ, લ્યૂ-), વિ૰ પ્રકાશમાન, તેજસ્વી; પ્રકાશ આપનારું. **luminos'ity** (લમિનૉસિટિ, લુ-), ના૰ તેજસ્વિતા.

lump (લમ્પ), ના૰ ગઠ્ઠો, ગાંગડો, પિંડો, લોંદો, ઢેકું; સોજો; ગૂમડું; સુસ્ત, જડ, માણસ. ઉ૰ ક્રિ૰ -નો જુમલો - ઢગલો - કરવો; એક ઢગલામાં મૂકવું; (વિવેકહીનપણે) બધાને સરખા ગણી તેમની સાથે વર્તવું. *~sum*, એકી વખતે આપેલી રકમ

lum'ping, વિ૰ ભારે, મોટું; વિપુલ.

lum'pish (લમ્પિશ), વિ૰ ભારે, વજનદાર; તોતિંગ, ઢંગધડા વગરનું; જડ, મૂર્ખ, આળસુ.

lum'py (લમ્પિ), વિ૰ ગઠ્ઠા - ગાંગડા - વાળું; (પાણી) નાના નાના તરંગો ઊછળતા હોય એવું.

lun'acy (લૂનસિ, લ્યૂ-), ના૰ બુદ્ધિભ્રંશ, ગાંડપણ.

lun'ar (લૂનર, લ્યૂ-), વિ૰ ચન્દ્રનું, ચન્દ્ર પર આધાર રાખનારું, ચન્દ્રને લીધે થયેલું. *~ month*, ચાંદ્રમાસ.

lun'atic (લૂનટિક, લ્યૂ-), વિ૰ ગાંડું, દીવાનું, ચળેલું. ના૰ ગાંડો માણસ. *~asylum*, ગાંડાની ઇસ્પિતાલ.

lunch (લંચ), ના૰ બપોરનું ખાણું, ઉપાહાર. ઉ૰ ક્રિ૰ બપોરનું ખાણું લેવું - આપવું. **lun'cheon** (લંચન), ના૰ (વિ. ક. ઔપચારિક કે વિધિસરનું) બપોરનું ખાણું.

lung (લંગ), ના૰ ફેફસું.

lunge, longe (લંજ) ના૰ તલવાર વતી ભોંકવું તે, અચાનક આગળ ધસી જવું - ફટકો મારવો - તે; ભૂસકો, કૂદકો. ઉ૰ ક્રિ૰ તલવાર વતી ભોંકવું; એકદમ ભૂસકો મારવો - કૂદી પડવું.

lurch (લર્ચ), ના૦ બધું વજન એકદમ એક બાજુએ આવવું તે, ઝોક, કરવટ. અ૦ ક્રિ૦ એક તરફ ઝોકાવું – ઝૂકવું; એક બાજુએ વાંકા વળીને ચાલવું; લથડિયાં ખાવાં.

lurch, ના૦ *leave in the* ~, (મિત્ર ઇ. ને) મુશ્કેલી વખતે છોડી દેવું–ત્યાગ કરવો; અફળાવા–કુટાવા – દેવું. [કૂતરો; ઠગ; ચોર; જાસૂસ.

lurch'er (લર્ચર), ના૦ એક મિશ્ર ઓલાદનો

lure (લ્યુઅર), ના૦ બાજને પાછો બોલાવવાનું પારધીનું સાધન; લલચાવવાનું સાધન, આમિષ; લાલચ. સ૦ ક્રિ૦ લાલચ બતાવવી, લલચાવવું; લાલચ આપીને કોઈની પાસે કામ કરાવવું, ઇ.

lur'id (લ્યુરિડ), વિ૦ પ્રેતના જેવું, ફીકું; ભયાનક વર્ણનું; આંખને આંજી દે એવું; સનસનાટીભર્યું. [છૂપું – સુપ્ત – રહેવું.

lurk (લર્ક), અ૦ક્રિ૦ સંતાઈ–ભરાઈ – રહેવું;

lu'scious (લશસ), વિ૦ સ્વાદિષ્ટ, રસભર્યું; અત્યંત ગળ્યું, મોં ભાંગી જાય એવું; (લખાણ) અતિ અલંકારી. [વિપુલ અને લીલુંછમ.

lush (લશ), વિ૦ (ઘાસ) ભરાવદાર, રસદાર,

lust (લસ્ટ), ના૦ હવસ, કામવાસના, વિષયવાસના; વિષયસેવન; તીવ્ર ઇચ્છા. અ૦ ક્રિ૦ હવસ હોવો – લાગવો; કામાતુર હોવું. **lust'ful**, વિ૦ હવસખોર, કામાતુર.

lus'tre (લસ્ટર), ના૦ ઝલે, ઓપ; ચળકાટ, પ્રકાશ; ખ્યાતિ, કીર્તિ. **lus'trous** (લસ્ટ્રસ), વિ૦ ચળકતું. [**lus'tiness**, ના૦ જોમ.

lus'ty (લસ્ટિ), વિ૦ હૃષ્ટપુષ્ટ, જબરું, જોમવાળું.

lute (લૂટ, લ્યૂટ), ના૦ સતારના જેવું એક તંતુવાદ્ય. [માર્ટિન લ્યૂથરનું (–નો અનુયાયી).

Lu'theran (લૂથરન, લ્યૂ–), વિ૦ અને ના૦

luxur'iant (લક્સ્યૂરિઅન્ટ, લગ્ઝ્યૂ–), વિ૦ વિપુલ, પુરજોશમાં ખીલી ઊઠેલું; (શૈલી) અતિ અલંકારી. **luxur'iance**, ના૦ વિપુલતા, પુરજોશમાં ખીલી રહેવું તે. **luxuriate** (લક્સ્યૂરિએટ, લગ્ઝ્યૂ–), અ૦ ક્રિ૦ પુરજોશમાં ઊગવું – ખીલી ઊઠવું; -માં ખૂબ આનંદ માણવો – રાચવું; ઘણા શોખથી ખાવુંપીવું.

luxur'ious (લક્સ્યૂરિઅસ, લગ્ઝ્યૂ–), વિ૦ એશઆરામમાં ગરકાવ; વિલાસી, ચેનબાજ.

lux'ury (લક્શરિ), ના૦ એશઆરામ ને શોખની વસ્તુ; ચેન, એશઆરામ, ભોગવિલાસ.

lycée (લીસે), ના૦ ફ્રાન્સની (૧૪ થી ૧૮ વરસના છોકરાઓ માટેની) સરકારી માધ્યમિક – કુમાર – શાળા.

Lyce'um (લાઇસિઅમ), ના૦ ઍરિસ્ટૉટલ જ્યાં શીખવતો તે ઍથેન્સનો બગીચો; વ્યાખ્યાનનો ઓરડો; વિદ્યાપીઠ.

lych-gate, જુઓ lich-gate.

lye (લાઇ), ના૦ ધોવા માટે વપરાતું લાકડાની રાખના ક્ષારવાળું પાણી. [~ *in*, સુવાવડ.

ly'ing (લાઇઇંગ), ના૦ સૂવા માટે જગ્યા.

ly'ing, વિ૦ ખોટું બોલનારું, કપટી.

lymph (લિમ્ફ), ના૦ [કાવ્ય] ચોખ્ખું પાણી; બળિયા ટાંકવામાં વપરાતી ગોસ્તનની રસી; પ્રાણીઓના શરીરમાંનું એક વર્ણહીન પ્રવાહી, ઉદકધાતુ. **lymphat'ic** (લિમ્ફૅટિક), વિ૦ (શિરા) જલવાહિની; ધીમું, મદ, નબળું.

lynch (લિંચ), સ૦ ક્રિ૦ પોતાના હાથમાં કાયદો લઈ પોતાની ગેરકાયદે બનેલી અદાલત દ્વારા કોઈને તેના અપરાધ માટે ફાંસીએ લટકાવવું, જીવતા બાળી મૂકવું, ઇ. **lynch-law**, ના૦ એવી રીતે કાયદો હાથમાં લઈ કામ કરવાનો ગેરકાયદો, બૂધાપંથ.

lynx (લિંક્સ), ના૦ બિલાડીની જાતનું ઝીણી નજરવાળું એક પ્રાણી.

lyre (લાયર), ના૦ અંગ્રેજી 'યૂ' (U)ના આકારનું જૂના વખતનું વીણા જેવું એક તંતુવાદ્ય.

ly'ric (લિરિક), વિ૦ લાયર પર ગવાતું; ગાઈ શકાય એવું. ના૦ ગીતકાવ્ય; કવિની ભાવનાઓ અને વિચાર વ્યક્ત કરતું કાવ્ય, ઊર્મિકાવ્ય. **ly'rical**, વિ૦ ગીતકાવ્યને શોભે એવું; ઉદ્દીપ્ત ભાવનાવાળું.

lys'ol (લાઇસલ), ના૦ એક જંતુનાશક દવા.

M

M, m (એ'મ્), અંગ્રેજી વર્ણમાળાનો તેરમો અક્ષર: રોમન સંખ્યા તરીકે ૧૦૦૦ (M).

ma (મા), ના૦ (mammaનો સંક્ષેપ). મા.

ma'am (મામ, મૅમ, મમ), ના૦ madam નો સંક્ષેપ.

maca'bre (મકાબર), વિ૦ ભયંકર, ઘોર, રૂંવાં ઊભાં થાય એવું. *danse* ~ મૃત્યુનું તાંડવ.

macad'am (મકૅડમ), ના૦ પથ્થરના નાના નાના કકડા, ખડી; તે પાથરીને બનાવેલો પાકો રસ્તો. **macad'amize,** સ૦ ક્રિ૦ ખડી પાથરીને પાકો રસ્તો બનાવવો.

macaron'i (મૅકરોનિ), ના૦ વિલાયતી સેવો.

macaroon' (મૅકરૂન), ના૦ ઈંડું નાખેલી બદામની બિસ્કિટ અથવા નાની કેક – પૂરી.

macass'ar (મકૅસર), ના૦ એક જાતનું માથામાં નાખવાનું તેલ (~ *oil* પણ).

macaw' (મકૉ), ના૦ લાંબી પૂંછડીવાળો એક જાતનો પોપટ.

mace (મેસ), ના૦ ખીલા જડેલી લોઢાના માથાવાળી ભારે મોગરી, ગદા; એના જેવો અધિકારનો સૂચક દંડ. **mace-bearer,** ના૦ એવો દંડ ધારણ કરનાર, ચોપદાર.

mace, ના૦ જાવંત્રી, જાયપત્રી.

ma'cerate (મૅસરેટ), ઉ૦ ક્રિ૦ પલાળી રાખીને નરમ – પોચું – કરવું, પલાળી રાખવાથી પોચું થવું; (ઉપવાસ કરીને) ક્ષીણ બનાવવું – થવું.

Machiavell'ian (મૅકિઅવે'લિઅન), વિ૦ વિ. ક. રાજકીય ઉદ્દેશ પાર પાડવા મૅકિયાવેલીની જેમ ગમે તેવા ઉપાય યોજનાર; કાવતરાખોર, ખટપટી; (કાવતરું) ઊંડું અને ગુપ્ત.

machina'tion (મૅકિનેશન). ના૦ છૂપું કાવતરું, ઘાટ, ચાલબાજી (બહુધા બ૦વ૦ માં). **mach'inate,** અ૦ ક્રિ૦ કાવતરું કરવું, ઘાટ ઘડવો, તાગડો રચવો.

machine' (મશીન) ના૦ યંત્ર, સંચો; રાજકીય જૂથ કે પક્ષનું નિયામક તંત્ર; યંત્રની જેમ કામ કરનાર માણસ. સ૦ ક્રિ૦ યંત્ર દ્વારા કામ કરવું, યંત્ર ચલાવવું: યંત્ર વડે છાપવું, સીવવું, ઇ. **machine-gun,** ના૦ સતત ગોળીઓ કે ગોળાઓ છોડનારી યંત્ર દ્વારા ભરાતી ને ચાલતી બંદૂક કે તોપ, યાંત્રિક બંદૂક–તોપ.

machi'nery (મશીનરિ), ના૦ સંચા, યંત્રો; યંત્રસાહિત્ય; કોઈ તંત્ર કે તેની વ્યવસ્થા.

machi'nist (–નિસ્ટ), ના૦ યંત્રો બનાવનાર કે -ચલાવનાર.

mack'erel (મૅકરલ), ના૦ ભૂરાં ને રૂપેરી ટપકાંવાળી એક દરિયાઈ ખાદ્ય માછલી.

mac(k)'intosh (મૅકિન્ટૉશ), ના૦ રબરનું પડ ચડાવેલું જલાભેદ્ય કાપડ; તેનો ડગલો.

mac'rocosm (મૅકકૉઝ્મ, મૅકો–), ના૦ જગત, વિશ્વ, બ્રહ્માંડ; કોઈ પણ આખી વસ્તુ (તેનો અંશ નહિ). [આંખે દેખાતું.

mac'roscopic (-સ્કૉપિક), વિ૦ નરી

mad (મૅડ), વિ૦ અસ્થિર મગજનું, ઘેલું, ગાંડું, દીવાનું; અતિમૂર્ખ, ગાંડુંતુર; ગુસ્સે થયેલું. ~ *about,* -માં ભારે રસ ધરાવનારું, આશક. *run like* ~, આવેશથી – ખૂબ ઝડપથી – દોડવું. **mad'cap,** ના૦ ગાંડિયો, અવિચારી – મૂર્ખ – માણસ. **mad'house,** ના૦ ગાંડાની ઇસ્પિતાલ.

mad'am, ma'am (મૅડમ, મૅઅમ), ના૦ સ્ત્રીઓને બોલાવવાનો શિષ્ટાચારનો શબ્દ, મડમસાહેબ, બાઈસાહેબ. [ફ્રેંચ રૂપ.

Madame (મડામ, મૅડમ), ના૦ ઉપરનાનું

madd'en (મૅડન), ઉ૦ ક્રિ૦ ગાંડું બનાવવું – થવું; ચીડવવું, ચિડાઈ જવું.

madd'er (મૅડર), ના૦ એક રાતો રંગ; તે જેમાંથી બનાવાય છે તે છોડ, મજીઠ.

made, make નો ભૂ૦ કા૦.

Madeir'a (મડીરા), ના૦ મડીરામાં થતો એક જાતનો મધુર દારૂ; એક જાતની પોચી કેક (ગળી રોટી) (~ *cake*).

Mademoiselle (મૅડમ્ઝે'લ, મૅડમ્વ–), ના૦ અપરિણીત ફ્રેંચ સ્ત્રી માટે વપરાતો શબ્દ, 'મિસ', 'કુમારી', જેવો.

madonn'a (મડૉન, – ના), ના૦ ઈશુની માતા કુમારી મેરી; તેનું ચિત્ર અથવા મૂર્તિ.

mad'rigal (મૅડ્રિગલ), ના૦ શૃંગારનું કે પ્રેમનું ટૂંકું ગીત; [સં.] ત્રણ કે વધારે જણાએ ગાવાનું ગીત કે ગીતનો ભાગ.

mael'strom (મેલ્સ્ટ્રમ, -સ્ટ્રોમ), ના૦ મોટું વમળ, ભમરો; ગૂંચવણભરી પરિસ્થિતિ.

maen'ad (મીનડ, -નૅ-), ના૦ મદ્યના દેવતા બૅક્સની પૂજારણ.

maes'tro (માએ'સ્ટ્રો, માઇ-), ના૦ સંગીતનો મોટો ઉસ્તાદ, રચનાર અથવા સંચાલક.

maff'ick (મૅફિક), અ૦ક્રિ૦ રસ્તામાં ટોળે વળી વિજયોત્સવ મનાવવો.

magazine' (મૅગઝીન), ના૦ શસ્ત્રાસ્ત્રો, દારૂગોળો, ઇ.નો ભંડાર, શસ્ત્રાગાર; કારતૂસો આપોઆપ ભરાય એવી રચનાવાળી બંદૂક (~ *gun*); ભંડાર; સામયિક, નિયતકાલિક.

Mag'dalen(e) (મૅગ્ડલિન, -લીન), ના૦ પશ્ચાત્તાપ કરીને સુધરેલી પતિત સ્ત્રી - વેશ્યા.

magen'ta (મજે'ન્ટા), ના૦ કિરમજી રંગ (કોલસામાંથી બનાવાતો). વિ૦ કિરમજી રંગનું.

magg'ot (મૅગટ), ના૦ એક જાતનો કીડો, ઇયળ; મનનો તરંગ, તુક્કો.

Ma'gi (મેજાઇ, -ગાઇ), ના૦ બ૦ વ૦ પ્રાચીન ઈરાનના ધર્મગુરુઓ - પુરોહિતો; 'પૂર્વના જ્ઞાની લોકો'.

ma'gic (મૅજિક), ના૦ જાદુ, જંતરમંતર; મેલી વિદ્યા, કામણ, ચેટક. ~ *lantern*, ચિત્રો પડદા પર મોટાં કરી બતાવવાનું સાધન, 'મૅજિક લૅન્ટર્ન'. **ma'gical**, વિ. જાદુનું, જાદુઈ; ચમત્કારિક, માયાનું. **magi'cian** (મજિશન), ના૦ જાદુગર, ચેટક કરનારો; અતિકુશળ માણસ.

Maginot line (માઝીનો લાઇન), ના૦ બીજા વિશ્વયુદ્ધ પહેલાં જર્મન આક્રમણ સામે ફ્રાન્સે સરહદ પર કરેલી કિલ્લેબંધી.

magister'ial (મૅજિસ્ટીરિઅલ), વિ૦ મૅજિસ્ટ્રેટનું; અધિકારવાળું, આપખુદ; અધિકારયુક્ત.

ma'gistrate (મૅજિસ્ટ્રિટ, -સ્ટ્રેટ), ના૦ કાયદાનો અમલ કરાવનાર મુલકી - દીવાની - અધિકારી, મૅજિસ્ટ્રેટ; (ફોજદારી) ન્યાયાધીશ. **ma'gistracy** (-સ્ટ્રસિ), ના૦ મૅજિસ્ટ્રેટો; મૅજિસ્ટ્રેટનો હોદ્દો.

Mag'na C(h)ar'ta (મૅગ્ન કાર્ટા), ના૦ ઈ.સ. ૧૨૧૫માં જાન રાજા પાસેથી બ્રિટિશ પ્રજાએ મેળવેલી વ્યક્તિગત અને રાજકીય સ્વાતંત્ર્યની મહાન સનદ - હકપત્ર.

magnan'imous (મૅગ્નૅનિમસ), વિ૦ મોટા મનનું, મહાશય; ઉદાર. **magnanim'ity** (મૅગ્નનિમિટિ), ના૦ મોટું મન; ઉદારતા.

mag'nate (મૅગ્નેટ), ના૦ મહાન વ્યક્તિ; અમીર; પૈસાદાર અને લાગવગવાળો માણસ.

magne'sia (મગ્નીશા, -ઝિઆ) ના૦ મૅગ્નેશિઅમનો ઑક્સાઇડ - કાર્બોનેટ; રેચ આપવાનું વિલાયતી મીઠું.

magnes'ium (મૅગ્નીસિઅમ, -શ્યમ), ના૦ મૅગ્નીશામાં રહેલું એક ધાતુરૂપ મૂળતત્ત્વ.

mag'net (મૅગ્નિટ), ના૦ લોહચુંબક, લોહકાન્ત; આકર્ષક માણસ કે વસ્તુ. **magnet'ic** (મૅગ્ને'ટિક), વિ૦ લોહચુંબકનું - જેવું. ચુંબક; બહુ આકર્ષક, મોહક. ના૦ બ૦ વ૦ ચુંબકનું શાસ્ત્ર. **mag'netize** (મૅગ્નિટાઇઝ઼), સ૦ક્રિ૦ -માં ચુંબકના ગુણ પેદા કરવા, ચુંબકાવવું; ચુંબકની જેમ ખેંચવું.

mag'netism (મૅગ્નિટિઝ઼મ), ના૦ (લોહ) ચુંબકના ગુણધર્મ, ચુંબકત્વ; આકર્ષકતા: મોહિની; પ્રભાવી વ્યક્તિત્વ.

magne'to (મૅગ્નીટો), ના૦ (બ૦વ૦-s). પેટ્રોલના એંજિનમાં પેટ્રોલના ગૅસનો સ્ફોટ કરવા માટે તણખા પેદા કરનારું ચુંબકીય વિદ્યુદ્ યંત્ર, - ગૅસ સળગાવનારું યંત્ર - સાધન.

magnif'icat (મૅગ્નિફિકૅટ), ના૦ લૂકના પુસ્તકમાંનું કુમારી મેરીનું સ્તોત્ર.

magnif'icent (મૅગ્નિફિસન્ટ), વિ૦ ભવ્ય, પ્રૌઢ; ભભકાવાળું; સુંદર; ઉત્તમ. **magnif'icence**, ના૦ શોભા, ઠાઠમાઠ; ભવ્યતા, વૈભવ.

mag'nify (મૅગ્નિફાઇ), સ૦ ક્રિ૦ મોટું કરવું. મોટું કરી બતાવવું; [પ્રા.] પ્રશંસા કરવી. **mag'nifier** (-ફાયર), ના૦ વસ્તુને મોટું કરી દેખાડનારું યંત્ર, સૂક્ષ્મદર્શક કાચ.

magnil'oquence (-લકવન્સ), ના૦ ડોળ ભરેલું - આડંબરી - ભાષણ અથવા શૈલી; બડાઈ હાંકવી તે. **magnil'oquent**, વિ૦ મોટું મોટું - ડોળથી - બોલનારું, બડાઈ હાંકનારું.

mag'nitude (-ટ્યૂડ), ના૦ કદ; પરિમાણ (લંબાઈ, પહોળાઈ, જાડાઈ); મહત્ત્વ; મોટાઈ.

ગૌરવ. [એક જાત.

magnol'ia (મૅગ્નોલિઆ), નાο ચંપાની

mag'num (મૅગ્નમ), નાο બે ક્વાર્ટ (ની દારૂની બાટલી). [કે કળાકારની શ્રેષ્ઠ કૃતિ.

magnum opus (મૅગ્નમ ઓપસ), લેખક

mag'pie (મૅગ્પાઈ), નાο કાબરચીતરા રંગવાળું સતત બકબક કરતું એક પક્ષી; લક્ષ્યની બહારનું – ઉપાન્ત્ય – વર્તુળ.

Magyar (મૉડયર), નાο હંગેરીમાં રહેનાર મૉંગોલ વંશનો માણસ કે તેની ભાષા. વિο તેનું – ને લગતું; (મૅગ્યાર) બાંયવાળી ચોળી સાથે સીવેલું સ્ત્રીનું મુખ્ય વસ્ત્ર.

Maharaja(h) (માહરાજા),નાο મહારાજા.

Maharan'ee (માહરાની), નાο મહારાણી.

Mahat'ma (મહેટ્મા), નાο અલૌકિક શક્તિઓ ધરાવનાર હિન્દી સાધુ; મહાત્મા.

mah-jong(g)' (માજૉંગ), નાο ચાર જણે રમવાની એક ચીની રમત.

mahog'any (મહૉગનિ), નાο ફર્નિચર માટે વપરાતું એક અમેરિકન ઝાડનું બદામી રંગનું લાકડું; એ ઝાડ. વિοમહોગની લાકડાનું – રંગનું.

Mahom'etan (મહૉમિટન), જુઓ Mohammedan. [મહાવત.

mahout' (મહાઉટ), નાο હાથીનો હાંકનાર,

maid (મેડ) નાο જુવાન છોકરી; કુમારિકા; કામવાળી બાઈ. *~ of honour*, રાણી કે રાજકુંવરીની અનુચર એવી ઊંચા કુળની અપરિણીત સ્ત્રી. *old ~*, વૃદ્ધ – પ્રૌઢ – કુમારિકા; બહુ જ કાળજી ને ચીવટવાળી વ્યક્તિ.

maid'en (મેડન), નાο અપરિણીત જુવાન છોકરી, કુમારિકા. વિο અપરિણીત, કુંવારી; ન વાપરેલું, સાવ કોરું; પહેલવહેલું. *~ name*, માબાપના કુટુંબનું – પ્રથમ આશ્રમનું – નામ. *~ over*, [ક્રિકેટ]એક પણ રન વિનાની 'ઓવર'. *~ speech*, જાહેર સભામાં પહેલવહેલું ભાષણ. *~ voyage* (–વૉઇજ), નવા વહાણની દરિયાની પહેલવહેલી મુસાફરી.

maid'enhair, નાο એક વનસ્પતિ, ફર્ન, હંસરાજની એક જાત. [કરનારી.

maid'servant, નાο કામવાળી, ઘરકામ

mail (મેલ), નાο ધાતુની કડીઓ કે પટ્ટીઓનું બખ્તર – કવચ. **mailed**, વિο બખ્તર – કવચ – પહેરેલું. *the ~ fist*, શસ્ત્રબળ.

mail, નાο ટપાલના કાગળો વગેરેની થેલી કે પેટી, ટપાલ; ટપાલના કાગળો, ઇ. સο ક્રિο ટપાલમાં નાખવું – દ્વારા રવાના કરવું.

mail-cart, નાο ટપાલગાડી; બાબાગાડી.

maim (મેમ), સο ક્રિο ખોડું – લંગડું – અપંગ – બનાવવું; નકામું બનાવવું; કાપી કાઢવું.

main (મેન), વિο મુખ્ય, સૌથી મહત્વનું. *the ~ chance*, પોતાનું હિત, સ્વાર્થ. નાο આખો ભાગ; મુખ્ય – મોટો – ભાગ; ભરદરિયે; મહાસાગર; પાણી, ગૅસ, ઇ.નો મુખ્ય નળ; બળ, જોર. *with might and ~*, બને તેટલું જોર કરીને; ઘણા જોરથી.

main'land, નાο દેશ કે ખંડનો પાસેના ટાપુઓ સિવાયનો મુખ્ય ભાગ, તળ પ્રદેશ.

main'ly (મેન્લિ), ક્રિοવિο મુખ્યત્વે, મોટે ભાગે.

main'mast, નાοવહાણની મુખ્ય ડોળ કાઠી.

main'spring (મેન્સ્પ્રિંગ), નાοઘડિયાળની મુખ્ય સ્પ્રિંગ; કોઈ ઘટના કે પ્રવૃત્તિની પાછળની મુખ્ય પ્રેરણા.

main'stay (મેન્સ્ટે), નાο વહાણના મુખ્ય ડોળ કૂવાને પકડી રાખનારું દોરડું; મુખ્ય આધાર.

maintain' (મેન્ટેન, મે'ન–), સο ક્રિο હોય તેટલું રાખવું, ઘટવા ન દેવું; ચાલુ રાખવું; દુરસ્ત – સાબૂત – રાખવું; -નું પાલનપોષણ – નિર્વાહ – કરવો; ખરું કે વાજબી છે એમ સાબિત કરી બતાવવું, નિશ્ચયપૂર્વક કહેવું.

main'tenance (મેન્ટિનન્સ, મેન્ટ–), નાο ભરણપોષણ (કરવું તે);- નું ખર્ચ આપવું – નભાવવું–તે; [કા.] અન્નવસ્ત્ર, ખોરાકીપોશાકી.

maize (મેઝ), નાο મકાઈ.

maj'esty (મૅજિસ્ટિ), નાο ભવ્યતા, પ્રૌઢતા; રાજતેજ, પ્રતાપ, મહિમા; રાજસત્તા; મહારાજા, રાજાકેરાણીનો ખિતાબ (*His, Her M ~*)

majes'tic (મજે'સ્ટિક), વિο રાજાને છાજે એવું; ભવ્ય, પ્રૌઢ.

majol'ica (મજૉલિકા), નાο ઇટાલીનાં જાતજાતનાં નકશીવાળાં માટીનાં વાસણ.

maj'or (મેજર), વિο વધારે મોટું; બે જણમાંથી વધારે મોટું; મુખ્ય, વધુ સંખ્યાવાળું; વડીલ; વયમાં આવેલું, પુખ્ત વયનું,

સજ્ઞાન. નાo એક લશ્કરી અમલદાર (કૅપ્ટનથી ચડતી અને લેફ્ટનન્ટ કર્નલથી ઊતરતી પદવીનેા). **~-domo** (-ડોમેા), નાo મેાટા માણસના ઘરનું કારભારું કરનાર મુખ્ય નેાકર, કારભારી. **maj'or-general**, નાo લેફ્ટનન્ટ જનરલથી ઊતરતી ઊંચામાં ઊંચી પદવી ધારણ કરનાર લશ્કરી અમલદાર.

majo'rity (મજૉરિટિ), નાo ઘણેા - મેાટેા - અર્ધા કરતાં વધારે - ભાગ; મતાધિક્ય, બહુમતી; સજ્ઞાન વય, લાયક ઉંમર; [લશ્કર] 'મેજર'નેા હેાદ્દો.

make (મેક), ઉoક્રિo (ભૂo કાo made). નિર્માણ કરવું, પેદા કરવું; બાંધવું, કરવું, બનાવવું; -ને આકાર, ઇ. આપવું; વિ. ક. જબરદસ્તીથી કરાવવું; મળીને થવું - બનવું - બરાબર થવું. નાo બનાવટ; ઘાટ, આકાર. *~a bed,* પથારી કરવી - પાથરવી. *~ a face,* મેાં કટાણું કરવું. *~a fuss of,* નજીવી વાતને વધુ પડતું મહત્ત્વ આપવું. *~ away with,* મારી નાંખવું; -ને દૂર કરવું. *~for,* -ની તરફ ધસી જવું, (સુખ, ઇ.)નું કારણ બનવું. *~free with,* અધિકાર વિના વાપરવું. *~off,* નાસી જવું. *~good,* સારું ચાલતું હેાવું; નુકસાન, ઇ. ભરી આપવું. *~out,* મુશ્કેલીથી વાંચવું કે જેવું, ઉકેલવું; -નેા અર્થ કરવેા, સમજવું; પત્રક, ઇ. માં વીગત ભરવી. *~over,* (મિલકત, ઇ.) આપવું. *~it up,* ઝઘડો પતાવવેા. *~up to,* પ્રેમ - અનુનય - કરવેા, ખુશામત કરવી. *~ it up to you,* થયેલા નુકસાનનેા બદલેા આપવેા. *~up* (one's *face, etc.*), સાજશૃંગાર કરવેા. *~no bones about,* કરવામાં કશી મુશ્કેલી ઊભી ન કરવી, ન અચકાવું. *~up* one's *mind,* નિર્ણય - નિશ્ચય - કરવેા. *not ~ head or tail of,* -નેા શેા અર્થ થાય તે ન સમજવું. *What time do you ~it?* કેટલા વાગ્યા હશે એમ તમને લાગે છે? *on the ~,* પૈસેા કે પ્રતિષ્ઠા મેળવવા ઉત્સુક. [વસ્તુ.

make'-believe, નાo બહાનું, ઢોંગ, કૃત્રિમ

mak'er (મેકર), નાo બનાવનાર, કર્તા. *the M~,* સ્રષ્ટા, સરજનહાર. [સાધન - વસ્તુ.

make'shift (મેક્શિફ્ટ), નાo કામચલાઉ

make'-up, નાo નટનટીની સજાવટ - શૃંગારસાધન - નેપથ્યવિધાન; શૃંગાર સજાવટ; માણસનું ઘડતર - ચારિત્ર્ય; પુસ્તકની સજાવટ.

make'weight, નાo ત્રાજવાનાં પલ્લાં સરખાં કરવા માટે મુકાતું વજન, ધડો.

mak'ing, નાo બનાવટ, રચના, કૃતિ; (બo વo) નફેા, મળતર; (બo વo) આવશ્યક ગુણેા. *be the ~ of,* સફળતા કે પ્રગતિનું સાધન કે કારણ થવું.

Malacc'a (cane) (મલૅકા(કેન)), નાo બદામી રંગની ફરવા જવાની લાકડી.

mal'achite (મૅલકાઇટ), નાo લીલા રંગનેા એક ખનિજ પદાર્થ; તાંબાનેા કાર્બોનેટ.

maladjust'ment (મૅલ્અડ્જસ્ટ્મન્ટ), નાo સદેાષ સમજૂતી - ગેાઠવણ; વિસંવાદિતા, કુમેળ; [મનેાવિ.] પરિસ્થિતિને પહેાંચી વળવાની અશક્તિ. **maladjust'ed**, (-સ્ટિડ), વિo બરાબર મેળ નહિ સાધેલું, બંધ બેસતું નહિ કરેલું.

maladministra'tion (મૅલ્અડ્મિનિસ્ટ્રેશન), નાo સદેાષ - ખામી વાળેા - (રાજ્ય) કારભાર, અવ્યવસ્થા, ગેરવ્યવસ્થા, ગેરવહીવટ.

mal'adroit (મૅલડ્રૉઇટ), વિo કુનેહ વિનાનું, ગેાટાળેા કરનારું; અનાડી.

mal'ady (મૅલડિ), નાo રેાગ, વ્યાધિ.

mal'a fid'e (મેલ ફાઇડિ), ક્રિoવિo અને વિo બૂરી દાનતવાળું - થી.

mal'aise (મૅલેઝ઼), નાo બેચેની, અસ્વસ્થતા.

mal'apert (મૅલપર્ટ), વિo ઉદ્ધત, ચડાઉ, નિર્લજ્જ.

mal'aprop(ism) (મૅલપ્રૉપિઝ઼મ), નાo એકબીજાને મળતા એવા શબ્દોનેા હાસ્યાસ્પદ ગેાટાળેા.

malar'ia (મલેરિઆ), નાo (મચ્છર કરડવાથી આવતેા) ટાઢિયેા તાવ. **malar'ial** (-રિઅલ), વિo મલેરિયાનું - સંબંધી.

mal'content (મૅલકન્ટેન્ટ), વિo (વિ. ક. રાજ્યના અમલથી) અસંતુષ્ટ - બેદિલ - થયેલું. નાo એવું માણસ - પ્રજાજન; અસંતેાષ.

male (મેલ), વિo પુરુષ અથવા નર જાતિનું, પુંલ્લિંગી; [વનસ્પ.] પુંકેસરવાળું. નાo પુરુષ, નર.

maledic'tion (મૅલિડિક્શન), નાo શાપ, બદદુવા.

mal'efactor (મૅલિફૅક્ટર), ના૦ ખરાબ કામ કરનાર; અપરાધી, ગુનેગાર.

malev'olent (મલે'વલન્ટ), વિ૰ બીજાનું બૂરું ઇચ્છનાર; દુષ્ટ. **malev'olence** ના૦ દ્વેષભાવ, દુષ્ટતા.

mal'formed (મૅલફૉર્મ્ડ), વિ૰ સદોષ રચનાવાળું, શારીરિક વ્યંગ કે ખોડવાળું. **malforma'tion**, ના૦ સદોષ રચના, શારીરિક વ્યંગ.

mal'ice (મૅલિસ), ના૦ દ્વેષબુદ્ધિ, દુષ્ટ હેતુ. ~ *aforethought*, હેતુપૂર્વકની – જાણી જોઈ ને કરેલી – દુષ્ટતા. **mali'cious** (મલિશસ), વિ૰ દુષ્ટ.

malign' (મલાઇન), વિ૰ ખરાબ, અપાયકારક; ઘાતક, જીવલેણ. સ૦ ક્રિ૰ -ની નિંદા કરવી, -નું ભૂંડું બોલવું. **malig'nant** (મલિગ્નન્ટ), વિ૰ અતિદુષ્ટ, દ્વેષી; (રોગ) જીવલેણ, પ્રાણઘાતક. **malig'nancy**, ના૦ ઘાતકતા; દુષ્ટતા. **malig'nity** (મલિગ્નિટિ), ના૦ દ્વેષ, દુર્બુદ્ધિ; ઘાતકતા.

maling'er (મલિંજર), અ૦ ક્રિ૰ ફરજ (પર જવાનું) ટાળવા માટે માંદા પડવું – માંદગીનો ઢોંગ કરવો. [તેનું માંસ.

mall'ard (મૅલર્ડ), ના૦ એક જંગલી બતક;

mall'eable (મૅલિઅબલ), વિ૰ ટિપાય-ટીપીને આકાર આપી શકાય – એવું; [લા.] કેળવાય એવું, વાળીએ તેમ વળે એવું. **malleabi'lity**, ના૦. [મોગરી.

mall'et (મૅલિટ), ના૦ લાકડાની હથોડી,

mall'ow (મૅલો), ના૦ જાંબુડિયા રંગનાં ફૂલોવાળો એક જંગલી છોડ. [મીઠો દારૂ.

malm'sey (મામ્ઝિ), ના૦ એક જાતનો કડક

malnutri'tion (મૅલ્ન્યુટ્રિશન, – ન્યૂ –), ના૦ અપૂરતો કે સદોષ ખોરાક – પોષણ.

malod'orous (મૅલોડરસ), વિ૰ વાસ મારતું, દુર્ગંધવાળું.

malprac'tice (મૅલ્પ્રૅક્ટિસ), ના૦ ખરાબ ચાલ – રીત, કુકર્મ, દુરાચાર, ભ્રષ્ટાચાર.

malt (મૉલ્ટ), ના૦ દારૂ ગાળવા – આસવવા – પાણીમાં બોળીને ફણગાવ્યા પછી સૂકવેલા જવ કે બીજું અનાજ. ઉ૦ ક્રિ૰ જવ, ઇ.નો માલ્ટ બનાવવો.

Maltese' (મૉલ્ટીઝ), વિ૰ માલ્ટાનું. ના૦ માલ્ટાનો વતની અથવા ભાષા. *M~ Cross*, ના૦ માલ્ટાનો એક વિશિષ્ટ પ્રકારનો ક્રૂસ, ત્યાંના સરદારોનું વિશિષ્ટ ચિહ્ન.

maltreat' (મૅલ્ટ્રીટ), સ૦ ક્રિ૰ -ની સાથે ખરાબ રીતે વર્તવું; પજવવું; મારવું.

malversa'tion, (મૅલ્વર્સેશન), ના૦ બીજાનાં કે જાહેરનાં નાણાંનો અનધિકાર ઉપયોગ – દુરુપયોગ. [બાળભાષામાં).

mamma' (મમા), ના૦ બા (વિ. ક.

mamm'al (મૅમલ), ના૦ સસ્તન (વર્ગનું) પ્રાણી. **Mammal'ia** (મમેલિઆ), ના૦ બ૦ વ૦ સસ્તન પ્રાણીઓ (નો વર્ગ). **mammal'ian** (મમેલિઅન), વિ૰ સસ્તન પ્રાણીઓનું. **mamm'ary** (મૅમરિ), વિ૰ સ્તનોનું –ને લગતું.

mamm'on (મૅમન), ના૦ પૈસો, સંપત્તિ (વિ. ક. પૂજવાની મૂર્તિ કે અનિષ્ટના અર્થમાં).

mamm'oth (મૅમથ), ના૦ કદાવર હાથીની પ્રાચીન કાળની એક જાત. વિ૰ પ્રચંડ, મોટું.

mamm'y (મૅમિ), ના૦ બાને બોલાવવાનો બાળકનો શબ્દ; ગોરા બાળકની કાળી આયા.

man (મૅન), ના૦ (બ૦ વ૦ men). માણસ, મનુષ્ય; માનવજાત, માનવ; પુરુષ, મરદ; પતિ, ધણી; પુખ્ત ઉંમરનો પુરુષ, છાયડો; નોકર; મર્દ, પુરુષ. સ૦ ક્રિ૰ માણસ પૂરાં પાડવાં – નીમવાં – મૂકવાં. ~ *about town*, સમાજ, ક્લબ, ઇ. ઠેકાણે વારંવાર જનાર પૈસેટકે સુખી માણસ. *to a* ~, બધા – એકે એક – માણસ. *the inner* ~, અન્તરાત્મા; [વિનોદમાં] પેટ, ઉદર. ~ *of the world*, અનુભવી – સંસારી – માણસ. ~ *in the street*, સામાન્ય માણસ. *be a* ~, મર્દ બનો. ~ *of letters*, લેખક, સાક્ષર.

man-of-war (મેનવ્વૉર), ના૦ યુદ્ધનૌકા, મનવાર. **man'power**, ના૦ લશ્કરી કે બીજા કામ માટે ઉપલબ્ધ માણસો, માનવશક્તિ.

man'acle (મૅનકલ), ના૦ (બહુધા બ૦ વ૦ માં) બેડી, હાથકડી. સ૦ ક્રિ૰ હાથે બેડીઓ પહેરાવવી; હાથકડી ઘાલવી.

man'age (મૅનિજ), સ૦ ક્રિ૰ ચલાવવું, વહીવટ કરવો; કાબૂમાં રાખવું; -ને પહોંચી

વળવું; પાર ઉતારવું. **man'ageable** (મૅનિજબલ), વિ૦ કાબૂમાં રાખી – વ્યવસ્થા કરી – શકાય એવું. **man'agement** (–મન્ટ), ના૦ વ્યવસ્થાપક મંડળ, વ્યવસ્થાપકો; સંચાલન, વ્યવસ્થા. **man'ager** (મૅનિજર), ના૦ વ્યવસ્થાપક, સંચાલક. **man'ageress** (મૅનિજરિસ), ના૦ વ્યવસ્થાપિકા, સંચાલિકા. **manager'ial**, વિ૦ મૅનેજરો –વ્યવસ્થાપકો – નું – સંબંધી. **managing**, વિ૦ વહીવટ કરનારું; કારભારું કરવા – બીજા પર કાબૂ રાખવા – તત્પર. [દરિયાઈ પ્રાણી.

manatee' (મૅનટી), ના૦ સ્તનવાળું એક

man'darin (મૅન્ડરિન), ના૦ એક ચીની અમલદાર; ચીનીઓની બોલાતી શિષ્ટ ભાષા.

mandarin, ના૦ એક જાતનું નાનકડું સંતરું.

mandate (મૅન્ડિટ), ના૦ આજ્ઞા, હુકમ; બીજા માટે કામ કરવાનો – રાજ્ય ચલાવવાનો – અધિકાર – આદેશ – પત્ર; મતદારોનો પ્રતિનિધિઓને આદેશ. **man'datary** (મૅન્ડટરિ) ના૦ [કા.] જેને કોઈ કામ કરવાનો અધિકાર કે આદેશ આપ્યો હોય તે. **man'datory** (મૅન્ડટરિ), ના૦ આજ્ઞાસૂચક; આવશ્યક, ફરજિયાત.

man'dible (મૅન્ડિબલ) ના૦ વિ. ક. નીચેના જડબાનું હાડકું. [પ્રકારનું તંતુવાદ્ય.

man'dolin(e) (મૅન્ડલિન), ના૦ એક

mandrag'ora (મૅન્ડ્રૅગરા), **man'drake** (મૅન્ડ્રેક), ના૦ ઘેન આણે ને ઊલટી કરાવે કરાવે એવી એક ઝેરી વનસ્પતિ.

man'drill (મન્ડ્રિલ), ના૦ એક મોટા કદનો વિકરાળ વાંદરો, બબૂન.

mane (મેન), ના૦ યાળ, કેશવાળી.

man'ful (મૅન્ફુલ), વિ૦ બહાદુર, મર્દ; દૃઢનિશ્ચયી.

mang'anese (મૅંગનીઝ઼), ના૦ કાળા રંગની એક ધાતુ, મૅંગેનીઝ; એ ધાતુનો ઑક્સાઇડ.

mange (મૅજ), ના૦ ચામડીનો એક રોગ, ખસ, ખૂજલી (વિ. ક. કૂતરા કે બિલાડીનો). **man'gy** (મૅજિ), વિ૦ ખજલું, ખૂજલી થયેલું; ખરાબ, નબળું, ગંદું.

mang'el (-**wurz'el**) (મૅંગલ વર્ઝ઼લ), **mang'old** (-**wurz'el**) (મૅંગલ્ડ–), ના૦ ઢોરોને ખવડાવવાનો એક જાતનો મોટા કદનો 'બીટ' કંદ.

man'ger (મેન્જર), ના૦ ગમાણ, ગભાણ.

mangle (મૅંગલ), સ૦ક્રિ૦ ફાડી – તોડી – ચીરી–નાંખવું, આડુંઅવળું કાપી નાખવું; બગાડી નાંખવું.

mangle, ના૦ ધોયેલાં કપડાં નિચોવવાનો તેમ જ વાળીને દબાવવાનો સંચો. સ૦ ક્રિ૦ એ સંચામાં કપડાં વાળીને દબાવવાં.

man'go (મૅંગો), ના૦ (બ૦ વ૦ –es). કેરી, આમ્રફળ; આંબો (ઝાડ).

mang'rove (મૅંગ્રોવ), ના૦ ઉષ્ણકટિબંધમાં ભેજવાળી જગ્યામાં થતું એક ઝાડ.

man'handle (મૅન્હૅન્ડલ), સ૦ ક્રિ૦ કેવળ શારીરિક શક્તિ વડે ખસેડવું; ધક્કે ચડાવવું; ધક્કામુક્કી કરવી; શારીરિક ઈજા પહોંચાડવી.

man'hole (મૅન્હોલ), ના૦ જમીન કે ગટરમાં માણસને ઊતરવા માટેનું કાણું – દ્વાર.

man'hood (મૅન્હુડ), ના૦ મનુષ્યત્વ; મર્દપણું, પૌરુષ; દેશના માણસો.

man'ia (મેનિઆ), ના૦ ઘેલછા, ગાંડપણ; નાદ, છંદ. **man'iac** (મેનિઍક), ના૦ ગાંડું – દીવાનું – માણસ. લવરી કરતું ગાંડું માણસ. **mani'acal** (મનાયકલ), વિ૦ ગાંડું, દીવાનું.

man'icure (મૅનિક્યૂર, –ક્યુઅર), સ૦ક્રિ૦ કોઈના હાથ ને આંગળાના નખને સુંદર બનાવવાનો ઉપચાર કરવો. ના૦ એવો ઉપચાર – સૌંદર્યપ્રસાધન–(કરનાર). **man'icurist**, ના૦ એ પ્રસાધન કરનાર માણસ.

man'ifest (મૅનિફેસ્ટ), વિ૦ દેખીતું, ઉઘાડું સ્પષ્ટ. ઉ૦ક્રિ૦ સ્પષ્ટ બતાવવું, ઉઘાડું – ખુલ્લું – કરી બતાવવું. ~ *itself*, પોતાની મેળે દેખા દેવું. ના૦ જકાત અમલદારને બતાવવા માટેની વહાણ પરના માલની યાદી – ભરતિયું. **manifesta'tion**, ના૦ પ્રગટીકરણ, સ્પષ્ટીકરણ; આવિર્ભાવ; (બ૦વ૦) નજરે પડતાં લક્ષણ.

manifes'to (મૅનિફેસ્ટો), ના૦ (બ૦વ૦ –s). સંકલ્પિત કાર્ય અને નીતિ વિષે જાહેરનામું – ઢંઢેરો.

man'ifold (મૅનિફોલ્ડ), વિ૦ ઘણી જાતનું, નાનાવિધ, અનેક. સ૦ ક્રિ૦ કાગળ, ઇ.ની અનેક નકલો બનાવવી.

man'ikin (મૅનિકિન), ના૦ ઠિંગુજી, વામન-મૂર્તિ; માણસના શરીરનો કાગળનો કે લાકડાનો નમૂનો.

manil'(l)a (મનિલા), ના૦ દોરડાં, ઇ.વણવા માટે કોઈ વનસ્પતિના રેસા; મનીલાની ચિરૂટ. ~ *paper*, એક જાતનો મજબૂત કાગળ.

man'ioc (મૅનિઑક), ના૦ જેમાંથી ટૅપિઓકા કે આરારૂટ બનાવવામાં આવે છે તે વનસ્પતિ.

manip'ulate (મનિપ્યુલેટ), સ૦ક્રિ૦ હાથ વતી કુશળતાથી વાપરવું; હોશિયારીથી કામ લેવું; ચાલાકી – લબાડી – કરવી, ઘાલમેલ કરવી. **manipula'tion**, ના૦ હાથની ક્રિયા, હસ્તલાઘવ; દોરીસંચાર; ઘાલમેલ, લબાડી. **manip'ulator**, ના૦.

mankind, (મૅનકાઇન્ડ), ના૦ માનવજાત; [પુરુષજાત – પુરુષો.

man'like (મૅનલાઇક), વિ૦ માણસના જેવું – ગુણધર્મવાળું.

man'ly (મૅનલિ), વિ૦ મર્દ, શૂરવીર; પુરુષના ગુણવાળું. **man'liness**, ના૦ મર્દપણું, પૌરુષ.

mann'a (મૅના), ના૦ યહૂદી લોકોને વગડામાં ઈશ્વરે આપેલો ખોરાક.

mann'equin (મૅનિકિવન, –કિન), ના૦ કાપડની દુકાનમાં કપડાં કેવાં દેખાય તે બતાવવા માટે રાખેલી તે પહેરનાર સ્ત્રી અથવા તેની મીણ, ઇ.ની પ્રતિમા.

mann'er (મૅનર), ના૦ રીત, તરેહ; વર્તવાની રીત – પદ્ધતિ; જાત, પ્રકાર; (બ૦વ૦) રીતભાત, શિષ્ટાચાર. *after this* ~, આ રીતે. *to the* ~ *born*, જન્મથી જ એ રિવાજને વશ થયેલું, (અમુક) પદ માટે સ્વાભાવિકપણે જ લાયકાતવાળું. *by no* ~ *of means*, જરાય નહિ. **mann'ered**, વિ૦ બોલવા-ચાલવામાં વિશેષ ટેવવાળું.

mann'erism (મૅનરિઝ્મ), ના૦ બોલવા-ચાલવામાં વારંવાર નજરે પડતી ટેવ – દોષ – ખોડ; શૈલીવિશેષ.

mann'erly (મૅનર્લિ), વિ૦ સારી રીતભાતવાળું, સભ્ય.

mann'ish (મૅનિશ), વિ૦ માણસના જેવું; (સ્ત્રી અંગે) ભાયડા જેવી, મર્દાની

manoeu'vre, -euver (મનૂવર, –ન્યૂ –), ના૦ લશ્કર કે નૌકાસૈન્યની હિલચાલ (કરવી તે), –યુક્તિપૂર્વક કરેલી હિલચાલ; દાવપેચ; યુક્તિ. સ૦ક્રિ૦ યુક્તિપૂર્વક હિલચાલ કરવી, વ્યૂહ રચવો; દાવપેચ કરવા.

manor (મૅનર), ના૦ વિશિષ્ટ સેવાના બદલામાં મળેલી અમીર કે સરદારની – દેસાઈની – જાગીર; જમીન, સ્થાવર મિલકત. **manor'ial** (મનૉરિઅલ), વિ૦ સરદાર – દેસાઈ–ની જાગીર કે વતનનું – સંબંધી.

manse (મૅન્સ), ના૦ (સ્કૉ.) પાદરીનું રહેઠાણ.

man'sion (મૅન્શન), ના૦ મોટું મકાન, હવેલી, મહેલ.

man'slaughter (મૅનસ્લૉટર), ના૦ માણસોની કતલ; [કા.] મનુષ્યવધ, વિ. ક. પૂર્વયોજના વિના કરેલો.

man'tel (મૅન્ટલ), **man'telpiece** (–પીસ), ના૦ ચૂલા કે સગડીની ઉપર રચેલો ચોરસ ગોખલો. **man'telshelf**, ના૦ એ ગોખલાની ઉપરની છાજલી.

mantill'a (મન્ટિલા), ના૦ સ્ત્રીનો માથા અને ખભા પર ઓઢવાનો જાળીદાર રૂમાલ.

man'tle (મૅન્ટલ), ના૦ સ્ત્રીનો બાંય વિનાનો ખૂલતો ઝભ્ભો; [લા.] આચ્છાદન, આવરણ; ગૅસની જ્યોત ઉપર મૂકવામાં આવતું જાળીદાર અંગૂઠી જેવું ઢાંકણું. ઉ૦ ક્રિ૦ ઢાંકવું; ફેલાવવું; ગાલ પર શરમના શેરડા પડવા.

man'ual (મૅન્યુઅલ), વિ૦ હાથનું, હાથે કરેલું. ના૦ પ્રાથમિક પરિચયનું – ટૂંકાણમાં માહિતી આપનારું – પુસ્તક, પાઠ્યપુસ્તક; વાજાનો – ઑર્ગનનો – હાથે વગાડવાની સ્વરપટ્ટીઓવાળો ભાગ.

manufac'ture (મૅન્યુફૅક્ચર), ના૦ માલ કે વસ્તુઓ પેદા કરવી તે (વિ. ક. યંત્રની મદદથી). સ૦ ક્રિ૦ કાચા માલમાંથી પાકો માલ – વપરાશની વસ્તુઓ – તૈયાર કરવી; મહેનત કરીને બનાવવું; જોડી – ઉપજાવી – કાઢવું. **manufac'tory**, ના૦ કારખાનું, 'વર્કશૉપ'.

manumit' (મૅન્યુમિટ), સ૦ ક્રિ૦ ગુલામગીરીમાંથી છોડવું. **manumi'ssion**, ના૦ દાસ્યમુક્તિ, દાસ્યમોચન.

manure' (મન્યુઅર), ના૦ ખાતર, વિ. ક. ઢોરોનું છાણ, મૂતર, ઇ. સ૦ ક્રિ૦ ખાતર પૂરવું – નાખવું.

man'uscript (મૅન્યુસ્ક્રિપ્ટ), વિ૦ હાથે લખેલું. ના૦ હસ્તલિખિત પોથી, લેખ, ઇ.; છાપવા માટેનું લખાણ.

Manx (મૅંક્સ), વિ૦ 'આઇલ ઑફ મૅન' નામના ટાપુનું. ના૦ ત્યાંનો વતની; ત્યાંની મૅંક્સ ભાષા.

ma'ny (મે'નિ), વિ૦ ઘણા, બહુ, અનેક. ના૦ ઘણા લોકો. *a great, good.* ~, -ની મોટી સંખ્યા, ઘણા. **many-sided,** વિ૦ અનેક પાસાવાળું; બહુહુન્નરી.

Maor'i (માઉરિ), ના૦ ન્યૂઝીલન્ડની એક આદિવાસી જાતિ; તે જાતિનો માણસ કે ભાષા.

map (મૅપ), ના૦ નકશો, આલેખ, રેખાકૃતિ. સ૦ ક્રિ૦ નકશો તૈયાર કરવો. ~ *out,* નકશો તૈયાર કરવો, યોજના ઘડી કાઢવી.

ma'ple (મેપલ), ના૦ એક જાતનું વૃક્ષ.

maquis' (માકી), ના૦ નાનાં નાનાં ઝાંખરાંનું જંગલ; (*M*~) બીજા વિશ્વયુદ્ધ વખતે જર્મની સાથે લડનારું ફ્રેંચ લોકોનું ગુપ્ત દળ; કોઈ પણ ગુપ્ત દળ. [નાશ કરવો.

mar (માર), સ૦ ક્રિ૦ નુકસાન કરવું, બગાડવું;

ma'rabou (મૅરબૂ), ના૦ એક પ. આફ્રિકન પક્ષી – મોટો બગલો; તેનાં રુવાંટીવાળાં પીછાં.

Ma'rathon (race) (મૅરથન'(રેસ)), ના૦ એક બહુ જ લાંબી (લગભગ ૨૬ માઈલ) ચાલવાની કે દોડવાની શરત; ભારે સહનશક્તિનું કામ.

maraud' (મરૉડ), અ૦ ક્રિ૦ ધાડ પાડવી, લૂંટ કરવી. **maraud'er** (મરૉડર), ના૦ લૂંટારો, ધાડપાડુ. **maraud'ing,** વિ૦.

mar'ble (માર્બલ), ના૦ આરસપહાણ, સંગેમરમર; લખોટી; (બ૦વ૦) આરસની શિલ્પકૃતિઓ. સ૦ ક્રિ૦ રંગબેરંગી આરસપહાણ જેવું દેખાય તે માટે રંગની છાંટ કરવી.

March (માર્ચ), ના૦ માર્ચ મહિનો.

march, ઉ૦ ક્રિ૦ બરાબર કદમ મિલાવીને ચાલવું – ચલાવવું, કૂચ કરવી – કરાવવી. ના૦ લાંબી કૂચ; આગળ વધવું તે, પ્રગતિ; કૂચગીત. ~ *past,* સલામી કરવા માટે કૂચ કરતાં પસાર થવું તે. *forced* ~, અતિ લાંબી કૂચ – મજલ. *steal a* ~ *on,* બીજો કશું કરવાનો હોય તે પોતે છૂપી રીતે કરીને તેના પર સરસાઈ મેળવવી.

march, ના૦ (બહુધા બ૦વ૦ માં) જમીનની સરહદ, સીમા. અ૦ ક્રિ૦ -ની (સાથે) સમાન સરહદ હોવી.

mar'chioness (માર્શનિસ), ના૦ માર્ક્વિસની પત્ની – વિધવા; માર્ક્વિસના જેવું પદ ધરાવનાર સ્ત્રી. [બિનતારી સંદેશો.

marcon'igram (માર્કોનિગ્રૅમ), ના૦

mare (મે'અર), ના૦ ઘોડી. **mare's-nest,** કાલ્પનિક – ભ્રામક – શોધ. *go on Shanks's* ~, માપતાં જવું 'ટાંગા'માં જવું.

marg'arine (માર્ગરિન, -રીન, માર્જ –), ના૦ વનસ્પતિ કે પ્રાણીમાંથી પેદા કરેલી માખણના જેવી દેખાતી ચરબી, નકલી – બનાવટી – માખણ.

mar'gin (માર્જિન), ના૦ કોર, કાંઠો, કિનારી; છાપેલા પાનાની મજકૂરની આસપાસની કોરી જગ્યા, હાંસિયો; તદ્દન આવશ્યક હોય તે કરતાં અણધારી બાબત વાસ્તે રાખેલી જગ્યા – રકમ – ગાળો; શૅરોના વહેવારમાં ખોટ-થાય તો તે પૂરવા માટે શૅરદલાલ પાસે અનામત મૂકવામાં આવતી રકમ. *deal in* ~*s,* શૅરોની પૂરી કિંમત આપવાને બદલે કેવળ ખરીદી અને વેચાણ કિંમતનો તફાવત આપીને શૅરોની લેવડદેવડ કરવી. **mar'ginal** (માર્જિનલ), વિ૦ હાંસિયામાં લખેલું કે છાપેલું. **marginal'ia** (માર્જિનેલિઆ), ના૦ બ૦ વ૦ હાંસિયામાં લખેલી નોંધો. [લીમડો.

margo'sa (માર્ગોસા), ના૦ લીમડાનું ઝાડ,

marg'uerite (માર્ગરીટ), ના૦ 'ડેઝી'ની જાતનું મોટું ફૂલ.

mariage de convenance (મૅરિઆઝ ડ કૉંવનાંસ), વ્યાવહારિક લાભની દૃષ્ટિથી કરેલું લગ્ન.

ma'rigold (મૅરિગોલ્ડ), ના૦ ગલગોટો.

marine' (મરીન), વિ૦ દરિયાનું, દરિયા પાસેનું, દરિયામાંથી મળતું; નૌકાસૈન્યને લગતું; વહાણોનું. ના૦ વહાણો (નો કાફલો); નૌકાસૈન્ય; નૌકાસૈન્યના વહાણો પર કામ કરતો લશ્કરનો માણસ. **ma'riner** (મૅરિનર), ના૦ ખારવો, નાવિક.

marionette' (મૅરિઅને'ટ), ના૦ દોરી કે

તારથી નચાવવામાં આવતી ઢીંગલી, કઠપૂતળી.

ma'rital (મૅરિટલ, મ–), વિ૦ પતિનું; લગ્નનું -ને અંગેનું; પતિપત્નીનું – વચ્ચેનું.

ma'ritime(મૅરિટાઇમ), વિ૦ દરિયાકાંઠાનું, દરિયાઈ; દરિયો ખેડવા અંગેનું; દરિયા મારફતે વેપાર કરનારું; નૌકાસૈન્યવાળું.

mar'joram (માર્જરમ), ના૦ રાંધવામાં વપરાતી એક ખુશબોદાર વનસ્પતિ.

mark (માર્ક), ના૦ એક જર્મન નાણું (અગાઉ આશરે ૧ શિલિંગનું).

mark, ના૦ લક્ષ્ય, નિશાન; લક્ષ્યબિન્દુ, તાકેલી વસ્તુ; ગુણ, માર્ક; નિશાની, ચિહ્ન, ડાઘો; લિસોટો; વસ્તુ કે ગુણની નિશાની; હંમેશની સપાટી – માત્રા. ઉ૦ ક્રિ૦ કશા પર નિશાની કરવી; ગુણ – માર્ક – આપવા; ધ્યાનમાં લેવું, જોવું; બારીકાઈથી જોવું. *trade* ~, બનાવનારની છાપ. *beside, wide of, the* ~, લક્ષ્યથી દૂર; અપ્રસ્તુત, લાગુ ન પડતું. *make one's* ~, નામ કાઢવું. *man of* ~, પંકાયેલો માણસ, પ્રસિદ્ધ વ્યક્તિ. *miss the* ~, લક્ષ્ય ચૂકવું. *below the* ~, જોઈએ તેથી ઊતરતી કક્ષાનું. *up to the* ~, જોઈએ તે બરનું. ~ *time*, પ્રત્યક્ષ આગળ ન વધતાં ચાલતા હોય એવી રીતે પગ હલાવવા; હુકમની રાહ અથવા લાગ જોતાં ઊભા રહેવું. **marked** (માર્ક્ડ) વિ૦ સ્પષ્ટ તરત ધ્યાનમાં આવે એવું. ~ *man*, શંકાની નજરે જોવાતી વ્યક્તિ. **mark'edly** (માર્કિડલિ), ક્રિ૦ વિ૦ અચૂક, નિ:સંશય. સ્પષ્ટપણે.

mark'er (માર્કર), ના૦ બિલિયર્ડ, ઇ. રમતોમાં હાથ, માર્ક, વગેરે ગણનાર, ગણક; ચોપડીમાં - મૂકવાની નિશાની (દોરી, કાર્ડ, ઇ.).

mark'et (માર્કિટ), ના૦ બજાર, હાટ, પીઠ; તે માટેની જગ્યા અથવા ઇમારત; વેપારનું મથક; વેપાર; વેચાણ, માગણી, ખપત. ઉ૦ક્રિ૦ બજારમાં મોકલવું-વેચવું-ખરીદવું. **mark'etable**, વિ૦ વેચાય – ખપી જાય – એવું; વેચવા જેવું – યોગ્ય. ~ *cross* ના૦ બજારમાં ઊભો કરેલો ક્રૂસ. ~ *garden*, ના૦જ્યાં વેચવા માટે શાકભાજી કરવામાં આવે છે તે વાડી.

mark'et-place (– પ્લેસ), ના૦ બજાર, ચોક, ચૌટું.

mark'ing (માર્કિંગ), ના૦ પીછાં, ચામડી, ઇ.નો ચિત્રવિચિત્ર રંગ. **mark'ing-ink**, ના૦ કપડાં વગેરે પર નિશાની કરવાની પાકી શાહી.

marks'man (માર્ક્સ્‌મન), ના૦ (બ૦વ૦ – men). નિશાનબાજ, તાકોડી. **marks'-manship**, ના૦ નિશાનબાજી.

marl'ine (માર્લિન), ના૦ બે સેરોવાળું ખારવાનું દોરડું. **marline'-spike**(માર્લિન્‌-સ્પાઇક), ના૦ દોરડાં ભાંગતી વખતે તેની સેરો જુદી પાડવા માટેનો અણિયાળો ખીલો.

marm'alade (માર્મલેડ), ના૦ નારંગીનો અથવા બીજા ફળનો મુરબ્બો.

marmor'eal (માર્મોરિઅલ), વિ૦ આરસપહાણનું, –ના જેવું સફેદ – ઠંડું – ઓપવાળું.

marm'oset (માર્મઝ઼ેટ), ના૦ ગુચ્છાદાર પૂંછડીવાળો એક નાના કદનો દ. અમેરિકન વાંદરો. [જાતનું એક પ્રાણી.

marm'ot (માર્મટ), ના૦ ખિસકોલીની

maroon' (મરૂન), ના૦ પિંગલ – કિરમજી – રંગ. વિ૦ એ રંગનું. [એક જાતનું દારૂખાનું.

maroon', ના૦ મોટા ધડાકા સાથે ફૂટનારું

maroon', સ૦ ક્રિ૦ નિર્જન ટાપુ પર કોઈને (સજા દાખલ) છોડી – મૂકી – આવવું. ના૦ વેસ્ટ ઇંડીઝ ટાપુ પરના જંગલી હબસીઓની એક જાત.

marque (માર્ક), ના૦ વચન. *Letters of* ~, શત્રુના જહાજ પર હુમલો કરવાનો ખાનગી જહાજવાળાને રાજાએ આપેલો પરવાનો; (એ૦ વ૦) એવો પરવાનો ધરાવનાર વહાણ.

marquee' (માર્કી), ના૦ મોટો તંબૂ.

mar'quetry (માર્કિટ્રિ), ના૦ (લાકડામાં કરેલું) ભાતવાળું જડાવનું કામ.

mar'quis, mar'quess (માર્ક્વિસ), ના૦ ડયૂક અને અર્લ વચ્ચેની પદવીવાળો ઉમરાવ.

ma'rriage (મૅરિજ), ના૦ લગ્ન, વિવાહ; લગ્નવિધિ–સમારંભ. ~ *lines*, લગ્નનું પ્રમાણપત્ર – સર્ટિફિકેટ. ~ *settlement*, લગ્ન વખતે પત્નીને નામે મિલકત કરવી તે. **ma'rriageable** (મૅરિજબલ), વિ૦ પરણવા યોગ્ય – લાયક – ઉમરનું; (ઉમર) પરણવા લાયક.

ma'rried (મૅરિડ), વિ૦ વિવાહિત.

ma'rrow (મૅરો), ના૰ હાડકાની અંદરનો સ્નેહયુક્ત નરમ પદાર્થ – ચરબી – મજ્જા; સાર, તત્ત્વ; એક જાતનું કોળું (*vegetable* ~).

ma'rrow, ના૰ [બોલી] પતિ અથવા પત્ની, સહચારી કે સહચારિણી; પ્રતિકૃતિ.

ma'rry (મૅરિ), ઉ૰ક્રિ૰ (પુત્ર, કન્યા, ઇ.ને) પરણાવવું, -નું લગ્ન કરવું; -ની સાથે લગ્ન કરવું, પરણવું.

Mars (માર્ઝ઼), ના૰ [ખ.] મંગળનો ગ્રહ; પ્રાચીન રોમનો યુદ્ધનો દેવતા; [કાવ્યમાં] વિગ્રહ, લશ્કર. **Mar'tian** (માર્શન), ના૰ મંગળ પરનો કલ્પિત વતની. [રાષ્ટ્રગીત.

Marseillaise' (માર્સેલેઝ઼), ના૰ ફ્રાંસનું

marsh (માર્શ), ના૰ નીચાણમાં આવેલી ભેજવાળી જમીન, કળણ. **marsh'y**, વિ૰ ભેજવાળું.

marsh'al (માર્શલ), ના૰ રાજાના દરબારનો એક ઊંચી પદવીનો અધિકારી; સભાગૃહનો વ્યવસ્થાપક; સમારંભની દેખરેખ રાખનાર માણસ. **Field Marshal**, ના૰ લશ્કરનો ચામાં ઊંચો હોદ્દો – અધિકારી.

marsh'al, સ૰ક્રિ૰ યોગ્ય ક્રમમાં ગોઠવવું –બેસાડવું; વિધિપૂર્વક લઈ જવું; (દલીલોને) વ્યૂહબદ્ધ કરવી. ~**ling yard**, ના૰ જ્યાં રેલવેના ડબ્બા જોડીને માલગાડી, ઇ. તૈયાર કરવામાં આવે છે તે રેલવે સ્ટેશનનો વિસ્તાર–યાર્ડ.

marsup'ial (માર્સ્યૂપિઅલ), વિ૰ પોતાના બચ્ચાને પોતાના શરીરમાં આવેલી કોથળીમાં રાખનાર પ્રાણીના વર્ગનું. ના૰ એ વર્ગનું પ્રાણી (દા. ત. કાંગારુ). [વેપારનું મથક.

mart (માર્ટ), ના૰ બજાર(ની જગ્યા), હાટ;

Martello tower (માર્ટે'લો ટાવર), ના૰ શત્રુને રોકવા માટે દરિયાકિનારા પર તોપો ગોઠવેલું ગોળ મકાન – કિલ્લો.

mart'en (માર્ટિન), ના૰ કીમતી રુવાંટીવાળું નોળિયા જેવું એક ચોપગું પ્રાણી.

mar'tial (માર્શલ), વિ૰ લડાઈનું, લશ્કરી; લડાયક, શૂરવીર. ~ *law*, લશ્કરી કાયદો.

mart'in (માર્ટિન), ના૰ ચકલી (સ્વૉલો) ની જાતનું એક પક્ષી.

martinet' (માર્ટને'ટ), ના૰ કડક શિસ્ત રાખનાર લશ્કરી કે આરમારનો અમલદાર; કડક શિસ્તવાળો માણસ.

Mart'inmas (માર્ટિન્મસ), ના૰ સંત માર્ટિનનો દિવસ (૧૧મી નવેમ્બર).

mart'yr (માર્ટર), ના૰ શહીદ, હુતાત્મા; કોઈ વિચાર, કાર્ય, ઇ. માટે ભોગ બનનાર માણસ. સ૰ક્રિ૰ -ને શહીદ બનાવવો; -નો સિદ્ધાન્તની ખાતર જીવ લેવો. *make a* ~ *of oneself*, શહીદ બનવું, જાન કુરબાન કરવી.

mart'yrdom, ના૰ શહાદત, હૌતાત્મ્ય, બલિદાન, કુરબાની.

marv'el (માર્વલ), ના૰ આશ્ચર્યજનક વસ્તુ, નવાઈની વાત. અ૰ક્રિ૰ નવાઈ લાગવી, આશ્ચર્ય થવું – પામવું. **marv'ellous** (માર્વલસ), વિ૰ નવાઈ પમાડે એવું, આશ્ચર્યજનક; બહુ જ સુંદર – સરસ.

Marx'ian (માર્કિસઅન), વિ૰ અને ના૰ જર્મન સમાજ(સત્તા)વાદી કાર્લ માર્ક્સનું કે તેના સિદ્ધાન્તોનું (અનુયાયી). [ની એક મીઠાઈ.

mar'zipan (માર્ઝ઼િપૅન), ના૰ વાટેલી બદામ-

mas'cot (મૅસ્કટ), ના૰ સારાં પગલાંની–શુભદાયક – વ્યક્તિ કે પ્રાણી.

ma'sculine (મૅસ્ક્યુલિન, મા–). વિ૰ [વ્યાક.] નર જાતિનું, પુલ્લિંગી; મર્દાની, શૂરવીર; પુરુષનું. ના૰ નર જાતિ, પુલ્લિંગ (~ *gender*). **masculin'ity** (મૅસ્ક્યુલિનિટિ, મા–), ના૰ મર્દપણું, પૌરુષ.

mash (મૅશ), ના૰ ઘોડા, ઇ. માટે અનાજ, ભૂસું, ઇ. નું ખાણ; પાણીમાં બોળીને પોચું બનાવેલું ખાણ; છૂંદેલા બટાટાનો લગદો. સ૰ક્રિ૰ છૂંદીને લગદો બનાવવો.

mask (માસ્ક) ના૰ કૃત્રિમ ચહેરો, મુખવટો, મહોરું; મોઢાના રક્ષણ માટે જાળીદાર બુરખો, મુખત્રાણ; પથ્થર કે મીણનો મુખવટો; લાગણીઓ છુપાવવા ધારણ કરેલો મોઢાનો દેખાવ. સ૰ક્રિ૰ મુખવટાથી મોઢું ઢાંકવું, મુખવટો પહેરવો; ઢાંકવું. *death*-~, મરણ પછી ચહેરા પર માટી દબાવીને તૈયાર કરેલી આકૃતિ.

mas'on (મેસન), ના૰ સલાટ; કડિયો; ફ્રીમેસન મંડળનો સભ્ય. **mason'ic** (મસૉનિક), વિ૰ ફ્રીમેસન મંડળનું –ને લગતું.

mas'onry (મેસન્રિ), ના૰ કડિયાકામ,

ચણતર, બાંધકામ. [નાટકનો એક પ્રકાર.
masque (માસ્ક, મૅ–), ના૦ સંગીત કાવ્ય-
masquerade' (માસ્કરેડ, મૅ–), ના૦ બનાવટી મુખવટા અથવા ચિત્રવિચિત્ર પોશાક પહેરીને કરેલો ખેલ–નૃત્ય; ખોટો દેખાવ, ઢોંગ. અ૦ ક્રિ૦ ગુપ્ત વેષ લેવો; -નો ઢોંગ કરવો.
mass (મૅસ), ના૦ પ્રભુભોજનનો સમારંભ વિ. ક. રોમન કૅથલિક પંથનો.
mass, ના૦ જથો, ઢગલો; ગઠ્ઠો, પિંડો; સમૂહ; [પદાર્થ.] કોઈ પદાર્થમાં રહેલું દ્રવ્ય, માલ. *the ~es* (મૅસિઝ઼), આમજનતા. *~ meeting,* મોટી જાહેર (બહુધા રાજકીય) સભા. *~ production,* ના૦ (યાંત્રિક સાધનો દ્વારા અમુક પ્રકારના માલનું) મોટા પાયા પર ઉત્પાદન. ઉ૦ ક્રિ૦ એક જથ્થે કરવું, ભેગું કરવું – થવું.
mass'acre (મૅસકર), ના૦ નિઃશસ્ત્ર લોકોની કતલ, કત્લેઆમ. સ૦ ક્રિ૦ કતલ કરવી, નિર્દયપણે મારી નાંખવું.
massage' (મસાઝ, મૅ–), ના૦ અંગમર્દન, માલિશ, ચંપી. સ૦ ક્રિ૦ માલિશ કરવું.
masseur' (મૅસર), ના૦ માલિશ કરવાવાળો. **masseuse'** (મૅસર્ઝ઼), ના૦ સ્ત્રી૦ ચંપી કરવાવાળી. [પર્વતરાજિ.
mass'if (મૅસિફ, માસીફ), ના૦ ગિરિમાળા,
mass'ive (મૅસિવ), વિ૦ મોટું અને ભારે વજનદાર, કદાવર. [ડોલકાઠી.
mast (માસ્ટ), ના૦ વહાણનો ડોલકૂવો,
mast, ના૦ ડુક્કરના ખોરાક તરીકે વપરાતું બીચ (દેવદાર), ઓક, ઇ. ઝાડનું ફળ.
ma'ster (માસ્ટર), ના૦ શિક્ષક, મહેતાજી; ધણી, શેઠ, સ્વામી; નોકરીએ રાખનાર શેઠ; કોઈ વિદ્યા કે કળામાં તજ્જ્ઞ–પ્રવીણ–પારંગત; વેપારી જહાજનો કપ્તાન. *a ~-mind,* મહાન–બુદ્ધિમાન–શક્તિશાળી–માણસ. *the old ~s,* મધ્યયુગના મહાન કલાકારો (નાં ચિત્રો). સ૦ ક્રિ૦ -નું પૂરેપૂરું જ્ઞાન મેળવવું; પ્રભુત્વ મેળવવું; જીતવું, હરાવવું; તાબે કરવું.
ma'sterful (માસ્ટર્ફુલ), વિ૦ બીજા પર શેઠાઈ કરનાર; મનસ્વી, પોતાનો કક્કો ખરો કરનાર.
ma'ster-key, ના૦ જુદાં જુદાં અનેક તાળાં ઉઘાડી શકે એવી ચાવી, ગુરુકિલ્લી; અનેક મુશ્કેલીઓનો ઉકેલ લાવનાર ઉપાય.
ma'sterly (માસ્ટર્લિ), વિ૦ ખૂબ નિષ્ણાત; બહુ જ હોશિયારીથી કરેલું.
ma'sterpiece (માસ્ટર્પીસ), ના૦ કળાકારની શ્રેષ્ઠ કૃતિ; ભારે કારીગરીનું કામ.
ma'stery (માસ્ટરિ), ના૦ કોઈ વિષયનું પૂરેપૂરું જ્ઞાન–સંપૂર્ણ વાકેફગારી; પ્રભુત્વ, આધિપત્ય, વર્ચસ્વ.
mas'ticate (મૅસ્ટિકેટ), સ૦ ક્રિ૦ (દાંત વતી) ચાવવું. **mastica'tion,** ના૦ ચાવવું તે, ચર્વણ. [કૂતરાની જાત.
ma'stiff (માસ્ટિફ, મૅ-), ના૦ એક જોરાવર
mas'todon (મૅસ્ટડૉન), ના૦ પ્રાચીન કાળનું હાથી જેવું એક સસ્તન પ્રાણી.
mas'toid (મૅસ્ટૉઇડ), વિ૦ [શરીરરચ.] સ્ત્રીના સ્તનના આકારનું. ના૦ કાનની પાછળનું હાડકું.
mas'turbate (મૅસ્ટર્બેટ), અ૦ ક્રિ૦ હસ્ત–મુષ્ટિ–મૈથુન કરવું.
mat (મૅટ), ના૦ ચટાઈ, સાદડી; પાથરણું. ઉ૦ ક્રિ૦ ચટાઈ પાથરવી–જડવી; ગૂંથવું, વણવું; એક બીજા સાથે ગૂંચવવું. *~ted hair,* જટા.
mat(t), વિ૦ ખરબચડું, ખરબચડી સપાટીવાળું; ઝાંખું, નિસ્તેજ.
mat'ador (મૅટડૉર), [સ્પેનમાં] ના૦ આખલાની સાઠમારીમાં આખલાને મારી નાંખવા નિમાયેલ માણસ.
match (મૅચ), ના૦ દીવાસળી, જામગરી, વાટ. **match-box,** ના૦ દીવાસળીની પેટી. **match'wood** (–વુડ), ના૦ લાકડાની નાની નાની સળીઓ; તે બનાવી શકાય એવું લાકડું.
match, ના૦ કોઈના બરોબરીનો, કોઈના સરખો બીજો માણસ, જોડિયો; લગ્ન, વિવાહ; હરીફાઈની રમત–સામનો; જોડીદાર (લગ્નની દૃષ્ટિથી). ઉ૦ ક્રિ૦ -ની બરોબરી કરવી–બરોબરીનું થવું; -ની સાથે મેળ ખાવો, -ને અનુરૂપ હોવું.
match'less (મૅચ્લિસ), વિ૦ અજોડ, અનુપમ, સર્વોત્કૃષ્ટ.
match'-board (મૅચ્બોર્ડ), ના૦ એકબીજાના ખાંચામાં બેસીને જડાઈ જાય એવાં પાટિયાં. **match'-boarding,** ના૦ એવી રીતે સાથે જડેલાં પાટિયાં. [વાળી બંદૂક.
match'lock (મૅચ્લૉક), ના૦ જામગરી-

match'maker (મૅચ્મેકર), ના૦ લગ્નો ગોઠવવામાં રસ ધરાવનાર; 'શાદીલાલ'.
mate (મેટ), ના૦ સાથી, સોબતી; જોડીમાંથી કોઈ એક, પતિ અથવા પત્ની, નર અથવા માદા; વહાણનો માલમ. ઉ૦ ક્રિ૦ પરણવું, લગ્નગ્રંથિથી જોડાવું; સંભોગ કરવો-કરાવવો.
mate, ના૦ [શેતરંજ] માત, શહેમાત. સ૦ ક્રિ૦ માત કરવું.
mater'ial (મટીરિઅલ, મટિઅરિ-), ના૦ દ્રવ્ય, પદાર્થ, (જેમાંથી કંઈક બને છે તે) ઘટક દ્રવ્ય; કાપડ. વિ૦ દ્રવ્ય કે પદાર્થનું-ને લગતું-નું બનેલું; ભૌતિક, પાર્થિવ; પૈસો, સુખસગવડ, ઇ.ને લગતું; મહત્ત્વનું; અગત્યનું, આવશ્યક. **mater'ially**, ક્રિ૦ વિ૦ પ્રત્યક્ષ, વસ્તુતઃ; ઘણું, અત્યંત.
mater'ialism (મટીરિઅલિઝ્મ), ના૦ પંચમહાભૂતો સિવાય બીજું કશું નથી એ સિદ્ધાન્ત-વાદ, જડવાદ; દુન્યવી બાબતોમાં જ રસ હોવો તે. **mater'ialist**, ના૦ અનાત્મવાદી, જડવાદી. **materialis'tic**, વિ૦ જડવાદી, ભૌતિક ઉન્નતિ વિષે પરમાસક્ત.
mater'ialize (મટીરિઅલાઇઝ્), ઉ૦ ક્રિ૦ પદાર્થ કે દ્રવ્યરૂપ બનાવવું; મૂર્તરૂપમાં આવિર્ભાવ કરવો-થવો; સફળ-પૂર્ણ-પ્રત્યક્ષ-થવું-બનવું. [(સગું) માતૃપક્ષનું. ~ *uncle*, મામા.
matern'al (મટર્નલ), વિ૦ માનું, માતા જેવું;
mater'nity (મટર્નિટિ), ના૦ માતૃત્વ. ~ *home*, પ્રસૂતિગૃહ.
mathemat'ics (મૅથિમૅટિક્સ), ના૦ ગણિત(શાસ્ત્ર). **mathemat'ical**, વિ૦ ગણિત(શાસ્ત્ર)નું-સંબંધી; ગણિતના જેવું ચોક્કસ-સૂક્ષ્મ. **mathemati'cian** (મૅથિમટિશન), ના૦ ગણિતજ્ઞ.
mat'in (મૅટિન), વિ૦ સવારનું. **mat'ins**, ના૦ બ૦ વ૦ સવારની પ્રાર્થના.
mat'inée (મૅટિને), ના૦ બપોર પછીનો સંગીત કે નાટકનો કાર્યક્રમ.
mat'riarch (મેટ્રિઆર્ક), ના૦ કુટુંબ કે ગોત્રની વડી સ્ત્રી-માતા. **matriarch'al** (મેટ્રિઆર્કલ), વિ૦ જેમાં ગોત્રની વડી સ્ત્રી કે માતા હોય એવું, માતૃપ્રધાન. **mat'riarchy** (મેટ્રિઆર્કિ), ના૦ માતૃપ્રધાન સમાજવ્યવસ્થા. [માતૃઘાતક.
mat'ricide (મેટ્રિસાઇડ), ના૦ માતૃહત્યા;
matric'ulate (મટ્રિક્યુલેટ), ઉ૦ ક્રિ૦ યુનિવર્સિટીમાં વિદ્યાર્થી તરીકે દાખલ કરવું-થવું; તે માટેની પરીક્ષા પસાર કરવી. **matricula'tion**, ના૦ વિશ્વવિદ્યાલય કે મહાવિદ્યાલયમાં પ્રવેશ; તે માટેની પરીક્ષા.
mat'rimony (મૅટ્રિમનિ), ના૦ લગ્નવિધિ; વિવાહિત અવસ્થા. **matrimon'ial** (મૅટ્રિમોનિઅલ), વિ૦ લગ્નનું-સંબંધી, વૈવાહિક.
mat'rix (મેટ્રિક્સ, મૅ-), ના૦ (બ૦ વ૦ -ices, -ixes). ગર્ભાશય, ગર્ભસ્થાન; બીબું, ઓઠું.
mat'ron (મેટ્રન), ના૦ પરણેલી સ્ત્રી (વિ. ક. પ્રૌઢ વયની), પ્રૌઢા; ઇસ્પિતાલની પરિચારિકાઓ, ઇ.ની ઉપરી; સંસ્થાની, વિ. ક. છાત્રાલયની, વ્યવસ્થાપિકા, ગૃહમાતા. **mat'ronly** (મેટ્રન્લિ), વિ૦ પ્રૌઢાને શોભે એવું, ઇ.
matt, mat (મૅટ), વિ૦ ખરબચડી સપાટીવાળું.
matt'er (મૅટર), ના૦ પાર્થિવ દ્રવ્ય, જડ પદાર્થ, પ્રકૃતિ, ઉપાદાન; બાબત, પ્રકરણ; વિષય; [મુદ્રણ] છાપવા માટેનું લખાણ; પરુ. અ૦ ક્રિ૦ અગત્યનું-મહત્ત્વનું-હોવું; -થી (કશાકમાં) ફરક પડવો. *as a ~ of fact*, વાસ્તવિકપણે. *be the ~ (with)*, પીડા, મુશ્કેલી, ઇ. હોવું. *for that ~*, એને લાગેવળગે છે ત્યાં સુધી. *~ of course*, ક્રમપ્રાપ્ત-સ્વાભાવિક-વસ્તુ. *no ~*, ફિકર નહિ. *what is the ~?*, શી બાબત છે? **matt'ery** (મૅટરિ), વિ૦ પરુથી ભરેલું, પરુ જેવું. [શૂન્ય, નીરસ.
matter-of-fact, વિ૦ વાસ્તવિક; કલ્પના
matt'ing (મૅટિંગ), ના૦ સાદડીઓ બનાવવાની ઘાસ, શણ, ઇ. સામગ્રી; સાદડીઓ.
matt'ock (મૅટક), ના૦ કોદાળી, તીકમ.
matt'ress (મૅટ્રિસ), ના૦ ગાદલું, ગોદડું (પાથરવાનું). *spring ~*, જેમાં તારની કમાનો-સ્પ્રિંગો-ગોઠવેલી હોય એવું ગાદલું.
mature' (મટ્યૂર, -ટ્યુઅર), વિ૦ પૂર્ણ વિકાસ પામેલું; પરિપક્વ; પુખ્ત, પ્રૌઢ (વયનું). ઉ૦ ક્રિ૦ પાકવું, પાકું થવું; પાકું કરવું પકવવું; પૂર્ણ વિકાસ કરવો-થવો; -ની મુદત પાકવી. **matur'ity** (-રિટિ), ના૦ પરિપક્વતા,

પ્રૌઢતા. [સવારનું, સવારે (વહેલા) થનારું.
matutin'al (મટ્યુટાઇનલ, - ટ્યૂટિ-), વિ૰
maud'lin (મૉડલિન), વિ૰ રોતલ અને અતિ લાગણીવશ, વેવલું; પીધેલ, બેવકૂફ. ના૰ વેવલાપણું.
maul (મૉલ), ના૰ મોટો હથોડો (વિ. ક. લાકડાનો), મોગરો. સ૰ ક્રિ૰ ટીપવું, છૂંદવું; છિન્નવિચ્છિન્ન કરવું.
maul'stick (મૉલસ્ટિક), ના૰ ચિત્ર કાઢતી વખતે હાથને સ્થિર રાખવા માટેની ચિત્રકારની લાકડી. [ક્લિોગ્રામ).
maund (મૉન્ડ), ના૰ મણ (૩૭·૩૨
maun'der (મૉન્ડર), અ૰ ક્રિ૰ બકબક કરવી, અસંબદ્ધપણે બોલવું.
maun'dy (મૉન્ડિ), ના૰ ઈસ્ટર પહેલાંના ગુરુવારે રાજા તરફથી અપાતી ભિક્ષા.
mausole'um (મૉસલીઅમ), ના૰ મોટી શોભીતી કબર, હજીરો, છત્રી, ઇ.
mauve (મોવ), ના૰ ચળકતો પણ નાજુક જાંબુડિયો કે અંજીરી રંગ. વિ૰ એ રંગનું.
mav'is (મેવિસ), ના૰ એક ગાનારું પક્ષી, 'થ્રશ'. [ગળું.
maw (મૉ), ના૰ પ્રાણીની હોજરી - કોઠો,
mawk'ish (મૉકિશ), વિ૰ લાગણીવેડા કરનારું, નબળા મનનું; કંટાળો આવે એવું; વિચિત્ર સ્વાદવાળું.
max'im (મૅક્સિમ), ના૰ સામાન્ય સિદ્ધાન્ત; વર્તનનો નિયમ, નીતિ નિયમ.
Max'im ના૰ એક યાંત્રિક બંદૂક.
max'imum (મૅક્સિમમ), ના૰ અને વિ૰ (બ૰ વ૰ maxima). વધારેમાં વધારે સંખ્યા - પરિમાણ - જથ્થો, અધિકતમ માત્રા.
May (મે), ના૰ ખ્રિસ્તી સંવત્સરનો પાંચમો મહિનો, મે; હૉથૉર્ન વનસ્પતિનો મોર. ~ *Queen*, મે દિનની રમતગમતમાં રાણી બનનાર છોકરી. ~ **Day**, ૧લી મેનો તહેવાર; મજૂરદિન. **may'pole** (મેપોલ), ના૰ મે દિનને દિવસે જેની આસપાસ નૃત્ય કરવામાં આવે છે તે પુષ્પોથી સજાવેલો વાંસ કે થાંભલો. **may-tree**, ના૰ 'હૉથૉર્ન' ઝાંખરું.
may, સહા૰ ક્રિ૰ (ભૂ૰કા૰ might). શકયતા, પરવાનગી, વિનંતી, ઇચ્છા, ઇ. વ્યક્ત કરવા માટે ક્રિયાપદની સાથે વપરાય છે. **may'be**, ક્રિ૰ વિ૰ કદાચ.
mayonnaise' (મેઅનેઝ઼), ના૰ જેના પર તેલ, ઈંડાનો બલખ-ગર્ભ, સરકો (વિનિગર), ઇ. પાથરેલું હોય છે એવી એક વાની.
mayor (મેઅર), ના૰ મહાનગરપાલિકા - નગરનિગમ - કૉર્પોરેશન - નો પ્રમુખ, નગરાધ્યક્ષ, મેયર. **may'oralty** (મેઅરલ્ટિ), ના૰ મેયરનું પદ, તેની અવધિ. **may'oress**, ના૰ મેયરપત્ની; મેયરપદધારી સ્ત્રી.
mayst (મેસ્ટ), may નું બીજા પુરુષનું એકવચન.
maze (મેઝ઼), ના૰ ભુલભુલામણી, ગલીકૂંચીવાળો રસ્તો; ગૂંચવણ. સ૰ક્રિ૰ ગૂંચવણમાં નાંખવું, બેબાકળું બનાવવું.
mazurk'a (મઝ઼ર્કા), ના૰ આનંદોત્સાહવાળું એક જાતનું પોલિશ નૃત્ય, ત્રિતાલ નૃત્ય; તે માટેની સંગીત રચના. [વિભક્તિ, મને.
me (મી), સર્વ૰ પ્ર૰ પુ૰ ની એ૰ વ૰ બીજી
mead (મીડ), ના૰ મધપાણીનું પેય, મધનો કડક દારૂ.
mead, mea'dow (મેડો), ના૰ (વિ. ક. કાપવા માટેના) ઘાસવાળી જમીન, બીડ, ચરો. [દાર ફૂલોવાળું એક ઝાડ.
mead'ow-sweet (-સ્વીટ), ના૰ ખુશબો-
mea'gre (મીગર), વિ૰ પાતળું, સુકાઈ ગયેલું; નબળું; અતિ અલ્પ, જૂજ; રંક, દરિદ્રી.
meal (મીલ), ના૰ અનાજનો લોટ, આટો.
meal, ના૰ નિયત કરેલા સમયનું ભોજન; ભોજન, ખાણું.
meal'ie (મીલી), ના૰ (દ. આફ્રિકા) મકાઈ.
meal'y (મીલિ), વિ૰ લોટવાળું; નરમ, ફીકું; સૂકું અને લોટવાળું. **mealy-mou'thed**, વિ૰ ગોળ ગોળ બોલનારું, સ્પષ્ટપણે ન કહેનારું.
mean (મીન), વિ૰ દરિદ્રી, કંગાલ; નીચું, હલકી જાતનું; કૃપણ વૃત્તિવાળું, અનુદાર; ચિંગૂસ.
mean, ઉ૰ ક્રિ૰ (ભૂ૰ કા૰ meant, મેન્ટ). ઇરાદો - ઉદ્દેશ - રાખવો, મનમાં યોજવું - હોવું; નિશ્ચય હોવો; અર્થ બતાવવો - હોવો. ~ *business*, કેવળ બોલવાનો નહિ પણ કરવાનો ઇરાદો હોવો. **mean'ing**, ના૰ અર્થ;

ઉદ્દેશ, મુદ્દો. વિ૰ સૂચક, અર્થપૂર્ણ. **well-meaning**, વિ૰ શુભ દાનતવાળું. **mean'ingless**, વિ૰ અર્થહીન, નકામું.

mean, વિ૰ બે છેડાથી સરખે અંતરે આવેલું, વચલું, મધ્યમ; (સંખ્યા) બેની વચલી, સરેરાશ. ના૰ બે છેડા કે વિરોધી પક્ષો વચ્ચેની સ્થિતિ –માર્ગ. *the golden* ~, સુવર્ણમધ્ય. **mean'time, mean'while** (મીનટાઇમ, –વાઇલ), ક્રિ૰ વિ૰ દરમ્યાન, એટલામાં.

mean'der (મિઍન્ડર), અ૰ ક્રિ૰ વાંકુંચૂકું વહેવું – ચાલવું, સર્પાકારે જવું; ફાવે તેમ ભટકવું. ના૰ બ૰ વ૰ નદી, ઇ.નું આડુંઅવળું – સર્પાકાર, વહેણ, એવો રસ્તો.

means (મીન્સ), ના૰ બ૰ વ૰ સાધન, ઉપાય; પૈસો, આયપત. *by* ~ *of*, થી, વતી, વડે. *by all* ~, કોઈ પણ ઉપાયે; ખાતરીથી, અલબત. *by fair* ~ *or foul*, કોઈ પણ સારા-નરસા ઉપાયે. *by no* ~, જરાય નહિ, કોઈ પણ હિસાબે નહિ.

mea'sles (મીઝ્લ્ઝ્), ના૰ ઓરી, ગોવરું. **meas'ly** (મીઝ્લિ), વિ૰ ઓરીનું – વાળું; કંગાલ, નકામું; અતિ અલ્પ.

measure (મે'ઝર), ના૰ કોઈ વસ્તુનું કદ, સંખ્યા, માત્રા, ઇ., માપ, પરિમાણ; માપવાનું સાધન, માપ; છંદ, વૃત્ત; તાલ; અમુક હેતુ પાર પાડવા કરેલું કામ – ભરેલું પગલું; ઉપાય, ઇલાજ; કાયદો. *beyond* ~, અમાપ, અમર્યાદ, અતિશય. *made to* ~ (કપડાં, ઇ.) માપ પ્રમાણે કરેલું. *take somebody's* ~, કોઈની શક્તિ-અશક્તિનું માપ કાઢવું. *tread a* ~, નૃત્ય કરવું. સ૰ ક્રિ૰ માપવું, કેટલું છે તે માપ વતી જોવું; -ને વિષે અટકળ કરવી, મૂલ્ય આંકવું. ~ *out*, માપીને આપવું. **mea'sured**, વિ૰ માપસર; ધીમું અને સ્થિર. **measureless**, વિ૰ માપી ન શકાય એવું, અમાપ. **meas'urement** ના૰ માપ લેવું તે, માપણી; (બ૰ વ૰) વિગતવાર માપો.

meat (મીટ), ના૰ માંસ, ગોસ (ખોરાક તરીકે); ખોરાક, અન્ન. **meat'y** (મીટિ), વિ૰ (વિપુલ) માંસવાળું, માંસલ; (ચોપડી, ઇ.) સત્ત્વવાળું, નક્કર. [સ્થાન, મક્કા; ધ્યેય, લક્ષ્ય.

Mecc'a (મે'કા), ના૰ મહમ્મદ પેગંબરનું જન્મ-

mechan'ic (મિકૅનિક), ના૰ ઓજાર વાપરી જાણનાર કુશળ કારીગર, મિસ્ત્રી.

mechan'ical (મિકૅનિકલ), વિ૰ યંત્રનું, યાંત્રિક; યંત્રના જેવું; પોતાની મેળે વગર વિચારે ચાલતું – થતું; યંત્ર દ્વારા પેદા થયેલું.

mechani'cian (મે'કનિશન), ના૰ યંત્ર બનાવવામાં કુશળ માણસ, યંત્રકાર.

mechan'ics (મિકૅનિક્સ), ના૰ બ૰ વ૰ યંત્રશાસ્ત્ર; ગતિશાસ્ત્ર.

mech'anism (મે'કનિઝ્મ), ના૰ યંત્રની રચના; યંત્રના ભાગો; યુક્તિ, કળ.

mech'anize (મે'કનાઇઝ્), સ૰ ક્રિ૰ યાંત્રિક બનાવવું; લશ્કરને ટૅંકો (રણગાડીઓ), મોટરો, ઇ.થી સજ્જ કરવું; -માં – માટે – યંત્રોનો ઉપયોગ કરવો. **mechaniza'tion**, ના૰ યાંત્રિકીકરણ.

med'al (મે'ડલ), ના૰ ચાંદ, ચંદ્રક, બિલ્લો. **med'allist** (મે'ડલિસ્ટ), ના૰ બક્ષિસનો ચાંદ જીતનાર; ચાંદ કોતરનાર; ચાંદની આકૃતિ યોજનાર.

medall'ion (મિડૅલ્યન), ના૰ મોટો ચાંદ; ચાંદના આકારની વસ્તુ; વર્તુળાકાર ચિત્ર.

med'dle (મે'ડલ), અ૰ ક્રિ૰ બીજાના કામમાં વચ્ચે માથું મારવું, કામ વગર વચ્ચે પડવું. **med'dlesome**, વિ૰ કામ વગર વચ્ચે પડનારું – માથું મારનારું.

med'ia (મીડિઆ), medium. -નું બ૰ વ૰.

mediaev'al (મેડિઈવલ), વિ૰ જુઓ medieval.

me'dial (મીડિઅલ). વિ૰ વચ્ચે આવેલું, વચ્ચેનું; સાધારણ–મધ્યમ–(કદનું).

me'dian (મીડિઅન), વિ૰ વચ્ચે આવેલું. ના૰ [શા.ર.] વચલી નસ–ધમની; [ગ.] મધ્યગા.

med'iate (મીડિએટ), ઉ૰ ક્રિ૰ મધ્યસ્થ થવું, સમાધાન કરાવવા વચ્ચે પડવું, દૂતકર્મ કરવું. **media'tion**, ના૰ વચ્ચે પડવું તે; મધ્યસ્થી, દરમ્યાનગીરી. **med'iator** (મીડિએટર), ના૰ વચ્ચે પડનાર, મધ્યસ્થ.

med'ical (મેડિકલ), વિ૰ દવાનું–સંબંધી; વૈદકનું–ને લગતું. ~ *man*, વૈદકના ધંધાનો માણસ. [ઓસડ કે દવા તરીકે વપરાતી વસ્તુ.

medic'ament (મિડિકમન્ટ, મે'ડિ–), ના૰

med'icate (મે'ડિકેટ), સ૦ ક્રિ૦ ઔષધિ-યુક્ત કરવું. -માં દવાની વસ્તુઓ નાંખવી.
medi'cinal (મિડિસિનલ, મે'-), વિ૦ દવાના ગુણવાળું, ઔષધિ, રોગહારક.
med'icine (મે'ડ્સન, મે'ડિસિન), ના૦ વૈદક (શાસ્ત્ર); દવા, ઓસડ. **medicine-man**, ના૦ (પ્રાથમિક અવસ્થાના સમાજોમાં) જાદુગર.
mediev'al, mediaev'al (મેડિઈવલ), વિ૦ મધ્યયુગ (ઈ. સ. ૯૦૦ થી ઈ. સ. ૧૫૦૦ સુધી આશરે) નું-ને લગતું, મધ્યયુગીન. **mediev'alism**, ના૦ મધ્ય યુગીન ભાવના; મધ્યયુગનો કોઈ અવશેષ.
med'iocre (મીડિઓકર), વિ૦ ઊતરતી કોટિનું, સામાન્ય, નહિ સારું કે નહિ ખરાબ એવું. **medioc'rity** (મીડિઑક્રિટિ, મે'-), ના૦ ઊતરતી સ્થિતિ; સામાન્ય કોટિનું માણસ.
med'itate (મે'ડિટેટ), ઉ૦ ક્રિ૦ મન સાથે વિચારવું, મનમાં યોજવું; ધ્યાન ધરવું, ચિંતન કરવું. **medita'tion**, ના૦ ધ્યાન, ચિંતન મનન. **med'itative**, (મે'ડિટેટિવ), વિ૦ મનન કરનારું, ચિંતનશીલ.
mediterran'ean (મે'ડિટરેનિઅન્), વિ૦ અને ના૦ ચારે કોર જમીનથી ઘેરાયેલ - ભૂમધ્ય-સમુદ્ર, *the M ~ (Sea)*.
med'ium (મીડિઅમ), ના૦ (બ૦ વ૦ mediums અથવા media). મધ્યમ ગુણ - પરિમાણ - માત્રા; સાધન, માધ્યમ, માર્ગ; જેની દ્વારા પ્રેતાત્મા સાથે વાતચીત થઈ શકતી હોય એવું માણસ; જેમાં પ્રાણી જીવી શકે તે જગ્યા, પદાર્થ ઇ.; ચિત્રકળા, ઇ. માટે વપરાતું દ્રવ્ય; વિ૦ સરેરાશ કોટિનું, મધ્યમ, વચલા વર્ગનું.
med'lar (મે'ડલર), ના૦ નાના બદામી રંગના ઍપલ જેવું એક ફળ (જે કોહવા માંડે ત્યારે ખવાય છે).
med'ley (મે'ડલિ), ના૦ જુદી જુદી અથવા પરચૂરણ વસ્તુઓનું મિશ્રણ, શંભુમેળો; સાહિ-ત્યના વિવિધ પ્રકારોનાં લખાણોનો સંગ્રહ.
meed (મીડ), ના૦ ઇનામ, બક્ષિસ; યોગ્ય બદલો, ફળ. [કાર ન કરનારું, આજ્ઞાધીન.
meek (મીક), વિ૦ સૌમ્ય, નમ્ર, ગરીબ; પ્રતિ-
meer'schaum (મીરશમ, મિઅર-), ના૦ ચલમ બનાવવાની ચીકણી માટી; એ માટીની ચલમ.
meet (મીટ), વિ૦ યોગ્ય, ઉચિત.
meet, ઉ૦ ક્રિ૦ (ભૂ૦કા૦ met). સામા આવવું - મળવું; ભેગા - એકત્ર - થવું; કોઈ ને મળવા જવું, (સ્ટેશને વગેરે) સ્વાગત કરવા-લેવા-જવું; -નો ભેટો થવો; (ઇચ્છા, માગણી, ઇ.) સંતોષવું. *~ the bill*, બિલના પૈસા આપવા, બિલ ચૂકવવું. *~ the case*, -માટે પૂરતું થવું, લાગુ પડવું. *~ person half-way*, -ની સાથે બાંધછોડ કરવી-કરીને સમાધાન કરવું. *make both ends ~*, જેમ તેમ પૂરું કરવું. *~ with*, -ને મળવું; સહન કરવું.
meet, ના૦ શિકાર માટે શિકારીઓ અને કૂત-રાઓનું એકઠા થવું તે; ભેગા થવું તે, મિલન.
meet'ing (મીટિંગ), ના૦ સભા, સંમેલન; હરીફાઈ, દ્વન્દ્વ(યુદ્ધ), સામનો. **meet'ing-house**, ના૦ ઉપાસના કે પ્રાર્થનાની જગ્યા.
meg'alith (મે'ગલિથ), ના૦ મોટો પથ્થર (વિ. ક. પ્રાચીન કાળમાં સ્મારક તરીકે વપરા-યેલો.).
meg'aloman'ia (મે'ગલમેનિઆ, -લો-). ના૦ સ્વપ્રતિષ્ઠાનો ઉન્માદ, ગૌરવોન્માદ; મોટી મોટી વસ્તુઓ માટે ભારે - ગાંડી - આતુરતા.
meg'alosau'rus (મે'ગલસૉરસ, '- લો-), ના૦ પ્રાચીન કાળનું કાચિંડાની જાતનું એક કદાવર માંસાહારી પ્રાણી.
meg'aphone (મે'ગફોન), ના૦ દૂર સુધી અવાજને લઈ જનારું - મોટેથી બોલવાનું - ભૂંગળું - સિંગ.
meg'rim (મીગ્રિમ), ના૦ માથાનો સખત દુખાવો, આદાશીશી; તરંગ, લહેર.
melanchol'ia (મે'લંકોલિઆ), ના૦ જેમાં મન ખિન્ન રહે અને કશાકનો ડર લાગ્યા કરે એવો માનસિક રોગ, ખેદોન્માદ. **melanchol'ic** (મે'લંકૉલિક), વિ૦ ખેદોન્માદનું - થાય એવું.
mel'ancholy (મે'લંકલિ), વિ૦ ખિન્ન, ઉદાસ. ના૦ માનસિક નિરુત્સાહ, વિષાદ, ખિન્નતા. [શંભુમેળો.
mélange (મે'લાંઝ), ના૦ વિચિત્ર મિશ્રણ,
mêlée (મે'લે), ના૦ ઘણા માણસોની ભેળ-સેળ લડાઈ, દંગલ, ભાઉગિરદી.

mel'iorate (મીલિઅરેટ), ઉ૦ ક્રિ૦ સુધારવું, વધારે સારું કરવું. **meliora'tion**, ના૦ સુધારવું તે, સુધારણા.

mellif'luous (મે'લિફ્લુઅસ) **mellif'luent**, વિ૦ (અવાજ અથવા શબ્દ અંગે) મધ જેવું ગળ્યુ, મધુર.

mell'ow (મે'લો), વિ૦ (ફળ) પોચું, નરમ, રસવાળુ; (અવાજ) મૃદુ, મધુર; મીઠું, ગળ્યું; ઉમર કે અનુભવને લીધે સૌમ્ય, મૃદુ. ઉ૦ ક્રિ૦ મૃદુ–સુંવાળુ – બનવું – બનાવવું; પાકવું–પકવવું.

melod'eon (મિલોડિઅન), ના૦ એક જાતનું નાનું 'ઑર્ગન' – વાદ્ય. [મીઠું, સુસ્વર.

melod'ious (મિલોડિઅસ), વિ૦ મધુર,

melodra'ma (મે'લડ્રામા), ના૦ ભાવનાઓને ઉત્તેજિત કરનારું – મનને ક્ષુબ્ધ કરનારું – સુખદ અંતવાળું નાટક. **melodramat'ic** (મે'લડ્રૅમૅટિક), વિ૦ ક્ષોભપ્રધાન નાટકનું –ના જેવું; નાટકી.

mel'ody (મે'લડિ), ના૦ મધુર સ્વર, ગીત કે સંગીત; મધુર લાગે એવી સ્વરરચના, રાગ, ઢાળ, ઇ.; સૂર.

mel'on (મે'લન), ના૦ ટેટી, તરબૂચ. *water*- તરબૂચ. *musk*-~, સકરટેટી, ખરબૂજ.

melt (મે'લ્ટ), ઉ૦ ક્રિ૦ (ભૂ૦ કૃ૦ melted, molten ધાતુના વિશેષણ તરીકે). ગરમીથી ઓગાળવું – ઓગળવુ; પિગાળવું; પીગળવું; લુપ્ત કરવું – થવું; નરમ – મૃદુ – કરવું. **molten** (મોલ્ટન), વિ૦ (ધાતુ અંગે) ગાળેલું.

mem'ber (મે'મ્બર), ના૦ શરીરનો ભાગ, અવયવ, ગાત્ર; કોઈ સમાજ કે મંડળનો સભ્ય – ઘટક. **mem'bership**, ના૦ સભાસદપણું; સભાસદોની સંખ્યા.

mem'brane (મે'મ્બ્રેન), ના૦ અવયવોને જોડનારું પાતળું આવરણ; અન્તરત્વચા. [વનસ્પ.]; અન્તર છાલ. **membran'eous, mem'branous**, વિ૦ અન્તરત્વચાવાળું.

memen'to (મિમે'ન્ટો, મે'–), ના૦ (બ૦ વ૦ –s). કોઈ વ્યક્તિ કે પ્રસંગની યાદ કરાવનારી વસ્તુ, સંભારણું, સ્મરણચિહ્ન.

mem'o (મે'મો), ના૦ memorandum નું સંક્ષિપ્ત રૂપ.

mem'oir (મે'મ્વાર), ના૦ નાનકડું ચરિત્ર; (બ૦ વ૦) પોતાનું જીવન કે અનુભવનો વૃત્તાંત, સંસ્મરણો.

mem'orable (મે'મરબલ), વિ૦ યાદ રહે તેવું, યાદ રાખવા જેવું, સંસ્મરણીય; પ્રખ્યાત.

memoran'dum (મે'મરૅન્ડમ), ના૦ (સંક્ષેપ memo; બ૦ વ૦ –da, –dums). ગાદી, ટાંચણ; નિવેદનપત્ર; અનૌપચારિક ચિઠ્ઠી – પત્ર; [કા.] કરારની શરતો, ઇ.ના દસ્તાવેજ.

memor'ial (મિમૉરિઅલ, મે'–), વિ૦ કોઈની યાદગીરીને માટે કરેલું, સ્મારક. ના૦ યાદગીરી માટેની વસ્તુ, સ્મારક; સ્મારક લેખ – સ્તંભ; અરજી, વિનંતીપત્ર (વિ. ક. સરકારી અધિકારીને). **memor'ialize** (મિમૉરિઅલાઇઝ), સ૦ક્રિ૦ -ને અરજી કરવી.

mem'orize (મે'મરાઇઝ), સ૦ ક્રિ૦ યાદ કરવું, મોઢે કરવું.

mem'ory (મે'મરિ), ના૦ સ્મૃતિ, સ્મરણશક્તિ, યાદદાસ્ત; યાદ રહેલી વસ્તુ; કીર્તિ (મરણોત્તર).

mem'sahib (મેમ્સાહિબ), ના૦ યુરોપિયન બાનુ માટે વપરાતો શબ્દ.

men (મે'ન), man નું બ૦ વ૦.

men'ace (મે'નસ), ના૦ ધાક, ધમકી; જોખમ, આપત્તિ. સ૦ક્રિ૦ ધમકી આપવી, બિવડાવવું. **men'acing** (મે'નસિંગ), વિ૦ દહેશત – ભય – ભરેલું. [વ્યવસ્થા.

ménage (મેનાઝ), ના૦ ઘરસંસાર; ગૃહ-

mena'gerie (મિનૅજરી), ના૦ પાંજરામાં પૂરેલાં જંગલી પશુઓનો સંગ્રહ, પ્રાણીસંગ્રહાલય.

mend (મે'ન્ડ), ઉ૦ક્રિ૦ સમારવું, સમું કરવું, સુધારવું; રસ્તે લાવવું; સુધારવું, સુધરવું; વધારે સારું થવું. ના૦ સમું કરેલું કાણું, ચિરાડ, ઇ. ~ one's *ways*, વર્તન સુધારવું.

menda'cious (મે'ન્ડેશસ), વિ૦ જૂઠું બોલનારું, અસત્યવાદી, જૂઠું. **menda'city** (મે'ન્ડૅસિટિ), ના૦ જૂઠું, જૂઠાણું.

men'dicant (મે'ન્ડિકન્ટ), વિ૦ અને ના૦ ભિખારી, યાચક. **men'dicancy** (મે'ન્ડિકન્સિ), **mendi'city** (મે'ન્ડિસિટિ), ના૦ ભિખારીપણું, ભિક્ષાવૃત્તિ.

men'hir (મે'નહર), નાο [પુરાતત્ત્વ] પ્રાગૈતિહાસિક કાળના સ્મારક તરીકેનો મોટો અખંડ પથ્થરનો સ્તંભ.

men'ial (મીનિઅલ), નાο ઘરકામ કરનાર ચાકર-નોકર. વિο (ચાકરી) ઘરકામનું -ને લગતું.

meningit'is (મે'નિન્જાઇટિસ), નાο મગજની આવરણત્વચાનો કે કરોડરજ્જુનો સોજો-દાહ.

men'ses (મે'ન્સીઝ઼), નાο બο વο સ્ત્રીનો માસિક સ્રાવ, અટકાવ. **men'struate** (મે'ન્સ્ટ્રુએટ), અο ક્રિο -ને માસિક સ્રાવ થવો, દૂર-છેટે-બેસવું. [શકાય એવું.

men'surable (મૅન્સ્યુરબલ), વિο માપી

mensura'tion (મે'ન્સ્યુરેશન), નાο માપવું તે, માપણી; [ગ.] લંબાઈ પહોળાઈ, ક્ષેત્ર, ઘનત્વ, ઇ. માપવાના નિયમો, ક્ષેત્રમાપન, મહત્ત્વમાપન.

men'tal (મે'ન્ટલ), વિο મનનું, માનસિક. *a ~ case*, ગાંડો માણસ. *~ patient*, માનસિક રોગનો દરદી. *~ arithmetic*, મોઢે કરવાના દાખલા -ગણિત;પલાખાં. *~ reservation*, મનમાં કશુંક રાખી મૂકવું તે - રાખેલી વાત. **mental'ity** (મે'ન્ટૅલિટિ), નાο માનસિક વૃત્તિ, સ્વભાવ, સ્વભાવવૈચિત્ર્ય; દૃષ્ટિ.

men'thol (મે'ન્થૉલ), નાο કપૂરના જેવી એક દરદશામક દવા, મૅથાલ.

men'tion (મે'નશન), સο ક્રિο -નો ઉલ્લેખ કરવો, -નું નામ દેવું, -ને વિષે બોલવું. નાο નામ દેવું તે, ઉલ્લેખ; ધ્યાન ખેંચવું તે.

men'tor (મે'ન્ટૉર), નાο પીઢ અને વિશ્વાસુ સલાહકાર, ઉપદેશ આપનાર, માર્ગદર્શક.

men'u (મે'ન્યૂ, મે'નૂ), નાο ભોજનની વાનીઓની યાદી, ભોજનપત્રક.

merc'antile (મર્કન્ટાઇલ), વિο વેપારનું -ને લગતું; વેપાર કરનારું, વેપારી; વેપારીઓનું. *~ marine*, માલ કે ઉતારુઓને લઈ જનારાં બિનલશ્કરી - વેપારી - જહાજો.

mer'cenary (મર્સિનરિ, મર્સ-), વિο કેવળ પૈસા માટે કામ કરનારું, ભાડૂતી; કેવળ નફાની ઇચ્છાથી કરાતું. નાο ભાડૂતી સિપાઈ.

mer'cer (મર્સર), નાο રેશમી, ઊની, ઇ. કીમતી કાપડનો વેપારી. **mer'cery** (મર્સરિ), નાο રેશમ કે ઊનનું કાપડ.

mer'cerize (મર્સરાઇઝ઼), સο ક્રિο સુતરાઉ કાપડ કે સૂતરને ક્ષારોની મદદથી વધુ મજબૂત અને રેશમના જેવું ચળકતું બનાવવું.

merch'andise (મર્ચન્ડાઇઝ઼), નાο વેપારની ચીજો-માલ.

merch'ant (મર્ચન્ટ), નાο જથાબંધ માલનો વેપારી, મોટો વેપારી, સોદાગર. *~ service*, વેપારી વહાણોવાળાઓનું મંડળ કે કંપની. [જનારું - વેપારી - વહાણ.

merch'antman, નાο મુખ્યત્વે માલ લઈ

mer'ciful (મર્સિફુલ), વિο દયાશીલ; દયાનું, દયાવાળું. [નિર્દય, ક્રૂર.

mer'ciless (મર્સિલિસ), વિο દયાહીન,

mercur'ial (મર્ક્યૂરિઅલ), વિο પારાનું, પારાવાળું; ચંચળ, અસ્થિર, (વૃત્તિવાળું).

merc'ury (મર્ક્યુરિ), નાο પારો; (*M~*) બુધ (ગ્રહ).

mer'cy (મર્સિ), નાο દયા, ક્ષમાશીલતા; કૃપા; ઈશ્વરી કૃપા; સુદૈવ. *at the ~ of*, -ના પૂરેપૂરા કાબૂમાં, -ના હાથમાં આવી પડેલું. *left to the tender mercies of*, માર વગેરે મારે એવાના દયા ભાવ (?) પર છોડી દીધેલું.

mere (મીર, મિઅર), નાο તળાવ, સરોવર.

mere, વિο કેવળ, ફક્ત, નર્યું; વધુ નહિ ને ઓછું નહિ. **merely**, ક્રિοવિο કેવળ, માત્ર.

meretri'cious (મે'રિટ્રિશસ), વિο કૃત્રિમ દેખાવવાળું; બહારના ભભકાવાળું; ચળકાટ મારતું, નખરાંબાજ; વેશ્યાને શોભે એવું.

merge (મર્જ), ઉο ક્રિο ભેળવી દેવું, ભળી જવું; મોટામાં વિલીન-એકરૂપ-થઈ જવું. **mer'ger**, નાο અનેક સંસ્થાઓ કે વેપારી પેઢીઓનું એક થવું-જોડાણ; વિલીનીકરણ-ભવન.

merid'ian (મિરિડિઅન, મ-), નાο [ખ.] સૂર્ય કે તારાની આકાશમાં ઊંચામાં ઊંચી સ્થિતિ; યામ્યોત્તર વૃત્ત; મધ્યાહ્નનો બારનો સમય, મધ્યાહ્ન; શિખર, પૂર્ણ કળા. *prime ~*, ગ્રિનિચમાંથી પસાર થતું યામ્યોત્તર વૃત્ત. **merid'ional**, વિο યામ્યોત્તરવૃત્તનું, મધ્યાહ્ન રેખાનું; દક્ષિણ દિશાનું.

meringue' (મરૅંગ), નાο ઈંડાની સફેદી, ખાંડ, ઇ.ની બનાવેલી મીઠાઈ, નાની કેક.
meri'no (મરીનો), નાο (બοવο -s). એક જાતનું ઘેટું; તેનું બારીક કાંતેલું ઊન; તેનું અથવા તેનું અને સૂતરનું બનેલું સુંવાળું કાપડ.
me'rit (મે'રિટ), નાο ગુણ, પાત્રતા; પુણ્ય, સુકૃત; ખૂબી, ખાસ ગુણ. સο ક્રિο -ને માટે લાયક હોવું – થવું. **meritor'ious** (મે'રિટૉરિઅસ), વિο વખાણ કરવા લાયક; લાયકાતવાળું, ગુણવાન, પુણ્યવાળું.
merm'aid (મર્મેડ), નાο ઉપરનો ભાગ સ્ત્રીનો ને નીચલો માછલીના જેવો એવું એક કાલ્પનિક દરિયાઈ પ્રાણી, 'મત્સ્યકન્યા'. **merm'an** (મર્મન), નાο પુંο.
me'rriment (મે'રિમન્ટ), નાο મોજમજા, ગંમત, હાસ્યવિનોદ.
me'rry (મે'રિ), વિο હસતું, આનંદી; ગંમતવાળું. *make* ~, (ખાઈપીને) મોજ કરવી. **merry-making,** નાο મોજમજા (કરવી તે). **me'rrythought** (મેરિથૉટ), નાο પક્ષીનું છાતી ને ગળા વચ્ચેનું કાંટાવાળું હાડકું.
merry-go-round, નાο લાકડી ઘોડા કે બેઠકોવાળું બાળકોને બેસવાનું ગોળ ગોળ ફરતું ચક્ર, ચકડોળ.
mésalliance (મે'ઝલિઆંસ), નાο નીચલા વર્ણની કે ઊતરતા સામાજિક દરજ્જાની કન્યા કે વર સાથેનું લગ્ન. [me, મને લાગે છે કે.
meseems' (મિસીમ્ઝ઼) =it seems to
mesh (મે'શ), નાο જાળી – જાળ – નું કાણું – બાકું; (બο વο) જાળ, પાશ. સο ક્રિο જાળમાં પકડવું – ફસાવવું, ફાંદામાં નાંખવું; એક ચક્રના દાંતા બીજાનામાં એવી રીતે બેસાડવા કે પહેલું ફરતાં બીજાને ગતિ મળે.
mes'merism (મે'ઝ઼્ મરિઝ઼્મ), નાο પોતાની ઇચ્છાશક્તિ કે સંકલ્પશક્તિને જોરે કોઈનામાં પેદા કરેલી મોહાવસ્થા, સંમોહનવિદ્યા. **mesmerize** (મે'ઝ઼્ મરાઇઝ઼્), સοક્રિο મોહન – મૂર્છના – પ્રયોગ કરવો, ભૂરકી નાંખવી.
mesne (મીન), વિο વચગાળાનું, દરમિયાનનું.
mess (મે'સ), નાο અન્ન (એક જણ માટેનો ભાગ), ખાણું; સાથે બેસી જમનારાઓનું મંડળ, જમવાની જગ્યા – 'ક્લબ'; જમવાનું ભાણું; ગરબડ ગોટાળો, અવ્યવસ્થા; ગંદવાડ; હેરાનગતિ, પીડા. ઉο ક્રિο (-ની સાથે બેસીને) જમવું; ગંદું – અવ્યવસ્થિત – કરવું; ગોટાળો કરવો. ~*about*, કશું કામ ન કરતાં આળસુની જેમ આમતેમ રખડવું. **mess'mate,** નાο એક ક્લબમાં જમનાર સાથી.
mess'age (મે'સિજ), નાο સંદેશો, સમાચાર; કોઈ પેગંબર કે મહાત્માનો સંદેશો – બોધ.
mess'enger (મે'સંજર, મેસિં'–), નાο સંદેશો લઈ જનાર – લાવનાર, દૂત, ખેપિયો.
Messi'ah (મે'સાયા, મિ–), નાο યહૂદી લોકોનો ભાવી તારણહાર; એવા તારણહાર તરીકે ઈશુ; તારણહાર, ત્રાતા, પેગંબર. **Messian'ic** (મે'સિઍનિક), વિο તારણહારનું – ને લગતું.
Messieurs (મે'સ્યર), નાο બο વο monsieur નું અથવા (સંક્ષેપમાં *Messrs* (મે'સર્ઝ઼)) Mr. નું બહુવચન; એક કરતાં વધુ વ્યક્તિઓ કે પેઢીના નામ આગળ વપરાય છે.
mess'uage (મે'સ્વિજ), નાο ઘર અને તેને લગતી જમીન, બીજાં મકાન, ઇ.
mess'y (મે'સિ), વિο અવ્યવસ્થિત, ગંદું; ઇ.
met, meetનો ભૂο કાο.
metab'olism (મિટૅબલિઝ઼્મ, મે'–), નાο શરીરમાં પોષક દ્રવ્યોથી થતા ફેરફારોની પ્રક્રિયા, ચયાપચયપ્રક્રિયા સંઘટન-વિઘટન ક્રિયા. **metabol'ic** (મે'ટબૉલિક), વિο ચયાપચય પ્રક્રિયાનું – ને લગતું – ને પરિણામે થતું.
met'al (મે'ટલ), નાο ધાતુ; મિશ્રધાતુનો પદાર્થ; રસ્તો પાકો કરવા માટે તેના પર પથરાતી ખડી – કપચી; (બοવο) રેલવેના પાટા. સο ક્રિο ધાતુયુક્ત બનાવવું; રસ્તા પર કપચી પાથરવી. **metall'ic** (મિટૅલિક, મૅ–), વિο ધાતુનું, ધાતુના જેવું.
metall'urgy (મિટૅલર્જિ, મે'ટ–), નાο ધાતુશોધનવિદ્યા, ધાતુવિદ્યા. **metall'urgist,** નાο ધાતુવિદ્યાનો જાણકાર.
metamorph'ose (મેટમૉર્ફોઝ઼્), સοક્રિο રૂપાંતર કરવું, સ્વરૂપ બદલવું. **metamorph'osis** (મે'ટમૉર્ફસિસ), નાο (બοવο -ses). સ્થિતિ, સ્વભાવ, ઇ.નું પરિવર્તન, રૂપાંતર

met'aphor (મે'ટફર), ના૦ રૂપક (અલંકાર). **metapho'rical**, (-ફૅરિકલ), વિ૦ રૂપકના સ્વરૂપનું, લાક્ષણિક.

metaphys'ics (મે'ટફિઝિક્સ), ના૦બ૦વ૦ જીવ કે આત્મા, સત્ય, જ્ઞાનનું સ્વરૂપ, ઇ.ની મીમાંસા કરનારું શાસ્ત્ર, તત્ત્વમીમાંસા, અધ્યાત્મ-વિદ્યા. **metaphys'ical**, વિ૦ આત્મતત્ત્વ -વિદ્યા - નું - સંબંધી, આધ્યાત્મિક. **metaphys'ician** (મે'ટફિઝિશન), ના૦ તત્ત્વ-મીમાંસક, અધ્યાત્મવિદ્યાનો જાણનાર.

metath'esis (મિટૅથિસિસ), ના૦ (બ૦વ૦ -es, -સીઝ્). શબ્દમાં અક્ષર કે ઉચ્ચારનું આગળપાછળ થઈ જવું, વર્ણવિપર્યય, વ્યત્યાસ.

mete (મીટ), સ૦ક્રિ૦ માપવું, ભરવું. ~*out*, વહેંચી આપવું (સજા, ઇનામ, ઇ.).

metempsychos'is (મે'ટૅમ્સાઇકોસિસ), ના૦ (બ૦વ૦-ses). પુનર્જન્મ, જન્માન્તર.

met'eor (મીટિઅર), ના૦ વાતાવરણમાં તરતો પદાર્થ; ખરતો તારો, ઉલ્કા. **meteo'ric** (મીટિઑરિક), વિ૦ ઉલ્કાના જેવું. તેજસ્વી અને ક્ષણિક. **met'eorite** (મીટિઅરાઇટ), ના૦ નીચે પડેલો ખરતો તારો - ઉલ્કા, ઉલ્કાપાષાણ.

meteorol'ogy (મીટિઅરાલજિ), ના૦ હવામાનશાસ્ત્ર, વાયુશાસ્ત્ર. **meteorolo'gical** (મીટિઅરલૉજિકલ), વિ૦ હવામાન-શાસ્ત્રનું - સંબંધી. **meteorol'ogist** (મીટિઅરૉલજિસ્ટ), ના૦ હવામાનશાસ્ત્રી.

met'er (મીટર), ના૦ માપનાર માણસ કે વસ્તુ; પાણી, વીજળી, ઇ. માપવાનું સાધન, મીટર.

methinks', ક્રિ૦ (ભૂ૦કા૦ methought). =I think. મને લાગે છે, હું ધારું છું કે.

meth'od (મે'થડ), ના૦ (કરવાની) રીત, પદ્ધતિ; વ્યવસ્થિતપણું. **method'ical** (મિથૉડિકલ), વિ૦ પદ્ધતિસરનું, વ્યવસ્થિત.

meth'odist (મે'થડિસ્ટ), ના૦ (*M*~) જૉન વેસ્લીને અનુસરનારાં ધાર્મિક મંડળોમાંના કોઈ એકનો સભ્ય. [ભૂ૦કા૦ મને લાગ્યું કે.

methought (મિથૉટ), methinks નો

meth'yl (મે'થિલ), ના૦ કાષ્ઠમદ્યાર્કનો પાયો - મૂળ. **meth'ylate** (મે'થિલેટ), સ૦ ક્રિ૦ -માં કાષ્ઠમદ્ય ભેળવવું. ~*d spirit*, માણસને પીવાને માટે અપાત્ર બનાવેલો દારૂ - સ્પિરિટ (જે બાળવા માટે વપરાય છે).

metic'ulous (મિટિક્યુલસ), વિ૦ વિગત તરફ ખૂબ ધ્યાન આપનારું, અતિ ચોક્કસ; ખૂબ કાળજીવાળું ને ચોક્કસ. [વ્યવસાય.

métier (મે'ટયે), ના૦ પોતાનો ધંધો-

meton'ymy (મિટૉનિમિ), ના૦ કોઈ વસ્તુના નામને ઠેકાણે તેની સાથે સંબંધ ધરાવતી વસ્તુનું નામ વાપરવું તે, અજહલ્લ-ક્ષણા. દા. ત. man માટે hand, ગંગા હાથ રળિયામણા, ઇ.

me'tre (મીટર), ના૦ કાવ્યનો છંદ અથવા વૃત્ત; મેટ્રિક પદ્ધતિમાં લંબાઈ માપવાનો એક એકમ (૩૯.૩૭ ઇંચ).

met'ric (મે'ટ્રિક), વિ૦ મીટરનું - ને લગતું, મીટર ઉપર આધારિત માપનું - ને લગતું. ~ *system*, વજન અને માપની મેટ્રિક-દશાંશ - પદ્ધતિ.

met'rical (મે'ટ્રિકલ), વિ૦ વૃત્તનું, વૃત્તમાં કરેલું, છંદોબદ્ધ; માપવાનું - ને લગતું.

met'ronome (મે'ટ્રનોમ), ના૦ (ગાયકનું) લોલક, મોગરી, ઇ. વડે નિયમિતપણે ટકોરા પાડી તાલ આપનારું સાધન-તાલમાપક યંત્ર.

metrop'olis (મિટ્રૉપલિસ), ના૦ દેશનું મુખ્ય શહેર, રાજધાની. **metropol'itan** (મે'ટ્રપૉલિટન), વિ૦ રાજધાનીનું. ના૦ પ્રાંત-ના બધા બિશપોનો ઉપરી મુખ્ય બિશપ.

met'tle (મે'ટલ), ના૦ ખમીર, હીર, દમ, પાણી; સહનશક્તિ. *put a person on his* ~, પોતાનાથી થઈ શકે તે બધું કરવા પ્રેરવું. **met'tlesome** (મે'ટલસમ), વિ૦ **met'tled** (મેટલ્ડ), વિ૦ પાણીદાર, દમવાળું.

mew (મ્યૂ), ના૦ એક દરિયાઈ પક્ષી (*sea*-~), જળકૂકડી.

mew, mewl (મ્યૂલ), **miaow** (મીઆઉ), અ૦ ક્રિ૦ અને ના૦ બિલાડીનું બોલવું, મ્યાઉં કરવું.

mew, ના૦ બાજ પક્ષીનું પાંજરું - ખડો; ગોંધવાની જગ્યા; (બ૦ વ૦ મ્યૂઝ્) ઘોડાના તબેલા, ઘોડાર. ઉ૦ ક્રિ૦ પાંજરામાં પૂરવું; નિશાળ, ઇ. માં ગોંધી રાખવું.

me'zzanine (મે'ઝનીન), ના૦ અને વિ૦

રસ્તાની સપાટી અને પહેલા માળ વચ્ચેનો નીચો માળ. [મધ્યમસર.
mezzo (મે'ડ્ઝો), ક્રિ૦ વિ૦ [સં.] અરધું,
m'ezzotint (મે'ડ્ઝ઼ટિન્ટ), ના૦ ધાતુની પ્લેટ – પતરા – પરથી છાપવું તે; એવી રીતે છાપેલું ચિત્ર.
mic'a (માઇકા), ના૦ અબરખ.
mice, mouseનું બ૦ વ૦.
Mich'aelmas (મિકલ્મસ), ના૦ સંત માઇકલનું પર્વ – દિવસ, ૨૯ મી સપ્ટેમ્બર.
mic'robe (માઇક્રોબ), ના૦ સૂક્ષ્મ વનસ્પતિ અથવા જંતુ (વિ. ક. રોગનું કે વિકૃતિનું કારણ બનનાર).
mic'rocosm (માઇક્રકૉઝ્મ, – ક્રો –), ના૦ બ્રહ્માંડના સાર રૂપ માનવપિંડ, પિંડ; કશાકની નાની પ્રતિમા.
mic'rofilm (માઇક્રફિલ્મ), ના૦ અતિ-નાના કે સૂક્ષ્મ પ્રમાણમાં ફોટો પાડેલી જિલેટિન કે કચકડાની પટ્ટી – ફિલ્મ. સ૦ ક્રિ૦ એવી ફિલ્મ ઉતારવી.
mic'rometer (માઇક્રૉમિટર), ના૦ બહુ જ નાની વસ્તુઓ કે અંતરો માપવાનું સાધન.
mic'rophone (માઇક્રફોન), ના૦ ધીમા કે અસ્પષ્ટ અવાજને મોટો બનાવવાનું યંત્ર, સૂક્ષ્મધ્વનિવર્ધક યંત્ર.
mic'roscope (માઇક્રસ્કોપ), ના૦ સૂક્ષ્મ-દર્શક યંત્ર, દૂરબીન. **microscop'ic(al)** (–સ્કૉપિક (લ)), વિ૦ સૂક્ષ્મદર્શક યંત્રનું – સૂક્ષ્મદર્શક યંત્ર – દૂરબીન – વિના ન જોઈ શકાય એવું; બહુ નાનું, અતિસૂક્ષ્મ.
mic'rotome (માઇક્રટોમ), ના૦ (સૂક્ષ્મ-દર્શક યંત્રની નીચે મૂકીને જોઈ શકાય તે માટે) કોઈ વસ્તુના બહુ જ પાતળા ભાગ કરવાનું – કાપવાનું સાધન.
mid (મિડ), વિ૦ વચલું, વચ્ચેનું. નામ૦ અ૦ -ની વચ્ચે. *in ~ air*, ઉપર હવામાં, અધ્ધર.
mid'day, ના૦ મધ્યાહ્ન, બપોર. [ઉકરડો.
midd'en (મિડન), ના૦ કચરાનો ઢગલો,
mid'dle (મિડલ), વિ૦ વચલું, વચ્ચેનું; બે કે વધારે છેડાથી સરખે અંતરે આવેલું. *~ age*, તારુણ્ય અને ઘડપણ વચ્ચેની – પ્રૌઢ – અવસ્થા (૪૦ થી ૬૦). *the M~ Ages*, મધ્યયુગ (ઈ.સ. ૬૦૦ થી ૧૫૦૦), *~ class*, મધ્યમવર્ગ. ના૦ મધ્યબિંદુ, મધ્યભાગ, મધ્ય.
mid'dleman (મિડલ્મન), ના૦ માલ પેદા કરનાર ને વાપરનાર વચ્ચે જેના હાથમાંથી તે પસાર થાય છે તે, વેપારી, દુકાનદાર.
midd'ling (મિડ્લિંગ), વિ૦ મધ્યમ કોટિનું, સાધારણપણે સારું; ઊતરતી કક્ષાનું; વચલા બાંધાનું. ક્રિ૦ વિ૦ મધ્યમસર, માફકસર.
midge (મિજ), ના૦ મચ્છર, મગતરું. [ઠિંગુજી.
midg'et (મિજિટ), બહુ નાના કદનું માણસ,
mid'land (મિડલન્ડ), વિ૦ સરહદ કે દરિયા કિનારાથી દૂરનું; (બ૦ વ૦) ઇંગ્લંડનો વચલો ભાગ – પ્રદેશ. [(૧૨ વાગ્યે).
mid'night (મિડ્નાઇટ), ના૦ મધ્યરાત્ર
mid'riff (મિડ્રિફ), ના૦ છાતી ને પેટ વચ્ચેનો પડદો, મધ્યપટલ, ઉરોદરપટલ.
mid'ship (મિડ્શિપ), ના૦ વહાણનો વચલો ભાગ. **mid'shipman,** ના૦ (સંક્ષેપ middy). વહાણ પરનો એક અમલદાર (કડેટ અને સબલેફ્ટનન્ટ વચ્ચેના દરજ્જાવાળો).
midst (મિડ્સ્ટ), ના૦ વચલો ભાગ, મધ્ય. *in the ~ of*, -ની વચ્ચે – વચમાં, *in our ~*, અમારામાં. નામ૦ અ૦ -ની વચ્ચે.
mid'summer (–સમર), ના૦ ભર ઉનાળો (૨૧ મી જૂનની આસપાસ); દક્ષિણાયન.
mid'wife (મિડવાઇફ), ના૦ (બ૦ વ૦ midwives). દાઈ, સુયાણી. **mid'wifery** (મિડ્વિફ્રિ, -વાઇફ્રિ), ના૦ દાઈનું કામ, ગર્ભ-મોચનવિદ્યા, પ્રસૂતિકરણવિદ્યા.
mien (મીન), ના૦ માણસનો ચહેરો, સિકલ, દેખાવ, ચાલ કે વર્તન.
might (માઇટ), may નો ભૂ૦ કા૦.
might, ના૦ શક્તિ, તાકાત, સામર્થ્ય. *with ~ and main*, પોતાની પૂરી તાકાતથી. **might'y** (માઇટિ), વિ૦ શક્તિશાળી, સમર્થ; પ્રચંડ, જબરદસ્ત; અતિશય.
mignonette' (મિન્યને'ટ), ના૦ એક સુગંધી ફૂલનો છોડ; એનો આછો લીલો રંગ.
migraine (મીગ્રેન), ના૦ માથાનો સખત દુખાવો, વિ. ક. આધાશીશી.
migrate' (માઇગ્રેટ), અ૦ ક્રિ૦ એક ઠેકાણેથી બીજે જવું, સ્થળાંતર કરવું; (પક્ષીઓ

અંગે) ઋતુઓ અનુસાર આવજા કરવી. **mig'rant** (માઇગ્રન્ટ), વિ૦ અને ના૦ સ્થળાંતર કરનારું (પક્ષી, ઇ.). **migra'tion**, ના૦ સ્થલાંતર – દેશાન્તર – (કરવું તે); દેશાન્તર કરનારા માણસોનું – પક્ષીઓનું – જૂથ. **mi'gratory** (માઇગ્રટરિ), વિ૦ સ્થળાંતર કરનારું, દેશાંતર જઈ વસનારું; (પક્ષીઓ, ઇ.) યાયાવર.

mika'do (મિકાડો), ના૦ (બ૦ વ૦ -s). જાપાનનો બાદશાહ. (શબ્દનો મૂળ અર્થ: ટોકિયોના રાજમહેલનો મોટો દરવાજો).

mil'age, mile'age (માઇલિજ), ના૦ માઈલમાં અંતર – કરેલી મુસાફરી; દર માઈલે ભાડું, ખર્ચ, ભથ્થું, ઇ.

milch (મિલ્ચ), વિ૦ દૂધ દેનારું, દૂઝણું.

mild (માઇલ્ડ), વિ૦ સૌમ્ય, કોમળ, નમ્ર; કડક કે ઉગ્ર નહિ એવું; હળવું. **mild'ness**, ના૦ સૌમ્યતા, ઇ.

mil'dew (મિલ્ડ્યૂ), ના૦ ફૂગ, ઊબ (વિ. ક. ભેજને કારણે ચડતી). ઉ૦ ક્રિ૦ ફૂગ – ઊબ – ચડવી – વળવી.

mile (માઇલ), ના૦ માઈલ (૧.૬ કિ.મી.) **mile'stone**, ના૦ માઈલની નિશાનીનો પથ્થર; માર્ગસૂચક સ્તંભ – પથ્થર.

mile'age (માઇલિજ), ના૦ જુઓ milage.

mil'foil (મિલ્ફૉઇલ), ના૦ એક જાતની વનસ્પતિ.

mil'itant (મિલિટન્ટ), વિ૦ યુદ્ધમાં રોકાયેલું; લડાઈખોર. ના૦ લડાઈખોર માણસ.

mil'itarism (મિલિટરિઝ્મ), ના૦ લશ્કરી-વૃત્તિ; લશ્કરી સત્તાનું વર્ચસ્વ, લશ્કરશાહી; લશ્કરી સત્તા પર આધાર રાખવો તે. **mil'itarist** (મિલિટરિસ્ટ), ના૦ લશ્કરી ધંધાનો કે શિસ્તવાળો માણસ; લશ્કરી તંત્રનો હિમાયતી.

mil'itary (મિલિટરિ), વિ૦ લશ્કરી સિપાઈનું; લશ્કરનું, લશ્કરી; લડાઈનું, લશ્કરી. ના૦ (*the* ~) લશ્કર, ફોજ.

mil'itate (મિલિટેટ), અ૦ક્રિ૦ -ની સામા થવું; -ની વિરુદ્ધ – પ્રતિકૂળ – હોવું.

mili'tia (મિલિશા), ના૦ નાગરિકોનું લશ્કરી દળ – લશ્કર, શિરબંધી. **mili'tiaman**, ના૦ શિરબંધીનો સૈનિક.

milk (મિલ્ક), ના૦ દૂધ; ઝાડનો દૂધના જેવો રસ, દૂધ. સ૦ ક્રિ૦ દૂધ કાઢવું, દોહવું. ~ *and honey*, ખાવાપીવાનાં – ઉપભોગનાં – વિપુલ સાધનો. **milk-and-water**, વિ૦ બેસ્વાદ, ફીકું; (ચારિત્ર્ય) બળ વિનાનું. **milk'maid** (મિલ્ક્મેડ), ના૦ દૂધ દોહનારી, ગોવાળણ. **milk'man**, ના૦ દૂધ વેચનારો, ભાટિયો.

milk'sop (મિલ્ક્સૉપ), ના૦ નામર્દ માણસ, બાયલો.

milk-tooth (મિલ્ક્ ટૂથ), ના૦ દૂધિયો દાંત.

mil'ky (મિલ્કિ), વિ૦ દૂધનું – ના જેવું; ડોળાયેલું, વાદળાંથી ઘેરાયેલું. *the M~ Way*, આકાશગંગા, સુરનદી.

mill (મિલ), ના૦ દળવાની ઘંટી – ચક્કી – સંચો; સંચા વડે દળવા ખાંડવાનું કે વણવાનું કારખાનું – મકાન; કારખાનું; વસ્તુઓ બનાવવાનું યંત્ર – કારખાનું; મુષ્ટિયુદ્ધ. ઉ૦ ક્રિ૦ દળવું; સિક્કા પાડવા; સંચા વડે કુંદી કરવી; -ની સાથે મુષ્ટિયુદ્ધ કરવું; નાણાંની કોર પર સંચા વડે કાપા પાડવા.

mill'board, ના૦ કાગળનું જાડું પૂઠું.

mill-hand (મિલ્હૅન્ડ), ના૦ કારખાનામાં કામ કરનાર, મજૂર.

millenn'ium (મિલે'નિઅમ), ના૦ હજાર વરસનો ગાળો – કાળ – યુગ; ઈશુના દુનિયા પર જાતે કરેલા રાજ્યનો જમાનો; સુખ-સમૃદ્ધિનો કાળ (*the m~*).

mill'epede (મિલિપીડ), ના૦ અનેક પગવાળો કીડો (કાનખજૂરો, ઇ.), કાષ્ઠકૃમિ, ઇ.

mill'er (મિલર), ના૦ દળવાની ઘંટીવાળો, દળવાનો ધંધો કરનાર. [illegible]તિનો છોડ.

mill'et (મિલિટ), ના૦ બાજરી, ઇ. અનાજ;

mill'iard (મિલ્યર્ડ), ના૦ એક અબજ, ૧,૦૦,૦૦,૦૦,૦૦૦.

mill'igramme (મિલિગ્રૅમ), ના૦ એક સહસ્રાંશ ગ્રામ. **mill'ilitre** (મિલિલીટર), ના૦ એક સહસ્રાંશ લિટર. **mill'imetre** (મિલિમીટર), ના૦ એક સહસ્રાંશ મીટર.

mill'iner (મિલિનર), ના૦ સ્ત્રીઓની ટોપીઓ ઇ. બનાવનાર કે વેચનાર (બહુધા સ્ત્રી). **mill'inery**, ના૦ સ્ત્રીઓની ટોપીઓ, ફીત,

ઇ. પોશાકની વસ્તુઓ; તે બનાવવાનો કે વેચવાનો ધંધો. [પાસની કાપાવાળી કોર.
milling (મિલિંગ), ના૦ સિક્કાની આસ-
mill'ion (મિલ્યન), ના૦ દસ લાખ (ની સંખ્યા); દસ લાખ પાઉન્ડ કે ડૉલર. **millionaire'** (મિલ્યનેર), ના૦ દસ લાખનો ધણી, લખપતિ; ખૂબ પૈસાદાર માણસ.
millipede(મિલિપીડ),જુઓ millepede.
mill'stone (મિલ્સ્ટોન), ના૦ ઘંટીનું પડ.
milt (મિલ્ટ), ના૦ માછલાનું વીર્ય – બીજ.
mime (માઇમ), ના૦ મુખ્યત્વે હાવભાવ અને નૃત્ય દ્વારા થતું નાટક. અ૦ક્રિ૦ બોલ્યા સિવાય કેવળ હાવભાવથી ભૂમિકા ભજવવી.
mim'eograph(મિમિઅગ્રાફ),ના૦ અનેક નકલો કરવા માટે લખાણનું 'સ્ટેન્સિલ' કરવાનું સાધન, મીણ ચોપડેલા કાગળ પર અક્ષર પાડીને તેમાંથી શાહી નીચે ઉતારીને નકલો કરવાનું સાધન. [ચાળા પાડનારું.
mimet'ic (મિમે'ટિક),વિ૦ નકલ કરનારું,
mim'ic (મિમિક), ના૦ નકલ કરનાર, ચાળા પાડનાર, નકલી. વિ૦ નકલ કરનારું; નકલી, બનાવટ. સ૦ક્રિ૦ (ભૂ૦ કા૦ mimicked). કોઈની નકલ કરવી – ચાળા પાડવા (વિ. ક. હસાવવા માટે). **mim'icry**(મિમિક્રિ), ના૦ અનુકરણ; નકલ, ચાળા; નકલ કરનાર વસ્તુ.
mimos'a (મિમોસા,-ઝા), ના૦ લજામણી અને એની જાતની સીંગવાળી ખુશબોદાર ફૂલોવાળી વનસ્પતિ. [પક્ષી, મેના.
min'a (માઇના), ના૦ હિન્દનું એક નાનું
min'aret (મિનરે'ટ) ના૦ (મસીદનો) મિનારો. [–ધાક –બતાવનારું; ભયાનક.
min'atory(મિનટરિ, માઇ–), વિ૦ ધમકી
mince(મિન્સ, માઇ–), ઉ૦ક્રિ૦ માંસ વગેરેના ઝીણા ઝીણા કકડા કરવા, ચૂરો –છૂંદો – કરવો; ઠમક ઠમક –લટકામાં – ચાલવું; અડધુંપડધું નાજુક સ્વરથી–કૃત્રિમતાથી–બોલવું. ના૦ માંસનો છૂંદો, ખીમો. *not ~ matters*, (વિ. ક. કડવી) વાત સ્પષ્ટપણે કહી દેવી, ઢાંકપિછોડો ન કરવી. **mince'meat**, ના૦ દરાખ મસાલા, ચરબી, ઇ.ને છૂંદીને બનાવેલું પૂરણ, ખીમો.
mince pie, ના૦ એવા પૂરણની બનાવેલી ઘૂઘરા જેવી વાની.
mind (માઇન્ડ), ના૦ મન, ચિત્ત; લાગણી, ઇચ્છા; વિચારશક્તિ, સંકલ્પશક્તિ, ભાવનાશક્તિ; સ્મરણશક્તિ, સ્મૃતિ; મત, અભિપ્રાય; વિચાર, કલ્પના, વલણ. સ૦ ક્રિ૦ ધ્યાનમાં રાખવું, યાદ રાખવું; ઉપર ધ્યાન આપવું, સંભાળવું; -ને હરકત – વાંધો – હોવો. *of one ~*, તદ્દન એક વિચારનું. *call to ~*, યાદ કરવું. *put in ~ of*, -ને વિચાર કરતા કરવું. *out of* one's ~, ગાંડું. *have something on* one's ~, કશાકથી બેચેન – ચિંતાગ્રસ્ત – હોવું. *absence of ~*, શૂન્યમનસ્કતા. *presence of ~*, સમયસૂચકતા. *speak* one's ~, પોતાને લાગતું હોય તે સ્પષ્ટપણે કહી દેવું. *make up* one's ~, નિશ્ચય – નિર્ણય – કરવો. ~one's *own business*, પોતાને જેમાં કશી લેવા દેવા ન હોય તેમાં માથું ન મારવું. ~ *the step*, સાચવવું, સાચવીને ચાલવું. ~ one's *P's and Q's*, પોતાના શબ્દો અને વર્તન બાબત સાવચેત રહેવું – કાળજી રાખવી. ~ *out* ! ખબરદાર રહેજે ! *never ~*, ફિકર ન કર, કશી ચિંતા નહિ. **mind'ed** (માઇન્ડિડ), વિ૦ મનનું, મનવાળું, મનના વલણવાળું. **mind'ful**, વિ૦ સાવધ, સાવચેત, વિચાર – કાળજી – રાખનાર (~*of*). **mind'less**, વિ૦ બુદ્ધિ – વિચાર શક્તિ – વિનાનું, મૂર્ખ. [વસ્તુ. વિ૦ મારું.
mine (માઇન), સર્વ૦ મારું; મારી માલિકીની
mine, ના૦ ખાણ; ભંડાર, નિધિ; સુરંગ. ઉ૦ ક્રિ૦ ખાણ ખોદવી; ખોદવું, મા કે નીચે સુરંગો મૂકવી; ખોદીને ધાતુ, ઇ. કાઢવી.
mine'field, ના૦ સુરંગો પાથરેલી હોય એવો દરિયાનો ભાગ. **mine'layer**, ના૦ સુરંગો પાથરનારું વહાણ. **min'er** (માઇનર), ના૦ ખાણમાં કામ કરનાર (મજૂર), ખાણિયો.
min'eral (મિનરલ), ના૦ ખાણમાંથી ખોદી કાઢેલી વસ્તુ – દ્રવ્ય, ખનિજ (પદાર્થ); પ્રાણી કે વનસ્પતિના વર્ગની નહિ એવી વસ્તુ. વિ૦ ખાણમાંથી ખોદી કાઢેલું, ખનિજ. ~ *water*, કુદરતી રીતે ખનિજ મિશ્રિત કે કૃત્રિમપણે ખનિજ દ્રવ્ય મેળવેલું પાણી – પેય.
mineral'ogy (મિનરૅલજિ), ના૦ ખનિજ

-ધાતુ-વિદ્યા, ખનિજશાસ્ત્ર. **mineral'ogist** (મિનરૅલજિસ્ટ), નાo ખનિજશાસ્ત્રી.

mingle (મિંગલ), ઉo ક્રિo મેળવવું, ભેગું કરવું; મળી જવું, ભેગું થવું. ~ *with*, -માં ભળવું; -ની સાથે વહેવાર રાખવો.

min'iature (મિનિઅચર, મિનિચર), નાo નાના પ્રમાણમાં દોરેલું ચિત્ર; નાના પાયા પર બનાવેલો નમૂનો; લઘુચિત્ર. વિo નાના પ્રમાણ-કદ-નું. **min'iaturist** (મિન્યચરિસ્ટ), નાo નાના કદના ચિત્રો દોરનાર ચિત્રકાર-કળાકાર.

min'ikin (મિનિકિન), નાo નાના કદનું પ્રાણી-માણસ-વસ્તુ. વિo નાનકડું.

min'im (મિનિમ), નાo સંગીતનો એક સૂર; ડ્રામનો ૬૦ મો ભાગ, ટીપું. (૧૬૮૯૪ મિનિમ = ૧ લિટર).

min'imize,-ise, (મિનિમાઇઝ઼), સoક્રિo કાઇ વસ્તુને નજીવી કે નાની કરી બતાવવી, -નું મહત્ત્વ ઓછું કરવું-આંકવું.

min'imum (મિનિમમ), નાo (બoવo minima). ઓછામાં ઓછું પરિમાણ કે સંખ્યા, અલ્પતમ પરિમાણ કે માત્રા.

min'ion (મિન્યન), નાo માનીતું-વહાલું-બાળક, પ્રાણી, ઇ.; હૈયાનો હાર; આશ્રિત, ગુલામ; લોંડો; [મુદ્રણ] એક જાતનાં બીબાં. [ઘાઘરો.

miniskirt (મિનિસ્કર્ટ), નાo ઊંચો-નાનો-

min'ister (મિનિસ્ટર), નાo પ્રધાન, મંત્રી; વકીલ, એલચી; પાદરી, ધર્મગુરુ. ઉoક્રિo સેવા-ચાકરી-મદદ-કરવી; ધર્મોપદેશક તરીકે કામ કરવું; સહાયભૂત થવું. **ministeri'al** (મિનિસ્ટીરિઅલ), વિo પ્રધાન-મંત્રી-ધર્મોપદેશક-નું; સત્તારૂઢ સરકારનું-તરફી.

min'istrant (મિનિસ્ટ્રન્ટ), વિo સેવા-ચાકરી-કરતું. નાo સેવા-ચાકરી-કરનાર.

ministra'tion (મિનિસ્ટ્રેશન), નાo માંદા કે ગરીબને મદદ કરવી તે; ધર્મોપદેશકનું ઉપદેશ કરવાનું કામ; સેવા, ચાકરી.

min'istry (મિનિસ્ટ્રિ), નાoરાજ્યના પ્રધાનો, પ્રધાનમંડળ; પ્રધાનવટું; રાજ્યનું-પ્રધાનનું-ખાતું; ઉપાધ્યાય વર્ગ; સેવા.

mink (મિંક), નાo એક અર્ધજળચર-ઉભયચર-પ્રાણી; તેની રુવાંટી.

minn'ow (મિનો), નાo મીઠા પાણીની એક નાની માછલી.

Mino'an (મિનોઅન), વિo ક્રીટની પ્રાગૈતિહાસિક સંસ્કૃતિનું (ઈ. સ. પૂર્વે ૩૦૦૦ થી ઈ. સ. પૂર્વે ૧૫૦૦); ક્રીટના રાજા મિનોનું.

min'or (માઇનર), વિo બે જણ, વસ્તુ, ઇ. માંથી નાનું-ગૌણ-ઓછું; અજ્ઞાન, કાચી વયનું, સગીર. નાo [કા.] સગીર, અજ્ઞાન (૧૮ કે ૨૧ વરસની અંદરનું).

mino'rity (માઇનૉરિટિ, મિ-), નાo સગીરપણું, અજ્ઞાન દશા; બે સમૂહમાંથી નાનો; લઘુમતી.

Min'otaur (મિનટૉર), નાo ગ્રીક પુરાણનો આખલાના માથાવાળો નરમાંસભક્ષી નરરાક્ષસ.

min'ster (મિન્સ્ટર), નાo મઠનું દેવળ; મોટું કે મહત્ત્વનું ખ્રિસ્તી દેવળ (વિ. ક. વિશેષ નામ સાથે વપરાય છે.).

min'strel (મિન્સ્ટ્રલ), નાo સ્વરચિત કાવ્યો ગાનાર મધ્યયુગીન ફરતો ગાયક-ભાટ; કવિ.

mint (મિન્ટ), નાo ફૂદીનો.

mint, નાo ટંકશાળ. સo ક્રિo સિક્કા પાડવા, ઉપજાવી કાઢવું, બનાવટ કરવું. *a ~ of money*, વિપુલ પૈસો-ધન.

minuet' (મિન્યુએ'ટ), નાo બે જણે કરવાનું એક ધીમું અને ભવ્ય નૃત્ય; તે માટેની સંગીત રચના, નૃત્યગીત.

mi'nus (માઇનસ), નામo અo અને વિo ઓછા, બાદ, બાદ કરતાં; ઓછાનું ચિહ્ન (-); ઓછાના ચિહ્નવાળું, ઋણ.

min'ute (મિનિટ), નાo મિનિટ, અઢી પળ; બહુ ટૂંકો સમય; અંશ કે ડિગ્રીનો સાઠમો ભાગ, કલા; ટાંચણ, ટિપ્પણ; નોંધ; (બo વo) સભા, ઇ.ના કાર્યની સંક્ષિપ્ત નોંધ. સo ક્રિo મુસદ્દો તૈયાર કરવો; નોંધ કરવી. **min'ute-book**, નાo કાર્યવહી.

minute' (માઇન્યૂટ), વિo બહુ નાનું, સૂક્ષ્મ; ચોક્કસ; ઝીણી ઝીણી વિગતમાં જનારું.

minu'tia (મિન્યૂશિઆ, માઇ-), નાo(બoવo minutiae). નજીવો મુદ્દો-વાત; ઝીણી વિગત.

minx (મિંક્સ), નાo લુચ્ચી-લાંઠ નખરાંબાજ-છોકરી

mi'racle (મિરકલ), નાo ચમત્કાર; આશ્ચર્ય,

કૌતુક; અલૌકિક – અદ્ભુત – બનાવ. ~*play*, ખ્રિસ્ત કે ખ્રિસ્તી સંતોના જીવન પર રચેલું (મધ્યયુગીન) નાટક. **mirac'ulous** (મિરેક્યુલસ), વિ૦ અદ્ભુત; અલૌકિક, ચમત્કારવાળું.
mirage' (મિરાઝ), ના૦ ઝાંઝવાનાં જળ, મૃગજળ; ભ્રમ.
mire (માયર), ના૦ ભેજવાળી જમીન, કળણ; કાદવ. સ૦ક્રિ૦ -ની ઉપર કાદવ ફેંકવો, કાદવથી ખરડવું.
mi'rror (મિરર), ના૦ અરીસો, દર્પણ; પ્રતિબિંબ દેખાય એવી ચળકતી સપાટી – બાજુ; યથાર્થ પ્રતિબિંબ કે વર્ણન આપનાર વસ્તુ. સ૦ક્રિ૦ પ્રતિબિંબ બતાવવું – દર્શાવવું. [ગંમત.
mirth (મર્થ), ના૦ રમૂજ, હાસ્યવિનોદ,
mir'y (માયરિ), વિ૦ કાદવવાળું; નીચ.
misadven'ture (મિસડ્વે'ન્ચર), ના૦ દુર્દૈવી અકસ્માત; કમનસીબ બનાવ, વિપત્તિ.
misalli'ance (મિસલાયન્સ), ના૦ અયોગ્ય – વિ. ક. ઊતરતી કોટિના કુળ સાથે લગ્ન-સંબંધ.
mis'anthrope (મિસનથ્રોપ), ના૦ માણસ જાતને ધિક્કારનાર – ટાળનાર, માનવદ્વેષી. **misanthrop'ic** (–થ્રોપિક), વિ૦ લોકદ્વેષી. **misan'thropy** (મિસૅનથ્રપિ), ના૦ માનવદ્વેષ, માણસજાતનો ધિક્કાર (કરવો તે).
misapply' (મિસપ્લાઈ), સ૦ ક્રિ૦ (જ્ઞાન, ઇ.) ખોટી રીતે લાગુ કરવું, -નો દુરુપયોગ કરવો.
misapprehend' (મિસૅપ્રિહે'ન્ડ), સ૦ક્રિ૦ ખોટું સમજવું, સમજવામાં ફેર – ભૂલ – કરવી. **misapprehen'sion**, ના૦ ખોટી સમજણ, ગેરસમજ, ભ્રમણા.
misapprop'riate (મિસપ્રોપ્રિએટ), સ૦ ક્રિ૦ પારકાના પૈસા પચાવી બેસવું; ઉચાપત કરવી; ખોટા કામમાં લેવું – વાપરવું.
misbecome' (મિસ્બિકમ), સ૦ક્રિ૦ -ને ન છાજવું – ન શોભવું.
misbehave' (મિસ્બિહેવ), અ૦ક્રિ૦ અને કર્તૃવા૦ ક્રિ૦ અયોગ્ય રીતે વર્તવું (~ *oneself*). **misbehav'iour** (મિસ્બિહેવ્યર), ના૦ દુર્વર્તન.
misbelief' (મિસ્બિલીફ), ના૦ (વિ. ક. ધર્મ-ની) ખોટી શ્રદ્ધા; ખોટી માન્યતા – અભિપ્રાય.
miscal'culate (મિસ્કૅલ્ક્યુલેટ), ઉ૦ક્રિ૦ ખોટી ગણતરી કરવી, ગણવામાં ભૂલ કરવી. **miscalcula'tion**, ના૦ ખોટી – ભૂલભરેલી – ગણતરી. [બોલાવવું; ગાળો દેવી.
miscall' (મિસ્કૉલ), સ૦ક્રિ૦ ખોટે નામે
misca'rriage (મિસ્કૅરિજ), ના૦ કાગળનું ગેરવલ્લે જવું – યોગ્ય સરનામે ન પહોંચવું – તે; હેતુ પાર પાડવામાં નિષ્ફળ જવું તે; કસુવાવડ, અધૂરે જવું તે; ખોટી ચાલ. ~ *of justice*, કોઈને અન્યાય થવો – ખોટી સજા થવી – તે, ન્યાયચ્યુતિ.
misca'rry (મિસ્કૅરિ), અ૦ ક્રિ૦ (વ્યક્તિ કે કામ) નિષ્ફળ જવું; (સ્ત્રી અંગે) અધૂરે જવું, કસુવાવડ થવી; (કાગળ અંગે) ગેરવલ્લે જવું.
miscellan'eous (મિસલેનિઅસ), વિ૦ જાત જાતનું બનેલું; પરચૂરણ (વસ્તુઓ ભેગી થઈને બનેલું). **mis'cellany** (મિસલનિ, મિસે'–), ના૦ સાહિત્યના વિવિધ વિષયોનો – પરચૂરણ વસ્તુઓનો – સંગ્રહ.
mischance' (મિસ્ચાન્સ), ના૦ દુર્દૈવી – કમનસીબ – ઘટના; દુર્દૈવ.
mis'chief (મિસ્ચિફ), ના૦ ઉપદ્રવ, નુકસાન; દુષ્ટતા, ભૂંડું કામ; અટકચાળું, અડપલું. *make* ~ *between*, લોકોને લડાવવા – લડાવી મારવા. *do* somebody ~, કોઈને હાનિ પહોંચાડવી. **mis'chievous** (મિસ્ચિવસ), વિ૦ ઉપદ્રવ – નુકસાન – કરનારું; તોફાની, અડપલું કરનારું.
misconceive' (મિસ્કન્સીવ), ઉ૦ ક્રિ૦ -નો ખોટો ખ્યાલ કરવો – હોવો; ખોટું – ઊલટું – સમજવું. **misconcep'tion** (–કન્સે'પ્શન), ના૦ ગેરસમજ, ખોટી સમજ – ખ્યાલ.
miscon'duct (મિસ્કૉન્ડક્ટ), ના૦ દુર્વર્તન, દુરાચાર (વિ. ક. વ્યભિચાર); ગેરવહીવટ. **misconduct'** (–કન્ડક્ટ), સ૦ક્રિ૦ ખોટું ચાલતું, ગેરવર્તણૂક કરવી; ખોટી રીતે ચલાવવું – સંચાલન કરવું.
misconstruc'tion (મિસ્કન્સ્ટ્રક્શન), ના૦ ઊલટો – ખોટો – અર્થ (કરવો તે).
miscon'strue (મિસ્કૉન્સ્ટ્રૂ, –ક–), સ૦ ક્રિ૦ ખોટી રીતે સમજવું, ખોટો – વિપ-

રીત – અર્થ કરવો.

miscount' (મિસ્‌કાઉન્ટ), ના૦ અને સ૦ક્રિ૦ ખોટી ગણતરી – ગણવામાં ભૂલ (– કરવી).

mis'creant (મિસ્‌ક્રિઅન્ટ), વિ૦ અને ના૦ દુષ્ટ (માણસ), દુરાત્મા, શઠ; પાખંડી.

misdate' (મિસ્‌ડેટ), સ૦ક્રિ૦ ખોટી તારીખ માંડવી – લખવી – સમજવી.

misdeal' (મિસ્‌ડીલ), અ૦ક્રિ૦ પત્તાં વહેંચવામાં ભૂલ કરવી. ના૦ પત્તાંની ખોટી વહેંચણી; ખોટો વહેવાર. **misdeal'ings**, ના૦બ૦વ૦ ખોટાં અને અપ્રામાણિક કામ – વહેવાર.

misdeed' (– ડીડ), ના૦ ખરાબ કામ, દુષ્કર્મ; ગુનો.

misdemean'our (મિસ્‌ડિમીનર), ના૦ અનૈતિક – ખોટું – કામ; દુરાચરણ; ગેરકાયદે કામ, (બહુ ગંભીર નહિ એવો) ગુનો.

misdirect' (મિસ્‌ડરેક્ટ, -ડિ-), સ૦ક્રિ૦ ખોટો રસ્તો બતાવવો, ખોટે માર્ગે ચડાવવું. **misdirec'tion**, ના૦ ખોટું માર્ગદર્શન; સરનામાની ચૂક; [કા.] કાયદો કે હકીકતની બાબતમાં ભૂલ કરીને ન્યાયાધીશ જૂરીને ખોટું સમજાવે – માર્ગદર્શન આપે – તે.

misdo'ing (મિસ્‌ડૂઇંગ), ના૦ ખોટું કામ, દુષ્કર્મ. [ન રાખવો, શંકા કરવી.

misdoubt' (મિસ્‌ડાઉટ), સ૦ક્રિ૦ વિશ્વાસ

mis'er (માઇઝ઼ર), ના૦ કૃપણ, કંજૂસ. **mis'erly**, વિ૦ કૃપણ, કંજૂસ.

mis'erable (મિઝ઼રબલ), વિ૦ બહુ દુ:ખી; હલકું, નીચ; ગરીબ, કંગાલ; કોઈ પણ જાતની સુખસગવડ વિનાનું, દુ:ખદાયક.

mis'ery (મિઝ઼રિ), ના૦ ભારે દુ:ખ, ક્લેશ, પીડા; કંગાલિયત, ભારે ગરીબાઈ.

misfire' (મિસ્‌ફાયર), અ૦ ક્રિ૦ અને ના૦ (બંદૂક, ઇ.) ન ફૂટવું (તે); (મોટર, એન્જિન, ઇ.) ન ચાલવું – અટકી પડવું – નકામું જવું – (તે).

misfit' ના૦ ડિલે બંધ બેસતું ન આવતું કપડું; વાતાવરણ કે ધંધો, ઇ.ને અનુકૂળ ન આવતી વ્યક્તિ. [દુર્દૈવ; આપત્તિ.

misfort'une (મિસ્‌ફૉર્ચન, – ટ્યુન), ના૦

misgiv'ing (મિસ્‌ગિવિંગ), ના૦ અંદેશો, અવિશ્વાસ; શંકા, બીક, દહેશત.

misgo'vern (મિસ્‌ગવર્ન), સ૦ક્રિ૦ ખરાબ રીતે અમલ ચલાવવો – રાજ્ય કરવું. **misgo'vernment**, ના૦ અંધેર (કારભાર), ખરાબ રાજ્યકારભાર.

misguide' (મિસ્‌ગાઇડ), સ૦ ક્રિ૦ આડે રસ્તે ચડાવવું – લઈ જવું, ભમાવવું. **misguid'ed** (–ડિડ), વિ૦ ખોટે રસ્તે ચડેલું, મૂર્ખ.

mishan'dle (મિસ્‌હૅન્ડલ), સ૦ક્રિ૦ -ની સાથે દુર્વર્તન – ખરાબ વર્તાવ – કરવો; ખરાબ રીતે વાપરવું. [બહુ ગંભીર નહિ એવો અકસ્માત.

mishap' (મિસ્‌હૅપ), ના૦ કમનસીબ ઘટના,

misinform' (મિસ્‌ઇન્‌ફૉર્મ), સ૦ ક્રિ૦ ખોટી ખબર આપવી, ખોટું કહેવું, અવળે રસ્તે લઈ જવું. **misinforma'tion**, ના૦ ખોટી ખબર – માહિતી.

misinterp'ret (મિસ્‌ઇન્ટરપ્રિટ), સ૦ક્રિ૦ -નો ખોટો અર્થ કરવો, વિપર્યાસ કરવો. **misinterpreta'tion**, ના૦ ખોટો – ઊલટો – અર્થ (કરવો તે).

misjudge' મિસ્‌જજ્), સ૦ક્રિ૦ ખોટી રીતે ન્યાય તોળવો; યોગ્ય કદર કે મુલવણી ન કરવી – ન કરી શકવું.

mislay' (મિસ્‌લે), સ૦ ક્રિ૦ આડુંઅવળું – ડાબે હાથે – મૂકવું, જરૂર પડયે જડે નહિ એવી રીતે મૂકવું.

mislead' (મિસ્‌લીડ), સ૦ ક્રિ૦ ગેરરસ્તે લઈ જવું – દોરવું; ભમાવવું, ખોટું સમજાવવું.

misman'age (મિસ્‌મૅનિજ) સ૦ ક્રિ૦ ખરાબ રીતે – ખોટી રીતે – વહીવટ ચલાવવો, અંધેર ચલાવવું. **misman'agement**, ના૦ ગેરવ્યવસ્થા, અંધેર.

misnom'er (મિસ્‌નોમર), ના૦ ખોટું – અનુચિત – નામ – શબ્દ; નામનો દુરુપયોગ.

misog'ynist (માઇસૉજિનિસ્ટ, મિ–, –ગિ–), ના૦ સ્ત્રીદ્વેષા. **misog'yny** (–જિનિ, ગિનિ)–ના૦ સ્ત્રીઓને વિષે અણગમો, સ્ત્રીદ્વેષ.

misplace' (મિસ્‌પ્લેસ્), સ૦ક્રિ૦ અયોગ્ય – ખોટી – જગ્યાએ મૂકવું; અપાત્રને વિષે (પ્રેમ – વિશ્વાસ –) રાખવો. **misplace'ment**, ના૦. અસ્થાને મૂકવું – મુકાવું – તે.

misprint' (મિસ્‌પ્રિન્ટ), ના૦ છાપવામાં ભૂલ, મુદ્રણદોષ. સ૦ક્રિ૦ છાપવામાં ભૂલ કરવી.

mispronounce'(મિસ્પ્રનાઉન્સ),સ૰ક્રિ૰ ખોટો – અશુદ્ધ – ઉચ્ચાર કરવો. **mispronuncia'tion,** ના૰ ખોટો – અશુદ્ધ – ઉચ્ચાર.

misquote' (મિસ્ક્વોટ, – કો –), સ૰ક્રિ૰ બીજાનું વચન કે લખાણ ખોટી રીતે ટાંકવું. **misquota'tion,** ના૰ ખોટું અવતરણ.

misread' (મિસ્રીડ), સ૰ક્રિ૰ (ભૂ૰કા૰ misread, મિસ્રે'ડ). ખોટું – ખોટી રીતે – વાંચવું; -નો ખોટો અર્થ કરવો.

misrepresent' (મિસ્રે'પ્રિઝ઼ે'ન્ટ), સ૰ ક્રિ૰ ખોટી રીતે રજૂઆત કરવી, ખોટી હકીકત કહેવી. **misrepresenta'tion,**ના૰ ખોટી રજૂઆત.

misrule' (મિસ્રૂલ), સ૰ક્રિ૰ અંધાધૂંધીવાળો કારભાર કરવો – ચલાવવો. ના૰ અંધેર (રાજ્યકારભાર), ગેરબંદોબસ્ત.

miss (મિસ્), ઉ૰ક્રિ૰ ચૂકવું, ચૂકી જવું; નિશાન ચૂકવું; પહોંચવામાં, પકડવામાં, મળવામાં, સમજવામાં, નિષ્ફળ જવું; -ની ખોટ લાગવી – પડવી. ના૰ નિશાન, ઇ. ચૂકવું તે; નિષ્ફળ જવું તે. ~ *out a word,* શબ્દ છોડવો – બાદ કરવો. *give a person a* ~, મળવાનું ટાળવું – ટાળવા પ્રયત્ન કરવો.

miss, ના૰ અપરિણીત સ્ત્રી અથવા છોકરી; એના નામ પહેલાં વપરાતું ઉપપદ, 'કુમારી'.

miss'al (મિસલ), ના૰ રોમન કૅથલિક ધર્મનું પ્રાર્થનાપુસ્તક.

miss'el (મિસલ), ના૰ 'થ્રશ'ની જાતનું એક પક્ષી (~*-thrush* પણ). [કદરૂપું, વિકૃત.

mis-shap'en (મિસ્શેપન), વિ૰ બેડોળ,

miss'ile (મિસાઇલ,મિસિ-),ના૰ છૂટું મારવાનું હથિયાર, અસ્ત્ર. *guided* ~, દૂરથી ફેંકાતું અને નિયંત્રિત થતું અસ્ત્ર. [ગયેલું; ગેરહાજર.

miss'ing (મિસિંગ), વિ૰ ખૂટતું, ખોવાઈ

mi'ssion (મિશન), ના૰ કોઈ ખાસ કામ કરવા માટે મોકલવું મોકલાવું – તે; એવી રીતે મોકલાયેલ (ધર્મપ્રચાર, ઇ. માટે) મંડળ,મિશન; તેમનું કામ કે કાર્યક્ષેત્ર; જીવનકાર્ય.

mi'ssionary (મિશનરિ), વિ૰ ધર્મપ્રસારક મંડળનું – સંબંધી. ના૰ ધર્મપ્રસારનું – પરિવર્તનનું – કામ કરનાર પાદરી. ~ *spirit,* (વિ. ક. ધર્મપ્રસારકની) નિઃસ્વાર્થ ધ્યેયનિષ્ઠા.

miss'ive (મિસિવ), ના૰ કાગળ, સંદેશો.

mis-spell' (મિસ્સ્પે'લ), સ૰ક્રિ૰ -ની ખોટી જોડણી કરવી.

mis-spend' (મિસ્સ્પે'ન્ડ), સ૰ ક્રિ૰ (ભૂ૰ કા૰ mis-spent). ખોટું – નકામું – ખર્ચ કરવું, પૈસા ઉડાવવા.

mis-state' (મિસ્સ્ટેટ), સ૰ ક્રિ૰ હોય તેનાથી જુદું કહેવું, ખોટું કથન – નિવેદન – કરવું. **mis-state'ment,** ના૰ ખોટું – ભૂલભરેલું – નિવેદન, અસત્ય વિધાન.

mist (મિસ્ટ), ના૰ ધુમ્મસ.

mistake' (મિસ્ટેક), ઉ૰ ક્રિ૰ (ભૂ૰ કા૰ mistook, ભૂ૰ કૃ૰ mistaken). ખોટું સમજવું; ભૂલ કરવી, ચૂકવું; ભૂલથી એકને બીજું જાણવું (દા.ત. ~ *x for y*). ના૰ ભૂલ, ચૂક; દોષ; ગેરસમજ, ભ્રાંતિ. *and no* ~, ચોક્કસ, બેશક.

mis'ter (મિસ્ટર), ના૰ (સંક્ષેપ Mr). પુરુષના નામ આગળ વપરાતો શિષ્ટાચારનો માનાર્થક શબ્દ (શ્રીયુત જેવો).

mistime' (મિસ્ટાઇમ), સ૰ ક્રિ૰ અકાળે બોલવું, કરવું, ઇ.

mis'tletoe (મિસલ્ટો, – ઝ઼ –), ના૰ ઓક કે બીજા ઝાડ પર ઊગનારો સફેદ ફળવાળો એક વેલો, વાંદો, આકાશ – અમર – વેલ.

mistranslate' (મિસ્ટ્રૅન્સ્લેટ, – ઝ઼્લેટ), સ૰ ક્રિ૰ ખોટો તરજુમો કરવો. **mistransla'tion,** ના૰ ખોટો – ભૂલભરેલો – તરજુમો.

mis'tress (મિસ્ટ્રિસ), ના૰ ઘરની સ્વામિની, ધણિયાણી; શેઠાણી; પ્રિયા, કાન્તા; શિક્ષિકા, મહેતી; રખાત; પરિણીત સ્ત્રીના નામ પહેલાં વપરાતો માનાર્થ શબ્દ – 'શ્રીમતી' જેવો (સંક્ષેપ Mrs).

mistrust' (મિસ્ટ્રસ્ટ), સ૰ ક્રિ૰ -ને વિષે અવિશ્વાસ રાખવો–શંકા ઊપજવી. ના૰ અણવિશ્વાસ, શંકા, વહેમ. [અસ્પષ્ટ, ઝાંખું.

mis'ty (મિસ્ટિ), વિ૰ ધુમ્મસનું – ના જેવું;

misunderstand' (મિસન્ડરસ્ટૅન્ડ),ઉ૰ ક્રિ૰ ખોટું – અવળું – સમજવું, ગેરસમજ કરી લેવી – થવા દેવી. **misunderstand'**-

ing, ના૦ ગેરસમજ; અણબનાવ.
misuse' (મિસ્યૂઝ઼), સ૦ ક્રિ૦ દુરુપયોગ કરવો; -ની પ્રત્યે ખરાબ વર્તન કરવું. **misuse'** (મિસ્યૂસ), ના૦ દુરુપયોગ; -ની પ્રત્યે ખરાબ વર્તન. [નાણું; મગતરું; નાનું બાળક.
mite (માઇટ), ના૦ લેશ, લવ; અધેલાનું
mit'igate (મિટિગેટ), સ૦ ક્રિ૦ (સખતાઈ, ઇ.) ઓછું કરવું, ઘટાડવું; નરમ – શાંત – ઠંડું – પાડવું.
mi'tre (માઇટર), ના૦ બિશપ કે ઍબટની ઊંચી ટોપી – મુગટ; [સુથારી] લાકડાના બે કકડાનો કાટખૂણે સાંધો; એ સાંધો જોડવાનું ઓજાર. સ૦ ક્રિ૦ કાટખૂણે જોડવું – સાંધવું.
mitt (મિટ), **mitt'en** (મિટન), ના૦ જેમાં અંગૂઠા માટે એક અને ચાર આંગળાં માટે એક એમ બે ખાનાં હોય છે, એવું હાથમોજું.
mix (મિક્સ), ઉ૦ક્રિ૦ ભેળવવું, મિશ્રણ કરવું, એકત્ર કરવું; એકત્ર થવું; -માં ભેળવવું, -માં –ની સાથે – ભળવું (~ *with*). ~ *in society*, સમાજમાં ભળવું. **mixed** (મિક્સ્ટ), વિ૦ વિવિધ ગુણો કે ઘટકોનું બનેલું; સ્ત્રી અને પુરુષ બન્ને માટેનું; સંકીર્ણ, ભેળસેળ થયેલું. ~ *up*, જેના વિચારમાં સ્પષ્ટતા નથી એવું. **mix'ture** (મિક્સ્ચર), ના૦ મેળવણી, મિશ્રણ; દવાનું મિશ્રણ.
miz(z)'en (મિઝ઼્ન), ના૦ વહાણની ત્રીજી ડોળકાઠી; એ ડોળકાઠીનો સૌથી નીચેનો ચોરસ સઢ. **miz(z)'en-mast**, ના૦ ત્રણ કે વધારે ડોળકૂવાવાળા વહાણની સૌથી પાછલી ડોળકાઠી.
miz'zle (મિઝ઼લ્), અકર્તૃક ક્રિ૦ અને ના૦ ઝરમર ઝરમર વરસવું (તે, –વરસાદ).
mnemon'ic (નિમૉનિક), વિ૦ સ્મરણશક્તિને મદદ કરે એવું, સ્મૃતિસહાયક. **mnemon'ics**, ના૦ બ૦વ૦ સ્મૃતિશાસ્ત્ર, સ્મૃતિસંવર્ધક શાસ્ત્ર – પદ્ધતિ.
moan (મોન), ના૦ દરદ કે દુ:ખને લીધે નીકળતો હાય–અફસોસભરેલો–અવાજ, આહ, નિસાસો; વિલાપ. ઉ૦ ક્રિ૦ કણસવું; નિસાસો નાખવો, વિલાપ – શોક – કરવો.
moat (મોટ), ના૦ કિલ્લા કે શહેરને ફરતી ખાઈ, ખંદક. **moated**, વિ૦ ખાઈ–ખંદક–વાળું.
mob (મૉબ), ના૦ તોફાની કે હુલ્લડ પર ચડેલું ટોળું; આમજનતા; સંમિશ્ર સમુદાય. સ૦ ક્રિ૦ ટોળે વળીને ધક્કા મારવા – હુમલો કરવો; ટોળે વળવું, ભીડ કરવી. **moboc'racy** (મૉબૉક્રસિ), ના૦ ટોળાશાહી.
mob'-cap, ના૦ સ્ત્રીની ઘરમાં પહેરવાની (જેથી બધા વાળ ઢંકાય એવી) ટોપી.
mob'ile (મોબિલ,-બાઇલ), વિ૦ સહેજે ખસે–ખસેડી શકાય–એવું; જંગમ; અસ્થિર. **mobil'ity** (મબિલિટિ), ના૦ ગતિશીલતા, ચપળતા; જલદી ફરવાનો–પરિવર્તન પામવાનો – ગુણ.
mob'ilize (મોબિલાઇઝ઼), સ૦ ક્રિ૦ લડાઈ માટે સૈન્ય તૈયાર કરવું – ભેગું કરવું. **mobiliza'tion**, ના૦ સૈન્યની જમાવટ.
mocc'asin (મૉકસિન), ના૦ (અમેરિકન ઇંડિયનના) હરણના ચામડાના સુંવાળા જોડા.
mo'cha (મોકા), ના૦ કૉફીની એક સારી જાત.
mock (મૉક), ઉ૦ ક્રિ૦ ઉપહાસ કરવો, ઠઠ્ઠા–વિડંબના–કરવી; ચાળા પાડવા; બનાવવું, છેતરવું. વિ૦ બનાવટી, કૃત્રિમ. **mock'ery** (મૉકરિ), ના૦ ઉપહાસ; ઉપહાસનો કાયમનો વિષય. *a mere* ~, બહુ જ ખરાબ નકલ.
mode (મોડ), ના૦ કરવાની રીત – ઢબ–પ્રકાર; ફૅશન, પ્રથા; કશાકનો આકાર – રૂપ; [સં.] સપ્તકનો એક પ્રકાર.
mod'el (મૉડલ), ના૦ નમૂનો, કોઈ મોટી વસ્તુની નાની પ્રતિમા – પ્રતિકૃતિ (ખાસ ક. નાના પરથી મોટી બનાવવા માટે તૈયાર કરેલ); દાખલો, દાખલા તરીકે નમૂનો; નમૂનો, પોતાની કૃતિ માટે જે વસ્તુ કે વ્યક્તિને કળાકાર સામે રાખે છે તે; ચિત્રકાર સામે નમૂના તરીકે પૈસા લઈને બેસનાર; કપડાં કેવાં દેખાય છે તે બતાવવા માટે કપડાં પહેરી બતાવનાર સ્ત્રી કે મીણ, ઇ.ની પ્રતિમા. સ૦ ક્રિ૦ (ભૂ૦ કા૦ modelled). ઘડવું, બનાવવું; આકાર આપવો; -નો નમૂનો બનાવવો; નમૂના પરથી બનાવવું. વિ૦ નમૂના(માટે)લાયક. **mod'elling** (મૉડલિંગ), ના૦ માટી, મીણ, ઇ.ની કલાત્મક વસ્તુઓ બનાવવી તે, ડોળિયું બનાવવું તે.
mod'erate (મૉડરિટ), વિ૦ અતિરેક – એકાંતિકતા – ટાળનારું; ઠીક ઠીક મોટું – સારું, મધ્યમ, વ્યવહારિક; ઉપયોગ પૂરતું, માફકસર;

મધ્યમસર. નાo ઉદારમતવાદી, મધ્યમમાર્ગી, મવાળ. ઉo ક્રિo (મૉડરેટ), -ની ઉગ્રતા ઓછી કરવી – થવી, નરમ પાડવું – પડવું; પરીક્ષકોના કામ પર નજર રાખવી. **modera'tion,** નાo ઓછું કરવું – નરમ પાડવું – તે; નરમાશ, વિવેક; મિતાહારવિહાર, મિતવ્યય. **mod'erator,** નાo પ્રેસ્બિટેરિયન સંપ્રદાયી મંડળનો પ્રમુખ; પરીક્ષકમંડળનો પ્રમુખ.

mod'ern (મૉડર્ન), વિo હાલનું, હમણાંનું, અર્વાચીન, આધુનિક; છેલ્લામાં છેલ્લી – નવી – ઢબનું. **modern'ity,** નાo આધુનિકતા. **mod'ernize,** ઉo ક્રિo આધુનિક રીતભાતને અનુસરતું કરવું; નવી વિચારસરણી દાખલ કરવી. **moderniza'tion,** નાo આધુનિકીકરણ.

mod'est (મૉડિસ્ટ), વિo નિરભિમાન, નમ્ર, બડાઈ ન હાંકનારું; અતિરેકી નહિ એવું, મધ્યમસરનું, મામૂલી; વિનયી, વિનયશીલ. **mod'esty,** નાo નમ્રતા, વિનય; નિરભિમાનીપણું; સ્ત્રીનું શિયળ, પાતિવ્રત્ય.

mod'icum (મૉડિકમ), નાo અલ્પમાત્રા, અલ્પાંશ, જરાક; ભાગ્યે જ પૂરું થાય એટલું.

mod'ify (મૉડિફાઇ), સo ક્રિo ફેરવવું, બદલવું; ઉગ્રતા ઓછી કરવી; હળવું – નરમ – બનાવવું. **modifica'tion,** નાo રૂપાંતર, ફેરફાર.

mod'ish (મૉડિશ), વિo ફૅશનવાળું.

modiste' (મૉડીસ્ટ, મો–), નાo સ્ત્રીનાં કપડાં સીવનાર દરજી (બહુધા સ્ત્રી).

mod'ulate (માડ્યુલેટ), ઉo ક્રિo -ની સાથે બંધબેસતું કરવું – મેળમાં આણવું; સૂર બદલવો – ચડાવવો કે ઉતારવો – મેળવવો; સ્વરસપ્તક બદલવું. **modula'tion,** નાo સ્વર નિયમન, સ્વરયોજન.

modus operandi (મોડસ ઑપરૅન્ડાઇ), કામ કરવાની પદ્ધતિ કે રીત.

mofussil (મફસિલ), નાo ગામડાનો પ્રદેશ, જિલ્લાનું મથક બાદ કરીને બાકીનો બધો પ્રદેશ.

mo'hair (મોહૅર), નાo અંગોરા(ના) બકરાના વાળ; તેનું ઊન; તે ઊનનું કપડું.

Mohamm'edan (મહૅમિડન), **Mahom'etan** (મહૉમિટન), વિo મહમ્મદ પેગંબરનું કે તેણે સ્થાપેલા ધર્મનું. નાo મહમ્મદનો અનુયાયી, મુસલમાન. **Mohamm'edanism** (–નિઝ્મ), નાo મુસલમાનોનો ધર્મ, ઇસ્લામ.

moid'ore (મૉઇડોર), નાo સોનાનું એક જૂનું પોર્ટુગીઝ નાણું. [કાયદામાં).

moi'ety (મૉઇઇટિ), નાo અર્ધો ભાગ (વિ. ક.

moil (મૉઇલ), અo ક્રિo ખૂબ મહેનતનું કામ કરવું, વૈતરું કરવું. *toil and* ~, વૈતરું કરવું.

moist (મૉઇસ્ટ), વિo હવાયેલું, ભેજવાળું, ભીનાશવાળું. **moi'sten** (મૉઇસન), ઉo ક્રિo ભીનું કરવું – થવું. **mois'ture** (મૉઇસ્ચર), નાo ભેજ, ભીનાશ.

mol'ar (મોલર), વિo (દાંત) ચાવવાના – દળવાના – કામનું. નાo દાઢ (~ *tooth*).

molass'es (મલૅસિઝ઼, મો–), નાo ગોળ; કાકવી. [લાખું, લાંછન.

mole (મોલ), નાo શરીર પરનો તલ, મસો;

mole, નાo છછુંદર, ચેણ. **mole'hill,** નાo છછુંદરે ખોદીને કરેલો માટીનો ઢગલો, વલ્મીક. *make mountains out of ~s,* નજીવી વસ્તુને ગંભીર સ્વરૂપ આપવું – આપીને અસ્વસ્થ – દુઃખી – થવું, રજનું ગજ કરવું.

mole, નાo બાંધ, બંધારો, ડક્કો; કૃત્રિમ બંદર.

mol'ecule (મૉલિક્યૂલ, મો–), નાo પદાર્થનો ઘટક નાનો કણ; અણુ, રજકણ. **molec'ular** (મલે'ક્યુલર), વિo નાના કણોનું (બનેલું).

molest' (મલે'સ્ટ, મો-), સo ક્રિo -ને ઉપદ્રવ કરવો, પજવવું, સતાવવું. **molesta'tion** (મૉલિ, મો–), નાo સતામણી, પજવણી.

moll'ify (મૉલિફાઇ), સo ક્રિo નરમ કરવું – પાડવું, શમાવવું, હળવું કરવું. **mollifica'tion,** નાo નરમ પાડવું તે, શમન.

moll'usc (મૉલસ્ક), નાo કવચવાળું પોચા શરીરનું પ્રાણી – ગોકળગાય, ઇ.

moll'y-coddle (મૉલિકૉડલ), સo ક્રિo અતિ આળપંપાળ કરવી, લાડ લડાવીને પોચું બનાવવું. નાo નામર્દ – નિર્વીર્ય – માણસ.

mol'ten (મોલ્ટન), meltનું ભૂo કૃo.

mom'ent (મોમન્ટ), નાo ક્ષણ, પળ; મહત્ત્વ. **mom'entary** (મોમન્ટરિ), વિo ક્ષણિક, ક્ષણભંગુર. **momen'tous** (મમે'ન્ટસ), વિo ઘણું મહત્ત્વનું, ગંભીર.

momen'tum (મમે'ન્ટમ, મો–), ના૦ આવેગ, ગતિને લીધે આવતું જોર; [યંત્ર.] ગતિમાન પદાર્થનો વેગ, આવેગ.
mon'arch (મૉનર્ક), ના૦ સ્વતંત્ર રાજા, બાદશાહ; રાજા, રાજ્યકર્તા. **mon'archist** (મૉનર્કિસ્ટ), ના૦ રાજાશાહીનો પુરસ્કર્તા.
mon'archy (મૉનર્કિ), ના૦ રાજસત્તાક પદ્ધતિ, રાજાશાહી; તે પદ્ધતિવાળું રાજ્ય–દેશ.
mon'astery (મૉનસ્ટરિ,–સ્ટ્રિ), ના૦ મઠ, વિહાર. **monas'tic** (મનૅસ્ટિક), વિ૦ મઠનું–સંબંધી; વૈરાગીઓનું –ને લગતું. **monasticism**, ના૦ મઠની જીવનપદ્ધતિ.
Mon'day (મન્ડિ, મન્ડે), ના૦ સોમવાર.
mo'netary (મનિટરિ, મૉ–), વિ૦ ચલણના સિક્કાનું; નાણાકીય.
mo'ney (મનિ), ના૦ નાણું; પૈસો, ધન, દોલત. *make* ~, પૈસો કમાવો. **mon'-eyed** (મનિડ), વિ૦ પૈસાદાર, ધનાઢ્ય; પૈસાનું. **money-grubber**, ના૦ પૈસા એકઠા કરવા પાછળ પડેલો માણસ. **money-len-der**, ના૦ પૈસા વ્યાજે ધીરનાર, શાહુકાર. **money-market**, ના૦ નાણાંબજાર. **money-order**, ના૦ ટપાલ દ્વારા પૈસા મોકલવાનું સાધન–પદ્ધતિ, મનીઑર્ડર.
Mong'ol (મૉંગલ,–ગૉ–), વિ૦ અને ના૦ મૉંગોલિયામાં રહેનાર જાતિનું (માણસ). **Mongol'ian** (મૉંગોલિઅન), ના૦ અને વિ૦ પીળા વર્ણ અને સીધા વાળવાળી મૉંગોલ જાતિ(નું).
mong'oose (મૉંગૂસ), **mung'oose** [(મં–), ના૦ નોળિયો.
mo'ngrel (મંગ્રલ), વિ૦ મિશ્ર ઓલાદનું, સંકર જાતિનું. ના૦ એવું પ્રાણી (વિ. ક. કૂતરું) કે વનસ્પતિ; રખડતું કૂતરું.
monism (મોનિઝ઼મ, મૉ–), ના૦ અદ્વૈતવાદ.
mon'itor (મૉનિટર), ના૦ ચેતવણી કે ઉપદેશ આપનાર; (વર્ગમાં વ્યવસ્થા જાળવનાર) વડો નિશાળિયો; ભારે તોપોવાળું યુદ્ધનું નાનું જહાજ. **mon'itory**, વિ૦ ચેતવણી–ઉપદેશ–આપનારું. ના૦ પોપ કે બિશપનો એવો કાગળ.
monk (મંક્), ના૦ યતિ, જોગી, વૈરાગી. **monk'ish**, વિ૦ વૈરાગીનું–ના જેવું.
mo'nkey (મંકિ), ના૦ વાંદરો, માકડું. અડપલું છોકરું. અ૦ ક્રિ૦ ચાળા પાડવા; અડપલાં કરવાં; -ની સાથે ચેડાં કરવાં (~ *with*). **monkey-jacket**, ના૦ ખારવાઓ પહેરે છે તે ટૂંકો તંગ કોટ. **monkey-nut**, ના૦ મગફળી(ની સીંગ). **monkey-puzzle**, ના૦ એક કાંટાળું ઝાડ. **monkey-wre-nch**, ના૦ મોઢું નાનું મોટું થઈ શકે એવું ચાકી, સ્ક્રૂ બેસાડવા કાઢવાનું ઓજાર–પાનું–પકડ.
mon'ochrome (મૉનક્રોમ,–નો–), ના૦ એકરંગી–એક રંગની જુદી જુદી છટાઓવાળું–ચિત્ર કે પ્રતિમા. [ચશ્મું.
mon'ocle (મૉનકલ), ના૦ એક આંખનું
monocotyled'on (મૉનકૉટિલીડન), ના૦ એકદળ વનસ્પતિ.
monog'amy (મનૉગમિ), ના૦ એકી વખતે એક પત્ની કે પતિ કરવાની પ્રથા; એકપતિ–પત્ની–ત્વ(ની પ્રથા).
mon'ogram (મૉનગ્રૅમ), ના૦ એક આકૃતિમાં ગૂંથેલા (નામના આદ્ય) અક્ષરો; આદ્યાક્ષરની છાપ–મહોર.
mon'ograph (મૉનગ્રાફ), ના૦ એક વિષય પર લખેલો નિબંધ કે લઘુ પુસ્તક.
mon'olith (મૉનલિથ), ના૦ કીર્તિસ્તંભ કે સ્મારક તરીકેનો અખંડ પથ્થર–સળંગ થાંભલો. **monolith'ic**, વિ૦ અખંડ પથ્થર-નું; એકધારું નક્કર અને જાડું(કે પાતળું).
mon'ologue (મૉનલૉગ), ના૦ જેમાં એક જ માણસ બોલ્યે જાય છે એવું નાટક કે નાટકનો પ્રવેશ; મંડળીમાં એક જ માણસનું લાંબું ભાષણ; સ્વગત ભાષણ.
monoman'ia (મૉનમેનિઆ), ના૦ કોઈ વિષયને અંગે ચિત્તભ્રમ કે ગાંડપણ. **mono-man'iac**, ના૦ એવા વિકાર કે રોગવાળો માણસ. [વાળું વિમાન.
mon'oplane (મૉનપ્લેન), ના૦ એક પાંખ-
monop'olist (મનૉપલિસ્ટ), ના૦ ઇજારો ધરાવનાર–રાખનાર; ઇજારા પદ્ધતિનો હિમાયતી. **monop'olize**, સ૦ ક્રિ૦ કોઈ વસ્તુની એકલાએ માલિકી–કાબૂ–ઇજારો–મેળવવો. **monop'oly** (મનૉપલિ), ના૦ એક જણ બધું કબજે કરે–ભોગવે–ને બીજાને કરવા ન દે એવી વ્યવસ્થા, ઇજારો, ઇક્તા,

એકાધિકાર; ઇજારાની જણસ. [રેલવે.
mon'orail (મૉનરેલ), ના૦ એક પાટાની
monosyll'able (મૉનસિલબલ), ના૦ એકાક્ષરી–એકાવયવી–શબ્દ. **monosyllab'ic**(–સિલૅબિક),વિ૦ એકાક્ષરી, એક વર્ણીનું.
mon'otheism (મૉનથીઇઝ્મ), ના૦ એકેશ્વરવાદ–મત. **mon'otheist,** ના૦ એકેશ્વરવાદી.
mon'otone (મૉનટોન), ના૦ આરોહ અવરોહ–ચડ ઊતર–વિનાનો, એક જ જાતનો, સ્વર–સૂર, એક પછી એક આવતા એક જ જાતના સૂર. **monot'onous** (મનૉટનસ), વિ૦ એકસરખા સૂરવાળું; એકનું એક, કંટાળો ઉપજાવે એવું. [એવું એક સરખાપણું.
monotony (મનૉટનિ), ના૦ મન કંટાળી જાય
Monsieur (મસ્યર), ના૦ (બ૦ વ૦ *Messieurs*, મસ્યેર). અંગ્રેજી 'મિસ્ટર'ની જેમ ફ્રેંચમાં વપરાય છે.
monsoon' (મનસૂન, મૉ–), ના૦ મોસમી પવન, વિ૦ ક૦ હિંદી મહાસાગરમાં ઉનાળામાં નૈઋત્ય દિશા તરફથી અને શિયાળામાં ઈશાન તરફથી વહેતા પવનો; વરસાદની ઋતુ, ચોમાસું.
mon'ster (મૉન્સ્ટર), ના૦ બેડોળ–કદરૂપું–પ્રાણી, રાક્ષસ; ભયંકર–વિકરાળ–આકૃતિ કે વસ્તુ; જન્મથી વિકૃતિવાળું પ્રાણી કે વનસ્પતિ; દુષ્ટ–ખરાબ–માણસ; અર્ધ માનવી ને અર્ધ માનવેતર એવું પ્રાણી. વિ૦ કદાવર, પ્રચંડ.
mon'strance (મૉન્સ્ટ્રન્સ), ના૦ રોમન કૅથલિક મંદિરમાં પ્રભુભોજનની પવિત્ર રોટી રાખવાનું સોના કે ચાંદીનું પાત્ર.
monstros'ity (મૉન્સ્ટ્રૉસિટિ), ના૦ રાક્ષસીપણું, ભારે અત્યાચાર. ના૦ બેડોળ–કદરૂપું–પ્રાણી. **mon'strous** (મૉન્સ્ટ્રસ), વિ૦ પ્રચંડ, કદાવર; રાક્ષસી; ભારે અત્યાચારભર્યું.
month (મન્થ), ના૦ મહિનો, માસ. **mo'nthly,** વિ૦ દર મહિને થતું, મહિનામાં એક વાર થતું. ક્રિ૦ વિ૦ મહિનામાં એક વાર. ના૦ મહિને મહિને નીકળતું ચોપાનિયું, માસિક.
mon'ument (મૉન્યુમન્ટ), ના૦ સ્મારક (મકાન, પથ્થર, સ્તંભ, ઇ.); જેનું મૂલ્ય ઘટે નહિ એવો વિદ્વત્તાવાળો ગ્રંથ. **monumen'tal** (મૅન્ટલ), વિ૦ પ્રચંડ, વિશાળ; સ્મારક તરીકે કામ દેનારું; ચિરસ્મરણીય.
moo (મૂ), ના૦ ગાયબળદનું આરડવું.
mooch, mouch, (મૂચ), અ૦ ક્રિ૦ કામધંધા વિના રખડવું, ભટકવું.
mood (મૂડ), ના૦ મનની સ્થિતિ, મિજાજ. **mood'y,** વિ૦ ઉદાસીન, ખિન્ન; ચીડિયું, રિસાયેલું; અસ્થિર વૃત્તિનું; ધૂની. [અર્થ.
mood, ના૦ [વ્યાક.] ક્રિયાપદના રૂપનો પ્રકાર,
moon (મૂન), ના૦ ચંદ્ર, ચાંદો; ઉપગ્રહ. અ૦ ક્રિ૦ સ્વપ્નમાં હોય તેવી રીતે–ગાંડાની જેમ–આમતેમ ભટકવું. *man in the ~*, ચંદ્રની સપાટી પર માણસના ચહેરા જેવી દેખાતી આકૃતિ. *once in a blue~*, લગભગ કદી નહિ. **moon'beam,** ના૦ ચંદ્ર(પ્રકાશ)નું કિરણ. **moon'shine** (મૂનશાઇન), ના૦ ચાંદની; અધ્ધર અને વાહિયાત વાત, ભ્રામક માન્યતા; [અમે.] દેશમાં બેકાયદે આણેલો–દાણચોરીનો–દારૂ. **moon'stone** (મૂનસ્ટોન), ના૦ ચન્દ્રકાંત(મણિ). **moon'struck,** વિ૦ ચસકેલું, ગાંડું. **moon'y,** વિ૦ ચંદ્રનું–જેવું; સ્વપ્નશીલ.
moor (મૂર), ના૦ અણખેડાયેલી ઘાસ(ને ભેજ)વાળી જમીન. **moor'hen,** ના૦ પાણીમાંની મરઘી, બતકી. **moor'land,** ના૦ ઘાસવાળી જમીન.
Moor, ના૦ આફ્રિકાની વાયવ્ય તરફ રહેનારી એક મુસલમાન જાતિ, સીદી.
moor, સ૦ ક્રિ૦ હોડી કે વહાણને દોરડા કે સાંકળવતી કિનારા સાથે બાંધવું. **moor'age** (મૂરિજ), ના૦ વહાણ લાંગરવાની જગ્યા. **moor'ing** (મૂરિંગ), ના૦ (બ૦ વ૦માં બહુધા) વહાણને બાંધી રાખવા માટેની લંગરવાળી સાંકળ કે દોરડું; વહાણ લાંગરવાની જગ્યા.
moose (મૂસ), ના૦ (બ૦ વ૦ એ જ) ઉ. અમેરિકાનું સાબર.
moot (મૂટ), ના૦ [ઇતિ.] ધારા ઘડનારી કે ન્યાય કરનારી સભા. સ૦ ક્રિ૦ ચર્ચા માટે સવાલ ઉપાડવો–રજૂ કરવો. વિ૦ જેને અંગે વિવિધ મત છે એવું, વિવાદ્ય. *~ point,* વાદગ્રસ્ત મુદ્દો.
mop (મૉપ), ના૦ સફાઈ કરવા માટે લૂગડાં,

ચીથરાં, સાવરણી, ઇ. બાંધેલી લાકડી કે વાંસ, કૂચો, ઝાટકણી. સ૦ક્રિ૦ કૂચા વડે વાળવું – સાફ કરવું, ઝાટકવું, સાફ કરી નાખવું, લૂછી નાખવું.

mope (મોપ), અ૦ક્રિ૦ સુસ્ત ને ઉદાસ થઈને રહેવું – બેસી રહેવું. **mop'ish** (મોપિશ), વિ૦ ઉદાસ થઈને બેસી રહેનારું, ઉદાસ, ખિન્ન. [તણાઈ આવીને જામેલો કચરો.

moraine' (મરેન), ના૦ હિમનદી વાટે

mo'ral (મૉરલ), વિ૦ સારુંખોટું, સદ્-અસદ્, ઇ.ને અંગેનું; સદાચારી, નીતિવાળું, નૈતિક. ના૦ વાર્તા, ઇ.માંથી નીકળતું તાત્પર્ય, સાર, શિખામણ; (બ૦ વ૦) નીતિમત્તા, નીતિ, ચારિત્ર્ય. ~ *cowardice*, હૃદય-દૌર્બલ્ય. ~ *philosophy*, નીતિશાસ્ત્ર. ~ *sense*, સદસદ્વિવેક (બુદ્ધિ). *give* ~ *support to*, અનુકૂળ અભિપ્રાય આપીને મદદ કરવી, નૈતિક ટેકો આપવો.

morale' (મરાલ, મૉ–), ના૦ લશ્કર કે કોઈ મંડળના લોકોમાં રહેલી શિસ્ત અને ધૈર્ય કે ટેકની ભાવના, મનોધૈર્ય, ચારિત્ર્યબળ.

mo'ralist (મૉરલિસ્ટ), ના૦ નીતિનો ઉપદેશ કે આચરણ કરનાર; (કેવળ) નીતિની વાત કરનાર.

moral'ity (મરૅલિટિ), ના૦ નીતિ; સદાચાર, નૈતિક વર્તણૂક. ~ (*play*), નીતિબોધના હેતુવાળું નાટક.

mo'ralize (મૉરલાઇઝ઼), ઉ૦ક્રિ૦ કોઈ વિષયની નૈતિક બાજુ અંગે બોલવું, નીતિનો ઉપદેશ કરવો; કશાકનું તાત્પર્ય – સાર – કાઢી બતાવવો. [પોચી જમીન, કળણ.

morass (મરૅસ), ના૦ ભેજ ને કાદવવાળી

morator'ium (મૉરટૉરિઅમ), ના૦ [કા.] દેવા માફીની સત્તા – અધિકૃત મુદત.

morb'id (મૉર્બિડ), વિ૦ રોગી, વિકારી; અનારોગ્યવાળું; (વિચારો) ઉદાસ અને દુઃખી. **morbid'ity**, ના૦ રોગિષ્ઠ મનોવૃત્તિ.

mord'ant (મૉર્ડન્ટ), વિ૦ (શબ્દ, બોલ) કરડનારું, તીક્ષ્ણ, ઝાટકો લાગે એવું; (દરદ) ઉગ્ર; (અમ્લ) બાળી નાંખે એવું, દાહક; (પ્રવાહી દ્રવ્ય) રંગ પાકો કરનારું.

more (મોર, મૉ–), વિ૦ (સંખ્યા, જથ્થો, અથવા ગુણ) વધારે, અધિક. ક્રિ૦ વિ૦ વધારે, વધુ માત્રામાં. *never* ~, હવે પછી – ભવિષ્યમાં – કદી નહિ. **moreov'er** (મોરોવર), ક્રિ૦વિ૦ વધારામાં, વળી, બીજું.

morganat'ic (મૉર્ગનૅટિક), વિ૦ ~ *marriage*, રાજવંશના કે મોટા કુળના પુરુષનું ઊતરતી કોટિની સ્ત્રી સાથે લગ્ન, જેમાં સ્ત્રીનું જૂનું પદ કે સામાજિક દરજ્જો કાયમ રહે છે અને તેના સંતાનને બાપનું પદ કે સંપત્તિ મળતી નથી, અનુલોમ વિવાહ.

morgue (મૉર્ગ), ના૦ (જ્યાં સગાંવહાલાં આવીને ઓળખી શકે તે માટે) મડદાં રાખવાની ઓરડી, શબઘર; [પત્રકારિત્વ] માહિતી માટે પરચૂરણ સાહિત્યના સંગ્રહની જગ્યા.

mo'ribund (મૉરિબન્ડ), વિ૦ મરવા પડેલું, મરણોન્મુખ.

Morm'on (મૉર્મન), ના૦ અનેકપત્નીત્વની પ્રથાવાળા અમેરિકાના એક ખ્રિસ્તી સંપ્રદાયનો સભ્ય.

morn (મૉર્ન), ના૦ [કાવ્યમાં] સવાર, પ્રભાત.

morn'ing (મૉર્નિંગ), ના૦ સવાર, પ્રાતઃકાળ.

morocc'o (મરૉકો), ના૦ વિશેષ રીતે કેળવેલું બકરાનું ચામડું.

mor'on (મોરન), ના૦ નવ દસ વરસના છોકરાની સમજશક્તિવાળો પુખ્ત ઉમરનો માણસ. [સદા ઉદાસ, બબડિયેલ.

morose' (મરોસ), વિ૦ રિસાળ, ચીડિયું;

Morph'eus (મૉર્ફ્યૂસ), ના૦ સ્વપ્ન કે ઊંઘનો દેવતા. *in the arms of* ~, નિદ્રાધીન.

morph'ia, morph'ine (મૉર્ફિઆ, મૉર્ફિન), ના૦ અફીણનો અર્ક; દરદ ઓછું કરનાર ને ઘેન લાવનાર દવા.

morphol'ogy (મૉર્ફૉલજિ), ના૦ રૂપવિદ્યા, રૂપલક્ષી વિજ્ઞાન; [ભાષા.] શબ્દરૂપવિચાર; [જીવ.] પ્રાણી કે વનસ્પતિનાં રૂપો અંગેનું – શાસ્ત્ર.

mo'rris (મૉરિસ), વિ૦ અને ના૦ ~ (*dance*), ગંટડીઓ, ઘૂઘરા ને દાંડિયા સાથેનું નૃત્ય.

mo'rrow (મૉરો), ના૦ (*the* ~) પછી આવનાર દિવસ, આવતી કાલ.

Morse (મૉર્સ), ના૦ ~ *alphabet*, *code*, સંદેશા કે તાર મોકલવાની મૉર્સની પદ્ધતિ (તેણે ૧૮૭૨માં શોધેલી); તેની લિપિ; તેનું સાંકેતિક લખાણ.

mors'el (મૉર્સલ), ના૰ કોળિયો, ગ્રાસ; ટુકડો, કટકો.

mort'al (મૉર્ટલ), વિ૰ મરણાધીન, મર્ત્ય; પ્રાણઘાતક, જીવલેણ; અતિ ભારે; મરણ સુધીનું. ~ *combat*, જીવલેણ યુદ્ધ. ~ *fear*, ભારે મોટો ભય. ના૰ મર્ત્ય, માણસ. **mortal'ity** (મૉર્ટૅલિટિ), ના૰ મરણાધીનતા; અમુક વખતે મરણ પામેલાની સંખ્યા; મરણનું પ્રમાણ.

mort'ar (મૉર્ટર), ના૰ ખાંડણી, ખલ; બાંધકામ માટે કરેલો રેતીચૂનાનો ગારો, કોલ; ચૂનો; ટૂંકી નળીવાળી એક તોપ. **mort'ar-board**, ના૰ કૉલેજમાં પહેરાતી ચોરસ ટોપી.

mortg'age (મૉર્ગિજ), ના૰ ગીરો, ગીરો મૂકવું-મુકાવવું-તે, ગીરો રાખવું તે. સ૰ક્રિ૰ ગીરો મૂકવું, માંડી-લખી-આપવું. **mortgagee'** (-જી), ના૰ ગીરો લેનાર.

morti'cian (મૉર્ટિશન), ના૰ દાટવા-દફનાવવા-ની વ્યવસ્થા કરનાર, મસાણિયો.

mort'ify (મૉર્ટિફાઇ), ઉ૰ક્રિ૰ ઇંદ્રિયદમન કરવું, મન મારવું; માનભંગ કરવો, હલકું પાડવું; સડી-કોવાઈ-જવું. **mortifica'tion**, ના૰ ઇંદ્રિયદમન; માનભંગ; [વૈ.] વિગલન.

mort'ise, mort'ice (મૉર્ટિસ), ના૰ જેમાં સાલ બેસે છે તે વેહ-કાણું. ~ *lock*, બારણાના ચોકઠામાં બેસાડેલું તાળું. સ૰ક્રિ૰ સાલ માટે વેહ-કાણું-પાડવું; કાણામાં સાલ બેસાડવું.

mort'uary (મૉટર્યુઅરિ), વિ૰ મડદાને દાટવાનું-દાટવાને લગતું. ના૰ દાટવા પહેલાં થોડો સમય મડદાને રાખવાની જગ્યા.

mosa'ic (મઝેઇક, મો-), ના૰ કાચના કે રંગીન પથ્થરના નાના નાના કકડા ગોઠવીને બનાવેલું ચિત્ર-રચના-આકૃતિ, જડાવકામ. **Mosa'ic**, વિ૰ મોઝિસનું, હજરત મૂસાનું.

Mos'lem (મૉઝ્લિમ, -લમ), **Mus'lim** (મસ્લિમ, મઝ્-), ના૰ અને વિ૰ મુસલમાન.

mosque (મૉસ્ક), ના૰ મસીદ, દરગાહ.

mosqui'to (મસ્કીટો, મૉ-), ના૰ (બ૰ વ૰ -es). મચ્છર, ડાંસ. **mosquito-net**, ના૰ મચ્છરદાની.

moss (મૉસ), ના૰ ભેજવાળી જમીન, કળણ; લીલ, શેવાળ. *rolling stone gathers no* ~, સતત જગ્યા કે નોકરી બદલનારને કદી કમાણી ન થાય. **moss'trooper**, ના૰ સરહદ પર લૂંટફાટ કરનાર ૧૭મા સૈકાનો લૂંટારુ; પીંઢારો. **moss'y**, વિ૰ લીલવાળું, લીલ ચડી ગયેલું.

most (મોસ્ટ), વિ૰ સૌથી વધુ-વધારે, વધારેમાં વધારે, ઘણું કરીને બધું. *at the* ~, વધુમાં વધુ. *for the* ~ *part*, બહુધા, મોટે ભાગે. સર્વના૰ સૌથી મોટો ભાગ-સંખ્યા. ક્રિ૰ વિ૰ સૌથી વધુ પ્રમાણમાં. **most'ly**, ક્રિ૰ વિ૰ ઘણું કરીને; બહુધા; મુખ્યત્વે.

mote (મોટ), ના૰ રજ, રજકણ.

moth (મૉથ), ના૰ એક જાતનું જીવડું જે કપડાં વગેરેમાં ઈંડાં મૂકી તેને કાણાં પાડે છે, ઊધઈ, કંસારી, ઇ.; પતંગિયું. **moth'-eaten**, વિ૰ ઊધઈ, ઇ.એ કાણાં પાડેલું, જીવાતથી ખવાયેલું; જૂનું પુરાણું.

mo'ther (મધર), ના૰ મા, માતા, જનની, બા; સ્ત્રીઓના મઠની ઉપરી, મઠમાતા; ઉત્પત્તિ-સ્થાન, મૂળ; (સંબોધનાર્થે) મા, માજી. સ૰ક્રિ૰ -ની માતા બનવું, -નું માતાની જેમ પાલન કરવું. ~ *country*, સ્વદેશ, માતૃભૂમિ, જન્મભૂમિ. ~ *tongue*, માતૃભાષા, સ્વભાષા. **mo'ther-in-law**, ના૰ સાસુ. **mother of pearl**, ના૰ મોતીની છીપ, છીપ. **mo'therhood**, ના૰ માતૃત્વ. **mo'therland**, માતૃભૂમિ. **mo'therless**, વિ૰ મા વિનાનું, નમાયું. **mo'therly** વિ૰ માતું, માતા જેવું.

motif' (મોટીફ), ના૰ કલાત્મક રચનામાં રહેલું પ્રધાન તત્ત્વ-લક્ષણ, કથા-ઘટક; કપડા પર ફીત કે દોરાથી ભરેલી શોભાત્મક આકૃતિ.

mo'tion (મોશન), ના૰ હાલવું તે, હલન, ગતિ; ઇશારો, અણસારો; સૂચના, દરખાસ્ત; ઝાડો, દસ્ત; ન્યાયાલયના આદેશ માટે પક્ષકારે કરેલી વિનંતી. ઉ૰ક્રિ૰ અણસારો કરવો; ઇશારો કરીને સૂચના કરવી. *set in* ~, -ને ગતિ આપવી, ચાલુ કરવું. **mo'tionless**, વિ૰ નિશ્ચલ, સ્થિર, સ્તબ્ધ.

mot'ive (મોટિવ), વિ૰ ચલાવનારુ, ચાલક. ના૰ કશું કરવાનો ઉદ્દેશ, હેતુ; કારણ. ~*power*, ચાલક શક્તિ. **mot'ivate** (મોટિવેટ),

ઉ૰ ક્રિ૰ હેતુયુક્ત કરવું; -નો ઉદ્દેશ હોવો; કોઈને અમુક ઉદ્દેશથી કામ કરવા પ્રેરવું.

mot'ley (મૉટ્લિ), વિ૰ જુદા જુદા રંગોનું; જુદી જુદી જાતના ઘટકોનું બનેલું, ચિત્રવિચિત્ર. નાં૰ વિદૂષકનો રંગબેરંગી પોશાક.

mot'or (મોટર), ના૰ ગતિ આપનારું યંત્ર; શક્તિનું ગતિમાં રૂપાંતર કરનારું યંત્ર; આવા યંત્રથી ચલાવાતું – ચાલતું – વાહન, મોટર ગાડી, વિ૰ આવા યંત્રથી ચાલતું. ઉ૰ક્રિ૰ મોટર-(ગાડી)માં જવું – લઈ જવું. **mot'or-car,** ના૰ મોટર ગાડી. **mot'orist** (મોટરિસ્ટ), ના૰ મોટર(ગાડી) વાપરનાર – ચલાવનાર.

mot'tle (મૉટલ), સ૰ ક્રિ૰ અને ના૰ જુદા જુદા રંગોની છટાનાં ટપકાંવાળું બનાવવું (તે); અનેક રંગવાળું કાંતેલું ઊન. **mot'tled,** વિ૰ વિવિધ રંગનાં ટપકાંવાળું.

mott'o (મૉટો), ના૰ (બ૰વ૰ -es). બિલ્લો, ચંદ્રક, ઢાલ, ઇ. ઉપર લખેલું ધ્યેયાત્મક વાક્ય; મુદ્રાલેખ, જીવનસૂત્ર.

mou'jik (મૂઝિક), ના૰ રશિયાનો ખેડૂત.

mould (મોલ્ડ), ના૰ પોચી, નરમ માટી; ખાતરની માટી.

mould, ના૰ ભીની વસ્તુ પર ચડેલી ફૂગ-ઊબ (જે ઊન કે રુવાંટી જેવી દેખાય છે).

mould, ના૰ બીબું, ઓઢું, સાંચો, મૂસ; આકાર, ઘાટ; બનાવટ, સ્વભાવ. અ૰ ક્રિ૰ ઘડવું, આકાર આપવો, અમુક ઘાટનું બનાવવું; ચારિત્ર્ય ઘડવું. ~ *oneself on,* -નું અનુકરણ કરવું.

moul'der (મોલ્ડર), બીબાં, મૂસ, બનાવનાર કારીગર. [ક્ષય – નાશ – થવો.

moul'der, અ૰ ક્રિ૰ ચૂરો થઈ ખરી પડવું,

moul'ding (મોલ્ડિંગ), ના૰ ઢાળકામ; ભીંત કે છત પર કરેલી નકશીદાર રચના – હાર.

moul'dy (મોલ્ડિ), વિ૰ ફૂગવાળું, ઉબાઈ ગયેલું; જૂનુંપુરાણું.

moult (મોલ્ટ), ઉ૰ક્રિ૰ અને ના૰ -નાં પીંછાં, વાળ, ચામડી, ઇ. ખરી પડવાં – ઉતારવાં – બદલવાં – (તે) [ઢગલો – બંધ.

mound (માઉન્ડ), ના૰ નાનો ટેકરો, માટીનો

mount (માઉન્ટ), ના૰ ટેકરો, ડુંગર, પર્વત; જેના પર ફોટો, ચિત્ર, ઇ. ચોડવામાં આવે છે તે કાર્ડ કે પૂઠાનો જાડો કાગળ; સવારીનો ઘોડો. ઉ૰ ક્રિ૰ ઉપર ચડવું; ચડવું; -ની ઉપર સવાર થવું; -ની ઉપર જવું; ઘોડા પર બેસવું; ફોટાને જાડા પૂઠા પર, નકશાને કપડા પર, ચોંટાડવો; ઘોડા પર બેસાડવું. ~ *a friend,* મિત્રને ઘોડો ઉછીનો આપવો. ~ *guard,* ચોકિયાત તરીકે જવું. ~ *a gun,* મારા માટે તોપ બરાબર ગોઠવવી. ~ *a jewel,* હીરો, ઇ. ઘરેણામાં જડવું. ~ *up,* વધારવું, વધવું.

moun'tain (માઉન્ટિન), ના૰ પહાડ, પર્વત; કશાકનો મોટો ઢગલો. **mountaineer** (માઉન્ટિનિઅર), ના૰ પહાડો પર ચડનાર; પહાડોમાં રહેનાર. **mountaineering,** ના૰ પર્વતારોહણ(ની વિદ્યા-કળા). **moun'tainous** (માઉન્ટિનસ), વિ૰ ડુંગરાળ, પહાડી; પર્વત જેવું મોટું, અડાબીડ.

moun'tebank (માઉન્ટિબૅંક, માઉન્ટ-), ના૰ ઊંટવૈદ, નીમહકીમ; રસ્તે, ચૌટે, જાહેરાત કરી દવા વેચનાર – કરનાર; પાખંડી, ઢોંગી, ધુતારો.

mourn (મોર્ન), ઉ૰ક્રિ૰ દુઃખી થવું; શોક-વિલાપ – કરવો, રડવું; -નું સૂતક – શોક – પાળવો. **mourn'er** ના૰ શોક પાળનાર; અન્ત્યવિધિમાં હાજર રહેનાર, ડાઘુ. **mourn'ful,** વિ૰ દુઃખી, શોકાતુર, ખિન્ન. **mourn'ing,** ના૰ દુઃખ, શોક; સૂતક – શોક–નાં કાળા રંગનાં કપડાં.

mouse (માઉસ), ના૰ (બ૰ વ૰ mice). ઉંદર; બીકણ – શરમાળ – માણસ. **mous'er** (માઉઝર), ના૰ ઉંદરનો શિકાર કરનાર, બિલાડી. [વ૰માં) મૂછ.

moustache (મસ્ટાશ), ના૰ (બહુધા બ૰

mouth (માઉથ), ના૰ (બ૰ વ૰માં ઉચ્ચાર માઉધ્ઝ઼). મોઢું, મોં, મુખ; દ્વાર, બાકું; નદીનું મુખ. ઉ૰ ક્રિ૰ (માઉધ) મોં મરડવું, ચાળા કરવા; મોઢે માંડવું. **mouth-organ,** ના૰ મોઢે વગાડવાનું વાજું–વાદ્ય. **mouth'-piece,** ના૰ વાજિંત્રનો કે ચલમનો મોઢામાં પકડવાનો છેડો; બીજાની વતી બોલનાર માણસ; કોઈ સંસ્થાનું (મુખ) પત્ર – વાજિંત્ર. **mouth-wash,** ના૰ મોં ધોવાનું પાણી, ઇ. પ્રવાહી.

mo'vable (મૂવબલ), વિ૰ ખસેડી શકાય એવું, જંગમ, અસ્થિર. ના૰ (બ૰ વ૰માં) જંગમ મિલકત.

move (મૂવ), ઉ० ક્રિ० હલાવવું, ખસેડવું; ચલાવવું, ગતિ આપવી, ચાલુ કરવું, બીજી જગ્યાએ લઈ જવું; ઉશ્કેરવું, પ્રવૃત્ત કરવું; -ની ઉપર અસર કરવી, -માં દયા ઉત્પન્ન કરવી; (ઠરાવ, દરખાસ્ત) રજૂ કરવું; હાલવું, ખસવું, ચાલુ થવું, ઇ. ના० શેતરંજની ચાલ – દાવ; પગલું (ભરવું તે). ~ *heaven and earth*, આકાશપાતાળ એક કરવું. ~ *house*, ઘર બદલવું, સામાન, ઇ. એક ઘરમાંથી બીજે ખસેડવો. *on the* ~, ફરતું, આમતેમ જતુંઆવતું.

move'ment (મૂવમન્ટ), ના० હાલચાલ, હાલવુંચાલવું તે; સંગીતની રચનાનો મુખ્ય વિભાગ; ચળવળ, આંદોલન; પ્રવૃત્તિ; ઝાડે ફરવું તે; ચાલ, ગતિ, ચેષ્ટા; યંત્રનો ચાલક ભાગ.

mo'ver (મૂવર), ના० ઠરાવ, ઇ. રજૂ કરનાર.

mo'vies (મૂવિઝ઼), ના० બ० વ० સિનેમાનાં ચિત્રો – ફિલ્મો.

mo'ving (મૂવિંગ), વિ० હાલતું, ખસતું, ઇ. ~ *pictures*, ચલચિત્રો, સિનેમાનાં ચિત્રો. ~*staircase*, અન્તહીન – છેડા વિનાની – સાંકળના સિદ્ધાન્ત પર બનાવેલી સતત ઉપર નીચે થતી નિસરણી, ફરતી નિસરણી.

mow (મો), ઉ० ક્રિ० (ભૂ० કા० mowed, ભૂ०કૃ० mown). દાતરડા કે યંત્ર વતી ઘાસ કાપવું, વાઢવું; કાપી નાંખવું, કતલ કરવી.

mow, ના० સૂકા ઘાસની ગંજી.

Mrs (મિસિઝ઼), પરિણીત સ્ત્રીના નામ પહેલાં વપરાતો શિષ્ટાચારનો શબ્દ, 'શ્રીમતી' જેવો. ~ *Grundy*, સામાજિક સદ્દ્વર્તન – શિષ્ટાચાર – ના પ્રતીક સમી બાઈ (૧૯મા સૈકાની).

much (મચ), વિ० ઘણું, પુષ્કળ. સર્વના० ઘણું, વિપુલ. *be too* ~ *for*, -ને માટે વધારે પડતું (વિ.ક. કડક) હોવું. ક્રિ०વિ० ઘણું, પુષ્કળ. *make* ~ *of*, હોય તે કરતાં વધારે મહત્ત્વનું ગણવું. [ચીકણો પદાર્થ.

mu'cilage (મ્યૂસિલિજ), ના० ગુંદર;

muck (મક), ના० છાણ, ખાતર, કચરો; ગંદવાડ; સાવ રદ્દી ખોરાક. ઉ० ક્રિ० ગંદું કરવું – થવું. ~*about*, કામધંધા વિના આમતેમ રખડવું. *make a* ~ *of*, સત્યાનાશ વાળવો.

mucky વિ० ગંદું, નફરત પેદા કરે એવું, અશ્લીલ.

muc'ous (મ્યૂકસ), વિ० કફાદિને મળતું કે લગતું, ચીકણું, કફ, ઇ.થી ખરડાયેલું. ~ *membrane*, મોઢું, નાક, ગળું, ઇ.ની અંદરની ભીની ને સુંવાળી ચામડી – અન્તસ્ત્વચા. **mu-c'us** (મ્યૂકસ), ના० શરીરની અન્તસ્ત્વચામાંથી નીકળતું જાડું પ્રવાહી દ્રવ્ય – લાળ, લીંટ, આમ, ઇ.

mud (મડ), ના० કાદવ, કીચડ. *fling*, *throw*, ~ *at*, ઉપર કાદવ ફેંકવો – ગંદા આરોપ કરવા, -ની બદનામી કરવી. **mud'guard**, ના० બેસનાર પર કાદવ ન ઊડે તે માટે વાહનના પૈડા પર આવે એવી રીતે જડેલું પતરું, મડગાર્ડ. **mud'lark** (–લાર્ક), ના० ઘરબાર વિનાનું રખડતું બાળક.

mud'dle (મડલ), ઉ० ક્રિ० ગૂંચવી નાંખવું, ગભરાવવું; ગોટાળો – ગરબડ – કરવી; અવ્યવસ્થિત કરી નાંખવું, ડહોળી નાંખવું. ~ *along*, કોઈ સ્પષ્ટ યોજના વિના કામ કર્યાં કરવું. ના० અવ્યવસ્થા, ગોટાળો. **mud'dled**, વિ० અવ્યવસ્થિત; ડહોળાયેલું.

mudd'y, વિ० કાદવથી ખરડાયેલું, કાદવવાળું; ગંદું, ડહોળાયેલું. સ०ક્રિ० મેલું કરવું, ડહોળવું.

muezz'in (મુએઝ઼િન), ના० બાંગ પોકારનાર મુલ્લા, બાંગી, મુઆજ઼િમ.

muff (મફ), ના० હાથ ગરમ રાખવા માટે બન્ને હાથ જેમાં સામસામા નાખી શકાય એવું રૂવાંવાળા ચામડાનું, બન્ને છેડેથી ખુલ્લું કોથળી જેવું મોજું (જે સ્ત્રીઓ વાપરે છે).

muff, ના० મૂર્ખ – અણઘડ – આવડત વિનાનો – માણસ. સ०ક્રિ० નિષ્ફળ જવું, ચૂકવું; ગોટાળો કરવો.

muff'in (મફિન), ના० ચાની સાથે માખણ ચોપડીને ગરમાગરમ ખાવાની હલકી ગળી રોટી – પૂરી.

muf'fle (મફલ), સ० ક્રિ० હૂંફ માટે (ગરમ) લૂગડું વીંટવું – ઓઢવું; બોલતો અટકાવવા માણસને માથે કપડું ઓઢાડવું, તીણા અવાજને બંધ પાડવા માટે ઘંટ કે નગારા ફરતે કપડું વીંટવું. [ગળપટો.

muff'ler, ના० ગળે વીંટવાનો રૂમાલ,

muff'ler ના० વાસણ પકવવા માટે તેને ભઠ્ઠીમાં રાખવાની પેટી; મુષ્ટિયોદ્ધાનું ચામડાનું

મોજાું.

muf'ti (મફ્તિ), ના૦ ફરજ પર ન હોય તે વખતે પહેરવાનો સાદો પોશાક; માલવી.

mug (મગ), ના૦ પવાલું, ટંબલર, હાથાવાળો પ્યાલો; ગમે તે માની લેનારો ભોળો માણસ, મૂઢ, મૂર્ખ; ચહેરો, મોઢું. [વાળું, ગૂંગળાવે એવું.

mugg'y, વિ૦ ગરમ અને ભેજવાળું, બફારા-

mug'wump (મગ્વમ્પ), ના૦ [અમે.] પક્ષીય રાજકારણથી દૂર રહેનાર તટસ્થ માણસ; મોટો માણસ, ઉપરી અધિકારી.

mulatt'o (મ્યુલૅટો), ના૦ (બ૦વ૦-s). ગોરો અને હબસી – સીદી – માતપિતાનું સંતાન.

mul'berry (મલ્બરિ), ના૦ શેતૂરનું ઝાડ, શેતૂરી; તેનું ફળ.

mulch (મલ્ચ), ના૦ છોડની આસપાસ નાંખેલું લીલું ઘાસ, પાંદડાં, ઇ.(નું ખાતર). સ૦ ક્રિ૦ એવું ખાતર પૂરવું.

mulct (મલ્ક્ટ), સ૦ક્રિ૦ દંડ કરવો; –થી વંચિત કરવું, કાઢી લેવું.

mule (મ્યૂલ), ના૦ ખચ્ચર; જિદ્દી માણસ; કાંતવાનું એક યંત્ર. **muleteer'** (મ્યૂલિટીર, –ટિઅર), ના૦ ખચ્ચર હાંકનાર, ખચ્ચરવાળો.

mul'ish (મ્યૂલિશ), વિ૦ જિદ્દી, અડિયલ, જક્કી. [નાંખીને ગરમ પેય બનાવવું.

mull (મલ્), સ૦ ક્રિ૦ દારૂમાં ખાંડ, મસાલો

mull'ah (મલા), ના૦ મુલ્લા.

mull'et (મલિટ), ના૦ (ખોરાકમાં લેવાતી) દરિયાઈ માછલીની બે જાતોમાંથી કોઈ એક.

mulligatawn'y (મલિગટૉનિ), ના૦ (પૂર્વ હિન્દ તરફની) ખૂબ મસાલો નાંખેલી તીખી-તમતમતી કઢી – સૂપ – રસો.

mull'ion (મલ્યન, મલિઅન), ના૦ બારીના બે ભાગ પાડનારું ઊભું લાકડું. **mull'ioned**, વિ૦ (બારી અંગે) વચ્ચે ઊભા લાકડાવાળું.

mul'ti-coloured (મલ્ટિકલર્ડ), વિ૦ અનેકરંગી, વિવિધરંગી, પચરંગી.

multifar'ious (–ફેરિઅસ), વિ૦ વિવિધ પ્રકારનું, જાતજાતનું. [રૂપ કે પ્રકારનું.

mul'tiform (–ફૉર્મ), વિ૦ અનેક આકાર,

mul'timillionair'e (–મિલ્યનેર), ના૦ કરોડપતિ, ખૂબ ધનાઢ્ય માણસ.

mul'tinom'ial (–નોમિઅલ), વિ૦ [બી. ગ.] બેથી વધારે પદવાળું. ના૦ બહુપદી.

mul'tiple (મલ્ટિપલ), વિ૦ અનેક ભાગ કે ઘટકોવાળું. ના૦ [ગ.] અવયવી; બીજી કોઈ સંખ્યાથી નિઃશેષ ભાગી શકાય એવી સંખ્યા – ભાજ્ય. *least common* ~ (સંક્ષેપ, L.C.M.), લઘુતમ સાધારણ ભાજ્ય.

mul'tiplex (–પ્લેક્સ), વિ૦ બહુવિધ, અનેક ઘટકોવાળું – નું બનેલું. [(સંખ્યા).

multiplicand' (–પ્લિકૅન્ડ), ના૦ ગુણ્ય

multiplica'tion (–પ્લિકેશન), ના૦ ગુણવું તે, ગુણાકાર. [અનેકવિધતા.

multipli'city (–પ્લસિટિ), ના૦ બાહુલ્ય,

mul'tiplier (–પ્લાયર), ના૦ ગુણક (સંખ્યા); વૃદ્ધિ કરનાર.

mul'tiply (મલ્ટિપ્લાઇ), ઉ૦ ક્રિ૦ વધારવું, વૃદ્ધિ કરવી, અનેકગણું કરવું; ઓલાદ પેદા કરવી; ગુણવું, ગુણાકાર કરવો; વધવું, ઘણું થવું; ફેલાઈ જવું, પસરવું.

mul'titude (–ટ્યૂડ), ના૦ મોટી સંખ્યા, ઘણા; સમુદાય, સમૂહ; સાધારણ લોકો (*the*~).

multitud'inous (–ટ્યૂડિનસ), વિ૦ ઘણું, પુષ્કળ; નાનાવિધ.

multum in parvo (મલ્ટમ્ ઇન્ પાર્વો), ના૦ થોડામાં ઘણું બધું. વિ૦ (વચ્ચે હાઇફન સાથે) નાનું પણ સમગ્ર (ને આવરી લેતું).

mum (મમ), ઉદ્ગાર૦ ચૂપ! બોલીશ મા! વિ૦ ચૂપ, મૂગું, શાંત. અ૦ક્રિ૦ મૂક નાટકમાં કામ કરવું. *keep* ~, ચૂપ રહેવું, છાની વાત કહી ન દેવી.

mum'ble (મમ્બલ), ઉ૦ ક્રિ૦ અસ્પષ્ટ બોલવું, ગણગણવું; મમળાવવું. ના૦ અસ્પષ્ટ ઉચ્ચાર કે ભાષણ.

mumm'er (મમર), ના૦ મૂક નાટકનો નટ; નટ, નાટકી. **mumm'ery** (મમરિ), ના૦ વિદૂષકવેડા; હાસ્યાસ્પદ – અનાવશ્યક – ધાર્મિક વિધિ.

mumm'ify (મમિફાઇ), સ૦ ક્રિ૦ મડદામાં મસાલો ભરીને રાખવું, મડદાનું 'મમી' બનાવવું.

mumm'y (મમિ), ના૦ ખુશબોદાર મસાલો ભરીને કપડાથી સજ્જડ વીંટીને રાખેલું મડદું, મમી. [નામ, 'બા'.

mumm'y, ના૦ બાળકનું માતા માટેનું

mump (મમ્પ), અ૰ ક્રિ૰ રિસાવું, રિસાઈને ખિન્ન થઈને બેસી રહેવું. [ગાલપચોળિયાં.
mumps (મમ્પ્સ), ના૰ બ૰ વ૰ ગળસૂણાં,
munch (મંચ), ઉ૰ ક્રિ૰ જોરજોરથી ચાવવું; બરાબર ચાવીને ખાવું. [દુન્યવી, સંસારી.
mun'dane (મંડેન), વિ૰ આ દુનિયાનું,
muni'cipal (મ્યુનિસિપલ), વિ૰ શહેર કે કસબાનું–સંબંધી; શહેર સુધરાઈ – મ્યુનિસિપાલિટી – નું – સંબંધિત – દ્વારા સંચાલિત.
municipal'ity (–પૅલિટિ), ના૰ સ્થાનિક સ્વરાજ્યવાળું શહેર – કસબો; શહેરસુધરાઈ, નગરપાલિકા; તેનું નિયામકમંડળ.
munif'icent (મ્યુનિફિસન્ટ), વિ૰ ઘણુ ઉદાર, સખી; વિપુલ, ઉદાર. **munif'icence**, ના૰ ઉદારતા; સખાવત, દાન.
mun'iments (મ્યૂનિમન્ટ્સ), ના૰ બ૰ વ૰ મિલકતનો – માલકીહકનો – દસ્તાવેજ; ખતપત્ર.
muni'tions (મ્યુનિશન્સ), ના૰ બ૰ વ૰ દારૂગોળો, યુદ્ધસામગ્રી.
munsif (મુન્સિફ), ના૰ મુનસફ, સબજજ.
mur'al (મ્યૂરલ), વિ૰ ભીંતનું–માંનું–પરનું. ના૰ ભીંત પરનું ચિત્ર, ભિત્તિચિત્ર.
murd'er (મર્ડર), ના૰ મનુષ્યહત્યા, ખૂન. સ૰ ક્રિ૰ ખૂન કરવું, દુષ્ટપણે મારી નાંખવું.
murd'erer (મર્ડરર), ના૰ ખૂન કરનાર, ખૂની. **murd'eress**, ના૰ ખૂની સ્ત્રી.
murd'erous (મર્ડરસ), વિ૰ ઘાતકી, ખૂની; પ્રાણઘાતક. [(અંધારું) ગાઢ, ઘેરું.
murk'y (મર્કિ), વિ૰ અંધારાવાળું, કાળું;
murm'ur (મર્મર), ના૰ ગણગણ, ગણગણાટ; બડબડાટ; દબાયેલે અવાજે બોલવું તે; (પાણીનો) ખળખળ અવાજ. ઉ૰ ક્રિ૰ ગણગણ કરવું; ધીમે અવાજે બોલવું; બબડવું, તકરાર કરવી. [ચેપી રોગ, ઢોરની મરકી.
mu'rrain (મરિન), ના૰ ગાયોનો એક
muscatel' (મસ્કટે'લ), **muscadel'** (–ડે'લ), ના૰ કસ્તૂરી દ્રાક્ષ કે તેનો દારૂ.
mu'scle (મસલ), ના૰ સ્નાયુ; સ્નાયુશક્તિ, તાકાત. **mus'cular** (મસ્ક્યુલર), વિ૰ સ્નાયુનું–સંબંધી; મજબૂત સ્નાયુવાળું, જોરાવર.
muscula'rity (મસ્ક્યુલૅરિટિ), ના૰ સ્નાયુઓની પુષ્ટતા, સ્નાયુશક્તિ.
muse (મ્યૂઝ઼), અ૰ ક્રિ૰ વિચાર કરવો, વિચારમાં ગરકાવ થવું, ચિંતન – મનન – કરવું.
muse, ના૰ (નવ દેવતાઓમાંની) કાવ્ય, સંગીત, કળા, ઇ.માં પ્રેરણા આપનારી દેવતા, સરસ્વતી; (*the* ~) કવિપ્રતિભા – પ્રેરણા.
muse'um (મ્યૂઝ઼ીઅમ), ના૰ સંગ્રહસ્થાન, સંગ્રહાલય (વિ. ક. કલાત્મક કે વૈજ્ઞાનિક વસ્તુઓનું). [**mush'y**, વિ૰ પોચું; વેવલું.
mush (મશ), ના૰ ગર, પોચો માવો.
mush'room (મશરૂમ), ના૰ કૂતરાની ટોપી, બિલાડીનો ટોપ; એકાએક આગળ આવેલ માણસ કે વસ્તુ.
mus'ic (મ્યૂઝ઼િક), ના૰ સંગીત(શાસ્ત્ર કે કળા); ગાયન, ગીત, રાગરાગિણી; ગીતોની છાપેલી ચોપડી; કોઈ પણ મધુર – સુસ્વર – અવાજ. *face the* ~, પોતાના ટીકાકારોનો સામનો કરવો, પાછું ન હઠવું. **mus'ical** (મ્યૂઝ઼િકલ), વિ૰ સંગીતનું શોખી – જાણકાર – તજ્જ્ઞ; મધુર અવાજવાળું. ના૰ સંગીત નાટિકા કે ચિત્રપટ. ~ *box*, સ્વરપેટી.
music-hall (મ્યુઝ઼િક-હૉલ), ના૰ સંગીતશાળા, નાટ્યગૃહ. [જાણકાર, ગવૈયો.
musi'cian (મ્યુઝ઼િશન), ના૰ સંગીતનો
musk (મસ્ક), ના૰ કસ્તૂરી; કસ્તૂરીની સોડમવાળી વનસ્પતિ. ~-*melon*, શકરટેટી.
musk-deer, ના૰ કસ્તૂરી મૃગ. **musk-rat**, ના૰ ઉત્તર અમેરિકાનો પાણીમાં રહેનાર કસ્તૂરી-ઉંદર. **musk-rose**, ના૰ સફેદ સુગંધી ફૂલવાળું ગુલાબ.
mus'ket (મસ્કિટ), ના૰ પાયદળ સિપાઈની બંદૂક. **musketeer'** (મસ્કિટિઅર), ના૰ બંદૂકવાળો, બરકંદાજ. **mus'ketry** (મસ્કિટ્રિ), ના૰ બંદૂકો; બરકંદાજી.
mus'ky (મસ્કિ), વિ૰ કસ્તૂરીની સોડમવાળું.
mus'lin (મઝ઼્લિન), ના૰ મલમલ(નું કાપડ).
mus'quash (મસ્કવૉશ), ના૰ જળ ઉંદર; તેની રુવાંટી (વાળી ચામડી). [વાળી માછલી.
muss'el (મસલ), ના૰ એક નાની છીપ-
Muss'ulman (મસલ્મન), ના૰ મુસલમાન.
must (મસ્ટ), સહા૰ ક્રિ૰ –જ જોઈએ, જરૂર હોવું; (કરવા)ની ફરજ પડવી, (કરવું) પડવું. વિ૰ હોવું જ જોઈએ એવું, અનિવાર્યપણે

આવશ્યક. ના૦ અનિવાર્યપણે આવશ્યક વસ્તુ.

must, ના૦ દ્રાક્ષનો રસ, તાજો દારૂ.

mustache'(મસ્ટાશ), જુઓ moustache.

mus'tang (મસ્ટૅંગ), ના૦ મેક્સિકોનો જંગલી ઘોડો. [રાઈનો ગરમ મસાલો.

mus'tard (મસ્ટર્ડ), ના૦ રાઈ; રાઈનો છોડ;

mus'ter (મસ્ટર), ના૦ તપાસણી કે હાજરી માટે માણસોને ભેગા કરવા તે. -નું ભેગા થવું તે; હાજરી; ભેગા થયેલા સિપાઈઓ. ઉ૦ ક્રિ૦ એકત્ર કે ભેગા કરવું; એકઠું થવું. ~ *up* one's *courage*, હામ ધરવી, છાતી ચલાવવી. *pass* ~, પાસ - પસાર - થવું; પસંદ પડવું. **muster-roll** (-રોલ), ના૦ લશ્કર, વહાણ પરના માણસો, ઇ.નાં નામનું પત્રક-યાદી; હાજરીપત્રક. [ઊતરી ગયેલું, વાસી.

mus'ty (મસ્ટિ), વિ૦ ફૂગવાળું; ઊબવાળું;

mut'able (મ્યૂટબલ), વિ૦ બદલાતું, પરિવર્તનશીલ; અસ્થિર, ચંચળ. **mutabil'ity** (-બિલિટિ), ના૦ પરિવર્તનશીલતા - ક્ષમતા; અસ્થિરતા. [ફેરફાર, પરિવર્તન; વિકાર.

muta'tion (મ્યૂટેશન), ના૦ બદલવું તે,

mutatis mutandis (મ્યુટેટિસ મ્યુટૅન્ડિસ), ક્રિવિ૦ વીગતમાં યોગ્ય ફેરફાર સાથે.

mutch (મચ), ના૦ [સ્કૉ.] સ્ત્રીની કે બાળકની શણની ટોપી.

mute (મ્યૂટ), વિ૦ ચૂપ, શાંત, મૂગું; બોલતું નહિ હોય એવું, મૂગું. ના૦ મૂગું માણસ; વાદ્ય, ઇ. નો અવાજ હળવો - સૌમ્ય - કરવાનું સાધન.

mut'ilate (મ્યૂટિલેટ), સ૦ ક્રિ૦ કોઈના હાથ પગ કાપી નાંખવા, અંગહીન કરવું; અગત્યનો ભાગ કાપીને બગાડવું. **mutila'tion**, ના૦ અવયવ - અંગ - છેદન; ખંડિત કરવું તે.

mutineer' (મ્યૂટિનિઅર), ના૦ બળવો - બંડ - ઉઠાવનાર. **mut'inous**, વિ૦ બળવાખોર. **mut'iny** (મ્યૂટિનિ), ના૦ અને અ૦ ક્રિ૦ (વિ. ક. સિપાઈ ઓ કે ખલાસીઓનો તેમના ઉપરીની સામે) બળવો - બંડ- (કરવું - ઉઠાવવું - તે).

mutt'er (મટર), ઉ૦ ક્રિ૦ ધીમે સાદે અને અસ્પષ્ટપણે બોલવું; ફરિયાદ કરવી, બબડવું; જપ કરવો; મનનાં ને મનમાં બોલવું. ના૦ બહુ ધીમું બોલવું તે; ગણગણાટ.

mutt'on (મટન), ના૦ ઘેટા બકરાનું માંસ, ગોસ્ત. *to our* ~*s*, આપણા પ્રસ્તુત વિષય તરફ વળીએ.

mut'ual (મ્યૂટ્યુઅલ, - ચ્યુ -), વિ૦ અરસપરસનું, એકબીજા પ્રત્યેનું; અન્યોન્ય; સહિયારુ.

muz'zle (મઝ્લ), ના૦ જાનવરનું મોઢું અને નાક; તોપ, બંદૂક -ઇ. ની નળીનું મોઢું; જાનવર કરડે કે ખાય નહિ તે માટે તેને મોઢે બાંધેલી જાળી, ઇ., મોરડી, શીકલી. સ૦ ક્રિ૦ શીકલીથી મોં બંધ કરવું; બોલવા ન દેવું.

muzz'y (મઝિ), વિ૦ સુસ્ત, જડબુદ્ધિ; પીધેલ ને બહેકેલ.

my (માઇ), સર્વના૦ પ્ર૦ પુ૦ એ૦ વ૦ નું ષષ્ઠીનું રૂપ. મારુ, મારી માલિકીનું.

mycol'ogy (માઇકૉલજિ), ના૦ ફૂગ વર્ગના છોડોનું શાસ્ત્ર.

myna(h) (માઇના), જુઓ mina.

myop'ia (માયોપિઆ), ના૦ ટૂંકી નજર, 'શૉર્ટ સાઇટ'. **myop'ic** (માયૉપિક), વિ૦ ટૂંકી નજરવાળું. [મોટી - અગણિત - સંખ્યા.

my'riad (મિરિઅડ), ના૦ દસ હજાર; ઘણી

myrm'idon (મર્મિડન), ના૦ હલકટ અને ક્રૂર નોકર, ભાડૂતી નોકર.

myrob'alan (માઇરૉબલન), ના૦ આમળું.

myrrh (મર). ના૦ એક ખુશબોદાર છોડ; બોળ, હીરાબોળ.

myr'tle (મર્ટલ), ના૦ ચળકતાં પાંદડાં અને સફેદ સુગંધી ફૂલવાળો છોડ; મેંદી (?).

myself' (માઇસે'લ્ફ, મિ-), સર્વ૦ હું પોતે, મને પોતાને.

myster'ious (મિસ્ટીરિઅસ), વિ૦ ન સમજાય એવું, ગૂઢ, ગહન, અગમ્ય; ગૂઢતામાં રાચતું, વિલક્ષણ. **mys'tery** (મિસ્ટરિ), ના૦ માનવબુદ્ધિથી પર એવું ઈશ્વર પાસેથી મળેલું આધ્યાત્મિક સત્ય; ગુપ્ત - ગૂઢ - વાત, રહસ્ય; બાઇબલના પ્રસંગનું મધ્યયુગીન ધાર્મિક નાટક.

mys'tic (મિસ્ટિક), વિ૦ ગૂઢાર્થવાળું, રહસ્યમય; આધ્યાત્મિક. ના૦ રહસ્યવાદી. **mys'tical**, વિ. ગૂઢ, રહસ્યમય, ઇ. **mys'ticism**, ના૦ ગૂઢ વાદ-વિદ્યા, અધ્યાત્મવિદ્યા.

mys'tify (મિસ્ટિફાઇ), સ૦ ક્રિ૦ ગૂઢ કરવું; ભ્રમાવવું, ભુલાવામાં નાંખવું; છેતરવું; ગૂંચવવું. **mystifica'tion,** ના૦ ગૂંચવણ, ગભરાટ.
myth (મિથ, માઇથ), ના૦ પુરાણકથા, દંતકથા; કાલ્પનિક જોડી કાઢેલી વાત. **mythi'cal** (મિથિકલ), વિ૦ કલ્પિત; જોડી કાઢેલું.
mythol'ogy (મિથૉલજિ, માઇ-), ના૦ પુરાણ ગ્રંથો, પૌરાણિક કથાઓ; પુરાણશાસ્ત્ર – વિદ્યા. **mytholo'gical** (માઇથલૉજિકલ), વિ૦ પૌરાણિક; કલ્પિત.

N

N, n (એન), ના૦ અંગ્રેજી વર્ણમાળાનો ચૌદમો અક્ષર; [મુદ્રણ] લીટીની લંબાઈના માપનો – અર્ધા એમ જેટલો – એકમ (n, en પણ); [ગ.] અનિશ્ચિત સંખ્યા.
nab (નૅબ), સ૦ ક્રિ૦ પકડી પાડવું, પકડવું (વિ. ક. ગુનાહિત કૃત્ય કરતાં).
nab'ob (નેબૉબ), ના૦ નવાબ; (વિ. ક. હિન્દુસ્તાનમાં પૈસા કમાઈને ઇંગ્લંડ પાછો ગયેલો) ધનાઢ્ય માણસ.
nacelle' (નસે'લ), ના૦ હવાઈ જહાજના ઍંજિનનું બહારનું આવરણ – ખોખું; જેમાં મુસાફરો બેસે છે તે હવાઈ જહાજની સાટીડબો. [અધઃસ્વસ્તિક; સાવ પડતી દશા.
na'dir (નેડર, નેડિર), ના૦ અધોબિન્દુ,
naevus (નીવસ), ના૦ નસ ફૂલી જવાથી ચામડી પર થતી લાલ નિશાની, લાખું.
nag (નૅગ), ના૦ (સવારીનું) ઘોડું, ટટ્ટુ.
nag, ઉ૦ ક્રિ૦ વારે વારે દોષ કાઢવો, ઠપકો આપવો; એમ કરીને પજવવું.
nai'ad (નાયડ, -યૅ-), ના૦ (બ૦ વ૦ -s, -es(-ડીઝ્)) જલપરી, જલદેવતા.
nail (નેલ), ના૦ નખ; નહોર, પંજો; ખીલો, ચૂંક. સ૦ ક્રિ૦ ખીલો કે ખીલા મારવા, ખીલા મારીને બેસાડવું. *fight tooth and* ~, પરાકાષ્ઠાથી લડવું – સામનો કરવો. *(pay etc.) on the* ~, તરત, ઢીલ વગર, રોકડું. *a* ~ *in* one's *coffin*, મરણ નજીક આણનાર વસ્તુ. *hit the* ~, *the right* ~, *on the head*, બરાબર લાગુ પડે એવી વાત કહેવી; સચોટ મારવું – ફેંકવું. *as hard as* ~*s*, બળવાન અને તંદુરસ્ત. ~ one's *colours to the mast*, શરણે જવાની ના પાડવી, પોતાનો પ્રયત્ન જારી રાખવો. ~*a lie to counter*, ખોટું છે એમ બતાવી દેવું, ખુલ્લું પાડવું. ~ a man *down to* his *promise*, વચન પાળવાની ફરજ પાડવી. [કપડું, નેનસુક.
nain'sook (નેનસુક), ના૦ ઝીણું સુતરાઉ
naïve (નાઇવ), **naive** (નેવ), વિ૦ નિષ્કપટ, નિખાલસ; સાદું, ભોળું. **naïveté** (નાઈવ્ટે), **naiv'ety** (નેવિટિ), ના૦ નિખાલસતા; સાદાઈ, ભોળપણ.
nak'ed (નેકિડ), વિ૦ વસ્ત્રહીન, નાગું; ઉઘાડું, ખુલ્લું; સાદું. *with the* ~ *eye*, નરી આંખે, દૂરબીન, ઇ.ની મદદ વિના.
nam'by-pam'by (નૅમ્બિપૅમ્બિ), વિ૦ અતિ નાજુક; લાગણીવેડાવાળું, બાલિશ.
name (નેમ), ના૦ નામ, સંજ્ઞા; કુળ, વંશ; આબરૂ, કીર્તિ. *good* ~, કીર્તિ, પ્રતિષ્ઠા; *bad* ~, અપકીર્તિ. *in the* ~ *of*, -ને નામે, -ના પ્રતિનિધિ તરીકે. *to one's* ~, -ને નામે, ના ખાતામાં. *take* somebody's ~ *in vain*, કોઈ ને વિષે અનાદર પૂર્વક બોલવું – ના નાહક સમ ખાવા. *give a dog a bad* ~ *and hang him*, કેવળ લોકો કહે છે તે પરથી કોઈ ને વખોડવું. *call a person* ~*s*, -ની નાલેશી – નિંદા – કરવી, -ને ગાળો દેવી. સ૦ક્રિ૦ -નું નામ પાડવું; -નું નામ દેવું, -નો ઉલ્લેખ કરવો; નીમવું; (દિવસ, તારીખ) નક્કી કરવું; (કિંમત) કહેવી. **name'less** (-લિસ), વિ૦ નામ વિનાનું, નનામું; જેનું નામ ન દઈ શકાય એવું, નઠારું; અપ્રસિદ્ધ. **name'ly**(નેમ્લિ), ક્રિ૦ વિ૦ એટલે (કે).
name'sake (નેમ્સેક), ના૦ બીજાના નામ જેવું જેનું નામ છે તે, નામરાશિ.

nankeen' (નૅનૂકીન, નૅંકીન), ના૦ એક જાતનું પીળાશ પડતું કાપડ, નાનકીન.
nann'y (નૅનિ), ના૦ [બાળભાષામાં] ધાવ; બકરી. **nanny-goat**, ના૦ બકરી.
nap (નૅપ), અ૦ક્રિ૦ થેાડી વાર ઊંઘવું, પાસું મરડવું (વિ. ક. દિવસના). ના૦ પાસું મરડવું તે, અલ્પનિદ્રા, ઝેાકું. *caught ~ping*, અસાવધ, તૈયાર ન હેાય ત્યારે કે પ્રમાદમાં અચાનક સપડાયેલું – પકડાયેલું. [રુવાંટી.
nap, ના૦ કાપડ પરનું (ઊનના જેવું) ફૂલ,
nap, ના૦ પત્તાંની એક રમત. *go ~ on*, સર્વસ્વ હેાડમાં મૂકવું; અમુક વાત તદ્દન સાચી છે અથવા થશે જ તે વિષે પૂરેપૂરી ખાતરી હેાવી.
nap'alm (નેપામ, નૅ–), ના૦ ડામર અને કેાપરાના તેલની એક બનાવટ. *~ bomb*, થિજવેલા પેટ્રોલનેા બેામ્બ.
nape (નેપ), ના૦ બેાચી, ગરદન.
nap'ery (નેપરિ), ના૦ ઘરમાં, વિ. ક. ભેાજનના ટેબલ પર, વાપરવાનું શણનું કાપડ.
naph'tha (નૅફ્થા), ના૦ કેાલસા વગેરેમાંથી કાઢેલું ઝટ સળગે એવું તેલ, નખતેલ. **naph'thalene** (–થલીન), ના૦ ડામરમાંથી બનાવાતું જંતુવિનાશક સફેદ દ્રવ્ય – દવા.
nap'kin (નૅપ્કિન), ના૦ હાથમેાઢું લૂછવાનેા નાનેા રૂમાલ – ટુવાલ, નૅપ્કિન; બાળેાતિયું.
napol'eon (નપેાલિઅન), ના૦ ૨૦ ફ્રાંકની કિંમતનું સેાનાનું એક ફ્રેંચ નાણું.
narciss'ism (નાર્સિસિઝ્મ), ના૦ [મનેાવિશ્લે.] પેાતાની જાત વિષે અતિપ્રેમ, અહંપ્રેમ.
narciss'us (નાર્સિસસ), ના૦ ડૅફડિલ, ઇ. ગાંઠ જેવા મૂળવાળેા એક ફૂલછેાડ.
narcot'ic (નાર્કૉટિક), વિ૦ અને ના૦ ઊંઘ કે ઘેન લાવનારું (દ્રવ્ય – દવા).
narrate' (નરેટ), સ૦ક્રિ૦ વીગતવાર હકીકત કહેવી, વાર્તાના રૂપમાં કહેવું. **narra'tion** (નરેશન), ના૦ કથન, બયાન. **narrat'or** (નરેટર), ના૦ કહેનાર. **na'rrative** (નૅરટિવ), ના૦ કહેલેા વૃત્તાન્ત; કથા. વિ૦ વાર્તાના રૂપનું.
na'rrow (નૅરેા), વિ૦ સાંકડું; મર્યાદિત; તંગીવાળું, મેાકળાશ વગરનું; અનુદાર, સંકુચિત; (બહુમતી, ઇ.) જરાક જ વધુ, નહિ જેવું. ના૦ (બહુધા બ૦વ૦માં) ખાડી, નદી, રસ્તેા, ઇ.નેા સાંકડેા ભાગ. ઉ૦ ક્રિ૦ સાંકડું કરવું – થવું; ઘટાડવું, સંકેાચવું. *have a ~ squeak*, સંકટમાંથી માંડ બચી જવું. **na'rrow-mind'ed**, સાંકડા મનનું, અનુદાર. **na'rrowly**, ક્રિ૦વિ૦ (બચી જવું, ઇ.) જરામાં, મુશ્કેલીથી.
nas'al (નેઝલ), વિ૦ નાકનું – સંબંધી; અનુનાસિક, નાકમાંથી બેાલાતું.
nas'cent (નૅસન્ટ), વિ૦ ઊગવા માંડતું, જન્મ પામતું; પ્રારંભિક દશાનું; અપરિપક્વ.
nastur'tium (નસ્ટર્શમ), ના૦ [વનસ્પ.] વેલાની જેમ ફેલાતી ક્રૂસની આકૃતિવાળાં ફૂલ અને તીખા સ્વાદવાળી એક વનસ્પતિ; રાતાં કે પીળાં ફૂલવાળેા એક વેલેા.
nas'ty (નાસ્ટિ), વિ૦ ગંદું, સૂગ ચડે એવું; દુ:ખદ, ત્રાસદાયક; દુષ્ટ; ન ગમે એવું, અરેાચક. *turn ~*, ક્રોધે ભરાવું. [(પ્રાપ્ત).
nat'al (નેટલ), વિ૦ જન્મનું, જન્મથી જ
nata'tion (નટેશન), ના૦ તરવું તે, તરવાની કળા.
na'tion (નેશન), ના૦ રાષ્ટ્ર, કેામ, પ્રજા. **nationhood** (–હુડ), ના૦ રાષ્ટ્રત્વ.
na'tional (નૅશનલ, –શ–), વિ૦ આખા રાષ્ટ્રનું, રાષ્ટ્રીય; કેાઈ રાષ્ટ્રનું કે પ્રજાનું વિશિષ્ટ. *~anthem*, રાષ્ટ્રગીત. *~ flag*, રાષ્ટ્રધ્વજ. ના૦ રાષ્ટ્રનેા વતની, રાષ્ટ્રિક.
na'tionalism (–નલિઝ્મ), ના૦ રાષ્ટ્રીયતા; રાષ્ટ્રવાદ; રાષ્ટ્રાભિમાન. **na'tionalist**, ના૦ રાષ્ટ્રાભિમાની – રાષ્ટ્રસ્વાતંત્ર્યાભિમાની – રાષ્ટ્રીય વૃત્તિવાળેા – માણસ.
national'ity (–નૅલિટિ), ના૦ રાષ્ટ્રીયતા; અમુક રાષ્ટ્રના રાષ્ટ્રિક કે પ્રજાજન હેાવું તે.
na'tionalize (–નલાઇઝ઼), સ૦ક્રિ૦ (જમીન, રેલવે, ઇ.) રાષ્ટ્રીય–રાષ્ટ્રની માલિકીનું–બનાવવું; પરદેશીને પેાતાના દેશનેા વતની બનાવવેા. **nationaliza'tion**, ના૦ જમીન, રેલવે, ઇ.નું રાષ્ટ્રીયકરણ.
nat'ive (નેટિવ), વિ૦ જન્મનું, જન્મથી પ્રાપ્ત, મૂળનું; જન્મને લીધે અમુક દેશ કે સ્થળનું, દેશી. ના૦ દેશમાં પેદા થયેલી વનસ્પતિ અથવા પ્રાણી; દેશનેા વતની; યુરેાપીયેતર અથવા અણસુધરેલી જાતિનેા માણસ. **one's**

~ *land*, સ્વદેશ, જન્મભૂમિ.

nativ'ity (નટિવિટિ), નાo જન્મ, ઉત્પત્તિ; ઈશુ ખ્રિસ્તનો જન્મ (*the N* ~); જન્મપત્રિકા.

natt'y (નૅટિ), વિo ટાપટીપિયું, વ્યવસ્થિત; કુશળ; મોહક; નાનકડું.

na'tural (નૅચરલ), વિo સ્વાભાવિક, કુદરતી, સહજ; પોતાની મેળે થયેલું, કુદરતી; કુદરતનું, નિસર્ગસંબંધી; અકૃત્રિમ, ડોળ વગરનું; [સં.] મધુર, કોમળ; લગ્નસંબંધ વિના જન્મેલું. નાoકમ-અક્કલ–બેવકૂફ–માણસ. ~ *history*, સૃષ્ટપદાર્થ-પ્રકૃતિ – વિજ્ઞાન. ~ *selection*, સૃષ્ટિના વિકાસ કે ઉત્ક્રાન્તિની પ્રક્રિયામાં જે પ્રાણીઓ પોતાની આસપાસની પરિસ્થિતિ સાથે મળતાં થાય છે અથવા અનુકૂળ બને છે તેઓ જ પોતાનાં આગવાં લક્ષણો જાળવી રાખી હયાત રહે છે અને બીજાં નાશ પામે છે, એવો ડાર્વિનનો સિદ્ધાન્ત.

na'turalism (નૅચરલિઝ્મ), નાo [કળામાં] વસ્તુઓ કુદરતી રીતે જેવી હોય તેવી ચીતરવી તે, નિસર્ગવાદ. **naturalis'tic** (–રલિસ્ટિક), વિo નિસર્ગવાદનું – ને લગતું.

na'turalist (–રલિસ્ટ), નાo વનસ્પતિ, પ્રાણીઓ, ઇ.ના શાસ્ત્રનો જાણકાર, સૃષ્ટ-પદાર્થવેત્તા.

na'turalize (નૅચરલાઇઝ઼), સoક્રિo કોઈ પરદેશીને દેશના નાગરિકના હક આપવા – દેશનો નાગરિક બનાવવો; કોઈ પ્રાણી કે વનસ્પતિને દેશમાં દાખલ કરી ત્યાંની આબો-હવાને અનુકૂળ બનાવવું.

na'turally (–રલિ), ક્રિo વિo સ્વાભા-વિકપણે, કુદરતી રીતે; કૃત્રિમતા વિના; અલબત્ત.

na'ture (નેચર), નાo મૂળ સ્વરૂપ, પ્રકૃતિ, સ્વભાવ; જાત, પ્રકાર, વર્ગ; જાતિસ્વભાવ; કુદરત, નિસર્ગ, પ્રકૃતિ; કુદરતની શક્તિ; બ્રહ્માંડ, વિશ્વ; સમાજ (વ્યવસ્થા)ની પ્રાથમિક સ્થિતિ.

naught (નૉટ), નાo કંઈ નહિ; [ગ.] શૂન્ય, મીંડું.

naught'y (નૉટિ), વિo ખરાબ, નઠારું, તોફાની, દુષ્ટ; ઉધમાતિયું, અવિનયી.

naus'ea (નૉસિઆ), નાo સૂગ, ચીતરી, કંટાળો; ઊબકો, મોળ, ચક્કર. **naus'eate** (નૉસિએટ), ઉoક્રિo -નો કંટાળો – સૂગ – આવવી; -નો કંટાળો આણવો – સૂગ પેદા કરવી. **naus'eous** (નૉસિઅસ, –સ્યસ), વિo કંટાળો આવે – ચીતરી ચડે – ઊબકો આવે – એવું.

nautch (નૉચ), નાo નાચ, નૃત્ય.

nau'tical (નૉટિકલ), વિo ખલાસીઓનું-સંબંધી; વહાણવટાનું –સંબંધી, નૌકાનયન સંબંધી. ~ *mile*, દરિયાઈ માઈલ, ૬૦૮૦ ફૂટ.

naut'ilus (નૉટિલસ), નાo એક નાનું દરિયાઈ પ્રાણી (સ્ક્રૂ જેવા કવચવાળું).

nav'al (નેવલ), વિo વહાણો – આરમાર–નું, નૌકાસૈન્યનું – સંબંધી.

nave (નેવ), નાo ચર્ચ – ખ્રિસ્તી દેવળ–નો વચલો – મુખ્ય – ભાગ; પૈડાની નાભિ.

nav'el (નેવલ), નાo નાભિ, ડૂંટી; મધ્યબિંદુ.

nav'igable (નૅવિગબલ), વિo (નદી, દરિયો, ઇ.) વહાણની અવરજવર થઈ શકે એવું, નૌકાગમનયોગ્ય; (વહાણ) હંકારવાને પાત્ર, સારી સ્થિતિમાં.

nav'igate (નૅવિગેટ), ઉoક્રિo વહાણમાં બેસીને જવું, દરિયો ખેડવો; (વહાણ કે વિમાન) હાંકવું – ચલાવવું. **naviga'tion** (–ગેશન), નાo નૌકાનયન, નાવિક વિદ્યા. **nav'igator,** નાo વહાણવટી, દરિયો ખેડનાર; દરિયાની શોધ કરનાર; હવાઈ જહાજ ચલાવનાર.

navv'y (નૅવિ), નાo ખોદકામ કરનાર મજૂર.

na'vy (નેવિ), નાo વહાણોનો કાફલો; આરમાર, નૌકાસૈન્ય. ~ *blue*, ઘેરો ભૂરો – વાદળી – રંગ; તે રંગનું.

nawab' (નવૉબ), નાo નવાબ.

nay (ને), ઉદ્‌ગારo નહિ; એટલું જ નહિ, બલકે; અને વળી; નાo ના, નકાર.

Nazarene' (નૅઝ઼રીન), વિo અને નાo નૅઝ઼રેથનું (વતની). *the N* ~, ઈશુ ખ્રિસ્ત.

naze (નેઝ઼), નાo ભૂશિર.

Na'zi (નાત્સિ, નાઝ઼િ), વિo અને નાo જર્મનીના નૅશનલ સોશિયાલિસ્ટ પક્ષનું (-નો સભ્ય); નાઝી, જર્મન.

neap (નીપ), વિo થોડું, ઓછું (ભરતી માટે જ વપરાય છે). ~*-tide* અથવા ~, (સાતમ કે આઠમની) નીચામાં નીચી ભરતી.

Neapol'itan (નીઅપૉલિટન), વિo અને

નાο નેપલ્સનું (માણસ).

near (નિઅર), ક્રિο વિο નજીક, પાસે, થોડે અંતરે; લગભગ. નામο અο નજીક, લગભગ. વિο નજીકનું, પાસે આવેલું; (માર્ગ) ટૂંકું, પાસેનું; (ઘોડાની કે ગાડીની બાજુ અંગે) ડાબું; કૃપણ. ~ *thing*, લગભગ આપત્તિ, વિનાશમાં પરિણમે એવું કંઈક. ઉο ક્રિο -ની પાસે જવું, પહોંચવું; પાસે આવવું. ~ *by*, નજીક. **nearby**, વિο પાસેનું. **near'ly** ક્રિο વિο લગભગ, ઘણુંખરું; પાસેથી, નજીકથી; ઝીણવટથી. *not* ~, જરાય નહિ.

near-sighted, વિο દૂરનું સ્પષ્ટપણે નહિ જોઈ શકનારું, ટૂંકી નજરવાળું.

neat (નીટ), નાο (બο વο neat) ગાય, બળદ, ઢોર. **neat'herd**, નાο ગોવાળ, રબારી. **neat's-foot**, નાο ઢોરનો પગ (ખોરાક તરીકે).

neat, વિο સુઘડ અને સ્વચ્છ, ટાપટીપવાળું; ચતુરાઈભર્યું; હોશિયારીથી કરેલું; યોગ્ય શબ્દોવાળું; ભેગ વિનાનું, ચોખ્ખું. ક્રિο વિο કશું ભેળવ્યા વિના. **neat'ness**, નાο ટાપટીપ, સુઘડતા, ઇ.

neb'ula (ને'બ્યુલા), નાο (બο વο nebulae). આકાશમાં દેખાતો અતિદૂરના તારાઓનો પ્રકાશપટ; નિહારિકા. **neb'ular**, વિο નિહારિકાનું. **neb'ulous** (ને'બ્યુલસ), વિο ઝાંખું, અસ્પષ્ટ; ચોક્કસ આકાર વિનાનું.

ne'cessary (ને'સિસરિ, નેસ-, -સે'રિ), વિο આવશ્યક, જરૂરનું; કરવું જ જોઈએ એવું; અનિવાર્ય. નાο જીવનની જરૂરિયાત (ની વસ્તુ) (સામાન્યતઃ બο વοમાં).

necess'itate (નિસે'સિટેટ), સο ક્રિο આવશ્યક – અનિવાર્ય – બનાવવું, કરવાની ફરજ પાડવી. [કંગાળ, ગરજવાળું.

necess'itous (-સિટસ), વિο ગરીબ,

necess'ity (-સિટિ), નાο અનિવાર્યતા, અનિવાર્ય જરૂરિયાતની વસ્તુ; અગત્ય, જરૂર; અતિ ગરીબી, દળદર; નિયતિ, અનિવાર્યતા. *make a virtue of* ~, જે કર્યા વગર ચાલે નહિ તે કરવા માટે શ્રેય માગવું.

neck (ને'ક), નાο ગરદન, ડોક; (વાસણનું) ગળું, કાંઠો. ઉο ક્રિο એકબીજાના ગળામાં હાથ નાંખી ભેટવું. *get it in the* ~, જીવલેણ કે મરણતોલ ફટકો – માર – પડવો, સારી પેઠે સજા થવી. ~ *and crop*, પૂરેપૂરું; જોરથી. ~ *to* ~, એકબીજાની તદ્દન પાસે પાસે, લગોલગ. ~ *or nothing*, મરણિયા થઈને. **stiff-necked**, વિο અક્કડ, જિદ્દી.

neck'band (-બૅન્ડ), નાο ગળાપટ્ટી, કૉલર.

neck'lace (-લિસ), નાο હાર, કંઠી.

neck'let (-લિટ), નાο ગળામાં પહેરવાનું ઘરેણું અથવા રુવાંટીવાળું કપડું – ગળપટો.

neck'tie (-ટાઇ), નાο ગળેબંધ, નેકટાઈ.

nec'romancer (ને'ક્રમૅન્સર), નાο જાદુગર; પ્રેતાત્માઓ જોડે વાત કરી શકવાનો દાવો કરનાર. **nec'romancy**, નાο જાદુ; પ્રેતાત્માઓ જોડે વાત કરી ભવિષ્ય કહેવાની વિદ્યા.

necrop'olis (ને'ક્રૉપલિસ, નિ-), નાο સ્મશાન, કબ્રસ્તાન (વિ. ક. મોટા શહેરનું અથવા પ્રાચીન કાળનું).

nec'ropsy (ને'ક્રપ્સિ), નાο મરણનું કારણ શોધવા માટે કરેલી મડદાની પરીક્ષા-તપાસ.

necros'is (ને'ક્રોસિસ, નિ-), નાο શરીરના કોઈ હાડકાનું કે પેશીજાલનું ક્ષીણ થવું-કહોવાઈ જવું – નાશ પામવું – તે. [ફૂલોનું મધ.

nec'tar (ને'ક્ટર), નાο અમૃત; મધુર પીણું;

nec'tarine (ને'ક્ટરિન), નાο ખરબચડો ઠળિયો અને સુંવાળી છાલવાળું એક ફળ, પીચ.

née (ને), વિο કુમારિકા તરીકે અમુક નામવાળી.

need, (નીડ), નાο જરૂર, અગત્ય; જરૂરિયાત; મુશ્કેલી, ભીડ, તંગી; ગરીબાઈ. ઉο ક્રિο ગરજ – જરૂર – હોવી – પડવી; કરવાની ફરજ પડવી – જરૂર હોવી.

need'ful, વિο જરૂરી, આવશ્યક, જોઈતું.

nee'dle (નીડલ), નાο સોય, સોયો; કોઈ પણ યંત્રમાં આંકડા, માપ વગેરે વાળી તકતી પરનો માપ વગેરેનો દર્શક કાંટો; હોકાયંત્રનો કાંટો; અણિયાળું તીક્ષ્ણ ઓજાર; અણિયાળો ખડક, શિખર; દેવદાર કે ચીડનું પાંદડું. **nee'dlewoman**, નાο સીવણ, ભરતગૂંથણ, ઇ. કરનારી. **nee'dlework** (-વર્ક), નાο સીવણ, ભરતગૂંથણ. [નકામું, બિનજરૂરી.

need'less (નીડ્લિસ), વિο જરૂર વિનાનું,

needs (નીડ્ઝ), ક્રિο વિο અવશ્યે કરીને,

અનિવાર્યપણે. [જરૂરિયાતવાળું, ગરજવાળું.
need'y (નીડિ), વિ૦ ગરીબ, કંગાળ;
ne'er(નેર), ક્રિ૦વિ૦ કદી નહિ. **ne'er-do-well** (-weel), વિ૦ અને ના૦ સાવ નકામું (માણસ). [ગેરકાયદે.
nefar'ious (નિફેરિઅસ), વિ૦ દુષ્ટ, પાપી;
negate' (નિગેટ), સ૦ ક્રિ૦ રદ કરવું; -નું અસ્તિત્વ નકારવું.
nega'tion (નિગેશન, ને-), ના૦ નકારવું તે, ઇનકાર; ના પાડવી તે; અભાવ, વિરોધ.
neg'ative (ને'ગટિવ), વિ૦ ઇનકાર કરનારું, નકારાત્મક, અભાવાત્મક; ભાવાત્મક ગુણ વિનાનું; નિષેધાત્મક; [ગ.] ઋણ, ઋણાત્મક. ~ *electricity*, ઋણ વિદ્યુત. ના૦ નકારાત્મક વાક્ય, કથન કે જવાબ; નકાર; ફોટોગ્રાફની ઊલટી પ્રતિમા, જેના પરથી વાસ્તવિક ચિત્ર કાઢવામાં આવે છે. સ૦ ક્રિ૦ નામંજૂર કરવું; ખોટું સાબિત કરી દેખાડવું; -નો રદિયો આપવો.
neglect' (નિગ્લે'ક્ટ), સ૦ ક્રિ૦ -ની તરફ ધ્યાન ન આપવું, -ની ઉપેક્ષા કરવી; એક કોરે મૂકી દેવું. ના૦ ભૂલી જવું તે; અનાદર, ઉપેક્ષા. **neglect'ful**, વિ૦ બેદરકાર, બેપરવા.
négligé (ને'ગ્લિઝે), ના૦ ઢીલો અને ખુલ્લો પોશાક – ઝભ્ભો.
neg'ligence (ને'ગ્લિજન્સ), ના૦ ઉપેક્ષા, બેદરકારી, નિષ્કાળજીપણું. **neg'ligent**, વિ૦ બેદરકાર, ગાફેલ. [ણીય, ક્ષુદ્ર, નજીવું.
neg'ligible (ને'ગ્લિજિબલ), વિ૦ ઉપેક્ષ-
neg'otiable (નિગોશબલ, -શિઅ-), વિ૦ બીજાને આપી – વેચી કે ખરીદી – શકાય એવું. **nego'tiate** (નિગોશિએટ), ઉ૦ક્રિ૦ સોદો કે કરાર કરવા માટે વાટાઘાટ કરવી; હૂંડી કે ચેકના પૈસા આપવા – લેવા; -ની સાથે સફળતાથી વહેવાર કરવો; મુશ્કેલીને પહોંચી વળવું – વટાવી જવું. **negotia'tion**, ના૦ સોદા, કરારનામું, ઇ. અંગે વાટાઘાટ (કરવી તે); [વાણિજ્ય] વેચાણ, હાથબદલો. **nego'tiator**, ના૦ સોદા કે કરાર અંગે વાટાઘાટ કરનાર.
Neg'ro (નીગ્રો), ના૦ (બ૦ વ૦ -es; સ્ત્રી૦ Negress). સીદી, હબસી. **neg'roid** (નીગ્રૉઇડ), વિ૦ હબસી કે સિદ્દીને મળતું આવતું.
neg'us (નીગસ), ના૦ ગરમ પાણી અને દારૂનું ગળ્યું મિશ્રણ.
neigh' (ને), અ૦ક્રિ૦ હણહણવું (ઘોડાનું), ખંખારવું. ના૦ હણહણવાનો અવાજ.
neigh'bour (નેબર), ના૦ પડોશમાં – પાસેની શેરીમાં કે શહેરમાં – રહેનાર, પડોશી; પાસેનું માણસ કે વસ્તુ. **neigh'bourhood**, ના૦ પડોશ; પાસેની જગ્યા – લત્તો – મુલક; પડોશમાં રહેનારા લોકો. **neigh'bouring** વિ૦ નજીકનું, પડોશનું. **neigh'bourly** વિ૦ મળતાવડું, મિલનસાર, પરગજુ.
neith'er (નાઇધર, નીધર), ક્રિ૦ વિ૦ બેમાંથી એકે નહિ. ઉભ૦ અ૦ અને...પણ નહિ. વિ૦ અને સર્વ૦ આ નહિ કે...તે નહિ.
Nem'esis (ને'મિસિસ, ને'મે'-), ના૦ ગ્રીક લોકોની સજા કરનારી કે બદલો લેનારી દેવતા; પાપનો બદલો – વેરની વસૂલાત – (કરનાર દેવતા).
ne'o (નીઓ), નવું. [યુગનું – ને લગતું,
neolith'ic (નીઅલિથિક), વિ૦ ઉત્તર પાષાણ-
neol'ogism (નિઑલજિઝ્મ), ના૦ નવા શબ્દ બનાવવા તે; નવો બનાવેલો શબ્દ.
ne'on (નીઑન, -અ-), ના૦ વાતાવરણમાં રહેલો એક વાયુ (ગૅસ), જેમાં વીજળીનો પ્રવાહ પસાર થતાં રાતોચોળ બને છે.
ne'ophyte (નીઅફાઇટ), ના૦ નવો થયેલો ખ્રિસ્તી; નવો દીક્ષિત; નવો નિશાળિયો, શિખાઉ માણસ.
nepen'the(s) (નિપે'ન્થિ,-થીઝ઼), ના૦ દુ:ખ ભુલાવી દેનાર દવા; (-s) ફૂલ જેવાં પાંદડાંવાળી એક વનસ્પતિ.
ne'phew (ને'વ્યૂ), ના૦ ભત્રીજો, ભાણો.
nephrit'is (નિફ્રાઇટિસ), ના૦ મૂત્રપિંડનો દાહ – સોજો.
ne'potism (નીપટિઝ્મ, ને'-), ના૦ નોકરી વગેરે આપવાની બાબતમાં પોતાનાં સગાં પ્રત્યે પક્ષપાત, સગાવાદ. [વરુણ; સાગર; એક ગ્રહ.
Nep'tune (ને'પ્ટ્યૂન), ના૦ સાગરનો દેવતા,
nerve (નર્વ), ના૦ મજ્જા-જ્ઞાન-તંતુ; પાંદડાની મુખ્ય નસ; મનની દૃઢતા, ધૈર્ય, છાતી, હિંમત; આત્મવિશ્વાસ; (બ૦ વ૦) મનની અતિ

નાજુકાઈ – આળાપણું. સ૦ ક્રિ૦ બળ – જોર – હિંમત – આપવી. *get on one's ~s*, -થી ત્રાસ થવો – છૂટવો. [વિનાનું, નબળું.
nerve'less (નર્વ્‌લિસ), વિ૦ જોર – દમ –
nerv'ous (નર્વસ), વિ૦ સ્નાયુવાળું, બળવાન, જબરું; મજ્જાતંતુઓનું – માં થતું; સહેજમાં ક્ષોભ પામે – ગભરાય – એવું, ક્ષુબ્ધ; (ભાષા) જોરદાર. ~ *breakdown*, ચિંતા કે અતિ શ્રમને લીધે થતો માનસિક રોગ – શક્તિપાત. ~ *system*, મજ્જાતંતુરચના, મજ્જા ંત્ર.
nerv'ousness, ના૦ માનસિક અસ્વસ્થપણું.
nerv'y (નર્વિ), વિ૦ જોમવાળું; ક્ષુબ્ધ.
nescient (ને'શ્યન્ટ), વિ૦ જ્ઞાન વિનાનું.
ness (ને'સ), ના૦ ભૂશિર, ટોચ.
nest (ને'સ્ટ), ના૦ પક્ષીનો માળો, કોઠું; આશ્રયસ્થાન, રહેઠાણ; અડ્ડો, અખાડો; ગંજ, સટ (એકની અંદર બીજી રહે એવી વસ્તુઓનો). સ૦ક્રિ૦ અમુક ઠેકાણે માળો બાંધવો – હોવો. *feather* one's~, માતબર – પૈસાદાર – થવું (ક્યારેક અપ્રમાણિકપણે). *foul* one's ~, પોતાના જ ગામમાં કે ઘરમાં દુર્વર્તન કરવું; પોતાના ઘરની નિંદા કરવી. **nest-egg**, ના૦ પક્ષીની માદા માળો છોડી ન જાય તે માટે મૂકેલું સાચું કે કૃત્રિમ ઈંડું; જેમાં વારે વારે ઉમેરો કરાય એવું ઊંચું મૂકેલું નાણું.
ne'stle (ને'સલ), ઉ૦ક્રિ૦ હૂંફમાં સૂઈ રહેવું, સોડમાં સંતાઈ રહેવું. **ne'stling**, (ને'સ્લિગ, ને'સ્ટ–) ના૦ માળામાંથી બહાર ન નીકળી શકે એવું બચ્ચું. [[લા૦] ભીષ્માચાર્ય.
Nes'tor (ને'સ્ટર), ના૦ શાણો વૃદ્ધ માણસ,
net (ને'ટ), ના૦ જાળ, પાશ; જાળીદાર કપડું; દોરાની ગૂંથેલી જાળ. ઉ૦ ક્રિ૦ જાળમાં – જાળ વતી – પકડવું – ઢાંકવું; જાળ ગૂંથવી. **net'ball**, ના૦ છોકરીઓની એક રમત.
net, વિ૦ (નફો, વજન, ઇ.) બારદાન, ખરચ, ઇ. બાદ કર્યા પછી રહેલું, ચોખ્ખું, (કિંમત) જેમાં વળતર કે કમિશન ન આપવાનું હોય એવું. સ૦ક્રિ૦ -માંથી ચોખ્ખો નફો મળવો–મેળવવો.
neth'er (ને'ધર), વિ૦ નીચેનું, તળેનું. **neth'ermost**, વિ૦ સૌથી નીચેનું.
nett'ing (ને'ટિંગ), ના૦ ગૂંથેલી દોરી, જાળ; જાળના જેવું કપડું.
net'tle (નેટલ), ના૦ કૌવચ, આગિયો. સ૦ક્રિ૦ ખીજવવું, ચીડવવું. **nettle-rash**, ના૦ આગિયાના ચટકાથી થાય છે તેવો ચામડીનો સોજો, શીત પિત્ત. **net'tled**, વિ૦ ગુસ્સે થયેલું. [ની જાળ; જાળ; જટિલ રચના.
net'work (ને'ટ્‌વર્ક), ના૦ રસ્તા, રેલવે, ઇ.
neural'gia (ન્યૂરૅલ્જા, –જિઆ), ના૦ મજ્જાતંતુનું દરદ, વિ.ક. માથામાં તથા ચહેરામાં.
neurasthen'ia (ન્યૂરૅસ્થીનિઆ, – થે'–), ના૦ મજ્જાતંતુની નબળાઈ – ક્ષીણતા. **neurasthen'ic** (–સ્થે'નિક), વિ૦.
neurit'is (ન્યૂરાઇટિસ), ના૦ મજ્જાતંતુનો સોજો-દાહ.
neurol'ogy (ન્યૂરૉલજિ), ના૦ મજ્જાતંતુનું કે તેમાં થતા રોગોના ઉપચારનું શાસ્ત્ર.
neuros'is (ન્યૂરોસિસ), ના૦ (બ૦ વ૦ –oses). મજ્જાતંતુમાં વિકૃતિ; તેથી થતી મનની અસ્થિરતા. **neurot'ic** (ન્યૂરૉટિક), વિ૦ અને ના૦ અતિ નાજુક પ્રકૃતિનું અને ચીડિયું (માણસ).
neut'er (ન્યૂટર), વિ૦ [વ્યાક.] નાન્યતર જાતિનું, નપુંસક લિંગનું; તટસ્થ. ના૦ નાન્યતર જાતિનું નામ; નાન્યતર જાતિ; તટસ્થ માણસ; નપુંસક. **neut'ral** (ન્યૂટ્રલ), વિ૦બેમાંથી કોઈ પણ પક્ષ ન લેનારું, તટસ્થ; અનિશ્ચિત, અસ્પષ્ટ. ના૦ તટસ્થ વ્યક્તિ કે દેશ. **neutral'ity** (ન્યૂટ્રૅલિટિ), ના૦નિષ્પક્ષતા, તટસ્થપણું. **neut'ralize** (ન્યૂટ્રલાઇઝ઼), સ૦ ક્રિ૦ અસર ન થાય તેમ કરવું; નિષ્ક્રિય – નિષ્ફળ – નકામું – બનાવવું.
nev'er (ને'વર), ક્રિ૦ વિ૦ કદી નહિ. ~ *mind*, (કશી) ફિકર નહિ. **nev'ermore'**, ક્રિ૦ વિ૦ ફરી કદી નહિ. **nevertheless'**, ક્રિ૦ વિ૦ અને ઉભ૦અ૦ તેમ છતાં, તથાપિ.
new (ન્યૂ), વિ૦ નવું; તાજું, હમણાંનું; જુદું, બદલાયેલું; નહિ વપરાયેલું, કોરું. ક્રિ૦ વિ૦ થોડા જ વખત પહેલાનું; નવેસર. **new'comer**, ના૦ પહેલી વાર કે નવો આવેલો માણસ.
new'el (ન્યૂઇલ), ના૦ ગોળ દાદરાનો વચલો થાંભલો, દાદરાના કઠેરાનો થાંભલો.
newfang'led (ન્યૂફૅંગલ્ડ), વિ૦ નવી જ ઢબનું (નાપસંદગી દર્શાવવામાં વપરાય છે).

new'ly (ન્યૂલિ), ક્રિ૦વિ૦ તાજેતરમાં,નવેસર. **news** (ન્યૂઝ઼), ના૦બ૦વ૦ (બહુધા એ૦વ૦ ક્રિયાપદ સાથે).બાતમી, સમાચાર, તાજી ખબર. **news-agent**, ના૦ છાપાં વેચવાનો ધંધો કરનાર. **news-boy**, ના૦ છાપાવાળો, ફેરિયો. **news'paper**, ના૦છાપું, વર્તમાન-પત્ર. **news-reel**, ના૦ સમાચાર કે માહિતી આપનારી સિનેમાની ફિલ્મ.

newt (ન્યૂટ), ના૦ પાણીમાં રહેનારું ગરોળી જેવું પ્રાણી.

next (નૅ'ક્સ્ટ), વિ૦ છેક પાસેનું, જોડેનું; તરત પછીનું. ક્રિ૦ વિ૦ અને નામ૦ અ૦ પછી, તે પછી; પછીને સ્થાને કે સમયે, ના૦ પછીનો માણસ કે વસ્તુ. ~ *door*, જોડેના ઘરમાં, પડો-શમાં. ~-*door*, જોડેના ઘરમાં રહેનારું, પડોશનું.

nex'us (નૅ'ક્સસ), ના૦ બંધન, કડી, સંબંધ.

nib (નિબ), ના૦ કલમની ટાંક; (બ૦ વ૦) કોકોનાં વાટેલાં બિયાં.

nib'ble (નિબલ), ઉ૦ ક્રિ૦ થોડે થોડે કરી કોતરી ખાવું, ચરવું; સાચવીને કરડી ખાવું. ના૦ કોતરી ખાવું તે, ઇ. [એક લાકડી.

nib'lick (નિબ્લિક), ના૦ ગૉલ્ફ રમવાની

nice (નાઇસ), વિ૦ અતિ ચોકસાઈવાળું, મુશ્કેલીથી સંતોષી શકાય એવું; ચાપચીપિયું, વિશેષ કાળજી રાખનારું; સૂક્ષ્મ, ઝીણવટભર્યું; રોચક, મધુર; મૈત્રીવાળું, માયાળુ.

ni'cety (નાઇસિટિ), ના૦ ચોકસાઈ; બારીકી; સૂક્ષ્મ ભેદ. *to a* ~, ચોકસાઈથી, કશી ચૂક વિના.

niche (નિચ, નિશ), ના૦ પૂતળું, ફૂલદાની, ઇ. મૂકવા માટેનો દીવાલમાંનો ગોખલો.

nick (નિક), ના૦ કાતરો, ચીરો, ખાંચ; તાકડો, અડીવેળા. સ૦ક્રિ૦ -માં ખાંચો પાડવી, ચીરા પાડવા; એન વખતે પકડવું – પકડી પાડવું. *in the* ~ *of time*, બરાબર વખતે, ખરે ટાંકણે.

nick'el (નિકલ), ના૦ ઢોળ ચડાવવામાં વપરાતી ચાંદીના જેવી સફેદ ધાતુ, નિકલ, કલાઈ; અમેરિકાનું પાંચ સેંટનું એક નાણું.

nick'-nack, જુઓ knick-knack.

nick'name (નિકનેમ),ના૦ખોટું–મશ્કરીનું–ખીજનું – નામ. સ૦ક્રિ૦ એવું નામ પાડવું.

nic'otine (નિકટીન), ના૦ તમાકુમાંથી નીકળતું ઝેરી તેલી દ્રવ્ય. **nic'otinism**, ના૦ શરીરમાં તમાકુનું ઝેર ફેલાવું તે.

niece (નીસ), ના૦ ભાણી કે ભત્રીજી.

nigg'ard (નિગર્ડ), ના૦ મખ્ખીચૂસ, ચીકણો. **nigg'ardly**, વિ૦ કંજૂસ, કૃપણ.

nigg'er (નિગર), ના૦ [બહુધા તિરસ્કારમાં] હબસી, સીદી; ઘેરો બદામી રંગ.

nig'gle (નિગલ), અ૦ક્રિ૦ નજીવી બાબતોમાં વધુ પડતું ધ્યાન આપવું – વખત ગુમાવવો. **nigg'ling**, વિ૦ નજીવું, ક્ષુદ્ર; સંકુચિત.

nigh (નાઇ), ક્રિ૦વિ૦ અને નામ૦ અ૦ નજીક. *well* ~, લગભગ.

night (નાઇટ), ના૦ રાત, રાત્રિ; અંધારું, અંધકાર. *make a* ~ *of it*, મોજમજામાં રાત પસાર કરવી.

night'cap (નાઇટકૅપ), ના૦ સૂતી વખતે પહેરવાની ટોપી; સૂતા પહેલાં પીવાનો દારૂનો પ્યાલો. ~**-dress**, ~**-gown**, ના૦ સ્ત્રીનો કે બાળકનો રાતે પહેરવાનો પોશાક.

night'fall (–ફૉલ), ના૦ સાંજ, સમીસાંજ.

night'ingale (નાઇટિંગેલ), ના૦ રાતે ગાનારું એક નાનું પક્ષી.

nightjar (–જાર),ના૦ એક નિશાચર પક્ષી.

night-light, ના૦ રાતે વાપરવાની ધીમે ધીમે બળતી જાડી ને ટૂંકી મીણબત્તી.

night'ly, વિ૦ રાતે થનારું – કરવામાં આવતું; દરરોજ રાતે થનારું; રાતના વખતનું. ક્રિ૦ વિ૦ દરરોજ રાતે. [ચાંપે તે, નઠારું સ્વપ્ન.

night'mare (–મે'અર), ના૦ ઓથાર

night'shade (–શેડ), ના૦ ભોંયરીંગણી, કાંટારીંગણી.

night'-shirt, ના૦ સૂતી વખતે પહેરવાનું પુરુષનું લાંબું પહેરણ. [પોશાક.

night'y (નાઇટિ), ના૦ સૂતી વખતે પહેરવાનો

ni'hilism (નાઇહિલિઝ્મ, નાઇહિ–), ના૦ નકારાત્મક સિદ્ધાન્તો, ધર્મ અને નીતિની પ્રચલિત માન્યતાઓનો અસ્વીકાર; [તત્ત્વ.] શૂન્યવાદ; રશિયાના ૧૯મા સૈકાના એકાંતિક ક્રાંતિકારીઓના સિદ્ધાંતો, જેથી પ્રચલિત સમાજરચનામાં તેમને કશું જ સારું દેખાતું નહિ. **ni'hilist** (–ઇલિસ્ટ,–હિ–,), ના૦ કોઈ પણ પ્રકારની રાજ્યસત્તાનો વિરોધ કરનાર,

અરાજકવાદી; શૂન્યવાદી, નાસ્તિક.

nil (નિલ), નાο કંઈ નહિ; શૂન્ય(રકમ).

nim'ble (નિંબલ), વિο ચપળ, ઝડપવાળું; હોશિયાર, ચાલાક; શીઘ્રબુદ્ધિ, હાજરજવાબી.

nim'bus (નિંબસ), નાο (બο વο -es, -bi). પ્રભાવલય – મંડળ; વરસાદનું વાદળું, મેઘ.

nim'iny-pim'iny (નિમિનિ–પિમિનિ), વિο ડોળવાળું, લટકા કરતું; બધી વાતમાં યથાવિધિ ચાલનારું.

ninc'ompoop (નિનૃકમ્પૂપ, નિંક–), નાο [મૂર્ખ, બેવકૂફ, વેવલો.

nine (નાઇન), વિο અને નાο નવ. *dressed up to the* ~s, પોતાના સારામાં સારા સંપૂર્ણ પોશાકમાં. **nine'pins**, નાο એક રમત, જેમાં લાકડાની નવ ખૂંટીઓ સપાટી પર ઊભી કરીને તેમની તરફ દડો નાંખી તેમને પાડી નાંખવામાં આવે છે.

nine'teen' (નાઇન્ટીન), વિο અને નાο ઓગણીસ. **nineteen'th**, વિο ઓગણીસમું.

nine'ty (નાઇન્ટિ), વિο અને નાο નેવું. **nine'tieth**, વિο અને નાο નેવુંમું. (–મો ભાગ).

ninn'y (નિનિ), નાο નબળો–વેવલો–મૂર્ખ– [માણસ.

ninth (નાઇન્થ), વિο નવમું. નાο નવમો ભાગ.

nip (નિપ), ઉο ક્રિο ચૂંટી ખણવી, ચૂંટી નાંખવું; વધતું અટકાવવું; છટકી જવું; દારૂના ઘૂંટડા પીવા. નાο ચૂંટલી; વનસ્પતિનો વિકાસ અટકાવનારા ઠંડા પવન – હિમ – નો સપાટો – હિમ; દારૂનો ઘૂંટડો. ~*in the bud*, ઊગતાં જ ડામવું, ફૂટતાં જ નાશ કરવો. ~*off*, નાસી જવું.

nipp'er (નિપર), નાο (બο વοમાં) પકડવાનું હથિયાર, સાણસા; કરચલા ઇ.ના સાણસા; (એક વ.) ઘરકામ કરનાર છોકરો – નોકર.

nipp'ing, વિο અતિ ઠંડું.

nip'ple (નિપલ), નાο સ્તનની ડીંટી, કુચાગ્ર; ડીંટીના આકારની વસ્તુ.

nipp'y (નિપિ), વિο ચપળ; (હવા) ઠંડુ.

nirva'na (નિર્વાન), નાο નિર્વાણ.

nit (નિટ), નાο જૂનું ઈંડું; લીખ.

nit'rate (નાઇટ્રિટ), નાο કોઈ આલ્કલી – મુખ્ય તત્ત્વ – ની સાથે નત્રકામ્લના મળવાથી થતો ખાર, નાઇટ્રેટ.

ni'tre (નાઇટર), નાο સૂરોખાર.

nit'ric (નાઇટ્રિક), વિο નાઇટ્રોજનનું–વાળું.

nit'rogen (નાઇટ્રજિન), નાο નાઇટ્રોજન વાયુ (સામાન્ય હવાનો ચારપંચમાંશ ભાગ આનો બનેલો છે. એને કોઈ રંગ, સ્વાદ, કે ગંધ નથી હોતાં).

nitro-gly'cerin(e) (નાઇટ્રગ્લિસરિન), નાο નાઇટ્રિક અને સલ્ફ્યૂરિક ઍસિડના મિશ્રણમાં ગ્લિસરીન મેળવીને બનતું સ્ફોટક પ્રવાહી દ્રવ્ય.

no (નો), વિο કોઈ નહિ, એકે નહિ; -થી સાવ જુદું જ. *in* ~ *time* તરત, જલદી. ~ *wonder* (*that*), નવાઈની વાત નથી (કે). ક્રિο વિο નહિ, જરાય નહિ. નાο (બο વο noes). નકાર, ઇનકાર; (બο વο) કોઈ ઠરાવ, ઇ.ની વિરુદ્ધ મત આપનારાઓ.

No'ah (નોઆ), નાο એક હિબ્રૂ કુલાધિપતિ. ~*'s ark*, જળપ્રલય વખતની હજરત નોઆની નાવ; એ આકારનું રમકડું.

nob'ble (નૉબલ), સο ક્રિο શરતમાં ન જીતે તેટલા માટે કપટ કરીને ઘોડાને ઈજા કરવી; છેતરવું, કપટ કરવું.

nobil'ity (નબિલિટિ), નાο ઊંચું પદ, ચારિત્ર્ય કે મન; ખાનદાની. *the* ~, ઉમરાવો(નો વર્ગ).

no'ble (નોબલ), વિο મોટી પદવી – હોદ્દા – વાળું; કુલીન, ખાનદાન; ઊંચા ચારિત્ર્યવાળું; ભવ્ય. નાο અમીર, ઉમરાવ. **no'bleman**, નાο ઉમરાવ.

noblesse oblige (નબ્લે'સ ઑબ્લીઝ, નો–), વિશેષ હક સાથે જવાબદારી પણ ખરી જ.

no'body (નોબડિ), નાο કોઈ નહિ; સાવ નજીવો માણસ, મુફલિસ.

nocturn'al (નૉક્ટર્નલ), વિο રાતનું.

noc'turne (નૉક્ટર્ન), નાο રાતના દેખાવનું ચિત્ર; રાતે ગાવાનું–સ્વપ્નશીલ–ભાવવાળું પદ્ય.

nod (નૉડ), ઉο ક્રિο માથું ધુણાવવું, ડોલવું; સલામ કરવી, ઝૂકવું; ઝોકાં ખાવાં; પીંછાં હલાવવાં – નચાવવાં, નાચવું. નાο હકારસૂચક માથું હલાવવું તે. ~*ding acquaintance*, જય જય કરવા પૂરતી ઓળખાણ. *land of N*~, ઊંઘ.

nod'al (નોડલ), વિο મધ્યવર્તી.

nod'dle (નૉડલ), ના૦ માથું, ભેજું.

nodd'y (નૉડિ), ના૦ બાઘો, બેવકૂફ.

node (નોડ), ના૦ મૂળ કે ડાળી પરની ગાંઠ, ગઠ્ઠો; દાંડામાંથી પાંદડું ફૂટે છે તે જગ્યા; સાંધા પર થયેલી ગાંઠ, અસ્થિગુલ્મ; એક વર્તુળ બીજાને છેદે અથવા વળીને પોતાને જ છેદે તે બિંદુ; કોઈ પણ તંત્રનું મધ્યબિંદુ – કેન્દ્ર.

nod'ule (નૉડયૂલ), ના૦ કશાકનો ગોળો, ગઠ્ઠો, ગાંગડો; નાની ગાંઠ.

Noel' (નોએલ), ઉદ્‌ગાર૦ ઈશુની જયંતીના સ્વાગત ગીતનો પ્રથમ શબ્દ; નાતાલ. [ટમલર.

nogg'in (નૉગિન), ના૦ નાનું ઊભું પ્યાલું –

noise (નૉઇઝ઼), ના૦ અવાજ; ઘોંઘાટ. સ૦ ક્રિ૦ જાહેર કરવું; ફેલાવવું. *big~*, મોટો માણસ કે બનાવ. **noise'less**, વિ૦ શાંત.

nois'ome (નૉઇસમ), વિ૦ અપાયકારક, નુકસાનકારક; વાંધાભર્યું; કંટાળો ઉપજાવનારું.

nois'y (નૉઇઝ઼િ), વિ૦ ગરબડ–ઘોંઘાટ–વાળું; ભડક–ઝટ આંખે ચડે–એવું; આડંબરવાળું.

nom'ad (નૉમડ, નો–), વિ૦ રખડતું, રખડનારું. ના૦ રખડુ જાતિનો માણસ; રખડનાર. **nomad'ic** (નમૅડિક), વિ૦. રખડુ જાતિનું.

nom de plume (નૉમ્‌ડપ્લૂમ), ના૦ લેખકનું ધારણ કરેલું નામ, તખલ્લુસ.

nom'enclature (નોમનુકલેચર, નોમે'નુકલચર), ના૦ નામ પાડવાની પદ્ધતિ; પારિભાષિક સંજ્ઞાઓ.

nom'inal (નૉમિનલ), વિ૦ નામનું, કેવળ નામમાં રહેલું, નામશેષ; વાસ્તવિક કે સાચું નહિ એવું.

nom'inate (નૉમિનેટ), સ૦ ક્રિ૦ ચૂંટણી માટે કે નિમણુક માટે નામ રજૂ કરવું; નિમણુક કરવી. **nomina'tion**, ના૦ નિમણુક, નીમવું તે.

nom'inative (નૉમિનટિવ), વિ૦ [વ્યાક.] (વિભક્તિ) કર્તા અર્થે વપરાયેલી, પ્રથમા; પ્રથમા વિભક્તિનું. ના૦ પ્રથમા વિભક્તિ; પ્રથમા વિભક્તિનો શબ્દ – રૂપ.

nominee' (નૉમિની), ના૦ નીમેલો માણસ.

non'age (નૉનિજ), ના૦ બાલ્યાવસ્થા, સગીર વય.

nonagenar'ian (નૉનજિનેરિઅન, નો–), વિ૦ અને ના૦ ૯૦ થી ૧૦૦ વરસની ઉંમરનું (માણસ).

non-belli'gerent (નૉનુબલિજરન્ટ), વિ૦ અને ના૦ યુદ્ધમાં પ્રત્યક્ષ કે ખુલ્લી રીતે ભાગ ન લેનારું (રાજ્ય). [પૂરતું, તાત્કાલિક.

nonce (નૉન્સ), ના૦ *for the ~*, પ્રસંગ

non'chalant (નૉનૂશલન્ટ), વિ૦ બેપરવા, ઉદાસીન; શાંત, સ્વસ્થ. **non'chalance**, ના૦ બેપરવાઈ.

non-cog'nizable (નૉન્‌ કૉગ્નિઝ઼બલ), વિ૦ (ગુનો, ઇ.) પોલીસ દખલ બહારનું.

non-commi'ssioned offi'cer નૉન્‌કમિશન્ડ ઑફિસર), ના૦ (સંક્ષેપ N. C. O.) લેફ્ટનન્ટથી ઊતરતી કક્ષાનો અધિકારી.

non-committ'al (નૉનુકમિટલ), વિ૦ પોતે નિશ્ચિત શું કરવા ધારે છે તે ન કહેનારું, બંધાઈ ન જનારું.

non-conduc'tor (નૉનુકન્ડક્ટર), ના૦ ઉષ્ણતા કે વીજળીનો વાહક નહિ એવો પદાર્થ.

nonconform'ist (નૉનુકન્ફૉર્મિસ્ટ), વિ૦ અને ના૦ પ્રસ્થાપિત ધર્મસંસ્થાથી જુદો પડનાર, 'પ્રૉટેસ્ટન્ટ'; ધર્મની બાબતમાં બીજાના વિચાર કે આચાર ન સ્વીકારનાર. **nonconform'ity**, ના૦ સ્થાપિત ધર્મના વિચાર-આચારનું અપાલન – વિરોધ; અસંગતિ.

non-co-op'erator (નૉન્‌-કો-ઑપરેટર), ના૦ અસહકાર કરનાર, અસહકારી.

non'descript (નૉનુડિસ્ક્રિપ્ટ), વિ૦ જેનું વર્ણન કે વર્ગીકરણ સહેલાઈથી ન કરી શકાય એવું; ઢંગધડા વગરનું, વર્ણસંકર, કોઈ વિશિષ્ટ ગુણ વિનાનું. ના૦ એવી વ્યક્તિ કે વસ્તુ.

none (નન), સર્વના૦ કોઈ યે નહિ; કશુંયે નહિ. વિ૦ કોઈ નહિ, એકે નહિ. ક્રિ૦વિ૦ જરાય – મુદ્દલ – નહિ. (*~the less, ~too good*, માં).

nonen'tity (નૉને'ન્ટિટિ), ના૦ અભાવ; અવિદ્યમાન વસ્તુ; નગણ્ય માણસ.

nonesuch, જુઓ nonsuch.

non-interven'tion (નૉનુઇન્ટર્વે'ન્શન), ના૦ બીજાં રાજ્યોના ઝઘડાથી દૂર રહેવું તે – રહેવાની રાજનીતિ; તટસ્થપણાની નીતિ.

nonpareil' (નૉનુપરે'લ), વિ૦ અને ના૦ અદ્વિતીય કે અજોડ (વ્યક્તિ કે વસ્તુ).

nonplus' (નૉન્પ્લસ), સ૰ક્રિ૰ (ભૂ૰ કા૰ nonplussed). ગૂંચવણમાં – મૂંઝવણમાં – નાંખવું, કુંઠિત કરવું.

non'sense(નૉન્સન્સ),ના૰ અને ઉદ્ગા૰અર્થ વગરની – મૂર્ખતાભરી–વાહિયાત–વાત. **non-sen'sical**, વિ૰ અર્થહીન, મૂર્ખામીભરેલું.

non sequitur (નૉન્સે'ક્વિટર), ના૰ [લૅ. આમાંથી ફલિત થતું નથી]. અપસિદ્ધાન્ત, સિદ્ધાન્તાભાસ.

non'-stop (નૉન્–સ્ટૉપ), વિ૰ વચ્ચે કયાંય ન થોભનારુ – ઊભું રહેનારુ. ના૰ એવી ગાડી.

non'such(નૉન્સચ),**none'such**,(નન્-), ના૰ અનુપમ – અજોડ – વ્યક્તિ કે વસ્તુ.

non-u'nion (નૉનયુનિઅન), વિ૰ કોઈ પણ (મજૂર) મહાજન – સંઘ–માં ન જોડાયેલું.

noo'dle (નૂડલ), ના૰ એક મીઠાઈ, સેવા જેવી ઘઉંની એક વાની.

noo'dle, ના૰ મૂર્ખ, ભોળિયો, બેવકૂફ.

nook (નુક), ના૰ એકાંત ખૂણો.

noon (નૂન), ના૰ બપોર, મધ્યાહ્ન. **noon-day, noon'tide**, ના૰ બપોરનો સમય, મધ્યાહ્નનો સમય. [ફાંસામાં પકડવું, ફાંસવું.

noose (નૂસ), ના૰ ફાંસો, ગાળો. સ૰ ક્રિ૰

nor (નૉર), ક્રિ૰ વિ૰ (બેમાંથી) એકે નહિ. ઉભ૰ અ૰ અને – પણ – નહિ.

Nord'ic (નૉર્ડિક), વિ૰ ઉત્તર યુરોપના દીર્ઘશિરસ્ક, ગોરા અને ઊંચા માનવવંશનું.

norm (નૉર્મ), ના૰ માન્ય થયેલો–અધિકૃત– નમૂનો; અધિકૃત માન – ધોરણ – નિયમ.

norm'al (નૉર્મલ), વિ૰ અધિકૃત નમૂના પ્રમાણેનું; નમૂનેદાર; નિયમસરનું, સામાન્ય. ના૰ સામાન્ય સ્થિતિ–કક્ષા–સપાટી. ~*school*, શિક્ષકો તૈયાર કરવાની શાળા, અધ્યાપનમંદિર. **normal'ity**(નૉર્મૅ'લિટિ),ના૰ સામાન્યતા, સરેરાશ. **norm'alize**, સ૰ ક્રિ૰.

Norm'an(નૉર્મન),ના૰ નૉર્મંડીનો રહેવાસી. વિ૰ નૉર્મન લોકોનું.

Norse, (નૉર્સ), ના૰ નૉર્વેજિયન (લોકોની) ભાષા. વિ૰ નાર્વેજિયન, નૉર્વેનું.

north (નૉર્થ), ના૰ ઉત્તર દિશા, ઉત્તર; દેશનો ઉત્તર ભાગ. ક્રિ૰ વિ૰ ઉત્તર તરફ. વિ૰ ઉત્તરનું, ઉત્તર તરફથી આવતું, ઉત્તર તરફ મોઢાવાળું. *N~ Pole*, ઉત્તરધ્રુવ.

north-east', ના૰ ઈશાન દિશા; એ દિશાનો પ્રદેશ. **north-east'er**, ના૰ ઈશાનનો પવન. **north-east'erly**, વિ૰ ઈશાન-માંથી આવતું અથવા એ તરફ જતું. **north-east'ern**, વિ૰ ઈશાનનું. **north-east'wards**,ક્રિ૰વિ૰ઈશાન દિશા તરફ.**north-west'**, ના૰ વાયવ્ય દિશા, એ દિશાનો પ્રદેશ.

north'erly (નૉર્ધર્લિ), વિ૰ અને ક્રિ૰ વિ૰ (દિશા) ઉત્તરનું, ઉત્તર તરફ (નું); (પવન) ઉત્તર તરફથી આવતું.

north'ern (નૉર્ધર્ન), વિ૰ ઉત્તરનું, ઉત્તરમાં આવેલું. ~ *lights*, ઉત્તર ધ્રુવ તરફનો છ મહિનાનો પ્રકાશ – પ્રભાત, 'ઑરોરા બોરિ-ઍલિસ'. **north'erner**, ના૰ ઉત્તરનો રહેવાસી.

north'ward (નૉર્થવર્ડ), વિ૰, ક્રિ૰ વિ૰ અને ના૰ ઉત્તરનું; ઉત્તર તરફ; ઉત્તરની બાજુ. **north'wards**, ક્રિ૰ વિ૰ ઉત્તર ભણી.

Norwe'gian (નૉર્વીજન), વિ૰ અને ના૰ નૉર્વેનું (વતની અથવા ભાષા).

nor'west'er, north-wester, ના૰ વાયવ્યનો પવન.

nose (નોઝ઼), ના૰ નાક, ઘ્રાણેન્દ્રિય; નાક જેવો આગળ પડતો કોઈ પણ ભાગ (ટોટી, સૂંઢ, ઇ.); નળ કે નળીનો ઉઘાડો છેડો. ઉ૰ ક્રિ૰ સૂંઘવું; (સૂંઘીને) શોધી કાઢવું; કશાકમાં માથું મારવું; શોધવું. *cut off* one's ~ *to spite* one's *face*, નાક કાપીને અપશુકન કરવો; હું મરુ તો મરુ પણ તને રાંડ કરું. *follow* one's ~, બેધડક આગળ વધવું. *keep* one's ~ *to the grindstone*, સખત મહેનત કરવી. *lead by the* ~, જુઓ lead માં. *pay through the* ~, ખૂબ ભારે કિંમત ચૂકવવી પડવી. *poke* one's ~ *into another's business*, બીજાના કામમાં માથું મારવું. *put* person's ~ *out of joint*, કોઈના કરતાં પોતા તરફ વધારે ધ્યાન ખેંચીને તેને દુઃખી કરવું કે ચીડવવું; કોઈના આશકનો પ્રેમ સંપાદન કરવો. *turn up* one's ~ *at*, -ને તુચ્છ લેખવું, -નો તિરસ્કાર કરવો. ~ *out*, શોધી કાઢવું. ~ *her way*, (વહાણ અંગે)

સાવચેતીપૂર્વક આગળ વધવું

nose'bag (નોઝ઼્ બૅગ), ના૰ ઘોડાનો તોબરો.

nose'dive, અ૰ ક્રિ૰ અને ના૰ વિમાનનું એકદમ સીધું નીચે ઊતરવું (તે). [કલગી.

nose'gay (નોઝ઼્ ગે), ના૰ ફૂલનો ગુચ્છો,

nose'ring (નોઝ઼્ રિંગ), ના૰ નથ, નથણી; બળદ, ઇ.ના નાકમાં પરોવાતી નાથ.

nos'ey, nos'y (નોઝ઼િ),વિ૰ પારકાની પંચાત કરનારું. *N~ Parker,* એવો માણસ.

nostal'gia (નૉસ્ટૅલ્જા, નૉસ્ટૅલ્જિઆ), ના૰ ઘર જવાની ઝંખના, ઘર માટે સોરવું તે, વિયોગની માંદગી; ભૂતકાળના કોઈ જમાનાની ઝંખના. **nostal'gic,** વિ૰.

nos'tril (નૉસ્ટ્રલ, –સ્ટ્રિ–), ના૰ નસકોરું.

nos'trum (નૉસ્ટ્રમ), ના૰ ઊંટવૈદની દવા–ઇલાજ; 'પેટંટ' દવા; સમાજસુધારણા, ઇ.ની પોતાની મનગમતી યોજના.

nosy, વિ૰ જુઓ nosey.

not (નૉટ), ક્રિ૰ વિ૰ નહિ, નથી. ના૰ ~ *a little,* સારી પેઠે, ખૂબ.

notabil'ity (નોટબિલિટિ), ના૰ નામાંકિત માણસ કે વસ્તુ. **not'able** (નોટબલ), વિ૰ ધ્યાનમાં રાખવા જેવું, મશહૂર, વિખ્યાત. ના૰ નામાંકિત માણસ. **not'ably,** ક્રિ૰ વિ૰ ખાસ કરીને. [અંગે સત્તા ધરાવનાર માણસ.

not'ary (નોટરિ),ના૰ કેટલાક કાયદાનાં કામો

nota'tion (નટેશન, નો–), ના૰ સ્વર, સંખ્યા, જથ્થો, ઇ. ચિહ્નો દ્વારા વ્યક્ત કરવું તે–કરવાની પદ્ધતિ, સંકેતલિપિ; [સં.] સ્વરલેખન, સ્વરલિપિ. [Vના આકારનો).

notch (નૉચ), ના૰ ખાંચો, કાપો (વિ. ક.

note (નોટ), ના૰ સ્વર, સૂર; સ્વરનું લિખિત ચિહ્ન;વાદ્યની સ્વરની પટ્ટી;ચિહ્ન, નિશાની;ટીપ, નોંધ; ચિઠ્ઠી, ટૂંકો કાગળ; યાદી; યાદ રાખવા કરેલી ભાષણ, લેખ, ઇ. માટેની નોંધ, ટાંચણ; આબરૂ, ખ્યાતિ; ચલણી નોટ, રુક્કો; પૈસા આપવાનું લિખિત વચન. *of ~,* મહત્ત્વનું, નોંધપાત્ર. *take ~ of,* ધ્યાનમાં રાખવું. સ૰ ક્રિ૰ ધ્યાન આપવું, લક્ષપૂર્વક જોવું; નોંધ કરવી, ટપકાવવું. **no'ted** (નોટિડ), વિ૰ પ્રસિદ્ધ, જાણીતું.

note'book, ના૰ નોંધવહી, સ્મરણિકા.

note'paper ના૰ પત્ર લખવાનો કાગળ.

note'worthy (નોટ્‌વર્ધિ), વિ૰ ધ્યાનમાં રાખવા જેવું, યાદ રાખવા લાયક, નોંધપાત્ર.

no'thing (નથિંગ), ના૰ કંઈ નહિ; જરાય નહિ, શૂન્ય; સાવ નજીવી વસ્તુ. ક્રિ૰વિ૰ જરાય નહિ, કોઈ પણ રીતે નહિ. **no'thingness,** ના૰ અસ્તિત્વનો અભાવ; વ્યર્થતા.

not'ice (નોટિસ), ના૰ જાહેરાત; સૂચના, ખબર; તાકીદ, ચેતવણી; ધ્યાન, નજર; પુસ્તક, ઇ.નું અવલોકન, નોંધ, સમીક્ષા, (વૃત્તપત્રમાં). *take ~ of,* -ની તરફ ધ્યાન આપવું; -ને વિષે બોલવું--ટીકા કરવી. **notice-board,** ના૰ જેની પર સૂચનાઓ, ખબર, ઇ. લખવામાં કે ચોઢવામાં આવે છે તે પાટિયું, સૂચનાફલક.

not'ify (નોટિફાઇ), સ૰ ક્રિ૰ જાહેર કરવું; સૂચના–તાકીદ–આપવી. **not'ifiable** (નોટિફાયબલ), વિ૰ જાહેર કરવું આવશ્યક અથવા ફરજિયાત હોય એવું. **notifica'tion** (નોટિફિકેશન), ના૰જાહેરાત,સૂચના, 'પ્રાસદ્ધિપત્ર; પ્રાસદ્ધીકરણ.

no'tion (નોશન), ના૰ કલ્પના, વિચાર; મત, અભિપ્રાય; [અમે.] (બ૰વ૰ માં; સોય, ટાંકણી, ઇ.) પરચૂરણ સસ્તો માલ.

notor'ious (નટૉરિઅસ,), વિ૰ નામચીન, કુવિખ્યાત. **notori'ety** (નોટરાઇટિ,–રાયિટિ), ના૰ અપકીર્તિ, કુખ્યાતિ, બુમાટો.

notwithstand'ing (નૉટ્‌વિથ્‌સ્ટૅન્ડિંગ), નામ૰ અ૰ તેમ છતાં. ક્રિ૰ વિ૰ તોપણ.

nougat (નૂગા),ના૰બદામ,ઇ.ની એક મીઠાઈ.

nought (નૉટ),ના૰ કંઈ નહિ, શૂન્ય, મીંડું (૦).

noun (નાઉન), ના૰ [વ્યાક.] નામ, સંજ્ઞા.

nou'rish (નરિશ), સ૰ ક્રિ૰ ખવડાવવું; ખોરાક આપીને પોષણ કરવું. (રાગ, દ્વેષ, ઇ.) મનમાં સંઘરવું. **nou'rishment,** ના૰ ખોરાક; પોષણ, પુષ્ટિ. [કોઠાસૂઝ.

nous (નાઉસ), ના૰ શુદ્ધ બુદ્ધિ; વહેવારજ્ઞાન,

nouveau riche (નૂવો રીશ), નવો જ પૈસાદાર થયેલો (અને તેથી જેના વર્તનમાં ખાનદાની નથી એવો) માણસ.

nov'el (નૉવલ), વિ૰ નવું, નવીન; વિચિત્ર, વિલક્ષણ. ના૰ નવલકથા, કલ્પિત કથા.

novelette' (નૉવલે'ટ), ના૰ લઘુ નવલકથા.

nov'elist (નૉવલિસ્ટ), ના૰ નવલકથા લખ-નાર, વાર્તાલેખક.

nov'elty (નૉવલ્ટિ), ના૰ નવીનતા, અપૂર્વતા; નવાઈ(ની વસ્તુ). [મહિનો.

Novem'ber (નવે'મ્બર), ના૰ નવેમ્બર

nov'ice (નૉવિસ), ના૰ વિ.ક. ધાર્મિક સંઘમાં દીક્ષા લેવા આવેલો ઉમેદવાર; ઉમેદવાર, શિખાઉ – બિનઅનુભવી – માણસ. **novi'ciate, -tiate** (નૉવિશિઅટ), ના૰ ઉમેદવારીનો અવધિ, ઉમેદવારી(ની અવસ્થા).

now (નાઉ), ક્રિ૰ વિ૰ હમણાં, આ વખતે; થોડા વખત પર, હમણાં, હવે પછી. ઉભ૰ અ૰ હવે. ના૰ વર્તમાનકાળ, ચાલુ ઘડી. ~ *and again*, ~ *and then*, વારંવાર, અવારનવાર. ~, ~, હવે અવાજ બંધ કરો, બસ કરો. **now'adays**, ક્રિ૰ વિ૰ આજકાલ; ચાલુ જમાનામાં.

Nowel (નોએલ), જુઓ Noël.

no'where (નોવે'અર), ક્રિ૰વિ૰ ક્યાંય નહિ.

no'wise (નોવાઇઝ઼), ક્રિ૰ વિ૰ કોઈ પણ રીતે નહિ, જરાય નહિ. [બાધક, અપથ્ય.

no'xious (નૉક્શસ), વિ૰ અપાયકારક;

noz'zle (નૉઝ઼લ), ના૰ ટોટી, નાળચું; જનાવરનું લાંબું મોઢું, સૂંઢ.

nuance (નુઆંસ), ના૰ અર્થ, ભાવ કે રંગની છટા; સૂક્ષ્મ ભેદ, નાજુકાઈ.

nub'ile (ન્યૂબિલ), વિ૰ વિવાહયોગ્ય ઉંમરનું (વિ. ક. સ્ત્રી માટે). [કવચવાળા ફળનું-ના જેવું.

nuci – (ન્યૂસિ –), (સમાસમાં વપરાતો શબ્દ).

nuc'leus (ન્યૂક્લિઅસ), ના૰ (બ૰ વ૰ nuclei). જેની આસપાસ બીજા ભાગો કે અંગો ભેગાં થાય છે તે મધ્યવર્તી વસ્તુ કે ભાગ; અણુનો, બીજનો, કે વનસ્પતિની પેશીનો કેન્દ્રસ્થ ભાગ. **nuc'lear** (ન્યૂક્લિઅર), વિ૰ અણુકેન્દ્રનું – સંબંધી, અણુનું.

nude (ન્યૂડ), વિ૰ નવસ્ત્રું, નાગું.

nudge (નજ), સ૰ ક્રિ૰ અને ના૰ કોણી વતી ધક્કો મારવો; એવો ધક્કો.

nud'ist (ન્યૂડિસ્ટ), ના૰(વિ. ક. તંદુરસ્તી માટે) નગ્ન રહેવું જોઈએ એમ માનનાર કે કહેનાર.

nug'atory (ન્યૂગેટરિ), વિ૰ નજીવું, નકામું; બાતલ, વ્યર્થ બનેલું.

nugg'et (નગિટ), ના૰ સોનાનો ગઠ્ઠો–લગડી.

nuis'ance (ન્યૂસન્સ), ના૰ ઉપદ્રવકારક વસ્તુ, કામ, માણસ કે ઘટના; ઉપદ્રવ, બલા.

null (નલ), વિ૰ અમલી – બંધનકારક – નહિ એવું, વ્યર્થ, રદ. ~*and void*, રદબાતલ.

null'ah (નલા), ના૰ નાળું, વહેળો.

null'ify (નલિફાઇ), સ૰ક્રિ૰ રદ કરવું; બિનઅમલી – બિનઅસરકારક – બનાવવું. **nullifica'tion**, ના૰ રદ કરવું તે.

null'ity (નલિટિ), ના૰ બિનઅસરકારક-નકામી – વસ્તુ. [જૂઠું – જડ – બનાવવું.

numb (નમ), વિ૰ બહેરું, જડ. સ૰ ક્રિ૰

num'ber (નંબર), ના૰ સંખ્યા; આંકડો, અંક; સમુદાય, મોટી સંખ્યા; સામયિકનો અંક (ક્રમિક સંખ્યાવાળો); (બ૰ વ૰) ગીત, છંદ; કવિતા. સ૰ ક્રિ૰ ગણવું; નિશાની માટે આંકડો લખવો; –ની એકંદર સંખ્યા – સરવાળો – થવો. *look after ~ one*, પોતાની જાતને સાચવવી. *back ~*, જૂનો અંક; પાછળ પડી ગયેલો માણસ. *his days are ~ed*, એના દિવસ ભરાઈ ચૂક્યા છે. [અગણિત.

num'berless (નંબરલિસ), વિ૰ અસંખ્ય,

num'erable (ન્યૂમરબલ), વિ૰ ગણી શકાય એવું.

num'eral (ન્યૂમરલ), વિ૰ સંખ્યાનું, સંખ્યા બતાવનારું. ના૰ સંખ્યાવાચક શબ્દ – આંકડો.

numera'tion (ન્યૂમરેશન), ના૰ ગણના, ગણતરી. **num'erator** (ન્યૂમરેટર), ના૰ અપૂર્ણાંકમાંનો ઉપરનો આંકડો, અંશ; ગણનાર.

nume'rical (ન્યુમેરિકલ), વિ૰ સંખ્યાનું, સંખ્યાદર્શક.

num'erous (ન્યૂમરસ), વિ૰ મોટી સંખ્યાનું; (બ૰વ૰ નામ સાથે) સંખ્યાબંધ, ઘણા, અનેક.

numismat'ic (ન્યુમિઝ્મૅટિક), વિ૰ સિક્કા કે નાણાનું–સંબંધી. **numismat'ics**, ના૰ સિક્કા અને ચંદ્રકોનો અભ્યાસ – શાસ્ત્ર. **numis'matist**, ના૰ સિક્કાશાસ્ત્રનો જાણકાર, મુદ્રાશાસ્ત્રી. [તેનું ભેજું – માથું.

num'skull (નમ્સ્કલ) ના૰ મૂર્ખો, ઠોઠ;

nun (નન), ના૰ મઠમાં રહેનારી કુંવારી સ્ત્રી, વૈરાગણ. **nunn'ery** (નનરિ), ના૰ કુંવારીઓ–સંન્યાસિનીઓ – બ્રહ્મચારિણીઓ – નો મઠ.

nup'tial (નપ્શલ), વિ૰ લગ્નનું – વિધિનું. **nup'tials** ના૰ બ૰ વ૰ લગ્નવિધિ–સમારંભ.

nurse (નર્સ), ના૰ બાળકને સંભાળનાર સ્ત્રી; માંદાની સેવાચાકરી કરનાર સ્ત્રી કે પુરુષ, પરિચારિકા; ધાવ. ઉ૰ ક્રિ૰ ધવડાવવું; માંદાની ચાકરી કરવી; પરિચારિકા બનવું; ઉત્તેજન આપવું, પોષવું; કાળજીપૂર્વક જતન કરવું. *wet* ~, બીજાના બાળકને ધવડાવનાર સ્ત્રી, ધાવ.

nurs(e)ling, ના૰ (વિ.ક. ધાવ જેને ધવડાવે અથવા જેની સંભાળ લે તે) ધાવણું બાળક.

nurs'ery (નર્સરિ), ના૰ બાળકોની સંભાળ રાખવાની જગ્યા; ધરુવાડી (~ *-garden* પણ). ~*rhyme*, બાળજોડકણું. **nurseryman,** ના૰ ધરુવાડી રાખનારો – નો માલિક.

nur'ture (નર્ચર), ના૰ ઉછેરવું તે, ઉછેર, કેળવણી; પોષણ, આહાર. સ૰ ક્રિ૰ ઉછેરવું; કેળવવું, કેળવણી આપવી.

nut (નટ), ના૰ કવચ – કોટલા -થી ઢંકાયેલું ગરવાળું ફળ (બદામ, અખરોટ, ઇ.); વરણાગી કરનાર જુવાનિયો; માથું; ગાંડિયો; પેચની માદા, ચાકી. *for* ~*s*, જરા પણ, કોઈ પણ રીતે. *dead* ~*s on* -માં ખૂબ રસ ધરાવનાર, -નું અત્યંત શોખી. *a hard* ~ *to crack*, જેની સાથે કામ લેવું મુશ્કેલ હોય એવું માણસ; મુશ્કેલ સવાલ. અ૰ ક્રિ૰ કવચવાળાં ફળ ભેગાં કરવા – વીણવા જવું.

nut'crackers (નટક્રૅકર્સ), ના૰ બ૰ વ૰ સૂડી. **nut'hatch,** ના૰ કવચવાળાં ફળ પર રહેનારું નાનું પક્ષી. **nut-tree,** ના૰ હેઝલનું ઝાડ (વિ. ક.).

nut'meg (નટમે'ગ), ના૰ જાયફળ.

nut'ria (ન્યૂટ્રિઆ), ના૰ દ. અમેરિકાના એક પ્રાણીની ચામડી ને રુવાંટી.

nut'rient (ન્યૂટ્રિઅન્ટ), વિ૰ પોષક, પૌષ્ટિક. **nut'riment,** ના૰ પૌષ્ટિક ખોરાક. **nutri'tion** (ન્યુટ્રિશન), ના૰ ખોરાક; પોષણ (લેવું કે આપવું તે). **nutri'tious** (ન્યુટ્રિશસ), વિ૰ પોષક. **nut'ritive** (ન્યૂટ્રિટિવ), વિ૰ પોષક, પૌષ્ટિક; પોષણને લગતું. ના૰ ખોરાકનો પદાર્થ.

nut'shell (નટ્શે'લ), ના૰ *in a* ~, ટૂંકમાં.

nutt'y (નટિ), વિ૰ સકવચ ફળથી ભરપૂર, -ના સ્વાદવાળું; ઉત્સાહી; ચસકેલ, ગાંડિયું.

nuz'zle (નઝલ), ઉ૰ ક્રિ૰ નાક વતી સૂંઘવું, ઘસવું કે ખોદવું; હૂંફ માટે વળગી રહેવું–વળગીને સૂઈ રહેવું.

ny'lon (નાઇલૉન, –લન), ના૰ રેશમના જેવું કૃત્રિમ પ્લાસ્ટિક દ્રવ્યનું કાપડ. (બ૰ વ૰) નાયલૉનનાં કપડાં.

nymph (નિંફ), ના૰ પુરાણોમાં કહેલી વન, પાણી, ઇ.ની દેવી, દેવતા; પરી; સુંદરી.

O

O, o (ઓ), અંગ્રેજી વર્ણમાળાનો પંદરમો અક્ષર; 'ઓ'ના આકારનું ચિહ્ન; શૂન્ય, મીંડું.

o', ofનું ટૂંકું રૂપ. (દા. ત. man o'war). **o'clock** (ઓક્લૉક), ક્રિ૰ વિ૰ ઘડિયાળ–માં મુજબ. [કે દુઃખનો સૂચક, ઓ!

o(h) (ઓ), ઉદ્ગાર૰ આશ્ચર્ય, અચાનક આનંદ

oaf (ઓફ), ના૰ (બ૰ વ૰ -s, oves). મૂર્ખો, ઠઠ્ઠો, બાહુક. **oaf'ish,** વિ૰ મૂર્ખ.

oak (ઓક), ના૰ એક વૃક્ષ; તેનું લાકડું. **oak-apple,** ના૰ ઓક ઝાડ પર ચોંટેલી કીડાઓની હગાર કે વમનથી બનતો ગુંદર જેવો પદાર્થ.

oak'en (ઓકન), વિ૰ ઓકનું (બનેલું).

oak'um (ઓકમ), ના૰ દોરડાં કે તેના કકડા ઉકેલીને કરેલા કૂચા જે વહાણની ફાટો પૂરવામાં વપરાય છે.

oar (ઓર), ના૰ હલેસું, ચાટવો. *put* or *stick* one's ~ *in*, બીજાની વાતમાં માથું મારવું. **oars'man** (ઓર્સ્મન), ના૰ હલેસાં મારનાર પુરુષ. **oars'manship** ના૰ હલેસાં મારવાની આવડત – કુશળતા. **oars'woman,** ના૰ હલેસાં મારનાર સ્ત્રી.

oa'sis (ઓએસિસ), ના૰ (બ૰વ૰ oases).

રણમાં કે ઉજ્જડ પ્રદેશમાં આવેલી ફળદ્રુપ કે હરિયાળીવાળી જગ્યા, રણદ્વીપ, રણોદ્યાન.

oast (ઓસ્ટ), ના૦ 'હૉપ્સ' (જેનાં બિયાં 'બીર' દારૂ બનાવવામાં વપરાય છે) વનસ્પતિનાં ફળ, પાંદડાં સૂકવવાની ભઠ્ઠી. **oast-house** ના૦ એવી ભઠ્ઠીવાળું મકાન.

oat (ઓટ), ના૦ એક જાતનું અનાજ, 'ઓટ'. *sow* one's *wild* ~*s*, જુવાનીમાં મોજમજા – આડુંઅવળું વિષયસેવન – કરવું. **oat'cake**, ના૦ ઓટના લોટની પાતળી રોટી. **oat'en**, વિ૦ ઓટનું (બનેલું). **oat'meal**, ના૦ ઓટનો લોટ.

oath (ઓથ), ના૦ (બ૦ વ૦ ઓધ્ઝ઼્), સમ, સોગન, પ્રતિજ્ઞા; (ઈશ્વર, ઇ૦ના) શપથ. *take an* ~, સોગંદ લેવા. ~ *of allegiance*, વફાદારીના સોગંદ.

obbliga'to (ઑબ્લિગાટો), વિ૦ સંગીત-રચનાના મહત્ત્વના ભાગ રૂપ. ના૦ એવો ભાગ.

ob'durate (ઑબ્ડચુરિટ, –ડ્યૂરિટ), વિ૦ કઠોર હૈયાનું; જિદ્દી, હઠીલું. **ob'duracy** (ઑબ્ડચુરસિ), ના૦ કઠોરતા; હઠીલાપણું.

obed'ience (અબીડિઅન્સ, ઓ–), ના૦ આજ્ઞાપાલન; આજ્ઞાધીનતા. **obed'ient**, વિ૦ આજ્ઞાધારક, કહ્યાગરું; કર્તવ્યતત્પર.

obeis'ance (અબેસન્સ, ઓ–), ના૦ પ્રણિપાત, નમસ્કાર, નમન. *do, make, pay, an* ~, નમન કરવું.

ob'elisk (ઑબિલિસ્ક, –બ–), ના૦ ચાર પાસાંવાળો અણીદાર ટોચવાળો થાંભલો (વિ. ક. સ્મારક તરીકે ઊભો કરેલો).

obese' (અબીસ, ઓ–), વિ૦ જાડું ભોલ, સ્થૂળ. **obes'ity** (અબીસિટિ, ઓ–), ના૦ સ્થૂળતા; મેદવૃદ્ધિ.

obey' (અબે, ઓબે), ઉ૦ક્રિ૦-નો હુકમ માનવો; કહ્યા મુજબ કરવું; નિયમ કે કાયદા પ્રમાણે ચાલવું.

ob'fuscate (ઑબ્ફ઼સ્કેટ), સ૦ ક્રિ૦ ઝાંખું – અસ્પષ્ટ – કરવું, મૂંઝવણમાં નાખવું.

obit'uary (અબિટચુઅરિ, ઓ–), ના૦ મૃત્યુનોંધ, મૃત્યુલેખ; નિવાપાંજલિ.

ob'ject (ઑબ્જિક્ટ), ના૦ વસ્તુ, પદાર્થ; ઉદ્દેશ, હેતુ, મતલબ; [વ્યાક.] કર્મ; (કશાકનો) વિષય, પાત્ર. **ob'ject-lesson**, ના૦ પદાર્થ-પાઠ, બોધપાઠ.

object' (અબ્જે'ક્ટ), ઉ૦ ક્રિ૦ વાંધો ઉઠાવવો; વિરોધ – અણગમો – વ્યક્ત કરવો; -ને વિષે અણગમો – નાપસંદગી – થવી.

objec'tion (અબ્જે'કશન), ના૦ વાંધો, સામી તકરાર; નાપસંદગી. **objec'tionable** (અબ્જે'કશનબલ), વિ૦ વાંધાભરેલું, વાંધો ઉઠાવવા જેવું; માઠું – ખોટું – લાગે એવું.

objec'tive (અબ્જે'ક્ટિવ), વિ૦ વાસ્તવિક, મનની બહારનું; બાહ્ય પદાર્થો અંગેનું; અંગત ભાવના કે અભિપ્રાયથી અસ્પૃષ્ટ, વસ્તુ – પદાર્થ – નિષ્ઠ; [વ્યાક.] કર્મ સંબંધી. ના૦ ઉદ્દેશ, લક્ષ્ય; [લશ્કર.] હુમલાનું લક્ષ્યસ્થળ.

objec'tor (અબ્જે'ક્ટર), ના૦ વાંધો લેનાર. *conscientious* ~, ફરજિયાત લશ્કરી નોકરી, બાળિયા ટંકાવવા, ઇ.માંથી મુક્તિ મેળવવા માટે તેની સામે પોતાને ધાર્મિક વાંધો છે એમ કહેનાર, ધાર્મિક વાંધાવાળો.

ob'jurgate (ઑબ્જર્ગેટ), સ૦ ક્રિ૦ ઠપકો આપવો, ધમકાવવું. **objurga'tion** (–ગેશન), ના૦ સખત ઠપકો.

obla'tion (અબ્લેશન), ના૦ બલિ, દેવને અર્પણ કરેલી વસ્તુ; ધર્માર્થ દેણગી.

ob'ligate (ઑબ્લિગેટ), સ૦ ક્રિ૦ ઋણી [બનાવવું.

obliga'tion (ઑબ્લિગેશન), ના૦ ફરજ, કર્તવ્ય; બંધનકારક કરાર, બંધન; અહેસાન, આભાર. **oblig'atory** (અબ્લિગટરિ ઑબ્લિગે-) વિ૦ બંધનકારક, ફરજિયાત; અનિવાર્યપણે આવશ્યક.

oblige' (અબ્લાઇજ), સ૦ ક્રિ૦ કરાર, ઇ૦ થી બાંધી દેવું; ફરજ પાડવી; -ની ઉપર બંધનકારક હોવું; (ઉપર) અહેસાન – ઉપકાર – કરવો. *be* ~*d to*, -ના ઋણી હોવું. **obli'ging** (અબ્લાઇજિંગ), વિ૦ પરગજુ, પરોપકારી; બીજાની સગવડ સાચવનાર.

oblique' (અબ્લીક, ઓ–), વિ૦ ત્રાંસું, તીરછું, વાંકું; વાંકુંચૂકું; આડકતરું, અપ્રત્યક્ષ.

obli'quity (અબ્લિક્વિટિ, ઓ –), ના૦ આડે રસ્તે ફંટાવું – જવું – તે; વાંકાપણું, વક્રતા.

oblit'erate (અબ્લિટરેટ, ઓ –), સ૦ ક્રિ૦ ભૂંસી નાંખવું; સમૂળ નાશ કરવો. **oblitera'**-

tion (-રેશન), ના૰ ભૂંસી નાખવું તે; સમૂળ ઉચ્છેદ.

obliv'ion (અબ્લિવિઅન, ઑ-), ના૰ ભૂલી કે ભુલાઈ જવું તે, વિસ્મૃતિ, ભુલાવો; અવગણના. **obliv'ious,** વિ૰ ભૂલે એવું, ભુલકણું; ભુલાવનારું, વિસ્મારક; -ની સ્મૃતિ કે ભાન વિનાનું, ભૂલી ગયેલું.

ob'long (ઑબ્લૉંગ), વિ૰ અને ના૰ પહોળાઈ કરતાં જેની લંબાઈ વધારે હોય એવું, લંબચોરસ કે લંબગોળ (આકૃતિ કે વસ્તુ).

ob'loquy (ઑબ્લકિવ), ના૰ ટીકા, અપવાદ, નિંદા; ભૂંડું બોલવું તે; અપકીર્તિ.

obno'xious (અબ્નૉકશસ), વિ૰ ત્રાસદાયક, પીડાકારક; ભૂંડું; વાંધાભરેલું.

ob'oe (ઓબો), ના૰ ઊંચા સ્વરનું મોઢે વગાડવાનું વાદ્ય.

obscene' (અબ્સીન, ઑ-), વિ૰અશ્લીલ, બીભત્સ; ગંદું, મેલું. **obscen'ity,** ના૰ અશ્લીલતા; અશ્લીલ લખાણ, ચિત્ર, ઇ.

obscura'tion (ઑબ્સ્કયુરેશન), ના૰ દેખાતું બંધ કરવું-થવું-તે; ગ્રહણ; ગ્રહણ વખતે ચંદ્ર કે સૂર્યના બિંબ પર દેખાતી કાળાશ.

obscure' (અબ્સ્કયુઅર), વિ૰ અંધારાવાળું, અસ્પષ્ટ; ઢંકાયેલું, છૂપું; ખૂણે પડેલું, અપ્રસિદ્ધ; અસ્પષ્ટ, દુર્બોધ, ગૂઢ. સ૰ ક્રિ૰ અસ્પષ્ટ - દુર્બોધ - બનાવવું; છુપાવવું,ઢાંકી દેવું.

obscur'ity (અબ્સ્કયૂરિટિ), ના૰ ગૂઢતા, અપ્રસિદ્ધિ, દુર્બોધતા, ઇ.; ગરીબાઈ, અતિનમ્રતા.

ob'sequies (ઑબ્સિકિવઝ઼), ના૰ બ૰ વ૰ પ્રેતસંસ્કાર, અન્ત્યવિધિ, ઉત્તરક્રિયા.

obse'quious (અબ્સીકિવઅસ, ઑ-), વિ૰ ખુશામતિયું, ગુલામી કરનારું; [પ્રા.] આજ્ઞાધારક, કર્તવ્યનિષ્ઠ.

observ'ance (અબ્ઝ઼ર્વન્સ, ઑ-), ના૰ વ્રત, નિયમ, કાયદો, ઇ.નું પાલન; વિધિ, વ્રતાચરણ.

observ'ant (અબ્ઝ઼ર્વન્ટ, ઑ-), વિ૰ બારીકાઈથી નિહાળી જોનારું - અવલોકન કરનારું; વસ્તુસ્થિતિને તરત જોઈ શકનારું.

observa'tion (ઑબ્ઝ઼ર્વેશન, અ-), ના૰ અવલોકન, નિરીક્ષણ; ટીકા, શેરો, અભિપ્રાય; નિરીક્ષણશક્તિ. ~ *car,* આસપાસનો પ્રદેશ - કુદરતી સૌંદર્ય - સહેલાઈથી બરાબર જોઈ શકાય એવી રીતે બાંધેલો ડબો.

observ'atory (અબ્ઝ઼ર્વટરિ), ના૰ ગ્રહનક્ષત્રાદિ આકાશી પદાર્થો તેમજ હવામાનનાં પરિવર્તનો જોવા માટે બાંધેલી ઇમારત,વેધશાળા.

observe' (અબ્ઝ઼ર્વ), ઉ૰ ક્રિ૰ કાયદો, ઇ. પાળવું, પાલન કરવું; બારીકાઈથી જોવું, તપાસવું; ટીકા કરવી, અભિપ્રાય વ્યક્ત કરવો, બોલવું. **observ'er,** ના૰ જોનાર, નિરીક્ષણ કરનાર.

obsess' (અબ્સે'સ, ઑ-), સ૰ ક્રિ૰ ઘેરવું, ગ્રસવું, ભૂતની જેમ વળગવું. **obse'ssion,** ના૰ મન પર વારે વારે સવાર થનાર વસ્તુ, મનને વળગેલી વસ્તુ, વળગાડ.

obsid'ian, (અબ્સિડિઅન, ઑ-), ના૰ કાચના જેવો જ્વાળામુખીનો રસ અથવા ખડક.

obsoles'cent (ઑબ્સલે'સન્ટ), વિ૰ ધીમે ધીમે પ્રચારમાંથી કે વપરાશમાંથી નીકળી જતું, કાળગ્રસ્ત થતું. [પ્રચારમાંથી ગયેલું, કાળગ્રસ્ત.

ob'solete (ઑબ્સલીટ), વિ૰ વપરાશ કે

ob'stacle (ઑબ્સ્ટકલ),ના૰ વિઘ્ન,અંતરાય, નડતર.

obstet'rics (અબ્સ્ટે'ટ્રિક્સ, ઑ-), ના૰ સૂતિકાશાસ્ત્ર, ગર્ભમોચનવિદ્યા. **obstet'ric(al),** વિ૰ એ શાસ્ત્રનું - ને લગતું.

ob'stinate (ઑબ્સ્ટિનટ), વિ૰ જિદ્દી, દુરાગ્રહી; મમતવાળું, મમતી. **ob'stinacy,** ના૰ હઠીલાપણું, દુરાગ્રહ; મમત.

obstrep'erous (અબ્સ્ટ્રે'પરસ), વિ૰ ઘોંઘાટ કરનારું; જંગલી, તોફાની.

obstruct' (અબ્સ્ટ્રક્ટ), ઉ૰ ક્રિ૰ રૂંધવું, રોકવું, અટકાવવું; -ની આડે આવવું. **obstruc'tion** (અબ્સ્ટ્રક્શન), ના૰ વિઘ્ન, અડચણ, પ્રતિબંધ, આડખીલી. **obstruc'tive,** વિ૰ અટકાવ - પ્રતિબંધ - કરનારું; ઢીલમાં નાખનારું.

obtain' (અબ્ટેન), ઉ૰ક્રિ૰ મેળવવું; સંપાદન કરવું; -ને મળવું; પ્રચલિત હોવું, હોવું.

obtrude' (અબ્ટ્રૂડ), સ૰ ક્રિ૰ વગર માગ્યે કે બોલાવ્યે વારે વારે આગળ આવવું - મૂકવું, ઘૂસવું; પરાણે વળગાડવું. **obtru'sion** (અબ્ટ્રૂઝ઼ન), ના૰ ઘૂસવું તે, ઇ. **obtrus'ive**

(અબ્ટ્રૂસિવ), વિ૦ ધૂસણિયું, માથામારુ.

obtuse' (અબ્ટ્યૂસ), વિ૦ બૂઠું, અણી વિનાનું; (ખૂણો) પહોળો –૯૦°થી મોટો ને ૧૮૦°થી નાનો; જડ, મંદબુદ્ધિ.

ob'verse (ઑબ્વર્સ), ના૦ સિક્કા કે મુદ્રાની મુખ્ય આકૃતિ કે છાપવાળી બાજુ; કોઈ પણ વસ્તુની ઉપરની કે દર્શની બાજુ.

ob'viate (ઑબ્વિએટ), સ૰ક્રિ૦ દૂર કરવું, નિવારણ કરવું; ટાળવું, પહોંચી વળવું.

ob'vious (ઑબ્વિઅસ), વિ૦ ખુલ્લું, સ્પષ્ટ; તરત જણાય એવું.

occa'sion (અકેઝન), ના૦ પ્રસંગ; અનુકૂળ પ્રસંગ, તક; પ્રયોજન, કારણ. સ૰ક્રિ૦ પ્રસંગવશાત્ કરવું; -નું નિમિત્ત – કારણ – બનવું. *on the ~ of*, -ને પ્રસંગે – વખતે. *on ~s*, ક્યારેક ક્યારેક. *having ~ to*, -ની આવશ્યકતાને લીધે. **occa'sional**, વિ૦ અવારનવાર થતું, પ્રાસંગિક.

oc'cident (ઑક્સિડન્ટ), ના૦ પશ્ચિમ. *the O~*, પશ્ચિમ (ના દેશો). **occiden'tal**, વિ૦ પશ્ચિમનું, પાશ્ચાત્ય.

occult' (અકલ્ટ, ઑ–), વિ૦ ગુપ્ત, ગુહ્ય; ગૂઢ; જાદુઈ. *~ sciences*, ફલ જ્યોતિષ, કીમિયો, જાદુ, ઇ. ગૂઢ વિદ્યાઓ.

occ'upant (ઑક્યુપન્ટ), ના૦ જમીનનો કબજો ધરાવનાર અથવા ઘરમાં રહેનાર; હોદ્દા પર રહેનાર. **occ'upancy**, ના૦ કબજો, ભોગવટો.

occupa'tion (ઑક્યુપેશન), ના૦ કબજો લેવો – હોવો – તે; લશ્કર દ્વારા કોઈ પ્રદેશનો કબજો રાખવો – લેવો – તે; કબજો, ભોગવટો; તેની અવધિ; ધંધો, રોજગાર. **occupa'tional**, વિ૦ ધંધા રોજગારને કારણે થતું – ને અંગેનું, વ્યાવસાયિક, વ્યવસાયાત્મક.

occ'upier (ઑક્યુપાયર), ના૦ મિલકતનો કબજો ધરાવનાર.

occ'upy (ઑક્યુપાઇ), સ૦ ક્રિ૦ -નો કબજો લેવો; -માં રહેવું; હોદ્દો ભોગવવો; ભરવું, વ્યાપવું; રોકવું; કામમાં – લાગેલા – હોવું; લશ્કર દ્વારા કબજો લેવો.

occur' (અકર), અ૦ ક્રિ૦ (ક્યાંક ક્યાંક) જોવામાં આવવું, જડવું; મનમાં આવવું; થવું. બનવું. **occu'rrence** (અકરન્સ), ના૦ બનાવ, ઘટના.

o'cean (ઓશન), ના૦ મહાસાગર; અતિ મોટી સંખ્યા, જથ્થો કે વિસ્તાર. **ocean'ic** (ઓશિઍનિક,–સિ–), વિ૦ મહાસાગરનું –ના જેવું. [અમેરિકાનું દીપડા જેવું એક પ્રાણી.

o'celot (ઓસિલ્ટ, ઑસલૉટ), ના૦ દ.

ochre (ઓકર), ના૦ લાલ પીળા રંગની મટોડી; ગેરુઓ રંગ.

oc'tagon (ઑક્ટગન), ના૦ અષ્ટકોણ. **octag'onal** (ઑક્ટૅગનલ, અ–), વિ૦ અષ્ટકોણી.

oc'tave (ઑક્ટિવ), ના૦ [સં.] કોઈ સ્વર અને તેની ઉપરના કે નીચેના આઠમા સ્વર વચ્ચેનો ગાળો; કોઈ સ્વરથી સાત સ્વર નીચેનો કે ઉપરનો સ્વર; આઠનો જુમલો.

octav'o (ઑક્ટેવો), ના૦ ત્રણ વખત વાળીને આઠ પાનાં બનાવેલો કાગળ – તાવ; અષ્ટપત્રી – સોળ પૃષ્ઠનું – પુસ્તક.

octet' (ઑક્ટૅ'ટ), ના૦ આઠ ગાયક કે વાદક માટેની સંગીતરચના; કવિતાની આઠ લીટીનું જૂથ, વિ. ક. સૉનેટની પહેલી આઠ લીટીઓ.

Octo'ber (ઑક્ટોબર), ના૦ ખ્રિસ્તીવર્ષનો દસમો મહિનો (અગાઉ આ આઠમો હતો).

octogenar'ian (ઑક્ટજિનેરિઅન, -ક્ટો-), વિ૦ અને ના૦ એંશી અને નેવું વરસ વચ્ચેનું (માણસ).

oc'topus (ઑક્ટપસ), ના૦ આઠ હાથ, સૂંઢ કે પગવાળું દરિયાના ઊંડાણમાં રહેતું પ્રાણી.

octosyllab'ic (ઑક્ટસિલૅબિક), વિ૦ આઠ અક્ષર – પદ – વાળું. [નાકું.

oc'troi (ઑક્ટ્વા), ના૦ જકાત; જકાતનું

oc'ular (ઑક્યુલર), વિ૦ આંખ કે દૃષ્ટિનું – અંગેનું – માટેનું – વાળું; આંખે જોઈ શકાય એવું, પ્રત્યક્ષ. **oc'ulist**, ના૦ નેત્રરોગનો તજ્જ્ઞ, આંખનો દાક્તર.

odd (ઑડ), વિ૦ અસમ, વિષમ, એકી; બેથી ભાગી ન શકાય એવું; જોડી – જોડ – વગરનું; નૈમિત્તિક, પ્રાસંગિક; વિચિત્ર, કઢંગું; -થી કંઈક વધુ (દા. ત. *a thousand and ~*). *~ jobs*, અવારનવાર કરવાનાં – પરચુરણ – કામ.

odd'ity (ઑડિટિ), ના૦ વિચિત્રતા; વિચિત્ર લક્ષણ – વસ્તુ – માણસ – વર્તન.

odd'ments (ઑડ્મન્ટ્સ), ના૦ બ૦ વ૦ કચરપચર, કકડાકકડી.

odds (ઑડ્ઝ઼), ના૦ બ૦ વ૦ વિષમતાઓ; તફાવત; ઝઘડો; અણબનાવ; અમુક પરિણામ આવવાની શક્યતા. *at* ~, એકબીજાથી વિરુદ્ધ, ઝઘડામાં. ~ *and ends*, પરચૂરણ વસ્તુઓ, બાકી રહેલી વસ્તુઓ, કચરપચર. *what's the* ~ ?, એથી શો ફેર પડે ? [ગેય કાવ્ય, સ્તોત્ર.

ode (ઓડ), ના૦ ઉદાત્ત શૈલી અને સ્વરવાળું

od'ious (ઓડિઅસ), વિ૦ તિરસ્કારપાત્ર; અણગમતું, અળખામણું. [નિન્દા, ફિટકાર.

od'ium, (ઓડિઅમ), ના૦ અપ્રીતિ, અણગમો;

odorif'erous (ઓડરિફરસ), વિ૦ (બહુધા સારી) ગંધ ફેલાવનારું; સુગંધી. **od'orous** (ઓડરસ), વિ૦ ગંધયુક્ત (બહુધા સુગંધયુક્ત).

od'our (ઓડર), ના૦ ગંધ (સારી કે ખરાબ); સુગંધ; *be in bad* ~ *with*, -ની નામરજીમાં હોવું.

Od'yssey (ઑડિસિ), ના૦ ગ્રીસનું એક મહાકાવ્ય; લાંબી કષ્ટદાયક યાત્રા(ની કથા).

oecumen'ical (ઈક્યુમે'નિકલ) વિ૦ સમસ્ત ખ્રિસ્તી દુનિયા – ધર્મના લોકો –નું – સંબંધી; સર્વસામાન્ય, સાર્વત્રિક, જગદ્વ્યાપી.

o'er (ઓર), કવિતામાં વપરાતું overનું રૂપ.

oesoph'agus (ઈસૉફગસ), ના૦ (બ૦વ૦ -es;-gi,-જાઈ) મોઢાથી પેટ સુધીની અન્નનળી.

of (ઑફ઼), નામ૦ અ૦ -નું, -સંબંધી, -અંગેનું; -માંથી, -માંથી બનેલું. ~ *late*, કેટલાક દિવસથી, હમણાં હમણાંથી.

off (ઑફ઼), ક્રિ૦ વિ૦ આઘે, દૂર; અન્તર પર, અન્તરે; પોતાની જગ્યાએથી ખસી ગયેલું; જતું રહેલું; બંધ પડેલું. નામ૦ અ૦ -થી, -માંથી. વિ૦ દૂરનું, અંતરે આવેલું; વાસી, ઊતરી ગયેલું. *be* ~, જતા રહેવું. ~ *chance*, બહુ થોડી શક્યતા. *put* ~, મુલતવી રાખવું. *the* ~ *side*, દૂરની બાજુ; [ક્રિકેટ] વિકેટ કીપરની સામેનું જમણી બાજુનું મેદાન; (ગાડી, ઘોડો, ઇ. ની) જમણી બાજુ; [ફૂટ.] દડો અને સામાવાળાના ગોલ વચ્ચે બેકાયદે આવેલું. ~ *day*, રજાનો દિવસ. ~ *and on*, અવારનવાર, ક્યારેક. ~ *colour*, (ઝવેરાત, હીરો, ઇ.) રંગ ઊતરેલું, વિવર્ણ; અસ્વસ્થ, બેચેન. ~ *one's food*, ખાવાની રુચિ ગઈ છે એવું. *well* ~, પૈસે ટકે સુખી. **offha'nd**, વિ૦ (વર્તન) આદર કે લાગણી વિનાનું, તોછડું. ક્રિ૦ વિ૦ વગર તૈયારીએ, એ જ ક્ષણે. **off-licence**, ના૦ પીઠાથી દૂર દારૂ લઈ જવાનો – લઈ જઈ વેચવાનો – પરવાનો.

off'al (ઑફલ), ના૦ કચરો, એઠવાડ; કસાઈએ વધ કરેલા પ્રાણીનો નાખી દીધેલો ભાગ; તળિયે બેઠેલો કચરો.

offence' (અફે'ન્સ), ના૦ અપરાધ, ગુનો; અન્યાય; માઠું લગાડવું – લાગવું – તે; નામરજી; હલ્લો. *give* ~ *to*, મન દૂભવવું, માઠું લગાડવું. *take* ~, -ને માઠું – ખોટું – લાગવું.

offend' (અફેન્ડ), ઉ૦ ક્રિ૦ અન્યાય કરવો; મન કે લાગણી દૂભવવી, ખોટું લગાડવું; નાખુશ કરવું. **offend'er**, ના૦ ગુનેગાર, અપરાધી.

offen'sive (અફે'ન્સિવ), વિ૦ હુમલો કરનારું; અપમાનકારક; ગુસ્સો આણે એવું, ચીડ ચડે એવું, માઠું લગાડનારું; (ગંધ) ખરાબ, ન ગમે એવું. ના૦ હુમલો. *take the* ~, આક્રમણ – ચડાઈ – કરવી.

off'er (ઑફર), ઉ૦ ક્રિ૦ બલિદાન કરવું, અર્પણ કરવું, આગળ ધરવું; આપવા માંડવું, આપવાની તૈયારી બતાવવી; વસ્તુની કિંમત બતાવવી – કહેવી; કિંમત આપવા માંડવું. ના૦ કરવાની કે આપવાની તૈયારી બતાવવી તે; આપવા કહેલી વસ્તુ – કિંમત. *as occasion* ~*s*, પ્રસંગ કે તક મળે ત્યારે. **off'ering** (ઑફરિંગ), ના૦, નૈવેદ્ય; બલિ; અર્પણ (કરેલી વસ્તુ).

off'ertory (ઑફર્ટરિ), ના૦ ચર્ચમાં પ્રાર્થના વખતે ભેગાં કરેલાં નાણાં.

off'ice (ઑફિસ), ના૦ ફરજ, કામ, કાર્ય; હોદ્દો, પદ; કાર્યાલય, કચેરી, ઑફિસ; ધાર્મિક વિધિ; (બ૦ વ૦) ઘરકામ, કોઠાર, ઇ. માટેના ઓરડા. *good* ~*s*, કૃપા, મહેરબાની, મદદ. *last* ~*s*, મરણ પછીની પ્રાર્થના – અન્ત્યવિધિઓ. **off'ice-bearer**, ના૦ અમલદાર, અધિકારી.

offi'cer (ઑફિસર), ના૦ અમલદાર, અધિકારી; જાહેર સંસ્થાનો કાર્યકર્તા, મંડળનો પ્રમુખ,

કોષાધ્યક્ષ, ઇ.

offi'cial (અફિશલ), વિ૦ કોઈ હોદ્દા કે પદનું–ને લગતું; જેને યોગ્ય રીતે અધિકાર આપ્યો હોય એવું; અધિકારની રૂએ કરેલું. ના૦ સરકારી અમલદાર, જાહેર હોદ્દો ધરાવનાર.

offi'ciate (અફિશિએટ), અ૦ ક્રિ૦ ધાર્મિક વિધિ કે પ્રાર્થના ચલાવવી; અધિકારીના હોદ્દા પર કામ કરવું

offi'cious (અફિશસ), વિ૦ પારકાના કામમાં અમથો પડનાર, વચમાં ટાયલું કરનાર, ઘુસણિયું.

off'ing (ઑફિંગ), ના૦ કિનારા કે વહાણ પરથી દેખાતો દરિયાનો ક્ષિતિજ પાસેનો ભાગ. *in the* ~, કિનારાથી છેટે પણ દૃષ્ટિપથમાં; (બનાવ) નજીકમાં થનારું. [બ૦ વ૦ કચરો.

off'scourings (ઑફ્સ્કૌરિંગ્ઝ,-સ્કૉ-), ના૦

off'set (-સે'ટ), ના૦ બદલો, વળતર; તાજા છાપેલા પાના પર કોરો કાગળ મૂકતાં તેના પર ઊઠતી લખાણની છાપ. સ૦ક્રિ૦ સામું વાળવું, વળતર દાખલ મૂકવું. [ફંટાયેલી શાખા.

off'shoot (-શૂટ), ના૦ આડો ફાંટો–ફણગો,

off'spring (-સ્પ્રિંગ), ના૦ સંતાન, પ્રજા; છોકરાં; [લા.] ફળ, પરિણામ.

oft, oft-times, ક્રિ૦વિ૦ વારંવાર.

o'ften (ઑફન,–ફ્ટન) ક્રિ૦ વિ૦ વારંવાર, ઘણી વાર; થોડે થોડે અંતરે. **oftentimes**, ક્રિ૦વિ૦ વારંવાર. [ગૉથિક શૈલીની કમાન.

o'give (ઓજાઇવ, અ–), ના૦ અણીદાર અથવા

o'gle (ઓગલ), ઉ૦ક્રિ૦ આંખ મારવી, ત્રાંસી નજરે જોવું; (વિ. ક. શૃંગારયુક્ત) વહાલથી જોવું. ના૦ પ્રેમકટાક્ષ.

Og'pu (ઑગપૂ), ના૦ સોવિયેટ રશિયામાં પ્રતિક્રાંતિકારી પ્રવૃત્તિઓને દબાવી દેવા માટેની એક સંસ્થા (૧૯૨૨–૨૫); રશિયાની છૂપી પોલીસ.

o'gre (ઓગર), ના૦ નરમાંસભક્ષક રાક્ષસ.

oh (ઓ), ઉદ્ગાર૦ ઓ, અરે, અરેરે!

ohm (ઓમ), ના૦ વીજળીના પ્રવાહને થતો પ્રતિબંધ માપવાનો એકમ; 'ઓમ'.

oil (ઑઇલ), ના૦ તેલ; તેલવાળો રંગ (બહુધા બ૦ વ૦ માં). સ૦ ક્રિ૦ તેલ લગાડવું, તેલ પૂરવું, ઊંજવું. *pour ~ on troubled waters*, ઝઘડો મટાડવો–શાંત પાડવો. *strike ~*, કીમતી શોધ કરવી. *burn the midnight ~*, રાતે મોડે સુધી જાગીને વાંચવું કે કામ કરવું. **oil'cake**, ના૦ ખોળ. **oil'cloth**, ના૦ મીણિયું, રોગાન દીધેલું કાપડ. **oil'-colour**, ના૦ તેલમાં વાટીને બનાવેલો રંગ. **oil-painting** (–પેન્ટિંગ), ના૦ તલ(રંગે ચીતરેલું) ચિત્ર.

oil'skin (-સ્કિન), ના૦ તેલનું રોગાન દઈને પાણીથી ન ભીંજાય એવું બનાવેલું કપડું.

oil'y (ઑઇલિ), વિ૦ તેલના જેવું; તેલમાં પલળેલું; અતિ ખુશામતખોર. [મલમ.

oint'ment (ઑઇન્ટ્મન્ટ), ના૦ ઊટણું,

oka'pi (અકાપિ), ના૦ જિરાફ, હરણ કે ઝિબ્રાના જેવું આફ્રિકાનું એક પ્રાણી.

old (ઓલ્ડ), વિ૦ ઘરડું, વૃદ્ધ; જૂના વખતનું, જૂનું; ભૂતકાળનું, પ્રાચીન; લાંબા વખતથી પ્રચલિત; અનુભવી, વૃદ્ધ. ના૦ પ્રાચીન કાળ. *~ maid*, અપરિણીત વૃદ્ધ–પ્રૌઢ–સ્ત્રી; અતિ ચીવટવાળો અને મુશ્કેલીથી રાજી થનારો માણસ. **old-fa'shioned**, વિ૦ જુનવાણી, જૂના વિચારનું. **old-time**, વિ૦ ભૂતકાળનું –ના જેવું.

o'lden (ઓલ્ડન), વિ૦ જૂના વખતનું, જૂનું.

olea'ginous (ઓલિઍજિનસ), વિ૦ તેલવાળું, તેલના ગુણધર્મવાળું; તેલ પેદા કરનારું.

olean'der (ઓલિઍન્ડર), ના૦ કરેણનો છોડ [રંગમાં છાપેલું ચિત્ર, તૈલચિત્ર.

ol'eograph (ઓલિઅગ્રાફ), ના૦ તેલના

olfac'tory (ઑલ્ફૅક્ટરિ), વિ૦ સૂંઘવાનું–અંગેનું. ના૦ (બહુધા બ૦વ૦માં) નાક, ઘ્રાણેન્દ્રિય.

ol'igarchy (ઑલિગાર્કિ), ના૦ અલ્પજન સત્તા; અલ્પજનસત્તાક રાજ્ય (પદ્ધતિ), એવી રાજ્યપદ્ધતિવાળો દેશ; એવી સત્તા ધરાવનાર જૂથ. **ol'igarch**, ના૦ એવા જૂથનો માણસ.

ol'ive (ઑલિવ), ના૦ ઑલિવનું ઝાડ; ઑલિવનું ફળ, જેમાંથી તેલ કાઢવામાં આવે છે; શાંતિનું સૂચક ઑલિવનું પાંદડું અથવા ડાળી; આછો લીલો રંગ. વિ૦ આછા લીલા રંગનું. *hold out the ~ branch*, સુલેહ કરવાની તૈયારી બતાવી–કહેણ મોકલવું.

Olym'pian (ઑલિમ્પિઅન), વિ૦ ઑલિમ્પસ (પર્વત)નું–પરનું; દિવ્ય, સ્વર્ગીય, ઉદાત્ત.

Olym'pic (ઑલિમ્પિક), વિ૦ ઑલિમ્પિઆ (મેદાન)નું–પર થનારું. *~ games*, પ્રાચીન

ગ્રીસમાં ઑલિમ્પિઆના મેદાન પર દર ચાર વરસે થતી વ્યાયામ, સંગીત, કળા તથા સાહિત્યની હરીફાઈની રમતો; એ ઢબે અત્યારે દર ચાર વરસે જુદે જુદે સ્થળે થનારી આંતરરાષ્ટ્રીય હરીફાઈની રમતો.

o'mega (ઓમિગા), ના૦ ગ્રીક વર્ણમાળાનો છેલ્લો અક્ષર; અંત.

om'elet, om'elette (ઑમલિટ), ના૦ ઈંડાની એક વાની, આમલેટ.

om'en (ઓમે'ન), ના૦ ભાવિનું ચિહ્ન–લક્ષણ, શુકન. **om'inous** (ઑમિનસ), વિ૦ અશુભસૂચક, અભદ્ર, અમંગળ.

omi'ssion (અમિશન, ઓ–), ના૦ છોડી દેવું – બાદ કરવું – તે; ન કરવું તે, અકરણ-દોષ; ઉપેક્ષા; ન કરેલું – અવિહિત – કર્મ.

omit' (અમિટ, ઓ–) સ૦ ક્રિ૦ છોડી દેવું, કરવાનું રહેવા દેવું; કર્તવ્ય ચૂકવું, -ની ઉપેક્ષા કરવી

om'nibus (ઑમ્નિબસ), ના૦ (બ૦વ૦ -es; સંક્ષેપ bus). રસ્તા પર ભાડે ફરતી મોટી મોટર ગાડી, બસ. વિ૦ એકી વખતે અનેક ઉદ્દેશ પાર પાડનારું; અનેક બાબતોને સમાવી લેનારું, અનેક કલમોવાળું. ~*volume*, એકજ ગ્રંથકારના જુદા જુદા પ્રકારના સાહિત્યના સંગ્રહનું પુસ્તક.

omnip'otent (ઑમ્નિપટન્ટ,), વિ૦ સર્વશક્તિમાન; *the O* ~, સર્વશક્તિમાન પરમેશ્વર. **omnip'otence**, ના૦ સર્વશક્તિ (મત્તા).

omnipres'ent (ઑમ્નિપ્રે'ઝ઼ન્ટ), વિ૦ સર્વવ્યાપી.

omni'scient (ઑમ્નિશ્યન્ટ, -સિઅન્ટ), વિ૦ સર્વજ્ઞ, **omni'science**, ના૦ સર્વજ્ઞતા, ત્રિકાળજ્ઞાન

omniv'orous (ઑમ્નિવરસ), વિ૦ સર્વભક્ષી, બધી જાતનો ખોરાક ખાનાર

on (ઑન), નામ૦ અ૦ ઉપર, પર; -ની પાસે, નજીક; તરફ; -ની બાબતમાં, -ને વિષે; પછી તરત, -ને પરિણામે (દા. ત. ~ *hearing*, સાંભળતાં જ, સાંભળીને). ક્રિ૦ વિ૦ આગળ; ચાલુ. *be* ~, ચાલુ હોવું. (દા. ત. the play is ~). ~ *and* ~, આગળ ને આગળ – વગર અટક્યે – જતું. *off and* ~, વખતોવખત. *and so* ~, વગેરે વગેરે. *the* ~ *side*, ક્રિકેટ ફીપરની ડાબી બાજુનું – આગળનું – મેદાન. **on licence**, ના૦ પીઠામાંથી દારૂ બહાર ન લઈ જવા દેવાની શરતવાળો પરવાનો.

once (વન્સ), ક્રિ૦ વિ૦ એક વખત, એક વાર; એક વખત પણ; પૂર્વે, ઘણા દિવસ પર (~ *upon a time*). ઉભ૦ અ૦ કે તરત જ. ના૦ એક વાર, વખત, પ્રયોગ. *all at* ~, એકી સાથે. *at* ~, એકદમ, તરત. ~ *in a way*, એકાદ વાર.

on'coming (ઑન્કમિંગ), વિ૦ નજીક – પાસે–આવતું. ના૦ પાસે આવવું તે; આગમન.

one (વન), વિ૦ એક, એકલું; ફક્ત, બીજા કોઈ સિવાયનું; એ જ, એકસરખું; એક, અમુક એક. ના૦ એક (ની સંખ્યા); એક વસ્તુ – નમૂનો, કોઈ પણ એક જણ. *at* ~, એક, એક મતનું, મળતું. ~ *and all*, દરેક જણ, બધાં. ~ *by* ~, એકે એકે કરીને, એક પછી એક. સર્વ૦ કોઈ પણ એક સામાન્ય વ્યક્તિ; કોઈ વિશિષ્ટ વસ્તુ કે વ્યક્તિ. **one'-step**, ના૦ બે જણ માટેનું એક ઝડપી નૃત્ય.

one'ness (વન્નિસ), ના૦ એકત્વ, ઐક્ય; મેળ, સંપ; એકસરખાપણું [ત્રાસદાયક.

on'erous (ઑનરસ), વિ૦ ભારરૂપ, ભારે;

oneself' (વન્સે'લ્ફ), (one નું સ્વવાચક અને ભાર દર્શાવનારું રૂપ) પોતે, જાતે.

one-sided(વન્સાઇડિડ), વિ૦ એક બાજુએ ઝૂકેલું; એકપક્ષી; પક્ષપાતી, અન્યાયી.

on'fall (ઑન્ફૉલ), ના૦ હુમલો.

on'goings (ઑન્ગોઇંગ્ઝ઼), **goings-on'**, ના૦બ૦વ૦ (બહુધા વિચિત્ર અથવા અયોગ્ય) ઘટનાઓ – વહેવાર.

on'ion (અન્યન), ના૦ ડુંગળી, કાંદો.

on'looker (ઑન્લુકર), ના૦ પ્રેક્ષક, જોનાર.

on'ly (ઓન્લિ), વિ૦ એક જ, એકલું જ, એકનું એક. ક્રિ૦ વિ૦ કેવળ, ફક્ત: ઉભ૦અ૦ પરંતુ; તે બાદ કરતાં.

onomatopoe'ia (અનૉમટપીઆ,–પીયા, ઑનમૅ –), ના૦ રવાનુકારી નામ અથવા શબ્દ (ની રચના). [વધવું–બહાર નીકળવું–તે; ધસારો.

on'rush (ઑન્રશ), ના૦ જોરથી આગળ

on'set (ઑન્સે'ટ), ના૦ હુમલો; આરંભ

(ખાસ કરીને જોરશોરથી કરેલો).

on'slaught (-સ્લૉટ), ના૦ જોરદાર હલ્લો, ભીષણ આક્રમણ.

onto, નામ અ૦ = on to.

ontol'ogy (ઑન્ટૉલજિ), ના૦ અસ્તિત્વ-મીમાંસા, સત્સ્વરૂપ – વસ્તુતત્ત્વ – મીમાંસા.

on'us (ઓનસ), ના૦ જવાબદારી, બોજો.

on'ward (ઑન્વર્ડ), વિ૦ આગળનું, આગળ વધતું. **on'ward(s)**, ક્રિ૦ વિ૦ આગળ, અગાડી તરફ.

on'yx (ઑનિક્સ), ના૦ જુદા જુદા રંગના સ્તરવાળો અકીકની જાતનો પથ્થર, ગોમેદ.

ooze (ઊઝ્), ના૦ કાદવ, કાંપ; રગડો. અ૦ ક્રિ૦ ઝમવું, ધીમે ધીમે છિદ્રો વાટે બહાર નીકળવું.

opa'city (અપૅસિટિ, ઓ-), ના૦ અ-પાર-દર્શકતા, અસ્પષ્ટતા.

op'al (ઓપલ), ના૦ ક્ષીરસ્ફટિક, લસણિયો. **opales'cent** (ઓપલે'સન્ટ), **op'aline** (ઓપલિન), વિ૦ મેઘધનુષ્યની છટાઓવાળું, સપ્તરંગી. [અપારદર્શક; અસ્પષ્ટ.

opaque' (અપેક), વિ૦ પ્રકાશપ્રતિબંધક;

op'en (ઓપન), વિ૦ બંધ નહિ એવું, ઉઘાડું; તાળું નહિ દીધેલું; મોકળું, આવરણ વિનાનું; જાહેર, સાર્વજનિક; પાથરેલું, ફેલાયેલું; સ્પષ્ટ; ખુલ્લા દિલનું, નિખાલસ; ઉદાર; અનિર્ણીત (~ *question*); (હરીફાઈ) જેમાં કોઈ પણ ભાગ લઈ શકે એવું. ઉ૦ ક્રિ૦ ઊઘડવું, ઉઘાડવું; તાળું ઉઘાડવું, ખોલવું; શરૂ કરવું-થવું. ~ *fire*, ગોળીબાર – તોપમારો – શરૂ કરવો. ~ *up*, -નો માર્ગ ઉઘાડવો. ના૦ ખુલ્લી જગ્યા – હવા. *keep ~ house*, અતિથિઓને માટે બારણાં ખુલ્લાં રાખવાં, આતિથ્યશીલ હોવું. *be ~ with a person*, -ની પાસે કશું છાનું ન રાખવું. **open-eyed**, વિ૦ જાગરૂક, સાવધાન. **open-handed**, વિ૦ છૂટા હાથનું, ઉદાર. **open-hearted**, વિ૦ ખુલ્લા દિલનું, નિખાલસ. **open-minded**, વિ૦ પૂર્વગ્રહ વિનાનું, નવીન વિચારોને ગ્રહણ કરવા તત્પર. **open-work**, ના૦ એક જાતનું ભરત-કામ (જેમાં કપડામાં કાણાં પાડી જાળી જેવું બનાવવામાં આવે છે).

op'ening (ઓપનિંગ), ના૦ ફાટ, બાકું; શરૂઆત, આરંભ. વિ૦ શરૂઆતનું, પહેલું.

op'enly (ઓપન્લિ), ક્રિ૦ વિ૦ જાહેરપણે, ઉઘાડે છોગ; ખુલ્લા દિલથી.

op'era (ઑપરા), ના૦ સંગીત નાટક. *grand ~*, કોઈ ગંભીર વિષય પર સંભાષણો વિનાનું સંપૂર્ણ સંગીત નાટક. **op'era-glass(es)**, ના૦ નાટકશાળામાં વાપરવાનું નાનું દૂરબીન. **op'era-hat**, ના૦ ગડી વાળી શકાય એવી પુરુષની ઊંચી ટોપી. **operat'ic** (-રૅટિક), વિ૦ સંગીત નાટકનું – ના જેવું.

op'erate, (ઑપરેટ), ઉ૦ ક્રિ૦ ચાલુ હોવું, ચાલવું; અસર પાડવી, પરિણામ ઉપજાવવું; શસ્ત્રક્રિયા કરવી; યંત્ર, ઇ. ચલાવવું.

opera'tion (-રેશન), ના૦ ક્રિયા, વ્યાપાર; શસ્ત્રક્રિયા; લશ્કર કે આરમારની હિલચાલ. *in~*, ચાલુ, કામ કરતું.

op'erative (ઑપરટિવ), વિ૦ પરિણામ નિપજાવનારું; અમલમાં આવનારું, અમલી; શસ્ત્રક્રિયાનું – વડે થનારું. ના૦ સંચો ચલાવનાર, કારીગર. [નાનકડું હળવું સંગીતનાટક.

operett'a (ઑપરે'ટા), ના૦ એકાંકી અથવા

ophthal'mia (ઑફ્થૅલ્મિઆ), ના૦ આંખનો સોજો – દાહ, નેત્રરોગ. **ophthal'mic**, વિ૦ આંખનું – માટેનું.

op'iate (ઓપિઅટ, -ઇટ), ના૦ ઊંઘ લાવનારી કે દરદ ઓછું કરનારી દવા. વિ૦ ઘેન – ઊંઘ – લાવનારું. [ધરાવવો – વ્યક્ત કરવો.

opine' (અપાઇન, ઓ-), સ૦ ક્રિ૦ મત

opin'ion (અપિન્યન), ના૦ મત, અભિપ્રાય; માન્યતા; દૃષ્ટિકોણ. *have no ~ of*, -ને વિષે ખરાબ મત હોવો. **opin'ionated** (અપિન્યનેટિડ), વિ૦ પોતાના મતનો અતિ આગ્રહ રાખનારું, આપમતિયું, જિદ્દી.

op'ium (ઓપિઅમ), ના૦ અફીણ.

oposs'um (અપૉસમ), ના૦ બચ્ચાંને શરીરની અંદર કોથળીમાં રાખનારું એક નાનું અમેરિકન પ્રાણી. [શત્રુ; હરીફ.

oppon'ent (અપોનન્ટ), ના૦ વિરોધ કરનારો,

opp'ortune (ઑપર્ટ્યુન, -ટ્યૂન), વિ૦ સવેળાનું, સમયોચિત, ખરા તાકડાનું. **opp'ortunist**, વિ૦ અને ના૦ સમય જોઈને વર્તનાર; તકસાધુ.

opportun'ism (ઑપર્ટ્યુનિઝ્મ), ના૦ શું કરવું જોઈએ તેના કરતાં શું કરી શકાય તેનો વધુ વિચાર કરવાનું ધોરણ; લાગ જોઈને વર્તવાની વૃત્તિ, તકસાધુપણું.

opportun'ity (ઑપર્ટ્યુનિટિ), ના૦ અનુકૂળ સમય, તક; અવકાશ (ધંધા, ઇ. માટે).

oppose' (અપોઝ઼્), સ૦ ક્રિ૦ -ની વિરુદ્ધ – સામે – સામું – મૂકવું; સામે થવું, વિરોધ કરવો; સામા થઈ અટકાવવું. **opposed,** વિ૦ ઊલટું; વિરુદ્ધ, પ્રતિકૂળ.

opp'osite (ઑપઝ઼િટ), વિ૦ એકબીજાની સામે મોઢું કરીને ઊભેલું, સન્મુખ; ભિન્ન કે વિરોધી ગુણવાળું, ઊલટું. ના૦ વિરોધી વસ્તુ કે શબ્દ. ક્રિ૦ વિ૦ વિરુદ્ધ બાજુમાં. નામ૦ અ૦ -ની સામે – વિરુદ્ધ.

opposi'tion (ઑપઝ઼િશન), ના૦ વિરોધ, પ્રતિકાર; સત્તારૂઢ પક્ષની સામેનો પક્ષ, વિરોધ-પક્ષ; વિરોધ, અતિભિન્નતા.

oppress' (અપ્રે'સ), સ૦ ક્રિ૦ પીડવું, અતિશય દુઃખ દેવું, ઉપર જુલમ – અન્યાય – કરવો; ભાર વડે દબાવવું, દબાવી દેવું. **oppre'ssion** (અપ્રે'શન), ના૦ જુલમ, સખતાઈ. **oppre'ssive**, વિ૦ અસહ્ય; જુલમી; (હવા) ઉકળાટ – બફારા – વાળું. **oppre'ssor,** ના૦ પીડા દેનાર, જુલમગાર.

opprob'rious (અપ્રોબ્રિઅસ), વિ૦ (ભાષા) નિંદાથી ભરેલું, અપશબ્દવાળું, સખત ટીકાવાળું. **opprob'rium,** ના૦ નિંદાત્મક ભાષા, અપશબ્દ; અપકીર્તિ, માનભંગ.

opt (ઑપ્ટ), અ૦ ક્રિ૦ પર્યાય કે વિકલ્પ પસંદ કરવો. **op'tative** (ઑપ્ટટિવ, –ટે–), વિ૦ [વ્યાક.] (ક્રિયાપદનું રૂપ) ઇચ્છાદર્શક (~ *mood*).

op'tic (ઑપ્ટિક), વિ૦ આંખ કે દૃષ્ટિનું – સંબંધી. **op'tical,** વિ૦ દૃષ્ટિ સંબંધી; દૃષ્ટિને મદદ કરનારું, પ્રકાશ અને દૃષ્ટિને લગતું. **opti'cian** (ઑપ્ટિશન), ના૦ ચશ્માં બનાવનાર – વેચનાર. **op'tics** (ઑપ્ટિક્સ), ના૦ પ્રકાશ અને દૃષ્ટિનું શાસ્ત્ર; નેત્રવિદ્યા.

op'timism (ઑપ્ટિમિઝ્મ), ના૦ આખરે બધું ભલું જ થવાનું છે એવી માન્યતા – વિશ્વાસ, આશાવાદ; વસ્તુની સારી બાજુ જોવાની વૃત્તિ. **op'timist,** ના૦ આશાવાદી માણસ. **optimis'tic,** વિ૦ આશાવાદી, અંતિમ ભલા વિષે શ્રદ્ધા ધરાવનાર.

op'tion (ઑપ્શન), ના૦ પસંદ કરવું તે, પસંદગી; પસંદ કરેલી કે કરી શકાય એવી વસ્તુ; પસંદગીની છૂટ, વિકલ્પ. **op'tional,** વિ૦ વૈકલ્પિક, ઐચ્છિક.

op'ulent (ઑપ્યુલન્ટ), વિ૦ માતબર, પૈસાદાર; વિપુલ. **op'ulence,** ના૦ સંપત્તિ, સમૃદ્ધિ; રેલમછેલ.

or (ઑર), નામ૦ અ૦ અને ઉભ૦ અ૦ અથવા, [કે; નહિતર.

o'racle (ઑરકલ), ના૦ પ્રાચીન ગ્રીક લોકોની કોઈ પ્રશ્ન અંગે દેવતાને પ્રશ્ન પૂછીને જવાબ મેળવવાની જગ્યા; દેવતાએ આપેલો ગૂઢ જવાબ; ડહાપણભરી અથવા ગૂઢ સલાહ; તે આપનાર વ્યક્તિ. **orac'ular** (અરૅક્યુલર, ઑ–), વિ૦ દેવવાણીના જેવું અધિકારયુક્ત; ગૂઢ કે અનિશ્ચિત અર્થવાળું.

or'al (ઑરલ), વિ૦ બોલેલું, મૌખિક; અલિખિત. [શરીરરચ.] મોઢાનું. ~ *examination*, મૌખિક પરીક્ષા.

o'range (ઑરિંજ), ના૦ નારંગી. સંતરું: નારંગીનું ઝાડ; નારંગી રંગ. વિ૦ નારંગી રંગનું.

O'range (ઑરિંજ), ના૦ રોન નદી પરનું એક નગર; આયર્લેન્ડના કટ્ટર પ્રૉટેસ્ટન્ટ પક્ષ – ઑરિંજ સોસાયટી – નો માણસ.

orangeade' (ઑરિંજેડ), ના૦ નારંગીના રસનું વાયુમિશ્રિત કે સાદું પીણું. [બગીચો.

o'rangery (ઑરિંજરિ), ના૦ સંતરાની વાડી–

orang'-outang' (અરૅંગ-ઉટૅંગ), ના૦ માણસના જેવો એક મોટો વાંદરો.

ora'tion (અરેશન, ઑ –), ના૦ ભાષણ, વિ. ક. કોઈ સમારંભ પ્રસંગેનું કે વક્તૃત્વપૂર્ણ. **o'rator** (ઑરટર), ના૦ વક્તા, વક્તૃત્વપૂર્ણ જાહેર ભાષણ કરનારો.

orator'io (ઑરટૉ'રિઓ), ના૦ (બ૦વ૦–s). ધાર્મિક વિષય અંગેની નાટ્ય-સંગીત રચના.

o'ratory (ઑરટરિ), ના૦ વક્તૃત્વ (કળા), વાક્ચાતુર્ય; વક્તૃત્વપૂર્ણ અથવા આડંબરી ભાષા કે ભાષણ. **orato'rical** (ઑરટૉરિકલ), વિ૦ વક્તાનું – ના જેવું, વાક્ચાતુર્યવાળું, છટાદાર. **o'ratory,** ના૦ નાનકડું મંદિર – દેરું, દેવઘર.

orb (ઑર્બ), ના૦ ગોળો, વર્તુળાકાર બિંબ; સૂર્ય, ચંદ્ર, તારો, પૃથ્વી, ઇ.; આંખ(નો ડોળો).

orb'it (ઑર્બિટ), ના૦ આંખનો ગોખલો – ખાડો; ગ્રહ કે ધૂમકેતુ, ઇ.નો ફરવાનો માર્ગ – કક્ષા; કાર્યક્ષેત્ર – પ્રદેશ. અ૦ક્રિ૦ -ની ફરતે – કક્ષામાં – ફરવું.

Orcad'ian (ઑર્કેડિઅન), વિ૦ અને ના૦ ઑર્કની ટાપુઓનું (વતની).

orch'ard (ઑર્ચર્ડ), ના૦ ફળઝાડની વાડી.

or'chestra (ઑર્ક્રિસ્ટ્રા), ના૦ નાટકગૃહમાં રંગમંચ અને શ્રોતાઓ વચ્ચે ગાનારાઓની બેસવાની જગ્યા; ગાયનવાદન કરનારી મંડળી; [અમે.] નાટ્યશાળામાં આગળની બેઠકો. **orches'tral** (ઑર્કે'સ્ટ્રલ), વિ૦ ગાયક મંડળીનું – માટેનું – એ ગાયેલું, ઇ. **or'chestrate** (ઑર્કિસ્ટ્રેટ), સ૦ ક્રિ૦ સંગીત મંડળીના કાર્યક્રમ માટે (સંગીત) રચવું – ગોઠવવું. **orchestra'tion**, ના૦.

or'chid (ઑર્કિડ), **or'chis** (ઑર્કિસ), ના૦ વિચિત્ર આકારનાં ફૂલવાળા વિલાયતી છોડ.

ordain' (ઑર્ડેન), સ૦ ક્રિ૦ પાદરીની દીક્ષા આપવી; (પાદરી તરીકે) નિમણૂક કરવી; કાયદો – હુકમ – કરવો, ઠરાવવું. **ordina'tion** (ઑર્ડિનેશન), ના૦ પાદરીની દીક્ષા આપવી તે.

ordeal' (ઑર્ડીલ, ઑર્ડીઅલ), ના૦ કઠણ પરીક્ષા, કસોટી; અગ્નિપરીક્ષા, દિવ્ય.

ord'er (ઑર્ડર), ના૦ વર્ગ, દરજ્જો; પાદરીનો દરજ્જો; ધાર્મિક સંઘ કે સંપ્રદાય; સન્માન કે ઇનામ તરીકે લોકોને જેમાં દાખલ કરવામાં આવે છે એવો સંઘ કે મંડળ; એવા સંઘનું ચિહ્ન – ફીત, ચંદ્રક, ઇ.; વર્ગીકરણ, વર્ગ; અનુક્રમ; પદ્ધતિ; રીત; સુઘડતા; સુવ્યવસ્થા, બંદોબસ્ત; હુકમ, આજ્ઞા; માલ આપવા સૂચના, વરદી, માગણી; જાહેર સભા કે મંડળ માટે નક્કી કરેલા નિયમો; [સ્થા.]. રોમન કે ગ્રીક થાંભલાની રચનાના પાંચ પ્રકારમાંથી કોઈ એક; (બ૦ વ૦) ધર્મગુરુનું પદ – દીક્ષા. સ૦ ક્રિ૦ ગોઠવવું, વ્યવસ્થિત કરવું; હુકમ આપવો; વેપારીને માલ મોકલવા કહેવું. *by ~*, અધિકારીઓના હુકમથી. *rise to ~, to a point of ~*, સભામાં રજૂ થતા કામની યોગ્યતા વિષે પ્રમુખને પૂછવું. *on ~*, (માલ) મંગાવેલું પણ હજી નહિ આવેલું. *out of ~*, બગડી ગયેલું. *the lower ~s*, સામાન્ય લોકો. *take ~s*, પાદરી બનવું. *be in holy ~s*, પાદરી હોવું. *made to ~*, (કપડાં, ઇ.) ખાસ સૂચનાથી બનાવેલું.

ord'erly (ઑર્ડર્લિ), વિ૦ વ્યવસ્થિત (પણે ગોઠવેલું), સુઘડ; નિયમિત, શિસ્તવાળું.

ord'erly, ના૦ લશ્કરી અમલદારનો નોકર, હજૂરિયો; દવાખાનામાં કામ કરનાર નોકર.

ord'inal (ઑર્ડિનલ), વિ૦ (સંખ્યા) હારમાં ક્રમ બતાવનારું, ક્રમવાચક, (પહેલું, બીજું, ઇ.). ના૦ ક્રમવાચક સંખ્યા (*~ number*).

ord'inance (ઑર્ડિનન્સ), ના૦ હુકમ, ફતવો, વટહુકમ; કાયદો, ઠરાવ; ધાર્મિક વિધિ.

ord'inary (ઑર્ડિનરિ), વિ૦ નિયમ પ્રમાણેનું, વહીવટ મુજબનું; સામાન્ય કોટિનું, સાધારણ; હંમેશનું, રિવાજ મુજબનું. ના૦ અમુક કિંમતે અપાતું ભોજન; વીશી.

ordina'tion (ઑર્ડિનેશન), ના૦ પાદરીની દીક્ષા આપવાની વિધિ અને ક્રિયા, નિમણૂક.

ord'nance (ઑર્ડ્નન્સ), ના૦ તોપો, તોપખાનું; લશ્કરી સરંજામનું ખાતું.

ord'ure (ઑર્ડ્યુઅર, – ડ્યુઅર, – ડ્યર), ના૦ છાણ, વિષ્ટા; અશ્લીલ ભાષા.

ore (ઓર), ના૦ અશુદ્ધ – કાચી – ધાતુ, જેમાંથી ધાતુ મળે છે એવો ખડક – માટી.

or'gan (ઑર્ગન), ના૦ ચાવીઓ – પટ્ટીઓ – અને ધમણવાળું વાદ્ય, પેટી; શરીરની કોઈ પણ ઇન્દ્રિય; કોઈ પક્ષ, સંઘ ઇ.નું મતપ્રતિપાદક છાપું – સામયિક, મુખપત્ર. **organ-grinder**, ના૦ વાદ્ય વગાડતો વગાડતો રસ્તે ફરનાર.

org'andie (ઑર્ગૅન્ડિ), ના૦ એક જાતની ઝીણી અને અર્ધપારદર્શક મલમલ.

organ'ic (ઑર્ગૅનિક), વિ૦ શરીરની ઇન્દ્રિયનું – ને લગતું; એવી ઇન્દ્રિયોવાળું, સેન્દ્રિય; પ્રાણી કે વનસ્પતિના વર્ગમાંથી પેદા થતું અથવા તે વર્ગનું; કોઈ રચના કે તંત્રનું આવશ્યક અંગભૂત; મૂળભૂત, પાયાનું; વ્યવસ્થિત, સંઘટિત; (રસાયન) કાર્બનિક; (રોગ) ઇન્દ્રિયની રચના પર અસર કરનારું.

org'anism (ઑર્ગનિઝ્મ), ના૦ સજીવ

–સેન્દ્રિય–પ્રાણી કે વનસ્પતિ; અન્યોન્યાશ્રયી ઘટકોનું બનેલું કોઈ સમગ્ર તંત્ર. [વગાડનારો.

org'anist (ઑર્ગનિસ્ટ), નાo ઑર્ગન (વાદ્ય)

organiza'tion (ઑર્ગનાઇઝ઼ેશન, -નિઝે-), નાo સંઘટના કરવી તે; સંઘટિત સંસ્થા, સંગઠન.

org'anize (ઑર્ગનાઇઝ઼), સo ક્રિo સંઘટિત –વ્યવસ્થિત–રૂપ આપવું, કામ કરી શકે એવું બનાવવું, સંગઠન કરવું. **organized,** વિo સંગઠિત. **organizer,** નાo સંગઠન કરનાર, સંચાલક.

org'asm (આર્ગૅઝ઼મ), નાo તીવ્ર ઉત્તેજના–આવેશ; મૈથુનમાં આવેશની પરાકાષ્ઠા.

or'gy (ઑર્જિ), નાo મદિરાપાન કરીને થતાં નાચગાન; મદ્યપાન અને રંગરાગવાળી જિયાફત–ઉત્સવ. **orgias'tic** (ઑર્જિઍસ્ટિક), વિo.

or'iel (ઑરિઅલ), નાo ભીંતની બહાર આવતી ઉપલા માળની બારી, ઝરૂખો.

or'ient (ઑરિઅન્ટ, ઓ–), નાo પૂર્વ, પૂર્વનો પ્રદેશ. વિo(હીરા, મોતી અંગે) તેજસ્વી, પાણીદાર; (સૂર્ય, ઇ. અંગે) ઊગતું, ઉદય પામતું; પૂર્વનું, પૌરસ્ત્ય.

orient' (ઑરિએ'ન્ટ, ઓ–), સo ક્રિo હોકાયંત્રની મદદથી દિશા નક્કી કરવી; (મકાન, ઇ.) પૂર્વાભિમુખ કરવું–બાંધવું. ~ *oneself,* કોઈ બનાવ, પરિસ્થિતિ, ઇ.ના અનુસંધાનમાં પોતે ક્યાં છે તે જાણવું.

orien'tal (ઑરિએ'ન્ટલ, ઓ–), વિo પૂર્વનું અથવા પૂર્વના દેશોનું, એશિયાનું. નાo પૂર્વનો વતની, એશિયાવાસી. **orien'talist,** પૂર્વના દેશોનો ઇતિહાસ, ભાષા, ઇ.નો નિષ્ણાત, પ્રાચ્યવિદ્યાવિશારદ.

o'rientate (ઑરિઅન્ટેટ, ઓ–), સoક્રિo એક છેડો પૂર્વ તરફ આવે એવી રીતે મકાન, ઇ. યોજવું; અમુક દિશામાં વાળવું – વળવું; અમુક પરિસ્થિતિને ઉન્મુખ – અનુકૂળ – બનાવવું. ~ *oneself,* (સાચો રસ્તો ખોળવા માટે) પોતે ક્યાં છે તે જાણવું. **orienta'tion,** નાo પૂર્વાભિમુખ કરવું તે, ઇ.

o'rifice (ઑરિફિસ), નાo કાણું, બાકું, મુખ.

o'rigin (ઑરિજિન) નાo મૂળ, ઉગમ; શરૂઆત; મૂળ – આદિ – કારણ; વંશ, કુટુંબ.

ori'ginal (અરિજિનલ), વિoમૂળ, અસલનું, પ્રથમનું, આદ્ય; મૌલિક; શોધક, કલ્પક; નવું નિર્માણ કરનારું; નવી જ જાતનું, બીજાઓથી સ્વતંત્ર. નાo મૂળ નમૂનો; અસલ વસ્તુ – કૃતિ (જેના પરથી અનુકરણ કર્યું હોય તે); લહેરી માણસ. **ori'ginally,** ક્રિo વિo શરૂઆતમાં, મૂળે; બીજાની નકલ ન કરતાં, સ્વતંત્રપણે. **original'ity** (અરિજિનૅલિટિ), નાo અસલપણું; મૌલિકતા; કલ્પકતા; નવું નિર્માણ કરનાની શક્તિ, સર્જકતા.

ori'ginate (આરજિનેટ), ઉo ક્રિo નવું ઉત્પન્ન કરવું–રચવું, પહેલપ્રથમ નીકળવું; પેદા–શરૂ–થવું; -નું મૂળ હોવું. **ori'ginator,** નાo ઉત્પાદક, પ્રવર્તક, યોજક.

or'iole (ઑરિઓલ), નાo (*golden* ~ પણ) કાળાં ને પીળાં પીછાંવાળું એક પક્ષી.

Ori'on (અરાયન), નાo[ખ.] મૃગશીર્ષ નક્ષત્ર.

or'ison (ઑરિઝ઼ન), નાo પ્રાર્થના.

orl'op (ઑરલપ), નાo ત્રણચાર તૂતકવાળા વહાણનું સૌથી નીચેનું તૂતક.

orm'olu (ઑર્મલૂ), નાo સોનાનો ઢોળ ચડાવેલી બ્રોંઝ ધાતુની બનાવેલી (શોભાની વસ્તુ).

orn'ament (ઑર્નમન્ટ, –મે'ન્ટ), નાo ઘરેણું, અલંકાર, શણગાર; નકશી વગેરે શોભાનું કામ. **ornament'** (–મે'ન્ટ), સoક્રિo શણગારવું, સુશોભિત કરવું. **ornamen'tal,** વિo શોભાનું, શોભાવે તેવું. **ornamenta'tion,** નાo શણગારવું તે, શણગાર.

ornate' (ઑર્નેટ), વિo અતિઅલંકૃત, વધારે પડતા શણગારવાળું.

ornithol'ogy (ઑર્નિથૉલજિ), નાo પક્ષીવિદ્યા. **ornithol'ogist,** નાo પક્ષીવિદ્યા વિશારદ.

orph'an (ઑર્ફન), વિo અને નાo માબાપ વિનાનું, અનાથ, (છોકરું). **orph'anage** (ઑર્ફનિજ), નાo અનાથાશ્રમ; અનાથપણું.

orth'odox (ઑર્થડૉક્સ), વિo લોકમાન્ય મત ધરાવનાર; રૂઢ કે પ્રસ્થાપિત ધર્મને માનનાર; રૂઢ, માન્ય કરેલું; રૂઢિચુસ્ત; સનાતની; *the O~ Church,* ખ્રિસ્તી ધર્મસંઘ(ચર્ચ)ની પૂર્વની કે ગ્રીક શાખા. **orth'odoxy,** નાo પ્રસ્થાપિત –રૂઢ–મતને વળગી રહેવું તે; રૂઢ મત.

orthog'raphy(ઑર્થૉગ્રફિ),ના૦ શુદ્ધ અથવા સાચી જોડણી; જોડણી; જોડણીના નિયમો.
orthol'ogy (ઑર્થૉલજિ), ના૦ ભાષાના સમ્યક્ ઉપયોગની કળા.
orthopaed'ic (ઑર્થપીડિક),વિ૦ વિ.ક. બાળકોની અંગવિકૃતિના ઉપચાર માટેનું. **orth'opaedy** (ઑર્થપીડિ),ના૦ શરીરનાં વિકૃત અંગોને એનો ઉચિત આકાર આપવો તે; તે માટેની શસ્ત્રક્રિયા.
os'cillate (ઑસિલેટ), અ૦ ક્રિ૦ ઘડિયાળના લોલકની માફક આમથી તેમ ઝૂલવું – ઝોલાં ખાવાં; (બિનતારી સંદેશા લેનાર યંત્ર અંગે) ખામીવાળી રચના કે કામને લીધે વિદ્યુત ચુંબકનાં મોજાં બહાર ફેંકવાં; હા ના કરવી. **oscilla'tion,** ના૦ દોલન; ઢચુપચુ કરવું તે, ઇ.
os'cular (ઑસ્ક્યુલર), વિ૦ મોઢાનું.
os'culate (ઑસ્ક્યુલેટ), અ૦ ક્રિ૦ ચુંબન કરવું; સંલગ્ન હોવું. **oscula'tion,** ના૦ ચુંબન. [કામમાં વપરાતું નેતર.
o'sier (ઓઝર), ના૦ ટોપલી બનાવવાના
osmos'is (ઑઝ્મોસિ'સ, ઑસ્–), ના૦ અન્તરત્વચામાંથી અથવા સચ્છિદ્ર પડદામાંથી રસનું ઝરવું, જલ કે રસનું અભિસરણ.
os'prey (ઑસ્પ્રે, –પ્રિ), ના૦ માછલી મારનારું ગરુડના જેવું એક મોટું પક્ષી; ટોપીમાં મુકાતું ગરુડનું – બગલાનું – પીંછું.
oss'eous (ઑસિઅસ), વિ૦ હાડકાનું બનેલું, હાડકાના માળખાવાળું; અસ્થિમય.
oss'ify (ઑસિફાઈ), ઉ૦ક્રિ૦ -નું હાડકું બનવું – બનાવવું; હાડકા જેવું કઠણ થવું – કરવું; જડ – રીઢું – થવું – કરવું. **ossifica'tion,** ના૦ અસ્થીભવન (ક્રિયા), દઢીભવન.
osten'sible (ઑસ્ટે'ન્સબલ, –સિ –), વિ૦ દેખાડેલું, દેખીતું; ઉપરનું, બતાવવાનું, કહેવાનું, અસલ વસ્તુ છુપાવવા માટે આગળ ધરેલું.
osten'sory(ઑસ્ટે'ન્સરિ), ના૦ મંદિરમાં ભેગા થયેલા લોકોને પ્રભુભોજનની રોટી બતાવવાનું પાત્ર.
ostenta'tion (ઑસ્ટ'ન્ટેશન), ના૦ ડોળ, આડંબર, દેખાવ. **ostenta'tious,** (–ટેશસ) વિ૦ આડંબરવાળું, ભપકાદાર.
osteol'ogy (ઑસ્ટિઑલજિ), ના૦ અસ્થિ-રચનાશાસ્ત્ર, આસ્થવિદ્યા; પ્રાણીનું હાડકાનું માળખું.
osteop'athy (–પથિ), ના૦ હાડકા પર (શસ્ત્ર) ક્રિયા કરીને રોગ મટાડવાની વિદ્યા. **os'teopath** (ઑસ્ટિઅપથ), ના૦ હાડકાંનો શસ્ત્રવૈદ્ય. [વાળો – ઘોડાવાળો.
os'tler (ઑસ્લર), ના૦ વીશીનો તબેલા-
os'tracize (ઑસ્ટ્રસાઇઝ઼),સ૦ક્રિ૦ સમાજ-બહિષ્કૃત કરવું, -ની સાથેનો વહેવાર બંધ કરવો. **os'tracism,** ના૦ સામાજિક બહિષ્કાર.
os'trich (ઑસ્ટ્રિચ), ના૦ શાહમૃગ.
o'ther (અધર), વિ૦ બીજું, અન્ય; જુદી જાતનું, ભિન્ન; વૈકલ્પિક, વધારાનું. સર્વ૦ અન્ય માણસ કે વસ્તુ. *the ~ day,* પેલે દિવસે; થોડા દિવસ પર.
o'therwise(અધર્વાઇઝ઼), ક્રિ૦વિ૦ બીજી – જુદી – રીતે; બીજી બાબતોમાં. ઉભ૦ અ૦ નહિ તો, નહિતર, અન્યથા. [વધારાનું, નકામું.
otiose' (ઓશિઓસ), વિ૦ અનાવશ્યક,
ott'er (ઑટર), ના૦ માછલી ખાનારું રુવાંટીવાળું એક પ્રાણી, જળબિલાડી.
ott'o (ઑટો), ના૦ અત્તર.
Ott'oman (ઑટમન), વિ૦ તુર્કસ્તાનનું. ના૦ તુર્ક. **ott'oman,** ના૦ (બ૦ વ૦ –s). પીઠ અને હાથા વિનાની ગાદલાવાળી લાંબી બેઠક; ગાદલાવાળા ઢાંકણવાળું ખોખું – પેટી.
oubliette' (ઉબ્લિએ'ટ), ના૦ ચોર દરવાજાવાળું ગુપ્ત ભોંયરું, અંધાર કોટડી.
ought (ઑટ), સહા૦ ક્રિ૦ કરવા, ઇ.ની ફરજ પડવી; કર્તવ્યબદ્ધ હોવું; જોઈએ, ઘટે છે.
ounce (આઉન્સ), ના૦ (સંક્ષેપ oz). આશરે અઢી તોલાનું એક વજન, ઔંસ; અલ્પ અંશ.
our (અવર), વિ૦ અમારું, આપણું. **ours,** સર્વ૦ [વિધેયા.] અમારું, આપણું.
ourself' (અવર્સેલ્ફ), સર્વ૦ હું પોતે (રાજા અથવા સંપાદકના 'અમે' સાથે વપરાય છે). **oursel'ves,** બ૦વ૦ અમે પોતે; અમને પોતાને.
ousel (ઊઝ઼લ), જુઓ ouzel
oust (આઉસ્ટ), સ૦ક્રિ૦ (ઘરમાંથી, નોકરી પરથી, ઇ.) કાઢી મૂકવું, હાંકી કાઢવું; -ના

સ્થળનો – રહેઠાણનો – કબજો લેવો.

out (આઉટ), ક્રિ૦ વિ૦ બહાર, ઘરની બહાર, ઘર, ઇ.થી દૂર; ખુલ્લામાં; તાબામાં નહિ એવું; છેવટે; (રહસ્ય) છતું, ખુલ્લું; બાદ, ખોટું; મોટેથી, ખુલ્લી રીતે; (ચોપડી) પ્રકટ, બહાર પડેલી; તદ્દન, પૂરેપૂરું (*tired* ~). ~ *and away*, ક્યાંય (ચડી જાય એવું, ઇ.). ~*and* ~, પૂરેપૂરું, સંપૂર્ણપણે, તદ્દન. ~ *for, to*, -ને માટે ઇચ્છુક અને પ્રયત્નશીલ. ~*of*, -માંથી; -ની લાગણીથી પ્રેરિત થઈને; (ભંડાર, ઇ.) અમુક માલ ખૂટી ગયો હોય એવું. ~ *of date*, ચલણમાંથી ગયેલું, જૂનું થઈ ગયેલું. ~ *of temper*, મિજાજ ગુમાવેલું, ચિડાયેલું. **out-of-the-way**, બહુ જ દૂરનું; ભાગ્યે જ જોવામાં આવતું.

outbal'ance (–બૅલન્સ), સ૦ ક્રિ૦ વજનમાં વધુ હોવું, ટપી જવું.

outbid' (–બિડ), સ૦ ક્રિ૦ (વિ.ક. હરાજીમાં) વધારે મોટી કિંમત બોલવી – આપવા માંડવી. [સામા થવું; બહાદુરીમાં ચડી જવું.

outbrave' (–બ્રેવ), સ૦ક્રિ૦ અવજ્ઞા કરવી;

out'break (–બ્રેક), ના૦ (રોગચાળો, યુદ્ધ, ક્રોધ, ઇ.નું) એકદમ ફાટી નીકળવું.

out'building, ના૦ મુખ્ય મકાન પાસે બાંધેલું નાનું મકાન, ઓરડીઓ, ઇ.

out'burst (–બર્સ્ટ), ના૦ ભાવનાનો (વાણી દ્વારા) ઉદ્રેક – સ્ફોટ – ઊભરો.

out'cast (–કાસ્ટ), વિ૦ બહાર કાઢી મૂકેલું, (સમાજ)બહિષ્કૃત. ના૦ ઘરબાર કે સગાંવહાલાં વિનાનો માણસ, રખડેલ.

outcaste, ના૦ વર્ણહીન–અવર્ણ–વ્યક્તિ.

outclass' સ૦ ક્રિ૦ -થી ખૂબ ચડી જવું – આગળ વધી જવું.

out'come, ના૦ પરિણામ, ફળ, નિષ્કર્ષ.

out'crop, ના૦ ખડક, ઇ.નો થર જમીનની સપાટીની ઉપર ઊપસી આવવો; – ઊપસી આવેલો થર.

out'cry (–ક્રાઇ); ના૦ બુમરાણ, પોકાર(વિ.ક. કશાકની વિરુદ્ધમાં). [નીકળી ગયેલું.

outdated, વિ૦ કાલગ્રસ્ત, વહેવારમાંથી

out-dis'tance (–ડિસ્ટન્સ), સ૦ ક્રિ૦ -ની ખૂબ આગળ નીકળી જવું, -થી વધારે ઝડપથી જવું.

outdo' (–ડૂ), સ૦ ક્રિ૦ (ભૂ૦કા૦ outdid; ભૂ૦ કૃ૦ outdone). -થી ચડી જવું, -ને પાછા પાડવું.

out'door (–ડોર), વિ૦ ઘરની બહાર કરવામાં આવતું – વપરાતું – રમાતું, ખુલ્લામાં કરવાનું. ~ *patient*, ઇસ્પિતાલની બહારથી આવનાર દરદી. **out'doors** (–ડોર્ઝ), ક્રિ૦વિ૦ ઘરની બહાર, ખુલ્લામાં.

out'er (આઉટર), વિ૦ બહારની બાજુનું, કેન્દ્રથી દૂરનું. **out'ermost**, વિ૦ સૌથી બહારનું. [દબાવવું, ઝંખવાણું પાડવું.

outface' (આઉટ્ફેસ), સ૦ ક્રિ૦ ડોળા કાઢીને

out'field (–ફીલ્ડ), ના૦ આસપાસની જમીન; મુખ્ય ખેતરથી અલગ જમીન.

out'fit (–ફિટ), ના૦ કોઈ કામ માટે જોઈતી કપડાં, ઇ. બધી જરૂરી સામગ્રી – સાજ સરંજામ. સ૦ ક્રિ૦ સામગ્રી પૂરી પાડવી, -થી સજ્જ કરવું. **out'fitter**, ના૦ બધી જરૂરી સામગ્રી પૂરી પાડનાર; કપડાં, ઇ. જરૂરી વસ્તુઓ તૈયાર કરનાર.

outflank' (–ફ્લૅંક), સ૦ક્રિ૦ શત્રુની બાજુએથી આગળ વધવું – વધીને આંતરી લેવું.

out'flow (–ફ્લો), ના૦ બહાર નીકળેલી – વહી જતી – વસ્તુ. અ૦ક્રિ૦ બહાર વહી જવું.

outgen'eral (–જે'નરલ), સ૦ ક્રિ૦ -થી સેનાપતિના કામમાં ચડિયાતા હોવું, ચડિયાતા યુદ્ધકૌશલ્યને જોરે શિકસ્ત આપવી.

outgo' (–ગો), સ૦ ક્રિ૦ -ને ટપી જવું, -થી ચડી જવું. **out'goings**, ના૦બ૦વ૦ ખર્ચ.

outgrow' (–ગ્રો), સ૦ ક્રિ૦ -ના કરતાં વધારે ઊંચા થવું – ઝડપથી વધવું; મોટી ઉમર થતાં (વ્યસન, ઇ.) છોડી દેવું; (કપડાં, ઇ. માટે) અતિ મોટા થવું, વધવું. **out'growth** (–ગ્રોથ), ના૦ (કશાકમાંથી ફૂટેલો) ફણગો, નીપજેલું પરિણામ.

out'house (–હાઉસ), ના૦ મુખ્ય મકાન પાસે બાંધેલી ઘરના તાબાની ઓરડી, પરસાળ, ઇ.

out'ing (આઉટિંગ), ના૦ સફર, સહેલ.

outland'ish (આઉટ્લૅન્ડિશ), વિ૦ પરદેશી જેવું દેખાતું કે બોલતું; અપરિચિત, વિચિત્ર.

outlast' (-લાસ્ટ), સ૦ ક્રિ૦ -ના કરતાં વધારે લાંબો વખત ચાલવું-ટકવું.

out'law (-લૉ), ના૦ કાયદાના રક્ષણમાંથી બકાત કરાયેલો માણસ, બહારવટિયો. સ૦ક્રિ૦ કાયદાના રક્ષણમાંથી કાઢી મૂકવું, સમાજ-બહિષ્કૃત કરવું; દેશનિકાલ કરવું.

out'lay (-લે), ના૦ કોઈ કામને અંગે આગ-જથી ખર્ચેલી રકમ, મૂડીરોકાણ.

out'let (-લે'ટ), ના૦ બહાર નીકળવાનો-જવાનો-માર્ગ, નિકાલ; શક્તિ, ભાવના, ઇ.ના વ્યાપાર માટે અવકાશ આપનારી વસ્તુ-માર્ગ.

out'line (-લાઇન), ના૦ વસ્તુ કે આકૃતિની બહારની રેખાઓ; કાચો મુસદ્દો, રૂપરેખા; મુખ્ય લક્ષણો. સ૦ ક્રિ૦ -ની રૂપરેખા દોરવી, સંક્ષેપમાં વર્ણન કરવું.

outlive' (-લિવ), સ૦ ક્રિ૦ -ના કરતાં વધારે લાંબો વખત જીવવું, કોઈના મરી ગયા પછી જીવવું.

out'look (-લુક), ના૦ દેખાવો; ભાવિનું ચિત્ર, સંભવિત લાગતી વાત; દૃષ્ટિબિંદુ. *an~ tower*, ચોકી કરવા માટેનો ઊંચો મિનારો.

out'lying (-લાઇગ), વિ૦ કેન્દ્રથી બહુ દૂરનું, સરહદ પર આવેલું.

outmanoeu'vre (-મનૂવર), સ૦ ક્રિ૦ વધારે બાહોશ યોજના-વ્યૂહરચના-દ્વારા શત્રુને શિકસ્ત આપવી.

outmatch' (-મૅચ), સ૦ક્રિ૦ -થી ચડિયાતા હોવું, સરસાઈ કરવી.

outmod'ed (-મોડિડ), વિ૦ જૂનવાણી.

outnum'ber (-નમ્બર), સ૦ક્રિ૦ સંખ્યામાં ચડિયાતા હોવું-થવું.

outpace' (-પેસ), સ૦ ક્રિ૦ -થી વધારે ઝડ-પથી ચાલવું-આગળ નીકળી જવું.

out'patient (-પેશન્ટ), ના૦ બહાર રહીને દવા લઈ જનાર દરદી, દવાખાનામાં ન રહેનાર બહારનો રોગી.

out'post (-પોસ્ટ), ના૦ છાવણીથી થોડે દૂર (વિ. ક. ચોકી કરવા) રાખેલી સૈન્યની ટુકડી.

out'pouring (-પોરિંગ), ના૦ લાગણીના આવેશમાં ખૂબ બોલવું તે, મનનો ઊભરો કાઢવો તે; (બ૦ વ૦) મનનો ઊભરો.

out'put (-પુટ), ના૦ ઉત્પાદન, પેદાશ; તૈયાર કરેલા માલનો જથ્થો.

out'rage (-રિજ,-રેજ), ના૦ જુલમ, અત્યાચાર; અપમાન, બળાત્કાર. સ૦ ક્રિ૦ જબરદસ્તી કરવી, જુલમ ગુજારવો, અપમાન કરવું, બળાત્કાર કરવો. **outra'geous** (-રેજસ), વિ૦ જુલમી, કેર વર્તાવનારું; રાક્ષસી, ક્રૂર; અતિરેકી, અત્યાચારભર્યું; ભારે અન્યાયી.

outrange' (-રેન્જ), સ૦ ક્રિ૦ (બંદૂક કે તે મારનાર)ના કરતાં વધારે લાંબો ટપ્પો હોવો.

outré (ઊટ્રે), [ફ્રૅ.] વિ૦ અતિ વિચિત્ર, લહેરી; સદભિરુચિની બહારનું.

outride' (આઉટ્રાઇડ), સ૦ક્રિ૦ -થી વધારે ઝડપથી અથવા આગળ ઘોડો દોડાવવો, વાહન ચલાવવું, ઇ.; (વહાણ અંગે) તોફાનમાં તરતા રહેવું. [ખિદમતમાં રહેનાર સવાર.

out'rider (-રાઇડર), ના૦ ગાડી સાથે

out'rigger (-રિગર), ના૦ વહાણની બાજુ-માં હલેસાં અટકાવી મૂકવા માટેનો લોઢાનો બ્રૅકેટ.

outright' (-રાઇટ), ક્રિ૦વિ૦ તદ્દન, સમૂળગું; કાયમનું; છડેચોક. વિ૦ ખુલ્લું, સરળ, પ્રામાણિક.

outrun' (-રન), સ૦ક્રિ૦ (ભૂ૦ કા૦-ran, ભૂ૦ કૃ૦ - run). -થી વધારે ઝડપથી અથવા આગળ દોડવું; મર્યાદા વટાવી જવું.

outsail (-સેલ), સ૦ ક્રિ૦ (વહાણ અંગે) -થી વધારે ઝડપથી (હંકારી) જવું.

out'set (-સે'ટ), ના૦ શરૂઆત, આરંભ.

outshine' (-શાઇન), સ૦ ક્રિ૦ -થી વધારે ચળકવું, -ને ઝાંખું પાડવું.

outside' (-સાઇડ), ના૦ બહારનો ભાગ, ઉપરનો ભાગ; બહારનો દેખાવ, બાહ્યાંગ; બહારની સ્થિતિ; સીમા, અવધિ. *at the ~*, વધુમાં વધુ. વિ૦ બહારનું, ઉપરનું, બાહ્ય. *~ price*, ચાલુ - આપવા તૈયાર હોય એવી - વધુમાં વધુ કિંમત. ક્રિ૦ વિ૦ બહાર, બાજુએ. નામ૦ અ૦ -ની બહાર. બહારની

outsid'er (-સાઇડર), ના૦ કોઈ મંડળ કે જૂથની બહારનો માણસ, પારકો; શરતમાં જેને વિષે જીતવાની અપેક્ષા નથી હોતી એવો ઘોડો કે ઉમેદવાર; લેભાગુ.

out'size (-સાઇઝ઼), વિ૦ અને ના૦ સામાન્યપણે હોય છે તે કરતાં મોટું-મોટા

કદનું (માણસ અથવા વસ્તુ).

out'skirts (–સ્કર્ટ્સ), ના૦બ૦વ૦ શહેર વગેરેની બહારની હદ, પરિસર, પાદર, ભાગોળ.

out'span (–સ્પૅન), સ૦ ક્રિ૦ બળદ, ઇ.ને ગાડામાંથી છોડવા.

out'spoken (–સ્પોકન), વિ૦ નિખાલસ, આખાબોલું, સ્પષ્ટવક્તા. [ફેલાયેલું–પ્રસરેલું.

out'spread (–સ્પ્રે'ડ), વિ૦ બહાર

outstand'ing (–સ્ટૅન્ડિંગ), વિ૦ આગળ પડતું, મુખ્ય, જાણીતું; (હિસાબ, દેવું) ન ચૂકવેલું, ન પતાવેલું, ઊભું,

outstay' (–સ્ટે), સ૦ ક્રિ૦ -થી વધારે લાંબો વખત રહેવું. [મર્યાદા – ઓળંગવી.

outstep' (–સ્ટે'પ), સ૦ ક્રિ૦ -ની હદ–

out'stretched (–સ્ટ્રે'ચ્ડ), વિ૦ ફેલાવેલું; (હાથ, ઇ.) લંબાવેલું.

outstrip' (–સ્ટ્રિપ), સ૦ ક્રિ૦ દોડવામાં આગળ જવું – ટપી જવું; -થી ચડી જવું.

outvote' (–વોટ), સ૦ ક્રિ૦ બહુમતીને જોરે નાપાસ કરવું – હરાવવું.

out'ward (–વર્ડ), વિ૦ બહારની બાજુ જતું – નીકળતું; બહારનું, બાહ્ય, ઉપરથી દેખાતું; શારીરિક. ક્રિ૦ વિ૦ બહારની બાજુ તરફ. **out'wardly**, ક્રિ૦ વિ૦ બહારથી, ઉપરથી. **out'wards**, ક્રિ૦ વિ૦ બહારની બાજુએ – તરફ. [કે મહત્ત્વમાં ચડી જવું.

outweigh' (–વે), સ૦ક્રિ૦ વજન, કિંમત

outwit' (–વિટ), સ૦ ક્રિ૦ ચતુરાઈ–ચાલાકી – માં માથાનું નીકળવું; બનાવી જવું.

out'work (–વર્ક), ના૦ કિલ્લા, ઇ. નો આગળ પડતો કે તેથી અલગ પડતો ભાગ.

out'worn (–વૉર્ન), વિ૦ ઘસાઈ ગયેલું, જીર્ણ; જરીપુરાણું, કાલગ્રસ્ત. [નાતું પક્ષી.

ouzel, ousel (ઊઝ઼લ), ના૦ એક જાતનું

oval (ઓવલ), વિ૦ અંડાકાર, લંબગોળ, ના૦ લંબગોળ, અંડાકૃતિ વસ્તુ.

ov'ary (ઓવરિ), ના૦ [શરીર.] અંડાશય, અંતઃફલ; [વનસ્પ.] બીજાશય, બીજકોશ **ovar'ian** (અવેરિઅન), વિ૦ અંડાશય કે બીજકોશનું – ને લગતું.

ova'tion (અવેશન, ઓ–), ના૦ ઉત્સાહભર્યો આવકાર; તાળીનો ગડગડાટ.

o'ven (અવન), ના૦ ભઠ્ઠી, ચૂલો (શેકવાનો),

ov'er ઓવર), નામ૦ અ૦ -ની ઉપર, બરાબર ઉપર; -ના ઉપરી પદે; -ની ઉપર ફેલાવેલું; -ની ઉપરથી, ઉપર થઈને પેલી બાજુ; -માં–ઉપર – ઠેકઠેકાણે; -ની બાબતમાં, -ને અંગે; -થી વધુ – વધારે; આદિથી અંત સુધી. *be all* ~*someone*, -ને રીઝવવા તનતોડ પ્રયત્ન કરવો. ~*a* person's *head*, -ની આકલનશક્તિથી પર –ની બહાર. ક્રિ૦ વિ૦ ઉપરથી–ઉપર થઈને; બધે, સર્વત્ર; પેલી પાર; આદિથી અંત સુધી; ફરીથી, ફરી એક વાર; બાકી; વધુ પડતું, અતિમાત્રામાં; પૂરું, સમાપ્ત. ~ *against*, સામે. ~ *and above*, વધારામાં. *go*~, ઝીણવટથી જોઈ જવું – તપાસવું. ના૦ [ક્રિકેટ] દડાની છ ફેંક. [અભિનય કરવો.

overact' (ઓવરૅક્ટ), ઉ૦ક્રિ૦ વધારે પડતો

o'verall (ઓવરૉલ), ના૦ કામ કરતી વેળા વાપરવાનો સ્ત્રીનો ઢીલો ડગલો; (બ૦વ૦) કપડાં ન બગડે તે માટે ઉપરથી પહેરવાના પાયજામા કે પોશાક. વિ૦ એક છેડેથી બીજા છેડા સુધી, સમગ્ર. [આપીને દબાવવું.

overawe' (ઓવરૉ), સ૦ ક્રિ૦ ધમકી

overbal'ance (ઓવર્બૅલન્સ), ઉ૦ ક્રિ૦ તોલ ગુમાવીને પડી જવું; તોલ ગુમાવડાવીને પાડી નાંખવું; વજન–મહત્ત્વ–માં વધારે હોવું.

overbear' (–બે'અર) સ૦ ક્રિ૦ (ભૂ૦ કા૦ –bore, ભૂ૦ કૃ૦ – borne). પદ, વજન કે બળથી દબાવી દેવું, દબડાવવું; વજનમાં–મહત્ત્વમાં – ચડી જવું. **overbear'ing**, વિ૦ શિરજોર, બીજાની પરવા ન કરનારું.

overblown' (–બ્લોન), વિ૦ (ફૂલ) પૂરેપૂરું ખીલેલું, લગભગ ખરી પડવા આવેલું.

ov'erboard (–બૉર્ડ), ક્રિ૦વિ૦ વહાણ પરથી દરિયામાં–પાણીમાં. [પડતો ભાર લાદવો.

overbur'den (–બર્ડન), સ૦ ક્રિ૦ વધારે

overcast' (–કાસ્ટ) સ૦ક્રિ૦(ભૂ૦કા૦ એ જ). આકાશને અંધારા કે વાદળાંથી ઘેરી દેવું–ઢાંકવું. વિ૦ (આકાશ) વાદળાંએ ઘેરાયેલું – ઢંકાયેલું.

overcharge' (–ચાર્જ), ઉ૦ ક્રિ૦ બંદૂક, ઇ. મા બહુ ઠાંસીને દારૂ ભરવો; વધુ પડતી કિંમત લેવી; વધુ પડતી વિગત નાંખવી. ના૦ વધુ પડતી કિંમત.

overcloud' (–ક્લાઉડ), સ૦ક્રિ૦ વાદળાંએ ઘેરવું [મોટો (ગરમ) ડગલો–કોટ.

ov'ercoat (–કોટ), ના૦ ઉપરથી પહેરવાનો

overcome' (–કમ), ઉ૦ ક્રિ૦ (ભૂ૦ કા૦ –came, ભૂ૦કૃ૦ –come). જીતવું; હરાવવું; દબાવી દેવું; (મુશ્કેલીઓનું) નિવારણ કરવું, દૂર કરવું. [લઈ ને જમીનને કસ વિનાની બનાવવી.

overcrop' (–ક્રૉપ), સ૦ ક્રિ૦ વારંવાર પાક

overdo' (–ડૂ), સ૦ ક્રિ૦ (ભૂ૦ કા૦ –did, ભૂ૦કૃ૦ –done). અતિરેક કરવો; વધારે પડતું રાંધવું કે બાફવું; પોતાની તાકાત કરતાં વધારે પરિશ્રમ કરવો. **overdone,** વિ૦ (વિ. ક.) વધુ પડતો અભિનય કરેલું.

ov'erdose (–ડોઝ઼), ના૦ (દવાની) વધારે પડતી માત્રા – મોટો ઘૂંટડો કે ફાકી.

ov'erdraft (–ડ્રાફ્ટ), ના૦ બૅંકમાં પોતાને ખાતે જમા હોય તેથી વધારે રકમ ઉપાડવી તે; જેટલી વધારે ઉપાડી હોય તે રકમ.

overdraw' (–ડ્રૉ), ઉ૦ ક્રિ૦ (ભૂ૦ કા૦ – drew, ભૂ૦ કૃ૦–drawn). ખાતામાં હોય તેથી વધારે રકમ ઉપાડવી; વધારે ભડક ચિત્ર દોરવું, અતિશયોક્તિ કરવી. [કરવો.

overdress'(ડ્રૅસ), ઉ૦ ક્રિ૦ અતિશણગાર

overdue' (–ડ્યૂ), વિ૦ (રકમ, પૈસા) જેની આપવાની–લેવાની–મુદ્દત વીતી ગઈ હોય એવું.

over-es'timate (–એ'સ્ટિમેટ), સ૦ક્રિ૦ વધારે પડતી કિંમત આંકવી; વધુ પડતો ઊંચો અડસટ્ટો કરવો.

overflow' (–ફ્લો), ઉ૦ ક્રિ૦ (-ની) ઉપરથી વહેવું, રેલાવું, જળબંબોળ કરવું; ઊભરાઈ જવું. **ov'erflow,** ના૦ ઉપરથી વહી જતું હોય–વધારાનું હોય – તે.

overgrow' (–ગ્રો), સ૦ ક્રિ૦ (ભૂ૦ કા૦, –grew, ભૂ૦કૃ૦– grown).(વનસ્પતિ અંગે). -ની ઉપર ઊગવું – ઊગીને ફેલાવું. **overgrown,** વિ૦ વધુ પડતી ઝડપથી વધેલું, ઊંચું.

ov'ergrowth, ના૦ ((વ. ક. આરોગ્યને અપાયકારક) અતિવૃદ્ધિ, કશાક ઉપર ઊગેલી વનસ્પતિ.

ov'erhand (–હૅન્ડ), વિ૦ અને ક્રિ૦ વિ૦ પકડેલી વસ્તુની ઉપર હાથવાળું–હાથ રાખીને; (ગોલંદાજી) ખભાની ઉપરથી હાથ લઈ ને (કરેલું); (તરવામાં) પાણીની બહાર હાથ કાઢીને.

overhang' (–હૅંગ), ઉ૦ ક્રિ૦ (ભૂ૦ કા૦ –hung). ઉપર (બહાર) નીકળતું હોવું; બહાર નીકળવું; ઉપર લટકતું હોવું; આવી પડવાની તૈયારીમાં હોવું.

overhaul' (–હૉલ), સ૦ ક્રિ૦ સારી પેઠે તપાસવું ને સમું કરવું, તપાસવા માટે ભાગ છૂટા પાડવા; પાછળ પડીને પકડી પાડવું.

overhead' (–હે'ડ),ક્રિ૦ વિ૦ ઊંચે માથા પર; આકાશમાં; ઉપર. **ov'erhead,** વિ૦ ઊંચે માથા પર મૂકેલું; (ખર્ચ, ઇ.) કચેરીનું ખર્ચ, મૂડીનું વ્યાજ, ઇ. અંગેનું; ધંધાની વ્યવસ્થા અંગેનું.

overhear' (–હિઅર), સ૦ક્રિ૦ (ભૂ૦ કા૦ –heard). કોઈનું બોલ્યું તેના અજાણતાં સાંભળવું, સહેજે કાને પડવું.

overjoyed' (–જૉઇડ), વિ૦ અતિશય હરખાયેલું, રાજીરાજી. [લાદેલું

over-lad'en (–લેડન), વિ૦ અતિશય ભાર

ov'erland (–લૅન્ડ), ક્રિ૦ વિ૦ જમીન માર્ગે, ખુશ્કી માર્ગે. **ov'erland,** વિ૦ જમીન ઉપરનું, મુખ્યત્વે ખુશ્કી માર્ગનું–વાળું.

overlap' (–લૅપ), ઉ૦ ક્રિ૦ એક વસ્તુએ બીજીને અંશતઃ ઢાંકવું; –ઢાંકીને આગળ ફેલાવું.

overlay'(-લે), સ૦ ક્રિ૦ (ભૂ૦ કા૦ –laid). ઉપર ચડાવવું, મઢવું. [પાના ઉપર.

overleaf' (–લીફ), ક્રિ૦વિ૦ પાછળને પાને–

overlie' (-લાઇ), સ૦ ક્રિ૦ (ભૂ૦કા૦–lay; ભૂ૦ કૃ૦ –lain). -ની ઉપર (આડા) પડવું.

overlook' (–લુક), સ૦ક્રિ૦ ઉપરથી–ઊંચે ઠેકાણેથી–જોવું; -થી ઊંચું હોવું; જોઈ ન શકવું; ઉપેક્ષા કરવી; માફ કરવું, દરગુજર કરવી; દેખરેખ રાખવી. [મહારાજ.

ov'erlord (–લૉર્ડ), ના૦ રાજાધિરાજ,

ov'ermantel (–મૅન્ટલ), ના૦ ચૂલા પરની (વિ.ક. શોભા માટેની)છાજલી. [તાબે–કરવું.

overmas'ter (– માસ્ટર), સ૦ક્રિ૦ વશ–

overmuch' (–મચ), વિ૦ અને ક્રિ૦ વિ૦ જોઈએ તેથી વધુ, અતિશય.

over-nice' (– નાઇસ), વિ૦ વધારે પડતી ઝીણવટવાળું, વરણાગિયું.

overnight' (– નાઇટ), ક્રિ૦અ૦ આગલા

દિવસની સાંજે, આગલી રાતે; રાતોરાત, એક-દમ. વિ૦ આખી રાત ચાલતું; રાત માટેનું.

ov'erplus (–પ્લસ), ના૦ વધારાનું–અનાવશ્યક–કશુંક, વધારો.

overpow'er (–પાવર), સ૦ ક્રિ૦ તાબે કરવું; હરાવી દેવું; વધુ બળને જોરે દબાવી દેવું–કચડી નાંખવું. **overpow'ering,** વિ૦ બહુ જોરાવર; દુર્નિવાર.

over-produc'tion (–પ્રડકશન), ના૦ ખપ–માગણી–કરતાં વધારે પડતું ઉત્પાદન.

overrate' (ઓવરેટ) સ૦ક્રિ૦ વધારે પડતું મૂલ્ય આંકવું–મહત્ત્વનું ગણવું.

overreach' (–રીચ), સ૦ક્રિ૦ (છળકપટથી) છેતરવું. કર્તૃવા૦ ક્રિ૦ વધારે પડતી ચાલાકી કરવા જતાં–વધારે પડતું કરવા જતાં–પોતાના કામમાં નિષ્ફળ જવું (~ *oneself*).

override' (–રાઇડ), સ૦ ક્રિ૦ (ભૂ૦કા૦ –rode, ભૂ૦કૃ૦ –ridden). પોતાના ઘોડાના પગ તળે કચરી નાંખવું; શત્રુનો મુલક પાદાક્રાન્ત કરવો;(કોઈની ઇચ્છા, મત) કોરે મૂકવું; રદ કરવું.

overrule' (–રૂલ), સ૦ ક્રિ૦ અધિકારની રૂએ રદ કરવું–નામંજૂર કરવું.

overrun' (–રન), સ૦ ક્રિ૦ (ભૂ૦ કા૦ –ran; ભૂ૦ કૃ૦ –run).-ની ઉપર બધે ફરી વળવું; ફરી વળીને વેરાન કરવું; લૂંટફાટ કરવી; -ની હદ વટાવી જવું.

oversea' (ઓવરૂસી), વિ૦ અને ક્રિ૦ વિ૦ દરિયા પારનું; દરિયા(માં થઈ ને પેલી) પાર. **overseas',** ક્રિ૦વિ૦ દરિયા પાર, પરદેશ.

oversee' (–સી), સ૦ક્રિ૦ (ભૂ૦કા૦ –saw, ભૂ૦ કૃ૦ –seen). કામ પર દેખરેખ રાખવી. **ov'erseer,** ના૦ કામ પર દેખરેખ રાખનાર, ઓવરસીયર.

overshad'ow (–શૅડો), સ૦ ક્રિ૦ ઉપર છાયા–અંધારું–પાડવું; છાંયડામાં નાંખવું; ઝાંખું પાડવું, પાછળ નાંખવું.

ov'ershoe (–શૂ), ના૦ સાદા બૂટ પર પહેરવાનો રબરનો કે ઊનનો મોટો બૂટ.

overshoot' (–શૂટ), સ૦ક્રિ૦ (ભૂ૦ કા૦ –shot). નિશાનથી આગળ ગોળી મારવી, નિશાન ચૂકવું; વધારે પડતી વાત–અત્યુક્તિ–કરવી.

ov'ersight (–સાઇટ), ના૦ દુર્લક્ષ, નજર-ચૂક; ગફલત; દેખરેખ.

oversleep' (–સ્લીપ), અ૦ ક્રિ૦ અથવા કર્તૃ૦ ક્રિ૦ ઊઠવાના સમય પછી ઊંઘ્યા કરવું.

overstate' (–સ્ટેટ), સ૦ ક્રિ૦ વધુપડતી જોરદાર ભાષામાં કહેવું; અત્યુક્તિ કરવી. **overstate'ment,** ના૦ અતિશયોક્તિ.

overstrain' (–સ્ટ્રેન), સ૦ ક્રિ૦ અતિશ્રમ કરવો;–કરીને–વધુ પડતું વાપરીને–ઈજા કરવી. **ov'erstrain,** ના૦ અતિશ્રમ, તાણ.

ov'erstrung' (–સ્ટ્રંગ), વિ૦ અતિ તાણેલું; ચીડિયું; (પિયાનો) એકબીજા પર ત્રાંસા તારવાળું. [રીતે કરેલું.

ov'ert (ઓવર્ટ), વિ૦ ઉઘાડું, જાહેર; ખુલ્લી

overtake' (ઓવર્ટેક), સ૦ ક્રિ૦ (ભૂ૦ કા૦ –took, ભૂ૦ કૃ૦ –taken). પકડી પાડવું, -ની સાથે આવી જવું. [બોજો–કામ–લાદવું.

overtask' (–ટાસ્ક), સ૦ ક્રિ૦ વધારે પડતો

overtax' (–ટૅક્સ), સ૦ ક્રિ૦ ગજા ઉપરાંત કરવેરા નાંખવા–લેવા; વધુ પડતી માગણીઓ કરવી.

overthrow' (–થ્રો), સ૦ ક્રિ૦ (ભૂ૦ કા૦ –threw, ભૂ૦ કૃ૦ –thrown). ઉથલાવી પાડવું; ગબડાવી દેવું; હરાવવું. **ov'erthrow,** ના૦ પરાભવ, હાર, નાશ.

overtime' (–ટાઇમ), ક્રિ૦ વિ૦ ઠરાવેલા–નિયત–સમય પછી–ઉપરાંત.**ov'ertime,** ના૦નિયત સમય ઉપરાંત કરેલું કામ–નો અવધિ.

overtop' (–ટૉપ), સ૦ ક્રિ૦ -ના કરતાં ઊંચા હોવું–થવું.

ov'erture (–ચર,–ટ્યુઅર), ના૦વાટાઘાટની શરૂઆત, આરંભ; દરખાસ્ત, કહેણ; (લગ્ન, ઇ. અંગે) સૂચના અથવા માગણી; નાટક, ઇ. નું પ્રાસ્તાવિક સંગીત.

overturn' (–ટર્ન), ઉ૦ ક્રિ૦ ઉથલાવી દેવું; ગબડાવી દેવું–પાડવું; ગબડી–પડી–જવું. **ov'erturn,** ના૦ ઉથલાવી પાડવું–ઊથલી પડવું–તે.

overween'ing (–વીનિંગ), વિ૦ અતિ અભિમાની, અહંમન્ય. [પડતો ભાર લાદેલું.

overweight'ed (–વેટિડ), વિ૦ વધારે

overwhelm' (–વ્હેલ્મ), સ૦ ક્રિ૦ કચડી

નાખવું, દબાવી દેવું, હરાવવું; અભિભૂત કરવું; ભાવના, ઇ.માં ડુબાડી દેવું. **overwhel'ming**, વિ૰ પ્રતિકાર ન કરી શકાય એવું; દબાવી દે એવું.

overwind' (–વાઇન્ડ), સ૰ ક્રિ૰ (ભૂ૰ કા૰ –wound). (ઘડિયાળને) વધારે પડતી ચાવી આપવી – આપીને બગાડવું

overwork' (–વર્ક), ઉ૰ ક્રિ૰ ગજા ઉપરાંત કામ કરવું–કરાવવું. ના૰ અતિશ્રમ, ગજા ઉપરાંત મહેનત.

overwrought' (ઓવરૉટ), વિ૰ વધારે પડતી તાણ પડેલું; ખૂબ મહેનત લઈને કરેલું – સજાવેલું; સાવ થાકી ગયેલું.

ovip'arous (અવિપરસ, –ઓ-), વિ૰ ઈંડાં મૂકીને બચ્ચાં જણનારું.

ov'oid (ઓવૉઇડ), વિ૰ અંડાકૃતિ.

ovule (ઓવ્યૂલ), ના૰ બીજાણ્ડ.

ov'um (ઓવમ), ના૰ (બ૰ વ૰ ova). (સ્ત્રીનો) રજોગોલ, રજ.

owe (ઓ), સ૰ક્રિ૰ -ના દેણદાર–ઋણી હોવું. **ow'ing** (ઓઇંગ), વિ૰ –ના દેવા – માગતા–લેણા, હજુ ચૂકવવાનું બાકી છે એવું. ~*to*, -ને લીધે – પરિણામે.

owl (આઉલ), ના૰ ઘુવડ. **owl'et** (આઉલિટ), ના૰ ઘુવડનું બચ્ચું. **owli'sh** (આઉલિશ), વિ૰ ઘુવડના જેવું.

own (ઓન), વિ૰ પોતાનું, અને બીજાનું નહિ (ષષ્ઠી વિભક્તિના રૂપ પછી ભાર દેવા માટે વપરાય છે). *come into* one's~, -ને પોતાનું (મિલકત, ઇ.) પાછું મળવું; જેને માટે લાયક છે તે કીર્તિ, ઇ. મળવું. *hold* one's~, પોતાનું સ્થાન, ઇ. ટકાવી રાખવું; -ની સામે ટક્કર ઝીલવી; (માંદગીમાં) શક્તિ ન ગુમાવવી. *on* one's~, સ્વતંત્રપણે; બીજાની મદદ વિના. one's~, પોતાની મિલકત, ઇ. ઉ૰ ક્રિ૰ -ના ધણી – માલિક – હોવું; -ખરું છે એમ કબૂલ કરવું; કબૂલ કરવું, માનવું. ~ *to*, ~ *up*, ~ *up to*, (ભૂલ, ગુનો, ઇ.) કબૂલ કરવું. **ow'ner** (ઓનર), ના૰ ધણી, માલિક, **ow'nership** (–શિપ), ના૰ માલિકી, સ્વામિત્વ.

ox (ઑક્સ), ના૰ (બ૰ વ૰ oxen). બળદ, ગોધો; ખસી કરેલ બળદ, ઇ.

oxida'tion (ઑક્સિડેશન), ના૰ પ્રાણવાયુ સાથે રાસાયનિક સંમિશ્રણ; ઑક્સવણી.

ox'ide (ઑક્સાઇડ), ના૰ બીજા કોઈ તત્ત્વની સાથે પ્રાણવાયુનું મિશ્રણ થઈને બનેલું દ્રવ્ય, ઑક્સાઇડ.

oxi'dize (ઑક્સિડાઇઝ઼), ઉ૰ ક્રિ૰ પ્રાણવાયુ સાથે મેળવવું – મળવું; ઑક્સવવું; કાટ ચડવો; કાટવાળું બનાવવું.

Oxo'nian (ઑક્સોનિઅન), વિ૰ ઑક્સફર્ડનું. ના૰ ઑક્સફર્ડનો–માં ભણેલો – માણસ

oxy-acet'ylene (ઑક્સિઅસે'ટિલીન), વિ૰ પ્રાણવાયુ (ઑક્સિજન) અને અસેટિલીન વાયુના મિશ્રણનું (જેમાંથી ખૂબ ધગધગતી જ્વાળા નીકળે છે).

ox'ygen (ઑક્સિજિન, –જન), ના૰ પ્રાણવાયુ, આક્સિજન (જેને રંગ, સ્વાદ કે ગંધ હોતાં નથી). **ox'ygenate** (ઑક્સિજિનેટ), **ox'ygenize** (–નાઇઝ઼), સ૰ ક્રિ૰ ઑક્સિજન સાથે ભેળવવું.

oye'z, oye's, (ઓયે'સ), ઉદ્ગાર૰ સાંભળો! (અદાલત, ઇ. ઠેકાણે બહુધા ત્રણ વાર બોલાય છે).

oys'ter (ઑઇસ્ટર), ના૰ કાલુ – કાલવ – માછલી; છીપલામાં રહેતી પોચી માછલી. **oyster-catcher**, ના૰ બગલાની જાતનું એક પ્રાણી.

oz'one (ઓઝ઼ોન), ના૰ તાજગી આપનાર ઘટ્ટ થયેલો પ્રાણવાયુ.

P

P, p (પી), અંગ્રેજી વર્ણમાળાનો સોળમો અક્ષર.

pa (પા), ના૦ પિતા માટે બાળકનો શબ્દ.

pab'ulum (પૅબ્યુલમ), ના૦ ખોરાક, વિ. ક. વિચાર માટે (*mental* ~).

pace (પેસ), ના૦ ડગલું, કદમ; ગતિ, વેગ; (ઘોડાની) ચાલ. *keep* ~ *with*, -ની સાથે ચાલવું-રહેવું. ઉ૦ ક્રિ૦ ડગલું ભરવું, ધીમા ચાલવું; ડગલા વતી માપવું; શરત, ઇ.માં દોડનારની સાથે દોડીને તેને મદદ કરવી.

pacha (પાશા), જુઓ pasha.

pach'yderm (પૅકિડર્મ), ના૦જાડી ચામડીવાળું જાનવર, ડોબું; એવું માણસ.

pacif'ic (પસિફિક, પૅ-), વિ૦ શાંતિનું ચાહક, શાંતિ માટે કામ કરનારું; *the P*~ (*Ocean*), પૅસિફિક-પ્રશાંત-મહાસાગર. **pacifica'tion**, ના૦ શાંત પાડવું તે.

pa'cifism (પૅસિફિઝ્મ),ના૦ યુદ્ધો બંધ થવાં જોઈએ ને કરી શકાય તેમ છે એવી માન્યતા, શાંતિવાદ. **pa'cifist**, ના૦ શાંતિવાદી.

pa'cify (પૅસિફાઇ), સ૦ ક્રિ૦ શાંત પાડવું, ઠંડું પાડવું; સાંત્વન કરવું; શાંતિ સ્થાપિત કરવી; મનાવવું.

pack (પૅક), ના૦ પોટલું, ગાંસડી; સટ (પત્તા, ઇ.નો); જૂથ, ટોળું; કૂતરાં, વરુ, ઇ.નું જૂથ; તરતા બરફનો જથ્થો. ઉ૦ ક્રિ૦ બાંધવું, પેટી, ઇ.માં ઠાંસીને ભરવું; -નું પોટલું બાંધવું; સભા, સમિતિ, જૂરી, ઇ.માં પોતાને અનુકૂળ માણસો ભરવાં; નાની જગ્યામાં ઠાંસીને ભરવું-ભરાવું; કાચની વસ્તુઓ, ઇ. ફૂટી ન જાય તે માટે કાગળના કટકા, ઇ. ભરવું. *send* one ~*ing*, એકદમ રુખસદ આપવી.

pack'age (પૅકિજ), ના૦ પોટલું, ગાંસડી.

pack'et (પૅકિટ), ના૦ નાનું પોટલું, પડીકું; ટપાલની હોડી-વહાણ. (~*-boat* પણ).

pack-horse(પૅક્હોર્સ),ના૦ભારવાહક ઘોડો.

packing (પૅકિંગ), ના૦ સાંધો બંધ કરવા માટે વપરાયેલી વસ્તુ; વસ્તુઓ ભરતી વખતે તેની આસપાસ મૂકવામાં આવતા કાગળ, લૂગડું, ઇ. ના કકડા, ઘાસ વગેરે.

pack'man (પૅક્મન), ના૦ પોટલું કે ગાંસડી લઈને ફરનાર ફેરિયો.

pact (પૅક્ટ), ના૦ કરારનામું.

pad (પૅડ), ના૦ ગાદી, ગાદલું; નરમ કે સુડોળ બનાવવા માટે કરેલું રૂ, ઇ.નું પૂરણ; [ક્રિકેટમાં] પગના રક્ષણ માટેનું તકિયા જેવું પૅડ; શાહીચૂસ કે લખવાના કાગળની કોરે સીવેલી કે બાંધેલી થેકડી; શિયાળ, સસલું, ઇ.નો પંજો. સ૦ક્રિ૦ -માં રૂ, ઊન, ઇ. ભરવું; તકિયા વગેરે બાંધીને રક્ષણ કરવું; નકામા મજકૂરથી ચોપડી-શબ્દોથી વાક્ય-ભરી દેવું. **padd'ing**, ના૦ તકિયો ભરવા માટે અથવા ખુરશી, ઇ.ને નરમ બનાવવા માટે વાપરેલું ઊન, રૂ, ઘાસ ઇ.; ચોપડીનું કદ વધારવા માટેનું નકામું લખાણ; બિલાડી, ઇ. પ્રાણીના પગના તળેનો ઉશીકા જેવો માંસલ ભાગ.

pad'dle (પૅડલ), ના૦ ચાટવો, હલેસું; પૈડાને ફેરવવા માટે તેને જડેલું પાટિયું, પૅડલ. ઉ૦ ક્રિ૦ પૅડલ વતી ચલાવવું-ગતિ આપવી; હલેસાં મારવાં; ઉઘાડા પગે દરિયાના પાણી, ઇ.માં ચાલવું. ~ one's *own canoe*, પોતાની જાત પર જ આધાર રાખવો. **pad'dle-wheel**, ના૦ પરિઘની આસપાસ ત્રાંસાં પાટિયાંવાળું વહાણ ચલાવવાનું પૈડું.

padd'ock (પૅડક),ના૦ નાનું ખેતર-વાડો.

padd'y (પૅડિ), ના૦ ડાંગર, ભાત.

pad'lock (પૅડ્લૉક), ના૦ (નકૂચામાં ભેરવીને લગાવવાનું, છૂટું)તાળું. સ૦ક્રિ૦ તાળું દેવું.

padre (પાડ્રૅ, પાડ્રિ), ના૦ પાદરી.

pae'an (પીઅન), ના૦ વિજયનું, સ્તવનનુ કે પ્રભુનો પાડ માનવાનું ગીત.

pag'an (પેગન), વિ૦ ખ્રિસ્તી, યહૂદી કે મુસલમાનથી ભિન્ન (ધર્મનું); કોઈ પણ પેગંબરમાં ન માનનાર. ના૦ એવો માણસ; મૂર્તિપૂજક.

page (પેજ), ના૦ ગણવેશમાં રહીને નોકર-અનુચર-તરીકે કામ કરનાર છોકરો, હજૂરિયો, સરદારનો અનુચર. સ૦ ક્રિ૦ વીશીની ઓરડીમાંથી ઘરાકને બોલાવવું.

page, ના૦ ચોપડીના પાનાની એક બાજુ,

પૃષ્ઠ. સ૦ ક્રિ૦ પાનાં પર અનુક્રમ સંખ્યા લખવી; [મુદ્રણ] પાનાં પાડવાં.

pa'geant (પૅજન્ટ,પે-), ના૦ તે તે કાળને અનુરૂપ સજાવટવાળો ઐતિહાસિક દેખાવ; તેનું સરઘસ; કોઈ પણ સુંદર ભપકાદાર દેખાવ. **pa'geantry** (-ન્ટ્રિ), ના૦ સુંદર દેખાવ, ખાલી ભપકો-ઠાઠ, આડંબર.

paginate (પૅજિનેટ), સ૦ક્રિ૦ ચોપડી, ઇ.નાં પાનાં પર અનુક્રમ સંખ્યા લખવી; પાનાં પાડવાં.

pagod'a (પગોડા), ના૦ બૌદ્ધ મંદિર.

paid (પેડ), pay નો ભૂ૦કા૦ તથા ભૂ૦કૃ૦.

pail (પેલ), ના૦ (ઊભી ગોળાકાર) ડોલ.

pain (પેન), ના૦ શારીરિક કે માનસિક પીડા, દરદ, વ્યથા; સજા, દંડ; (બ૦ વ૦) કષ્ટ, મહેનત; (બ૦ વ૦) પ્રસૂતિવેદના. સ૦ક્રિ૦ દુઃખ દેવું. *on ~ of death,* નહિ તો મોતની સજાને પાત્ર થશો. *take ~s,* તસ્દી લેવી, પોતાનાથી થઈ શકે તે બધું કરવું. **painful,** વિ૦ દુઃખદાયક; કપરું. **pain'less,** વિ૦ દુઃખ-દરદ-વિનાનું. **pains'taking** (પેન્ઝ઼ટેકિંગ),વિ૦મહેનતુ,ખંતીલું.

paint (પેન્ટ), ના૦ રંગ, પીંછીથી-બ્રશથી-ચોપડવા માટે તૈયાર કરેલો રંગ. ઉ૦ ક્રિ૦ રંગ વતી ચિત્ર કાઢવું, ચીતરવું; રંગવું, રંગ દેવો. *~ the town red,* સ્વચ્છંદ કરીને આખા શહેરમાં ધમાલ મચાવવી. [ચિતારો.

paint'er (પેન્ટર), ના૦ ચિત્રકાર; રંગારો,

paint'er ના૦ હોડીને વહાણ, ઇ. સાથે બાંધવાનું દોરડું. [ચિત્રકળા; રંગકામ.

paint'ing (પેન્ટિંગ), ના૦ ચીતરેલું ચિત્ર;

pair (પેર,પૅઅર), ના૦ જોડ, જોડી; દંપતી; યુગલ, જોડું, નરમાદાની જોડી; એકને અનુરૂપ જોડી બને તેવી વ્યક્તિ કે વસ્તુ, જોડ. ઉ૦ક્રિ૦જોડું બાંધવું-બંધાવું, બબ્બેની જોડ કરી ગોઠવવું; નરમાદાનું જોડું-સંલગ્ન-થવું. *~off,*બબ્બેની જોડી બનાવીને મૂકવું-ગોઠવવું; -ની સાથે પરણવું. [pyjamas.

pajam'as (પજામાઝ઼), ના૦ જુઓ

pal (પૅલ), ના૦ મિત્ર, ગોઠિયો.

pal'ace (પૅલસ,-લિ-), ના૦ રાજા કે ધર્માધ્યક્ષનું રહેઠાણ, રાજમહેલ; મહેલ,હવેલી.

pal'adin (પૅલડિન), ન ૦ શાર્લમેનના બાર સરદારોમાંનો કોઈ પણ એક; બહાદુર અને સર્વગુણસંપન્ન સરદાર.

palaeog'raphy (પૅલિઑગ્રફિ,પે-,-ઓ-), ના૦ પ્રાચીન લિપિવિદ્યા.

palaeolith'ic (પૅલિઅલિથિક,પે-,-ઓ-), વિ૦ અતિ પ્રાચીન પથ્થરનાં ઓજારોનું -વાપરનારું; તે કાળનું. *~age,* પ્રાચીન પાષાણયુગ.

palaeontol'ogy (પૅલિઑન્ટૉલજિ), ના૦ પ્રાચીનપ્રાણીવિદ્યા, અશ્મીભૂતપ્રાણીવિદ્યા.

palaeozo'ic (પૅલિઅઝ઼ોઇક), વિ૦ આદિ જીવ(યુગ)નું; આદ્યભૂસ્તરયુગનું.

palanquin'(પૅલન્કીન),ના૦પાલખી,મ્યાનો.

pal'ate (પૅલિટ), ના૦ તાળવું, તાલુ; સ્વાદેન્દ્રિય. **pal'atable** (પૅલટબલ), વિ૦ જીભને ભાવે એવું, સ્વાદિષ્ટ; પસંદ પડે-માન્ય થાય-એવું. [જેવું; ભવ્ય, આલેશાન.

pala'tial (પલેશલ), વિ૦.રાજમહેલનું-ના

palat'inate (પલૅટિનિટ), ના૦ અનિર્બંધ સત્તાવાળા સરદારનો મુલક.

pala'ver (પલાવર), ના૦ ડાયરો; લાંબી વાતચીત; નકામી વાતો, ગપ્પાં; ખુશામત. ઉ૦ ક્રિ૦ નકામી વાતો કરવી; ખુશામત કરવી.

pale (પેલ), વિ૦ સફેદ જેવું દેખાતું; ફીકું, આછા રંગનું; (પ્રકાશ)ઝાંખું. ઉ૦ ક્રિ૦ ફીકું-ઝાંખું-બનાવવું-થવું; રંગ ઊડી જવો. *~ before,* -ની આગળ-સરખામણીમાં-ઊતરવું -નજીવું-નીવડવું. **pale-face,** ના૦ ઉત્તર અમેરિકન ઇંડિયનનો ગોરા માટેનો શબ્દ, ગોરો.

pale, ના૦ વાડ માટે વપરાતી સાંકડી અણિયાળી ચીપ; હદ, મર્યાદા (વિ. ક. સુધરેલા સમાજની). *be beyond the ~ (of),*સુધરેલા સમાજની બહારનું હોવું.

pal'ette (પૅલિટ), ના૦ રંગોનું મિશ્રણ કરવાની કલાકારની ચપટી તખ્તી-પાટી.

pa'lfrey (પૉલફ્રિ, પૅ-), ના૦ સવારીનો ઘોડો (શાંત પ્રકૃતિનો,વિ.ક. સ્ત્રીઓ માટેનો).

pal'impsest (પૅલિમ્પ્સેસ્ટ), ના૦ એક લખાણ ભૂંસી નાંખીને જેના પર બીજું લખાણ કરવામાં આવ્યું છે એવું ચામડું-પાર્ચમેન્ટ.

pal'indrome (પૅલિન્ડ્રોમ), ના૦ સીધું અથવા ઊંધું વાંચતાં એક જ વંચાય એવો

શબ્દ કે વાક્ય (દા. ત. 'નવજીવન', 'લીમડી ગામે ગાડી મલી', ઇ.), મુરજબંધ.

pal'ing (પેલિંગ), ના૦ ચીપોની વાડ; અણી-બંધ પકવાસા (ની વાડ).

palisade' (પૅલિસેડ), ના૦ રક્ષણ માટે ઊભી કરેલી અણીવાળી ચીપોની વાડ. સ૦ક્રિ૦ -ની આસપાસ ચીપોની વાડ કરવી.

pall (પૉલ), ના૦ મડદા(પેટી) પર ઢાંકવાનું કપડું, કફન. **pall'bearer**, ના૦ પ્રેત-વસ્ત્રનો છેડો પકડી રાખનાર; ડાઘુ.

pall, ઉ૦ક્રિ૦ -નો કંટાળો આવવો, નીરસ બનવું; ઓચાવી નાંખવું. [-ઠેકાણું, આશ્રયસ્થાન.

pallad'ium (પલેડિઅમ), ના૦ બચાવનું સ્થાન

pall'et (પૅલિટ), ના૦ ઘાસનું પાથરણું; ઘાસભરેલું ગાદલું. [પાટિયું (palette).

pallet, ના૦ કુંભારની ટીપણી; કળાકારનું રંગનું

palliasse' (પૅલ્યૅસ, -લ્ય-), ના૦ ઘાસ ભરીને તૈયાર કરેલું પાથરણું.

pall'iate (પૅલિએટ), સ૦ ક્રિ૦ (દરદ ઇ.) નરમ પાડવું-હળવું કરવું; બહાનું કાઢવું, છાવરવું. **pall'iative** (-અટિવ), વિ૦ દરદનું જોર ઓછું કરનારું, ઉપશામક. ના૦ એવી વસ્તુ – દવા.

pall'id (પૅલિડ), વિ૦ ફીકું, નિસ્તેજ.

pall'or (પૅલર), ના૦ ફીકાશ.

palm (પામ), ના૦ હથેલી, કરતલ; તાડનું ઝાડ; વિજય કે શ્રેષ્ઠત્વના ચિહ્ન તરીકે તેની ડાળી. સ૦ ક્રિ૦ (~ *off* thing *on* person) દગાથી – છેતરીને – લેવડાવવું – પધરાવવું. *grease* one's ~, લાંચ આપવી. *bear away the* ~, વિજય મેળવવો. *yield the* ~ *to*, -થી હારવું. *P*~ *Sunday*, ઈસ્ટર પહેલાંનો રવિવાર.

pa'lmer (પામર), ના૦ તાડની ડાળી હાથમાં લઈને પાછો ફરનાર જેરૂસલેમનો યાત્રી; અકિંચનવ્રતધારી ભિક્ષુ. [તાડનું ઝાડ.

palmett'o (પૅલ્મે'ટો), ના૦ નાની જાતનું

pa'lmist (પામિસ્ટ), ના૦ હસ્તસામુદ્રિક જાણનાર, હાથ જોનાર. **pa'lmistry** (પામિસ્ટ્રિ), ના૦ હસ્તસામુદ્રિક

pa'lmy (પામિ), વિ૦ ચિંતાથી મુક્ત અને સમૃદ્ધિવાળું. ~ *days*, સમૃદ્ધિકાળ, જાહોજલાલી(નો કાળ).

pal'pable (પૅલ્પબલ), વિ૦ સ્પર્શ કરી શકાય એવું, સ્પર્શ ગોચર; નજરે જોઈ શકાય એવું, સ્પષ્ટ.

pal'pitate (પૅલ્પિટેટ), અ૦ ક્રિ૦ (હૃદય) જોરથી – ખૂબ વેગથી – ધબકવું; સ્ફુરવું. **palpita'tion**, ના૦ ધબકવું તે, ધબકારો; સ્ફુરણ, સ્પંદન.

pal'sy (પૉલ્ઝ઼િ), ના૦ લકવો, અર્ધાંગવાયુ; કંપ; સાવ અસહાય સ્થિતિ. સ૦ક્રિ૦ બહેરુ – જડ – કરી નાંખવું, પંગુ બનાવવું. **pal'sied**, વિ૦ લકવાવાળું, બધિર.

pa'lter (પૉલ્ટર), અ૦ ક્રિ૦ -ની સાથે છળકપટ કરવું – રમત કરવી (~*with*).

pa'ltry (પૉલ્ટ્રિ), વિ૦ તુચ્છ, હલકું; નજીવું.

pam'pas (પૅમ્પઝ઼, -સ), ના૦ બ૦વ૦ દ. અમેરિકાનાં ઝાડ વિનાનાં વિશાળ મેદાન. **pampas-grass**, ના૦ એક જાતનું પીંછા જેવું ઊંચું ઘાસ. [લડાવવાં-લડાવીને બગાડવું.

pam'per (પૅમ્પર), સ૦ક્રિ૦ પંપાળવું, લાડ

pamph'let (પૅમ્ફ્લિટ), ના૦ ચોપાનિયું, પુસ્તિકા (વિ. ક. પ્રચલિત ચર્ચાના વિષય પર લખેલી). **pamphleteer'** (-ટિઅર), ના૦ એવાં ચોપાનિયાં લખનાર.

pan (પૅન), ના૦ તાવડી, તવો, લોઢી; ટાટ, થાળ; મીઠું પકવવાનો ક્યારો (*salt*-~). ઉ૦ ક્રિ૦ ~ (*earth*) *off, out,* સોનું જુદું પાડવા માટે સોનાવાળી માટી ધોવી. ~*out* (*well, etc.*) (જમીન અંગે) પુષ્કળ સોનું આપવું; સારુ પરિણામ આવવું. **pan'cake**, ના૦ દૂધ, ઈંડાં, નાખીને બનાવેલી પાતળી કેક.

pan-, ઉપ૦ સર્વ, અખિલ. **pan-Is'lam**, ના૦ અખિલ મુસ્લિમ જનતાનું સંગઠન.

Pan, ના૦ ગ્રીકોનો ગ્રામીણ દેવતા, નિસર્ગદેવતા.

panace'a (પૅનસીઆ), ના૦ બધા રોગોની દવા, સકલવ્યાધિહર ઔષધ.

Panama' (પૅનમા), ના૦ દ. અમેરિકાના એક ઝાડનાં ઘાસના જેવાં પાંદડાંની હલકી ટોપી (~ *hat*). [પિંડ, સ્વાદુપિંડ.

panc'reas (પૅંક્રિઍસ), ના૦ વસાપાચક

pan'da (પૅંડા), ના૦ ગુચ્છાદાર પૂંછડીવાળું રીંછ જેવું એક પ્રાણી.

pandemon'ium (પૅન્ડિમોનિઅમ), ના૦ દૈત્યોનું રહેઠાણ; અંધાધૂંધી, શોરબકોર, ઇ. (નું સ્થાન); સાવ અંધાધૂંધી.

pan'der (પૅન્ડર), અ૦ ક્રિ૦ (*to* સાથે) કુવાસના તૃપ્ત કરવામાં મદદ કરવી; ભડવાઈ કરવી; (કુટેવ, કુકર્મ, ઇ. ને) ઉત્તેજન આપવું. ના૦ કુવાસના તૃપ્ત કરવામાં મદદ કરનાર; ભડવો.

pane (પેન), ના૦(બારીમાં જડાતી)કાચની તકતી. [વખાણ.

panegy'ric (પૅનિજિરિક), ના૦ સ્તુતિ,

pan'el (પૅનલ), ના૦ બારી બારણાના ચોકઠામાં ખોભણ પાડી જડેલું પાટિયું–તકતી; પોશાકમાં જડેલી ઊભી પટી; જ્યૂરીના માણસોની યાદી; વીમો ઉતારવા માગતા લોકોના ડૉક્ટરોની યાદી. સ૦ ક્રિ૦ (ભૂ૦ કા૦ panelled). તકતી બેસાડવી–બેસાડીને શણગારવું. **pan'elling**, ના૦ દીવાલની ઉપર જડેલાં પાટિયાં–તકતીઓ.

pang (પૅંગ), ના૦ એકાએક થતી તીવ્ર વેદના, કળતર; તીવ્ર દુઃખ.

pan'ic (પૅનિક), ના૦ ધ્રાસકો, ગભરાટ. વિ૦(ભય, ઇ. અંગે) અતિશય, ન સમજાય એવું, નિષ્કારણ; ધ્રાસકાનું. **pan'icky** (–કિ), વિ૦ ભયભીત, ગભરાટિયું.

panjan'drum (પૅનૂજૅન્ડ્રમ), ના૦ ભારે ડોળ કરનારો ઉપલા દરજ્જાનો અધિકારી.

pann'ier (પૅન્યર), ના૦(બ૦વ૦માં) ઘોડા કે ગધેડાની બે બાજુએ સામાન મૂકવાના ટોપલા–છાલિયાં; (એ૦ વ૦) સ્ત્રીના ઘાઘરાનો (સ્કર્ટનો) નેફો. [ધાતુનું નાનું પાત્ર, પવાલું.

pann'ikin (પૅનિકિન), ના૦ પાણી પીવાનું

pan'oply (પૅનપ્લિ), ના૦ સંપૂર્ણ બખતર, સર્વાંગરક્ષક કવચ. **pan'oplied** (પૅનપ્લિડ), વિ૦ પૂર્ણ કવચધારી.

panop'tic (પનૉપ્ટિક), વિ૦ ચિત્ર, ઇ. દ્વારા કશાકનું સંપૂર્ણ દર્શન કરાવનારું.

panora'ma (પૅનરામા,–રૅ–), ના૦ જુદાં જુદાં ચિત્રો ચીતરેલા કાગળ, ઇ.નો વીંટો; નજર આગળ સતત પસાર થતું દૃશ્ય; વિશાળ દેખાવો. **panoram'ic** (–રૅમિક), વિ૦

pan'sy (પૅન્ઝિ), ના૦ ચપટાં મોટાં–પહોળાં –ફૂલવાળું એક ફૂલઝાડ.

pant (પૅન્ટ), ઉ૦ક્રિ૦ હાંફવું; સ્ફુરણ પામવું; ઝંખવું. ના૦ ઉતાવળો શ્વાસ, હાંફ; સ્ફુરણ.

pantaloon' (પૅન્ટલૂન), ના૦ વિદૂષકની સાથે મૂક અભિનય કરતું પાત્ર; (બ૦ વ૦) [અમે.] પાટલૂન, પાયજામા.

pantech'nicon (પૅન્ટે'ક્નિકન), ના૦ ફર્નિચરની વખાર; ફર્નિચર કે રાચરચીલું લઈ જવાની મોટી ગાડી (~*van*).

pan'theism (પૅનૂથિઇઝ્મ), ના૦ આખું વિશ્વ ઈશ્વર જ છે, અથવા આખા વિશ્વમાં ઈશ્વર સર્વત્ર છે એવો મત, સર્વેશ્વરવાદ; સર્વદેવપૂજા. **pan'theist**, ના૦ સર્વેશ્વરવાદી. **pantheis'tic**, વિ૦ સર્વેશ્વરવાદી.

pan'theon (પૅન્થિઅન –થી–), ના૦ બધા દેવોનું મંદિર; બધા દેવો; રાષ્ટ્રની દિવંગત થયેલી મહાન વ્યક્તિઓની કબરો કે સ્મારકવાળું મકાન, કીર્તિમંદિર.

pan'ther (પૅન્થર), ના૦ ચિત્તો.

pan'tile (પૅન્ટાઇલ), ના૦ છાપરાનું અર્ધગોળ નળિયું.

pan'tograph (પૅન્ટગ્રાફ), ના૦ ચિત્ર કે નકશાની ગમે તેવા પ્રમાણમાં– નાની કે મોટી – નકલ કરવાનું સાધન – યંત્ર.

pan'tomime (પૅન્ટમાઇમ), ના૦ મૂક નાટક, મૂક અભિનય દ્વારા જેમાં ભાવ વ્યક્ત કરાતો હોય એવું નાટક; સંગીત, નૃત્ય, હાસ્ય, ઇ.વાળું છોકરાઓનું નાતાલમાં ભજવાતું નાટક.

pan'try (પૅન્ટ્રિ), ના૦ ખાવાપીવાની, વિ.ક. નાસ્તાની, ચીજો મૂકવાની ઓરડી; ભોજનમાં પીરસવાની ચીજો મૂકવાની ઓરડી. [સુરવાળ.

pants (પૅન્ટ્સ), ના૦ બ૦ વ૦ પાયજામો,

pap (પૅપ), ના૦ સ્તનની ડીંટી, સ્તનાગ્ર; બાળક માટેનો પોચો કે નરમ ખોરાક.

papa' (પપા), ના૦[બાળ ભાષા] પિતા, બાપ.

pap'acy (પેપસિ), ના૦ પોપનું પદ કે હોદ્દો; પોપોની પદ્ધતિ–તંત્ર; પોપની હોદ્દા પર હોવાની અવધિ. **pap'al** (પેપલ), વિ૦ પોપનું કે તેના હોદ્દાનું. [ના૦ પપૈયું.

pa(w)paw' (પૉપૉ), **papaya** (પપાયા),

pap'er (પેપર), ના૦ કાગળ; છાપું, વર્તમાનપત્ર; લેખ, નિબંધ (વિ. ક. કોઈ મંડળ આગળ

વાંચવા માટેનો); પરીક્ષાનું પ્રશ્નપત્ર-ઉત્તરપત્ર; કાગળનું ચલણ; દસ્તાવેજ. સ૦ ક્રિ૦ ભીંતે કાગળ ચોઢવા. *on* ~, કાગળ પર(ની ગણતરી પ્રમાણે), સિદ્ધાન્ત તરીકે. person's ~*s*, માણસનાં ઓળખાણનાં કાગળિયાં, તેને આપેલું ઓળખ – અધિકાર – પત્ર. **paper-chase**, ના૦ દોડનારાઓના માર્ગદર્શન માટે કાગળના નાના કકડા વેરીને ઠરાવવામાં આવતી વગડાની દોડ. **paper-hanger**, ના૦ ભીંતે કાગળ ચોઢવાનો ધંધો કરનાર. **paper-knife**, ના૦ કાગળ કાપવાની છરી – ચપ્પુ. **paper-weight**, ના૦ છૂટાં કાગળિયાં ઊડી ન જાય તે માટે તે પર મૂકવાની વજનદાર વસ્તુ – દાબણિયું.

papier mâché (પૅપ્યે મૅશે), ના૦ પેટીઓ, રમકડાં, ઇ. બનાવવા માટે બનાવેલો કાગળનો લોંદો – માવો.

pap'ist (પેપિસ્ટ), ના૦ પોપનો અનુયાયી, રોમન કૅથલિક. **pap'istry**(પેપિસ્ટ્રિ), ના૦ પોપનું તંત્ર, પ્રથા, ઇ. (બહુધા અનાદરસૂચક). [અમેરિકન ઇંડિયન – બાળક.

papoose' (પપૂસ), ના૦ રેડ ઇંડિયન – ઉ.

pap'rika (પૅપ્રીકા, પ–), ના૦ હંગેરિયન રાતી પીપર; લાલ અને તીખી ભૂકી.

papyr'us (પપાઇરસ), ના૦ (બ૦વ૦ -ri). જેમાંથી કાગળ બનાવવામાં આવે છે તે દાભ ઇ.ની જાતનો છોડ; તેમાંથી બનતી કાગળ જેવી વસ્તુ; એવા કાગળ પરનું (વિ. ક. પ્રાચીન મિસરના લોકોનું) લખાણ.

par (પાર), ના૦ સમાનતા, સમાન દરજ્જો – મૂલ્ય; સામાન્ય કે સરેરાશ કિંમત. *at* ~, દર્શની કિંમતે. *on a* ~ *(with)*, બરોબર, સરખું.

pa'rable (પૅરબલ), ના૦ દૃષ્ટાંતકથા, બોધ આપનાર કથા, કાલ્પનિક નીતિકથા.

parab'ola (પરૅબલ, –લા), ના૦ પરવલય કે અસંલગ્નમુખ કંકણ (જેવી આકૃતિ); શંકુની એક બાજુનો તેની સમાંતર સપાટીથી છેદ થતાં બનતો સમતલસ્થ વક્ર.

pa'rachute (પૅરશૂટ), ના૦ વિમાનમાં બેસનાર માટે ઊંચેથી ભૂસકો મારી જમીન પર સુરક્ષિતપણે ઊતરવાની એકદમ ઊઘડનારી છત્રી.

pa'raclete(પૅરક્લીટ), ના૦વકીલ,પુરસ્કર્તા, સહાયક. *the P* ~, 'હોલિ ગોસ્ટ'–પવિત્ર આત્મા.

parade' (પરેડ), ના૦ દેખાવ, પ્રદર્શન; નિરીક્ષણ માટે સૈનિકોનું સંમેલન; તે માટેનું મેદાન; જાહેર કવાયત – કૂચ, પરેડ. ઉ૦ ક્રિ૦ દેખાવ– પ્રદર્શન – કરવું; સરઘસના આકારમાં કૂચ કરવી; ઠાઠમાઠથી ફરવું; નિરીક્ષણ માટે (લશ્કર) ભેગું કરવું.

pa'radigm (પૅરડિમ,–ડાઇમ), ના૦ નમૂનો, ઉદાહરણ (વિ. ક. નામ, સર્વનામ, ક્રિયાપદ, ઇ.ના રૂપાખ્યાનનું). [નંદનવન; સ્વર્ગ.

pa'radise(પૅરડાઇસ), ના૦ઈડનનો બગીચો,

pa'radox (પૅરડૉક્સ), ના૦ વિરોધાભાસ; દેખીતા વિરોધ દ્વારા વ્યક્ત કરેલું સત્ય.

pa'raffin (પૅરફિન), ના૦ લાકડું, કોલસો, પેટ્રોલ, ઇ.માંથી બનાવેલું કૃત્રિમ મીણ – તેલ.

pa'ragon (પૅરગન), ના૦ શ્રેષ્ઠતાનો કે પૂર્ણતાનો નમૂનો, આદર્શ.

pa'ragraph (પૅરગ્રાફ, ગ્રે–), ના૦ પરિચ્છેદ, કંડિકા, ફકરો, પૅરિગ્રાફ. સ૦ ક્રિ૦ -ના પરિચ્છેદ – ફકરા – કરવા.

pa'rakeet(પૅરકીટ), **pa'roquet** (પૅરકે'ટ), ના૦ લાંબી પાંખોવાળો નાનો પોપટ.

pa'rallax (પૅરલૅક્સ), ના૦જોનારની જગ્યા બદલાવાથી થતો વસ્તુ સ્થલ ભેદાભાસ; [ખ.] દૃક્સૂત્ર અને ગર્ભસૂત્ર વચ્ચેનું અંતર, (અંશાત્મક) લંબન.

pa'rallel (પૅરલલ), વિ૦ (લીટીઓ અંગે) સમાંતર; તદ્દન સરખું, સમાન. ના૦ અક્ષાંશ બતાવનારી (પૃથ્વી પરની કાલ્પનિક) રેખા–લીટી; તુલના, સરખામણી; સાદૃશ્ય; જોટો. સ૦ ક્રિ૦ સરખાવવું; -ના જેવું – સરખું–હોવું; -ને સમાંતર હોવું– કરવું. ~ *bars*, વ્યાયામ માટે આડા ને સમાંતર ગોઠવેલા લાકડાના બે વળા.

parallelep'iped(પૅરલલે'પિપે'ડ, -લપાઇપિડ), ના૦ જેની બધી બાજુઓ સમાંતર ભુજ ચતુષ્કોણ હોય છે એવો ઘન, સમાંતરખાત, ચિતિ. [સમાંતરભુજ ચતુષ્કોણ.

parallel'ogram (પૅરલે'લગ્રૅમ), ના૦

pa'ralyse (પૅરલાઇઝ઼), સ૦ ક્રિ૦ બહેરું– જડ – કરવું; પંગુ બનાવવું; **paral'ysis** (પરૅલિસિસ), ના૦ લકવો, અર્ધાંગવાયુ

paralyt'ic (પૅરલિટિક), વિ૦ અને ના૦

લકવો થયેલું (માણસ).

pa'ramount (પૅરમાઉન્ટ), વિ૰ મુખ્ય, સર્વોપરી; સર્વશ્રેષ્ઠ. [જારિણી, રખાત.

pa'ramour (પૅરમૂર), ના૰ યાર, જાર;

pa'rapet (પૅરપિટ), ના૰ છજા, છાપરા અથવા પુલની કોર પરની નીચી ભીંત-વંડી, કરેઢી; હૈયારખી.

paraphernal'ia (પૅરફર્નેલિઆ), ના૰ બ૰વ૰ અંગત માલિકીની વસ્તુઓ; યાંત્રિક ઉપકરણ, સામગ્રી.

pa'raphrase (પૅરફ્રેઝ઼્), સ૰ ક્રિ૰ કોઈ લખાણનો બીજા – પોતાના – શબ્દોમાં અર્થ કહેવો, અનુવાદ કરવો. ના૰ અનુવાદ, ભાષાંતર.

pa'rasite (પૅરસાઇટ), ના૰ પારકાને પૈસે જીવનાર, પરાન્નભોજી; પરોપજીવી પ્રાણી કે વનસ્પતિ; વાંદો. **parasit'ic** (પૅરસિટિક), વિ૰ પરોપજીવી, ખુશામતખોર.

parasol' (પૅરસૉલ), ના૰ નાની છત્રી (વિ. ક. યુરોપી સ્ત્રીઓ વાપરે છે તેવી).

pa'ratroops (પૅરટ્રૂપ્સ), ના૰ બ૰ વ૰ વૈમાનિક છત્રીની મદદથી નીચે ઊતરેલું લશ્કર, છત્રીદળ. [માંથી સુરંગો ખસેડવાનું સાધન.

pa'ravane (પૅરવેન), ના૰ વહાણના માર્ગ-

parb'oil (પાર્બૉઇલ), સ૰ ક્રિ૰ અડધું-પડધું બાફવું; વધુ પડતું ગરમ કરવું.

par'cel (પાર્સલ), ના૰ સામાનનું પોટલું, ગાંસડી, ઇ., બૅગી; જમીનનો ટુકડો – ભાગ. સ૰ ક્રિ૰ ટુકડા કરવા, કકડો કકડો વહેંચી આપવું, ભાગ પાડવા (*~out*). *part and ~*, ઘણો મહત્ત્વનો – આવશ્યક – ભાગ.

parch (પાર્ચ), ઉ૰ક્રિ૰ થોડુંક ભૂંજવું – ભૂંજાવું, શેકવું, શેકાવું; સુકાવું, સૂકવવું.

parch'ment (પાર્ચમન્ટ), ના૰ લખવા ચીતરવા માટે તૈયાર કરેલું ચામડું, ચર્મપત્ર; ચર્મપત્ર પરનું લખાણ.

pard (પાર્ડ), ના૰ ચિત્તો.

pard'on (પાર્ડન), ના૰ ક્ષમા, માફી. સ૰ ક્રિ૰ માફ કરવું, ક્ષમા કરવી. **pard'onable**, વિ૰ ક્ષમાપાત્ર, માફ કરી શકાય એવું, ક્ષમ્ય.

pare (પેર, પે'અર), સ૰ ક્રિ૰ -ની ચામડી-કોર – નખ – કાપવો, છોલવું, કાતરતા જવું. **par'ing**, ના૰ છાલ, છોતરું; તાચ્છ, તાછણ.

parego'ric (પૅરિગૉરિક, પૅરે'–), ના૰ અફીણ-માંથી બનાવેલી પ્રવાહી દવા, શામક દવા.

par'ent (પેરન્ટ), ના૰ મા અથવા બાપ, જનક. **par'entage** (પેરંટિજ), ના૰ કુળ, વંશ. **paren'tal** (પરે'ન્ટલ), વિ૰ માબાપનું, માબાપના જેવું. **par'enthood** (પેરંટહુડ), ના૰ માબાપપણું, માતૃ-પિતૃ-ત્વ.

paren'thesis (પરે'ન્થિસિસ, -થ-), ના૰ (બ૰વ૰ -theses, -થિસીસ). વાક્યમાં વિશેષ સમજૂતી અથવા પુષ્ટિ માટે વચ્ચે મૂકેલો શબ્દ કે વાક્ય (વ્યાકરણની દૃષ્ટિથી આવશ્યક નથી હોતું; અને તે સાધારણપણે કૌંસમાં કે બે ડૅશ વચ્ચે મુકાય છે); આવો કૌંસ ( ). **parenthet'ical** (-થે'ટિકલ), વિ૰ વચમાં સમજૂતીરૂપે ઉમેરેલું.

par excellence (પાર એ'ક્સલાંસ, -સે'લાંસ), ક્રિ૰વિ૰ સૌથી ચડિયાતું (હોવાથી).

parhel'ion પરૂહીલ્યન, પા-), ના૰સૂર્યમંડળ પાસે દેખાતું તેજસ્વી બિંબ, સૂર્યાભાસ.

par'iah (પેરિઆ, પૅ-), ના૰ અતિશૂદ્ર, અન્ત્યજ; વર્ણ કે જાતિબહિષ્કૃત માણસ. **pariah-dog**, ના૰ રખડતું કૂતરું.

par'ish (પૅરિશ), ના૰ પોતાના નોખા દેવળ(ચર્ચ) અને પાદરીવાળો પરગણાનો પેટા-વિભાગ; નિર્ધન અંગેના કાયદાની રૂએ પાડેલો તાલુકો કે મહાલ. **parish'ioner** (પરિશ-નર, પૅ-), ના૰ પૅરિશનો વતની. [સરખાપણું.

pa'rity (પૅરિટિ), ના૰સમાન કક્ષા; સમાનતા,

park (પાર્ક), ના૰ રહેઠાણની પાસેનું વાડ કે દીવાલથી આંતરેલું મેદાન; જાહેર ઉપયોગ માટેનું મેદાન, ઉપવન; મોટર, ઇ. વાહનો ઊભાં રાખવાની જગ્યા. સ૰ ક્રિ૰ નિયત જગ્યાએ મોટર ઊભી રાખવી.

parl'ance (પાર્લન્સ), ના૰ બોલવાની ઢબ, અમુક વર્ગમાં પ્રચલિત ભાષા – શબ્દો. *in common ~*, સાધારણ વાતચીત કે બોલીમાં.

parl'ey (પાર્લિ), ના૰ વિરોધી પક્ષો વચ્ચેની, વિ. ક. લશ્કરો વચ્ચેની, સમાધાન માટેની વાતચીત – વાટાઘાટ. અ૰ ક્રિ૰ (સમાધાનની શરતો અંગે) વાટાઘાટ કરવી.

parl'iament (પાર્લમન્ટ), ના૰ વિલાયત-ગ્રેટ બ્રિટન-ની ધારા ઘડનારી લોકપ્રતિનિધિ-

સભા, પાર્લમેન્ટ; સંસદ, લોકસભા. **parliamentar'ian**, ના૦ પાર્લમેન્ટની ચર્ચામાં–વ્યવહારમાં – કુશળ વ્યક્તિ. **parliamen'tary** (–મે'ન્ટરિ), વિ૦સંસદનું–પાર્લમેન્ટનું–ને લગતું; (ભાષા) પાર્લમેન્ટમાં સ્વીકૃત, સભ્ય.

par'lour (પાર્લર), ના૦ બેઠકની ઓરડી, ઘરનાં માણસોનો બેસવાઊઠવાનો ઓરડો–જગ્યા. **par'lourmaid**, ના૦ ભોજનના ટેબલ પાસે હાજર રહેનાર ચાકરડી.

par'lous (પાર્લસ), વિ૦ અને ક્રિ૦ વિ૦ જોખમકારક, ભયંકર; મુશ્કેલ, વિકટ.

Parnass'us (પાર્નૅસસ), ના૦ ગ્રીક પુરાણોમાં સાહિત્ય, કળા, ઇ.ની દેવીઓનું અધિષ્ઠાન મનાતો ગ્રીસનો એક પર્વત; કવિતા.

paroch'ial (પરોકિઅલ), વિ૦ ખ્રિસ્તી પાદરીના હકૂમતના પ્રદેશ–પૅરિશ–નું; સ્થાનિક; સંકુચિત (દૃષ્ટિવાળું). **paroch'ialism** (–ઍલિઝ્મ), ના૦ સ્થાનિક દૃષ્ટિ, સંકુચિતપણું

pa'rody (પૅરડિ), ના૦ વિડંબન–પ્રતિ–કાવ્ય કે રચના, વિકૃત વિડંબન. સ૦ ક્રિ૦ વિડંબન (કાવ્ય) કરવું. **pa'rodist** (પૅરડિસ્ટ), ના૦ વિડંબન કાવ્ય રચનાર કવિ.

parole' (પરોલ), ના૦ કોલ, વચન (વિ. ક. નાસી ન જવાનું કે લડાઈ શરૂ ન કરવાનું કેદીએ આપેલું વચન); એવા વચન સાથેનો–શરતી – છુટકારો; [લશ્કર] સાંકેતિક શબ્દ.

paronomas'ia (ૅરનમેઝ્યા, –સિઆ), ના૦ શ્લેષ.

paroquet (પૅરકે'ટ),ના૦જુઓ parakeet.

pa'roxysm (પૅરક્સિઝ્મ), ના૦ એકદમ દરદનું જોર ઊપડવું તે, ઉછાળો, આવેશ; ક્રોધાવેશ, ઝાંઝ.

par'quet (પાર્કિ), ના૦ જુદી જુદી કે વિશિષ્ટ આકૃતિના લાકડાના કકડા બેસાડીને બનાવેલી ભોંય. સ૦ક્રિ૦ એવી રીતે ભોંય તૈયાર કરવી. **parq'ueting** ના૦ **parq'uetry**, ના૦ લાકડાનાં પાટિયાંની ભોંય કરવાનું કામ.

pa'rricide (પૅરિસાઇડ), ના૦ પિતૃહત્યા, નજીકના સગાની હત્યા; એવી હત્યા કરનારો.

pa'rrot (પૅરટ), ના૦ પોપટ, સૂડો, શુક; અર્થ જાણ્યા વિના બોલવાની નકલ કરનારો. સ૦ ક્રિ૦ પોપટની જેમ અર્થ જાણ્યા વિના બોલવું.

pa'rry (પૅરિ), સ૦ ક્રિ૦ વારવું, નિવારવું, બાજુએ વાળવું, ચૂકવવું; સામો પ્રશ્ન પૂછીને પૂછેલા પ્રશ્નનો જવાબ આપવો. ના૦ ટાળવું તે, નિવારણ.

parse (પાર્ઝ઼, –ર્સ),સ૦ક્રિ૦ -નું વ્યાકરણ કે પદચ્છેદ કરવું; વાક્યનું પૃથક્કરણ કરવું.

Parsee' (પારસી), ના૦ પ્રાચીન ઈરાનના ધર્મનો હિન્દી અનુયાયી, પારસી.

pars'imony (પાર્સિમનિ), ના૦ કરકસર, ત્રેવડ(નિંદાસૂચક); કંજૂસાઈ, કૃપણતા. **parsimon'ious** (પાર્સિમોનિઅસ), વિ૦ કરકસરિયું (નિંદાસૂચક), કંજૂસ.

pars'ley (પાર્સ્લિ), ના૦ સફેદ ફૂલ અને ખુશબોદાર પાંદડાંવાળો એક છોડ.

pars'nip (પાર્સ્નિપ),ના૦ પીળાં મૂળિયાં-વાળો ગાજરની જાતનો એક છોડ.

pars'on (પાર્સન),ના૦'પૅરિશ' નો પ્રૉટેસ્ટંટ પાદરી. **pars'onage** (પાર્સનિજ), ના૦ પાદરીનું ઘર.

part (પાર્ટ), ના૦ અંશ, ભાગ; ભાગ, વિભાગ, ખંડ; ભાગ, હિસ્સો; અંગ; (નાટકની) ભૂમિકા; વિશિષ્ટ અવાજ કે વાદ્યનો સૂર; પ્રદેશ; પક્ષ, બાજુ. ક્રિ૦ વિ૦ અંશતઃ. ઉ૦ ક્રિ૦ ભાગ પાડવા – પડવા; જુદું – છૂટું – પાડવું; -થી જુદા – છૂટા – પડવું. *in* ~, અંશતઃ. *take* (a thing) *in good* ~, -નું માઠું ન લગાડવું. *take* ~ *in*, કામ, ઇ.માં ભાગ લેવો – મદદ કરવી. *take the* ~ *of*, -ને પુષ્ટિ – ટેકો – આપવો. *for my* (*his, etc*) ~, મારા પૂરતું. *on the* ~ *of*, -ને પક્ષે, -ની તરફથી, -એ કરેલું. ~ *of speech*, [વ્યાક.] શબ્દનો પ્રકાર – નામ, વિશેષણ, ઇ. ~ *with*, છોડી દેવું, વેચી નાખવું. *person of* ~*s*, વિવિધ પ્રકારની આવડતવાળો માણસ. *these* ~*s*, દેશનો આ ભાગ. **part-song**, ના૦ ત્રણ કે વધારે જણોનું ગીત.

partake' (પાર્ટેક), સ૦ ક્રિ૦ (ભૂ૦ કા૦ –took, ભૂ૦ કૃ૦ –taken). (માં, સાથે) ભાગ લેવો (~ *in*); નોડોક થે ભાગ ખાવો – પીવો (~ *of*); -માં કશાકનો ગુણ–

સ્વભાવ–હોવો.

parterre' (પાર્ટેર, –ટે'અર),ના૦ કયારાની ફૂલવાડી; નાટ્યગૃહનો ભોંયતળિયાનો ભાગ (વિ. ક. ઑર્કેસ્ટ્રાની પાછળનો).

parthenogen'esis (પાર્થનજે'નિસિસ, –નો–) ના૦ સંયોગ વિના જનન–ઉત્પત્તિ, નિઃશુક્ર પ્રજોત્પત્તિ.

Parth'ian shot (પાર્થિઅન શૉટ), ના૦ છેવટનાં વાગ્બાણ, વિદાયવેળાના મર્મભેદી બોલ, અંતિમ દલીલ.

par'tial (પાર્શલ), વિ૦ એક ભાગનું, આંશિક, અપૂર્ણ; એકતરફી, પક્ષપાતી, અન્યાયી. ~ *to*, -ના શોખવાળું. **partial'ity** (પાર્શિએ-લિટિ), ના૦ પક્ષપાત; મમતા, હેત; શોખ.

parti'cipant (પાર્ટિસિપન્ટ), ના૦ (–માં) ભાગ લેનાર, ભાગીદાર. **parti'cipate** (–પેટ), અ૦ ક્રિ૦ (-માં) ભાગ લેવો–સામેલ થવું. **participa'tion** ના૦ ભાગ લેવો તે.

part'iciple (પાર્ટિસિપલ, પાર્ટ –), ના૦ [વ્યાક.] કૃદન્ત, ધાતુસાધિત વિશેષણ.

part'icle (પાર્ટિકલ), ના૦ રજ, કણ, રજ-કણ; [વ્યાક.] અવ્યય, ઉપસર્ગ કે છેવટે ઉમેરાતો–જોડાતો–પ્રત્યય, ઇ.

part'icoloured (પાર્ટિકલર્ડ), વિ૦ જુદા જુદા રંગનું, ચિત્રવિચિત્ર.

partic'ular (પર્ટિક્યુલર), વિ૦ ખાસ, વિશિષ્ટ; બહુ ચોક્કસ; ચીકણું, ખંતવાળું. ના૦ કલમ, બાબત; (બ૦વ૦) વિગત (વાર માહિતી). *in* ~, ખાસ કરીને. **particula'rity** (–લૅરિટિ), ના૦ ઝીણી વિગત તરફ ધ્યાન; વિશેષતા, ખાસ ગુણ. **partic'ularize** (પર્ટિક્યુલરાઇઝ઼), ઉ૦ ક્રિ૦ એક પછી એકનો એમ બધાનો ઉલ્લેખ કરવો, -ની વિગત આપવી. **partic'ularly** ક્રિ૦ વિ૦ ઘણું, અતિ; વિગતવાર; ખાસ કરીને.

part'ing (પાર્ટિંગ),ના૦ વિદાય; વિભાજન-રેખા. ~ *of the ways*, રસ્તા ફંટાવાની જગ્યા. વિ૦ જતી વેળાનું, વિદાય વેળાનું.

partisan' (પાર્ટિઝ઼ૅન),ના૦ કોઈ પક્ષ, બાજુ કે કાર્યની તરફદારી કરનારુ; પક્ષપાતી.

parti'tion (પાર્ટિશન), ના૦ ભાગલા પાડવા તે, વિભાજન; એવો ભાગ; એક ઓરડાના અલગ ભાગ પાડનારી પાતળી દીવાલ કે પડદો. સ૦ ક્રિ૦ ભાગલા પાડવા; આંતરો – પડદો – ભરવો. [વિભાગદર્શક (શબ્દ).

part'itive (પાર્ટિટિવ), વિ૦ અને ના૦

part'ly (પાર્ટલિ), ક્રિ૦ વિ૦ અંશતઃ, થોડા પ્રમાણમાં, કેટલેક અંશે.

part'ner (પાર્ટ્નર), ના૦ ભાગીદાર, ભાગિયો; જોડીદાર, સહચર – રી; નૃત્ય, રમત ઇ.માં સાથી; ભિલ્લુ, ભેરુ. સ૦ક્રિ૦ જોડી ગોઠવવી; -ના સાથી – ભાગીદાર – થવું. **part'nership**, ના૦ ભાગીદારી.

partook, partake નો ભૂ૦ કા૦.

part'ridge (પાર્ટ્રિજ), ના૦ તેતરને મળતું એક ખાદ્ય પક્ષી.

parturi'tion (પાટર્યુરિશન), ના૦ જણવું તે, પ્રસવ; (જાનવરોનું) વિયાવું તે.

part'y (પાર્ટિ), ના૦ ટોળી, મંડળ; રાજ-કીય પક્ષ; પક્ષ, તડ; સાથે કામ કરનારું મંડળ; મજલિસ, મિજબાની; સંગી, સામેલદાર; પક્ષકાર; ટુકડી, પાર્ટી, (પોલીસ કે લશ્કરની); આસામી. *be a* ~ *to* (a plan), યોજનામાં સાથ હોવો, -ને સંમતિ આપવી. ~ *system*, જે પક્ષની બહુમતી હોય તે રાજ્યતંત્ર ચલાવે એવી રાજ્ય તંત્રની પદ્ધતિ. ~ *-wall*, બે ઘર વચ્ચેની સહિયારી દીવાલ – કરો.

parv'enu (પાર્વનૂ, – ન્યૂ), ના૦ એકાએક આગળ આવેલો ને પૈસાદાર થયેલો હલકા કુળનો માણસ, લેભાગુ. [કક્ષાનો અધિકારી.

pa'sha (પાશા), ના૦ ઇજિપ્ત કે તુર્કીનો ઊંચી

pass (પાસ), ઉ૦ક્રિ૦ (ભૂ૦કા૦ passed, અથવા વિશેષણ તરીકે past). આગળ વધવું, આગળ ખસવું – જવું; બદલાવું, સ્થિત્યંતર પામવું; -નો અંત આવવો, મરવું; -ની પાસે થઈને જવું, પરથી પસાર થવું; -માંથી પસાર થવું; પરીક્ષામાં પસાર થવું; પાર કરવું, -માંથી જવું; આવશ્યક ધોરણ કે લાયકાતને પહોંચવું; -થી ચડી જવું; (કાયદાનો ખરડો) પસાર કરવો – બહુમતીથી પસાર થવો; (વખત, ઇ.) પસાર કરવું, ગાળવું; આપવું, સોંપવું; (સજા, ઇ.) કરવું, ફરમાવવું; શરીરમાંથી (પાણી, ઇ.) નકામી વસ્તુ તરીકે બહાર કાઢવું; -ની પહોંચ–આકલન–ની બહાર હોવું. ના૦ પસાર કરવું તે (વિ. ક. પરીક્ષા); પરીક્ષા

પસાર કરવા જોઈતા ગુણ; વિકટ – ખરાબ– અવસ્થા; લેખિત પરવાનો અથવા ટિકિટ, 'પાસ'; હૂલ મારવી – ભોંકવું – તે; રમતમાં એક જણ પાસેથી બીજા પાસે દડો જવો તે; પહાડો- માંથી – વચ્ચેથી – જતો સાંકડો રસ્તો, ખીણ, ઘાટ. ~ *away*, મરી જવું. ~ *off*, જતા રહેવું, પસાર થવું. ~ *out*, મરી જવું, (દારૂ પીને) બેભાન થવું. ~ *water*, પેશાબ કરવો. ~ *for*, અમુક તરીકે મનાવું. ~ oneself *off as*, હોવાનો ઢોંગ કરવો. **pass'key**, ના૰ અનેક તાળાંને લાગુ પડતી કૂંચી.

pa'ssable (પાસબલ), વિ૰ ચાલે એવું; (નદી, ઇ.) ઓળંગી શકાય એવું; (રસ્તો ઇ.) ઉપર થઈને જઈ શકાય એવું.

pass'age (પૅસિજ), ના૰ જવુંઆવવું તે, ગમન; દરિયાનો પ્રવાસ; માર્ગ, રસ્તો; એક ઓરડામાંથી બીજામાં જવાનો સાંકડો રસ્તો; (લખાણનો) ફકરો, ઉતારો; એક સ્થિતિમાંથી બીજીમાં જવું તે; કાયદો પસાર કરવો તે; વિચારવિનિમય, ચર્ચા. ~ *at, of, arms*, સામનો, યુદ્ધ; વાગ્યુદ્ધ. [વહી, 'પાસબુક'.

pass'book (પાસ્બુક), ના૰ બેંકના ખાતાની

passé (પૅસે), વિ૰ (સ્ત્રી૰ passee). જુવાની વટાવી ગયેલું, પાકટ, ઊતરી ગયેલું; સમયની પાછળ પડી ગયેલું. [વટેમાર્ગુ.

pass'enger (પૅસિંજર), ના૰ ઉતારુ, પ્રવાસી,

passe-partout' (પાસ્પાર્ટૂ), ના૰ (વિ. ક. મઢેલો) ફોટો મૂકવા માટે વપરાતું ગૂંદરિયા પટ્ટી ચોઢેલી કોરવાળી કાચની તકતીઓનું ચોકઠું– ફ્રેમ; પૂઠા પર મઢેલો ફોટો; અનેક તાળાંને લાગુ પડનારી ચાવી.

pa'sser (પાસર), **pa'sser-by** (–બાઇ), ના૰ રસ્તે જનાર, વટેમાર્ગુ.

pa'ssing (પાસિંગ), વિ૰ ક્ષણભંગુર, થોડો વખત ટકનારું. ના૰ (વિ. ક.) મરણ.

pa'ssion (પૅશન), ના૰ તીવ્ર ભાવના–મનો- વિકાર, ક્રોધ; પ્રેમ, કામ; લત, નાદ; (*P* ~) ક્રૂસ પર ઈશુએ સહન કરેલી યાતનાઓ. **pa- ssion-play**, ના૰ ઈશુની વેદનાઓની નાટયરૂપમાં રજૂઆત.

pa'ssionate (પૅશનિટ), વિ૰ ઉદ્દામ મનો- વિકારવાળું; વિકારવશ, કામી; તામસી, ક્રોધી.

pass'ive (પૅસિવ), વિ૰ નિષ્ક્રિય; પોતે કશું ન કરનાર, બીજા દ્વારા પોતાની ઉપર ક્રિયા થવા દેનાર; પ્રતિકાર ન કરનારું. ના૰ સહ્ય ભેદ(નું રૂપ). ~ *resistance*, નિ:શસ્ત્ર પ્રતિકાર. ~ *voice*, સહ્યભેદ.

Pa'ssover (પાસોવર), ના૰ યહૂદીઓનો એક તહેવાર (મિસરમાંથી નાસીને નીકળી આવ્યાના સ્મરણમાં).

pa'ssport (પાસ્પૉર્ટ), ના૰ પરદેશમાં જવાનો–પ્રવાસ કરવાનો – પરવાનો, પાસપોર્ટ.

pass'word (પાસ્વર્ડ), ના૰ શત્રુપક્ષથી મિત્રને ઓળખવાનો સાંકેતિક શબ્દ કે વાકય.

past (પાસ્ટ), વિ૰ ગયેલું, વીતી ગયેલું; ભૂત- કાળનું. ~ *master*, (કોઈ વિષયમાં) પ્રવીણ, પારંગત, પાકું. ~ *tense* ભૂતકાળ ક્રિ૰ વિ૰ પાસે–નજીક–થઈને. નામ૰ અ૰ -ની પેલી પાર, –થી આગળ. ના૰ ભૂતકાળ; પૂર્વજીવન કે કારકિર્દી.

paste (પેસ્ટ), ના૰ પલાળીને કેળવેલી કણક, ઇ.; લાહી, ખેળ, ઇ.; માછલી, ઇ. છૂંદીને બના- વેલી વાની; બનાવટી હીરા બનાવવામાં વપ- રાતું દ્રવ્ય – કાચ. સ૰ ક્રિ૰ લાહીથી ચોંટાડવું. **paste'board**, ના૰ પૂઠાનો કાગળ.

pas'tel (પૅસ્ટલ, –સ્ટૅ'–), ના૰ રંગની સૂકી લૂગદી (રંગીન ચાક બનાવવા માટેની), વર્ણ- શલાકા, રંગની લાકડી; તેની વતી દોરેલું ચિત્ર.

pas'tern (પૅસ્ટર્ન), ના૰ ઘોડાનો ઘૂંટી અને ખરી વચ્ચેનો ભાગ.

pas'teurize (પૅસ્ટરાઇઝ઼), સ૰ ક્રિ૰ પેસ્ટર ની પદ્ધતિથી દૂધને ઉકાળીને જંતુરહિત બનાવવું.

pas'til, (પૅસ્ટિલ), **pastille'** (-સ્ટી-) ના૰ ગળાના દરદ માટે દવાની મીઠી ટીકડી.

pa'stime (પાસ્ટાઇમ); ના૰ રમતગમત; મન બહેલાવવાનું સાધન, 'કાલક્ષેપમ્'.

pa'stor (પાસ્ટર), ના૰ દેવળનો ઉપરી; ધર્મોપદેશક, પાદરી. **pa'storal**, વિ૰ પાદરીનું. ના૰ દેવળમાં આવનારાઓને અથવા બીજા પાદરીઓને પાસ્ટરે લખેલ કાગળ.

pa'storal (પાસ્ટરલ), વિ૰ ગોવાળો કે ભરવાડોનું – ને અંગેનું; ગ્રામ જીવનનું – સંબંધી. ના૰ ગ્રામજીવનનો ચિતાર આપતું કાવ્ય અથવા ચિત્ર, ગોપકાવ્ય.

pas'try (પેસ્ટ્રિ), ના૦ કણકમાં માખણ નાંખીને શેકેલી પોચી રોટી; પૂરણપોળી જેવું પકવાન (ક્યારેક તેમાં માંસ પણ નાખવામાં આવે છે).

pa'sturage (પાસ્ચરિજ), ના૦ ઢોર ચારવાની જગ્યા, ગોચર; ઢોર ચારવાં તે. **pa'sture** (પાસ્ચર), ના૦ ઘાસ, ચારો; ગોચર, ચરો. ઉ૦ ક્રિ૦ ઢોર ચારવાં; ચરવું.

pas'ty (પેસ્ટિ,), વિ૦ ગૂંદેલી કણક જેવું; (ચહેરો) સફેદ, ફીકાશવાળું.

pa'sty (પાસ્ટિ, પૅ–), ના૦ ચરબી, માખણ, ફળ નાંખેલા લોટમાં હરણનું માંસ નાંખી દેવતા પર શેકીને બનાવેલી વાની.

pat (પૅટ), સ૦ ક્રિ૦ થાબડવું; ચપટી વસ્તુ વતી મારવું. ના૦ થાબડવું તે, થબડાક; માખણનું નાનું ચોસલું – ચકતી. ~ oneself *on the back*, પોતાની હોશિયારી પર ખુશ થવું.

pat, વિ૦ મુદ્દાસરનું, હોશિયારીભર્યું. ક્રિ૦ વિ૦ યોગ્ય વખતે, તત્પરતાથી.

patch (પૅચ), ના૦ કપડાનું થીંગડું; જખમ પર ચોપડેલો મલમ, ઇ. (ની પટ્ટી); ડાઘો; જમીનનો ટુકડો. *not a ~ on*, -ની સાથે સરખાવી ન શકાય એવું. સ૦ ક્રિ૦ થીંગડું દેવું; (*up* સાથે) જેમ તેમ ઘાટ બેસાડી દેવો; તાત્પૂરતો ઝઘડો મટાડવો. **patch'work** (પૅચ્‌વર્ક), ના૦ જુદા જુદા રંગના ને જાતના ટુકડા સીવીને બનાવેલી જાજમ, ઇ.; ઢંગધડા વિનાનું કામ. **patch'y** (પૅચિ), વિ૦ ઢંગધડા વગરનું, થીંગડાંવાળું; ગોદડી જેવું.

patch'ouli (પૅચૂલિ, પ–), ના૦ એક ખુશબોદાર છોડ; તેમાંથી કાઢવામાં આવતું સુગંધી દ્રવ્ય.

pate (પેટ), ના૦ માથું; (માથાનું) ઢોચકું.

pa'tent (પેટન્ટ), વિ૦ ઉઘાડું, સ્પષ્ટ; બનાવવા, વાપરવા કે વેચવાની સનદવાળું. ના૦ નવીન શોધેલી વસ્તુ બનાવવા કે વેચવાનો અમુક સમય માટે ઇજારો આપતું જાહેરપત્ર, સનદ, પેટંટ. સ૦ ક્રિ૦ (શોધ, ઇ. અંગે) હકની સનદ કરી આપવી – મેળવવી. *letters ~*, સરકાર તરફથી અમુક હક – ઇજારો – આપતું જાહેરપત્રક, વિ. ક. કોઈ નવી શોધને અંગે. **patentee** (પેટન્ટી), ના૦ કોઈ શોધ કે બનાવટના હકની સનદ – પેટંટ – ધરાવનાર. **pa'tent leather** (પેટન્ટ-લે'ધર), ના૦ કાળું કેળવેલું ચળકતું ચામડું.

pat'er (પેટર), ના૦ પિતા, બાપ. **paterfamil'ias** (–ફમિલિઆસ, પૅ-), ના૦ કુટુંબનો વડો – પિતા.

patern'al (પટર્નલ), વિ૦ બાપ કે પિતાનું – ના જેવું; (મિલકત) પિતા તરફથી મળેલ. **patern'alism** (પટર્નલિઝ્‌મ), ના૦ લોકોનું કલ્યાણ સાધવા માટે વ્યક્તિના સ્વાતંત્ર્યને મર્યાદિત કરીને જીવનને સ્પર્શતી બધી બાબતો પોતાના કાબૂમાં લેવાની સરકારની નીતિ. **patern'ity** (પટર્નિટિ), ના૦ પિતૃત્વ; પિતૃવંશ; (ગ્રંથનું) કર્તૃત્વ; મૂળ.

pat'ernos'ter (પૅટર્‌નૉસ્ટર), ના૦ 'લૉર્ડ્ઝ પ્રેયર' (પ્રભુની પ્રાર્થના) નામની પ્રાર્થના (વિ.ક. લૅટિન ભાષામાં), "Our Father which art in Heaven."

path (પાથ), ના૦ (બ૦ વ૦માં ઉચ્ચાર પાધ્‌ઝ્‌). પગથી, પગદંડી; વાટ, પંથ માર્ગ; વર્તણૂક. **path'way,** ના૦ માર્ગ.

Pathan' (પટાન), ના૦ પઠાણ.

pathet'ic (પથે'ટિક), વિ૦ દયાજનક, મનને પિગળાવે એવું; લાગણીને લગતું. *~ fallacy*, કુદરતમાં માનવી ભાવોનું આરોપણ.

pathol'ogy (પથૉલજિ), ના૦ રોગનું શાસ્ત્ર, રોગનિદાનશાસ્ત્ર, શરીરવિકૃતિ વિજ્ઞાન. **patholo'gical** (પૅથલૉજિકલ), વિ૦ રોગનિદાનશાસ્ત્રનું – ને લગતું. **pathol'ogist** (પથૉલજિસ્ટ), ના૦ રોગનિદાન કરનાર, રોગચિકિત્સક.

path'os (પેથૉસ, પેથસ), ના૦ દયાજનકતા; કરુણરસ; દયા, શોક કે સમભાવ પેદા કરવાનો ગુણ; કલામાં લાગણીનું તત્ત્વ; લાગણી.

pa'tience (પેશન્સ), ના૦ સહનશીલતા, સહિષ્ણુતા; ધીરજ, સબૂરી; પત્તાંની એક રમત. *be out of ~ with*, -ની ઉપર ગુસ્સે થવું. **pa'tient** (પેશન્ટ), વિ૦ સહનશીલ; ધીરજવાળું. ના૦ દરદી, રોગી.

pat'ina (પૅટિના), ના૦ બ્રૉન્ઝ અથવા તાંબાના સિક્કા, પથ્થરની શિલ્પાકૃતિઓ, ઇ., પ્રાચીન કલાવશેષો ઉપર બાઝેલો લીલો સ્તર – પોપડો.

patois (પૅટ્‌વા), ના૦ સામાન્ય અશિક્ષિત લોકોની પ્રાદેશિક – સ્થાનિક – બોલી.

pat'riarch (પેટ્રિઆર્ક), ના૰ કુટુંબ, કુળ કે જાતિનો વડો, કુલપિતા; પૂજ્ય અને વૃદ્ધ માણસ; કેટલાંક દેવળોનો 'બિશપ'-ધર્માધિકારી – ધર્માધ્યક્ષ. **patriarch'al** (-આર્કલ, પૅ-), વિ૰ કુટુંબ કે જાતિના વડાનું; (કુટુંબવ્યવસ્થા) પિતૃપ્રધાન – શાસિત. **pat'riarchate**, ના૰ દેવળના (ચર્ચના) ધર્માધ્યક્ષનું પદ; તેની હકૂમત નીચેનો વિભાગ.

patri'cian (પટ્રિશન), ના૰ પ્રાચીન રોમનો ઉમરાવ; ઉમરાવ, અમીર. વિ૰ ઊંચા કુળનું, અમીરનું.

pat'ricide (પૅટ્રિસાઇડ), ના૰ પિતૃહત્યા; તે કરનારો.

pat'rimony (પૅટ્રિમનિ), ના૰ બાપ કે બાપદાદા પાસેથી વારસામાં મળેલી મિલકત, વારસો.

pat'riot (પેટ્રિઅટ, પૅ-), ના૰ સ્વદેશાભિમાની માણસ, દેશભક્ત. **patriot'ic** (-ઑટિક), વિ૰ સ્વદેશાભિમાની. **pat'riotism** (-અટિઝ્મ), ના૰ સ્વદેશાભિમાન, દેશભક્તિ.

patrol' (પટ્રોલ), ના૰ ગસ્ત, ચોકીદારનો રોન – ફેરો; ગસ્તવાળો, ચોકિયાત; ચોકિયાત ટુકડી, વહાણ, વિમાન, ઇ. ઉ૰ ક્રિ૰ રોન ફરવી, ચોકી કરવી.

pat'ron (પેટ્રન), ના૰ કોઈ વ્યક્તિ, કળા, કે કાર્યને મદદ કરનાર – આશ્રય આપનાર, આશ્રયદાતા; સંરક્ષક, પાલનહાર (સંત, ઇ.); (દુકાન, ઇ.નો) નિયમિત ઘરાક; પાદરીની જગ્યા આપવાનો અધિકાર ધરાવનારો. **pat'ronage** (પૅટ્રનિજ), ના૰ (આશ્રયદાતાએ આપેલો) આશ્રય – સંરક્ષણ – ઉત્તેજન; મુરબ્બીવટ. **pat'ronize** (પૅટ્રનાઇઝ઼), સ૰ ક્રિ૰ ઉત્તેજન–મદદ–આશ્રય–આપવો; મુરબ્બી હોવાનો ડોળ કરી વર્તવું.

patronym'ic (પૅટ્રનિમિક), વિ૰ અને ના૰ પિતાના કે પૂર્વજના નામ પરથી પડેલું (નામ, અટક).

patt'en (પૅટન), ના૰ લોઢાની કડી જડેલા લાકડાના તળિયાવાળો મોટો જોડો.

patt'er (પૅટર), ઉ૰ ક્રિ૰ ઝડપથી બોલવું – ચાલવું; (વરસાદ કે ચાલવા અંગે) ટપટપ અવાજ કરવો, છબછબ પડવું. ના૰ ઉતાવળથી બોલવું તે; ટપટપ – છબછબ – અવાજ.

patt'ern (પૅટર્ન), ના૰ નમૂનો; આદર્શ, જેના જેવી બીજી બનાવવી હોય તે વસ્તુ; કાપડ, ઇ. નો નમૂનો; નકશી, ભાત.

patt'y (પૅટિ), ના૰ પૂરણપોળી જેવું પકવાન્ન.

pau'city (પૉસિટિ), ના૰ ન્યૂનતા, અછત.

paunch (પૉંચ), ના૰ પેટ, ઉદર; વાગોળનારાં પ્રાણીઓનું પહેલું પેટ; ફાંદ.

paup'er (પૉપર), ના૰ અતિ ગરીબ – ભિક્ષાજીવી – માણસ (વિ. ક. જાહેર નાણાંમાંથી જેને મદદ મળતી હોય તે) મુફલિસ. **pauper-ism** (પૉપરિઝ્મ), ના૰ ગરીબાઈ, દારિદ્ર્ય

pause (પૉઝ઼), ના૰ જરા થોભવું – બંધ રહેવું – તે, વિરામ, વિસામો. *give ~ to*, (કોઈને) વિચારમાં નાંખવું. અ૰ ક્રિ૰ થોભવું, અટકવું; વિચારમાં પડવું, આનાકાની કરવી.

pave (પેવ), સ૰ ક્રિ૰ ચીરાબંધી – ફરસબંધી – કરવી. *~ the way for*, માટે તૈયાર કરવું, રસ્તો ખુલ્લો કરવો. **pavement** (પેવ્મન્ટ), ના૰ ફરસબંધી, ચીરાબંધી; પથ્થર જડેલી પગથી, ફૂટપાથ.

pavil'ion (પવિલ્યન), ના૰ મોટો તંબૂ, શામિયાનો; પાકા બાંધકામવાળો મંડપ, બંગલી.

paw (પૉ), ના૰ નહોરવાળા પ્રાણીનો પંજો; [વિનોદ.] હાથ. ઉ૰ ક્રિ૰ પંજા વતી અડકવું; (ઘોડા અંગે) ખરી વતી જમીન ખોતરવી – ખણવી.

pawk'y (પૉકિ), વિ૰ લુચ્ચું; ઠાવકું.

pawl (પૉલ), ના૰ દાંતાવાળું ચક્ર કે દાંડો લપસે નહિ કે ઊલટો ફરે નહિ તે માટેની કળ–ઠેસી.

pawn (પૉન), ના૰ [શેતરંજમાં] પ્યાદું; કેવળ રમકડું – હથિયાર.

pawn, ના૰ ગીરો મૂકેલી જણસ. *in ~*, ગીરો – સાનમાં – મૂકેલું. સ૰ ક્રિ૰ ગીરો મૂકવું, ગીરો મૂકીને પૈસા કાઢવા. **pawn'broker** (-બ્રોકર), ના૰ માલ ગીરો રાખી પૈસા ધીરનાર, શરાફ. **pawn'shop**, ના૰ શરાફની દુકાન.

pay (પે), ઉ૰ ક્રિ૰ (ભૂ૰ કા૰ paid). પૈસા ચૂકવવા – ભરવા – આપવા; કશાકની કિંમત ચૂકવવી; (દેવું) પાછું વાળવું, ચૂકવવું; કરેલા કામની સજા, દુઃખ, ભોગવવું; (ધ્યાન) આપવું;

યોગ્ય બદલો – નફો – આપવો – મળવો. ના૰ પગાર, વેતન. ~ one's *way*, ખર્ચ કાઢવું. ~ one's *respects*, આદરપૂર્વક મળવા જવું. ~ *a call*, *visit*, કોઈને ઘેર મળવા જવું. ~ *off*, (વિ. ક. કામ કરનારને) પૂરેપૂરા પૈસા ચૂકવી રજા આપવી. ~ *out*, (દોરડું) મૂકવું, સરતું મૂકવું; બદલો લેવો. ~ *the penalty*, સજા ભોગવવી. ~ *through the nose*, ખૂબ ભારે કિંમત આપવી પડવી. **pay'able** (પેઅબલ), વિ૰ આપવાનું; આપી શકાય એવું. **payee'** (પેઇ), ના૰ જેને પૈસા આપવાના છે તે; હૂંડીનો ધણી. **pay'master**, ના૰ પૈસા ચૂકવનાર, ખજાનચી. **pay'ment**, ના૰ આપવું તે; આપેલી રકમ; બદલો. [**pea'nut**, ના૰ મગફળી.

pea (પી), ના૰ વટાણો; વટાણાનો છોડ.

peace (પીસ), ના૰ શાંતિ, શાંતતા; યુદ્ધનિવૃત્તિ, યુદ્ધ નો, અભાવ; સુલેહ, સંધિ. *hold* on'es ~, ચૂપ રહેવું. **peace'able** (પીસબલ), વિ૰ શાંતિચાહક, શાંતિપ્રિય, શાંત વૃત્તિવાળું. **peace'ful**, વિ૰ શાંત, શાંતતાવાળું. **peace'maker**, ના૰ શાંતિ – સુલેહ – કરાવનાર. **peace'-offering**, ના૰ ફરી મિત્રતા બાંધવા માટે આપેલી ભેટ – સોગાદ. [સ્વાદિષ્ટ ફળ; ખૂબ સુંદર છોકરી.

peach (પીચ), ના૰ નાજુક રંગનું એક

peach, અ૰ ક્રિ૰ (વિ. ક. નિશાળનાં છોકરાં અંગે) ચાડી ખાવી, કોઈએ કશું ખોટું કર્યું હોય તેની સામે જુબાની આપવી.

pea'cock (પીકૉક), ના૰ મોર, મયૂર. **pea'hen** (પીહે'ન), ના૰ ઢેલ.

peak (પીક), અ૰ ક્રિ૰ ક્ષીણ થવું. **peaked** (પીક્ટ), વિ૰ નબળું, ફીકું પડેલું.

peak, ના૰ શિખર, ટોચ (વિ. ક. પર્વતની); ઊંચામાં ઊંચું બિંદુ, ટોચ; ટોપીનો આગળ પડતો ભાગ. **peaked** (પીક્ટ), વિ૰ અણી – ટોચ – વાળું.

peal (પીલ), ના૰ ઘંટાઓનો મોટો ને સતત અવાજ, ઘંટારવ; ઘંટાવલિ; અચાનક મોટો ધડાકો – વીજળીનો કે હસવાનો. ઉ૰ ક્રિ૰ ઘંટ વગાડવા – વાગવા; ધડાકો થવો.

pear (પે'અર), ના૰ એક ફળઝાડ, તેનું જામફળના આકારનું ફળ. **pear-tree**, ના૰.

pearl (પર્લ), ના૰ મોતી, મુક્તાફળ; અમૂલ્ય વસ્તુ. ઉ૰ ક્રિ૰ મોતી શોધી કાઢવાં – કાઢવા પડવું; ઉપર ટીપાં બનવાં, મોતીના જેવા છાંટા છાંટવા. ~ *barley*, ના૰ જવ (ના દાણા). **mother-of-pearl**, ના૰ છીપ. **pearl'y**, વિ૰ મોતીનું – ના જેવું સ્વચ્છ.

pea'sant, (પે'ઝન્ટ), ના૰ ખેડૂત; ગામડિયો. **pea'santry** (પે'ઝન્ટ્રિ), ના૰ ખેડૂતો, ખેડૂત વર્ગ.

pease (પીઝ), ના૰ વટાણા.

peat (પીટ), ના૰ કોવાઈ જઈને થોડી સખત અને કાર્બનવાળી બનેલી બળતણ તરીકે વપરાતી વનસ્પતિ.

peb'ble (પે'બલ), ના૰ કાંકરો, પથ્થર; પાણીના પ્રવાહમાં ઘસાઈને લીસો ગોળ બનેલો પથ્થર; સ્ફટિક, ચકમક. **peb'bly**, ચકમકવાળું, ગોળ ને લીસા પથરાવાળું.

pecan' (પકૅન,પી), ના૰ અમેરિકામાં થતું કવચવાળાં ફળનું એક ઝાડ, તેનું ફળ.

peccable (પે'કબલ), વિ૰ પાપ કરે એવું, પાપક્ષમ. [નજીવી ભૂલ, અલ્પદોષ.

peccadill'o (પે'કડિલો), ના૰ નાનો વાંક,

pecc'ary (પે'કરિ), ના૰ [અમે.] ડુક્કર જેવું એક પ્રાણી; તેનું ચામડું. [અનાજનું માપ.

peck (પે'ક), ના૰ બે ગૅલન પાણી માય એવું

peck, ઉ૰ ક્રિ૰ ચાંચ મારવી – ભોંકવી; ચાંચ મારી મારીને કાણું પાડવું; ચાંચવતી વીણવું, ચણવું; નાજુકાઈથી નાના નાના કોળિયા લેવા; ઉતાવળમાં ચુંબન કરવું. ના૰ ચાંચ મારવી તે, ચાંચનો ટકોરો. ~ *at*, ચાંચ વતી તાકીને મારવું.

peck'er (પે'કર), ના૰ નાક. *keep* one's ~ *up*, હિંમત ટકાવી રાખવી. [~ માં)

peck'ish (પે'કિશ), વિ૰ ભૂખ્યું (વિ. ક. *feel*

pec'toral (પે'ક્ટરલ), વિ૰ છાતીનું કે છાતી માટેનું; છાતીના રોગ માટેનું.

pec'ulate (પે'ક્યુલેટ), ઉ૰ ક્રિ૰ (પારકાં નાણાંની) ઉચાપત કરવી, (પૈસા) ખાઈ જવા. **pecula'tion**, ના૰ ઉચાપત, (પૈસા) ખાઈ જવા તે.

pecul'iar (પિક્યૂલિઅર), વિ૰ (કોઈ)નું ખાસ; વિશિષ્ટ, વિશેષ પ્રકારનું; વિચિત્ર,

કઢંગુ. ~ *to*, (અમુક માણસો કે વસ્તુઓ અંગે)નું ખાસ, વિશિષ્ટ. **peculia'rity** (પિક્યુલિઍરિટિ), ના૦ વિશેષતા, ખાસિયત; વિચિત્રતા. [–અંગેનું.

pecu'niary (પિક્યૂનિઅરિ), વિ૦ પૈસાનું

ped'agogue (પે'ડગૉગ), ના૦ શિક્ષક, શાળામાસ્તર (વિ. ક. પાંડિત્યના અભિમાનવાળો). **ped'agogy** (પે'ડગૉગિ, –જિ), ના૦ શિક્ષણશાસ્ત્ર.

ped'al (પે'ડલ), વિ૦ પગનું. ના૦ વાજિંત્ર (ઑર્ગન), પિયાનો કે સાઇકલ ચલાવવાની પાવડી – 'પેડલ'. ઉ૦ ક્રિ૦ પાવડીઓ ચલાવવી – ફેરવવી, પાવડીઓ વતી ચલાવવું.

ped'ant (પે'ડન્ટ), ના૦ પુસ્તકિયા જ્ઞાન ને વ્યાકરણશુદ્ધ લખાણને મહત્ત્વ આપનાર, પંડિત; પંડિતાઈનો ડોળ કરનાર. **pedan'tic** (પિડૅન્ટિક), વિ૦ પાંડિત્યવાળું – પ્રચુર. **ped'antry** (પે'ડન્ટ્રિ), ના૦ પંડિતાઈ; પાંડિત્યનો ડોળ.

ped'dle (પે'ડલ), ઉ૦ ક્રિ૦ ફેરિયાનો ધંધો કરવો, ફેરી કરીને માલ વેચવો.

ped'estal (પે'ડિસ્ટલ), ના૦ બાવલું, ઇ. માટેની બેઠક – બેસણી, પીઠ; (થાંભલાની) કુંભી. તળવટ.

pedes'trian (પિડે'સ્ટ્રિઅન, પે' –), વિ૦ પગનું, પગે ચાલનારું; પગવાળું; (લખાણ) નીરસ, કંટાળો ઉપજાવનારું. ના૦ પગે ચાલનાર.

ped'igree (પે'ડિગ્રી), ના૦ વંશાવળી, વંશવેલો; લાંબા કાળથી ચાલતો આવેલો વંશ, કુળ; ઓલાદ. ~ *animal*, જાણીતી ઓલાદનું પ્રાણી.

ped'iment (પે'ડિમન્ટ), ના૦ મકાનના આગલા ભાગના ઉપરની ત્રિકોણાકૃતિ રચના.

ped'lar (પે'ડ્લર), ના૦ ફેરિયો.

pedomet'er (પિડૉમિટર), ના૦ (પગલાં નોંધીને) ચાલેલું અંતર માપવાનું યંત્ર.

peek (પીક), સ૦ ક્રિ૦ ગુપ્તપણે – છાનામાના – જોવું. ના૦ ત્રાંસી નજર, છૂપો કટાક્ષ.

peel (પીલ), ના૦ ફળની છાલ; નાના છોડની છાલ. ઉ૦ ક્રિ૦ છાલ કાઢવી; ચામડી ઉતારવી; (ચામડી, રંગનો લેપ કે કાગળ) ઉખાડી નાંખવું – ઊખડી જવું.

peel, pele (પીલ), ના૦ સ્કૉટલન્ડની સરહદ પરનો ચાર ખૂણાવાળો નાનો બુરજ.

peel'ing, ના૦ છાલ, છાલીને કાઢેલો ભાગ.

peep (પીપ), અ૦ ક્રિ૦ ફાટ કે કાણામાંથી ચોરીને જોવું, ડોકિયું કરવું; નજરે પડવું, ધીમે ધીમે દેખાવું. ના૦ ચોરી ચૂપકીથી જોવું તે, ડોકિયું; પ્રથમ દર્શન (સૂર્યનું વિ. ક.), પ્રભાત. **peep-show**, ના૦ નાનકડા કાચમાંથી જોવાનાં સિનેમાનાં જેવાં ચિત્રો.

peep, અ૦ ક્રિ૦ (મરઘીનાં બચ્ચાં, ઉંદર, ઇ. એ) ચૂં ચૂં કરવું – બોલવું. ના૦ એ ક્રિયા.

peer (પિઅર,), અ૦ ક્રિ૦ ઝીણી આંખે – બારીકાઈથી – જોવું, છાનામાના જોવું; (વિ.ક. સૂર્યનું) દેખાવું, ડોકિયું કરવું.

peer, ના૦ બરોબરિયો, જોડિયો; અમીર, ઉમરાવ. **peer'ess** (પિઅરે'સ), ના૦ ઉમરાવની પત્ની. **peer'age** (પિઅરિજ), ના૦ ઉમરાવનું પદ – હોદ્દો; ઉમરાવો; ઉમરાવોની યાદી (નું પુસ્તક). **peer'less** (પિઅર્‌લિસ), વિ૦ અજોડ, અદ્વિતીય.

peev'ish (પીવિશ), વિ૦ જરાજરામાં ચિડાય એવું, ચીડિયું; બબડચા કરનારું.

peg (પે'ગ), ના૦ ખીંટી, ખૂંટી; લાકડાની ખીલી – મેખ; કડક દારૂનો પ્યાલો. *take* person *down a ~ or two*, એક બે પાયરી નીચે ઉતારવું. ઉ૦ ક્રિ૦ ખૂંટી–મેખ–મારવી; ખૂંટીઓ ઠોકીને નિશાની કરવી – જુદું પાડવું. ~ *away* (*at*), ચીવટથી કામ કરવું. ~ *out*, મરી જવું, પાયમાલ થવું.

pej'orative (પીજરેટિવ), વિ૦ હીણપત લગાડનારું, નિંદાત્મક. ના૦ એવો શબ્દ, ઇ.

Pekin(g)ese (પીકિનીઝ઼, પીકિંગીઝ઼), ના૦ પેકિંગવાસી; લાંબા સુંવાળા વાળ તથા બૂચા નાકવાળો એક નાનો ચીની કૂતરો.

pel'erine (પે'લરિન, –રીન), ના૦ સ્ત્રીનો માથે કે ખભે ઓઢવાનો લાંબો ખેસ – દુપટ્ટો.

pelf (પે'લ્ફ), ના૦ પૈસો, સંપત્તિ (અનાદરસૂચક અર્થમાં). [વાળું એક જળચર પક્ષી.

pel'ican (પે'લિકન), ના૦ ગળામાં કોથળી-

pelisse (પિલીસ), ના૦ ઘૂંટી સુધી પહોંચે એવો સ્ત્રીનો ઝભ્ભો; બાળકનું બહાર જતી વખતે ઉપરથી પહેરવાનું કપડું.

pell'et (પે'લિટ), નાο રોટી, કાગળ, ઇ. નો નાનો ગોળો; ટીકડી, ગોળી; છરો.
pell'-mell' (પે'લ-મે'લ), ક્રિο વિο અસ્ત-વ્યસ્ત, અવ્યવસ્થિતપણે. [સ્વચ્છ, સ્પષ્ટ.
pellu'cid (પિલ્યૂસિડ, પે'-), વિο પારદર્શક,
Pel'manism (પે'લ્મનિઝ્મ), નાο યાદ-શક્તિ કેળવવાની એક આધુનિક પદ્ધતિ.
pel'met (પે'લ્મિટ), નાο પડદાના સળિયા ઢાંકવા માટેની સાંકડી લટકતી ઝૂલ – કિનારી – – લાકડાની પટી.
pelt (પે'લ્ટ), ઉο ક્રિο કાદવ, પથ્થર, ઇ. ફેંકીને મારવું; (વરસાદ) જોરથી નીચે પડવું. *(at) full* ~, અત્યંત જોરથી – વેગથી.
pelt, નાο કેળવ્યા વિનાનું વાળ કે રુવાંટી સાથેનું ચામડું.
pel'vis (પે'લ્વિસ), નાο [શરીરરચ.] શરીરના જે ભાગમાં જનનેન્દ્રિય અને મૂત્રેન્દ્રિય હોય છે તે ભાગ, બસ્તિપ્રદેશ.
pemm'ican (પે'મિકન), નાο અમે. ઇંડિયનોની સૂકવીને ખાંડેલા માંસની એક વાની.
pen (પે'ન), નાο શાહીથી લખવાની કલમ. સοક્રિο(કાળજીપૂર્વક) લખવું. **pen'holder**, નાο જેમાં ટાંક ખોસીને લખાય છે તે સાધન, કલમની દાંડી. **pen-name**, નાο તખલ્લુસ.
pen, નાο રખડતા ઢોરોને પૂરવાનો વાડો, ડબ્બો; ખડો; નેસડો. સο ક્રિο ડબ્બામાં – વાડામાં – ખડામાં – પૂરવું.
pen'al (પીનલ), વિο સજા – દંડ – નું – ને લગતું; સજા તરીકે ફરમાવેલું; સજાને પાત્ર, ફોજદારી. ~ *code*, ફોજદારી કાયદો, દંડ-સંહિતા. ~ *servitude*, સખત મજૂરીની જેલની સજા. **pen'alize** (પીનલાઇઝ઼), સο ક્રિο સજા કરવી; [રમતગમતમાં] (ઉમેદવારને) સજા તરીકે – ગેરલાભ થાય એવી – શરત મૂકવી.
pena'lty (પે'નલ્ટિ), નાο સજા, દંડ; પોતે કરેલા કામનું સહન કરવું પડતું પરિણામ.
pen'ance (પે'નન્સ), નાο પ્રાયશ્ચિત્ત; તપશ્ચર્યા.
pence (પે'ન્સ), નાο penny નું બοવο
penchant (પાંશાં), નાο વૃત્તિ, વલણ; રુચિ, શોખ.
pen'cil (પે'ન્સલ, – ન્સિ –), નાο સીસાપેન; ચિત્રકારની નાની પીંછી. સο ક્રિο (ભૂοકાο –lled). સીસાપેન વતી લખવું–નિશાની કરવી.
pen'dant,-ent (પે'ન્ડન્ટ), નાο લટકણિયું, લોલક, પાંદડી, ઇ. ઘરેણાંમાંથી કોઈ.
pen'dent, -ant, વિο માથા પર બહાર નીકળી આવતું; લટકતું; જેનો નિકાલ નથી થયો એવું, અનિર્ણીત.
pend'ing, વિο નિર્ણયની રાહ જોતું, ચાલતું, ચાલુ. નામοઅο ચાલે ત્યાં સુધી, –ના દરમ્યાન.
pen'dulous (પે'ન્ડ્યુલસ), વિο લટકતું, ઝૂલતું.
pen'dulum (પે'ન્ડયુલમ), નાο ઘડિયાળ, ઇ. યંત્રનું લોલક, એક બાજુથી બીજી બાજુ તરફ ઝોલાં ખાતી વજનદાર વસ્તુ.
pen'etrate (પે'નિટ્રેટ), ઉο ક્રિο –માં – અંદર – પેસવું, ભેદીને અંદર જવું; –ની અંદરનો ભેદ જાણવો, આકલન કરવું. **pen'-etrat'ing**, વિο ભેદક; તીક્ષ્ણ; (અવાજ) મોટો ને સ્પષ્ટ. **pen'etrative**, વિο તીક્ષ્ણ, ભેદક.
peng'uin (પે'ંગ્વિન), નાο એક દરિયાઈ પક્ષી (જે પાણીમાં હલેસાંની જેમ પોતાની પાંખો વાપરી શકે છે).
penicill'in (પે'નિસિલિન), નાο ફૂગમાંથી તૈયાર કરવામાં આવતી, રોગના જંતુઓનો નાશ કરનારી, એક દવા, પેનિસિલીન.
penin'sula (પિનિન્સ્યુલા, પે' –), નાο દ્વીપકલ્પ. **penin'sular** (પિનિન્સ્યુલર), વિο દ્વીપકલ્પનું – સંબંધી.
pen'itent (પે'નિટન્ટ), વિο (ખરાબ કામ, પાપ, માટે) પસ્તાવો કરનારું. નાοએવો માણસ. **pen'itence**, નાο પસ્તાવો, પરિતાપ.
peniten'tial (પે'નિટે'ન્શલ), વિο પશ્ચાત્તાપનું, પશ્ચાત્તાપદર્શક; તપશ્ચર્યાત્મક.
peniten'tiary (પે'નિટે'ન્શરિ), નાο પ્રાયશ્ચિત્ત કરવાની – આપવાની – જગ્યા, પ્રાયશ્ચિત્તાલય; શિસ્ત અને નિયમન દ્વારા સુધારવાની શાળા – તુરંગ. વિο એ શાળા કે તુરંગમાં અપાતી કેળવણીનું, પશ્ચાત્તાપનું; [અમે.] તુરંગમાં મોકલવાને પાત્ર.
pen'knife (પે'ન્નાઇફ), નાο ચપ્પુ.

pen'man (પે'નૂમન), ના૦ લખનાર, લહિયો. **pen'manship,** ના૦ હાથે લખવાની કળા કે શૈલી; લેખન–રચના – શૈલી.

penn'ant (પેનન્ટ), ના૦ પતાકા, ત્રિકોણાકૃતિ વાવટો, વિ. ક. વહાણની ડોળકાઠી પરનો.

penn'iless (પે'નિલિસ) વિ૦ ગરીબ, અકિંચન.

penn'on (પે'નન), ના૦ જુઓ pennant.

penn'y (પે'નિ), ના૦ (બ૦ વ૦ pence, pennies). આશરે છ પૈસાની કિંમતનું એક નાણું. **penny-weight,** ના૦ વજનનું એક માપ, ઔંસનો વીસમો ભાગ. **penny-worth,** વિ૦ પેનીમૂલ્યનું.

pen'sion (પે'નૂશન), ના૦ નિવૃત્તિવેતન, પેન્શન, જિવાઈ. સ૦ ક્રિ૦ -ને નિવૃત્તિવેતન આપવું. **pen'sioner,** ના૦ નિવૃત્તિવેતન મેળવનાર – સેવાનિવૃત્ત – માણસ.

pen'sive (પે'ન્સિવ), વિ૦ વિચારમગ્ન; ચિંતાગ્રસ્ત, ઉદાસ.

pent (પે'ન્ટ), વિ૦ બંધ કરેલું, પૂરી દીધેલું.

pen'tagon (પે'ન્ટગન), ના૦ પંચકોણ; *the P ~*, અમેરિકાનાં સંયુક્ત રાજ્યોના સંરક્ષણ ખાતાની વૉશિંગ્ટન ખાતેની સરકારી કચેરી (દુનિયામાં એ મોટામાં મોટી કચેરી છે.)

pen'tagram (પે'ન્ટગ્રૅમ), ના૦ પંચકોણની બાજુઓ આગળ વધારીને બનતી પાંચ ખૂણાની તારાની આકૃતિ; એ આકૃતિનું એક ગૂઢ પ્રતીક.

pentam'eter (પે'ન્ટૅમિટર), ના૦ પાંચ ગણવાળી ગ્રીક અને લૅટિન કવિતા (નું વૃત્ત).

Pen'tateuch (પે'ન્ટટચૂક), ના૦ બાઇબલના જૂના કરારનાં પહેલાં પાંચ પુસ્તકો.

Pen'tecost (પે'ન્ટિકૉસ્ટ), ના૦ યહૂદીઓનો એક ઉત્સવ (પાસોવરના બીજા દિવસ પછી પચાસ દિવસે આવતો).

pent'house (પે'ન્ટહાઉસ), ના૦ મુખ્ય મકાનની દીવાલને અડીને બાંધેલી છાપરી, પડાળી; તેનું એકપાંખી છાપરું; મોટી ઇમારતની અગાસી ઉપર બાંધેલું મકાન.

penul'timate (પિનલ્ટિમિટ, વિ૦ છેલ્લાની પહેલાંનું, ઉપાન્ત્ય.

penum'bra (પિનમ્બ્રા), ના૦ [ખ.] કોઈ પદાર્થની છાયાનો બહારનો આછો ભાગ – આછો ઓળો; [ચિત્ર.] ઉપછાયા, અલ્પાભાસ.

penur'ious (પિન્યૂરિઅસ), વિ૦ દરિદ્રી, કંગાળ, અતિકૃપણ. **pen'ury** (પે'ન્યુરિ), ના૦ ગરીબી; દળદર. [રાસી, પટાવાળો.

pe'on (પીઅન, પ્યૂન), ના૦ સિપાઈ, ચપ-

pe'ony (પીઅનિ), ના૦ લાલ કે સફેદ રંગની બેવડી પાંખડીવાળું બગીચામાં થતું કમળની જાતનું એક ફૂલ, તેનો છોડ.

people (પીપલ), ના૦ જાતિ અથવા રાષ્ટ્ર; (બ૦વ૦) લોકો, રાષ્ટ્રો. one's ~, સગાસંબંધીઓ; *the* ~, સામાન્ય લોકો, આમજનતા. સ૦ક્રિ૦ -માં વસ્તી કરવી, વસાવવું; -માં રહેવું.

pep (પે'પ), ના૦ જોમ, ઉત્સાહ, જુસ્સો, પાણી.

pepper (પે'પર), ના૦ કાળાં કે ધોળાં મરી, પીપર, મરચાં. સ૦ ક્રિ૦ ઉપર મરી – મરચાં – ભભરાવવાં; પથરા, ગોળીઓ, મારવી, – મારીને ચાળણી જેવું કરી નાખવું. **pepper-and-salt** ના૦ સફેદ અને કાળા ટપકાંવાળું કપડું; તેનો રંગ. **pepp'ercorn,** ના૦ મરીનો સૂકો દાણો. **pepp'ermint** (પે'પરમિન્ટ), ના૦ મરીફૂદીનો; મરીફૂદીનાનો અર્ક; પિપરમીટની ટીકડી. **pepp'ery** (પે'પરિ), વિ૦ મરીના જેવું, તીખું તમતમતું; તીખા મિજાજનું, ઝટ ગુસ્સે થનારું.

pep'sin (પે'પ્સિન), ના૦ જઠરરસનું એક ઘટક તત્ત્વ, એક પાચક દ્રવ્ય.

per (પર), નામ૦ અ૦ દ્વારા, મારફત, સાથે; પ્રતિ, દીઠ. ~ *annum*, દર વરસે, વરસ દીઠ. ~ *capita*, માથાદીઠ, જણદીઠ. ~ *cent*, સેંકડા દીઠ, (દર) સેંકડે. ~ *man*, જણદીઠ.

peradven'ture (પે'રડ્વે'ન્ચર, પ–), ક્રિ૦ વિ૦ કદાચ; સંજોગવશાત્; જોકે, રખેને. ના૦ સંભવ, સંભાવના; શંકા.

peram'bulate (પરૅમ્બ્યુલેટ), ઉ૦ ક્રિ૦ આમ તેમ ફરવું, ઉપર નીચે જવું; તપાસણી માટે ઠેકઠેકાણે ફરવું; પ્રદક્ષિણા કરવી. **peram'bulator** (પરૅમ્બ્યુલેટર, પ્રૅ–), ના૦ (સંક્ષેપ pram. પ્રૅમ). બાબાગાડી.

perceive' (પરસીવ), સ૦ ક્રિ૦ ઇન્દ્રિય દ્વારા જાણવું – ને જ્ઞાન થવું; જોવું; સમજવું, -નો બોધ થવો.

percen'tage (પરસે'ન્ટિજ), ના૦ સેંકડે

પ્રમાણ, ટકાવારી.

percep'tible (પર્સે'પ્ટિબલ),વિ૦ ઇન્દ્રિય-ગોચર – ગમ્ય, (નજરે) જોઈ શકાય એવું.

percep'tion (પર્સે'પ્શન), ના૦ જાણવું–જણાવું–તે, જ્ઞાન (ઇન્દ્રિય દ્વારા); સમજવાની શક્તિ, સમજ. **percep'tive**, વિ૦ સમજવાની શક્તિવાળું – ને લગતું. **percept** (–સે'પ્ટ), ના૦ ઇન્દ્રિય દ્વારા જાણેલી કે જાણવાની વસ્તુ. **percipient** (–સિપિઅન્ટ), વિ૦ વિ. ક. ઇન્દ્રિયગોચર નહિ એવી વસ્તુ સમજવાની – જાણવાની – શક્તિવાળું. ના૦ એવી શક્તિવાળો માણસ.

perch (પર્ચ), ના૦ પક્ષીની બેસવાની દાંડી–વાંસ, પક્ષીની રહેવાની જગ્યા; ઊંચી જગ્યા; સાડા પાંચ વારનું માપ. ઉ૦ ક્રિ૦ દાંડી કે ડાળી ઉપર બેસવું; ઊંચી જગ્યાએ મૂકવું.

perch, ના૦ મીઠા પાણીની એક માછલી.

perchance'(પર્ચાન્સ), ક્રિ૦ વિ૦ કદાચ, દૈવયોગે.

perc'olate (પર્કલેટ),ઉ૦ ક્રિ૦ ઝમવું, ઝરવું; ગાળવું. **perc'olator**, ના૦ ગળણી; જેમાં કૉફીની ભૂકીમાંથી પાણી ઝરે એવું કૉફી બનાવવાનું વાસણ.

percu'ssion (પર્કશન), ના૦ અથડામણ, ટક્કર; ટકરાવાનો અવાજ; છાતી પર ઠોકીને તેના કયા ભાગમાં વિકાર છે તે સાંભળવું તે. ~ *cap*, બંદૂકની ટોટી. ~ *instruments of music*, નગારું, ઇ., જેના પર આઘાત કરીને વગાડવામાં આવે છે.

perdi'tion (પરડિશન), ના૦ અધોગતિ, નરકવાસ, વિનાશ. [પરિભ્રમણ, પ્રવાસ.

peregrina'tion (પે'રિગ્રિનેશન), ના૦

pe'regrin(e) (પે'રિગ્રિન), વિ૦ પરદેશી, પરદેશથી આણેલું. ના૦ પરદેશી; શિકાર માટે ઉપયોગી બાજપક્ષી.

pe'remptory (પે'રિમ્પ્ટરિ, પરે'મ્પ્ટરિ), વિ૦તાકીદનું, નિશ્ચયાત્મક; જેમાં ઢીલ, ઇનકાર કે સામા જવાબને અવકાશ નથી એવું, આખરી.

perenn'ial (પરે'ન્યલ), વિ૦ આખું વરસ ટકનારું, વાર્ષિક; વરસોવરસ – કાયમ – ટકનારું, શાશ્વત; અનેક વરસ ટકનારું. ના૦ (~*plant*) બારમાસી; બે વરસ ઉપર જીવનાર છોડ.

perf'ect (પર્ફિક્ટ), વિ૦ સંપૂર્ણ, પૂર્ણ; નિર્દોષ, ખોડખામી વિનાનું; ચોક્કસ, આબેહૂબ; [વ્યા.] (કાળ) ક્રિયા પૂરી થઈ છે એવું બતાવનાર. ના૦ પૂર્ણ (વર્તમાન, ભૂત, ઇ.) કાળ.

perfect' (પર્ફે'ક્ટ), સ૦ ક્રિ૦ પૂર્ણ – ખોડખામી વિનાનું–બનાવવું, સુધારવું. **perfec'tion**, ના૦ પરિપૂર્ણતા; પરિપૂર્ણ માણસ કે વસ્તુ. **perf'ectly**, ક્રિ૦ વિ૦ પૂર્ણપણે, તદ્દન; બરાબર, તદ્દન બરાબર.

perferv'id (પર્ફર્વિડ), વિ૦ (વાત, લખાણ, ઇ. અંગે) ખૂબ ગરમ – જુસ્સાવાળું.

perf'idy (પર્ફિડિ), ના૦ વિશ્વાસઘાત, દગો; બેવફાઈ. **perfid'ious**, વિ૦ બેવફા, દગાબાજ.

perf'orate (પર્ફરેટ), ઉ૦ ક્રિ૦ વીંધવું; -માં કાણાં પાડવાં; ટિકિટ, કૂપન,ઇ. સહેલાઈથી જુદાં પાડી શકાય તે માટે કાણાંની હાર પાડવી; -માંથી આરપાર જવું. **perfora'tion**, ના૦ વીંધવું – કાણાં પાડવાં – તે.

perforce' (પર્ફૉર્સ), ક્રિ૦ વિ૦ પરાણે, જબરદસ્તીથી, અનિવાર્ય હોવાથી.

perform' (પર્ફૉર્મ), ઉ૦ ક્રિ૦ કરવું; અમલમાં મૂકવું; પાર કરવું; બજાવવું, -નો અમલ કરવો; [નાટ્ય] -નો ભાગ ભજવવો; (નાટક) ભજવવું; ગાવું, નાચવું, ઇ.; (કેળવેલાં પ્રાણીઓ અંગે) જુદી જુદી ચેષ્ટાઓ કરી બતાવવી. **perform'ance** (પર્ફૉર્મન્સ), ના૦ કરવું તે, કામગીરી, કરણી; કામ, કૃતિ; (પાત્રનો) અભિનય; (નાટકની) ભજવણી; (સરકસ, ઇ.નો) ખેલ. **perform'er**, ના૦ વિ. ક. પ્રેક્ષકો આગળ ભૂમિકા ભજવનાર નટ, નાચનાર, ગાનાર, ઇ. **perform'ing**, વિ૦ (પ્રાણીઓ અંગે) જુદી જુદી ચેષ્ટાઓ કરનારું – કરવા કેળવેલું.

perf'ume (પર્ફ્યૂમ); ના૦ સુવાસ, સુગંધ; સુગંધી દ્રવ્ય – અત્તર, ઇ. **perfume'**, સ૦ ક્રિ૦ સુગંધવાળું કરવું, ઉપર અત્તર ઇ. ચોપડવું. **perfum'er**, ના૦ અત્તર, ઇ. બનાવનાર – વેચનાર, સરૈયો.

perfunc'tory (પર્ફન્ક્ટરિ), વિ૦ બેદરકારીથી કરેલું, વેઠ ઉતાર્યા જેવું; ઉપરચોટિયું.

perg'ola (પર્ગલા), ના૦ બાગમાંનો વેલાઓથી આચ્છાદિત રસ્તો, ઉદ્યાનવીથિકા.

perhaps' (પર્હેપ્સ, વાત.માં પ્રેપ્સ), ક્રિ૦વિ૦ કદાચ, એમ બને કે—.

perihel'ion (પે'રિહીલ્યન), ના૦ [ખ.] ગ્રહની કક્ષામાંનું સૂર્યની પાસેમાં પાસેનું સ્થાન.

pe'ril (પે'રિલ). ના૦ ભારે સંકટ; જોખમ. **pe'rilous** (પે'રિલસ), વિ૦ જોખમકારક, જોખમ – ભય – વાળું.

perim'eter (પે'રિમિટર), ના૦ ઘેર, પરિમિતિ, આકૃતિની આસપાસની રેખા.

per'iod (પીરિઅડ), ના૦ કાળનો અમુક ગાળો, અવધિ; અમુક કાળ, યુગ; [કાવ્યમાં] ખંડ; (બાળપણ, યૌવન, ઇ.) વ્યક્તિજીવનનો કાળ; વિ. ક. અનેક ઉપવાકચોવાળું સંપૂર્ણ વાકચ; પૂર્ણ વિરામ (.); (બ૦ વ૦) આડંબરી ભાષા. **period'ic** (પીરિઑડિક), વિ૦ સમયના નિયમિત ગાળે થતું. **period'ical**, વિ૦ અમુક ગાળે નિયમિતપણે આવતું – બહાર પડતું. ના૦ નિયતકાલિક, સામયિક (ચોપાનિયું, માસિક, ઇ.). **periodi'city** (પીરિઅડિસિટિ), ના૦ કોઈ ઘટનાનું નિયમિત કાળે થતું પુનરાવર્તન, નિયતકાલિકતા.

peripatet'ic (પે'રિપટે'ટિક), વિ૦ ઠેકઠેકાણે ફરનારું – આવજા કરનારું, યાયાવર; ચંક્રમણ – ભ્રમણ – કરનારું.

periph'ery (પ'રિફરિ), ના૦ ઘેર, પરિઘ (વિ. ક. ગોળ આકૃતિનો કે સપાટીનો).

periph'rasis (પરિફ્રસિસ), ના૦ (બ૦ વ૦ -ses). ગોળ ગોળ બોલવું તે, બોલવામાં નકામું લંબાણ.

pe'riscope (પે'રિસ્કોપ), ના૦ ડૂબકતરી (સબમરીન)માંથી કે ખાઈમાંથી પાણી પરની કે જમીનની સપાટી પરની વસ્તુઓ જોવાનું સાધન – અરીસો, જોનારની આંખની સપાટીથી ઊંચી સપાટી પરની વસ્તુઓ જોવાનું સાધન.

pe'rish (પે'રિશ), ઉ૦ ક્રિ૦ મરવું, નાશ પામવું; કોવાવું, ન ટકવું; અકાળે અંત આવવો. **pe'rishable** (પે'રિશબલ), વિ૦ (ઝાઝો વખત) ન ટકે એવું, (જલદી) બગડે એવું. ના૦ બ૦ વ૦ જલદી બગડે એવી વસ્તુઓ માલ (~ *goods*).

peritonit'is (પે'રિટનાઇટિસ,), ના૦ ઉદરની અંદરની પાતળી ત્વચાનો – આંત્રવેષ્ટનનો – દાહ કે સોજો. [ટાપી – ટાપ.

pe'riwig (પે'રિવિગ), ના૦ બનાવટી વાળની

pe'riwinkle (પે'રિવિંકલ), ના૦ આછાં ભૂરાં ફૂલવાળો એક બારમાસી વેલો; નાની ગોકળગાય જેવી ખોરાક માટે વપરાતી માછલી.

perj'ure (પર્જર), કર્તૃવાચક ક્રિ૦ ~ *oneself*, ખોટા સોગન લેવા; પ્રતિજ્ઞાપૂર્વક સોગન લઈ ને ખોટી જુબાની આપવી. **perj'ured**, વિ૦ જેણે ખોટા સોગન લીધા છે એવું. **perj'ury** (પર્જરિ), ના૦ પ્રતિજ્ઞાભંગ; ઈશ્વરના સમ ખાઈને ખોટી હકીકત કહેવી – જુબાની આપવી તે, ખોટી જુબાની.

perk (પર્ક), ઉ૦ ક્રિ૦ (કાન, માથું, ઇ.) ઊંચું કરવું; આત્મવિશ્વાસ પાછો મેળવવો (~ *up*); અક્કડપણે ફરવું. **perk'y** (પર્કિ), વિ૦ આત્મવિશ્વાસવાળું; અક્કડ, મિજાજખોર; જીવનોલ્લાસ – ચૈતન્ય – વાળું.

perm'anence (પર્મનન્સ), ના૦ ટકાઉપણું, સ્થિરતા, શાશ્વતતા. **perm'anent**, વિ૦ ટકાઉ, સ્થાયી, કાયમી, શાશ્વત. ~ *wave* (સંક્ષેપ perm.), જાતજાતની પ્રક્રિયા વડે પાડેલાં લાંબો વખત ટકનારાં વાળનાં કૃત્રિમ પટિયાં – રચના. ~ *way*, રેલવેના પાટાનો પાકો રસ્તો.

perm'eate (પર્મિએટ), ઉ૦ ક્રિ૦ છિદ્રોમાંથી દાખલ થવું; વ્યાપવું, ચોમેર ફેલાવું.

permiss'ible (પર્મિસિબલ), વિ૦ રજા – છૂટ – આપી શકાય એવું. **permi'ssion** (પર્મિશન), ના૦ રજા, પરવાનગી, અનુજ્ઞા. **permiss'ive** (પર્મિસિવ), વિ૦ રજા કે છૂટ આપનારું, અટકાવ કે પ્રતિબંધ ન કરનારું.

permit' (પર્મિટ), ઉ૦ ક્રિ૦ રજા – પરવાનગી – આપવી; કરવા દેવું, થવા દેવું. **per'mit**, ના૦ પરવાનો; રજાચિઠ્ઠી.

permuta'tion (પર્મ્યુટેશન), ના૦ અદલબદલ, ફેરફાર. [ગ.] અંકપાશ, ગણિતપાશ, સ્થાનવિનિમય.

perni'cious (પર્નિશસ), વિ૦ નાશકારક, વિનાશક, ઘણું અપાયકારક; બહુ ખરાબ, અનિષ્ટ.

pernick'ety (પર્નિકિટિ,), વિ૦ રાજી કરવું

મુશ્કેલ; અતિચોકસાઈવાળું, વરણાગિયું.

perora'tion (પે'રરેશન), ના૦ ભાષણનો ઉપસંહાર, ઉપસંહારનો વક્તૃત્વપૂર્ણ ભાગ.

perox'ide (પરૉક્સાઇડ), ના૦ ઑક્સિજન અને બીજા વધારેમાં વધારે ઑક્સિજનવાળા મૂળ દ્રવ્યનું સંયોજન; સફેદ બનાવવાની કે પાચરોધક દવા – હાઇડ્રોજનનો પરૉક્સાઇડ.

perpendic'ular (પર્પેન્ડિક્યુલર), વિ૦ ઊભું; ટટાર, સીધું; [ભૂમિતિ] સપાટી સાથે કાટખૂણાવાળું. ના૦ ઊભી લીટી; લંબરેષા, લંબ.

perp'etrate (પર્પિટ્રેટ), સ૦ ક્રિ૦ (ભૂલ, ગુનો, ખોટું – ઘોર – કર્મ) કરવું; -ના દોષી – ગુનેગાર–થવું. **perpetra'tion** (–ટ્રેશન), ના૦ (ભૂલ, ઇ.) કરવું તે. **perp'etrator** (–ટ્રેટર),ના૦ વિ.ક. નીચ–ઘોર–કૃત્ય કરનાર.

perpe'tual(પર્પે'ટ્યુઅલ), વિ૦ સતત ચાલે એવું, હંમેશનું, કાયમનું; વારંવાર થતું; અખંડ.

perpet'uate (પર્પે'ટ્યુએટ), સ૦ ક્રિ૦ કાયમનું – ચિરસ્થાયી – બનાવવું, ભુલાય નહિ તેમ કરવું, (સ્મૃતિ) કાયમ રહે તેમ કરવું. **perpetua'tion**,ના૦ ચિરસ્થાયી કરવું તે. **perpetu'ity** (પર્પિટ્યુઇટિ), ના૦ ચિરસ્થાયીપણું, નિત્યતા, સાતત્ય. *in, to, for,* ~, કાયમને માટે.

perplex' (પર્પ્લે'ક્સ), સ૦ ક્રિ૦ ગૂંચવવું, મૂંઝવવું, વિમાસણમાં પાડવું; (સવાલને) ગૂંચવવો. **perplex'ity**, ના૦ મૂંઝવણ, અકળામણ; ગૂંચ(વણ).

per'quisite (પર્ક્વિઝિટ), ના૦ નિયત કરેલા પગાર ઉપરાંતની આવક, નૈમિત્તિક – પ્રાસંગિક – આવક – પ્રાપ્તિ; દસ્તૂરી, સુખડી.

per se (પર્ સી), સ્વભાવતઃ, સ્વરૂપતઃ.

pers'ecute (પર્સિક્યૂટ), સ૦ ક્રિ૦ -ની પાછળ પડવું; પજવવું, જુલમ ગુજારવો. **persecu'tion** (પર્સિક્યૂશન), ના૦ જુલમ, સતામણી, પજવણી. **per'secutor** (પર્સિક્યૂટર), ના૦ પાછળ મંડનાર, જુલમ કરનાર.

persevere' (પર્સિવિઅર), અ૦ ક્રિ૦ મંડચા રહેવું; પ્રયત્ન ચાલુ રાખવો. **perseve'rance** (પર્સિવિઅરન્સ), ના૦ ખંત, ચીવટ, સતત મંડચા રહેવું તે.

Persian (પર્શન), વિ૦ ઈરાનનું. ના૦ ઈરાનનો વતની; ફારસી ભાષા. [મશ્કરી, ટીખળ.

pers'iflage (પર્સિફ્લાઝ), ના૦ ઠઠ્ઠા,

persimm'on(પાસમન), ના૦ ઉ. અમેરિકાનું કે ચીનનું એક પીળું ફળ.

persist' (પર્સિસ્ટ), અ૦ ક્રિ૦ મુશ્કેલીઓ છતાં ચાલુ રાખવું – રહેવું; ટકી રહેવું, જીવતું રહેવું; વિરોધ છતાં અભિપ્રાય ન બદલવો. **persis'tence, persis'tency**, ના૦ ખંત, સતત પ્રયત્ન, દીર્ઘોદ્યોગ; દુરાગ્રહ, હઠીલાપણું. **persis'tent**, વિ૦ ખંતીલું, પ્રયત્ન ચાલુ રાખનારું, સતત ચાલુ (રહેનારું); (વનસ્પતિ કે પ્રાણી) એ ને એ રૂપમાં ફરી દેખા દેનારું; આગ્રહી; હઠીલું.

pers'on (પર્સન), ના૦ માણસ (પુરુષ, સ્ત્રી કે બાળક); વ્યક્તિ; શરીર, દેહ; [વ્યા.] ત્રણ પુરુષમાંથી કોઈ પણ એક. *be present in* ~, જાતે હાજર રહેવું. **pers'onable** (પર્સનબલ), વિ૦ દેખાવડું, સુંદર.

pers'onage (પર્સનિજ), ના૦ પ્રતિષ્ઠિત વ્યક્તિ; વ્યક્તિનો બાહ્ય દેખાવ; નાટકનું પાત્ર.

persona grata (પર્સોના ગ્રેટા), ના૦ મરજીનું માણસ; અધિકૃત અને માન્ય વકીલ.

pers'onal (પર્સનલ), વિ૦ માણસનું પોતાનું, વ્યક્તિગત; ખાનગી, અંગત; જાતે કરેલું, ઇ.; [વ્યા.] (સર્વના૦) પુરુષવાચક.

personal'ity (પર્સનૅલિટિ), ના૦ વ્યક્તિત્વ, પ્રભાવી વ્યક્તિત્વ; પ્રતિષ્ઠિત વ્યક્તિ; (બ૦વ૦) કોઈ ને વિષે વ્યક્તિગત ટીકા, નિંદા, ઇ. ~ *cult*, વ્યક્તિપૂજા.

pers'onally (પર્સનલિ), ક્રિ૦ વિ૦ જાતે, પંડે.

pers'onalty (પર્સનલ્ટિ),ના૦[કા.]અંગત (જંગમ) મિલકત.

pers'onate (પર્સનેટ), સ૦ ક્રિ૦ -નો ભાગ –ભૂમિકા – ભજવવી; ફલાણો હોવાનો ઢોંગ કરવો. **persona'tion**, ના૦ વેષધારણ કરવો તે; કોઈનો ખોટો વેષ ધારણ કરવો–લેવો–તે, વેષધારણ. **pers'onator**, ના૦ કોઈનો ખોટો વેષ લેનાર.

person'ify (પર્સૉનિફાઇ), સ૦ ક્રિ૦ જડ વસ્તુ ઉપર મનુષ્યત્વનું આરોપણ કરવું – ચેતનધર્મ આરોપવો; ગુણને માણસનું સ્વરૂપ આપવું, ગુણની દેહધારી તરીકે કલ્પના કરવી

કોઈ ગુણ, ઇ. નું મૂર્ત સ્વરૂપ બનવું – નો દાખલો પોતે બનવું. **personifica'tion** (–ફિકેશન), ના૦ ચેતનધર્મારોપણ, સજીવારોપણ, મનુષ્યત્વારોપણ.

personnel' (પર્સનેલ), ના૦ કોઈ કારખાનું, પેઢી, ખાતું, ઇ.ના કામ કરનાર માણસો – નોકરો.

perspec'tive (પર્સ્પે'ક્ટિવ), ના૦ અમુક જગ્યાએથી વસ્તુઓ જેવી પ્રત્યક્ષ દેખાતી હોય એવી જ એટલે કે એટલું જ અરસપરસ અંતર અને કદવાળી દેખાય એવી રીતે ચિત્ર દોરવાની કળા; યથાર્થ દેખાવ – દર્શન; આવી રીતે ચીતરેલું ચિત્ર; દૃષ્ટ વસ્તુઓ વચ્ચે કદ, અંતર, ઇ.નો દેખાતો સંબંધ; સાપેક્ષ સંબંધ. *see things in ~*, વસ્તુઓ કે બનાવોનું સાપેક્ષ મહત્ત્વ જોઈને તેને અંગે સાચો મત બાંધવો.

perspica'cious (પર્સ્પિકેશસ), વિ૦ આગળથી જોનારું, દૂર દૃષ્ટિવાળું; સૂક્ષ્મ સમજ – નજર – વાળું, સૂક્ષ્મ – ભેદક – દૃષ્ટિવાળું. **perspica'city** (પર્સ્પિકૅસિટિ), ના૦.

perspic'uous (પર્સ્પિક્યુઅસ), વિ૦ સહેલાઈથી સમજાતું; ચોખ્ખું, સ્પષ્ટ; સ્પષ્ટપણે કહેલું. **perspicu'ity** (પર્સ્પિક્યૂઇટિ), ના૦ સ્પષ્ટતા, સુબોધતા.

perspire' (પર્સ્પાયર), ઉ૦ ક્રિ૦ પરસેવો થવો – છૂટવો; પરસેવો કાઢવો. **perspira'tion** (પર્સ્પિરેશન), ના૦ પરસેવો છૂટવો તે; પરસેવો.

persuade' (પર્સ્વેડ), સ૦ ક્રિ૦ -નું મન વાળવું, પોતાના મતનું કરવું; -ની ખાતરી કરાવવી. **persua'sion** (પર્સ્વેઝન), ના૦ મનાવવું – સમજાવવું – તે; સમજણ, ખાતરી; વિચાર, મત (ધાર્મિક); અમુક સંપ્રદાય કે ધર્મના લોકો. **persuasive** (પર્સ્વેસિવ), વિ૦ મનને વશ કરે તેવું – અસર કરે તેવું.

pert (પર્ટ), વિ૦ આગળ ધસનારું; ઉદ્ધત, અવિનયી.

pertain' (પર્ટેન), અ૦ ક્રિ૦ (*to* સાથે)–નું હોવું, -ની સાથે સંબંધ હોવો, -નો ભાગ હોવો; -ને માટે યોગ્ય હોવું.

pertina'cious (પર્ટિનેશસ), વિ૦ આગ્રહી, દૃઢ નિશ્ચયી, હઠીલું, જક્કી. **pertina'city** (પર્ટિનૅસિટિ), ના૦ દૃઢનિશ્ચય; હઠ, દુરાગ્રહ.

pert'inent (પર્ટિનન્ટ), વિ૦ મુદ્દાસરનું; પ્રસ્તુત, પ્રસંગોચિત. **pert'inence**, ના૦ મુદ્દાસરનું હોવું તે; પ્રસંગોચિતપણું, સમર્પકતા.

perturb' (પર્ટર્બ), સ૦ ક્રિ૦ અસ્વસ્થ બનાવવું, ચિંતામાં નાંખવું. **perturba'tion**, ના૦ અસ્વસ્થતા, ક્ષોભ, ગભરાટ.

peruke' (પરૂક), ના૦ બનાવટી વાળની ટોપી – ટોપ.

peruse' (પરૂઝ), સ૦ ક્રિ૦ વાંચવું, કાળજીપૂર્વક તપાસવું – જોઈ જવું. **peru'sal** (પરૂઝલ), ના૦ વાચન, અધ્યયન.

Peru'vian (પરૂવિઅન), વિ૦ અને ના૦ પેરૂનું (વતની).

pervade' (પર્વેડ), સ૦ ક્રિ૦ અંદર બધે પ્રસરવું – વ્યાપવું. **pervas'ive** (પર્વેઝિવ) વિ૦ બધે પ્રસરે એવું, વ્યાપક.

perverse' (પર્વર્સ), વિ૦ વાંકું, અવળું, અવળચંડું, વિપરીત, કુટિલ, દુષ્ટ; અડિયલ, વાંકું. **pervers'ity**, ના૦ વક્રતા, દુષ્ટતા, કુટિલતા.

pervert' (પર્વર્ટ), સ૦ ક્રિ૦ દુરુપયોગ કરવો, વિપર્યાસ કરવો; અવળે માર્ગે ચડાવવું; વિકૃત કરવું. **perver'sion** (પર્વર્શન), ના૦ વિકૃતિ; વિપરીતતા. **pervers'ive**, વિ૦ કુમાર્ગ તરફ લઈ જનારું.

perv'ert, ના૦ વિકૃત કે વિપરીત બુદ્ધિવાળો – કામાચારવાળો – માણસ.

pese'ta (પ'સેટા), ના૦ સ્પેનનું ચાંદીનું નાણું.

pess'imism (પે'સિમિઝ્મ), ના૦ બધું બગડવાનું જ છે એવી માન્યતા, કોઈ પણ વસ્તુની ખરાબ બાજુ તરફ જોવાની વૃત્તિ, નિરાશાવાદ. **pess'imist** (પે'સિમિસ્ટ), ના૦ નિરાશાવાદી. **pessimis'tic**, વિ૦ નિરાશાવાદી.

pest (પે'સ્ટ), ના૦ ઉપદ્રવ કરનાર માણસ, પ્રાણી કે વસ્તુ; ઉપદ્રવ, બલા; મરકી, મહામારી જેવો રોગ; વનસ્પતિને નુકસાન પહોંચાડનાર જીવ. [કરવું, -નો જીવ ખાવો.

pes'ter (પે'સ્ટર), સ૦ ક્રિ૦ પજવવું, હેરાન

pestif'erous (પે'સ્ટિફરસ), વિ૦ અપાયકારક, રોગ પેદા કરનારું, ચેપ ફેલાવનારું, ચેપી.

સાંસર્ગિક; નૈતિક દૃષ્ટિથી અપાયકારક.
pes'tilence (પે'સ્ટિલન્સ), ના૰ પ્રાણઘાતક ચેપી રોગ (વિ. ક.-મરકી, મહામારી, ઇ.). **pes'tilent** વિ૰ ભયાનક, જીવલેણ; નીતિને મારક, અપથ્યકારક; ત્રાસદાયક. [સાંબેલું.
pe'stle (પે'સલ,-સ્ટ-),ના૰ ખાંડવાનો દસ્તો,
pet (પે'ટ), ના૰પાળેલું પ્રાણી (રમકડા તરીકે); લાડકું-વહાલું-માણસ. ~ *aversion*, ખાસ ન ગમતી વસ્તુ. સ૰ ક્રિ૰ લાડ લડાવવાં.
pet, ના૰ ગુસ્સો, ક્રોધાવેશ.
pet'al (પે'ટલ), ના૰ ફૂલની પાંખડી.
petard' (પિટાર્ડ, પે'-), ના૰ દરવાજો ઉડાવી દેવા માટેનો જૂના વખતનો બૉમ્બ; એક જાતનું દારૂખાનું. *hoist with his own* ~, પોતે જ ખોદેલા ખાડામાં પડેલું.
pet'er (પીટર), સ૰ ક્રિ૰ (*out* સાથે) -નો અંત આવવો, નાશ પામવું.
pet'ersham (પીટરશમ), ના૰ પટા વગેરે બનાવવામાં વપરાતી દોરિયાના જેવી ફીત-પાટી; દોરિયાનું મજબૂત કાપડ.
petit (પટી), વિ૰ નાનકડું.
petite (પટીટ), વિ૰(સ્ત્રી અંગે)નાનું અને સુકુમાર બાંધાનું, નાજુકડું.
peti'tion (પિટિશન), ના૰ વિનંતી, અરજ; વિ. ક. લેખિત અરજી, વિનંતીપત્ર. ઉ૰ ક્રિ૰ -ને અરજી કરવી (*to*), વિનંતી કરીને માગવું.
pet'rel (પે'ટ્રલ), ના૰ નાના કદનું (કાળાં અને સફેદ પીંછાવાળું) એક દરિયાઈ પક્ષી.
pet'rify (પે'ટ્રિફાઇ), ઉ૰ ક્રિ૰ -નો પથ્થર કરી નાંખવો-થઈ જવો; ભીતિથી જડ કરી નાંખવું-થવું. **petrifac'tion** (પે'ટ્રિફૅક્શન), ના૰ પાષાણીકરણ-ભવન.
pet'rol (પે'ટ્રલ,-ટ્રૉ-), ના૰ મોટર ગાડી, ઇ.માં વપરાતું શુદ્ધ કરેલું પેટ્રોલિયમ-ખનિજ તેલ, પેટ્રોલ. **petrol'eum** (પિટ્રોલિઅમ, -લ્યમ), ના૰ ખનિજ તેલ.
pett'icoat (પે'ટિકોટ), ના૰ સ્ત્રીનું પોશાકની અંદરથી પહેરવાનું વસ્ત્ર, ઘાઘરો, ચણિયો.
pett'ifogger (પે'ટિફૉગર), ના૰ ઊતરતી કોટિનો-હરામખોર-વકીલ. **petti'fogging**, વિ૰ હલકટ, નીચ; કચકચ કરનારું, ઝઘડાળુ.
petti'sh (પે'ટિશ), વિ૰ વાતવાતમાં રીસ ચડે એવું,રિસાળ; ચીડિયું; ક્રોધાવેશમાં કરેલું-કહેલું.
pett'y (પે'ટિ), વિ૰ નજીવું, ક્ષુદ્ર, ગૌણ; ક્ષુદ્ર મનવાળું; નજીવી વસ્તુને બહુ મહત્ત્વ આપનારું. ~ *cash*, પરચૂરણ આવક કે ખર્ચની નાની નાની રકમો. ~ *officer*, નૌકાસૈન્યનો ઊતરતી કોટિનો બિનસનદી અમલદાર.
pet'ulant (પે'ટ્યુલન્ટ), વિ૰ ચીડિયું, શીઘ્રકોપી; મિજાજી. **pet'ulance**, ના૰ ચીડિયાપણું, મિજાજીપણું.
petun'ia (પિટ્યૂનિઆ), ના૰ બગીચામાં કે કૂંડામાં થતો સફેદ, જાંબુડિયા કે આછા જાંબુડિયા રંગનાં ફૂલવાળો એક છોડ.
pew (પ્યૂ), ના૰ દેવળમાં ઉપાસકો માટે બેસવાની જગ્યા-બાંકડો. [ટિટોડી.
pe'wit, pee'wit (પીવિટ, પ્યૂઇટ), ના૰
pewt'er (પ્યૂટર), ના૰ કલાઈ અને સીસાના મિશ્રણની એક સફેદ ધાતુ, (ઊંચી જાતનું) જસત; તેનાં વાસણ.
pha'eton (ફેઇટન, ફેટન), ના૰ ચાર પૈડાંવાળી બે ઘોડાની ખુલ્લી ગાડી, 'ફેટીન'.
phag'ocyte (ફૅગસાઇટ), ના૰ [વિજ્ઞાન] શરીરમાંના અપાયકારક જીવાણુ (બૅક્ટીરિયા)-નો નાશ કરનાર શ્વેત રક્તકણ.
phal'anx (ફેલૅંક્સ, ફૅ-), ના૰ પાયદળની ચોરસ ઘન રચના-વ્યૂહ; ખૂબ સંગઠિત મંડળ; હાથની કે પગની આંગળીનું હાડકું.
phall'us (ફૅલસ), ના૰ લિંગની પ્રતિમા કે મૂર્તિ.
phan'tasm (ફૅન્ટૅઝ્મ,), ના૰ ભ્રમ, આભાસ; હાજર ન હોય એવા માણસની કાલ્પનિક હાજરી-આભાસ.
phantasmagor'ia (ફૅન્ટૅઝ્મગૉરિઆ), ના૰ નજર આગળથી ઝપાટામાં પસાર થતી કાલ્પનિક કે વાસ્તવિક દૃશ્યોની હાર-પરંપરા.
phan'tasy (ફૅન્ટસિ), ના૰ જુઓ fantasy.
phan'tom (ફૅન્ટમ), ના૰ પિશાચ, ભૂત; ઝાંખી આકૃતિ; આભાસ, ભ્રમ. [મિસરનો રાજા.
Phar'aoh (ફેરો, ફૅઅરો), ના૰ પ્રાચીન
Pha'risee (ફૅરિસી), ના૰ રૂઢ આચારધર્મનું પાલન કરી પોતાની પવિત્રતાનો ડોળ કરનાર યહૂદી-માણસ, આચારનિષ્ઠ-કર્મઠ-માણસ; ઢોંગી-દંભી-માણસ. **Pharisa'**-

ical (ફેરિસેઇકલ), વિ૦ ફેરિસી લોકોનું–ને લગતું; ઢોંગી, દંભી.

pharmaceut'ical (ફાર્મસ્યૂટિકલ,–ક્યૂ–), વિ૦ દવા બનાવવાના શાસ્ત્રનું – સંબંધી; દવાઓના ઉપયોગ અને વેચાણ સંબંધી.

pharmacol'ogy (ફાર્મકૉલજિ), ના૦ દવાઓ તૈયાર કરવા અને તેના ઉપયોગ કરવા અંગેનું શાસ્ત્ર.

pharmacopoe'ia (ફાર્મકપીઆ), ના૦ ઔષધિઓની – દવાઓની – યાદી તથા તે વાપરવા અંગેની માહિતીવાળો ગ્રંથ; ઔષધિસંગ્રહ.

pharm'acy (ફાર્મસિ), ના૦ ઔષધિઓ બનાવવા તથા આપવાની વિદ્યા, રસશાળા, ઓસડો તૈયાર કરવાનો ને વેચવાનો ધંધો; ઔષધાલય.

pha'rynx (ફૅરિંક્સ), ના૦ અન્નમાર્ગનો ઉપલો ભાગ, ગળું. **pharyn'geal** (ફરિંજીઅલ.), વિ૦ ગળાનું – ને લગતું.

phase (ફેઝ઼), ના૦ અવસ્થા વિશેષ; વિકાસનો તબક્કો; [ખ.] ચંદ્રની કળા. સ૦ ક્રિ૦ (કાર્યક્રમ, ઇ.) તબક્કાવાર પાર પાડવો.

pheas'ant (ફે'ઝન્ટ), ના૦ તેતર પક્ષી, શિકારનું એક પક્ષી.

phenom enon (ફિનૉમિનન),ના૦ (બ૦વ૦ –ena). દૃશ્ય વાત – ઘટના, કુદરતી બનાવ – ઘટના; અસાધારણ વ્યક્તિ, વસ્તુ કે ઘટના. **phenom'enal** (–મિનલ), વિ૦ અસાધારણ, અપૂર્વ, અદ્ભુત, ચમત્કારી. [શીશી.

phi'al (ફાયલ), ના૦ દવા, ઇ. માટેની નાની

philan'der (ફિલૅન્ડર), અ૦ ક્રિ૦ સ્ત્રીની પાછળ પાછળ ભમવું – સાથે પ્રેમની રમત રમવી.

phil'anthrop'ic (ફિલન્થ્રૉપિક), વિ૦ પરગજુ, પરોપકારી. **philan'thropist** (ફિલૅન્થ્રપિસ્ટ), ના૦ પરગજુ – પરોપકારી–માણસ, સખી, દાતા. **philan'thropy** (ફિલૅન્થ્રપિ), ના૦માનવપ્રેમ, પરગજુપણું, પરોપકાર (બુદ્ધિ).

philatel'ist (ફિલૅટલિસ્ટ), ના૦ ટપાલની ટિકિટોનો સંગ્રહ કરનાર. **philat'ely** (ફિલૅટલિ), ના૦ ટપાલની ટિકિટો ભેગી કરવી તે, ટપાલની ટિકિટોનું વિશેષ જ્ઞાન.

philharmon'ic (ફિલાર્મૉનિક), વિ૦ સંગીતનું શોખી; સંગીતનું–સંબંધી (બહુધા મંડળોનાં નામમાં જ વપરાય છે.) [ભાષણ.

philippic (ફિલિપિક), ના૦ સખત ટીકાવાળું

Phil'istine (ફિલિસ્ટાઇન,–સ્ટિન), ના૦ યહૂદી લોકો સાથે વેર રાખનાર દ. પૅલેસ્ટાઈનની લડાયક જાત – જમાત – નો માણસ; અસંસ્કારી – જંગલી – માણસ.

philol'ogy (ફિલૉલાજ), ના૦ ભાષાશાસ્ત્ર, વ્યુત્પત્તિશાસ્ત્ર. **philolo'gical** (ફિલલૉજિકલ), વિ૦ ભાષાશાસ્ત્રનું–સંબંધી. **philol'ogist** (ફિલૉલજિસ્ટ), ના૦ ભાષાશાસ્ત્રી.

philos'opher (ફિલૉસફર),ના૦ દુનિયા, ઘટનાઓ, ઇ.નું મૂળ કારણ શોધી કાઢવા મથનાર, તત્ત્વજ્ઞાનનો અભ્યાસી, તત્ત્વજ્ઞાની, ફિલસૂફ; જીવનની ઘટનાઓથી અસ્વસ્થ ન થનાર, સ્થિતપ્રજ્ઞ. **philosoph'ic(al)** (ફિલસૉફિક(લ)), વિ૦ તત્ત્વજ્ઞાન – ફિલસૂફી – નું; સ્વસ્થ, શાંત. **philos'ophize**, અ૦ક્રિ૦ તત્ત્વજ્ઞાનીની જેમ વર્તવું; તત્ત્વનિરૂપણ કરવું. **philos'ophy**, (ફિલૉસફિ), ના૦ ડહાપણ અને જ્ઞાનનો પ્રેમ, ફિલસૂફી, તત્ત્વજ્ઞાન; સ્થિતપ્રજ્ઞતા.

phil'tre (ફિલ્ટર), ના૦ કામણ, મોહિની; કામોદ્દીપક દવા.

phlebit'is (ફિલબાઇટિસ), ના૦ [આયુ.] રક્તવાહિનીની દીવાલનો દાહ – સોજો.

phlegm (ફ્લે'મ), ના૦ કફ, ગળફો, બલગમ; ઠંડો મિજાજ; નિષ્ક્રિયતા, જડતા. **phlegmat'ic** (ફ્લે'ગ્મૅટિક), વિ૦ સહેજે ક્ષોભ ન પામનારું; મંદ, જડ.

phlox (ફ્લૉક્સ), ના૦ નાનાં ચપટાં ફૂલોનાં ઝૂમખાંવાળું એક ફૂલઝાડ. [ભીતિ; ત્રાસ.

phob'ia (ફોબિઆ), ના૦ તીવ્ર અણગમો,

phoe'be (ફીબિ), ના૦ એક નાનું અમે. પક્ષી.

Phoeb'us (ફીબસ),ના૦ ગ્રીકોનો સૂર્યદેવતા.

phoen'ix (ફીનિક્સ), ના૦ પોતાની જાતને બાળીને રાખમાંથી ફરી જન્મનાર પક્ષી; અજોડ વસ્તુ.

phone (ફોન), ના૦ અને ઉ૦ ક્રિ૦ (telephoneનો સંક્ષેપ) ટેલિફોન (કરવો).

phonet'ic (ફને'ટિક, ફો–), વિ૦ સ્વર – ધ્વનિ – નું – અંગેનું; શબ્દના ઉચ્ચારનું. ~ *spelling*, શબ્દનો જેવો ઉચ્ચાર થતો હોય તેવો જ લખવાની પદ્ધતિ, દા. ત. fonetic.

phonet'ics (–ટિક્સ), ના૦ બ૦ વ૦ ઉચ્ચારશાસ્ત્ર, ધ્વનિશાસ્ત્ર, શિક્ષા(વેદનાં ષડંગો-માંનું એક).

phon'ograph (ફોનગ્રાફ), ના૦ ધ્વનિ-લેખન યંત્ર; કચકડા ઇ.ની પ્લેટ ઉપર ઉતારેલા ધ્વનિ ફરી પાછા કાઢનારુ યંત્ર, ગ્રામોફોન.

phos'gene (ફૉસ્જીન), ના૦ એક ઝેરી વાયુ – ગૅસ.

phos'phate (ફૉસ્ફિટ,–ફેટ), ના૦ ફૉસ્ફરિક અમ્લનો ખાર; (બ૦વ૦) રાસાયનિક ખાતર.

phosphores'ce (ફૉસ્ફરે'સ), અ૦ ક્રિ૦ બળ્યા સિવાય અથવા ઉષ્ણતા વિના પ્રકાશ ફેંકવો; અંધારામાં ફૉસ્ફરસની જેમ ચળકવું.

phosphores'cence (ફૉસ્ફરે'સન્સ), ના૦ અંધારામાં ફૉસ્ફરસનો –ના જેવો – મંદ પ્રકાશ. **phosphores'cent**, વિ૦.

phos'phorus (ફૉસ્ફરસ), ના૦ અંધારામાં મંદ ચળકાટ મારતો મૂળતત્ત્વોમાંનો એક જ્વાળા-ગ્રાહી પીળાશ પડતો ઘન પદાર્થ, ફૉસ્ફરસ.

photogen'ic (ફોટજે'નિક, –ટો–), વિ૦ જેમાંથી પ્રકાશ નીકળે છે એવું; જેનો સારો ફોટો પડે છે એવું – એવા ચહેરાવાળું.

pho'tograph (ફોટગ્રાફ, ફોટો–), ના૦ (સંક્ષેપ photo). છાયાચિત્ર, ફોટોગ્રાફ; ફોટો ગ્રાફ પરથી છાપેલું ચિત્ર. ઉ૦ક્રિ૦ -નો ફોટોગ્રાફ લેવો–પાડવો. **photog'rapher**(ફટૉગ્રફર), ના૦ ફોટો પાડનારો, ફોટોગ્રાફર. **photography**(ફટૉગ્રાફી), ના૦ ફોટો પાડવાની કળા.

photom'eter (ફટૉમિટર), ના૦ પ્રકાશ-માપક યંત્ર.

photogravure' (ફોટગ્રવ્યૂર, –વ્યુઅર), ના૦ ફોટોગ્રાફની નિગોટવ પરથી બનાવેલી ધાતુની પ્લેટ પરથી છાપેલું ચિત્ર.

phrase (ફ્રેઝ઼), ના૦ નાનકડો શબ્દ સમૂહ, વાક્યનો ભાગ; કહેણી, કહેવત; [સં.] સંગીત-રચનાના એક સ્વતંત્ર ભાગ જેવો સ્વરોનો નાનકડો સમૂહ. સ૦ ક્રિ૦ શબ્દોમાં વ્યક્ત કરવું; -ને માટે શબ્દ યોજવા.

phraseol'ogy(ફ્રેઝ઼િઑલજિ), ના૦ શબ્દો-ની પસંદગી કે રચના; ભાષાશૈલી. [સામુદ્રિક.

phrenol'ogy (ફ્રનૉલજિ), ના૦ મસ્તક

phthis'is(થાઇસિસ, ફ્થા –), ના૦ કફ ક્ષય, ક્ષયરોગ. [માંદળિયું, તાવીજ.

phylac'tery (ફિલૅક્ટરિ), ના૦ મંત્રેલું

phys'ic (ફિઝ઼િક), ના૦ વૈદક; વૈદકનો ધંધો; દવા. સ૦ ક્રિ૦ દવા પાવી.

phys'ical (ફિઝ઼િકલ), વિ૦ કુદરતનું; ભૌતિક; પાર્થિવ, જડ; શારીરિક. ~ *geography*, પૃથ્વીની રચનાની – ભૌતિક – ભૂગોળ.

physi'cian (ફિઝ઼િશન), ના૦ વૈદ્ય, દાક્તર, રોગ મટાડનાર. [ભૌતિકશાસ્ત્રનો જાણકાર.

phys'icist(ફિઝ઼િસિસ્ટ), ના૦ પદાર્થવિજ્ઞાની,

phys'ics (ફિઝ઼િક્સ), ના૦ બ૦ વ૦ પદાર્થ-વિજ્ઞાન, ભૌતિકશાસ્ત્ર.

physiogn'omy (ફિઝ઼િઑનમિ, –ગ્નમિ), ના૦ મુખમુદ્રા, મુખાકૃતિ; મુખસામુદ્રિક.

physiol'ogy (ફિઝ઼િઑલજિ), ના૦ શરીર-વ્યાપારશાસ્ત્ર, દેહધર્મવિદ્યા. **physiolo'-g'ical** (ફિઝ઼િઅલૉજિકલ), વિ૦ શરીર-વ્યાપાર વિષયક. **physiol'ogist**(ફિઝ઼િ-ઑલજિસ્ટ), ના૦ શરીરવ્યાપારશાસ્ત્રનો જાણકાર.

physique' (ફિઝ઼ીક), ના૦ શરીરનો બાંધો – કાઠું, શરીરપ્રકૃતિ. [વગાડનાર.

pi'anist (પીઅનિસ્ટ, પિ–), ના૦ પિયાનો

pian'o (પિઆનો). ક્રિ૦ વિ૦ [સં.] ધીમેથી, હળવેથી. **pianissimo** (પિઑનિસિમો), ક્રિ૦ વિ૦ [સં.] બહુ ધીમેથી.

pian'o (પિઍનો,–નો)(બ૦ વ૦), **piano-for'te** (પિઆનફૉર્ટિ, –ફૉર્ટ), ના૦ એક સંગીત વાદ્ય, પિયાનો.

pianol'a (પીઅનોલા), ના૦ પાવડીથી ચલાવાતો યાંત્રિક પિયાનો.

pias'tre (પિઍસ્ટર), ના૦ સ્પેનનું ચાંદીનું એક નાણું; તુર્કીનું ને મિસરનું એક હલકું નાણું.

piazz'a (પિઍટ્ઝ઼ા, –ડ્ઝ઼ા), ના૦ જાહેર ખુલ્લી જગ્યા, ચોક, ચૌટું; [અમે.] (પિઍઝ઼ા) ઓટલો, ઓસરી.

pi'broch (પીબ્રૉક), ના૦ એક જાતનું બૅગ-કા કે ધમણવાળી મુરલી)નું સંગીત.

pic'a (પાઇકા), ના૦ [મુદ્રણ] એક જાતનાં – બાર પૉઇંટનાં – બીબાં – ટાઇપ.

pic'ador (પિકડૉર, પિકે–), ના૦ સાંઢની કે ગોધાની સાઠમારીમાં ભાલાવાળો ઘોડેસવાર.

picaresque' (પિકરે'સ્ક), વિ૦ (નવલ-કથાઓ અંગે) ભામટાઓ (નાં પરિભ્રમણો અને પરાક્રમો) વિષેનું.

picc'aninny (પિકનિનિ), ના૦ (વિ. ક.) હબસી બાળક. [સ્વરવાળી નાની મુરલી.

picc'olo (પિકલો), ના૦ (બ૦વ૦–s). ઊંચા

pick (પિક), ના૦ તીકમ, કોદાળી; તીણી અણીવાળું ઓજાર; ચુનંદા, વીણી કાઢેલા. *the ~ of*, -નો શ્રેષ્ઠ ભાગ. ઉ૦ ક્રિ૦ (જમીન) ખોદવું, ગોડવું; (ફૂલ, ઇ.) વીણવું, ચૂંટવું; (દાંત) સળી વતી ખોતરવું; (તાળુ) સળી – ખીલા – વતી ઉઘાડવું; વીણી કાઢવું, પસંદ કરવું. *~ holes in*, માં દોષ કાઢવા. *have a bone to ~*, -ની સાથે ઝઘડાનું કારણ હોવું. *~ a quarrel*, જાણી જોઈને ઝઘડો કરવો. *~ up* -નું જ્ઞાન મેળવવું, -માં તજ્જ્ઞ થવું; તબિયત બાંધવી – સુધારવી. ~ one's *teeth*, દાંત ખોતરવા. *~ out*, પસંદગી કરવી; બીજાથી જુદું પાડવું, વીણવું; ~ person's *pocket*, ખીસું કાતરવું. *~ up with*, -ની સાથે દોસ્તી કરવી. **pick'-a-back**, ક્રિ૦ વિ૦ ધીપોટલું કરીને. **pick'axe**, ના૦ તીકમ, કોદાળી. **pick-me-up**, ના૦ એક તાજગીભર્યું પેય – પીણું. **pick'pocket** (પિકપૉકિટ), ના૦ ખીસાકાતરુ, ભામટો.

pick'et (પિકિટ), ના૦ અણીદાર સળિયો – ખૂંટો, મેખ; પોલીસની ફરજ બજાવનાર કે ચોકી કરનાર લશ્કરી સિપાઈઓની ટુકડી; હડતાળ વખતે બીજાઓને કામ પર જતા રોકવા માટે ઊભા રાખેલો માણસ કે માણસોની ટુકડી; ચોકી કરનાર. સ૦ ક્રિ૦ અણીદાર સળિયા કે પટ્ટીઓ રોપી કિલ્લેબંધી કરવી; ઘોડા, ઇ. ને ખીલે – ખૂંટે – બાંધવું; ચોકી – નિરોધન – કરવા ઊભું રાખવું – ઊભા રહેવું.

pic'kle (પિકલ), ના૦ ખોરાકની ચીજો ટકાવી રાખવા માટે તે જેમાં નાંખવામાં આવે છે તે ખારુ પાણી, સરકો, ઇ., અથાણાનો મસાલો; આથણ; (બ૦વ૦) સરકો, આથણ, ઇ.માં નાખેલાં શાકભાજી, અથાણું; [વિનોદ] રખડેલ – તોફાની – છોકરું. *in a sad, pretty, ~*, મહા મુશ્કેલીમાં. સ૦ ક્રિ૦ અથાણાના સરકામાં – મસાલામાં – નાંખવું, આથવું.

pic'nic (પિક્નિક), ના૦ વનભોજન સાથેની સહેલ, વનભોજન, ઉજાણી. અ૦ ક્રિ૦ વનભોજન માટે – ઉજાણીએ – જવું.

pi'cot (પિકો), ના૦ કાપડના છેડાની ગૂંથેલી કોર. [રહેવાસીઓ.

Pict (પિક્ટ), ના૦ ઉત્તર બ્રિટનના પ્રાચીન

pictor'ial (પિક્ટૉરિઅલ), વિ૦ ચિત્રોવાળું, સચિત્ર; ચિત્રમય – રૂપ. ના૦ સચિત્ર – ચિત્રમય – સામયિક – છાપું.

pic'ture (પિક્ચર), ના૦ ચિત્ર (વિ. ક. કલાત્મક કૃતિ); છબી, તસવીર; સુંદર વ્યક્તિ, વસ્તુ કે દેખાવો; આબેહૂબ વર્ણન. *be the ~ of*, -ની મૂર્તિ – મૂર્તિમંત – હોવું. *the ~s*, સિનેમાનાં ચિત્રો – ફિલ્મો. સ૦ ક્રિ૦ -નું ચિત્ર દોરવું, ચિત્રમાં રજૂ કરવું; કલ્પના કરવી; આબેહૂબ વર્ણન કરવું; -નું આબેહૂબ ચિત્ર હોવું. **picture-gallery**, ચિત્રસંગ્રહનો ઓરડો કે મકાન, ચિત્રસંગ્રહાલય. **picture-palace**, **picture-theatre**, ના૦ સિનેમાનું થિયેટર, છબીઘર.

picturesque' (પિક્ચરે'સ્ક), વિ૦ ચિત્રના જેવું આકર્ષક, મનોહર; આબેહૂબ.

pidg'in (પિજિન), વિ૦ ~ *English*, ચીનાઓ અને યુરોપિયનો વચ્ચે ચાલતી મુખ્યત્વે અંગ્રેજી શબ્દોવાળી ભાષા.

pie (પાઇ), ના૦ માંસના કકડા કે ફળ કણકમાં ગલેફીને બનાવેલી વાની. **piecrust**, ના૦ એ વાની પરનું આટાનું શેકેલું પડ.

pie, ના૦ લક્કડખોદ પક્ષી.

pieb'ald (પાઇબૉલ્ડ), વિ૦ (વિ. ક. ઘોડા અંગે) કાબરચીતરું, ધોળાં ને કાળાં ટપકાંવાળું.

piece (પીસ), ના૦ કોઈ વસ્તુનો ઘટક ભાગ, ટુકડો; સાહિત્યની કે સંગીતની રચના; નાટક; (કાપડનો) તાકો; ધાતુનું નાણું; તોપ; (શેતરંજનું) મહોરું. *give* person *a ~ of* one's *mind*, કોઈને વિષે કે તેને પોતાને વિષે પોતાનો સ્પષ્ટ મત કહેવો – સુણાવવો. સ૦ ક્રિ૦ સાથે જોડીને એક કરવું, સાંધવું. *~ out*, જુદા જુદા કકડા સાથે જોડીને જાણવું. *~ together*, જુદા જુદા ભાગ–કકડા–જોડવા. **piece'-goods**, ના૦ અમુક લંબાઈ

પહોળાઈવાળા કાપડના તાકા. **piece'-work,** ના૦ છૂટક - ઊધડું - કામ.

piece'meal (પીસ્‌મીલ), ક્રિ૦ વિ૦ કકડે કકડે, થોડે થોડે. વિ૦ કકડે કકડે કરેલું.

pied (પાઇડ), વિ૦ કાળું ને ધોળું, મિશ્ર રંગોવાળું, અનેકરંગી (ટપકાંવાળું).

pied-à-terre (પ્યેડાટેર), ના૦ પગ મૂકવાની જગ્યા, પાદપીઠ; આશ્રયસ્થાન.

pier (પિઅર), ના૦ કમાન, પુલ. ઇ. નો થાંભલો; દરિયામાં કિનારા પર બાંધેલો ડક્કો; બંધ; બારીઓ વચ્ચેનું પથ્થરનું ચણતર. **pier-glass,** ના૦ લાંબો - મોટો - અરીસો.

pierce (પિઅર્સ), ઉ૦ ક્રિ૦ ભોંકવું, વીંધવું, -માં કાણું પાડવું; -માં પેસવું, ઘૂસી જવું.

pierrot (પીએ'રો, પ્યે'રો), ના૦ (સ્ત્રી૦ **pierrette**) મોઢે સફેદ રંગ ચોપડેલ સફેદ ઝભ્ભો પહેરેલ પ્રવાસી ગાયકમંડળીમાંથી કોઈ એક; ફ્રેંચ મૂકનાટકનો નટ.

pi'ety (પાઈટિ, - ય -), ના૦ ધાર્મિકતા, ધર્મનિષ્ઠા.

pif'fle (પિફલ), ના૦ અને અ૦ ક્રિ૦ અર્થહીન - મૂર્ખામીભરી - વાત-લખાણ-બકબક-(કરવી).

pig (પિગ), ના૦ સૂવર, ડુક્કર; કાચી ધાતુ ગાળીને તેનો પાડેલો દીર્ઘવર્તુળાકાર પાટલો, ગઠ્ઠો; ખાઉધરો, ગંદો માણસ. અ૦ ક્રિ૦ ભૂંડની પેઠે ગંદવાડમાં રહેવું (~*it*). *buy a ~ in a poke,* બરાબર જોયા વિના ખરીદવું. *make a ~ of oneself,* અતિશય ખાવું.

pig'eon (પિજન), ના૦ કબૂતર; ભોળો-બાઘો - માણસ. *clay ~*, બંદૂક મારવા માટે નિશાન તરીકે ઊંચે ફેંકેલી માટીની તાસક. **pi'geon-hole,** ના૦ કબૂતરખાનાનું ખાનું; કબાટનું ખાનું. સ૦ ક્રિ૦ ખાનામાં મૂકી દેવું.

pigg'ery (પિગરિ), ના૦ ડુક્કરખાનું. **pigg'-ish,** વિ૦ ગંદું.

pig'headed (-હે'ડિડ), જક્કી, મૂર્ખ.

pig-iron (-આયર્ન), ના૦ કાચા લોઢાના પાટલા.

pig'ment (-મન્ટ), ના૦ (રંગવાનો) રંગ, ચામડી, વાળ, ઇ. માં રહેલું રંગ દ્રવ્ય.

pigmy, જુઓ pygmy.

pig'sticking (-સ્ટિકિંગ), ના૦ ભાલા વતી ભૂંડનો શિકાર (કરવો તે).

pig'sty (પિગ્‌સ્ટાઇ), ના૦ ભૂંડને રાખવાનું [છાપરું.

pig'tail (-ટેલ), ના૦ ચોટલી.

pike (પાઇક), ના૦ જૂના વખતનો પાયદળનો ભાલો. **pikestaff,** ના૦ ભાલાની લાકડી - વાંસ. *plain as a ~*, સહેજે જોઈ શકાય-સમજાય-એવું.

pike, ના૦ એક મોટા કદની માછલી.

pil'chard (પિલ્‌ચર્ડ), ના૦ એક નાની ખાદ્ય દરિયાઈ માછલી.

pile (પાઇલ), ના૦ ઢગલો, ગંજ; મોટી ઊંચી ઇમારત; પૈસાનો ઢગલો. સ૦ ક્રિ૦ -નો ગંજ - ઢગલો - કરવો - ખડકવો. *make* one's~, જોઈએ તેટલું ધન ભેગું કરવું. *atomic ~*, અણુશક્તિનો અભ્યાસ કે તે વાપરવાનું યંત્ર.

pile, ના૦ ઇમારતના પાયા માટે જમીનમાં ઊભો દાટેલો લાકડાનો મોભ, થાંભલો. **pile-driver,** ના૦ જમીનમાં થાંભલા ઊંડે ઘાલવા માટેનું યંત્ર.

pile, ના૦ કપડા - બનાત - પરનાં રૂવાં કે ફૂલ.

pile(s) (પાઇલ(ઝ)), ના૦ હરસ, મસા.

pil'fer (પિલ્ફર), ઉ૦ ક્રિ૦ નાની નાની ચોરી કરવી, તફડંચી કરવી.

pil'grim (પિલ્‌ગ્રિમ), ના૦ જાત્રાળુ; પ્રવાસી. **pil'grimage** (પિલ્‌ગ્રિમિજ), ના૦ જાત્રા, તીર્થયાત્રા, હજ.

pill (પિલ), ના૦ દવાની ગોળી. **pillbox** ના૦ ગોળીઓ મૂકવાની ડબી; જેનો મોટો ભાગ જમીનની અંદર બાંધેલો છે એવી નાનકડી ગોળ લશ્કરી ઇમારત. **pil(l)'ule** (પિલ્યૂલ), ના૦ નાનકડી ગોળી.

pill'age (પિલિજ), ના૦ ધાડ, લૂંટ; લૂંટેલો માલ, લૂંટ. ઉ૦ ક્રિ૦ લૂંટફાટ કરવી, ધાડ પાડવી.

pill'ar (પિલર), ના૦ સ્તંભ, થાંભલો; આધાર (સ્તંભ). **pill'ar-box,** ના૦ થાંભલાના આકારની જમીનમાં દાટેલી ગોળ ટપાલ પેટી.

pill'ion (પિલ્યન, પિલિઅન), ના૦ સવારની પાછળ બીજા માણસે, વિ. ક. સ્ત્રીએ, બેસવા માટેનું સુંવાળું આસન; મોટર સાઇકલ ચલાવનારની પાછળ બેસવાની બેઠક.

pill'ory (પિલરિ), ના૦ હાથ અને માથા માટે કાણાંવાળું ગુનેગારને સજા તરીકે પૂરવાનું

પાટિયું જડેલો થાંભલો, ફજેતીનું લાકડું, હેડ. સ૦ ક્રિ૦ ફજેતીના લાકડામાં બેસાડવાની સજા કરવી, હેડમાં પૂરવું; કોઈની ભૂલો કે દુર્ગુણોનું પ્રદર્શન કરવું.

pill'ow (પિલો), ના૦ ઉશીકું. સ૦ ક્રિ૦ તકિયાનું–ઉશીકાનું–કામ દેવું, તકિયે માથું મુકવું. *take counsel of* one's ~, રાત દરમ્યાન વિચાર કરવો. **pillow-case, pillow-slip,** ના૦ ઉશીકાની ખોળ.

pil'ot (પાઇલટ), ના૦ બંદરમાં આવતાં કે બંદરમાંથી જતાં વહાણોને દોરનાર અધિકારી, ટંડેલ, સુકાની; વિમાન ચલાવનાર, વૈમાનિક; ભોમિયો, માર્ગદર્શક. સ૦ક્રિ૦ રસ્તો બતાવવો, રસ્તે દોરવું. **pilot-cloth,** ના૦મોટા ડગલા માટે ઘેરા વાદળી રંગનું કાપડ.

pilot officer, ના૦ હવાઈ દળમાં તદ્દન નીચેનો સનદી અમલદાર.

pimen'to (પિમે'ન્ટો), ના૦ જમૈકાની પીપર.

pimp(પિમ્પ),ના૦ ભાડ ઉપર જીવનાર, ભડવો.

pim'pernel (પિંપર્ને'લ) ના૦ નાનાં રાતાં-ચોળ રંગનાં ફૂલવાળો એક છોડ.

pim'ple (પિમ્પલ), ના૦ ફોલ્લી, (જુવાનીની) ખીલ. **pimp'ly,** વિ૦ ખીલવાળું.

pin (પિન), ના૦ ટાંકણી; ખીલી, મેખ, ખૂંટી; (બ૦ વ૦) [વિનોદમાં] ટાંટિયા, ટાંગા. સ૦ ક્રિ૦ ટાંકણી મારવી, ટાંકણી વતી જોડવું. *not to care a* ~, જરાય પરવા ન કરવી. ~ a person *down,* -ની પાસે વચન પળાવવું – માગવું, – ચોક્કસ જવાબ માગવો. ~*s and needles,* ચામડીમાં ટાંકણીઓ ભોંકાતી હોય એવી જાતનું હાથે પગે દરદ. **pincushion,** ના૦ ટાંકણીઓ ખોસી મૂકવાની ગદેલી. **pin-money,**ના૦સ્ત્રીને હાથ ખરચી માટે અપાતા પૈસા. **pin'prick,** ના૦ પજવવા માટે કરેલું કામ કે બોલેલા શબ્દ; (બ૦ વ૦) નજીવી બાબતોમાં પજવણી.

pin'afore (પિનફોર), ના૦ સ્ત્રી કે બાળકનું કપડાંની ઉપરથી છાતી ઉપર પહેરવાનું વસ્ત્ર, મલવસ્ત્ર, એપ્રન, (બાળકનું) લાળિયું.

pince-nez (પાંસ્નૅ), ના૦ ચાપવાળાં ચશ્માં.

pin'cers (પિન્સર્ઝ઼), ના૦ બ૦ વ૦ સાણસી – સો, ચીપિયો, પકડ.

pinch (પિંચ), ઉ૦ ક્રિ૦ ચોંટી – ચીમટી – ખણવી; -થી ચીપટી આવવી; (કોઈ પાસેથી) કઢાવવું; કંજૂસાઈ કરવી; ચોરી કરવી; (જોડા અંગે) ડંખવું, ખૂંચવું; (પોલીસે) કેદ કરવું. ના૦ ચૂંટી, ચીમટી; ચપટી; તાણ, ભીડ; અણીનો સમય, સંકટ. *at a* ~, છેલ્લા ઉપાય તરીકે, અણીને વખતે.

pinch'beck (પિંચબે'ક), ના૦ તાંબું અને જસતનું સોના જેવું (દેખાતું) મિશ્રણ – મિશ્ર ધાતુ; સસ્તાં ઘરેણાં. વિ૦ ખોટું, બનાવટી.

pine (પાઇન), સ૦ ક્રિ૦ દુઃખ, ઇ.ને કારણે લેવાતા – ગળાતા – જવું, ક્ષીણ થવું; -ને માટે તરસવું – ઝંખવું – ઝૂરવું (*for, after*).

pine, ના૦ સોય જેવાં પાંદડાંવાળું શંકુ આકારનું વૃક્ષ, ચીડનું ઝાડ. **pine'apple,** ના૦ અનેનાસ (ફળ તેમ જ ઝાડ). **pine'-cone,** ના૦ ચીડનું ફળ.

pin'eal gland(પાઇનિઅલ ગ્લૅન્ડ,પિ–),ના૦ [શરીરરચ.] મગજમાંની શંકુના આકારની એક ગ્રંથિ.

pin-feather (પિન્ફે'ધર),ના૦ પૂરુ વિકાસ નહિ પામેલું પીંછું.

ping (પિંગ), ના૦ હવામાંથી પસાર થતી બંદૂકની ગોળીનો અવાજ. **ping'-pong** (–પૉંગ), ના૦ ટેબલ પર રમાતી ટેનિસ જેવી એક રમત.

pin'ion (પિન્યન, પિનિઅન), ના૦ પક્ષીની પાંખનો બહારનો સાંધો; પાંખ. સ૦ ક્રિ૦ પંખી ઊડી ન જાય તે માટે તેની પાંખ કાપી નાંખવી; (ધડ સાથે) હાથ બાંધવા.

pinion, ના૦ દાંતાવાળા મોટા પૈડા કે દાંડા–ત્રાક – ને ફેરવનારું નાનું દાંતાવાળું પૈ ' – ચક્ર.

pink (પિંક્), સ૦ક્રિ૦ તલવાર, ઇ.થી વીંધવું – ભોંકવું; (ચામડા, ઇ.માં) છિદ્રોની નકશી કરવી; કાપડની કોરને દાંતાવાળો આકાર આપવો; (મોટરના ઍંજિને) બારણું ઠોકવાના જેવો અવાજ કરવો.

pink, ના૦ લવિંગની ખુશબોવાળાં ફૂલોનો એક છોડ; આછો લાલ – ગુલાબી – રંગ; સૌંદર્ય, ઇ.ની પરિસીમા– પરાકાષ્ઠા. *in the* ~, [વિનોદમાં] ઘણું જ સારુ. વિ૦ આછું રાતું, ગુલાબી.

pinn'ace (પિનસ,– નિ–), ના૦ યુદ્ધનૌકાની

નાની હોડી; આઠ જણે હલેસાં મારવાની સગવડવાળી મોટા વહાણ ઉપરની હોડી.
pinn'acle (પિનકલ), ના૦ છાપરા પરની ટોચવાળી રચના; કળશ, શિખર; ટોચ; પરિસીમા. [પીંછાના આકારનું, પાંખિયું.
pinn'ate(d) (પિનિટ,–નેટિડ), વિ૦ (પાંદડું)
pint (પાઇન્ટ), ના૦ પ્રવાહીનું ૧/૮ ગૅલનનું એક માપ.
pioneer' (પાયનિઅર), ના૦ મુખ્ય લશ્કર માટે રસ્તો તૈયાર કરવા આગળ જનાર ટુકડીનો માણસ; સાહસ કે ધંધાનો આરંભ કરનાર; મૂળ શોધ કરનાર, અગ્રેસર, પહેલ કરનાર. અ૦ ક્રિ૦ શરૂઆત કરવી, પહેલ કરવી; શોધ કરવી.
pi'ous (પાયસ), વિ૦ ધાર્મિક (વૃત્તિવાળું), ઈશ્વરનિષ્ઠ; માતપિતાનું ભક્ત.
pip (પિપ), ના૦ નારંગી, સફરજન. ઇ.નું બી; ફાંસો, પત્તું, ઇ.પરનું ટપકું, પત્તા પરની બદામ.
pip, ના૦ પક્ષીઓનો એક રોગ. *have the ~*, મિજાજ ગરમ થવો. *give the ~*, ગુસ્સે કરવું.
pipe (પાઇપ), ના૦ પાણી, ગૅસ, ઇ. લઈ જવાની નળી, નળ; વાંસળી, પાવો; ટંડેલની સીટી (નો અવાજ); પક્ષીનો અવાજ – સૂર; ચલમ; દારૂનું પીપ. (બ૦ વ૦) ધમણવાળી મોરલી. ઉ૦ ક્રિ૦ વાંસળી વગાડવી; સીટી વગાડીને બોલાવવું – કંઈક કરવા સૂચના આપવી; (પક્ષીનું) ગાવું; નળ – નળીઓ – બેસાડવી. **pipe'clay** (પાઇપ્ક્લે), ના૦ ચલમ બનાવવાની અથવા સિપાઈનો પટા માંજવાની સફેદ ઝીણી માટી. [બૅગપાઇપ) વગાડનારો. **pip'er** (પાઇપર), ના૦ વાંસળી (વિ. ક. **pipette'** (પિપે'ટ), ના૦ કાચની નાની પાતળી નળી; [પદાર્થ.] 'પિપેટ'.
pip'ing (પાઇપિંગ), ના૦ કપડાની કિનારી ઉપર કરેલી દોરી જેવી શોભા, મગજી; નળીઓનો સટ. *~ hot*, ખૂબ ગરમ, અત્યુષ્ણ. *~ voice*, પક્ષીના બચ્ચાના જેવો તીણો ને ઊંચો અવાજ.
pip'it (પિપિટ), ના૦ એક નાનું પક્ષી.
pip'kin (પિપ્કિન), ના૦ માટીનું પકવેલું નાનું વાસણ.
pipp'in (પિપિન), ના૦ સફરજનની એક જાત.
piquant (પીકન્ટ), વિ૦ ભાવે એવું તીખું; ભૂખ પ્રદીપ્ત કરે એવું, ક્ષુધોદ્દીપક; રમૂજી અને ચતુરાઈવાળું. **pi'quancy** (પીકન્સિ), ના૦ તીખાશ, ઝાટકો.
piqué (પીક), સ૦ ક્રિ૦ અહં – સ્વાભિમાન – ને આઘાત પહોંચાડવો; દિલ દૂભવવું; –ને (કશાકનો) રસ પેદા કરવો, ચટકો લગાડવો. ~ oneself *on*, -નું અભિમાન કરવું. ના૦ રીસ; ચીડિયાપણું.
pique (પીકે), ના૦ દોરિયાનું મજબૂત કાપડ.
piquet' (પિકે'ટ), ના૦ બે જણે રમવાની પત્તાંની એક રમત.
pir'ate (પાઇરટ,–રિટ), ના૦ ચાંચિયો; ગ્રંથસ્વામિત્વનો ભંગ કરી બીજાનો ગ્રંથ છાપનાર પ્રકાશક, ઇ. સ૦ ક્રિ૦ દરિયા પર લૂંટફાટ કરવી; રજા વિના બીજાનું લખાણ છાપવું – પ્રસિદ્ધ કરવું. **pir'acy** (–રસિ), ના૦ ચાંચિયાનો ધંધો. **pirat'ical** (–રૅટિકલ), વિ૦ વહાણ લૂંટનારું, દરિયાપર લૂંટફાટ કરનારું, કરેલી લૂંટફાટ કે ચોરીનું.
pirouette' (પિરુએ'ટ), ના૦ અને અ૦ ક્રિ૦ બાલે નૃત્યમાં પગના પંજા પર પોતાની આસપાસ ગોળ ગોળ ફરવું (તે).
piss (પિસ્), અ૦ક્રિ૦ [ગ્રામ્ય] પેશાબ કરવો, મૂતરવું. [પિસ્તું, પિસ્તાનું ઝાડ.
pista'chio (પિસ્ટૅશિઓ, –સ્ટા–), ના૦
pis'til (પિસ્ટિલ), ના૦ (વનસ્પ.) સ્ત્રીકેસર, ગર્ભકેસર.
pis'tol (પિસ્ટલ), ના૦ પિસ્તોલ.
pis'ton (પિસ્ટન), ના૦ પોલા ભૂંગળામાં કે નળીમાં સજ્જડ બેસતો અને પેસનીકળ કરતો નળાકાર – ડટ્ટો.
pit (પિટ), ના૦ ખાડો (કુદરતી તેમજ ખોદીને પાડેલો); બળિયાનું ચાઠું, વ્રણ; નાટકશાળામાં છેલ્લા વર્ગની જગ્યા; ત્યાં બેસનારા પ્રેક્ષકો. સ૦ ક્રિ૦ -માં ખાડા ખોદવા; ખાડામાં રાખવું; લડવા માટે (અગડમાં) સામા – સામસામા – ઊભા કરવું. **pit'fall**, ના૦ ફસાવી મારવા કે પકડવા માટે તૈયાર કરેલો ઢાંકેલો ખાડો; ફાંદો; ભયસ્થાન.
pit, ના૦ ફળનું બીજ – ગોટલો

pit'-(a-) pat (પિટ્અપૅટ), ક્રિ૦ વિ૦ ધ્રૂજતે હૈયે; હળવે રહીને ઉતાવળાં પગલાંથી.

pitch (પિચ), ના૦ વહાણનો તાર, ડામર. સ૦ ક્રિ૦ -ને ડામરનો હાથ દેવો – ડામર ચોપડવો. ~ *dark*, ઘણું અંધારું, કાળુંમેશ. ~*blende*, જેમાંથી રેડિયમ નીકળે છે તે ડામરના જેવો પદાર્થ.

pitch, ઉ૦ ક્રિ૦ (તંબૂ, છાવણી, ઇ.) ઊભું કરવું, ઠોકવું; ચોક્કસ રીતે ઊભું કરવું–બેસાડવું; ફેંકી દેવું, ફેંકવું; પડી જવું; [સં.] સૂર બેસાડવો; (છાપરાને) અમુક ઢોળાવ આપવો. ના૦ ઊંચાઈ, પ્રમાણ, માત્રા; ઢોળાવ, ઉતાર(-ની માત્રા); [સં.] સ્વરની માત્રા; (અવાજની) તીવ્રતા; [ક્રિકેટ] જ્યાં દાંડીઓ રોપેલી હોય છે તે જમીનનો પટ; એક છેડાથી બીજા છેડા સુધી ઉપર નીચે થવું – ઝોલાં ખાવાં તે. ~ *forward*, આગળ પડવું. ~ *into*, ઠપકો આપવો, -ની ઉપર સખત હુમલો કરવો. ~ *upon*, પસંદ કરવું, શોધી કાઢવું. ~*ed battle* (પિચ્ટ્બૅટલ), બરાબર તૈયારી કરીને – વ્યૂહ રચીને – કરેલું યુદ્ધ.

pitch'er, (પિચર), ના૦ [વિ. ક. બેઝબૉલની રમતમાં] બૅટર પાસે દડો ફેંકનારો.

pitch'er ના૦ મોટો કૂજો અથવા ચંબુ.

pitch'fork (પિચ્ફૉર્ક), ના૦ ખેતીનું એક ઓજાર, પંજેટી. સ૦ ક્રિ૦ પંજેટી વતી ઘાસ ઉપાડવું – ખસેડવું; કોઈ કામ, પદ, કે જગ્યા પર એકદમ પરાણે બેસાડવું. [પાત્ર, શોચનીય.

pit'eous (પિટિઅસ), વિ૦ દયાજનક, દયા-

pith (પિથ), ના૦ ગર, ગર્ભ; સાર, મહત્ત્વનો અંશ; દમ, જોર.

pit'iable (પિટિઅબલ), વિ૦ દયાપાત્ર; તિરસ્કાર કરવા લાયક. [તિરસ્કરણીય.

piti'ful (પિટિફુલ), વિ૦ દયાળુ; દયાપાત્ર;

pit'iless (પિટિલિસ), વિ૦ દયાહીન, નિર્દય.

pitt'ance (પિટન્સ), ના૦ નજીવી – અલ્પ – સંખ્યા કે જથ્થો. *a mere* ~, માંડ પેટ ભરવા જેટલું અન્ન કે પૈસા.

pitted (પિટિડ), વિ૦ અનેક નાના નાના ખાડાવાળું; -ની સામે લડવા ઊભું (કરેલું).

pitu'itary (પિટ્યૂઇટરિ, -ઇટ્રિ), વિ૦ કફનું, કફોત્પાદક. ~*gland*, કફોત્પાદક ગ્રંથિ.

pit'y (પિટિ) ના૦ દયા, કરુણા; અફસોસની વાત. સ૦ ક્રિ૦ -ની ઉપર દયા લાવવી–કરવી.

piv'ot (પિવટ), ના૦ (જેની આસપાસ કશુંક ફરે છે તે) ખીલો, નાભિ; મુખ્ય – મુદ્દાની – વાત. ઉ૦ ક્રિ૦ ખીલા વડે જોડવું, ખીલો મૂકવો; -ની ઉપર – આસપાસ – ફરવું. **piv'otal** (પિવટલ), વિ૦ સૌથી મહત્ત્વનું.

pix'ie, pix'y (પિક્સિ), ના૦ પરી, અપ્સરા.

plac'able (પ્લૅકબલ, પ્લે-), વિ૦ ઝટ મનાવ્યું માને એવું; સૌમ્ય સ્વભાવનું; ક્ષમાશીલ.

plac'ard (પ્લૅકાર્ડ), ના૦ કશાક લખાણ કે જાહેરાતવાળું દીવાલ પર ચોડવાનું પત્ર, જાહેર ખબર. **placard'** (પ્લકાર્ડ), સ૦ ક્રિ૦ ભીંત ઇ. પર જાહેર ખબર ચોઢવી, ભીંતપત્ર દ્વારા સમાચાર કે જાહેરાત આપવી.

placate' (પ્લકેટ, પ્લૅ-), સ૦ ક્રિ૦ શાંત પાડવું, મનાવવું.

place (પ્લેસ), ના૦ જગ્યા, સ્થળ; શહેર, નગર, ગામડું, ઇ.; બેઠક, જગ્યા; રહેઠાણ, ઘર; પદ, હોદ્દો; નોકરીની જગ્યા, નોકરી; શહેરમાંનું ફરતે મકાનોવાળું ચોગાન કે મેદાન; ચોપડીમાંનો ભાગ – જગ્યા; અનુક્રમ(માં સ્થાન). *give* ~ *to*, -ને જગ્યા – માગ – આપવો. *in* ~, યોગ્ય, ઉચિત, સ્થાને. *know* one's ~, પોતાને માટે યોગ્યાયોગ્ય શું છે તે જાણવું, પોતાના સ્થાનને શોભે એવી રીતે વર્તવું. *take* ~, થવું, બનવું. સ૦ ક્રિ૦ કોઈ જગ્યાએ મૂકવું – ગોઠવવું – નીમવું; પૂર્વે ક્યાં ને ક્યારે જોયું કે મળાયું હોય તે બરાબર યાદ કરવું – આવવું; ગોઠવવું, સ્થિર કરવું.

pla'cid (પ્લૅસિડ), વિ૦ સૌમ્ય, શાંત, સ્વસ્થ, સહેજે ક્ષોભ ન પામનારું – ગુસ્સે ન થનારું. **placid'ity** (-ડિટિ), ના૦ શાંતતા, સ્વસ્થતા.

plack'et (પ્લૅકિટ), ના૦ સ્ત્રીના ચણિયાનું ખીસું.

pla'giarize (પ્લેજિઅરાઇઝ઼), ઉ૦ ક્રિ૦ બીજાના વિચાર કે લખાણની ચોરી કરવી, તેને પોતાના તરીકે રજૂ કરવું. **pla'giarism** (પ્લેજિઅરિઝ઼મ), ના૦ લખાણચોરી – તફડંચી. **pla'giarist**, ના૦ વાઙ્મયચોર.

plague (પ્લેગ), ના૦ મરકી, ગ્રંથિજ્વર; મોટી પીડા, આફત. સ૦ ક્રિ૦ પજવવું, ત્રાસ આપવો (વિ. ક. વારે વારે પ્રશ્ન પૂછીને).

plaice (પ્લેસ), ના૦ એક ચપટી દરિયાઈ

માછલી.

plaid (પ્લેડ, પ્લૅડ), ના૦ હાઈલૅન્ડર લોકો વાપરે છે તે લાંબી શાલ, કાંબળો.

plain (પ્લેન), વિ૦ સ્વચ્છ, ચોખ્ખું, સ્પષ્ટ; સરળ, નિખાલસ; પ્રામાણિક; શણગાર વિનાનું, સાદું; સામાન્ય; દેખાવમાં સામાન્ય કોટિનું, સુંદર નહિ એવું. ~ *clothes,* સાદાં કપડાં (ગણવેશ નહિ એવાં). ~ *sailing*, સીધું, સરળ, કામ. ક્રિ૦ વિ૦ સ્પષ્ટપણે, ચોખ્ખું. ના૦ મેદાન, સપાટ પ્રદેશ. **plain-song,** ના૦ વિ. ક. ખ્રિસ્તી દેવળમાં ગવાતું એક પ્રકારનું સમૂહ સંગીત. **plain-spoken,** વિ૦ સ્પષ્ટવક્તા, ચોખ્ખું કહી દે એવું.

plaint (પ્લેન્ટ), ના૦ [કા.] ફરિયાદ, દાવા-અરજી; શોક, શોકવું તે; વિલાપિકા.

plain'tiff (પ્લેન્ટિફ), ના૦ [કા.] દાવો – ફરિયાદ – કરનાર, વાદી.

plain'tive (પ્લેન્ટિવ), વિ૦ ખિન્ન, શોકાતુર (અવાજવાળું).

plait (પ્લેટ), ના૦ વાળની ગૂંથેલી વેણી; ચીણી, પાટલી; મિલ્લું. સ૦ ક્રિ૦ પાટલી વાળવી; વેણી ગૂંથવી.

plan (પ્લૅન), ના૦ નકશો, આકૃતિ, નમૂનો; યોજના, કલ્પેલો – ગોઠવેલો – ઘાટ. ઉ૦ ક્રિ૦ નકશો – નમૂનો – તૈયાર કરવો; યોજના કરવી, અગાઉથી ગોઠવણ કરવી.

planchette' (પ્લૅન્શે'ટ), ના૦ મૃતાત્માના જવાબો લખી લેવા માટેનું એક પાટિયું ને પેન્સિલ.

plane (પ્લેન), ના૦ મોટાં પાંદડાંવાળું એક ઘટાદાર ઝાડ.

plane, ના૦ સપાટ–સમતલ – ભૂમિ – જગ્યા, સપાટી; વિમાનના આધારનો ભાગ; વિમાન; (સુથારનો) રંદો; પ્રાપ્ત કરેલી ભૂમિકા – સપાટી. વિ૦ સમતલ, ખાડાટેકરા વિનાનું, સપાટ. ઉ૦ક્રિ૦ રંદો મારવો, રંદા વતી લીસું બનાવવું; વિમાનમાં ઊડવું (ઍંજિન વાપર્યા વિના).

plan'et (પ્લૅનિટ), ના૦ સૂર્યની ફરતે ફરતો ગ્રહ. **planetar'ium** (–ટેરિઅમ), ના૦ ગ્રહોની સ્થિતિ, ગતિ, મહત્ત્વનો ખ્યાલ આપવા માટેની રચના – ઘુમટવાળું મકાન. **plan'etary** (–ટરિ), વિ૦ ગ્રહોનું–ને લગતું.

plangent (પ્લૅન્જન્ટ), વિ૦ (અવાજ અંગે) પવનના જેવું; રોમાંચકારી; શોકાતુર.

plank (પ્લૅંક), ના૦ લાકડાનું પાટિયું; રાજકીય પક્ષના કાર્યક્રમનો મુદ્દો – બાબત. *walk the ~*, વહાણની બાજુ પર મૂકેલાં પાટિયાં પર ચાલતા જઈ ને દરિયામાં પડવાની ફરજ પડવી. સ૦ક્રિ૦ ઉપર પાટિયાં જડવાં – ચોડવાં.~ *down*, ત્યાં ને ત્યાં પૈસા આપી દેવા.

plank'ton (–ટન), ના૦ સમુદ્ર, સરોવર, કે નદીઓમાં તરતાં મુખ્યત્વે સૂક્ષ્મ જીવો.

plant (પ્લાન્ટ), ના૦ છોડ, ઝાડવું, વનસ્પતિ, ઇ.; કારખાનામાં માલ બનાવવામાં વપરાતા સંચા, ઓજારો, ઇ. સાધનસામગ્રી; કોઈને છેતરવાની યુક્તિ – કારસ્થાન. સ૦ ક્રિ૦ બીજ વાવવું; છોડ, ઇ. રોપવું; દાટવું, રોપવું, સ્થાપવું.

plan'tain (પ્લૅન્ટિન), ના૦ કેળ, કદલી; કેળું; જેનાં બિયાં પક્ષીને ખવડાવવામાં આવે છે એવો એક છોડ.

planta'tion (પ્લૅન્ટેશન), ના૦ વાવણી, રોપણી (ક્રિયા); વૃક્ષરાજિ, વનરાઈ; વાડી, બગીચો; ચા, કૉફી, ઇ.ની ખેતીવાળી વસાહત. **pla'nter** (પ્લાન્ટર), ના૦ બગીચાવાળો.

plaque (પ્લાક), ના૦ ધાતુ કે માટીની નકશીદાર તકતી.

plash (પ્લૅશ), ના૦ પાણીમાં પડતાં થતો અવાજ. અ૦ ક્રિ૦ એવો અવાજ કરવો.

plasm (પ્લૅઝ્મ), **plas'ma** (પ્લૅઝ્મા), ના૦ પેશીમાં રહેલું સજીવ તત્ત્વ; દૂધ કે લોહીમાં રહેલો રંગહીન પ્રવાહી અંશ.

pla'ster (પ્લાસ્ટર), ના૦ મલમ, લેપ, મલમપટ્ટી; છો, મુલમ્મો. ~ *of Paris,* જિપ્સમની ભૂકી. સ૦ ક્રિ૦ સલ્લો દેવો, લીંપવું; લેપ કરવો, મલમપટ્ટી મારવી. **plas'terer,** ના૦ સલ્લો દેનાર, લીંપનાર.

plas'tic(પ્લૅસ્ટિક),વિ૦અનેના૦ ઘાટ કે આકાર આપનારું; પોચું અને સહેલાઈથી આકાર આપી શકાય એવું; વાળી – કેળવી – શકાય એવું. **plascti'city** (પ્લૅસ્ટિસિટિ), ના૦ વાળી શકાવાનો ગુણ, લવચીકપણું. **plas'tics** (પ્લૅસ્ટિક્સ), ના૦ ફાવે તેવો ઘાટ જેને આપી શકાય એવા કેટલાક બનાવટી પદાર્થો; એવા પદાર્થો બનાવવાની વિદ્યા.

plas'ticine (–સિન), ના૦ માટીકામ માટે વપરાતો બનાવટી પદાર્થ.

plate (પ્લેટ), ના૰ ધાતુ કે કાચનો સપાટ કકડો; થાળી, તાટ; ફોટો પાડવા માટે વપરાતો પાતળો કાચ કે ધાતુનું પતરું; કોતરેલા પતરા પરથી છાપેલું ચિત્ર; [સમૂહ૰ નામ] ચાંદી, ઇ.નાં જમવાનાં વાસણ; નામની તકતી. સ૰ક્રિ૰ ધાતુના પતરાથી મઢવું; સોનું, ચાંદી, ઇ.નો ઢોળ દેવો. **plate glass,** ના૰ બારીઓમાં જડવામાં આવે છે એવા જાડા મોટા કાચના તાવદાન. **plate'layer,** ના૰ રેલવેના પાટા મૂકનાર, તે પર દેખરેખ રાખનાર. **plate-powder,** ના૰ ચાંદીનાં વાસણ ઘસવાની ભૂકી.

plateau'(પ્લેટો, પ્લૅ-), ના૰(બ૰વ૰ -s, -x; -ઝ઼). પહાડ પરનો સપાટ પ્રદેશ, ઉચ્ચપ્રદેશ.

plat'form (પ્લૅટ્ફૉર્મ), ના૰ ચોતરો, ઓટલો; મંચ, વ્યાસપીઠ; રાજકીય (વિ. ક. સરકારી) પક્ષનું ચૂંટણી વખતનું જાહેરનામું; રેલવેનું પ્લૅટફૉર્મ - (ગાડીમાં ચડવાનો કે તેમાંથી ઊતરવાનો) ઓટલો, ફલાટ.

plat'inum (પ્લૅટિનમ), ના૰ રૂપાના રંગની ભારે વજનની એક કીમતી ધાતુ, પ્લૅટિનમ.

plat'itude (પ્લૅટિટ્યૂડ), ના૰ સર્વસામાન્ય બનેલું-ઠાવકાઈથી વારંવાર કહેવાયેલું-કથન, ચવાઈ ગયેલું વચન. **platitud'inous,** વિ૰ વારંવાર કહેવાયેલું, ચવાયેલું.

Platon'ic (પ્લૅટૉનિક), વિ૰ પ્લેટો કે તેની ફિલસૂફીનું--સંબંધી. ~ *love*, કામવાસનારહિત -શુદ્ધ સાત્ત્વિક - પ્રેમ.

platoon' (પ્લટૂન), ના૰ પાયદળની કંપનીના ચોથા ભાગની ટુકડી (લગભગ ૬૦ માણસોની).

platt'er (પ્લૅટર), ના૰ થાળી, તાટ, વિ. ક. લાકડાનો. [અમે.] માંસ પીરસવાનો કે રાખવાનો થાળ - ખૂમચો.

plaud'it (પ્લૉડિટ), ના૰ (બહુધા બ૰ વ૰માં) તાળીઓનો ગડગડાટ, વાહવા.

plausi'ble (પ્લૉઝ઼િબલ), વિ૰ (દલીલ, ઇ.) સાંભળતાં, દીઠે, ખરુ લાગે એવું; (વ્યક્તિ) ડાહી ડાહી વાતો કરનારું. **plausibil'ity,** ના૰ સત્યાભાસ, ડાહી ડાહી વાત.

play (પ્લે), ઉ૰ક્રિ૰ લહેરથી આમ તેમ ફરવું; રમત રમવી, રમવું; હરીફાઈની રમતોમાં ભાગ લેવો - રમવું; (દડાને) ફટકો મારવો; પત્તુ નાંખવું - રમવું (કોઈ રમત કે ખેલમાં); (વાજિંત્ર) વગાડવું; રમત - ખેલ - કરવો, ગંમત કરવી; જૂગટું રમવું; નાટક, ઇ. ભજવવું. ~ *at*, રમતિયાળપણે કરવું. ~ *a trick*; યુક્તિ કરવી. ~ *fast and loose (with)*, (કશાકની બાબતમાં)ની સાથે જવાબદારીપૂર્વક ન વર્તવું. ~ *into the hands of*, કોઈ નચાવે તેમ નાચવું, -ના હાથમાં રમવું. ~ *upon*, કોઈના ભોળપણ કે ભીરુતાનો લાભ લેવો; છેતરવું, રમૂજ કરવી. ના૰ લહેરથી હરવું ફરવું તે; છોકરવાદી, બેજવાબદારીભરેલું વર્તન; રમત રમવી તે, રમત; ખેલ, નાટક; જુગાર, જૂગટું. ~ *fair, the game*, પ્રામાણિકપણે અને ન્યાયથી વર્તવું. *at* ~, રમતું. *come into* ~, અમલમાં આવવું. *high* ~, મોટી રકમો હોડમાં મૂકીને રમાતી પત્તાંની રમત. *in* ~, રમતિયાળપણે. ~ *on words*, દ્વિઅર્થી બોલવું તે, શ્લેષ(કરવો તે). **playbill,** ના૰ નાટકની જાહેરાત.

play'er (પ્લેઅર), ના૰ રમત રમનાર, વાદ્ય [વગાડનાર, નટ, ઇ.

play'fellow, ના૰ નાનપણનો રમતનો ગોઠિયો.

play'ful, વિ૰ રમતિયાળ; વિનોદી, ટોળ [કરનાર.

play'goer, ના૰ વારંવાર નાટક જોનાર.

play'ground, ના૰ રમતનું મેદાન.

play'house, ના૰ નાટ્યગૃહ, નાટકશાળા.

playing-card, ના૰ ગંજીફાનું પત્તું.

play'mate (પ્લેમેટ), ના૰ સાથે રમનાર, (નાનપણનો) ગોઠિયો.

play'thing (પ્લેથિંગ), ના૰ રમકડું.

play'wright (પ્લેરાઇટ), ના૰ નાટકકાર.

plea (પ્લી), ના૰ બહાનું, નિમિત્ત; [કા.] પ્રતિવાદીની કેફિયત, બચાવ, બચાવનામું; દલીલ; મદદ માટે આજીજીપૂર્વક વિનંતી.

plead (પ્લીડ), ઉ૰ક્રિ૰ કોર્ટમાં પક્ષકાર વતી દલીલ કરવી - નિવેદન કરવું; બચાવ કે કારણ તરીકે રજૂ કરવું; આજીજીપૂર્વક વિનંતી કરવી, પ્રાર્થના કરવી.

plea'sance (પ્લે'ઝ઼ન્સ), ના૰ [પ્રા.] સુખ; [ક્રીડાસ્થાન, ક્રીડોદ્યાન.

plea'sant (પ્લે'ઝ઼ન્ટ), વિ૰ સુખકારક, આનંદદાયક; આહ્લાદદાયક; ગમે એવું; ખુશમિજાજ, વિનોદી. **plea'santry** (પ્લે'ઝ઼ન્ટ્રિ),

ના૦ ટોળ, મશ્કરી; રમૂજ.

please (પ્લીઝ઼), ઉ૦ ક્રિ૦ આનંદ આપવો, સંતુષ્ટ – રાજી–કરવું; -ને ગમવું, પસંદ પડવું; પસંદ કરવું, યેાગ્ય છે એમ માનવું; નિર્ણય કરવો; કરવાની ઇચ્છા હોવી. (વિનંતી કરવામાં વપરાય છે.) **pleasure** (પ્લે'ઝર), ના૦ સુખ, મોજશોખ; આનંદ, સંતોષ; મરજી, ઇચ્છા, ખુશી. *at* ~, ઇચ્છા મુજબ, ઇચ્છા થાય ત્યારે. **plea'surable** (-રબલ), વિ૦ સુખકારક, આનંદદાયક, આહ્‌લાદજનક.

pleat (પ્લીટ), ના૦ કપડા કે પહેરવેશમાં પડેલી ચપટી – ગડી. સ૦ ક્રિ૦ ગડી કે પાટલી પાડવી.

plebei'an(પ્લિબીઅન), ના૦પ્રાચીન રોમનો સામાન્ય વર્ગનો નાગરિક. વિ૦ સામાન્ય લોકોનું; નીચા કુળમાં જન્મેલું; હલકું.

pleb'iscite (પ્લે'બિસિટ,–સાઇટ), ના૦ કોઈ મહત્ત્વના પ્રશ્ન પર બધા મતદારોનો સીધો મત, લોકમત; લોકમતથી નિર્ણય.

pledge (પ્લેજ), ના૦ જામીન તરીકે આપેલી વસ્તુ, ઓલ; ગીરો મૂકેલી વસ્તુ, અવેજ; (મહેરબાનીની) નિશાની – પુરાવો; વચન, કોલ. સ૦ક્રિ૦ ગીરો મૂકવું; કોઈનું આરોગ્ય ચિંતવી દારૂ, ઇ. પેય પીવું; વચનથી બંધાવું, વચન – કોલ – આપવો.

Plei'ad (પ્લાયડ), ના૦ (બ૦વ૦–ડ,–ઝ઼;–ેડ઼, ડીઝ઼), ના૦ (બ૦ વ૦) [ખ.] કૃત્તિકા નક્ષત્ર.

ple'nary (પ્લીનરિ), વિ૦ (સત્તા) સંપૂર્ણ, પૂરેપૂરું, બધું; (સભા) જેમાં બધા પ્રતિનિધિઓ હાજર હોય એવું. ~ *session*, બધા સભ્યોની– સાધારણ – સભા.

plenipoten'tiary(પ્લે'નિપટે'ન્શરિ), ના૦ પોતાની મુનસફી પ્રમાણે વર્તવાની સંપૂર્ણ સત્તા ધરાવનાર એલચી; કુલ સત્તાવાળો વકીલ કે એલચી. વિ૦ કુલ, (સત્તા) સંપૂર્ણ.

plen'itude (પ્લે'નિટ્યૂડ), ના૦ વિપુલતા, રેલમછેલ; પૂર્ણતા. [વિ૦ વિપુલ, ભરપૂર.

plen'teous (પ્લે'ન્ટિઅસ), **plentiful**,

plen'ty (પ્લે'ન્ટિ), ના૦ અને ક્રિ૦ વિ૦ વિપુલતા, જોઈએ તેટલું; તદ્દન, પૂરેપૂરું.

ple'onasm (પ્લીઅનૅઝ઼મ), ના૦ બોલવા લખવામાં જોઈએ તે કરતાં વધારે શબ્દો વાપરવા તે, શબ્દબાહુલ્ય.

pletho'ra (પ્લે'થરા, પ્લીથોરા), ના૦ લોહીમાં રક્તકણ અતિશય હોવા તે, રક્ત(કણ)બાહુલ્ય; અતિવૈપુલ્ય.

pleur'isy (પ્લૂરિસિ), ના૦ ફેફસાના અંતસ્ત્વચાવરણનો સોજો – દાહ, ઉરોદાહ.

pli'able (પ્લાયબલ), **pli'ant** (પ્લાયન્ટ), વિ૦ વાળીએ તેમ વળે એવું, નરમ સ્વભાવનું નમતું આપે એવું, વશ થાય એવું. **pliabil'ity, pli'ancy** (પ્લાયન્સિ), ના૦ નરમાશ, મૃદુતા. [વાળવા માટેની પકડ, સાણસી.

pli'ers (પ્લાયર્ઝ઼), ના૦ બ૦ વ૦ તાર વગેરે

plight (પ્લાઇટ), સ૦ ક્રિ૦ કોલ – વચન – બાંયધરી–આપવી; પ્રતિજ્ઞા લેવી; વાઙ્‌નિશ્ચયથી પરણવા બંધાવું (~ *oneself*, one's *troth*). ~one's *word*, વચન આપવું.

plight, ના૦ દશા, અવસ્થા; હેરાનગત.

Plim'soll(પ્લિમ્સલ્), ના૦ ~*line, mark*, બ્રિટિશ વહાણોના માળખા પર પાણીમાં વહાણ કેટલું ડૂબે ત્યાં સુધી માલ ભરાય તે બતાવનાર કાયદાની રૂએ ચીતરેલી રેખા કે પટો.

plinth (પ્લિન્થ), ના૦ મકાન, પથ્થરની ઊર્ધ્વ મૂર્તિ, ઇ. નીચેની પથ્થર કે ઈંટની ઓટલી; ભી; પરથાર, ઓટલી.

plod (પ્લોડ), અ૦ ક્રિ૦ મહા મહેનતે ચાલવું અથવા કામ કરવું, ચીવટથી – ખૂબ મહેનત કરીને – અભ્યાસ કરવો.

plot (પ્લૉટ), ના૦ જમીનનો નાનો ટુકડો; નાટક, નવલકથા, ઇ.નું વસ્તુ; કાવતરું, ગુપ્ત યોજના. ઉ૦ક્રિ૦ કાવતરું કરવું; નકશો અથવા આકૃતિ દોરવી. ~ *a curve*, બે બદલાતો રકમોનો અરસપરસ સંબંધ બતાવનારી રેખા દોરવી.

plough (પ્લાઉ), ના૦ ખેડવાનું હળ; હળના આકારનું એક તારાપુંજ – નક્ષત્ર (*the* P~). ઉ૦ ક્રિ૦ ખેડવું, હળ ફેરવવું; પરીક્ષાર્થીને નાપાસ કરવો. **plough'boy, plough'man** (–મન), ના૦ હળ ચલાવનાર.. **plough'share** (–શેર), ના૦ હળનું ચાવડું-કોશ. [ટૂંકા પીંછાંવાળું એક પક્ષી.

plo'ver (પ્લવર), ના૦ લાંબા પગ અને

ploy (પ્લૉઇ), ના૦ સફર, મુસાફરી; ચડાઈ:

માથે લીધેલું કામ, ધંધો.

pluck (પ્લક), ઉ૰ક્રિ૰ ખેંચી કાઢવું, ચૂંટવું (પીંછાં, વાળ, ઇ.); (ફૂલ, ઇ.) વીણવું, ભેગું કરવું; આંચકો મારવો, ખેંચવું; ધૂતી લેવું, મૂંડવું; નાપાસ કરવું. ~ *up courage*, હિંમત ધરવી. ના૰(ખાદ્ય તરીકે)પ્રાણીનું હૃદય, યકૃત, ને ફેફસાં;હિંમત. **pluck'y**, વિ૰હિંમતવાળું, શૂર.

plug (પ્લગ), ના૰ દાટો, દટ્ટો, ડૂચો; તમાકુનો પડો; વીજળીના તારને છેડે જોડેલો ભાગ જે ભીંત કે પાટિયા પરના કાણામાં મૂકતાં વીજળીના પ્રવાહ સાથે સંબંધ જોડાય છે. ઉ૰ક્રિ૰ દટ્ટો મારીને બંધ કરવું; ખૂબ મહેનત કરવી (~ *away at work*, etc.).

plum (પ્લમ), ના૰ એક જાતનું ઠળિયાવાળું ફળ; આલુ, તેનુ ઝાડ; સૂકવેલું ફળ, દરાખ, ઇ.; અતિ ઇષ્ટ-સારી-વસ્તુ(દા. ત. મોટા પગાર સાથેનો ઊંચો હોદ્દો).

plu'mage (પ્લૂમિજ), ના૰ પક્ષીનાં પીંછાં.

plumb (પ્લમ),ના૰ (~-*line*), કડિયાનો ઓળંબો; પાણીનું ઊંડાણ માપવાનો સીસાનો ગોળો-શંકુ. વિ૰ ઓળંબામાં, ઊભું; સમતલ, સપાટ. *out of* ~, ત્રાંસું, ઢોળાવવાળું.ક્રિ૰વિ૰ ઊભું; [અમે.] તદ્દન, સંપૂર્ણપણે. ઉ૰ક્રિ૰ ઊંડાણ માપવું;-ને તળિયે - મૂળમાં - જવું - પહોંચવું; પૂરેપૂરું તપાસવું; નળ વગેરે બેસાડવાનું કામ કરવું. **plumb'-line** (પ્લમ-લાઇન), ના૰ ઓળંબાની દોરી.

plumbag'o (પ્લમ્બેગો), ના૰ સીસાપેન બનાવવાની ધાતુ, કાળું સીસું; ભૂરાં ફૂલોનો એક છોડ.

plumb'er (પ્લમર), ના૰ વિ. ક. સીસા જસતનું, નળ, ઇ. બેસાડવાનું - સમું કરવાનું - કામ કરનાર. **plumbing** (પ્લમિંગ), ના૰ ઘરના પાણી, ગૅસ, ઇ.ના બધા નળો.

plume (પ્લૂમ), ના૰ પીંછું, વિ. ક. રૂપાળું; ટોપી, ઇ.માં ખોસેલી પીંછાંની કલગી. સ૰ક્રિ૰ પીંછું ખોસવું (ટોપી, ઇ.માં); પીંછાં વ્યવસ્થિત કરવાં; પીંછાં વડે ઠીક ઠીક કરવું; બડાઈ હાંકવી (~ oneself *on*).

plumm'et (પ્લમિટ), ના૰ ઓળંબો, ઓળંબાની દોરી; ઊંડાણ માપવાની દોરી-સીસાનો ગોળો(શંકુ).

plump (પ્લમ્પ), વિ૰ ભરેલું, ગોળમટોળ, પુષ્ટ. ઉ૰ક્રિ૰ પુષ્ટ કરવું - થવું.

plump, ઉ૰ક્રિ૰ ધબ દઈને નાંખવું - પડવું, બેસી પડવું; એકદમ આવી પડવું; (*for* સાથે) જરાય સંકોચ વિના-બેધડકપણે-પસંદગી બતાવવી - નિર્ણય કહેવો. ક્રિ૰વિ૰ અચાનક, એકદમ; સ્પષ્ટપણે, ખુલ્લેખુલ્લું.

plun'der (પ્લન્ડર), ઉ૰ ક્રિ૰ લૂંટવું,લૂંટીને લઈ જવું; ચોરવું, ઉચાપત કરવી. ના૰ લૂંટવું તે, લૂંટ; લૂંટેલો માલ.

plunge (પ્લંજ), ઉ૰ ક્રિ૰ જોરથી ભોંકવું; ઝંપલાવવું, કૂદી પડવું, પાણીમાં ડૂબકી મારવી; પૂરેપૂરું ડુબાવી દેવું; (ઘોડો, વહાણ, ઇ.) અચાનક આગળ કૂદકો મારવો; જૂગટું રમવું, સટ્ટો કરવો. ના૰ ભૂસકો; ડૂબકી. **plunger**, ના૰ (વિ. ક.) પંપની અંદરનો દટ્ટો - દાંડો.

plu'perfect (પ્લૂપરફે'ક્ટ), વિ૰ અને નામ૰ સંપૂર્ણ ભૂત(કાળ) (~*tense*).

plu'ral વિ૰ (પ્લૂરલ), વિ૰ [વ્યા.] (શબ્દનું રૂપ) એક કરતાં વધારે સંખ્યા સૂચવનારું; એક કરતાં વધારે. ના૰ બહુવચન(નો શબ્દ કે રૂપ).

plur'alism(પ્લૂરલિઝ્મ),ના૰ [ખ્રિસ્તી ધર્મસંસ્થામાં]એક પાદરી અનેક નિમણૂકો ભોગવે તે.

plural'ity (પ્લૂરૅલિટિ), ના૰ અનેકતા; મોટી સંખ્યા (વિ. ક. મતની);(વિ. ક. ચર્ચમાં) એકી વખતે બે કે વધારે હોદ્દા હોવા તે.

plus (પ્લસ), નામ૰ અ૰ અધિક. વિ૰ ઉમેરવાનું, અધિક. ~ *quantity*, શૂન્ય કરતાં વધુ રકમ. ના૰ [ગ.] અધિક, વત્તાનું ચિહ્ન (+); ધન રકમ. **plus-fours**, ના૰ મરદના ઢીલા પાયજામા.

plush (પ્લશ), ના૰ એક બાજુ લાંબી સુંવાળી રુવાંટીવાળું કાપડ.

plutoc'racy (પ્લૂટૉક્રસિ), ના૰ ધનિક વર્ગની સત્તાવાળું રાજ્ય, ધનિકશાહી; (સત્તાધીશ)ધનિક વર્ગ. **plu'tocrat** (પ્લૂટક્રૅટ), ના૰ ધનિક (વર્ગનો) માણસ; ધનને જોરે સત્તા ભોગવનાર. **plutocrat'ic**(-ક્રૅટિક), વિ૰.

ply (પ્લાઇ), ના૰ એક થર કે પડ; દોરડાની એક સેર. **ply'wood**,ના૰ લાકડાના પાતળા થર ઊભા પર આડા રેસા આવે એવી રીતે સરેસ, ઇ.વતી ચોડીને બનાવેલું પાટિયું, 'પ્લાઇવુડ'.

ply, ઉ૦ ક્રિ૦ હથિયાર – ઓજાર – જોરથી ચાલવવું; ખૂબ સખત કામ કરવું; સતત પૂરું પાડવું; (વહાણ, ગાડી, ઇ.એ) વારંવાર આવજા કરવી; (ધંધો) ધમધોકાર ચલાવવું (*~ a trade*). *~ person with*, -ને ખૂબ પ્રશ્નો પૂછવા; ખાવાપીવાનો ઘણો આગ્રહ – તાણ – કરવી.

pneumat'ic (ન્યૂમૅટિક), વિ૦ વાયુ–પવન–નું, હવા ભરેલું, હવાળું; (યંત્ર) પવન કે હવાથી ચાલતું. *~tyre*, હવા ભરેલી મોટી વાટ–ટાયર.

pneumo'nia (ન્યૂમોનિઆ), ના૦ ફેફસાનો સોજો – દાહ; કફજ્વર.

poach (પોચ), સ૦ ક્રિ૦ કવચ કાઢીને ઈંડું [ઉકાળવું – બાફવું.

poach, ઉ૦ક્રિ૦ કોઈની જગ્યામાંથી ચોરીને શિકાર કરવો – માછલાં પકડવાં; તે માટે કોઈની જગ્યામાં ગેરકાયદે પ્રવેશ કરવો – ઘૂસી જવું.

poach'er ના૦ ઈંડાં બાફનાર; શિકારચોર.

pock (પૉક), ના૦ બળિયા અછબડાનો દાણો –ફોલ્લો. **pock-marked**, વિ૦ બળિયાનાં ચાઠાંવાળું.

pock'et (પૉકિટ), ના૦ ખીસું, ગજવું; થેલીનો ખીસા જેવો ભાગ – ખાનું; જમીન કે ખડકમાંનું પોલાણ – ખાડો; બિલિયર્ડના દડા માટેની ચાર ખૂણે હોય છે તે કોથળી–જાળી. વિ૦ ખિસ્સામાં રાખી શકાય એવું (નાના કદનું). સ૦ક્રિ૦ ખિસ્સામાં મૂકવું; પોતાને માટે લઈ લેવું. *in ~*, નફો મેળવેલું. *out of ~*, નુકસાન થયેલું. *out-of-~ expenses*, કશુંક કરાવવા માટે પોતાની ખરચેલી રકમ. **pocket-book** ના૦ ખિસ્સામાં મૂકી શકાય એવી નાની ચોપડી કે વહી; કાગળ, ઇ. રાખવાનું ચોપડીના આકારનું નાનું પાકીટ. **pocket-money**, ના૦ હાથખરચી. **pocket-knife**, ના૦ બંધ કરી શકાય એવું – નાનું – ચપ્પુ.

pod (પૉડ), ના૦ સીંગ, ફળી, (વટાણા, તુવેર, ઇ.ની). ઉ૦ ક્રિ૦ સીંગ બેસવી – થવી; સીંગમાંથી દાણા કાઢવા.

podg'y (પૉજિ), વિ૦ ઠીંગણું અને જાડું.

po'em (પોઇમ), ના૦ કાવ્ય, કવિતા. **po'esy** (પોઇઝિ), ના૦ કવિતા; કાવ્ય રચવાની કળા. **po'et** (પોઇટ), ના૦ કાવ્ય રચનાર, કવિ. **poetas'ter** (પોઇટૅસ્ટર), ના૦ ઊતરતી કોટિનો – અધમ – કવિ, જોડકણાંજોડુ.

po'etess (પોઇટિસ), ના૦ કવયિત્રી.

poet'ic (પોએ'ટિક), વિ૦ કવિ કે કાવ્યનું – ને ઉચિત; કાવ્યના ગુણવાળું. *~ justice*, ભલાને બક્ષિસ અને બૂરાને સજા. *~ licence*, જુઓ licenceમાં. **poet'ical**, (પોએ'ટિકલ), વિ૦ કવિ કે કાવ્યનું; કાવ્યના રૂપમાં (*~works*).

poetics, ના૦ કાવ્યશાસ્ત્ર, કાવ્યશાસ્ત્રનું પુસ્તક. **po'etry** (પોઇટ્રિ), ના૦ કવિતા, પદ્ય.

pog'o (પોગો), ના૦ કૂદકા મારવાનું રમકડું.

pogrom' (પગ્રૉમ), ના૦ રશિયામાં વિ. ક. યહૂદીઓ સામેનું દંગલ – હુલ્લડ; તેમની કતલ.

poignant (પૉઇનન્ટ), વિ૦ ખૂબ તીવ્ર વેદના થાય એવું; ઝાટકો લાગે તેવું, અતિ તીક્ષ્ણ; લાગણી હચમચાવે એવું; (સ્વાદમાં) તીખું; (ગંધ) ઉગ્ર. **poign'ancy**, ના૦ તીવ્રતા, તીક્ષ્ણતા.

poinsett'ia (પૉઇન્સે'ટિઆ), ના૦ નાનાં પીળાં ફૂલો ફરતે ચળકાટ મારતાં રાતાં પાંદડાંવાળો એક છોડ.

point (પૉઇન્ટ), ના૦ બિન્દુ, ટપકું; અમુક ચોક્કસ સ્થળ – જગ્યા – સમય; કલમ, બાબત; મહત્ત્વનો – મુખ્ય – મુદ્દો – બાબત; તીક્ષ્ણ અણી, અગ્ર; કશાકનો વિશિષ્ટ ગુણ; વિરામ (ચિહ્ન); રમત રમનારની સફળતાના માપનો એકમ – દાવ, હાથ, માર્ક, ઇ.; ઊંચી – ઉન્નત – ભૂશિર; (બ૦ વ૦) રેલગાડીને બીજા પાટા પર લઈ જવા માટેના સાંધાના અણિયાળા પાટા, એ સાંધો. *be on the ~ of*, કરવા, ઇ.ની તૈયારીમાં હોવું. *carry* one's *~*, પોતાની મતલબ હાંસલ કરવી. *make a ~ of something, doing*, etc., મહત્ત્વની વસ્તુ તરીકે રજૂ કરવું, (કરવા)ની કાળજી લેવી. *~ of view*, દૃષ્ટિકોણ–બિંદુ. *~s of the compass*, હોકાયંત્રના પરિઘ પરની દિશા બતાવનારી બત્રીસ લીટીઓ–બિંદુઓ. *see the ~*, મુખ્ય મુદ્દો સમજવો. *get to the ~*, મુખ્ય વાત પર આવવું – જવું. *to the ~*, મુદ્દાસર. ઉ૦ ક્રિ૦ (પેન્સિલ)ની અણી કાઢવી; તાકવું, લક્ષ્ય સાધવું; તલવારને ધાર કાઢવી; આંગળી, લાકડી, ઇ.વતી ચીંધવું; (કૂતરા અંગે) શિકાર ક્યાં છે તે સૂચવવું; (ઈંટ–પથ્થર)ની સાંધ પૂરવી. *~ at*, -ની સામે આંગળી કરવી – (બંદૂક, ઇ.) ધરવું. *~ out*,

આંગળીએ બતાવવું, -ના ધ્યાન પર લાવવું. **point-bla'nk,** વિ૰ અને ક્રિ૰વિ૰ તદ્દન સીધું. એક સપાટીમાં સીધી નેમથી; તદ્દન સ્પષ્ટપણે, ખુલ્લે ખુલ્લું. **point-duty,** ના૰ વાહનવ્યવહારનું નિયમન કરવા માટે ઊભા રાખેલા સિપાઈની કામગીરી – ફરજ. **point'ed** (પૉઇન્ટિડ), વિ૰ અણિયાળું, તીક્ષ્ણ; ભારપૂર્વકનું, જોરદાર; (ટીકા) સચોટ, મર્મભેદક. **point'er** (પૉઇન્ટર), ના૰ કશુંક ચીંધીને બતાવવા માટેની લાંબી લાકડી, ઇ.; શિકાર વખતે સાવજ ક્યાં છે તે સૂચવનાર કૂતરો; ઘડિયાળનો કાંટો. **point'less** (પૉઇન્ટ્લિસ) વિ૰ અર્થહીન ને મૂર્ખામીવાળું; બૂ .

poise (પૉઇઝ઼), ઉ૰ક્રિ૰ સમતોલ – સરખું – રાખવું, સ્થિર રાખવું; સમતોલ હોવું; ઉપર (આકાશમાં) ચક્કર ચક્કર ફરવું. ના૰ સમતોલપણું, સમતુલા.

pois'on (પૉઇઝ઼ન), ના૰ ઝેર, વિષ; હાનિકારક વસ્તુ. સ૰ક્રિ૰ -ને ઝેર આપવું; ઝેર આપીને મારી નાંખવું; બગાડવું. **pois'onous,** વિ૰ ઝેરી; હાનિકારક.

poke (પોક), ઉ૰ ક્રિ૰ આંગળી, લાકડી, ઇ. (ની અણી)વતી ધકેલવું – ભોંકવું; ગોદો મારીને ધકેલવું; (બળતણ, કોલસા) સંકોરવું. ના૰ ગોદો; સ્ત્રીની ટોપીની ફરતી પહોળી કોર. ~ *the fire*, સળિયા વતી દેવતા સંકોરવો. ~ one's *nose into*, (બીજાના કામ)માં માથું મારવું. ~ *fun at*, -ની ઠેકડી કરવી. **poke-bonnet,** ના૰ (સ્ત્રીની) કોરવાળી ટોપી.

poke, ના૰ ગજવું, કોથળી. *buy a pig in a* ~, વસ્તુ જોયા વિના–આંખ મીંચીને–ખરીદવું.

pok'er (પોકર), ના૰ દેવતા સંકોરવાનું લાકડું – સળિયો; [અમે.] બે કે વધુ જણ માટે પત્તાંની રમત. [(ઓરડી) નાનું, સાંકડું.

pok'y (પોકિ), વિ૰ નાનકડું; હલકું, ક્ષુદ્ર;

pol'ar (પોલર), વિ૰ (ઉત્તર કે દક્ષિણ) ધ્રુવનું –ની નજીકનું; ચુંબકીય ધ્રુવનું; ચુંબકીય, ચુંબકનું. ~ *bear*, ઉત્તર ધ્રુવ પ્રદેશમાં રહેનારું રીંછ. **pola'rize** (પોલરાઇઝ઼), સ૰ ક્રિ૰ જુદી જુદી દિશામાંથી વાળીને એક દિશામાં લાવવું; ધ્રુવસંપન્ન કરવું; પ્રકાશ કે ઉષ્ણતાનાં મોજાનાં આંદોલનોને ત્રિપાર્શ્વ કાચ કે બીજા કશામાંથી પસાર કરીને એક દિશામાં કે સપાટી પર રાખવું. **pola'rity** (પલૅરિટિ) ના૰ વિદ્યુદ્ધ્રુવસંપન્નતા; ધ્રુવાભિમુખતા; આકર્ષણ (લોહચુંબકના જેવું), ધ્રુવીયતા: એક વિશિષ્ટ દિશા તરફ વલણ. **polarization,** ના૰ એક ઉદ્દેશથી ચોક્કસ દિશામાં વાળવું – વળવું – તે; [રાજ.] બે વિરોધી બળોનું ધ્રુવીકરણ.

pole (પોલ), ના૰ પૃથ્વીની ધરીનો કોઈ પણ એક છેડો, ધ્રુવ (ઉત્તર અથવા દક્ષિણ); લોહચુંબકના બેમાંથી કોઈ પણ એક છેડો; વીજળીના કોશના બે છેડામાંથી કોઈ પણ એક; આકાશમાં જેની આસપાસ બધા તારા ફરતા દેખાય છે તે દ. અથવા ઉ. ધ્રુવ (નો તારો). *negative* ~, કોશના બે છેડામાંથી ઝિંક–જસતનો બનેલો. ~*-star*, ઉત્તર ધ્રુવનો તારો.

pole, ના૰ સોટો, વાંસ; તંબૂ, તારનાં દોરડાં, ઇ.નો થાંભલો; સાડા પાંચ વારનું એક માપ.

Pole ના૰ પોલન્ડનો વતની.

po'le-axe (પોલ–ઍક્સ), ના૰ લાંબા હાથાવાળી કુહાડી, પરશુ; ખાટકીની કુહાડી. સ૰ક્રિ૰-એવી કુહાડી વતી મારી નાંખવું.

po'lecat, ના૰ નોળિયાની જાતનું એક ગંધાતું શિકારી જાનવર.

polem'ic (પલે'મિક, પો–), વિ. દલીલ, વાદ કે ચર્ચાનું. ના૰ તકરાર, વાદ, ચર્ચા; ભાષણ કે લખાણ દ્વારા હુમલો; (બ૰વ૰) વાદવિવાદ, દલીલબાજી; (વિ. ક. ધાર્મિક) ચર્ચા – વાદ.

police' (પલીસ), ના૰ જાહેર વ્યવસ્થા – બંદોબસ્ત; જાહેર વ્યવસ્થા જાળવનારું સરકારનું ખાતું – બિનલશ્કરી સિપાઈ દળ, પોલીસ; (બ૰ વ૰ તરીકે) પોલીસના માણસો. સ૰ક્રિ૰ પોલીસ દ્વારા બંદોબસ્ત રાખવો. **police-court,** ના૰ પોલીસે દાખલ કરેલા ગુનાનો તાત્કાલિક નિકાલ કરનારી અદાલત. **police'man** (–મન), ના૰ પોલીસનો સિપાઈ. **police-station,** ના૰ સ્થાનિક પોલીસ દળની કચેરી, પોલીસથાણું. [પૉલિસી(*insurance* ~).

pol'icy (પૉલિસિ), ના૰ વીમાનું કરારનામું–

pol'icy ના૰ રાજ્યનીતિ; ડહાપણભરી કાર્યપદ્ધતિ – વર્તણૂક; સરકાર, રાજકીય પક્ષ, ઇ.ની કાર્યપદ્ધતિ – નીતિ.

pol'io (પોલિઓ, પૉ–), **pol'iomyelit'is**

(–માઇલાઇટિસ, –માય–), ના૦ બાળલકવો.

pol'ish (પૉલિશ), ઉ૦ક્રિ૦ ઘસીને સુંવાળું ને ચળકતું કરવું અથવા થવું; ઓપવું, ઝલે દેવી; સુંદર – સુસંસ્કૃત – બનાવવું. ~ *off*, ઝટ પતાવવું; હોઇયાં કરી જવું. ના૦ સુંવાળાપણું; ઓપ, ચળકાટ; ઝલે ચડાવવાનું દ્રવ્ય, ઓપ, પાલીસ; સભ્યતા, સારી રીતભાત.

Pol'ish (પોલિશ), વિ૦ પોલન્ડનું કે પોલન્ડના લોકોનું. ના૦ પોલંડનો વતની કે ભાષા.

polite' (પલાઇટ), વિ૦ સારી રીતભાતવાળું, સભ્ય; વિનયશીલ, નમ્ર; સંસ્કારસંપન્ન, અભિજાત, સારા કુળનું. **polite'ness**, ના૦ સૌજન્ય, વિનય, સંસ્કારિતા, સભ્યતા.

pol'itic (પૉલિટિક), વિ૦ વિચક્ષણ, ડાહ્યું; દૂરંદેશી ને દાનાઈવાળું; યુક્તિબાજ, પાકું; રાજનીતિનિપુણ.

polit'ical (પલિટિકલ), વિ૦ રાજ્યનું – અંગેનું; રાજ્યકારભારનું – ને લગતું, જાહેર બાબતોને લગતું; રાજ્યપ્રકરણી, રાજકીય. ~ *economy*, (રાજ્યનું) અર્થશાસ્ત્ર.

politi'cian (પૉલિટિશન), ના૦ રાજનીતિકુશળ માણસ, મુત્સદ્દી; રાજકારણમાં ભાગ લેનાર માણસ; લોકોના હિત કરતાં પોતાના પક્ષના વિજયમાં વધુ રસ ધરાવનાર માણસ.

pol'itics (પૉલિટિક્સ), ના૦ રાજ્યશાસનકળા; રાજ્યનો કારભાર; રાજ્યનીતિશાસ્ત્ર; રાજરમત; રાજકારણ. [રાજ્ય.

pol'ity (પૉલિટિ), ના૦ રાજ્યનું તંત્ર કે પ્રક્રિયા;

pol'ka (પોલ્કા), ના૦ બોહીમિયન નૃત્ય.

poll (પોલ), ના૦ માથું; મતદાન; મતદાનની જગ્યા; અપાયેલા મતની સંખ્યા. ઉ૦ક્રિ૦ વાળ કાપવા; ઝાડના છેડા કે જનાવરનાં શિંગડાં કાપી નાંખવાં; મત આપવો; -ને મત પડવા – મળવા. **polling-booth**, ના૦ મતદાન મથક – માંડવો. **poll-tax**, ના૦ માથા (દીઠ લેવાનો) વેરો, હૈડિયા વેરો.

poll'ard (પૉલર્ડ), ના૦ ઉપરના છેડા – ડાળો – કાપેલું ઝાડ; શિંગડાં વિનાનું પ્રાણી. સ૦ક્રિ૦ ઝાડના છેડા – ડાળો – કાપી નાંખવી.

poll'en (પૉલિન), ના૦ ફૂલમાંની રજ, પુષ્પપરાગ. **poll'inate** (પૉલિનેટ), સ૦ક્રિ૦ પરાગકણ ઘાલવો, પરાગકણ ઘાલીને ઉત્પાદન કરવું. **pollina'tion**, ના૦ એ ક્રિયા, પરાગાધાન.

pollute' (પલૂટ), સ૦ ક્રિ૦ મેલું – ગંદું – કરવું, બગાડવું; ભ્રષ્ટ – અપવિત્ર – કરવું, વટાળવું. **pollu'tion** (પલૂશન), ના૦ બગડવું તે; બગાડ, વટાળ, ભ્રષ્ટતા.

Polly (પૉલિ), ના૦ પોપટ માટે વપરાતું નામ.

po'lo (પોલો), ના૦ ઘોડે બેસીને રમવાની હૉકીના જેવી એક રમત, 'પોલો'. **water-polo**, ના૦.

polonaise' (પૉલનેઝ઼, પો–), ના૦ પોલિશ નૃત્ય અથવા તે માટેનું ગીત.

poltroon' (પૉલ્ટ્રન), ના૦ કાયર, બાયલો.

pol'yandry (પૉલિઍન્ડ્રિ), ના૦ અનેક પતિ કરવાનો ચાલ, બહુપતિત્વ. [ફૂલઝાડ.

polyan'thus (પૉલિઍન્થસ), ના૦ એક

polyg'amy (પલિગમિ, પૉ–), ના૦ એકી વખતે એક કરતાં વધુ પતિ કે પત્ની હોવાં તે, અનેકપત્નીત્વ, અનેકપતિત્વ. **polyg'amous**, વિ૦.

pol'yglot (પૉલિગ્લૉટ), વિ૦ અનેક ભાષાઓનું કે ભાષાઓમાં લખાયેલું. ના૦ અનેક ભાષા બોલનાર માણસ; અનેક ભાષામાં લખેલું પુસ્તક.

pol'ygon (પૉલિગન), ના૦ બહુકોણ–બહુભુજ –આકૃતિ.

polymer (પૉલિમર), ના૦ [રસા.] એક જ જાતના અણુઓમાંથી બનેલો મિશ્રઅણુ.

pol'ype (પૉલિપ), ના૦ પ્રાથમિક સ્વરૂપની રચનાવાળું એક દરિયાઈ પ્રાણી.

polysy'llable (પૉલિસિલબલ), ના૦ અનેક અવયવ – અક્ષર–વાળો શબ્દ. **polysylla'bic** (–લૅબિક), વિ૦ (શબ્દ અંગે) અનેક અવયવ – અક્ષર – વાળું.

polytech'nic (પૉલિટૅ'ક્નિક), વિ૦ અનેક વિદ્યાઓ અને કળાઓવાળું – શીખવનારું. ના૦ એવી સંસ્થા, કલાભવન (~ *school*).

pol'ytheism (પૉલિથિઇઝ઼્મ), ના૦ દેવ અનેક છે એવો મત, અનેકેશ્વરવાદ.

pomade' (પમાડ, પમેડ), **pomat'um** (પમેટમ), ના૦ માથામાં નાખવાનું સુગંધી દ્રવ્ય.

pom'ander (પૉમન્ડર, પો–, પમૅ–), ના૦ ચેપનો પ્રતિબંધ કરવા માટે સાથે રાખવામાં

આવતો સુગંધી ઔષધિ, ઇ.નો ગોળો.

pome'granate (પૉમગ્રૅનિટ, પૉમ્, પમ્-), નાo દાડમ; દાડમડી.

pomm'el (પમલ), નાo જીનનો આગળનો ઊંચો ભાગ; તલવારની મૂઠ (નો મોગરો). સo ક્રિo (ભૂo કાo pommelled) તલવારની મૂઠ વતી મારવું, મુક્કા મારવા. [ઠાઠમાઠ.

pomp (પૉમ્પ), નાo ભવ્ય દેખાવ, ભપકો,

pom'pon (પૉમ્પૉન), નાo ટોપી, જોડા, ઇ. પર બાંધેલો ફીતનો ગુચ્છો – કલગી.

pom'pous (પૉમ્પસ), વિo ભવ્ય, ઠાઠમાઠવાળું; શેખીવાળું, અહંમન્ય; (ભાષા અંગે) આડંબરી. **pompos'ity** (પૉમ્પૉસિટિ), નાo ભપકો, ઠાઠમાઠ, આડંબર; શેખી.

pond (પૉન્ડ), નાo તળાવ, હોજ; હવાડો.

pon'der (પૉન્ડર), ઉo ક્રિo -નો કાળજીપૂર્વક વિચાર કરવો, વિચારી જોવું. **pon'derable** (પૉન્ડરબલ), વિo વજન આપવા જેવું, વિચારણીય.

pon'derous (પૉન્ડરસ), વિo વજનદાર, ભારે, મુશ્કેલીથી ફેરવાય એવું; (શૈલી, ઇ.) જડ, નીરસ.

pon'iard (પૉન્યર્ડ), નાo કટાર, ખંજર.

pon'tiff (પૉન્ટિફ), નાo પોપ, બિશપ; મુખ્ય પાદરી – ધર્માધિકારી. **pontif'ical** (પૉન્ટિફિકલ), વિo મુખ્ય ધર્માધિકારીનું –ને શોભે એવું; પોપનું. **pontif'icate**, (–ફિકિટ) નાo પોપ, ઇ.નું પદ; એ પદ પર રહેવાનો અવધિ – ગાળો.

pontoon (પૉન્ટૂન, પ–), નાo સપાટ તળિયાવાળી હોડી, કામચલાઉ પુલ બનાવવા માટે વપરાતી હોડી; પત્તાંની એક રમત.

pon'y (પોનિ), નાo ટટ્ટુ. [વાળું પાળેલું કૂતરું.

poo'dle (પૂડલ), નાo લાંબા વાંકડિયા વાળ-

pooh (પૂ, પુહ), ઉદ્‌ગારo છટ્! છી!

pooh-pooh' (પુપૂ), (સo ક્રિo) -નો ઉપહાસ કરવો, છીટ કરી કાઢી નાખવું. [નદીનો ધરો.

pool (પૂલ), નાo ખાબોચિયું; નાનું તળાવ;

pool, નાo પત્તાંની રમતમાં કે જૂગટામાં બધા રમનારાઓએ મળીને ભરેલી રકમ; બધાની સહિયારી (નફાની) રકમ; ધંધાદારીઓનું મંડળ – સંઘ, બિલિયર્ડની રમતનો એક પ્રકાર. સo ક્રિo સહિયારા ફંડ – ભંડોળ – માં આપવું –ભેગું કરવું. [સૌથી પાછળનું અને ઊંચું તૂતક.

poop (પૂપ), નાo વહાણનો પાછલો ભાગ;

poor (પુઅર), વિo ગરીબ, નિર્ધન; ગરજવાળું, ભૂખે મરતું; અપૂરતું, અલ્પ; સસ્તું, હલકું; (જમીન) કસ વિનાનું; નિર્માલ્ય, દમ વિનાનું; કમનસીબ, બિચારું; ખરાબ. ~ *in*, -ના અલ્પ અંશવાળું. **poor-box**, નાo ગરીબોના ઉપયોગ માટે પૈસા ભેગા કરવા માટે મંદિર, ઇ. ઠેકાણે રખાતી પેટી, ધર્માદાપેટી. **poor-house**, નાo ગરીબોને કામ કરવાની જગ્યા. **poor'ly**, ક્રિoવિo ગરીબાઈમાં, પૂરતી જોગવાઈ વગર. વિધેયાર્થં વિo અસ્વસ્થ, માંદું.

pop (પૉપ), નાo 'ફટ્' કે 'ધડાક' અવાજ; ઓચિંતા સ્ફોટનો અવાજ; બાટલી ઉઘાડવાનો અવાજ. ઉo ક્રિo 'ફટ' કે 'ધડાક' અવાજ કરવો; સડપ દઈને આવવું – જવું – ઘાલવું; ગીરો મૂકવું. ક્રિo વિo એકાએક, અચાનક, સટ – ફટ – દઈને. ~ *in*, ઓચિંતા અંદર આવવું. ~ *off*, મરણ પામવું, રામ રમી જવા. ~ *the question*, સ્ત્રીને લગ્નનું સૂચન કરવું – દરખાસ્ત મૂકવી. ~ *up*, ટપકી પડવું. ~ one's *golden ring*, સોનાની વીંટી ગીરો મૂકી પૈસા કાઢવા. **pop'corn**, નાo શેકતાં ફૂટે એવી મકાઈ. **pop'gun**, નાo છોકરાંની રમવાની બંદૂક.

pop, નાo લોકપ્રિય સંગીતનો જલસો, ઇ.

pope (પોપ), નાo રોમન કૅથલિક સંપ્રદાયનો વડો ધર્મગુરુ, પોપ. **pop'ery** (પોપરિ), નાo પોપની પરંપરાની પદ્ધતિ; રોમન કૅથલિક સંપ્રદાયની માન્યતાઓ, કર્મકાંડ, ઇ. **pop'ish** (પોપિશ), વિo પોપનું કે તેની પદ્ધતિનું.

pop'injay (પૉપિંજે), નાo [પ્રા.] પોપટ; નખરાબાજ ફાંકડો માણસ; ભારે ઘમંડી માણસ.

pop'lar (પૉપ્લર), નાo એક સીધા થડવાળું ઊંચું ઝાડ.

pop'lin (પૉપ્લિન), નાo એક જાતનું રેશમના તાણા અને ઊનના વાણાવાળું દોરિયાવાળું કાપડ, પોપલિન. [સંબોધનમાં)

popp'et (પૉપિટ), નાo પ્રિય, લાડીલું (વિ. ક.

popp'ing-crease (પૉપિંગ ક્રીસ), નાo [ક્રિકેટ] સ્ટંપ કે દાંડિયાથી ચાર ફૂટ પર દોરેલી

સફેદ લીટી (જેની બહાર બૅટ્સમને જવાનું હોતું નથી).

popp'y (પૉપિ), ના૰ ખસખસનો છોડ, જેમાંથી અફીણ નીકળે છે તે છોડ.

pop'ulace (પૉપ્યુલસ, -લિસ), ના૰ આમ-જનતા, સામાન્ય લોકો; નીચલા સ્તરના લોકો.

pop'ular (પૉપ્યુલર), વિ૰ લોકોનું; લોકોને ગમતું, લોકમાન્ય, લોકપ્રિય; લોકભોગ્ય. *at ~ price,* સસ્તી કિંમતે, સસ્તું. **popula'rity** (પૉપ્યુલૅરિટિ), ના૰ લોકપ્રિયતા. **pop'ularize** (પૉપ્યુલરાઇઝ઼), સ૰ ક્રિ૰ લોકપ્રિય બનાવવું; લોકોમાં ફેલાવવું.

pop'ulate (પૉપ્યુલેટ), સ૰ ક્રિ૰ અમુક સ્થળમાં લોકોને વસાવવા; વસાહત કરવી. **popula'tion** (પૉપ્યુલેશન), ના૰ પ્રજા, રહેવાસીઓ; વસ્તી, લોકસંખ્યા. **pop'ulous** (પૉપ્યુલસ), વિ૰ મોટી - ગીચ - વસ્તીવાળું.

porce'lain (પૉર્સ્લિન), ના૰ ચિનાઈ માટી; તેનાં બનાવેલાં વાસણ. (વિ૰ તરીકે) નાજુક.

porch (પૉર્ચ), ના૰ ઘરના દરવાજા આગળ પ્રવેશ માટે છાપરાવાળી જગ્યા, દ્વારમંડપ, દેવડી.

por'cine (પૉર્સાઇન), વિ૰ ડુક્કરનું - ના જેવું.

porc'upine (પૉર્ક્યુપાઇન), ના૰ શાહુડી.

pore (પોર, પૉ-), ના૰ જેમાંથી પ્રવાહી (પરસેવો ઇ.) ઝરે એવું છિદ્ર, રન્ધ્ર.

pore, અ૰ ક્રિ૰ (~ *over, upon*) અભ્યાસમાં તલ્લીન હોવું, એકચિત્ત થઈને વાંચવું.

pork (પૉર્ક), ના૰ ડુક્કરનું માંસ, વિ. ક. મીઠું પાયા વિનાનું. **pork'er,** ના૰ માંસ માટે ઉછેરેલું ડુક્કર.

pornog'raphy (પૉર્નૉગ્રફિ), ના૰ બીભત્સ - અશ્લીલ - સાહિત્ય, વિ. ક. કામચેષ્ટા અંગેનું. **pornograph'ic** (પૉર્નૅગ્રૅફિક), વિ૰ (ચિત્ર, લખાણ, ઇ.) અશ્લીલ.

por'ous (પોરસ, પૉ-), વિ૰ છિદ્રોવાળું; -માંથી પાણી-પ્રવાહી-ઝમે એવું.

porph'yry (પૉર્ફિરિ, -ફ્રરિ), ના૰ જેમાં સ્ફટિકના કકડા વેરાયેલા હોય એવો રાતા કે બીજા કોઈ રંગનો ખડક.

por'poise (પૉર્પસ), ના૰ આશરે પાંચ ફૂટ લાંબું દરિયામાં રહેનારું વહેલના વર્ગનું સસ્તન પ્રાણી.

po'rridge (પૉરિજ), ના૰ પાણી કે દૂધમાં બનાવેલી રાબ, ઘેંશ, કાંજી.

po'rringer (પૉરિંજર), ના૰ પહોળા મોઢાનો વાટકો, તાંસળું (રાબ ખાવાનું). [શહેર.

port (પૉર્ટ), ના૰ બંદર, બારું; બંદરવાળું

port, ના૰ વહાણમાં પ્રવેશ કરવાનું તેની બાજુમાંનું દ્વાર. **port'hole,** ના૰ હવાઉજાશ આવવા માટે વહાણની બાજુમાંની ગોળ બારી.

port, ના૰ વહાણનું ડાબું બુડદું

port, ના૰ એક જાતનો લાલ રંગનો કડક મીઠો દારૂ. [ઢબ; અંગચ્છટા; આચરણ.

port, ના૰ ચાલ, હીંડછા, ચાલવાકરવાની

port'able (પૉર્ટબલ), વિ૰ સહેલાઈથી આમ તેમ લઈ જવાય - ફેરવી શકાય - એવું, સુવાહ્ય.

portage (પૉર્ટિજ), ના૰ માલ લઈ જવો લાવવો તે; તેની મજૂરી; હોડીઓ કે માલ એક ડક્કા પરથી બીજા પર લઈ જવો તે.

por'tal (પૉર્ટલ), ના૰ દરવાજો, પ્રવેશદ્વાર (કોઈ મોટી ઇમારતનું).

portcull'is (પૉર્ટ્કલિસ), ના૰ દરવાજાના રક્ષણ માટેની ઉપરનીચે કરી શકાય એવી લોઢાના સળિયાવાળી જાળી.

portend' (પૉર્ટે'ન્ડ), સ૰ ક્રિ૰ ભાવિનું - આવનાર વસ્તુ કે ઘટનાનું - સૂચક હોવું, આગળથી બતાવવું - સૂચવવું.

port'ent (પૉર્ટે'ન્ટ), ના૰ ભાવિનું સૂચક ચિહ્ન; શકુન, અપશકુન; અપૂર્વ ઘટના - વસ્તુ. **porten'tous** (પૉર્ટે'ન્ટસ), વિ૰ અનિષ્ટ-સૂચક, અપશકુનિયું; ભારે મોટું, અસામાન્ય.

port'er (પૉર્ટર), ના૰ દરવાન, દ્વારપાળ.

port'er ના૰ મજૂર, હેલકરી (વિ.ક. રેલવેનો સામાન લાવનાર લઈ જનાર); એક જાતનો (બીર) દારૂ.

portfol'io (પૉર્ટફોલિઓ), ના૰ (બ૰વ૰ -s). કાગળિયાં, દસ્તાવેજ, ઇ. રાખવાનું પાકીટ; રાજ્યના પ્રધાનનું ખાતું - હોદ્દો.

port'ico (પૉર્ટિકો), ના૰ (બ૰વ૰ -s). ના૰ મકાનના બારણા કે દરવાજા આગળનો ગોળ થાંભલાવાળો મંડપ, લાંબી પરસાળ.

portière (પૉટ્યૅર), ના૰ બારણા પરનો પડદો.

por'tion (પૉર્શન), ના૰ ભાગ, અંશ; ભાગ, હિસ્સો; વાનીનું (જાતે કરી લેવાનું)

પિરસણ; લગ્ન વખતે સ્ત્રીને અપાતું ધન; વાંકડો, પરઠણ; ભાગ્ય; વારસામાં મળેલો ભાગ; કેટલોક ભાગ – અંશ. સ૦ ક્રિ૦ -ના ભાગ પાડવા; વહેંચવું; -ને પરઠણમાં – વારસામાં – આપવું. [દેખાવવાળું, રુઆબદાર.

port'ly (પૉર્ટ્‌લિ), વિ૦ જાડું, પુષ્ટ; ભવ્ય

portman'teau (પૉર્ટ્‌મૅન્ટો), ના૦ (બ૦ વ૦ –s, –aux, –ઝ્). કપડાં રાખવાની ચામડાની પેટી, 'સૂટકેસ', પાકીટ; (*~word*) બે શબ્દોના ભાગોનો બનેલો વિચિત્ર શબ્દ: દા.ત. breakfast અને lunch પરથી brunch.

port'rait (પૉર્ટ્રિટ), ના૦ (માણસ કે પ્રાણીની) પ્રતિકૃતિ, છબી, ચિત્ર. **port'raiture** (પૉર્ટ્રેચર), ના૦ ચિત્ર – છબી – ચીતરવી તે; ચિત્ર; આબેહૂબ વર્ણન.

portray' (પૉર્ટ્રે), સ૦ક્રિ૦ -નું ચિત્ર – છબી – દોરવી – ચીતરવી; -નું આબેહૂબ વર્ણન કરવું. **portray'al** (પૉર્ટ્રેઅલ,–ચલ), ના૦ ચિત્રાંકન, આલેખન, વર્ણન.

Portuguese' (પૉર્ટ્યુગીઝ્), વિ૦ અને ના૦ પોર્ટુગાલનું (વતની કે ભાષા).

pose (પોઝ્), ઉ૦ ક્રિ૦ સવાલ પૂછવો, પ્રશ્ન કે કોયડો રજૂ કરવો; પ્રશ્ન રજૂ કરીને મૂંઝવવું; અમુકઆસનમાં સ્થિર બેસાડવું – ઊભું કરવું – – બેસવું – ઊભા રહેવું; -નો ડોળ કરવો, પોતે અમુક છે એમ જણાવવું. ના૦ ઊભા રહેવાની ઢબ, મનનું વલણ (વિ. ક. છાપ પાડવા માટે ધારણ કરેલું), ડોળ. **pos'er** (પોઝ્ર), ના૦ મુશ્કેલ પ્રશ્ન, કોયડો.

poseur' (પોઝ઼્ર), ના૦ છાપ પાડવાનો પ્રયત્ન કરનાર – ડોળ કરનાર – માણસ. [ફૅશનબલ.

posh (પૉશ), વિ૦ શ્રેષ્ઠ કોટિનું, ભભકાદાર,

pos'it (પૉસિટ,–ઝ઼િ–), સ૦ક્રિ૦ એક (પૂર્વ) સિદ્ધાંત તરીકે માની લેવું; યોગ્ય ઠેકાણે મૂકવું.

posi'tion (પઝ઼િશન), ના૦આવેલું–મૂકેલું–હોવું તે, –હોવાની રીત, સ્થિતિ; આસપાસના સંજોગો, પરિસ્થિતિ; સ્થિતિ; વલણ, દૃષ્ટિ; સમાજમાં સ્થાન, પ્રતિષ્ઠા; નોકરી(ની જગ્યા); લશ્કરી મહત્ત્વનું થાણું. *in a ~ to do*, કરી શકે એવી સ્થિતિમાં, કરવા સમર્થ.

pos'itive (પૉઝ઼િટિવ), વિ૦ નિશ્ચિત, ચોક્કસ; ચોક્કસ અભિપ્રાય ધરાવનારું; [ગ.] શૂન્યથી વધારે, ધન; [વ્યાક.] મૂળ ગુણદર્શક; (રૂપ વિશેષણનું) અનન્યાપેક્ષક; (સૂચના, ઇ.) રચનાત્મક, વિધાયક; [ફોટો] વાસ્તવિક, સીધું; [પદાર્થ.] (વીજળી) રેશમ પર ઘસીને પેદા થતી. *~science*, પ્રત્યક્ષ વિજ્ઞાન. **pos'itivism** (પૉઝ઼િટિવિઝ઼્મ), ના૦ પ્રત્યક્ષજ્ઞાનવાદ; પ્રત્યક્ષજ્ઞાનમૂલક ધર્મપંથ. **positiv'ity** (–વિટિ), ના૦ સ્પષ્ટતા, નિશ્ચયાત્મકતા.

poss'e (પૉસિ), ના૦ પોલીસની ટુકડી; લશ્કરની મજબૂત (પૂરતી સંખ્યાવાળી) ટુકડી.

possess' (પઝ઼ે'સ), સ૦ ક્રિ૦ -નું હોવું, -ની માલિકીનું હોવું; -ના ધણી–માલિક–હોવું, ધરાવવું; -નો કબજો ધરાવવો. ~ oneself *of*, -ના માલિક બનવું. **possessed**, વિ૦ ભૂતસંચાર થયેલું, ભૂત વળગાડવાળું. **self-possessed**, વિ૦ સ્વસ્થ, અક્ષુબ્ધ. **posse'ssion** (પઝ઼ે-શન), ના૦ માલિકી; માલિકીની વસ્તુ; કબજો, વહીવટ; (બ૦વ૦) માલ મિલકત. *in ~ of*, -ની માલિકી ધરાવનારું; *in the ~ of*, -ના કબજામાં.

possess'ive (પઝ઼ે'સિવ), વિ૦ માલિકીનું, માલિકીનું સૂચક; માલિકીનું કરવા માટે આતુર. ના૦ [વ્યા.] સંબંધક–ષષ્ઠી–વિભક્તિ (*~case*).

possess'or (પઝ઼ે'સર), ના૦ કબજેદાર; માલિક. [નાખેલું ગરમ દૂધ(નું પેય).

poss'et (પૉસિટ), ના૦ દારૂ કે મસાલો

poss'ible (પૉસબલ, પૉસિ–), વિ૦ કરી શકાય – હોઈ કે થઈ શકે – એવું, શક્ય, સંભવનીય. **possibil'ity**, ના૦ શક્યતા; થઈ શકે એવી – શક્ય – વસ્તુ. **poss'ibly**, ક્રિ૦વિ૦ કદાચ, સંભવતઃ.

post (પોસ્ટ), ના૦ થાંભલો, સ્તંભ (જમીનમાં રોપેલો). સ૦ક્રિ૦ (યાદી, જાહેરાત, ઇ.) પાટિયા, ઇ. પર બધાને જોવા માટે મૂકવું.

post, ના૦ ટપાલ, ડાક; ટપાલપેટી, ટપાલ કચેરી, ડાકઘર; એક વહેંચણીમાં આવત કાગળો, ટપાલ; ફરજ બજાવવાની – કામ કરવાની – જગ્યા; નિમણૂક; હોદ્દો, અધિકાર વેપારનું મથક. ઉ૦ ક્રિ૦ ટપાલ(પેટી)માં કાગળ નાંખવો; ટપાલના ઘોડા સાથે પ્રવાસ કરવો; ઉતાવળ કરવી; શીઘ્ર પ્રવાસ કરવો; અમુક ઠેકાણે – થાણા પર – નીમવું કે મૂકવું; છેલ્લામાં છેલ્લા ખબરથી વાકેફ કરવું; [નામું] ખતવવું.

ક્રિ૦ વિ૦ ઉતાવળથી. *be driven from pillar to ~*, આમ તેમ ધક્કા ખાવા. *General P~*, ટપાલની વ્યવસ્થા. *~ a cash book*, રોકડના ચોપડા પરથી ખાતાવહીમાં લખવું, ખતવવું. *the last ~*, રાતે બૅરેકમાં દાખલ થવા માટે અથવા મરણ વખતે વગાડવામાં આવતું બ્યૂગલ (નું સંગીત).

pos'tage (પોસ્ટિજ), ના૦ ટપાલખર્ચ.

pos'tal (પોસ્ટલ), વિ૦ ટપાલ ઑફિસ–ખાતા–નું. *~order*, પોસ્ટ ઑફિસની એક જાતની દર્શની હૂંડી, પોસ્ટલ ઑર્ડર.

post'-boy (પોસ્ટ્-બૉઇ), ના૦ કાગળ લઈ જનાર ટપાલી; ગાડીએ જોડેલા ઘોડા પર બેસનાર માણસ. **post'box**, ના૦ કાગળ નાખવાની પેટી, ટપાલપેટી. **post'card**, ના૦ પોસ્ટકાર્ડ. **post-chaise** (–શેઝ઼), ના૦ ટપ્પાની મુસાફરી કરવાની ગાડી (બહુધા ટપાલની). **post-free** (–ફ્રી), ક્રિ૦ વિ૦ ટપાલનું લવાજમ આપ્યા વિના–માફ. **post-haste** (–હેસ્ટ), ક્રિ૦ વિ૦ ખૂબ ઉતાવળથી, બની શકે તેટલું જલદી. **post-horse**, ના૦ ટપાલની કે મુસાફરીની ગાડીના ટપ્પે ટપ્પે બદલાતા ઘોડામાંથી એક. **post'man** (-મન), ના૦ ટપાલી, ટપાલવાળો. **post'mark** (–માર્ક), ના૦ કાગળ પરનો ટપાલનો સિક્કો. **post'master**(–માસ્ટર), ના૦(સ્રી૦post-mistress). પોસ્ટ ઑફિસનો વડો. **post-office**(–ઑફિસ),ના૦ટપાલ કચેરી, ડાકઘર.

post-date' (–ડેટ), સ૦ક્રિ૦ વાસ્તવિક હોય તેના કરતાં પછીની તારીખ નાંખવી–લખવી.

pos'ter (પોસ્ટર), ના૦ જાહેરાત, જાહેર ખબર (પાટિયા પર કે ભીંતે ચોઢેલી), ભીંતપત્ર.

poste restante (પોસ્ટ્ રે'સ્ટાંટ), ના૦ માણસના આગમન સુધી જ્યાં તેની ટપાલ રાખી મૂકવામાં આવે છે તે ડાકઘરનો વિભાગ.

poster'ior (પૉસ્ટીરિઅર), વિ૦ પાછળનું, પાછળના ભાગનું; પછીનું, પછીના સમયનું. ના૦ પાછળનો ભાગ; નિતંબ, ફૂલા. [પેઢીઓ, વંશજો.

poste'rity (પૉસ્ટે'રિટિ), ના૦ પછીની

pos'tern (પોસ્ટર્ન, પૉ–), ના૦ ઇમારતનું પાછલું કે બાજુનું બારણું.

post-grad'uate (–ગ્રૅડયુઇટ, –એ...), વિ૦ (અભ્યાસ, ભણતર અંગે) પદવી–ડિગ્રી–લીધા પછીનું, અનુસ્નાતક.

post'humous (પૉસ્ટ્યુમસ), વિ૦(બાળક) બાપના મરણ પછી જન્મેલું; (પુસ્તક) કર્તાના મરણ પછી પ્રથમ પ્રસિદ્ધ થયેલું; મરણ પછીનું.

postil(l)ion (પૉસ્ટિલ્યન), ના૦ ગાડીને જોડેલા ઘોડાઓમાંથી એક પર બેસનાર–બેસીને તે બધાને હાંકનાર–માણસ.

post merid'iem (પોસ્ટમરિડિએ'મ), ક્રિ૦ વિ૦ (સંક્ષેપ *p. m.*, પી એમ્). મધ્યાહ્ન પછી.

post-mor'tem (પોસ્ટ મૉર્ટે'મ), વિ૦ અને ના૦ મરણ પછી તેનું કારણ જાણવા માટે શરીરને છેદીને કરેલી તપાસ; ઘટના બની ગયા પછી તેનાં ચૂંથણાં. વિ૦મરણ પછીનું, મરણોત્તર.

post-nat'al, વિ૦ જન્મ પછીનું, જન્મોત્તર.

postpone' (પોસ્ટ્પોન, પ–), સ૦ ક્રિ૦ મુલતવી – મોકૂફ – રાખવું. **postpone'ment** (–પોન્મન્ટ), ના૦ મુલતવી રાખવું તે, મોકૂફી, તહકૂબી.

postpran'dial (–પ્રૅન્ડિઅલ), વિ૦ [બહુધા વિનોદમાં] (સંભાષણ, ભાષણ, ઇ.) ભોજનોત્તર.

post'script (પોસ્ટ્સ્ક્રિપ્ટ, પોસ્ક્રિપ્ટ), ના૦ તાજા કલમ, પુનર્લેખ.

pos'tulate (પૉસ્ટ્યુલેટ), સ૦ક્રિ૦ વિનંતી – માગણી – કરવી; આવશ્યક હોવું; દલીલના પાયા તરીકે સ્વીકારી લેવું, પ્રમાણ વગર માની લેવું. ના૦ (–લિટ), ગૃહીત સિદ્ધાન્ત, માની લીધેલો પૂર્વપક્ષ.

post'ure (પૉસ્ચર), ના૦ શરીરની વિશિષ્ટ સ્થિતિ, આસન; મનની સ્થિતિ – અવસ્થા. અ૦ ક્રિ૦ છાપ પાડવા માટે ડોળ કરવો; આસન કરવું.

pos'y (પોઝ઼િ), ના૦ ફૂલનો ગુચ્છો, કલગી; વીંટીમાં કોતરેલો મુદ્રાલેખ, ઇ.

pot (પૉટ), ના૦ (માટી, ધાતુ કે કાચનું) વાસણ, પાત્ર; ઇનામ તરીકે મળેલું ચાંદીનું પાત્ર. સ૦ ક્રિ૦ વાસણમાં મૂકવું–ભરવું; (છોડ, ઇ.) કૂંડામાં રોપવું; બંદૂકની ગોળીથી મારી નાખવું. *take ~ luck*, અતિથિ તરીકે જે કંઈ હંમેશનું ભોજન – સૂકો રોટલો – મળે તે લેવો. *go to ~*, -નો સત્યાનાશ થવો, ચૂલામાં જવું. *keep the ~ boiling*, ગુજરાન ચલાવવા

પૂરતી કમાણી કરવી. *take a ~ at*, -ની ઉપર તાકીને ગોળી મારવી. *~s of money*, વિપુલ ધન. *~shot*, નજીકના સ્થિર લક્ષ્ય પર નેમ લઈને ગોળી છોડવી તે. **pott'y** (પૉટિ), વિ૦ ગાંડિયું; નજીવું. [પીવાનું, પેય.

potable (પોટબલ), વિ૦ પીવા લાયક,

pot'ash (પૉટૅશ), ના૦ સાબુ, કાચ, ઇ. બનાવવામાં વપરાતો એક ધોળો ખાર-ક્ષાર, પોટાશ. [ધાતુરૂપ મૂળતત્ત્વ.

potass'ium (પટૅસિઅમ), ના૦ એક સફેદ

pota'tion (પટેશન), ના૦ પીવું તે, પાન.

potat'o (પટેટો), ના૦ (બ૦ વ૦ -es). બટાકો; બટાકાનો છોડ. [(વાળું માણસ).

pot-belly, ના૦ ગોળ-સ્થૂળ-ગોળમટોળ-પેટ-

pot-boiler, ના૦ કેવળ પૈસા માટે કરેલું વિ. ક. કલાનું કામ કે સાહિત્યકૃતિ – ચીતરેલું ચિત્ર, લખેલી ચોપડી, ઇ.; એવી રીતે કામ કરનાર કલાકાર કે લેખક. [નાર નોકર.

pot-boy, ના૦ વીશી કે પીઠામાં કામ કર-

pot'ent (પોટન્ટ), વિ૦ બળવાન, જબરદસ્ત; સમર્થ; અસરકારક, પ્રભાવી; ગુણકારી. **pot'ency** (પોટન્સિ), ના૦ શક્તિ; ગુણકારિતા.

pot'entate (પોટન્ટેટ), ના૦ શાસક, રાજા.

poten'tial (પટૅ'ન્શલ), વિ૦ થઈ શકે એવું, સંભવનીય, સુપ્ત; [વ્યાક.] શક્યતાવાચક. *~energy*, સુપ્ત શક્તિ. *~mood*, શક્યાર્થ. ના૦ મળી શકે એવી સાધનસામગ્રી અને શક્તિ. **potential'ity** (પટૅ'ન્શિઍલિટિ), ના૦ શક્યતા; સુપ્તશક્તિ. [અવ્યવસ્થા.

poth'er (પૉધર, પ–), ના૦ ધમાલ, ગરબડ;

pot'-hole (પૉટ્-હોલ), ના૦ પાણીને લીધે ખડકમાં પડેલું ઊભું ગોળ કાણું; ઘસારાને લીધે સડકમાં પડેલો એવો ખાડો.

pot'-hook (–હુક), ના૦ દેવતા ઉપર વાસણ લટકતું રાખવા માટેનો આંકડો – હૂક; શિખાઉ માણસના હસ્તાક્ષરમાં વાંકો લસરકો.

pot-house, ના૦ દારૂનું પીઠું.

pot-hunter, ના૦ (ચાંદીનાં) ઇનામો મેળવવા માટે હરીફાઈઓમાં ભાગ લેનાર.

po'tion (પોશન), ના૦ દવાનો કે ઝેરનો ઘૂંટડો.

pot-pourri (પો-પુરી), ના૦ મસાલો નાંખીને બરણીમાં ભરેલી ગુલાબની પાંખડીઓ, ગુલકંદ; સંગીતનાં ગીતો કે સાહિત્યનો પરચૂરણ સંગ્રહ.

pot'sherd (પૉટ્શર્ડ), ના૦ ઠીંકરું, માટીના વાસણનો ટુકડો.

pott'age (પૉટિજ), ના૦ શાક, ગોસ, ઇ. ઉકાળીને કરેલો જાડો રસો, 'સૂપ'.

pott'er (પૉટર), અ૦ ક્રિ૦ કામની રમત કરવી, વેઠ ઉતારવી; નજીવી નાનકડી વસ્તુઓ કર્યા કરવી; રખડવું; વખત બગાડવો.

pott'er, ના૦ કુંભાર. *~'s wheel*, કુંભારનો ચાક. **pott'ery** (પૉટરિ), ના૦ કુંભારનાં – માટીનાં – વાસણ; કુંભાર કામ; કુંભારશાળા.

pouch (પાઉચ), ના૦ નાની કોથળી–થેલી; કાંગારુને હોય છે તેવી કોથળી; કોથળી જેવી લટકતી – ઢીલી–ચામડી. ઉ૦ ક્રિ૦ કોથળીમાં – ખિસ્સામાં – મૂકવું; કોથળીની જેમ લટકવું.

poul'terer (પોલ્ટરર), ના૦ મરઘાં, બતક, ઇ. વેચનાર.

poul'tice (પોલ્ટિસ), ના૦ સોજાવાળા ભાગ પર કે ગૂમડા પર મૂકવાની બાફેલા લોટની લૂગદી, પોટીસ. સ૦ક્રિ૦ ઉપર એવી લૂગદી – પોટીસ – મૂકવી. [મરઘાં, બતક, ઇ.

poul'try (પોલ્ટ્રિ), ના૦ ખોરાક માટે પાળેલાં

pounce (પાઉન્સ), અ૦ ક્રિ૦ (*upon* સાથે) કશાક પર ઝડપ મારવી – હુમલો કરવો; તરાપ મારીને લઈ લેવું. ના૦ ઝડપ, તરાપ.

pound (પાઉન્ડ), ઉ૦ ક્રિ૦ કચરવું, ખાંડવું, કૂટવું; ઠોકવું, પીટવું; સતત પ્રયત્ન કર્યા કરવો.

pound, ના૦ હરાયાં ઢોરને પૂરવાનો વાડો, ડબો.

pound, ના૦ એક વજન (૧૬ ઔંસનું) (સંક્ષેપ lb.); ૨૦ શિલિંગ કિંમતનું એક નાણું (સંક્ષેપ £).

pour (પોર), ઉ૦ ક્રિ૦ રેડવું, -નો ધોધ વહેવડાવવો; મોટી સંખ્યામાં કે જથ્થામાં બહાર પડવું, વહેવું; (વરસાદ) ધોધમાર પડવું. *~ing rain*, ધોધમાર વરસાદ.

poussette (પૂસે'ટ), ના૦ અને અ૦ ક્રિ૦ એક બીજાના હાથમાં હાથ ભેરવીને એક કે અનેક જોડીએ ગોળ ગોળ ફરવાનું એક ગ્રામીણ નૃત્ય (કરવું).

pout (પાઉટ), ઉ૦ક્રિ૦ હોઠ બહાર કાઢવા – ફુલાવવા, મોં ચડાવવું. ના૦ એ ક્રિયા; [રસાળું

તે, રીસ. **pout'er** (પાઉટર), ના० (વિ. ક.) બહુ જ ફૂલેલી ગરદનવાળું કબૂતર.

pov'erty (પૉવર્ટિ), ના० નિર્ધનતા, ગરીબાઈ; ન્યૂનતા, ખોટ; અછત. **poverty-stricken,** વિ० ખૂબ ગરીબ, દારિદ્ર્યગ્રસ્ત.

powd'er (પાઉડર), ના० ભૂકી, ભૂકો, ચૂર્ણ; વાળ કે ડિલે ચોપડવાની ભૂકી, પાઉડર; દવાની ભૂકી, ચૂર્ણ; બંદૂકનો દારૂ. *baking ~*, રોટીને ફુલાવવા માટે વપરાતો એક ખાર. ઉ० ક્રિ० ભૂકો – ચૂરો – કરવો; કશાક પર ભૂકી છાંટવી – ભભરાવવી. **powder-flask** ના० બંદૂકના દારૂ માટેનું નાનકડું પાત્ર. **powder-magazine,** ના० બંદૂકના દારૂનો કોઠાર. **powd'er-puff,** ના० શરીર પર પાઉડર, ભૂકી, છાંટવાનું ફૂલ. **powd'ery** (પાઉડરિ), વિ० ભૂકીવાળું.

pow'er (પાવર), ના० ક્રિયાશક્તિ, શક્તિ, સામર્થ્ય; જોર, બળ; પ્રભાવ, વજન; કાબૂ; યાંત્રિક – વીજળિક – શક્તિ; સત્તા, અધિકાર; વજનદાર – સત્તા ધરાવનાર – વ્યક્તિ; આંતરરાષ્ટ્રીય તખતા પર પ્રભાવ પાડનાર – સામર્થ્યવાળું – રાષ્ટ્ર; [ગ.] ઘાત. **pow'er-house, pow'er-station,** ના० વીજળી પેદા કરવાનું ને વહેંચવાનું કારખાનું – મથક.

pow'erful (–ફુલ), વિ० જોરાવર, બળવાન. **pow'erless,** વિ० શક્તિ – સામર્થ્ય – વિનાનું; લાચાર.

pow'-wow (પાઉવાઉ,), ના० ઉત્તર અમેરિકાના રેડ ઇંડિયન લોકોની સભા; બાલવીરો (બૉયસ્કાઉટો)ની અથવા લશ્કરી અમલદારોની ચર્ચા કે મસલત સભા; વાતચીત, ચર્ચા.

prac'ticable (પ્રૅક્ટિકબલ), વિ० કૃતિમાં ઉતારાય એવું, વહેવારુ, સાધ્ય. **practicabil'ity** (–બિલિટિ), ના० શક્યતા, વ્યવહાર્યતા.

prac'tical (પ્રૅક્ટિકલ), વિ० વહેવારુ, વ્યવહારોપયોગી; વ્યવહારકુશળ, અનુભવી. **practical'ity** (–કૅલિટિ), ના० વ્યાવહારિકતા, વહેવારુપણું. **prac'tically** (–કલિ), ક્રિ०વિ० વહેવારની દૃષ્ટિથી; લગભગ. *~ dead*, લગભગ મરી ગયેલું.

prac'tice (પ્રૅક્ટિસ), ના० આચરણ, વ્યવહાર, કૃતિ; અભ્યાસ, ટેવ, મહાવરો; વહીવટ; વકીલ, દાક્તરનો ધંધો – ઘરાકી; [ગ.] પાંતી. *out of ~*, જેને મહાવરો રહ્યો નથી એવું. *put into ~*; –નું આચરણ કરવું, –ને અમલમાં મૂકવું.

prac'tise (પ્રૅક્ટિસ), ઉ० ક્રિ० અભ્યાસ – મહાવરો – કરવો; આચરણમાં મૂકવું; ધંધો કે વ્યવસાય કરવો. **prac'tised** (–સ્ટ), વિ० અભ્યાસ કે ટેવવાળું, તજ્જ્ઞ; અનુભવી.

practi'tioner (પ્રૅક્ટિશનર), ના० ધંધો કરનાર વકીલ, ડૉક્ટર, ઇ.

pragmat'ic (પ્રૅગ્મૅટિક), વિ० વ્યાવહારિક પરિણામો સાથે સંબંધ ધરાવતું; વહેવારુ દૃષ્ટિવાળું; પરિણામ કે ઉપયોગિતા પરથી મૂલ્ય આંકનારું. **prag'matism** (પ્રૅગ્મટિઝ્મ), ના० પરિણામ કે ઉપયોગિતા પરથી જ કાર્યોના સારાનરસાપણાનો વિચાર કરનારું તત્ત્વજ્ઞાન; વ્યવહારોપયોગિતા વાદ.

prair'ie (પ્રે'અરિ), ના० મોટાં વૃક્ષો વિનાનું ઘાસનું મેદાન, બીડ.

praise (પ્રેઝ઼), સ० ક્રિ० -નાં વખાણ – સ્તુતિ કરવી; -ને વિષે સારું કહેવું; -ની મોટાઈ ગાવી ના० વખાણ, સ્તુતિ; સ્તવન, પૂજા. **praise'worthy** (–વર્ધિ), વિ० વખાણ લાયક, પ્રશંસાપાત્ર. [સંક્ષિપ્ત રૂપ). બાબાગાડી.

pram (પ્રૅમ), ના० (perambulator નું

prance (પ્રાન્સ), અ० ક્રિ० (ઘોડા, ઇ. અંગે) પાછલા પગે ઉછાળો મારવો – કૂદવું; ઠમકાથી – દમામથી – ચાલવું. ના० એ ક્રિયા.

prank (પ્રૅંક), ઉ० ક્રિ० શણગારવું; નખરાં કરવાં. ના० ચેષ્ટા, ચાળા; અડપલું.

prate (પ્રેટ), ના० અને અ० ક્રિ० અર્થ વગરની વાત (કરવી), બકવાટ (કરવો).

prat'tle (પ્રૅટલ), અ० ક્રિ० બાળકની જેમ બોલવું, બકબક કરવી, ના० બાળકનો બકવાટ, લવારો. [નાનું બાળક.

pratt'ler (પ્રૅટલર), ના० બકવાટ કરનાર;

prawn (પ્રૉન), ના० કાચબા ને કરચલાની જાતનું એક ખાદ્ય પ્રાણી.

pray (પ્રે), ઉ० ક્રિ० કાલાવાલા – આજીજી – કરવી; પ્રાર્થના કરવી. **prayer** (પ્રે'અર), ના० પ્રાર્થના, પ્રભુપ્રાર્થના, ખુદાની બંદગી; પ્રાર્થના કરવી તે; વિનંતી – પ્રાર્થના – કરનાર. **prayer'ful,** વિ० પ્રાર્થનાનિષ્ઠ, પ્રાર્થનામય;

ભક્તિવાળું – ચુસ્ત.

preach (પ્રીચ), ઉ૦ ક્રિ૦ ધર્મનો ઉપદેશ કરવો, પ્રવચન કરવું; ઉપદેશ કરવો. **preach'er** (પ્રીચર), ના૦ ધર્મોપદેશક; ઉપદેશક.

pream'ble (પ્રીઍમ્બલ), ના૦ ભાષણ કે લખાણનો પ્રાસ્તાવિક ભાગ.

pre-arrange' (પ્રીઅરેન્જ), ઉ૦ ક્રિ૦ અગાઉથી તજવીજ કરવી.

preb'endary (પ્રે'બન્ડરિ), ના૦ પાદરીની નિમણૂક અને વેતન ધારણ કરનાર – મેળવનાર.

precar'ious (પ્રિકેરિઅસ), વિ૦ અનિશ્ચિત; જોખમકારક; સાવ રામભરોસે.

precau'tion (પ્રિકૉશન), ના૦ અગમચેતી, સાવચેતી, પૂર્વોપાય. **precau'tionary** (–શનરિ), વિ૦ સાવચેતીનું.

precede' (પ્રિસીડ), ઉ૦ ક્રિ૦ કોઈથી – કશાકની – પહેલાં આવવું અથવા જવું. **pre'cedence** (પ્રે'સિડન્સ, પ્રિસી–), ના૦ (સમય ને સ્થાન પરત્વે) અગ્રવર્તિત્વ; અગ્રપદ; -થી ઊંચું પદ. *take ~ of*, -ની પહેલાં જવા કરવાનો હક હોવો. **pre'cedent** (–ડન્ટ), ના૦ આધાર ગણવા જેવો અગાઉનો બનાવ – દાખલો, જૂનો દાખલો; આગલો આધાર. **preced'ent** (પ્રિસીડન્ટ, પ્રેસિ-) વિ૦ અગ્રવર્તી (સ્થળ, કાળ, પદ, પરત્વે).

precen'tor (પ્રિસે'ન્ટર), ના૦ ખ્રિસ્તી દેવળની મંડળીને ભજન, ઇ. ગવડાવનાર.

pre'cept (પ્રીસે'પ્ટ), ના૦ આચરણનો નિયમ, આજ્ઞા; નૈતિક ઉપદેશ, બોધ. **precep'tor** (પ્રિસે'પ્ટર), ના૦ ઉપદેશ આપનાર, ગુરુ.

preces'sion (પ્રિસે'શન, પ્રી–), ના૦ વહેલાં થવું તે; [ખ.] અયનચલન. *~ of the equinoxes*, અયનગતિ, વિષુવાયન.

pre'cinct (પ્રીસિંક્ટ), ના૦ મંદિર કે કાર્યાલયને લગતની જમીન; (બ૦ વ૦) નગર ઇ. ની આજુબાજુનો પ્રદેશ, પરિસર.

pre'cious (પ્રે'શસ), વિ૦ ભારે કિંમતનું, મહામૂલું, કીમતી, અમૂલ્ય; (કલા, લેખન, ઇ. અંગે) અતિ કોમલ; કૃત્રિમ, સ્વાભાવિક નહિ એવું. *~stone*, રત્ન, મણિ. *~ metals*, સોનું, ચાંદી, પ્લૅટિનમ. ક્રિ૦વિ૦ ખૂબ, અતિશય.

pre'cipice (પ્રે'સિપિસ), ના૦ સીધો ઢોળાવ, કરાડ, ભેખડ.

precip'itance (પ્રિસિપિટન્સ), **precip'itancy** (–ટન્સિ), ના૦ અતિ ઉતાવળિયાપણું, અવિચારી ઉતાવળ, સાહસ. **precip'itant**, વિ૦ અતિ ઉતાવળિયું.

precip'itate (પ્રિસિપિટેટ), સ૦ક્રિ૦ એકદમ નીચે ધકેલી દેવું, ઊંધે માથે ગબડાવી દેવું; અતિ ઉતાવળ કરવી; આગળ વધવા ઉત્તેજન આપવું; પ્રવાહીમાંનો ઘન ભાગ તળિયે બેસે તેમ કરવું. ~ oneself *(up)on*, કોઈ પર એકદમ તૂટી પડવું. **precip'itate** (–ટિટ), વિ૦ ઝંપલાવીને–ઊંધે માથે–પડનારું; અતિ ઉતાવળથી –વગર વિચાર્યે – કરેલું. ના૦ પ્રવાહીમાં તળિયે બેઠેલો ઘન ભાગ. **precipita'tion** (–ટેશન), ના૦ અતિ ઉતાવળ, અવિચારી ઉતાવળ; દ્રાવણમાં તળિયે બેઠેલો ઘન પદાર્થ.

precip'itous (–ટિસ), વિ૦ કરાડના જેવું, સીધા ચડાણવાળું, (ભેખડ) ઊભું; [વિરલ] અતિઉતાવળિયું. [સાર, (કરવો, કાઢવો).

precis' (પ્રેસી), ના૦ અને સ૦ક્રિ૦ સંક્ષેપ,

precise' (પ્રિસાઇસ), વિ૦ ચોક્કસ; ચોક્કસ શબ્દોમાં કહેલું; નિશ્ચિત, અમુક, વિશિષ્ટ. **precise'ly**, ક્રિ૦ વિ૦ ચોક્કસપણે; બરાબર (વિ. ક. વાતચીતમાં). **preci'sion** (પ્રિસિઝન), ના૦ ચોકસાઈ.

preclude' (પ્રિક્લૂડ), ના૦ રોકવું, પ્રતિબંધ કરવો, બાજુએ ઠેલવું.

preco'cious (પ્રિકોશસ), વિ૦ વહેલું પાકેલું; ઉમરની દૃષ્ટિએ વધારે હોશિયાર અને સમજણું, અકાલપક્વ. **preco'city** (પ્રિકૉસિટિ), ના૦ અકાલપક્વતા, બાળપ્રૌઢી.

preconceive' (પ્રીકન્સીવ), સ૦ ક્રિ૦ આગળથી ધારી મૂકવું, અગાઉથી મત બાંધવો. **preconcep'tion** (પ્રીકન્સે'પ્શન), ના૦ અનુભવ પહેલાં બાંધેલો ખ્યાલ, પૂર્વધારણા.

pre-concert' (પ્રીકન્સર્ટ). સ૦ક્રિ૦ આગળથી વિચારી રાખવું–ગોઠવવું–ઠરાવવું. **pre'concerted**, વિ૦ પૂર્વનિયોજિત.

precurs'or (પ્રિકર્સર), ના૦ પાછળથી આવનારનું સૂચન કરનાર–પૂર્વગામી–માણસ કે વસ્તુ, પૂર્વ ચિહ્ન, અગ્રદૂત (વિ. ક. ઈશુનો અગ્રગામી જૉન ધ બૅપ્ટિસ્ટ).

pred'atory (પ્રે'ડટરિ), વિ૦ લૂંટફાટ કરનારુ, લૂંટારુ; (પ્રાણી) બીજાને મારીને તે પર જીવનારુ; (જમાત) ચોરી કરીને જીવનાર; એવા માણસ કે પ્રાણીનું.

predecease' (પ્રીડિસીસ), સ૦ક્રિ૦ (બીજા)ની પહેલાં મરવું. ના૦ આવું મૃત્યુ.

pred'ecessor (પ્રીડિસે'સર), ના૦ કોઈ જગ્યા કે પદ પરનો આગળનો–પૂર્વગામી–માણસ.

predestina'tion (પ્રિડે'સ્ટિનેશન), ના૦ કોને અખંડ સ્વર્ગ ને કોને નરકવાસ મળવાનો તે વિષે ઈશ્વરે આગળથી કરેલું નિર્માણ; ઈશ્વરી પૂર્વયોજના, પૂર્વ નિયતિ. **predes'tinate** (પ્રિડે'સ્ટિનેટ), સ૦ ક્રિ૦ (ઈશ્વરે) -નું ભાવિ અગાઉથી નક્કી કરવું. **predes'tine** (પ્રિડે'સ્ટિન), સ૦ક્રિ૦(ઈશ્વર, દૈવ, ઇ.એ) આગળથી ઠરાવ કરી મૂકવું – નિર્માણ કરી મૂકવું. **predes'tined,** વિ૦ દૈવે આગળથી નિયત કરેલું.

predeterm'ine (પ્રીડિટર્‌મિન), સ૦ ક્રિ૦ અગાઉથી નીમી મૂકવું – નિયત કરી રાખવું; અગાઉથી પ્રેરવું.

predic'ament (પ્રિડિકમન્ટ, પ્રે'–), ના૦ પદાર્થ; વર્ગ; કઠણ અવસ્થા, કપરી દશા.

pred'icate (પ્રે'ડિકેટ, પ્રી–), સ૦ ક્રિ૦ કશાને વિષે કંઈ છે એમ બોલવું – કહેવું; વિધેય રૂપે કહેવું, ઉદ્દેશ્ય કે કર્તા વિષે કહેવું. **pred'icate** (–કિટ), ના૦ વિધેય, વિધેયપદ; કર્તા વિષે કહેવાયું હોય તે; કહેવાયેલો ગુણ, ઇ. **predic'ative** (પ્રિડિકટિવ), વિધેયાત્મક, વિધેય(નું અંગભૂત).

predict' (પ્રિડિક્ટ), ઉ૦ ક્રિ૦ આગળથી કહેવું, ભવિષ્ય ભાખવું, આગાહી કરવી. **predic'tion** (પ્રિડિક્‌શન), ના૦ ભવિષ્યકથન; કહેલું ભવિષ્ય, આગાહી.

predilec'tion (પ્રીડિલે'ક્‌શન), ના૦ મનનો ઝોક, વલણ; પક્ષપાત.

predispose' (પ્રીડિસ્પોઝ઼), સ૦ ક્રિ૦ -નું પહેલેથી વલણ કરાવવું, આગળથી અનુકૂળ–ઉન્મુખ – કરી રાખવું. **predisposi'tion** (પ્રીડિસ્પઝ઼િશન), ના૦ આગળથી થયેલું અનુકૂળ વલણ, ઉન્મુખતા.

predom'inate (પ્રિડૉમિનેટ), અ૦ ક્રિ૦ -નું જોર ચાલવું, -નું કશાક ઉપર વર્ચસ્વ હોવું–ચલાવવું; -નું પ્રાધાન્ય હોવું. **predom'inance,** ના૦ વર્ચસ્વ, પ્રાબલ્ય, જોર, પ્રાધાન્ય. **predom'inant,** વિ૦ બીજાથી પ્રબળ, ચડિયાતું, પ્રધાન.

pre-em'inent (પ્રી-એ'મિનન્ટ), વિ૦ બધાથી ચડિયાતું, સર્વોપરી, સર્વશ્રેષ્ઠ. **pre-em'inence,** ના૦ શ્રેષ્ઠતા, સર્વોત્કૃષ્ટતા.

pre-emp'tion (પ્રી–એ'મ્પ્‌શન), ના૦ ખરીદવાનો પહેલો અધિકાર – અગ્રહક (*right of* ~).

preen (પ્રીન), સ૦ ક્રિ૦ ચાંચ વડે પીછાં સાફસૂફ – વ્યવસ્થિત – કરવાં; પોશાક વગેરે સાફસૂફ કરવો.

pref'ace (પ્રે'ફ઼સ, –ફિ–), ના૦ (વિ. ક. ગ્રંથની) પ્રસ્તાવના, ઉપોદ્‌ઘાત. સ૦ ક્રિ૦ પ્રસ્તાવના કરવી, પ્રસ્તાવના દાખલ લખવું – કહેવું. **pref'atory** (પ્રે'ફ઼ટરિ), વિ૦ પ્રાસ્તાવિક.

pref'ect (પ્રીફે઼'ક્ટ), ના૦ પ્રાચીન રોમનો સરકારી અધિકારી; નિશાળમાં શિસ્ત સંભાળવા માટે નીમેલ વડો નિશાળિયો, મૉનિટર; અધિકાર આપેલો માણસ. **pref'ecture** (પ્રીફિ઼ક્‌ચર), ના૦ 'પ્રીફે઼ક્ટ'નો હોદ્દો –ની સત્તાનો અવધિ – પ્રદેશ; ફ્રાન્સના વહીવટી વિભાગોમાંનો કોઈ એક.

prefer' (પ્રિફ઼ર), સ૦ ક્રિ૦ (ભૂ૦ કા૦ preferred). વધારે ગમવું, પસંદ કરવું; (દાવો, હક) રજૂ કરવો; ઉપલા હોદ્દા પર ચડાવવું. **pref'erable** (પ્રે'ફ઼રબલ, પ્રે'ફ્ર–), વિ૦ વધારે પસંદ કરવા – પડવા – જેવું, બહેતર. **pref'erably,** ક્રિ૦વિ૦ બહેતર. **pref'erence** (પ્રે'ફ઼રન્સ), ના૦ વધારે પસંદ કરવું –પડવું – તે, પસંદગી; પસંદ કરેલી વસ્તુ કે માણસ; પહેલો હક, અગ્રાધિકાર; અમુક દેશમાંથી આવતા માલ પર સામાન્યપણે લેવાતી જકાત કરતાં ઓછી જકાત લેવી તે. ~ *stock, shares,* વ્યાજની બાબતમાં અગ્રહક ધરાવનારા ભાગો (શૅરો). **preferen'tial** (પ્રે'ફ઼રે'ન્શલ), વિ૦ વધારે પસંદગીવાળું (વિ. ક. કરવેરાની બાબતમાં). ~ *treatment,* વિશેષ સવલતવાળો – પક્ષપાતી – વહેવાર.

prefer'ment (પ્રિફર્‌મન્ટ), ના૦ પસંદગી; બઢતી. **preferred**, અગ્રાધિકારવાળું. ~ *shares*, એવા શૅરો.

prefix' (પ્રિફિક્સ), સ૦ ક્રિ૦ -ની પહેલાં કે શરૂઆતમાં ઉમેરવું-મૂકવું. **pre'fix** (પ્રીફિક્સ), ના૦ શબ્દની પહેલાં મુકાતો તેના અર્થમાં ફેરફાર કરનાર અક્ષર કે શબ્દ; ઉપસર્ગ.

preg'nant (પ્રે'ગ્નન્ટ), વિ૦ સગર્ભ; (શબ્દ, ઇ.) અર્થપૂર્ણ; કલ્પનાપ્રચુર; (પગલું) ભવિષ્યની દૃષ્ટિથી મહત્ત્વનું. **preg'nancy**, ના૦ સગર્ભાવસ્થા.

prehen'sile (પ્રિહે'નસિલ,-સાઇલ), વિ૦ [પ્રાણી.] (પૂંછડી, પગ, ઇ.), પકડી શકે-પકડવાના કામમાં આવે-એવું.

prehisto'ric (પ્રીહિસ્ટૉરિક), વિ૦ ઇતિહાસપૂર્વ કાળનું, પ્રાગૈતિહાસિક.

prejudge' (પ્રીજજ), સ૦ ક્રિ૦ પુરાવો સાંભળતા પહેલાં મત બાંધવો-ચુકાદો આપવો; આગળથી નિર્ણય કરી દેવો.

prej'udice (પ્રે'જુડિસ), ના૦ હકીકત તપાસ્યા વિના બાંધેલો અભિપ્રાય, પૂર્વગ્રહ, અન્યાયી મત. *to the ~ of*, -ને નુકસાન થાય એવી રીતે. *without ~*, પ્રસ્તુત હક, દાવા, ઇ.ને બાધ ન આવે એવી રીતે-નુકસાન પહોંચાડયા વિના. સ૦ ક્રિ૦ નુકસાન કરવું, ઈજા પહોંચાડવી; પૂર્વગ્રહ પેદા કરવો, મન કલુષિત કરવું. **prejudi'cial** (પ્રે'જુડિશલ), વિ૦ નુકસાનકારક, બાધક.

prel'ate (પ્રે'લિટ, -લ-), ના૦ બિશપ કે તેનાથી ઊંચી કક્ષાનો ધર્માધિકારી-પાદરી.

prelim'inary (પ્રિલિમિનરિ), વિ૦ પૂર્વેનું, પૂર્વ તૈયારીનું; પ્રાસ્તાવિક, પ્રાથમિક. ના૦ (બહુધા બ૦ વ૦ માં) તૈયારી રૂપે પ્રથમ કરવાનાં કામ.

prel'ude (પ્રે'લ્યુડ), ના૦ પ્રસ્તાવના દાખલ ઘટના-કામ, પ્રસ્તાવના; નાંદી; પૂર્વરંગ. ઉ૦ ક્રિ૦ પ્રસ્તાવના કરવી, ઉપક્રમ કરવો; -ની પ્રસ્તાવના દાખલ હોવું.

pre'mature (પ્રે'મચર, પ્રે'મટ્યુઅર), વિ૦ યોગ્ય કે નિયત સમય પહેલાં થયેલું કે કરેલું, અકાલપક્વ; ઉતાવળિયું, અવિચારી.

premed'itate (પ્રિમે'ડિટેટ), સ૦ ક્રિ૦ આગળથી વિચારી રાખવું, યોજી રાખવું. **premedita'tion**, ના૦ આગળથી વિચાર કરવો તે, આગળથી કરેલો-પાકો-વિચાર; બુદ્ધિપૂર્વક કરેલું કામ.

prem'ier (પ્રે'મિઅર, પ્રી-), વિ૦ સૌથી આગળ પડતું, પ્રથમ, સર્વશ્રેષ્ઠ; સૌથી જૂનું. ના૦ રાષ્ટ્રનો મુખ્ય પ્રધાન.

première (પ્રમ્યેર,-યે'અર), ના૦ નાટક ઇ.ની પહેલી રાત-પહેલો ખેલ.

prem'ise (પ્રે'મિસ), ના૦ દલીલ કે ચર્ચા માટે આગળથી માની લીધેલી વાત; [ન્યાય.] પ્રતિજ્ઞા, અવયવવાક્ય; (બ૦ વ૦) ઘર અને તદંગભૂત આંગણું, ઓરડીઓ, ઇ.; [કા.] (કરારનો ઉદ્દેશ, તે કરનારનાં નામ, ઇ. વિગત આપનારો) કરારનો શરૂઆતનો ભાગ. **premise'** (પ્રિમાઇઝ઼), સ૦ ક્રિ૦ પાછળની દલીલ, ઇ. સમજી શકાય તે માટે આવશ્યક હકીકત અગાઉથી કહેવી, પ્રસ્તાવના દાખલ કહેવું.

prem'ium (પ્રીમિઅમ), ના૦ બક્ષિસ, ઇનામ, બોનસ; વીમાની પૉલિસીનો હપતો; કોઈ ધંધાની તાલીમ બદલ આપવાની ફી; નફાનો વહેંચવામાં આવતો હિસ્સો, બોનસ; દર્શની કિંમત ઉપરાંત આપવાના વધારાના પૈસા, વટાવ. *at a ~*, દર્શની કિંમત કરતાં વધારે ભાવે. *put a ~ on* (act, behaviour), -ની કિંમત વધારી દેવી, -ને ઉત્તેજન આપવું.

premoni'tion (પ્રીમનિશન, પ્રિ-), ના૦ પૂર્વસૂચના, આગળથી મળેલી ચેતવણી. **premon'itory** (પ્રિમૉનિટરિ), વિ૦ આગળથી ચેતવણી આપનારું, સૂચક.

pre-nat'al (પ્રીનેટલ), વિ૦ જન્મ પહેલાંનું-થતું.

preoccupa'tion (પ્રિઑક્યુપેશન), ના૦ આગળથી કબજો લેવો તે; આગળથી કરેલો કબજો; મનમાં ઘોળાતો વિચાર કે કામ(ની ચિંતા). **preocc'upied** (પ્રિઑક્યુપાઇડ, પ્રી-), વિ૦ અન્યમનસ્ક, બીજી બાબતોનો વિચાર કરતું,-માં રોકાયેલું. **preocc'upy** (પ્રિઑક્યુપાઇ), સ૦ ક્રિ૦ આગળથી કબજો કરી લેવો; મનમાં આગળથી વિચાર ઘુસાડી દેવો (જેથી બીજો તેમાં દાખલ ન થાય.)

pre-ordain' (પ્રીઑર્ડેન), સ૦ ક્રિ૦ અગાઉથી યોજના-ઠરાવ-નિર્માણ-કરવું.

prepara'tion (પ્રે'પરેશન), ના૦ તૈયારી

કરવી તે, તૈયારી; ખાસ તૈયાર કરેલી વસ્તુ – ખાવાની વાની, દવા, ઇ.; નિશાળ માટે અભ્યાસ – ઘરપાઠ – તૈયાર કરવો તે.

prepa'ratory (પ્રિપૅરટરિ), વિ૰ તૈયારી કરવાના કામનું; પ્રાસ્તાવિક, પ્રારંભિક. ~*school*, આગળના અધ્યયન માટે બાળકોને તૈયાર કરનારી શાળા. **prepare'** (પ્રિપેર,–પે'અર), ઉ૰ ક્રિ૰ તૈયાર કરવું; તૈયારી કરવી, તૈયાર થવું.

prepay' (પ્રીપે), સ૰વિ૰ (રેલવે નૂર, ઇ.) અગાઉથી આપવું – ભરવું.

prepon'derate (પ્રિપૉન્ડરેટ), અ૰ ક્રિ૰ વજન, પ્રભાવ, લાગવગ, સંખ્યા, ઇ.માં વધારે (મોટું) હોવું. **prepon'derance**, ના૰ પ્રાધાન્ય, વર્ચસ્વ. **prepon'derant**, વિ૰ પ્રબળ, પ્રધાન. [યોગી – શબ્દયોગી – અવ્યય.

preposi'tion (પ્રે'પઝિશન), ના૰ નામ-

prepossess' (પ્રીપઝે'સ,), સ૰ ક્રિ૰ -ના મન પર આગળથી ઠસાવવું, -ના મનમાં આગળથી ભાવ પેદા કરવો; પૂર્વગ્રહ (બહુધા અનુકૂળ) પેદા કરવો; આકર્ષિત કરવું. **prepossess'ing**, વિ૰ જોતાંવાર ગમી જાય એવું, મનોહર, આકર્ષક. **preposse'-ssion** (–ઝે'શન), ના૰ પહેલેથી બેસી ગયેલી આસ્થા – અનુકૂળ ગ્રહ; પૂર્વગ્રહ.

prepos'terous (પ્રિપૉસ્ટરસ), વિ૰ તદ્દન મૂર્ખામી ભરેલું, બેહૂદું; (બુદ્ધિથી) વિપરીત, ઊંધું.

prere'quisite (પ્રીરે'ક્વિઝિટ), વિ૰ અને ના૰ પહેલેથી કરવાની જરૂર છે એવું, પૂર્વાવશ્યક (વસ્તુ). [વિશેષ હક કે અધિકાર.

prerog'ative (પ્રિરૉગટિવ), ના૰ (રાજાનો)

pres'age (પ્રે'સિજ), ના૰ શકુન, પૂર્વચિહ્ન. **presage'** (પ્રિસેજ), સ૰ ક્રિ૰ અગાઉથી સૂચવવું – જણાવું; ભાવિનું સૂચન કરવું– સૂચક હોવું.

Presbyter'ian (પ્રે'સ્બિટીરિઅન, – ટિઅરિ–,–ઝ્–), વિ૰ (ખ્રિસ્તી ધર્મસંઘના) વડીલોએ– – સરખા પદવાળા ધર્માધિકારીઓએ–ચલાવેલું. ના૰ એવા સંઘનો માણસ. **pres'byter**, ના૰ પ્રેસ્બિટેરિયન ચર્ચ (ધર્મસંઘ)નો અધિકારી – વડીલ.

pres'bytery (પ્રે'સ્બિટરિ, પ્રે'ઝ્ ·), ના૰ પ્રેસ્બિટેરિયન પંથનું ધાર્મિક ન્યાયાલય -- નિયામક મંડળ; (રોમન કૅથલિક) પાદરીનું રહેવાનું મકાન.

pre'scient (પ્રે'શ્યન્ટ,પ્રી–), વિ૰ આગળથી જાણનાર, ભવિષ્યનું જાણનાર; અગમબુદ્ધિવાળું. **pre'science** (–શ્યન્સ), ના૰ ભવિષ્યજ્ઞાન, અગમબુદ્ધિ.

prescribe' (પ્રિસ્ક્રાઇબ), ઉ૰ ક્રિ૰ અધિકૃતપણે નક્કી કરી આપવું, નિયત કરવું; દવા લખી આપવી. **prescrip'tion** (પ્રિસ્ક્રિપ્શન), ના૰ ડૉક્ટરે કહેલી દવાની યાદી – લખી આપેલી દવા; નુસખો; [કા.] લાંબા કાળનો વહીવટ – ભોગવટો, તે દ્વારા પ્રાપ્ત હક. **prescrip'tive**, વિ૰ સૂચના આપનારું, નિર્દેશક; વિધિનિષેધાત્મક; [કા.] રૂઢિ ઉપર – લાંબા ગાળાના વહીવટ પર – આધારિત (જેમ કે ~ *right*, એવો હક)

pres'ence (પ્રે'ઝ઼ન્સ), ના૰ હાજરી, ઉપસ્થિતિ; જ્યાં હાજર હોય તે જગ્યા; મુખમુદ્રા, રૂપ, પ્રભાવી વ્યક્તિત્વ. *in the* ~ *of*, -ની હાજરીમાં. ~ *of mind*, પ્રસંગાવધાન, સમયસૂચકતા. **pres'ent**, વિ૰ હાજર, મોજૂદ, ઉપસ્થિત; વર્તમાન, વિદ્યમાન; પ્રસ્તુત. ના૰ ચાલુ સમય – જમાનો; વર્તમાન કાળ. **present-day**, વિ૰ વર્તમાનકાલીન, ચાલુ.

pres'ent, ના૰ ભેટ, દેણગી. **present'** (પ્રિઝે'ન્ટ), સ૰ ક્રિ૰ ઓળખાણ કરાવવી, કોઈની હાજરીમાં રજૂ કરવું; બતાવવું, -નું પ્રદર્શન કરવું; આગળ ધરવું, રજૂ કરવું, આપવું; ભેટ આપવું; મારવા માટે બંદૂક તાકવી. ~ *arms*, કોઈને માન આપવા બંદૂક પોતાની આગળ ઊભી ધરવી–મૂકવી. ~*oneself*, -ની સામે હાજર થવું. ~ person *with*, -ને આપવું. **presen'table** (પ્રિઝે'ન્ટબલ), વિ૰ દેખાડવા યોગ્ય, વ્યવસ્થિત, સભ્ય દેખાવનું. **presenta'tion** (પ્રે'ઝ઼ન્ટેશન), ના૰ ભેટ આપવી તે, ઇ.; ખાસ ભેટ આપવા માટેનું પુસ્તક, ઇ. (~ *copy of book, etc.*); રજૂઆત.

presen'timent (પ્રિઝે'ન્ટિમન્ટ, –સે'–), ના૰ ભાવિની પ્રેરણા (વિ. ક. અનિષ્ટની), પૂર્વાભાસ, દુશ્ચિહ્ન.

pres'ently (પ્રે'ઝ઼ન્ટલિ), ક્રિ૰ વિ૰ થોડા વખતમાં, જલદી; અત્યારે.

preserve' (પ્રિઝ઼ર્વ), સ૦ ક્રિ૦ સુરક્ષિત રાખવું, જાળવવું, સાચવવું; બગડવા ન દેવું; મીઠું – મસાલો–ચાસણી–દઈ આથવું – રાખી મૂકવું. ના૦ મીઠું મસાલો ભરી કે ચાસણીમાં મૂકેલો પદાર્થ, મુરબ્બો, અથાણું; શિકારનાં પ્રાણીઓનો વધ ન થાય તે માટે તેમને જાળવી રાખવાનો વાડો – જંગલનો ભાગ; માણસનો મનાતો વિશિષ્ટ રસ અથવા ક્ષેત્ર. **preserva'tion** (પ્રે'ઝ઼ર્વેશન), ના૦ સંરક્ષણ, જતન; બગડ્યા વિના સારું રહેવું તે. **preserv'ative** (પ્રિઝ઼ર્વેટિવ), વિ૦ સાચવી રાખનારું, બગાડવા ન દેનારું. ના૦ સાચવી રાખવાની કે બગડવા ન દેવાની દવા, ચાસણી, મસાલો, ઇ.

preside' (પ્રિઝ઼ાઇડ), અ૦ક્રિ૦ સભા, ઇ.ના પ્રમુખ કે અધ્યક્ષ થવું. **pres'idency** (પ્રે'ઝ઼િડન્સિ), ના૦ પ્રમુખનું પદ, હોદ્દો, અધ્યક્ષપણું; પ્રમુખપદની અવધિ. **pres'ident** (પ્રે'ઝ઼િડન્ટ), ના૦ અધ્યક્ષ, પ્રમુખ; લોકસત્તાક રાજ્યનો વડો – પ્રમુખ (*the P* ~). **pres'identess** (–ડેન્ટિસ), ના૦ સ્ત્રીપ્રમુખ; પ્રમુખની પત્ની. **presiden'tial** (પ્રે'ઝ઼િડે'ન્શલ), વિ૦ પ્રમુખનું – સંબંધી. **presiding officer**, ચૂંટણી (મથકનો) અધિકારી.

press (પ્રે'સ), ઉ૦ ક્રિ૦ દાબવું, દબાવવું; દાબીને પાણી, રસ, ઇ. બહાર કાઢવું, નિચોવવું; સાંચા (ઇસ્ત્રી) કે બીજા ઓજારથી દાબીને સુંવાળું – લીસું – બનાવવું (કપડાં ઇ.); (લશ્કર અંગે) દબાણ કરવું, હુમલો કરવો; (ધંધો, ઇ. અંગે) તત્કાળ દેખરેખની જરૂર હોવી; દબાણ – આગ્રહ – તાણ – કરવી. ના૦ ભીડ, ઠાઠી; ઘણો ભરાવો; દાબવું – દબાવવું – તે; દાબવાનો સંચો, ઇસ્ત્રી, ઇ.; કપડાં, ઇ. માટેનું કબાટ, ઇ.; છાપખાનું, મુદ્રણાલય; છાપાં, વર્તમાનપત્રો, (*the P* ~). ~ *conference*, પત્રકાર પરિષદ. ~*note*, છાપા જોગ યાદી. *hard* ~*ed*, ભારે મુશ્કેલીમાં આવી પડેલું–સપડાયેલું. ~ *money on* one, પૈસા લેવા આગ્રહ કરવો. ~ *on*, જોરથી આગળ વધવું; તાણ – આગ્રહ – કરવો. ~ *for*, માગવાનું ચાલુ રાખવું. ~*ing business*, તાકીદનું–મહત્ત્વનું – કામ. **press cutting** ના૦ છાપાની કાપલી. **press'man** ના૦ છાપાંનો માણસ.

press, સ૦ ક્રિ૦ લશ્કર કે આરમારમાં નોકરી કરવાની ફરજ પાડવી; જાહેર કામ માટે લઈ લેવું. **press-gang**, ના૦ લશ્કર કે આરમારમાં નોકરી કરવા પકડી જવા માટે નીમેલી ટોળી. **press'ing**, વિ૦ આગ્રહભર્યું; તાકીદનું.

press'ure (પ્રે'શર), ના૦ દાબવું તે, ઇ.; દાબ, દબાણ; વજન, ભાર; અસર, લાગવગ; તાકીદ, અગત્ય. *put* ~ *on* person, કશુંક કરાવવા માટે દબાણ લાવવું. *work at high* ~, ખૂબ સખત – મહેનતથી – કામ કરવું.

prestidi'gitator (પ્રે'સ્ટિડિજિટેટર), ના૦ હાથચાલાકીનું કામ કરનાર, જાદુગર. **prestidigita'tion**, ના૦ હસ્તલાઘવ, હાથચાલાકી [પ્રભાવ, વજન.

prestige' (પ્રે'સ્ટીઝ), ના૦ પ્રતિષ્ઠા, મોભો;

pres'to (પ્રે'સ્ટો), ઉદ્દ્ગાર૦ જાદુના ખેલ વખતે એકદમ ફેરફાર કરવાનો સૂચક.

presume' (પ્રિઝ઼્યૂમ), ઉ૦ક્રિ૦ માની લેવું, ગૃહીત ધરવું; હિંમત – ધૃષ્ટતા – કરવી; વધારે પડતો ભરોસો – આત્મવિશ્વાસ – રાખવો, છૂટ લેવી. ~ *upon*, (કોઈની ભલમનસાઈ કે ઓળખાણનો) ગેરલાભ લેવો, વધારે પડતી છૂટ લેવી. **presum'ably**, ક્રિ૦વિ૦ અટકળથી, એમ માની શકાય કે. **presum'ing**, વિ૦ આગળ વધીને – મર્યાદા મૂકીને–ચાલનારું; ફાંકો રાખનારું, મિજાજી. **presump'tion** (પ્રિઝ઼મ્પ્શન), ના૦ અનુમાન, માની લીધેલી વાત, પૂર્વધારણા; ગુમાન, ફાંકો, વધારે પડતો આત્મવિશ્વાસ. **presump'tive**, વિ૦ માની લેવા જેવું, સંભવનીય. *heir* ~, વધુ નજીકનો વારસ જન્મતાં જેનો હક જતો રહે એવો વારસ. **presump'tuous** (પ્રિઝ઼મ્પ્ટયુઅસ, –ચુ–) વિ૦ મર્યાદા મૂકીને ચાલનારું; બેઅદબ, ગુમાની.

presuppose' (પ્રીસપોઝ઼, પ્રિ–), સ૦ ક્રિ૦ આગળથી માની લેવું; -નું પૂર્વ-અસ્તિત્વ સૂચવવું. **presupposi'tion**, ના૦ દલીલ કરતી વખતે – ચર્ચામાં – માની લીધેલી વાત, પૂર્વધારણા. [બહાનું, નિમિત્ત.

pretence' (પ્રિટે'ન્સ), ના૦ ઢોંગ, ડોળ;

pretend' (પ્રિટે'ન્ડ), ઉ૦ક્રિ૦ -નો ખોટો દાવો કરવો, -નો ઢોંગ – ડોળ – કરવો; જૂઠું

કહેવું. **preten'der,** ના૦ ખોટો દાવો કરનાર, વેષધારી. **preten'sion** (પ્રિટે'ન્શન), ના૦ દાવો; ઢોંગ. **preten'tious** (-શસ), વિ૦ અહંમન્ય, બડાઈ હાંકનાર; ભપકાવાળું. [ભૂત (કાળ) (~*tense*).

pret'erite (પ્રે'ટરિટ), વિ૦ અને ના૦ [વ્યાક.]

preterna'tural (પ્રીટર્નૅચરલ), વિ૦ અદ્ભુત, અલૌકિક; અસાધારણ; દૈવી. [બહાનું.

pret'ext (પ્રીટે'ક્સ્ટ), ના૦ દેખીતું કારણ,

pre'tty (પ્રિટિ), વિ૦ રૂપાળું, કોમળ અને દેખાવડું; આકર્ષક; રોચક. ક્રિ૦ વિ૦ થોડુંઘણું, ઠીકઠીક; તદ્દન. *a ~ penny*, વિપુલ ધન.

prevail' (પ્રિવેલ), અ૦ ક્રિ૦ કોઈની ઉપર જીત-પ્રભુત્વ-કાબૂ-મેળવવો; ફાવવું, પોતાનો હેતુ પાર પાડવો; વર્ચસ્વ ધરાવવું, -નું વર્ચસ્વ હોવું; પ્રચલિત હોવું. *~ upon*, કોઈની પાસે જોઈતી વાત કરાવવી, -ને (કશું કરવા) મનાવવું. **prevail'ing,** વિ૦ પ્રચલિત, તદ્દન સામાન્ય. **prev'alent** (પ્રે'વલન્ટ), વિ૦ ચાલુ, પ્રચલિત, રૂઢ, સામાન્યપણે મળી આવતું. **prev'alence** (-લન્સ), ના૦ પ્રચાર, ફેલાવો; જોર, પ્રાબલ્ય.

preva'ricate (પ્રિવૅરિકેટ), અ૦ ક્રિ૦ જવાબ દેવામાં આડા ફાટવું, ગલ્લાંતલ્લાં કરવાં, ઉડાઉ જવાબ આપવો; દ્વિઅર્થી નિવેદન કરવું. **prevarica'tion,** ના૦ ઉડાઉ જવાબ (આપવા તે), ગલ્લાંતલ્લાં; વાક્છળ.

prevent' (પ્રિવે'ન્ટ), સ૦ ક્રિ૦ (થતું) અટકાવવું; (કરતાં) રોકવું, પ્રતિબંધ કરવો. **preven'tion,** ના૦ અટકાવવું તે, નિરોધ. **preven'tive,** વિ૦ અને ના૦ અટકાવનારું-પ્રતિબંધક-(દવા, ઇ.). *~measures*, પ્રતિબંધક-તકેદારીનાં-પગલાં. *~ medicine*, રોગપ્રતિબંધક દવા-વૈદકશાસ્ત્ર.

prev'ious (પ્રીવિઅસ), વિ૦ પહેલાંનું, આગળનું, પૂર્વેનું, -ની પહેલાંનું; ઉતાવળિયું, કવેળાનું. ક્રિ૦ વિ૦ *~ to*, -ની પહેલાં.

previ'sion (પ્રિવિઝન), ના૦ આગળથી જાણવું તે; દૂરદૃષ્ટિ, અગમચેતી.

prey (પ્રે) ના૦ હિંસ્ર પશુનું ભક્ષ્ય પ્રાણી, શિકાર, પારધ, ભક્ષ્ય; ભોગ, બલિ. અ૦ ક્રિ૦ (*(up) on* સાથે) શિકાર કરવો, ખાઈ જવું; લૂંટફાટ કરવી; (રોગ, લાગણી, ઇ. અંગે) તાવી નાંખવું, ક્ષીણ કરવું. *beast of ~*, શિકારી-હિંસ્ર-પ્રાણી. *~ on* one's *mind*, મનને કોરી ખાવું.

price (પ્રાઇસ), ના૦ કિંમત, મૂલ્ય; કોઈ વસ્તુ મેળવવા માટે કરેલો ત્યાગ, કુરબાની, ઇ. સ૦ ક્રિ૦ -ની કિંમત કહેવી-બતાવવી; કિંમત-પૂછવી-મૂકવી-આંકવી. *set a~on the head of*, -ને પકડી લાવવા કે ઠાર કરવા માટે બાક્ષિસ જાહેર કરવી. **price'less,** વિ૦ મહામૂલું, અમૂલ્ય; બહુ મજાનું; બેહદ મૂર્ખામીભર્યું.

prick (પ્રિક), ઉ૦ ક્રિ૦ -માં નાનું કાણું પાડવું, વીંધવું; આર ભોંકવી, એડી મારવી; ગોદા મારવા; ખૂંચવું, સાલવું; ના૦ ભોંકવું તે; ભોંકવાથી પડેલું કાણું; એડીની આર, ગોદો. *~ up* one's *ears*, કાન ઊભા-સરવા-કરવા-માંડવા, ધ્યાન આપવું.

pric'kle (પ્રિકલ), ના૦ કાંટો, કંટક. ઉ૦ ક્રિ૦ ધીમે રહીને ભોંકવું-ભોંકાવું. **prick'ly** વિ૦ કાંટાકાંટાવાળું, કાંટાળું, ખૂંચનારું. *~ heat*, અળાઈ. *~ pear*, ફાફડિયો થોર; તેનું ફળ.

pride (પ્રાઇડ), ના૦ સ્વાભિમાન; સદભિમાન; અહંકાર, અભિમાન, ગર્વ; ગર્વ(યુક્ત આનંદ); ગર્વ લેવા જેવી વસ્તુ-વ્યક્તિ. *take a ~ in*, -નો ગર્વ લેવો. *~ of place*, આદરપાત્ર-શ્રેષ્ઠ-સ્થાન. સ૦ ક્રિ૦ *~ oneself on*, કશાકનું અભિમાન રાખવું-લેવું, મોટાઈ માનવી.

prie-dieu (પ્રીડચર), ના૦ પ્રાર્થના વખતે ઘૂંટણ ટેકવવા માટે આધાર અને ચોપડી મૂકીને વાંચવા માટે પાટિયાવાળું ટેબલ-મેજ.

priest (પ્રીસ્ટ), ના૦ ધર્મોપાધ્યાય, પાદરી, ગોર, પુરોહિત. **priest'craft,** ના૦ વધુ સત્તા (વિ. ક. રાજકીય) મેળવવા માટે પાદરીઓનાં કાવતરાં. **priest'ess** (પ્રીસ્ટિસ), ના૦ સ્ત્રી પુરોહિત, ભક્તાણી, પૂજારણ. **priest'hood** (પ્રીસ્ટ્હુડ), ના૦ ગોરપદું; ધર્માધિકારીઓ(નો વર્ગ).

prig (પ્રિગ), ના૦ ચોખલિયો, વરણાગિયો; પોતાની ભલાઈ કે જ્ઞાનનું પ્રદર્શન કરનાર. **prigg'ish,** વિ૦ ગર્વિષ્ઠ, બડાઈખોર; ચોખલિયું.

prim (પ્રિમ), વિ૦ ઔપચારિક, ચાપલાસિયું;

નખરાંખોર; અક્કડ.
prim'acy (પ્રાઇમસિ), ના૦ મુખ્ય ધર્માધ્યક્ષ (પ્રાઇમિટ–આર્ચબિશપ)નું પદ–જગ્યા; શ્રેષ્ઠતા, સર્વોપરિતા. [નાટિકાની મુખ્ય ગાયિકા.
pri'ma donn'a (પ્રીમા ડૉના), ના૦ સંગીત
pri'ma fa'cie (પ્રાઇમ ફેશી), ક્રિ૦ વિ૦ પ્રથમ દૃષ્ટિએ – દર્શને. [આદિકાળનું; મુખ્ય.
prim'al (પ્રાઇમલ), વિ૦ જૂનામાં જૂનું,
pri'mary (પ્રાઇમરિ), વિ૦ મૂળ, અસલ; પ્રાથમિક; મૂળભૂત, પ્રથમ; મુખ્ય. ~*colours*, મૂળ ત્રણ રંગ – લાલ, પીળો ને વાદળી.
prim'ate (પ્રાઇમિટ), ના૦ કોઈ પ્રાન્ત કે દેશનો મુખ્ય ધર્માધિકારી – બિશપ, 'આર્ચ-બિશપ'; [પ્રાણી.] (બ૦ વ૦ primat'es પ્રાઇમેટીઝ઼). સૌથી ઊંચી કોટિનાં સસ્તન પ્રાણીઓ (જેમાં વાંદરા તેમ જ માણસોનો સમાવેશ થાય છે) માંનું એક
prime (પ્રાઇમ), વિ૦ મુખ્ય, સૌથી મહત્ત્વનું –મોટું; શ્રેષ્ઠ કોટિનું; પ્રથમ દરજ્જાનું; મૂળ-ભૂત, અસલ, મૂળ; (સંખ્યા) અવિભાજ્ય. *P~ Minister*, રાજ્યનો વડો પ્રધાન. ~ *number*, અવિભાજ્ય સંખ્યા. ના૦ આરંભ, પ્રથમાવસ્થા; ભરજુવાની, પુરબહાર; સંપૂર્ણ કળા. સ૦ ક્રિ૦ બંદૂકમાં દારૂ ભરવો; આગળથી તૈયાર કરવું; માહિતી, ઇ.થી સજ્જ કરવું; પંપ, ઇ.માં પાણી – પ્રવાહી – ભરીને તે ચાલુ કરવો; લાકડું, ઇ. રંગવા માટે પહેલાં તેલનો હાથ દેવો.
prim'er (પ્રાઇમર, પ્રિ–), ના૦ બાળપોથી; પ્રાથમિક પરિચયનું પુસ્તક. *great, long*, ~, બીબાં (ટાઇપ)ની બે જાત.
primev'al, -aev'al (પ્રાઇમીવલ), વિ૦ દુનિયાના આરંભ કાળનું; પ્રાચીન.
prim'itive (પ્રિમિટિવ), વિ૦ પ્રાથમિક સ્વરૂપનું, સાદું; સાદી – જૂની – ઢબનું.
primogen'iture (પ્રાઇમજે'નિચર, –મો–) ના૦ પ્રથમ અપત્ય હોવું તે; જ્યેષ્ઠ અપત્યને વારસો મળવાની પદ્ધતિ – સિદ્ધાન્ત – કાયદો.
primord'ial (પ્રાઇમૉર્ડિઅલ), વિ૦ આદિ કાળનું, આદિકાળથી હોનારું; તદ્દન શરૂઆતનું.
prim'rose (પ્રિમ્રોઝ઼), ના૦ એક જંગલી પીળું ફૂલ; તેનો છોડ. [ફૂલઝાડોની જાત – વર્ગ.
prim'ula (પ્રિમ્યુલા), ના૦ પ્રિમરોઝ઼, ઇ.
prim'us (પ્રાઇમસ), ના૦ સ્ટવની એક જાત.
prince (પ્રિન્સ), ના૦ રાજકુંવર, રાજપુત્ર; રાજા. **prince'ly**, વિ૦ રાજાનું, રાજાને શોભે એવું; વૈભવશાલી. **prin'cess** (પ્રિન્સે'સ), ના૦ રાજા કે રાણીની પુત્રી, રાજકન્યા; રાજા કે રાજપુત્રની પત્ની – રાણી.
prin'cipal (પ્રિન્સિપલ), વિ૦ મુખ્ય, સૌથી મહત્ત્વનું. ના૦ શાળા, કૉલેજ, ઇ.નો ઉપરી, આચાર્ય; મુદ્દલ (રકમ), (પ્રતિનિધિનો) શેઠ, ધણી. **prin'cipally**, ક્રિ૦ વિ૦ મુખ્યત્વે.
principal'ity (પ્રિન્સિપૅલિટિ), ના૦ રાજાની હકૂમત (નીચેનું રાજ્ય – પ્રદેશ).
prin'ciple (પ્રિન્સિપલ), ના૦ સર્વસામાન્ય સિદ્ધાન્ત; મૂળ તત્ત્વ, મૂળભૂત સત્ય; નિયમ, સિદ્ધાન્ત, વર્તનનું ધોરણ. *on* ~, સિદ્ધાન્ત તરીકે. **prin'cipled**, વિ૦ ઊંચા સિદ્ધાંતો-વાળું, તત્ત્વનિષ્ઠ. [ગોઠવવું, ટાપટીપ કરવી.
prink (પ્રિંક), સ૦ ક્રિ૦ વ્યવસ્થિત કરવું,
print (પ્રિન્ટ), ના૦ છાપ; બીબાની કે ચિત્રની છાપ; અક્ષરોનાં બીબાં; છાપેલો મજકૂર; છાપેલું ચિત્ર; ફોટો; છાપેલા જેવા અક્ષર; છાપકામવાળું કાપડ. સ૦ ક્રિ૦ દાબીને છાપ મારવી; (બીબાં વડે) છાપવું; કાપડ ઉપર છાપ પાડવી – છાપવું; પુસ્તક, ચિત્ર, ઇ.ની નકલો છાપવી; ફોટાની 'નિગેટિવ' પરથી છબી છાપવી. *large* ~, મોટા છાપેલા અક્ષર.
print'er (પ્રિન્ટર), ના૦ છાપનાર, મુદ્રક; મુદ્રણાલયનો માલિક; છીપો. **printing-press**, ના૦ છાપવાનું યંત્ર; છાપખાનું, મુદ્રણાલય.
pri'or (પ્રાયર), વિ૦ પહેલું, આગલું; પહેલાંનું, આગળ થઈ ગયેલું. ક્રિ૦વિ૦ ~ *to*, -ની પહેલાં.
prio'rity (પ્રાયૉરિટિ, –ય–), ના૦ આદ્યતા, પૂર્વતા, અગ્રતા; અગ્ર માન, અગ્ર હક; બીજાઓની પહેલાં વિચાર થવો જોઈએ એવી વાત; શ્રેષ્ઠતા. વધારે ઊંચું પદ.
pri'or, ના૦ મઠાધ્યક્ષ, ઍબટથી ઊતરતા દર-જ્જાનો અધિકારી. **pri'oress** (પ્રાયરિસ), ના૦ સ્ત્રીઓના મઠની મહંતણ. **pri'ory** (પ્રાયરિ), ના૦ 'ઍબી'થી ઊતરતી પાયરીનો મઠ.
prism. (પ્રિઝ઼મ), ના૦ જેની બાજુઓ સમાં-તરભુજ ચતુષ્કોણ હોય અને બે પાયા કે છેડા

સરખા બરોબર અને સમાંતર ચતુષ્કોણ હોય એવો ઘન, સમપાદ ઘન; ત્રિપાર્શ્વ કાચ; પ્રકાશનું વક્રીભવન કરનારો આ આકારનો પારદર્શક પદાર્થ; ત્રિપાર્શ્વ કાચ વડે પ્રકાશનું પૃથક્કરણ થતાં પેદા થતા રંગના પટા. **prismat'ic** (પ્રિઝ્‌મૅટિક), વિ૰ સમપાદ ઘનના જેવું; (રંગ) ચળકતું ને બધી છટાઓવાળું.

pris'on (પ્રિઝ્‌ન), ના૰ તુરંગ, કેદખાનું, કારાગૃહ. સ૰ ક્રિ૰ કેદમાં પૂરવું. **pris'oner** (પ્રિઝ્‌નર),ના૰ કેદી, બંદીવાન, યુદ્ધ કેદી; આરોપી; *take, make,* ~ કેદમાં નાખવું-પૂરવું.

prist'ine (પ્રિસ્ટાઇન, પ્રિસ્ટિન), વિ૰ મૂળ, અસલનું, પ્રાચીન; આધુનિક વિચાર ઇ.થી નહિ બગડેલું-નહિ બદલાયેલું.

prith'ee (પ્રિધિ), ઉદ્‌ગાર૰મહેરબાની કરીને.

priv'acy (પ્રાઇવસિ), ના૰ એકાંત; ગુપ્તતા.

priv'ate (પ્રાઇવટ,-વિ-,) વિ૰ અંગત, ખાનગી; ગુપ્ત, છાનું; એકાંત (વાળું). ~ *person,* જાહેર સ્થાન કે પદ વિનાનું માણસ. ~ *school,* ખાનગી માલિકીની શાળા. ના૰ વિશિષ્ટ પદ વિનાનો સૈનિક, સામાન્ય લશ્કરી સિપાઈ. *in* ~, ખાનગી રીતે, ખાનગીમાં.

privateer' (પ્રાઇવટિઅર) નાં૰ શત્રુનાં વહાણો પર હલ્લો કરવાની સરકારી પરવાનગીવાળું ખાનગી માલિકીનું શસ્ત્રસજ્જ વહાણ.

priva'tion (પ્રાઇવેશન), ના૰ ખોરાક ને સુખસગવડનો અભાવ-અછત, ખાવાપીવાનાં સાંસા; હાલાકી, મુશ્કેલી.

priv'et (પ્રિવિટ), ના૰ નાનાં સફેદ ફળવાળું એક ઝાંખરું (વાડ માટે વપરાય છે).

priv'ilege (પ્રિવિલિજ), ના૰ વ્યક્તિ, વર્ગ કે હોદ્દા અંગેનો ખાસ હક, લાભ કે છૂટ, વિશેષાધિકાર. સ૰ ક્રિ૰ વિશેષ અધિકાર આપવો-આપવા. **priv'ileged,** વિ૰ વિશેષ હક ભોગવનાર; માફી મળેલું.

priv'y (પ્રિવિ), ૧વ૰ છૂપું, ગુપ્ત, ખાનગી, અંગત; અંદરખાનેથી જાણકાર-વાકેફ (~ *to*). ના૰ સંડાસ, જાજરૂ. *P* ~ *Council,* સમ્રાટ-રાજા-ના ખાનગી-અંગત-સલાહકારો; ઇંગ્લંડની ઊંચામાં ઊંચી અદાલત. ~ *purse,* રાજાના ખાનગી ખર્ચ માટે રાજ્યની આવકમાંથી અપાતી રકમ, નિમણૂક, ખાનગી.

prize (પ્રાઇઝ઼), ના૰ બક્ષિસ, ઇનામ, પારિતોષિક; પ્રયત્નપૂર્વક મેળવવાની-મેળવેલી-વસ્તુ, પોતાની પાસેનો અમૂલ્ય પદાર્થ; યુદ્ધમાં પકડેલું શત્રુનું વહાણ કે માલ. વિ૰ જેણે ઇનામ મેળવ્યું છે એવું; ઇનામમાં અપાયેલું; મહામૂલું, કીમતી. સ૰ ક્રિ૰ મહામૂલું ગણવું.

prize, prise (પ્રાઇઝ઼), સ૰ક્રિ૰ (પેટી ઢાંકણ, ઇ.) સળિયા, ઇ. વડે ઉઘાડી દેવું; બળ વાપરીને ખોલી નાખવું.

pro (પ્રો), ના૰ professionalનું સં. રૂપ.

pro and con, ક્રિ૰ વિ૰ અનુકૂળ અને પ્રતિકૂળ, તરફેણમાં અને વિરુદ્ધ. **pros and cons** (પ્રોઝ઼ ઍન્ડ કૉન્ઝ઼), ના૰ બ૰ વ૰ તરફેણમાં અને વિરુદ્ધ કારણો; લાભાલાભ, ગુણાવગુણ, ભેદ.

probabil'ity (પ્રૉબબિલિટિ), ના૰ શક્યતા, સંભવ; સંભવિત વાત. *in all* ~, પૂરો સંભવ છે કે. **prob'able** (પ્રૉબબલ), વિ૰ બનવા જોગ, સંભાવ્ય, ખરું પડે એવું, લગભગ નિશ્ચિત. **prob'ably,** ક્રિ૰ વિ૰ ઘણું કરીને.

prob'ate(પ્રોબિટ,-બે-), ના૰ વસિયતનામાના ખરાપણા વિષે દાખલો-પ્રમાણપત્ર;ખરાપણાના દાખલા સાથેની વસિયતનામાની નકલ.

proba'tion (પ્રબેશન), ના૰ માણસના ચારિત્ર્ય કે વર્તણૂકની અજમાયેશ, પરીક્ષા; ઉમેદવારીની મુદત; નાની ઉંમરના ગુનેગારોને છોડી દઈને દેખરેખ નીચે રાખવાની પદ્ધતિ (~ *system*). *on*~, અજમાયેશ દાખલ, ઉમેદવાર તરીકે. **proba'tionary** (-શનરિ),વિ૰ અજમાયેશ માટેનું. **probationer,** ના૰ અજમાયેશ પર રાખેલો માણસ.

probe (પ્રોબ), ના૰ જખમ, ઇ.ની તપાસ કરવા માટેની બૂઠી અણીવાળી ચાંદી, ઇ.ની સળી, ક્ષતશોધની. સ૰ ક્રિ૰ સળી ઘાલીને તપાસવું, બારીકાઈથી તપાસવું. [પ્રામાણિકપણું.

prob'ity (પ્રૉબિટિ, પ્રો-), ના૰ નેકી,

prob'lem (પ્રૉબ્લિમ, -બ્લમ), ના૰ મુશ્કેલ સવાલ; કૂટપ્રશ્ન. **problemat'ic(al)** (-મૅટિક (લ)), વિ૰ શકભરેલું, સંદિગ્ધ; અનિશ્ચિત.

probos'cis (પ્રબૉસિસ), ના૰ હાથીની

સૂંઢ; હ્વડાની સૂંઢ – લાંબી નાસિકા. [વિનોદ] માણસનું લાંબું નાક.

proced'ure (પ્રસીડ્યર, પ્રોસીજર), ના૰ આગળ જવું – વધવું – તે; કામ કરવાની રીત – પદ્ધતિ, વિધિક્રમ, પ્રક્રિયા, કાર્યપ્રણાલી (વિ. ક. રાજકીય કે કાયદાના કામમાં).

proceed' (પ્રસીડ), અ૰ ક્રિ૰ આગળ વધવું – જવું – આવવું; (કામ, વાત, ઇ.) ચાલુ રાખવું, આગળ ચલાવવું; (કશુંક કરવા) આગળ વધવું; ચાલુ હોવું; અમુક વિધિમાંથી પસાર થવું. વિધિ કરવી. ~ *against*, -ની સામે ફરિયાદ કરવી. **proceed'ing**, ના૰ વર્તણૂક, વ્યવહાર; (બ૰ વ૰) સભા વગેરેમાં ચાલેલું કામ, એ કામનો હેવાલ; (બ૰ વ૰) કાયદેસર પગલાં (*legal ~s*).

pro'ceeds (પ્રોસીડ્ઝ઼), ના૰બ૰વ૰ નફો, વેચાણથી – ધંધામાંથી – થયેલી ઊપજ, ઉત્પન્ન.

pro'cess (પ્રોસે'સ, પ્રૉ–), ના૰ કરવાની રીત, પ્રક્રિયા, કાર્યક્રમ; પ્રગતિ; [કા.] અદાલતમાં ચાલેલું આખું કામ, મુકદ્દમો; સમન્સ, તાકીદપત્ર; વનસ્પતિ કે પ્રાણીના શરીરમાંથી વધેલો – બહાર પડેલો – ભાગ, પ્રવર્ધ. *in ~of*, -ની ક્રિયા કરતું. *in ~ of time*, વખત જતાં, વખત જશે તેમ.

process' (પ્રસે'સ), સ૰ ક્રિ૰ -ની ઉપર કોઈ ક્રિયા કે સંસ્કાર કરવો. [સવારી, વરઘોડો.

proce'ssion (પ્રસે'શન), ના૰ સરઘસ,

proclaim' (પ્રક્લેમ), સ૰ ક્રિ૰ જાહેર કરવું, દાંડી પીટીને જણાવવું, ખુલ્લે ખુલ્લું કહેવું. **proclama'tion** (પ્રૉકલમેશન), ના૰ જાહેરનામું, ઢંઢેરો, ઘોષણા; જાહેર કરવું તે. [વલણ – ઝોક.

procliv'ity (પ્રક્લિવિટિ) ના૰ કુદરતી

procon'sul (પ્રોકૉન્સલ), ના૰ પ્રાચીન રોમનો પ્રાન્તનો સૂબો; વસાહતનો ગવર્નર – સૂબો; પોતાના દેશના વેપાર અને લોકોના હિતનું રક્ષણ કરવા માટે પરદેશમાં નીમેલો નાયબ એલચી.

procras'tinate (પ્રક્રૅસ્ટિનેટ, પ્રો–), અ૰ ક્રિ૰ ઢીલમાં નાખવું, ઢીલ કર્યા કરવી. **procrastina'tion**, ના૰ ઢીલ, લાસરિયાપણું.

proc'reate (પ્રૉક્રિએટ), અ૰ ક્રિ૰ પ્રજોત્પાદન કરવું.

Procrus'tean (પ્રક્રસ્ટિઅન, પ્રો–), વિ૰ એકવાક્યતા કે સમાનતા સ્થાપવા માટે જબરદસ્તી કરનારું.

proc'tor (પ્રૉક્ટર), ના૰ યુનિવર્સિટીના વિદ્યાર્થીઓમાં શિસ્ત જાળવવા નીમેલો માણસ – અધિકારી, *King's P~*, મૃત્યુપત્રોનાં પ્રમાણપત્રો અને લગ્નવિચ્છેદના ખટલાઓમાં વચ્ચે પડવાનો અધિકાર ધરાવનાર અધિકારી.

proc'urator (પ્રૉક્યુરેટર), ના૰ કોઈનો પ્રતિનિધિ, પ્રૉક્સી, મુખત્યાર.

procure'(પ્રક્યુઅર),સ૰ક્રિ૰મેળવવું,સંપાદન કરવું; મેળવી આપવું; ભડવાઈ કરવી; કરાવવું. **procuration** (પ્રૉક્યુરેશન), ના૰ મેળવવું-મેળવી આપવું – કામ કરાવવું – તે; મુખત્યારે કરવાનું કામ. **procur'er**, ના૰(સ્ત્રી૰procuress).મેળવી આપનાર, ઇ.; ભડવો, કૂટણો.

prod (પ્રૉડ), સ૰ ક્રિ૰ (વિ. ક. ઉતાવળથી ચાલવા માટે) લાકડીવતી ઘોંચવું, ગોદાટવું, ગોદો મારવો. ના૰ ગોદો; અણીવાળું ઓજાર, પરોણો.

prod'igal (પ્રૉડિગલ), વિ૰ અને ના૰ ઉડાઉ, પૈસા ઉડાવનાર. ~ *son*, પશ્ચાત્તાપ પામેલો – રખડીને પાછો આવેલો – (પાપી). **prodigal'ity** (–ગૅલિટિ), ના૰ઉડાઉપણું.

prodi'gious(પ્રડિજસ),વિ૰અદ્ભુત;પ્રચંડ. **prod'igy**(પ્રૉડિજિ),ના૰અસામાન્ય-આશ્ચર્યકારક–વસ્તુ; અદ્ભુત – આશ્ચર્યકારક – બુદ્ધિ કે ગુણોવાળો માણસ (વિ. ક. નાનું છોકરું).

produce'(પ્રડ્યૂસ), સ૰ ક્રિ૰ (તપાસ માટે) હાજર – રજૂ – કરવું, દેખાડવું; જાહેરમાં રજૂ કરવું; તૈયાર કરવું, બનાવવું; થાય તેમ કરવું, -નું કારણ બનવું; જન્મ આપવો, પેદા કરવું; (લીટી, ઇ.) લંબાવવું, વધારવું. **prod'uce** (પ્રૉડ્યૂસ), ના૰ ઉત્પન્ન, પેદાશ; પાક, નીપજ; બનેલો માલ. **produ'cer**(પ્રડ્યૂસર), ના૰ વિ. ક. માલ બનાવનાર, ઉત્પાદક; નાટક ઇ. ભજવવા માટે તૈયાર કરનાર.

prod'uct (પ્રૉડક્ટ), ના૰ ઊપજ, પેદાશ; બનાવેલો માલ; [ગ.] ગુણાકાર (કરવાથી મળતી સંખ્યા). **produc'tion** (પ્રડક્શન), ના૰ બનાવવું તે, ઉત્પાદન;ઉત્પન્ન કરેલી – બના-

વેલી–વસ્તુઓ, ઉત્પાદન; કલાકૃતિ, ભજવેલું નાટક, ઇ. **produc'tive** (પ્રડક્ટિવ), વિ૰ (જમીન) ફળદ્રુપ, માતબર; ઉત્પાદક. **productiv'ity** (–વિટિ, પ્રો–), ના૰ ઉત્પાદકતા, ફળદ્રુપતા. [કરવું તે.

profana'tion (પ્રૉફનેશન), ના૰ ભ્રષ્ટ

profane' (પ્રફેન), વિ૰ અપવિત્ર, અધાર્મિક; દુન્યવી, ઐહિક; ઈશ્વરની નિંદાવાળું, નાસ્તિક. ~ *language*, ગાળ, નિંદા. સ૰ ક્રિ૰ અનાદર કરવો, નિંદા કરવી; પવિત્ર વસ્તુનો ગેરઉપયોગ કરવો, ભ્રષ્ટ કરવું. **profan'ity** (પ્રફૅનિટિ), ના૰ દેવ કે ધર્મની નિંદા, ઇ.

profess' (પ્રફે'સ), સ૰ ક્રિ૰ (શ્રદ્ધા, લાગણી, ઇ.) ખુલ્લે ખુલ્લું કહેવું, જાહેર કરવું; અમુક હોવાનો દાવો કરવો; ઢોંગ કરવો; -નો ધંધો કરવો; અધ્યાપકનું કામ કરવું. **profess'edly** (પ્રફે'સિડલિ), ક્રિ૰ વિ૰ કોઈના પોતાના કહેવા પ્રમાણે, ખુલ્લી રીતે કબૂલ કરીને.

profe'ssion (પ્રફે'શન), ના૰ (પોતાના ધર્મ, ઇ. ની) જાહેર કબૂલાત, જાહેરાત; ડૉક્ટર, વકીલ, ઇ. નો વિશેષ કેળવણીની જરૂરિયાતવાળો ધંધો; એવા ધંધાના માણસો. **profe'ssional** (પ્રફે'શનલ), વિ૰ (ઉચ્ચ ગણાતા) ધંધાનું –સંબંધી; પૈસા મેળવવા કે ગુજરાન ચલાવવા માટે ધંધો કરનારું; એવા ધંધાનું–અંગેનું. ~ *misconduct*, વ્યવસાયને ન શોભે એવું વર્તન. ના૰ ધંધાદારી; પૈસા લઈને (ક્રિકેટ, ઇ.) રમતો રમનાર કે શીખવનાર.

profess'or (પ્રફેસર), ના૰ મહાવિદ્યાલયમાં કે વિદ્યાપીઠમાં ભણાવનાર, અધ્યાપક. **professor'ial** (પ્રૉફિસૉરિઅલ), વિ૰ અધ્યાપકનું–ના ધંધા અંગેનું.

proff'er (પ્રૉફર), સ૰ક્રિ૰ અને ના૰ પોતાની મેળે આપવું–આપવાનું કહેવું–(કહેલી વસ્તુ).

profi'cient (પ્રફિશન્ટ), વિ૰ અને ના૰ જાણકાર, તજ્જ્ઞ, નિષ્ણાત. **profi'ciency** (પ્રફિશન્સિ), ના૰ નિપુણતા, પ્રાવીણ્ય, આવડત.

prof'ile (પ્રોફાઇલ, પ્રોફીલ), ના૰ બાજુ પરથી દેખાતી (વિ. ક. માણસના ચહેરાની) રેખાકૃતિ–આકૃતિ–છબી; એકપાર્શ્વ ચિત્ર.

profit (પ્રૉફિટ), ના૰ લાભ, ફાયદો; નફો, કમાઈ. ઉ૰ ક્રિ૰ -થી લાભ થવો; -ને ફાયદો કરવો; ફાયદો–કમાણી–કરવી; -નો ઉપયોગ–મદદ–થવી. **prof'itable** (–ટબલ), વિ૰ નફો–લાભ–થાય એવું, લાભકારક. **profiteer'** (–ટિઅર), ના૰ અછતનો લાભ લઈ પૈસો મેળવનાર–વધુ પડતો નફો ખાનાર, નફાખોર. અ૰ ક્રિ૰ રાજ્યની કે લોકોની જરૂરિયાતોનો લાભ લઈ બેસુમાર નફો કરવો.

prof'ligate (પ્રૉફ્લિગિટ), વિ૰ સ્વૈરાચારી, દુરાચારી, બદફેલ; અતિઉડાઉ. ના૰ એવો માણસ. **prof'ligacy**, ના૰ સ્વૈરાચાર, બદફેલી; અતિઉડાઉપણું.

profound' (પ્રફાઉન્ડ), વિ૰ ઊંડું, અગાધ; તલસ્પર્શી જ્ઞાન ધરાવનારું; ગૂઢ, ગહન. **profun'dity** (પ્રફન્ડિટિ), ના૰ ઊંડાણ, ગહનતા; ઊંડું–ગાઢ–જ્ઞાન.

profuse' (પ્રફ્યૂસ), વિ૰ અતિશય, વિપુલ, પુષ્કળ; છૂટથી આપનાર–વાપરનાર–પેદા કરનાર; ઉડાઉ. **profu'sion** (પ્રફ્યૂઝ઼ન), ના૰ વિપુલતા, રેલમછેલ, ભરચકપણું.

progen'itor (પ્રજે'નિટર, પ્રોજે'–), ના૰ પૂર્વજ, વડવો; પૂર્વાચાર્ય, પૂર્વસૂરિ; મૂળ નમૂનો.

pro'geny (પ્રૉજિનિ), સંતતિ; વંશજો.

prognos'is (પ્રૉગનૉસિસ, પ્ર–), ના૰ (બ૰ વ૰ -oses). રોગ કેવું વલણ લેશે તેનું પૂર્વજ્ઞાન, રોગનું નિદાન–ચિકિત્સા. **prognos'tic** (પ્રૉગ્નૉસ્ટિક, પ્ર–), ના૰ ભાવિનું પૂર્વચિહ્ન, શકુન; ભાવિનો વરતારો. વિ૰ ભાવિનું સૂચન કરનારું. **prognos'ticate** (પ્રૉગ્નૉસ્ટિકેટ), સ૰ ક્રિ૰ આગળથી ભવિષ્ય કહેવું; સૂચન કરવું. **prognostica'tion**, ના૰ ભાવિનું સૂચન–કથન, વરતારો. [પ્રોગ્રામ.

prog'ram(me) (પ્રોગ્રૅમ), ના૰ કાર્યક્રમ,

prog'ress (પ્રોગ્રિસ, –ગ્રે'–), ના૰ આગળ વધવું તે, પ્રગતિ; સુધારો; વૃદ્ધિ, વિકાસ. **progress'** (પ્રગ્રેસ), અ૰ ક્રિ૰ આગળ વધવું, પ્રગતિ કરવી. **progre'ssion** (-શન), ના૰ આગળ ચાલવું તે, પ્રગતિ; [ગ.] શ્રેઢી, શ્રેણી. **progress'ive** (–સિવ), વિ૰ આગળ જનાર–વધનાર; વર્ધમાન, વધનારું; પ્રગતિશીલ, સુધારાનું પુરસ્કર્તા.

prohib'it (પ્રહિબિટ), સ૰ક્રિ૰ મના–બંધી–

કરવી; રોકવું. **prohibi'tion** (પ્રોઇબિશન), ના૦ મનાઈ(હુકમ); દારૂબંધી – નિષેધ. **prohi-b'itive** (પ્રહિબિટિવ), વિ૦ મનાઈનું, પ્રતિબંધક; (કિંમત, ઇ૦) ખરીદી ન શકાય એટલી ભારે, ન પોસાય એવું. **prohib'itory**, વિ૦ પ્રતિબંધક, નિષેધક, મનાઈ કરનારું.

project (પ્રજે'કટ,) ઉ૦ ક્રિ૦ યોજવું, યોજના કરવી; (અવકાશમાં) ફેંકવું–મોકલવું; (પડછાયો, ઇ૦) આગળ પાડવું, નાખવું; ભીંત કે પડદા પર આકૃતિ – ચિત્ર – પાડવું; બહાર નીકળવું, આગળ પડવું. **proj'ect** (પ્રૉજે'કટ), ના૦ યોજના. **projec'tile** (પ્રજે'ક્ટિલ,–ટાઇલ), ના૦ ફેંકીને મારવાનું હથિયાર, અસ્ત્ર. વિ૦ ફેંકી શકે – શકાય – એવું. **projec'tion** (પ્રજે'ક્શન), ના૦ બહાર નીકળી આવેલો ભાગ; સપાટી પર દોરેલો પૃથ્વી, ઇ.નો નકશો; [સિનેમા] પડદા પર ચિત્રો પાડવાં તે. **projec'tor** (પ્રજે'ક્ટર), ના૦ યોજના ઘડનાર; મૂર્ખામીભરી અથવા બીજાને છેતરવા માટે યોજનાઓ ઘડનારો; પડદા પર ફિલ્મનાં ચિત્રો પાડવાનું

prolegom'ena (પ્રોલિગામિના, પ્રોલે–), ના૦ બ૦ વ૦ પ્રસ્તાવના, ઉપોદ્ઘાત; લેખ કે ભાષણનો પ્રાસ્તાવિક ભાગ.

proletar'ian (પ્રોલિટેરિઅન), વિ૦ અને ના૦ તદ્દન નીચેના – સામાન્ય વર્ગના – સાધનહીન – લોકોનું (માણસ). **proletar'iat(e)** (પ્રોલિટેરિઅટ), ના૦ તદ્દન નીચલો વર્ગ, આમજનતા; કામગારો, મજૂરવર્ગ.

prolif'ic (પ્રલિફિક), વિ૦ ઘણાં બચ્ચાંને જન્મ આપનાર; ખૂબ ઉત્પાદક – ફળપ્રદ; વિપુલતાવાળું.

prol'ix (પ્રોલિક્સ, પ્ર–), વિ૦ અતિ લંબાણવાળું, શબ્દપ્રચુર, કંટાળાભરેલું. **prolix'ity**, ના૦ અતિવિસ્તાર, લંબાણ.

prol'ogue (પ્રોલૉગ), ના૦ નાટકની શરૂઆતમાં ગવાતું ગીત, નાંદી, પ્રાસ્તાવિક ભાષણ.

prolong' (પ્રલૉંગ), સ૦ ક્રિ૦ લાંબું કરવું, લંબાવવું; લાંબો વખત ચાલે તેમ કરવું. **pro-long'ed**, વિ૦ લાંબું, લાંબો વખત ચાલનારું. **prolonga'tion** (પ્રોલંગેશન) ના૦ લાંબું કરવું તે; ઢીલમાં નાંખવું – પડવું – તે.

promenade' (પ્રૉમિનાડ, –નડ), ના૦ આમ તેમ આંટા મારવાની જગ્યા; પથ્થર જડેલી જાહેર પગથી. અ૦ ક્રિ૦ હવા ખાવા સારુ ફરવું – આંટા મારવા; લોકો જુએ તે માટે કોઈને આમતેમ ફેરવવું.

prom'inence (પ્રૉમિનન્સ), ના૦ આગળ પડતું હોવું તે; આગળ પડતો ભાગ; ઊંચી જગ્યા, ટેકરો. **prom'inent**, વિ૦ આગળ પડતું; તરત નજરે પડતું – પડે એવું; જાણીતું, પ્રમુખ.

promis'cuous (પ્રમિસ્ક્યુઅસ), વિ૦ મિશ્ર, સેળભેળ; જુદી જુદી જાતનું; કોઈ જાતના વિવેક કે ભેદ વિનાનું, સંમિશ્ર. **promis-cu'ity** (પ્રૉમિસ્ક્યૂઇટિ), ના૦ ભેળસેળ, વિવેકશૂન્યતા; ફાવે તેની સાથે સંભોગ કરવો તે.

prom'ise (પ્રૉમિસ), ના૦ વચન, પ્રતિજ્ઞા, કોલ; ભાવી સફળતાની આશા, આશાસ્પદતા; કબૂલ કરેલી વસ્તુ. ઉ૦ ક્રિ૦ વચન આપવું; આગળથી કહેવું, ભાવિનું સૂચક હોવું; સારા ભાવિની આશા આપવી; અમુક વાત થવાની – કરવાની – ખાતરી આપવી. **prom'ising** (પ્રૉમિસિંગ), વિ૦ આશાસ્પદ, નામ કાઢે એવું. **prom'issory** (પ્રૉમિસરિ), વિ૦ (લખાણ) જેમાં વચન આપ્યું છે એવું, વચનવાળું. ~ *note*, વાયદા-વચન-ચિઠ્ઠી.

pro'montory (પ્રૉમન્ટરિ), ના૦ ઊંચી ભૂશિર, દરિયામાં આગળ પડતો જમીનનો ઊંચાણવાળો ભાગ, શૈલાન્તરીપ.

promote' (પ્રમોટ), સ૦ ક્રિ૦ ઊંચી જગ્યા કે પદ પર ચડાવવું, બઢતી આપવી; ઉત્તેજન આપવું; શરૂ કરવામાં મદદ કરવી. **promot'er** (પ્રમોટર), ના૦ પુરસ્કર્તા, ઉત્તેજન આપનાર; પેઢી, મંડળી, ઇ. કાઢનાર, પ્રયોજક. **promo'tion** (–શન), ના૦ બઢતી, ઉપરના પદ પર ચડાવવું તે; પ્રોત્સાહન.

prompt (પ્રૉમ્પ્ટ), વિ૦ ઢીલ વિના – તરત – કરેલું – કરનારું; ઝડપી, ઝપાટાવાળું, તત્પર. **prompt'itude** (પ્રૉમ્પ્ટિટ્યૂડ) ના૦ શીઘ્રતા, તત્પરતા, હોંશ.

prompt, સ૦ ક્રિ૦ પ્રેરવું, ઉશ્કેરવું; (કંઈક કાર્ય) કરાવવું; નટ કે વક્તાને મોંમાં બોલ આપવો – ખૂટતા શબ્દો પૂરા પાડવા, યાદ કરાવવું.

prompt'er (પ્રૉમ્પ્ટર), નાo (વિ. ક.) નટને પડદા પાછળથી સૂચના કરનાર–યાદ દેવડાવનાર. **promp'ting,** નાo પ્રેરણા, ઉત્તેજન; યાદ કરાવવું; સૂચન.

prom'ulgate (પ્રૉમલ્ગેટ), સo ક્રિo બહાર પાડવું, પ્રસિદ્ધ કરવું; (કાયદો, ઇ.) અમલમાં આવશે એમ જાહેર કરવું. **promulga'tion** (–ગેશન), નાo પ્રગટીકરણ, જાહેરાત.

prone (પ્રોન), વિo નીચી ડોકવાળું, અધોમુખ, ઊંધું; વલણવાળું, [સમાસમાં] -શીલ, –પ્રવણ, ઇ.

prong (પ્રૉંગ), નાo દાંતો, કાંટો.

pron'oun (પ્રોનાઉન), નાo સર્વનામ. **pronom'inal** (પ્રનૉમિનલ), વિo સર્વનામનું –ના સ્વરૂપનું, સાર્વનામિક.

pronounce' (પ્રનાઉન્સ), ઉo ક્રિo ગંભીરતાથી–નિશ્ચયપૂર્વક–કહેવું–જાહેર કરવું; પોતાનો નિર્ણય–મત–આપવો; ઉચ્ચાર કરવો; બોલવું, કહેવું. **pronoun'ceable,** વિo (ધ્વનિ) ઉચ્ચાર કરી શકાય એવું. **pronounced'** (પ્રનાઉન્સ્ટ), વિo નિશ્ચિત, સ્પષ્ટપણે દેખાતું–જણાતું, સ્પષ્ટ. **pronounce'ment** (–મન્ટ), નાo જાહેરાત; ચુકાદો. **pronuncia'tion** (પ્રનન્સિએશન), નાo શબ્દનો ઉચ્ચાર કરવાની રીત, ઉચ્ચાર.

proof (પ્રૂફ), નાo પુરાવો, પ્રમાણ, સાબિતી; કસોટી, પરીક્ષા; [મુદ્રણ] જોવા સુધારવા માટે કાઢેલી બીબાંની છાપવાળો ખરડો, પ્રૂફ; કાયદાથી નિયત કરેલું દારૂમાં મદ્યાર્કનું પ્રમાણ. વિo અભેદ્ય, દુર્ભેદ્ય. **proof-reader,** નાo બીબાંની છાપનો કાચો ખરડો વાંચીને તેમાં રહેલી ભૂલો સુધારનાર, પ્રૂફરીડર.

prop (પ્રૉપ), નાo આધાર, ટેકો; મદદ કરનાર. સo ક્રિo -ને ટેકો–આધાર–આપવો; ટેકા વડે ઉપર પકડી રાખવું.

propagan'da (પ્રૉપગૅન્ડા), નાo કોઈ મત કે માન્યતાને ફેલાવવાનું સાધન, પ્રચાર (તંત્ર); એવી રીતે ફેલાવેલા મત કે સિદ્ધાન્ત. **propagan'dist** (–ગૅન્ડિસ્ટ), નાo મત કે ધર્મનો પ્રચારક.

prop'agate (–ગેટ), ઉo ક્રિo વંશવૃદ્ધિ કરવી; ઉત્પત્તિ વધાર્ય જવું; વધારવું, ફેલાવવું, પ્રચાર કરવો. **propagation** (–ગેશન), નાo વંશવૃદ્ધિ – વિસ્તાર; ઉત્પત્તિ; પ્રસાર, ફેલાવો.

propel' (પ્રપે'લ), સo ક્રિo ઠેલવું, ધકેલવું, આગળ ચલાવવું. **propell'er** (પ્રપે'લર), નાo આગબોટ કે વિમાન ચલાવનારો પંખો.

propen'sity (પ્રપે'ન્સિટિ), નાo વલણ, ઝોક.

prop'er (પ્રૉપર), વિo પોતીકું, નિજ; લાયક, અનુકૂલ; ઉચિત, યોગ્ય; શિષ્ટ, શોભાસ્પદ; મોટું; ~ *fraction,* એક કરતાં ઓછા મૂલ્યનો – સમ – અપૂર્ણાંક. ~ *noun,* વિશેષ નામ. **prop'erly** (–લિ), ક્રિo વિo યોગ્ય રીતે.

prop'erty (પ્રૉપર્ટિ), નાo માલિકીની વસ્તુ, મિલકત; સ્થાવર મિલકત; ગુણ, ધર્મ; (બoવo) નાટક માટેનો સાજસામાન.

proph'ecy (પ્રૉફિસિ,–ફ–), નાo ભવિષ્યવાણી – કથન; આગાહી; તે કરવાની શક્તિ.

proph'esy (પ્રૉફિસાઇ,–ફ–), ઉo [ક્રિo] ભવિષ્ય કહેવું, ભાવિની આગાહી કરવી; પેગંબર તરીકે બોધ આપવો, ધર્મનું નિરૂપણ કરવું.

proph'et (પ્રૉફિટ), નાo પરમેશ્વરનો પેગામ કહેનાર, પેગંબર; ભવિષ્યની આગાહી કરનાર. **prophet'ic(al)** (પ્રફે'ટિક (લ)), વિo પેગંબરનું – ના જેવું; ભવિષ્યનું સૂચક.

prophylac'tic (પ્રૉફિલૅક્ટિક), વિo રોગને અટકાવનારું, રોગપ્રતિબંધક. નાo એવી દવા કે ઉપાય. **prophylax'is** (–લૅક્સિસ), નાo રોગપ્રતિબંધક ઉપચાર પદ્ધતિ.

propin'quity (પ્રપિનક્વિટિ), નાo નજીકપણું; નિકટનો (વિ. ક. લોહીનો) સંબંધ, સગપણ; સામ્ય.

propi'tiate (પ્રપિશિએટ), સo ક્રિo પ્રસન્ન કરવું, શાંત પાડવું; આરાધના કરવી; કૃપા મેળવવી. **propitia'tion,** નાo રીઝવવું – મનાવવું – તે. **propi'tious** (પ્રપિશસ), વિo અનુકૂળ, સદ્ભાવવાળું, પ્રસન્ન.

propor'tion (પ્રપૉર્શન), નાo ભાગ, હિસ્સો; પ્રમાણ, પરિમાણ; પ્રમાણબદ્ધતા; (બoવo) લંબાઈ, પહોળાઈ, ઇ. પરિમાણો, માપ. સoક્રિo પ્રમાણમાં–પ્રમાણસર – રાખવું – કરવું. **propor'tional,** વિo યથાપ્રમાણ, યોગ્ય

પ્રમાણવાળું. ~ *representation*, યથાપ્રમાણ પ્રતિનિધિત્વ. **propor'tionate** (–શનિટ), વિ૦ યોગ્ય પ્રમાણમાં હોય એવું, પ્રમાણસર.

propos'al (પ્રપોઝ઼લ), ના૦ કશાકની રજૂ કરેલી યોજના – સૂચના, દરખાસ્ત; લગ્નની દરખાસ્ત – માગણી – માગું. **propose'** (પ્રપોઝ઼), ઉ૦ ક્રિ૦ યોજના, વિચાર, ઇ. રજૂ કરવું; લગ્નની દરખાસ્ત – માગણી – કરવી; (ઉમેદવારનું નામ) સૂચવવું.

proposi'tion (પ્રૉપઝ઼િશન), ના૦ વિધાન, કથન; રજૂ કરેલી યોજના; [ગ.] સિદ્ધાન્ત, પ્રતિજ્ઞા; દરખાસ્ત, સૂચના, માગણી, ઔદ્યોગિક સાહસ; કરાર માટેની સૂચના – કહેણ.

propound' (પ્રપાઉન્ડ), સ૦ક્રિ૦ ચર્ચાવિચારણા કરવા માટે રજૂ કરવું; સમજાવવું.

propri'etary (પ્રપ્રાઇટરિ), વિ૦ખાનગી માલિકીનું; મિલકતવાળું; (માલ અંગે) જેને માટે બનાવવા વેચવાની સનદ લીધી છે એવું. ના૦ માલિકી, સ્વામિત્વ. **propri'etor** (-ઇટર), ના૦ માલિક, ધણી. **propri'etary**, વિ૦ માલિકીનું, ધણિયાતું. **propri'etress** (-ઇટ્રિસ), ના૦ સ્ત્રી૦ સ્વામિની.

propri'ety (–ઇટિ), ના૦ યોગ્યતા, ઔચિત્ય; (બ૦ વ૦) યોગ્ય વર્તન – આચાર.

propul'sion (પ્રપલ્શન), ના૦ આગળ ધકેલવું – હાંકવું – તે.

prorogue' (પ્રરોગ), ઉ૦ક્રિ૦ સત્રને અંતે – અધિવેશનની આખરે – પાર્લમેન્ટની બેઠક બંધ કરવી – મુલતવી રાખવી – રહેવી. **proroga'tion** (પ્રોરગેશન), ના૦.

prosa'ic (પ્રોઝ઼ેઇક,પ્ર-), વિ૦ ગદ્યાળુ, ગદ્યના જેવું; કાવ્યરસ વિનાનું; અરસિક, નીરસ; તદ્દન સામાન્ય (કોટિનું).

proscen'ium (પ્રોસીનિઅમ, પ્ર–), ના૦ નાટકના પડદા આગળનો રંગમંચનો ભાગ.

proscribe' (પ્રસ્ક્રાઇબ), સ૦ક્રિ૦ કાયદાના રક્ષણમાંથી બાકાત કરવું, બેકાયદા ઠરાવવું; દેશપાર કરવું; સરકારમાં જમા – જપ્ત – કરવું; (કોઈ વ્યક્તિ કે કાર્ય)ની વિરુદ્ધ લોકમતના જોરને વાળવું. **proscrip'tion** (પ્રસ્ક્રિપ્શન), ના૦ દેશનિકાલ કરવું તે; જપ્ત કરવું તે.

prose (પ્રોઝ઼), ના૦ સાદી બોલાતી લખાતી ભાષા, ગદ્ય. અ૦ક્રિ૦ કંટાળો છૂટે એવી રીતે બોલવું.

pros'ecute (પ્રૉસિક્યૂટ), ઉ૦ક્રિ૦ અમલમાં મૂકવું; -ની પાછળ મંડ્યા રહેવું, ચાલુ રાખવું; વેપાર, ઇ. ચલાવવું; -ની સામે ફરિયાદ માંડવી. **prosecu'tion** (-ક્યૂશન), ના૦ ફરિયાદ (માંડવી તે); ફરિયાદ પક્ષવાળા. **pros'ecutor** (–ક્યૂટર), ના૦ફોજદારી કોર્ટમાં ફરિયાદ દાખલ કરનાર – ચલાવનાર – વકીલ. *public*, ~ , સરકારી વકીલ.

pros'elyte (પ્રૉસિલાઇટ), ના૦ ધર્માંતર કરેલો –વટલાયેલો– માણસ. **pros'elytize** (–લિટાઇઝ઼), ઉ૦ ક્રિ૦ વટલાવવું, ધર્માંતર કરાવવું; વટલાવવાનો પ્રયત્ન કરવો. [પિંગળ.

pros'ody (પ્રૉસડિ), ના૦ છન્દોરચનાશાસ્ત્ર,

pros'pect (પ્રૉસ્પે'ક્ટ), ના૦ દેખાવ; મનમાં દેખાતું ચિત્ર; ભાવિ આશા કે નિરાશા; આશા, અપેક્ષા. **prospect'** (પ્રસ્પે'ક્ટ), ઉ૦ ક્રિ૦ શોધખોળ કરવા નીકળી પડવું; શોધખોળ કરવી (વિ. ક. સોનાની ખાણની). **prosp-ec'tive** (પ્રસ્પે'ક્ટિવ), વિ૦ ભવિષ્ય કાળનું-સંબંધીનું; અપેક્ષિત, ભાવિ. **prospec'tor** (પ્રસ્પે'ક્ટર,પ્રૉ–),ના૦ સોના,ઇ.ની ખાણો શોધી કાઢનાર – કાઢવા માગનાર. **prospec'tus** (પ્રસ્પે'ક્ટસ, પ્રૉ–), ના૦ સંસ્થા, મંડળ, કંપની, ઇ.નું માહિતીપત્રક, બોધપત્ર.

pros'per (પ્રૉસ્પર), ઉ૦ ક્રિ૦ આબાદ – સમૃદ્ધ – થવું; સફળ – સમૃદ્ધ – બનાવવું. **prospe'rity** (પ્રૉસ્પે'રિટિ),ના૦સમૃદ્ધિ, આબાદી,અભ્યુદય; સફળતા. **pros'perous** (પ્રૉસ્પરસ),વિ૦સમૃદ્ધ, આબાદ; (ધંધો, ઇ.) ધમધોકાર ચાલતું.

pros'tate (પ્રૉસ્ટેટ), ના૦ પુરુષની જનનેન્દ્રિય પાસેની ગ્રંથિ, બસ્તિગ્રૈવેયક પિંડ.

pros'titute (પ્રૉસ્ટિટ્યુટ), ના૦ વેશ્યા, ગણિકા. સ૦ ક્રિ૦ -ને વેશ્યા બનાવવી; -નો દુરુપયોગ કરવો, -ને અધમ કામમાં લેવું. **prostitu'tion** (–ટ્યૂશન), ના૦ વેશ્યાવૃત્તિ; દુરુપયોગ.

pros'trate (પ્રૉસ્ટ્રેટ, –સ્ટ્ર–), વિ૦ જમીન પર લાંબું છટ પડેલું; હારેલું; થાકી ગયેલું. **prostrate'** (પ્રસ્ટ્રેટ, પ્રૉ –), સ૦ ક્રિ૦

જમીન પર સુવડાવી દેવું; કેડ ભાંગી નાંખવી. ~oneself, સાષ્ટાંગ નમસ્કાર–દંડવત્ પ્રણામ – કરવા. **prostra'tion** (પ્રસ્ટ્રેશન), ના૦ સાવ ભાંગી પડવું–ગયેલા હોવું – તે, ઉત્સાહભંગ.

pros'y (પ્રોઝિ), વિ૦ ગદ્યના જેવું, નીરસ, કંટાળો ઉપજાવે એવું.

protag'onist (પ્રૉટૅગનિસ્ટ,),ના૦ નાટક, વાર્તા, ઇ.માંની પ્રમુખ વ્યક્તિ; આગેવાન; પુરસ્કર્તા.

prot'ean (પ્રોટિઅન, –ટી–),વિ૦ વારંવાર બદલાતું, ચંચળ; સર્વતોમુખી પ્રતિભાવાળું.

protect' (પ્રટે'ક્ટ), સ૦ક્રિ૦ રક્ષણ કરવું, બચાવ કરવો; સલામત રાખવું, જતન કરવું; પરદેશથી આયાત થતા માલ પર જકાત નાખીને દેશના વેપારને હરીફાઈમાંથી બચાવવો. **protec'tion** (પ્રટે'ક્શન), ના૦ રક્ષણ, સંરક્ષણ; બચાવ; આશ્રય; આયાત માલ પર જકાત નાખીને દેશના ઉદ્યોગોને રક્ષણ આપવું તે, તે આપવાની નીતિ. **protec'tive** (પ્રટે'ક્ટિવ), વિ૦ રક્ષણ આપનારું, સંરક્ષક. **protec'tionist**, ના૦ વેપાર અંગે સંરક્ષણ નીતિનો હિમાયતી. **protec'tor**, ના૦ રક્ષક, સંરક્ષક; રાજાની સગીર વયમાં રાજ્યનો કારભાર ચલાવનાર, 'રીજન્ટ'. **protec'torate**(પ્રટે'ક્ટરિટ),ના૦ રાજ્યના'રીજન્ટ'–સંરક્ષક–કારભારી–નું પદ કે કારકિર્દી; બળવાન કે મોટા રાજ્યના રક્ષણ હેઠળ મૂકેલું નાનું રાજ્ય, રક્ષિત રાજ્ય.

protégé (પ્રૉટે'ઝે),ના૦(સ્ત્રી૦ protégée). જેને કોઈ પાલક કે રક્ષક હોય એવી વ્યક્તિ, આશ્રિત વ્યક્તિ.

prot'ein(પ્રોટીન),ના૦ ખોરાકમાં રહેલું શરીરને બાંધનારું એક આવશ્યક તત્ત્વ 'ઓજસ' દ્રવ્ય, પ્રોટીન.

pro tempore (પ્રોટે'મ્પ(પ)),ક્રિ૦વિ૦ [અને વિ૦ હાલ તુરત માટે.

prot'est (પ્રોટે'સ્ટ), ના૦ નાપસંદગી કે અસ્વીકાર જણાવવો તે, વાંધો (ઉઠાવવો તે). *under* ~, અમુક વસ્તુ સામે પોતાનો વાંધો પ્રદર્શિત કરીને. **protest'** (પ્રટે'સ્ટ),ઉ૦ક્રિ૦ વાંધો ઉઠાવવો, વિરોધ કરવો.

prot'estant (પ્રૉટિસ્ટન્ટ), વિ૦ 'રેફર્મેશન' વખતે રોમન કેથલિક ધર્મમાંથી અલગ પડનાર સુધારાવાદી પંથનું. ના૦ એ પંથનો માણસ. **prot'estantism** (પ્રૉટિસ્ટન્ટિઝ્મ), ના૦ પ્રૉટેસ્ટન્ટ મત–પંથ.

protesta'tion (પ્રૉટિસ્ટેશન, પ્રૉટે'–),ના૦ સમ ખાઈને પ્રતિજ્ઞા પર કહેવું તે,– કહેલી વાત; તીવ્ર નાપસંદગી, વિરોધ.

prot'ocol (પ્રોટકોલ), ના૦ રીતસરની સંધિના પાયા રૂપ તહનામાની શરતોનો અવલ–પહેલો – ખરડો; રાજ્યના દૂતોએ પાળવાનો શિષ્ટાચાર.

prot'on (પ્રોટૉન), ના૦ પરમાણુ (ઍટમ)નો ધનવિદ્યુતવાળો અંશ, ધનબીજ.

prot'oplasm (પ્રોટપ્લૅઝ્મ), ના૦ વનસ્પતિ કે પ્રાણીનું મૂળ બીજ, જીવબીજ, જીવનરસ.

pro'totype (પ્રોટટાઇપ), ના૦ (જેના પરથી બીજી અનુકૃતિઓ કરવામાં આવે છે તે) મૂળ – અસલ – સ્વરૂપ – નમૂનો.

protozo'a (પ્રોટઝોઆ), ના૦ પાણીમાં રહેતા બહુ જ સાદી રચનાના એકકોષી જીવો.

protract' (પ્રટ્રૅક્ટ), સ૦ક્રિ૦ લાંબું કરવું; લંબાવ્યા કરવું, ઢીલમાં નાંખવું; (જમીન, ઇ.)નો માપ પ્રમાણે નકશો બનાવવો. વિ૦ બહુ લાંબું. **protrac'tor** (પ્રટ્રૅક્ટર), ના૦ ખૂણા માપવાનું સાધન, કોણમાપક.

protrude' (પ્રટ્રૂડ), ઉ૦ક્રિ૦ બહાર હડસેલી કાઢવું; બહાર – આગળ – નીકળવું, ફૂટી – ઊપસી – નીકળવું. **protru'sion** (પ્રટ્રૂઝન), ના૦ બહાર નીકળેલો – ઊપસેલો – ભાગ **protru'sive**,વિ૦બહાર નીકળતું, ઊપસેલું; હડસેલી કાઢનારું.

protub'erance (પ્રટ્યૂબરન્સ), ના૦ બહાર ઊપસી – ફૂલી – આવેલો ભાગ; સોજો, ઢીમણું, ગાંઠ. **protub'erant**, વિ૦ ફૂલેલું, બહાર નીકળી આવેલું, ઊપસેલું.

proud (પ્રાઉડ), વિ૦ અહંકારી, અભિમાની; મિજાજી, તોરી; અક્કડ; સ્વાભિમાની; (કશાકથી) પોતાને માન મળ્યું છે એવું માનનાર, -નો ગર્વ લેનાર (~*of*).

prove (પ્રૂવ), ઉ૦ક્રિ૦ ખરું કરી આપવું – બતાવવું, સિદ્ધ કરવું; પ્રત્યક્ષ બતાવવું; છેવટે ખરું કે ખોટું નીકળવું–પડવું; પારખવું, કસોટી કરવી. **proved**, વિ૦ સાબિત, સિદ્ધ.

prov'enance (પ્રૉવિનન્સ, પ્રૉવ–), નાο જ્યાંથી વસ્તુ આવી હોય તે મૂળ સ્થાન.

prov'ender (પ્રૉવિન્ડર,–પ્રૉવ–),નાο ઘાસ-ચારો; [વિનોદ.] અન્ન, ખોરાક.

prov'erb (પ્રૉવર્બ), નાο કહેવત, કહેણી. **proverb'ial** (પ્રવર્બિઅલ), વિο કહેવતરૂપે કહેલું; જાણીતું, પ્રસિદ્ધ; નામચીન.

provide' (પ્રવાઇડ), ઉοક્રિο -ને માટે તૈયારી–જોગવાઈ – કરવી; પૂરું પાડવું; પોષવું; જોઈતી વસ્તુ આગળથી આણી મૂકવી. **provid'ed** (–ડિડ),ઉભο અο એવી શરતે કે (~*that*). **prov'idence** (પ્રૉવિડન્સ), નાο કરકસર; આગળથી કરેલી તજવીજ – જોગવાઈ – લીધેલી કાળજી; ઈશ્વરની કૃપા; (*P*~) પરમકૃપાળુ પરમેશ્વર. **prov'ident** વિο કરકસરિયું; દૂરંદેશીવાળું. **providen'tial** (પ્રૉવિડે'ન્-શલ), વિο પરમેશ્વરની કૃપાથી – નસીબજોગે – બનેલું; તદ્દન સમયસરનું. **providing**, ઉભο અο શરત એ કે–.

prov'ince (પ્રૉવિન્સ), નાο રોમની સત્તા હેઠળનો ઇટાલીની બહારનો પ્રદેશ; દેશ કે રાજ્યનો એક વિભાગ, પ્રાંત, સૂબો, ઇલાકો; વિદ્યાની શાખા, કાર્યપ્રદેશ; ક્ષેત્ર; પોતાને જેની સાથે લેવાદેવા છે એવી વસ્તુ, વિષય; (બο વο) રાજધાની સિવાયનો આખો દેશ; આર્ચબિશપ-ની હકૂમત હેઠળનો પ્રદેશ.

provin'cial (પ્રવિન્શલ), વિο પ્રાન્તનું, પ્રાન્તીય; રાજધાની બહારનું; દેશી, ગામડિયું; પ્રાન્તોના લોકોની રીતભાત, દૃષ્ટિ, ઇ.વાળું; સંકુચિત દૃષ્ટિવાળું. નાο ગામડિયો, દેશી. **provin'cialism** (–શલિઝ઼મ), નાο પ્રાન્તીયતા, સંકુચિત પ્રાન્તવાદ.

provi'sion (પ્રવિઝ઼ન), નાο પૂરું પાડવું તે; આગળથી કરી રાખેલી તજવીજ–તૈયારી–જોગ-વાઈ; (બοવο) ખોરાક(ની ચીજો); [કા.] દસ્તા-વેજ, ઇ.માં કશાક માટે કરેલી જોગવાઈ, તેની કલમ–શરત. સοક્રિο ખોરાક, ઇ. પૂરું પાડવું. **provi'sional** (પ્રવિઝ઼નલ), વિο કામ-ચલાઉ, તાત્પૂરતું, તાત્કાલિક.

provis'o (પ્રવાઇઝ઼ો), નાο (બο વο -s). (દસ્તાવેજ કે કરારનામાની) શરત(વાળી કલમ).

provoca'tion (પ્રૉવકેશન, પ્ર–), નાο ઉશ્કેરણી, ઉશ્કેરાટ; ગુસ્સાનું કારણ. *under* ~, છંછેડવામાં આવ્યાથી. **provoc'ative** (પ્રવૉકટિવ), વિο અને નાο (જાણી જોઈને) ઉશ્કેરનારું, ગુસ્સો આણે એવું, ઉદ્દીપક, (વસ્તુ, ઘટના, ઇ.).

provoke' (પ્રવોક), સο ક્રિο બોલાવવું, મોઢામાં આંગળી ઘાલીને બોલાવવું; છંછેડવું, ઉશ્કેરવું, ખીજવવું; જાગ્રત કરવું; લલચાવવું.

prov'ost (પ્રૉવસ્ટ), નાο કૉલેજનો વડો; [સ્કૉટલન્ડમાં] નગરાધ્યક્ષ. ~ *marshal* (પ્રવો માર્શલ), નાο લશ્કરી પોલીસનો વડો.

prow (પ્રાઉ), નાο વહાણનો તદ્દન આગળનો સાંકડો ભાગ, નાળ.

prow'ess (પ્રાવિસ), નાο પરાક્રમ, બહા-દુરી, વીરતા; નિર્ભયતા.

prowl (પ્રાઉલ), અο ક્રિο શિકારની કે લૂંટની શોધમાં ફરવું; એવી રીતે રસ્તામાં કે શેરીઓમાં ભમ્યા કરવું.

prox'imate (પ્રૉક્સિમિટ), વિο લગભગ, આશરે; છેક પાસેનું, લગોલગ આવેલું. **proxim'ity** (–મિટિ), નાο છેક નજીકપણું, સાન્નિધ્ય; પાસેની જગ્યા, પડોશ.

prox'imo (પ્રૉક્સિમો), વિο (સંક્ષેપ prox.). આવતા – પછીના – મહિનાનું.

prox'y (પ્રૉક્સિ), નાο અવેજી, પ્રતિનિધિ; મુખત્યાર; મત આપવાનો અધિકારપત્ર – મુખત્યારનામું; આવી રીતે અપાવેલો મત.

prude (પ્રૂડ), નાο લાજનો ખોટો ઢોંગ કરનાર સ્ત્રી; અતિવિનયશીલ સ્ત્રી; જરા જરામાં આઘાત પહોંચે એવું – ચોખલિયું – માણસ.

pru'dence (પ્રૂડન્સ), નાο સારાસારવિચાર; દૂરદર્શિતા. **pru'dent,** વિο વિચારશીલ, ડાહ્યું; વિવેકી; દૂરદર્શી, ભવિષ્યની કાળજી લેનારું. **pruden'tial** (પ્રૂડે'ન્શલ), વિο દૂરદર્શી; સાવધાનીવાળું.

pru'dery (પ્રૂડરિ), નાο ઠાવકાઈ; નખરાં-ખોરી (વિ. ક. સ્ત્રીઓની); ભારેખમપણું. **pru'dish**, વિο (વ્યક્તિ) ઠાવકું, નખરાંખોર; (વર્તન) ઠાવકાઈવાળું; ચોખલિયું.

prune (પ્રૂન), નાο સૂકી કાળી દ્રાક્ષ.

prune, સοક્રિο ડાળવું, છાંટવું, કાપી નાખવું.

prur'ient (પ્રૂરિઅન્ટ),વિοકામલોલુપ,કામી.

Pru'ssian (પ્રશન),વિ૦ અને ના૦ પ્રશિયાનું (વતની). ~ *blue*, ઘેરા વાદળી રંગ.

pruss'ic (પ્રાસક), વિ૦ ~ *acid*, એક ભયંકર ઝેર.

pry (પ્રાઇ), અ૦ક્રિ૦ કોઈ ને વિષે નાહકની ચિકિત્સા કરવી (~*into*), નાહક પડપૂછ કરવી.

psalm (સામ), ના૦ પ્રાર્થનાગીત, સ્તોત્ર, ભજન(નું ગીત). *the P~s*, બાઇબલનું એક પુસ્તક. **psalm'ist** (સામિસ્ટ), ના૦ સામ એટલે સ્તોત્રનો કર્તા - રચનાર.

psal'ter (સૉલ્ટર), ના૦ પ્રાર્થનાગીતો (ના સંગીત)નું પુસ્તક. **psal'tery** (સૉલ્ટરિ), ના૦ એક જૂનું (જૂના વખતનું) તુવાદ્ય.

pseudo- (સ્યૂડ-, -ડો-), ઉપ૦ ખોટું, બનાવટી, કેવળ દેખાવનું, ઇ.ના અર્થમાં.

pseudo-archa'ic (-આર્કેક), વિ૦ (શૈલી, ઇ.) પ્રાચીન દેખાય તેવું બનાવેલું. [ઉપનામ.

pseud'onym (-નિમ), ના૦ તખલ્લુસ,

pshaw (પ્શૉ, શૉ), ઉદ્ગાર૦ તિરસ્કાર, અધીરાઈ કે અવિશ્વાસનો સૂચક-છટ ! ઉઃ ! ચલચલ !

psyche (સાઇકિ), ના૦ આત્મા, મન·

psychi'atry (સાઇકાયટ્રિ), ના૦ માનસિક રોગોનો વૈદ્યકીય ઉપચાર, માનસિક રોગચિકિત્સા. **psychi'atrist** (-યટ્રિસ્ટ), ના૦ માનસિક રોગોનો ઇલાજ કરનાર, માનસિક રોગચિકિત્સક.

psychic(al), વિ૦ આત્માનું કે મનનું, માનસિક, મનોવ્યાપારવિષયક; પ્રાકૃતિક નિયમના ક્ષેત્રની બહારની ઘટનાઓનું - ને લગતું.

psycho-anal'ysis (સાઇકોઅનૅલિસિસ) ના૦ મનના જાગ્રત અને સુપ્ત એમ બે વિભાગ પાડી તેમની એકબીજા પર થતી અસરનું નિરીક્ષણ પરીક્ષણ કરનારું શાસ્ત્ર, મનોવિશ્લેષણશાસ્ત્ર; મનના સુપ્ત વિભાગને છતો કરી માનસિક સવાલો કે પીડાઓનો ઉકેલ કરનારું શાસ્ત્ર, માનસ પૃથક્કરણ.

psychol'ogy(સાઇકોલજિ), ના૦ મનો વ્યાપારશાસ્ત્ર, માનસશાસ્ત્ર; [વિરલ] અધ્યાત્મશાસ્ત્ર.

psycholo'gical (- કલૉજિકલ), વિ૦ માનસશાસ્ત્રનું-સંબંધી; માનસિક. *the ~ moment*, ઇષ્ટ પરિણામ માટેની યોગ્ય પળ, બરોબર તાકડાનો વખત. **psychol'ogist** (-કૉલજિસ્ટ), ના૦ માનસશાસ્ત્રી.

psychos'is (-કોસિસ), ના૦ મનની રોગી અવસ્થા; જેને માટે કોઈ શારીરિક કારણ આપી શકાતું ન હોય એવો માનસિક રોગ.

ptarm'igan (ટાર્મિગન), ના૦ શિયાળામાં જેનો રંગ સફેદ થાય છે એવું એક ખાદ્ય પક્ષી.

pterodac'tyl (ટૅરડૅક્ટિલ, ટૅરો-), ના૦ પ્રાચીન કાળના પાંખવાળા સર્પની એક જાત.

ptom'aine(ટોમેન, ટ-), ના૦ કોવાતા(વિ.ક. ખોરાકના) પદાર્થમાં મળી આવતાં ઝેરી દ્રવ્યો.

pub (પબ), ના૦ વીશી; દારૂનું પીઠું.

pub'erty (પ્યૂબર્ટિ), ના૦ ઉમરલાયક થવું તે, યૌવન (પ્રવેશ).

pub'lic(પબ્લિક), વિ૦ સર્વ લોકોનું, સાર્વજનિક; પ્રસિદ્ધ, જાહેર, બધે જાણીતું; બધા માટે ખુલ્લું, બધા જોઈ શકે એવું. ~*good*, સાર્વજનિક હિત. ~ *house*, દારૂનું પીઠું. ~ *opinion*, લોકમત. ~ *school*, સાર્વજનિક સંચાલન હેઠળની શાળા; પૈસાદાર લોકોના છોકરાઓ માટેની ખાનગી-બિનસરકારી-શાળા. ~ *spirit*, સાર્વજનિક કામ - સેવા - કરવાની વૃત્તિ, દેશાભિમાન. ના૦ જાહેર જનતા, લોકો (*the* ~). ~ *vehicle*, ભાડૂતી વાહન. *in* ~, ખુલ્લી રીતે, જાહેરપણે.

pub'lican (-કન), ના૦ વીશીવાળો; દારૂના પીઠાવાળો, કલાલ; કરવેરા ઉઘરાવનારો.

publica'tion (-કેશન), ના૦ પ્રકાશન (નું કામ); પ્રસિદ્ધ કરેલી ચોપડી, છાપું, સામયિક, ઇ., પ્રકાશન.

pub'licist (-સિસ્ટ), ના૦ છાપામાં જાહેર પ્રશ્નો પર લખનાર; આંતરરાષ્ટ્રીય કાયદાનો તજ્જ્ઞ-તે પર લખનાર.

publi'city (-સિટિ), ના૦ પ્રસિદ્ધિ, જાહેરાત.

pub'licly (-ક્લિ), ક્રિ૦ વિ૦ જાહેરપણે, જાહેરમાં.

pub'lish(-શ), સ૦ ક્રિ૦ જાહેર કરવું, સહુને જણાવવું; ચોપડી, ઇ. પ્રસિદ્ધ કરવું, બહાર પાડવું. **pub'lisher**, ના૦ પ્રકાશક (વિ. ક. પુસ્તક, છાપું, ઇ. નો).

puce (પ્યૂસ), વિ૦ ચાંચડના રંગનું. ના૦ લાલ, ભૂરો ને બદામી રંગના મિશ્રણનો રંગ.

Puck (પક), ના૦ તોફાની-અટપલાં કરનારી-

પરી-વનદેવતા; અડપલું છોકરું.

puck, ના૦ બરફ પર રમવાની હૉકીમાં વપરાતું રબરનું ચક્ર - 'ડિસ્ક'.

puck'er (પકર), ઉ૦ ક્રિ૦ સીવવામાં કરચલી - વાટા - વાળવા, ચીણ પાડવી; કરચલી પડવી. ના૦ કરચલી, વાટો, ચીણ.

pu'dding (પુડિંગ,). ના૦ (માંસ અને ફળ નાખેલી) શીરા જેવી એક વાની; પાતળી નળી જેવી ચામડીમાં બાફેલું માંસ.

pud'dle (પડલ), ના૦ ખાબોચિયું, ખાબડું (વિ. ક. મેલા-ગંદા-પાણીનું). અ૦ક્રિ૦ કાદવ કે પાણીમાં કૂદવું; ડહોળવું, ડહોળી નાખવું; (લોઢું બનાવવાની એક પ્રક્રિયા તરીકે) લોઢાના ગરમ રસને હલાવવો

pud'gy (પાજિ), વિ૦ ઠીંગણું અને જાડું

pu'erile (પ્યૂઅરાઇલ), વિ૦ બાલિશ, મૂર્ખામીભર્યું; નજીવું. **pueril'ity** (-રિલિટિ), ના૦ બાલિશતા; નાદાની.

puerp'erel (પ્યુઅર્પરલ), વિ૦ પ્રસૂતિનું - સંબંધી, પ્રસૂતિને લીધે થયેલું

puff (પફ), ના૦ પવનની લહેર-ઝપાટો; ફૂંક, ફૂંફાડો; ફૂંફાડા સાથે છોડેલો ધુમાડો-વરાળ; ડિલ પર સુવાસિત ભૂકી અથવા પાઉડર છાંટવાનું ફૂલ; પૂરણપોળી જેવી એક વિલાયતી વાની; છાપાની જાહેરાત; કપડા પર શણગાર માટે સીવેલી કુક્કા જેવી આકૃતિ ઉ૦ ક્રિ૦ હવા, કે ધુમાડાનો ફૂંકારો કાઢવો; હાંફવું; અતિવખાણ કરવાં, (હવા ભરી) ફુલાવવું. **puffed**, વિ૦ દોડવા વગેરે પછી શ્વાસ લેવો મુશ્કેલ બનેલું. ~*up* (*with*), અભિમાન-ગર્વ - થી ફૂલેલું. **puff'y** (પફિ), વિ૦ ફૂલેલું, ટૂંકા શ્વાસવાળું, દમિયલ; ખાલી મોટા શબ્દોવાળું.

puff-adder, ના૦ છંછેડાઈ જતાં ફુલાઈ જનાર આફ્રિકાનો એક મોટો ઝેરી સાપ.

puff-puff, ના૦ રેલગાડી માટે બાળભાષાનો શબ્દ, ભખભખ. [દરિયાઈ પક્ષી.

puff'in (પફિન), ના૦ મોટી ચાંચવાળું એક

pug (પગ), ના૦ ચપટા નાકવાળું એક કૂતરું. ~ *nose*, ચપટું, પહોળું નાક. [ના૦ પાઘડી.

pugg(a)ree, pugree (પગરિ, પગ્રિ),

pu'gilism (પ્યૂજિલિઝ્મ), ના૦ મુષ્ટિયુદ્ધ, મુક્કાબાજી. **pu'gilist**, ના૦ મુષ્ટિયુદ્ધ કરનાર, ધંધાદારી મલ્લ. **pugilis'tic** (પ્યુજિલિસ્ટિક), વિ૦ મુક્કાબાજીનું - વિષેનું.

pugna'cious (પગ્નેશસ), વિ૦ લડકણું, કજિયાખોર. **pugna'city** (પગ્નૅસિટિ), લડવાડિયાપણું, કજિયાખોરી.

puisne (પ્યૂનિ), વિ૦ અને ના૦ ~(*judge*), ઉપલી અદાલતના મુખ્ય ન્યાયાધીશથી ઊતરતી કોટિનો ન્યાયાધીશ. [કા.] પછીનું, પાછળનું. ~ *mortgage*, પછીનું ગીરોખત.

pu'issant (પ્યૂઇસન્ટ, પ્વિસન્ટ), વિ૦ શક્તિશાળી, બળવાન, પ્રભાવી. [કરવી, ઓકવું.

puke (પ્યૂક), ઉ૦ ક્રિ૦ અને ના૦ ઊલટી

pule (પ્યૂલ), અ૦ક્રિ૦ (નાના બચ્ચા અંગે) ફૂંકવાયા કરવું, ઉં ઉં કર્યા કરવું.

pull (પુલ), ઉ૦ ક્રિ૦ (પોતા તરફ) ખેંચવું, તાણવું; ખેંચીને લઈ જવું (ઘોડાએ ગાડી, ઇ.); આંચકો મારીને તોડવું, તોડવું, ખેંચી કાઢવું; હોડીને હલેસાં મારીને ચલાવવું; પ્રૂફ અથવા નકલ છાપવી; મોઢું વાંકું કરવું. ~ *about*, આમતેમ ખેંચવું. ~one's *weight*, પોતાને ભાગે પડતું કામ કરવું, પોતાનાથી થાય તે બધું કરવું. ~ *a horse*, ઘોડા પર બરાબર ન બેસીને તેને જીતવા ન દેવું. ~ *a ball*, ડાબી બાજુ તરફ ફટકો મારવો. ~ *a bell*, દોરી ખેંચીને ઘંટ વગાડવો. ~ *a face*, અનાદર સૂચવવા મોઢું વાંકું કરવું. ~ a person's *leg*, મશ્કરી કરવા છેતરવું, બનાવવું. ~ *down*, (મકાન, ઇ.) પાડી નાંખવું; નબળું પાડવું. ~ one *round from an illness*, પાછા સાજા કરવું. ~ oneself *together*, પોતાની બધી શક્તિ એકત્ર કરવી; કુટેવો, ઇ. છોડી દેવું; પોતાની જાત પર કાબૂ મેળવવો. ~ *out, in*, (ટ્રેન અંગે) સ્ટેશનમાંથી બહાર પડવું; સ્ટેશનમાં દાખલ થવું. ~ *through*, માંદગી - સંકટ - માંથી પાર ઉતારવું-ઊતરવું. ~ *up*, રોકવું, ઊભું રાખવું. ના૦ ખેંચવું - આંચકો મારવો - તે; આંચકો; કશાકમાંથી પીવું તે, દારૂ પીવો તે; (ખોટી રીતે લીધેલો) લાભ, ફાયદો; બીબાંની છાપનો કાચો ખરડો, પ્રૂફ; વગ; હલેસાં મારી હોડી ચલાવવી તે. *take a ~ at the bottle*, દારૂનો દમ મારવો. *to have a ~ with*,

-ની પાસે વગ-વજન-હોવું.

pu'llet (પુલિટ), ના૦ મરઘીનું બચ્ચું.

pu'lley (પુલિ), ના૦ ગરગડી, ફપ્પી.

Pu'llman (car) (પુલ્મન (-કાર)), ના૦ સૂવા, ઇ.ની સગવડવાળો રેલવેનો ખાસ ડબ્બો.

pull'over (પુલોવર), ના૦ માથા ઉપરથી પહેરવાની લાંબી બાંયની ઊની બંડી-ગંજી-ફરાક. [-અંગેનું.

pul'monary (પલ્મનરિ), વિ૦ ફેફસાનું

pulp (પલ્પ), ના૦ (ફળનો) ગર, માવો; કાગળ બનાવવામાં વપરાતો લાકડું, ઇ. નો પોચો ભાગ-માવો, લગદો. ઉ૦ ક્રિ૦ -નો માવો-લગદો-બનાવવો; -માંથી માવો કાઢવો; માવા-લોંદા-જેવું થવું. **pulp'y** (પલ્પિ), વિ૦ માવાવાળું-ના જેવું.

pu'lpit (પુલ્પિટ), ના૦ પ્રવચન કરનારને ઊભા રહેવાનો મંચ-નું ઊંચું આસન, વ્યાસપીઠ.

pulsate'(પલ્સેટ), અ૦ક્રિ૦ (નાડીએ) ધબકારા મારવા; સ્ફુરણ પામવું. **pulsa'tion** (પલ્સેશન), ના૦ હૃદય (રક્તાશય) તથા નાડીનો ધબકારો (ધવો તે).

pulse (પલ્સ), ના૦ રક્તાશય કે નાડીનો ધબકારો; નાડી; ભાવ કે ચૈતન્યનું સ્ફુરણ, આવેગ.

pulse, ના૦ દ્વિદલ અનાજ, કઠોળ.

pul'verize (પલ્વરાઇઝ઼), ઉ૦ ક્રિ૦ -નો ચૂરો-ભૂકો-કરવો; કચરી નાખવું; ચૂરેચૂરા થઈ જવા-કરવા.

puma (પ્યૂમા), ના૦ બિલાડી જેવું એક મોટું વિકરાળ અમેરિકન માંસાહારી પ્રાણી.

pum'ice(-stone)(પમિસ (-સ્ટોન)), ના૦ હાથપગ ઘસવાનો વાદળી જેવો છિદ્રાળુ હલકો પથ્થર. [મુક્કા કે ઠોંસા મારવા.

pumm'el (પમલ), સ૦ ક્રિ૦ લગાતાર

pump (પમ્પ), ના૦ પાણી, તેલ, ઇ. પદાર્થ ખેંચવાનું, શોષી લેવાનું, ચડાવવાનું અથવા ભરવાનું સાધન-યંત્ર-'પંપ'. ઉ૦ક્રિ૦ પંપ કે બંબો ચલાવવો, પંપ વતી ખેંચવું, ચડાવવું, ઇ.; પંપવતી કાઢવું-ભરવું; સવાલો પૂછીને માહિતી કે જ્ઞાન મેળવવું. **pump-room**, ના૦ ઔષધિ પાણીના ઝરા પર પાણી વેચાતું આપવાની ઓરડી.

pump, ના૦ નાચતી વખતે વાપરવાના ચામડાના સુંવાળા હલકા જોડામાંથી એક.

pumpkin (પમ્કિન, પમ્પ્-), ના૦ કોળું કે તેનો વેલો.

pun (પન), ના૦ અને અ૦ક્રિ૦ શબ્દશ્લેષ-વિનોદ માટે દ્વિઅર્થી શબ્દની યોજના-(કરવી).

punch (પંચ), સ૦ ક્રિ૦ મુક્કો-ઠોંસો-મારવો; વેહ પાડવાના ઓજાર વડે કાણું કે કાણાં પાડવાં. ના૦ મુક્કો, ઠોંસો; (ચામડા, ઇ.માં વેહ પાડવાની) મોચીની આરી; સોનીનું પોલારિયું.

punch, ના૦ પાણી, લીંબુનો રસ, મસાલો ઇ. દારૂમાં ભેળવીને કરેલું પીણું.

Punch, ના૦ 'પંચ અને જૂડી' નામના કઠપૂતળીના ખેલમાનું એક ખૂંધવાળું ઠીંગણું પાત્ર.

punctil'io (પંક્ટિલિઓ), ના૦ શિષ્ટાચાર-અભિરુચિ-ની નાજુકાઈ; નજીવો શિષ્ટાચાર-ઉપચાર. **punctil'ious** (-લ્યસ), વિ૦ શિષ્ટાચારપાલનમાં બહુ ચોકસાઈ કે ઝીણવટવાળું; ઝીણી ઝીણી વિગત તરફ ધ્યાન આપનારું.

punc'tual(પંકટ્યુઅલ, પંક્ચુ-), વિ૦ બરોબર વખતે-નિયત વખતે-વખતસર-નિયમિત-(આવનાર જનાર); મોડું ન કરનાર. **punctual'ity** (-ઍલિટિ), ના૦ નિયમિતપણું.

punc'tuate (-એટ), સ૦ ક્રિ૦ (લખાણમાં) વિરામચિહ્નો મૂકવાં; વાર્તા, નાટક, ઇ. ના ભાગ કે અંક પાડવા. **punctua'tion** (-એશન), ના૦ વિરામચિહ્નો મૂકવાં તે, વિરામચિહ્નો.

punc'ture (પંક્ચર), ના૦ ભોંકવું તે; ભોંકવાથી પડેલું કાણું. ઉ૦ ક્રિ૦ ભોંકવું, કાણું પાડવું; ભોંકાવું, કાણું પડવું.

pun'dit (પંડિટ), ના૦ પંડિત, વિદ્વાન.

pun'gent (પંજન્ટ), વિ૦ તીખું, ઝાટકો લાગે એવું; નાકમાં બળતરા થાય એવું; તીવ્ર, ઉગ્ર. **pun'gency**, ના૦ તીખાશ, તીવ્રતા, ઇ.

pun'ish (પનિશ), સ૦ક્રિ૦ સજા-દંડ-કરવો; મુષ્ટિયુદ્ધમાં સખત ફટકા લગાવવા-મારવા.

pun'ishment, ના૦ સજા, દંડ, શિક્ષા.

pun'itive (પ્યૂનિટિવ), વિ૦ દંડનું, સજાનું; દંડ કે સજા તરીકે કરેલું.

punk'a(h)(પંકા), ના૦ પંખો. [ચીપોની ટોપલી.

punn'et (પનિટ), ના૦ શાક, ફળ ઇ. રાખવાની

punt (પન્ટ), ના૦ વાંસ વતી ચલાવાતી સપાટ તળિયાવાળી હોડી, થાપડાહોડી, થાપડો. ઉ૦ક્રિ૦ વાંસ વતી (હોડી) ચલાવવી.

punt, ઉ૦ ક્રિ૦ હાથે ફેંકેલો ફૂટબૉલ જમીનને અડે તે પહેલાં તેને લાત મારવી. ના૦ આવી લાત.

punt, અ૦ ક્રિ૦ શરતના ઘોડા પર હોડ બકવી. **punter** (પન્ટર), ના૦ એવી હોડ બકનાર. [દૂબળું, અશક્ત.

pun'y (પ્યૂનિ), વિ૦ નાના કદનું, નાનકડું;

pup (પપ), ના૦ (puppyનો સંક્ષેપ). કૂતરાનું બચ્ચું, કુરકુરિયું; *conceited* ~, મિથ્યાભિમાની છોકરો – જુવાન.

pup'a (પ્યૂપા), ના૦ (બ૦ વ૦ pupae). પાંખ ફૂટતાં પહેલાંની સ્થિતિમાંનો – કોશવાસી – કીડો.

pu'pil (પ્યૂપિલ), ના૦ વિદ્યાર્થી, શિષ્ય; આંખની કીકી – પૂતળી. **pupil(l)age** (પ્યૂપિલિજ), ના૦ વિદ્યાર્થીદશા; શિષ્યત્વ.

pupp'et (પપિટ), ના૦ તાર કે દોરી વતી નચાવવામાં આવતી લાકડાની ઢીંગલી, કઠપૂતળી; બીજાના હાથમાં રમનાર માણસ. **puppet-play**, ના૦ કઠપૂતળીઓની રમત – નાચ – તમાશો.

pupp'y (પપિ), ના૦ કૂતરાનું બચ્ચું, કુરકુરિયું; મિથ્યાભિમાની મૂર્ખ માણસ.

purb'lind (પરૂબ્લાઇન્ડ), વિ૦ અંશતઃ આંધળું, આંધળું ધૂંધળું, ઝાંખી નજરવાળું; જડ, મંદબુદ્ધિ; સ્પષ્ટ વસ્તુ પણ ન દેખનારું.

purch'ase (પર્ચેસ), સ૦ ક્રિ૦ ખરીદવું, વેચાતું લેવું; પ્રાપ્ત કરવું; ગરગડી – ઉચ્ચાલન – વતી ઊંચું કરવું; ઊંચકવું. ના૦ ખરીદવું તે, ખરીદી; ખરીદેલી વસ્તુ; પકડ, ઉચ્ચાલન માટે કે બળ વાપરવા માટે યોગ્ય જગ્યા કે આધાર. *years'* ~, (અમુક) વરસની આવક જેટલી કિંમતનું. *get a* ~ *on*, ખેંચવા કે ઊંચકવા માટે સારી જગ્યા મેળવવી.

purd'ah (પરડા), ના૦ પડદો; પડદાની પ્રથા, ઓઝલ, પડદો.

pure (પ્યૂર, પ્યુઅર), વિ૦ શુદ્ધ, ચોખ્ખું, ભેગ વિનાનું; કેવળ, નર્યું; શુદ્ધ, શુદ્ધ આચરણવાળું; (ઉચ્ચાર)શુદ્ધ, સ્પષ્ટ. ~ *mathematics*, શુદ્ધ – સિદ્ધાન્તો સાથે સંબંધવાળું – ગણિત. **pure'ly**, ક્રિ૦ વિ૦ કેવળ, ફક્ત; સંપૂર્ણપણે.

purée (પ્યૂરે), ના૦ માંસ, શાકભાજી, ઇ. નો ઉકાળો – રસો – કઢી. [શુદ્ધીકરણ; વિરેચન.

purga'tion (પર્ગેશન), ના૦ સાફ કરવું તે,

purg'ative (પર્ગેટિવ), વિ૦ શુદ્ધ કરનારું; પેટ સાફ કરનારું. ના૦ સારક – પેટ સાફ કરનારી – જુલાબની – દવા, જુલાબ.

purg'atory (પર્ગેટરિ), ના૦ મરણ પછી જ્યાં આત્માનાં પાપ ધોઈ તેમને સ્વર્ગમાં પ્રવેશ કરવા માટે યોગ્ય બનાવવામાં આવે છે તે લોક – સ્થાન; સજા અને તાવણીની જગ્યા; આધ્યાત્મિક શુદ્ધિ ને પ્રાયશ્ચિત્તનું સ્થાન.

purge (પર્જ), સ૦ ક્રિ૦ શુદ્ધ અને ચોખ્ખું કરવું; જુલાબ આપીને પેટ સાફ કરવું. ના૦ જુલાબ (ની દવા); રાજકીય વિરોધીઓની સફાઇ. [કરણ, સંશુદ્ધિ.

purifica'tion (પ્યૂરિફિકેશન), ના૦ શુદ્ધી-

pur'ify (પ્યૂરિફાઇ), સ૦ ક્રિ૦ શુદ્ધ કરવું; સાફ કરવું;પરકીય તત્ત્વો દૂર કરવાં–કાઢી નાંખવાં.

pur'ist (પ્યૂરિસ્ટ), ના૦ (વિ. ક. ભાષાની) શુદ્ધિનો વધારે પડતો આગ્રહ રાખનાર, ચોખલિયો.

pur'itan (પ્યૂરિટન), ના૦ [ઇતિ.] સાદું અને લોકસત્તાક પદ્ધતિનું ધર્મતંત્ર (ચર્ચ) હોવું જોઈએ એમ માનનાર પક્ષનો માણસ; ધર્માચરણ અને નીતિની બાબતમાં અતિ કડક – ચુસ્ત – માણસ, પ્યૂરિટન. વિ૦ 'પ્યૂરિટન'ના જેવું; પ્યૂરિટન લોકોનું. **puritan'ic(al)** (પ્યૂરિટૅનિક,(લ)), વિ૦ બહુ ચોળી ચોળી ચાલનાર, જાચું.

pur'ity (પ્યૂરિટિ), ના૦ શુદ્ધતા, પાવિત્ર્ય; ચોખ્ખાઈ. [ખળખળ વહેવું.

purl (પર્લ), અ૦ ક્રિ૦ અને ના૦(પાણી અંગે)

purl, ઉ૦ ક્રિ૦ અને ના૦ ગૂંથણ કામમાં પાંસા બનાવવા માટે ઊંધા ટાંકા લેવા (તે).

purl'ieu (પર્લ્યૂ), ના૦ (બહુધા બ૦વ૦ માં) આસપાસની ભૂમિ – પ્રદેશ, પરિસર, પરાં.

purloin' (પર્લૉઇન), સ૦ ક્રિ૦ બીજાની મિલકત લઈને ભાગી જવું; ચોરી કરવી, હાથ મારવો.

pur'ple (પર્પલ), ના૦ જાંબુડિયો રંગ; રાજા કે 'કાર્ડિનલ'નો જાંબુડિયા રંગનો ઝભ્ભો અથવા

તેનાથી સૂચિત થતો તેનો હોદ્દો (*the p~*). વિ૦ જાંબુડિયા રંગનું.

purport' (પર્પોર્ટ, પર્પ–), સ૦ક્રિ૦ -નો અર્થ હોવો, સૂચવવું; અર્થ થતો હોય એમ દેખાવું –લાગવું, -ની મતલબ હોવી. **purp'ort** (પર્–), ના૦ આશય, અર્થ.

purp'ose (પર્પસ), ના૦ ઉદ્દેશ, હેતુ, ઇરાદો, ઉદ્દિષ્ટ; યોજના; દૃઢ નિશ્ચય. *on ~*, જાણીબૂઝીને, ઉદ્દેશપૂર્વક. *serve* one's *~*, કામ માટે ઉપયોગી હોવું–પૂરતું હોવું. *to little ~*, નકામું, કશા પરિણામ વિના. સ૦ ક્રિ૦ ઇરાદો રાખવો. **purp'oseful** (–ફુલ), વિ૦ સહેતુક, સકારણ; ઇરાદાપૂર્વક કરેલું; નિશ્ચિત. **purp'osely** (–લિ), ક્રિ૦ વિ૦ હેતુપૂર્વક, જાણીબૂઝીને. **purp'osive** (–સિવ), વિ૦ સહેતુક; હેતુપૂર્વક કરેલું.

purr (પર), ના૦ ખુશ થયેલી બિલાડીનો–ઘુરઘુર–અવાજ. અ૦ ક્રિ૦ એવો અવાજ કરવો.

purse (પર્સ), ના૦ પૈસાની થેલી, બટવો, પાકીટ; કોઈ ને (વિ. ક. ભેટ) આપવા માટે ઉઘરાવેલી રકમ, થેલી; પૈસા, નાણાં. ઉ૦ ક્રિ૦ (મોઢું) બટવા જેવું કરવું (*~ up*), બટવા જેવું થવું. **purs'er** (પર્સર), ના૦ વિ. ક. વહાણ પર હિસાબ રાખનાર માણસ–હિસાબનીસ, કોઠારી.

pursu'ance (પર્સ્યૂઅન્સ), ના૦ (યોજના, ઉદ્દેશ, ઇ.) અનુસરવું–પાર પાડવું–તે. *in ~ of*, પ્રમાણે, -ને અનુસરીને, પાર પાડવા માટે. *in the ~ of*, પાર પાડતાં, પાર પાડવા માટે. **pursu'ant**, ક્રિ૦ વિ૦ (*to* સાથે) -ને અનુસરીને, પ્રમાણે.

pursue' (પર્સ્યૂ), ઉ૦ ક્રિ૦ (મારી નાખવા કે પકડવા માટે) -ની પૂઠે લાગવું–પડવું, -ની પાછળ મંડવું; -ની શોધમાં પડવું; ચાલુ રાખવું, આગળ વધવું; (ધંધો, ઉદ્યોગ) કરવું, અનુસરવું. **pursuit'** (પર્સ્યૂટ), ના૦ પાછળ પડવું–પીછો પકડવો–તે; વ્યવસાય, ધંધો; વિદ્યાભ્યાસ. *in ~ of*, (કશુંક) પ્રાપ્ત કરવા માટે, -ની શોધમાં. [શ્વાસવાળું, હાંફતું.

purs'y (પર્સિ), વિ૦ જાડું, સ્થૂળ; ટૂંકા

pur'ulent (પ્યૂરુલન્ટ), વિ૦ પરુનું, પરુવાળું, જેમાંથી પરુ વહેતું હોય એવું.

purvey' (પર્વે), ઉ૦ ક્રિ૦ ખાવાપીવાની સામગ્રી પૂરી પાડવી; મોદી તરીકે કામ કરવું. **purvey'or** (પર્વેઅર), ના૦ મોદી.

purv'iew (પર્વ્યૂ), ના૦ પ્રાન્ત, ક્ષેત્ર; (દૃષ્ટિ કે વિચારની) મર્યાદા.

pus (પસ), ના૦ પરુ, પાચ.

push (પુશ), ઉ૦ ક્રિ૦ ધકેલવું, ધક્કો મારવો; આગળ ઠેલવું–દબાવવું; દબાણ કરવું; ઉત્તેજન આપવું, પ્રેરવું; (માલ, ઇ.) બીજાના ધ્યાન પર આગ્રહપૂર્વક લાવવું; કશુંક કરવા પ્રેરવું–ફરજ પાડવી. ના૦ ધક્કો, દબાણ; ધસારો; જોમ, હિંમત; સાહસ; આગળ વધવાની વૃત્તિ. *~ off*, જમીન સાથે વાંસ ટેકવીને હોડી ચાલુ કરવી. *~ on*, આગળ વધવું. *~* oneself, ઘૂસવું. *at a ~*, જરૂર પડયે, કસીને પ્રયત્ન કરું તો. *~ed for time*, વખતની મારામાર હોય તેવું. **push'ful, push'ing**, વિ૦ પોતાનો માર્ગ કાઢે એવું, સાહસિક; ઘુસણિયું.

pusillan'imous (પ્યુસિલેનિમસ, પ્યુસિ–), વિ૦ ધૈર્યહીન, નબળા મનનું, કાયર, દમ વગરનું; સંકુચિત–હલકા–મનવાળું. **pusillanim'ity** (–લનિમિટિ), ના૦ ધૈર્યહીનતા, કાયરતા.

puss (પુસ), ના૦ બિલાડી, સસલું; [વાત.] છોકરી, બીકણ બિલાડી (*sly ~*). **pu'ssy** (પુસિ), ના૦ [બાલ.] બિલાડી; સુંવાળી રુવાંટીવાળી વસ્તુ. **pu'ssy-willow**, ના૦ અમેરિકાનું નાનું વિલોનું ઝાડ.

pus'tule (પસ્ટયૂલ), ના૦ ફોલ્લી, ખીલ.

put (પુટ્) સ૦ક્રિ૦ (ભૂ૦કા૦ put). અમુક ઠેકાણે ખસેડવું, મૂકવું, બેસાડવું, ગોઠવવું; (વિચાર, ઇ.) રજૂ કરવું, વ્યક્ત કરવું, માંડવું; (અમુક દિશામાં) ફેરવવું; (હરીફાઈમાં વજન) ફેંકવું. *~ about*, (વહાણ, ઇ.નું) મોઢું ફેરવવું; પાછું વાળવું; (વાત) પ્રચલિત કરવી; ત્રાસ દેવો; *much ~ about*, ચિન્તાગ્રસ્ત અને અસ્વસ્થ. *~* (person) *against*, -ના મનમાં (કશાક વિષે) વિરોધ પેદા કરવો. *~ an end, a stop, to*, બંધ કરવું. *~* (design, idea, etc.) *across*, મંજૂર કરાવવું, શરૂ કરાવવું. *~ aside*, બાજુએ મૂકવું; (કામ) મુલતવી રાખવું; (પૈસા) બાજુએ કાઢી મૂકવા. *~* (horse) *at*, દીવાલ, ઇ. પાસે કૂદવા લઈ જવો *~ away*, એની યોગ્ય જગ્યાએ મૂકી દેવું; (પત્નીને)

છૂટાછેડા આપવા; (પૈસા, ઇ.) બાજુએ કાઢી મૂકવું, બચાવવું; (અન્ન) પુષ્કળ ખાવું. ~ *back*, (વસ્તુઓ) તેની યોગ્ય જગ્યાએ બરાબર મૂકી દેવું. ~ *by*, (પૈસા) બચાવવું, સંઘરવું. ~ *down*, (બળવો, ઇ.) દબાવી દેવું; (ખાતામાં, નોંધ, ઇ.) લખવું, માંડવું; કિંમત આંકવી. ~ one's *foot down*, દઢતાથી વર્તવું, દબાવી દેવું. ~ one *down as*, -ને ગણવું, લેખવું. ~ *forth all* one's *strength*, (બધી શક્તિ, ઇ.)નો ઉપયોગ કરવો, વાપરવું. ~ *forward* (an idea), રજૂ કરવું, મૂકવું. ~ *in*, (હોડી, ઇ. વિષે) બંદરમાં દાખલ થવું; પદ કે હોદ્દા પર સ્થાપવું; દાખલ કરવું; બોલવું. ~ *in an appearance*, દેખા દેવું, હાજર રહેવું. ~ *in at*, -ને ત્યાં થોડા વખત માટે રહેવું – ઊતરવું. ~ (a law) *in force*, -નો અમલ કરવો. ~ *in hand*, શરૂ કરવું. ~ *in a hole*, સંકટમાં – કફોડી દશામાં – નાંખવું. ~ (one) *in mind of*, યાદ આપવી, કલ્પના સૂચવવી. ~ *in possession*, -ના કબજામાં સોંપવું. ~ *in* (time), વખત પસાર કરવો – આપવો. ~ *in work*, કામ કરવું. ~ *it across* (person), કપટ – યુક્તિ – કરીને છેતરવું; હરાવવું. ~ *in for* (employment), નોકરી માગવા જવું – આવવું. ~ *it on*, વધારે પડતી કિંમત લેવી; વધુ પડતી પીડા કે લાગણીનો ઢોંગ કરવો;(દેખાવ ઇ.) ધારણ કરવું; નિમણૂક – ગોઠવણ – કરવી. ~ *off*, મુલતવી રાખવું; ટાળવું; ઢીલ કરવી; પરાવૃત્ત કરવું, -થી મન વાળવું. ~a person *off his game*, સારી રીતે ન રમી શકે તેમ કરવું. ~ one *off his food*, ખાઈ ન શકે તેમ કરવું. ~ *on*, (કપડાં) પહેરવાં; ઘડિયાળના કાંટા આગળ ખસેડવા. ~ *on* (airs and graces), મોટાઈનો ડોળ ને નખરાં કરવાં. ~ *on a play*, નાટક રજૂ કરવું. ~ *on weight*, વજન વધારવું. ~ (money) *on*, (ઘોડા, ઇ.) પર પૈસા લગાવવા. ~ *out*, બહાર કાઢવું – કાઢી મૂકવું. ~ *out to sea*, (વહાણ) દરિયા પર ગયેલું. ~ *out of joint*, (હાડકું) ઉતારી નાંખવું. ~ *out* (a light), દીવો હોલવી નાંખવો. *be* ~ *out with one*, -ની ઉપર ગુસ્સે થવું. ~ (work) *through*, (કામ) પાર પાડવું. ~ *a horse through his paces*, કેમ ચાલે – દોડે – છે, તે તપાસવું. ~ *together*, ભાગો જોડીને આખી વસ્તુ બનાવવી. ~ *two and two together*, હકીકત બરાબર તપાસી તેનો અર્થ – નિષ્કર્ષ – કાઢવો. ~ one's *back up*, -ને છંછેડવું – ગુસ્સે કરવું. ~ *up* (prayer, protest), પ્રાર્થના કરવી, વાંધો ઉઠાવવો. ~ (a person) *up for*, ચૂંટણી માટે ઊભા કરવું. ~ *up for sale*, વેચાણ માટે મૂકવું, વેચવા કાઢવું. ~ *up goods in boxes*, માલ ભરવો – પૅક કરવો. ~ *up* (the sword), તલવાર મ્યાન કરવી, લડવાનું બંધ કરવું. ~ *up at*, -ને ત્યાં ઊતરવું. ~ (a person) *up*, અતિથિ – મહેમાન – તરીકે દાખલ કરવું – લેવું – ઉતારવું. ~ *upon*, -ની ઉપર ઢોળી દેવું; -નો વધુ પડતો ઉપયોગ કરવો. *be* ~ *upon*, ગેરવાજબી વર્તન કે અન્યાયના ભોગ બનવું, છેતરાવું. ~ *up with*, ને ત્યાં ઊતરવું; સહન કરવું. ~ *it across*, પાર ઉતારવું, સફળ થાય તેમ કરવું. ~ *things right*, વ્યવસ્થિત કરવું, સુધારવું. ~ one *wise*, -ને સાચી વાત કહેવી, સાચી વાતથી વાકેફ કરવું. ~ *to death*. મારી નાંખવું. ~ one *in the wrong*, ખોટો છે એમ દેખાડવું, પોતે ખોટો છે એમ તેને લાગે તેમ કરવું.

put, putt (પટ), ઉ૰ ક્રિ૰ (ભૂ૰ કા૰ putted). ગોલ્ફનો દડો ગબીમાં પહોંચી જાય એવી રીતે તેને હળવો ફટકો મારવો. ના૰ એવો હળવો ફટકો; વ્યાયામની રમતોમાં વજન ફેંકવાની રમત. **putting-green**, ના૰ ગબીની આસપાસની સપાટ જગ્યા.

put'ative (પ્યૂટટિવ), વિ૰ જાણીતું; કલ્પિત, (લોકોમાં) કહેવાતું.

put'refy (પ્યૂટ્રિફાઇ), ઉ૰ ક્રિ૰ બગડવું, સડવું, કોવાઈ જવું; બગાડવું, સડાવવું, કોવડાવવું.

putrefac'tion (–ફૅક્શન), ના૰ કોવાઈ– બગડી જવું–તે. **putres'cent** (પ્યુટ્રૅસન્ટ), વિ૰ કોવાતું.

put'rid (પ્યૂટ્રિડ), વિ૰ સડેલું, બગડેલું, કોવાયેલું; દુર્ગંધ મારતું; તદ્દન હલકું; નફરત

આવે એવું. [બાંધવાની કાપડની લાંબી પટ્ટી.
putt'ee (પટિ), ના૦ ઘૂંટીથી ઘૂંટણ સુધી
putt'y (પટ્ટિ), ના૦ બારીમાં કાચ જડવામાં વપરાતી લાપી. સ૦ ક્રિ૦ લાપીથી કાચ બેસાડવો.
puz'zle (પઝ઼લ), ના૦ મૂંઝવણ; કોયડો; મૂંઝવનારો પ્રશ્ન; બુદ્ધિ ચકાસી જોવાનું રમકડું કે પ્રશ્ન. ઉ૦ક્રિ૦ મૂંઝવવું; મૂંઝાવું; ઉકેલ માટે કોયડો આપવો; કોયડો ઉકેલવા મથવું.
pye'dog (પાઇડૉગ), ના૦ ધણી વિનાનું ભેળસેળ ઓલાદનું – રખડતું – કૂતરું.
pyg'my (પિગ્મિ), ના૦ વેંતિયો, સાવ ઠિંગુજી જાતિનો–માણસ, ઠિંગુજી; બહુ નાનકડો માણસ, પ્રાણી કે છોડ.
pyja'mas (પિજામાઝ઼), ના૦ રાતે સૂતી વખતે પહેરવાનો પાયજામો ને જાકીટનો ખૂલતો પોશાક; પાયજામો, સૂંથણું.
py'lon (પાઇલૉન), ના૦ મિસરનાં મંદિરોના જેવો બન્ને બાજુએ મિનારા કે ગોપુર સાથેનો દરવાજો; વીજળીનાં દોરડાં બાંધવા ની મિનારા જેવી રચના.
pyorrhoe'a (પાયરીઆ), ના૦ દાંતનો એક રોગ, જેમાં દાંતનાં પેઢાંમાંથી પરુ નીકળે છે.
py'ramid (પિરમિડ), ના૦ સામાન્યપણે ત્રણ કે ચાર ખૂણાવાળી બેઠકવાળું ઉપર સાંકડું થતું જતું એક નક્કર બાંધકામ; આ આકારનું પથ્થરનું સ્મારક – સ્મારક તરીકે કરેલું પથ્થરનું બાંધકામ, પિરામિડ.
pyre (પાયર), ના૦ ચિતા; ચેહ.
pyrit'es (પિરાઇટીઝ઼), ના૦ લોઢું ને ગંધક એક કરીને બનાવેલી પીળા રંગની એક ધાતુ.
pyrotech'nic (પાઇરટે'ક્નિક), વિ૦ દારૂખાનાનું, –ના જેવું; તેજસ્વી; ક્ષોભકારક.
pyrotech'nics, ના૦ બ૦ વ૦ દારૂખાનું બનાવવાનો હુન્નર; દારૂખાનું, આતશબાજી.
Py'rrhic (પિરિક), વિ૦ ~ *victory*, ભારે ભોગ આપીને મેળવેલી જીત.
py'thon (પાઇથન), ના૦ પ્રચંડ સર્પ; અજગર.
pyx (પિક્સ), ના૦ પ્રભુભોજનની રોટી મૂકવાનું વાસણ – પાત્ર.

Q

Q, q (ક્યૂ), ના૦ અંગ્રેજી વર્ણમાળાનો સત્તરમો અક્ષર.
qua (ક્વે), ઉભ૦ અ૦ તરીકે, –ની હેસિયતથી.
quack (ક્વૅક), અ૦ક્રિ૦ બતકના જેવું બોલવું – કર્કશ અવાજ કરવો. ના૦ એવો અવાજ.
quack, ના૦ ઊંટવૈદ, નીમહકીમ, વગર આવડતનો વૈદ (વિ. ક. લોકોના ભોળપણનો લાભ લેનાર). **quack'ery** (ક્વૅકરિ), ના૦ ઊંટવૈદું.
quad'rangle (ક્વૉડ્રૅંગલ), ના૦ ચતુષ્કોણ, વિ. ક. સમચોરસ, સમચતુષ્કોણ; મોટાં મકાનો કે મકાનોની હારો વચ્ચેનો ચોક – વાડો.
quadrang'ular (ક્વ–), વિ૦ ચતુષ્કોણના આકારનું; (હરીફાઈની રમત – સામનો) ચાર બાજુઓ કે પક્ષો વચ્ચેનું, ચોરંગી, ચતુરંગી.
qua'drant (ક્વૉડ્રન્ટ), ના૦ ગોળનો, વર્તુળનો કે તેના પરિઘનો – ચોથો ભાગ; ખૂણા માપવાનું સાધન, કોણમાપક.
qua'drat (ક્વૉડ્રટ), ના૦ (quad, ક્વૉડ પણ). મુદ્રણમાં કોરી જગ્યા મૂકવા માટે વપરાતો ધાતુનો નાનો ઘન ટુકડો.
quadrate' (ક્વૉડ્રિટ), વિ૦ ચોરસ, લંબચોરસ; સમાન, બરોબર, લાગુ પડતું. ઉ૦ક્રિ૦ (ક્વૉડ્રે–, ક્વ–) વર્ગ – ચોરસ – કરવો; મળતું – બંધબેસતું – કરવું – આવવું. **quadrat'ic** (ક્વડ્રૅટિક), વિ૦ [ગ.] વર્ગાત્મક, દ્વિઘાત. ના૦ વર્ગ સમીકરણ (~ *equation*).
quadrenn'ial (ક્વાડ્રે'નિઅલ), વિ૦ ચાર વરસમાં એક વાર થતું, ચતુર્વાર્ષિક.
quadrilat'eral (ક્વૉડ્રિલૅટરલ), વિ૦ ચાર બાજુવાળું, ચતુર્ભુજ. ના૦ ચતુર્ભુજ કે ચતુષ્કોણ આકૃતિ – જગ્યા.
quadrille' (કડ્રિલ, ક્વ–), ના૦ (ચાર કે વધારે યુગલોનું) ચોરસ નૃત્ય; એવા નૃત્ય માટેનું

સંગીત; ચાર જણે રમવાની એક પત્તાંની રમત.

quadrill'ion (ક્વડ્રિલ્યન, ક્વૉ-), નાo દશલક્ષનો ચતુર્ઘાત (૧૦૦૦૦૦૦^{૪}); [બ્રિટિશ] ૧૦^{૨૪}; [અમે.]૧૦^{૧૫}

quadroon' (ક્વડ્રૂન, ક્વૉ-),નાo ચતુર્થાંશ નિગ્રો, જેનો બાપ ગોરો ને મા 'મ્યુલૅટો' (અર્ધ નિગ્રો) હોય એવું માણસ.

qua'druped (ક્વૉડ્રૂપિડ,-પૅ'ડ-), નાo ચોપગું પ્રાણી (બહુધા સસ્તન વર્ગનું).

qua'druple (ક્વૉડ્રૂપલ), વિo ચાર ગણું, ચાર ગણું મોટું; ચાર ભાગવાળું. ઉo ક્રિo ચાર ગણું કરવું-થવું. **qua'druplet**,(-પ્લિટ) નાo સાથે જન્મેલાં ચાર બાળકો; એવાં બાળકમાંથી કોઈ પણ એક; સાથે કામ કરનાર ચોકડી.

quadru'plicate, (ક્વડ્રૂપ્લિકિટ) વિo ૪ નકલ કે દાખલાવાળું. સoક્રિo (-કેટ), -ની ચાર નકલ કરવી. નાo *in* ~, ચાર નકલો (કરીને). [પીવું, ઢીંચવું.

quaff (ક્વાફ, ક્વૉ-), ઉoક્રિo પીવું, ગટગટ

quag'mire (ક્વૅગ્માયર), **quag** (ક્વૅગ), નાo કાદવકીચડવાળી જમીન, કળણ.

quail (ક્વેલ), નાo ઋતુ અનુસાર સ્થળાંતર કરતું એક નાનું ખાદ્ય પક્ષી.

quail, અoક્રિo બીવું, ડગી જવું, પાછા હઠી જવું.

quaint (ક્વેન્ટ), વિo વિલક્ષણ, તરેહવાર; જુનવાણી, વિચિત્ર. [આમ તેમ હાલવું.

quake (ક્વેક), અo ક્રિo ધ્રૂજવું; કંપવું;

Quak'er (ક્વેકર), નાo જૉર્જ ફૉક્સે સ્થાપન કરેલ 'સોસાયટી ઑફ ફ્રૅન્ડ્ઝ્' નામના ધાર્મિક સંપ્રદાયનો માણસ.

qualifica'tion (ક્વૉલિફિકેશન), નાo લાયક બનાવવું તે; લાયકાત, યોગ્યતા; ગુણ; અધિકાર, પદ, માટેની આવશ્યક શરત; ફેરફાર, મર્યાદા. **qua'lify** (-ફાઇ), ઉoક્રિo યોગ્ય-લાયક-કરવું-થવું; અમુક તરીકે વર્ણન કરવું; શરતો પૂરી કરવી; ફેરફાર કરવો; (શબ્દો ઇ. ઉમેરીને) મર્યાદિત કરવું, ઓછું કરવું, નબળું બનાવવું; વિશેષિત કરવું; (વિશેષણ અંગે) (નામનો) ગુણ બતાવવો.

qua'litative (ક્વૉલિટેટિવ), વિoગુણ સાથે સંબંધ ધરાવનારું, ગુણાત્મક, ગુણવાચક. ~ *analysis,* અમુક દ્રવ્ય કે પદાર્થમાં કયા કયા ગુણ છે, નહિ કે તે ગુણ કેટલા પ્રમાણમાં છે, તે જાણવા માટે કરેલી વૈજ્ઞાનિક તપાસ.

qua'lity (ક્વૉલિટિ), નાo ગુણ, ધર્મ, ખાસિયત; લક્ષણ; ઉત્કૃષ્ટપણું. *a lady of* ~, ઉપલા વર્ગની સ્ત્રી. *the* ~, સમાજના ઉપલા સ્તરના માણસો.

qualm (ક્વામ, ક્વૉમ), નાo ચટપટી, ખટકો; શંકા, અંદેશો, ડર; પેટમાં અચાનક ઉપડેલું દરદ.

quandar'y (ક્વૉન્ડેરિ, -ડરિ), નાo સંદેહ, મૂંઝવણ, અનિશ્ચિતપણું; પેચ, મુશ્કેલી.

qua'ntitative (ક્વૉન્ટિટેટિવ, -ટટિવ), વિo પરિમાણવાચક-સંબંધી; પરિમાણ પ્રમાણે કરેલું-કાઢેલું.

qua'ntity (ક્વૉન્ટિટિ), નાo જથો (વજન, સંખ્યા, કદ, વિસ્તાર, ઇ.), પરિમાણ; રકમ, રાશિ; (પિંગળ) માત્રા; [ગ.] જથાવાચક ચિહ્ન કે સંખ્યા. *unknown* ~, જેના વર્તન વિષે કશું કહી ન શકાય એવું માણસ.

qua'ntum (ક્વૉન્ટમ), નાo (બo વo quanta). જથ્થો, હિસ્સો, અંશ; આવશ્યક, ઇષ્ટ કે મંજૂર કરેલ જથો. ~ *theory,* કોઈ પણ જાતની શક્તિ એક પદાર્થમાંથી બીજામાં અમુક નિશ્ચિત જથ્થામાં સંક્રમિત થાય છે એ સિદ્ધાંત.

qua'rantine (ક્વૉરન્ટીન), નાo ચેપી રોગથી બચવા માટે વહાણ કે માણસને અલગ રાખવામાં આવે છે તે, એક પ્રકારનું સૂતક; તેની મુદત; ક્વૉરેન્ટીન.

qua'rrel (ક્વૉરલ), નાo વાંધો, તકરાર; ઝઘડો, બોલાચાલી; અણબનાવ. અo ક્રિo (ભૂo કાo quarrelled). કજિયો-ઝઘડો-કરવો, લડવું, -ની સાથે અણબનાવ થવો. **qua'rrelsome** (-સમ), વિo ઝઘડાળુ, કજિયાખોર.

qua'rry (ક્વૉરિ), નાo શિકાર, પારધ; બહુ આરતથી મેળવવા ચાહેલી વસ્તુ.

qua'rry, નાo પથ્થર, ઇ.ની ખાણ. ઉo ક્રિo ખાણમાંથી પથ્થર, ઇ. કાઢવું. **qua'rryman,** નાo ખાણમાંથી પથ્થર, ઇ. કાઢનાર, ખાણિયો.

quart (ક્વૉર્ટ), નાo પ્રવાહીનું એક માપ

૫ા ગૅલન, બે પિંટ, ૧.૧૩૬ લિટર.

quar'ter (ક્વૉર્ટર), ના૰ પા, પાવ, ચોથો ભાગ; હંડરવેટનો ચોથો ભાગ–૨૮ રતલ; દિશા; પ્રદેશ, લત્તો; યુદ્ધમાં શત્રુ પ્રત્યે બતાવેલી દયા, જીવતદાન; (બ૰ વ૰) રહેવાની જગ્યા, મથક (વિ. ક. લશ્કરનું); પ્રાણીના ચાર અવયવ – બે હાથ બે પગ – માંનો એક, તેની આસપાસના ભાગ સાથે (ખાદ્ય માંસ તરીકે); વરસનો ચોથો ભાગ, ત્રિમાસી; ચાંદ માસનો ચોથો ભાગ; અનાજનું ૮ બુશલનું માપ; ૨૫ સેન્ટનું અમેરિકાનું નાણું; પા કલાક, ૧૫ મિનિટ. *at close ~s*, તદ્દન નજીક, સાવ પાસે. સ૰ ક્રિ૰ -ના ચાર ભાગ કરવા; રહેવાની સગવડ કરી આપવી (વિ.ક. લશ્કરને માટે). ~oneself *on*, -ને ત્યાં જઈને રહેવું.

quar'ter-day, ના૰ ત્રૈમાસિક પગારનો – ઉઘરાણીનો – દિવસ. [ડબ્બા તરફનું તૂતક.

quar'ter-deck (–ડે'ક), ના૰ વહાણના

quar'terings (ક્વૉર્ટરિંગ્ઝ઼), ના૰ બ૰વ૰ લગ્નથી જોડાયેલાં કુટુંબોનાં વંશચિહ્નો માટે ચિહ્નો અનુસાર કરેલા ઢાલના ચાર ભાગ.

quar'terly (ક્વૉર્ટર્લિ), વિ૰ ત્રણ ત્રણ માસે થતું – નીકળતું, ત્રૈમાસિક. ના૰ ત્રૈમાસિક (પત્ર). ક્રિ૰ વિ૰ ત્રણ મહિનામાં એક વાર, ત્રણ ત્રણ મહિને.

quar'termaster (–માસ્ટર), ના૰ [નૌકા.] વહાણના સુકાન પર તથા ભોંયરામાં માલ ભરવા પર દેખરેખ રાખનાર અમલદાર; [લશ્કર.] સિપાઈઓનો મુકામ, ખાવુંપીવું, તથા દારૂગોળાનો બંદોબસ્ત રાખનાર અમલદાર.

quar'tern(-loaf), ના૰ ચાર પાઉંડ વજનની ગળી રોટી.

quar'terstaff (–સ્ટાફ), ના૰ બન્ને હાથે ફેરવવાની છથી આઠ ફૂટ લાંબી લાઠી.

quartet(te)' (ક્વૉર્ટેટ), ના૰ ચાર જણે ગાવાનું કે વગાડવાનું ગીત; ચારનો સટ, ચોકડી.

quar'to (ક્વૉર્ટો), ના૰ કાગળ (ના તાવ) ને બે વાર વાળીને થતું કદ, એ કદનું પુસ્તક. વિ૰ ચતુષ્પત્રી. [(જેમાં ક્યારેક સોનું મળે છે).

quartz (ક્વૉર્ટ્ઝ઼), ના૰ કાચમણિ, સ્ફટિક

quash (ક્વૉશ), સ૰ ક્રિ૰ કચરી નાંખવું; રદ કરવું, નામંજૂર કરવું.

quas'i (ક્વેસાઇ, ક્વૅાસિ), ઉપ૰અર્ધ-; દેખાતું. લગભગ. ઉભ૰ અ૰ એટલે કે, જાણે કે.

quass'ia (ક્વૅાસિઆ, ક્વેશા, ક્વૉ–), ના૰ ૬. અમેરિકાનું એક ઝાડ; તેનાં મૂળિયાં કે છાલમાંથી બનતી એક અતિ કડવી દવા.

quatern'ary (ક્વટર્નરિ), વિ૰ ચાર ભાગવાળું; [ભૂસ્તર.] છેલ્લામાં છેલ્લા – ચોથા – સ્તરનું. ના૰ ચારનો સટ, ચોકડી.

quat'rain (ક્વૉટ્રિન, –ટ્રેન), ના૰ ચાર લીટીનો શ્લોક – પદ્ય.

qua'ver (ક્વેવર), અ૰ ક્રિ૰ (અવાજ) કાંપવું, ધ્રૂજવું; ધ્રૂજતે અવાજે બોલવું. ના૰ કંપવાળો – થરડાતો – અવાજ; [સં.] એક સ્વર.

quay (કી), ના૰ વહાણમાં માલ ચડાવવા ઉતારવાની જગ્યા, ડક્કો, ઓવારો.

quean (ક્વીન), ના૰ વધુ પડતી છૂટ લેનાર – અસભ્ય – બદચાલવાળી – સ્ત્રી, નઠારી છોકરી.

queas'y (ક્વીઝ઼િ), વિ૰ મોળ આવે – ઊલટી થાય – એવું; પેટમાં ગરબડ કરાવે એવું; રાજી કરવું મુશ્કેલ; અતિ નાજુક લાગણી કે અભિરુચિવાળું.

queen (ક્વીન), ના૰ રાજાની પત્ની, રાણી; રાજ્ય ચલાવનાર સ્ત્રી–રાણી; મધમાખી, કીડી, ઇ. ની રાણી; [શેત.] પ્રધાન, વજીર; [પત્તાંની] રાણી. *Q~ Mother*, રાજમાતા. અ૰ ક્રિ૰ રાણીની જેમ વર્તવું. **queen'ly** (ક્વીનલિ), વિ૰ રાણીના જેવું, રાણીને શોભે એવું.

queer (ક્વીર, ક્વિઅર), વિ૰ વિલક્ષણ, તરેહવાર; વિચિત્ર;બેઢંગું; ચસકેલું, પીધેલું. *feel ~*, -ને બેચેની લાગવી. *in Q~ Street*, (વેપારી, ઇ.) દેવામાં, (નાણાંની) મુશ્કેલીમાં. સ૰ ક્રિ૰ બગાડવું. *~ the pitch for* (person), ખટપટ કરીને કોઈનું કામ બગાડવું – કોઈને સફળ ન થવા દેવું.

quell (ક્વે'લ), સ૰ ક્રિ૰ શાંત પાડવું. મટાડવું; (બળવો, ઇ.) દબાવી દેવું. *~ fears*, ભીતિ દૂર કરવી.

quench (ક્વે'ન્ચ), સ૰ ક્રિ૰ (આગ, દીવો, ઇ.) બુઝાવવું, હોલવી નાંખવું; (તરસ) છિપાવવું; શાંત – ઠંડું – પાડવું; દબાવી દેવું, રૂંધી નાંખવું. **qu·nch'less**, વિ૰ બુઝાવી – હોલવી – છિપાવી – ન શકાય એવું, ઇ.

quern (ક્વર્ન), ના૦ હાથે દળવાની ઘંટી.

que'rulous (ક્વે'રુલસ), વિ૦ વાંધાખોર, તકરારી; લડકણું, કજિયાખોર.

quer'y (ક્વીરિ, ક્વિઅરિ), ના૦ (હકીકત અંગે) પ્રશ્ન, સવાલ; પ્રશ્નાર્થચિહ્ન. સ૦ ક્રિ૦ પૂછવું, તપાસ કરવી; -ની ચોકસાઈ બાબત સવાલ – શંકા – ઉઠાવવી.

quest (ક્વે'સ્ટ), ના૦ કશુંક શોધવાનો – મેળવવાનો – પ્રયત્ન; શોધવાની વસ્તુ – વિષય; શોધ, ખોજ. *in ~ of*, -ની શોધમાં – કરતું. ઉ૦ ક્રિ૦ -ની શોધમાં જવું – હોવું.

ques'tion (ક્વે'સ્ચન), ના૦ પ્રશ્ન, સવાલ; વિકટ પ્રશ્ન, કોયડો; ચર્ચાનો વિષય, વાદ; શંકા, સંદેહ. *call in ~*, -ને વિષે શંકા–વાંધો-ઉઠાવવો. *in ~*, તકરારી, વિવાદ્ય. *out of the ~*, અશક્ય, જેનો વિચાર જ કરવાની જરૂર નથી એવું. સ૦ ક્રિ૦ -ને પ્રશ્ન પૂછવા; -ને વિષે શંકા ઉઠાવવી. **ques'tionable** (-નબલ), વિ૦ શક આવે એવું, શંકાભરેલું, શંકાસ્પદ; જેની પ્રામાણિકતા વિષે શંકા આવે એવું. **question-mark**, ના૦ પ્રશ્નચિહ્ન.

questionnaire' (ક્'સ્ચને'અર, ક્વે'-), ના૦ કોઈ તપાસ વગેરે અંગેની પ્રશ્નપત્રિકા, પ્રશ્નાવલિ.

queue (ક્યૂ), ના૦ ગૂંથેલો લટકતો ચોટલો, વેણી; પોતાના વારા માટે રાહ જોનારાઓની હાર – કતાર. અ૦ ક્રિ૦ હારમાં ઊભા રહેવું.

quib'ble (ક્વિબલ), ના૦ શબ્દચ્છલ (કરવું તે); સાચી વાત ટાળવાની – ઉડાવવાની – યુક્તિ. અ૦ક્રિ૦ ગલ્લાંતલ્લાં કરવાં; શબ્દચ્છલ કરવું.

quick (ક્વિક), વિ૦ જીવતું, સજીવ; ઝડપી, ચપળ; ચાલાક; હોશિયાર; ગર્ભવાળું. ના૦ ચામડી કે નખની નીચેનું કુમળું માંસ; આળી જગ્યા, મર્મસ્થળ. ક્રિ૦ વિ૦ જલદી, ઝટ, ઉતાવળથી. *cut* (person) *to the ~*, મર્મસ્થાને પ્રહાર – મર્માઘાત – કરવો; મર્મસ્થાને આઘાત પહોંચેલું. **quickly**, ક્રિ૦વિ૦ જલદી, ઉતાવળથી.

quick'en (ક્વિકન), ઉ૦ક્રિ૦ સજીવન–જીવતું– કરવું; – થવું; પ્રાણ પૂરવો, પ્રેરણા આપવી; ગતિ વધારવી–વધવી. **quick'ening**, ના૦.

quick'lime (-લાઇમ), ના૦ કળીચૂનો.

quick'sand (-સૅન્ડ), ના૦ ભીની ને પોચી રેતીનો પટ, કળણ.

quick'set (-સે'ટ), વિ૦ (વાડ) જીવતા છોડની.

quick'silver (-સિલ્વર), ના૦ પારો.

quid (ક્વિડ), ના૦ તમાકુની ગોળી (મોઢામાં મૂકેલી); એક પાઉન્ડ.

quid pro quo (ક્વિડ પ્રો ક્વો), ના૦ મદદ માટે કે કશુંક આપ્યું હોય તે માટે આપેલા પૈસા કે કોઈ વસ્તુ, બદલો; નુકસાન ભરપાઈ.

quies'cent (ક્વાયે'સન્ટ), વિ૦ નિશ્ચલ, સ્થિર, શાંત; સુપ્ત. **quies'cence**, ના૦ નિશ્ચલતા, ઇ.

qui'et (ક્વાયટ), ના૦ સ્વસ્થપણું, શાંતતા; નીરવતા, શાંતિ; આરામ, નિરાંત. વિ૦ શાંત, નીરવ, સ્તબ્ધ, નિશ્ચલ; સ્વસ્થ; સૌમ્ય, શાંત પ્રકૃતિનું. (રંગ) બહુ ચળકતું નહિ એવું, સૌમ્ય. ઉ૦ ક્રિ૦ શાંત કરવું, નરમ પાડવું; શાંત–નરમ– પડવું; સ્વસ્થ થવું. *~ down*, શાંત થવું. **qui'etism**, ના૦ શાંતિ, વીતરાગપણું, વૈરાગ્ય; જીવન પ્રત્યે ઉદાસીન વૃત્તિ. **qui'etude** (ક્વાયટ્યૂડ), ના૦ શાંતિ, નિરાંત, આરામ.

quiet'us (ક્વાઈટસ), ના૦ બિલ કે દેવાની પહોંચ, ચૂકતો હિસાબ, પતવણી; મરણ.

quiff (ક્વિફ), ના૦ કપાળ પર આવતી વાળની લટ, બાબરી.

quill (ક્વિલ), ના૦ પાંખનું કે પૂંછડીનું મોટું પીંછું; પીંછાની બનાવેલી કલમ; કોઈ પણ અણિયાળી વસ્તુ (શાહુડીનો કાંટો, ઇ.).

quilt (ક્વિલ્ટ), ના૦ ગોદડું, રજાઈ. સ૦ક્રિ૦ રૂ વગેરે ભરીને રજાઈ – ગોદડું – બનાવવું; ગોદડાની જેમ સીવવું. **quilted**, વિ૦.

quince (ક્વિન્સ), ના૦ જમરૂખના આકારનું એક ખાટું ફળ; તેનું ઝાડ.

quinine' (ક્વિનીન, -નાઇન), ના૦ સિકોનાની છાલમાંથી બનાવેલી તાવની દવા, ક્વિનીન.

quinquenn'ial (ક્વિન્ક્વે'નિઅલ), વિ૦ પાંચ વરસ ચાલનારું; પાંચ પાંચ વરસનું, દર પાંચ વરસે થતું, પંચવાર્ષિક. **quinquenn'ium**, ના૦ પાંચ વરસનો ગાળો.

quin'sy (ક્વિન્ઝિ), ના૦ ગળાનો કે કાકડાનો [દાહ–સોજો.

quin'tal (ક્વિન્ટલ), ના૦ ૧૦૦ રતલ; ૧૧૨ રતલ, હંડરવેટ; ૧૦૦ કિલોગ્રામ

quintess'ence (ક્વિન્ટે'સન્સ), ના૦ અર્ક,

સત્ત્વ, સાર.

quintet(te)' (ક્વિન્ટે'ટ), નાo પાંચ જણે ગાવાનું કે વગાડવાનું ગીત; પંચક.

quin'tuplet (ક્વિન્ટચૂપ્લિટ), નાo સાથે જન્મેલાં પાંચ બાળકો; તેમાંથી કોઈ પણ એક.

quip (ક્વિપ), નાo ટોણો, કટાક્ષ; દ્વિઅર્થી વચન, ડહાપણભરી કહેણી. [ધા.

quire (ક્વાયર), નાo કાગળના ચોવીસ તાવનો

quire, નાo જુઓ choir

quirk (ક્વર્ક), નાo કટાક્ષ, મહેણું; લહેરી ચાળો; અક્ષરનાં લાંબાં લાંબાં પાંખડાં.

quis'ling (ક્વિઝ્‌લિંગ), નાo પરદેશી વિજેતા સરકારમાં વહીવટી નોકરી કરનાર; પાંચમી કતારિયો, પંચમસ્તંભી, દેશદ્રોહી.

quit (ક્વિટ), ઉo ક્રિo (ભૂo કાo quitted, ક્યારેક જ quit). છોડી દેવું, જવા દેવું; છોડીને જતા રહેવું; બંધ કરવું, કરવાનું છોડી દેવું. ~ (*acquit*) oneself *well*, સારી રીતે વર્તવું. વિo ~ *of*, -થી મુક્ત. **quit'ter** (ક્વિટર), નાo કામ પૂરું થયા પહેલાં છોડી દેનાર; ડરપોક માણસ.

quitch (ક્વિચ), નાo એક જાતનું લાંબાં મૂળિયાંવાળું ઘાસ

quite (ક્વાઇટ), ક્રિo વિo પૂર્ણપણે, તદ્દન, બધી રીતે; બરાબર, તદ્દન બરાબર. ~ *so*, [વાતચીતમાં] તદ્દન બરાબર. [બરોબરીના.

quits (ક્વિટ્‌સ), વિધેયo વિo સરખેસરખા,

quiv'er (ક્વિવર), નાo (બાણનો) ભાથો.

quiv'er, ઉo ક્રિo હાલવું, કાંપવું, ધ્રૂજવું. નાo ધ્રુજારી, ફફડાટ. [જાગ્રત.

qui vive (કીવીવ), *on the* ~, સાવધ,

Quix'ote (ક્વિક્સટ, -સોટ), નાo સ્વપ્નદર્શી, ઊંચા પણ અવહેવારુ આદર્શની પાછળ પડેલો. **quixot'ic** (-સૉટિક, -ઝૉ-), વિo તરંગી, વહેવારુ બુદ્ધિ વિનાનું; પોતાના સ્વાર્થનો વિચાર ન કરનાર, ઉદાર અને કલ્પનામાં રાચનાર, અવહેવારુ કે મૂર્ખતાભર્યું

quiz (ક્વિઝ્), સo ક્રિo બનાવવું, ઠેકડી ઉડાવવી; નિંદા કરવી; પ્રશ્નો પૂછીને તપાસવું; મૂર્ખામીભર્યા પ્રશ્નો પૂછવા. નાo મશ્કરો. **quizz'ical** (ક્વિઝ઼િકલ), વિo ઠેકડી ઉડાવનારું, મશ્કરું, વિચિત્ર.

quod (ક્વૉડ), નાo તુરંગ, કેદખાનું.

quoit (કૉઇટ, ક્વૉ-), નાo 'કૉઇટ્‌સ'ની રમતમાં નિશાન પર ફેંકવાનું લોઢાનું કડું-ચક્કર; (બo વo) 'કૉઇટ્‌સ'ની રમત.

quon'dam (ક્વૉન્ડેમ, કૉ-), વિo એક વખતનું, અગાઉનું, ભૂતપૂર્વ.

quor'um (ક્વોરમ, કો-), નાo સભાનું કામ કાયદેસર ગણાવા માટે સભાસદોની આવશ્યક સંખ્યા (માં હાજરી), કાર્યસાધક સંખ્યા; કિમાન-આવશ્યક-સંખ્યા-હાજરી.

quot'a (ક્વોટા, કો-), નાo ભાગે પડતો આપવાનો કે લેવાનો હિસ્સો; લેવાઆપવાનો નિયત હિસ્સો.

quota'tion (ક્વટેશન), નાo [મુદ્રણ] કોરી જગ્યા પૂરવા માટેનો ધાતુનો ઘન ટુકડો; ઉતારો, અવતરણ. ~*-marks*, અવતરણ ચિહ્નો " " અથવા ' '.

quote (ક્વોટ), ઉo ક્રિo કોઈ ગ્રંથકાર કે લેખકના લખાણમાંથી શબ્દો, વાકયો, ઇ. ઉતારવું, અવતરણ આપવું-લેવું; -ની કિંમત અથવા ભાવ જણાવવો.

quoth (ક્વોથ, ક્વૉથ), કહ્યું (મેં, તેણે, ઇ.).

quotid'ian (ક્વટિડિઅન, ક્વૉ-, -ટિદ્યન), વિo રોજનું, રોજ આવતું (તાવ ઇ. અંગે).

quo'tient (ક્વોશન્ટ), નાo [ગ.] ભાગાકાર, ભાગાકારનું ફળ. *intelligence* ~, (સંક્ષેપ I. Q.) શારીરિક ઉમર અને માનસિક વિકાસની દૃષ્ટિથી ઉમરનું પ્રમાણ.

R

R,r (આર), ના૦ અંગ્રેજી વર્ણમાળાનો અઢારમો અક્ષર. *the three Rs (reading, (w)riting and (a)rithmetic)*, પ્રાથમિક કેળવણીના પાયા તરીકે વાચન, લેખન અને ગણિત (ત્રણ શબ્દોમાં આવેલા r અક્ષર પરથી).

rabb'et (રૅબિટ), ના૦ વીંધ, ખાંચ, ખોભણ· સ૦ક્રિ૦ ખોભણ પાડવી; સાલ કરવું.

rabb'i (રબાઇ), ના૦ યહૂદી પંડિત અથવા ધર્મશાસ્ત્રોનો નિષ્ણાત.

rabb'it (રૅબિટ), ના૦ સસલું.

rab'ble (રૅબલ), ના૦ (અવ્યવસ્થિત) ટોળું, ધાડું; નીચલા વર્ગના લોકો.

Rabelais'ian (રૅબલેઝ્યન), વિ૦ રૅબલેઝના જેવું, હલકી જાતના વિનોદ ને કટાક્ષવાળું.

rab'id (રૅબિડ), વિ૦ ગાંડુંતૂર; ચિડાયેલું, વિવેકહીન; જિદ્દી; (કૂતરું, ઇ.) હડકાયું.

rab'ies (રેબીઝ્), ના૦ (કૂતરાનો) હડકવા; કૂતરાના કરડવાથી થતો રોગ, જલસંત્રાસ.

race (રેસ), ના૦ દોડવા, ચાલવા ઇ. ની શરત; પાણીનો વેગીલો પ્રવાહ, ઓઘ. ઉ૦ક્રિ૦ ખૂબ જોરથી – વેગથી – દોડવું – દોડાવવું; દોડવામાં હરીફાઈ કરવી; ઘોડાને શરતમાં દોડાવવો. **race'course**, ના૦ ઘોડદોડ, શરતનું કૂંડાળું – ગોળ મેદાન. **race-horse, ra'cer**(રેસર), ના૦ શરતનો ઘોડો.

race, ના૦ વંશ, જાતિ, માનવવંશ; એક જમાતના, વંશના કે કુળના લોકો; વંશ, ઓલાદ; પ્રાણીઓનો – વનસ્પતિનો – વર્ગ. **ra'cial** (રેશલ), વિ૦ વંશ, જાતિ કે કુળ સંબંધી.

raceme' (રસીમ), ના૦ [વનસ્પ.] પુષ્પમંજરી, ડીંટાળી મંજરી.

rack (રૅક), ના૦ સામાન મૂકવાની લાકડાની કે લોઢાની ઘોડી કે ઘોડો; ગુનેગારના અવયવો કે સાંધા તાણવાનો સકંજો કે યંત્ર; દાંતા અથવા ખીલીખૂંટીઓ વતી કશાકને તેની જગ્યાએ બેસાડવાનું સાધન – યંત્ર. *~ and pinion*, દાંતાવાળા ચક્રથી ખસેડાતો દાંતાવાળો દાંડો. ઉ૦ ક્રિ૦ સકંજામાં નાંખીને શરીરને તાણવું – રિબાવવું; ખૂબ દુઃખ દેવું, પીડવું. *~one's brains* (for answer, etc.), માથું ખંજવાળવું, ખૂબ વિચાર કરવો;માથાફોડ કરવી. **rack-rent** (રૅક્રૅન્ટ), ના૦ પડાવી શકાય તેટલું વધારેમાં વધારે ભાડું, ગણોત, ઇ.

rack, ના૦ પવનથી વેરાતાં વાદળાં; વિનાશ, વિધ્વંસ (*go to ~ and ruin*).

rack'et, rac'quet (રૅકિટ), ના૦ ટેનિસ વગેરે રમતમાં દડાને મારવાનું જાળીવાળું 'બૅટ' – 'રૅકેટ'; (બ૦વ૦) રૅકેટ વતી રમાતી દડાની રમત; બરફ પર પહેરવાના જોડા.

rack'et, ના૦ શોરબકોર, બૂમાબૂમ; ધાંધલ, ધમાલ; [અમે.] પૈસા કઢાવવા માટે ખરાબ જણોની ટોળીએ કરેલી અપ્રામાણિક યુક્તિ – ચાલબાજી; લબાડીનો ધંધો. *stand the ~*, પરીક્ષામાંથી પસાર થવું; ખરચ વેઠવું; પરિણામ સહન કરવું. અ૦ ક્રિ૦ મોજ કરવી, વિલાસી જીવન ગાળવું. **rack'eteer** (રૅકિટિઅર), ના૦ પૈસા કઢાવવા માટે યુક્તિઓ રચનારો. **rack'ety,** (રૅકિટિ), વિ૦ ધાંધલવાળું; બદફેલીમાં પડી ગયેલું.

raconteur'(રૅકૉન્ટર),ના૦ (સ્ત્રી૦ –euse). કથાઓ કહેવામાં આવડતવાળો – પાવરધો.

rac(c)oo'n (રકૂન), ના૦ ગુચ્છાદાર પૂંછડીવાળું એક અમેરિકન પ્રાણી.

rac'quet (રૅકિટ), ના૦ જુઓ racket.

ra'cy (રેસિ), વિ૦ જોમવાળું; ઉત્સાહ – ઉમંગ – ભર્યું.

rad'ar (રેડાર), ના૦ વિમાન, વહાણ, ઇ. ની દિશા અને પહોંચ કે પલ્લો, તેમાંથી બહાર પડતા વિદ્યુત્ચુંબકીય મોજાં પરથી નક્કી કરવાની – જાણવાની – પદ્ધતિ કે તંત્ર; તે માટે વપરાતું યંત્ર, 'રેડાર'.

rad'dle (રૅડલ), ના૦ લાલ માટી, ગેરુ. સ૦ ક્રિ૦ ગેરુવા રંગે રંગવું (વિ. ક. ઘેટાંને).

rad'ial (રેડિઅલ), વિ૦ કિરણોનું – માંનું; કિરણોની જેમ ગોઠવેલું; 'રેડિયમ' ધાતુનું; ત્રિજ્યાનું, મધ્યબિંદુ કે કેન્દ્રમાંથી નીકળતી લીટીઓનું – વાળું.

rad'iance (રેડિઅન્સ), ના૦ ચકચકતો પ્રકાશ, તેજ, કાન્તિ. **rad'iant**, વિ૦ પ્રકાશનાં કિરણો બહાર ફેંકનારું; આનંદથી

પ્રફુલ્લિત, પ્રસન્ન; તેજસ્વી, આંજી નાંખનારું, ઝળહળતું.

rad'iate (રેડિએટ), ઉ૰ ક્રિ૰ પ્રકાશ કે ગરમીનાં કિરણ બહાર ફેંકવાં, વિકેરવું – રાવું; કેન્દ્રમાંથી બહાર મોકલવું કે ફેલાવવું; બિનતારી સંદેશાથી મોકલવું; (પ્રેમ, આનંદ, ઇ.) ફેલાવવું. **radia'tion** (–એશન), ના૰ કિરણોત્સર્જન, કિરણોત્સર્ગ, અરીભવન, વિકિરણ.

rad'iator (રેડિએટર), ના૰ વિસર્જક, વિકેરક; ફેલાવનાર; કિરણોત્સારી; ઓરડીમાં ગરમી ફેલાવવાનું યંત્ર; મોટર ગાડીમાં એંજિનને વધારે પડતું ગરમ ન થવા દેવાનું – ઠંડું રાખવાનું – યંત્ર.

rad'ical (રૅડિકલ), વિ૰ મૂળનું, મૂળમાંથી નીકળેલું, મૂળ સુધી જનારું, મૂલગામી; મૌલિક, પાયાનું, મૂળભૂત; પ્રાથમિક; પૂરેપૂરું, સંપૂર્ણ; (શબ્દ, ઇ.) મૂળ, જેમાંથી બીજા શબ્દો બને છે. ~ *sign*, [ગ.] મૂળસૂચક ચિહ્ન (√). ના૰ મૂળભૂત સુધારા માગનાર, ઉદ્દામવાદી. **rad'icalism** (–કેલિઝ્મ), ના૰ ધરમૂળથી ફેરફાર કરવાનો મત, ઉદ્દામવાદ.

rad'icle (રૅડિકલ), ના૰ નાનકડું મૂળ; બીમાંનો ભાગ જે મૂળ બને છે, આદિબીજ.

rad'io (રેડિઓ), ના૰ બિનતારી સંદેશાવાહક અને દૂરધ્વનિક્ષેપક યંત્ર, રેડિયો; રેડિયો દ્વારા સમાચાર, ઇ.નો ફેલાવો કરવો તે; ધ્વનિપ્રસારણ; બિનતારી સંદેશા લેવાનું યંત્ર, રેડિયો. સ૰ ક્રિ૰ રેડિયો દ્વારા મોકલવું; [વૈદક] -ની ઉપર 'ક્ષ' કિરણો કે રેડિયમનો ઉપયોગ – ઉપચાર – કરવો.

rad'io- (રેડિઅ –), [સમાસમાં] બીજા ભાગ સાથે સંબદ્ધ ત્રિજ્યાનું–કિરણોનું; કિરણોત્સર્ગનું – અંગેનું; રેડિયમનું – ને લગતું.

rad'io(-)ac'tive (–ઍક્ટિવ), વિ૰ (કેટલીક ધાતુઓ અંગે) અપારદર્શક વસ્તુમાં પ્રવેશ કરનારાં કિરણો ફેંકનારું અને વીજળીના જેવી અસર કરનારું, રેડિયમના જેવું કામ કરનારું.

radiogram (– ગ્રૅમ), ના૰ રેડિયો દ્વારા મોકલેલો તાર–સંદેશો; રેડિયો અને ફોનોગ્રાફ ભેગાં હોય એવું યંત્ર.

rad'iograph (–ગ્રાફ), ના૰ સૂર્યના પ્રકાશને નોંધનારું યંત્ર; ક્ષ કિરણની મદદથી પાડેલો ફોટો. **radio'graphy** (રેડિઑગ્રફિ), ના૰ ક્ષ કિરણો વડે ફોટો લેવાની વિદ્યા.

radiol'ogy (–ઑલજિ), ના૰ ક્ષ કિરણોનું વૈજ્ઞાનિક – પદ્ધતિસરનું – અધ્યયન, ક્ષ કિરણોનું શાસ્ત્ર. **radiol'ogist**, ના૰ ક્ષ કિરણો (ના ઉપચાર)નો તજ્જ્ઞ.

rad'ish (રૅડિશ), ના૰ મૂળો.

rad'ium (રેડિઅમ), ના૰ રેડિયમ નામની બહુ કીમતી મૂળ તત્ત્વરૂપ ધાતુ, જે ધીમે ધીમે પરિવર્તન પામે છે અને એમ કરતાં પ્રકાશ અને વીજળી બહાર ફેંકે છે.

rad'ius (રેડિઅસ), ના૰ (બ૰ વ૰ **radii**). વર્તુળ કે ગોળાના મધ્યબિંદુથી પરિઘ સુધીની સરળ રેષા, ત્રિજ્યા, જ્યા; પૈડાનો આરો; અમુક ત્રિજ્યાથી સૂચિત ગોળાકાર ક્ષેત્ર–પ્રદેશ; કોણીથી કાંડા સુધીનાં બે હાડકાંમાંનું નાનું હાડકું, બહિઃપ્રકોષ્ઠાસ્થિ.

raff'ia (રૅફિઆ), ના૰ એક જાતનું પામ – તાડ – નું ઝાડ; તેનાં પાંદડાંના રેસા; તે રેસાની દોરી.

raff'ish (રૅફિશ), વિ૰ વંઠી ગયેલા જેવું [દેખાતું; બદફેલી; હલકટ.

raff'le (રૅફલ), ના૰ ચિઠ્ઠીઓ નાંખીને અથવા પાસા ફેંકીને જેમાં વસ્તુ આપવામાં – વેચવામાં – આવે છે એવી સોરટી – લૉટરી. સ૰ ક્રિ૰ સોરટીમાં મૂકેલી વસ્તુ જીતવા પાસા ફેંકવા – ચિઠ્ઠીઓ નાંખવી.

raft (રાફ્ટ), ના૰ તરાપો, તરાપાની જેમ બાંધેલાં પાટિયાં, ઇ. [સાકટી – ટો.

ra'fter (રાફ્ટર), ના૰ છાપરાની વળી–વળો,

rag (રૅગ), ના૰ ચીંથરું, ચીંદરડી; બાકી રહેલો અંશ, શેષ; જૂનો કકડો; [વિનોદ] ફરફરિયું (છાપા, ઇ. માટે અનાદર સૂચક); (બ૰ વ૰) ફાટ્યાંતૂટ્યાં કપડાં, ચીંથરાં. *in ~s*, ચીંથરેહાલ. **rag'amuffin** (રૅગમફિન), ના૰ ચીંથરેહાલ ગંદો છોકરો.

rag, ઉ૰ ક્રિ૰ ગંમત ખાતર કોઈને ચીડવવું – પજવવું. ના૰ મશ્કરી; પજવણી. **ragging**, ના૰ મશ્કરી, પજવણી, (કરવી તે).

rage (રેજ), ના૰ તીવ્ર કોપ, ક્રોધાવેશ; જેની પાછળ લોકો તાત્કાલિક ગાંડા બની ગયા હોય એવી વસ્તુ (*the ~*). *a ~ for*, માટે ઇચ્છા, -માં ભારે રસ. અ૰ ક્રિ૰ ગુસ્સે થવું, કોપ કરવો; ક્રોધથી ગાંડાતૂર થઈ જવું; લવારી

કરવી; તોફાને ચડવું.

ragg'ed (રૅગિડ), વિ૰ ચીંથરેહાલ; ફાટેલું, ચીંથરેચીંથરાં થઈ ગયેલું; અવ્યવસ્થિત પોશાક, વાળ, ઇ.વાળું. ~ *robin*, ઘેરા લાલ રંગનાં ફૂલવાળો એક છોડ.

ragout' (રગૂ, રૅ –), ના૰ ખૂબ મસાલો નાંખીને બાફેલા શાક તથા માંસના કકડાની વાની.

rag'tag and bobtail (રૅગ્ટૅગ ઍન્ડ બૉબ્ટેલ), ના૰ નીચલા સ્તરના બિનઆબરૂદાર લોકો, સમાજનો ઉતાર.

rag'time, ના૰ હબસીઓના ગીતના જેવું વચલા અનેક શબ્દો કે તાલ છોડી દીધેલું ગીત.

rag'wort (રૅગવર્ટ), ના૰ પીળાં ફૂલવાળો એક જંગલી છોડ.

raid (રેડ), ના૰ અચાનક કરેલો લશ્કરી હુમલો; ધાડ; પોલીસનો છાપો. ઉ૰ ક્રિ૰ હુમલો કરવો; ધાડ પાડવી; છાપો મારવો.

rail (રેલ), ના૰ કઠેરો, સળિયો, ગજ; રેલવે કે ટ્રામનો પાટો; રેલવે દ્વારા અવરજવર –માલની હેરફેર (*by* ~). સ૰ ક્રિ૰ કઠેરો કરવો–બેસાડવો, કઠેરાથી આંતરવું. *go off the* ~*s*, પાટેથી ઊતરી જવું; અવળે માર્ગે ચડવું, ભૂલ કરવી, કાબૂ બહાર જવું. **rail'ing** (રેલિંગ), ના૰ વાડ અથવા કઠેરો, આંતરો, ઇ. **rail'road**, ના૰ [વિ. ક. અમે.] રેલવે.

rail, અ૰ ક્રિ૰ ગુસ્સે થઈને બોલવું, ભાંડવું; ઠપકો આપવો, નિંદા કરવી. **raill'ery** (રેલરિ), ના૰ વિનોદ, ઠઠ્ઠા, મશ્કરી.

rail'way (રેલ્વે), ના૰ આગગાડી કે ટ્રામ માટે લોઢાના પાટા નાખીને બનાવેલો રસ્તો; કોઈ એક કંપનીના નિયંત્રણ હેઠળની રેલવે.

raim'ent (રેમન્ટ), ના૰ વસ્ત્ર, પહેરવાનાં લૂગડાં.

rain (રેન), ના૰ વૃષ્ટિ, વરસાદ; વરસાદની જેમ બીજા કશાકની વૃષ્ટિ. *the*~*s*, વર્ષાઋતુ, ચોમાસું. ઉ૰ ક્રિ૰ (વરસાદ) વરસવો–પડવો.; (વરસાદ) પાડવો–વરસાવવો, વિપુલ જથામાં આવવું–આપવું. ~ *cats and dogs*, મુસળધાર વરસાદ વરસવો. **rain'bow** (–બો), ના૰ મેઘધનુષ્ય. '**rain'fall** (–ફૉલ), ના૰ કેટલો વરસાદ પડે છે તે, વરસાદનો જથોપ્રમાણ– માત્રા. **rain-gauge** (–ગેજ), ના૰ વરસાદ માપવાનું સાધન. **rain-proof**, વિ૰ વરસાદથી ન ભીંજાય એવું – અભેદ્ય. **rain'y** (રેનિ), વિ૰ વરસાદવાળું. *a* ~ *day*, હાલાકીનો કાળ, દુર્દિન.

raise (રેઝ઼), સ૰ ક્રિ૰ ઊભું – સીધું–કરવું; ઊંચું કરવું; ઊંચકવું; ઉપર મૂકવું – ચડાવવું; જગાડવું, ઉશ્કેરવું; બાંધવું, ઊભું કરવું; (અનાજ, પાક, ઇ.) ઉગાડવું, પેદા કરવું, ઉછેરવું; (પ્રાણીઓ) પાળીને ઉછેરવાં; (પ્રશ્ન) ઉઠાવવું; વધારવું; [અવાજ] મોટો કરવો; (પૈસા ઇ.) ભેગું કરવું, વસૂલ કરવું; (ઘેરો) ઉઠાવી લેવું; (લશ્કર) ભેગું કરીને તૈયાર કરવું, ઊભું કરવું. ના૰ [અમે.] પોતાના પક્ષની વૃદ્ધિ; પગારમાં વધારો. ~ *a dust*, પીડા ઊભી કરવી. ~ *Cain*, ભારે પીડા ઊભી કરવી. ~ one's *voice*, (પક્ષમાં કે વિરોધમાં) અવાજ ઉઠાવવો – કશુંક કહેવું.

rais'in (રેઝ઼ન), ના૰ સૂકી દ્રાક્ષ, કિસમિસ.

raison d'être (રેઝ઼ૉં ડેટર), અસ્તિત્વનો મૂળ હેતુ – કારણ.

raja(h) (રાજા), ના૰ રાજા.

rake (રેક), ના૰ પંજેટી, દાંતી. ઉ૰ ક્રિ૰ પંજેટી વતી એકઠું કરવું અથવા સપાટ કરવું; ઢૂંઢવું, શોધખોળ કરવી; એક છેડેથી બીજા છેડા સુધી જાય એવી રીતે તોપના ગોળા વરસાવવા (~ *a ship with fire*). ~ *out*, ખોળી કાઢવું. ~ *up*, ગઈ ગુજરી વાત ફરી તાજી કરવી. **rake-off**, ના૰ વચ્ચેથી પડાવેલી અનધિકૃત દલાલી.

rake, ના૰ બદફેલ–રંડીબાજ–માણસ, લાલો. **rak'ish** (રેકિશ), વિ૰ બદફેલ, ઇ.

rake, ઉ૰ ક્રિ૰ (વહાણ અંગે) વહાણનો ઉપરનો ભાગ આગળ આવવો; (ડોળકાઠી અંગે) પાછળના ભાગ તરફ ઝૂકવું–ઝુકાવ આપવો. ના૰ પાછળના ભાગ તરફ ઝોક–ઝુકાવ (ની માત્રા). **ra'kish** (રેકિશ), વિ૰ (વહાણ) ઝડપથી જાય એવી રીતે બાંધેલું; એક બાજુ નમેલી ડોળકાઠીઓવાળું.

ra'lly (રૅલિ), ઉ૰ ક્રિ૰ સાથે મળીને પ્રયત્ન કરવા માટે એક થવું – કરવું (વિ.ક. હાર મળ્યા પછી); સજીવન કરવું, (ઉત્સાહ, શક્તિ) પાછું આણવું; નવો ઉત્સાહ રેડવો;

ભય, રોગ, ઇ. હઠાવીને ઉપર આવવું. ના૦ કોઈ કાર્યને પુષ્ટિ આપવા માટે ભેગા થવું તે; શક્તિ કે જોમ પાછું મેળવવું તે; બાલવીર, સ્વયંસેવક, ઇ. ની મોટી સભા-સંમેલન-રૅલી; [ટેનિસ, ઇ.માં] વારંવાર દડાને મારવો ને પાછો વાળવો તે.

rall'y, સ૦ ક્રિ૦ ઠઠ્ઠા-મશ્કરી-કરવી, ઉપહાસ કરવો.

ram (રૅમ), ના૦ ઘેટો, મેંઢો; કિલ્લાની દીવાલો કે દરવાજો તોડી પાડવા માટેનું સાધન-ઝૂલતો ઘણ; યુદ્ધનૌકાની આગલા ભાગની બીજા વહાણ પર હુમલો કરવાની ઘણના જેવી ચાંચ; પાણી ઉપર ચડાવવાનું યંત્ર-પંપ (*hydraulic* ~). સ૦ક્રિ૦ સખત રીતે ટીપવું; ઠાંસીને ભરવું; ટીપીને પૂરવું; ટક્કર-માથું-મારવું; સખત પ્રહાર કરવો; વારંવાર ગોખીને યાદ કરવું. **ram'rod** (-રૉડ), બંદૂક ઠાંસીને ભરવાનો સળિયો.

ram'ble (રૅમ્બલ), અ૦ક્રિ૦ રખડવું, ભટકવું, ફરવા જવું; (બોલવામાં) આડું ફાટવું; રસળવું; અપ્રસ્તુત-અસંબદ્ધ-વાતો કહેવી. ના૦ ફરવા જવું તે, સહેલ, ફેરો, લટાર. **ram'bler**, ના૦ વેલગુલાબ. **ram'bling**, વિ૦ રસળતું, રખડતું; વાંકુંચૂકું, અવ્યવસ્થિત.

ram'ify (રૅમિફાઇ) ઉ૦ ક્રિ૦ જુદી જુદી શાખાઓ અથવા વિભાગ પાડવા-પડવા; અનેક અંગઉપાંગોવાળું અથવા જટિલ બનવું. **ramifica'tion**, ના૦ શાખાપ્રશાખાઓ પાડવી-પડવી-તે; (બ૦ વ૦) શાખા-પ્રશાખાઓ.

ramp (રૅમ્પ), ના૦ ઢોળાવ, ઢોળાવવાળો ભાગ; દાદરાના કઠેરાનો ચડતો વળાંક. ઉ૦ ક્રિ૦ કશાક પર હુમલો લઈ જવો; ઉશ્કેરાઈ જવું; ઘોડાની જેમ પાછલા પગ ઉપર ઊભા રહેવું; (ભીંત) જમીનની સપાટી અનુસાર ઉપર નીચે જુદી જુદી ઊંચાઈનું હોવું; ધમાલ મચાવવી, તોફાન કરવું. ~*ing and raging*, ધૂઆંપૂઆં થઈને બૂમબરાડા પાડી વર્તનારું.

ramp, ના૦ કોઈની પાસેથી ચાલાકીથી પૈસા કઢાવવા-વધારે પડતી ભારે કિંમત લેવી-તે; તેની યુક્તિ.

ram'page' (રૅમ્પેજ), અ૦ક્રિ૦ અને ના૦ ક્રોધાવેશમાં આવી જવું, તપી જવું, ધુરકિયાં કરવાં, તોફાન મચાવવું. *on the* ~, તોફાન પર ચડેલું.

ramp'ant (રૅમ્પન્ટ), વિ૦ (સિંહની પ્રતિમા અંગે) પાછલા પગ પર ઊભું-ઊભા રહીને આગળના પંજા હવામાં ઊંચા કરેલા હોય એવું; (માંદગી અંગે) ખૂબ જોરમાં આવેલું, જોરથી વધતું; બેસુમાર ફેલાયેલું; અનિયંત્રિત; આક્રમક.

ramp'art (રૅમ્પાર્ટ), ના૦ કિલ્લા, ઇ.ના રક્ષણ માટે બનાવેલો ક્યારેક ઉપર દીવાલ સાથેનો માટીનો આડો ટેકરો-દીવાલ, તટ-બંધી; રક્ષણ (નું સાધન).

ram'shackle (રૅમ્શૅકલ), વિ૦ પડુંપડું થયેલું, સાંધા હાલી ગયા હોય એવું; જોખમકારક.

ran (રૅન), runનો ભૂ૦ કા૦

ranch (રૅન્ચ), ના૦ અમેરિકામાં ઢોર-ઉછેરનું મથક. અ૦ ક્રિ૦ ઢોર ઉછેરવાં (નું મથક ચલાવવું).

ran'cid (રૅન્સિડ), વિ૦. (તેલ, ઇ.) વાસ [મારતું, ખોરું, ગંધાતું.

ranc'our (રૅંકર), ના૦ દીર્ઘ દ્વેષ, હાડવેર, ખુન્નસ, કીનો. **ranc'orous**, (રૅંકરસ), વિ૦ અતિદ્વેષી, ખારીલું, કીનાખોર.

rand (રૅન્ડ), ના૦ (દ. આફ્રિકામાં) નદીની ખીણની બન્ને બાજુનો ઉચ્ચ-ડુંગરાળ-પ્રદેશ.

ran'dom (રૅન્ડમ), વિ૦ અવ્યવસ્થિત, ઠેકાણા વગરનું, ફાવે તેમ કરેલું. *at* ~, કોઈ ચોક્કસ ઉદ્દેશ કે યોજના વિના, ફાવે તેમ.

ran'dy (રૅન્ડિ), વિ૦ અને ના૦ શોરબકોર-બકવાટ-કરનાર (સ્ત્રી), કર્કશા.

ranee (રાનિ), ના૦ રાણી.

rang (રૅંગ), ringનો ભૂ૦ કા૦.

range (રેંજ), ના૦ હાર, પંક્તિ (વિ. ક. પહાડો કે મકાનોની); નિશાનબાજી કરવાનું મેદાન; ક્ષેત્ર, પ્રાન્ત; મર્યાદા, પહોંચ, ટપ્પો; ભઠ્ઠી-ચૂલો; જુદા જુદા રંગનો પટ; પસંદ કરેલી વસ્તુઓ, જૂથ. ઉ૦ ક્રિ૦ હારબંધ મૂકવું-ગોઠવવું; વર્ગ-પ્રત-પ્રમાણે ગોઠવવું; ફેલાવું, અમુક સ્થળ સુધી પ્રસરવું-પહોંચવું; અમુક મર્યાદાઓ વચ્ચે વધવું ઘટવું; રખડવું. ~ oneself *with*, -નો પક્ષ લેવો, -ના

પક્ષમાં જવું.

range'-finder (–ફાઇન્ડર), ના૦ વિ. ક. લક્ષ્ય કે નિશાનનું અંતર માપવાનું સાધન.

ran'ger (રેંજર), ના૦ રાજાના બાગ, ઉપવન કે જંગલનો રક્ષક, અરણ્યરક્ષક (*a forest ~*); ગસ્ત – રોન – ફરનાર ઘોડેસવાર; વડો બાલવીર.

rank (રેંક), ના૦ હાર, કતાર (વિ. ક. ભાડાની મોટરોની); (એકબીજાની પડખે ઊભા રહેલા) સિપાઈઓની કતાર; વિશિષ્ટ સામાજિક વર્ગ; વર્ગમાં અમુક સ્થાન – અનુક્રમ; (બ૦વ૦) સામાન્ય સિપાઈઓ (*the ~ s*). ઉ૦ ક્રિ૦ હારમાં ગોઠવવું; વર્ગ પાડવા; -નો અમુક દરજ્જો કે સ્થાન હોવું – મળવું. *~ and file*, સામાન્ય સિપાઈઓ, લોકો, ઇ. *~ with*, -ના બરોબરીના ગણાવું. **rank'er**, ના૦ લશ્કરનો સામાન્ય સિપાઈ.

rank, વિ૦ અતિશય ફાલેલું – વધી ગયેલું; ખોરું, ઊતરી ગયેલું; ગંધાતું; અતિશય, ભારે; ગ્રામ્ય; નફરત પેદા કરનારું.

rankle (રેંકલ), અ૦ ક્રિ૦ મનમાં સાલવું – સાલ્યા કરવું; (જખમ ઇ.) માં પરુ થવું; -થી દરદ થયા કરવું; (મનમાં) દુઃખ થયા કરવું.

ran'sack (રૅન્સૅક્), સ૦ ક્રિ૦ બધે ફરી વળીને ખોળવું; લૂંટવું, લૂંટફાટ કરવી.

ran'som (રૅન્સમ), ના૦ કેદીને કે પકડેલાને છોડાવવા માટેની ખંડણી, બાનાની રકમ; ખંડણી આપીને છોડાવવું તે; ધાકધમકી આપીને કઢાવેલા પૈસા. *hold to ~*, પૈસા લઈને છોડવા તૈયાર હોવું. સ૦ક્રિ૦ બાનને પૈસા આપીને છોડાવવું, છોડવા માટે પૈસા આપવા – કઢાવવા.

rant (રૅન્ટ), ઉ૦ ક્રિ૦ મોટા મોટા શબ્દો વાપરવા; મોટે સાદે વગર વિચાર્યે ભાષણ કે પ્રવચન કરવું. ના૦ બહુ મોટેથી કરેલું અર્થહીન ભાષણ. **rant'er**, ના૦ બહુ મોટેથી પ્રવચન કરનારો, ભાષણિયો.

ranunc'ulus (રનંક્યુલસ), ના૦ (બ૦ વ૦ –es, – culi). એક જાતનું ફૂલઝાડ.

rap (રૅપ), ના૦ હળવો આઘાત – સપાટો; બારણું ઠોકવાનો અવાજ, ટકોરો. ઉ૦ ક્રિ૦ ટકોરો મારવો, બારણું ઠોકવું. *~ out*, એકદમ જોરથી તાડૂકીને બોલવું, તાડૂકવું.

rapa'cious (રપેશસ), વિ૦ જબરદસ્તીથી (પકડી) લેનારું – પૈસા, ઇ. કઢાવનારું, લૂંટારુ; અતિ લોભી. **rapa'city** (રપૅસિટિ), ના૦ બેહદ લોભ – લાલસા; લૂંટારુપણું.

rape (રેપ), સ૦ ક્રિ૦ જબરદસ્તીથી ઉઠાવી – લઈ–જવું, અપહરણ કરવું; સ્ત્રી પર બળાત્કાર કરવો. ના૦અપહરણ; બળાત્કાર; અત્યાચાર.

rape, ના૦ એક તેલી બિયાંનો – સરસવનો – છોડ.

rap'id (રૅપિડ), વિ૦ શીઘ્ર, ઝડપી, ઉતાવળથી દોડતું; (ઢોળાવ) ઊભું. ના૦ (બહુધા બ૦વ૦માં) વેગીલા પ્રવાહવાળો નદીના પાત્રનો ઊભો ઉતાર. **rapid'ity** (રપિડિટિ), ના૦ ઉતાવળ, વેગ, ઝડપ.

rap'ier (રેપિઅર), ના૦ (ભોંકવાની) તીક્ષ્ણ [કટારી, જમૈયો.

rap'ine (રેપિન,–પાઇ–),ના૦ લૂંટ; લૂંટફાટ.

rapport' (રપૉર્ટ, રે–), ના૦ વહેવાર, સંબંધ, ઘરોબો; મેળ, એકરાગ.

rapprochement (રૅપ્રૉશમાં), ના૦ (વિ. ક. રાષ્ટ્રો વચ્ચે) ફરી સુલેહ – એકરાગ –ની સ્થાપના.

rapscall'ion (રૅપ્સ્કૅલ્યન), ના૦ [પ્રા.] [લુચ્ચો, બદમાશ.

rapt (રૅપ્ટ), વિ૦ વિચારમગ્ન; તલ્લીન, ગરકાવ થયેલું; હર્ષાવિષ્ટ.

rap'ture (રૅપ્ચર), ના૦ આનંદ, અત્યાનંદ, ખુશી, હર્ષાવેશ. *be in, go into, ~s (about)*, ખૂબ આનંદિત થવું, હર્ષાવેશમાં આવી જવું. **rap'turous**(રૅપ્ચરસ), વિ૦ અતિ આનંદવાળું.

rare (રેર, રે'અર), વિ૦ પાતળું, આછું, વિરલ; ભાગ્યે જ મળતું, વિરલ, અસામાન્ય; [અમે.] (માંસ) અધકચરું રાંધેલું. *have a ~ time*, ખૂબ મોજ કરવી. **rar'efy** (રેરિફાઇ, રે'અ–), ઉ૦ક્રિ૦ પાતળું–વિરલ–થવું; શુદ્ધ કરવું. **rare'ly**, ક્રિ૦ વિ૦ ભાગ્યે જ, જવલ્લે, ક્વચિત્. **rar'ity**, ના૦ વિરલપણું, પાતળાપણું; વિરલ–અપૂર્વ–વસ્તુ.

ra'scal (રાસ્કલ), ના૦ લુચ્ચો, બદમાશ; (ગમતમાં) ગોઠિયો, માળો. **ra'scally**, વિ૦ લુચ્ચું, હરામખોર. **rascal'ity**, (–કૅલિટિ) ના૦ લુચ્ચાઈ, હરામખોરી.

rash (રૅશ), ના૦ ગરમીને લીધે શરીર પર

થતી ફોલ્લીઓ, અળાઈ, ઇ.

rash, વિ૦ ઉતાવળિયું; અવિચારી; સાહસી.

rash'er (રૅશર), ના૦ ડુક્કરના માંસનો ધુમાડો કે મીઠું પાયેલો પાતળો ટુકડો.

rasp (રાસ્પ), ના૦ ઊંચા દાંતાવાળી કાનસ–રેતડી (લાકડું કે ધાતુ ઘસવાની), મારફો. ઉ૦ક્રિ૦ કાનસ વતી ઘસવું; ખરરખરર અવાજ કરવો–થવો; ખોટું લગાડવું–લાગવું. *a ~ing voice*, ઘોઘરો અવાજ.

ra'spberry (રાઝ્બરિ), ના૦ લાલ કે પીળાં ફળવાળું એક ફળઝાડ, એનું ફળ. *give the ~*, અનાદર બતાવવા મોઢામાંથી જીભ બહાર કાઢવી. **raspberry-canes**, ના૦ રાઝ્બરીના છોડ.

rat (રૅટ), ના૦ મોટો ઉંદર, કોળ, ઘૂસ; [રાજ.] અણીને વખતે પક્ષત્યાગ કરનાર માણસ, પક્ષબદલુ. અ૦ ક્રિ૦ ઉંદર–ઘૂસ–નો શિકાર કરવો; [રાજ.] અણીને વખતે પોતાનો પક્ષ કે સંઘ છોડી દેવો. *smell a ~*, શંકા આવવી, કોઈ ગુપ્ત કારસ્તાન થઈ રહ્યું છે એમ લાગવું. *~s!*, સાવ જૂઠ !, હું નથી માનતો !. **ratt'y**, વિ૦ [વિનોદ] સહેજમાં ગુસ્સે થનારું, મિજાજી. [(સ્થાનિક) કરવેરાને પાત્ર.

ra'table (રેટબલ), વિ૦ [પ્રા.] પ્રમાણસર;

ratafi'a (રૅટફીઆ, –ફિઆ), ના૦ બદામ, અખરોટ, ઇ.ની ખુશબોવાળો દારૂ કે બિસ્કિટ.

ratch'et (રૅચિટ), ના૦ એક જ દિશામાં ફરી શકે એવું દાંતાવાળું ચક્ર, સળિયો, ઇ. *~and pawl*, દાંતાવાળું ચક્ર અને તે ઊંધું ફરે નહિ તે માટેની ઠેસીની રચના. **ratchet-wheel**, ના૦ દાંતાવાળી કોરવાળું પૈડું.

rate (રેટ), ના૦ દર, પ્રમાણ; દર, ભાવ, કિંમત; વેરો, કર; ઝડપ(નું પ્રમાણ). *at this~*, જો આ ખરું હોય તો, આ (દાખલા) પરથી વિચાર કરતાં. ઉ૦ક્રિ૦ કિંમત આકારવી; લેખવું, ગણવું; વેરો આપવા માટે મિલકતની કિંમતની આકારણી કરવી. *~as*, -ના વર્ગમાં સમાવિષ્ટ કરવું–થવું–ગણાવું. **rate'payer** (–પેઅર), ના૦ વેરો ભરનાર. **first-rate**, વિ૦ પ્રથમ કોટિનું. **second-rate**, વિ૦ ઊતરતી કોટિનું. [-ને ગુસ્સે થઈને વઢવું.

rate, સ૦ ક્રિ૦ ધમકાવવું, -ને ઊધડો લેવો,

rateable, વિ૦ =ratable.

ra'ther (રાધર), ક્રિ૦ વિ૦ (વધુ) સાચું કહીએ તો; વધુ પસંદ કરતાં; એના કરતાં; વધુ ખુશીથી – તત્પરતાથી; કેટલેક અંશે, જરાક. ઉદ્ગાર૦ ચોક્કસ, બેશક.

rat'ify (રૅટિફાઇ), સ૦ ક્રિ૦ (કરાર, ઇ.) મંજૂર કરવું, -ને બહાલી આપવી, કાયમ કરવું. **ratifica'tion**, ના૦ મંજૂરી, બહાલી.

rat'ing (રેટિંગ), ના૦ નક્કી કરેલો સ્થાનિક વેરો; વર્ગ, શ્રેણી (વિ. ક. વહાણની); કમિશન વિનાનો સામાન્ય ખારવો; વહાણને ચોપડે માણસનું નોંધાયું હોય તે પદ – દરજ્જો.

rat'ing, ના૦ ઝાટકણી, ઊધડો લેવો તે.

ra'tio (રેશિઓ), ના૦ [ગ.] બે રકમ વચ્ચેનું પ્રમાણ, ગુણોત્તર.

ratio'cinate (રૅટિઑસિનેટ, રૅશિ-), અ૦ક્રિ૦ તાર્કિક રીતે – તર્કપદ્ધતિથી – વિચાર કરવો.

ra'tion (રૅશન, રે–), વિ૦ ખોરાક, ઇ.નું નક્કી કરેલું પ્રમાણ. સ૦ ક્રિ૦ અન્નસામગ્રી નિયમિત–મર્યાદિત – કરવી – નિયત પ્રમાણમાં આપવી.

ra'tional (રૅશનલ), વિ૦ વિચાર કરવાની શક્તિ – બુદ્ધિ – વાળું; ડાહ્યું, વિવેકી; સયુક્તિક, તર્કસંગત; વાજબી, યોગ્ય; જેનું માથું ઠેકાણે છે એવું.

rational'e (રૅશનેલિ, રૅશિઅનાલિ), ના૦ ખુલાસો, ઉપપત્તિ; તર્કસંગત આધાર; કોઈ વસ્તુની પાછળનો સિદ્ધાન્ત. [(પ્રામાણ્ય)વાદ.

ra'tionalism (–નલિઝ્મ), ના૦ બુદ્ધિ-

ra'tionalize (–લાઇઝ), સ૦ ક્રિ૦ ધર્મ-કુદરતના નિયમથી વિરુદ્ધ નથી તે સ્પષ્ટ કરવા માટે તેની તર્કસંગત સમજૂતી–ઉપપત્તિ–આપવી; કોઈ કામ કે ભાવના તર્કસંગત છે એ બતાવવા કારણો આપવાં; મંજૂરી, સમય, સાધન-સામગ્રીમાં થતો બગાડ અટકાવી ઉદ્યોગની સુધારણા કરવી, ઉદ્યોગને સુસંગઠિત કરવો. **rationaliza'tion**, ના૦ ઉદ્યોગનનું (વૈજ્ઞાનિક) સુસંગઠન – પુનર્ગઠન.

rat'lin(e) (રૅટ્લિન), ના૦ વહાણની ડોળકાઠીને બાંધનારાં દોરડાંમાંથી કોઈ પણ એક.

rat(t)an' (રટૅન), ના૦ નેતરનો વેલો, નેતરની સોટી; લાંબા ને પાતળા થડવાળું પામનું ઝાડ, તેની સોટી.

rat-tat (રૅટ્ટૅટ), ના૦ બારણા પર ટકોરાનો અવાજ.

rat'tle (રૅટલ), ઉ૦ ક્રિ૦ ખખડવું, ગડગડવું; ખખડાવવું, ખડખડ અવાજ સાથે ચાલવું; ખલેલ પહોંચાડવી; બેચેન કરવું; ઝડપથી બોલી જવું, હાંકવું, ઇ.; અડાવવું. ~ *along*, ઝડપથી પસાર થવું. ~ *off* (one's lessons), ઝડપથી કરી નાખવા, ગગડાવી જવા. ના૦ ખડખડ અવાજ કરનારું એક રમકડું; ખડખડ અવાજ; ધમાલ, ધાંધલ; નર્યો બકવાટ; ઘુઘરિયા સાપની પૂછડીમાં હોય છે તે કઠણ કડાં. **rat'tle-snake** (-સ્નેક), ના૦ ઘુઘરિયો સાપ. **ratt'letrap** (-ટ્રૅપ), ના૦ ખડખડ કરતી જીર્ણ ગાડી કે મોટર. **ratt'ling**, વિ૦ શીઘ્ર, ઝડપી. ~ *good*, ઘણું સારું. [અવાજવાળું.

rauc'ous (રૉકસ), વિ૦ કર્કશ; ઘોઘરા

rav'age (રૅવિજ), ઉ૦ક્રિ૦ વેરાન કરવું, લૂંટફાટ કરવી, લૂંટવું; પાયમાલ કરવું. ના૦ (બહુધા બ૦વ૦માં) નુકસાન; પાયમાલી, વિનાશ.

rave (રેવ), અ૦ક્રિ૦ ગાંડાની જેમ બકવાટ કરવો, લવરી કરવી; કશાક વિષે ઉત્સાહમાં આવીને વાતો કરવી, ચગવું (~ *about*); (દરિયો, પવન, ઇ.) ગર્જવું, ફૂંકાવું. **rav'ing**, ના૦ બકવાટ, લવરી.

rav'el (રૅવલ), ઉ૦ ક્રિ૦ (ભૂ૦કા૦ravelled). ગૂંચવવું, ગૂંચવાવું; જટિલ - ગૂંચવાડાભર્યું - બનાવવું - બનવું; ઝઘડવું; ઘસી નાખવું, ઘસાઈ જવું. ~ *out*, વણેલું ઉકેલવું; વળ ઉકેલવો, ઉકેલી નાંખવું; ઊકલી જવું. ના૦ ગાંઠ, ગૂંચ; ગૂંચવાડો.

rav'en (રેવન), ના૦ કાગડાની જાતનું એક મોટું કાળું પક્ષી. વિ૦ કાળું.

rav'en, ઉ૦ ક્રિ૦ શિકાર ખોળવો; ખાઈ જવું, હોઇયાં કરી જવું. **rav'enous** (રૅવનસ), વિ૦ લોભી; અતિ ભૂખ્યું, ખાવાને વલખાં મારતું, ભૂખાળવું. [ખીણ, કોતર.

ravine' (રવીન), ના૦ ઊંડી ને સાંકડી ખીણ;

rav'ish (રૅવિશ), સ૦ક્રિ૦ ઉપાડી જવું, હરણ કરવું; (સ્ત્રી પર) બળાત્કાર કરવો; મુગ્ધ કરવું, આનંદિત કરવું. **rav'ishing**, વિ૦ ખૂબ આકર્ષક, મોહક, સુંદર.

raw, (રૉ), વિ૦ અણરાંધેલું, અપક્વ, કાચું; આવડત વિનાનું, અણઘડ; બેહુન્નર, વિશેષ કુશળતા વિનાનું; (માલ) કાચું, કારખાનામાં જેનો પાકો માલ થયો નથી એવું; (શરીરનો ભાગ) ચામડી ઊખડી ગયેલું; આળું, નાજુક; (હવામાન) ભેજ અને ઠંડીવાળું. ના૦ ચામડી ઊખડી ગયેલો ભાગ. *touch* (person) *on the* ~, મર્મસ્થાને આઘાત પહોંચાડવો. **raw-boned**, વિ૦ સુકલકડી, થોડા માંસવાળાં હાડકાંનું.

ray (રે), ના૦ પ્રકાશનું કિરણ, તેજની રેખા; મધ્યબિંદુ કે કેન્દ્રમાંથી નીકળતી રેખાઓમાંથી કોઈ પણ એક. ઉ૦ ક્રિ૦ બહાર કિરણ કવાં, કિરણના રૂપમાં બહાર પડવું, પ્રકાશવું.

ray, ના૦ એક જાતની મોટી ચપટી દરિયાઈ માછલી.

ray'on (રેઅન, રેઑન), ના૦ બનાવટી રેશમ.

raze, rase (રેઝ઼), સ૦ ક્રિ૦ જમીનદોસ્ત કરવું, જડમૂળથી ઉખેડી નાંખવું, સાફ કરી નાખવું.

raz'or (રેઝ઼ર), ના૦ અસ્ત્રો. *safety* ~, ચામડીને ઈજા ન થાય એવી રચનાવાળો અસ્ત્રો. **razor-edge,** ના૦ અસ્ત્રાની ધાર; કટોકટીની પરિસ્થિતિ. **razor-strop**, ના૦ હજામનું ટપુટપિયું.

raz'zle (રૅઝ઼લ), ના૦ ઉત્તેજના, ઉલ્લાસ, આનંદ. *on the* ~, વિલાસ ને મોજમજા કરવું.

re, ***in re*** (રી, ઇન રી), -ની બાબતમાં, -ને વિષે.

reach (રીચ), ઉ૦ ક્રિ૦ (હાથ, ઇ.) લંબાવવું, લાંબું કરવું; ફેલાવવું, ફેલાવું; પહોંચવું, પહોંચાડવું; હાથ લાંબો કરીને આપવું - લેવું; અમુક રકમ - સરવાળો - થવો. ના૦ પહોંચવું કે પહોંચાડવું તે; વિસ્તાર, ફેલાવો; પહોંચ. પહોંચવાની મર્યાદા, અવકાશ; પ્રભાવ, લાગવગ; નદી, ઇ.નો લાંબો અખંડ પટ. *beyond* one's ~, ગજાની બહાર; અશક્ય; અતિ દૂર. **reach-me-down**, વિ૦ અને ના૦ તૈયાર સીવેલું (કપડું); (બ૦ વ૦) ઇજાર, લેંઘો.

react' (રિઍક્ટ), અ૦ ક્રિ૦ -નો પ્રત્યાઘાત થવો, સામો ધક્કો લાગવો, પ્રત્યાઘાત કરવો, સામી અસર ઉપજાવવી; (ઉત્તેજનાની સામે) પ્રતિક્રિયા કરવી; [રસા.] એક પદાર્થ બીજા સાથે મૂકતાં - કોઈ અસર તળે આવતાં

પરિવર્તન પામવું. **reac'tion** (રિઍક્શન), નાo ફેરફાર પહેલાંની સ્થિતિએ પાછા પહોંચવું તે, ઊથલો, પ્રતિક્રિયા; ઉત્તેજનાની સામે પ્રતિક્રિયા; [રસા.] એક પદાર્થે બીજા પદાર્થમાં ઉપજાવેલી અસર – ક્રિયા; પ્રગતિ – ક્રાન્તિ –નો વિરોધ; અભિપ્રાય. **reac'tionary**, વિo અને નાo પ્રગતિનું વિરોધી, પ્રત્યાઘાતી.

read (રીડ), ઉoક્રિo (ભૂoકાo read, રે'ડ), વાંચવું, વાંચતાં આવડવું; -નો અભ્યાસ કરવો; -નો અર્થ કરવો, -માં અમુક અર્થનું આરોપણ કરવું; (નાટક, ઇ.) વાંચતાં સારુ – ખરાબ – લાગવું. ~ *between the lines*, લખેલા શબ્દોનો અંદરનો – ખરો – ભાવ સમજવો. ~ *up*, વાંચી કાઢવું. નાoવાચન. **read'able** (રીડબલ), વિo વાંચવું ગમે એવું, વાચનીય.

read'er (રીડર), નાo છાપખાનાનાં પ્રૂફ વાચનાર – સુધારનાર; યુનિવર્સિટીમાં કે વિદ્યાપીઠ માં શીખવનાર – રીડર; ક્રમિક પાઠ્યપુસ્તક; હસ્તલિખિતો વાંચીને તે અંગે પ્રકાશકને અભિપ્રાય આપનાર.

read'ing, નાo વાચન, સાહિત્યનું વાચન – જ્ઞાન; અર્થ વિષે સમજણ, કરેલો અર્થ; એક ગ્રંથની જુદી જુદી પ્રતોનો પાઠ; હકીકત વિષે બાંધેલો અભિપ્રાય; માપક સાધન કે યંત્ર પર સૂચિત સંખ્યા – આંકડો.

rea'dily (રે'ડિલિ), ક્રિo વિo ખુશીથી; સહેલાઈથી. [શીઘ્રતા.

rea'diness (-નિસ), નાo તૈયારી; ખુશી;

rea'dy (રે'ડિ), વિo તૈયાર, સજ્જ; રાજી, ખુશી; શીઘ્ર, ઝડપી; આતુર, તત્પર; સુગમ. ક્રિo વિo અગાઉથી. *pay ~ money*, નગદ – રોકડા – પૈસા આપવા. **ready-made**, વિo (કપડાં) તૈયાર બનાવી રાખેલાં. **ready-reckoner**, નાoવેપાર, ઇ.માં વપરાતી વિવિધ ગણતરીઓ – હિસાબનાં કોષ્ટકો – ની ચોપડી.

real (રીઅલ, રિ–), વિoપ્રત્યક્ષ હસ્તી ધરાવતું, વાસ્તવિક; સાચું, અસલ; બનાવટી, કાલ્પનિક કે કેવળ દેખાવનું નહિ એવું; (મિલકત) ઘર, જમીન, ઇ. સ્થાવર સ્વરૂપનું (~ *estate*). **re'alism** (રીઅલિઝ્મ), નાo યથાર્થ નિરૂપણ – ચિત્રણ; હકીકત – વસ્તુસ્થિતિ – નો વિચાર કરી વર્તવું તે; [તત્ત્વ.] વાસ્તવવાદ. **re'alist** (-લિસ્ટ), નાo જીવન જેવું છે તેવું જોવાનો દાવો કરનાર; વાસ્તવવાદી (કળા કે સાહિત્યનો ઉપાસક). **realis'tic** (-લિસ્ટિક), વિo વાસ્તવવાદ કે -વાદીનું – સંબંધી; વાસ્તવવાદી; પ્રત્યક્ષ, વહેવારુ.

real'ity (રિઍલિટિ), નાo સાચું – પ્રત્યક્ષ – અસ્તિત્વ; મૂળ સ્વભાવ – સ્વરૂપ; વિદ્યમાન વસ્તુ. *in ~*, વસ્તુતઃ.

re'alize (રીઅલાઇઝ઼), સo ક્રિo સાચું – પ્રત્યક્ષ – કરવું, (આશા, યોજના, ઇ.) અનુભવમાં કે પ્રત્યક્ષ વહેવારમાં આણવું, સાચું પડે તેમ કરવું; સ્પષ્ટપણે જાણવું; -ના પૈસા કરવા – મળવા; -ની કિંમત આવવી. **realiza'tion**, નાo કૃતિમાં ઉતારવું – સાધવું – તે; સાક્ષાત્કાર; વસૂલ કરવું તે; વસૂલ કરેલી રકમ.

re'ally (રિઅલિ), ક્રિo વિo વસ્તુતઃ, ખરું જોતાં; ખરેખર. ~?, ખરેખર?, સાચે જ?.

realm (રે'લ્મ), નાo રાજ્ય; પ્રદેશ; વિષય.

ream (રીમ), નાo કાગળના ૨૦ ઘા અથવા દસ્તા, રીમ (૪૮૦ અથવા ૫૦૦ કાગળનું).

ream, સoક્રિo ધાતુના પતરામાં – નિશાનમા – શારડી, ઇ. થી કાણું મોટું કરવું.

reap (રીપ), ઉo ક્રિo અનાજની કાપણી – લણણી – કરવી, લણવું; ફળ મેળવવું – પામવું. **reap'er** (રીપર), નાo લણનાર માણસ, લણવાનું યંત્ર. **reaping-hook**, નાo દાતરડું.

rear (રિઅર), નાo પાછળનો ભાગ (વિ. ક. લશ્કર કે આરમારનો); પાછળની જગ્યા; (વિo તરીકે) પાછળનું. *bring up the ~*, સૌની પાછળ – છેલ્લું – આવવું. **rear-admiral** (-ઍડમિરલ), નાo આરમારમાં વાઇસ ઍડમિરલની નીચેના હોદ્દાનો અમલદાર, ફ્લૅગ ઑફિસર. **rear'guard** (-ગાર્ડ), નાo પાછલા ભાગનું રક્ષણ કરનાર લશ્કરની ટુકડી. **rear'ward** (-વર્ડ), વિo, ક્રિoવિo અને નાo પાછળનું; પાછલી બાજુ તરફ; પાછળનો ભાગ. **rear'wards**, ક્રિo વિo પાછળ, પાછલી બાજુ તરફ.

rear ઉo ક્રિo ઊભું કરવું; પેદા કરવું; પાળીપોષી મોટું કરવું, ઉછેરવું; કેળવવું; (ઘોડા, ઇ. અંગે) પાછલા પગ પર ઊભા રહેવું – ઝાડ થવું.

rearm' (રીઆર્મ), ઉ૦ ક્રિ૦ લશ્કરને નવી જાતનાં શસ્ત્રોથી સજ્જ કરવું; દેશને ફરી સશસ્ત્ર બનાવવો. [ગોઠવવું – રચના કરવી.

rearrange (રીઅરેંજ), સ૦ ક્રિ૦ નવેસર

reas'on (રીઝ઼ન), ના૦ કારણ; ઉદ્દેશ, પ્રયોજન; બુદ્ધિ, વિચારશક્તિ, વિવેક, સારુંનરસું પારખવાની શક્તિ; ડહાપણ; અક્કલ. *bring to ~*, મૂર્ખતા, ગાંડપણ, છોડાવી દેવું, ઠેકાણે લાવવું. *by ~ of*, -ને લીધે – કારણે. *do anything in ~*, યોગ્ય હોય તે બધું કરવું. *in all ~*, વાજબીપણે. *with ~*, યોગ્ય કારણસર. ઉ૦ ક્રિ૦ દલીલ કરીને મનાવવું; યુક્તિવાદ કરવો, દલીલ કરવી; વિચાર કરવો (પરિણામ, ઇ. નો). ~ (question) *out*, વિચાર કરીને ઉકેલવું. ~ *with*, પોતાના વિચાર સ્વીકારાવવા માટે કોઈની સાથે દલીલ કરવી. **reas'onable** (રીઝ઼નબલ), વિ૦ સમજદાર, બીજાનું કહ્યું સમજી લેવા તત્પર; માફકસરનું,રાસ્ત, વાજબી, ઓછા ખર્ચનું. **reasoned**, વિ૦ સયુક્તિક.

reassure' (રિઅશુઅર), સ૦ ક્રિ૦ ધીરજ –હિંમત–આપવી, ભીતિ – શંકા – દૂર કરવી.

reave (રીવ), સ૦ ક્રિ૦ (ભૂ૦ કા૦ reft). બળજબરીથી લઈ લેવું. *reft of* (thing), -થી બળજબરીથી વંચિત કરાયેલું.

rebate' (રિબેટ), સ૦ ક્રિ૦ ઓછું કરવું, ઘટાડવું. **reb'ate** (રીબેટ, રિ–), ના૦ આપવાની રકમમાંથી વળતર; વળતર, કસર, છૂટ.

reb'el (રે'બલ), ના૦ રાજ્ય સામે બળવો કરનાર, બળવાખોર; (પ્રસ્થાપિત) સત્તાનો સામનો – વિરોધ – કરનાર; (વિ૦ તરીકે) બળવાખોર. **rebel'** (રિબે'લ), અ૦ ક્રિ૦ બળવો કરવો; સામનો કરવો.

rebell'ion (રિબે'લ્યન) ના૦ બળવો, બંડ (વિ. ક. સરકાર સામે અને સશસ્ત્ર). **rebell'ious** (–લ્યસ), વિ૦ બળવાખોર, તોફાની; બળવો કરી ઊઠેલું; સામે થનારું, શિરજોર.

rebirth' (રીબર્થ), ના૦ પુનર્જન્મ.

rebound' (રિબાઉન્ડ), ઉ૦ ક્રિ૦ અથડાઈને પાછું આવવું, પાછું કૂદવું, ઊછળવું; ના૦ ઊછળવું તે, પ્રત્યાઘાત.

rebuff' (રિબફ), સ૦ ક્રિ૦ મિત્રતા કે મદદ કરવા આવે તેને ધુતકારવો – પાછો કાઢવો; ઉતારી પાડવું, [લા.] થપ્પડ મારવી. ના૦ ઉતારી પાડવું – નકારી કાઢવું – તે; *get a ~*, [લા.] થપ્પડ ખાવી.

rebuke' (રિબ્યૂક), સ૦ ક્રિ૦ -નો દોષ કાઢવો, વઢવું, ઠપકો આપવો. ના૦ ઠપકો.

reb'us (રીબસ), ના૦ શબ્દના પદ કે અક્ષરનાં સૂચક ચિત્રો.

rebut' (રિબટ), સ૦ ક્રિ૦ જોરથી પાછું હઠાવવું; ખોટું પુરવાર કરવું, રદિયો આપવો.

recal'citrant (રિકૅલ્સિટ્રન્ટ), વિ૦ અને ના૦ કોઈનું માને નહિ–ને દાદ દે નહિ– એવું, હઠીલું; તાબે ન થાય એવું, બળવાખોર. **recal'citrance**, ના૦ હઠીલાપણું, શિરજોરી.

recall' (રિકૉલ), સ૦ ક્રિ૦ પાછું બોલાવવું; યાદ કરવું; (નિમણૂક, ઇ.) રદ કરવું; કામ પરથી રજા આપવી. ના૦ પાછા આવવાનો હુકમ – તેડું. *beyond, past ~*, ફેરવી શકાય નહિ એવું, અફર.

recant' (રિકૅન્ટ), ઉ૦ ક્રિ૦ પોતાનો મત પાછો ખેંચી લેવો; ભૂલ કબૂલ કરવી. **recanta'tion** (રી–), ના૦ સ્વીકારેલા મતનો ઇનકાર.

recapit'ulate (રીકપિટ્યુલેટ), ઉ૦ ક્રિ૦ મુખ્ય બાબતો સંક્ષેપમાં ફરી કહી જવી; સાર આપવો, સંક્ષેપમાં કહેવું. **recapitula'tion**, ના૦ સાર કહી જવો તે, ઉપસંહાર.

recast' (રીકાસ્ટ), સ૦ ક્રિ૦ ફરીથી સાંચામાં ઢાળવું – બીબું પાડવું; નવેસર આકાર આપવો.

recede' (રિસીડ), અ૦ ક્રિ૦ પાછા હઠવું – ખસવું; પીછેહઠ કરવી; પાછલી બાજુ તરફ ઢોળાવ હોવો. **rece'ssion** (રિસે'શન) ના૦ પાછા હઠવું તે; મંદી. **recess'ive**, વિ૦ પીછેહઠ કરનારું.

receipt' (રિસીટ), ના૦ કોઈ દવા, ક્વાથ, ઇ. બનાવવા માટેનાં દ્રવ્યોની યાદી; પહોંચ, પાવતી; (બ૦ વ૦) મળેલા પૈસા કે રકમ. સ૦ ક્રિ૦ -ની પહોંચ આપવી.

receive' (રિસીવ), ઉ૦ ક્રિ૦ સ્વીકારવું, લેવું; આવકારવું, સ્વાગત કરવું, -નું આતિથ્ય કરવું. **re-**

ceived, વિ૦ (મત) પ્રચલિત, સર્વ(સા)માન્ય. ~ *pronunciation,* (સંક્ષેપ *R. P.*) મોટા ભાગના સંસ્કારી અંગ્રેજી બોલનારાઓમાં પ્રચલિત ઉચ્ચાર. **receiv'er** (રિસીવર), ના૦ (વિ. ક.) ચોરીનો માલ રાખનાર; દેવાળિયાની મિલકતનો કબજો જેને સોંપવામાં આવે છે તે, રિસીવર; ટેલિફોનનો કાને લગાડવાનો ભાગ; બિનતારી સંદેશા, ઇ. લેવાનું યંત્ર. **receiving-set,** ના૦ રેડિયોના સંદેશા લેવાનું કે મોકલવાનું યંત્ર.

recen'sion (રિસે'નશન), ના૦ ચોપડીમાં ફેરફાર કરવા તે; એવા ફેરફાર સાથે છાપેલી ચોપડી; ચોપડીનો સંશોધિત પાઠ.

re'cent (રીસન્ટ), વિ૦ થોડા દિવસ પરનું, તાજેતરનું; નવીન શરૂ કરેલું, નવું, આધુનિક.

recep'tacle (રિસે'પ્ટેકલ), ના૦ પાત્ર, વાસણ, બારદાન, ઇ.

recep'tion (રિસે'પ્શન), ના૦ સ્વીકાર; આવકાર (આપવો કે મળવો તે); સત્કાર કે સ્વાગત સમારંભ; સ્વાગત; સત્કાર કરવો તે; રેડિયો દ્વારા અવાજનું ગ્રહણ. **recep'tionist,** ના૦ પરોણાને–મુલાકાતીને–આવકાર આપનાર (ખાસ નીમેલો) માણસ.

recep'tive (રિસે'પ્ટિવ), વિ૦ (નવા વિચાર, ઇ.) ગ્રહણ કરનારું, ગ્રહણશીલ, ગ્રહણક્ષમ.

recess' (રિસે'સ), ના૦ વિશ્રાન્તિનો સમય, રજા; દીવાલમાં ગોખલો, ગોખ; ખૂબ દૂરની જગ્યા, એકાંત સ્થળ, ગુપ્ત અંધારું સ્થાન. સ૦ક્રિ૦ ગોખલા, ઇ.માં મૂકવું, દીવાલમાં ગોખલો બનાવવો. અ૦ક્રિ૦ વિશ્રાંતિ લેવી (*take a* ~).

recession, જુઓ recede.

rece'ssional (રિસે'શનલ), ના૦ (~ *hymn* પણ) દેવળમાં ઉપાસના પૂરી થયા પછી પાદરી ને ભજનમંડળી જાય તે વખતે ગાવાનું ગીત – સ્તોત્ર. [કાળજીપૂર્વક પસંદ કરેલું – યોજેલું.

recherché (રશેર્શે), વિ૦ અસાધારણ,

re'cipe (રે'સિપિ), ના૦ કોઈ દવા કે ખાવાની વાની બનાવવા અંગેની માહિતીનું લખાણ; નુસખો, પાઠ. [લેનાર, ગ્રહણ કરનાર.

recip'ient (રિસિપિઅન્ટ), વિ૦ અને ના૦

recip'rocal (રિસિપ્રકલ), વિ૦ બદલામાં આપેલું–લીધેલું; અરસપરસ, અન્યોન્ય. ના૦ [ગ.] વ્યુત્ક્રમ, પ્રતિયોગી. **recip'rocate** (–પ્રકેટ), ઉ૦ ક્રિ૦ અદલાબદલ કરવી; બદલામાં સામું કંઈ કરવું કે આપવું; અરસપરસ આપવું – કરવું, સરખો ભાવ રાખવો; એકબીજા પર અસર પાડવી–પડવી; (યંત્ર અંગે) વારાફરતી આગળપાછળ જવું. *reciprocating engine,* જેના ભાગ આગળપાછળ ફરતા હોય અને ક્રમશઃ એકબીજાની જગ્યા લેતા હોય એવું એંજિન. **recipro'city** (રે'સિપ્રૉસિટિ), ના૦ અરસપરસ ભાવ – વ્યવહાર – સરખો લાભ; આપલેનો વહેવાર – સિદ્ધાન્ત.

reci'tal (રિસાઇટલ), ના૦ હેવાલ, હકીકત, વિગતવાર વર્ણન – બયાન; ઉલ્લેખ; એક માણસનો સંગીત, વાદ્ય, કે કાવ્યગાયનનો કાર્યક્રમ.

recita'tion (રે'સિટેશન), ના૦ (વિ. ક.) મનોરંજનાર્થે કરેલો પાઠ, વાચન કે ગાયન; વાંચેલો ફકરો, ગાયેલું ગીત.

recitative' (રે'સિટટીવ), ના૦ વાર્તા, સંવાદ, ઇ.માં સંગીતનો – ગાવાનો કે ગાયેલો – ભાગ; ગાવાના સ્વરમાં બોલવું તે.

recite' (રિસાઇટ), ઉ૦ ક્રિ૦ (કવિતા, ઇ.) મોઢેથી બોલવું – બોલી જવું, પાઠ કરવો; હકીકત વિગતે કહી સંભળાવવી.

reck (રેક), ઉ૦ ક્રિ૦ ગણવું, ગણકારવું; કાળજી લેવી. ~ *not, nothing of,* -ની પરવા ન કરવી, -થી ન ડરવું. **reck'less,** વિ૦ બેપરવા, બેફિકરું; સાહસિક, અવિચારી.

reck'on (રે'કન), ઉ૦ ક્રિ૦ ગણવું; ગણતરી – ગણના – કરવી; હિસાબ કરવો; હિસાબ કરતી વખતે ગણતરીમાં લેવું; કોઈનો હિસાબ પતવવો. ~ *on,* [અમે.] ધારવું, વિચારવું. -ની ઉપર આધાર રાખવો, -ને આધારે યોજના ઇ. ઘડવું. ~ *that* અમુક અભિપ્રાયના હોવું; ~ *with,* -ની સાથે કામ લેવું પડવું, ધ્યાનમાં – ગણતરીમાં – લેવું. **reck'oning,** ના૦ દારૂના પીઠાનું કે વીશીનું બિલ; ગણતરી; હિસાબની પતાવટ. *day of* ~, બધા હિસાબ પતાવવાનો દિવસ, કયામતનો દિવસ.

reclaim' (રિક્લેમ), સ૦ક્રિ૦ અવળે માર્ગેથી

વાળીને સીધા માર્ગ પર આણવું; સુધારવું; ખરાબાવાળી જમીનને ખેતી લાયક – ઉપયોગની – બનાવવી; પાછું માગવું. **reclama'tion** (રે'ક્લમેશન), ના૦ સુધારવું તે.

recline' (રિક્લાઇન), ઉ૦ક્રિ૦ (માથું) ટેકવવું, ટેકવીને બેસવું, અઢેલવું; આરામ લેવો; સૂવું, આડા પડવું. [નાર, યતિ, સંન્યાસી.

recluse' (રિક્લૂસ), ના૦ એકાંતમાં રહે-

recogni'tion (રે'કગ્નિશન), ના૦ ઓળખવું તે; ઓળખાણ; માન્યતા. **rec'ognizable** (–નાઇઝ઼બલ), વિ૦ ઓળખી શકાય તેવું. **rec'ognize** (–નઇઝ઼), સ૦ક્રિ૦ ઓળખવું, પિછાણવું; -નું ભાન થવું; -ની તરફ ધ્યાન આપવું, -ને માટે કૃતજ્ઞતા બતાવવી; કદર કરવી; માન આપવું; માન્યતા આપવી; કબૂલ કરવું, સ્વીકારવું. **recog'nizance** (રિકૉગ્નિઝ઼ન્સ, રિકૉનિ–), ના૦ હાજર થવા, ઇ.નું જામીનખત, જાતમુચરકો; જાતમુચરકાની રકમ.

recoil' (રિકૉઇલ), અ૦ક્રિ૦ પાછા હઠવું–ખસવું; ભડકવું, નફરત પેદા થવી, આંચકો ખાવો; ઉછાળો ખાવો, અથડાઈને ઊછળવું; તોપ કે બંદૂક ફોડતાં તેનો ધક્કો – આંચકો – લાગવો. ના૦. પાછા હઠવું તે, ઇ.; નફરત; ધક્કો.

recollect' (રે'કલે'ક્ટ), સ૦ક્રિ૦ યાદ કરવું; સ્મરણ કરવું; ને યાદ આવવું, સાંભરવું. ~ oneself, સ્વસ્થ થવું, જીવ ઠેકાણે આણવો. **recollec'tion** (રે'કલે'ક્શન), ના૦ યાદદાસ્ત, સ્મૃતિ; યાદ આવેલી વસ્તુ, સાંભરેલી વાત.

recommend' (રે'કમે'ન્ડ), સ૦ક્રિ૦ સોંપવું, હવાલે કરવું; (નોકરી, ઇ. માટે) ભલામણ કે સિફારસ કરવી; સલાહ આપવી. **recommenda'tion** (–ડેશન), ના૦ ભલામણ, સિફારસ.

rec'ompense (રે'કમ્પે'ન્સ), સ૦ક્રિ૦ બદલો આપવો; નુકસાન ભરી આપવું. ના૦ બદલો; નુકસાન ભરપાઈ.

rec'oncile (રે'કન્સાઇલ), સ૦ક્રિ૦ સલાહ – સમજૂતી – કરવી; -ની બાબતમાં સમાધાન માને તેમ કરવું; મેળ સાધવો–બેસાડવો, સુલેહ કરાવવી. ~ (person) *to*, -ની સાથે સમાધાન કરાવવું. **reconcile'ment** (–મન્ટ), **reconcilia'tion** (રે'કન્સિલિએશન), ના૦ સમજૂતી, મેળ, સમાધાન.

rec'ondite (રે'કન્ડાઇટ, રિકૉ–), વિ૦ગુપ્ત, છાનું; (લખાણ, ઇ.) અઘરું, દુર્બોધ, ગહન.

recondi'tion (રીકન્ડિશન), સ૦ક્રિ૦ યંત્રના ભાગ છૂટા પાડીને ફરી વ્યવસ્થિત ગોઠવવા; જીર્ણોદ્ધાર કરવો; પુનઃસ્થાપના કરવી.

reconn'aissance (રિકૉનિસન્સ), ના૦ શત્રુ ક્યાં છે, તેની સંખ્યા કેટલી છે, ઇ. અંગેની (લશ્કરી ટુકડી, વહાણો, ઇ. દ્વારા) તપાસ; એ તપાસ કરનાર જૂથ.

reconnoi'tre (રે'કનૉઇટર), ઉ૦ક્રિ૦ દુશ્મનની હિલચાલ, ઇ. જાણવા માટે કોઈ પ્રદેશની ફરીને તપાસ કરવી. ના૦ એવી તપાસ.

recon'stitute (રીકૉન્સ્ટિટ્યૂટ), સ૦ક્રિ૦ નવેસર રચના – પુનર્ઘટના – કરવી.

reconstruct' (રિકન્સ્ટ્રક્ટ), સ૦ક્રિ૦ ફરી બાંધવું; જૂના અવશેષો ભેગા કરી તેમાંથી મૂળ વસ્તુ જેવી વસ્તુ ઉપજાવી કાઢવી. **reconstruc'tion**, ના૦ પુનર્નિર્માણ, પુનરૂરચના – ઘટના.

record' (રિકૉર્ડ), સ૦ક્રિ૦ લખી રાખવું, નોંધવું, દફતરમાં કે ચોપડામાં નોંધ કરવી; (લખાણ, ઇ. અંગે)માં માહિતી–નોંધ–હોવી; (સાધન અંગે) સંખ્યા, વજન, ઇ. સૂચવવું –બતાવવું; ગ્રામોફોન ઉપર ફરી વગાડી શકાય તે માટે તક્તી – પ્લેટ – પર ધ્વનિનાં ચિહ્નોની છાપ પાડવી. **rec'ord** (રે'કૉર્ડ), ના૦ નોંધ, નોંધેલી હકીકત; કાર્યવાહીની નકલ; ગ્રામોફોનની ચૂડી, થાળી કે તબકડી; કોઈના ભૂતકાળ કે પૂર્વચરિત્ર અંગેની વીગતો; અત્યાર સુધી નોંધાયેલામાં શ્રેષ્ઠ એવું કોઈ કામ, વિક્રમ. *break, beat, the* ~, સ્થાપિત વિક્રમ તોડવો–કરતાં ચડી જવું. *off the* ~, જેની નિયમ પ્રમાણે નોંધ નથી થઈ એવું, અનધિકૃત. **record'er** (રિકૉર્ડર), ના૦ એક જાતનો પાવો; શહેરનો દીવાની ને ફોજદારી ન્યાયાધીશ.

recount' (રિકાઉન્ટ), સ૦ક્રિ૦ વિગતવાર કહેવું, બયાન કરવું; (રી–), ફરી ગણવું.

recoup' (રિકૂપ), સ૦ક્રિ૦ નુકસાન ભરી કાઢવું, આવેલી ખોટ પૂરી કરવી. ~ oneself, ખરચ કરેલું કે ગુમાવેલું (ધન, તંદુરસ્તી) પાછું મેળવવું.

recourse' (રિકોર્સ),ના૦ કોઈ સાધન કે મદદનો લાભ લેવો તે (~ *to*), આધાર, અવલંબન. *have ~to*, -ની મદદ – આશરો – લેવો.
reco'ver (રિકવર), ઉ૰ક્રિ૰ (ગુમાવેલું) ફરી પ્રાપ્ત કરવું, પાછું મેળવવું; ફરી મળવું, પ્રાપ્ત થવું; તબિયત સુધારવી કે સુધરવી; લેણું વસૂલ કરવું. **reco'very** (રિકવરિ), ના૦ પુનઃપ્રાપ્તિ; આરોગ્યપ્રાપ્તિ, રોગમુક્તિ; વસૂલ, વસૂલાત.
rec'reant (રે'ક્રિઅન્ટ), ના૦ પોતાના ધર્મનો ત્યાગ કરનારો, સ્વધર્મત્યાગી; બાયલો. વિ૦ બાયલું; બેવફા, સ્વધર્મ ત્યાગી.
rec'reate (રે'ક્રિએટ), ઉ૦ ક્રિ૦ વિશ્રાંતિ–વિસામો – આપવો; મનરંજન કરવું. **recrea'tion** (–એશન), ના૦ મનોરંજન, વિનોદ; આરામ.
recrim'inate (રિક્રિમિનેટ), અ૦ ક્રિ૦ સામો આક્ષેપ કે આરોપ કરવો, સામું આળ ચડાવવું. **recrimina'tion,** ના૦ સામું આળ, પ્રત્યારોપ.
recrudesce' (રીક્રુડે'સ), અ૰ક્રિ૰ (રોગચાળો, અસંતોષ, ઇ.) ફરી ફાટી નીકળવું. **recrudes'cence** (–ડે'સન્સ), ના૦ રોગ, ઇ.નું ફરી ફાટી નીકળવું તે, પુનરુદ્ભવ, ઊથલો.
recruit' (રિક્રૂટ), ના૦ નવો – ભરતીનો – સિપાઈ; કોઈ સંસ્થા, મંડળ કે કામમાં નવેસર જોડાયેલો માણસ. ઉ૰ક્રિ૰ ભરતી કરવી; નવી તાજગી મેળવવી; તબિયત સુધારવી, યથાસ્થિત કરવું. **recruit'ment**, ના૦ભરતી(કરવી તે.)
rec'tangle (રે'ક્ટ ગલ), ના૦ સમચતુષ્કોણ આકૃતિ, કાટખૂણ ચોરસ, લંબચોરસ. **rectang'ular** (–ગ્યુલર), વ૦ જેના ચારે ખૂણા કાટખૂણા હોય એવું.
rec'tify (રે'ક્ટિફાઇ), સ૦ક્રિ૦ ભૂલ સુધારવી, સીધું – બરાબર–કરવું; સુધારવું. **rectifica'tion**, ના૦ સુધારવું તે.
rectilin'ear(–લિનિઅર), **rectilin'eal** (–લિનિઅલ), વિ૦ સીધી લીટીવાળું, સીધી લીટીઓનું બનેલું – થી ઘેરાયેલું. [ણિકતા.
rec'titude (–ટ્યૂડ), ના૦ સચ્ચાઈ, પ્રામા-
rec'tor (રે'ક્ટર), ના૦ વૃત્તિ માટે ઊપજનો દશમો ભાગ મેળવનાર 'પૅરિશ'નો પાદરી; યુનિવર્સિટી, વિશિષ્ટ શાળાઓ કે ધાર્મિક સંસ્થાનો વડો, 'રેક્ટર'. **rector'ial** (રે'ક્ટૉરિઅલ), વિ૦ રેક્ટરનું. **rec'tory** (રે'ક્ટરિ), ના૦ રેક્ટર – પૅરિશના પાદરી–નું મકાન.
rec'tum (રે'ક્ટમ), ના૦ આંતરડાનો નીચેનો છેડો, ગુદા પાસેનો ભાગ, મલાશય.
recum'bent (રિકમ્બન્ટ), વિ૦ અઢેલીને બેઠેલું; આડું પડેલું, સૂતું.
recup'erate (રિક્યૂપરેટ), ઉ૦ ક્રિ૦ ફરી પ્રાપ્ત કરવું કે થવું; માંદગીમાંથી સાજા કરવું – થવું; આર્થિક નુકસાન ભરી કાઢવું – ભરાઈ જવું. **recupera'tion,** ના૦ એ ક્રિયા. **recup'erative**(–રટિવ), વિ૦ શક્તિવર્ધક, પૌષ્ટિક.
recur' (રિકર), અ૦ ક્રિ૦ (ભૂ૦ કા૦ recurred). ફરી થવું, પુનરાવૃત્તિ થવી; ફરી યાદ આવવું, સાંભરવું. *~ring decimals*, [ગ.] આવર્ત દશાંશ. *~ring expenditure*, ચાલુ ખર્ચ. **recu'rrence** (–રન્સ), ના૦ પુનરાવૃત્તિ, ફરી થવું તે. **recu'rrent**, વિ૦ ફરી અથવા ફરી ફરી થનારું.
rec'usant (રે'ક્યુઝન્ટ), વિ૦ અને ના૦ સત્તા કે કાયદાને વશ ન થનાર.
red (રે'ડ), વિ૦ રાતું, લાલ, રક્ત; રક્તપાતનું કે ખુનામરકીવાળું; આગ, હિંસા કે ક્રાન્તિનું – સંબંધી; સામ્યવાદના વલણવાળું, સામ્યવાદી. ના૦ લાલ રંગ; સામ્યવાદી. *~ admiral*, એક જાતનું પતંગિયું. *R~ Cross*, સંત જ્યૉર્જનો ક્રૉસ (ક્રૂસ); યુદ્ધમાં માંદા કે જખમીઓની સારવાર કરનાર ટુકડીનું ચિહ્ન; એ મંડળી કે શુશ્રૂષાપથક. *~ currant*, બોર જેવું એક લાલ ફળ. *~ herring*, ધુમાડો આપીને સૂકવેલી 'હેરિંગ' માછલી; પ્રસ્તુત વિષયમાંથી ધ્યાન બીજે ખેંચવા માટે કરેલું વિષયાંતર (*draw a ~ herring across the trail*). *~ tape*, ઔપચારિક વિધિ તરફ અતિધ્યાન આપવું તે; કામને ઢીલમાં નાંખનારા વાહિયાત નિયમો; તુમાર. *see ~*, ક્રોધે ભરાવું. **red-handed**, વિ૦ ગુનો કરતું, ગુનો કરતાં – કરતી વેળાએ. **red-hot,** તપીને લાલચોળ થયેલું. **red-letter**, વિ૦ લાલ રંગથી અંકિત; યાદગાર, સંસ્મરણીય.

red-tapism, ના૦ તુમારશાહી.

redd'en (રે'ડન). ઉ૦ ક્રિ૦ લાલ કરવું – થવું. **redd'ish**, વિ૦ રતાશપડતું.

redeem' (રિડીમ), સ૦ ક્રિ૦ વેચેલું પાછું ખરીદવું; દેવું ચૂકવવું; બચાવવું, દુરાચારમાંથી છોડાવવું, પાપમાંથી મુક્ત કરવું; પૈસા કે ખંડણી આપી કે બદલામાં કશુંક કરીને પાછું મેળવવું–છોડાવવું; કોઈને માટે પ્રાયશ્ચિત્ત કરવું; (ઈશુ વિષે) પાપમાંથી છોડાવવું. ~ one's *promise*, વચનનું પાલન કરવું. *~ing feature*, દોષમાંથી બચાવનારું – દોષ હળવો કરનારું – તત્વ, તારક ગુણ. **redeem'er** (રિડીમર), ના૦ જગતનો તારણહાર ઈશુ ખ્રિસ્ત. **redemp'tion** (રિડે'મ્પ્શન), ના૦ છોડાવવું – છૂટવું – તે, ઇ.; ઉદ્ધાર, મુક્તિ.

red'ingote (રે'ડિંગોટ), ના૦ સ્ત્રીનો બેવડી છાતીવાળો લાંબો ડગલો.

red'olent (રે'ડલન્ટ, રે'ડો–) વિ૦ કશાકની ઉગ્ર કે તીવ્ર ગંધવાળું; કશાકનું સૂચક.

redou'ble (રિડબલ), ઉ૦ ક્રિ૦ વધારે ઉગ્ર – તીવ્ર – બનાવવું – બનવું; વધારવું; વધવું.

redoubt' (રિડાઉટ), ના૦ કિલ્લાથી અલગ, તેની સામેની, નાનકડી કિલ્લેબંધીવાળી જગ્યા, બહારકોટ. **redoubt'able** (–ટબલ), વિ૦ ભયાનક; જોરાવર, બળવાન.

redound' (રિડાઉન્ડ), અ૦ ક્રિ૦ પાછું આવવું, પાછું આવીને વાગવું; -ના લાભમાં કે શ્રેયમાં પરિણમવું; -નું પરિણામ થવું – આવવું (*to* સાથે).

redress' (રિડ્રે'સ), સ૦ ક્રિ૦ પાછું સરખું – બરાબર – કરવું, -નો બંદોબસ્ત – ઉપાય – કરવો; -ની ભરપાઈ કરી આપવી; ફરિયાદ, ઇ.ની દાદ આપવી – નું નિવારણ કરવું. ~ *the balance*, ફરી સમાનતા લાવવી–સમતુલા સ્થાપવી. ના૦ નુકસાન ભરપાઈ, (ફરિયાદ, ઇ.ની) દાદ – નિવારણ.

red'skin (રે'ડ્સ્કિન), ના૦ અમે. ઇંડિયન.

reduce' (રિડ્યૂસ), સ૦ક્રિ૦ નીચે આણવું, ઉતારવું; ઓછું કરવું, ઘટાડવું; નબળું – ક્ષીણ – બનાવવું; દબાવવું, કાબૂમાં આણવું, જીતવું; -નું રૂપાંતર કરવું. **reduc'tion** (રિડક્શન), ના૦ નીચે આણવું, ઉતારવું, ઇ. ક્રિયા; ચિત્રની નાના કદની નકલ. *at a* ~, ઘટાડેલી કિંમતે. *~to absurdity*, [ગ.] અનિષ્ટાપત્તિ.

redun'dant (રિડન્ડન્ટ), વિ૦ અત્યધિક, વધારે પડતું, ફાલતુ; અનાવશ્યક. **redun'dancy**, ના૦ અતિશયતા, આધિક્ય; ફાલતુપણું; ફાલતુ – વધારાનો નકામો – ભાગ.

redup'licate (રિડ્યૂપ્લિકેટ), સ૦ ક્રિ૦ બેવડું કરવું, બેવડવું, -ની દ્વિરુક્તિ કરવી. **reduplica'tion**, ના૦ બેવડવું તે, દ્વિરુક્તિ.

red'wood, ના૦ કૅલિફૉર્નિયાનું એક ઝાડ, તેનું લાકડું.

re-ech'o (રી-એ'કો), ઉ૦ ક્રિ૦ પાછો પડઘો પાડવો – પડવો. ના૦ પડઘાનો પડઘો.

reed (રીડ), ના૦ બરુ, બરોરું; સરોરું; સાંઠો, રાડું; નેતર; પાવો, પીપી; પાવો, ઇ.ની જીભ. *a broken* ~, જેના પર વિશ્વાસ ન રાખી શકાય એવો પોચો માણસ. **reed'y** (રીડિ), વિ૦ પુષ્કળ બરુ, નેતર, ઇ.વાળું; (અવાજ) પાતળો, વાંસળીના અવાજ જેવો ફાટેલો.

reef (રીફ), ના૦ પાણીની સપાટીએ આવેલો ખડક અથવા ટેકરો, ખરાબો.

reef, ના૦ સઢને ટૂંકો કરવા માટે તેનો વાળી શકાય એવો ભાગ. સ૦ ક્રિ૦ સઢનો કોઈ ચોક્કસ ભાગ વાળી દેવો. **reef'er**, ના૦ બેવડી છાતીવાળી મજબૂત તંગ બંડી. **reef-knot**, ના૦ બેવડી સૈડકા ગાંઠ, ઘોડાગાંઠ.

reek (રીક), ના૦ વાસીની ગંધ, દુર્ગંધ; ધુમાડો; બાફ, ગંદી હવા. અ૦ ક્રિ૦ -માંથી દુર્ગંધ, ધુમાડો, વરાળ, ઇ. નીકળવી, ગંધ મારવી.

reel (રીલ), ના૦ કશુંક વીંટવાનું સાધન; સૂતર વીંટવાનો ફાળકો, અટેરણ, ફીરકી, રીલ. ઉ૦ ક્રિ૦ રીલ કે ફરકડી પર વીંટવું; સડસડાટ – વગર થોભ્યે – નીકળવું. ~ *off*, ચકરડી પરથી ઝપાટાબંધ ઉતારવું; સહેલાઈથી ને ઝપાટાથી કશુંક બોલી જવું – કહી જવું;

reel, અ૦ ક્રિ૦ -ને ચક્કર – ધૂમરી – આવવી; લથડવું, લથડિયાં ખાવાં; બધું ગોળ ગોળ ફરે છે એમ લાગવું. ~ *along*, પીધેલની જેમ લથડતાં ચાલવું.

reel, ના૦ એક સ્કૉટિશ નૃત્ય.

re-elect' (રીઇલે'ક્ટ), સ૦ ક્રિ૦ ફરી–બીજી વાર–ચૂંટવું. **re-elec'tion** (–લેક્શન), ના૦

reeve (રીવ), નામ૦ [ઇતિ.] શહેરનો કે જિલ્લાનો મુખ્ય મૅજિસ્ટ્રેટ.

reface' (રિફેસ), સ૦ક્રિ૦ આગળના – દર્શની– ભાગને નવેસર રચવો.

refec'tion (રિફે'કશન), ના૦ ઉપાહાર, નાસ્તો. **refec'tory** (રિફે'કટરિ), ના૦ નાસ્તા ચાપાણીની જગ્યા; (રે'ફિ–), મઠની ભોજન-શાળા.

refer' (રિફર), ઉ૦ ક્રિ૦ કારણ કે મૂળ તરીકે બતાવવું – નિર્દેશ કરવો; (પ્રશ્નના ઉકેલ માટે અથવા મદદ માટે) કોઈ અધિકારી પાસે મોક-લવું – લઈ જવું, અપીલ કરવી; માહિતી માટે -ની પાસે જવું – નો ઉલ્લેખ કરવો; ખુલાસો, પતાવટ, ઇ. માટે કોઈ બીજા પાસે વાત રજૂ કરવી. **referee'** (રે'ફરિ), ના૦ (ચુકાદો આપનાર) ત્રાહિત માણસ, લવાદ, પંચ. અ૦ક્રિ૦ ફૂટબૉલ, ઇ. માં લવાદી કરવી.

ref'erence (રે'ફરન્સ), ના૦ ત્રાહિત માણસ કે સત્તાધારી પાસે કોઈ બાબત વિચાર કરવા કે ચુકાદો આપવા માટે મોકલવી તે; એવી રીતે મોકલેલી બાબત; ઉલ્લેખ, નિર્દેશ; કોઈ માહિતી માટે પુસ્તક, પાનું, ઇ.નો નિર્દેશ કે હવાલો; કોઈની ચાલચલગત, ઇ. વિષે જેને પૂછી શકાય એવી વ્યક્તિ; સમિતિ, ઇ.ની સત્તા – કાર્ય – નો પ્રદેશ – ક્ષેત્ર. *book of* ~, કોશ, જ્ઞાનકોશ, ઇ. સંદર્ભ-ગ્રંથ – આકરગ્રંથ. ~ *library*, જ્યાંથી પુસ્તકો બહાર નથી આપવામાં આવતાં પણ ત્યાં જ બેસીને વાંચી શકાય છે એવું સંદર્ભ ગ્રંથાલય. *with* ~ *to*, -ને અંગે – ની બાબતમાં.

referen'dum (રે'ફરે'ન્ડમ), ના૦ કોઈ સવાલનો નિકાલ કરવા બધા લોકોનો સીધો મત લેવો તે, સાર્વમત, લોકમત.

refine' (રિફાઇન), ઉ૦ ક્રિ૦ કચરા કે દોષથી મુક્ત કરવું; શોધવું, શુદ્ધ કરવું–થવું; સુંદર–રૂપાળું – સંસ્કારવાળું – બનાવવું – બનવું. ~ *upon*, સુધારવું. **refined**, વિ૦ શુદ્ધ કરેલું; સંસ્કારસંપન્ન, વિનયસંપન્ન. **refine'ment**, ના૦ સંસ્કારિતા, વિનય; નાજુકતા; (અર્થની) ઝીણવટ, નાજુકાઈ. **refin'er**, ના૦ ખાંડ, તેલ, ઇ. શુદ્ધ કરનાર. **refin'ery** (–નરિ), ના૦ ખાંડ, તેલ, ઇ. શુદ્ધ કરવાનું કારખાનું.

refit' (રીફિટ), ઉ૦ ક્રિ૦ વહાણ, ઇ. સમારવું, ફરીથી તૈયાર કરવું; -ની મરામત થવી – કરવી. ના૦ મરામત.

reflect' (રિફ્લે'ક્ટ), ઉ૦ ક્રિ૦ (પ્રકાશ, ગરમી, અવાજ) પાછું ફેંકવું – વાળવું, પરાવર્તન કરવું; -નું પરાવર્તન થવું; (અરીસા અંગે) -નું પ્રતિબિંબ પાડવું; -નું ચિન્તન કરવું – વિચાર કરવો; -ને શ્રેય આપવું – બદનામ કરવું. ~ *on*, આબરૂને એબ લગાડવી, -થી ખોટું દેખાવું. **reflec'tion** ના૦ પ્રતિચ્છાયા, પડછાયો, પ્રતિબિંબ, પરાવર્તન; વિચાર; નામોશી લગાડનારી વાત; નિંદા, ટીકા (*on* સાથે). *cast* ~*s on*, કોઈને વિષે બદગોઈ કરવી–ખરાબ બોલવું. **reflec'tive** વિ૦ પ્રતિબિંબો પાડનારું; ચિંતનશીલ, વિચારવાન. **reflec'tor**, ના૦ કિરણ પાછાં ફેંકનાર – પરાવર્તક – તકતો, ઇ., એક જાતનું દૂરબીન.

ref'lex (રીફ્લેક્સ), વિ૦ પાછળ વળેલું, પરાવર્તન પામેલું, પ્રતિક્રિયાત્મક. ના૦ પ્રતિબિંબ; પ્રતિક્રિયા; (~*action* પણ) કોઈ ઉત્તેજના કે પ્રેરણાના જવાબમાં થતી સ્નાયુ ઇ.ની ઇચ્છાનિરપેક્ષ – આપોઆપ થતી – ક્રિયા.

reflexion, જુઓ reflection.

reflex'ive, વિ૦ [વ્યા.] કર્તૃવાચક. ના૦ કર્તૃવાચક શબ્દ કે રૂપ.

reflux' (રિફ્લક્સ), ના૦ પાણી વગેરેનું [ઓસરવું, ઓટ.

reform' (રિફૉર્મ), ઉ૦ક્રિ૦ વધુ સારું કરવું–થવું, સુધારવું, સુધરવું; દોષો કે ગેરરીતિઓ દૂર કરવી; સંપૂર્ણ પરિવર્તન થાય તેમ કરવું. ના૦ દોષો, ઇ. દૂર કરવા તે; સુધારણા, સુધારો.

reforma'tion (રે'ફર્મેશન), ના૦ રાજકીય, ધાર્મિક કે સામાજિક બાબતોમાં દૂરગામી સુધારો. *the R*~, સોળમા સૈકામાં ખ્રિસ્તી ધર્મમાં સુધારો કરવાની લ્યૂથરે કરેલી ચળવળ, જેને પરિણામે પ્રૉટેસ્ટન્ટ પંથ સ્થપાયો.

reform'atory (રિફૉર્મેટરિ), વિ૦ સુધારાના વલણવાળું, સુધારાના હેતુથી યોજેલું. ના૦ જુવાન વયના ગુનેગારોને સુધારવાની સંસ્થા કે શાળા. [સુધારાવાળો.

reform'er (રિફૉર્મર), ના૦ સુધારક,

refract' (રિફ્રેક્ટ), સ૦ ક્રિ૦ (પાણી, હવા, કાચ, ઇ.અંગે) (પ્રકાશને) વાંકા વાળવું, વક્રીભવન કરવું. **refrac'tion**, ના૦ વક્રીભવન.

refrac'tory (રિફ્રૅક્ટરિ), વિ૦ હઠીલું, કહ્યું ન કરનારું; હાથમાં ન રહે એવું. [ટેક.

refrain' (રિફ્રેન), ના૦ કવિતાનું ધ્રુવપદ,

refrain', અ૦ ક્રિ૦ કશુંક કરવામાંથી વેગળું–દૂર–રહેવું, અટકી જવું. ~ oneself *from*, -થી જાતને રોકવી, થોભી જવું.

refresh' (રિફ્રે'શ), ઉ૦ ક્રિ૦ તાજું કરવું, નવો ઉત્સાહ – શક્તિ – રેડવી; ખાઈપીને તાજા થવું; –માં જીવ મૂકવો–પૂરવો. ~ oneself, થાક ઉતારવો – ખાવો; ખોરાક કે પીણું લેવું. **refresh'er**, ના૦ ઉત્તેજક પેય; મુકદ્દમો ચાલે તે દરેક દિવસે વકીલને આપવાની ફી. ~ *course*, આધુનિક પદ્ધતિ શીખવવાનો વર્ગ, ઓપવર્ગ. **refresh'ments**, ના૦ બ૦ વ૦ ખાવાનું, નાસ્તાપાણી, ઉપાહાર.

refri'gerator (રે'ફ્રિજરેટર), ના૦ (સંક્ષેપ frig, fri(d)ge, ફ્રિજ). ખોરાક, ઇ. પદાર્થને ખૂબ ટાઢો પાડી લાંબો વખત ટકાવવાની પેટી – કબાટ.

reft, reave નો ભૂ૦ કા૦.

ref'uge (રે'ફ્યૂજ), ના૦ આશરો, આશ્રય, રક્ષણ; આશ્રયસ્થાન; મુશ્કેલીને વખતે મદદગાર વ્યક્તિ કે વસ્તુ; રસ્તા વચ્ચેની સલામત જગ્યા. **refugee'** (રેફ્યુજી), ના૦ જુલમમાંથી બચવા માટે ભાગીને પરદેશનો આશ્રય લેનાર, શરણાર્થી.

refund' (રિફન્ડ), ઉ૦ ક્રિ૦ (વિ.ક. પૈસા) પાછું – વાળી – આપવું. ના૦ (રી–), પૈસા પાછા આપવા તે, પાછા આપેલા પૈસા.

refus'al (રિફ્યૂઝ઼લ), ના૦ ના પાડવી તે, નકાર, ના; અસ્વીકાર; પસંદગીનો – હા કે ના કહેવાનો – પહેલો હક. **refuse'** (રિફ્યૂઝ઼), ઉ૦ક્રિ૦ ના પાડવી, આપવા લેવાની ના પાડવી–કહેવી; વિનંતી નામંજૂર કરવી. [એઠવાડ.

ref'use (રે'ફ્યૂસ), ના૦ કચરો, ગાળ;

refute' (રિફ્યૂટ), સ૦ ક્રિ૦ ખોટું પુરવાર કરવું; રદિયો આપવો, ખંડન કરવું. **refuta'tion** (રે'ફ્યુટેશન), ના૦ ખંડન, રદિયો.

regain' (રિગેન), સ૦ક્રિ૦ ખોયેલું પાછું મેળવવું; (સ્થળે) ફરી પહોંચવું.

reg'al (રીગલ), વિ૦ રાજાઓનું, રાજાઓના જેવું; રાજાને લાયક – શોભે એવું, ભવ્ય, બાદશાહી.

regal'ia (રિગેલ્યા), ના૦ બ૦ વ૦ રાજ્યાભિષેક ઇ. પ્રસંગે વાપરવાનાં રાજચિહ્નો; કોઈ પદવીનાં ચિહ્નો.

regale' (રિગેલ), ઉ૦ ક્રિ૦ ઉજાણી–મિજબાની – આપવી; આનંદ આપવો, કરવો. ~ *on*, મનપસંદ ભોજન કરવું.

regard' (રિગાર્ડ), ઉ૦ક્રિ૦ જોવું, નિહાળવું; ધ્યાન આપવું; ગણવું, લેખવું; -ને માટે આદર કે પૂજ્યભાવ રાખવો. ના૦ નજર; ધ્યાન, લક્ષ; આદર, પૂજ્ય ભાવ; (બ૦ વ૦) શુભાશાઓ, શુભેચ્છાઓ. *as* ~*s*, *in*, *with*, ~ *to*, -ને વિષે, -ની બાબતમાં. **regard'ful**, વિ. ~ *of*, -ની તરફ ધ્યાન આપનારું. **regarding**, વિ૦ -ને વિષે. **regardless**, વિ૦ ~ *of*, -ની તરફ બેધ્યાન–ધ્યાન ન આપનારું. [મિજો.

regatt'a (રિગૅટા), ના૦ હોડીઓની શરતનો

re'gency (રીજન્સિ), ના૦ રાજપ્રતિનિધિનો અધિકાર – સત્તા; એની હકૂમત, હકૂમતની અવધિ.

regen'erate (રિજે'નરેટ), ઉ૦ ક્રિ૦ નવું જીવન – જન્મ – આપવો; નવું જોમ રેડવું; નૈતિક ઉન્નતિ કરવી – સ્થિતિ સુધરવી. વિ૦ (-રિટ) નવો જન્મ પામેલું, સુધરેલું. **regenera'tion** (–રેશન), ના૦ પુનર્જન્મ; આત્મોન્નતિ; પુનરુદ્ધાર.

re'gent (રીજન્ટ), ના૦ રાજાની સગીર અવસ્થા, ગેરહાજરી કે માંદગી દરમ્યાન રાજા વતી રાજ્ય કારભાર ચલાવનાર.

re'gicide (રે'જિસાઇડ), ના૦ રાજાને મારી નાખનાર, રાજઘ્ન; રાજહત્યા.

regime (રેઝીમ), ના૦ રાજ્યપદ્ધતિ; હકૂમત; રાજ્યતંત્ર; કારકિર્દી; પથ્ય ખાનપાન.

re'gimen (રે'જિમન,–મે'ન), **regime** ના૦ ડૉક્ટરે બતાવેલાં પથ્ય ખાનપાન, ઇ.

re'giment (રે'જિમન્ટ,–જ્મ–), ના૦લશ્કરની ચાર કંપનીઓની એટલે લગભગ ૧૦૦૦ માણસની ટુકડી; લશ્કર, સૈન્ય; મોટી સંખ્યા. સ૦ક્રિ૦ (લશ્કરની) ટુકડીઓ પાડવી, સંઘટના કરવી. **regimen'tal** (–મે'ન્ટલ), વિ૦ લશ્કરી ટુકડીનું, રેજિમેન્ટનું. ના૦બ૦ વ૦ રેજિમન્ટનો–લશ્કરી – ગણવેશ. **regimentation** (–મે'ન્ટેશન), ના૦ લશ્કરી ટુકડીઓ પાડવી તે;

લશ્કરની ઢબે જૂથો બનાવી તેનું કરેલું સંગઠન.

re'gion (રીજન), ના૦ જિલ્લો, ઇલાકો; પ્રદેશ, મુલક; પ્રાંત, વિષય, ક્ષેત્ર; કોઈ ઇદ્રિયની આસપાસનો શરીરનો ભાગ.

re'gister (રે'જિસ્ટર), ના૦ નોંધપોથી, ચોપડો, પત્રક; વિધસર લખેલી – સરકારી – યાદી; અવાજ કે યંત્રની મર્યાદા – ઘેર; ગતિ, વેગ, ઇ. બતાવનારુ ઘડિયાળ (જેવું યંત્ર); જન્મ-મૃત્યુ, કંપનીઓ, ઇ.નું પત્રક. [મુદ્રણ] છાપેલા પાનાની બેઉ બાજુની લીટીઓનો એક બીજી સાથે મેળ, રજિસ્ટર. સ૦ ક્રિ૦ વિધિસર નોંધવું, નોંધવું; ચોપડામાં કે પત્રકમાં દાખલ કરવું; -ની ઉપર નોંધાવું; શરીરના હલનચલન દ્વારા લાગણી – ભાવ – વ્યક્ત કરવો; (કાગળ, ઇ.) ખાસ નોંધ કરાવીને ટપાલ દ્વારા મોકલવું. **registrar'** (રે'જિસ્ટ્રાર, –સ્ટ્રર), ના૦ દસ્તાવેજ, લગ્ન, ઇ.ની નોંધ કરનાર, નોંધણી કામદાર; વિદ્યાપીઠ કે યુનિવર્સિટીનો મહામાત્ર, કુલસચિવ, રજિસ્ટ્રાર. **registra'tion** (–સ્ટ્રેશન), ના૦ નોંધવું તે; નોંધાવીને કાગળ રવાના કરવો તે; નોંધ. **re'gistry** (–સ્ટ્રિ), ના૦ નોંધણી (કચેરી); નોંધણીપત્રકો રાખવાની જગ્યા. ~ *office*, લગ્ન નોંધાવવાની કચેરી; ઘરકામ કરનારા નોકરોનાં નામ નોંધનારી કચેરી. [ઓકી કાઢવું.

regorge' (રિગૉર્જ), ઉ૦ ક્રિ૦ ઊલટી કરવી,

regress' (રિગ્રે'સ), અ૦ક્રિ૦ પાછા હઠવું – ખસવું. ના૦ (રી–), પાછા જવું તે. **regre'ssion** (રિગ્રે'શન), ના૦ પાછા જવું તે, પીછેહઠ, પરાગતિ; ઊથલો. **regress'ive,** વિ૦ પાછું ખસતું, પીછેહઠ કરનારું.

regret' (રિગ્રે'ટ), સ૦ક્રિ૦ (-ની ખોટ માટે) દુઃખી થવું, શોક કરવો; ભૂલ, અન્યાય, ઇ. માટે દિલગીર થવું; પશ્ચાત્તાપ કરવો. ના૦ દુઃખ, ખેદ; પસ્તાવો. **regret'ful,** વિ૦ દુઃખપૂર્ણ, દુઃખદ; અનુતપ્ત. **regrett'able** (રગ્રે'ટબલ), શોચનીય; અનિષ્ટ.

reg'ular (રે'ગ્યુલર), વિ૦ નિયમ પ્રમાણેનું, નિયમિત; પદ્ધતિસરનું; રોજનું, હંમેશનું, રૂઢ; વ્યવસ્થિત, શિસ્તબદ્ધ; યોગ્ય રીતે કેળવાયેલું, નિષ્ણાત; પૂર્ણપણે, પૂરેપુરુ; [ભૂમિ.] સમબાજુ –કોણ; સાચું, યથાર્થનામ. ~ *army*, કાયમી ફોજ. ના૦ ખડી ફોજનો સૈનિક; કાયમી ગ્રાહક – નોકર. **regula'rity** (–લૅરિટિ), ના૦ નિયમિતપણું; કાયદેસરપણું. **reg'ularize** (–લરાઇઝ઼), સ૦ ક્રિ૦ નિયમિત બનાવવું; ક્ષતિ – દોષ–દૂર કરવો; કાયદેસરનું બનાવવું.

reg'ulate (–લેટ), સ૦ક્રિ૦ નિયમને આધાન કરવું, નિયમિત–નિયંત્રિત–કરવું; (યંત્ર–ઘડિયાળ, ઇ.) વ્યવસ્થિત – બરાબર ચાલે તેમ – કરવું. **regula'tion** (–લેશન), ના૦ નિયમિત કરવું તે; નિયમ, ધારો. (વિ૦ તરીકે) નિયમ પ્રમાણેનું, શિષ્ટાચારનું.

regur'gitate (રિગર્જિ'ટેટ), ઉ૦ ક્રિ૦ જોરથી પાછું આવવું, ઊલટવું; પાછું ફેંકી દેવું, ઊલટી કરવી – થવી.

rehabil'itate (રીઅબિલિટેટ, રીહ–), સ૦ ક્રિ૦ આગળનું પદ, મોભો, સ્થિતિ, ઇ. પાછું મેળવી આપવું; નિર્વાસિતોને વસાવવું; દોષથી મુક્ત કરવું. **rehabilita'tion** (–ટેશન), ના૦ પહેલાંની જેમ સ્થિર કરવું – થવું – તે.

rehash (રીહૅશ), સ૦ ક્રિ૦ જૂનું લખાણ, ઇ. નવેસર ગોઠવવું. ના૦ નવેસર કરેલી રચના.

rehearse' (રિહર્સ), ઉ૦ક્રિ૦ ફરી બોલી જવું, બોલી જવું; -નો સાર કહેવો; નાટકની તાલીમ કરવી, પૂર્વપ્રયોગ કરવો. **rehears'al** (રિહર્સલ), ના૦ કથન; પૂર્વ પ્રયોગ; *dress* ~, રંગીન તાલીમ; પૂરા નેપથ્યવિધાન સાથેનો પૂર્વ-પ્રયોગ. [રાષ્ટ્ર-સમૂહ. *Third* ~, નાઝી જર્મની

Reich (રાઇક), ના૦ સમસ્ત જર્મન પ્રજા–

reign (રેન), ના૦ રાજ્ય; સત્તા; રાજાની કારકિર્દી, રાજ્યકાળ. અ૦ક્રિ૦ રાજ્ય કરવું; -નું ચાલવું – ચલણ હોવું, સર્વત્ર પ્રવર્તમાન હોવું.

reimburse' (રીઇમ્બર્સ), અ૦ક્રિ૦ -ને કરેલું ખર્ચ પાછું આપવું, મજરે આપવું.

rein (રેન), ના૦ લગામની દોરી, લગામ (બહુધા બ૦ વ૦ માં); કાબૂમાં રાખવાનું સાધન, અંકુશ. *draw* ~, લગામ ખેંચીને ઊભું રાખવું; પ્રયત્ન છોડી દેવો–પડતો મૂકવો; ખર્ચમાં કાપ મૂકવો. *give free* ~ *to*, -ને પૂરેપૂરી છૂટ આપવી. સ૦ ક્રિ૦ લગામ વતી કાબૂમાં રાખવું; કાબૂમાં – કબ્જામાં – રાખવું. ~ *in*, *up*, પાછળ ખેંચવું, રોકવું.

reincar'nate (રીઇન્કાર્નેટ), સ૦ક્રિ૦ ફરી

અવતાર ધારણ કરવો, નવો અવતાર–જન્મ–લેવો. **reincarna'tion**, ના૦ પુનર્જન્મ, નવો અવતાર.

rein'deer (રેનૂડિઅર), ના૦ શીત પ્રદેશનું હરણ, જેને ગાડીએ જોડવામાં આવે છે.

reinforce' (રીઇન્ફૉર્સ), સ૦ ક્રિ૦ વધારે માણસ કે માલ આપીને–વાપરીને–વધારે મજબૂત બનાવવું–આધાર આપવો. **reinforce'ment**, ના૦ (બહુધા બ૦ વ૦ માં) વધારાનું લશ્કર કે વહાણો; કૉંક્રીટમાં મજબૂતી માટે વપરાતા લોઢાના સળિયા, તાર, જાળી, ઇ.

reins (રેન્ઝ઼), ના૦ બ૦ વ૦ કેડની પછવાડેનો ભાગ; સૂત્રપિંડ.

reinstate' (રીઇન્સ્ટેટ), સ૦ ક્રિ૦ અગાઉની જગ્યા પર ફરી સ્થાપવું.

reit'erate (રીઇટરેટ), સ૦ ક્રિ૦ ફરી અથવા ફરી ફરીને બોલવું–કહેવું–કરવું. **reitera'tion**, ના૦.

reive (રીવ), ઉ૦ ક્રિ૦ લૂંટફાટ કરવી; ઉપાડી જવું. **reiv'er** (રીવર), ના૦ લૂંટારુ.

reject' (રિજે'ક્ટ), સ૦ ક્રિ૦ નાંખી દેવું, બાજુએ ઠેલવું; ના પાડવી, નામંજૂર કરવું; અસ્વીકાર કરવો, અમાન્ય કરવું, કાઢી નાંખવું; ઊલટી કરવી. **re'ject** (રીજે'ક્ટ), ના૦ કાઢી નાંખેલી વસ્તુ કે માણસ. **rejec'tion** (રિજે'ક્શન), ના૦ કાઢી નાખવું–રદ કરવું–તે; અસ્વીકાર.

rejoice' (રિજૉઇસ), ઉ૦ક્રિ૦ આનંદિત કરવું; આનંદ પામવું. **rejoi'cings** (–સિંગ્ઝ઼), ના૦ બ૦ વ૦ આનંદોત્સવ.

rejoin' (રિજૉઇન), ઉ૦ ક્રિ૦[કા.] આરોપનો–જવાબનો–જવાબ આપવો; પ્રત્યુત્તર આપવો. **re-join'**, ઉ૦ ક્રિ૦ (ગોઠિયા, ઇ. સાથે) ફરી જોડાવું. **rejoin'der**, ના૦ પ્રત્યુત્તર, સામો જવાબ–ટોણો.

reju'venate (રિજૂવિનેટ), ઉ૦ ક્રિ૦ ફરીને જુવાન કરવું–થવું; નવો પ્રાણ પૂરવો. **rejuvenes'cence**, ના૦ ફરી યૌવન પ્રાપ્ત કરવું તે, કાયાકલ્પ.

relapse' (રિલૅપ્સ), અ૦ ક્રિ૦ -માં પાછું પડવું (*into* સાથે), (માંદગીએ) ઊથલો ખાવો. ના૦ ઊથલો; પાછું પડવું તે.

relate' (રિલેટ), ઉ૦ ક્રિ૦ કહેવું, બયાન કરવું, હેવાલ આપવો; -ની સાથે સંબંધ જો ડે –બતાવવો–હોવો. **rela'ted** (–ટિડ), વિ૦ -ની સાથે સંબંધ ધરાવનારુ, જોડાયેલું.

rela'tion (રિલેશન), ના૦ બયાન (કરવું તે), કથન; માણસો કે વસ્તુઓ વચ્ચેનો સંબંધ; સગું, સંબંધી. *in ~ to*, -ને સંબંધે, વિષયે. **rela'tionship**, ના૦ સગપણ, નાતો.

rel'ative (રે'લટિવ), વિ૦ સંબંધવાળું, લાગતું વળગતું; સાપેક્ષ, તુલનાત્મક; કોઈ હકીકત કે વિચાર પર અવલંબેલું; [વ્યાક.] સંબંધી, સંબંધક; *~ to*, -ની સાથે સંબંધવાળું. ના૦ સંબંધી, સગું; સંબંધક સર્વનામ, ઇ. **rela'tively**, ક્રિ૦વિ૦ બીજાઓની–એકબીજાની–સરખામણીમાં; સાપેક્ષપણે. **relativ'ity** (રે'લટિવિટિ), ના૦ સાપેક્ષતાવાદ.

relax' (રિલૅક્સ), ઉ૦ ક્રિ૦ ઢીલું કરવું–થવું; નબળું પડવું–પાડવું; ઓછું કડક અથવા ઉત્સાહી થવું, મંદ પડવું; વિસામો આપવો, આરામ લેવો. **relaxa'tion** (રે'લકસેશન), ના૦ છૂટછાટ; આરામ, વિશ્રાંતિ; મનોરંજન.

relay' (રિલે), ના૦ ડાકમાં ટપ્પે ટપ્પે થાકેલા ઘોડા બદલવા માટે રાખેલા તાજા ઘોડા, કાસદ, ઇ.; એવા જ કામ માટે વપરાતી માણસોની ટોળી. સ૦ ક્રિ૦ (બિનતારી સંદેશો) બીજા સ્ટેશનથી આવેલા સંદેશાને પ્રસૃત કરવો; ટપ્પાના ઘોડાની વ્યવસ્થા કરવી. **relay-race**, ના૦બે જૂથો વચ્ચેની દોડવાની હરીફાઈ–જેમાં ટોળીનો એક માણસ થાકે એટલે એની જગ્યાએ બીજો આવે.

re-lay' (રીલે), સ૦ક્રિ૦ ફરી નાખવું–મૂકવું.

release' (રિલીસ), સ૦ ક્રિ૦ (કેદ, બંધન, દુઃખ, ફરજ, ઇ. માંથી) છૂટું કરવું, મુક્ત કરવું; છોડી મૂકવું–દેવું; (ચિત્રપટ, સિનેમા) પહેલી વાર બતાવવું; [કા.] (હક, ઇ.) બીજાને સોંપવું. ના૦ બંધન, ઇ.માંથી મુક્તિ–છુટકારો; યંત્રના કોઈ ભાગને છૂટો–ખુલ્લો–કરવાની કળ.

rel'egate (રે'લિગેટ), સ૦ ક્રિ૦ માર્ગમાંથી ખસેડવા માટે દૂર મોકલી દેવું, હદપાર કરવું; નીચલી પાયરી પર ઉતારવું; (સવાલ) નિરાકરણ–અમલ–કરવા માટે કોઈને સોંપવું. **relega'tion**, ના૦ એ ક્રિયા.

relent' (રિલે'ન્ટ), અ૦ ક્રિ૦ કડકાઈ કે કઠોરતા ઓછી કરવી; કોમળ (હૃદયનું) થવું; -ને દયા આવવી. **relent'less,** વિ૦ કઠણ હૈયાનું, નિર્દય.

rel'evant (રે'લિવન્ટ, -લ-), વિ૦ હાથ પરના – પ્રસ્તુત – વિષયને લગતું, પ્રસ્તુત. **rel'evance,** ના૦ પ્રસ્તુતતા, સમર્પકતા.

reli'able (રિલાયબલ), વિ૦ વિશ્વાસપાત્ર, ભરોસો – આધાર – રાખી શકાય એવું. **reliabil'ity** (-બિલિટિ), ના૦ વિશ્વાસપાત્રતા. **reli'ance** (રિલાયન્સ), ના૦ વિશ્વાસ, ભરોસો; આધાર. **reli'ant,** વિ૦ વિશ્વાસ રાખનારુ.

rel'ic (રે'લિક), ના૦ કોઈ સાધુ કે સંતના દેહનો કે વસ્તુનો તેના મૃત્યુ પછી સાચવી રાખેલો ને પૂજાતો ભાગ – અવશેષ; ભૂતકાળનો અવશેષ; (બ૦વ૦) માણસનો મૃત દેહ, અસ્થિ, ઇ. અવશેષ, અવશેષ. **reliquary**(-ક્વરિ), ના૦ અસ્થિ, ઇ. અવશેષો રાખવાનું પાત્ર.

rel'ict (રે'લિક્ટ), ના૦ વિધવા.

relief' (રિલીફ), ના૦ દુઃખ, ચિન્તા, ઇ. ઘટાડવું તે અથવા તેનું શમન; ગરીબ અથવા સંકટગ્રસ્તને આપેલી ખોરાક, પૈસા, ઇ.ની મદદ, રાહત; કોઈ સ્થળનો ઘેરામાંથી છુટકારો; સપાટ ભૂમિ – સપાટી – પર ઉપસાવેલી આકૃતિ; રૂપરેખાની સ્પષ્ટતા; પોતાની ફરજમાંથી છુટકારો મળવો તે; પોતાનું કામ માથે લઈને છુટકારો આપનાર; (પ્રદેશ કે દેશ અંગે) કુદરતી લક્ષણો. *on* ~, ગરીબો અંગેના કાયદાની રૂએ મદદ પામવું – મેળવવું. *outdoor* ~, ગરીબોને તેમને ઘેર પહોંચાડેલી મદદ – રાહત. **relief-map,** ના૦ ભૂતળ સંબંધી નકશો.

relieve' (રિલીવ), સ૦ ક્રિ૦ દુઃખ, પીડા વેદના, ઇ. ઓછું કરવું – શમાવવું – મટાડવું, કળ વળે તેમ કરવું; કામથી મોકળું કરવું; -ના બદલી તરીકે આવવું – જવું; રાહત – મદદ – કરવી; આરામ આપવો; બહાર નીકળતું કરવું; ઉપસાવવું. ~ one's *feelings*, રડવા, ઇં. દ્વારા પોતાની લાગણીઓ વ્યક્ત કરીને દુઃખને કે તે લાગણીઓને હળવી બનાવવી. ~ person *of burden*, -ની પાસેથી લઈ લેવું.

reli'gion (રિલિજન), ના૦ ઈશ્વરભક્તિ; ધર્મ, ધર્મનો માર્ગ. **reli'gious** (રિલિજસ), વિ૦ ધાર્મિક, ધર્મસંબંધીનું; ધાર્મિક વૃત્તિવાળું; બહુ જ ચોકસાઈવાળું. [મૂકવું.

reline' (રીલાઇન), સ૦ ક્રિ૦ નવું અસ્તર, ઇ.

relin'quish (રિલિંક્વિશ), સ૦ક્રિ૦ છોડવું, છોડી દેવું; (કબજો) છોડવું; (લેણું) જતું કરવું.

re'liquary ના૦ જુઓ relic.

rel'ish (રે'લિશ), ના૦ સ્વાદ, રુચિ; રસપૂર્વક ઉપભોગ; લહેજત, રસ. ઉ૦ ક્રિ૦ -માંથી આનંદ – સંતોષ – મેળવવો; -નો સ્વાદ – ગંધ – આવવી; -નો શોખ હોવો.

reluc'tant (રિલક્ટન્ટ), વિ૦ નાખુશ, નામરજીવાળું. **reluc'tance,** ના૦ નાખુશી, નામરજી; આનાકાની.

rely' (રિલાઇ), અ૦ ક્રિ૦ -ની ઉપર વિશ્વાસ – આધાર – રાખવો (~ *on*).

remain' (રિમેન), અ૦ ક્રિ૦ બાકી – સિલક – રહેવું; રહેવું, મુકામ રાખવો; પાછળ રહી – પડી – જવું; ચાલું રહેવું, ટકવું. **remain'der,** ના૦ [ગ.] બાદબાકી કર્યા પછી રહેલી બાકી રકમ; બાકી રહેલું, શેષ; ન ખપતી – બાકી રહેલી – ચોપડીઓ. સ૦ક્રિ૦ ન ખપતી હોવાથી ચોપડીઓ સસ્તે ભાવે વેચવી. **remains'** ના૦ બ૦ વ૦ બાકી રહેલો ભાગ, અવશેષ; ખંડેર; મૃતદેહ.

remand' (રિમાન્ડ), સ૦ ક્રિ૦ પોલીસને તપાસ કરવાની કે વધુ પુરાવો મેળવવાની સગવડ આપવા માટે આરોપીને ફરી પોલીસના કબજામાં સોંપવો અથવા જેલમાં મોકલવો; પાછું મોકલવું. ના૦ આવી કેદ, પોલીસના કબજામાં સોંપી દેવું તે. ~ *home*, બાળઅપરાધીઓને રાખવાની – રાખીને સુધારવાની – સંસ્થા.

remark' (રિમાર્ક), ઉ૦ ક્રિ૦ જોવું, અવલોકન કરવું; કહેવું; ટીકારૂપે કહેવું, શેરો મારવો. ના૦ ધ્યાનમાં લેવું તે; ટીકા, શેરો; કથન. **remark'able,** વિ૦ ધ્યાનમાં રાખવા જેવું; ધ્યાન ખેંચે એવું; અસાધારણ, વિલક્ષણ.

rem'edy (રે'મિડિ, -મ-), ના૦ ઉપાય, ઇલાજ; કોઈ રોગની દવા કે ઉપચાર. સ૦ ક્રિ૦ (દરદ, રોગ, ઇ.) સારુ કરવું, મટાડવું; ઇલાજ – ઉપાય – કરવો. **remed'ial** (રિમીડિ-

અલ), વિ૰ ઉપાય કે ઇલાજ કરનારું – કરવા વિષેનું; ઉપચારાત્મક; દાદ આપવાનું.

remem'ber (રિમે'મ્બર), સ૰ ક્રિ૰ યાદ રાખવું – કરવું; ધ્યાનમાં રાખવું, ન ભૂલવું; -ને યાદ આપવી ને નમસ્કાર, ઇ. કહેવાં, -ને ભેટ, ઇ. આપવું. **remem'brance** (રિમે'મ્બ્રન્સ), ના૰ સ્મરણ (કરવું તે); સ્મૃતિ; યાદગીરી, સંભારણું; (બ૰ વ૰) કોઈની મારફતે કહેવડાવેલા નમસ્કાર – યાદ. **remem'brancer,** ના૰ સ્મરણ કરાવનાર; સંભારણું. *legal ~*, સરકારને કાયદા અંગે સલાહ આપનાર અધિકારી.

remind' (રિમાઇન્ડ), સ૰ ક્રિ૰ યાદ દેવડાવવું, સ્મરણ કરાવવું, સંભારવું. **remin'der,** ના૰ યાદ દેવડાવનાર ભાષણ, લખાણ કે બીજી વસ્તુ; ઉઘરાણીનો કાગળ.

reminis'cence (રે'મિનિસન્સ), ના૰ યાદ કરવું તે; ભૂતકાળનું સ્મરણ; (બ૰ વ૰) પૂર્વસ્મૃતિઓ; જીવનસંભારણાં. **reminis'cent,** વિ૰ ભૂતકાળનું – જૂની વાતનું – સ્મરણ કરાવનારું; કશાકની યાદ કરાવનારું.

remiss' (રિમિસ), વિ૰ ફરજની ઉપેક્ષા કરનારું; બેપરવા, ગાફેલ.

remi'ssion (રિમિશન), ના૰ દેવામાંથી છૂટ, માફી; ક્ષમા, માફી.

remit' (રિમિટ), ઉ૰ ક્રિ૰ (પરમેશ્વરે) પાપ, ઇ. માફ કરવું, ક્ષમા કરવી; સજા, દેવું, માફ કરવું; (સજા, ઇ.) નો અમલ ન કરવો; ઢીલું – નરમ – કરવું; (પૈસા) ટપાલ દ્વારા રવાના કરવું; મોકલવું; કોઈ અધિકારી પાસે (કેસ, ઇ.) ફરી મોકલવું. **remission, remitt'ance** (રિમિટન્સ), ના૰ (કોઈને) મોકલેલા પૈસા, પૈસા મોકલવા તે. **remittance-man,** ના૰ મોકલેલા પૈસા ઉપર જીવનાર.

rem'nant (રે'મ્નન્ટ), ના૰ બાકી રહેલો અલ્પ અંશ, શેષ; ઓછી કિંમતે વેચાતો કાપડનો શેષ ટુકડો.

remon'strance (રિમૉનુસ્ટ્રન્સ), ના૰ વાંધો ઉઠાવવો – તકરાર કરવી – વિરોધ કરવો – તે; ઠપકો. **remon'strate** (–સ્ટ્રેટ, રે'મ–) ઉ૰ ક્રિ૰ વાંધો ઉઠાવવો, વિરોધ કરવો; -ની સામે તકરાર – ફરિયાદ – કરવી.

remorse' (રિમૉર્સ), ના૰ ખોટું કર્યાનો તીવ્ર પશ્ચાત્તાપ; મનસ્તાપ; ખરખરો. **remorse'less,** વિ૰ કઠોર, નિર્દય.

remote' (રિમોટ), વિ૰ દૂરનું, આઘેનું; લાંબા વખતનું, દૂરનું; એક ખૂણે – એકાંતમાં – આવેલું; એક બીજાથી દૂરનું; (કલ્પના) અસ્પષ્ટ, અધૂરું, જરા પણ.

remount' (રિમાઉન્ટ), ઉ૰ક્રિ૰ ફરીથી ઘોડા પર બેસવું, ટેકરી પર ચડવું. ના૰(રી–) થાકેલા કે મરી ગયેલા ઘોડાને ઠેકાણે બીજો ઘોડો.

remove (રિમૂવ), ઉ૰ક્રિ૰ દૂર કરવું, (બીજી જગ્યાએ) લઈ જવું; ઘર બદલવું; નોકરી પરથી કમી કરવું. ના૰ પાયરી, પગથિયું; પેઢી.

remu'nerate (રિમ્યૂનરેટ), સ૰ ક્રિ૰ બદલો – અવેજ – આપવો; મહેનતાણું આપવું; નુકસાન ભરી આપવું. **remunera'tion** (રિમ્યુ–), ના૰ બદલો, મહેનતાણું. **remunerative** (–રટિવ), વિ૰ બદલો – વળતર – આપનારું, લાભદાયક.

renaiss'ance (રિનેસન્સ, –સાંસ), **renas'cence** (રિનૅસન્સ), ના૰ ચૌદમા ને પંદરમા સૈકામાં યુરોપમાં થયેલું પ્રાચીન કળા, સાહિત્ય, ઇ.નું પુનરુજ્જીવન (*the R~*); પુનર્જન્મ, નવો અવતાર; પુનરુજ્જીવન. **renas'cent,** વિ૰ નવો જન્મ પામતું.

ren'al (રીનલ), વિ૰ મૂત્રાશયનું -ની સાથે સંબંધવાળું. [ચીરવું, ફાડવું; ફાટવું, ચિરાવું.

rend (રે'ન્ડ), ઉ૰ક્રિ૰ (ભૂ૰ કા૰ rent).

ren'der (રે'ન્ડર), સ૰ ક્રિ૰ પાછું વાળવું, બદલામાં આપવું; (મદદ ઇ.) આપવું; આપી– સોંપી – દેવું; રજૂ – હાજર – કરવું; ભાષાંતર કરવું; (ચરબી) ઓગાળવું. *~ an account of,* -નું વર્ણન કરવું. *account ~ed,* અગાઉ મોકલેલું પણ હજી ન ચૂકવાયેલું ફરી મોકલેલું બિલ. **ren'dering,** ના૰ ભાષાંતર; અર્થ (કરવો તે). *~ of a part,* [નાટકમાં] ભૂમિકાની ભજવણી.

rendezvous (રૉન્ડિવૂ, –ડેવૂ), ના૰ મળવાની નક્કી કરેલી જગ્યા, સંકેતસ્થાન; સંકેત અનુસાર મેળાપ.

rendi'tion (રે'ન્ડિશન), ના૰ (વ્યક્તિ કે સ્થાન) સોંપી દેવું તે; ભાષાંતર; ભજવણી; પ્રયોગ.

ren'egade (રે'નિગેડ), ના૰ સ્વધર્મ કે સ્વ-

પક્ષનો ત્યાગ કરનાર; શત્રુપક્ષને જઈ મળનાર.

renew' (રિન્યૂ), ઉ૦ક્રિ૦ નવું – તાજું – કરવું, નવેસર શરૂ કરવું, કહેવું કે બનાવવું. **renew'al** (–અલ), ના૦ નવીનીકરણ, જીર્ણોદ્ધાર.

renn'et (રે'નિટ), ના૦ દૂધ જમાવવા માટે વપરાતું મેળવણ, આખરણ.

renounce' (રિનાઉન્સ), સ૦ ક્રિ૦ બધો માલિકી હક કે દાવો છોડી દેવો; -માંથી ખસી જવું, છોડી દેવું, ત્યાગ કરવો.

ren'ovate (રે'નવેટ, રે'નો –), સ૦ક્રિ૦ ફરી નવું બનાવવું, સમું કરવું; (સ્થિતિ, તબિયત) સુધારવું. **renova'tion** (– વેશન), ના૦ નવીનીકરણ; સુધારણા, જીર્ણોદ્ધાર.

renown' (રિનાઉન), ના૦ કીર્તિ, ખ્યાતિ. **renown'ed**, વિ૦ પ્રખ્યાત, પ્રસિદ્ધ.

rent (રે'ન્ટ), rendનો ભૂ૦કા૦ તથા ભૂ૦કૃ૦.

rent, ના૦ ફાટ, ચીરો.

rent, ના૦ (ઘર, ઇ. નું) ભાડું; (જમીનની) ગણોત, સાંથ. ઉ૦ ક્રિ૦ ભાડે કે સાંથે લેવું – આપવું. **ren'tal** (રે'ન્ટલ), ના૦ ભાડાની રકમ; ગણોત.

renuncia'tion (રિનન્સિએશન), ના૦ છોડી [દેવું તે; ત્યાગ.

rep, repp (રે'પ), ના૦ ખુરશી વગેરેમાં વપરાતું દોરાવાળું જાડું મજબૂત કાપડ.

repair' (રિપેર, – પે'અર), અ૦ક્રિ૦ જવું વિ.ક. વારંવાર અથવા મોટી સંખ્યામાં.

repair', સ૦ક્રિ૦ સમું કરવું, સુધારવું; નુકસાન ભરી આપવું. ના૦ સમું કરવું તે, દુરસ્તી; વાપરી શકાય એવી – દુરસ્ત – સ્થિતિ. *in good ~*, વાપરવા જેવી સુસ્થિતિમાં.

rep'arable (રે'પરબલ), વિ૦ (નુકસાન, ઇ.) ભરી શકાય – પૂરું કરી શકાય – એવું. **repara'tion** (–રેશન), ના૦ દુરસ્તી; બદલો; નુકસાન ભરપાઈ, નુકસાન.

repartee' (રે'પર્ટી), ના૦ વિનોદી પ્રત્યુત્તર, માર્મિક – હાજર – જવાબ.

repast' (રિપાસ્ટ), ના૦ ભોજન, જમણ.

repat'riate (રિપેટ્રિએટ, રિપે–), સ૦ક્રિ૦ પોતાના દેશમાં પાછા મોકલી દેવું. **repatria'tion**, ના૦.

repay' (રિપે), ઉ૦ક્રિ૦ (ભૂ૦ કા૦ repaid). પાછું આપવું, વાળવું – ફેડવું; બદલો આપવો. **repay'ment**, ના૦ પાછું આપવું તે; પાછી આપેલી રકમ.

repeal' (રિપીલ), સ૦ક્રિ૦ અને ના૦ પાછું ખેંચી લેવું – રદ બાતલ કરવું–(તે).

repeat' (રિપીટ), ઉ૦ક્રિ૦ ફરી વાર કરવું –કહેવું – થવું; મોઢે કરેલું (પાઠ, કવિતા, ઇ.) બોલી જવું. *~ oneself*, એ જ વાત ફરી કરવી – કહેવી. ના૦ પુનરાવર્તન, પુનરુક્તિ; ફરી બોલવાનો ફકરો, ઇ. **repeater**, ના૦ જોઈએ ત્યારે કલાકના કે તેના ભાગના ફરી ટકોરા પાડનારું ઘડિયાળ; ફરી ગાવાનો સંગીતનો ભાગ; ફરી પરીક્ષા આપનાર. **repeat'edly** (–ટિડ્લિ), ક્રિ૦ વિ૦ વારંવાર, ફરી ફરી.

repel' (રિપે'લ), સ૦ ક્રિ૦ પાછું હઠાવવું – હાંકી કાઢવું; વારવું, નિવારણ કરવું, અટકાવવું; ઘૃણા પેદા કરવી. **repell'ent** (–લન્ટ), વિ૦ અનાકર્ષક; અણગમો – ઘૃણા – ઉપજાવે એવું.

repent' (રિપે'ન્ટ), ઉ૦ક્રિ૦ પસ્તાવું, પશ્ચાત્તાપ કરવો; ખેદ પામવું. **repen'tance**, ના૦ પસ્તાવો, અનુતાપ. **repen'tant**, વિ૦ પસ્તાવો કરનારું.

repercu'ssion (રિપર્કશન), ના૦ પ્રતિધ્વનિ, પડઘો; પ્રત્યાઘાત; (કોઈ ઘટનાનું) આડકતરું પરિણામ (બહુધા બ૦ વ૦ માં).

rep'ertoire (રે'પર્ટ્વાર), **rep'ertory** (–ટરિ), ના૦ નટ કે ગાયકમંડળ (કોઈ પણ વખતે) ગાવા ભજવવા તૈયાર હોય તે ચીજોનો કે નાટિકાઓનો સંગ્રહ; માહિતી, ઇ. ખોળવાની જગ્યા; તેનો સંગ્રહ – ભંડાર (repertory). *~ theatre*, (જ્યાં વારાફરતી એક પછી એક નાટક કોઈ નાટક મંડળી ભજવતી હોય એવું થિયેટર – નાટકઘર.

repeti'tion (રિપિટિશન), ના૦ પુનરાવર્તન (કરવું–થવું–તે); પુનરાવૃત્તિ; ગોખવાનો ફકરો; નકલ. [થવું; ચિડાવું, મનમાં બળવું.

repine' (રિપાઇન), અ૦ક્રિ૦ દુ:ખી–ખિન્ન–

replace' (રિપ્લેસ), સ૦ક્રિ૦ જ્યાં હતું ત્યાં મૂકવું; -ની જગ્યા લેવી; -ને ઠેકાણે મૂકવું – આવવું. [ભરવું – ભરી કાઢવું,

replen'ish (રિપ્લે'નિશ), સ૦ ક્રિ૦ ફરી

replete' (રિપ્લીટ), વિ૦ ભરેલું; સારો એવો સંગ્રહ કરેલું; ધરાઈ – ઓચાઈ – ગયેલું.

reple'tion, ના૰ ભરેલું હોવું તે, પરિપૂર્ણતા.
rep'lica (રે'પ્લિકા), ના૰ મૂળ કૃતિની કળાકારે બનાવેલી બીજી આબેહૂબ નકલ; પ્રતિકૃતિ, નકલ. [ના૰ જવાબ.
reply' (રિપ્લાઇ), ઉ૰ક્રિ૰ જવાબ આપવો.
repoint' (રીપૉઇન્ટ), સ૰ ક્રિ૰ (ચણતરમાં) ફરીથી સાંધ પૂરવી.
report' (રિપૉર્ટ), ઉ૰ક્રિ૰ હેવાલ આપવો, સમાચાર – હકીકત – કહેવી; કહેવું; વર્તમાનપત્ર ઇ. માટે ભાષણ, ઇ.ની નોંધ કરવી; ફરજ માટે અમલદાર પાસે – કામ પર – હાજર થવું. ના૰ અફવા, લોકવાયકા; સભા, ભાષણ, ઇ. નું વર્ણન કે હેવાલ; બંદૂક, ઇ.નો અવાજ, ધડાકો.
report'er (રિપૉર્ટર), ના૰ છાપાનો ખબરપત્રી – બાતમીદાર.
repose' (રિપોઝ઼), ઉ૰ ક્રિ૰ આરામ લેવો, –ને આરામ આપવો; આડા થવું, સૂઈ રહેવું; -ની ઉપર આધારિત હોવું (*~on*),-માં વિશ્વાસ મૂકવો (*~in*). ના૰ આરામ, વિશ્રાંતિ; ઊંઘ;–શાંતિ, સ્વસ્થતા. **reposeful**, વિ૰ આરામદાયક; શાંત. [કોઠાર; વખાર.
repos'itory (રિપૉઝ઼િટરિ), ના૰ ભંડાર,
reprehend' (રે'પ્રિહે'ન્ડ), સ૰ક્રિ૰ ઠપકો આપવો; વખોડી કાઢવું. **reprehen'sible** (–હે'ન્સબલ, –સિ–), વિ૰ દોષ દેવા યોગ્ય, ઠપકાને પાત્ર.
represent' (રે'પ્રિઝ઼ે'ન્ટ), સ૰ક્રિ૰ મન કે આંખ આગળ કશાકનું ચિત્ર દોરવું–ખડું કરવું; દર્શાવવું; અમુક તરીકે રજૂ કરવું; -નું વર્ણન કરવું; -ની પ્રતિકૃતિ તરીકે કામ આપવું, -ના પ્રતિનિધિ હોવું; -નું પ્રતીક હોવું; -ની વતી બોલવાનો હક ધરાવવો. **represen-ta'tion** (–ન્ટેશન), ના૰ કલાત્મક પ્રતિકૃતિ; કોઈ બાબત વિષે સત્તાવાળાનું ધ્યાન ખેંચવું તે – તે માટે કરેલું નિવેદન – અરજી; પ્રતિનિધિત્વ (નો હક). *proportional ~*, જેમાં લઘુમતીઓને પણ તેમની સંખ્યાના પ્રમાણમાં યોગ્ય પ્રતિનિધિત્વ મળે એવી ચૂંટણી – નિર્વાચન – પદ્ધતિ, યથાપ્રમાણ પ્રતિનિધિત્વ. **represen'tative** (–ટટિવ), વિ૰ અમુક વર્ગના નમૂના – પ્રતિનિધિ – રૂપ; નિદર્શક; ચૂંટાયેલા પ્રતિનિધિઓનું બનેલું; અનેક જૂથોના માણસો જેમાં છે એવું, પ્રાતિનિધિક. *~government*, ચૂંટેલા પ્રતિનિધિઓ દ્વારા રાજ્યનું સંચાલન, પ્રાતિનિધિક રાજ્યપદ્ધતિ. ના૰ વિશિષ્ટ ઉદાહરણ, નમૂનો; વકીલ, પ્રતિનિધિ; મતદારમંડળે ચૂંટેલો પ્રતિનિધિ.
repress' (રિપ્રે'સ), સ૰ક્રિ૰ દબાવી રાખવું –દેવું; નીચે–દાબમાં–રાખવું. **repre'ssion** (રિપ્રે'શન), ના૰ સરકારનો જુલમી કારભાર; [મનોવિ.] કુદરતી સ્ફુરણાને દબાવી દેવી તે, નિગ્રહ.
reprieve' (રિપ્રીવ), સ૰ક્રિ૰ મોતની સજા મુલતવી રાખવી. ના૰ મોતની સજામાંથી થોડી વારનો છુટકારો; વિસામો.
rep'rimand (રે'પ્રિમાન્ડ), ના૰ ઠપકો, તાકીદ, ઉપરીને નાતે આપેલો ઠપકો. સ૰ક્રિ૰ સખત ઠપકો આપવો.
reprint' (રીપ્રિન્ટ), સ૰ ક્રિ૰ ફરી વાર છાપવું. **rep'rint**, ના૰ પુનર્મુદ્રણ.
repris'al (રિપ્રાઇઝ઼લ), ના૰ સામી સજા, નુકસાન (– નો બદલો), પ્રત્યપકાર, વેર દાખલ લીધેલું પગલું.
reproach' (રિપ્રોચ), સ૰ક્રિ૰ વઢવું, ધિક્કારપૂર્વક ઠપકો આપવો(વિ.ક. ખિન્નતાપૂર્વક). ના૰ ઠપકો, ઝાટકણી; નામોશી, લજ્જાસ્પદ – ઠપકાને પાત્ર–વાત. **reproach'ful**, વિ૰ નિંદાત્મક; નામોશીભરેલું.
rep'robate (રે'પ્રબેટ, રે'પ્રો–), સ૰ક્રિ૰ અતિ નાપસંદ કરવું, ધિક્કારવું. વિ૰ (–બિટ), અનીતિમય, પાપી; વંઠી ગયેલું, પાપમાં રીઢું. ના૰ પાપી માણસ, પાપાત્મા.
reproduce' (રિપ્રડ્યૂસ, રી–), ઉ૰ક્રિ૰ -ની નકલ – પ્રતિકૃતિ–કરવી; પ્રજોત્પાદન કરવું. **reproduc'tion** (રિપ્રડક્શન, રી–), ના૰ કશાકની આબેહૂબ નકલ, પ્રતિમા; પ્રજોત્પાદન, પ્રજોત્પત્તિ. **reproductive**, વિ૰ ઉત્પાદક.
reproof' (રિપ્રૂફ઼), ના૰ દોષ, ઠપકો. **reprove'** (રિપ્રૂવ), સ૰ક્રિ૰ દોષ દેવો, ઠપકો આપવો.
rep'tile (રે'પ્ટાઇલ), ના૰ સાપ, ગરોળી, ઇ. પેટ ઘસડીને ચાલતું પ્રાણી; અધમ, નીચ અને દુષ્ટ માણસ. **reptil'ian** (–લ્યન), વિ૰ અને ના૰ સર્પના જેવું (પ્રાણી).

repub'lic (રિપબ્લિક), ના૰ પ્રજાસત્તાક –લોકસત્તાક– રાજ્ય. **repub'lican**, વિ૰ અને ના૰ લોકસત્તાક રાજ્યનું –સંબંધી; લોકસત્તાક રાજ્યનું હિમાયતી.

repud'iate (રિપ્યૂડિએટ), ઉ૰ક્રિ૰ ફારગતી આપવી; પોતાનું નથી એમ કહેવું, નાકબૂલ–અમાન્ય–કરવું,અસ્વીકાર–ઇન્કાર–કરવો; આપવા કરવાની ના પાડવી. **repudia'tion**, ના૰ અસ્વીકાર; ઇન્કાર.

repug'nance (રિપગ્નસ), ના૰ અમેળ, અસંગતિ; અણગમો; તિરસ્કાર. **repug'nant**, વિ૰ અણગમતું, અરુચતું; તિરસ્કરણીય; પ્રતિકૂળ, સાવ વિસંગત.

repulse, (રિપલ્સ), સ૰ ક્રિ૰ પાછું કાઢવું, હઠાવવું; અસ્વીકાર કરવો, લેવાની ના પાડવી. ના૰ પીછેહઠ, પરાજય; નકાર. **repul'sion** (રિપલ્શન), ના૰ અણગમો, તિરસ્કાર. **repul'sive**, વિ૰ કંટાળો ઉપજાવનારું, અણગમો પેદા કરનારું.

rep'utable (રે'પ્યુટબલ), વિ૰ આબરૂદાર, સારા નામવાળું. **reputa'tion** (–ટેશન), ના૰ આબરૂ, ખ્યાતિ, કીર્તિ, નામના. **repute'** (રિપ્યૂટ), ના૰ સામાન્ય માન્યતા; ખ્યાતિ, નામના. **reputed**, વિ૰ અમુક તરીકે નામના પામેલું; ખ્યાતિવાળું, નામાંકિત.

request' (રિક્વે'સ્ટ), ના૰ વિનંતી, પ્રાર્થના, માગણી; માગેલી વસ્તુ, માગણી. *in* ~, જેની (ખૂબ) માગણી છે એવું. સ૰ ક્રિ૰ માગવું; અરજ –વિનંતી– કરવી, રજા માગવી.

re'quiem (રે'ક્વિએ'મ), ના૰ મરી ગયેલાઓના આત્માને શાંતિ મળે તે સારુ પ્રાર્થના; તે માટેની સંગીત રચના.

require' (રિક્વાયર), સ૰ ક્રિ૰ માગણી કરવી, હકથી માગવું; -ને ફરમાવવું; -ની જરૂર હોવી – પડવી. **require'ment**, ના૰ જોઈતી વસ્તુ, જરૂરિયાત.

re'quisite (રે'ક્વિઝિટ), વિ૰ જરૂરનું, જોઈતું, આવશ્યક. ના૰ જરૂરની વસ્તુ.

requisi'tion (–ઝિશન), ના૰માલસામાન પૂરો પાડવા માટેની (લિખિત) માગણી; કશું કરવા અંગે લિખિત માગણી. સ૰ક્રિ૰ (લશ્કર, ઇ. માટે) માલ પૂરો પાડવાની માગણી કરવી; કોઈ કામ કે ઉપયોગ માટે કબજામાં લેવું.

requite' (રિક્વાઇટ), સ૰ ક્રિ૰ -નો બદલો આપવો, બક્ષિસ આપવું;વેર લેવું. **requit'al** (–ટલ), ના૰ બદલો, સાટું; વેર, પ્રત્યપકાર.

rere'dos (રિઅરડૉસ), ના૰દેવળમાં વેદીની પાછળ દીવાલને ઢાંકતું લાકડાનું નકશીકામ.

rescind' (રિસિન્ડ), સ૰ ક્રિ૰ [કા.] રદ કરવું, -નો અંત આણવો; મોકૂફ કરવું.

res'cue (રૅસ્ક્યૂ), સ૰ ક્રિ૰ (હુમલો, કેદ, સંકટ, નુકસાન, ઇ.માંથી) છોડાવવું, બચાવવું. ના૰ છૂટકો, બચાવ.

research' (રિસર્ચ), ના૰ શોધ, તપાસ; સંશોધન. અ૰ ક્રિ૰ સંશોધન કરવું.

resem'ble (રિઝે'મ્બલ), સ૰ ક્રિ૰ -ના જેવું દેખાવું – હોવું. **resem'blance** (–બ્લન્સ), ના૰ સરખાપણું, સાદૃશ્ય.

resent' (રિઝે'ન્ટ), સ૰ ક્રિ૰ -ને વિષે ગુસ્સો બતાવવો –ગુસ્સે થવું; મનમાં માઠું આણવું, -ને માઠું લાગવું. **resentment** ગુસ્સો, રીસ.

reserva'tion (રે'ઝ઼ર્વેશન), ના૰ કોઈને માટે ખાસ રાખી મૂકેલી જગ્યા, વસ્તુ; ખાસ ઉપયોગ માટે, વિશિષ્ટ જાતિના વસવાટ માટે, અલગ કાઢી રાખેલી જગ્યા, પ્રદેશ; કોઈ બાબતમાં સ્પષ્ટ જણાવેલી કે મનમાં રાખી મૂકેલી મર્યાદા, અપવાદ કે શરત; [અમે.] ઇંડિયન લોકો માટે રાખેલો પ્રદેશ–જમીન.

reserve' (રિઝ઼ર્વ), સ૰ ક્રિ૰ કોઈ ખાસ કામ માટે કે ભવિષ્યમાં ઉપયોગ સારુ રાખી મૂકવું– અલગ રાખવું; રાખી મૂકવું; (જગ્યા, ઇ.) અગાઉથી લઈ રાખવું. ના૰ ભવિષ્યના ઉપયોગ માટે રાખી મૂકેલી વસ્તુ પૈસા, ઇ.; સ્થાનિક જમાતો માટે કે જંગલી પ્રાણીઓ માટે રાખી મૂકેલો પ્રદેશ; (બ૰ વ૰) અનામત રાખેલું લશ્કર; સંયમ, ગાંભીર્ય; સંકોચશીલતા; અક્કડપણું; મર્યાદા, અપવાદ. *in* ~, આવશ્યકતા માટે રાખેલું. ~ *price*. (લિલામમાં) માલિક ઓછામાં ઓછી કિંમત લે તે. **reserv'ed**, વિ૰ રાખી મૂકેલું, અનામત, ઇ.; સંકોચશીલ, પોતાની લાગણી કે અભિપ્રાય ઝટ વ્યક્ત ન કરનાર, મનમાં પડદો રાખનારું. **reserv'edly**, (રિઝ઼ર્વિડલિ), ક્રિ૰ વિ૰.

reserv'ist (રિઝ઼ર્વિસ્ટ), ના૦ અનામત લશ્કરનો માણસ.

res'ervoir (રે'ઝ઼ર્વ્વાર), ના૦ કશું સંઘરી રાખવાની જગ્યા, ભંડાર; વિ. ક. પાણીની ટાંકી, હોજ, તળાવ.

reside' (રિઝ઼ાઇડ), અ૦ ક્રિ૦ રહેવું, વસ્તી કરવી, -નો વાસો હોવો. ~*in*, (સત્તા, અધિકાર, ઇ.)માં રહેલું – હાજર – હોવું. **res'idence** (રે'ઝ઼િડન્સ), ના૦ વાસ, વાસો; રહેઠાણ, ઘર. **res'idency**, ના૦ દેશી રાજ્યમાં બ્રિટિશ રાજકીય પ્રતિનિધિનું મથક – રહેઠાણ. **res'ident**, વિ૦ રહેનારું. ના૦ રહેનાર, વતની; બ્રિટનની સત્તા નીચેના મુલકમાં સ્થાપન કરેલો તેનો રાજકીય પ્રતિનિધિ, રેસિડન્ટ. **residen'tial** (-ડે'ન્શલ), વિ૦ ખાનગી મકાનોનું – વાળું; રહેઠાણ – વસવાટ – માટેનું.

res'idue (રે'ઝ઼િડ્યૂ), ના૦ બાકી રહેલો અંશ, શેષ, બાકી; માણસના મૃત્યુ પછી તેનું દેવું, ઇ. ચૂકવ્યા પછી બાકી રહેલી મતા – મિલકત – સિલક. **resid'ual** (રિઝ઼િડ્યુઅલ), વિ૦ અને ના૦ બાકી રહેલું, બાકી, શેષ. **resid'uary** (-અરિ), વિ૦ બાકી રહેલું, અવશિષ્ટ; તેને લગતું. **resid'uum** (-અમ), ના૦ (બ૦ વ૦ – dua). બળી ગયા પછી કે વરાળ થઈ ગયા પછી રહેલો અંશ.

resign' (રિઝ઼ાઇન), ઉ૦ ક્રિ૦ છોડી દેવું; હોદ્દો છોડી દેવો, રાજીનામું આપવું; નિવૃત્ત થવું; શાંત ચિત્તે સ્વીકારવું. ~ oneself *to*, શાંતિથી સ્વીકારીને સહન કરવું. **resigna'tion** (રે'ઝ઼િગ્નેશન), ના૦ રાજીનામું (આપવું તે); નસીબને તાબે થવું – શાંતિથી સહન કરવું – તે. **resign'ed** (રિઝ઼ાઇન્ડ), વિ૦ નસીબને કે ઈશ્વરેચ્છાને તાબે થયેલું.

resil'ience (રિઝ઼િલ્યન્સ), ના૦ સ્થિતિસ્થાપકતા, આઘાતમાંથી બહાર નીકળવાની શક્તિ; ઉમંગ. **resil'ient**, વિ૦ સ્થિતિસ્થાપક, પતનમાંથી પૂર્વસ્થિતિ પ્રાપ્ત કરવાની શક્તિવાળું.

res'in (રે'ઝ઼િન), ના૦ રાળ, ચક્ષુધૂપ. સ૦ ક્રિ૦ -ની ઉપર રાળ નાંખવી. **res'inous** (-નસ), વિ૦ રાળવાળું, રાળના ગુણધર્મવાળું.

resist' (રિઝ઼િસ્ટ), ઉ૦ ક્રિ૦ અટકાવવું, ખાળવું; સામનો – પ્રતિકાર – કરવો; પાછું હઠાવવું; -થી દૂર રહેવું. **resis'tance** (-સ્ટન્સ), ના૦ પ્રતિકાર(શક્તિ), વિરોધ; વિદ્યુતપ્રવાહને રોકનારો વીજળિક ઉપકરણનો ભાગ. **resis'tible** (-સ્ટબલ), વિ૦ પ્રતિકાર કરી શકાય – અટકાવી શકાય – એવું. **resist'less**, વિ૦ પ્રતિકાર ન કરી શકાય – અટકાવી ન શકાય – એવું; અનિવાર્ય.

res'oluble (રેઝ઼'લુબલ, -લ્યુ-), **resol'vable**, વિ૦ નિરાકરણ – પૃથક્કરણ – કરી શકાય એવું. [દૃઢ, અડગ.

res'olute (રે'ઝ઼લૂટ, -લ્યૂટ) વિ૦ દૃઢનિશ્ચયી;

resolu'tion (-લૂશન, -લ્યૂ-), ના૦ દૃઢનિશ્ચયીપણું, દૃઢનિશ્ચય; નિશ્ચય, ઠરાવ; સભાનો વિધિસર વ્યક્ત કરેલો મત, ઠરાવ; [ગ.] છોડવવું તે, ઉકેલ; શંકા, ઇ.નું સમાધાન, ઉકેલ.

resolve' (રિઝ઼ૉલ્વ), ઉ૦ ક્રિ૦ ઘટક તત્ત્વો – ભાગ – જુદા પાડવા, પૃથક્કરણ કરવું; નિશ્ચય કરવો, ઠરાવ કરવો; પતવવું; છોડાવવું, ઉકેલવું; -માં રૂપાંતર કરવું – પામવું; [સં.] વિસંવાદી સ્વરોથી સંવાદી તરફ જવું – જાય તેમ કરવું. ના૦ દૃઢનિશ્ચય, સંકલ્પ; દૃઢતા, ધૈર્ય.

res'onant (રે'ઝ઼નન્ટ), વિ૦ પડઘો – પ્રતિધ્વનિ – કરતું, -થી ગુંજી ઊઠતું – ગાજતું. **res'onance**, ના૦ પ્રતિધ્વનિ, પડઘો પડવો તે; રણકો.

resort' (રિઝ઼ૉર્ટ), અ૦ ક્રિ૦ (~*to*) કોઈની પાસે મદદ કે સલાહ માટે જવું; -નો આશ્રય લેવો; -ની પાસે વારંવાર જવું. ના૦ સાધન, ઇ.નો ઉપયોગ કરવો – આશ્રય લેવો – તે; આશ્રય, આશ્રયસ્થાન. *in the last* ~, છેલ્લા ઉપાય તરીકે, છેવટના પ્રયત્ન તરીકે.

resound' (રિઝ઼ાઉન્ડ), ઉ૦ ક્રિ૦ પ્રતિધ્વનિ ઊઠવો – થયા કરવો, ગાજવું, ગાજી ઊઠવું; (અવાજ, વાદ્ય, અંગે) કોઈ સ્થળને ગજાવી મૂકવું.

resource' (રિસૉર્સ, -સૉ-), ના૦ (બ૦ વ૦) સાધનસામગ્રી, પૂંજી, સંપત્તિ; દેશનાં કે વ્યક્તિનાં ભરણપોષણનાં સાધન, સંપત્તિ; (એકવ.) યુક્તિ, ઇલાજ; યોજકતા, સૂઝ. **resource'ful**, વિ૦ સાધનસામગ્રીવાળું; શોધક, કલ્પક, સૂઝવાળું.

respect' (રિસ્પે'ક્ટ), ના૦ માન, આદર; આદરસત્કાર: કાળજી, ધ્યાન; સબબ, બાબત; (બ૦ વ૦) નમસ્કાર, રામરામ. સ૦ ક્રિ૦ માન આપવું, સન્માન કરવું; -ની સગવડ અગવડનો

ખ્યાલ રાખવો-સાચવવી; -ની સાથે સંબંધ હોવો, -ને લાગુ પડવું(*~to*). *in~of, with~to*, -ની બાબતમાં. *pay ~s to*, સલામ કરવી, દર્શન કરવાં. *in all ~s*, બધી રીતે. *~er of persons*, મોટા માણસો સાથે ખાસ આદરથી વર્તનારું. **respec'table** (-ટબલ), વિ૰ પ્રામાણિક અને સંભાવિત અથવા પ્રતિષ્ઠિત; ઠીકઠીક કદ, સંખ્યા કે ગુણવાળું. **respectabil'ity** (-બિલિટિ), ના૰ આબરૂ, યોગ્યતા, પ્રતિષ્ઠા. **respect'ful**, વિ૰ અદબવાળું, આદરભાવવાળું.

respecting, નામ૰ અ૰ -ની બાબતમાં.

respec'tive (રિસ્પે'ક્ટિવ), વિ૰ દરેકનું પોતાનું, પોતપોતાનું, જેનું તેનું (અનુક્રમે).

respire' (રિસ્પાયર), ઉ૰ક્રિ૰ શ્વાસોચ્છ્વાસ કરવો, શ્વાસ લેવો. **respira'tion** (રે'સ્પિરેશન), ના૰ શ્વાસ લેવો કાઢવો તે, શ્વાસોચ્છ્વાસ. **res'pirator**(-રેટર),ના૰ હવાને ગરમ કરવા કે ગાળવા માટે મોઢા ને નાક પર પહેરવાનું જાળીદાર કાપડ કે સાધન; ઝેરી વાયુથી બચવા માટે પહેરવાનું સાધન-ટોપ. 'ગૅસમાસ્ક'. **res'piratory**(-રેટરિ),વિ૰ શ્વાસોચ્છ્વાસનું - ને લગતું.

res'pite (રે'સ્પિટ, રે'સ્પાઇટ), ના૰ સજા ભોગવવામાં કે દેવું ચૂકવવામાં આપેલી મુદત, મહેતલ, તહકૂબી; થોડી મુદતનો વિસામો - આરામ - છુટકારો. સ૰ ક્રિ૰ મહેતલ આપવી, આરામ આપવો.

resplen'dent (રિસ્પ્લે'ન્ડન્ટ), વિ૰ ચળકતું, તેજસ્વી; આંખને આંજી નાખે એવું; બહુ જ સુંદર. **resplen'dence**, ના૰ ઝળહળાટ, તેજ.

respond' (રિસ્પૉન્ડ), અ૰ ક્રિ૰ જવાબ આપવો; પ્રેરણા કે ઉત્તેજનાને પ્રતિક્રિયા કરવી; સામું કરી બતાવવું. **respon'dent** (-પૉન્ડન્ટ), વિ૰ અને ના૰ [કા.] જવાબદાર, સામાવાળો, પ્રતિવાદી (વિ. ક. છૂટાછેડાના દાવામાં).

response' (-પૉન્સ), ના૰ જવાબ, ઉત્તર, (લખાણમાં કે કૃતિમાં); પ્રેરણા કે ઉત્તેજનાને લીધે થતી અનુકૂળ કે પ્રતિકૂળ પ્રતિક્રિયા, પ્રતિભાવ.

responsibil'ity(રિસ્પૉન્સિબિલિટિ),ના૰ જવાબદાર હોવું તે, જવાબદારી; વિશ્વાસ પર સાચવવા સોંપેલી વસ્તુ, ન્યાસ; ફરજ. **respon'sible** (-સબલ, -સિ-), વિ૰ જવાબદાર; વિશ્વાસપાત્ર; (જગ્યા, હોદ્દો) જવાબદારીવાળું; કારણીભૂત; જવાબદારીના ભાનવાળું.

respon'sive (-સિવ),વિ૰ જવાબ આપનારું; સામાની લાગણીને સમજીને તરત પોતાનો ભાવ પ્રગટ કરનારું, સંવેદનાશીલ; પ્રતિયોગી. *~ co-operation*, પ્રતિયોગી સહકાર.

rest (રે'સ્ટ), ઉ૰ક્રિ૰ શાંત હોવું - થવું; કામ બંધ કરવું, કામ કરતાં બંધ થવું; સૂઈ જવું; આરામ લેવો - આપવો; નિરાંતે રહેવું, જંપવું; ઉપર પડેલું - પ્રસરેલું - હોવું; -ની ઉપર આધાર - વિશ્વાસ - રાખવો; અઢેલવું. *lay to ~*, સુવડાવવું; દાટવું. ના૰ આરામ, ઊંઘ; આરામનો સમય; આધાર; સંગીતમાં વચ્ચે અટકવું તે, તે માટેનું ચિહ્ન (સ્વરલિપિમાંનું); આરામ લેવાની જગ્યા. *~ on* one's *oars*, પ્રયત્ન બંધ રાખવો, આળસ ખાવું, આરામ કરવો. *~ with* (somebody), -ના હાથમાં હોવું.

rest, અ૰ક્રિ૰ રહેવું, બાકી રહેવું. ના૰ બાકી રહેલું; બાકીના બીજાઓ, બીજા બધા (*the~*).

res'taurant (રે'સ્ટરાં,-રૉં), ના૰ ભોજનગૃહ, ચાપાણીની દુકાન. [નારું, શામક.

rest'ful (રે'સ્ટ્ફુલ), વિ૰ શાંત; શાંત કર-

res'titute (રે'સ્ટિટ્યૂટ),ઉ૰ક્રિ૰ [વિરલ.]. **restitu'tion** (-ટ્યૂશન),ના૰ પાછું આપવું તે, મિલકત, હક, ઇ. ધણીને પાછું આપવું; નુકસાન ભરપાઈ, નુકસાન. *~ of conjugal rights*, નષ્ટ વૈવાહિક હકની પુનઃ પ્રાપ્તિ - સ્થાપના.

res'tive (રે'સ્ટિવ),વિ૰ અડિયલ, હઠ લઈને આગળ ન ચાલનારું; ચંચલ; કાબૂમાં ન રહેનારું.

rest'less, વિ૰ અશાંત, ક્ષુબ્ધ; જંપીને ન રહેનારું, ચંચળ.

restora'tion (રે'સ્ટરેશન), ના૰ પાછું આપવું તે; પુનઃ પ્રસ્થાપના. *the R~*, ઈ. સ. ૧૬૬૦માં બ્રિટનમાં થયેલી રાજાની પુનઃ સ્થાપના. **resto'rative** (રિસ્ટૉરટિવ), વિ૰ તબિયત કે શક્તિ પૂર્વવત્ કરનારું; (ખોરાક,

દવા. ઇ.) બલવર્ધક, પૌષ્ટિક. **restore'** (રિસ્ટૉર,–સ્ટૉ–), સ૦ક્રિ૦ પાછું આપવું; ફરી પૂર્વ સ્થિતિએ લાવી મૂકવું; પુનઃ સ્થાપના કરવી; (વિ. ક. તબિયત) સુધારવું.

restrain' (રિસ્ટ્રેન),સ૦ક્રિ૦ રોકવું; કાબૂમાં રાખવું; દબાવવું, દબાવી રાખવું. **restraint'** (રિસ્ટ્રેન્ટ), ના૦ દાબ, નિયંત્રણ, અંકુશ; સંકોચ, મર્યાદા, સંયમ; અતિરેક ટાળવો તે.

restrict' (રિસ્ટ્રિક્ટ), સ૦ક્રિ૦ મર્યાદામાં રાખવું, મર્યાદિત કરવું; પરિમિત કરવું. **restric'tion** (રિસ્ટ્રિક્શન), ના૦મર્યાદા, બંધન, પ્રતિબંધ. **restric'tive** (રિસ્ટ્રિક્ટિવ), વિ૦ મર્યાદા મૂકનારું, પ્રતિબંધક.

result' (રિઝ઼લ્ટ), અ૦ક્રિ૦ -થી નીપજવું, -નું પરિણામ–ફળ–આવવું. ~ *in*, -માં પરિણમવું. ના૦ પરિણામ, છેવટ, ફળ; ગણતરીને પરિણામે આવતો જવાબ. **resul'tant** (–ટન્ટ), વિ૦ અને ના૦ વિ. ક. ઓછાંવત્તાં વિરોધી બળોમાંથી એકંદરે નીપજતું (પરિણામ).

resume' (રિઝ઼્યૂમ), ઉ૦ક્રિ૦ ફરી લેવું; પાછું લેવું; ફરી શરૂ કરવું; સંક્ષેપ કરવો. **resump'tion** (રિઝ઼મ્પ્શન), ના૦ ફરી હાથમાં લેવું તે; ફરી શરૂઆત. [ઉપસંહાર

résumé (રેઝ઼ુમે, રે'ઝ઼્યૂ–),ના૦ સંક્ષેપ, સાર;

resur'gent (રિસર્જન્ટ), વિ૦ ફરી ઊભું–સજીવન–થતું. **resur'gence**, ના૦ પુનરુત્થાન, નવજન્મ.

resurrect' (રે'ઝ઼રે'ક્ટ), ઉ૦ ક્રિ૦ સ્મૃતિમાં ફરી આણવું, મરેલાને સજીવન કરવું, મરી ગયેલાએ ફરી જીવતા થવું; ફરી ચાલુ કરવું. **resurrec'tion** (રે'ઝ઼રે'ક્શન), ના૦ મરણ પછી ફરી ઊઠવું તે, ઈશુનું પુનરુત્થાન; કયામતને દિવસે બધા મરેલાનું સજીવન થવું.

resus'citate (રિસસિટેટ),સ૦ક્રિ૦ સજીવન કરવું, ચૈતન્યયુક્ત બનાવવું. **resuscita'tion** (–ટેશન), ના૦ ફરી સજીવન–તાજું–કરવું–થવું–તે.

ret'ail (રીટેલ), ના૦ છૂટક–પરચૂરણ–વેચાણ. ક્રિ૦ વિ૦ છૂટક, પરચૂરણ. **retail'** (રિટેલ), ઉ૦ ક્રિ૦ છૂટક–પરચૂરણ–વેચાણ કરવું; એક પછી એક હકીકત કહેવી, વિગતવાર કહેવું.

retain' (રિટેન), સ૦ક્રિ૦ રાખવું; મનમાં રાખવું; કબજામાં રાખવું, જવા ન દેવું; વકીલની ગમે ત્યારે મદદ મળે તે માટે તેને પૈસા આપવા. **retain'er** (–નર), ના૦ ઉમરાવ, ઇ.નો આશ્રિત–નોકર; વકીલને રોકી રાખવા માટે અગાઉથી આપેલી ફી.

retal'iate (રિટૅલિએટ), ઉ૦ ક્રિ૦ બદલો લેવો, સાટું વાળવું; સામો જવાબ વાળવો. **retalia'tion** (–એશન), ના૦ બદલો (વાળવો તે), સાટું, વેર.

retard' (રિટાર્ડ), સ૦ક્રિ૦ ધીમું, મંદ અથવા મોડું કરવું; પ્રગતિ ધીમી કરવી–ઢીલમાં નાખવી; અટકાવવું. [બકારી–મોળ–આવવી.

retch (રીચ), અ૦ક્રિ૦ અને ના૦ ઓકારી–

reten'tion (રિટે'ન્શન), ના૦ રાખવું, ઇ. (જુઓ retain); ઝાડો, પેશાબ વગેરે બંધ થવાં તે. **reten'tive** (રિટે'ન્ટિવ), વિ૦ રાખવાની–યાદ રાખવાની–શક્તિ કે વૃત્તિવાળું.

ret'icence (રે'ટિસન્સ), ના૦ મૌન, ચુપકીદી. **ret'icent**, વિ૦ ચુપકીદીવાળું; ઓછાબોલું, મીંઢું.

retic'ulate (રિટિક્યુલેટ), સ૦ક્રિ૦ જાળીદાર (દેખાય તેવું કે વસ્તુતઃ) બનાવવું. **reticula'tion**, ના૦ જાળીદાર કામ.

ret'icule (રે'ટિક્યૂલ), ના૦ સ્ત્રીઓની જાળીદાર નાની થેલી, પાકીટ, બટવો.

ret'ina (રે'ટિના), ના૦ (બ૦ વ૦ -s, -ae). જેની પર બહારની વસ્તુનું પ્રતિબિંબ પડે છે તે આંખના ડોળાની પાછળનો ચિત્રપડદો, નેત્રદર્પણ, નેત્રપટલ. [પરિવાર.

ret'inue (રે'ટિન્યૂ), ના૦ અનુચરો, રસાલો,

retire' (રિટાયર), ઉ૦ ક્રિ૦ અમુક જગ્યાથી કે મંડળીમાંથી દૂર જવું; સૂઈ જવું; પોતાની નોકરી છોડી દેવી, નિવૃત્ત થવું; પાછા હઠવું–જવું. **retired'** (–યર્ડ), વિ૦ નિવૃત્ત; અવરજવરથી દૂર, એકાન્ત. **retire'ment** (–મન્ટ), ના૦ નિવૃત્તાવસ્થા, નિવૃત્તિ; એકાન્ત (સ્થળ); એકાન્તવાસ. **retir'ing**, વિ૦ નિવૃત્ત થનારું; એકાંતપ્રિય, સંકોચશીલ.

retort' (રિટૉર્ટ), ઉ૦ક્રિ૦ શીઘ્ર સામો જવાબ આપવો, ઉલટાવીને કહેવું; સખત જવાબ આપવો; સામો આરોપ કરવો. ના૦ ઉલટો–

સામો–જવાબ; પ્રત્યારોપ; ગાળવાના કામનું વાંકી નળીવાળું પાત્ર, ઊર્ધ્વપાતન માટેનું ઉપકરણ.
retouch' (રીટચ), સ૰ક્રિ૰ (લખાણ, ચિત્ર, ઇ. ને) નવી છટાઓ આપીને સુધારવું.
retrace' (રિટ્રેસ) સ૰ ક્રિ૰ આરંભ કે મૂળ સુધી પાછા જવું; આવેલે રસ્તે ફરી પાછા જવું; કરેલું ફેરવી કાઢવું. ~ one's *steps*, પાછા પગલાં ભરવાં, પાછા ફરવું.
retract' (રિટ્રૅક્ટ), ઉ૰ ક્રિ૰ પાછું લેવું–ખેંચવું; સંકોચાવું; બોલેલું પાછું લેવું, ફરી જવું. **retrac'tion** (રિટ્રૅક્શન), ના૰ પાછળ ખેંચાવું તે, આકુંચન. **retracta'tion** (રીટ્રૅક્ટેશન), ના૰ ફરી જવું તે, વચનભંગ.
retreat' (રિટ્રીટ), ઉ૰ ક્રિ૰ પાછળ ખસવું–હઠવું; પાછલી બાજુએ ઢળતું હોવું; એકાંતમાં આરામ, ઇ. માટે જવું; પાછું હઠાવવું. ના૰ [લશ્કર] પાછા હઠવાની સૂચના, પીછેહઠ; એકાન્ત સ્થાન, આશ્રય(સ્થાન).
retrench' (રિટ્રેન્ચ), ઉ૰ ક્રિ૰ કાપવું, કપાત કરવી; કરકસર કરવી. **retrench'ment**, ના૰ ખર્ચમાં કપાત–ઘટાડો–(કરવો તે), કાપકૂપ, છટણી.
retribu'tion (રૅટ્રિબ્યૂશન), ના૰ (બહુધા દુષ્કર્મનો) બદલો–સજા; વેર.
retrieve' (રિટ્રીવ), ઉ૰ ક્રિ૰ પાછું મેળવવું, કબજો પાછો મેળવવો; પૂર્વસ્થિતિમાં સ્થાપવું, સુધારવું, સમું કરવું; (કૂતરા અંગે) મારેલો શિકાર ખોળી લાવવો. **retriev'al** (–વલ), ના૰ પુનઃપ્રાપ્તિ. **retriev'er** (–વર), ના૰ શિકાર ખોળી લાવવા માટે કેળવેલો કૂતરો.
retroac'tive (રૅટ્રૉઍક્ટિવ, રી-), વિ૰ ભૂતકાલીન સ્થિતિને–ઘટનાને–લાગુ પડનારું, ગતકાલસ્પર્શી.
re'trograde (રૅટ્રગ્રેડ), વિ૰ પાછું પગલું ભરતું–જતું; પરાગતિક; અધોગામી.
retrogress' (રીટ્રગ્રૅસ), અ૰ ક્રિ૰ પાછળ ખસવું–હઠવું; ઊતરી જવું, બગડવું. **retrogre'ssion** (–ગ્રૅશન), ના૰ ઊતરી જવું તે, અવનતિ; પીછેહઠ; વક્રગતિ, પ્રતિગમન. **retrogress'ive** (–ગ્રૅસિવ), વિ૰ પાછળ ખસતું–હઠતું.
ret'rospect (રૅટ્રસ્પૅક્ટ), ના૰ ભૂતકાળ પર નજર નાખવી તે; સિંહાવલોકન. **retrospec'tion** (–સ્પૅક્શન), ના૰ ભૂતકાળનું ચિંતન–વિચાર–કરવો તે. **retrospec'tive** (–સ્પૅક્ટિવ), વિ૰ ભૂતકાળનો વિચાર કરનારું; ભૂતકાળને લાગુ પડતું, ભવિષ્ય કાળને જ લાગુ ન પડનારું; (દેખાવ, ઇ.) પોતાની પાછળ રહેલું.
retroussé (રટ્રૂસે), વિ૰ (નાક અંગે) ઉપર વળેલું, જેની અણી ઉપર વળી છે એવું.
return' (રિટર્ન), ઉ૰ ક્રિ૰ પાછા આવવું કે જવું; પાછું આપવું–મોકલવું; લીધેલા પૈસા પાછા આપવા; ધારાસભાના સભ્ય તરીકે ચૂંટીને મોકલવું; પોતાને વિષે જેની જેવી ભાવના હોય તેવી તેની પ્રત્યે બતાવવી–રાખવી. ના૰ પાછું આપવું તે, પાછી આપેલ વસ્તુ; પાછું આવવું–જવું–તે, પુનરાગમન, પુનર્ગમન; જવા આવવાની ટિકિટ(~ *ticket*); (બહુધા બ૰ વ૰) પ્રાપ્તિ, નફો; હકીકત, આંકડા; અધિકૃત અહેવાલ; આયપત વેરો, ઇ.નાં ભરવાનાં પત્રકો. ~ *fare*, જવા આવવાનું ભાડું. *in* ~ *for*, -ના બદલામાં. *make a* ~ *of* (money spent, etc.), લિખિત હિસાબ આપવો. ~*ing officer*, ચૂંટણી અમલદાર
reu'nion (રીયૂન્યન), ના૰ ફરીથી મળવું–મિલાપ થવો તે, મિત્રમેળો; સ્નેહસંમેલન.
reunite' (રીયુનાઇટ), ઉ૰ ક્રિ૰ ફરી જોડવું–મેળવી દેવું; ફરી મળવું–જોડાવું.
reveal' (રિવીલ), સ૰ ક્રિ૰ ઉઘાડું પાડવું, અજ્ઞાતને જાણીતું કરવું; અલૌકિક શક્તિ દ્વારા જ્ઞાન આપવું–દર્શન આપવું; પડદો ખોલવો, ગુપ્ત વસ્તુ કહી દેવી, બહાર પાડવું–પડવા દેવું.
revei'lle (રિવૅલિ,–વે–), ના૰ [લશ્કર.] સિપાઈઓને જગાડવાનો–ઉઠાડવાનો–રણશિંગાનો અવાજ.
rev'el (રૅવલ), અ૰ ક્રિ૰ મોજ કરવી, ઉજાણી ઉડાવવી; -માં રાચવું; ખાઈપીને તોફાન મચાવવું. ના૰ (બહુધા બ૰વ૰માં) ખાઈપીને કરેલી મસ્તી; ધમાચકડી સાથેની મિજબાની.
revela'tion (રૅવિલેશન), ના૰ પ્રગટીકરણ–ભવન; નવાઈ પમાડે એવી બહાર આવેલી વાત.
rev'elry (રૅવલ્રિ, રૅવ–), ના૰ મદ્યપાન ને રંગરાગવાળી જિયાફત, મિજબાની.
revenge' (રિવૅન્જ), સ૰ ક્રિ૰ બદલો લેવો,

વેર વાળવું. ના૦ વેર લેવું તે; વેર, બદલો, અદાવત.

rev'enue (રે'વિન્યૂ), ના૦ (વિ. ક. રાજ્યની, રાષ્ટ્રની) વાર્ષિક આવક; ઊપજ, મહેસૂલ. *land* ~, જમીન મહેસૂલ, વિઘોટી. ~ *officer*, મહેસૂલી અમલદાર. ~*settlement*, જમાબંદી.

reverb'erate (રિવર્બરેટ), ઉ૦ ક્રિ૦ પ્રતિધ્વનિ ઊઠવો – થવો; પડઘો પાડવો; ગાજવું, ગાજી રહેવું; (ધ્વનિ, પ્રકાશ, ગરમીનું) પરાવર્તન કરવું – થવું. **reverbera'tion,** ના૦ પડઘો; અવાજનું ગાજી ઊઠવું તે; પરાવર્તન.

revere' (રિવિઅર), સ૦ ક્રિ૦ માન આપવું, પૂજવું, પૂજ્ય ગણવું. **rev'erence** (રે'વરન્સ), ના૦ આદર, પૂજ્યભાવ, ભક્તિ. *your* ~, ધર્મગુરુ માટે આદરાર્થે વપરાય છે. સ૦ ક્રિ૦ પૂજવું, માન આપવું.

rev'erend (રે'વરન્ડ), વિ૦ સન્માનનીય, પૂજ્ય, વિ.ક. પાદરીના નામ પહેલા વપરાય છે. (દા. ત. Rev. Joseph Doke). **rev'erent** (-રન્ટ), વિ૦ આદરયુક્ત, માનભરેલું; આદર બતાવનારું. **reveren'tial** (-રે'ન્શલ), વિ૦ આદર–પૂજ્યભાવ–વાળું [સ્વપ્ન.

rev'erie (રે'વરિ), ના૦ કલ્પનાતરંગ; દિવા-

rever's (રવેર, રિવિઅર), ના૦ (નીચેનું અસ્તર દેખાય એવી રીતે) ડગલાની ઊલટી કરેલી – વાળેલી – કોર

revers al (રિવર્સલ), ના૦ ફેરવવું, ઉલટાવવું, રદ કરવું, તે; રદ થવું તે; ઊલટો ચુકાદો.

reverse' (રિવર્સ), વિ૦ વિરુદ્ધ, ઊલટું; ઊંધું, વિપરીત. ઉ૦ ક્રિ૦ ઉલટાવવું, ઊલટું કરવું, ફેરવવું, અંદરની બાજુ બહાર કરવી; ઊલટું થવું, ફેરવાવું; પાછળની બાજુએ ચાલે તેમ કરવું; પાછું ખેચવું; રદ કરવું. ના૦ ઊલટી વાત, ઊલટો પક્ષ, પ્રતિપક્ષ; પરાજય, હાર; સિક્કા ઇ. ની ઊલટી – આકૃતિ વિનાની – બાજુ. **revers'ible** (રિવર્સબલ, -ર્સિ-), વિ૦ ઉલટાવી – ફેરવી – શકાય એવું.

revert' (રિવર્ટ), અ૦ ક્રિ૦ પૂર્વ સ્થિતિએ જવું; પૂર્વ વિષય પર પાછું આવવું (બોલવામાં કે વિચારમાં); [કા.] (મિલકત, હક, ઇ. અંગે) આપનાર કે તેના પ્રતિનિધિને પાછું મળવું. **rever'sion** (રિવર્શન), ના૦ પૂર્વ સ્થિતિએ જવું તે; [કા.] પ્રથમ માલિક કે તેના વારસ પાસે પાછું જવું તે; ભોગવટો કરનારના મરણ પછી મળવાનો હક, ઉત્તરાધિકાર.

review' (રિવ્યૂ), ના૦ ફેર તપાસણી (વિ. ક. અદાલતી); (ભૂતકાળની) તપાસ, નિરીક્ષણ, સિંહાવલોકન; પુસ્તકની સમાલોચના–પરીક્ષણ; પુસ્તકો, ઘટનાઓ, ઇ.ની સમાલોચના કરતું સામયિક. ઉ૦ ક્રિ૦ ફરીને જોવું – જોઈ જવું; લશ્કરની તપાસણી – નિરીક્ષણ – કરવું; ચોપડીની સમાલોચના – અવલોકન – કરવું. **review'er,** ના૦ ચોપડીનું પરીક્ષણ લખનાર, સમાલોચક, અવલોકનકાર. [ગાળો દેવી.

revile' (રિવાઇલ), સ૦ ક્રિ૦ નિંદા કરવી,

revis'al (રિવાઇઝ઼લ), ના૦ ફરી તપાસી જવું તે, પુનરાવર્તન.

revise' (રિવાઇઝ઼), સ૦ ક્રિ૦ તપાસીને ભૂલો સુધારવી; ફરી વાંચી–ભણી – જવું. ના૦ [મુદ્રણ] સુધારેલા પ્રૂફની નકલ. **revi'sion** (રિવિઝ઼ન), ના૦ ફરી તપાસવું તે; પુનરાવર્તન; તપાસીને સુધારેલી આવૃત્તિ.

reviv'al (રિવાઇવલ), ના૦ ફરીથી જીવતું– સજીવન – કરવું – થવું તે, પુનરુજ્જીવન; ફરી ઉત્સાહ જગાડવો તે; પુનર્જીવન; ફરી રૂઢ કરવું તે. **reviv'alist,** ના૦ પ્રાચીન સંસ્કૃતિ, પરંપરા, ઇ.ના પુનરુજ્જીવનનો હિમાયતી.

revive' (રિવાઇવ), ઉ૦ ક્રિ૦ ફરીથી જીવતું સજીવન – કરવું કે થવું; -માં નવો પ્રાણ– ઉત્સાહ – રેડવો; નવેસર પ્રચલિત કરવું.

reviv'ify (રિવિવિફાઈ), સ૦ ક્રિ૦ ફરીથી જીવતું, બળવાન કે ઉલ્લસિત કરવું.

revo'cable (રે'વકબલ), વિ૦ પાછું લઈ શકાય – રદ કરી શકાય – એવું. **revoca'tion** (-કેશન), ના૦ (કાયદો, ઇ.) પાછું લેવું – રદ કરવું – તે.

revoke' (રિવોક), ઉ૦ ક્રિ૦ પાછું લેવું, રદ કરવું; [પત્તાંની રમતમાં] યોગ્ય રંગનું પત્તું હોવા છતાં તે નાંખવામાં ચૂકવું – બીજા રંગનું નાંખવું. ના૦ પત્તું રમવામાં અંચઈ કરવી તે.

revolt' (રિવોલ્ટ), ઉ૦ ક્રિ૦ બળવો કરવો, સરકાર સામે બંડ કરવું; -થી કંટાળો આવવો; કંટાળો – કમકમાટી – ઉપજાવવી – ઊપજવી. ના૦ બળવો, બંડ; બળવો કરવાની ઇચ્છા;

કંટાળો, ચીડ, કમકમાટી. **revolt'ing** (રિવોલ્ટિંગ), વિ૦ કંટાળો આવે – કમકમાટી ઉપજાવે – એવું.

revolu'tion (રે'વલૂશન, –લ્યૂ–), ના૦ -ની આસપાસ ફરવું તે; કોઈ કેન્દ્રની આસપાસ પરિક્રમણ; ધરીની આસપાસ એક સંપૂર્ણ પરિભ્રમણ; ધરમૂળથી ફેરફાર, ક્રાન્તિ; રાજ્યક્રાન્તિ. **revolu'tionary** (–શનરિ), વિ૦ જડમૂળથી ફેરફાર કરનારું, ક્રાન્તિકારી. ના૦ રાજ્યક્રાન્તિ કરનાર, ક્રાન્તિકારક. **revolu'tionize** (–શનાઇઝ઼), સ૦ ક્રિ૦ ધરમૂળથી ફેરફાર કરવો, -માં ક્રાન્તિ કરવી.

revolve' (રિવૉલ્વ), ઉ૦ ક્રિ૦ (કોઈ કેન્દ્ર કે પોતાની ધરીની) આસપાસ ફરવું; મનમાં ઘોળ્યા કરવું. **revol'ver** (રિવૉલ્વર), ના૦ ફરી ફરી કારતૂસો ભર્યા વિના સામટી અનેક ગોળીઓ એક પછી એક છોડનારી પિસ્તોલ.

revue' (રિવ્યૂ), ના૦ પ્રચલિત ઘટનાઓ પર ટીકા કરનારી કટાક્ષ નાટિકા, પ્રહસન.

revul'sion (રિવલ્શન), ના૦ ભાવના કે લાગણીમાં એકદમ ફેરફાર–પલટો, પ્રતિક્ષોભ; એકદમ છોડીને દૂર જવું તે.

reward' (રિવૉર્ડ), ના૦ નોકરી કે ગુણવત્તાના બદલામાં બક્ષિસ, ઇનામ; બદલો. સ૦ ક્રિ૦ -નો બદલો આપવો, ઇનામ–બક્ષિસ–આપવું. [વપરાતું વિશેષ નામ, શિયાળ.

Rey'nard (રેનર્ડ, રે'–), ના૦ શિયાળ માટે

rhap'sody (રૅપ્સડિ), ના૦ આવેશયુક્ત અતિરંજિત ભાષણ, રચના કે કાવ્ય. **rhapsod'ical** (રૅપ્સૉડિકલ), વિ૦. **rhap'sodize** (રૅપ્સડાઇઝ઼), અ૦ ક્રિ૦ આવેશયુક્ત અતિરંજિત ભાષણ કરવું – ગીત રચવું.

rhe'ostat (રીઓસ્ટૅટ), ના૦ (વિ. ક.) વીજળીના પ્રવાહનું નિયમન કરનારું સાધન–યંત્ર.

rhet'oric (રે'ટરિક), ના૦ સારી–પ્રભાવી–રીતે લખવાની કે બોલવાની કળા; આલંકારિક કે અત્યુક્તિભરી ભાષા. **rheto'rical** (રિટૉરિકલ), વિ૦ વક્તૃત્વપૂર્ણ, આલંકારિક, અતિશયોક્તિવાળું, આડંબરી. *~question*, કેવળ અસર ઉપજાવવા માટે જ વક્તાએ પૂછેલો પ્રશ્ન, જેનો ઉત્તર એ સવાલમાં જ સૂચિત હોય છે.

rheum (રૂમ), ના૦ [પ્રા.] નાક, આંખ, મોઢું, ઇ.માં બનતું પાણી જેવું પ્રવાહી–આંસુ, કફ, ઇ.

rheumat'ic (રૂમૅટિક), વિ૦ સંધિવાનું–ને લગતું; સંધિવાના રોગવાળું; સંધિવાથી થયેલું. ના૦ સંધિવાનો રોગી. **rheu'matism** (–ટિઝ઼્મ), ના૦ સંધિવા (નો રોગ). [હીરો.

Rhine'stone (રાઇન્સ્ટોન), ના૦ બનાવટી

rhino'ceros (રાઇનૉસરસ), ના૦ નાક પર એક કે બે શિંગડાંવાળો ગેંડો.

rhododen'dron (રોડડે'ન્ડ્રન), ના૦ મોટા કદનાં ફૂલોવાળું બારે માસ લીલું રહેનારું એક ઝાડ.

rhomb, (રૉમ, સ્વર પહેલાં રૉમ્બ), **rhom'bus** (રૉમ્બસ), ના૦ (બ૦ વ૦ –es – bi). (સમચતુષ્કોણ નહિ એવી) સમચતુર્ભુજ (આકૃતિ). **rhom'boid** (રૉમ્બૉઇડ), વિ૦ અને ના૦ સમપ્રતિભુજ – (ચતુષ્કોણ).

rhu'barb (રૂબાર્બ), ના૦ જાડાં પાદડાંવાળો ખોરાકમાં વપરાતો એક છોડ; રેવંચી.

rhyme (રાઇમ), ના૦ પ્રાસ, અનુપ્રાસ, ચમક; ચમકવાળી કવિતા, કવિતા. *without ~ or reason*, ઠેકાણા વગર. ઉ૦ ક્રિ૦ અનુપ્રાસવાળી કવિતા રચવી; અનુપ્રાસ મળતા કરવા–આવવા. **rhyme'r** (રાઇમર), **rhyme'ster** (રાઇમ્સ્ટર), ના૦ જોડકણાં–જોડુ, નજીવી કવિતા રચનાર, હલકી કોટિનો કવિ.

rhy'thm (રિધ્મ, રિથ્–), ના૦ ગદ્યમાં કે પદ્યમાં તાલ કે લય (બદ્ધતા). **rhyth'mic(al)** વિ૦ તાલબદ્ધ, લયાત્મક.

rib (રિબ), ના૦ વાંસાનું કે છાતીનું હાડકું, પાંસળી; મજબૂત બનાવવા માટે કે શણગારવા માટેની સપાટી ઉપર જડેલી પાંસળીના આકારની સાંકડી ને વાંકી પટ્ટી, ધાર; વહાણની બાજુઓ મજબૂત બનાવવા માટે જડવામાં આવતું વાંકું લાકડું; છત્રીનો સળિયો; પાંદડાની નસ. **ribb'ed**, વિ૦ પાંસળીઓવાળું; સાંકડી ધારવાળું. **ribb'ing**, ના૦ પાંસળીઓ; પાંસળીઓ જેવી રચના.

rib'ald (રિબલ્ડ), વિ૦ અને ના૦ બીભત્સ, અશ્લીલ; હલકું, સંસ્કારહીન. **rib'aldry** (રિબલ્ડ્રિ), ના૦ હલકટ – અશ્લીલ – ભાષા; નાગાઈ.

rib'and (રિબન્ડ), **ribb'on** (રિબન), નાο રેશમ કે બીજા કપડાની સાંકડી પટી, ફીત, કોર, ૧રબન. ~ *development,* [નગરર.] શહેરમાંથી બહાર પડતા મુખ્ય રસ્તાઓની બાજુમાં મકાનોની લાંબી કતારો (કરવી તે).

rice (રાઇસ), નાο ચોખા; ભાત, ડાંગર. ~-*paper,* ચીની કલાકારો ચિત્રકળામાં વાપરે છે તે કાગળ.

rich, (રિચ), વિο પૈસાદાર, ધનાઢ્ય;(જમીન) ફળદ્રુપ, રસાળ; (પહેરવેશ. ઇ.) કીમતી, સુંદર; (ખોરાક) પૌષ્ટિક, સ્વાદિષ્ટ; વિપુલ, પુષ્કળ; (વાર્તા, ઇ.) મનોરંજક (*that's* ~) **rich'es** (રિચિઝ઼), નાο બο વο સંપત્તિ, ધન. **rich'ly** (રિચ્લિ), ક્રિο વિο પૂર્ણપણે (~ *deserves* માં).

rick (રિક), નાο ઘાસની ગંજી, કૂંદવું, ઓઘું-ઘો. સο ક્રિο ઘાસની ગંજી રચવી.

rick, જુઓ wrick.

rick'ets (રિકિટ્સ), નાο બાળકોનો સુકતાન રોગ, જેમાં હાડકાં પોચાં અને વિકૃત બને છે. **rick'ety** (રિકિટિ), વિο અસ્થિમાર્દવ રોગવાળું; નબળું, અસ્થિર, ખખડી ગયેલું.

rick'sha(w) (રિકશા, -શૉ), નાο રિક્ષા.

ric'ochet (રિકશે, -શે'ટ), નાο તોપના ગોળા કે બંદૂકની ગોળીનું પાણી કે જમીન પર ઊછળવું - ઊછળતાં ઊછળતાં જવું; એની માફક મારેલો ફટકો. અο ક્રિο ઉછાળો ખાવો, ઉછાળા ખાતા જવું.

rid (રિડ), સο ક્રિο (ભૂο કાο ridded, rid; ભૂο કૃο rid). છોડવવું, મોકળું કરવું; દૂર કરવું; પીડા કાઢવી. વિο છૂટું, મુક્ત. *get, be,* ~ *of,* -થી છૂટવું - મુક્ત થવું. **ridd'ance**(રિડન્સ), નાο છુટકારો, છૂટકો.

ridden, જુઓ ride.

rid'dle (રિડલ), નાο કૂટ પ્રશ્ન, સમસ્યા, ઉખાણું; ગૂઢ વસ્તુ કે વ્યક્તિ.

rid'dle, નાο (અનાજ, રાખ, ઇ. ચાળવાની) ચાળણી - ણો. સο ક્રિο ચાળવું; ચાળણી જેવાં કાણાં પાડવાં; ગોળીઓ મારીને ચાળણી જેવું બનાવવું.

ride (રાઇડ), ઉο ક્રિο (ભૂο કાο rode; ભૂο કૃο ridden). ઘોડો, સાઇકલ,ઇ. પર બેસવું, સવાર થવું; ગાડી, ટ્રેન, ઇ.માં (બેસીને) જવું; ઘોડાને કાબૂમાં રાખવો; (વહાણ) લાંગરેલું હોવું; પાણી પર તરવું - તરતું હોવું. નાο ઘોડો, સાઇકલ, ઇ. પર રપેટ - ફરી આવવું તે; ઘોડા પર ફરવાનો રસ્તો (વિ. ક. જંગલમાં થઈને જતો), ઘોડવાટ. ~ *roughshod over,* બીજાની લાગણીની પરવા કર્યા વિના પોતાના સ્વાર્થ માટે ફાવે તેમ વર્તવું. **rid'er** (રાઇડર), નાο ઘોડે બેસનાર, ઇ.; દસ્તાવેજમાં દુરસ્તી કે વધારો કરવા માટે ઉમેરેલી કલમ; જૂરીએ પોતાના ચુકાદામાં ઉમેરેલી ખાસ ભલામણ; મુખ્ય સિદ્ધાન્ત ઉપરનો પ્રશ્ન; ઉપ-સિદ્ધાન્ત. **riding-habit,** નાο સ્ત્રીનો ઘોડે બેસવાનો પોશાક - ડગલો અને લાંબો સ્કર્ટ.

ridge (રિજ), નાο બે ચાસ વડે બહાર નીકળી આવેલી જમીનની ધાર; ડુંગરની લાંબી ટોચ; કોઈ પણ ઊંચી અને સાંકડી પટી - પટો; છાપરાનો મોભ - ટોચ. સο ક્રિο પાળ કરવી - બાંધવી. **ridged,** વિο.

rid'icule (રિડિક્યૂલ), સο ક્રિο-ની ઠેકડી ઉડાવવી, ઉપહાસ કરવો; મૂરખ બનાવવું. નાο ઠઠ્ઠા, ઉપહાસ. **ridic'ulous**(-ક્યુલસ),વિο હસી કાઢવા જેવું. હાસ્યાસ્પદ; મૂર્ખામીભરેલું.

rid'ing (રાઇડિંગ), નાο યૉર્કશાયરનો (ત્રણમાંથી કોઈ પણ એક) વિભાગ.

rife (રાઇફ), વિધેο વિο રોજ મળી આવતું, રોજનું; સર્વત્ર પ્રસરેલું, વિપુલ.

riff'-raff (રિફ્રૅફ), નાο નીચલા સ્તરના લોકો, મવાલીઓ.

ri'fle (રાઇફલ), સο ક્રિο ઝડતી લઈને - બધે ખોળાખોળ કરીને - લૂંટી લેવું; લૂંટવું; બંદૂકની અંદરની બાજુએ સ્ક્રૂના જેવા ખાંચા - આંકા - પાડવા; બંદૂકવતી ગોળી મારવી. નાο પેચવાળી બંદૂક, રાઇફલ. **rifleman,** નાο બંદૂકધારી માણસ - લશ્કરી સિપાઈ.

rift (રિફ્ટ), નાο ચીરો, ફાટ; તરાડ; ખાણ; સ્વચ્છ આકાશની સાંકડી પટ્ટી.

rig (રિગ), નાο યુક્તિ, કરામત. સο ક્રિο લુચ્ચાઈથી - છેતરીને - કામ લેવું.

rig, સο ક્રિο ડોળકાઠી, દોરડાં, ઇ. થી વહાણને સજ્જ કરવું - વહાણ સજ્જ થવું; કપડાં ને સરસામાન ઇ.થી સજ્જ કરવું; ઉતાવળમાં કે

કામચલાઉ ઊભું કરવું. (*~up*). *~ out,* જરૂરી પોશાક, સાધનસામગ્રી આપવી.. *~ the market,* ચાલાકી કરીને પોતાના લાભ ખાતર વસ્તુઓની કિંમતો ઓછીવત્તી કરવી. ના૦ વહાણનાં સઢ, દોરડાં, ઇ.ની રચના; કપડાં કે પોશાકથી દેખાતી ચર્યા, રુઆબ. **rigg'ing** (રિગિંગ), ના૦ વહાણનાં સઢ, ડોળકાઠી, દોરડાં ઇ. સરસામાન, (વિ. ક.) દોરડાં. **rig-out,** ના૦ [વિનોદમાં] પહેરેલાં કપડાં.

right (રાઇટ), વિ૦ સરળ, સીધું; ભૂલ વિનાનું, બરાબર, સાચું; યોગ્ય; ન્યાયી; જમણી બાજુનું, જમણું; સારી – કામ કરવાની – હાલતમાં – વાળું; અક્કલ હોશિયારીમાં, તંદુરસ્ત; તદ્દન, પૂરેપૂરું; બહારની દર્શની બાજુ માટેનું – યોજેલું; સૂલટું, સવળું. *~ angle,* કાટખૂણો, ૯૦° નો ખૂણો. ઉ૦ ક્રિ૦ યોગ્ય – તેની સાચી – જગ્યાએ ફરી મૂકવું, યોગ્ય સ્થિતિએ પાછું આવવું; નુકસાન ભરી આપવું; અન્યાયનું નિવારણ કરવું (*~ a wrong*); સુધારવું, વ્યવસ્થિત ગોઠવી આપવું – જોડી આપવું. ના૦ ન્યાય; હક, અધિકાર; જમણી બાજુ કે અંગ; સવળી બાજુ. *by ~,* હકની રૂએ, હકથી. *in the ~,* ન્યાય કે સત્ય જેના પક્ષમાં છે એવું. *put to ~s,* વ્યવસ્થિત કરવું – ગોઠવવું. *~ of way,* અવરજવરનો હક. ક્રિ૦ વિ૦ બરાબર, તદ્દન; સીધું, પાધરું; ન્યાયથી, યોગ્ય રીતે; સાચી રીતે. *~ away, off,* એકદમ, તાબડતોબ. *~ here,* બરાબર આ જ જગ્યાએ. *put ~,* સમું કરવું, સુધારવું. *by ~ of,* અધિકારની રૂએ. *~ about (turn),* ફરીને પાછળ જુઓ. **right-about,** ના૦ જમણી બાજુથી ઊલટી દિશામાં વળવું તે. **right-hand,** વિ૦ જમણા હાથ માટે બનાવેલું, જમણી બાજુનું. *~ man,* મુખ્ય સહાયક – મદદકર્તા, જમણો હાથ. **right-handed,** વિ૦ જમણેરી.

right'eous (રાઇચસ), વિ૦ સદ્‌ગુણી, પુણ્યશીલ; પ્રામાણિક અને ન્યાયી, નેક. **right'eousness,** ના૦ ન્યાયીપણું, નેકી.

right'ful (રાઇટ્‌ફુલ), વિ૦ હકદાર (કાયદાની રૂએ); વાજબી; ન્યાયી; હકનું.

right'ly (રાઇટ્‌લિ), ક્રિ૦ વિ૦ વાજબી – યોગ્ય – રીતે, યથાયોગ્ય; ન્યાય (ની દૃષ્ટિ)થી.

ri'gid (રિજિડ) વિ૦ વળે નહિ એવું, સખત, કઠણ; (વ્યક્તિ) અક્કડ, કડક; (નિયમ, કાયદો) કડક, સખત. **rigid'ity** (રિજિડિટિ), ના૦ સખતાઈ, કઠોરપણું; અક્કડપણું.

rig'marole (રિગ્મરોલ), ના૦ અર્થ વિનાનું ભાષણ, લવારો.

rigour (રિગર), ના૦ સખતાઈ, કડકાઈ; ઉગ્રતા, કઠોરતા; ભારે સંકટ – મુશ્કેલી; ખડતલપણું. **rig'orous** (રિગરસ), વિ૦ સખત, કરડું; ઉગ્ર, કઠોર; ખડતલ; ચોકસાઈવાળું; નિયમપાલનમાં ચુસ્ત.

rile (રાઇલ), સ૦ક્રિ૦ ગુસ્સે કરવું, ચીડવવું.

rill (રિલ), ના૦ નાનકડી નદી, નાળું.

rim (રિમ), ના૦ કોર, કિનાર; પૈડાની કોર; છેડાનો ભાગ, છેડો; ઉપસાવેલી કિનાર–ધાર. સ૦ ક્રિ૦ -ની ફરતે કિનાર બનાવવી – હોવી.

rime (રાઇમ), rhyme નું જૂનું રૂપ.

rime, ના૦ ઠરી ગયેલું – બંધાઈ ગયેલું – ઝાકળ, હિમ. સ૦ ક્રિ૦ હિમથી ઢાંકવું. **rim'y** (રાઇમિ), વિ૦ હિમથી ઢંકાયેલું.

rind (રાઇન્ડ), ના૦ છાલ, છોલ; ત્વચા; (માંસ, પનીર, ઇ. નું) બહારનું કે ઉપરનું પડ.

rin'derpest (રિંડરપે'સ્ટ), ના૦ જનાવરોમાં થતો પ્લેગ જેવો એક ચેપી રોગ.

ring (રિંગ), ના૦ વીંટી, અંગૂઠી; વાળી, કડી; વલય, કડું; ગોળ કૂંડાળું, ચકરડું; સર્કસ, કુસ્તી, ઇ. માટેનું ગોળ ચક્કર; બજાર, ઇ.ને કાબૂમાં રાખનારું જૂથ – ટોળી; *the ~,* મુષ્ટિયુદ્ધ. સ૦ ક્રિ૦ -ની આસપાસ ફરી વળવું, ઘેરી લેવું; (બળદ, ઇ.ના નાકમાં) નાથ પહેરાવવી, નાથવું. **ring-dove,** ના૦ જંગલી કબૂતર. **ring'leader** (–લીડર), ના૦ બળવો, હુલ્લડ વગેરે કરનારાઓનો નાયક – આગેવાન. **ring'worm** (–વર્મ), ના૦ દાદર, ગજકર્ણ.

ring, ઉ૦ ક્રિ૦ (ભૂ૦ કા૦ rang; ભૂ૦ કૃ૦ rung). વાગવું; (સ્થળ) ગાજવું, ગાજી ઊઠવું; વગાડવું; ઘંટ વગાડીને જાહેર કરવું અથવા બોલાવવું; કાનમાં વાગી રહેવું. *~ false, true,* સાચું, ખોટું, લાગવું. *~ off,* ટેલિફોન પરની વાતચીત બંધ કરવી. *~ the changes* *on*, તે જ વસ્તુ જુદા જુદા રૂપમાં આપવી; શક્ય તેટલી જુદી જુદી રીતે કરવું, ગોઠવવું, ઇ. *~ up*, -ને ટેલિફોન કરવો. ના૦ ઘંટ વાગવાનો અવાજ, રણકો ખણખણાટ; ઘંટ વગાડવો તે; દેવળની ઘંટાઓની હાર (*~ of bells*).

ring'let (-લિટ), ના૦ વાળની વાંકડિયા લટ, વાળનો ગુચ્છો.

rink (રિંક), ના૦ સ્કેટિંગ કે કર્લિંગની રમત રમવા માટે બરફની (સપાટીવાળી) જગ્યા.

rinse (રિન્સ), સ૦ ક્રિ૦ વીંછળવું, વીંછળીને અંદરથી સાફ કરવું; ચોખ્ખા પાણીમાં ઝબકોળવું.

ri'ot (રાયટ), ના૦ હુલ્લડ, તોફાન; ટોળાએ કરેલો શાંતિનો ભંગ, ધમાચકડી; (સ્વૈરાચાર યુક્ત) ઉજાણી. *run ~*, વહી જવું, વંઠી જવું. અ૦ ક્રિ૦ તોફાન કરવું – મચાવવું; મોજ ઉડાવવી, વિલાસ કરવો. **ri'otous** (-ટસ), વિ૦ હુલ્લડ કરનારું, તોફાન મચાવનારું; સ્વચ્છંદ કરનારું.

rip (રિપ), ઉ૦ ક્રિ૦ ચીરવું, ફાડવું, ચીરી નાખવું; ફાડીને ઉઘાડવું; ફાટી જવું. ના૦ ચીરવું – ફાડવું – તે; લાંબો ચીરો, ફાટ. *let things ~*, ચાલતું હોય તેમ ચાલવા દેવું. **ripp'er** (રિપર), ના૦ શ્રેષ્ઠ કોટિનો – પહેલા દરજ્જાનો – માણસ – વસ્તુ.

rip, ના૦ નકામો ઘોડો; બદફેલ – દુરાચારી – માણસ. [પરનું – કાંઠાનું.

ripar'ian (રાઇપેરિઅન), વિ૦ નદીના કાંઠા

ripe (રાઇપ), વિ૦ લણવા માટે તૈયાર, પાકું, પરિપક્વ; પૂર્ણ વિકસિત. **rip'en** (રાઇપન), ઉ૦ ક્રિ૦ પકવવું; પાકવું.

riposte' (રિપોસ્ટ), ના૦ પટાલકડીની રમતમાં વીજળી વેગે મારેલો સામો ફટકો; સામો હુમલો; ટોણો.

ripping (રિપિંગ), વિ૦ સુંદર, આફલાતૂન.

rip'ple (રિપલ), ના૦ પાણીનો ખળખળ અવાજ; નાનકડું મોજું, લહેરિયું. ઉ૦ ક્રિ૦ ઉપર નાનાં નાનાં મોજાં ઊઠવાં; ખળખળ વહેવું.

Rip van Winkle (રિપ વૅન વિંકલ), ના૦ સાવ જુનવાણી વિચાર ને માહિતીવાળો માણસ.

rise (રાઇઝ઼), અ૦ ક્રિ૦ (ભૂ૦ કા૦ rose; ભૂ૦ કૃ૦ risen). ઊભા થવું, ઊઠવું; પથારીમાંથી બહાર પડવું, ઊઠવું; ટટાર ઊભા થવું; બળવો કરવો; પ્રવાહીની ઉપર – સપાટી પર – આવવું; ઉપર ચડવું, ઊંચે ચડવું; -માંથી નીકળવું; વહેવું; વધવું, (નદીનાં) પાણી ઉપર ચડવાં. ના૦ ચડાવ, ચડાણ; ઊંચાણ, ટેકરો; હોદ્દો, સત્તા, ઇ.માં બઢતી, ચડતી; કિંમત કે રકમમાં વધારો – તેજી; નદીનું મૂળ – ઉગમ. *~ again*, મરી ગયા પછી પણ જીવતા થઈને આવવું. *~ to the occasion*, મુશ્કેલીની વખતે તેને પહોંચી વળવા તૈયાર થવું. *~ up against* (the Government), -ની સામે બળવો કરવો. *give ~ to*, -નું કારણ બનવું. *get, take, a ~ out of* one, ખીજવવું, પજવવું.

ris'er (રાઇઝ઼ર), ના૦ દાદરાના પગથિયાનો ઊંચાઈનો ભાગ. **ris'ing** (રાઇઝ઼િંગ), ના૦ બળવો, બંડ. વિ૦ *~ generation*, ઊગતી – ઊછરતી – પ્રજા – પેઢી, યુવાનો. [હસનારું.

ris'ible (રિઝ઼િબલ), વિ૦ હસી શકે એવું,

risk (રિસ્ક), ના૦ જોખમ, ધોખો, ભય. સ૦ ક્રિ૦ જોખમમાં નાંખવું, જોખમ વહોરવું; સાહસ કરવું. **risk'y** (રિસ્કિ), વિ૦ જોખમકારક.

risqué (રિસ્કે), વિ૦ જોખમકારક – ભર્યું.

riss'ole (રિસોલ), ના૦ માંસ અને માછલીના કટકા નાખીને બનાવેલું બટાટાવડું.

rite (રાઇટ), ના૦ ધર્મક્રિયા, વિધિ, રૂઢ આચાર, સંસ્કાર. **rit'ual** (રિચુઅલ), ના૦ ધાર્મિક વિધિઓ, કર્મકાંડ. વિ૦ ધર્મક્રિયા – વિધિ – નું – ને લગતું.

ri'val (રાઇવલ), ના૦ અને વિ૦ પ્રતિસ્પર્ધી, હરીફ (વિ. ક. કોઈનો પ્રેમ મેળવવાની બાબતમાં). સ૦ ક્રિ૦ -ની સાથે હરીફાઈ – ચડસાચડસી – કરવી; -ની બરોબરી કરવી. **riv'alry** (રાઇવલ્રિ), ના૦ હરીફાઈ, રસાકસી.

rive (રાઇવ), ઉ૦ ક્રિ૦ (ભૂ૦ કા૦ rived; ભૂ૦ કૃ૦ riven). ફાડવું, ચીરી નાખવું; ફટકો મારીને ફોડી નાખવું; ફાટવું, ચિરાવું.

riv'er (રિવર), ના૦ નદી. **riv'erine** (રિવરાઇન), વિ૦ નદીનું – પરનું, નદીનાં લક્ષણવાળું.

riv'et (રિવિટ), ના૦ બન્ને તરફથી વાળીને – થરીને – સજ્જડ બેસાડવામાં આવતો ખીલો,

જડ, રિવિટ. સ૦ ક્રિ૦ રિવેટથી જોડી દેવું, ખીલાથી સજ્જડ જડવું; (ધ્યાન, નજર) ચોંટાડવું – (કશાક પર) એકાગ્ર કરવું. ~ one's *eyes on*, -ને એકી ટસે જોવું.

riv'ulet (રિવ્યુલિટ), ના૦ નાનકડી નદી, વહેળો. [અમે.] વંદો.

roach (રોચ), ના૦ મીઠા પાણીની માછલી;

road (રોડ), ના૦ રસ્તો, માર્ગ; ધોરી રસ્તો; અમુક ઠેકાણે જવાનો રસ્તો; (બહુધા બ૦ વ૦ માં) કિનારા પાસે પાણીમાં જ્યાં નાંગરેલાં વહાણો તરતાં રહી શકે તે જગ્યા, નાંગરણ. *on the* ~, પ્રવાસમાં, પ્રવાસ કરતું. *get in* somebody's ~, કોઈના રસ્તામાં વિઘ્નરૂપે આડું આવવું. **road hog**, ના૦ અતિવેગથી મોટરને રસ્તા પર દોડાવનાર – મોટર હાંકનાર – 'ડ્રાઇવર'. **road-metal**, ના૦ રસ્તા પર પાથરવાની કપચી – ખડી. **road'-stead** (-સ્ટેડ), ના૦ કિનારા પાસે પાણીમાં વહાણ નાંગરવાની જગ્યા, નાંગરણ.

road'ster (-સ્ટર), ના૦ બે જણ માટેની ખુલ્લી મોટર ગાડી; ઓરવામાં લંગર નાંખીને પડેલું વહાણ. [રસળવું.

roam (રોમ), ઉ૦ ક્રિ૦ ભટકવું, રખડવું;

roan (રોન), વિ૦ (પ્રાણી) કાબરચીતરું. ના૦ કાબરચીતરો ઘોડો, ઇ.

roan, ના૦ ચોપડી પર ચડાવવા માટે વપરાતું બકરીનું સુંવાળું ચામડું.

roar (રોર), ના૦ આરડવું તે, ગર્જના. ઉ૦ ક્રિ૦ ગર્જના કરવી; મોટેથી બોલવું, ગાવું કે હસવું. **roar'ing**, વિ૦ (વેપાર, ઇ. અંગે) ધમધોકાર, બહુ સારો (દા.ત. ~ *business*).

roast (રોસ્ટ) ઉ૦ ક્રિ૦ દેવતા પર, ભઠ્ઠીમાં કે તડકામાં નાંખી શેકવું. ના૦ શેકેલું માંસ.

rob (રૉબ), ઉ૦ક્રિ૦ લૂંટવું; ચોરી – પડાવી – લેવું; જબરદસ્તીથી લઈ લેવું. **rob'ber** (રૉબર), ના૦ લૂંટારો, ચોર. **robbery** (રૉબરિ), ના૦ લૂંટ, લૂંટફાટ, ધાડ.

robe (રોબ) ના૦ લાંબો ઢીલો ઝભ્ભો, 'ગાઉન'; (બહુધા બ૦ વ૦માં) વ્યવસાય કે પદનો દ્યોતક ઝભ્ભો – પોશાક. ઉ૦ ક્રિ૦ (કોઈને) ઝભ્ભો પહેરાવવો, સિરપાવ-પોશાક – આપવો; ઝભ્ભો – પોશાક – પહેરવો.

rob'in (રૉબિન), ના૦ લાલ છાતીવાળું એક નાનકડું પક્ષી.

rob'ot (રોબૉટ), ના૦ મનુષ્યાકૃતિ યંત્ર, માણસના જેવું અને તેના જેવું જ કામ કરતું યંત્ર, યંત્રમાનવ; કોઈ પણ કામ યંત્રવત્ કરનાર માણસ.

robust' (રબસ્ટ, રો –), વિ૦ તંદુરસ્ત અને શક્તિવાળું, ખડતલ, જોમવાળું; મજબૂત કે ખડતલ શરીરનું, (કામ, ઇ.) મહેનતનું; (મન) પ્રામાણિક, સમજુ. **robus'tious** (રબસ્ટિઅસ), વિ૦ ઘોંઘાટ કરનારું, તોફાની.

roc (રૉક), ના૦ અરેબિયન નાઇટ્સની વાતોનું એક રાક્ષસી કદનું કાલ્પનિક પક્ષી.

rock (રૉક), ના૦ ખડક; મોટો ગંજાવર પથ્થર; ખડકનો ટેકરો, વિ. ક. કરાડ; (બ૦ વ૦) ચીકી જેવી સખત મીઠાઈ. *on the* ~*s*, આર્થિક મુશ્કેલીમાં. ~ *bottom*, સવાલનું મૂળ. **rock-bottom**, વિ૦ (કિંમત, ઇ.) નીચામાં નીચું. **rock-cake**, ના૦ સખત પડવાળી નાની ગળી રોટી. **rock-salt**, ના૦ સિંધાલૂણ.

rock, ઉ૦ ક્રિ૦ હીંડોળવું, ઝોલા ખવડાવવા, હલાવવું, -ને હીંચકા નાંખવા; ડોલવું, હાલવું, ઝોલા ખાવા. **rock'er** (રૉકર), ના૦ જેના પર પારણું ઝૂલે છે તે વાલિયો; (બ૦ વ૦) ખુરશીને પગે જડેલાં ગોળ પાટિયાં, જેથી તે ઝોલા ખાઈ શકે. **rocking-chair**, ના૦ ઝૂલાખુરશી. **rocking-horse**, ના૦ બાળકો માટે ઝોલા ખાવાનો નીચે ગોળ પાટિયાં જડેલો લાકડાનો ઘોડો.

rock'ery (રૉકરિ), ના૦ બાગમાં ફૂલઝાડ, ઇ. રોપેલો પથ્થરનો ઢગલો – ટેકરો, ક્રીડાશૈલ.

rock'et (રૉકિટ), ના૦ એક ફૂલઝાડ.

rock'et, ના૦ હવાઈ, (દારૂખાનામાં વપરાતું) બાણ; પોતાની મેળે ઊડતું એક જાતનું હવાઈ અસ્ત્ર. અ૦ ક્રિ૦ બાણની જેમ ઊંચે ઊડવું.

rock'y (રૉકિ), વિ૦ ખડકનું, ખડકવાળું; ખડક જેવું ખરબચડું કે કઠણ.

rococ'o (રકોકો), વિ૦ અતિ અલંકારવાળું; વધારે પડતા શણગાર સજાવટવાળું ને પરિણામે કઢંગું દેખાતું. ના૦ સ્થાપત્યની કે ફર્નિચરની એવી એક શૈલી; જૂનું પુરાણું, કાલગ્રસ્ત.

rod (રૉડ), ના૦ નાનકડી સીધી સોટી, ધાતુનો પાતળો સળિયો; મારવાની સોટી;

સાડાપાંચ વારનું એક માપ.

rode (રોડ), ride નો ભૂ૦ કા૦.

rod'ent (રોડન્ટ), ના૦ કાતરી કે કરડી ખાનારુ તીણા દાંતવાળું (ઉંદર, ખિસકોલી, ઇ.ની જાતનું) પ્રાણી.

rode'o (રોડિઓ, રોડે-), ના૦ ડામ દેવા સારુ ઢોરને ભેગાં કરવા તે; તે માટેનો વાડો; ગોવાળોની ઢોર પર બેસવાની કુશળતાનું પ્રદર્શન.

rodomontade' (રૉડમન્ટેડ), ના૦ અને અ૦ ક્રિ૦ બડાઈ (હાંકવી), શેખી (કરવી).

roe (રો), એક જાતનું હરણ; રાતા રંગની હરણી. **roe'buck** (રોબક), ના૦ હરણ (નર), સાબર.

roe, ના૦ માછલીનો ગર્ભ, તેના ગર્ભમાં રહેલાં ઈંડાં.

rogue (રોગ), ના૦ બદમાશ, લુચ્ચો, ઠગ, ધુતારો; મસ્તીખોર છોકરું; દગાબાજ માણસ. **rog'uery** (રોગરિ), ના૦ શઠતા, પાજીપણું. **rog'uish** (રોગિશ), વિ૦ લુચ્ચું, શઠ; તોફાની.

rois'terer (રૉઇસ્ટરર), ના૦ તોફાન-મસ્તી-કરનાર; બૂમબરાડા પાડીને મોજ કરનાર. **rois'tering**, વિ૦ મસ્તીખોર, બૂમબરાડા પાડીને મોજ કરનારું. ના૦ તોફાન, મસ્તી.

role (રોલ), ના૦ નટની ભૂમિકા; કાર્ય, ભૂમિકા; માથે લીધેલું કામ, કોઈ કામમાં ભાગ.

roll (રોલ), ના૦ કાગળ, કાપડ, ઇ.નો વાળેલો વીંટો, વીંટાળો; ઊલટી વળેલી કોર; વીંટાના આકારની કોઈ વસ્તુ; પત્રક, યાદી; ઝડપથી અને સતત નગારું વગાડવું – વાગવું તે; સતત થતો નગારાનો અવાજ કે ગાજવીજ; નાનકડી ગળી રોટી. *Master of the R~s*, સરકારી દફતરનો ઉપરી. ~ *of honour*, યુદ્ધમાં માર્યા ગયેલા વીરોની યાદી. ઉ૦ ક્રિ૦ ગબડાવવું; ગોળ ફેરવવું; કાપડ, કાગળ, ઇ.નો વીંટો કરવો – થવો; ડોલાવવું, ઝોલા ખવડાવવા; રોલર વતી સપાટ કરવું, વેલણ વતી વણવું; અનેક લાકડીઓથી નગારું વગાડવું; ગબડવું, ગોળ ફરવું; ડોલવું, ઝોલા ખાવા; લપેટાવું. ~ *in*, મોટી સંખ્યામાં આવવું. ~ *up*, (કાગળ, ઇ.નો) વીંટો કરવો – થવો. *call the* ~, હાજરી લેવી. *strike* one *off the* ~*s*, પત્રક પરથી નામ કાઢી નાંખવું, જેથી તે તે ધંધો ન કરી શકે. ~ *film*, ફોટો લેવા માટેની ફિલ્મનો વીંટો. ~*ed gold*, સોનાનો ઢોળ ચડાવેલી ધાતુ. **roll-call**, ના૦ હાજરીપત્રક, નામ પોકારીને હાજરી પૂરવી તે. **ro'ller** (રોલર), ના૦ વેલણના આકારનો સંચાનો ભાગ; સડક સપાટ કરવાનું યંત્ર; વેલણ; ગબડતો જાય એવો પથ્થર; મોટું મોજું. **roller-skate**, ના૦ બરફ પર ચાલવા માટે જોડાને તળિયે જડેલું પૈડાવાળું પતરું. **rolling-pin**, ના૦ વેલણ. **rolling-stock**, ના૦ રેલવેના ડબા, ઍંજિન વગેરે ફરતો સામાન.

roll'icking (રૉલિકિંગ), વિ૦ ગરબડ કરનારું અને મોજીલું, રમતિયાળ.

rol'y-pol'y (રોલિ-પોલિ), ના૦ એક જાતનું મિષ્ટાન્ન, રોટલી વણી તે પર મુરબ્બો પાથરી તેનો વીંટો કરી તે બાફીને કરેલી વાની.

Roman (રોમન), વિ૦ પ્રાચીન કે અર્વાચીન રોમ શહેરનું; રોમની પ્રજા, રાષ્ટ્ર કે ખ્રિસ્તી ધર્મસંઘ (ચર્ચ)નું. ~ *candle*, એક જાતનું દારૂખાનું. ના૦ રોમનો, વિ. ક. પ્રાચીન રોમનો, વતની. ~ *Catholic*, રોમન કૅથલિક સંપ્રદાયનો અનુયાયી-માણસ. ~ *numerals*, રોમન આંકડા. (જેમકે I, II, III, ઇ.) ~ *type*, [મુદ્રણ.] રોમન લિપિનાં સીધાં-ઊભાં-બીબાં.

romance' (રમૅન્સ), ના૦ (*R*~) લૅટિન પરથી નીકળેલી દ. યુરોપની એક જૂની ભાષા; મધ્યયુગીન વીરશૃંગારની કથા; પ્રેમકથા, પ્રેમ કિસ્સો; કલ્પિત – અદ્‌ભુત – કથા; અત્યુક્તિભરી વાતો. અ૦ ક્રિ૦ અતિશયોક્તિ કરવી; વાત જોડી કાઢવી. વિ૦ (ભાષાઓ) લૅટિનમાંથી નીકળેલ.

roman'tic (રમૅન્ટિક), વિ૦ અદ્‌ભુત કિસ્સાનું (સૂચક), અદ્‌ભુત રસવાળું; કલ્પિત, મનઃકલ્પિત; પ્રેમશૃંગારને લગતું; (સાહિત્ય, કળા, ઇ.ની પદ્ધતિ અંગે) ભાવાવેશ અને સૌંદર્યને વધુ પસંદ કરનારું, ભાવનાપ્રધાન; ચોક્કસ સ્થિર સ્વરૂપ વિનાનું. **roman'ticism**, ના૦ કલ્પનામાં – લાગણીઓમાં – રાચવું તે.

Romanesque' (રોમનેʼસ્ક), નાο અને વિο યુરોપીય સ્થાપત્યની એક શૈલી (નું).

Rom'any (રૉમનિ), નાο જિપ્સી; જિપ્સીઓની ભાષા. વિο જિપ્સીઓનું – ના જેવું.

Rome (રોમ), નાο રોમ શહેર, રોમનું પ્રાચીન રાજ્ય અથવા સામ્રાજ્ય; રોમનો ખ્રિસ્તી ધર્મસંઘ (ચર્ચ).

romp (રૉમ્પ), અο ક્રિο દોડાદોડી–કૂદંકૂદા–કરતાં રમવું, તોફાન મચાવવું. નાο ઉછાંછળી તોફાની છોકરી – બાળક; કૂદાકૂદ, ધિંગામસ્તી.

rompers (રૉમ્પર્ઝ઼), નાο બο વο નાના છોકરાનો ઉપરથી પહેરવાનો લેંઘા સાથેનો ડગલો – ઝભ્ભો.

ron'deau (રૉન્ડો), **ron'del** (રૉન્ડલ), નાο દસ કે તેર લીટીવાળું એક નાનકડું કાવ્ય, જેમાં માત્ર બે યમક હોય છે અને શરૂઆતની લીટી ધ્રુપદ તરીકે બે વાર આવે છે.

Röntgen rays (રન્ટ્યન રેઝ઼, રૉન્ટ્-), નાο બο વο ઘન પદાર્થમાંથી પસાર થનાર પ્રકાશનાં 'ક્ષ' કિરણો.

rood (રૂડ), નાο ઈશુના ક્રૂસ – વધસ્તંભ – ની આકૃતિ; એકરનો ચોથો ભાગ.

roof (રૂફ), નાο મકાનનું છાપરું, ધાબું. ~ *of the mouth*, તાળવું. સο ક્રિο છાપરું કરવું, છાપરા વતી ઢાંકવું. **roof'ing** (રૂફિંગ), નાο છાપરા માટે વપરાતો સામાન, છાવણ, છાજ. **roof-tree**, નાο છાપરાનો મોભ.

rook (રુક), નાο કાગડાની જાતનું એક પક્ષી; કાગડો. સο ક્રિο ચાલાકી કરીને પૈસા લેવા – પડાવવા; ભારે – વધારે પડતી – કિંમત લેવી; પત્તાંની રમતમાં લબાડીથી પૈસા જીતવા. **rook'ery** (રુકરિ), નાο કાગડાઓની વસાહત.

rook, નાο [શેતરંજ] હાથી.

room (રૂમ), નાο જ્યાં રહી શકાય એવી ખાલી જગ્યા; ઓરડી; અવકાશ, તક, જગ્યા; (બο વο) રહેવાની જગ્યા. અο ક્રિο [અમે.] -માં રહેવું, -માં,-ની, સાથે રહેવું. **room'ful**, **room'y** (રૂમિ), વિο વિસ્તીર્ણ, મોકળાશવાળું, પ્રશસ્ત.

roost (રૂસ્ટ), નાο પક્ષીની આરામ લેવાની જગ્યા, વિશ્રાંતિસ્થાન, બેસવાની દાંડી. અο ક્રિο દાંડી, ઝાડ, ઇ. પર આરામ લેવો – સૂઈ જવા માટે બેસવું. *go to* ~, સૂવા જવું. *rule the* ~, આગેવાન થઈને બીજા પાસે હુકમ પળાવવો. **roos'ter** (રૂસ્ટર), નાο વિ. ક. પાળેલો કૂકડો.

root (રૂટ), નાο (વનસ્પતિનું) મૂળ, મૂળિયું, જડ; કંદમૂળ; મૂળ સાથેનો છોડ; મૂળ, ઉત્પત્તિસ્થાન; પાયો, આધાર; [ગ.] સંખ્યાનું મૂળ; [ભાષા.] ધાતુ, મૂળ શબ્દ. ઉο ક્રિο મૂળ ઘાલવાં – બાઝવાં, મૂળ ઘાલે તેમ કરવું; પ્રસ્થાપિત કરવું – થવું; ખોરાક માટે જમીન ખોદવી; ખોદીને બહાર કાઢવું; ઉપર તળે ઉથલાવીને શોધ કરવી; [અમે.] ઉત્તેજન આપવું, સાબાશી આપી ઉશ્કેરવું. ~ *and branch*, સંપૂર્ણ(પણે). *strike, take*, ~, જડ ઘાલવી. ~ *out*, મૂળિયાં સાથે ઉખેડી નાંખવું. *square* ~, વર્ગમૂળ.

rope (રોપ), નાο દોરડું (સૂતર, શણ, ચામડું, તાર, ઇ. નું). સο ક્રિο દોરડા વતી બાંધવું; દોરડા વતી આંતરવું – જુદું પાડવું. *the* ~, ફાંસીની સજા. *know the* ~*s*, રીતરિવાજ ને વ્યવસ્થા જાણવી; કોઈ પણ ક્ષેત્રમાં તજ્જ્ઞ હોવું. *give* one (*long*) ~, ભૂલ કરી બેસશે એ આશાએ મૂર્ખાને જે કરવું હોય તે કરવા દેવું. ~ a person *in*, પોતાના કાર્યમાં સામેલ કરી લેવું. **rope-dancer**, નાο દોરડા પર નાચનાર, બજાણિયો. **rope-walk**, નાο દોરડાને વળ આપવાની – દોરડાં ભાંગવાની – લાંબી જગ્યા.

rosar'ium (રઝ઼ૅરિઅમ), નાο ગુલાબની વાડી.

ros'ary (રોઝ઼રિ), નાο ગુલાબની વાડી – બગીચો; [રોમન કૅથલિક] પ્રાર્થનામાળા; (એ) પ્રાર્થનાઓ ગણવાની માળા, (જપ)માળા.

rose (રોઝ઼), rise નો ભૂο કાο.

rose, નાο ગુલાબનું ફૂલ અથવા છોડ; ગુલાબી રંગ; પાણી પાવાની ઝારીનું નાળચું; *under the* ~, છૂપી રીતે, ગુપ્તપણે. *bed of* ~*s*, કશી તકલીફ વિનાનું કામ – સ્થિતિ; [લા.] પુષ્પશય્યા. ~*-water*, ગુલાબજળ. વિο ગુલાબી (રંગનું). **rose'bud**, નાο ગુલાબની કળી; જુવાન સુંદર છોકરી. **rose-coloured**, વિο ગુલાબી; આનંદી, આશાભર્યું, (પરિણામ, ભાવિ). **rose-leaf**, નાο

ગુલાબની પાંખડી. **rose-water,** વિ૦ ગુલાબજળની સુગંધવાળું; નાજુક (લાગણી-વાળું). **rose-window,** ના૦ ગોળાકાર બારી. **rose'wood** (-વુડ), ના૦ ફર્નિચર બનાવવામાં વપરાતું ગુલાબની સુગંધવાળું લાકડું.

ros'eate (રોઝ઼િઅટ, -ઇટ), વિ૦ ગુલાબી.

rose'mary (રોઝ઼્મરિ), ના૦ બારેમાસ લીલું રહેનારું એક સુગંધી ઝાડ – ઝાંખરું.

rosette' (રઝ઼ે'ટ, રો–), ના૦ ગુલાબના આકારનું ફીતનું બનાવેલું કે કશાકમાં કોતરેલું ઘરેણું – બિલ્લો.

ros'in (રૉઝ઼િન), ના૦ રાળ (વિ. ક. ઘન રૂપમાં). સ૦ ક્રિ૦ સારંગીના ગજને રાળ ઘસવી.

ros'ter (રોસ્ટર, રૉ–), ના૦ કામના વારાની યાદી.

ros'trum (રૉસ્ટ્રમ), ના૦ (બ૦ વ૦ -s, rostra). પક્ષીની ચાંચ; ભાષણ વખતે ઊભા રહેવાનો વક્તા માટેનો ઓટલો – મંચ, વ્યાસપીઠ.

ros'y (રોઝ઼િ), વિ૦ ગુલાબના રંગનું, ગુલાબી; આશાવાળું, સારું પરિણામ આવશે એવી શ્રદ્ધાવાળું.

rot (રૉટ), ઉ૦ ક્રિ૦ સડવું, કોહવું; વપરાશ કે શક્તિને અભાવે ક્ષીણ થવું – થઈને નાશ પામવું; કોવડાવવું. ના૦ કોહવાટ; સડો; નિરર્થક – વાહિયાત – વાત.

rot'a (રોટા), ના૦ ક્રમશઃ વારાફરતી કામ કરનારાઓની – કરવાનાં કામોની – યાદી.

rot'ary (રોટરિ), વિ૦ પૈડાની જેમ ફરતું, ગોળ ગોળ ફરતું; (ગતિ) મધ્યબિંદુની આસ-પાસનું. *R~ Club*, માનવજાતિની સેવા કરવા માટે સ્થપાયેલું એક જાગતિક મંડળ, રોટરી ક્લબ. **Rotar'ian** (રટેરિઅન, રો–), ના૦ એ મંડળનો સભ્ય.

rotate' (રટેટ), ઉ૦ક્રિ૦ કેન્દ્ર કે ધરીની આસ-પાસ ફરવું, ચક્રની માફક ગોળ ફરવું; ગોળ ફેરવવું; વારાફરતી જવું – લેવું. **rota'tion** (રટેશન), ના૦ અમુક ક્રમમાં એક પછી એક આવવું–જવું – પુનરાવર્તન; ચક્રનેમિક્રમ; હોદ્દો, ઇ. પર નિયત ક્રમમાં એક પછી એકનું આવવું તે. *~ of crops*, પાકની વારાફરતી ફેરબદલી.

rote (રોટ), ના૦ કેવળ અભ્યાસ – ટેવ; ગોખવું તે, ગોખણપટ્ટી; સમજણ વિનાની સ્મૃતિ. *say by ~*, સમજ્યા વિના પોપટની જેમ બોલી જવું.

rott'en (રૉટન), વિ૦ સડેલું, કોવાયેલું; ચૂરેચૂરા થયેલું – થઈ જતું; ભ્રષ્ટ; નકામું; અરો-ચક, નફરત પેદા કરનારું. **rott'er** (રૉટર), ના૦ નકામો – નાલાયક – ભ્રષ્ટાચારી – માણસ.

rotund (રટન્ડ, રો–), વિ૦ ગોળ, ગોળમટોળ, પુષ્ટ. **rotun'da** (રટન્ડા, રો–), ના૦ ઘૂમટ-વાળું ગોળ મકાન, ગોળ ઓરડો. **rotun'dity** (રટન્ડિટિ, રો–), ના૦ ગોળ આકાર, ગોળમટોળપણું, સ્થૂળપણું. [નાણું.

rou'ble (રૂબલ), ના૦ રશિયાનું એક ચાંદીનું

roué (રૂએ), ના૦ બદફેલ – લંપટ – માણસ.

rouge (રૂઝ), ના૦ ગાલ અને હોઠ રંગવાની લાલ ભૂકી – પાઉડર. સ૦ક્રિ૦ લાલ રંગે ગાલ હોઠ રંગવા.

rough (રફ), વિ૦ ખરબચડું, ખાડા ટેકરા-વાળું; લીસું કે સપાટ નહિ એવું; (કપડું) બરછટ, જાડું; વાળ ઊગેલું, વાળ-નિમાળા-વાળું; તોફાની, ધિંગાણું મચાવનારું; હુલ્લડખોર; કઠોર, નિષ્ઠુર, (કોમળ) લાગણી વિનાનું; ઓપ-પૉલિશ-વિનાનું; અધૂરું, અપૂર્ણ; અચોક્કસ, સ્થૂળ; (રમત) બૂમબરાડા અને મારામારીવાળું; અવિનયી; (લખાણ) કાચું, મુસદ્દાના સ્વરૂપનું. ક્રિ૦ વિ૦ આશરે; તોછડાઈથી, અસભ્યપણે. ના૦ તોફાની – હુલ્લડખોર – નીચા સ્તરનો – માણસ. *~ house*, ઝઘડા ને અવ્યવસ્થા, તોફાન. *~ diamond*, લાગણીવાળી પણ દુર્દાન્ત વ્યક્તિ. *~ customer*, મારામારી કરે એવો અવિનયી માણસ. *~-and-ready*, બહુ ઝીણવટ વિનાનું, ઉતાવળમાં તૈયાર કરેલું; કામચલાઉ. **rough-and-tum'ble**, વિ૦ કોઈ નિયમ, વ્યવસ્થા, ઇ. વિનાનું. ના૦ ધક્કાધક્કી, મારામારી. **rough-cast** (-કાસ્ટ), વિ૦ (ભીંત, ઇ.) ચૂનો અને કાંકરાનો થર દીધેલું; (પ્લૅન, નકશો, ઇ.) બરાબર ચોકસાઈથી તૈયાર ન કરેલું, કાચું. સ૦ ક્રિ૦ ચૂનારેતીનો થર દેવો; કાચી રૂપરેખા તૈયાર કરવી. **rough-hew** (-હ્યૂ), સ૦ ક્રિ૦ ખાસ સફાઈ વિના વીંધણે કાપવું, ડોળિયું કરવું. **rough'ly**, ક્રિ૦ વિ૦ આશરે. **rough-neck**, ના૦ અસંસ્કારી – અણઘડ – માણસ. **rough'ness**, ના૦ ખરબચડાપણું; અણ-

ઘડપણુ. **rough'shod** (રફ્‌શૉડ), વિ૰ બહાર નીકળતા ખીલાવાળી નાળ જડેલું.

rough, સ૰ ક્રિ૰ ઘોડો લપસે નહિ તે માટે નાળમાં ખીલા ઠોકવા – મારવા; વાળ, પીંછાં, ઇ.ને ઊલટો હાથ ફેરવી ખરબચડાં કરવાં; કાચો ખરડો તૈયાર કરવો (~ *in*). ~ *it,* અગવડ – મુશ્કેલી – વેઠવી.

roughage (રફિજ), ના૰ ખોરાકમાં ભૂસું, ઇ. હોય છે તે (જેથી પેટ સાફ આવવામાં મદદ થાય છે).

roughen (રફન), ઉ૰ ક્રિ૰ ખરબચડું કરવું – થવું; ખાડાટેકરા પાડવા – પડવા.

roulette' (રૂલે'ટ), ના૰ ખીલા પર ફરતા ટેબલ પર રમાતી એક જુગારની રમત; એક પૈડું અને નાના દડા વડે રમાતી રમત; કાણાં (ની હાર) પાડવા માટેનું ગોળ ગોળ ફરતું દાંતાવાળું ચક્ર.

round (રાઉન્ડ), વિ૰ ગોળ, વર્તુળાકાર, ચક્રાકાર; ગોળ, ગોળાના જેવું; જ્યાંથી નીકળ્યું હોય ત્યાં પાછું આવનારું; આખું, અખંડ; (સંખ્યા) જેની આખરે શૂન્ય (૦) હોય એવું. *a ~ dozen,* એક પૂરું ડઝન. ~ *game,* દરેકે પોતપોતાને માટે રમવાની – ભેરુ વિનાની – રમત. ~ *robin,* વર્તુળમાં સહીઓ કરેલી અરજી. ~ *trip,* જવા આવવાનો – બન્ને બાજુનો – પ્રવાસ. *in ~ terms,* સ્પષ્ટ ભાષામાં. ના૰ વર્તુળ, ચક્કર; કૂંડાળું, ગોળાકાર વસ્તુ; તપાસણીનો – ચોકીનો – ફેરો, 'રોન'; વારા – પાળી – નું એક પૂરું ચક્ર; પૂરું કરવામાં એક તબક્કો; બંદૂક, ઇ. એક વાર ફોડવા પૂરતો દારૂ; ગાનારા એક જ સૂર એક પછી એક લે છે એવું ગીત. *daily ~,* રોજનો કાર્યક્રમ. *in the ~,* (કલાકૃતિ) ચોમેરથી જોઈ શકાય એવી ઘન રૂપની. ~ *of pleasure,* એક પછી એક મોજમજાનો ફેરો. ક્રિ૰ વિ૰ ગોળ – ચક્રાકાર – ગતિથી; ચોમેર; વારાફરતી; ગોળ ગોળ – લાંબે – રસ્તે. *bring, come, ~,* (પાછું) ઠેકાણે આણવું, આવવું. ~ *about,* ચોમેર; આશરે. *go ~ to,* મિત્ર, ઇ.ને મળવા જવું; ઘરાકીની શોધમાં જવું. નામ૰-અ૰ ફરતે, આસપાસ. ઉ૰ક્રિ૰ વર્તુળાકાર બનાવવું-થવું; આસપાસ ફેરવવું-ફરવું. ~ *off* (something), પૂરું કરવું, છેવટના સુધારા-વધારા કરવા; ખૂણા, કોર, ઇ.ને ગોળ બનાવી દેવું. ~ (*up*) *on,* પોતાને પજવનાર પર અચાનક હુમલો કરવો, સખત ઝાટકણી કાઢવી. ~ *up,* બધાને ભેગા કરવા – આંતરી લેવા – પકડી લેવા. *enough to go ~,* બધાને પહોંચે એટલું.

round'about (રાઉન્ડ્‌અબાઉટ), વિ૰ ગોળ, લાંબા ફેરાવાળું, ચકરાવાવાળું; શબ્દબહુલ, ગોળ ગોળ. ના૰ ચકડોળ; વાહનોએ ફરીને જવાનું ગોળ ચક્કર. **round-hand,** ના૰ ગોળ, મોટા અને મરોડદાર હસ્તાક્ષર. **round'head** (-હે'ડ), ના૰ ક્રોમવેલના વખતનો પાર્લમેન્ટનો સભાસદ. **rounds'man,** ના૰ ઘરાકી શોધવા જનાર વેપારી.

roun'delay (રાઉન્ડિલે), ના૰ ધ્રુવપદવાળું નાનકડું ગીત, પક્ષીનું ગીત.

roun'ders (રાઉન્ડર્સ), ન૰ બ૰ વ૰ ગેડી દડા જેવી એક રમત.

round'ly (રાઉન્ડ્‌લિ), ક્રિ૰ વિ૰ સ્પષ્ટપણે, ઠોકીને; સખત રીતે; સીધું.

roup (રાઉપ), ના૰ અને સ૰ ક્રિ૰ હરાજી – લિલામ – (થી વેચવું).

rouse (રાઉઝ઼), ઉ૰ ક્રિ૰ જગાડવું, સૂતાને જાગ્રત કરવું; ઉશ્કેરવું; પ્રવૃત્ત કરવું; જાગવું, ઊઠવું, પ્રવૃત્ત થવું, ઇ.

rout (રાઉટ) ના૰ હારેલા લશ્કરની ફાવે તેમ નાસભાગ – પીછેહઠ; અવ્યવસ્થિત ટોળું. સ૰ ક્રિ૰ ખેદાનમેદાન કરી નાંખવું, હરાવીને વિખેરી નાંખવું.

rout, ઉ૰ક્રિ૰ (ડુક્કરનું) ખાવાનું ખોળવા માટે નાક વડે જમીન ખોદવી. ~ *out,* કોઈને પથારીમાંથી કે ઘરમાંથી બહાર કાઢવું.

route (રૂટ), ના૰ માર્ગ, રસ્તો; [લશ્કરી] (રાઉટ) કૂચ કરવાનો વિધિસરનો લિખિત હુકમ. સ૰ ક્રિ૰ (રાઉટ, રૂટ), જે માર્ગે જવાનું હોય તે આંકવો – બતાવવો. **route-march,** ના૰ તાલીમ માટે કરાવાતી પલટણની કૂચ.

routine' (રૂટીન), ના૰ નિત્યકર્મ, નિત્યનો – રોજનો – નિયમિત ક્રમ, પરિપાટી.

rove (રોવ), અ૰ ક્રિ૰ ભટકવું, રખડવું, ભમતા ફરવું; (આંખો, ધ્યાન) આમતેમ ભમ્યા કરવું. **rov'er** (રોવર), ના૰ રખડનાર; ઉપલી

કક્ષાનો બાલવીર – બૉયસ્કાઉટ; ચાંચિયો.

row (રો), નાo હાર, પંક્તિ, કતાર.

row, ઉo ક્રિo હલેસાં મારીને હોડી આગળ ચલાવવી, હલેસાં મારવાં; હોડીમાં બેસાડીને લઈ જવું. નાo હોડી ચલાવવી તે; હોડીની સફર.

row (રાઉ), નાo શોરબકોર, ગરબડ, ઘોંઘાટ; તોફાન, મારામારી; ઝાટકણી. સo ક્રિo ઠપકો આપવો, ઝાટકણી કાઢવી.

row'an (રોઅન, રાવન), નાo પહાડોમાં થતું 'ઍશ'નું ઝાડ; તેનું બોર જેવું ફળ.

rowd'y (રાઉડિ), વિo શોરબકોર – ધાંધલ –કરનાર, તોફાની. નાoતોફાની, મવાલી. **row-d'yism**(રાઉડીઝ્મ),નાoહુલ્લડબાજી, તોફાન.

rowel (રાવિલ, –વ–), નાo જોડાની એડીને છેડે જડેલી દાંતાવાળી નાની ફરતી ચકરડી.

row'lock (રલક), નાoવહાણની બાજુ પર હલેસાં ટકવવાની Uના આકારની બેઠક–રચના.

roy'al (રૉયલ), વિo રાજાનું, રાજાને શોભે એવું; રાજકુટુંબનું, રાજવંશી; બાદશાહી, ભવ્ય. ~ *blue*, ઘેરો ચળકતો ભૂરો રંગ; ભૂરા રંગનું. ~*road (to)*, સહેલો ઉપાય, કષ્ટવિનાનો રસ્તો, રાજમાર્ગ. ~ *standard*, રાજવંશનાં કુળ-ચિહ્નો સાથેનો ચોરસ ધ્વજ.

roy'alist (રૉયલિસ્ટ), નાo રાજાનો પક્ષ લેનાર; રાજાશાહી (પદ્ધતિ) નો પુરસ્કર્તા.

roy'alty (રૉયલ્ટિ), નાoરાજત્વ, નૃપત્વ; રાજવંશના માણસો; ખાણમાંથી ખનિજ પદાર્થ કાઢવાનો કોઈ વ્યક્તિ કે મંડળને આપેલો રાજાનો હક; લેખક કે સંશોધકને તેની કૃતિની નકલ દીઠ આપવામાં આવતા સ્વામિત્વના પૈસા.

rub (રબ), ઉo ક્રિo ઘસવું, મસળવું; લૂછવું, સાફ કરવું; ઓપ ચડાવવો, ઘસીને ચળકતું કરવું; સૂકું કરવું; ઘસીને છેકી – કાઢી – નાખવું; ઘસીને છોલી નાંખવું – આળું બનાવવું; ઘસાવું, છોલાવું, ઘસાઈ જવું; –ની સાથે ઘર્ષણ – ઝઘડો – થવો. ~ *up* (a subject), તાજું કરવું, ફરી વાંચવું. ~ *along*, મુશ્કેલીથી પણ કરવાનું ચાલુ રાખવું. ~*thing in*, કોઈને તેના અણગમતા વિષયની વારે વારે યાદ દેવી – વાત કરવી; ઘસીને અંદર ઉતારવું. ~ a person *the wrong way*, કોઈને ન ગમતી વાત કરીને ગુસ્સો આવે તેમ કરવું. નાo ઘસવું તે, ઘર્ષણ; અડચણ, હરકત, મુશ્કેલી. **rub-b'ing**, નાo ઘર્ષણ; પિત્તળ પર કરેલા નકશી કામ પર કાગળ મૂકી તેના પર રંગીન ચાક ઘસીને કરેલી નકલ.

rubb'er (રબર), નાo રબર, કેટલાંક ઝાડના રસમાંથી બનતો પદાર્થ. **rubber-neck**, નાo [અમે.] બીજાની વાતમાં વિશેષ રસ ધરાવનાર. [જીતેલા ત્રણ દાવ.

rubb'er નાo રમતમાં એક પક્ષે લાગલાગટ

rubb'ish (રબિશ), નાo કચરો, નકામી વસ્તુ, મેલ; અર્થહીન વાત. **rubb'ishy**, વિo નકામું, ફેંકી દેવા જેવું. [કપચી, કાંકરા.

rub'ble (રબલ), નાo પથરાના કકડા,

Ru'bicon (રૂબિકન), નાo જેને ઓળં-ગતાં માણસ કશુંક કરવા બંધાઈ જાય છે તે સીમા. *pass, cross, the* ~, સીમોલ્લંઘન કરવું. [લાલ; રાતા ચહેરાવાળું.

ru'bicund(રૂબિકન્ડ),વિo(ચહેરો) ગુલાબી,

ru'bric (રૂબ્રિક), નાo લાલ શાહીથી અથવા ધ્યાન ખેંચે એવા અક્ષરોથી છાપેલું મથાળું કે વિશિષ્ટ ફકરો; સૂચના (વિ. ક. પ્રાર્થનાપુસ્તકમાં આપેલી).

ru'by (રૂબિ), નાo માણેક, લાલ; ઘેરો લાલ રંગ. વિo રાતું, લાલ. [ઝાલર.

ruche (રૂશ), નાo ફીત કે જાળીદાર કાપડની

ruck (રક), નાo *the (common)* ~, સામાન્ય કોટિના માણસો

ruck, ruc'kle (રકલ) નાo અને ઉo ક્રિo ગડી – કરચલી – (પાડવી – પડવી).

ru'cksack (રુકસૅક), નાo બન્ને ખભે પટા વતી ભેરવાતી પીઠ પર લટકતી પ્રવાસની થેલી. [બોલાચાલી, ઝઘડો; હોહા.

ruc'tion (રકશન), નાo(બહુધા બoવoમાં)

rudd'er (રડર), નાo સુકાન; નિયમન કરનાર વસ્તુ. **rudder'less**, વિo સુકાન–નિયમન–વિનાનું. [રાતું અને તંદુરસ્ત દેખાતું.

rudd'y (રડિ), સુરખીદાર, રતાશ મારતું;

rude (રૂડ) વિo સાદું, પ્રાથમિક અવસ્થાનું; અભણ, અણઘડ; સફાઈ વગરનું; જોમ – જોસ્સા –વાળું, અસંસ્કારી, મિજાજી, ઉદ્ધત, તોફાની. *in* ~ *health*, ખૂબ તંદુરસ્ત, સશક્ત.

ru'diment (રૂડિમેન્ટ), નાo (બoવo)

કોઈ પણ વિદ્યા કે વિષયનાં મૂળ તત્ત્વો, મૂળારંભ; (એ૰વ૰) શરીરનું અર્ધવિકસિત અંગ અથવા ભાગ, મૂળ રૂપ. **rudimen'tary** (રૂડિમે'ન્ટરિ), વિ૰ પ્રાથમિક, પ્રારંભિક સ્વરૂપનું; અવિકસિત. [લીલો રહેતો એક છોડ – ઝાંખરું.
rue (રૂ), ના૰ તૂરાં પાંદડાંવાળો બારે માસ
rue, સ૰ ક્રિ૰ -નો પસ્તાવો કરવો, અફસોસ કરવો, (કરીને) પાછળથી દુઃખી થવું. **rue'ful**, વિ૰ ખિન્ન, હતાશ, શોકાતુર.
ruff (રફ), ના૰ સ્ટાર્ચ લગાડીને ઇસ્ત્રી કરેલી પહોળી ઝાલરવાળી ગળેપટી, કૉલર; પક્ષી કે જાનવરના ગળા ફરતો પીછાં, વાળ કે રંગનો પટો, કંઠ, કાંઠલો.
ruffi'an (રફિઅન), ના૰ દુષ્ટ માણસ, ગુંડો, મવાલી. **ruffi'anly**, વિ૰ દુષ્ટ, મવાલી, આતતાયી.
ruf'fle (રફલ), ઉ૰ક્રિ૰ અસ્વસ્થ – વ્યગ્ર – કરવું, હલાવી મૂકવું, ડહોળી નાખવું; અવ્યવસ્થિત કરવું; કરચલી વાળવી – પાડવી. ના૰ લૂગડાની કોરે મૂકેલી ઝાલર; (નદીનું) નાનું મોજું, તરંગ. ~*the feelings of*, -ને ગુસ્સો આવે એમ કરવું. [ગાલીચો, પાથરણું, જાજમ.
rug (રગ), ના૰ ગોદડું, કામળો, બનૂસ;
Rugby (football) (રગ્બિ (ફુટબૉલ)), ના૰ જેમાં દડો લંબગોળ હોઈ તે હાથે ઊંચકી શકાય છે તે ફૂટબૉલની રમત.
rugg'ed (રગિડ), વિ૰ ખરબચડું, ખાડાટેકરાવાળું, પૉલિશ વિનાનું; કઠોર, અણનમ, કડક; ખડતલ. ~ *character*, સુંવાળપ વિનાનું પણ દૃઢ ચારિત્ર્ય.
rugger (રગર), ના૰ રગ્બિ ફૂટબૉલની રમત.
ru'in (રૂઇન), ના૰ પડતી, પતન; પાયમાલી, ખરાબી, નાશ; પડતી કે વિનાશનું કારણ; (ઘણી વાર બ૰ વ૰ માં) ખંડેર, પડી ગયેલ ઇમારત, ઇ.ના અવશેષ. *in ~s*, ખંડિયેર અવસ્થામાં. સ૰ ક્રિ૰ નાશ કરવો, પાયમાલ કરવું; -ની ખરાબી કરવી. **ruina'tion** (રૂઇનેશન), ના૰ પૂરેપૂરો નાશ; અધોગતિ, કાયમનો નરકવાસ. **rui'nous** (રૂઇનસ), વિ૰ વિનાશક, વિનાશ કરનારું; જમીનદોસ્ત થયેલું, જીર્ણશીર્ણ.
rule (રૂલ), ના૰ સિદ્ધાન્ત, નિયમ; ધોરણ; હકૂમત, રાજ્ય; ધારો, શિરસ્તો, કાયદો; માપવાની પટ્ટી, આંકણી. ~ *of the road*, રસ્તે વાહનોની અવરજવર અંગેનો નિયમ. ~ *of thumb*, વ્યાવહારિક – અનુભવનો – નિયમ. ઉ૰ ક્રિ૰ -ની ઉપર હકૂમત – પ્રભાવ – હોવો, – સત્તા – હકૂમત – રાજ્ય – ચલાવવું – કરવું; કાબૂમાં રાખવું; રાજ્ય કરવું; કાયદેસરનો – અધિકૃત – નિર્ણય આપવો; (આંકણી વડે) લીટીઓ દોરવી – આંકવું; સર્વસામાન્ય – પ્રચલિત – હોવું ~ *out*, બાદ – રદ – કરવું; અપ્રસ્તુત કે ગેરલાગુ ઠરાવવું. **ru'ler**, ના૰ રાજ્ય કરનાર રાજા, રાણી, ઇ.; લીટી દોરવા માટેની પટ્ટી, ફૂટપટી, આંકણી. **ru'ling** (રૂલિંગ), ના૰ નિર્ણય, ચુકાદો. [દારૂ, 'રમ'
rum (રમ), ના૰ શેરડીમાંથી બનાવેલો
rum, rummy (રમિ), વિ૰ [વિનોદ] વિચિત્ર, વિલક્ષણ; અસાધારણ.
rum'ble (રમ્બલ), અ૰ ક્રિ૰ ભારે ગાડીનો અથવા દૂરનાં વાદળાંનો ગડગડાટ થવો, ગડગડવું. ના૰ એવો અવાજ, ગડગડાટ; ઘોડાગાડી કે મોટરની પાછળની બેઠક અથવા સામાન મૂકવાની જગ્યા.
ru'minant (રૂમિનન્ટ), વિ૰ અને ના૰ વાગોળનારું, વાગોળનારાં પ્રાણીઓના વર્ગનું, (પ્રાણી). **ru'minate** (– નેટ), અ૰ ક્રિ૰ વાગોળવું; મનમાં ફરી વિચારવું, ચિંતન કરવું. **ru'minative** (– નેટિવ), વિ૰ વાગોળનારું; ચિંતનશીલ.
rumm'age (રમિજ), ઉ૰ ક્રિ૰ ઉપરતળે ઉથલાવવું – ઉથલાવીને શોધ કરવી; ખોળાખોળ કરવી. ના૰ બારીક તપાસ, ઝડતી; છૂટાછવાયા બાકી રહેલા કટકા. ~ *sale*, બંદર પર રહી ગયેલા બેવારસી માલનું વેચાણ, લિલામ.
rumm'er (રમર), ના૰ મોટો પ્યાલો.
rumm'y (રમિ), ના૰ પત્તાંની એક રમત.
rumour (રૂમર), ના૰ લોકોમાં ચાલતી – ઊડતી – વાત, અફવા. સ૰ક્રિ૰ ગપ ઉડાવવી, વાત ફેલાવવી. [પાસેનો ભાગ; ફૂલો.
rump (રમ્પ), ના૰ પશુ કે પક્ષીનો પૂંછડી
rum'ple (રમ્પલ), સ૰ ક્રિ૰ ચૂંથવું, -માં કરચલીઓ પાડવી. ના૰ કરચલી, સળ. [તોફાન.
rumpus (રમ્પસ), ના૰ ધાંધાટ, ગરબડ; હુલ્લડ,
run (રન) ઉ૰ ક્રિ૰ (ભૂ૰ કા૰ ran; ભૂ૰ કૃ૰ run). દોડવું, દોડતા જવું; ઝડપથી

જવું; (પાણી. ઇ.) વહેવું; વહેવડાવવું; (જખમ અંગે) વહેવું, -માંથી પરુ નીકળવું; (આગગાડી, ઇ.) નિયમિતપણે જવું – ચલાવવું – દોડાવવું; (ઘોડા અંગે) શરતમાં દોડાવવો – ભાગ લેવો; ઝપાટામાં ફેલાવવું; ચાલુ હોવું; (મોટર બસ, ઇ.) ભાડે ફરવું, ચાલુ હોવું; (યંત્ર) ચલાવવું – ચાલવું; (ધંધો, ઇ.) ચલાવવું, -નું સંચાલન કરવું; નિયમન કરવું; -માં થઈને–ઉપરથી – ઝપાટામાં ફેરવવું – પસાર કરવું – થવું; (નાટક, રમત ઇ.) ચાલુ રાખવું, ચાલવું; ચૂંટણીમાં ઉમેદવાર તરીકે ઊભા કરવું – ઊભા રહેવું, ચૂંટણી લડાવવી; શબ્દબદ્ધ–લખેલું – હોવું; દાણચોરી કરીને નિષિદ્ધ માલ લાવવાનો ધંધો કરવો; થોડાક ટાંકા મારીને સીવવું. ~ *across*, -ની સાથે અચાનક ભેટો થવો – અથડાવું. ~ *away*, ઝપાટામાં કે છાનામાના નાસી જવું. ~ *away with*, કોઈને લઈને છાનામાના નાસી જવું; (ખરચ, ઇ. અંગે) (પૈસા, ઇ.) ખલાસ – સાફ – કરવું. ~ *danger, risk, of*, જોખમ વહોરવું. ~ *down*, (ચાવીને અભાવે ઘડિયાળનું) બંધ પડવું. ~ *dry*, ખાલી થવું. ~ (person) *down*, -ને ઉતારી પાડવું, -ની નિંદા કરવી. ~ (person) *in*, (પોલીસે) કેદમાં લઈ જવું. ~ *into*, -ની સાથે અથડાવું. ~ *a knife into*, છરો ભોંકી દેવો. ~ *it fine*, પોતાને આવશ્યક એટલો જ પૈસો – સમય – લેવો. ~ *low*, (માલ, ઇ.) ખલાસ થવા આવવું. ~ *on*, (મન અંગે) વારે વારે કશાક તરફ પાછા આવવું. ~ one *close*, લગભગ પકડી પાડવું, સરખેસરખા થવું. ~ *out, short, (of)*, વપરાઈ જવું, ખલાસ થવું. ~ *over*, (વાસણ) ભરાઈ જવું – જઈને વહેવા લાગવું, ઊભરાવું; ઝપાટામાં નજર નાખી – વાંચી – જવું; (મોટર, વાહન) કોઈની ઉપરથી હાંકી જવું – પસાર થવું. ~ *through*, ઝપાટામાં વાંચી જવું – જોઈ જવું; પૈસા ઉડાવી દેવા, ઉડાઉપણે ખર્ચી નાખવા; ભોંકવું. ~ *to*, (સંખ્યા, ઇ.) ને પહોંચવું; (વિનાશ) ને પામવું. ~ *to earth*, તેના આશ્રયસ્થાન કે દર સુધી પીછો પકડવો; ખૂબ ખોળાખોળ પછી શોધી કાઢવું. ~ *to seed*, ખાલી થઈ જવું, ઘરડું અને નબળું થવું, ઘસાઈ જવું. ~ *up*, (દેવું) વધારતા જવું. ~ *up a flag*, તત્કાળ ઝંડો ચડાવવો. *be* ~ *down*, થાકી જવું. ~ *riot*, સાવ અંધેર મચાવવું; ખૂબ ફેલાવું, વિપુલ જથ્થામાં થવું.

run, ના૦ [ક્રિકેટ] એક દોડ; દોડવું તે, દોડ; નાટક, રમત, ઇ. ચાલે તે અવધિ; વર્તમાન પરિસ્થિતિનું વલણ; વેગથી નીચે પડવું તે; લાંબી હાર કે માળા; સર્વસામાન્ય–સાર્વત્રિક – માગણી, ખપત; મરઘાં, બતકાં રાખવાની જગ્યા; (મફત) ઉપયોગ કરવાની છૂટ–પરવાનો; બૅંક અથવા તિજોરી પર પૈસા ઉપાડવા – લેવા–માટે દરોડો; દોડવાનું – ગાડીમાં જવાનું–અંતર; સામાન્ય સ્તર–સપાટી. *in the long* ~, લાંબે ગાળે; છેવટે, અન્તે. *give* (a person) ~ *for his money*, જીતવા માટે તક આપવી. *the ordinary* ~ *of mankind*, સામાન્ય લોકો.

run'about (રનબાઉટ), વિ૦ રખડુ. ના૦ હલકી મોટર ગાડી.

run'agate (રનગેટ), ના૦ રખડેલ.

run'away (રનવે), વિ૦ અને ના૦ નાસી જનાર–ભાગેડુ–(માણસ); નાસી છૂટેલો (ઘોડો).

rune (રૂન), ના૦ (બહુધા બ૦વ૦માં). જૂની ટ્યુટોનિક વર્ણમાળાનો અક્ષર; એના જેવું ગૂઢ, જાદુઈ, ચિહ્ન.

rung (રંગ), ના૦નિસરણીનું પગથિયું; ખુરશીના પાયાને જોડનાર આડા કટકામાંનો એક; પૈડાનો આરો.

rung, ring નો ભૂ૦ કા૦.

runn'el (રનલ), ના૦ વહેળો; મોરી, ગટર.

runn'er (રનર), ના૦ દોડનારો; કાસદ, ખેપિયો; એક જાતનું કઠોળ કે તેની સિંગ; જેને મૂળિયાં બાઝે છે એવો વેલો – ફણગો; સળિયા, પટા, ઇ. પર સરકતી ખોળી; ટેબલ માટે લાંબું કાપડ; પૈડાં વગરની ગાડી બરફ પર જે બે લોઢાના દાંડા વડે ચાલે છે તેમાંનો એક દાંડો. **runner-up**, ના૦ શરતમાં બીજો આવનાર.

runn'ing (રનિંગ), વિ૦ દોડતું; ચાલતું, ચાલુ; એક પછી એક આવતું – ક્રમાનુસાર; (ગૂમડું) જેમાંથી પરુ વહેતું હોય એવું. ~ *commentary*, ચાલુ બનાવની સમાલોચના. ~ *fire*, બંદૂક કે તોપોનો સતત મારો. ~ *hand*, એકબીજા

સાથે જોડેલા – મરોડદાર – હસ્તાક્ષર. *be out of the* ~, જીતવાનો સંભવ ન હોવો. **running-board**, ના૰ મોટર, એંજિન, ઇ.ની બન્ને બાજુએ પગ મૂકવાનું લાંબું પાટિયું.

run'way (રન્‌વે), ના૰ વિમાનને ઊપડવા ઊતરવા માટેનો ખાસ બનાવેલો જમીનનો લાંબો પટ, ઉતરાણ પટ્ટી.

runt (રન્ટ), ના૰ [અમે.] ઠીંગરાઈ – ગંઠાઈ – વધતું અટકી – ગયેલું માણસ, પ્રાણી, ઇ.

rupee' (રૂપી), ના૰ રૂપિયો.

rup'ture (રપ્ચર), ના૰ ભાંગવું – તૂટવું – તે; ભંગાણ, ફાટ; અણબનાવ, ઝઘડો, [વૈદક] અંતરગળ, આંતરગાંઠ, હર્નિયા. ઉ૰ ક્રિ૰ ફાડવું, તોડવું; સંબંધ તોડવો – તૂટવો.

rur'al (રૂરલ), વિ૰ ગામડાનું, ગ્રામીણ; ખેતીવાડીનું – ને લગતું.

ruse (રૂઝ઼), ના૰ યુક્તિ, હિકમત; પેચ, કાવતરું.

rush (રશ), ના૰ ભેજવાળી જમીનમાં થતો ગરભવાળો છોડ, તેની સળી. **rush'light**, વિ૰ એના ગરભની વાટવાળી મીણબત્તી – દીવો.

rush, ઉ૰ક્રિ૰ જોરથી ને ઝડપથી આગળ ધકેલવું – લઈ જવું; ખૂબ વેગથી – ઉતાવળથી – ધસવું, દોડવું; એકદમ હુમલો કરીને લેવું; ઉતાવળથી – યોગ્ય વિચાર કર્યા વિના – કરવું; કોઈની પાસે કશુંક કરાવવા ઉતાવળ કરવી (~ *a person*). ના૰એકદમ ઉતાવળથી આગળ જવું તે, ધસારો, હુમલો; પાણી વગેરેની ધાર, દદૂડો. ~ *hours*, ભારે અવરજવરનો – ભીડનો – સમય.

rusk (રસ્ક), ના૰ રોટીનો ફરી શેકેલો કકડો, ટોસ્ટ, શેકેલી રોટી જેવી બિસ્કિટ.

russ'et (રસિટ), વિ૰ લાલાશ પડતા રંગનું. ના૰ લાલાશ પડતો રંગ; એક પ્રકારનું સરજન – 'ઍપલ'.

Ru'ssian (રશન), વિ૰ રશિયાનું. ના૰ રશિયાનો વતની કે ભાષા. ~ *boots*, નાડી કે બટન વિનાના ઊંચા બૂટ – જોડા.

rust (રસ્ટ), ના૰ ધાતુ પર ચડતો કાટ, કીટ; વનસ્પતિને થતો ગેરુ રોગ. ઉ૰ક્રિ૰ -ને કાટ ચડવો, કટાઈ જવું; નકામું રહી બગડી જવું; -ને કાટ ચડાવવો.

rus'tic (રસ્ટિક), વિ૰ ગામડાના લોકોનું – જેવું; ગામડિયું; સાદું, સંસ્કાર વિનાનું; બેડોળ, ઢંગ વિનાનું (બનાવેલું). ના૰ ગામડિયો; ગમાર. **rus'ticate** (-કેટ), ઉ૰ ક્રિ૰ ગામડામાં જવું; ગામડાંમાં જઈને રહેવું; ખરાબ વર્તન માટે યુનિવર્સિટી, ઇ. માંથી કાઢી મૂકવું. **rusti'city** (-સિટિ), ના૰ અણઘડ – અનાડી – પણું.

ru'stle (રસલ), ના૰ પવનથી ઊડતાં પાંદડાંનો કે વરસાદ પડવાનો અવાજ, ખડખડાટ. ઉ૰ ક્રિ૰ એવો – ખડખડાટ – અવાજ કરવો – થવો.

rustle, સ૰ ક્રિ [અમે.] ઢોરચોરી કરવી.

rus'ty (રસ્ટિ), વિ૰ કાટ ચડેલું, કાટવાળું, કટાયેલું; બિનવપરાશથી નકામું બનેલું – નબળું પડેલું.

rut (રટ), ના૰ ચીલો, ઘરેડ; ખાંચો, ખોભણ. *be in a* ~, ઘરેડમાં પડેલું હોવું, નવું કશું ન સૂઝવું. **rutt'ed** (રટિડ), વિ૰ ચીલો પડેલું.

rut, ના૰ હરણ વગેરે પશુઓની મસ્તીનો કાળ – મૈથુનની ઋતુ.

ruth (રૂથ), ના૰ દયા, કરુણા. **ruth'less** (-લિસ), વિ૰ નિર્દય, કઠોર, ક્રૂર.

rye (રાઇ), ના૰ એક જાતનું અનાજ, તેનો છોડ.

rye'-grass, ના૰ ઢોરને ખવડાવવાનું એક જાતનું ઘાસ.

ry'ot (રાયટ), ના૰ ખેડૂત; રૈયત. પ્રજા.

S

S, s, (એસ), નાo અંગ્રેજી વર્ણમાળાનો ઓગણીસમો અક્ષર.

Sabbatarian (સૅબટેરિઅન), વિo અને નાo અઠવાડિયાનો આરામનો – સાતમો – દિવસ કડકપણે પાળનાર (માણસ).

sabbat'ic(al) (સબૅટિક(લ)), વિo સૅબથ અથવા આરામના દિવસને લગતું.

sabb'ath (સૅબથ), નાo (~*day* પણ) સાપ્તાહિક આરામનો દિવસ (યહૂદીઓ માટે શનિવાર અને ખ્રિસ્તીઓ માટે રવિવાર). *break the* ~, આરામને દિવસે કામ – મોજમજા – કરવી.

sa'ble (સેબલ), નાo નોળિયાની જાતનું એક માંસાહારી પ્રાણી; તેની રુવાંટી કે ચામડી. વિo કાળું; ગમગીન.

sab'ot (સૅબો), નાo લાકડાના કટકાને કોતરી કાઢીને બનાવેલો જોડો.

sab'otage (સૅબટાઝ, –ટિજ), નાo કારખાનાં, યંત્રો, ઇ. સાધનોને તથા માલને મજૂરો દ્વારા જાણીબૂઝીને કરાતું નુકસાન, ભાંગફોડ, વિધ્વંસ.

sab'oteur (સૅબટર), નાo ભાંગફોડ કરનાર.

sa'bre (સેબર), નાo (વિ. ક. ઘોડેસવારની). તીક્ષ્ણ ધારવાળી વાંકી તલવાર. સo ક્રિo એ તલવાર વડે ઘા કરવો – મારી નાખવું.

sac (સૅક), નાo પ્રાણીઓના શરીરમાંની રસની કોથળી, કોષ; કોથળી.

sacc'harin(e) (સૅકરિન), નાo ડામરમાંથી બનાવવામાં આવતો અતિ ગળ્યો પદાર્થ, સૅકેરીન. **sacc'harine** (સૅકરાઇન), વિo ખૂબ ગળ્યું, સાકર જેવું.

sacerdot'al (સૅસરડોટલ), વિo પાદરી – ગોર – ઉપાધ્યાય – નું ને તેમના કામનું.

sach'em (સેચે'મ, સે–), નાo અમે. ઇંડિયન સરદાર; મોટો માણસ. [નાનીશી કોથળી.

sa'chet (સૅશે), નાo અત્તર કે સુગંધી પદાર્થની

sack (સૅક) નાo કોથળો, થેલો, ગૂણ. *get the* ~, નોકરી પરથી રુખસદ મળવી. *give the* ~, નોકરી પરથી દૂર કરવું. સo ક્રિo નોકરીમાંથી રજા આપવી, રુખસદ આપવી. **sack'cloth,** નાo ગૂણપાટ, કંતાન. *in* ~ *and ashes,* અતિ દુ:ખ કે પશ્ચાત્તાપનો પહેરવેશ ધારણ કરેલું. **sacking,** નાo કોથળા બનાવવાનું કાપડ, ગૂણપાટ.

sack, સo ક્રિo અને નાo (વિજયસેનાએ) લૂંટફાટ કરવી ને વેરાન કરવું; શહેરની લૂંટ ચલાવવી. [થતો સફેદ દારૂ.

sack, નાo સ્પેન અને કૅનરી ટાપુઓમાં

sack'but (સૅકબટ), નાo તૂર જેવું એક જૂનું વાજિંત્ર – વાયુવાદ્ય.

sac'rament (સૅક્રમન્ટ), નાo ખ્રિસ્તીઓનો ધર્મવિધિ કે સંસ્કાર (વિ. ક. પ્રભુભોજનનો કે બાપ્તિસ્માનો); પ્રતિજ્ઞા, શપથ. **sacramen'tal** (–મે'ન્ટલ), વિo ધાર્મિક વિધિનું – ને લગતું.

sac'red (સેક્રિડ), વિo પવિત્ર (બનાવેલું); ધર્મનું, ધર્મસંબંધી; દેવને અર્પણ કરેલું.

sac'rifice (સૅક્રિફાઇસ), નાo દેવને બલિ આપવો તે, યજ્ઞ કરવો તે; યજ્ઞ, યાગ; બલિ, બલિદાન, ભોગ; દેવને અર્પણ કરેલી – ચડાવેલી – વસ્તુ; ત્યાગ. *at a* ~, નુકસાન વેઠીને. સo ક્રિo બલિદાન કરવું, અર્પણ કરવું; કોઈ મોટી વધારે કીમતી વસ્તુ પ્રાપ્ત કરવા માટે નાનીનો ભોગ આપવો – ત્યાગ કરવો. **sacrifi'cial** (–ફિશલ), વિo યજ્ઞનું – સંબંધી; યાજ્ઞિક; યજ્ઞાર્થે (કરેલું).

sac'rilege (સૅક્રિલિજ), નાo પવિત્ર વસ્તુનો અનાદર કરવો તે – કરવાનો ગુનો, પાપ; પવિત્ર વસ્તુને ભ્રષ્ટ કરવી તે. **sacrile'gious** (–લીજસ, –લીજિઅસ), વિo અપવિત્ર; પવિત્ર વસ્તુને ભ્રષ્ટ કરનારું.

sac'rist (સૅક્રિસ્ટ), નાo દેવસ્થાન કે દેવની પૂજાને લગતાં વાસણો, વસ્ત્રો, ઇ. સાચવનાર. **sac'ristan** (સૅક્રિસ્ટન), નાo મંદિરનો રખવાળ; દેવળનો રક્ષક.

sac'rosanct (સૅક્રસૅ ક્ટ, સૅ–), વિo અત્યંત પવિત્ર અને તેથી જ સુરક્ષિત; અલંઘનીય.

sac'rum (સેક્રમ), નાo કરોડની સૌથી નીચે ત્રિકોણાકૃતિ હાડકું, ત્રિકાસ્થિ.

sad (સૅડ), વિo દુ:ખી, ખિન્ન; ખેદકારક, માઠું; (રંગ) મેલું, નિસ્તેજ; (રોટી, કેક)

અતિ પોચી રહેલી કણેક જેવી, અપક્વ, ભારે. **sadd'en** (સૅડન), સ૦ ક્રિ૦ ઉદાસ-દુ:ખી-કરવું; -થી ગમગીન થવું.

sad'dle (સૅડલ), ના૦ જીન, પલાણ; (સાઇકલની) બેઠક; પ્રાણીની - મારેલા ઘેટાની-પીઠમાંથી કાપેલો માંસનો કકડો; ટેકરીની ટોચ - ધાર. ઉ૦ ક્રિ૦ ઉપર જીન મૂકવું, પલાણવું; કોઈની ઉપર ભાર, કામ, બોજો, ઇ. લાદવું (~ *with*). **saddle-bag**, ના૦ ઘોડા પર બે તરફ ઝૂલતો નખાય એવો કોથળો, ખડિયો. **saddle-cloth**, ના૦ ઘોડાની પીઠ પર જીનની નીચે નાખવાની ગોદડી, ગાશિયો. **saddle-girth**, ના૦ તંગ. **saddle-horse**, ના૦ સવારીનો ઘોડો. **saddle-tree**, ના૦ પલાણ. **sadd'ler** (સૅડ્લર), ના૦ ઘોડાનું જીન તથા અન્ય વસ્તુઓ બનાવનાર, જીનગર. **sadd'lery** (સૅડ્લરિ), ના૦ જીન બનાવવાની સામગ્રી; જીનગરનો ધંધો, જીનસાજી.

sad'ism (સાડિઝ્મ), ના૦ ક્રૂરતામાં રાચતી વિકૃત કામવાસના; ક્રૂરતામાં અસ્વાભાવિક રસ (લેવો તે) - લેવાની વૃત્તિ. **sad'ist** (સાડિસ્ટ), ના૦ એવો રસ લેનાર. **sadis'tic** (સાડિસ્ટિક), વિ૦ ક્રૂરતામાં રસ લેવાની વૃત્તિવાળું.

safe (સેફ), વિ૦ ક્ષેમ, કુશળ, સલામત; જોખમ વિનાનું, સુરક્ષિત; સાવધ, સાચવીને રહેનારું; ભરોસાપાત્ર, વિશ્વસનીય, ખાતરીનું. *be on the ~ side*, જોઈએ તે કરતાં વધારે સાવચેતી લેવી. ના૦ તિજોરી; માંસ, ઇ. રાખવાનું કબાટ, પાંજરું. **safe conduct** (સેફ્કૉન્ડક્ટ), ના૦ વળાવો, રખવાળ; અભયપત્ર, પરવાનો, બાંયધરી.

safe'guard (સેફગાર્ડ), ના૦ કોઈ જોખમ કે સંકટ સામે અગાઉથી કરેલી વ્યવસ્થા, રક્ષણ - બચાવ - (નું સાધન). સ૦ ક્રિ૦ અગમચેતીથી રક્ષણની વ્યવસ્થા કરવી; રક્ષણ કરવું.

safe'ty (સેફ્ટિ), ના૦ સુરક્ષિતપણું, સલામતી; ક્ષેમકુશળતા. *~ lamp*, ખાણોમાં લઈ જવા માટે સળગી ન ઊઠે એવો કાર્બાઇડનો દીવો. *~ razor*, પાનું ચામડીને કાપે નહિ એવી રીતે બનાવેલ અસ્ત્રો. **safety-match**, ના૦ અમુક ઠેકાણે ઘસવાથી જ સળગે એવી દીવાસળી. **safety-pin**, ના૦ ભોંકાય નહિ એવી ટાંકણી. **safety-valve**, ના૦ વરાળ યંત્રમાં વરાળનું વધારે પડતું દબાણ થઈ તે ફાટી ન જાય તે માટે આપોઆપ ઊઘડતું બાકું - મોઢું.

saff'ron (સૅફ્રન), ના૦ કેસર. વિ૦ કેસરના રંગનું, કેસરી.

sag (સૅગ), અ૦ ક્રિ૦ વજન કે દબાણથી વળી જવું - બેસી જવું - વાંકું થવું; ત્રાંસું થઈ જવું. ના૦ વાંકું વળવું તે; વાંકું વળવાનું પ્રમાણ.

sa'ga (સાગા), ના૦ ડેન્માર્ક, સ્કૅન્ડિનેવિયા, ઇ. દેશની પૌરાણિક કથાઓ - ગાથાઓ; ઇતિહાસ, પુરાણ, વીરગાથા.

saga'cious (સગેશસ), વિ૦ ડાહ્યું, ચતુર, વિચક્ષણ. **saga'city** (સગૅસિટિ), ના૦ ચતુરાઈ, વિચક્ષણતા; શાણપણ.

sage (સેજ), ના૦ એક વનસ્પતિ જે સ્વાદ માટે રાંધવામાં વપરાય છે.

sage, વિ૦ ડાહ્યું, શાણું, સુજ્ઞ, વિવેકી. ના૦ ડાહ્યો માણસ; ઋષિ, મુનિ. [(રાશિ).

Sagittar'ius (સૅજિટેરિઅસ), ના૦ ધન

sago (સૅગો), ના૦ સાબુદાણા - ચોખા.

sah'ib (સાહિબ), ના૦ (સ્ત્રી૦ mem'sahib). સાહેબ.

said (સેડ), sayનો ભૂ૦ કા૦.

sail (સેલ), ના૦ (વહાણનો) સઢ; પવનચક્કીનું પવન લેવાનું સાધન - પંખો - પાટિયાં; અમુક મુદતનો દરિયાઈ પ્રવાસ - સફર. *full ~*, બધા સઢ ખોલીને - ફેલાવીને. *set ~*, સફરે નીકળવું. *under ~*, (વહાણ) હંકારાતું. ઉ૦ ક્રિ૦ સઢની મદદથી સફર કરવી; દરિયાઈ મુસાફરીએ ઊપડવું, સફર શરૂ કરવી; વહાણ ચલાવવું - હંકારવું; આકાશમાં વહાણની જેમ શાંતપણે ઊડવું - તરતા જવું. *~ close to, near, the wind*, પવનની લગભગ સામે જવું; નીતિ નિયમ કે કાયદાના ભંગની અણી પર પહોંચવું.

sailor (સેલર), ના૦ ખલાસી, ખારવો, નાવિક. **sailoring**, ના૦ ખારવાની જિંદગી - વ્યવસાય.

saint (સેન્ટ), ના૦ સાધુ, સંત (કોઈ પવિત્ર વ્યક્તિના નામ પહેલાં વપરાય છે.); સાધુ, સંત, પુણ્યાત્મા; રોમન કૅથલિક મત પ્રમાણે સંતોની કોટિમાં દાખલ કરાયેલો પુરુષ કે સ્ત્રી. **saint'ed** (સેન્ટિડ), વિ૦ સંતોની કોટિમાં દાખલ

કરાયેલું; પૂજ્ય, પવિત્ર. **saint'hood**, નાο સંતપણું; સાધુત્વ. **saint'ly** (સેન્ટ્લિ), વિο સાધુ વૃત્તિવાળું, સાધુચરિત.

saith (સેથ) = says.

sake (સેક), નાο હેતુ, કારણ. *for the ~ of,* (અમુક)ને ખાતર; -ના હિતાર્થે; ને કારણે.

salaam' (સલામ), નાο અને સο ક્રિο સલામ – બંદગી – (કરવી).

sa'l(e)able (સેલબલ), વિο વેચી શકાય તેવું, જલદી વકરો થાય તેવું. [અશ્લીલ.

sala'cious (સલેશસ), વિο લંપટ, કામી;

sal'ad (સૅલડ), નાο રાંધ્યા વિનાના શાક-ભાજી,ફળ,ઇ.ની કચુંબર. **salad-days,** નાο બο વο યુવાવસ્થા, જ્યારે દુનિયાનો અનુભવ નથી હોતો એવી વય.

sal'amander (સૅલમૅન્ડર), નાο ગરમ આબોહવામાં રહેનારું ચારપગું કાચિંડા જેવું એક કાલ્પનિક પ્રાણી (જે અગ્નિમાં રહેવાની શક્તિ ધરાવે છે એમ મનાય છે); અગ્નિમાં રહેલો દેવતા; તવો.

sal'ary (સૅલરિ), નાο પગાર, વેતન. **sal'aried** (–રિડ), વિο પગારદાર, પગારી.

sale (સેલ), નાο વેચવું તે, વેચાણ; વેચાણ, જાહેર લિલામ; ઓછી કિંમતે માલનું ખાસ વેચાણ. *on ~*, વેચવા માટેનું. *put up*(goods) *for ~*, લિલામમાં મૂકવું. **sales'man** (સેલ્સ્મન), નાο વેચનારો, વેચાણ કરનાર માણસ. **sales'woman,** નાο સ્ત્રીο. **sales'manship**, નાο વેચવાની – ઘરાક મેળવવાની – વિદ્યા કે કળા.

sa'lient (સેલિઅન્ટ), વિο આગળ પડતું, બહાર આવેલું; સ્પષ્ટ દેખાતું; મુખ્યમુખ્ય, પ્રમુખ. નાο ખંદકોની કે લશ્કરની હારમાં બહાર ઊપસી આવતો ભાગ.

sa'line (સેલાઇન, સ –), વિο મીઠાવાળું, ખારું. નાο ખારા પાણીનું સરોવર, ઇ.; મીઠાનો અગર.

sali'va (સલાઇવા), નાο લાળ, મુખરસ. **sali'vary** (સૅલિવરિ), વિο લાળનું – સંબંધી. *~ gland*, લાળોત્પાદક પિંડ.

sall'ow (સૅલો), વિο (ચહેરા કે દેહના વર્ણ અંગે) પીળાશ પડતું, ફીકાશ પડતું, પાંડુર.

sally (સૅલિ), નાο ઘેરાયેલા લોકોનો ઘેરો ઘાલનારાઓ પર એકદમ હુમલો–કૂદી પડવું તે, અચાનક ધસારો – છાપો; વિનોદ, ઠઠ્ઠા. અο ક્રિο લશ્કરી હુમલો કરવો. *~ forth, out,* બહાર જવું – નીકળી પડવું (ફરવા, ઇ. માટે).

sally-port, નાο છાપો મારવા નીકળવાની કિલ્લામાંની બારી – છૂપો માર્ગ.

salmon (સૅમન), નાο અને વિο ગુલાબી રંગના માંસવાળી રૂપેરી રંગની માછલી(ના રંગનું).

salon' (સૅલોં) નાο કોઈ મોટી મહિલાનો સ્વાગતનો ઓરડો; મહેમાનોને આવકાર આપવાનો ઓરડો; કાવ્યશાસ્ત્રવિનોદ માટે ભેગા થયેલા લોકોની સભા – મંડળ; ચિત્રોનું પ્રદર્શન.

saloon' (સલૂન), નાο ભભકાદાર દીવાન-ખાનું, બેસવાનો મોટો ઓરડો; વહાણના મુસાફરો માટેનો મોટો ઓરડો; આગગાડીમાં ખાસ સુખસગવડવાળો ડબો (*~ car*); [અમે.] દારૂની દુકાન; વાળ કાપવાની દુકાન.

sal'sify (સૅલ્સિફિ), નાο ખોરાકમાં લેવાતાં લાંબાં પીળાં મૂળિયાંવાળો છોડ.

salt (સૉલ્ટ), નાο મીઠું, લૂણ, નિમક; ખાર, ક્ષાર; તીક્ષ્ણ વિનોદ; અનુભવી – કસાયેલો – ખારવો (બહુધા *old ~*); જેમાંના હાઇડ્રો-જનની જગ્યાએ અંશતઃ કે પૂર્ણપણે ધાતુ લેવામાં આવી છે એવો ઍસિડ – ખાર; [વૈદક] જુલાબનું મીઠું. *an old ~*, ઘરડો ખારવો. *take with a pinch of ~*, અત્યુક્તિ છે એમ માનીને ચાલવું, તદ્દન સાચું ન માનવું. *the ~ of the earth,* ધરતી પરના ખરેખરા સારા – શ્રેષ્ઠ – લોકો. વિο મીઠાનું, ખારું. સοક્રિο ઉપર મીઠું ભભરાવવું; મીઠામાં નાંખવું, મીઠું પાવું. **salt'-cellar,** નાο મીઠાનું ખાનું, નિમકદાની. **salt-pan**, નાο મીઠાનો અંગર, મીઠું બનાવવાનો ક્યારો.

sal'tire (સૅલ્ટાયર), નાο ઢાલ પર દોરેલી સંત ઍન્ડ્રૂના ક્રૂસ જેવી ત્રાંસી ચોકડી.

saltpet're (સૉલ્ટ્પીટર), નાο બંદૂકનો દારૂ બનાવવામાં વપરાતો એક ક્ષાર, સૂરોખાર.

salu'brious (સલૂબ્રિઅસ, સલ્યૂ –), વિο (મુખ્યત્વે હવા પાણી અંગે) આરોગ્યદાયક, શરીરને ગુણકારી. **salu'brity** (– બ્રિટિ), નાο આરોગ્યદાયકપણું.

sal'utary (સૅલ્યુટરિ), વિ૦ સારું પરિણામ લાવનારું; લાભકારક; આરોગ્યદાયક.

salute' (સલૂટ,-લ્યૂ-), ના૦ સલામ, નમસ્કાર; [લશ્કરી] સલામી. ઉ૦ ક્રિ૦ -ને સલામ કરવી, અભિવાદન કરવું; [પ્રા.] મળતી વખતે કે વિદાયવેળાએ ચુંબન કરવું. **saluta'tion** (-ટેશન), ના૦ સલામ-રામરામ-(કરવા તે), અભિવાદન, નમસ્કાર.

sal'vage (સૅલ્વિજ). ના૦ વહાણને કે તેના પરના માલને બચાવી લેવો તે; દરિયા, આગ, ઇ.માંથી મિલકત બચાવી લેવી તે; એવી રીતે બચાવેલો માલ; એવી રીતે માલ બચાવવા માટે આપેલા પૈસા (~ *money* પણ). સ૦ ક્રિ૦ દરિયો, આગ, ઇ. માંથી મિલકતને બચાવવી.

salva'tion (સૅલ્વેશન), ના૦ સંકટ કે પાપમાંથી છુટકારો; પાપમાંથી આત્માને બચાવવો તે, મુક્તિ. *S~ Army*, ધર્મના પુનરુજ્જીવન માટે લશ્કરી ઢબે કરેલા સંગઠનવાળી-ખ્રિસ્તી ધર્મપ્રસારની-એક સંસ્થા, મુક્તિફોજ. **salva'tionist**, ના૦ મુક્તિફોજનો માણસ.

salve (સાવ, સૅલ્વ), ના૦ મલમ, લેપ; શામક ઉપાય. સ૦ ક્રિ૦ મલમ-લેપ-ચોપડવો, શાંત પાડવું; દરદ મટાડવું-ઘટાડવું.

sal'ver (સૅલ્વર), ના૦ થાળ, ટાટ, તાસક, તબક.

sal'vo (સૅલ્વો), ના૦ (બ૦ વ૦ -es). લડાઈમાં કે સલામી તરીકે અનેક તોપો સામટી ફોડવી તે; તાળીઓનો ગડગડાટ.

sal volatile (સૅલ વલૅટિલિ), ના૦ ભાનપર લાવવા માટે સુંઘાડવાની દવા, 'ઍમોનિયમ કાર્બનેટ'.

Sama'ritan (સમૅરિટન), ના૦ સમૅરિયાનો માણસ-ભાષા. *good* ~, પરોપકારી માણસ.

Sam Browne (સૅમ બ્રાઉન) (**belt**), ના૦ લશ્કરી અમલદારનો ચામડાનો પટો.

same (સેમ), વિ૦ એનું એ જ, એ જ; એક સરખું, એવું જ, નબદલાયેલું;નબદલાનારું;પહેલાં કહેલું, પૂર્વોક્ત. *at the~time*, પરંતુ, તથાપિ, બીજી બાજુએ. *the~*, એનું એ જ. **same'ness**, ના૦ એકનું-એક-પણું, વૈવિધ્યશૂન્યતા, નીરસપણું.

samite (સૅમાઇટ), ના૦ મધ્યયુગનું જરીકામવાળું કીમતી રેશમી કાપડ.

sa'movar (સૅમવાર,-મો-), ના૦ રશિયન ચાહાની-કીટલી. [વાળી ચીની હોડી.

sam'pan (સૅમ્પૅન), ના૦ સપાટ તળિયા-

sa'mple (સામ્પલ), ના૦ નમૂનો, નમૂના તરીકે લીધેલો ટુકડો; માસલો, વાનગી. સ૦ ક્રિ૦ નમૂનો લેવો-લેવો; -ની પરીક્ષા કરવી-ગુણદોષ પારખવા.

sa'mpler (સામ્પ્લર), ના૦ જુદા જુદા ટાંકાના નમૂના બતાવવા માટે બનાવેલો છોકરીના ભરતકામનો ટુકડો.

sanator'ium (સૅનટૉરિઅમ), ના૦ (બ૦ વ૦ ~*s*, -ria). માંદા માણસો માટે (વિ.ક. ક્ષયરોગીઓ માટે) નું આરોગ્યભવન, સારાં હવાપાણીની જગ્યા.

sanc'tify (સૅંક્ટિફાઇ), સ૦ ક્રિ૦ પવિત્ર બનાવવું-માનવું. **sanctifica'tion**, ના૦ પવિત્રીકરણ, ઇ.; પાપમુક્તિ, પવિત્રતા.

sanctimon'ious (સૅંક્ટિમોનિઅસ), વિ૦ પવિત્રતાવાળું; પવિત્રતા કે ધાર્મિકતાનો ડોળ કરનારું. **sanc'timony**, ના૦ પવિત્રતા, ભક્તપણું; ભક્તપણાનો ડોળ.

sanc'tion (સૅંક્શન), ના૦ મંજૂરી, બહાલી; કશુંક કરવા માટે જાહેર અનુમોદન, માન્યતા; સજા અથવા બદલો. *give ~ to*, મંજૂરી આપવી, (કોઈને) કશુંક કરવાનો અધિકાર આપવો. સ૦ ક્રિ૦ મંજૂર કરવું, -ને માન્યતા આપવી. [પવિત્રતા.

san'ctity (સૅંક્ટિટિ), ના૦ સાધુતા;

sanc'tuary (સૅંક્ટયુઅરિ), ના૦ પવિત્ર જગ્યા; દેવળ કે દેવળનો ગભાર, પૂજાગૃહ; પવિત્ર આશ્રયસ્થાન (વિ. ક. પ્રાચીન કાળમાં જ્યાં સરકારના માણસો ગુનેગારને પણ પકડી શકતા નહિ); જંગલી પશુઓ તથા પક્ષીઓને સાચવી રાખવા માટેનું વન.

sanc'tum (**sanctor'um**) (સૅંક્ટમ (સૅંક્ટૉરમ)), ના૦ પવિત્ર સ્થાન; ખાનગી-એકાંત-જગ્યા કે ઓરડો. *~ sanctor'um*, મંદિરનું ગર્ભગૃહ.

sand (સૅન્ડ), ના૦ રેતી, રેત; (બ૦ વ૦) રેતીનો પટ કે મેદાન. સ૦ ક્રિ૦ ઉપર રેતી

નાંખવી–ભભરાવવી; ખાંડ, ઊન,ઇ.માં રેતી મેળવવી.' *make ropes of ~*, અશક્ય–મિથ્યા–પ્રયત્ન કરવો. **sand'bag** (–બૅગ), ના૦ યુદ્ધમાં રક્ષણના સાધન તરીકે વપરાતી રેતીની થેલી. ઉ૦ ક્રિ૦ રેતીની થેલી વડે કોઈ ને મારવું. **sand'-glass**, ના૦ રેતીનું ઘડિયાળ, કલાકશીશી. **sand'paper** ના૦ પૉલિશ કરવાનો રેતિયો કાગળ. **sand'stone**, ના૦ અડદિયો પથ્થર.

san'dal (સૅન્ડલ), ના૦ ચંપલ; પાવડી.

sand'alwood (–વુડ), ના૦ ચંદનનું લાકડું.

sand'wich (સૅન્ડ્વિચ, –જ), ના૦ માંસ કે બીજી સ્વાદિષ્ટ વસ્તુ જેની વચ્ચે મૂકી હોય એવા રોટીના બે કકડા. સ૦ ક્રિ૦ બે વસ્તુઓ વચ્ચે ત્રીજી વસ્તુ મૂકવી, અંદર મૂકવું.

sandwichman, ના૦ આગળ એક ને પાછળ એક એમ બે જાહેરાતનાં પાટિયાં લટકાવીને રસ્તા પર ફરનાર માણસ.

sand'y (સૅન્ડિ), વિ૦ રેતીનું, રેતાળ; (વાળ) પીળાશ પડતું રાતું. ના૦ એવા વાળવાળો.

sane (સેન), વિ૦ સાબૂત મનનું કે મનવાળું, સૂધબૂધ ઠેકાણે હોય એવું; સમજુ, ડાહ્યું; સમતોલ, ડહાપણભર્યું.

sang (સૅંગ), singનો ભૂ૦ કા૦.

sang-froi'd (સાંફ્વા), ના૦ સંકટ સમયે સ્વસ્થતા (જાળવવાની શક્તિ).

sang'uinary (સૅંગ્વિનરિ), વિ૦ લોહીવાળું, ખુનામરકીવાળું; ખૂની, હિંસક, લોહીતરસ્યું.

sang'uine (સૅંગ્વિન), વિ૦ રાતું, લોહીના રંગનું; આશા રાખનારું, ઉમેદવાળું; હોંશીલું. ઉમંગી.

Sanhedrim (સૅનિડ્રિમ), ના૦ પ્રાચીન જેરૂસલેમની વરિષ્ઠ ધર્મસભા – ન્યાયાલય.

sanitarium (સૅનિટેરિઅમ), ના૦ sanatoriumનું અમેરિકામાં પ્રચલિત રૂપ.

sanitary (સૅનિટરિ), વિ૦ (ગંદવાડ અને રોગથી) આરોગ્ય ને સુખાકારીનું રક્ષણ કરનારું, – રક્ષણને લગતું. **sanita'tion** (સૅનિટેશન), ના૦ આરોગ્ય વ્યવસ્થા (માં સુધારણા); ઘરમાં પેશાબપાણીની વ્યવસ્થા.

san'ity (સૅનિટિ), ના૦ મનનું સાબૂતપણું, શાણપણ, અક્કલ.

sank (સૅંક), sinkનો ભૂ૦ કા૦.

sans (સૅંઝ઼), નામ૦ અ૦ વિના.

San'skrit, San'scrit (સૅંસ્ક્રિટ), ના૦ સંસ્કૃત (ભાષા).

San'ta Claus (સૅન્ટક્લૉઝ઼), ના૦ નાતાલની આગલી રાતે છોકરાંનાં મોજાંમાં ભેટસોગાદો મૂકનાર ડોસો.

sap (સૅપ), ના૦ વનસ્પતિનો રસ – દૂધ. સ૦ક્રિ૦ રસ – જીવનરસ – કાઢી કે શોષી લેવો; ધીરે ધીરે તાકાત નષ્ટ કરવી, નબળું પાડવું.

sap, ના૦ શત્રુની પાસેમાં પાસે જવા માટે – કિલ્લેબંધી તોડવા – જમીન તળે ભોંયરા જેવો માર્ગ (કરવો તે). ઉ૦ક્રિ૦ એવો માર્ગ કરવો; એવા માર્ગથી શત્રુની નજીક જવું; દીવાલ, ઇ. -ની નીચે ખાઈ ખોદી તેને નબળી પાડવી; શ્રદ્ધા, ઇ.નો છૂપી રીતે નાશ કરવો. *~ the strength*, ધીરે ધીરે નબળું પાડવું. **sapp'er** (સૅપર), ના૦ ખાઈ ખોદનારો; ખોદવું, રસ્તો કે પુલ બનાવવો, કિલ્લાનું બાંધકામ, ઇ. કરનાર લશ્કરી સિપાઈ; રૉયલ ઍન્જિનિયર્સનો માણસ.

sap, ના૦ખૂબ મહેનતુ વિદ્યાર્થી;[અમે.] મૂર્ખો.

sap'ience (સેપિઅન્સ, સૅ–), ના૦ ડહાપણ, ચતુરાઈ. **sa'pient** (–અન્ટ), વિ૦ ડાહ્યું, શાણું; વિવેકી.

sap'ling (સૅપ્લિંગ), ના૦ નાનું કુમળું ઝાડ; [લા.] જુવાનિયો.

sapona'ceous (સૅપનેશસ), વિ૦ સાબુનું–[વાળું, સાબુ જેવું.

sapph'ire (સૅફાયર), ના૦ ઇન્દ્રનીલમણિ, નીલમ; તેનો આસમાની રંગ. વિ૦ આસમાની (રંગનું).

sapp'y (સૅપિ), વિ૦ રસવાળું; જીવનરસથી પૂર્ણ.

sa'raband (સૅરબૅન્ડ), ના૦ એક ભવ્ય સ્પૅનિશ નૃત્ય; તેને માટેની સંગીતરચના.

Sa'racen (સૅરસન), ના૦ ક્રુસેડ કે જેહાદના સમયનો આરબ કે મુસલમાન; સીરિયા ને અરબસ્તાનનો વતની.

sarc'asm (સાર્કૅઝ઼મ), ના૦ કરડું – કઠોર – વચન; મહેણું, ટોણો, મર્મવચન(બહુધા વક્રોક્તિવાળું). **sarcas'tic** (સાર્કૅસ્ટિક), વિ૦ આકરું, કરડું, કટાક્ષવાળું.

sarcom'a (સાર્કોમા), ના૦ હાડકા કે

સ્નાયુમાં શરૂ થઈ ને શરીરમાં ફેલાતી કોઈ વિકૃતિ, રોગની ગાંઠ.

sarcoph'agus (સાર્કૉફગસ), નાo (બo વo – gi, – જાઇ, – ગાઇ).પથ્થરની શબપેટી – કબર. [જેને તેલમાં રાખવામાં આવે છે.

sardine' (સાર્ડીન), નાo એક નાની માછલી

sardon'ic (સાર્ડૉનિક), વિo કડવી મશ્કરી-વાળું, ઉપહાસવાળું; (હસવું, મશ્કરી) ક્રૂર. **sardon'ically**, ક્રિo વિo કટાક્ષથી.

sar'ee (સારી), **sa'ri** (સારિ), નાo સાડી.

sarong' (સરૉંગ), નાo મલાયાનો રાષ્ટ્રીય પોશાક–વસ્ત્ર, કેડની આસપાસ વીંટાતું કાપડનું ધોતિયા જેવું લાંબું વસ્ત્ર.

sarsaparill'a (સાર્સાપરિલા), નાo વનસ્પતિનાં મૂળિયાંમાંથી બનાવેલી એક દવા.

sartor'ial (સાર્ટૉરિઅલ), વિo દરજીનું–સંબંધી; પુરુષનાં કપડાંનું – સંબંધી; સીવણનું – ને લગતું.

sash (સૅશ), નાo ખભા પર અથવા કેડે બાંધવાનો રેશમી પટો, ખેસ.

sash, નાo બારીનું ચોકઠું, **sash-cord**, **sash-line**, નાo બારીનું બારણું અમુક સ્થિતિમાં રાખવા માટે વજન બાંધેલી દોરી.

sass'afras (સૅસફ્રૅસ), નાo ઉ. અમેરિકાનું એક ઝાડ; દવા તરીકે વપરાતી તેની છાલ; એનો ઉકાળો–કાઢો. [અંગ્રેજ, અંગ્રેજી ભાષા.

Sass'enach (સૅસનક, –નૅક), નાo [સ્કૉ.]

sat (સૅટ), sit નાo ભૂo કાo.

Sat'an (સેટન), નાo સેતાન; પાપી પુરુષ. **Satan'ic** (સટૅનિક), વિo સેતાની; દુષ્ટ, ઘોર.

sat'chel (સૅચલ), નાo જોસ્તાન, દફતર.

sate (સેટ), સoક્રિo સંતોષવું, સંતૃપ્ત કરવું; ધરાઈ – ઓચાઈ – જાય તેટલું આપવું – ખવડાવવું; અતિરેક કરી કંટાળો આવે તેમ કરવું.

sateen' (સટીન), નાo ચળકતું સુતરાઉ કે રેશમી કાપડ, સાટીન.

sat'ellite (સૅટલાઇટ), નાo પાછળ જનાર, આશ્રિત જન, પૂછડું; [ખ.] ઉપગ્રહ.

sa'tiate (સેશિએટ), સoક્રિo જોઈએ તે કરતાં વધારે આપવું, ઓચાઈ જાય તેટલું આપવું – ખવડાવવું. **sati'ety** (સટાઈઇટિ, -ચટિ), નાo અતિતૃપ્તિ; ધરાઈ – ઓચાઈ – જવું તે.

sat'in (સૅટિન), નાo એક બાજુ ચળકતા પોતવાળું રેશમી કપડું, સાટીન, સાઠી.

sat'inwood (સૅટિન્‌વુડ), નાo ઉષ્ણ કટિબંધના એક ઝાડનું સુંદર – ચમકતું – લાકડું.

sat'ire (સૅટાયર), નાo વિ. ક. અનિષ્ટ પ્રચલિત રીતરિવાજ, ઇ. નો ઉપહાસ કરનારી કવિતા કે બીજી રચના, કટાક્ષ કે નિંદાત્મક સાહિત્યકૃતિ; ઉપહાસ, કરડી ટીકા, નિન્દા. **sati'rical** (સટિરિકલ), વિo કટાક્ષ કે નિંદાવાળું, ઉપહાસાત્મક. **sat'irist** (સૅટરિસ્ટ, –ટિ–), નાo કટાક્ષાત્મક સાહિત્યકૃતિનો રચનાર. **sat'irize** (–રાઇઝ઼), સo ક્રિo -ને વિષે કટાક્ષવાળી રચના કરવી; -ની સખત ટીકા કરવી.

satisfac'tion (સૅટિસ્ફૅક્શન), નાo સંતોષ આપવો કે પામવો તે, તૃપ્તિ, સંતોષ; સંતોષકારક વસ્તુ; દેવું ચૂકવવું તે, દેવાનો ફડચો; નુકસાનનો બદલો; સમાધાન, પતાવટ. **satisfac'tory**, વિo સંતોષ – સમાધાન – કારક; પૂરતું, સારું.

sat'isfy (સૅટિસ્ફાઇ), સo ક્રિo તૃપ્ત – સંતુષ્ટ – કરવું; ઇચ્છા – ગરજ – પૂરી કરવી; માન્ય કરવું, સ્વીકારવું; -ની ખાતરી કરવી, -નું સમાધાન કરવું; શંકા, ઇ. દૂર કરવી, ખુલાસો કરવો. ~ oneself, ખાતરી કરી લેવી.

satrap (સૅટ્રપ, સે–), નાo સત્રપ, સૂબો.

sat'urate (સૅટ્યુરેટ, સૅચ–), સoક્રિo સારી પેઠે પલાળવું, તરબોળ કરવું; સારી પેઠે ભરવું; [રસા.] બીજા પદાર્થનો વધારેમાં વધારે અંશ પોતાની અંદર સમાવી લે તેમ કરવું. **saturation**, નાo પૂરેપૂરું ભરવું તે; કોઈ દ્રવમાં ક્ષાર જેટલો ઓગળાવી શકાય તેટલો ઓગાળવો તે.

Sat'urday (સૅટર્ડિ, –ર્ડે), નાo શનિવાર.

Sat'urn (સૅટર્ન), નાo રોમની કૃષિદેવતા; [ખ.] શનિ(ગ્રહ).

sat'urnine (સૅટર્નાઇન), વિo મંદ ને ગમગીન વૃત્તિવાળું; શનિની પીડાથી ગ્રસ્ત; સીસાના ઝેરથી પીડિત.

saturnal'ia (સૅટર્નેલિઆ), નાo બo વo સ્વૈરાચાર ને વિલાસનું સ્થળ કે સમય; [એo વo] સૅટર્નનો ઉત્સવ.

sat'yr (સૅટર), નાo [ગ્રીક., રોમ.] જેનો ઉપલો ભાગ માણસના જેવો ને નીચલો બકરા જેવો છે એવો એક કલ્પિત વનદેવતા.

sauce (સૉસ), નાo ચટણી, રાયતું, વઘારિયું, ઇ.; ઉદ્ધતાઈ, નફટાઈ; અનાદર. **sauce-boat** (સૉસ્બોટ), નાo ચટણી, રાયતું, ઇ.નું નાળવાળું વાસણ. **sauce'box** નાo ઉદ્ધત માણસ. **sauce'pan** (સૉસ્પન), નાo હાથાવાળી તપેલી.

sau'cer (સૉસર), નાo રકેબી, તાસક.

sauc'y (સૉસિ), વિo ઉદ્ધત, ફાટેલ; ચબરાક.

sauerkraut (સાવરક્રાઉટ), નાo આથેલી કોબીની એક જર્મન વાની.

saun'ter (સૉન્ટર), અo ક્રિo અને નાo ધીમે ધીમે–આરામથી– ચાલવું, રસળવું, (તે).

saur'ian (સૉરિઅન), વિo અને નાo કાચંડા ને મગરની જાતનું (પ્રાણી).

sau'sage (સૉસિજ), નાo ઝીણા આંતરડાના કકડામાં મસાલો નાંખી ભરેલું છૂંદેલું માંસ, કુલમો. ~ *roll*, તેની બનાવેલી ઘૂઘરા જેવી વાની. **sausage-meat**, નાo છૂંદેલા માંસ ને રોટીમાં મસાલો નાખીને તૈયાર કરેલું પૂરણ.

sauté (સોટે), વિo ચરબીમાં સાંતળેલું.

sav'age (સૅવિજ), વિo સમાજની પ્રાથમિક દશાનું; અણસુધરેલું, જંગલી; ભયાનક, વિકરાળ; ક્રૂર, ઘાતકી. નાo જંગલી જમાતનો માણસ; ક્રૂર – નિર્દય – માણસ. સo ક્રિo (ઘોડા અંગે) બેકાબૂ થઈને કરડવા ધાવું – લાત મારવી. **sav'agery** (સૅવિજ્રિ,–), નાo જંગલીપણું, ક્રૂરતા; જંગલી વર્તન કે દશા.

savann'a(h) (સવૅના), નાo [દ. અમેરિકામાં] છૂટાંછવાયાં ઝાડવાળું ઘાસનું મેદાન.

sav'ant (સૅવાં), નાo જાણીતો વિદ્વાન માણસ, મહાન પંડિત.

save (સેવ), ઉo ક્રિo જોખમ કે ઈજાથી બચાવવું, ઉગારવું; બચાવવું, સંઘરી રાખવું; પૈસા બચાવી રાખવા; વપરાશ ઘટાડવી; (આત્માને), તારવું, નરકથી બચાવવું, -નો ઉદ્ધાર કરવો. ~ *appearances*, આબરૂ સાચવવી, શોભા રાખવી. ~ oneself, અતિશ્રમ ન થવા દેવો. ~ *up*, ભવિષ્ય માટે કરીને પૈસા બચાવવા. નાo હાર કે નુકસાન અટકાવવા લીધેલું પગલું. નામo અo વિના, સિવાય, વગર. ઉભo અo સિવાય. **saving**, નામo અo સિવાય. વિo બચાવવાની વૃત્તિવાળું, કરકસરિયું. ~ *grace*, માણસને દુર્ગુણ કે પતનમાંથી બચાવનારો કોઈ સારો ગુણ. ~ *clause*, શરતવાળી – બચાવની – કલમ. **sav'ings**, નાo બo વo બચાવેલા – સિલક રાખેલા – પૈસા, બચત. **savings-bank**, નાo. બચત જમા કરાવવાની પેઢી – બૅંક.

sav'eloy (સૅવલૉઇ, સૅવિ –), નાo ખૂબ મસાલાવાળી સુકવણીની માંસની વાની–કુલમો.

sav'iour (સેવ્યર), નાo બચાવનાર, તારનાર; મોક્ષ આપનાર, તારણહાર. *the, our, S*~, ઈશુ ખ્રિસ્ત.

savoir-faire (સૅવ્વાર ફે'અર), નાo કેમ વર્તવું તેનું જ્ઞાન, કુનેહ, હાજરજવાબીપણું; વ્યવહારજ્ઞાન.

sav'our (સેવર), નાo સ્વાદ, સુગંધ, લહેજત; શંકા, પાસ, અસર. ઉoક્રિo -નો સ્વાદ જાણવો–લેવો, -માં સ્વાદ – વાસ – હોવો; અમુકનો પાસ કે અસર હોય એમ લાગવું – સૂચવવું. **sav'oury** (સેવરિ), વિo ભૂખ પ્રદીપ્ત કરનાર સ્વાદ કે વાસવાળું, લહેજતદાર. નાo ભોજનની શરૂઆતની કે છેવટની ક્ષુધાદીપક કે પાચક સ્વાદિષ્ટ વાની.

savoy' (સવૉઇ), નાo એક જાતની કોબી.

saw (સૉ), see નો ભૂo કાo.

saw, નાo જૂની કહેવત – કહેણી – ઉક્તિ.

saw, નાo કરવત, આરી. ઉo ક્રિo (ભૂoકૃo sawed, sawn). કરવત વતી કાપવું, વહેરવું; કરવત વતી વહેરીને પાટિયાં, ઇ. પાડવું; કરવતની જેમ આગળ પાછળ હાલવું – હલાવવું. **saw'bones**, નાo [વિનોદ] શસ્ત્રવૈદ્ય, સર્જન. **saw'dust** (–ડસ્ટ), નાo લાકડાંનો વહેર. **saw'mill**, નાo વરાળ કે બીજી કોઈ શક્તિથી ચાલતું લાકડાં વહેરવાનું કારખાનું. **saw'yer** (સૉયર), નાo લાકડાં વહેરનાર.

saxe (સૅક્સ), નાo ભૂરા રંગની એક છટા.

sax'horn (સૅક્સ્હૉર્ન), નાo તુરાઈ કે સિંગાની જાતનું એક પિત્તળનું વાજું.

sax'ifrage (સૅક્સિફ્રિજ, –ફ્રેજ), નાo આલ્પ્સ પર્વત પર કે ખડક પર ઊગતો એક ફૂલછોડ

Sax'on (સૅક્સન), ના૦ ઇંગ્લંડમાં વસેલી ટ્યૂટૉનિક જાતિનો માણસ અથવા તેની ભાષા; અર્વાચીન સૅક્સનીનો વતની.

sax'ony (સૅક્સનિ), ના૦ એક જાતની ઝીણી ઊન; તેનું કપડું.

sax'ophone (સૅક્સફોન), ના૦ મોઢે વગાડવાનું મોટા અવાજવાળું પિત્તળનું એક વાજું.

say (સે), ઉ૦ ક્રિ૦ (ભૂ૦ કા૦ said). કહેવું, બોલવું; કહી–ભણી–જવું, ભણવું; બોલવું, મત અભિપ્રાય–આપવો; ફરી કહેવું. (*let us*) ~, એમ માનો (કે), દાખલા તરીકે. ~ *over*, (યાદ કરીને) બોલી જવું. ~ *the word*, હુકમ કરો, તમે કહો (એટલી વાર). *that is to* ~, એટલે કે. ના૦ ભાષણ; કહેવાનું, બોલવાનું, અભિપ્રાય; કહેવાનો અધિકાર. **saying** (સેઇંગ), ના૦ ઉક્તિ, વચન; કહેવત.

scab (સ્કૅબ), ના૦ જખમ પરનો પોપડો, ભીંગડું; ચામડીનો કે વનસ્પતિનો એક રોગ, ખૂજલી, ખસ. **scabb'y** (સ્કૅબિ), વિ૦ ખૂજલીવાળું, પોપડી–ભીંગડાં–વાળું.

scabb'ard (સ્કૅબર્ડ), ના૦ મ્યાન.

scab'ies (સ્કેબીઝ઼), ના૦ ચામડીનો એક રોગ, ખસ.

scaff'old (સ્કૅફલ્ડ), ના૦ ફાંસી માટેનો માંચડો; બાંધકામ વખતે બાંધેલી પાલખ. **scaff'olding**, ના૦ પાલખ, પાલખનો સામાન; ખોખું.

scald (સ્કોલ્ડ), સ૦ ક્રિ૦ ગરમ પાણીથી કે વરાળથી દઝાડવું–બાળવું; ઊકળતા પાણીથી વીંછળવું–વીંછળીને સાફ કરવું; ઉકળવા માંડે ત્યાં સુધી ગરમ કરવું. ના૦ ઊના પાણીથી કે વરાળથી દાઝવું–દઝાવું–તે.

scale (સ્કેલ), ના૦ (માછલી, ઇ.નું) કવચ જેવું ભીંગડું; પોપડી, કપોટી, કાચલી; વાસણની અંદર બાઝેલું ક્ષારનું પડ–થર; દાંત પર બાઝતી પોપડી. ઉ૦ ક્રિ૦ ભીંગડાં–કાચલી–ઉખાડવી કે કાઢી નાખવી; ભીંગડાં ઇ. ઊતરવાં, ઊખડી જવાં; ભીંગડાં બાઝવાં, પડ બાઝવું. **scal'y** (સ્કેલિ), ભીંગડા–પોપડા–વાળું, છારી બાઝેલું.

scale, ના૦ કાંટાનું ત્રાજવું–પલ્લું; (બ૦વ૦) [જોખવાનો કાંટો.

scale, ના૦ નિસરણી, સીડી; ચડતા કે ઊતરતા નિશ્ચિત ક્રમવાળી પદ્ધતિ; [સં.] સરીગમ, ગ્રામ, સપ્તક; [નકશામાં] માપનું પ્રમાણ, પરિમાણ; માપવાની પટ્ટી કે સાધન; મૂળ વસ્તુ ને તેના ચિત્રના માપનું પ્રમાણ; *turn the* ~*s*, (હેતુ કે ઘટના અંગે) નિર્ણાયક હોવું. *the S*~*s*, [ખ.] તુલા રાશિ. સ૦ ક્રિ૦ નિસરણી વતી કે પગથિયે પગથિયે ચડવું, હાથપગ ટેકવીને, ઝાલીઝાલીને ચડવું; પ્રમાણ જાળવીને નકલ કરવી–ચિત્ર દોરવું.

scalene' (સ્કલીન), વિ૦ (ત્રિકોણ અંગે) અસમાન બાજુઓવાળું, વિષમભુજ.

scall'op (સ્કૅલપ), **sco-** (સ્કૉ-), ના૦ છીપવાળી માછલીની એક જાત; (બ૦ વ૦) ઝાલર. સ૦ ક્રિ૦ -ની કોર કાપીને ગોળ કાંગરા પાડવા–ઝાલર બનાવવી; દૂધ ને માખણ નાંખીને ભઠ્ઠીમાં રાંધવું. **scall'oping**, ના૦ ઝાલર જેવી કોર.

scall'ywag (સ્કૅલિવૅગ), **scal'awag** (સ્કૅલવૅગ), ના૦ હરામખોર–પાજી–માણસ; નકામો એદી માણસ.

scal'p (સ્કૅલ્પ), ના૦ માથા ઉપરની વાળવાળી ખાલ–ચામડી; રેડ ઇંડિયન લોકોએ વિજયના ચિહ્ન તરીકે શત્રુની કાપી લીધેલી ખોપરી; ખોપરી. સ૦ ક્રિ૦ ખોપરી કાપી લેવી (વિજયના ચિહ્ન તરીકે).

scal'pel (સ્કૅલ્પલ), ના૦ શસ્ત્રવૈદ્યની નાનકડી છરી–ચપ્પુ.

scamp (સ્કૅમ્પ), ના૦ હરામખોર, લુચ્ચો; સાવ નકામો માણસ. સ૦ ક્રિ૦ બેદરકારપણે કામ કરવું, વેઠ ઉતારવી.

scam'per (સ્કૅમ્પર), અ૦ ક્રિ૦ ભડકેલા જાનવરની જેમ અથવા રમતા છોકરાની જેમ દોડવું–આમતેમ નાસભાગ કરવી. ના૦ એકદમ ઉતાવળમાં દોટ મૂકવી તે; ઝડપી પ્રવાસ –સફર.

scan (સ્કૅન), ઉ૦ ક્રિ૦ કવિતાની લીટીની માત્રા–ગણ–માંડવા, વૃત્તનું પૃથક્કરણ કરવું; દરેક ભાગનું નિરીક્ષણ કરવું, બારીકીથી તપાસવું.

scan'dal (સ્કૅન્ડલ), ના૦ નિંદા, બદનક્ષી; નિંદ્ય કામ કે આચરણ. **scan'dalize** (સ્કૅન્ડલાઇઝ઼), સ૦ ક્રિ૦ ખોટું–માઠું–લગાડવું; કોઈની આબરૂ લેવી, -ની બદનક્ષી

કરવી. **scandal-monger** (-મંગર), નાo કૂથલી કરનાર, નિંદાખોર. **scan'dalous** (સ્કૅન્ડલસ), વિo શરમભરેલું, નીચું ઘાલવા જેવું; હલકું, નિર્લજ્જ.

Scandinav'ian (સ્કૅન્ડિનેવિઅન), વિo અને નાo સ્કૅન્ડિનેવિયા (ડેન્માર્ક, નૉર્વે, સ્વીડન અને આઇસલૅન્ડ)નું (વતની, ભાષા).

scan'sion (સ્કૅન્શન), નાo વૃત્તનાં માત્રા ગણ પાડવાં તે, છંદની ઉત્થાપનિકા, ન્યાસ.

scant (સ્કૅન્ટ), વિo ભાગ્યે જ પૂરતું; અપૂરતું, જોઈએ તે કરતાં ઓછું. **scan'ty** (સ્કૅન્ટિ), વિo ભાગ્યે જ પૂરતું; અપૂરતું; ઓછું.

scant'ling (સ્કૅન્ટ્લિંગ), નાo જે માપ કે કદનો પથ્થર કે લાકડું કાપવાનું હોય તે માપ કે કદ; નાનો મોભ (વિ. ક. ૫" ચોરસની નીચેનો); નાનો કકડો, અલ્પાંશ; [પ્રા.] નમૂનો.

scape'goat (સ્કેપ્ગોટ), નાo બીજાના દુષ્કૃત્ય, ગુના કે પાપ માટે જેને સજા ભોગવવી પડે છે તે, જેને માથે બીજાનાં પાપ પડે છે તે; હોળીનું નાળિયેર.

scape'grace (સ્કેપ્ગ્રેસ), નાoહરામખોર, પાજી; નકામો માણસ.

sca'pula (સ્કૅપ્યુલા), નાo (બoવo -ulae). વાંસા - ખભા - નું હાડકું.

scar (સ્કાર), નાo ચામડી પર પડેલી જખમની નિશાની, ચાઠું; ડાઘ, કલંક. ઉo ક્રિo ચાઠું - ડાઘ - પાડવો - પડવો.

scar, scaur (સ્કૉર), નાo ઊભો ટેકરો, ડુંગરની સીધા ચડાણવાળી બાજુ.

sca'rab (સ્કૅરબ), નાo પ્રાચીન મિસરનો પવિત્ર ભ્રમર - વાંદો; વાંદાની આકૃતિવાળું એક કીમતી રત્ન.

scarce (સ્કેર્સ, સ્કે'અર્સ), વિo થોડું, અલ્પ; ખપ કરતાં ઓછું; વિરલ, દુષ્પ્રાપ્ય. *make* oneself ~, દૂર જતા રહેવું, અલોપ થવું. ક્રિo વિo [કાવ્યમાં] ભાગ્યે જ, જવલ્લે જ. **scarce'ly** ક્રિo વિo ભાગ્યે જ, મુશ્કેલીથી; કદી નહિ.

scar'city (સ્કેર્સિટિ), નાo પૂરતું ન હોવું તે; જોઈએ તે કરતાં થોડું - થોડો જથો; અછત.

scare (સ્કેર, સ્કે'અર), સo ક્રિo ડરાવવું, ભડકાવવું. નાo બીક, ભડક, સનસનાટી.

scare'crow (-ક્રો), નાo પંખીઓ, ઇ.ને બિવડાવવા માટે ખેતરમાં મુકાતી માણસની કૃત્રિમ આકૃતિ, ચાડિયો; ચીંથરેહાલ - સુકલકડી - માણસ. **scare'monger** (-મંગર), નાo લોકોને ભડકાવનાર. [ગળપટ્ટો.

scarf (સ્કાર્ફ), નાo ખેસ, ઉપરણું, દુપટ્ટો,

scarf, નાo લાકડાનો એક જાતનો સાંધો - જેમાં છેડા છોલીને એક બીજા પર બેસાડવામાં આવે છે. સo ક્રિo એવો સાંધો કરવો; છેડા વણીને જોડવું (કપડા અંગે).

sca'rify (સ્કૅરિફાઇ), સo ક્રિo રૂમડી - - વહેતુર - મૂકવું; ખોતરીને ચામડી ઉખાડવી - લોહી કાઢવું; જમીનનું ઉપરનું પડ પોચું કરવું; સખત ટીકા કરીને દુઃખ દેવું.

scarlati'na (સ્કાર્લટીના), નાo લોહિતાંગ જ્વર, સંનિપાત.

scar'let (સ્કાર્લટ,-લિટ), નાoલાલચોળ રંગ, ચળકતો લાલ - કિરમજી - રંગ. વિo લાલચોળ. ~ *fever*, જેમાં ચામડી પર અળઈ જેવી લાલ ફોલ્લીઓ થાય છે એવો એક ચેપી તાવ. ~ *runner*, લાલ રંગનાં ફૂલવાળો સીંગવાળો વેલો.

scathe (સ્કેધ), નાo ઈજા, હાનિ, નુકસાન. સo ક્રિo -ને નુકસાન પહોંચાડવું. **sca-th'ing**, વિo સખત, ઝાટકો લાગે એવું. **scathe'less** (સ્કેધ્લિસ), વિo ઈજા પામ્યા વિનાનું, અક્ષત; સહીસલામત.

scatt'er (સ્કૅટર), ઉo ક્રિo આમ તેમ ફેંકવું, વેરવું, વેરવિખેર કરી નાખવું; પેરવું (બિયાં); ઉપર પાથરવું, છાંટવું; ચોમેર વિખેરાઈ-વેરાઈ - જવું; ચોમેર ભગાડી દેવું. **scatt'ered**, વિo વેરાયેલું, વેરવિખેર થયેલું. **scatter-brain**, નાo ભ્રાન્તચિત્ત માણસ, લાંબો વખત એક વસ્તુનો વિચાર ન કરી શકનાર.

scave'nge (સ્કૅવિંજ), ઉo ક્રિo ઝાડુવાળાનું કામ કરવું, રસ્તો સાફ કરવો. **scav-enger**, નાo ઝાડુવાળો, રસ્તો વાળનાર; મડદાં પર જીવનાર પ્રાણી; બદનક્ષી ને ગંદા વિષયમાં રાચનાર લેખક.

scenar'io (શેનારિઓ), નાo સિનેમા કે નાટકમાં રજૂ કરવાની વાર્તાની લિખિત રૂપરેખા; નાટકનાં પાત્રો, પ્રવેશો, ઇ.ની ક્રમવાર સૂચિ.

scene (સીન), નાo ખરી કે કલ્પિત ઘટના જ્યાં બની હોય તે જગ્યા - સ્થાન,

નાટકના પ્રસંગો જ્યાં બન્યા હોય તે સ્થાન; નાટકનો પ્રવેશ; મિજાજનું, વિ. ક. ગુસ્સાનું, પ્રદર્શન; મિજાજ ગરમ થઈને થયેલી ટપાટપી, દંગલ; રંગમંચ માટે રંગેલા પડદા, ઇ. સજાવટ; કુદરતી દેખાવ, દૃશ્ય. *make a* ~, બીજાઓના દેખતાં બોલાચાલી – ટપાટપી – કરવી. *behind the* ~*s*, પડદા પાછળ. **scene-painter**, ના૦ રંગભૂમિના દેખાવો ચીતરનાર. **scen'ery** (સીનરિ), ના૦ રંગભૂમિના દેખાવો, તેના પડદા, વગેરેસામગ્રી; કોઈ પ્રદેશનો સુંદર કુદરતી દેખાવ. **scene-shifter** ના૦ નાટકના પડદા બદલનાર. **scenic** (સીનિક), વિ૦ રંગભૂમિનું – સંબંધી; કુદરતી દેખાવ કે દૃશ્યનું; ચિત્રમય, મનોહર, સુંદર.

scent (સેન્ટ), સ૦ ક્રિ૦ સૂંઘવું, વાસ લેવી; સુગંધિત – સુવાસવાળું – કરવું; શાની ગંધ છે તે જોવા સૂંઘવું; સૂંઘાડીને ગંધની પાછળ મોકલવું; -ની ઉપર અત્તર ચોપડવું. ના૦ સુગંધ; ગંધ, વાસ; સુગંધી દ્રવ્ય, અત્તર; ભાગી જતું પ્રાણી પોતાની ગંધ મૂકતું જાય છે તે ગંધ (જેને લીધે શિકારી કૂતરા તેનો પીછો પકડી શકે છે); કૂતરા ઇ.ની સૂંઘવાની ઇન્દ્રિય. *put on a false* ~, ખોટે રસ્તે ચડાવવું. *off the* ~, ગંધ ભૂલેલું, અવળે માર્ગે ચડેલું. ~ *out*, આમ તેમ સૂંઘીને ખોળી કાઢવું, ગુનેગારને ખોળી કાઢવો.

scep'tic (સ્કે'પ્ટિક), ના૦ ધાર્મિક માન્યતા કે સિદ્ધાન્તોની સત્યતાની બાબતમાં શંકા ધરાવનાર; શંકા – સંશય – વાદી; [લૌ.] નાસ્તિક. **scep'tical** (–કલ), વિ૦ સંદેહવાળું, શંકાશીલ. **scep'ticism** (–સિઝ઼મ), ના૦ સંશયવાદ, જ્ઞાનમાત્ર સંદિગ્ધ છે એવો મત.

scep'tre (સે'પ્ટર), ના૦ રાજદંડ. **scep'tred** (સે'પ્ટર્ડ), વિ૦ જેના હાથમાં રાજદંડ – રાજસત્તા – છે એવું.

sched'ule (શે'ડ્યૂલ), ના૦ વિગતવાર નોંધવાળું પત્રક; અનુસૂચિ, યાદી, કોષ્ટક; સમયપત્રક. સ૦ ક્રિ૦ -નું પત્રક – યાદી – બનાવવી, પત્રકમાં નોંધવું, અનુસૂચિત કરવું.

schem'a (સ્કીમા), ના૦ (બ૦ વ૦ schemata). યોજના, રૂપરેખા. **schemat'ic** (સ્કીમૅટિક), વિ૦ યોજના – રૂપરેખા – નું–ના સ્વરૂપનું.

scheme (સ્કીમ), ના૦ રચના, વ્યવસ્થા; નકશો, રૂપરેખા; યોજના; યુક્તિ, દાવ, કાવતરું. ઉ૦ ક્રિ૦ યોજના ઘડવી; કાવતરું કરવું. **schem'er** (સ્કીમર), ના૦ યોજના ઘડનાર; કાવતરું કરનાર. **scheming**, વિ૦ કાવતરાખોર.

scher'zo (સ્કેર્ટ્સો), ના૦ [સં.] જુસ્સાવાળી રચના (સ્વતંત્ર અથવા કોઈ મોટી કૃતિના ભાગરૂપ).

schism (સિઝ઼મ), ના૦ ખ્રિસ્તી મંડળમાં પડેલી તડ – ફાટ; ભેદ, ફાટ. **schismat'ic**, વિ૦ ભેદ પાડનારું – પાડવાની વૃત્તિવાળું.

schist (શિસ્ટ), ના૦ જુદી જુદી જાતના થર કે પડનો બનેલો ખડક.

schol'ar (સ્કૉલર), ના૦ શાળામાં જનાર વિદ્યાર્થી, નિશાળિયો; ભણનાર, વિદ્યાર્થી; શિષ્યવૃત્તિ મેળવનાર; વિદ્વાન, પંડિત. **schol'arly**, વિ૦ વિદ્વત્તાભર્યું, પાંડિત્યવાળું; પંડિતના જેવું. **schol'arship** (સ્કૉલરશિપ), ના૦ વિદ્વત્તા, જ્ઞાન; શિષ્યવૃત્તિ.

scholas'tic (સ્કલૅસ્ટિક, સ્કૉ–), વિ૦ શાળાઓ કે કેળવણીનું – સંબંધી; યુરોપની મધ્યયુગની વિદ્યાનું – વિદ્વાનનું – સંબંધી. ના૦ યુરોપનો મધ્યયુગનો ખ્રિસ્તી ધર્મનો પંડિત – શિક્ષક.

school (સ્કૂલ), ના૦ શાળા, નિશાળ; શાળાનું મકાન; શાળાના વિદ્યાર્થીઓ; શાળાનો સમય; વિશિષ્ટ વિદ્યા કે વિષય શીખવનાર સંસ્થા; સમાન ધ્યેય કે કાર્યપદ્ધતિવાળા કળાકારો કે વિચારકોનું જૂથ – પંથ – મત – સંપ્રદાય; (બ૦ વ૦) ઑક્સફર્ડની પદવી પરીક્ષા. સ૦ ક્રિ૦ તાલીમ આપવી, કેળવવું; શિસ્તમાં – કાબૂમાં – આણવું, -ની ટેવ પાડવી. **school'fellow, school'mate**, ના૦ નિશાળમાં સાથે ભણનાર સહાધ્યાયી. **schooling**, ના૦ શાળાની (વિધિસરની) કેળવણી. **school'man**, ના૦ યુરોપની મધ્યયુગીન યુનિવર્સિટીમાં ખ્રિસ્તી ધર્મ, ધર્મશાસ્ત્ર, તત્ત્વજ્ઞાન, ઇ.નો શિક્ષક (ઍરિસ્ટૉટલના તર્કશાસ્ત્રને આધારે). **school'master**, ના૦ શાળાનો શિક્ષક. **school'mistress**, ના૦ શિક્ષિકા. **school'room**, ના૦ શાળાની ઓરડી.

school ના૦ (~ *of fish*), માછલીનો મોટો [જથ્થો.

schoon'er (સ્કૂનર), ના૦ બે કે વધુ ડોલ-વાળું સાંકડું વહાણ; સઢવાળું મોટું વહાણ.

schottische' (શૉટીશ), ના૦ એક જર્મન ગોળ–વર્તુળાકાર–નૃત્ય.

sciat'ic (સાયેટિક), વિ૦ થાપાનું–સંબંધી; સાયેટિકા રોગવાળું. ના૦સાયેટિકા રોગનો દરદી. **sciat'ica** (સાયેટિકા),ના૦ થાપા ને જાંઘના મજ્જાતંતુમાં થતું દરદ, જંઘાપૃષ્ઠશૂળ, રાંઝણ.

sci'ence (સાયન્સ), ના૦ પદ્ધતિસર ગોઠવેલું જ્ઞાન, વિજ્ઞાન, શાસ્ત્ર; વિજ્ઞાનની કોઈ વિશિષ્ટ શાખા; બધાં પ્રાકૃતિક–ભૌતિક–શાસ્ત્રો મળીને બનેલું વિજ્ઞાન; કશુંક બનાવવાનું પદ્ધતિસરનું જ્ઞાન. **scientif'ic** (સાયન્ટિફિક), વિ૦ વિજ્ઞાન કે શાસ્ત્રને લગતું; વિજ્ઞાનના સિદ્ધાન્તો પ્રમાણેનું, વૈજ્ઞાનિક.

scimitar (સિમિટર), ના૦ નાની વાંકી તલવાર, કટાર.

scintill'a (સિન્ટિલા), ના૦ તણખો, ચિન-ગારી; રજ, કણ. **scin'tillate** (સિન્ટિ-લેટ), અ૦ ક્રિ૦ ચળકવું; ઝગમગવું; -માંથી તણખા નીકળવા; (વિનોદના) ફુવારા ઊડવા. *scintillating talk*, ચાતુર્યભરી, અને મનોરંજક વાતચીત– પ્રવચન. **scintilla'-tion**, ના૦ ચળકાટ, ઝગમગાટ.

sci'on (સાયન), ના૦ વંશજ; ખાનદાન કુટુંબનું સંતાન; કલમ કરવા માટેનો રોપો, કલમ.

scissors(સિઝર્ઝ઼) ના૦ બ૦ વ૦ કાતર (*pair of ~* પણ).

scleros'is (સ્ક્લીરોસિસ, સ્કિલ–), ના૦ [આયુ.](બહુધા઼ઘડપણને લીધે)રક્તવાહિનીઓનું કઠણ બનવું તે. **sclerot'ic** (–રોટિક),વિ૦.

scoff (સ્કૉફ), અ૦ ક્રિ૦ હાંસી કરવી, હસી કાઢવું; તિરસ્કાર કરવો. ના૦ હાંસી મશ્કરી;ટોણો; હાસ્યાસ્પદ વ્યક્તિ. **scoff'er**, ના૦ (વિ. ક. ધર્મનો) નિંદક, ઠેકડી કરનાર.

scold (સ્કોલ્ડ), ઉ૦ ક્રિ૦ વઢવું, ઘાંટા પાડીને ઠપકો આપવો, ખખડાવવું. ના૦ વઢકણી સ્ત્રી, કર્કશા, ત્રાટિકા. **scold'ing** ના૦ ઠપકો, વઢવું તે.

scoll'op (સ્કૉલપ), ના૦ જુઓ scallop.

sconce (સ્કૉન્સ), ના૦ હાથાવાળું કે ભીંતે ટાંગવાનું મીણબત્તીનું વાલશેટ.

scone (સ્કોન), ના૦ જવ કે ઘઉંના લોટની શેકેલી ગળી પોચી રોટી–કેક.

scoop (સ્કૂપ), ના૦ ડોઈ, મોટો ચમચો, પળો, કડછો; કોલસા કાઢવાનો ટૂંકા હાથાવાળો ઊંડો તાવડો; કાદવ, ઇ. ખોદી કાઢવાના યંત્રની ડોલ; અર્ધગોળ ફરસી જેવું શસ્ત્રવૈદ્યનું ઓજાર; ઝપાટામાં કરેલો નફો; કોઈ છાપાના પોતાના નોખા સમાચાર; બીજાના કરતાં પહેલાં પ્રગટ કરેલા સમાચાર. સ૦ ક્રિ૦ ડોઈ ડોઈ ભરીને પાણી, ઇ. કાઢવું–ઉલેચવું; ખાડો ખોદવો, પોલાણ કરવું; એકદમ પગલું ભરીને મોટો નફો કરવો.

scoot (સ્કૂટ), અ૦ ક્રિ૦ બાણની જેમ ઊડવું, એકદમ દોડી જવું.

scoot'er (સ્કૂટર), ના૦ લાંબા હાથાવાળું પગ મૂકવા માટે પાટિયું જડેલા પૈડાવાળું રમકડું; એવું સાઇકલની જગ્યાએ વપરાતું મોટરથી ચાલતું વાહન, 'સ્કૂટર'.

scope (સ્કોપ), ના૦ નિરીક્ષણનું કે કાર્યનું ક્ષેત્ર; દૃષ્ટિ–સત્તા–મર્યાદા; માર્ગ, અવકાશ, તક.

scorbut'ic (સ્કૉરબ્યૂટિક), વિ૦ આગરુનું–ના જેવું–વાળું.

scorch (સ્કૉર્ચ), ઉ૦ ક્રિ૦ શેકવું, ઉપરથી બાળવું; દઝાડવું; ખૂબ ઝપાટામાં મોટર હાંકવી. *~ed earth policy*, આક્રમક શત્રુને ઉપયોગી થાય એવી બધી વસ્તુઓ ખસેડી લેવાની અથવા તેમનો નાશ કરવાની નીતિ, ધીકતી ધરાની નીતિ.

score (સ્કોર), ના૦ કાપો, આંકો; આંકેલો કે કાપીને કરેલો લીટો; લીટા કે આંકા કરીને રાખેલો દારૂનો હિસાબ; ગણતરી; રમતમાં કરેલા હાથ, દોડ, ઇ.; [સં.] ગીતની પ્રત. *on that ~*, એ મુદ્દા પર–કારણસર. *on the ~ of*, -ને કારણે. *pay off old ~s*, જૂનાં અપકૃત્યોનો બદલો લેવો. ઉ૦ ક્રિ૦ નિશાનીઓ–લીટીઓ–દોરવી કે કાપા પાડવા; રમતમાં દાવ, દોડ, ઇ. ની નોંધ કરવી; રમતના ગુણ, હાથ, ઇ. મેળવવા; -ની ઉપર સરસાઈ મેળવવી; અણિયાળી વસ્તુ વડે ખોતરવું. *~ off*, -ને અપમાનિત કરવું; દલીલ, ઇ.માં હરાવવું. *~ out*, છેકો મારવો. *~ under*, નીચે લીટી દોરવી. **scor'er** (સ્કોરર),

ના૦ રમતમાં હાથ, દાવ, દોડ ઇ. નોંધનાર.
score, ના૦ વીસનો જથ્થો, કોડી.
scorn (સ્કૉર્ન), ના૦ તિરસ્કાર, ધિક્કાર, અનાદર; તિરસ્કૃત વસ્તુ. સ૦ ક્રિ૦ -નો તિરસ્કાર કરવો; અયોગ્ય – ખરાબ – માનીને તેથી દૂર રહેવું – કરવાની ના પાડવી. **scorn'ful**, વિ૦તિરસ્કારવાળું – સૂચક. [[ખ.]વૃશ્ચિક રાશિ.
scor'pion (સ્કૉર્પિઅન), ના૦ વીંછી, વૃશ્ચિક;
Scot (સ્કૉટ), ના૦ સ્કૉટલન્ડનું વતની.
Scotch, વિ૦ સ્કૉટલન્ડનું – માં કરેલું – માં થયેલું; સ્કૉટલન્ડના લોકોનું. ના૦ સ્કૉટલન્ડના લોકો બોલે છે તે અંગ્રેજી; સ્કૉટલન્ડનો દારૂ.
Scottish (સ્કૉટિશ), વિ૦ સ્કૉટલન્ડનું. ના૦ સ્કૉટલન્ડની ભાષા. **Scotticism** (સ્કૉટિસિઝ્મ), ના૦ સ્કૉચ રૂઢિપ્રયોગ, શબ્દ,ઇ.
scotch (સ્કૉચ), સ૦ ક્રિ૦ (પૈડું, ઇ.ને) ફાચર કે ઢીમચા વડે નીચે ગબડી જતું અટકાવવું; ઊંગટ – અટકણ – મૂકવું; જખમી કરવું, ઈજા ન કરી શકે તેમ કરવું; મારી નાંખવું; દબાવી દેવું.
scot-free (સ્કૉટ્ફ્રી), વિ૦ કશું આપવામાંથી – કરવેરામાંથી – મુક્ત; ઈજા કે સજા પામ્યા વિનાનું, સુરક્ષિત.
scoun'drel (સ્કાઉન્ડ્રલ), ના૦ દુષ્ટ માણસ; લુચ્ચો, હરામખોર. **scoun'drelly**, વિ૦.
scour' (સ્કાવર), સ૦ક્રિ૦ ઘસીને સ્વચ્છ કે ચળકતું કરવું, અજવાળવું; ઘસી કાઢવું–નાખવું.
scour, ઉ૦ ક્રિ૦ રખડવું, -માં ફરી વળવું, ઉપરથી જલદી પસાર થવું; ઝપાટાથી શોધાશોધ કરવી.
scourge (સ્કર્જ), ના૦ચાબુક, કોરડો; શાપ, દૈવી કોપ; મોટી આફત, વ્યાપક રોગચાળો, ઇ. સ૦ ક્રિ૦ ચાબુક – કોરડા – નો માર મારવો, સખત સજા કરવી; દુઃખ દેવું.
scout (સ્કાઉટ), ના૦ શત્રુની કે આસપાસના પ્રદેશની બાતમી મેળવવા મોકલેલો માણસ; બૉય સ્કાઉટ, બાલવીર; [ઑક્સફર્ડમાં] કૉલેજનો નોકર. અ૦ ક્રિ૦ તપાસ કરવા જવું; સ્કાઉટ તરીકે કામ કરવું. *~ round for*, કશાકની શોધમાં જવું.
scout, સ૦ક્રિ૦ ધુતકારવું, તિરસ્કારપૂર્વક ફગાવી દેવું. *~ an idea*, સૂચના, ઇ.નો વિચાર કરવાની ના પાડવી.
scow (સ્કાઉ), ના૦ (રેતી, કપચી, ઇ. લઈ જવા માટે વપરાતી) સપાટ તળિયાવાળી હોડી.
scowl (સ્કાઉલ), અ૦ ક્રિ૦ ભમર ચડાવવી, ડોળા કાઢવા. ના૦ ભમર ચડાવવી તે; ત્રાસેલી – ક્રોધી – મુદ્રા.
scrabble (સ્ક્રૅબલ), અ૦ ક્રિ૦ કાગળ પર ફાવે તેવા લીટા કરવા; ફંફોસવું, ફંફોસતા ચાલવું; હાથપગ ટેકવીને ચાલવું.
scrag (સ્ક્રૅગ), ના૦ હાડકાં ને ચામડીવાળો – સુકલકડી – માણસ; મરેલા પ્રાણીનો હાડકાંવાળો સાવ હલકો ભાગ (ખોરાક તરીકે). સ૦ક્રિ૦ લટકાવીને કે ડોક મચડીને મારી નાખવું. **scragg'y**, ના૦સુકલકડી, પાતળું ને હાડકાં નીકળેલું.
scramble (સ્ક્રૅમ્બલ), ઉ૦ ક્રિ૦ હાથપગ ટેકવીને ઝટ ઊભા થવું – ચાલવું – આગળ વધવું; કશાકનો ભાગ મેળવવા માટે બીજાઓ સાથે ઝઘડવું – પડાપડી કરવી, ઝૂંટાઝૂંટ કરવી. ના૦ ખાડાટેકરાવાળી જગ્યા પર ચાલવું તે, હાથપગ ટેકવીને ચડવું તે; (કશુંક મેળવવા માટે) પડાપડી – ખેંચાખેંચ. – ઝૂંટાઝૂંટ. *~d eggs*, ફોડીને માખણમાં રાંધેલાં ઈંડાં.
scrap (સ્ક્રૅપ), ના૦ ટુકડો, કકડો; કાપલી, ચીંદરડી; છાપામાંથી કાપેલું ચિત્ર, કાપલી; લોઢાના નકામા ટુકડા; ઝઘડો, ટપાટપી; (બ૦વ૦) છાંડેલું, એઠવાડ. ઉ૦ ક્રિ૦ નકામું ગણીને ફેંકી દેવું, નાખી દેવું. *~ iron*, લોઢાના નકામા કટકા, લોઢાનો ભંગાર. *have a ~ (with)*, -ની સાથે ઝઘડો થવો–કરવું. **scrap-book**, ના૦ છાપાંની કાપલીઓ, ચિત્રો, ઇ. ચોડી રાખવાની ચોપડી. **scrap-heap**, ના૦ઉકરડો, કચરાનો ઢગલો. **scrappy**, વિ૦ ભંગારનું બનેલું; ભાંગ્યુંતૂટ્યું, તૂટક, અપૂર્ણ.
scrape (સ્ક્રેપ), ઉ૦ ક્રિ૦ ઘસીને, છોલીને-સરખું કે સપાટ કરવું; માંજવું, છોલવું, સાફ કરવું; છરીચપ્પુથી છોલી કાઢવું; (ખુરશી, ઇ.) ખરરર કરીને ખેંચવું; કરકસર કરીને મહામહેનતે ભેગું કરવું; (વાદ્ય) બેસૂરું વગાડવું. *~ up*, મુશ્કેલીથી પૈસા ભેગા કરવા. *~ acquaintance with*, કોઈની સાથે થોડોક પરિચય કરવો. *~ through an examination*, જેમ તેમ કરીને પરીક્ષામાંથી પસાર થવું.

~ *together*, થોડું થોડું કરીને મુશ્કેલીથી ભેગું કરવું. ના૦ છોલવાની કે ઘસવાની ક્રિયા; ખરરર અવાજ; ગૂંચવણ, સંકટ. *get into ~s*, આફતમા પડવું. **scrap'er** (સ્ક્રૅપર), ના૦ બારણાની બહાર જોડાનાં તળિયાં સાફ કરવા માટેની ધાતુની પટી, ઇ.; પગલૂછણું.

scratch (સ્ક્રૅચ), ઉ૦ ક્રિ૦ (નખ, નહોર, ઇ. વડે) ઉઝેડવું, ઉઝરડા પાડવા, ખોતરવું; ખજવાળવું, વલૂરવું; છેકવું; હરીફાઈમાંથી નામ પાછું ખેંચી લેવું – કાઢી નાંખવું. ના૦ ઉઝરડો; ઉઝરડો પડવાનો અવાજ; છેકો; શરતમાં જ્યાંથી નીકળવાનું હોય તે લીટી. *come up to (the) ~*, અપેક્ષા – આશા – પ્રમાણે પાર ઊતરવું. વિ૦ ઉતાવળમાં – ઊડઝૂડ – લીધેલું કે ભેગું કરેલું; ટૂંકી મુદતની સૂચનાથી કરેલું, પૂર્વતૈયારી વિનાનું. *~ player*, કોઈ પણ જાતના પ્રાથમિક લાભ વિના શૂન્યથી દાવ કે હાથ ગણનારો. *~ collection*, ફાવે તેમ ભેગો કરેલો સંગ્રહ. **scratch'y**, વિ૦ આડાઅવળા લીટાવાળું; બેદરકાર, આવડત વિનાનું.

scrawl (સ્ક્રૉલ), ઉ૦ ક્રિ૦ ઘસડવું, ચીતરી કાઢવું, ઉતાવળમાં ઘસડી કાઢવું; અર્થહીન નિશાનીઓ કરવી. ના૦ ચિતરામણ જેવા અક્ષર; ઉતાવળથી લખેલો કાગળ. [કેવળ હાડચામ.

scrawny (સ્ક્રૉનિ), વિ૦ પાતળું, સુકલકડી,

scream (સ્ક્રીમ), ઉ૦ક્રિ૦ (દરદ, ભીતિ, ઇ. થી) ચીસ પાડવી; ખૂબ મોટેથી બોલવું, ગાવું, હસવું, ઇ. ના૦ ચીસ, તીણી બૂમ. [ઢાળ.

scree (સ્ક્રી), ના૦ છૂટા પથ્થરોથી ઢંકાયેલો

screech (સ્ક્રીચ), ના૦ ભય વેદના, ઇ.ની તીણી બૂમ – ચીસ. અ૦ ક્રિ૦ મોટેથી ચીસ પાડવી, તીણા કકર્શ અવાજથી બૂમ પાડીને કહેવું.

screed (સ્ક્રીડ), ના૦ કંટાળો ઉપજાવે એવું લાંબુ લખાણ, કાગળ કે ફરિયાદોની યાદી.

screen (સ્ક્રીન), ના૦ આડ, પડદો, આંતરો; [અમે.] તારની જાળી; ખ્રિસ્તી દેવળમાં 'નેવ' (સભામંડપ) અને 'ક્વાયર' (ભજનમંડળી બેસવાની જગ્યા) વચ્ચેની દીવાલ કે આંતરો; સિનેમા, ઇ.નાં ચિત્રો બતાવવાનો પડદો; કોલસા, કાંકરા, ઇ. ચાળવાનો ચાળણો; પુસ્તકોમાં છાપવા માટે ચિત્રોના બ્લૉક બનાવવામાં વપરાતી જાળી. સ૦ ક્રિ૦ છુપાવવું; રક્ષણ આપવું; સિનેમાના પડદા પર બતાવવું; ચાળણા વડે ચાળી કદ પ્રમાણે નાના મોટા કોલસા જુદા પાડવા.

screw (સ્ક્રૂ), ના૦ પેચનો ખીલો, પેચ, ઇસ્ક્રૂ; દબાણ – દાબ – કરવા માટેના યંત્રમાંનો લાકડાનો કે ધાતુનો સ્ક્રૂ; પાણી કે હવામાં આગબોટ કે વિમાનને આગળ ચલાવવાનો પંખા જેવો સ્ક્રૂ; બાજુએથી થતી વક્ર ગતિ; કામનું નિયમિત મહેનતાણું; કસીને સોદો કરનાર; ચિંગૂસ, મખ્ખીચૂસ. *have a ~ loose*, સ્ક્રૂ ઢીલો હોવો, મગજ અસ્થિર હોવું. *put the ~(s) on*,- ની ઉપર દબાણ કરવું. ઉ૦ ક્રિ૦ પેચ–સ્ક્રૂ– ફેરવવો, પેચવતી સજ્જડ કરવું; ઉપર દબાણ કરવું; -ની પાસેથી (પૈસા, ઇ.) કઢાવવું; અતિ ચિંગૂસાઈ કરવી. *~ up* one's *courage*, નિશ્ચય કરીને હિંમત કરવી. **screw-driver** (સ્ક્રૂડ્રાઇવર), ના૦ પેચકસ, ડિસમિસ. **screw-propeller** ના૦ જહાજ ચલાવનારો પંખો.

scribble (સ્ક્રિબલ), ઉ૦ ક્રિ૦ ઉતાવળથી ને બેદરકારીથી લખવું, ઘસડી–ચીતરી–કાઢવું. ના૦ ઉતાવળથી લખેલું – માલ વિનાનું – લખાણ, ઉતાવળમાં ઘસડેલી ચિઠ્ઠી.

scribe (સ્ક્રાઇબ), ના૦ [ઇતિ.] કારકુન કે મુનીમ; લહિયો; યહૂદી કાયદાનો જાણકાર–ધર્મશાસ્ત્રી.

scrimm'age (સ્ક્રિમિજ), **scrummage** (સ્ક્રમિજ), ના૦ લડાઈ, ઝપાઝપી, ટંટો, દંગલ; [રુગ્બિ.] દડો જમીન પર હોય અને આગળના રમનારાઓ બધા તેની આસપાસ ભેગા થયા હોય એવી પરિસ્થિતિ – ધમાચકડી. (સંક્ષેપ scrum.)

scrimp (સ્ક્રિમ્પ), ઉ૦ ક્રિ૦ ઓછું આપવું, ચિંગૂસાઈ કરવી. **scrimp'y**, વિ૦ ઓછું, અલ્પ; ચિંગૂસિયું.

scrim'shank (સ્ક્રિમ્શૅન્ક), અ૦ ક્રિ૦ [લશ્ક. બોલી] ફરજ ચૂકવી, પોતાનું કામ છોડી દેવું, [પત્ર – સર્ટિફિકેટ.

scrip (સ્ક્રિપ), ના૦ શૅર, ઇ.નું કાચું પ્રમાણ-

script (સ્ક્રિપ્ટ), ના૦ હાથનું લખાણ; (હાથે) લખેલો દસ્તાવેજ; રેડિયો પર બોલનારના ભાષણનું–રજૂ કરવાનું– લખાણ – પાઠ.

scrip'ture (સ્ક્રિપ્ચર), ના૦ પવિત્ર – ધર્મ –પુસ્તક; બાઇબલ; બાઇબલનું વાક્ય. **scrip-**

tural (-ચરલ) વિ૦ ધર્મગ્રંથનું-સંબંધી; બાઇબલ પર આધારેલું.

scriv'ener (સ્ક્રિવનર), ના૦ [ઐતિ.] દસ્તાવેજ લખનાર, મુસદ્દો ઘડનાર.

scrof'ula (સ્ક્રૉફ્યુલા), ના૦ કંઠમાળ, ગંડમાળ. **scrof'ulous**, વિ૦ ગંડમાળવાળું.

scroll (સ્ક્રોલ), ના૦ કાગળ કે ચર્મપત્રનો વીંટો-ભૂંગળું; પ્રાચીન કાળનું લાંબા કાગળ પર લખેલું ભૂંગળાના આકારનું પુસ્તક, લખોટો.

scrounge (સ્ક્રાઉંજ), ઉ૦ ક્રિ૦ ભીખ માગવી; લઈને પાછું ન આપવું, પડાવવું.

scrub (સ્ક્રબ), ઉ૦ ક્રિ૦ બહુ જોરથી ઘસવું, વાળાકૂંચી-બ્રશ-વગેરેથી ઘસીને સાફ કરવું, પોતું કરવું. ના૦ ઘસીને સાફ કરવું તે.

scrub, ના૦ ઝાડવાં-ઝાંખરાં-(વાળી જમીન). **scrubb'y**, વિ૦ ઠીંગણું, હિમાયેલું. ઠીંગરાયેલું; અનાકર્ષક.

scruff (સ્ક્રફ), ના૦ ગરદન, બોચી. *by the ~ of the neck*, બોચી પકડીને.

scrum (સ્ક્રમ), ના૦ ફૂટબૉલની ધમાચકડી; તોફાન, મારામારી.

scrump'tious (સ્ક્રમ્પ્શસ), વિ૦ આનંદદાયક, શ્રેષ્ઠ કોટિનું; સ્વાદિષ્ટ.

scrunch (સ્ક્રંચ), ઉ૦ ક્રિ૦ કુરકુર (અવાજ) કરીને ચાવવું. ના૦ એવી રીતે ચાવવાનો અવાજ.

scru'ple (સ્ક્રૂપલ), ના૦ ૨૦ ગ્રેન (૧/૯ તોલા)નું નાનું વજન; રજ, કણ; કોઈ કાર્યની નીતિમત્તા, ઔચિત્ય, ઇ.ની બાબતમાં શંકા, આંચકો; અંદેશો; પાપભીરુતા. અ૦ ક્રિ૦ ખંચાવું, ખટકવું, અનીતિ-અનૌચિત્ય-થી બીને પાછા હઠવું. **scru'pulous** (સ્ક્રૂપ્યુલસ), વિ૦ પોતાને હાથે કશું ખોટું ન થાય તેની કાળજી લેનારું; પાપભીરુ; શુદ્ધ દાનતવાળું; ચોક્કસ, ઝીણી ઝીણી બાબતોમાં કાળજી લેનારું, અતિસાવધાન.

scru'tinize (સ્ક્રૂટિનાઇઝ઼), સ૦ ક્રિ૦ ઝીણવટથી જોવું; કાળજીપૂર્વક તપાસવું. **scrutineer'**, ના૦ મતપત્ર તપાસનાર. **scru'tiny** (સ્ક્રૂટિનિ), ના૦ ઝીણવટભરી તપાસ, પરીક્ષણ, ચકાસણી.

scud (સ્કડ) અ૦ ક્રિ૦ એકદમ સરકી જવું; [નૌકા.] સઢની મદદ વિના પવન આગળ હંકાર્યાં જવું. ના૦ સરકી જવું તે; પવનથી તણાતી આછી વાદળીઓ.

scuffle (સ્કફલ); ના૦ અને અ૦ ક્રિ૦ બાઝાબાઝી-બાથંબાથા-મારામારી-(કરવી).

scull (સ્કલ), ના૦ નાનું હલેસું. ઉ૦ ક્રિ૦ હલેસાં મારવાં, હલેસાં મારીને હોડીને આગળ ચલાવવી. **scull'er** (સ્કલર), ના૦ હલેસાં વતી ચલાવાતી નાની હોડી-મછવો; હલેસાં મારનાર.

scull'ery (સ્કલરિ), ના૦ રસોઈનાં વાસણ ધોવામાંજવાની ઓરડી; રસોડાનો પાછલો ભાગ.

scull'ion (સ્કલ્યન), ના૦ (રસોઈનાં) વાસણ-કૂસણ માજનાર-સાફ કરનાર.

sculp'tor (સ્કલ્પ્ટર), ના૦ પથ્થર, ઇ.ની મૂર્તિઓ ઘડનાર, શિલ્પી. **sculp'tress** (-ટ્રિસ), ના૦ સ્ત્રી૦.

sculp'ture (-ચર), ના૦ મૂર્તિશિલ્પ, શિલ્પકળા; શિલ્પકૃતિઓ. ઉ૦ ક્રિ૦ -ની મૂર્તિ બનાવવી, શિલ્પમાં રજૂ કરવું; શિલ્પકામ કરવું.

scum (સ્કમ), ના૦ પ્રવાહી પદાર્થ પર (વિ. ક. ઊકળતા) બાઝતો-તરતો-મેલ, કચરો, કીટું; કચરો, નિતરામણ; [લા.] નકામો ભાગ, મેલ, કચરો. *~ of the earth*, અધમ લોકો, દુનિયાનો ઉતાર.

scupp'er (સ્કપર), ના૦ તૂતક પરનું પાણી કાઢવા માટેનું વહાણની બાજુમાંનું કાણું.

scurf (સ્કર્ફ), ના૦ ખોડો; ચામડી પર બાઝેલા પોપડા; કશાકની ઉપર ચોંટેલી વસ્તુ, થર, પોપડો. **scurf'y**, વિ૦ ખોડાવાળું; પોપડો બાઝેલું.

scu'rrilous (સ્કરિલસ), વિ૦ ગાળાગાળી કરનારું, બેફાટ બોલનારું; અશ્લીલ. **scurril'ity** (-લિટિ), ના૦ ગાળાગાળી, ગ્રામ્ય અને બીભત્સ બોલવું તે; અશ્લીલતા.

scu'rry (સ્કરિ), અ૦ ક્રિ૦ ઉતાવળા કે ધાંધલમા આમતેમ ચાલવું-દોડવું. ના૦ ઉતાવળા દોડવું તે; દોડવાનો અવાજ; ઉતાવળ, ધાંધલ.

scurv'y (સ્કર્વિ), વિ૦ નજીવું; હલકું, તુચ્છ, નીચ. ના૦ ખોરાકમાં તાજાં ફળ અને શાકભાજીને અભાવે (વિ.ક. ખારવાઓમાં) થતો એક રોગ, જેમાં દાંત ને પેઢાંમાંથી લોહી નીકળે છે અને મોઢું ગંધાય છે; આગરુ રોગ.

scut (સ્કટ), નાο (સસલું, ઇ.ની) ટૂંકી પૂછડી.

scutch'eon (સ્કચન), નાο ઢાલ, જેની ઉપર કુળનાં ચિહ્નો ચીતરવામાં આવે છે; નામની તકતી. *a blot on the* ~, કુળને કલંક – એબ – (લગાડનારી વસ્તુ).

scutt'er (સ્કટર), અο ક્રિο ધાંધલમાં કે ભડકીને આમ તેમ દોડવું. [ખોખું – ડબ્બો.

scutt'le (સ્કટલ), નાο કોલસા ભરવાનું

scutt'le, નાο ઘરની દીવાલ કે છાપરામાં અથવા વહાણના તૂતકમાં કે ખાજુમાં ઢાંકણાવાળું બાકું – બારી. સο ક્રિο વહાણ ડુબાડી દેવા માટે તેમાં કાણું પાડવું; વહાણમાં કાણું પાડીને તેને ડુબાડવું.

scutt'le, અο ક્રિο અને નાο ઉતાવળે પગે દોડવું; નાસી જવું; મુશ્કેલી કે સંકટમાંથી ભાગી જવું.

Scyll'a (સિલા), નાο મસીનાની સામુદ્રધુનીની એક બાજુએ આવેલા ખડક પર રહેનારો છ માથાંવાળો રાક્ષસ. *between* ~ *and Charybdis* (કરિબ્ડિસ), સિલા રાક્ષસ અને કરિબ્ડિસનો ભમરો મસીનાની સામુદ્રધુનીની બે બાજુએ એવી રીતે આવેલા કે કોઈ એકના સકંજામાં સપડાયા વિના ત્યાંથી પસાર થવું ખહુ જ મુશ્કેલ હતું, તેની જેમ જ બે સંકટો વચ્ચે (સપડાયેલું).

scythe (સાઇધ) નાο બે હાથે વાપરવાનું લાંબા હાથાવાળું દાતરડું – કાપણીનું ઓજાર; વાંકી તલવાર. સοક્રિο દાતરડા વતી વાઢવું – કાપણી કરવી.

sea (સી), નાο દરિયો, સમુદ્ર; મહાસાગર; દરિયાનો ઉછાળો, મોટું મોજું; કશાકનો વિપુલ વિસ્તાર અથવા જથો. *be at* ~, ગોથાં ખાતું હોવું, ભૂલમાં ભમતું હોવું. *go to* ~, ખલાસી બનવું. *put to* ~, દરિયામાં હંકારી જવું. *the high* ~*s*, ખુલ્લો – ભર – દરિયો. ~ *level*, કોઈ પણ સ્થળની ઊંચાઈ માપવા માટે પાયા તરીકે ગણાતી સમુદ્રની (પાણીની) સપાટી. ~ *lion*, મોટા કાન તથા યાળવાળા સીલની એક જાત.

sea anemone (સી-અનેમનિ), નાο ફૂલના આકારનું પ્રાથમિક સ્વરૂપનું એક દરિયાઈ પ્રાણી.

sea'board (સીબોર્ડ), નાο દરિયાનો કાંઠો, કાંઠાનો પ્રદેશ.

sea-borne (સીબૉર્ન), વિο (વેપાર, માલ) દરિયા માર્ગે ચાલતું – લઈ જવાતું.

sea'-cow નાο માછલી જેવું દરિયામાં રહેતું એક મોટું સસ્તન પ્રાણી.

sea'-dog, નાο વૃદ્ધ ખલાસી.

sea'faring (સીફેરિંગ), વિο વહાણવટું કરનારું, દરિયો ખેડનારું.

sea front, નાο શહેરનો દરિયાકાંઠાનો ભાગ.

sea-girt, વિο દરિયાથી ઘેરાયેલું, ચોમેર દરિયાવાળું [પક્ષી.

sea'-gull (સીગલ), નાο એક દરિયાઈ

sea'-horse નાο લાંબા દાંતવાળું મોટા કદનું એક દરિયાઈ પ્રાણી – માછલી.

sea'-kale (સીકેલ), નાο શાક તરીકે વપરાતી એક જાતની વનસ્પતિ.

seal (સીલ), નાο સિક્કો, ચાંપવાની મહોર, મુદ્રા; ચાંપેલી મહોર, છાપ; કોઈ વાતની ખાતરી કરાવવા માટે – તે પૂરી થઈ છે તે સૂચવવા માટે – આપેલી વસ્તુ કે કરેલું કામ. સο ક્રિο ઉપર છાપ – મહોર – મારવી; લાખ વગેરેથી બંધ કરવું: સજ્જડ – ન ઊઘડે એવી રીતે – હવા અંદર ન પેસે એવી રીતે – બંધ કરવું; કાયમ કરવું. **sealing-wax**, નાο મહોર કરવા માટેની લાખ.

seal, નાο કીમતી રુવાંટીવાળું એક દરિયાઈ પ્રાણી, 'સીલ'.. અοક્રિο સીલનો શિકાર કરવો.

sea-legs, નાο બο વο ડોલતા વહાણ પર સ્વસ્થપણે ફરવાની આવડત, દરિયાઈ મુસાફરીની ટેવ.

seam (સીમ), નાο સાંધ; સીવણ, ઓટણ; બે જાડા થર વચ્ચેનો પાતળો થર (વિ. ક. કોલસાનો). સο ક્રિο સીવવું, સાંધવું, જોડવું; સાંધ, સળ, ઇ. પાડવું. **seam'stress semp'stress** (સે'મ્સ્ટ્રિસ), નાο સીવણકામ કરનાર સ્ત્રી, દરજણ. **seam'y** (સીમિ), વિο સાંધવાળું, સાંધ દેખાય એવું. *the* ~ *side*, સાંધવાળી – સાંધ દેખાય એવી – બાજુ; [લા.] (જીવનની) અનાકર્ષક – હલકી અને દુ:ખદાયક – બાજુ.

sea'man (સીમન), નાο (બοવο -men). ખારવો, બાહોશ ખલાસી – નાવિક. **sea'**-

manship, ના૦ વહાણ ચલાવવામાં કુશળતા.
sea'-mew (સીમ્યૂ), ના૦ એક દરિયાઈ પ્રાણી – પક્ષી (sea-gull).
se'ance (સેઆંસ), ના૦ કોઈ મંડળની સભા – બેઠક; મૃતાત્માઓને બોલાવવાનો પ્રયત્ન કરવા માટેની સભા.
sea'plane (સીપ્લેન), ના૦ પાણી પરથી ઊડી શકે ને તે પર ઊતરી શકે એવું હવાઈ જહાજ. [બંદરવાળું શહેર.
sea'port (સીપૉર્ટ), ના૦ દરિયાકાંઠાનું
sear (સિઅર), સ૦ ક્રિ૦ સૂકવવું, કરમાવવું, ચિમળાવવું; કઠણ – લાગણી વિનાનું – બનાવવું; ડામવું. વિ૦ કરમાઈ – સુકાઈ – ગયેલું, સૂકું, કઠણ.
search (સર્ચ), ઉ૦ ક્રિ૦ શોધવું, ખોળવું; બારીકાઈથી તપાસ કરવી. ના૦ શોધ, ખોળ; તપાસ. **search'ing** (સર્ચિંગ), વિ૦ બારીક, છણીછણીને કરેલું; (કસોટી) પૂરેપૂરું. ના૦ *~s of the heart*, કોઈ વાંક કે દોષને લીધે મનમાં ઊઠતી શંકાકુશંકાઓ. **search-light**, ના૦ કોઈ પણ દિશામાં ફેરવી ઝળહળતો પ્રકાશ પાડી શકાય એવો વીજળીનો દીવો, સર્ચલાઇટ. **search-warrant**, ના૦ ઝડતીનો હુકમ કે અધિકારપત્ર.
sea ro'ver (સીરોવર), ના૦ ચાંચિયો; દરિયા પર લૂંટ કરનારું વહાણ. [ચિત્ર.
sea'scape (સીસ્કેપ), ના૦ દરિયાના દેખાવનું
sea ser'pent (સીસર્પન્ટ), ના૦ દરિયામાં રહેનાર સાપ; એક કાલ્પનિક દરિયાઈ રાક્ષસ.
sea-shore' (સીશોર), ના૦ દરિયાકિનારો.
sea'sick (સીસિક), વિ૦ વહાણમાં ડોલવાથી ફેર – ઓકારી – આવી હોય એવું.
sea'side (સીસાઇડ), વિ૦ અને ના૦ દરિયાકિનારા પરનું (સ્થળ – પ્રદેશ) (વિ. ક. હવા ખાવાનું).
seas'on (સીઝ઼ન), ના૦ ઋતુ, મોસમ; યોગ્ય કાળ – અવસર, અમુક કામ માટેનો કાળ – મોસમ; વિપુલ પાકનો કાળ, મોસમ. ઉ૦ ક્રિ૦ યોગ્ય, લાયક કે કાર્યક્ષમ બનાવવું કે થવું; મસાલો ઇ. નાખી સ્વાદિષ્ટ બનાવવું; (લાકડું, ઇ.)ને બે ત્રણ મોસમ ખવડાવી – સૂકવી કરી – પાકું – રીઢું – બનાવવું. *in ~*, ખરે – યોગ્ય – પ્રસંગે, વેળાસર. *in ~ and out of ~*, વખતે કવખતે, ગમે ત્યારે. **seas'onable** (સીઝ઼નબલ), વિ૦ મોસમને અનુકૂળ આવતું; સમયસરનું, યોગ્ય વખતનું. **seas'onal** (–નલ), વિ૦ ઋતુકાલાનુસારી, ઋતુકાળ ઉપર આધાર રાખનારું. **seasoned**, વિ૦ અનુભવી; પાકું; ઘડાયેલું. **seasoning** (–નિંગ), ના૦ મીઠું, મરચું, ઇ. સ્વાદ માટે નાખવું તે – નાખેલી વસ્તુ, મસાલો. **season-ticket**, ના૦ અમુક નિશ્ચિત અવધિ માટે ગમે ત્યારે જવા આવવાની ટિકિટ – પાસ.
seat (સીટ), ના૦ બેસવાની જગ્યા, બેઠક, આસન; ખુરશી, પાટલો, ઇ. બેસવાનું આસન; બેસણી, ફૂલા; લેંઘાનો ફૂલાનો ભાગ; સમિતિ, મંડળ, ઇ. માં સભ્ય તરીકે સ્થાન – બેસવાનો અધિકાર; શહેરની બહારનું – ગામડાનું – ઘર; ઠામ, સ્થાન, મથક; ઘોડા પર બેસવાની ઢબ – બેઠક – આસન. સ૦ ક્રિ૦ બેસાડવું; -માં ખુરશીઓ, ઇ. આસન મૂકવાં; -ને બેસવાની જગ્યા – બેઠકો – આપવી; -માં (અમુક) બેઠકો હોવી.
sea-urchin (સીઅર્ચિન), ના૦ ગોળા જેવી કાંટાવાળી છીપમાં રહેતું એક દરિયાઈ પ્રાણી.
sea-wall, ના૦ દરિયાને અંદર આવતો રોકવા માટેની દીવાલ – બંધ.
sea'weed (સીવીડ), ના૦ દરિયાઈ છોડ.
sea'worthy (સીવર્ધિ), વિ૦ (વહાણ) દરિયા પર જવાને યોગ્ય.
seba'ceous (સિબેશસ), વિ૦ ચરબીનું – વાળું, જેમાંથી તેલ ઝરે છે એવું.
se'cant (સીકન્ટ, સે' –), વિ૦ કાપનાર, છેદનાર. ના૦ [ગ.] છેદનરેષા – લીટી; વૃત્તછેદનરેષા; [ત્રિકોણ.] છેદક, વ્યુત્ક્રમકોટિજ્યા.
secateurs (સે'કટર્ઝ઼), ના૦ બ૦ વ૦ વેલા, ઝાડવાં, ઇ. કાપવાનું ઓજાર, કાતર. [પ્રવાહી ગુંદર.
secc'otine (સે'કટીન), ના૦ એક જાતનો
secede' (સિસીડ), અ૦ ક્રિ૦ કોઈ ધર્મસંઘ (ચર્ચ), મંડળ, સમવાયીરાજ્યતંત્ર, કે રાજ્યમાંથી છૂટા થવું – જુદું પડવું. **sece'ssion** (સિસે'શન), ના૦ જુદું પડવું તે; પક્ષત્યાગ.
seclude' (સિક્લૂડ), સ૦ ક્રિ૦ એકાંતમાં મૂકવું – લઈ જવું, સમાજ કે સંસર્ગથી દૂર રાખવું. **seclud'ed**, વિ૦ (સ્થળ) શાંત,

એકાંત, ખાનગી. **seclu'sion** (-ઝન), નાο અલગ પાડવું તે; એકાન્તવાસ; એકાન્ત સ્થળ; એકાન્ત.

sec'ond (સે'કન્ડ), વિο બીજું, દ્વિતીય; વધુ એક, વધારાનું, બીજું; ઊતરતી કોટિનું, ગૌણ. નાο બીજી વ્યક્તિ કે વસ્તુ; બીજા વર્ગમાં પાસ થનાર; બીજે નંબરે આવનારો; દ્વંદ્વમાં યુદ્ધ બરાબર છે કે નહિ તે જોવા માટે યુદ્ધ કરનારે પસંદ કરેલો માણસ; મિનિટ કે અંશનો સાઠમો ભાગ, સેકંડ; (બο વο) ઊતરતી કોટિનો માલ; મદદનીશ (વિο ક. યુદ્ધમાં). સο ક્રિο પુષ્ટિ-ટેકો-અનુમોદન-આપવું; [લશ્કરી. 'સિકૉન્ડ'] અધિકારીને બીજા કામમાં જોડાવા માટે તેની ટુકડીમાંથી તાત્પૂરતો કમી કરવો. ~ *lieutenant*, લશ્કરમાં સૌથી નીચેનો સનદી અમલદાર. ~ *nature*, તદ્દન સ્વાભાવિક જેવો થઈ ગયેલ ગુણ કે વલણ. ~ *sight*, (વર્તમાનની જેમ) ભવિષ્યની કે દૂરની બનતી ઘટનાઓ જોવાની (દિવ્ય) દૃષ્ટિ. ~ *string*, અવેજી-અનામત રાખેલો-માણસ કે વસ્તુ. ~ *to none*, શ્રેષ્ઠ, ઉત્તમ. ~ *wind*, હાંફી ગયા પછી ફરી શ્વાસ ઠેકાણે આવવો તે. **second-best**, વિο પહેલા પછીનું, શ્રેષ્ઠથી ઊતરતું. **second-class**, વિο બીજા વર્ગનું, ઊતરતી કોટિનું. **second-hand**, વિο વાપરેલું, જૂનું, બીજાએ વાપર્યા પછી ખરીદેલું; (બાતમી, ઇ.)વચ્ચે બીજાને મોઢે થઈને આવેલું. નાο ઘડિયાળનો સેકંડ કાંટો. **secondly**, ક્રિοવિο બીજું (એ કે). **second-rate**, વિο ઊતરતી કોટિનું.

sec'ondary (સે'કંડરી), વિο અપ્રધાન, દુય્યમ; ગૌણ; ઊતરતી કોટીનું; (કેળવણી) પ્રાથમિક પછીનું, માધ્યમિક. ~ *school*, માધ્યમિક શાળા, હાઈસ્કૂલ.

sec'onder (સે'કન્ડર), નાο (ઠરાવને) ટેકો-અનુમોદન-આપનાર. [તે; ગુપ્તતા.

sec'recy (સીક્રિસિ), નાο ગુપ્ત રાખવું

sec'ret (સીક્રિટ) વિο ગુપ્ત, ગૂઢ; છૂપું, છુપાવેલું; ખાનગી, ગુપ્ત; (વ્યક્તિ) (ગુપ્ત) વાત કોઈને ન કરનારું; શાંત, લોકોની અવરજવરથી દૂર. ~ *service*, શત્રુની ગુપ્ત યોજનાઓની માહિતી મેળવવા માટેનું -જાસૂસી-ખાતું. નાο ખાનગી કે ગુપ્ત વાત કે બાબત; એકાંત. *in* ~, ખાનગીમાં, ગુપ્તપણે. *open* ~, કોઈ પણ માણસ જાણી શકે એવી વાત.

secretar'ial (સે'ક્રિટેરિઅલ), વિοમંત્રીનું-સંબંધી. **secreta'riat(e)** (સે'ક્રિટેરિઅટ, સે'ક્ર-), નાο મંત્રી કે સચિવનું પદ; સચિવો કે મંત્રીઓનું મંડળ; સચિવાલય.

sec'retary (સે'ક્રિટરિ, સે'ક્રટ્રિ), નાο મંત્રી, ચિટનીસ, દફતરી; કોઈ ખાતાનો મુખ્ય અધિકારી, મંત્રી કે સચિવ. *private* ~, અંગત-ખાનગી-મંત્રી.

secrete' (સિક્રીટ), સο ક્રિο સંતાડવું, છુપાવવું; [શરીરરચા.] (ગ્રંથિ, ઇ. અંગે) પ્રવાહીના રૂપમાં બહાર કાઢવું-સ્રાવવું; લોહી-વૃક્ષરસ-માંથી જુદું પડવું-નીકળવું-સ્રવવું. **secretion** (-શન), નાο લોહી કે વૃક્ષરસમાંથી ગ્રંથિ કે બીજી ઇન્દ્રિય દ્વારા કામની કે નકામી વસ્તુ જુદી પાડવાની પ્રક્રિયા;-જુદો પાડેલો-નીકળેલો-પદાર્થ; નિઃસરણ, સ્રાવ.

se'cretive (સીક્રિટિવ, સિક્રી-), વિοછાનું-ગુપ્ત-રાખનારું, રહસ્યપ્રિય. [સ્રાવક.

secret'ory (સિક્રીટરી), વિο રસ ઝરાવનારું,

sect (સે'ક્ટ), નાο સંપ્રદાય, પંથ; એક પંથ કે મતને અનુસરનારા લોકો. **sectar'ian** (સે'ક્ટેરિઅન), વિο અને નાο અમુક પંથ કે સંપ્રદાયને અનુસરનારું કે અંધપણે વળગી રહેનારું, સંકુચિત (માનસનું).

sec'tion (સેક્શન), નાο કાપીને જુદું પાડવું-કાપવું-છેદવું-તે, છેદ; કાપેલો ભાગ; ભાગ, વિભાગ; સમાન હિત ધરાવનાર જૂથ-શાખા; છેદચિત્ર-આકૃતિ. **sec'tional**, વિο વિભાગીય; સાંપ્રદાયિક.

sec'tor (સે'ક્ટર), નાο બે ત્રિજ્યા ને તે વડે કપાતા પરિઘના ભાગથી બનેલી આકૃતિ, વૃત્તખંડ; વિભાગ.

sec'ular (સે'ક્યુલર), વિο દુનિયાદારીનું, ઐહિક, સાંસારિક; ઇહવાદી; ધર્મ-સંપ્રદાય-નિરપેક્ષ; ધાર્મિક બાબતો સાથે સંબંધ ન ધરાવનારું; ઘણો લાંબો કાળ ચાલનારું, દીર્ઘકાલીન. **sec'ularism**, નાο ધર્મનિરપેક્ષતા; રાષ્ટ્રની નીતિ કે વહેવાર બિનસાંપ્રદાયિક હોવાં જોઈએ એ સિદ્ધાન્ત.

secure' (સિક્યૂર, સિક્યુઅર), વિ૦ સંકટ કે જોખમથી મુક્ત, સુરક્ષિત, સલામત; વિશ્વાસપાત્ર; સ્થિર, નિશ્ચિત; સજ્જડ બેસાડેલું. સ૦ ક્રિ૦ પાકા બંદોબસ્તથી બંધ કરવું, પાકા જાપતામાં રાખવું; પ્રાપ્ત કરવું, મેળવવું; રક્ષણ કરવું. **secur'ity** (સિક્યૂરિટિ), ના૦ સુરક્ષિતપણું, સલામતી; બાંયધરી, જામીનગીરી, તારણ; જામીન, હામી; સરકારી લેણદેણનો રોખો – દસ્તાવેજ.

sedan'(-chair) (સિડૅન-), ના૦ ખુરશી જેવી બેઠકવાળો મ્યાનો, ખુરશીઘાટની પાલખી.

sedate' (સિડેટ, સે'–), વિ૦ શાંત, સ્વસ્થ; ગંભીર, સ્થિર. **sed'ative** (સે'ડટિવ), વિ૦ શાંત પાડનારું, શામક. ના૦ શામક દવા.

sed'entary (સે'ડન્ટરિ), વિ૦ બેસતું, ઘણું બેસી રહેનારું, બેઠાડુ.

seder'unt (સિડીરન્ટ), ના૦ લાંબો વખત ચાલનારી સભા – મંડળ – અડ્ડો.

sedge (સે'જ), ના૦ ભેજવાળી જમીનમાં થતું દાભની જાતનું ઘાસ – વનસ્પતિ.

sed'iment (સે'ડિમેન્ટ), ના૦ પ્રવાહીની તળે બેઠેલો કચરો, કીટું; નીચે રહેલો કચરો.

sedi'tion (સિડિશન), ના૦ સરકાર સામે તોફાન – હુલ્લડ (કરાવવું તે), રાજદ્રોહ. **sedi'tious** (સિડિશસ), વિ૦ રાજદ્રોહી, દગાખોર.

seduce' (સિડ્યૂસ), સ૦ ક્રિ૦ કુમાર્ગે–ખોટે રસ્તે – લઈ જવું; પાપ કે દુષ્કર્મ કરાવવું – કરવા પ્રેરવું; ફોસલાવવું, (સ્ત્રીને) ફોસલાવીને ભ્રષ્ટ કરવું. **seduc'tion** (સિડક્શન), ના૦ ભ્રષ્ટ કરવું – થવું – તે; આકર્ષક – મોહક – વસ્તુ. **seduc'tive** (સિડક્ટિવ), વિ૦ ખોટે રસ્તે લઈ જનારું; મોહમાં પાડનારું, મોહક.

sed'ulous (સે'ડ્યુલસ), વિ૦ ઉદ્યમી, ઘણું મહેનતુ; ચીવટવાળું, ખંતીલું.

see (સી), ના૦ 'બિશપ' નામના ધર્માધ્યક્ષની ગાદીનું ઠેકાણું – તાબાનો મુલક.

see, ઉ૦ ક્રિ૦ (ભૂ૦ કા૦ saw; ભૂ૦ કૃ૦ seen). જોવું, દેખવું; બારીકાઈથી જોવું, -ની તરફ જોવું; સમજવું, જાણવું; -ને મુલાકાત આપવી; -ને મળવા જવું; -નો અનુભવ લેવો; સાચવવું, સંભાળવું; જોડે જઈ પહોંચાડવું, વળાવવું; -નો વિચાર કરવો; મળીને સલાહ લેવી; (થયું છે કે નહિ તે) જોવું – -ની ખાતરી કરવી. ~ *the last of*, -થી છૂટવું, ને ફરી કદી ન મળવાની ઇચ્છા કરવી. ~ (person) *off*, વળાવવા જવું. ~ (person) *out*, બારણા સુધી વળાવવું. ~ *a* thing *through*, કામ પૂરું કરવું – કરાવવું. ~ a person *through* his *trouble*, -ને મુશ્કેલી પાર કરવામાં સહાય કરવી. ~ *through* something, મૂળ ઉદ્દેશ જાણવો – કળી જવું – સમજવું. ~ *about, to, (it)*, -ની તરફ ધ્યાન આપવું, મેળવવાનો પ્રયત્ન કરવો. ~ *after*, -ની કાળજી – જવાબદારી – લેવી. ~ *eye to eye (with)*, -ની સાથે મળતા હોવું. ~ *into*, -ની તપાસ કરવી. ~ *life*, વિશાળ અનુભવ મેળવવો. ~ *red*, ખૂબ ક્રુદ્ધ થવું. ~ something *out*, -ના અંત સુધી રાહ જોવી. ~ *to*, -નું ધ્યાન રાખવું. *I'll* ~ જોઈશ, તેનો વિચાર કે નિર્ણય પછી કરીશ. *let me* ~, જરા જોઈને કહું.

seed (સીડ), ના૦ બી, બીનો દાણો, બીજ, બિયું; બીજ, મૂળ; આરંભ; [બાઇબલમાં] સંતાન. *go, run, to* ~, બી પેદા થવાનો વખત આવવો; જોમ-સમૃદ્ધિ-ઉપયોગિતા – ઘટી જવી, નબળું પડવું. ઉ૦ ક્રિ૦ બી બેસવું – પેદા થવું; ફળ, ઇ. માંથી બી કાઢવું. ~*ed player*, હરીફાઈના પાછળના તબક્કા માટે રોખી મૂકેલો કાબેલ ખેલાડી. **seed-corn**, ના૦ બિયારણ, વાવવા માટેનું અનાજ. **seed-drill, seeder**, ના૦ ઓરણી, ચાવડું. **seed'ling** (સીડ્લિંગ), ના૦ બી વાવીને ઉછેરેલો છોડ; નાનો કુમળો છોડ. **seeds'man** (સીડ્ઝ્મન), ના૦ બિયાં વેચનાર. **seed-vessel**, ના૦ બીજકોષ. **seedy** (સીડિ), વિ૦ ચીંથરેહાલ; દમ વગરનું, માંદલું.

see'ing, see'ing that, નામ૦ અ૦ ને ઉભ૦ અ૦ કારણ કે, ત્યારે, જોતાં, હકીકત (આવી છે તે) જોતાં.

seek (સીક), ઉ૦ ક્રિ૦ (ભૂ૦ કા૦ sought સૉટ). શોધવું, ખોળવું, -ની તપાસમાં હોવું; મેળવવાનો પ્રયત્ન કરવો; માગવું; પ્રયત્ન કરવો

~ person's *life*, ખૂનનો પ્રયત્ન કરવો. ~ *to*, -નો પ્રયત્ન કરવો.

seem (સીમ), અ૰ ક્રિ૰ દેખાવું, જણાવું; લાગવું, ભાસવું; કરતું કે કરેલું હોય એવું દેખાવું – લાગવું. **seem'ing** વિ૰ દેખાતું, ઉપર ઉપરનું, બતાવવાનું. **seem'ingly**, ક્રિ૰ વિ૰ ઉપર ઉપરથી – બહારથી – (જોતાં).

see'mly (સીમ્લિ), વિ૰ (વર્તન) સારું દેખાતું, છાજતું; યોગ્ય, ઘટિત.

seen (સીન), see નું ભૂ૰ કૃ૰.

seep (સીપ), અ૰ ક્રિ૰ ઝમવું; ટીપું ટીપું બહાર પાડવું. **seep'age** (સીપિજ), ના૰ ઝમવું તે; ઝમેલું પ્રવાહી. [પેગંબર.

seer (સીઅર), ના૰ જોનારો, દ્રષ્ટા, ઋષિ;

seer'sucker (સીર્સકર), ના૰ ઝીણી ઝીણી કરચલીઓ ને પટાઓવાળું એક જાતનું કાપડ.

see'saw (સીસૉ), ના૰ આગળપાછળ અથવા ઉપરનીચેની ગતિ; ઊંચાનીચા હીંચવાનો ચીચવો, તે પર રમવાની રમત. અ૰ ક્રિ૰ ચીચવે રમવું; અસ્થિર – ડામાડોળ – હોવું.

seethe (સીધ), ઉ૰ ક્રિ૰ ઉકાળવું, ઊકળવું; ખળભળવું.

seg'ment (સે'ગ્મન્ટ), ના૰ કાપી નાંખેલો ભાગ; વર્તુળનો કે ગોળાનો રેખા કે સપાટીવતી કાપેલો–કપાયેલો–ભાગ, વૃત્તખંડ; કુદરતી વિભાગ.

seg'regate (સે'ગ્રિગેટ), સ૰ ક્રિ૰ બીજાઓથી અલગ પાડવું, અલગ કરવું – રાખવું. **segrega'tion**, ના૰ બીજાથી અલગ પાડવું – રાખવું – તે; પૃથગ્વાસ.

seigneur' (સેન્યર), **seignior** (સેન્યર), ના૰ (મધ્યયુગનો) સરંજામદાર, જમીનદાર. **seignior'ial** (સેન્યૉરિઅલ), વિ૰.

seine (સેન, સીન), ના૰ માછીની મોટી ગોળ જાળ.

seis'mic (સાઇઝ્મિક), વિ૰ ધરતીકંપનું–સંબંધી **seis'mograph** સાઇઝ્મગ્રાફ), ના૰ ધરતીકંપની – તેના સ્થાન તથા જોરની – નોંધ કરનારું યંત્ર. **seismog'raphy**, (–મૉગ્રફિ), ના૰ ભૂકંપલેખન – શાસ્ત્ર. **seismol'ogy** (–મૉલજિ), ના૰ ધરતીકંપનું શાસ્ત્ર.

seize (સીઝ઼), ઉ૰ ક્રિ૰ જબરદસ્તીથી પકડવું; આંચકી લેવું; -નો કબજો લેવો; એકદમ પકડી લેવું; તરત સમજી જવું; (યંત્ર) અતિ ઉષ્ણતા, દબાણ, ઇ.થી ચોંટી જવું. ~*d with*, દયા, માંદગી, ઇ.માં એકદમ સપડાવું. **seizure** (સીઝ઼ર), ના૰ પકડવું તે; એકદમ મૂર્છા આવવી તે, હૃદયનો એકદમ હુમલો થવો તે.

sel'dom (સે'લ્ડમ), ક્રિ૰ વિ૰ ભાગ્યે જ, ક્યારેક જ.

select' (સિલે'ક્ટ), વિ૰ ચૂંટી – વીણી – કાઢેલું; પસંદ કરેલું; ઊંચી જાતનું; (મંડળ, સંસ્થા, ઇ.) બહુ જ કાળજીપૂર્વક દાખલ કરનારું. સ૰ ક્રિ૰ ચૂંટી – વીણી – કાઢવું; પસંદ કરવું. **selec'tion** (સિલે'ક્શન), ના૰ વીણી કાઢવું તે; પસંદગી; વીણી કાઢેલું લખાણ, ઇ.; જેમાં પસંદગી માટે અવકાશ હોય એવો જથો. **selec'tive**, વિ૰ કાળજીપૂર્વક પસંદ કરનારું; પસંદ કરવાની આવડતવાળું. **selectiv'ity**, (સીલે'ક્ટિવિટિ, સે'–) ના૰ ગમે તે કેન્દ્રનો રેડિયો કાર્યક્રમ બીજા કેન્દ્રનો અવાજ ન સંભળાતાં સાંભળી શકવાની ક્ષમતા.

self (સેલ્ફ), ના૰ (બ૰વ૰ selves). પંડ, જાત; સ્વત્વ, પોતાનો સ્વભાવ કે હિત, સ્વાર્થ; આત્મા; પોતે. one's *better* ~, પોતાની ઉચ્ચતર આશાઆકાંક્ષાઓ – સદ્ગુણો; વિવેકશક્તિ. **self-acting** વિ૰ પોતાની મેળે ચાલનારું–કરનારું. **self-assert'ive**, વિ૰ પોતાનો દાવો આગળ કરનારું–તે વિષે આગ્રહ રાખનારું, સ્વમતાગ્રહી. **self-binder**, ના૰ પાક વાઢીને તેના પૂળા કરનારું યંત્ર. **self-centred**, વિ૰ સ્વાર્થી, અહંપ્રેમી. **self-coloured**, વિ૰ આખું એક રંગનું, પોતાના કુદરતી રંગવાળું. **self-command**, ના૰ આત્મસંયમ. **self-condemned**, વિ૰ આત્મનિંદિત. **self-conscious**, વિ૰ પોતાની જાતના વધારે પડતા ભાનવાળું, શરમાળ. **self-control**, ના૰ સંયમ, આત્મસંયમ. **self-contained**, વિ૰ ઓછું બોલનારું, સ્વપર્યાપ્ત; (મકાન) બધી જાતની સુખસગવડોવાળું. **self-denial**, ના૰ મન મારવું તે, ત્યાગ. **self-determination**, વિ૰ સ્વયંનિર્ણય (નો હક). **self-devotion**, ના૰ કોઈ વ્યક્તિ કે કાર્ય પ્રત્યે એકનિષ્ઠા (થી અર્પણ). **self-effacing**, વિ૰ પોતાની જાતને

ભૂલી જનારું; આત્મવિલોપન કરનારું. **self-esteem**, ના૦ પોતાને વિષે સારો મત. **self-evident**, વિ૦ સ્વતઃસિદ્ધ, એની મેળે સમજાય એવું. **self-fertilizing**, વિ૦ સ્વયંફલન કરનારું. **self-forgetful**, વિ૦ નિઃસ્વાર્થ, નિઃસ્પૃહ. **self-government**, ના૦ સ્વરાજ્ય, સ્વયંશાસન, સ્વતંત્ર. **self-important**, વિ૦ આપવડાઈવાળું – કરનારું. **self-indulgence**, ના૦ વિલાસીપણું. **self-interest**, ના૦ સ્વાર્થ, પોતાની મતલબ. **self-love**, ના૦ અહંપ્રેમ. **self-made**, વિ૦ આપકર્મી, પોતાના પ્રયત્નથી મોટાઈ પામેલું. **self-opinionated**, વિ૦ આપમતિયું, પોતાનો જ મત ખરો માની તેને વળગી રહેનારું. **self-possessed**, વિ૦ સ્વસ્થચિત્ત, શાંત. **self-preservation**, ના૦ આત્મસંરક્ષણ(ની વૃત્તિ). **self-regulating**, વિ૦ સ્વયંનિયામક. **self-reliant**, વિ૦ સ્વાશ્રયી. **self-respect**, ના૦ સ્વાભિમાન, પોતાની આબરૂની દરકાર, સ્વમાન. **self-respecting**, વિ૦ સ્વમાની. **self-righteous**, વિ૦ પોતાના સદ્‌ગુણનું અભિમાની, બીજા કરતાં પોતે વધારે નીતિમાન છે એમ માનનારું. **self-sacrifice**, ના૦ સ્વાર્થત્યાગ, આત્મભોગ. **selfsame** વિ૦ એ જ, એનું એ જ. **self-satisfied**, વિ૦ આત્મસંતુષ્ટ; ગર્વિષ્ઠ. **self-seeking**, વિ૦ પોતાનો જ લાભ જોનારું, સ્વાર્થપરાયણ. ના૦ સ્વાર્થપરાયણતા. **self-sown**, વિ૦ આપોઆપ ઊગેલું. **self-starter**, ના૦ હૅન્ડલ માર્યા વિના મોટર ચાલુ કરવાનું વીજળીનું યંત્ર. **self-styled**, વિ૦ અધિકાર વિના પોતાની જાતે જ નામ – પદવી – ધારણ કરેલું, તથાકથિત; (નેતા) અનુયાયી વિનાનું. **self-sufficient**, વિ૦ સ્વાવલંબી, સ્વતંત્ર; બીજાની મદદની જરૂર વિનાનું. **self-willed**, વિ૦ પોતાની ઇચ્છા મુજબ કામ કરવાના આગ્રહવાળું; મમતવાળુ, જિદ્દી. [સ્વાર્થી.

sel'fish (સે'લ્ફિશ), વિ૦ આપમતલબી,

self'less (સે'લ્ફ્‌લિસ), વિ૦ નિઃસ્વાર્થ.

sell (સે'લ), ઉ૦ ક્રિ૦ (ભૂ૦ કા૦ sold). વેચવું, વેચાતું આપવું; વેચાવું; વેચવા માટે માલ રાખવો; પૈસા કે બીજા કશા બદલાની લાલચથી વિશ્વાસઘાત કરવો. *~off*, સસ્તે ભાવે માલ કાઢી નાખવો. *~ out*, પોતાનો બધો માલ વેચી દેવો. *~ up*, કોઈને આપેલા પૈસા વસૂલ કરવા માટે તેની મિલકત કે માલ વેચી નાંખવો. *be sold*, છેતરાવું. ના૦ [વાત.] નિરાશા (*what a ~ !*); કપટ.

sel'vage, sel'vedge (સે'લ્વિજ), ના૦ કપડાની (વણેલી) કોર.

seman'tics (સિમૅન્ટિક્સ), ના૦ શબ્દાર્થના ફેરફારને લગતી ભાષાશાસ્ત્રની શાખા.

sem'aphore (સે'મફોર), ના૦ રેલવે પર ગાડીને સૂચના – ઇશારો – કરવા માટેનો ઉપર નીચે કરી શકાય એવા હાથવાળો થાંભલો; બે હાથ કે બે ધજા વડે ઇશારા કરવા તે. ઉ૦ ક્રિ૦ હાથ કે ધજા વડે ઇશારો કરવો.

sem'blance (સેમ્બ્લન્સ), ના૦ બહારનો – ઉપર ઉપરનો – દેખાવ, સરખાપણાનો આભાસ. *have a ~ of*, -નો દેખાવ – ઢોંગ – કરવો.

sem'en (સીમેન), ના૦ વીર્ય, શુક્ર. **seminal** (સીમિનલ, સે'-) વિ૦ બીજ – વીર્ય – નું – સંબંધી.

semes'ter (સિમે'સ્ટર), ના૦ [અમે.] યુનિવર્સિટીનું છમાસિક સત્ર.

semi- (સે'મિ-), ઉપસર્ગ૦ અર્ધું; લગભગ. **semi-annual**, વિ૦ અને ના૦ છમાસિક. **semi-barbarism**, ના૦ અર્ધજંગલી – બર્બર – અવસ્થા. **semi'breve** (–બ્રીવ), ના૦ સંગીતનો એક સ્વર. **semi'circle** (–સર્કલ). ના૦ અર્ધવર્તુળ – ગોળ; પરિઘનો અર્ધો ભાગ. **semicirc'ular**, વિ૦ અર્ધગોળ, અર્ધગોળાકૃતિ. **semicol'on** (સે'મિકોલન), ના૦ અર્ધવિરામ. **semi-detached'** (સે'મિડિટૅચ્ટ), વિ૦ (મકાન) બીજા સાથે એક બાજુથી જોડાયેલું. **semifi'nal** ના૦ હરીફાઈમાં ઉપાન્ત્ય રમત. **semi'quaver** (સે'મિક્વેવર), ના૦ 'સેમિબ્રીવ'ના સોળમા ભાગ જેટલો સ્વર. **semi'tone** (સે'મિટોન), ના૦ [સં.] મૂર્છના. **semi'vowel** (સે'મિવૉવલ), ના૦ અર્ધસ્વર (ય, ર, લ, વ, અથવા ય, વ).

seminar' (સે'મિનાર), ના૦ આચાર્યની

દેખરેખ નીચે કોઈ કઠણ વિષયનો અભ્યાસ અને ચર્ચા કરનારું મંડળ, ચર્ચામંડળ; તજ્જ્ઞોનું સંમેલન.

sem'inary (સે'મિનરિ), ના૦ શાળા (વિ. ક. પાદરીઓ તૈયાર કરવા માટેની રોમ. કૅથલિક સંપ્રદાયની).

Sem'ite (સીમાઇટ, સે'–), વિ૦ અને ના૦ આરબ, યહૂદી, ઇ. જમાતોના જૂથનું (માણસ). **Semit'ic** (સિમિટિક), વિ૦ શેમથી ઊતરી આવેલું; સીમાઇટ (વિ. ક. યહૂદી) લોકોનું.

semoli'na (સેમલીના), ના૦ લોટ ચાળ્યા પછી બાકી રહેલું થૂલું, જાડો લોટ.

semp'stress (સેમ્સ્ટ્રિસ), ના૦ દરજીનું કામ કરનાર સ્ત્રી.

sen'ate (સેનિટ), ના૦ પ્રાચીન રોમની રાજ્યસભા; (કેટલાક દેશોમાં) ઉપલી સભા; વિદ્યાપીઠનું નિયામક મંડળ, સેનેટ. **sen'ator** (સેનટર), ના૦ સેનેટનો સભ્ય.

send (સેન્ડ), ઉ૦ ક્રિ૦ (ભૂ૦ કા૦ sent). મોકલવું, રવાના કરવું; સંદેશો કે ખેપિયો મોકલવો; (ઈશ્વર અંગે) આપવું, બક્ષવું; (દુઃખ, આપત્તિ) નાંખવું, પાડવું. *~ crazy*, , *mad*, ગાંડું બનાવવું. *~ down*, (સજા તરીકે) યુનિવર્સિટીમાંથી કાઢી મૂકવું. *~ for* (somebody), બોલાવવું, બોલાવવા મોકલવું; મંગાવવું. *~ word* સંદેશો મોકલવો, હુકમ આપવો. ~ (one) *victorious*, (પરમેશ્વર પ્રત્યે) એને યુદ્ધમાં વિજયી કરો! **send-off**, ના૦ વિદાય; વિદાયગીરીનો મેળાવડો.

senes'cent (સિને'સન્ટ) વિ૦ ઘરડું થતું.

sen'eschal (સે'નિશલ), ના૦ (મોટા કુટુંબમાં) જમણવાર તથા ઘરવ્યવહારનું કામ કરનાર માણસ, ઘોડઘસ્તે.

sen'ile (સીનાઇલ), વિ૦ ઘડપણની નબળાઇ ઇ. બતાવનારું, ઘડપણનું. **senil'ity** (સિનિલિટિ), ના૦ ઘડપણની નબળાઈ (શારીરિક તેમ જ માનસિક).

sen'ior (સીનિઅર), વિ૦ ઉંમરમાં, અનુભવમાં કે પ્રતિષ્ઠામાં વડીલ, વડીલ; પુત્રની અપેક્ષાએ પિતા માટે વપરાય છે. *the ~ service*, બ્રિટનનું નૌકાસૈન્ય. ના૦ -થી મોટી ઉંમરનો માણસ, વડીલ; નોકરી – હોદ્દા – માં પહેલાંનો – ચડિયાતા દરજ્જાનો – માણસ. *~ wrangler*, [કેંબ્રિજ યુનિ.] બી. એ.ની પરીક્ષામાં ગણિત વિષયમાં પહેલા વર્ગમાં પહેલો આવનાર વિદ્યાર્થી. **senio'rity** (-ઑરિટિ), ના૦ વડીલપણું; નોકરીમાં ચડતાપણું. [(જુલાબની દવા).

senn'a (સેના), ના૦ સેના મક્કાઈ, સોનામુખી

senor (સે'ન્યૉર), ના૦ શ્રીયુત કે મિસ્ટરના જેવો સ્પૅનિશ શબ્દ. *senora* (સે'ન્યૉરા), ના૦ સ્ત્રી૦ શ્રીમતી. *senorita* (સેન્યરીટા), ના૦ સ્ત્રી૦ કુમારી.

sensa'tion (સે'ન્સેશન), ના૦ સંવેદના; ઇન્દ્રિયજન્યજ્ઞાન, ભાન; ભાવના, લાગણી; ખળભળાટ, ક્ષોભ; ક્ષોભ પેદા કરનાર પરિસ્થિતિ –વાતાવરણ. **sensa'tional** (-શનલ), વિ૦ તીવ્ર લાગણી પેદા કરનારું, સનસનાટીભર્યું.

sense (સેન્સ), ના૦ ઇન્દ્રિય, જ્ઞાનેન્દ્રિય; ઇન્દ્રિય દ્વારા – ઇન્દ્રિયજન્ય – જ્ઞાન; સમજણ, અક્કલ; લાગણી; નાજુક ભાવના; વિવેકશક્તિ; અર્થ, ભાવ; (બ૦ વ૦) ભાન, સૂધબૂધ, *make ~*, -નો કશો અર્થ હોવો, બુદ્ધિ-તર્ક-સંગત હોવું. સ૦ ક્રિ૦ ઇન્દ્રિય દ્વારા જાણવું; સમજવું, અસ્પષ્ટપણે જાણવું; કોઈ ખાસ કારણ વિના મનમાં લાગવું; -ની ગંધ આવવી. *common ~*, વ્યવહારજ્ઞાન, અક્કલ, કોઠાસૂઝ. *good ~*, વિવેક, ડહાપણ. *~ of humour*, વિનોદવૃત્તિ. *~ of proportion*, તારતમ્ય ભાવ, ઔચિત્ય. **sense'less** (સે'ન્સ્‌લિસ), વિ૦ અર્થહીન, મૂર્ખામીભર્યું; બેભાન. *fall ~*, બેભાન થવું.

sen'sible (સે'ન્સિબલ), વિ૦ સમજુ, અક્કલવાળું; વિવેકી; વાકેફ, જાણકાર; ઇન્દ્રિયગમ્ય. **sensibil'ity** (-બિલિટિ), ના૦ સંવેદનક્ષમતા; સૌન્દર્ય પારખવાની શક્તિ, સૌન્દર્યબુદ્ધિ; હૃદયનું કોમળપણું. (બ૦ વ૦) યોગ્ય અયોગ્ય, ખરુ ખોટું ઇ. વિષેની ભાવનાઓ.

sen'sitive (સે'ન્સિટિવ), વિ૦ તરત લાગે એવું, બારીક લાગણીવાળું, શીઘ્ર ભાવગ્રાહી; તરત અસર થાય એવું; (યંત્ર. ઇ.) નજીવા–સૂક્ષ્મ – ફેરફારની નોંધ લેનારું. *~ plant*, લજામણીનો છોડ. **sensitiv'ity** (–ટિવિટિ), ના૦ શીઘ્રભાવગ્રાહિતા. **sen'sitize**, સ૦ ક્રિ૦ ફોટો પાડવા માટે કાગળને પ્રકાશની એના પર ઝટ અસર થાય એવો બનાવવો.

sensorium (સે'ન્સૉરિઅમ), ના૦ સમગ્ર મજ્જાતંત્ર.

sen'sory (સે'ન્સરિ), વિ૦ ઇન્દ્રિયોનું–સંબંધી; મજ્જાતંત્રનું; સંવેદનાવાળું, સંવેદનાવાહક. ~ *nerve*, જ્ઞાનતંતુ.

sen'sual (સે'ન્સ્યુઅલ, –શુઅલ), વિ૦ ઇન્દ્રિયવિષયક, શારીરિક; ઇન્દ્રિયોના વિષયોને લગતું; વિષયાસક્ત, વિષયલંપટ.

sen'suous (સે'ન્સ્યુઅસ), વિ૦ ઇન્દ્રિયોનું, ઇન્દ્રિયવિષયક, ઇન્દ્રિજન્ય; ઇન્દ્રિયવિષયગત.

sent (સે'ન્ટ), send નો ભૂ૦કા૦ અને ભૂ૦કૃ૦.

sen'tence (સે'ન્ટન્સ), ના૦ [વ્યા.] વાકચ; સજા, શિક્ષા, (નો ઠરાવ). સ૦ ક્રિ૦ –ને સજા કરવી, સજાનો ઠરાવ કરવો.

senten'tious (સે'ન્ટે'ન્શસ), વિ૦ ટૂંકું ને માર્મિક; (શૈલી) શિષ્ટાચારના ડોળવાળું; (વ્યક્તિ) નીતિબોધ આપવાના શોખવાળું.

sen'tient (સે'નશિઅન્ટ, -શન્ટ), વિ૦ ચેતનાવાળું; ઇન્દ્રિયો દ્વારા જ્ઞાનગ્રહણક્ષમ; સંવેદનશીલ.

sen'timent (સે'ન્ટિમન્ટ), ના૦ લાગણી, ભાવના; મત, અભિપ્રાય; જીવનસૂત્ર; કોઈ ઇચ્છા કે લાગણીની અભિવ્યક્તિ – વ્યક્ત કરવી તે; અતિલાગણીને લીધે મનની નબળાઈ, ભાવનાવિવશતા. **sentimen'tal** (–મે'ન્ટલ), વિ૦ અતિ લાગણીવશ, ભાવનાપ્રધાન; છીછરી ભાવનાને સંતોષે એવું; વેવલા પ્રેમવાળું. **sentimental'ity** (– મે'ન્ટલિટિ), ના૦ અતિ લાગણીવશતા, ઇ.

sen'tinel (સે'ન્ટિનલ), **sen'try**(સે'ન્ટ્રિ), ના૦ [લશ્કરી] ચોકીદાર, પહેરેગીર. **sentry-box**, ના૦ પહેરેગીરને ઊભા રહેવાની (ગોળ) ઓરડી. **sen'try-go** ના૦ સંત્રીનું આગળ પાછળ ફરવું – આંટા મારવા –તે.

sep'al (સે'પલ), ના૦ ફૂલના બહારના કોશનું દલ, વજની પાંદડી. [શકાય એવું.

sep'arable (સે'પરબલ), વિ૦ જુદું પાડી

sep'arate (સે'પરિટ, સે'પ્રિટ), વિ૦ જુદું, વિખૂટું; ભિન્ન, ન્યારું; સ્વતંત્ર, વ્યક્તિગત. ઉ૦ ક્રિ૦ (સે'પરેટ), જુદું પાડવું – કરવું; જુદું પડવું; જુદે રસ્તે પડવું; એકબીજાથી વિખૂટા પડવું–રહેવું. **separa'tion** (સે'પરેશન), ના૦ પતિપત્નીનું જુદા પડવું – રહેવું; વિયોગ. **sep'arator**, ના૦ દૂધમાંથી માખણ જુદું પાડવાનો સંચો.

sep'ia (સીપિઆ), ના૦ (માછલીમાંથી કાઢેલા પ્રવાહીમાંથી બનાવેલો) ભૂખરો રંગ, 'સીપિયા' રંગ.

sep'oy (સીપૉઇ) ના૦ સિપાઈ.

sep'sis (સે'પ્સિસ) ના૦ કોહ, સડો; સડાને લીધે લોહીમાં ઝેર ફેલાવું તે.

sept (સે'પ્ટ), ના૦ કુળ, ટોળી.

sept'– (સે'પ્ટ–), સાત (સમાસમાં વપરાય છે).

Septem'ber (સે'પ્ટે'મ્બર) ના૦ સપ્ટેમ્બર મહિનો.

septenn'ial (સે'પ્ટે'નિઅલ), વિ૦ સાત વરસ માટે; સાત સાત વરસે થતું, સપ્તવાર્ષિક.

sep'tic (સે'પ્ટિક), વિ૦ જલદી કહોવડાવી નાખે એવું, કહોવાણ કરે એવું; ઝેર ફેલાયેલું.

septicaem'ia (સે'પ્ટિસીમિઆ), ના૦ લોહીમાં ઝેર ફેલાવું તે.

septuagenar'ian (સે'પ્ટયુઅજિનેરિઅન), વિ૦ અને ના૦ ૬૯ અને ૮૦ વરસ વચ્ચેની ઉંમરનું (માણસ).

sep'tuagint (સે'પ્ટયુઅજિન્ટ); ના૦ બાઇબલના જૂના કરારની ગ્રીક આવૃત્તિ.

sep'ulchre (સે'પલ્કર), ના૦ કબર, સમાધિ. *whited* ~, ડોળી–દંભી – માણસ. **sepulch'ral** (સિપલ્ક્રલ), વિ૦ કબરનું –સંબંધી; દફન (વિધિ) નું – ને લગતું;(અવાજ, ઇ.) ઘોરમાંથી આવતો હોય એવો, ઊંડો અને ગમગીન.

sep'ulture (સે'પલ્ચર), ના૦ દફનવિધિ.

se'quel(સીક્વલ)ના૦ પછીથી, આવનાર વસ્તુ–બનનાર ઘટના; (વાર્તાનો) પાછળનો ભાગ, પર્યવસાન, પરિણામ.

se'quence (સીક્વન્સ), ના૦ અનુક્રમ, ક્રમશઃ એક પછી એક આવવું તે; ઘટનીક્રમ; એકબીજી સાથે સંબદ્ધ વસ્તુઓની હાર; અખંડિત હાર–શ્રેણી. *in* ~, એક પછી એક, ક્રમશઃ.

seques'ter (સિક્વે'સ્ટર), સ૦ ક્રિ૦ જુદું કાઢવું, બધાથી – સમાજથી – દૂર કરવું – રાખવું; [કા.] મિલકત તાત્કાલિક જપ્ત કરવી; જપ્ત કરી બીજાના હાથમાં મૂકવી. *a* ~*ed* *spot,* શાંત અને એકાંત સ્થળ. **seques'trate** (સિક્વે'સ્ટ્રેટ), સ૦ક્રિ૦ દેવું વસૂલ કરવા માટે દેવાદારની મિલકત કે આવકનો તાત્કાલિક કબજો લેવો – જપ્ત કરવી. **sequestra'tion** (સીક્વે'સ્ટ્રેશન), ના૦ જપ્તી, ટાંચ.

se'quin (સીક્વિન), ના૦ વેનિસનું ૯ શિ. ૪ પે.નું સોનાનું એક જૂનું નાણું; કપડા પર સીવેલું એના જેવું ઘરેણું.

sera'glio (સરાલ્યો, સે'રાલિઓ), ના૦ જનાનખાનું, અંતઃપુર.

se'raph (સે'રફ), ના૦ (બ૦ વ૦ -im, -s). નવમાંથી સૌથી ચડતા દરજ્જાનો દેવદૂત-ફિરસ્તો. **seraph'ic** (સરૅફિક), વિ૦ ફિરસ્તાનું – ને શોભે એવું.

sere (સિઅર), વિ૦ સુકાઈ ગયેલું, કરમાયેલું.

serenade (સે'રિનેડ, – ર–), ના૦ (વિ. ક.) માશૂકની બારી નીચે રાત્રે (પ્રેમીએ) કરેલું ગાયન કે વાદ્યવાદન. સ૦ક્રિ૦ એવી રીતે કોઈની બારી નીચે ગીત ગાવું કે વાદ્ય વગાડવું.

serene' (સરીન, સિ–), વિ૦ શાંત, સ્વસ્થ, પ્રસન્ન. ગંભીર; અવ્યગ્ર. **seren'ity** (સરે'નિટિ, સિ–), ના૦ ગાંભીર્ય, શાંતતા, સ્વસ્થતા.

serf (સર્ફ), ના૦ ખેતીના કામમાં રોકેલો મજૂર-ગુલામ, ભૂદાસ, 'સર્ફ', ખેતરને (અંગે) વળગેલો દાસ. **serf'dom** (સર્ફ્ડમ), ના૦ ખેતી અંગેનું દાસત્વ – ગુલામી.

serge (સર્જ), ના૦ એક પ્રકારનું રેશમી કે ઊનનું મજબૂત ટકાઉ કાપડ.

serge'ant (સાર્જન્ટ), ના૦ 'કૉર્પરલ'ની ઉપરનો બિનસનદી લશ્કરી અમલદાર; પોલીસ હવાલદાર કે જમાદાર. **Sergeant-at-arms** ના૦ કોર્ટ, પાર્લમેન્ટ, ઇ.માં વ્યવસ્થા જાળવનાર-હુકમનો અમલ કરાવનાર-માણસ **sergeant-major,** ના૦ લશ્કરમાં સૌથી ઊંચી પદવીનો બિનસનદી અમલદાર.

ser'ial (સીરિઅલ), વિ૦ શ્રેણી – હાર–નું, શ્રેણીમાં આવતું, ક્રમવાર; (વાર્તા, લેખ, ઇ.) હપ્તે હપ્તે ક્રમશઃ છપાતું – નીકળતું. ના૦ અંકવાર, ક્રમશઃ, નીકળતી વાત કે સિનેમા ચિત્ર. **seriat'im** (સે'રિએટિમ, સ–), ક્રિ૦ વિ૦ એક પછી એક, ક્રમશઃ.

ser'ies (સીરીઝ઼્, સે'–), ના૦ (બ૦વ૦ એ જ). માળા, હાર, અમુક ક્રમમાં ગોઠવેલી વસ્તુઓ (ની હાર); શ્રેણી.

se'rif (સે'રિફ), ના૦ [મુદ્રણ] બીબામાં અક્ષરની ઉપર અને નીચે રખાતી ટૂંકી આડીલીટી.

ser'ious (સીરિઅસ), વિ૦ વિચારશીલ, ગંભીર (વૃત્તિવાળું); મહત્ત્વનું; વિચારણીય, ગંભીર સ્વરૂપનું; (માંદગી) જોખમકારક.

serm'on (સર્મન), ના૦ ધાર્મિક પ્રવચન; ઠપકો; ભાષણ, ઉપદેશ. **serm'onize** (સર્મનાઇઝ઼્), અ૦ ક્રિ૦ ઉપદેશ આપવો; પ્રવચન કરવું, ભાષણ કરવું – ઠોકવું.

serp'ent (સર્પન્ટ), ના૦ સર્પ, સાપ (વિ. ક. મોટી જાતનો); [લા.] કપટી – દગાબાજ – માણસ. **serp'entine** (સર્પન્ટાઇન), વિ૦ સર્પના જેવું, સર્પાકાર, વાંકુંચૂકું; લુચ્ચું, દગાબાજ. ના૦ સાપની ચામડી પર હોય છે તેવાં ચિહ્નોવાળો પથ્થર.

se'rrate (સે'રેટ), **serrated** (સે'રેટિડ), વિ૦ કરવતના જેવું – જેવા દાંતાવાળું.

se'rried (સેરિડ), વિ૦ એકબીજાના ખભા સાથે ખભો મળે એવું; પાસે પાસે – ખીચોખીચ – આવેલું.

ser'um (સીરમ), ના૦ લોહીનો પાતળો અંશ; રસી મૂકવા માટે વપરાતો લોહીનો પાતળો અંશ. **serous** (સીરસ), વિ૦.

serv'ant (સર્વન્ટ), ના૦ નોકર, ચાકર; અનુચર; સેવક.

serve (સર્વ), ઉ૦ક્રિ૦ -ની ચાકરી – નોકરી–કરવી, સેવા કરવી; -ને મદદ કરવી–ઉપયોગી થવું, -ની ગરજ પાર પાડવી; પીરસવું; ખોરાક ઇ. આપવું; ઘરાકને માલ બતાવવો – આપવો; વહેંચવું; [ટેનિસમાં] દડો મારવાની શરૂઆત કરવી; [કા.] (સમન, નોટિસ, ઇ.) બજાવવું. ~ one's *time,* અમુક હોદ્દા પર, કેદમાં, ઇ. ઠેકાણે નિયત કરેલો વખત પસાર કરવો–ગાળવો. ~ *a* person *right,* જે લાગનો હોય તે તેને આપવું. ના૦ [ટેનિસમાં] (પ્રથમ) દડો મારવાનો વારો – ની રીત.

serv'ice (સર્વિસ), ના૦ નોકરી, ચાકરી, સેવા; જાહેર કે રાજ્યની નોકરીનું – સેવાનું–ખાતું; તેમાં નોકરી કરનારાઓ; ન્યાયાલયના હુકમ, ઇ.ની બજવણી; ગાડીઓ, ઇ.ની અવર-

જવરની નિયત વ્યવસ્થા; બીજા માટે કરેલું કામ કે તેના પર કરેલો ઉપકાર; ઉપયોગ, મદદ; ઉપાસના કે પ્રાર્થના માટેની સભા; જમવાનાં વાસણનો પૂરો સટ; (બ૦ વ૦) વિ. ક. લશ્કરી દળો; નોકરોનું કામ; [ટેનિસમાં] દડો મારવાની શરૂઆત. *at* person's ~, તેની ઇચ્છા પૂરી કરવા તત્પર – તૈયાર. *on active* ~, યુદ્ધના વખતમાં પ્રત્યક્ષ રણક્ષેત્ર ઉપર કામ કરનાર. *see* ~, યુદ્ધનો અનુભવ હોવો. *the* (*fighting*) ~*s*, ખુશ્કી, નૌકા તેમ જ હવાઈ દળો. *with* ~, (મકાન,ઇ.નું ભાડું) સફાઈ, વગેરે સાથેનું. વિ૦ લશ્કરમાં હંમેશ વપરાતું. **serv'iceable** (સર્વિસબલ), વિ૦ ઉપયોગી; ટકાઉ, લાંબો વખત કામ આપે એવું. [રવાનો રૂમાલ.

serviette' (સર્વિએ'ટ), ના૦ જમતાં વાપ-

serv'ile(સરવાઇલ,–વિલ),વિ૦ ગુલામના જેવું (વર્તન કરનારું); ગુલામી વૃત્તિનું, હાજીહા કરનારું; નીચ, અધમ. **servil'ity** (સર્વિલિટિ), ના૦ ગુલામગીરી, દાસ્ય.

serv'itude (સર્વિટચૂડ), ના૦ ગુલામી, પરવશતા. *penal* ~, ત્રણ કે વધારે વરસની સખત મજૂરીની જેલની સજા.

ses'ame (સે'સમિ), ના૦ તલનો છોડ, તલ. *open* ~, [એક જૂની વાર્તામાં] બારણું ઉઘાડવાનો એક જાદુઈ મંત્ર.

se'ssion (સેશન), ના૦ સભા, બેઠક, અધિવેશન; મહાવિદ્યાલયનું કે વિદ્યાપીઠનું સત્ર; કોર્ટની બેઠક. *petty* ~*s*, નાના નાના ગુનાઓના મુકદ્દમા ચલાવનારી કોર્ટ–અદાલત, ફોજદારી કોર્ટ. [છ લીટી.

sestet' (સે'સ્ટે'ટ), ના૦ સૉનેટની છેલ્લી

set (સેટ), ઉ૦ ક્રિ૦ (ભૂ૦ કા૦ set). મૂકવું, માંડવું; ઊભું કરવું; તૈયાર (કરી) મૂકવું; (તેની યોગ્ય જગ્યાએ) બેસાડવું; જોડવું, સાંધવું, બેસાડવું; (છાપવા માટે બીબાં) ગોઠવવું; ગીતનો રાગ બેસાડવો; સખત થવું, ઘન – નક્કર – બનવું; આકાર લેવો; મરઘીને ઈંડાં સેવવા બેસાડવી; વિદ્યાર્થીને પ્રશ્નપત્ર – કામ કરવાનું – આપવું; કશુંક કરવા કહેવું – હુકમ આપવો; (શિકારી કૂતરા અંગે) પાસે પક્ષીઓ છે તે સૂચવવા અક્કડ થવું– થંભી જવું; પાનાને ધાર ચડાવવી; (ઝાડને) ફળ બેસવાં; (સૂર્ય, ચંદ્ર, ઇ. એ) આથમવું; (કપડાં અંગે) શરીરે બરોબર બેસવું – થવું; યંત્રના ભાગ બરાબર બેસાડવા. ~ *about*, કામ, ઇ. શરૂ કરવું, માંડવું. ~ *aside*, કોરે મૂકવું; ગણતરીમાં ન લેવું; રદ કરવું. ~ *at defiance, naught*, ન ગણકારવું, તુચ્છકારવું. ~ (mind, fears) *at rest*, (મન, ઇ.ને) શાંત પાડવું. ~ *a clock*, ઘડિયાળના કાંટા વખત પ્રમાણે બરાબર ગોઠવવા. ~ *a broken bone*, ભાંગેલું હાડકું બેસાડવું. ~ *a hen*, મરઘીને ઈંડા પર બેસાડવી. ~ *eyes on*, જોવું. ~ *examination paper*, પરીક્ષાનું પ્રશ્નપત્ર કાઢવું. ~ *an example*, દાખલો બેસાડવો. ~ *fire to*, -ને આગ લગાડવી– ચાંપવી. ~ *forth*, નીકળી પડવું; -નું બયાન કરવું, જાહેર કરવું. ~ *free*, મુક્ત કરવું, છોડી મૂકવું. ~ *going*, ચાલુ કરવું. ~ *in*, (ઋતુ) બેસવી, શરૂ થવી. ~ *much store by*, -ને ખૂબ મહત્ત્વ આપવું. ~ *off*, અસર કે પ્રભાવ વધારવો; કોઈને હસાવવું–બોલતું કરવું; પ્રવાસે નીકળી પડવું. ~ *on*, હુમલો કરવો, હુમલો કરવા સિસકારવું. ~ one's *face against*, (કરવા,ઇ.) નો તીવ્ર વિરોધ કરવો. ~ one's *heart on*, -ની ઉપર દિલ ચોંટાડવું – પોતાની આશાઓ બાંધવી–કેન્દ્રિત કરવી. ~ one's *teeth*, મક્કમ નિર્ધાર કરવો. ~ *out*, પ્રદર્શન માટે મૂકવું; પ્રવાસ પર નીકળી પડવું. ~ *sail*, દરિયાઈ સફરે ઊપડવું. ~ *the fashion*, નવી ફેશન પાડવી. ~ *the pace*, -ને ઇષ્ટ ગતિ આપવી. ~ *the table*, ભોજનની તૈયારી કરવી – ટેબલ પર બધી વસ્તુઓ ગોઠવવી. ~ *the teeth*, દાંત કચકચાવવા (દરદ કે વેદનાથી). ~ *to*, લડાઈ શરૂ કરવી. ~ *to music*, રાગમાં બેસાડવું. ~ *to rights*, ચાલુ કરી આપવું, સુધારી આપવું. ~ *to work*, કામ કરવાની શરૂઆત કરવી. ~ *up*, (ધંધો) શરૂ કરવો; (કોઈને) ધંધામાં ગોઠવી દેવું; છાપવા માટે ગોઠવવું; માંદગી પછી સાજા કરવું – ઊભા કરવું; ફરિયાદ – બુમરાણ – કરવી. ~ *up for* oneself, પોતાનો આગવો ધંધો શરૂ કરવો. ~ *upon*,

-ની ઉપર હુમલો કરવો. વિ૦ (આંખ, નજર, ઇ.) સ્થિર થયેલું, નિશ્ચલ; (ઉદ્દેશ પર) દૃઢ; (ભાષણ) આગળથી તૈયાર કરી રાખેલું; (વચન) રૂઢ, પ્રચલિત; કાયદા પ્રમાણેનું, સ્થાપિત. ~ *book*, નિયત કરેલું – પાઠ્ય – પુસ્તક. ~ *fair*, (આબોહવા અંગે) સ્થિર અને ખુશનુમા.

set, ના૦ સટ, એક સટમાં આવે એવા બધા પદાર્થોનો સમૂહ; જૂથ, મંડળ; એક ગ્રંથકારનાં બધાં પુસ્તકો; પ્રવાહ, પવન, ઇ.ની દશા, અભિપ્રાયનું વલણ; ઝોક, વલણ; રોપો. *make a dead ~ at*, પર જુસ્સાથી હુમલો કરવો. *~ of tennis*, ટેનિસની રમતના અમુક દાવ. *the fast ~*, વિલાસપ્રિય અને ઉડાઉ લોકો.

set-back, ના૦ વિઘ્ન, નડતર; પીછેહઠ.

set square (સે'ટ્-સ્કવે'અર), ના૦ અમુક ખૂણા દોરવાનું ત્રણ બાજુઓવાળું સાધન, કાટખૂણિયું.

set-to (સે'ટ-ટુ), ના૦ લડાઈ (વિ.ક. મુક્કાબાજી), [દંગલ; દલીલબાજી.

settee' (સે'ટી), ના૦ બે કે વધારે માણસો માટે બેસવાની બેઠક; તાવદાન, 'સોફા'.

sett'er (સેટર), ના૦ બેસીને કે ટૂંટિયા વાળીને શિકાર બતાવનાર કૂતરો.

sett'ing (સે'ટિંગ), ના૦ જુઓ ક્રિયાપદ set; ગીતનું સંગીત; પાર્શ્વભૂમિ, આસપાસનું વાતાવરણ; હીરો, ઇ. જેમાં બેસાડવામાં આવે છે તે બેસણી; નાટકની સજાવટ.

set'tle (સે'ટલ), ના૦ બેઠકની નીચે પેટી અને ઊંચી પીઠવાળો બાંકડો.

set'tle, ઉ૦ ક્રિ૦ કોઈ ઠેકાણે કે રહેઠાણમાં સ્થિર કરવું કે થવું; રખડપટ્ટી છોડીને એક જગ્યાએ સ્થિર થવું; મળીને નક્કી કરવું, નિર્ણય કરવો, ફેંસલો – પતાવટ – કરવી; (પક્ષી, ઇ. અંગે) નીચે ઊતરવું; (દેશમાં) વસાવવું – વસવું, વસાહત કરવી; (પાણી, ઇ. માં) નીચે – તળિયે – બેસવું, ઠરવું; -નો રગડો નીચે બેસવો; -ની સાથે પતાવટ કરવી, -ને જોઈ લેવું; (ડહોળાયેલું પાણી, ઇ.) સ્વચ્છ થવું; (જમીન, ઇ.) સપાટી નીચે બેસવી; (દેવું) ચૂકવવું; (માટીનો ઢગલો) બેસીને ઘટ્ટ – નક્કર – થવું. ~ (money, etc.) *on*, [કા.] હયાતી દરમ્યાન ભોગવવા આપવું. ~ *on* (act, thing, etc.), કરવાનો કે મેળવવાનો નિશ્ચય કરવો. ~ *person's hash*, -ને વારેવારે ત્રાસ દેતો બંધ કરવો. ~ *up*, દેવું – હિસાબ – પતવવો.

set'tlement (સે'ટલમન્ટ), ના૦ સમજૂતી, તોડ, પતાવટ; કાયદા પ્રમાણે મિલકત આપવી તે, તેની શરતો; વસાહત; ગરીબોની વસ્તીમાં સમાજસેવકોએ સ્થાપેલું કેન્દ્ર કે વસાહત; લગ્ન વખતે સ્ત્રીને આપેલું ધન; મિલકતની વ્યવસ્થા.

sett'ler (સે'ટ્લર), ના૦ (પ્રથમ) વસાહત કરનાર, (શરૂઆતનો) વસાહતી.

sev'en (સે'વન), વિ૦ અને ના૦ સાત. **sev'enth** (સે'વન્થ), વિ૦ સાતમું. ના૦ સાતમો ભાગ. **seventeen'** (સે'વન્ટીન), વિ૦ અને ના૦ સત્તર. **seventeenth'** (સે'વન્ટીન્થ), વિ૦ સત્તરમું. ના૦ સત્તરમો ભાગ. **sev'enty**, વિ૦ અને ના૦ સિત્તેર.

sev'er (સે'વર), ઉ૦ ક્રિ૦ -ના બે ભાગ પાડવા – પડવા; કાપીને જુદું કરવું – પાડવું; ફાટી જવું, અલગ પડવું; કાપી – ફાડી – નાંખવું. **sev'erance** (સે'વરન્સ), ના૦ છૂટા પડવું – પાડવું – તે, વિચ્છેદ; પૃથક્ત્વ, વિયોગ.

sev'eral (સે'વરલ), વિ૦ કેટલાય, ત્રણ કે તેથી વધારે; જુદું, નોખું; પોતાનું આગવું. સર્વ૦ ત્રણ કે વધારે (માણસો, વસ્તુઓ). **sev'erally**, ક્રિ૦વિ૦ પૃથક્પણે, પૃથક્ પૃથક્, જુદું જુદું. *jointly and ~*, સંયુક્તપણે અને પૃથક્પણે.

severe' (સિવિઅર, –વી–), વિ૦ કડક; કઠોર, સખત; જબરદસ્તી કરનારું, એકાંતિક; મહામુશ્કેલ, મહામહેનતવાળું; અનલંકૃત, સાદું; (દરદ) તીવ્ર, સખત. **seve'rity** (સિવે'રિટિ), ના૦ સખતાઈ, કડકાઈ.

Sèvres (સેવર), ના૦ એક પ્રકારની ચીની [માટી.

sew (સો), ઉ૦ક્રિ૦ (ભૂ૦ કા૦ sewed; ભૂ૦ કૃ૦ sewed, sewn). સીવવું, સીવીને સાંધવું. **sewing**, ના૦ સીવણ (કામ). **sewing-machine**, ના૦ સીવવાનો સંચો.

sew'age (સ્યૂઇજ, સૂ–), ના૦ ઘર કે શહેરનો કચરો, મેલું પાણી, મળ, ઇ. **sew'er** (સ્યૂઅર), ના૦ ઘર કે શહેરનું મેલું પાણી, કચરો, ઇ.ની ગટર. **sew'erage** (સ્યૂઅરિજ), ના૦ શહેરની ગટરો – ગટર વ્યવસ્થા.

sewn (સોન), sew નું ભૂ૦ કૃ૦.

sex (સે'ક્સ), નાο લિંગભેદ, જાતિ, લિંગ; (એક જૂથ કે જાતિ તરીકે) પુરુષો અથવા સ્ત્રીઓ. ~ *appetite*, લૈંગિક ભૂખ, કામવાસના.

sexagenar'ian (સે'ક્સજિનેરિઅન), વિο અને નાο ૬૦ થી ૭૦ વરસની ઉંમરનું(માણસ).

sex'tant (સે'ક્સ્ટન્ટ), નાο (ભૂમે) વર્તુળનો છઠ્ઠો ભાગ; વહાણવટામાં ને જમીન માપણીમાં વપરાતું ખૂણા માપવાનું – ખૂણા પરથી અંતર માપવાનું – એક સાધન.

sextet(te)' (સે'ક્સ્ટે'ટ), નાο છ જણ માટેની સંગીત રચના; છનું જૂથ.

sex'ton (સે'ક્સ્ટન), નાο ખ્રિસ્તી દેવળના મકાન ને કબ્રસ્તાનની તેમ જ ઘંટ વગાડવાની વ્યવસ્થા જોનાર માણસ.

sex'ual (સે'ક્સ્યુઅલ, –શુ–), વિο સ્ત્રી પુરુષની જાતિ કે લિંગનું – સંબંધી, લૈંગિક; સ્ત્રીપુરુષનું. ~ *intercourse*, મૈથુન.

shabb'y (શૅબિ), વિο ઘસાયેલું, ફાટેલું, જીર્ણ; ફાટેલાં – મેલાં – કપડાં પહેરેલું; ચિંગૂસ, નીચ, હલકું, તુચ્છ; તિરસ્કરણીય, ગંધાતા મોંનું.

shack (શૅક), નાο [અમે.] ઝૂંપડી, છાપરી.

shac'kle (શૅકલ), નાο આંકડો, કડી; હાથે કે પગે પહેરવાની બેડી; (બο વο) હાથકડી; [લા.] બેડી, બંધન. સο ક્રિο બેડી પહેરાવવી; -ને દખલ દેવી.

shad (શૅડ), નાο [અમે.] (સમૂહવાચક) એક જાતનાં માછલાં.

shade (શેડ), નાο છાયા, છાંયડો; અંધારું; ચિત્રનો છાયાવાળો – ઝાંખો – ભાગ; (રંગ, અભિપ્રાય, ઇ.માં) આછો તફાવત – ભેદ; રંગની છટા; બારી – ખિડકી–નો પડદો, દીવાનું ઢાંકણું, (ગરમી કે પ્રકાશને નરમ પાડનારું); પ્રેતાત્મા, ભૂત. ઉο ક્રિο -ની ઉપર પડદો–છાયા–કરવી– અંધારું પાડવું–કરવું; અર્થ કે રંગની બીજી છટામાં ધીમે ધીમે પસાર થવું–થતું જવું; ઘન આકારનો આભાસ પેદા કરવા માટે ચિત્રના અમુક ભાગને વધુ ઘેરો બનાવવો. **eye-shade**, નાο પ્રકાશથી આંખનું રક્ષણ કરનારો આંતરો – પડદો. **shading**, નાο ચિત્રમાં ચડતા ઊતરતા રંગ બતાવવા માટે દોરેલી રેખાઓ, ઇ.

shad'ow (શૅડો), નાο પડછાયો, ઓળો; છાંયડો, છાયા; પડછાયાની જેમ પાછળ પાછળ રહેનાર, હંમેશનો અનુચર – સાથી; આભાસ, ભૂત; આશ્રય, રક્ષણ; (શંકાનો) અતિઅલ્પ અંશ – છાંટો. સο ક્રિο -ની પાછળ પાછળ ગુપ્તપણે જવું, પૂઠ પકડવી; ઉપર છાંયડો કરવો; -નું રક્ષણ –બચાવ – કરવો. **shad'owy** (શૅડોઇ), વિο છાયાવાળું; છાયાના રૂપનું, આભાસરૂપ; ગમગીન.

shad'y (શેડિ), વિο છાંયડાવાળું; છાંયડામાં આવેલું; જેની સચ્ચાઈ વિષે શંકા હોય એવું, શંકિત, સંદિગ્ધ.

shaft (શાફ્ટ), નાο દાંડો; તીરનું રાડું, ભાલાની લાકડી; તીર, બાણ; પ્રકાશનું કિરણ; બીજા ભાગોને ટેકો આપનાર કે જોડનાર લાંબો પાતળો ગોળ દાંડો; થડ, ધડ, દાંડો; ગાડાની ઊધ –ધોરિયો; ખાણ, ઇ.માં ઊતરવાનું ઊંડું બાકું, વિવર; થાંભલાનો મુખ્ય ભાગ (કુંભીથી સરણા ભરણા સુધીનો).

shag (શૅગ), નાο બરછટ વાળનો જથો; કાપેલી જાડી–બરછટ – તમાકુ; લાંબી રુવાંટીવાળું જાડું કપડું. **shagg'y** (શૅગિ), વિο બરછટ વાળવાળું; વાળ ઓળ્યા વિનાનું; (વાળ) બરછટ.

shagreen' (શગ્રીન), નાο અણકેળવેલું ખરબચડું બનાવેલું ચામડું; શાર્ક માછલીનું ચામડું.

shah (શા), નાο ઈરાનનો રાજા – શાહ.

shake (શેક), ઉο ક્રિο (ભૂο કાο shook, ભૂο કૃο shaken). હલાવવું, હલાવી નાંખવું; હાલવું, ડોલવું; ધ્રૂજવું, કાંપવું; ધ્રુજાવવું, કંપાવવું; ડગમગાવવું, અસ્થિર કરવું; નબળું પાડવું; અસ્થિર થવું, ડગમગવું. ~ *hands with*, -ની જોડે મળવું – સમાધાન કરવું; સલામ કરી વિખૂટા પડવું. ~ *off*, ખંખેરી નાખવું, -થી મુક્ત થવું. નાο હાલવું–હલાવવું–તે; આંચકો, ધક્કો; [સં.] અવાજ ધ્રુજાવીને – કવાલથી – ગાવું તે. *in two ~s*, તરત. **shake'down**, નાο ઘાસની કામચલાઉ પથારી, જમીન પર પાથરેલી પથારી.

shak'o (શૅકો), નાο (બο વο – ક). એક ઊંચી દીવાલની લશ્કરી ટોપી.

shak'y (શેકિ), વિο ધ્રૂજતું, કાંપતું, અસ્થિર; લથડિયાં ખાતું, ડગમગતું; અનિશ્ચિત, અસુરક્ષિત. [વધારે પોચો ખડક – પથ્થર.

shale (શેલ), નાο સ્લેટના જેવો પણ તેનાથી

shall (શૅલ, શલ), સહા૦ ક્રિ૦ (ભૂ૦કા૦ અને સંકેતાર્થ should). ભવિષ્યકાળદર્શક. પહેલા પુરુષમાં માત્ર ભ૦કા૦ બતાવે છે; બીજા ત્રીજામાં હુકમ, મરજી બતાવે છે.

shall'op (શૅલપ), ના૦ નાની બોટ.

shal(l)ot' (શલૉટ), ના૦ એક જાતની ડુંગળી.

shall'ow (શૅલો), વિ૦ છીછરું, ઉપરચોટિયું. ના૦ છીછરી જગ્યા, દરિયામાં છીછરા પાણીવાળી જગ્યા.

shalt (શૅલ્ટ), shall ના વર્તમાન કાળનું બીજા પુરુષનું એકવચનનું રૂપ.

sham (શૅમ), ઉ૦ક્રિ૦ -નો ઢોંગ કરવો. ના૦ ઢોંગ; ઢોંગી માણસ; બનાવટી–નકલી–વસ્તુ. વિ૦ ખોટું, દેખાડવાનું; નકલી.

sham'ble (શૅમ્બલ), અ૦ ક્રિ૦ લથડિયાં ખાતાં – લથડતે પગે – ચાલવું, બેઢંગું ચાલવું.

sham'bles (શૅમ્બલ્ઝ઼), ના૦ બ૦ વ૦ કસાઈખાનું; ભારે મોટી કતલની જગ્યા.

shame (શેમ), ના૦ લાજ, શરમ; અપકીર્તિ, બેઆબરૂ; શરમની વાત. *put to ~*, લાજ લગાડવી, શરમાવવું. સ૦ ક્રિ૦ લજવવું; શરમાવીને–શરમ લગાડીને–કશુંક કરવાની ફરજ પાડવી (*~ into doing*). **shame'faced** (શેમ્ફ઼ેસ્ટ), વિ૦ શરમાળ, શરમિંદું; નમ્ર; સંકોચશીલ. **shameful** (શેમ્ફુલ), વિ૦ શરમ આવે એવું, નીચું જોવા જેવું. **shameless**, વિ૦ નિર્લજ્જ, બેશરમ; નફ્ફટ.

shamm'y (શૅમિ), ના૦ એક જાતનું સુંવાળું ચામડું, 'શેમોઇ લેધર'.

shampoo' (શૅમ્પૂ), સ૦ક્રિ૦ માથું ઘસીને ધોવું, મસળવું. ના૦ ચંપી, માલિશ; વાળ ધોવાનો પ્રવાહી કે ઘન સાબુ.

sham'rock (શૅમરૉક), ના૦ આયર્લૅન્ડના રાષ્ટ્રીય ચિહ્ન તરીકે વપરાતું સફેદ કે ગુલાબી ફૂલવાળું ત્રણ પત્તીવાળું ઘાસ.

shan'dy(gaff) (શૅન્ડિ(ગૅફ઼)), ના૦ એક જાતનું દારૂનું મિશ્રણ.

shanghai' (શાંગહાઇ), સ૦ ક્રિ૦ માણસને બેભાન કરીને ખારવો બનાવવા માટે ભગાડી જવું.

shank (શૅંક), ના૦ પગ, પગનો નળો; કોઈ પણ વસ્તુની વચલી દાંડી. *on S~'s mare*, પગે (ચાલીને), ટાંગા પર.

shan't (શૅન્ટ), = shall not.

shantung' (શૅન્ટુંગ), ના૦ ચીની રેશમ (બહુધા અણરંગેલું).

shan'ty (શૅન્ટિ), ના૦ ઝૂંપડું, છાપરી.

shan'ty, ના૦ જુઓ chanty.

shape (શેપ), ના૦ ઘાટ, આકાર, આકૃતિ; રૂપરેખા, બાહ્ય દેખાવ; વ્યવસ્થિત રચના; મૂર્તસ્વરૂપ; નમૂનો, સાંચો. ઉ૦ ક્રિ૦ કોઈ ચોક્કસ આકાર કે ઘાટનું બનાવવું, ઘડવું; યોજના કરવી; વ્યવસ્થા – રચના–કરવી; -નો આકાર લેવો–આકારનું બનવું. **shape'less**, વિ૦ બેડોળ. **shape'ly** (શેપ્લિ), વિ૦ ઘાટદાર; રૂપાળું, સુંદર.

shard (શાર્ડ), **sherd** (શર્ડ), ના૦ [પ્રા.] [માટલા, ઇ.નો કકડો, ઠીકરું.

shard, ના૦ વાંદા કે ભમરાની કવચ જેવી પાંખ.

share (શેર, શે'અર), ના૦ ભાગ હિસ્સો; વેપારી પેઢીમાં ભાગ, શૅર. *go ~s in*, કશાકના ભાગે આવતા પૈસા આપવા; -માં ભાગ રાખવો, શૅર લેવા. ઉ૦ક્રિ૦ ભાગ પાડવા, વહેંચવું; ભાગ લેવો; -ની જોડે માલિકી ધરાવવી–વાપરવું; -માં ભાગ હોવો–રાખવો. **share'holder**, ના૦ ભાગીદાર, શૅરહોલ્ડર. **share'-out**, ના૦ મંડળના સભ્યો વચ્ચે વહેંચણી.

share, ના૦ હળની કોશ.

shark (શાર્ક), ના૦ એક જાતની મોટી ખાઉધરી માછલી; ધુતારો, ઠગ.

sharp (શાર્પ), વિ૦ (ધાર કે અણી) તીક્ષ્ણ, બારીક; તીક્ષ્ણ ધાર કે અણીવાળું, અણીદાર, અણિયાળું; (આકૃતિ) સ્પષ્ટ રેખાઓવાળું; (ખૂણો) સાંકડું; સીધા ચડાણવાળું; એકદમ વળાંક લેતું; (સ્વાદમાં) તીખું, ઝાટકો લાગે એવું; તીવ્ર; સખત, કરડું; કઠોર; દુ:સહ, મર્મભેદક; પાકું, પહોંચેલું, યુક્તિબાજ, હોશિયાર; અપ્રામાણિક; [સં.] ઊંચા સ્વરવાળું; (અવાજ) તીક્ષ્ણ, તીણું. *~ practice*, ચાલાકીભર્યો વહેવાર. ના૦ [સં.] તીવ્ર સ્વર; નાની સોય; ધુતારો. ક્રિ૦વિ૦ બરાબર (અમુક વાગ્યે); એકદમ. **sharp'en** (શાર્પન), ઉ૦ ક્રિ૦ તીક્ષ્ણ – તીવ્ર–કરવું–થવું; ધાર કાઢવી, અણી કાઢવી. **sharp'er**, ના૦ ઠગ, ધુતારો. **sharp-set**, વિ૦ ખાઉં ખાઉં કરતું, અતિ ભૂખ્યું. **sharp'**-

shooter, ના૦ નિષ્ણાત નિશાનબાજ, તાકોડી.

shatt'er (શૅટર), ઉ૦ ક્રિ૦ એકદમ ભાંગીને ચૂરેચૂરા કરી નાખવું–થઈ જવું; સંપૂર્ણ નાશ કરવો; ડાગળી ખસેડવી (~ *the nerves*)–ખસવી.

shave (શેવ), ઉ૦ ક્રિ૦ વાળ ઉતારવા, હજામત કરવી, છોલવું, મૂંડવું; દાઢી કરવી; (લાકડું) છોલવું; અડયા વિના તદ્દન પાસેથી પસાર થવું. ના૦ હજામત–દાઢી–(કરવી તે); રંદો, વાંસલો, ઇ. *a close, narrow,* ~, જરાકમાં બચી જવું તે. **shav'er**, ના૦ છોકરો, જુવાનિયો (સામાન્યપણે *young* ~). **shaving-brush**, ના૦ હજામત વખતે સાબુ લગાડવાની કૂચડી–બ્રશ. **shavings**, ના૦ બ૦વ૦ રંદો કરતાં નીકળતાં છોલાં.

shawl (શૉલ), ના૦ શાલ.

she (શી), સર્વ૦ તે (સ્ત્રી). ના૦ સ્ત્રી.

sheaf (શીફ), ના૦ (બ૦ વ૦ sheaves). પૂળી, પૂળો; ભારી; થોકડી.

shear (શિઅર), ઉ૦ક્રિ૦ (ભૂ૦ કા૦ sheared, ભૂ૦ કૃ૦ shorn). તલવારથી કાપી નાંખવું; કાતરથી કાપવું, કાતરવું; ઊન કાતરી લેવું; મૂંડવું, લૂંટવું. **shearl'ing**, ના૦ એક વાર ઊન કાતરી લીધેલું ઘેટું. **shears**, ના૦ બ૦વ૦ મોટી અને મજબૂત કાતર (ડાળખાં, ઘેટાનું ઊન, ઇ. કાપવામાં વપરાતી).

sheath (શીથ), ના૦ (બ૦ વ૦ ઉચ્ચાર, શીધ્ઝ઼). ઢાંકણું, આવરણ, વેષ્ટન, મ્યાન. **sheathe** (શીધ), સ૦ક્રિ૦ મ્યાન કરવું.

shed (શે'ડ), સ૦ ક્રિ૦ (ભૂ૦ કા૦ shed). પાડી નાખવું, પડવા દેવું. (વાળ, પીંછાં, પાંદડાં, ઇ.)ને ખરવા દેવું–ખંખેરવું; (આંસુ, લોહી) વહેવડાવવું; (પ્રકાશ, ઇ.) બહાર ફેંકવું, ફેલાવવું. ~ *the blood of*, -ને મારી નાખવું.

shed, ના૦ ઝૂંપડી, છાપરી; કોઢ. [ઓપ.

sheen (શીન), ના૦ તેજ, ચળકાટ, કાન્તિ;

sheep (શીપ), ના૦ (બ૦ વ૦ એ જ). ઘેટું, મેંઢું. *a black* ~, કુટુંબમાંનું ખરાબ માણસ; શઠ, લુચ્ચું. *make* ~*'s eyes (at)*, શરમાળ પ્રણયી નજરે જોવું. **sheep-cot(e)**, **sheep-fold, sheep-pen**, ના૦ ઘેટાંનો વાડો, નેસડો. **sheep'ish** (શીપિશ), વિ૦ શરમાળ, સંકોચશીલ; બીકણ; મૂરખ. **sheep'shank** (શીપ્શૅંક), ના૦ દોરડું કાપ્યા વિના તેની લંબાઈ ઓછી કરવા માટે બાંધેલી ગાંઠ. **sheep-walk** (શીપ્વૉક), ના૦ ઘેટાં ચારવાનું મેદાન.

sheer (શિઅર), વિ૦ પૂરેપૂરું, કેવળ, તદ્દન; ઊભું; (કપડું) ઝીણું, અતિ બારીક. ક્રિ૦ વિ૦ સરળ, સીધું, ઊભું ને ઊભું.

sheer, અ૦ ક્રિ૦ એકદમ બાજુએ વળવું; (વહાણ અંગે) દિશા બદલવી. ~ *off*, એકદમ ફંટાઈ જવું.

sheet (શીટ) ના૦ ચાદર, ચોફાળ, પલંગપોશ; (કાગળનો) તાવ; (ધાતુનું) પતરું; (કાચની) તકતી; (પાણીનો) પટ–વિસ્તાર; સઢને નીચેને ખૂણે બાંધેલું દોરડું કે સાંકળ. ~ *anchor*, ખાસ સંજોગોમાં જ વાપરવામાં આવતું મોટું લંગર–બિલાડી; છેવટનો–મુખ્ય–આધાર. સ૦ ક્રિ૦ દોરડા વતી (સઢને) બાંધવું; ચાદર ઓઢાડવી. **sheet'ing**, ના૦ ચાદરનું કાપડ. [કે કુટુંબનો વડો, શેખ.

sheik(h) (શેક, શીક), ના૦ અરબ સરદાર

shek'el (શે'કલ), ના૦ યહૂદી લોકોનું એક વજન(નું માપ)–નાણું; (બ૦ વ૦) પૈસા, ધન.

shelf (શે'લ્ફ), ના૦ (બ૦ વ૦ shelves). કબાટના ખાનાનું પાટિયું, છાજલી, અભરાઈ; રેતી કે ખડકનો પાણીની સપાટીએ આવેલો ટેકરો; દરિયાની સપાટીથી નીચે આવેલી ખડકની ધાર. *on the* ~, કોરે મૂકેલું; નકામું (માણસ અંગે). ઉ૦ક્રિ૦ પાટિયાં, છાજલીઓ, ચોડવી; કોરે મૂકવું, અભરાઈએ મૂકી દેવું; (જમીન અંગે) ઢોળાવવાળું હોવું.

shell (શેલ), ના૦ (ઈંડું, ફળ, ઇ.નું) કોચલું, કાચલું, કવચ, છોડું; છીપ, શંખ, કવચ; અધૂરા કે આગ લાગેલા ઘરની કેવળ દીવાલો; તોપનો ગોળો (bomb-~); ચોકઠું. ઉ૦ક્રિ૦ કોચલું–છોડું–કાઢી નાખવું; દારૂના ગોળા ફેંકવા–મારવા. ~ *out*, પૈસા આપી દેવા, દેવું ચૂકવી દેવું. **shellfish** ના૦ પાણીમાં છીપમાં રહેનારું પ્રાણી–કાલવ, ઝીંગું, કરચલો, ઇ. **shell-proof**, વિ૦ તોપમારા સામે ટકી રહે એવું. **shell-shock** (શે'લશૉક), ના૦ દારૂગોળાના ધડાકાથી થયેલી માનસિક વિકૃતિ–

ગાંડપણ. [પાતળી તકતીઓ.
shellac' (શે'લૅક), ના૦ લાખ, લાખની
shel'ter (શે'લ્ટર), ના૦ આશ્રય, આશરો; રક્ષણ, બચાવ; આશ્રયસ્થાન. ઉ૦ ક્રિ૦ આશ્રય આપવો કે લેવો; રક્ષણ કે બચાવ કરવો.
shelve (શેલ્વ), ઉ૦ ક્રિ૦ (ચોપડી ઇ.) છાજલી કે પાટિયા પર મૂકવું, અભરાઈએ ચડાવવું; -નો વિચાર મુલતવી રાખવો; પાટિયાં–છાજલીઓ – જડવી – બેસાડવી. [હોવું.
shelve, અ૦ ક્રિ૦ જરા ઢોળાવવાળું કે નમતું
shep'herd (શે'પર્ડ), ના૦ ઘેટાં સાચવનાર, ભરવાડ; ધર્મગુરુ, પાદરી. ~*'s plaid,* કાળી ને ધોળી ચોકડીવાળું કાપડ. *the good S~,* ઈશુ ખ્રિસ્ત. સ૦ ક્રિ૦ ઘેટાં પાળવાં કે હાંકવાં; ઘેટાંની જેમ હાંકવું. **shep'herd-ess** (શે'પર્ડિસ), ના૦ ભરવાડણ.
sher'bet (શર્બટ), ના૦ શરબત.
she'riff (શે'રિફ) ના૦ કોઈ કસબા, પરગણા કે શહેરનો મુખ્ય અમલદાર, શેરીફ; નગરશેઠ. [જાતનો દારૂ.
she'rry (શે'રિ) ના૦ સ્પેનમાં થતો એક
shew, shew'bread, ના૦ જુઓ show, showbread.
shibb'oleth (શિબલે'થ), ના૦ જેની ઉપરથી માણસનો પક્ષ, સિદ્ધાન્ત, ઇ.નું પારખું કરી શકાય (પ્રાચીન કાળમાં યહૂદીઓ કરતા) તે શબ્દ, રિવાજ, ઇ.; કોઈ વર્ગ કે રાજકીય પક્ષનો સાંકેતિક શબ્દ, પોકાર(વાનું સૂત્ર); જૂનવાણી સિદ્ધાન્ત – મત.
shield (શીલ્ડ), ના૦ ઢાલ; રક્ષણ, બચાવ; ઢાલ, છત્ર; કોઈ કુટુંબ કે વંશનાં પ્રતીક – ચિહ્નો – વાળી ઢાલ કે તેના જેવી તકતી. સ૦ ક્રિ૦ રક્ષણ – બચાવ – કરવો. [સ્થાન.
shiel'ing (શીલિંગ), ના૦ ઝૂંપડું; આશ્રય-
shift (શિફ્ટ), ઉ૦ ક્રિ૦ ખસેડવું, ફેરવવું; ખસવું, સ્થળાંતર કે સ્થિત્યંતર કરવું; સ્વરૂપ કે સ્વભાવ બદલવો; તાત્કાલિક ઉપાય યોજવો, રસ્તો કાઢવો, યુક્તિ કરવી. ~ *for* oneself, માથાકૂટ કરી પોતે પોતાનો રસ્તો કાઢવો–ફૂટી લેવું. ના૦ સ્થળાંતર; યુક્તિ, તરકીબ; છળ, કપટ; પાળી; પાળીનાં માણસો; પાળીનો સમય –ગાળો; કુડતું, ખમીસ. *make ~ (to),* ગમે-તેમ કરીને ચલાવવું. **shift'less,** વિ૦ આવડત વિનાનું, એદી, નાલાયક. **shift'y** (શિફ્ટિ), વિ૦ ચંચલ; યુક્તિબાજ, કપટી.
shille'lagh (શિલેલા), ના૦ જાડા ગઠ્ઠાવાળો આયરિશ દંડૂકો – ડાંગ, ડંગોરો.
shill'ing (શિલિંગ), ના૦ ઇંગ્લંડનું એક નાણું (આશરે ૭૫ પૈસા – બાર આના – ની કિંમતનું). *cut off* one's heir *with a ~,* પોતાની મિલકત વારસને ન આપતાં બીજાને આપી દેવી. **shilling's-worth,** ના૦ એક શિલિંગમાં મળે તેટલું.
shill'y-shall'y (શિલિશૅલિ), અ૦ ક્રિ૦ ઢચુપચુ કરવું–થવું, ડગમગવું; આનાકાની કરવી.
shimm'er (શિમર), ના૦ આછું અને ધ્રૂજતું – અસ્થિર – અજવાળું. અ૦ ક્રિ૦ ઝબૂકવું.
shin (શિન), ના૦ પગની નળી, નળો. ઉ૦ ક્રિ૦ ~*(up),* ઝાડ, ઇ. ઉપર ચડવું.
shin'dy (શિંડિ), ના૦ ધુમરાણ; મારામારી. *kick up a ~,* ગરબડ – ફરિયાદ – કરવી.
shine (શાઇન), ઉ૦ ક્રિ૦ (ભૂ૦ કા૦ shone). પ્રકાશવું, ચળકવું; ઝગમગવું, તેજવાળું હોવું; ઓપવું, ઘસીને ચળકતું કરવું; કશાકમાં નિષ્ણાત હોવું, દીપી નીકળવું. ના૦ કાન્તિ, તેજ; પૉલિશ, ઓપ.
shingle (શિંગલ), ના૦ છાપરે જડવાનું પાતળું પાટિયું. સ૦ ક્રિ૦ છાપરે પાટિયાં જડવાં.
shingle, સ૦ ક્રિ૦ સ્ત્રીના વાળ કાપી ટૂંકા કરવા. ના૦ કાપેલા ટૂંકા વાળ.
shingle, ના૦ દરિયાકિનારા પરના કાંકરા.
shingles (શિંગલ્ઝ), ના૦ બ૦ વ૦ કેડના ભાગમાં થતો ચામડીનો રોગ, ખૂજલી, દરાજ.
Shin'to (શિન્ટો), ના૦ જાપાનનો પરંપરાગત ધર્મ. [રમત.
shin'ty (શિન્ટિ), ના૦ હૉકીના જેવી એક
shin'y (શાઇનિ), વિ૦ ચળકતું, ચળકાટ મારતું; ઘસાઈ ને લીસું બનેલું.
ship (શિપ), ના૦ વહાણ, જહાજ. ઉ૦ ક્રિ૦ વહાણમાં માલ મૂકવો – લેવો – મોકલવો; વહાણમાં બેસીને જવું, ખલાસી બનીને જહાજમાં જવું; (હલેસાં) કાઢીને હોડીમાં મૂકવાં. ~ *a sea, water,* (વહાણ અંગે) મોજાથી કે પાણીથી ભરાઈ જવું. **ship'board,** ના૦ *on ~,* વહાણ

પર, વહાણમાં. **ship'mate,** ના૦ વહાણ પરનો સાથી ખારવો – સહપ્રવાસી. **ship'-ment,** ના૦ વહાણમાં માલ ચડાવવો તે; વહાણમાં ચડાવેલો માલ. **shipp'er** (શિપર), ના૦ વહાણમાં માલની આયાત કે નિકાસ કરનાર. **shipp'ing,** ના૦ દેશનાં બધાં વહાણો, વહાણો. **ship'-shape** (–શેપ), વિ૦ વ્યવસ્થિત (પણે ગોઠવેલું). **ship'wreck** (–રે'ક), ના૦ ખરાબે ચડીને અથવા ખડક સાથે અથડાઈને વહાણનું ભાંગવું; સંપૂર્ણ વિનાશ. ઉ૦ ક્રિ૦ ખરાબે ચડીને ભાંગવું. **ship'wright** (–રાઇટ), ના૦ વહાણ બાંધનાર–તૈયાર કરનાર. **ship-yard** (–યાર્ડ), ના૦ વહાણ બાંધવાની કે તેનું સમારકામ કરવાની જગ્યા – ગોદી.

shire (શાયર), ના૦ પરગણું, 'કાઉન્ટિ'. **shire-horse,** ના૦ ગાડી, હળ, ઇ. ખેંચનારો કદાવર ઘોડો. [-માંથી છટકી જવું.

shirk (શર્ક), ઉ૦ક્રિ૦ કર્તવ્ય–ફરજ – ટાળવી,

shir(r) (શર), ના૦ લવચીક ધાગાનું કાપડ; કપડામાં સીવીને પાડેલી ચીપો. સ૦ ક્રિ૦ કપડામાં સમાંતર દોરા ભરીને તેને ભેગું કરવું–ચીપો પાડવી.

shirt (શર્ટ), ના૦ પહેરણ, ખમીસ. **shir't-ing** (શર્ટિંગ), ના૦ પહેરણનું કાપડ. **shirty,** વિ૦ ગુસ્સે થયેલું; ચીડિયું.

shiv'er (શિવર), ના૦ ભાંગેલા કાચ, ઇ.નો ટુકડો, નાનો કકડો. ઉ૦ ક્રિ૦ ફોડીને કકડા કરવા, ફૂટીને કકડા થવા.

shiv'er, અ૦ ક્રિ૦ બીક કે ટાઢથી ધ્રૂજવું, કાંપવું, થરથરવું. ના૦ ધ્રુજારી, કંપારી, થરથરાટ, **shiv'ery** (શિવરિ), વિ૦ ધ્રૂજતું, કાંપતું.

shoal (શોલ), ના૦ માછલીઓનો જથો; ઝુંડ, ટોળું.

shoal, વિ૦ (પાણી) છીછરું. ના૦ છીછરી જગ્યા; પાણીમાં ડૂબેલો રેતીનો ખડક, ખરાબો. અ૦ક્રિ૦ છીછરું થવું – થતાં જવું.

shock (શૉક), ના૦ ઓળ્યા વિનાના ગૂંચાયેલા વાળ, જટા; વાળનો જથો. **shock'-headed,** વિ૦ વાળ ઓળ્યા વિનાનું.

shock, ના૦ અડોઅડ ઊભા કરેલા અનાજના બહુધા બાર પૂળાનો જથ્થો.

shock, ના૦ આંચકો, ધક્કો, આઘાત; શારીરિક અથવા માનસિક ધક્કો, આઘાત; આઘાતને લીધે થયેલી ઈજા. *electric* ~, વીજળીનો પ્રવાહ શરીરમાં દાખલ થવાથી લાગતો આંચકો. ~*tactics*, મોટા જમાવમાં હુમલો કરીને સામસામા લડવાની ફરજ પાડવી તે. ~*treatment*, મસ્તિષ્ક દ્વારા વીજળીના આંચકા આપીને કરાતો ઉપચાર. ~ *troops*, મોટા જમાવમાં એકદમ હુમલો કરવામાં કાબેલ લશ્કર. સ૦ક્રિ૦ આઘાત પહોંચાડવો; ધ્રાસકો લાગે – ચીતરી ચડે – તેમ કરવું; -ને ભયંકર લાગવું. **shocker,** ના૦ ખૂન, મારામારી ઇ.વાળી વાર્તા. **shock'ing** (શૉકિંગ), વિ૦ નાલેશીભરેલું, નીચું ઘાલવા જેવું; અયોગ્ય; બહુ જ ખરાબ, કારમું; આઘાતજનક.

shod (શૉડ), shoeનો ભૂ૦ કા૦ તથા ભૂ૦કૃ૦.

shodd'y (શૉડિ), ના૦ જૂનું લૂગડું ફાડીને કાઢેલા ધાગા – દોરા; અંશતઃ તેનું બનાવેલું કપડું. વિ૦ હલકી જાતનું, હલકા માલનું બનાવેલું.

shoe (શૂ), ના૦ પગરખું, જોડો; જોડાના આકારની કોઈ વસ્તુ; ઘોડા, ઇ.ની નાળ. સ૦ક્રિ૦ (ભૂ૦કા૦ shod, વર્ત૦ કૃ૦ shoeing). નાળ જડવી – બેસાડવી. **shoe'black,** ના૦ જોડાને માંજનાર – પૉલિશ કરનાર – છોકરો. **shoe'horn** (શૂહૉર્ન), ના૦ એડી પર બૂટ ચડાવવાનું શિંગડાનું – ચમચો.

shone (શૉન), shineનો ભૂ૦કા૦ તથા ભૂ૦કૃ૦.

shook (શુક), shakeનો ભૂ૦ કા૦.

shoon (શૂન), ના૦બ૦વ૦ [પ્રા.] જોડા.

shoot (શૂટ), ઉ૦ ક્રિ૦ (ભૂ૦ કા૦ ને ભૂ૦ કૃ૦ shot). ખૂબ ઝડપથી અથવા એકાએક આવવું અથવા જવું (~*out, in, up,* ઇ.); છોડવું, ફેંકવું; બંદૂક ફોડવી, ગોળી મારવી; ગોળી, ઇ.થી જખમી કરવું કે મારી નાંખવું; -નો અંકુર–પીલો–ફૂટવો; -ને કળીઓ ફૂટવી – બેસવી; એકદમ (સપાટીની) ઉપર આવવું, –ઉપર જવું; [સિનેમા] કૅમેરા વતી ફોટો પાડવો; (દાંત અંગે) સણકા મારવા. ના૦ કળી, નાની કુમળી ડાળી, પળ; ઢોળાવ, ઢાળ; લાંબો, સાંકડો ઢાળવાળો માર્ગ; નાનો ફણગો, અંકુર; શિકાર માટે ભેગા થવું તે;–ભેગી થયેલી મંડળી; **shoot'ing,** ના૦ નિશાનબાજી; શિકાર કરવા ભાડે આપેલી જગ્યા; કોઈની જમીન પર પક્ષીઓનો શિકાર

કરવાનો હક. ~ *star*, ખરતો તારો, ઉલ્કા. **shooting-box**, શિકારીની રહેવાની જગ્યા.

shop (શૉપ), ના૦ દુકાન, હાટડી; માલ તૈયાર કરવાની જગ્યા, કારખાનું; પોતાના ધંધાની વાતો. *all over the* ~, ચોમેર અસ્તવ્યસ્ત પડેલું. *closed* ~, જેમાં ફક્ત મજૂર મહાજનના સભ્ય હોય એવા કામગારો જ કામ કરતા હોય એવું કારખાનું. *talk* ~, પોતાના ધંધાની વાતો કરવી. અ૦ ક્રિ૦ ખરીદી કરવા માટે દુકાને જવું – ફરવું. **shop'keeper** (–કીપર), ના૦ દુકાનદાર. **shop'lifter**, ના૦ ઘરાક તરીકે આવીને ચોરી કરનાર. **shop-steward**, ના૦ (દુકાનમાં) કામ કરનારાઓએ પોતાની વતી બોલવા માટે ચૂંટી કાઢેલો માણસ. **shop'walker**, ના૦ દુકાનમાં બધે ફરીને ઘરાકોને માહિતી આપનાર – તેમની સગવડ જોનાર – માણસ. **shop-worn**, વિ૦ (માલ) જોવા માટે ખુલ્લો રાખવાને લીધે બગડેલો.

shore (શોર, શૉ –), સ૦ ક્રિ૦ ત્રાંસો મોભ ટેકવીને ભીંત વગેરેને ટેકો દેવો. ~ *up*, લાકડાના થાંભલા કે મોભ વતી ટેકો દેવો. ના૦ ભીંતને આપેલો લાકડાનો ત્રાંસો ટેકો.

shore, ના૦ દરિયો, સરોવર કે નદીનો કિનારો.

shorn (શૉર્ન), shearનું ભૂ૦કૃ૦. ~ *of*.

short (શૉર્ટ), વિ૦ ટૂંકું, નાનું (લાંબું નહિ), ઠીંગણું (ઊંચું નહિ); (વખત કે સમય) ટૂંકું; નાના ટપ્પાનું; થોડું, અલ્પ, પૂરતું નહિ; કહેલા ગુણ, માપ, કે જથામાં ઓછું (પડતું); ઓછાબોલું; તરત ખલાસ થનારું; ટૂંકું, તોછડું અને મિજાજી; (સ્વર), હ્રસ્વ, લઘુ (˘); બરડ, તરત ભૂકો થઈ જાય એવું. *cut* ~, પૂરું થાય તે પહેલાં બંધ કરવું. *for* ~, ટૂંકા રૂપ તરીકે. *in* ~, ટૂંકમાં, મતલબ કે. ~ *commons*, ઓછા – અપૂરતા – પ્રમાણમાં અપાતું અનાજ, ઇ. (નું રેશન). ~ *cut*, ટૂંકો રસ્તો. ક્રિ૦ વિ૦ એકદમ, અધવચ, છેવટ સુધી ગયા વિના. *come* ~ *of*, અપેક્ષાથી ઓછું ઊતરવું. *sell* ~ વાયદે વેચવું, વાયદાનો સોદો કરવો. *take* person *up* ~, પૂરું બોલવા ન દેવું, ના૦ બ૦ વ૦ ચડ્ડી. **short'bread** (શૉર્ટ્‌બ્રે'ડ), **short'cake**, ના૦ આટો, માખણ ને ખાંડની ભભરી કેક – રોટી. **short circuit**, [વીજળી] વીજળીના બે તારના સદોષ સ્પર્શને લીધે વીજળી યંત્ર, દીવો, ઇ.માં થઈ ને જવાને બદલે તેનું ચક્ર ખંડિત થવું તે, અલ્પપ્રતિબંધાત્મક લઘુમંડળ. **short'coming** (–કમિંગ), ના૦ ઊણપ, ખામી, ખોડ. **short'hand** (–હૅન્ડ, ના૦ લઘુલિપિ. **short-handed** વિ૦ જોઈએ તે કરતાં ઓછા માણસોવાળું. **short'horn**, ના૦ ટૂંકાં શિંગડાંવાળી ગાય. **short-lived**, વિ૦ ટૂંકી આવરદાવાળું, અલ્પજીવી. **short-sighted** (–સાઇટિડ), વિ૦ ટૂંકી નજરવાળું, દૂરનું ન દેખનારું; દીર્ઘદૃષ્ટિ વિનાનું. **short-temp'ered** (–ટેમ્પર્ડ), વિ૦ ઝટ તપી જનારું, ચીડિયું. **short-winded**, વિ૦ જલદી હાંફી જનારું, દમિયલ.

short'age (શૉર્ટિજ), ના૦ તૂટ, ખૂટતી રકમ કે સંખ્યા; અછત.

short'en (શૉર્ટન), ઉ૦ ક્રિ૦ ટૂંકાવવું, ટૂંકું થવું; ઘટાડવું, ઘટવું.

short'ening, ના૦ ગળી રોટી (કેક), ઇ.માં મોણ તરીકે નાખેલી ચરબી.

short'ly (શૉર્ટ્‌લિ), ક્રિ૦વિ૦ થોડા વખતમાં; ટૂંકમાં, સંક્ષેપમાં; તીવ્રપણે. ~ *before*, થોડા વખત પહેલાં.

shot (શૉટ), shoot નો ભૂ૦ કા૦ તથા ભૂ૦કૃ૦. વિ૦ (કાપડ) જુદા જુદા રંગનું દેખાય એવી રીતે વણેલું, જુદા રંગના તાણાવાળું, ધૂપછાંવ.

shot, ના૦ બંદૂક, પિસ્તોલ, ઇ.માંથી મારવાનું અસ્ત્ર (ગોળી, ઇ.); બંદૂક ફોડવી તે; ગોળી કે તીરનો ટપ્પો; બંદૂક ફોડવામાં કુશળ માણસ, બાણાવળી; તોપનો ગોળો; કારતૂસ, ઇ. માંના છરા; બંદૂકનો ધડાકો; બરાબર તાકીને છોડેલી ગોળી; [રમતમાં] ફટકો; સિનેમાના કૅમેરાથી પાડેલો ફોટો; *have a* ~ *at*, પ્રયત્ન કરવો.

shot-gun, ના૦ એકી વખતે ઘણી ગોળીઓ છોડવાની એક કે બે નળીવાળી બંદૂક, છરાવાળી બંદૂક.

should (શુડ), shallનો ભૂ૦કા૦.

shoul'der (શોલ્ડર), ના૦ ખભો, ખાંધ; માણસના ખભાના જેવો ડુંગર, હથિયાર, ઇ.નો આગળ પડતો – ઊપસી આવેલો – ભાગ; (બ૦ વ૦) એક ખભાથી બીજા ખભા સુધીની પીઠ; *straight from the* ~, (ફટકો, ઇ.) પૂરા

જોરથી અને સીધો મારેલો. ઉ૦ ક્રિ૦ ખભા વતી ધકેલીને આગળ જવું – માંથી માર્ગ કાઢવો; ખભા વતી હડસેલવું; ખભે લેવું–ઊંચકવું; જવાબદારી ઉઠાવવી – લેવી. ~ *arms*, [લશ્કર] બંદૂક ખભે અડે એવી રીતે ઊભી પકડવી. **shoulder-blade**, ના૦ ખભાનું ચપટું હાડકું, સ્કંધફલક. **shoulder-strap**, ના૦ ખભે ભેરવવાનો થેલીનો પટો; [લશ્કર] ગરદનથી ખભા સુધીની કોટ પરની પટી.

shout (શાઉટ), ના૦ બૂમ, પોકાર. ઉ૦ ક્રિ૦ બૂમ પાડવી; મોટેથી – બૂમ પાડીને – બોલવું કે બોલાવવું.

shove (શોવ), ઉ૦ ક્રિ૦ ધકેલવું, ઠેલવું. ના૦ ધક્કો, હડસેલો. **shove-halfpenny**, ના૦ આંકેલા પાટિયા પરથી નાણાં ધકેલવામાં આવે છે તે રમત.

sho'vel (શવલ), ના૦ માટી, કોલસા, ઇ. ઉપાડવાનું પાવડા જેવું ઓજાર – ચપટો પાવડો. સ૦ ક્રિ૦ પાવડા વતી ઉપાડવું – ઉપાડીને નાંખવું. **shov'elboard**, ના૦ બહુધા વહાણ પર રમાતી એક રમત.

show (શો), ઉ૦ ક્રિ૦ (ભૂ૦ કા૦ showed ભૂ૦ કૃ૦ shown, ક્યારેક showed; shew, shewed, shewn પણ). બતાવવું, દેખાડવું; પ્રદર્શન કરવું; તપાસણી માટે રજૂ કરવું; કરી બતાવવું; ફરી બતાવવું; દેખાવું, નજરે પડવું; સ્પષ્ટ કરવું, બતાવવું; પ્રદર્શનમાં મૂકવું. ~ *fight*, લડવાની તૈયારી બતાવવી. ~ *in*, અંદર લઈ જવું. ~ *off*, ભપકો કરવો – બતાવવો; વ્યવસ્થિતપણે ગોઠવીને બતાવવું. ~ person *round* (*the house*), ફરીને બતાવવું. ~ one *the door*, બહાર કાઢી મૂકવું, જવા માટે સૂચન કરવું. ~ *the way*, માર્ગ બતાવવો; પહેલ કરવી. ~ *up* (a person), છતું કરવું, કોઈનું ચારિત્ર્ય ઉઘાડું પાડવું. ~ *up* (*at*), હાજર રહેવું. *on* one's *own* ~ *ing*, (તેના) પોતાના જ કહેવા પ્રમાણે. ના૦ દેખાડવું તે; ઠાઠ, ભપકો; પ્રદર્શન; ખેલ, નાટક, તમાશો, પ્રયોગ; (બાહ્ય) દેખાવ. *give the* ~ *away*, છાની વાત બહાર પાડવી. ~ *of hands*, ઠરાવની તરફેણમાં કે વિરોધમાં હાથ ઊંચા કરવા તે. ~ one's *hand*, પોતાનો હેતુ, પદ, ઇ. બતાવવું. **Shew-bread** (શોબ્રે'ડ), ના૦ યહૂદી મંદિરમાં નિવેદ તરીકે ધરવામાં આવતી બાર રોટીઓ. **show-case**, ના૦ દુકાન કે સંગ્રહાલયમાં વસ્તુઓ જોવા માટે રાખવાની કાચની પેટી કે કબાટ. **show-down**, ના૦ 'પોકર'ની રમતમાં બધાં પત્તાં ખુલ્લાં કરી મૂકવાં તે; ખુલ્લંખુલ્લાં મેદાનમાં ઊતરવું તે, બળપરીક્ષા. **show'man** (શોમન), ના૦ ફરતો તમાશો કે પ્રદર્શન બનાવનાર માણસ; સરકસ, નાટક, ઇ.નો વ્યવસ્થાપક. **show'room** (શોરૂમ), ના૦ ઘરાકને જોવા તપાસવા માટે વસ્તુઓ મૂકવાનો ઓરડો.

show'er (શાવર), ના૦ વરસાદ, વૃષ્ટિ, ઝાપટું; મોટી સંખ્યામાં વસ્તુઓ (કાગળો, તાર, ઇ.) નો વર્ષાવ, વૃષ્ટિ; ઉપરથી ઝારીમાંથી પાણી પડે એવી – ફુવારાવાળી – નાહવાની વ્યવસ્થા (વાળી ઓરડી). ઉ૦ક્રિ૦ વૃષ્ટિ કરવી –થવી, વરસાદ વરસાવવો–થવો. **shower-bath**, ના૦ ઉપરથી ઝારીમાંથી પાણી પડે એવી – ફુવારાવાળી – નાહવાની જગ્યા. **show'ery** (શાવરિ), વિ૦ વરસાદવાળું. વરસાદનાં ઝાપટાંવાળું. [ભપકાવાળું.

show'y (શોઇ), વિ૦ આકર્ષક દેખાવવાળું,

shrank (શ્રૅંક), shrink નો ભૂ૦ કા૦.

shrap'nel (શ્રૅપ્નલ), ના૦ છરા, ગોળીઓ, પતરાના ટુકડા, ઇ. ભરેલો તોપનો ગોળો – બૉમ્બગોળો.

shred (શ્રે'ડ), ના૦ ચીંદરડી, ટુકડો, કાપલી. ઉ૦ ક્રિ૦ ફાડીને, કાપીને કે ફોડીને ચીંદરડીઓ, કાપલીઓ કે ટુકડા કરવા; ઘસારાથી ચીંથરું કરી દેવું – થવું.

shrew (શ્રૂ), ના૦ લાંબી સૂંઢવાળું ઉંદરના જેવું એક નાનકડું પ્રાણી; વઢકણી સ્ત્રી, કર્કશા, ત્રાટિકા. **shrew'ish** (શ્રૂઇશ), વિ૦ વઢકણું, કર્કશા જેવું. **shrew-mouse**, ના૦ ઉંદરના જેવું એક પ્રાણી (જુઓ shrew).

shrewd (શ્રૂડ), વિ૦ વિચક્ષણ, દૂરદૃષ્ટિવાળું; હોશિયાર, ચતુર; ધૂર્ત, લુચ્ચું.

shriek (શ્રીક), ઉ૦ ક્રિ૦ ચીસ પાડવી. ના૦ ચીસ, કારમી બૂમ.

shrift (શ્રિફ્ટ), ના૦ (પાદરી આગળ) પાપની કબૂલાત. *give short* ~ *to*, મારી

નાખતાં પહેલાં પ્રાર્થના કરવા માટે બહુ જ થોડો વખત આપવો; જરાય ઢીલ વિના સજા કરવી. [ચાંચવાળું એક પક્ષી

shrike (શ્રાઇક), નાο વાંકી અને દાંતવાળી

shrill (શ્રિલ), વિο (અવાજ) તીણું, કર્કશ. ઉο ક્રિο કર્કશપણે બૂમ પાડવી.

shrimp (શ્રિમ્પ), નાο કવચવાળું બે ઇંચ લાંબું એક દરિયાઈ પ્રાણી, ઝીંગું. અο ક્રિο જળમાં ઝીંગાં પકડવાં.

shrine (શ્રાઇન), નાο અસ્થિ, ઇ. પવિત્ર વસ્તુ રાખવાની પેટી, કરંડિયો; સાધુની કબર, સમાધિ; દેરી; વેદી. સο ક્રિο મંદિરમાં સ્થાપના કરવી.

shrink (શ્રિંક), ઉοક્રિο (ભૂο કૃο shraank, ભૂο કૃο shrunk). સંકોચાવું, ચડી જવું; સંકોચાય – ચડી જાય – તેમ કરવું; પાછું હઠવું, અચકાવું (~ *from*). **shrink'age** (શ્રિંકિજ), નાο (કદ, સંખ્યા, ઇ.માં પડતી) ઘટ; આકુંચન.

shrive (શ્રાઇવ), સο ક્રિο (ભૂοકૃο shrove, ભૂο કૃο shriven). પાપનો એકરાર સાંભળીને તેનું પ્રાયશ્ચિત્ત કહેવું અને તેમાંથી મુક્તિ આપવી – તેની માફી આપવી; માફી માટે પાપનો એકરાર કરવો.

shri'vel (શ્રિવલ), ઉο ક્રિο સંકોચાઈને કરચલી વળવી; ચીમળાઈ જવું; ચડાવી સંકોચીને કરચલી વાળવી.

shroud (શ્રાઉડ), નાο શબને ઓઢાડવાનું વસ્ત્ર, પ્રેતવસ્ત્ર, કફન; આચ્છાદન; (બο વο) વહાણની ડોલકાઠીને બાંધવાનાં દોરડાં. સο ક્રિο ચાદર – કફન – ઓઢાડવું, ચાદર વતી ઢાંકવું; છુપાવવું, ગુપ્ત રાખવું.

Shrove Tuesday (શ્રોવ્ ટ્યુઝ્ડિ, -ડે), નાο 'લેન્ટ'ના ઉપવાસની પહેલાંનો મોજમજાનો દિવસ.

shrub (શ્રબ), નાο નાનો છોડ, ઝાડવું, ઝાંખરું. **shrubb'ery** (શ્રબરિ), નાο ઘરની આસપાસ રોપેલાં ઝાડવાં.

shrug (શ્રગ), ઉοક્રિο અને નાο બેદરકારી કે અણગમો બતાવવા ખભા ઊંચકવા–મરડવા.

shrunk (શ્રંક). **shrunken** (શ્રંકન), shrink નું ભૂο કૃο. વિο સંકોચાયેલું.

shuck (શક), નાο દાણાની છાલ, ફોતરું; સીંગ; ફળી. સο ક્રિο ફોલવું.

shudd'er (શડર), નાο (ભીતિ, ચીતરી, ઇ.ને લીધે થતો) થથરાટ, કંપારી, કમકમાટ. અο ક્રિο કાંપવું, ધ્રૂજવું, થથરવું.

shuf'fle (શફલ), ઉο ક્રિο ઢસડાતાં ચાલવું, પગ ઢસડવા; પત્તાં, કાગળ, ઇ.ને સેળભેળ કરી દેવું, ચીપવું; (માણસોની) એકબીજાની સાથે અદલાબદલી કરવી; ફરી જવું, ફેરવી તોળવું; ડગમગવું. ~ *out of* (*work*, *etc.*), કામ કરવાનું ટાળવું, કામમાંથી છટકી જવું. નાο ઢસડાતાં ચાલવું તે; સ્થાન–પદ–ની અદલાબદલી.

shuffle-board, નાο જુઓ shovel-board. [– રહેવું, ટાળવું.

shun (શન), સο ક્રિο -થી આઘા – વેગળા

shunt (શન્ટ), ઉοક્રિο (ગાડી, ડબો, ઇ.ને વિ. ક.) બાજુના પાટા પર લઈ જવું, એક બાજુએ વાળવું; જુદા તાર વાટે વીજળી મોકલવી. નાο. એક બાજુએ વાળવું–વળાવું તે.

shut (શટ), ઉο ક્રિο (ભૂο કાο અને ભૂοકૃο shut). બંધ કરવું, બંધ થવું; ઢાંકણું બંધ કરવું; (ચપ્પુ, ઇ.) બીડવું, વાળવું. ~ *down*, (કારખાનું, ઇ.) બંધ થવું – કરવું. ~ *in*, અંદર પૂરી દેવું. ~ *off*, (પાણી, ઇ.) આવતું રોકવું. ~ *off* (*from*), દૂર રાખવું, જુદું પાડવું. ~ *up*! ચૂપ રહો! ~ *up*, બધાં બારણાં – આવવાના બધા રસ્તા – બંધ કરવાં; કોઈને કોઈ જગ્યામાં પૂરી દેવું; બોલવાનું બંધ કરાવવું–કરવું. વિο બંધ કરેલું, વાસેલું. **shutt'er** (શટર), નાο બારી બંધ કરવાનું આડી પટ્ટીઓવાળું કમાડ; કમાડનું એક પાટિયું; કૅમેરાનું ઢાંકણું.

shut'tle (શટલ), નાο વણકરનો કાંઠલો; સીવવાના સંચામાં નીચેનો દોરો જેમાં વીંટીને મુકાય છે તે ભાગ, ફરકડી, ગરગડી, રીલ.

shut'tlecock, નાο બેડમિંટનની રમતમાં વપરાતી પીંછાંવાળી બૂચની દડી. **shut'tle-train,** નાο થોડા અંતર સુધી આવજા કરનાર આગગાડી, અડધિયું.

shy (શાઇ), વિο બીકણ; શરમાળ; સમાજમાં હોય ત્યારે અસ્વસ્થ રહેનારું. અο ક્રિο ભડકવું, ભડકીને બાજુએ હઠવું.

shy, ઉ૦ ક્રિ૦ તાકીને ફેંકવું – મારવું. *have a ~ at,* અસ્ત્ર વતી મારવાનો – (કશુંક) મેળવવાનો – પ્રયત્ન કરી જોવો; મશ્કરી કરવી.

shys'ter (શાઇસ્ટર), ના૦ ઠગ, ધુતારો; દગાબાજ વકીલ.

Siamese' (સાયમીઝ઼), વિ૦ અને ના૦ સિયામ (હવે થાઈલૅન્ડ) નું (વતની કે ભાષા).

sib'ilant (સિબિલન્ટ), વિ૦ સકારવાળું, ઉષ્મ. ના૦ ઉષ્મવર્ણ – શ, ષ, સ.

sib'yl (સિબિલ), ના૦ ભવિષ્ય ભાખનારી સ્ત્રી. **sib'ylline** (સિબિલાઇન), વિ૦ ભવિષ્ય ભાખનાર સ્ત્રીનું – સંબંધી – સ્ત્રીએ કહેલું.

sic (સિક), ક્રિ૦ વિ૦ એવું, એમ (વિચિત્ર કે વિસંગત લાગતું હોય તોપણ મૂળમાં આમ જ છે તે બતાવવા માટે વપરાય છે).

sick (સિક), વિ૦ માંદું; ઓકારી–મોળ– આવતી હોય એવું; કંટાળી ગયેલું (*of* સાથે), દુઃખી, ગુસ્સે થયેલું; આતુર, ઝંખનાવાળું (*for* સાથે). *be ~,* ઊલટી કરવી; માંદું હોવું. **sick'en** (સિકન), ઉ૦ક્રિ૦ માંદું પાડવું કે પડવું – થવું; કંટાળી જવું, કંટાળો ઉપજાવવો. **sick'ening,** વિ૦ ઉદ્વેગજનક, નફરત પેદા કરનારું.

sic'kle (સિકલ), ના૦ દાતરડું.

sick'ly (સિકલિ), વિ૦ માંદલું, રોગી; ફીકું; અશક્ત, નબળું; અતિ લાગણીવાળું, વેવલું.

sick'ness (સિક્નિસ), ના૦ મંદવાડ, માંદગી.

side (સાઇડ), ના૦ બાજુ; પાસું; સપાટ આકૃતિની મર્યાદા – લીટી, બાજુ; શરીરની ડાબી કે જમણી બાજુમાંથી એક; પક્ષ, બાજુ; ડુંગર કે ટેકરીનો ઢોળાવ – બાજુ; દિશા, બાજુ. વિ૦ બાજુનું, એક બાજુએ – મુખ્ય રસ્તાથી દૂર – આવેલું; (પ્રશ્ન) ગૌણ. અ૦ક્રિ૦ -નો પક્ષ લેવો, -ની બાજુએ હોવું – થવું (*with* સાથે). *on all ~s,* બધી બાજુએ, ચોતરફ. *put on one ~,* રસ્તામાંથી બાજુએ ખસેડવું; ભવિષ્યના ઉપયોગ માટે કાઢી મૂકવું. *~ by ~,* પાસે પાસે, એક હારમાં. *take ~s,* -નો પક્ષ લેવો. *put on ~,* બડાઈ હાંકવી, દમામથી વર્તવું. **side'board** (-બૉર્ડ), ના૦ ભોજનના ઓરડામાંનું ખાનાંવાળું ટેબલ કે કબાટ. **side-car,** ના૦ મોટર સાઇકલની બાજુમાં જોડેલી બેઠક. **side'light** (-લાઇટ), ના૦ કોઈ વિષયને અંગે આપેલી પ્રાસંગિક માહિતી. **side-line,** ના૦ પોતાના મુખ્ય વ્યવસાય ઉપરાંતનો ગૌણ કે પેટાધંધો. **side'long** (-લૉંગ), વિ૦ ત્રાંસું; આડકતરું. **side'-saddle** (-સૅડલ), ના૦ બન્ને પગ એક બાજુ રાખી શકાય એવું ઘોડે બેસવાનું સ્ત્રીઓ માટેનું જીન – પલાણ. **side-show** (-શો), ના૦ પ્રદર્શનમાં ગોઠવેલું કોઈ આકર્ષક તત્ત્વ – વસ્તુ. **side-slip,** ના૦ (વિમાન અંગે) એક બાજુ લપસી જવું તે. **sides'man** (સાઇડ્ઝ઼મન), ના૦ ચર્ચ કે દેવળના રક્ષકનો મદદનીશ. **side-stroke,** ના૦ એક બાજુ–પડખા–પર તરવાની [illegible]. **side'-track** (સાઇડટ્રૅક), ના૦ મુખ્ય રસ્તાની બાજુનો રસ્તો – રેલના પાટા. સ૦ ક્રિ૦ બાજુના પાટા પર ખસેડી દેવું; ઢીલમાં નાંખવું. **side'walk,** ના૦ [અમે.] રસ્તાની બાજુની પગથી. **side'ways** (સાઇડવેઝ઼), ક્રિ૦ વિ૦ એક તરફ – બાજુએ.

sider'eal (સાઇડીરિઅલ), વિ૦ તારા કે નક્ષત્રનું – સંબંધી, નાક્ષત્ર; તારાની દેખીતી દૈનિક ગતિથી મપાતું. *~ day,* નાક્ષત્ર દિવસ.

sid'ing (સાઇડિંગ), ના૦ રેલવેના મુખ્ય રસ્તાની બાજુએ પાથરેલા રેલના પાટા (ગાડી, ડબા, ઇ. કોરે મૂકવા માટે).

si'dle (સાઇડલ), અ૦ ક્રિ૦ ત્રાંસું ચાલવું, બીક કે આદરથી બાજુએ બાજુએ ચાલવું.

siege (સીજ), ના૦ ઘેરો (ઘાલવો–પડવો– તે). *lay ~ to,* -ને ઘેરો ઘાલવો.

sienn'a (સિએ'ના), ના૦ લાલાશ પડતી કે ગેરુઆ રંગની માટી, જેમાંથી ભૂખરો-પીળો અથવા લાલ-ભૂખરો રંગ બનાવવામાં આવે છે.

sie'rra (સિએ'રા), ના૦ કરવતના જેવા દાંતાવાળા કે ખંડિત ડુંગરોની – પર્વતોની – હાર.

sies'ta (સિએ'સ્ટા), ના૦ મધ્યાહ્નભોજન પછીની ટૂંકી નિદ્રા, વામકુક્ષી, આરામ.

sieve (સીવ), ના૦ ચાળણી – ણો, ઝારો. સ૦ ક્રિ૦ (ચાળણી વતી) ચાળવું.

sift (સિફ્ટ), સ૦ ક્રિ૦ ચાળણી વતી ચાળવું;

હકીકત સાચી છે કે ખોટી છે તે બારીકાઈથી તપાસવું.

sigh (સાઇ), અ૰ ક્રિ૰ ઊંડો નિસાસો – શ્વાસ – મૂકવો; શોક કરવો; -ને માટે ખૂબ આતુર થવું (~ *for*). ના૰ ઊંડો શ્વાસ, નિસાસો.

sight (સાઇટ), ના૰ દૃષ્ટિ, નજર; દૃષ્ટિમર્યાદા; દેખાવ, દૃશ્ય; જોવું તે, દર્શન; જોવા જેવી વાત; વેધ લેવાનું – તાકવાનું – સાધન – કાણું – બાકું. *a* ~, જેને જોતાં આઘાત લાગે એવું દર્શન – વ્યક્તિ કે વસ્તુ (ના દીદાર). *at* ~; *on* ~, જોતાં વેંત. *catch* ~ *of*, અચાનક જોવું – નજરે પડવું. *in* person's ~, તેની દૃષ્ટિમાં તેના મત પ્રમાણે. સ૰ ક્રિ૰ જોવું; બાકામાંથી તાકવું, બંદૂકનું નિશાન લેવું, દૂરબીનથી તારા, ઇ. નું નિરીક્ષણ કરવું. **sightly**, વિ૰ દેખાવડું, સુદર્શન. **sight'-seer**, ના૰ પ્રેક્ષણીય સ્થળો જોનાર.

sign (સાઇન), ના૰ નિશાની, ચિહ્ન; સૂચક – વિશિષ્ટ – લક્ષણ; ઇશારો, ઇશારત; હોટલ, ભંડાર, ઇ. નું નામનું પાટિયું કે તેના પર દોરેલી આકૃતિ, ઇ. સંકેત; સાંકેતિક શબ્દ–વસ્તુ; ભાવિનું સૂચક ચિહ્ન. *give, make, no* ~*s*, શબ્દ કે કૃતિથી કશો જવાબ ન આપવો. સ૰ ક્રિ૰ ચિહ્ન – નિશાની – કરવી; સહી કરવી, મતું કરવું; ઇશારો કરવો. ~ *away*, મતું કરીને બધું (મિલકત, હક, ઇ.) આપી દેવું. ~ *on*, નોકરીનો સ્વીકાર કરવા પોતાનું નામ લખવું. ~ one's *name*, પોતાનું નામ લખવું. **sign'board** (સાઇનબોર્ડ), ના૰ નામનું પાટિયું. **sign'-post** (સાઇન્પોસ્ટ), ના૰ રસ્તો બતાવનારા પાટિયા – હાથ – વાળો થાંભલો.

sig'nal (સિગ્નલ), વિ૰ નોંધપાત્ર, વિશેષ ગુણવાળું; મહત્ત્વનું, જાણીતું. ના૰ સૂચના, હુકમ કે માહિતી આપવા માટે કરેલો અવાજ કે નિશાની; તે દ્વારા આપેલો સંદેશો કે હુકમ; [રેલવે] ગાડીને રોકવા કે જવા દેવા અંગે સૂચના આપવા માટેનું પાટિયું – હાથ – સિગ્નલ (*railway* ~). ભારે ઉત્પાતના આરંભનો (સાંકેતિક) બનાવ. ઉ૰ ક્રિ૰ સંકેત કે સંજ્ઞા કરીને જણાવવું; સંકેત કે નિશાની દ્વારા ખબર, સૂચના કે હુકમ આપવો. **signal-box**, ના૰ હાથ (સિગ્નલ) ઊંચા નીચા કરી તથા સાંધા બદલી ગાડીને સૂચના કરવા તથા દોરવા માટેનાં ઉપકરણોવાળી મેડી, કૅબિન. **signal-man**, ના૰ [રેલવેમાં] હાથ (સિગ્નલ) ઊંચો નીચો કરનાર માણસ.

sig'nalize (સિગ્નલાઇઝ઼), સ૰ ક્રિ૰ (પ્રસંગને) નોંધપાત્ર બનાવવું; -ને ખ્યાતિ આપવી.

sig'natory (સિગ્નટરિ), ના૰ (દસ્તાવેજ, કરાર, ઇ. પર) સહી – મતું – કરનાર.

sig'nature (સિગ્નચર), ના૰ સહી, મતું; સહી – મતું – કરવું તે; [સં.] સ્વરની નિશાની; [મુદ્રણ] ફર્માનો ક્રમનો સૂચક અંક કે અક્ષર. ~ *tune*, [આકાશવાણી] આગામી કાર્યક્રમની જાહેરાત કરનાર.

sig'net (સિગ્નિટ ના૰ સિક્કો મુદ્રા, મહોર (વિ. ક. વીંટી પર કોતરેલી). **signet-ring** ના૰ મહોર કે સીલ મારની વીંટી.

signif'icance (સિગ્નિફિકન્સ), ના૰ અર્થસૂચકતા–બોધકતા; અર્થ, ભાવાર્થ, આશય; મહત્ત્વ.

significant, વિ૰ ખાસ અર્થવાળું, અર્થપૂર્ણ; મહત્ત્વનું; ખૂબ સૂચક. [ચોક્કસ અર્થ–આશય.

significa'tion (–ફિકેશન), ના૰ (શબ્દનો)

signify (સિગ્નિફાઇ), ઉ૰ ક્રિ૰ -નું ચિહ્ન કે સૂચક હોવું; -નો અર્થ હોવો – થવો; મહત્ત્વનું હોવું; -માં વજન કે વજૂદ હોવું.

signor (સીન્યોર), ના૰ (ઇટાલીમાં) શ્રીયુત, મિસ્ટર, સદ્‌ગૃહસ્થ. *signora* (સીન્યોરા), ના૰ ઇટાલિયન બાનુ, શ્રીમતી. *signorina* (સીન્યરીના). ના૰ ઇટાલિયન કુમારિકા, કુમારી.

Sikh (સિક), ના૰ શીખ.

sil'age (સાઇલિજ), ના૰ ખાડામાં કે હવાબંધ ઓરડામાં દબાવીને રાખેલું લીલું ઘાસ – ચારો.

sil'ence (સાઇલન્સ), ના૰ શાંતતા, સ્તબ્ધતા; મૌન; ચુપકીદી. સ૰ ક્રિ૰ શાંત – ચૂપ – કરવું, ચૂપ બેસાડવું. **sil'encer**, ના૰ તોપ, ઍંજિન, ચૂલો (સ્ટવ), ઇ.નો અવાજ ધીમો કરવાનું ઉપકરણ. **sil'ent**, વિ૰ મૂગું, શાંત; નિ:શબ્દ, સ્તબ્ધ; ઓછાબોલું; (અક્ષર) અનુચ્ચારિત.

silhouette' (સિલુએ'ટ), ના૰ સફેદ કાગળ પર કાળા રંગે ચીતરેલું ચિત્ર; પ્રકાશ સામે જોતાં દેખાતી વસ્તુની રેખાકૃતિ બતાવનારું પાર્શ્વચિત્ર; છાયાના જેવું કાળું ચિત્ર, છાયાચિત્ર. સ૰ ક્રિ૰ કાળા રંગનું ચિત્ર ચીતરવું, ઇ.

sil'ica (સિલિકા), ના૦ સ્ફટિક, ચકમક કે રેતીના જેવું એક દ્રવ્ય.

silk (સિલ્ક), ના૦ રેશમ; રેશમી કાપડ. *take* ~, રાજના વકીલ બનવું. **sil'ken** (સિલ્કન), વિ૦ રેશમનું બનેલું, રેશમી. **silk'worm**, ના૦ રેશમનો કીડો. **sil'ky** (સિલ્કિ), વિ૦ રેશમના જેવું (સુંવાળું, ઇ.).

sill (સિલ), ના૦ બારણામાં-વિ.ક. બારીમાં-તળિયે મૂકેલું લાકડાનું પાટિયું કે લાદી, આધાર.

sill'abub (સિલબબ), ના૦ દૂધ, ખાંડ, દારૂ, ઇ.ની એક વાની-મીઠાઈ.

sill'y (સિલિ), વિ૦ મૂર્ખ, નાદાન, બેવકૂફ; અવિચારી; મૂર્ખામીવાળું; નબળા મનનું. ના૦ એવું માણસ. **sill'iness**, ના૦ મૂર્ખતા, ઇ.

sil'o (સાઇલો),ના૦(બ૦ વ૦ -s). લીલો ચારો સંઘરવાનો ખાડો અથવા હવાબંધ ઓરડો.

silt (સિલ્ટ), ના૦ નદી, ઇ.ના વહેતા પાણીની નીચે બેઠેલો કાંપ, કાદવ, કચરો, ઇ. સ૦ ક્રિ૦ કાદવ કે કાંપ વડે પૂરી દેવું-પુરાઈ જવું.

sil'van, syl'van (સિલ્વન), વિ૦ વનનું, જંગલનું-વાળું; ગ્રામીણ. ~ *deity*, વનદેવતા.

sil'ver (સિલ્વર), ના૦ રૂપું, ચાંદી; ચાંદીનું નાણું; પૈસો, ધન; ચાંદીનાં વાસણકૂસણ-સાધન; ચાંદીનો સફેદ રંગ. ~*paper*, બહુ ઝીણો સફેદ જાળીદાર કાગળ;કલાઈ નો વરખ. ~*point*, વિશિષ્ટ પ્રકારના કાગળ પર ચાંદીની અણીવાળી કલમથી ચિત્ર દોરવાની કળા, એવી રીતે દોરેલું ચિત્ર. ~*side*, ગોમાંસનો સારામાં સારો ભાગ. વિ૦ ચાંદીનું; ચાંદીના જેવું. સ૦ ક્રિ૦ ચાંદીનો ઢોળ ચડાવવો, ચાંદીનું પતરું જડવું; ચાંદીના જેવું ચળકતું અને સફેદ બનાવવું-થવું. **silver gilt** વિ૦ સોનાનો મુલામો આપેલી ચાંદી.**sil'versmith** (-સ્મિથ), ના૦ રૂપાનું કામ કરનાર સોની. **silver-tongued**, વિ૦ અને ના૦ મધુરભાષી. **silverware**, ના૦ ચાંદીનાં છરીકાંટા, ઇ. વાસણકૂસણ. **sil'very** (સિલ્વરિ), વિ૦ ચાંદીના જેવું, ચાંદીની ઘંટડીના જેવા મધુર અવાજ- રણકા -વાળું.

sim'ian (સિમિઅન),વિ૦વાંદરાનું-ના જેવું.

sim'ilar (સિમિલર), વિ૦ મળતું, સરખું, એક જ જાતનું; [ભૂમિતિ] સરખા આકારવાળું.

simila'rity (-લૅરિટિ), ના૦ સરખાપણું, સાદૃશ્ય.

sim'ile સિમિલિ), ના૦ દાખલા કે અલંકાર માટે બે વસ્તુની સરખામણી; દૃષ્ટાંત, ઉપમા, (અલંકાર).

simil'itude (સિમિલિટચૂડ), ના૦ સરખાપણું, સાદૃશ્ય; બાહ્ય દેખાવ (નું સાદૃશ્ય); સરખામણી, તુલના.

simm'er (સિમર), ઉ૦ ક્રિ૦ ધીમે ધીમે સણસણ સીજવું-સીજવવું, ખદખદ કરવું, લગભગ ઊકળતું રાખવું; અંદર ને અંદર ક્રોધે બળ્યા કરવું. ના૦ ધીમે ધીમે ઊકળવું તે.

sim'ony (સિમનિ, સાઇ-), ના૦ ચર્ચ (ધર્મસંઘ)ની નિમણૂકોનો વેપાર કરવાનો ગુનો.

simoom, -n (સિમૂમ,-ન), ના૦ વિ.ક. અરબસ્તાનના રણ વગેરેમાં ફૂંકાતો તોફાની ગરમ પવન, વંટોળ.

sim'per (સિમ્પર), ઉ૦ક્રિ૦ ડોળ કરીને-મૂર્ખાની જેમ-હસવું. ના૦ મૂર્ખામીભર્યું કૃત્રિમ હાસ્ય.

sim'ple (સિમ્પલ), વિ૦ ગૂંચવણભરેલું કે જટિલ નહિ એવું, સાદું, સરળ; એક જ તત્ત્વ કે જાતનું, અસંમિશ્ર; સાદું, શણગાર વિનાનું; નિષ્કપટ, સાદું, કુદરતી; નમ્ર, ઐંટ વિનાનું; સહેલું, સહેલાઈથી સમજી કે કરી શકાય એવું; બિનઅનુભવી, મૂર્ખ. ~ *sentence*, [વ્યાક.] સાદું વાક્ય. **simple-minded**, વિ૦ નિષ્કપટ અને નિખાલસ

sim'ple,ના૦ એક ઔષધિ વનસ્પતિ; તેમાંથી બનાવેલી દવા. [બેવકૂફ માણસ, મૂર્ખ.

sim'pleton (સિમ્પલ્ટન), ના૦ભોળો ભા.

simpli'city (સિમ્પ્લિસિટિ), ના૦ સાદાઈ; નિષ્કપટતા, નિખાલસપણું.

sim'plify (સિમ્પ્લિફાઇ), સ૦ ક્રિ૦ સાદું-સહેલું- બનાવવું.**simplifica'tion**, ના૦.

sim'ply (સિમ્પ્લિ), ક્રિ૦ વિ૦ સાદાઈથી; કેવળ; અત્યન્ત (દા. ત. ~ *terrible*).

simulac'rum (સિમ્યુલેક્રમ), ના૦ (બ૦વ૦ simulacra). કોઈ વસ્તુનું ચિત્ર કે નકલ; બનાવટ; છાયા, આભાસ.

sim'ulate (સિમ્યુલેટ), સ૦ ક્રિ૦ -નો ડોળ-દેખાવ-ઢોંગ-કરવો, -નો વેષ-સ્વાંગ-ધારણ

કરવો; -ના જેવું વર્તન કરવું. **simula'tion** (સિમ્યુલેશન), ના૦ ઉપરનો દેખાવ, ઢોંગ, દંભ.

simultan'eous (સિમલ્ટેનિઅસ), વિ૦ એકી વખતે બનતું, એકી સાથે થતું, સમકાલિક. **simultane'ity** (સિમલ્ટનીઅટિ), ના૦ સમકાલિકતા.

sin (સિન), ના૦ પાપ, પાતક, અધર્મ; ઈશ્વરી આજ્ઞાનું અતિક્રમણ; દુષ્કર્મ, ગુનો; સદભિરુચિનો ભંગ. અ૦ ક્રિ૦ પાપ – અતિક્રમણ–કરવું.

since (સિન્સ), નામ૦ અ૦ કોઈ ચોક્કસ પ્રસંગ કે કાળથી અત્યાર લગીમાં. ઉભ૦ અ૦ જ્યારે અમુક થયું ત્યારથી; તેથી, કારણ કે. ક્રિ૦ વિ૦ ત્યારથી, ત્યાર પછીથી.

sincere' (સિન્સિઅર,), વિ૦ ઢોંગ કે કપટ વિનાનું; અકૃત્રિમ; સાચું, ખરા દિલનું, નિખાલસ. **since'rity** (સિન્સે'રિટિ), ના૦ ખરો ભાવ, આસ્થા; નિખાલસપણું; સચ્ચાઈ, પારમાર્થિકતા.

sine (સાઇનિ), નામ૦ અ૦ વિના, વગર.

sine (સાઇન), ના૦ [ત્રિકોણ.] જ્યા.

sin'ecure (સિનિક્યૂર, સાઇનિ–), ના૦ બેઠી – કામ વગરની – નોકરી કે પદ, પૈસા કે માનવાળી કોઈ ખાસ કામ કે ફરજ વિનાની નોકરી. [બેમુદત, કોઈ તારીખ વિના.

sine die (સાઇનિડાઇ), (તહકૂબ, મુલતવી)

sine qua non (સાઇનિ ક્વે નૉન), (કરાર, ઇ. નું) અનિવાર્ય અંગ કે શરત.

sinew (સિન્યૂ), ના૦ સ્નાયુ ને હાડકાને સાથે બાંધનાર રેસાવાળો મજબૂત તંતુ, અસ્થિબંધન; સ્નાયુનું અગ્ર; (બ૦ વ૦) સ્નાયુઓ; શારીરિક તાકાત; (બ૦ વ૦) આવશ્યક સાધન સામગ્રી (વિ.ક. *the ~s of war*). **sin'ewy** (સિન્યૂઇ), વિ૦ સ્નાયુવાળું; જબરું, બળવાન.

sin'ful (સિન્ફુલ), વિ૦ પાપી; પાપવાળું.

sing (સિંગ), ઉ૦ ક્રિ૦ (ભૂ૦ કા૦ sang, ભૂ૦કૃ૦ sung). ગાવું, ગાન કરવું; ગણગણવું; પદ્યમા વર્ણન – ગુણગાન – કરવાં. *~ out*, બૂમ પાડવી, ઊંચે સાદે બોલવું. **singer** (સિંગર), ના૦ ગાનાર, ગાયક, ગવૈયો.

singe (સિંજ), ઉ૦ ક્રિ૦ (વર્ત૦ કૃ૦ singeing). વાળ, પીંછાં, ઇ. ઉપરથી ઉપરથી શેકીને બાળવાં – શેકાઈ ને બળવાં; ઉપર ઉપરથી બળવું–બાળવું.

single (સિંગલ), વિ૦ એક, એક જ; એક માણસ કે વસ્તુનું – માટેનું; એકલું, છડું; અપરિણીત, કુંવારું. *~ file*, એકની પાછળ એક એવી એકવડી હાર – કતાર. *~ flower*, એકવડું ફૂલ. *~ ticket*, કેવળ જવાની – એકવડી ટિકિટ. સ૦ ક્રિ૦ કોઈ કારણસર ખાસ જુદું કાઢવું (*~ out*). **single-breasted**, વિ૦ (કોટ, ઇ.) બટનની એક હારવાળું, છાતી પર નહિ બેવડાયેલું. **single-handed**, વિ૦ એકલાના હાથનું, એકલે હાથે કરેલું. ક્રિ૦ વિ૦ એકલે હાથે, બીજાની મદદ વિના. **single-hearted**, વિ૦ એકનિષ્ઠાવાળું; ખરા દિલનું. **single-minded**, વિ૦ એકનિષ્ઠ, એક ધ્યેયને વફાદાર. **sing'lestick**, ના૦ તલવારના દાવ ખેલવાની લાકડી; લાઠીદાવ. **sing'let** (સિંગ્લિટ), ના૦ અંદરથી પહેરવાનું તંગ બદન – કુડતું. **sing'leton**, ના૦ એક જ, એકલું; એકનું એક સંતાન. [એકે એક.

singl'y (સિંગ્લિ), ક્રિ૦વિ૦ એક એક કરીને,

sing'song (સિંગ્સૉંગ), વિ૦ કંટાળો ઉપજાવે એવી રીતે એક જ જાતનો રાગડો તાણીને ગાયેલું. ના૦ એવું ગાણું; રાગડો; લહેકાવાળું વાચન; મિત્રોની ગાવાની મહેફિલ.

sing'ular (સિંગ્યુલર), વિ૦ અસાધારણ, આશ્ચર્યકારક; વિક્ષિપ્ત, વિચિત્ર; [વ્યાક.] એકવચનનું. ના૦ [વ્યાક.] એકવચન; એકવચનનો શબ્દ કે તેનું રૂપ. **singula'rity** (-લૅરિટિ), ના૦ અસાધારણતા, વિચિત્રતા, વિચિત્ર લક્ષણ.

Sinhalese' (સિનહલીઝ), **Singhalese'** વિ૦ અને ના૦ લંકાનું (વતની કે ભાષા).

sin'ister (સિનિસ્ટર), વિ૦ અશુભ, અપશકુનિયું; નઠારું, દુષ્ટ; ડાબા હાથનું – તરફનું. *bar ~*, *bend ~*, ધારણ કરનાર વંશનો કાયદેસર વારસ નથી તેનું સૂચક ઢાલ પરનું ચિહ્ન.

sink (સિંક્), ઉ૦ ક્રિ૦ (ભૂ૦ કા૦ sank, ભૂ૦ કૃ૦ sunk, વિ૦ તરીકે sunken). ધીમે ધીમે નીચે બેસવું, ડૂબવું; ક્ષીણ થવું, નબળું પડવું; વધારે ને વધારે નીચે પડવું–પાડવું; ધીમે ધીમે નાશ–મરણ–પામવું; (વહાણને) ડુબાડવું; (કૂવો, ઇ.) ખોદવું; ધંધામાં પૈસા નાખવા (સફળતાની ખાસ આશા વિના). *~ a die*, બીજું પાડવું. *~ in.* અંદર ઊતરવું.

નાο થાળીવાટકા, વાસણ, ઇ. સાફ કરવાનું–ધોવાનું–ગંદા પાણીને જવા માટેના નળવાળું કૂંડું–વાસણ; ખાળ.

sink'er (સિંકર), નાο માછલાં પકડવાની કે ઊંડાઈ માપવાની દોરીને છેડે બાંધેલું વજન.

sinking, નાο ભૂખને લીધે પેટમાં બિલાડાં બોલવાં તે. **sinking-fund**, નાοધીમે ધીમે દેવું ચૂકવવા માટે અલગ રાખેલી રકમ.

sinn'er (સિનર). નાο પાપી, પાપ કરનાર.

Sinol'ogy (સિનૉલજિ),નાο ચીનને લગતી બાબતોના જ્ઞાનની વિદ્યા. **Sinol'ogist**, નાο એ વિદ્યાનો તજ્જ્ઞ.

sin'uous (સિન્યુઅસ), વિο અનેક વળાંકોવાળું, વાંકુંચૂકું, સર્પાકાર. **sinuos'ity** (સિન્યુઑસિટિ), નાο નદી, ઇ.નો વળાંક.

sin'us (સાઇનસ), નાο હાડમાં કે શરીરના કોઈ પણ ભાગમાં ઊંડો વ્રણ.

sip (સિપ), ઉοક્રિο જરા જરા કરીને–નાના નાના ઘૂંટડા લઈને–પીવું. નાο એવો ઘૂંટડો.

siph'on (સાઇફન), નાο વાસણની કોર પર મૂકી તેમાંથી પાણી કાઢવાની વાંકી નળી, બકનળી; વાંકી નળીવાળી સોડાવૉટર, ઇ.ની બાટલી.

sipp'et (સિપિટ), નાο દૂધ, ચા, ઇ. પ્રવાહીમાં બોળેલો, તળેલો કે શેકેલો રોટીનો ટુકડો.

sir (સર), નાο શેઠ, ઉપરી અમલદાર કે માહિત પુરુષ માટે વપરાતું સંબોધન–સાહેબ, મહારાજ, ભાઈસાહેબ, ઇ.; સરદાર (નાઇટ) કે ઉમરાવ (બૅરૉનેટ) ની પદવી ધરાવનારના નામ પહેલાં 'સર' વપરાય છે. [વડો; સરદાર.

sird'ar (સરદાર), નાο મિસરના લશ્કરનો

sire (સાયર), નાο પિતા, બાપ; ઘોડા, ઇ. પશુનો બાપ, સાંઢ, વાલી ઘોડો; (રાજા, ઇ.ના સંબોધનમાં) મહારાજ. સο ક્રિο -ના બાપ –જનક–હોવું (વિ. ક. ઘોડાને અંગે).

sir'en (સાઇરિન,–ર–), નાο [ગ્રીક પુ.] વહાણવટીઓને મધુર સંગીત વડે લલચાવીને ખડક પર અથડાવીને.તેમનો વિનાશ કરાવનારી પાંખવાળી ઊડતી સ્ત્રી–પરી; મોહક સ્ત્રી, મોહિની; ભય, ઇ.ની સૂચના આપવાનું બ્યૂગલ–ભૂંગળું.

Si'rius (સિરિયસ), નાο [ખ.] વ્યાધ, લુબ્ધક, (આકાશમાંનો સૌથી તેજસ્વી તારો).

sirl'oin (સરલૉઇન), નાο ગાયના પાછલા ભાગના માંસનો સારામાં સારો ભાગ.

sirocc'o, sci- (સિરૉકો), નાο (બο વο –s). આફ્રિકા તરફથી ઇટાલી તરફ વહેતો ભેજવાળો ગરમ પવન.

si'rrah (સિરા), નાο 'સર' ને બદલે ગુસ્સામાં કે તિરસ્કારમાં (સંબોધનમાં) વપરાતો શબ્દ.

sis'al(grass) (સિસલ (ગ્રાસ)), નાο એક જાતનું અમેરિકન શણ, જેના રેસામાંથી દોરડાં થાય છે.

siss'y, ciss'y (સિસિ), નાο છોકરીના જેવો અતિ નાજુક સુંવાળો છોકરો–માણસ.

sis'ter (સિસ્ટર), નાο બહેન, ભગિની; મઠમાં રહેનાર કુંવારી સ્ત્રી, 'નન'; ઇસ્પિતાલની કેટલીક પારિચારિકાઓની ઉપરી, વડી પરિચારિકા–નર્સ. ~ *ship, etc.*, એકના જેવું જ બીજું વહાણ, ઇ. **sister-in-law**, નાο નણંદ, સાળી, ભાભી, ભોજાઈ.**sis'terhood**, નાο સાથે કામ કરનારી સ્ત્રીઓનું મંડળ, સંન્યાસિનીઓનું મંડળ. **sis'terly**(સિસ્ટર્લિ), વિο બહેનના જેવું, બહેનને છાજે એવું.

sit (સિટ), ઉο ક્રિο (ભૂο કાο sat). બેસવું; (પાર્લમેન્ટ, ઇ.ની) બેઠક–સત્ર–ચાલું હોવું; (પક્ષી અંગે) ડાળ પર બેસવું; (માળામાં) ઈંડાં સેવવાં, તે પર બેસવું; અમુક વિભાગ તરફથી લોકસભા, ઇ. ના સભ્ય હોવું; (કોટ, ઇ.નું) બંધ બેસતું થવું. ~ *down*, આસન પર બેસવું. ~ *on* a person, ઠપકો આપવો, ઠપકારવું. ~ *on a committee*, સમિતિના સભ્ય હોવું. ~ *on a question*, (સમિતિ અંગે) સવાલનો વિચાર કરવો. ~ *on the fence*, બે બાજુઓ કે પક્ષમાંથી એકેયને મદદ ન આપવી. ~ *out* (a play, ઇ.), બેસી રહીને સહન કરવું, આખર સુધી બેસી રહેવું. ~ *down under*, જવાબ આપ્યા વિના ચૂપચાપ બેસી રહેવું–સહન કરવું. ~ *for* -ના પ્રતિનિધિ તરીકે ધારાસભામાં બેસવું. ~ *for a portrait*, ફોટો કે ચિત્ર કાઢવા બેઠક આપવી. ~ *in judgement*, ન્યાય તોળવા બેસવું, ન્યાય તોળવો. *make* one ~ *up*, -ને સખત મહેનત કરાવવી; આશ્ચર્યચકિત કરવું, ક્ષુબ્ધ કરવું. ~ *tight*, પોતાના હેતુ પર દૃઢ રહેવું, ચલિત ન થવું. ~ *up* (*late*), (મોડે સુધી)

સૂઈ ન જવું – જાગતા રહેવું. **sitter,** ના૦ ચિત્ર કઢાવવા બેસનાર; *~-in, baby-~* માબાપની ગેરહાજરીમાં બાળકની સંભાળ લેવા માટે રોકેલી છોકરી – બાઈ. **sitting,** ના૦ બેઠક, માણસ કે સભા એકી વખતે બેસે તે ગાળો; દેવળમાં નીમી આપેલી બેસવાની જગ્યા, આસન, બેઠક. **sitting-room,** ના૦ બેઠકની જગ્યા, દીવાનખાનું.

site (સાઇટ), ના૦ જેની ઉપર મકાન હતું, છે અથવા બંધાવાનું છે તે જગ્યા; સ્થળ, જગ્યા.

sit'uated (સિટ્યુએટિડ), વિ૦ (અમુક સ્થિતિમાં, જગ્યામાં) આવેલું – સ્થિત – અવસ્થિત.

situa'tion (–એશન), ના૦ કોઈ સ્થળની જગ્યા અને આસપાસની સ્થિતિ, સ્થિતિ; પરિસ્થિતિ; નોકરીની જગ્યા; નોકરી.

sitz-bath (સિટ્ઝ઼-બાથ), ના૦ કટિસ્નાન, જેમાં કેડ સુધી પાણીમાં બેસવાનું હોય છે.

six (સિક્સ), વિ૦ અને ના૦ છ, છની સંખ્યા. **six'pence,** ના૦ છ પેન્સનું – લગભગ છત્રીસ પૈસાનું – નાણું. **six-shooter,** ના૦ છ વાર ફૂટે એવી પિસ્તોલ. **six'th,** વિ૦ અને ના૦ છઠ્ઠું; છઠ્ઠો ભાગ, ષષ્ઠાંશ. **sixth'ly,** ક્રિ૦ વિ૦ છઠ્ઠું, છઠ્ઠી બાબત એ કે.

sixteen' (સિક્સ્ટીન), વિ૦ અને ના૦ સોળ (ની સંખ્યા). **sixteen'th,** વિ૦ અને ના૦ સોળમું; ષોડષાંશ.

six'ty (સિક્સ્ટિ), વિ૦ અને ના૦ સાઠ (ની સંખ્યા). **six'tieth** (સિક્સ્ટિઅથ), વિ૦ અને ના૦ સાઠમું; સાઠમો ભાગ. [કદનું, મોટું.

si'zable (સાઇઝ઼બલ), વિ૦ ઠીક ઠીક મોટા

size (સાઇઝ઼), ના૦ કદ, પરિમાણ, ક્ષેત્ર – લંબાઈ પહોળાઈ; કાગળ કે કપડાને કડક બનાવવા માટેની આર, ખેળ; સરકાર, ઇ. તરફથી નક્કી કરાયેલું માપ, પરિમાણ, પ્રમાણભૂત માપ, વજન, ઇ. *of some ~,* નાનું નહિ એવું. સ૦ ક્રિ૦ કદ – પ્રત – પ્રમાણે ગોઠવવું; આર – ખેળ – ચડાવવી; ઓપ આપવો. *~ up,* -ના કદનો અંદાજ કાઢવો, -ની પારખ કરવી – માપ કાઢવું.

sizzl'e (સિઝ઼લ), ના૦ તળતી વખતે થતો 'છમ' અવાજ. ઉ૦ ક્રિ૦ 'છમ' અવાજ કરવો – થવો. [(વપરાતો) ચામડાનો ચાબુક – કોરડો.

sjam'bok (શૅમ્બૉક), ના૦ (દ.આફ્રિકામાં

skate (સ્કેટ), ના૦ ખાવામાં આવતી એક જાતની મોટી ચપટી દરિયાઈ માછલી.

skate, ના૦ બરફ ઉપર ચાલવાનો – સરકતા જવાનો – તળિયે લોઢાની લાંબી પટ્ટી જડેલો જોડો. અ૦ક્રિ૦ એવા જોડા વતી સરકતા જવું – દોડવું. [કોકડું, આંટી; ૧૨૦ વારની લટ.

skein (સ્કેન), ના૦ સૂતર, રેશમ, ઇ.નું

skel'eton (સ્કે'લિટન), ના૦ હાડપિંજર, શરીરનું ખોખું – માળખું; રૂપરેખા, ડોળિયું. *a ~ in the cupboard, closet,* પારકાથી છાની રાખવા જેવી વાત – કૌટુંબિક ગુહ્ય – રહસ્ય. *~ key,* અનેક તાળાં ઉઘાડી શકે એવી ચાવી. *~ staff,* કામ ચાલુ રાખવા માટે ઓછામાં ઓછા માણસોની સંખ્યા.

skep (સ્કે'પ), ના૦ વાંસ, ઘાસ કે સરકટની હલકી ટોપલી; મધમાખીઓ માટેનું ઘર – પૂડો.

sketch (સ્કે'ચ), ના૦ ખોખું, ખરડો, રેખાચિત્ર; ટૂંકો – સંક્ષિપ્ત – લેખ – વર્ણન; એકાંકી, નાનકડી હળવી નાટિકા, વાર્તા, ઇ.; બેડોળ અને મૂર્ખા જેવો પોશાક કરેલું માણસ. ઉ૦ ક્રિ૦ રેખાચિત્ર દોરવું; રૂપરેખા આપવી, સંક્ષેપમાં મુખ્ય મુખ્ય વાત કહેવી. **sketch'y** (સ્કેચિ), વિ૦ કેવળ રૂપરેખાવાળું, (પૂરતી) વિગત વિનાનું, અધૂરું, કાચું.

skew (સ્ક્યૂ), વિ૦ ત્રાંસું બેસાડેલું, તિરકસ, વાંકું, કાટખૂણામાં કે સીધી લીટીમાં નહિ એવું. **skew'bald** (સ્ક્યૂબૉલ્ડ), વિ૦ (ઘોડો) કાબરચીતરું, સફેદ, રાતાં ને ભૂરાં ટપકાંવાળું.

skew'er (સ્ક્યૂઅર), ના૦ રાંધતી વખતે માંસમાં ભોંકીને તેને પકડી રાખવાનો લોઢાનો કે લાકડાનો સળિયો. સ૦ક્રિ૦ (માંસ)માં સળિયો ભોંકવો – સળિયો ભોંકીને પકડી રાખવું.

ski (સ્કી, શી), ના૦ બરફ પર સરકતા ચાલવાનો ૮ ફૂટ લાંબો ને ૪ ઇંચ પહોળો જોડો – જોડાને જડેલું પાટિયું. અ૦ ક્રિ૦ એવા જોડા વતી બરફ પર સરકતા ચાલવું – દોડવું.

skid (સ્કિડ), ના૦ પૈડું ફરી ન જાય એટલા માટે તેની નીચે મૂકેલો લાકડાનો ટેકો, અટકણ; લપસણી કે ભીની જમીન પર પૈડાનું લપસી જવું. ઉ૦ ક્રિ૦ દાંડો, ઇ. વતી અટકાવવું; (પૈડું) ફરવાને બદલે ઘસડાતા જવું – લપસી જવું

skiff (સ્કિફ), ના૦ નાનકડી હલકી ..

હોડકું, મછવો. [વાળું; કુશળતાપૂર્વક કરેલું.
skil'ful (સ્કિલ્ફુલ), વિ૦ કુશળ, આવડત-
skill (સ્કિલ), નાં૦ કુશળતા, પ્રાવીણ્ય; આવડત, કસબ. **skill'ed** (સ્કિલ્ડ), વિ૦ કુશળ, આવડતવાળું; ખાસ તાલીમ લીધેલું.
skill'et (સ્કિલિટ), નાં૦ પાયા અને લાંબા હાથાવાળું રસોઈનું એક નાનકડું વાસણ; હાથા-વાળી પેણી.
skill'y (સ્કિલિ), નાં૦ પાતળી ઘેંશ, ભડકું.
skim (સ્કિમ), ઉ૦ ક્રિ પ્રવાહી પદાર્થ પરથી મેલ દૂર કરવો; દૂધ પરથી મલાઈ કાઢી લેવી; ઉપર ઉપરથી નજર ફેરવવી – વાંચવું; સપાટીની ઉપર ઉપરથી અડકીને પસાર થવું. ~ *milk*, મલાઈ કાઢી લીધેલું દૂધ.
skimp (સ્કિમ્પ), ઉ૦ ક્રિ૦ આપવા કરવામાં કંજૂસાઈ કરવી; કંજૂસાઈથી રહેવું. **skimp'y**, વિ૦ અપૂરતું, ઓછું; સાંકડું, વધુ પડતું તંગ.
skin (સ્કિન), નાં૦ ચામડી, ત્વચા; છાલ; જનાવરનું ઉતારેલું ચામડું; પખાલ, કુપ્પો, ઇ. સ૦ ક્રિ૦ -ની ચામડી ઉતારવી–છાલ કાઢવી, છોલવું,-ની પાસેથી બધા પૈસા લઈ લેવા;(જખમ) ઉપર ચામડી આવવી. **skin-deep**, વિ૦ બહુ ઊંડું નહિ એવું, ઉપરછલ્લું, લાંબું ન ટકે એવું. **skin'flint**, નાં૦ કંજૂસ, મખ્ખીચૂસ. **skin'ny** (સ્કિનિ), વિ૦ બહુ પાતળું, માંસ વિનાનું, સુકલકડી.
skip (સ્કિપ), ઉ૦ ક્રિ૦ આમ તેમ કૂદકા મારવા; કૂદવું, નાચવું; દોરડા પરથી કૂદકા મારવા; ઝટઝટ વિષયાંતર કરવું; વાચતાં કેટ-લાક ભાગ છોડી દેવા. નાં૦ કૂદકો, ઠેકડો; કૂદ-વાના દોરડા પરથી કૂદવું તે. **skipping-rope**, નાં૦ છોકરીઓનું ઝાલીને કૂદવાનું દોરડું. [નાયક કે કપ્તાન.
skip, નાં૦ કેટલીક રમતમાં એક બાજુનો
skip નાં૦ ખાણમાં માણસો કે સરસામાન નીચે ઉતારવા કે ઉપર લેવા માટેનું પાંજરું અથવા ડોલ. [કપ્તાન.
skipp'er (સ્કિપર), નાં૦ વહાણનો ટંડેલ–
skirl (સ્કર્લ), નાં૦ ફૂંકાવાળી – મશકવાળી –વાંસળીના જેવો અવાજ; ચીસ. અ૦ ક્રિ૦ એવો અવાજ કાઢવો.
skirm'ish (સ્કર્મિશ), નાં૦ અચાનક અથ-ડામણ – મારામારી – ઝપાઝપી; ટપાટપી. અ૦ ક્રિ૦ (નાની નાની ટુકડીઓમાં) ઝપાઝપી– મારામારી – કરવી.
skirt (સ્કર્ટ), નાં૦ ઘાઘરા કે ચણિયા જેવું સ્ત્રીનું લૂગડું; વસ્ત્રનો કેડની નીચે ઝૂલતો ભાગ; છેડો, સીમાડો, સરહદનો પ્રદેશ. ઉ૦ક્રિ૦ કશા-કની કોરે કોરે જવું, કોર પર આવેલું હોવું. **skirting(-board)**, નાં૦ ભીંતના નીચલા ભાગમાં કોરે કોરે જડેલું પાટિયું.
skit (સ્કિટ), નાં૦ કશાકની ઠેકડી ઉડાડવા કરેલી નકલ; હાસ્યજનક ભાષણ કે નાટક, પ્રહસન; [વાત.] ટોળું.
skitt'ish (સ્કિટિશ), વિ૦ રમતિયાળ; ઉશ્કે-રાયેલું, ભડકણું; (સ્ત્રી અંગે) નખરાંબાજ, લટકા – ચાળા – કરનાર.
skit'tle (સ્કિટલ), નાં૦ 'સ્કિટલ્સ'ની રમત-માં જેના પર દંડો મારવાનો હોય છે તે લાક-ડાની નવ ખીંટીઓમાંની એક; (બ૦ વ૦) નવ ખીંટીની રમત. [દરિયાઈ પક્ષી.
sku'a (સ્ક્યૂઆ), નાં૦ એક મોટું લુટારુ
skulk (સ્કલ્ક), અ૦ ક્રિ૦ ભરાઈ રહેવું; જોખમ ટાળવા માટે કે બૂરા કામ માટે સંતાઈ રહેવું; કામમાં ખોટાઈ કરવી.
skull (સ્કલ), નાં૦ માથાની ખોપરી, માથાનાં હાડકાં. **skull-cap**, નાં૦ ઘરમાં પહેરવાની માથે બંધ બેસતી ટોપી; કાનટોપી.
skunk (સ્કંક), નાં૦ અમેરિકાનું નોળિયા જેવું એક ગંધાતું પ્રાણી; ગંધાતો – પાજી – માણસ.
sky (સ્કાઇ), નાં૦ ગગન, આકાશ, આકા-શનો ઘૂમટ; સ્વર્ગ. સ૦ ક્રિ૦ દડો ખૂબ ઊંચે ફેંકવો – જાય તેમ મારવો; ચિત્રને ખૂબ ઊંચે ટાંગવું. **sky-blue**, નાં૦ અને વિ૦ આસ-માની રંગ(નું). **sky-high**, વિ૦ અને ક્રિ૦ વિ૦ આકાશમાં, ઊંચે. **sky'lark**, નાં૦ ચંડોળ પક્ષી. અ૦ ક્રિ૦ મજા – રમત – કરવી; અડપલાં કરવાં. **sky'light**, નાં૦ છાપરા કે છતના ઢોળાવમાં મૂકેલી બારી, અજવાળિયું, આકાશબારી.
sky'line, નાં૦ આકાશની પાર્શ્વભૂમિ પર દેખાતી જમીન, મકાન, ઇ.ની રેખા – શોભા.
sky'scraper (–સ્ક્રેપર), નાં૦ ખૂબ ઊંચી – ગગનચુંબી – ઇમારત.

slab (સ્લૅબ), ના૦ શિલા, પથ્થર કે બીજા નક્કર પદાર્થની છાટ, ચીપ; સ્તર, સપાટી.

slack (સ્લૅક), વિ૦ આળસુ, ધીમું, ઢીલું; ગાફેલ, સુસ્ત, બેદરકાર; કામ વિનાનું, આળસુ; ઢીલું, શિથિલ. ના૦ દોરડાનો છૂટો છેડો; (બ૦વ૦) ઢીલું સૂથણું; (~ *water*) ભરતી પૂરી થઈ ઓટ શરૂ થવાનો વખત; ઓટ શરૂ થતા વખતનું શાંત પાણી. ઉ૦ક્રિ૦ આળસ કરવું; ગાફેલ-બેદરકાર-રહેવું; ધીમું પડવું, શિથિલ થવું.~ *off*, *up*, ધીમું ચાલવું; કામ ઓછું કરવું. **slack'en** (સ્લૅકન), ઉ૦ક્રિ૦ ઢીલું-શિથિલ-કરવું; પ્રયત્નમાં શિથિલ બનવું, આળસુ થવું. **slack'er** (સ્લૅકર) ના૦ આળસુનો પીર, કામચોર માણસ. [કોલસી.

slack, ના૦ કોલસાના ઝીણા કકડા-ભૂકો,

slag (સ્લૅગ), ના૦ અશુદ્ધ ધાતુને ગાળતાં નીકળેલો કચરો, ધાતુનો કચરો.

slain (સ્લેન), slayનું ભૂ૦કૃ૦.

slake (સ્લેક), સ૦ક્રિ૦ બુઝાવવું, હોલવવું; (તરસ) છિપાવવું; ચૂનાનો (પાણી નાંખીને) ભૂકો કરવો. ~*d lime*, ફાડેલો ચૂનો.

slam (સ્લૅમ), ઉ૦ક્રિ૦ (બારણું) ધબ દઈ ને બંધ કરવું; ધબ દઈ ને નીચે પટકવું. ના૦ બારણું પછાડવાનો કે વસ્તુ પટકવાનો અવાજ; બ્રિજ, ઇ.ની રમતમાં બધા હાથ કરવા.

sla'nder (સ્લાન્ડર), ના૦ બદગોઈ, નિન્દા; બદનક્ષી કરવી-કરીને આબરૂ લેવી-તે. સ૦ક્રિ૦ -ની ખોટી નિન્દા-નાલેશી-કરવી. **sla'nderous** (સ્લાન્ડરસ), વિ૦ ખોટી નિન્દા-બદગોઈ-કરનારું.

slang (સ્લૅંગ), ના૦ રોજિંદી વાતચીતમાં વપરાતા પરંતુ શિષ્ટ ન ગણાતા શબ્દો, ઇ.; સાધારણ વાતચીતની બોલી; અમુક વર્ગ કે ધંધાના લોકોમાં ખાસ અર્થમાં વપરાતા શબ્દો -બોલી. સ૦ક્રિ૦ ગાળો દેવી, ઠપકારવું. **slang'y**, વિ૦ અશિષ્ટ બોલીનું, અમુક વર્ગમાં વપરાતું.

slant (સ્લાન્ટ), ઉ૦ક્રિ૦ વાંકું-ત્રાંસું-મૂકવું-હોવું, નમતું કરવું-હોવું. ના૦ ઢોળાવ, ઢાળ, ત્રાંસ. *on the* ~, ત્રાંસું.

slap (સ્લૅપ), સ૦ક્રિ૦ લપડાક-તમાચો-મારવો. ના૦ લપડાક, તમાચો થપ્પડ. ક્રિ૦ વિ૦ અચાનક, પૂરેપૂરું, એકદમ. **slap'dash**, વિ૦ ઉતાવળું ને બેદરકાર, બેફિકરું. ના૦ એવું કામ. **slapdash'**, ક્રિ૦વિ૦ વગર વિચારે, ફાવે તેમ.

slap'stick (સ્લૅપ્સ્ટિક), ના૦ હલકી જાતનું પ્રહસન, ભવાઈ.

slash (સ્લૅશ), ઉ૦ક્રિ૦ તલવાર, ચાબુક, ઇ. વતી જોરથી ફટકો લગાવવો, ચાબુક કે કોરડા વતી મારવું; ઊંડા ને લાંબા ઘા કરવા. ના૦ તલવાર કે છરા વતી આડોઅવળો પાડેલો કાપ, લાંબો ને ઊંડો ઘા; કોરડાનો ફટકો. [ચપટી પટ્ટી.

slat (સ્લૅટ), ના૦ ધાતુ કે લાકડાની સાંકડી

slate (સ્લેટ), ના૦ જેની પાતળી સપાટ ચીપો કે છાટ નીકળતી હોય એવો આસમાની ભૂરા રંગનો ખડક-પથ્થર; તેની છાપરા પર જડવા માટે ઉતારેલી લાટ; લખવાની સ્લેટ, પથ્થરપાટી; તેનો રંગ. *a clean* ~, સારી કારકિર્દી. સ૦ ક્રિ૦ સ્લેટના પાટિયાનું છાપરું બનાવવું; ઠપકો આપવો, વઢવું; (ચોપડી, ઇ. પર) સખત ટીકા કરવી. *have a clean* ~, કોઈના ભૂતકાળનાં કુકર્મો ભૂલી જઈને વર્તવું. **slat'y** (સ્લેટિ), વિ૦ સ્લેટ પથ્થર જેવું, પાતળાં સમાંતર પડોવાળું.

slatt'ern (સ્લૅટર્ન), ના૦ ગંદી-ફૂવડ-સ્ત્રી, ફૂવડ. **slatt'ernly**, વિ૦ ગંદું.

slaught'er (સ્લૉટર), ના૦ ખાવા માટે પ્રાણીનો વધ; કતલ, કાપાકાપી, સંહાર. સ૦ ક્રિ૦ કતલ-કાપાકાપી-કરવી; ખાવા માટે મારી નાંખવું. **slaughter-house**, ના૦ કતલખાનું, કસાઈખાનું.

Slav (સ્લાવ), વિ૦ અને ના૦ પૂર્વ યુરોપની કોઈ પ્રજાનું (માણસ), સ્લાવ.

slave (સ્લેવ), ના૦ ગુલામ, દાસ; વૈતરો; કોઈ વ્યસન, શક્તિ, કે આવેગને પૂરેપૂરો વશ થયેલો માણસ. અ૦ક્રિ૦ ગુલામની પેઠે વૈતરું કરવું, અતિશય મહેનત-મજૂરી-કરવી. **slave'-driver**, ના૦ ગુલામોનો મુકાદમ; સખત કામ લેનાર-કરાવનાર. **slave-trade**, ના૦ ગુલામોનો વેપાર.

slav'er (સ્લેવર), ના૦ ગુલામોનો વેપાર કરનાર માણસ કે તે માટે વપરાતું વહાણ.

slav'er (સ્લૅવર), અ૦ ક્રિ૦ મોઢામાંથી લાળ વહેવી-કાઢવી. ના૦ મોઢામાંથી નીકળતી લાળ.

લાળ; અતિ વખાણ, ખુશામત.

slav'ery (સ્લેવરિ), નાo ગુલામી, દાસ્ય; ગુલામીની પ્રથા; સખત વૈતરું.

slav'ey (સ્લેવિ), નાo ઘરકામ કરનારી છોકરી.

slav'ish (સ્લેવિશ), વિo ગુલામીની વૃત્તિવાળું, અધમ; સ્વત્વશૂન્ય.

Slavon'ian (સ્લવોનિઅન), વિo અને નાo સ્લાવ લોકો કે પ્રજાનું (માણસ કે ભાષા).

Slavon'ic (સ્લવૉનિક), વિo અને નાo સ્લાવ લોકોનું (–ની ભાષા).

slay (સ્લે), સo ક્રિo (ભૂo કાo slew, ભૂo કૃo slain). મારી નાંખવું, -નો વધ કરવો.

sleaz'y (સ્લીઝિ), વિo (કાપડ) તકલાદી, સસ્તું, હલકું; ગંદું.

sled (સ્લે'ડ), **sledge** (સ્લે'જ), **sleigh** (સ્લે), નાo પૈડાંને બદલે લાંબી ને સાંકડી ચીપો જડેલી બરફ પર ચલાવવાની ગાડી. ઉo ક્રિo એવી ગાડીમાં જવું – લઈ જવું.

sledge(-hammer), નાo લુહારનો મોટો હથોડો, ઘણ.

sleek (સ્લીક), વિo લીસું, સુંવાળું અને ચળકતું; (વાળ) તેલ ચોપડેલું ને સુંવાળું; અતિ સાફસૂથરું. સoક્રિo હાથ ફેરવીને – થાબડીને – સુંવાળું બનાવવું.

sleep (સ્લીપ), નાo ઊંઘ, નિદ્રા. *go to* ~, સૂઈ જવું. ઉo ક્રિo (ભૂo કાo slept). ઊંઘવું, ઊંઘમાં હોવું; સૂતેલું – નિષ્ક્રિય – હોવું; સૂઈ જવું; સૂવા માટે પૂરતી સગવડ આપવી – હોવી; આરામ કરવો; મરી જવું; મરેલું હોવું. **sleep'er** (સ્લીપર), નાo રેલના પાટાની નીચે મૂકવામાં આવતો લાકડાનો કે લોઢાનો પાટડો, સલેપાટ; સૂવાની સગવડવાળો રેલનો ડબો, – એમાં સૂવાનું પાટિયું. **sleeping-bag,** નાo ખુલ્લામાં સૂવા માટે હૂંફાળો કોથળો. **sleeping-car(riage)** નાo સૂવાની સગવડવાળો રેલનો ડબો. **sleeping-draught,** નાo ઊંઘ (આવે તે માટે)ની દવા. **sleeping partner,** નાo વ્યવસ્થા કે સંચાલનમાં જેનો ભાગ નથી એવો મૂડી રોકનાર ભાગીદાર. **sleeping-sickness,** નાoઆફ્રિકામાં થતો ક્ષય જેવો એક રોગ. **sleep'less,** વિo ઊંઘ વિનાનું, નિદ્રારહિત; અસ્વસ્થ, બેચેન. **sleep-walker,** નાo ઊંઘમાં ચાલનાર. **sleep'y** (સ્લીપિ), વિo ઊંઘે ઘેરાયેલું, ઊંઘરેટું; નિદ્રાવશ; મંદ, જડ; (સ્થળ) શાંત, કશી પ્રવૃત્તિ વિનાનું; (અમુક ફળ અંગે) સૂકું ને પોચું પડેલું. **sleepy-head,** નાo ઊંઘણશી – ઊંઘાળવું – માણસ.

sleet (સ્લીટ), નાo બરફ કે કરા સાથેનો વરસાદ. અo ક્રિo બરફ સાથે – કરાનો – વરસાદ વરસવો. **sleet'y,** વિo કરા(ના વરસાદ) વાળું.

sleeve (સ્લીવ), નાo કપડાની બાંચ; બાંચ જેવો ભાગ. *laugh in* one's ~, મનમાં – ગાલમાં – હસવું, છાનું હસવું. *up* one's ~, છૂપું પણ ગમે ત્યારે બહાર કાઢી વાપરી શકાય એવું, અનામત રાખેલું.

sleigh, જુઓ sled.

sleight (સ્લાઇટ) નાo હોશિયારી, કરામત, યુક્તિ, ચાલાકી. *~-of-hand*, હાથચાલાકી, હસ્તલાઘવ; નજરબંધીનો ખેલ.

slen'der (સ્લે'ન્ડર), વિo બારીક, પાતળું; જૂજ, લગાર; થોડું. ~ *means*, અલ્પ સાધનસંપત્તિ.

slept, sleep નો ભૂo કાo તથા ભૂo કૃo.

sleuth'(-hound) (સ્લૂથ (-હાઉન્ડ), સ્લ્યૂ-), નાo ગંધ ઉપરથી રસ્તો શોધનારો શિકારી કૂતરો; [લા.] છૂપી પોલીસનો માણસ.

slew, slue (સ્લૂ), ઉo ક્રિo એક દિશામાંથી બીજી દિશામાં વળવું – ઝોલાવું, ગોળ(બહુધા ડાબી બાજુએ) ફરવું.

slew' (સ્લૂ), slayનો ભૂo કાo.

slice (સ્લાઇસ), નાo છરીથી કાપેલો પાતળો પહોળો ટુકડો; માંસનો કે રોટીનો ટુકડો; ચીરી, કાપલી; ચીરી પાડે એવો કાપો; રસોઇયાનો ઝારો, કલથો. ઉo ક્રિo ટુકડા કાપવા, ચીરીઓ કરવી; ટુકડો કાપી લેવો.

slick (સ્લિક), વિo હોશિયાર, કુશળ; ઝડપી; (વ્યક્તિ) વધારે પડતું સુંવાળું; અપ્રામાણિક. ક્રિo વિo કુશળતાપૂર્વક, પૂરેપૂરું. *run* ~ *into*, -ની બરાબર સામે અથડાવું. – ભટકાવું.

slide (સ્લાઇડ), ઉo ક્રિo ઉપરથી સરકીને – હળવે રહીને – ખસેડવું – ખસવું, સરકાવવું,

સરકવું; લપસવું, લપસી જવું; ઘર્ષણ વિના ખસેડવું – ખસવું. *let things* ~, -ની તરફ ધ્યાન ન આપવું, એમ ને એમ જવા – ચાલવા – દેવું. ના૦ સરકવું તે; લપસીને ચાલવા માટેનો બરફ પરનો રસ્તો; સૂક્ષ્મદર્શક યંત્ર કે મૅજિક લૅન્ટર્ન આગળથી પસાર કરી (ને બતાવી) શકાય એવી સચિત્ર કાચની કે કચકડાની પટ્ટી; સરકાવી શકાય એવું બારણું કે ઢાંકણું; સૂક્ષ્મદર્શક યંત્ર નીચે મૂકીને જોવાની લોહીનાં ટીપાં, ઇ.વાળી કાચની તખતી. **slide-rule** ના૦ સરવાળા, બાદબાકી, ઇ. ગણિતની પ્રક્રિયાઓ આપોઆપ કરી શકાય એવી સરક-પટ્ટી. *sliding scale*, એકની વધઘટ થતાં તેના પર આધાર રાખતી બીજી વસ્તુમાં થતા ફેરફાર જેના પરથી આપોઆપ જણાય એવો કોઠો – માપવાનું સાધન.

slight (સ્લાઇટ), વિ૦ પાતળું, નાજુકડું; બારીક, કૃશ; જરા, લગીર, થોડું, અલ્પ; અપૂર્ણ, અપૂરતું; નજીવું, તુચ્છ. સ૦ક્રિ૦ તુચ્છ ગણવું, -ની અવગણના કરવી; ઉપેક્ષા કરવી; કશા લેખામાં ન લેવું. ના૦ અવગણના, ઉપેક્ષા; અપમાન, અનાદર.

slim (સ્લિમ), વિ૦ પાતળું; એકવડા બાંધાનું, નાજુક, બારીક. અ૦ ક્રિ૦ ખોરાક, ઇ.નું નિયમન કરી – માં ઘટાડો કરી – પાતળા થવું, વજન કે ચરબી ઘટાડવી.

slime (સ્લાઇમ), ના૦ પોચી અને ભીની ચીકણી માટી, કાંપ; કશાકમાંથી નીકળતો ચીકણો પદાર્થ. **slim'y** (સ્લાઇમિ), વિ૦ ચીકણી માટીનું – ના જેવું – થી ખરડાયેલું; લપસણું; હાથમાં ન આવે એવું, લુચ્ચું; ખુશામતિયું; અતિનમ્ર.

sling (સ્લિંગ), ના૦ ગોફણ; ગોફણનો સપાટો; ઝોળી; શીકું. ઉ૦ ક્રિ૦ (ભૂ૦ કા૦ slung). ગોફણ વતી ફેંકવું; નાંખવું; લટકતું – ઝૂલતું – રાખવું; ઝોળી કે શીકા વતી ચડાવવું – ઉતારવું. ~ *mud at*, -ની ઉપર કાદવ ઉછાળવો, -ની નાલેશી કરવી.

slink (સ્લિંક), અ૦ક્રિ૦ (ભૂ૦કા૦ slunk). ચોરીછૂપીથી સંતાઈને જતા રહેવું, છટકી જવું.

slip (સ્લિપ), ના૦ રોપવા માટે કાપેલી ડાળ, સોટી, કલમ; લાકડાની લાંબી પટ્ટી; કાગળની કાપલી – ચબરખી; કપડાની ચીંદરડી, ઇ. *a ~ of a girl*, જુવાન પાતળી છોકરી. – કિશોરી. **slip**, ઉ૦ ક્રિ૦ (કશાક પરથી) અચાનક લપસી જવું – લપસવું, લપસી પડવું; લપસતાં લપસતાં જવું; અજાણતાં ભૂલ કરવી, સરતચૂકથી કશુંક વાંકું કરવું; છાનુંમાનું જતું રહેવું – છટકી જવું; સરકી જવા દેવું, છોડવું; -માંથી છટકી જવું–નાસી જવું. ના૦ લપસી જવું તે; નજરચૂક, અજાણતાં કરેલી ભૂલ, ગોથું; વહાણનું બાંધકામ કે સમારકામ જ્યાં થાય છે તે ઢોળાવવાળી જગ્યા, ધક્કો; ચણિયો; ઉશીકું, ગાદલું, ઇ.ની ખોળ; (બ૦ વ૦) નવું બાંધેલું વહાણ જે પરથી દરિયામાં દાખલ થાય છે તે પાટા; (બ૦ વ૦) રંગમંચ પર જવાના બાજુના માર્ગ; [ક્રિકેટ] દાવ લેનાર ખેલાડીના ત્રાંસા કતરાતા ફટકાનો દડો રોકવા માટે તેની સામેની બાજુએ પણ વિકેટના પાછલા ભાગમાં ઊભેલો ક્ષેત્રપાલ; ક્ષેત્રનો તે ભાગ. ~ *on a dress*, ઉતાવળથી કપડાં ચડાવવાં. *give* (person) *the* ~, -ને હાથતાળી આપવી. ~ *of the pen, tongue*, લખવામાં કે બોલવામાં અજાણતાં થયેલી ભૂલ. **slip-carriage**, ના૦ ગમે ત્યાં છૂટો મૂકી શકાય એવો આગગાડીનો ડબો. **slip-knot**, ના૦ માત્ર ખેંચીને છોડી શકાય એવી ગાંઠ, સરકગાંઠ.

slipp'er (સ્લિપર), ના૦ (બ૦વ૦) તરત કઢાય-ઘલાય એવા જોડા, વિ. ક. ઘરમાં પહેરવાનાં સપાટ.

slipp'ery (સ્લિપરિ), વિ૦ લપસણું, ઉપરથી તરત લપસી જવાય એવું, લીસું; જેના પર સ્થિર ન રહેવાય એવું; જેના પર ભરોસો ન રાખી શકાય એવું, અવિશ્વસનીય, ઘડા વગરનું.

slip'shod (સ્લિપ્શૉડ), વિ૦ અવ્યવસ્થિત, બેદરકાર; ઢંગધડા વગરનું, ચોકસાઈ વગરનું.

slip'way, ના૦ ગોદીમાંથી દરિયામાં વહાણ સરકાવવાનો – ઉતારવાનો – ઢાળવાળો માર્ગ; વહાણનું સમારકામ કરવાની ઢાળવાળી જગ્યા.

slit (સ્લિટ), ઉ૦ક્રિ૦(ભૂ૦કા૦ એ જ). -માં લાંબો કાપો – ચીરો – પાડવો, સાંકડું કાણું પાડવું; કાપીને કે ફાડીને પટ્ટીઓ કરવી. ના૦ લાંબો

કાપો; ફાટ, લાંબું ને સાંકડું કાણું.

slither (સ્લિધર), અ૦ ક્રિ૦ (ઢોળાવ, ઇ. પરથી) લપસીને લથડિયાં ખાતાં જવું.

sliv'er (સ્લિવર, સ્લાઇ-), ના૦ લાકડાની ફાડ, ચીપ; (રૂ, ઊન, ઇ. ની) પૂણી.

slobb'er (સ્લૉબર), ના૦ લાળ, થૂંક; વેવલું બોલવું-લાગણી. ઉ૦ ક્રિ૦ મોઢામાંથી લાળ પડવા દેવી-પડવી; વેવલાપણું કરવું.

sloe (સ્લો), ના૦ બ્લૅકથૉર્ન નામનું કાંટાળું ઝાંખરું; તેનું ભૂરું કાળું ફળ.

slog (સ્લૉગ), ઉ૦ક્રિ૦ વિ.ક. મુષ્ટિયુદ્ધ કે ક્રિકેટમાં આંખ મીંચીને-સખત-ફટકો મારવો; મંડયા રહીને-કષ્ટ વેઠીને-ચાલવું કે કામ કરવું.

slog'an (સ્લોગન), ના૦ હાઈલૅન્ડના લોકોનો રણઘોષ-યુદ્ધનાદ; રાજકીય પક્ષ, ઇ.નું પોકારવાનું કે જાહેરખબરનું સૂત્ર-પોકાર; ધ્યેયવાક્ય-મંત્ર.

sloop (સ્લૂપ), ના૦ એક ડોળકાઠીવાળું એક સઢવાળું નાનું વહાણ.

slop (સ્લૉપ), ઉ૦ ક્રિ૦ ઢોળવું, ઢોળાવા દેવું, ઊભરાઈ જવું, ઊભરાઈ જવા દેવું. ના૦ (બ૦ વ૦) માંદા માટેનો (વિ. ક. પ્રવાહી) ખોરાક; રસોડાનું કે શયનગૃહનું ગંદું પાણી, ઇ. **slop-basin**, ના૦ ચાનો કૂચો, ઇ. નાખવાનું વાસણ. **slop-pail**, ના૦ પેશાબપાણીની ડોલ.

slope (સ્લોપ), ના૦ ઢોળાવ, ઢાળ; ચડાણ કે ઉતારવાળી જગ્યા; [લશ્કર.] ખભે ત્રાંસી ધરેલી બંદૂક(નો પેંતરો). ઉ૦ક્રિ૦ ઢળતું કરવું-હોવું; ત્રાંસું-ઊતરતું-હોવું. ~*about*, કશાકામધંધા વિના રખડયા કરવું. ~*off*, જતા રહેવું.

slopp'y (સ્લૉપિ), વિ૦ ભીનું થયેલું, કીચડ કાદવથી ખરડાયેલું, મેલું; વેવલું, રોતલ; બેદરકાર, અવ્યવસ્થિત. [તૈયાર કપડાં.

slops (સ્લૉપ્સ), ના૦બ૦ વ૦ ઢીલાં, સસ્તાં,

slot (સ્લૉટ), ના૦ નાણું ઇ. અંદર નાખવા માટે યંત્રમાં રાખેલું કાણું. સ૦ ક્રિ૦ -માં કાણું પાડવું. **slot-machine**, ના૦ કાણામાં નાણું નાંખીને ટિકિટ, ઇ. લેવાનું યંત્ર. [પગેરું.

slot, ના૦ હરણ કે જાનવરનો રસ્તો; માર્ગ,

sloth (સ્લોથ), ના૦ આળસ, સુસ્તી, એદીપણું; દ. અમેરિકાનું રીંછ જેવું મંદગતિવાળું એક પ્રાણી. **slothful**, વિ૦ આળસુ, એદી.

slouch (સ્લાઉચ), ઉ૦ ક્રિ૦ નીચી ડોક ઘાલીને કઢંગી રીતે ચાલવું કે ઊભા રહેવું; ટોપીની કોર નીચે વળેલી હોવી-વાળવી; નીચી ડોક ઘાલવી, નીચે વળવું. ના૦ એ ક્રિયા; અણઘડ-ઢંગધડા વગરનો-કામ કરનાર; એનું કામ. ~ *hat*, ના૦ નીચે વળેલી કોરવાળી નરમ ટોપી.

slough (સ્લાઉ), ના૦ ઊંડા કાદવ કે કાંપવાળી જગ્યા, કળણ.

slough (સ્લફ), ના૦ સાપની ઉતારેલી કાંચળી; શરીર પરથી ખરી જતી-ખરેલી-ચામડી. ઉ૦ક્રિ૦ કાંચળી ઉતારવી-ઊતરવી.

slo'ven (સ્લવન), ના૦ ગંદો, મેલો ને બેદરકાર માણસ, અવ્યવસ્થિત માણસ. **slo'venly** (સ્લવન્લિ), વિ૦ મેલું, ગંદું; અવ્યવસ્થિત, ફૂવડ.

slow (સ્લો), વિ૦ ધીમું, મંદ; ધીમે ધીમે કરનારું; મંદબુદ્ધિ, જડ; (ઘડિયાળ) ધીમું, પાછળ પડનારું,-પડી ગયેલું; નીરસ, કંટાળાજનક. ક્રિ૦ વિ૦ ધીમે ધીમે, મંદ ગતિથી. ઉ૦ક્રિ૦ વેગ-ઝડપ-ઓછી કરવી; ધીમે-મંદ ગતિથી-જવું; (~*up*, *down*). **slow'coach** (સ્લોકોચ), ના૦ બહુ જ ધીમો, મંદ, દીર્ઘસૂત્રી, જૂનવાણી, માણસ. **slow-worm** ના૦ સાપના જેવું પેટે ચાલતું એક બિનઝેરી પ્રાણી, આંધળી ચાકળણ.

slow'ly (સ્લોલિ), ક્રિ૦ વિ૦ ધીમે ધીમે, મંદ ગતિથી; હળવે રહીને.

sludge (સ્લજ), ના૦ જાડો કાદવ, મોરી કે ગટરનો મેલ-ગાળ. [મોઢું ફેરવવું.

slue (સ્લૂ), ઉ૦ક્રિ૦ પોતાની આસપાસ ફરવું,

slug (સ્લગ), ના૦ ગોકળગાય જેવું કવચ વિનાનું પ્રાણી (એ વનસ્પતિને નુકસાન કરે છે); મંદગતિ-મંદબુદ્ધિ-પ્રાણી.

slug, ના૦ ગોળી કે ગોળાની જેમ કામમાં આવતો લોઢાનો નાનકડો કકડો; [મુદ્રણ] આખી લીટીનું બીબું. સ૦ ક્રિ૦ જોરથી મારવું-ફટકો લગાવવો. [માણસ.

slugg'ard (સ્લગર્ડ), ના૦ આળસુ-એદી-

slugg'ish (સ્લગિશ), વિ૦ મંદ ગતિવાળું, મંદ, આળસુ, જડ.

sluice (સ્લૂસ), ના૦ (sluice-gate પણ) પાણીના પ્રવાહનું નિયમન કરવા માટે સરકાવી શકાય એવું બારણું; ખોલી કે બંધ

કરી શકાય એવા બારણાવાળો પાણી જવાનો માર્ગ; એ બારણા દ્વારા જનારા પાણીનો પ્રવાહ; પાણી લઈ જવા માટેની નીક; પાણી નાખીને ધોઈ કાઢવું તે. ઉ૦ ક્રિ૦ દરવાજામાંથી પાણી બહાર છોડવું; પાણી અંદર છોડીને જળબંબોળ કરી નાખવું; પાણીનો પ્રવાહ છોડીને સાફ કરવું, (પાણી) વહેવું.

slum (સ્લમ), ના૦ શહેરનો ખૂબ ગીચ અને ગંદકીવાળો ભાગ. અ૦ ક્રિ૦ ગરીબોની વસ્તીમાં જઈને લોકોને મળવું, મદદ કરવી.

slum'ber (સ્લમ્બર), ઉ૦ ક્રિ૦ ઊંઘવું, સૂવું; જરા પાસું મરડવું – આંખ મીંચવી. ના૦ સહેજ ઊંઘ, આરામ, સુખનિદ્રા.

slump (સ્લમ્પ), ના૦ (વેપારમાં) મંદી, ભાવ એકદમ ઊતરી જવા તે. અ૦ક્રિ૦ વેપારમાં મંદી આવવી, ભાવ ઊતરી જવા; માગ ઓછી થવી; ખૂબ થાક લાગવાથી બેસી જવું.

slung (સ્લંગ), slingનો ભૂ૦કા૦ તથા ભૂ૦કૃ૦.

slunk (સ્લંક), slinkનો ભૂ૦ કા૦ તથા ભૂ૦ કૃ૦.

slur (સ્લર), સ૦ ક્રિ૦ અસ્પષ્ટ ઉચ્ચાર કરવો, અર્ધો ઉચ્ચાર કરવો; સૂરોને જોડી દેવા; ઉપરથી હળવે રહીને પસાર થવું; ઉપેક્ષા કરવી. ના૦ (આબરૂ કે ચારિત્ર્યને અંગે) દોષ, લાંછન, બટ્ટો; જેનો ઉચ્ચાર ઝડપથી અસ્પષ્ટ રીતે કરવાનો હોય તે સૂર પર કરેલી નિશાની: ⌒ અથવા ⌣

slush (સ્લશ), ના૦ અડધો પીગળેલો બરફ; કાદવ, ગાળ; [લા.] વેવલાપણું, લાગણીવેડા; કુકવિતા. **slush'y**, વિ૦ કાદવકચરા જેવું, ઇ.

slut (સ્લટ), ના૦ ફૂવડ નાર, ગંધાતી સ્ત્રી. **slutt'ish** (સ્લટિશ), વિ૦ ગંદું, ફૂવડ.

sly (સ્લાઇ), વિ૦ દાવપેચવાળું, પ્રપંચી, કાવાદાવાવાળું; લુચ્ચું, અપ્રામાણિક, કપટી; ગુપ્તપણે કરેલું; ગૂઢ જ્ઞાનનો ડોળ કરનારું. *on the ~*, છાનામાના. **sly'boots** ના૦ લુચ્ચો.

smack (સ્મૅક), ના૦ સ્વાદ, લહેજત; પાસ, છટા. અ૦ ક્રિ૦ -માં (અમુકનો) સ્વાદ – પાસ – હોવો કે લાગવો – ગંધ આવવી; -નુ સૂચક હોવું.

smack, ના૦ લપડાક, થપ્પડ; (ચાબુકનો) સટાકો; ચુંબનનો બચકારો. ઉ૦ ક્રિ૦ લપડાક મારવી; હોઠ બચકારવા, બચકારવું; (ચાબુકનો) સટાકો બોલાવવો. ~ one's *lips*, હોઠ બચકારવા. ક્રિ૦ વિ૦ એકદમ જોરથી, સટાક દઈને.

smack, ના૦ માછીમારનો મછવો – હોડી.

small (સ્મૉલ), વિ૦ નાનું, નાના કદનું, બારીક; નાના પાયા પરનું; ક્ષુલ્લક, નજીવું; સાંકડા મનનું, ક્ષુદ્ર; ગરીબ, નીચલા વર્ગનું. *look, feel, ~*, બાઘા જેવું દેખાવું, શરમિંદા થવું. *~ change*, પરચૂરણ નાણાં. *~ fry*, નજીવી વસ્તુ કે માણસ. *~ hours*, મધરાત પછીનો સમય. ના૦ વિ. ક. પીઠનો સાંકડામાં સાંકડો ભાગ (*the ~ of the back*). *~ talk*, ગપસપ, પરચૂરણ વાતચીત. **small-arms** (–આર્મ્ઝ઼), ના૦ પિસ્તોલ, કટાર, ઇ. હાથે વાપરવાનાં શસ્ત્ર. **small-clothes**, ના૦ બ૦ વ૦ ઘૂંટણ સુધીની છેડે તંગ થતી ચડ્ડી. **small'pox** (–પૉક્સ), ના૦ શીતળા, બળિયા, માતા.

smart (સ્માર્ટ), વિ૦ ઝડપી, ઝડપથી કામ કરનારું; તીક્ષ્ણ, તીવ્ર; હાજરજવાબી, શીઘ્રબુદ્ધિ; રુઆબદાર, ભપકાદાર, ફૅશનેબલ; હોશિયાર પણ અપ્રમાણિક, લુચ્ચું; ઝડપથી અને જોરથી કરેલું (*~ blow*). અ૦ ક્રિ૦ તીવ્ર દરદ થવું, ચણચણવું; મનમાં બળાપો થવો. ના૦ માનસિક કે શારીરિક તીવ્ર દરદ–વેદના. *the ~ set*, કપડાં, રમતગમત, ઇ.ની બાબતમાં પોતાને સમાજના આગેવાન માનનારા લોકો. **smart'en** (સ્માર્ટન), ઉ૦ક્રિ૦ ઝડપી – શીઘ્રબુદ્ધિ – બનાવવું અથવા થવું.

smash (સ્મૅશ) ઉ૦ ક્રિ૦ ચૂરેચૂરા – કકડે કકડા – કરી નાંખવા; પાયમાલ થવું – કરવું, ખેદાનમેદાન થવું – કરવું; સખત હાર ખવડાવવી; ચગદી નાખવું, ગબડાવી દેવું. ના૦ કચ્ચરઘાણ કરી નાખવું તે, ચૂરેચૂરા કરવા તે; ટક્કર, જોરથી ભટકાવું તે; અચાનક આવી પડેલી આફત. ક્રિ૦ વિ૦ ધડ દઈને, જોરથી.

smatt'ering (સ્મૅટરિંગ), ના૦ કોઈ વિષયનું ઉપરછલ્લું નજીવું જ્ઞાન. **smatt'erer**, ના૦ એવા જ્ઞાનવાળો માણસ.

smear (સ્મિઅર), ઉ૦ ક્રિ૦ ચોપડવું, લીંપવું; ડાઘો પાડવો, ડાઘાવાળું કરવું; ડાઘા-

વાળું-ઝાંખું-મલિન-થવું. ના૦ ડાઘ, ધબ્બો.

smell (સ્મેલ), ના૦ ગંધ, વાસ, બો; સૂંઘવું-વાસ લેવી-તે; ઘ્રાણેન્દ્રિય. ઉ૦ ક્રિ૦ (ભૂ૦ કા૦ smelt). સૂંઘવું, વાસ લેવી; -ની ગંધ-વાસ-આવવી; ગંધ કે વાસ પરથી જાણવું. *~ a rat*, કશુંક છાનું, અપ્રામાણિક, ચાલતું હોય એવી શંકા થવી, સંશય આવવો, ગંધ આવવી. *~ of*, -નું સૂચક હોવું. *~ out*, (સૂંઘીને) શોધી કાઢવું. **smelling-bottle**, ના૦ આંકડી, ઇ. આવે તે વખતે સૂંઘાડવાની એમોનિયા, વગેરે ક્ષારની શીશી. **smelling-salts**, ના૦ એમોનિયા વગેરે સૂંઘાડવાના ક્ષારો. **smell'y**, વિ૦ દુર્ગંધવાળું.

smelt (સ્મે'લ્ટ), સ૦ ક્રિ૦ કાચી ધાતુ કે ધાતુવાળી માટી ગાળવી-ઓગાળવી; એમ કરીને શુદ્ધ ધાતુ કાઢવી.

smelt, ના૦ એક નાની ખાદ્ય માછલી.

smelt, smellનો ભૂ૦ કા૦.

smile (સ્માઇલ), ના૦ હસવું, મોં મલકાવવું તે, હાસ્ય, મલકાટ. અ૦ ક્રિ૦ હસવું, મોં મલકાવવું; હસીને સંમતિ-અસંમતિ-દર્શાવવી. *~ on*, -ની ઉપર પ્રસન્ન થવું.

smirch (સ્મર્ચ), સ૦ ક્રિ૦ ડાઘો પાડવો, બગાડવું; આબરૂને નુકસાન પહોંચાડવું. ના૦ ડાઘો, ધબ્બો, કલંક.

smirk (સ્મર્ક), ના૦ અને અ૦ક્રિ૦ મૂર્ખતા-ભર્યું-ડોળી-કૃત્રિમ-હાસ્ય-(કરવું).

smite (સ્માઇટ), ઉ૦ક્રિ૦ (ભૂ૦કા૦ smote, ભૂ૦કૃ૦ smitten). મારવું, ફટકો મારવો; સજા કરવી; દુઃખ દેવું, ઈજા કરવી.

smith (સ્મિથ), ના૦ ધાતુનું કામ કરનાર-ઘાટ ઘડનાર-(વિ. ક. લુહાર).

smithereens' (સ્મિધરીન્ઝ), ના૦ બ૦વ૦ નાના નાના કકડા-ટુકડા. [દુકાન, ભઠ્ઠી.

smith'y (સ્મિધિ), ના૦ લુહાર, સોની, ઇ.ની

smitten (સ્મિટન), smiteનું ભૂ૦ કૃ૦. *~with charms, fear, love*, સૌંદર્ય-મોહિત; ભયગ્રસ્ત; કામપીડિત.

smock (સ્મૉક), ના૦ ચીપો કે પટ્ટીઓ પાડેલો-પાડીને શણગારેલો-ઉપરથી પહેર-વાનો ખૂલતો અંગરખો-ડગલો. સ૦ ક્રિ૦ ચીપો પાડીને શણગારવું. **smock'ing**, ના૦ કપડામાં દોરા વતી સીવેલી ચીપો.

smoke (સ્મોક), ના૦ ધુમાડો, ધૂણી; તમાકુ પીવી તે; બીડી, સિગરેટ ઇ. *end in~*, -નું કશું પરિણામ ન નીપજવું. *like~*, કશી રુકાવટ કે મુશ્કેલી વિના, સહેલાઈથી. ઉ૦ ક્રિ૦ -માંથી વરાળ કે ધુમાડો નીકળવો-બહાર કાઢવો, ધુમાડાના ડાઘા પાડવા, -થી ઝાંખું બનાવવું; ધૂણી કરીને બહાર કાઢી નાંખવું; ધુમાડો દેવો, ધૂણી આપીને સાચવી રાખવું, ધુમાડામાં સૂકવવું; તમાકુ પીવી-ફૂંકવી. *~ out*, (જંતુઓ, ઇ.) ધુમાડો કરી બહાર કાઢવા. **smoked**, વિ૦ ધુમાડાથી સૂકવેલું અથવા કાળું કરેલું. **smo'ker** (સ્મોકર), બીડી-તમાકુ-પીનાર; આગગાડીમાં ધૂમ્રપાન કરવાનો ડબો. **smoke-screen**, ના૦ લશ્કરી હિલચાલ દેખાય નહિ તે માટે બનાવેલું ધુમાડાનું વાદળ. **smoke-stack** (-સ્ટૅક), ના૦ ધુમાડિયું, આગબોટની ધુમાડો ને વરાળ બહાર કાઢવાની ભૂંગળીઓ-ઊંચું ભૂંગળું. **smok'y** (સ્મોકિ), વિ૦ ધુમાડાવાળું.

smolder (સ્મોલ્ડર), જુઓ smoulder.

smooth (સ્મૂધ), વિ૦ સરખું, સપાટ, ખાડા-ટેકરા વિનાનું; લીસું, સુંવાળું, ઓપ દીધેલું, પૉલિશ કરેલું; વિઘ્ન કે મુશ્કેલી વિનાનું, સરળ; આંચકા કે ધક્કા વિનાનું; (દરિયો) મોજાં વિનાનું, શાંત; ખુશ કરવા ઉત્સુક. સ૦ ક્રિ૦ લીસું-સુંવાળું સપાટ-કરવું, ઇ. *~ away, over*, મુશ્કેલીનો અંત આણવો-નિરાકરણ કરવું. ના૦ સુખકારક સ્પર્શ; ઇસ્તરી. **smooth-faced**, વિ૦ સૌમ્ય મુદ્રાવાળું, ઠાવકું. **smooth-spoken, smooth-tongued**, વિ૦ મધુરભાષી.

smote (સ્મોટ), smiteનો ભૂ૦ કા૦.

smo'ther (સ્મધર) સ૦ ક્રિ૦ ગૂંગળાવવું, ગૂંગળાવીને મારી નાંખવું; પૂરેપૂરું ઢાંકી દેવું; -માં દબાવી દેવું; ગુપ્ત રાખવું, બહાર ન પડવા દેવું. ના૦ ગાઢો ધુમાડો, વરાળ કે ધૂપ.

smoul'der (સ્મોલ્ડર), અ૦ ક્રિ૦ ગૂંગળાતું બળવું, ધુમાવું, ધૂંધવાવું.

smudge (સ્મજ), ના૦ શાહી, રંગ, ઇ.નો ડાઘો, ધબ્બો. ઉ૦ ક્રિ૦ ડાઘો પાડવો-પડવો.

smug (સ્મગ), વિ૦ સ્વસંતોષી; અહંમન્ય;

સંકુચિત દૃષ્ટિવાળું.

smug'gle (સ્મગલ), ઉ૦ ક્રિ૦ જકાત ટાળવા માટે ચોરીથી લાવવું – લેવું, દાણચોરી કરીને લાવવું – દાખલ કરવું. **smug'gler**, ના૦ દાણચોરી કરનાર. **smug'gling**, ના૦ દાણચોરી.

smut (સ્મટ), ના૦ કાજળ કે મેશનો પોપડો, તેનો ડાઘો; અશ્લીલ–ગંદી–વાત કે લખાણ; ફૂગ, ઊબ (વનસ્પતિનો રોગ). સ૦ ક્રિ૦ મેશનો ડાઘો પાડવો – પડવો. **smutt'y**, વિ૦ મેશના ડાઘાવાળું, ઇ.

snack (સ્નૅક), ના૦ નાસ્તો, અલ્પાહાર; [નાસ્તામા ખાવાની વસ્તુ.

snaf'fle (સ્નૅફલ), ના૦ જેરકડી વિનાની સાદી પાતળી લગામ. સ૦ ક્રિ૦ (બીજાની વસ્તુ) લેવી – પડાવવી, ચોરી કરવી.

snag (સ્નૅગ), ના૦ નદી કે દરિયામાં ડૂબેલો અણિયાળો ખડક અથવા ઝાડનું ખાંડું થડ; અકલ્પિત વિઘ્ન – મુશ્કેલી.

snail (સ્નેલ), ના૦ ગોકળગાય; એદી–સુસ્ત–માણસ.

snake (સ્નેક) ના૦ સાપ, સર્પ; બેવફા – [દગાબાજ – માણસ.

snap (સ્નૅપ), ઉ૦ ક્રિ૦ એકદમ બચકું ભરવું, કરડવું; ચિડાઈને – ગુસ્સે થઈને – બોલવું, ઊધડું લેવું; એકદમ તડાક દઈને ભાંગી નાંખવું – ભાંગી જવું; સટાક દઈને મારવું; ઝટ દઈને ફોટો લેવો; સટાકો બોલાવવો; ધડાક દઈને બંધ કરવું; [ક્રિકેટ] વિકેટ પાસે જ બૅટ્સમનનો દડો ઝીલવો. ~ one's *fingers*, ચપટી બોલાવવી. ના૦ કડાક દઈને ભાંગવું તે, તેનો અવાજ; ગોળ પત્તાંની એક રમત; ઝડપી નિર્ણય કરવાની શક્તિ; બંગડી, ઇ. બાંધવાનું – જોડવાનું–સ્પ્રિંગવાળું સાધન. (ટાઢ, હિમ, ઇ.નો) ઝપાટો; ઝટ દઈને લીધેલો ફોટો (*~shot*). *cold ~*, ઠંડીનું મોજું. ક્રિ૦ વિ૦ એકદમ, જોયા વિચાર્યા વિના. **snap'dragon** (સ્નૅપ્ડ્રૅગન), ના૦ ઊઘડે અને બંધ થાય એવાં ફૂલોવાળું ફૂલઝાડ. **snapp'ish** (સ્નૅપિશ), વિ૦ ચીડિયું, વાંધાખોર; કરડવા દોડનારું. **snapp'y** (સ્નૅપિ), વિ૦ કરડકણું, ચીડિયું; (નાટક કે લખાણ) ટૂંકું અને રમૂજી. *make it ~*, ઝટ કરો!

snap'shot (સ્નૅપ્શૉટ), ના૦ ત્વરિત પાડેલો ફોટો, ઝડપી છબી. ઉ૦ક્રિ૦ ત્વરિત ફોટો પાડવો.

snare (સ્નેર, સ્ને'અર), ના૦ પાશ, ફાંસો, જાળ; લલચાવીને છેતરનારી વસ્તુ, ફાંદો. સ૦ ક્રિ૦ ફાંસામાં નાખવું, ફસાવવું.

snarl (સ્નાર્લ), ઉ૦ ક્રિ૦ (કૂતરાનું) દાંત બતાવીને ઘૂરકવું; (માણસનું) ઘૂરકીને બોલવું, બબડવું. ના૦ ઘૂરકવું તે, ઘુરકિયું, બડબડાટ.

snatch (સ્નૅચ), ઉ૦ ક્રિ૦ એકદમ પકડવું; ખૂંચવી – પડાવી–ઝૂંટવી – લેવું. ~ *at*, પકડવા માટે તરાપ મારવી. ના૦ ઉતાવળથી ઝડપવું – પકડવું – તે, ચીલઝડપ.

sneak (સ્નીક), ઉ૦ ક્રિ૦ છાનામાના સંતાઈને નાસી જવું, છટકી જવું; ચોરી કરવી; [શાળાની બોલીમાં] ચાડી ખાવી. ના૦ બાયલું અપ્રામાણિક માણસ; કોઈની છાની વાત બીજાને કહેતો ફરનાર, ચાડિયો. **sneakers**, ના૦ બ૦વ૦ રબરનાં તળિયાંવાળા સુંવાળા જોડા. **sneaking**, વિ૦ હલકું, નીચ, પાજી. ~ *regard for*, નાલાયક વિષેની ન સમજાય એવી મૈત્રીભરી લાગણી.

sneer (સ્નિઅર), ના૦ તિરસ્કારથી મોં મરડવું તે, તિરસ્કારદર્શક હાસ્ય, ઉપહાસ. ઉ૦ ક્રિ૦ ઉપહાસ કરવો, નાક મરડવું.

sneeze (સ્નીઝ઼), ના૦ છીંક. અ૦ ક્રિ૦ છીંક ખાવી. *not to be ~d at*, છેક કાઢી નાંખવા જેવું નહિ, ચાલે એવું; લેખામાં લેવા જેવું, ગણનાપાત્ર.

snick (સ્નિક), સ૦ ક્રિ૦ -માં નાનો કાપો–ખાંચો–પાડવો. ના૦ નાનો કાપો–ખાંચો–ચીરી.

snick'er (સ્નિકર), અ૦ક્રિ૦ ધીમેથી હણહણવું; મૂર્ખાની જેમ ધીમે રહીને હસવું.

sniff (સ્નિફ), ઉ૦ક્રિ૦ નસકોરાં – સૈડકા – બોલે એવી રીતે શ્વાસ લેવો, જોરથી સૂંઘવું; તિરસ્કાર બતાવવા જોરથી સૂંઘી જોવું. ~ *at*, અવગણના કરવી. ના૦ સૂંઘવું તે, સૂંઘવાનો અવાજ, શ્વાસ. **sniff'y**, વિ૦ બીજાની અવગણના કરનારું.

sniffle (સ્નિફલ), અ૦ ક્રિ૦ (શરદી થઈ હોય ત્યારની જેમ) વારે વારે શ્વાસ ખેંચવો.

snigg'er (સ્નિગર), અ૦ ક્રિ૦ હું હું કરીને મૂર્ખાની જેમ હસવું, ગાલમાં ને ગાલમાં હસવું. ના૦ એવું હાસ્ય.

snip (સ્નિપ), ઉ૦ ક્રિ૦ કાતર વતી કાપવું, કાતરવું. ના૦ કાતરવું તે; કાતરેલો – કાપેલો – નાનો ટુકડો.

snipe (સ્નાઇપ), ના૦ સારસ જેવું એક પક્ષી, સારસું.ઉ૦ક્રિ૦[લશ્કર]આડમાં રહીને-સંતાવાની જગ્યામાંથી – ગોળીઓ મારવી. **snip'er** ના૦ એવી રીતે ગોળીઓ મારનાર સિપાઈ.

snipp'et (સ્નિપિટ, – પે'–), ના૦ કાપેલો નાનો કકડો; (બ૦વ૦) ચોપડીઓમાંથી લીધેલા ઉતારા.

sniv'el (સ્નિવલ), અ૦ ક્રિ૦ નાકે લીંટ વહેવું, નાક વહેવું; આંખમાં આંસુ આવવાં, રડવું. ના૦ લીંટ; રડતાં રડતાં બોલવું – બબડવું –તે.

snob (સ્નૉબ), ના૦ ગુણ કરતાં પૈસા કે પદ પરથી માણસનું મૂલ્ય આંકનાર; મોટા લોકોની નકલ કરનાર, વરણાગિયો. **snobb'ery**(સ્નૉબરિ), ના૦મોટાઈનો ડોળ, વરણાગી. **snobb'ish** (સ્નૉબિશ), વિ૦ મોટાઈનો ડોળ કરનાર, વરણાગિયું. [– પાટી – જાળી.

snood (સ્નૂડ), ના૦ ચોટલો બાંધવાનો દોરો

snook (સ્નૂક), ના૦ નાક મરડવું તે. *cock, make, a* ~, નાક મરડવું. [રમત.

snooker (સ્નૂકર),ના૦ બિલિયર્ડ જેવી એક

snoop (સ્નૂપ), અ૦ ક્રિ૦ છૂપી રીતે લોકો પર દેખરેખ રાખવી – જાસૂસી કરવી.

snoot'y (સ્નૂટિ),વિ૦ મિજાજી, મગરૂર; બીજાને ઉતારી પાડનાર.

snooze (સ્નૂઝ), ના૦ ઝોકું, અલ્પનિદ્રા (વિ. ક. બપોરની). અ૦ક્રિ૦ ઝોકું ખાવું, પાસું મરડવું.

snore (સ્નોર), અ૦ક્રિ૦ અને ના૦ ઊંઘમાં નસકોરાં બોલાવવાં-ઘોરવું – (તે);ઘોરવાનો અવાજ.

snort (સ્નૉર્ટ), અ૦ ક્રિ૦ નસકોરાં વાટે શ્વાસ જોરથી બહાર કાઢવો; છીંકોટો કરવો; ક્રોધનો સુસવાટો કરવો; તુચ્છકારવું, ના૦ છીંકોટો, ક્રોધનો સુસવાટો. **snorter**, ના૦ પવનનો ભારે સુસવાટો; સખત ઠપકો.

snout (સ્નાઉટ), ના૦ જાનવરનું મોં–લાંબું નાક–સૂંઢ; નાળચું; [તિરસ્કારમાં]માણસનું નાક.

snow (સ્નો), ના૦ બરફ, હિમ; બરફ જેવી સફેદ વસ્તુ. ઉ૦ ક્રિ૦ બરફ–હિમ – પડવું – વરસવું; બરફની જેમ આમ તેમ પડવું – ફેંકવું. ~ *under*, બરફથી ઢાંકી દેવું; સંખ્યાબળથી કચડી નાંખવું – ડુબાવી દેવું. ~*ed up*, બરફથી ઢંકાયેલું–ઘેરાયેલું. **snow'ball**, ના૦ બરફનો ગોળો – દડો; પ્રસારની સાથે કદમાં વધતી જતી અરજી–યોજના. **snow-blindness**, ના૦ બરફ પર પડતા પ્રકાશની અસરથી આવતી દૃષ્ટિની દુર્બળતા–અંધાપો. **snow-boot**, ના૦ બરફ પર ફરવા માટેના જોડા પરથી પહેરવાના જોડા–બૂટ. **snow-bound**, વિ૦ બરફને લીધે આગળ જતાં અટકેલું. **snow-drift** ના૦ પવનથી ઘસડાઈ ને એકઠા થયેલા બરફનો ટેકરો–દીવાલ. **snow'drop**, ના૦ એક જાતનું સફેદ ફૂલોવાળું ફૂલઝાડ. **snow-flake**, ના૦ વરસતા બરફનો ટુકડો. **snow-line**, ના૦ જે સપાટીની ઉપર બરફ સતત રહે છે તે સપાટી; હિમરેખા. **snow-plough**, ના૦ બરફ તોડીને રસ્તો ખુલ્લો કરવાનું ઓજાર. **snow-shoes**,ના૦ બ૦વ૦ બરફ પર ચાલવા માટેના નીચે પહોળા પાટિયાવાળા જોડા. **snow'y** (સ્નોઇ), વિ૦ બરફના જેવું સફેદ; હિમમય; બરફનો વરસાદ થાય એવું.

snub (સ્નબ), સ૦ક્રિ૦ ઉતારી પાડવું, અવગણના કરવી; ઠપકારવું. ના૦ ઠપકો; અપમાન; ધમકી.

snub, વિ૦ (નાક અંગે) ચપટું, બૂચું.

snuff (સ્નફ), ના૦ દીવા કે મીણબત્તીનો મોગરો, ગુલ. સ૦ક્રિ૦ (મીણબત્તી – દિવેટ-)નો મોગરો કાપવો, ગુલ ઉતારવું; હોલવવું. **snuff'ers** (સ્નફર્ઝ઼), ના૦ બ૦વ૦ દિવેટનો મોગરો કાપવાની કાતર.

snuff, ના૦ છીંકણી, તપખીર. ઉ૦ક્રિ૦(છીંકણી) સૂંઘવી (*take* ~); સૂંઘવું.

snuff'le (સ્નફલ), અ૦ક્રિ૦ નાક વાટે જોરથી શ્વાસ કાઢવો તે. સૈડકા બોલાવવા; શરદી થઈ હોય તેમ નાકમાંથી બોલવું.ના૦ગૂંગણું બોલવું તે.

snug (સ્નગ), વિ૦ હૂંફાળું, ટાઢતડકાથી સુરક્ષિત; સુખસોઈવાળું; વ્યવસ્થિત ગોઠવેલું; (આવક, ઇ). આરામ માટે પૂરતું. **snugg'ery**, ના૦ આરામ લેવાની અંગત ઓરડી, આરામગૃહ.

snug'gle (સ્નગલ), ઉ૦ ક્રિ૦ હૂંફ માટે અથવા વહાલથી ચંપાઈને પાસે સૂવું; છાતી સરસું ચાંપવું.

so (સો), ક્રિ૦ વિ૦ તેમ, તેવી રીતે, આમ, આવી રીતે; અત્યંત, ઘણું; તેથી, એટલે. *and ~ forth, on,* અને એવું જ બીજું. *~ as to,* -ના હેતુસર–માટે. *~ ... as to,...* એટલે સુધી...કે. *~ far (as),* ત્યાં સુધી, ત્યાં સુધી કે. *~ long as,* જો, -ની શરતે, શરત એ કે. *~ much for,* હવે વધુ કહેવાની જરૂર નથી. *~ ~,* ઠીકાઠીક, સામાન્ય. *~ that,* એવી રીતે કે, ઉ૦ ભ૦ અ૦ તેથી, એટલા માટે. ઉદ્‌ગાર૦ આશ્ચર્ય કે પ્રશ્નનો સૂચક. *~-and-~,* ફલાણો ફલાણો, અમુક અમુક.. **so-called,** વિ૦ કહેવાતું, તથાકથિત.

soak (સોક), ઉ૦ ક્રિ૦ પલાળવું, ભીંજવવું; પલળવું, ભીંનવું; બોળી રાખવું, તરબોળ કરવું; (પાણી, ઇ.) શોષી – ચૂસી લેવું; અતિશય દારૂ પીવો – ઢીંચવો. *~up,* (છિદ્ર વાટે) શોષી લેવું. ના૦ શોષી લેવું તે; ધોધમાર વરસાદ; લાંબું મદિરાપાન; દારૂ પીનાર. **soaker,** ના૦ ભરપૂર દારૂ પીનાર.

soap (સોપ), ના૦ સાબુ. *soft ~,* પોચો–નરમ–સાબુ; ખુશામત. સ૦ક્રિ૦ સાબુ લગાડવો – ચોપડવો, સાબુ વતી ધોવું. **soap-boiler,** ના૦ સાબુ બનાવનાર. **soap-bubble,** ના૦ સાબુના ફીણનો પરપોટો. **soap-stone,** ના૦ શંખજીરું. **soap-suds,** ના૦ બ૦ વ૦ સાબુનું ફીણ, ફીણના ગોટા. **soap'y** (સોપિ), વિ૦ સાબુવાળું, સાબુ નાખેલું; સાબુના જેવું ચીકણું; [લા.] ખુશામતખોર.

soar (સોર), અ૦ ક્રિ૦ ઊંચે ઊડવું, ઊડીને ખૂબ ઊંચે જવું; (કિંમતોનું) ખૂબ ઝપાટામાં વધી જવું.

sob (સૉબ), ના૦ ડૂસકું, ડચકું. ઉ૦ ક્રિ૦ ડૂસકાં ખાઈને રડવું; ડૂસકાં ખાતાં ખાતાં બોલવું. **sob-stuff,** ના૦ કરુણરસવાળું – લાગણીવેડાવાળું – લખાણ.

sob'er (સોબર), વિ૦ દારૂ પીધેલ કે છાકટું નહિ એવું; મધ્યમમાર્ગી, સૌમ્ય; શાંત, સ્વસ્થ; ઠાવકું, પ્રૌઢ, ઠરેલ; ઠરેલ અને ડહાપણવાળું; (રંગ) બહુ ભડક નહિ એવું. ઉ૦ક્રિ૦ નશાથી મુક્ત કરવું – થવું. **sobri'ety** (સબ્રાઇઇટિ, સોબ્રાયટિ), ના૦ ઠરેલપણું, ડહાપણ, શુદ્ધ વિવેક.

sob'riquet (સોબ્રિકે), **soub'riquet** (સૂબ્રિકે), ના૦ મશ્કરીનું, ખીજનું કે ધારણ કરેલું નામ.

socc'er (સૉકસર), ના૦ (sockerનું ભ્રષ્ટ રૂપ). એક જાતની ફૂટબૉલની રમત (જેમાં ગોલકીપર સિવાય બીજાને દડાને હાથે અડવાની છૂટ હોતી નથી.)

so'ciable (સોશબલ), વિ૦ મળતાવડું, મિલનસાર; મિત્રતાવાળું. **sociabil'ity** (–બિલિટિ), ના૦ મિલનસાર–મળતાવડા – પણું.

so'cial (સોશલ), વિ૦ જૂથોમાં કે સમાજમાં રહેનારું, પોતાની મેળે એકલું ન રહેનારું; સમાજને લગતું, સામાજિક. *~contract,* સમાજરચનાનો આદ્ય–મૂળ–કરાર. *~ credit,* નાણાકીય તંત્રમાં અમુક જાતના ફેરફાર કરવાથી માલનું ઉત્પાદન વધે અને તે બધાને વધુ પ્રમાણમાં મળતો થાય એવો સિદ્ધાંત. ના૦ સામાજિક મેળાવડો, સ્નેહ સંમેલન. (*~ gathering* પણ). **so'cialism** (સોશલિઝ્મ), ના૦ સમાજ(સત્તા)વાદ, દેશની જમીન, ઇ. સંપત્તિ અને તેના ઉત્પાદનનાં સાધન આખા સમાજની માલિકીનાં હોવાં જોઈએ અને તેના હિત માટે વપરાવાં જોઈએ એ સિદ્ધાન્ત. **so'cialist** (સોશલિસ્ટ), ના૦ સમાજ(સત્તા)વાદી. **socialis'tic** વિ૦ સમાજવાદનું – વાળું – સાથે સુસંગત. **so'cialize** (સોશલાઇઝ઼), સ૦ ક્રિ૦ સમાજની માલિકીનું બનાવવું. **socie'ty** (સોસાયટિ), ના૦ એક ઢબે રહેતા લોકોનું જૂથ; સામાજિક જમાત, સમાજ; સોબત, સંગત; કોઈ પણ મંડળ, સંઘ; ફૅશનબલ – શિષ્ટ–લોકો.

sociol'ogy (સોસિઑલજિ, સોશિ–), ના૦ માનવસમાજના સ્વરૂપ અને વિકાસનું શાસ્ત્ર, સમાજશાસ્ત્ર.

sock (સૉક), ના૦ પગનું નાનું ટૂંકું મોજું, જોડાની અંદર મુકાતો ચામડાનો કે કપડાનો કકડો, સુખતળી, માંજર. [ફટકો.

sock, સ૦ ક્રિ૦ મારવું, ફટકો લગાવવો. ના૦

sock'et (સૉકિટ), ના૦ ખાડો, ખાનું, ગોખ, ખામણું (જેમાં કશુંક ફરે અથવા બેસે એવી રીતે પાડેલું કે બનેલું).

sod (સૉડ), ના૦ ઘાસ સાથેનું માટીનું ઢેફું;

[કાવ્યમાં] ઘાસવાળી જમીન.

so'da (સોડા), ના૦ સોડાખાર; સોડાવૉટર (પીણું). **so'da-fountain**, ના૦ મીઠાં પીણાં વેચવા માટેનું યંત્ર; સોડાવૉટર, ઇ. પીણાંની દુકાન. **so'da-water**, ના૦ એક પ્રકારનું વાયુમિશ્રિત પીણું.

sodd'en (સૉડન), વિ૦ પ્રવાહીથી તરબોળ, પૂરેપૂરું ભીંજેલું; (રોટી ઇં.) ચીકણું, ભારે અને ભીનાશવાળું; અતિ દારૂ પીવાથી દીવાનું.

sod'ium (સોડિઅમ), ના૦ એક પ્રકારનું ફીકા રંગનું ધાતુમય તત્ત્વ (જે પાણીમાં નાંખવાથી બળે છે).

sod'omy (સૉડમિ), ના૦ગુદામૈથુન; માણસ અને પ્રાણી વચ્ચેનો અકુદરતી સંબંધ.

sof'a (સોફા), ના૦ પીઠ અને હાથાવાળી લાંબી બેઠક, સોફા.

soft (સૉફ્ટ), વિ૦ નરમ, પોચું; સહેલાઈથી વાળી શકાય એવું; માને-વશ થાય-એવું; લીસું, સુંવાળું; સુખકર, શાંતિપ્રદ; (અવાજ) કર્કશ કે મોટું નહિ એવું, ધીમું; શાંત, સૌમ્ય; સહાનુભૂતિવાળું, દયાશીલ, લાગણીવાળું; નબળું, કમજોર, મૂર્ખ; (રંગ) ભડક નહિ એવું, સૌમ્ય; (ભેજું) નબળું; (પાણી) હલકું; (પીણું) માદક કે ઉન્માદક નહિ એવું. ~*currency*, ડૉલરમાં રૂપાંતરિત થઈ ન શકે એવું ચલણ. ~ *job*, થોડી મહેનતમાં વધારે મળતર મળે એવી નોકરી. ~*wicket*, [ક્રિકેટ] ભીનો [થયેલો] -પોચો-પટ (વિકેટ), ક્રિ૦વિ૦ ધીમે, હળવેથી. ઉદ્ગાર૦ [પ્રા.] થોભો, રાખો. **so'ften** (સૉફન), ઉ૦ક્રિ૦ નરમ-પોચું-ઢીલું-કરવું-થવું; નરમ-હળવું-કરવું-થવું; પીગળવું, કઠોરતા ઓછી કરવી. **sof'ty**, ના૦ નબળો માણસ.

sogg'y (સૉગિ), વિ૦ ભેજવાળું, પાણીથી તરબોળ થયેલું, કળણ જેવું.

soi-disant (સ્વા ડીઝાં), વિ૦ નામધારી, નામનું, બનાવટી; પોતાની મેળે બની બેઠેલું.

soil (સૉઇલ), ઉ૦ક્રિ૦ -ની ઉપર ડાઘા પાડવા, મેલું કરવું, બગાડવું; ડાઘો પડવો-દેખાવો; કલંક-લાંછન-લગાડવું. ના૦ ડાઘો, ધબ્બો; લાંછન.

soil, ના૦ જમીન, ધરતી, માટી; ખાતરવાળી જમીન. [ડાયરો; સભા.

soirée (સ્વારે), ના૦ સાંજનો મેળાવડો-

sojourn (સૉજર્ન, સો-, સ-), ના૦ મુસાફરીમાં મુકામ; મુસાફરી, સફર. અ૦ક્રિ૦ થોડા સમય માટે મુકામ કરવો.

sol'ace (સૉલસ), ના૦ આશ્વાસન, દિલાસો; સમાધાન-મન વાળવા-નું ઠેકાણું. સ૦ ક્રિ૦ આશ્વાસન-દિલાસો-આપવો.

solan(-goose) (સોલન (-ગૂસ)), ના૦ હંસના જેવું એક મોટું દરિયાઈ પક્ષી, સમુદ્રહંસ.

sol'ar (સોલર), વિ૦ સૂર્યનું, સૂર્ય સંબંધી; સૂર્ય પરથી ગણતરીવાળું, સૌર. ~ *plexus* પેટના પાછલા ભાગમાં આવેલી મજ્જાતંતુની જાળ-ગ્રંથિ, સૌરચક્ર. ~ *system*, સૂર્યમાળા, સૌરમંડળ. **solar'ium** (સલેરિઅમ), ના૦ (બ૦વ૦-ria). સૂર્યકિરણના ઉપચારનું સ્થાન.

sold (સોલ્ડ), sellનો ભૂ૦ કા૦ અને ભૂ૦કૃ૦.

sol'der (સોલ્ડર, સૉડર), ના૦ સાધવા માટેની ધાતુ, કલાઈ; રેણ, ઝારણ. સ૦ ક્રિ૦ ઝારવું, રેણ કરવું-દેવું. **soldering-iron**, ના૦ ઝારવા માટેનું લોઢાનું છીણીના આકારનું ઓજાર.

sol'dier (સોલ્જર), ના૦ લશ્કરનો સિપાઈ, સૈનિક; બિનસનદી લશ્કરી અમલદાર કે તેના હાથ નીચેનો સિપાઈ. ~ *of fortune*, પૈસા, ઇ. મેળવવા માટે કોઈ પણ કામ કરવા તૈયાર એવો સિપાઈ કે માણસ. અ૦ ક્રિ૦ સિપાઈ તરીકે કામ કરવું. **sol'dierly** (સોલ્જર્લિ), વિ૦ સિપાઈના જેવું-ને છાજે એવું. **sol'diery** (સોલ્જરિ), ના૦ (દેશના) બધા સિપાઈઓ (નો વર્ગ).

sole (સોલ), ના૦ એક જાતની ખાવામાં સારી ગણાતી ચપટી માછલી.

sole, ના૦ પગનું, જોડાનું કે મોજાનું તળિયું; હળનો નીચેનો ભાગ. સ૦ ક્રિ૦ (જોડાને) તળિયું બેસાડવું-મારવું.

sole, વિ૦ એકલું, એકનું એક, એક જ.

sol'ecism (સૉલિસિઝ્મ), ના૦વ્યાકરણ દોષ; બોલવામાં કે વર્તનમાં ભૂલ; શિષ્ટાચારનો ભંગ.

sol'emn (સૉલમ), વિ૦ ગંભીર, વિચાર-વિધિ-પૂર્વક કરેલું; વિચાર કરાવે એવું; આદરસૂચક, આદર વ્યક્ત કરનારું; ઠાઠમાઠવાળું, પ્રભાવી; ખૂબ મહત્ત્વનું. **solem'nity** (સલેમ્નિટિ), ના૦ ગંભીર ક્રિયા, ધાર્મિક વિધિ; ગાંભીર્ય. **sol'emnize** (સૉલમ્નાઇઝ઼), સ૦

ક્રિ૰ વિધિપૂર્વક ઊજવવું; યથાવિધિ કરાવવું; (ઉત્સવ, ઇ.) ઊજવવું – કરવું. **solemniza'tion** (–ઝ઼ેશન), ના૰.

sol'-fa (સૉલ્ફા), ના૰ ગાતી વખતે પદના શબ્દોને બદલે 'સા, રે, ગ, મ,' ઇ. સ્વરનાં નામ દેવાની પદ્ધતિ.

soli'cit (સલિસિટ), ઉ૰ ક્રિ૰ આગ્રહપૂર્વક અથવા ફરી ફરીને માગવું; વિનંતી – આજીજી – – યાચના – કરવી. **solicita'tion** (–ટેશન), ના૰ યાચના (કરવી તે).

soli'citor (સલિસિટર), ના૰ અસીલોને સલાહ આપી તેમનો મુકદ્દમો તૈયાર કરનાર વકીલ, 'સૉલિસિટર' (તેને કોર્ટમાં મુકદ્દમો ચલાવવાનું નથી હોતું, તે કામ બૅરિસ્ટર કે વકીલ કરે છે.) **Solicitor-General**, ના૰ ઍટર્ની જનરલની નીચેનો કાયદાનો અધિકારી.

soli'citous (સલિસિટસ), વિ૰ (કરવા) આતુર, ઉત્સુક, ઇંતેજાર; ફિકરમંદ, કાળજીવાળું. **soli'citude** (સલિસિટ્યૂડ), ના૰ ચિંતા, કાળજી; ઉત્સુકતા, પરવા.

sol'id (સૉલિડ), વિ૰ દૃઢ, કઠણ, નક્કર; પ્રવાહી નહિ એવું; ઘન, પોલું નહિ એવું, નક્કર; આધાર રાખી શકાય એવું, સ્થિર, દૃઢ; સંગીન, પાકું, મજબૂત. ના૰ કઠણ કે નક્કર વસ્તુ; [ભૂમિતિ] ત્રણ પરિમાણ (લંબાઈ, પહોળાઈ ને જાડાઈવાળો પદાર્થ, ઘન. **sol'idary** (સૉલિડરિ), વિ૰. ~ *obligation*, સમષ્ટિ પ્રત્યેનું કર્તવ્ય. **solid'ify** (સલિડિફાઇ), ઉ૰ ક્રિ૰ ઘન બનાવવું – થવું. **solidifica'tion**, ના૰ ઘનીભવન, દૃઢીકરણ – ભવન. **solid'ity** (સલિડિટિ), ના૰ દૃઢતા, નક્કરપણું, એકતા.

solil'oquy (સલિલક્વિ), ના૰ પોતાના મન સાથે વાત કરવી તે, સ્વગત ભાષણ. **solil'oquize** (–ક્વાઇઝ઼), અ૰ ક્રિ૰ સ્વગત ભાષણ કરવું.

sol'ipsism (સૉલિપ્સિઝ઼મ), ના૰ [તત્ત્વ.] પોતાના આત્માનું જ માણસને જ્ઞાન થઈ શકે અથવા આત્મા સિવાય બીજું કશું અસ્તિત્વ ધરાવતું નથી એવો મત – સિદ્ધાન્ત.

soli'taire (સૉલિટેર, –ટે'અર), ના૰ વીંટીમાં બેસાડેલ એકનું એક રત્ન – હીરો, ઇ.; કેવળ એક રત્ન જડેલું ઘરેણું; એકલાએ રમવાની પત્તાંની એક રમત (પેશન્સ, ઇ.).

solitary (સૉલિટરિ), વિ૰ એકલું રહેનારું, એકાન્તવાસી; સોબત કે સાથી વિનાનું, એકલું; એકાંત, અવરજવર વિનાનું; એકનું એક, અનન્ય. ~ *confinement*, એકાંત કેદ (ની સજા), અંધારી. ના૰ એકાંતવાસી, યાત. **sol'itude** (–ટ્યૂડ), ના૰ એકલા હોવું તે, એકાંત; એકાંત જગ્યા, નિર્જન સ્થળ.

sol'o (સોલો), ના૰ એકલાએ વગાડવાનું કે ગાવાનું ગીત – રાગ. વિ૰ અને ક્રિ૰ વિ૰ એકલું, સોબત કે સાથી વિનાનું. **so'loist** (સોલોઇસ્ટ), ના૰ એકલાએ ગાવાની ચીજ ગાનાર કે વગાડનાર.

sol'stice (સૉલ્સ્ટિસ), ના૰ વિષુવવૃત્તથી સૂર્ય વધારેમાં વધારે દૂર હોય તે કાળ, અયન, અયનાન્ત (કાળ) (૨૧મી જૂન અને ૨૨મી ડિસેંબર). *summer* ~, દક્ષિણાયન. *winter* ~, ઉત્તરાયણ.

sol'uble (સૉલ્યુબલ), વિ૰ પ્રવાહીમાં ઓગાળી શકાય – ઓગળે – એવું; (પ્રશ્ન, ગણિત, ઇ.) ઉકેલી કે છોડવી શકાય એવું. **solubil'ity** (–બિલિટિ), ના૰ દ્રાવ્યતા, દ્રવણક્ષમતા; નિરાકરણ ક્ષમતા.

solu'tion (સલૂશન), ના૰ ઓગળવું–ઓગાળવું –તે; દ્રાવણ, કોઈ પદાર્થ જેમાં ઓગાળ્યો હોય એવું પ્રવાહી – મિશ્રણ; (કોઈ પ્રશ્નનો) ઉકેલ – નિરાકરણ.

solve (સૉલ્વ), સ૰ ક્રિ૰ પ્રશ્ન ઇ. છોડવવું; ઉકેલ કાઢવો, નિરાકરણ કરવું, મુશ્કેલીમાંથી માર્ગ કાઢવો.

sol'vency (સૉલ્વન્સિ), ના૰ દેવું ચૂકવી શકે એવી સ્થિતિ, સાંપત્તિક સધ્ધરતા, દારપણું. **sol'vent** (સૉલ્વન્ટ), વિ૰ બીજા કોઈ પદાર્થને ઓગાળી નાખે એવું, દ્રાવક; દેવું ચૂકવવાની શક્તિવાળું, દાર; (પરંપરાગત શ્રદ્ધા કે ધર્મને) નબળો પાડનારું. ના૰ ઓગાળવાની શક્તિ – ગુણ – વાળું – પ્રવાહી. [કાળા રંગનું.

som'bre (સૉમ્બર), વિ૰ ઉદાસ, ગમગીન; **sombrer'o** (સૉમ્બ્રે'રો), ના૰ (બ૰ વ૰ – s). પહોળી કોરની – વાળી શણની સાહેબી ટોપી (સ્પેનમાં પ્રચલિત).

some (સમ), વિ૰ (જથ્થો) કેટલુંક, થોડુંક; (સંખ્યા) કેટલાક, થોડાક; (માણસો, વસ્તુઓ), કેટલાંક, અમુક; [અમે.] મોટા કદનું, ઊંચી જાતનું. ~ *day*, ભવિષ્યમાં કોઈ વખત. ~ *few*, થોડાક. ~ *time*, થોડા વખત માટે; ભવિષ્યમાં કોઈ વખત. સર્વનામ૰ કેટલાક લોકો, અમુક સંખ્યા અથવા જથ્થો. **somebody** (–બડિ), નામ૰ કોઈ માણસ, એક જણ; મહત્ત્વની વ્યક્તિ. **some'how** (–હાઉ), ક્રિ૰ વિ૰ કોઈ પણ રીતે, ગમે તેમ કરીને. **some'one** (–વન), = somebody. **some'thing,** નામ૰ કંઈ, કંઈક; કંઈક વસ્તુ; લેખામાં લેવા લાયક વસ્તુ. *see* ~ *of*; ક્યારેક ક્યારેક મળતા હોવું, -નો થોડોક અનુભવ હોવો *think* ~ *of*, -ને વિષે સારો મત હોવો. **some'times** (–ટાઇમ્સ), ક્રિ૰ વિ૰ અવારનવાર. **some'what** (–વૉટ), ક્રિ૰ વિ૰ કેટલેક દરજ્જે, કંઈક, થોડુંક. **some'where** (સમ્વે'અર), ક્રિ૰ વિ૰ ક્યાંક, કોઈ ઠેકાણે.

so'mersault (સમર્સૉલ્ટ), નામ૰ ગુલાંટ, ગોડમડું. અ૰ ક્રિ૰ ગુલાંટ ખાવી.

somnam'bulism (સૉમ્નૅમ્બ્યુલિઝ્મ), નામ૰ ઊંઘમાં ચાલવું – ફરવું – તે, નિદ્રાભ્રમણ. **somnam'bulist** (–બ્યુલિસ્ટ), નામ૰ ઊંઘમાં ફરનાર.

som'nolent (સૉમ્નલન્ટ), વિ૰ અર્ધ-નિદ્રિત, ઊંઘથી ઘેરાયેલું; ઊંઘ લાવનારું. **som'nolence,** નામ૰ ઊંઘાળપણું.

son (સન), નામ૰ દીકરો, પુત્ર, બેટો, છોકરો; વંશજ. *the S* ~, ઈશુ ખ્રિસ્ત. **son-in-law,** નામ૰ જમાઈ. **so'nny,** નામ૰ નાના છોકરા સાથે બોલતી વખતે સંબોધન તરીકે વપરાય છે.

sona'ta (સૅનાટા), નામ૰ વિ. ક. પિયાનો પર વગાડવાની સંગીતની ચીજ – રચના.

song (સૉંગ), નામ૰ ગાવું તે; ગાન, ગીત; કાવ્ય, કવિતા. *for a* ~, બહુ સસ્તું. **song'ster** (સૉંગ્સ્ટર), નામ૰ ગાનારો, ગાયક; એક ગાનારું પક્ષી; ગીતો રચનાર. [–ને અંગેનું.

son'ic (સૉનિક), વિ૰ ધ્વનિકે ધ્વનિના મોજાંનું

sonn'et (સૉનિટ), નામ૰ દસ આયૅમ્બિક પદ કે અક્ષરવાળું ચૌદ લીટીનું એક કાવ્ય, સુનીત, સૉનેટ. **sonnetee'r,** નામ૰ સૉનેટ રચનાર.

sonor'ous (સનૉરસ), વિ૰ મધુર અને રણકાદાર અવાજવાળું; મધુર, રણકાવાળું; કેવળ શબ્દગૌરવવાળું.

soon (સૂન), ક્રિ૰વિ૰ જલદી, થોડા વખતમાં; ખુશીથી. *as, so,* ~ *as*, અમુક થયું તે જ વખતે, જ્યારે...ત્યારે. [કાજળના ડાઘા પાડવા.

soot (સૂટ) નામ૰ મેશ, કાજળ. સ૰ ક્રિ૰

sooth (સૂથ), નામ૰ [પ્રા.] સત્ય (બિના). *in* ~, ખરેખર.

soothe (સૂધ), સ૰ ક્રિ૰ શાંત કરવું; નરમ પાડવું, ઓછું કરવું, શમાવવું; ખુશામત કરવી, મરજી જાળવવી. [કહેનાર, જોષી.

sooth'sayer (સૂથ્સેઅર), નામ૰ ભવિષ્ય

soot'y (સૂટિ), વિ૰ મેશ – કાજળ–નું, મેશથી–મેશ જેવું – કાળું; મેશવાળું.

sop (સૉપ), નામ૰ દૂધમાં કે રસામાં પલાળેલો રોટીનો ટુકડો; શાંત પાડવા માટે આપેલી કોઈ વસ્તુ; લાંચ. ઉ૰ ક્રિ૰ પલાળવું, ભીંજવવું, ભીંજાઈ જવું, તરબોળ થવું. **sop-ping,** વિ૰ અને ક્રિ૰વિ૰ તરબોળ થયેલું.

soph'ism (સૉફિઝ્મ), નામ૰ ખરી દેખાતી પરંતુ વસ્તુતઃ ખોટી દલીલ, ખોટો યુક્તિવાદ. **soph'ist** (સૉફિસ્ટ), નામ૰ હોશિયારી-ભર્યો પરંતુ ખોટો યુક્તિવાદ – દલીલ – કરનાર, વાક્છલ કરનાર માણસ. **sophis'ticate** (સફિસ્ટિકેટ, સો–), ઉ૰ ક્રિ૰ સ્વાભાવિકપણું બગાડવું, કૃત્રિમ બનાવવું; વિતંડાવાદ કરીને છેતરવું, ભરમાવવું; કળા વડે કે યુક્તિથી બદલી નાખવું. **sophisticated,** વિ૰ સુફિયાણું; કેળવીને બદલેલું; સુધારેલું, સુધરેલું; છેલ્લામાં છેલ્લા સુધારાવાળું. **sophistica'tion,** નામ૰. **soph'istry** (સૉફિસ્ટ્રિ), નામ૰ ખોટી અને ભ્રામક દલીલ (કરવી તે).

soph'omore (સૉફમૉર), નામ૰ [અમે.] યુનિવર્સિટીમાં બીજા વર્ષનો વિદ્યાર્થી.

soporif'ic (સોપરિફિક, સૉ–), વિ૰ અને નામ૰ ઘેન કે ઊંઘનું (ઔષધ–દવા).

sopp'y (સૉપિ), વિ૰ ભીંજવેલું; ભીનું; કાદવ ને પાણીવાળું.

sopra'no (સપ્રાનો), નામ૰ (બ૰ વ૰–s). સ્ત્રીનો કે છોકરાનો ઊંચામાં ઊંચો–તીવ્રતમ–

અવાજ–સૂર.

sor'cerer (સૉર્સરર), ના૦ જાદુગર, નજરબંધી કરનારો. **sor'ceress,** ના૦ જાદુગર સ્ત્રી. **sorcery,** (સૉર્સરિ), ના૦ ચેટક, જાદુ, નજરબંધી, કામણ.

sord'id (સૉર્ડિડ), વિ૦ નીચ, હલકટ; સ્વાર્થી અને લોભી–કંજૂસ; મેલું, ગંધાતું.

sore (સોર, સૉર), વિ૦ ભારે પીડાવાળું, સખત; સોજો આવ્યો હોય એવું; ચામડી છોલાયેલું, આળું, સ્પર્શથી દરદ થાય એવું; ચિડાયેલું, સંતપ્ત. *a ~ point,* જેની વાત કરતાં લાગણી દુભાય એવી બાબત. ના૦ છોલાયેલી કે ઉઝરડાવાળી ચામડી, આળી જગ્યા; દુઃખદ સ્મૃતિ. ક્રિ૦ વિ૦ ખૂબ; દુઃખ થાય એવી રીતે. **sore'ly** (સોર્લિ, સૉ–), ક્રિ૦ વિ૦ દુઃખ થાય એવી રીતે, સખત.

sor'ghum (સૉર્ગમ), ના૦ [વનસ્પ.] શેરડી જેવો બાજરી, જુવાર, ઇ.નો સાંઠો.

so'rrel (સૉરલ) ના૦ એક જાતની ખાટી ભાજી; તેનાં પાંદડાંનો લાલ ભૂરો–બદામી–રંગ.

so'rrel વિ૦ અને ના૦ લાલાશ પડતા–બદામી–રંગનું (જાનવર, વિ. ક. ઘોડો).

so'rrow (સૉરો), ના૦ શોક, દુઃખ; ખેદ; વ્યથા, શોકનું કારણ. અ૦ ક્રિ૦ શોક, કરવો, દુઃખી થવું. **so'rrowful** (સૉરફુલ), વિ૦ શોકાકુલ, દુઃખી; દુઃખદાયક.

so'rry (સૉરિ), વિ૦ દિલગીર, દુઃખી; કોઈને માટે દયાભાવવાળું; દીન, હલકું, તુચ્છ.

sort (સૉર્ટ), ના૦ વર્ગ, જાત, પ્રકાર. *a good ~,* ભલો માણસ. *out of ~s,* સહેજ માંદું; અસ્વસ્થ, બેચેન, વાંકું પડ્યું હોય એવું. ઉ૦ ક્રિ૦ ગુણ, કદ, વર્ગ ઇ. પ્રમાણે ગોઠવવું, જુદું પાડવું; એક પ્રકારની વસ્તુઓ વીણી કાઢવી. (*~ out*).

sort'ie (સૉર્ટી), ના૦ ઘેરાયેલા લોકોનો ઘેરો ઘાલનારા પર ધસારો–છાપો–હુમલો.

S O S (એ'સોએ'સ્), ના૦ મદદ માટે પોકાર, જોખમમાં સપડાયેલા વહાણનો રેડિયો પરથી મદદ માટે સંદેશો.

so-so (સોસો), વિધેયા૦ વિ૦ અને ક્રિ૦ વિ૦ ઠીકઠીક, સામાન્ય કોટિનું.

sot (સૉટ), ના૦ પાકો દારૂડિયો, બહુ દારૂ પીને અક્કલ ગુમાવી બેઠેલો માણસ, દીવાનો. **sott'ish,** વિ૦ દારૂડિયો.

sotto voce (સૉટો વોચે), ક્રિ૦વિ૦ હલકે અવાજે, ગુપચુપ.

sou (સૂ), ના૦ ત્રણ પૈસાની કિંમતનું એક [ફ્રેંચ નાણું.

soubrette' (સૂબ્રે'ટ), ના૦ કામવાળી; પ્રહસનમાં કામ કરનારી જાતજાતનાં નખરાં કરનારી નટી, રંગલી.

soufflé (સૂફ્લે), ના૦ ઈંડાનો ધોળો ભાગ [નાંખીને બનાવેલી વાની.

sough (સફ, સાઉ, સૂફ), ના૦ પવનનો સૂસૂ અવાજ, સુસવાટો. અ૦ક્રિ૦ સુસવાટો કરવો.

sought (સૉટ), ના૦ seek નો ભૂ૦ કા૦ તથા ભૂ૦ કૃ૦.

soul (સોલ), ના૦ આત્મા, જીવાત્મા; પ્રાણ સત્ત્વ; માણસ, માણસનું સાચું સ્વરૂપ. **soulful,** વિ૦ ઊંચી ભાવનાઓવાળું; પ્રાણવાન. **soulless,** વિ૦ ચૈતન્ય વિનાનું, નિષ્પ્રાણ; ભાવનાશૂન્ય, ચારિત્ર્યહીન.

sound (સાઉન્ડ), ના૦ અવાજ, ધ્વનિ, શબ્દ; ખાલી અર્થહીન અવાજ, શબ્દાડંબર. ઉ૦ ક્રિ૦ અવાજ કરવો; ઉચ્ચાર કરવો; કશાકમાંથી અવાજ કાઢવો; અવાજ કરીને સૂચના આપવી; જાહેર કરવું; અવાજ પરથી ચકાસી જોવું–ઓળખવું–ઓળખાવું. **sounding,** વિ૦ શબ્દાડંબરવાળું; ગુંજતું. **sounding-board,** ના૦ અવાજને શ્રોતાઓ તરફ વાળવા માટે રંગમંચ પર કરેલી રચના.

sound, વિ૦ સાબૂત, ખોડ કે વિકાર વિનાનું; નીરોગી, તંદુરસ્ત; સાચું, ખરું; વિશ્વાસપાત્ર, ભરોસાદાર; (ઊંઘ) ગાઢ, અખંડ. *of ~ mind,* ગાંડપણ વિનાનું. ક્રિ૦ વિ૦ સ્વસ્થપણે, ગાઢ (*~ asleep* માં).

sound, ના૦ સમુદ્રધુની, પાણીની સાંકડી પટ્ટી.

sound, ઉ૦ ક્રિ૦ દોરી મૂકીને દરિયાની ઊંડાઈ માપવી; -નું મન જોવું, ચાંપી જોવું. **sound'ings** (સાઉન્ડિંગ્ઝ઼), ના૦ બ૦ વ૦ ઓળંબો નાંખીને લીધેલાં દરિયાના ઊંડાણનાં માપ.

soup (સૂપ), ના૦ માંસ, હાડકાં, ભાજી, ઇ. ઉકાળીને બનાવેલી કઢી–સેરવો–રસો, સૂપ. *in the ~,* મુશ્કેલીમાં. **soup-kitchen,** ના૦ ગરીબોને મફત સૂપ–કાંજી–આપવા માટેનું રસોડું, અન્નછત્ર.

soupçon (સૂપ્સૉં), ના૦ કશાકનું સૂચન, સ્વાદ કે બહુ જ થોડી માત્રા – જથ્થો.

sour (સાવર), વિ૦ ખાટું, ખટાશવાળું; (દૂધ) ખટાઈ–ફાટી–ગયેલું; ચીડિયું; (જમીન) હવાયેલી, ભેજવાળી. ~ *grapes*, ખાટી દ્રાક્ષ (વસ્તુ મેળવવામાં નિષ્ફળ જતાં તેની નિંદા કરીને મન મનાવવા વપરાય છે). ઉ૦ ક્રિ૦ ખાટું થવું, ફાટી જવું.

source (સોર્સ), ના૦ નદી, ઇ.નું ઉગમસ્થાન, ઉગમ, મૂળ; ઉત્પત્તિસ્થાન, મૂળ; મુખ્ય ઝરો–સ્રોત.

souse (સાઉસ), ઉ૦ક્રિ૦ આથવું, અથાણામાં નાંખવું; ખારા પાણીમાં બોળી રાખવું – બોળવું.

soutane (સૂટાં), ના૦ રોમન કૅથલિક પાદરીનો ઉપરથી પહેરવાનો લાંબો ઝભ્ભો.

south (સાઉથ), ના૦ દક્ષિણ દિશા, દક્ષિણ; દક્ષિણ દેશ. ક્રિ૦ વિ૦ દક્ષિણમાં, દક્ષિણ તરફ. વિ૦ દક્ષિણમાં આવેલું, દક્ષિણ; દક્ષિણાભિમુખ; દક્ષિણ તરફથી આવતું. **south-east**, ના૦ અગ્નિખૂણો, આગ્નેય દિશા. **south-west**, ના૦ નૈર્ઋત્ય દિશા. **sou'therly** (સધર્લિ), વિ૦ અને ક્રિ૦ વિ૦ દક્ષિણ તરફનું; દક્ષિણ તરફ. **southern** (સધર્ન), વિ૦ દક્ષિણમાં આવેલું, દક્ષિણનું. *S~ Cross*, [ખ.] ત્રિશંકુ. **sou'therner**, ના૦ દક્ષિણનો માણસ – વતની. **sou'thernwood** (સધર્ન્વુડ) ના૦ સુગંધી પાંદડાંવાળો એક છોડ.

souv'enir (સૂવનીર, –નિઅર), ના૦ કોઈ વ્યક્તિ, સ્થળ કે પ્રસંગની યાદગીરી તરીકે આપેલી કે રાખેલી વસ્તુ, યાદગીરી, સંભારણું.

sou'-wes'ter (સાઉ-વેસ્ટર), ના૦ નૈર્ઋત્ય દિશામાંથી આવતો પવન; પાછળ પહોળી કોરવાળી વૉટરપ્રૂફ ટોપી.

sov'ereign (સૉવ્રિન), વિ૦ (સત્તા) શ્રેષ્ઠ, સર્વોપરી; સાર્વભૌમ સત્તા ધરાવનારું; કોઈ ને અધીન નહિ એવું; (ઇલાજ) રામબાણ. ના૦ રાજા, રાજાધિરાજ, રાજ્યકર્તા; બ્રિટનનો સોનાનો એક સિક્કો. ~ *remedy*, રામબાણ ઇલાજ. **sov'ereignty** (સૉવ્રિન્ટિ), ના૦ સર્વોપરી સત્તા, આધિપત્ય, પ્રભુત્વ; સાર્વભૌમત્વ.

sov'iet (સોવિએટ, સૉ–), **S–**, ના૦ સામ્યવાદી રશિયાની જિલ્લા પરિષદ કે સમિતિ; આ પરિષદોએ મોકલેલા પ્રતિનિધિઓની સભા; આ સભાએ મોકલેલા પ્રતિનિધિઓની બનેલી અખિલ રશિયન કૉંગ્રેસ; રશિયન સરકાર.

sow (સો), ઉ૦ ક્રિ૦ (ભૂ૦ કા૦ sowed; ભૂ૦ કૃ૦ sowed, sown). (બી) વાવવું, પેરવું; ઓરવું; ફેલાવવું.

sow, ના૦ ભૂંડણી, ડુક્કરની માદા.

soya bean (સોયાબીન), ના૦ એક જાતનું કઠોળ – તેલી બી, સોયાબીન.

spa (સ્પા), ના૦ ખનિજ પદાર્થના મિશ્રણવાળો – ઔષધિ પાણીવાળો – ઝરો, એવા ઝરાવાળી જગ્યા.

space (સ્પેસ), ના૦ અવકાશ, આકાશ; વિશ્વ–આકાશ–ની અનંતતા, અનંત આકાશ; જગ્યા; ખાલી જગ્યા; વચલો સમય, અવધિ; [મુદ્રણ] છાપેલા લખાણમાં બે લીટી કે શબ્દો વચ્ચેની જગ્યા – મૂકેલો માગ; શબ્દ કે અક્ષર વચ્ચે માગ રાખવાનું બીબું. સ૦ ક્રિ૦ અંતર પર મૂકવું; વચ્ચે અવધિ–માગ રાખવો. ~ *craft*, પૃથ્વીના વાતાવરણની બહાર અવકાશમાં ફરવા માટેનું વિમાન, અવકાશયાન. ~ *out*, વચ્ચેની ખાલી જગ્યા વધારવી. ~ *travel*, અંતરિક્ષ યાત્રા – મુસાફરી. **space'man**, ના૦ અવકાશયાત્રી. **spa'cing**, ના૦ વચ્ચે ગાળો–અવધિ રાખવો તે (દા. ત. બે બાળકોના જન્મ વચ્ચે ઇ.). **spa'cious** (સ્પેશસ), વિ૦ પૂરતી જગ્યાવાળું, મોકળાશવાળું.

spade (સ્પેડ), ના૦ પહોળી કોદાળી; કાળી બદામ (નું પત્તું). *call a ~ a ~*, જેવું હોય તેવું મોઢામોઢ કહેવું; કાણાને કાણું કહેવું. **spade-work**, ના૦ કોઈ પણ યોજનાની શરૂઆતમાં કરવું પડતું સખત કામ – તૈયારીની મહેનત. [ઝીણી લાંબી ઘઉંની સેવો.

spaghett'i (સ્પગે'ટિ), ના૦ એક જાતની

spake (સ્પેક), speak નો જૂનો ભૂ૦ કા૦.

span (સ્પૅન), ના૦ વેંત, નવ ઇંચ; થોડું અંતર; છાપરાનો કે પુલનો ગાળો, કમાનના બે થાંભલા વચ્ચેનો ગાળો; ગાડાના બળદ, ઇ.ની જોડી; અવધિ, સમયનો ગાળો. સ૦ ક્રિ૦ વેંતથી માપવું – ભરવું; ઓળંગવું, ઉપર પ્રસરેલું હોવું; એક ગાળામાં આવરી લેવું; (વિચાર અંગે) સમય અને આકાશને ઓળંગી જવું.

span, spinનો ભૂ૦ કા૦.

span'drel (સ્પૅન્ડ્રલ), ના૦ કમાનની અંદરની (ગોળાકાર) બાજુ અને તેની ઉપરનું કાટખૂણાવાળું ચણતર એ બે વચ્ચેની જગ્યા.

spangle (સ્પૅંગલ), ના૦ શણગારવા માટે વપરાતો ધાતુનો ટુકડો-બાદલો-ટીકડી, વાટકી, તારા ટપકી. સ૦ ક્રિ૦ કપડા પર ટીકડીઓ-આભલાં-સીવવાં કે ભરવાં. **spang'led**, વિ૦ જડેલું, જડિત. **star-spangled** વિ૦ (આકાશ) તારાજડિત.

Span'iard (સ્પૅન્યર્ડ), ના૦ સ્પેનનો વતની.

Span'ish (સ્પૅનિશ), વિ૦ સ્પેનનું. *the S~*, સ્પેનના લોકો. ના૦ સ્પેનની ભાષા, સ્પૅનિશ.

span'iel (સ્પૅન્યલ), ના૦ મોટા વાળ ને [કાનવાળું કૂતરું.

spank (સ્પૅંક), ઉ૦ ક્રિ૦ (વિ. ક. ફૂલા પર) થપ્પડ-તમાચો-મારવો; ખૂબ ઝડપથી જવું. ના૦ થપ્પડ, તમાચો.

spanker, ના૦ તેજઘોડો; પાછલી ડોળકાઠીને [બાંધેલો ચોરસ સઢ.

spanking, વિ૦ ઉત્તમ, પ્રથમ કોટિનું.

span'ner (સ્પૅનર), ના૦ પેચની માદા-ચાકી-ફેરવવાનું પાનું, પકડ.

spar (સ્પાર), ના૦ વાંસ, લાકડાનો લાંબો સોટો; વહાણની ડોળકાઠી.

spar, અ૦ ક્રિ૦ મુષ્ટિયુદ્ધ લડવું; સામસામા ટોણા મારવા, વાગ્યુદ્ધ કરવું.

spar, ના૦ કાચના જેવો એક ખનિજ પદાર્થ, [સફેદ સુરમો.

spare (સ્પેર, સ્પે'અર), ઉ૦ક્રિ૦ જીવતું કે અક્ષત જવા દેવું, જવા દેવું; -ની પ્રત્યે દયા બતાવવી; (કશાક) વગર ચલાવવું; બીજાને લેવા દેવું; -ની બાબતમાં કરકસર કરવી; બચાવવું, રાખી મૂકવું; (કોઈ કામ માટે વખત) કાઢવો-આપવો; -થી બચાવવું-ઉગારવું. *to ~*, વધારે, વધારાનું. વિ૦ વધારાનું, ફાજલ પાડી-આપી શકાય-એવું; રાખી મૂકેલું, બચાવેલું; કરકસર કરનારું; (ભોજન, ઇ.) થોડું, અલ્પ. ના૦ મશીન, ઇ.માં બદલીને મૂકવા માટેનો છૂટક ભાગ (*~ part* પણ). *~* oneself, કસીને મહેનત ન કરવી. *~ the rod*, સોટી વાપરવામાં કસર કરવી.

spark (સ્પાર્ક), ના૦ તણખો, ચિનગારી, સ્ફુલિંગ; (ભાવના કે ગુણનો) લેશ, રજ; પાસે પાસેના બે વિદ્યુત્‌વાહકોની વચ્ચે ઊડતો તણખો-થતો પ્રકાશનો ચળકાટ; આનંદી-મોજીલો-જુવાનિયો. ઉ૦ ક્રિ૦ તણખા બહાર ફેંકવા, -માંથી તણખા નીકળવા-ઊડવા; વીજળીના તણખાથી સળગવું. **spark(ing)-plug**, ના૦ મોટરના ઍન્જિનમાંના સ્ફોટક મિશ્રણને સળગાવવા માટેનું સાધન, તણખાવતો પ્લગ.

spar'kle (સ્પાર્કલ), અ૦ ક્રિ૦ તણખા બહાર ફેંકવા-ફેંકતું હોય એવું દેખાવું, ચળકવું, ચળકાટ મારવો. ના૦ ચળકાટ; તણખો. *sparkling wines*, વાયુ(ગૅસ)મિશ્રિત મદ્ય.

spa'rrow (સ્પૅરો), ના૦ ચકલી. **sparrow-hawk**. ના૦ નાના કદનું બાજપક્ષી.

sparse (સ્પાર્સ), વિ૦ આછું વેરાયેલું, વીખરાયેલું, પાંખું, વિરલ. **sparse'ness**, ના૦ પાંખાપણું, વિરલતા.

Spart'an (સ્પાર્ટન), વિ૦ અને ના૦ પ્રાચીન સ્પાર્ટાનું (વતની); સાદગીવાળું ને ખડતલ, ધૈર્યવાન, શૂર, માણસ.

spasm (સ્પૅઝ્મ), ના૦ તાણ, ખેંચ, આંકડી; લાગણીનો અચાનક ઊભરો. **spasmod'ic** (સ્પૅઝ્‌મૉડિક), વિ૦ અવારનવાર જોર કરતું-ઊભરાઈ આવતું; ઓચિંતું અને જોરથી બનતું.

spat (સ્પૅટ), spit નો ભૂ૦ કા૦.

spat, ના૦ મોજાં ઇ.ને કાદવથી બચાવવા માટે તેમ જ તેને તથા પગનાં તળિયાં ગરમ રાખવા માટે ઉપરથી પહેરવાનો ચામડાનો જોડો કે કાપડની જાડી પટ્ટીનું વેષ્ટન.

spatch'cock (સ્પૅચકૉક), ના૦મારી નાખીને ઉતાવળમાં રાંધેલું મરઘું.

spate (સ્પેટ), ના૦ (નદીમાં ઓચિંતું આવેલું) પૂર, રેલ; સામટું ભેગું થતું ટોળું.

spatial (સ્પેશલ), વિ૦ આકાશ, અવકાશ, દેશ કે સ્થળનું કે તેને લગતું.

spatt'er (સ્પૅટર), ઉ૦ ક્રિ૦ કાદવ, ઇ.ના છાંટા ઉડાડવા-ઊડવા, છાંટવું; ઉપર કાદવ ઉડાડવો [લા. પણ]. ના૦ છાંટા ઉડાડવા-ઊડવા-તે.

spat'ula (સ્પૅટ્યુલા), ના૦ મલમ, રંગ, ઇ. એકત્ર કરવાનું કે પાથરવાનું પહોળા ને બૂઠા પાનાવાળું ચપ્પુ કે છરી; ગળું તપાસતી વખતે જીભને દબાવી રાખવાનું ડાક્ટરનું ચમચા જેવું

ઓન્નર. [થયેલો ફોલ્લો – ગાંઠ.
spav'in (સ્પૅવિન), નાo ઘોડાના પગ ઉપર
spawn (સ્પૉન), નાo માછલાં, દેડકાં, ઇ. નાં ઈંડાં – બચ્ચાં; જેમાંથી ફૂગવર્ગના છોડ ઊગે છે તે તંતુ કે રેસાવાળો પદાર્થ. ઉo ક્રિo જણવું, ઈંડાં મૂકવાં.
speak (સ્પીક), ઉoક્રિo (ભૂoકાo spoke, જૂનો spake; ભૂo કૃo spoken). બોલવું; વાત કરવી, કહેવું; અભિપ્રાય આપવો, સાચું કહેવું; ઉચ્ચારવું, ઉચ્ચાર કરવો; ભાષણ કરવું; (અમુક ભાષા) નું જ્ઞાન હોવું. ~ *out, up,* મોટેથી – સ્પષ્ટપણે – કહેવું – બોલવું. ~ *to,* (ઠરાવ, ઇ.) વિષે બોલવું. *a ~ing likeness,* બહુ જ મળતી આવતી છબી. ~ *(well) for,* સારાપણાનું સૂચક હોવું. *on ~ing terms,* વાતચીત થઈ શકે એવું, વાતચીતના સંબંધ– વાળું. *nothing to ~ of,* ખાસ કશું નહિ, નજીવું. ~ *one's mind,* પોતાને જે કંઈ સત્ય લાગતું હોય તે ચોખ્ખું સંભળા- વવું. **speak-easy,** નાo [અમે.] ગેર- કાયદે દારૂ વેચનારી દુકાન. **speak'er** (સ્પીકર), નાo વિ. ક. ભાષણકર્તા, વક્તા; *the ~,* લોકસભા કે પાર્લમેન્ટનો અધ્યક્ષ. **speaking-trumpet** નાoઅવાજ મોટો કરવા માટેનું ભૂંગળું. **speaking-tube,** નાo એક ઓરડીમાંથી બીજીમાં બોલવાની નળી.
spear (સ્પિઅર), નાo ભાલો, બરછી. સo ક્રિo ભાલા વતી ભોંકવું.
spear'mint (–મિન્ટ), નાo ફૂદીનો.
spec (સ્પૅક), નાo (speculationનુ સંક્ષિપ્ત રૂપ). [વાત.] સાહસ; સટ્ટો. *on~,* બહુ સંભવિત નથી એવા નફાની આશામાં.
spe'cial (સ્પૅશલ), વિo વિશિષ્ટ પ્રકારનું, ખાસ; વિશેષ પ્રસંગ, વ્યક્તિ કે ઉદ્દેશ માટેનું; સામાન્ય લોકો માટે નહિ એવું; સામાન્ય કરતાં વિશેષ – મોટું. ~ *constable,* મુશ્કેલીના વખતમાં પોલીસની ફરજ બજાવનારી ટુકડીનો માણસ. ~ *pleading,* ઉપર ઉપરથી ખરી લાગતી પણ વાસ્તવમાં ભ્રામક દલીલ; નવી તકરાર, મિથ્યા દલીલ. નાo છાપાનો ખાસ અંક; ખાસ ગાડી; ખાસ પોલીસ સિપાઈ. **spe'cialist** (સ્પૅશલિસ્ટ), નાo કોઈ વિદ્યા કે કળાની વિશિષ્ટ શાખાનો અભ્યાસ કરનાર કે જાણકાર, તજ્જ્ઞ; કોઈ વિશિષ્ટ રોગનો તજ્જ્ઞ દાક્તર. **special'ity** (સ્પૅશિઍલિટિ), નાo વિશેષતા, ખાસિયત. **spe'cialize** (સ્પૅશલાઇઝ઼), અo ક્રિo અમુક વિદ્યા કે કળાની શાખાનું તજ્જ્ઞ બનવું. **specializa'tion** (સ્પૅશલાઇઝ઼ેશન), નાoવિદ્યા કે કળાની વિશિષ્ટ શાખાનું તજ્જ્ઞ થવું તે. **spe'cialty** (સ્પૅશલ્ટિ), નાo ખાસિયત, ખાસ બનાવટ.
spe'cie (સ્પીશી), નાo નગદ–રોકડ–નાણું.
spe'cies (સ્પીશીઝ઼), નાo સમાન લક્ષણો- વાળાં પ્રાણીઓનો વર્ગ; જાત, પ્રકાર.
specif'ic (સ્પૅસિફિક), વિo નિશ્ચિત, ચોક્કસ; કોઈ ખાસ બાબતને લગતું, વિશિષ્ટ (પ્રકારનું); કોઈ વિશિષ્ટ વર્ગના ગુણવાળું – વર્ગને લગતું. નાo કોઈ રોગની રામબાણ દવા – ચોક્કસ ઇલાજ. ~ *gravity,* વિશિષ્ટ ગુરુત્વ, ઘટત્વાંક. ~ *remedy,* કોઈ વિશિષ્ટ રોગ કે શરીરના ભાગ માટેની દવા.
spe'cify (સ્પૅસિફાઇ), સo ક્રિo નિશ્ચિત – ચોક્કસ – કરવું; નામનિર્દેશ સાથે વિગતવાર કહેવું – જણાવવું. **specifica'tion** (–ફિકેશન), નાo વિગતવાર વર્ણન; (વિ. ક. બo વoમાં) કરારનામામાં જણાવેલા કામનું તથા તે માટે વાપરવાના માલ સામાન, ઇ.ના માપ, પ્રકાર, વગેરેનું વિગતવાર વર્ણન.
spe'cimen(સ્પૅસિમિન, –મ–), નાo નમૂનો, વાનગી, માસલો.
spe'cious (સ્પીશસ), વિo રૂપાળું દેખાતું, ઉપર ઉપરથી ખરું લાગતું.
speck (સ્પૅક), નાo નાનું ટપકું – ડાઘો; કણ; ચાંદું. સo ક્રિo ટપકાં – ડાઘા – પાડવા.
spec'kle (સ્પૅકલ), નાo નાનો ડાઘો – ટપકું, છાંટ. સo ક્રિo ટપકાં – ડાઘા – પાડવા. **spec'kled** (સ્પૅકલ્ડ), વિo ટપકાંવાળું, છાંટવાળું, ચિત્રવિચિત્ર.
spec'tacle (સ્પૅક્ટકલ), નાo જાહેર તમાશો – ખેલ; જોવા જેવો – ભવ્ય – દેખાવ; (બo વo) ચશ્માં, ઉપનેત્ર. **specs** (સ્પૅક્સ), નાo બo વo (spectaclesનું સંક્ષિપ્ત રૂપ).
spectac'ular (સ્પૅક્ટૅક્યુલર), વિo

દેખાવવાળું, જોવાલાયક. ભપકાવાળું; અદ્ભુત.
spectat'or (સ્પે'ક્ટેટર), નાo જોનાર, પ્રેક્ષક.
spec'tral (સ્પે'ક્ટ્રલ), વિo ભૂત – પિશાચ – નું – ના જેવું, આભાસનું; વર્ણપટનું – સંબંધી.
spec'tre (સ્પે'ક્ટર), નાo ભૂત, પિશાચ.
spec'trum (સ્પે'ક્ટ્રમ), નાo (બo વo spectra). પ્રકાશના કિરણનું ત્રિપાર્શ્વ કાચમાંથી પસાર થવાથી તેના ઘટક રંગોનું પૃથક્કરણ થઈને તે રંગોનો બનતો પટો, વર્ણપટ. **spectral**, વિo.
spec'ulate (સ્પે'ક્યુલેટ), ઉo ક્રિo અનુમાન કરવું, કલ્પના કરવી; ખૂબ નફો મળશે એ આશાએ માલની ખરીદી વેચાણ કરવું; સટ્ટો કરવો. **specula'tion**, નાo અનુમાન; કલ્પના, અટકળ; વિચાર, ચિંતન; સટ્ટો(કરવો તે). **spec'ulator**, નાo સટ્ટો ખેલનાર, સટોડિયો. **spec'ulative**, વિo તર્કબાજ; કાલ્પનિક; ચિંતનાત્મક; સટ્ટાખોર.
sped (સ્પે'ડ), speed નું ભૂo કૃo.
speech (સ્પીચ), નાo બોલવાની શક્તિ, વાણી, વાચા; બોલવું તે, ભાષણ, વ્યાખ્યાન; ભાષા. **speech-day**, નાo શાળામાં હરીફાઈનાં ભાષણોનો – વક્તૃત્વહરીફાઈનો – દિવસ. **speech'ify**, અoક્રિo ભાષણ ઠોકવું. **speech'less**, વિo સ્તબ્ધ, અવાક.
speed (સ્પીડ), નાo ત્વરા, ઉતાવળ; ઝડપ, વેગ, ગતિ. *at full* ~, પુરજોશથી, બની શકે તેટલી ઝડપથી. *bid* one *God*-~, વિદાય વખતે 'ઈશ્વર તમારું કલ્યાણ કરો' ઇત્યાદિ કહેવું. ઉoક્રિo (ભૂoકાo speeded, sped). ઝડપથી ચાલવું–જવું; [પ્રા.] ઉતાવળથી મોકલવું; સમૃદ્ધ કરવું – થવું. ~ *up*, વધારે ઝડપથી કામ કરે તેમ કરવું. **speed'y** (સ્પીડિ), વિoઝડપી, વેગવાળું; વગર વિલંબનું, તાત્કાલિક.
speedom'eter (સ્પીડૉમિટર, સ્પિ–), નાo મોટર, ઇ.નું વેગદર્શક – માપક – ઘડિયાળ.
speed'well (સ્પીડ્વેલ), નાo ભૂરા રંગનાં ફૂલવાળો એક છોડ. [spillikin.
spel'ican (સ્પે'લિકન), નાo જુઓ
spell (સ્પે'લ), ઉo ક્રિo (ભૂo કાo spelled, spelt). (શબ્દની) જોડણી કહેવી કે લખવી; (અક્ષરો અંગે)નો શબ્દ બનવો; -નું પરિણામ હોવું, -માં પરિણમવું. **spelling**, નાo (શબ્દની) જોડણી. **spelling-bee**, નાo જોડણીની હરીફાઈની રમત.
spell, નાo જાદુનો મંત્ર, મંત્ર; ભૂરકી, મોહિની; મંત્રનું પરિણામ. *under* a person's ~, -ની ભૂરકીમાં સપડાયેલું. **spell'bound**, વિo મંત્રના પ્રભાવથી સ્તબ્ધ થઈ ગયેલું, મંત્રમુગ્ધ. [ટૂંકો ગાળો.
spell, નાo કામ, આરામ, ઇ.નો અવધિ;
spelt, spellનો ભૂo કાo તથા ભૂo કૃo.
spen'cer (સ્પે'ન્સર), નાo ઊનની ટૂંકી બંડી.
spend (સ્પે'ન્ડ), ઉoક્રિo (ભૂoકાo spent). ખરચવું, વાપરવું; કાઢવું, વાપરી નાંખવું; ખલાસ કરવું કે થવું. **spend'thrift** (–થ્રિફ્ટ), નાo ઉડાઉ માણસ.
spent (સ્પે'ન્ટ), spendનો ભૂo કાo તથા ભૂo કૃo. વિo વપરાઈ ગયેલું; થાકી ગયેલું; ખલાસ – ક્ષીણ – થયેલું. [વીર્ય, શુક્ર, રેતસ.
sperm (સ્પર્મ), નાo પુરુષનું – નરનું –
sperm, **spermacet'i** (સ્પર્મસે'ટિ), નાo વહેલ માછલીમાંથી મળતું તેલ કે ચરબી. **sperm-whale** (સ્પર્મવેલ), નાo એવા તેલ કે ચરબીવાળી વહેલ માછલી.
spew (સ્પ્યૂ), ઉo ક્રિo ઓકવું, ઓકી કાઢવું.
sphag'num (સ્ફૅગ્નમ), નાo ભેજવાળી જગ્યામાં થતી એક જાતની શેવાળ – લીલ.
sphere (સ્ફીઅર, સ્ફિ–), નાo વર્તુળાકાર ઘન ગોળો, ગોળો, દડો; પૃથ્વીનો ગોળો; આકાશી ગોળો, તારો, ઇ.; આકાશ; કાર્યક્ષેત્ર; આસપાસની પરિસ્થિતિ. ~ *of influence*, લાગવગ – પ્રભાવ–નું ક્ષેત્ર. **sphe'ric**, વિo આકાશી; સ્વર્ગીય. **sphe'rical** (સ્ફે'રિકલ), વિo ગોલાકૃતિ, ગોળાના જેવું; ગોળાઓનું – ને લગતું (~ *geometry*). **spher'oid** (સ્ફિઅરૉઇડ), નાo લગભગ ગોળાના આકારની વસ્તુ.
sphinx (સ્ફિંક્સ), નાo [ગ્રીક પુરાણ] સ્ત્રીનું માથું અને સિંહના શરીરવાળો પાંખવાળો થીબ્સનો એક રાક્ષસ, જે કોયડાના રૂપમાં પ્રશ્નો પૂછતો; [મિસરમાં] ગીઝેના પિરામિડ પાસેની સિંહના શરીર અને માણસના કે પ્રાણીના માથાવાળી મૂર્તિ; કોયડારૂપ માણસ.
spice (સ્પાઇસ), નાo મસાલાની ચીજ;

(બ૦ વ૦) મસાલો, તેજાનો; મજાનો સ્વાદ. સ૦ ક્રિ૦ -માં મસાલો નાંખવો, મસાલેદાર બનાવવું; ભાષણ કે લખાણને વિનોદ, ઇ. થી રોચક બનાવવું.

spick and span (સ્પિક્ ઍન્ડ સ્પૅન), વિ૦ વ્યવસ્થિત, બરાબર ગોઠવેલું; નવુંનક્કોર.

spi'cy (સ્પાઇસિ), વિ૦ મસાલેદાર; મીઠું–મરચું ભભરાવેલું; અયોગ્ય, ભભકાવાળું.

spi'der (સ્પાઇડર), ના૦ કરોળિયો.

spig'ot (સ્પિગટ), ના૦ લાકડાની મેખ–ખીલી, પીપનો દાટો; નળની ચકલી; બીજા નળના ખામણામાં બેસતો નળનો છેડો.

spike (સ્પાઇક્), ના૦ ભાલાના જેવો તીક્ષ્ણ–અણિયાળો– છેડો, આર; લાંબો મજબૂત ખીલો, મેખ; વૃન્તહીન ફૂલોની મંજરી; કણસલું. સ૦ ક્રિ૦ ખીલા વતી ભોંકવું – વીંધવું; ખીલો – દાટો–મારીને બંધ કરવું; [લા.] નકામું બનાવી દેવું. ~ person's *guns*, કોઈની યોજનાઓ બગાડી નાંખવી – નિષ્ફળ બનાવવી.

spike'nard (સ્પાઇક્નાર્ડ), ના૦ જટામાંસી વનસ્પતિ;તેનું સુગંધી તેલ; તેમાંથી બનતો મલમ.

spill (સ્પિલ), ઉ૦ ક્રિ૦ (ભૂ૦ કા૦ spilt અથવા spilled).ઢોળવું, ઢોળાવું; વેરવું,વેરાવું. ~ *blood of*, -ને જખમી કરવું – મારી નાખવું. ~ *the beans*, છાની વાત કહી દેવી. ના૦ ગાડીમાંથી કે ઘોડા પરથી પડવું તે.

spill, ના૦ ગૅસનો દીવો, ઇ. સળગાવવાનો લાકડાનો પાતળો અથવા કાગળનો આમળેલો ટુકડો; (બ૦વ૦) 'સ્પિલ્સ'ની રમત. **spillikin**, ના૦ 'સ્પિલ્સ'ની રમતમાં વપરાતો લાકડું, હાડકું ઇ.નો પાતળો ટુકડો.

spilt, spillનો ભૂ૦કા૦ તથા ભૂ૦ કૃ૦.

spin (સ્પિન્), ઉ૦ ક્રિ૦ (ભૂ૦ કા૦ span, spun; ભૂ૦ કૃ૦ spun). ૩, ઊન, ઇ. કાંતવું, સૂતર કાંતવું; ઝીણા દોરા જેવા પદાર્થ વડે જાળ કરવી – વણવી; (વાત) અતિશય તાણી તાણીને લંબાવીને કહેવું; (વાત, ઇ.) બનાવી કાઢવું; ભમરડાની જેમ પોતાની ધરીની આસપાસ ફરવું; ચક્કર ચક્કર ફેરવવું–ફરવું; [ક્રિકેટ] ઊછળતાં દિશા બદલે એવી રીતે દડો ફેંકવો. ~*along*, ઝડપથી ગોળ ગોળ ફરતા જવું. ~*out*, લાંબો વખત ચલાવવું, લંબાવવું, ના૦ ચક્કર ચક્કર ફરવું તે; ફેરી, ભ્રમણ; પોતાની આસપાસ ફરતાં ફરતાં વિમાનનું સીધું નીચે ઊતરવું. *take, go, for a*~, મોટર, ઇ.માં બેસીને ફરી આવવું–ચક્કર મારવું, ફરવા જવું

spinner, ના૦ ઊછળતાં દિશા બદલે એવો દડો; એવો દડો ફેંકનાર ગોલંદાજ. **spinning-jenny**, ના૦ (પ્રાથમિક સ્વરૂપનો) કાંતવાનો સંચો. **spinning-wheel**, ના૦ (કાંતવાનો) રેંટિયો.

spin'ach, -age, (સ્પિનિજ), એક જાતની ભાજી (પાલખ જેવી).

spin'al (સ્પાઇનલ), વિ૦ કરોડ–પૃષ્ઠવંશ–નું, ~ *column*, કરોડ, પૃષ્ઠવંશ. ~ *cord*, કરોડરજ્જુ.

spin'dle (સ્પિંડલ), ના૦ કાંતવાની ત્રાક; જે દાંડી પર કંઈક પણ ફરતું હોય તે દાંડી, ધરી; **spindle-shanks**, ના૦ લાંબા ને પાતળા ટાંટિયાવાળો માણસ.

spind'ly, વિ૦ પાતળું, કૃશ–ક્ષીણ–થયેલું, બારીક.

spin'drift (સ્પિન્ડ્રિફ્ટ), ના૦ દરિયાની સપાટી પર ઊડતા તુષાર–પાણીના છાંટા.

spine (સ્પાઇન), ના૦ [પ્રાણી.] કરોડ, પૃષ્ઠવંશ; [વનસ્પ.] કાંટો; છાપરાની કે ગિરિમાળાની ટોચની ધાર. **spine'less**, વિ૦ નબળું; (ચારિત્ર્યની) દૃઢતા વિનાનું, નિશ્ચયબળ વિનાનું, નમાલું.

spin'et (સ્પિનિટ), ના૦ પિયાનો જેવું એક તંતુવાદ્ય.

spinn'ey (સ્પિનિ), ના૦ નાનકડું જંગલ, ઝાડી.

spin'ster (સ્પિન્સ્ટર), ના૦ કુમારિકા, અપરિણીત સ્ત્રી.

spin'y (સ્પાઇનિ), વિ૦ કાંટાવાળું; મુશ્કેલ.

spir'acle (સ્પાઇરકલ), ના૦ [પ્રાણી.] વહેલ, ઇ. પ્રાણીઓનું શ્વાસ લેવાનું કાણું – નાક.

spirae'a (સ્પાઇરીઆ), ના૦ ગુલાબની જાતનું એક ફૂલઝાડ.

spir'al (સ્પાઇરલ,), વિ૦ પેચ કે સ્ક્રૂના જેવું, ભમરિયા દાદરા જેવું, ભમરિયું, સર્પિલ. ના૦ પેચ કે સ્ક્રૂના જેવો વળાંક.

spire (સ્પાયર), ના૦ અણીદાર શિખર – મિનારો, મિનારાની ઉપરનો શિખર જેવો અણિયાળો ભાગ.

spirit (સ્પિરિટ), ના૦ આત્મા, પ્રાણ, જીવાત્મા; વ્યક્તિ, માણસ; પ્રેત, ભૂત; માણસનું

નૈતિક સ્વરૂપ – સ્થિતિ; હિંમત, પાણી, ધૈર્ય; ચૈતન્ય, ઉલ્લાસ; માનસિક દશા, મિજાજ; (બ૦ વ૦) આશાનિરાશાની મનઃસ્થિતિ, ભાવ; ઉદ્દેશ, હેતુ; (બહુધા બ૦વ૦માં) મદ્ય, દારૂ. *in high ~s*, ઉલ્લાસી ને આનંદી. *in (the) ~*, (હાજર, ઇ.) શરીર નહિ પણ મનથી. સ૦ ક્રિ૦ (~ *away*), એકદમ કે છાનામાના ઉઠાવી જવું. (વિ.ક. માણસને). **spi'rited** (સ્પિરિટિડ), વિ૦ પાણીદાર, જુસ્સાવાળું, તેજસ્વી. **spi'ritless**,વિ૦ગમગીન, ઉદાસ; દમવગરનું,પામર. **spi'rit-level**,ના૦મદ્યાર્કવાળી પાનસળ. **spirit-rapping**, ના૦ [પ્રેત.] માધ્યમના પૂછેલા પ્રશ્નોના જવાબ તરીકે પ્રેતાત્માઓએ કરેલા મનાતા ટેબલ પર આંગળાં પછાડવાના અવાજ.

spi'ritual(સ્પિરિટ્યુઅલ,-ચુ-),વિ૦આત્માનું –સંબંધી, આત્મિક, આધ્યાત્મિક; ધાર્મિક; અપાર્થિવ; બૌદ્ધિક. ના૦ અમેરિકન નિગ્રોનું ધાર્મિક ગીત. **spiritual'ity** (સ્પિરિટ્યુઍલિટિ, –ચુ–), ના૦ આધ્યાત્મિકતા.

spi'ritualism (સ્પિરિટ્યુઍલિઝ્મ,–ચુ–), ના૦ પ્રેતાત્માઓ સાથે વાતચીત કરવાની શક્યતામાં વિશ્વાસ (ધરાવવો તે), પરલોકવિદ્યા;' અધ્યાત્મવિદ્યા. **spi'ritualist** (સ્પિરિટ્યુઍલિસ્ટ, –ચુ–), ના૦ પ્રેતાત્માઓ સાથે સંપર્ક સાધવામાં માનનાર; આત્મવાદી.

spi'rituous (સ્પિરિટ્યુઅસ, –ચુ–), વિ૦ મદ્યાર્કવાળું.

spirt (સ્પર્ટ), જુઓ spurt.

spit (સ્પિટ), ના૦ માંસ શેકવાનો લોઢાનો સળિયો; ભૂશિર. સ૦ક્રિ૦ (ભૂ૦કા૦ spitted). સળિયો, તલવાર, ઇ. ભોંકવી; સળિયો ભોંકીને તે પર માંસ લેવું.

spit ઉ૦ ક્રિ૦ (ભૂ૦ કા૦ spat, [પ્રા.] spit). થૂંકવું; થૂંકવા જેવો અવાજ કરવો. ના૦થૂંકવું તે; થૂંક. *be the very, dead, ~ of*, -ના જેવું આબેહૂબ હોવું, -ની પ્રતિકૃતિ હોવી. **spit'fire** (–ફાયર), ના૦ ઉગ્ર સ્વભાવનો – ગરમ મિજાજનો – માણસ.

spit, ના૦ કોદાળીના ઘા જેટલી ઊંડાઈ.

spite (સ્પાઇટ), ના૦ દ્વેષ, અસૂયા; અંટસ. સ૦ ક્રિ૦ -નું અપમાન–માનહાનિ–કરવી; ઉપર વેર વાળવું; પજવવું. *in ~ of*, છતાં પણ, (તેમ) છતાં. **spi'teful**, વિ૦ કિન્નાખોર, ઇ.

spittle (સ્પિટલ), ના૦ થૂંક, લાળ.

spittoon' (સ્પિટૂન), ના૦ થૂંકદાની.

spiv (સ્પિવ), ના૦ અપ્રામાણિક વ્યવહાર દ્વારા સમાજને ધૂતનારો માણસ, કાળાબજારિયો.

splash (સ્પ્લૅશ), ઉ૦ક્રિ૦ પાણી, કાદવ, ઇ.ને હલાવી તેના છાંટા ઉડાડવા; છાંટા ઊડવા; છાલક મારવી; છાંટા ઉડાડીને ભીંજવવું – બગાડવું; [વૃત્તપત્ર] સમાચાર મોટા અક્ષરે છાપી જાહેર કરવા; (રંગ, ઇ.) ફાવે તેમ છાંટવું. ના૦ પાણી કે કાદવ ઉડાડવો તે, તેથી થતો અવાજ; છાલક; ધાબું, ડાઘ. *make a ~*, ભપકો કરવો, લોકોનું ધ્યાન ખેંચવું. **splash-board**, ના૦ બેસનાર પર કાદવ ન ઊડે તે માટે વાહનના પૈડા પર રખાતું પાટિયું, 'મડગાર્ડ'.

splay (સ્પ્લે), ઉ૦ ક્રિ૦ ઉપરથી પહોળી થતી બાજુઓવાળું કાણું કરવું; ત્રાંસા ઢાળવાળી બાજુઓવાળું બનાવવું – એવા આકારનું હોવું; બહારની બાજુએ વળેલું હોવું. વિ૦ ચપટું અને પહોળું, બહારની બાજુએ વળેલું, (દા.ત. ~ *feet*). ના૦ બારીની ત્રાંસવાળી – ઢોળાવવાળી – બાજુ.

spleen (સ્પ્લીન), ના૦ બરોળ, પ્લીહા; ચીડિયાપણું; ચિત્ત ઉદાસ હોય એવો રોગ.

splen'did(સ્પ્લે'ન્ડિડ), વિ૦ વિશાળ,ભવ્ય; અદ્ભુત, ચળકતું, તેજસ્વી, સુંદર; (વ્યક્તિ) સદ્ગુણી, ઘણું આદરણીય; પ્રથમ કોટિનું. **splen'dour** (સ્પ્લે'ન્ડર), ના૦ ભવ્યતા, ભપકો; વૈભવ, જાહોજલાલી; તેજ, ચળકાટ.

splice (સ્પ્લાઇસ), સ૦ ક્રિ૦ દોરડાની સેરો ગૂંથીને તે સાંધવું, સાંધ – સાતરો – કરવો; લાકડાના છેડા છોલીને એક પર એક મૂકીને જોડવું; લગ્નગ્રંથિથી જોડવું. ના૦ સાંધા જોડવા તે; સાંધો.

splint (સ્પ્લિન્ટ), ના૦ પાતળી ચીપ, ભાંગેલા હાડકા પર બાંધવાનું ખપાટિયું;ઘોડાના આગળના પગ ઉપર થયેલું ગૂમડું.

splin'ter (સ્પ્લિન્ટર), ના૦ અણિયાળી–સાંકડી – કરચ – ચીપ, ફાડ. ઉ૦ ક્રિ૦ ચીરીને પાતળી ફાડો કરવી, કરચ – ફાડ – નીકળવી.

split (સ્પ્લિટ), ઉ૦ ક્રિ૦ ચીરવું, ફાડવું;

ફાટવું, ચીરો પડવો; તડ – પક્ષ – પાડવા – પડવા. ના૦ ચીર, તડ, ફાટ; અમેળ, ફૂટ; તડ – પક્ષ – પડવા તે; (બ૦ વ૦) બે પગ (ટાંટિયા) એક લીટીમાં આવે એવી રીતે બેસવાની યુક્તિ – આસન. ~ one's *sides with laughing*, હસીને પેટ ફાટી જવું. ~ *hairs (in reasoning)*, ઝીણું પીંજણ કરવું, બાલની ખાલ ઉતારવી. ~ *on*, -ની છાની વાતો જાહેર કરવી – કહી દેવી. ~*ting headache*, માથાનો તીવ્ર દુખાવો.

splotch (સ્પ્લૉચ), **splodge** (સ્પ્લૉજ), ના૦ શાહી, વગેરે ઢોળાવાથી પડેલો ડાઘો–ધબ્બો.

splurge (સ્પ્લર્જ), અ૦ ક્રિ૦ અને ના૦ ભભકાવાળો દેખાવ – પ્રદર્શન – (કરવું); ભારે ધમાલ (મચાવવી).

splutter' (સ્પ્લટર), ઉ૦ ક્રિ૦ થૂંક ઉડાડતાં ઉડાડતાં – મોઢામાં ને મોઢામાં – અસ્પષ્ટપણે બોલવું; અતિઉતાવળથી તૂટક તૂટક બોલવું; કલમ ખંખેરીને શાહીના ડાઘા પાડવા. ના૦ મોઢામાં ને મોઢામાં બોલવું તે, ઇ.

spoil (સ્પૉઇલ), ના૦ (સામાન્યપણે બ૦ વ૦માં; સમૂહવાચક ના૦ તરીકે એકવ૦માં). શત્રુ પાસેથી મેળવેલી લૂંટ; લૂંટફાટ, ચોરી; કોઈ કામમાંથી કે હોદ્દામાંથી મેળવેલો નફો–લાભ. ઉ૦ ક્રિ૦ (ભૂ૦ કા૦ spoiled અથવા spoilt). લૂંટવું, લૂંટી લેવું; બગાડવું, ખરાબ કરવું; નાશ કરવો; લાડ કરીને બગાડવું; નકામું બનાવવું; બગડવું, ખરાબ થવું. ~ *for a fight*, લડાઈ માટે ઉત્સુક હોવું. **spoil'-sport**, ના૦ નાહક માથું મારનાર, રમતમાં ગરબડ કરીને તે બગાડનાર.

spoke (સ્પોક), ના૦ પૈડાનો આરો; પૈડાને ફરતું અટકાવવાની આડ; નિસરણીનું પગથિયું. *put a* ~ *in* somebody's *wheel*, કોઈની યોજનામાં – કામમાં – આડખીલી નાંખવી.

spoke, spoken (સ્પોકન), speak નો ભૂ૦ કા૦ ને ભૂ૦ કૃ૦.

spokes'man (સ્પોક્સ્મન), ના૦ (બ૦ વ૦ -men). કોઈના તરફથી બોલનાર પ્રતિનિધિ – આગેવાન, પ્રવક્તા.

spolia'tion (સ્પોલિએશન), ના૦ લૂંટ – લૂંટફાટ – (કરવી તે), કોઈ પ્રદેશને વેરાન બનાવવો તે.

spon'dee (સ્પૉન્ડિ), ના૦ બે ગુરુ અક્ષરવાળો (કવિતાના છન્દનો) ગણ.

sponge (સ્પંજ), ના૦ શરીરમાં રંધ્રોવાળું એક જળચર પ્રાણી; તેના હાડપિંજરમાંથી બનેલી હલકી છિદ્રવાળી વસ્તુ, વાદળી; પારકાની ખુશામત કરીને જીવનાર–પરોપજીવી–માણસ; એક જાતની હલકી ગળી રોટી (કેક) (~*-cake*). ઉ૦ ક્રિ૦ વાદળી કે સ્પંજ વતી સાફ કરવું; વાદળી વતી પલાળવું; પારકાની મહેનત પર જીવવું (~ *on a person*). *throw up the* ~, શરણ થવું, હાર કબૂલ કરવી. **spo'nger** (સ્પંજર), ના૦ પારકાની મહેનત પર સતત જીવનાર માણસ. **spo'ngy** (સ્પંજિ), વિ૦ છિદ્રોવાળું, પાણી ચૂસી લે એવું.

spon'sor (સ્પૉન્સર), ના૦ બાળકના બાપ્તિસ્મા વખતે હાજર રહેનાર, ધર્મપિતા, કે ધર્મમાતા; બીજાને માટે જવાબદારી લેનાર, હામી; કોઈ વિચાર કે યોજનાનો પુરસ્કાર કરનાર, પુરસ્કર્તા. સ૦ ક્રિ૦ -નો પુરસ્કાર કરવો. **spon'sored**, વિ૦ પુરસ્કૃત. **spon'sorship**, ના૦ જામીનગીરી, પુરસ્કાર, ઇ.

spontan'eous (સ્પૉન્ટેનિઅસ), વિ૦ પોતાની ઇચ્છાથી–સ્વયંસ્ફૂર્તિથી–થયેલું, આપોઆપ થનારું, સ્વયંસ્ફૂર્ત; કોઈના કહ્યા વિના કરેલું; ખાસ વિચાર કે મહેનત વિના કરેલું. ~ *combustion*, પદાર્થની અન્તર્ગત સ્થિતિને લીધે લાગેલી આગ. **spontane'ity** (સ્પૉન્ટનીઇટિ), ના૦ સ્વાભાવિકપણું, સ્વયંસ્ફૂર્તિ.

spoof (સ્પૂફ), સ૦ ક્રિ૦ છેતરવું, બનાવવું.

spook (સ્પૂક), ના૦ ભૂત.

spool (સ્પૂલ), ના૦ દોરો, ઇ. વીંટવાની ફરકડી – ફીરકી, રીલ.

spoon (સ્પૂન), ના૦ ચમચો – ચી, પળી. સ૦ ક્રિ૦ ચમચા વતી લેવું.– કાઢવું; દડો ઝિલાઈ જાય એવી રીતે હળવેથી મારવો. *dessert*-~, જમવાનો ચમચો (૨ ડ્રામનો). *tea*-~, ચાનો ચમચો (૧ પ્રવાહી ડ્રામ અથવા ૩.૫૫ મિલીલિટરનો). *table*-~, પીરસવાનો કે રસો, ઇ. પીવાનો ચમચો ૪ ડ્રામનો). **spoonfed**, વિ૦ ચમચા વતી જેને ખવરાવ્યું હોય – વધુ પડતી મદદ મળી હોય (અને તેથી સ્વતંત્રપણે

કશું કરવા અસમર્થ હોય) – એવું.

spoon, ના૦ કામી – પ્રેમઘેલો – માણસ. ઉ૦ ક્રિ૦ પ્રેમ કરવો, શૃંગારચેષ્ટા કરવી.

spoon'er(ism) (સ્પૂનર (–રિઝ્મ)), ના૦ બોલતી વખતે સહેજે થયેલો વર્ણવિપર્યય – વ્યત્યાસ. દા. ત. *crushing blow* ને બદલે *blushing crow*.

spoon'ful (સ્પૂન્ફુલ), ના૦ ચમચો ભરીને કોઈ વસ્તુ, કશાકથી ભરેલો ચમચો. [પગેરુ.

spoor (સ્પૂર), ના૦ જનાવરનો સગડ –

sporad'ic (સ્પરૅડિક, સ્પૉ–), વિ૦ અહીં તહીં, ક્યાંક ક્યાંક અથવા અવારનવાર થતું, છૂટુંછવાયું. [સ્પતિનો બીજકણ, બીજ.

spore (સ્પોર, સ્પૉ–), ના૦ અપુષ્પ વન-

spo'rran (સ્પૉરન), ના૦ સ્કૉટલન્ડના હાઈલૅન્ડરના સ્કર્ટ (ઘાઘરા) પર આગળની બાજુએ લટકતી ચામડાની કોથળી.

sport (સ્પૉર્ટ), ના૦ મોજ, ગમ્મત; રમત, ક્રીડા; મેદાની ખેલ – રમત, વ્યાયામની રમત; (બ૦ વ૦) મેદાની રમતોની હરીફાઈ; શિકાર, મૃગયા; ખેલદિલીવાળો માણસ, સજ્જન; પોતાના વર્ગના સામાન્ય સ્વરૂપથી વિશિષ્ટ બાબતમાં જુદું પડતું પ્રાણી કે વનસ્પતિ. *blood ~*, જેમાં પક્ષી કે પ્રાણીઓને મારી નાખવામાં આવતાં હોય એવી રમત, શિકાર. *in ~*, મશ્કરીમાં. *make ~ of*, -ની મશ્કરી કરવી–ઠેકડી ઉડાવવી. ઉ૦ ક્રિ૦ રમવું, કૂદવું; ગમ્મત – મજા – કરવી; (પોશાક તરીકે) ધારણ કરવું.

sport'ing, વિ૦ રમતિયાળ, રમતગમતમાં મશગૂલ; ખેલદિલીવાળું. **sport'ive** (સ્પૉર્ટિવ), વિ૦ રમતિયાળ. **sporty**, વિ૦ રમતગમતનો શોખીન.

sports'man (સ્પૉર્ટ્સ્મન), ના૦ રમતગમત – શિકાર–નો શોખી; ન્યાયી વર્તન કરતાં હારનું જોખમ ખેડવાનું પસંદ કરનાર; ખેલદિલીવાળો માણસ. **sports'manlike**, વિ૦ એવા માણસને છાજે એવું, ખેલદિલીવાળું. **sportsmanship**, ના૦ ખેલદિલી.

spot (સ્પૉટ), ના૦ ટપકું, ધાબું, ડાઘ; ફોલ્લી; ચામડી પર લાલ ડાઘ; અમુક સ્થળ, જગ્યા. *on the ~*, હાજર, એ જગ્યાએ; ત્યાં ને ત્યાં; તરત. *put on the ~*, [અમે.] ખૂન કરવું. *~ cash*, રોકડ વહેવાર. ઉ૦ ક્રિ૦ ટપકા – ડાઘા – પાડવા; સહેજમાં ડાઘા પડવા; શોધી – વીણી–કાઢવું, ઓળખી કાઢવું. **spot'less** (સ્પૉટ્લિસ), વિ૦ ડાઘા કે કલંક વિનાનું; નિષ્કલંક, તદ્દન શુદ્ધ. **spot'light** (–લાઇટ), ના૦ [રંગભૂમિ] અમુક પાત્ર પર નાંખવામાં આવતો પ્રકાશ અથવા તે નાંખવાની બત્તી. **spott'ed, spott'y** (સ્પૉટિ), વિ૦ ટપકાવાળું; ફોલ્લીવાળું.

spouse (સ્પાઉઝ઼), ના૦ પતિ કે પત્ની.

spout (સ્પાઉટ), ના૦ ટોટી, નળી; નાળચું; (પાણી, ઇ.ની) સેર, ફુવારો; વહેલ માછલીનો ઊંચે ઊડતો ફુવારા જેવો શ્વાસ. ઉ૦ ક્રિ૦ ફુવારો કે સેર ઊડવી – ઉડાડવી; ખૂબ ઝડપથી ને સતત બોલવું; જાહેર સભામાં હોય તેવી રીતે આડંબરયુક્ત ભાષણ કરવું – બોલવું.

sprain (સ્પ્રેન), સ૦ ક્રિ૦ દરદ થઈ ને સોજો આવે એવી રીતે મચકોડવું, મોચવાઈ જાય તેમ કરવું. ના૦ મચકોડાવું તે, મોચ.

sprang (સ્પ્રૅંગ), springનો ભૂ૦ કા૦.

sprat (સ્પ્રૅટ), ના૦ એક નાની દરિયાઈ માછલી. *set a ~ to catch a herring*, મોટું ફળ મેળવવા નાની વસ્તુ જોખમમાં નાખવી.

sprawl (સ્પ્રૉલ), ઉ૦ ક્રિ૦ હાથપગ લાંબા કરીને સૂવું, લાંબા થઈ ને સૂવું; હાથપગ ફેલાવવા; અસ્તવ્યસ્તપણે ફેલાવું.

spray (સ્પ્રે), ના૦ ફૂલ ને પાંદડાં સાથેની ડાળી; ફૂલોની ડાંખળી; એ આકારનું ઘરેણું.

spray, ના૦ પાણી, ઇ.ના ઊડતા છાંટા, તુષાર, ફુવારો; પંપ દ્વારા ઉડાડેલા પાણીના છાંટા – કરેલો છંટકાવ,; પાણી છાંટવાની ઝારી, ઇ. સ૦ ક્રિ૦ પંપ કે ઝારી વતી પાણી ઇ. પ્રવાહી છાંટવું – રંગ દેવો. **spray'er**, ના૦ પાણી, રંગ, ઇ. છાંટવાનો પંપ, ઝારી.

spread (સ્પ્રે'ડ), ઉ૦ ક્રિ૦ (ભૂ૦ કા૦ spread). ફેલાવવું, વિસ્તારવું; ફેલાવું, પસરવું; પાથરવું, બિછાવવું; ચોપડવું (દા. ત. રોટી પર માખણ). *~ the table*, ભોજન માટે ટેબલ તૈયાર કરવું. *~-eagle*, પાંખ અને પગ ફેલાવ્યા હોય એવી ગરુડની આકૃતિ; જે હાથ પગ લાંબા કર્યા હોય એવો માણસ. ના૦ વસ્તુનો વિસ્તાર – ફેલાવો – પ્રસાર–(થવો તે);

ભોજન, મહાભોજન. [પાન (ની ઉજાણી).
spree (સ્પ્રી), ના૦ ખેલકૂદ, નાચરંગ; મદ્ય-
sprig (સ્પ્રિગ), ના૦ નાની ડાળી, ડાળખી; ફણગો; માથા વિનાની નાની ખીલી.
spright'ly (સ્પ્રાઇટ્લિ), વિ૦ ઉલ્લાસવાળું, આનંદી; મોજીલું; મજબૂત.
spring (સ્પ્રિંગ), ઉ૦ ક્રિ૦ (ભૂ૦ કા૦ sprang, ભૂ૦ કૃ૦ sprung). કૂદવું, કૂદકો – છલંગ – મારવી; (પાણીનું) -માંથી નીકળવું; પેદા થવું; -ના વંશમાં ઊતરી આવવું, -ના વંશજ હોવું; (લાકડા)માં ત્રાંસ આવવી, વાંકું થવું; અચાનક રજૂ કરવું; અચાનક ફૂટી નીકળવું – થવું; (સુરંગ, ઇ.) ઉડાડવું. ~ *a leak*, (વિ.ક. વહાણના તળિયામાં) બાકું પડવું. ~ *a surprise (on)*, અચાનક કશુંક કરીને આશ્ચર્યચકિત કરવું. ના૦ કૂદકો, છલંગ; વસંત ઋતુ; પાણી કે તેલનો ઝરો; ઉગમસ્થાન, મૂળ; કમાન, સ્પ્રિંગ; લવચીકપણું, સ્થિતિસ્થાપકતા. વિ૦ કમાન વતી ચાલતું, કમાન પર ગોઠવેલું. ~ *tide*, પૂર્ણિમા ને અમાસની સમુદ્રની ભરતી. **spring'-board**, ના૦ કૂદકો મારનારને કમાન જેવી ગતિ આપનારું પાટિયું. **spri'ngbok**, ના૦ દ. આફ્રિકાનું એક જાતનું હરણ. **spring'-tide**, ના૦ વસંત ઋતુ.
springe (સ્પ્રિંજ), ના૦ નાનાં પ્રાણીઓ પકડવાનો ફાંસો, જાળ.
spring'y (સ્પ્રિંગિ), વિ૦ લવચીક; ચપળ.
sprinkle (સ્પ્રિંકલ), સ૦ ક્રિ૦ છાંટવું, ભભરાવવું; છાંટવું, વેરવું. ના૦ છંટકાવ; છાંટેલો પદાર્થ. **sprinkler**, ના૦ પાણી, ઇ. છાંટવાની ઝારી–ઝારો. **sprinkling**, ના૦ થોડાક છાંટા; થોડુંક અહીં થોડુંક ત્યાં એવી રીતે છાંટવું તે.
sprint (સ્પ્રિન્ટ), ના૦ થોડા અંતરની પુરજોશની દોડ. અ૦ ક્રિ૦ એવી દોડ લગાવવી.
sprit (સ્પ્રિટ), ના૦ ડોળકાઠીથી સઢના બહારના ઉપરના છેડા સુધીનો નાનો વાંસ, સોટો. [ભૂત, પિશાચ; પરી.
sprite (સ્પ્રાઇટ), ના૦ અડપલાં કરનારું
sprock'et (સ્પ્રૉકિટ), ના૦ સાંકળની કડીઓમાં આવીને એક પછી એક પસાર થતા પૈડાના દાંતામાંનો એક, દાંતો.
sprout (સ્પ્રાઉટ), ઉ૦ ક્રિ૦ અંકુર – ફણગા – બહાર પાડવા – નાંખવા; ફૂટવું, ઊગવું; કળી બેસવી; -માંથી (વાળ, શિંગડાં, ઇ.) ઊગવું. ના૦ અંકુર, ફણગો; કૂંપળ; કળી; કોબીના નાના કાંદા જેવું શાક.
spruce (સ્પ્રૂસ), વિ૦ ઠીકઠાક પોશાક પહેરેલું, ચપળ ને ચકોર દેખાવવાળું. સ૦ ક્રિ૦ ~ oneself (*up*), પોતાના વાળ, કપડાં ઇ. ઠીકઠાક કરવાં.
spruce, ના૦ શંકુના આકારનું એક ઝાડ, દેવદાર, 'ફર'; તેનું સફેદ લાકડું.
sprung (સ્પ્રંગ), springનું ભૂ૦ કૃ૦.
spry (સ્પ્રાઇ), વિ૦ ચપળ, આનંદી, ઉત્સાહી.
spud (સ્પડ), ના૦ નીંદવાનું ઓજાર, ખરપડી; બટાકો.
spue (સ્પ્યૂ), ઉ૦ ક્રિ૦ ઊલટી કરવી – થવી.
spume (સ્પ્યૂમ), ના૦ ફીણ. અ૦ ક્રિ૦ ફીણ આવવું. **spum'y** (સ્પ્યૂમિ), વિ૦ ફીણવાળું.
spun (સ્પન), spinનું ભૂ૦ કૃ૦.
spunk (સ્પંક), ના૦ સહેલાઈથી સળગે એવું સૂકું લાકડું; દમ, પાણી, બહાદુરી.
spur (સ્પર), ના૦ ઘોડાને મારવા માટે એડીએ બેસાડેલી લોખંડી અણિયાળી ખીલી, એડી, કાંટો; પ્રેરક વસ્તુ; કૂકડાના પગનો પાછળ ઊપસેલો ભાગ, તેના પર બેસાડવામાં આવતી આર; પર્વતની હારમાંથી બહાર નીકળેલો ટેકરો. *on the ~ of the moment*, તાત્કાલિક આવેશમાં. *win* one's *~s*, પોતાની હિંમત કે લાયકાત સિદ્ધ કરવી; સરદારની પદવી–ખ્યાતિ–મેળવવી. ઉ૦ ક્રિ૦ (ઘોડાને) એડી મારવી, એડી મારી દોડાવવું; કામ કરવા પ્રેરવું, ઉશ્કેરવું.
spur'ious (સ્પ્યૂરિઅસ), વિ૦ બનાવટી, નકલી; ઢોંગીલું, ખોટું.
spurn (સ્પર્ન), સ૦ ક્રિ૦ લાત મારીને દૂર ઠેલવું, તિરસ્કારપૂર્વક ના પાડવી – અસ્વીકાર કરવો.
spurt spirt (સ્પર્ટ), ઉ૦ ક્રિ૦ -નો ફુવારો ઉડાડવો – ઊડવો, દદૂડો – ધાર – ઊડવી; પિચકારીમાંથી છોડવું; થોડો સમય ખૂબ ઝડપથી દોડવું – પરાકાષ્ઠા કરવી. ના૦ ફુવારો, દદૂડો; થોડા વખતની કે અંતરની ઝડપી દોડ.
sput'nik (સ્પુટ્નિક), ના૦ પૃથ્વી ફરતે

ફરવા છોડેલો માનવી વગરનો ઉપગ્રહ, વિ. ક. ૧૯૫૭માં રશિયાએ છોડેલો.

sputt'er (સ્પટર), ઉ૰ ક્રિ૰ જુઓ splutter; (મીણબત્તી)ના નાના નાના કટકા પડવા.

sput'um (સ્પ્યૂટમ), ના૰ (બ૰ વ૰ *-ta*). થૂંક, બહાર કાઢેલો ગળફો.

spy (સ્પાઇ), ના૰ ગુપ્ત દૂત, જાસૂસ. ઉ૰ ક્રિ૰ જાસૂસી કરવી; બારીક નજરથી–દૂરથી–શોધી કાઢવું, ગુપ્તપણે જોવું. **spy-glass**, ના૰ નાનું દૂરબીન.

squa'bble (સ્કવૉબલ), ના૰ (નજીવી બાબતમાં) કજિયો, તકરાર, રકઝક, બોલાચાલી. અ૰ ક્રિ૰ કજિયો કરવો, ઇ.

squad (સ્કવૉડ), ના૰ (સાથે કામ કરતા કે તાલીમ લેતા) સિપાઈઓ, ઇ.ની નાની ટુકડી.

squa'dron (સ્કવૉડ્રન), ના૰ ૧૨૦ થી ૨૦૦ ઘોડેસવારોનું દળ; ૧૨ લશ્કરી વિમાનોનો કાફલો; થોડાંક વહાણોનું જૂથ–કાફલો. **squadron-leader** ના૰ વિમાની કાફલાનો અમલદાર. [દરિદ્રી, (દેખાવવાળું); હલકું.

squa'lid (સ્કવૉલિડ), વિ૰ ગંદું, મેલું; કંગાલ,

squall (સ્કવૉલ), અ૰ ક્રિ૰ (નાના બાળક અંગે) ચીસ પાડવી, રડવું. ના૰ ચીસ, મોટેથી રડવું તે; (વિ.ક. દરિયા પર) એકદમ ચડી આવેલું વરસાદ ને કરા સાથેનું તોફાન. **squall'y**, વિ૰ વાવંટોળવાળું, તોફાની.

squa'lor (સ્કવૉલર), ના૰ ગંદકી, ગંદવાડ; અતિદારિદ્રય. કંગાલપણું.

squan'der (સ્કવૉન્ડર), સ૰ ક્રિ૰ છૂટે હાથે ખર્ચી નાંખવું, પૈસા ઉડાવવા; વખત ગુમાવવો.

square (સ્કવે'અર), વિ૰ સમચોરસ, સમભુજ ચતુષ્કોણ; કાટખૂણ; ચોરસ; વર્ગનું, વર્ગ–; પ્રામાણિક, સરળ; (વહેવાર, સોદો) વાજબી; બરોબર, ચૂકતું; વ્યવસ્થિતપણે યોજેલું; (ભોજન) પૂરેપૂરું, પેટ ભરીને; સરખું; તદ્દન. ~ *dance*, ચોરસ જગ્યાની આસપાસ બબ્બે જણાનું નૃત્ય. ~ *deal*, વાજબી વહેવાર – સોદો; સરખી તક. ~ *inch, foot*, ચોરસ ઇંચ, ફૂટ. ~ *meal*, પેટ ભરીને ભોજન. ~ *root* વર્ગમૂળ. ક્રિ૰ વિ૰ કાટખૂણો થાય એવી રીતે; બરાબર. ના૰ સમભુજ ચતુષ્કોણ; ચારે બાજુ ઘરોથી આંતરેલી હોય એવી શહેરમાંની જગ્યા; ચોક; ચોરસ (આકારની) વસ્તુ; કાટખૂણો માપવાનું ટી (T) કે એલ (L)ના આકારનું ભૂમિતિનું સાધન, કાટખૂણિયું; [ગ.] વર્ગની સંખ્યા, વર્ગ. ઉ૰ ક્રિ૰ ચોરસ – ચોખૂણું – કરવું; સંખ્યાનો વર્ગ કરવો; -ની સાથે મેળવવું – મળવું; આપવું (વિ.ક. લાંચ). ~ *accounts*, ~ *up*, (હિસાબ) ચૂકવવું, પતવવું. *all* ~, સરખેસરખા; બરોબરી, ચૂકતે હિસાબ.

squash (સ્કવૉશ), ઉ૰ ક્રિ૰ કચરીને – છૂંદીને – માવો – લગદી – બનાવવી, દબાવીને ચપટું બનાવવું; ઠાંસીને ભરવું; ધમકાવવું, ઠપકારવું, ચૂપ બેસાડવું. ના૰ ભીડ, ગિરદી; ઝારો (રૅકેટ) ને દડા વતી રમાતી એક રમત; એક મોટું અમેરિકન ફળ. *lemon* ~, લીંબુનું શરબત. ~ *hat*, મરદની સુંવાળી ટોપી. **squash rackets**, ના૰ ઝારા ને દડા વતી ભીંત સામે રમવાની રમત.

squat (સ્કવૉટ), અ૰ ક્રિ૰ અધ્ધર ફૂલા રાખીને – ઊકડું – બેસવું; પલાંઠી વાળીને બેસવું; પારકી – જાહેર – જમીનમાં અડ્ડો જમાવવો. વિ૰ બેઠેલું; જાડું અને ઠીંગણું. **squa'tter**, ના૰ પારકી જમીન કે ઘર પચાવી પડનાર – માં અડ્ડો જમાવનાર; (ઑસ્ટ્રેલિયાનો) સમૃદ્ધ ખેડૂત – ભરવાડ. [કે પત્ની

squaw (સ્કવૉ), ના૰ અમેરિકન-ઇંડિયન સ્ત્રી

squawk (સ્કવૉક), ના૰ અને અ૰ ક્રિ૰ કિકિયારી – ચીસ–(કરવી – પાડવી), કર્કશ અવાજ (કરવો).

squeak (સ્કવીક), ના૰ ચીસ, ચીંચીં અવાજ, (ઊંદરના જેવો) તીણો અવાજ. અ૰ ક્રિ૰ ચીસ પાડવી, ઇ.; બાતમી આપવી, ચાડી ખાવી. *narrow* ~, ના૰ માંડ–જરામાં–બચી જવું તે.

squeal (સ્કવીલ), ના૰ દરદ કે ભયને લીધે પ્રાણીની લાંબી ચીસ, લાંબી તીણી ચીસ. અ૰ ક્રિ૰ લાંબી ચીસ પાડવી (દરદ, ભીતિ, આનંદ, ઇ.ની); મિત્રની છાની વાત – ગુનો, ઇ. – કહીને તેને દગો દેવો.

squeam'ish (સ્કવીમિશ), વિ૰ નાજુક પેટવાળું; જરાજરામાં અસ્વસ્થ થનારું; અતિશય ચોકસાઈવાળું, ખંતીલું; અપ્રામાણિકપણું, ખોટું કામ, ઇ. ટાળવાની અતિશય કાળજી લેનારું.

squee'gee (સ્કવીજી), ના૰ ભીની જગ્યા સાફ

કરવાનું રબરની કોરવાળું બ્રશના જેવું સાધન.
squeeze (સ્કવીઝ઼), ઉ૦ ક્રિ૦ દાબવું, દબાવવું; પીલવું; દબાણ કરીને કઢાવવું; નિચોવવું, કશાકમાંથી– કોઈની પાસેથી – પાણી,રસ, પૈસા, કાઢવા; સંકોચાઈને સાંકડી જગ્યામાંથી રસ્તો કાઢવો. ના૦ દાબવું – ચાંપવું – તે; ગિરદી, ભીડ.
squelch (સ્કવે'લ્ચ), ઉ૦ ક્રિ૦ પગ તળે દબાવવું, દબાવી ચગદી નાંખવું, નાશ કરવો; કાદવમાંથી પગ બહાર કાઢતાં 'રપ્' અવાજ કરવો – થવો. ના૦ 'રપ્' અવાજ.
squib (સ્કિવબ), ના૦ હાથે ફેંકવાનો ટેટા – ફટાકો; સખત ટીકા કે નિંદાવાળું લખાણ.
squid (સ્કિવડ), ના૦ એક જાતની દરિયાઈ માછલી (જે ગલ તરીકે વપરાય છે).
squill (સ્કિવલ), ના૦ ભૂરાં ફૂલવાળો એક ઓષધિ છોડ.
squint (સ્કિવન્ટ), અ૦ ક્રિ૦ બાડી નજર થવી – હોવી; ત્રાંસું – બાડું – જોવું. ના૦ ત્રાંસી – બાડી – નજર – આંખો; નજર; વલણ. *have a ~ at*, -ની તરફ નજર કરવી.
squire (સ્કવાયર), ના૦ જમીનદાર, પાટીદાર; [વિલાયતમાં] સરદારનો કે 'નાઇટ'નો અનુચર, હજૂરિયો; કોઈ બાનુની સેવા બજાવનાર. સ૦ ક્રિ૦ બાનુની સાથે રક્ષક તરીકે જવું, તેને વળાવવું. **squir(e)archy** (સ્કવાયરાર્કિ), ના૦ જમીનદારો(નો વર્ગ); જમીનદારસત્તાક રાજ્ય.
squirm (સ્કવર્મ), અ૦ ક્રિ૦ આંતે દરદને લઈને કે શરમના માર્યો ઇયળની જેમ આમ તેમ હાલવું – આળોટવું – મરડાયા કરવું; કસમોડાવું. ના૦ એ ક્રિયા. [ખિલોડી.
squi'rrel (સ્કિવરલ), ના૦ ખિસકોલી,
squirt (સ્કર્ટ), ઉ૦ક્રિ૦ (વિ. ક. પિચકારીમાંથી) ધાર – દદૂડી–ઊડવી–ઉડાડવી, પિચકારી મારવી – છોડવી. ના૦ પિચકારી, પિચકારીની ધાર; [વિનોદમાં] બણગાં ફૂંકનાર દમ વગરનો માણસ.
stab (સ્ટૅબ), ના૦ અણિયાળા હથિયાર વડે ભોંકવું તે; તેનો ઘા – જખમ; ઓચિંતું ઊપડેલું તીવ્ર દરદ. ઉ૦ ક્રિ૦ ભોંકવું; કટારી, ઇ. ભોંકીને ઘાયલ કરવું – મારી નાંખવું. *~ in the back*, પીઠ પાછળ ઘા કરવો.
sta'ble (સ્ટેબલ), વિ૦ હાલે નહિ એવું, સ્થિર; દૃઢ, મક્કમ. **stabil'ity** (સ્ટબિલિટિ), ના૦ સ્થિરતા; દૃઢતા. **stab'ilize** (સ્ટૅબિલાઇઝ઼, સ્ટે–), સ૦ ક્રિ૦ સ્થિર કરવું.
sta'ble, ના૦ તબેલો, ઘોડાર, ડહેલું; કોઈ તબેલાના કે તેના માલિકના શરતના ઘોડા. સ૦ક્રિ૦ તબેલામાં પૂરવું–રાખવું. **sta'bling** (સ્ટેબ્લિંગ), ના૦ તબેલામાં જગ્યા; ઘોડા, ઇ. ને રાખવાની જગ્યા – સગવડ.
stab'lish(સ્ટૅબ્લિશ), સ૦ક્રિ૦(establish) [પ્રા.] મજબૂત – પાકું – બેસાડવું, દૃઢ કરવું.
stacca'to (સ્ટકાટો), વિ૦ અને ક્રિ૦વિ૦ દરેક સ્વર તદ્દન જુદો અને સ્પષ્ટ હોય એવી રીતે.
stack (સ્ટૅક), ના૦ ઘાસ કે અનાજના પૂળાની ગંજી; લાકડાં, ઈંટો, ઇ.નો વ્યવસ્થિતપણે ગોઠવેલો ઢગલો; પાસે પાસે આવેલાં ધુમાડિયાં, ઊંચું ધુમાડિયું; કશાકની મોટી સંખ્યા – ઢગલો. સ૦ ક્રિ૦ ખડકવું, -નો ગંજ – ઢગલો – કરવો, ઓઘલો કરવો; પુસ્તકો, ઇ. છાજલીઓ પર ગોઠવીને મૂકવું.
stad'ium (સ્ટેડિઅમ), ના૦ (બ૦ વ૦ stadia). ચોમેર બેઠકોવાળો અખાડો – ક્રીડાંગણ–શરતનું મેદાન.
staff (સ્ટાફ), ના૦ (બ૦ વ૦ staffs; સંગીતમાં staves). ફરવા જવાની લાકડી, આધાર કે ટેકા માટેની લાકડી; ડાંગ, દંડૂકો; અધિકારનો સૂચક દંડો – દંડ; વાવટાનો થાંભલો – વાંસ; જેના પર સ્વરલેખન કરાય છે તે સમાંતર લીટીઓ; કોઈ સંસ્થા કે કાર્યાલયમાં મુખ્ય સંચાલકને મદદ કરનારા માણસો, કર્મચારીઓ; [લશ્કર] સેનાપતિ સાથે મળીને લશ્કરનું નિયમન કરનારા અમલદારો. સ૦ ક્રિ૦ આવશ્યક મદદનીશો પૂરા પાડવા -ની ભરતી કરવી– તરીકે કામ કરવું.
stag (સ્ટૅગ), ના૦ હરણ કે સાબરનો નર. **stag-beetle**, ના૦ વાંદાની એક જાત.
stage (સ્ટેજ), ના૦ ઊંચી બેઠક, મંચ; રંગમંચ, રંગભૂમિ; નટસમૂહ; નટનો ધંધો, નાટ્યકળા; દેશની નાટકશાળાઓ – રંગભૂમિ; કોઈ ઘટના કે બનાવની જગ્યા; મુકામની જગ્યા, અડ્ડો; (વિકાસ ઇ.નો) તબક્કો, ટપ્પો; અમુક સ્થિતિ – હાલત; મુસાફરીમાં બે ટપ્પા વચ્ચેનું અંતર. *go on*

the ~, નાટકમાં જોડાવું, નટ બનવું. ~*directions*, નાટકનાં પાત્રો માટેની સૂચનાઓ. ~ *whisper*, ગળામાંથી અવાજ કાઢીને નહિ પણ શ્વાસની મદદથી મોટેથી બોલવું. ઉ૦ક્રિ૦ (નાટક) રંગભૂમિ પર રજૂ કરવું, ભજવવું; પરિણામ ઉપજાવવા માટે નાટકીય ઢબે કશુંક કરવું; નાટક તરીકે ભજવવાને પાત્ર હોવું.

stage-coach, ના૦ મજલ દર મજલ જનાર ગાડી.

sta'ger (સ્ટેજર), ના૦ *Old* ~, લાંબા [અનુભવવાળો માણસ.

stagg'er (સ્ટૅગર), ઉ૦ ક્રિ૦ લથડવું, લથડિયાં ખાવાં – ખાતાં ચાલવું; ડગમગવું; લથડિયાં ખવડાવવાં, ડગમગાવવું, ઢચુપચુ કરાવવું; આઘાત પહોંચાડવો, આશ્ચર્યચકિત કરવું; બીજાઓથી જુદા પડે એવી રીતે કામનો સમય, રજાના દિવસો, ઇ. નક્કી કરવું – ગોઠવવું. ના૦ લથડિયું; (બ૦ વ૦; *blind* ~*s* પણ) ફેફરું કે વાઈ નો રોગ (વિ. ક. ઘોડા ને જાનવરોનો).

stag'nant (સ્ટૅગ્નન્ટ), વિ૦ (પાણી) સ્થિર, બંધિયાર; ગતિ વિનાનું; ન બદલાતું, જડ, સુસ્ત.

stag'nate (સ્ટૅગ્નેટ), અ૦ ક્રિ૦ વહેતું બંધ થવું; મંદ, જડ કે નિષ્ક્રિય થવું. **stagna'tion**, ના૦ વહેતું બંધ થવું તે; મંદતા, જડતા.

sta'gy (સ્ટેજિ), વિ૦ રંગભૂમિનું; નાટકી, કૃત્રિમ. [ગંભીર, વિચારશીલ.

staid (સ્ટેડ), વિ૦ ઠરેલ અને શાણું;

stain (સ્ટેન), ઉ૦ક્રિ૦ ગંદું કરવું, બગાડવું, ડાઘો પાડવો; રંગીન ભાત પાડવી; એબ–બટ્ટો–લગાડવો, બગાડવું; (કાચ, ઇ.)ની ઉપર રંગીન ભાત પાડી શકાય એવું હોવું. ના૦ રંગ; ડાઘો, ટપકું; કલંક, લાંછન. **stain'less**, વિ૦ નિષ્કલંક; (લોઢું) કાટ ન ચડે એવું. (દા. ત. ~ *steel*).

stair (સ્ટેર, સ્ટે'અર), ના૦ સીડીનું– દાદરાનું – પાટિયું, પગથિયું; (બ૦ વ૦ સ્ટે'અર્ઝ્) દાદરો, સીડી. **stair'case** (–કેસ), ના૦ દાદરો, જીનો.

stake (સ્ટેક) ના૦ જમીનમાં રોપવાનો અણિયાળો થાંભલો – લાકડી–ખીલો; માણસને સજા તરીકે સળગાવીને મારી નાખવા માટેનો થાંભલો; હોડમાં મૂકેલી વસ્તુ – રકમ. *be at* ~, જોખમમાં હોવું. સ૦ક્રિ૦ લાકડીઓ કે મેખો રોપીને હદ બાંધવી – આંતરવું; (જુગારમાં) પેાવું, પેાઈ દેવું, જોખમમાં નાંખવું.

stal'actite (સ્ટૅલક્ટાઇટ, સ્ટલૅ–), ના૦ ગુફાના છાપરા કે છતમાં (થી પાણી ઝમવાને લીધે) બાઝીને લટકતો શંકુના આકારનો ચૂના સફેદાનો થર.

stal'agmite (સ્ટૅલગ્માઇટ, સ્ટલૅ–), ના૦ એવી જ જાતનું ગુફાની જમીન પર બાઝેલો શંકુના આકારનો ટુકડો – પડ.

stale (સ્ટેલ), વિ૦ ઊતરી ગયેલું, વાસી, નીરસ, બેસ્વાદ; જૂનું, જીર્ણ. સ૦ ક્રિ૦ અતિ વપરાશથી જીર્ણ કરવું – થવું. **stale'mate** (સ્ટેલ્મેટ), ના૦ [શેતરંજ] જેમાં આગળ રમવાને અવકાશ નથી એવી રમતની પરિસ્થિતિ; મડાગાંઠ. [ફૂલનું દીંટું.

stalk (સ્ટૉક), ના૦ છોડનું થડ, સાંઠો;

stalk, ઉ૦ ક્રિ૦ પકડવા કે મારવા માટે છુપાતાં છુપાતાં પાછળ – પાસે – જવું; છાતી કાઢી મોટી છલંગો ભરતા જવું – ચાલવું, ના૦ છાતી કાઢીને રુઆબમાં ચાલવું તે; પ્રાણીને પકડવાનો કે મારવાનો પ્રયત્ન. **stalking-horse**, ના૦ ખોટો દેખાવ, ડોળ; બહાનું.

stall (સ્ટૉલ), ના૦ તબેલામાં કે કોઢમાં એક જાનવર બાંધવાની જગ્યા; તબેલો, ડહેલું; નાનકડી દુકાન કે માંડવો, દુકાન; દેવળ કે નાટકશાળામાંની બેઠક. ઉ૦ ક્રિ૦ જાનવરને તબેલામાં પૂરવું – કોઢમાં બાંધવું; (વાહન. ઇ.) ચોંટી જવું; (મોટરનું ઍંજિન) બંધ પડવું, અટકી જવું; (વિમાન) હવામાંથી જવાની ગતિ મંદ પડવાથી અસ્થિર થવું – કાબૂ બહાર જવું; ઢીલમાં નાખવું–પડવું. [વાલી ઘોડો.

stall'ion (સ્ટૅલ્યન), ના૦ ખસી કર્યા વિનાનો

sta'lwart (સ્ટૉલ્વર્ટ), વિ૦ જબરું, જોરાવર; ઊંચું ને તાકતવર; હિંમતવાળું, બહાદુર, કોઈ કાર્યને સ્થિરપણે મજબૂત ટેકો આપનારું. ના૦ કોઈ પક્ષનો મજબૂત–મક્કમ–આગેવાન.

stam'en (સ્ટેમન, – મે' –), ના૦ [વનસ્પ.] ફૂલમાંનો નસકેસર – પુંકેસર.

stam'ina (સ્ટૅમિના), ના૦ ટકવાની શક્તિ; સહનશક્તિ; દમ, જીવ, ધૃતિ.

stamm'er (સ્ટૅમર), ઉ૦ ક્રિ૦ અચકાતાં અચકાતાં – તોતડું – બોલવું. ના૦ તોતડું બોલવું તે, તોતડાપણું.

stamp (સ્ટૅમ્પ), ઉ૦ ક્રિ૦ જમીન પર કે કોઈ વસ્તુ પર પગ મૂકવો – પછાડવો; કચરવું, કચરી નાંખવું; -ની ઉપર સિક્કો મારવો; ટપાલની ટિકિટ ચોડવી. ~ *out*, નાબૂદ કરવું, નિર્મૂળ કરવું. ના૦ પગ ઠોકવો – પછાડવો – તે; બીબું, સિક્કો; સિક્કો મારવાનું સાધન; સિક્કાની છાપ, પડેલી છાપ; ટપાલની ટિકિટ; દસ્તાવેજ માટેની ટિકિટ – ટિકિટવાળો કાગળ, સ્ટાંપ; ઘાટ, પ્રકાર.

stampede' (સ્ટૅમ્પીડ), ના૦ ભડકવાથી જનાવરોના ટોળાનું એકદમ નાસવું; ડર, ગભરાટ કે ઉત્તેજનાથી માણસોની એકદમ નાસભાગ. ઉ૦ ક્રિ૦ આવી નાસભાગ કરવી–કરાવવી.

stance (સ્ટૅન્સ), ના૦ ક્રિકેટ કે ગોલ્ફની રમતમાં ફટકો મારવા માટે કરેલો પેંતરો.

stanch (સ્ટાંચ), જુઓ staunch.

sta'nchion (સ્ટાન્શન), ના૦ સીધો થાંભલો; ઊભું ટેકણ – આધાર.

stand (સ્ટૅન્ડ), ઉ૦ ક્રિ૦ (ભૂ૦ કા૦ stood). ઊભા હોવું; ઊભા રહેવું; ઊભા થવું; સ્થિર ઊભા રહેવું, અમુક સ્થિતિમાં ટકી રહેવું; (અમુક ઠેકાણે) આવેલું હોવું; ઊભું બેસાડવું–ગોઠવવું; ઊભું કરવું; થોભી જવું, ઊભા રહેવું; અમલમાં ચાલુ હોવું; સહન કરવું, વેઠવું; બીજા વતી પૈસા ચૂકવવા, બીજાને આપવું. ~ *by*, પડખે ઊભા રહેવું, -ને સહાય કરવી; વચન–કરાર–પાળવો. ~ *for*, -નું સૂચક હોવું, -નો અર્થ હોવો; અમુક પદ, ઇ. માટે ઉમેદવાર હોવું–ઊભા રહેવું. *it ~s to reason*, વાત અક્કલમાં – ભેજામાં– ઊતરે એવી છે. ~ *a chance*, સારી આશા હોવી. ~ *at ease*, [લશ્કર] આરામનો પેંતરો કરવો, પગ પહોળા કરીને ઊભા રહેવું. ~ *easy*, કોઈ પણ પેંતરો કરી શકાય એવી રીતે ઊભા રહેવું. ~ *in with*, -ને ટેકો આપવો, -ની સાથે કામ કરવું. ~ *on ceremony*, શિષ્ટાચારનો આગ્રહ રાખવો–પાલન કરવું. ~ one's *ground*, નમતું ન આપવું, ટકી રહેવું. ~ *up for*, -ને ટેકો આપવો, -નો પક્ષ લેવો. ~ *up to*, -ની સાથે લડવું – લડાઈ આપવી. ~ *well with*, -ની સંમતિ હોવી. ના૦ થોભવું– ઊભા રહેવું–તે; હુમલા, ઇ.નો પ્રતિકાર–સામનો; વસ્તુઓ મૂકવાની ઘોડી, ટેબલ, ઇ., બેઠક; પ્રેક્ષકો માટે બેઠકોની હારોવાળી જગ્યા; કોઈ પ્રશ્ન વિષે દૃષ્ટિબિંદુ; વાહનોને ઊભા રહેવાની જગ્યા, અડ્ડો.

stand-by, ના૦ મુશ્કેલીને વખતે જેના પર આધાર રાખી શકાય એવું માણસ કે વસ્તુ; ઓચિંતી જરૂર પડે ત્યારને માટે રાખી મૂકેલું યંત્ર, ઇ. [તોછડું.

stand-offish, વિ૦ મળતાવડું નહિ એવું;

stand-up, વિ૦ ~ *collar*, ઊભી ગળેપટ્ટી – કૉલર. ~ *fight*, ના૦ ખુલ્લી રીતે કરેલી રીતસરની લડાઈ.

stan'dard (સ્ટૅન્ડર્ડ), ના૦ ઝંડો, વાવટો; કશાકને માપવાનું કે ચકાસી જોવાનું ધોરણ – માપ, સ્થાપિત ધોરણ; પ્રમાણભૂત નમૂનો; પ્રમાણ, ધોરણ, માન; દીવા વગેરે માટે ઊભો થાંભલો – આધાર; કલમ કરવાનું–બાંધવાનું– ઊભું થડ કે ડાળી; ધોરણ, વર્ગ; *gold ~*, સુવર્ણચલણપદ્ધતિ. વિ૦ પ્રમાણભૂત, ઊંચી જાતનું; હંમેશનું; સ્થાપિત ધોરણ મુજબનું. ~ *work*, કોઈ વિષય પરનો પ્રમાણભૂત – શ્રેષ્ઠ – ગ્રંથ. **stan'dardize** (સ્ટૅન્ડર્ડાઇઝ્) સ૦ ક્રિ૦ અમુક ધોરણ કે પ્રમાણનું કરવું, એક સામાન્ય કે માન્ય ધોરણનું કરવું.

stan'ding (સ્ટૅન્ડિંગ), વિ૦ કાયમનું; સ્થિર, નક્કી; પગ પર ઊભું; (પાક) ખેતરમાં ઊભું; હંમેશ ઉપયોગ માટે સજ્જ – તૈયાર. ~ *army*, ખડી ફોજ. ના૦ ખ્યાતિ, આબરૂ, યોગ્યતા, દરજ્જો. *of long ~*, લાંબા વખતથી ચાલેલું, લાંબા વખતનું; લાંબી ખ્યાતિવાળું.

stand'point (સ્ટૅન્ડ્પૉઇન્ટ), ના૦ દૃષ્ટિબિન્દુ.

stand'still' (સ્ટૅન્ડ્સ્ટિલ), ના૦ આગળ ન વધવું – ન વધવા દેવું–તે; થોભવું તે, વિરામ.

stank (સ્ટૅંક), stinkનો ભૂ૦ કા૦.

stan'za (સ્ટૅંઝ઼ા), ના૦ કાવ્યનો (અનેક લીટીનો) શ્લોક, કડી.

sta'ple (સ્ટેપલ), ના૦ લાકડું, કાગળ, ઇ.માં ભોંકવા કે પરોવવા માટેનો તારને વાળેલો યુ (U) આકારનો કકડો.

staple, ના૦ કોઈ પ્રદેશની વેપારની કે ખોરાકની મુખ્ય કે મહત્ત્વની વસ્તુ; મુખ્ય કે મહત્ત્વનો અંશ – તત્ત્વ; કપાસ, ઊન કે શણનો રેસો (તેની જાત). વિ૦ મુખ્ય, મહત્ત્વનું.

star (સ્ટાર), ના૦ તારો; [ફલજ્યો.] ગ્રહ,

સિતારો; તારાના આકારનું ઘરેણું, ટીકડી; તારા જેવી નિશાની (*), ફૂદડી; તીવ્ર બુદ્ધિવાળું માણસ; મુખ્ય નટ કે નટી. *the ~s and stripes*, અમેરિકાનાં સંયુક્ત રાજ્યોનો ધ્વજ. ઉ૦ક્રિ૦ તારા વતી સુશોભિત કરવું; મુખ્ય નટ કે નટીનો ભાગ ભજવવો. **starfish** ના૦ તારાના આકારની માછલી; પાંચ કે વધુ હાથવાળું દરિયાઈ પ્રાણી.

starb'oard (સ્ટારબર્ડ), ના૦ વહાણની જમણી બાજુ. સ૦ક્રિ૦ વહાણના સુકાનને જમણી બાજુ તરફ વાળવું.

starch (સ્ટાર્ચ), ના૦ બટાટા, અનાજ કે બીજી વનસ્પતિમાં રહેલું એક દ્રવ્ય, 'સ્ટાર્ચ', મંડ, પિષ્ટતત્ત્વ; આર, કાંજી. સ૦ક્રિ૦ સ્ટાર્ચ વતી (કપડાને) કડક બનાવવું. **starch'y**, વિ૦ અક્કડ, ઔપચારિક.

stare (સ્ટૅ'અર), ઉ૦ક્રિ૦ આંખો સાવ ખુલ્લી ને પહોળી હોવી; એકી ટસે-તાકીને-જોયા કરવું. *~ in the face*, -ના મોઢા તરફ તાકીને જોવું, બરાબર સામે ઊભવું. ના૦ એકી ટસે જોવું તે, અનિમેષ નજર. **staring**, વિ૦ (રંગ) ભડક, ચળકતું.

stark (સ્ટા:ર્ક), વિ૦ અક્કડ (પ્રેતાવસ્થામાં); નર્યું, કેવળ. ક્રિ૦ વિ૦ સંપૂર્ણપણે, તદ્દન.

starl'ing (સ્ટાલિંગ), ના૦ ખૂબ અવાજ કરનારું એક નાનું પક્ષી. [તારા જેવું તેજસ્વી.

starr'y (સ્ટારિ), વિ૦ તારાવાળું, તારાજડિત;

start (સ્ટાર્ટ), ઉ૦ક્રિ૦ ભય-આશ્ચર્ય-ચકિત થવું, ભડકવું, ચમકવું, ચમકીને કૂદવું; નીકળવું, ઊપડવું; શરૂ-ચાલુ-કરવું; અસ્તિત્વમાં આવવું, શરૂ થવું. ના૦ એકદમ ચમકી-ઝબકી-જવું તે; એકદમ ભડકી જઈને મારેલી છલંગ; નીકળવું તે, પ્રસ્થાન; આરંભ, શરૂઆત; શરતમાં ઉમેદવારને સમય કે અંતરની આપેલી-મળેલી-પ્રારંભિક સવલત; શરૂઆતમાં મળેલી સ્થિતિની અનુકૂળતા. *(eyes) ~ing out of* one's *head*, (આંખો) બીકથી સાવ પહોળી થયેલી. *by fits and ~s*, લહેર આવે તેમ, રહીરહીને. **starter**, ના૦ ચાલુ કરવાનું સાધન-કળ; ચાલુ કરનાર. **starting-post**, ના૦ (શરતમાં) શરૂ કરવાની-નીકળવાની-જગ્યા.

star'tle (સ્ટાર્ટલ), સ૦ ક્રિ૦ ચમકાવવું, ભડકાવવું, ચકિત કરવું; ડરાવવું.

starve (સ્ટાર્વ), ઉ૦ ક્રિ૦ ભૂખે મરવું-મરી જવું; ભૂખમરો વેઠવો; ભૂખે મારવું, ખોરાક વિના રાખવું. **starva'tion** (સ્ટાર્વેશન), ના૦ ભૂખે મરવું-મારવું-તે, ભૂખમરો. **starve'ling** (સ્ટાર્વ્લિંગ), ના૦ ભૂખે મરતું-ખોરાકને અભાવે સાવ નબળું પડેલું-માણસ કે પ્રાણી.

state (સ્ટેટ), ના૦ સ્થિતિ, દશા, હાલત; પરિસ્થિતિ, સંજોગો; (સમાજમાં) પદ-દરજ્જો; ભપકો, ઠાઠમાઠ, મોભો; રાજ્ય, રાષ્ટ્ર; રાજ્યસત્તા, સરકાર. *in ~*, દરજ્જાને શોભે એવા ઠાઠમાઠ સાથે. *lie in ~*, (મૃત દેહ અંગે) જ્યાં લોકો દર્શન કરી શકે એવી રીતે મૂકેલું. person's *~ of mind*, મન:સ્થિતિ, મિજાજ, દૃષ્ટિ, ભાવના, ઇ. *the S~*, રાજ્ય (સરકાર). **state-room**, ના૦ રાજ્યના સમારંભો માટેનો ઓરડો-જગ્યા; વહાણના ઉતારુની ખાનગી-પોતાની આગવી-ઓરડી.

state, સ૦ ક્રિ૦ વ્યક્ત કરવું, દર્શાવવું; કહેવું, જણાવવું. **state'ment** (-મન્ટ), ના૦ નિવેદન, જાહેર નિવેદન; કથન; વર્ણન, હેવાલ; [કા.] (દાવાનો) જવાબ; કેફિયત.

state'ly (સ્ટેટ્લિ), વિ૦ મોભાવાળું, પ્રતિષ્ઠિત; ઠાઠમાઠવાળું; ભવ્ય.

states'man (સ્ટેટ્સ્મન), ના૦ રાજનીતિમાં કુશળ પુરુષ, મુત્સદ્દી.

stat'ic(al) (સ્ટૅટિક(લ)), વ૦ સ્થિર, હલનચલન વિનાનું; સ્થિતિશાસ્ત્રનું-વિષયક. ના૦ સ્થિર વિદ્યુત, ઘર્ષણજન્ય વિદ્યુત. (*~ electricity*). **stat'ics**, ના૦ પદાર્થોને સ્થિર અથવા સમતુલામાં રાખનાર બળોનું શાસ્ત્ર, સ્થિતિશાસ્ત્ર.

sta'tion (સ્ટૅશન), ના૦ વિશિષ્ટ કામ માટે વપરાતી-નિયત કરેલી-જગ્યા કે મકાન, થાણું; શાખા કચેરી; મથક, કેન્દ્ર; આગગાડી ઊભી રહેવાની જગ્યા, સ્ટેશન; સમાજમાં દરજ્જો, પદવી; લશ્કરનું થાણું. સ૦ ક્રિ૦ અમુક જગ્યાએ મૂકવું-રાખવું-સ્થાપવું. *fire ~*, આગ (હોલવવાના) બંબા રાખવાની જગ્યા. **station-master**, ના૦ રેલવે સ્ટેશનનો અધિકારી, સ્ટેશનમાસ્તર.

sta'tionary (સ્ટેશનરિં), વિ૦ સ્થિર, સ્થાવર, નિશ્ચલ, ઊભું.

sta'tioner (સ્ટેશનર), ના૦ લેખનસાહિત્ય વેચનાર, કાગદી. **sta'tionery** (સ્ટેશનરિ), ના૦ લેખન સાહિત્ય – સામગ્રી.

statisti'cian (સ્ટૅટિસ્ટિશન), ના૦ આંકડાશાસ્ત્રી. **statis'tical** (સ્ટટિસ્ટિકલ), વિ૦ આંકડાશાસ્ત્રને કે આંકડાને લગતું. **statis'tics** (સ્ટટિસ્ટિક્સ), ના૦ બ૦ વ૦ કોઈ પણ બાબત કે વિષય અંગે વ્યવસ્થિતપણે ભેગા કરેલા આંકડા (સાથેની માહિતી); આંકડાશાસ્ત્ર.

stat'or (સ્ટેટર), ના૦ વીજળી, વરાળ, ઉત્પન્ન કરનાર કે ગતિ આપનાર યંત્ર (મોટર)-નો સ્થિર ભાગ.

stat'uary (સ્ટૅટ્યુઅરિ), વિ૦ મૂર્તિઓનું –સંબંધી. ના૦ મૂર્તિશિલ્પી; મૂર્તિશિલ્પ (કલા); મૂર્તિઓ (નો સંગ્રહ). [પ્રતિમા, મૂર્તિ, બાવલું.

stat'ue (સ્ટૅટ્યૂ), ના૦ માણસ કે પ્રાણીની

statuesque' (સ્ટૅટ્યુએ'સ્ક), વિ૦ મૂર્તિ જેવું સુંદર – પ્રભાવવાળું; મૂર્તિ કે બાવલાના જેવું નિશ્ચલ – સ્થિર. [– મૂર્તિ.

statuette' (સ્ટૅટ્યુએ'ટ), ના૦ નાની પ્રતિમા

stat'ure (સ્ટૅટ્યર, –ચર), ના૦ માણસની – શરીરની – ઊંચાઈ; [લા.] વ્યક્તિત્વ.

stat'us (સ્ટેટસ), ના૦ સામાજિક મોભો, પ્રતિષ્ઠા. ~ *quo* (સ્ટેટસ ક્વો), અગાઉ હતી તે સ્થિતિ, પૂર્વસ્થિતિ.

stat'ute (સ્ટૅટ્યૂટ), ના૦ કાયદો; ઠરાવ, ધારો; ધારાસભાએ પસાર કરેલો કાયદો – કાનૂન. **stat'utory** (સ્ટૅટ્યુટરિ), વિ૦ કાયદાનું, કાયદા પ્રમાણે જરૂરી – ઠરેલું.

staunch (સ્ટૉંચ), **stanch** (સ્ટાંચ), સ૦ ક્રિ૦ (બહુધા સ્ટાંચ) લોહી, ઇ. વહેતું બંધ કરવું. વિ૦ (બહુધા સ્ટૉંચ), દૃઢ, સ્થિર; વિશ્વાસપાત્ર, વફાદાર; ટેકીલું, કટ્ટર.

stave (સ્ટેવ), ના૦ (પીપનું) સાંકડું ને પાતળું વાંકવાળું પાટિયું – ચીપ; નાનકડો વાંસ; લાકડાનો આડો દાંડો; કવિતાનું કડવું; [સં.] સ્વરલેખન માટેની પાંચ સમાંતર લીટીઓની પટ્ટી. સ૦ ક્રિ૦ (ભૂ૦ કા૦ stove અથવા staved). ~ *in*, -માં કાણું – બાકોરું – પાડવું; ~ *off*, રોકવું, નિવારવું, દૂર રાખવું.

stay (સ્ટે), ના૦ કોઈ જગ્યાએ રહેવું તે, મુકામ, વાસ્તવ્ય; રોકવું તે, દાબ, અટકાવ; તહકૂબી, મોકૂફી; જોમ, ટકવાની શક્તિ, ટકાવ; (બ૦ વ૦) કાંચળી, ચોળી. ઉ૦ ક્રિ૦ રોકવું, અટકાવવું, બંધ કરવું; (કોઈ ઠેકાણે, ઇ.) મૂકવું, મુકામ કરવો, થોડા વખત માટે રહેવું; રહેવું; થોભવું, રોકાવું, રાહ જોવી; ટકવું. ~ one's *hand*, પગલાં ભરવાનું મુલતવી રાખવું. ~ *judgement*, અદાલતના–કોર્ટના–હુકમની અમલ બજાવણી મોકૂફ રાખવી. ~ *order*, સ્થગિત કરવાનો હુકમ, મનાઈ હુકમ. ~ *the course*, શરત પૂરી કરવાની તાકત હોવી. ~one's *appetite*, તાત્પૂરતી ભૂખ મટાડવી. ~*ing power*, ટકી રહેવાની શક્તિ. **stay-at-home**, વિ૦ અને ના૦ ઘરકૂકડિયું.

stay, ના૦ ડોળકાઠીને સ્થિર રાખનારું દોરડું. સ૦ક્રિ૦ દોરડા વતી સ્થિર – બાંધી – રાખવું. **stay'sail** (સ્ટેસેલ, નૌકા.–સલ), ના૦ દોરડા પર ફેલાવેલો સઢ.

stead (સ્ટે'ડ), ના૦ જગ્યા, ઠેકાણું. *in* person's ~, -ની જગ્યાએ, -ને બદલે. *stand* one *in good* ~, સારી રીતે કામમાં આવવું, ઉપયોગી – મદદગાર – થવું.

stead'fast (સ્ટે'ડ્ફાસ્ટ), વિ૦ અચળ, સ્થિર; અડગ, દૃઢ નિશ્ચયવાળું. [પાસનાં મકાન.

stea'ding (સ્ટે'ડિંગ) ના૦ ખેતીવાડીની આસ-

stead'y (સ્ટે'ડિ), વિ૦ દૃઢ, મક્કમ, અડગ, સ્થિર; નિયમિત, એકધારું; અચલ, અચંચળ, ઠરેલ; શાંત, સ્વસ્થ; ઉદ્યમી. ઉ૦ ક્રિ૦ સ્થિર – સ્વસ્થ – કરવું – થવું.

steak (સ્ટીક), ના૦ (ગો) માંસ કે માછલીનો (હાડકા વિનાનો) ચપટો ટુકડો, કરચ.

steal (સ્ટીલ), ઉ૦ ક્રિ૦ (ભૂ૦ કા૦ stole, ભૂ૦ કૃ૦ stolen). ચોરવું, ચોરી કરવી; કોઈને ખબર ન પડે એવી રીતે ચૂપચાપ જવું – આવવું. ~ *a march on*, -ને ધાપ મારવી; ખબર પડવા દીધા વિના પહેલ કરવી – આગળ નીકળી જવું.

stealth (સ્ટે'લ્થ), ના૦ ગુપ્તતા; ચોરીચૂપકી, ચોરી. **stealth'y** (સ્ટે'લ્થિ), વિ૦ ચોરીછૂપીથી–ચૂપચાપ–કરનારું – કરેલું; છાનું.

steam (સ્ટીમ), ના૦ બાફ, વરાળ; આગ-

શક્તિ. *get up* ~, ઍંજિનો શરૂ કરવા માટે બૉઇલરો ગરમ કરવાં; કેડ કસવી. ઉ૦ ક્રિ૦ વરાળ વડે રાંધવું; બાફવું; વરાળ બહાર કાઢવી – ફેંકવી; (ઍંજિન કે સ્ટીમરે) જવું. **steam-engine,** ના૦ વરાળથી ચાલતું યંત્ર – ઍંજિન. **steam-roller,** ના૦ વરાળથી ચાલતો સડક બનાવવાનો રોલર; [લાં.] કચડી નાખનારી અનિવાર શક્તિ. **steamship,** ના૦ (સંક્ષેપ S. S.) આગબોટ.

steam'er (સ્ટીમર), ના૦ આગબોટ; વરાળથી રાંધવાનું સાધન, કૂકર.

steed (સ્ટીડ), ના૦ ઘોડો, પાણીદાર – લડાઈનો – ઘોડો.

steel (સ્ટીલ), ના૦ પોલાદ, ખરુ લોઢું; છરીચપ્પાંને ધાર કાઢવાની ગજવેલની પટ્ટી. સ૦ ક્રિ૦ પોતાના હૃદયને કઠણ બનાવવું; પોતાની જાતને દૃઢ નિશ્ચયી – મક્કમ – બનાવવી, મક્કમ થવું. **steel-engraving,** ના૦ લોઢાની તકતી પર કોતરેલી આકૃતિ પરથી છાપેલું ચિત્ર. **steel'y** (સ્ટીલિ), વિ૦ પોલાદનું, પોલાદી; પોલાદના જેવું (કઠણ); પૉલશ કરેલું. **steel'yard,** ના૦ રેલવેમાં હોય છે તેવો વજનનો કાંટો, કંપાણ.

steen'bok (સ્ટેનબૉક, સ્ટી–), **stein'bock** (સ્ટાઇન્–), ના૦ આફ્રિકાનું હરણ જેવું નાનું પ્રાણી.

steep (સ્ટીપ), સ૦ ક્રિ૦ પલાળવું, બોળી રાખવું; બોળી કાઢવું, તરબોળ કરવું. ~ oneself *in*, -માં તરબોળ થઈ જવું. ના૦ પલાળવું તે.

steep, વિ૦ (ઢોળાવ) સીધું, સીધા ચડાણવાળું, ઊભું; મુશ્કેલીથી ચડાય એવું; (વાર્તા,) ધીરજ ન રહે એવું, વિશ્વાસ રાખવો ·મોઘું, ન પરવડે એવું. ના૦ સીધો રાડ.

ટીપલ), ના૦ ખ્રિસ્તી દેવળનો 'રો – શિખર. **stee'ple-** ના૦ વગડામાંથી આડે- ડા દોડાવવાની–શરત. ના૦ઊંચા મિનારા, રકામ કરનાર. ડા, નાનો બળદ.

steer, ઉ૦ ક્રિ૦ સુકાન ચલાવવું – ફેરવવું; સુકાન, ચક્ર, ઇ. વતી વહાણ, મોટર, ઇ. હંકારવું; અમુક દિશામાં વળવું – વાળવું. ~ *clear of*, -ને ટાળવું – વટાવી જવું. ~*ing committee*, કાર્યપત્રિકામાંની બાબતો કયા ક્રમમાં લેવી તેનો નિર્ણય કરનાર સમિતિ. **steering wheel,** સુકાન, ના૦ **steer'age** (સ્ટિઅરિજ), ના૦ સુકાન ચલાવવું, હંકારવું, તે. ઓછા દરે પ્રવાસ કરનારાઓ માટેની વહાણ પરની જગ્યા. **steer'sman** (સ્ટીઅર્સમન), ના૦ સુકાની, કર્ણધાર.

stele (સ્ટીલી), ના૦ ઉત્કીર્ણ લેખવાળી કે ઉપસાવેલા કોતરકામવાળી ઊભી શિલા – સ્તંભ.

stell'ar (સ્ટે'લર), વિ૦ તારાઓનું–ને લગતું.

stem (સ્ટે'મ), ના૦ ઝાડનું થડ, મુખ્ય ભાગ; દીંટું, વૃન્ત; ગોત્ર, કુળ; વહાણનો મોખરાનો – આગળ પડતો – ભાગ; [ભાષા.] શબ્દનું મૂળ રૂપ, ધાતુ, ઇ.

stem, સ૦ ક્રિ૦ રોકવું, ખાળવું; સામે પાણીએ [ઊભા જવું.

stench (સ્ટે'ન્ચ), ના૦ દુર્ગંધ, બદબો.

sten'cil (સ્ટે'ન્સિલ), ના૦ અક્ષર કે આકૃતિ જેમાં કાપી છે એવું પતરું કે કાગળ; ચિતારા, છીપા, ઇ.નું બીબું; એવા બીબાથી પાડેલા અક્ષરો; ટાઇપ કરેલા લખાણની નકલો કરવા માટેનો મીણ ચોપડેલો કાગળ. સ૦ ક્રિ૦ એવાં બીબાં વતી અક્ષરો કે આકૃતિ પાડવી.

stenog'raphy (સ્ટિનૉગ્રફિ, સ્ટે' –), ના૦ લઘુલેખનકળા. **stenog'rapher** (–ગ્રફર), ના૦ લઘુલેખક.

stentor'ian (સ્ટે'ન્ટૉરિઅન), વિ૦ (અવા[જ) મોટું, બુલંદ.

step (સ્ટે'પ), ઉ૦ ક્રિ૦ કદમ – ડગલું – ભરવું, ચાલવું; બે ડગલાં ચાલીને જવું; નાચવું, નૃત્ય કરવું; ડોળકાઠી ઊભી કરવી. ~ *aside*, બાજુએ ખસવું, ખસી જવું. ~ *out*, વેગ વધારવો, ઝડપથી જવું, ના૦ એક ડગલું ભરવું તે; એક ડગલાનું અંતર, ડગલું; ડગલું, કદમ; (નૃત્યમાં) (અમુક રીતે) પગલું માંડવું; પગલાંનો – ચાલવાનો – અવાજ; નિસરણીનું પગથિયું; (બ૦ વ૦) ચપટાં પગથિયાંવાળી ટૂંકી નિસરણી; પગલું, કરવાનું કામ, ઇલાજ. *in* ~, બીજાની સાથે કે સંગીતની સાથે પગલાં માંડવાં. ~ *by* ~, ધીમે ધીમે. **step-**

dance, ના૦ જેમાં પગલાં માંડવાનું વિશેષ મહત્ત્વ હોય છે એવું નૃત્ય. **step-ladder,** ના૦ ચપટાં પગથિયાંવાળી ટેકાવાળી નિસરણી. **stepping-stone,** ના૦ પાણી કે કાદવ કોરે પગે ઓળંગવા માટે વચ્ચે મૂકેલો પથ્થર.

step-, ઉપ૦ સાવકું, સગપણ બતાવનાર શબ્દ પહેલાં વપરાય છે. **stepchild**, ના૦ સાવકું–ઓરમાન–છોકરું. **stepmother** ના૦ સાવકી મા. **step'parent,** ના૦ સાવકી મા કે બાપ.

steppe (સ્ટૅ'પ), ના૦ સપાટ ને ઝાડ વિનાનું વિસ્તીર્ણ મેદાન (વિ.ક. રશિયાનેસાઇબીરિયાનું).

stereophon'ic (સ્ટૅ'રિઅફૉનિક, સ્ટી–), વિ૦ (પેદા થતા અવાજ અંગે) જુદી જુદી દિશામાંથી આવતો હોય એવી અસર ઉપજાવનારું.

ste reoscope (સ્ટૅ'રિઅસ્કોપ, સ્ટી–), ના૦ જરાક જુદા જુદા ખૂણેથી લીધેલાં બે ચિત્રો જેથી એક દેખાય અને ઘન જેવા લાગે એવું જોવાનું યંત્ર–સાધન. **stereoscop'ic** (–સ્કૉપિક), વિ૦ સ્ટીરિઅસ્કોપનું–થી જોયેલું.

ste'reotype (સ્ટૅ'રિઅટાઇપ, સ્ટી–), ના૦ બીબાં ગોઠવીને તેના પરથી ઢાળેલું છાપવાનું પતરું, કાયમનો ઠસ્સો. સ૦ ક્રિ૦ કાયમનો ઠસ્સો–બીબું–બનાવવું, એવા બીબા પરથી છાપવું; ફરે–બદલાય–નહિ એવી રીતે બધી વિગત સાથે કાયમ કરવું. **ste'reotyped,** વિ૦ બીબાના કાયમી પતારા પરથી છાપેલું; રૂઢ, રૂઢિબદ્ધ;-જેમાં કશો ફેરફાર થતો નથી એવું.

ste'rile (સ્ટૅ'રાઇલ, –રિલ), વિ૦ વાંઝિયું, વંધ્ય; ફળ ન આપનારું, અનુત્પાદક; [વૈદક.] બૅક્ટીરિયાથી મુક્ત. **steril'ity** (સ્ટરિલિટિ), ના૦ અનુત્પાદકતા, વાંઝિયાપણું, વંધ્યત્વ.

ste'rilize (સ્ટૅ'રિલાઇઝ઼), સ૦ ક્રિ૦ ઉકાળીને કે બીજી કોઈ રીતે જંતુરહિત બનાવવું; નપુંસક કે વંધ્ય બનાવવું. **steriliza'tion** (સ્ટૅ'રિલાઇઝ઼ેશન,–લિઝ઼ે–), ના૦ વંધ્યીકરણ.

sterl'ing (સ્ટર્લિંગ), વિ૦ (ચલણ, સોનું, ઇ. અંગે) ખરું, ચાલુ કિંમતનું, (બ્રિટિશ સરકારે) નિયત કરેલા મૂલ્યનું–શુદ્ધતાવાળું;-અસલ, ખરું, શુદ્ધ; નક્કર, શ્રેષ્ઠ કોટિનું; વિશ્વાસપાત્ર. ના૦ સાચું બ્રિટિશ ચલણ–નાણું.

stern (સ્ટર્ન), વિ૦ કરડું, કડક; આકરું, કઠોર; કસોટી કરનારું.

stern, ના૦ (સ્ટાર્ન પણ), વહાણનો કે બીજા કશાકનો પાછલો ભાગ; (કૂતરા, ઇ. પ્રાણીનો) પૂંછડી તરફનો ભાગ.

stern'um (સ્ટર્નમ), ના૦ (બ૦વ૦ sterna). ગરદનથી પેટ સુધીનું છાતીનું વચલું હાડકું, ઉરોસ્થિ.

stert'orous (સ્ટર્ટરસ), વિ૦ (શ્વાસોચ્છ્વાસ અંગે) મુશ્કેલીથી થતું ઘોરવાના અવાજ સાથેનું.

stet (સ્ટૅ'ટ.), સ૦ ક્રિ૦ [મુદ્રણ] સુધારો કે દુરસ્તી રદ કરવી, મૂળનું રહેવા દેવું.

steth'oscope (સ્ટૅ'થસ્કોપ), ના૦ ફેફસાં તથા હૃદયના ધબકારા, ઇ. અવાજો સાંભળવાનું ડૉક્ટરનું સાધન.

ste'vedore (સ્ટીવિડોર,–ડૉર), ના૦ વહાણ પર માલ ચડાવનાર કે ઉતારનાર હમાલ.

stew (સ્ટ્યૂ), ઉ૦ ક્રિ૦ થોડું પાણી નાખી બાફવું, ધીમે તાપે ઉકાળવું – ઊકળવું – બફાવું; બફારો લાગવો. ના૦ બાફેલા માંસની વાની. *in a ~*, પ્રક્ષુબ્ધ, ઉત્તેજિત, ક્રુદ્ધ. [હોજ.

stew, ના૦ જીવતી માછલીઓ સંઘરવાનું પાત્ર-

steward (સ્યૂઅર્ડ), ના૦ મોટા ઘરમાં વહીવટ કરનાર, દીવાનજી, કારભારી; વહાણ ઉપરનો ખોરાક, ઇ.નો કબજો ધરાવનાર માણસ; વહાણ પરનો નોકર; સભા, મનોરંજક કાર્યક્રમ કે ખેલનો વ્યવસ્થાપક. **stewa'rdess** (સ્યૂઅર્ડિસ), ના૦ વહાણ પરની સ્ત્રી નોકર – મુસાફરોની સુખસગવડ જોનાર સ્ત્રી.

stick (સ્ટિક), ઉ૦ ક્રિ૦ (ભૂ૦ કા૦ stuck). વીંધવું, ભોંકવું, ઘોંચવું; -માં છરી ભોંકવી; અણી પર ચોંટાડવું – ચોંટવું; અંદર ચોંટી – વળગી – રહેવું; ગુંદર, ઇ. થી ચોંટાડવું–ચોડવું; ચોંટવું, ચોંટી જવું, અટકવું, અટકી પડવું. *~ at nothing*, કશાથી પણ ન અટકવું, ગમે તે – ખરાબ કામ – કરતાં પણ ન ખંચાવું. *~ it (out)*, છેવટ સુધી સહન કરવું. *~out*, બહાર કાઢવું; આગળ પડતું – આવેલું – હોવું. *~ out (for)*, -નો આગ્રહ રાખવો. *~ up (for)*,-નો બચાવ કરવો, -નું ઉપરાણું લેવું. *~ close to*, -ની તદ્દન નજીક હોવું, -ને વળગેલું હોવું. **sticking-plaster,** ના૦ જખમ, ઇ. ઉપર

ઊખડી ન જાય એવી રીતે ચોપડવાનો લેપ. **stick-in-the-mud**, વિ૦ અને ના૦ કાદવમાં ખૂંચેલું; અપ્રાગતિક, પછાત, (માણસ).

stick, ના૦ લાકડી, ડાંગ, સોટી; લાકડીના આકારનો લાખ, ચૉક્લેટ, ઇ.નો ટુકડો; અણઘડ અને મંદબુદ્ધિ માણસ.

stic'kleback (સ્ટિકલ્બૅક), ના૦ કાંટાળી પીઠવાળી એક નાની માછલી.

stick'ler (સ્ટિકલર), ના૦ (*for* સાથે) શિસ્ત, શિષ્ટાચાર, ઇ.વિષે અતિ આગ્રહ રાખનાર, આગ્રહી, હઠવાદી.

stick'y (સ્ટિકિ), વિ૦ ચોંટે એવું, ચીકટું, ગુંદરિયું; અતિ ગંભીર; જડસુ.

stiff (સ્ટિફ), વિ૦ વળે નહિ એવું, અક્કડ; નમે નહિ એવું, અણનમ; દઢ, મક્કમ; મુશ્કેલ, દુષ્કર; અતિ ઔપચારિક, અતડું; (હાથ પગ, ઇ.) અકડાઈ ગયેલું, સખત થયેલું; (દારૂ) અતિ કડક. **stiff'en** (સ્ટિફ્ન), ઉ૦ ક્રિ૦ કઠણ, અક્કડ, કરવું અથવા થવું. **stiff-necked**, વિ૦ હઠીલું, અક્કડબાજ.

sti'fle (સ્ટાઇફલ), ઉ૦ ક્રિ૦ ગૂંગળાવવું, શ્વાસ રૂંધવો; બંધ કરવું, રોકવું, દાબી દેવું, સંતાડી દેવું; ગૂંગળાવું, શ્વાસ રૂંધાવો.

stig'ma (સ્ટિગ્મા), ના૦ (બ૦વ૦ stigmas, stigmata). ડામ, ડામ દેવાથી પડેલું ચાઠું; કલંક, બટ્ટો; ચામડી પરની નિશાની; [વનસ્પ.] સ્ત્રીકેસરનું અગ્ર, પુષ્પયોનિ, કમળ. **stig'mata** (સ્ટગ્મટા), ના૦ બ૦ વ૦ ઈશુના શરીર પર ખીલાથી થયેલી નિશાનીઓ જેવી ઍસીસીના સંત ફ્રાન્સિસ, ઇ. ના શરીર પર અંકાયેલી નિશાનીઓ. **stig'matize** (સ્ટિગ્મટાઇઝ઼), સ૦ ક્રિ૦ દૂષણ લગાડવું; નિંદા-બદનામી-કરવી, લાંછન લગાડવું. **stigmat'ic** (સ્ટિગ્મૅટિક), વિ૦ લાછનનું-વાળું, ઇ.

stile (સ્ટાઇલ), ના૦ વાડ કે ભીંત પરથી જવા આવવા માટેનાં પગથિયાં કે બીજી કોઈ રચના.

stilett'o (સ્ટિલે'ટો), ના૦ (બ૦ વ૦-s). નાની કટાર; (દરજીનું) ગાજ પાડવાનું યંત્ર-ઓજાર.

still (સ્ટિલ), ના૦ દારૂ-મદ્યાર્ક-ગાળવાનું સાધન. **still-room**, ના૦ મોટા ઘરમાં ઘર ચલાવનારીનો ઓરડો.

still, વિ૦ નિશ્ચલ, ગતિ વિનાનું; શાંત; છાનું, નિઃસ્તબ્ધ. ~ *life*, ફળ, ફૂલ, ઇ. નિર્જીવ પદાર્થોનું ચિત્ર. ના૦ ગંભીર-ગાઢ-શાંતિ; ફોટો (ચલચિત્રથી ભિન્ન). સ૦ક્રિ૦ શાંત પાડવું; છાનું-ધીમું-પાડવું. ક્રિ૦ વિ૦ શાંતપણે, શાંતિથી; હજી પણ, અત્યાર-ત્યાર-સુધી; આજે પણ, પહેલાંની જેમ; હજી પણ; તેમ છતાં, છતાં, તથાપિ. **still-born**, વિ૦ મરેલું જ જન્મેલું, મૃતજાત. **still'ness**, ના૦ શાંતતા, સ્તબ્ધતા. **still'y** (સ્ટિલિ), વિ૦ નિઃસ્તબ્ધ, નિઃશબ્દ.

stilt (સ્ટિલ્ટ), ના૦ પગ ઊંચા રાખીને ચાલવા માટે ખોભણવાળી-પાવડીઓવાળી-લાકડી-ઘોડી. **stilted**, વિ૦ લાકડીઓ પર ઊભું; અક્કડ; (શૈલી) આડંબરી, ભારેખમ; અસ્વાભાવિક.

stim'ulant (સ્ટિમ્યુલન્ટ), વિ૦ તાત્કાલિક સ્ફૂર્તિ આણે એવું, ઉત્તેજક; ઉદ્દીપક, માદક. ના૦ ઉત્તેજક પેય, દવા, ઇ.

stim'ulate (સ્ટિમ્યુલેટ), સ૦ ક્રિ૦ ઉત્તેજના-સ્ફૂર્તિ-આપવી, ઉદ્દીપ્ત કરવું; કામ કરવા પ્રેરવું. **stimula'tion** (-લેશન), ના૦.

stim'ulus (સ્ટિમ્યુલસ), ના૦(બ૦વ૦ stimuli). ઉત્તેજક-પ્રેરક-ઉદ્દીપક-વસ્તુ; પ્રેરણા, ઉત્તેજના.

stim'y (સ્ટાઇમિ), ના૦ [ગૉલ્ફ] પોતાના દડા ને ગબી વચ્ચે બીજાનો દડો હોય એવી સ્થિતિ. સ૦ક્રિ૦ બીજાનો દડો અને ગબી વચ્ચે પોતાનો દડો મૂકવો.

sting (સ્ટિંગ), ના૦ વીંછી, માખી, ઇ.નો ડંખ, દંશ; ડંખ મારવો તે; તેનો જખમ કે વેદના; તીવ્ર વેદના; કટુતા, તીખાશ. ઉ૦ ક્રિ૦ (ભૂ૦ કા૦ stung). ડંખ મારવો, દંશ કરવો, કરડવું; તીવ્ર વેદના-દુઃખ-દેવું; -નું મન-લાગણી-દૂભવવી; ડંખ મારવાની શક્તિ હોવી; ચાલાકી કરીને પૈસા કઢાવવા-છેતરવું. ~ *to the quick*, હાડોહાડ માઠું લગાડવું, મર્માઘાત કરવો.

stin'gy (સ્ટિંજિ), વિ૦ કંજૂસ, મખ્ખીચૂસ.

stink (સ્ટિંક), અ૦ ક્રિ૦ (ભૂ૦ કા૦ stank અથવા stunk; ભૂ૦ કૃ૦ stunk). ગંધાવું, ગંધ મારવી, -માંથી બદબો નીકળવી. ~ (person, etc.) *out*, એવી ગંધ મારવી કે જેથી તે જતો રહે. ના૦ દુર્ગંધ, બદબો; (બ૦ વ૦) રસાયનશાસ્ત્ર.

stint (સ્ટિન્ટ), સ૦ક્રિ૦ ખોરાક, ઇ. બહુ જ

ઓછા પ્રમાણમા આપવું – પૂરતું નહિ આપવું; આપવામાં ચિંગૂસપણું કરવું; સંકોચમાં રાખવું. ના૦ ચિંગૂસાઈ; કૃપણતા, સંકોચ, કસર; નીમી આપેલું કામ. *without* ~, આનાકાની વિના; મર્યાદા વિના, ભરપૂર, છૂટે હાથે.

stip'end (સ્ટાઇપે'ન્ડ), ના૦ પગાર, નિમણૂક; વિદ્યાર્થીને કામના બદલામાં અપાતી મદદ. **stipen'diary** (સ્ટાઇપે'ન્ડિઅરિ, સ્ટિ–), વિ૦ પગારદાર, નિયમિત મહેનતાણું – વેતન – પામનાર; વૈતનિક. ના૦ પગારદાર પોલીસ મૅજિસ્ટ્રેટ – ફોજદારી ન્યાયાધીશ.

stip'ple (સ્ટિપલ), ઉ૦ ક્રિ૦ ચિત્રકામ, નકશીકામ, ઇ. માં રેખાઓને બદલે ટપકાં પાડવાં; આવી રીતે ચિત્ર ચીતરવું.

stip'ulate (સ્ટિપ્યુલેટ), ઉ૦ ક્રિ૦ ઠરાવ – કરાર – બોલી – કરવી, શરત જણાવવી. ~ *for* (something), ની આગ્રહપૂર્વક શરત કરવી. **stipula'tion** (–લેશન), ના૦ શરત, બોલી, (કરવી તે).

stir (સ્ટર), ઉ૦ ક્રિ૦ હલાવવું, ચલાવવું; ચમચા ઇ.થી હલાવ્યા કરવું, સતત હાલે તેમ કરવું; જાગ્રત કરવું, ઉશ્કેરવું; હાલવું, ચાલવું, ખસવું, ઇ. ના૦ (પ્રવાહીને) હલાવવું તે; જરાક હાલચાલ; ખળભળાટ, ધામધૂમ, ઉશ્કેરાટ, ગરબડ.

sti'rrup (સ્ટિરપ), ના૦ પેંગડું, રકાબ. **stirrup-cup**, ના૦ ઘોડેસવારને વિદાય વખતે અપાતું પીણું – મદ્યનો પ્યાલો.

stitch (સ્ટિચ), ના૦ સોયનો ટાંકો, ટેભો (સીવવાનો, ભરતનો); વિશેષ પ્રકારનો ટાંકો; સીવણ, બખિયો; દોડવા વગેરેથી બરડામાં થતું દરદ, ચસક, શૂળ. ઉ૦ ક્રિ૦ સીવવું, ટાંકો મારવો, દોરો ભરવો. *without a ~ on*, બિલકુલ કપડાં પહેર્યા વિના(નું). *a ~ in time saves nine*, વખત સર લીધેલા મામૂલી પગલાથી ભારે આપત્તિ ટળે છે.

stoat (સ્ટોટ), ના૦ નોળિયાની જાતનું એક પ્રાણી.

stock (સ્ટૉક), ના૦ ઝાડ – છોડ – નું થડ, કાપેલા ઝાડનો મૂળિયાંવાળો ભાગ; કુળ, વંશ; વેપાર કરવાનો માલ; ખેતી કે વાડી પરનાં જાનવરો – ઢોરઢાંખર; હાડકાં, મૂળિયાં, ઇ. ઉકાળીને બનાવેલી કઢી – દારૂ; બંદૂકનો કુંદો – દસ્તો; વેપારી પેઢી માટે કે સરકારી ભંડોળ માટે આપેલા પૈસા – લોન; ગળામાં બાંધવાનો પહોળો અક્કડ પટો, ગળેપટો; એક સુગંધી ફૂલ; (બ૦ વ૦) બંધાતી વખતે વહાણને જેના પર રાખવામાં આવે છે તે મોભ, લાકડાનું ચોકઠું; (બ૦વ૦) સજા તરીકે ગુનેગારને રાખવાનું લાકડાનું ચોકઠું, હેડ. *S~ Exchange*, શૅરબજાર – માર્કેટ, લોનબજાર. *take ~*, પોતાની પાસે કેટલો માલ છે તે તપાસવું, માલનો હિસાબ કાઢવો. *laughing-~*, મશ્કરીનો વિષય. **livestock** ના૦ ઢોરઢાંખર, જાનવરો. સ૦ ક્રિ૦ માલ ભરવો – ભરી મૂકવો; (ભંડારમાં માલ) વેચવા રાખવો – હોવો. **stock'-broker** (–બ્રોકર), ના૦ શૅરદલાલ. **stock'-dove** (–ડવ), ના૦ જંગલી કબૂતર. **stock-farmer**, ના૦ ઢોર રાખનાર – ઉછેરનાર, ગોવાળ, ભરવાડ, ઇ. **stock-fish**, ના૦ માછલીની સુકવણી. **stock-jobber**, ના૦ શૅરો લેવા વેચવાનો ધંધો કરનાર. **stock-in-trade**, ના૦ વેપારમાં ચાલુ માલ; કોઈ ધંધા માટે જરૂરી માલ, ઓજારો, ઇ. **stock'man**, (–મન), ના૦ ઢોર પર દેખરેખ રાખનાર, ગોવાળ. **stock-market**, ના૦ શૅરબજાર–માર્કેટ. **stock'-still**, વિ૦ થાંભલાના જેવું સ્થિર. **stock-taking**, ના૦ સિલક માલની યાદી, હિસાબ કાઢવો તે; થઈ ગયેલી ઘટનાઓનો વિચાર કરી પોતાની સામાન્ય સ્થિતિ કેવી છે તે તપાસવું. **stock-whip**, ના૦ ઢોર માટેનો ચાબુક. **stockyard** (–યાર્ડ), ના૦ ખોરાક માટે કતલ કરવાનાં કે પરદેશ રવાના કરવાનાં પ્રાણીઓ રાખવાની જગ્યા – વાડો.

stockade' (સ્ટોકેડ), ના૦ (જમીનમાં ખોસેલી) અણિયાળી લાકડી ચીપોની વાડ, કોટ; એવી વાડથી આંતરેલી જગ્યા – વાડો. સ૦ ક્રિ૦ રક્ષણ માટે એવી વાડ કરવી.

stock'inet, -nette', (સ્ટૉકિને'ટ), ના૦ અંદરથી પહેરવા માટેનું ગૂંથેલું કપડું–ચડ્ડી, ઇ.

stock'ing (સ્ટૉકિંગ), ના૦ ઘૂંટણ સુધીનું પગે પહેરવાનું મોજું.

stock'y (સ્ટૉકિ), વિ૦ નાનું અને ખટકું, [ઠીંગણું અને મજબૂત.

stodge (સ્ટૉજ), અ૦ ક્રિ૦ અકરાંતિયાની

જેમ ખાવું. ના૦ ભારે ખોરાક, મહાભોજન; અકરાંતિયો. **stodg'y** (સ્ટૉજિ), વિ૦ (ખોરાક) ભારે, પચવું મુશ્કેલ; (લખાણ) ખૂબ વીગતથી ભરેલું, નીરસ.

stoep (સ્ટૂપ), ના૦ (દ. આફ્રિકામાં) ઘરની આગળનો કે ફરતો ઓટલો (વરંડા). જુઓ stoop.

sto'ic (સ્ટૉઇક), વિ૦ અને ના૦ સુખ અને દુઃખ બન્ને સમાનભાવે સ્વીકારનાર, ખૂબ સંયમી, (માણસ). **stoical** (-કલ), વિ૦ ગમે તેવું દુઃખ વેઠવાની શક્તિવાળું, સંયમી, નિગ્રહી. **sto'icism** (-સિઝ઼મ), ના૦ 'સ્ટૉઇક' મત - સિદ્ધાન્ત - વાદ; સુખદુઃખ પ્રત્યે ઉદાસીનતા.

stoke (સ્ટૉક), ઉ૦ ક્રિ૦ ભઠ્ઠી કે દેવતા ચાલુ રાખવો, ઍંજિન કે ભઠ્ઠીમાં બળતણ નાંખવું; અકરાંતિયાની જેમ ખાવું, ઉતાવળથી ઠાંસીને જમવું. **stoke'hold** (-હોલ્ડ), **stoke'hole**(-હોલ), ના૦ વરાળ બનાવવા માટેની આગબોટની ભઠ્ઠી.

stole (સ્ટૉલ), ના૦ (ખ્રિસ્તી પાદરીનો) ખેસ, દુપટ્ટો; સ્ત્રીનો પીંછાવાળો ગળપટો.

stole, sto'len (સ્ટૉલન), stealનો ભૂ૦કા૦ અને ભૂ૦ કૃ૦.

stol'id (સ્ટૉલિડ), વિ૦ સુસ્ત, એદી; ઝટ -સહેલાઈથી-ક્ષોભ ન પામનારું. **stolid'ity** (સ્ટલિડિટિ), ના૦ સુસ્તી; જડતા.

sto'mach (સ્ટમક), ના૦ પેટ, ઉદર; અન્નાશય, જઠર; રુચિ; હિંમત. *have no ~ for*, -ની ઇચ્છા - તૈયારી - ન હોવી. સ૦ક્રિ૦ ખાઈને પેટમાં (ટકાવી) રાખવું; સહન કરવું, ચલાવી લેવું. **stomacher** (-કર), ના૦ સ્ત્રીના પોશાકનો છાતી પર આવતો રત્નજડિત ભાગ. **stomach'ic** (સ્ટમૅકિક), વિ૦ પેટનું; ભૂખ ઉઘાડનારું; પાચક.

stone (સ્ટૉન), ના૦ પથ્થર, શિલા; પથરો; રત્ન, મણિ; ઠળિયો, ગોટલો; ૧૪ રતલ (૬.૩૪૯ કિ. ગ્રા.)નું વજન; [વૈદક] પથરી. સ૦ક્રિ૦ પથ્થર મારવા; ફળમાંથી ઠળિયા કાઢવા; -ની ઉપર પથ્થર જડવા. *the ~ age*, પાષાણ યુગ, જ્યારે માણસ પથ્થરનાં ઓજાર વાપરતો. *~ broke*, સાવ કંગાલ, અકિંચન. *~'s throw*, ના૦ પથ્થર ફેંક જેટલું અંતર, થોડું અંતર. **stone-blind**, વિ૦ તદ્દન આંધળું. **stone'chat**, ના૦ એક નાનું પક્ષી. **stonecrop**, ના૦ પથ્થરોમાં ઊગતો ને મૂળિયાં ઘાલતો છોડ. **stonemason** ના૦ પથ્થરનું બાંધકામ કરનાર, સલાટ. **stone'ware** (-વેર,-વે'અર), ના૦ કાંકરીવાળી માટીનાં વાસણ. **stonework**, ના૦ પથ્થરનું બાંધકામ. **ston'y** (સ્ટૉનિ), વિ૦ પથ્થરનું, પથરાળ; કઠણ; નિર્દય, લાગણી વિનાનું.

stood (સ્ટુડ), standનો ભૂ૦ કા૦ તથા [ભૂ૦ કૃ૦.

stooge (સ્ટૂજ), ના૦ તાબાનું માણસ; હાથમાંનું રમકડું.

stook (સ્ટુક), ના૦ અનાજનો પૂળો, ભારી.

stool (સ્ટૂલ), ના૦ પીઠ વગરની ત્રણ કે ચાર પાયાની બેઠક, સ્ટૂલ; પગ મૂકવા માટે વપરાતું સ્ટૂલ, પાદપીઠ (foot-stool); ઝાડે ફરવું તે, ઝાડો; ઝાડે ફરવાની પેટીવાળી બેઠક, કમોડ. *pass a ~*, ઝાડે ફરવું.

stool-pigeon (સ્ટૂલ-પિજિન,-જન), ના૦ બદમાશો સાથે ભળીને તેમનું કાવતરું જાણી લેવા માટે રોકેલો માણસ-જાસૂસ; બીજાં કબૂતરોને જાળમાં ફસાવવા માટેનું કબૂતર.

stoop (સ્ટૂપ), ઉ૦ ક્રિ૦ વાંકું વળવું, નમવું; વાંકું વાળવું, નમાવવું; માથું અને ખભા આગળની બાજુ નમેલાં હોવાં; પોતાની પદવીથી નીચે ઊતરવું-(હલકું કામ કરવા જેટલું) નીચે ઊતરવું. *~ to do a thing*, અહંભાવ કોરે મૂકીને કરવું. ના૦ શરીર વાંકું વળેલું - નમેલું - હોવું તે, ખૂંધ.

stoop, stoep (સ્ટૂપ), ના૦ (દ. આફ્રિકા, ઇ. માં) ઘર આગળનો ખુલ્લો ઓટલો, પરસાળ.

stop (સ્ટૉપ), ઉ૦ ક્રિ૦ (કાણું, ઇ.) પૂરી દેવું, બંધ કરવું; જવા ન દેવું; રોકવું, અટકાવવું; કામ કરતાં કે બોલતાં અટકવું; રોકાવું, અટકવું, થોભવું; ઊતરવું, રહેવું; [સં.] કાણું બંધ કરીને અથવા તાર છેડીને વાદ્યના અવાજમાં ફેરફાર કરવો; કોઈ ઠેકાણે થોડા વખત માટે રહેવું, રોકાવું. *~ a cheque*, હૂંડીનાં નાણાં રોકવા બૅંકને સૂચના આપવી. *~ dead*, એકદમ અટકી જવું, ઊભા રહેવું. *~ short*

છેડા સુધી પહોંચતાં પહેલાં એકદમ અટકી પડવું. ના૦ અટકવું, રોકાવું, બંધ થવું, તે; રોકાવાની જગ્યા; વિરામ ચિહ્ન; પૂર્ણ વિરામ; [સં.] અવાજની માત્રા ઓછીવત્તી કરવાની કળ – ખૂંટી; (કૅમેરામાં) પ્રકાશ માટેનું કાણું નાનું કરવાનું સાધન – કળ. *bus* ~, બસ થોભવાની જગ્યા, થોભો. **stop'cock** (સ્ટૉપ્કૉક), ના૦ નળની ટોટી-ચકલી. **stop'gap** (-ગૅપ), ના૦ તાત્પૂરતો બદલી. **stop-press**, ના૦ છાપું છાપવાની શરૂઆત થયા પછી દાખલ કરેલા છેલ્લા સમાચાર. **stop-valve**, ના૦ નળમાંથી પ્રવાહીને વહી જતું અટકાવવાનું ઢાંકણું – વાલ્વ. **stop'watch**, ના૦ શરત, ઇ. માટે ગમે ત્યારે ચાલુ કે બંધ કરી શકાય એવું–એવી કળવાળું – ઘડિયાળ. **stopp'age** (સ્ટૉપિજ), ના૦ બંધ કરવું, અટકાવવું, તે, ઇ.; અટકાવ. **stopp'er** (સ્ટૉપર), ના૦ ડાટો, બૂચ; ખીંટી, આગળી. **stopping**, ના૦ દાંતના કાણામાં કરાતી પૂરણી (નું દ્રવ્ય).

stor'age (સ્ટૉરિજ, સ્ટૉ–), ના૦ માલ સંઘરવો તે; તે સંઘરવાની જગ્યા; સંઘરવાનું – વખારનું – ભાડું. ~ *battery, cell*, વીજળી સંઘરવાની ધાતુની પટ્ટીઓ ને ઍસિડવાળી ડબી – પેટી.

store (સ્ટૉર), ના૦ વિપુલતા, ભંડાર; સંઘરો, સંચય, ભરેલો માલ; કોઠી, કોઠાર, વખાર; (બ૦ વ૦) અનેક જાતનો માલ વેચનારી મોટી દુકાન, દુકાન, ભંડાર. સ૦ ક્રિ૦ સંગ્રહ કરવો, ભરી મૂકવું; વખાર – કોઠાર–માં મૂકવું. *in*~, ભવિષ્ય માટે નિર્મિત. *set great* ~ *on*, -ને ખૂબ મહત્ત્વનું કે કીમતી ગણવું. **store'-house**, ના૦ કોઠાર, વખાર, ભંડાર. [મજલો.

stor'ey, stor'y, (સ્ટૉરિ, સ્ટૉ–), ના૦ માળ,

stork (સ્ટૉર્ક), ના૦ બગલું, સારસ.

storm (સ્ટૉર્મ), ના૦ તોફાન, વાવાઝોડું, વાવરસાદનું તોફાન; ખળભળાટ, ઉત્પાત, તોફાન; આક્રમણ, હલ્લો. *take by* ~, એકદમ જોરદાર હલ્લો કરીને (શહેર, ઇ.) લઈ લેવું. ઉ૦ક્રિ૦ છાપો મારીને (કિલ્લો, ઇ.) સર કરવું; હલ્લો કરવો; ધૂંઆપૂંઆ થવું; આવેશથી બોલવું; કોઈ મકાનમાં જબરદસ્તીથી દાખલ થવું – પ્રવેશ કરવો. ~ *in a teacup*, નજીવી વાત અંગે ભારે ધમાલ (મચાવવી તે). ~ *troops*, એકદમ હલ્લો કરવા માટે ખાસ તાલીમ આપેલું લશ્કર. *dust* ~, આંધી.

storm'y (સ્ટૉર્મિ), વિ૦ તોફાની, તોફાન મચાવનારું; ક્રોધાવેશમાં આવેલું; તોફાનવાળું; ઝઘડાળુ, કજિયાખોર. ~ *petrel*, તોફાનની આગાહી કરનાર – સૂચક – એક દરિયાઈ પક્ષી.

story (સ્ટૉરિ), જુઓ storey.

stor'y, ના૦ આખ્યાયિકા, કથા; જીવનની ભૂતકાળની કહાણી; વૃત્તાન્ત, હકીકત, ઇતિહાસ; વાર્તા; જોડી કાઢેલી વાત, જૂઠાણું; નવલકથા કે નાટકની મુખ્ય વસ્તુ. *tell stories*, ગપ્પાં મારવાં, જૂઠી વાતો કરવી. **story-book**, ના૦ વાર્તાની ચોપડી. **story-teller**, ના૦ વાર્તા કહેનાર કે લખનાર; ગપ્પીદાસ. **stor-ied** (સ્ટૉરિડ), વિ૦ કથા સાહિત્યમાં કે ઇતિહાસમાં પ્રખ્યાત, પુરાણપ્રસિદ્ધ.

stoup (સ્ટૂપ), ના૦ પાણી પીવાનું વાસણ, પ્યાલો; દેવળમાં રખાતું પવિત્ર પાણીનું કૂંડું.

stout (સ્ટાઉટ), વિ૦ દૃઢનિશ્ચયી, બહાદુર; મજબૂત(બાંધાનું), પુષ્ટ, માંસલ; ભારે શરીરવાળું. ના૦ અનાજમાંથી બનતો એક પ્રકારનો દારૂ.

stove (સ્ટૉવ), staveનો ભૂ૦ કા૦ તથા ભૂ૦ કૃ૦. [ચૂલો, સ્ટવ.

stove, ના૦ તેલ, ગૅસ, કોલસો કે લાકડાંનો

stow (સ્ટૉ), સ૦ક્રિ૦ (સામાન) બરોબર ગોઠવીને મૂકવો – ભરવો, ઠાંસીને ભરવો; વહાણ પર (માલ) ચડાવવો. ~ *it*!, ચૂપ રહો!

stowage, ના૦ સામાન ભરવો તે; સામાન ભરવા માટે જગ્યા. **stow away** (સ્ટૉઅવે), ના૦ વહાણમાં સંતાઈ જઈને મફત પ્રવાસ કરનાર.

strad'dle (સ્ટ્રૅડલ), ઉ૦ક્રિ૦ પગ કે ટાંટિયા પહોળા કરવા; પગ પહોળા કરીને ઊભા રહેવું અથવા બેસવું; (ઘોડો) પલાણવો, ઘોડા પર બન્ને બાજુ એક એક પગ આવે એવી રીતે બેસવું. ના૦ એવી રીતે બેસવું તે.

strag'gle (સ્ટ્રૅગલ), અ૦ક્રિ૦ શિથિલતાથી – અવ્યવસ્થિતપણે – ચાલવું, ઢસડાતા જવું; પાછળ પડી જવું; આડું અવળું પ્રસરેલું હોવું. **strag'gler**, ના૦ ઢસડતો ચાલનાર.

straight (સ્ટ્રેટ), વિ૦ વાંક, વળાક કે ખૂણા

વિનાનું, સીધું, સરળ; સુવ્યવસ્થિત, બરાબર ક્રમસર ગોઠવેલું; સીધું, આડું અવળું ન જનારું; પ્રામાણિક, સરળ; બીજી વસ્તુ સાથે એક હારમાં, સમાંતર કે કાટખૂણે આવેલું. ક્રિ૰ વિ૰ સીધી લીટીમાં; તરત, લાગલું, વચ્ચે થોભ્યા વિના; બરાબર તાકાને; બીજાની આડ–મધ્યસ્થી–વિના, સીધું. ~ *away*, *off*, એકદમ, તાબડતોબ. ~ *out*, ખુલ્લી રીતે; આડુંઅવળું ફંટાયા વિના. **srtaightfor'ward** (સ્ટ્રેટ્ફૉર્વર્ડ), વિ૰ સીધું, સરળ; પ્રામાણિક, નિષ્કપટ. **straight'way** (સ્ટ્રેટ્વે), ક્રિ૰ વિ૰ [પ્રા.] તરત, તાબડતોબ.

strain (સ્ટ્રેન), ના૰ કુળ, જાત; ઓલાદ.

strain, ઉ૰ક્રિ૰ જોરથી–સખત–ખેંચવું, તાણવું; અતિશ્રમ કરીને કે કરાવીને ઈજા પહોંચાડવી; કસીને પ્રયત્ન–તનતોડ મહેનત–કરવી; જોરથી આંચકો મારવો; સ્નાયુ કે શક્તિ પર અતિશય તાણ પડે તેમ કરવું; ગળણી વતી ગાળવું; છાતી સરસું ચાંપવું, ગાઢ આલિંગન દેવું. ના૰ તાણ, ખેંચ, ખેંચતાણ; અતિશય ખેંચતાણથી થયેલું નુકસાન; લખવા કે બોલવામાં અમુક વલણ કે શૈલી; વ્યક્તિ કે વસ્તુ પર ભારે દબાણ (કામનું કે સમયનું); સંગીતનો સૂર; ગીત; (બ૰ વ૰) અમુક વલણ કે લઢણનું સંગીત કે ગીત. **strain'ed**, વિ૰ તાણીતૂશીને કરેલું–(અર્થ) કાઢેલું; કૃત્રિમ; પરાણે કરેલું, સ્વયંસ્ફૂર્ત નહિ એવું. ~ *relations*, દુભાયેલા સંબંધો. **strain'er** (સ્ટ્રેનર), ના૰ ગળણી.

strait (સ્ટ્રેટ), વિ૰ સાંકડું; તંગ, સખત. ~ *jacket*, *waistcoat*, ગાંડા માણસને બાંધી રાખવાનો લાંબી બાંયોવાળો વિશિષ્ટ પ્રકારનો તંગ ડગલો–કોટ. ના૰ સામુદ્રધુની, ખાડી; (બ૰વ૰) તંગી, ભીડ, મુશ્કેલી, સંકડામણ. *in great ~s*, ભારે મુશ્કેલીમાં, પૈસાની તંગીમાં. **strait-laced**, વિ૰ [લા.] નીતિની બાબતમાં અતિ કડક. **strait'en** (સ્ટ્રેટન), સ૰ક્રિ૰ સાંકડું – મર્યાદિત – કરવું; સખત – તંગ – કરવું; પૈસાની ભારે તંગીમાં નાખવું; મુશ્કેલીમાં મૂકવું. *in ~ed circumstances*, નાણાંની ભારે તંગીમાં – મુશ્કેલીમાં – (આવેલું).

strand (સ્ટ્રૅન્ડ), ના૰ દરિયા, સરોવર કે નદીનો કાંઠો – કાંઠાની જમીન. ઉ૰ક્રિ૰ કિનારે – જમીન પર – ચડાવી દેવું – ચડી જવું; ખરાબે ચડવું. **stranded**, વિ૰ સંકટમાં – મુશ્કેલીમાં – આવી પડેલું, અસહાય; ખરાબે ચડેલું.

strand, ના૰ દોરડાની દોરડી – આમળો – સેર; વાળની લટ.

strange (સ્ટ્રેંજ), વિ૰ અપરિચિત, અજ્ઞાત; અનોળખીતું; પરદેશી, પરાયું; આશ્ચર્યભરેલું, અદ્ભુત; વિચિત્ર, વિલક્ષણ.

strang'er (સ્ટ્રેંજર), ના૰ અપરિચિત – અનોળખીતો – ત્રાહિત – માણસ; પરદેશી – પરાયો–માણસ.

strangle (સ્ટ્રૅંગલ), સ૰ક્રિ૰ ગૂંગળાવવું, શ્વાસ રૂંધીને – ગળું દાબીને – મારી નાંખવું; દબાવી રાખવું, બહાર ન આવવા દેવું. **strangle-hold**, ના૰ ગળેફાંસો, ભયંકર પકડ.

strang'ulate (સ્ટ્રૅંગ્યુલેટ), સ૰ ક્રિ૰ નાડ દબાવીને રુધિરાભિસરણ બંધ કરવું; ગળું દબાવીને – શ્વાસ રૂંધીને – મારી નાંખવું. **strangula'tion**, ના૰ ગળું દબાવવું – દબાવીને મારી નાંખવું–તે.

strap (સ્ટ્રૅપ), ના૰ ચામડાનો (વિ. ક. બકલવાળો) પટો; સાંકડી પટ્ટી. સ૰ ક્રિ૰ વાધરી કે પટા વતી બાંધવું–મારવું – ફટકારવું; જખમ, ઇ. પર પટ્ટી મૂકવી. ~ *up*, પેટી કે થેલો બંધ કરવા માટે પટા વતી બાંધવું. **strapp'ing**, વિ૰ મજબૂત બાંધાનું, ઊંચું અને જબરું – તાકાતવાળું. ના૰ ચોંટી જાય એવી એક બાજુવાળી કાપડની પટ્ટી (જખમ, ઇ. પર મૂકવાની); ચાબુકનો માર.

strata, ના૰ stratumનું બ૰ વ૰.

strat'agem (સ્ટ્રૅટજિમ, સ્ટ્રૅટિજમ), ના૰ શત્રુને છેતરવાની યુક્તિ, દાવપેચ; યુક્તિ, દાવ.

strate'gic (સ્ટ્રટીજિક,–ટે' –), વિ૰ યુદ્ધકળાનું – ને લગતું, વ્યૂહનું; યુદ્ધની – સંરક્ષણની – દૃષ્ટિથી મહત્ત્વનું. **strat'egist** (સ્ટ્રૅટિજિસ્ટ), ના૰ યુદ્ધકળામાં–વ્યૂહરચનામાં–નિપુણ માણસ. **strat'egy** (સ્ટ્રૅટિજિ), ના૰ યુદ્ધકળા; વિ.ક. ચડાઈને અંગે કરાતી વ્યૂહરચના.

strath (સ્ટ્રૅથ), ના૰ નદીની ખીણ. **strathspey'** (સ્ટ્રૅથ્સ્પે), ના૰ સ્કૉટલન્ડનું એક આનંદી નૃત્ય, તે માટેનું ગીત.

strat'ify (સ્ટ્રૅટિફાઇ), ઉ૰ક્રિ૰ સ્તર–પડ–

પડવાં – બાઝવાં; એક ઉપર એક સ્તર કરવા– ગોઠવવા. **stratifica'tion**, ના૦ સ્તરીકરણ – ભવન.

strat'osphere (સ્ટ્રૅટસ્ફિઅર, સ્ટ્રે–), ના૦ પૃથ્વીની સપાટીથી સાત માઈલની ઊંચાઈ પછીનું હવાનું પડ, જેમાં ઉષ્ણતામાં વધઘટ થતી નથી.

strat'um (સ્ટ્રેટમ), ના૦ (બ૦વ૦ strata, સ્ટ્રેટા, સ્ટ્રાટા). [ભૂસ્તર.] પૃથ્વીમાંનાં પડોમાંનું કોઈ પણ એક પડ – સ્તર; સ્તર, પડ.

straw (સ્ટ્રૉ), ના૦ સૂકું ઘાસ, પરાળ, ગોતર; તરણું, તણખલું; પીણું પીવાની નળી. *catch, clutch, at a* ~, તણખલાનો આશ્રય લેવા મથવું, મિથ્યા પ્રયત્ન કરવો. *man of* ~, ઘાસ કે પરાળનું પૂતળું; ચાડિયો; હલકો – ગરીબ – માણસ. ~ *vote*, લોકમત જાણવા માટે કોઈ પ્રશ્ન અંગે છાપાં લોકોના મત મેળવે છે તે. *the last* ~, આખી વસ્તુને અસહ્ય કરી મૂકનારો નજીવો ઉમેરો.

straw'berry (સ્ટ્રૉબરિ), ના૦ એક જાતનું ફળ કે તેનો છોડ. **strawberry-mark**, ના૦ લાલ રંગનું લાખું.

straw-board(સ્ટ્રૉબોર્ડ, – બો –) ના૦ (ઘાસનો બનેલો) પૂઠાનો જાડો કાગળ.

stray (સ્ટ્રે), અ૦ ક્રિ૦ રસ્તો ચૂકી જવું; રસ્તો છોડીને – સાચા રસ્તાથી – દૂર જવું; ખોટે – અવળે – રસ્તે ચડવું; ભટકવું, રખડવું. ના૦ હરાયું – રખડતું – જાનવર કે બાળક. વિ૦ રખડતું; રસ્તો ચૂકેલું; છૂટુંછવાયું.

streak (સ્ટ્રીક), ના૦ રેષા, લીટી, રંગની સાંકડી લાંબી પટી અથવા રેષા–લીટી; સ્વભાવમાં રહેલી છટા – લક્ષણ – વલણ. સ૦ ક્રિ૦ -ની ઉપર લીટીઓ ચીતરવી; વીજળી વેગે પસાર થવું. **streak'y**, વિ૦ જુદા રંગના લીટા કે નિશાનવાળું.

stream (સ્ટ્રીમ), ના૦ પાણીનો પ્રવાહ, વહેળો, નદી; પ્રવાહ, ધારા; એક દિશામાં જતો માનવમેદનીનો જથો – પ્રવાહ; કશાકનો પણ ખસતો મોટો જથો. અ૦ ક્રિ૦ વહેવું, -ની ધારા – રેલો – વહેવો – ચાલવો; પાણી સાથે વહેવું – તણાવું; (ધજા, વાળ, ઇ.) હવામાં ફેલાઈ ને ફરકવું. **stream'er** (સ્ટ્રીમર), ના૦ હવામાં ફરકતો ધ્વજ – વાવટો, અણીવાળી લાંબી સાંકડી પતાકા. **stream'let** (–લિટ), ના૦ નાનું વહેળિયું – ઝરણું.

stream'line(–લાઇન),વિ૦ અને સ૦ક્રિ૦ પાણી કે હવાનો પ્રતિરોધ ઓછો થાય એવા આકારનું (બનાવવું). ના૦ પાણી કે હવાનું કુદરતી વહેણ.

street (સ્ટ્રીટ), ના૦ ગામ કે શહેરમાંનો રસ્તો; શેરી, ફળિયું. *not in the same* ~ *with*, -થી લાયકાત, ગુણ, ઇ. માં સાવ ઊતરતું – હલકું.

strength (સ્ટ્રૅંગ્થ), ના૦ જોર, બળ, શક્તિ; ગજું, શક્તિ; હાજર કે ઉપલબ્ધ માણસોની સંખ્યા. *on the* ~ *of*, -ને જોરે – આધારે. **streng'then** (સ્ટ્રૅંગ્થન), ઉ૦ક્રિ૦ વધારે મજબૂત બનાવવું કે બનવું; સંખ્યામાં ઉમેરો કરવો – થવો.

stren'uous (સ્ટ્રૅન્યુઅસ), વિ૦ ઘણી મહેનત કરનારું – વાળું; ઉત્સાહી; જોમવાળું.

stress (સ્ટ્રૅસ), ના૦ જોર, દબાણ; તાણ, તંગી; જબરદસ્તી; ભાર, જોર; સ્વરાઘાત. સ૦ ક્રિ૦ (શબ્દ, ઇ. પર) ભાર દેવો – મૂકવો.

stretch (સ્ટ્રૅચ), ઉ૦ ક્રિ૦ તાણવું, ખેંચવું; તાણીને લાંબું – પહોળું – કરવું; ફેલાવવું, પાથરવું; (હાથ, ઇ.) લાંબું કરવું; તાણીતૂશીને અર્થ કાઢવો; અતિશયોક્તિ – અતિરેક – કરવો; લાંબું થવું, ફેલાવું, ફેલાયેલું હોવું; આળસ મરડવી (~ oneself); કશાક ઉપર લાંબા થવું. ~ *a point*, કોઈ વાત – મુદ્દો – વધારે પડતો તાણવો. ના૦ લાંબું કરવું – તાણવું–તે; વિસ્તાર; અવધિ, ગાળો. *at a* ~, એકી વારે, વચ્ચે અટકયા વિના. **stretch'er** (સ્ટ્રૅચર), ના૦ માંદા માણસને સૂતા સૂતા લઈ જવાનો ગડી વાળી શકાય એવો ખાટલો, સ્ટ્રેચર; હલેસાં મારનારના પગ જેની સામે ટેકવાય છે તે પાટિયું.

strew (સ્ટ્રૂ), સ૦ ક્રિ૦ (ભૂ૦ કા૦ strewed; ભૂ૦કૃ૦ strewed, strewn). વેરવું, છૂટું છૂટું નાંખવું; (જમીન, ઇ.) ઉપર કશુંક વેરીને ઢાંકવું. [પટાવાળું; ટેકરા(ની ધાર)વાળું.

striat'ed (સ્ટ્રાયેટિડ), વિ૦ રેખાંકિત,

stricken (સ્ટ્રિકન), strikeનું ભૂ૦ કૃ૦. વિ૦ અભિભૂત, આક્રાન્ત; પીડિત, દુઃખી.

~ *with age, in years,* ઘરડું થયેલું. *the* ~, જખમી થયેલાઓ.

strict (સ્ટ્રિક્ટ), વિ૰ નિશ્ચિત, ઘણું ચોક્કસ, અતિ ચોકસાઈવાળું; કડક, સખત; શિસ્તનો –નિયમપાલનનો – આગ્રહ રાખનારું, ઢીલાશ વિનાનું.

stric'ture (સ્ટ્રિક્ચર), ના૰ (બહુધા બ૰ વ૰માં) સખત ટીકા, નિંદા, વખોડણી; શરીરમાં કોઈ નાડી કે નળીની સંકોચાઈને થયેલી વિકૃતિ.

stride (સ્ટ્રાઇડ), ઉ૰ ક્રિ૰ (ભૂ૰ કા૰ strode; ભૂ૰કૃ૰ stridden). લાંબાં ડગલાં ભરવાં, મોટી ફલંગો મારવી; એક ફલંગમાં ઓળંગવું. *take in* one's ~, વિશેષ પ્રયત્ન વિના મુશ્કેલી વટાવી જવું – કામ પાર પાડવું.

strid'ent (સ્ટ્રાઇડન્ટ), વિ૰ મોટા અને કર્કશ અવાજવાળું. [કલહ, લડાઈ.

strife (સ્ટ્રાઇફ), ના૰ સંઘર્ષ; કજિયો, ટંટો;

strike (સ્ટ્રાઇક), ઉ૰ક્રિ૰ (ભૂ૰કા૰ struck; ભૂ૰ કૃ૰ struck, જૂનું રૂપ stricken). મારવું, ઠોકવું; (વાદ્ય) વગાડવું; ટકરાવવું, અથડાવવું; (નાણું) પાડવું, (નકલો) છાપવું; -નું ધ્યાન ખેંચવું, -ના મનમાં આવવું, -ને સૂઝવું; (દીવાસળી, ઇ.) ઘસીને સળગાવવું; (સઢ, વાવટો, તંબૂ) ઉતારી લેવું, સંકેલી લેવું; (ઘડિયાળે) ટકોરા મારવા – પાડવા; (કલાકના) ટકોરા વાગવા – પડવા; (ઝાડ, ઇ.) મૂળ ઘાલવાં; એકદમ પેંતરો બદલવો; (સોદો, કરાર) કરવો; -ની સાથે અથડાવું – ટકરાવું; (તેલ, ઇ.) મળી આવવું; -ને લાગવું; હડતાળ પાડવી – પર ઊતરવું; (કિરણો અંગે) ઉપર પડવું; અમુક દિશા પકડવી – દિશામાં જવું; માછલી ગલમાં પકડાઈ જાય તે માટે દોરીને આંચકો મારવો. ~ *an attitude,* નાટકી પેંતરો કરવો. ~ *an average,* સરેરાશ કાઢવી. ~ *a balance,* સરવૈયું કાઢવું. ~ *fear, etc. into,* -માં બીક પેદા કરવી. ~ *off, out,* છેકી નાંખવું. ~ *oil,* ઊંડે ખોદતાં તેલ મળી આવવું; [લા.] ખજાનો હાથ લાગવો. ~ *out,* (અમુક ઠેકાણે પહોંચવા) માટે તરવા માંડવું. ~ *out for* oneself, પોતાની મેળે, બીજાની મદદ ‌વિના, ધંધો શરૂ કરવો – કામધંધો ગોતી કાઢવો. ~ (person) *blind, dumb, etc.,* એકાએક આંધળું, બહેરું, ઇ. કરી નાખવું. ~ *up,* (બૅન્ડ, સંગીત, ઇ.) વગાડવાનું – ગાવાનું – શરૂ કરવું. ~ *up a friendship with,* -ની સાથે મૈત્રી બાંધી દેવી. ના૰ કારીગરોની હડતાળ; સોનું, તેલ, ઇ. ની ખાણની શોધ લાગવી તે; જમીનમાંથી સ્તર ઉપર આવવાની – ઊપસી આવવાની – દિશા. *general* ~, સાર્વત્રિક હડતાળ. *on* ~, હડતાળ પર. **strike-breaker**, ના૰ હડતાળ પર ઊતરેલા કામદારની જગ્યાએ કામ કરનાર. [ઊતરનાર, હડતાળિયો.

strik'er (સ્ટ્રાઇકર), ના૰ હડતાળ પર

strik'ing (સ્ટ્રાઇકિંગ), વિ૰ અસરકારક, ધ્યાન ખેંચે એવું; આશ્ચર્યકારક; સુંદર; અસામાન્ય.

string (સ્ટ્રિંગ), ના૰ દોરી, દોરડી; વાજિંત્રનો તાર, તાંત, ઇ.; હાર, માળા; લાંબી કતાર, હાર; હારનો દોરો; (બ૰ વ૰) દેણગી સાથે જોડેલી – જડેલી – શરતો, ઇ. *first, second,* ~, પહેલો–મુખ્ય, બીજો–વૈકલ્પિક, આધાર. *pull the* ~ *s,* દોરીસંચાર કરવો. *the* ~ *s,* બૅન્ડમાંનાં તંતુવાદ્યો. ઉ૰ક્રિ૰ (ભૂ૰કા૰ strung). દોરામાં પરોવવું – ગૂંથવું; દોરી, તાર, ચડાવવા; જુદી જુદી ઘટનાઓને સુસંબદ્ધ રીતે ગોઠવવી. ~ *up,* ફાંસીએ લટકાવી દેવું. **stringed** (સ્ટ્રિંગ્ડ), વિ૰ (વાદ્ય) તાર – તંતુ – વાળું; (ધનુષ્ય) પણછ ચડાવેલું, ઇ.

strin'gent (સ્ટ્રિંજન્ટ), વિ૰(નિયમ, શરત, ઇ.) ચોક્કસ; બંધનકારક. **strin'gency** (સ્ટ્રિંજન્સિ), ના૰ સખતાઈ, ચોકસાઈ, કરડાપણું; (નાણાંની) તંગી. [મય, રેસાવાળું.

string'y (સ્ટ્રિંગિ), વિ૰ દોરી જેવું; તંતુ-

strip (સ્ટ્રિપ), ઉ૰ક્રિ૰ (કપડાં, છાલ, ઇ. આવરણ) ઉતારવું, ઉતારી કાઢવું; આચ્છાદન, વસ્ત્ર કે માલિકીની વસ્તુઓ લૂંટી લેવી – છીનવી લેવી; કપડાં ઉતારવાં. **strip-tease**, ના૰ રંગમંચ પર સ્ત્રી ધીમે ધીમે પોતાનાં કપડાં ઉતારતી હોય એવો મનોરંજનનો કાર્યક્રમ. સ૰ ક્રિ૰ એવી રીતે કપડાં ઉતારવાં. [ચીંદરડી, કાપલી.

strip, ના૰ લાંબો ને સાંકડો પટો – પટ્ટી;

stripe (સ્ટ્રાઇપ), ના૰ પટો (વિ. ક. કોઈ

સપાટી પર તેનાથી ભિન્ન રંગનો); [લશ્ક.] કોટ, ઇ. પર પદની દ્યોતક પટ્ટી(ઓ); (બહુધા અ૦વ૦માં) ફટકો, ફટકાની સજા. **striped**, વિ૦ પટાવાળું.

strip'ling (સ્ટ્રિપ્લિંગ), ના૦ જેનું શરીર હજી ભરાયું નથી એવો છોકરો, જુવાનિયો.

strive (સ્ટ્રાઇવ), અ૦ ક્રિ૦ (ભૂ૦ કા૦ strove, ભૂ૦ કૃ૦ striven). ખૂબ પ્રયત્ન કરવો, મથવું, માથાકૂટ કરવી; લડવું, ઝઘડવું; ઝઘડો કરવો. ~ *after*, કશાકની પાછળ મંડી પડવું, મેળવવા પ્રયત્ન કરવો.

strode (સ્ટ્રોડ), stride નો ભૂ૦ કા૦.

stroke (સ્ટ્રોક), ના૦ ફટકો, ઝપાટો; (દૈવનો) અનુકૂળ ઝપાટો, સુદૈવયોગ; ઘડિયાળનો ટકોરો; કલમ, પેન્સિલ, ઇ. નો ગોદો – સપાટો; (હલેસાનો) લસરકો; વહાણના પાછલા ભાગ પાસેનો ખલાસી; મગજની નસનું એકદમ ફાટી જવું તે, – તેને પરિણામે થતી બેભાન અવસ્થા. ~ *of luck*, દૈવયોગ. સ૦ ક્રિ૦ હોડીના હાજરીવાળાનું કામ કરવું. [થાબડવું-(તે).

stroke, સ૦ ક્રિ૦ અને ના૦ પંપાળવું –

stroll (સ્ટ્રોલ), અ૦ ક્રિ૦ રસળવું, સહેલ કરવા – ફરવા – જવું, ફરવું. ના૦ રપેટ, સહેલ, ચંક્રમણ. ~*ing players*, એક ઠેકાણેથી બીજે ઠેકાણે ફરતા જનારા નટો–નાટક કરવાવાળાઓ.

strong (સ્ટ્રૉંગ), વિ૦મજબૂત, ન તૂટે – ફૂટે – એવું; દૃઢ; પુષ્ટ, તંદુરસ્ત; બળવાન, સશક્ત, જોરાવર; હૃષ્ટપુષ્ટ; ઉત્સાહી, જોમવાળું; (પીણું, ચા, ઇ.) કડક; [વ્યાક૦ ક્રિયાપદ] વિકારક; સત્તાવાળું, ઘણું કરી શકે એવું. **strong-box**, **strong-room**, ના૦ કીમતી વસ્તુઓ સલામત રાખવા માટે ખાસ મજબૂત બનાવેલી પેટી–તિજોરી–ઓરડી. **strong'hold**, (-હોલ્ડ), ના૦ કિલ્લો, ગઢ; મજબૂત કેન્દ્ર. **strong-minded**, વિ૦ દૃઢનિશ્ચયી, મજબૂત મનવાળું.

strop (સ્ટ્રૉપ), ના૦ અસ્રાને ધાર દેવાની ચામડાની ટપટપી; ગરેડી ટાંગવાનો ચામડાનો ફાંસો. સ૦ ક્રિ૦ ટપટપી પર અસ્રો ઘસવો.

strove (સ્ટ્રોવ), strive નો ભૂ૦ કા૦.

struck (સ્ટ્રક), strike નો ભૂ૦ કા૦ તથા ભૂ૦કૃ૦.~ *all of a heap*, બહુ જ આશ્ચર્યચકિત, દિઙ્મૂઢ.

struc'tural (સ્ટ્રક્ચરલ), વિ૦ મુખ્ય રચના કે બાંધકામનું – સંબંધી; માળખાનું – ને લગતું.

struc'ture (સ્ટ્રક્ચર), ના૦ ઇમારત, મકાન, બાંધકામ; રચના, બનાવટ, ઘાટ; માળખું; ઘડતર અને ચણતર.

strug'gle (સ્ટ્રગલ), અ૦ ક્રિ૦ હાથપગ પછાડવા, તડફડિયાં મારવાં; મુશ્કેલીથી આગળ વધવું – રસ્તો કાઢવો; ખૂબ મહેનત કરવી, ભારે જહેમત ઉઠાવવી; લડત ચલાવવી, ઝઘડવું. ના૦ મુશ્કેલીનો સામનો, જોરદાર પ્રયત્ન; ઝઘડો, લડત, તડફડિયાં. **struggling**, વિ૦ તડફડિયાં મારતું, માથાકૂટ કરતું.

strum (સ્ટ્રમ), ઉ૦ક્રિ૦ અને ના૦ પિયાનો, ઇ.ના તાર છેડવા; રાગ, સૂર, ઇ.ના ઠેકાણા વગર વગાડવું – ગાવું.

strum'pet (સ્ટ્રમ્પિટ), ના૦ વેશ્યા.

strung (સ્ટ્રંગ), stringનો ભૂ૦ કા૦ તથા ભૂ૦ કૃ૦. *highly* ~, ઝટ ઉશ્કેરાય – ચિડાય – એવું. **high-strung**, વિ૦.

strut (સ્ટ્રટ), ના૦ ચોકઠાને મજબૂત બનાવવા માટેનો ત્રાંસો દાંડો-આધાર – ટેકો. સ૦ ક્રિ૦ એવો ટેકો દેવો.

strut, ના૦ આગળ છાતી કાઢીને – દમામભેર – ચાલવું તે, ચાલવામાં ડોળડમાક. ઉ૦ ક્રિ૦ દમામભેર – આગળ છાતી કાઢીને – ચાલવું.

strych'nine (સ્ટ્રિક્નિન, – નીન, – નાઇન), ના૦ ઝેરકચોલું; તેનું સત્ત્વ – ઝેર, જે અલ્પ પ્રમાણમાં દવા તરીકે વપરાય છે.

stub (સ્ટબ), ના૦ ઝાડ કાપી નાખ્યા પછી તેનું બાકી રહેલું થડનું ઠૂંઠું; બીડી કે પેન્સિલનું ઠૂંઠું. સ૦ ક્રિ૦ ઠૂંઠાં ખોદી કાઢવાં; ઉખેડી નાંખવું. ~ one's *toe*, પગે ઠેસ લાગવી. ~ *up*, (મૂળિયું) ઉખાડવું.

stub'ble (સ્ટબલ), ના૦ કાપણી પછી જમીન પર રહેલા અનાજના કરચ – ખૂંપરા – ઠૂંઠાં; ચહેરા પરના ખૂંપરા જેવા વાળ. **stubb'ly** (સ્ટબ્લિ), વિ૦ ટૂંકું અને અક્કડ.

stubb'orn (સ્ટબર્ન), વિ૦ જિદ્દી, હઠીલું; વળે કે માને નહિ એવું; દુર્દાન્ત.

stucc'o (સ્ટકો), ના૦(બ૦વ૦ stuccoes). ચૂનાનો છલ્લો, સાગોળ; સાગોળનો ગિલાવો –

નકશીકામ. સ૦ ક્રિ૦ ગિલાવો કરવો, કેલ દેવો.

stuck (સ્ટક), stick નો ભૂ૦ કા૦ તથા ભૂ૦કૃ૦. *be ~*, મુશ્કેલીમાં પડેલું હોવું. **stuck (-up)**, વિ૦ ચોંટી ગયેલું; મૂંઝવણમાં પડેલું; ફુલાઈ ગયેલું, અભિમાની.

stud (સ્ટડ), ના૦ મોટા માથાવાળો ખીલો અથવા હાથો; બાંયનું કે કૉલરનું બટન–બોરિયું (બે ગાજમાંથી પસાર થનારું). **studded**, વિ૦ ખીલા, ઇ. જડેલું. *~ with gems*, રત્નજડિત.

stud, ના૦ ઘોડા ઉછેરવાની જગ્યા; ઘોડાર, ઉછેરવા કે શરત માટે રાખેલા ઘોડાઘોડીઓ. **stud-book**, ના૦ ઘોડાઓના વંશ–ઓલાદ –ની નોંધની ચોપડી.

stud'ent (સ્ટ્યૂડન્ટ), ના૦ વિદ્યાર્થી, ભણનાર; વિદ્યાવ્યાસંગી – પ્રેમી; પોથીપંડિત, વેદિયો.

stud'io (સ્ટ્યૂડિઓ), ના૦ (બ૦ વ૦ – s). ચિત્રકાર કે શિલ્પીની કામ કરવાની જગ્યા, શિલ્પ – ચિત્ર – શાળા; ચિત્રપટ બનાવવાના કે આકાશવાણીના (રેડિયોના) કાર્યક્રમો થાય છે તે જગ્યા, સ્ટુડિયો.

stud'ious (સ્ટ્યૂડિઅસ), વિ૦ અભ્યાસી, અધ્યયનશીલ; કાળજીવાળું, ફિકરમંદ; વિચારપૂર્વક કરનારું; મહેનતુ, ઉદ્યમી.

stud'y (સ્ટડિ), ના૦ અધ્યયન, અભ્યાસ, વિદ્યાભ્યાસ; કોઈ વિદ્યા કે વિષયનો અભ્યાસ; ચિંતન, મનન; અધ્યયનગૃહ – ખંડ; શીખવા માટે કે પ્રયોગ દાખલ કરેલું ચિત્ર (કામ); અભ્યાસનો વિષય. *make a ~(of)*, વિગતવાર અભ્યાસ કરવો. *in a brown ~*, વિચારમગ્ન, તલ્લીન. ઉ૦ ક્રિ૦ અભ્યાસ – અધ્યયન – કરવું, શીખવું; ચિંતન – મનન – કરવું; ઝીણવટથી જોવું. **stud'ied** (સ્ટડિડ), વિ૦ જાણીબૂજીને – ઇરાદાપૂર્વક – કરેલું.

stuff (સ્ટફ), ના૦ વસ્તુ, દ્રવ્ય; ઊનનું કાપડ; સટરપટર – હલકી જાતનો – માલ કે વસ્તુ; (લેખ કે ભાષણ અંગે) નકામો બકવાટ, અર્થહીન વસ્તુ. *~ and nonsense!*, સાવ વાહિયાત વાત! અશક્ય! ઉ૦ ક્રિ૦ દાબીને – ઠાંસીને – ખીચોખીચ – ભરવું; બંધ કરી – પૂરી – દેવું; અકરાંતિયાની જેમ ખાવું; ખૂબ ખવડાવવું; પક્ષીને રાંધતા પહેલાં તેમાં મસાલો, ઇ. ભરવો. **stuff'ing** (સ્ટફિંગ), ના૦ માંહે ભરવું તે; માંહે ભરવાની વસ્તુ, પૂરણ, ભરણ, મસાલો, ઇ. **stuff'y** (સ્ટફિ), વિ૦ પૂરતી તાજી હવાઉજાસ વિનાનું, બફારાવાળું, ઉકળાટવાળું; અસંતુષ્ટ, નારાજ, ક્રુદ્ધ.

stul'tify (સ્ટલ્ટિફાઇ), સ૦ ક્રિ૦ બેવકૂફ જણાય તેમ કરવું, બેવકૂફ બનાવવું; –નું પરિણામ ધોઈ નાખવું, નકામું બનાવવું.

stumble (સ્ટમ્બલ), ઉ૦ ક્રિ૦ ગોથું ખાવું, ઠોકર ખાવી, લથડવું; લથડિયાં ખાતાં ચાલવું; ભૂલ ખાવી, ચૂકવું; કશાક વિષે ખચકાવું (*~ at*). *~ on, upon*, અકસ્માત્–અણધાર્યું – મળવું. **stumbling-block**, ના૦ અડચણ, વિઘ્ન, પથરો.

stump (સ્ટમ્પ), ના૦ કાપ્યા પછી ઝાડનું રહેલું થડ – ઠૂંઠું; કશાકનો બાકી રહેલો ભાગ – ઠૂંઠું; [ક્રિકેટમાં] ઊભા દાંડિયામાંથી એક; લાકડાનો (બનાવટી) પગ. ઉ૦ ક્રિ૦ લાકડાની ઘોડી પર ચાલતા હોઈએ તેમ ધબ ધબ ચાલવું; [ક્રિકેટ] દાંડિયા ગુલ કરવા; (પ્રશ્ન) ખૂબ મુશ્કેલ હોવું, મૂંઝવવું; *~ about*, ભારે પગે – અક્કડપણે – ચાલવું. *~ speaker*, ઝાડના થડને ટેકે ઊભા રહીને (રાજકીય) ભાષણ કરનાર, ખુલ્લામાં ભાષણ કરનાર. *~ up*, જરૂરી–માગેલા – પૈસા આપવા. *completely ~ed*, દિઙ્મૂઢ બનેલું, શું કહેવું કે કરવું તે સૂઝે નહિ એવું બનેલું. **stum'py** (સ્ટમ્પિ), વિ૦ ઠીંગણું અને જાડું.

stun (સ્ટન), સ૦ ક્રિ૦ ફટકો મારીને બેભાન બનાવવું; બહેરું કરી નાખવું; ચકિત – છક – કરવું. **stunning**, વિ૦ ચકિત – બેભાન – કરે એવું; સુંદર, દેખાવડું.

stung (સ્ટંગ), sting ના ભૂ૦ કા૦ તથા ભૂ૦ કૃ૦.

stunt (સ્ટન્ટ), સ૦ ક્રિ૦ વિકાસ અટકાવવો, મોટું ન થવા દેવું, ગંઠાઈ – ઠીંગરાઈ – જાય તેમ કરવું. **stunted**, વિ૦ અતિ નાના કદનું, પૂર્ણ વિકાસ ન પામેલું, ઠીંગરાઈ ગયેલું.

stunt, ના૦ તુક્કો, જાહેરાતબાજી; પોતાની હોશિયારી બતાવવા માટે કરેલું વિલક્ષણ કૃત્ય.

stup'efy (સ્ટ્યૂપિફાઇ), સ૦ ક્રિ૦ બધિર – બૂઠું – જડ – મતિમંદ – બનાવવું, મતિ કુંઠિત

કરવી. **stupefac'tion** (-ફૅક્શન), ના૦ જડપણું, બાવરાપણું; બેહોશી.

stupen'dous (સ્ટયુપે'ન્ડસ), વિ૦ આશ્ચર્યચકિત કરનારું, અજબ; અતિ મોટું, પ્રચંડ, અડાબીડ.

stup'id (સ્ટયૂપિડ), વિ૦ જડ, મંદબુદ્ધિ, મૂર્ખ; મૂર્ખાઈભરેલું. **stupid'ity** (સ્ટયુપિડિટિ), ના૦ જડતા, મૂર્ખામી, બેવકૂફી.

stup'or (સ્ટયૂપર), ના૦ બેભાન અવસ્થા, બેશુદ્ધિ, ઘેન, ગ્લાનિ; વ્યામોહ; વિસ્મય, પરમાશ્ચર્ય. [નીરોગી, ખડતલ.

sturd'y (સ્ટર્ડિ), વિ૦ મજબૂત બાંધાનું;

stur'geon (સ્ટર્જન), ના૦ એક જાતની મોટી ખાદ્ય માછલી.

stutt'er (સ્ટટર), ઉ૦ ક્રિ૦ તોતડાવું, -ની જીભ અચકાવી, તોતડું બોલવું. ના૦ તોતડાપણું.

sty (સ્ટાઇ), ના૦ ડુક્કર પૂરવાનો વાડો, ડુક્કરખાનું; ગંદી જગ્યા.

sty, stye (સ્ટાઇ), ના૦ (આંખની) આંજણી.

style (સ્ટાઇલ), ના૦ મીણ ચોપડેલી તકતી પર લખવાની અણિયાળી લેખિની - લેખણ, કલમ; (લખવાની, બોલવાની કે કરવાની) પદ્ધતિ, શૈલી; કોઈ કાળ કે યુગની કલાની શલી; ખિતાબ, પદવી; ફૅશન, ચાલ; બનાવટ; ઊંચા કે સંસ્કારી વર્ગની સૂચક રહેણી - રીતભાત. સ૦ક્રિ૦ -ને નામ આપવું, અમુક તરીકે વર્ણવવું. **styl'ish** (સ્ટાઇલિશ), વિ૦ ફૅશનેબલ, (કપડાં, ઇ.) નવી ઢબનું, છટાદાર. **stylist**, ના૦ વિશિષ્ટ શૈલીવાળો લેખક, ઇ. **stylis'tic**, વિ૦ શૈલીનું-સંબંધી. **stylize**, સ૦ક્રિ૦ રૂઢ સંકેતાનુસાર (કલાકૃતિ) તૈયાર કરવી. [ભાગ, કમલકેસર, કમલનાળ.

style, ના૦ [વન૦] સ્રીકેસરનો ડીંટા તરફનો

styl'ograph(સ્ટાઇલગ્રાફ,-લો-), [વાત.માં] **styl'o**(સ્ટાઇલો), ના૦ શાહી ભરવાની કલમ, ફાઉન્ટન પેન.

stym'ie (સ્ટાઇમિ), ના૦ [ગૉલ્ફમાં] જ્યારે રમનારનો દડો ગબી ને હરીફના દડા વચ્ચે હોય એવી સ્થિતિ. સ૦ ક્રિ૦ હરીફના દડા અને ગબી વચ્ચે પોતાનો દડો મૂકવો.

styp'tic (સ્ટિપ્ટિક), વિ૦ અને ના૦ લોહી વહેતું બંધ કરનાર (દવા).

sua'sion (સ્વેઝન), ના૦ બીજાનું મન વાળવું - મનાવવું - સમજાવવું-તે; સમજાવટ.

suave (સ્વેવ), વિ૦ (વ્યક્તિ) સૌમ્ય, વિનયશીલ; મધુર, મીઠું, શામક; (રુચિ, સ્વાદ), મોળું, કડવું કે તીખું નહિ એવું.

sub'altern (સબલ્ટર્ન), ના૦ કપ્તાનની નીચેની પદવીવાળો સનદી લશ્કરી અમલદાર.

sub'-commi'ssioner, ના૦. કમિશનરથી ઊતરતા દરજ્જાનો, તેનો સહાયક, અધિકારી.

subcommitt'ee ના૦ પેટાસમિતિ, ઉપસમિતિ.

subcon'scious -કૉન્શસ), વિ૦ અર્ધજાગ્રત - પ્રબુદ્ધ; (મન) અવ્યક્ત. ના૦ જેના વ્યાપારનું બુદ્ધિપૂર્વક અવલોકન થતું નથી તે મનનો ભાગ.

subcutan'eous (-કયુટેનિઅસ), વિ૦ ચામડી નીચેનું; (ઇન્જેક્ષન) ચામડી નીચે આપવાનું.

subdivide' (-ડિવાઇડ), ઉ૦ ક્રિ૦ ભાગના ભાગ - પેટાભાગ - પાડવા - પડવા, વિભાગ કરવા - થવા. **subdivi'sion** (-ડિવિઝન), ના૦ ભાગનો ભાગ, પેટા વિભાગ; પ્રાન્ત.

subdue' (સબ્ડ્યૂ), સ૦ ક્રિ૦ તાબે-વશ - કરવું, જીતવું, હરાવવું; પળોટવું, કેળવવું, તાબે રહેતાં શીખવવું. **subdued'**, વિ૦ (અવાજ) સૌમ્ય, શાંત; (રંગ) ભડક નહિ એવું. **subdu'al** (-ડયૂઅલ), ના૦ વશ - તાબે - કરવું તે; હાર.

subed'it (સબૅડિટ), સ૦ક્રિ૦ ઉપસંપાદકનું કામ કરવું; સંપાદક માટે તૈયાર કરવું. **subed'itor**, ના૦ ઉપસંપાદક.

subhead'ing (-હે'ડિંગ), ના૦ પેટા મથાળું, અમુક અંશનું મથાળું. [ઊતરતી કોટિનું.

subhum'an (-હ્યૂમન), વિ૦ માનવથી

sub'ject (સબ્જિક્ટ), વિ૦ હકૂમત હેઠળનું, તાબેનું; રાજકીય દૃષ્ટિથી પરાધીન, પરતંત્ર; -નું આજ્ઞાંકિત, -ના હુકમને વશ; -ના શીલ-વૃત્તિ-વાળું, -ને પાત્ર-યોગ્ય. ~ *to*, -ને વશ-પાત્ર-રહીને, -ની શરતે. ના૦ રાજ્યનો-રાજાનો -પ્રજાજન, રૈયત; રાજ્યનો માણસ-નાગરિક; વિષય, બાબત; [વ્યાક.] ઉદ્દેશ્ય, કર્તા. **sub'ject-matter**, ના૦ પુસ્તક, ઇ.નો -માં

ચર્ચેલો – વિષય.

subject', સ૰ક્રિ૰ તાબે – વશ – કરવું, જીતવું. ~ *to*, -ને વશ–પાત્ર – કરવું. **subjec'tion** (–જે'ક્શન), ના૰ તાબે – અધીન – કરવું – થવું – તે; પરવશતા, તાબેદારી.

subjec'tive (–જે'ક્ટિવ), વિ૰ [તત્ત્વ.] વિષયીને લગતું, આત્મલક્ષી; કેવળ પોતાની જ લાગણીઓ ને વિચારોને ધ્યાનમાં લેનારું, વ્યક્તિગત; [વ્યાક૰] કર્તાનું, ઉદ્દેશ્યનું. **subjectiv'ity** (–જે'ક્ટિવિટિ), ના૰ આત્મલક્ષિતા.

subjectivism (–જે'ક્ટિવિઝ્મ), ના૰ બધું જ્ઞાન વિષયીને – તેના મનને – અધીન છે અને સત્યની કોઈ સ્વતંત્ર કસોટી નથી એવો સિદ્ધાન્ત, વિષયીવિજ્ઞાનવાદ.

subjoin (–જૉઇન), સ૰ક્રિ૰ સાંધવું, સાંધણ [તરીકે જોડવું.

sub'jugate (–જુગેટ,), સ૰ક્રિ૰ જીતવું, તાબામાં આણવું. **subjuga'tion** (–જુગેશન), ના૰ જીતવું તે, તાબે – વશ – કરવું–તે.

subjunc'tive (–જંક્ટિવ), વિ૰ [વ્યાક.] છેવટે ઉમેરેલું – જોડેલું; સંભાવ્યતા, સંશય, ઇ.નું સૂચક. ના૰ (~ *mood*) સંકેતાર્થ, સંશયાર્થ.

sublet' (–લે'ટ), સ૰ક્રિ૰ આડ – પેટા – ભાડે [આપવું.

sub-lieuten'ant(–લે'ફ્ટે'નન્ટ),ના૰નૌકાસૈન્યમાં સનદી અમલદાર (નીચેથી બીજો).

sub'limate (સબ્લિમેટ), સ૰ક્રિ૰ શુદ્ધ કરવું, ઊંચી પદવીને – ભાવને – પહોંચાડવું. ના૰ (–મિટ), શુદ્ધ કરેલી વસ્તુ, ઊર્ધ્વપાતિત વસ્તુ. **sublima'tion** (–મેશન), ના૰ કોઈ દ્રવ્યને ગરમી આપીને તેની વરાળ બનાવી તેને ઠરવા દેવાની ક્રિયા, ઊર્ધ્વપાતન; ઊર્ધ્વીકરણ, ઉન્નયન, શુદ્ધીકરણ.

sublime' (સબ્લાઇમ), વિ૰ ઊંચું, ઉન્નત, ઉદાત્ત; શ્રેષ્ઠ, ચડિયાતું; ભવ્ય, આશ્ચર્યકારક. **sublim'ity** (સબ્લિમિટિ), ના૰ ઊંચાપણું, ઉદાત્તતા.

sublim'inal (સબ્લિમિનલ), વિ૰ જાગ્રત મનની કક્ષાની બહારનું, અર્ધજાગ્રત. [ઐહિક.

sublun'ary (–લૂનરિ), વિ૰ આ દુનિયાનું,

sub'marine (–મરીન), વિ૰ દરિયાની સપાટીથી નીચેનું, પાણીની અંદરનું. ના૰ દરિયાની સપાટી પરથી અથવા તેની નીચેથી પસાર થનારી આગબોટ (વિ. ક. ટૉર્પેડો મારવાના કામમાં આવતી), પાણડૂબી બોટ.

submerge' (–મર્જ), ઉ૰ક્રિ૰ પાણીમાં બોળવું – ડુબાડવું; જળબંબોળ કરવું; (સબમરીન) પાણીની સપાટી નીચે જવું. **submer'gence** (સબ્મર્જન્સ); **submer'sion** (–મર્શન), ના૰ ડૂબવું તે, નિમજ્જન.

submersed (–મર્સ્ટ), વિ૰ પાણીની નીચે રહેલું, જલમગ્ન; [વનસ્પ.] પાણીમાં ઊગતું – થતું.

submi'ssion (–મિશન), ના૰ તાબે થવું – શરણે જવું – તે; અધીનતા; નમ્રતા; રજૂઆત, નિવેદન. **submiss'ive** (–મિસિવ), વિ૰ નમ્ર ને આજ્ઞાંકિત, નમી પડે – વશ રહે – એવું.

submit' (–મિટ), ઉ૰ક્રિ૰ શરણે જવું, તાબે થવું; નમતું આપવું, બીજાનું કહ્યું માથે ચડાવવું; (વિચાર કરવા માટે કે નિર્ણય માટે) રજૂ કરવું; (પોતાના મત તરીકે) કહેવું.

subnorm'al (–નૉર્મલ), વિ૰ સામાન્ય – સાધારણ–કોટિથી નીચું–ઊતરતું; મંદ બુદ્ધિવાળું.

subord'inate (સબૉર્ડિનટ, –નિટ), વિ૰ ઊતરતા – નીચા – હોદ્દાનું, ઊતરતું; ગૌણ; તાબાનું, હાથ નીચેનું. ~ *clause*, વાક્યની અન્તર્ગત કે અંગભૂત શબ્દસમૂહ. ના૰ ઊતરતા દરજ્જાનો – હાથ નીચેનો – માણસ. **subordinate** (–નેટ), સ૰ક્રિ૰ ઊતરતા દરજ્જાનું ગણવું, ઊતરતા દરજ્જાનો હોય તેમ (કોઈની સાથે) વર્તન કરવું; તાબામાં લાવવું – રાખવું. **subordina'tion**, ના૰ તાબામાં લાવવું તે; તાબેદારી.

suborn' (સબૉર્ન), સ૰ક્રિ૰ લાંચ આપીને ખોટું કામ – ગુનો – કરવા પ્રેરવું, વિ. ક. સોગન ઉપર ખોટી સાક્ષી અપાવવી.

subpoe'na (સબ્પીના), ના૰ અને સ૰ક્રિ૰ અદાલતમાં હાજર રહેવાનો હુકમ, સમન્સ, (આપવો).

subroga'tion (સબ્રગેશન), ના૰ [કા.] લેણદાર તરીકે એક પક્ષકારને બદલે બીજાનું નામ દાખલ કરવું તે. [ખાનગી રીતે.

sub rosa (સબ્ રોઝ઼ા), ક્રિ૰વિ૰ ગુપ્તપણે,

subscribe' (સબ્સ્ક્રાઇબ), ઉ૰ક્રિ૰ સહી કરવી, મતું કરવું; (*to* સાથે) માન્યતા દર્શા-

વવી, અમુક મત માન્ય રાખવો – ધરાવવો; ફાળામાં રકમ નોંધાવવી – ભરવી; (સામયિક, ઇ.નું)લવાજમ ભરવું. **subscri'ber**(–બર), ના૦ ફાળામાં પૈસા આપનાર; માસિક, ઇ.નું લવાજમ ભરનાર – ગ્રાહક. **subscrip'tion** (–સ્ક્રિપ્શન), ના૦ સહી કરવી તે, ઇ.; સહી, મતું; કબૂલાત, મંજૂરી; ફાળો, ઇ.માં ભરેલી રકમ; (છાપા, ઇ.નું) લવાજમ. [અનુગમન.

sub'sequence, ના૦ પાછળથી આવવું, **sub'sequent** (–સિક્વન્ટ), વિ૦ પાછળથી આવતું, પાછળનું; પછીનું, અનુગામી. **subsequently**, ક્રિ૦વિ૦ પાછળથી, ત્યાર પછી.

subserve' (–સર્વ), સ૦ક્રિ૦ મદદ કરવી, સહાયભૂત થવું; આગળ વધારવું. **subserv'ience** (–સર્વિઅન્સ), ના૦ સાધનભૂતતા; ગુલામી, તાબેદારી. **subserv'ient**(–સર્વિઅન્ટ), વિ૦ સાધન તરીકે ઉપયોગી, સહાયભૂત; ખુશામતિયું, હા જી હા કરનારું.

subside' (–સાઇડ), અ૦ક્રિ૦ તળિયે–નીચે–બેસવું; ઓસરી જવું, ઊતરી જવું; નીચે બેસી જવું; ઓછું થવું, શાંત પડવું; થાકીને નીચે (બેઠક પર) બેસી જવું – ઢળી પડવું. **sub'sidence** (–સિડન્સ), ના૦ બેસી જવું, શાંત પડવું, તે, ઇ.

subsid'iary (–સિડિઅરિ), વિ૦ સહાયભૂત, ઉપકારક; વધારાનું, પૂરક; ગૌણ, પ્રાથમિક મહત્ત્વનું નહિ એવું; (લશ્કર) બીજા દેશે ભાડે રાખેલું.

sub'sidize (–ડાઇઝ઼), સ૦ ક્રિ૦ પૈસાની મદદ કરવી. **sub'sidy** (–ડિ), ના૦ સાર્વજનિક ઉપયોગ કે તાકીદની જરૂરિયાત જોઈને ખાનગી પેઢીઓ કે કારખાનાંને સરકાર તરફથી અપાતી પૈસાની મદદ, સરકારી મદદ; પૈસાની મદદ; લશ્કરી સહાય માટે એક રાજ્ય બીજાને પૈસા આપે તે.

subsist' (–સિસ્ટ), અ૦ ક્રિ૦ અસ્તિત્વ ધરાવવું, હોવું, જીવવું. **subsist'ence**, ના૦ અસ્તિત્વ; ગુજારો, ગુજરાન; ભરણપોષણ. ~ *allowance*, જીવનનિર્વાહ માટે અપાતી રકમ, જિવાઈ.

sub'soil (–સૉઇલ), ના૦ ખેડાતી જમીન નીચેની જમીન. વિ૦ જમીન નીચેનું.

sub'stance (–સ્ટન્સ), ના૦ જડ દ્રવ્ય, પદાર્થ; કશાકનો પણ સૌથી મહત્ત્વનો ભાગ, તત્ત્વ, સત્ત્વ; સાર, તાત્પર્ય; સત્ય વસ્તુ, સત્તત્ત્વ; મિલકત, મતા, પૂંજી; દૃઢતા, ઘનતા. *sum and* ~, સાર, નિચોડ.

substan'tial (–સ્ટૅન્શલ), વિ૦ અસ્તિત્વ ધરાવનારું, ખરેખરું, વાસ્તવિક; સારા જથાનું, સારી સંખ્યાવાળું; સારી પેઠે મહત્ત્વનું, કીમતી; ઘન, નક્કર; પૈસાદાર, સંપન્ન, સધ્ધર.

substan'tiate(–સ્ટૅન્શિએટ), સ૦ક્રિ૦ -ની સત્યતા પુરવાર કરવી, પુરાવાથી સિદ્ધ કરવું; યોગ્ય પ્રમાણો – કારણો – આપવાં. **substantia'tion**, ના૦ પુરાવો આપી સિદ્ધ કરવું તે, સાબિતી.

sub'stantive (–સ્ટન્ટિવ), વિ૦ અસ્તિત્વવાચક, સાચું; સ્વતંત્ર (હસ્તી વાળું); મૂળ; મુખ્ય, પ્રધાન. ના૦ સંજ્ઞા, નામ, વિશેષ્ય. **substantiv'al**(–સ્ટન્ટાઇવલ), વિ૦ સંજ્ઞાત્મક

sub'stitute (સબ્સ્ટિટ્યૂટ), ના૦ બીજાને બદલે કામ કરનાર – આપનાર – માણસ કે વસ્તુ, બદલી, અવેજી. સ૦ ક્રિ૦ બીજાને ઠેકાણે – બદલે – મૂકવું (*for* સાથે). **substitu'tion** (–સ્ટિટ્યૂશન), ના૦ બદલે મૂકવું તે, બદલી.

substrat'um (–સ્ટ્રેટમ), ના૦ (બ૦ વ૦ –strata). નીચેનો થર – પડ; આધાર, પાયો.

subsume' (–સ્યૂમ), સ૦ ક્રિ૦ અમુક વર્ગ કે કોટિમાં મૂકવું, અમુક નિયમને અધીન ગણવું.

subten'ant (–ટૅનન્ટ), ના૦ પેટા – આડ – ભાડૂત કે ગણોતિયો.

subtend' (–ટૅન્ડ), સ૦ક્રિ૦ (લીટી, ઇ. અંગે) ખૂણા કે ચાપની સામે હોવું, ખૂણાની બાજુઓને કે ચાપના છેડાઓને જોડતું હોવું.

sub'terfuge(–ટર્ફ્યૂજ), ના૦ બચી જવાની હિકમત–ચાલાકી–ઓઠું, છટકબારી, બહાનું.

subterran'ean (–ટરેન્યન), વિ૦ પૃથ્વીની અંદરનું, ભૂમિ – જમીન – નીચેનું, ભૂમિગત.

sub'title (– ટાઇટલ), ના૦ (ચોપડી, ઇ. નું) પેટામથાળું; ચિત્રપટનું નામ.

subtle (સટલ), વિ૦ છટકી જનારું, પકડવું મુશ્કેલ; બારીક, સૂક્ષ્મ; ગૂઢ, સમજવું મુશ્કેલ; સૂક્ષ્મ ભેદ કરનારું, અતિ ઝીણું; ચાલાક,

ધૂર્ત. **subt'lety** (સટલ્ટિ), ના૦ સૂક્ષ્મતા, ગૂઢતા; સૂક્ષ્મ ભેદ, ઝીણવટ.

subtract' (સબ્ટ્રૅક્ટ), સ૦ ક્રિ૦ [ગ.] બાદ કરવું; બાદબાકી કરવી. **subtrac'tion** (–ટ્રૅકશન), ના૦ બાદ કરવું તે, બાદબાકી.

sub'urb (સબર્બ), ના૦ શહેરનું પરું, ઉપનગર, સીમ પરનો ભાગ – વસ્તી. **suburb'an** (સબર્બન), વિ૦ ઉપનગરનું – ને લગતું; મર્યાદિત – ટૂંકી – દૃષ્ટિવાળું; સંકીર્ણ રુચિવાળું.

subven'tion (–વે'ન્શન), ના૦ સંસ્થા, ઇ.ને સરકાર તરફથી મળતી આર્થિક મદદ – ગ્રાન્ટ.

subver'sion (–વર્શન), ના૦ ઊંધું વાળવું તે; વિધ્વંસ, નાશ. **subvers'ive**, વિ૦ ઉથલાવી દેનારું, વિધ્વંસક. **subvert'** (–વર્ટ), સ૦ ક્રિ૦ ઊંધું વાળવું; (ધાર્મિક કે રાજ્યસત્તાને) ઉથલાવી દેવું, નાશ કરવો.

sub'way (–વે), ના૦ જમીન તળેથી જવાનો રસ્તો; [અમે.] ભૂગર્ભ રેલવે.

succeed' (સકસીડ), ઉ૦ક્રિ૦ -ની પછી– ને ઠેકાણે – આવવું; -ના વારસ થવું; સફળ– વિજયી – ફતેહમંદ – થવું. ~ *to*, વારસામાં મળવું (મિલકત કે હોદ્દો).

success' (–સે'સ), ના૦ સફળતા, યશ, જય, ફતેહ; સમૃદ્ધિદાયક પરિણામ; યશસ્વી માણસ, સફળ કાર્ય. **success'ful**, વિ૦ યશસ્વી, સફળ.

succe'ssion (–સે'શન), ના૦ એક પછી એક ક્રમશઃ આવવું તે; એવી રીતે આવતી વસ્તુઓ કે માણસો, અનુક્રમ, પરંપરા; ગાદી પર આવવાનો હક, વારસાનો હક. **success'ive**, વિ૦ એક પછી એક આવતું-બનતું, ક્રમાનુસાર. **success'or**, ના૦ વારસ, ઉત્તરાધિકારી (~ *in title*).

succinct' (–સિંક્ટ), વિ૦ ટૂંકાણમાં કહેલું, સંક્ષિપ્ત, મુદ્દાસરનું.

succ'our (સકર), સ૦ ક્રિ૦ (મુશ્કેલીમાં) મદદ કરવી, વહારે ધાવું. ના૦ અણીને વખતે કરેલી મદદ, કુમક.

succ'ulent (સક્યુલન્ટ), વિ૦ રસવાળું, રસદાર; સ્વાદિષ્ટ; [વનસ્પ.] (પાંદડાં, ઇ.) જાડું અને માવાવાળું. **succ'ulence**, ના૦ રસદારપણું.

succumb' (સકમ), અ૦ક્રિ૦ જિતાઈ–હારી – જવું; વશ – તાબે – થવું, શરણ થવું; મરી જવું.

such (સચ), વિ૦ આવું, આવી જાતનું, આના જેવું – સરખું. સર્વ૦ તે, તેવો; તેવી બીજી વસ્તુઓ. *~-and-~* (*a*), અમુક અમુક, ફલાણું. **such-like**, વિ૦ અને સર્વના૦ [ગ્રામ્ય] (વસ્તુઓ અંગે) એવી જાતનું.

suck (સક), ઉ૦ ક્રિ૦ ચૂસવું, ચૂસી લેવું; ધાવવું; ચાટવું; મોઢામાં આંગળી ઘાલવી; -માંથી નફો કાઢવો. ના૦ ચૂસવું – ચાટવું – તે, ધાવવું, ઇ., સ્તનપાન; *give* ~, ધવડાવવું. **sucking**, વિ૦ ધાવણું, નાનું.

suck'er (સકર), ના૦ [વનસ્પ.] ઝાડના મૂળની બાજુમાંથી, નહિ કે થડમાંથી, ફૂટતો ફણગો, રોપો, પીલો; [અમે.] ભોળિયો.

suck'le (સકલ), સ૦ ક્રિ૦ ધવડાવવું, સ્તનપાન કરાવવું. **suck'ling** (સક્લિંગ), ના૦ ધાવણું બાળક – બચ્ચું.

suc'tion (સક્શન), ના૦ ચૂસી – ખેંચી – લેવું–ધાવવું–તે; હવા કાઢી લેવી તે; નળીમાંથી હવા કાઢીને રિક્તાવકાશ કરવો તે. **suc'tion-pump**, ના૦ પાણી ખેંચવાનો પંપ.

sudd'en (સડન), વિ૦ અણચિંત્યું, ઓચિંતું, એકાએક થયેલું; ઉતાવળું, ઉતાવળથી કરેલું; (*all*) *of a* ~, એકદમ, એકાએક. **suddenly**, ક્રિ૦ વિ૦ એકદમ, અચાનક.

sudorif'ic (સ્યુડરિફિક), વિ૦ પરસેવો લાવે એવું, સ્વેદજનક; જેમાંથી પરસેવો ઝરે છે એવું. ના૦ સ્વેદજનક દવા. [(વાળું પાણી).

suds (સડ્ઝ઼), ના૦ બ૦ વ૦ સાબુનું ફીણ

sue (સ્યૂ), ઉ૦ક્રિ૦(અદાલતમાં) દાવો માંડવો, ફરિયાદ કરવી; આજીજી – અનુનય – કરવો.

suede (સ્વેડ), ના૦ લવારાનું સુંવાળું ચામડું.

su'et (સ્યૂઇટ), ના૦ બળદ, ઘેટું, ઇ. ની ગુરદાની આસપાસની ચરબી (જે રાંધવામાં વપરાય છે).

suff'er (સફર), ઉ૦ ક્રિ૦ દુઃખ, નુકસાન કે સજા ભોગવવી – સહન કરવી; સહન કરવું, વેઠવું; થવા – ચાલવા – કરવા – દેવું. **suf'f'erance** (સફરન્સ), ના૦ મૂક સંમતિ, અવિરોધ, વાંધો ન ઉઠાવવો – સહન કરવું – તે. *on* ~, ચલાવી લે છે – ચાલવા દે છે –

એટલા માટે (નહિ કે ઊલટથી કે હકને લીધે); સ્પષ્ટ વાંધો નથી તેથી. **suff'ering**, ના૦ દુઃખ, પીડા; સંકટ,આપત્તિ.

suffice' (સફાઇસ), ઉ૦ક્રિ૦ બસ – પૂરતું – હોવું – થવું. ~ *it to say*, હું એટલું જ કહીશ કે. **suffi'ciency** (સફિશન્સિ), ના૦ પર્યાપ્તતા, પૂરતાપણું; પૂરતો જથ્થો; આજીવિકાનું પૂરતું સાધન. **suffi'cient** (સફિશન્ટ), પૂરતું, ખપ જેટલું, જોઈએ તેટલું.

suff'ix (સફિક્સ), ના૦ શબ્દને છેડે લગાડાતો પ્રત્યય. સ૦ ક્રિ૦ -ને પ્રત્યય લગાડવો.

suff'ocate (સફકેટ), ઉ૦ક્રિ૦ શ્વાસ રૂંધવો, ગૂંગળાવીને મારી નાંખવું; શ્વાસ લેવા મથવું, -નો શ્વાસ રૂંધાવો. **suffoca'tion**, ના૦ ગૂંગળાવવું – ગૂંગળાવું – તે, શ્વાસાવરોધ.

suff'ragan (સફ્રગન), ના૦ (~ *bishop* પણ) બિશપના હાથ નીચે તેનું કામ કરનાર બિશપ.

suff'rage (સફ્રિજ), ના૦ મતાધિકાર; કશાકની તરફેણમાં વ્યક્ત થયેલો મત. **suffragette'** (સફ્રજે'ટ), ના૦ સ્ત્રીમતાધિકારની હિમાયતી, તે માટે લડનારી સ્ત્રી.

suffuse' (સફ્યૂઝ઼), સ૦ ક્રિ૦ (પાણી, આંસુ, રંગ, ઇ. એ) ઊભરાઈને પલાળી નાંખવું, ભરી દેવું, ફેલાવું. **suffu'sion** (સફ્યૂઝ઼ન), ના૦ ભરી નાંખવું – વ્યાપવું – તે; ફેલાવો.

su'gar (શુગર), ના૦ ખાંડ, સાકર, શર્કરા; [રસા.] અમુક જાતનો ગળપણવાળો મિશ્ર પદાર્થ. સ૦ક્રિ૦ ખાંડ નાખીને ગળ્યું કરવું, ઉપર ખાંડનું પડ કરવું. **sugar-beet**, ના૦ જેમાંથી ખાંડ બને છે તે બીટનો કાંદો. **sugar-cane**, ના૦ શેરડી. **sugar-loaf**, ના૦ ખાંડની ચાસણીનો શંકુ. **sugarplum**, ના૦ એક મીઠાઈ. **su'gary**, વિ૦ ખાંડવાળું–જેવું, [સ.] મધુર.

suggest' (સજે'સ્ટ), સ૦ક્રિ૦ સુઝાડવું, સૂચવવું; સૂચના આપવી, ઇશારો કરવો; -નું સૂચક હોવું; સ્વીકાર માટે રજૂ કરવું (યોજના, સિદ્ધાન્ત, ઇ.). **sugges'tible** (-સ્ટિબલ), વિ૦ સૂચના કરી શકાય એવું; વશીકરણને પાત્ર. **sugges'tion** (-શન,-સ્ચન), ના૦ સૂચના, ઇશારો; સૂચવેલી યોજના કે કલ્પના; વશીકરણથી વિચાર સૂચવવો તે – સૂચવેલો વિચાર. **sugges'tive** (-સ્ટિવ), વિ૦ સૂચવનારું. સૂચક; સૂચનાત્મક; ગંદા વિચાર પ્રેરનારું.

sui'cide (સ્યુઇસાઇડ, સ્યુ–), ના૦ આપઘાત, આત્મહત્યા, (-નો ગુનો); આત્મહત્યા કરનાર. **suicid'al**, વિ૦ આત્મઘાતી –ઘાતક; પોતાના જ પગમાં કુહાડો મારનારું – મારવા જેવું.

suit (સ્યૂટ), ના૦ અરજ, વિનંતી; (સ્ત્રીની જોડે) પરણવાની માગણી (કરવી તે); (અદાલતમાં) દાવો, ફરિયાદ; એકી વખતે પહેરવાનાં કપડાં; પત્તાંની જોડના એક રંગનાં બધાં પાનાં. *follow* ~, અનુસરવું, -ના પ્રમાણે કરવું. *press* one's ~, લગ્ન માટે સ્ત્રીને આગ્રહપૂર્વક કહેવું. ઉ૦ક્રિ૦ બંધબેસતું – લાયક – કરવું – આવવું; આવશ્યકતા કે જરૂરિયાત સંતોષવી – પૂરી પાડવી; -ની સાથે મેળ ખાવો, અનુરૂપ હોવું, શોભવું: સગવડભર્યું હોવું. **suit'ing**, ના૦ પુરુષના પોશાકનું કાપડ.

suit'able (સ્યૂટબલ), વિ૦ બંધબેસતું, માફક, અનુકૂળ, યોગ્ય. **suitabil'ity**, ના૦ માફક–લાયક–હોવું તે; અનુકૂળતા. [પેટી–બૅગ.

suit'case (સ્યૂટકેસ), ના૦ પ્રવાસની

suite' (સ્વીટ), ના૦ નોકરચાકર, ઇ. સાથેનાં માણસો, પરિવાર; એક સાથે રહેતી વસ્તુઓનો સટ; સાથે વાપરવાના – એક એકમના અંગભૂત– ઓરડાની હાર.

suit'or (સ્યૂટર, સૂ–), ના૦ અરજદાર; પરણવા માટે સ્ત્રીની માગણી કરનાર, અનુનય કરનાર; કોર્ટમાં દાવો કરનાર, ફરિયાદી.

sulk (સલ્ક), અ૦ક્રિ૦ ગુસ્સે થવું, ચિડાવું, રિસાવું. **sulks** (સલ્ક્સ), ના૦બ૦વ૦ રીસ, ચીડ, મિજાજ. **sul'ky** (સલ્કિ), વિ૦ રિસાયેલું, ચિડાયેલું, ચડેલા મોંવાળું.

sull'en (સલન), વિ૦ ઉદાસ, ખિન્ન, અતડું; રીસવાળું, ચિડાયેલું; અંટસ – દ્વેષ – રાખનારું; (આકાશ) વાદળાંથી ઘેરાયેલું, ભયાનક દેખાતું.

sull'y (સલિ), સ૦ક્રિ૦ મલિન કરવું, બગાડવું; લાંછન – દૂષણ – લગાડવું; ચારિત્ર્ય ભ્રષ્ટ કરવું, પાવિત્ર્ય નષ્ટ કરવું.

sul'phate (સલ્ફેટ), ના૦ ગંધકામ્લનો ક્ષાર. **sul'phur** (સલ્ફર), ના૦ ગંધક. **sulphurett'ed** (સલ્ફ્યુરે'ટિડ), વિ૦

રાસાયનિક રીતે ગંધકમાં ભેળવેલું – ગંધક સાથે મિશ્રિત. **sulphur'ic** (સલ્ફ્યૂરિક), વિ૦ ગંધક અને પ્રાણવાયુવાળું. ~ *acid*, ગંધકનો તેજાબ. **sulphur'eous** (સલ્ફ્યૂરિઅસ), **sul'phurous** (સલ્ફ્યુરસ), વિ૦ ગંધકવાળું. – જેવું; ગંધકના રંગનું.

sul'tan (સલ્ટન), ના૦ સુલતાન. **sulta'na** (સલ્ટાના), ના૦ સુલતાનની પત્ની, મા કે દીકરી; એક જાતની બિયાં વિનાની દ્રાક્ષ.

sul'tanate (સલ્ટનિટ), ના૦ સુલતાનનો હોદ્દો; સુલતાનોની કારકિર્દી.

sul'try (સલ્ટ્રિ), વિ૦ બફારાવાળું, ઉકળાટવાળું; તીવ્ર, ઉત્કટ; કામોત્તેજક.

sum (સમ), ના૦ સરવાળો, સરવાળો કરીને મળેલી રકમ; રકમ, સંખ્યા, જથો; ગણિતનો દાખલો, હિસાબ; પૈસા, રકમ; ઉ૦ક્રિ૦ -નો સરવાળો કરવો – થવો. ~ *up*, સારાંશ કહેવો, ઉપસંહાર કરવો.

summ'arize (સમરાઇઝ઼), સ૦ક્રિ૦ સંક્ષેપ – સાર – કરવો, -નો સાર હોવો.

summ'ary (સમરિ), વિ૦ ટૂંકું, સંક્ષિપ્ત; વિગત કે તાંત્રિક વિધિને જેમાં સ્થાન નથી આપ્યું એવું; ઝડપથી કરેલું, ઝડપી (~*trial*). ના૦ મુખ્તેસર હેવાલ; સંક્ષેપ. ~ *act*, (અદાલતના હુકમ વિના) તરત કરેલું. [કરવો તે.

summa'tion (સમેશન), ના૦ કુલ સરવાળો

summ'er (સમર), ના૦ ગ્રીષ્મ ઋતુ, ઉનાળો; (ઉમરની ગણતરીમાં) વરસ. ~*time*, દિવસના અજવાળાનો ઉપયોગ કરી શકાય તેટલા માટે ઉનાળામાં ઘડિયાળ એક કલાક આગળ મૂકીને બતાવવામાં આવતો સમય. ઉ૦ક્રિ૦ (અમુક ઠેકાણે) ઉનાળો પસાર કરવો; ઉનાળામાં (અમુક ઠેકાણે) ઢોર ચારવાં.

summer-house (-હાઉસ), ના૦ ઉનાળામાં ઠંડક માટે બગીચામાં બેસવા માટેની ઝૂંપડી–મંડપ. **summ'ertime**, ના૦ ઉનાળાના મહિના – સમય.

summersault, જુઓ somersault.

summ'it (સમિટ), ના૦ ટોચ, શિખર.

summ'on (સમન), સ૦ ક્રિ૦ બોલાવવું, તેડવું; (કોર્ટમાં) હાજર થવા ફરમાવવું; એકત્ર થવા બોલાવવું. ~ *up* one's *courage*, (કશું કરવા) હિંમત કરવી – હામ ભીડવી. **summ'ons** (સમનઝ઼), ના૦ (બ૦વ૦ summonses). હાજર રહેવાનું કે કશુંક કરવાનું ફરમાન – કહેણ; અદાલતનું તેડું, સમન્સ. સ૦ ક્રિ૦ કોર્ટનો હુકમ – સમન્સ – બજાવવું.

sump (સમ્પ), ના૦ નકામું પાણી કે તેલ એકઠું કરવા માટેનો ખાડો અથવા કૂવો; ખાળકૂવો; જેમાંથી તેલ એન્જિનમાં લઈ જવામાં આવે છે તે મોટરનો ભાગ.

sump'ter (-horse) (સમ્પ્ટર (–હૉર્સ)), ના૦ ભારવાહક ઘોડો; તેને હાંકનાર.

sump'tuary (સમ્પ્ટ્યુઅરિ), વિ૦ [કા.] એશઆરામ ને શણગાર માટે થતું અનાવશ્યક ખર્ચ રોકનારું, ખરચનું નિયંત્રણ કરનારું; ખર્ચને લગતું. ~ *allowance*, આતિથ્ય ભથ્થું.

sump'tuous (સમ્પ્ટ્યુઅસ), વિ૦ ભારે કીમતી અને ખરચનું, ભવ્ય, ભપકાદાર; વિપુલ અને સમૃદ્ધ.

sun (સન), ના૦ સૂર્ય, સૂરજ; સૂર્યનો પ્રકાશ; તાપ, તડકો; જેની ફરતે ગ્રહ ઉપગ્રહો ફરે છે એવો કોઈ પણ તારો. ઉ૦ક્રિ૦ તડકામાં નાંખવું, તડકે સૂકવવું; તાપમાં બેસવું, તડકો ખાવો.

sun-bathe, અ૦ ક્રિ૦ સૂર્યસ્નાન કરવું, તડકામાં સાવ ઉઘાડા બેસવું. **sun-bath**, ના૦ સૂર્યસ્નાન. **sun'beam** (–બીમ), ના૦ સૂર્યકિરણ. **sun-blind**, ના૦ તડકાને રોકવા માટે બારી પર મૂકેલું આડું પાટિયું કે તેના જેવું ચણતર. **sun-bonnet**, ના૦ મોઢા અને ગરદન પર તાપ ન પડે તેવી ટોપી.

sun'burn, ના૦ તડકાથી ચામડી ભૂરી કે શામળી થવી તે. **sun-dial** (–ડાયલ), ના૦ છાયાયંત્ર, શંકુયંત્ર, (સમય જાણવા માટેનું).

sun'down (–ડાઉન), ના૦ સૂર્યાસ્ત.

sun'flower (–ફ્લાવર), ના૦ સૂરજમુખી ફૂલ; તેનો છોડ. **sun'rise** (–રાઇઝ઼), ના૦ સૂર્યોદય (નો સમય). **sun'set** (–સેટ), ના૦ સૂર્યાસ્ત; સૂર્યાસ્ત સમયનો આકાશનો દેખાવ.

sun'shade (–શેડ), ના૦ તડકામાં વાપરવાની નાની છત્રી. **sun'shine** (–શાઇન), ના૦ સૂર્ય પ્રકાશ, તડકો; આનંદીપણું, પ્રસન્નતા, હૂંફ, તેજ. **sun'spot** (–સ્પૉટ), ના૦ સૂર્યના બિંબ પર કયારેક જોવામાં આવતા

ડાઘા – ટપકાં – માંથી કોઈ પણ એક. **sun'stroke** (–સ્ટ્રોક), ના૦ સૂર્યના તાપની ઝાળ (લાગવી તે), લૂ.

sundae (સન્ડિ, સન્ડે), ના૦ ફળ અને મેવા સાથે અપાતો આઇસક્રીમ.

Sun'day (સન્ડિ, –ડે), ના૦ રવિવાર.

sun'der (સન્ડર), સ૦ક્રિ૦ જુદું – અલગ – પાડવું, તોડવું, કાપવું.

sun'dry (સન્ડ્રિ), વિ૦ વિવિધ, જાતજાતનાં; કેટલાંક. **sun'dries**, ના૦ બ૦ વ૦ પરચૂરણ વસ્તુઓ.

sung (સંગ), singનો ભૂ૦કા૦ તથા ભૂ૦કૃ૦.

sunk (સંક), sinkનો ભૂ૦કા૦ તથા ભૂ૦ કૃ૦.

sunn'y (સનિ), વિ૦ સૂર્યપ્રકાશવાળું – થી ચળકતું; આનંદી, સુખી.

sup (સપ), ઉ૦ ક્રિ૦ ઘૂંટડા લેવા, ઘૂંટડે ઘૂંટડે પીવું; રાતનું ભોજન – વાળુ – કરવું. ના૦ ઘૂંટ, ઘૂંટડો.

superann'uate (સ્યૂપરૅન્યુએટ), સ૦ ક્રિ૦ બહુ વૃદ્ધ થવાથી કમી કરવું – કાઢી નાંખવું – નિવૃત્ત કરવું. પેનશન આપીને નિવૃત્ત કરવું. **superannua'tion**, ના૦ ઘડપણને લીધે નાલાયક થવું તે; ઘડપણ, વૃદ્ધાવસ્થા.

superb' (સૂપર્બ, સ્યૂ–), વિ૦ બહુ જ સરસ, ભવ્ય, શ્રેષ્ઠ કોટિનું, આફલાતૂન.

sup'ercargo (સ્યૂપરકાર્ગો), ના૦(બ૦વ૦ –ઝ). વહાણ પરનો વેપારનો માલ જેના કબજામાં હોય છે તે અધિકારી.

supercil'ious (–સિલિઅસ), વિ૦ મિજાજી, પતરાજખોર, બીજાને વિષે તિરસ્કાર ને બેપરવાઈ બતાવનારું, બીજાને ઉતારી પાડનારું.

supererogation (સ્યૂપરે'રગેશન), ના૦ ફરજ કે અગત્ય કરતાં વધારે કરવું તે, વધુ પડતું કરવું તે.

superfatt'ed (–ફૅટિડ), વિ૦(સાબુ અંગે) સામાન્ય ધોરણ કરતાં વધારે ચરબી વાપરીને બનાવેલ.

superfi'cial(–ફિશલ), વિ૦સપાટીનું – પરનું, ઉપરચોટિયું, છીછરું; ઊંડાણ કે ગંભીરતા વિનાનું. **superficial'ity** (–ફિશિઍલિટિ), ના૦ છીછરાપણું.

sup'erfine (–ફાઇન), વિ૦ ઘણું સરસ, ઉત્કૃષ્ટ; (કાપડ, ઇ.) ઘણું ઝીણું – બારીક.

superflu'ity (–ફ્લૂઇટિ), ના૦ ખપ કરતાં વધારાનું; ફાલતુ – નકામી – વસ્તુ. **superf'luous** (સુપર્ફ્લુઅસ), વિ૦ ખપ કરતાં વધારાનું, ફાલતુ, બિનજરૂરી.

superheat' (સ્યૂપર્હીટ), સ૦ક્રિ૦ ઊકળબિંદુ કરતાં વધારે ગરમ કરવું.

superhum'an (–હ્યૂમન), વિ૦ અતિમાનુષી, અલૌકિક, દૈવી.

superimpose' (–ઇમ્પોઝ઼), સ૦ક્રિ૦(કશાકની) ઉપર મૂકવું.

superintend' (–ઇન્ટે'ન્ડ, સ્યૂપ્રિ–), ઉ૦ક્રિ૦ દેખરેખ રાખવી, વ્યવસ્થા કરવી – જોવી. **superinten'dence** (–ટે'ન્ડન્સ), ના૦ દેખરેખ. **superinten'dent**, ના૦ દેખરેખ રાખનાર, અધીક્ષક; તજવીજ કરનાર, વ્યવસ્થાપક; ઇન્સ્પેક્ટરથી ઉપલા દરજ્જાનો પોલીસ, અમલદાર, સુપરિન્ટેન્ડેન્ટ.

super'ior (સૂપીરિઅર, સ્યૂ–), વિ૦ (પદવી, હોદ્દો કે અધિકારમાં) ચડિયાતું – ઊંચું, ઉપરી; ચડિયાતું, સરસ; (લશ્કર) સંખ્યામાં મોટું. ~ *to*, -થી ચડિયાતું; (મુશ્કેલી વગેરે)થી હારી ન જનારું. ના૦ ઉપરી, ઉપરી અધિકારી; મઠાધ્યક્ષ, મહંત (*Father, Mother, S~*). **superio'rity** (સૂપીરિઑરિટિ, સ્યૂ–), ના૦ શ્રેષ્ઠતા; સરસાઈ; ઉપરીપણું.

super'lative (સુપર્લટિવ, સ્યૂ–), વિ૦ પરાકાષ્ઠાનું, સર્વોત્કૃષ્ટ, સૌથી ચડિયાતું; [વ્યાક.] શ્રેષ્ઠતાવાચક, 'તમ'ભાવનું સૂચક, શ્રેષ્ઠ માત્રાનું. ~ *degree*, શ્રેષ્ઠતાવાચક માત્રા (નું રૂપ). ના૦ વિશેષણનું શ્રેષ્ઠતા–શ્રેષ્ઠભાવ–વાચક રૂપ.

sup'erman(સ્યૂપર્મૅન, સૂ–), ના૦ (બ૦વ૦ –men), ના૦ નીતિનાં બંધનોથી પર એવો નિત્શેએ કલ્પેલો આદર્શ માણસ; (ગીતાનો) ઉત્તમ – ગુણાતીત – પુરુષ; અતિમાનવ.

superna'tural –નૅચરલ), વિ૦ કુદરતના કાયદાથી પર, અલૌકિક, નિસર્ગાતીત.

supernum'erary (–ન્યૂમરરિ), વિ૦ અને ના૦ આવશ્યક સંખ્યાથી વધારે, વધારાનું. ફાજલ, (માણસ અથવા વસ્તુ).

superpose' (–પોઝ઼), સ૦ ક્રિ૦ એક પર બીજી વસ્તુ મૂકવી.

superscrip'tion (-સ્ક્રિપ્શન), ના૦ કશાકની ઉપર કે બહાર લખેલું લખાણ, પત્રમાંનું સંબોધન, પત્ર પરનું સરનામું.

supersede' (-સીડ), સ૦ ક્રિ૦ એકની જગ્યાએ બીજાને નીમવો; બીજાની જગ્યા કે હોદ્દો લેવો (વિ. ક. યોગ્ય અધિકાર કે લાયકાતવિના); થી ઉપરવટ થવું-થઈને કરવું; રદ કરવું. **supersession** (-સે'શન), ના૦ -ની જગ્યા લેવી, -ની જગ્યાએ આવવું, રદ કરવું, તે.

superson'ic (-સૉનિક), વિ૦ ધ્વનિ કે અવાજના કરતાં વધુ વેગવાળું, પારધ્વનિક.

supersti'tion (-સ્ટિશન); ના૦ ખોટી માન્યતા, વહેમ; મિથ્યા – પાખંડી – ધર્મમત, પાખંડ; નિસર્ગાતીત વસ્તુઓ વિષે વિશ્વાસ.

supersti'tious(-સ્ટિશસ), વિ૦ (માણસ) વહેમી, પાખંડી; (કાર્ય) વહેમથી ભરેલું.

sup'erstructure (-સ્ટ્રક્ચર), ના૦ પાયાની ઉપરની ઇમારત – ઇમલો, ઉપરનું ચણતર – બાંધકામ.

su'pertax (-ટૅક્સ), ના૦ મોટી આવક ઉપર લેવાતો વધારાનો આયપતવેરો.

supervene' (-વીન), અ૦ ક્રિ૦ વધારાનું આવવું-બનવું; વચ્ચે જ (વિઘ્નરૂપે) આવવું, નવું આવવું. **superven'tion** (-વેન્શન), ના૦ વધુ આવવું, વચ્ચે (વિઘ્નરૂપે) આવવું, તે.

supervise' (-વાઇઝ઼), સ૦ક્રિ૦ -ની ઉપર દેખરેખ રાખવી; કામ પર નજર રાખી તેને અંગે સૂચના, ઇ. કરવી. **supervi'sion** (-વિઝ઼ન), ના૦ દેખરેખ, નજર; તપાસ, ચોકી. **su'pervisor** (-વાઇઝ઼ર), ના૦ તપાસ – દેખરેખ – રાખનાર અમલદાર (વિ. ક. બાંધકામ, ઇ. પર).

sup'ine (સ્યૂપાઇન), વિ૦ ચત્તું, ચત્તાપાટ; સુસ્ત, એદી; બેપરવા. [પરથી બનેલું નામ.

supine, ના૦ [લૅટિન વ્યાક.] ક્રિયાપદ

supp'er (સપર), ના૦ રાતનું ભોજન, વાળુ.

supplant' (સપ્લાન્ટ), સ૦ ક્રિ૦ હઠાવવું, ખસેડવું, -ની જગ્યા લેવી (વિ. ક. કાવાદાવાથી).

sup'ple (સપલ), વિ૦ ઝટ વળે – વાળી શકાય–એવું; લવચીક; નમતું મૂકે એવું, નરમ; ખુશામતિયું; કુશલ, ચપળ.

sup'plement (સપ્લિમન્ટ), ના૦ પુરવણી, વધારો, ઉમેરો; છાપાનો કે સામયિકનો વધારો–પૂર્તિ. સ૦ક્રિ૦ (સપ્લિમે'ન્ટ), વધારો – ઉમેરો – કરવો; વધારો કરીને પૂરું – પૂર્ણ – કરવું. **supplemen'tary** (-મે'ન્ટરિ), વિ૦ વધારાનું, ઉમેરાનું. ~*question*, પૂરક પ્રશ્ન.

supp'liant (સપ્લાયન્ટ), વિ૦ પ્રાર્થના–આજીજી – વિનવણી – કરનારું; આજીજીવાળું. ના૦ અરજ કરનાર, યાચક, ભિક્ષુક.

supp'licate (સપ્લિકેટ), ઉ૦ ક્રિ૦ કોઈને અથવા કશાકને માટે આજીજી કરવી, કાલાવાલા કરીને માગવું, ભીખ માગવી. **supplica'tion** ના૦ અરજ – વિનંતી – (કરવી તે); વિનવણી, કાલાવાલા.

supply' (સપ્લાઇ), સ૦ક્રિ૦ પૂરું પાડવું, મેળવી આપવું, આપવું; બદલી તરીકે કોઈની જગ્યા ભરવી, ખોટ પૂરી કરવી. ના૦ પૂરું પાડવું તે; પુરવઠો; ભરાવો, ભંડાર; (બ૦વ૦) જરૂરિયાતની – નિત્ય ખપની – વસ્તુઓ.

support' (સપૉર્ટ), સ૦ક્રિ૦ ટેકો – આધાર – આપવો; ટકવી રાખવું; -નો ભાર ઉપાડવો; -ને પુષ્ટિ આપવી; સહન કરવું, વેઠવું; -ને મદદ આપવી; ઉત્તેજન આપવું; ભરણપોષણ કરવું, પોષવું. ના૦ મદદ; ટેકો, આધાર; આશ્રયદાતા, ભરણપોષણ કરનાર. **support'able**, વિ૦ સહન કરી શકાય એવું, સહ્ય. **support'er**, ના૦ આશ્રયદાતા, ભરણપોષણ કરનાર.

suppose' (સપોઝ઼), સ૦ક્રિ૦ માનવું, ધારવું, માની લેવું; કલ્પના કરવી; -ને લાગવું. ~, *supposing*, જો, માની લઈએ તો, -નો વિચાર કરતાં. **supposed**, વિ૦ માની લીધેલું, તથાકથિત. **suppos'edly** (-ઝ઼િડ્લિ), ક્રિ૦ વિ૦ માનવામાં આવે છે તેમ. **supposi'tion** (-ઝ઼િશન), ના૦ ધારણા, કલ્પના; માની લીધેલી વસ્તુ.

suppositi'tious (સપૉઝ઼િટિશસ), વિ૦ કાલ્પનિક, માની લીધેલું, ખોટું, બનાવટી.

suppos'itory (-ટરિ), ના૦ ગુદા કે યોનિમાં દાખલ કરાતી દવાની સોગટી.

suppress' (સપ્રે'સ), સ૦ ક્રિ૦ દાબી–દબાવી– દેવું, શાંત પાડવું; નાબૂદ કરવું; પ્રકાશન બંધ પાડવું; જાહેર ન થવા દેવું; ગુપ્ત રાખવું.

suppre'ssion (સપ્રે'શન), ના૰ દબાવી દેવું, દમન, મારી નાંખવું, તે, ઇ.

supp'urate (સપ્યુરેટ), અ૰ ક્રિ૰ -માં પરુ થવું, પાકવું. **suppura'tion**, ના૰ પરુ થવું – ભરાવું–તે; પરુ, પાચ. [પહેલાં.

supra (સપ્રા), ક્રિ૰ વિ૰ ઉપર, અગાઉ,

suprem'acy (સૂપ્રે'મસિ,સ્યૂ–), ના૰ સર્વોપરી સત્તા–અધિકાર; વર્ચસ્વ, સર્વોપરિતા.

supreme' (સૂપ્રીમ, સ્યૂ–), વિ૰ સર્વોપરી, સર્વોચ્ચ, વરિષ્ઠ, સૌથી વડું–મહત્ત્વનું; સર્વોત્તમ, શ્રેષ્ઠ. [આવવો. ના૰ અંત, છેવટ.

surcease' (સર્‌સીસ), અ૰ ક્રિ૰ -નો અંત

sur'charge (સર્‌ચાર્જ), ના૰ વધારાનો ભાર – બોજો; વધારાની આકારણી – વેરો; ટિકિટની કિંમતમાં વધારો કરતો પોસ્ટનો સિક્કો; વીજળીનો સામાન્ય કરતાં વધુ ભાર. **surcharge'**, સ૰ ક્રિ૰ વધારે પડતો ભાર–બોજો – મૂકવો – લાદવો; વધારાના પૈસા માગવા – આકારણી કરવી.

sur'cingle (સર્‌સિંગલ), ના૰ ઘોડાનો તંગ.

surd (સર્ડ), ના૰ [ગ.] કરણી, અમૂલદ.

sure (શૂર, શુઅર), વિ૰ -ની ખાતરીવાળું, પાકા ભરોસાવાળું; આત્મવિશ્વાસવાળું; વિશ્વાસપાત્ર, ખાતરીલાયક; અચૂક, કદી નિષ્ફળ ન જાય એવું; વફાદાર, દગો ન દે એવું. *make* ~, વિશ્વાસ કે પરિણામ બાબત ખાતરી કરવી. *to be* ~!, ચોક્કસ! બેશક! **sure-footed**, વિ૰ સ્થિર પગલાં – ડગલાં – વાળું, પડે નહિ એવું. **sure'ly**, ક્રિ૰ વિ૰ ખાતરીપૂર્વક, નક્કી.

sure'ty (શૂરૂટિ), ના૰ ખાતરી; હામી, જામીન; જામીનગીરી, તારણ.

surf (સર્ફ), ના૰ દરિયાનું મોટું મોજું (કિનારા કે ખડક પર અથડાતું).

surf'ace (સર્‌ફિસ), ના૰ સપાટી, પૃષ્ઠભાગ; ઉપરનો ભાગ – પડ; [ભૂમિતિ] જેને લંબાઈ પહોળાઈ હોય છે પણ જાડાઈ નથી હોતી તે–સપાટી; ઉપરથી દેખાતું રૂપ. અ૰ક્રિ૰ સપાટી પર – ઉપર–આવવું. **surface-man**, ના૰ રેલવેના રસ્તાનું કામ કરનાર મજૂર, પાટીવાળો.

surf'eit (સર્‌ફિટ), ના૰ (વિ. ક. ખાવાપીવામાં) અતિરેક; અતિતૃપ્તિ, ઓચાઈ જવું તે, કંટાળો. ઉ૰ક્રિ૰ અતિશય–ઓચાઈ જાય એટલું–ખવડાવવું કે ખાવું; ગળચાવવું, ગળચવું.

surge (સર્જ), સ૰ક્રિ૰ (મોજાં અંગે) મોટી છાળો મારતાં વહેવું; (દરિયો) મોટાં મોટાં મોજાંમાં ઊછળવું. ના૰ મોટું–ઘોડા–મોજું; મોજાંની જેમ ઊછળવું.

sur'geon (સર્જન), ના૰ વાઢકાપ કરનાર દાક્તર, શસ્ત્રવૈદ્ય. **sur'gery** (સર્જરિ), ના૰ શસ્ત્રવૈદક, શલ્યતંત્ર; શસ્ત્રવૈદ્યનું રોગીને તપાસવાનું દવાખાનું – ઓરડી. **sur'gical**, વિ૰ શસ્ત્રવૈદકનું; શસ્ત્રક્રિયાનું–દ્વારા કરાતું –ને કારણે થયેલું. [અને ચીડિયું, તોછડું, તોરી.

surl'y (સર્લિ), વિ૰ ખરાબ રીતભાતવાળું

surmise' (સર્માઇઝ઼), ઉ૰ક્રિ૰ ધારવું, અટકળ–અનુમાન–કરવું. ના૰ અનુમાન, અટકળ.

surmount' (સર્માઉન્ટ), સ૰ક્રિ૰ -ની ટોચે હોવું; જીતવું, વટાવવું; હરાવવું; (મુશ્કેલી) પાર કરવું. ~*ed by, with*, -થી ઢંકાયેલું.

surn'ame (સર્‌નેમ), ના૰ કુળનું નામ, અટક.

surpass' (સર્પાસ), સ૰ક્રિ૰ -થી ચડવું,–ચડિયાતું હોવું, -થી ચડી જવું; -ને પાછળ હઠાવવું.

surp'lice (સર્‌પ્લિસ), ના૰ પાદરીનો દેવળમાં પહેરવાનો ખુલ્લો ઝભ્ભો.

surp'lus (સર્‌પ્લસ), ના૰ બાકી રહેલો – ફાજલ પડેલો – ભાગ, સિલક.

surprise' (સર્પ્રાઇઝ઼), ના૰ કોઈને અચાનક પકડી પાડવું, કોઈની ઉપર ઓચિંતો છાપો મારવો, તે; વિસ્મય, આશ્ચર્ય; આશ્ચર્યકારક પ્રસંગ, ઘટના, ઇ. સ૰ ક્રિ૰ અચાનક પકડી પાડવું, ઓચિંતો છાપો મારવો; (આશ્ચર્ય)ચકિત કરવું. *take by* ~, અચાનક – ઓચિંતું – મળવું – છાપો મારવો – છાપો મારીને લેવું. **surpris'ing**, વિ૰ આશ્ચર્યકારક; અનપેક્ષિત, ઓચિંતું.

surre'alism (સરૂરીઅલિઝ઼મ), ના૰ માણસના સુપ્ત મનને વ્યક્ત કરવાનો દાવો કરનાર કલા કે સાહિત્ય(નો પ્રકાર).

surren'der (સરે'ન્ડર), ઉ૰ ક્રિ૰ કબજો સોંપી દેવો, બીજાના તાબામાં આપી દેવું, અર્પણ કરવું; શરણે જવું, વશ થવું; હાર કબૂલ કરવી ને તાબે થવું. ~ oneself *to*, -ના કબજામાં જવું, -ને વશ થવું – જાતને અર્પણ કરવી. ના૰ તાબે થવું, સોંપવું, તે, સોંપણી.

~ *value*, વીમાની પૉલિસીના બદલામાં પાછી અપાતી રકમ.

surrepti'tious (સરે'પ્ટિશસ, સર–), વિ૰ ચોરીથી કરેલું, ઘુસાડી દીધેલું; અપ્રામાણિક, ઘાલમેલનું.

surround' (સરાઉન્ડ), સ૰ ક્રિ૰ ચોતરફ –આસપાસ–ફરી વળવું અથવા હોવું, -ની આસપાસ વીંટળાવું; ઘેરી – આંતરી – લેવું. **surround'ings**, ના૰ બ૰ વ૰ આસપાસની બધી વસ્તુઓ તથા સંજોગો; આસપાસનો પ્રદેશ – સ્થિતિ.

surt'ax (સર્ટૅક્સ), ના૰ વધારાનો કરવેરો. સ૰ ક્રિ૰ -પર વધારાનો કર નાખવો.

surt'out (–ટૂ), ના૰ ઉપરથી પહેરવાનો ડગલો, અંગરખો.

surveill'ance (સર્વેલન્સ, –લ્યન્સ), ના૰ દેખરેખ, જાપ્તો, પહેરો; નજરકેદ.

survey' (સર્વે), સ૰ક્રિ૰ -ની ઉપર સામાન્ય નજર ફેરવવી; ઝીણવટથી કાળજીપૂર્વક જોવું; કોઈ પ્રદેશ કે મિલકતની પાહણી – મોજણી – કરવી, માપીને નકશો બનાવવો. **surv'ey**, ના૰ સામાન્ય દર્શન, સર્વેક્ષણ; પ્રદેશની કે જમીનની પાહણી–મોજણી. **survey'or** (સર્વેઅર), ના૰ ઉપર નજર રાખનાર, તપાસનાર; જમીનની મોજણી કરનાર, મોજણીદાર.

surviv'al (સર્વાઇવલ), ના૰ કોઈના મરી ગયા પછી જીવવું–પાછળ રહેવું–તે; ભૂતકાળનો અવશેષ.

survive' (સર્વાઇવ), ઉ૰ ક્રિ૰ કોઈના મરી ગયા પછી જીવવું – જીવતા રહેવું; હજી જીવતા હોવું; સંકટ, ઇ. માંથી જીવતા બહાર નીકળવું. **surviv'or** (સર્વાઇવર), ના૰ કોઈના મરી ગયા પછી જીવનાર, બાકી રહેનાર.

suscep'tible (સસે'પ્ટિબલ, – પ્ટબલ), વિ૰ ઝટ અસર થાય એવું; સહજ લાગણીવશ; નાજુક મનવાળું, આળું; – ગ્રાહી, ગ્રહણક્ષમ, (~ *to*). ~ *of*, -નો બીજો અર્થ કરાય એવું. **susceptibil'ity** (–બિલિટિ), ના૰ સંસ્કારક્ષમતા, ગ્રહણક્ષમતા; (બ૰ વ૰) લાગણીઓ, મનોભાવ.

suspect' (સસ્પે'ક્ટ), સ૰ ક્રિ૰ -નો શક –સંશય–અંદેશો – રાખવો; -ને શક હોવો; ઉપર વહેમ આણવો–હોવો; -ની સચ્ચાઈ, નિર્દોષતા કે ખરાપણા વિષે શંકા હોવી – રાખવી. **sus'pect**, વિ૰ શંકા કે સંશય રાખવા જેવું, શંકિત, સંશયાસ્પદ. ના૰ શકદાર માણસ.

suspend' (સસ્પે'ન્ડ), સ૰ ક્રિ૰ લટકાવવું, ટાંગવું, અધ્ધર રાખવું; ઢીલમાં નાંખવું, મુલતવી રાખવું; થોડા સમય માટે કામ કે હોદ્દા પરથી દૂર કરવું. ~ *payment*, દેવાળું કાઢવું. **suspended**, વિ૰ (કણ, ઇ.) પ્રવાહીમાં છૂટું વેરાયેલું –લટકતું. **suspen'der** (સસ્પે'ન્ડર), ના૰ મોજાને ઉપર બાંધી રાખવાનો બંધ – પટ્ટો; [અમે.] (બ૰વ૰) લેંઘા–પાટલૂન–ના પટા (ખભે ભેરવવાના).

suspense (સસ્પે'ન્સ), ના૰ અનિશ્ચિત સ્થિતિ, અનિશ્ચય; ઉચાટ, ઉધરાવો; [કા.] હકની મોકૂફી. ~ *account*, અલેલ હિસાબ, ઉપરટપકાનું નામું; તસલમાત–ઉપલક–ખાતું.

suspens'ion (સસ્પે'ન્શન), ના૰ થોડા વખત માટે અમલની મોકૂફી, મોકૂફી; થોડા વખત માટે બંધ રાખવું – કામ કે હોદ્દા પરથી દૂર કરવું – તે. ~ *bridge*, ઝૂલતો પુલ.

suspi'cion (સસ્પિશન), ના૰ વહેમ, ગુનેગાર હોવા વિષે શક; અણવિશ્વાસ; સંદેહ, શંકા; જરાક સ્વાદ. **suspi'cious** (–શસ), વિ૰ શક – વહેમ – વાળું, સંશયાસ્પદ; અવિશ્વાસવાળું; વહેમી.

sustain' (સસ્ટેન), સ૰ ક્રિ૰ -નો ભાર ઝીલવો – ઊંચકવો – ખમવો; પડવા ન દેવું, ટેકવી કે ટકાવી રાખવું; -ને પુષ્ટિ કે બળ આપવું; નુકસાન વગેરે સહન કરવું – વેઠવું; -નું સમર્થન કરવું; નભાવવું, ગુજરાન ચલાવવું; સિદ્ધ – પુરવાર–કરવું; [કા.] નિર્ણય – ચુકાદો– આપવો. **sustained**, વિ૰ લાંબો કાળ ચાલેલું – ટકાવી રાખેલું. **sus'tenance** (સસ્ટિનન્સ, સસ્ટ–), ના૰ પોષણ, ખોરાક, (શરીર તેમ જ મન માટે).

sut'ler (સટ્લર), ના૰ લશ્કર જોડે સરસામાન, દારૂ, ઇ. વેચવા જનાર. [ચાલ].

suttee', **sati**, (સટી), ના૰ સતી (નો

su'ture (સ્યૂચર), ના૰ હાડકાંનો સાંધો –

સાંધ; જખમને ટેભા મારી બંધ કરવો તે; ટેભો; ટેભા મારવાનો દોરો–તાર. સ૦ક્રિ૦ ટાંકા મારીને સીવવું.

suz'erain (સ્યૂઝ઼રેન), ના૦ સરંજામદાર, મુખ્ય જાગીરદાર; અર્ધસ્વતંત્ર રાજ્ય પર આધિપત્ય ભોગવનાર અધિરાજ; તે રાજ્ય.

suz'erainty (-રેન્ટિ), ના૦ અધિરાજ્ય.

svelte (સ્વે'લ્ટ), વિ૦ (મુખ્યત્વે માનવી-વિ. ક. સ્ત્રી–ના, શરીર અંગે) ચપળ, પાતળું, નાજુક બાંધાનું.

swab (સ્વૉબ), ના૦સાફ કરવાનું–લૂછવાનું–પોતું, પાણી, ઇ. ચૂસી લેવા માટે લાકડીની આસપાસ બાંધેલો રૂનો કે લૂગડાનો વીંટો; ગળાની અંદર દવા લગાડવા માટે સળીવાળું રૂનું પોતું. સ૦ક્રિ૦ પોતું ફેરવવું, ફૂચડાવતી સાફ કરવું.

swa'ddle (સ્વૉડલ), સ૦ ક્રિ૦ પાટા વતી કે લૂગડાંમાં કસીને વીંટવું (વિ. ક. નાના બાળકને). **swaddling-clothes,** ના૦ બ૦વ૦ નાના બાળકને વીંટવાનાં લૂગડાં.

swag (સ્વૅગ), ના૦ ચોરીનો માલ, લૂંટ.

swagg'er (સ્વૅગર), અ૦ ક્રિ૦ ડોળથી ચાલવું, ગર્વ–અભિમાન–કરવું; બડાઈ હાંકવી, ડંફાસ મારવી. ના૦ અક્કડ ચાલ; ડંફાસ, શેખી; હિંમતબાજપણું, ધીટતા; સાહસ. વિ૦ (કપડાં) ભપકાવાળું, સુંદર, છેલ્લામાં છેલ્લી ઢબનું–ફૅશનનું. ~ *cane, stick,* લશ્કરી સિપાઈની ફરવાની લાકડી.

swain (સ્વેન), ના૦ જુવાન ગામડિયો; આશક, અનુનય કરનાર પ્રેમી; પ્રેયસી, માશૂક.

swa'llow (સ્વૉલો), ઉ૦ ક્રિ૦ ગળી જવું, ગળે ઉતારવું, હોઇયાં કરવું; ઘેરી લેવું; ભોળપણથી માની લેવું – ખરુ માનવું; બોલેલા શબ્દ પાછા ખેંચી લેવા. ના૦ ગળી જવું તે; કોળિયો; અન્નનળી. [પક્ષી.

swa'llow, ના૦ ચકલો, ચકલી કે તેની જાતનું

swam (સ્વૅમ), swim નો ભૂ૦ કા૦.

swamp (સ્વૉમ્પ), ના૦ ભેજવાળી પોચી જમીન, કળણ. સ૦ ક્રિ૦ પાણીથી તરબોળ કરવું, જળબંબોળ કરવું; (પાણી અંગે) ચોમેર ફરી વળવું; ખૂબ જથા કે સંખ્યા વડે દબાવી દેવું –ભરી નાંખવું; હોડી, ખારવા, ઇ.ને હોડીમાંપાણી ભરીને ડુબાવી દેવું. **swa'mpy** (સ્વૉમ્પિ), વિ૦ ભેજ–કાદવ–વાળું.

swan (સ્વૉન), ના૦ રાજહંસ. ~ *song,* હંસનું છેલ્લું ને સૌથી સુંદર ગીત; માણસનું છેલ્લું કાર્ય–કૃતિ–બોલ. **swan's-down,** ના૦ રાજહંસનાં અંદરનાં સુંવાળાં પીંછાં.

swank (સ્વૅંક), અ૦ક્રિ૦ અને ના૦ ડોળ, દેખાવ,(કરવો); ડંફાસ(મારવી), મિજાજ(કરવો).

swap (સ્વૉપ), સ૦ક્રિ૦, ના૦ જુઓ swop.

sward (સ્વૉર્ડ), ના૦ ઘાસવાળી જમીન; હરિયાળીવાળું મેદાન.

sware (સ્વે'અર), swearનો જૂનો ભૂ૦કા૦.

swarm (સ્વૉર્મ), ના૦(જંતુઓ, મધમાખીઓ, પક્ષીઓ, પ્રાણીઓ, ઇ.નું) ટોળું, ઝુંડ, સમુદાય. ટોળું. અ૦ક્રિ૦ ટોળામાં ફરવું; (મધમાખો અંગે) ટોળું બનાવવું; ટોળે વળવું; સમુદાયમાં ભેગા થવું. ~ *with,* (જગ્યા)માં ટોળે ટોળાં હોવાં.

swarm, ઉ૦ક્રિ૦ ઘૂંટણ અને હાથ વતી (દોરડું, ઝાડ, વાંસ, ઇ.) સજ્જડ પકડીને ઉપર ચડવું (~*up*). [તડકાથી કાળું પડેલું.

swar'thy (સ્વૉધિ), વિ૦ કાળાશ પડતું,

swash (સ્વૉશ), ઉ૦ક્રિ૦ પાણીનું ધોવાના જેવો અવાજ કરતાં વહેવું, પાણીનું કશાક પર અથડાવું. ના૦ પાણીનો ખળખળ અવાજ. **swash'buckler,** ના૦ શેખીખોર માણસ; ગુંડો, મવાલી.

swas'tika (સ્વૅસ્ટિક, સ્વૉ-), ના૦ સ્વસ્તિક.

swat (સ્વૉટ), સ૦ક્રિ૦ ઝાપટ મારવી, કચડી નાખવું; મારી નાખવું.

swath (સ્વૉથ), **swathe** (સ્વેધ), ના૦ કાપણી કરેલા ઘાસ કે અનાજનો પટો, કાપનારે કાપણી કરી લીધા પછી ખાલી થયેલો જમીનનો પટો. [બાંધવું.

swathe, સ૦ ક્રિ૦ લૂગડામાં વીંટવું, પાટા વતી

sway (સ્વે), ઉ૦ક્રિ૦ ઝૂલવું, ઝોલાં ખાવાં; ઢચુપચુ થવું, અસ્થિર હોવું; ઝોલાં ખવડાવવાં, ઝુલાવવું; ઉપર રાજ્ય કરવું, અમલ કરવો; -ની ઉપર વજન ધરાવવું – હોવું. ના૦ ઝૂલવું તે, ઝોલું; રાજ્યસત્તા, રાજ્ય, અમલ.

swear (સ્વે'અર), ઉ૦ક્રિ૦ (ભૂ૦કા૦ swore, જૂનો sware; ભૂ૦કૃ૦ sworn). પ્રતિજ્ઞાપૂર્વક – ભારપૂર્વક – કહેવું, સોગન–સમ–ખાવા; સોગન ઉપર જુબાની આપવી–વચન આપવું;

શાપ કે ગાળ દેવી; પ્રતિજ્ઞા લેવડાવવી. ~*by*, -માં ખૂબ વિશ્વાસ હોવો, -ના સોગન ખાવા. ~a person *in*, અમુક પદ લેતી વખતે શપથવિધિ કરાવવો.

sweat (સ્વે'ટ), ના૦ પરસેવો, પસીનો; પસીનો છૂટવો તે; પસીનો ઊતરે એવી સખત મહેનત. ઉ૦ક્રિ૦ -ને પરસેવો થવો - છૂટવો, પરસેવાથી રેબઝેબ થવું; ખૂબ મહેનત-વૈતરું -કરવું; ઓછામાં ઓછી મજૂરી આપી વધુમાં વધુ કામ કરાવવું; ધાતુના કકડા ગરમ કરીને જોડવા. ~*ed labour*, બહુ ઓછું મહેનતાણું આપી કરાવેલી મજૂરી. **swea'ter** (સ્વે'ટર), ના૦ ઊનનું જાડું લૂગડું, ગંજીફરાક, સ્વેટર. **sweat-shop**, ના૦ જ્યાં મજૂરો પાસે અતિશય શ્રમ લેવાય છે એવી જગ્યા. **sweat'y** (સ્વે'ટિ), વિ૦ પરસેવાવાળું; પરસેવાનું, ભારે મહેનતનું.

swede (સ્વીડ), ના૦ સ્વીડનનો વતની (*S*~); સ્વીડનનું સલગમ. **Swed'ish** (સ્વીડિશ), વિ૦ સ્વીડનનું. ના૦ સ્વીડનની સ્વીડિશ ભાષા.

sweep (સ્વીપ), ઉ૦ક્રિ૦ (ભૂ૦ કા૦ swept). ઝપાટાથી - ઝડપથી - પસાર થવું - વહ્યે જવું; લાંબા લસરકાથી ચાલવું; ઝાડવું, વાળવું; ધૂળ સાફ કરવી; કોઈ જગ્યાએથી બધું સાફ કરી નાંખવું; રુઆબથી ચાલવું - જવું; એકસરખું ફેલાતું જવું, ગોળાકાર થતું કે લંબાતું જવું; ઝડપથી ફરી વળીને ખોળવું; ઘસડી જવું; (બંદૂક કે તોપના ગોળા અંગે) એક છેડેથી બીજા છેડા સુધી જવું. ના૦ ઝપાટામાં પસાર થવું તે, ઝપાટો; રસ્તો કે નદીનો વળાંક - વિસ્તાર - ઉતાર; અખંડ વિસ્તાર; સાવરણીથી વાળી કાઢવું તે; ઝડપથી જોઈ લેવું તે, ઝડપી નિરીક્ષણ; ધુમાડિયું સાફ કરનાર. *make a clean* ~, જૂના રિવાજો, ઇ. બધું ખંખેરી કાઢવું - સાફ કરી નાખવું. **sweep'ing**, વિ૦ વધારે પડતું વ્યાપક, અતિવ્યાપ્તિવાળું. ના૦ બ૦વ૦ વાળેલો કચરો, ઇ. **sweep'stake** (સ્વીપ્સ્ટેક), ના૦ એક જાતનો ઘોડાની શરતનો જુગાર, જેમાં ભાગ લેનારાઓએ લીધેલી ટિકિટના બધા પૈસા જીતનારને મળે છે.

sweet (સ્વીટ), વિ૦ ગળ્યું, મીઠું, મધુર; ખુશબોદાર, સુગંધી; [સં.] મધુર, સુસ્વર; તાજું, તાજગીભર્યું; વાસી કે ખોરું નહિ એવું; પ્રિય, સૌમ્ય, મિલનસાર; વહાલું, પ્રિય; મોહક, આકર્ષક. ના૦ મીઠાઈ; પક્વાન્ન; (બ૦વ૦) સુખો, આનંદદાયક વસ્તુઓ. ~ *brier*, જંગલી ગુલાબનું ઝાડ. ~ *corn*, મકાઈ. ~ *on*, -ની સાથે પ્રેમમાં પડેલું. ~ *pea*, મધુર સુગંધી ફૂલવાળો એક છોડ. ~ *pepper*, રાતી મરી. ~ *potato*, શકરિયું. ~ *tooth*, ગળપણ માટે રુચિ. ~-*will'iam*, ઝૂમખાદાર ફૂલોવાળું એક ફૂલઝાડ.

sweetbread (સ્વીટબ્રેડ), ના૦ સ્વાદુપિંડ, પ્લીહા (વિ. ક. ગાયની ખાદ્ય પદાર્થ તરીકે).

sweet'en (સ્વીટન), ઉ૦ ક્રિ૦ મીઠું, ગળ્યું, મધુર, બનાવવું અથવા થવું. **sweet'ening**, ના૦ ગળ્યું બનાવનાર પદાર્થ.

sweetheart (સ્વીટ્હાર્ટ), ના૦ આશક કે માશૂક, પ્રિયા કે પ્રીતમ.

sweet'meat (સ્વીટ્મીટ), ના૦ મીઠાઈ.

swell (સ્વે'લ), ઉ૦ક્રિ૦ (ભૂ૦કા૦ swollen, જવલ્લે જ, swelled; ભૂ૦ કૃ૦ swollen). (કદ, અવાજ, ઇ.) મોટું કરવું, વધારવું, ફુલાવવું, ફુગાવવું; ફૂલવું, કદ, બળ કે તીવ્રતામાં વધવું; સોજો ચડવો - આવવો; નદીમાં પૂર આવવું - ચડવું; (અવાજ) મોટું થવું. વિ૦ રુઆબદાર પોશાકવાળું; પ્રથમ કોટિનું, અવલ દરજ્જાનું. ના૦ સોજો, ફુગાવો; દરિયામાં મોટાં મોજાં ઉપરાઉપરી ઊછળવાં તે; રુઆબદાર પોશાક પહેરેલો પૈસાદાર માણસ; અવાજ ધીમે ધીમે મોટો થવો તે. **swell'ing** (સ્વે'લિંગ), ના૦ સોજો, ફુગાવો, ઇ.

swel'ter (સ્વે'લ્ટર), અ૦ક્રિ૦ તાપથી ખૂબ હેરાન થવું - મૂર્છા પામવું, બફાઈ જવું, ખૂબ ઘામ થવો. ના૦ ઘામ, બફારો.

swept (સ્વે'પ્ટ), sweep નો ભૂ૦ કા૦ તથા ભૂ૦ કૃ૦.

swerve (સ્વર્વ), ઉ૦ ક્રિ૦ નિયત માર્ગથી બાજુએ ખસવું, એકદમ આડું ફંટાવું, ખસવું, ચલિત થવું; ઢચુપચુ થવું. ના૦ ચળવું તે; સ્ખલન.

swift (સ્વિફ્ટ), વિ૦ અને ક્રિ૦વિ૦ ઉતાવળું, જલદી ચાલનારું - કરનારું; વેગવાળું, ઝડપી.

swift, ના૦ ચકલીના જેવું લાંબી પાંખોવાળું જીવડાં ખાનારું એક પક્ષી.

swig (સ્વિગ), ઉ૦ ક્રિ૦ મોટા ઘૂંટડા પીવા,

ઢીંચવું. ના૦ (દારૂનો) મોટો ઘૂંટડો.

swill (સ્વિલ), ઉ૦ ક્રિ૦ ધોઈ નાંખવું, વીંછળવું; પાણીથી સાફ કરવું; ઢીંચવું. ના૦ ધોઈ નાંખવું તે; ડુક્કરને ખવડાવવાનો એંઠવાડ.

swim (સ્વિમ), ઉ૦ ક્રિ૦ (ભૂ૦ કા૦ swam, ભૂ૦ કૃ૦ swum). -થી તણાયા કરવું; તરવું, તરતા જવું; તરીને જવું – ઓળંગવું; ભીંજાઈ જવું, તરબોળ થવું; ચક્કર કે તમ્મર આવવાં, માથું ભમવું, (આંખની સામે) ગોળ ગોળ ફરવું. ના૦ તરવું; ધરો; વર્તમાન રાજકીય, ઇ. ઘટનાઓનો પ્રવાહ. *be in the ~*, પોતાના જૂથની બધી પ્રવૃત્તિમાં ભાગ હોવો; છેલ્લામાં છેલ્લી બાબતથી વાકેફ હોવું. **swimming** (સ્વિમિંગ), ના૦ તરવું તે. *~-pool*, તરવા માટેનું સ્નાનાગાર. **swimm'ingly**, ક્રિ૦ વિ૦ કોઈ પણ હરકત વિના, ધમધોકાર. **swimm'er** (સ્વિમર), ના૦ તરનારો, તારો.

swin'dle (સ્વિન્ડલ), ઉ૦ ક્રિ૦ છેતરવું, ધૂતવું, ધૂતી – ઠગી – લેવું. ના૦ છેતરપિંડી, કપટ.

swine (સ્વાઇન), ના૦ (બ૦ વ૦ એ જ), ડુક્કર, ભૂંડ; હલકી રુચિવાળો કે દરજ્જાનો માણસ. **swine-herd**, ના૦ ડુક્કરપાલ. **swin'ish** (સ્વાઇનિશ), વિ૦ ડુક્કરના જેવું, ગંદું.

swing (સ્વિંગ), ઉ૦ ક્રિ૦ (ભૂ૦ કા૦ swung). ઝૂલવું, ઝોલા ખાવા, હીંચવું; ઝુલાવવું, હીંચકા નાખવા; લોલક કે બારણાની જેમ આમ તેમ હાલવું; હાથ હલાવતાં હલાવતાં ચાલવું. ના૦ ઝૂલવું–લટકવું–તે; ઝોલો; હીંચકો, હિંડોળો; બંને બાજુ ફરતું બારણું; હાથ છૂટથી હલાવતાં ચાલવું તે. *~ the lead*, કામ ટાળવા માટે માંદગીનો ઢોંગ કરવો. *go with a ~*, ધમધોકાર – સરસ રીતે – ચાલવું. *in full ~*, ધમધોકાર.

swinge (સ્વિંજ), સ૦ ક્રિ૦ (વર્તં૦ કૃ૦ swingeing). સખત ફટકો મારવો, મારવું.

swipe (સ્વાઇપ), ઉ૦ ક્રિ૦ જોરથી ફાવે તેમ ફટકો મારવો (વિ. ક. ક્રિકેટમાં); (આંચકીને) ચોરી જવું. ના૦ ફાવે તેમ મારેલો ફટકો.

swirl (સ્વર્લ), ના૦ વમળ, ભમ્મર. ઉ૦ક્રિ૦ વમળ જેવું ભમવું, ગોળ ગોળ ફેરવીને લઈ જવું.

swish (સ્વિશ), ઉ૦ ક્રિ૦ સોટી વતી મારવું – ફટકારવું; અવાજ થાય એવી રીતે હવામાં સોટી ફેરવવી. ના૦ હવામાં સોટી જલદી ફેરવતાં થતો અવાજ; ઝપાટામાં ચાલતી સ્ત્રીના ચણિયાનો અવાજ. વિ૦ ચાલાક, ડંફાસ મારનાર.

Swiss (સ્વિસ), વિ૦ અને ના૦ સ્વિટ્ઝર્લેન્ડનું (વતની); *the S~*, સ્વિસ લોકો. *~ roll*, એક જાતની પૂરણવાળી વાની.

switch (સ્વિચ), ના૦ લવચીક પાતળી સોટી, છડી; વીજળીના તાર, રેલવેના પાટા, જોડવા કે અલગ કરવાની કળ, સ્વિચ; કૃત્રિમ ચોટલો, ગંગાવન. ઉ૦ ક્રિ૦ સોટી વતી ફટકારવું; (ગાડીને) બીજા પાટા પર ચડાવવી; વીજળીનો પ્રવાહ ચાલુ કે બંધ કરવો (*~ on* અથવા *off*); (વાત કે વિચારને) બીજી દિશામાં વાળવું; ઝટપટ પૂંછડી હલાવવી. **switch'-back** ના૦ ગંમત ખાતર બનાવેલી ઢોળાવ પરથી ઊતરતી કે ચડતી વાંકીચૂકી રેલવે. **switch'board** (સ્વિચ્બોર્ડ), ના૦ વીજળીના પ્રવાહનાં કે ટેલિફોનનાં જોડાણોની કળો – બટનો – વાળું પાટિયું, સ્વિચબોર્ડ.

swiv'el (સ્વિવલ), ના૦ ભંવરકડી, બે ભાગને જોડનારો નકૂચો અને કડી, જેમાં બેમાંથી એક (નકૂચો) સ્થિર રહીને બીજો ગોળ ફરી શકે છે. સ૦ક્રિ૦ નકૂચાની ફરતે ફેરવવું.

swollen (સ્વોલન), swell નું ભૂ૦ કૃ૦. *swelled* or *~ head*, ગર્વિષ્ઠપણું.

swoon (સ્વૂન), ઉ૦ ક્રિ૦ મૂર્છા પામવું, બેભાન થવું. ના૦ મૂર્છા, બેશુદ્ધિ.

swoop (સ્વૂપ), અ૦ક્રિ૦ (પક્ષી અંગે) એકદમ નીચે ઊતરીને પકડી લેવું, તરાપ – ઝપટ – મારવી; અચાનક હુમલો કરવો, તૂટી પડવું. ના૦ તરાપ, ઝપટ; અચાનક હુમલો, ધાડ.

swop, swap, (સ્વૉપ), ઉ૦ક્રિ૦ બદલો – અદલબદલ – કરવી, વિનિમય કરવો. ના૦ અદલબદલ, વિનિમય.

sword (સૉર્ડ), ના૦ તલવાર, સમશેર.

sword'fish (–ફિશ), ના૦ જેનું ઉપરનું જડબું લાંબું અને તીક્ષ્ણ હોય છે એવી માછલી, ખડ્ગમત્સ્ય.

sword-play, ના૦ તલવારની પટાબાજી; [દલીલબાજી.

swords'man (સૉડ્ઝ઼્‌મન), ના૦ તલવારબહાદુર; પટાલકડીનો ઉસ્તાદ. **swords'manship**,ના૦તલવાર ચલાવવામાં કુશળતા.

swore (સ્વૉર), **sworn** (સ્વૉર્ન),swearનો ભૂ૦ કા૦ તથા ભૂ૦ કૃ૦.

swot (સ્વૉટ), અ૦ ક્રિ૦ ખૂબ મહેનત કરવી, કસીને અભ્યાસ કરવો. ના૦ સખત મહેનત – અભ્યાસ – (કરનાર વિદ્યાર્થી).

swum (સ્વમ), swim નું ભૂ૦ કૃ૦.

swung(સ્વંગ), swingનો ભૂ૦કા૦ ને ભૂ૦કૃ૦.

syb'arite (સિબરાઇટ), વિ૦ અને ના૦ એશઆરામી – વિલાસી–સુંવાળો – (માણસ).

syc'amore (સિકમોર, –મૉર), ના૦ વડ, અંજીર, ઇ.ની જાતનું એક ઝાડ.

syc'ophant (સિકફન્ટ), ના૦ખુશામતિયો, જી હજૂર કરનારો. **syc'ophancy** (સિકફન્સિ), ના૦ ખુશામત. **sycophan'tic** (–ન્ટિક), વિ૦ ખુશામતવાળું, ખુશામતિયું.

syll'abary (સિલબરિ), ના૦ સસ્વર–પૂર્ણ – અક્ષરનાં ચિહ્નોવાળી લિપિ.

syllab'ic (સિલૅબિક), વિ૦ શબ્દના અવયવ કે વરડીનું – સંબંધી. [શબ્દ કે શબ્દનો ભાગ.

syll'able (સિલબલ), ના૦ એક સ્વરવાળો

syll'abub (સિલબબ), ના૦ મલાઈ અથવા દૂધ અને દારૂના મિશ્રણવાળી એક વાની.

syll'abus (સિલબસ), ના૦ (બ૦ વ૦ –es, syllabi). અભ્યાસક્રમ કે ભાષણોની ટૂંકી રૂપરેખા, અભ્યાસક્રમ.

syll'ogism (સિલજિઝ઼્‌મ), ના૦ સાધ્ય-પ્રમાણ, પક્ષપ્રમાણ અને અનુમાનવાળી તર્કની ત્રિપદી; અનુમાન, અવયવઘટિત વાક્ય.

sylph (સિલ્ફ), ના૦ વાયુદેવતા, પરી; પાતળા બાંધાની છોકરી, તન્વંગી.

sylvan, જુઓ silvan.

sym'bol (સિમ્બલ), ના૦ ચિહ્ન, સંકેત-ચિહ્ન, પ્રતીક. **symbol'ic(al)** (સિમ્બૉલિક(લ)), વિ૦ લાક્ષણિક, સૂચક, સાંકેતિક, પ્રતીકના સ્વરૂપનું. **symbol'ism**(–લિઝ઼્‌મ), ના૦ ચિહ્ન કે પ્રતીક દ્વારા વ્યક્ત કરવું તે, સંકેત કે પ્રતીકની યોજના, સંકેત – પ્રતીક – પદ્ધતિ – વાદ. **sym'bolize** (સિમ્બલાઇઝ઼્), સ૦ક્રિ૦ –નું ચિહ્ન કે પ્રતીક હોવું; પ્રતીક કે ચિહ્નનો ઉપયોગ કરવો.

symm'etry (સિમિટ્રિ), ના૦ ભાગો કે અવયવોનું અરસપરસ સમ કે યોગ્ય પ્રમાણ, પ્રમાણબદ્ધતા, સમપ્રમાણ; કોઈ વસ્તુ કે વ્યક્તિના અવયવો કે ભાગોની સામસામી સરખી આકૃતિ કે આકાર થાય એવી રચના; તેથી ઉદ્ભવતું સૌંદર્ય. **symmet'rical** (સિમે'ટ્રિકલ), વિ૦ પ્રમાણબદ્ધ, સમપ્રમાણ.

sympathet'ic (સિમ્પથે'ટિક), વિ૦ બીજા પ્રત્યે સહાનુભૂતિવાળું, સહાનુભૂતિ દર્શક, સહૃદય (તાવાળું). **sym'pathize** (–થાઇઝ઼્), અ૦ક્રિ૦ બીજા માટે લાગણી થવી–કરુણા ઉપજવી; સહાનુભૂતિ બતાવવી. **sym'pathy** (–પથિ), ના૦ બીજાના દુઃખમાં ભાગ લેવો તે; સહાનુભૂતિ, અનુકંપા.

sym'phony (સિમ્ફનિ), ના૦ સ્વરમેળ, એકરાગ; અનેક ગતોવાળી સંગીતરચના; સંગીત મંડળી માટે ત્રણ કે વધારે ભાગવાળી લાંબી સંગીત રચના.

sympos'ium (સિમ્પોઝ઼િઅમ,–પૉ–), ના૦ (બ૦ વ૦ symposia). એક જ વિષય પરના જુદા જુદા લેખકોના લેખોનો સંગ્રહ–જુદા જુદા વક્તાઓનાં ભાષણો, પરિસંવાદ.

symp'tom (સિમ્પ્ટમ), ના૦ લક્ષણ, ચિહ્ન; રોગનું લક્ષણ. **symptomat'ic** (સિમ્પ્ટમૅટિક), વિ૦ સૂચક, લક્ષણભૂત.

syn'agogue (સિનગૉગ), ના૦ યહૂદીઓનું દેવળ; તેમાં ઉપાસના, ઇ. માટે નિયમિત ભેગી થતી મંડળી.

synch'ronism (સિંક્રનિઝ઼્‌મ), ના૦ સમકાલિકતા; [સિનેમા] દૃશ્ય (ચિત્રો) અને શ્રાવ્ય (અવાજ)નો એકરાગ–મેળ.

synch'ronize (સિંક્રનાઇઝ઼્), ઉ૦ક્રિ૦ એકી વખતે બનવું; એકી વખતે બને તેમ કરવું.

synch'ronous (સિંક્રનસ),વિ૦ એકી વખતે થતું–કરતું, એક જ સમય બતાવતું, સમકાલીન.

syn'copate (સિંકપેટ), સ૦ ક્રિ૦ વચલા અક્ષરોનો લોપ કરીને (શબ્દનો) સંક્ષેપ કરવો.

sync'ope (સિંકપિ), ના૦ એવો સંક્ષેપ; મૂર્છા.

syn'dic (સિંડિક), ના૦ વિદ્યાપીઠ કે યુનિવર્સિટીના નિયામક મંડળ કે સિંડિકેટનો સભ્ય.

syn'dicalism, (સિંડિકલિઝ઼્‌મ), ના૦ જુદા

જુદા ઉદ્યોગો કે ધંધાના પ્રતિનિધિઓના હાથમાં રાજસત્તા રહે એવો સિદ્ધાન્ત.

syn'dicate (સિંડિકટ), નાo પ્રતિનિધિઓની અથવા સંચાલકોની સભા – સમિતિ, કારોબારી મંડળી (વિ. ક. વિદ્યાપીઠોની), સિંડિકેટ; સહિયારાં કે સમાન આર્થિક હિતો સાધવા માટેનું વેપાર કે ઉદ્યોગોનું મંડળ. સoક્રિo (સિંડિકેટ) (વેપારીઓ, ઉદ્યોગપતિઓ, ઇ.નું,) મંડળ બનાવવું; એક મંડળમાં જોડાયેલાં અનેક છાપાંઓમાં એકી વખતે છાપવું.

syne (સાઇન), sinceનું સ્કૉટિશ રૂપ.

synec'doche (સિનૅ'ક્ડૅકિ), નાo [વ્યાક. અલંકાર] કોઈ વસ્તુના અંશ કે લક્ષણ ઉપરથી તે વસ્તુનું જેમાં સૂચન હોય છે તે અલંકાર, લક્ષણા (અલંકાર).

syn'od (સિનડ), નાo ખ્રિસ્તી ધર્મસંપ્રદાયનું ચર્ચામંડળ; બિશપોની સભા કે સંમેલન; ચર્ચામંડળ; [ખ.] ગ્રહ કે તારાઓની યુતિ.

syn'onym (સિનનિમ). નાo સમાનાર્થક શબ્દ, એક જ અર્થવાળો બીજો શબ્દ, પર્યાય. **synon'ymous** (સિનૉનિમસ), વિo એક જ અર્થવાળું, સમાનાર્થક.

synop'sis (સિનૉપ્સિસ), નાo (બoવo synopses). સંક્ષેપ, સારાંશ, મુખ્ય મુખ્ય મુદ્દાઓનું ટાંચણ, રૂપરેખા. **synop'tic**, વિo સારભૂત. *the ~ gospels*, બાઇબલમાંનાં મૅથ્યૂ. માર્ક ને લૂકનાં પુસ્તકો.

syn'tax (સિન્ટૅક્સ), નાo વાક્યરચના કે તેના નિયમો. **syntac'tic** વo વાક્યરચનાનું – ને લગતું.

syn'thesis (સિંથિસિસ), નાo (બoવo syntheses). જુદાં જુદાં તત્ત્વો, ભાગો કે ઘટક દ્રવ્યોમાંથી આખી વસ્તુ બનાવવી, સંયોગીકરણ, સમન્વય; સંયોજિત વસ્તુ. **synthet'ic** (સિંથે'ટિક), વિoસમન્વયાત્મક; (રેશમ, રબર, ઇ.) બનાવટી, કૃત્રિમ.

syph'on (સાઇફન), જુઓ siphon.

syr'en (સાઇરન), જુઓ siren.

syring'a (સિરિંગા), નાo સફેદ રંગનાં સુગંધી ફૂલોનો છોડ.

sy'ringe (સિરિંજ), નાo પિચકારી. *hypodermic ~*, ચામડી નીચે પ્રવાહી દાખલ કરવાની પોલી સોય વાળી પિચકારી. સo ક્રિo પિચકારી મારવી, પિચકારી વતી છાંટવું.

sy'rup (સિરપ), નાo ચાસણી; શરબત. **sy'rupy** (સિરપિ), વિo ગળ્યું, ચાસણી કે શરબત જેવું.

sys'tem (સિસ્ટિમ), નાo પદ્ધતિ; વ્યવસ્થા, રચના; વિવિધ ઘટકોનું બનેલું તંત્ર; વર્ગીકરણ કે તેની પદ્ધતિ; શરીર (*the~*). **systemat'ic** (–મૅટિક), વિo પદ્ધતિસરનું; યોજનાબદ્ધ, યોજનાપૂર્વકનું. **sys'tematize**, સo ક્રિo યોજનાબદ્ધ – તંત્રબદ્ધ – કરવું, વ્યવસ્થિત કરવું.

sys'tole (સિસ્ટલિ), નાo [શરીરરચ્ના.] હૃદય, [ઇ.ની આકુંચનક્રિયા.

T

T, t (ટી), અંગ્રેજી વર્ણમાળાનો વીસમો અક્ષર. *to a T*, તદ્દન બરાબર, – ચોક્કસ; ઝીણામાં ઝીણી બાબતમાં મળતું – જોઈએ તેવું. *cross the t's*, ખૂબ બારીકાઈ – ચોકસાઈ–કરવી; કોઈ મુદ્દા પર ભાર દેવો.

ta (ટા), ઉદ્ગાર [બાળકોની ભાષામાં] તમારો પાડ માનું છું (thank you).

tab (ટૅબ), નાo કોઈ વસ્તુ પર જડેલી – ચોડેલી – ચામડાની કે કપડાની પટ્ટી અથવા કાપલી. *keep ~s, a ~, on*, ઉપર નજર રાખવી, -નો હિસાબ યાદ રાખવો.

tab'ard (ટૅબર્ડ), નાo [ઇતિ.] ગરીબ માણસનો ઉપરથી પહેરવાનો જાડો ઝભ્ભો; ચારણનો વિધિસરનો પોશાક; બખ્તર પરથી પહેરવાનો સરદારનો પોશાક.

tabb'y (ટૅબિ), નાoલહેરિયા ભાતવાળું ચળકતું રેશમી કપડું; કાળાં ટપકાંવાળી ભૂખરી બિલાડી; બિલાડી (વિ. ક. માદા).

tab'ernacle (ટૅબર્નૅકલ), નાoતંબૂ, શિબિર; યહૂદીઓનો પ્રાર્થના કે ઉપાસના માટેનો તંબૂ; નાનકડું મંદિર – દેવળ.

ta'ble (ટેબલ), નાo મેજ, ટેબલ; ટેબલ

પર જમવા બેઠેલા માણસો; લાકડાનું જાડું પાટિયું, પથ્થરની શિલા; સપાટ–સમતલ–જગ્યા, સપાટી; હકીકત કે આંકડાનું કોષ્ટક, કોઠો. *at* ~, જમતી વેળા – વખતે; જમતું, ભોજન કરતું. *keep a good* ~, -ના ઘરમાં જમવાની સારી વ્યવસ્થા હોવી–સારું ભોજન મળવું. સ૦ ક્રિ૦ યાદી કરવી, ટૂંકામાં નિવેદન કરવું; ભવિષ્યમાં ચર્ચા માટે રજૂ કરવું; ઠરાવ પરની ચર્ચા મુલતવી રાખવી. **table-cloth,** ના૦ ટેબલ પર પાથરવાનો રૂમાલ – ચાદર, મેજપોશ. **table-linen,** ના૦ જમતી વખતે વાપરવાના ટેબલપોશ, રૂમાલ, ઇ. **table-spoon,** ના૦ પીરસવાનો ચમચો (જુઓ spoon માં). **table-ware,** ના૦ પ્યાલા, થાળીઓ, ચમચા. ઇ. જમવાનો સરંજામ.

tab'leau (ટેબ્લો), ના૦ (બ૦ વ૦ tableaux). નાટકનું પરિણામકારક દૃશ્ય; જાણે ચિત્રમાં ચીતરેલા હોય એવી રીતે શાંત રહેલા નટોનું દૃશ્ય (~ *vivant*).

table d'hôte (ટાબલ્-ડોટ), ના૦ નિયત કરેલા પૈસામાં આપેલું સામાન્ય ભોજન.

tableland (ટેબલ્લૅન્ડ), ના૦ પહાડ ઉપરની સપાટ જમીન, પઠાર, ઉચ્ચપ્રદેશ.

tab'let (ટૅબ્લિટ), ના૦ કોતરેલા લેખવાળી કે લખવાની તકતી; દવાની ટીકડી; સાબુની ગોટી, ઇ.; લખવાના કાગળોની બાંધેલી થોકડી – પૅડ.

tab'loid (ટૅબ્લૉઇડ), ના૦ દબાવીને બનાવેલી દવાની ટીકડી; ફરાકની પણ નાનકડી આવૃત્તિ (દા.ત. ~ *newspaper*).

taboo' (ટબૂ), ના૦ કોઈ વ્યક્તિ કે વસ્તુને પવિત્ર અથવા મેલી ગણી તેને અળગી – દૂર – રાખવી; એવી રીતે દૂર રાખવાની પ્રથા; નિષેધ, પ્રતિબંધ. વિ૦ જેની વાત કરવી – નામ દેવું – નિષિદ્ધ છે એવું. સ૦ ક્રિ૦ નિષિદ્ધ ઠરાવવું; પ્રતિબંધ – મના – કરવી.

tab'or (ટેબર), ના૦ (પ્રા.) ઢોલ, ઢોલકી.

tab'ouret (ટૅબરિટ), ના૦ નીચું સ્ટૂલ, બાજઠ.

tab'ular (ટૅબ્યુલર), વિ૦ ટેબલના જેવું પહોળું અને ચપટું; ખાનાં કે કોઠા પાડીને ગોઠવેલું. **tab'ulate** (ટૅબ્યુલેટ), સ૦ક્રિ૦ આંકડા, વિગત, ઇ. ખાનાં પાડીને લખવું, કોષ્ટકના રૂપમાં મૂકવું. **tabula'tion** (ટૅબ્યુલેશન), ના૦ કોષ્ટકના રૂપમાં મૂકવું તે.

ta'cit (ટૅસિટ), વિ૦ બોલ્યા વિના સૂચવેલું, સૂચિત, ગર્ભિત. **ta'citurn** (ટૅસિટર્ન), વિ૦ ઓછાબોલું, અબોલું. **taciturn'ity** (–ટર્નિટિ), ના૦ ઓછાબોલાપણું, સૂમડાપણું.

tack (ટૅક), ના૦ મોટા કે પહોળા માથાવાળી અણીદાર ચૂંક – ખીલી; કામચલાઉ લાંબો ટાંકો; સઢનો છેડો અમુક રીતે બાંધી રાખવાનું દોરડું – ગોસ; પવનનો લાભ લેવા માટે વહાણની (વારેવારે) દિશા બદલવી; કાર્યનીતિ, કાર્યદિશા. *come down to brass* ~*s*, ખરી – મુદ્દાની – વાત પર આવવું. *hard* ~, ખલાસીઓ વાપરે છે તે સખત બિસ્કિટ. *on the right, wrong,* ~, યોગ્ય–ખોટી– દિશામાં કામ કરતું. ઉ૦ ક્રિ૦ ચૂંકો કે ખીલીઓ મારીને જડવું; આછા ટાંકા મારવા, ફાંટ ભરવી, -ની સાથે જોડવું, સાંધવું; ઉમેરવું; વળગાડવું; પવનની ઊલટી દિશામાં જવા માટે વહાણની દિશા બદલવી.

tac'kle (ટૅકલ), ના૦ ઍંજિનની ગતિ કે વેગ તે જ હોય છતાં યંત્રને ધીમેથી કે વધારે ઝડપથી ચલાવવા માટેની દાંતાવાળાં ચક્રોની રચના, 'ગીઅર'; કોઈ પણ રમત કે કામ માટેનો આવશ્યક સરંજામ; ભારે વસ્તુઓ ઉપાડવા માટે કે સઢ ફેલાવવા સંકેલવા માટે જરૂરી દોરડાં, ગરેડીઓ, ઇ. વસ્તુઓ. સ૦ ક્રિ૦ -ની સાથે બાથ ભીડવી – ઝઘડવું; કોઈ સવાલ કે કામનો ઉકેલ આણવા મથવું; ઉત્સાહપૂર્વક ઉપાડવું; જેની પાસે ફૂટબૉલ હોય તેને પકડમાં લેવો.

tack'y (ટૅકિ), વિ૦ (રંગ, વાર્નિશ, ઇ. અંગે) અડવા જતાં ચોંટે એવું, પૂરેપૂરું ન સુકાયેલું.

tact (ટૅક્ટ), ના૦ યોગ્ય વસ્તુ કહેવાની કે કરવાની આવડત – શક્તિ, કુનેહ; સમયસૂચકતા, કાર્યકુશળતા. **tact'ful** (–ફુલ), વિ૦ કુનેહવાળું, ચતુર, કાર્યકુશળ. **tact'less,** વિ૦ કુનેહ વિનાનું.

tac'tics (ટૅક્ટિક્સ), ના૦ બ૦વ૦ (ઘણી વાર એક વ૦ તરીકે વપરાય છે). લશ્કરી – યુદ્ધના – દાવપેચ, વ્યૂહરચના; કોઈ નીતિ કે

પૉલિસી પાર પાડવા અખત્યાર કરેલી કાર્ય-પ્રણાલી, ચાલ, યોજના **tac'tical** વિ૦ વ્યૂહ કે કાર્ય રીત અંગેનું – ને લગતું. **tacti'cian** (ટૅક્ટિશન), નાo (યુદ્ધની) વ્યૂહરચનામાં નિપુણ.

tac'tile (ટૅક્ટાઇલ), **tac'tual** (ટૅક્ટયુ-અલ), વિ૦ સ્પર્શેન્દ્રિયનું – સંબંધી.

tad'pole (ટૅડ્પોલ), ના૦ ઈંડામાંથી નીકળ્યા પછીની પહેલી અવસ્થાનું દેડકું (જ્યારે માત્ર ગોળ માથું ને પૂંછડી જોઈ શકાય છે), દેડકાનું કુમળું બચ્ચું. [રેશમ – રેશમી કપડું.

taff'eta (ટૅફિટા), ના૦ એક જાતનું ચળકતું

taff'rail (ટૅફ્રેલ), ના૦ વહાણના પાછલા ભાગની – ડબૂસાની – આસપાસનો કઠેરો.

taff'y (ટૅફિ), ના૦ જુઓ toffee.

tag (ટૅગ), ના૦ દોરી, ફીત કે બૂટની નાડીને છેડે બેસાડેલું ધાતુનું નાકું; છૂટો અથવા લટકતો છેડો; વસ્તુ પર ચોડેલી નામની કે સરનામાની કાપલી; બહુ રૂઢ થયેલો શબ્દ કે વાક્ય; બાળકોની એક રમત. સ૦ ક્રિ૦ નામ કે સરનામાની ચિઠ્ઠી લગાડવી; -ની સાથે વળગાડવું, જોડવું; -ની પાછળ પાછળ જવું.

tail (ટેલ), ના૦ પુચ્છ, પૂંછડી; કશાકનો પાછળનો – છેવટનો – ભાગ; ફૂલા, બેસણી; તદ્દન નીચેનો, ઓછામાં ઓછા મહત્ત્વનો, છેવટનો, ભાગ; નાણાની આકૃતિની પાછળની બાજુ. ઉ૦ ક્રિ૦ -નો પીછો પકડવો; (-ની સાથે) જોડવું. ~ *after*, -ની પાછળ પાછળ જવું. ~ *off*, કદ કે સંખ્યામાં ઘટવું, ઓછું થવું, ઘટતા જવું, બગડવું – બગડતું જવું. *not make head or* ~ *of*, કશું ન સમજવું. *turn* ~, પીઠ બતાવવી, નાસી જવું. **tail-board,** ના૦ ગાડાના પાછલા ભાગે મિજાગરાથી જડેલું અથવા છૂટું મૂકવાનું પાટિયું. **tailcoat** ના૦ પાછળથી બે ભાગમાં વહેંચાયેલા લાંબા સ્કર્ટવાળો કોટ. **tail-light,** ના૦ વાહનનો પાછળનો દીવો.

tail'or (ટેલર), ના૦ દરજી, સઈ. સ૦ ક્રિ૦ દરજીનું કામ કરવું; કપડાં બનાવવાં. **well-tailored,** વિ૦ (કપડાં) દરજીએ કુશળતાથી બનાવેલું; (માણસ) એવાં કપડાં પહેરેલું. **tail'oress** (ટેલરિસ), ના૦ દરજીની સ્ત્રી, દરજણ. **tailor-made,** વિ૦ ના૦ મરદનાં કપડાંની જેમ બનાવેલાં (કોટ ને ઘાઘરો).

taint (ટેન્ટ), ના૦ ડાઘો, ધબ્બો; દોષ, દૂષણ, લાંછન; વિકાર, રોગ, બગાડ. ઉ૦ ક્રિ૦ બગાડ – રોગ – દાખલ કરવો, બગાડવું; પાસ – ચેપ – લગાડવો; બગડવું, ચેપ લાગવો. **tainted,** વિ૦ ખરાબ ગંધ કે સ્વાદવાળું, બગડવા માંડેલું; દૂષિત.

take (ટેક), ઉ૦ ક્રિ૦ (ભૂ૦ કા૦ took, ભૂ૦ કૃ૦ taken). પકડવું, ઝાલવું; લેવું, સ્વીકારવું; લઈ જવું, પહોંચાડવું; ચોરવું; ગિરફતાર કરવું, પકડવું; (કશાક માટે) લાગવું, -ની જરૂર પડવી; -ને (શરદી, તાવ, ઇ.) લાગુ પડવું; -નો સ્વીકાર કરવો, માનવું; ચિત્ત હરણ કરવું, લોભાવવું; જીતવું, મેળવવું; આકર્ષક બનવું – નીવડવું; (-નો ફોટો) લેવો – પાડવો; સમજવું, મનથી આકલન કરવું; અસરકારક થવું, -નું પરિણામ નીપજવું. ~ *aback*, આશ્ચર્યચકિત કરવું (બહુધા સહ્યભેદમાં વપરાય છે). ~ *advantage of*, (તક કે પરિસ્થિતિનો) પૂરેપૂરો લાભ લેવો; (કોઈની નબળાઈ–અણઆવડત)-નો (ગેર) લાભ લેવો. ~ *after*, -ના જેવું હોવું – દેખાવું. ~ *a hand*, મદદ કરવી. ~ *down*, લખી લેવું, નોંધવું; (કોઈને) ઉતારી પાડવું. ~ *for*, ગણવું, સમજવું. ~ (person) *for a ride*, [અમે.] મોટરમાં લઈ જઈને મારી નાખવું. ~ *in*, છેતરવું, ઠગવું; આકલન કરવું. ~ (person) *in hand*, કબજામાં – કાબૂમાં – લેવું. ~ *in for the night*, રાત રહેવા માટે જગ્યા આપવી. ~ *it*, લેતો જા. ~ *off*, -ના ચાળા પાડવા, નકલ કરવી; (વિમાનઅંગે) ધરતી પરથી ઊંચે ઊડવું. ~ one *on at a game*, -ની સાથે રમવા તૈયાર થવું, ~ *on*, સફળ થવું; કરવાનું માથે લેવું; પ્રક્ષુબ્ધ થવું. ~ *out*, (વીમાની પૉલિસી, ઇ.) લેવું. ~ *over*, તાબામાં લેવું; -નું માલિક બનવું. ~ *to*, -ને માટે આકર્ષણ થવું; કોઈ કામમાં પડવું; -ની આદતમાં પડવું. ~ *it upon* oneself, સાહસ ખેડવું, માથે જવાબદારી લેવી. ~ *up*, ઉપાડવું, શરૂ કરવું; -ની તરફ ધ્યાન આપવું. *be taken with*, -થી આકૃષ્ટ – મોહિત – થવું. **tak'ing,** વિ૦ આકર્ષક; મોહક; સાંસર્ગિક. **ta'king,** ના૦

(બ૰વ૰) મળેલા–ઊપજેલા–પૈસા; પ્રક્ષોભ.
talc (ટૅલ્ક), ના૰ અભ્રક. **talcum** (ટૅલ્કમ), ના૰ અભ્રકની બારીક ભૂકી.
tale (ટેલ), ના૰ વાર્તા, વાત, કહાણી; હકીકત, બયાન; સંખ્યા, સરવાળો, કુલ સંખ્યા. *tell ~s*, વાતોના તડાકા મારવા, કૂથલી કરવી; છાની વાત કહી દેવી. **~'bearer, ~'teller** ના૰ કૂથલી કરનારો, ચાડિયો, નિંદક.
tal'ent (ટૅલન્ટ), ના૰ ઈશુના જમાનાનું એક નાણું (જુદા જુદા મૂલ્યનું); પ્રાચીન લોકોનું એક વજન (૫૬ રતલનું); શક્તિ, બુદ્ધિ, અક્કલ; ખાસ આવડત, દેણ(ગી). **tal'ented** (ટૅલન્ટિડ), વિ૰ બુદ્ધિમાન; હુન્નર કે કસબવાળું.
tal'isman (ટૅલિઝ્‌મન), ના૰ તાવીજ, જાદુઈ યંત્ર, તલિસ્માત.
talk (ટૉક), ઉ૰ ક્રિ૰ બોલવું; વાતચીત–સંભાષણ–કરવું; ભાષણ કરવું–આપવું; ઉચ્ચારવું, વદવું, કહેવું; ચર્ચા–વાદવિવાદ–કરવો. ~ *big*, બડાઈ હાંકવી. ~ (person) *down*, કોઈના કરતાં વધારે મોટેથી કહેવું, જેથી તે બોલવાનું છોડી દે. ~ (*question*) *out*, વાતચીત કરીને નિર્ણય પર આવવું. ~ *through* one's *hat*, સાવ મૂર્ખતાભરી રીતે વાત કરવી. ના૰ વાતચીત, સંભાષણ; અફવા, લોકવાયકા, (ઊડતી) વાત; ચર્ચા, વાદવિવાદ. ~ *the hind leg off a donkey*, અતિ બોલ બોલ કરવું. **ta'lkative** (ટૉકટિવ), વિ૰ વાતોડિયું; વાચાળ. [બોલપટ.
talkie (ટૉકિ), ના૰ બોલતું ચિત્રપટ,
tall (ટૉલ), વિ૰ ઊંચું, સામાન્ય ઊંચાઈ કે કદ કરતાં વધારે ઊંચું; બડાઈખોર, ડંફાસ મારનાર. ~*order*, મુશ્કેલ કામ; બેહૂદી માગણી. ~ *story*, ન માની શકાય એવી–અત્યુક્તિભરી–વાત. **tall'boy**, ના૰ ખાનાંવાળું ઊંચું કબાટ.
tall'ow (ટૅલો), ના૰ (મીણબત્તી, સાબુ, ઇ. બનાવવામાં વપરાતી) (ઓગાળેલી) કઠણ ચરબી.
tall'y (ટૅલિ), ના૰ હિસાબની જુદી જુદી કલમો માટે ખાંચા પાડેલા લાકડાનો કકડો, જેના બે ભાગ કે ફાટો પાડીને દરેક પક્ષ પાસે એક આપવામાં આવે છે; આવી રીતે રાખેલો હિસાબ કે નોંધ, હિસાબ, ગણતરી; વસ્તુ પર ચોડેલી નામની કાપલી કે ચિઠ્ઠી; બીજી સાથે બરાબર મળતી આવતી ચીજ, આબેહૂબ નકલ. ઉ૰ ક્રિ૰ બીજા સાથે મળતું આવે એમ કરવું–મળતું આવવું; -નો મેળ બેસવો.
tall'y-ho' (ટૅલિ-હો), ઉદ્‌ગાર૰ અને ના૰ શિકાર જોઈને શિકારી કૂતરાને હાકલ કરવાની પારધીની હાક.
Tal'mud (ટૅલમડ, -મુડ), ના૰ યહૂદી લોકોના ધર્મશાસ્ત્રનો સટીક ગ્રંથ.
tal'on (ટૅલન), ના૰ (બહુધા બ૰ વ૰માં) પક્ષીના પગનો નખ–નહોર–નખોરિયું; આંગળીનો લાંબો તીક્ષ્ણ નખ. [આમલીનું ઝાડ.
tam'arind (ટૅમરિંડ), ના૰ આમલી;
tam'arisk (ટૅમરિસ્ક), ના૰ પીંછાં જેવાં પાંદડાંવાળું દરિયાકિનારે થતું એક બારમાસી ઝાડ. [ખંજરી, નાનકડી ઢોલકી.
tambourine' (ટૅમ્બરીન), ના૰ એક વાદ્ય,
tame (ટેમ), વિ૰ (પ્રાણી) હળી ગયેલું પાળેલું, જંગલી નહિ એવું; જોશ કે દમ વિનાનું, પામર, દીન; નીરસ, મોળું. સ૰ ક્રિ૰ હેળવવું, કેળવવું; પાળવું, માણસની ભળ ભાંગવી; વશ કરવું, કાબૂમાં આણવું.
Tamm'any (ટૅમનિ), ના૰ ન્યૂયૉર્કના ટૅમનિ હૉલમાંનું લોકશાહી (ડેમક્રેટિક) પક્ષનું મુખ્ય મથક–કાર્યાલય (રાજકીય અને શહેરોના લાંચરુશવતખોર તંત્ર માટે વપરાય છે).
tam-o'-shan'ter (ટૅમ-અ-શૅન્ટર), **tamm'y** (ટૅમિ), ના૰ સ્કૉટલન્ડના લોકોની ગોળ ટોપી.
tamp (ટૅમ્પ), સ૰ ક્રિ૰ સ્ફોટ–ધડાકો–ખૂબ જોરથી થાય તે માટે સુરંગના કાણામાં માટી, ઇ. ઠાંસીને
tam'per (ટૅમ્પર), અ૰ ક્રિ૰ (*with* સાથે) નાહક માથું મારવું; અધિકાર વિના–અપ્રામાણિકપણે–ફેરફાર કરવો; (સાક્ષી, કાગળ ઇ.) ફોડવું; છેડવું, બગાડવું; -ની સાથે ચેડાં કરવાં.
tan (ટૅન), ના૰ ચામડું કેળવવા માટે વપરાતી ઓક, આવળ, ઇ.ની છાલ; કેળવેલા ચામડાનો પીળાશ પડતો રાતો રંગ; તડકાથી પડતી કાળાશ. વિ૰ પીળાશ પડતું રાતું. ઉ૰ ક્રિ૰ કાચા ચામડાને કેળવવું–પાકું કરવું; તડકાથી ભૂરું કરવું–થવું; લાકડી વતી મારવું. **tann'er**

(ટૅનર), ના૦ ચામડું પકવનાર – કેળવનાર, ખાલપો. **tann'ery,** ના૦ ચામડાં પકવવાનું કારખાનું.

tan(a)gram (ટૅન્(અ) ગ્રૅમ), ના૦ લાકડાના સાત કકડાનું એક ચીની રમકડું, જે જોડવાથી જુદાં જુદાં ચિત્રો બને છે.

tandem (ટૅન્ડમ), ક્રિ૦વિ૦ એકની પાછળ બીજો, એમ બે ઘોડા જોડીને. ના૦ એકની પાછળ બીજી એવી બે બેઠકવાળી સાઇકલ; એકની પાછળ બીજો એમ બે ઘોડા જોડેલી ગાડી.

tang (ટૅંગ), ના૦ ઉગ્ર વાસ, તીખો સ્વાદ; ઘંટડીના જેવો મધુર અવાજ–રણકો. ઉ૦ ક્રિ૦ મધુર અવાજ–રણકો–કરવો, વાગવું; વગાડવું.

tang, ના૦ ફરસી, છરી, કે ચપ્પુનો હાથામાં બેસાડેલો ભાગ.

tan'gent (ટૅ'જન્ટ), ના૦ વર્તુળને સ્પર્શ કરતી રેખા, સ્પર્શ જ્યા. *fly, go off, at a* ~, એકદમ બીજી વાત પર ચડી જવું.

Tangerine' (ટૅ'જરીન), ના૦(*~orange* પણ) એક જાતનું નાનું ચપટું સંતરું.

tan'gible (ટૅ'જિબલ,–જ–), વિ૦ સ્પર્શ કરી શકાય એવું, હાથમાં આવે એવું; વાસ્તવિક; ખરું, સાચું.

tangle (ટ ગલ), ના૦ દોરા, ઇ.નું ગૂંચવાયેલું કોકડું, ગૂંચ; ગોટાળો. ઉ૦ક્રિ૦ ગૂંચવણમાં નાખવું – પડવું; જાળમાં ફસાવવું; વગોવવું.

tang'o (ટૅ'ગો), ના૦ (બ૦ વ૦ tangos). દ. અમેરિકાનો એક નૃત્યપ્રકાર.

tank (ટૅ'ક), ના૦ બાંધેલું કે કુદરતી તળાવ; હોજ, ટાંકી; સિપાઈની ટુકડી અને તોપો સાથેની ફરતી પોલાદી પેટી જેવી રણગાડી, ટૅંક.

tank'ard (ટૅ'કર્ડ), ના૦ દારૂ પીવાનો જસત કે ચાંદીનો મોટો કૂજો – પાત્ર.

tank'er (ટૅ'કર), ના૦ તેલ વગેરે લઈ જવા માટેનું ટાંકીઓવાળું જહાજ; દૂધ, તેલ, ઇ. લઈ જવાની ટાંકીવાળી ગાડી.

tann'ic acid, tann'in (ટૅનિન), ના૦ ઓક, આવળ, ઇ.ની છાલમાં મળતો ચામડું પકવવા, ઇ. માટે વપરાતો તૂરો પદાર્થ–અમ્લ.

tannery, ના૦ જુઓ tan.

tan'sy (ટૅ'ઝ઼િ), ના૦ પીળાં ફૂલ અને કડવાં પાંદડાંવાળી એક વનસ્પતિ.

tan'talize (ટૅ'ટલાઇઝ઼), સ૦ ક્રિ૦ આશા આપીને નિરાશ કરવું, નિરાશ કરીને દુઃખ દેવું; ચીડવવું, પજવવું, ટળવળાવવું.

tan'tamount (ટૅન્ટમાઉન્ટ), વિધેયા૦ વિ૦ (*to* સાથે) એના જેવું જ, સમાન, સરખું.

tan'trum (ટૅ'ટ્રમ), ના૦ લાગણીનો સ્ફોટ, ક્રોધાવેશ.

tap (ટૅપ), ના૦ નળની ટોટી – ચકલી. *on* ~, ગમે ત્યારે ઉપલબ્ધ, તૈયાર. સ૦ ક્રિ૦ પ્રવાહીને બહાર કાઢવા માટે (પીપ ઇ.માં) કાણું પાડવું, ચકલી બેસાડવી; ખોરાક વગેરે વસ્તુઓ અથવા માહિતી મેળવવી – કાઢવી; રસ કાઢવા માટે (ઝાડને) છેદવું; બાકું પાડીને બહાર કાઢવું; -નો ઉપયોગ કરવો, માહિતી મેળવવી, વેપાર કરવો. ~ *the wires, line,* ટેલિફોન પરની બીજાની વાત સાંભળવી. **tap-room,** ના૦ વીશી કે હોટેલનો દારૂ આપવાનો ઓરડો. **tap-root,** ના૦ નીચે ઊતરતું ઝાડનું મુખ્ય મૂળ.

tap, ઉ૦ ક્રિ૦ ધીમે રહીને ટપલી મારવી, ટકોરો મારવો; બારણું ટપટપ ઠોકવું. ના૦ ધીમો અવાજ અથવા ટપલી – ટકોરો. **tap'-dancing,** ના૦ તાલ પ્રમાણે પગ ઠોકીને કરેલું નૃત્ય.

tape (ટેપ), ના૦ ચપટી દોરી, સાંકડી પાટી, નાડી; કાપડની, ચામડાની કે ધાતુની માપવાની પટ્ટી, ટેપ; તારથી આવતા સમાચાર જેના પર છપાય છે તે કાગળની સાંકડી પટ્ટી. *breast the* ~, શરત જીતવી. ~ *recorder,* ધાતુ, ઇ.ની પટ્ટી પર અવાજ નોંધીને ફરી રજૂ કરનાર યંત્ર. સ૦ક્રિ૦ -ની ઉપર પટ્ટીઓ મૂકવી, પટ્ટી લગાવીને ચોડવું. *have a* person *~d,* માણસ કેવો છે તે બરાબર જાણી લેવું. **tape-measure,** ના૦ માપવાની પટ્ટી. **tapeworm** ના૦ પેટમાં થતા લાંબા ચપટા કૃમિ.

tap'er (ટેપર), ના૦ પાતળી મીણબત્તી. વિ૦ છેડા તરફ પાતળું થતું જતું. ઉ૦ ક્રિ૦ છેડા તરફ પાતળું બનાવવું – થતું જવું.

tap'estry (ટૅપિસ્ટ્રિ), ના૦ ભીંતે ટાંગવાનું બુટ્ટાવાળું નકશીદાર કાપડ. **tap'estried** (ટૅપિસ્ટ્રિડ), વિ૦ એવા કાપડથી શણગારેલું – મંડિત.

tapioc'a (ટૅપિઓકા), ના૰ કસાવા નામના છોડના મૂળમાંથી બનાવેલા સાબુચોખા જેવા દાણા.

tap'ir (ટૅપર), ના૰ દ. અમેરિકાનું ડુક્કરની જાતનું લાંબા નાકવાળું એક પ્રાણી.

tapis (ટૅપી, ટૅપિસ), ના૰ શેતરંજી. *on the ~*, વાદવિવાદનો વિષય બનેલું, ચર્ચાતું.

tapp'et (ટૅપિટ), ના૰ પૈડા કે ચક્રમાંથી બહાર નીકળેલો દાંડો જે પૈડાના ફરવા સાથે યંત્રના બીજા ભાગને ગતિ આપે છે.

tap'ster (ટૅપ્સ્ટર), ના૰ દારૂના પીઠામાં કે વીશીમાં ઘરાકને દારૂ આપનાર નોકર.

tar (ટાર), ના૰ લાકડામાંથી કે કોલસામાંથી બનાવેલો ડામર; (*jack ~* પણ) ખારવો, ખલાસી. સ૰ ક્રિ૰ ડામર ચોપડવો. *~ and feather*, ડામર ને પીંછા ચોડીને સજા કરવી. *~red with the same brush* or *stick*, સરખા દોષોવાળું.

ta'radiddle, ta'rra-, (ટૅરડિડલ), ના૰ અસત્ય, ખોટું (વિ. ક. નજીવું અથવા ક્ષમ્ય)

tarantell'a (ટૅરન્ટૅ'લા), ના૰ ગોળ ગોળ ફરવાનો એક ઝડપી ઇટાલિયન નાચ.

taran'tula (ટરૅન્ટ્યુલા), ના૰ દ.યુરોપનો એક મોટો ઝેરી કરોળિયો.

tarboosh' (ટાર્બૂશ), ના૰ ફેઝ ટોપી.

tard'y (ટાર્ડિ), વિ૰ ધીમું, મંદ, દીર્ઘસૂત્રી; મોડું (કરનારું); પાછળ પડી ગયેલું.

tare (ટે'અર), ના૰ (બહુધા બ૰વ૰ માં) કઠોળનો છોડ, વિ. ક. ઢોરને ચારવા માટેનો; (બ૰ વ૰) નકામું ઘાસ, ખડ.

tare, ના૰ ખાલી ગાડી કે પેટી- બારદાન -નું વજન, બારદાન.

targe (ટાર્જ), ના૰ નાની ગોળ ઢાલ; નિશાન, [લક્ષ્ય.

targ'et (ટાર્ગિટ), ના૰ નિશાન, લક્ષ્ય; નાની ઢાલ; ઉદ્દેશ્ય, ધ્યેય; નિન્દાનો વિષય – લક્ષ્ય.

ta'riff (ટૅરિફ), ના૰ આયાત કે નિકાસ કરવાના માલ પર લેવાતી જકાતનું કોષ્ટક – પત્રક, જકાતપત્રક; આયાત પરનો કર, જકાત; વીશી, ઇ.માં ભાવનું પત્રક – યાદી.

tarl'atan (ટાર્લટન), ના૰ પાતળી મલમલ

tarn (ટાર્ન), ના૰ પર્વતમાંનું નાનું સરોવર.

tarn'ish (ટાર્નિશ), ઉ૰ ક્રિ૰ તેજ ઓછું – ઝાંખું – કરવું, કાળું પાડવું; તેજ ઓછું થવું, કાળું – ઝાંખું – પડવું; -ની ઉપર ડાઘા પાડવા – પડવા, લાંછન લગાડવું – લાગવું. ના૰ ડાઘો, ડાઘ, કલંક, ઝાંખપ.

tarpaul'in (ટાર્પૉલિન), ના૰ ડામર કે બીજું કોઈ રોગાન ચોપડેલું કંતાન કે કૅનવાસ, તાડપત્રી; એની બનેલી ખારવાની ટોપી.

tarp'on (ટાર્પન), ના૰ એક મોટી માછલી (અમેરિકાના દ. કિનારે મળતી).

ta'rradiddle, જુઓ taradiddle.

ta'rragon (ટૅરગન), ના૰ તીવ્ર સ્વાદવાળાં પાંદડાંવાળી એક વનસ્પતિ–છોડ. [રહેવું, થોભવું.

tar'ry (ટૅરિ), અ૰ ક્રિ૰ મોડું કરવું, થોભી

tar'ry (ટારિ), વિ૰ ડામરથી ખરડાયેલું, ડામરવાળું, ડામર ચોપડેલું.

tart (ટાર્ટ), વિ૰ ખાટું, દાંત ખટાઈ – અમળાઈ – જાય એવું; તીવ્ર, ઉગ્ર, મર્મભેદક.

tart, ના૰ ફળ ગલેફીને તથા શેકીને બનાવેલી વાની, ફળસુખડી.

tart'an (ટાર્ટન), વિ૰ અને ના૰ તરેહ તરેહની રંગીન ચોકડીઓવાળું ઊનનું (કપડું).

tart'ar (ટાર્ટર), ના૰ દારૂના પીપને તળિયે કે બાજુએ બાઝેલો પોપડો; દાંત ઉપર બાઝેલો મેલનો પોપડો–કીટ – છારી. *~ic acid*, દારૂના પીપમાં બાઝેલા પોપડામાંથી મળતો તેજાબ.

Tart'ar (ટાર્ટર), ના૰ તાર્તરીનો વતની; મારામારી કરનાર તોફાની માણસ. *catch a ~*, બળિયા સાથે બાથ ભીડવી – ભીડીને ફસાવવું.

Tart'arus (ટાર્ટરસ), ના૰ [ગ્રીક પુરાણ], યમલોકમાં પ્રેમાત્માને યાતના આપવાની જગ્યા, નરક.

task (ટાસ્ક), ના૰ સોંપેલું – નીમી આપેલું – કામ, કામ, મહા મહેનતનું કામ. *take* person *to ~*, ધમકાવવું, ઠપકો આપવો, ઝાટકણી કાઢવી. સ૰ ક્રિ૰ કામ સોંપવું; -ની ઉપર વધારે પડતો બોજો નાંખવો; (કામ અંગે) કઠણ – મુશ્કેલ – હોવું. **task'master, task'-mistress**, ના૰ (બહુધા સખતાઈથી) કામ કરાવનાર પુરુષ – સ્ત્રી.

tass'el (ટૅસલ), ના૰ દોરીના રેસાનો ગુચ્છો, ફૂમતું; ઘાસનો ડોડો – ચમરી. **tass'elled**, વિ૰ ગુચ્છા – ફૂમતા – વાળું.

taste (ટેસ્ટ), નાο સ્વાદ, રસ; સ્વાદેન્દ્રિય; વાનગી, નમૂનો; રુચિ, અભિરુચિ, શોખ; રસજ્ઞતા, કલાભિજ્ઞતા. *in good, bad, ~*, સદભિરુચિવાળા માણસને ગમે, નગમે, તેવું. ઉο ક્રિο ચાખી જોવું, ચાખવું; -નો સ્વાદ હોવો; -નો અનુભવ લેવો – હોવો. **taste'ful**, વિο સારી અભિરુચિવાળું, રસિક; સ્વાદિષ્ટ, રુચિકર. **taste'less**, વિο સ્વાદ વગરનું, ફીકું, બેસ્વાદ. **ta'ster** (ટેસ્ટર), નાο ચા, દારૂ, ઇ. ચાખીને –સૂંઘીને–પારખનાર–માણસ. **tas'ty** (ટેસ્ટિ), સ્વાદિષ્ટ, લહેજતદાર. [પાટી કે ફીત વણવી.

tat (ટૅટ), ઉο ક્રિο જાડા દોરામાંથી ખરબચડી

ta-ta (ટૅટા), ઉદ્‌ગારο વિદાય વખતે 'આવજો' કરવાના બાળકના બોલ.

tatt'er (ટૅટર), નાο કપડું, કાગળ, ઇ.નો ફાટેલો ટુકડો, ચીંથરું, ચીંદરડી. **tatterdemal'ion** (ટૅટર્‌ડમેલિઅન,–મૅ–), નાο ચીંથરેહાલ માણસ. **tatt'ered**, વિο ઠેકઠેકાણે ફાટેલું; ચીંથરેહાલ.

tatt'ing (ટૅટિંગ), નાο દોરા કે ધાગા વણીને બનાવેલી કિનાર; એ બનાવવાની ક્રિયા.

tat'tle (ટૅટલ), અο ક્રિο નકામા ગપાટા મારવા, કૂથલી કરવી. નાο ગપાટા, ગપસપ; કૂથલી. **tatt'ler**, નાο બકબકિયો.

tattoo' (ટટૂ, ટૅ-), નાο છાવણી કે બરાકોમાં સિપાઈઓને રાત્રે પાછા ફરવા – બોલાવવા – માટે વગાડવામાં આવતું પડઘમ–ભૂંગળું; લશ્કરનો સંગીત સાથે કૂચનો મનોરંજક કાર્યક્રમ. *beat a, the devil's, ~*, હાથની આંગળીઓ વતી કે પગ વતી શીઘ્ર તાલ દેવો.

tattoo', સο ક્રિο -ની ઉપર છૂંદણાં છૂંદવાં, -નું ચિત્ર પાડવું. નાο છૂંદણું.

taught (ટૉટ), નાο teachનો ભૂο કાο તથા ભૂο કૃο.

taunt (ટૉન્ટ), નાο ટોણો, મહેણું, મર્મવચન. સο ક્રિο ટોણો મારવો, નિંદવું, ઠપકો આપવો.

taut (ટૉટ), વિο સખત – તાણીને – ખેંચેલું. **taut'en** (ટૉટન), ઉο ક્રિο તાણીને ખેંચવું, તંગ કરવું – થવું.

tautol'ogy (ટૉટૉલજિ), નાο દ્વિરુક્તિ, પુનરુક્તિ, તે જ તે વાત જુદા જુદા શબ્દોથી ફરી કરવી. **tautolo'gical** (ટૉટલૉજિકલ), વિο એકના એક અર્થવાળું, પુનરુક્તિવાળું.

tav'ern (ટૅવર્ન), નાο (પ્રવાસીઓ માટેની) વીશી ને દારૂનું પીઠું.

tawd'ry (ટૉડ્રિ), વિο દિખાઉ, તકલાદી.

tawn'y (ટૉનિ), વિο પીળચટું, બદામી (રંગનું). [પાતળો ચાબુક.

taws(e) (ટૉઝ઼), નાο છોકરાઓને મારવાનો

tax (ટૅક્સ), નાο કર, વેરો, ધારો; ભારે પડતું ખરચ – બોજો. સο ક્રિο (પ્રજા, જમીન, વસ્તુ, ઇ. પર) કર નાખવો – બેસાડવો; આકરી કસોટી કરવી – થવી; ઉપર આરોપ – અપવાદ - મૂકવો (~ person *with*). **taxa'tion**, નાο કરવેરા નાખવા તે; કરવેરા. **tax-farmer**, નાο સરકાર પાસેથી કર ઉઘરાવવાનો ઇજારો લેનાર. **tax-free**, વિο કર(વેરામાંથી) મુક્ત.

tax'i (ટૅક્સિ), નાο ભાડે ફરતી મોટર ગાડી, ટૅક્સી. ઉο ક્રિο ટૅક્સીમાં બેસીને જવું–લઈ જવું; (વિમાન વૈમાનિક, અંગે) પાણી કે જમીન પર થઈ ને પસાર થવું – જવું. **taxi-cab**, નાο ટૅક્સી. **tax'iman**, નાο ટૅક્સીનો હાંકનાર ટૅક્સીવાળો.

tax'idermy (ટૅક્સિડર્મિ), નાο પ્રાણીઓની ખાલમાં મસાલો વગેરે ભરીને જીવતા પ્રાણી જેવા આકાર બનાવવાની કળા. **tax'idermist**, નાο એ હુન્નરનો જાણકાર.

taxim'eter (ટૅક્સિમિટર), નાο મોટરનું (અંતર મુજબ) ભાડું કેટલું થયું છે તે બતાવનારું ઘડિયાળ – મીટર.

tea (ટી), નાο ચા(વનસ્પતિ), ચાનાં પાંદડાં; (તૈયાર બનાવેલી) ચા; ચા જેવું બીજું કોઈ પીણું; ચા સાથેનું પાછલા પહોરનું ખાણું. *high ~*, ખાદ્ય પદાર્થ સાથેની ચા (પાન). **tea-cake**, નાο ચા વખતે માખણ સાથે ખવાતી કેક. **tea-cloth**, નાο ચાના ટેબલ પર પાથરવાનું કાપડ; પ્યાલા રકાબી લૂછવાનો કકડો. **tea-cosy**, નાο ચા ઠંડી ન પડી જાય તે માટે ચાની કીટલી ઢાંકવાની કોથળી – ટોપી. **teapot**, નાο ચાની કીટલી. **tea-set**, **tea-service**, નાο ચાના પ્યાલા, રકાબી, ચમચા, ઇ. વાસણ. **tea-spoon**, નાο ચાનો ચમચો. (જુઓ spoon). **tea-things**, નાο બο વο ચાપાન – નાસ્તા – માટે તૈયાર

કરેલો સરંજામ.

teach (ટીચ), ઉ૦ક્રિ૦ (ભૂ૦કા૦ taught). (કશુંક) શીખવવું, ભણાવવું; -નો પાઠ આપવો; -ને શીખવવું, ભણાવવું; જ્ઞાન આપવું, બતાવવું. ~ person *a lesson,* સજા કરીને સાન ઠેકાણે લાવવી, પાઠ આપવો. **teach'able,** વિ૦ શીખવી શકાય એવું, ભણે એવું. **teach'er** ના૦ શિક્ષક; ઉપદેશ આપનાર; ગુરુ, ધર્મોપદેશક. **teach'ing,** ના૦ બોધ, ઉપદેશ.

teak (ટીક), ના૦ સાગનું ઝાડ – લાકડું, સાગ.

teal (ટીલ), ના૦ (બ૦ વ૦ એ જ) મીઠા પાણીમાં રહેનારું નાનું બતક.

team (ટીમ), ના૦ ગાડીએ જોડેલા બે કે વધારે ઘોડા, બળદ, ઇ.નું જૂથ; ક્રિકેટ, ઇ. રમતના એક બીરના રમનારા (જેની સંખ્યા ૧૧ની હોય છે). **tea'mster** (ટીમ્સ્ટર), ના૦ ગાડીના ઘોડા, ઇ.નો હાંકનારો, ગાડીવાળો. **team-work** ના૦ સાથે રહીને કરેલી મહેનત – કામ.

tear (ટે'અર), ઉ૦ક્રિ૦ (ભૂ૦ કા૦ tore, ભૂ૦ કૃ૦ torn). ફાડવું, ચીરવું, ફાડી નાખવું; અલગ કરી નાખવું (~*off*); -માં ફાટફૂટ કરાવવી; જોરથી ખેંચી કાઢવું – ઉખેડવું; અસ્વસ્થપણે આમતેમ દોડવું; ફાટવું. ~ *along,* ખૂબ ઉતાવળથી જવું. ~one's *hair,* ક્રોધ કે દુઃખથી પોતાના વાળ ખેંચવા. ના૦ ફાટ, ચીરો, કાણું.

tear (ટીર, ટિઅર), ના૦ આંસુ, અશ્રુ. *in ~s,* રડતું, આંસુ સારતું. **tear'ful,** વિ૦ (આંખ) આંસુથી ભરાઈ ગયેલું; (વ્યક્તિ) આંસુ સારતું, રડતું.

tease (ટીઝ઼), સ૦ક્રિ૦ ચીડવવું; સતાવવું, પજવવું; પંજેટવું, પીંજવું; કપડા પર ફૂલ કે રુવાંટી લાવવા માટે તેને ઘસવું ('ટીઝ઼લ'– વિલાયતી ગોખરુ–વતી). ના૦ સતામણી કરનાર; મુશ્કેલ કામ – સવાલ. **teaser** (ટીઝ઼ર), ના૦ સતામણી કરનાર; કઠણ પ્રશ્ન, મુશ્કેલ કામ.

teas'el, teaz'le, (ટીઝ઼લ), ના૦ એક કાંટાળું ફૂલ – ગોખરુ (જે કાપડ પર રુવાંટી – ફૂલ – આણવા માટે વપરાય છે); એવાં ફૂલોવાળું ઝાડ.

teat (ટીટ), ના૦ સ્તનની ડીંટડી, આંચળ.

tech'nical (ટે'ક્નિકલ), વિ૦ કોઈ વિશિષ્ટ કળા, શાસ્ત્ર કે હુન્નરનું; યાંત્રિક કલા કે હુન્નરોનું – ને લગતું. **technical'ity** (–કૅલિટિ), ના૦ કોઈ વિદ્યા, કલા કે શાસ્ત્રનો – પારિભાષિક – શબ્દ; કોઈ કલા, શાસ્ત્ર, ઇ.ની વિશેષ ખૂચ – લક્ષણ – વાત – બારીકી; ઔપચારિક વિધિની બાબત. **techni'cian** (–શન), ના૦ કોઈ વિષય કે કળાના તંત્રમાં પ્રવીણ માણસ; તંત્રજ્ઞ; કસબી કારીગર.

technique' (ટે'ક્નીક), ના૦ કલાત્મક વસ્તુ નિર્માણ કરવાની રીત – પ્રક્રિયા; તંત્ર; કલાકૌશલ્ય.

technoc'racy (–નૉક્રસિ), ના૦ વિજ્ઞાન-શાસ્ત્રીઓ, કુશળ તંત્રજ્ઞો, ઇ. દ્વારા ઉદ્યોગોનું સંગઠન અને સંચાલન; એવા તંત્રજ્ઞોનું રાજ્યમાં વર્ચસ્વ, તંત્રજ્ઞશાહી.

technol'ogy (ટેક્નૉલજિ), ના૦ યાંત્રિક ઉદ્યોગોનું શાસ્ત્ર, યંત્રોદ્યોગશાસ્ત્ર.

Tedd'y (ટે'ડિ), ના૦ (Edward એડ્વર્ડ) -નું ટૂંકું વહાલસોયું રૂપ.

Te Deum (ટી ડીઅમ), ના૦ ઈશ્વરનો પાડ માનવાનું ભજન – પ્રાર્થના ગીત (આ શબ્દોથી શરૂ થતું).

ted'ious (ટીડિઅસ), વિ૦ ખૂબ લાંબું, કંટાળાભરેલું, રગશિયું; નીરસ. **ted'ium** (–અમ), ના૦ કંટાળો, ત્રાસ.

tee (ટી), ના૦ ગાલ્ફની રમતમાં પહેલો ફટકો મારવા માટે જે ઢગલી પર દડો મૂકવામાં આવે છે તે ઢગલી અથવા ખૂંટી; કેટલીક રમતોમાં આવતું નિશાન કે લક્ષ્ય. ઉ૦ ક્રિ૦ ઢગલી પર દડો મૂકવો.

teem (ટીમ), અ૦ ક્રિ૦ -થી ભરપૂર હોવું – ઊભરાવું, (કશાકનું) વિપુલ હોવું. ~ *with,* (સ્થળ)માં (કશાકની) વિપુલતા હોવી. **teeming,** વિ૦ વિપુલ માત્રામાં થતું, ઊભરાતું.

teens (ટીન્સ), ના૦ બ૦ વ૦ તેરથી ઓગણીસ વરસ સુધીની સંખ્યા, ઉંમર (*teen-age* પણ). *in* one's ~, એ ઉંમરનું.

teet'er (ટીટર), અ૦ ક્રિ૦ ચીંચવા ઉપર ઉપરનીચે થવું – ઊંચાનીચા હીંચવું.

teeth (ટીથ), toothનું બ૦ વ૦.

teethe (ટીધ), અ૦ ક્રિ૦ દાંત આવવા – ફૂટવા (વિ. ક. દૂધિયા દાંત).

teetot'al (ટીટોટલ), વિ૦ માદક પદાર્થથી સાવ દૂર રહેનારું – રહેવાનું હિમાયતી; **tee-**

tot'aller (–લર), ના૦ માદક પદાર્થનો પૂરેપૂરો ત્યાગ કરનાર.
teetot'um (ટીટોટમ), ના૦ ચારે બાજુએ અક્ષરો લખેલો (રમનારનું નસીબ પારખવાનો) હાથે ફેરવવાનો ભમરડો, આંગળીઓ વતી ફેરવવાનો નાનો ભમરડો.
teg'ument (ટે'ગ્યુમન્ટ), ના૦ આવરણ, આચ્છાદન; ત્વચા, ચામડી.
tele- (ટે'લિ–), ઉપસર્ગ૦ દૂર, અન્તર પર.
telecommunica'tion (–કમ્યુનિકેશન), ના૦ તાર, ટેલિફોન, રેડિયો, ઇ. દ્વારા દૂરનો સંદેશાવહેવાર. [તાર.
tel'egram (ટે'લિગ્રૅમ), ના૦ તારનો સંદેશો,
tel'egraph (ટે'લિગ્રાફ), ના૦ વીજળી કે સંકેત દ્વારા સંદેશો મોકલવાનું યંત્ર, તારયંત્ર. ઉ૦ ક્રિ૦ તારથી સંદેશો મોકલવો, તાર કરવો. **telegraph'ic** (–ગ્રૅફિક), વિ૦ તારયંત્રનું કે તારનું, તાર દ્વારા મોકલેલું. **teleg'raphist** (ટિલે'ગ્રફિસ્ટ, ટે'લિ–), ના૦ તાર માસ્તર, તારયંત્ર પર કામ કરનાર. **teleg'raphy** (ટિલે'ગ્રફિ), ના૦ તારયંત્ર બનાવવાની કે વાપરવાની કળા.
teleol'ogy (ટેલિઑલજિ), ના૦ દરેક ઘટનાની પાછળ હેતુ હોય છે એવો સિદ્ધાન્ત, કે વાદ, (અંતિમ) હેતુવાદ.
telep'athy (ટિલે'પથિ), ના૦ દૂર અંતરે રહેલા બે માણસો વચ્ચે (ઇન્દ્રિયોની મદદ વિના) સમભાવના પેદા થવી તે; વિચાર–ભાવ–સંક્રમણ.
tel'ephone (ટે'લિફોન), ના૦ દૂરથી વાતચીત કરવાનું યંત્ર, ટેલિફોન, દૂરબોલ, દૂરવાણી. ઉ૦ ક્રિ૦ ટેલિફોનથી સંદેશો મોકલવો – વાત કરવી. **teleph'onist** (ટિલે'ફનિસ્ટ), ના૦ ટેલિફોનના યંત્રની વ્યવસ્થા કરનાર – જોનાર – યંત્ર પર કામ કરનાર. **teleph'ony** (ટિલે'ફનિ), ના૦ ટેલિફોનથી સંદેશો મોકલવાની પ્રક્રિયા કે કળા.
tel'eprinter (ટેલિપ્રિન્ટર), ના૦ સંદેશા ટાઇપ કરીને મોકલવાનું તારનું યંત્ર.
tel'escope (ટે'લિસ્કોપ), ના૦ દૂરદર્શક (યંત્ર), દૂરબીન. ઉ૦ ક્રિ૦ દૂરબીનની નળીઓની જેમ એક બીજીની અંદર સરકીને ભેગા થવું. (આગગાડીના ડબાનું) એક બીજાની અંદર પેસી જવું. **telescop'ic** (–સ્કૉપિક), વિ૦ દૂરબીનનું – અંગેનું; એકની અંદર બીજો મૂકી – સંકેલી – શકાય એવા ભાગોવાળું.
tel'evise (ટે'લિવાઇઝ઼), ઉ૦ ક્રિ૦ ટેલિવિઝન પર બતાવવું – દેખાવું; ટેલિવિઝન પર દેખાતું હોય ત્યારે તેની સાથે ભાષણ આપવું; ટેલિવિઝન પર બતાવવા માટે અનુકૂળ હોવું.
tel'evision (ટે'લિવિઝન), ના૦ દૂરનાં દશ્યો નજર આગળ જોઈ શકાય એવી રીતે રજૂ કરવાની પદ્ધતિ; દૂર (સ્થવસ્તુ) દર્શન.
tell (ટે'લ), ઉ૦ ક્રિ૦ (ભૂ૦ કા૦ told). કહેવું, કથન કરવું; હકીકત કહેવી; જણાવવું; બતાવવું; બોલવું, ઉચ્ચારવું; માહિતી આપવી; કોઈની ખાનગી વાત કહી દેવી, છૂપી વાત બહાર પાડવી; અસર કરવી, પરિણામ નિપજાવવું; (મત)ગણતરી કરવી; (કશુંક કરવા) કહેવું–હુકમ આપવો. ~*persons, things, apart*, જુદા પાડી શકવું. ~ one's *beads*, માળા ફેરવવી. *all told*, બધા મળી. **tell'er** (ટે'લર), ના૦ મતગણતરી કરનાર (વિ. ક. લોકસભામાં); બૅંકમાં પૈસા ગણી લેનાર – આપનાર– શરાફ. **tell-tale**, ના૦ અને વિ૦ ચુગલીખોર, બીજાની ખાનગી વાત કહેનાર; સૂચક, કોઈ વસ્તુનું રહસ્ય – મૂળમાં રહેલો ઉદ્દેશ – બતાવનાર.
teme'rity (ટિમે'રિટિ), ના૦ અવિચારીપણું, સાહસ; ઉદ્ધતાઈ, ધૃષ્ટતા.
tem'per (ટે'મ્પર), સ૦ ક્રિ૦ (ધાતુને) સખત – કઠણ –બનાવવું; (પોલાદને) પાણી પાવું–મજબૂત અને લવચીક બનાવવું; સૌમ્ય કે મધ્યમસરનું બનાવવું, કડકાઈ ઓછી કરવી, નરમ પાડવું. ના૦ (ધાતુની) મજબૂતાઈ, પાણી; સ્વભાવ, પ્રકૃતિ; મનનું વલણ; ગુસ્સો, ક્રોધ. *get into a* ~, ગુસ્સે થવું, ચિડાઈ જવું. *lose* one's ~, મિજાજ ખોવો, ગુસ્સે થવું. [રંગવું તે.
tem'pera (ટેમ્પર,–રા), ના૦ ડિસ્ટેંપર રંગથી
tem'perament (ટે'મ્પરમન્ટ), ના૦ સામાન્ય સ્વભાવ, પ્રકૃતિ; સ્વભાવની (વ્યક્તિગત) વિશેષતા. **temperamen'tal** (–મે'ન્ટલ), વિ૦ સ્વભાવગત; ઝટઝટ ક્ષુબ્ધ થનારું, મિજાજ ખોનારું.
tem'perance (ટે'મ્પરન્સ), ના૦ ખાન-

પાનમાં અતિરેક ન કરવો તે, મિતાહાર, મિતપાન; મધ્યમસરની ચાલ; કયારેક 'મદ્ય-નિષેધ'ના અર્થમાં પણ વપરાય છે.

tem'perate (ટે'મ્પરટ,-રિટ), વિ૦ મધ્યમ – માફક – સરનું, સમધાત; મિતભોગી, સંયમી; (પૃથ્વીના પ્રદેશ કે કટિબંધ) સમશીતોષ્ણ.

tem'perature (ટે'મ્પરેચર), ના૦ ઠંડી કે ગરમીની માત્રા; શરીર કે વાતાવરણનું ઉષ્ણતામાન.

tem'pest (ટૅમ્પિસ્ટ), ના૦ (વરસાદ, કરા, ઇ. સાથેનું) વાવાઝોડું, તોફાન; [લા.] તોફાન, ઉત્પાત. **tempes'tuous** (ટે'મ્પે'સ્ટ્યુઅસ), વિ૦ ખૂબ તોફાની; કાબૂમાં ન રહેનારુ, બેકાબૂ.

tem'plar (ટે'મ્પ્લર), ના૦ (*T* ~) પૅલેસ્ટાઈનની પવિત્ર ભૂમિના જાત્રાળુઓનું રક્ષણ કરવા માટે સ્થપાયેલા ધાર્મિક લશ્કરી યોદ્ધાઓના મંડળનો સભ્ય; 'ટેમ્પલ'માં રહેનાર વકીલ કે કાયદાનો વિદ્યાર્થી.

tem'plate (ટે'મ્પ્લેટ), જુઓ templet.

tem'ple (ટે'મ્પલ), ના૦ દેવાલય, મંદિર; ઉપાસનામંદિર; ઇંગ્લન્ડની કાયદાના અભ્યાસની સંસ્થાઓમાંથી એક; ગંડસ્થળ, લમણું.

tem'plet (ટે'મ્પ્લિટ), **template** (ટે'મ્પ્લેટ), ના૦ લાકડું, ઇ. કાપતી વખતે માપ જોવા માટે વપરાતી લાકડાની કે ધાતુની પટ્ટી.

tem'po (ટે'મ્પો), ના૦ (સં.; બ૦ વ૦ ~ s, tempi, ટેમ્પી). તાલ, ગતિ કે વેગની માત્રા; પ્રવૃત્તિ કે હાલચાલનો વેગ.

tem'po, ના૦ બહુધા માલની હેરફેર માટેનું ત્રણ પૈડાંવાળું મોટર જેવું એક વાહન

tem'poral (ટે'મ્પરલ), વિ૦ સમયનું – ને લગતું, આ ભવનું – લોકનું, ઐહિક; દુન્યવી, સાંસારિક; ભૌતિક; લૌકિક (ધાર્મિક સંસ્થાનું નહિ એવું).

tem'poral, વિ૦ ગંડસ્થળનું, લમણાનું.

tem'porary (ટે'મ્પરરિ), વિ૦ થોડા વખતનું, અશાશ્વત; કામચલાઉ, હંગામી.

tem'porize (ટે'મ્પરાઇઝ઼), અ૦ ક્રિ૦ પોતાનો ઉદ્દેશ ગુપ્ત રાખીને વખત મેળવવા માટે કશુંક કરવું; બંધાઈ જવાનું ટાળવું; સંજોગોને તાત્પૂરતું વશ થવું; નિર્ણય કરવાનું મુલતવી રાખવું.

tempt (ટે'મ્પ્ટ), સ૦ ક્રિ૦ લોભાવવું, લલચાવવું; આકૃષ્ટ કરવું; મોહમાં પાડવું. **tempta'tion**, ના૦ લોભાવવું – લોભાવું – તે; લાલચમાં પાડવું–પડવું – તે; પ્રલોભન, લાલચ. **temp't-er** ના૦ મોહમાં નાંખનાર, લલચાવનાર; *the T* ~, શયતાન. **tem'ptress** (ટે'મ્પ્ટ્રિસ), ના૦ મોહમાં પાડનારી, મોહિની.

ten (ટે'ન), વિ૦ અને ના૦ દસ(ની સંખ્યા).

tenth (ટે'ન્થ), વિ૦ દસમું. ના૦ દસમો ભાગ.

ten'able (ટે'નબલ), વિ૦ હુમલા કે વાંધા સામે ટકે – ટકાવી શકાય – એવું, સમર્થનીય; (ધંધો, પદ, ઇ.) (અમુક વખત સુધી) રાખી શકાય એવું.

tena'cious (ટિનેશસ), વિ૦ બરાબર ચોંટી –વળગી–રહે એવું; જવા દે કે છોડી દે નહિ એવું; ચીવટવાળું; ધારણશક્તિવાળું. **tena'city** (ટિનૅસિટિ), ના૦ ચીવટ; ધારણશક્તિ.

ten'ancy (ટે'નન્સિ), ના૦ (ખેડૂત કે ભાડૂતનો) વહીવટ, ભોગવટો; ખેડ કબજો, ભાડા કબજો; તેનો અવધિ. **ten'ant** (ટે'નન્ટ), ના૦ (જમીનનો) ગણોતિયો, સાંથિયો; (ઘરનો) ભાડૂત. **ten'antry** (ટે'નન્ટ્રિ), ના૦ ગણોતિયા, ભાડૂતો.

tench (ટેન્ચ), ના૦ મીઠા પાણીની એક [માછલી.

tend (ટેન્ડ), અ૦ ક્રિ૦ (-ની તરફ અમુક) વલણ – વૃત્તિ – ઝોક – હોવો; -નું કારણ – સાધન – થઈ પડવું.

tend, સ૦ ક્રિ૦ -ની સંભાળ લેવી–ચાકરી કરવી; -નું ધ્યાન રાખવું, -ની ઉપર નજર – દેખરેખ – રાખવી.

ten'dency (ટે'ન્ડન્સિ), ના૦ ઝોક, વલણ, વૃત્તિ.

tenden'tious (ટે'ન્ડે'ન્શસ), વિ૦ ખાસ હેતુ – પૂર્વગ્રહ–મનમાં રાખી બોલેલું કે કરેલું, પક્ષપાતી; અમુક કાર્યને આગળ ધપાવનારું.

ten'der (ટે'ન્ડર), ઉ૦ ક્રિ૦ આપવા તૈયારી બતાવવી, આપવાનું કહેવું, લેવા માટે આગળ ધરવું; ઇજારો, કંત્રાટ, ઇ. માટે માગું આપવું–ટેન્ડર ભરવું. ના૦ હાજર – રજૂ – કરવું તે; લેવા માટે રજૂ કરવું તે; ઇજારો, કંત્રાટ, ઇ. રાખવા માટે તૈયારી જણાવતો પત્ર, ટેંડર, કબૂલાત(પત્ર). *legal* ~, કાયદેસર ચલણ.

ten'der, ના૦ મોટા વહાણમાં માલ પહોંચાડનારું કે તેમાંથી લઈ જનારું નાનું વહાણ; ઍંજિન સાથે જોડેલો કોલસાનો કે પાણીનો ડબો–ગાડી.

3ς

ten'der, વિ૦ કોમળ, કુમળું, સુંવાળું, પોચું; નાજુક; આછું, દરદવાળું; માયાળુ, વહાલસોયું. **ten'derness,** ના૦ કોમળતા, નાજુકાઈ, આળાપણું.

ten'derfoot (ટે'ન્ડર્ફુટ), ના૦ નવો નિશાળિયો – બાલવીર, શિખાઉ ઉમેદવાર; [અમે.] બિનઅનુભવી માણસ. **tender-loin,** ના૦ [અમે.] ડુક્કરના કે ગાયના માંસનો વિશેષ કુમળો ભાગ.

ten'don (ટે'ન્ડન), ના૦ સ્નાયુને હાડકા સાથે બાંધી રાખનાર કંડરા, સ્નાયુપુચ્છ, પ્રતાન.

ten'dril (ટે'ન્ડ્રિલ),ના૦ વેલા વગેરેનો બીજા પદાર્થને વીંટળાઈ રહેવાનો વાળો-તંતુ-હાથો.

ten'ement (ટે'નિમન્ટ, -મિન્ટ), ના૦ રહેવાની જગ્યા, વિ. ક. કોઈ મકાનમાં ભાડે રાખેલી ઓરડી કે ઓરડીઓ; કોઈની પાસેથી સાંથે રાખેલી જમીન કે ભાડે રાખેલું ઘર. **tenement-house,**ના૦જેમાં ગરીબ કુટુંબો માટે ઓરડીઓનો જુદો જુદો સટ હોય છે એવું મકાન.

ten'et (ટે'નિટ, ટી-), ના૦ કોઈ વ્યક્તિ, પક્ષ કે સંપ્રદાયનો મત, માન્યતા કે સિદ્ધાન્ત.

tenner (ટે'નર), ના૦ દસ પાઉંડ કે દસ રૂપિયાની નોટ.

tenn'is (ટે'નિસ), ના૦ વચ્ચે જાળી રાખીને ઝારા(રૅકેટ)વતી સામસામે દડો મારવાની રમત, ટેનિસની રમત.

ten'on(ટે'નન),ના૦ સાલ. સ૦ક્રિ૦ (લાકડા) નું સાલ કાઢવું. ~ *and mortise,* ખીલમાંકડી.

ten'or (ટે'નર), ના૦ ચાલુ વહેણ, ધોરણ; જીવન કે વર્તનની સામાન્ય દિશા કે વહેણ; ભાવાર્થ, આશય; [સં.] પુરુષનો ઊંચામાં ઊંચો સામાન્ય સ્વર.

tense (ટે'ન્સ),ના૦[વ્યાક.] ક્રિયાપદનો કાળ.

tense, વિ૦ તણાયેલું, તાણીને ખેંચેલું; તંગ.

ten'sile (ટે'ન્સાઇલ), વિ૦ તાણી – ખેંચી – શકાય એવું; તાણનું.

ten'sion (ટે'ન્શન), ના૦ તાણ, ખેંચાણ; માનસિક તાણ; તંગદિલી; મનમાં ને મનમાં ક્ષુબ્ધ થવું, પ્રક્ષોભ.

tent (ટે'ન્ટ), ના૦ તંબૂ, ડેરો.

ten'tacle (ટે'ન્ટકલ), ના૦ કેટલાક જન્તુઓમાં સ્પર્શ કરવા માટે લાંબી પાતળી સૂંઢ કે મૂછો હોય છે તે; [વનસ્પ.] સ્પર્શક્ષમ રેસો કે તંતુ.

ten'tative (ટે'ન્ટટિવ), વિ૦ અજમાયેશ દાખલ કરેલું, પ્રયોગાત્મક, તાત્પૂરતું, કામચલાઉ.

ten'ter (ટે'ન્ટર),ના૦ કાપડ તાણીને રાખવાનું યંત્ર – સાધન – ચોકઠું. **tenterhooks,** ના૦ બ૦ વ૦ સાંચા પર કાપડ તણાયેલું રાખવાની આંકડીઓ. *on* ~, ચિન્તાની સ્થિતિમાં, અસ્વસ્થ, ચિન્તિત, (જીવ) ઉચાટમાં, અધ્ધર. [બારીક; સૂક્ષ્મ.

ten'uous (ટે'ન્યુઅસ), વિ૦ [વિરલ] પાતળું,

ten'ure (ટે'ન્યર, ટે'ન્યુઅર), ના૦ જમીન વગેરે મિલકત ધારણ કરવી તે, હોદ્દો ધારણ કરવો તે;જમીનકેમકાનનો ભોગવટો,ભોગવટાનો અધિકાર; મિલકતના ભોગવટાની કે હોદ્દો ધારણ કરવાની મુદત – અવધિ.

te(e)p'ee (ટીપી,), ના૦ ઉત્તર અમેરિકાના ઇંડિયનનો (ચામડાનો) તંબૂ.

tep'id (ટે'પિડ), વિ૦ જરાતરા ઊનું, કોકરવાયું. **tepid'ity** (ટિપિડિટિ), ના૦.

tercen'tenary (ટર્સે'ન્ટિનરિ,-સન્ટી-), **tercentenn'ial** (ટર્સે'ન્ટે'નિઅલ), વિ૦ ત્રણસો વરસનું, ત્રિશતસાંવત્સરિક. ના૦ ત્રિશતસાંવત્સરિક દિન – ઉત્સવ, ત્રિશતાબ્દી.

ter'giversate (ટર્જિવર્સેટ), અ૦ક્રિ૦ પોતાના વિચાર – મત – યોજનાઓ –બદલ્યા કરવી; મતાંતર કે પક્ષાંતર કરવું; ઝટઝટ ફરી જવું.

term (ટર્મ), ના૦ અમુક મુદત, અવધિ; યુનિવર્સિટી, ઇ.નું સત્ર, 'ટર્મ'; [તર્ક.] શબ્દ, સંજ્ઞા; કોઈ વિદ્યાશાખાના પરિભાષાનો શબ્દ; [ગ.] પદ; (બ૦ વ૦) શરતો; માગેલી કે આપવા કહેલી રકમ, કિંમત; (બ૦વ૦) વ્યક્તિઓ વચ્ચેનો સંબંધ. સ૦ક્રિ૦ નામ પાડવું, કહેવું. *come to* ~*s,* માની જવું, શરણે જવું.

term'agant (ટર્મગન્ટ), ના૦ વઢકણી સ્ત્રી, કર્કશા. [શકાય એવું, મર્યાદિત મુદતનું.

term'inable (ટર્મિનબલ), વિ૦ અંત લાવી

term'inal (ટર્મિનલ), વિ૦ અંત કે છેડાનું, અંતિમ; દરેક સત્રમાં – અમુક અવધિમાં – થતું; સત્રાંત. ના૦ છેડો, અંત, છેવટનો ભાગ;

વીજળીના પ્રવાહના તારનો છૂટો છેડો.

term'inate (ટર્મિનેટ), ઉ૦ ક્રિ૦ -નો અંત આણવો – આવવો; -માં અંત આવવો – પરિણમવું (~*in*). **termina'tion,** ના૦ અંતઆણવો – આવવો – તે; અંત, છેવટ; શબ્દનો છેલ્લો અક્ષર, અન્ત્યાક્ષર; પ્રત્યય.

terminol'ogy (ટર્મિનૉલજિ), ના૦ કોઈ ખાસ વિષયને લગતા શબ્દો; શાસ્ત્રીય – વૈજ્ઞાનિક – પરિભાષા.

term'inus (ટર્મિનસ), ના૦ (બ૦ વ૦ termini).અંતિમ છેડો. રેલવેનું છેડાનું સ્ટેશન.

term'ite (ટર્માઇટ), ના૦ ઊધઈ. [પક્ષી

tern (ટર્ન), ના૦ લાંબી ચાંચવાળું એક દરિયાઈ

te'rrace (ટે'રસ), ના૦ ઊંચાણવાળો જમીનનો પટો, ઓટલો, ચોતરો; એવો રસ્તો; એવા રસ્તા પરની ઘરોની હાર; ધાબું, અગાસી. સ૦ક્રિ૦ ઓટલો, ઇ. કરવું; ડુંગરની બાજુ પર એક ઉપર એક ઓટલીઓ કરવી. **te'rraced** (ટે'રસ્ટ), વિ૦ એવી ઓટલીઓવાળું – કરેલું.

terracott'a (ટરકૉટા), ના૦ પીળાશ પડતા રાતા રંગની કઠણ ઝીણી માટી; તેની બનાવેલી સુંદર વસ્તુઓ; તેનો રંગ.

terra firma (ટેર ફર્મા), ના૦ કઠણ, નક્કર, કોરી, જમીન.

terrain' (ટે'રેન), ના૦ ભૂપ્રદેશ, દેશનો ભાગ (લશ્કરી કે પ્રાકૃતિક ભૌગોલિક દૃષ્ટિથી).

te'rrapin (ટે'રપિન), ના૦ (મીઠા પાણીમાં રહેનાર) કાચબાની એક જાત.

terres'trial (ટરે'સ્ટ્રિઅલ, ટિ–), વિ૦ ધરતીનું, ધરતી પરનું; દુન્યવી, પાર્થિવ.

te'rrible (ટે'રિબલ), વિ૦ ભયંકર, ભયાનક, ડર ઉપજાવે એવું; ભારે, જબરદસ્ત. **te'rribly,** ક્રિ૦ વિ૦ અતિશય, ઘણું જ.

te'rrier (ટે'રિઅર), ના૦ એક જાતનો ચપળ અને ખડતલ કૂતરો.

terrif'ic (ટરિફિક), વિ૦ ભયંકર; જબરદસ્ત, અત્યંત. **te'rrify** (–ફાઇ), સ૦ ક્રિ૦ થથરાવી – ધ્રુજાવી – નાંખવું; -ના મનમાં ત્રાસ પેદા કરવો.

territor'ial (ટે'રિટૉરિઅલ), વિ૦ જમીનનું, ખુશ્કી; પ્રાંતનું કે પ્રદેશનું. ના૦ પ્રાદેશિક ફોજ (ટેરિટૉરિઅલ આર્મી) નો માણસ. *T*~ *Army, Force,* સ્વદેશના રક્ષણ માટે ઊભું કરેલું (પ્રાદેશિક) સૈન્ય.

te'rritory (ટે'રિટરિ), ના૦ કોઈ રાજ્ય કે રાજાની હકૂમત નીચેનો મુલક – પ્રદેશ – જમીન; રાજ્ય, દેશ.

te'rror (ટે'રર), ના૦ થથરી જવાય એવું ભય, ત્રાસ, મહાભય; ભયાનક વ્યક્તિ કે વસ્તુ. *a holy* ~, બહુ જ અણગમતી અનિષ્ટ વ્યક્તિ; ત્રાસદાયક બાળક. **terror-stricken,** વિ૦ ભયભીત. **te'rrorism** (–રિઝ્મ), ના૦ ભય ત્રાસ કે ધાકધમકી (થી કામ કરાવવા)ની નીતિ, ત્રાસવાદ; એવી નીતિ અખત્યાર કરનારું રાજ્ય કે સરકાર. **te'rrorist** (–રિસ્ટ), ના૦ ત્રાસ ફેલાવીને સરકારમાં ક્રાંતિ કરવા માગનારું માણસ, ત્રાસવાદી. **te'rrorize** (–રાઇઝ઼), સ૦ ક્રિ૦ ધામધમકીથી કામ કરાવવું – રાજ્ય ચલાવવું; -ની ઉપર ત્રાસ ફેલાવવો.

terse (ટર્સ), વિ૦ સાદું અને સંક્ષિપ્ત; ટૂંકું અને જુસ્સાદાર (શૈલીવાળું).

ter'tian (ટર્શન, ટર્શિઅન), વિ૦ ત્રીજે દહાડે – એકાંતરે–થતું કે આવતું, એકાંતરું. ના૦ એકાંતરો તાવ.

ter'tiary (ટર્શરિ, ટર્શિઅરિ), વિ૦ ત્રીજી પંક્તિનું, ત્રીજું, તૃતીય. ~ *rocks,* ત્રીજા ભૂસ્તર યુગમાં (૪ કરોડ વરસ પહેલાં) બનેલા ખડક.

tess'ellated (ટે'સલેટિડ, -સિ-), વિ૦ પથ્થરના રંગીન જડાવકામનું; સુંદર અટાપટાવાળી – ચોકડીદાર – સપાટીનું.

test (ટે'સ્ટ), ના૦ કસોટી, પરીક્ષા; કસોટી કરવાનું સાધન, જ્ઞાન તપાસવા માટે પૂછેલો ખાસ પ્રશ્ન; તુલના કે કસોટી કરવા માટેની વ્યક્તિ કે વસ્તુ. *put to the* ~, -ની કસોટી કરવી. સ૦ ક્રિ૦ પરીક્ષા – કસોટી – કરવી, તાવવું. **test-match,** ના૦ ક્રિકેટનો કસોટી સામનો. **test-tube,** ના૦ રાસાયનિક કસોટી માટે વપરાતી એક છેડે બંધ એવી કાચની નળી.

tes'tament (ટે'સ્ટમન્ટ), ના૦ મૃત્યુપત્ર, વસિયતનામું; બાઇબલના બે કરારમાંથી એક. *Old, New, T*~, જૂનો, નવો, કરાર. *last will and* ~, આખરી વસિયતનામું.

tes'tate (ટે'સ્ટેટ, –સ્ટટ), વિ૦ અને ના૦

મૃત્યુપત્ર કરીને મરણ પામનાર. **tes'tacy** (ટે'સ્ટસિ), ના૦ મૃત્યુપત્ર કરીને મરણ પામેલા હોવાની અવસ્થા. **testa'tor** (ટે'સ્ટેટર), ના૦ મૃત્યુપત્ર કરીને મરનાર. **testa'trix** (ટે'સ્ટેટ્રિક્સ), ના૦ સ્ત્રી૦.

tes'ter (ટે'સ્ટર), ના૦ પથારી પરનો ચંદરવો.

tes'ticle (ટે'સ્ટિકલ), ના૦ અંડ, વૃષણ.

tes'tify (ટે'સ્ટિફાઇ), ઉ૦ ક્રિ૦ સાક્ષી આપવી-પૂરવી; કોઈ વાત (ના ખરા કે ખોટાપણા) વિષે ખાતરીથી કહેવું; -નો પુરાવો હોવો.

testimon'ial (ટે'સ્ટિમોનિઅલ), ના૦ વર્તણૂક કે લાયકાતનું પ્રમાણપત્ર, કદર તરીકે અથવા સેવાના બદલામાં આપેલી દેણગી - બક્ષિસ.

tes'timony (ટે'સ્ટિમનિ), ના૦ સાક્ષી, જુબાની; પુરાવો; સોગન ખાઈને કહેલી વાત; [બાઇબલમાં, બ૦ વ૦] પ્રભુએ હજરત મૂસાને આપેલી દસ આજ્ઞાઓ.

tes'ty (ટે'સ્ટિ), ના૦ ચીડિયું, તામસી, મિજાજી.

tet'anus (ટે'ટનસ), ના૦ ધનુર્વા, ધનુર.

te(t)ch'y (ટે'ચિ), વિ૦ ચીડિયું; વાતવાતમાં વાંકું પડે એવું, આળું.

tête-à-tête (ટેટાટેટ), ના૦ બે જણ વચ્ચેની છાની-એકાંતમાં-વાતચીત, ગુસપુસ, ગુફતગો.

teth'er (ટે'ધર), ના૦ જાનવરને બીડમાં ચારતી વખતે બાંધવાનું લાંબું દોરડું, દામણ; પોતાના જ્ઞાન-અધિકાર-ક્ષેત્ર -ની મર્યાદા. સ૦ક્રિ૦ -ને દામણ બાંધવી, દામણવું. *be at the end of* one's ~, -ની (શક્તિ, પૈસા, ઇ.ની બાબતમાં) હદ - મર્યાદા - આવી જવી.

tet'ragon (ટે'ટ્રગન), ના૦ ચતુષ્કોણ [ચતુર્ભુજ.

tetrahed'ron (ટે'ટ્રહે'ડ્રન), ના૦ (બ૦વ૦ -hedra, - hedrons). ચાર બાજુઓ - સપાટીઓ - વાળી ઘન આકૃતિ, ચતુષ્ફલક.

tetral'ogy (ટિટ્રૅલજિ), ના૦ ચાર સાહિત્યિક કૃતિઓનું જૂથ.

te'trarch (ટે'ટ્રાર્ક, ટી-), ના૦ રોમન પ્રાન્તના ચોથા ભાગનો શાસક અધિકારી - વહીવટદાર.

Teuton'ic (ટ્યુટૉનિક), વિ૦ પ્રાચીન જર્મેનિક લોકોનું. ના૦ તેમની ટ્યુટૉનિક ભાષા.

text (ટે'ક્સ્ટ), ના૦ લેખકના કે ગ્રંથના મૂળ શબ્દ -પાઠ; ગ્રંથનો મુખ્ય ભાગ (વિવરણ કે ટિપ્પણી સિવાયનો); ધર્મગ્રંથ કે શાસ્ત્રમાંથી વીણેલું વાક્ય -વચન (વિ. ક. પ્રવચન કે વિવરણ માટે); વિષય.

text'book, ના૦ (કોઈ વિષયનું) નિયત કરેલું પુસ્તક, પાઠ્યપુસ્તક. **tex'tual** (ટેક્સ્ટ્યુઅલ), વિ૦ મૂળ પાઠનું-માં આવેલું.

tex'tile (ટે'ક્સ્ટાઇલ), વિ૦ વણવાનું, વણાટ સંબંધી; વણેલું. ના૦ વણેલું કાપડ.

tex'ture (ટે'ક્સ્ચર), ના૦ વણાટ; કાપડનું પોત; બનાવટ, રચના.

than (ધૅન), ઉભ૦અ૦ અને શબ્દ૦ અ૦ કરતાં, -ના કરતાં, -નાથી, -થી.

thane (થેન), ના૦ નૉર્મન વિજય પહેલાંનો ઇંગ્લંડનો 'અર્લ'થી ઊતરતી કોટિનો ઉમરાવ-સરદાર; લશ્કરી ચાકરીના બદલામાં જમીન ધારણ કરનાર.

thank (થૅંક), સ૦ક્રિ૦ આભાર-પાડ-ઉપકાર-માનવો; -ને શ્રેય આપવું. ~ *you*, પોતાને માટે કશુંક કર્યા બદલ પાડ માનવા માટે વપરાય છે.

thank'ful, વિ૦ આભારી, ઉપકૃત; ઉપકાર માનનાર, કૃતજ્ઞ. **thank'less**, વિ૦ પાડ ન માનનારું, કૃતઘ્ન; નિરર્થક, નકામું. ~ *task*, ખોટનો સોદો, [લા.] નિષ્કામ કર્મ. **thank-offering**, ના૦ કૃતજ્ઞ ભાવે આપેલી ભેટ.

thanks, ના૦ બ૦વ૦ આભાર, પાડ (ઉપકારનો સ્વીકાર કરવા માટે વપરાય છે). ~*to*, -ને કારણે - લીધે. **thanks'giving**, ના૦ (વિ. ક.) પરમેશ્વરનો ઉપકાર માનવો તે-માનવાનો ઉત્સવ.

that (ધૅટ), દર્શક વિ૦ અને સર્વના૦ (બ૦ વ૦ those). આગલું, પેલું, તે, એ. *like*~, એ રીતે. ક્રિ૦વિ૦ એટલું, એ રીતે. ~ *far*, એટલે સુધી. ~ *much*, એટલું બધું. સંબંધી સર્વના૦ જે, કે જે. સંબંધી ઉભ૦ અ૦ એટલા માટે કે, તે કારણથી, જેથી કરીને.

thatch (થૅચ), ના૦ છાપરા માટેનાં છાજ, પરાળ, ઇ.; છાજ કે પરાળનું છાપરું. સ૦ ક્રિ૦ (છાપરું) છાવું, ઉપર છાવણ નાખવું.

thaum'aturgy (થૉમટર્જિ), ના૦ ચમત્કાર કરવા તે.

thaw (થૉ), ઉ૦ક્રિ૦ (બરફ)નું પાણી કરી નાંખવું, ઓગાળવું; ઓગળવું, પીગળવું; ઉદાસીનપણું છોડી દેવું, મિલનસાર થવું. ના૦

બરફનું ઓગળી જવું તે.

the (સ્વર પહેલાં ધિ, વ્યંજન પહેલાં ધ), વિ૦ એ, તે; (ભાર દેવા ધી) તે જ, એકમાત્ર (અદ્વિતીય). ક્રિ૦વિ૦ જેમ જેમ...તેમ તેમ.

the'atre (થીઅટર), ના૦ નાટકશાળા, નાટકગૃહ; વ્યાખ્યાન, શસ્ત્રક્રિયા, ઇ. માટેનો નાટકગૃહ જેવો જ ઓરડો; રંગભૂમિ, નાટયકલા, (*the~*); યુદ્ધ, ઇ. જેવા મહત્ત્વના બનાવની જગ્યા. **theat'rical** (થિઍટ્રિકલ), વિ૦ અભિનયનું-માટેનું; દેખાવનું, માત્ર નાટકી, ઉપર ઉપરનું, બતાવવાનું. **theat'ricals**, ના૦બ૦ વ૦નાટયપ્રયોગો (વિ.ક. શોખને ખાતર કરેલા).

thee (ધી), જુઓ thou.

theft (થે'ફ્ટ), ના૦ ચોરી, ચૌર્યકર્મ.

their (ધે'અર), વિ૦ તેમનું, તેમની માલિકીનું. **theirs** (ધે'અર્ઝ઼), સર્વ ના૦ અને વિધેયાત્મક વિ૦ theirના જ અર્થમાં પણ નામ પછી આવે છે, જ્યારે their નામ પહેલાં આવે છે.

the'ism (થીઇઝ઼્મ), ના૦ ઈશ્વર છે એવી શ્રદ્ધા કે માન્યતા; ઈશ્વરવાદ. **the'ist**, ના૦આસ્તિક.

them (ધે'મ), ના૦ જુઓ they.

theme (થીમ), ના૦ વિષય, બાબત, (પ્રસ્તુત) પ્રકરણ; (વિદ્યાર્થીનો) અમુક વિષય ઉપર લખેલો નિબંધ; કાવ્ય કે સંગીત રચનાનો વિષય; સંગીતની ચીજમાં વારંવાર આવતા વિશિષ્ટ સૂર – ધ્રુપદ. [તેઓ પોતે.

themselves' (ધે'મ્સે'લ્વ્ઝ઼), સર્વના૦

then (ધે'ન), ક્રિ૦ વિ૦ તે વખતે; તે પછી, બાદ; ત્યારે, એ પરિસ્થિતિમાં; તેથી, તદનુસાર. *now and ~*, અવારનવાર. ના૦ તે સમય. વિ૦ તે વખતનું.

thence (ધે'ન્સ), ક્રિ૦વિ૦ ત્યાંથી, તે જગ્યાએથી; એ કારણથી, તેથી. **thenceforth'**, **thencefor'ward**, ક્રિ૦વિ૦ તે વખતથી (માંડીને), તતઃપર.

theoc'racy (થિઑક્રસિ), ના૦ સ્વતઃ ઈશ્વરનું રાજ્ય, ઈશ્વરસત્તાક રાજ્ય; ધર્મગુરુઓનું–મજહબી–રાજ્ય - અમલ. **theocrat'ic** (થીઅક્રૅટિક), વિ૦.

theod'olite (થિઑડલાઇટ), ના૦ [મોજણીમાં] દૂરબીનથી આડા અને ઊભા ખૂણા માપવાનું યંત્ર – સાધન.

theolo'gian (થીઅલોજિઅન,-લો-), ના૦ ઈશ્વરશાસ્ત્રવેત્તા, ધર્મગ્રંથોનો જાણકાર. **theolo'gical** (થીઅલૉજિકલ), વિ૦ ઈશ્વરજ્ઞાનનું –ને લગતું. **theol'ogy** (થિઑલજિ), ના૦ ઈશ્વર તથા માણસ સાથેના તેના સંબંધનું વિવરણ કરનારુ શાસ્ત્ર, ઈશ્વરનું સ્વરૂપ અને તેને અંગેની માણસની માન્યતાઓનું શાસ્ત્ર; ધર્મશાસ્ત્ર.

the'orem (થીઅરેમ, થિઅરમ), ના૦ [ગ.] પ્રમેય, સાધ્ય, પ્રતિજ્ઞા; પુરવાર કરવાનો સિદ્ધાન્ત.

theoret'ic (થીઅરે'ટિક), **theoret'ical**, વિ૦ શાસ્ત્ર, તત્ત્વ કે સિદ્ધાન્તનું – ને લગતું – સ્વરૂપનું; તાત્ત્વિક (વ્યાવહારિકથી ભિન્ન). **theoretics**, ના૦ કોઈ શાસ્ત્રનો સૈદ્ધાન્તિક ભાગ – વિવરણ. **the'orist** (-રિસ્ટ), ના૦ તાત્ત્વિક સિદ્ધાન્તનો કહેનાર – પ્રતિપાદન કરનાર, શાસ્ત્રના નવા નવા સિદ્ધાન્તો શોધી કાઢનાર. **the'orize** (-રાઇઝ઼), અ૦ક્રિ૦ સિદ્ધાન્ત – ઉપપત્તિ–શોધી કાઢવી કે બેસાડવી. **the'ory** (-રિ), ના૦ તાત્ત્વિક સિદ્ધાન્ત, ઉપપત્તિ, શાસ્ત્ર, મીમાંસા; કોઈ શાસ્ત્ર, કળા, ઇ. ના સિદ્ધાન્તો – નિયમો (નહિ કે તેની વહેવારુ બાજુ); માન્યતા.

theos'ophy (થિઑસફિ), ના૦ ઈશ્વરવિષયક જ્ઞાન; ભક્તિ, ધ્યાન, ઇ. વડે ઈશ્વરનો સાક્ષાત્કાર કરવાનો દાવો કરનારી વિદ્યા, થિયૉસૉફી, 'બ્રહ્મવિદ્યા'. **theosoph'ic(al)** (થીઅસૉફિક(લ)), વિ૦બ્રહ્મવિદ્યાનું–ને લગતું.

therapeut'ic (થે'રપ્યૂટિક), વિ૦ રોગ મટાડનારું, રોગનિવારક. **therapeut'ics**, ના૦ રોગનું નિદાન અને ચિકિત્સા કરવાનું શાસ્ત્ર.

the'rapy (–થે'રપિ), ના૦ [વૈદક] રોગ નિવારણનો ઉપચાર; (વિશિષ્ટ) ઉપચાર પદ્ધતિ. **the'rapist**, ના૦ ઉપચાર કરનાર; અમુક પદ્ધતિનો પુરસ્કર્તા.

there (ધે'અર), ક્રિ૦ વિ૦ ત્યાં, તે જગ્યાએ; તે જગ્યા ભણી; પેલી પાર. વાક્યની શરૂઆતમાં મોટે ભાગે તે માત્ર વિશેષકનું કામ કરે છે, તેનો કશો અર્થ થતો નથી. ના૦ (નામયોગી અવ્યય પછી) તે સ્થળ. *from ~* ત્યાંથી. ઉદ્‌ગાર૦ "મેં કહ્યું જ હતું કે આમ થશે" એ ભાવ વ્યક્ત કરવા. **thereabout(s)'**, ક્રિ૦વિ૦ (સ્થળ) એટલામાં ક્યાંક; (સંખ્યા, જથ્થો)

355

એટલાને આશરે, લગભગ;(સમય) આશરે અમુક સમયે કે તેની આસપાસ. **thereaf'ter**, ક્રિ૦ વિ૦ ત્યાર પછી, ત્યારથી. **thereat'**, ક્રિ૦વિ૦ તે જગ્યાએ, તેને કારણે, ત્યાર પછી. **thereby'**, ક્રિ૦વિ૦ તેથી, તે વડે, તે દ્વારા. **there'fore**, ક્રિ૦વિ૦ એ કારણથી, તેથી, તદનુસાર. **therein'**, ક્રિ૦ વિ૦ તેમાં, તે બાબતમાં. **thereof'**, ક્રિ૦ વિ૦ તેનું, આનું, ત્યાંનું. **thereto'**, ક્રિ૦ વિ૦ તે જગ્યાએ-તરફ, વધારામાં. **thereupon'**, ક્રિ૦ વિ૦ તે પછી તરત જ, તેના જ તાત્કાલિક પરિણામે. **therewith'**, ક્રિ૦ વિ૦ તેની સાથે – જોડે; તેથી, એ કારણે. **therewithal'**, ક્રિ૦ વિ૦ ઉપરાંત, વળી.

therm (થર્મ), ના૦ ગૅસ(વાયુ)ની ઉષ્ણતા માપવાનું એક માપ – એકમ, એક ગ્રામ પાણી ૧° (સેંટિગ્રેડ) ઊનું કરવા માટે જોઈતી ઉષ્ણતા. **therm'al** (થર્મલ), વિ૦ ઉષ્ણતા – ગરમી – નું, ઉષ્ણતાવાળું; ઊના પાણીના ઝરણાનું.

thermom'eter(થર્મૉમિટર),ના૦ ઉષ્ણતા-માપક યંત્ર – સાધન, થરમૉમિટર.

therm'os (થર્મૉસ), ના૦ (~ *flask* પણ) વસ્તુની ઉષ્ણતા ટકાવી રાખનારી બાટલી, થરમૉસ.

therm'ostat (થર્મસ્ટૅટ), ના૦ ઉષ્ણતાનું આપોઆપ નિયમન કરનારું સાધન.

thesaur'us (થીસૉરસ), ના૦ (બ૦ વ૦ thesauri). માહિતી, જ્ઞાન, ઇ.નો ભંડાર, જ્ઞાનકોશ; વર્ગીકૃત શબ્દકોશ.

these (ધીઝ઼), જુઓ this.

thes'is (થીસિસ), ના૦ (બ૦વ૦ theses). કોઈ વિષયનું સાધકબાધક પ્રમાણો આપીને કરેલું પ્રતિપાદન, મીમાંસા; યુનિવર્સિટીની ઉપાધિ મેળવવા માટે લખેલો પ્રબંધ.

thews (થ્યૂઝ઼), ના૦ બ૦વ૦ સ્નાયુઓ; સ્નાયુ-બળ, શરીરબળ, સામર્થ્ય; માનસિક કે નૈતિક બળ.

they (ધે), સર્વના૦ (દ્વિતીયા, them; ષષ્ઠી, their, theirs). he, she, it, નું બ૦ વ૦ તેઓ, તે લોકો.

thick (થિક), વિ૦ જાડું, ઘાડું; (લીટી) જાડું; ઘટ્ટ, ઘટ્ટ પોતવાળું; (વન) નિબિડ, ગીચ; દુર્ભેદ્ય, મુશ્કેલીથી અંદર પ્રવેશ કરી શકાય એવું; જડ, મૂર્ખ; જાડી ચામડીવાળું; (અવાજ) અસ્પષ્ટ, ખોખરું, જાડું; રગડા જેવું, જાડું; (મિત્રતા) ઘનિષ્ઠ. *a bit ~*, વધારે પડતું; ભાગ્યે જ ચલાવી લેવાય એવું. ના૦ ખીચોખીચ વસ્તીવાળો અથવા મહત્ત્વનો ભાગ. *through ~ and thin*, ચડતીમાં તેમ જ પડતીમાં. *in the ~ of the fight*, જ્યાં ઘનઘોર યુદ્ધ ચાલતું હોય ત્યાં. ક્રિ૦ વિ૦ ઉપરાછાપરી; ખીચોખીચ; ખૂબ જાડું થાય એવી રીતે. *come ~ and fast*, જલદી ને મોટી સંખ્યામાં આવવું. **thick-headed**, વિ૦ જડ, બૂડથલ. **thick'ness** (થિકનિસ), ના૦ જાડાઈ. **thick-skinned**, વિ૦ બીજાની ટીકા, ઇ.ની પરવા ન કરનારું; જડ; જાડી ચામડીવાળું. **thick'en** (થિકન), ઉ૦ક્રિ૦ જાડું–ઘાડું–કરવું–થવું.

thick'et (થિકિટ), ના૦ ગીચ ઝાડી–ઝાંખરાં.

thief (થીફ), ના૦ (બ૦ વ૦ thieves). ચોર, તસ્કર. **thieve** (થીવ), અ૦ક્રિ૦ ચોરી કરવી, ચોરવું. **thiev'ish** (થીવિશ) વિ૦ ચોરટું, ચોટ્ટું, ભામટું.

thigh (થાઇ), ના૦ જાંઘ, સાથળ, થાપો.

thim'ble (થિમ્બલ), ના૦ (દરજીની) અંગૂઠી.

thin (થિન), વિ૦ બારીક, પાતળું; ઝીણું, સૂક્ષ્મ; દૂબળું, કૃશ; અલ્પ, નજીવું; (અવાજ) ધીમું તીણું; (બહાનું) વજૂદ વિનાનું, પકડાઈ જાય એવું; (ચા) કડક નહિ એવું. *have a ~ time*, ન ગમવું. ઉ૦ ક્રિ૦ પાતળું કરવું – થવું. *~ (plants) out*, રોપા (ઉખાડીને) આછા કરવા. **thin-skinned**, વિ૦ નાજુક, લાગણીવાળું, આળું, ઝટ માઠું લાગે એવું.

thine (ધાઇન), જુઓ thy.

thing (થિંગ), ના૦ (નિર્જીવ) વસ્તુ–પદાર્થ; કોઈ પણ ચીજ, વસ્તુ, પદાર્થ; હકીકત, બીના, વિચાર; પ્રસંગ; (બ૦ વ૦) (વર્તમાન) પરિસ્થિતિ; (બ૦ વ૦) સરસામાન, લૂગડાંલત્તાં, ઇ. (one's *~s*). *not to feel quite the ~*, ઠીક ન લાગવું, જરા માંદા હોવું. *just the ~, the very ~*, બરાબર જોઈએ તે જ વસ્તુ. **thing'amy, thing'ummy**, (થિંગમિ), ના૦ જેનું નામ યાદ નથી આવતું તે વસ્તુ કે વ્યક્તિ.

think (થિંક), ઉ૦ ક્રિ૦ (ભૂ૦ કા૦ tho

ught). વિચાર કરવો, વિચારવું; વિચાર આવવો; -ને લાગવું, ધારવું; અભિપ્રાય ધારણ કરવો, -નો અભિપ્રાય હોવો; -નો વિચાર-ઇરાદો – હોવો. ~ *highly of*, -ને વિષે ખૂબ ઊંચો ખ્યાલ હોવો. ~ *out*, વિચાર કરીને ઉકેલ શોધવો. **think'er** (થિંકર), ના૦ વિચાર કરનાર, વિચારશીલ માણસ, ફિલસૂફ. **think'ing** (થિંકિંગ), વિ૦ વિચારશીલ, ચિંતનશીલ, વિચાર કરનાર – કરવો તે. *all~ men*, બધા(મારા જેવા)વિચાર કરનારા લોકો.

third (થર્ડ), વિ૦ ત્રીજું, તૃતીય. ~ *degree*, [અમે.] ગુના અંગે માહિતી કઢાવવા માટે કેદીને પોલીસ દ્વારા મારપીટ, સતત પ્રશ્નોનો મારો, ઇ. પજવણી – ત્રાસ. ના૦ ત્રીજો ભાગ, તૃતીયાંશ; ત્રાહિત માણસ (~ *party*). **third-rate**, વિ૦ હલકી જાતનું, નબળું. **third'ly**, ક્રિ૦ વિ૦ ત્રીજી વાત એ કે.

thirst (થર્સ્ટ), ના૦ તરસ, તૃષા; તૃષ્ણા, લાલસા. અ૦ ક્રિ૦ (*for*, *after*, સાથે) -ની તરસ લાગવી, -ના તરસ્યા હોવું, -ની તીવ્ર ઇચ્છા હોવી. **thirs'ty** (થર્સ્ટિ), વિ૦ તરસ્યું, તૃષિત; (જમીન) સૂકું; (કામ) તરસ પેદા કરનારું. [સંખ્યા – આંકડો.

thirteen' (થર્ટીન), વિ૦ તેર. ના૦ તેરની

thirt'y (થર્ટિ), વિ૦ અને ના૦ ત્રીસ (ની સંખ્યા). **thirt'ieth** (થર્ટિએથ), વિ૦ ત્રીસમું. ના૦ ત્રીસમો ભાગ.

this (ધિસ), વિ૦ આ, ઉપર જણાવેલું. ના૦ (બ૦ વ૦ these). આ વસ્તુ કે વ્યક્તિ.

thi'stle (થિસલ), ના૦ એક કાંટાળો જંગલી છોડ (સ્કૉટલંડનું રાષ્ટ્રીય પ્રતીક). **this'tle-down** (થિસલ્ડાઉન), ના૦ થિસલનાં બિયાં. **thi'stly** (થિસ્લિ), વિ૦ થિસલના છોડ ખૂબ ઊગી નીકળ્યા હોય એવું.

thith'er (ધિધર), ક્રિ૦ વિ૦ તે જગ્યાએ, ત્યાં (ગતિ સૂચક).

tho' (ધો), thoughનું અમેરિકન રૂપ.

thole (થોલ), ના૦ (*~-pin* પણ). હલેસાંની બે બાજુની ખીંટીઓમાંથી કોઈ પણ એક.

thong (થૉંગ), ના૦ ચામડાની લાંબી સાંકડી પટ્ટી–પટો, વાધરી. સ૦ ક્રિ૦ પટો લગાડવો; પટા વતી ફટકારવું.

Thor (થૉર), ના૦ સ્કૅંડિનેવિયાના પુરાણનો ગાજવીજ અને યુદ્ધનો (ઇંદ્ર) દેવતા.

thor'ax (થૉરૅક્સ), ના૦ ગરદન અને પેટ વચ્ચેનો ધડનો ભાગ; છાતી, વક્ષઃસ્થળ. **thora'cic** (થરૅસિક), વિ૦ છાતીનું.

thor'ium (થૉરિઅમ), ના૦ ઍલ્યુમિનિયમને મળતી મૂળતત્ત્વભૂત એક ધાતુ.

thorn (થૉર્ન), ના૦ કાંટો, કંટક; કાંટાળું ઝાડ – ઝાડવું. **thorn'y** (થૉર્નિ), વિ૦ કાંટાળું; મુશ્કેલીભર્યું; ત્રાસદાયક.

thorough (થર), વિ૦ સંપૂર્ણ, પૂરેપૂરું. ક્રિ૦ વિ૦ સંપૂર્ણપણે, દરેક રીતે. **tho'r-oughbred** (–બ્રેડ), વિ૦ અને ના૦ શુદ્ધ વંશનું, ઊંચા કુળનું, (માણસ); શુદ્ધ ઓલાદનું (પ્રાણી). **tho'roughfare** (–ફેર), ના૦ જાહેર જનતા માટે ખુલ્લો રસ્તો, સરિયામ રસ્તો; આરપાર જનારો રસ્તો. **thoroughgoing**, વિ૦ છેવટ લગી ટકે એવું; માંડવાળ ન કરનારું; સંપૂર્ણ, પાકું. **thoroughpaced**, વિ૦ (ઘોડો) બરાબર કેળવેલું; તજ્જ્ઞ; પાકું, અઠંગ.

thorp (થૉર્પ), ના૦ [પ્રા.] ગામડું, ગામ.

those (ધોઝ઼), જુઓ that.

thou (ધાઉ), સર્વના૦ (દ્વિતીયા thee; ષષ્ઠી thy, thine). બીજા પુરુષનું સર્વનામ, એકવ૦; હવે માત્ર પરમેશ્વરના સંબોધનમાં કે કવેકરોની ભાષામાં વપરાય છે. બાકી બધે તેને ઠેકાણે 'you' વપરાય છે.

though (ધો), ક્રિ૦ વિ૦ અને ઉભ૦અ૦ અગર... તો પણ, યદ્યપિ... તથાપિ, જોકે; છતાં, તેમ છતાં. [ભૂ૦ કૃ૦.

thought (થૉટ), think નો ભૂ૦ કા૦ અને

thought, ના૦ વિચાર કરવો તે, વિચાર; ઊંડો – પરિપકવ – વિચાર; મનની વાત, વિચાર; વિચાર, કલ્પના; વિચાર, હેતુ, ઇરાદો. *a ~*, થોડુંક. *take ~*, વિચાર કરવો, વિચારી જોવું. **thought'ful**, વિ૦ વિચાર કરનારું, વિચારશીલ; (કામ) વિચારપૂર્વક કરેલું; બીજાનો વિચાર કરનારું. **thought'less**, વિ૦ બેદરકાર, અવિચારી; બીજાનો વિચાર કે પરવા ન કરનારું.

thous'and (થાઉઝ઼ન્ડ), વિ૦ અને ના૦

હજાર, સહસ્ર; ઘણાં. (*a*) ~ *and one*, સંખ્યાબંધ. **thous'andth,** વિ૦ હજારમું. ના૦ હજારમો ભાગ, સહસ્રાંશ.

thrall (થ્રૉલ), ના૦ ગુલામ, દાસ; બંધન ગુલામી. **thra'ldom** (થ્રૉલ્ડમ), ના૦ ગુલામી.

thrash (થ્રૅશ), ઉ૦ક્રિ૦ જુઓ thresh. ~ *out* (*a question*), સતત પ્રયત્ન કરીને ઉકેલ આણવો. **thrash'ing,** ના૦ ચાબુકનો કે લાકડીનો માર; લડાઈમાં હાર.

thread (થ્રૅ'ડ), ના૦ દોરો; તાંતણો, તાર, સૂતર; સીવવાનો (વળેલો) દોરો; રેસો, તંતુ; ઝીણી દોરી; સ્ક્રૂનો દોરો - પેચ; વિચાર, દલીલ, વાત, ઇ.નું સૂત્ર. સ૦ ક્રિ૦ -માં દોરો પરોવવો; આરપાર રસ્તો કરવો. *hang by a* ~, જોખમકારક પરિસ્થિતિમાં હોવું ~ one's *way through,* બહુ સાચવીને મુશ્કેલીથી આમતેમ ફરીને રસ્તો કાઢવો. **thread'bare,** વિ૦ રુવાંટી ઊડી જઈને તાર દેખાય એવું; સાવ ઘસાઈ ગયેલું; જૂનું, ઘણું વપરાયેલું.

threat (થ્રૅ'ટ), ના૦ ધમકી, ડરામણી આગામી સંકટનો ભય - ડર. **threa'ten** (થ્રૅ'ટન), ઉ૦ક્રિ૦ ધમકી આપવી, ડર બતાવવો; (ભય, સંકટ) લટકતું હોવું, આવવાનું હોય એમ લાગવું. **threatening,** વિ૦ ધમકાવવું તે, ધમકી; આવી પડશે એવી ભીતિ પેદા કરનારુ.

three (થ્રી), વિ૦ અને ના૦ ત્રણ(ની સંખ્યા). *the* ~ *Rs,* જુઓ R માં. **three'fold** (-ફોલ્ડ), વિ૦ ત્રણગણું, ત્રણનું બનેલું, ત્રિવિધ. **three'pence** (થ્રૅ'પન્સ), ના૦ ત્રણ પેન્સ. **three-ply,** ના૦ ત્રણ થર ચોંટાડીને બનાવેલું પાટિયું; ત્રણ ધાગાનો વણેલો દોરો. **threescore'** (થ્રીસ્કોર), વિ૦ અને ના૦ ત્રણ કોડી, સાઠ.

thren'ody (થ્રીનડિ), ના૦ શોકગીત, રાજિયો.

thresh (થ્રૅ'શ), **thrash** (થ્રૅશ), ઉ૦ ક્રિ૦ (સામાન્યપણે thresh) કણસલામાંથી દાણા છૂટા પાડવા માટે ઝૂડવું - ખૂંદવું; (thrash) ચાબુક કે સોટીવતી મારવું - ફટકારવું - ઝૂડવું; યુદ્ધ કે હરીફાઈમાં હરાવવું.

thresh'old (થ્રૅ'શોલ્ડ), ના૦ ઉંબરો, ઊમરો, પ્રવેશદ્વાર; પ્રારંભ.

threw (થ્રૂ), throwનો ભૂ૦કા૦. [વખત.

thrice (થ્રાઇસ), ક્રિ૦ વિ૦ ત્રણ વાર -

thrift (થ્રિફ્ટ), ના૦ કરકસર, ત્રેવડ. **thrift'less** (-લિસ), વિ૦ ખરચાળ, ઉડાઉ. **thrif'ty,** વિ૦ કરકસર કરનારું, કરકસરિયું.

thrill (થ્રિલ), ના૦ અતિ ઉત્કટ ભાવનાને લીધે છૂટતી કંપારી, રોમાંચ ખડાં થવાં તે; ઝણઝણી, કમકમાટ; રોમાંચકારી પ્રસંગ. ઉ૦ ક્રિ૦ -ને ઝિમ્મ કરી નાંખવું, ઝિમ્મ થઈ જવું, કંપારી છૂટે તેમ કરવું, કંપારી છૂટવી. **thrill'er** (થ્રિલર), ના૦ રોમાંચ ખડાં કરાવે એવું નાટક કે વાર્તા.

thrive (થ્રાઇવ), અ૦ક્રિ૦ (ભૂ૦ કા૦ throve, ભૂ૦ કૃ૦ thriven). સમૃદ્ધ થવું, ચડતી કળા થવી; જોર - બળ - માં વધ્યે જવું.

thro', = through.

throat (થ્રોટ), ના૦ ગળું, કંઠ; અન્નમાર્ગ, ઘાંટી; શ્વાસનળી; (બાટલી, ઇ. નું) સાંકડું મોઢું. **throat'y,** વિ૦ (અવાજ) ઘોઘરું અને કર્કશ.

throb (થ્રૉબ), અ૦ ક્રિ૦ (ભૂ૦ કા૦ throbbed). (વધારે પડતા જોરથી) ધબકારા મારવા, ધબકવું; ફરકવું, સ્ફુરણ પામવું. ના૦ નાડીનો જોરનો ધબકારો, ધબકધબક થવું તે, સ્ફુરણ.

throe (થ્રો), ના૦ (બહુધા બ૦ વ૦ માં વપરાય છે). તીવ્ર વેદના; પ્રસવવેદના, વેણ, કષ્ટ. *in the* ~*s of,* -ની સાથે ઝઘડવું, -ની પકડમાં - સકંજામાં.

thrombos'is (થ્રૉમ્બોસિસ), ના૦ રક્તવાહિનીમાં કે અંગમાં લોહી ગંઠાઈ જવું તે - જઈને તેનો પ્રવાહ બંધ પડવો તે.

throne (થ્રોન), ના૦ (રાજા, ધર્માધ્યક્ષ, ઇ. નું) સિંહાસન, ગાદી, પીઠ. સ૦ ક્રિ૦ ગાદી - સિંહાસન - પર બેસાડવું.

throng (થ્રૉંગ), ના૦ ટોળું, સમુદાય, ભીડ, ઠઠ. ઉ૦ ક્રિ૦ ટોળેટોળાં આવવું; કોઈ સ્થળે મોટી સંખ્યામાં ભેગા કરવું-થવું. [પક્ષી, 'પ્રશ'.

thro'stle (થ્રૉસલ), ના૦ એક ગાનારુ

throt'tle (થ્રૉટલ), સ૦ ક્રિ૦ ગળું દબાવવું, ગૂંગળાવી નાખવું; ગૂંગળાવીને મારી નાંખવું; ઍંજિનની વરાળ, ઇ.ને મોઢા આગળના પડદા

(throttle-valve) થી કાબૂમાં રાખવું. ના૦ શ્વાસનળી; એંજિન, ઇ.માં વરાળ વગેરેના પુરવઠાનું નિયમન કરનાર પડદો (throttle-valve પણ).

through (થ્રૂ), નામ૦અ૦ એક છેડાથી કે બાજુથી બીજા છેડા કે બાજુ સુધી, આરપાર; -ની મદદથી–મારફત, દ્વારા; -માં થઈ ને; -ને લીધે–કારણે. ક્રિ૦વિ૦ એક છેડાથી બીજા છેડા સુધી; -માં થઈ ને, આરપાર. *fall* ~, પડી ભાંગવું, નિષ્ફળ જવું. ~ *and* ~, પૂરેપૂરું. વિ૦ [પ્રવાસ] (માણસ, ગાડી, ડબો, ઇ.) ક્યાંય ગાડી કે લાઇન બદલ્યા વિના ઠેઠ સુધી જનારું. *be* ~, કામને છેડે પહોંચવું. **throughout'**, ક્રિ૦ વિ૦ દરેક ભાગમાં, બધે, બધી રીતે. નામ અ૦ આરપાર, સોંસરું.

throve (થ્રોવ), thriveનો ભૂ૦ કા૦.

throw (થ્રો), ઉ૦ ક્રિ૦ (ભૂ૦ કા૦ threw, થ્રૂ; ભૂ૦ કૃ૦ thrown). (વિ. ક. હાથ વતી) ફેંકવું, નાખવું, ઉડાડવું; (પ્રતિપક્ષીને, સવારને) નીચે ગબડાવી દેવું, પાડી નાંખવું; (કપડાં) ગમે તેમ પહેરવાં કે ઉતારવાં; કુંભારના ચાક પર ઘડવું; -માંથી નીકળવું–ઊડવું; (પાસા) નાખવા. ~ *a party*, પાર્ટી–મિજબાની–આપવી. ~ *away*, નકામું ગણીને નાંખી–ફેંકી–દેવું. ~ *in*, વધારામાં મફત આપવું. ~ *in* one's *hand*, રમવાનું છોડી દેવું; આશા છોડી દેવી. ~ *off an illness*, સાજા થઈ જવું. ~ oneself *into*, -માં પુરજોસથી પડવું–ઝંપલાવવું. ~ *over a friend*, મિત્રનો ત્યાગ કરવો. ~ *dust in the eyes of*, -ને છેતરવું, આંખમાં ધૂળ નાંખવી. ~ *cold water on*, -નો ઉત્સાહ મારી નાંખવો. ~ *up*, ઉપાડેલું કામ ફેંકી દેવું–છોડી દેવું; ઊલટી કરવી. ~ *up the sponge*, લડવાનું બંધ કરવું, હાર સ્વીકારવી. ના૦ ફેંકવું કે ફેંકાવું તે; દડો, પથરો, ઇ. જેટલે સુધી ફેંકી શકાય તેટલું અંતર. *a stone's* ~, નજીવું અંતર. **throw'back**, ના૦ પ્રત્યાવર્તન; માબાપથી પૂર્વેના પિતરોનાં લક્ષણો જેમાં ઊતર્યાં હોય એવું બાળક.

thrum (થ્રમ), ઉ૦ક્રિ૦ વાદ્યના તાર છેડવા; આંગળી વતી ઠોકવું, તબલાની જેમ વગાડવું. ના૦ તબલાના જેવો – ઠકઠક – અવાજ.

thrush (થ્રશ), ના૦ એક ગાનારું પક્ષી.

thrush, ના૦ મોં ગળું પાકી જવાં તે; મોઢું આવવું તે (વિ. ક. બાળકો અંગે); ઘોડાની ખરી પાકવાનો રોગ.

thrust (થ્રસ્ટ), ઉ૦ ક્રિ૦ ધકેલવું, -ને ધક્કો મારવો; ભોંકવું, હથિયાર ભોંકીને મારવું; ઘૂસવું, ઘૂસીને વચમાં પડવું (~ oneself). ના૦ હડસેલો, ધક્કો; ઠોંસો, ગોદો; [લશ્કર] આરપાર જવા માટેનો જોરદાર હુમલો.

thud (થડ), ના૦ 'ધબ', 'ધડ', અવાજ, રણકારા વિનાનો અવાજ. અ૦ ક્રિ૦ એવો અવાજ કરવો.

thug (ઠગ), ના૦ લૂંટ ચલાવવાનો કે ફાંસો દઈ મારી નાખવાનો ધંધો કરનાર એક જૂની જમાતનો માણસ, ઠગ, ફાંસિયો; ગળાકાપુ, લુટારો; હરામખોર. **thuggee** (ઠગી), ના૦.

thumb (થમ), ના૦ (હાથનો) અંગૂઠો. સ૦ક્રિ૦ કાગળ કે ચોપડી પર અંગૂઠો (ને આંગળાં) મૂકી મૂકીને ઘસી નાખવું – ડાઘા પાડવા. *under the* ~ *of*, -ના પૂરેપૂરા કાબૂમાં. *rule of* ~, અનુભવ કે સાધારણ બુદ્ધિનો નિયમ. **thumb-print**, ના૦ ઓળખવા માટે અથવા સહીને બદલે કરેલી અંગૂઠાની નિશાની. **thumb-screw**, ના૦ સજા દાખલ કે પીડા દેવા માટે અંગૂઠો ચગદવાનું ઓજાર કે યંત્ર.

thump (થમ્પ), ઉ૦ક્રિ૦ સખત ફટકા કે મુક્કા મારવા, મુઠ્ઠી વતી ધબ ધબ ઠોકવું. ના૦ સખત ફટકો, મુક્કો; તેનો અવાજ. **thumping**, વિ૦ [વિ.બો.] કદાવર, પ્રચંડ, મોટું, અતિશય.

thun'der (થંડર), ના૦ વરસાદનું ગાજવું, મેઘ ગર્જના, ગડગડાટ; વીજળીના કડાકા, ગાજવીજ. ઉ૦ક્રિ૦ વરસાદ ગાજતો હોય એવા કડાકા –ગર્જના–કરવી – થવી; ગાજી રહેવું, ગાજવું; ધમકી દઈને કહેવું, ગરજવું, તડૂકવું. **thun'derbolt**, ના૦ વીજળીનો કડાકો; ઇન્દ્રનું વજ્ર; અચાનક આવી પડેલી આપત્તિ કે બનાવ; સજાનો હુકમ. **thun'derlap**, ના૦ ઘનગર્જના, વીજળીનો કડાકો; અચાનક આવી પડેલી આપત્તિ, બનાવ કે તેની બાતમી. **thun'derstorm**, ના૦ ગાજવીજ, વરસાદ, ઇ. સાથેનું વાવાઝોડું – તોફાન. **thun'derstruck**, વિ૦ કોઈ બનાવને લીધે ચકિત થયેલું, ભયચકિત, બાવરું, સ્તબ્ધ થઈ

ગયેલું; વીજળીથી હણાયેલું.

thun'derer(થંડરર), ના૰ *the T ~*, જ્યુપિટર, ઇન્દ્ર; [વિનોદ.] લંડનનું 'ટાઇમ્સ' પત્ર.

thun'derous (થંડરસ, ડ્રસ-), વિ૰ ઘનગર્જના જેવા મોટા અવાજનું; પ્રચંડ; વિનાશકારી. [જેવું; ભયંકર ક્રોધવાળું.

thun'dery (થંડરિ), વિ૰ મેઘગર્જનાનું–ના

Thurs'day (થર્ઝ્ ડિ,–ડે), ના૰ ગુરુવાર.

thus (ધસ), ક્રિ૰ વિ૰ આ રીતે; એ પ્રમાણે, તદનુસાર; આટલે સુધી. [લગાવવો–મારવો.

thwack (થ્વૅક), ના૰ ફટકો. સ૰ક્રિ૰ ફટકો

thwart (થ્વૉર્ટ), સ૰ક્રિ૰ -ની આડે આવવું, -ને હરકત કરવી; -ની સામા પડવું; ધૂળ મેળવવું. વિ૰ આડું, વાંકું, ત્રાંસું.

thwart, ના૰ હોડીમાં ખલાસીઓને બેસવા માટેની આડી બેઠક–પાટલી.

thy (ધાઇ), thouનું ષષ્ઠીનું રૂપ, તારું. **thine** (ધાઇન), સર્વના૰ અને વિ૰ (બહુધા સ્વર પહેલાં) તારું. [સુગંધી પાંદડાંવાળો છોડ.

thyme (ટાઇમ), ના૰ રાંધવામાં વપરાતાં

thyr'oid (થાઇરૉઇડ), વિ૰ [શરીરરચ. અને પ્રાણી.] ઢાલના આકારનું. ના૰ કંઠગ્રંથિ. (*~gland*); પ્રાણીઓની કંઠગ્રંથિમાંથી બનાવેલી દવા.

thyself' (ધાઇસે'લ્ફ), સર્વ ના૰ તું જ, તું પોતે.

tiar'a (ટિઆરા), ના૰ પોપનો શંકુના આકારનો મુગટ, મુગટ, તાજ; સ્ત્રીઓનું રત્નજડિત શિરોભૂષણ.

tib'ia (ટિબિઆ), ના૰ પગના નળાનું હાડકું, પગનો નળો. [એકાએક સંકોચ પામવું.

tic (ટિક), ના૰ સ્નાયુનું (વિ૰ક૰ ચહેરાના)

tick ના૰ ઘડિયાળનો ટિક ટિક અવાજ; નાનો અવાજ; યાદી વગેરે તપાસતાં કરાતી નાની નિશાની (✓). ઉ૰ક્રિ૰ (ઘડિયાળ અંગે) ટિકટિક–ટક ટક–કરવું; કશાક પર આવી નિશાની (✓) કરવી. *~ off*, (વિ. બો.) ઠપકો આપવો. *~ over*, (મોટર અંગે) ગિયર જુદા પડવાથી ધીરે ધીરે જવું. [ખરીદવું.

tick, ના૰ ઉધાર વહેવાર. *buy on ~*, ઉધાર

tick, ના૰ ઢોર વગેરેની ચામડીએ વળગી રહેનારું જીવડું, ગીંગોડું, બગાઈ, જૂ, જિંગોડી.

tick, ના૰ ગાદલા કે તકિયાની ખોળ.

tick'er, ના૰ નાની ઘડિયાળ; કાગળની સાંકડી પટી પર સંદેશો છાપવાનું તાર યંત્ર.

tick'et (ટિકિટ), ના૰ ટિકિટ, ચિઠ્ઠી; પ્રવેશનો પરવાનો; સૂચનાની ચિઠ્ઠી, કાપલી; ચૂંટણીમાં પક્ષ તરફથી ઊભા રહેવાનો પરવાનો; [અમે.] રાજકીય પક્ષે ચૂંટણીમાં ઊભા રાખેલા ઉમેદવારોની યાદી. સ૰ક્રિ૰ (વેચાણ માટેની કે કિંમતની) કાપલી ચોડવી. *~ of leave*, અમુક સમય સજા ભોગવ્યા પછી કેદીનો શરતી છુટકારાનો પરવાનો.

ticki'ng (ટિકિંગ), ના૰ ગાદલા વગેરેની ખોળ માટે વપરાતું મજબૂત કાપડ.

tic'kle (ટિકલ), ઉ૰ક્રિ૰ -ને ગલીપચી કરવી –થવી; હસાવવું, ખુશ કરવું. ના૰ ગલી, ગલીપચી. **tick'lish** (ટિકિલશ), વિ૰ જરામાં ગલીપચી થાય એવું; (પ્રશ્ન, બાબત, ઇ.) નાજુક, મુશ્કેલ, વિકટ, કાળજીપૂર્વક કરવા જેવું.

tick-tack, ના૰ નાડીનો, વિ. ક. હૃદયનો, ધબકારો.

tid'bit (ટિડ્બિટ), જુઓ titbit.

tidd'ly-winks (ટિડ્લિ-વિંક્સ), ના૰ ઘરમાં રમવાની એક રમત.

tide (ટાઇડ), ના૰ દરિયાની ભરતીઓટ, જુવાળ; (અનુકૂળ) સમય કે મોસમ. ઉ૰ ક્રિ૰ ભરતી સાથે તણાવું. *~ over*, (મુશ્કેલી) પાર કરવી. **ti'dal** (ટાઇડલ), વિ૰ ભરતીઓટનું –સંબંધી, ભરતીઓટને લીધે થતું. [ખબર.

tid'ings (ટાઇડિંગ્ઝ્), ના૰બ૰વ૰ સમાચાર,

tid'y (ટાઇડિ), ઠીકઠાક, વ્યવસ્થિત, ટાપટીપવાળું; [વાત.] સારું એવું, મોટું, (રકમ, ઇ. અંગે). *a ~ few*, સારી જેવી સંખ્યામાં. સ૰ ક્રિ૰ સાફસૂફ કરવું, વ્યવસ્થિત કરવું, ગોઠવવું. ના૰ પરચૂરણ વસ્તુઓ માટેનું પાત્ર, ટોપલી, ઇ.

tie (ટાઇ), ઉ૰ક્રિ૰ દોરી કે દોરડાથી બાંધવું; બાંધવું; ગાંઠ બાંધવી; બંધનમાં મૂકવું, અટકાવવું; દાવ કે હરીફાઈમાં સરખા હોવું (*~with*). *~d house*, એક જ બનાવનાર પાસેથી દારૂ લેવા બંધાયેલી વીશી. ના૰ બાંધવા માટેની દોરી, ઇ.; નેકટાઈ, ગળાપટ્ટી; ગાંઠ, બંધ, બંધન; જોડનારી વસ્તુ; સરખા દાવ (થવા), રમતમાં સરખા હોવું, તે. **ties**, ના૰ બ૰ વ૰ બંધનો; માણસોને સાથે રાખનારી લાગણીઓ, પ્રેમનાં

બંધનો. [ગોઠવેલી હારો–પાટિયાં–માંનુ એક.
tier (ટિઅર), ના૦ એક પર બીજી એવી
tiff (ટિફ), ના૦ (મિત્રો કે પતિપત્ની વચ્ચેનો) નાનકડો ઝઘડો, બોલાચાલી. [(હળવું) ભોજન.
tiff'in (ટિફિન), ના૦ નાસ્તો; બપોરનું
tig'er (ટાઇગર), ના૦ વાઘ. **tiger-lily**, ના૦ કાળાં ટપકાંવાળું નારંગી ફૂલવાળું કમળ.
tig'erish (–ગરિશ), વિ૦ વાઘ જેવું ક્રૂર.
tight (ટાઇટ), વિ૦ સજ્જડ, સજ્જડ બેઠેલું–બાંધેલું–ખેંચેલું; (કપડાં) તદ્દન બંધ બેસતું, તંગ; (દોરડું, ઇ.) ખેંચેલું, તાણેલું; ઠાંસીને ભરેલું, ખીચોખીચ; વ્યવસ્થિત ગોઠવેલું; (નાણાં) દુષ્પ્રાપ્ય, તંગીવાળું; [વાત.] પીધેલ; ઝટ છૂટે નહિ એવું. *a ~ corner*, મુશ્કેલ અને જોખમકારક પરિસ્થિતિ. *~ fit*, જરાય મોકળાશ વિનાનું. ક્રિ૦વિ૦ સખત, સજ્જડ. **tight'en** (ટાઇટન), ઉ૦ક્રિ૦ સજ્જડ કરવું–થવું, ઇ. **tight-fisted**, વિ૦ ચિંગૂસ. **tight-laced**, વિ૦ તંગ કબજો–ચોળી–પહેરેલું; સદાચારની બાબતમાં સંકુચિત દૃષ્ટિવાળું. **tight'rope**, ના૦ મદારી ઇ.-ના ચાલવા માટે ખૂબ તાણેલું દોરડું. **tights**, ના૦બ૦વ૦ કુસ્તી કે વ્યાયામના ખેલ કરનારા પહેરે છે એવાં તંગ–બંધ બેસતાં–કપડાં.
tig'ress (ટાઇગ્રિસ), ના૦ વાઘણ.
tike, tyke (ટાઇક), ના૦ કોઈ પણ ખાસિયત કે ગુણ વિનાનું કૂતરું. [વ્યાવર્તક–નિશાની, "~".
til'de (ટિલ્ડે), ના૦ ઉચ્ચાર અંગેની એક–
tile (ટાઇલ), ના૦ નળિયું; ફરસબંધી, મોરી, ઇ. પર મુકાતી તખતી; ફરસબંધીનું ચોરસું–લાદી; [વાત.] ટોપી. સ૦ક્રિ૦ નળિયાં વતી છાવું, ફરસબંધીની તખતીઓ જડવી.
till (ટિલ), નામ૦અ૦ સુધી, લગી. ઉભ૦અ૦ ત્યાં સુધી; એટલે અંશે કે. [ગલ્લો.
till, ના૦ દુકાનદારની પૈસા નાંખવાની પેટી,
till, સ૦ક્રિ૦ (જમીન) ની ખેડ કરવી, ખેડવું, ખેતી કરવી. **till'age** (ટિલિજ), ના૦ ખેડ; ખેતી; ખેડેલી જમીન. **tilth** (ટિલ્થ), ના૦ ખેડવું તે; ખેડેલી જમીન. [ખેડૂત.
till'er (ટિલર), ના૦ ખેડનાર, ખેતી કરનાર,
till'er ના૦ [નૌકા.] સુકાન ફેરવવાનો દાંડો –ઉચ્ચાલક.
tilt (ટિલ્ટ), ઉ૦ક્રિ૦ એક બાજુએ નમાવવું–નમેલું હોવું, વાંકું વળવું અથવા વાળવું; ભાલા વતી વિરોધી પર કે નિશાન પર હુમલો કરવો; કોઈ ઉપર હુમલો કરવો–સખત ટીકા કરવી. ના૦ એક બાજુએ નમેલું હોવું તે, ઢોળાવ; વિરોધી પર ભાલા વતી હુમલો; ભાલાની રમત. *full ~*, પુરજોશથી, ભારે વેગથી. *have a ~ at*, -ની ઉપર કટાક્ષ કરવો. **tilt'-yard**, ના૦ ભાલાની રમત માટેની જગ્યા.
tim'ber (ટિમ્બર), ના૦ ઇમારતી લાકડું; ઇમારતી લાકડાનું ઝાડ; તેનું જંગલ; પાટડો, મોભ.
tim'bered, વિ૦ (આખું કે અંશતઃ) ઇમારતી લાકડાનું બનાવેલું; (પ્રદેશ) જંગલવાળું.
timbre (ટૅમ્બર), ના૦ સંગીતના સૂરનું તાર, મન્દ્ર, ઇ. ઉપરાંતનું લક્ષણ કે ગુણ; વાદ્યનો કે ગાનારના ગળાનો વિશેષ ગુણ.
tim'brel (ટિમ્બ્રલ), ના૦ લાંબું ઢોલ; ઢોલકડી, ખંજરી.
time (ટાઇમ), ના૦ વખત, કાળ; ભૂત, ભવિષ્ય, વર્તમાન–ત્રિકાળ; મોસમ; નિયત સમયનો ગાળો, અવધિ; અનુકૂળ સમય; પ્રસંગ; ઢીલ, નવરાશ; ઘડિયાળમાં કેટલા વાગ્યા તે સમય; [સં.] તાલ, ગત; આવરદા, આયુષ્ય; ઉંમર, અવસ્થા; ગુણાકારમાં કોઈ વસ્તુની અમુક વાર ગણતરી (બ૦વ૦માં). *at one ~*, એક વખત (ભૂતકાળમાં). *at the same ~*, તેમ છતાં. *do ~*, કેદમાં સજા ભોગવવી. *in good ~*, વખતસર, *have a good ~*, મોજ કરવી. *in ~, on ~, to ~*, વખતસર. *~ and again*, વારંવાર, ફરી ફરી. *~ bomb*, મૂક્યા પછી નિયત સમય પછી ફૂટનારો બૉંબ. સ૦ક્રિ૦ -ને માટે વખત પસંદ કરવો, અમુક વખતે (થાય તેમ) કરવું; -નો વખત માપવો.
time-fuse, વિ૦ અમુક વખત સુધી બળ્યા કરે એવી રીતે બનાવેલી–યોજેલી–દિવેટ–ટોટો.
time'-honoured, વિ૦ પ્રાચીન કાળનું ને તેથી સન્માન્ય; પરાપૂર્વથી પૂજ્ય (ગણાતું આવેલું).
time'keeper, ના૦ કામગારોના વખતની નોંધ રાખનાર–હાજરી પૂરનાર.
time'ly (ટાઇમ્લિ), વિ૦ સમયસરનું સવેળાનું.
time'piece (ટાઇમ્પીસ), ના૦ ટેબલ પર, ઇ. ઠેકાણે મૂકવાનું ઘડિયાળ.
time-server (–સર્વર), ના૦ તકસાધુ–

સ્વાર્થી–માણસ; ગરજ પૂરતી કાળજી રાખનાર; ઊગતા સૂર્યને પૂજનાર.

time'table ના૦ સમયપત્રક. [કામ.

time-work, ના૦ કલાકની બોલીએ કરાતું

tim'id (ટિમિડ), વિ૦ બીકણ, ડરપોક; શરમાળ. **timi'dity** (ટિમિડિટિ), ના૦ ડરપોકપણું, ભીરુતા. [શરમાળ.

tim'orous (ટિમરસ), વિ૦ બીકણ, બાવરું;

timothy(grass) (ટિમથિ–), ના૦ ચાર.

tin (ટિન), ના૦ કલાઈ(ની ધાતુ); ટિનનું કે ટિનના પતરાનું વાસણ કે ડબ્બો; પૈસા. વિ૦ કલાઈનું, (કલાઈ કરેલા) લોઢાના પતરાનું. સ૦ક્રિ૦ કલાઈ કરવી; (ખાદ્ય પદાર્થ, ઇ.) ડબામાં બંધ કરી રાખવું. **tin plate**, ના૦ કલાઇનો ઢોળ ચડાવેલું લોઢાનું પતરું. **tinn'y**, વિ૦ કલાઈ પર ઠોકવાથી થતા અવાજ જેવો અવાજ કરનારું. **tin'pot** (ટિન્પૉટ), વિ૦ હલકું, સસ્તું.

tinc'ture (ટિંક્ચર), ના૦ રંગની છટા, પાસ; આછી સુવાસ – મહેક (કોઈ ગુણ, ઇ.ની); કોઈ ઔષધિનું મદ્યાર્કયુક્ત દ્રાવણ, ટિંકચર. સ૦ ક્રિ૦ આછો રંગ કરવો, રંગની છટા આપવી; કશાકનો પાસ લગાડવો – લાગવો.

tin'der (ટિંડર), ના૦ તણખો પડતાં ઝટ સળગે એવો સૂકો પદાર્થ, શીમળાનો કપાસ (ચકમક આદિનો) ગુલ. **tinder-box**, ના૦ લોઢું, ચકમક ને રૂની ડબી. [દાંતો.

tine (ટાઇન), ના૦ પંજેટીનો કે કાંસકીનો

tin'ea (ટિનિઆ), ના૦ ચામડીનો એક ચેપી રોગ. [પતરું – વરખ.

tin foil (ટિન્ફૉઇલ), ના૦ કલાઈનું પાતળું

tinge (ટિંજ્), સ૦ક્રિ૦ આછો રંગ કરવો, જરા સુરખી મારે તેમ કરવું; (અસૂયા, ઇ.નો) થોડો પાસ લગાડવો – અસર કરવી. ના૦ રંગની છાંટ કે છાયા; કોઈ ગુણ કે લાગણીનું જરાક મિશ્રણ – અંશ, આભાસ.

tingle (ટિંગલ), અ૦ક્રિ૦ કાનમાં ઝણઝણ બોલતું હોય એમ લાગવું; શરીરે થરથરી છૂટવી; -માં કશુક ભોંકાતું હોય એમ લાગવું.

tin'ker (ટિંકર), ના૦ જૂનાં વાસણો સાંધનાર ફેરિયો. અ૦ક્રિ૦ વાસણ સાંધવાનું કામ કરવું; બેદરકારીથી કામ કરવું, વેઠ ઉતારવી. ~ *at, with,* -ની સાથે ચેડાં કરવાં.

tinkle (ટિંકલ), ના૦ ઘંટડીનો કે ઘંટડીના જેવો અવાજ; ખખડાટ. ઉ૦ ક્રિ૦ ઘંટડીનો અવાજ થવો, ખખડવું; ઘંટડી વગાડવી, ખખડાવવું.

tin'sel (ટિન્સલ), ના૦ ચળકતી ધાતુના પતરાનું કે દોરાનું ઘરેણું; સસ્તી ને ચળકાટ મારતી વસ્તુ. સ૦ક્રિ૦ ચળકાટ મારતાં ખોટાં ઘરેણાંથી શણગારવું.

tint (ટિંટ), ના૦ એક રંગ, આછો બનાવેલો રંગ. સ૦ ક્રિ૦ રંગનો આછો હાથ દેવો; -નો પાસ લગાડવો.

tintinnabula'tion (ટિન્ટિનૅબ્યુલેશન), ના૦ ઘંટડીઓનો અવાજ – રૂમઝૂમ.

ti'ny (ટાઇનિ), વિ૦ ઘણું નાનું, નાનકડું.

tip (ટિપ), ના૦ અણી, ટોચ; (આંગળીનું) ટેરવું; ટોટી, (ટકાવવા માટે કશાકને જડેલી) ખોળી; જરાક સરખો ધક્કો; નોકરને નાનકડી બક્ષિસ; (શરતમાં કયો ઘોડો જીતશે તેની) ઉપયોગી માહિતી, બાતમી; કશુંક કરવા અંગેની ઉપયોગી માહિતી; કચરો નાંખવાની જગ્યા, ઉકરડો. ઉ૦ ક્રિ૦ છેડે ખોળી કે ટોટી બેસાડવી; ધીમેથી ટપલો મારવો; વાંકું વાળવું, નમાવવું; બક્ષિસ આપવી; બક્ષિસ – લાંચ – આપીને વહાણમાંનો માલ બહાર કાઢવો –માં દાખલ કરવો; (ગાડી અંગે) લગભગ ઊંધું વળી જવું. ~ *over*, ઊંધું વળી જવું. **tip-ti'lted**, વિ૦ (નાક અંગે) ઉપર વળેલી અણીવાળું. **tip'toe** (ટિપ્ટો), ક્રિ૦ વિ૦ પગની આંગળીઓ ટેકવીને – પર ચાલીને (*on* ~). અ૦ ક્રિ૦ એવી રીતે ચાલવું. **tip'top**, (–ટૉપ), વિ૦ બહુ જ વ્યવસ્થિત, સુઘડ, સર્વોત્કૃષ્ટ.

tipp'et (ટિપિટ), ના૦ માથા કે ગરદન અને ખભા પરથી છાતી પર આવતો (વિ. ક. સ્ત્રીઓનો) રુવાંટીવાળો ખેસ.

tip'ple (ટિપલ), અ૦ ક્રિ૦ દારૂના આદી હોવું, ખૂબ દારૂ ઢીંચવો. ના૦ કડક દારૂ.

tip'staff (ટિપ્સ્ટાફ), ના૦ ધાતુની ખોળીવાળી લાકડી; શેરીફનો માણસ – અમલદાર.

tip'ster (ટિપ્સ્ટર), ના૦ શરતો કે બીજી રમતોની અંદરખાનાની બાતમી આપનાર – આપવાનો ધંધો કરનાર. [ચાલવામાં અસ્થિર.

tip'sy (ટિપ્સિ), વિ૦ પીધેલ, છાકટું; બોલવા

tip-up, વિ૦ (ખુરશી અંગે) એકક વાળીને પીઠ સાથે મૂકી શકાય એવું.

tirade' (ટિરેડ, ટાઇ–), ના૦ નિંદાત્મક ભાષણ, ટીકાનો મારો; વક્તૃત્વપૂર્ણ લાંબું ભાષણ.

tire, tyre (ટાયર), ના. પૈડાની – પૈડાના પૂઠિયા ફરતી – લોઢાની કે રબરની વાટ, ટાયર. સ૦ક્રિ૦ પૈડા પર વાટ બેસાડવી.

tire, ના૦ પાઘડી, ટોપી, ઇ. શિરોભૂષણ; પોશાક. સ૦ક્રિ૦ [પ્રા.] વાળ ઓળવા, શણગારવા, ઇ.; કપડાં પહેરાવવાં.

tire, ઉ૦ ક્રિ૦ થાકી જવું, થાક લાગવો; થકવવું, થાક ચડે તેમ કરવું; કંટાળી જવું, કંટાળો ઉપજાવવો. **tired'ness**, ના૦ થાક, કંટાળો. **tire'less**, વિ૦ અખૂટ શક્તિ કે ઉત્સાહવાળું, અથક. **tire'some**, વિ૦ થકવી નાંખે એવું; ત્રાસદાયક.

tir'o, tyr'o, (ટાઇરો), ના૦ (બ૦વ૦ –s). ના૦ શિખાઉ, ઉમેદવાર; બિનઅનુભવી માણસ.

tiss'ue (ટિસ્યૂ, ટિશૂ), ના૦ (જાળી જેવા પોતનું વિ. ક.) વણેલું કાપડ; [લા.] જૂઠાણાની જાળ – ળું – કોકડું; [જીવ.] શરીર ઘટક ધાતુ, કલા, પેશીજાલ; [વનસ્પ.] કોશમંડળ. ~ *paper*, પાતળો લીસો ચીકણો કાગળ.

tit (ટિટ), ના૦ એક નાનું પક્ષી; સ્તનની ડીંટી, સ્તનાગ્ર.

tit, ના૦. ~ *for tat*, જેવા સાથે તેવા થવું [તે, બદલો.

Tit'an (ટાઇટન), ના૦ [ગ્રીક પુરાણ] એક મોટી કદાવર જાતિનું માણસ કે પ્રાણી; શક્તિ, બુદ્ધિ ને કદમાં શ્રેષ્ઠ વ્યક્તિ, નરવ્યાઘ્ર, નરસિંહ. **titan'ic** (–ટૅનિક), વિ૦ ખૂબ મોટું, પ્રચંડ.

tit'bit (ટિટ્બિટ્), ના૦ ખાદ્ય પદાર્થનો સુંવાળો કોળિયો, સુગ્રાસ; રસિક સમાચાર; ગપસપ.

tithe (ટાઇધ), ના૦ દસમો ભાગ, ખ્રિસ્તી પાદરીને અપાતો ખેતીની ઊપજનો દસમો ભાગ; દશાંશ ગ્રાસ; નજીવો હિસ્સો.

tit'illate (ટિટિલેટ), સ૦ ક્રિ૦ ગલીપચી કરવી, આનંદ થાય એવી રીતે ઉત્તેજિત કરવું. **titilla'tion**, ના૦ ગલીપચી (કરવી તે).

tit'ivate (ટિટિવેટ), ઉ૦ ક્રિ૦ શણગારવું, સુઘડ – સાફ – કરવું – થવું (~ *oneself*).

ti'tle (ટાઇટલ), ના૦ ચોપડી, કાવ્ય, ઇ.નું નામ; પ્રકરણ, લેખ ઇ.નું મથાળું; માણસની પદવી, ખિતાબ, ઇલકાબ, ઇ.; [કા.] મિલકત, ઇ. ધરાવવાનો હક; ન્યાય્ય હક કે અધિકાર. ~ *of nobility*, ઉમરાવનું પદ. **title-deed**, ના૦ મિલકતના માલિકીહકનું ખતદસ્તાવેજ. **title-page**, ના૦ ચોપડીનું નામ, લેખક, પ્રકાશક ઇ. વિગતવાળું ગ્રંથનું પહેલું પાનું, મુખપૃષ્ઠ. **title-role**, ના૦ જેના પરથી નાટકનું નામ પડે છે તે પાત્ર.

ti'tled (ટાઇટલ્ડ), વિ૦ (ઉમરાવનો) ખિતાબ ધારણ કરનારું, ઉમરાવ વંશનું.

tit'mouse (ટિટ્માઉસ), ના૦ (બ૦ વ૦ –mice). એક નાનું ચપળ પક્ષી.

titt'er (ટિટર), અ૦ક્રિ૦ અને ના૦ મનમાં ને મનમાં હસવું, ઠીઠી હસવું.

tit'tle (ટિટલ), ના૦ રજ, લેશ, છાંટો.

tit'tle-tattle (–ટૅટલ), ના૦ બકવાટ, લવારો; કૂથલી. અ૦ ક્રિ૦ કૂથલી કરવી, ગપ્પાં મારવાં.

titt'up (ટિટપ), અ૦ ક્રિ૦ લટકામાં – લહેકામાં – ચાલવું, ઠેકડા મારતાં ચાલવું. ના૦ એવી ચાલ.

tit'ular (ટિટ્યુલર), વિ૦ કેવળ નામનું, નામધારી; પદવી અંગેનું, પદવીની રૂએ ધારણ કરેલું, પદવીના સ્વરૂપનું.

to (ભાર દેવા ટૂ; સ્વર પહેલાં ટુ; વ્યંજન પહેલાં ટ), ના૦ અ૦ તરફ, -ની દિશામાં; (અમુક જગ્યા) સુધી; નામ તરીકે વપરાયેલા હેત્વર્થક કૃદન્ત પહેલાં (હેતુ દર્શાવવા) વપરાય છે. ~ *a man*, એકે એક માણસ. ક્રિ૦ વિ૦ અમુક સ્થિતિમાં – ભણી, વિ. ક. સ્થિર અવસ્થાએ. ~ *and fro*, આગળ પાછળ, આમ તેમ.

toad (ટોડ), ના૦ મુખ્યત્વે જમીન પર રહેનારું દેડકા જેવું એક પ્રાણી; તિરસ્કારપાત્ર, અધમ, વ્યક્તિ. **toad in the hole**, ના૦ લોટ, દૂધ અને ઈંડાં ભેળવીને રાંધેલું માંસ.

toad'stool (–સ્ટૂલ), ના૦ કૂતરાની ટોપી, બિલાડીનો ટોપ, (વનસ્પતિ).

toad'y (ટોડિ), ના૦ ખુશામતિયો, ખાંધિયો. સ૦ ક્રિ૦ ખુશામત કરવી.

toast (ટોસ્ટ), ના૦ દેવતા પર શેકેલો રોટીનો કકડો, 'ટોસ્ટ'; જેનું નામ લઈ તે સુખી કે તંદુરસ્ત રહો એવી ઇચ્છા વ્યક્ત કરી દારૂનો પ્યાલો પીવામાં આવે છે તે વ્યક્તિ

(વિ. ક. સ્ત્રી). ઉ૦ ક્રિ૦ દેવતા પર શેકવું–ભૂંજવું; તાપવું, પગ ગરમ કરવા; કોઈનું નામ દઈ તેના આરોગ્ય અને સુખની ઇચ્છા વ્યક્ત કરી દારૂની પ્યાલી પીવી (*drink a* ~). **toast-master,** ના૦ જાહેર સમારંભ વખતે કોના કોના ટોસ્ટ પીવાના છે તેનાં નામ જાહેર કરનાર.

tobacc'o (ટબૅકો), ના૦ (બ૦ વ૦ -s) તમાકુ, તેનો છોડ. **tobacc'onist** (-કનિસ્ટ), ના૦ તમાકુનો વેપારી.

tobogg'an (ટબૉગન), ના૦ અને અ૦ ક્રિ૦ પહાડ પરથી, વિ.ક. બરફ પરથી, નીચે જવાની સાંકડી અને લાંબી હાથગાડી(માં બેસીને જવું).

toc'sin (ટૉક્સિન), ના૦ ભયની સૂચના; તે આપનાર ઘંટ.

tod (ટૉડ), ના૦ [બોલીમાં] શિયાળ

today', to-day, (ટડે), ક્રિ૦ વિ૦ આજે; વર્તમાન કાળમાં. ના૦ આજ (નો દિવસ).

tod'dle (ટૉડલ), અ૦ ક્રિ૦ બાળકની જેમ ટૂંકાં ટૂંકાં ડગલાં ભરીને ચાલવું. **todd'ler** (ટૉડ્લર), ના૦ નાનું બાળક (પગલી માંડવાની ઉમરનું).

todd'y (ટૉડિ), ના૦ તાડી; ગરમ પાણી અને [ખાંડ નાંખેલો દારૂ.

to-do' (ટડૂ), ના૦ ગરબડ, ધમાલ.

toe (ટો), ના૦ પગની આંગળી કે અંગૂઠો; ચંપલ કે પાદત્રાણનો અણિયાળો – આગળનો – ભાગ. સ૦ ક્રિ૦ (વિ. બો.) ઠેસ – લાત – મારવી; પગની આંગળી કે અંગૂઠા વતી અડવું. ~ *the line*, હુકમ પ્રમાણે બરાબર વર્તવું; પગનાં આંગળાં એક લીટીમાં આવે એવી રીતે ઊભા રહેવું. **toe-cap,** ના૦ જોડાનો આંગળાં પરનો ભાગ.

toff (ટૉફ), ના૦ [વિ. બો.] સદ્ગૃહસ્થ કે તેના જેવો પોશાક પહેરનાર, પ્રતિષ્ઠિત માણસ.

toff'ee (ટૉફિ), ના૦ ખાંડ ને માખણ ઉકાળીને બનાવેલી એક મીઠાઈ. ~*-apple*, વચ્ચે સફરજનનો કકડો મૂકીને બનાવેલી ટૉફી.

tog'a (ટોગા), ના૦ પ્રાચીન રોમન નાગરિકનો ઝબ્બો.

togeth'er (ટગે'ધર), ક્રિ૦વિ૦ ભેગાં, સાથે; એક જ વખતે, સંગાથે. ~ *with*, -ની સાથે, વધારામાં.

tog (ટૉગ્), ના૦ [વિ. બો.] (બ૦વ૦) કપડાં, લૂગડાં. સ૦ક્રિ૦ કપડાં પહેરવાં–પહેરાવવાં.

toil (ટૉઇલ), અ૦ ક્રિ૦ સખત મહેનત – વૈતરું – કરવું – કર્યા કરવું. ના૦ સખત મહેનત; વૈતરું; (બ૦ વ૦) જાળ, પેચ, ફાંદો. *in the* ~*s*, જાળમાં સપડાયેલું–ફસાયેલું. **toil'er,** ના૦ મહેનત મજૂરી કરનાર.

toil'et (ટૉઇલિટ) ના૦ કપડાં પહેરવાં, વાળ ઓળવા, ઇ. ક્રિયા; પોશાકની ઢબ – શૈલી; પોશાક માટે અરીસા સાથેનું મેજ; પોશાક, શૃંગાર; [અમે.] પાયખાનું, સંડાસ;(**toilette** પણ) પોશાકની શૈલી; સ્ત્રીનો પોશાક. **toilet-paper,** ના૦ સંડાસમાં વાપરવાનો કાગળ. **toilet-set,** ના૦ કંગવો, બ્રશ, અરીસો ઇ. વસ્તુઓ. **toilet-table,** ના૦ પોશાક, ઇ. તૈયારી કરતી વખતે વપરાતું અરીસાવાળું ટેબલ. **toilette** (ટ્વાલે'ટ), ના૦ પોશાક પહેરવો તે. [નતનું; કષ્ટસાધ્ય.

toil'some (ટૉઇલ્સમ), વિ૦ ભારે મહે-

toil-worn (-વૉર્ન), વિ૦ મહેનત મજૂરી કરીને થાકેલું – ઘસાઈ ગયેલું.

Tokay' (ટોકે), ના૦ હંગરીમાં બનતો એક સારી જાતનો દારૂ; એક જાતની દ્રાક્ષ.

tok'en (ટોકન), ના૦ નિશાની, ચિહ્ન; સંભારણામાં – પ્રેમના ચિહ્ન તરીકે – આપેલી વસ્તુ, સંભારણું, યાદગીરી; મુદ્રા, 'ટોકન', પ્રમાણભૂત ચિહ્ન દાખલ વપરાતી વસ્તુ. ~ *money*, ધાતુની વાસ્તવિક કિંમત કરતાં વધુ કિંમતની ધાતુની મુદ્રા, સિક્કો.

tol'a, (ટોલા), ના૦ તોલો, ૧૧.૬૬૩૮ ગ્રામ.

told (ટોલ્ડ), tell નો ભૂ૦ કા૦ અને ભૂ૦ કૃ૦.

tol'erable (ટૉલરબલ), વિ૦ સહન કરી શકાય એવું, સહ્ય; ચાલે એવું, મધ્યમ કોટિનું, ઠીક.

tol'erance (-રન્સ), ના૦ સહિષ્ણુતા, સહન કરવાની વૃત્તિ; [વૈદક] સતત લેવાતી દવાની અસર સહન કરવાની શક્તિ. **tol'erant,** વિ૦ સહિષ્ણુ; ઉદાર દિલનું.

tol'erate (-રેટ), સ૦ ક્રિ૦ (ન ગમતી વસ્તુને) સહન કરવું, ચાલવા દેવું; છૂટ આપવી; બીજાને વિચાર તથા આચારનું સ્વાતંત્ર્ય આપવું. **tolera'tion** (-રેશન), ના૦ સહન કરવું તે, સહિષ્ણુતા; બીજાના સ્વતંત્ર

આચાર વિચારને માન્ય કરવા – માન્યતા.

toll (ટોલ), ના૦ જાહેર રસ્તો, પુલ, ઇ. વાપરવાનો કર – વેરો; નાકું; [ઐતિ.] દળવાના અનાજમાંથી દળામણ દાખલ અનાજનો કાઢી લેવામાં આવતો ભાગ, ઘંટીવાળાનો લાગો. *take ~ of*, [લા.] હિસ્સો કાઢી – પડાવી – લેવો; અમુક ભાગનો નાશ કરવો – ભોગ લેવો. **toll-bar, toll-gate**, ના૦ જકાતનું નાકું, ટોલનાકું.

toll, ઉ૦ ક્રિ૦ ઘંટ વગાડવો; ઘંટ વગાડીને કોઈનું મરણ જાહેર કરવું, મૃત્યુઘંટ વગાડવો. ના૦ મૃત્યુઘંટ, મૃત્યુઘંટનો નાદ.

tom (ટૉમ), ના૦ (*T~*) Thomasનો સંક્ષેપ; પ્રાણીમાંનો નર, વિ. ક. બિલાડો. *T~Dick and Harry*, છગન મગન, ઇ. સામાન્ય માણસો. **tom'boy** (ટૉમબૉઇ), ના૦ છોકરાની જેમ વર્તનાર છોકરી; રખડુ, મસ્તીખોર, છોકરી. **tom'-cat**, ના૦ બિલાડો. **tom'fool**, ના૦ મૂર્ખો, વિદૂષક. અ૦ક્રિ૦ મૂર્ખાની જેમ વર્તવું; વિદૂષકવેડા કરવા. **tomfool'ery** (-ફૂલરિ), ના૦ ચાળા, મૂરખવેડા; નકામું કે બેવકૂફીભરેલું કામ.

tom'ahawk(ટૉમહૉક), ના૦ઉ. અમેરિકાના ઇંડિયન લોકોનો યુદ્ધનો કુહાડો – પરશુ. સ૦ ક્રિ૦ તે કુહાડાથી મારવું – મારી નાખવું.

toma'to (ટમાટો, –મે–), ના૦ (બ૦ વ૦ –s) ટમેટું (ફળ), તેનો છોડ.

tomb (ટૂમ), ના૦ કબર, ઘોર, સમાધિ; (મોટા માણસની) છત્રી. **tomb'stone**, ના૦ કબર પાસે ઊભો કરેલો સ્મારક પથ્થર.

tome (ટોમ), ના૦ વજનદાર મોટો ગ્રંથ કે તેનો ખંડ.

tomm'y-(ટૉમિ), ના૦ (*T~*) *Tom*નું જ પ્રચલિત રૂપ. *T~ Atkins*નું સંક્ષિપ્ત રૂપ, અંગ્રેજ સિપાહી. *~rot*, ના૦ [વિ. બો.] અક્કલ વગરની વાત, મૂર્ખામી. **tommy-gun**, ના૦ નાનકડી યાંત્રિક બંદૂક.

tomo'rrow, to-mo'rrow (ટમૉરો), ના૦ આવતી કાલ (નો દિવસ). ક્રિ૦ વિ૦ આવતી કાલે.

Tom Thumb (ટૉમ્ થમ), ના૦ એક અંગ્રેજી પરીકથામાંનું બહુ જ નાના કદનું માણસ; ઠિંગુજી; વનસ્પતિની ઠીંગણી જાત.

Tom Tiddler's ground, જેની માલિકી ચોક્કસ નથી એવી જમીન; એક બાળરમત.

tom'tit (ટૉમ્ટિટ), ના૦ એક નાનકડું પક્ષી.

tom'tom (–ટૉમ), ના૦ નગારું, ઢોલ; થાળી જેવો ચપટો ઘંટ. અ૦ ક્રિ૦ નગારું – ઘંટ – વગાડવો.

ton (ટન), ના૦ ૨૮ બંગાળી મણનું એક વજન, ૧.૦૧૬ મેટ્રિક ટન; [નૌકા.] સો ઘનફૂટનું એક માપ; [વાત.] મોટો જથ્થો – સંખ્યા.

tone (ટોન), ના૦ અવાજ, ઘાંટો, શબ્દ; સ્વર, સૂર; આરોગ્ય, સ્વાસ્થ્ય; રંગની છટા; રીતભાત અને ચારિત્ર્યનું સામાન્ય સ્વરૂપ-પ્રચલિત સ્થિતિ. ઉ૦ ક્રિ૦ ઇષ્ટ વલણ આપવું; સ્વરમાં ફેરફાર કરવો, સૂર મેળવવો; -ની સાથે એકરાગ હોવું. *~ down*, રંગને સૌમ્ય બનાવવો, ભભક ઓછી કરવી; નરમ પાડવું–પડવું. *~ up*, સૂર ચડાવવો – ચડવો; વધારે શક્તિ–ઉત્સાહ–ભરવો – મળવો. **tonal'ity** (ટનૅલિટિ), ના૦ સૂરોની સજાવટ, સ્વરસંગતિ; ચિત્રમાં રંગોની રચના, રંગસંગતિ.

tong'a (ટૉંગા), ના૦ ઘોડાગાડી, ટાંગો.

tongs (ટૉંગ્ઝ્), ના૦બ૦વ૦ (*pair of ~* પણ) ચીપિયો, સાણસી.

tongue (ટંગ), ના૦ જીભ, જિહ્વા; જીભના જેવી વસ્તુ કે ભાગ; ભાષા, બોલી. *give ~*, (કૂતરા અંગે) શિકારની ગંધ મળતાં ઉશ્કેરાટભર્યા અવાજો કરવા. *have* one's *~ in* one's *cheek*, કટાક્ષમાં – મજાકમાં – બોલવું; સાંભળનારની મરજી સાચવવી. *hold* one's *~*, ચૂપ બેસવું.

ton'ic (ટૉનિક), વિ૦ કૌવત વધારનારું, પુષ્ટિકારક, સ્ફૂર્તિદાયક; સંગીતના સ્વરોનું –ને લગતું. ના૦ શક્તિવર્ધક દવા; [સં.] મૂળ સૂર. *~sol-fa*, ગાવાનું શીખવવામાં વપરાતી સારેગમ બોલવાની પદ્ધતિ. [આજની રાત. ક્રિ૦ વિ૦ આજે રાત્રે.

tonight', to-night, (ટનાઇટ), ના૦

to'nnage (ટનિજ), ના૦ વહાણનું ઘનફળ અથવા માલ લઈ જવાની શક્તિ; વહાણમાં ભરેલા માલ પર ટન દીઠ જકાત; દેશનાં વહાણોની કુલ સંખ્યા – તે કેટલો માલ લઈ જાય છે તે-તેનો ટનમાં જથો.

tonne (ટન), ના૦ મેટ્રિક ટન, ૦.૯૮૪૨

બ્રિટિશ ટન.

tonsil (ટૉન્સિલ), ના૦ ગળામાંનો કાકડો –ચોળિયો. **tonsilli'tis** (-લાઇટિસ), ના૦ કાકડાનો સોજો – રોગ, કાકડા.

tonso'rial (ટૉન્સૉરિઅલ), વિ૦ વાળંદનું કે વાળ કાપવાનું – ને લગતું.

ton'sure (ટૉન્શર), ના૦ [રોમન કૅથલિક સંપ્રદાયમાં] મુંડન કરવાની વિધિ, ક્ષૌરકર્મ; માથાનો મુંડન કરેલો ભાગ. સ૦ક્રિ૦ મુંડન કરવું.

tontine' (ટૉન્ટીન), ના૦ લોન–નિધિ–માં ફાળો આપનારા જૂથને મળતું વર્ષાસન, એવી રીતે કે એક જણ મરી જાય તો બીજાઓનું વર્ષાસન તેટલા પ્રમાણમાં વધે ને છેવટે જે એક રહે તેને આખી રકમ મળે.

too (ટૂ), ક્રિ૦ વિ૦ વધારામાં, પણ, સુધ્ધાં; જોઈએ તે કરતાં વધુ (માત્રામાં), અતિશય.

took (ટુક), takeનો ભૂ૦ કા૦.

tool (ટૂલ), ના૦ ઓજાર, હથિયાર; (બ૦વ૦) કોઈ ધંધાનાં ઉપકરણો–સાધનો; બીજાનો હથિયાર બનેલો માણસ, હોળીનું નાળિયેર. સ૦ક્રિ૦ ચામડા પર હથિયાર દબાવીને નકશી કરવી; ફરસીથી (પથ્થર)ને સુંવાળું બનાવવું.

toot (ટૂટ), ના૦ તુરાઈ કે સિંગાનો મોટો અવાજ. ઉ૦ક્રિ૦ સિંગું, તુરાઈ, ઇ. વગાડવું, તેનો અવાજ કાઢવો.

tooth(ટૂથ), ના૦(બ૦વ૦ teeth). દાંત, દાંતના જેવો આગળ પડતો ભાગ; કરવત, કાંસકી, ઇ.નો દાંતો. *armed to the teeth*, સંપૂર્ણપણે –નખશિખ – શસ્ત્રસજ્જ. *fight ~ and nail*, જેમ બને તેમ કરીને–પોતાનું બધું જોર વાપરીને–લડવું. *cast thing in* person's *teeth*, મોંમાં પાછું મારવું, મહેણું મારવું. *in the teeth of*, સામે મોઢે, ખુલ્લા સામા પડીને. *escape by the skin of* one's *teeth*, માંડ બચવું, જરાકમાં બચી જવું. *show* one's *teeth*, દાંતિયાં કરવાં, ધુરકવું. *have a sweet ~*,-ને ગળી વસ્તુ ભાવતી હોવી. **tooth'ache** (–એક), ના૦ દાંતનો દુખાવો, દંતશૂળ. **tooth-brush**, ના૦ દાંત સાફ કરવાની કૂચડી–બ્રશ. **tooth-comb**, ના૦ સરસ દાંતાવાળી કાંસકી. **toothed**, વિ૦ દાંત – દાંતા – વાળું. **tooth-paste, tooth-powder**, ના૦ દંતમંજન. **tooth'pick**, ના૦ દાંત ખોતરવાની સળી, દાંતખોતરણી. **tooth'some**, વિ૦ (ખોરાક) સ્વાદિષ્ટ.

too'tle (ટૂટલ), અ૦ક્રિ૦ ધીરે ધીરે – લાંબો વખત–સિંગુ વગાડવું; નિરર્થક બકવાટ કરવો.

top (ટૉપ), ના૦ છેક ઉપરનો–ઊંચામાં ઊંચો–ભાગ, મથાળું, ટોચ, શિખર; સર્વોચ્ચ સ્થાન–પદવી; પરાકાષ્ઠા; કશાકનો ઉપરનો ભાગ, ઢાંકણું. *at the ~ of* one's *voice*, બને તેટલા જોરથી. વિ૦ ટોચનું; ઊંચામાં ઊંચું; સર્વોચ્ચ, પ્રથમ કોટિનું. *~ hat*, મરદની ઊંચી રેશમી ટોપી. *~ priority*, સર્વાગ્રતા. *~ secret*, અતિશય ગુપ્ત વાત. ઉ૦ક્રિ૦ કશાકથી ઉપરનો ભાગ ઢાંકવો; (ઝાડ, ઇ.નો) ઉપલો ભાગ કાપી નાંખવો; ટેકરી, ઇ.ની ટોચે પહોંચવું; સૌથી ચડવું; -થી ચડિયાતું હોવું. **top-hole, top-notch**, વિ૦ પ્રથમ કોટિનું; બહુ સારું, સુંદર.

top, ના૦ ભમરડો. *sleep like a ~*, ગાઢ નિદ્રામાં હોવું. [(મણિ).

top'az (ટોપૅઝ), ના૦ પોખરાજ, પુષ્કરાજ–

top'-boots, ના૦બ૦વ૦ ઘૂંટણ સુધી આવતા જોડા.

top'coat, ના૦ મોટો ડગલો, 'ઓવરકોટ'.

top'er (ટોપર), ના૦ ખૂબ દારૂ ઢીંચનાર, દારૂડિયો.

topga'llant (ટૉપ્‌ગૅલન્ટ, ટગૅ–), વિ૦ વહાણના છેક તળેના ઉપરનું જે તબક તેના ઉપરનું; [લા.] ઊંચામાં ઊંચું, ઉદાત્ત, ભવ્ય.

top-heav'y (ટૉપ્‌હેવિ), વિ૦ જેનો ઉપલો ભાગ ભારે હોય એવું, –ને તેથી ગબડી જાય એવું.

top'i,-ee, (ટોપિ), ના૦ ટોપી, સાહેબી ટોપી.

top'iary (ટોપિઅરિ), વિ૦ ઝાડ કે ઝાડવાંની કાપકૂપ કરીને તેને સુંદર આકાર આપવાની કળાને લગતું. *~ art*, એ કળા.

top'ic (ટૉપિક), ના૦ વાતચીત કે ચર્ચાનો વિષય – બાબત; ચાલુ – પ્રસ્તુત – વિષય. **top'ical** (ટૉપિકલ), વિ૦ ચાલુ પ્રશ્નોને લગતું; સ્થાનિક, વિ. ક. અંગવિશેષનું.

top'knot (ટૉપ્‌નૉટ), ના૦ માથા પર પહેરવાની પીંછા વગેરેની કલગી; વાળનો ગુચ્છો, ચોટલી, શિખા; રિબન કે ફીતનું ફૂમતું–'બો'.

topmast, ના૦ નીચેની ડોળકાઠીની ઉપરની

ડાળકાઠી. [સર્વશ્રેષ્ઠ.

top'most (-મોસ્ટ), વિ૦ સૌથી ઊંચું,

topog'raphy (ટપૉગ્રફિ), ના૦ સ્થાનિક ભૂગોળ, કોઈ વિશેષ જગ્યાનું વિગતવાર વર્ણન. **topog'rapher** (-ગ્રફર), વિ૦ સ્થાનિક ભૂગોળનો જાણકાર, વર્ણન કરનાર. **topographic(al)** વિ૦ (ટૉપગ્રૅફિક(લ) સ્થાનિક-વિશિષ્ટ સ્થાનની-ભૂગોળનું-ને લગતું.

topp'er (ટૉપર), ના૦ [વાત.] ઊભી રેશમી ટોપી.

topp'ing (ટૉપિંગ), વિ૦ [વિ. બો.] સરસ, સુંદર, પ્રથમ કોટિનું.

top'ple (ટૉપલ), ઉ૦ ક્રિ૦ ઢળી-ગબડી-પડવું; ગબડાવી દેવું, પાડવું.

top'sail (ટૉપ્સેલ), ના૦ છેક તળેના ડોલ ઉપરનો જે ડોલકૂવો તેના ઉપરનો ચોરસ સઢ.

topsyturv'y (ટૉપ્સિટર્વિ), ક્રિ૦ વિ૦ અને વિ૦ઊંધું, ઊલટાસૂલટી; ગરબડગોટાળામાં પડેલું, વેરણછેરણ. સ૦ક્રિ૦ (*turn* ~ પણ) ઊંધું વાળવું.

toque (ટ્રોક), ના૦ સ્ત્રીની કોર વિનાની ટોપી; કૅનેડામાં પહેરાતી પુરુષની ઊનની ટોપી.

tor (ટૉર), ના૦ ટેકરી, તેની ખડકવાળી ટોચ.

torch (ટૉર્ચ), ના૦ મશાલ, કાકડો; વીજળીનો હાથમાં ફેરવવાનો નાનકડો દીવો, 'બૅટરી', (*electric* ~).

tore (ટૉર), tearનો ભૂ૦ કા૦.

to'reador (ટૉરિઅડૉર), ના૦ આખલા સાથે લડનાર (બહુધા સ્પૅનિશ) ઘોડેસવાર.

torm'ent (ટૉર્મેન્ટ), ના૦ શારીરિક કે માનસિક તીવ્ર વેદના, વ્યથા, યાતના. **torment'** (ટૉર્મેન્ટ), સ૦ ક્રિ૦ પીડા-દુ:ખ-આપવું; પજવવું, ત્રાસ દેવો.

torn (ટૉર્ન), tearનું ભૂ૦ કૃ૦.

tornad'o (ટૉર્નેડો), ના૦ (બ૦ વ૦ -s). વરસાદ, વીજળીના કડાકા સાથેનો વંટોળ, ભયંકર વાવાઝોડું; તાળીઓ, ફિટકાર, પથરા, ઇ.નો મારો.

torped'o (ટૉર્પીડો), ના૦ (બ૦વ૦ -es). વહાણને પાણીમાંથી મારીને ઉડાવી દેવાનું સિગારના આકારનું સ્ફોટક અસ્ત્ર, પાણસુરંગ; શિકારને બધિર બનાવવા માટે વીજળીના ના આપતી માછલી - વીજળીનું કિરણ. સ૦ ક્રિ૦ પાણસુરંગ મારવી, પાણસુરંગ વતી ઉડાવી દેવું; [લા.] ઉડાવી દેવું, નાશ કરવો. **torpedo-boat**, ના૦ જેના પરથી ટૉર્પીડો અસ્ત્ર મારી શકાય તે યુદ્ધનૌકા.

torp'id (ટૉર્પિડ), વિ૦ બહેર મારી ગયેલું, બધિર; જડ, મંદ, સુસ્ત; ટાઢના દુ:ખથી સંતાઈ રહેલું. **torpid'ity** (ટૉર્પિડિટિ), ના૦. જડતા, સુસ્તી, ઇ. [સુસ્તપણું; ઉદાસીનતા.

torp'or (ટૉર્પર), ના૦ બધિરતા, જડતા;

torque, torc, (ટૉર્ક), ના૦ પ્રાચીન બ્રિટનના લોકો ગળામાં પહેરતા તે ધાતુનું ઘરેણું, હાંસડી; ઍંજિનની ફેરવવાની શક્તિ-ફેરવાની ગતિ.

to'rrent (ટૉરન્ટ), ના૦ પાણીનો વેગીલો પ્રવાહ-ધોધ;(બ૦વ૦)ધોધમાર વરસાદ;(ગાળો, પ્રશ્નો, ઇ.નો) વરસાદ, મારો. **torren'tial** (ટૉરેન્શલ), વિ૦ ધોધમાર, મુસળધાર.

torri'd (ટૉરિડ), વિ૦ અતિ ઉષ્ણ; સૂર્યના તાપથી બળી ગયેલું. ~ *zone*, ઉષ્ણ કટિબંધ.

tor'sion (ટૉર્શન), ના૦ વળ આપવો તે; વળ કે અમળાટ; [વનસ્પ.] સ્ક્રૂના જેવા વળ આપેલું હોવું.

tors'o (ટૉર્સો), ના૦ (બ૦ વ૦ -s). (માથું અને હાથપગ વિનાનું) ધડ, મૂર્તિ કે બાવલાનું ધડ. [હાનિ-ઈજા.

tort (ટૉર્ટ), ના૦ [કા.] અપકૃત્ય; ગેરકાયદે

tort'oise (ટૉર્ટસ), ના૦ કાચબો. **tortoise-shell** (-શેલ), ના૦ કાચબા કે તેના જેવા પ્રાણીનું કવચ કે ઢાલ (જેની કાંસકીઓ વ. બનાવવામાં આવે છે).

tort'uous (ટૉટર્યુઅસ), વિ૦ આમળાવાળું, વાંકુચૂકું; ગૂંચવણભર્યું, જટિલ; (દલીલ) સમજવું મુશ્કેલ; (ચારિત્ર્ય, ઇ.) અપ્રમાણિક, કુટિલ.

tor'ture (ટૉર્ચર), ના૦ સજા તરીકે કે કશુંક કઢાવવા માટે આપેલું પરાકાષ્ઠાનું દુ:ખ, મારફૂટનો જુલમ; યાતના, રિબામણી. સ૦ક્રિ૦ અસહ્ય વેદના-દુ:ખ-આપવું, રિબાવવું; મારફૂટનો જુલમ કરવો.

Tor'y (ટૉરિ), ના૦ વ'માન સ્થિતિને વળગી રહેનાર અથવા તેમાં બહુ જ ધીમે ધીમે ફેરફાર કરવા ચાર થનાર ઇંગ્લન્ડનો એક રાજકીય પક્ષ; રાજાનો માણસ, 'ટૉરિ', હવે 'કૉન્ઝરવેટિવ'. વિ૦.

tosh (ટૉશ), ના૰ મૂર્ખામીભરેલું બોલવું તે; નબળું લખાણ; [ક્રિકેટ] નબળી ગોલંદાજી.

toss (ટૉસ), ઉ૰ ક્રિ૰ ઉપર ઉછાળવું – ફેંકવું; આમથી તેમ અને તેમથી આમ (બેચેનીથી) ગબડવું – આળોટવું; (દારૂ વગેરે) એક ઝપાટે પી જવું; આમથી તેમ ફેંકવું; નિર્ણય કરવા માટે સિક્કો ઉછાળવો; (દરિયો) ઉપર નીચે થવું. *~ one's head*, નાપસંદગી દાખલ માથું હલાવવું. *~ off*, ઝપાટામાં પી જવું. *~ up*, નિર્ણય માટે સિક્કો ઉછાળવો. ના૰ સિક્કો ઉછાળવો તે; તેમ કરીને મળેલો નિર્ણય; દડો ઊંચે ફેંકવો તે. *full ~*, જમીનને અડયા વિના સીધો દાંડિયા – વિકેટ – પર પડતો દડો.

tot (ટૉટ), ના૰ નાનું બાળક; દારૂનો ઘૂંટડો.

tot, ના૰ સરવાળો. ઉ૰ક્રિ૰ સરવાળો કરવો; (ખર્ચ, ઇ.) વધ્યે જવું (*~ up*).

tot'al (ટોટલ), વિ૰ સંપૂર્ણ, પૂરેપૂરું; આખું, કુલ. ના૰ બધી રકમોનો સરવાળો, જુમલો; કુલ રકમ; આખું. *~ eclipse*, ખગ્રાસ ગ્રહણ. ઉ૰ ક્રિ૰ (ભૂ૰કા૰ totalled). -નો સરવાળો કરવો – થવો.

totalitar'ian (ટોટૅલિટૅરિઅન), વિ૰ કેવળ એક રાજકીય પક્ષવાળું, તેની એકહથ્થુ સત્તાવાળું; બીજા કોઈ પક્ષને જેમાં સ્થાન નથી હોતું એવું. *~ state*, એકપક્ષી–એકહથ્થુ–સત્તાવાળું રાજ્ય. [જથ્થો; સમગ્રતા.

total'ity (ટટૅલિટિ, ટો–), ના૰ કુલ સંખ્યા–

tot'alizator (ટોટલાઇઝ઼ેટર), **tote** (ટોટ), ના૰ ઘોડા પર શરતો બકવામાં ને તેનો હિસાબ કરવામાં વપરાતું યંત્ર.

tot'em (ટોટમ), ના૰ કુળ કે જાતનું પ્રતીક; જાતિ સાથે સંબંધવાળું મનાતું, જાતિના ચિહ્ન તરીકે માનવામાં આવતું, પ્રાણી કે કુદરતી વસ્તુ; તેની પ્રતિમા; જેની ઉપર કુલપ્રતીકો કોતરેલાં હોય એવો લાંબો વાંસ (*~ pole* પણ). **tot'emism**, ના૰ કુલપ્રતીકોની પ્રથા – પદ્ધતિ.

tott'er (ટૉટર), અ૰ ક્રિ૰ અસ્થિર ઊભા રહેવું, લથાડયાં ખાતાં ખાતાં ચાલવું; તૂટી પડવાની અણી પર હોવું.

toucan' (ટૂકાન, – ક –), ના૰ દ. અમેરિકાનું ખૂબ મોટી ચાંચવાળું એક પક્ષી.

touch (ટચ), ઉ૰ ક્રિ૰ અડવું, અડકવું, -ને સ્પર્શ કરવો; અડેલું હોવું; હળવે રહીને મારવું– અથડાવું; -ને ઈજા થાય એવું કશુંક કરવું, જરા ઈજા કરવી; -નો ઉલ્લેખ કરવો; પીંછી પેન્સિલ વડે જરાક ચીતરવું – રંગવું; -ની સાથે નિસબત હોવી; -ની ઉપર અસર કરવી, -નું હૃદય પીગળે એમ કરવું; -ની તોલે આવવું. *not ~*, -ની જરાય તોલે ન આવવું, -થી તદ્દન ઊતરતું હોવું. *~ at*, (વહાણ અંગે) બંદર લેવું, બંદરે થોડી વાર થોભવું. *~ down*, [રુગ્બી ફૂટબૉલ] પોતાના કે સામાવાળાના ગોલની પાછલી બાજુએ દડો જમીન પર પાડવો; (હવાઈ જહાજ અંગે) નીચે ઊતરવું. *~ one for*, [વિ. બો.] કોઈની પાસેથી પૈસા કઢાવવા. *~ on, upon*, -ને વિષે કશુંક કહેવું. *~ up*, ચિત્ર કે લખાણમાં નજીવા ફેરફાર કરવા–કરીને સુધારવું. ના૰ સ્પર્શ, સ્પર્શેન્દ્રિય; અડકવું તે, સ્પર્શ; પીંછી, ઇ.નો ફેરવેલો હળવો હાથ; વાદ્યના તાર છેડવાની–રીત, હાથ. *final ~*, છેવટનો હાથ (દેવો તે). *~ of the sun*, સૂરજના તાપની ઝાળ, લૂ. *in ~*, [ફૂટબૉલમા] રમવાના ક્ષેત્રની બહાર. *in ~ with*, -ના સાથે (નિયમિત) સંપર્કવાળું.

tou'ching, વિ૰ હૃદય વેધક,-સ્પર્શી, દયા ઉપજાવે એવું. નામ૰અ૰ -ને વિષે-લગતું.

touch'-and-go, વિ૰ અનિશ્ચિત (પરિણામવાળું), જોખમભરેલું.

touch-hole, ના૰ જેમાંથી બંદૂક કે તોપ ફોડવામાં આવે છે તે કાણું.

touch'-line (–લાઇન), ના૰ [ફૂટબૉલ] મેદાનની બે બાજુમાંથી કોઈ પણ એક.

touch'stone (–સ્ટોન), ના૰ કસોટી (-નો પથ્થર); [લા.] ધોરણ, ગજ, માપવાનું–પારખવાનું–સાધન. [પોચું લાકડું, ચેતવણ.

touch'wood (– વુડ), ના૰ કોહી ગયેલું

tou'chy (ટચિ), વિ૰ જરા જરામાં વાંકું પડે એવું, ચીડિયું.

tough (ટફ), વિ૰ ભાંગવું કે કાપવું મુશ્કેલ, ચીકણું ને મજબૂત; કઠણ, તોડયું તૂટે નહિ એવું; કઠણ, આકરું, મુશ્કેલ; નમે નહિ એવું; ખડતલ, ભારે સહનશક્તિવાળું; સાહસિક અને જોરાવર; [અમે.] અણઘડ, ખરાબ. *~ luck*, દુર્ભાગ્ય. ના૰ વાટપાડુ. **tough'en** (ટફન),

ઉ૦ ક્રિ૦ ચીકણું – મજબૂત – કરવું – થવું, ઇ.

toupee', *toupet* (ટૂપે), ના૦ તાલ ઢાંકવા માટે પહેરવાના બનાવટી વાળ.

tour (ટૂર),ના૦ પર્યટન, મુસાફરી, દોરો; સફર, રસળતી મુસાફરી. ઉ૦ ક્રિ૦ પર્યટન કરવું; કામને અંગે પોતાના ઇલાકામાં ફરવું. **tour-ist** (ટૂરિસ્ટ), ના૦ સહેલગાહ માટે પ્રવાસ – સફર – કરનાર, સફરી.

tour de force (ટૂર ડ ફૉર્સ), વિશેષ કૌશલ્ય – કરામત – નું કામ.

tour'nament (ટૂર્નમન્ટ, ટ–),ના૦ [ઐતિ.] શસ્ત્રસજ્જ ઘોડેસવારોની બે ટુકડીઓ વચ્ચેનું ક્રીડાયુદ્ધ; હરીફાઈની રમતગમતો. [ક્રીડાયુદ્ધ.

tour'ney (ટર્નિ, ટૂ–), ના૦ મધ્યયુગીન

tourn'iquet (ટૂર્નિકે'ટ), ના૦રક્તસ્રાવ બંધ કરવા માટે ધમનીને દબાવી રાખવાનું સાધન.

tou'sle (ટાઉઝ્લ), સ૦ ક્રિ૦ (વાળ, ઇ.) છૂટું કરવું, વિખેરી નાંખવું; ફેંદી નાખવું,અસ્ત-વ્યસ્ત કરવું.

tout (ટાઉટ), ના૦ ઘરાક શોધનાર કે લાવનાર દલાલ. અ૦ ક્રિ૦ ઘરાક શોધવું કે લાવી આપવું, ઘરાક પાસે વારેવારે જઈને તેને સોદો કરવા કહેવું.

tout ensemble (ટૂટ આંસાંબલ), ના૦ એક નજર નાખતાં કોઈ વસ્તુની મન પર પડતી અસર, એકંદર અસર.

tow (ટો), ના૦ શણના ગાંઠા.

tow સ૦ ક્રિ૦ (વહાણ, ઇ. ને) દોરડા કે સાંકળ વતી પાણીમાં – પાણી પરથી– ઘસડીને લઈ જવું; પોતાની પાછળ ખેંચવું; ઘસડી જવું. *take one in* ~, -નો કબજો લેવો; -ની કાળજી લેવી. **tow(ing)-line** (–લાઇન), **-rope** (–રોપ), ના૦ વહાણ, ઇ. ઘસડી જવા માટેનું દોરડું કે સાંકળ. **tow(ing)--path** (ટો(ઇંગ)-પાથ), ના૦ હોડી વગેરે ઘસડી જવા માટેનો નદી કે નહેરની બાજુ પરનો રસ્તો.

toward(s) (ટોર્ડ્(ઝ્), ટૉઅર્ડ્(ઝ્)),નામ૦ અ૦ -ની દિશામાં, તરફ; નજીક; -ને માટે.

tow'el (ટાવલ, – વિ –), ના૦ અંગૂછો, રૂમાલ, ટુવાલ. **tow'el-horse**, ના૦ રૂમાલ ટાંગવાની ઘોડી. **tow'elling** (–લિંગ), ના૦ રૂમાલ બનાવવાનું કાપડ, ઇ.

tow'er (ટાવર), ના૦ મિનારો, શિખર, ટાવર; મિનારાવાળો કિલ્લો. અ૦ ક્રિ૦ બીજા કરતાં ઊંચા હોવું – ચડી જવું (~ *above*); ઊંચે ઊડવું. **tow'ering**, વિ૦ ખૂબ ઊંચું; ઉદાત્ત. ~ *rage*, જબરદસ્ત ગુસ્સો.

town (ટાઉન), ના૦ મોટું ગામ, કસબો, નગર, શહેર; બજારનું ગામ; શહેરના લોકો. *go up to* ~, લંડન કે નજીકના મોટા શહેરમાં જવું. ~*hall*, નગરભવન. ~*clerk*, શહેરની સુધારાઈનો અધિકારી–મંત્રી. **town-planning**, ના૦ નગરરચના શાસ્ત્ર. **town'ship**, ના૦ ધર્માધ્યક્ષના ઇલાકાનો એક ભાગ; [અમે.] કાઉન્ટી કે પરગણાનો પેટા ભાગ. **towns'man** (ટાઉન્સ્મન), ના૦ (બ૦વ૦ townspeople). શહેર –કસબા–નો રહેનારો. [ઝેર ફેલાવાનો રોગ–વિકૃતિ.

toxaem'ia (ટૉક્સીમિઆ), ના૦ લોહીમાં

tox'ic (ટૉક્સિક), વિ૦ ઝેરી, ઝેરનું. **toxi-col'ogy** (ટૉક્સિકૉલજિ), ના૦ વિષવિદ્યા – વિજ્ઞાન. **toxin** (ટૉક્સિન), ના૦ ઝેર, વિ. ક. સૂક્ષ્મ જીવોમાંથી નીકળતું રોગ નિપજાવતું.

toy (ટૉય), ના૦ રમકડું, રમવાની (બહુધા ઉપયોગી નહિ એવી) વસ્તુ, માત્ર શોભાની વસ્તુ. ~ *dog*, એક નાના કદનું કૂતરું. અ૦ ક્રિ૦ (*with* સાથે) -ની સાથે રમત કરવી– રમવું, એકબીજાને પંપાળવું.

trace (ટ્રેસ), ના૦ કોઈ વસ્તુ જતાં તેની પડેલી નિશાની, લિસોટો, ગયાની નિશાની; નિશાની; જે વડે ઘોડા ગાડીને ખેંચે છે તે બે પટામાંનો એક; નામનિશાન; અલ્પાંશ, છાંટો. સ૦ ક્રિ૦ ગયાનાં ચિહ્નો પરથી પાછળ જવું – માગ કાઢવો; ઝીણવટથી તપાસ કરવી – શોધી કાઢવું; પારદર્શક કાગળ ઉપર મૂકીને નકલ કરવી; આકૃતિ દોરવી. *kick over the* ~*s*, કાબૂમાંથી બહાર જવું, વર્ચસ્વ ફગાવી દેવું.

tra'cery (ટ્રેસરિ), ના૦ પથ્થરમાં કરેલું નકશીકામ; નકશીકામ.

trache'a (ટ્રકીઆ, ટ્રેકિ–), ના૦ શ્વાસનળી.

trachom'a (ટ્રકોમા), ના૦આંખે થતો ખીલ.

tra'cing (ટ્રેસિંગ), ના૦ ઉપર પારદર્શક કાગળ મૂકીને કરેલી નકલ. ~-*paper*, -*cloth*,

એની નકલ કરવાનો પારદર્શક કાગળ-કપડું.

track (ટ્રૅક), ના૦ માણસ, પ્રાણી કે વસ્તુ ગયાની નિશાની - નિશાનીવાળો માર્ગ; પગથી; ગાડીનો ચીલો; રેલવેના પાટા - રસ્તો; રણગાડી (ટૅંક) કે ટ્રૅક્ટરના પૈડા ફરતે સામાન્ય વાટને બદલે ફરનારો કાપાવાળો ધાતુનો પટો. *the beaten* ~, પગ તળે ખૂંદાઈ ગયેલો માર્ગ. *keep* ~ *of*, કેમ ચાલે છે તે તરફ ધ્યાન રાખવું. *make* ~*s*, જતા રહેવું (દોડતાં). અ૦ ક્રિ૦ પગલાં પરથી શોધી કાઢવું - શિકાર, ઇ.ની પાછળ જવું, પગેરુ કાઢવું. ~ *down*, પગલાં પરથી શોધી કાઢવું. **track'less**, વિ૦ જ્યાં પગલું ન પડ્યું હોય એવું, માર્ગ વિનાનું; નિર્જન.

tract (ટ્રૅક્ટ), ના૦ (જમીન કે પાણીનો) પ્રદેશ, વિસ્તાર; [શરીરરચ.] શ્વસનતંત્ર, પચનતંત્ર, ઇ.માંથી કોઈ પણ એક.

tract, ના૦ નાનકડો નિબંધ કે તેની પુસ્તિકા (વિ. ક. રાજ્ય કે ધર્મને લગતી).

tract'able (ટ્રૅક્ટબલ), ના૦ સહેલાઈથી કાબૂમાં રખાય એવું; કહ્યાગરું, ગરીબ.

trac'tion (ટ્રૅક્શન), ના૦ ખેંચવું, કર્ષણ; ખેંચવાની શક્તિ; આકર્ષણ. **traction-engine**, **trac'tor**, ના૦ (રસ્તા પર) ભાર કે હળ ખેંચવાનું, વરાળ કે તેલથી ચાલતું યંત્ર - ઍન્જિન, ટ્રૅક્ટર.

trade (ટ્રેડ), ના૦ ધંધો; વેપાર, વેપારવણજ; કોઈ વિશિષ્ટ ધંધો; કોઈ ધંધામાં કામ કરનારા લોકો કે મંડળીઓ; ઉદ્યોગ કે વેપારમાં રોજગાર, નોકરી; કસબ, કામ. ~ *mark*, કારખાનદારનું કે વેપારીનું પોતાના માલ પરનું નિશાન, વેપારીનો 'માર્કો'. ~ *union*, પોતાના સમાન હિતના રક્ષણ માટે બનેલું કામગારોનું સંગઠન, મજૂરમહાજન, ઇ. ~ *wind*, ૩૦° ઉ. અક્ષાંશ અને ૩૦° દ. અક્ષાંશ વચ્ચે ઈશાન અને અગ્નિ ખૂણા તરફથી વિષુવવૃત્ત તરફ વહેતો વહાણવટીઓને અને વેપારને ઉપકારક પવન, વ્યાપાર (-અનુકૂલ)વાયુ. ઉ૦ક્રિ૦ માલ ખરીદવો ને વેચવો, વેપાર કરવો, લેવડદેવડ કરવી. ~ *on* one's *name*, પોતાના નામને વટાવી ખાવું. **tra'der** (ટ્રેડર), ના૦ વેપારી; વેપારી જહાજ.

trades'man (ટ્રેડ્ઝ્મન), ના૦ વેપારી, દુકાનદાર.

tradi'tion (ટ્રડિશન, ટ્રે-), ના૦ પરાપૂર્વથી ચાલતી આવેલી માન્યતા, વાતો, ઇતિહાસ, ઇ.; આખ્યાયિકા, દંતકથા; રિવાજ, રૂઢિ. **tradi'tional**, વિ૦ પરંપરાથી ચાલ્યું આવેલું, પરંપરાગત.

traduce' (ટ્રડ્યૂસ), સ૦ક્રિ૦ -ની નિંદા કરવી, વગોવવું; વિકૃત સ્વરૂપમાં રજૂ કરવું.

traff'ic (ટ્રૅફિક), ઉ૦ ક્રિ૦ માલસામાનની આપલે કરવી, વેપાર કરવો; બદલો - વિનિમય - કરવો. ~ *in*, અમુક માલનો - પ્રકારનો - વેપાર કરવો. ના૦ વેપાર, વિનિમય, માલસામાનની આપલે; માણસો ને વાહનોની આવજા - અવરજવર; માલની હેરફેર. *have* ~ *with*, -ની સાથે વેપાર કરવો.

traged'ian (ટ્રજીડિઅન), ના૦ શોકાન્તિક નાટકોનો કર્તા, રચનાર, અથવા તે ભજવનાર નટ. **tragedienne'** (ટ્રજીડિએ'ન), ના૦ સ્ત્રી૦ નટી.

tra'gedy (ટ્રૅજિડિ), ના૦ ઉદાત્ત ભાવનાવાળું શોકપર્યવસાયી નાટક, શોકાન્તિકા; કરુણરસવાળું નાટક; કરુણ - દુઃખદ - ઘટના. **tra'gic** (ટ્રૅજિક), વિ૦ કરુણરસાંત નાટકનું; કરુણ. **tra'gical**, વિ૦ કરુણાજનક, દુઃખદ, ભયંકર.

trail (ટ્રેલ), ઉ૦ ક્રિ૦ જમીન પરથી પોતાની પાછળ ઢસડવું - ખેંચવું; એવી રીતે ઢસડાવું; ઢસડાતાં ઢસડાતાં ચાલવું, થાક્યા હોય તેમ ધીમે ધીમે ચાલવું; (વેલો, ઇ.) નીચે લટકવું - ફેલાવું; પગેરુ કાઢીને પૂઠ પકડવી. ના૦ પસાર થયેલા પ્રાણીની રહી ગયેલી ગંધ - પગલાં - પગેરુ; જંગલમાં ચાલવાથી પડેલી વાટ - પગદંડી; કશુંક ઢસડ્યાનો લિસોટો, લીટો; વેલાની પેઠે લાંબા ને લાંબા ફેલાવું - વધવું - તે. **trail'er** (ટ્રેલર), ના૦ વેલો કે તેના જેવી વનસ્પતિ; બીજા વાહનથી ખેંચાતું વાહન; આવનાર ચલચિત્રનો જાહેરાત તરીકે બતાવેલો ભાગ.

train (ટ્રેન), ઉ૦ક્રિ૦ તાલીમ આપવી, કેળવવું; હરીફાઈ કે સામનો કરવા માટે કવાયત, ઇ. વડે તૈયાર કરવું; (વેલો, છોડ, ઇ.ને) વાળવું, અમુક

રીતે વધે તેમ કરવું; (નિશાન ભણી બંદૂક, ઇ.) તાકવું; ચારિત્ર્ય-શરીર – બાંધવું – કેળવવું. ~ (g n) (*up*)*on*, -ની તરફ (બંદૂક) તાકવું. નાο ઝભ્ભા વગેરેની પાછલા ભાગની ઝૂલ – વિસ્તાર; નોકરચાકર, પરિવાર, રસાલો; લાંબું સરઘસ; ઘટનાઓની હાર – પરંપરા; આગગાડી, ટ્રેન; રેલવેનો પ્રવાસ; સુરંગ ફોડવા માટેની બંદૂકના દારૂની પાથરેલી લીટી. *in*~, વ્યવસ્થિત; તૈયાર, સજ્જ. *in the* ~ *of*, -ની પાછળ આવતું, -ના પરિણામે થતું. **trainband** નાο શહેરી લોકોનું લશ્કરી ઉપયોગ માટેનું દલ. **train-bearer**, નાο બીજાનો ઝભ્ભો ઝાલનાર માણસ. **train'ing**, નાο શિક્ષણ, તાલીમ; કવાયત. *in*~, તાલીમ લેતું – પામતું. **training-college**, નાο અધ્યાપન કળા શીખવવાનું વિદ્યાલય, અધ્યાપનમંદિર.

train'-oil, નાο વહેલ વગેરે માછલીની ચરબીનું તેલ.

trait (ટ્રેટ), નાο વિશિષ્ટ લક્ષણ, ખૂબી.

trait'or (ટ્રેટર), નાο વિશ્વાસઘાત કરનાર, દગો દેનાર; રાજદ્રોહી, દેશદ્રોહી. **trait'or-ous** (ટ્રેટરસ), વિο (વ્યક્તિ) વિશ્વાસઘાત કરનારું; (કામ) રાજદ્રોહથી ભરેલું.

trajec'tory (ટ્રજે'કટરિ, ટ્રેજ–), નાο આકાશ કે હવામાંથી પસાર થતા અસ્ત્ર કે ગ્રહનો માર્ગ – ગમનમાર્ગ.

tram(-car) (ટ્રેમ (-કાર)), નાο સડક પર નાખેલા પાટા પર ચાલતી ગાડી, ટ્રામ. **tram-way**, નાο ટ્રામ ગાડી માટે રસ્તા પર નાખેલા પાટા(નો માર્ગ), ટ્રામવે.

tramm'el (ટ્રેમલ), નાο માછલાં પકડવાની જાળ, જાળ; (બο વο) અંતરાય, મુશ્કેલીઓ; બંધન, અટકાવ. સο ક્રિο અટકાવવું, અંતરાય નાંખવો.

tramp (ટ્રૅમ્પ), ઉο ક્રિο ભારે પગલાં મૂકીને – ધમધમ કરતાં – ચાલવું; પગે ચાલીને જવું; દૂર સુધી ચાલીને જવું, મુલક ખૂંદવો. નાο લશ્કરની કૂચના જેવો અવાજ; રખડતો ભિખારી, રખડેલ; પગપાળા મુસાફરી; માગણી પ્રમાણે ગમે ત્યાં માલની હેરફેર કરનારું વહાણ.

tram'ple (ટ્રૅમ્પલ), ઉοક્રિο પગ વતી ખૂંદવું– ચગદી નાંખવું, પગ તળે કચડી નાંખવું.

trance (ટ્રાન્સ), નાο બેશુદ્ધ-બેભાન-અવસ્થા; સમાધિ, નિરતિશય આનંદ(ની અવસ્થા).

tran'quil (ટ્રૅંક્વિલ), વિο સ્થિર, શાંત; અક્ષુબ્ધ, સ્વસ્થ. **tran'quill'ity** (-લિટિ), નાο શાંતતા, શાંતિ; સ્વસ્થતા. **tran'quilize** (–લાઇઝ઼), સο ક્રિο શાંત કરવું – પાડવું. **tran'quilizer** નાο માનસિક ક્ષોભ શાંત કરવાની દવા.

transact' (ટ્રૅન્ઝ઼ૅક્ટ), સοક્રિο (ધંધો) કરવો કે ચલાવવો, સોદો કરવો. **transac'tion** (–ઝ઼ૅક્શન), નાο (સોદો) કરવો તે, સોદો કે વહેવાર; (બοવο) કોઈ સંસ્થા કે મંડળનું કામકાજ.

transatlan'tic (ટ્રૅન્ઝ઼ટ્લૅન્ટિક), વિο અટલાંટિક મહાસાગરની પેલી પારનું; આટલાંટિક મહાસાગર ઓળંગી જનારું; અમેરિકાનું.

transcend' (ટ્રૅન્સેન્ડ), સοક્રિο -ની મર્યાદા, પહોંચ કે આકલનની બહાર હોવું–જવું; -ને માટે વધારે પડતું ઊંચું હોવું; -થી ચડિયાતું હોવું–ચડી જવું. **transcen'dence** (ટ્રૅન્સેન્ડન્સ), **transcen'dency**, નાο ચડિયાતાપણું, શ્રેષ્ઠતા; અનુભવાતીતત્વ, જ્ઞાનાતીતત્વ, ઇ. **transcen'dent** (ટ્રૅન્સે'ન્ડન્ટ), વિο ચડિયાતું, શ્રેષ્ઠ; અનુભવથી પર, ગૂઢ, ગહન; (ઈશ્વર અંગે) અતીત, ગુણાતીત. **transcen-den'tal**, (ટ્રૅન્સન્ડે'ન્ટલ), વિο અનુભવાતીત; અલૌકિક, અપાર્થિવ; કાલ્પનિક, તરંગી, ગૂઢ, ગહન. નાο. **transcenden'talism** (–લિઝ઼્મ), નાο ઇન્દ્રિયાનુભવ વિના – અન્તઃસ્ફૂર્તિથી – જ્ઞાન પ્રાપ્ત થઈ શકે છે એવી માન્યતા – મત.

transcribe' (ટ્રૅન્સ્ક્રાઇબ), સο ક્રિο નકલ કરવી, ઉતારી લેવું; (લઘુ લિપિમાં લખેલું) ચાલુ લિપિમાં લખી કાઢવું; લિપ્યન્તર કરવું. **tran'-script** (–ક્રિપ્ટ). નાο લખેલી-ઉતારેલી – નકલ. **transcrip'tion** (–ક્રિપ્શન), નાο નકલ – ઉતારો–(કરવો તે).

tran'sept (ટ્રૅન્સે'પ્ટ), નાο ક્રૂસના આકારના ખ્રિસ્તી દેવળનો આડો અને ટૂંકો ભાગ; એ ભાગની બે બાજુઓમાંથી કોઈ પણ એક.

transfer' (ટ્રૅન્સ્ફર), સο ક્રિο (ભૂο કાο transferred). એક ઠેકાણેથી બીજે ઠેકાણે લઈ જવું – ફેરવવું – મોકલવું, બદલી

કરવી;[કા.] એક વ્યક્તિ પાસેથી બીજીને સોંપવું –હવાલે કરવું–નામે ચડાવવું. **trans'fer**, ના૦ એક ઠેકાણેથી બીજે ઠેકાણે લઈજવું તે, સ્થળાંતર, બદલી; એક દ્રવ્ય કે સપાટી પરથી બીજી પર ફેરવી શકાય એવું–ફેરવેલું–ચિત્ર, ઇ.; [કા.] મિલકતની ફેરબદલી (નો દસ્તાવેજ). **trans'-ference** (–ફરન્સ), ના૦ સ્થળાંતર, બદલી.

transfig'ure (ટ્રૅન્સ્ફિગર), સ૦ ક્રિ૦ -નું રૂપ બદલવું, રૂપાંતર કરવું; -ને વધારે ઉદાત્ત અને આધ્યાત્મિક સ્વરૂપ આપવું. **transfigura'-tion** (–ફિગ્યુરેશન), ના૦ સ્વરૂપ બદલવું તે; સ્વરૂપાન્તર. *the T~*, ઈશુનું સ્વરૂપાંતર.

transfix' (ટ્રૅન્સ્ફિક્સ), સ૦ક્રિ૦ ભાલા વગેરેથી આરપાર ભોંકવું; (ભય, ઇ. અંગે) (માણસને) એક જગ્યાએ સ્તબ્ધ–નિશ્ચલ–જડ–બનાવી દેવું.

transform' (ટ્રૅન્સ્ફૉર્મ), સ૦ ક્રિ૦ આકાર કે સ્વરૂપ બદલવું, રૂપાંતર કરવું. **transfor-ma'tion** (–ફર્મેશન), ના૦ રૂપાંતર કરવું–પામવું–તે; રૂપાંતર, કાયાપલટ; સ્ત્રીના બનાવટી વાળ(નો ટોપ). **transfor'mer** (–ફૉર્મર), ના૦ વીજળીના પ્રવાહનું વૉલ્ટેજ (દબાણનું પરિમાણ) બદલવાનું–વધારવાનું કે ઘટાડવાનું – યંત્ર કે સાધન.

transfuse' (ટ્રૅન્સફ્યૂઝ઼), સ૦ક્રિ૦ એક પાત્રમાંથી બીજામાં નાંખવું – રેડવું; [વૈદક] એકની નસોમાંથી બીજાની નસોમાં લોહી દાખલ કરવું, બહારથી લોહી આપવું. **transfu'sion** (–ફ્યૂઝ઼ન), ના૦ વિ. ક. લોહી આપવું તે.

transgress' (ટ્રૅન્સ્ગ્રે'સ), ઉ૦ક્રિ૦ કાયદાનું કે ઈશ્વરી આજ્ઞાનું ઉલ્લંઘન–ભંગ–કરવો; આજ્ઞાભંગ કરવો; પાપ કરવું. **transgre'ssion** (–ગ્રે'શન), ના૦ આજ્ઞાભંગ, મર્યાદાભંગ, પાપ. **transgre'ssor** (–ગ્રે'સર), ના૦ પાપી.

trans'ient (ટ્રૅન્ઝ઼િઅન્ટ), વિ૦ ક્ષણિક, ક્ષણભંગુર; અશાશ્વત. **trans'ience** (–અન્સ), ના૦ અશાશ્વતપણું; ક્ષણભંગુરતા.

transis'tor (ટ્રૅનઝ઼િસ્ટર), ના૦ (*~radio* પણ) સહેલાઈથી આમતેમ ફેરવી શકાય એવો નાનો રેડિયો, ટ્રાંઝ઼િસ્ટર.

trans'it (ટ્રૅન્ઝ઼િટ), ના૦ -માં થઈને–ઉપર થઈને – આરપાર જવું – આવવું – પસાર થવું, માલની હેરફેર કરવી. *in ~*, રસ્તામાં; (માલ) હેરફેર થતો. **transi'tion** (ટ્રૅન્ઝ઼િશન), ના૦ એક અવસ્થા, વિષય કે સ્થળમાંથી બીજામાં જવું, સંક્રમણ; પરિવર્તન, સ્થિત્યંતર (ગમન). **transi'tional** (–શનલ), વિ૦ સંક્રમણ અવસ્થાનું, સંક્રાંતિકાળનું, સ્થિત્યંતરનું.

trans'itive (ટ્રૅન્ઝ઼િટિવ), વિ૦ [વ્યાક.] (ક્રિયાપદ અંગે) સકર્મક. [ચંચલ, અશાશ્વત.

trans'itory (ટ્રૅન્ઝ઼િટરિ), વિ૦ ક્ષણિક,

translate' (ટ્રૅન્સ્લેટ,ટ્રાન્સ્–, ટ્રૅન્ઝ઼્–), સ૦ ક્રિ૦ ભાષાંતર કરવું; -નો અર્થ કરવો – ઘટાવવો; એક ઠેકાણેથી બીજે ઠેકાણે લઈ જવું; જીવતાં સ્વર્ગમાં લઈ જવું. **transla'tion** (–લેશન), ના૦ ભાષાંતર કરવાની ક્રિયા કે કળા, ભાષાંતર; સદેહે સ્વર્ગારોહણ. **translat'or** (–લેટર), ના૦ ભાષાંતરકર્તા.

translit'erate (ટ્રૅન્ઝ઼્લિટરેટ), સ૦ક્રિ૦ એક લિપિમાંનું લખાણ બીજીમાં લખવું, લિપ્યન્તર કરવું. **translitera'tion**, ના૦ લિપ્યન્તર.

translu'cent (ટ્રૅન્ઝ઼્લૂસન્ટ), વિ૦ જેમાંથી પ્રકાશ પાર થઈ શકે એવું, અર્ધપારદર્શક; સ્વચ્છ, નિર્મળ. **translu'cence**, ના૦.

trans'migrate (ટ્રૅન્સ્મિગ્રેટ, –માઇ–), અ૦ક્રિ૦ દેશાન્તર કરવું; (આત્મા અંગે) બીજા દેહમાં જવું, પુનર્જન્મ પામવું. **transmig-ra'tion**, ના૦ દેહાંતરપ્રવેશ, પુનર્જન્મ.

transmi'ssion (ટ્રૅન્ઝ઼્મિશન), ના૦ એક જગ્યાએથી બીજી જગ્યાએ મોકલવું તે–રવાનગી; પ્રસારણ.

transmit' (ટ્રૅન્ઝ઼્મિટ), સ૦ક્રિ૦ મોકલવું, રવાના કરવું, (કાગળ, ઇ.); પહોંચાડવું; વહન કરવું, -નું વાહન–માધ્યમ–બનવું. **transm-itt'er** (–મિટર), ના૦ બિનતારી સંદેશા મોકલવાનું યંત્ર.

transmog'rify (ટ્રૅન્ઝ઼્મૉગ્રિફાઇ), સ૦ક્રિ૦ (જાદુથી, ચમત્કારિક રીતે) આમૂલાગ્રપરિવર્તન–રૂપાંતર – કરવું.

transmute' (ટ્રૅન્ઝ઼્મ્યૂટ), સ૦ ક્રિ૦ રૂપ, સ્વરૂપ, સત્ત્વ કે સ્વભાવમાં પરિવર્તન કરવું, આમૂલાગ્ર બદલી નાખવું. **transmuta'-tion** (–મ્યુટેશન), ના૦ આમૂલાગ્રપરિવર્તન.

tran'som (ટ્રૅન્સમ), ના૦ બારીમાં ચોઉભું આડું લાકડું; બારી કે બારણાની ઉપરનું આડું

પાટિયું કે પથ્થર; [અમે.] બારણાની ઉપરની કાચની અર્ધગોલાકૃતિ બારી.

transpar'ent (ટ્રૅન્સ્પેરન્ટ, – પૅ –), વિ૦ આરપાર જોઈ શકાય એવું, પારદર્શક; નિખાલસ, સ્પષ્ટ. **transpar'ence** (–રન્સ), ના૦ પારદર્શકતા; નિખાલસપણું. **transpar'ency** (–રિન્સિ), ના૦ પારદર્શકતા; દીવા કે પ્રકાશની સામે ધરવાથી દેખાય એવું ચિત્ર, પ્રકાશદશ્ય ચિત્ર.

transpire' (ટ્રૅન્સ્પાયર), ઉ૦ક્રિ૦ ચામડીનાં છિદ્રોમાંથી બહાર કાઢવું–નીકળવું; (ગુપ્ત વાત, ઇ.) બહાર પડવું, જાણમાં આવવું; થવું, બનવું. **transpira'tion,** (–પિરેશન), ના૦ વરાળ બહાર કાઢવી તે, બાષ્પનિષ્કાસન.

transplant' (ટ્રૅન્સ્પ્લાન્ટ), સ૦ ક્રિ૦ એક ઠેકાણેથી ઉખાડીને બીજે ઠેકાણે રોપવું; બીજી જગ્યાએ વસાવવું–લગાડવું.

transport' (ટ્રૅન્સ્પૉર્ટ), સ૦ ક્રિ૦ એક ઠેકાણેથી બીજે ઠેકાણે લઈ જવું – લાવવું; ગુનેગારને દેશનિકાલ કરવો – કાળે પાણીએ કાઢવો; પરાકાષ્ઠાએ આનંદિત કે ક્રોધાવિષ્ટ કરવું. **trans'port,** ના૦ એક ઠેકાણેથી બીજે ઠેકાણે લઈ જવું–વહન કરવું–તે, પરિવહન; વાહન; લશ્કર, દારૂગોળો લઈ જનારું વહાણ; ક્રોધ, આનંદ, ઇ.ની પરાકાષ્ઠા. **transporta'tion,** (–પૅાર્ટેશન) ના૦ લઈ જવું–લાવવું તે, પરિવહન; દેશવટાની કે કાળાપાણીની સજા. **transport'ed** વિ૦ તીવ્ર લાગણીને વશ થયેલું; દેશનિકાલ થયેલું – ની સજા પામેલું.

transpose' (ટ્રૅન્સ્પોઝ઼), સ૦ ક્રિ૦ -ની અરસપરસ જગ્યા બદલવી, હારમાંનું સ્થાન અથવા ક્રમ બદલવો; [સં.] બીજા સૂરમાં લઈ જવું – વગાડવું. **transposi'tion** (–પ઼િશન), ના૦ સ્થળની ફેરબદલી.

trans-ship'(ટ્રૅન્શિપ), સ૦ક્રિ૦ એક વહાણ– –ગાડી–ડબા–માંથી બીજા વહાણ–ગાડી–ડબા–માં ચડાવવું, ભરવું કે મૂકવું. **trans-shipment,** ના૦.

transubstan'tiate (ટ્રૅન્સબ્સ્ટૅન્શિએટ), સ૦ક્રિ૦ બીજા દ્રવ્યમાં ફેરવવું, દ્રવ્યપરિવર્તન કરવું. **transubstantia'tion** (–એશન), ના૦ એક દ્રવ્યનું બીજામાં રૂપાંતર (કરવું–થવું–તે), [વિ. ક. ખ્રિસ્તી ધર્મમાં] પ્રભુભોજન વખતની રોટી ને દ્રાક્ષરસ– દારૂ – નું ઈશુનાં દેહ ને લોહીમાં પરિવર્તન.

transverse' (ટ્રૅન્ઝ઼્વર્સ), વિ૦ વાંકું, ત્રાંસું, આડું આવેલું – બેસાડેલું.

trap (ટ્રૅપ), ના૦ પ્રાણી પકડવાનું પાંજરું; ફાંસો, ફાંદો; છેતરવાની યુક્તિ, છટકું; મોરીના નળનો નીચેનો ગોળ ભાગ; બે પૈડાંની ઘોડાગાડી; ભોંય કે છાપરામાંનું આડું બારણું; પાંજરાનું બારણું. સ૦ક્રિ૦ પાંજરામાં પકડવું; લાલચમાં ફસાવવું, જાળમાં પકડવું. **trap-door,** ના૦ છાપરામાંનું કે ભોંયમાંનું (ભોંયરાનું) બારણું.

trap, સ૦ ક્રિ૦ ઝૂલ, ઇ.થી શણગારવું.

trapes (ટ્રેપ્સ), અ૦ક્રિ૦ ઢસડાતાં ઢસડાતાં આમતેમ ફરવું; આંટાફેરા કરવા.

trapeze' (ટ્રપીઝ઼), ના૦ કસરત માટે બે છેડે દોરડા વતી લટકાવેલો આડો દાંડો–સળિયો, ઝૂલો.

trapez'ium (ટ્રપીઝ઼િઅમ), ના૦ જેની બે બાજુઓ સમાંતર છે એવી ચતુષ્કોણ – ચતુર્ભુજ – આકૃતિ, સમલમ્બ ચતુષ્કોણ **trap'ezoid** (ટ્રૅપિઝ઼ૉઇડ), ના૦ જેની કોઈ પણ બાજુઓ સમાંતર નથી હોતી એવો વિષમભુજ ચતુષ્કોણ.

trapp'er (ટ્રૅપર), ના૦ પ્રાણીઓને પકડનાર (વિ. ક. તેની રુવાંટી કે ચામડી માટે).

trapp'ings (ટ્રૅપિંગ્ઝ઼), ના૦ હાથી, ઘોડા, ઇ.નો ઝૂલ વગેરે સાજ શણગાર; હોદ્દા કે પદનો સૂચક સાજશણગાર.

traps (ટ્રૅપ્સ), ના૦ બ૦ વ૦ સરસામાન, બિસ્તરાપોટલાં.

trash (ટ્રૅશ), ના૦ ફેંકી દેવા જેવી વસ્તુ; કચરો, ધૂળ; અર્થ વગરની વાત. **trash'y** (ટ્રૅશિ), વિ૦ નકામું, નાંખી દેવા જેવું.

trav'ail (ટ્રૅવેલ), ના૦ પ્રસવવેદના, કષ્ટ, વેણ; સખત – છાતીતોડ – મહેનત. અ૦ ક્રિ૦ સખત મહેનત કરવી.

trav'el (ટ્રૅવલ), ઉ૦ક્રિ૦(ભૂ૦કા૦travelled). પ્રવાસ–મુસાફરી–કરવી, ફરવું; ખસવું, આગળ વધવું; કોઈ વેપારી પેઢીના પ્રતિનિધિ – મુનીમ – તરીકે ફરવું. ના૦ પ્રવાસ, મુસાફરી,

દેશાટન. **trav'elled**, વિ૦ પ્રવાસનો અનુભવી.

trav'eller (ટ્રૅવલર), ના૦ મુસાફર, પ્રવાસી; ફરતો મુનીમ કે આડતિયો.

trav'elogue (ટ્રૅવલૉગ, -લોગ), ના૦ મુસાફરીનું સચિત્ર ભાષણ – વર્ણન.

trav'erse (ટ્રૅવર્સ), સ૦ ક્રિ૦ આરપાર–એક છેડાથી બીજા છેડા સુધી – જવું; એવી રીતે પથરાયેલું હોવું; આડે આવવું, ધૂળ મેળવવું, નિષ્ફળ બનાવવું. ના૦ (વિ. ક. બાંધકામને અંગે) એક ઉપર આડે આવેલી બીજી વસ્તુ; અડચણ, નડતર; [લશ્ક.] તોપમારાથી કે ગોળીબારથી બચવા માટે કરેલી માટીના ટેકરાની આડ.

trav'esty (ટ્રૅવિસ્ટિ), ના૦ મૂળ વસ્તુની વિકૃત – હાસ્યજનક – કંગાલ – નકલ, ઠેકડી, મશ્કરી. સ૦ ક્રિ૦ કોઈ વસ્તુની ઠેકડી કરવી; કશાકની હાસ્યાસ્પદ નકલ કે અનુકૃતિ હોવી.

trawl (ટ્રૉલ), ના૦ માછલી પકડવાની પહોળા મોઢાવાળી મોટી જાળ (જે હોડી વતી ખેંચાય છે). અ૦ ક્રિ૦ મોટી જાળ પાથરીને માછલાં પકડવાં. **traw'ler** (ટ્રૉલર), ના૦ માછલાં પકડવાની હોડી – પકડનાર માછી.

tray (ટ્રે), ના૦ લાકડાની કે ધાતુની તાસક – તાટ – ખૂમચો, ટ્રે.

trea'cherous (ટ્રે'ચરસ), વિ૦ વિશ્વાસઘાતી, દગાબાજ; કપટી, કપટવાળું; (સ્મૃતિ) ખરે વખતે દગો દેનારું, ભુલાવામાં પાડનારું; છેતરનારું. **trea'chery** (ટ્રે'ચરિ), ના૦ વિશ્વાસઘાત, છળ, કપટ.

trea'cle (ટ્રીકલ), ના૦ ગોળ, ગોળની રસી.

tread (ટ્રે'ડ), ઉ૦ ક્રિ૦ (ભૂ૦ કા૦ trod, ભૂ૦ કૃ૦ trodden). પગ – પગલું – મૂકવું; કશાક ઉપર પગ મૂકવો; પગ તળે દબાવી દેવું – કચડી નાખવું; નૃત્ય કરવું. ના૦ ચાલવાની લઢણ, હીંડછા, ચાલ; ચાલવાનો – પગલાનો – અવાજ; નિસરણીની પગથીનો ઉપરનો ભાગ; સડકને અડતો પૈડાનો ભાગ.

trea'dle (ટ્રે'ડલ), ના૦ પગ વતી ચલાવાતું યંત્ર (વિ. ક. છાપવાનું), 'ટ્રેડલ' (*~-machine*); યંત્ર ચલાવવા માટેનું પગ મૂકવાનું પાવડું.

tread'mill (ટ્રે'ડ્મિલ), ના૦ પરિઘની સાથે જડેલાં પાવડાં પર પગ મૂકીને ચલાવવાનું ગોળ નળા જેવું યંત્ર, પગ ઘંટી; [લા.] એક જ જાતનું કંટાળા ઉપજાવનારું કામ.

treas'on (ટ્રીઝ઼ન) ના૦ વિશ્વાસઘાત, બેવફાઈ; રાજદ્રોહ, દેશદ્રોહ. *high ~*, રાજા કે પાટવી કુંવરને ઈજા પહોંચાડવાનો રાજદ્રોહનો ગુનો. **treas'onable** (ટ્રીઝ઼નબલ), વિ૦ રાજદ્રોહનું – ના ગુનાનું.

trea'sure (ટ્રે'ઝ઼ર), ના૦ ખજાનો, ભંડાર; ઝવેરાતનો ભંડાર; ધન, દોલત; અમૂલ્ય રત્ન – વ્યક્તિ – વસ્તુ, રતન. સ૦ ક્રિ૦ ખૂબ કીમતી ગણવું; સંઘરવું, સંઘરી રાખવું. *~ trove* અચાનક મળી આવેલો ખજાનો. **trea'surer** (ટ્રે'ઝ઼રર), ના૦ સંસ્થા, મંડળ ઇ. ના દ્રવ્યનો કબજો રાખનાર, ખજાનચી, કોષાધ્યક્ષ.

trea'sury (ટ્રે'ઝ઼રિ), ના૦ ખજાનો કે જાહેર નાણાં રાખવાની જગ્યા, તિજોરી, રાજ્યનાં નાણાંની વ્યવસ્થા કરનારું ખાતું. *T~ bench*, લોકસભામાં અધ્યક્ષની જમણી બાજુએ વડાપ્રધાન, નાણાપ્રધાન, ઇ.ની બેસવાની આગળની પાટલી. *~ bill*, સરકારી હૂંડી, વિનિમય હૂંડી. *~ note*, ચલણની નોટ.

treat (ટ્રીટ), ઉ૦ ક્રિ૦ -ની તરફ વર્તવું – ચાલવું, ગણવું, માનવું; -ની ઉપર કશીક પ્રક્રિયા કરવી; -નો ઉપચાર કરવો; -ને વિષે ચર્ચા કરવી; આતિથ્ય – સરભરા – કરવી, જિયાફત આપવી. ~ (person) *to*, -ને ભોજન આપવું, સંગીત સંભળાવવું, ઇ. *~ with the enemy*, સંધિ – સુલેહ – ના કરાર અંગે વાટાઘાટ કરવી. ના૦ ભારે આનંદદાયક વસ્તુ – વાત; ઉજાણી. **treat'ment** (-મન્ટ), ના૦ કોઈ વ્યક્તિ કે પદાર્થ પ્રત્યેનું વર્તન; કોઈ વિષયનું નિરૂપણ; રોગોનો ઉપચાર (કરવાની પદ્ધતિ).

treat'ise (ટ્રીટિઝ઼, -સ), ના૦ કોઈ એક વિષયનું નિરૂપણ જેમાં કર્યું હોય એવો ગ્રંથ, પ્રબંધ.

treat'y (ટ્રીટિ), ના૦ રાષ્ટ્રો વચ્ચે થયેલું કરારનામું – સંધિ; બે વ્યક્તિઓ કે પક્ષો વચ્ચે કરાર.

tre'ble (ટ્રે'બલ), વિ૦ ત્રણગણું, ત્રેવડું; [સં.] ઊંચામાં ઊંચા સ્વરનું, નિષાદનું. ના૦ ઊંચામાં ઊંચો સૂર, નિષાદ; નિષાદ ગાનાર. ઉ૦ ક્રિ૦ ત્રણગણું કરવું–થવું.

tree (ટ્રી), ના૦ ઝાડ, વૃક્ષ; ઝાડના

આકારની ભૌમિતિક આકૃતિ. *up a* ~, મુશ્કેલીમાં. *family* ~, વંશવૃક્ષ – વેલો.

tref'oil (ટ્રે'ફૉઇલ, ટ્રી-), ના૦ ત્રિદલ કે ત્રિપત્રી પાંદડાંવાળી વનસ્પતિ, છોડ – બીલી, ઇ.

trek (ટ્રે'ક), ઉ૦ક્રિ૦ (બળદે) ગાડું–ભાર–ખેંચવો; [દ. આફ્રિકામાં] ગાડામાં બેસીને લાંબી મુસાફરી કરવી. ના૦ બળદગાડાનો પ્રવાસ; ભારે કઠણ પ્રવાસ; યોજનાપૂર્વક સ્થળાંતર (કરવું તે).

trell'is (ટ્રે'લિસ), ના૦ એક બીજા પર ત્રાંસાં જડેલાં સાંકડાં પાટિયાંની જાળી(વાળું ચોકઠું).

trem'ble (ટ્રે'મ્બલ), અ૦ ક્રિ૦ ભય, ક્ષોભ કે ટાઢને લીધે ધ્રૂજવું, કાંપવું, થરથરવું; [લા.] અતિક્ષોભ પામવું. ~ *in the balance*, કટોકટીની અવસ્થામાં પહોંચેલું – ભારે આફતમાં–હોવું. ના૦ ધ્રુજારી, થથરાટ; ક્ષોભ.

tremen'dous (ટ્રિમે'ન્ડસ), વિ૦ ભયાનક, ભયંકર, વિકરાળ; પ્રચંડ, ભારે મોટું.

trem'olo (ટ્રે'મલો), ના૦ [સં.] કંપયુક્ત સૂર – અવાજ (ગવાતો કે વગાડાતો).

trem'or (ટ્રે'મર), ના૦ ધ્રુજારી, થથરાટ; અવાજનો કંપ; ધ્રૂજવું– કાંપવું–તે.

trem'ulous (ટ્રે'મ્યુલસ), વિ૦ ધ્રૂજતું, કાંપતું; પ્રક્ષુબ્ધ; અસ્થિર; બીધેલું.

trench (ટ્રે'ન્ચ), ઉ૦ક્રિ૦ ખાડો, ખાઈ, ઇ. ખોદવું; જમીનનો નીચલો થર ઉપર આવે એવી રીતે ખોદવું; -ની ઉપર અનધિકૃત આક્રમણ કરવું (~ *on*). ના૦ ઊંડો ખાડો કે ખાઈ (વિ. ક. શત્રુના તોપમારાથી બચવા માટે લશ્કરે ખોદેલો).

trench'ant (ટ્રે'ન્ચન્ટ), વિ૦ તીક્ષ્ણ, હાડોહાડ લાગે એવું; આવેશયુક્ત, જોરદાર; સ્પષ્ટ.

trench'er (ટ્રે'ન્ચર), ના૦ લાકડાનું મોટું પાટિયું–થાળો, કથરોટ. ~ *cap*, કૉલેજમાં પહેરાતી ચોરસ ટોપી. **trench'erman**, ના૦ *a good, bad*, ~, જબરો, નબળો, જમનારો.

trend (ટ્રે'ન્ડ), અ૦ ક્રિ૦ અમુક દિશામાં વળવું – ફરવું; -ની તરફ અમુક વલણ હોવું. ના૦ વલણ, વહેણ, વૃત્તિ, ઝોક.

trepan' (ટ્રિપૅન), ના૦ ખોપરીનું હાડકું કાપવાનું શસ્ત્રવૈદ્યનું વર્તુળાકાર કરવત – આરી. સ૦ક્રિ૦ એવી કરવત વડે ખોપરીમાં છેદ કરવો.

trephine' (ટ્રિફીન, -ફાઇન), ના૦ 'ટ્રિપૅન' કરવતની સુધરેલી જાત. સ૦ ક્રિ૦ તે વડે ખોપરી, ઇ.નું ઑપરેશન કરવું.

trepan', સ૦ ક્રિ૦ (ભૂ૦કા૦trepanned). જાળમાં – ફાંદામાં – ફસાવવું; છેતરવું.

trepida'tion (ટ્રે'પિડેશન), ના૦ ધાસ્તી, ગભરાટ; ક્ષોભ, અસ્વસ્થતા.

tres'pass (ટ્રે'સ્પસ), અ૦ ક્રિ૦ પારકાની ભૂમિ પર રજા વિના પ્રવેશ કરવો – જવું, ઘૂસી જવું; પાપ કરવું; -નો દુરુપયોગ કરવો; વગર બોલાવ્યે જવું, માથું મારવું (~ (*up*) *on*). ના૦ અનધિકૃત પ્રવેશ; અધિકાર કે કાયદાનું ઉલ્લંઘન; પાપકર્મ; ગુનો. **tres'passer**, ના૦. અનધિકૃત પ્રવેશ કરનાર.

tress (ટ્રે'સ), ના૦ વાળની લટ; (બ૦વ૦) સ્ત્રી કે બાળકના લાંબા વાળ.

tre'stle (ટ્રે'સલ), ના૦ કામચલાઉ ટેબલ કે મંચનો લાકડાનો આધાર – ટેકો – મિજાગરાવાળા પાયા. [વાળા કાપડની સુરવાળ.

trews (ટ્રુઝ), ના૦ બ૦ વ૦ રંગીન ચોકડી-

tri'al (ટ્રાયલ), ના૦ અજમાવી જોવું તે, અજમાયશ; કસોટી, પરીક્ષા; અદાલત દ્વારા તપાસણી – સુનાવણી (મુકદ્દમાની); તાવણી, કસોટી. *on* ~, અજમાવી–વાપરી–જોવા માટે; જેની અદાલતમાં સુનાવણી ચાલુ હોય એવું.

tri'angle (ટ્રાયૅંગલ), ના૦ ત્રિભુજ, ત્રિકોણ; લોઢાના સળિયાને વાળીને બનાવેલું ત્રિકોણાકૃતિ વાદ્ય. **triang'ular** (-ગ્યુલર), વિ૦ ત્રિકોણાકૃતિ, ત્રિકોણાકાર, ત્રણ ખૂણાવાળું.

tribe (ટ્રાઇબ), ના૦ ટોળી, ટુકડી; જાત; વર્ગ, જમાત; એક સરદાર કે નાયકના તાબામાં ફિરકો બાંધી રહેનાર જૂથ; એક જૂથના માણસો. **trib'al** (-બલ), વિ૦ જાતિનું, આદિવાસી જાતિનું. **tribes'man** (ટ્રાઇબ્ઝ્મન), ના૦ કોઈ ફિરકાનો કે પોતાના ફિરકાનો માણસ.

tribula'tion (ટ્રિબ્યુલેશન), ના૦ ભારે ક્લેશ, દુઃખ, કષ્ટ; સખત તાવણી–કસોટી.

tribun'al (ટ્રિબ્યૂનલ, ટ્રાઇ-), ના૦ ન્યાયાસન, ધર્માસન; ખાસ હેતુસર નીમાયેલું ન્યાયપંચ.

tribun'e (ટ્રિબ્યૂન), ના૦ [પ્રા. રોમ] લોકોએ

ચૂંટી કાઢેલો અમલદાર – મૅજિસ્ટ્રેટ; લોકમાન્ય નેતા, આગેવાન; વ્યાસપીઠ, ભાષણ કરવા માટેનો મંચ.

trib'utary (ટ્રિબ્યુટરિ), વિ૰ ખંડણી આપનારું, ખંડિયું; (નદી) મોટી નદીને મળનારું. નામ૰ ખંડણી આપનાર રાજ્ય; ખંડિયો રાજા, માંડલિક; બીજી નદીમાં મળનારી નદી, ઉપનદી. [પ્રશંસા.

trib'ute' (ટ્રિબ્યૂટ), નામ૰ ખંડણી; સ્તુતિ,

trice (ટ્રાઇસ), સ૰ ક્રિ૰ [નૌકા.] (*up* સાથે) ખેંચીને એક ઠેકાણે બાંધી રાખવું. નામ૰ પળ, ક્ષણ. *in a* ~, પળવારમાં.

trick (ટ્રિક), નામ૰ યુક્તિ, હિકમત; દાવ, પેચ; ટેવ, વિશેષ લક્ષણ; કરામત, હાથચાલાકી; અટકચાળું, અડપલું; પત્તાંનો હાથ. *do the* ~, જરૂરી કામ કરી દેવું, ઇષ્ટ પરિણામ લાવવું. સ૰ ક્રિ૰ ચાલાકી કરવી; ચાલાકી કરીને છેતરવું – ઠગવું; શણગારવું (~ *out, up*). **trick'ery**, નામ૰ કપટ, છેતરપિંડી. **trick'ster** (ટ્રિક્સ્ટર), નામ૰ છેતરનાર; હરામખોર. **trick'y** (ટ્રિકિ), વિ૰ કાવતરાબાજ, કપટી; મુશ્કેલ, કઠણ.

tric'kle (ટ્રિકલ), અ૰ ક્રિ૰ ટપકવું, ટપકે ટપકે પડવું, નાની ધાર વહેવી. નામ૰ નાની ધાર, દદૂડી.

tri'colour (ટ્રાઇકલર), નામ૰ વાદળી, સફેદ અને લાલ એમ ત્રણ ઊભા પટાવાળો ફ્રાન્સનો રાષ્ટ્રધ્વજ; (હિન્દનો) તિરંગી ઝંડો.

tri'cycle (ટ્રાઇસિકલ), નામ૰ ત્રણ પૈડાંની સાઇકલ. અ૰ક્રિ૰ તે પર બેસવું.

trid'ent (ટ્રાઇડન્ટ), નામ૰ ત્રિશૂળ (શિવ, નેપ્ચૂન, બ્રિટાનિયાના હાથમાં હોય છે એવું).

trienn'ial (ટ્રાયે'નિઅલ) વિ૰ ત્રણ વરસ ટકનારું; દર ત્રણ વરસે થતું.

tri'fle (ટ્રાઇફલ), નામ૰ નજીવી કિંમતની કે માલ વગરની વસ્તુ, બિનમહત્ત્વની વસ્તુ; નાનકડી રકમ – જથ્થો; મલાઈ નાંખીને બનાવેલી એક મીઠાઈ. અ૰ ક્રિ૰ આછકલાઈથી બોલવું ચાલવું; છોકરવાદીપણું કરવું; નકામું ગણવું, ઉડાવી દેવું; આળસ કરવું, આળસમાં વખત કાઢી નાંખવો. ~ *with*, -ની સાથે રમત રમવી. **trif'ling**, વિ૰ વજૂદ - દમ –વગરનું, અલ્પ, ક્ષુદ્ર. [ત્રિદલ;એવાં પાંદડાંવાળું.

trifol'iate (ટ્રાઇફોલિઇટ), વિ૰ (પાંદડું)

trig (ટ્રિગ), વિ૰ ટાપટીપવાળું, વ્યવસ્થિત, દેખાવે હોશિયાર. [ચાંપ, કળ.

trigg'er (ટ્રિગર), નામ૰ (બંદૂક, ઇ.નો) ઘોડો,

tri'glot (ટ્રાઇગ્લૉટ), નામ૰ ત્રણ ભાષાવાળું.

trigonom'etry (ટ્રિગનૉમિટ્રિ), નામ૰ ગણિતની એક શાખા, ત્રિકોણમિતિ.

trilat'eral (ટ્રાઇલૅટરલ), વિ૰ ત્રણ બાજુવાળું; (વહેવાર) ત્રણ પક્ષવાળું; ત્રિભુજ. નામ૰ ત્રિકોણ.

tril'by(hat) (ટ્રિલ્બિ (હૅટ)), નામ૰ પુરુષની વચ્ચેથી વાળી શકાય એવી સુંવાળી ટોપી.

trilin'gual (ટ્રાઇલિંગ્વલ), વિ૰ ત્રણ ભાષાનું –માં, ત્રણ ભાષામાં પ્રવીણ.

trill (ટ્રિલ), નામ૰ કંપયુક્ત અવાજ; વિ. ક. સંગીતમાં, કવાલ. ઉ૰ક્રિ૰ અવાજ ધ્રુજાવીને–કંપયુક્ત સ્વરે–ગાવું.

trill'ion (ટ્રિલ્યન), નામ૰ [બ્રિટિશ] દસ પરાર્ધની સંખ્યા ($૧૦૦૦૦૦૦^{૩}$); [અમે.] એક મહાપદ્મની સંખ્યા ($૧૦૦૦૦૦૦^{૨}$). વિ૰.

tril'ogy (ટ્રાઇલજિ), નામ૰ એક વિષયને લગતી ત્રણ સાહિત્યિક રચનાઓનું જૂથ.

trim (ટ્રિમ), વિ૰ ટાપટીપવાળું, વ્યવસ્થિત; સુઘડ, સ્વચ્છ. ઉ૰ ક્રિ૰ સ્વચ્છ – સુઘડ – કરવું; (વાટ, વાળ, ઇ.) કાતરવું, કાપવું, છાંટવું, સંકોરવું; (કોરો – છેડા –) શણગારવું; માલ સરખો ગોઠવીને તોલ ઠીક કરવો (વહાણ અંગે); પવનને અનુકૂળ થાય એવી રીતે સઢ ગોઠવવા; બીજાને અનુકૂળ આવે એવી રીતે પોતાના વિચાર ફેરવવા; વચલો માર્ગ લેવો. નામ૰ સજ્જતા, તૈયારી. **trimm'er** નામ૰ તકસાધુ. **trimm'ing** (ટ્રિમિંગ), નામ૰ (વિ. ક.) વસ્ત્રને સુશોભિત કરવાની ઝાલર, કિનારી, ઇ.

trin'ity (ટ્રિનિટિ), નામ૰ ત્રણ અંશનો એકમાં સંયોગ(–થી બનેલ વસ્તુ), ત્રય, ત્રિક; *the T*~, (ખ્રિસ્તી મતમાં) પિતા, પુત્ર અને પવિત્ર આત્મા, એ ત્રણે મળીને બનેલો એક ઈશ્વર; *the Hindu T*~, બ્રહ્મા, વિષ્ણુ, મહેશની ત્રિમૂર્તિ.

trink'et (ટ્રિંકિટ), નામ૰ બનાવટી ને તકલાદી

ધરેણું; નજીવી – સસ્તી – દેખાવડી વસ્તુ.

tri'o (ટ્રાયો, ટ્રીઓ), ના૦ (બ૦ વ૦ -s). ત્રણ ગાયકોએ મળીને ગાવાની સંગીતરચના; ત્રણ (ગાયકો)નું જૂથ; ત્રયી, ત્રણનું જૂથ.

tri'olet (ટ્રાયલિટ, ટ્રીઅ –), ના૦ નિયમિત યમકવાળી (બહુધા આઠપદવાળી) આઠ લીટીની કવિતા.

trip (ટ્રિપ), ઉ૦ક્રિ૦ હળવે રહીને ઝપાટામાં ચાલવું–નાચવું – પસાર થવું; પગ ભરાતાં પડી જવું, ઠોકરાવું, ગોથું ખાવું–ખવડાવવું; ભૂલ કરવી, કુમાર્ગે ચડવું. ના૦ મોજ ખાતર કરેલી નાનકડી મુસાફરી, સફર, સહેલ; ઠોકર, ગોથું.

tripart'ite (ટ્રાઇપાર્ટાઇટ,ટ્રિ–), વિ૦ ત્રણ ભાગમાં વહેંચાયેલું, ત્રિભાગ; (કરાર. ઇ.) ત્રણ જણ કે પક્ષો વચ્ચેનું, ત્રિપક્ષી.

tripe (ટ્રાઇપ), ના૦ ગાય, બળદ, ઇ. પ્રાણીના પેટનો ભાગ (ખાદ્ય તરીકે); [વિ. બો.] મૂર્ખામીભરી વાત કે લખાણ.

tri'ple (ટ્રિપલ), વિ૦ ત્રણ ગણું; ત્રણ ભાગવાળું, ત્રણનું બનેલું. ઉ૦ક્રિ૦ત્રણગણું કરવું–થવું.

tri'plet (–પ્લિટ), ના૦ત્રણ વસ્તુઓનો સટ – જૂથ, ત્રણ નંગનો સટ; સરખા અનુપ્રાસવાળી ત્રણ લીટી, ત્રિપાઈ; એક પ્રસૂતિ વખતે સાથે જન્મેલાં ત્રણ બાળકો પૈકી એક; (બ૦વ૦)સાથે – એક પ્રસૂતિ વખતે-જન્મેલાં ત્રણ બાળકો.

trip'lex (ટ્રિપ્લે'ક્સ), વિ૦ ત્રણ ગણું; ત્રણ સ્તરવાળું.

trip'licate (ટ્રિપ્લિકેટ), સ૦ ક્રિ૦ ત્રેવડું– ત્રણ ગણું – કરવું; એક મૂળ પરથી ત્રણ નકલો કરવી. વિ૦ (ટ્રિપ્લિકિટ), ત્રણ ગણું; ત્રણ નકલોવાળું. ના૦ ત્રણ સરખી વસ્તુઓમાંથી એક. *in*~, ત્રણ નકલોવાળું – કરેલું.

trip'od (ટ્રાઇપૉડ, ટ્રિ–), ના૦ ત્રણ પગ – પાયા – વાળું આસન, ઘોડી, ઇ., તિરપાઈ.

trip'os (ટ્રાઇપૉસ), ના૦ કેમ્બ્રિજ યુનિવર્સિટીની પદવી પરીક્ષા, તે પસાર કરનારાઓની યાદી.

tripp'er (ટ્રિપર), ના૦ (વિ. ક. એક દિવસની) આનંદની સફર પર ગયેલો માણસ.

trip'tych (ટ્રિપ્ટિક), ના૦ મિજાગરાથી જોડેલી લાકડાંની ત્રણ તખતી પરનાં ચિત્રો.

trir'eme (ટ્રાઇરીમ), ના૦ હલેસાંની ત્રણ હારોવાળું પ્રાચીન ગ્રીક લશ્કરી વહાણ.

trisect' (ટ્રાઇસે'ક્ટ), સ૦ક્રિ૦ -ના ત્રણ(બહુધા સરખા) ભાગ કરવા.

trite (ટ્રાઇટ), વિ૦ જૂનું, વાસી; અતિ સામાન્ય; ચવાઈ ગયેલું.

Trit'on (ટ્રાઇટન), ના૦ ગ્રીક પુરાણનો [જલદેવતા.

trit'urate (ટ્રિટ્યુરેટ), સ૦ક્રિ૦ દળી ખાંડી ભૂકો કે છૂંદો કરવો, લસોટવું; બરાબર ચાવવું.

tri'umph (ટ્રાયમ્ફ), ના૦ [પ્રા. રોમ] વિજયી થઈ ને આવેલા સરદારનો રોમમાં સરઘસાકારે પ્રવેશ, વિજયોત્સવ; વિજયનો આનંદ; વિજય, મહાન સિદ્ધિ–વિજય. અ૦ક્રિ૦ પૂરેપૂરો વિજય મેળવવો; ખુશી ખુશી જઈ જવું, ખૂબ આનંદિત થવું. ~*over*,-ની ઉપર વિજય મેળવવો. **trium'phal** (–ફલ), વિ૦ વિજયોત્સવનું; વિજયનું સૂચક – દ્યોતક. **trium'phant** (–ફન્ટ), વિ૦ જય પામેલું, વિજયી; સફળ, યશસ્વી; ખૂબ આનંદિત.

trium'virate (ટ્રાયમ્વરટ, –રિટ), ના૦ [પ્રા. રોમ] ત્રણનું બનેલું રાજ કરનારાઓનું જૂથ; ત્રિજનસત્તાક રાજ્ય. [એક, ત્રિમૂર્તિ.

tri'une (ટ્રાયૂન), વિ૦ અને ના૦ ત્રણ મળીને

triv'et (ટ્રિવિટ), ના૦ વાસણ, ઇ. મૂકવાની ત્રણ પાયાવાળી લોઢાની ઘોડી, ત્રિપાઈ. *right as a* ~, તદ્દન સારું–સારી હાલતમાં.

triv'ial (ટ્રિવિઅલ), વિ૦ ગણતરીમાં ન લેવા જેવું, સામાન્ય; ક્ષુદ્ર, નજીવું. **trivial'ity** (–ઍલિટિ), ના૦ક્ષુદ્રપણું; ક્ષુદ્ર–નજીવી–વસ્તુ.

trocha'ic (ટ્રકેઇક), વિ૦ 'ટ્રોકી' ગણવાળું – ગણવાળા વૃત્તનું. [ગણ (–⏑).

troch'ee (ટ્રોકિ), ના૦ કાવ્યવૃત્તનો એક

trod (ટ્રૉડ), treadનો ભૂ૦ કા૦.

trodden (ટ્રૉડન), treadનું ભૂ૦ કૃ૦.

trog'lodyte (ટ્રૉગ્લડાઇટ, ટ્રૉ–), ના૦ ગુફામાં રહેનાર પ્રાગૈતહાસિક જંગલી માનવી; યતિ.

Troj'an (ટ્રોજન), વિ૦ અને ના૦ ટ્રૉયનો (વતની); સખત કામ કરનાર કે લડનાર.

troll (ટ્રોલ), ઉ૦ક્રિ૦ લહેરથી ગાવું; વહાણની પાછળ પાણીમાંથી આંકડા વતી માછલાં પકડવાં.

troll, ના૦ સ્કૅન્ડિનેવિયાનાં પુરાણોનો અતિમાનુષ જીવ કે રાક્ષસ; અડપલાંખોર ઠિંગુજી.

troll'ey (ટ્રૉલિ), ના૦ એક જાતની સપાટ

અને નીચી બેઠકવાળી ગાડી; ફેરિયાની લારી; રેલવેના પાટા પર હાથે ધકેલવાની લારી; પીરસવા માટેનું પૈડાં જોડેલું નાનકડું ટેબલ; ચાલતી ટ્રામ ગાડીનું ઉપર બાંધેલા તારની જોડે વીજળીના પ્રવાહ સાથે સંપર્કવાળું ચક્ર-પૈડું; [અમે.] વીજળીની મદદથી રસ્તા પર ચાલતી ગાડી – બસ (trolley-car, trolley-bus).

troll'op (ટ્રૉલપ), ના૦ ગંદી, ફૂવડ સ્ત્રી; વેશ્યા.

trom'bone (ટ્રૉમ્બોન), ના૦ સરકતી પટી કે પડદાવાળું તુરાઈના જેવું એક મોટું વાદ્ય.

troop (ટ્રૂપ), ના૦ માણસોનું કે પ્રાણીઓનું એક ઠેકાણેથી બીજે ઠેકાણે ફરતું ટોળું – ધાડું; હયદળની ટુકડી; (બ૦ વ૦) લશ્કર, ફોજ. અ૦ક્રિ૦ ભેગા–એકઠા–થવું; ટોળામાં કે જૂથમાં ભેગા થઈ ને જવું. *~ing the colours*, પોતાના ખાસ ધ્વજનું વંદન કરવાની વિધિ; નવો ધ્વજ આપતી વખતે અથવા પહેરો બદલતી વખતે થતી એક વિધિ. **troop'er** (ટ્રૂપર), ના૦ લશ્કરી સવાર. **troop'ship**, ના૦ લશ્કરને લઈ જનારું વહાણ.

trope (ટ્રોપ), ના૦ સામાન્યથી જુદા અર્થમાં શબ્દનો ઉપયોગ દા. ત. a hot and *copper* sky; the *bloody* sun at noon.

troph'y (ટ્રૉફિ), ના૦ યુદ્ધમાં જીત મેળવ્યા પછી એ વિજયની યાદમાં શત્રુનાં શસ્ત્રાસ્ત્રોનો ખડકેલો ઢગલો; વિજયનું સ્મારક (ચિહ્ન); બક્ષિસ; સંભારણું.

trop'ic (ટ્રૉપિક), ના૦ વિષુવવૃત્તની ઉત્તરે અથવા દક્ષિણે ૨૩° ૨૭′ પર આવેલી રેખા-વૃત્ત, દક્ષિણોત્તરાયણસીમા. *T~of Cancer*, (ઉત્તરનું) કર્કવૃત્ત. *~of Capricorn*, (દક્ષિણનું) મકરવૃત્ત. *the ~s*, કર્ક અને મકર વૃત્ત વચ્ચેનો પૃથ્વી પરનો પ્રદેશ, ઉષ્ણકટિબંધ. **trop'ical**, વિ૦ ઉષ્ણકટિબંધનું–ના જેવું.

trot (ટ્રૉટ), ઉ૦ક્રિ૦ (ઘોડા, ઇ. અંગે) દુડકી ચાલે ચાલવું; (ઘોડાને) દુડકી ચાલે ચલાવવું; મધ્યમસરની ચાલે ચાલવું. *~out*, [લા.] વાહ વાહ મેળવવા માટે વસ્તુ, વ્યક્તિ, ખાસ માહિતી, ઇ. રજૂ કરવું. ના૦ દુડકી ચાલ; માણસની ધીમી દોડ; ચાલેલું, અંતર. ઇ.

troth (ટ્રૉથ), ના૦ [પ્રા.] સચ્ચાઈ, સત્ય; વફાદારી, નિષ્ઠા. *in ~*, ખરેખર.

trott'er (ટ્રૉટર), ના૦ દુડકી ચાલે ચાલવાની તાલીમ આપેલો ઘોડો;(ટ્રૉટર્ઝ઼) (ખોરાક માટે) ડુક્કરના પગ; [વિ. બો.] ટાંટિયા.

trou'badour (ટ્રૂબડૂર, –ડૉર), ના૦મધ્ય યુગનો રોમાંચક તથા પ્રેમનાં ગીતો ગાનાર પ્રવાસી ગાયક કે વાર્તા કહેનાર.

trou'ble (ટ્રબલ),ના૦ સંતાપ, ત્રાસ, પજવણી; પીડા, આફત, મુશ્કેલી; તસ્દી, તકલીફ; રોગ, માંદગી; દુ:ખ; અગવડ; ઉચાટ, ગભરાટ; કાળજી; ધ્યાન. ઉ૦ક્રિ૦ અશાંત – ક્ષુબ્ધ – કરવું; ત્રાસ – પીડા – દુ:ખ – દેવું, પજવવું; -ને નડતરરૂપ થવું; તસ્દી લેવી, જાતને તકલીફ આપવી, અગવડ વેઠવી. *may I ~ you to...?* તમે કૃપા કરીને કરશો, ઇ. **troubl'esome** (ટ્રબલ્સમ), વિ૦ દુ:ખદાયક, ત્રાસદાયક; માથા-ફૂટિયું, મહેનતનું, કડાકૂટિયું, ઇ. **trou'blous** (ટ્રબ્લસ), વિ૦ દુ:ખ કે સંકટથી ભરેલું; પ્રક્ષુબ્ધ, અસ્વસ્થ.

trough (ટ્રૉફ, ટ્ર–), ના૦ લાકડાનું કે પથ્થરનું લાંબું અને સાંકડું પાણીનું પાત્ર – વાસણ, કઠોડું; હોજ; બે મોજાં વચ્ચેનું પોલાણ–ખાડો; હવાના નીચા દબાણનો પ્રદેશ.

trounce (ટ્રાઉન્સ), સ૦ ક્રિ૦ સજા કરવી; સખત ટીકા કરવી, વઢવું; માર મારવો; સજ્જડ હાર ખવડાવવી. [કરનાર, ઇ.નો તાયફો–જૂથ.

troupe (ટ્રૂપ), ના૦ નટ, કસરતના ખેલ

trous'ers (ટ્રાઉઝ઼ર્ઝ઼), ના૦ બ૦ વ૦ લેંઘો, સુરવાળ, ઢીલા પાયજામા, (*pair of ~* પણ).

trous'ering, ના૦ લેંઘા માટેનું કાપડ.

trouser-leg, ના૦ લેંઘાનો એક પગ.

trousseau(ટ્રૂસો), ના૦ (બ૦વ૦ -s, -x). (લગ્ન પહેલાં મળેતો) વધૂનો પોશાક, કપડાં, ઇ.સાજ. [નાની સ્વાદિષ્ટ માછલી.

trout (ટ્રાઉટ), ના૦ મીઠા પાણીની એક

trove (ટ્રોવ), ના૦ જુઓ treasure.

trow (ટ્રો), સ૦ ક્રિ૦ [પ્રા.] અમુક મતના હોવું, માનવું.

trow'el (ટ્રાવલ), ના૦ કડિયાની કરણી, લેલું; મોટા પળા જેવી માળીની ખરપડી (ધરુ ઉખાડવા માટે વપરાતી).

troy (ટ્રૉય), **troy weight**, ના૦ સોના-

ચાંદી, ઝવેરાત, તોળવા માટે વપરાતું એક માપ (૫૭૬૦ ગ્રેનનો, ૧૨ ઔંસનો, ટ્રૉય રતલ થાય).

tru'ant (ટ્રૂઅન્ટ), ના૦ કામ પર ન જતાં ભટકનાર, નિશાળમાંથી ગાપચી મારનાર. વિ૦ રખડેલ, આળસુ. *play* ~, રજા વિના નિશાળમાંથી ગાપચી મારવી. **tru'ancy** (ટ્રૂઅન્સિ), ના૦ ગાપચી મારવી–કામ ટાળવું–તે.

truce (ટ્રૂસ), ના૦ યુદ્ધવિરામ; થોડા વખત પૂરતી – કામચલાઉ – સંધિ.

truck (ટ્રક), ઉ૦ક્રિ૦ (માલનો) અદલોબદલો કરવો, સાટે વેચવું, વિનિમય કરવો; [અમે.] ફળ, શાકભાજી વેચવાં. ના૦ માલનો અદલોબદલો, વિનિમય. *have no* ~ *with*, -ની સાથે કશી લેવાદેવા ન હોવી. ~ *system*, કામગારોને પૈસાને બદલે માલસામાન આપવાની પદ્ધતિ.

truck, ના૦ માલ કે ઢોર લઈ જવા લાવવા માટેનું વાહન, ખટારો, ગાડું; રેલવેનો માલનો ખુલ્લો ડબો.

truc'kle (ટ્રકલ), ના૦ નાનું પૈડું; મીઠું, મસાલો, ઇ. માટેનું પાત્ર. અ૦ ક્રિ૦ (~*to*) હાજી હાજી કરવું, -ની આગળ ગુલામની જેમ વર્તવું. **truckle-bed**, ના૦ પૈડાંવાળી નીચી ખાટલી જે બીજા ખાટલાની નીચે સરકાવી શકાય.

truc'ulent (ટ્રક્યુલન્ટ), વિ૦ જંગલી, ક્રૂર, હિંસક; આક્રમક, હુમલાખોર.

trudge (ટ્રજ), અ૦ક્રિ૦ પગે ચાલતાં–માપતાં–જવું, લથડતાં–પગ ઘસડતાં–જવું. ના૦ એવી રીતે ચાલવું તે, રગશિયા ચાલ.

true (ટ્રૂ), વિ૦ સાચું, સત્ય, જેવું હોય તેવું; વાસ્તવિક; પ્રામાણિક; વફાદાર, એકનિષ્ઠ; ખરું, અસલ; ચોક્કસ. ક્રિ૦વિ૦ સાચે જ.

truf'fle (ટ્રફલ), ના૦ જમીન નીચે થતી એક વનસ્પતિ-બિલાડીનો ટોપ (જે ખાવાની વાનીને સ્વાદિષ્ટ બનાવવામાં વપરાય છે).

tru'ism (ટ્રૂઇઝ્મ), ના૦ દેખીતી રીતે જ સાચી વાત, ચવાઈ ગયેલી વાત.

tru'ly (ટ્રૂલિ), ક્રિ૦વિ૦ સાચેસાચ, ખરેખર; સચ્ચાઈથી, પૂરા ભાવથી; વફાદારીથી, એકનિષ્ઠપણે; ચોક્કસપણે.

trump (ટ્રમ્પ), ના૦ હુકમનું પત્તું – પાનું, હુકમ; પરગજુ માણસ *turn up* ~*s*, અપેક્ષા કરતાં વધારે સારું નીવડવું–કરવું. સ૦ ક્રિ૦ હુકમનું પત્તું ઊતરવું, હુકમ વતી હાથ લેવો. ~ *up*, બનાવટી કરવું, તરકટથી ઊભું કરવું; ખોટું બહાનું કાઢવું, આળ ચડાવવું.

trump, ના૦ તુરાઈ, બ્યૂગલ કે તેનો અવાજ. *the last* ~, દુનિયાનો આખરી દિવસ. કયામતનો દિવસ.

trump'ery (ટ્રમ્પરિ), ના૦ માલ વગરની–તકલાદી–દેખાવડી વસ્તુઓ, ખોટો ઠાઠ; કચરો, ગંદવાડો. વિ૦ બનાવટી, તકલાદી.

trump'et (ટ્રમ્પિટ), ના૦ તુરાઈ, સીંગું; સીંગાના આકારની વસ્તુ. ઉ૦ક્રિ૦ સીંગું ફૂંકવું; મોટેથી જાહેરાત કરવી, -ની દાંડી પીટવી. *blow* one's *own* ~, પોતાની જાતનાં બણગાં ફૂંકવાં, આત્મશ્લાઘા કરવી. **trump'eter**, ના૦ દાંડી પીટનાર; ભાટાઈ કરનાર; તુરાઈ વતી સૂચનાઓ આપનાર હયદળનો માણસ.

truncate' (ટ્રંકેટ), સ૦ ક્રિ૦ અણી કે અગ્ર કાપી નાંખવું, કાપીને ટૂંકું કે બૂચું બનાવવું. **truncated**, વિ૦ છિન્નાગ્ર; બૂચું, બૂઠું.

trun'cheon (ટ્રન્શન), ના૦ પોલીસ ઇ.નો દંડૂકો – ડંડો; અધિકારનો સૂચક દંડ.

trun'dle (ટ્રંડલ), ઉ૦ ક્રિ૦ ગબડવું, ગબડતાં ગબડતાં જવું; ગબડાવવું; (હાથગાડી) ધકેલવું; [ક્રિકેટ] દડો ગબડતો ફેંકવો.

trunk (ટ્રંક), ના૦ ઝાડનું થડ; શરીરનું ધડ; હાથીની સૂંઢ; પ્રવાસની પતરાની પેટી, ટ્રંક; (બ૦ વ૦) રમત વખતે પહેરવાના મરદના લેંઘા. **trunk-call**, ના૦ બીજા શહેરનો – દૂરનો – ટેલિફોન સંદેશો. **trunk hose**, ના૦ મરદની તગ ચડ્ડી. **trunk-line**, ના૦ રેલવેનો મુખ્ય માર્ગ; બે શહેરો વચ્ચેની ટેલિફોન લાઇન. **trunk-road**, ના૦ મુખ્ય સડક, રાજમાર્ગ.

truss (ટ્રસ), ના૦ સૂકા ઘાસનો પૂળો – ભારો; ફળ કે ફૂલનું ઝૂમખું; શરીરના ગાત્રને તેને ઠેકાણે જકડી રાખવા માટેનો પટો – પાટો કે ધાતુનો આધાર; અન્તર્ગળ (હર્નિયા) નો પટો. સ૦ક્રિ૦ ભારી કે ગાંસડી બાંધવી; રાંધવા માટે મરઘી, ઇ.ને જકડીને બાંધવું – લટકાવવું.

trust (ટ્રસ્ટ), ના૦ પાકો વિશ્વાસ-ભરોસો; વિશ્વાસની સુપરત, નિધિ, ન્યાસ, ટ્રસ્ટ; બીજાના

લાભ માટે સાચવી રાખેલી મિલકત; ટ્રસ્ટીપણું, નિધિરક્ષકપણું; ધીર, પતીજ; બહારની હરીફાઈ-નો સામનો કરવા માટે ભેગું મળેલું કારખાના-વાળાઓ, ઇ.નું મંડળ–જૂથ. *brains* ~, જુઓ brainsમાં. *on* ~, વિશ્વાસ રાખીને; ઉધાર. ઉ૦ક્રિ૦ -નો વિશ્વાસ–ભરોસો – રાખવો, -નું ખરું માનવું; વિશ્વાસ રાખી સોંપવું – હવાલે કરવું, સલામત રાખવા માટે આપવું–સોંપવું; ખાતરીપૂર્વક આશા – અપેક્ષા – રાખવી; -ને ઉધાર આપવું. **trust-deed,** ના૦ ટ્રસ્ટ કે નિધિનો દસ્તાવેજ.

trustee' (ટ્રસ્ટી), ના૦ ટ્રસ્ટની મિલકતનો વહીવટ કરનાર, ન્યાસી, બીજાને માટે મિલકત ધરાવનાર કે તેનો વહીવટ કરનાર (મંડળનો) માણસ; મૈયતની મિલકતનો વહીવટ કરનાર. **trustee'ship,** ના૦ ટ્રસ્ટીપણું, નિધિ-રક્ષકપણું.

trust'ful (ટ્રસ્ટ્ફુલ), **trust'ing** (ટ્રસ્ટિંગ), વિ૦ શંકાશીલ નહિ એવું, બીજા પર (અતિ) ભરોસો રાખનાર.

trust'worthy (ટ્રસ્ટ્વર્ધિ), **trus'ty** (ટ્રસ્ટિ), વિ૦ વફાદાર, વિશ્વાસુ, વિશ્વાસપાત્ર.

truth (ટ્રૂથ), ના૦ (બ૦ વ૦ ટ્રૂધ્ઝ઼), ખરાપણું, સચ્ચાઈ; સાચી વાત, સત્ય, ખરું, સાચું. **truth'ful,** વિ૦ સાચું બોલનારું, સાચું.

try (ટ્રાઇ), ઉ૦ ક્રિ૦ અજમાવવું, અજમાવી – તપાસી – જોવું; કસવું, કસોટી કરવી, પરીક્ષા કરવી; પ્રયત્ન કરવો, મહેનત કરવી; (ન્યાયા-ધીશ અંગે) મુકદ્દમો ચલાવવો, તપાસ પર લેવો, ચલાવીને ચુકાદો આપવો. ~ *for,* (કશુંક) મેળવવા પ્રયત્ન કરવો. ~ *it on,* (*with*), -ની ઉપર (યુક્તિ, ઇ.) અજમાવી જોવું. ~ *on,* કોટ, ઇ. પહેરી જોવું. ~ one's *hand at,* (જાતે) કરી જોવું. ના૦ પ્રયત્ન; [રુગ્બી ફૂટ.] લાત મારવા માટે દડો ગોલની સામે લઈ જવાનો હક; સામાવાળાના ગોલની રેષા પાછળ દડો ફેંકવો તે.

try'ing, વિ૦ (વિ. ક.) કસોટી કરનારું, થકવી નાંખનારું; દુઃસહ; ચીડ આવે એવું.

tryst (ટ્રિસ્ટ), ના૦ મળવાનો –નિયત કરેલો– સમય અને સ્થાન, સંકેત, સમય.

tsar (ઝાર), ના૦ જુઓ czar.

tset'se (ટ્સે'ટ્સિ, સે'–), ના૦ દ. આફ્રિકાની નિદ્રારોગ લાવનાર એક માખી (જેના દંશથી ઘોડા, ગાય, કૂતરો, ઇ. મરી પણ જાય છે).

T-square (ટી-સ્ક્વે'અર), ના૦ 'T' ના આકારનું ડ્રૉઇંગનું એક ઓજાર (સમાંતર લીટીઓ દોરવા માટે વપરાય છે).

tub (ટબ), ના૦ લાકડાનું કૂંડું –કૂંડી, નાહવા ધોવા માટેનું લંબગોળ ને બહુ ઊંડું નહિ એવું પીપ, ગંગાળ; પહોળી અને ટૂંકી હોડી. ઉ૦ ક્રિ૦ ટબમાં બેસીને નાહવું – નવડાવવું; ટબમાં કે પીપમાં ભરવું. **tub-thumper,** ના૦ અત્યુક્તિભર્યું – ઉશ્કેરાટથી – બોલનાર વક્તા કે ઉપદેશક. [તુરાઈ જેવું એક વાદ્ય.

tub'a (ટયૂબા), ના૦ નીચા સૂરનું પીતળનું

tubb'y (ટબિ), વિ૦ ટબના આકારનું; જાડું અને ઠીંગણું.

tube (ટયૂબ), ના૦ (વિ. ક.) કાચ કે રબરની નળી, ભૂંગળી; પ્રવાહી પદાર્થ, હવા, ઇ. રાખવાની કે લઈ જવાની નળી; જમીન નીચે–ભોંયરામાં –બાંધેલી–ભૂગર્ભ– રેલવે. **tub'ing,** ના૦ નળીઓ, નળીનો ટુકડો. **tu'bular,** વિ૦ નળીના અકારનું; નળીઓવાળું – નું બનેલું.

tub'er (ટયૂબર), ના૦ [વનસ્પ.] મૂળમાં થતો ગઠ્ઠો – ગાંઠ, કંદ. **tuberif'erous** (–રિફરસ), વિ૦ ગાંઠ કે કંદવાળું–પેદા કરનારું.

tub'ercle (ટયૂબર્કલ), ના૦ ફેફસાના ક્ષયરોગમાં ફેફસામાં કે શરીરમાં બીજે ક્યાંક થતી નાનકડી ફોલ્લી કે ગ્રંથિ. **tuberc'ular** (ટયુબર્ક્યુલર), **tuberc'ulous** (– ક્યુલસ), વિ૦ ગાંઠોવાળું; ક્ષયરોગની ગાંઠવાળું; ક્ષયરોગનું. **tuberculos'is** (–ક્યુલોસિસ), ના૦ ક્ષયરોગ (વિ. ક. ફેફસાનો), રાજયક્ષ્મા. *pulmonary* ~, ફેફસાંનો ક્ષયરોગ.

tuberc'ulin (–ક્યુલિન), ના૦ ક્ષય-રોગની રસી.

tuck (ટક), ના૦ કપડામાં વાળીને સીવેલી ગડી, આંતરસીવો; [વિ. બો.] ખાદ્ય પદાર્થો (વિ.ક. મીઠાઈના). સ૦ક્રિ૦ ટાંકા મારવા માટે કપડું દાબીદૂબીને વાળવું, વાળીને ઊંચું લેવું, -ને આંતરસીવો દેવો; બાંયો, ઇ. વાળવું–વાળીને ઉપર લેવું; ભંડાર કે કોઠારમાં ભરી મૂકવું; ચીપીને વ્યવસ્થિતપણે ઢાંકી દેવું. ~ *away,* ગુપ્ત જગ્યામાં મૂકી દેવું. ~ *in,* પેટ ભરીને

ખાવું, ગ્રાપટવું. **tuck-shop**, ના૦ નિશાળાના છોકરાઓને મીઠાઈ વેચનારી દુકાન.

tuck'er (ટકર), ના૦ સ્ત્રીઓ ને બાળકો પહેરે છે તે ફીતની કે શણની ગળા(ફરતી) પટી.

Tues'day (ટ્યૂઝ્ડિ, –ડે), ના૦ મંગળવાર.

tuft (ટફ્ટ), ના૦ ગુચ્છો, ઝૂમખો; (વાળની) ચોટલી, લટ; (ફૂલનો) ગોટો – ગુચ્છો. **tuft-hunter**, ના૦ મોટા અને તાલેવાન લોકોની સોબતમાં રહેવાનો પ્રયત્ન કરનાર.

tug (ટગ), ઉ૦ ક્રિ૦ જોરથી ખેંચવું–તાણવું, દોરડે બાંધીને ખેંચવું. ના૦ ઘણા જોરથી મારેલો આંચકો; મોટા વહાણને દોરડે બાંધીને લઈ જનાર નાનકડી જોરદાર આગબોટ. *~ of war*, ના૦ સામસામે દોરડું ખેંચવાની હરીફાઈની રમત, રસ્સી ખેંચ, ગજગ્રાહ.

tui'tion (ટ્યુઇશન), ના૦ પાઠ આપવા, ભણાવવું, તે; શાળા ઉપરાંત વિદ્યાર્થીને શીખવવાનો ખાસ પ્રબંધ.

tul'ip (ટ્યુલિપ), ના૦ ઘંટડીના આકારના વિવિધ રંગનાં ફૂલવાળો છોડ.

tulle (ટુલ), ના૦ ઝીણું જાળીદાર રેશમી કપડું (પડદો, ઘૂંઘટ, ઇ. માટે વપરાતું).

tum'ble (ટંબલ), ઉ૦ક્રિ૦ ગબડી પડવું, પડી જવું; ગુલાંટો ખાવી ને કસરતના દાવ ખેલવા; આમતેમ ગબડવું, આળોટવું; ગબડાવી દેવું; વાળ, કપડાં, ઇ. અસ્તવ્યસ્ત કરવાં. *~ to*, એકદમ સમજવું, -ને સમજાવું. ના૦ પડવું તે, પતન; ગુલાંટ, ગોઠમડું. **tum'ble-down**, વિ૦ અસ્તવ્યસ્ત (સ્થિતિમાં), છિન્નવિચ્છિન્ન, ખંડિયેર હાલતમાં.

tumb'ler (ટમ્બ્લર), ના૦ ઊભો લાંબો પ્યાલો, ટમલર; કસરતના ખેલ કરનાર, બજાણિયો; એક જાતનું કબૂતર.

tum'brel (ટમ્બ્રલ), **tum'bril** (ટમ્બ્રિલ), ના૦ ખાતર લઈ જવાનું બે પૈડાંનું ગાડું; ફ્રેંચ રાજ્યક્રાંતિ વખતે જેમાં માણસોને ગરદન મારવાના સંચા પર લઈ જવામાં આવતા તે ખુલ્લું ગાડું.

tum'id (ટ્યૂમિડ), વિ૦ સૂજેલું, સોજાવાળું; ફૂલેલું; ભભકાવાળું, આડંબરી. [વરસોળી.

tum'our (ટ્યૂમર), ના૦ સોજો, ગાંઠ,

tum'ult (ટ્યૂમલ્ટ), ના૦ કોલાહલ, શોરબકોર; પ્રક્ષોભ, ખળભળાટ; રમખાણ, હુલ્લડ, તોફાન. **tumul'tuous** (ટ્યુમલ્ટ્યુઅસ), વિ૦ ખળભળાટવાળું, પ્રક્ષુબ્ધ, તોફાની.

tum'ulus (ટ્યૂમ્યુલસ), ના૦ (બ૦વ૦–li). પ્રાચીન કાળનો દાટેલા પર કરેલો ટેકરો, સ્તૂપ.

tun (ટન), ના૦ દારૂનું મોટું પીપ.

tun'dra (ટૂંડ્રા, ટં –), ના૦ ઉત્તર રશિયાનો શેવાળવાળો ઠંડો રણપ્રદેશ.

tune (ટ્યૂન), ના૦ રાગ, સૂર; સ્વરમેળ, મેળ; ગાવામાં કે વાદ્ય વગાડવામાં યોગ્ય સૂર હોવો તે; ગીતનો સહેજે યાદ રહેનારો અંશ–રાગ. *in ~*, યોગ્ય સ્વરમાં ગાયેલું – વગાડેલું; (વાદ્ય) બરાબર મેળવેલું; -ની સાથે મેળમાં – એક રાગમાં. *to the ~ of*, (રકમ, ઇ.) -ના જેટલી. *out of ~*, બેસૂરું; અમેળમાં. ઉ૦ ક્રિ૦ વાદ્યનો સૂર મેળવવો, લગાડવું; -ની સાથે મેળમાં હોવું; ગીત ગાવું. *~ in (to)*, યોગ્ય ધ્વનિમોજાં પકડી શકે એવી રીતે રેડિયો ગોઠવવો – મૂકવો. *~ up*, વાદ્યોનો સ્વર મેળવવો; વગાડવાની શરૂઆત કરવી. **tuning-fork**, ના૦ આઘાત કરતાં અમુક સૂર કાઢનાર બે દાંતા કે કાંટાવાળું એક ઓજાર – સાધન, સ્વરશૂલ. **tune'ful**, વિ૦ મધુર અવાજવાળું, સુસ્વર. **tuneless**, વિ૦ સૂરમાં નહિ એવું, બસૂરું.

tung'sten (ટંગ્સ્ટન), ના૦ ભારે વજનનું એક ધાતુરૂપ મૂળ દ્રવ્ય.

tun'ic (ટ્યૂનિક), ના૦ કેડ સુધી નીચે આવતું બાંયવાળું કુરતું – ખમીસ; પોલીસનો કે સિપાઈનો ચપોચપ બેસતો ગણવેશનો કોટ; ગળાથી ઘૂંટણ સુધી આવતો ટૂંકી બાંયવાળો ખુલ્લો ઝભ્ભો.

tunn'el (ટનલ), ના૦ નાળચું; (રેલવેનું) બોગદું; ભૂગર્ભમાર્ગ. ઉ૦ ક્રિ૦ (ભૂ૦કા૦ tunnelled). બોગદું તૈયાર કરવું; સુરંગ કરીને માર્ગ કાઢવો.

tunn'y (ટનિ), ના૦ મોટી દરિયાઈ ખાદ્ય માછલી.

tup (ટપ), ના૦ ઘેટો.

turb'an (ટર્બન) ના૦ પાઘડી, ફેંટો; એ આકારની સ્ત્રીની ટોપી.

turb'id (ટર્બિડ), વિ૦ ડહોળાયેલું, રગડા જેવું, જાડું; અસ્વચ્છ, મેલું; [લા.] ગોટાળામાં

પડેલું, અવ્યવસ્થિત.

turb'ine (ટર્બાઇન, ટર્બિન), ના૦ હવા, પાણી કે વરાળની ધારથી ચાલતી ચક્રી; પૈડાંમાં થઈ ને કે પૈડાં ઉપરથી વરાળ વહેવડાવીને (વીજળી) શક્તિ પેદા કરવાનું યંત્ર.

turb'ot (ટર્બટ), ના૦ એક જાતની મોટી ચપટી માછલી.

turb'ulent (ટર્બ્યુલન્ટ), વિ૦ અશાંત બનેલું, પ્રક્ષુબ્ધ; અશાંતિ ઉપજાવનારું, તોફાની, બળવાખોર, હુલ્લડખોર. **turb'ulence,** ના૦ ફિતૂર, તોફાન.

tureen' (ટયુરીન), ના૦ ટેબલ પર સૂપ, રસો, ઇ. રાખવાનું ઢાંકણાવાળું ઊંડું વાસણ.

turf (ટર્ફ), ના૦ જડિયાંવાળી જમીન, મૂળિયાંમાંથી બંધાયેલી ધરતીની સપાટી સાથેનું ટૂંકું ઘાસ; ઢેફું, જડી; (આઇરિશ) એક જાતનું બળતણ. *the* ~ ઘોડાની શરત; ઘોડદોડ. સ૦ ક્રિ૦ જમીન પર હરિયાળી ઉગાડવી.

tur'gid (ટર્જિડ), વિ૦ (ભાષા, ઇ.) આડંબરી, આલંકારિક; મોટા મોટા શબ્દોવાળું; અક્કલ વગરની ગંભીરતાવાળું.

Turk (ટર્ક), ના૦ તુર્કીનો વતની; તોફાની છોકરો; [રાજ્ય.] ઉદ્દામવાદી.

Turk'ey (ટર્કિ), ના૦ તુર્કોનો દેશ, તુર્કસ્તાન.

turk'ey, ના૦ મરઘાની એક જાત, ટર્કી મરઘું. ~ *buzzard, vulture,* અમેરિકાનું એક ગીધ.

Turk'ish (ટર્કિશ), વિ૦ તુર્કસ્તાનનું, તુર્કોનું. ના૦ તુર્કી ભાષા. ~ *bath,* વરાળનું સ્નાન, બાષ્પ-સ્નાન, (જે પછી સાબુ, પાણી, ઇ.થી ધોવાનું ને માલિશ કરવામાં આવે છે). ~ *delight,* એક મીઠાઈ. ~ *towel,* ખરબચડો-રૂંછાંદાર-ટુવાલ.

turm'eric (ટર્મરિક), ના૦ હળદર.

turm'oil (ટર્મોઇલ), ના૦ કોલાહલ, ગરબડ; ધમાચકડી, તોફાન; ઉત્પાત.

turn (ટર્ન), ઉ૦ ક્રિ૦ ધરી ફરતે અથવા પોતાની આસપાસ ફરવું – ફેરવવું (અંશતઃ અથવા આખો ફેરો), ગોળ ગોળ ફરવું – ફેરવવું; બીજી બાજુ તરફ – દિશામાં – ફરવું – મોઢું ફેરવવું; એક પડખેથી – બાજુથી – બીજે પડખે વળવું; બીજી દિશામાં વળવું, નવી દિશા પકડવી; સ્વભાવ, સ્વરૂપ કે સ્થિતિ, ઇ.માં ફેરફાર થવો – કરવો; બદલવું, બદલાવું; સંઘાડા કે ખરાદ પર ઉતારવું-આકાર આપવો, ખરાદવું; કપડું ઉલટાવીને પહેરવું; અમુક ઉંમર વટાવી જવું; અમુક સમયથી મોડા પડવું; (દૂધ) ફાટી જવું, ખાટું કરી નાખવું, ફાડી નાખવું. ~ *about,* ફરી જવું, મોઢું ફેરવી નાખવું. ~ *down* (*an offer*), (માગણી, માગણી કરનાર, ઇ.ને) નકારવું. ~ *in,* અંદરની બાજુ વાળવું – વળવું; સોંપી દેવું; સૂઈ જવું. ~ *into,* -માં પરિવર્તન કરવું – પામવું. બદલાવું – બદલવું. ~ *on* (the water), ચકલી ફેરવીને પાણી છોડવું; -ની ઉપર આધાર રાખવો, -ના શત્રુ બનવું, (શત્રુ)નો સામનો કરવો. ~ *off,* (પાણીનો પ્રવાહ ચકલી ફેરવીને) અટકાવવું, બંધ કરવું; કામદારને કામ પરથી દૂર કરવું. ~ *out,* હાંકી કાઢવું; માલ પેદા કરવો; બહાર જવું, બહાર કાઢવું; અંતે થવું કે દેખાવું. ~ *over,* ધંધો, ઇ. બીજાને સોંપવું; અમુક કિંમતનો માલ વેચવો – ધંધો કરવો. ~ person's *brain,* ગાંડું બનાવવું, મગજ ખસી જાય તેમ કરવું. ~ person's *head,* મગજમાં પવન ભરાય તેમ કરવું. ~ *to,* -ની પાસે મદદ માટે જવું; કામ તરફ વળવું–ની શરૂઆત કરવી. ~ *turtle,* (હોડી.ઇ.) ઊંધું વળી જવું; ઊંધું વળીને ડૂબી જવું. ~ *up,* ઓચિંતા આવી ચડવું; પ્રકાશમાં આવવું; થવું. ~ *upon,* હુમલો કરવો. ના૦ ફરવું, વળવું, તે; ફેરવવું, વાળવું, તે; નવી દિશા, વલણ; વારો, પાળી; તક; ભલાઈ કે દુષ્ટતાનું કામ (*good or bad* ~); સંગીતના કાર્યક્રમમાં નાનકડી ચીજ, ઇ.; ફેરબદલ, બદલ; વળેલો કે વાળેલો ભાગ; સ્વાભાવિક પ્રકૃતિ, વલણ; દોરા, ઇ. નો આંટો – ફેરો; લાગણીને– મનને–આઘાત. *in* ~, વારાફરતી; બદલામાં. *do a good* ~, ઉપકાર કરવો. *done to a* ~, બરાબર રાંધેલું. *give* one *a* ~, તાત્કાલિક ભયચકિત – ગ્રસ્ત કરવું. *serve* one's ~, પોતાની ગરજ માટે પૂરતું હોવું. *take* ~*s at,* વારાફરતી કરવું. ~ *and* ~ *about,* વારાફરતી.

turn'coat (ટર્નકોટ), ના૦ સ્વાર્થ માટે પોતાનો પક્ષ કે મત છોડી દેનાર, પાઘડી ફેરવનાર.

turn'er (ટર્નર), ના૦ વિ. ક. સંઘાડિયો, ખરાદી. **turn'ery,** ના૦ ખરાદીકામ:

ખરાદીને કરેલો સામાન.

turn'ing (ટર્નિંગ), ના૦ રસ્તો વળે છે તે જગ્યા, મોટા રસ્તામાંથી ફંટાતો બીજો રસ્તો. **turn'ing-point**, ના૦ કટોકટીનો સમય, ભારે ઊથલપાથલના આરંભનો સમય, સ્થાન કે ઘટના.

turn'ip (ટર્નિપ), ના૦ સલગમનો છોડ, જેનું મૂળ – કંદ – શાક ને ચાર માટે વપરાય છે.

turn'key (ટર્ન્કિ), ના૦ જેલની ચાવીઓ રાખનાર માણસ; વૉર્ડર, મુકાદમ.

turn'-out (ટર્ન્‌-આઉટ), ના૦ રસાલો, સરસામાન; (અમુક અવધિમાં) પેદા થતો માલ; સભામાં હાજર રહેલા લોકો (ની સંખ્યા); માણસનો પોશાક, ઇ.

turn'over (ટર્ન્ઓવર), ના૦ (ગાડી, ઇ.) ઊંધું વળવું તે; વેપારમાં નાણાંની ઊથલપાથલ – લેવડદેવડ; એક જાતની ગળી રોટી – કેક.

turn'pike (ટર્ન્પાઇક), ના૦ ટોલનાકા આગળનો વાહનો રોકવાનો આગળો કે દરવાજો; આવા આગળાવાળો રસ્તો.

turn'spit (ટર્ન્સ્પિટ), ના૦ માંસ ભૂંજવાની સીક ઉથલાવ્યા કરનાર, માંસભૂંજિયો.

turn'stile (ટર્ન્સ્ટાઇલ), ના૦ ચાર હાથ બેસાડેલા થાંભલાવાળું ગોળ ફરતું ફાટક, જેમાંથી એકી વખતે એક જ માણસ જઈ શકે.

turn'table (ટર્ન્ટેબલ), ના૦ ગાડી, ઍંજિન, ઇ.નું મોઢું ફેરવવા માટેનો ગોળ ફરતો મંચ – પ્લૅટફૉર્મ; ગ્રામફોનની ગોળ ફરતી તખતી (જેના પર રેકર્ડ મુકાય છે).

turp'entine (ટર્પન્ટાઇન), ના૦ ટરબિંથ, દેવદાર, ઇ. ઝાડમાંથી મળતો ગુંદર; તેમાંથી નીકળતું તેલ, ટર્પેન્ટાઇન, નકતેલ.

turp'itude (ટર્પિટ્યુડ), ના૦ નીચતા, ક્ષુદ્રતા, દુષ્ટતા.

tur'quoise (ટર્કોઇઝ઼, -ક્વોઇઝ઼), ના૦ ભૂરાશ પડતા લીલા રંગનું રત્ન – ઝવેર, પીરોજ.

tu'rret (ટરિટ), ના૦ કિલ્લા કે ઘર પરનો નાનો મિનારો; કિલ્લા કે વહાણ પર તોપો અને તોપચીઓ માટે પતરાનો ગોળ ફરતો મિનારો. **tu'rreted**, વિ૦ એવા મિનારાવાળું.

tur'tle (ટર્ટલ), **turtle-dove** (-ડવ), ના૦ એક જાતનું કબૂતર, જે તેના કોમળ અવાજ માટે અને નરમાદા વચ્ચેના પ્રેમ માટે જાણીતું છે. *a pair of* ~*s*, પ્રેમીઓ, આશકમાશૂક.

tur'tle, ના૦ કાચબાના જેવું કવચવાળું પેટે ચાલતું એક દરિયાઈ પ્રાણી; એની કઢી–સેરવો. *turn* ~, ઊંધું વળી જવું.

tusk (ટસ્ક), ના૦ હાથી કે ભૂંડનો બહાર નીકળેલો અણિયાળો દાંત. **tusk'er** (ટસ્કર), ના૦ મોટા દંતૂશળવાળો હાથી.

tuss'er (ટસર), **tuss'ore** (ટસોર), ના૦ રેશમ બનાવનાર કીડાની એક જાત; તેનું રેશમ; તેનું કપડું.

tuss'le (ટસલ), ના૦ અથડામણ, ઝઘડો; મારામારી, કુસ્તી. અ૦ ક્રિ૦ ઝઘડવું, કુસ્તી કરવી.

tuss'ock (ટસૉક), ના૦ ઘાસ. વાળ, ઇ.નો ઝૂમખો.

tut (ટટ્) **tut-tut** (ટટ્ટટ), ઉદ્ગાર૦ અધીરાઈ કે તિરસ્કારનો સૂચક, છિટ્, ઇ. ના૦ એવો ઉદ્ગાર.

tut'elage (ટ્યૂટિલિજ), ના૦ વાલીપણું, પાલકપણું; રક્ષણ; પાલ્યાવસ્થા. **tu'telary** (-લરિ), વિ૦ રક્ષણ આપનારું, રક્ષક, પાલક.

tu'tor (ટ્યૂટર), ના૦ ખાનગી શિક્ષક; [કા.] પાલક, વાલી; યુનિવર્સિટી કે કૉલેજમાં વિદ્યાર્થીઓને માર્ગદર્શન કરનાર, ટ્યૂટર. ઉ૦ ક્રિ૦ ખાનગી શિક્ષકનું કામ કરવું; શીખવવું, કેળવવું; કાબૂમાં રાખવું.

tuxed'o (ટકસીડો), ના૦ (બ૦ વ૦-s, -.es). [અમે.] સાંજના ભોજન વખતે પહેરવાનો કાળો ટૂંકો કોટ.

twa'ddle (ટ્વૉડલ), ના૦ અર્થ વગરની – નીરસ – વાત, લવરી. અ૦ ક્રિ૦ મૂર્ખાઈવાળું – અર્થ વગરનું – બોલવું, લવવું.

twain (ટ્વેન), વિ૦ બે. ના૦ બે, વસ્તુઓ – માણસો (twoનું જૂનું રૂપ).

twang (ટ્વૅંગ), ના૦ વાદ્યનો તાર છેડતાં થતો અવાજ–ઝંકાર; ધનુષ્યનો ટંકાર; નાકમાંનો ગૂંગણો અવાજ, ગૂંગણાટ. ઉ૦ ક્રિ૦ એવો અવાજ થવો – કરવો.

tweak (ટ્વીક), સ૦ ક્રિ૦ આંગળીઓ કે ચાંચ વતી પકડીને મરડવું, આમળવું, આંચકો મારવો. ના૦ એવી રીતે આમળવું તે, જોરદાર આંચકો.

tweed (ટ્વીડ), ના૦ પાંસળીવાળું જાડું ખરબચડું કપડું. [નું ટૂંકુ રૂપ.
'tween (ટ્વીન), નામ૦ અ૦ between
tweeny, ના૦ રસોઇયાને તથા કામવાળીને મદદ કરનાર અને સફાઈ કરનાર માણસ.
tweez'ers (ટ્વીઝર્સ), ના૦બ૦વ૦નિમાળા ચૂંપવાનો નાનો ચીપિયો, ચૂંપિયો.
twelfth (ટ્વેલ્ફ્થ), વિ૦ બારમું. ના૦ બારમો ભાગ – અંશ. **Twelfth-night**, ૫મી જાનેવારી, નાતાલની ઉજવણીના છેલ્લા દિવસની આગલી રાત.
twelve (ટ્વેલ્વ), વિ૦ અને ના૦ બાર (ની સંખ્યા). **twelve'month**, ના૦ વરસ.
twen'ty (ટ્વેન્ટિ), વિ૦ અને ના૦ વીસ (ની સંખ્યા). **twen'tieth**, વિ૦ અને ના૦ વીસમું; વીસમી વસ્તુ; વીસમો ભાગ–અંશ.
twice (ટ્વાઇસ), ક્રિ૦વિ૦ બમણું, બેગણું; બે વાર.
twid'dle (ટ્વિડલ), સ૦ક્રિ૦ આળસ મરડવું, નકામા ચાળા કરવા. ~ one's *thumbs*, નવરા બેસી રહેવું, માખો મારવી. ના૦ મરડાટ.
twig (ટ્વિગ), ના૦ ડાળખું, નાની ડાળી; ઉપશાખા. [આકલન કરવું.
twig, ઉ૦ ક્રિ૦ જોવું, નિરીક્ષણ કરવું; સમજવું,
twi'light (ટ્વાઇલાઇટ), ના૦ ઝાંખું અજવાળું – પ્રકાશ; સંધ્યારાગ, સંધ્યા.
twill (ટ્વિલ), ના૦ વણાટમાં પાંસળી પાડેલી હોય એવું કપડું. સ૦ક્રિ૦ પાંસળી પાડીને વણવું.
twin (ટ્વિન), ના૦ જોડિયાં બાળકોમાંનું કોઈ પણ એક; એકબીજાને મળતી આવતી બે વસ્તુ કે વ્યક્તિમાંથી કોઈ પણ એક; (બ૦ વ૦) જોડિયાં બાળકો. વિ૦ જોડિયું, જોડિયામાં જન્મેલું; બે સરખા ભાગવાળું.
twine (ટ્વાઇન), ના૦ વણેલી – વળ આપેલી – દોરી, સૂતળી, ઇ. ઉ૦ ક્રિ૦ (દોરી) ભાંગવું, વણવું; વીંટવું, વીંટાળી લેવું; -ની ફરતે વીંટાવું, લપેટાવું. (~ *round*). [શૂળ.
twinge (ટ્વિંજ), ના૦ તીવ્ર વેદના, સણકો,
twinkle (ટ્વિંકલ), અ૦ ક્રિ૦ ઝબૂકવું, ચળકાટ મારવો; આંખ મટમટાવવી, -ની આંખના પલકારા મારવા. ના૦ (twinkling પણ) આંખનો પલકારો; તેજનો ઝબકારો; પલકવાર; આંખમાં આનંદ કે ખુશાલીનો ચમકારો.
twirl (ટ્વર્લ), સ૦ક્રિ૦ ચક્કર ચક્કર ફેરવવું, ફેરવવું, વળ આપવો; ઝપાટામાં વીંટવું. ના૦ ચક્કર ચક્કર ફરવું તે, ચક્કર; કલમ, ઇ.નો લાંબો પાંખડો.
twirp (ટ્વર્પ), ના૦ બેડોળ – મૂર્ખ – માણસ.
twist (ટ્વિસ્ટ), ઉ૦ ક્રિ૦ આમળવું, મરડવું, આમળો દેવો, વળ ચડાવવો; દોરડાની સેરો વણવી, દોરડું ભાંગવું; વાંકું કરી નાંખવું, મચડી નાંખવું; -નો અવળો અર્થ કરવો; વાળવું, વળાંક આપવો; વાંકાચૂકા થઈ ને જવું – વહેવું. ના૦ આમળો, વળ; આમળવું, મરડવું, તે; એક પ્રકારનું જોશીલું નૃત્ય; વળ દઈને બનાવેલી દોરી, ઇ.; મનનું વાંકું વલણ, વક્રતા. **twister** (ટવિસ્ટર), ના૦ શઠ. [દેવો.
twit (ટ્વિટ), સ૦ક્રિ૦ મહેણું મારવું, ઠપકો
twitch (ટ્વિચ), ઉ૦ ક્રિ૦ ધીમેથી આંચકો મારવો, આંચકો મારીને ખેંચવું; આપોઆપ ખેંચાવું, આંચકો ખાવો. ના૦ આંચકો, ઝટકો, ખેંચાવું; શરીર, સ્નાયુ, ઇ.નું વારેવારે ખેંચાવું; નસ ચડી જવી.
twitt'er (ટ્વિટર), અ૦ ક્રિ૦ (પક્ષીની જેમ) ચીંચીં – કિલબિલ કિલબિલ – કરવું. ના૦ ચીંચી અવાજ; ધ્રુજરી. *in a* ~, ખૂબ અસ્વસ્થ – ઉત્તેજિત.
'twixt (ટ્વિક્સ્ટ), નામ૦ અ૦ = betwixt.
two (ટૂ), વિ૦ બે. ના૦ બેની સંખ્યા, બે. **two-edged**, વિ૦ બેધારું; બંને બાજુએ કાપનારું. **two-faced**, વિ૦ અપ્રામાણિક, દગાબાજ. **two-handed**, વિ૦ બે હાથવાળું; બંને હાથે મળીને ચલાવી–વાપરી–શકાય એવું. **twop'ence** (ટપન્સ), ના૦ બે પેન્સ(નું નાણું). **twopenny** (ટપનિ), વિ૦ બે પેન્સની કિંમતનું, સસ્તું, કોડીનું. **two'some** (ટૂસમ), ના૦ બે જણે રમવાની રમત – નાચવાનો નાચ.
tyke, ના૦ જુઓ tike.
tympanum (ટિમ્પનમ), ના૦ (બ૦વ૦ -na). કાનનો પડદો, કર્ણપટલ. **tympan'ic** (ટિમ્પૅનિક), વિ૦ કાનના પડદાનું; – નીચેનું હાડકું (~ *bone* પણ).
type (ટાઇપ), ના૦ કોઈ વર્ગ કે જૂથના નમૂના તરીકે કામ દેનાર વ્યક્તિ કે પદાર્થ,

નમૂનો, દાખલો; આદર્શ, નમૂનો; [મુદ્રણ] બીબું, છાપવાનાં બીબાં, ટાઇપ; વિશિષ્ટ વર્ગ કે પ્રકાર; ઉ૦ ક્રિ૦ ટાઇપરાઇટર પર છાપવું કે લખવું. **type'script** (–સ્ક્રિપ્ટ), ના૦ ટાઇપ કરેલું લખાણ, **type-setter** (–સે'ટર), ના૦ બીબાં ગોઠવનારો, કંપોઝીટર. **type'writer** (–રાઇટર), ના૦ ચાવીઓ દબાવીને બીબાં – અક્ષર –પાડવાનું યંત્ર, ટંકલેખનયંત્ર, ટાઇપરાઇટર.

typh'oid (ટાઇફૉઇડ), વિ૦ અને ના૦ (~ *fever* પણ) આંતરડાનો તાવ, એક જાતનો વિષમ જ્વર. ~ *state*, ગંભીર માંદગીની છેલ્લી અવસ્થા, જ્યારે રોગી તન્દ્રા કે મૂર્છામાં હોય છે.

typhoon' (ટાઇફૂન), ના૦ ચીની સમુદ્રમાં થતો આકરો વંટોળિયો.

typh'us (ટાઇફસ), ના૦ એક જાતનો ચેપી તાવ – વિષમ જ્વર, જેમાં રોગી લવરી કરે છે અને તેના શરીર પર રાતા ડાઘા પડે છે.

typ'ical (ટિપિકલ), વિ૦ દાખલા તરીકે ટાંકી શકાય એવું, નમૂના રૂપ; લાક્ષણિક; પોતાની જાતિ કે વર્ગના બધા ગુણધર્મવાળું – નમૂનારૂપ.

typ'ify (ટિપિફાઇ), સ૦ ક્રિ૦ -ના સ્વરૂપનાં લક્ષણ કે ગુણધર્મ દાખવવાં; -ના નમૂના રૂપ હોવું.

typ'ist (ટાઇપિસ્ટ), ના૦ ટાઇપરાઇટર પર કામ કરનાર – લખનાર, ટંકલેખક.

typog'raphy (ટાઇપૉગ્રફિ), ના૦ મુદ્રણ-કળા; મુદ્રણ, છાપકામ. **typograph'ic** (–પગ્રૅફિક), વિ૦ મુદ્રણ કે છાપકામનું – ને લગતું.

tyrann'ical (ટાઇરૅનિકલ, ટિરૅ –), વિ૦ જુલમગારના જેવું; નિર્દય; સ્વૈર, આપખુદ.

tyrann'icide (ટાઇરૅનિસાઇ'ડ, ટિરૅ), ના૦ જુલમગારનું ખૂન; તે કરનાર.

ty'rannize (ટિરનાઇઝ઼), અ૦ક્રિ૦ સ્વૈરપણે – નિરંકુશ પણે – રાજ્ય કરવું, જુલમ ગુજારવો.

ty'rannous (ટિરનસ), વિ૦ જુઓ tyrannical.

ty'ranny (ટિરનિ), ના૦ જુલમ, પ્રજા-પીડન, આપખુદ અને જુલમી કારભાર.

ty'rant (ટાઇરન્ટ), ના૦ જુલમ ગુજારનાર – આપખુદ – રાજા કે શેઠ.

tyre (ટાયર), જુઓ tire.

tyr'o (ટાયરો), જુઓ tiro.

tzar (ઝ઼ાર), જુઓ czar.

U

U, u (યૂ), અંગ્રેજી વર્ણમાળાનો ૨૧મો અક્ષર.

ubi'quity (યૂબિકિવટિ), ના૦ એકી વખતે અનેક ઠેકાણે હોવું તે, સર્વવ્યાપકતા. **ubi'quitous** (–કિવટસ), વિ૦ સર્વવ્યાપક, બધે હાજર.

U-boat (યૂ-બોટ), ના૦ જર્મન પાણડૂબી [(બોટ) – સબમરીન.

udd'er (અડર), ના૦ ઢોર, ઇ.ના આંચળ, આઉ.

ugh (ઉહ્), ઉદ્ગાર૦ નફરતનો સૂચક.

ug'ly (અગ્લિ), વિ૦ કદરૂપું, બેડોળ; ગંદું; બિહામણું; દુષ્ટ, નીચ; આગામી ભયનું સૂચક, અપશકુનિયું.

uh'lan (ઊલન, યૂ–), ના૦ જર્મન કે ઑસ્ટ્રિયન લશ્કરનો ઘોડેસવાર. [આજ્ઞાપત્ર.

ukase' (યુકેસ, યૂકેઝ઼), ના૦ રશિયન ફરમાન –

ukulele (યુકલેલે', યૂકલેલિ), ના૦ હવાઈ ટાપુઓ તરફ વપરાતી ચાર તારવાળી સારંગી.

ul'cer (અલ્સર), ના૦ નાસૂર, ચાંદી; વ્રણ; [લા.] કલંક, ડાઘો. **ul'cerate** (–રેટ), ઉ૦ ક્રિ૦ -માં ચાંદી પડવી – પાડવી.

ull'age (અલિજ), ના૦ પાત્રમાં – વિ. ક. દારૂના પીપમાં – કેટલું રહી શકે અને કેટલું છે તેનો તફાવત, ખોટ, ઘટ; બાટલીને તળિયે રહેલો દારૂ.

ul'na (અલ્ના), ના૦ (બ૦ વ૦ ulnae). કોણી ને કાંડા વચ્ચેનાં બે હાડકાંમાંનું અંદર-ની બાજુનું મોટું હાડકું, અન્ત:પ્રકોષ્ઠાસ્થિ.

ul'ster (અલ્સ્ટર), ના૦ વચ્ચે પટાવાળો લાંબો ને ખૂલતો ડગલો, ઓવરકોટ.

ulter'ior (અલ્ટીરિઅર), વિ૦ દૂરનું, પેલી પારનું, તાત્કાલિક નહિ એવું; ન કહેવાયેલું,

કબૂલ નહિ કરેલું, ઊડું.

ul'timate (અલ્ટિમિટ), વિ૰ અને ના૰ છેવટનું, અંતિમ, (સત્ય,મૂલ્ય,ઇ.); મૂળ પાયાનું, મૂળભૂત, (સિદ્ધાન્ત, તત્ત્વ).

ultima'tum (–મેટમ), ના૰ આખરીનામું, શરતોનું આખરી કહેણ. [સંક્ષેપ ult.

ul'timo (અલ્ટિમો), ક્રિ૰ વિ૰ ગયે મહિને.

ultra (અલ્ટ્ર,-ટ્રા–),ઉપસર્ગ,અત્યંત;વધારે.

ultra-careful,વિ૰ અત્યંત કાળજી લેનારું.

ultraist(–ઇસ્ટ),ના૰ એકાંતિક મત ધરાવનાર.

ultramarine' (–મરીન), વિ૰ દરિયાપાર આવેલું. ના૰ બહુ જ ચળકતો વાદળી રંગ.

ul'tramicroscop'ic (–માઇક્રસ્કૉપિક), વિ૰ સૂક્ષ્મદર્શક યંત્રથી પણ ન જોઈ શકાય એવું, અતિ સૂક્ષ્મ.

ultramon'tane (–મૉન્ટેન), વિ૰ આલ્પ્સ પર્વતની દક્ષિણે આવેલું; પોપની સર્વ-સત્તામાં માનનારું.

ultra-vi'olet (–વાયલિટ), વિ૰ (વર્ણપટના અદશ્ય કિરણ અંગે) વર્ણપટના નીલલોહિત કે પાટલ રંગનાં કિરણોથી પેલી પારનું. ~ *ray*, પ્રકાશના કિરણથી ટૂંકું પણ 'ક્ષ' કિરણથી લાંબું વીજળીનું મોજું.

ultra vires (અલ્ટ્ર વાઇરીઝ઼), વિ૰ અને ક્રિ૰વિ૰ પોતાની સત્તા કે અધિકાર બહાર(નું).

umber (અમ્બર), ના૰ ગેરુ જેવો પણ વધારે ઘેરો ને બદામી રંગ. *burnt* ~,રાતો બદામી.

umbilic'us (અમ્બિલાઇકસ, –લિકસ), ના૰ ડૂંટી, નાભિ. **umbil'ical** (–લાઇકલ, –લિકલ), વિ૰ નાભિનું – ને લગતું.

umbra (અમ્બ્રા), ના૰ (બ૰ વ૰ umbrae).છાયા, ઓળો (દા.ત. પૃથ્વીનો ચંદ્ર પર).

um'brage (અમ્બ્રિજ), ના૰ અપમાન, અવગણના થયાની કે દુભાયાની લાગણી; નામરજી, ગુસ્સો; છાયા, પડછાયો; જેનો પડછાયો હોય તે વસ્તુ *take* ~ *at*, -નું માઠું લાગવું, વાંકું પડવું.

umbrell'a (અમ્બ્રે'લા), ના૰ છત્રી, છત્ર.

um'laut (ઉમ્લાઉટ્), ના૰ a, o, u,નો ભિન્ન ઉચ્ચાર સૂચવવા જર્મન, ઇ.ભાષાઓમાં, તેની ઉપર મુકાતાં બે ટપકાં (નું ચિહ્ન'¨').

um'pire (અમ્પાયર), ના૰ મધ્યસ્થ, લવાદ; ક્રિકેટની રમતમાં નિયમો, ઇ. ના પાલન અંગે ચુકાદો આપનાર, પંચ, અમ્પાયર. અ૰ ક્રિ૰ અમ્પાયર તરીકે કામ કરવું–ચુકાદો આપવો.

ump'teen (અમ્પ્ટીન), ના૰મોટી સંખ્યા. વિ૰ પુષ્કળ, સારી સંખ્યામાં.

unabashed' (અનબૅશ્ટ), વિ૰ અલજ્જિત, નિર્લજ્જ; નિ:સંકોચ.

unabated (અનબેટિડ), વિ૰ પહેલાંના જેટલું જ જોરદાર, પૂરા જોશવાળું. [(~ *to*).

unable (અનેબલ), વિ૰ અશક્ત, અસમર્થ

unaccom'panied (અનકમ્પનિડ),વિ૰ સાથી – સાથ – વગરનું, એકલું.

unaccom'plished (અનકમ્પ્લિશ્ટ), વિ૰પૂરું ન થયેલું, અધૂરું; કળા કૌશલ્ય વિનાનું, અકુશલ.

unaccoun'table (અનકાઉન્ટબલ), વિ૰ સમજાવી ન શકાય – જેનો ખુલાસો ન આપી શકાય – એવું; કોઈને જવાબદાર નહિ એવું; વિચિત્ર.

unaccus'tomed (અનકસ્ટમ્ડ), વિ૰ ટેવ ન હોય એવું; હંમેશનું નહિ એવું, અસાધારણ.

unadvis'edly (અનડ્વાઇઝ઼િડ્લિ), ક્રિ૰ વિ૰ અવિચારથી, વગર વિચારે, ઉતાવળથી.

unaffec'ted (અનૂઅફે'ક્ટિડ), વિ૰ સાચું, ખરા દિલનું; સ્વાભાવિક; જેના પર અસર થતી – થઈ – નથી એવું, કઠણ હૈયાનું.

unalloy'ed (અનલૉઇડ), વિ૰ ભેગ વિનાનું; ચોખ્ખું, નર્યું.

unanim'ity (યુનનિમિટિ), ના૰ એક વિચારના હોવું તે,એકમત, સંપ. **unan'imous** (યુનૅનિમસ), વિ૰ એક મતનું–દિલનું; બધાએ એકમત થઈને કરેલું – આપેલું.

unan'swerable (અનાન્સરબલ), વિ૰ જેનો જવાબ ન આપી શકાય એવું, અખંડનીય.

unapproach'able (અનપ્રોચબલ), વિ૰ જેની પાસે જવાય નહિ એવું,અનભિગમ્ય;અક્કડ

unasked (અનાસ્ક્ડ), ક્રિ૰વિ૰ કહ્યા વિના, સ્વખુશીથી. [ભિમાની, નમ્ર, ડોળ વિનાનું.

unassu'ming (અનસ્યૂમિંગ), વિ૰ નિર-

unattached(અનટૅચ્ડ), વિ૰ કોઈ વ્યક્તિ

કે જૂથ સાથે નહિ જોડાયેલું; અનાસક્ત; અપરિણીત.

unattended (અનટે'ન્ડિડ), વિ૦ નોકરચાકર વિનાનું; છડું, એકલું. [અસર વિનાનું.

unavailing (અનવેલિંગ), નિષ્ફળ, નકામું;

unaware' (અનવેર), વિ૦ -ની જાણ વિનાનું, અજાણ્યું. **unawares'** (–વેર્સ,–ર્ઝ઼), ક્રિ૦ વિ૦ ઓચિંતું, અચાનક; અજાણતાં. *taken* ~, અચાનક પકડાયેલું – સપડાયેલું.

unbal'anced (અનૂબૅલન્સ્ડ), વિ૦ (વિ. ક. મન અંગે) સમતોલ નહિ એવું, અસ્થિર, ચંચળ; અવ્યવસ્થિત. [કાઢવો, ઉઘાડવું.

unbar' (–બાર), સ૦ક્રિ૦ દરવાજાનો આગળો

unbeaten (–બીટન), વિ૦ અણનમ; અપરાજિત; -ના કરતાં કોઈ ચડિયાતું નહિ હોય એવું; (માર્ગ) અક્ષુણ્ણ, જેના પર આવજા નથી થઈ એવું, (~ *track*).

unbecom'ing (–બિકમિંગ), વિ૦ ન છાજે એવું; અણઘટતું, અયોગ્ય; -ને અનુકૂળ–માફક–ન આવે એવું. [નું, અજ્ઞાત.

unbeknown(st), વિ૦ કોઈની જાણ વિના-

unbelief' (–બિલીફ), ના૦ અવિશ્વાસ; નાસ્તિકપણું. **unbeliev'able**, વિ૦ વિશ્વાસ ન કરી શકાય એવું, અવિશ્વસનીય. **unbeliev'er**, ના૦ નાસ્તિક અથવા અજ્ઞેયવાદી, ધર્મ પર જેને વિશ્વાસ નથી એવો માણસ. **unbeliev'ing**, વિ૦ નાસ્તિક અથવા અજ્ઞેયવાદી; અવિશ્વાસી, શંકાખોર.

unbend' (–બેન્ડ), ઉ૦ક્રિ૦ (ભૂ૦કા૦ unbent). સીધું કરવું–થવું; વિસામો આપવો–ખાવો; મિલનસાર–મળતાવડા–થવું. **unbending**, વિ૦ અનણમ; અડગ, દૃઢ.

unbidd'en (–બિડન), વિ૦ નહિ ફરમાવેલું, પોતાની મેળે કરેલું – થયેલું; નહિ બોલાવેલું, અનાહૂત, અનિમંત્રિત.

unbind (–બાઇન્ડ), સ૦ક્રિ૦ (ભૂ૦ કા૦ unbound). બંધ ખોલવા, છોડવું.

unblush'ing (–બ્લશિંગ), વિ૦ લાજ–શરમ – વગરનું, નિર્લજ્જ.

unbos'om (–બુઝ઼મ), સ૦ક્રિ૦ મનની વાત કહેવી, દિલ ખોલીને કહેવું–બોલવું; હૃદયનો ભાર હલકો કરવો (~ oneself *of*).

unboun'ded (–બાઉન્ડિડ), વિ૦ અટકાવ વિનાનું; અમર્યાદ, અનંત.

unbridled (–બ્રાઇડલ્ડ), વિ૦ બેલગામ, નિરંકુશ; છકી ગયેલું.

unbro'ken (–બ્રોકન), વિ૦ નહિ ભાંગેલું, આખું, અખંડિત; અખંડ; વશ નહિ કરાયેલું; (ઘોડો, ઇ.) નહિ પળોટેલું, અણકેળવાયેલું.

unburd'en (–બર્ડન), સ૦ક્રિ૦ ભાર–બોજો–ઉતારવો; પાપ, ગુનો, ઇ. કબૂલ કરીને મન હલકું કરવું (~ oneself).

uncall'ed-for (–કૉલ્ડ-ફૉર), વિ૦ જરૂર વગરનું, નાહક, નકામું. [અસ્વાભાવિક.

uncann'y (–કૅનિ), વિ૦ વિચિત્ર, વિલક્ષણ;

uncared-for, વિ૦ કાળજી લીધા વિનાનું, ઉપેક્ષિત. [અખંડ.

unceas'ing (–સીસિંગ), વિ૦ સતત ચાલુ,

unceremonious (–સે'રિમોનિઅસ), વિ૦ અવિધિસરનું, શિષ્ટાચાર વિનાનું; અચાનક; ઊડઝૂડિયું; બેમુરવત, બેપરવાઈવાળું.

uncert'ain (–સર્ટન,–ટિં–), વિ૦ ખાતરી વગરનું; આધાર – ભરોસો – ન રાખવા જેવું; ચંચળ, લહેરી. [કવખતનું.

unchan'cy (–ચાન્સિ), વિ૦ કમનસીબ;

uncha'ritable (–ચૅરિટબલ), વિ૦ દોષ કાઢનારું; કઠોર; અનુદાર.

unchristian (–ક્રિશ્ચન), વિ૦ ખ્રિસ્તી નહિ એવું; ખ્રિસ્તીને ન છાજે – શોભે – એવું; ખ્રિસ્તી ધર્મથી વિરુદ્ધ.

unciv'il (–સિવિલ), વિ૦ (રીતભાત) અસભ્ય, જંગલી; (વ્યક્તિ) અસભ્ય, તોછડું.

uncle (અંકલ), ના૦ કાકો, મામો, ફુવો, માસો.

unclean' (અનૂક્લીન), વિ૦ અસ્વચ્છ, ગંદું; અશુદ્ધ, અપવિત્ર; નાપાક, બદફેલ. [કરવો.

uncoil' (–કૉઇલ), સ૦ક્રિ૦ વીંટો છોડવો–છૂટો

uncom'ely (–કમ્લિ), વિ૦ બેડોળ, કઢંગું.

uncomm'on (–કૉમન), વિ૦ અસાધારણ, અસામાન્ય; સામાન્યપણે ન મળતું. **uncomm'only**, ક્રિ૦વિ૦ ખૂબ, અતિશય.

uncommu'nicative (–કમ્યૂનિકેટિવ), વિ૦ મનની વાત બીજાને ન કહેનારું, મીંઢું.

uncom'promising (–કૉમ્પ્રમાઇઝિંગ), વિ૦ તડજોડ–સમાધાન–ન કરે એવું, નમતું ન

આપનારું; કડક.

unconcern' (-કન્સર્ન), ના૦ બેકાળજી, બેપરવા ઇ., ઉદાસીનતા. **unconcern'ed,** વિ૦ બેદરકાર, બેફિકર.

uncondi'tional (-કંડિશનલ), વિ૦ બિનશરતી; સંપૂર્ણ, પૂરેપૂરું.

unconfirmed, વિ૦ (બાતમી, નિવેદન, ઇ.) ઊડતું, જેને સમર્થન કે પુષ્ટિ નથી મળી એવું.

uncon'scionable (-કૉન્શનબલ), વિ૦ અયોગ્ય, ગેરવાજબી; અતિશય; વિવેકશૂન્ય, નીતિવિરુદ્ધ. [જાણ વગરનું; બેભાન, બેશુદ્ધ.

uncon'scious (-કૉન્શસ), વિ૦ ભાન કે

unconsid'ered (-કન્સિડર્ડ), વિ૦ વિચારમાં ન લેવાયેલું; ઉપેક્ષિત.

unconstitu'tional (-કૉન્સ્ટિટયૂશનલ), વિ૦ બંધારણથી વિરુદ્ધ, ગેરબંધારણીય.

unconstrain'ed (-કન્સ્ટ્રેન્ડ), વિ૦ બંધન કે અંકુશ વગરનું; સ્વેચ્છાધીન.

unconven'tional (-કન્વેન્શનલ), વિ૦ રૂઢિ કે રૂઢ શિષ્ટાચારના બંધનથી મુક્ત, સ્વતંત્ર વૃત્તિવાળું. [-બૂચ-કાઢવો, ઉઘાડવું.

uncork' (-કૉર્ક), સ૦ક્રિ૦ બાટલીનો દાટો

uncou'ple (-કપલ), સ૦ ક્રિ૦ છૂટું કરવું, જુદું પાડવું (ગાડીના ડબ્બા, કૂતરા, ઇ.ને); જોડનારી સાંકળ, ઇ. દૂર કરવું.

uncouth' (-કૂથ), વિ૦ કઢંગું, બેડોળ; અણઘડ, અસંસ્કારી; જંગલી; વિચિત્ર, તરેહવાર.

unco'ver (-કવર), ઉ૦ક્રિ૦ ઢાંકણ લઈ લેવું, ઉઘાડું કરવું; ટોપી ઉતારવી.

uncritical (-ક્રિટિકલ), વિ૦ પારખવામાં આવડત વિનાનું; વિવેકશૂન્ય.

uncross, સ૦ ક્રિ૦ ક્રૂસની જેમ એકબીજા પર મૂકેલા પગ, હાથ, ઇ.ને છૂટા-સીધા-કરવા. **uncrossed,** વિ૦ (ચેક) લીટી ન દોરેલો, ક્રૉસ ન કરેલો.

uncrowned (-ક્રાઉન્ડ), વિ૦ જેને મુગટ નથી મળ્યો એવું; રાજાના પદ વિનાનું પણ તેની સત્તા ધરાવનારું, અનભિષિક્ત.

unc'tion (અંક્શન), ના૦ અત્તર કે તેલ ચોળવું તે, કોઈ ધાર્મિક વિધિને અંગે કે વૈદ્યકીય ઉપચાર તરીકે તેલ ચોળવું કે તેનો અભિષેક કરવો; લેપ, મલમ; ચિત્તને શાંત કરનારા બોલ; નાટકી ઉત્સાહ; અતિસૌજન્ય. **unc'tuous** (અંક્ટ્યુઅસ), વિ૦ તેલવાળું, ચીકણું; અતિવિવેકી - નમ્ર.

uncut, વિ૦ (પુસ્તક અંગે) જેનાં પાનાં કાપ્યાં નથી એવું; (હીરો) પાસા પાડયા વિનાનું.

undaun'ted (-ડૉન્ટિડ), વિ૦ નીડર, નિર્ભય.

undeceive' (-ડિસીવ્), સ૦ ક્રિ૦ ખોટી આશા, માહિતી, ઇ.થી મુક્ત કરવું, ભ્રમ-ભ્રાંતિ - દૂર કરવી.

undeci'ded (-ડિસાઇડિડ), વિ૦ નક્કી નહિ કરેલું, અનિર્ણીત; ઢચુપચુ.

undemon'strative (-ડિમૉન્સ્ટ્રેટિવ), વિ૦ પોતાની લાગણી વ્યક્ત ન કરનારું; શાંત સ્વભાવનું, સંકોચશીલ.

undeni'able (-ડિનાયબલ), વિ૦ નાકબૂલ ન કરી શકાય એવું, નિર્વિવાદ.

undenomina'tional (-ડિનૉમિનેશનલ) વિ૦ કોઈ ખાસ પંથ કે સંપ્રદાયનું નહિ એવું, અસાંપ્રદાયિક.

under (અંડર), નામ૦અ૦ નીચે, તળે, હેઠળ; (કશાકની) નીચે, -થી નીચે - નીચેની જગ્યાએ; -થી ઊતરતું, હલકી પ્રતનું; -થી ઓછું; -થી ઘેરાયેલું-બંધાયેલું; -ના વખતમાં, -ની કારકિર્દી દરમ્યાન; -ના હાથ નીચે - તાબામાં; અમુક પ્રક્રિયામાંથી પસાર થતું. ~ *consideration,* વિચારાધીન. ~ *fire,* જેની ઉપર ગોળીબાર તોપમારો કે સખત ટીકાનો મારો થતો હોય એવું. ~ *foot,* જમીન પર, પગ તળે. ~ *orders,* (અમુકના) હુકમ - આજ્ઞા-થી. ~ *pain of death,* જો કરે તો મોત (ની સજા) થાય એવું. ~ *protest,* સ્વખુશીથી નહિ પણ પોતાનો વાંધો છે એમ જણાવીને. ~ *repair,* સમારકામ ચાલુ હોય એવું. ~ *sail,* (વહાણ) હંકારાતું હોય ત્યારે. ~ *the circumstances,* એવી પરિસ્થિતિમાં. ક્રિ૦ વિ૦ નીચેની જગ્યાએ કે પદ ઉપર. *go* ~, કઠણ પરિસ્થિતિ, ઇ.થી હારી જવું. વિ૦ ઊતરતું, હાથ નીચેનું.

underbid' (અંડર્બિડ), સ૦ ક્રિ૦ બીજા કરતાં લિલામમાં ઓછી કિંમત બોલવી, લિલામ ઉતારવું. [નહિ પામેલું, અસંસ્કારી, અસભ્ય.

underbred' (-બ્રે'ડ), વિ૦ સારા સંસ્કાર

undercarriage (-કૅરિજ), ના૦ હવાઈ જહાજનો નીચેનો ભાગ, જે નીચે ઊતરતી વખતે તેનો આધાર બને છે.

un'derclothes (-ક્લોધ્ઝ઼), ના૦બ૦વ૦ અંદરથી પહેરવાનાં કપડાં.

un'dercurrent (-કરન્ટ), ના૦ (પાણીની) સપાટી નીચેનો પ્રવાહ; [લા.] સપાટીની નીચે - અંદરખાનેથી - ચાલતી પ્રવૃત્તિ.

undercut' (-કટ), સ૦ ક્રિ૦ બીજાના કરતાં ઓછી કિંમતે વેચવું. **un'dercut**, ના૦ પૂંઠની નીચેનું માંસ.

underdo' (-ડૂ), સ૦ ક્રિ૦ વિ.ક. પૂરું ન રાંધવું, કાચું રાખવું (વિ. ક. ભૂ૦ કૃ૦ under-doneમાં). [માણસ; દુર્દૈવી-ગરીબ-માણસ.

underdog, ના૦ જીવનકલહમાં પરાસ્ત થયેલું

underes'timate (-એ'સ્ટિમેટ), સ૦ક્રિ૦ હોય તેના કરતાં ઓછી આંકણી કરવી - અંદાજ બાંધવો.

undergo' (-ગો), સ૦ ક્રિ૦ (ભૂ૦ કા૦ underwent, ભૂ૦કૃ૦undergone).-માંથી પસાર થવું; સહન કરવું, વેઠવું, ભોગવવું.

undergrad'uate '-ગ્રૅડ્યુએટ, -અટ), ના૦ યુનિવર્સિટીની પહેલી પદવી માટે અભ્યાસ કરનાર વિદ્યાર્થી, ઉપસ્નાતક.

un'derground (-ગ્રાઉન્ડ), ક્રિ૦વિ૦ અને વિ૦ જમીન નીચે (નું) છાનું, છૂપું. ના૦ જમીન નીચેથી પસાર થતી રેલવે.

un'dergrown (-ગ્રોન), વિ૦ જેનો પૂરો વિકાસ થયો નથી એવું, **un'dergrowth** (-ગ્રોથ), ના૦ ઝાડોની નીચે ઊગી નીકળતાં છોડવાં-ઝાંખરાં.

un'derhand (-હૅન્ડ), વિ૦ ગુપ્ત, છૂપું; ધાલમેલવાળું; (દડો) નીચે હાથ રાખીને ફેંકેલું. ક્રિ૦વિ૦ છૂપી રીતે, ચોરીથી, ધાલમેલ કરીને.

underhung, વિ૦ (નીચલા જડબા અંગે) ઉપરના જડબા કરતાં આગળ આવેલું, એવા જડબાવાળું.

underlay' (-લે), સ૦ક્રિ૦ કશાકની નીચે મૂકવું - નીચેથી આધાર આપવો; [મુદ્રણમાં] સારી છાપ પડે તે માટે બીબાંની નીચે પૂઠું, ઇ. મૂકવું. **un'derlay**, ના૦ નીચે મૂકવા માટેનો કાગળ કે ભીંજાય નહિ એવું કપડું, ઇ.

underlie' (-લાઇ), સ૦ ક્રિ૦ સપાટી કે પડની નીચે હોવું; -નો પાયો કે આધાર હોવું.

underline' (-લાઇન), સ૦ક્રિ૦ ભાર દેવા માટે કે ધ્યાન ખેંચવા માટે શબ્દની નીચે લીટી દોરવી; -ની ઉપર ભાર દેવો - મૂકવો.

underlinen (-લિનિન), ના૦ અંદરથી પહેરવાનાં લૂગડાં. [(બહુધા હીન) માણસ.

un'derling (-લિંગ), ના૦ હાથ નીચેનું

underman' (-મૅન), સ૦ ક્રિ૦ (ભૂ૦ કા૦ -manned). વહાણ, ઇ. પર જોઈએ તે કરતાં ઓછાં માણસ રાખવાં.

undermen'tioned, વિ૦ નીચે - હવે પછી - જણાવેલું - ઉલ્લેખ કરેલું.

undermine' (-માઇન), સ૦ક્રિ૦ નીચેથી જમીન ખોદી કાઢવી, -નો પાયો ખોદી કાઢવો; ગુપ્ત રીતે ઈજા પહોંચાડવી; તબિયતને ધીમે ધીમે નુકસાન પહોંચાડવું; નબળું પાડવું.

un'dermost (-મોસ્ટ), વિ૦ સૌથી નીચેનું, કનિષ્ઠ. [તળે, હેઠળ. ક્રિ૦વિ૦ નીચે.

underneath' (-નીથ), નામ૦ અ૦ નીચે,

underpin' (-પિન), સ૦ ક્રિ૦ (ભૂ૦ કા૦ underpinned). ભીંત, બંધ, ઇ.ને મજબૂત બનાવવા માટે તેની નીચે ચણતરનો ટેકો આપવો-પથ્થર મૂકવા.

un'derplot (-પ્લૉટ), ના૦ નાટક કે નવલ-કથાનું (મુખ્ય વસ્તુ ઉપરાંતનું) ઉપકથાનક.

underquote' (-ક્વોટ), સ૦ ક્રિ૦ બીજાના કરતાં ઓછી કિંમત બતાવવી.

underrate' (-રેટ), સ૦ક્રિ૦ ઓછી કિંમત આંકવી, ઓછી કદર કરવી, યોગ્ય કદર ન કરવી.

underscore' -સ્કોર, -સ્કૉર), સ૦ ક્રિ૦ શબ્દો નીચે લીટી દોરવી.

undersell' (-સેલ), સ૦ ક્રિ૦ બીજાના કરતાં ઓછી કિંમતે કે ભાવે વેચવું.

undersign' (-સાઇન), સ૦ ક્રિ૦ પોતાનું નામ નીચે લખવું, નીચે સહી કરવી. *the ~ed*, નીચે સહી કરનાર. [વામણું.

undersized' (-સાઇઝ્ડ), વિ૦ નાના કદનું,

understand (-સ્ટૅન્ડ), ઉ૦ક્રિ૦ (ભૂ૦કા૦ understood).-નો અર્થ સમજવો, સમજવું, આકલન કરવું; અનુમાન કરવું, તારવવું; કોકના કહેવા પરથી કે છાપાના સમાચાર પરથી

જાણવું-ને ખબર, પડવી; અધ્યાહાર માનવું.

understand'ing (-સ્ટૅન્ડિંગ), ના૦ બુદ્ધિ, સમજશક્તિ, સમજ; કરાર, કબૂલાત. વિ૦ સમજશક્તિવાળું, બીજાનો દૃષ્ટિકોણ સમજનારું.

understate' (-સ્ટેટ), સ૦ક્રિ૦ હોય તેના કરતાં ઓછું કહેવું, અલ્પોક્તિ કરવી. **understate'ment**, ના૦ અલ્પોક્તિ.

understood, વિ૦ આધ્યાહૃત, ગર્ભિત.

un'derstrapper (-સ્ટ્રૅપર), ના૦ હલકા કામનો કારભારી; હાથ નીચેનો માણસ.

un'derstudy (-સ્ટડી), ના૦ નાટકનો નટ માંદો પડે તો તેની જગ્યા લેવા માટે તેની ભૂમિકા તૈયાર કરનાર, અવેજી નટ. સ૦ક્રિ૦ કોઈ નટના અવેજી હોવું.

undertake' (-ટેક), ઉ૦ ક્રિ૦ (ભૂ૦ કા૦ undertook, ભૂ૦કૃ૦ undertaken). કશુંક કરવાનું માથે-હાથમાં-લેવું, -ની જવાબદારી લેવી. **un'dertaker** (-ટેકર), ના૦ વિ. ક. અંત્યવિધિ-દાટવા કે બાળવા-ની વ્યવસ્થા કરનાર, મસાણિયો. **underta'king** (-ટેકિંગ), ના૦ ઉપાડેલું કામ, સાહસ; બાંયધરી, વચન, ખાતરી; **un'dertaking**, ના૦ અન્ત્યવિધિની વ્યવસ્થા

un'dertone (-ટોન), ના૦ (બોલતી વખતે) હળવો-દબાયેલો-અવાજ; ફીકાશવાળો રંગ, રંગની આછી છટા.

undertook (-ટુક), undertake નો [ભૂ૦ કા૦.

undertow (-ટો), ના૦ કિનારા પર પછડાયેલા મોજાનું ઊલટી દિશામાં-પાછું-વહેવું; ઉપરના-સપાટી પરના-પ્રવાહથી ઊલટી દિશામાં જતો નીચેનો પ્રવાહ.

un'derwear (-વે'અર), ના૦ અંદરથી પહેરવાનું કપડું-કપડાં.

un'derworld (-વર્લ્ડ), ના૦ પગ તળેની દુનિયા, પાતાળ; પ્રેતલોક; સમાજના તદ્દન નીચલા થરના માણસો; ગુનેગાર વર્ગ.

un'derwood (-વુડ), ના૦ મોટાં ઝાડ નીચેનાં નાનાં ઝાડ, નાની ઝાડી.

underwrite' (-રાઇટ) સ૦ ક્રિ૦ દરિયા પરના માલ, જહાજ, ઇ. નો વીમો ઉતરાવવો; કોઈ ધંધામાં નુકસાન આવે તો તેનો અમુક ભાગ ભરપાઈ કરવાની જવાબદારી લેવી; કંપનીના ન ખપેલા બધા શૅરો ખરીદવાની જવાબદારી લેવી. **un'derwriter**, ના૦ દરિયા પરનાં વહાણો, ઇ.નો વીમો ઉતારનાર, ઇ.

undesigned' (અનડિઝાઇન્ડ), વિ૦ અનિયોજિત; ખાસ હેતુ વિનાનું, અહેતુક.

undesir'able (-ડિઝાયરબલ), વિ૦ઇચ્છવાયોગ્ય નહિ એવું, અનિષ્ટ.

un'determined (-ડિટર્મિન્ડ), વિ૦ અનિશ્ચિત, ચોક્કસ મર્યાદાઓ વિનાનું; અનિર્ણીત.

un'dies (અન્ડિઝ઼), ના૦ બ૦ વ૦ [વાત.] (ખાસ કરીને સ્ત્રીઓનાં) અંદરથી પહેરવાનાં કપડાં.

undig'nified (અનડિગ્નિફાઇડ), વિ૦ મોટાઈ કે પ્રતિષ્ઠાને ન છાજે એવું, હલકાઈવાળું.

undisguis'edly (-ડિસ્ગાઇઝ઼િડ્લિ), ક્રિ૦ વિ૦ ખુલ્લી રીતે, છડેચોક.

undo' (અન્ડૂ), સ૦ક્રિ૦ (ભૂ૦ કા૦ undid, ભૂ૦કૃ૦ undone). કરેલું રદ કરવું; ઊંધું વાળવું, ઉલટાવી દેવું; બાંધેલું છોડવું, ઉઘાડવું; ધૂળધાણી કરવી. **undoing**, ના૦ બરબાદી, પાયમાલી, નાશ, (કીર્તિ, આશા, સંપત્તિ, ઇ.નો). **undone**, વિ૦ ન કરેલું; પાયમાલ થયેલું.

undoubt'edly (-ડાઉટિડ્લિ), ક્રિ૦ વિ૦ બેશક, નિઃસંશય.

undress' (-ડ્રે'સ), ઉ૦ ક્રિ૦ કપડાં ઉતારવાં -કાઢવાં (પોતાનાં કે બીજાનાં). **un'dress**, ના૦ (હંમેશનો) સાદો પોશાક.

undue (-ડ્યૂ), વિ૦ હદ ઉપરાંતનું, અત્યંત.

un'dulate (-ડ્યુલેટ), અ૦ક્રિ૦ મોજાંની પેઠે ઊંચાનીચા થવું-થતું દેખાવું. **undula'tion**, ના૦ મોજાંની જેમ હાલવું; ધીમે ધીમે ધીમે ચડવું ને ઊતરવું તે.

undu'ly (-ડ્યૂલિ), ક્રિ૦ વિ૦ ખોટી રીતે; અતિશય, બેસુમાર.

undy'ing (-ડાઇંગ), વિ૦ મરે નહિ એવું, [અમર.

unearth' (અનર્થ), સ૦ ક્રિ૦ છૂપી વસ્તુને બહાર કાઢવું, શોધી કાઢવું; પ્રકાશમાં આણવું.

unearth'ly (-અર્થ્લિ), વિ૦આ દુનિયાનું નહિ એવું, અલૌકિક; વિચિત્ર. [અસ્વસ્થ; ચિંતાગ્રસ્ત.

unea'sy (અનીઝ઼િ), વિ૦ અસુખી, બેચેન,

unemploy'ed (અનએમ્પ્લૉઇડ, -ઇમ્પ્લૉ-),

વિ૦ નોકરી – કામધંધા – વિનાનું, બેકાર. **unemploy'ment,** ના૦ બેકારી.

unend'ing (અને'ન્ડિગ), વિ૦ કદી પૂરું થાય નહિ – અંત આવે નહિ – એવું, અનંત; કાયમનું.

un'equal (અનીક્વલ) વિ૦ બરાબર – સમાન – નહિ એવું; અસમાન, વિષમ; ગુણવત્તા, ઇ.માં એકસરખું નહિ એવું; અનિયમિત. ~ *to*, -ને માટે પૂરતી તાકાત વિનાનું–અક્ષમ.

unequiv'ocal (અનૂઇક્વિવકલ), વિ૦ દ્વિઅર્થી નહિ એવું, સ્પષ્ટ; સાદું; અસંદિગ્ધ, અચૂક.

unerr'ing (અનર્રિંગ), વિ૦ ચૂકે – ભૂલ કરે – નહિ એવું, અચૂક; ચોક્કસ, ખાતરીવાળું.

unessen'tial (અનિસેન્શલ), વિ૦ બિન-જરૂરી, અનાવશ્યક; બહુ મહત્ત્વનું નહિ એવું.

une'ven અનીવન), વિ૦ સરખું કે સપાટ નહિ એવું; (સંખ્યા) વિષમ, એકી; અસમાન.

unexam'pled (અનિગ્ઝામ્પલ્ડ), વિ૦ જેને માટે કોઈ દાખલો ન આપી શકાય એવું, અપૂર્વ; અદ્વિતીય.

unexcep'tionable (અનિક્સે'પ્શનબલ), વિ૦ જેને વિષે કશો વાંધો ન લઈ શકાય એવું, અબાધ, નિર્દોષ.

unexpired (અનિક્સ્પાયર્ડ), વિ૦ (કરાર, ઇ.) અમલમાં રહેલું, જેનો અંત નથી આવ્યો એવું.

unfailing' (અનફેલિંગ), વિ૦ કદી ખૂટે – ચૂકે – નહિ એવું, અચૂક, અખૂટ.

unfair (–ફેર), વિ૦ અન્યાયી, ગેરવાજબી; પક્ષપાતવાળું. [ચિત, વિચિત્ર.

unfamil'iar (–ફમિલ્યર), વિ૦ અપરિ-

unfa'sten (–ફાસન), સ૦ ક્રિ૦ છોડવું, છૂટું કરવું, ઉઘાડવું. **unfas'tened**, વિ૦ નહિ બાંધેલું, છૂટું. [કઠોર; નિર્દય, ક્રૂર.

unfeel'ing (–ફીલિંગ), વિ૦ લાગણી વિનાનું,

unfeign'edly –ફેનિડ્લિ), ક્રિ૦વિ૦ ખોટા ડોળ વગર; ખરા દિલથી, નિખાલસપણે.

unfem'inine (–ફેમિનાઇન), વિ૦ સ્ત્રીને ન છાજે – શોભે – એવું.

unfit' (–ફિટ), વિ૦ અયોગ્ય, અનુચિત, અજુગતું; નાલાયક. સ૦ક્રિ૦ -ને માટે નાલાયક બનાવવું. **unfitt'ing**, વિ૦ અનુકૂળ કે માફક નહિ એવું; ન છાજે એવું. [કાઢવું.

unfix' (–ફિક્સ), સ૦ક્રિ૦ ઢીલું કરવું, છોડવું,

unfold' (–ફોલ્ડ), ઉ૦ક્રિ૦ ઉકેલવું, ગડી છૂટી પાડવી; પ્રગટ – ખુલ્લું – કરવું–થવું; વિકસિત થવું, ખીલવું. [કાચું, બરાબર ન વિકસેલું.

unformed' (–ફૉર્મ્ડ), વિ૦ આકાર વિનાનું;

unfort'unate (–ફૉર્ચ્યુનિટ, –ર્ચનિટ), વિ૦ દુર્દૈવી, કમનસીબ; દુ:ખી; અશુભ, અનિષ્ટ.

unfoun'ded (–ફાઉન્ડિડ), વિ૦ પાયા વગરનું, બિનપાયાદાર; નિરાધાર.

unfrock, (–ફ્રૉક), સ૦ ક્રિ૦ ઝભ્ભો ઉતારી લેવો; પાદરીનો અધિકાર – સત્તા – લઈ લેવી.

unfurl' (–ફર્લ), ઉ૦ક્રિ૦ (સઢ, ઇ.) ઉકેલવું, ખોલવું; (ઝંડો) ફરકાવવું.

unfur'nished (–ફર્નિશ્ટ), વિ૦ રાચરચીલા – સામાન સરંજામ – ફર્નિચર – વિનાનું.

ungain'ly (–ગેન્લિ), વિ૦ કઢંગું, કુરૂપ, બેડોળ.

ungall'ant (–ગૅલન્ટ), વિ૦ (સ્ત્રી) દાક્ષિણ્ય વિનાનું; ભીરુ, બીકણ.

ungen'tlemanly (–જે'ન્ટલ્મન્લિ), વિ૦ સદ્ગૃહસ્થને ન છાજે એવું, અશિષ્ટ.

ungod'ly (–ગૉડ્લિ), વિ૦ દુષ્ટ; પાપી, અધાર્મિક, અપવિત્ર.

ungo'vernable (–ગવર્નબલ), વિ૦ બેકાબૂ, કાબૂમાં ન આવે એવું; જંગલી, બેલગામ; જોરાવર, આવેશવાળું. [હીન; રીતભાત વિનાનું.

ungra'cious (–ગ્રેશસ), વિ૦ સૌજન્ય-

ungrammat'ical (–ગ્રમૅટિકલ), વિ૦ વ્યાકરણદોષવાળું, વ્યાકરણના નિયમથી વિરુદ્ધ.

ungroun'ded (–ગ્રાઉન્ડિડ), વિ૦ પાયા વગરનું, નિરાધાર.

ungrudg'ing (–ગ્રજિંગ), વિ૦ પ્રસન્નપણે – આનાકાની વગર – કરેલું કે આપેલું.

unguar'ded (–ગાર્ડિડ), વિ૦ અરક્ષિત; અસાવધ, ગાફેલ; (જાહેર પત્રક, ઇ.) જેમાં છાની વાત ગફલતથી કહી દીધી હોય એવું.

ung'uent (અંગ્વન્ટ), ના૦ લેપ, મલમ; ઊંજણ, ઊંજવાનું દ્રવ્ય.

unhall'owed (અનહૉલોડ), વિ૦ પવિત્ર ન કરેલું, અપવિત્ર; દુષ્ટ; પાપી.

anhand' (–હૅન્ડ), સ૦ ક્રિ૦ હાથમાંથી છોડી દેવું; (પોતાનો) હાથ ઉઠાવી લેવો – દૂર કરવો.

unhan'dy (–હૅન્ડિ), વિ૦ અણઘડ, અકુશળ,

અનાડી; સગવડ વિનાનું, સહેલાઈથી ઉપયોગ ન કરી શકાય એવું.

unhapp'y (–હૅપિ), વિ૦ દુઃખી; દુર્દૈવી, કમનસીબ; અશુભ; શોચનીય.

unheal'thy (–હૅ'લ્થિ), વિ૦ રોગવાળું, રોગી; રોગજનક, તબિયતને નુકસાન કરે એવું.

unheard-of, વિ૦ કદી ન સાંભળેલું, અપૂર્વ, અજોડ.

unhinge' (–હિંજ), સ૦ક્રિ૦ મનગરા પરથી (બારણું) ઉતારી લેવું; [લા.] અસ્થિર (મગજ-વાળું) બનાવવું.

unhisto'rical (અન્‌હિસ્ટૉરિકલ), વિ૦ અનૈતિહાસિક, ઇતિહાસમાં જેને આધાર – દાખલો – નથી એવું.

unho'ly (–હોલિ), વિ૦ અપવિત્ર, નાપાક; દુષ્ટ.

unhook' (–હુક), સ૦ક્રિ૦ આંકડો – કડી – કાઢી નાંખવી – નાખીને કોટ, ઇ. ખુલ્લું કરવું.

unhorse' (–હૉર્સ), સ૦ ક્રિ૦ (સવારને) ઘોડા પરથી ગબડાવી દેવો – ઉતારી પાડવું – નીચે ઉતારવું.

unicell'ular (યૂનિસે'લ્યુલર), વિ૦ એકકોષી.

un'icorn (યૂનિકૉર્ન), ના૦ ઘોડાનું શરીર અને એક સીધા શિંગડાવાળું કલ્પિત પ્રાણી; [ખ.] શૃંગાશ્વ.

un'iform (યૂનિફૉર્મ), વિ૦ ફેરફાર નહિ પામતું, એકધારું; સતત એકધારું; એકસરખું, રૂપ કે પ્રકારમાં ન બદલાનારું. ના૦ કોઈ મંડળના સભ્યોનો સામાન્ય પોશાક, ગણવેશ. **uniform'ity** (યુનિફૉ'મિટિ) ના૦ એકસરખાપણું, એકરૂપતા. [એકત્ર આણવું.

un'ify (યૂનિફાઈ), સ૦ ક્રિ૦ એક કરવું;

unilat'eral (યૂનિલૅટરલ), વિ૦ (કરાર, ઇ. વિષે) એક પક્ષને બંધનકર્તા; એકપક્ષી–તરફી.

unimpeach'able (અન્‌ઇમ્પીચબલ), વિ૦ જેના પર આરોપ, કલંક કે દોષ ન મૂકી શકાય એવું, નિર્દોષ.

uninform'ed (અનિન્‌ફૉર્મ્ડ), વિ૦ જાણકારી – કેળવણી – વિનાનું, અજ્ઞાન.

uninspired' (અનિન્સ્પાયર્ડ), વિ૦ બીજા પાસેથી પ્રેરણા–સૂચના–નહિ પામેલું; સામાન્ય, સાદું.

unintell'igible (અનિન્ટે'લિજિબલ), વિ૦ સમજી ન શકાય એવું, દુર્બોધ; અસ્પષ્ટ, ગૂઢ.

uninvi'ting (અનિન્‌વાઇટિંગ), વિ૦ જેની તરફ મન દોડે નહિ એવું, અનાકર્ષક.

un'ion (યૂન્યન), ના૦ એકત્ર આણવું – સાથે લાવવું–તે; જોડવું, જોડાણ, સંયોગ, એકત્ર થવું; લગ્ન(સંબંધ); ઐક્ય, સંપ, મેળ; અનેક ઘટકોનું એકત્ર બનેલું મંડળ, સંઘરાજ્ય, ઇ.; 'પૂઅર-લૉઝ' (ગરીબોને લગતા કાયદાઓ) ની અમલ-બજાવણી માટે અનેક દેવળોનો બનેલો સંઘ; એવા સંઘનું ઉદ્યોગાલય. *U~ Jack*, ના૦ ઇંગ્લંડ, સ્કૉટલન્ડ, વેલ્સ અને ઉ. આયર્લન્ડનો રાષ્ટ્રધ્વજ, યુનિયન જેક. *~ suit*, [અમે.] પગ સાથે આખા શરીર માટેનો પહેરવેશ. *trade ~*, મજૂર કે કામદારમંડળ – મહાજન.

un'ionist (યૂન્યનિસ્ટ), ના૦ મજૂરો કે કામદારોના મહાજનનો પુરસ્કર્તા–હિમાયતી–સભ્ય; ગ્રેટ બ્રિટન અને આયર્લન્ડના કાયદા દ્વારા જોડાણનો પુરસ્કર્તા.

unique' (યુનીક, યૂ–), વિ૦ પોતાની જાતનું એક જ; અનન્ય, અનુપમ, અજોડ.

un'ison (યૂનિઝન), ના૦ બધા ગાનારાઓએ એક જ રાગ સાથે ગાવો તે; સ્વરસૂરનો મેળાપ; એકરાગ, સંપ; મેળ. *in~*, તે જ વસ્તુ એક જ વખતે સાથે મળીને કરનારું.

un'it (યૂનિટ), ના૦ એકની સંખ્યા, એકમ; એક વ્યક્તિ કે જૂથ; માપવાનું એકમ, માપ. *~ trust*, અમુક નિશ્ચિત કરેલા એકમના ભાગો વેચીને ઊભો કરેલો નિધિ, જે બેંકની જેમ ઉદ્યોગોને પૈસા ધીરવાનું કામ કરે છે અને એકમોના ધારણ કરનારાઓને ડિવિ-ડન્ડ આપે છે.

unitar'ian (યુનિટેરિઅન), ના૦ પિતા, પુત્ર ને પવિત્ર આત્માની ત્રિમૂર્તિમાં નહિ પણ ઈશ્વર એક છે એમ માનનાર; એકેશ્વરવાદી. **un'itary**, વિ૦ એક એકમ કે એકમોનું (બનેલું)–ને લગતું.

unite' (યુનાઇટ), ઉ૦ ક્રિ૦ સાથે જોડવું, એક કરવું; જોડાવું, એક થવું; એકત્ર કરવું – થવું; -ની સાથે સહકાર કરવો; એકમત–સહમત–થવું.

un'ity (યૂનિટિ), ના૦ એકતા, ઐક્ય; એકરાગ, મેળ; સંપ, ઐક્ય.

univers'al (યુનિવર્સલ, યૂ-), વિ૦ સર્વ-સામાન્ય, સાર્વત્રિક; વિશ્વવ્યાપક; બધાને અસર કરનારું – લાગુ પડતું; બધા દ્વારા કરાતું. ના૦ સામાન્ય ગુણ; સાર્વત્રિક – સામાન્ય – સિદ્ધાંત. **universal'ity** (યુનિવર્સૅલિટિ), ના૦ સાર્વત્રિકતા.

un'iverse (યૂનિવર્સ), ના૦ અખિલ સૃષ્ટિ, વિશ્વ; સમગ્ર માનવજાતિ.

univers'ity (યુનિવર્સિટિ, યૂ–), ના૦ વિશ્વ-વિદ્યાલય, યુનિવર્સિટી, વિદ્યાપીઠ.

unkempt' (અન્કૅ'મ્પ્ટ્), વિ૦ વાળ વગેરે ઓળેલા નહિ એવું, અવ્યવસ્થિત; ગંદું.

unlearn' (–લર્ન), સ૦ ક્રિ૦ (ભણેલું) ભૂલી જવું, ખોટી ટેવથી – માહિતીથી – મુક્ત થવું. **unlearn'ed** (–લર્નિડ), વિ૦ સારી રીતે નહિ ભણેલું, કેળવણી નહિ પામેલું. **unlearnt'** અથવા **unlearned'** (–લર્ન્ડ), વિ૦ (પાઠ, ઇ.) નહિ ભણેલું – શીખેલું.

unleash' (–લીશ),સ૰ક્રિ૦ (કૂતરાનું) બંધન-વાધરી, દોરી, ઇ.–છોડી દેવું; (મનોવિકાર, ઇ.) છૂટું મૂકવું. [મોણ – વગરનું.

unlea'vened (–લીવન્ડ), વિ૦ ખમીર –

unless' (–લૅ'સ), ઉભ૦અ૦ સિવાય, વગર; જો નહિ...તો, જો...તો નહિ.

unlett'ered (–લૅ'ટર્ડ), વિ૦ અભણ, અ-શિક્ષિત; નિરક્ષર.

unlicked, વિ૦ ઉદ્ધત, અસંસ્કારી; અપરા-જિત. ~ *cub*, ક્ષુદ્ર પણ અભિમાની અને અગ્યાપારેશુ વ્યાપાર કરનારો.

unlike' (–લાઇક), વિ૦ અને નામ૦ અ૦ ભિન્ન, અસદૃશ, -ના જેવું નહિ.

unlike'ly (–લાઇક્લિ), વિ૦ અસંભવિત; આશાસ્પદ નહિ એવું.

unlim'ited (–લિમિટિડ), વિ૦ અમર્યાદ, અનહદ; અનિર્બંધ, અનિયંત્રિત; પુષ્કળ, અપાર.

unload' (–લોડ), સ૦ક્રિ૦ ગાડું, વહાણ, ઇ.-માંથી માલ ઉતારવો, ગાડું ખાલી કરવું; બંદૂક, ઇ. ભરેલું હોય તે ખાલી કરવું.

unlock' (–લૉક), સ૦ ક્રિ૦ બારણા, ઇ.નું તાળું–કળ–ઉઘાડવી: [લા.] મન ખુલ્લું કરીને કહેવું. [ધારેલું, અનપેક્ષિત.

unlooked'-for (–લુકડ્–ફૉર), વિ૦ નહિ

unloose' (–લૂસ), સ૦ક્રિ૦ ઢીલું કરવું, છોડવું, છૂટું કરવું. [અનાકર્ષક; વિકરાળ.

unlove'ly (–લવ્લિ), વિ૦ અણગમતું,

unlucky' (–લકિ), વિ૦ કમનસીબ, દુર્દૈવી; નિષ્ફળ, અયશસ્વી. [unmake.

unmade, વિ૦ હજી નહિ કરેલું. જુઓ

unmake' (–મેક), સ૦ક્રિ૦ કર્યું તે ન કર્યું કરવું; -નો નાશ કરવો.

unman' (–મૅન્), સ૦ ક્રિ૦ (ભૂ૦ કા૦ unmanned). નાહિંમત કરવું; સત્ત્વહીન કરવું; રોવડાવવું; -થી સખત ફટકો લાગવો.

unmanageable (–મૅનિજબલ), વિ૦ કાબૂમાં – હાથમાં – ન રાખી શકાય એવું, છકી ગયેલું.

unmann'erly (–મૅનર્લિ), વિ૦ રીત-ભાત વિનાનું, અસભ્ય, અસંસ્કારી.

unmarked' (–માર્ક્ટ), વિ૦ નિશાની કર્યા વિનાનું; ન જોયેલું, અલક્ષિત.

unmask' (–માસ્ક), ઉ૦ ક્રિ૦ મુખવટો ઉતારવો, બનાવટી ચહેરો કાઢી નાંખવો; વેશ ઉતારવો, છતા થવું; ઉઘાડું પાડવું. [અદ્વિતીય.

unmatched' (–મૅચ્ડ), વિ૦ અજોડ,

unmean'ing (–મીનિંગ), વિ૦ અર્થહીન, નકામું. [એવું, અમાપ, અપાર.

unmeasured (–મેઝર્ડ), વિ૦ મપાયેલું નહિ

unmen'tionable (–મૅ'નૂશનબલ), વિ૦ જેનું નામ ન દેવાય એવું– એટલું ખરાબ.

unmer'ciful (–મર્સિફુલ), વિ૦ દયાહીન, ક્રૂર; કડક.

unmer'ited (–મૅ'રિટિડ), વિ૦ જેને માટે પાત્ર નથી એવું; અપાત્રને મળેલું; અઘટિત, ગેરવાજબી. [નહિ એવું, અપદ્ય.

unmet'rical (–મૅ'ટ્રિકલ), વિ૦ વૃત્તમાં

unmista'kable (–મિસ્ટેકબલ), વિ૦જેને વિષે ભૂલ – ગેરસમજણ – શંકા – ન થાય એવું, શંકાતીત, સ્પષ્ટ.

unmit'igated (–મિટિગેટિડ), વિ૦ કમી નહિ થયેલું, નરમ નહિ પડેલું; પૂરેપૂરું, નર્યું; હડહડતું, તદ્દન. ~ *scoundrel*, પાકો બદમાશ.

unmoor' (–મૂર), સ૦ક્રિ૦ વહાણને જકડી રાખનારાં દોરડાં છોડવાં, લંગર ઉઠાવીને વહાણ હંકારવું.

unmor'al (–મૉરલ), વિ૦ જેમાં નીતિ-અનીતિનો સંબંધ નથી એવું, નીતિનિરપેક્ષ.
unmount'ed, વિ૦(વ્યક્તિ) ઘોડા પર સવાર નહિ એવું; (ચિત્ર) જાડા પૂઠા પર નહિ ચોડેલું, મઢ્યા વિનાનું; (રત્ન) અજડિત.
unmoved' (–મુવ્ડ), વિ૦ નહિ ખસેલું, અચલિત; દૃઢ; શાંત, સ્વસ્થ; જેના મન પર કશી અસર નથી થઈ એવું.
unmu'sical (–મ્યૂઝ્રિકલ), વિ૦ સંગીત માટે રુચિ કે વલણ ન ધરાવનારું, સંગીતમાં અનભિજ્ઞ; બેસૂરું.
unna'mable (–નેમબલ), વિ૦ નામ પણ ન દેવાય એવું; ગંદું, ભૂંડું.
unna'tural (– નૅચરલ), વિ૦ કુદરતથી વિરુદ્ધ, અસ્વાભાવિક; લાગણી–મમતા–વિનાનું.
unne'cessary (–ને'સિસરિ), વિ૦ બિન-જરૂરી; જોઈએ તે કરતાં વધુ.
unnerve' (–નર્વ), સ૦ ક્રિ૦ અશક્ત – નબળું – બનાવવું; મનોબળ – હિંમત – તોડી નાખવી – ભાંગવી. [અસંખ્ય.
unnum'bered (–નમ્બર્ડ), વિ૦ અગણિત,
unobtrus'ive (અનપ્ટ્રૂસિવ), વિ૦ વગર બોલાવ્યે જાય નહિ એવું, સંકોચશીલ, શરમાળ.
unoffend'ing (અનૉફે'ન્ડિંગ),વિ૦ બીજાને ખોટું ન લગાડનારું, નિરુપદ્રવી.
unoffi'cial (અનૉફિશલ), વિ૦ બિન-સરકારી; (વિ.ક. બાતમી) અનધિકૃત. [નકલી.
unorig'inal (અનૉરિજિનલ), વિ૦ કેવળ
unpack' (અન્પૅક), ઉ૦ ક્રિ૦ પેટી, ખોખું, ઇ. ઉઘાડવું – ખોલવું,–ખોલીને અંદરની વસ્તુઓ બહાર કાઢવી. [વિ૦ અજોડ, અપ્રતિમ.
unpa'ralleled (–પૅરલે'લ્ડ, –લલ્ડ),
unparliamen'tary(–પાર્લમે'ન્ટરિ),વિ૦ પાર્લમેન્ટ – લોકસભા – ના શિરસ્તા–શિષ્ટાચાર –થી વિરુદ્ધ; પાર્લમેન્ટની પ્રતિષ્ઠાને ન શોભે એવું; વધુ પડતું આકરું. [ઉકેલવું, ટાંકા ઉખેડવા.
unpick' (–પિક), સ૦ ક્રિ૦ (કપડું)સીવેલું
unplea'sant (–પ્લે'ઝ્રન્ટ), વિ૦ ન ગમે એવું, અપ્રિય, દુઃખદાયક. **unplea'sant-ness,** ના૦ (વિ. ક.) ગેરસમજ(ણ); કડવાશ, ઝઘડો, અણબનાવ.
unpop'ular (– પૉપ્યુલર), વિ૦ લોકોને અણગમતું – અપ્રિય; મિત્ર વિનાનું.
unprac'tised (–પ્રૅક્ટિસ્ડ), વિ૦ અભ્યાસ – અનુભવ – વિનાનું; અનભ્યસ્ત, અકુશળ.
unpre'cedented (–પ્રે'સિડે'ન્ટિડ, –ડન્ટિડ), વિ૦જેને માટે અગાઉનો કોઈ દાખલો નથી એવું, અપૂર્વ.
unprej'udiced (–પ્રે'જુડિસ્ટ), વિ૦ પૂર્વ-ગ્રહ વિનાનું; નિષ્પક્ષપાતી.
unpremed'itated (– પ્રિમે'ડિટેટિડ), વિ૦ અગાઉથી નહિ વિચારેલું, પૂર્વનિયોજિત નહિ એવું; સહજસ્ફૂર્ત.
unpresen'table (– પ્રિઝ્રન્ટબલ), વિ૦ લોકોમાં આગળ ન આણવા જેવું – આવવા જેવું; પોશાક, ઇ. વ્યવસ્થિત ન કરેલું ને તેથી ન જોવા જેવું.
unpretend'ing (–પ્રિટે'ન્ડિંગ), **un-preten'tious** (–પ્રિટે'ન્શસ),વિ૦ દેખાવ ન કરવાની વૃત્તિવાળું; નિરાડંબરી; વિનયી, નમ્ર.
unprin'cipled (–પ્રિન્સિપલ્ડ), વિ૦ નીતિ કે સદાચારના સિદ્ધાંત વિનાનું, તત્ત્વનિષ્ઠા વિનાનું; ભ્રષ્ટ, દુરાચારી. [ગંદું, હલકું
unprintable, વિ૦ છાપી ન શકાય એવું;
unprofe'ssional(–પ્રફે'શનલ), વિ૦ ધંધા કે વ્યવસાયના શિષ્ટાચાર કે નીતિ વિરુદ્ધ, –તેને ન શોભે એવું.
unpro'fitable(–પ્રૉફિટબલ), વિ૦ નફો – લાભ – ન મળે એવું; ગેરફાયદાનું; નકામું.
unpromp'ted (–પ્રૉમ્પ્ટિડ), વિ૦ બીજા કોઈએ સૂચવ્યા વિનાનું, સ્વતંત્ર બુદ્ધિથી કરેલું, ઇ.
unprovi'ded (–પ્રવાઇડિડ), વિ૦ પૈસા વગેરેની જોગવાઈ જેને માટે નથી કરી એવું; તૈયાર નહિ થયેલું.
unprovoked (–પ્રવોક્ટ), વિ૦ ઉશ્કેરાટને કારણ આપ્યા વિનાનું; કારણ વિનાનું, અકારણ.
unqua'lified (–ક્વૉલિફાઇડ), ના૦ જરૂરી લાયકાત કે યોગ્યતા વિનાનું; બિનશરતી, નિશ્ચિત, મર્યાદા વિનાનું; શંકારહિત.
unques'tionable (– ક્વે'સ્ચનબલ), વિ૦ જેને વિષે પ્રશ્ન કે શંકા ઉઠાવી શકાય નહિ એવું, નિઃસંશય; શંકારહિત.
unques'tioned (– ક્વે'સ્ચન્ડ), વિ૦ શંકારહિત; નિર્વિવાદ. **unques'tioning,**

વિ૰ શંકા ન ઉઠાવનાર.

unqui'et (–ક્વાયટ), વિ૰ અસ્વસ્થ, અશાંત; પ્રક્ષુબ્ધ.

unrav'el (–રૅવલ), સ૰ ક્રિ૰ ગૂંચ કાઢવી–ઉકેલવી; ગૂંચવાયેલું છૂટું કરવું, ધાગાદોરા જુદા પાડવા; ગૂંચવણભરેલા પ્રશ્નનો ઉકેલ કરવો. (રહસ્ય) ઉઘાડું પાડવું.

unread' (–રે'ડ), વિ૰ (ચોપડી, ઇ.) નહિ વાંચેલું; (વ્યક્તિ) જેણે ઝાઝું વાંચ્યું નથી એવું, અશિક્ષિત. **unread'able** (–રીડબલ), વિ૰ વાંચી ન શકાય એવું; વાંચવાલાયક નહિ એવું.

unrea'dy (–રે'ડિ), વિ૰ વિ. ક. કામ કરવામાં ઢીલું, ધીમું, સુસ્ત. [ભ્રમાત્મક; ખોટું.

unre'al (–રીઅલ), વિ૰ કાલ્પનિક; ભ્રામક,

unrea'sonable (–રીઝ઼નબલ), વિ૰ ગેરવાજબી, અયોગ્ય; વિવેકહીન; અતિશય.

unreclaimed' (–રિક્લેમ્ડ), વિ૰ (જમીન) અણખેડાયેલું, પડતર.

unredeemed' (–રિડીમ્ડ), વિ૰ (ખંડણી કે અવેજ આપીને) નહિ છોડાવેલું, (વચન, ઇ.) નહિ પાળેલું, (દોષ, ગુનો, ઇ.) સત્કર્મ કે પ્રાયશ્ચિત્ત કરીને પરિહાર ન કરેલું.

unreflect'ing (–રિફ્લે'ક્ટિંગ), વિ૰ અવિચારી.

unregen'erate (–રિજે'નરિટ), વિ૰ હૃદયપરિવર્તન ન થયું હોય એવું, નીતિ કે ધર્મનો ઉદય – પુનર્જન્મ – જેનામાં નથી થયો એવું.

unrehearsed' (–રિહર્સ્ટ), વિ૰ અગાઉ પ્રયોગ ન કરેલું, પૂર્વતૈયારી વિનાનું; સહજ.

unrelieved' (–રિલીવ્ડ), વિ૰ કોઈની મદદ મળ્યા વિનાનું; વિવિધતા કે ભિન્નતા જેમાં નથી એવું, એકનું એક.

unremitt'ing (–રિમિટિંગ), વિ૰ અ-વિરત, નિરંતર ચાલુ (રહેલું).

unrequi'ted (–રિક્વાઇટિડ), વિ૰ (પ્રેમ, પ્રીતિ, નો) બદલો નહિ વાળેલું.

unreser'vedly (–રિઝ઼ર્વિડ્લિ), ક્રિ૰ વિ૰ મનમાં સંકોચ – આંતરો – રાખ્યા વિના, નિઃસંકોચપણે; નિખાલસપણે.

unrest' (–રૅ'સ્ટ), ના૰ અશાંતિ, ખળભળાટ, પ્રક્ષોભ, અસ્વસ્થતા.

unrestrainedly (–રિસ્ટ્રેનિડ્લિ), ક્રિ૰ વિ૰ અનિયંત્રિતપણે, નિરંકુશપણે.

unrighteous (–રાઇચસ), વિ૰ અન્યાયી; દુષ્ટ; (કામ) અન્યાયનું. [ફાડીને – ઉઘાડવું.

unrip (–રિપ), સ૰ ક્રિ૰ ચીરવું, ચીરીને –

unri'valled (–રાઇવલ્ડ), વિ૰ જેનો કોઈ હરીફ નથી એવું, અજોડ.

unroll' (–રોલ), ઉ૰ ક્રિ૰ (કાપડ, ઇ. નો વીંટો – તાકો –) ઉકેલવું, ઉકેલી જોવું, ઉકેલીને બતાવવું. [સ્વસ્થ, પ્રસન્ન.

unruff'led (–રફલ્ડ), વિ૰ અક્ષુબ્ધ; શાંત,

unrul'ed, વિ૰ અશાસિત; કોરું, વણઆંકેલું.

unru'ly (–રૂલિ), વિ૰ હાથમાં – કાબૂમાં – ન રહે એવું, બહેકેલું; કાયદાની મર્યાદામાંથી બહાર ગયેલું, [વિઘાતક, રોગિષ્ઠ.

unsan'itary (–સૅનિટરિ), વિ૰ આરોગ્ય-

unsa'voury (–સેવરિ), વિ૰ બેસ્વાદ; અણગમો – નફરત – પેદા કરનારું.

unsay' (–સે), સ૰ ક્રિ૰ (ભૂ૰ કા૰ unsaid). બોલેલું પાછું ખેંચવું. [સલામત.

unscathed' (–સ્કેધ્ડ), વિ૰ અક્ષત, સહી-

unschooled', વિ૰ તાલીમ કે કેળવણી ન પામેલું, બિનઅનુભવી.

unscientif'ic (–સાયન્ટિફિક), વિ૰ વિજ્ઞાનના સિદ્ધાન્તોથી વિરુદ્ધ, અવૈજ્ઞાનિક.

unscrew' (–સ્ક્રૂ), સ૰ ક્રિ૰ સ્ક્રૂ ફેરવીને ઢીલું કરવું – કાઢવું.

unscru'pulous (–સ્ક્રૂપ્યુલસ), વિ૰ ખોટું કામ કરતાં આંચકો ન ખાનાર; નિર્લજ્જ.

unseal' (–સીલ), સ૰ ક્રિ૰ મહોર તોડીને ઉઘાડવું. [કવખતનું; પ્રતિકૂળ.

unseas'onable (–સીઝ઼નબલ), વિ૰

unseat' (–સીટ), સ૰ ક્રિ૰ બેઠક પરથી દૂર કરવું; (ઘોડાએ) પીઠ પરથી પાડી નાખવું.

unseem'ly (–સીમ્લિ), વિ૰ છાજે નહિ એવું, અનુચિત.

unseen' (–સીન), વિ૰ જોઈ ન શકાય એવું; ન જોયેલું, ના૰ ભાષાંતર કે અનુવાદ માટે આપેલો પૂર્વે ન વાંચેલો લેખ, ઇ.

unsel'fish (–સે'લ્ફિશ), વિ૰ નિઃસ્વાર્થ–ર્થી.

unset'tle (–સે'ટલ), સ૰ ક્રિ૰ અસ્થિર બનાવવું, ડગમગતું કરવું; અસ્વસ્થ – ક્ષુબ્ધ – બનાવવું. **unset'tled** (–સે'ટલ્ડ), વિ૰

પ્રક્ષુબ્ધ, અસ્થિર; અનિશ્ચિત; નહિ વસેલું, ઉજ્જડ.

unsex (અન્સે'ક્સ), સ૦ ક્રિ૦ જાતિના ઉચિત ગુણો દૂર કરવા (વિ. ક. સ્ત્રીને અંગે).

unsha'ken (–શેકન), વિ૦ વિ.ક. નિશ્ચયમાં દૃઢ, અડગ, સ્થિર.

unship' (–શિપ), સ૦ ક્રિ૦ હલેસાં, ઇ. તેની જગ્યાએથી ખસેડવાં; વહાણમાંથી માલ ઉતારવો.

unshrink'able (–શ્રિંકબલ), વિ૦ (કાપડ અંગે) ઝટ સંકોચાઈ – ચડી – ન જનારું.

unshrink'ing (–શ્રિંકિંગ), વિ૦ આનાકાની – ઢચુપચુ – નહિ કરનારું; નિર્ભય, મક્કમ.

unsight'ly (–સાઇટ્લિ), વિ૦ કદરૂપું, ગંદું.

unskilled' (–સ્કિલ્ડ), વિ૦ ખાસ તાલીમ વિનાનું, આવડત વિનાનું, અણકસબી.

unsophis'ticated (–સફિસ્ટિકેટિડ), વિ૦ નિષ્કપટ, નિખાલસ; સાદું; કૃત્રિમ નહિ એવું, અકૃત્રિમ.

unsound' (–સાઉન્ડ), વિ૦ આખું – સાબૂત – નહિ એવું; રોગી; સડી ગયેલું; ભૂલ ભરેલું; જેના પર આધાર કે વિશ્વાસ રાખી ન શકાય એવું. *of ~ mind*, ચસકેલું, અસ્થિર મગજનું.

unspa'ring (–સ્પેરિંગ), વિ૦ છૂટા હાથવાળું, ખૂબ ઉદાર; નિર્દય, કઠોર.

unspeak'able (–સ્પીકબલ), વિ૦ કહેવાય કે વર્ણવાય નહિ એવું, અવર્ણનીય; બહુ જ ખરાબ. [ચોખ્ખા મનવાળું.

unspott'ed (–સ્પૉટિડ), વિ૦ નિષ્કલંક;

unsta'ble (–સ્ટેબલ), વિ૦ ડગમગતું, અસ્થિર; ચંચળ (વૃત્તિવાળું); મક્કમ નહિ બેસાડેલું. [ડગુમગુ થતું; બદલાયા કરતું, ચંચળ.

unstea'dy (–સ્ટૅ'ડિ), વિ૦ અસ્થિર, અદૃઢ;

unstop' (–સ્ટૉપ), સ૦ ક્રિ૦ ડાટો – બૂચ – કાઢવો, ઉઘાડવું; અંતરાય દૂર કરવો.

unstrained' (–સ્ટ્રેન્ડ), વિ૦ પરાણે નહિ કરેલું; ગળણીમાંથી નહિ ગાળેલું.

unstring' (–સ્ટ્રિંગ), સ૦ ક્રિ૦ દોરી – તાર – છોડી નાંખવો, ઢીલું કરવું. **unstrung**, વિ૦ જ્ઞાનતંતુ નબળા પડયા હોય એવું.

unstudied (–સ્ટડીડ), વિ૦ સરળ, સહેજ, સ્વાભાવિક.

unsubstan'tial (–સબ્સ્ટૅન્શલ), વિ૦ સત્ત્વહીન, અસાર; ખાલી, પોકળ; હલકું, નજીવું.

unsuit'ed (–સૂટિડ), વિ૦ –ને માટે લાયકાત વિનાનું, –ને માટે બંધ બેસતું નહિ એવું – અનુકૂળ ન આવતું. [વખાણ થયાં નથી એવું.

unsung', વિ૦ કાવ્યમાં નહિ ગવાયેલું, જેનાં

unswer'ving, વિ૦ (હેતુ, ઇ.) દૃઢ, મક્કમ.

unthink'able (–થિંકબલ), વિ૦ કલ્પી પણ ન શકાય એવું; અસંભવનીય, અશક્ય.

unthink'ing (–થિંકિંગ), વિ૦ વિચાર ન કરનારું, અવિચારી.

until' (અન્ટિલ), નામ૦ અ૦ જ્યાં સુધી... ત્યાં સુધી, સુધી; તે વખત કે જગ્યા સુધી; તે માત્રા – પ્રમાણ – સુધી.

untim'ely (અન્ટાઇમ્લિ), વિ૦ કવખતનું, અકાળ. ક્રિ૦વિ૦ કવખતે, અકાળે.

untiring, વિ૦ થાકયા વિના કામ કરનારું; થાકે નહિ એવું.

un'to (અન્ટુ), નામ અ૦ જુઓ to.

untold' (–ટોલ્ડ), વિ૦ અકથિત; અગણિત.

untouch'able (–ટચબલ), વિ૦ અસ્પૃશ્ય. ના૦ અસ્પૃશ્ય વર્ગની વ્યક્તિ, હરિજન.

untow'ard (–ટોઅર્ડ), વિ૦ આડું, હઠીલું; દુર્દૈવી, કમનસીબ.

untried' (–ટ્રાઇડ), વિ૦ ચકાસી–અજમાવી–નહિ જોયેલું; જેનો અનુભવ લીધો નથી એવું.

untrue' (–ટ્રૂ), વિ૦ ખોટું, અસત્ય; બેવફા.

un'truth (–ટ્રૂથ), ના૦ અસત્ય, જૂઠાણું.

untu'tored (–ટ્યૂટર્ડ), વિ૦ નહિ ભણાવેલું, નિશાળનું ભણતર નહિ પામેલું, અશિક્ષિત.

unu'sual (–યૂઝ્અલ), વિ૦ સામાન્ય – રોજનું – નહિ એવું; અસામાન્ય.

unutt'erable (–અટરબલ), વિ૦ જેનો ઉચ્ચાર પણ ન કરી શકાય એવું; તદ્દન, પાકું.

unvarn'ished (–વાર્નિશ્ટ), વિ૦ રોગાન નહિ ચડાવેલું; સાદું, મીઠું મરચું નહિ ભભરાવેલું.

unveil (–વેલ), સ૦ ક્રિ૦ પડદો–આવરણ–દૂર કરવું; ઉઘાડું કરવું, છાની વાત જણાવવી; ખુલ્લું પાડવું.

unversed' (–વર્સ્ટ), વિ૦ (અમુક બાબતમાં) તાલીમ નહિ પામેલું, બિનઅનુભવી,

આવડત–ખહોળા જ્ઞાન–વિનાનું.
unwa'rrantable (–વૉરન્ટબલ), વિ૦ જેનો બચાવ–સમર્થન–ન થઈ શકે એવું; અ-સમર્થનીય; અનુચિત. [વિનાનું; **અસમર્થનીય.**
unwarr'anted(–વૉરન્ટિડ),વિ૦અધિકાર
unwar'y (–વેરિ), વિ૦ અસાવધ, ગાફેલ.
unwell' (–વે'લ), વિ૦ નાદુરસ્ત તબિયતવાળું; માંદું.
unwept' (–વેપ્ટ), વિ૦ જેને માટે કોઈએ શોક કર્યો નથી–રડયું નથી–એવું, અશોચિત.
unwiel'dy (–વીલ્ડિ), વિ૦ ઘણી મુશ્કેલીથી ખસેડાય કે ઊંચકાય એવું, અતિ ભારે; તોતિંગ.
unwill'ing (–વિલિંગ), વિ૦ નાખુશ, નારાજ. [નાંખવું; ઊકલી જવું.
unwind' (–વાઇન્ડ), ઉ૦ક્રિ૦ વીંટાયેલું ઉકેલી
unwise' (–વાઇઝ઼), વિ૦ મૂર્ખાઈભરેલું, ડહાપણ વગરનું. [પૂર્વક નહિ કરેલું.
unwitt'ing (–વિટિંગ), વિ૦ અજાણ; હેતુ-
unwon'ted (–વન્ટિડ), વિ૦ ટેવ કે અભ્યાસ નહિ એવું; રૂઢિથી વિરુદ્ધ; અસાધારણ.
unwor'ldly (–વર્લ્ડ્'લિ), વિ૦ દુન્યવી નહિ એવું, અસાંસારિક; આધ્યાત્મિક.
unworth'y (–વર્ધિ), વિ૦ લાયક નહિ એવું, અયોગ્ય; લાંછનાસ્પદ, શરમજનક, હલકું.
unwritt'en (–રિટન), વિ૦ અલિખિત; પરંપરાથી ચાલતું આવેલું.
unyield'ing (–યીલ્ડિંગ), વિ૦ નમે નહિ એવું, અણનમ; જિદ્દી, હઠીલું. [–મુક્ત કરવું–થવું.
unyoke' (–યોક), ઉ૦ક્રિ૦ ધૂંસરીમાંથી છોડવું
up (અપ), ક્રિ૦ વિ૦ ઊંચે, ઉપર; ઉપરની જગ્યાએ, ઊંચી જગ્યા તરફ; સંપૂર્ણપણે; ખતમ. નામ અ૦ ઉપરને સ્થળે, ઉપરના ભાગમાં. *be* ~ to (a person), –ની ફરજ તરીકે સામે આવવું; કરવા સમર્થ હોવું; કરતા હોવું. *~to no good,* કશું ભલું ન કરતું. *be ~,* જાગતા રહેવું. *what's ~?* શી વાત છે? *come ~ with,* –ના સરખે સરખા થવું. *it is all ~,* બધું ખલાસ થયું છે; હું પાયમાલ થયો છું. વિ૦ ચડતા ઢોળાવવાળું, ચઢાણવાળું. *~ train,* રાજધાની કે મુખ્ય શહેર તરફ જતી ગાડી. *~s and downs,* ચડતીપડતી; ખાડાટેકરા.
u'pas (યૂપસ), ના૦ જાવામાં થતું એક ઝેરી ઝાડ.
upbraid' (અપ્બ્રેડ), સ૦ક્રિ૦ ઠપકો આપવો, વઢવું. [કેળવણી.
up'bringing (–બ્રિંગિંગ), ના૦ ઉછેર,
upcoun'try (–કન્ટ્રિ), ક્રિ૦ક્રિ૦ દેશના અંદરના ભાગ તરફ. **up-country,** વિ૦ અંદરના ભાગનું, કિનારાથી દૂરનું.
upheav'al (–હીવલ), ના૦ ધરતીના પડનું ઉપર ઊપસી આવવું તે; મોટો – ક્રાંતિકારી – ફેરફાર, ક્રાંતિ, ઊથલપાથલ.
uphill' (–હિલ), ક્રિ૦ વિ૦ (ટેકરી, ઇ. ની) ઉપરની બાજુમાં – ઉપર. **up'hill,** વિ૦ સીધા ચડાણવાળું; મુશ્કેલ; મહામહેનતનું.
uphold' (–હોલ્ડ), સ૦ ક્રિ૦ -નું સમર્થન – બચાવ–કરવો; ટેકો આપવો, પુષ્ટિ આપવી.
uphol'ster (–હોલ્સ્ટર), સ૦ક્રિ૦ (ઓરડા ઇ. ને) ગાદીતકિયા, ટેબલ ખુરશી, ઇ.થી સજાવવું; (ખુરશી, ઇ.ને) બેઠકમાં ગાદી ઇ. ભરીને ગલેફ ચડાવવો. **uphol'sterer,** ના૦ ગાદી તકિયા પૂરા પાડવાનો ધંધો કરનાર. **upho'lstery,** ના૦ ગાદી તકિયા, બિછાનાં, ઇ. સામાન; એ પૂરાં પાડવાનો ધંધો.
up'keep (–કીપ), ના૦ નભાવવું–વ્યવસ્થિત રાખવું – તે; નભાવવાનું ખરચ.
up'land (–લૅન્ડ), વિ૦ ઊંચું. **up'lands,** ના૦બ૦વ૦ દેશનો ઊંચાણવાળો પ્રદેશ–મુલક.
uplift' (–લિફ્ટ), સ૦ક્રિ૦ ઉપર ઊંચકવું, ઊંચું કરવું; ઉન્નતિ–ઉદ્ધાર–કરવો. **up'lift,** ના૦ નૈતિક કે બૌદ્ધિક સુધારો – ઉન્નતિ.
upon' (અપૉન), નામ૦ અ૦ ઉપર, પર. *put* ~ a person, કોઈની પાસેથી વધારે પડતું કામ લેવું–પૈસા કઢાવવા.
upp'er (અપર), વિ૦–થી ઉપરનું, ઉપલું, ઉપરના દરજ્જાનું – પદનું. ના૦ જોડાનો ઉપલો ભાગ. *be on one's ~s,* ગરીબ – મુશ્કેલીમાં – હોવું. **upp'ermost,** ક્રિ૦ વિ૦ અને વિ૦ છેક માથા – ટોચ – પર(નું).
upp'ish (અપિશ), વિ૦ તોછડું; મગરૂર; 'આગે બઢો'ની વૃત્તિવાળું.
up'right (અપ્રાઇટ), વિ૦ ટટાર, સીધું; પ્રામાણિક, નેક. ક્રિ૦ વિ૦ ટટાર, સીધું. ના૦ જમીનમાં રોપેલો સીધો થાંભલો કે સળિયો.

upris'ing (–રાઇઝિંગ), ના૦ બળવો; હુલ્લડ.
up'roar (–રોર), ના૦ ઘોંઘાટ, કોલાહલ; ધાંધલ. **uproar'ious**, વિ૦ શોરબકોર કરનારું, ધુમરાણ મચાવનારું.
uproot' (–રૂટ), સ૦ ક્રિ૦ જડમૂળથી ઉખેડી નાંખવું, સમૂળ ઉચ્છેદ કરવો.
upset' (–સે'ટ), ઉ૦ક્રિ૦ ઊંધું વાળવું, ઉથલાવી દેવું; ઊંધું વળી જવું; અસ્વસ્થ કરવું; પેટમાં કે પાચનશક્તિમાં ગરબડ પેદા કરવી; પાયમાલ કરવું. **up'set**, ના૦ ઊંધું વાળવું – વળવું – તે; ઊથલો; ગરબડ; અકસ્માત; માંદગી. ~*price* હરાજીમાં વેચી દેવા માટે નક્કી કરેલી ઓછામાં ઓછી કિંમત; નક્કી કરેલી અનામત કિંમત. વિ૦ ઊંધું વાળેલું – વળેલું; અસ્વસ્થ, બેચેન.
up'shot(–શૉટ), ના૦ છેવટ, છેવટનું પરિણામ; સર્વસામાન્ય અસર – પરિણામ; અંત.
upside-down' (-સાઇડ્-ડાઉન), ક્રિ૦. વિ૦ અને વિ૦ ઊંધું, ઊલટું; અસ્તવ્યસ્ત.
upstairs' (–સ્ટેઅર્ઝ઼), ક્રિ૦ વિ૦ ઉપલે માળે, મેડા પર. **up'stair(s)**, વિ૦ બીજા માળ પરનું. [ઊભું ગોઠવેલું – બેસાડેલું.
upstanding (–સ્ટૅન્ડિંગ), વિ૦ બરાબર
up'start (–સ્ટાર્ટ), ના૦ હલકી સ્થિતિમાંથી એકાએક પૈસો ને પ્રતિષ્ઠા પામનાર માણસ, નવો તાલેવર; લેભાગુ.
up-stream', ક્રિ૦વિ૦ પ્રવાહ – વહેણ – ની સામે – વિરુદ્ધ. વિ૦ વહેણની સામે જનારું.
up'take(અપ્ટેક), ના૦જોવાની શક્તિ, ગ્રહણ–આકલન-(શક્તિ). [નવી – ઢબનું, અદ્યતન.
up to date (-ટુ ડેટ), વિ૦ છેલ્લામાં છેલ્લી-
up'ward (–વર્ડ), વિ૦ ઉપરનું, આકાશ તરફનું. **up'ward(s)**, ક્રિ૦ વિ૦ ઉપર, ઊંચે, ઉપરની દિશામાં.
ura'nium (યુરેનિયમ), ના૦ એક વજનદાર સફેદ રંગનું ધાતુના રૂપનું મૂળ દ્રવ્ય, જે અણુ-શક્તિ પેદા કરવામાં વપરાય છે.
urb'an (અર્બન), વિ૦ શહેરનું, શહેરમાં રહેનારું, શહેરી, નાગરી.
urbane' (અર્બેન), વિ૦ વિવેકી, નમ્ર; સંસ્કારી. **urban'ity** (અર્બૅનિટિ), ના૦ સભ્યતા, સંસ્કારિતા.
urch'in (અર્ચિન), ના૦ રસ્તામાં રખડતું – ખરાબ વર્તનનું – છોકરું, છોકરું.
Ur'du (ઉર્દૂ), ના૦ ઉર્દૂભાષા.
urge (અર્જ), સ૦ ક્રિ૦ જોરથી ચલાવવું, હાંકવું; આગળ ધકેલવું; પ્રેરવું; આગ્રહ કરવો; આગ્રહપૂર્વક કોઈની તરફદારી કરવી. ના૦ ઉત્કટ ઇચ્છા; સ્ફૂર્તિ, પ્રેરણા, અંતઃસ્ફૂર્તિ.
ur'gent (અર્જન્ટ), વિ૦ તાકીદનું, અગત્યનું. **ur'gency** (અર્જન્સિ), ના૦ તાકીદ; અગત્ય; દબાણ.
ur'ine (યૂરિન), ના૦ પેશાબ, મૂતર. **ur'ic** (યૂરિક), વિ૦ મૂત્રનું. ~ *acid*, મૂત્રામ્લ. **ur'inary** (યૂરિનરિ), વિ૦ પેશાબનું–ને લગતું. ના૦ ખાતર માટે મૂત્ર ભેગું કરવાનું પાત્ર. **ur'inal** (યૂરિનલ), ના૦ મુતરડી, પેશાબ કરવાનું વાસણ.
urn (અર્ન), ના૦ ચિતાભસ્મ રાખવાનું પાત્ર; ચા, કૉફી બનાવવાનું નાળચાવાળું મોટું ધાતુ-પાત્ર – વાસણ, કીટલી.
us'age (યૂઝિજ), ના૦ વાપરવાની પદ્ધતિ–રીત; ચાલુ રીત, રિવાજ; વર્તણૂક (કોઈની પ્રત્યે).
use (યૂસ), ના૦ વસ્તુનો હેતુ, કામ; વાપર, ઉપયોગ; વાપરવાનો હક, વહીવટ; રિવાજ, રૂઢિ; ખપ. *have no ~ for*, -નો કશો ખપ ન હોવો; -ને વિષે હલકો મત હોવો.
use (યૂઝ઼), ઉ૦ક્રિ૦ વાપરવું, ઉપયોગમાં લેવું; વાપરવું, -નું સેવન કરવું, ખાવું; સાથે વર્તવું–ચાલવું. ~*up*, વાપરી કાઢવું, ખલાસ કરવું. ~*d* (*to*), -ને ટેવાયેલું.
use'ful (યૂસ્ફુલ), વિ૦ ઉપયોગનું, કામનું, મદદકર્તા. **use'less** (–લિસ), વિ૦ નિરુપયોગી, કામ વિનાનું; નકામું.
us'er (યૂઝ઼ર), ના૦ વાપરનાર; [કા.] ભોગવટો.
ush'er (અશર), ના૦ અદાલત, નાટકશાળા, ઇ. ઠેકાણે લોકોને દાખલ કરનાર–બેસાડનાર–માણસ, દ્વારપાળ, છડીદાર; શિક્ષકના હાથ નીચે કામ કરનારો, વડો નિશાળિયો. સ૦ ક્રિ૦ દ્વારપાળ કે છડીદારનું કામ કરવું; અંદર પ્રવેશ કરાવવો–દાખલ કરવું (*in* સાથે). [ટેવવાળું.
u'sual (યૂઝુઅલ), વિ૦ હંમેશનું, રોજની
us'ufruct (યૂસ્યુફ્રક્ટ), ના૦ બીજાની મિલકતનો ઉપભોગ કરવાનો – ભોગવટાનો–હક.
u'surer (યૂઝ઼રર), ના૦ વ્યાજવટું કરનાર,

આકરું વ્યાજ લેનાર.

usurp' (યુઝર્પ), સ૦ક્રિ૦ (રાજગાદી, સત્તા, ઇ.) બળાત્કારે વગર હકે છીનવી લેવું – પચાવી પડવું. **usurpa'tion,** ના૦ બળાત્કારે સત્તા, ઇ. પચાવી પડવું તે, રાજ્યાપહરણ. **usurp'er** ના૦ બળાત્કારે સત્તા છીનવી લેનાર, અથાવી પાડનાર.

u'sury (યૂઝ઼રિ), ના૦ વ્યાજવટાનો ધંધો, વ્યાજવટું; આકરું વ્યાજ (લેવું તે). **usur'ious,** વિ૦ભારે વ્યાજ ખાનારું; ભારે વ્યાજનું.

uten'sil (યુટૅ'ન્સિલ), ના૦ ઓજાર, સાધન; વાસણ; (બ૦ વ૦) વાસણકૂસણ. [ગર્ભાશય.

ut'erus (યૂટરસ), ના૦ (બ૦વ૦ -ri).

utilitar'ian (યુટિલિટૅરિઅન), ના૦ ઉપયુક્તતાવાદી. વિ૦ ઉપયોગિતા પર આધારિત, ઉપયુક્તતાવાદનું. **utilitar'ianism,** ના૦ ઉપયુક્તતાવાદ; વધુમાં વધુ લોકોનું વધુમાં વધુ ભલું કરવું એ સૂત્ર પર રચેલો નીતિવાદ.

util'ity (યુટિલિટિ), ના૦ ઉપયોગિતા. વિ૦ (કપડાં, રાચરચીલું, ઇ.) શોભા માટે નહિ પણ ઉપયોગમાં આવે–કામ દે–એવું, સાદાઈના ધોરણવાળું.

ut'ilize (યૂટિલાઇઝ઼), સ૦ ક્રિ૦ ઉપયોગમાં લેવું, વાપરવું; કામમાં આવે તેમ કરવું. **utiliza'tion,** ના૦ ઉપયોગમાં લેવું તે.

ut'most (અટ્મોસ્ટ), વિ૦ સૌથી છેવટનું–આગળનું; અત્યંત, પરાકાષ્ઠાનું; વધારેમાં વધારે શક્ય હોય એવું. ના૦ કરી શકે તે બધું. *do* one's ~, પોતાનાથી થાય તે બધું કરવું.

Utop'ia (યુટોપિઆ), ના૦ જ્યાં સંપૂર્ણ – આદર્શ – સમાજવ્યવસ્થા પ્રવર્તે છે એવો કાલ્પનિક ટાપુ; કાલ્પનિક રામરાજ્ય. **Utop'ian** (–પિઅન), વિ૦ અને ના૦ અવહેવારુ આદર્શોવાળું – આદર્શો ધરાવનાર.

utt'er (અટર), વિ૦ બહારનું, બાહ્ય; સંપૂર્ણ; તદ્દન, છેક; નિરપવાદ. **utt'ermost,** વિ૦.

utt'er, સ૦ક્રિ૦ઉચ્ચારવું; બોલીને વ્યક્ત કરવું; ~ (false coin), (બનાવટી નાણું) ચલણમાં દાખલ કરવું. **utt'erance**(અટરન્સ), ના૦ ઉચ્ચાર; બોલેલા શબ્દો; બોલવાની ઢબ–શક્તિ.

uv'ula (યૂવ્યુલા), ના૦ (બ૦વ૦ uvulae જીભનો પાછલો ભાગ, પડજીભ, ઉપજિહ્વા.

uxor'ious (અક્સૉરિઅસ), વિ૦ પોતાની પત્નીને અતિશય ચાહનાર, વહુઘેલો; બાયલો.

V

V, v (વી), અંગ્રેજી વર્ણમાળાનો બાવીસમો અક્ષર; રોમન સંખ્યા પાંચ; વિજયનું સૂચક 'V' ચિહ્ન.

vac'ancy (વેકન્સિ), ના૦ ખાલી જગ્યા; નોકરીની ખાલી જગ્યા; સૂનકારપણું, ખાલીપણું.

vac'ant (વેકન્ટ), વિ૦ ખાલી, જેમાં કશું નથી એવું; (નોકરીની જગ્યા) ખાલી, માણસ વિનાનું; ખાલી ભેજાવાળું, મૂર્ખ. [દેવું.

vacate' (વકેટ), સ૦ક્રિ૦ ખાલી કરવું, છોડી

vaca'tion (વકેશન), ના૦ કામ પરથી છુટ્ટી; વિદ્યાપીઠો, ઇ.માં સત્રને અંતે લાંબી રજા; ઘર, જગ્યા, ઇ. ખાલી કરવું તે; [અમે.] તહેવાર.

vac'cinate (વૅક્સિનેટ), સ૦ ક્રિ૦ ગોશીતળા – બળિયા – કાઢવા – ટાંકવા; બળિયાની રસી ટાંકવી. **vaccina'tion** (–નેશન), ના૦ ગોશીતળા ટાંકવા – ટંકાવવા – તે. **vac'cine** (વૅક્સિન), ના૦ બળિયા ટાંકવામાં વપરાતી રસી; એવા જ બીજા રોગોમાં વપરાતી રસી.

va'cillate (વૅસિલેટ), અ૦ ક્રિ૦ ઢચુપચુ થવું, અચકાવું, મનમાં અસ્થિર હોવું. **vacilla'tion,** ના૦ ઢચુપચુ થવું તે, ચંચળતા.

vacu'ity (વક્યૂઇટિ), ના૦ ખાલી હોવું, તે, ખાલીપણું; શૂન્યતા. **vac'uous** (વૅક્યુઅસ), વિ૦ (દૃષ્ટિ, ઇ.) ખાલી, શૂન્ય.

vac'uum (વૅક્યુઅમ), ના૦ (બ૦ વ૦ vacuums, vacua). સાવ ખાલી જગ્યા; જેમાંથી હવા કાઢી લીધી હોય એવી ખાલી જગ્યા, પોકળ, વાયુશૂન્ય જગ્યા. ~ *cleaner,* હવા સાથે કચરો શોષીને – ખેંચીને – સાફ કરનારું યંત્ર. ~ *flask,* અંદરના પદાર્થની ઉષ્ણતા કાયમ રાખવા માટે તેની આસપાસ નિર્વાત – પોલા – પડદાવાળું પાત્ર, 'થરમૉસ'.

vad'e-mec'um (વેડિ-મીકમ), નાο સદા સાથે રાખવાનું પુસ્તક, હાથપોથી, માર્ગદર્શિકા.
vag'abond (વૅગબૉન્ડ), નાο ઘરબાર વિનાનો રખડુ; ઊડેલ, ભામટો; સાવ નકામો માણસ. વિο રખડેલ, ઘરબાર વિનાનું. **vag'abondage**, નાο રખડપટ્ટી. [તરંગ, લહેર.
vagar'y (વગેરિ), નાο વિચિત્ર કલ્પના;
vagin'a (વજાઇના), નાο યોનિમાર્ગ; યોનિ.
vag'rant (વેગ્રન્ટ), વિο રખડતું, ભટકતું; સ્થાયી રહેઠાણ વિનાનું. નાο રખડેલ; ભામટો. **vag'rancy** (વેગ્રન્સિ), નાο સ્થાયી રહેઠાણ વિના ભટકવું તે, રખડુપણું.
vague (વેગ), વિο અસ્પષ્ટ, સંદિગ્ધ; અસ્પષ્ટ અર્થવાળું; અનિશ્ચિત.
vain (વેન), વિο ખાલી, નિરર્થક, પોકળ; કેવળ દેખાવનું, આડંબરી; નકામું; મિથ્યાભિમાની, બડાઈખોર. *in* ~, નકામું, નિષ્ફળ. **vainglor'y** (-ગ્લોરિ), નાο બડાઈખોરપણું, ડંફાસ. **vainglor'ious**, વિο બડાઈખોર, ડંફાસિયું.
val'ance, val'ence, (વૅલન્સ), નાο ખાટલાની ફરતો પડદો; બારી પરનો ટૂંકો પડદો.
vale (વેલ), નાο ખીણ, કોતર.
val'e (વેલિ), ઉદ્‌ગારο અને નાο વિદાય, રામરામ. **valedic'tion** (વૅલિડિકશન), નાο વિદાય લેવી, રામરામ કરવા, તે. **valedic'tory** (-ડિક્ટરિ), વિο વિદાયનું, છેવટની સલામનું.
val'entine (વૅલન્ટાઇન), નાο સંત વૅલન્ટાઇનની પુણ્યતિથિનો દિવસ – ૧૪ મી ફેબ્રુઆરી; એ દિવસે પસંદ કરેલી પ્રિયતમા; એ દિવસે મોકલેલ પ્રેમપત્ર.
valer'ian (વલીરિઅન), નાο આછા ગુલાબી કે સફેદ ફૂલવાળો એક છોડ.
val'et (વૅલિટ, વૅલે'–), નાο સદ્‌ગૃહસ્થનો અંગત ચાકર, હજૂરિયો. સο ક્રિο –ના અંગત ચાકર કે હજૂરિયાનું કામ કરવું.
valetudinar'ian (વૅલિટ્યુડિનેરિઅન), વિοઅનેનાο પોતાની તબિયતની સતતફિકરમાં રહેનાર – નબળી તબિયતવાળી – (વ્યક્તિ).
Valhall'a (વૅલ્હૅલા), નાο [નૉર્સ પુરાણમાં] મરી ગયેલા વીરોની મિજબાનીનો ખંડ – ઓરડો.
val'iant (વૅલ્યન્ટ), વિο (વ્યક્તિ) શૂર, બહાદુર; (કામ) બહાદુરીનું, પરાક્રમનું.
val'id (વૅલિડ), વિο નક્કર, મજબૂત; મજબૂત પાયા કે આધારવાળું; [કા.] પૂરતું, પ્રમાણભૂત, કાયદેસર. **valid'ity** (વલિડિટિ), નાο વાજબીપણું; કાયદેસરપણું; મજબૂતી.
val'idate (વૅલિડેટ), સο ક્રિο કાયદેસર કરવું, પાકું કરવું; –ને પુષ્ટિ – બહાલી – આપવી.
valise' (વલીસ), નાο ચામડાની નાની પેટી; સિપાઈનો સામાન રાખવાનો કોથળો.
vall'ey (વૅલિ), નાο પહાડો ની વચ્ચેનો અથવા નદીની આસપાસનો નીચાણવાળો પ્રદેશ, ખીણ.
val'our (વૅલર), નાο બહાદુરી, શૂરાતન. **val'orous**, વિο શૂર, પરાક્રમી. [ફેરફૂદડી.
valse (વાલ્સ), નાο એક પ્રકારનો નાચ;
val'uable (વૅલ્યુઅબલ), વિο કીમતી, મૂલ્યવાન; ઉપયોગી, કામનું. **val'uables**, નાοબο વο કીમતી વસ્તુઓ (દાગીના, ઝવેરાત, ઇ.)
valua'tion (વૅલ્યુએશન), નાο કીમત આંકવી તે, મુલવણી, આકારણી, આંકેલી કીમત.
val'ue (વૅલ્યૂ), નાο કિંમત, મૂલ્ય; મહત્ત્વ, ગૌરવ; ઉપયોગિતા; [સં.] સ્વરની લંબાઈની માત્રા. સο ક્રિο કિંમત આંકવી, મૂલવવું; ભારે કીમતી ગણવું, –ને વિષે ઊંચો અભિપ્રાય ધરાવવો; ગણવું, માનવું.
valve (વૅલ્વ), નાο હવા, પ્રવાહી, ઇ.ને એક જ દિશામાં વહેવા દેનાર દ્વાર, પડદો, ઢાંકણું કે ઑઇસ્ટર માછલીનું એક કવચ; વાલ. છીપના જોડવામાંની કોઈ પણ એક; રેડિયામાં વીજળીનાં મોજાંની શક્તિ વધારવાનું–શક્તિનું નિયમન કરનારું–સાધન. **val'vular** (વૅલ્વ્યુલર), વિο હૃદય કે રક્તવાહિનીના પડદા (ઓ)નું.
vamp (વૅમ્પ), નાο જોડાનું આગળના ભાગનું ઉપરનું ચામડું. ઉο ક્રિο જોડાને થીંગડું દેવું, થીંગડું દઈને સમું કરવું; [સં.] ગાયકને માટે સાથની તાત્કાલિક વ્યવસ્થા કરવી. ~ *up*, નવા જેવું બનાવવું; ઉતાવળથી તૈયારી કરવી.
vamp, નાο [વિ. બો.] નાટકનું કે વાર્તામાંનું સુંદર પણ દુરાચારી સ્ત્રીનું પાત્ર; [અમે.] મરદોને મોહિની લગાડીને ધૂતનારી સ્ત્રી. ઉο

ક્રિ૦ પોતાના સૌંદર્યથી પુરુષને વશ કરવો.

vamp'ire (વૅમ્પાયર), ના૦ સૂતેલાનું લોહી ચૂસનાર એક કલ્પિત ભૂત; લોહી ચૂસનારું મોટું વાગોળ (~ *bat* પણ); બીજાને ધૂતી જીવનાર માણસ.

van (વૅન), ના૦ અનાજ ઊપણવાનું યંત્ર, સૂપડું.

van, ના૦ કૂચ કરતા લશ્કરનો આગળનો ભાગ – આગળની હરોળ. *in the ~ of* -ની આગળની હરોળમાં, -ને મોખરે.

van, ના૦ માલ લઈ જવાની છતવાળી મોટી ગાડી; રેલવેમાં ઉતારુઓનો સામાન ભરવાનો ડબો (*luggage ~*).

van'dal (વૅન્ડલ), ના૦ કળાકૃતિઓનો વિધ્વંસ કરનાર, સુધારાનો દુશ્મન; **van'dalism**, ના૦ સુધારો, કળા, ઇ.ની દુશ્મનાવટ, જંગલીપણું.

vane (વેન), ના૦ પવનની દિશા બતાવનાર-યંત્ર; પવનચક્કીના પંખાનું પાનું; વિમાન, ઇ.ને ગતિ આપનાર પંખાનું પાનું.

van'guard (વૅન્ગાર્ડ) ના૦ લશ્કરની આગળની હરોળ; લશ્કરની આગળ ચાલતું સંરક્ષક દળ.

vanill'a (વનિલા), ના૦ વનિલા વનસ્પતિ; તેનું ફળ; તેનો અર્ક, જે પદાર્થને સ્વાદિષ્ટ બનાવવામાં વપરાય છે.

van'ish (વૅનિશ), અ૦ ક્રિ૦ એકદમ અદૃશ્ય થવું, લોપ પામવું; નાશ પામવું.

van'ity (વૅનિટિ), વિ૦ કેવળ દેખાવની નકામી વસ્તુ; ખાલી આડંબર; મિથ્યાભિમાન. *~ bag, case,* નાનો અરીસો, કાંસકી, પાઉડર, ઇ. સાથે રાખવાની પેટી – બટવો – પાકીટ. *V~ Fair,* પૈસાદાર અને વિલાસી લોકોની દુનિયા; આ અસાર સંસાર; આ નામની એક જાણીતી નવલકથા.

vanq'uish (વૅંક્વિશ), સ૦ ક્રિ૦ હરાવવું; જીતવું.

va'ntage (વાન્ટિજ), ના૦ લાભ, ફાયદો, સગવડ, (advantage). *point of ~*, હલ્લો કરવા માટેની અનુકૂળ જગ્યા. **vantage-ground**, ના૦ જ્યાંથી વસ્તુ કે પ્રદેશ બરાબર જોઈ શકાય એવી જગ્યા. [કંટાળાજનક.

vap'id (વૅપિડ), વિ૦ ફીકું, મોળું; નીરસ,

vap'orize (વેપરાઇઝ઼), ઉ૦ ક્રિ૦ -ની વરાળ કરવી–થવી. **vaporiza'tion**, ના૦ બાષ્પીભવન – કરણ.

vap'orish, vap'orous, વિ૦ વરાળનું (બનેલું), બાષ્પમય; કાલ્પનિક, તથ્ય વિનાનું; વાઈ આવવાની ટેવવાળું.

vap'our (વેપર), ના૦ હવામાં રહેલો ભેજ – ભીનાશ; વરાળ, બાફ, ધુમાડો, ધુમ્મસ; પદાર્થનું બાષ્પ – વાયુ – રૂપ; અસાર – કાલ્પનિક – વસ્તુ; (બ૦ વ૦) શારીરિક શક્તિનો ક્ષય, નબળાઈ; વાઈના હુમલા. અ૦ ક્રિ૦ ખોટી બડાઈ હાંકવી, શેખી કરવી; વરાળ કાઢવી.

var'iable (વેરિઅબલ), વિ૦ ફેરફાર કરી શકાય એવું, ફેરફાર પામે – બદલાય – એવું; અસ્થિર, ચંચળ; [ગ.] બદલાતા મૂલ્યનું. ના૦ [ગ.] પરિવર્તન પામતી – ચલ – સંખ્યા કે વસ્તુ.

var'iance (વેરિઅન્સ), ના૦ તફાવત; અમેળ, અણબનાવ; મતભેદ. *be at ~ with,* -ની સાથે અણબનાવ – મેળ ન – હોવો.

var'iant (વેરિઅન્ટ), વિ૦ જુદું, ભિન્ન; બદલાતું. ના૦ જોડણી, પાઠ, રૂપ, ઇ.માં જુદો પડતો શબ્દ, પાઠભેદ.

varia'tion (વેરિએશન), ના૦ જુદું પડવું તે; ફેરફાર; મુખ્ય જાતિ કે વર્ગથી જુદું પડવું – થોડીક ભિન્નતા; [સં.] એક જ રાગ જુદી રીતે ગાવો તે; ભિન્નતાનું પ્રમાણ કે માત્રા.

var'icoloured (વેરિકલર્ડ), વિ૦ વિવિધ રંગવાળું, ભાતભાતના રંગનું.

va'ricose (વૅરિકોસ), વિ૦ (નસ) અતિશય અને કાયમનું ફૂલેલું.

var'iegated (વેરિઇગેટિડ), વિ૦ વિવિધ રંગી; ભાતભાતનું.

vari'ety (વરાઇટિ), ના૦ વિવિધતા, નાના વિધપણું; કોઈ વસ્તુના જુદા જુદા પ્રકારોનો સમૂહ – જથો; વસ્તુના અનેક પ્રકારોમાંથી કોઈ એક; જાણીતી જાતથી જરા ભિન્ન પ્રકારની વનસ્પતિ કે પ્રાણી. *~ entertainment, show,* વિવિધ પ્રકારનો રંજન કાર્યક્રમ, જલસો.

var'ious (વેરિઅસ), વિ૦ ઘણી જાતનું, વિવિધ પ્રકારનું. *~ people,* જાત જાતના લોકો.

varl'et (વાર્લિટ), ના૦ દાસ, નોકર; હરામખોર.

varm'int (વાર્મિન્ટ), ના૦ અડપલું છોકરું; શિયાળવું.

varn'ish (વાર્નિશ), ના૦ લાકડું, ધાતુ,

ઇ.ને ચોપડવામાં આવતું રોગાન, વાર્નિશ. સ૦ ક્રિ૦ રોગાન – વાર્નિશ – નો હાથ દેવો; ઓપ આપવો.

vars'ity (વાર્સિટિ), ના૦ [વાત.] યુનિવર્સિટી.

var'y (વેરિ), ઉ૦ ક્રિ૦ બદલવું, બદલી નાંખવું; બદલાવું; -માં ફેરફાર કરવો–થવો; -માં ચડઊતર – વધઘટ – થવી. **varied** (વેરિડ), વિ૦ જુદી જુદી જાતનું, વિવિધ પ્રકારનું.

vas'cular (વૅસ્ક્યુલર), વિ૦ રક્તવાહિનીઓ અંગેનું, શિરાઓવાળું. [ફૂલદાની (~ *flower*).

vase (વાઝ઼), ના૦ ચંબુ જેવું શોભાનું વાસણ;

vas'eline (વૅસલિન, વૅસિ–), ના૦ પેટ્રોલિયમમાંથી બનતો તેલ જેવો એક પદાર્થ, વૅસેલીન.

vass'al (વૅસલ), ના૦ [ઇતિ.] સરંજામશાહી પદ્ધતિ હેઠળનો અમુક સેવાની શરતે જમીન ધરાવનાર ખેડૂત; આશ્રિત, તાબેદાર; ગુલામ. **vass'alage** (વૅસલિજ), ના૦ તાબેદારી, ગુલામી, પરાધીનતા. [ઘણું મોટું.

vast (વાસ્ટ), વિ૦ વિશાળ, વિસ્તીર્ણ;

vat (વૅટ), ના૦ મોટું પીપ, ટાંકી, કૂંડું.

Vat'ican (વૅટિકન), ના૦ રોમમાં આવેલ પોપનું રહેઠાણ – મહેલ; એની આસપાસનો પોપની હકૂમત નીચેનો મુલક.

vati'cinate (વટિસિનેટ), ઉ૦ ક્રિ૦ ભવિષ્ય ભાખવું, આગાહી કરવી.

vaude'ville (વોડ્વિલ), ના૦ ગીતો અને નૃત્યો સાથેના નાટકનો હળવો રંજન કાર્યક્રમ.

vault (વૉલ્ટ), ના૦ કમાનવાળું છાપરું – છત; કબરવાળું ભોંયરું; કોઈ પોલાણવાળી જગ્યા પરની કમાનદાર છત, ઘુમ્મટ. *safe-deposit* ~, બૅંકમાંની મજબૂત તિજોરીઓ ને ખાનાંવાળી (બહુધા ભોંયરામાંની) ઓરડી. ઉ૦ક્રિ૦ કમાનવાળું (છાપરું, છત, ઇ.) બનાવવું; કમાન કે ઘૂમટનો આકાર બનાવવો. **vaulted**, વિ૦ કમાનવાળા છાપરાવાળું. **vault'ing**, ના૦ છાપરા કે છત નીચેની કમાનો.

vault, ઉ૦ક્રિ૦ હાથ ટેકવીને કે વાંસની મદદથી કશાક પરથી – પર – કૂદકો મારવો. **vaulting-horse**, ના૦ એવા કૂદકા મારવા માટેનો લાકડાનો ઘોડો. [બડાઈ, શેખી.

vaunt (વૉન્ટ), ઉ૦ક્રિ૦ બડાઈ હાંકવી. ના૦

veal (વીલ), ના૦ વાછરડાનું માંસ.

Ve'da (વેડ, વેદ), ના૦ વેદ. **Vedan'ta** (વેડૅન્ટ, વેદાન્ત), ના૦ વેદાન્ત.

veer (વીર, વિઅર), અ૦ ક્રિ૦ (પવને) દિશા બદલવી, ફરવું; [લા.] પોતાનો મત બદલવો (~ *round*).

ve'getable (વે'જિટબલ, વે'જ્–), ના૦ વનસ્પતિ (વિ. ક. ખોરાક માટે ઉગાડવામાં આવતી); ઝાડપાન. વિ૦ વનસ્પતિનું; વનસ્પતિમાંથી બનેલું; ભાજી પાલાનું. ~ *kingdom*, વનસ્પતિ જગત.

vegetar'ian (વે'જિટેરિઅન), ના૦ શાકાહારી, નિરામિષભોજી. **vegetar'ianism** (–રિઅનિઝ઼મ), ના૦ શાકાહાર (ની ફિલસૂફી).

ve'getate (વે'જિટેટ), અ૦ ક્રિ૦ વનસ્પતિનું જીવન જીવવું; નીરસ–નિષ્ક્રિય–જીવન ગુજારવું; આળસમાં દહાડા કાઢવા. **vegeta'tion** (–ટેશન), ના૦ (કોઈ વિશિષ્ટ પ્રદેશની કે સમગ્ર) વનસ્પતિ, ઝાડપાન; નિષ્ક્રિય જીવન ગુજારવું તે, ઇ.

ve'hement (વીઇમન્ટ, વીઅ–), વિ૦ જોસ––વેગ–આવેશ–વાળું; તીવ્ર; ઝનૂની. **ve'hemence**, ના૦ જુસ્સો, જોસ; આવેશ; ઝનૂન.

ve'hicle (વીઇકલ), ના૦ (રથ, ગાડી, ઇ.) વાહન; મત વ્યક્ત કરવાનું સાધન, માધ્યમ. **vehic'ular** (વિહિક્યુલર), વિ૦ વાહનોનું; (પ્રવાસ) વાહનમાં થતું.

veil (વેલ), ના૦ પડદો, બુરખો; આડો પડદો, આંતરો; બહાનું. *take the* ~, વૈરાગણ બનવું, મઠમાં દાખલ થવું. ઉ૦ ક્રિ૦ પડદા વતી ઢાંકવું, સંતાડવું. **veil'ing**, ના૦ બુરખા બનાવવાનું ઝીણું કપડું.

vein (વેન), ના૦ હૃદય તરફ લોહી પાછું લઈ જતી રક્તવાહિની, શિરા; [વનસ્પ.] પાંદડા પરની નસ – દોરો; [ભૂસ્તર.] ખડકની અંદર કોઈ બીજા પદાર્થની નસનો દોરો; (મનનું) વલણ, ભાવ; છટા, રેખા. *in a happy* ~, ખુશમિજાજમાં. [વાળો સપાટ પ્રદેશ.

veld(t) (વે'લ્ટ, ફે'લ્ટ), ના૦ આફ્રિકાનો ઘાસ-

vell'um (વે'લમ), ના૦ લખવા સારુ બનાવેલું બારીક મુલાયમ ચામડું; ઝીણું ચર્મપત્ર.

velo'cipede (વિલૉસિપીડ), ના૦ બાઇસિક-

લનો શરૂઆતનો પ્રકાર; [અમે.] ત્રણ પૈડાંવાળી સાઇકલ. [ગતિનું જોર.

velo'city (વિલૉસિટિ), નાo ઝડપ, વેગ,

velours' (વલૂર), નાo ટોપી માટેનું મખમલ જેવું કપડું.

vel'vet(વે'લ્વિટ),નાoમખમલ.વિo મખમલનું –મખમલ જેવું. **velveteen'** (વે'લ્વિટીન), નાo મખમલના જેવું સુતરાઉ કાપડ. **vel'vety** (–વિટિ), વિo મખમલનું – ના જેવું.

ven'al (વીનલ), વિo લાંચખાઉ, લાંચિયું, પૈસાની લાલચથી કામ કરે એવું; (કામ) પૈસા માટે કરેલું. **venal'ity** (વિનૅલિટિ), નાo લાંચિયાપણું, ભ્રષ્ટાચાર.

vend (વે'ન્ડ), સo ક્રિo વેચવું. **vend'or** (વેન્ડર), નાo વિ. ક. પરચૂરણ વસ્તુઓ વેચનાર. [કરવાનું હાડવેર.

vendett'a(વે'ન્ડે'ટા), નાo ખૂનને બદલે ખૂન

veneer' (વિનીર, વિનિઅર), સoક્રિo હલકા લાકડા પર ઊંચા ને સુંદર લાકડાનું પડ ચોડવું; બહારથી શોભીતું બનાવવું, ઓપવું. નાo લાકડાનું પાતળું પડ; ઉપરનો ભભકો, વિનય, ઇ.

ven'erable (વે'નરબલ), વિo આદરણીય, પૂજ્ય, બુઝુર્ગ. **ven'erate**(વે'નરેટ),સoક્રિo -ને પૂજ્ય ગણવું, -ને માટે ઊંડો આદર ધરાવવો; પૂજવું, પૂજાપાત્ર ગણવું. **venera'tion** (–રેશન), નાo ઊંડો આદર, પૂજ્યબુદ્ધિ.

vener'eal (વિનીરિઅલ), વિo મૈથુનનું–સંબંધી. ~ *disease*, મૈથુનથી થતો વ્યાધિ, ગરમીનો રોગ.

Vene'tian (વિનીશન), વિo અને નાo વેનિસનું(વતની).~*blind*, (બારી બારણાનાં) વીનજન, ફરેડી, ઝીલમીલ.

ven'geance (વે'ન્જન્સ), નાo પોતાને અન્યાય કરનારને કરેલી સજા, પ્રતિકાર; વેર. *with a* ~, ઘણા – અપેક્ષાથી વધારે – જોર –જુસ્સાથી, પૂરી તાકાતથી. **venge'ful** (વે'ન્જ્ફુલ),વિo વેર લેવાની વૃત્તિવાળું; વેરીલું.

ven'ial(વીનિઅલ), વિo (ગુનો, ઇ.) નજીવું; માફ કરી શકાય એવું, ક્ષમ્ય, ઉપેક્ષણીય.

ven'ison (વે'નિઝ્ન), નાo હરણનું માંસ.

ven'om(વે'નમ),નાo (સાપ,ઇ.નું) ઝેર, વિષ; ખુન્નસ, દ્વેષ. **ven'omous** (વે'નમસ), વિo ઝેરી; દુષ્ટ. [માંના લોહી અંગેનું.

ven'ous (વીનસ),વિo નસોનું–સંબંધી; નસો-

vent (વે'ન્ટ),નાo હવા, ધુમાડો, ઇ.ને આવવા જવા માટેનો માર્ગ–રસ્તો; નાનું કાણું; ખુલ્લો માર્ગ, વાટ. *give* ~ *to* one's *feelings*, સoક્રિo ઉચ્ચારવું, બોલવું; -ને માર્ગ આપવો; -નો ઊભરો કાઢવો. ~ one's *anger on*, -ની ઉપર ક્રોધનો ઊભરો કાઢવો.

ven'tilate (વે'ન્ટિલેટ), સoક્રિo ઓરડા, ઇ. માં શુદ્ધ હવા ફરે – આવજા કરે – તેમ કરવું; હવા વડે શુદ્ધ કરવું; વાદવિવાદ માટે રજૂ કરવું; પ્રગટ કરવું; -ની જાહેર ચર્ચા કરવી. **ventila'tion** (–લેશન), નાo હવાની છૂટથી આવજા; જાહેર ચર્ચા. **ven'tilator** (–લેટર), નાo તાજો પવન આવજા કરે તે માટે રાખેલી બારી–જાળી – માર્ગ, વાતાયન. [પેટ સંબંધી.

ven'tral (વે'ન્ટ્રલ), વિo પેટનું, પેટ ઉપરનું,

ven'tricle(વે'ન્ટ્રિકલ), નાo શરીરની અંદર-ની પોલી જગ્યા,બખોલ, વિવર, (વિ.ક.મગજમાંનું અથવા હૃદયમાંનું). **ventric'ular**, વિo એ વિવરનું – ને લગતું – ના આકારનું.

ventril'oquism (વે'ન્ટ્રિલક્વિઝ્મ), નાo કોઈ બીજો માણસ બોલતો હોય–બીજેથી અવાજ આવતો હોય – એવી રીતે બોલવું – બોલવાની કળા, ગારુડવાણી. **ventril'oquist**, નાo એવી રીતે બોલનાર.**ventrilo'quial**, વિo.

ven'ture (વે'ન્ચર), નાo જોખમભર્યું કામ, સાહસ. *at a* ~, ધડા વગર, ગમે તેમ. ઉoક્રિo હિંમત કરવી, છાતી ચલાવવી; જોખમમાં ઝંપલાવવું; બોલવાની હિંમત કરવી. **ven'turesome**, વિo જોખમ ખેડવાની વૃત્તિવાળું, સાહસિક.

ven'ue (વે'ન્યુ), નાo ન્યાયાધીશ જ્યાં મુકદ્દમો ચલાવવાના હોય તે જગ્યા; મળવાની જગ્યા, સંકેત સ્થાન.

Ven'us (વીનસ), નાo [રોમન પુરાણોમાં] કામ–પ્રેમ–ની દેવતા, રતિ; [ખ.] શુક્રનો ગ્રહ.

vera'cious (વરેશસ),વિo સાચું બોલનાર, સત્યવાદી; સાચું, ખરું. **vera'city** (વરૅસિટિ), નાo સચ્ચાઈ, સત્યવાદીપણું. [ઓસરી, વરંડા.

veran'da(h) (વરૅન્ડા), નાo ઓટલો,

verb (વર્બ), નાo ક્રિયાપદ. **ver'bal**(વર્બલ),

વિ૦ શબ્દોનું – સંબંધી, શાબ્દિક; મોઢાનું, મૌખિક; શબ્દેશબ્દનું, શબ્દશઃ. ~*message*, મોઢેનો સંદેશો. **verbat'im**(વર્બેટિમ), ક્રિ૦ વિ૦ અને વિ૦ શબ્દશઃ, શબ્દેશબ્દ.

verben'a (વર્બીના), ના૦ ખુશબોદાર પાંદડાં-વાળો એક ફૂલછોડ.

verb'iage (વર્બિઇજ), ના૦ શબ્દાડંબર; અર્થહીન શબ્દોની વિપુલતા. **verbose'** (વર્બોસ), વિ૦ નકામા શબ્દવિસ્તારવાળું, શબ્દાળુ. **verbos'ity** (વર્બોસિટિ), ના૦ શબ્દવૈપુલ્ય, શબ્દાડંબર, શબ્દાળુતા.

ver'dant (વર્ડન્ટ), વિ૦ વિપુલ લીલોતરી-વાળું; લીલુંછમ અને તાજું; જુવાન, બિનઅનુભવી.

verd'ict (વર્ડિક્ટ), ના૦ પંચ – જ્યૂરી – નો ચુકાદો; (ન્યાયાધીશ, ઇ.નો) ચુકાદો, નિકાલ.

verd'igris (વર્ડિગ્રિસ,-ગ્રીસ), ના૦ તાંબાનો કાટ, મોરથૂથુ. [તરી; તાજું લીલુંછમ ઘાસ.

verd'ure (વર્ડ્યર), ના૦ હરિયાળી, લીલો-

verge (વર્જ), ના૦ કોર, કાંઠો, ધાર; હદ.

verge, અ૦ ક્રિ૦ નીચે અથવા અમુક દિશા તરફ ઢળતું – ઢોળાવવાળું – હોવું; -ની સરહદ પર આવેલું હોવું (~*upon*).

ver'ger (વર્જર), ના૦ બિશપ (એક ધર્મગુરુ)-નો અથવા યુનિવર્સિટીના (વાઇસ) ચાન્સેલર નો છડીદાર – ચોપદાર; ખ્રિસ્તી દેવળમાં માણસોને બેસાડનાર સેવક. [સત્યવાદી.

verid'ical(વિરિડિકલ), વિ૦ સાચું, ખરેખરું;

ve'rify (વે'રિફાઇ), સ૦ ક્રિ૦ ખરુ છે કે નહિ તે જોવું – નક્કી કરવું; -થી ખરુ પડવું; સાબિત કરી આપવું. **verifica'tion** (વેરિફિકેશન), ના૦ ચોકસાઈ (કરવી તે), સાબિતી, બહાલી.

ve'rily(વે'રિલિ), ક્રિ૦ વિ૦ ખરેખર, બેશક.

verisimil'itude(વે'રિસિમિલિટ્યૂડ), ના૦ ખરા જેવું દેખાવું તે, ભાસ; સાચી લાગતી વાત; બનવા જેવું હોવું તે, સંભાવના. [વાસ્તવિક.

ve'ritable (વે'રિટબલ), વિ૦ સાચું; ખરેખરું;

ve'rity (વે'રિટિ), ના૦ સત્ય, ખરું; સાચી વાત; પ્રત્યક્ષ વિદ્યમાન વસ્તુ. [લોટની) સેવો.

vermicell'i (વર્મિસે'લિ), ના૦ (ઘઉંના

verm'iform (વર્મિફોર્મ), વિ૦ ઇયળના આકારનું – જેવું.

vermil'ion (વર્મિલ્યન), ના૦ હિંગળો; ચળકતો રાતો રંગ. વિ૦ એ રંગનું.

verm'in (વર્મિન), સમૂહ૦ ના૦(બહુધા બ૦ વ૦માં) પાકને નુકસાન કરનારાં પ્રાણીઓ; નુકસાનકારક જીવાત (કીડા, મંકોડા, ઇ.); માણસ કે પ્રાણીના શરીર પર રહેનારા જંતુઓ; અધમ જીવો – માણસો. **verm'inous**, વિ૦ જીવાતવાળું, જીવાતથી ખદબદતું.

vermouth (વર્મૂથ, વેરમૂટ), ના૦ એક પ્રકારનો દારૂ.

vernac'ular (વર્નેક્યુલર), વિ૦ (ભાષા) પોતાના દેશનું – દેશમાં પેદા થયેલું. ના૦ દેશી ભાષા; ઘરગથ્થુ બોલી.

vern'al(વર્નલ), વિ૦ વસંતઋતુનું – માં થનારું, વાસંતિક. જુઓ equinox. [શમાવનારી–દવા.

ve'ronal (વે'રનલ), ના૦ઘેન લાવનારી–દરદ

veron'ica (વરૉનિકા), ના૦ ભૂરાં, જાંબુડિયાં, ગુલાબી કે સફેદ ફૂલવાળું એક ફૂલઝાડ.

vers'atile (વર્સટાઇલ), વિ૦ એક વિષય કે વ્યવસાયમાંથી બીજા તરફ સહેલાઈથી જનાર; અનેક વિષયોમાં ગતિવાળું, (પ્રતિભા) સર્વતો-મુખી; બહુશ્રુત; પરિવર્તનશીલ. **versatil'ity** (વર્સટિલિટિ), ના૦ અનેક વિષયમાં કુશળતા – ગતિ, સર્વતોમુખી પ્રતિભા.

verse (વર્સ), ના૦ વૃત્તમાં કરેલી રચના, પદ્ય; છન્દબદ્ધ લીટી; કવિતાની ટૂંક, કડી, શ્લોક; બાઇબલના પુસ્તકનો સંખ્યાંકિત ફકરો–વચન.

versed (વર્સ્ટ), વિ૦ (કોઈ બાબતમાં) નિષ્ણાત, અનુભવી, જાણકાર (~*in*).

vers'ify (વર્સિફાઇ), ઉ૦ક્રિ૦ પદ્યમાં આણવું; કવિતા રચવી – કરવી. **versifica'tion** (-ફિકેશન), ના૦ પદ્યરચના (કરવી તે).

ver'sion (વર્શન), ના૦ ભાષાંતર, તરજુમો; કોઈ બનાવની એક વિશિષ્ટ વ્યક્તિએ આપેલી હકીકત – વૃત્તાંત.

vers libre (વેઅર્લીબર), ના૦ જેમાં કવિતાના રૂઢ નિયમો નથી પળાતા એવી જાતજાતની વૃત્તોની કવિતા.

verst (વર્સ્ટ), ના૦ અંતર માપવાનું એક રશિયન માપ (આશરે ૧૦૬૬.૮ મીટરનું).

vers'us (વર્સસ), નામ૦ અ૦ (સંક્ષેપ *v*.)-ની વિરુદ્ધ, સામું.

vert'ebra (વર્ટિબ્રા), ના૦ (બ૦વ૦ verte-

brae). બરડાની કરોડ–પૃષ્ઠવંશ – નો મણકો.
ver'tebral (વર્ટિબ્રલ), વિ૦ પૃષ્ઠવંશ – કરોડ – ના મણકાનું – સંબંધી. **vert'ebrate** (વર્ટિબ્રિટ), વિ૦ અને નાo પૃષ્ઠવંશ – કરોડ – વાળું (પ્રાણી).

vert'ex (વર્ટે'ક્સ), નાo (બ૦વ૦ vertices). ટોચ, શિખર; (ખૂણો, શંકુ, ઇ.નું) શિરોબિંદુ, ખૂણો. **vert'ical** (વર્ટિકલ), વિ૦ સીધું ને ઊભું, લંબરૂપ; શિરોબિંદુનું; [શરીરરચ.] માથાના ઉપલા ભાગનું.

vert'igo (વર્ટિગો), નાo તમ્મર, ભોળ, ચક્કર. **verti'ginous** (–જિનસ), વિ૦ તમ્મરનું, તમ્મર લાવનારું, માથું ફેરવી નાખે એવું.

verve (વર્વ), નાo (સાહિત્ય, કલાકૃતિ, ઇ.માં) ઉત્સાહ, શક્તિ, જોમ, જોસ્સો.

ve'ry (વેરિ), વિ૦ સાચું, ખરું; એ જ. ક્રિ૦ વિ૦ ઘણું, અતિશય. ~ *well*, ઉદ્‌ગાર૦ બહુ સારું.

vesicotomy (વેસિકૉટમિ), નાo બસ્તિચ્છેદ.

ves'icle (વે'સિકલ), નાo ઝીણી ફોલ્લી; (શરીરરચ., વનસ્પ., ભૂસ્તર.) નાનું પોલાણ, કોશ, કોથળી.

ves'pers (વે'સ્પર્ઝ઼), નાoબ૦વ૦ સાયંપ્રાર્થના.

vess'el (વે'સલ), નાo વાસણ, પાત્ર; [શરીરરચ.] રક્તવાહિની; વહાણ, હોડી. **blood-vessel**, નાo રક્તવાહિની, નસ, શિરા.

vest (વે'સ્ટ), નાo અંદરથી પહેરવાનો કબજો, બાંડિયું, જાકીટ. ઉ૦ક્રિ૦ -ને માલિકી ને કબજાનો હક આપવો (~*with*); -ને વસ્ત્ર – લૂગડાં પહેરાવવાં; -ને માલિકીનો હક હોવો (~*in*).

ves'ta (વેસ્ટા), નાo *V*~, [રોમન પુરાણ] ગૃહસ્થજીવનની દેવતા; મીણ પાયેલી દીવાસળી.

ves'tal (વે'સ્ટલ), વિ૦ અને નાo બ્રહ્મચર્યવ્રત – પ્રતિજ્ઞા – લીધેલી – પવિત્ર ગૃહઅગ્નિની સેવા કરનારી – (કુમારિકા) (~*virgin*); મઠમાં રહેનારી કુમારિકા – સંન્યાસિની.

ves'tibule (વે'સ્ટિબ્યૂલ), નાo દેવડી, ઓસરી, દ્વારમંડપ; દીવાનખાનામાં પ્રવેશ કરવાનો ઓરડો (જ્યાં ટોપી, કોટ, ઇ. ઉતારી મૂકવામાં આવે છે). [નિશાની; રજ, અલ્પાંશ.

ves'tige (વે'સ્ટિજ), નાo પગલું, માગ; ચિહ્ન,

vest'ment (વે'સ્ટમન્ટ), નાo વસ્ત્ર, પોશાક, વિ. ક. હોદ્દાની રૂએ પહેરવાનો ઝભ્ભો.

ves'try (વે'સ્ટ્રિ), નાo દેવળમાં પાદરીનાં કપડાં રાખવાનો કે પહેરવાનો ઓરડો; પૅરિશ (દેવળ)ની હકૂમતવાળી–ને લગતું કામકાજ કરનારી – મંડળી. [વસ્ત્ર.

ves'ture (વે'સ્ચર), નાo [કાવ્યમાં] લૂગડાં,

vet (વે'ટ), નાo (veterinaryનો સંક્ષેપ). [વાત.] જનાવરોનો વૈદ, પશુચિકિત્સક. સ૦ ક્રિ૦ વિ. ક. જનાવરને તપાસવું, તેને ઉપચાર કરવો–દવા, ઇ.આપવી; [વાત.] માણસની તબિયત જોવી – તપાસવી; (લખાણ) વાંચીને સુધારવું.

vetch (વે'ચ), નાo ઢોરો માટે ચારા તરીકે વપરાતો કઠોળનો છોડ.

vet'eran (વે'ટરન), વિ૦ લાંબા વખતનું અનુભવી, ઘડાયેલું. નાo એવો માણસ – યોદ્ધો.

vet'erinary (વે'ટરિનરિ), વિ૦ પ્રાણીઓના –પશુઓના–રોગોનું–રોગો માટેનું; પશુચિકિત્સાનું – વિષયક. નાo ઢોરોનો દાક્તર (~ *surgeon*).

vet'o (વીટો), નાo (બ૦વ૦ – es). ધારાસભા, ઇ.એ પસાર કરેલો કાયદો કે ઠરાવ નામંજૂર કરવાનો અધિકાર; મનાઈ, નિષેધ. *put a ~ upon*, -ને મનાઈ કરવી, અટકાવવું. સ૦ ક્રિ૦ 'વીટો'નો અધિકાર વાપરવો; મનાઈ કરવી.

vex (વે'ક્સ), પજવવું; ખીજવવું. **vexa'tion** (વે'ક્સેશન), નાo ત્રાસ, સતાપ; સતામણી. **vexa'tious** (વિ'ક્સેશસ), વિ૦ત્રાસદાયક, સંતાપજનક. **vexed** (વે'ક્સ્ડ), વિ૦વિ.ક. બહુ ચર્ચાયેલું, વાદગ્રસ્ત (દા.ત. ~*question*).

vi'a (વાયા), નામ૦અ૦ -માં થઈ ને, રસ્તે થઈ ને. નાo ~ *med'ia*, વચલો માર્ગ.

vi'able (વાયબલ), વિ૦ (ગર્ભ કે નવજાત બાળક અંગે) જીવી શકે એવું; (પ્રાણી, વનસ્પતિ) અમુક જાતની આબોહવામાં જીવી–ટકી–શકે એવું; (બીજ) ઊગી શકે એવું; સ્વતંત્રપણે જીવી – ટકી – શકે એવું; વ્યાવહારિક, વહેવારુ.

vi'aduct (વાયડક્ટ), નાo ખીણ, નાળું, ઢોળાવ, ઇ. પર બાંધેલો કમાનોવાળો પુલ.

vi'al (વાયલ), નાo નાનીશી બાટલી, કુપ્પી.

vi'ands (વાયન્ડ્ઝ઼), નાo બ૦ વ૦ ખાવાનું, ખોરાક; જાતજાતના માંસનો ખોરાક.

vibrate' (વાઇબ્રેટ), ઉ૦ ક્રિ૦ લોલકની જેમ

આમ તેમ હાલવું; કાંપવું, ધ્રૂજવું; કંપયુક્ત અવાજ કરવો. **vibra'tion,** ના૦ ઝોલો, આંદોલન; થરથરાટ, કંપવાળો અવાજ.

vic'ar (વિકર), ના૦ દેવળનો પાદરી. V~ *of Christ*, પોપ. **vic'arage** (વિકરિજ), ના૦ વિકરનું મકાન કે વૃત્તિ.

vicar'ious (વિકેરિઅસ, વાઇ–), વિ૦ બીજાની વતી કામ કરનારું; બીજાને બદલે – વતી – કરતું – કરેલું. ~ *sacrifice*, પાપીને બદલે ઈશુનો આત્મભોગ.

vice (વાઇસ), ના૦ ખોડ, અપલક્ષણ; દુર્ગુણ, દુર્વર્તન; (ઘોડા અંગે) અડિયલપણું.

vice, ના૦ પકડ, સેગરો, સીગરો.

vice-, ઉપસર્ગ૦ -ને માટે–બદલે–કામ કરનારું.

vi'ce(વાઇસિ),નામ૦અ૦-નેબદલે,-ની જગ્યાએ.

vice-chan'cellor (–ચાન્સેલર), ના૦ વિદ્યાપીઠ કે યુનિવર્સિટીનો કારભાર ચલાવનાર, કુલનાયક.

vicege'rent (વાઇસજે'રન્ટ), ના૦ બીજાના પ્રતિનિધિ તરીકે રાજ્ય કરનાર, કુલ સત્તા ધરાવનાર પ્રતિનિધિ.

vice-pres'ident (–પ્રે'સિડન્ટ), ના૦ ઉપાધ્યક્ષ.

vicere'gent (–રીજન્ટ), ના૦ પ્રતિનિધિ તરીકે રાજ્ય કરનાર.

vice'roy (–રૉઇ), ના૦ રાજાનો પ્રતિનિધિ, સરસૂબો, વાઇસરૉય. **vicereg'al**(–રીગલ) વિ૦ વાઇસરૉયનું. **vice'reine**(–રેન),ના૦ વાઇસરૉયની પત્ની. **viceroy'alty**, ના૦ વાઇસરૉયનું પદ, વાઇસરૉયની કારકિર્દી.

vi'ce ver'sa (વાઇસિ વર્સા),ક્રિ૦વિ૦ ઊલટું.

vicin'ity (વિસિનિટિ, વાઇ–), ના૦ પરિસર, પાડોશ; નિકટતા, સમીપતા, સાન્નિધ્ય.

vi'cious (વિશસ), વિ૦ દુર્ગુણી; દુષ્ટ; દુર્વ્યસની; દુરાચારી. ~ *circle*, એક બીજા પર અસર કરતી અનિષ્ટ વસ્તુઓ કે ઘટનાઓ; વિષચક્ર, એકબીજાને વધુ ઉગ્ર બનાવતી ક્રિયા ને પ્રતિક્રિયા.

viciss'itude (વિસિસિટચૂડ, વાઇ–), ના૦ પરિસ્થિતિમાં પરિવર્તન; (બ૦વ૦) ચડતીપડતી.

vic'tim (વિક્ટિમ), ના૦ યજ્ઞ માટે મારી નાંખવામાં આવતું પ્રાણી, ભોગ, બલિ; કોઈ અનિષ્ટ ઘટનાનો ભોગ બનેલી વ્યક્તિ; શિકાર.

vic'timize (–માઇઝ઼), સ૦ ક્રિ૦ -ને ભોગ બનાવવું; હડતાળ પાડનાર, ઇ.ને તે બદલ કામ પરથી કાઢી નાખવું કે કોઈ ખાસ સજા કરવી. **victimiza'tion,** ના૦ ભોગ બનાવવું તે.

vic'tor (વિક્ટર), ના૦ વિજેતા, જીતનાર.

victoria (વિક્ટૉરિઆ, વિક્ટો–), ના૦ ચાર પૈડાંની ઘોડાગાડી. V~ *Cross* ના૦ (સંક્ષેપ V.C.) યુદ્ધમાં આગળ પડતા શૂરાતન માટે આપવામાં આવતો ચંદ્રક–બિલ્લો.

Victor'ian (વિક્ટૉરિઅન),વિ૦ વિક્ટોરિયાના સમયનું – કારકિર્દીનું. ના૦ તે સમયનો માણસ.

vic'tory (વિક્ટરિ), ના૦ જીત, વિજય. **victor'ious** (વિક્ટૉરિઅસ), વિજયી, ફતેહમંદ.

vi'ctual (વિટલ), ના૦ (બહુધા બ૦વ૦માં) ખોરાક, ખોરાકની વસ્તુઓ. ઉ૦ ક્રિ૦ (વહાણ, ઇ. ને) ખોરાક પૂરો પાડવો; -માં ખોરાકની ચીજો લેવી– ભરવી. **victualler** (વિટ્લર), ના૦ ખોરાકની ચીજો અને પીણાં પૂરાં પાડનાર –વેચનાર.

vide (વાઇડિ), ક્રિ૦ આજ્ઞાર્થ. જુઓ. (સંક્ષેપ *v.*).

videl'icet (વિડીલિસે'ટ, વાઇ–), ક્રિ૦ વિ૦ (સંક્ષેપ *viz., namely*) એટલે, એટલે કે.

vie (વાઇ), અ૦ક્રિ૦ -ની સાથે હરીફાઈ કરવી (*with* સાથે).

view (વ્યૂ), ના૦ અવલોકન, નિરીક્ષણ; દેખાવ; મત, અભિપ્રાય; ઉદ્દેશ, આશય. *a point of* ~, દૃષ્ટિબિંદુ. *in* ~ *of*, -નો વિચાર કરતાં; જ્યાં (તે) જોઈ શકાય એવી જગ્યાએ. *on*~, જાહેર જનતાને જોવા માટે ખુલ્લું. *with a* ~ *to*, -ના ઉદ્દેશથી,-ની આશાએ. *air* one's~*s*, પોતાના વિચારો (સ્વૈરપણે) પ્રગટ કરવા. સ૦ ક્રિ૦ જોવું, અવલોકન કરવું, નજર ફેરવવી; વિચારવું; તપાસવું.

vi'gil (વિજિલ), ના૦ જાગતા રહેવું તે, ઉજાગરો; ચોકી (કરવી તે); ધાર્મિક વિધિ અંગે એક રાતદિવસનું જાગરણ. **vi'gilant,** વિ૦ જાગ્રત; સાવધ. **vi'gilance,** ના૦ જાગૃતિ; સાવધાની, તકેદારી.

vignette (વીન્યે'ટ, વિ–), ના૦ પુસ્તકમાં વિ. ક. મુખપૃષ્ઠ પર છાપેલું (ચોકઠા વિનાનું)

નાનકડું શોભાનું ચિત્ર; (વ્યક્તિ, ઇ.નું) રેખા-ચિત્ર; આછી પાર્શ્વભૂમિ પર દોરેલી કેવળ માથા અને ખભાવાળી આકૃતિ–ચિત્ર.

vig'our (વિગર), ના૦ ઉત્સાહ, જોશ; જોર; શારીરિક તેમ જ માનસિક શક્તિ અને ઉત્સાહ. **vig'orous,** વિ૦ જોરદાર, પ્રબળ; ચપળ, ઉદ્યોગી.

Vik'ing (વાઇકિંગ). ના૦ આઠમાથી દસમા સૈકાના કાળનો ઉત્તર યુરોપ તરફનો ચાંચિયો.

vile (વાઇલ), વિ૦ હલકું, નીચ; નકામું; ખરાબ, પાપી; તિરસ્કારપાત્ર, નિંદ્ય.

vil'ify (વિલિફાઇ), સ૦ક્રિ૦ નિંદા કરવી, વખો-ડવું; ઉતારી પાડવું. **vilifica'tion,** ના૦ નિંદા કરવી તે, નિંદા, બદનામી.

vill'a (વિલા), ના૦ શહેરવાસીનું ગામડાનું ઘર–બંગલો; પરામાં બાંધેલું બગીચા સાથેનું ઘર.

vill'age (વિલિજ), ના૦ ગામડું, ગામ. **vill'ager** (વિલિજર), ના૦ ગામડામાં રહેનાર.

vi'llain (વિલન), ના૦ સરંજામદારનો ખેડૂત; દુષ્ટ માણસ, હરામખોર; ખલપુરુષ, ખલનાયક; **vill'ainous,** વિ૦ નીચ, દુષ્ટ; હરામખોરી ભરેલું. **villa'iny** (વિલનિ), ના૦ દુષ્ટતા, હરામખોરી.

villein (વિલિન), ના૦ સરંજામદારનો [ખેડૂત.

vim (વિમ), ના૦ [વાત.] બળ, આવેશ, ઉત્સાહ.

vin'dicate (વિન્ડિકેટ), સ૦ ક્રિ૦ સમર્થન કરવું, બચાવ કરવો; સાચું, ન્યાયી, બરાબર, છે એમ પુરવાર કરવું. **vindica'tion,** ના૦ બચાવ, સમર્થન; દોષનિરસન.

vindic'tive (વિન્ડિક્ટિવ), વિ૦ વેર લેવાની વૃત્તિવાળું, કિન્નાખોર; (કામ) કિન્ના-ખોરીનું.

vine (વાઇન), ના૦ દ્રાક્ષનો વેલો; વેલો. **vin'ery** (વાઇનરિ), ના૦ (દ્રાક્ષના) વેલા ઉછેરવાનું કાચનું મકાન.

vin'egar (વિનિગર), ના૦ (કેટલાક દારૂ-ઓમાંથી તૈયાર કરાતો) સરકો.

vine'yard (વિન્યાર્ડ), ના૦ દ્રાક્ષનો બગીચો, દ્રાક્ષવાટિકા. [જેવું–ને લીધે થતું.

vin'ous (વાઇનસ), વિ૦ દ્રાક્ષના મદ્યનું–ના

vin'tage (વિન્ટિજ), ના૦ દ્રાક્ષનો પાક લણવાની મોસમ; દ્રાક્ષની લણણી; દ્રાક્ષનો પાક; દ્રાક્ષના દારૂની વાર્ષિક નીપજ–પેદાશ. *~wine*, અમુક વરસના મોસમનો દ્રાક્ષનો દારૂ.

vint'ner (વિન્ટ્નર), ના૦ (દ્રાક્ષનો) દારૂ વેચનાર, કલાલ. [તંતુવાદ્ય.

vi'ol (વાયલ), ના૦ ગજથી વગાડાતું એક

vi'ola (વિઓલા), ના૦ મોટા કદના વાયોલિન જેવું વાદ્ય. [ફૂલોવાળું એક ફૂલઝાડ.

vi'ola (વાયલા), ના૦ ભાંગ્યા જાંબુના રંગનાં

vi'olate (વાયલેટ), સ૦ક્રિ૦ (મર્યાદા, આજ્ઞા)નું ઉલ્લંઘન કરવું, ઉથાપવું; (કરારનો) ભંગ કરવો; મંદિર, ઇ. સ્થળે દાખલ થઈ તેને ભ્રષ્ટ–અપવિત્ર–કરવું; -ની ઉપર તૂટી પડવું; શિયળનો ભંગ કરવો. **viola'tion,** ના૦ ઉલ્લંઘન; ભંગ; આક્રમણ; બળાત્કાર.

vi'olence (વાયલન્સ), ના૦ જોર; બળજોરી, જબરદસ્તી; હિંસા. **vi'olent,** વિ૦ ખૂબ જોરદાર; તીવ્ર, ઉગ્ર; વેગીલું, આવેશવાળું; ક્રુદ્ધ; હિંસક.

vi'olet (વાયલિટ), ના૦ ભૂરા-જાંબુડિયા રંગનાં ફૂલોનું એક ફૂલઝાડ; તેનું ફૂલ; તેનો રંગ. વિ૦ ભૂરા-જાંબુડિયા રંગનું. *~ rays*, વૈદ્યકીય ઉપ-ચારમાં વપરાતાં પ્રકાશનાં ટૂંકામાં ટૂંકાં કિરણો.

violin' (વાયલિન), ના૦ ચાર તારનું ગજથી વગાડાતું એક તંતુવાદ્ય, વાયોલિન.

violoncell'o (વીઅલન્ચે'લો, વાય–), ના૦ (સંક્ષેપ 'cello). વાયોલિન જેવું તેનાથી મોટા કદનું ને નીચા અવાજવાળું વાદ્ય. **violoncell'ist** (–ચે'લિસ્ટ), ના૦ એ વાદ્ય વગાડનાર.

vip'er (વાઇપર), ના૦ એક ઝેરી સાપ; [લા.] દગાબાજ–ખૂનસી–માણસ.

virag'o (વિરેગો), ના૦ (બ૦વ૦ –s). કજિયા-ખોર–લડકણી–સ્ત્રી, કૃત્યા.

vir'gin (વર્જિન), ના૦ કુમારિકા, કુંવારી. વિ૦ શુદ્ધ; નિષ્કલંક; અક્ષત; અણવાપરેલું. *~ soil*, અણખેડેલી જમીન. **vir'ginal** (વર્જિનલ), વિ૦ કુમારિકા જેવું, શુદ્ધ. **virgin'ity** (વર્જિનિટિ), ના૦ કુંવારાપણું; કૌમાર્ય.

Virgin'ia (વર્જિનિઆ), ના૦ વર્જિનિયામાં થતી તમાકુ. *~creeper*, દ્રાક્ષના વેલા જેવો એક વેલો.

vi'rile (વિરાઇલ, વાઇ–), વિ૦ પુખ્ત ઉંમરના પુરુષની શક્તિઓ ને સ્વભાવવાળું; પૌરુષ,

મરદાની; જોમવાળું; બળવાન; વીર્યવાન, પ્રજનન-શક્તિવાળું. **viril'ity** (વિરિલિટિ), ના૰ પૌરુષ, મરદાઈ; વીર્યવત્તા.

virtu' (વર્ટૂ), ના૰ લલિતકળાનો શોખ, એની રસજ્ઞતા. *articles of ~*, નાની અને સુંદર કલાકૃતિઓ.

virt'ual (વર્ટ્યુઅલ), વિ૰ (વિધિસર પદ કે નામ નહિ તોય) વ્યાવહારિક રીતે અમલી, વાસ્તવિક.

virt'ue (વર્ટ્યૂ), ના૰ પ્રામાણિકપણું, નેકી, સદ્ગુણ; શ્રેષ્ઠતા; ગુણ, વિશિષ્ટ ગુણ; સદાચાર; પાવિત્ર્ય, શુદ્ધ ચારિત્ર્ય. *by, in, ~ of*, -ની રૂએ, ને આધારે.

virtuos'o (વર્ટ્યુઓસો), ના૰ (બ૰ વ૰ virtuosi,–સી). કલાભિજ્ઞ–કલારસિક–માણસ; કોઈ વિશિષ્ટ કળાનો તજ્જ્ઞ. **virtuos'ity** (વર્ટ્યુઑસિટિ), ના૰ કલાભિજ્ઞતા. [સદાચારી.

virt'uous (વર્ટ્યુઅસ), વિ૰ સદ્ગુણી,

vi'rulent (વિર્યુલન્ટ, –રુ–), વિ૰ (ઝેર) તીવ્ર, ઉગ્ર; ખૂબ ઝેરી; દુષ્ટ, ડંખીલું; 'વાઇરસ' (અતિ સૂક્ષ્મ જંતુ) વાળું–થી થયેલું. **vi'rulence**, ના૰ જોર; પ્રાણઘાતકતા.

vir'us (વાઇરસ), ના૰ ચેપી રોગનું ઝેર; રોગનો ચેપ લઈ જનાર અતિ સૂક્ષ્મ જંતુ.

visa (વીઝ઼ા), ના૰ પ્રવાસના પરવાના (પાસપોર્ટ) પરનો શેરો. સ૰ ક્રિ૰ પાસપોર્ટ ઉપર વિશિષ્ટ દેશમાં દાખલ થવાની રજાનો શેરો કરવો.

vis'age (વિઝ઼િજ), ના૰ ચહેરો, મુખમુદ્રા.

vis-à-vis (વીઝ઼ાવી), ક્રિ૰ વિ૰ સામસામે, -ની સામે. નામ૰અ૰ -ની સામે. ના૰ બીજાની સામે ઊભો રહેલો માણસ; સામસામે બેસવાની બેઠકવાળું વાહન.

vis'cera (વિસરા), ના૰ બ૰ વ૰ પેટ અને શરીરની અંદરના બીજા અવયવો, વિ. ક. આંતરડાં.

vis'cid (વિસિડ), **vis'cous** (વિસ્કસ), વિ૰ ચીકણું, રગડા જેવું. **viscos'ity** (વિસ્કૉસિટિ), ના૰ ચીકાશ.

visc'ount (વાઇકાઉન્ટ), ના૰ અર્લથી ઊતરતી કોટિનો ઉમરાવ–સરદાર. **visc'ountess**, ના૰ વાઇકાઉન્ટની પત્ની; વાઇકાઉન્ટની કક્ષાની ઉમરાવ સ્ત્રી.

visé (વીઝે), ના૰ = visa.

vis'ible (વિઝ઼િબલ), વિ૰ આંખે દેખાય એવું, દૃશ્ય; ખુલ્લું, ઉઘાડું, દેખીતું. **visibil'ity**, ના૰ દૂરની વસ્તુઓ દેખી શકાય એવી વાતાવરણની સ્થિતિ, પદાર્થની દેખાવાની ક્ષમતા; દૃષ્ટિગોચરતા.

vi'sion (વિઝ઼ન), ના૰ દૃષ્ટિ, જોવાની ક્રિયા કે શક્તિ; સ્વપ્ન કે કલ્પનામાં જોયેલી વસ્તુ; દૂરદૃષ્ટિ, દૂરંદેશીપણું; સ્વપ્ન, આભાસ; ઈશ્વર પાસેથી કશુંક આવે છે એવો ભાસ, દૃષ્ટાન્ત, સાક્ષાત્કાર; અસાધારણ સુંદર વ્યક્તિ કે વસ્તુ. **vi'sionary** (વિઝ઼નરિ), વિ૰ કાલ્પનિક; કલ્પનામાં વિહાર કરનારું; અવહેવારુ. ના૰ મનના તરંગોમાં રાચનાર, શેખચલ્લી; ધ્યેયવાદી; કેવળ કલ્પનામાં જેનું અસ્તિત્વ છે એવી વસ્તુ.

vis'it (વિઝ઼િટ), ઉ૰ક્રિ૰ કોઈને ત્યાં મળવા, મુલાકાત લેવા, કે રહેવા જવું – આવવું; જોવા તપાસવા જવું; -ને દુઃખ દેવું; -ની ઉપર કોપ ઠાલવવો, -ને સજા કરવી. ના૰ મુલાકાત; થોડા સમયનો વાસ. **vis'itant** (વિઝ઼િટન્ટ), ના૰ મળવા જનાર કે આવનાર, વિ. ક. જીવતાને મળવા આવનાર પ્રેતાત્મા. **visita'tion** (વિઝ઼િટેશન), ના૰ વિધિસરની–અમુક હેસિયતથી કરેલી – મુલાકાત; ઈશ્વર તરફથી સજા તરીકે મળેલું દુઃખ – ઊતરેલી આફત. **vis'itor** (વિઝ઼િટર), ના૰ મળવા આવેલો માણસ, મુલાકાતી; વિદ્યાપીઠ, ઇ.ની અવારનવાર મુલાકાત લઈને નિરીક્ષણ કરનાર અધિકારી.

vis'or (વાઇઝ઼ર), **vis'ard** (વિઝ઼ર્ડ), ના૰ શિરસ્ત્રાણનો ચહેરો ઢાંકનારો ખસેડી શકાય એવો ભાગ; મુખવટો.

vis'ta (વિસ્ટા), ના૰ ઝાડ, ઇ.ની બે હારો વચ્ચેનો સાંકડો અને લાંબો દેખાવ; આવી જ જાતનો અંતઃચક્ષુ સામે દેખાતો અનેક ઘટનાઓનો ચિત્રપટ–દેખાવ.

vis'ual (વિઝ઼ુઅલ,–ઝ્યુ–), વિ૰ દૃષ્ટિનું–ને લગતું; જોવાના કામમાં વપરાતું. **vis'ualize** (–અલાઇઝ઼), સ૰ક્રિ૰ આંખ આગળ કલ્પનાથી ઊભું કરવું; મનમાં ચિત્ર ઊભું કરવું.

vit'al (વાઇટલ), વિ૰ જીવવા માટે જરૂરી, જીવનોપયોગી; અગત્યનું. ***~ statistics***, જન્મ–મૃત્યુના આંકડા; સ્ત્રીની છાતી કટિ અને

નિતંબનાં માપ. ~ *wound*, જીવલેણ જખમ. **vit'als**, ના૦બ૦વ૦ શરીરના મહત્ત્વના ભાગો (દા.ત. ફેફસાં, મગજ, હૃદય, ઇ.); મર્મસ્થાનો. **vital'ity** (–ટૅલિટિ), ના૦ જીવનશક્તિ, જીવ; જોમ, જીવન ટકાવવાની શક્તિ. **vi'talize** (–લાઇઝ઼), સ૦ ક્રિ૦ સજીવન કરવું, -માં જીવન રેડવું.

vit'alism (–લિઝ઼મ), ના૦ [જીવ.] જીવ જેમાંથી ઉત્પન્ન થાય છે તે ચૈતન્ય રાસાયનિક કે બીજાં પાર્થિવ બળોથી ભિન્ન છે એવી માન્યતા.

vi'tamin(વિટમિન, વાઇ–), ના૦ ખોરાકમાંનું આરોગ્ય માટે આવશ્યક જીવનસત્ત્વ, ઓજસ્ તત્ત્વ, વિટામિન.

vi'tiate (વિશિએટ), સ૦ ક્રિ૦ બગાડવું, ખરાબ કરવું; નબળું બનાવવું, અશુદ્ધ – દૂષિત– નકામું – કરવું.

vit'reous (વિટ્રિઅસ), વિ૦ કાચનું; કાચના જેવું. **vit'rify** (વિટ્રિફાઇ), ઉ૦ક્રિ૦ -નો કાચ બનાવવો–થવો.

vit'riol (વિટ્રિઅલ), ના૦ ગંધકમાંથી બનતો એક ખાર; [લા.] ઝાટકો લાગે એવી ટીકા. **vitriol'ic** (વિટ્રિઑલિક), વિ૦ (શબ્દ, લાગણી, ઇ.) ઝાટકો લાગે એવું, કટુ, તીવ્ર.

vitup'erate(વાઇટ્યૂપરેટ, વિ–), સ૦ક્રિ૦ગાળો દેવી, વખોડવું; ઠપકો આપવો. **vitupera'tion**, ના૦ નિંદા, ઠપકો. **vitup'erative** (–પરટિવ), વિ૦ નિંદાત્મક.

vivacious (વિવેશસ, વાઇ–), વિ૦ ઉત્સાહી, ઉલ્લાસવાળું, આનંદી; જોમવાળું. **viva'city** (–વૅસિટિ), ના૦ ઉલ્લાસ, આનંદ; જોમ.

viv'a voce (વાઇવ વોસિ), ના૦ મૌખિક પરીક્ષા (સંક્ષેપ *viva*). ક્રિ૦વિ૦ મોઢે. વિ૦ મોઢેનું, મૌખિક.

vive (વીવ), ઉદ્ગાર૦ ઘણું જીવો! ~ *le roi* (–લીરૂવા), [ફ્રેંચ] રાજા ઘણું જીવો.

viv'id (વિવિડ), વિ૦ ચળકતું, ભભકાદાર; સ્પષ્ટ, આબેહૂબ; જોમવાળું, જીવંત.

viv'ify (વિવિફાઇ), સ૦ક્રિ૦ -માં જીવ–પ્રાણ રેડવો–ફૂંકવો; ઉલ્લસિત–આનંદિત–કરવું.

viv'isect (વિવિસે'ક્ટ), સ૦ ક્રિ૦ જીવતા પ્રાણીનાં અંગ કાપવાં – અંગોની ચીરફાડ કરી તપાસવું. **vivisec'tion**, ના૦ જીવતા પ્રાણી પર કરાતા વાઢકાપના પ્રયોગ, સજીવપ્રાણી-વિચ્છેદન.

vix'en (વિક્સન), ના૦ શિયાળની માદા; વઢકણી સ્ત્રી, કર્કશા. **vix'enish**, વિ૦ કર્કશાના જેવું.

vizi(e)r (વિઝ઼ીર, વ–), ના૦ વજીર, દીવાન.

vizor (વાઇઝ઼ર), જુઓ visor.

voca'ble (વોકબલ), ના૦ શબ્દ.

vocab'ulary (વકૅબ્યુલરિ), ના૦ ભાષાના મહત્ત્વના શબ્દોની અર્થ સાથે યાદી; કોઈ એક વ્યક્તિ દ્વારા, વિષયમાં કે પુસ્તકમાં વપરાયેલા શબ્દો(ની કક્કાવાર યાદી).

voc'al (વોકલ), વિ૦ અવાજનું – ને લગતું; મોઢે બોલેલું; અવાજવાળું, જેને વાચા છે એવું; [સં.] મોઢે ગાયેલું–ગાવાનું. ~ *cords*, ધ્વનિ-જનક રજ્જુઓ; જેમાંથી અવાજ પેદા થાય છે તે ગળાનો ભાગ. **voc'alist** (વોકલિસ્ટ), ના૦ ગાયક, ગવૈયો.

voca'tion (વકેશન, વો–), ના૦ અમુક વ્યવસાય કે કામ કરવા માટે માણસને થતી કે લાગતી પ્રેરણા; ધંધો, રોજગાર, કામ. વ્યવસાય. **voca'tional**, વિ૦ ધંધો, રોજગાર, ઇ.નું–અંગેનું, વ્યાવસાયિક.

voc'ative (વૉકટિવ), વિ૦[વ્યાક.](વિભક્તિ) કોઈ ને બોલાવવામાં – સંબોધવામાં – વપરાતું. ના૦ સંબોધન (~ *case*).

vocif'erate (વોસિફરેટ), ઉ૦ક્રિ૦ મોટેથી બૂમ પાડવી, વારે વારે બોલાવવું; કોલાહલ મચાવવો. **vocif'erous**, વિ૦ કોલાહલ-વાળું, બુમરાણ કરનારું; મોટી મોટી માગણીઓ કરનારું.

[આવતો રશિયન દારૂ.

vod'ka (વૉડ્કા), ના૦ રાયમાંથી બનાવવામાં

vogue (વોગ), ના૦ ચાલ, વહીવટ; લોકોમાં –પ્રિય–પ્રચલિત વસ્તુ. *be in* ~, લોકોમાં પ્રચલિત હોવું.

voice (વૉઇસ), ના૦ મોઢાનો અવાજ, કંઠ ધ્વનિ, ઘાંટો; બોલવાની શક્તિ, વાણી; બોલવાનો અધિકાર; વ્યક્ત થયેલો મત; [વ્યાક.] ભેદ. *active* ~, મૂળ ભેદ. *passive* ~, સહભેદ. *causative* ~, પ્રેરક ભેદ. *give* ~ *to*, બોલી બતાવવું, શબ્દોમાં વ્યક્ત કરવું. સ૦ ક્રિ૦ વ્યક્ત કરવું, -ને વાચા આપવી.

void (વૉઇડ), વિ૰ ખાલી; સૂનું; રદ બાતલ, વ્યર્થ. ~ *of*, -થી વંચિત – વિહીન, વિના. ના૰ ખાલી જગ્યા, શૂન્ય, આકાશ. સ૰ક્રિ૰ રદ કરવું; ખાલી કરવું; મળત્યાગ કરવો.

voile (વાલ, વૉઇલ), ના૰ બારીક અને અર્ધ પારદર્શક કાપડ, વાયલ.

vol'atile (વૉલટાઇલ), વિ૰ (વરાળ બનીને) જલદી ઊડી જાય – હવામાં જતું રહે – એવું; આનંદી, ઉલ્લાસવાળું; અસ્થિર, ચંચલ. **vol-at'ilize** (વલૅટિલાઇઝ), સ૰ક્રિ૰ -ની વરાળ બનાવવી, ઊડી જાય તેમ કરવું.

volcan'o (વૉલ્કેનો), ના૰ જ્વાળામુખી પર્વત. **volcan'ic** (વૉલ્કૅનિક),વિ૰ જ્વાળા-મુખીનું – ના જેવું – થી ઉત્પન્ન થયેલું.

vole (વોલ), ના૰ ઉંદરની જાતનું એક પ્રાણી.

voli'tion (વલિશન,વો–), ના૰ સંકલ્પ કરવો તે; સંકલ્પશક્તિ; સંકલ્પ.

voll'ey (વૉલિ), ના૰ અનેક તોપો કે બંદૂકો-માંથી એકીસાથે થતો ગોળીબાર કે મારો; ગાળો, પથરા પ્રશ્નો, ઇ.નો મારો – ઝડી; દડો જમીનને અડે તે પહેલાં તેને ફટકારવો તે–પાછો મારી વાળવો તે; [ક્રિ.] ઊછળ્યા વિના સીધો વિકેટ કે બૅટ્સ્મન પર પડનારો દડો. ઉ૰ ક્રિ૰ (અસ્રો, ગાળો, ઇ.નો) એકસામટો મારો કરવો; દડો જમીનને અડે તે પહેલાં તેને પાછો વાળવો – ફટકારવો.

vol'plane (વૉલ્પ્લેન), અ૰ ક્રિ૰ (વિમાન કે વૈમાનિક અંગે) ઍંજિનની મદદ વિના નીચે ઊતરવું – ઉતારવું.

volt (વોલ્ટ), ના૰ વીજળિક શક્તિના માપનો એકમ. **volt'age** ના૰ વીજળિક શક્તિનું વોલ્ટમાં માપ. **volta'ic** (વૉલ્ટેઇક), વિ૰ (વીજળિક શક્તિ) રાસાયનિક પ્રક્રિયાથી પેદા કરેલી. [તિ, ગુલાંટ [લા. પણ].

volte-face (વૉલ્ટ્ફાસ), ના૰ ગુલાંટ ખાવી

vol'uble (વૉલ્યુબલ), વિ૰ અવિરત બોલ્યા કરતું, વાચાળ; છટાબંધ બોલેલું. **volubil'-ity**, ના૰ વાચાળતા; વાક્પટુતા.

vol'ume(વૉલ્યુમ,–લ્યૂ–),પુસ્તક, ગ્રંથ; ગ્રંથનો ખંડ, વિભાગ, ઇ.; પાણીનો ધોધ, ધુમાડાનો ગોટો; જથો; કદ, વિસ્તાર, વ્યાપેલી જગ્યા; (પરિમાણ) ઘનત્વ; અવાજની પ્રબળતા – માત્રા (ધીમો કે મોટો). **volum'inous** (વલ્યૂમિનસ, વલૂ–), વિ૰ (ગ્રંથ) ઘણા ખંડો-વાળું; ખૂબ મોટું; વિપુલ; ઘણી જગ્યા રોકનારું.

vol'untary (વૉલન્ટરિ), વિ૰ સ્વેચ્છાથી–સ્વતંત્રપણે–કરેલું, ઐચ્છિક, મરજિયાત; જબર-દસ્તી વિનાનું. ~ *liquidation*, સ્વેચ્છાએ ફડચામાં જવું તે. ના૰ દેવળમાં ગાયકે સ્વેચ્છાથી ગાયેલી કે વગાડેલી ચીજ (પ્રાર્થનાના ભાગ તરીકે નહિ).

volunteer' (વૉલન્ટિઅર), ના૰ સ્વયંસેવક; વ્યવસાયી નહિ એવો લશ્કરી દળનો માણસ; મહેનતાણું લીધા વિના કામ કરનાર. ઉ૰ ક્રિ૰ સ્વયંસેવક તરીકે કામ કરવું–કરવા તૈયાર થવું, મદદ આપવા તૈયાર થવું.

volup'tuary (વલપ્ટયુઅરિ), ના૰ એશ-આરામી ને વિષયી – સ્રીલંપટ – માણસ. **volup'tuous** (–ટયુઅસ), વિ૰ એશ-આરામી, વિલાસી, વિષયી; કામોત્તેજક.

vom'it (વૉમિટ), ઉ૰ક્રિ૰ ઊલટી કરવી–થવી, ઓકવું; (ધુમાડિયું, ઇ.) ધુમાડો, ઇ. કાઢવો– બહાર ફેંકવો. ના૰ ઓકેલું, ઊલટી; ઊલટી કરાવનારી દવા.

voo'doo (વૂડૂ), ના૰વેસ્ટ ઇંડીઝના લોકોમાં પ્રચલિત ચેટક, જાદુટોણો, ઇ.

vora'cious (વરેશસ, વૉ–), વિ૰ ખાવાનું લોભી; અકરાંતિયું. **vora'city** (વરૅસિટિ), ના૰ ખાઉધરાપણું.

vort'ex(વૉર્ટેક્સ), ના૰ (બ૰ વ૰ vortices, –es). વમળ, ભમરો; વાવંટોળ, ચક્રવાત.

vot'ary (વોટરિ), ના૰ ભક્ત, ઉપાસક(ઈશ્વર, વિદ્યા, વ્યવસાય, ઇ.નો); ચુસ્ત અનુયાયી.

vote (વોટ), ના૰ અભિપ્રાય, મત; મતાધિકાર; પડેલા–અપાયેલા – મત; મતપત્રિકા. *put to the* ~, નિર્ણય કરવા મત લેવા. ~*of censure*, ઠપકાની દરખાસ્ત. ~*of no confidence*, અવિશ્વાસની દરખાસ્ત. ઉ૰ક્રિ૰ મત આપવો; બહુમતીથી નિર્ણય કરવો – (ઠરાવ, ઇ.) પસાર કરવું. **vot'er** (વોટર), ના૰ મત આપવાને હકદાર, મતદાર.

vo'tive (વોટિવ), વિ૰ કોઈ વ્રત – માનતા-ની પૂર્તિ અંગે આપેલું – અર્પણ કરેલું.

vouch (વાઉચ), અ૰ ક્રિ૰ (*for* સાથે) ખાતરી આપવી, ખાતરીપૂર્વક કહેવું; સાક્ષી આપવી; જામીન થવું.

voucher (વાઉચર), ના૰ પૈસા ચૂકવ્યાનો લેખ – રસીદ, ઓચરિયું; પૈસા ચૂકવવા માટેનો આધારભૂત કાગળ.

vouchsafe' (વાઉચ્સેફ), સ૰ ક્રિ૰ (કૃપા કરીને) કંઈક કરવાનું કે આપવાનું આશ્વાસન આપવું, આપવાનું મંજૂર કરવું.

vow (વાઉ), ના૰ શપથ, પ્રતિજ્ઞા; વ્રત; માનતા. સ૰ ક્રિ૰ વચન આપવું, શપથ લેવા, જાહેર પ્રતિજ્ઞા કરવી. [ઉચ્ચાર.

vow'el (વૉવિલ, –વ–), ના૰ સ્વર, સ્વરનો

vox populi (વૉક્સ પૉપ્યુલાઇ), ના૰ લોકમત; લોકપ્રવાદ, લોકવાયકા.

voy'age (વૉઇજ), ના૰ જલમાર્ગે (બહુધા લાંબી) મુસાફરી.

vul'can (વલ્કન), ના૰ (*V* ~) લુહાર, કંસારા, ઇ.નો તથા અગ્નિનો દેવતા. **vul'canize,** સ૰ ક્રિ૰ રબરને વધારે લવચીક અને કઠણ બનાવવા તેને ખૂબ ગરમ કરી તેમાં ગંધક ભેળવવો – તે પર ગંધકનું પડ દેવું; રબરની વસ્તુમાં પડેલું કાણું, ઇ. સમું કરવા માટે તેમાં રબરની લાહી રેડીને તેને ગરમ કરીને કઠણ – મજબૂત – બનાવવું. **vul'canite,** ના૰ ગંધક પાઈને કઠણ બનાવેલું રબર, 'એબનાઇટ'

vul'gar (વલ્ગર), વિ૰ અણઘડ, અસભ્ય, અસંસ્કારી હલકું; નીચ; સાધારણ (કોટિનું), ગ્રામ્ય. *the ~ tongue,* દેશની સાધારણ ભાષા. **vulgar'ity** (–ગૅરિટિ), ના૰ અસભ્યતા, ગ્રામ્યતા. **vul'garize** (વલ્ગરાઇઝ), સ૰ ક્રિ૰ વધારે પડતી જાહેરાત આપીને બગાડવું; ગ્રામ્ય બનાવવું.

vul'gate (વલ્ગિટ, –ગેટ), ના૰ (*V* ~) ચોથા સૈકામાં તૈયાર થયેલું બાઇબલનું લૅટિન ભાષાંતર; કોઈ પણ લેખકની કૃતિનો પરંપરાથી ચાલતો આવેલો પાઠ.

vul'nerable (વલ્નરબલ), વિ૰ જખમ, ઘા, લાગી શકે એવું, ભેદ્ય; હુમલા સામે રક્ષણ વિનાનું, હુમલાને પાત્ર; ટીકાપાત્ર.

vul'pine (વલ્પાઇન), વિ૰ શિયાળનું – ના જેવું; લુચ્ચું.

vul'ture (વલ્ચર), ના૰ ગીધ, ઘુવડ.

vying (વાઇંગ), નું vie વર્તમાન કૃ૰.

W

W, w (ડબ્લ્યુ), અંગ્રેજી વર્ણમાળાનો તેવીસમો અક્ષર.

wabble (વાબલ), જુઓ wobble.

wad (વૉડ), ના૰ કાણું પૂરવા માટેનો ચીથરાં, ઇ.નો ડૂચો, ડૂચો; [અમે.] નોટાનો વીંટો. સ૰ ક્રિ૰ ડૂચો દેવો, ડૂચાથી પૂરી દેવું. **wad'-ding** (વૉડિંગ), ના૰ ડૂચા માટે વપરાતાં ચીંથરાં, ઇ.; કપડાં, ગોદડાં, ઇ.માં ભરવાનું રૂ, પીંછાં, ઇ.નું ભરણ.

wad'dle (વૉડલ), અ૰ ક્રિ૰ બતક, ઇ.ની જેમ ધીમે ધીમે ડોલતાં ચાલવું. ના૰ એ ક્રિયા.

wade (વેડ), ઉ૰ ક્રિ૰ પાણી, કાદવ, ઇ.માં થઈને ચાલવું – ખૂંદીને ચાલવું; -માં થઈને મુશ્કેલીથી પસાર થવું. *~ through a book,* (મોટી) ચોપડી મુશ્કેલીથી વાંચવી. **wad'er** (વેડર), ના૰ બગલો, સારસ, ઇ. લાંબા પગવાળું પક્ષી; (બ૰ વ૰) માછલાં પકડતી વખતે વાપરવાના ઊંચા વૉટરપ્રૂફ જોડા–બૂટ.

wa'di, -y, (વાડિ), ના૰ ફક્ત ચોમાસામાં જ પાણી રહેતું હોય એવી ખીણ – નાળું.

waf'er (વેફર), ના૰ બહુ જ પાતળી ગળી બિસ્કિટ; કાગળ બીડવા માટે તે પર ચોંટાડવા માટે વપરાતી કાગળની કે લાખની ચકતી; સૂકવેલા બટાકાની પાતળી કાતરી; પ્રભુ-ભોજનની વિધિમાં વપરાતી પાતળી રોટી.

waffle (વૉફલ), ના૰ શેકવાની જાળીના ચોરસો જેની પર ઊપસ્યા છે એવી મોટી પાતળી કેક – ગળી રોટી. **waffle-iron,** ના૰ શેકવાની તાવી – તવો – જાળી.

waft (વાફ્ટ, વૉ–), સ૰ ક્રિ૰ પાણી કે

હવામાં થઈને હળવે રહીને લઈ – ઘસડી – જવું,– તરતું લઈ જવું. ના૦ સુગંધની લહેર.

wag (વૅગ), ઉ૦ ક્રિ૦ આમતેમ ઉપર નીચે હલાવવું – હાલવું; (પૂંછડી) પટપટાવવી. ના૦ હલાવવું – હાલવું – તે.

wag, ના૦ મશ્કરો. **wagg'ish** (વૅગિશ), વિ૦ ઠઠ્ઠાબાજ, મશ્કરી કરનારું.

wage (વેજ), ના૦ (બહુધાબ૦વ૦માં, wages). બાંધી મુદતનો પગાર, રોજ, રોજી, મજૂરી. *living* ~, માણસનો ગુજારો થઈ શકે એટલી મજૂરી – રોજી, નિર્વાહવેતન.

wage, સ૦ ક્રિ૦ (લડાઈ, યુદ્ધ) ચલાવવું – કરવું.

wa'ger (વેજર), ના૦ શરત, હોડ; હોડમાં મૂકેલી ચીજ. સ૦ ક્રિ૦ હોડ બકવી, શરત મારવી.

wag'gle (વૅગલ), ઉ૦ક્રિ૦ હલાવવું, હાલવું.

waggon, wagon, (વૅગન), ના૦ મજબૂત ગાડું; માલગાડીનો ડબ્બો. **wagg'oner**, ના૦ ગાડી હાંકનારો, ગાડીવાળો. **waggonette'** (વૅગને'ટ), ના૦ સામસામે બેઠકોવાળી ચાર પૈડાંવાળી ખુલ્લી ગાડી.

wag'tail (વૅગ્ટેલ), ના૦ સતત પૂંછડી હલાવતું એક નાનું પક્ષી.

waif (વેફ), ના૦ રહેઠાણ કે ધણી વિનાનું પ્રાણી કે માણસ; તજી દીધેલું અનાથ બાળક.

wail (વેલ), ના૦ વિલાપ, આક્રંદ; મોટેથી રડવું, પોક; આક્રંદ જેવો પવનનો સુસવાટો. ઉ૦ક્રિ૦ રડવું, વિલાપ કરવો; -નો શોક કરવો.

wain (વેન), ના૦ [કાવ્યમાં] ગાડું.

wai'nscot (વેન્સ્કટ), ના૦ ઓરડાની દીવાલ પર સામાન્યપણે નીચેના ભાગમાં અમુક ઊંચાઈ સુધી જડેલાં લાકડાનાં પાટિયાં – તકતીઓ. **wai'nscoting** (વેન્સ્કટિંગ), ના૦ તે માટેનું લાકડું–પાટિયાં.

waist (વેસ્ટ), ના૦ કમર, કેડ; વચલો ભાગ; કમરપટો; વહાણનો વચલો ભાગ. **waist'-band**, ના૦ કમરપટો. **waist'coat** (વેસ્ટ્કોટ –સ્કો–), ના૦ બદન, બંડી.

wait (વેટ), ઉ૦ ક્રિ૦ કામ કરવાનું મુલતવી રાખવું; રાહ – વાટ – જોવી; થોભવું, ઊભા રહેવું; -ની સેવામાં રહેવું, ચાકરી કરવી, (વિ.ક. ટેબલ પર જમનારાઓની). ~*(up)on*; કોઈ તૈયાર થાય ત્યાં સુધી તેને માટે રાહ જોવી; જમતી વખતે સેવક તરીકે હાજર રહેવું. ના૦ રાહ જોવી તે; વિલંબ. ~*s*, નાતાલ વખતે ગીતો કે ભજનો ગાતાં ગાતાં ઘેરઘેર ફરનાર મંડળી. *lie in* ~ *for*, હુમલો કરવાના ઇરાદાથી સંતાઈ બેસવું.

wait'er (વેટર), ના૦ ભોજન વખતે ચાકરીમાં હાજર રહેનાર, હજૂરિયો. **waitress**, (વેટ્રિસ), ના૦ સ્ત્રી૦.

waiting, ના૦ થોભવું – ઊભા રહેવું – તે, ઇ. *lady-in-*~, રાણીની સેવા કરનારી ઊંચું પદ ધરાવનાર સ્ત્રી. ~*-list*, પ્રતીક્ષા (કરનારાઓની) યાદી. **waiting-room**, ના૦ પ્રતીક્ષાલય, વેટિંગરૂમ.

waive (વેવ), સ૦ક્રિ૦ હક, દાવો, ઇ. છોડી [દેવું–જતું કરવું.

wake (વેક), ના૦ વહાણના પસાર થવાથી પાણી પર પડેલા તેના રસ્તાની ચેરટ –ચીલા જેવો લસોટો – દેખાય છે તે, સાંખળી. *in the* ~ *of*, -ની પાછળ (પાછળ).

wake, ઉ૦ક્રિ૦ (ભૂ૦કા૦ woke, waked; ભૂ૦ કૃ૦ waked, woken અથવા woke). જગાડવું; જાગવું, ઊઠવું; ઉજાગરો કરવો, જાગતા રહેવું. ~ *up*, ઊંઘમાંથી જગાડવું, ઉત્તેજિત કરવું; જાગવું. **wak'ing**, વિ૦ જાગતું.

wake, ના૦ આનંદોત્સવ, મેળો; મડદા પાસે દફનવિધિ – અંત્યવિધિ – સુધી જાગતા રહેવું – પહેરો ભરવો – તે, પહેરો.

wake'ful (વેક્ફુલ), વિ૦ ઊંઘી ન શકે એવું; ઊંઘ આવ્યા વિનાનું; જાગરૂક, સાવધાન.

wa'ken (વેકન), ઉ૦ ક્રિ૦ જગાડવું; જાગવું.

wale (વેલ), **weal** (વીલ), ના૦ ચાબુક, સોટી, ઇ.નો ચામડી પર ઊઠેલો સોળ–કાપો.

walk (વૉક), ના૦ ચાલ, ચાલવાની ઢબ; કદમ; ફરવા જવું તે, સહેલ; પગે ચાલનારાઓ માટેનો રસ્તો, પગથી; બંને બાજુ ઝાડની હાર હોય એવો પગે ચાલવાનો – ફરવાનો – રસ્તો; ધંધો, વ્યવસાય. અ૦ ક્રિ૦ ચાલવું; પગપાળા – પગે ચાલીને – જવું – પ્રવાસ કરવો; (જનાવર અંગે) તદ્દન ધીમે ચાલવું; ઘોડાને ચલાવવો. ~ *away with*, સહેલાઈથી જીતવું; બીજાની મિલકત પડાવવી – ચોરી જવી. ~ *off with*, ચોરી જવું. ~ *on*, નાટકમાં જેમાં કશું જ બોલવાનું નથી હોતું એવી ભૂમિકા

લેવી. ~ *out with*, -ની સાથે ફરવા જવું ને તેની ઉપર પ્રેમ કરવો (સામાન્યતઃ નોકર, ઇ. અંગે વપરાય છે.) ~ *of life*, જીવનવ્યવસાય-ધંધો; (સમાજનો) વર્ગ, સામાજિક સ્થાન. **walker-on**, ના૰ જેને કશું બોલવાનું નથી હોતું એવો નટ-પાત્ર. **walking-stick**, ના૰ ફરવા જવાની લાકડી. **walk-out**, ના૰ કશાકના વિરોધમાં સભાત્યાગ (કરવો તે). **walk-over**, ના૰ સહેલાઈથી મળેલી જીત.

wall (વૉલ), ના૰ ભીંત, દીવાલ; [લા.] પડદો, આંતરો. *run* one's *head against a* ~, અશક્ય વસ્તુ કરવાનો પ્રયત્ન-વૃથા પ્રયત્ન-કરવો. *with* one's *back to the* ~, નિરુપાય-મરણિયા-થઈને. *go to the* ~, નમતું આપવું, હારી જવું; નકામી વસ્તુ તરીકે ધકેલાઈ જવું. ~*s have ears*, ભીંતને પણ કાન હોય છે. સ૰ ક્રિ૰ -ની ફરતી ભીંત બાંધવી; આંતરો કરવો. ~ *up*, ભીંત રચીને માર્ગ બંધ કરવો. **wall'flower**, ના૰ પીળાં સુગંધી ફૂલોવાળું એક ફૂલઝાડ; જોડીદારને અભાવે નૃત્યના જલસામાં બેસી રહેનાર બાનુ. **wall'paper**, ના૰ ભીંતે ચોડવાનો કાગળ. [ની જાત.

wa'llaby (વૉલબિ), ના૰ નાના કદના કાંગારુ-

wa'llet (વૉલિટ), ના૰ પ્રવાસમાં ભાથું, ઇ. રાખવા માટેની થેલી; નોટો રાખવાનું ખિસ્સા પાકીટ.

wall-eye (વૉલાઇ), ના૰ આંખનો એક રોગ જેમાં કીકીની આસપાસનું કૂંડાળું સફેદ થઈ જાય છે, ફૂલું.

wa'llop (વૉલપ), ઉ૰ ક્રિ૰ [વિ. બો.] ચાબુક વતી મારવું, ફટકારવું; ઊકળવું. ના૰ સખત ફટકો. ~ *along*, ભાર દઈને ઉતાવળથી હાલચાલ કરવી. **walloping**, વિ૰ મોટું, જબરું. ના૰ સખત માર.

wall'ow (વૉલો), અ૰ ક્રિ૰ (પાણી, ધૂળ, કીચડ, ઇ. માં) આળોટવું-રગદોળાવું.

Wall Street (વૉલ્ સ્ટ્રીટ), ના૰ ન્યૂયૉર્કની એક શેરી; ન્યૂયૉર્કનું નાણાબજાર.

wal'nut (વૉલ્નટ), ના૰ અખરોટ; અખરોટનું ઝાડ; તે ઝાડનું લાકડું.

wa'lrus (વૉલ્રસ), ના૰ બે લાંબા દાંતવાળું ઉભયચર સસ્તન પ્રાણી, દરિયાઈ ઘોડો.

waltz (વાલ્ટ્સ, વૉલ્સ), ના૰ બે જણે નાચવાનું એક જાતનું ત્રિતાલ નૃત્ય; તે માટેનું ગીત. અ૰ક્રિ૰ 'વૉલ્સ' નાચ નાચવો-કરવો.

wa'mpum (વૉમ્પમ), ના૰ કોડીઓ, છીપના મણકા, ઇ.ની માળા, જે ઉ. અમેરિકાના ઇંડિયનો શણગાર કે નાણાં તરીકે વાપરે છે.

wan (વૉન), વિ૰ ફીકું, નિસ્તેજ, મ્લાન; ગમગીન, ઉદાસીન દેખાતું.

wand (વૉન્ડ), ના૰ નાની પાતળી લાકડી; પોલીસ, ઇ.નો દંડૂકો; જાદુગરની લાકડી (*magic* ~).

wa'nder (વૉન્ડર), અ૰ ક્રિ૰ રખડવું, ભટકવું; આડે રસ્તે જવું; પ્રસ્તુત વિષય પરથી આડા ફાટવું; બેધ્યાન થવું, લવરી કરવી. **wanderer** ના૰ રખડનાર, રખડુ.

wanderlust (વાન્ડરલુસ્ટ), ના૰ રખડવાની તીવ્ર ઇચ્છા-શોખ

wane (વેન), અ૰ ક્રિ૰ (ચંદ્ર) ની કળા ઓછી થવી, -નો ક્ષય થવો; ઊતરવું, નબળું પડવું; પતન પામવું, -ની પડતી થવી. ના૰ ક્ષય; પડતી. *on the* ~, પતન પામતું.

wangle (વૅંગલ), સ૰ ક્રિ૰ ચાલાકીથી કે યુક્તિ કરીને-લડાવીને-મેળવવું-કામ કાઢવું.

want (વૉન્ટ), ઉ૰ ક્રિ૰ વગરનું-રહિત-હોવું, -માં ખોટ હોવી; -નું જોઈતું હોવું, -ની ગરજ હોવી; -ની ઇચ્છા હોવી. ના૰ અછત, ખોટ; અગત્ય, જરૂર; ગરીબાઈ; જેની જરૂર હોય તે વસ્તુ. *be in* ~, ગરજવાળું-ખોટવાળું-ગરીબ-હોવું. **wanted**, વિ૰ જોઈએ છે, જરૂર છે. **want'ing**, નામ૰ અ૰ -થી વિહોણું-રહિત-સિવાય. વિ૰ ગેરહાજર, કમી, ખૂટતું; કસર કરે એવું; નબળા મનનું, ઢીલું. *be found* ~, શક્તિહીન-નાલાયક-સિદ્ધ થવું.

wanton (વૉન્ટન), વિ૰ રમતિયાળ, લહેરી; વિપુલ, પુરજોરનું; ચારિત્ર્યહીન, બેજવાબદાર; વિલાસી; નિરર્થક; નકામું. ના૰ સ્વૈરિણી, જારિણી; વ્યભિચારી પુરુષ. અ૰ ક્રિ૰ ખેલવું; મોજ કરવી; સ્વચ્છંદ કરવો.

war (વૉર), ના૰ યુદ્ધ, વિગ્રહ; [લા.] દુશ્મનાવટ, વિરોધ. *at* ~ (*with*), -ની સાથે લડતું. *declare* ~ *on*, -ની સાથે વિધિસરના

યુદ્ધની જાહેરાત કરવી. *have been in the ~s*, જખમી હોવું. *~ to the knife*, જુઓ knifeમાં. *civil ~*, આંતરયુદ્ધ, ગૃહયુદ્ધ. *cold ~*, શીત યુદ્ધ. *~ of nerves*, તાણ કે 'ટેન્શન'ની પરિસ્થિતિ ચાલુ રાખીને શત્રુને હંફાવવાના પ્રયત્નવાળું યુદ્ધ, શીતયુદ્ધ. અ૦ ક્રિ૦ યુદ્ધ કરવું, સતત લડયા કરવું. **war-cry**, ના૦ લડાઈનો પોકાર (દા. ત. હરહર મહાદેવ). **war-paint**, ના૦ લડવા જતી વખતે જંગલી લોકો ડીલે ને મોઢા પર રંગ ચોપડે છે તે. **war-path**, ના૦ લડવા માટે અમેરિકન ઇંડિયનોની કૂચ. *on the ~*, યુદ્ધે ચડેલું. **war-plane**, ના૦ લડાયક વિમાન. **warring**, વિ૦ યુધ્યમાન; પ્રતિસ્પર્ધી. **war-whoop** (-હૂપ), ના૦ (ઉ.અમેરિકાના ઇંડિયનોનો) લડાઈનો પોકાર. **war-worn**, વિ૦ લડાઈથી કંટાળેલું - થાકેલું, લડાઈનું અનુભવી.

war'ble (વૉર્બલ), ઉ૦ ક્રિ૦ લહેકા સાથે ધીમે ધીમે ગાવું, કંપવાળા અવાજે પક્ષીની જેમ ગાવું. ના૦ લહેકાનો - કંપયુક્ત - અવાજ, લહેકો. **war'bler**, ના૦ એક નાનું ગાનારું પક્ષી.

ward, ના૦ સંભાળ, રક્ષણ, ચોકી, દેખરેખ; વાલીની સંભાળ નીચેનું છોકરું, સગીર, પાલ્ય; (સુધરાઈના વહીવટ માટે પાડેલો) શહેરનો વિભાગ, મહોલ્લો; તુરંગ, ઇસ્પિતાલ, ઇ. નો વિભાગ-ઓરડો; તાળામાં ફરતા ચાવીના ખાંચાવાળા અને ઊપસી આવેલા ભાગો. *keep watch and ~*, રક્ષણ - ચોકી - કરવી. સ૦ ક્રિ૦ રક્ષણ કરવું; (ફટકો, ઇ. નું.) નિવારણ કરવું, પાછા હઠાવવું. *~ off*, દૂર કરવું, બાજુએ વાળવું, -નું નિવારણ કરવું.

war'den (વૉર્ડન), ના૦ રક્ષણ અધિકારી; યુનિવર્સિટી કૉલેજોનો વડો; પ્રમુખ કે ગવર્નર; હવાઈ હુમલા વખતે લોકોને મદદ કરનાર બિનલશ્કરી દળનો માણસ.

war'der (વૉર્ડર), ના૦ જેલનો અધિકારી, રખવાળ, જેલર. **war'dress** (વૉર્ડ્રિસ), ના૦ સ્ત્રી૦.

ward'robe (વૉર્ડરોબ), ના૦ લૂગડાં મૂકવાનું કબાટ; વાપરવાપહેરવાનાં લૂગડાં.

ward'room, ના૦ યુદ્ધનૌકા પરનો અધિકારીઓનો ઓરડો.

ware (વેર, વે'અર), ના૦ વેચાણ માટે માટી, ધાતુ, ઇ.ની બનાવેલી ચીજો; (બ૦ વ૦) વેચાણ માટેનો માલ. **ware'house**, ના૦ વખાર, કોઠી. સ૦ ક્રિ૦ (માલ) વખારમાં ભરવો-મૂકવો. [સાવધ રહો, ચેતો; કાળજી લો.

ware, વિધે૦ વિ૦ સાવધ. સ૦ક્રિ૦ (આજ્ઞાર્થ)

war'fare (વૉરફેર) ના૦ યુદ્ધ કરવું તે; યુદ્ધ, વિગ્રહ. [ચક; લશ્કરી.

war'like (-લાઇક) વિ૦ રણશૂર, લડા-

war'lock (-લૉક), ના૦ [પ્રા.] જાદુગર, કામણ કરનારો.

warm (વૉર્મ), વિ૦ માફકસરનું ગરમ, ગરમ, હૂંફવાળું; (કપડાં) ગરમ; (લાગણીઓ) હાર્દિક, પ્રેમાળ; હાર્દિક, અંતઃકરણપૂર્વક; ઉત્તેજિત; જુસ્સાવાળું, તપી ગયેલું; (જગ્યા, સ્થિતિ, ઇ.) જોખમવાળું - થી ભરેલું; (રંગ) લાલ સાથે ભેળવેલું. ઉ૦ ક્રિ૦ ગરમ કરવું - થવું; [વિ. બો.] ટીપવું, મારવું. *~ up*, ઉત્સાહમાં આવવું, ખીલવું. ના૦ ગરમ કરવું- ઉત્સાહમાં આવવું - તે. *make things ~ for*, -ની સામે ઉશ્કેરાટ પેદા કરવો, -ને ખૂબ પીડા દેવી; હુમલો કરવો. *in ~ blood*, ગુસ્સામાં. *be getting ~*, જે જોઈતું હોય, જેની શોધ કરાતી હોય, તેની પાસે પહોંચેલું હોવું. **warm-blooded**, વિ૦ (પ્રાણીઓ અંગે) ૯૮° થી ૧૧૨° ફે. (અંશ) ગરમીવાળું. **warm-hearted**, વિ૦ પ્રેમાળ, સહાનુભૂતિવાળું. **warming-pan**, ના૦ પથારી ગરમ કરવા માટે દેવતાવાળું પાત્ર. **warmth**, ના૦ ગરમી, ઉષ્ણતા, હૂંફ; ગરમ મિજાજ.

warn (વૉર્ન), સ૦ ક્રિ૦ ચેતવણી આપવી, સાવધ રહેવા કહેવું; સૂચના આપવી; ધમકી આપવી. **war'ning**, ના૦ ચેતવણી, તાકીદ; ઠપકો; નોકરી પરથી છૂટા કરવાની સૂચના-નોટિસ.

warp (વૉર્પ), ના૦ઊભો દોરો, તાણો, વહાણ; ખેંચવાનું દોરડું; વાંક, મરડ, ત્રાંસ; માનસિક વક્રતા. ઉ૦ ક્રિ૦ મરડવું - મરડાવું, વાંકું કરવું - થવું; વિકૃત બનાવવું; દોરડા વતી વહાણને ખેંચવું.

wa'rrant (વૉરન્ટ), ના૦ પૈસા આપવા કે લેવા, ધરપકડ કરવી, ઇ. માટે અધિકાર-પત્ર, પરવાનો, મંજૂરી કે હુકમ; સમર્થન, ખાતરી, પ્રમાણ. ~ *of arrest*, ગિરફતારીનો હુકમ. ~ *of precedence* પૂર્વાપર ક્રમ-અગ્રતા-બતાવનારો આદેશ (પત્ર). સ૦ક્રિ૦ સત્તા-અધિકાર-આપવો; સમર્થન કરવું; ખાતરી-ગૅરંટી-આપવી. **wa'rrantable** (વૉરંટબલ), વિ૦ સમર્થનીય; વાજબી. **wa'rrant-officer**, ના૦ કમિશન (સનદ)થી નહિ પણ વૉરંટથી જેની નિમણૂક થઈ હોય એવો લશ્કરી અમલદાર. **wa'rranty** ના૦ કશુંક કરવા માટે સત્તા કે યોગ્ય કારણ; [કા.] માલ પોતાનો છે ને સારી હાલતમાં છે એવી માલ વેચનારની ખાતરી-પ્રમાણપત્ર.

wa'rren (વૉરન), ના૦ સસલાંની વસાહત, સસલાં પાળવાનું જંગલ.

wa'rrior (વૉરિઅર), ના૦ લડનારો સિપાઈ; કસાયેલો-ખ્યાતનામ-યોદ્ધો, લડવૈયો.

wart (વૉર્ટ), ના૦ મસો. **wart'y** (વૉર્ટિ), વિ૦ મસાવાળું, મસાથી ભરેલું.

wart-hog, ના૦ આફ્રિકાનું જંગલી ડુક્કર.

war'y (વેરિ, વૅ'અરિ), વિ૦ સાવધ, સાવચેત; કાળજીવાળું, ખંતીલું.

was, જુઓ be.

wash (વૉશ), ઉ૦ ક્રિ૦ પાણી, ઇ. પ્રવાહીથી ધોવું; નાહવું, હાથપગ ધોવા; કપડાં ધોવાં; તાણી જવું; વહી જવું; (કાપડ, ઇ.નો) ધોવા છતાં રંગ ન ગુમાવવો-ન બગડવું; શુદ્ધ કરવું. ~ *up*, જમ્યા પછી એઠાં વાસણકૂસણ સાફ કરવાં. ~one's *hands of*, -ની સાથેનો સંબંધ તોડી નાખવો;-ની જવાબદારી છોડી દેવી. *won't* ~, પ્રતીતિકર-ખાતરી કરાવે એવું-નથી; (દલીલ, ઇ.) ટકશે નહિ. ના૦ ધોવું-ધોવાવું-તે; જખમ ઇ. ધોવા માટે દવામિશ્રિત પાણી; પાતળો લેપ; પાણી હલાવતાં હાલતું દેખાય તે; ધોયેલાં કે ધોવાનાં કપડાં; પ્રવાહી-પાતળા-રંગનો હાથ. **washed-out**, વિ૦ થાકી ગયેલું; ફીકું; નિસ્તેજ, નષ્ટચારિત્ર્ય. **hair-wash**, ના૦ વાળ ધોવાનું પ્રવાહી. **eye-wash**, ના૦ આંખ ધોવાની દવા; ધતિંગ, છેતરપિંડી.

wa'sher (વૉશર), ના૦ કપડાં ધોવાનું યંત્ર; નળની ચકલી, સાંધનું જોડાણ, ઇ.ને સખત બનાવવા માટે વપરાતી ધાતુ, ચામડું કે રબરની ચકતી, વાયસર. [ધોબણ.

wash'erwoman, ના૦ કપડાં ધોનારી,

wash-house, ના૦ કપડાં ધોવાની જગ્યા-ઓરડી. [આવેલાં કપડાં.

wa'shing, ના૦ ધોવા આપેલાં કે ધોવાઈ ને

wash-leather, ના૦ પૉલિશ કરવા માટે વપરાતું સુંવાળું ચામડું.

wash-out (વૉશ-આઉટ), ના૦ મુસળધાર વરસાદ, રેલ, ઇ. થી રેલવે કે સડકમાં પડેલું ગાબડું; ફજેતો, રકાસ; સાવ નકામો માણસ.

wash-stand, ના૦હાથ ધોવાના વાસણવાળી ઘોડી, તિરપાઈ. [જેવું, ફીકું.

wa'shy (વૉશિ), વિ૦ નબળું, નરમ; પાણી

wasp (વૉસ્પ), ના૦ ડંખ મારતી એક માખી, ભમરી. **wa'spish** (વૉસ્પિશ), વિ૦ ચીડિયું, મિજાજી; ઝાટકો લાગે એવું બોલનારું.

wassail (વૉસલ, વૅ-), ના૦ મદિરાપાન-(ની ઉજાણી). [પુરુષનું એકવ૦.

wast (વૉસ્ટ), be નું ભૂ૦ કા૦નું બીજા

waste (વેસ્ટ), વિ૦ વેરાન, ઉજ્જડ; વસ્તી વિનાનું; ખેડયા વિનાનું, પડતર, ખરાબાનું; નાખી દીધેલું, નકામું; છાંડેલું. ઉ૦ ક્રિ૦ નકામું વાપરી નાખવું, બગાડવું; ઉજ્જડ-વેરાન-બનાવવું; નબળું પડવું, ક્ષીણ થવું; નકામું જવું; નબળું પાડવું, ક્ષીણ કરવું. ના૦ વેરાન-ઉજ્જડ-જમીન, ખરાબો; ઉડાઉપણું, બગાડ; બગાડ કરવો તે; વાપર્યા પછી નકામી રહેલી વસ્તુ, કચરો. **wast'age** (વેસ્ટિજ), ના૦અપવ્યય, બગાડ; નુકસાન. **waste'ful**, વિ૦ કર-કસરિયું નહિ એવું, ઉડાઉ; નકામું. **waste-pipe**, ના૦ નકામા પાણી કે વરાળ માટેનો નળ. **waster** (વેસ્ટર), ના૦ બનાવતાં જ બગડેલી વસ્તુ; સાવ નકામો માણસ. **wa'st-rel** (વેસ્ટ્રલ) ના૦ બનાવટમાં જ ખામીવાળી વસ્તુ; રખડુ છોકરું; ઉડાઉ-પૈસાનો બગાડનાર-માણસ.

watch (વૉચ), ના૦ નજર રાખવી તે, તપાસ; સાવધાની; ચોકી, પહેરો; જાગરણ, ઉજાગરો; ધ્યાન, લક્ષ; વહાણ પર ચાર કલાકની

પાળી, પહેરો;[ઇતિ.] રાતે ફરીને ચોકી કરનાર–રોન ભરનાર–માણસ;ખિસ્સાઘડિયાળ; રાતનો એક ભાગ, પ્રહર. *~and ward*, રખેવાળી અને પહેરો. *keep ~*, ચોકી કરવી. *on the~*, જાગરૂક. *on~*, ચોકી કરતું. ઉ૦ ક્રિ૦ નજર રાખવી, ધ્યાન આપવું; સાવધાન રહેવું; તપાસ માટે નજર હેઠળ રાખવું; કશાકની રાહ જોવી; ચોકી કરવી, પહેરો ભરવો. **watch-dog**, ના૦ ચોકી–રખેવાળી–કરનાર કૂતરો.

watchful, વિ૦ જાગરૂક, સાવધાન.

watch'man, ના૦ ચોકીદાર, રખેવાળ.

watch'word (–વર્ડ), ના૦ દોસ્તદુશ્મન ઓળખવા માટે પહેરેગીરને કહેવાનો શબ્દ, પરવાનાનો–વરદીનો–શબ્દ, સંકેત શબ્દ; કોઈ પક્ષ કે સંસ્થાનું ધ્યેયવાક્ય–મંત્ર.

wa'ter (વૉટર), ના૦ પાણી, જળ, ઉદક; મુખ્યત્વે પાણીનો બનેલો પદાર્થ; દરિયો, નદી, સરોવર; (હીરો, તલવાર, ઇ.નું) પાણી, તેજ; (બ૦વ૦) ઔષધિ ગુણવાળાં ઝરાનાં પાણી. *of the first ~*, (હીરો, ઇ.) સારામાં સારી જાતનું. *get into hot~*, મુશ્કેલીમાં આવી પડવું. *hold~*, તપાસમાં ટકવું, સાચું પુરવાર થવું. *throw cold ~on*, નિરુત્સાહ કરવું. *high ~*, ભરતી. *low ~*, ઓટ. *in low ~*, દેવાળું કાઢવાની અણી પર, ભારે આર્થિક મુશ્કેલીમાં. *~ resources*, (દેશની) જલસંપત્તિ. ઉ૦ ક્રિ૦ ઉપર પાણી છાંટવું; -ને પાણી પાવું; પાણી પૂરું પાડવું, પાણીથી ભરવું; પીતને પાણી પાવું; (મોઢું, આંખ, ઇ.અંગે) મોંએ પાણી છૂટવું, આંખે આંસુ આવવાં; (દૂધ, ઇ.માં) પાણી ભેળવવું; રેશમી કાપડ પર રંગ બદલ્યા વિના લહેરિયાં ભાત પાડવી; નવા શૅરો કાઢીને કંપનીની મૂડી વધારવી. *~ down*, મોળું–નબળું–બનાવવું.

water(ing)-cart, ના૦ રસ્તા પર પાણી છાંટવાની ગાડી.

water-closet, ના૦ પાયખાનું, સંડાસ.

water-colour (–કલર), ના૦ પાણી ને ગુંદર નાંખીને બનાવેલો રંગ; એવા રંગથી ચીતરેલું ચિત્ર. [નદીનું પાત્ર.

wa'tercourse, ના૦ વહેળો, નાનકડી નદી,

wa'tercress, ના૦ ખોરાકમાં કાચો વપરાતો પાણીમાં થતો એક વેલો.

watered, વિ૦ (રેશમી કાપડ) લહેરિયાંવાળું.

wa'terfall, ના૦ પાણીનો ધોધ, જલપ્રપાત.

water-finder, ના૦ પાણીકળો.

wa'terfowl, ના૦ પાણી પાસે રહેતાં જળ-કુકડી, ઇ. પક્ષી.

water-gas, ના૦ રાતાચોળ કોલસામાંથી પાણી પસાર કરીને પેદા કરેલો ગૅસ.

water-glass, ના૦ ઈંડાં બગડે નહિ તે માટે તે મૂકવાનું એક પ્રવાહી.

water-hen, ના૦ પાણીમાં ડૂબકી મારનારું રાતી ચાંચવાળું એક પક્ષી.

watering-can, -pot, ના૦ ફૂલઝાડ, ઇ. પર પાણી છાંટવાની ઝારી.

watering-place, ના૦ પ્રાણીઓ પાણી પીવા જાય છે તે તલાવ, ઇ. જગ્યા, હવાડો; ઊના પાણીનો કુંડ–ઝરો; દરિયાકાંઠે આવેલું હવા ખાવાનું સ્થળ. [ફૂલની એક જાત.

wa'ter-lily, ના૦ પાણીમાં થતા કમળ જેવા

water-line, ના૦ વહાણની બાજુ પર તેમાં માલ ભર્યો હોય ત્યારે પાણીની સપાટીએ દોરેલી આડી લીટી.

wa'terlogged (–લૉગ્ડ), વિ૦ પાણીથી ભરાયેલું ને તેથી માંડ તરતું–ડૂબી જવાના જોખમવાળું; ચોતરફ પાણી ભરાયેલું.

wa'terman (–મન), ના૦ હોડીવાળો.

wa'termark, ના૦ કાગળની બનાવટમાં પાડેલાં બનાવનારનાં નિશાન.

water-melon (–મે'લન), ના૦ તડબૂચ.

wa'ter-power, ના૦ પાણીના ધોધમાંથી પેદા કરાતી યાંત્રિક શક્તિ.

wa'terproof, વિ૦ જેમાં પાણી પેસે નહિ એવું, જલાભેદ્ય, જલરોધક. ના૦એવું (જલાભેદ્ય) કાપડ, મીણિયું. સ૦ક્રિ૦ મીણ વગેરે ચોપડીને જલાભેદ્ય બનાવવું. [એક પ્રાણી.

water-rat, ના૦ પાણીમાં રહેનારું ઉંદર જેવું

water-rate, ના૦ પાણીનો વેરો.

wa'tershed (–શે'ડ), ના૦ બે નદીના પ્રદેશોને જુદા પાડનારી રેખા, જલવિભાજક.

wa'terspout (–સ્પાઉટ), ના૦ દરિયા ને વાદળાંને મળતો જલસ્તંભ, જળવજ.

water-supply, ના૦ પાણી પુરવઠો.

watertight, વિ૰ જેમાં પાણી પેસે નહિ કે જેમાંથી પાણી નીકળે નહિ એવી રીતે બંધ કરેલું, જલાભેદ્ય. ~ *argument*, ખોટી પુરવાર ન થઈ શકે – ખંડન ન કરી શકાય – એવી દલીલ. ~ *agreement*, જેમાં ક્યાંય છટકબારી ન હોય એવો કરાર. ~ *compartments*, જલાભેદ્ય ખાનાં; [લા.] એકબીજાથી સાવ અલગ એવા વિષયો કે બાબતો.

wa'terway, ના૰ જેમાં હોડી કે વહાણ જઈ શકે એવો માર્ગ, જળમાર્ગ, તરી.

water-wheel, ના૰ પાણીના પ્રવાહથી ફરતું ચક્ર, જેનાથી યંત્ર ચલાવવામાં આવે છે.

wa'terworks, ના૰ બ૰ વ૰ શહેરને પાણી પૂરું પાડવાની વ્યવસ્થા કે તંત્ર.

wa'tery (વૉટરિ), વિ૰ પાણી જેવું; બેસ્વાદ; બહુ પાતળું કે ફીકું; (રંગ) ઝટ ધોવાઈ જાય એવું.

watt (વૉટ), ના૰ વીજળિક શક્તિના માપનો એક એકમ.

wa'ttle (વૅાટલ), ના૰ વાડ, ભીંત, ઇ. માટે વપરાતાં વાંસ, ડાળખાં, ઇ.; એવાં ડાળખાં જેમાંથી મળે છે તે ઑસ્ટ્રેલિયન ઝાડ. ~ *and daub*, માટીથી લીંપેલી વાંસ ને ડાળખાંની ભીંત, ઇ. સ૰ ક્રિ૰ વાંસ ને ડાળખાં લીંપીને બનાવવું.

wa'ttle, ના૰ કેટલાંક પક્ષીઓના માથા પરનો કે ગળા નીચેનો રાતો માંસલ ભાગ, તોરો, કલગી.

waul(વૉલ), અ૰ક્રિ૰ બિલાડીના જેવું બોલવું; ચીસ પાડવી.

wave (વેવ), ના૰ મોજું, લહેર, તરંગ; ઉષ્ણતા, ધ્વનિ, વીજળી, ઇ.ના વાહક માધ્યમમાં કે પ્રવાહીમાં ઊંચી નીચી ગતિથી ઊઠતો તરંગ – મોજું; હાથની નિશાની; (લાગણી, ઇ.નો) ઉછાળો; આંદોલન; સ્થિર પ્રગતિ, ઝટ ફેલાતો ફેરફાર. ઉ૰ ક્રિ૰ હાલવું, ફરકવું; ઊંચું પકડીને હલાવવું, ફરકાવવું; હાથ હલાવવો – હલાવીને ઇશારો કરવો; વાળ ઇ.ને લહેરિયાં પાડવાં, લહેરિયાંવાળું હોવું. ~ *aside*, નજીવું માનીને કોરે ખસેડવું, મનમાંથી કાઢી નાંખવું. *heat, cold*, ~, મોટા પ્રદેશ પર ફરી વળતું ગરમીનું કે ઠંડીનું મોજું. **wave'length**, ના૰ એક પછી એક આવતાં બે મોજાંની ટોચો વચ્ચેનું અંતર.

wav'er (વેવર), અ૰ક્રિ૰ અનિશ્ચિત હોવું, ઢચુપચુ થવું; હાલવું, અસ્થિર હોવું; ધ્રૂજવું; ડગવું. [જેવા વળાંકોવાળું.

wav'y (વેવિ), વિ૰ ઊંચુંનીચું થતું, મોજાના

wax (વૅક્સ), અ૰ ક્રિ૰ વધવું, વધારે મોટું થવું; (ચંદ્રની) કળા વધવી; (જાડું, ઘરડું, ક્રુદ્ધ, ઇ.) થવું (~ *fat, old, angry, etc.*). ~ *and wane*, વધઘટ થવી. ના૰ ક્રોધાવેશ.

wax, ના૰ મીણ; મીણના જેવો પદાર્થ. સ૰ક્રિ૰ -ની ઉપર મીણ ચોપડવું, મીણ ચોપડીને ઓપવું. **wax'cloth**, ના૰ મીણિયું; પાથરવાનું કપડું.

wax'en, વિ૰ મીણ જેવું મુલાયમ, મીણનું બનેલું. **wax'work**, ના૰ મીણકામ; મીણનું મૂર્તિશિલ્પ; મીણની બનાવેલી મૂર્તિઓ. **wax'y**(વૅક્સિ), વિ૰ મીણના જેવું, મીણવાળું.

way (વે), ના૰ રસ્તો, માર્ગ, પંથ; (જવાનો કે લેવાનો) માર્ગ, રસ્તો; ઉપાય, યોજના, માર્ગ; કામ કરવાની રીત – પદ્ધતિ; જવાનું – કાપવાનું – અંતર; દિશા; રીત; રિવાજ, રીતભાત; માગ, માર્ગ; (બ૰ વ૰) વહાણ દરિયામાં ઉતારવાનો લાકડાનો માર્ગ. *anything in the* ~ *of*, -ના જેવું કશુંક–કંઈક પણ. *by the* ~, સહેજે, પ્રસંગવશાત્. *give* ~, નમવું, નમતું આપવું; તૂટી જવું, ભાંગી પડવું; કબૂલ થવું, માનવું. *have* one's ~, પોતાની મરજી પ્રમાણે વર્તવું. *in a bad* ~, ખરાબ હાલતમાં; બહુ માંદું. *in a small* ~, નાના પ્રમાણમાં, કંઈક અંશે. *by* ~ *of*, -ના ઉપાય તરીકે, ના ઉદ્દેશથી. *gather* ~, વધારે ઝડપથી જવા લાગવું. *in a* ~, કેટલેક અંશે, અંશતઃ. *in the* ~, માર્ગમાં આડખીલી રૂપે, વિઘ્નરૂપ. *lead the* ~, આગળ જઈને દોરવું. *make* one's ~, પ્રયત્નપૂર્વક પોતાનો રસ્તો કરવો – આગળ વધવું. *out of the* ~, ખૂબ દૂર, દૂર એકાંત સ્થળે; અસાધારણ. *pave the* ~ *for*, -ને માટે તૈયારી કરવી, આવવા માટે સરળતા કરી આપવી. ~*s and means*, કામ માટે બધાં આવશ્યક સાધનો ને યુક્તિઓ. **way-bill** ના૰ વહાણમાં કે ગાડીમાં લઈ જવાના મુસાફરો કે દાગીનાની યાદી. **way-farer** (વેફેરર), ના૰ વટેમાર્ગુ, વિ. ક. પગપાળા જનાર. **waylay'** (વેલે), સ૰ક્રિ૰ રસ્તામાં હુમલો કે વાતચીત કરવા ટાંપી રહેવું;

રસ્તામાં લૂંટી લેવું–અટકાવવું. **way'side** નાο અને વિο રસ્તાની બાજુ(એ આવેલું).

way'ward (વેવર્ડ). વિο હઠીલું, જિદ્દી; વાંકું; લહેરી, તરંગી. [અમે, આપણે.

we (વી), સર્વનાο પ્રથમ પુરુષનું બο વο

weak (વીક), વિο અશક્ત, કમજોર, નબળું; સહેજે તૂટી–ફૂટી–જાય એવું; નબળા મનવાળું; બીજા વડે સહેજે દોરાય એવું. ~ *verb*, જેનાં ભૂતકાળ ને ભૂત કૃદંત ed ઉમેરવાથી થાય છે એવું ક્રિયાપદ. **weak'en** (વીકન), ઉο ક્રિο નબળું બનાવવું–થવું. **weak-kneed**, વિο ઘૂંટણમાં કમજોર; નબળા મનનું. **weak'ling** (વીકલિંગ), નાο નબળું માણસ કે પ્રાણી. **weak'ly**, વિο નબળું, ખડતલ નહિ એવું. **weak-minded**, વિο નબળા મનનું, હલકા મગજનું; બીજાની શેહમાં ઝટ તણાઈ જાય એવું. **weak'ness**, નાο અશક્તિ, નબળાઈ; ખોડ, ખામી; દઢતાનો અભાવ; કશાક માટે પ્રીતિ–શોખ (*a ~ for*).

weal, જુઓ wale.

weal (વીલ), નાο કલ્યાણ; સુખ, સમૃદ્ધિ.

weald (વે'લ્ડ), નાο દ. ઇંગ્લન્ડનો એક જંગલવાળો પ્રદેશ.

wealth (વે'લ્થ), નાο ધન, દોલત, સંપત્તિ; વિપુલતા, રેલમછેલ. **wealth'y**, વિο શ્રીમંત, પૈસાદાર.

wean (વીન), સο ક્રિο બાળકને ધાવણ મુકાવવું–છોડાવવું,–છોડાવીને બીજો ખોરાક લેતાં શીખવવું; (ખરાબ ટેવ, ઇ.) છોડાવવું–મટાડવું.

wea'pon (વે'પન), નાο લડવાનું હથિયાર, શસ્ત્ર; (દલીલ કે હરીફાઈમાં) પ્રતિપક્ષીને હરાવવાનું સાધન–શસ્ત્ર.

wear (વે'અર), ઉο ક્રિο (ભૂο કાο wore, ભૂο કૃο worn). શરીરમાં ઘાલવું, પહેરવું, પહેરેલું હોવું; શરીર પર ધારણ કરવું; વાપરીને કે પહેરીને ઘસી નાંખવું–ઘસાઈ જવું, જીર્ણ કરવું–થવું, ઘસીને ફાડી નાંખવું, ઘસાઈ ને ફાટી જવું; થકવી નાંખવું; વપરાશમાં ટકવું–ચાલવું; (દિવસ, ઇ.) ધીમે ધીમે પસાર થવું. નાο પહેરવાનાં કપડાં; પહેરવાથી કે વપરાશથી થતો ઘસારો; ટકાઉપણું. ~ *a troubled look*, ચિંતાગ્રસ્ત દેખાવું. ~ *away*, ઘસી નાંખવું, ઘસાઈ જવું. ~ *out*, પહેરીને ઘસી નાંખવું–નકામું કરવું. ~ *and tear*, ઘસારો, પહેરફાડ.

wear, જુઓ weir.

wear'y (વિઅરિ), વિο થાકી ગયેલું, નિરુત્સાહ બનેલું; કંટાળી ગયેલું; કંટાળો ઉપજાવનારું. ઉο ક્રિο કામથી થકવી નાંખવું–થાકી જવું; કંટાળો આપવો, કંટાળી જવું. **wear'iness**, નાο થાક, કંટાળો, ત્રાસ. **wear'isome** (વિઅરિસમ), વિο કંટાળો ઉપજાવનારું; ત્રાસદાયક; ભારે કષ્ટનું.

weas'el (વીઝ઼લ), નાο નોળિયાને મળતું એક નાનું ચપળ માંસાહારી પ્રાણી.

wea'ther (વે'ધર), નાο હવા, હવામાન, આબોહવા, વાતાવરણની સ્થિતિ. *make heavy ~ of*, (કશુંક કરીને) નાહક હેરાન થવું; કષ્ટદાયક–કસોટી કરનારું–લાગવું. *bad ~*, વરસાદ, તોફાન, ઇ. *under the ~*, ખિન્ન કે માંદું; મુશ્કેલીમાં સપડાયેલું. વિο પવનની દિશા તરફનું. *keep* one's *~ eye open*, સાવધાન–જાગ્રત–રહેવું. ઉο ક્રિο હવામાં ખુલ્લું મૂકવું,–મૂકવાથી ઘસાઈ જવું–રંગ ઊડી જવો;–ની ઉપર હવાની અસર થવી; (તોફાન ઇ.) ની સામે ટકી રહેવું–માંથી પસાર થવું. **wea'ther-beaten** (–બીટન), વિο વરસાદ, ટાઢતડકો, તોફાન, ઇ. વેઠેલું–સહન કર્યું હોય એવું; કસાયેલું, ઘડાયેલું. **weather-boarding**, નાο એકની કોર ઉપર બીજું આવે એવી રીતે જડેલાં પાટિયાં (ની ભીંત). **weather-bound**, વિο ખરાબ હવાને લીધે પ્રવાસે ન નીકળી શકેલું. **wea'thercock** (–કૉક), નાο પવનની દિશા સૂચવનારું યંત્ર–સાધન; ચંચળ વૃત્તિનું માણસ. **wea'ther-glass**, નાο હવાનું દબાણ માપવાનું યંત્ર, બૅરૉમીટર. **weather-vane**, નાο = weathercock.

weave (વીવ્), ઉο ક્રિο (ભૂο કાο wove ભૂο કૃο woven). વણવું, ગૂંથવું; (વાર્તા) રચવું; (યોજના, કાવતરું) રચવું. નાο વણાટ, પોત. **weaver** (વીવર), નાο વણકર.

weazen, જુઓ wizened.

web (વેબ), નાο વણેલું કાપડ; કરોળિયાનું જાળું; જળચર પક્ષીનાં આંગળાં વચ્ચેની ચામડી.

webb'ed, web-footed, વિ૰ જેના પગનાં આંગળાં પાતળી ચામડીથી જોડાયેલાં છે એવું, જાળપાદ. **webb'ing** (વે'બિંગ), ના૰ સાંકડા પનાનું મજબૂત કાપડ; કાપડની કોર.

wed (વે'ડ), ઉ૰ ક્રિ૰ (ભૂ૰કા૰ wedded, ભૂ૰ કૃ૰ wedded, wed). પરણવું,-ની સાથે લગ્ન કરવું; [લા.] -ની સાથે જોડાવું. *~ded to*, -ને માટે ભારે શોખવાળું – રસવાળું; -ને વરેલું. **wedd'ing** (વેડિંગ), ના૰ લગ્ન, લગ્નસમારંભ. *silver, golden, diamond,* ~, લગ્નનો રૌપ્ય, સુવર્ણ, હીરક, મહોત્સવ. **wedding-breakfast**, ના૰ લગ્નમાં હાજર રહેલાઓને અપાતું ભોજન.

wedge (વે'જ), ના૰ શંકુના આકારનો લાકડાનો કે ધાતુનો ટુકડો, ફાચર, શંકુ; ફાચરના આકારની ગૉલ્ફની લાકડી. સ૰ ક્રિ૰ ફાચર મારવી; ફાચર મારીને ખુલ્લું, સજ્જડ, કરવું. *thin end of the ~*, 'ચંચુપ્રવેશે મુસલપ્રવેશઃ' જેવી વાત. [સંબંધ;વિવાહિત અવસ્થા.

wed'lock (વેડ્લૉક), ના૰ લગ્ન, લગ્ન-

Wednesday (વેન્ઝ્ડિ, –ડે), ના૰ બુધવાર.

wee (વી), વિ૰ બહુ જ નાનું, ઝીણું.

weed (વીડ), ના૰ નકામા રોપા, ઘાસ, નીંદણ; સુકલકડી કે નબળો ઘોડો કે માણસ. ઉ૰ક્રિ૰ નકામું ઘાસ, ઇ. કાઢી નાંખવું, નીંદવું. *~ out*, નીંદી કાઢવું; બિનજરૂરી વસ્તુઓ, ઇ. કાઢી નાંખવું. [શોકનો પોશાક (*widow's ~*).

weeds (વીડ્ઝ઼), ના૰ બ૰ વ૰ વિધવાનો

weed'y (વીડિ), વિ૰ ભરપૂર ઘાસ–નીંદણ –વાળું; સૂકલું અને નબળું.

week (વીક), ના૰ અઠવાડિયું, સપ્તાહ, સાત દિવસ. **week-day**, ના૰ રવિવાર સિવાયનો કોઈ પણ દિવસ. **week-end**, ના૰ શનિવાર અને રવિવાર (ક્યારેક શુક્રવારથી સોમવાર). **week'ly** (વીકલિ), વિ૰ અને ક્રિ૰ વિ૰ અઠવાડિયામાં એક વાર થતું, એક અઠવાડિયું ચાલતું. ના૰ અઠવાડિક પત્ર, સાપ્તાહિક.

ween (વીન), સ૰ ક્રિ૰ [કાવ્યમાં] ધારવું, વિચાર કરવો, -નો અભિપ્રાય હોવો.

weep (વીપ), ઉ૰ક્રિ૰ (ભૂ૰ કા૰wept). રડવું, રોવું, આંસુ સારવાં; -નો શોક કરવો; -માંથી ભેજ–ભીનાશ–બહાર કાઢવી–પડવી.

weeping, વિ૰ (ઝાડ અંગે) નીચે લટકતી–વળેલી –ડાળીઓવાળું.

weev'il (વીવલ, વીવિ–), ના૰ અનાજ ઇ. ખાઈ જનારો સૂંઢવાળો કીડો. [જાળ.

weft (વે'ફ્ટ), ના૰ વાણો; [કાવ્ય, ઇ.માં]

weigh (વે), ઉ૰ ક્રિ૰ -નું વજન કરવું, તોલવું; -નું અમુક વજન હોવું – થવું; -નું મહત્ત્વ હોવું; -ની સાથે સરખાવવું (*~ A with, against, B*). *~ one's words*, કાળજીપૂર્વક, જોખીને, બોલવું. *~ anchor*, વહાણનું લંગર ઉપાડવું; ઊપડવું. *~ down*, દાબીને ભાંગી નાખવું, -ને ચિંતાનો વિષય બનવું, ચિંતાગ્રસ્ત કરવું. *~ upon*, મન પર ભારરૂપ હોવું, -ની ચિંતા થવી. *~ with*, -ની ઉપર અસર થવી, -ને મહત્ત્વનું લાગવું. **weigh'bridge**, ના૰ સામાનથી ભરેલાં વાહનો તોલવાનો કાંટો – યંત્ર.

weight (વેટ), ના૰ વજન, ભાર; વજન કરવાનું માપ, કાટલું; ભારે વસ્તુ – શરીર; ભાર, બોજો; મહત્ત્વ; વગ, વજન. *~s and measures*, તોલમાપ. સ૰ક્રિ૰ વજન લગાડવું; -નો બોજો નાખવો; ભારથી દબાવી દેવું. **weight'y** (વેટિ), વિ૰ ભારે, વજનદાર; મહત્ત્વવાળું–નું; વિચારણીય; ગંભીર; વગદાર.

weir, wear, (વીર, વિઅર), ના૰ નદી, ઇ. પર બાંધેલો બંધ, બંધારો.

weird (વીર્ડ, વિઅર્ડ), ના૰ [વિરલ] નસીબ, તકદીર. વિ૰ નસીબનું -ને લગતું; અલૌકિક, વિચિત્ર, અદ્ભુત; અમાનુષ.

welch (વે'લ્ચ), અ૰ ક્રિ૰ જુઓ welsh.

wel'come (વે'લ્કમ), ના૰ સ્વાગત, આવકાર, સત્કાર. ઉદ્ગાર૰ સ્વાગતનો સૂચક શબ્દ, સુસ્વાગતમ્. સ૰ ક્રિ૰ (અતિથિ, ઇ. નું) સ્વાગત કરવું; વધાવી લેવું. વિ૰ આવકારલાયક; વાપરવા કે લેવાની છૂટવાળું.

weld (વે'લ્ડ), ઉ૰ ક્રિ૰ ધાતુના (વિ. ક. લોઢાના સામાન્યતઃ તપાવેલા) બે કકડાને ટીપીને કે દબાવીને એક બનાવવા; એકજીવ બનાવવું. ના૰ એવી રીતે કરેલો સાંધો – જોડ.

wel'fare (વેલ્ફેર,–ફૅઅર), ના૰ કલ્યાણ, સુખ, સમૃદ્ધિ; આબાદી ને આરોગ્ય, ખુશાલી. *~ work*, મજૂરો, ઇ.ના કલ્યાણનું કામ.

wel'kin (વે'લ્કિન), ના૰ [કાવ્ય] આકાશ.

ગગન.

well (વે'લ), ના૦ (પાણી, તેલ, ઇ. નો) કૂવો, વાવ; ઝરો, ફુવારો; મૂળ, ઉગમસ્થાન; મકાનમાં લિફ્ટ માટે કૂવા જેવી જગ્યા. અ૦ ક્રિ૦ ફુવારાની પેઠે બહાર નીકળવું (~ *up*). **ink-well**, ના૦ શાહીનો ખડિયો. **well-spring**, ના૦ મૂળ, ઉગમસ્થાન.

well, ક્રિ૦ વિ૦ (તર૦ better; તમ૦ best). સારી રીતે, સમાધાનકારકપણે; યોગ્ય રીતે; સંપૂર્ણપણે; કદાચ, સંભવ છે કે; કારણસર, કારણવશાત્; મુશ્કેલી વિના, સહેજે; કાળજીપૂર્વક. વિ૦ સારું, તંદુરસ્ત; સમાધાનકારક; ડહાપણભર્યું, સારું. ~ *and good*, બહુ સારું, ઠીક. ઉદ્ગાર૦ આશ્ચર્ય, શંકા વ્યક્ત કરવા તેમ જ પૂર્વે કહેલી વસ્તુ સાથે સંબંધ સૂચવવા વપરાય છે. એમ કે!; ઠીક, વારુ; એ તો ઠીક, પણ; ઇ. [પ્રશ્નાર્થે, *well?*] હવે બીજું શું? *as* ~ (*as*), પણ, સુદ્ધાં, વધારામાં. ના૦ *let* ~ (*enough*) *alone*, જે છે તે જ ઠીક–પૂરતું–છે, તે છે તેમ રહેવા દો.

welladay' (વે'લડે), ઉદ્ગાર૦ અરેરે! અફસોસ! વાહવાહ!

well-appoin'ted, વિ૦ (ઘર) બધી આવશ્યક સામગ્રી–સાજસરંજામ–વાળું–થી સુસજ્જ.

well-bal'anced, વિ૦ ડાહ્યું, સમજુ; એકબીજાને અનુરૂપ, તુલ્યબલ. [સ્થિત.

well-beha'ved, વિ૦ સદ્વર્તનવાળું, વ્યવ-

well'-being, ના૦ કલ્યાણ, ભલું, હિત.

well-born, વિ૦ સારા–ઊંચા–કુળમાં જન્મેલું, ખાનદાન. [રીતભાતવાળું.

well-bred', વિ૦ સારી રીતે ઊછરેલું, સારી

well-conducted, વિ૦ સારા વર્તનવાળું, સદ્વર્તની; સારી રીતે સંચાલિત.

well-connected, વિ૦ સારા સંબંધીઓવાળું, સારાં કુળો સાથે સગપણસંબંધવાળું; કુળવંત.

well-disposed, વિ૦ સારા સ્વભાવનું, અનુકૂળ વલણવાળું.

well-doing, ના૦ સારાં કામો.

well-fa'voured (–ફેવર્ડ), વિ૦ ખૂબસૂરત, દેખાવડું. [પહેરેલું, ટાપટીપવાળું.

well-groomed, વિ૦ વ્યવસ્થિત પોશાક

well-intentioned, વિ૦ સદ્હેતુવાળું; સદ્હેતુથી કરેલું.

well-judged, વિ૦ (લીધેલું પગલું, ઇ.) સમયસર–ડહાપણપૂર્વક–વિવેકપૂર્વક–નું.

well-knit, વિ૦ (શરીર) મજબૂત, ઘાટીલું; સારી રીતે ગૂંથેલું.

well-mannered, વિ૦ સારી રીતભાતવાળું.

well-meaning, **well-meant**, વિ૦ સદ્હેતુવાળું, શુભ દાનતવાળું.

well'nigh (–નાઇ), વિ૦ ક્રિ૦ લગભગ.

well-off, વિ૦ પૈસેટકે સુખી, સંપન્ન.

well-ordered, વિ૦ સુવ્યવસ્થિત.

well-read' (–રે'ડ), વિ૦ જેણે ઘણું વાંચ્યું હોય એવું, બહુશ્રુત.

well-regulated, વિ૦ સુવ્યવસ્થિત, નિયમિત.

well-rounded, વિ૦ (સિદ્ધાંત, ઇ.) સંપૂર્ણ; સપ્રમાણ; ઘાટીલું.

well-spo'ken, વિ૦ સંસ્કારી વાણીવાળું.

well set up, વિ૦ = well-knit.

well-timbered, વિ૦ (દેશ) મોટાં મોટાં ઝાડ–જંગલો–વાળું.

well timed, વિ૦ સમયસરનું, વેળાસરનું.

well-to-do' (વેલ-ટુ-ડૂ), વિ૦ પૈસાટકાવાળું, સુસ્થિતિવાળું. [કરેલું.

well-tried, વિ૦ સારી રીતે કરેલું–કસોટી

well turn'ed, વિ૦ (કહેણી, કથન,) યોગ્ય રીતે શબ્દબદ્ધ–વ્યક્ત–થયેલું.

well'-wisher, ના૦ ભલું ઇચ્છનાર, શુભેચ્છક.

well-worn' (–વૉર્ન), વિ૦ ખૂબ વપરાઈ ગયેલું, વાસી, કૂચો થઈ ગયેલું.

well'ingtons (વે'લિંગ્ટન્સ), ના૦બ૦વ૦ ઘૂંટણ સુધી આવતા ઊંચા બૂટ–જોડા.

Welsh (વે'લ્શ), વિ૦ વેલ્સનું; વેલ્શ ભાષાનું. ના૦ વેલ્શ ભાષા; વેલ્શ માણસ–લોકો (*the W~*). ~ *rabbit* or *rarebit*, શેકેલા પનીરની વાની.

welsh, **welch**, ઉ૦ ક્રિ૦ શરત, હોડ, ઇ.ના પૈસા આપ્યા વિના નાસી જવું.

welt (વે'લ્ટ), ના૦ બૂટના ઉપલા ભાગ ને તળિયાના સાંધા પર જોડવાની ચામડાની જાડી પટી; સોટી, ઇ.થી ચામડી પર ઊઠેલો સોળ. સ૦ ક્રિ૦ બૂટના ઉપલા ભાગ ને તળિયાને જોડવા માટે પટ્ટી લગાડવી; ચાબુક વતી માર

મારવો, મારીને સોળ ઉઠાડવા.
wel'ter (વે'લ્ટર), અ૰ ક્રિ૰ આળોટવું, પાણી કાદવમાં રગદોળાવું. ના૰ગરબડ ગોટાળો; કોલાહલ; (~ *of confusion*) **welter-weight** ના૰ ૧૪૭ રતલની આસપાસના વજનવાળો મુષ્ટિમલ્લ. [ગાંઠ, વરસોળી.
wen (વે'ન), ના૰ ચામડી પરની નિર્દોષ
wench (વેં'ચ), ના૰ છોકરી, નોકરડી; છિનાળ.
wend (વેન્ડ), ઉ૰ ક્રિ૰ -ની દિશામાં ચાલવું; જવું. ~ one's *way* (*to*), -ની તરફ જવું.
went (વેન્ટ), go નો ભૂ૰ કા૰.
wept (વેપ્ટ), weep નો ભૂ૰ કા૰.
were, be નો દ્વિ૰ પુ૰ બ૰ વ૰ ભૂ૰ કા૰.
were'wolf, wer'wolf, (વીરવુલ્ફ, વિઅ-)ના૰ વરુમાંથી રૂપાંતર પામેલો માણસ.
wert, beના ભૂ૰ કા૰નું દ્વિ૰ પુ૰ એ૰ વ૰.
Wesleyan (વે'ઝ્લિઅન, વેસ્-), વિ૰ જોન વેસ્લીએ સ્થાપેલા પંથ કે સંપ્રદાયનું. ના૰ એ પંથનો માણસ.
west (વે'સ્ટ), ના૰ પશ્ચિમ (દિશા); પશ્ચિમ તરફ આવેલો મુલક. વિ૰ પશ્ચિમનું-માં આવેલું, -તરફથી આવતું - તરફ જતું. ક્રિ૰ વિ૰ પશ્ચિમ તરફ - તરફથી, પશ્ચિમમાં. *go* ~, મરી જવું, વિનાશ પામવું. **wes'terly** (વેસ્ટર્લિ), વિ૰ પશ્ચિમ તરફથી આવતું કે તરફ જતું. **wes'tern,** વિ૰ પશ્ચિમમાં આવેલું કે તે તરફથી આવતું. **wes'terner,** ના૰ પશ્ચિમનો માણસ, વિ. ક. અમેરિકાના પશ્ચિમ ભાગનો. **westernize,** સ૰ક્રિ૰ આચાર-વિચારમાં પૂર્વના દેશો કે પ્રજાઓને પશ્ચિમના લોકો જેવી બનાવવી. **westward(s),** ક્રિ૰ વિ૰ પશ્ચિમ તરફ.
wet (વે'ટ), વિ૰ પાણીથી કે બીજા કોઈ પ્રવાહીથી ભીંજાયેલું - પલળેલું, ભીનું; વરસાદવાળું; [અમે. વિ. બો.] નબળું, નકામું; [અમે.] દારૂની છૂટવાળું. ~ *blanket*, બીજાની આશા-આકાંક્ષા કે સુખને બગાડનારો. ના૰ કશુંક ભીનું કરનાર પ્રવાહી; વરસાદ (*out in the* ~). સ૰ ક્રિ૰ ભીનું કરવું. **wet-nurse,** ના૰ બીજાના બાળકને ધવડાવનાર સ્ત્રી, ધાવ. [મેંઢો.
weth'er (વે'ધર), ના૰ ખસી કરેલો ઘેટો,

whack (વૅક), **thwack** (થ્વૅક), સ૰ ક્રિ૰ લાકડી વતી મારવું, મારવું, ટીપવું. ના૰ માર, ફટકો. *have* one's ~ *of*, (કોઈ વસ્તુ) જોઈએ તેટલું - ધરાઈને - લેવું. **whacking,** વિ૰ મોટું, કદાવર.
whale (વેલ), ના૰ મગરમચ્છ, વહેલમચ્છ. અ૰ ક્રિ૰ વહેલનો શિકાર કરવો, વહેલ પકડવી. *a* ~ *of a* -, મોટું, પ્રચંડ, કદાવર. **whale-bone,** ના૰ વહેલના જડબાનો બનાવેલો શિંગડા જેવો પદાર્થ. **wha'ler** (વેલર), ના૰ વહેલ પકડવા માટેની હોડી કે તે પકડનાર ખારવો.
wharf (વૉર્ફ), ના૰ (બ૰ વ૰ wharves, wharfs). વહાણનો થોભવાનો ડક્કો, ધક્કો. **whar'fage** (વૉર્ફિજ), ના૰ ડક્કાનું ભાડું, ઇ. **whar'finger** (વૉર્ફિંજર), ના૰ ડક્કાનો ધણી, ડક્કાવાળો.
what (વૉટ), વિ૰ ઉદ્ગાર કે પ્રશ્નસૂચક -વિષયક: કયું, શાનું?; કેટલું મોટું -વિચિત્ર! સર્વના૰ પ્રશ્નાર્થક કે સંબંધક: કોણ, કયું, શું; કયો, કઈ વસ્તુ, કેવો માણસ, ઇ.; તે, તેઓ, ...જે; ગમે તે ...જે; કોઈ પણ ... જે. ~ *about* ...? -ને વિષે શા ખબર? - શું કરવાનું છે?. ~ *for*, શા માટે?. ~ *if*...? જો ... તો તેનું શું પરિણામ આવે?. ~ *is he*?, એ કોણ - શું - શું કરે - છે? ~ *of it*? એ સાચું હોય તોય શું? -તેનું શું મહત્ત્વ?. ~ *with this and* ~ *with that*, કેટલેક અંશે આને લીધે ને કેટલેક અંશે એને લીધે.
whate'ver (વૉટે'વર), **whate'er** (વૉટે'અર, કાવ્યમાં), સર્વના૰ બધું, ગમે તે, જે કંઈ છે તે; (no અને any પછી) જરાય, કોઈ પણ જાતનું; [પ્રશ્નમાં] whatનું જ ભારદર્શક રૂપ. **whatsoever** (-સોએ'-વર), સર્વના૰ whatever નું ભારદર્શક રૂપ.
what not (-નૉટ), ના૰ કલાત્મક વસ્તુઓ મૂકવા માટેનો છાજલીઓવાળો ઘોડો, કબાટ.
wheat (વીટ), ના૰ ઘઉંનો છોડ; ઘઉં. **wheat'en** (વીટન), વિ૰ ઘઉંનું (બનેલું).
wheat'ear (વીટ્ઇઅર), ના૰એક નાનું પક્ષી.
whee'dle (વીડલ), સ૰ ક્રિ૰ ખુશામત કરીને મનાવવું-કશુંક કઢાવવું; ફોસલાવવું.

(~person *into* doing something, ~something *out of* person)

wheel (વીલ), ના૦ પૈડું, ચાક, ચક્ર; પૈડાના આકારની વસ્તુ; લશ્કરની હારની ગોળ કૂચ; બાઇસિકલ. ઉ૦ ક્રિ. (પૈડાંવાળી ગાડી, ઇ.ને) ધકેલવું, ખેંચવું; ગોળ ગોળ ફરવું (~*round and round*); બાઇસિકલ ચલાવવી – પર બેસવું; (લશ્કરની હાર) ગોળ ગોળ કૂચ કરવી – ફરવું. *put a spoke in* someone's ~, કોઈના માર્ગમાં આડખીલી નાંખવી; તેની યોજનાઓ તોડી પાડવી. *put* one's *shoulder to the* ~, પ્રયત્ન કરવો, બરાબર કામે લાગી જવું. ~*s within* ~*s*, જટિલ યંત્ર-રચના; ગુપ્ત ભાંજગડો. *left* ~!, [કૂચ કરતા સિપાઈઓને આદેશ] ડાબી બાજુ વળો. **wheel'barrow** (–બૅરો), ના૦બે પાયા ને એક પૈડાની હાથગાડી. **wheel'wright** (–રાઇટ), ના૦ પૈડાં બનાવનાર, પૈડાગર.

wheeze (વીઝ઼), અ૦ક્રિ૦ શ્વાસ લેતાં મૂકતાં ઘુરઘુર થવું – સસણી–સિસોટી–બોલવી. ના૦ ઘુર ઘુર અવાજ, સુસવાટો; ગંમત, મજાની કલ્પના – યુક્તિ. **wheez'y**, વિ૦ શ્વાસ લેતાં ઘુરઘુર અવાજ કરનારું; (અવાજ) ઘુરઘુર કરનારું, સિસોટીના જેવું.

whelk (વે'લ્ક), ના૦ ગોકળગાય જેવી શંખલામાં રહેતી દરિયાઈ માછલી.

whelm (વે'લ્મ), સ૦ ક્રિ૦ ઘેરી લેવું, ગ્રસી નાંખવું; ડુબાડી દેવું, -ને ગરક કરવું.

whelp (વે'લ્પ), ના૦ સિંહ, કૂતરો, ઇ.નું બચ્ચું; અસંસ્કારી છોકરું. અ૦ ક્રિ૦ (કૂતરા, ઇ. અંગે) વિયાવું, બચ્ચાં જણવાં.

when (વે'ન), ક્રિ૦ વિ૦ ક્યારે, કયે વખતે. ઉભ૦ અ૦ તે વખતે... જ્યારે; જે કોઈ પણ વખતે; જોકે; -નો વિચાર કરતાં, જ્યારે; જેને પરિણામે, જે પછી. સંબં૦ સર્વના૦ જે સમય, કયો સમય. ના૦ *the* ~, કોઈ ઘટનાનો સમય, તિથિ કે તારીખ. **whene'ver** (વે'ને'વર), **whene'er** (કાવ્યમાં; વે'ને'અર), ક્રિ૦ વિ૦ જે કોઈ સમયે, જ્યારે પણ; અમુક થાય કે તરત જ; જ્યારે જ્યારે...તે દરેક વખતે. **whensoe'ver** (વે'ન્સોએ'વર), ક્રિ૦ વિ૦ whenever નું ભારદર્શક રૂપ.

whence (વે'ન્સ), ક્રિ૦ વિ૦ (સ્થળ) કઈ જગ્યાથી, ક્યાંથી; (મૂળ) શાથી, શા કારણથી; જેમાંથી. ઉભ૦ અ૦ અને તેમાંથી. સર્વના૦ કયું મૂળ સ્થાન કે ઉગમ; જે મૂળ સ્થાન – કારણ.

where (વે'અર), ક્રિ૦ વિ૦ ક્યાં, કયે ઠેકાણે; કઈ દિશામાં, કેણી ગમ; કઈ બાબતમાં, શામાં. ઉભ૦ અ૦ અને ત્યાં. સર્વના૦ કઈ જગ્યાએ, ક્યાં. સંબં૦સર્વ૦ જ્યાં, જે જગ્યામાં, જેમાં. ના૦ *the* ~, કોઈ બનાવની જગ્યા.

whereabouts' (–અબાઉટ્સ), ક્રિ૦ વિ૦ કઈ જગ્યાએ – ની પાસે? **where'abouts**, ના૦ ક્યાં છે તે જગ્યા, ઠેકાણું, પત્તો.

whereas' (–ઍઝ઼), ક્રિ૦વિ૦ વસ્તુસ્થિતિ જોતાં, અમુક હકીકતનો વિચાર કરતાં; -ની સાથે સરખાવતાં; જેથી કરીને...તેથી.

whereat' (–ઍટ), ક્રિ૦ વિ૦ જે ઉપરથી; જે જગ્યાએ ...તે પરથી; અને પછી. [જેથી.

whereby' (–બાઇ), ક્રિ૦ વિ૦ જેથી કરીને,

where'fore (–ફૉર) ક્રિ૦ વિ૦ શા કારણથી, શા સારુ?; ઉભ૦ અ૦ જેને કારણે – લીધે, અને તેથી. ના૦ *the* ~, (કશાકનું) કારણ.

wherein' (–ઇન), ક્રિ૦ વિ૦ જે બાબતમ, જેમાં; કઈ બાબતમાં, ઇ. [શા ઉપર?

whereon' (–ઑન), ક્રિ૦ વિ૦ જેના ઉપર;

whereof' (–ઑફ), ક્રિ૦ વિ૦ જેનું; શાનું?

where(up)on', ઉભ૦અ૦ જે પછી, અને પછી.

wheresoev'er, ક્રિ૦ વિ૦ જે કોઈ ઠેકાણે, જ્યાં પણ.

wherev'er (વે'(અ)રે'વર), **where'er'** (વે'(અ)રે'ર), ક્રિ૦વિ૦ જ્યાં જ્યાં, જેજે જગ્યાએ; ક્યાં, કઈ જગ્યાએ? સર્વના૦ જે કોઈ જગ્યા.

wherewith', ક્રિ૦ વિ૦ જે વડે, જેથી; શા વડે, શાથી? **wherewithal'** (વે'અર-વિધૉલ), ક્રિ૦ વિ૦ શાથી, શા વડે? ના૦ પૈસા વગેરે જરૂરી સાધન સામગ્રી (*the*~).

whe'rry (વે'રિ), ના૦ નાની સપાટ હલકી બોટ – હોડી.

whet (વે'ટ), સ૦ ક્રિ૦ -ને ધાર ચડાવવી, ઘસવું; (ભૂખ, ઇ.) ને ઉત્તેજિત કરવું, ક્ષુબ્ધ કરવું. **whet'stone** (–સ્ટોન), ના૦ ધાર કાઢવાનો પથ્થર, પથરી, નિસાણો, સરાણ.

wheth'er (વે'ધર), સર્વના૦ બેમાંથી કયું?

ઉભ૦ અ૦ (બે વિકલ્પો રજૂ કરતી વખતે પહેલા વિકલ્પવાળા વાકયની શરૂઆતમાં વપરાય છે) કે... અથવા નહિ, કે, અગર.

whew (ચૂ, વ્યૂ), ઉદ્‌ગાર૦ નવાઈ, તકલીફ કે થાક સૂચવવા માટે વપરાય છે. હુશ હુશ! 'ખૂબ ગરમી છે', 'હવા ખૂબ ખરાબ છે' ઇત્યાદિ સૂચવવા.

whey (વે), ના૦ દૂધ ફાડી તેમાંથી કાઢેલું પાણી; દહીંમાંનું પાણી, નિતરામણ, છાશ.

which (વિચ્), વિ૦ અને સર્વ ના૦ [પ્રશ્ના.] કયું, કોણ, ઇ.; [સંબંધક] જે... તે. **whichev'er, whichsoev'er** (ભાર આપવા માટે), વિ૦, સર્વના૦ (થોડામાંથી) જે કોઈ.

whiff (વિફ), ના૦ હવાની – દુર્ગંધની – લહેર, ધુમાડાનો ગોટો; બીડી પીતાં મારેલી ફૂંક – દમ. ઉ૦ ક્રિ૦ બીડી પીતાં ફૂંક મારવી.

whif'fle (વિફ્લ), ઉ૦ક્રિ૦ પવનની લહેર વહેવી; ઝોલા ખાવા, ઝંપાવું; (પવનને લીધે હોડીએ) આમ તેમ વળવું. ના૦ પવનની લહેર.

Whig (વિગ્), ના૦ ઇગ્લન્ડમાં ઈ.સ. ૧૬૮૮ની રાજ્યક્રાંતિ થયા પછી રાજા ને ઉમરાવ વર્ગની સત્તા મર્યાદિત કરનારા રાજકીય પક્ષનો સભ્ય (એની જગ્યા હવે ઉદાર (મતવાદી) પક્ષે લીધી છે.)

while (વાઇલ), ના૦ વાર, વખત, વખતનો ગાળો; કંઈક ચાલતું હોય તે દરમ્યાનનો કાળ. ક્રિ૦ વિ૦ દરમ્યાન, જ્યારે, જે વેળા ...ત્યારે, તે વેળા. ઉભ૦ અ૦ તે કાળ દરમ્યાન, જ્યાં સુધી ... ત્યાં સુધી; જોકે, જેથી. સ૦ક્રિ૦ (~ *away*) લહેરથી (વખત) પસાર કરવો. **whilst**, ઉભ૦ અ૦ = while.

whim (વિમ), ના૦ લહેર, તરંગ; ઘેલું, ધૂન.

whim'per (વિમ્પર), અ૦ ક્રિ૦ બબડતાં બબડતાં રડવું; કકળવું, ધીમે ધીમે રડવું. ના૦ કકળાટ; ધીમે ધીમે રડવાનો અવાજ.

whim'sical (વિમ્‌ઝિકલ), વિ૦ લહેરી, તરંગી; સ્વચ્છંદી; વિચિત્ર; ઢંગધડા વિનાનું, ઉટપટ ગ. **whimsical'ity** (-કૅલિટિ), ના૦ લહેરીપણું, ઇ. [ઘેલું, ધૂન.

whim'sy (વિમ્‌ઝિ), ના૦ કલ્પના, તરંગ;

whine (વાઇન), ના૦ કૂતરાનો કે બાળકનો લાંબો રડવાનો અવાજ, કકળાટ, બબડાટ. અ૦ ક્રિ૦ ધીમે ધીમે રડવું, કકળવું; પામર થઈને મદદની યાચના કરવી, કરગરવું.

whinn'y (વિનિ), અ૦ ક્રિ૦ (ઘોડા અંગે) ધીમેથી – આનંદથી – હણહણવું, ખોંખારવું. ના૦ ધીમો – સૌમ્ય – હણહણાટ.

whip (વિપ), ના૦ ચાબુક, કોરડો; શિકારી કૂતરાઓનો રખવાળ; રાજકીય પક્ષની શિસ્તનું પાલન કરાવનાર સભ્ય, પ્રતોદ, ચોધરી; ધારસભામાં હાજર રહેવા માટેનો પ્રતોદનો હુકમ – ચિઠ્ઠી – આદેશ. ઉ૦ ક્રિ૦ ચાબુક મારવો; ચાબુક મારીને જોરથી ચલાવવું – દોડાવવું; (ઈંડાં, ઇ.) ફીણવું, ફીણ આવે ત્યાં સુધી મસળવું; બંને બાજુએ લાંબા ટાંકા દઈ સાંધો જોડવો, બખિયો દેવો; એકદમ ઝૂંટવી લેવું; (ભાલો, ઇ. અસ્ત્ર) ફેંકવું, ફેંકીને મારવું. ~ *out*, એકદમ ઝડપથી બહાર કાઢવું. ~ *up*, (ઈંડાં, ઇ.) ફીણવું; ~ *up* persons, લોકોને ભેગા કરવા. ~ *round*, એકદમ (ગોળ) ફરવું. *have the ~ hand of*, -ની ઉપર સત્તા ધરાવવી. **whipcord**, ના૦ ચાબુકની દોરી – વાધરી. **whipper-in**, ના૦ શિકારી કૂતરાઓનો રખેવાળ. **whipping-boy**, ના૦ રાજપુત્રની સાથે ભણનાર ને તેને બદલે સજા ભોગવનાર છોકરો; હોળીનું નાળિયેર.

whipp'er-snapper (વિપર-સ્નૅપર), ના૦ નાનું બાળક; અહંમન્ય ક્ષુદ્ર માણસ (બહુધા જુવાન).

whipp'et (વિપિટ), ના૦ સંકર – મિશ્ર – ઓલાદનો ગ્રેહાઉન્ડની જાતનો શરતનો કૂતરો; નાની ઝડપી રણગાડી.

whip'poorwill (વિપુરવિલ), ના૦ રાત્રે ઊડતું નામસદૃશ અવાજ કરતું એક અમે. પક્ષી.

whir(r) (વર), ના૦ હવામાંથી કશુંક ઝડપથી પસાર થાય ત્યારે થતો અવાજ – ભર્રરર – ફુર્રરર; ગાડીનાં પૈડાં ફરવાનો અવાજ. ઉ૦ ક્રિ૦ એવો અવાજ કરવો – થવો.

whirl (વર્લ), ઉ૦ ક્રિ૦ ઝડપથી ગોળ ગોળ – ચકરચકર – ફેરવવું – ફરવું; કક્ષામાં જોરથી દોડવું; (મા ', ઇ.) ગોળ ગોળ ફરતું–ભમતું–હોય એમ લાગવું. ના૦ ઝડપથી ગોળ ગોળ ફેરવવું – ફરવું – તે; ચક્રાકાર ફેરી, ભ્રમણ. **whirl'igig** (વર્લિગિગ), ના૦ એક જાતનો ભમરડો;

ફરકડી; જુદાં જુદાં પ્રાણીઓના આકારની બેઠકોવાળું ગોળગોળ ફરતું ચક્ર; ચક્રાકાર ગતિ. **whirl'pool** (વર્લ્‌પૂલ), ના૦ વમળ, ભમરો. **whirl'wind** (–વિન્ડ), ના૦ વાવંટોળ, ચક્રવાત.

whirr (વર), જુઓ whir.

whisht (હ્‌વિસ્ટ), ઉદ્‌ગાર૦ અ૦. ચૂપ, છાનો રહે!

whisk (વિસ્ક), ના૦ ધૂળ વગેરે કચરો કાઢવાનો – ઝાટકવાનો – ઘાસ, વાળ, ઇ. નો બુતારો, કૂચડો, ઇ., ઝાટકણું; ઈંડાં, મલાઈ, ઇ. ફીણવાનું સાધન; પૂંછડીની ઝાપટ (નો અવાજ). ઉ૦ ક્રિ૦ ઝાપટવું, ઝટકવું, ઝાપટી નાંખવું; રવઈ વતી ફીણવું; હળવે રહીને એકદમ જવું – લઈ જવું, એકદમ ઉપાડી જવું; (પૂંછડી, ઇ.) હલાવવી – પટપટાવવી.

whis'ker (વિસ્કર), ના૦ (બહુધા બ૦ વ૦ માં) કલ્લા, થોભિયા; બિલાડીની મૂછો.

whis'ky, -key (વિસ્કિ), ના૦ જવ, ઓટ, ઇ.માંથી બનાવેલો દારૂ.

whis'per (વિસ્પર), ઉ૦ ક્રિ૦ ગુસપુસ બોલવું, કાનમાં ગુપસુપ કહેવું; ધીમેથી બોલવું; (પાંદડાં અંગે) સળવળવું. ના૦ ગુસપુસ બોલવું તે, ગુસપુસ, કિંવદંતી; સળવળ અવાજ. **whispering-gallery**, ના૦ ધીમું બોલેલું પણ બીજે છેડે સંભળાય એવી રચનાવાળી ગેલરી – ઘૂમટ – ગુફા.

whist (વિસ્ટ), ના૦ ચાર જણે રમવાની પત્તાંની એક રમત. ઉદ્‌ગાર૦ ચૂપ, છાનો!

whistle (વિસલ), ના૦ સિસોટીનો – ના જેવો – તીણો – અવાજ; સિસોટી, સિટી. ઉ૦ ક્રિ૦ સિસોટી બોલાવવી – વગાડવી; સિસોટી બોલાવતાં ગાવું; વાંસળી વગાડવી. *wet* one's ~, દારૂ પીવો.

whit (વિટ), ના૦ રતીભાર, રજ, લવલેશ. *no, not a,* ~, લવલેશ પણ નહિ.

Whit, જુઓ Whitsun.

white (વાઇટ), વિ૦ સફેદ (રંગનું), ધોળું, ધવલ; ફીકું; (પાણી, પ્રકાશ, ઇ.) ચોખ્ખું, શુદ્ધ; [લા.] નિષ્પાપ, નિષ્કલંક; (દારૂ) આછો પીળો. ~ *ant*, ઊધઈ. *show the* ~ *feather*, બીકણ કે બાયલાની જેમ વર્તવું. ~ *elephant*, ન પોસાય એવી નકામી વસ્તુ, ધોળો હાથી. ~ *heat*, રાતા ચોળ કરતાં પણ વધારે ગરમીવાળી સ્થિતિ. ~ *flag*, શરણાગતિનું સૂચક ચિહ્‌ન, સફેદ ઝંડી. ~ *horses*, સફેદ સપાટીવાળાં દરિયાનાં મોજાં. ~ *lie*, સારા ઉદ્દેશથી બોલાયેલું–ઉપેક્ષણીય–અસત્ય. ~ *man*, ભલો–પ્રામાણિક – માણસ; ગોરી ચામડીવાળો. ના૦ સફેદ રંગ; સફેદ પોશાક – કપડાં; ઈંડાનો સફેદ ભાગ–સફેદી. **white'ness**, ના૦ ધવલતા, ધોળાપણું.

white'bait (–બેટ), ના૦ એક બહુ જ નાની [માછલી.

white-caps, ના૦ બ૦ વ૦ દરિયાનાં ફીણવાળાં મોટાં મોજાં.

White'hall (–હોલ), ના૦ લંડનની સરકારી કચેરી (ઓવાળી એક શેરી); સનદી નોકરમંડળ.

White House (–હાઉસ), ના૦ અમેરિકાનાં સંયુક્ત રાજ્યોના પ્રમુખનું (વૉશિંગ્ટનમાં આવેલું) સરકારી રહેઠાણ.

white'-livered (–લિવર્ડ), વિ૦ ડરપોક, [બીકણ.

whi'ten (વાઇટન), ઉ૦ ક્રિ૦ સફેદ કરવું –થવું. **white'ning**, ના૦ ધોળવાનો અથવા ચાંદીની વસ્તુઓ માંજવાનો ચાક.

white paper, ના૦ લોકોની જાણ માટે કોઈ બાબત અંગે સરકારે પ્રગટ કરેલું પત્રક–પુસ્તિકા, શ્વેતપત્ર.

white'smith (–સ્મિથ), ના૦ કલાઈવાળો, કલાઈ કરનારો.

white'thorn (–થૉર્ન), ના૦ હૉથૉર્નનું [ઝાંખરું.

white'wash (–વૉશ), ના૦ ચૂના ને પાણીનું મિશ્રણ, ચૂનો, સફેદો; ઢાંકપિછોડો. સ૦ ક્રિ૦ સફેદ રંગ લગાડવો, ધોળું–સફેદ–કરવું, ધોળવું; ઢાંકપિછોડો કરવો.

whither (વિધર), ક્રિ૦ વિ૦ ક્યાં, કયે ઠેકાણે; કઈ બાજુએ, ક્યાં; સંબંધક૦ જ્યાં, જે જગ્યા તરફ. ઉભ૦અ૦ અને ત્યાં.

whit'ing (વાઇટિંગ), ના૦ મકાન ધોળવાનો ચૂનો; એક ખાદ્ય દરિયાઈ માછલી.

whit'low (વિટ્‌લો), ના૦ નહિયું પાકવું તે, નખછર, નખમૂળે.

Whit'sun(day) (વિટ્‌સન્ (ડિ,–ડે)), ના૦ ઈસ્ટર પછીના સાતમા રવિવારનું પર્વ. **Whit'suntide**, ના૦ એ પર્વ ને તે પછીના દિવસો.

whit'tle (વિટલ), ઉ૦ક્રિ૦ ચાકુ કે છરી વતી છોલવું, તાછવું. ~ *down*, ધીમે ધીમે ઓછું – કમી – કરવું (વિ.ક. અસર કે પરિણામને).

whiz(z) (વિઝ્), ના૦ હવામાંથી ખૂબ વેગથી પસાર થતા પદાર્થને લીધે થતો સરરર અવાજ, સુસવાટો, સણસણાટ. અ૦ ક્રિ૦ સુસવાટો કરવો, સુસવાટો કરતાં પસાર થવું.

who (હૂ), સર્વના૦ (દ્વિ૦ whom; ષષ્ઠી whose). [પ્રશ્નાર્થ] કોણ, કયો માણસ કે માણસો; [સંબંધક] જે, જેઓ. *a ~'s ~*, વિદ્યમાન જાણીતા લોકો વિષે માહિતીનું (બહુધા વાર્ષિક) પુસ્તક. **whoev'er** (હૂએ'વર), સર્વના૦ કોઈ પણ, જે કોઈ ...(તે દરેક જણ). **whosoev'er** (હૂસો-એ'વર), whoeverનું ભારદર્શક રૂપ.

whoa (વોઅ), ઉદ્ગાર૦ જુઓ wo.

whole (હોલ), વિ૦ સંપૂર્ણ, આખું; અક્ષત, અખંડ; સાબૂત, ઈજા ન પામેલું, સાજું; તંદુરસ્ત. ~ *number*, પૂર્ણાંક. ના૦ સંપૂર્ણ વસ્તુ; બધું, બધું મળીને – સમગ્ર – જથો. *to go the ~ hog*, કોઈ પણ બાબતમાં જુદા પડયા વિના આખી વિચારસરણી સ્વીકારવી – ધરાવવી; કોઈ વિચારનો પૂરેપૂરો અમલ કરવો. **whole-hearted**, વિ૦ પૂરા ભાવવાળું, અંતઃકરણપૂર્વકનું.

whole'sale (હોલ્સેલ), ના૦ જથાબંધ વેચાણ – વેપાર. વિ૦, અને ક્રિ૦ વિ૦ મોટા પાયા પર – પ્રમાણમાં.

whole'some (–સમ), વિ૦ આરોગ્યને પોષક, પથ્યકર; હિતકારક. [પૂરેપૂરું.

whol'ly (હોલ્લિ), ક્રિ૦ વિ૦ સંપૂર્ણપણે,

whom (હૂમ), જુઓ who.

whoop (હૂપ), ના૦ અને અ૦ ક્રિ૦ બૂમ, ચીસ, કિકિયારી, (પાડવી). ~ *ing cough*, ઉટાંટિયું.

whop (વૉપ), ઉ૦ ક્રિ૦ [વિ. બો.] માર મારવો, ટીપવું; -થી ચડી જવું, -ને હરાવવું. **whopper** (વૉપર), ના૦ કોઈ વસ્તુ કે જાતનો મોટો – કદાવર – નમૂનો; ભારે – હડહડતું – જૂઠાણું. **whopping**, વિ૦ મોટું, કદાવર.

whore (હોર), ના૦ વિષયલંપટ સ્ત્રી; વેશ્યા, કસબણ.

whorl (વૉર્લ, વર્લ), ના૦ ડીંટાની આસપાસનું પાંદડાંનું કડું – વલય, પત્રમેખલા; પેચનો આંટો. **whorled**, વિ૦ મેખલાકાર.

whor'tleberry (વર્ટલ્બરિ), ના૦ બોરડી, કરમદાના જેવું એક ઝાંખરું કે તેનું ઘેરા વાદળી રંગનું ફળ.

whose, who ની ષષ્ઠીનું રૂપ, જેનું, જેમનું. **whose-ever, whosesoever**, whoever, whosoever, ની ષષ્ઠીનું રૂપ.

why (વાઇ), ક્રિ૦ વિ૦ [પ્રશ્નાર્થ] શા માટે, કયા હેતુસર? ઉદ્ગાર૦ (અભિજ્ઞા, આશ્ચર્ય, ઇ. બતાવવા વપરાય છે) ઠીક ત્યારે. [સંબંધક] (કારણ પછી) જેને માટે, જેને લીધે. ના૦ *the ~*, કારણ.

wick (વિક), ના૦ દિવેટ, વાટ, બત્તી.

wick'ed (વિકિડ), વિ૦ દુષ્ટ, પાપી; ખરાબ (વર્તનવાળું), દુરાચારી; દુષ્ટ બુદ્ધિવાળું; દુષ્ટ પણ રમૂજ પમાડે એવું, લુચ્ચું.

wick'er (વિકર), ના૦ નેતર, ડાળખાં, ઘાસ, ઇ. (ગૂંથીને બનાવેલી ટોપલી–ટોપલો). **wicker-work**, ના૦ નેતર, ઇ.ના ટોપલાં, વગેરે; નેતરકામ.

wick'et (વિકિટ), ના૦ નાનું બારણું – ફાટક; ફરકડીવાળું ફાટક; [ક્રિકેટ] ભોંયમાં ખોસી રાખવામાં આવતી દરેક બાજુની ગિલ્લીઓ સાથેની ત્રણ ત્રણ દાંડીઓ; એ બે બાજુની દાંડીઓ વચ્ચેનો પટ. **wicket-keeper**, ના૦ દાંડીઓ પાછળ રહેનાર દાવ આપનારામાંનો ક્ષેત્રપાલ.

wide (વાઇડ), વિ૦ પહોળું; (ઓરડી, ઇ.) જેની બાજુઓ એકબીજીથી દૂર હોય એવું, પહોળાઈવાળું; વિસ્તીર્ણ, વિશાળ; પૂરેપૂરું ખુલ્લું, ઉઘાડું; લક્ષ્ય કે નિશાનથી છેટું; (મત, ઇ.) ઉદાર દૃષ્ટિવાળું. *give* person, thing, *a ~ berth*, -ના માર્ગમાંથી દૂર રહેવું, -ને ટાળવું. ક્રિ૦વિ૦ મોટા ગાળો, અવધિ કે પ્રવેશ માર્ગ રહે એ રીતે; લક્ષ્ય ચૂકે એ રીતે. ~ *awake*, પૂર્ણ જાગ્રત. **wide-awake**, ના૦ પહોળી કોર–દીવાલ–વાળી મરદની બનાતની ટોપી. **wide'spread**, વિ૦ મોટા વિસ્તારમાં ફેલાયેલું, બહોળું.

wi'den (વાઇડન), ઉ૦ક્રિ૦ પહોળું – વધારે પહોળું – કરવું – થવું.

widgeon (વિજન), ના૦ જંગલી બતકની એક જાત.

wid'ow (વિડૉ), ના૦ વિધવા, રાંડેલી સ્ત્રી. સ૦ ક્રિ૦ વિધુર કે વિધવા બનાવવું. **wid'ower** (વિડૉઅર), ના૦ વિધુર, રાંડેલો પુરુષ.

width (વિડ્થ), ના૦ પહોળાઈ; (કાપડનો) પનો; [લા.] ઉદારતા.

wield (વીલ્ડ), સ૦ ક્રિ૦ (તલવાર, કલમ, સત્તા, ઇ.) ધારણ કરીને ચલાવવું, વાપરવું; કાબૂમાં રાખવું.

wife (વાઇફ), ના૦ (બ૦વ૦ wives). પત્ની, ભાર્યા, વહુ. **wife'ly**, વિ૦ પત્નીને શોભે એવું.

wig (વિગ), ના૦ કૃત્રિમ વાળની ટોપી, ટોપ, પાઘડી.

wig, સ૦ ક્રિ૦ ઠપકો આપવો, -ને ઊધડો લેવો. **wigg'ing**, ના૦ ઝાટકણી, હજામત [લા.].

wig'gle (વિગલ), ઉ૦ક્રિ૦ આમથી તેમ ધીમે ધીમે ખસવું-ખસેડવું; આમ તેમ અમળાઈને ચાલવું.

wight (વાઇટ), ના૦ [પ્રા.] માણસ, શખસ.

wig'wam (વિગ્વૅમ), ના૦ ઉ. અમેરિકાના ઇંડિયનનો ચામડાનો તંબૂ અથવા ઝૂંપડી.

wild (વાઇલ્ડ), વિ૦ મૂળ – કુદરતી – અવસ્થાનું, જંગલી; અણકેળવેલું, અણપાળેલું, જંગલી; ખેડયા વિના ઊગેલું – પાકેલું, વગડાઉ, રાની; અણસુધરેલું, જંગલી, રાની; બેકાયદા; બેશિસ્ત, કાબૂ બહારનું; ખળભળેલું, પ્રક્ષુબ્ધ; અવિચારનું, સાહસિક; વિકરાળ, ભયંકર; (રહેણી) બેફિકર અને મૂર્ખામીભરેલું. *run* ~, કાબૂમાં ન રહેવું, શિસ્તમાં ન આવવું; વંઠી જવું. ~ *about*, -માં ખૂબ રસ લેનારું, -ની પાછળ ગાંડું. ~ *to do*, કરવા માટે ઉત્કટ ઇચ્છાવાળું. ના૦ વેરાન પ્રદેશ, રણ, જંગલ. *the* ~*s*, વન્યપ્રદેશ. ક્રિ૦ વિ૦ બેફામ – બેદરકાર – પણે. **wild'fire**, ના૦ દાવાનળ. *spread like* ~, (દાવાનળની જેમ) ખૂબ ઝપાટામાં ફેલાવું. **wild-goose chase**, ના૦ મિથ્યા પ્રયાસ.

wil'debeest (વિલ્ડબીસ્ટ, વિલ્ડિ-), ના૦ આફ્રિકાના હરણની એક જાત.

wil'derness (વિલ્ડરનિસ), ના૦ વેરાન– ઉજ્જડ – પ્રદેશ; રણ, વગડો, અરણ્ય. *cry in the* ~, અરણ્યરુદન; વ્યાસનો આક્રોશ. *go into the* ~, (સત્તા છોડીને) વનવાસમાં જવું.

wile (વાઇલ), ના૦ યુક્તિ, પેચ; કાવતરું. સ૦ક્રિ૦ ફોસલાવવું, છેતરવું (~*away*, *into*).

wil'ful (વિલ્ફુલ), વિ૦ જાણીબૂઝીને – હેતુપૂર્વક – કરેલું; જિદ્દી, હઠીલું; મનસ્વી, મમતવાળું.

will (વિલ), સહા૦ક્રિ૦ (ભૂ૦કા૦ would). કાળ અને અર્થ બનાવવામાં વપરાય છે; ક્રિયાપદની પહેલાં ભવિષ્યકાળ બનાવવા માટે વપરાય છે. સ૦ક્રિ૦ (ભૂ૦ કા૦ willed) ઇચ્છવું, ચાહવું, -ની ઇચ્છા કરવી; મૃત્યુપત્ર દ્વારા માલમિલકત આપવી – આપવાનો ઠરાવ કરવો. ના૦ ઇચ્છા –સંકલ્પ – શક્તિ, સંકલ્પ; મનોનિગ્રહ; મરજી, સ્વેચ્છા; બીજા પર હકૂમત ચલાવવાની શક્તિ; મૃત્યુપત્ર, વસિયતનામું. *work with a* ~, ઉત્સાહપૂર્વક કામ કરવું. *have* one's ~, પોતાની મરજી મુજબ વર્તવું. *take the* ~ *for the deed*, પ્રત્યક્ષ કૃતિ કરતાં હેતુ ખ્યાલમાં રાખવો – રાખીને ઉપકાર માનવો.

will'ing (વિલિંગ), વિ૦ રાજી, ખુશી, તૈયાર; ખુશીથી આપેલું – કરેલું.

will-o'-the-wisp' (વિલ્-અ-ધ-વિસ્પ) ના૦ ભેજવાળી જગ્યામાં ગંધક-ફૉસ્ફરસ-ને લીધે દેખાતો પ્રકાશ – ભડકો; ભૂતના ભડકા; આભાસ; માયાવી માણસ કે વસ્તુ.

will'ow (વિલો), ના૦ પાણી નજીક થતું નેતર જેવું એક લવચીક લાકડાવાળું ઝાડ; ક્રિકેટનું બૅટ. **will'owy** (વિલોઇ), વિ૦ ચપળ અને પાતળું; ઊંચું અને સુડોળ–દેખાવડું.

willy-nill'y (વિલિનિલિ), ક્રિ૦વિ૦ (પોતાની) ઇચ્છા હોય કે ન હોય, મને કમને.

wilt (વિલ્ટ), ઉ૦ ક્રિ૦ કરમાઈ જવું, મ્લાન કરવું – થવું; નમી પડવું, નમાવવું.

wilt, will નું વર્તમાન કાળનું બીજા પુરુષનું એકવચનનું રૂપ.

wil'y (વાઇલિ), વિ૦ યુક્તિબાજ, કપટી; લુચ્ચું.

wim'ple (વિમ્પલ), ના૦ મઠમાં રહેનારી વૈરાગણોનો માથે પહેરવાનો શણનો પોશાક. અ૦ક્રિ૦ -માં – ઉપર – મોજાં આવવાં; ગડીઓ. વાળવી.

win (વિન), ઉ૦ક્રિ૦ (ભૂ૦કા૦ won). લડાઈ,

હરીફાઈ, ઇ.માં જીતવું; વિજેતા થવું; મનાવવું, મરજી સંપાદન કરવી; મેળવવું; લક્ષ્ય હાંસલ કરવું. ના૦ જીત, વિજય. ~ one's *spurs*, સરદારનું પદ મેળવવું. ~ *the day*, લડાઈમાં ફતેહ મેળવવી. ~ *through*, લડાઈ,મુસીબતો, સંકટોમાંથી સહીસલામત પાર ઊતરવું.

wince (વિન્સ), અ૦ ક્રિ૦ દરદને લીધે અંગ સંકોચવું – મરડવું, તરફડિયાં મારવાં. ના૦ આંચકો ખાવો – તરફડિયાં મારવાં – તે.

win'cey (વિન્સિ), ના૦ ઊનનું કે ઊન અને સૂતરનું મજબૂત કાપડ. **winceyette'** (વિન્સિએ'ટ), ના૦ જેમાં ઊન ઓછું હોય એવું કપડું. [હાંડો; હાથાવાળી ગરેડી, ડુમકલાસ.

winch (વિંચ), ના૦ પૈડું ફેરવવાનો હાથે.–

wind (વાઇન્ડ), ઉ૦ ક્રિ૦ (ભૂ૦ કા૦ wound, વાઉન્ડ). ગોળ ગોળ વળાંક લેતાં–વળતાં વળતાં–જવું, સર્પાકારે જવું; વાંકુંચૂકું ચાલવું – વહેવું; વીંટાવું, લપેટાવું; (કશાકની આસપાસ) વીંટવું, વીંટો કરવો; આડુંઅવળું ફરીને ધીરે રહીને ઘૂસવું – પેસવું; ઘડિયાળને ચાવી આપવી. ~ *up*, રહેંટ કે ગરગડી વતી સીંચવું–ઉપર ખેંચવું; વીંટવું, વીંટો કરવો; (ઘડિયાળને) ચાવી આપવી; (કામધંધો) સંકેલવું–આટોપી લેવું; (ભાષણ) પૂરું કરવું, અંત આણવો. **winding**, વિ૦ વાંક – વળાંક – ખાતું, વાંકુંચૂકું. ના૦ વાંક, વળાંક. **winding-sheet** ના૦ મડદા પર ઢાંકવાનું વસ્ત્ર, કફન.

wind (વિન્ડ), ના૦ પવન, વાયુ; (વેગથી વહેતી) પવનની લહેર, ઝપાટો, ઇ.; શ્વાસ, દમ; વાત, બાદી; ગંધવાળી હવા; ખાલી શબ્દો, ગપ્પાં; સમૂહ સંગીતમાંનાં વાજિંત્રો-(નો અવાજ). સ૦ ક્રિ૦ હંફાવવું; થાક – દમ – શ્વાસ – ખવડાવવો; ગંધથી શોધી કાઢવું. *see how the ~ blows*, વાતાવરણ કેવું છે તે જોવું; શું થાય છે તે જોવું. *in the ~*, વિચાર ચાલતો હોઈ થવાનો સંભવ હોવો, હવામાં. *raise the ~ (for)*, -ને માટે જોઈતા પૈસા ઊભા કરવા–મેળવવા. *sail close to the ~*, શિષ્ટાચાર કે પ્રામાણિકપણાની છેક હદ સુધી કોઈ વાતને લઈ જવી. *take the ~ out of* somebody's *sails*, બીજાને કરવાનો હોય તે જ પોતે તેની પહેલાં કરી નાખવું. *get ~ of*, -ને વિષે લોકવાયકા સાંભળવી–બાતમી મળવી. *get the ~ up*, ગભરાઈ જવું, ડરી જવું. **winded**, વિ૦ શ્વાસ ચડી ગયેલું, હાંફતું.

wind (વાઇન્ડ), સ૦ ક્રિ૦ (ભૂ૦ કા૦ winded અથવા wound). ફૂંકવું, ફૂંકીને વગાડવું.

wind'bag (વિંડ્બૅગ), ના૦ વાતોડિયો, બકવાટ કરનારો.

wind'fall (–ફૉલ), ના૦ પવનથી નીચે પડી ગયેલ ફળ, ઇ.; અનપેક્ષિત – અકસ્માત્ થયેલો – લાભ. [ડાતું વાદ્ય, સુષિરવાદ્ય

wind'-instrument, ના૦ ફૂંકીને વગા-

wind-jammer (–જૅમર), ના૦ સઢ-વાળું–કેવળ સઢથી ચાલતું–વહાણ. [રહેંટ.

wind'lass (–લસ), ના૦ હાથાવાળી ગરેડી,

wind'mill, ના૦ પવનચક્કી.

wind'pipe, ના૦ શ્વાસનળી.

wind'screen, windshield [અમે.], ના૦ મોટરના હાંકનારની આગળનો પારદર્શક કાચનો પડદો – આંતરો.

wind'-sock, ના૦ વિમાનને પવનની દિશા બતાવવા માટે થાંભલા પર લટકાવેલી કાપડની મોજા જેવી કોથળી, પવનદર્શક કોથળી–મોજું.

win'dow (વિન્ડો), ના૦ બારી, ખિડકી. **window-dressing**, ના૦ દુકાનની કાચની બારીમાં આકર્ષક રીતે માલ ગોઠવવો । તે – ગોઠવવાની કળા. **window-shopping**, ના૦ કાચની બારીઓમાં ગોઠવેલા માલનું કેવળ દર્શન (કરવું તે).

wind'ward (વિન્ડ્વર્ડ), ક્રિ૦ વિ૦ અને વિ૦ પવનની દિશામાં (આવેલું). ના૦ પવનની (દિશાની) બાજુ – જગ્યા.

wind'y (વિન્ડિ), વિ૦ તોફાની, વાવંટોળવાળું; શબ્દપ્રચુર; ભયભીત, ભીતગ્રસ્ત; વાયડું, વાયુવાળું.

wine (વાઇન), ના૦ દ્રાક્ષનો દારૂ; દારૂ. **wine'bibber**, ના૦ અતિશય દારૂ પીનારો, દારૂડિયો. **winepress**, ના૦ દારૂ બનાવવા માટે દ્રાક્ષનો રસ કાઢવાનું યંત્ર – કોલુ. **wineskin**, ના૦ દારૂ ભરવા માટેની બકરાના ચામડાની કોથળી – મશક.

wing (વિંગ), ના૦ પાંખ, પક્ષ; હવાઈ જહાજનો એવો જ (આધાર રૂપ) પહોળો

ભાગ; [લા.] સંભાળ, રક્ષણ; ઇમારતના અનેક ભાગોમાંથી એક, મુખ્ય મકાન સાથે જોડેલો પણ જુદો ગણી શકાય એવો ભાગ; લશ્કરનો ભાગ – બાજુ; (બ૰ વ૰) નાટકશાળામાં રંગમંચની બાજુઓ (*the ~s*). *on the ~*, ઊડતું, પ્રવાસ કરતું. *take to* oneself *~s*, ઊડી જવું. *clip the ~s of*, [લા.] -ના હાથપગ કાપી નાંખવા. *under the ~ of*, -ના રક્ષણ હેઠળ. ઉ૰ક્રિ૰ -ને પાંખ આપવી – આવવી; બાણ ફેંકવું, ઉડાવવું; ઊડવું; પક્ષીને પાંખમાં, માણસને હાથમાં, ઘાયલ કરવું. *~* one's *way*, ઝડપથી જવું, ઊડવું. *~ commander*, ગ્રૂપ કૅપ્ટનથી ઊતરતી કક્ષાનો શાહી હવાઈદળનો અમલદાર.

wink (વિંક), ઉ૰ ક્રિ૰ આંખ મટકાવવી, પલકારો મારવો; ઝબૂક ઝબૂક કરવું; આંખની ઇશારત કરવી, આંખ મારવી; આંખ મીંચવી, આંખ આડા કાન કરવા (*~ at*). ના૰ પલકારો; આંખનો અણસારો. *forty ~s*, જરાક ઊંઘ, વામકુક્ષિ. [દરિયાઈ ગોકળગાય.

winkle (વિંકલ), ના૰ એક નાની ખાદ્ય

win'ner (વિનર), ના૰ વિજેતા.

win'ning (વિનિંગ), વિ૰ આકર્ષક, સુંદર, મનોહર. **win'nings**, ના૰ બ૰ વ૰ પત્તાં, ઇ. રમતમાં જીતેલા પૈસા.

winn'ow (વિનો), સ૰ ક્રિ૰ અનાજ, ઇ. ઝાટકવું, ઊપણવું; કુશકી, ભૂસું, કાઢી નાંખવું, સાફ કરવું; કોઈના લખાણ કે વાતમાંથી સાચું, સારું, જુદું પાડવું. **winnowing-fan, -machine**, ના૰ સૂપડું, ઊપણવાનું યંત્ર.

win'some (વિન્સમ), વિ૰ મોહક, આકર્ષક; આહ્લાદકારક.

wint'er (વિંટર), ના૰ શિયાળો, શિયાળાની ઋતુ. અ૰ ક્રિ૰ (અમુક ઠેકાણે) શિયાળાની ઋતુ ગાળવી. *~ garden*, કાચના આવરણવાળા છોડ – વનસ્પતિ –નો બગીચો. *~ quarters*, શિયાળામાં લશ્કરની રહેવાની જગ્યા. **win'try** (વિન્ટ્રિ), વિ૰ શિયાળાનું, ઠંડીના દિવસોનું; ખૂબ ઠંડું, ઠંડા પવનવાળું; ઉદાસ.

win'ter-green (વિંટરગ્રીન), ના૰ મધુર સુવાસિક તેલ જેમાંથી કાઢવામાં આવે છે તે બારમાસી છોડ.

wipe (વાઇપ), ઉ૰ ક્રિ૰ લોહવું, લૂછવું; (આંસુ) લૂછવું; (વાસણ) ઘસીને – ઝટકીને –સાફ કરવું; ભૂસવું, સાફ કરવું. ના૰ઘસી કાઢવું તે. *~ the floor with*, સખત હાર ખવડાવવી – ઝાટકણી કાઢવી. *~ out*, સદંતર નાશ કરવો, નાબૂદ કરવું. *~ up*, લૂછીને કોરું કરવું.

wire (વાયર), ના૰ તાર, સળી; તારનો સંદેશો, તાર. ઉ૰ ક્રિ૰ -માં તાર મૂકવા; તારવતી બાંધવું; તાર (દ્વારા સંદેશો) મોકલવો. *live ~*, વીજળી જેમાંથી વહેતી હોય એવો (ખુલ્લો) તાર; [લા.] પ્રભાવી વ્યક્તિ. **wire-haired**, વિ૰ (કૂતરા અંગે) બરછટ વાળવાળું. **wirepuller**, ના૰ તાર વતી કઠપૂતળીઓને નચાવનાર; પાછળ રહીને દોરીસંચાર કરનાર, તેમ કરીને પોતાનું ધાર્યું કરાવનાર મુત્સદ્દી. **wire-worm**, ના૰ વનસ્પતિને નુકસાન કરનાર એક જંતુ.

wire'less (–લિસ), વિ૰ તાર વિના (સંદેશો મોકલવા)નું. ના૰ બિનતારી સંદેશા મોકલવાનું યંત્ર, રેડિયો. અ૰ક્રિ૰ બિનતારી સંદેશો મોકલવો.

wir'y (વાયરિ), વિ૰ તાર જેવું; મજબૂત, ચીવટ; મજબૂત સ્નાયુઓવાળું.

wis'dom (વિઝ્ડમ), ના૰ ડહાપણ, શાણપણ, ચતુરાઈ; દૂરંદેશીપણું; ડહાપણભર્યા વિચારો–વચનો. **wisdom-tooth**, ના૰ ડહાપણ-દાઢ.

wise (વાઇઝ઼), વિ૰ ડહાપણનું, ડહાપણ ભરેલું; ડહાપણવાળું, ડાહ્યું; સમજદાર, અક્કલવાળું; દૂરંદેશી. [*~*, કોઈ પણ રીતે નહિ.

wise, ના૰ [પ્રા.] પ્રકાર, પદ્ધતિ, રીત. *in no*

wise'acre (વાઇઝ઼ેકર), ના૰ દોઢડાહ્યો.

wish (વિશ્), ઉ૰ ક્રિ૰ -ને માટે ઇચ્છા હોવી, ઇચ્છવું, ચાહવું. ના૰ ઇચ્છા, વાંછના, કામના; ઇચ્છિત વસ્તુ. *good ~s*, શુભેચ્છાઓ. **wish(ing)-bone**, ના૰ મરઘી, ઇ. પક્ષીઓમાં છાતી આગળનું બે ફાંટાવાળું હાડકું. **wish'ful**, વિ૰ ઇચ્છાવાળું, ઇચ્છુક. *~ thinking*, વસ્તુસ્થિતિ કરતાં પોતાની ઇચ્છા જ જેનો આધાર છે એવી ધારણા. *~ to*, -ને માટે તીવ્ર ઇચ્છાવાળું.

wish'y-washy (વિશિ–વૉશિ), વિ૰ પાતળું, અતિ પાણીવાળું, ફીકું; બેસ્વાદ; (વાત)

નીરસ; દમ વિનાનું.

wisp (વિસ્પ), ના૦ ઘાસની નાની પૂળી, ઝૂડી.

wist (વિસ્ટ), wit નો ભૂ૦ કા૦.

wistar'ia (વિસ્ટૅરિઆ), ના૦ જાંબુડિયા રંગનાં ફૂલોવાળો એક વેલો – છોડ.

wist'ful (વિસ્ટ્ફુલ), વિ૦ ઊંડા વિચારમાં લીન, ચિંતાગ્રસ્ત; આતુર, ઉત્કંઠિત.

wit (વિટ), ના૦ બુદ્ધિ, સમજશક્તિ; કલ્પક કે શોધક બુદ્ધિ (શક્તિ); વિનોદવૃત્તિ; બુદ્ધિમાન–હાજરજવાબી – વિનોદી – માણસ; (બ૦વ૦) માનસિક શક્તિઓ, ભેજું. *at* one's ~'*s end*, કોઈ વધુ ઇલાજ કે ઉપાય સૂઝે નહિ એવી સ્થિતિમાં, કિંકર્તવ્યમૂઢ. *have* one's ~*s about* one, ભેજું બરાબર ઠેકાણે હોવું, શું ચાલી રહ્યું છે તેનું બરાબર ભાન હોવું. *out of* one's ~*s*, ગાંડું. *live by* one's ~*s*, યુક્તિપ્રયુક્તિ કરીને ગુજરાન ચલાવવું. **wit'less**, વિ૦ બેઅક્કલ, મૂર્ખ.

wit, ઉ૦ ક્રિ૦ (પ્રા. વર્ત૦ I, he, wot; thou wottest; ભૂ૦કા૦ wist). જાણવું. *to* ~, એટલે કે.

witch (વિચ), ના૦ જાદુગર સ્ત્રી, ચુડેલ; ઘરડી ડોશી. **witch'craft** (–ક્રાફ્ટ), ના૦ જાદુ, મેલી વિદ્યા. **witch doctor**, ના૦ જાદુગર, વૈદ, દાક્તર. **witch'ing**, વિ૦ જાદુ વડે જીતી લેનારું, મોહક. **witch'ery** (વિચરિ), ના૦ જાદુઈ વિદ્યા; મોહિની, વશીકરણ.

with (વિધ, –થ), નામ૦અ૦ -ની સાથે–જોડે –પડખે, પક્ષમાં, નજીક; -ની વિરુદ્ધ, સામાં, સાથે; -ની સોબતમાં; થી, વતી, વડે; તેમછતાં, તોપણ, તથાપિ; -ને લીધે – કારણે. ~ *child, young*, ગર્ભિણી, સગર્ભા. **withal'** (વિધૉલ), ક્રિ૦ વિ૦ [પ્રા.] વળી, તે ઉપરાંત, સુદ્ધાં.

withdraw' (વિધ્ડ્રૉ), ઉ૦ ક્રિ૦ (ભૂ૦ કા૦ withdrew, ભૂ૦ કૃ૦ withdrawn). બાજુએ ખેંચવું, પાછું ખેંચવું – ખેંચી લેવું; ખસેડી લેવું, પાછું બોલાવી લેવું; પાછું લેવું; માંડી વાળવું; છોડીને જતા રહેવું, રાજીનામું આપવું. **withdraw'al** (–ડ્રૉઅલ), ના૦ પાછું લેવું તે, ઇ.

with'e (વિથ,-ધ). **with'y** (વિધિ), ના૦ સહેજે વળે એવી લાકડી, 'વિલો'ની મજબૂત લવચીક ડાળ.

with'er (વિધર), ઉ૦ ક્રિ૦ કરમાવું, ચીમળાવું, કરમાઈ જવું; (શરીર) સુકાઈ – નંખાઈ – જવું; ક્ષીણ થવું; કરમાવવું, સૂકવવું, ઇ. **withering**, વિ૦ ચીમળાવી નાખનારું, બાળી નાખનારું; ઉતારી પાડનારું.

with'ers (વિધર્ઝ), ના૦ બ૦ વ૦ ઘોડા, ઇ. ની ગરદનને છેડે ખાંધના હાડકાંનો સાંધો.

withhold' (વિધ્હોલ્ડ), સ૦ ક્રિ૦ (ભૂ૦ કા૦ withheld). મંજૂર કરવાની કે આપવાની ના પાડવી; કરતાં અટકાવવું – રોકવું.

within' (વિધિન), ક્રિ૦ વિ૦ અંદર, ઘરની અંદર, ઘરમાં. નામ૦અ૦ -ની અંદર, -ની બહાર નહિ, -થી વધારે નહિ. ના૦ અંદર (નો ભાગ –બાજુ). *from* ~, અંદરથી.

without' (વિધાઉટ), ક્રિ૦ વિ૦ બહાર, બહારની બાજુએ. નામ૦ અ૦ -ની બહાર; વગર, વિના, -ને અભાવે; સિવાય, -થી વિખૂટું રહીને. ના૦ બહાર(નો ભાગ – બાજુ). *from* ~, બહારથી.

withstand' (વિધ્સ્ટૅન્ડ), સ૦ ક્રિ૦ (ભૂ૦ કા૦ withstood). -નો સામનો – વિરોધ કરવો; -ની સામે ટકી રહેવું – ટક્કર ઝીલવી.

withy', ના૦ જુઓ withe.

wit'ness (વિટ્નિસ), ના૦ પ્રત્યક્ષ હાજર રહેલો કે જોનાર માણસ, સાક્ષી; અદાલતમાં સોગન પર જુબાની આપનાર સાક્ષી કે સાહેદી; જેનું અસ્તિત્વ પુરાવા તરીકે કામ દે એવી વ્યક્તિ કે વસ્તુ; દસ્તાવેજ લખી આપનારની સહી બાબત સાક્ષી. ઉ૦ ક્રિ૦ સાક્ષી તરીકે સહી કરવી; -ના સાક્ષી હોવું, નજરોનજર જોવું; -નું ચિહ્ન – સૂચક – હોવું. **witness-box**, ના૦ અદાલતમાં સાક્ષીને ઊભા રહેવાની જગ્યા – પાંજરું.

witt'icism (વિટિસિઝ્મ), ના૦ ટાળી કે [મશ્કરીવાળી ઉક્તિ; વિનોદ.

witt'ingly (વિટિંગ્લિ), ક્રિ૦વિ૦ હેતુપૂર્વક, જાણીબૂઝીને.

witt'y (વિટિ), વિ૦ વિનોદી.

wives (વાઇવ્ઝ), wife નું બ૦ વ૦. *an old* ~' *tale*, મૂર્ખામીભરી–માની ન શકાય એવી–વાત.

wiz'ard (વિઝ઼ર્ડ), ના૰ જાદુગર; નજરબંધી–જંતરમંતર–કરનાર; અસાધારણ–અલૌકિક–શક્તિ ધરાવનાર વ્યક્તિ. **wiz'ardry** (વિઝ઼ર્ડ્રિ), ના૰ જાદુગરની શક્તિ કે ક્રિયાઓ.

wiz'ened(વિઝ઼્ન્ડ),**wiz'en**(વિ–), **wea·z'en** (વીઝ઼્ન), વિ૰ સુકાઈ ગયેલું, કરમાયેલું – ચીમળાયેલું – દેખાતું, ક્ષીણ, પાતળું.

wo (વો), ઉદ્‌ગાર૰ ઘોડાને થોભાવવા માટે વપરાતો. **wo-back,** ઉદ્‌ગાર૰ ઘોડાને પાછો વાળવો હોય ત્યારે વપરાતો.

woad (વોડ), ના૰ એક ભૂરો રંગ; એ રંગ જેમાંથી નીકળે છે તે છોડ.

wob'ble, wa'bble, (વૉબલ), અ૰ ક્રિ૰ ડોલવું, ઝોલાં ખાવાં; હાલવું, ધ્રૂજવું; અસ્થિરપણે વર્તવું, ઢચુપચુ કરવું.

woe (વો), ના૰ સંકટ, આપત્તિ; પીડા, દુઃખ; શોક; (બ૰ વ૰) દુઃખનાં કારણ. *~ is me,* અફસોસ! અરેરે! **woe'begone** (વોબિગૉન), વિ૰ મહા દુઃખી, શોકગ્રસ્ત; ઉદાસ (દેખાતું). **woe'ful,** વિ૰ દુઃખી, દયાજનક; દુઃખદાયક.

woke, wake નો ભૂ૰ કા૰.

wold (વોલ્ડ), ના૰ અણખેડાયેલી ખુલ્લી જમીન; ઘાસવાળી પડતર જમીન.

wolf (વુલ્ફ) ના૰ (બ૰ વ૰ wolves). વરુ, વૃક; ખાઉધરો – અતિલોભી – માણસ. *cry ~,* ભયનો ખોટો પોકાર કરવો, 'વાઘ આવ્યો'ની બૂમ પાડવી. *keep the ~ from the door,* ભૂખમરો ટાળવો, ગુજરાન પૂરતું મેળવવું. *~ in sheep's clothing,* લુચ્ચો લફંગો માણસ. સ૰ક્રિ૰ (~ one's *food*), ઝપાટામાં હોઇયાં કરી જવું. **wolf-cub,** ના૰ વરુનું બચ્ચું; ઊતરતી કક્ષાનો બાલવીર. **wolf'ish,** વિ૰ વરુના જેવું લોભી–ખાઉધરું.

wo'lverene, wo'lverine, (વુલ્વરીન), ના૰ ઉ. અમેરિકાનું નોળિયા જેવું એક પ્રાણી.

wo'man (વુમન), ના૰ (બ૰ વ૰ wom-en, વિમિન). સ્ત્રી, બાયડી, ઓરત; સ્ત્રીઓ. *play the ~,* નબળાઈ દાખવવી. **wo'man-hood** (–હુડ), ના૰ સ્ત્રીધર્મ – સ્વભાવ; સ્ત્રી જાતિ. **wo'manish** (વુમનિશ), વિ૰ સ્ત્રીનું–ના જેવું; બાયલું. **wo'mankind,** ના૰ સ્ત્રીજાતિ – જાત. **wo'manly,** વિ૰ સ્ત્રીને શોભે એવું – એવા ગુણોવાળું; છોકરી જેવું નહિ. **womenfolk** (વિમિનફોક), ના૰ સ્ત્રીઓ; ઘરનાં બૈરાં. [ઉત્પત્તિસ્થાન.

womb (વૂમ), ના૰ ગર્ભાશય; પેટ, કૂખ;

won, winનો ભૂ૰ કા૰ તથા ભૂ૰ કૃ૰.

wom'bat (વૉમ્બટ), ના૰ ઑસ્ટ્રેલિયાનું ડુક્કરને મળતું એક પ્રાણી.

wo'nder (વન્ડર), ના૰ નવાઈ પમાડે એવી – અદ્‌ભુત – વસ્તુ કે બનાવ, આશ્ચર્ય; ચમત્કાર; વિસ્મય, આશ્ચર્ય. *do, work, ~s,* ચમત્કાર – અદ્‌ભુત કામ – કરવું; આબાદ રીતે સફળ થવું. *for a ~,* નવાઈની વાત છે કે. *no ~,* એમાં કશી નવાઈ નથી. ઉ૰ક્રિ૰ નવાઇ – આશ્ચર્ય – પામવું; આશ્ચર્યચકિત થવું; જાણવા ઉત્સુક થવું.

wo'nderful, વિ૰ આશ્ચર્યકારક, અદ્‌ભુત. **wo'nderment,** ના૰ આશ્ચર્ય, આશ્ચર્યનો ભાવ. **wo'ndrous** (વન્ડ્રસ), વિ૰ આશ્ચર્યકારક; વિચિત્ર. ક્રિ૰ વિ૰ આશ્ચર્યકારકપણે; અતિશય (*~ good,* ઇ.).

wont (વોન્ટ, વન્ટ), વિ૰ કરવા ટેવાયેલું, ટેવ–આદત – વાળું. ના૰ રિવાજ; ટેવ. સ૰ ક્રિ૰ [કાવ્ય] -ની ટેવ હોવી. **wont'ed** (વન્ટિડ), વિ૰ -ની ટેવવાળું.

won't (વોન્ટ), 'will not' નું સંક્ષિપ્ત રૂપ.

woo (વૂ), સ૰ ક્રિ૰ પરણવાના વિચારથી સ્ત્રીની પ્રીતિ મેળવવાનો પ્રયત્ન કરવો; પ્રેમ મેળવવાની–મનાવવાની–કોશિશ કરવી; લગ્ન માટે માગું કરવું.

wood (વુડ), ના૰ જંગલ, વન, ઝાડી; લાકડું. *be out of the ~,* સંકટમાંથી કે મુશ્કેલીઓમાંથી બહાર પડવું. *wine, etc. in the ~,* પીપમાંનો દારૂ.

wood'bine (–બાઇન), ના૰ પીળાં સુગંધી ફૂલોવાળો એક વેલો.

wood'chuck (–ચક), ના૰ [અમે.] મોટા ઉંદર કે ઘૂસ જેવું દરમાં રહેનારું પ્રાણી; [ઇંગ્લન્ડ] એક પક્ષી. [પક્ષી.

wood'cock (–કાક), ના૰ શિકારનું એક

wood'craft (ક્રાફ્ટ), ના૰ શિકારી તરીકે જંગલમાં રહેવાનું શાસ્ત્ર – કળા.

wood'cut (–કટ), ના૰ લાકડામાં કરેલી

કોતરણી પરથી પાડેલી છાપ. **wood'cutter,** ના૦ લાકડાનું કોતરકામ કરનાર; કઠિયારો.

wood'ed (વુડિડ), વિ૦ પુષ્કળ જંગલવાળું.

wood'en (વુડન), વિ૦ લાકડાનું (બનાવેલું – બનેલું); ભાવ કે લાગણી વિનાનું, જડ.

wood'land, વિ૦ જંગલવાળો પ્રદેશ, જંગલ, વન. [રહેનારો એક કીડો.

wood-louse (વુડ્લાઉસ), ના૦ લાકડામાં

wood'man, ના૦ જંગલમાં રહેનાર; લાકડાં – ઝાડ – કાપનાર, કઠિયારો.

wood-nymph (–નિમ્ફ), ના૦ વનદેવતા– સુંદરી. [ખોદ પક્ષી.

wood'pecker (–પે'કર), ના૦ લક્કડ-

wood-pulp (–પલ્પ), ના૦ કાગળ બનાવવા માટેનો લાકડાના રેસાનો માવો.

wood'work, ના૦ લાકડાની બનેલી વસ્તુઓ; એ બનાવવાનું કામ – કસબ.

wood'y (વુડિ), વિ૦ લાકડા જેવું; લાકડાનું બનેલું; જંગલવાળું.

woof (વૂફ), ના૦ [વણાટ] વાણો.

wool (વુલ), ના૦ ઘેટાંબકરાં, ઇ.ના વાળ, ઊન; કાંતેલું ઊન; ઊનનું કપડું; ઊનનાં કપડાં; ઊનના જેવું બીજું દ્રવ્ય. *lose* one's ~, ગુસ્સે થવું. *pull the ~ over* somebody's *eyes,* કોઈને બનાવવું – છેતરવું. *much cry, little ~,* નકામી ધમાલ. **wool-gathering,** વિ૦ અને ના૦ બેધ્યાન–શૂન્યમનસ્ક– (હોવું તે). **wooll'en** (વુલન), વિ૦ ઊનનું (બનાવેલું). ના૦ ઊનનું – ગરમ – કાપડ (બ૦ વ૦) ગરમ કપડાં. **wooll'y** (વુલિ), વિ૦ ઊનવાળું, ઊનના જેવું, ઊનનું બનેલું; અસ્પષ્ટ. **wool-work,** ના૦ ઊનનું ભરતકામ.

wool'sack (વુલ્સૅક), ના૦ ઉમરાવની સભામાં લૉર્ડ ચાન્સેલર (ઇંગ્લન્ડના સર્વોપરી ન્યાયાધીશ)ની ઊન ભરેલી બેઠક. *reach the ~,* ઇંગ્લન્ડના સર્વોપરી ન્યાયાધીશ થવું.

word (વર્ડ), ના૦ શબ્દ, બોલ, વચન; કરવું નહિ પણ એકલું બોલવું તે (બહુધા બ૦ વ૦ માં); કહેવું તે, વાત; સંદેશો; બાતમી; વચન, પ્રતિજ્ઞા; આજ્ઞા; (બ૦ વ૦) બોલાચાલી; ઝઘડો, બોલાબોલી. સ૦ ક્રિ૦ (અમુક રીતે) શબ્દોમાં મૂકવું – કહેવું, શબ્દબદ્ધ કરવું. *by ~ of mouth,* મોઢે, વાત કરીને. *have ~s with,* -ની સાથે બોલાચાલી – તકરાર – થવી. *eat* one's *~s,* બોલ્યું અબોલ્યું કરવું, થૂંકીને ચાટવું. *keep* one's ~, વચન પાળવું. *last ~ in,* (અમુક બાબતમાં) છેલ્લામાં છેલ્લું અને સારામાં સારું. *take* person *at his ~,* -નું કહ્યું ખરું છે એમ માનીને ચાલવું. *the W ~,* ઈશ્વરની વાણી, બાઇબલ. *~ for ~,* શબ્દે શબ્દ, શબ્દશઃ. *say a good ~ for,* -ની ભલામણ – બચાવ – કરવો. **word-building,** ના૦ ધાતુ કે અક્ષર પરથી શબ્દો બનાવવા તે, શબ્દરચના (કરવી તે). **wording,** ના૦ શબ્દરચના – યોજના, લખેલા શબ્દો. **word-perfect,** વિ૦ જે કહેવાનું હોય તે જેને મોઢે છે એવું. **word-picture,** ના૦ શબ્દચિત્ર. **wor'dy** (વર્ડિ), વિ૦ વાચાળ; શબ્દપ્રચુર.

wore, wear નો ભૂ૦ કા૦.

work (વર્ક), ના૦ પ્રયત્ન, મહેનત, શ્રમ; કામ, ઉદ્યમ; કામ, નોકરી; કરેલું કામ, કૃત્ય; જે પર કામ કરવાનું હોય તે વસ્તુ તથા સાધનો; ભરતકામ, ઇ.; [પદાર્થ.] કાર્ય, અમુક વજન અમુક ઊંચાઈએ ચડાવવા માટે વપરાતી શક્તિ; (બ૦ વ૦) યંત્રના ચલ – કાર્ય કરનારા – ભાગો; કારખાનાનું મકાન અને યંત્રસામગ્રી – યંત્રો; (બ૦ વ૦) કોઈ લેખકના સમગ્ર ગ્રંથો – સાહિત્ય; [લશ્કર.] શત્રુના હુમલા ખાળવાને માટે કરેલી રચના – બાંધેલી ભીંત, ઇ. *at ~,* કામ કરતું. *good ~s,* સારાં– દયાધર્મનાં–કામ. *have* one's *~ cut out (for* one), મુશ્કેલ કામ કરવાનું ઊભું થવું. ઉ૦ ક્રિ૦ (ભૂ૦ કા૦ worked અથવા wrought). પ્રયત્ન કરવો, મહેનત કરવી; કામ કરવું; કામમાં પરોવાયેલું હોવું, કામમાં હોવું; અસર પાડવી – કરવી; કામ કરાવવું; ઉત્તેજિત કરવું; ઉત્તેજિત થવું, ક્ષોભ પામવું; -ને ઊભરો આવવો; -ને હથોડા વતી ટીપીને આકાર આપવો; (યંત્રે) ચાલવું, કામ દેવું; (યંત્રને) ચલાવવું. *~ in a few words,* થોડા શબ્દોમાં કહેવું. *~ off,* (લાગણી, ઇ. ને) માર્ગ આપી તેને કાબૂમાં લેવું; ધીમે ધીમે

કાઢી નાખવું–ઓસરી જવું. ~*ed up*, ક્ષુબ્ધ. ~ one's *way*, પ્રવાસ દરમ્યાન કામ કરીને ખર્ચ કાઢવું – આપવું. ~ *out*, દાખલો, ઇ. કરવો – છોડવો; વિગતવાર યોજના તૈયાર કરવી. ~ *up*, (ધંધો) ઊભું કરવું, સફળ બનાવવું; ઉત્તેજિત કરવું, ક્ષુબ્ધ બનાવવું. ~ (*up*)*on*, -ની ઉપર અસર કરવી.

work'able (વર્કબલ), વિ૰ કરી શકાય એવું, ચાલે એવું; વહેવારુ.

work'aday (વર્કડે), વિ૰ રોજિંદા વહેવારનું, હંમેશનું; વહેવારુ.

work-bag, work-basket (–બાસ્કટ), **work-box** (–બૉક્સ), ના૰ સીવણ, ભરતકામ, ઇ.ની સાધનસામગ્રી મૂકવાની પેટી, ટોપલી, કે ડબો.

work'house (–હાઉસ), ના૰ ઘરબાર વિનાના ગરીબોને રાખવા માટેની જાહેર સંસ્થા.

working, વિ૰ ગુજરાન માટે કામ કરનારું; કામ કરવામાં વપરાતું. ના૰ કામ કરવાની રીત, પ્રક્રિયા; ચાલુ લખાણ, ઇ. ~ *capital*, પ્રત્યક્ષ ઉદ્યોગ કે ધંધો ચલાવવા માટે આવશ્યક નાણાં, ચાલુ મૂડી.

work'man (–મન), મજૂર; કારીગર. **work'manlike,** વિ૰ કારીગરને શોભે એવું; કૌશલ્યયુક્ત. **work'manship,** ના૰ કારીગરનું કૌશલ્ય, કારીગરી; કૃતિ, બનાવટ.

work'shop (–શૉપ), ના૰ કારખાનું.

world (વર્લ્ડ), ના૰ સૃષ્ટિ, વિશ્વ; અખિલ સૃષ્ટિ; પૃથ્વી, દુનિયા; સંસાર, દુનિયાદારી; (-ની) દુનિયા – પ્રદેશ; કોઈ પ્રવૃત્તિની શાખા – વિભાગ – ક્ષેત્ર; મોટો જથો, ડુંગર; પૃથ્વી પરના બધા લોકો. *for all the ~ like*, દરેક બાબતમાં – તદ્દન – સરખું – ના જેવું. *the next ~*, પરલોક. *the New W~*, અમેરિકા. *the Old W~*, યુરોપ, એશિયા, આફ્રિકા. **wor'ldling,** ના૰ દુનિયાદારીવાળો – સંસારી – માણસ. **wor'ldly,** વિ૰ દુન્યવી, ઐહિક; સંસારી. ~ *goods*, ઘરબાર, ઇ. ભૌતિક ધનસંપત્તિ. **worldly-wise,** વિ૰ દુનિયાદારીના જ્ઞાનવાળું, વ્યવહારકુશળ. **world-wide,** વિ૰ આખી દુનિયામાં જાણીતું–ફેલાયેલું.

worm (વર્મ), ના૰ કીડો, જંતુ; (૧૦ વ૰) કૃમિ, કરમ; પેચ, ઇ.નો આંટાવાળો ભાગ; પામર – ક્ષુદ્ર – માણસ. ઉ૰ ક્રિ૰ પેટે ચાલીને આગળ વધવું (~ one's *way*); ધીમે ધીમે ને છાનામાના માર્ગ કાઢવો – ઘૂસવું; યુક્તિપ્રયુક્તિથી કોઈની છૂપી વાત તેની પાસે કઢાવવી (~ secret *out of*). **worm-cast,** ના૰ કીડાના શરીરમાંથી નીકળેલી એના આકારની માટી. **worm'-eaten,** વિ૰ કીડાઓના કરડી ખાવાથી કાણાંવાળું બનેલું; [લા.] જૂનું પુરાણું.

worm'wood (વર્મ્વુડ), ના૰ એક કડવી વનસ્પતિ; ભારે શરમની વાત–નું કારણ.

worn, wearનું ભૂ૰ કૃ૰. થાકેલું. ~ *out*, જીર્ણ (થવાથી નકામું).

worry (વરિ), ઉ૰ ક્રિ૰ (સામાન્યતઃ કૂતરા અંગે) દાંત વતી પકડીને હલાવવું, આમતેમ હલાવવું; પજવવું, હેરાન કરવું, -ને ત્રાસ દેવો–ચિંતા કરાવવી; ત્રાસ કે ચિંતાનું કારણ બનવું; ચિંતા કરવી, અસ્વસ્થ થવું. ના૰ ચિંતા, કાળજી; ચિંતાનો વિષય – કારણ.

worse (વર્સ), વિ૰ વધારે ખરાબ – નઠારું – દુષ્ટ; વધુ માંદું, વધુ ખરાબ સ્થિતિમાં. ક્રિ૰વિ૰ વધારે ખરાબ રીતે. ના૰ વધુ ખરાબ વસ્તુ(ઓ). **wor'sen** (વર્સન), ઉ૰ ક્રિ૰ વધારે ખરાબ કરવું – થવું, બગાડવું, બગડવું.

wor'ship (વર્શિપ), ના૰ (દેવતા વિષે) ભક્તિ, પૂજા, આરાધના, ઉપાસના; (વ્યક્તિ વિષે) પૂજ્યભાવ, પરમ આદર; ન્યાયાધીશ, ઇ. માટે માનવાચક પદવી – મહેરબાન, ખુદાવંત (Your Worship, સંબોધનાર્થે). *place of ~*, મંદિર, દેવળ, મસ્જિદ, ઇ. ઉ૰ક્રિ૰ -ની ભક્તિ – પૂજા – કરવી, પૂજવું; -ને વિષે ખૂબ આદર–સન્માન–ધરાવવું; -ને દેવ માનવું. **wor'shipful** વિ૰ પૂજ્ય, સન્માનનીય. **wor'shipper** (વર્શિપર), ના૰ પૂજા કરનાર, પૂજારી.

worst (વર્સ્ટ), વિ૰ સૌથી ખરાબ – નઠારું – દુષ્ટ; ઘણું જ માંદું. ક્રિ૰વિ૰ બહુ જ ખરાબ રીતે. ના૰ ખરાબમાં ખરાબ હાલત–સ્થિતિ–બનાવ – કામ, ઇ., મોટામાં મોટો અનર્થ. *get the ~ of it*, પરાજિત થવું, માર ખાવો. *if the ~ comes to the ~*, ખરાબમાં

ખરાબ પ્રસંગ આવે – સ્થિતિ પેદા થાય – તો. સ૦ક્રિ૦ હરાવવું, પરાજિત કરવું. [કાંતેલું ઊન
wor'sted (વુર્સ્ટિડ), ના૦ ઊનનું સૂતર,
worth (વર્થ), વિ૦ -ની કિંમતનું–મૂલ્યવાળું; લાયકાતવાળું, લાયક; (અમુક) મિલકતવાળું–ધરાવનારું. *for all* one *is* ~, ખુલ્લે દિલે–હાથે; પોતાની બધી શક્તિથી. (*the game is*) *not* ~ *the candle*, મહેનતના પ્રમાણમાં સાવ નજીવા ફળવાળું. ~ *seeing*, જોવા જેવું. ~ *the trouble*, -ને માટે એટલી તસ્દી લેવા જેવું. ના૦ કિંમત, મૂલ્ય; લાયકાત, યોગ્યતા; શ્રેષ્ઠતા. **worth'less**, વિ૦ નકામું; નાલાયક. **worth-while**, વિ૦ તકલીફ લેવા જેવું, સારું.
wor'thy (વર્ધિ), વિ૦ પાત્ર, લાયક; આદરપાત્ર, આદરણીય; -ને માટે લાયક; યોગ્ય. ના૦ પ્રતિષ્ઠિત માણસ, મહાન વ્યક્તિ.
wot, જુઓ wit.
would, જુઓ will.
would'-be (વુડ્-બી), વિ૦ વ્યર્થ આકાંક્ષા સેવનાર; થવા માગનાર, થવાનો પ્રયત્ન કરનાર.
wound (વાઉન્ડ), wind નો ભૂ૦ કા૦. ~ *up*, તંગ બનેલું
wound (વૂન્ડ), ના૦ જખમ, ઘા, ઈજા; (લાગણીઓ અંગે) દૂભવવું તે, આઘાત. સ૦ક્રિ૦ ઈજા કરવી, ઘાયલ કરવું; (-નું દિલ) દૂભવવું, -ને ખોટું લગાડવું (~ *the feelings of*).
wove, woven, weave નો ભૂ૦કા૦ અને ભૂ૦ કૃ૦.
wrack (રૅક), ના૦ દરિયામાંથી બહાર ફેંકાયેલી વનસ્પતિ–ઘાસ; ભાંગી ગયેલી વસ્તુઓ–વિ. ક. વહાણ; વિનાશ, પાયમાલી.
wraith (રેથ), ના૦ માણસના મૃત્યુની થોડાક પહેલાં કે તરત પછી દેખાતી તેની આકૃતિ; ભૂત.
wrangle (રૅંગલ), ના૦ દલીલ, વાદવિવાદ; કજિયો, ઝઘડો. અ૦ક્રિ૦ વાદવિવાદ–ઝઘડો – કરવો. **wran'gler** (રૅંગ્લર), ના૦ દલીલબાજ માણસ; કૅમ્બ્રિજ યુનિવર્સિટીની બી. એ. ની પરીક્ષામાં ગણિત વિષયમાં પહેલા વર્ગમાં પાસ થનાર.
wrap (રૅપ), ઉ૦ ક્રિ૦ વીંટવું, લપેટવું; કશાક ઉપર વીંટવું, વેષ્ટન કરવું; ઓઢાડવું (કોટ, ઇ.). ના૦ ઉપરથી ઓઢાડવાની શાલ–કામળો – ધાબળો. **wrapp'er**, ના૦ (છાપા, ઇ. નું) વેષ્ટન; ઘરમાં પહેરવાનો ડગલો. ~*ped up in* one's *work*, પોતાના કામમાં મશગૂલ.
wrath (રૉથ), ના૦ ગુસ્સો, રોષ, કોપ. **wrath'ful**, વિ૦ કોપાયમાન, ક્રોધાવિષ્ટ.
wreak (રીક), સ૦ ક્રિ૦ અમલમાં મૂકવું; બદલો લેવો, વેર વાળવું. ~ *vengeance on*, -નું વેર વાળવું.
wreath (રીથ), ના૦ (બ૦ વ૦ ઉચ્ચાર રીધ્ઝ઼). હાર, માળા, ગજરો; ધુમાડાનો કે વાદળાનો ગોટો – વલય; પવનથી ઘસડાઈ આવેલો બરફ. **wreathe** (રીધ), ઉ૦ક્રિ૦ હાર પહેરાવવો; ફૂલોનો હાર ગૂંથવો; (ધુમાડાના) ગોટગોટા થઈને ફરવું.
wreck (રૅક), ના૦ વહાણ ખરાબે ચડીને કે કશાક પર અથડાઈને ભાંગવું તે, નૌકાભંગ; ભાંગેલું વહાણ; ખૂબ ઈજા થયેલું કે તૂટી ગયેલું મકાન; વિનાશ; પાયમાલી; સાવ નંખાઈ ગયેલો માણસ. ઉ૦ ક્રિ૦ (વહાણ, ઇ.) અથડાઈ ને ભાંગી જવું – નાશ પામવું; વહાણ, ઇ.ને ભાંગવું, -નો નાશ કરવો. **wreck'age** (રૅકિજ), ના૦ ભાંગી ગયેલી વસ્તુ, ભાંગી ગયેલા વહાણના અવશેષ; ભાંગી નાખવું તે. **wrecked**, વિ૦ નૌકાભંગમાં સપડાયેલું, ખરાબે ચડીને ભાંગી ગયેલું. **wrec-k'er**, ના૦ વહાણ, ઇ. ભાંગી નાંખનાર; ભાંગી ગયેલા વહાણને લૂંટનાર. **wreck--master**, ના૦ વહાણ, વિમાન, રેલગાડી, ઇ.ના ભંગારની વ્યવસ્થા કરવા નીમેલો અધિકારી. [માં કામ કરતી સ્ત્રી.
Wren (રૅન), ના૦ બ્રિટનના શાહી નૌકાસૈન્ય-
wren (રૅન), ના૦ એક જાતનું નાનું પક્ષી.
wrench (રૅન્ચ), ના૦ જોરથી આમળવું–મચડવું–તે; જોરથી મચડીને લેવું તે; નટ, બોલ્ટ, પકડીને ફેરવવાનું સાધન, પકડ; [લા.] વિયોગનું દુઃખ. સ૦ ક્રિ૦ જોરથી મચડવું; મચડીને ઝૂંટવી લેવું – ખેંચી કાઢવું.
wrest (રૅસ્ટ), સ૦ ક્રિ૦ મચડવું, આમળવું; વિકૃત કરવું; આંચકી લેવું; શબ્દોનો જે અર્થ ન થતો હોય તે મારીમચડીને કાઢવો.

wre'stle (રે'સલ), ઉ૦ ક્રિ૦ કુસ્તી, ઇ. કરવું; ની સામે – સાથે – ઝૂઝવું; તનતોડ મહેનત કરવી; (~ *with* work, etc.). ના૦ કુસ્તી, ઝૂઝ; તનતોડ મહેનત.

wretch (રે'ચ), ના૦ અભાગી – કમનસીબ – માણસ; હરામી – નીચ – માણસ; બાપડું, બિચારું. **wretch'ed** (રે'ચિડ), વિ૦ દુઃખી, દરિદ્રી, બિચારું; કંગાળ, નકામું, હલકું.

wrick, rick (રિક), સ૦ ક્રિ૦ (ગરદન, ઇ.) મોચવવું, મરડવું. ના૦ લચક, મોચ.

wrig'gle (રિગલ), ઉ૦ક્રિ૦ (કીડા વિષે) આમ તેમ અમળાવું – હાલવું; વાંકાચૂકા વળીને – મરડાઈ ને – ચાલવું; સાપની જેમ ખસવું – સળવળવું. ~ *out of* doing, કરવામાંથી હળવે રહીને છટકી જવું.

wright (રાઇટ), ના૦ કારીગર; બનાવનાર; રચનાર. (હાલ મોટે ભાગે સમાસના ઉત્તર પદ તરીકે જ વપરાય છે. દા. ત. *cartwright, wheelwright, playwright*).

wring (રિંગ), સ૦ ક્રિ૦ (ભૂ૦ કા૦ wrung). (કપડાં) નિચોવવું; જોરથી નિચોવી કાઢવું; જબરદસ્તીથી – વારંવાર વિનવણી કરીને – કઢાવવું. ~one's *hand*, ખૂબ લાગણીથી કોઈનો હાથ દબાવવો. ~ one's *hands*, દુઃખાવેગથી હાથ મસળવા. ~ one's *heart*, પોતાને વિષે કોઈને ખૂબ દુઃખી કરવું. **wringer**, ના૦ કપડાં નિચોવવાનું યંત્ર.

wrinkle (રિંકલ), ના૦ (ચામડી, કપડું, ઇ. ની) કરચલી, વાટો, સળ; [વિ. બો.] કામનો ઉપદેશ – સલાહ; કશુંક કરવાની યુક્તિ. ઉ૦ ક્રિ૦ -માં કરચલીઓ – સળ – પાડવા – પડવા. **wrink'ly** (રિંક્લિ), વિ૦ કરચલીઓ વાળું, વાટા પડેલું.

wrist (રિસ્ટ), ના૦ હાથનું કાંડું, પહોંચો. **wrist'band** (-બૅન્ડ), ના૦ ખમીસની – પહેરણની – બાંયનો પહોંચા પર આવતો ભાગ – પટ્ટી, પટો. **wrist'let** (-લિટ), ના૦ કાંડામાં પહેરવાનું કશુંક, કડું, કંકણ; (કાંડાને આધાર આપવા માટે પહેરાતો) ચામડાનો પટો.

writ (રિટ), ના૦ લેખ; ન્યાયાલયનો – કોર્ટનો – લેખી હુકમ, આદેશ. *Holy W~*, બાઇબલ. *serve a ~ on*, સમન્સ બજાવવો.

write (રાઇટ), ઉ૦ ક્રિ૦ (ભૂ૦ કા૦ wrote, ભૂ૦ કૃ૦ written). લખવું; અક્ષર પાડવા; પ્રસિદ્ધ કરવા માટે લેખ, ઇ. લખવું; -ને કાગળ લખવો; ગ્રંથના લેખક હોવું. ~ *down*, લખી કાઢવું; હિસાબમાં માલની કિંમત ઓછી બતાવવી. ~ *off*, લખી વાળવું, રદ કરવું. ~ *out*, વિગતવાર લખવું, લખી કાઢવું. ~ *up*, વિસ્તારપૂર્વક લખવું, (છાપામાં લખીને) સ્તુતિ કરવી. **wri'ter** (રાઇટર), ના૦ લખનાર, લેખક, **wri'ting**, ના૦ લખવાનું કામ; લેખનશૈલી; લેખ, પુસ્તક, ઇ. ~ *paper*, લખવા માટેનો કાગળ. **write-up**, ના૦ પ્રશસ્તિવાળી જાહેરાત કે છાપા જોગ યાદી.

writhe (રાઇધ), અ૦ ક્રિ૦ દરદ થતું હોય તેમ અંગ મરડવું–આમળવું, કસમોડાવું, આમતેમ અમળાયા કરવું; -ને માનસિક દુઃખ – તાપ – થવો.

written, write નું ભૂ૦ કૃ૦.

wrong (રૉંગ), વિ૦ ખોટું, અયોગ્ય, અન્યાયનું; ખરાબ દશામાં પડેલું; દુષ્ટ, ખરાબ; ખોટું, ભૂલભરેલું; ઊંધું, અવળું. *go ~*, ખરાબ રસ્તે ચડવું. ક્રિ૦ વિ૦ ખોટી – અવળી – દિશામાં; ભૂલથી; ખોટી રીતે. ના૦ ખોટું; ખોટું કામ, અપકૃત્ય; અન્યાય. *do* person *~*, -ને ઈજા પહોંચાડવી–અન્યાય કરવો. *get hold of the ~ end of the stick*, ઊંધું–ઊલટું–સમજવું. *put* someone *in the ~*, તે ગુનેગાર છે એમ બતાવવું – દેખાય તેમ કરવું. *in the ~ box*, વિચિત્ર પરિસ્થિતિમાં, મુશ્કેલીમાં. સ૦ ક્રિ૦ -ની સાથે અન્યાયી વર્તન કરવું, -ને અન્યાય કરવો – ઈજા કરવી, -નું બગાડવું. **wrong'doer**, ના૦ અપરાધી, ગુનેગાર. **wrong'ful**, વિ૦ અન્યાયનું, ખોટું; ગેરકાયદે. ~ *confinement*, ગેરકાયદે અટક. **wrong-headed**, વિ૦ મૂર્ખામી ભરેલું; જક્કી.

wrote, write નો ભૂ૦ કા૦.

wroth (રોથ, રૉથ), વિ૦ કોપાયમાન, ક્રુદ્ધ.

wrought (રૉટ), work નો ભૂ૦ કા૦ અને ભૂ૦ કૃ૦. કર્યું, કરેલું. ~ *iron*, ઘડેલું – કેળવેલું – ઘડતર – લોઢું.

wrung, wring નો ભૂ૦ કા૦ તથા ભૂ૦ કૃ૦.

wry (રાઇ), વિ૰ વાંકું વળેલું, વક્ર, વિકૃત; એક બાજુએ વળેલું. *make a ~ face,* કટાણું મોઢું કરવું, અણગમો બતાવવો. [શેરી.

wynd (વાઇન્ડ), ના૰ [સ્કૉ.] ગલી, સાંકડી

X

X, x (એ'ક્સ), અંગ્રેજી વર્ણમાળાનો ચોવીસમો અક્ષર; [રોમન સંખ્યા તરીકે] દસ(૧૦); [બીજગ.] પહેલી અજ્ઞાત – ગૃહીત – રકમ – સંખ્યા(x). [વઢકણી પત્ની; કર્કશા, વઢકણી સ્ત્રી.

Xanthipp'e(ઝૅન્ટિપિ), ના૰ સુક્રાતની

xeb'ec (ઝીબે'ક), ના૰ ભૂમધ્ય સમુદ્રમાં વપરાતું ત્રણ ડોળકાઠીવાળું નાનું વહાણ.

xen'on (ઝે'નૉન), ના૰ [રસા.] ભારે જડ (નિષ્ક્રિય) વાયુરૂપ એક મૂળતત્ત્વ.

xenophob'ia (ઝે'નફોબિઆ), ના૰ પરદેશીઓનો તીવ્ર અણગમો કે ડર.

Xmas(ક્રિસ્મસ), ના૰ Christmasનું સંક્ષિપ્ત રૂપ. **Xn, Xtn,** (ક્રિશ્ચન), ના૰ Christian નું સંક્ષિપ્ત રૂપ.

X-ray'(એ'ક્સ્રે), સ૰ ક્રિ૰ ક્ષ કિરણોની મદદથી તપાસવું – છબી પાડવી. ના૰(બ૰વ૰) સામાન્ય પ્રકાશ જે પદાર્થમાંથી પસાર થઈ શકતો નથી તેમાંથી પસાર થતું વિદ્યુત પ્રકાશ-કિરણ (જે રોગચિકિત્સામાં વપરાય છે); ક્ષ કિરણથી લીધેલી છબી.

xyl'em (ઝ઼ાઇલે'મ), ના૰ વનસ્પતિમાં રહેલો લાકડાનો ભાગ, કાષ્ઠતત્ત્વ.

xylo'graph (ઝ઼ાઇલગ્રાફ), ના૰ લાકડામાં કરેલું કોતરકામ. [કચકડું.

xyl'onite (ઝ઼ાઇલનાઇટ), ના૰ સેલ્યુલૉઇડ,

xyl'ophone (ઝ઼ાઇલફોન), ના૰ જુદી જુદી લંબાઈના લાકડાના સળિયાવાળું લાકડાની બે મોગરીઓ વડે વગાડવાનું એક વાદ્ય, કાષ્ઠતરંગ.

Y

Y,y (વાઇ), અંગ્રેજી વર્ણમાળાનો પચીસમો અક્ષર; [બીજગ.] બીજી અજ્ઞાત – ગૃહીત – રકમ – સંખ્યા (y).

yacht (યૉટ), ના૰ શરત કે સહેલ માટેની હલકી નૌકા, ક્રીડાનૌકા. અ૰ક્રિ૰ એવી નૌકામાં ફરવા જવું; નૌકાસ્પર્ધામાં ભાગ લેવો. **yachts'man** (યૉટ્સ્મન), ના૰ ક્રીડાનૌકામાં સહેલ કરનાર; ક્રીડાનૌકાવાળો.

yah (યા), ઉદ્‌ગાર૰ ઉપહાસ કે અધીરાઈ વ્યક્ત કરવા માટે વપરાય છે. [માણસ; નરપશુ.

yahoo' (યહૂ), ના૰ અણઘડ ને અસંસ્કારી

yak (યૅક), ના૰ ગાય કે બળદ જેવું લાંબા વાળવાળું તિબેટ તરફનું એક પશુ, ચાક.

yam (યૅમ), ના૰ એક જાતનો કંદ – રતાળુ, સૂરણ, ઇ.; એનો છોડ. [કચેરી; ન્યાયાલય.

yamen, -un (યમન), ના૰ (ચીની) સરકારી

yank (યૅંક), ના૰ અને ઉ૰ ક્રિ૰ આંચકો (દઈ ને ખેંચવું).

Yank(**ee**) (યૅંક, –કિ), ના૰ અમેરિકા(નાં સંયુક્ત રાજ્યો)નો વતની, અમેરિકન.

yap (યૅપ), અ૰ ક્રિ૰ બેબાકળા થઈ ને ભસવું; બકબક કરવી. ના૰ ભસવું તે; બકબક.

yarb'orough (યારૂબર; અમે. –બરો), ના૰ [બ્રિજમાં] કોઈ રમનારને નવ્વાથી ભારે નહિ એવાં ભાગે આવેલાં પત્તાં(ની બાજી).

yard (યાર્ડ), ના૰ ત્રણ ફૂટનું માપ, વાર; (વહાણનું) પરબાણ, સઢ બાંધવાનું આડું લાકડું – કાઠી. **yard-arm,** ના૰ પરબાણનો છેડો. **yard'stick,** ના૰ વારનું માપ, ગજ; [લા.] માપવાનું – મૂલવવાનું–ધોરણ.

yard, ના૰ આંગણું, વાડો; જ્યાં કોઈ વિશેષ કામ – ધંધો – ચાલતો હોય તે જગ્યા (દા. ત. farmyard); રેલવે સ્ટેશન પાસેની ડબા રાખવાની કે ફેરવવાની જગ્યા, યાર્ડ.

yarn (યાર્ન), ના૦ દોરો, સૂતર, ગૂંથવા માટેનું ઊન, દોરડું વણવા માટેના કાથી, ઇ.ના રેસા; વાત, કહાણી. *spin a* ~, ગપ્પાં મારવાં, વાત કરવી.

ya'rrow (યૅરો), ના૦ ઉગ્ર સુવાસ ને તૂરા સ્વાદવાળો એક બારમાસી છોડ. [બુરખો.

yash'mak (યૅશ્મૅક), ના૦ મુસ્લિમ સ્ત્રીનો

yaw (યૉ), ના૦ અને અ૦ ક્રિ૦ [નૌકા.] આડુંઅવળું જવું, એમ કરીને સીધા-સાચા-માર્ગથી ચ્યુત થવું.

yawl (યૉલ), ના૦ આગળ મોટા અને પાછળ નાના ડોળકૂવાવાળી એક જાતની નાની હોડી.

yawn (યૉન), અ૦ ક્રિ૦ બગાસું ખાવું, પહોળું થવું, ઊઘડવું; મોં વકાસવું. ના૦ બગાસું(ખાવું તે). ~ *ing chasm*, જમીનમાં પડેલી મોટી ફાટ.

ycleped', yclept', (ઇક્લે'પ્ટ), વિ૦ નામનું.

ye (યી), સર્વના૦ બ૦ વ૦ [પ્રા. અને કાવ્ય]. તમે. [ખરેખર; અસ્તિ પક્ષનો મત.

yea (યે), અવ્યય. [પ્રા.] હા, બરાબર;

year (યિઅર, યર), ના૦ વરસ, સાલ, બાર મહિનાનો કાળ; (બ૦ વ૦) માણસની ઉંમરનાં વરસ, લાંબો કાળ. ~ *of grace*, ~ *of our Lord*, ઈસવી સન. *reach* ~*s of discretion*, સજ્ઞાન થવું. ~ *in* ~ *out*, આખું વરસ, સતત. **year-book**, ના૦ કોઈ ખાસ વિષય કે વિષયોની માહિતી આપનારું દર વરસે પ્રસિદ્ધ થતું પુસ્તક, વાર્ષિક, સાંવત્સરિક. **year'ling**, વિ૦ અને ના૦ એક વરસનું (પ્રાણી). **year'ly**, ક્રિ૦ વિ૦ દર વરસે; વરસમાં એક વાર. વિ૦ દર વરસે-વરસે વરસે-થતું.

yearn (યર્ન), અ૦ ક્રિ૦ (ને માટે) ઉત્કટ ઇચ્છા હોવી (~ *for*), ઉત્કંઠિત હોવું; -નો જીવ તલપાપડ થઈ રહેવો, દયા ઊપજવી. **yearn'ing**, ના૦ ઉત્કટ ઇચ્છા, આતુરતા.

yeast (યીસ્ટ), ના૦ રોટી વગેરે ફુલાવનારું દ્રવ્ય, આથો, ખમીર; ફીણ; આથેલી કણકના લૂઆ.

yell (યે'લ), ના૦ (આનંદ કે દુઃખની) ચીસ, કિકિયારી, બૂમ. ઉ૦ ક્રિ૦ ચીસ-બૂમ-પાડવી; મોટેથી બોલવું.

yell'ow (યે'લો), ના૦ પીળો રંગ. વિ૦ પીળું, પીળા રંગનું; [વિ. બો.] ડરપોક; હલકટ. ઉ૦ ક્રિ૦ પીળું બનાવવું-થવું-પડવું. ~ *fever*, ગરમ દેશોનો એક ચેપી રોગ, જેમાં ચામડી પીળી પડે છે. ~ *journalism*, સનસનાટીભર્યા ખબરો, ઇ. છાપવામાં રાચતું પત્રકારત્વ. *the* ~ *press*, લોકોમાં ખળભળાટ ઊપજે એવી રીતે ભડક રંગે ખબરો આપનારાં છાપાં. **yellow-(h)ammer**, ના૦ પીળી ડોક, માથું ને છાતીવાળું એક નાનું પક્ષી. **yellow-jacket**, ના૦ [અમે.] ભમરી, ભમરો. **yell'owish**, વિ૦ પીળાશપડતું.

yelp (યે'લ્પ), ના૦ (કૂતરાનું બાવરું બનીને) ભસવું, દરદથી ચીસ પાડવી તે, ચીસ (વેદનાની તેમ જ ખુશાલીની). અ૦ક્રિ૦ બેબાકળા થઈ ભસવું, ચીસ પાડવી.

yen (યે'ન), ના૦ (બ૦ વ૦ yen)(આશરે દોઢ રૂપિયાની કિંમતનું) એક જાપાની નાણું.

yeo'man (યોમન), ના૦ (બ૦ વ૦ yeomen). નાનો જમીનદાર, મધ્યમ વર્ગનો ખેડૂત, પાટીદાર; ખેડૂત. *do* ~*('s) service*, ગરજ વખતે ખૂબ મદદ કરવી. ~ *of the guard*, લંડનના ટાવરમાં રહેનારી લશ્કરી ટુકડીનો માણસ. **yeo'manry** (યોમન્રિ), ના૦ જમીનદાર-ખેડૂત-લોકો; ખેડૂતોમાંથી ઊભું કરેલું સ્વયંસૈનિક હયદળ.

yes (યે'સ), અવ્યય૦ હા. [પ્રશ્નાર્થ] સાચે જ ? ખરેખર ? ના૦ હકાર, હા; હકારાત્મક જવાબ.

yes'terday (યે'સ્ટર્ડે,-ડિ), ના૦ ગઈકાલનો દિવસ, ગઈકાલ. ક્રિ૦વિ૦ ગઈકાલે. **yester-eve** (-ઈવ), ના૦ અને ક્રિ૦ વિ૦ ગઈકાલે સાંજે. **yesternight**, ના૦ અને ક્રિ૦વિ૦ ગઈ કાલે રાતે. **yester-year**, ના૦ અને ક્રિ૦ વિ૦ ગયું વરસ; ગયે વરસે, પોર.

yet (યે'ટ), ક્રિ૦ વિ૦ હજુ સુધી, અત્યાર સુધી, ત્યાર સુધી; વળી, વધારામાં, હજી પણ; તેમ છતાં; પણ. *not* ~, અત્યાર લગી તો નહિ.

yew (યૂ), ના૦ એક સદાપર્ણી ઝાડ; તેનું લાકડું.

Yidd'ish (યિડિશ), ના૦ યહૂદી લોકોમાં બોલાતી એક મિશ્ર-જર્મન-ભાષા.

yield (યીલ્ડ), ઉ૦ ક્રિ૦ (ફળ-નફો-પરિણામ) આપવું, -માંથી મળવું-પેદા થવું; -નું ઊપજવું; (સ્થાન, ઇ.) સોંપી દેવું; તાબે થવું, શરણે જવું; (માગણી, ઇ.) માન્ય-

કબૂલ–કરવું; -ની આગળ નમી જવું. ~ *to*, -થી ઊતરવું – ઓછું પડવું. ના૦ ઊપજ, પેદાશ. **yielding**, વિ૦ નમતું આપે એવું, પોચું, નરમ.

yod'el (યોડલ), ના૦ સ્વિસ અને ટાઇરલીઝ ગિરિવાસી લોકોમાં પ્રચલિત સંગીતપદ્ધતિ. અ૦ ક્રિ૦ એ પદ્ધતિએ ગાવું (જેમાં મંદ્રમથી તાર સુધી સ્વર વારે વારે બદલવામાં આવે છે). [યોગી.

yog'a(યોગ),ના૦ યોગ. **yog'i** (યોગિ), ના૦

yo'-heave-ho'(યોહીવહો), **yoho'**(યહો), ઉદ્ગાર૦ સાથે ખેંચતી વખતે ખારવાઓ બોલે છે તે અવાજ.

yoke (યોક), ના૦ ધુરા, ધૂંસરી; વર્ચસ્વ, પ્રભુત્વ; બંધન, ગુલામી; કાવડ; કોટ, ખમીસ કે ચોળીનો ખભાનો ભાગ, ખભો; ગાડીના બે બળદ. સ૦ ક્રિ૦ -ને ખભે ધૂંસરી મૂકવી, જોડવું; જોડવું, એક કરવું. *pass under the* ~, લડાઈમાં હારવું. **yokefellow**, ના૦ જોડીદાર, સાથી; પતિ કે પત્ની. [શેંચો.

yok'el (યોકલ), ના૦ અણઘડ ગામડિયો,

yolk (યોક), ના૦ ઈંડાની અંદરનો પીળો માવો, જરદી.

yon (યૉન), વિ૦ [વિ. ક. કાવ્યમાં] પેલું, પેલી મેરનું. ક્રિ૦વિ૦ પેલી મેર–તરફ. **yon'der**, ક્રિ૦ વિ૦ ત્યાં, પેલી તરફ. વિ૦ પેલું, પેલી પારનું.

yore (યોર,યૉ–),ના૦ ભૂતકાળ, પ્રાચીન સમય. *of* ~, જૂના સમયનું: પ્રાચીન કાળે.

york'er (યૉર્કર), ના૦ [ક્રિકેટ] ઠેઠ બૅટની નીચે ફેંકાયેલો – પડતો – દડો.

you (યૂ), સર્વના૦ દ્વિ૦પુ૦ (ષષ્ઠી your, yours). તમે; કોઈ પણ માણસ.

young (યંગ), વિ૦ નાની ઉંમરનું, નાનું; તરુણ, જુવાન; થોડા દિવસ પર જન્મેલું–અસ્તિત્વમાં આવેલું; બિનઅનુભવી. one's ~ *man, woman*, વિ. ક. પોતાની પ્રેયસી –પ્રિયતમ. ~ *blood*, સંસ્થા, ઇ.માં નવું જોમ આણવા માટે એમાં દાખલ કરાતા જુવાન લોકો. ના૦ (સમૂહવાચક) સંતતિ; પ્રાણીનાં બચ્ચાં; જુવાન લોકો. *with* ~, ભારેવાઈ, સગર્ભા, (ગાય, ઇ.) ગાભણું, (ઘોડી) સબર. **young'ling**, [કાવ્યમાં] **young'ster** (યંગ્સ્ટર), ના૦ બાળક; ચપળ યુવાન–યુવતી.

you'nker (યંકર), ના૦ જુવાનિયો.

your (યૂઅર, યોઅર, યૉર, યર), વિ૦ તમારું. **yours** (યૉર્ઝ), સર્વના૦ તમારું–આપનું–કશુંક. વિ૦ તમારું. **yourself'** (યૂર્સે'લ્ફ, યુઅર્–), સર્વના૦ (બ૦વ૦ your-selves). તમે પોતે–જાતે (ભાર મૂકવા માટે વપરાય છે).

youth (યૂથ), ના૦ જુવાની, યૌવન; યુવાવસ્થા; જુવાનિયો, યુવક; જુવાનિયાઓ, યુવકો. **youth'ful**, વિ૦ જુવાન, ભરજુવાનીવાળું; ઉત્સાહી.

yowl (યાઉલ), ના૦ અને અ૦ ક્રિ૦ (કૂતરા, ઇ. નું) મોટેથી રડવું(તે), આક્રંદ(કરવું). [છોડ.

yucc'a (યક,–કા), ના૦ મોટાં સફેદ ફૂલવાળો

yule (યૂલ), ના૦ નાતાલનો તહેવાર. **yule-log**, ના૦ નાતાલની આગલી રાતે બાળવાનો લાકડાનો મોટો કકડો. **yule-tide**, ના૦ નાતાલનો ઉત્સવ, તેનો સમય.

Z

Z, z (ઝ઼ેડ્), અંગ્રેજી વર્ણમાળાનો છવ્વીસમો–અંત્ય–અક્ષર; [બીજગ.] ત્રીજી અજ્ઞાત–ગૃહીત–રકમ–વ્યક્તિ, ઇ.(*z*)

zan'y (ઝ઼ેનિ), ના૦ [પ્રા.] વિદૂષક, રંગલો; મૂર્ખો, નબળા મનનો માણસ.

zeal (ઝ઼ીલ), ના૦ ઉત્સાહ, ઉમંગ. **zeal'ot** (ઝ઼ે'લટ), ના૦ અતિ ઉત્સાહી–ઝનૂની–માણસ; ધર્માંધ વ્યક્તિ. **zeal'ous**(ઝ઼ે'લસ), વિ૦ ઉત્સાહી, ઉમંગવાળું, ઉત્સુક.

zeb'ra (ઝ઼ીબ્ર,–બ્રા, ઝ઼ે'–), ના૦પટાવાળું ઘોડા જેવું આફ્રિકાનું એક ચોપગું પ્રાણી, ઝીબ્રા.

zeb'u (ઝ઼ીબ્યૂ), ના૦ પૂર્વના દેશોનું મોટી ખૂંધવાળું ગાય બળદ જેવું એક પ્રાણી.

zena'na (ઝ઼િનાના), ના૦ જનાનખાનું, [અંતઃપુર.

Zend-Avesta (ઝ઼ે'ડ્અવે'સ્ટા), ના૦ જરથોસ્તી લોકોનો–પારસીઓનો–ધર્મગ્રંથ, ઝંદ અવસ્તા.

zen'ith (ઝ઼ે'નિથ), ના૦ આકાશનું જોનારના માથા પરનું બિંદુ, ખસ્વસ્તિક; (સુખ, સત્તા, વિકાસની) પરાકાષ્ઠા, ટોચ, શિખર.

zeph'yr (ઝ઼ે'ફર), ના૦ પશ્ચિમનો પવન; પવનની આહ્લાદક મંદ લહેર; ઝીણું કાપડ.

Zepp'elin (ઝ઼ે'પલિન), ના૦ (વાત.માં zepp.). એક મોટું જર્મન હવાઈ જહાજ (વિ. ક. લશ્કરી).

zer'o (ઝ઼ીરો), ના૦ (બ૦ વ૦ zeros). શૂન્ય, મીંડું; કશું નહિ; ઉષ્ણતામાપક (થરમૉમીટર)માં જ્યાંથી ઋણ અને ધન માપ–અંશ–માપી શકાય છે તે લીટી કે બિંદુ; નીચેમાં નીચેનું બિંદુ. ~ *hour*, [લશ્કર.] હુમલો કરવાનું નિયત મુહૂર્ત.

zest (ઝ઼ે'સ્ટ), ના૦ ઉત્સાહ; સ્વાદ, ઝાટકો.

zeug'ma (ઝ઼્યૂગ્મા), ના૦ એકને જ લાગુ પડે એવા શબ્દ સાથે બીજો ગેરલાગુ શબ્દ વાપરવો તે.

Zeus (ઝ઼્યૂસ), ના૦ પ્રાચીન ગ્રીક લોકોનો મુખ્ય દેવતા, ઝ્યૂસ; રોમન લોકોનો જ્યુપિટર.

zig'zag (ઝ઼િગ્ઝ઼ૅગ), વિ૦ વાંકુંચૂકું, આડુંઅવળું, સર્પાકાર. ના૦ વાંકુચૂકું–ડાબી ને જમણી બાજુ ફંટાતું–રસ્તો, ઇ. ક્રિ૦ [illegible] આડુંઅવળું. અ૦ ક્રિ૦ આડીઅવળી ગતિથી જવું.

zinc (ઝ઼િંક), ના૦ એક ભૂરાશ પડતી સફેદ ધાતુ, જસત.

zinn'ia (ઝ઼િનિઆ), ના૦ દેખાવડાં ભડક રંગનાં ફૂલોવાળો એક છોડ; તેનું ફૂલ.

Zi'on (ઝ઼ાયન), ના૦ જેરૂસલેમની પવિત્ર ટેકરી; યહૂદીઓનું સ્વર્ગ. **Zi'onism**, ના૦ પૅલેસ્ટાઈનને યહૂદીઓનો દેશ બનાવવાની પ્રવૃત્તિ–ચળવળ, **Zi'onist**, ના૦ તેનો પુરસ્કર્તા.

zip (ઝ઼િપ), ના૦ હવામાંથી જોસથી પસાર થતા પદાર્થનો–બંદૂકની ગોળીનો–અવાજ, ઝીણો–તીણો–અવાજ; ઉત્સાહ, જોમ.

zip(-fa'stener) (ઝ઼િપ્(-ફાસ્નર)),**zipp'er**(ઝ઼િપર), ના૦ પાકીટ, જાકીટ, ઇ.નાં બે પડ કે બાજુઓ એકબીજા સાથે જોડીને બંધ કરવાની દાંતાવાળી કળ.

zirc'on (ઝ઼િર્કન), ના૦ સિલોનનો વિવિધ [રંગી પથ્થર.

zith'er(n) (ઝ઼િથર, –થર્ન), ના૦ ત્રીસથી ચાળીસ તારનું એક સાદું ચપટું તંતુવાદ્ય.

zod'iac (ઝ઼ોડિઍક), સૂર્ય, ચંદ્ર અને મુખ્ય ગ્રહો જેમાંથી પસાર થાય છે તે આકાશનો પટો, રાશિચક્ર–મંડળ. *signs of the* ~, બાર રાશિઓ.

zollverein ઝ઼ોલ્ફરાઇન, –લ્ફરીન, ચો–), ના૦એકબીજા સાથે ખુલ્લો વેપાર કરનારા, પરંતુ પોતાના મંડળ બહારના દેશો પાસેથી માલ પર જકાત લેનારા દેશોનું–રાજ્યોનું–જોડાણ–સંઘ.

zone (ઝ઼ોન), ના૦ કમરપટો, મેખલા; કોઈ વસ્તુની ફરતો પટો; [ભૂસ્તર.] પૃથ્વીના પાંચ કટિબંધોમાંનો કોઈ પણ એક; કોઈ રાજ્ય કે દેશના અમુક હેતુસર પાડેલા વિભાગમાંથી કોઈ એક. *frigid* ~, શીત કટિબંધ. *temperate* ~, સમશીતોષ્ણ કટિબંધ. *torrid* ~, ઉષ્ણ કટિબંધ.

zoo (ઝ઼ૂ), ના૦ જેમાં જુદાં જુદાં પ્રાણીઓ રાખવામાં આવે છે એવો બગીચો, પ્રાણીસંગ્રહાલય.

zool'ogy (ઝ઼ોઑલજિ), ના૦ પ્રાણીશાસ્ત્ર–વિજ્ઞાન. **zoolo'gical** (ઝ઼ોઅલૉજિકલ), વિ૦ પ્રાણીવિજ્ઞાનનું–સંબંધી. ~ *garden*,

પ્રાણીસંગ્રહાલય (સાથેનો બાગ). **zool'ogist** (ઝ઼ોઑલજિસ્ટ), ના૰ પ્રાણીશાસ્ત્રનો જાણકાર, પ્રાણીશાસ્ત્રી.

zoom (ઝ઼ૂમ), અ૰ ક્રિ૰ એકદમ સીધું ઊંચે જવું; વિમાનને ખૂબ વેગથી સીધું ઊંચે લઈ જવું. ના૰ વિમાનનું એકદમ સીધું ઊંચે ઉડાણ.

zo'ophyte (ઝ઼ોઅફાઇટ), ના૰ વનસ્પતિ જેવું એક દરિયાઈ પ્રાણી (પ્રાણી ને વનસ્પતિ બેઉના ગુણોવાળુ – વાદળી, ઇ.).

Zoroas'trian (ઝ઼ોરોઍસ્ટ્રિઅન), વિ૰ અને ના૰ જરથુષ્ટ્રનું (અનુયાયી); પારસી.

Zoroas'trianism (–અનિઝ઼્મ), ના૰ જરથુષ્ટ્રે સ્થાપેલો ધર્મ.

zouave (ઝ઼ૂઆવ), ના૰ અલ્જીરિયન પોશાક – ગણવેશ – ધારણ કરેલો ફ્રેંચ પાયદળનો સિપાઈ; સ્ત્રીનું ટૂંકું જાકીટ.

zounds (ઝ઼ાઉન્ડ્ઝ઼), ઉદ્ગાર૰ [પ્રા.] ક્રોધ કે નારાજી બતાવવા વપરાય છે. (God's wounds નું ટૂંકું રૂપ).

Zul'u (ઝ઼ૂલૂ), ના૰ દ. આફ્રિકાની એક જાતિનો માણસ અથવા તેની ભાષા.

zwie'back (ઝ઼્વીબાક), ના૰ એક જાતની રોટી કે કેકના ભઠ્ઠીમાં શેકેલા ટુકડા.

zymos'is (ઝ઼િમોસિસ, ઝ઼ાઇ–), ના૰ ખાટું થઈને ફીણ સાથે ચડવું–ફુલાવું–તે, આથો.

પરિશિષ્ટ પહેલું

ઇતર યુરોપીય ભાષાના શબ્દો અને પ્રયોગો

ab init'io (ઍબિનિશિઓ), ક્રિ૦ વિ૦ શરૂઆતથી.

adden'dum (અડે'ન્ડમ), ના૦ (બ૦ વ૦ -da). ઉમેરો, પુરવણી. [સુધી.

ad finem (ઍડ્ ફાઇનમ), ક્રિ૦વિ૦ છેવટ

ad naus'eam (ઍડ્ નૉસિઍમ, -ઝિ-), ક્રિ૦ વિ૦ કંટાળો આવે ત્યાં સુધી.

ad'sum (ઍડ્સમ), અ૦ક્રિ૦ હું અહીં છું.

à la carte (આ લા કાર્ટ), ક્રિ૦ વિ૦ કાર્ડ પ્રમાણે, દરેક વાનીની નોખી કિંમતથી.

alfres'co (ઍલ્ફ્રે'સ્કો), ક્રિ૦ વિ૦ ખુલ્લી હવામાં, ખુલ્લામાં. ના૦ ખુલ્લી હવા.

Alma Ma'ter (ઍલ્મા મેટર), ના૦ પોતે જેમાં કેળવણી લીધી હોય તે શાળા, કૉલેજ કે યુનિવર્સિટી, માતૃસંસ્થા.

amour propre (ઍમુર્પ્રૉપર), ના૦ અહંમન્યતા, અહંપ્રેમ.

ancien régime (આંસ્યાં રેઝીમ), ના૦ ફ્રેંચ રાજ્યક્રાંતિ પૂર્વેનો કાળ; જૂની-ક્રાંતિ પહેલાંની-હકૂમત-રાજ્યતંત્ર. [અંગ્રેજી ઢબે.

anglice (ઍંગ્લિસી), ક્રિ૦ વિ૦ અંગ્રેજીમાં,

annus mirabilis (ઍનસ્મિરાબિલિસ), ના૦ ચમત્કારોનું - આશ્ચર્યોનું - વરસ; બહુ સારું વરસ.

ante-be'llum (ઍન્ટિબે'લમ), ક્રિ૦વિ૦ વિગ્રહ પહેલાં; [અમે.] અમેરિકાના આંતર-વિગ્રહ (સિવિલ વૉર) પહેલાં; પહેલા વિશ્વયુદ્ધ પહેલાં. [મુદ્દાસર, -ને લગતું, સમર્પક.

apropos' (ઍપ્રપો), ક્રિ૦ વિ૦ અને વિ૦

atelier (અટે'લ્યે), ના૦ કામ કરવાની જગ્યા; ચિત્રકારનો - શિલ્પીનો - ઓરડો - સ્ટુડિયો.

a tout prix (એ ટૂ પ્રી), ગમે તેટલી કિંમત હોય તોપણ.

au contraire (ઓ કૉન્ટ્રેર), એથી ઊલટું; સામી - વિરુદ્ધ - બાજુએ.

au fond (ઓ ફોં), ક્રિ૦વિ૦ મૂળમાં, વસ્તુત:

au pair' (ઓ પેર), વિ૦ એકબીજાની સેવા કરીને, સેવાના બદલામાં.

au pied de la lettre (ઓ પ્યે ડ લા લે'ટર), ક્રિ૦ વિ૦ અક્ષરશ:, શબ્દોનો સીધો અર્થ કરતાં.

au revoir (ઓરવ્વાર), ક્રિ૦ વિ૦ ફરી મળીએ ત્યાં સુધી (રામરામ).

auto-da-fé (ઑટડાફે), ના૦ (બ૦ વ૦ autos-da-fe). 'ઇન્કિવઝિશન'ન્યાયાલયની સજા (ધાર્મિક બળવાખોરને બાળી નાખવાની); તેનો અમલ.

ave (આવિ), ઉદ્ગાર૦ આવો, પધારો; આવજો, રામરામ. ના૦ સ્વાગત કે વિદાયનો બોલ.

beau monde (બો મૉન્ડ), ના૦ ફૅશન-વાળી દુનિયા. [સાહિત્યનાં લખાણો.

belles-lettres (બે'લ-લે'ટર), ના૦ શુદ્ધ

bête noire (બેટન્વાર), ના૦ જેને વિશે ખાસ અણગમો કે ભીતિ હોય એવી વસ્તુ-વ્યક્તિ; હાઉ. [(મજાકમાં).

billet-doux (બિલિડૂ), ના૦ પ્રેમપત્ર

blitz'krieg (બ્લિટ્સ્ ક્રીગ), ના૦ વીજળી વેગની લડાઈ.

bon'a fid'e (બોનફાઇડિ), વિ૦ ને ક્રિ૦ વિ૦ સાચું, ખરા દિલનું. **bon'a fid'es** (બોન-ફાઇડીઝ), ના૦ સચ્ચાઈ, શુભ દાનત.

bon mot (બોંમો), ના૦ (બ૦ વ૦ bons mots). વિનોદી કહેણી - ટુચકો.

bonne bouche (બૉન બૂશ), ના૦ (ભોજનની છેવટનો) મધુર કોળિયો - ગ્રાસ.

bon ton (બૉં ટૉં), ના૦ સારો ઉછેર, ખાનદાની: ફૅશનવાળી દુનિયા.

bourgeois (બૂર્ઝ્વા), ના૦ દુકાનદારી ઇ. ધંધો કરનાર મધ્યમ વર્ગનો માણસ.

bourgeoisie (બૂર્ઝ્વાઝી), ના૦ મધ્યમવર્ગ.

canaille (કનાઇ), ના૦ હલકા-અસંસ્કારી-લોકોનું ટોળું-ધાડું.

carte blanche (કાર્ટબ્લાંશ), ના૦ પોતાને ફાવે તે શરતો લખવા માટે આપેલો કોરો કાગળ, કોરો ચેક; મુનસફીની પૂરેપૂરી સત્તાએ

–અધિકાર.

cas'us belli (કેસસ બે'લાઇ), યુદ્ધને વાજબી ગણી શકાય એવું કારણ–કૃતિ, યુદ્ધનું કારણ.

cet'eris pa'ribus (સીટરિસ પેરિબસ, સે' –), ક્રિ૰વિ૰ બીજી બધી બાબતો સમાન –સ્થિર–હોય ત્યારે.

charg'é (d'affaires) [શારઝે ડફેર), ના૰ (બ૰ વ૰ charges–). ઊતરતી કક્ષાના રાજ્યમાં નીમેલ પ્રતિનિધિ – રાજદૂત.

chef-d'oeuvre (શે'દર્‌વર), ના૰ (બ૰ વ૰ chefs–). (પોતાની) શ્રેષ્ઠ કૃતિ.

ci-devant (સીડવાં), વિ૰ અને ક્રિ૰વિ૰ ભૂતપૂર્વ, અગાઉનું.

claque (ક્લાક), ના૰ ભાડૂતી પ્રશંસકો.

cliché (ક્લીશે), ના૰ ધાતુનું બીબું; ચવાઈ ગયેલો – અતિરૂઢ – વાક્‌પ્રયોગ.

comme il faut (કોમ્‌ઈલ્‌ફો), વિ૰ સારી રીતે ઉછેરેલું; સુરુચિવાળું.

compos (mentis) (કોમ્પોસ્‌મે'ન્ટિસ), વિ૰ સ્વસ્થચિત્ત, મગજ ઠેકાણે હોય એવું.

confer' (કોન્‌ફર), ક્રિ૰ (આજ્ઞાર્થ) સરખાવો (સંક્ષેપ cf.)

cong'é (કાંઝે), ના૰ બરતરફી, ખડતુસ (આપવું તે); વિદાયના નમસ્કાર.

contretemps (કોંટ્રટાં), ના૰ કમનસીબ દુર્ઘટના–અકસ્માત; આડખીલી, નડતર.

corrigen'dum (કોરિજેન્ડમ), ના૰(બ૰ વ૰ -da). સુધારો, શુદ્ધિપત્ર.

corvée (કોર્‌વે), ના૰ જમીનદાર દ્વારા ખેડૂત પાસે કરાવાતું મફત કામ, વેઠ.

couleur' de rose' (કૂલર ડ રોઝ) ના૰ ગુલાબનો રંગ. વિ૰ તે રંગનું: હોય એના કરતાં વધારે સુંદર-આહ્લાદકારક–દેખાતું.

coup d'état (કૂડેટા), ના૰ ગેરકાયદે સરકાર બદલી, કાવતરું કરીને સરકારનો લીધેલો કબજો–કરેલી રાજ્યક્રાન્તિ.

coup de grâce (કૂ ડ ગ્રાસ), ના૰ છેલ્લો ફટકો; છેવટનો હાથ મારવો તે.

cui bon'o? (ક્વીબોનો), વાક્ય. એથી કોને લાભ?; શા માટે?, પ્રયોજન શું?

cul-de-sac (કુલ'ડ સૅક), ના૰ આરપાર રસ્તો ન હોય એવી ગલી; એક છેડે ઉઘાડી હોય એવી નળી.

da ca'po (ડાકાપો), [સં. અંગે સૂચના] શરૂઆતથી ફરી ગાઓ, ઇ.

débâcle (ડે'બાકલ), ના૰ કકડ ભૂસ થઈ ને તૂટી જવું તે, પડી ભાંગવું તે; નદીમાં જામેલો બરફ ઓગળી ભાંગી જવો તે; અચાનક ધસી આવેલો પાણીનો પ્રવાહ; નાસભાગ; વિધ્વંસ.

de fac'to (ડી ફૅક્ટો), વિ૰ અને ક્રિ૰વિ૰ વાસ્તવિક; વસ્તુતઃ, ખરી રીતે જોતાં.

de jure (ડી જૂરિ), વિ૰ અને ક્રિ૰ વિ૰ હક પ્રમાણે (નું); અધિકારની રૂએ.

de nov'o (ડી નોવો), ક્રિ૰ વિ૰ નવેસર, ફરી શરૂઆતથી. [ઉપકાર.

De'o gratias (ડેઓ ગ્રાશિઅસ), પ્રભુનો

D'eo volen'te (ડેઓ વલે'ન્ટે), ક્રિ૰વિ૰ (સંક્ષેપ. D. V.) પરમેશ્વરને કરવું હોય તો, ઈશ્વરેચ્છા હશે તો. [દૃષ્ટિથી આવશ્યક.

de rigueur (ડ રિગર), વિ૰ શિષ્ટાચારની

de trop (ડ ટ્રો), વિ૰ અણગમતું, મોં ન ગમે એવું; અંતરાયરૂપ

de'us ex mach'ina (ડેઅસ્‌એક્સ્‌મકિન), ના૰ ખરે ટાંકણે (અકસ્માત્‌)સહાયભૂત થનારી ઘટના – શક્તિ.

dilettan'te (ડિલિટૅન્ટિ), ના૰ (બ૰વ૰) -ti). કલારસિક; શોખીન; કોઈ પણ વિષય સાથે રમત રમવાવાળો (એકાગ્ર અભ્યાસી નહિ એવો).

distingué (ડિસ્ટૅંગે), વિ૰ (સ્ત્રી૰ ~*e*) પ્રભાવી વ્યક્તિત્વવાળું [મનસ્ક, બેધ્યાન.

distrait' (ડિસ્ટ્રે), વિ૰ (સ્ત્રી.-te), શૂન્ય-

double entendre (ડૂબ્લાં ટાંડર), ના૰ દ્વિઅર્થી શબ્દપ્રયોગ – બોલ (જેમાંનો એક અર્થ અશ્લીલ હોય); આવો પ્રયોગ કરવો તે.

dram'atis person'ae (ડ્રૅમટિસ પરસોની), ના૰બ૰વ૰ નાટકનાં પાત્રો (ની યાદી)

Duce (ડૂશે, -ચે), ના૰ સરદાર. *Il, the, ~*, ઈટલીનો ફાસી નેતા મુસોલિની.

eau-de-Cologne (ઓ-ડ કલોન), ના૰ ક્લોનનો સુગંધી પદાર્થ, કોલનવૉટર.

élan (એલાં), ના૦ જોશ, ઉમંગ. ઉલ્લાસ.
eldora'do (એ'લ્ડરાડો), ના૦ (બ૦વ૦ ~s). કવિકલ્પનાની સુવર્ણભૂમિ.
élite (એ'લીટ), ના૦ શ્રેષ્ઠ અંશ, નવનીત.
embarras de richesse (આંબારા ડ રીશેશ), ના૦ વાપરી શકાય તે કરતાં વધુ સંપત્તિ, સંપત્તિની રેલમછેલ.
en famille (આં ફમીય), ક્રિ૦ વિ૦ ઘેર, પોતાના કુટુંબમાં – સાથે.
enfant terrible (આંફાં ટેરીબલ) ના૦ અગવડભર્યા પ્રશ્ન પૂછનાર – સાંભળેલું બોલી જનાર – બાળક.
en fête (આં ફેટ), વિ૦ તહેવાર ઉજવવા – માણવા – માટે સજ્જ, તહેવાર માણવામાં તલ્લીન. [ભેગા મળીને.
en masse (આં મેસ), ક્રિ૦ વિ૦ બધા
ennui (ઑન્વી),ના૦ ઉદ્યોગ કે રસને અભાવે આવેલી સુસ્તી – માનસિક આળસ – કંટાળો.
en passant (આં પૅસાં),ક્રિ૦ વિ૦ વાતમાં, વાત, રસ્તામાં જતાં જતાં.
cn pension (આં પાંસિઑં), ક્રિ૦ વિ૦ ભોજન ને રહેઠાણના બદલામાં. [મેળમાં.
en rapport(આં રપૉર).ક્રિ૦વિ૦ સંપર્કમાં,
en route (આં રૂટ), ક્રિ૦ વિ૦ અમુક ઠેકાણે જતાં (રસ્તામાં)
ensemble (આંસાંબલ), ના૦ સમગ્રપણે જોયેલી વસ્તુ – વિચારેલી વાત; સર્વસામાન્ય અસર. [ના૦ સારા સંબંધો, મેળ.
entente cordiale(આંટાંટ કૉર્ડિઆલ)
entrée (ઑન્ટ્રે), ના૦ દાખલ થવાનો – પ્રવેશનો – હક.
entre nous(ઑન્ટ્ર નૂ), ક્રિ૦વિ૦ આપણી બેની વચ્ચે, કોઈ ને કહેતા નહિ.
erra'tum (એ'રેટમ), ના૦ (બ૦વ૦-ta) લખાણ કે છાપમાં ભૂલ; (બ૦વ૦) શુદ્ધિપત્ર.
ersatz' (અર્સેટ્સ઼), ના૦ બદલી.
esprit de corps (એસ્પ્રી ડ કોર), પોતાના જૂથ કે મંડળ વિષેનું આદરયુક્ત અભિમાન.
et cet'era (એ'ટ્ સે'ટરા), વાક્યાંશ અને ના૦ (બ૦ વ૦ ~s). (સંક્ષેપ. etc.,& c) અને બીજા, ઇત્યાદિ.

eure'ka! (યૂરીકા), ઉદ્ગાર૦ અને ના૦ મને જડયું – મળી ગયું – છે; આ જડયું!
ex cathedra (એ'ક્સ્ કથે'ડ્રા, – થીડ્રા), ક્રિ૦ વિ૦ અને વિ૦ સત્તાસ્થાનેથી, અધિકાર સાથે, અધિકૃતપણે.
excelsior(ઇક્સે'લ્સિઅર),વિ૦ સર્વોપરી, સર્વશ્રેષ્ઠ; વધારે ઊંચું.
e'xeat (એક્સિઍટ).ના૦ [નાટકમાં સૂચના] થોડા વખતની ગેરહાજરી માટે રજા; બહાર જાય છે. [બધા બહાર જાય છે.
exeunt om'nes(એક્સિઅન્ટઑમ્નીઝ)
ex offi'cio(એ'ક્સઅફિશિઓ), ક્રિ૦ વિ૦ અધિકાર – હોદ્દા – ની રૂએ.
ex part'e (એક્સપાર્ટિ). ક્રિ૦ વિ૦ એકપક્ષી, એક પક્ષની તરફેણમાં.

facile prin'ceps(ફૅસિલિ પ્રિન્સે'પ્સ), વિ૦ અનાયાસે – સહેલાઈથી – પહેલું.
fait accompli (ફેટાકૉંપ્લી), ના૦ સિદ્ધ વસ્તુ, જેને અંગે ચર્ચાને ભાગ્યે જ અવકાશ હોય; પૂરું કરી નાખેલું કામ.
faux pas (ફો પા), ના૦ આબરૂને – વિ.ક. સ્ત્રીના શિયળને– બટ્ટો લગાડનારું કામ; સામાજિક રૂઢિ વિરુદ્ધ ગુનો;અવિચારી બોલ – કામ.
fel'o de se (ફે'લો ડિ સી), ના૦ (બ૦વ૦ **felones**-ફિલોનીઝ, **felos**-). આત્મહત્યા કરનારો; આત્મહત્યા – ઘાત.
fianc'é (ફીઑંસે), ના૦ લગ્ન કરવાનું વચન આપનાર – વાગ્દત્ત – પુરુષ–પ્રિયકર. **fiancee**, ના૦ વાગ્દત્ત વધૂ, પ્રેયસી.
fin de siè'cle (ફૅં ડ સ્યેકલ),વિ૦ ઓગણીસમા સૈકાના અંત ભાગનું–નાં લક્ષણોવાળું, આધુનિક;ક્ષીણ થતું;જેમાં સડો પેઠો હોય એવું
fi'nis(ફાઇનિસ), ના૦ અંત, છેવટ (ચોપડીને અંતે).
flagrante delicto(ફ્લગ્રૅન્ટિ ડિલિક્ટો) ક્રિ૦ વિ૦ પ્રત્યક્ષ ગુનો કરતી વખતે–કરતાં.
fleur-de-lis(ફ્લર ડ લી), ના૦ (બ૦વ૦ fleurs–). આયર્લૅન્ડનું એક ફૂલ.

gamin (ગૅમિન, ગૅમૅં), ના૦ રખડુ છોકરું, ઉપેક્ષિત બાળક.

garçon (ગારસોં), ના૦ ફ્રેંચ હોટેલને નોકર.

gauche (ગોશ), વિ૦ કુનેહ વિનાનું; કઢંગું.

gaucherie (ગોશરી), ના૦ કુનેહ વિનાનું વર્તન – કામ.

glor'ia (ગ્લોરિઆ), ના૦ દિવ્ય – સ્વર્ગીય – મુગટ.

glor'ia in excelsis De'o (ગ્લોરિઆ ઇન એ'કસલસિસ ડાએા), 'પ્રભુનો જય હો' એ અર્થવાળું પ્રાર્થનાગીત.

hauteur (ઓટર), ના૦ તુમાખી (ભર્યું વર્તન).

hic ja' cet (હિક્જેસે'ટ), ના૦ કબર પાસેના પથ્થર પર કોતરેલો મરનાર વિષેનો લેખ.

hoi polloi (હોઇ પોલઇ), ના૦ બ૦ વ૦ નીચલા સ્તરના લોકો, બહુજનસમાજ, બહુસંખ્ય લોકો.

hors-d'oeuvre (ઓરડરવર), ના૦ ભોજન વખતે પીરસેલી વધારાની સ્વાદિષ્ટ વાની.

hors de combat (ઓર ડ કોંબા), વિ૦ યુદ્ધમાં લડવા માટે અયોગ્ય–અસમર્થ – (બનેલ).

ibid'em (ઇબાઇડે'મ), ક્રિ૦ વિ૦ એ જ પુસ્તક, પ્રકરણ કે ફકરામાં. (સંક્ષેપ *ib.*, *ibid.*)

ich dien (ઇક ડીન), હું સેવા કરું છું. (પ્રિન્સ ઓફ વેલ્સનું જીવનસૂત્ર).

idée fixe (ઈ ડિફીક્સ, ઈ ડે–), ના૦ સ્થિર– વળગેલો – વિચાર; વળગાડ, ગાંડપણ.

ig'nis fat'uus (ઇગ્નિસફેટ્યુઅસ) ના૦ ભેજવાળી જમીન પર રાતે થતા ભડકા, ભૂતના ભડકા.

imbro'glio (ઇમ્બ્રોલ્યો), ના૦ (બ૦ વ૦ ~s). અવ્યવસ્થિતપણે ખડકેલો ઢગલો; જટિલ – ગૂંચવાડો ભરેલી – પરિસ્થિતિ.

impresar'io (ઇમ્પ્રે'સારિઓ), ના૦ (બ૦ વ૦ ~s). જાહેર રંજન કાર્યક્રમનો સંચાલક, સંગીતમંડળીનો વ્યવસ્થાપક.

in absen'tia (ઇનઍબ્સે'ન્શિઆ), ક્રિ૦ વિ૦ (તેની) ગેરહાજરીમાં.

in camera (ઇન કૅમરા), ક્રિ૦ વિ૦ ન્યાયાધીશની ખાનગી બેઠકમાં (જાહેર અદાલતમાં નહિ) ખાનગી રાહે.

in exten'so (ઇન એ'ક્સ્ટે'ન્સો, –ઇક્–), ક્રિ૦ વિ૦ વિગતવાર, લંબાણથી.

in extrem'is (ઇન એ'ક્સ્ટ્રીમિસ, ઇન્ ઇ-), ક્રિ૦ વિ૦ છેડે આવેલું, મરણોન્મુખ.

in loc'o paren'tis (ઇન લોકો પૅરે'ન્ટિસ, – પરે' –), ક્રિ૦ વિ૦ માબાપને ઠેકાણે.

in med'ias res (ઇન્ મીડિઆસ રે'ઝ), ક્રિ૦ વિ૦ -ની બરાબર વચ્ચે – મધ્યમાં.

in memor'iam (ઇન મિમૉરિઍમ), ક્રિ૦વિ૦ -ની યાદમાં; -ના સ્મારક તરીકે.

in re' (ઇન રી), ક્રિ૦વિ૦, ના૦અ૦ -ના વિષયમાં, -ની બાબતમાં.

in sit'u (ઇન સાઇટ્યુ), ક્રિ૦ વિ૦ એની (મૂળ) જગ્યાએ.

in stat'u pupillar'i (ઇનસ્ટેટ્યુ પ્યુપિલેરાઇ), [યુનિવર્સિટીમાં] વિદ્યાર્થીની જગ્યાએ; સગીર તરીકે, વાલીપણા નીચે.

in stat'u quo (ઇન સ્ટેટ્યુ ક્વો), ક્રિ૦ વિ૦ તે જ – પહેલાંની – સ્થિતિમાં, યથાપૂર્વ.

in'ter al'ia (ઇન્ટર એલિઆ), ક્રિ૦ વિ૦ બીજી બાબતોની સાથે.

ip'se dix'it (ઇપ્સિ ડિક્સિટ), તેણે પોતે જ આમ કહ્યું; પુરાવા વિનાનું જોરદાર કથન.

je ne sais quoi [ઝ(ર) ન(ર)સેકવા], ના૦ અવર્ણનીય કશુંક.

joie de vivre (ઝવા ડ(ર) વીવર), ના૦ જીવવાનો આનંદ – ઉલ્લાસ.

juste milieu (ઝ્યુસ્ટમીલ્યુ) ના૦ સુવર્ણ મધ્ય.

laiss'ez-faire (લેસે ફેર), ના૦ આર્થિક બાબતોમાં સરકારનું તટસ્થપણું – થાય તેમ થવા દેવું, સરકારની દરમિયાનગીરીનો અભાવ.

lares et penates (લેરીઝએ'ટ્પિનેટીઝ), ના૦ ઘર, ગૃહસંસાર.

leitmotif, -motiv. (લાઇટ્ મોટીફ), ના૦ [સં.] સંગીત નાટક (ઑપેરા), ઇ.ની આખી રચનામાં કેન્દ્રમાં રહેલો કોઈ વ્યક્તિ, વિચાર કે ભાવનાનો વિષય.

lèse-ma'jesté (લેઝ મૅઝેસ્ટે), ના૦ [દીવાની કા.] રાજદ્રોહ.

locale' (લોકાલ), ના૦ ઘટનાનું–બનાવનું–સ્થાન.

lo'cum ten'ens (લોકમ્ ટીને'ન્ઝ), ના૦ પાદરી કે દાક્તરને બદલે કામ કરનાર.

loc'us stan'di (લોકસ સ્ટેન્ડાઈ), ના૦ ઊભવાનું સ્થાન; વચ્ચે પડવાનો અધિકાર.

magnum opus (મૅગ્નમ્ ઓપસ), ના૦ મહાન સાહિત્યિક કાર્ય; લેખક કે કલાકારની શ્રેષ્ઠ કૃતિ – રચના.

maître d'hôtel (મેટર ડોટે'લ), ના૦ મોટા ઘરનો કારભારી, વીશીનો વ્યવસ્થાપક.

mélange (મેલાંઝ), ના૦ મિશ્રણ, ખીચડો.

mêlée (મે'લે), ના૦ ઝઘડો, મારામારી; રસિક ચર્ચા–વાદવિવાદ. [કહેતાં નવાઈ લગે છે કે.

mira'bile dic'tu (મિરબિલે ડિક્ટૂ),

mise en scè'ne (મીઝાં સેન), નાટકનો સાજસરંજામ; કોઈ ઘટનાનું વાતાવરણ – આસપાસની પરિસ્થિતિ.

mod'us operan'di (મોડસ ઑપરૅન્ડાઇ), ના૦ કામ કરવાની પદ્ધતિ; કોઈ યંત્ર, ઇ. કેવી રીતે કામ કરે છે તે.

mod'us viven'di (મોડસ્ વિવે'ન્ડાઈ), ના૦ જીવવાની પદ્ધતિ; વાદગ્રસ્ત બાબતોનો પાકો નિકાલ ન થાય ત્યાં સુધી પક્ષકારો વચ્ચે થયેલી કામચલાઉ વ્યવસ્થા.

motif' (મોટીફ). ના૦ કલાકૃતિમાં રહેલી મુખ્ય કલ્પના – તેનું ઘટક લક્ષણ; કપડાં પર સીવેલી કે ભરેલી આકૃતિ. [ચોક્કસ શબ્દ.

mot juste (મો જ્યુસ્ટ), ના૦ સમર્પક કે

mutat'is mutan'dis (મ્યૂટેટિસ મ્યૂટૅન્ડિસ), ક્રિ૦ વિ૦ તફસીલમાં ઘટતા ફેરફાર સાથે, જોઈતા ફેરફાર કરીને.

nee (ને), વિ૦ જન્મ પામેલું (સ્ત્રીના પિતાના ઘરના નામ પહેલાં વપરાય છે. દા.ત. *Mrs Smith. ~ Jones*).

ne plus ul'tra (ની પ્લસ અલ્ટ્રા), ના૦ પ્રગતિમાં રુકાવટ, અનિવાર્ય નિગ્ર, ચરમસીમા, પરાકાષ્ઠા.

noblesse' oblige (નબ્લે'સ્ ઑબ્લીઝ), વિશેષ હકની સાથે જવાબદારી હોય જ.

nom de plume (નૉમ ડ પ્લૂમ), ના૦ ધારણ કરેલું (બનાવટી) નામ, તખલ્લુસ.

non com'pos(men'tis) (નૉન્ કૉમ્પસ્ મે'ન્ટિસ), મગજ ઠેકાણે ન હોય એવું ગાંડું.

non se'quitur (નૉન્ સે'ક્વિટર), ના૦ (મૂળ અર્થ: આમાંથી એ ફલિત થતું નથી), તર્કદુષ્ટ અનુમાન; વિપરીત પરિણામ.

not'a ben'e (નોટ બીનિ), ક્રિ૦ આજ્ઞાર્થ. સંક્ષેપ N. B.) બરાબર ધ્યાન આપો, સાવધાન.

ob'iter dic'tum (ઑબિટર ડિક્ટમ), ના૦ (બ૦વ૦-ta). પ્રાસંગિક કથન; વાતમાં વાત; ન્યાયાધીશના નિકાલપત્રમાં વ્યક્ત કરાયેલો બંધનકારક નહિ એવો અભિપ્રાય.

pace (પેસિ), નામ૦અ૦-ની પરવાનગી–રજા–થી.

par'i pass'u (પૅરિ પૅસ્યુ, -સૂ), ક્રિ૦વિ૦ એકી સાથે અને સરખી ગતિથી, સાથે સાથે.

pas de deux (પા ડ ડર), ના૦ એક કે બે જણનું નૃત્ય. [સર્વત્ર.

pass'im (પૅસિમ) ક્રિ૦ વિ૦ દરેક ભાગમાં,

pat'ernos'ter (પૅટર્નૉસ્ટર), ના૦ પ્રભુ-પ્રાર્થના.

pax vobis'cum (પૅકસ્ વબિસ્કમ), તમને સુખશાંતિ મળો; શાંતિ (રાખો).

per con'tra (પર કૉન્ટ્રા), ક્રિ૦ વિ૦ સામી બાજુએ. ના૦ ખાતું, ઈ.ની સામી બાજુ.

per di'em (પરડાયેમ), ક્રિ૦વિ૦ રોજનું, દિવસદીઠ. [તત્વત:.

per se (પર્ સી), તે પોતે જ, પોતાની મેળે;

person'a grat'a (પરસોનાગ્રેટા), ના૦ સ્વીકારણીય – માન્ય – વ્યક્તિ

person'a non grata (પરસોનાનૉન ગ્રેટા), ના૦ અસ્વીકારણીય–અમાન્ય–વ્યક્તિ.

personnel' (પર્સને લ) ના૦ કારખાનામાં કે જાહેર સંસ્થા, ઇ.માં કામ કરનારા માણસો.

pièce de résistance (પીએસ ડરેઝી-સ્ટાંસ), ના૦ ભોજનની સૌથી મહત્વની વાની – પકવાન્ન; [લા.] સૌથી મહત્વની – રસિક – બિના. [અભાવે લીધેલો માર્ગ.

pis aller (પીઝેલે), ના૦ વધારે સારાને

pol'tergeist (પૉલ્ટરગાઈસ્ટ). ના૦ [લોક-વાર્તા અને પરલોકવિદ્યામાં] ખૂબ ગરબડ કરનારો–તોફાની–પ્રેતાત્મા. [વિ૦ ઝડપથી.

pres'to (પ્રે'સ્ટો), [સ.] વિ૦ શીઘ્ર. ક્રિ૦

pri'ma fa'cie (પ્રાઇમા ફેશિઈ), ક્રિ૦ વિ૦ પ્રથમ નજરે. વિ૦ પ્રથમ છાપ પર આધારિત.
pro et con'tra (પ્રો એ'ટ્ કૉન્ટ્રા), ક્રિ૦ વિ૦ -ની તરફેણમાં અને વિરોધમાં.
pro form'a (પ્રો ફૉર્માં) ક્રિ૦ વિ૦ ઉપચાર માટે, વિધિપૂરતું, વિ૦ ઔપચારિક.
pro pat'ria (પ્રો પૅટ્રિઅ), પોતાની માતૃભૂમિ માટે, સ્વદેશની ખાતર.
pro rat'a (પ્રો રેટા), ક્રિ૦ વિ૦ પ્રમાણ અનુસાર. વિ૦ પ્રમાણસર.
protégé (પ્રોટે'ઝે). ના૦(સ્ત્રી૦ ~e).રક્ષણ હેઠળનું-પાલ્ય-બાળક, ઇ., આશ્રિત માણસ.
prox'ime access'it(પ્રૉક્સિમિઅકસે'સિટ), તે (તેણી) જીતનારાની લગોલગ - બહુ જ પાસે - આવ્યો (- આવી).
putsch (પુશ), ના૦ ક્રાંતિકારક પ્રયત્ન, નાનકડો બળવો.

quas'i (ક્વેસાઇ, ક્વાસિ), ઉભ૦ અ૦ અને નામ૦ અ૦ એટલે કે, જાણે કે, ના જેવું.
quid pro quo (ક્વિડ્ પ્રો ક્વો), ના૦ એકને બદલે બીજુ મૂકવાની ભૂલ, ગફલત; બદલો નુકસાનભરપાઇ. [તિ, ભૂતપૂર્વ.
quon'dam (ક્વૉન્ડૅમ),વિ૦ અગાઉ હતું

rechauffé (રિશોફે), ના૦ ફરી ગરમ કરેલી ખાવાની વાની.
reduc'tio ad absurdum (રિડક્શિઓ ઍડ અબસર્ડમ), ના૦ મૂર્ખામી - હાસ્યાસ્પદતા - બાધેત છે એમ - બતાવી આપવું તે, અસંગતિદર્શન. [સંક્ષેપ.
résumé (રેઝુમે), ના૦ ઉપસંહાર; સાર,

sang-froid(સાંફ્રવા), ના૦ સંકટ સમયે પણ સ્વસ્થચિત્તતા, ઉશ્કેરાટમાં પણ શાંતિ.
savoir-faire (સેવ્વૉર ફેર), ના૦ દોષ જોઈને તે તરત દૂર કરવાની શક્તિ.
sin'e qua non (સાઇનિ ક્વે નૉન), ના૦ અનિવાર્ય શરત કે યોગ્યતા, આવશ્યક ગુણ.
soi-disant (સ્વા ડીઝાં),વિ૦ અહંમન્ય,-નું ઢોંગ કરનારુ, પોતાને અમુક કહેવડાવનાર, તથાકથિત.
soirée (સ્વારે), ના૦ સાયંસંમેલન, ડાયરો.
sott'o vo'ce (સૉટો વોચે), ક્રિ૦ વિ૦ એક બાજુએ, જનાંતિકમ્
stat'us quo(સ્ટેટસ્ ક્વો), ના૦ ફેરફાર વિનાની સ્થિતિ, હતી એ સ્થિતિ.
sub ju'dice (સબ્જ્યૂડિસિ), ન્યાયાલયને આધીન, જેનીસુનાવણી થવાની છે તે,અનિર્ણીત.
sub ros'a (સબ રોઝા), ખાનગી (રીતે).
succes d'estime (સુકસે ડે'સ્ટીમ), ના૦ ગુણોની કદર ખાતર નહિ પણ આદરની ભાવનાથી ગ્રંથ કે નાટક, ઇ.ને આપેલો હાર્દિક જેવો આવકાર.
sugges'tio fal'si(સજે'સ્ટિઓફૅલ્સાઈ), ના૦ સત્ય છુપાવીને કરેલી ખોટી રજૂઆત.
su'i gen'eris(સ્યૂ આઈ જે'નરિસ),વિધેયા૦ વિ૦અદ્વિતીય,બીજાઓ સાથે ન મૂકી શકાય એવું.
summ'um bon'um(સમમ બોનમ), ના૦ અંતિમ ધ્યેય - શ્રેય, પરમ શ્રેય.
swastika (સ્વૅસ્ટિક,સ્વૉ-),ના૦સ્વસ્તિક.

table d'hôte (ટાબલ્ડોટ), ના૦ હોટેલમાં મહેમાનો સારુ રાખેલું સહિયારુ ટેબલ.
tab'ula ras'a(ટૅબ્યુલરેસા),ના૦કોરીપાટી.
te'rra firm'a (ટે'રા ફર્મા), ના૦ કોરી જમીન, નક્કર ભોંય. [અજ્ઞાત પ્રદેશ.
te'rra incog'nita(ટે'રાઇન્કૉગ્નિટા),ના૦
ter'tium quid (ટર્શિઅમ ક્વિડ),ના૦ મન અને દ્રવ્ય વચ્ચેની ત્રીજી વસ્તુ - તત્વ, બે વિરોધી વસ્તુઓ વચ્ચેની ત્રીજી; વચલો રસ્તો.

tête-a-tête(ટેટાટેટ),ક્રિ૦વિ૦ખાનગીમાં સાથે. વિ૦ ખાનગી. ના૦ બે જણની ખાનગી વાતચીત; બે જણને બેસવાનો સોફા-બાંકડો.
tour de force (ટુર ડ ફૉર્સ), ના૦તાકાત કે કરામતનો દાવ - કામ.
tour ensemble (ટુ ટ આંસાંબલ) ,ના૦ સમગ્રપણે જોયેલી-જોતાં જણાતી-વસ્તુ.
tu quo'que (ટ્યૂ ક્વોક્વિ),ના૦'તમે પણ એવા જ - મારા જેવા - છો' એ જવાબ.

ul'tima Thule (અલ્ટિમ થ્યૂલી), ના૦ ખૂબ દૂરનો અજ્ઞાત દેશ - પ્રદેશ.

vad'e-mec'um (વેડે મીકમ), ના૦ માર્ગદર્શિકા, હંમેશનો સાથી.

val'e (વેલિ), ઉદ્ગાર૦ રામ રામ (વિદાય-વેળાના), આવજો !

verb'um (sat) sapien'ti (વર્બમ (સેટ) સેપિએ'ન્ટાઇ), ડાહ્યાને એક શબ્દ પૂરતો હોય છે; તેજીને ટકોરા ને ગધેડાને ડફણાં.

vi'a (વાયા), નામ૰અ૦ -ને રસ્તે, -માં થઈ ને.

vi'a med'ia (વાયામીડિઆ), મધ્યમ માર્ગ.

vi'ce vers'a (વાઇસિ વર્સા), ક્રિ૰ વિ૦ એથી ઊલટું; ઊલટસૂલટ.

vid'e in'fra (વાઇ ડિ ઇનફ્રા), જુએ નીચે.

vid'e supra (વાઇડિ સૂપ્રા), જુઓ ઉપર

virgin'ibus pueris'que (વર્જિનિબસ પ્યુઅરિસ્‌કિવ), છોકરા છોકરીઓ માટેનું – ને ઉદ્દેશીને કહેલું.

vis-à-vis (વીઝાવી), ક્રિ૰વિ૦ સામસામે. ના૦ એકની સામે ઊભેલો બીજો (નાચનાર); સામસામે બેઠકોવાળી ગાડી.

viv'at (વાઇવૅટ), ઉદ્ગાર૦ લાંબું જીવો, ચિરં જીવ; એ ઉદ્ગાર – ઉદ્ઘોષ – પોકાર.

viv'a vo'ce (વ ઇવા વોસિ), ક્રિ૰ વિ૦ મોઢે. વિ૰ મોઢેનું, મૌખિક. ના૦(સંક્ષેપ*viva*) મૌખિક પરીક્ષા.

volte-face' (વોલ્ટ્ ફાસ) ના૦ મોઢું ફેરવવું તે, દલીલ ઇ.માં સાવ ફરી જવું તે.

vox pop'uli (વૉકસ્ પૉપ્યુલિ), લોકોનો અવાજ, લોકમત.

Welt'schmerz (વેલ્ટ્શ્મેઅર્ટ્'સ). ના૦ સંસાર દુઃખમય છે એવી ભાવના.

zeit'geist (ઝાઇટ્ગાઈસ્ટ), ના૦ કાળમાહાત્મ્ય, જમાનેકી તાસીર.

A., adult (i.e. for adults only).

A.A., Automobile Association; anti-aircraft.

A.B., able-bodied seaman.

A.B.C., the alphabet.

A.C., *ante Christum* (= before Christ); alternating current.

acc., a/c, account.

A.D., *anno Domini* (= in the year of our Lord)

A.D.C., aide-de-camp.

ad(vt)., advertisement.

aet(at)., *aetatis (aet.* 7 = 7 years old).

A.H., *anno Hegirae* (= in the year of the Hegira).

A.I.D., Agency for International Development.

A.I.R., All India Radio.

alg., algebra.

a.m., *ante meridiem* (= before noon).

annon., anonymous.

Apr., April.

A.R.A., Associate of the Royal Academy.

A.R.C.O., Associate of the Royal College of Organists.

A.R.I.B.A., Associate of the Royal Institute of British Architects.

A.R.P., air-raid precautions.

Ass(n)., Association.

Asst., Assistant.

A.T.C., Air Training Corps.

A.T.S., (mil.) Auxiliary Territorial Service (Women's force).

Aug., August.

A.V., Authorized Version (of the Bible).

b., born;(cricket) bowled; bye.

B.A., Bachelor of Arts; British Academy: British Airways.

Bart, Bt, Baronet.

B.B.C., British Broadcasting Corporation.

B.C., before Christ (in numbering years).

B.C.G., *Bacille Calmette Guèrin* (anti-tuberculous vaccine.)

B.Com., Bachelor of Commerce.

B.D., Bachelor of Divinity.

B.E.A., British European Airways (formerly).

B.Ed., Bachelor of Education.

B.E.F., British Expeditionary Force (army sent overseas).

B.L., Bachelor of Law.

B.M.A., British Medical Association.

B.Mus., Bachelor of Music.

B.R., British Railways.

Bros, Brothers (in names of companies).

B.Sc., Bachelor of Science.

C., Centigrade.

c., caught; cents; chapter; *circa;* cubic.

C.A., Chartered Accountant.

Cantab., Cantabrigian, (member) of Cambridge University.

cap., *caput* (= chapter).

caps, capital letters.

Capt., Captain.

C.B., Companion of the Bath, (mil.) confinement to barracks.

C.B.E., Commander of (the Order of) the British Empire.

C.E.M.A., Council for the Encouragement of Music and the Arts.

cf., *confer* (= compare).

C.H., Companion of Honour.

ch(ap)., chapter.

C.I.D., Criminal Investigation Department.

c.i.f., cost, insurance, and freight (used in trade).

C.I.G.S., (mil.) Chief of the Imperial General Staff.

C-in-C., (mil.) Commander-in-Chief.

circ, *circa,circiter,*(= about, with dates).

C.M.B., (certified by) Central Midwives' Board.

C.O., Colonial Office; (mil.) commanding officer; conscientious objector.

Co., company; county.

c/o., care of.

C.O.D., cash on delivery; Concise Oxford Dictionary.

Col., Colonel.

Co-op., Co-operative Society.

cos, cotangent.

c.p., candle-power.

cp., compare.

Cpl, Corporal.

Cr, Creditor (in book-keeping).

C.S.I.R., Council of Scientific and Industrial Research.

cu., cub., cubic.

C.W.S., Co-operative Wholesale Society

cwt., hundredweight

d., died; daughter; *denarius* (= penny, pennies)

D.A., dearness allowance.

D.B.E., Dame Commander of (the Order of) the British Empire.

D.C., direct current; District of Columbia.

D.C.M., (mil.) Distinguished Conduct Medal.

D.D., Doctor of Divinity.

D.D.T.,dichlor-diphenyl-trichlorethane (an insecticide).

Dec., December.

dept, department.

D.F.C., (mil.) Distinguished Flying Cross.

D.F.M., (mil.) Distinguished Flying Medal

D.G., *Dei gratia* (= by the grace of God).

D.Lit., Doctor of Literature.

D.L.O., Dead Letter Office.

D.O., demi official.

do, ditto.

D.O.R.A., Defence of the Realm Act (limiting hours of trade, etc).

doz., dozen(s)

D.P.H., Diploma in Public Health.

D.P.I., Director of Public Instruction.

Dr, Debtor (in book-keeping); Doctor.

dr., drachm.

D.S.C., (mil.) Distinguished Service Cross.

D.Sc., Doctor of Science.

D.S.M., (mil.) Diustinguished Service Medal.

D.S.O., (mil.) Distinguished Service Order

d.t(s).,D.T., delirium tremens.

D.V, *Deo volente* (= God willing).

dwt, penny weight(s).

E., East; Engineering.

E. & O.E., errors and omissions excepted.

E.C.A.F.E., Economic Commission for Asia and the Far East.

ed., editor etc.

E.E.C., European Economic Community (the Common Market)

e.g., *exempli gratia* (= for example).

E.P.N.S., electroplated nickel silver.

E.P.T., excess profits tax.

E.R., *Elizabeth Regina* (= Queen Elizabeth)

Esq, Esquire.

etc., et cetera.

et seq., *et sequentia* (= and what follows).

exam., examination.

F(ahr).. Fahrenheit.

f.,feminine; (mus.)*forte*(= loud).

F.A., Football Association.

F.A.N.Y., First Aid Nursing Yeomanry

F.A.O., Food and Agriculture Organization

Feb., February.

ff.,(mus.) *fortissimo* (= very loud)

fig.,figure (= map, design, etc.)

fl(or)., *floruit* (= flourished).

F.O., Flying Officer; Foreign Office.

f.o.b., free on board (used in trade).

f.o.r., free on rail.

F.P., field punishment; fire plug (= hydrant); former pupil.

Fr, Father (used before name of priest).

F.R.C.O., Fellow of the Royal College of Organists.

F.R.C.P., Fellow of the Royal College of Physicians.

F.R.C.S., Fellow of the Royal College of Surgeons

F.R.S., Fellow of the Royal Society

ft, feet; foot; (measure).

fur., furlong.

G.A.T.T., General Agreement on Tariffs and Trade.

gal., gallon(s)

G.B., Great Britain

G.B.E., Knight (or Dame) Grand Cross (of the Order) of the British Empire.

G.B.S., George Bernand Shaw

G.C., George Cross.

G.C.F., (math.) greatest common factor.

G.C.M., (math.) greatest common measure.

Gen., (mil.) General; Genesis (O.T.).

G.H.Q., (mil.) General Headquarters.

G.I., government issue; (colloq.)

C.B., Companion of the Bath, (mil.) confinement to barracks.

C.B.E., Commander of (the Order of) the British Empire.

C.E.M.A., Council for the Encouragement of Music and the Arts.

cf., *confer* (= compare).

C.H., Companion of Honour.

ch(ap)., chapter.

C.I.D., Criminal Investigation Department.

c.i.f., cost, insurance, and freight (used in trade).

C.I.G.S., (mil.) Chief of the Imperial General Staff.

C-in-C., (mil.) Commander-in-Chief.

circ, *circa, circiter,* (= about, with dates).

C.M.B., (certified by) Central Midwives' Board.

C.O., Colonial Office; (mil.) commanding officer; conscientious objector.

Co., company; county.

c/o., care of.

C.O.D., cash on delivery; Concise Oxford Dictionary.

Col., Colonel.

Co-op., Co-operative Society.

cos, cotangent.

c.p., candle-power.

cp., compare.

Cpl, Corporal.

Cr, Creditor (in book-keeping).

C.S.I.R., Council of Scientific and Industrial Research.

cu., cub., cubic.

C.W.S., Co-operative Wholesale Society

cwt., hundredweight

d., died; daughter; *denarius* (= penny, pennies)

D.A., dearness allowance.

D.B.E., Dame Commander of (the Order of) the British Empire.

D.C., direct current; District of Columbia.

D.C.M., (mil.) Distinguished Conduct Medal.

D.D., Doctor of Divinity.

D.D.T., dichlor-diphenyl-trichlorethane (an insecticide).

Dec., December.

dept, department.

D.F.C., (mil.) Distinguished Flying Cross.

D.F.M., (mil.) Distinguished Flying Medal

D.G., *Dei gratia* (= by the grace of God).

D.Lit., Doctor of Literature.

D.L.O., Dead Letter Office.

D.O., demi official.

do, ditto.

D.O.R.A., Defence of the Realm Act (limiting hours of trade, etc).

doz., dozen(s)

D.P.H., Diploma in Public Health.

D.P.I., Director of Public Instruction.

Dr, Debtor (in book-keeping); Doctor.

dr., drachm.

D.S.C., (mil.) Distinguished Service Cross.

D.Sc., Doctor of Science.

D.S.M., (mil.) Diustinguished Service Medal.

D.S.O., (mil.) Distinguished Service Order

d.t(s).,D.T., delirium tremens.

D.V, *Deo volente* (= God willing).

dwt, penny weight(s).

E., East; Engineering.

E. & O.E., errors and omissions excepted.

E.C.A.F.E., Economic Commission for Asia and the Far East.

ed., editor etc.

E.E.C., European Economic Community (the Common Market)

e.g., *exempli gratia* (= for example).

E.P.N.S., electroplated nickel silver.

E.P.T., excess profits tax.

E.R., *Elizabeth Regina* (= Queen Elizabeth)

Esq, Esquire.

etc., et cetera.

et seq., *et sequentia* (= and what follows).

exam., examination.

F(ahr).. Fahrenheit.

f., feminine; (mus.) *forte*(= loud).

F.A., Football Association.

F.A.N.Y., First Aid Nursing Yeomanry

F.A.O., Food and Agriculture Organization

Feb., February.

ff., (mus.) *fortissimo* (= very loud)

fig., figure (= map, design, etc.)

fl(or)., *floruit* (= flourished).

F.O., Flying Officer; Foreign Office.

f.o.b., free on board (used in trade).

f.o.r., free on rail.

F.P., field punishment; fire plug (= hydrant); former pupil.

Fr, Father (used before name of priest).

F.R.C.O., Fellow of the Royal College of Organists.

F.R.C.P., Fellow of the Royal College of Physicians.

F.R.C.S., Fellow of the Royal College of Surgeons

F.R.S., Fellow of the Royal Society

ft, feet; foot; (measure).

fur., furlong.

G.A.T.T., General Agreement on Tariffs and Trade.

gal., gallon(s)

G.B., Great Britain

G.B.E., Knight (or Dame) Grand Cross (of the Order) of the British Empire.

G.B.S., George Bernand Shaw

G.C., George Cross..

G.C.F., (math.) greatest common factor.

G.C.M., (math.) greatest common measure.

Gen., (mil.) General; Genesis (O.T.).

G.H.Q., (mil.) General Headquarters.

G.I., government issue; (colloq.)

enlisted man.

G.M., George Medal.

gm., gramme(s)

G.M.T., Greenwich mean time.

G.O.C. (-in-C.), (mil.) General Officer Commanding (-in-Chief).

G.O.I., Government of India.

G.P., general practitioner (doctor).

G.P.O., General Post Office.

gr., grain(s) (weight); grammar.

gym., gymnasium; gymnastics.

H., hard (of pencil-lead).

H.B.M., Her (or His) Britannic Majesty.

h and c., hard and cold (water).

H.C.F., (math.) highest common factor.

H.E., His (or Her) Excellency.

H.H., His (or Her) Highness; His Holiness (the Pope).

H.I.H., His (or Her) Imperial Highness.

H.M., Her (or His) Majesty.

H.M.I.S., Her (or His) Majesty's Inspector (of Schools).

H.M.S., Her (or His) Majesty's Ship.

Hon., Honorary; Honourable.

h.p., horse-power.

H.Q., Headquarters.

hr(s)., hour(s).

H.R.H., His (or Her) Royal Highness.

I.A., Indian Airlines.

I.A.F., Indian Air Force.

I.A.S., Indian Administrative Service.

ib., ibid., *ibidem*.

I.C.A.R., Indian Council of Agricultural Research.

I.C.B.M., inter-continental ballistic missile.

id., *idem* (= the same).

i.e., *id est* (= that is)

I.F.S., Irish Free State; Indian Foreign Service.

I.C.S., Indian Civil Service.

IHS, Jesus

I.L.O., International Labour Organization.

I.L.P., Independent Labour Party.

I.M.A., Indian Military Academy.

I.M.F., International Monetary Fund.

I.M.S., Indian Medical Service.

I.N., Indian Navy.

I.N.A., Indian National Army.

Inc., Incorporated.

incog., incognito.

Ind., India(n); Indiana.

inf., *infra*.

init., *initio*.

I.N.R.I. *Iesus Nazarenus Rex Iudaeorum*(= Jesus of Nazareth, King of the Jews).

inst., instant (= of the current month).

I.N.T.U.C., Indian National Trade Union Congress.

IOU, I owe you (acknowledgement of debt)

I.P.S., Indian Police Service.

I.Q., intelligence quotient.

I.R.A., Irish Republican Army.

I.S.I., Indian Standard Institute

I.S.T., Indian Standard Time

I.T.A., Independent Television Authority.

I.T.O., International Trade Organization; Income-Tax Officer.

I.W.W., Industrial Workers of the World

Jan., January.

J.P., Justice of the Peace.

J.T.C., Junior Training Corps (in schools).

jun., Jr., junior.

K.B., King's Bench.

K.B.E., Knight Commander of the British Empire.

K.C., King's Counsel

K.C.B., Knight Commander of the Bath

K.G., Knight (of the Order) of the Garter.

kg., kilogram.

kl., kilolitre.

km., kilometre.

kw., kilowatt.

L, Latin; learner (on motor vehicle); Roman numeral- 50.

l.,L., *Libra(e)* (= pound(s) in money, £)

L.A.C., leading aircraftman.

lat., latitude.

lb(s)., libra(e) (= pound(s) in weight).

l.b.w., leg before wicket (cricket).

L.C.C., London County Council.

L.C.M., (matl.) lowest common multiple

L.D.S., Licentiate in Dental Surgery.

Lieut., Lieutenant.

Lit. Hum,. *literae humaniores* (= the Humanities).

Litt. D., Doctor of Letters.

l(l)., line(s)

LL.B., legum baccalaureus (= Bachelor of Laws)

LL.D., legum doctor (= Doctor of Laws)

loc. cit., *loco citato* (in the book, part, named).

log., logarithm; logic.

long., longitude.

loq., *loquitur, loquentur* (= says, say).

L.R.A.M., Licentiate of the Royal Academy of Music.

L.R.C.V.S., Licentiate of the Royal College of Veterinary Surgeons.

L.S.D., pound(s), shillings, pence (= £.s.d.).

£, *libra(e)* (= pound(s) sterling).

Ltd, Limited (in name of Company).

M., Monsieur (= Mr.)

m., (cricket) maiden (over); male; masculine; mile(s)

M.A., Master of Arts.

Maj., (mil.) Major.

Mar., March.

matric., matriculation.

M.B., medicinae baccalaureus (= Bachelor of Medicine).

M.B.E., Member (of the Order) of the British Empire

M.C., (mil.) Military Cross; Master of Ceremonies.

M.C.C., Marylebone Cricket Club.

M.D., *medicine doctor* (= Doctor of Medicine); mentally deficient.

M.F.H., Master of Fox-hounds.

min., minute(s)

M.I.C.E., Member of the Institution of Civil Engineers.

M.I.Mech.E., M.I.Mun.E., Member of the Institution of Mechanical, Municipal Engineers.

Mlle, Mademoiselle (= Miss; pl. Mlles).

M.M., (mil.) Military Medal.

MM., Messieurs (= gentlemen).

Mme, Madame (pl. Mmes).

M.O., Medical Officer; money order.

M.O.H., Medical Officer of Health; Ministry of Health.

M.P., Member of Parliament; military police.

m.p.g., miles per gallon.

m.p.h., miles per hour.

M.P.S., Member of the Pharmaceutical (or Philological or Physical) Society.

MS(S)., Manuscript(s)

Mt, Mount(ain)

M.T.B., motor torpedo-boat.

Mus.B(ac)., *musicae baccalaureus* (= Bachelor of Music).

Mus.D(oc)., *musicae doctor* (= Doctor of Music)

M.V.C., Maha Vir Chakra.

N., North; Nationalist.

n., neuter; nominative; noun.

N.A.A.F.I. Navy, Army and Air Force Institute(s)

N.A.T.O., North Atlantic Treaty Organization (also Nato).

N.B., *nota bene* (= take note).

n.b., no ball (cricket).

N.C.B., National Coal Board.

N.C.C., National Cadet Corps.

N.C.O., non-commissioned officer; non-co-operation.

N.D.A., National Defence Academy.

nem. con., nem dis(s)., *nemine contradicente, nemine dissentiente* (= unanimously or without a dissenting vote).

N.F.S., National Fire Service.

no(s), number(s).

Nov., November

nr, near.

N.R.A., National Recovery Administration (U.S.); National Rifle Association.

N.S.P.C.C., National Society for the Prevention of Cruelty to Children.

N.T., New Testament.

N.U.R., National Union of Railwaymen.

N.Y.(C.), New York (City).

N.Z., New Zealand.

ob., *obiit* (= he died).

O.B.E., Officer (of the Order) of the British Empire.

O.C., Officer Commanding.

Oct., October.

O.C.T.U., Officer Cadets Training Unit (also Octu).

O.E.E.C., Organization for European Economic Co-operation.

O.G.P.U., Ogpu, the Russian secret police.

O.H.M.S., On Her (or His) Majesty's Service (used on outside of letters).

O.I.G.S., On India Government Service.

O.K., all correct.

O.M., Order of Merit.

on appro., on approval.

op., *opus* (= work).

op.cit., *opere citato* (= in the work quoted).

opp., opposite.

O.T., Old Testament.

O.T.C., Officers' Training Corps.

Oxon., of Oxford; Oxfordshire; Oxford University.

oz., ounce(s)

P., (car) park; (chess) pawn; pedestrian (crossing)

p., *piano* (= soft.)

p., page; particle; past.

P.& O., Peninsular & Oriental (Steamship Co.).

par(s)., paragraph(s)

P.A.Y.E., pay as you earn.

P.C., police constable; postcard; Privy Council(lor).

p.c., per cent; postcard

pd, paid.

P.E.N., (International Association of) Poets, Playwrights, Editors, Essayists, and Novelists.

P.G., paying guest.

Ph.D, *philosophiae doctor* (= Doctor of Philosophy).

p.m., *post meridiem* post-mortem.

P.O., Post Office; postal order.

pop., population.

P.O.W., prisoner of war.

p.p., past participle; *per pro* (= by proxy).

pp., pages.

pp., (mus.) *pianissimo* (= very soft).

P.P.S., *post postscriptum* (= further postscript).

Prof., Professor.

prox., *proximo*.

P.S., postscript.

P.T., physical training.

Pte, Private (soldier).

P.T.O., please turn over.

P.W.D., Public Works Department.

Q.C., Queen's Counsel.

Q.E.D., *quod erat demonstrandum* (= which was to be proved).

Q.M.G., (mil.) Quartermaster-General.

qt, quart(s).

q.v., *quod vide* (= which see); *quantum vis* (= as much as you wish).

R.A., Royal Academy (of Art); (mil.) Royal Artillery.

R.A.C., Royal Automobile Club.

R.A.F (mil.) Royal Air Force.

R.A.M.C., (mil.) Royal Army Medical Corps.

R.A.S.C., Royal Army Service Corps.

R.C., Red Cross; Roman Catholic.

Rd., Road.

R.E., (mil.) Royal Engineers.

Rev., Reverend (put before names of Christian priests).

R.G.S., Royal. Geographical Society.

R.I.P., *requiesca(n)t in pace* (put on headstones, etc: "have rest in peace".)

R.N., Royal Navy (British sea force).

R.M.S., Railway Mail Service.

R.N.(V.)R., Royal Naval (Volunteer) Reserve.

Rs, rupees.

R.S.A., Royal Scottish Academician; Royal Society of Arts.

R.S.P.C.A., Royal Society for the Prevention of Cruelty to Animals.

R.S.V.P., *respondez s'il vous plaît* (= Please send an answer).

Rt.Hon., Right Honourable.

S., Saint; South(ern).

Sat., Saturday.

S.C.M., State Certified Midwife.

sec., second (of time).

Sec., Secretary.

sect., section.

Sen., Senate, Senator; Senior (also Senr).

Sergt., (mil.) Sergeant.

S.O.S., Radio code-signal of extreme distress.

S.P.C.K., Society for Promoting Christian Knowledge.

S.R.N., State Registered Nurse.

s.s., steamship (also S.S.)

St., Saint; Street.

st., stone(weight); stumped.

Sun., Sunday.

Supt, Superintendent.

T.A., Territorial Army; travelling allowance.

T.B., torpedo-boat; tuberculosis.

T.N.T., trinitrotoluene (a very violent explosive)

T.O., Transport Officer; turn over.

Toc H., Talbot House (Society embodying Christian fellowship and service).

T.T., teetotaller.

T.U.(C.)., Trade Union (Congress).

TV,T.V., television.

U.K., United Kingdom.

ult., *ultimo* (= in the preceding month).

U.N.(O.), United Nations (Organization).

U.N.E.S.C.O., United Nations Educational, Scientific, and Cultural Organization. (also Unesco).

U.N.I.C.E.F., United Nations International Children's Emergency Fund.

U.N.R.R.A., United Nations Relief and Rehabilitation Administration (also UNRRA, Unrra,   )

U.P.S.C., Union Public Service Commission.

U.S.(A.), United States (of America).

U.S.S.R., Union of Soviet Socialist Republics.

v., verse; versus; *vide;* volt.
V.A.D., (mil.) (Woman in) Voluntary Aid Detachment.
V.C., Victoria Cross; Vice-Chancellor.
verb.sap. *verbum satis sapienti.*
V.H.F., VHF, very high frequency.
V.I.P., very important person.
viz., *videlicet* (= that is so say, namely).
vol., volume.
V.P.P., value payable by post.
v(s)., versus.

W., West.
w., watt; wicket; wife; with.
W.A.A.F., (mil.) Women's Auxiliary Air Force.
W.C., West Central (London Postal District); Working Committee.
w.c., water closet.
W.D., War Department.
W.E.A., Workers' Educational Association.
Wed., Wednesday.
W.H.O., World health Organization.
W.P., weather permitting.
W.R.A.F., Women's Royal Air Force Service.
Wren, Member of the Women's Royal Naval Service (W.R.N.S.).
W.R.I., War Risk Insurance; Women's Rural Institute.
W.R.N.S., (mil.) Women's Royal Naval Service.
W.S., Writer to the Signet.
wt, weight.
W.V.S., Women's Voluntary Service(s)

Xmas., Christmas.

Y.H.A., Youth Hostels Association.
yd(s), yard(s) (measure).
Y.M.C.A., Young Men's Christian Association.
Y.W.C.A., Young Women's Christian Association.
yr(s), year(s); your(s).

પરિશિષ્ટ ત્રીજું

માપતોલનાં કોષ્ટકો

(a) English and Metric Equivalents

Linear Measure
1	inch	2·5399	centimetres
1	foot	0·3048	metre.
1	yard	0·9144	metre.
1	mile	1·6093	kilometres.

Square measure
1	sq. inch	6·4516	sq. centimetres.
1	sq. foot	9·2903	sq. decimetres.
1	sq. yard	0·8361	sq. metre.
1	acre (4840 sq. yds.)	0·4047	hectare
1	sq. mile (640 acres)	258·9982	hectares.

Cubic measure
1	cubic inch	16·3870	cubic centimetres.
1	cubic foot	0·0283	cubic metre.
1	cubic yard	0·7645	cubic metre.

Measure of capacity
1	pint	0·5682	litre.
1	gallon	4·5459	litres.
1	bushel	3·6366	dekalitres.

Apothecaries' Measure
1	fluid drachm	3·5514	millilitres.
1	fluid ounce	2·8412	centilitres.
1	gal.	4·5459	litres.

Avoirdupois Weight
1	grain	0·0648	gramme.
1	dram	1·7718	grammes.
1	ounce	28·3495	grammes.
1	pound	0·4536	kilogram.
1	ton	1·0160	tonnes.

Troy weight
1	pennyweight	1·5551	grammes.
1	ounce	31·1034	grammes.

Apothecaries' Weight
1	scruple	1·2959	grammes.
1	drachm	3·8879	grammes.
1	ounce	31·1034	grammes.

(b) Metric and English Equivalents

Linear Measure

1	millimetre	0·0394	inch.
1	centimetre	0·3937	inch.
1	metre	1·0936	yards.
1	kilometre	0·6214	mile.

Square measure

1	sq. centimetre	0·1550	sq. inch.
1	sq. metre	1·1960	sq. yards.
1	are (100 sq. metres)	119·5992	sq. yards.
1	hectare (10000 sq. metres)	2·4710	acres.

Cubic measure

1	cubic centimetre (1000 cubic millimetres)	0·0610	cubic inch.
1	cubic metre or stere	1·3079	cubic yards.

Measure of capacity

1	millilitre	0·0070	gill.
1	centilitre	0.0704	gill.
1	litre	1·7598	pints.
1	kilolitre	3·4372	quarters.

Weight

1	milligram	0·0154	grain.
1	centigram	0·1543	grain.
1	gramme	15.4324	grains.
1	kilogram	2·2046	lb.
1	quintal (100 kg.)	1·9684	cwt.
1	tonne (1000 kg.)	0·9842	ton.

(e) Some Indian and Metric Equivalents

1	tola	11·6638	grams.
1	seer (80 tolas)	0·9331	kilogram.
1	maund (40 seers)	37·3242	kilograms.
1	kilogram	1·0717	se
1	metric tonne	26·7923	maunds.

પરિશિષ્ટ ચોથું
રોમન આંકડા

I	1	XXX	30
II	2	XL	40
III	3	L	50
IV(IIII)	4	LX	60
V	5	LXX	70
VI	6	LXXX	80
VII	7	XC	90
VIII	8	C	100
IX	9	CX	110
X	10	CC	200
XI	11	CCC	300
XII	12	CD	400
XIII	13	D	500
XIV	14	DC	600
XV	15	DCC	700
XVI	16	DCCC	800
XVII	17	CM	900
XVIII	18	M	1000
XIX	19	MC	1100
XX	20	MCM	1900
		MCMLXX	1970

નોંધ